ദേശാഭിമാനി ചരിത്രം

Deshabhimani Charithram
Media Studies

P P Aboobacker

CHINTHA PUBLISHERS
Thiruvananthapuram

First Edition
December 2023

Second Impression
July 2024

Publised & Typesetting
Chintha Publishers, Thiruvananthapuram

Printed at
Akshara Offset, Thiruvananthapuram

Cover Design
Vinod Mangoes

ISBN : 978-81-19131-98-3

CO-3427 / 7063

₹ 700

Email: chinthapublishers@gmail.com
Website: www.chinthapublishers.com

A version is available at National Libraries
Kolkata, Mumbai, Chennai and Delhi

Distribution

DESHABHIMANI BOOK HOUSE

H O Thiruvananthapuram 695035

Branch

Head Office Kunnukuzhi • Statue Thiruvananthapuram
Saphalyam Complex Thiruvananthapuram
KSRTC Bus Station Ernakulam
Machingal Lane Thrissur • IG Road Kozhikode
Mavoor Road Kozhikode • NGO Union Building Kannur
Central Bus Terminal Complex Thavakkara Kannur

ദേശാഭിമാനി ചരിത്രം

പി പി അബൂബക്കർ

ചിന്ത പബ്ലിഷേഴ്സ്
തിരുവനന്തപുരം-695 035
വില: ₹ 700

പി പി അബൂബക്കർ

കോഴിക്കോട് നഗരത്തിലെ മാങ്കാവിൽ 1957-ൽ ജനനം. സാമൂതിരി ഗുരുവായൂരപ്പൻ കോളേജിൽ നിന്ന് കൊമേഴ്സിൽ ബിരുദമെടുത്തശേഷം 1980 ആദ്യം *ദേശാഭിമാനി*യിൽ ചേർന്നു. ദീർഘകാലം കോഴിക്കോട് ബ്യൂറോയിൽ റിപ്പോർട്ടറായും ബ്യൂറോ ചീഫായും പ്രവർത്തിച്ചു. 1993-94-ൽ ഡൽഹി ബ്യൂറോ ചീഫ്. തിരുവനന്തപുരം ബ്യൂറോ ചീഫ്, സെൻട്രൽ ഡെസ്കിന്റെ ചുമതലയുള്ള ചീഫ് ന്യൂസ് എഡിറ്റർ എന്നീ നിലകളിലും പ്രവർത്തിച്ചു. 2008-ൽ *ദേശാഭിമാനി* ബഹ്റൈൻ എഡിഷൻ തുടങ്ങുമ്പോൾ ന്യൂസ് എഡിറ്ററായി നിയോഗിക്കപ്പെട്ടു. ചീഫ് ന്യൂസ് എഡിറ്ററായിരിക്കെ 2016-ൽ വിരമിച്ചു. 2017-2021 കാലത്ത് മുഖ്യമന്ത്രി പിണറായി വിജയന്റെ അഡീഷണൽ പ്രൈവറ്റ് സെക്രട്ടറിയായിരുന്നു. 2006-2008-ൽ വ്യവസായ മന്ത്രി എളമരം കരീമിന്റെ അഡീഷണൽ പ്രൈവറ്റ് സെക്രട്ടറിയായും പ്രവർത്തിച്ചു.

കേരള പത്രപ്രവർത്തക യൂണിയന്റെ സംസ്ഥാന സെക്രട്ടറിയും മൂന്നുതവണ കാലിക്കറ്റ് പ്രസ് ക്ലബ്ബിന്റെ സെക്രട്ടറിയുമായിരുന്നു. കാലിക്കറ്റ് പ്രസ് ക്ലബ്ബിന്റെ *ഇൻസ്റ്റിറ്റ്യൂട്ട് ഓഫ് കമ്യൂണിക്കേഷൻ ആന്റ് ജേണലിസം* സ്ഥാപിക്കുന്നതിൽ പ്രധാന പങ്കുവഹിച്ചു. ഇൻസ്റ്റിറ്റ്യൂട്ട് മാനേജിങ് കമ്മിറ്റിയുടെ സ്ഥാപക സെക്രട്ടറി.

മികച്ച റിപ്പോർട്ടിങ്ങിന് കാലിക്കറ്റ് പ്രസ് ക്ലബ്ബിന്റെ കെ സി മാധവക്കുറുപ്പ് അവാർഡ്, സി എച്ച് ഹരിദാസ് അവാർഡ്, കേരള പ്രസ് അക്കാദമിയുടെ ഡോ. മൂർക്കന്നൂർ നാരായണൻ അവാർഡ് എന്നിവ നേടിയിട്ടുണ്ട്.

ഭാര്യ : ടി റസിയ
മക്കൾ : നീതു, ഡോ. നൂറ
വിലാസം : മരുന്നറ റോഡ്, മലാപ്പറമ്പ്,
കോഴിക്കോട്-673 009
ഇ മെയിൽ : aboo20@gmail.com

ഉള്ളടക്കം

പ്രസാധകക്കുറിപ്പ്

ബെന്യാമിന്റെ 'മാന്തളിരിലെ ഇരുപത് കമ്യൂണിസ്റ്റ് വർഷങ്ങൾ' എന്ന നോവലിലെ ഒരധ്യായത്തിന്റെ പേര് 'മുറ്റത്തെ ചുവന്ന അട്ട' എന്നാണ്. മധ്യതിരുവിതാംകൂറിലെ ഒരു യാഥാസ്ഥിതിക ക്രിസ്ത്യൻ ഭവനത്തിലെ കാരണവർ, വീട്ടിലെ വിപ്ലവകാരിയായ ചെറുപ്പക്കാരൻ വരുത്തുന്ന *ദേശാഭിമാനി* പത്രത്തിന് ഇട്ട വിളിപ്പേരാണിത്. കാലം ഏറെ മാറിമറിഞ്ഞു. കടുത്ത സംഘർഷങ്ങളുടെ നീണ്ട പതിറ്റാണ്ടുകൾ പിന്നിട്ട് കേരളത്തിലെ എല്ലാ വീട്ടുമുറ്റങ്ങളിലും എത്തുന്ന, എല്ലാ വിഭാഗങ്ങൾക്കും സ്വീകാര്യമായ പത്രമായി *ദേശാഭിമാനി* മാറിയിരിക്കുന്നു.

ഒരിക്കൽ *ദേശാഭിമാനി*യെ അപഹസിച്ചിരുന്നവർ പോലും ആസുരമായ ഇന്നത്തെ ഇന്ത്യൻ രാഷ്ട്രീയ കാലാവസ്ഥയിൽ തങ്ങളുടെ ശബ്ദമായി *ദേശാഭിമാനി*യെ തിരിച്ചറിഞ്ഞിരിക്കുന്നു. മുമ്പൊരു കാലത്തും കാണാത്ത വിധത്തിൽ ഇന്ത്യയിലെ മുഖ്യധാരാ മാധ്യമലോകം കോർപ്പറേറ്റ് ലോകത്തിനും ഭരണകൂട ഭീഷണികൾക്കും നിർലജ്ജം വഴങ്ങിക്കൊടുക്കുന്ന ഒരു കാലത്താണ് നിർഭയത്വത്തിന്റെ എട്ടു പതിറ്റാണ്ടുകൾ പിന്നിട്ട *ദേശാഭിമാനി* വർധിത വീര്യത്തോടുകൂടി ഇങ്ങനെ തലയുയർത്തി നിൽക്കുന്നത് .

ആ *ദേശാഭിമാനി*യുടെ ചരിത്രമാണ് പി പി അബൂബക്കർ ഇവിടെ കോറിയിടുന്നത്. ഇത് *ദേശാഭിമാനി*യുടെ മാത്രം കഥയല്ല, കേരളത്തിന്റെ, ഇന്ത്യയുടെ സാമൂഹിക പരിണാമങ്ങളുടെ കൂടി കഥയാണ്.

ചിന്ത പബ്ലിഷേഴ്സ്

അവതാരിക

അനിവാര്യമായ ഇടപെടൽ

എം എ ബേബി

ദേശാഭിമാനി പത്രത്തിൽ റിപ്പോർട്ടർ മുതൽ ചീഫ് ന്യൂസ് എഡിറ്റർ വരെയുള്ള പദവികളിലായി മൂന്ന് വ്യാഴവട്ടക്കാലം സ്തുത്യർഹമായ നിലയിൽ പ്രവർത്തിച്ച് മലയാള വായനക്കാരുടെ ശ്രദ്ധാപാത്രമായിട്ടുള്ള പി പി അബൂബക്കർ *ദേശാഭിമാനി*യുടെ ചരിത്രം തയാറാക്കാനുള്ള ഒരുക്കത്തിലാണെന്ന് രണ്ടുവർഷം മുമ്പ് അറിയാനിടയായതു മുതൽ, മറ്റു പലരെയും പോലെ, വളരെ പ്രതീക്ഷയോടെയും ഏറെ ആകാംക്ഷയോടെയും ഞാനും ഈ കൃതി ഉറ്റുനോക്കുകയായിരുന്നു. എത്രയോ മുമ്പ് സംഭവിക്കേണ്ടിയിരുന്നത് എന്നാണ് ഈ സംരംഭത്തെക്കുറിച്ച് ആദ്യം കേട്ടപ്പോൾതന്നെ എനിക്ക് തോന്നിയത്. കാലം കടന്നുപോകുന്തോറും പഴയ പത്രങ്ങളും രേഖകളും നശിച്ചുപോവുകയോ അവ കിട്ടാനുള്ള വഴി അടഞ്ഞുപോവുകയോ ചെയ്യുന്നു. ചരിത്രത്തോടൊപ്പം സഞ്ചരിച്ചവർ ഒന്നൊന്നായി നമ്മുടെ മുന്നിൽനിന്ന് അപ്രത്യക്ഷരാകുന്നു. ഇതൊക്കെയാണെങ്കിലും, *ദേശാഭിമാനി*യുടെ ചരിത്രം ഇപ്പോഴെങ്കിലും ഒരു ഗ്രന്ഥരൂപത്തിൽ യാഥാർഥ്യമാവുകയാണല്ലോ എന്ന ചിന്ത പ്രതീക്ഷയുണർത്തി.

നിലനിൽപ്പിനായുള്ള പോരാട്ടം ഒരു വശത്തും പാർട്ടി ജിഹ്വ എന്ന നിലയ്ക്കുള്ള അടിയന്തര ഉത്തരവാദിത്തം മറുവശത്തുമായി മുന്നേറുന്നതിനിടയ്ക്ക് സ്വന്തം ചരിത്രം രേഖപ്പെടുത്തിയും ക്രോഡീകരിച്ചും സംരക്ഷിച്ചും വെയ്ക്കുകയെന്ന ജോലിക്ക് അറിഞ്ഞോ അറിയാതെയോ സാവകാശം കൽപ്പിക്കപ്പെട്ടിരിക്കാം; ഫലത്തിൽ അത് അവഗണിക്കപ്പെട്ടു. ദീർഘകാലത്തെ പത്രപ്രവർത്തന ജീവിതത്തിനിടക്ക് അഭിമുഖീകരിക്കേണ്ടിവന്ന വെല്ലുവിളികൾ തന്നെയാവണം ഈ ചരിത്ര ദൗത്യം നേർക്കുനേർ ഏറ്റെടുക്കാൻ ഗ്രന്ഥകർത്താവിനെ പ്രേരിപ്പിച്ചത് എന്നു കരുതാൻ ന്യായമുണ്ട്.

അതെന്തായാലും അനുദിനം മൂല്യമേറിക്കൊണ്ടിരിക്കുന്ന ഒരു ചരിത്രരചനയാണ് ഗ്രന്ഥകർത്താവ് നിർവഹിച്ചിട്ടുള്ളത്. കേരളത്തിലെയും ഇന്ത്യയിലെയും മാത്രമല്ല, ലോകത്തിലെതന്നെ കമ്യൂണിസ്റ്റ് പത്രങ്ങളെക്കുറിച്ച് ഒറ്റയ്ക്കും തെറ്റയ്ക്കും അവിടവിടെയായി നമുക്ക് വായിക്കാൻ കിട്ടാറുണ്ടെങ്കിലും കേരളീയമായ ഒരു വീക്ഷണകോണിൽ അതെല്ലാം സൂക്ഷ്മമായി ക്രോഡീകരിക്കപ്പെട്ട നിലയിൽ ലഭിക്കുകയാണ് ഈ ഗ്രന്ഥത്തിൽ. നമ്മുടെ അറിവിലൊന്നും എത്തിപ്പെട്ടിട്ടില്ലാത്ത വസ്തുതകളും വിവരങ്ങളുംകൊണ്ട് സമ്പുഷ്ടവുമാണ് അബൂബക്കറിന്റെ

സ്ഥിതപ്രജ്ഞമായ അന്വേഷണ ഗവേഷണങ്ങളിലൂടെ സാക്ഷാൽകൃതമായ ഈ ചരിത്ര ഗ്രന്ഥം എന്ന് നിസ്സംശയം പറയാം.

*ദേശാഭിമാനി*യുടെയോ സി പി ഐ എമ്മിന്റെയോ ഗ്രന്ഥപ്പുരകളോ വിവരശേഖരണ സംവിധാനങ്ങളോ ഈ ഉദ്യമത്തിൽ എത്രത്തോളം പ്രയോജനപ്പെട്ടിരിക്കുമെന്നറിയില്ല. അതേ സമയം, പത്രത്തിന്റെയും പാർട്ടിയുടെയും ബന്ധുക്കളുടെയും അഭ്യുദയകാംക്ഷികളുടെയും കലവറയില്ലാത്ത പിന്തുണയും സഹകരണവും ഈ ഉദ്യമത്തിന് ലഭിച്ചിട്ടുണ്ടാവുമെന്ന് ഉറപ്പിച്ചുപറയാം. ഔദ്യോഗിക സ്രോതസ്സുകളും സംവിധാനങ്ങളും വിവേകപൂർവം പ്രയോജനപ്പെടുത്താനും ഗ്രന്ഥകർത്താവ് ജാഗരൂകനായിരുന്നുവെന്നാണ് വിവിധ ആർക്കൈവുകളിൽ നിന്നും മ്യൂസിയങ്ങളിൽ നിന്നും മറ്റും ലഭ്യമായ രേഖകളുടെ വിനിയോഗം സൂചിപ്പിക്കുന്നത്. ഒരു പത്രപ്രവർത്തകന്റെ അന്വേഷണത്വര വിവിധ ഏജൻസികളുടെ സാധ്യതയും വ്യക്തികളുടെയും സ്ഥാപനങ്ങളുടെയും സഹകരണവും പ്രയോജനപ്പെടുത്താൻ കഴിയുംവിധം പ്രവർത്തിച്ചു എന്നതിലാണ് ഈ സാഫല്യം.

ഞാൻ മനസ്സിലാക്കിയിടത്തോളം ഈ ബൃഹത് ദൗത്യം അബൂബക്കർ ഏറ്റെടുത്ത് നിറവേറ്റിയത് പ്രത്യേകിച്ച് ആരുടെയും നിർദേശപ്രകാരമല്ല. അതുതന്നെ അദ്ദേഹത്തിന്റെ പ്രതിബദ്ധതക്ക് ഉത്തമനിദർശനമാകുന്നു. ഒട്ടേറെപ്പേരുടെ സഹകരണം തേടിയും നേടിയും തന്നെയാണ്, വിവിധ സംഘങ്ങളായി തിരിഞ്ഞ് തേടിപ്പിടിച്ച് ക്രോഡീകരിച്ചും സംസ്കരിച്ചും സമ്പൂർണമാക്കേണ്ടിയിരുന്ന ഗ്രന്ഥനിർമാണം ഏകാംഗ സൈന്യത്തെപ്പോലെ തന്നത്താൻ നിർവഹിച്ചത് എന്നത് അത്യന്തം ആവേശകരമാണ്.

കിട്ടാവുന്ന വിവരങ്ങളെല്ലാം വാരിക്കൂട്ടി തുന്നിക്കെട്ടി ഒരു ബൃഹദ്ഗ്രന്ഥമാക്കുകയല്ല അബൂബക്കർ ചെയ്തിട്ടുള്ളത്. അപ്പപ്പോഴായി നമുക്കറിയാനായിട്ടുള്ള വസ്തുതകളും വിവരങ്ങളും റഫറൻസ് സൂചികകളോടെ ഹ്രസ്വമായി നൽകുമ്പോൾതന്നെ, ഇതഃപര്യന്തം നമ്മിൽ പലരുടെയും അറിവിൽ പെട്ടിട്ടില്ലാത്ത വിവരങ്ങൾ പലതും അത്യാവശ്യം വിശദമായിത്തന്നെ വിവരിക്കുവാൻ ശ്രദ്ധിച്ചിട്ടുണ്ട്. ചില പ്രവണതകൾ സംബന്ധിച്ച് വിശകലനങ്ങളും നടത്തിയിട്ടുണ്ട്.

*ദേശാഭിമാനി*യുടെയോ കമ്യൂണിസ്റ്റ് പാർട്ടികളുടെയോ ചരിത്രം തേടിയെത്തുന്ന പത്രപ്രവർത്തകർക്കും സാമൂഹ്യ, രാഷ്ട്രീയ, സാംസ്കാരിക പ്രവർത്തകർക്കും കുറച്ചൊന്നുമല്ല ഈ ഗ്രന്ഥം ഉപകാരപ്പെടാൻ പോകുന്നത്. സ്വന്തം ചരിത്രം നേരത്തെ തയാറാക്കിവെച്ചു കഴിഞ്ഞിട്ടുള്ള ചില പത്രങ്ങൾക്കെങ്കിലും ആ ഗ്രന്ഥങ്ങളുടെയൊക്കെ ഉള്ളടക്കം കുറച്ചുകൂടി യുക്തിസഹമാക്കാൻപോലും ഈ കൃതി പ്രേരകമായേക്കുമെന്ന് ചിന്തിച്ചുപോകുന്നു.

ഒരു പത്രത്തിന്റെ ഉത്ഭവവും വളർച്ചയും വികാസവും മാത്രമല്ല '*ദേശാഭിമാനി* ചരിത്രം' പ്രതിപാദിക്കുന്നത്. മാറ്റത്തിനായി പൊരുതിയ ഒരു ജനതയുടെ പരിണാമത്തിന്റെ വീരഗാഥകൂടിയാണത്. മലയാളികളുടെ മാതൃഭൂമിയായ കേരളത്തിന്റെ സാമൂഹ്യ, സാംസ്കാരിക, രാഷ്ട്രീയ, ചരിത്ര, ഭൂമിശാസ്ത്ര പരിണാമത്തിന്റെ കഥകൂടി ഉൾക്കൊള്ളുന്നതാണ് ഈ കൃതി. അതുകൊണ്ടുതന്നെ, *ദേശാഭിമാനി*യുടെ മുൻഗാമിയായ *പ്രഭാതം* മാത്രമല്ല, *മാതൃഭൂമി*യും *അൽഅമീനും* സ്വ*ദേശാഭിമാനി*യും *മലയാള മനോരമ*യും ഇതിൽ പ്രതിപാദിക്കപ്പെടുന്നു.

*ദേശാഭിമാനി*യെക്കുറിച്ചുള്ള ചരിത്രത്തിൽ ഇതൊക്കെ വിശദീകരിക്കുന്നതെന്തിനെന്ന് തുടക്കത്തിൽ സംശയിക്കുന്നവർക്കുപോലും അതിന്റെ സാംഗത്യം വായിച്ചുതുടങ്ങി ഏറെക്കഴിയാതെ ബോധ്യമാകും. ഇതുപോലൊരു പത്രമില്ലായിരുന്നെങ്കിൽ നമ്മുടെ നാടിന്റെ രാഷ്ട്രീയവും സാമൂഹ്യവും സാംസ്കാരികവും സാമ്പത്തികവും വിദ്യാഭ്യാസപരം പോലുമായ അവസ്ഥ എന്താകുമായിരുന്നുവെന്ന് *ഐക്യകേരളവും ദേശാഭിമാനിയും, ആഹ്വാനവും താക്കീതും, വികസന പത്രപ്രവർത്തനത്തിന്റെ തുടക്കം* പോലുള്ള അധ്യായങ്ങൾ ബോധ്യപ്പെടുത്തും. ഗ്രന്ഥത്തിന്റെ വിശദാംശങ്ങളിലേക്ക് പോകുന്നില്ല. അതിന്റെ ആവശ്യമില്ലല്ലോ.

മലയാള മാധ്യമ ചരിത്രത്തിൽ ഒരു അമൂല്യ സംഭാവനയായി *ദേശാഭിമാനി ചരിത്രം* ഇടംപിടിക്കുമെന്ന് ഏറെ ആഹ്ലാദത്തോടും ആത്മവിശ്വാസത്തോടും കൂടി ഇവിടെ രേഖപ്പെടുത്തട്ടെ. പത്രപ്രവർത്തനരംഗത്ത് പി പി അബൂബക്കറിന്റെ ജനസമ്മതിക്ക് നിദാനമായ ഗുണങ്ങളിൽ പ്രധാനപ്പെട്ട പ്രതിപാദനചാതുരിയും ഭാഷാലാളിത്യവും ഈ ബൃഹത്ഗ്രന്ഥത്തിന് ഒന്നുകൂടി മാറ്റുകൂട്ടുന്നുവെന്നും നിസ്സംശയം പറയാം.

മുഖവുര

പോരാട്ടത്തിന്റെയും ചെറുത്തുനിൽപ്പിന്റെയും സമ്പന്നമായ ചരിത്രമുള്ള പത്രമാണ് *ദേശാഭിമാനി.* ബ്രിട്ടീഷ് സാമ്രാജ്യത്വത്തിനും നാടുവാഴിത്വത്തിനും എതിരായി ജനങ്ങളെ അണിനിരത്താനും അവരെ അവകാശബോധമുള്ളവരാക്കാനും ശ്രമിച്ച ചുരുക്കം മലയാള പത്രങ്ങളേയുള്ളു. അതിൽ പ്രഥമ സ്ഥാനം *ദേശാഭിമാനി*ക്കാണ്.

കമ്യൂണിസ്റ്റ് പാർട്ടിയുടെ മുഖപത്രമായി 1942–ൽ കോഴിക്കോട്ടുനിന്ന് ആരംഭിച്ച പത്രം, 1964–ൽ പാർട്ടി ഭിന്നിച്ചപ്പോൾ സിപിഐ (എം) നിയന്ത്രണത്തിലായി. ബ്രിട്ടീഷ് ഗവൺമെന്റിന്റെ അടിച്ചമർത്തലുകൾ മാത്രമല്ല പത്രത്തിന് നേരിടേണ്ടിവന്നത്. സ്വാതന്ത്ര്യാനന്തരം ഡൽഹിയിൽ അധികാരത്തിൽ വന്ന കോൺഗ്രസ് ഗവൺമെന്റുകളും പത്രത്തെ വേട്ടയാടി. അടിയന്തരാവസ്ഥയിൽ ഭരണകൂടത്തിന്റെ ആക്രമണത്തിന് *ദേശാഭിമാനി*യോളം ഇരയായ പത്രം ഇന്ത്യയിലാകെയെടുത്താൽ ഒന്നോ രണ്ടോ മാത്രം. സാമൂഹിക പരിവർത്തനത്തിന് 1940–കൾക്കുശേഷം കേരളത്തിൽ നടന്ന എല്ലാ പ്രവർത്തനങ്ങളിലും *ദേശാഭിമാനി* മുന്നിൽ നിന്നു. ഇതൊക്കെയാണെങ്കിലും ഈ ജനകീയ പത്രത്തിന്റെ ചരിത്രം സമഗ്രമായി രേഖപ്പെടുത്തപ്പെട്ടില്ല. ആ കുറവ് പരിഹരിക്കാനുള്ള എളിയ ശ്രമമാണ് ഈ ഗ്രന്ഥം.

ദേശാഭിമാനി സ്ഥാപിതമായി എൺപതു വർഷം പിന്നിടുമ്പോഴാണ് ഈ ഗ്രന്ഥം തയാറാക്കുന്നത്. എട്ടു പതിറ്റാണ്ടിനിടയിൽ ഒട്ടേറെ പ്രതിസന്ധികളും വെല്ലുവിളികളും പത്രത്തിനു നേരിടേണ്ടിവന്നു. ജനങ്ങളുടെ പിന്തുണയോടെ അതെല്ലാം *ദേശാഭിമാനി* തരണം ചെയ്തു. മലയാളത്തിലെ ഏറ്റവും പ്രചാരമുള്ള മൂന്നു പത്രങ്ങളിൽ ഒന്നാണ് ഇന്ന് സിപിഐ (എം) മുഖപത്രം. പാർട്ടിയുടെ പത്രം എന്നതിലപ്പുറം പൊതുസ്വീകാര്യത കൈവരിക്കാൻ പത്രത്തിന് കഴിഞ്ഞുവെന്നതാണ് ഏറ്റവും ശ്രദ്ധേയം. *ദേശാഭിമാനി*യുടെ ആശയപ്രചാരണം ഇടതുപക്ഷവിരുദ്ധ മാധ്യമങ്ങളെയും സ്വാധീനിക്കുന്നുണ്ട്. ശരിയായി വിലയിരുത്തപ്പെടാതെ പോകുന്ന *ദേശാഭിമാനി*യുടെ സംഭാവനയാണത്. പ്രചണ്ഡമായ കമ്യൂണിസ്റ്റ് വിരുദ്ധ പ്രചാരണം പ്രൊഫഷണൽ മികവോടെ നടത്തുമ്പോഴും ഇടതുപക്ഷത്തിന്റെ ആശയങ്ങളും പ്രവർത്തനവും സമ്പൂർണമായി തമസ്കരിക്കാൻ മാധ്യമങ്ങൾക്ക് കഴിയാത്തതിനു മുഖ്യകാരണം *ദേശാഭിമാനി*യുടെ ശക്തമായ സാന്നിധ്യമാണ്. മറുവശം വായനക്കാർക്ക് നൽകാൻ കഴിയുന്നു എന്നതാണ് *ദേശാഭിമാനി*യുടെ വലിയ പ്രസക്തി. അതാണ് യഥാർഥത്തിൽ പത്രത്തിന്റെ വലിയ സാധ്യത.

പത്രത്തിന്റേതായാൽ പോലും ചരിത്രം തയാറാക്കൽ വൈദഗ്ധ്യം ആവശ്യമുള്ള കർമമാണ്. ആ ബോധ്യമുള്ളതുകൊണ്ട് ഗ്രന്ഥരചനയുടെ ആശയം ഡോ. കെ കെ എൻ കുറുപ്പ്, ഡോ. കെ എൻ ഗണേഷ്, ഡോ. പി ശിവദാസൻ, ഡോ. കെ ഗോപാലൻകുട്ടി എന്നീ ചരിത്രപണ്ഡിതരുമായും ധനതത്വശാസ്ത്രജ്ഞനും ഗവേഷകനുമായ ഡോ. തോമസ് ഐസക്ക്, സാഹിത്യനിരൂപകൻ കൂടിയായ *ദേശാഭിമാനി വാരിക* പത്രാധിപർ ഡോ. കെ പി മോഹനൻ, പ്രശസ്ത പത്രപ്രവർത്തകൻ എൻ മാധവൻകുട്ടി എന്നിവരുമായും ചർച്ച ചെയ്തിരുന്നു. അവരുടെ മാർഗനിർദേശങ്ങളാണ് ഈ ദൗത്യം ഏറ്റെടുക്കാൻ ആത്മവിശ്വാസം നൽകിയത്.

വിവരശേഖരണം മനസ്സിൽ കണ്ടതിലും പ്രയാസകരമായിരുന്നു. പത്രത്തിന്റെ വളരെ പഴയ കോപ്പികൾ ക്രമത്തിൽ സൂക്ഷിച്ചിട്ടില്ല. പലതും കണ്ടെത്താൻ കഴിഞ്ഞില്ല. അതാണ് ഈ ഉദ്യമത്തിനു വലിയ വെല്ലുവിളിയായത്. ആദ്യകാലത്ത് പത്രവുമായി ബന്ധപ്പെട്ടവരിൽ അധികം പേരും ഇന്ന് ജീവിച്ചിരിപ്പില്ല. നേരിട്ട് ബന്ധമുണ്ടായിരുന്നവരിൽ ദുർലഭം പേർമാത്രമാണ് എന്തെങ്കിലും രേഖപ്പെടുത്തിവെച്ചത്. എങ്കിലും ജീവിച്ചിരിക്കുന്നവരിൽ പരമാവധി പേരെ കാണാനും ബന്ധപ്പെടാനും, കിട്ടാവുന്ന രേഖകളും പുസ്തകങ്ങളും പരിശോധിക്കാനും ഒന്നരവർഷത്തിനിടയിൽ ശ്രമിച്ചിട്ടുണ്ട്.

മലയാളത്തിലെ കമ്യൂണിസ്റ്റ് പത്രത്തിന്റെ ചരിത്രം പറയുമ്പോൾ അത് കോൺഗ്രസ് സോഷ്യലിസ്റ്റ് പാർട്ടിയുടെ മുഖപത്രമായി ഇ എം എസിന്റെ പത്രാധിപത്യത്തിൽ ഷൊർണൂരിൽ നിന്ന് 1935–ൽ പുറത്തിറങ്ങിയ *പ്രഭാതത്തിൽ* നിന്നുതന്നെ തുടങ്ങേണ്ടതുണ്ട്. കർഷകരും തൊഴിലാളികളുമടക്കം എല്ലാ അടിച്ചമർത്തപ്പെടുന്നവരുടെയും ശബ്ദമായി മലയാളത്തിൽ കമ്യൂണിസ്റ്റ് പത്രപ്രവർത്തനത്തിനു തുടക്കമിട്ട *പ്രഭാതത്തിന്റെ* ചരിത്രം സാമാന്യം വിശദമായി ഈ പുസ്തകത്തിൽ ഉൾപ്പെടുത്തിയിട്ടുണ്ട്. മലയാളത്തിലെ ആദ്യ കമ്യൂണിസ്റ്റ് പത്രമെന്ന് ഇ എം എസ് വിശേഷിപ്പിച്ച *പ്രഭാതം* തുടങ്ങുന്നതിനുമുമ്പുതന്നെ പല സംസ്ഥാനങ്ങളിലും കമ്യൂണിസ്റ്റ് ആശയപ്രചാരണത്തിനുള്ള പ്രസിദ്ധീകരണങ്ങൾ ആരംഭിച്ചിരുന്നു. കമ്യൂണിസ്റ്റ് ഇന്റർനാഷണൽ (കോമിന്റേൺ) രൂപീകൃതമായതുമുതൽ കമ്യൂണിസ്റ്റ് ആശയങ്ങൾ പത്രങ്ങളായും ലഘുലേഖകളായും വിദേശത്തുനിന്ന് രഹസ്യമായി ഇന്ത്യയിലേക്ക് വരാൻ തുടങ്ങി. അതുസംബന്ധിച്ച വിവരങ്ങൾ ഹ്രസ്വമായി രേഖപ്പെടുത്തിയിട്ടുണ്ട്. ഡൽഹി ജവഹർലാൽ നെഹ്റു സർവകലാശാലയിലെ പി സി ജോഷി ആർക്കൈവ്സ് (ആർക്കൈവ്സ് ഓൺ കണ്ടംപററി ഹിസ്റ്ററി), ഡൽഹിയിലെ നെഹ്റു മെമ്മോറിയൽ മ്യൂസിയം ആന്റ് ലൈബ്രറി എന്നീ പ്രശസ്ത സ്ഥാപനങ്ങളിൽ നിന്നാണ് അക്കാലത്തെ കമ്യൂണിസ്റ്റ് പത്രപ്രവർത്തനം സംബന്ധിച്ച പല വിവരങ്ങളും ശേഖരിക്കാനും രേഖകൾ കാണാനും കഴിഞ്ഞത്. ജെ എൻ യുവിലെ സെന്റർ ഫോർ പൊളിറ്റിക്കൽ സ്റ്റഡീസിന്റെ ചെയർപേഴ്സൺ ഡോ. വി ബിജുകുമാർ, ആർക്കൈവ്സ് ഓൺ കണ്ടംപററി ഹിസ്റ്ററിയുടെ ഡെപ്യൂട്ടി ഡയറക്ടർ ഡോ. നർസയ്യ എന്നിവർ ഇക്കാര്യത്തിൽ വലിയ സഹായമാണ് നൽകിയത്.

കമ്യൂണിസ്റ്റ് പാർട്ടിയിലെ ആശയപരമായ കടുത്ത ഭിന്നതകൾ സംഘടനാപരമായ പിളർപ്പാകുന്നതിനു മുമ്പുതന്നെ പാർട്ടിയിലെ ഇടതുപക്ഷക്കാർ കോഴിക്കോട്ടുനിന്ന് 1963–ൽ *ചിന്ത* എന്ന രാഷ്ട്രീയ വാരിക ആരംഭിച്ചിരുന്നു. ആദ്യഘട്ടത്തിൽ *ദേശാഭിമാനിയിലെ* പ്രവർത്തകർ കൂടി ചേർന്നാണ് *ചിന്ത* തയാറാക്കിയത്; അച്ചടിച്ചത് *ദേശാഭിമാനി* പ്രസ്സിൽനിന്നും. അതുകൊണ്ട് *ചിന്തയുടെ* ചരിത്രം പ്രത്യേക അധ്യായമായി ഉൾപ്പെടുത്തിയിട്ടുണ്ട്. കമ്യൂണിസ്റ്റ് പാർട്ടിയുടെ ആശയപ്രചാരണം മുഖ്യലക്ഷ്യമായി ആരംഭിച്ച ഒരു പ്രസിദ്ധീകരണത്തിന്റെ ചരിത്രം പറയുമ്പോൾ ഓരോ ഘട്ടത്തിലെയും രാഷ്ട്രീയ–സാമൂഹ്യ പശ്ചാത്തലം അതിന്റെകൂടെ വരാതിരിക്കില്ല. ആ നിലയിൽ തന്നെയാണ് പ്രധാന സംഭവങ്ങളും വിവിധ ഘട്ടങ്ങളും വിവരിക്കാൻ ശ്രമിച്ചിട്ടുള്ളത്.

പുസ്തകരചനയ്ക്ക് ഏറ്റവും വലിയ പിന്തുണ ലഭിച്ചത് *ദേശാഭിമാനിയിൽ* നിന്നുതന്നെയാണ്. *ദേശാഭിമാനി* ചീഫ് എഡിറ്റർ പുത്തലത്ത് ദിനേശൻ, ജനറൽ മാനേജർ കെ ജെ തോമസ്, റസിഡന്റ് എഡിറ്റർ വി ബി പരമേശ്വരൻ, അസോസിയേറ്റ് എഡിറ്റർ സി ശ്രീകുമാർ, റിസർച്ച് ഡെസ്ക് ന്യൂസ് എഡിറ്റർ ടി ചന്ദ്രമോഹൻ, കോഴിക്കോട് യൂണിറ്റ് മാനേജർ ഒ പി സുരേഷ് എന്നിവരോട് വലിയ കടപ്പാടുണ്ട്. ഈ പുസ്തകത്തിന്റെ കർത്താവായി എന്റെ പേര് വരുമെങ്കിലും ഇതൊരു കൂട്ടായ പ്രവർത്തനത്തിന്റെ ഉൽപ്പന്നമാണ്. ഒരുപാട് വ്യക്തികളുടെയും സ്ഥാപനങ്ങളുടെയും സഹായം ഇതിനു പിന്നിലുണ്ട്. അതിൽ ചില പേരുകൾ തീർച്ചയായും എടുത്തുപറയണം. ദേശാഭിമാനിയുടെ സീനിയർ ന്യൂസ് എഡിറ്റർമാരായിരുന്ന കെ എം അബ്ബാസ്, കോയമുഹമ്മദ്, രാജ്യസഭാംഗം കൂടിയായ പ്രശസ്ത മാധ്യമപ്രവർത്തകൻ ജോൺ ബ്രിട്ടാസ് എന്നിവർ. ദിനംപ്രതിയെന്നോണം വിവര ശേഖരണത്തിന്റെയും എഴുത്തിന്റെയും കാര്യങ്ങൾ അവരുമായി ചർച്ച ചെയ്തിരുന്നു. അവരുമായുള്ള സംഭാഷണങ്ങളിലൂടെയാണ് പുസ്തകരചന മുന്നോട്ടുപോയത്. അതിനിടയിൽ കെ എം അബ്ബാസ് അവിചാരിതമായി നമ്മെ വിട്ടുപിരിഞ്ഞു. പുസ്തകം നല്ല നിലയിൽ പുറത്തുവരിക എന്നത് ഞാൻ ജ്യേഷ്ഠസഹോദരനായി കണക്കാക്കുന്ന അദ്ദേഹത്തിന്റെ കൂടി ആഗ്രഹമായിരുന്നു. ഓരോ ഘട്ടത്തിലും രേഖകളും പുസ്തകങ്ങളും തന്ന് എനിക്ക് നേർവഴി കാണിച്ചുതന്ന കോയമുഹമ്മദ് തന്നെയാണ് ഈ ഗ്രന്ഥത്തിന്റെ എഡിറ്റിങ്ങും നിർവഹിച്ചത്. *ദേശാഭിമാനി* മുൻ സീനിയർ ന്യൂസ് എഡിറ്റർ ടി ആർ മധുകുമാറും പിശകുകൾ കണ്ടെത്തി തിരുത്തുന്നതിന് സഹായിച്ചു. പേജ് ലേ ഔട്ടിലും മധുകുമാറിന്റെ കൈയുണ്ട്. എൺപതു വർഷ

ത്തെ ചരിത്രവുമായി ബന്ധപ്പെട്ട വിവരങ്ങൾ കടൽപോലെ കിടക്കുകയാണ്. അതിൽ നിന്ന് പ്രക്തമെന്ന് തോന്നുന്ന വിവരങ്ങൾ അരിച്ചെടുത്ത് പുസ്തകമാക്കുമ്പോൾ തീർച്ചയായും പിശകുകൾ സംഭവിക്കാം. അതിന്റെ ഉത്തരവാദിത്തം ഗ്രന്ഥകാരന് മാത്രമാണ്.

*ദേശാഭിമാനി*യുടെ പഴയ ലക്കങ്ങൾ പലതും റഫർ ചെയ്തത് സി പി ഐ സംസ്ഥാന കമ്മിറ്റി ഓഫീസായ എം എൻ സ്മാരകത്തിലെ ലൈബ്രറിയിൽ നിന്നാണ്. ഒരുപാട് ദിവസങ്ങൾ അവിടെ ചെലവഴിച്ചു. അതിനുള്ള സഹായം ചെയ്തുതന്ന സിപിഐ സംസ്ഥാന സെക്രട്ടറി കാനം രാജേന്ദ്രൻ, ദേശീയ എക്സിക്യൂട്ടിവ് അംഗം കെ പ്രകാശ്ബാബു, ലൈബ്രേറിയൻ എൻ മോഹൻകുമാർ എന്നിവർക്കും എ കെ ജി സെന്റർ ലൈബ്രറിയുടെ ചുമതലയുള്ള ജി രാജഗോപാലിനും നന്ദി. ചിത്രങ്ങൾ സമ്പാദിക്കുന്നതിന് *ദേശാഭിമാനി* തിരുവനന്തപുരം യൂണിറ്റ് ലൈബ്രേറിയൻ പി അനിൽ, ചീഫ് ഫോട്ടോഗ്രാഫർ ജി പ്രമോദ്, കോഴിക്കോട് യൂണിറ്റിലെ ചീഫ് ഇകെബി ഓപ്പറേറ്റർ കെ ബൈജുനാഥ്, സീനിയർ ഫോട്ടോഗ്രാഫർ ജഗത്‌ലാൽ എന്നിവർ വലിയ സഹായമാണ് നൽകിയത്. കേരള സാഹിത്യ അക്കാദമിയുടെ ലൈബ്രറി, അക്കാദമിയുടെ പുരാരേഖാ കേന്ദ്രമായ അപ്പൻ തമ്പുരാൻ സ്മാരക ലൈബ്രറി, കോഴിക്കോട്ടെ പ്രശസ്തമായ ദേശപോഷിണി ലൈബ്രറി എന്നീ സ്ഥാപനങ്ങൾ ഈ പുസ്തക രചനയ്ക്ക് വലിയ പ്രയോജനമായി. അതിന്റെ ചുമതലക്കാരും ജീവനക്കാരും നൽകിയ പിന്തുണയ്ക്കും നന്ദി. പ്രശസ്ത മാധ്യമ പ്രവർത്തക ആർ പാർവതിദേവി, സാഹിത്യ അക്കാദമി സെക്രട്ടറി പ്രൊഫ. സി പി അബൂബക്കർ, *മാതൃഭൂമി*യുടെ മുൻ ഡെപ്യൂട്ടി എഡിറ്റർ എൻ പി രാജേന്ദ്രൻ, *ദേശാഭിമാനി വാരിക*യുടെ മുൻ അസിസ്റ്റന്റ് എഡിറ്റർ സിദ്ധാർഥൻ പരുത്തിക്കാട്, മുൻ പത്രാധിപസമിതി അംഗം എ വി ആലിക്കോയ, സംസ്ഥാന ആർക്കൈവ്സ് ഡിപ്പാർട്ട്മെന്റിലെ മുൻ സീനിയർ ആർക്കൈവിസ്റ്റ് സി പി അബ്ദുൾ മജീദ് എന്നിവരും എന്റെ പരിശ്രമത്തെ ആത്മാർഥമായി സഹായിച്ചിട്ടുണ്ട്. കോഴിക്കോട് റീജിണൽ ആർക്കൈവ്സിൽ നിന്ന് പഴയ രേഖകളുടെ പ്രതികൾ സമ്പാദിച്ചുതന്നത് കാലിക്കറ്റ് യൂണിവേഴ്സിറ്റിയിലെ ഗവേഷണ വിദ്യാർഥിയായ ടി അജിലകുമാരിയാണ്. കോഴിക്കോട് *ദേശാഭിമാനി*യിൽ നിന്ന് പഴയ രേഖകൾ കണ്ടെത്താൻ മുൻ പ്രസ് മാനേജർ കൂടിയായ ടി കുഞ്ഞിരാമനും സഹായിച്ചു.

ഈ പുസ്തകത്തിന് അവതാരിക എഴുതിയ സി പി ഐ (എം) പൊളിറ്റ്ബ്യൂറോ അംഗവും മുൻ വിദ്യാഭ്യാസ മന്ത്രിയുമായ എം എ ബേബിയോടുള്ള കടപ്പാടും ഇവിടെ രേഖപ്പെടുത്തുന്നു. കവർ ഡിസൈൻ ചെയ്ത *ദേശാഭിമാനി* ചീഫ് ആർട്ടിസ്റ്റ് കെ ടി വിനോദ്, പുസ്തകം ലേ ഔട്ട് ചെയ്ത *ദേശാഭിമാനി* കോഴിക്കോട് യൂണിറ്റിലെ പി ജി പ്രശാന്ത്, പ്രൂഫ് വായിച്ച കെ എസ് ശിൽപ്പ, ഈ പുസ്തകത്തിന്റെ പ്രസാധനം ഭംഗിയായി നിർവഹിച്ച ചിന്ത പബ്ലിഷേഴ്സിന്റെ സാരഥികൾ എന്നിവർക്കും ഹൃദയംനിറഞ്ഞ നന്ദി.

പി പി അബൂബക്കർ

നാഴികക്കല്ലുകൾ

1935 ജനുവരി 9	: ഷൊർണൂരിൽ നിന്ന് ഇ എം എസിന്റെ പത്രാധിപത്യത്തിൽ *പ്രഭാതം* പ്രസിദ്ധീകരണം തുടങ്ങി
1935 ആഗസ്ത് 12	: ബ്രിട്ടീഷ് ഗവൺമെന്റ് പിഴയിട്ടതിനാൽ *പ്രഭാതം* പ്രസിദ്ധീകരണം നിർത്തി
1938 ഏപ്രിൽ 11	: കോഴിക്കോട്ടുനിന്ന് *പ്രഭാതം* പുനഃരാരംഭിച്ചു
1939 സെപ്തംബർ	: ലോകമഹായുദ്ധം തുടങ്ങിയപ്പോൾ *പ്രഭാതം* പ്രസിദ്ധീകരണം നിർത്തി
1942 സെപ്തംബർ 6	: *ദേശാഭിമാനി* കോഴിക്കോട്ടുനിന്ന് വാരികയായി തുടങ്ങി
1946 ജനുവരി 18	: കോഴിക്കോട്ടുനിന്ന് *ദേശാഭിമാനി* ദിനപത്രമായി പുറത്തിറങ്ങി
1948 ഏപ്രിൽ 12	: *ദേശാഭിമാനിക്ക്* നിരോധനം
1951 ഡിസംബർ 16	: നിരോധനം നീങ്ങി *ദേശാഭിമാനി* വീണ്ടും
1964 മെയ് 10	: *ദേശാഭിമാനി* സിപിഐ (എം) നിയന്ത്രണത്തിൽ
1968 മെയ് 16	: രണ്ടാം എഡിഷൻ-കൊച്ചി
1969 ജൂൺ 29	: കോഴിക്കോട്ടുനിന്ന് സാംസ്കാരിക വാരിക ആരംഭിച്ചു
1973 ജൂലൈ 1	: കൊച്ചിയിൽ ജർമൻ നിർമിത പ്ലമാഗ് റോട്ടറി പ്രസ്സിൽ അച്ചടി തുടങ്ങി
1979 ആഗസ്ത് 19	: കോഴിക്കോട്ട് വെബ് ഓഫ്സെറ്റ് പ്രസ് ഉദ്ഘാടനം
1989 ജനുവരി 4	: മൂന്നാം എഡിഷൻ-തിരുവനന്തപുരം
1994 ജനുവരി 30	: നാലാം എഡിഷൻ-കണ്ണൂർ
1997 മാർച്ച് 22	: അഞ്ചാം എഡിഷൻ-കോട്ടയം
1998 ജനുവരി 1	: കൊച്ചിയിൽ നിന്ന് ഇന്റർനെറ്റ് എഡിഷൻ
2000 ആഗസ്ത് 31	: ആറാം എഡിഷൻ-തൃശൂർ
2010 ജനുവരി 17	: ഏഴാം എഡിഷൻ-മലപ്പുറം
2010 മെയ് 8	: തിരുവനന്തപുരത്ത് ആസ്ഥാനമന്ദിരം ഉദ്ഘാടനം
2018 മെയ് 4	: എട്ടാം എഡിഷൻ-പാലക്കാട്
2018 ജൂൺ 19	: ഒമ്പതാം എഡിഷൻ-ആലപ്പുഴ
2019 മാർച്ച് 10	: പത്താം എഡിഷൻ-കൊല്ലം

"കുടിയിറക്കപ്പെടും കൂട്ടരേ; പറയുവിൻ
പറയുവിൻ-ഏതു രാഷ്ട്രക്കാർ-നിങ്ങൾ?
പ്രസവിച്ചതിന്ത്യയായ്, പ്രസവിച്ചതിംഗ്ലണ്ടായ്
പ്രസവിച്ചതാഫ്രിക്കൻ വൻകരയായ്.
അതിലെന്തുണ്ടാർക്കാനു, മുടമയില്ലാത്ത ഭൂ-
പടമേലും പാഴ്വരയ്ക്കർഥമുണ്ടോ?
എവിടെവിടങ്ങളിൽച്ചട്ടി പുറത്തെടു-
ത്തെറിയപ്പെടുന്നുണ്ടിപ്പാരിടത്തിൽ
അവിടവിടങ്ങളെച്ചേർത്തു വരയ്ക്കുകൊ-
ന്നിവരുടെ രാഷ്ട്രത്തിന്നതിർവരകൾ."

ഇടശ്ശേരി

1

കേരളത്തിന്റെ വളർച്ചയിൽ പത്രങ്ങളുടെ സംഭാവന

കേരള ജനതയ്ക്ക് അറിവും വിദ്യാഭ്യാസവും ദേശീയബോധവും സാഹിത്യാഭിരുചിയും പകരുന്നതിൽ പത്രങ്ങളും ആനുകാലിക പ്രസിദ്ധീകരണങ്ങളും വഹിച്ച മഹത്തരമായ പങ്ക് ചരിത്രകാരന്മാരെല്ലം അംഗീകരിച്ചിട്ടുണ്ട്. എഴുത്തും വായനയും സമ്പന്നരുടെ കുത്തകയായിരുന്നു ഒരുകാലത്ത്. മലയാളത്തിൽ ഗ്രന്ഥങ്ങളോ പത്ര-മാസികകളോ ഉണ്ടായിരുന്നില്ല. വല്ലതും മനസ്സിലാകണമെങ്കിൽ സംസ്കൃതമോ ഇംഗ്ലീഷോ അറിയണം. വരേണ്യവർഗത്തിന് മാത്രമേ അതു കഴിയുമായിരുന്നുള്ളു. ഈ വിജ്ഞാന കുത്തക പൊളിച്ചതിൽ പത്രങ്ങൾക്ക് വലിയ പങ്കുണ്ട്.

*കേരള ഭാഷാസാഹിത്യചരിത്ര*മെഴുതിയ ആർ നാരായണപ്പണിക്കർ തന്റെ വിഖ്യാത കൃതിയിൽ പത്രങ്ങളുടെ സേവനം വിലയിരുത്തുന്നു: "വർത്തമാനപത്രങ്ങളുടെ ആവിർഭാവം കൃഷീവലന്മാരുടെ ഇടയിൽ നവീനാശയങ്ങൾ പ്രചരിപ്പിച്ചു. പുതിയ പുതിയ സാഹിത്യവാസനകൾ അങ്കുരിച്ചു. പുതിയ പുതിയ പ്രസ്ഥാനങ്ങൾക്കു വഴിതെളിച്ചു. ആംഗലഗ്രന്ഥങ്ങളുമായുള്ള ഗാഢപരിചയം നിമിത്തം സ്വാതന്ത്ര്യം, സമത്വം, സാഹോദര്യം എന്നീ സകാരത്രയങ്ങളെപ്പറ്റിയുള്ള ബോധം നമ്മുടെ നാട്ടിലും കടന്നുകൂടി. നമ്മുടെ നാട്, നമ്മുടെ ഭാഷ, നമ്മുടെ സംസ്കാരം എന്നിങ്ങനെ ഓരോ ജനതയും പറഞ്ഞുതുടങ്ങി."[1]

കേരള ജനതയ്ക്ക് ദേശീയബോധവും രാഷ്ട്രീയവീക്ഷണവും പുരോഗമനചിന്തയും നൽകുന്നതിലും വർത്തമാനപത്രങ്ങളാണ് പ്രധാന പങ്കുവഹിച്ചത്. ഇവിടെ പൊതുവ്യവഹാര മേഖലയും പൊതുജനാഭിപ്രായവും രൂപപ്പെടുത്തിയതും പത്രങ്ങൾ തന്നെ. പത്തൊമ്പതാം നൂറ്റാണ്ടിന്റെ പകുതിവരെ പൊതുജനാഭിപ്രായമെന്ന ഒരു സംഗതിയേ ഉണ്ടായിരുന്നില്ല. സ്വദേശാഭിമാനി രാമകൃഷ്ണപിള്ളയുടെ *വൃത്താന്ത പത്രപ്രവർത്തനം* എന്ന ഗ്രന്ഥത്തിന് എഴുതിയ പ്രസ്താവനയിൽ പ്രഗത്ഭ പത്രപ്രവർത്തകൻ ചെങ്കുളത്ത് കുഞ്ഞിരാമമേനോൻ പത്രങ്ങൾ നമ്മുടെ സാമൂഹിക-സാംസ്കാരിക-വിജ്ഞാന മേഖലയ്ക്ക് നൽകിയ സംഭാവനകളെ എടുത്തുപറയുന്നുണ്ട്. അതിൽ നിന്ന്: "[...]ഞാൻ പത്രപ്രവർത്തനത്തിൽ ഇറങ്ങിയ കാലത്ത് ഈ ജില്ലയിൽ പൊതുജനാഭിപ്രായം എന്ന ഒന്ന് ഉണ്ടായിരുന്നുവോ എന്നുതന്നെ സംശയമായിരുന്നു. ഏതെങ്കിലും ഒരു ദിക്കിലെ ഒരു പ്രമാണിയുടെയോ ഒരു ഉദ്യോഗസ്ഥന്റെയോ അഭിപ്രായത്തിന്നനുസരിച്ചായിരുന്നു ജനങ്ങളുടെ അഭിപ്രായവും നിന്നിരുന്നത്. പ്രമാണികളുടെയും ഉദ്യോഗസ്ഥന്മാരുടെയും അഭിപ്രായങ്ങൾക്ക് വിപരീതമായ അഭിപ്രായങ്ങൾ ആലോചിച്ചുണ്ടാക്കുവാനുള്ള അറിവ്

ചെങ്കുളത്ത്
കുഞ്ഞിരാമമേനോൻ

അധികം ആളുകൾക്കും ഉണ്ടായിരുന്നില്ല. ചുരുക്കം ചിലർക്ക് ഉണ്ടായിരുന്നെങ്കിൽത്തന്നെ അതു വെളിവിൽ പറയുവാൻ അവർക്കു ധൈര്യവും ഉണ്ടായിരുന്നില്ല. പത്രങ്ങൾ ജനങ്ങളുടെ അവകാശങ്ങളെയും അധികാരങ്ങളെയും വീഴ്ച വരുത്താതെ നിലനിർത്തിപ്പോകുന്നതിനുള്ള ആയുധങ്ങളാണെന്നുകൂടി വിചാരിക്കാവുന്നതാണ്. പൊതുജനങ്ങളുടെ ഇടയിൽ രാജ്യകാര്യങ്ങളെക്കുറിച്ചുള്ള അറിവു വർധിച്ചതിന് വർത്തമാനപത്രങ്ങൾ പ്രധാന കാരണമാണെന്നു തന്നെ പറയണം."[2]

ദേശീയ പ്രസ്ഥാനത്തിന്റെ ഭാഗമായാണ് ഇന്ത്യയിൽ പത്രപ്രവർത്തനവും പത്രങ്ങളും ഉയർന്നുവന്നത്. ദേശീയ പ്രസ്ഥാനത്തിന്റെ പ്രമുഖ നേതാക്കളിൽ പലരും പത്രാധിപന്മാരോ പത്രപ്രവർത്തകരോ ആയി പ്രവർത്തിച്ചു. ബ്രിട്ടീഷ് ആധിപത്യത്തിനെതിരെ ജനങ്ങളെ തട്ടിയുണർത്താനും അവരിൽ സ്വാതന്ത്ര്യബോധമുണ്ടാക്കാനും മുൻനിന്നു പ്രവർത്തിച്ചത് ഇന്ത്യൻ ഭാഷാപത്രങ്ങൾ തന്നെയായിരുന്നു. *ഇന്ത്യൻ എക്സ്പ്രസ്* ഉൾപ്പെടെ ചില ഇംഗ്ലീഷ് പത്രങ്ങളും വാരികകളും ദേശീയ പ്രസ്ഥാനത്തെ പിന്തുണയ്ക്കാൻ ഉണ്ടായിരുന്നുവെങ്കിലും ബ്രിട്ടീഷ് അധികാരികൾ അവ തങ്ങളുടെ മേധാവിത്വത്തിനു വെല്ലുവിളിയായി കണ്ടിരുന്നില്ല. കാരണം, ഇന്ത്യയിൽ നന്നേ കുറച്ചുപേർക്ക് മാത്രമേ ഇംഗ്ലീഷ് അറിയുമായിരുന്നുള്ളു. എന്നാൽ, ഭാഷാപത്രങ്ങളുടെ വികാസം അവർ ഉൽക്കണ്ഠയോടെയാണ് കണ്ടത്. പല നാടുകളിൽ നിന്ന് പല ഭാഷകളിൽ പല പത്രങ്ങൾ. അതു ബ്രിട്ടീഷ് മേധാവികളെ വിറളിപിടിപ്പിച്ചു.

സ്വാതന്ത്ര്യസമര പ്രസ്ഥാനത്തിനൊപ്പം നിന്ന പത്രങ്ങൾക്ക് പലവിധ അടിച്ചമർത്തലുകൾ നേരിടേണ്ടിവന്നു. പത്രങ്ങൾക്ക് ബ്രിട്ടീഷ് സർക്കാർ പിഴയിട്ടു. പ്രസ് കണ്ടുകെട്ടി. പത്രാധിപന്മാരെ ജയിലിലടച്ചു. അങ്ങനെ ജയിലിൽ പോയവരിൽ ഒരാളാണ് ബാലഗംഗാധര തിലകൻ. ദേശീയ തലത്തിൽ സ്ഥിതി ഇതാണെങ്കിലും കേരളത്തിലേക്കു വന്നാൽ ഇവിടെ ബ്രിട്ടീഷ് മേധാവിത്വത്തെ തുറന്നെതിർത്ത പത്രങ്ങൾ തുലോം വിരളമായിരുന്നു. 1923-ൽ കോഴിക്കോട്ടുനിന്നാരംഭിച്ച *മാതൃഭൂമി*, തൊട്ടടുത്ത വർഷം മുഹമ്മദ് അബ്ദുറഹിമാന്റെ നേതൃത്വത്തിൽ തുടങ്ങിയ *അൽഅമീൻ* , 1935-ൽ ഷൊർണൂരിൽ നിന്ന് ഇ എം എസ് നമ്പൂതിരിപ്പാടിന്റെ പത്രാധിപത്യത്തിൽ പുറത്തിറങ്ങിയ *പ്രഭാതം*, 1942-ൽ ഇ എം എസിന്റെ തന്നെ നേതൃത്വത്തിൽ കമ്യൂണിസ്റ്റ് പാർട്ടിയുടെ മുഖപത്രമായി കോഴിക്കോട്ടുനിന്ന് ആരംഭിച്ച *ദേശാഭിമാനി* തുടങ്ങി വിരലിലെണ്ണാവുന്ന പത്രങ്ങളേ ബ്രിട്ടീഷ് അധിനിവേശത്തെ എതിർക്കാൻ തയാറായിരുന്നുള്ളുവെന്ന് മലയാള പത്രങ്ങളുടെ ചരിത്രം സാക്ഷ്യപ്പെടുത്തുന്നുണ്ട്. എന്നാൽ, അന്ധവിശ്വാസങ്ങൾ, അയിത്തം പോലുള്ള ദുരാചാരങ്ങൾ, ജാതീയമായ അടിച്ചമർത്തലുകൾ എന്നിവക്കെതിരായും സ്ത്രീ-പുരുഷ സമത്വത്തിനുവേണ്ടിയും മലയാള പത്രങ്ങൾ നടത്തിയ പോരാട്ടം കേരളത്തിന്റെ സാമൂഹിക പുരോഗതിയിൽ മഹത്തരമായ പങ്കുവഹിച്ചുവെന്നുതന്നെ അംഗീകരിക്കണം.

വിദ്യാഭ്യാസ വ്യാപനത്തിലൂടെ ജനങ്ങളിൽ ശാസ്ത്രബോധവും യുക്തിചിന്തയും വളർത്തിയതിലും നവീനാശയങ്ങൾ ഉൾക്കൊള്ളാൻ അവരെ പാകപ്പെടുത്തിയതിലും പത്രങ്ങൾക്ക് നിർണായകമായ പങ്കുണ്ട്. ദേശീയബോധം, മതനിരപേക്ഷത തുടങ്ങിയ മൂല്യങ്ങളിലേക്ക് ജനങ്ങളെ ആകർഷിക്കുന്നതിലും മതനിരപേക്ഷമായ പൊതുഇടങ്ങൾ സൃഷ്ടിക്കുന്നതിലും പത്രങ്ങൾ വലിയ സംഭാവന നൽകി. സാക്ഷരതയിലുണ്ടായ മുന്നേറ്റവും വിദ്യാഭ്യാസവ്യാപനവുമാണ് പത്രങ്ങളുടെ പ്രചാരം വർധിപ്പിച്ചത്. ദേശീയ പ്രസ്ഥാനത്തിലും കേരളത്തിലെ നവോത്ഥാന പ്രക്രിയയിലും വഹിച്ച പങ്ക് പത്രങ്ങൾക്ക് സമൂഹത്തിൽ വലിയ സ്ഥാനവും മാന്യതയും നേടിക്കൊടുത്തു.

മലയാള ഗദ്യസാഹിത്യത്തിന്റെ വളർച്ചയിലും പത്രങ്ങൾ വഹിച്ച മഹത്തരമായ പങ്ക് ഇ എം എസ് നമ്പൂതിരിപ്പാട് ഉൾപ്പെടെയുള്ള പണ്ഡിതർ എടുത്തുപറഞ്ഞിട്ടുണ്ട്. പത്രങ്ങൾ ഓരോ ദിവസവും ലക്ഷക്കണക്കിനാളുകളിലേക്കാണ് എത്തുന്നത്. ഓരോ ദിവസവും ഭാഷ നവീകരി

ബാലഗംഗാധര തിലകൻ

ക്കപ്പെടുന്നു. മറ്റു ഭാഷകളിൽ നിന്ന് പദങ്ങൾ കടമെടുക്കുന്നു. ഇംഗ്ലീഷ് പദങ്ങൾക്ക് പകരമായി പുതിയ പദങ്ങൾ കണ്ടെത്തുന്നു. ഈ രീതിയിലാണ് ഭാഷ വളരുന്നത്. ആധുനിക മലയാളസാഹിത്യം വളർന്നുവന്നതും പത്രമാസികകളിലൂടെയാണ്. വൃത്താന്ത പത്രങ്ങളുടെ ആവിർഭാവം മനുഷ്യ നാഗരികതയിലെ പ്രധാന ഘട്ടമായാണ് ചരിത്രകാരന്മാർ അടയാളപ്പെടുത്തിയിട്ടുള്ളത്. ജനങ്ങളുടെ ബോധനിലവാരം ഉയർത്തുന്നതിൽ പത്രങ്ങളുടെ പങ്ക് അദ്വിതീയമാണ്. രാജ്യം സ്വതന്ത്രമായ ശേഷമുണ്ടായ ഭക്ഷ്യക്ഷാമങ്ങൾക്ക് സ്വാതന്ത്ര്യത്തിനു മുമ്പുണ്ടായ ക്ഷാമങ്ങളെ അപേക്ഷിച്ച് ആഘാതം കുറവായതിനു കാരണം പത്രങ്ങളുടെ ഇടപെടലും രാഷ്ട്രീയ കക്ഷികളുടെ പ്രവർത്തനവുമായിരുന്നുവെന്ന് വിഖ്യാത ധനതത്വശാസ്ത്രജ്ഞനും ചിന്തകനുമായ അമർത്യാസെൻ അഭിപ്രായപ്പെട്ടിട്ടുണ്ട്.

ബ്രിട്ടീഷ് മേധാവിത്വത്തിൽനിന്ന് ഇന്ത്യയെ മോചിപ്പിക്കാൻ ദേശീയ പ്രസ്ഥാനത്തോടൊപ്പം പടപൊരുതിയ പത്രങ്ങൾക്ക് സ്വാതന്ത്ര്യലബ്ധിക്കുശേഷം മറ്റൊരുപാട് പുരോഗമന ദൗത്യങ്ങൾ നിർവഹിക്കാനുണ്ടായിരുന്നു. 1947 ആഗസ്തിൽ അധികാരത്തിൽ വന്ന ജവഹർലാൽ നെഹ്റു ഗവൺമെന്റ് രാജ്യത്തെ മുതലാളിത്ത പാതയിൽ മുന്നോട്ടു നയിക്കാനാണ് പരിശ്രമിച്ചത്. ജന്മിത്വത്തിന്റെയും നാടുവാഴിത്വത്തിന്റെയും പിടിയിൽ നിന്ന് ഗ്രാമീണജനതയെ മോചിപ്പിക്കുന്നതിന് സമൂലമായ ഭൂപരിഷ്കരണം വേണമെന്ന കമ്യൂണിസ്റ്റുകാരുടെ ആവശ്യത്തിന്, സോഷ്യലിസത്തോട് ആഭിമുഖ്യം പ്രകടിപ്പിച്ചിരുന്ന നെഹ്റു പക്ഷേ, വഴങ്ങിയില്ല. അതേസമയം, ഇന്ത്യയെ സാമ്പത്തികമായി സ്വന്തം കാലിൽ നിർത്തുന്നതിന് ഒട്ടേറെ നടപടികൾ അദ്ദേഹത്തിന്റെ ഗവൺമെന്റ് സ്വീകരിച്ചു. വിദ്യാഭ്യാസം വ്യാപിപ്പിക്കുന്നതിനും ശാസ്ത്ര-സാങ്കേതികവിദ്യ വികസിപ്പിക്കുന്നതിനും നെഹ്റു ദീർഘവീക്ഷണത്തോടെ പ്രവർത്തിച്ചു. സോവിയറ്റ് യൂണിയന്റെ സഹായത്തോടെ പൊതുമേഖലാ വ്യവസായങ്ങൾ കെട്ടിപ്പടുക്കുന്നതിന് അദ്ദേഹം സ്വീകരിച്ച ധീരമായ നടപടികൾ പൊതുവെ ശ്ലാഘിക്കപ്പെട്ടു. സോവിയറ്റ് മാതൃക സ്വീകരിച്ച് പഞ്ചവൽസര പദ്ധതി നടപ്പാക്കാൻ തീരുമാനിച്ചു. ആസൂത്രിതമായ വികസനത്തിനുള്ള ചട്ടക്കൂട് അദ്ദേഹം തയാറാക്കി. ഈ ഘട്ടങ്ങളിലെല്ലാം ഇന്ത്യൻ ഭാഷാപത്രങ്ങളും ഇന്ത്യൻ ഉടമസ്ഥതയിലുള്ള ഇംഗ്ലീഷ് പത്രങ്ങളും പൊതുവെ പുരോഗമനപരമായ നിലപാടാണ് സ്വീകരിച്ചത്. പത്രങ്ങളുടെ മേൽ മുതലാളിത്ത സമ്മർദങ്ങളും പ്രയോഗങ്ങളും വ്യാപകമായത് 1970-കൾ മുതലാണെന്ന് ഇന്ത്യൻ പത്രങ്ങളുടെ വളർച്ച അപഗ്രഥിച്ച റോബിൻ ജെഫ്രി ചൂണ്ടിക്കാട്ടുന്നു. ദിനപത്രങ്ങളുടെ വികാസത്തിനുള്ള സമ്മർദമുണ്ടായതും ഈ കാലഘട്ടത്തിലാണ്. അതോടെ പത്രങ്ങൾ ആധുനിക മാനേജ്മെന്റ് തന്ത്രങ്ങൾ സ്വീകരിക്കാൻ തുടങ്ങി. പത്രങ്ങളുടെ ഊന്നൽ ലാഭം വർധിപ്പിക്കുന്നതിലായി. അതിനുവേണ്ടി വൻകിട പത്രങ്ങൾ മാനേജ്മെന്റ് വിദഗ്ധരുടെ ഉപദേശം സ്വീകരിക്കാനും തയാറായി.[3]

ഭൂരിഭാഗം ഇന്ത്യൻ ഭാഷാ പത്രങ്ങളും ഇവിടെ നിന്ന് പുറത്തിറങ്ങുന്ന ഇംഗ്ലീഷ് പത്രങ്ങളും കുടുംബ ഉടമസ്ഥതയിലായിരുന്നു, *മലയാള മനോരമ* പോലെ. *മാതൃഭൂമി* പോലെ ഓഹരി പിരിച്ച് മൂലധനം സ്വരൂപിച്ച് നടത്തുന്ന പത്രങ്ങൾ നന്നേ ചുരുക്കമായിരുന്നു. 1990-കൾ ആയപ്പോഴേക്കും കൂടുതൽ മൂലധനമിറക്കുന്നതിന് കുടുംബേതര സംവിധാനങ്ങളും സ്വീകരിക്കാൻ പത്രമുടമകൾ നിർബന്ധിക്കപ്പെട്ടു. കാരണം, വലിയ മുതൽമുടക്ക് ആവശ്യമുള്ള ബിസിനസ് ആയി പത്രനടത്തിപ്പ് മാറിക്കഴിഞ്ഞിരുന്നു. പത്രം നടത്തുന്നത് വലിയ അന്തസ്സായിട്ടാണ് മിക്കവരും കണ്ടത്. രാഷ്ട്രീയ സ്വാധീനമുറപ്പിക്കാനും പത്രപ്രസിദ്ധീകരണം ഉപയോഗിക്കാൻ തുടങ്ങി. 1982-83-ൽ എൻ ടി രാമറാവുവും *ഈനാട്* ഉടമസ്ഥൻ രാമോജി റാവുവും ചേർന്നാണ് തെലുങ്കുദേശം പാർട്ടി (ടിഡിപി) കെട്ടിപ്പടുത്തത്. നിയമസഭാതെരഞ്ഞെടുപ്പിൽ ടിഡിപിയെ വിജയത്തിലേക്ക് നയിക്കുന്നതിൽ *ഈനാട്* പ്രധാന പങ്കുവഹിച്ചു. ഇതുപോലുള്ള ഉദാഹരണങ്ങൾ പല സംസ്ഥാനങ്ങളിലും ചൂണ്ടിക്കാണിക്കാൻ കഴിയും. എന്നാൽ, കേരളം ഈ പ്രവണതയ്ക്ക് അപവാദമായി

നോം ചോംസ്കി

നിൽക്കുന്നു. ഐക്യകേരളം രൂപീകൃതമായശേഷം എട്ടുതവണ കേരളത്തിൽ കമ്യൂണിസ്റ്റുകാർ അധികാരത്തിൽ വന്നിട്ടുണ്ട്. എട്ടുതവണയും കേരളത്തിൽ ഏറ്റവുമധികം പ്രചാരമുള്ള പത്രങ്ങളുടെ കടുത്ത എതിർപ്പിനെ നേരിട്ടാണ് അവിഭക്ത കമ്യൂണിസ്റ്റ് പാർട്ടിയും പിന്നീട് സിപിഐ എമ്മും അധികാരത്തിൽ വന്നത്. ഇതെന്തുകൊണ്ട് സംഭവിക്കുന്നു? കോപ്പിയുടെ എണ്ണം ഒരു പത്രത്തിന്റെ ജനസ്വാധീനത്തിന്റെ അളവുകോലല്ല തന്നെ. പത്രങ്ങളുടെ രാഷ്ട്രീയലക്ഷ്യം വരികൾക്കിടയിലൂടെ വായിക്കാനുള്ള മാധ്യമസാക്ഷരത കേരളത്തിലെ ജനങ്ങൾ നേടിയിട്ടുണ്ട് എന്നാണ് ഇതു വ്യക്തമാക്കുന്നത്. എന്നാൽ, മാധ്യമങ്ങൾക്ക് ജനങ്ങളിൽ സ്വാധീനം ചെലുത്താൻ കഴിയില്ലെന്നോ അതിനുള്ള കഴിവ് കുറവാണെന്നോ നിഗമനത്തിൽ എത്താൻ ഒരിക്കലും കഴിയില്ല.

മുതലാളിത്ത സമൂഹത്തിൽ മറ്റേതു വ്യവസായവും പോലെ മാധ്യമങ്ങൾ നടത്തുന്നതും മുതലാളിത്ത ശക്തികളാണ്. അതുകൊണ്ട് ഭരണവർഗത്തിന്റെ ആശയപ്രചാരണത്തിന് മാധ്യമങ്ങളെ ഉപയോഗിക്കുന്നത് സ്വാഭാവികമാണെന്ന് കമ്യൂണിസ്റ്റുകാർ കരുതുന്നു. മാധ്യമങ്ങളിലൂടെ മുഖ്യമായും പ്രചരിപ്പിക്കപ്പെടുന്നത് മുതലാളിത്ത ആശയങ്ങളായിരിക്കുമെന്നു ചുരുക്കം. ഇതിനെ നേരിടുക അല്ലെങ്കിൽ പ്രതിരോധിക്കുക എന്നത് കമ്യൂണിസ്റ്റ് ആശയപ്രചാരണത്തിന്റെ ഭാഗമാണ്. കമ്യൂണിസ്റ്റ് പാർട്ടികൾ പത്രങ്ങളും മറ്റു പ്രസിദ്ധീകരണങ്ങളും ആരംഭിക്കുന്നത് ആശയപ്രചാരണത്തിനാണെന്ന് പറയുമ്പോൾ വിരുദ്ധ ആശയങ്ങളെ പ്രതിരോധിക്കലും അതിൽപെടും. ഈ കടമ ഫലപ്രദമായി നിർവഹിക്കാതെ കമ്യൂണിസ്റ്റ് പ്രസ്ഥാനത്തിന് മുന്നോട്ടുപോകാനാവില്ല. സ്വന്തം നിലയിൽ പത്രം നടത്തിക്കൊണ്ടാണ് കാൾ മാർക്സും ലെനിനും ഇക്കാര്യം ഊന്നിപ്പറഞ്ഞത്. മാധ്യമങ്ങളിലൂടെയുള്ള കമ്യൂണിസ്റ്റ് വിരുദ്ധ ആശയപ്രചാരണം നേരിടാൻ സമാന്തര മാധ്യമം വളർത്തിയെടുക്കണമെന്ന ആശയം സിപിഐ എമ്മും മുന്നോട്ടുവയ്ക്കുന്നുണ്ട്. എന്നാൽ, ഇന്ത്യൻ സാഹചര്യത്തിൽ ആ ലക്ഷ്യത്തിനടുത്തേക്ക് എത്താൻ കഴിഞ്ഞിട്ടില്ല. കേരളത്തിൽ പ്രചാരത്തിൽ *ദേശാഭിമാനി* മൂന്നാമതെത്തുകയും രണ്ടാം സ്ഥാനത്തുള്ള *മാതൃഭൂമി*യുമായുള്ള അന്തരം ഗണ്യമായി കുറയ്ക്കുകയും ചെയ്തിട്ടുണ്ടെങ്കിലും ഇതര സംസ്ഥാനങ്ങളിൽ എല്ലാ ജനവിഭാഗങ്ങൾക്കിടയിലേക്കും എത്തുന്നതോ മുതലാളിത്ത പത്രങ്ങളെ വെല്ലുവിളിക്കാൻ പ്രാപ്തിയുള്ളതോ ആയ കമ്യൂണിസ്റ്റ് പത്രങ്ങളോ ഇടതുപക്ഷ പത്രങ്ങളോ വളർന്നുവന്നിട്ടില്ല.

ഇരുപതാം നൂറ്റാണ്ടിന്റെ രണ്ടാം പകുതിയിലേക്ക് കടന്നപ്പോൾ ഇന്ത്യയിലും പത്രങ്ങൾ സമ്പന്നരുടെ നിയന്ത്രണത്തിലേക്കും അവരുടെ താൽപ്പര്യ സംരക്ഷണത്തിലേക്കും നീങ്ങി. മുതലാളിത്തം പക്ഷപാതപരമായി ഉപയോഗിക്കുന്ന പ്രചാരണ ആയുധമാണ് ബഹുജനമാധ്യമങ്ങൾ എന്നാണ് നോം ചോംസ്കിയും, സഹഗ്രന്ഥകാരനും അമേരിക്കൻ ധനതത്വ ശാസ്ത്രജ്ഞനുമായ എഡ്വേർഡ് എസ് ഹെർമനും വിഖ്യാതമായ 'സമ്മതിയുടെ നിർമിതി' എന്ന കൃതിയിൽ വിലയിരുത്തിയത്. മാധ്യമങ്ങൾ സമ്പന്ന കുടുംബങ്ങളുടെയും കോർപറേറ്റുകളുടെയും ധനലാഭത്തിനും രാഷ്ട്രീയ ലാഭത്തിനുമായി മാറിയപ്പോൾ എന്താണ് സംഭവിച്ചതെന്ന് ഗ്രാമീണ ഇന്ത്യയുടെ അകവും പുറവും നമുക്ക് കാണിച്ചുതന്ന പ്രശസ്ത പത്രപ്രവർത്തകൻ പി സായ്നാഥ് എഴുതിയിട്ടുണ്ട്. നമ്മുടെ ഗ്രാമങ്ങളിലെ കർഷകരുടെയും കാർഷികത്തൊഴിലാളികളുടെയും ദുരിതജീവിതം മാധ്യമങ്ങൾ കാണുന്നേയില്ല.

ഇന്ത്യയിലെ 6.4 ലക്ഷം ഗ്രാമങ്ങളിൽ നിന്നുള്ള വാർത്തകൾക്ക് 2012-2016 കാലയളവിൽ ദേശീയ പത്രങ്ങൾ 0.26 ശതമാനം സ്ഥലമാണ് ഒന്നാം പേജിൽ നൽകിയത്. അതേ കാലയളവിൽ ഡൽഹിയിൽ നിന്ന് ഇറങ്ങുന്ന ഹിന്ദി പത്രങ്ങൾ കൃഷിക്കു നീക്കിവെച്ചതോ? 0.07 ശതമാനം സ്ഥലം. എന്നാൽ, പ്രമുഖ ഇംഗ്ലീഷ് പത്രങ്ങളിൽ അളവ് ഇതിലും മെച്ചമായിരുന്നു. 0.17 ശതമാനം പത്രസ്ഥലം. കാർഷിക വാർത്തകളെന്ന നിലയിൽ പത്രങ്ങൾ കൊടുക്കുന്നത് സംസ്ഥാന-കേന്ദ്ര കൃഷി മന്ത്രാലയങ്ങളിൽ നിന്നുള്ള വിവരങ്ങളാണ്. അല്ലെങ്കിൽ കാർഷിക ബിസിനസിനെക്കുറിച്ച്.

പി സായ്നാഥ്

1995-നും 2015-നും ഇടയ്ക്ക് 3.1 ലക്ഷം കർഷകർ ഇന്ത്യയിൽ ആത്മഹത്യ ചെയ്തിട്ടുണ്ടെന്ന് നാഷണൽ ക്രൈം റെക്കോഡ്സ് ബ്യൂറോ തന്നെ രേഖപ്പെടുത്തിയിട്ടുണ്ട്. യഥാർഥ മരണത്തേക്കാൾ വളരെ കുറവാണ് ഈ കണക്ക്. കാരണം, സ്ഥലത്തിന്റെ ഉടമസ്ഥാവകാശ രേഖകളിൽ പേരില്ലാത്ത സ്ത്രീ കർഷകരുടെ മരണം ഇതിൽ വരുന്നില്ല. പലപ്പോഴും ദാരിദ്ര്യവും ഇല്ലായ്മയും സംഭവങ്ങളെന്ന നിലയ്ക്കാണ് മാധ്യമങ്ങൾ റിപ്പോർട്ട് ചെയ്യുന്നത്. എന്തെങ്കിലും ദുരന്തം സംഭവിക്കണം വാർത്തയാകാൻ.[4]

പത്രങ്ങൾക്കുണ്ടായ അപചയത്തെപ്പറ്റി ഇ എം എസ് നമ്പൂതിരിപ്പാടിന്റെ നിരീക്ഷണം:

ലാഭമുണ്ടാക്കുന്നതിന് പത്രം നടത്തുക, ലാഭമുണ്ടാക്കുന്നതിന് എന്തു വൃത്തികേടുകളും ചെയ്യുക, ഭരണക്കാരുടെ കൊള്ളരുതായ്മകൾ തുറന്നുകാണിക്കാൻ ഉപയോഗിക്കേണ്ട പത്രങ്ങളെ കൊള്ളരുതായ്മക്കാർക്ക് സ്തുതിഗീതം പാടാനുപയോഗിക്കുക-ഇതൊക്കെയാണ് പത്രപ്രവർത്തന രംഗത്തെ സ്ഥിതിയെന്നു വന്നാലോ? മില്ലുകൾ, ഫാക്ടറികൾ, ബാങ്കുകൾ, മറ്റു വ്യാപാര-വ്യവസായ സ്ഥാപനങ്ങൾ എന്നിവ നടത്തുന്നതുപോലെയും അതിന്റെ ഭാഗമായും പത്രങ്ങൾകൂടി നടത്തുന്ന കുത്തകക്കാരോട്, പത്രം നടത്തുന്ന രാഷ്ട്രീയ പാർട്ടികളെ താരതമ്യപ്പെടുത്തി രണ്ടും പത്രക്കുത്തകയാണെന്ന് വരുത്താനുള്ള ശ്രമത്തെയാണ് ഇവിടെ സൂചിപ്പിക്കുന്നത്. പാർട്ടികളും ബഹുജന സംഘടനകളും നടത്തുന്ന പത്രങ്ങളെ കുത്തക പത്രങ്ങളോട് താരതമ്യപ്പെടുത്തുന്നത് പരിഹാസ്യമാണ്. എന്തുകൊണ്ടെന്നാൽ, ഈ പത്രങ്ങളും പ്രസിദ്ധീകരണങ്ങളും പുറത്തിറക്കുന്നത് ഒറ്റയാൾക്കും ലാഭമുണ്ടാക്കാനല്ല. സ്വാതന്ത്ര്യപ്പോരാളികൾ ചെയ്തതുപോലെ ത്യാഗപൂർവമായ ജനസേവനത്തിന്റെ ഉപാധികളിലൊന്നായി പത്രങ്ങളും പ്രസിദ്ധീകരണങ്ങളും നടത്തുകയാണിവർ ചെയ്യുന്നത്. പ്രചരിക്കുന്ന കോപ്പികളുടെ എണ്ണം, വായനക്കാരുടെ വൃത്തം മുതലായ കാര്യങ്ങളിൽ കുത്തക പത്രങ്ങളോട് കിടപിടിക്കാൻ ശ്രമിക്കുമ്പോൾ തന്നെ വായനക്കാരെ ആകർഷിക്കാൻ വേണ്ടി അവരുടെ അധമവികാരങ്ങൾ ഇളക്കിവിടുകയെന്ന കുത്തക വ്യവസായ തന്ത്രവും ഈ രാഷ്ട്രീയപാർട്ടികളുടെ ഭാരവാഹികൾ അനുസരിക്കുകയില്ല.[5]

പുതിയ സാങ്കേതികവിദ്യ സ്വീകരിച്ചുകൊണ്ട് കൂടുതൽ എഡിഷനുകളും കൂടുതൽ കോപ്പികളുമായി *ദേശാഭിമാനി* വളരുമ്പോൾ അതും കുത്തകയാണെന്ന ആക്ഷേപത്തിനുള്ള മറുപടി കൂടിയാണ് ഇ എം എസ് ഇതിൽ നൽകുന്നത്.

കഴിഞ്ഞ നാലു പതിറ്റാണ്ടിനിടയിൽ സാങ്കേതികവിദ്യ മാധ്യമരംഗത്തുണ്ടാക്കിയ മാറ്റങ്ങൾ വിസ്മയകരമാണ്. വാർത്ത അറിയാൻ പത്രങ്ങളുടെ ആവശ്യം തന്നെ വരുന്നില്ല. ടെലിവിഷനും ഇന്റർനെറ്റ് മാധ്യമങ്ങളും തൽസമയം വാർത്തകൾ ജനങ്ങളിലെത്തിച്ചുകൊണ്ടിരിക്കുന്നു. ഇന്ത്യയിൽ 78 ശതമാനം ജനങ്ങൾ വാർത്ത അറിയാൻ സ്വന്തം കൈയിലുള്ള സ്മാർട്ട് ഫോണുകളെ ആശ്രയിക്കുന്നു എന്ന് പറയുമ്പോൾ മാറ്റത്തിന്റെ വ്യാപ്തി മനസ്സിലാകും. തൽസമയം വാർത്തകൾ പ്രവഹിക്കുമ്പോൾ അച്ചടി മാധ്യമങ്ങൾക്ക് എത്രകാലം നിലനിൽക്കാൻ കഴിയും എന്ന ചോദ്യം ആഗോളതലത്തിൽ തന്നെ ഉയരുന്നുണ്ട്.

2

ലോകത്തെ മാറ്റിയ കമ്യൂണിസ്റ്റ് പത്രങ്ങൾ

ലോകത്തെവിടെയായാലും ബഹുജന മാധ്യമങ്ങളിലൂടെ ആശയപ്രചാരണം നടത്തിയാണ് രാഷ്ട്രീയ പാർട്ടികൾ അവർ ഉയർത്തിപ്പിടിക്കുന്ന ലക്ഷ്യങ്ങൾക്കു വേണ്ടി പോരാടുന്നത്. മുമ്പ് വർത്തമാന പത്രങ്ങൾ മാത്രമായിരുന്നു മാധ്യമങ്ങളെങ്കിൽ ഇന്ന് പത്രങ്ങളും ഇലക്ട്രോണിക്, ഡിജിറ്റൽ മാധ്യമങ്ങളും അവർ ഉപയോഗിക്കുന്നു. ഇതു രാഷ്ട്രീയ പ്രസ്ഥാനങ്ങളുടെ കാര്യം മാത്രമല്ല, തൊഴിലാളി-കർഷക പ്രസ്ഥാനങ്ങളും മനുഷ്യാവകാശ സംഘടനകളും ഭരണകൂടങ്ങൾ തന്നെയും ജനങ്ങൾക്കിടയിലേക്ക് എത്തുന്നത് മാധ്യമങ്ങളിലൂടെയാണ്. വിപ്ലവ പാർട്ടികളെപ്പോലെ പ്രതിവിപ്ലവ ശക്തികളും ആശ്രയിക്കുന്നത് ബഹുജനമാധ്യമങ്ങളെത്തന്നെ. നൂറ്റാണ്ടുകളായി അടിമത്തത്തിലോ അടിമത്ത സമാന സാഹചര്യങ്ങളിലോ കഴിഞ്ഞിരുന്ന ജനങ്ങളെ അവകാശ ബോധമുള്ളവരും ആത്മാഭിമാനമുള്ളവരുമാക്കി മാറ്റുന്നതിൽ പത്രങ്ങളും മറ്റു പ്രസിദ്ധീകരണങ്ങളും വഹിച്ച പങ്ക് മഹത്തരമാണ്. ദേശീയ വിമോചന പോരാട്ടങ്ങൾക്ക് വെളിച്ചം പകർന്നതും പത്രങ്ങൾ തന്നെ. സാഹിത്യവും കലകളും വളർത്തുന്നതിലും മനുഷ്യരാശിയെ ഉയർന്ന സംസ്കാരബോധത്തിലേക്ക് നയിക്കുന്നതിലും പത്രങ്ങൾ പ്രധാന പങ്ക് വഹിച്ചു.

ഒരു രാഷ്ട്രീയ പ്രസ്ഥാനത്തിന്റെ മുഖപത്രമായ *ദേശാഭിമാനി* ദേശീയ സ്വാതന്ത്ര്യത്തിനും ജനാധിപത്യത്തിനും വേണ്ടിയും, ജന്മിത്വത്തിന്റെയും മുതലാളിത്തത്തിന്റെയും പിടിച്ചുപറിക്കും അടിച്ചമർത്തലുകൾക്കും എതിരായും നടത്തിയ നിരന്തരപോരാട്ടത്തിന്റെ ചരിത്രവും ആ വഴിക്ക് അർപ്പിച്ച സംഭാവനകളും രേഖപ്പെടുത്താനാണ് ഈ ഗ്രന്ഥത്തിൽ ശ്രമിക്കുന്നത്. കേരളത്തിൽ കമ്യൂണിസ്റ്റ് പാർട്ടി ഓഫ് ഇന്ത്യ (സിപിഐ)യുടെ മുഖപത്രമായി 1942-ൽ തുടങ്ങിയ *ദേശാഭിമാനി*, പാർട്ടി ഭിന്നിച്ചപ്പോൾ സിപിഐ എമ്മിന്റെ ഏറ്റവും ശക്തമായ പ്രചാരണായുധമായി. എൺപതു വർഷം പൂർത്തിയാക്കിയ പത്രം, എല്ലാ ആധുനിക സംവിധാനങ്ങളും സ്വന്തമാക്കി കേരളത്തിൽ പത്തു എഡിഷനുകളിലായി വളർന്നു നിൽക്കുന്നു. അച്ചടിക്കുന്ന കോപ്പികളുടെയും വായനക്കാരുടെയും എണ്ണം നോക്കിയാൽ ഇന്ത്യയിൽ മറ്റൊരു രാഷ്ട്രീയ കക്ഷിക്കും ഇത്രയും സ്വാധീനമുള്ള ബഹുജനമാധ്യമമില്ല. രാഷ്ട്രീയ പാർട്ടികളുടെ പത്രത്തിന്റെ പ്രചാരം കണക്കിലെടുത്താൽ *ദേശാഭിമാനി*ക്ക് ലോകത്ത് മൂന്നാം സ്ഥാനമുണ്ട്. ചൈനീസ് കമ്യൂണിസ്റ്റ് പാർട്ടിയുടെ *പീപ്പിൾസ് ഡെയ്‌ലി*ക്കും ജപ്പാൻ കമ്യൂണിസ്റ്റ് പാർട്ടിയുടെ *അകാഹത്ത*ക്കുമാണ് യഥാക്രമം ഒന്നും രണ്ടും സ്ഥാനങ്ങൾ.

ദേശാഭിമാനി ഉൾപ്പെടെ രാഷ്ട്രീയ പാർട്ടിയുടെ മുഖപത്രങ്ങളെ 'പാർട്ടി പത്രങ്ങൾ' എന്ന് ആക്ഷേപസ്വരത്തിൽ സംബോധന ചെയ്യുന്ന രീതിയാണ് മുഖ്യധാരാപത്രങ്ങൾ എന്ന് പൊതുവിൽ അറിയപ്പെടുന്ന മലയാള പത്രങ്ങൾ സ്വീകരിച്ചിട്ടുള്ളത്. പാർട്ടി പത്രം എന്തോ അധമമായ സാധനം എന്ന് ധ്വനിപ്പിക്കാനുള്ള ശ്രമമാണിതെന്ന് മനസ്സിലാക്കാൻ ബുദ്ധിമുട്ടില്ല. പാർട്ടി മുഖപത്രത്തിന്റെ പേര് പറയുന്നതുപോലും ആ പത്രത്തെ അംഗീകരിക്കലാണെന്ന് ഇക്കൂട്ടർ ധരിക്കുന്നുണ്ടെന്നുള്ളതാണ് വസ്തുത. ഞങ്ങളുടെ പത്രത്തിന് പാർട്ടിയില്ല, അതുകൊണ്ട് അതാണ് ശരിയായ പത്രം. പാർട്ടി പത്രങ്ങൾ പത്രങ്ങളേയല്ല. ഈയൊരു ധാരണ പരത്താനാണ് *മലയാള മനോരമ*യും *മാതൃഭൂമി*യും അടക്കമുള്ള പത്രങ്ങളും അവർ നിയന്ത്രിക്കുന്ന ടെലിവിഷൻ മാധ്യമങ്ങളും ശ്രമിച്ചുവരുന്നത്.

Neue
Rheinische Zeitung
Organ der Demokratie.

Abschiedswort der Neuen Rheinischen Zeitung.

F. FREILIGRATH.

An die Arbeiter Kölns.

Abb. 13 Ausschnitt aus der Titelseite der letzten Ausgabe der Neuen Rheinischen Zeitung"

ന്യൂ റൈനിഷ് സൈത്തുങ്

തിലകനും ഗാന്ധിജിയും

വായനക്കാരിൽ അല്ലെങ്കിൽ പ്രേക്ഷകരിൽ ഇടതുപക്ഷവിരുദ്ധ മാധ്യമങ്ങൾ സൃഷ്ടിക്കാൻ ശ്രമിക്കുന്ന ധാരണയ്ക്ക് എന്തെങ്കിലും അടിസ്ഥാനമോ യുക്തിയോ ഉണ്ടെന്ന് കാണാൻ കഴിയില്ല. മാത്രമല്ല, ഇന്ത്യൻ ദേശീയ പ്രസ്ഥാനത്തിന്റെ ചരിത്രം മനസ്സിലാക്കാൻ ശ്രമിക്കുന്ന ഒരാൾക്കും അങ്ങനെയൊരു ധാരണ വെച്ചുപുലർത്താനുമാവില്ല. *മാതൃഭൂമി* 1923-ൽ കോഴിക്കോട്ടുനിന്ന് ആരംഭിച്ചത് ദേശീയ സ്വാതന്ത്ര്യസമര പ്രസ്ഥാനത്തിന് ഊർജം നൽകാനായിരുന്നു. ദേശീയ പ്രസ്ഥാനം ഉയർത്തിപ്പിടിച്ച മൂല്യങ്ങളിൽ നിന്ന് ആ പത്രം പിൽക്കാലത്ത് പിന്നോട്ടുപോയി എന്നത് മറ്റൊരു വിഷയം. തൊഴിലാളിവർഗത്തിനായാലും മുതലാളിവർഗത്തിനായാലും നിലപാടുകളുണ്ട്. അതു പ്രതിഫലിപ്പിക്കുകയാണ് പത്രങ്ങൾ ചെയ്യുന്നത്. ആശയ പ്രചാരണത്തിന്, ജനങ്ങളെ പഠിപ്പിക്കുന്നതിന്, അവരെ സമരത്തിലേക്ക് ആകർഷിക്കുന്നതിന് പത്രത്തിന് ചെലുത്താൻ കഴിയുന്ന സ്വാധീനം ശരിക്കു മനസ്സിലാക്കിയവരായിരുന്നു ദേശീയ പ്രസ്ഥാനത്തിന്റെ നേതാക്കൾ. അതിൽ ഏറ്റവും പ്രമുഖൻ മഹാത്മാഗാന്ധി തന്നെ. എന്നാൽ, ഗാന്ധിജിക്കു മുമ്പ് പത്രം നടത്തിയിരുന്ന നേതാവാണ് ബാലഗംഗാധര തിലകൻ (1856-1920). പത്രത്തിൽ വന്ന ഒരു ലേഖനത്തിന്റെ പേരിൽ ബ്രിട്ടീഷ് ഗവൺമെന്റ് അദ്ദേഹത്തെ പതിനെട്ടുമാസം ജയിലിലടയ്ക്കുക പോലും ചെയ്തു.

ബഹുജന മാധ്യമമെന്ന നിലയ്ക്ക് പത്രത്തിന്റെ സ്വാധീനം തിലകനെപ്പോലെയോ അതിലധികമോ ഗാന്ധിജി മനസ്സിലാക്കിയിരുന്നു. അദ്ദേഹം പത്രം തുടങ്ങിയത് ദേശീയ പ്രസ്ഥാനത്തിലേക്ക് ജനങ്ങളെ കൊണ്ടുവരാനാണെന്ന് മാത്രം പറഞ്ഞാൽ പോര. തന്റെ അഹിംസാ സന്ദേശം അവരുടെ മനസ്സിൽ ഉറപ്പിക്കുക, സത്യഗ്രഹത്തിന് പരിശീലനം നൽകുക എന്നീ ലക്ഷ്യങ്ങൾ കൂടി അതിനുണ്ടായിരുന്നു. സത്യഗ്രഹത്തിന്റെ ആന്തരാർഥം ജനങ്ങൾക്ക് വിശദീകരിച്ചുകൊടുക്കേണ്ടതുണ്ടെന്നാണ് ഗാന്ധിജി പറഞ്ഞത്. *ബോംബെ ക്രോണിക്കിൾ* എന്ന ഇംഗ്ലീഷ് പത്രം നടത്തിയിരുന്ന ഉമർ സൊബാനി, ശങ്കർലാൽ ബാങ്കർ എന്നിവരിൽ നിന്നാണ് *യങ് ഇന്ത്യ* ഗാന്ധിജി ഏറ്റെടുത്തത്-1919-ൽ. വാരികയായിരുന്ന *യങ് ഇന്ത്യ* ഗാന്ധിജി ഏറ്റെടുത്ത ശേഷം ആഴ്ചയിൽ രണ്ടുദിവസമാക്കി. എങ്കിലും അതിന് വലിയ പരിമിതിയുണ്ടെന്ന് അദ്ദേഹം കണ്ടു. കാരണം *യങ് ഇന്ത്യ* ഇംഗ്ലീഷിലാണ്. അതു സാധാരണ ജനങ്ങൾക്ക് മനസ്സിലാകുന്ന ഭാഷയല്ല. അതുകൊണ്ട്

അഹമ്മദാബാദിൽ നിന്ന് ഇറങ്ങിയിരുന്ന *നവജീവൻ* എന്ന ഗുജറാത്തി മാസികകൂടി ഗാന്ധിജി ഏറ്റെടുത്തു.[1]

തിലകന്റെ പത്രപ്രവർത്തനവും ഗാന്ധിജിയുടേതും തമ്മിൽ കാര്യമായ വ്യത്യാസമുണ്ട്. രാജവാഴ്ചയെയും ബ്രിട്ടീഷ് അധിനിവേശത്തെയും തുറന്നാക്രമിച്ചുകൊണ്ടാണ് ഇംഗ്ലീഷിലും മറാഠിയിലും തിലകൻ പത്രങ്ങൾ നടത്തിയത്. എന്നാൽ, ബ്രിട്ടീഷ് ഭരണത്തിനെതിരെ ജനങ്ങളെ തീവ്രമായി ഇളക്കിവിടുന്ന രീതിയിൽ ഒന്നും ഗാന്ധിജിയുടെ പത്രങ്ങൾ ചെയ്തില്ല. അതുകൊണ്ടു തന്നെ, പത്രം നടത്തിയതിന്റെ പേരിൽ ഗാന്ധിജിക്ക് നടപടിയൊന്നും നേരിടേണ്ടി വന്നില്ല. മാത്രമല്ല, നാട്ടുരാജ്യങ്ങളിലെ പ്രജകളുടെ പ്രശ്നങ്ങൾ ഏറ്റെടുക്കുന്നതിന് ആദ്യഘട്ടങ്ങളിലെല്ലാം ഗാന്ധിജി എതിരുമായിരുന്നു. *യങ് ഇന്ത്യ* ഒരു വ്യാഴവട്ടക്കാലം പ്രവർത്തിച്ചു. *നവജീവന്* അതിൽ കൂടുതൽ ആയുസ്സുണ്ടായിരുന്നു.

പത്രപ്രവർത്തകനായ മാർക്സ്

കാൾ മാർക്സും ഫ്രെഡറിക് എംഗൽസും ചേർന്ന് തയാറാക്കിയ *കമ്യൂണിസ്റ്റ് മാനിഫെസ്റ്റോ* പുറത്തിറങ്ങുന്നത് 1848-ലാണ്. അതിന് ആറുവർഷം മുമ്പ് 1842-ൽ ജർമനിയിലെ കൊളോൺ പട്ടണത്തിൽ നിന്ന് പുറത്തിറങ്ങിയ *റൈനിഷ് സൈത്തൂങ്* (Rheinische Zeitung) എന്ന പത്രത്തിന്റെ പത്രാധിപരായിരുന്നു മാർക്സ്. അപ്പോൾ വയസ്സ് 24. ആശയ പ്രചാരണത്തിന് ഒരു ബഹുജനമാധ്യമം കൂടിയേ തീരൂ എന്ന് മാർക്സിസത്തിന് ബീജാവാപം നൽകിയ മാർക്സും എംഗൽസും നന്നായി മനസ്സിലാക്കിയിരുന്നു. ബഹുജനങ്ങളെ സംഘടിപ്പിക്കാനൊരുങ്ങുന്ന ഒരു പാർട്ടിയും ഒരു നേതാവും പത്രമാധ്യമത്തിന്റെ ശക്തിയും സ്വാധീനവും കാണാതിരുന്നിട്ടില്ല.

റൈനിഷ് സൈത്തൂങ് പുരോഗമന പത്രമാണെന്ന് സംഘാടകർ അവകാശപ്പെട്ടിരുന്നുവെങ്കിലും അതൊരു കമ്യൂണിസ്റ്റ് പത്രമായി ആരും പരിഗണിച്ചിട്ടില്ല. വ്യാപാരത്തിന് തടസ്സമായ തീരുവകളും ഫ്യൂഡൽ നിയന്ത്രണങ്ങളും നീക്കുക തുടങ്ങിയ പരിമിത ലക്ഷ്യങ്ങളേ ആ പത്രത്തിനുണ്ടായിരുന്നുള്ളു. എങ്കിലും അന്നത്തെ ഫ്യൂഡൽ സാഹചര്യങ്ങളിൽ അതു പുരോഗമനപരമാണെന്നു പറയാം.[2]

മാർക്സ് പത്രാധിപരായതോടെ *റൈനിഷ് സൈത്തൂങ്ങി*ന്റെ പുരോഗമന-ജനാധിപത്യ സ്വഭാവം കൂടുതൽ തെളിഞ്ഞു. പത്രത്തിന് സർക്കാർ സെൻസർഷിപ്പ് ഏർപ്പെടുത്തി. അതിനുശേഷം പിഴയിട്ടു. ഒന്നാം പിറന്നാൾ ദിവസം 1843 ജനുവരി 1-ന് പത്രം പൂട്ടേണ്ടിവന്നു. ഏതാണ്ട് അഞ്ചു വർഷം കഴിഞ്ഞപ്പോൾ എംഗൽസുമായി ചേർന്ന് കൊളോണിൽ നിന്നുതന്നെ *ന്യൂ റൈനിഷ് സൈത്തൂങ്* എന്ന പത്രം മാർക്സ് ആരംഭിച്ചു-1848 ജൂൺ 1-ന്. ലോകത്തിലെ ആദ്യ കമ്യൂണിസ്റ്റ് പാർട്ടിയായ ജർമൻ കമ്യൂണിസ്റ്റ് പാർട്ടിയുടെ ആശയങ്ങൾ ജനങ്ങളിലെത്തിക്കുകയായിരുന്നു ലക്ഷ്യം. *കമ്യൂണിസ്റ്റ് മാനിഫെസ്റ്റോ*യുടെ ആദ്യ പതിപ്പിന്റെ പരസ്യം ന്യൂ റൈനിഷിലുണ്ടായിരുന്നു. മാർക്സിന്റെ *കൂലിവേലയും മൂലധനവും* എന്ന കൃതി ഈ പത്രത്തിൽ തുടർലേഖനമായി കൊടുത്തുവന്നു.

കഷ്ടി ഒരു വർഷമേ പത്രത്തിന് നിലനിൽക്കാൻ കഴിഞ്ഞുള്ളുവെങ്കിലും തൊഴിലാളി വർഗത്തിന്റെ മുന്നേറ്റത്തിലും മാർക്സിസത്തിന്റെ വികാസത്തിലും *ന്യൂ റൈനിഷ് സൈത്തൂങ്* വലിയ പങ്കുവഹിച്ചു. ജർമൻ സർക്കാരിന്റെ ഇടപെടലിനെത്തുടർന്ന് 1849 മെയ് 18-ന് പത്രം പൂട്ടേണ്ടി വന്നു. അവസാന ലക്കത്തിൽ മാർക്സ് ഇങ്ങനെ എഴുതി:

> തൊഴിലാളികളേ, ജനങ്ങളേ, നിങ്ങളുടെ സഹായത്തിന് നന്ദി. ഈ പത്രത്തിന്റെ അവസാന വാക്യം എന്നും എല്ലായിടത്തും ഒന്നുതന്നെയായിരിക്കും-തൊഴിലാളിവർഗത്തിന്റെ മോചനം.

തൊഴിലാളിവർഗത്തെ ഇത്രയധികം ആവേശം കൊള്ളിച്ച ഒരു പത്രം ജർമനിയിൽ അതിനു മുമ്പോ ശേഷമോ ഉണ്ടായിട്ടില്ലെന്നാണ് എംഗൽസ് 1884-ൽ എഴുതിയ ഒരു ലേഖനത്തിൽ പറഞ്ഞത്. മൂന്നു പതിറ്റാണ്ടിനുശേഷം ലെനിൻ ഇങ്ങനെ രേഖപ്പെടുത്തി:

കാൾ മാർക്സ്

മാർക്സും എംഗൽസും ചേർന്ന് നടത്തിയ *ന്യൂ റൈനിഷ് സൈത്തൂങ്* വിപ്ലവ തൊഴിലാളിവർഗത്തിന് ലഭിച്ച ഏറ്റവും മികച്ച, അനുപമമായ പ്രസിദ്ധീകരണമായിരുന്നു.

പറയത്തക്ക മൂലധനമൊന്നുമില്ലാതെ തുടങ്ങിയ മാർക്സിന്റെ പത്രത്തിന് ഒരു വർഷത്തിനകം ആറായിരം വരിക്കാരുണ്ടായി. ജർമൻ മുതലാളിത്തത്തിന്റെ ഔദ്യോഗിക ജിഹ്വയായി അറിയപ്പെട്ട *കൊളോൺ ഗസറ്റിന്* ഒമ്പതിനായിരം കോപ്പിയേ ഉണ്ടായിരുന്നുള്ളുവെന്ന് മനസ്സിലാക്കണം. 1848–ലെ ജർമൻ വിപ്ലവത്തിന്റെ പരാജയത്തോടെ പ്രതിവിപ്ലവകാരികളിൽ നിന്ന് രക്ഷപ്പെടാൻ 1849–ൽ പാരീസിലേക്കും തുടർന്ന് ലണ്ടനിലേക്കും പലായനം ചെയ്യേണ്ടി വന്ന മാർക്സിന് മറ്റൊരു പത്രം തുടങ്ങാൻ സാമ്പത്തിക ശേഷിയുണ്ടായിരുന്നില്ല. ഈ സാഹചര്യത്തിൽ ജർമനി, ഫ്രാൻസ്, അമേരിക്ക തുടങ്ങിയ രാജ്യങ്ങളിലെ സോഷ്യൽ ഡമോക്രാറ്റിക്–ലിബറൽ ബൂർഷ്വാ പത്രങ്ങളിലൂടെയാണ് മാർക്സും എംഗൽസും മാർക്സിസം പ്രചരിപ്പിച്ചത്. ഉപജീവനാർഥം *ന്യൂയോർക്ക് ഹെറാൾഡ് ട്രിബ്യൂൺ* പോലുള്ള ബൂർഷ്വാ പത്രങ്ങൾക്ക് മാർക്സും എംഗൽസും ധാരാളം ലേഖനങ്ങൾ നൽകിയിരുന്നു. പത്രപ്രവർത്തനത്തിന്റെ വിവിധ മേഖലകളിൽ അപ്പോഴേക്കും ഇരുവരും പ്രാവീണ്യം നേടിയിരുന്നതായി കാണാം. മാർക്സ് ആകട്ടെ, വാർത്താശേഖരണം, എഡിറ്റിങ്, ലേഖനമെഴുത്ത്, ലേഖകരെ പരിശീലിപ്പിക്കൽ എന്നിവയിൽ തനിക്കുള്ള സാമർഥ്യം *ന്യൂ റൈനിഷ് സൈത്തൂങ്ങിന്റെ* പത്രാധിപരായിരിക്കെ തന്നെ തെളിയിച്ചിട്ടുണ്ട്.

ന്യൂ റൈനിഷ് സൈത്തൂങ്ങിന് ശേഷം കമ്യൂണിസ്റ്റ് പ്രസ്ഥാന ചരിത്രത്തിൽ ശ്രദ്ധേയമായ സ്ഥാനം നേടിയ പത്രമാണ് 1900–ൽ ലെനിൻ പത്രാധിപരായി ആരംഭിച്ച റഷ്യൻ പത്രം *ഇസ്ക്ര*. തീപ്പൊരിയെന്ന് അർഥം. 'ദ സ്പാർക്ക് വിൽ കിൻഡ്ൽ എ ഫ്ലെയിം' (ഒരു കൊച്ചു തീപ്പൊരി ഒരു വലിയ തീജ്വാലയായി വളരും) എന്ന ആപ്തവാക്യം പത്രത്തിന്റെ പേരിനൊപ്പം ചെറിയ അക്ഷരത്തിൽ ചേർത്തിരുന്നു. ലെനിന്റെ നേതൃത്വത്തിൽ നടന്ന ഒക്ടോബർ വിപ്ലവം മഹാജ്വാലയായി ആളിപ്പടരാൻ *ഇസ്ക്രയുടെ* പ്രചാരണവും കാരണമായിട്ടുണ്ട്.

ലക്ഷണമൊത്ത കമ്യൂണിസ്റ്റ് പത്രം

മാർക്സിന്റെ *ന്യൂ റൈനിഷ് സൈത്തൂങ്ങിനെ* എംഗൽസും ലെനിൻ തന്നെയും പുകഴ്ത്തിയിരുന്നുവെങ്കിലും എല്ലാ ലക്ഷണവും തികഞ്ഞ ആദ്യ കമ്യൂണിസ്റ്റ് പത്രമായി കണക്കാക്കപ്പെടുന്നത് *ഇസ്ക്രയാണ്*. 'വിപ്ലവകാരികളായ മാർക്സിസ്റ്റുകാരുടെ ആദ്യ അഖില റഷ്യൻ രാഷ്ട്രീയ മുഖപത്രം' എന്നാണ് ലെനിൻ *ഇസ്ക്രയെ* വിശേഷിപ്പിച്ചത്. റഷ്യൻ സോഷ്യൽ ഡെമോക്രാറ്റിക് ലേബർ പാർട്ടിയുടെ (ആർഎസ്ഡിഎൽപി) മുഖപത്രമായിരുന്നു *ഇസ്ക്ര*.

ആർഎസ്ഡിഎൽപി പിളർന്ന് ബോൾഷെവിക്കുകളും മെൻഷെവിക്കുകളുമാവുകയും ബോൾഷെവിക്കുകൾ കമ്യൂണിസ്റ്റ് പാർട്ടി രൂപീകരിക്കുകയും ചെയ്തു. സോഷ്യൽ ഡെമോക്രാറ്റിക് ലേബർ പാർട്ടിയും പത്രവും നിയമവിരുദ്ധമാക്കപ്പെട്ടതിനാൽ *ഇസ്ക്രയുടെ* ആദ്യ ലക്കം 1900 ഡിസംബർ ഒന്നിന് റഷ്യക്ക് പുറത്താണ് അച്ചടിച്ചത്. പുറത്തുനിന്ന് പത്രം അച്ചടിച്ച് റഷ്യയിലേക്ക് ഒളിച്ചുകടത്തുകയായിരുന്നു പതിവ്. ഇസ്ക്രയുടെ വിദേശ അച്ചടി യന്ത്രം ജർമനിയിലെ ലൈപ്സിഗ് പട്ടണത്തിലാണ് പ്രവർത്തിപ്പിച്ചിരുന്നതെന്ന് ബർലിൻ കുഞ്ഞനന്തൻ നായർ രേഖപ്പെടുത്തിയിട്ടുണ്ട്. ഈ പ്രസ് പിൽക്കാലത്ത് മ്യൂസിയമാക്കി. 1900 ഡിസംബറിൽ ആരംഭിച്ച *ഇസ്ക്ര* 1903 നവംബർ വരെ ലെനിന്റെ നേതൃത്വത്തിൽ പ്രവർത്തിച്ചു. പിന്നീട് പത്രം മെൻഷെവിക്കുകളുടെ പിടിയിലായി.[3]

മൂന്നുവർഷം മാത്രം ആയുസ്സുണ്ടായിരുന്ന *ഇസ്ക്ര* തൊഴിലാളിവർഗ വിപ്ലവ പ്രസ്ഥാന ചരിത്രത്തിൽ മായാത്ത മുദ്രകൾ പതിച്ചാണ് കടന്നുപോയത്. 1917–ലെ മഹത്തായ ഒക്ടോബർ

РОССІЙСКАЯ СОЦІАЛЬ-ДЕМОКРАТИЧЕСКАЯ РАБОЧАЯ ПАРТІЯ

ИСКРА

№ 1.

№ 1.

ഇസ്ക്ര

സോഷ്യലിസ്റ്റ് വിപ്ലവത്തിന്റെ മുന്നണിപ്പോരാളികളായി തൊഴിലാളിവർഗത്തെ അണിനിരത്തുന്നതിനും, ബോൾഷെവിക് പാർട്ടിയുടെ ആശയങ്ങൾ വ്യാപകമായി പ്രചരിപ്പിക്കുന്നതിനും പാർട്ടി സംഘടിപ്പിക്കുന്നതിനും *ഇസ്ക്ര* വലിയ സംഭാവനകൾ നൽകി. അല്ലെങ്കിൽ ലെനിൻ ഈ പത്രത്തെ വിപ്ലവത്തിന്റെ പടവാളായി ആവുന്നത്ര ഉപയോഗിച്ചു. പാർട്ടി പത്രങ്ങളുടെ ലക്ഷ്യവും പ്രവർത്തനവും സംബന്ധിച്ച് താൻ ആവിഷ്കരിച്ച മാർഗനിർദേശക തത്വങ്ങൾ അദ്ദേഹം *ഇസ്ക്ര*യിൽ നല്ല നിലയിൽ പ്രയോഗിച്ചു തെളിയിച്ചു.

ഇസ്ക്ര നഷ്ടപ്പെട്ട ശേഷമാണ് ലെനിൻ *പ്രോലിറ്ററി* (തൊഴിലാളിവർഗം) എന്ന പത്രം തുടങ്ങിയത്. 1905–ൽ വിദേശത്തുനിന്ന് രഹസ്യമായി റഷ്യയിൽ തിരിച്ചെത്തിയ ലെനിൻ സെന്റ് പീറ്റേഴ്സ്ബർഗിൽ നിന്ന് ബോൾഷെവിക്കുകൾ പ്രസിദ്ധീകരിച്ചിരുന്ന *നൊവായ സീസ്ൻ* (*നവജീവൻ*) എന്ന പത്രത്തിന്റെ ചുമതല ഏറ്റെടുത്തു. 1912 മെയ് 5–നാണ് ലെനിന്റെയും സ്റ്റാലിന്റെയും നേതൃത്വത്തിൽ വിഖ്യാതമായ *പ്രാവ്ദ* (സത്യം) ആരംഭിക്കുന്നത്. *ഇസ്ക്ര* വിട്ട ശേഷം *പ്രാവ്ദ* ആരംഭിക്കുന്നതുവരെ ലെനിന്റെ നേതൃത്വത്തിൽ ഒട്ടേറെ ബോൾഷെവിക് പത്രങ്ങൾ റഷ്യയിൽ പ്രചാരത്തിലുണ്ടായിരുന്നു. *വോൾന* (തരംഗം), *വെരിയോട്* (മുന്നോട്ട്), *ഇക്കോ* എന്നിവ അവയിൽ പ്രധാനം.

പ്രാവ്ദ

സെന്റ് പീറ്റേഴ്സ്ബർഗിൽനിന്ന് പുറത്തിറങ്ങിയ *പ്രാവ്ദ* ആദ്യത്തെ നിയമവിധേയമായ റഷ്യൻ കമ്യൂണിസ്റ്റ് പത്രമായിരുന്നു. ലെനിൻ, സ്റ്റാലിൻ, മൊളോട്ടോവ്, ലെനിന്റെ ഭാര്യ ക്രൂപ്സ്കായ എന്നിവർ വിവിധ കാലയളവിൽ *പ്രാവ്ദ* പത്രാധിപസമിതിയിൽ പ്രവർത്തിച്ചിട്ടുണ്ട്. 1917–ലെ വിപ്ലവത്തിനുശേഷം *പ്രാവ്ദ*യുടെ പ്രചാരം വലിയ തോതിൽ വർധിച്ചു. ഭരണകക്ഷിയായ സോവിയറ്റ് കമ്യൂണിസ്റ്റ് പാർട്ടിയുടെ മുഖപത്രമായിരുന്ന *പ്രാവ്ദ*ക്ക് ആദ്യകാലത്ത് രണ്ടുകോടിയിലധികം കോപ്പികളുണ്ടായിരുന്നു. എന്നാൽ സോവിയറ്റ് യൂണിയന്റെ തകർച്ചയെത്തുടർന്ന് പത്രവും പിറകോട്ടുപോയി. പത്രത്തിന്റെ മാനേജ്മെന്റിലും പിളർപ്പുവന്നു. എന്നാൽ *പ്രാവ്ദ* നിലച്ചുപോയിട്ടില്ല. കമ്യൂണിസ്റ്റ് പാർട്ടി ഓഫ് റഷ്യൻ ഫെഡറേഷന്റെ പത്രമായി അത് ഇന്നും നിലനിൽക്കുന്നു.

ലെനിൻ

സോഷ്യലിസ്റ്റ് സമ്പദ്ഘടനയിലൂടെ സോവിയറ്റ് യൂണിയൻ അമ്പരിപ്പിക്കുന്ന വളർച്ചയും വികസനവും കൈവരിക്കുന്ന നാളുകളിൽ ആ നാട് സന്ദർശിച്ച (1952 ഒക്ടോബർ–നവംബർ) എ കെ ജി *പ്രാവ്ദ*യുടെ ഓഫീസിൽ പോയ അനുഭവം ആത്മകഥയിൽ രേഖപ്പെടുത്തിയിട്ടുണ്ട്:

കമ്യൂണിസ്റ്റ് പത്രമായ *പ്രാവ്ദ*യുടെ ആപ്പീസ് സന്ദർശിച്ച് അവിടത്തെ പത്രാധിപരുമായി സംസാരിച്ചു. ഒരു പത്രത്തിന് എങ്ങനെ ജനങ്ങളുടെ ജീവനും നേതാവും ആകാൻ കഴിയുമെന്ന് ഇവിടെ കാണാം. 1200–1500 എഴുത്തുകൾ ദിവസേന ജനങ്ങളിൽ നിന്ന് കിട്ടുന്നുണ്ട്. പാർട്ടി, ഗവൺമെന്റ്, പത്രം നടത്തിപ്പ് തുടങ്ങിയ വിഷയങ്ങൾ. പല പേജുകളിൽ പല പംക്തികളിലായി അവ കൊടുക്കുന്നു. മറ്റു ചിലവ മന്ത്രിമാർ, ഡിപ്പാർട്ട്മെന്റ് തലവന്മാർ എന്നിവർക്ക് അയക്കുന്നു. 375 പത്രലേഖകർ ദിവസവും ആറോ ഏഴോ പേരെ സന്ദർശിച്ച് അവരുടെ പരാതി

കളും വിമർശനങ്ങളും റിപ്പോർട്ട് ചെയ്തിരുന്നു. ഞാനവിടെ ചെന്നപ്പോൾ പത്രത്തിന്റെ 35 ലക്ഷം കോപ്പികൾ ചെലവാകുന്നുണ്ടായിരുന്നു. കടലാസ് ആവശ്യമായതുകൊണ്ടാണ് കോപ്പി വർധിപ്പിക്കാത്തതെന്ന് അവർ പറഞ്ഞു. 35 ലക്ഷം കോപ്പികൾ അടിക്കാൻ മുപ്പതു മിനുട്ട് മതി. പത്രമാപ്പീസ് ഒരു വലിയ പ്രസ്ഥാനമാണെന്ന അഭിപ്രായമാണ് എനിക്കുണ്ടായത്.[4]

Российская Соціалъ-Демократическая Рабочая Партія

ПРАВДА

ОРГАНЪ
Центральнаго Комитета
и
Петербургскаго Комитета
Р. С.-Д. Р. П.

№ 1 Воскресенье ЕЖЕДНЕВНАЯ ГАЗЕТА 5 марта [18 марта] 1917 г.

Газета „ПРАВДА".
Июль 1914 — март 1917 г.

Пролетариат Петербурга и России помнит газету „Правда".
Высоко держала пролетарское знамя наша рабочая газета два года. Несла его сквозь все тернии самодержавного режима вплоть до дней войны.
Сильная дружной массовой поддержкой рабочих, рабочая газета „Правда" боролась за неурезанные лозунги рабочего класса, чтобы приблизить момент революции.

Адрес Конторы и Редакции:
Петербург, Мойка, 32.
Телефоны: 193-41, 137-06.

К моменту.

പ്രാവ്ദ

കമ്യൂണിസ്റ്റ് പത്രങ്ങളെ ഇന്ന് രണ്ടായി ഭാഗിക്കാം. ഭരണാധികാരമുള്ള രാജ്യങ്ങളിലെ പാർട്ടിയുടെ പത്രങ്ങളും നിലവിലെ വ്യവസ്ഥക്കെതിരെ പോരാടുന്ന പാർട്ടികളുടെ പത്രങ്ങളും. ഭരണാധികാരമുള്ള ചൈനീസ് കമ്യൂണിസ്റ്റ് പാർട്ടിയുടെ *റെൻമിൻ റിബാവോവിന്* (ഇംഗ്ലീഷിൽ *പീപ്പിൾസ് ഡെയിലി*) ഇപ്പോൾ മുപ്പതുലക്ഷത്തിലേറെ കോപ്പിയുണ്ട്. ചൈനയിലെ പ്രധാന പട്ടണങ്ങളിലെല്ലാം പത്രം പ്രാദേശിക പതിപ്പുകൾ ഇറക്കുന്നു. മാത്രമല്ല, ഇംഗ്ലീഷ് ഉൾപ്പെടെ ഏതാനും വിദേശ ഭാഷകളിലും പത്രം അച്ചടിക്കുന്നുണ്ട്. *പീപ്പിൾസ് ഡെയ്‌ലിക്ക്* ആദ്യകാലത്ത് ഒരു കോടിയിലേറെ കോപ്പിയുണ്ടായിരുന്നു.

പാർട്ടിയുടെ സ്വാധീനവലയത്തിനപ്പുറത്തേക്ക് കടന്ന് വലിയ ബഹുജന പിന്തുണയും അംഗീകാരവും നേടാൻ പാർട്ടി മുഖപത്രത്തിന് കഴിയുമെന്നതിന് തെളിവാണ് ജാപ്പനീസ് കമ്യൂണിസ്റ്റ് പാർട്ടി നടത്തുന്ന *അകാഹത്തയുടെ* പ്രചാരം. പത്തു ലക്ഷം കോപ്പികളാണ് വിറ്റഴിയുന്നത്. 1928-ൽ ആരംഭിച്ച ഈ കമ്യൂണിസ്റ്റ് പത്രത്തിന് ബർലിൻ, കെയ്റോ, ഹവായ്, ലണ്ടൻ, മെക്സിക്കോ സിറ്റി, മോസ്കോ, ന്യൂഡൽഹി, പാരിസ്, വാഷിങ്ടൺ ഡിസി എന്നീ വിദേശനഗരങ്ങളിൽ പ്രതിനിധികളുണ്ട്.

കമ്യൂണിസ്റ്റ് പത്രം എന്തായിരിക്കണമെന്നും കമ്യൂണിസ്റ്റ് പത്രപ്രവർത്തകൻ എങ്ങനെ പ്രവർത്തിക്കണമെന്നും ഇ എം എസ് നമ്പൂതിരിപ്പാട് വ്യക്തമായി പറഞ്ഞിട്ടുണ്ട്:

> ഒരു പത്രം കമ്യൂണിസ്റ്റ് പത്രമാകണമെങ്കിൽ, ഒരു പത്രപ്രവർത്തകൻ കമ്യൂണിസ്റ്റ് പത്രപ്രവർത്തകനാകണമെങ്കിൽ ലെനിനെ വാഴ്ത്തിയാൽ മാത്രം പോര. കമ്യൂണിസ്റ്റ് സമുദായം നല്ലതാണെന്നു വാദിച്ചാൽ മാത്രം പോര. പിന്നെയോ? കമ്യൂണിസത്തിനു വേണ്ടിയുള്ള അവസാന സമരത്തിന് നാട്ടുകാരെ തയാറാക്കുന്നതിനുള്ള പ്രായോഗിക പ്രവർത്തനത്തെ സഹായിക്കുകയും നയിക്കുകയും ചെയ്യണം. കൂലി കൂട്ടിക്കിട്ടാൻ, പ്രവൃത്തിസമയം കുറച്ചുകിട്ടാൻ, മേസ്ത്രിമാരുടെയും മാനേജർമാരുടെയും നിർമര്യാദമായ പെരുമാറ്റം തടയാൻ, പാട്ടം കുറച്ചുകിട്ടാൻ, ഒഴിപ്പിക്കൽ തടയാൻ, ഉൽപ്പന്നങ്ങൾക്ക് ന്യായമായ വിലകിട്ടാൻ, കൈക്കൂലിയെ എതിർക്കാൻ, അഴിമതി തടയാൻ, സിവിൽ സ്വാതന്ത്ര്യങ്ങൾ നേടാൻ- ഇതുപോലെയുള്ള നൂറായിരം കാര്യങ്ങൾക്കുവേണ്ടി ഓരോ നിമിഷത്തിലും നാട്ടുകാരിൽ ഓരോ ജനവിഭാഗവും നടത്തുന്ന സമരങ്ങളുടെ മുന്നണിയുടെ അഭേദ്യഭാഗമാവണം കമ്യൂണിസ്റ്റ് പത്രവും പത്രപ്രവർത്തകനും. അതായത്, എവിടെയെവിടെ ജനങ്ങൾ അക്രമത്തിനും അടിമത്തത്തിനും എതിരായി സ്വാതന്ത്ര്യത്തിനും ജനാധിപത്യത്തിനും വേണ്ടി പോരാടുന്നുവോ അവിടെയെല്ലാം നാട്ടുകാരുടെ ഭാഗത്തുനിന്ന് തന്റെ തൂലിക ഉപയോഗിക്കുന്ന ആൾ മാത്രമേ കമ്യൂണിസ്റ്റ് പത്രപ്രവർത്തകനാവുകയുള്ളൂ.[5]

ലെനിൻ തന്റെ പ്രസിദ്ധമായ *എന്തുചെയ്യണം* എന്ന കൃതിയിൽ പാർട്ടി പത്രങ്ങൾക്ക് നൽകിയ മാർഗനിർദേശം മറ്റൊരു വിധത്തിൽ വിശദീകരിക്കുകയാണ് ഇ എം എസ് ചെയ്തത്. ലെനിൻ പറഞ്ഞു:

> കൂട്ടായ പ്രചാരവേലയോ കൂട്ടായ പ്രക്ഷോഭമോ മാത്രമല്ല, കൂട്ടായ സംഘടനാ പ്രവർത്തനവും ഒരു പത്രം നടത്തും. ഒരു കെട്ടിടം നിർമിക്കുമ്പോൾ കെട്ടിടത്തിനു ചുറ്റും നാം ഉയർത്താറുള്ള

ചട്ടക്കൂടിനോട് ഇതിനെ ഉപമിക്കാം. സംഘടനയ്ക്കാകെ പൊതുവിൽ ഒരാകൃതി അതു നൽകുന്നു; പുര പണിയുന്നവരെ തമ്മിൽ തമ്മിൽ ബന്ധമുണ്ടാക്കാൻ സഹായിക്കുന്നു; ജോലികൾ വീതിച്ചു കൊടുക്കാനും തങ്ങളുടെ സംഘടിതമായ അധ്വാനത്തിന്റെ കൂട്ടായ ഫലങ്ങൾ കണ്ടറിയാനും അവർക്കവസരം നൽകുന്നു.[6]

കമ്യൂണിസ്റ്റ് പാർട്ടികളുടെയും ഇടതുപക്ഷ പാർട്ടികളുടെയും വിപ്ലവ ഗ്രൂപ്പുകളുടെയുമെല്ലാം പത്രങ്ങളെ എക്കാലത്തും സാമ്രാജ്യത്വവും മുതലാളിത്തവും ഫ്യൂഡൽ പ്രമാണിമാരും ഭയത്തോടെയും സംശയത്തോടെയുമാണ് കണ്ടിരുന്നത്. കാടൻ നിയമങ്ങളുണ്ടാക്കിയോ എല്ലാ നിയമങ്ങളും കാറ്റിൽ പറത്തിയോ കമ്യൂണിസ്റ്റ് പത്രങ്ങളെ സാമ്രാജ്യത്വവും മുതലാളിത്ത ഭരണകൂടങ്ങളും അടിച്ചമർത്തിയിരുന്നു. കാരണം, ദേശീയ വിമോചന പ്രസ്ഥാനങ്ങൾക്കും തൊഴിലാളി-കർഷക പോരാട്ടങ്ങൾക്കും കലവറയില്ലാത്ത പിന്തുണ നൽകിപ്പോന്നു കമ്യൂണിസ്റ്റ് പത്രങ്ങൾ. മാത്രമല്ല, ആശയപ്രചാരണത്തിലൂടെ ഈ പോരാട്ടത്തിന്റെ സംഘാടകനായി പത്രം മാറുകയും ചെയ്യും. അതുകൊണ്ടാണ് കമ്യൂണിസ്റ്റ് പാർട്ടികൾ നിയമവിരുദ്ധമാക്കപ്പെടുകയോ അവയുടെ പത്രങ്ങൾക്ക് സ്വാതന്ത്ര്യം നിഷേധിക്കപ്പെടുകയോ ചെയ്യുന്നത്. ഇത്തരം അടിച്ചമർത്തലുകൾക്കോ പത്രസ്വാതന്ത്ര്യ ധ്വംസനത്തിനോ വഴങ്ങി നിൽക്കാൻ കമ്യൂണിസ്റ്റ് പത്രങ്ങൾ തയാറാവില്ല. ഇരുപതാം നൂറ്റാണ്ടിന്റെ തുടക്കം മുതൽ ബ്രിട്ടീഷ് ഇന്ത്യയിലും കമ്യൂണിസ്റ്റ് പ്രസിദ്ധീകരണങ്ങളുടെ പോരാട്ടം നമുക്ക് കാണാവുന്നതാണ്. പത്രം പൂട്ടുമ്പോൾ രഹസ്യ പത്രങ്ങൾ ഇറക്കി ജനങ്ങളുമായി സംവദിക്കുക എന്ന തന്ത്രം തന്നെയാണ് ജർമനിയിലായാലും റഷ്യയിലായാലും ഇന്ത്യയിലായാലും കമ്യൂണിസ്റ്റുകാർ പ്രയോഗിച്ചത്.

3

വിദേശത്തുനിന്നെത്തിയ കമ്യൂണിസ്റ്റ് പത്രങ്ങൾ

ഇന്ത്യയിൽ കമ്യൂണിസ്റ്റ് പാർട്ടിയോ കമ്യൂണിസ്റ്റ് ഗ്രൂപ്പുകളോ രൂപംകൊള്ളുന്നതിനുമുമ്പുതന്നെ ഇവിടെ കമ്യൂണിസ്റ്റ് പത്രം പ്രചരിക്കാൻ തുടങ്ങിയിരുന്നു. ഇന്ത്യയിൽ പ്രചരിച്ച ആദ്യ കമ്യൂണിസ്റ്റ് പത്രം കമ്യൂണിസ്റ്റ് ഇന്റർനാഷണൽ (കോമിന്റേൺ) തയാറാക്കിയ *ഇൻപ്രകോർ* ആയിരുന്നു. 1921-22 കാലത്താണ് രഹസ്യ മാർഗങ്ങളിലൂടെ ഈ ഇംഗ്ലീഷ് പത്രം ഇന്ത്യയിലെത്തിയത്. അതിനുമുമ്പ് കമ്യൂണിസ്റ്റ് പത്രമെന്ന് വിളിക്കാവുന്ന ഒരു പ്രസിദ്ധീകരണവും ഇന്ത്യയിൽ പ്രചരിച്ചിരുന്നില്ല. ലോകമെങ്ങും കമ്യൂണിസ്റ്റ് പാർട്ടികളുടെ രൂപീകരണത്തിൽ *ഇൻപ്രകോർ* പത്രം പ്രധാന പങ്കുവഹിച്ചു. 1935 വരെ റഷ്യൻ, ഇംഗ്ലീഷ്, ജർമൻ, ഫ്രഞ്ച്, സ്പാനിഷ്, ഇറ്റാലിയൻ, ചൈനീസ് തുടങ്ങിയ ഭാഷകളിൽ മോസ്കോവിൽ നിന്ന് ഇൻപ്രകോർ ഇറങ്ങിയിരുന്നു. 'ത്രീ പാർട്ടി ലെറ്റർ' എന്ന പേരിൽ പ്രസിദ്ധമായ ജർമൻ-ബ്രിട്ടീഷ്-ചൈനീസ് കമ്യൂണിസ്റ്റ് പാർട്ടികളുടെ ഇന്ത്യൻ സഖാക്കളോടുള്ള അഭ്യർഥന *ഇൻപ്രകോറി*ലാണ് ആദ്യം വന്നത്. ഇന്ത്യയിൽ ഈ പത്രം കോമിന്റേൺ കൊറിയർമാർ കൊണ്ടുവന്ന് രഹസ്യമായി കുറച്ചു കോപ്പികൾ പ്രചരിപ്പിച്ചിരുന്നു.[1]

ഒക്ടോബർ സോഷ്യലിസ്റ്റ് വിപ്ലവം (1917) ലോകമെങ്ങും ദേശീയ വിമോചനത്തിനുള്ള സാമ്രാജ്യവിരുദ്ധ പോരാട്ടങ്ങൾക്ക് പ്രചോദനം നൽകുകയും ശക്തിപകരുകയും ചെയ്തു. അതിന്റെ അല സ്വാഭാവികമായും ഇന്ത്യയിലും അടിച്ചു. റഷ്യൻ വിപ്ലവം നൽകിയ ആവേശത്തിന്റെയും പ്രതീക്ഷയുടെയും ബലത്തിൽ ഏഷ്യയിലും ആഫ്രിക്കയിലുമെല്ലാം കമ്യൂണിസ്റ്റ് പ്രസ്ഥാനം ഉയർന്നുവന്നു. എന്നാൽ ഇന്ത്യയിൽ കമ്യൂണിസ്റ്റ് പ്രസ്ഥാനം ഒരു പാർട്ടിയായി സംഘടിപ്പിക്കുന്നതിന് മണ്ണൊരുങ്ങുന്നതിനു മുമ്പുതന്നെ 1920-ൽ വിദേശത്ത് കമ്യൂണിസ്റ്റ് പാർട്ടി ഓഫ് ഇന്ത്യ രൂപീകരിക്കപ്പെട്ടു. എന്തുവിലകൊടുത്തും ബ്രിട്ടനെ ഇന്ത്യയിൽ നിന്ന് കെട്ടുകെട്ടിക്കാൻ വിദേശത്തുപോയി പോരാടുക എന്ന മാർഗം സ്വീകരിച്ച പല വിപ്ലവ ഗ്രൂപ്പുകളും തീവ്രദേശാഭിമാനികളുമുണ്ടായിരുന്നു. അങ്ങനെ സോവിയറ്റ് റഷ്യയിലെത്തിയ ഏതാനും വിപ്ലവകാരികളാണ് 1920 ഒക്ടോബർ 7-ന് മാനബേന്ദ്ര റോയ് എന്ന എം എൻ റോയിയുടെ നേതൃത്വത്തിൽ സോവിയറ്റ് നഗരമായ താഷ്കന്റിൽ യോഗം ചേർന്ന് കമ്യൂണിസ്റ്റ് പാർട്ടി ഓഫ് ഇന്ത്യ (സിപിഐ) രൂപീകരിക്കുന്നത്. റോയ്, അദ്ദേഹത്തിന്റെ ആദ്യ ഭാര്യ എവലിൻ ട്രെന്റ്, അബാനി മുഖർജി, അദ്ദേഹത്തിന്റെ ഭാര്യ റോസ ഫിതിൻഗോ, മുഹമ്മദ് അലി (അഹമ്മദ് ഹസൻ), മുഹ

English Edition. For information of Editors of the Communist press.

– INTERNATIONAL – PRESS CORRESPONDENCE

1. October 1st | 1 Vol. 1921

Central Bureau: Berlin C54, Rosenthaler Strasse 38 :: Postal address: Hugo Eberlein, Berlin C54, Rosenthaler Strasse 38 for Inprekorr :: Telegraphic address: Inprekorr

The International Press Correspondence proposes to give a true picture of the political and economic situation prevailing in the various countries; it proposes to describe the important events of the proletarian class struggle and the stand and progress of our movement; it will furthermore publish all communications of the C. I. which are destined for the public. Prominent comrades in all countries, who are working in close collaboration with their respective Parties will contribute to the Correspondence. Through furnishing correct knowledge of the situation in the individual countries and trough the international collaboration at this work it is intended to weld the various parties together and facilitate co-operation between them.

Editorial Board.

the Tzar; time and again she intrigued against Soviet Russia and now cynically and frivolously advises her vassals, Poland and Roumania, to exploit Russia's difficult situation and deal a deadly blow to the famishing workers and peasants of Soviet Russia. Thus France whose bourgeois government has in the course of the last few months suffered many a political defeat in the Allied councils, hopes to raise her prestige. Poland, who by reason of England's protest will be given but a part of Upper Silesia and whose economics and finances are completely ruined, welcomes every adventure as a way out of her difficulties; hence she is overjoyed to be allowed to act as mercenary of France and becomes the latter's willing instrument. If success is not forthcoming in the West, in Upper Silesia, it will perhaps not fail to materialise in the East in a campaign against Soviet Russia. Roumania who under the last of the Hohenzollern has become a bulwark of counter-revolution prepares for war against Soviet Russia. Hungary looks on benevolently and waits for a favourable moment in which to draw her sword against Soviet Russia, the same sword that is already stained with the blood of thousands of workers.

ഇൻപ്രകോർ

മ്മദ് ഷഫീഖ് സിദ്ദീഖി, എം പി ബി ടി ആചാര്യ എന്നിവരാണ് അതിൽ പങ്കെടുത്തവർ. അധ്യക്ഷൻ ആചാര്യയായിരുന്നു. മുഹമ്മദ് ഷഫീഖിനെ പാർട്ടി സെക്രട്ടറിയായും എം എൻ റോയിയെ കമ്യൂണിസ്റ്റ് ഇന്റർനാഷണലിന്റെ ടർക്കിസ്ഥാൻ ബ്യൂറോ സെക്രട്ടറിയായും തെരഞ്ഞെടുത്തു. മൂന്നാം കമ്യൂണിസ്റ്റ് ഇന്റർനാഷണൽ അംഗീകരിച്ച തത്വങ്ങളുടെ അടിസ്ഥാനത്തിൽ മുന്നോട്ടുപോകാനും ഇന്ത്യൻ സാഹചര്യങ്ങൾക്ക് ഇണങ്ങുന്ന ഒരു പരിപാടി പാർട്ടിക്കുവേണ്ടി തയാറാക്കാനും ആദ്യ യോഗം തീരുമാനിച്ചു. [2]

സോവിയറ്റ് വിപ്ലവം കഴിഞ്ഞ് മൂന്നുവർഷത്തിനകമാണ് പ്രവാസികളായ ഇന്ത്യൻ വിപ്ലവകാരികൾ കമ്യൂണിസ്റ്റ് പാർട്ടി ഓഫ് ഇന്ത്യക്ക് ജന്മം നൽകിയത്. തീർച്ചയായും, മൂന്നാം കമ്യൂണിസ്റ്റ് ഇന്റർനാഷണലിന്റെ (കോമിന്റേൺ) സഹായം പാർട്ടി രൂപീകരണത്തിന് ലഭിച്ചു. എന്നാൽ, സിപിഐയെ ഒരു കമ്യൂണിസ്റ്റ് പാർട്ടിയായി അംഗീകരിക്കുന്നതിനു പകരം, കമ്യൂണിസ്റ്റ് ഗ്രൂപ്പായാണ് കോമിന്റേൺ കണക്കാക്കിയത്. കോമിന്റേണിൽ ഈ ഗ്രൂപ്പിന്റെ പ്രതിനിധിയായിരുന്നു എം എൻ റോയ്. ബ്രിട്ടീഷ് ആധിപത്യത്തിനെതിരായി ഇന്ത്യയിൽ പ്രവർത്തിച്ചിരുന്ന സായുധ ഗ്രൂപ്പുകളിൽ ഒന്നായ അനുശീലൻ സമിതിയിൽ (ബംഗാൾ) റോയ് അംഗമായിരുന്നു. സായുധ പോരാട്ടത്തിന് ആയുധങ്ങൾ സംഘടിപ്പിക്കാനുള്ള പ്രയാസമായിരുന്നു ഈ സംഘടന നേരിട്ട പ്രധാന പ്രശ്നം. അങ്ങനെ ആയുധം സംഘടിപ്പിക്കാനുള്ള പരിശ്രമത്തിന്റെ ഭാഗമായാണ് 1915–ൽ റോയ് ഇന്ത്യ വിട്ടത്. ജപ്പാനും ചൈനയും സന്ദർശിച്ച ശേഷം റോയ് അമേരിക്കയിലെത്തി. പൊലീസ് പിടിക്കുമെന്ന് കരുതി പേരു മാറ്റി. നരേന്ദ്ര ഭട്ടാചാര്യ എന്നായിരുന്നു യഥാർഥ പേര്. കാലിഫോർണിയയിൽ സ്റ്റാൻഫോർഡ് യൂണിവേഴ്സിറ്റിയിൽ വെച്ചാണ് അവിടെ എം എ വിദ്യാർഥിനിയായ അമേരിക്കക്കാരി എവ്‌ലിൻ ട്രെന്റുമായി റോയ് പ്രണയത്തിലാകുന്നത്. എവ്‌ലിന്റെ പിതാവിന്റെ പരാതി പ്രകാരം ഇരുവരെയും പിന്നീട് പൊലീസ് പിടിച്ചു. ഒടുവിൽ പൊലീസ് കസ്റ്റഡിയിൽ അവർ വിവാഹിതരായി. [3]

അമേരിക്കയിൽ എത്തിയ ശേഷമാണ് റോയ് മാർക്സിസ്റ്റ് ആശയങ്ങളുമായി പരിചയപ്പെടുന്നത്. ആയുധം കിട്ടാൻ നിവൃത്തിയില്ലെന്നു കണ്ടപ്പോൾ ആ യുവാവ് (28 വയസ്) മെക്സിക്കോയിലേക്കു പോയി. അവിടെ മെക്സിക്കൻ സോഷ്യലിസ്റ്റുകളുമായി ബന്ധപ്പെട്ടു. മെക്സിക്കോയിൽ ലെനിന്റെ പ്രതിനിധി മിഖായെൽ ബൊറോഡിനുമായുള്ള കൂടിക്കാഴ്ചയാണ് റോയിയുടെ രാഷ്ട്രീയ ജീവിതത്തിൽ വഴിത്തിരിവായത്. 1919–ൽ റോയ് മെക്സിക്കൻ കമ്യൂണിസ്റ്റ് പാർട്ടി ജനറൽ സെക്രട്ടറിയായി തെരഞ്ഞെടുക്കപ്പെട്ടു.

വിദേശത്ത് 1920 ഒക്ടോബറിൽ ഇന്ത്യൻ കമ്യൂണിസ്റ്റ് പാർട്ടി രൂപീകൃതമാകുന്നതിന് മുമ്പുതന്നെ 1920 ജൂലൈ 12–ന് കൽക്കത്തയിൽ നിന്ന് കവി കാസി നസ്റുൾ ഇസ്ലാം, മുസഫർ അഹമ്മദ് എന്നിവരുടെ നേതൃത്വത്തിൽ *നവയുഗ്* എന്ന ഒറ്റ ഷീറ്റുള്ള ബംഗാളി പത്രം തൊഴിലാളികളുടെയും കർഷകരുടെയും പ്രശ്നങ്ങൾ ഉയർത്തി പുറത്തുവരാൻ തുടങ്ങിയിരുന്നു. പത്രം ആരംഭിക്കുമ്പോൾ കാസി നസ്റുൾ ഇസ്ലാമിന് ഇരുപത്തിയൊന്നോ ഇരുപത്തിരണ്ടോ വയസ്സേയുള്ളൂ. 1920 വരെ നസ്റുൾ ബംഗാളി റെജിമെന്റിൽ ക്വാർട്ടർമാസ്റ്റർ ഹവിൽദാറായിരുന്നു. കൽക്കത്ത ഹൈക്കോടതിയിലെ അഭിഭാഷകൻ എ കെ ഫസ്‌ലുൽ ഹഖായിരുന്നു പത്രത്തിന്റെ യഥാർഥ ഉടമ. അദ്ദേഹം മുസഫറിനും നസ്റുളിനും സ്വതന്ത്രമായി പത്രം നടത്താനുള്ള അനുമതി നൽകിയിരുന്നു. ഹിജ്റാത്തിൽ പങ്കെടുത്തവരുടെ നേരെ പൊലീസ് നടത്തിയ

എം എൻ റോയ്

വെടിവെപ്പിനെ നിശിതമായി വിമർശിച്ച് എഴുതിയതിന് പത്രത്തിന്റെ ജാമ്യസംഖ്യ ബ്രിട്ടീഷ് ഗവൺമെന്റ് പിടിച്ചെടുത്തു.[4]

(ഖിലാഫത്തിന്റെ തുടർച്ചയായി ബ്രിട്ടീഷുകാർക്കെതിരെ മുസ്ലിങ്ങൾ ആരംഭിച്ച പ്രസ്ഥാനമായിരുന്നു ഹിജ്റാത്ത്. ഇവിടെ നിന്ന് വിദേശത്തേക്ക് കടന്ന് അവിടെ താവളമാക്കി ബ്രിട്ടനെതിരെ പോരാടുക എന്നതായിരുന്നു പരിപാടി. ഇതനുസരിച്ച് പലരും അഫ്ഗാനിസ്ഥാനിലേക്കും ടർക്കിസ്ഥാനിലേക്കും പോയിരുന്നു. 'മുഹാജിർ'മാർ എന്ന് അറിയപ്പെട്ടവരും ഈ രീതിയിലാണ് പ്രവർത്തിച്ചത്.)

റഷ്യൻ വിപ്ലവത്തിന്റെ ആശയങ്ങളിൽ ആകൃഷ്ടരായി സോവിയറ്റ് നഗരമായ താഷ്ക്കന്റിലെത്തിയ ഏതാനും ചെറുപ്പക്കാർ 1920 മേയിൽ പേർഷ്യൻ, ഉറുദു ഭാഷകളിൽ *സെമീന്ദാർ* എന്ന പത്രം പുറത്തിറക്കാൻ ശ്രമം നടത്തിയിരുന്നു. മേയ് ദിനത്തിൽ ആദ്യലക്കം അച്ചടിച്ചുവെങ്കിലും തുടരാൻ കഴിഞ്ഞില്ല. സോവിയറ്റ് ഗവൺമെന്റിന്റെ അനുമതിയോടെ മുഹമ്മദ് ഷഫീഖ്, അബ്ദുൾ മജീദ്, അഹമ്മദ് ഹസൻ തുടങ്ങിയവരായിരുന്നു ഈ പ്രവർത്തനത്തിനു മുന്നിൽ നിന്നത്. റഷ്യൻ വിപ്ലവത്തിന്റെ സന്ദേശം ഇന്ത്യക്കാരിലെത്തിച്ച് ഇന്ത്യൻ വിപ്ലവത്തെ സഹായിക്കുകയാണ് ലക്ഷ്യമെന്ന് *സെമീന്ദാർ* പ്രഖ്യാപിച്ചിരുന്നു.

യഥാർഥത്തിൽ കമ്യൂണിസ്റ്റ് ആശയങ്ങൾ ഇന്ത്യയിലേക്ക് വരാൻ തുടങ്ങിയത് ഒക്ടോബർ വിപ്ലവത്തിനു ശേഷം ലെനിന്റെ നേതൃത്വത്തിൽ 1919 മാർച്ചിൽ മോസ്കോവിൽ കമ്യൂണിസ്റ്റ് ഇന്റർനാഷണൽ (കോമിന്റേൺ) രൂപീകൃതമാകുന്നതോടെയാണ്. വിവിധ രാജ്യങ്ങളിലെ കമ്യൂണിസ്റ്റ് പാർട്ടികളുടെ പ്രവർത്തനപരമായ ഏകോപനം, താത്വികമായ വിഷയങ്ങളിൽ വിശദീകരണം നൽകൽ, എല്ലാറ്റിലുമുപരി തൊഴിലാളിവർഗത്തിന്റെ സാർവദേശീയ മുന്നേറ്റത്തിന് ആശയപരമായ വഴിതെളിക്കൽ-ഇതൊക്കെയായിരുന്നു ഇന്റർനാഷണലിന്റെ ലക്ഷ്യങ്ങൾ.

ഇതിന്റെ ഭാഗമായി കോമിന്റേൺ 1921-ൽ ഒരു പ്രസ് സർവീസ് ആരംഭിച്ചു. ഇന്റർനാഷണൽ പ്രസ് കറസ്പോണ്ടൻസ്. *ഇൻപ്രകോർ* (INPRECOR) എന്ന് ചുരുക്കപ്പേര്. വിവിധ രാഷ്ട്രങ്ങളിലെ രാഷ്ട്രീയ-സാമ്പത്തിക സ്ഥിതി അവലോകനം ചെയ്ത് കമ്യൂണിസ്റ്റ് പാർട്ടികൾക്ക് റിപ്പോർട്ട് നൽകുക, ലോകത്തിന്റെ പല ഭാഗത്തും നടക്കുന്ന തൊഴിലാളിവർഗ സമരങ്ങളുടെ സന്ദേശം മറ്റിടങ്ങളിൽ എത്തിക്കുക, കമ്യൂണിസ്റ്റ് ഇന്റർനാഷണലിന്റെ റിപ്പോർട്ടുകൾ അംഗങ്ങളായ കമ്യൂണിസ്റ്റ് പാർട്ടികൾക്ക് ലഭ്യമാക്കുക തുടങ്ങിയവ ലക്ഷ്യമാക്കിയുള്ള പത്രം തന്നെയായിരുന്നു *ഇൻപ്രകോർ*. 'കമ്യൂണിസ്റ്റ് പത്രങ്ങളുടെ എഡിറ്റർമാർക്ക്' എന്ന് മാസ്റ്റ് ഹെഡിന് മുകളിൽ കൊടുത്തിരുന്നു.

*ഇൻപ്രകോറി*ന്റെ കോപ്പികൾ 1921 മുതൽ തന്നെ ഇന്ത്യയിലും വരാൻ തുടങ്ങി. 1921 ഒക്ടോബർ 1-ന് പ്രസിദ്ധീകരിച്ച ആദ്യ ലക്കം അടക്കം ഏതാനും കോപ്പികൾ ന്യൂഡൽഹി തീൻ മൂർത്തി ഹൗസിൽ പ്രവർത്തിക്കുന്ന നെഹ്റു മെമ്മോറിയൽ ലൈബ്രറിയിലെ ആർക്കൈവ്സിൽ കാണാൻ കഴിഞ്ഞു. ബർലിനിൽ നിന്ന് പ്രസിദ്ധീകരിച്ചിരുന്ന *ഇൻപ്രകോറി*ന്റെ ഇംഗ്ലീഷ് പതിപ്പുകളാണ് ഇവിടെ വന്നിരുന്നത്. 1921 ഒക്ടോബർ 1-ന് ഇറങ്ങിയ ആദ്യ ലക്കത്തിൽ ഒന്നാം പേജിൽ മുകളിലായി പത്രാധിപസമിതിയുടെ പ്രസ്താവനയുണ്ട്. അതിൽ ഇങ്ങനെ പറയുന്നു: "വിവിധ രാജ്യങ്ങളിലെ രാഷ്ട്രീയ-സാമ്പത്തിക സ്ഥിതിഗതികളുടെ സത്യസന്ധമായ ചിത്രം നൽകാനാണ് ഞങ്ങൾ ഉദ്ദേശിക്കുന്നത്. നമ്മുടെ പ്രസ്ഥാനത്തിന്റെ പരിപാടിയും നിലപാടും തൊഴിലാളിവർഗത്തിന്റെ പ്രധാന സമരങ്ങളും ഇതിൽ വിശദീകരിക്കും. കൂടാതെ, ബഹുജനങ്ങളെ ബാധിക്കുന്ന എല്ലാ കമ്യൂണിസ്റ്റ് ഇന്റർനാഷണൽ അറിയിപ്പുകളും ഈ പത്രത്തിൽ പ്രസിദ്ധീകരിക്കും. എല്ലാ രാജ്യങ്ങളിലെയും പാർട്ടികളുടെ പ്രധാന സഖാക്കൾ ഇതിൽ എഴുതുന്നതാണ്. വിവിധ കമ്യൂണിസ്റ്റ് പാർട്ടികളെ കൂട്ടിയിണക്കുന്നതിനും അവ തമ്മിലെ സഹകരണം സാധ്യമാക്കുന്നതിനും പത്രം ലക്ഷ്യം വയ്ക്കുന്നു." -എഡിറ്റോറിയൽ ബോർഡ്[5]

REVOLUTION FOR THE MASSES – NOT THE MASSES FOR THE REVOLUTION"

THE VANGUARD OF INDIAN INDEPENDENCE

Published twice a month

Price single copy: Two Annas

Address P.O.Box 4336 Zurich 14 Switzerland

Vol I No. 2 | BERLIN / PARIS / LONDON / ZURICH / ROME | June 1st, 1922

CONSTRUCTIVE PROGRAMME.

വാൻഗാർഡ് ഓഫ് ഇന്ത്യൻ ഇൻഡിപ്പെൻഡൻസ്

സാമ്പത്തികം, തൊഴിലാളി പ്രസ്ഥാനം, അന്താരാഷ്ട്ര സ്ഥിതിഗതികൾ, സോവിയറ്റ് ഗവൺമെന്റിന്റെ പ്രവർത്തനങ്ങൾ എന്നിവയെല്ലാം *ഇൻപ്രകോറിൽ* സാമാന്യം വിശദമായി കൈകാര്യം ചെയ്തിരുന്നു. സൗജന്യമായാണ് പത്രം വിവിധ രാജ്യങ്ങളിലെ തൊഴിലാളി സംഘടനകൾക്കും കമ്യൂണിസ്റ്റ് പാർട്ടികൾക്കും അയച്ചുകൊണ്ടിരുന്നത്. ഈ സംഘടനകളോ പാർട്ടികളോ നടത്തുന്ന പത്രങ്ങൾക്ക് അവ വീണ്ടും അച്ചടിച്ചുവിതരണം ചെയ്യാമെന്ന അറിയിപ്പ് *ഇൻപ്രകോറിന്റെ* 1921 നവംബർ 22-ന്റെ ലക്കത്തിലുണ്ട്. "ഇംഗ്ലണ്ട്, അമേരിക്ക, ഇന്ത്യ, സൗത്ത് ആഫ്രിക്ക, ആസ്ത്രേലിയ, കാനഡ എന്നീ രാജ്യങ്ങളിലെ എല്ലാ തൊഴിലാളി-കമ്യൂണിസ്റ്റ് പാർട്ടി പത്രങ്ങൾക്കും *ഇൻപ്രകോറിന്റെ* ഇംഗ്ലീഷ് പതിപ്പ് സൗജന്യമായി അയക്കുന്നുണ്ട്. അവർ അത് ചുരുങ്ങിയ സമയത്തിനകം വീണ്ടും അച്ചടിച്ച് വിതരണം ചെയ്യണം. കമ്യൂണിസ്റ്റ് പത്രങ്ങളോട് ഇതാണ് അഭ്യർഥിക്കാനുള്ളത്: കഴിയാവുന്നത്ര കോപ്പികൾ അച്ചടിക്കുക, നിങ്ങളുടെ പത്രങ്ങൾ പകരമായി *ഇൻപ്രകോറിന്* അയക്കുക, നിങ്ങളുടെ ഉപദേശങ്ങളും വിമർശനങ്ങളും അറിയിക്കുക."[6]

തൊഴിലാളിവർഗ മുന്നേറ്റത്തിന്റെ വിവരങ്ങൾ മുതലാളിത്ത പത്രങ്ങളിൽ നിന്നോ വാർത്താ ഏജൻസികളിൽ നിന്നോ കിട്ടുകയില്ലെന്ന് ഓർമിപ്പിച്ചുകൊണ്ടാണ് *ഇൻപ്രകോർ* ഈ അറിയിപ്പ് നൽകിയതും അഭ്യർഥന നടത്തിയതും. ഇന്ത്യയിൽ പ്രചരിച്ച ആദ്യ കമ്യൂണിസ്റ്റ് പത്രം *ഇൻപ്രകോർ* ആണെന്ന് നിസ്സംശയം പറയാം. കാസി നസ്റുൾ ഇസ്ലാമിന്റെയും മുസഫർ അഹമ്മദിന്റെയും നേതൃത്വത്തിൽ 1920 ജൂലൈയിൽ പ്രസിദ്ധീകരണം ആരംഭിച്ച *നവയുഗ്*, തൊഴിലാളി-കർഷക പോരാട്ടങ്ങളെ സഹായിച്ച പുരോഗമന പത്രമായിരുന്നു എന്നേ പറയാൻ കഴിയൂ.

ഇൻപ്രകോറിന്റെ ആദ്യലക്കത്തിൽ ഒന്നാം പേജിൽ 'സാർവദേശീയ സ്ഥിതി' എന്ന പംക്തിയിൽ കൊടുത്ത 'റഷ്യയെ തൊട്ടുകളിക്കരുത്' എന്ന ലേഖനം പത്രത്തിന്റെ മുഖക്കുറിപ്പായി കണക്കാക്കാം. ബർലിനിൽനിന്ന് ജർമൻ കമ്യൂണിസ്റ്റ് പാർട്ടിയുടെ സ്ഥാപക നേതാക്കളിൽ ഒരാളായ ഏൺസ്റ്റ് മെയർ (1887-1930) എഴുതിയ ലേഖനം അന്നത്തെ അന്താരാഷ്ട്ര സ്ഥിതിയുടെ ഗൗരവമായ വിലയിരുത്തലാണ്. ഏൺസ്റ്റ് മെയർ എഴുതി:

> രക്തദാഹിയും ഭീകരവാദിയുമൊക്കെയായി ആക്ഷേപിക്കപ്പെടുന്ന സോവിയറ്റ് റഷ്യയെപ്പോലെ മറ്റു രാജ്യങ്ങളുമായി സമാധാനത്തിലും സൗഹൃദത്തിലും കഴിയാൻ ശ്രമിക്കുന്ന മറ്റൊരു രാജ്യവുമില്ല. ഒക്ടോബർ വിപ്ലവത്തിനുശേഷം, പഴയ സാറിസ്റ്റ് റഷ്യയുടെ കൂട്ടാളികൾ സോവിയറ്റ് റഷ്യക്കെതിരെ ആക്രമണം ആരംഭിച്ചിരിക്കയാണ്. വിപ്ലവം കഴിഞ്ഞതുമുതൽ ലോകമെങ്ങുമുള്ള സാമ്രാജ്യത്വ ശക്തികൾ ഇടയ്ക്കിടെ യുദ്ധം കുത്തിപ്പൊക്കാൻ ശ്രമിക്കുകയും പ്രതിവിപ്ലവകാരികൾക്ക് പണവും ആയുധങ്ങളും ഉപദേശവും നൽകുകയും ചെയ്തിരുന്നു. ഈ സാഹചര്യത്തിന്റെ സമ്മർദത്തിലാണ് റെഡ് ആർമി രൂപീകരിക്കാൻ തയാറായത്. മുതലാളിത്ത വ്യവസ്ഥയുടെ പരാജയംകൊണ്ടുണ്ടാവുന്ന വിപണി നിശ്ചലാവസ്ഥ, ഉൽപ്പാദനത്തിലെ നിയന്ത്രണം, തൊഴിലില്ലായ്മ, വിലക്കയറ്റം മുതലായവയുടെ യഥാർഥ കാരണം തൊഴിലാളികളിൽ നിന്നു മറച്ചുപിടിക്കാനാണ് ബോൾഷെവിക് വിരുദ്ധ പ്രക്ഷോഭത്തിന് ബൂർഷ്വാസി ശ്രമിക്കുന്നത്. സോവിയറ്റ് റഷ്യയെ അട്ടിമറിക്കുന്നതിന്റെ ഫലം വിനാശകരമായിരിക്കും. ലോകമെങ്ങുമുള്ള സ്വാതന്ത്ര്യസമരങ്ങളെ നിർദയം അടിച്ചമർത്തുന്നതിലാകും അതു കലാശിക്കുക.[7]

ഇന്ത്യയടക്കമുള്ള രാജ്യങ്ങളെ ചവിട്ടടിയിൽ നിർത്തിയിരുന്ന ബ്രിട്ടനെതിരെയും

മുസഫർ അഹമ്മദ്

ആ മുഖക്കുറിപ്പിൽ പരാമർശമുണ്ട്. ബോൾഷെവിക് ആശയങ്ങളുടെ വ്യാപനവും കോളണികളിലെ ജനങ്ങളിൽ അതുണ്ടാക്കുന്ന സ്വാധീനവും തങ്ങളുടെ സാമ്രാജ്യ താൽപ്പര്യങ്ങൾക്ക് അപകടമാണെന്ന് ബ്രിട്ടൻ കരുതുന്നുവെന്ന് ലേഖനം ചൂണ്ടിക്കാട്ടി. ഇന്ത്യയെ സംബന്ധിച്ച് ഈ വിലയിരുത്തൽ തീർത്തും ശരിയായിരുന്നുവെന്ന് പിന്നീട് വ്യക്തമായി. ബ്രിട്ടീഷ് ഭരണത്തോടുള്ള വെറുപ്പുകൊണ്ട് ഇന്ത്യവിട്ട മുഹാജിർമാർ സോവിയറ്റ് യൂണിയനിൽ നിന്ന് കമ്യൂണിസ്റ്റ് ആശയങ്ങളിൽ ആകൃഷ്ടരായി. അവിടെ നിന്ന് കുറേ പേർക്ക് സായുധ പരിശീലനവും ഉയർന്ന വിദ്യാഭ്യാസവും ലഭിച്ചു. ഇന്ത്യയിൽ വിപ്ലവ പ്രവർത്തനം നടത്തണമെന്ന തീരുമാനത്തോടെ തിരിച്ചുവന്ന അവരെ അറസ്റ്റ് ചെയ്യുകയും അവർക്കെതിരെ ബ്രിട്ടനെ അട്ടിമറിക്കാൻ ഗൂഢാലോചന നടത്തി എന്ന കേസെടുക്കുകയും ചെയ്തു. ഇതാണ് കുപ്രസിദ്ധമായ പെഷവാർ ഗൂഢാലോചനക്കേസ്. ബോൾഷെവിക് ഏജന്റുമാരെന്ന് മുദ്രകുത്തിയാണ് ഇവർക്കെതിരെ ഗൂഢാലോചനക്കുറ്റം ചുമത്തിയത്. ബോൾഷെവിക് അല്ലെങ്കിൽ കമ്യൂണിസ്റ്റ് ആശയങ്ങളെ ബ്രിട്ടൻ വല്ലാതെ ഭയപ്പെട്ടിരുന്നു എന്നതിന്റെ തെളിവാണ് ഈ കേസുകളും തുടർന്നുവന്ന കാൺപൂർ, മീറത്ത് ഗൂഢാലോചനക്കേസുകളും. ഇന്ത്യയിൽ കമ്യൂണിസ്റ്റ് പ്രസ്ഥാനത്തെ മുളയിലേ നുള്ളുക എന്ന ഒറ്റ ലക്ഷ്യമാണ് ഉയർന്ന തലത്തിലുള്ള ആലോചനയുടെ അടിസ്ഥാനത്തിൽ കെട്ടിച്ചമച്ച ഈ കേസുകൾക്കുണ്ടായിരുന്നത്.

*ഇൻപ്രകോറി*ന്റെ ആദ്യ ലക്കത്തിൽ തന്നെ വിവിധ രാജ്യങ്ങളിലെ കമ്യൂണിസ്റ്റ് പത്രങ്ങൾക്ക് ഒരു പ്രവർത്തന മാർഗരേഖ കമ്യൂണിസ്റ്റ് ഇന്റർനാഷണൽ മുന്നോട്ടുവെച്ചിരുന്നു. പത്താം പേജിൽ 'പത്രങ്ങൾക്കുള്ള പ്രമാണം' (ചാർട്ടർ ഓഫ് പ്രസ്) എന്ന തലക്കെട്ടിലാണ് ഇതു കൊടുത്തിട്ടുള്ളത്. കോമിന്റേൺ എക്സിക്യൂട്ടീവ് കമ്മിറ്റി തയാറാക്കിയ ചാർട്ടറിൽ ഇങ്ങനെ പറയുന്നു:

> നമ്മുടെ ഭൂരിഭാഗം പത്രങ്ങൾക്കും പഴയ സോഷ്യൽ ഡെമോക്രാറ്റിക് പത്രങ്ങളുമായി സാമ്യം കാണുന്നു. വീക്ഷണത്തിൽ മാത്രമേ വ്യത്യാസമുള്ളു. നമ്മൾ പുതിയൊരു പത്രം സൃഷ്ടിക്കണം. തൊഴിലാളികളുടെ സംഭാവനകളും തൊഴിലാളി പ്രസ്ഥാനത്തിന്റെ വളർച്ചയുടെ കാര്യങ്ങളുമാകണം അതിൽ പ്രധാനമായും വരേണ്ടത്. തൊഴിലാളികളുടെ കത്തുകൾ നാം അധികം പ്രസിദ്ധീകരിക്കുന്നുണ്ടോ? ഇല്ലെങ്കിൽ അതു ശരിക്കും ജനകീയ പത്രമാകുമോ? വിപ്ലവകാലഘട്ടത്തിൽ *പ്രാവ്ദ* എങ്ങനെയാണ് ശക്തമായ മാധ്യമമായത്? മുഖ്യമായ കാരണം പകുതിയോളം സ്ഥലം ആണും പെണ്ണുമായ തൊഴിലാളികൾക്കുവേണ്ടി മാറ്റിവെച്ചിരുന്നു എന്നതാണ്. മാത്രമല്ല, തൊഴിലാളികളുടെ അധ്യാപകനായി പത്രം ഉയർന്നു. ഓരോ തൊഴിലാളിയുടെയും തൊഴിലാളി കുടുംബത്തിന്റെയും സുഹൃത്തായി പത്രം മാറി. ഒരു ഫാക്ടറിയിൽ നിന്നുള്ള കത്ത് *പ്രാവ്ദ*യിൽ വന്നാൽ അതു വലിയൊരു സംഭവമായിരുന്നു. പാർട്ടിക്കാരല്ലാത്തവരും *പ്രാവ്ദ* വായിക്കാൻ തുടങ്ങി. തൊഴിലാളികളെ ആക്ഷേപിക്കുന്നവർക്കെല്ലാം അപായസൂചനയായി പത്രം മാറി. റഷ്യയിൽ ഇതു സാധിച്ചുവെങ്കിൽ ഇതിലും നല്ല വിജയം മറ്റു രാജ്യങ്ങളിൽ ഉണ്ടാക്കാൻ കഴിയും. പാർട്ടികൾ ഈ കടമ ഏറ്റെടുക്കണമെന്നു മാത്രം.[8]

1921 നവംബർ 22-ന്റെ ലക്കത്തിൽ ജോർജി സഫറോവ് (ഒക്ടോബർ വിപ്ലവത്തിൽ പങ്കെടുത്ത ബോൾഷെവിക് വിപ്ലവകാരി-1891-1942) ഇന്ത്യയെക്കുറിച്ച് എഴുതിയ ലേഖനത്തിൽ അതേവർഷം കേരളത്തിൽ നടന്ന മലബാർ കലാപത്തെ വിലയിരുത്തുന്നു എന്നത് അത്ഭുതകരമായി തോന്നി. മലബാർ കലാപം ബ്രിട്ടീഷ് പട്ടാളം അടിച്ചമർത്തി അധിക ദിവസം കഴിയുംമുമ്പുതന്നെ കമ്യൂണിസ്റ്റ് ഇന്റർനാഷണൽ അതേക്കുറിച്ച് അഭിപ്രായം രൂപീകരിച്ചിരുന്നു എന്നാണ് ഇതു കാണിക്കുന്നത്. ആ വിശകലനത്തിനും പ്രാധാന്യമുണ്ട്. പിൽക്കാലത്ത് കമ്യൂണിസ്റ്റ് പാർട്ടി ഓഫ് ഇന്ത്യ അംഗീകരിച്ച നിലപാടിന്റെ ഏകദേശ രൂപം അതിൽ വായിച്ചെടുക്കാം. 'ഇന്ത്യ' എന്ന തലക്കെട്ടിൽ പ്രസിദ്ധീകരിച്ച ലേഖനത്തിൽ ഇങ്ങനെ പറയുന്നു:

വിദേശ സാമ്രാജ്യത്വത്തിനെതിരായ സമരം പ്രാഥമികമായും നടത്തേണ്ടത് ഇന്ത്യയുടെ സാമ്പത്തിക-രാഷ്ട്രീയ സ്വാതന്ത്ര്യം എന്ന ലക്ഷ്യം മുൻനിർത്തിയാവണം. എത്രത്തോളം ബഹുജനങ്ങളെ സമരത്തിൽ അണിനിരത്തുന്നുവോ, അത്രത്തോളം വിപ്ലവ സ്വഭാവമുള്ളതായിരിക്കും കർഷക ജനസാമാന്യത്തിന്റെ ആവശ്യങ്ങൾ. ഉദാഹരണത്തിന് ഈയിടെ മലബാർ തീരത്തെ ടർക്കിഷ് മാപ്പിളമാർ നടത്തിയ കലാപം. അതു ക്രൂരമായി അടിച്ചമർത്തപ്പെട്ടുവെങ്കിലും ഒരേ സമയം വൈദേശീയ ആക്രമണത്തിനും സെമീന്ദാർമാർക്കും (ഇവിടെ ജന്മിമാർ എന്ന് അർഥം) ഇംഗ്ലീഷ് ഗവൺമെന്റിന്റെ സഹായത്തോടെ വലിയ സ്വത്തുടമകളായി മാറിയ മുൻ നികുതി പിരിവുകാർക്കുമെതിരെ ആയിരുന്നു മാപ്പിളമാരുടെ രോഷം. ഈ പ്രസ്ഥാനത്തെ നേരിടുന്നതിന് ബ്രിട്ടീഷുകാർ പ്രതിവിപ്ലവ കൂട്ടായ്മകൾ സംഘടിപ്പിച്ചു. തീർച്ചയായും, ജനങ്ങൾ ഇതിനെ അനുകൂലിച്ചില്ല. ഈ പ്രസ്ഥാനത്തിന് പുറത്തുള്ളത് മെരുക്കപ്പെട്ട മിതവാദികളായിരുന്നു. അവരധികവും ബ്രിട്ടീഷ് ഗവൺമെന്റിന്റെ ഓഫീസർമാരോ ജോലിക്കാരോ ആയിരുന്നു. ഓരോ പ്രവിശ്യക്കും സ്വയംഭരണം വേണമെന്നതിൽ അവരുടെ ആവശ്യം ഒതുങ്ങിനിന്നു. ഈ പ്രശ്നത്തിൽ, ദേശീയ പ്രസ്ഥാനത്തിന്റെ ഔദ്യോഗിക നേതാവായ ഗാന്ധിയുടെ നിലപാട് അവ്യക്തമായിരുന്നു. എന്നാൽ, അലി സഹോദരന്മാരാണ് (ഖിലാഫത്ത് നേതാക്കൾ) കൂടുതൽ പുരോഗമനപരമായ നിലപാട് എടുത്തത്. [9]

('ടർക്കിഷ് മാപ്പിളമാർ' എന്ന് *ഇൻപ്രകോർ* ലേഖനത്തിൽ പരാമർശിച്ചത് ഖിലാഫത്ത് പ്രസ്ഥാനക്കാരെ ഉദ്ദേശിച്ചാണ്. തുർക്കിയിലെ ഖലീഫയെ ബ്രിട്ടൻ സ്ഥാനഭ്രഷ്ടനാക്കിയതിനെ തുടർന്നാണല്ലോ ഇന്ത്യയിൽ ഗാന്ധിജിയുടെ നേതൃത്വത്തിൽ ഖിലാഫത്ത് പ്രസ്ഥാനം ആരംഭിച്ചത്. അലി സഹോദരന്മാരെക്കുറിച്ച് പറയുന്ന ഭാഗത്ത് 'ടർക്കിഷ് വിങ്' എന്ന് ഉപയോഗിച്ചതും ഖിലാഫത്ത് പ്രസ്ഥാനത്തെ സൂചിപ്പിക്കാനാണ്-ലേഖകൻ)

തൊഴിലാളികളെ സംഘടിപ്പിക്കുകയും യോജിപ്പിക്കുകയും ചെയ്യുക എന്ന ലക്ഷ്യത്തിൽ രൂപീകരിച്ച ഒന്നാം ഇന്റർനാഷണൽ ഭിന്നിപ്പുകളെ തുടർന്ന് 1876-ൽ പിരിച്ചുവിടേണ്ടിവന്നു. ഒരു വ്യാഴവട്ടക്കാലമേ നിലനിന്നുള്ളുവെങ്കിലും തൊഴിലാളി വർഗത്തിനിടയിൽ സാർവദേശീയ ബോധം വളർത്തുന്നതിൽ ഒന്നാം ഇന്റർനാഷണൽ നിർണായക പങ്കുവഹിച്ചുവെന്നാണ് വിലയിരുത്തപ്പെടുന്നത്. രണ്ടാം ഇന്റർനാഷണലിന് *സോഷ്യൽ ഡെമോക്രാറ്റ്* എന്ന ഒരു പത്രമുണ്ടായിരുന്നുവെങ്കിലും അതു വലതുപക്ഷക്കാർ പിടിച്ചെടുത്തു. അതുകൊണ്ട് അതിനെയും കമ്യൂണിസ്റ്റ് പത്രമായി കണക്കാക്കുന്നില്ല. ചുരുക്കത്തിൽ, മൂന്നാം കമ്യൂണിസ്റ്റ് ഇന്റർനാഷണലിന്റെ ഔദ്യോഗിക പത്രമായി 1921-ൽ പുറത്തിറങ്ങിയ *ഇൻപ്രകോർ* തന്നെയാണ് ലെനിന്റെ *ഇസ്ക്രയ്ക്ക്* ശേഷം പ്രസിദ്ധീകൃതമാകുന്ന ആദ്യ കമ്യൂണിസ്റ്റ് പത്രം. യൂറോപ്പിലും വടക്കെ അമേരിക്കയിലും ഇന്ത്യയിലും ഒരേസമയം അത് വിതരണം ചെയ്യപ്പെട്ടു. ഉയർന്ന നിലവാരത്തിലുള്ള ലേഖനങ്ങളും വിശകലനങ്ങളും *ഇൻപ്രകോറി*നെ ഏറെ മൂല്യമുള്ളതാക്കി. ലെനിനെപ്പോലുള്ള മഹാരഥന്മാർ തന്നെ ആ പത്രത്തിനു വേണ്ടി പേന ചലിപ്പിച്ചു. ഇന്ത്യയിലേക്ക് രഹസ്യമായി ഒളിച്ചുകടത്തിയ *ഇൻപ്രകോർ* ഇംഗ്ലീഷ് പതിപ്പിന്റെ എത്ര കോപ്പികൾ വിതരണം ചെയ്യാൻ കഴിഞ്ഞുവെന്ന് വ്യക്തമല്ല. ഇന്ത്യയിൽ എവിടെയാണ് അത് റീപ്രിന്റ് ചെയ്തത് എന്നും എവിടെയും രേഖപ്പെടുത്തിയതായി കാണുന്നില്ല. ആഴ്ചയിൽ രണ്ടുതവണ *ഇൻപ്രകോർ* പ്രസിദ്ധീകരിച്ചിരുന്നു. 1922 മേയിൽ എം എൻ റോയ് ജർമനിയിൽ നിന്ന് *വാൻഗാർഡ് ഓഫ് ഇന്ത്യൻ ഇൻഡിപ്പെൻഡൻസ്* എന്ന പത്രം പുറത്തിറക്കാൻ തുടങ്ങിയ ശേഷം *ഇൻപ്രകോർ* ഇന്ത്യയിൽ നിന്ന് പിൻവാങ്ങി. 1921 ഒക്ടോബർ മുതൽ 1922 ജൂൺ വരെയുള്ള *ഇൻപ്രകോർ* ലക്കങ്ങൾ മാത്രമാണ് തീൻമൂർത്തി നെഹ്റു ലൈബ്രറിയിൽ സൂക്ഷിച്ചിട്ടുള്ളത്.

വിദേശത്തു പ്രവർത്തിക്കുന്ന ഇന്ത്യൻ കമ്യൂണിസ്റ്റുകാർ കമ്യൂണിസ്റ്റ് പാർട്ടി ഓഫ് ഇന്ത്യ (സിപിഐ) രൂപീകരിച്ച ശേഷമാണ് എം എൻ റോയിയുടെ നേതൃത്വത്തിൽ *വാൻഗാർഡ് ഓഫ് ഇന്ത്യൻ ഇൻഡിപ്പെൻഡൻസ്* (ഇന്ത്യൻ സ്വാതന്ത്ര്യത്തിന്റെ മുന്നണിപ്പോരാളി) എന്ന പത്രം ആരംഭിക്കുന്നത്. 1922 മെയ് 15-ന് ബർലിനിൽ നിന്ന് ആദ്യ ലക്കം പുറത്തുവന്നു. സിപിഐയുടെ

കാസി നസ്റുൾ ഇസ്ലാം

മുഖപത്രം എന്ന നിലയിലാണ് പത്രം പ്രസിദ്ധീകരിച്ചിരുന്നതെങ്കിലും പരസ്യമായി അങ്ങനെ പ്രഖ്യാപിച്ചിരുന്നില്ല. കാരണം വ്യക്തമാണ്. എല്ലാ 'ബോൾഷെവിക്' പ്രചാരണ സാധനങ്ങളും ഇന്ത്യയിൽ ബ്രിട്ടീഷ് സർക്കാർ നിരോധിച്ചിരുന്നു. ഇന്ത്യയിൽ കമ്യൂണിസ്റ്റ് പ്രസ്ഥാനത്തിന്റെ ആദ്യകാല നേതാക്കളിൽ ഒരാളായ മുസഫർ അഹമ്മദിന്റെ വിവരണമനുസരിച്ച് റോയിയും ഭാര്യ എവ്‌ലിൻ ട്രെന്റും ചേർന്നാണ് പത്രം എഡിറ്റ് ചെയ്തിരുന്നത്. ശാന്തിദേവി എന്ന തൂലികാനാമത്തിൽ എവ്‌ലിൻ പത്രത്തിൽ എഴുതാറുമുണ്ടായിരുന്നു. 'ഇന്ത്യൻ സ്വാതന്ത്ര്യസമര ചരിത്രം' എന്ന ഗ്രന്ഥത്തിൽ എവ്‌ലിൻ റോയിയുടെ സംഭാവന ഇ എം എസ് എടുത്തുപറയുന്നുണ്ട്.[10]

ഇന്ത്യയിലെ സംഘടിത തൊഴിലാളി വർഗത്തിന്റെയും കൃഷിക്കാരുടെയും മറ്റ് അധ്വാനിക്കുന്ന ജനവിഭാഗങ്ങളുടെയും ഐക്യത്തെയും ശക്തിയെയും ആസ്പദമാക്കി സ്വാതന്ത്ര്യസമരം ബഹുജനവിപ്ലവ പ്രസ്ഥാനമാക്കി മാറ്റാനും, ദേശീയ പ്രസ്ഥാനത്തിന്റെ മുൻനിരയിലേക്ക് തൊഴിലാളിവർഗത്തെ കൊണ്ടുവരാനുമുള്ള പരിശ്രമത്തിന്റെ ഭാഗമായാണ് എം എൻ റോയ് *വാൻഗാർഡ് ഓഫ് ഇന്ത്യൻ ഇൻഡിപ്പെൻഡൻസ്* ആരംഭിച്ചത്. 'വിപ്ലവം ജനങ്ങൾക്കുവേണ്ടി; ജനങ്ങൾ വിപ്ലവത്തിനുവേണ്ടിയല്ല' (റവലൂഷൻ ഫോർ ദ മാസ്സസ്; നോട്ട് ദ മാസ്സസ് ഫോർ റവലൂഷൻ) ഇതായിരുന്നു *വാൻഗാർഡ് ഓഫ് ഇന്ത്യൻ ഇൻഡിപ്പെൻഡൻസിന്റെ* മുകൾ ഭാഗത്ത് കൊടുത്ത പ്രമാണവചനം. സ്വിറ്റ്സർലണ്ടിലെ സൂറിച്ചിലേതായിരുന്നു പത്രത്തിന്റെ വിലാസം. ബർലിൻ, പാരിസ്, ലണ്ടൻ, സൂറിച്ച്, റോം എന്നീ വിദേശ നഗരങ്ങളിൽ നിന്ന് പത്രം പ്രസിദ്ധീകരിക്കുന്നതായി രേഖപ്പെടുത്തിയിരുന്നു. *വാൻഗാർഡ് ഓഫ് ഇന്ത്യൻ ഇൻഡിപ്പെൻഡൻസിന്റെ* ഏതാനും ലക്കങ്ങൾ ന്യൂഡൽഹി നെഹ്റു മെമ്മോറിയൽ ലൈബ്രറിയിലും ജെഎൻയുവിലെ പി സി ജോഷി ആർക്കൈവ്സിലും സൂക്ഷിച്ചിട്ടുണ്ട്. ദ്വൈവാരികയായാണ് പത്രം ഇറക്കിയിരുന്നത്.

വാൻഗാർഡ് ഓഫ് ഇന്ത്യൻ ഇൻഡിപ്പെൻഡൻസിന്റെ വരവ് ഇന്ത്യയിൽ കമ്യൂണിസ്റ്റ് പ്രചാരണത്തിന് ആക്കം കൂട്ടിയതായി സിപിഐ എം തയാറാക്കിയ ഇന്ത്യൻ കമ്യൂണിസ്റ്റ് പ്രസ്ഥാന ചരിത്രത്തിൽ വ്യക്തമാക്കുന്നുണ്ട്. ഇതു സാക്ഷ്യപ്പെടുത്താൻ ബ്രിട്ടീഷ് ഇന്റലിജൻസ് ഡിപ്പാർട്ട്മെന്റിൽ പ്രവർത്തിച്ചിരുന്ന സിസിൽ കേയുടെ *കമ്യൂണിസം ഇൻ ഇന്ത്യ* എന്ന ഗ്രന്ഥത്തിലെ ചില പരാമർശങ്ങൾ പുസ്തകം ഉദ്ധരിക്കുന്നു:

> 1922 ന്റെ തുടക്കം മുതൽ റോയ് തപാൽ വഴി ധാരാളം പ്രചാരണ ലഘുലേഖകൾ ഇന്ത്യയിലേക്ക് അയച്ചുകൊണ്ടിരുന്നു. 1922 മേയിൽ റോയിയുടെ *വാൻഗാർഡ്* പ്രത്യക്ഷപ്പെട്ടു. സീ കസ്റ്റംസ് ആക്ട് പ്രകാരം ഇത് ഇന്ത്യയിലേക്ക് കൊണ്ടുവരുന്നതു നിരോധിക്കപ്പെട്ടിരുന്നുവെങ്കിലും ഏതാനും ആയിരം കോപ്പികൾ കൃത്യമായി രണ്ടാഴ്ച കൂടുമ്പോൾ ഇന്ത്യയിലേക്ക് അയക്കുന്നുണ്ടായിരുന്നു. ഈ പ്രചാരണത്തിന്റെ ഫലമായി മദിരാശിയിലെ ശിങ്കാരവേലു ചെട്ടിയാരും ബോംബെയിലെ എസ് എ ഡാങ്കെയും കമ്യൂണിസത്തിൽ തൽപ്പരരായി. അവർ റോയിയുമായി തപാൽമാർഗം ബന്ധപ്പെടാൻ ആരംഭിച്ചു. അതിനുശേഷം സ്വന്തം പട്ടണങ്ങളിൽ കമ്യൂണിസ്റ്റ് ഗ്രൂപ്പുകൾ ഉണ്ടാക്കാൻ നേതൃത്വപരമായ പങ്കാണ് അവർ വഹിക്കുന്നത്.[11]

റഷ്യൻ വിപ്ലവത്തോടെ ബോൾഷെവിസത്തോട് ബ്രിട്ടീഷുകാർക്ക് കടുത്ത വിദ്വേഷമായിരുന്നു. അതുകൊണ്ട് കമ്യൂണിസ്റ്റ് സാഹിത്യമോ മറ്റു പ്രചാരണ വസ്തുക്കളോ ഇന്ത്യയിലെത്തുന്നത് തടയാൻ ആവുന്നതെല്ലാം അവർ ചെയ്തു. ഇതിന്റെ ഭാഗമായാണ് കോമിന്റേണിന്റെ അച്ചടിച്ച എല്ലാ പ്രചാരണ സാധനങ്ങളും ഇന്ത്യയിൽ നിരോധിച്ചുകൊണ്ട് 1922 ഏപ്രിൽ 22-ന് ഗവർണർ ജനറൽ ഉത്തരവിറക്കിയത്. എന്നിട്ടും ഓരോ ലക്കത്തിന്റെയും ആയിരത്തോളം കോപ്പികൾ ഇന്ത്യയിലെത്തിക്കാൻ വിപ്ലവകാരികൾക്ക് സാധിച്ചു. *വാൻഗാർഡ് ഓഫ് ഇന്ത്യൻ ഇൻഡിപ്പെൻഡൻസിന്റെ* ഒമ്പതു ലക്കങ്ങൾ പ്രസിദ്ധീകരിച്ചതിൽ ഏഴും ബ്രിട്ടീഷ് ഗവൺമെന്റ്

നിരോധിച്ചിരുന്നു.

പത്രത്തിന്റെ വിതരണത്തെക്കുറിച്ച് മുസഫർ അഹമ്മദ്: "ഞങ്ങൾ കൊടുത്ത വിവിധ വിലാസങ്ങളിൽ *വാൻഗാർഡ് ഓഫ് ഇന്ത്യൻ ഇൻഡിപ്പെൻഡൻസിന്റെ* പായ്ക്കറ്റുകൾ ലഭിച്ചുകൊണ്ടിരുന്നു. ഞങ്ങൾ അവ വിവിധ വ്യക്തികൾക്ക് എത്തിച്ചുകൊടുത്തു. കൽക്കത്തയിലെ ചില വിലാസങ്ങളിൽ ലറ്റർ ബോക്സിൽ ഈ പത്രം ഞങ്ങൾ നിക്ഷേപിക്കുന്നുണ്ടായിരുന്നു. ചില വിലാസക്കാർക്ക് അവരുടെ ഒരു കോപ്പി മാത്രമേ എത്തിച്ചുള്ളു. പത്രത്തിൽ അതൊരു കമ്യൂണിസ്റ്റ് പാർട്ടി മുഖപത്രമാണെന്ന് പ്രഖ്യാപിച്ചിരുന്നില്ലെങ്കിലും പൊലീസ് സത്യം മനസ്സിലാക്കിയിരുന്നു. അതുകൊണ്ട് പത്രത്തിന്റെ പേര് മാറ്റാൻ ഞാൻ റോയിക്ക് എഴുതി. അതിനുശേഷം പേര് *അഡ്വാൻസ് ഗാർഡ്* എന്നാക്കി."[12]

വാൻഗാർഡ്, ഗാർഡ് എന്നീ വാക്കുകൾ ഉൾക്കൊള്ളുന്ന മൂന്നു പത്രങ്ങൾ 1922–23 കാലത്ത് വിദേശത്തുനിന്ന് എം എൻ റോയ് എഡിറ്റ് ചെയ്ത് ഇന്ത്യയിൽ എത്തിച്ചിരുന്നു. ഇതിൽ ആദ്യത്തേത് *വാൻഗാർഡ് ഓഫ് ഇന്ത്യൻ ഇൻഡിപ്പെൻഡൻസ്* (ആദ്യ ലക്കം 1922 മെയ് 15ന് ബർലിനിൽ നിന്ന്) ആണെന്നതിൽ തർക്കമില്ല. എന്നാൽ, പേരിൽ സാമ്യമുള്ളതുകൊണ്ട് ഈ പത്രത്തിന്റെ ചരിത്രം രേഖപ്പെടുത്തിയവർക്ക് രണ്ടാമത്തേതും മൂന്നാമത്തേതും തമ്മിൽ മാറിപ്പോകുന്നുണ്ട്. മുസഫർ അഹമ്മദിന്റെ വിവരണവും ന്യൂഡൽഹി നെഹ്റു മെമ്മോറിയൽ ലൈബ്രറിയിലെയും ജെഎൻയു പി സി ജോഷി ആർക്കൈവ്സിലെയും രേഖകളും കണക്കിലെടുത്താൽ രണ്ടാമത്തേത് 1922 ഒക്ടോബർ 1–ന് ലണ്ടനിൽ നിന്ന് ആരംഭിച്ച *ദ അഡ്വാൻസ് ഗാർഡ്* ആണ്. വെറും *വാൻഗാർഡ്* ആണ് മൂന്നാമത്തേത്. ഇതിന്റെ ആദ്യലക്കം 1923 ഫെബ്രുവരി 15–ന് പ്രസിദ്ധീകരിച്ചു. ഈ പത്രത്തിൽ 'കമ്യൂണിസ്റ്റ് പാർട്ടി ഓഫ് ഇന്ത്യയുടെ മുഖപത്രം' എന്ന് മാസ്റ്റ് ഹെഡിന് താഴെ വലിയ അക്ഷരത്തിൽ രേഖപ്പെടുത്തിയിരുന്നു. ബ്രാക്കറ്റിൽ 'കമ്യൂണിസ്റ്റ് ഇന്റർനാഷണലിന്റെ ഒരു വിഭാഗം' എന്നും ചേർത്തു.

ഇന്ത്യയിൽ കമ്യൂണിസ്റ്റ് പാർട്ടി പരസ്യമായി രംഗത്തുവരുന്നത് ഉദ്ഘോഷിച്ചുകൊണ്ടാണ് *വാൻഗാർഡ്* ഇറങ്ങിയത്. വിദേശത്ത് എഡിറ്റ് ചെയ്തതാണെങ്കിലും ഇൻപ്രകോറിന് ശേഷം ഇന്ത്യയിൽ പ്രചരിക്കുന്ന ആദ്യ കമ്യൂണിസ്റ്റ് പത്രം *വാൻഗാർഡ്* ആണെന്ന് ഉറപ്പിച്ചുപറയാം. *ഇൻപ്രകോറും വാൻഗാർഡും* തമ്മിലെ വ്യത്യാസം സ്പഷ്ടമാണ്. ആദ്യത്തേത് ലോകത്താകെയുള്ള തൊഴിലാളിവർഗത്തിന്റെ മുന്നേറ്റം ലക്ഷ്യമാക്കിയിരുന്നു. എന്നാൽ, ഇന്ത്യയിൽ കമ്യൂണിസ്റ്റ് പ്രസ്ഥാനവും കർഷക-തൊഴിലാളി പ്രസ്ഥാനവും സംഘടിപ്പിച്ച് ദേശീയ വിമോചന പ്രസ്ഥാനത്തിന് കരുത്തുപകരുകയായിരുന്നു *വാൻഗാർഡിന്റെ* ലക്ഷ്യം. ഇതിന്റെ ഭാഗമായി സാർവദേശീയ പ്രശ്നങ്ങൾ *വാൻഗാർഡ്* കൈകാര്യം ചെയ്തിരുന്നു. ദേശീയ പ്രസ്ഥാനത്തിൽ പ്രവർത്തിക്കുന്ന കമ്യൂണിസ്റ്റുകാർക്കും സോഷ്യലിസ്റ്റുകാർക്കും ദിശാബോധം നൽകുന്നതിൽ എം എൻ റോയിയുടെ മൂന്നു പത്രങ്ങളും വലിയ സംഭാവനകൾ നൽകിയിട്ടുണ്ടെന്ന് അവയുടെ ഉള്ളടക്കം പരിശോധിച്ചാൽ ബോധ്യമാകും.

കൃഷിക്കാരുടെയും തൊഴിലാളികളുടെയും പ്രശ്നങ്ങൾ ഏറ്റെടുക്കാനും അവരെ ദേശീയ പ്രസ്ഥാനത്തിൽ അണിനിരത്താനും വൈമനസ്യം കാണിക്കുന്ന കോൺഗ്രസിലെ മിതവാദി വിഭാഗത്തിന് *വാൻഗാർഡ് ഓഫ് ഇന്ത്യൻ ഇൻഡിപ്പെൻഡൻസ്* തുടർച്ചയായി മുന്നറിയിപ്പുകൾ നൽകിക്കൊണ്ടിരുന്നു. പൊലീസ് പരിശോധന കാരണം *വാൻഗാർഡ് ഓഫ് ഇന്ത്യൻ ഇൻഡിപ്പെൻഡൻസ്* പുറത്തിറക്കാൻ കഴിയില്ലെന്നു വന്നപ്പോഴാണ് റോയ് *അഡ്വാൻസ് ഗാർഡ്* ആരംഭിച്ചത്. ഉള്ളടക്കത്തിന്റെ സ്വഭാവത്തിൽ ഒരു മാറ്റവും ഉണ്ടായിരുന്നില്ല. പേജ് വിന്യാസവും പഴയതുതന്നെ. മാസ്റ്റ് ഹെഡ് മാറിയെന്നു മാത്രം. ദേശീയ വിമോചനത്തിനുള്ള ഒരു വിപ്ലവ പരിപാടി 1922 ഡിസംബർ 1–ന് *അഡ്വാൻസ് ഗാർഡിലൂടെ* എം എൻ റോയ് കോൺഗ്രസിനു മുമ്പിൽ അവതരിപ്പിച്ചു.

ദേശീയ വിമോചനത്തിനും പുനർനിർമാണത്തിനുമുള്ള പരിപാടിയെന്നാണ് പത്രം അതിനെ വിശേഷിപ്പിച്ചത്. എല്ലാവിധ സാമ്രാജ്യത്വ ബന്ധങ്ങളിൽ നിന്നും വൈദേശിക മേൽ

എസ് എ ഡാങ്കെ

നോട്ടത്തിൽ നിന്നും വേർപെട്ടുകൊണ്ടുള്ള പൂർണ ദേശീയ സ്വാതന്ത്ര്യം, സാർവത്രിക വോട്ടവകാശത്തിന്റെ അടിസ്ഥാനത്തിൽ ദേശീയ അസംബ്ലിയിലേക്ക് തെരഞ്ഞെടുപ്പ്, ദേശീയ അസംബ്ലിക്ക് പരമാധികാരം, ജന്മിത്വം അവസാനിപ്പിക്കൽ, പൊതുഉപയോഗ സംവിധാനങ്ങളുടെ ദേശസാൽക്കരണം തുടങ്ങിയ നിർദേശങ്ങൾ പത്രം മുന്നോട്ടുവെച്ചു. കോമിന്റേണിൽ ലെനിൻ, സ്റ്റാലിൻ മുതലായ അതികായന്മാരോടൊപ്പം പ്രവർത്തിക്കാൻ അവസരം ലഭിച്ച റോയ് തന്റെ രാഷ്ട്രീയവും സൈദ്ധാന്തികവുമായ ധാരണകൾ നന്നായി വളർത്തിയെടുത്തിരുന്നുവെന്ന് അദ്ദേഹം പുറത്തിറക്കിയ മൂന്നു പത്രങ്ങളുടെയും ഉള്ളടക്കം ബോധ്യപ്പെടുത്തുന്നു.

അഹമ്മദാബാദിൽ 1921-ഡിസംബറിൽ കൂടിയ 36-ാം കോൺഗ്രസ് സമ്മേളനത്തിൽ എം എൻ റോയിയും സഹപ്രവർത്തകൻ അബാനി മുഖർജിയും ഒപ്പിട്ട് ഒരു മാനിഫെസ്റ്റോ പ്രതിനിധികൾക്ക് വിതരണം ചെയ്തിരുന്നു. കോൺഗ്രസിനു മുമ്പിൽ ഇന്ത്യൻ കമ്യൂണിസ്റ്റുകാർ അവതരിപ്പിച്ച വിപ്ലവ പരിപാടിയായിരുന്നു ഈ മാനിഫെസ്റ്റോ. ഇതിന്റെ തുടർച്ചയായാണ് *അഡ്വാൻസ് ഗാർഡിൽ* റോയ് പ്രവർത്തന പരിപാടി അവതരിപ്പിച്ചത്. ആശയങ്ങൾ ഒന്നുതന്നെ. 1921-ൽ അഹമ്മദാബാദ് കോൺഗ്രസിൽ അവതരിപ്പിച്ച മാനിഫെസ്റ്റോയെ ഇ എം എസ് ഇങ്ങനെയാണ് വിലയിരുത്തിയത്. "വളർന്നുകൊണ്ടിരിക്കുന്ന തൊഴിലാളി-കർഷകാദി ബഹുജനങ്ങളുടെ സംഘടിത പ്രസ്ഥാനങ്ങളെ ആശ്രയിച്ചുകൊണ്ടുവേണം കോൺഗ്രസ് പുരോഗമിക്കാനെന്ന് നിർദേശിക്കുന്നതും കമ്യൂണിസ്റ്റുകാരെന്ന് അറിയപ്പെടുന്ന രണ്ടു വ്യക്തികളുടെ പേരിൽ പ്രസിദ്ധീകരിക്കപ്പെട്ടതുമായ ആ രേഖ ഇന്ത്യൻ കമ്യൂണിസ്റ്റ് പ്രസ്ഥാനത്തിന്റെ വളർച്ചയിൽ അതിപ്രധാനമായ ഒരു മൈൽക്കുറ്റിയാണ്."[13]

റോയിയുടെയും അബാനി മുഖർജിയുടെയും പേരിൽ അവരുടെ സംയുക്തരേഖ എന്ന നിലയിലാണ് മാനിഫെസ്റ്റോ ഇറങ്ങിയതെങ്കിലും അതു മുഴുവൻ മോസ്കോവിലിരുന്ന് റോയ് തയാറാക്കിയതാണെന്നാണ് മുസഫർ അഹമ്മദ് രേഖപ്പെടുത്തിയത്.

സിപിഐയുടെ മുഖപത്രമെന്ന് പ്രഖ്യാപിച്ച് 1923 ഫെബ്രുവരി 15-ന് പുറത്തുവന്ന *വാൻഗാർഡ്*, നേരത്തെ റോയ് പ്രസിദ്ധീകരിച്ച *വാൻഗാർഡ് ഓഫ് ഇന്ത്യൻ ഇൻഡിപ്പെൻഡൻസിന്റെയും* *അഡ്വാൻസ് ഗാർഡിന്റെയും* ശരിയായ തുടർച്ചയായിട്ടാണ് കമ്യൂണിസ്റ്റ് ഇന്റർനാഷണൽ കണ്ടത്. 1923 മെയ് 15-ന് പുറത്തിറങ്ങിയ *വാൻഗാർഡിൽ* കോമിന്റേൺ എക്സിക്യൂട്ടിവ് കമ്മിറ്റി നൽകിയ അഭിവാദന സന്ദേശമുണ്ട്. *വാൻഗാർഡ് ഓഫ് ഇന്ത്യൻ ഇൻഡിപ്പെൻഡൻസ്* തുടങ്ങി ഒരു വർഷം പൂർത്തിയാകുന്നതു കണക്കിലെടുത്ത് നൽകിയ സന്ദേശത്തിൽ നിന്ന്:

> ഇന്ത്യൻ കമ്യൂണിസ്റ്റുകാരുടെ ആദ്യ മുഖപത്രത്തിന്റെ ഒന്നാം വാർഷികത്തിൽ കമ്യൂണിസ്റ്റ് ഇന്റർനാഷണൽ എക്സിക്യൂട്ടിവ് കമ്മിറ്റി അഭിവാദനങ്ങൾ നേരുന്നു. *വാൻഗാർഡിന്റെ* പ്രവർത്തനങ്ങളെ കമ്യൂണിസ്റ്റ് ഇന്റർനാഷണലും അതിന്റെ വിഭാഗങ്ങളും വലിയ താൽപ്പര്യത്തോടെ പിന്തുടരുന്നുണ്ട്. ഇന്ത്യൻ തൊഴിലാളി വർഗത്തിനിടയിൽ ഈ പത്രത്തിനുള്ള വർധിച്ചുവരുന്ന സ്വാധീനത്തെ ഇന്റർനാഷണൽ സന്തോഷത്തോടെ നിരീക്ഷിക്കുകയും ചെയ്യുന്നു. ഇന്ത്യൻ കമ്യൂണിസ്റ്റ് പ്രസ്ഥാനത്തിന്റെ ചരിത്രത്തിൽ *വാൻഗാർഡ്* മഹത്തായ പങ്കുവഹിക്കുമെന്ന കാര്യത്തിൽ ഒരു സംശയവുമില്ല. ഇന്ത്യൻ സാമൂഹ്യ വിപ്ലവത്തിന്റെ പതാകവാഹകനാകാൻ പത്രത്തിനു കഴിയട്ടെ എന്നാശംസിക്കുന്നു-പ്രസീഡിയം ഓഫ് കമ്യൂണിസ്റ്റ് ഇന്റർനാഷണൽ.[14]

ശൈശവദശയിലായിരുന്ന ഇന്ത്യൻ കമ്യൂണിസ്റ്റ് പ്രസ്ഥാനത്തിന് മാർക്സിസം-ലെനിനിസത്തിന്റെ അടിസ്ഥാനത്തിൽ ദിശാബോധം നൽകുന്നതിന് റോയിയുടെ മൂന്നു പത്രങ്ങളും സമർഥമായി ശ്രമിച്ചിട്ടുണ്ട്. 1923 മാർച്ച് 13-ന്റെ ലക്കത്തിൽ ഭൂപ്രഭുത്വം അവസാനിപ്പിക്കാനുള്ള പരിപാടിയാണ് *വാൻഗാർഡ്* ഒന്നാം പേജിൽ അവതരിപ്പിച്ചത്.

വാൻഗാർഡിന് ശേഷം 1920-1930 കാലഘട്ടത്തിൽ രാജ്യത്തിന്റെ വിവിധ ഭാഗങ്ങളിൽ

THE

Registered No. B. 1651.

SOCIALIST.

Editor—S. A. DANGE. (in prison.)

Vo. II. No. 38. Wednesday, 24-9-1924. Price One Anna.

AN OPEN LETTER TO M. N. ROY.

—(:o:)—

AJMER,
Dated 8th Sept. 1924.

My Dear Mr. Roy,

I am writing this letter to you in teeth of the intelligence department which has always been careful to suppress our feelings however uncrushable they may be. It has always tried to cut the connection between people at home and out. But I hope that this will not be stopped there being nothing to conspire against the bureaucracy of India. I have only to write to you some suggestions if they can meet your favourable consideration. I learn from the vernacular press of India that you and your party have decided to propogate communism by illegal secret societies. I have always maintained that secret parties can do no real good to the

poor villager with a worn out gari cannot find an access to Mr. Gandhi as easily as a rich merchant will. Many of the members of the All India Congress Committee are rich men and live upon the blood of the poor i. e. on the house rents and land rents. As a matter of fact these people have played a great havoc in the Congress. Gandhi himself wants to protect the aristocrats from labour troubles. He has ridiculous remedies for serious diseases.

The Non-Cooperation movement inaugurated by him is no more a political movement. Its remains are now only to be seen in the Sabarmaty Ashram or in charkha. Most of the Congress offices are being closed for want of men and money. The workers are growing faithless and divisions exist. Young men are gradually severing their connection from the Congress. A good many of them can be

ദ സോഷ്യലിസ്റ്റ്

നിന്ന് ഒട്ടേറെ ഇടതുപക്ഷ പത്രങ്ങളും കമ്യൂണിസ്റ്റ് പത്രങ്ങളും പുറത്തുവന്നു. മുസഫർ അഹമ്മദും കാസി നസ്റുൾ ഇസ്ലാമും ചേർന്ന് കൽക്കത്തെയിൽ നിന്ന് ബംഗാളിയിൽ 1920-ൽ തുടങ്ങിയ *നവയുഗ്* ബ്രിട്ടീഷ് സർക്കാരിന്റെ നടപടികളെത്തുടർന്ന് 1922-ൽ നിർത്തേണ്ടി വന്നു. എം എൻ റോയിയുടെ *വാൻഗാർഡ്* ഇന്ത്യയിൽ നിന്ന് അപ്രത്യക്ഷമാകുമ്പോഴേക്കും എസ് എ ഡാങ്കെ ബോംബെയിൽ നിന്ന് *ദ സോഷ്യലിസ്റ്റ്* എന്ന പത്രം പുറത്തിറക്കാൻ തുടങ്ങി. 1922 ആഗസ്ത് 5-ന് *ദ സോഷ്യലിസ്റ്റിന്റെ* ആദ്യ ലക്കം പ്രസിദ്ധീകരിച്ചു. സാമാന്യ ജനങ്ങളെ ആകർഷിക്കുന്ന ആപ്തവാക്യവുമായാണ് *ദ സോഷ്യലിസ്റ്റ്* ഇറങ്ങിയത്. 'ആർക്കും കേക്ക് ഉണ്ടാവില്ല; എല്ലാവർക്കും അപ്പം ലഭിക്കുന്നില്ലെങ്കിൽ'-ഇതായിരുന്നു ആ വാചകം. പത്രം ഏതു പക്ഷത്താണെന്ന് ഇതിൽ നിന്ന് വ്യക്തമായിരുന്നു. ഇന്ത്യയിൽ പ്രസിദ്ധീകൃതമാകുന്ന ആദ്യ മാർക്സിസ്റ്റ് പത്രിക എന്ന് കമ്യൂണിസ്റ്റ് പാർട്ടിയുടെ ചരിത്രത്തിൽ ഈ പത്രത്തെ സിപിഐ എം വിശേഷിപ്പിച്ചു.

ആദ്യ മുഖപ്രസംഗത്തിൽ ഡാങ്കെ എഴുതി:

"കഷ്ടപ്പെടുന്ന ജനതയ്ക്ക് ഒന്നും നൽകാനില്ലെങ്കിൽ നമുക്ക് മുന്നോട്ടു പോകാനാവില്ല. രണ്ടു കാര്യങ്ങളിലാണ് ദുരിതത്തിന്റെ കാരണമുള്ളത്. വിദേശ ആധിപത്യവും നാടൻ കഴുകനും. അധ്വാനിക്കുന്ന ജനങ്ങളുടെ അപ്പവും രാഷ്ട്രത്തിന്റെ സമ്പത്തും ഈ കഴുകനാണ് തട്ടിയെടുക്കുന്നത്. നമുക്ക് രണ്ടിനെയും ഒഴിവാക്കണം." [15]

ബോംബെയിലെ വിത്തൽ പ്രിന്റിങ് പ്രസ്സിൽ നിന്ന് അച്ചടിച്ചിരുന്ന പത്രത്തിന്റെ പബ്ലിഷറും എസ് എ ഡാങ്കെ തന്നെയായിരുന്നു. സാർവദേശീയ പ്രശ്നങ്ങൾക്ക് നല്ല പരിഗണന നൽകിയ പത്രം, സോഷ്യലിസ്റ്റ് ആശയങ്ങൾ പഠിപ്പിക്കുന്നതിന് സ്റ്റഡി കോഴ്സ് നടത്തിയിരുന്നു. 1922 സെപ്തംബർ 16-ന്റെ *ദ സോഷ്യലിസ്റ്റിൽ* തൊഴിലാളി യൂണിയനുകളോട് ഒരഭ്യർഥനയുണ്ട്. എല്ലാ ട്രേഡ് യൂണിയനുകളും യൂണിയൻ കാര്യങ്ങളും തൊഴിലാളികളുടെ ആവലാതികളും പത്രത്തിന് എഴുതി അറിയിക്കണം. സവിശേഷമായ പരാതികൾ പ്രസിദ്ധീകരിക്കും. സാർവദേശീയ പ്രശ്നങ്ങൾ തന്നെയാണ് പത്രം മുഖ്യമായി കൈകാര്യം ചെയ്തത്. അതേലക്കത്തിൽ ലെനിന്റെ ലേഖനമുണ്ട്-*എണ്ണയ്ക്കുവേണ്ടിയുള്ള ആഗോളമത്സരം*. പുസ്തകരൂപത്തിലാണ് *ദ സോഷ്യലിസ്റ്റ്* പുറത്തുവന്നിരുന്നത്. നല്ല കടലാസും നല്ല അച്ചടിയുമായിരുന്നു. 1923-ൽ ഇറങ്ങിയ ലക്കങ്ങളിൽ മുൻ പേജിൽ മുകളിലായി 'അന്താരാഷ്ട്ര സോഷ്യലിസത്തിന്റെ പത്രം' എന്ന് ചേർത്തിരുന്നു. എന്നാൽ 1924-ലെ ലക്കങ്ങളിൽ ആ വാചകം കണ്ടില്ല.

ബോംബെയിൽ വിവിധ പത്രങ്ങളുടെയും ഒരു വലിയ പ്രസ്സിന്റേയും ഉടമയായ രാംചൊദ്ദാസ് ഭാവൻ ലോട്ട്വാലയാണ് ഡാങ്കെയ്ക്ക് പത്രം തുടങ്ങാനുള്ള എല്ലാ സൗകര്യവും ചെയ്തുകൊടുത്തത്. ബോംബെയിൽ കമ്യൂണിസ്റ്റുകാരെ സഹായിച്ച ആദ്യവ്യക്തിയായിരുന്നു ലോട്ട്വാല. ഹിന്ദുമതത്തിലെ ജാതി സമ്പ്രദായത്തെ എതിർത്തുകൊണ്ട് ആര്യസമാജത്തിൽ ചേർന്ന ലോട്ട്വാല സാമൂഹ്യ പരിഷ്കരണ പ്രവർത്തനങ്ങളിൽ താൽപ്പര്യമുള്ള വ്യക്തിയായിരുന്നു. ഡാങ്കെയുടെ *ദ സോഷ്യലിസ്റ്റ്* ഇന്ത്യൻ കമ്യൂണിസ്റ്റ് പ്രസ്ഥാനത്തിന് വഴികാട്ടിയായിരുന്നുവെന്ന സത്യം ഡാങ്കെയുടെ വിരോധികൾ പോലും സമ്മതിക്കുമെന്നാണ് ഇ എം എസ് നമ്പൂതിരിപ്പാട് രേഖപ്പെടുത്തിയത്. [16]

ബോംബെയിൽ *സോഷ്യലിസ്റ്റി*നു ചുറ്റുമായി ഒരു കമ്യൂണിസ്റ്റ് ഗ്രൂപ്പ് ഉയർന്നുവന്നിരുന്നു. എസ് വി ഘാട്ടെ, എസ് എസ് മിറാജ്കർ, കെ എൻ ജോഗ്ലേക്കർ തുടങ്ങിയവർ അതിലുണ്ടായിരുന്നു. 1924 ഫെബ്രുവരിയിൽ കാൺപൂർ ഗൂഢാലോചനക്കേസിൽ ഡാങ്കെ അറസ്റ്റിലായപ്പോൾ കെ എൻ ജോഗ്ലേക്കറുടെ പത്രാധിപത്യത്തിൽ ഏതാനും ലക്കങ്ങൾ കൂടി *ദ സോഷ്യലിസ്റ്റ്* പ്രസിദ്ധീകരിക്കപ്പെട്ടു. പിന്നീട് അതു നിലച്ചു.

ശിങ്കാരവേലു ചെട്ടിയാർ

മദിരാശിയിലെ പ്രധാന തൊഴിലാളി സംഘടനാ നേതാവും മദിരാശി ഹൈക്കോടതിയിലെ അഭിഭാഷകനുമായിരുന്ന എം ശിങ്കാരവേലു ചെട്ടിയാർ (1860-1946) 1923-ൽ ഹിന്ദുസ്ഥാൻ ലേബർ കിസാൻ പാർട്ടി രൂപീകരിച്ചിരുന്നു. മേയ് ദിനത്തിലാണ് പാർട്ടിയുടെ രംഗപ്രവേശം. അക്കൊല്ലത്തെ മെയ്ദിനാഘോഷത്തിലാണ് ഇന്ത്യയിൽ ആദ്യമായി ചെങ്കൊടി ഉയർന്നത്. മദിരാശി ഹൈക്കോടതിക്ക് സമീപത്തെ കടപ്പുറത്ത് ചെട്ടിയാർ ഉയർത്തിയ ചെങ്കൊടിയിൽ അരിവാൾ ചുറ്റികയ്ക്കൊപ്പം, ദേശീയപ്രസ്ഥാനത്തിന്റെ അടയാളമായി കണക്കാക്കപ്പെട്ടിരുന്ന ചർക്കയും ആലേഖനം ചെയ്തിരുന്നു.

1922-ലെ ഗയ നാഷണൽ കോൺഗ്രസിൽ പങ്കെടുത്ത ശിങ്കാരവേലു ചെട്ടിയാർ വളരെ വേഗം കമ്യൂണിസ്റ്റ് ആശയങ്ങളിലേക്ക് ആകർഷിക്കപ്പെട്ടു. പാർട്ടി രൂപീകരണത്തിന്റെ തുടർച്ചയായി അദ്ദേഹം 1923 ഡിസംബറിൽ *ലേബർ കിസാൻ ഗസറ്റ്* എന്ന ഇംഗ്ലീഷ് പത്രം പുറത്തിറക്കി. പത്രത്തിന്റെ പേരിനു താഴെ 'ഇന്ത്യൻ കമ്യൂണിസത്തിന്റെ ദ്വൈവാരിക' എന്ന് ചേർത്തിരുന്നു. അക്കാലത്ത് എം എൻ റോയിയുമായി നടത്തിയ കത്തിടപാടുകൾ അദ്ദേഹത്തെ കമ്യൂണിസ്റ്റ് ആശയങ്ങളുമായി കൂടുതൽ അടുപ്പിച്ചു. പത്രത്തിന്റെ ലക്ഷ്യം ചെട്ടിയാർ വ്യക്തമാക്കിയിരുന്നു:

> "ഇത് വ്യവസായ തൊഴിലാളികളുടെയും കർഷകത്തൊഴിലാളികളുടെയും സ്വാതന്ത്ര്യത്തിനുവേണ്ടി നിലകൊള്ളുന്നു. ഇത് ഇന്ത്യയുടെ ഐക്യത്തിനുവേണ്ടി നിലകൊള്ളുന്നു. ഇത് ലോക കമ്യൂണിസത്തിനുവേണ്ടി നിലകൊള്ളുന്നു."

ആറോ ഏഴോ ലക്കങ്ങളേ *ലേബർ കിസാൻ ഗസറ്റ്* പുറത്തുവന്നുള്ളു. അപ്പോഴേക്കും ചെട്ടിയാർക്ക് കാൺപൂർ ഗൂഢാലോചനക്കേസിൽ അറസ്റ്റ് വാറണ്ട് വന്നു. പത്രം നിലച്ചു. ഡാങ്കെയുടെ *സോഷ്യലിസ്റ്റി*നെ പ്രകീർത്തിച്ചപോലെ *ലേബർ കിസാൻ ഗസറ്റി*നെയും റോയിയുടെ *വാൻഗാർഡ് ഓഫ് ഇന്ത്യൻ ഇൻഡിപ്പെൻഡൻസ്* പ്രശംസിച്ചിരുന്നു. മഹത്തായ യജ്ഞം എന്നാണ് റോയ് ഈ ഉദ്യമത്തെ വിശേഷിപ്പിച്ചത്. ശിങ്കാരവേലു ചെട്ടിയാർ തന്നെ 1923 ഒക്ടോബറിൽ മദിരാശിയിൽനിന്ന് *തൊഴിലാളൻ* എന്ന തമിഴ് വാരികയും ആരംഭിച്ചിരുന്നു. ഇന്ത്യയിലും പുറത്തുമുള്ള തൊഴിലാളി സമരങ്ങൾക്ക് *തൊഴിലാളനി*ലൂടെ പ്രചാരം നൽകി കമ്യൂണിസ്റ്റ് ആശയങ്ങൾ പ്രചരിപ്പിക്കാനാണ് അദ്ദേഹം ശ്രമിച്ചത്. ആ പ്രസിദ്ധീകരണവും അൽപ്പായുസ്സായിരുന്നു.

വിദേശത്ത് കമ്യൂണിസ്റ്റ് പാർട്ടി ഓഫ് ഇന്ത്യ രൂപം കൊണ്ട് അഞ്ചുവർഷം കഴിയുമ്പോഴാണ് ഇന്ത്യൻ മണ്ണിൽ കമ്യൂണിസ്റ്റ് പാർട്ടിയും അതിന്റെ കമ്മിറ്റികളും രൂപീകൃതമാകുന്നതും പാർട്ടിക്ക് ഭരണഘടനയും ഭാരവാഹികളും ഉണ്ടാകുന്നതും. 1925 ഡിസംബർ 26 മുതൽ 28 വരെ കാൺപൂരിൽ ചേർന്ന വിവിധ കമ്യൂണിസ്റ്റ് ഗ്രൂപ്പുകളുടെ സമ്മേളനമാണ് ഏകീകൃത കമ്യൂണിസ്റ്റ് പാർട്ടിക്ക് രൂപം നൽകിയത്. പേരിനെച്ചൊല്ലി സമ്മേളനത്തിൽ ഒരു തർക്കമുണ്ടായിരുന്നു. ഇന്ത്യൻ കമ്യൂണിസ്റ്റ് പാർട്ടി എന്ന് വേണമെന്ന് സമ്മേളനത്തിന് മുൻകൈയെടുത്ത സത്യഭക്ത ഉൾപ്പെടെ ഒരു വിഭാഗം വാദിച്ചു. കമ്യൂണിസ്റ്റ് ഇന്റർനാഷണലുമായി വേറിട്ടു നിൽക്കണമെന്ന ചിന്താഗതിയാണ് ഈ വാദത്തിന് അടിസ്ഥാനം. അതു സ്വീകരിക്കപ്പെട്ടില്ല. ഇന്ത്യയിലെ കമ്യൂണിസ്റ്റ് പാർട്ടി എന്നർഥം വരുന്ന കമ്യൂണിസ്റ്റ് പാർട്ടി ഓഫ് ഇന്ത്യ എന്ന പേര് തന്നെ സ്വീകരിച്ചുകൊണ്ട് സാർവദേശീയ പ്രസ്ഥാനത്തിന്റെ ഭാഗമായി നിൽക്കാൻ സമ്മേളനം തീരുമാനിച്ചു.

NATIONAL FRONT

CAWNPORE PICKS ITS PILOTS

നാഷണൽ ഫ്രണ്ട്

ശിങ്കാരവേലു ചെട്ടിയാരായിരുന്നു സമ്മേളനത്തിന്റെ അധ്യക്ഷൻ. കേന്ദ്ര കമ്മിറ്റി രൂപീകരിക്കുകയും സെക്രട്ടറിമാരെ നിശ്ചയിക്കുകയും ചെയ്തുവെങ്കിലും മീററ്റ് ഗൂഢാലോചനക്കേസിൽ പ്രമുഖ നേതാക്കളെയെല്ലാം ജയിലിലടച്ചതുകൊണ്ട് പാർട്ടിയുടെ പ്രവർത്തനങ്ങൾ ഏറെക്കുറെ നിശ്ചലമായി. എന്നാൽ, 1927 ആയപ്പോഴേക്കും പാർട്ടിയുടെ നേതൃയോഗങ്ങൾ ചേരാൻ തുടങ്ങി. ബോംബെയിൽ 1927 മെയ് 31-ന് ചേർന്ന കേന്ദ്ര കമ്മിറ്റി യോഗം പത്രങ്ങൾ വഴിയുള്ള ആശയപ്രചാരണം ശക്തിപ്പെടുത്താൻ തീരുമാനിച്ചു. ഇതിന്റെ ഭാഗമായി *ഗണവാണി* (കൽക്കത്തയിൽ നിന്നുള്ള ബംഗാളി വാരിക), *മെഹനത്കഷ്* (ഉറുദു വാരിക, ലാഹോർ), *ക്രാന്തി* (മറാത്തി, ബോംബെ) എന്നീ മൂന്നു പത്രങ്ങളെ പാർട്ടിയുടെ അനൗദ്യോഗിക പത്രങ്ങളായി അംഗീകരിക്കാൻ തീരുമാനിച്ചു. *ഗണവാണിയും മെഹനത്കഷും* അതതു സംസ്ഥാനങ്ങളിലെ തൊഴിലാളി-കർഷക പാർട്ടികളുടെ പത്രങ്ങളായിരുന്നു. ഇന്ത്യയിലെ കമ്യൂണിസ്റ്റ് പത്രങ്ങളെക്കുറിച്ചുള്ള കൂടുതൽ വിവരങ്ങൾ സി ഭാസ്കരൻ എഴുതി ചിന്ത പ്രസിദ്ധീകരിച്ച 'ഇന്ത്യയിലെ കമ്യൂണിസ്റ്റ് പത്രങ്ങൾ' എന്ന ലഘു ഗ്രന്ഥത്തിലുണ്ട്.

ബോംബെയിൽ നിന്ന് 1938 ഫെബ്രുവരിയിലാണ് കമ്യൂണിസ്റ്റ് പാർട്ടി *നാഷണൽ ഫ്രണ്ട്* എന്ന ഇംഗ്ലീഷ് വാരിക തുടങ്ങിയത്. പി സി ജോഷിയായിരുന്നു *നാഷണൽ ഫ്രണ്ടി*ന്റെ പത്രാധിപർ. ബി ടി ആർ, എസ് എ ഡാങ്കെ, അജയഘോഷ്, എസ് മുഹമ്മദുസ്സഫർ എന്നിവരായിരുന്നു പത്രാധിപ സമിതിയിൽ. 1934 ജൂലൈയിൽ കമ്യൂണിസ്റ്റ് പാർട്ടി ഓഫ് ഇന്ത്യയും അതിന്റെ പ്രസിദ്ധീകരണങ്ങളും ബ്രിട്ടീഷ് ഗവൺമെന്റ് നിരോധിച്ചിരുന്നു. അതുകൊണ്ട് രഹസ്യപ്രവർത്തനമാണ് നടന്നത്. 1935-ലെ ഗവൺമെന്റ് ഓഫ് ഇന്ത്യ ആക്ട് പ്രകാരം പതിനൊന്ന് ബ്രിട്ടീഷ് പ്രവിശ്യകളിലേക്ക് തെരഞ്ഞെടുപ്പ് നടന്നപ്പോൾ ഭൂരിപക്ഷം പ്രവിശ്യകളിലും കോൺഗ്രസ് അധികാരത്തിൽ വന്നു. അതുകൊണ്ട് കമ്യൂണിസ്റ്റ് പാർട്ടിക്ക് പ്രവർത്തിക്കാൻ പരിമിതമായ സ്വാതന്ത്ര്യം ലഭിച്ചു. പുതിയ സാഹചര്യത്തിൽ ഒരു പ്രസിദ്ധീകരണം തുടങ്ങാൻ പാർട്ടി കേന്ദ്ര നേതൃത്വം തീരുമാനിച്ചു. അതിന്റെ അടിസ്ഥാനത്തിലാണ് *നാഷണൽ ഫ്രണ്ട്* ആരംഭിച്ചത്. 1939-ൽ ലോക മഹായുദ്ധം ആരംഭിച്ചപ്പോൾ ബ്രിട്ടീഷ് ഗവൺമെന്റ് കമ്യൂണിസ്റ്റ് പാർട്ടിക്ക് എതിരെ വീണ്ടും തിരിഞ്ഞു. അതുകൊണ്ട് 1940 ജനുവരിയിൽ *നാഷണൽ ഫ്രണ്ടി*ന്റെ പ്രസിദ്ധീകരണം നിർത്തിവയ്ക്കേണ്ടിവന്നു.

അനാക്രമണ സന്ധി നിലനിൽക്കെ 1941 ജൂണിൽ നാസി ജർമനി സോവിയറ്റ് യൂണിയനെ ആക്രമിച്ചു. ഈ ഘട്ടത്തിൽ കമ്യൂണിസ്റ്റ് പാർട്ടിയുടെ മിക്കവാറും നേതാക്കൾ ജയിലിലായിരുന്നു. 1941 ഡിസംബറിൽ ചേർന്ന കമ്യൂണിസ്റ്റ് പാർട്ടി പൊളിറ്റ് ബ്യൂറോ യോഗമാണ് യുദ്ധത്തിന്റെ സ്വഭാവം മാറിയെന്ന വിലയിരുത്തൽ അംഗീകരിച്ചത്. മാത്രമല്ല, ഇന്ത്യയിൽ 'ജനകീയയുദ്ധ' പ്രസ്ഥാനം ആരംഭിക്കാനും പാർട്ടി ആഹ്വാനം ചെയ്തു. 1942 ജൂലൈയിൽ കമ്യൂണിസ്റ്റ് പാർട്ടിയുടെ മേലുള്ള നിരോധനം ബ്രിട്ടീഷ് ഗവൺമെന്റ് പിൻവലിച്ചു. ജയിലിലുള്ള മിക്കവാറും നേതാക്കളെ വിട്ടയച്ചു. ഈ ഘട്ടത്തിൽ 1942 സെപ്തംബറിലാണ് ബോംബെയിൽ നിന്ന് ജനകീയയുദ്ധം എന്നർഥം വരുന്ന *പീപ്പിൾസ് വാർ* പത്രം പാർട്ടി ആരംഭിച്ചത്. 1945 നവംബർ വരെ *പീപ്പിൾസ് വാർ* മുടങ്ങാതെ പുറത്തുവന്നു. ജി അധികാരിയായിരുന്നു പത്രത്തിന്റെ എഡിറ്റർ. ഹിന്ദി, ഗുജറാത്തി, മറാഠി, ഉറുദു ഭാഷകളിലും *പീപ്പിൾസ് വാർ* പ്രസിദ്ധീകരിച്ചിരുന്നു. നല്ല

പ്രചാരമുണ്ടായിരുന്നു പത്രത്തിന്. 1943 അവസാനമായപ്പോൾ കോപ്പികളുടെ എണ്ണം എഴുപതിനായിരമായിരുന്നു. ഫാസിസ്റ്റ് യുദ്ധത്തിനെതിരായ പ്രചാരണവും ഇന്ത്യയിലുണ്ടായ ഭീകരമായ ക്ഷാമത്തിനും പട്ടിണിക്കും എതിരായ പ്രവർത്തനവും *പീപ്പിൾസ് വാർ* ഏറ്റെടുത്തു.

ELECTION Supplement

PEOPLE'S WAR

ONE ANNA No.2.Nov.18.'45

Congress Election Campaign Launched In Bihar

'RAI BAHADUR' MAHASABHAITES, BIG ZEMINDARS, WAR-PROFITEERS AS ALLIES

. . . Whither Is It Leading?

Factional Blow-Up From Within

Anti-Khadi Big War-Profiteer

Feudal Elements

Where Is Bihar Congress Going?

പീപ്പിൾസ് വാർ

കേരളത്തിൽ 1942-ലുണ്ടായ ഭക്ഷ്യക്ഷാമം, കോളറ എന്നിവ സംബന്ധിച്ച് ഇ എം എസ് നമ്പൂതിരിപ്പാട് എഴുതിയ ലേഖനം അക്കാലത്തെ *പീപ്പിൾസ് വാറിൽ* കാണാൻ കഴിഞ്ഞു. കേരളത്തിന്റെ ചരിത്രപശ്ചാത്തലം കൂടി ഉൾപ്പെടുത്തിയാണ് നമ്പൂതിരിപ്പാട് ആ ലേഖനം എഴുതിയത്. 1943 ജൂൺ-ആഗസ്ത് മാസങ്ങളിൽ കേരളത്തിൽ നാൽപ്പതിനായിരം പേർ കോളറ ബാധിച്ചു മരിച്ചുവെന്ന് ഇ എം എസ് അതിൽ രേഖപ്പെടുത്തിയിട്ടുണ്ട്. *പീപ്പിൾസ് വാർ* പ്രസിദ്ധീകരണം നിർത്തിയപ്പോൾ 1945 നവംബർ മുതൽ *പീപ്പിൾസ് ഏജ്* തുടങ്ങി. 1945-ൽ ഫാസിസ്റ്റ് ശക്തികളുടെ മേൽ സോവിയറ്റ് യൂണിയൻ വിജയം കൈവരിച്ചപ്പോഴാണ് *പീപ്പിൾസ് വാർ* നിർത്തി *പീപ്പിൾസ് ഏജ്* (ജനയുഗം) ആരംഭിച്ചത്. മാസ്റ്റ് ഹെഡ് മാറ്റിയതൊഴിച്ചാൽ *പീപ്പിൾസ് വാറും പീപ്പിൾസ് ഏജും* തമ്മിൽ പറയത്തക്ക വ്യത്യാസമൊന്നും ഇല്ലായിരുന്നു.

മദിരാശിയിൽ നിന്ന് ഇംഗ്ലീഷിൽ *ന്യൂ ഏജ്* എന്ന പത്രം എസ് വി ഘാട്ടെയുടെ പത്രാധിപത്യത്തിൽ 1938-ൽ ആരംഭിച്ചിരുന്നു. ദക്ഷിണേന്ത്യയിൽ കമ്യൂണിസ്റ്റ് പാർട്ടി കെട്ടിപ്പടുക്കാനുള്ള ദൗത്യവുമായാണ് ഘാട്ടെ മദിരാശിയിലെത്തിയത്. അപ്പോൾ എം ഡി രാജ എന്ന ബിസിനസുകാരൻ *ന്യൂ ഏജ്* നടത്തുന്നുണ്ടായിരുന്നു. കോൺഗ്രസ് സോഷ്യലിസ്റ്റ് പാർട്ടിയിലൂടെ കമ്യൂണിസ്റ്റ് പാർട്ടിയിൽ വന്ന ബി ശ്രീനിവാസറാവു *ന്യൂ ഏജിൽ* പ്രവർത്തിക്കുന്നുണ്ട്. അദ്ദേഹമാണ് ഘാട്ടെയെ എം ഡി രാജയ്ക്ക് പരിചയപ്പെടുത്തിയത്. ഇരുവരുടെയും ലേഖനങ്ങൾ *ന്യൂ ഏജിൽ* പ്രസിദ്ധീകരിക്കാൻ രാജ തയാറായി. ഗവൺമെന്റിൽ നിന്ന് ഭീഷണികൾ വന്നിട്ടും അദ്ദേഹം കുലുങ്ങിയില്ല. 1938 മധ്യത്തിൽ രാജ ബിസിനസിൽ കേന്ദ്രീകരിക്കാൻ തീരുമാനിച്ചപ്പോൾ പത്രം എസ് വി ഘാട്ടെയെ ഏൽപ്പിച്ചു. 1938 അവസാനം മുതൽ *ന്യൂ ഏജ്* കമ്യൂണിസ്റ്റ് പാർട്ടിയുടെ പ്രസിദ്ധീകരണമായി. രണ്ടാം ലോകമഹായുദ്ധം തുടങ്ങിയപ്പോൾ ഘാട്ടെയും റാവുവും അറസ്റ്റിലായി. *ന്യൂ എജ്* നിലച്ചു.

സ്വാതന്ത്ര്യാനന്തരം പുറത്തിറങ്ങിയ പത്രങ്ങളിൽ കമ്യൂണിസ്റ്റ് ആശയങ്ങളെയും കമ്യൂണിസ്റ്റ് പാർട്ടിയെയും ശക്തമായി പിന്തുണച്ച ചില പ്രസിദ്ധീകരണങ്ങളുണ്ടായിരുന്നു. അവയിൽ പ്രധാനമാണ് രമേശ് ഥാപ്പർ 1949-ൽ ആരംഭിച്ച *ക്രോസ് റോഡ്സ്*. 'പുരോഗമനപത്രം' എന്ന് നെറ്റിയിൽ ആലേഖനം ചെയ്ത *ക്രോസ് റോഡ്സ്* നിർഭയമായി നെഹ്റു ഗവൺമെന്റിനെ വിമർശിച്ചു. തികച്ചും സാമ്രാജ്യത്വവിരുദ്ധ നിലപാട് എടുത്ത രമേശ് ഥാപ്പർ ഇടതുപക്ഷ പ്രസ്ഥാനത്തെ പൊതുവിലും കമ്യൂണിസ്റ്റ് പാർട്ടിയെ വിശേഷിച്ചും പിന്തുണച്ചു. അതേസമയം, തന്റെ സ്വതന്ത്ര നിലപാട് അദ്ദേഹം ഉയർത്തിപ്പിടിക്കുകയും ചെയ്തു. സോവിയറ്റ് യൂണിയന് വിരുദ്ധമായ നിലപാട് എടുത്ത ജയപ്രകാശ് നാരായൺ, അശോക് മേത്ത തുടങ്ങിയ സോഷ്യലിസ്റ്റ് നേതാക്കളെ പത്രം കഠിനമായി വിമർശിച്ചു. തെലങ്കാന സമരത്തിൽ (1946-51) പങ്കെടുത്ത കമ്യൂണിസ്റ്റ് വളണ്ടിയർമാരിൽ പതിമൂന്നുപേരെ കോടതി വധശിക്ഷക്ക് വിധിച്ചിരുന്നു. ഈ വിധി റദ്ദാക്കാൻ തുടർച്ചയായ പ്രചാരണമാണ് *ക്രോസ് റോഡ്സ്* നടത്തിയത്. 1949 നവംബറിൽ പുറത്തിറങ്ങിയ ഒരു ലക്കത്തിന്റെ മുഖചിത്രം ലെനിനും സ്റ്റാലിനുമായിരുന്നു. രാജ്യത്തിന്റെ

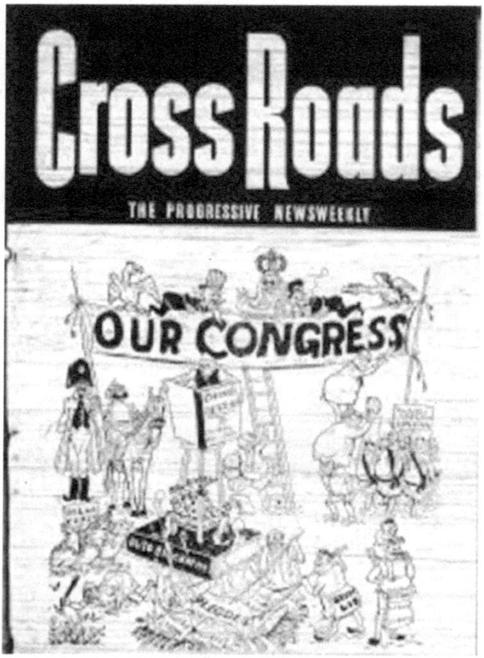

ക്രോസ് റോഡ്സ് പത്രം

വിവിധ ഭാഗങ്ങളിൽ നടക്കുന്ന തൊഴിലാളി-കർഷക സമരങ്ങൾക്ക് വലിയ പ്രാധാന്യമാണ് പത്രം നൽകിയിരുന്നത്. ഇംഗ്ലീഷിലും വിവിധ ഇന്ത്യൻ ഭാഷകളിലും പ്രസിദ്ധീകരിച്ചിരുന്ന കമ്യൂണിസ്റ്റ് പാർട്ടിയുടെ മുഖപത്രങ്ങളല്ലാതെ മറ്റൊരു പത്രവും അന്നും ഇന്നും അടിച്ചമർത്തപ്പെടുന്നവരുടെയും ചൂഷിതരുടെയും സമരങ്ങൾക്ക് അത്രയും പ്രാധാന്യം നൽകിയിട്ടില്ല.

ഉറച്ച ഇടതുപക്ഷ നിലപാട് എടുത്തതുകൊണ്ടുതന്നെ കോൺഗ്രസ് സർക്കാർ 1950 മാർച്ചിൽ *ക്രോസ് റോഡ്സ്* നിരോധിച്ചു. മദ്രാസ് മെയ്ന്റനൻസ് ഓഫ് പബ്ലിക് ഓർഡർ ആക്ട് പ്രകാരമായിരുന്നു നിരോധനം. രമേശ് ഥാപ്പർ ഇതിനെതിരെ സുപ്രിം കോടതിയെ സമീപിച്ചു. ഭരണഘടനയുടെ 19 (1) എ അനുഛേദം ഉറപ്പുനൽകുന്ന ആശയപ്രകടന സ്വാതന്ത്ര്യത്തിനെതിരാണ് നിരോധനമെന്നായിരുന്നു ഥാപ്പറിന്റെ വാദം. അതംഗീകരിച്ചുകൊണ്ട് സുപ്രിം കോടതി അഞ്ചംഗ ബെഞ്ച് സർക്കാർ ഉത്തരവ് റദ്ദാക്കി. പത്രം പുനരാരംഭിച്ചു. രമേശ് ഥാപ്പറും യൂണിയൻ ഗവൺമെന്റും തമ്മിലെ കേസ് വലിയ ശ്രദ്ധയാകർഷിച്ചു. 1953 സെപ്തംബർ വരെ *ക്രോസ് റോഡ്സ്* പുറത്തിറങ്ങിയിരുന്നു. പ്രശസ്ത ചരിത്രകാരി റൊമില ഥാപ്പറിന്റെ സഹോദരനാണ് രമേശ് ഥാപ്പർ (1922–1987).

കമ്യൂണിസ്റ്റ് എന്ന ഇംഗ്ലീഷ് മാസികയും കമ്യൂണിസ്റ്റ് പാർട്ടി ഓഫ് ഇന്ത്യ ഔദ്യോഗികമായി 1947–50 കാലത്ത് പ്രസിദ്ധീകരിച്ചിരുന്നു. താത്വിക വിഷയങ്ങൾക്കും സാർവദേശീയ പ്രശ്നങ്ങൾക്കും മാസിക ഊന്നൽ നൽകി. ഈ മാസികക്ക് വ്യാപകമായ പ്രചാരമുണ്ടായിരുന്നില്ല. സ്വാതന്ത്ര്യത്തിനുശേഷം 1948-ൽ അമൃതസറിൽ നിന്ന് *നയാസമാന* (നവയുഗം എന്നർഥം) വാരിക പുറത്തിറങ്ങിയിരുന്നു. രണ്ടുലക്കം ഇറങ്ങിയപ്പോൾ ജീവനക്കാരെ മുഴുവൻ അറസ്റ്റ് ചെയ്തു. 1953 ജൂണിൽ *നയാസമാന* ഉറുദു ദിനപത്രമായി ആരംഭിച്ചു. 1956–ൽ അതു പഞ്ചാബി ഭാഷയിലേക്ക് മാറ്റി. 1959–ലും 1961–ലും പത്രത്തിനെതിരെ സർക്കാർ നടപടിയുണ്ടായി. ജീവനക്കാരെ മുഴുവൻ അറസ്റ്റ് ചെയ്തു. രണ്ടു തവണയും പ്രസിദ്ധീകരണം നിലച്ചു. 1964–ൽ പാർട്ടി ഭിന്നിച്ചപ്പോൾ ഈ പഞ്ചാബി പത്രം സിപിഐയുടെ നിയന്ത്രണത്തിലായി.

പീപ്പിൾസ് ഡെമോക്രസി

കമ്യൂണിസ്റ്റ് പാർട്ടി പിളർന്നപ്പോൾ പാർട്ടി പ്രസിദ്ധീകരണങ്ങൾ അധികവും സംഘടനാകമ്മിറ്റികളിൽ ഭൂരിപക്ഷമുള്ള സിപിഐ വിഭാഗത്തിന്റെ കൈയിലായിരുന്നു. എന്നാൽ കേരളത്തിൽ പാർട്ടിയുടെ മുഖപത്രങ്ങളിൽ പ്രധാനമായ *ദേശാഭിമാനി*യും, പശ്ചിമ ബംഗാളിലെ *ഗണശക്തി*യും സിപിഐ എമ്മിന്റെ നിയന്ത്രണത്തിൽ വന്നു. മറ്റു സംസ്ഥാനങ്ങളിൽ സിപിഐ എം പെട്ടെന്ന് വാരികകളും മാസികകളും ആരംഭിച്ചു. എന്നാൽ, പാർട്ടിയുടെ അഖിലേന്ത്യാ കേന്ദ്രത്തിന് ഒരു മുഖപത്രമില്ലായിരുന്നു. ദേശീയതലത്തിൽ പാർട്ടിക്കെതിരായി വലതുപക്ഷ

ക്കാരിൽ നിന്നും കോൺഗ്രസിൽ നിന്നും വരുന്ന ആക്രമണങ്ങളെ നേരിടാൻ ഒരു പ്രസിദ്ധീകരണം വേണമെന്ന് സിപിഐ എം നേതൃത്വം തീരുമാനിച്ചു. 1964 ഒക്ടോബർ അവസാനവും നവംബർ ആദ്യവുമായി കൽക്കത്തയിൽ ചേർന്ന പാർട്ടി കോൺഗ്രസിലാണ് സിപിഐ എം രൂപീകരിച്ചത്. പാർട്ടി കോൺഗ്രസ് കഴിഞ്ഞ ഉടനെ പ്രധാന നേതാക്കൾ ജയിലിലായതോടെ പ്രസിദ്ധീകരണം തുടങ്ങുന്നതു വൈകി. 1965 ജൂൺ 25-ന് മാത്രമാണ് പാർട്ടിയുടെ ഇംഗ്ലീഷ് മുഖപത്രം *പീപ്പിൾസ് ഡെമോക്രസി* (പി ഡി) ആരംഭിക്കാൻ കഴിഞ്ഞത്. ആ ഘട്ടത്തിൽ പൊളിറ്റ്ബ്യൂറോ അംഗങ്ങളിൽ ഇ എം എസും ജ്യോതിബസുവും മാത്രമേ പുറത്തുണ്ടായിരുന്നുള്ളു. ജ്യോതിബസു പത്രാധിപരായാണ് *പീപ്പിൾസ് ഡെമോക്രസി* വാരിക കൽക്കത്തയിൽ നിന്ന് ആരംഭിച്ചത്. പത്രം നടത്തുന്നതിൽ പ്രധാന പങ്കുവഹിക്കുന്ന വി രാമദാസ് ഒളിവിലായിരുന്നു. ആദ്യലക്കം പുറത്തിറങ്ങി രണ്ടുമാസം കഴിഞ്ഞപ്പോൾ ജ്യോതിബസുവും അറസ്റ്റിലായി. തുടർന്ന് ഇ എം എസാണ് മുഖപ്രസംഗമടക്കം തയാറാക്കിയിരുന്നത്. വൈകാതെ ഇ എം എസും അറസ്റ്റിലായി. ഒളിവിലിരുന്ന് പ്രവർത്തിക്കുന്ന രാമദാസും പുറത്തുള്ള ചില പ്രവർത്തകരും കൂടിയാണ് ആ ഘട്ടത്തിൽ വാരിക മുടങ്ങാതെ പുറത്തിറക്കിയത്. ഇ എം എസ് അതേക്കുറിച്ച് രേഖപ്പെടുത്തിയത് ഉദ്ധരിക്കാം:

Vol. I, No. 7

COMMUNIST

JAN. 1948

MONTHLY ORGAN OF THE COMMUNIST PARTY OF INDIA

CONTENTS

BHOWANI SEN: *Land To The Tillers — A Critique Of The Bengal Land Reform Bill* 289

V. M. MOLOTOV: *All Roads Lead To Communism* 293

JAGANNATH SARKAR: *Coal Situation And Coal Plan* 298

JOSIP BROS TITO: *Lessons In Building The Popular Front* 313

Burma After The Murder Of General Aung San 319

MAURICE THOREZ: *Our Faults And Our Weaknesses* 329

EDVARD KARDELJ: *Lessons Of The Yugoslav Revolution* 334

കമ്യൂണിസ്റ്റ് മാസിക–1948 ജനുവരി

> പാർട്ടിയെ ആശയപരമായി ആയുധമണിയിക്കുക മാത്രമല്ല സംഘടനാപരമായി ഉറപ്പിച്ചു നിർത്തുക കൂടി ചെയ്യുന്നതിൽ മുഖപത്രത്തിനുള്ള സ്ഥാനം ആറേഴ് ദശാബ്ദം മുമ്പ് ലെനിൻ വ്യക്തമാക്കിയിരുന്നു. പാർട്ടിയുടെ പ്രചാരവേല, പ്രക്ഷോഭപ്രവർത്തനം, പാർട്ടി നയിക്കുന്ന സമരങ്ങൾ എന്നിവയെ കൂട്ടിയിണക്കി സുശക്തമായ ഒരു സംഘടന കെട്ടിപ്പടുക്കുന്നതിൽ പാർട്ടി പത്രത്തിന് പൊതുവിലും അതിൽ എഴുതുന്നവർ, അത് വിറ്റഴിക്കുന്നവർ, അതിൽ ചേർക്കാവുന്ന വിവരങ്ങൾ ശേഖരിക്കുന്നവർ എന്നിവരുടേതായ ഒരു സംഘടിത ശൃംഖല കെട്ടിപ്പടുക്കണം. പത്രം നടത്താനെന്നപോലെ പാർട്ടി സംഘടനയെ ഏകോപിപ്പിച്ച് ഒരു മുഖ്യ രാഷ്ട്രീയ ശക്തിയാക്കി വളർത്താനും അത് സഹായിക്കുമെന്ന് ലെനിൽ ചൂണ്ടിക്കാട്ടി. ഇതിന്റെ ഒന്നാംതരം തെളിവായിരുന്നു ബഹുഭൂരിപക്ഷം നേതാക്കളും പ്രവർത്തകരും ജയിലിൽ ആയിരുന്ന കാലത്ത് തുടങ്ങി അവരുടെ അഭാവത്തിൽ തന്നെ പത്തുമാസത്തോളം നടന്ന പീപ്പിൾസ് ഡെമോക്രസി. അത്ര വിഷമംപിടിച്ച സാഹചര്യത്തിലും പത്രം പുറത്തിറങ്ങിയത് സഖാക്കളെ ആവേശം കൊള്ളിച്ചു. അത് ക്രമമായി നടത്താനുള്ള പ്രവർത്തനത്തിലവർ തികച്ചും മുഴുകി. അവരുടെ ആവേശവും ത്യാഗപൂർവമായ പ്രവർത്തനവും നിമിത്തമാണ് രാമദാസ് അടക്കം കൈവിരലിൽ എണ്ണാവുന്ന (ഒളിവിലും വെളിവിലും പ്രവർത്തിക്കുന്ന) സഖാക്കൾക്ക് അവരുടെ ജോലി നിറവേറ്റാൻ കഴിഞ്ഞത്.[17]

സിപിഐ (എം) രൂപീകൃതമായ ശേഷമാണ് പാർട്ടി കേന്ദ്രകമ്മിറ്റി ഓഫീസ് ബോംബെയിൽ നിന്ന് കൽക്കത്തയിലേക്കു മാറ്റാൻ തീരുമാനിച്ചത്. കാരണം, പാർട്ടി അവിടെ ശക്തമായിരുന്നു.

ഓഫീസും പ്രസ്സും പാർട്ടിക്കുണ്ട്. അതിനും പുറമെ ജ്യോതിബസുവിനെപ്പോലുള്ള പ്രമുഖ നേതാക്കളും കൽക്കത്തയിലാണ്. പാർട്ടി കേന്ദ്ര കമ്മിറ്റി ഓഫീസ് പ്രവർത്തിക്കുന്ന സ്ഥലത്തു നിന്നുതന്നെ സ്വാഭാവികമായും പാർട്ടിയുടെ മുഖപത്രവും പ്രസിദ്ധീകരിക്കാൻ തീരുമാനിച്ചു. അങ്ങനെയാണ് 1965 ജൂണിൽ പി ഡിയുടെ ആദ്യലക്കം പുറത്തിറങ്ങിയത്. 'ഞങ്ങളുടെ ദൗത്യം' എന്ന തലക്കെട്ടിൽ ഒന്നാം പേജിൽ പത്രത്തിന്റെ ലക്ഷ്യമെന്താണെന്ന് പ്രഖ്യാപിച്ചിരുന്നു. എന്തുകൊണ്ടാണ് *പീപ്പിൾസ് ഡമോക്രസി* (ജനകീയ ജനാധിപത്യം) എന്ന പേരു നൽകിയതെന്നും ജ്യോതിബസു എഴുതിയ ആ പ്രസ്താവന വ്യക്തമാക്കുന്നുണ്ട്. ബസുവിന്റെ ഒപ്പ് സഹിതം പ്രസിദ്ധീകരിച്ച പ്രസ്താവന:

> സമൂഹത്തിലെ കൈവിരലിലെണ്ണാവുന്ന സ്ഥാപിത താൽപ്പര്യക്കാരെ പ്രതിനിധാനം ചെയ്യുന്ന ഭരണകൂടത്തെ മാറ്റി ജനകീയ ജനാധിപത്യ വിപ്ലവം പൂർത്തിയാക്കുകയെന്ന അടിയന്തര കടമ നിറവേറ്റുന്നതിന് ഞങ്ങൾ പ്രതിജ്ഞാബദ്ധരാണ്. അജ്ഞനായ ഒരു ആഭ്യന്തരമന്ത്രി ഈ ലക്ഷ്യം 'പെക്കിംഗ് നിർദേശ'മായി ചിത്രീകരിക്കുകയും അതിനെതിരെ വിഷം വമിപ്പിക്കുകയും ചെയ്തു. ഡാങ്കെ ഗ്രൂപ്പുകാരാകട്ടെ, ജനകീയ ജനാധിപത്യ തത്വത്തെയും മൗലികമായ ആശയങ്ങളെയും തള്ളിക്കളഞ്ഞു. ഇക്കാരണങ്ങളാലാണ് ജനകീയ ജനാധിപത്യ വിപ്ലവം എന്ന ആശയം ഉയർത്തിപ്പിടിക്കാൻ പത്രം ആ പേര് സ്വീകരിച്ചത്.[18]

ആദ്യലക്കത്തിൽ 'ഞങ്ങളുടെ വാരിക നികത്തുന്ന വിടവ്' എന്ന ശീർഷകത്തിൽ ഇ എം എസിന്റെ ലേഖനമുണ്ടായിരുന്നു. ഏഴായിരം കോപ്പിയാണ് തുടക്കത്തിൽ അച്ചടിച്ചത്. മൂന്നാമത്തെ ലക്കമായപ്പോൾ 11,000 കോപ്പിക്ക് ഓർഡർ ലഭിച്ചു. സിപിഐ എമ്മിന്റെയും സിപിഐയുടെയും പരിപാടികൾ താരതമ്യം ചെയ്ത് ബി ടി രണദിവെയും ഇ എം എസും ഓരോ ലേഖനപരമ്പര ആദ്യ വർഷം എഴുതിയിരുന്നു. ബി ടി ആർ ജയിലിൽ നിന്നാണ് എഴുതിയത്. ഈ പരമ്പരകൾ പാർട്ടിയിലും പുറത്തും ഏറെ ശ്രദ്ധിക്കപ്പെട്ടു. നാലുവർഷത്തിനുശേഷമാണ് ബി ടി ആർ അടക്കമുള്ള നേതാക്കൾ ജയിൽ മോചിതരായത്. അതിനുശേഷം പീപ്പിൾസ് ഡമോക്രസി കൂടുതൽ മികച്ച രീതിയിൽ നടത്താൻ കഴിഞ്ഞു. ജ്യോതിബസുവിനെത്തുടർന്ന് ബി ടി ആർ, ഇ എം എസ്, എം ബസവപുന്നയ്യ, സുനിൽമൊയ്ത്ര, സീതാറാം യെച്ചൂരി എന്നിവർ പത്രാധിപന്മാരായി. ഇപ്പോൾ പ്രകാശ് കാരാട്ടാണ് പത്രാധിപർ. പാർട്ടി കേന്ദ്ര കമ്മിറ്റി ഓഫീസ് ഡൽഹിയിൽ പ്രവർത്തിക്കാൻ തുടങ്ങിയശേഷം പി ഡിയുടെ കേന്ദ്രവും അവിടെയാണ്. ഡൽഹിക്കു പുറമെ, കൊൽക്കത്ത, ഹൈദരാബാദ്, അഗർത്തല, ചെന്നൈ, കൊച്ചി എന്നിവിടങ്ങളിൽ നിന്നും പീപ്പിൾസ് ഡെമോക്രസി അച്ചടിക്കുന്നുണ്ട്. എന്നാൽ ഉള്ളടക്കവും ഡിസൈനും ഒന്നുതന്നെ. ഡൽഹിയിൽ തയാറാക്കുന്ന പത്രം വിവിധ കേന്ദ്രങ്ങളിൽ അച്ചടിക്കുന്നു എന്നുമാത്രം.

ഹിന്ദി മേഖലയിൽ സ്വാധീനം വർധിപ്പിക്കാനുള്ള പരിപാടികളുടെ ഭാഗമായാണ് ഹിന്ദി പത്രം ആരംഭിക്കണമെന്ന് ബംഗാളിലെ സാൽക്കിയയിൽ 1978 അവസാനം ചേർന്ന സിപിഐ എം പ്ലീനം തീരുമാനിച്ചത്. അതനുസരിച്ച് 1979-ൽ *ലോക് ലഹർ* (ജനതരംഗം) എന്ന വാരിക ഡൽഹിയിൽ നിന്ന് ആരംഭിച്ചു. തുടക്കത്തിൽ ഹർകിഷൻ സിങ് സൂർജിതായിരുന്നു പത്രാധിപർ. പിന്നീട് സീതാറാം യെച്ചൂരി. ഇപ്പോൾ കേന്ദ്ര കമ്മിറ്റി അംഗം രാജേന്ദ്രശർമയാണ് പത്രാധിപർ. 1977-ൽ പാർട്ടിയുടെ കേന്ദ്ര കമ്മിറ്റി ഓഫീസ് ഡൽഹിയിലേക്ക് മാറ്റിയിരുന്നു. അതുകൊണ്ടാണ് *ലോക് ലഹർ* ഡൽഹിയിൽ നിന്ന് പ്രസിദ്ധീകരിക്കുന്നത്. താത്വിക മാസികയായ *മാർക്സിസ്റ്റ്* സിപിഐ (എം) ആരംഭിച്ചത് 1983-ലാണ്. ബി ടി രണദിവെയായിരുന്നു ആദ്യ പത്രാധിപർ. ഇപ്പോൾ സീതാറാം യെച്ചൂരി. ത്രൈമാസികയായാണ് *മാർക്സിസ്റ്റ്* പുറത്തിറങ്ങുന്നത്

*ദേശാഭിമാനി*ക്കു പുറമെ *ഗണശക്തി* (ബംഗാളി), *പ്രജാശക്തി* (തെലുങ്ക്), *ദേശേർകഥ* (ത്രിപുരയിൽ നിന്ന് ബംഗാളി ഭാഷയിൽ), *തീക്കതിർ* (തമിഴ്) എന്നിവയാണ് സിപിഐ എം ദിനപത്രങ്ങൾ. മറ്റു ഭാഷകളിൽ വാരികകളും മാസികകളുമാണുള്ളത്.

4

രാഷ്ട്രീയ-സാമൂഹിക മുന്നേറ്റത്തിന് കരുത്തുപകർന്ന *പ്രഭാതം*

കേരളത്തിൽ കമ്യൂണിസ്റ്റ് പത്രപ്രവർത്തനത്തിന്റെ വഴി വെട്ടിത്തെളിച്ച പ്രസിദ്ധീകരണമാണ് *പ്രഭാതം*. ബ്രിട്ടീഷുകാരുടെ അടിച്ചമർത്തൽ ആ പത്രത്തിന്റെ ആയുസ്സ് കുറച്ചുവെങ്കിലും അതിന്റെ ചരിത്രം സമ്പന്നവും സംഭവബഹുലവുമാണ്. കേരളത്തിൽ അവിഭക്ത കമ്യൂണിസ്റ്റ് പാർട്ടിയുടെയും 1964-ൽ പാർട്ടി ഭിന്നിച്ചതോടെ സിപിഐ എമ്മിന്റെയും മുഖപത്രമായ *ദേശാഭിമാനി*യുടെ ചരിത്രം *പ്രഭാത*വുമായി ബന്ധപ്പെട്ടു നിൽക്കുന്നു.

ഷൊർണൂരിൽനിന്ന് കോൺഗ്രസ് സോഷ്യലിസ്റ്റ് പാർട്ടിയുടെ മുഖപത്രമായി തന്റെ പത്രാധിപത്യത്തിൽ 1935 ജനുവരി മുതൽ ആഗസ്ത് വരെ പുറത്തിറങ്ങിയ *പ്രഭാത*മാണ് കേരളത്തിലെ ആദ്യ കമ്യൂണിസ്റ്റ് പത്രമെന്നാണ് ഇ എം എസ് നമ്പൂതിരിപ്പാട് രേഖപ്പെടുത്തിയത്: "അക്രമത്തിനും അടിമത്തത്തിനും എതിരായും സ്വാതന്ത്ര്യത്തിനും ജനാധിപത്യത്തിനും വേണ്ടിയും നടത്തിയ പോരാട്ടം കണക്കിലെടുത്താൽ കേരളത്തിലെ ഒന്നാമത്തെ കമ്യൂണിസ്റ്റ് പത്രം 1935 ജനുവരി മുതൽ ഷൊർണൂരിൽ നിന്ന് പ്രസിദ്ധീകരിച്ച *പ്രഭാത*മാണെന്ന് അഭിമാനത്തോടെ പറയാൻ എനിക്കു സാധിക്കും."[1]

ആ നിലയ്ക്ക് *ദേശാഭിമാനി*യുടെ മുൻഗാമിയാണ് *പ്രഭാതം*. എന്നാൽ ചില കാര്യങ്ങൾ വ്യക്തമാക്കേണ്ടതുണ്ട്. ഷൊർണൂരിൽ നിന്ന് *പ്രഭാതം* പുറത്തിറങ്ങുമ്പോൾ കേരളത്തിൽ കമ്യൂണിസ്റ്റ് പാർട്ടി രൂപം കൊണ്ടിരുന്നില്ല. ബ്രിട്ടീഷ് ഗവൺമെന്റിന്റെ പത്രമാരണ നടപടികളെത്തുടർന്ന് മുടങ്ങിപ്പോയ *പ്രഭാതം* വീണ്ടും ആരംഭിക്കുന്നത് 1938-ലാണ്. അപ്പോഴേക്കും പ്രവർത്തനകേന്ദ്രം ഷൊർണൂരിൽ നിന്ന് കോഴിക്കോടായി. കോഴിക്കോട്ടുനിന്ന് 1938 ഏപ്രിലിൽ പുനരാരംഭിച്ച *പ്രഭാത*വും രേഖാപരമായി കോൺഗ്രസ് സോഷ്യലിസ്റ്റ് പാർട്ടിയുടെ മുഖപത്രം തന്നെയായിരുന്നു. *പ്രഭാതം* എന്ന മാസ്റ്റ് ഹെഡിന് താഴെ 'കേരള കോൺഗ്രസ് സോഷ്യലിസ്റ്റ് പാർട്ടിയുടെ മുഖപത്രം' എന്ന് ചേർക്കുന്നത് തുടരുകയും ചെയ്തു. എന്നാൽ രാഷ്ട്രീയ സാഹചര്യങ്ങളിൽ വന്ന മാറ്റം *പ്രഭാത*ത്തെ കമ്യൂണിസ്റ്റ് പാർട്ടിയുടെ അനൗദ്യോഗിക മുഖപത്രമാക്കി മാറ്റിക്കഴിഞ്ഞിരുന്നു. കാരണം, 1938 ആകുമ്പോഴേക്കും കോൺഗ്രസ് സോഷ്യലിസ്റ്റ് പാർട്ടിയുടെ നേതൃത്വത്തിലുള്ള മിക്കവാറും പേർ കമ്യൂണിസ്റ്റുകാരായി മാറി. മാത്രമല്ല, 1937 സെപ്തംബറിൽ കോഴിക്കോട്ട് രഹസ്യമായി ചേർന്ന യോഗത്തിൽ കമ്യൂണിസ്റ്റ് പാർട്ടിയുടെ കേരളത്തിലെ നേതൃഘടകം രൂപീകൃതമാവുകയും ചെയ്തു. കമ്യൂണിസ്റ്റ് പാർട്ടി കേന്ദ്ര കമ്മിറ്റി അംഗം എസ് വി ഘാട്ടെയുടെ അധ്യക്ഷതയിൽ കോഴിക്കോട്ട് പാളയത്തെ ഒരു പീടികയുടെ മുകളിലെ മുറിയിൽ ചേർന്ന യോഗത്തിൽ പി കൃഷ്ണപിള്ള, ഇ എം എസ്, എൻ സി ശേഖർ, കെ ദാ

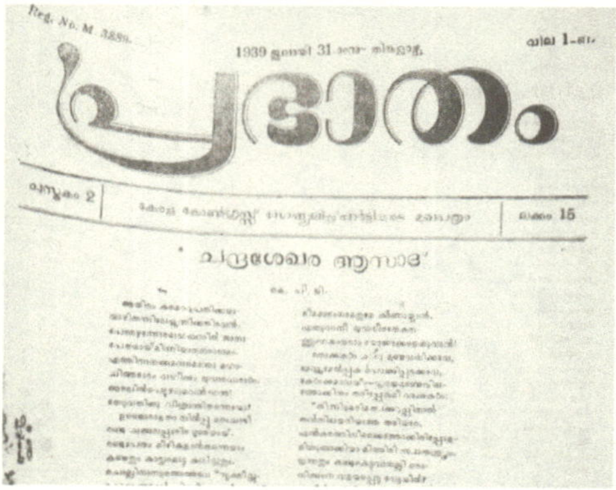
Reg. No. M. 3889.

പ്രഭാതം

പുസ്തകം 2 | ലക്കം 15

ചന്ദ്രശേഖര ആസാദ്

പ്രഭാതം

മോദരൻ എന്നീ നാലുപേരാണ് പങ്കെടുത്തത്. അന്ന് കോൺഗ്രസ് സോഷ്യലിസ്റ്റ് പാർട്ടിയുടെ കേരള സെക്രട്ടറിയായിരുന്ന പി കൃഷ്ണപിള്ള തന്നെ കമ്യൂണിസ്റ്റ് നേതൃഘടകത്തിന്റെ സെക്രട്ടറിയായും തെരഞ്ഞെടുക്കപ്പെട്ടു.[2]

അക്കാലത്ത് കമ്യൂണിസ്റ്റ് പാർട്ടി ഇന്ത്യയിലാകെ നിയമവിരുദ്ധമാണ്. അതുകൊണ്ടുതന്നെ പാർട്ടിയുടെ ഒരു പ്രവർത്തനവും നടന്നിരുന്നില്ല. "തൃപ്തികരമായോ ഫലപ്രദമായോ ആ ഗ്രൂപ്പ് പ്രവർത്തിച്ചതായി കാണുന്നില്ല. എങ്കിലും തങ്ങൾ കമ്യൂണിസ്റ്റുകാരാണെന്ന ആ ഗ്രൂപ്പിലെ നേതാക്കളുടെ ബോധംതന്നെ പാർട്ടിയുടെ വളർച്ചയ്ക്ക് സഹായകമായിരുന്നു. ഇങ്ങനെ ഒരു ഗ്രൂപ്പ് ഉണ്ടായിരുന്ന വിവരം അക്കാലത്ത് ആരും അറിഞ്ഞിരുന്നില്ലെങ്കിലും മാർക്സിസത്തിന്റെ സ്വാധീനം വളർത്തുന്നതിൽ ഈ നേതാക്കളുടെ ബോധപൂർവമായ പ്രവർത്തനമുണ്ടായിരുന്നുവെന്ന കാര്യം വിസ്മരിച്ചുകൂട." (എൻ ഇ ബാലറാം)[3]

സ്വാതന്ത്ര്യാനന്തരം കമ്യൂണിസ്റ്റ് പ്രസ്ഥാനത്തിന് ശക്തമായ അടിത്തറയും വിപുലമായ ബഹുജന സ്വാധീനവും ഉള്ള സംസ്ഥാനമായി കേരളം മാറിയെങ്കിലും ഇന്ത്യയിൽ മറ്റു ഭാഗങ്ങളെ അപേക്ഷിച്ച് കേരളത്തിലേക്ക് കമ്യൂണിസ്റ്റ് ആശയങ്ങളും കമ്യൂണിസ്റ്റ് പാർടിയും വരുന്നത് അൽപ്പം വൈകിയാണ്. ഇ എം എസ് വിശദീകരിക്കുന്നു:

> കേരളത്തിൽ കമ്യൂണിസ്റ്റുകാർ പ്രസ്ഥാനത്തിലേക്ക് വന്നത് മറ്റു പല സംസ്ഥാനങ്ങളുടെയും പിറകിലാണ്. ബോംബെ, കൽക്കത്ത, പഞ്ചാബ് മുതലായ പ്രദേശങ്ങളിലാണ് ആദ്യം കമ്യൂണിസ്റ്റ് പാർട്ടി രൂപം കൊണ്ടത്. അതിന്റെ തൊട്ടുപിന്നാലെ മദിരാശിയിൽ വന്നു. 1929–30 കാലമായപ്പോഴേക്ക് തെക്കെ ഇന്ത്യ മുഴുവൻ കമ്യൂണിസ്റ്റ് പാർട്ടി രൂപീകരിക്കുന്നതിന് അമീർ ഹൈദർഖാൻ തെക്കെ ഇന്ത്യയിലെത്തിയിരുന്നു. എന്നാൽ, കേരളത്തിലേക്കു വരുംമുമ്പ് അദ്ദേഹം മദിരാശിയിൽ അറസ്റ്റ് ചെയ്യപ്പെട്ടു.[4]

ഇന്നത്തെ പാക്കിസ്ഥാനിലെ റാവൽപിണ്ടിയിൽ ജനിച്ച ഹമീദ് ഹൈദർഖാൻ (1899–1989) കമ്യൂണിസ്റ്റ് പാർട്ടിയും ട്രേഡ് യൂണിയനുകളും രൂപീകരിക്കാനാണ് തെക്കെ ഇന്ത്യയിൽ വന്നത്. മീറത്ത് ഗൂഢാലോചനക്കേസിൽ ഗവൺമെന്റ് പ്രതിയാക്കിയിരുന്നുവെങ്കിലും മോസ്കോവിലേക്ക് കടന്നതുകൊണ്ട് അദ്ദേഹത്തിന് വിചാരണ നേരിടേണ്ടിവന്നില്ല.

1930–ലെ ഉപ്പുസത്യഗ്രഹം, 1931–ലെ ഗാന്ധി–ഇർവിൻ സന്ധി കാലത്ത് നടത്തിയ കോൺഗ്രസ് പ്രചാരവേല, 1931–ൽ ആരംഭിച്ച ഗുരുവായൂർ സത്യഗ്രഹം, 1932–33–ലെ സിവിൽ നിയമലംഘന പ്രസ്ഥാനം എന്നിവ കേരളത്തിൽ രാഷ്ട്രീയ ജീവിതത്തെ ഇളക്കിമറിച്ച പശ്ചാത്തലത്തിലാണ് കേരള കോൺഗ്രസ് സോഷ്യലിസ്റ്റ് പാർട്ടിയുടെ മുഖപത്രമായി ഷൊർണൂരിൽ നിന്ന് 1935–ൽ *പ്രഭാതം* തുടങ്ങുന്നത്. ഇന്ത്യയിൽ സാമ്രാജ്യത്വത്തിനെതിരായ സമരത്തിന്റെ മുന്നണിയിൽ നിന്ന കോൺഗ്രസിനകത്ത് രൂക്ഷമായ അഭിപ്രായ സംഘട്ടനം നടക്കുകയായിരുന്നു ആ ഘട്ടത്തിൽ. സാമ്രാജ്യത്വത്തിനെതിരായി ജനങ്ങളെ അണിനിരത്തി സമരം, സമരം തീവ്രമാകാൻ തുടങ്ങുമ്പോൾ ബ്രിട്ടീഷുകാരുമായി ചർച്ചയും സന്ധിയും. ഈ രീതിയിൽ മഹാത്മാഗാന്ധി കോൺഗ്രസിനെ മുന്നോട്ടുകൊണ്ടുപോകുന്നതിൽ ജവഹർലാൽ നെഹ്റുവടക്കം കോൺഗ്രസിലെ ഇടതുപക്ഷക്കാർക്ക് കടുത്ത എതിർപ്പുണ്ടായിരുന്നു. എന്നാൽ, ഗാന്ധിജിയുടെ നേതൃത്വത്തെ വെല്ലുവിളിക്കാൻ അവരാരും തയാറായില്ല. കോൺഗ്രസിനെ സാമ്രാജ്യവിരുദ്ധസമരത്തിൽ ഉറപ്പിച്ചുനിർത്തുക, കുറേക്കൂടി ഫലപ്രദമായ രീതിയിൽ സാമ്രാജ്യവിരുദ്ധ സമരം സംഘടിപ്പിക്കുക എന്നീ ലക്ഷ്യങ്ങളോടെയാണ് 1934–ൽ പട്ണയിൽ ചേർന്ന ഇടതുപക്ഷ കോൺഗ്രസുകാരുടെ സമ്മേളനം കോൺഗ്രസ് സോഷ്യലിസ്റ്റ് പാർട്ടിക്ക് രൂപം

നൽകാൻ തീരുമാനിച്ചത്. ആചാര്യ നരേന്ദ്രദേവ്, ജയപ്രകാശ് നാരായൺ, അശോക് മേത്ത തുടങ്ങിയവരാണ് സിഎസ്പിയുടെ സ്ഥാപകരെന്നു പറയാം.

ബോംബെയിൽ 1934 ഒക്ടോബറിലാണ് കോൺഗ്രസ് സോഷ്യലിസ്റ്റ് പാർട്ടിയുടെ ഒന്നാം അഖിലേന്ത്യാ സമ്മേളനം ചേർന്നത്. എന്നാൽ, അതിനു മുമ്പുതന്നെ കേരളത്തിൽ സിഎസ്പിയുടെ ഘടകം രൂപീകരിച്ചിരുന്നു. 1939 മേയിലെ *പ്രഭാതം* വിശേഷാൽപ്രതിയിൽ പി കൃഷ്ണപിള്ള അക്കാര്യം വിശദീകരിച്ചിട്ടുണ്ട്:

> കേരളത്തിലെ കോൺഗ്രസ് പ്രവർത്തകന്മാർ, നിയമലംഘനത്തിനു ശേഷം ഒന്നാമതായി ടൗൺ ഹാളിൽ (കോഴിക്കോട്) വെച്ചുകൂടിയ സംസ്ഥാന കോൺഗ്രസ് കമ്മിറ്റി യോഗത്തിനു ശേഷം ഒരു യോഗം ചേർന്ന് പണ്ഡിറ്റ് നെഹ്റുവിന്റെ അഭിപ്രായത്തെപ്പറ്റി ('ഇന്ത്യ എങ്ങോട്ട്' എന്ന ലേഖനപരമ്പരയിൽ നെഹ്റു സോഷ്യലിസത്തിന്റെ ആവശ്യം പറഞ്ഞിരുന്നു) ആലോചിച്ചതിനു ശേഷം കേരളത്തിൽ ഒരു സോഷ്യലിസ്റ്റ് പാർട്ടി രൂപീകരിക്കേണ്ടതാണെന്ന് തീരുമാനിച്ചു. ശ്രീ. കേളപ്പനായിരുന്നു യോഗത്തിൽ ആധ്യക്ഷ്യം വഹിച്ചിരുന്നത്. അന്നു പൊതുവെ സോഷ്യലിസം നല്ലതാണെന്ന അഭിപ്രായക്കാരായിരുന്നു കേരളത്തിലുള്ള കോൺഗ്രസ് പ്രവർത്തകരെല്ലാം. ശ്രീ. സി കെ ഗോവിന്ദൻ നായർ പ്രസിഡണ്ടായും ശ്രീ. പി കൃഷ്ണപിള്ള സെക്രട്ടറിയായും ഒരു കമ്മിറ്റി രൂപീകരിച്ചു. ശ്രീ. ചന്ദ്രോത്ത് കുഞ്ഞിരാമൻ നായരാണ് പാർട്ടിയുടെ ആവശ്യകതയെപ്പറ്റിയുള്ള പ്രമേയം വിവരിച്ചുകൊണ്ട് സംസാരിച്ചത്. അന്നു കൂടിയവരിൽ മാർക്സിസത്തെപ്പറ്റി ശാസ്ത്രീയമായ ജ്ഞാനമോ ഒരു സോഷ്യലിസ്റ്റ് പാർട്ടിക്ക് നിർവഹിക്കാനുള്ള കടമയെപ്പറ്റി വ്യക്തമായ ധാരണയോ ഉള്ളവർ ആരുംതന്നെ ഉണ്ടായിരുന്നില്ലെന്നു പറയുന്നതിൽ തരക്കേടില്ല.[5]

കോൺഗ്രസ് സോഷ്യലിസ്റ്റ് പാർട്ടി രൂപം കൊണ്ട ശേഷം *പ്രഭാതം* പത്രം തുടങ്ങാനുണ്ടായ സാഹചര്യം എ കെ ജി വിശദീകരിക്കുന്നു:

> കോൺഗ്രസ് സോഷ്യലിസ്റ്റ് പാർട്ടി കോൺഗ്രസിലെ ഒരു ഗ്രൂപ്പായി രൂപീകൃതമായപ്പോൾ സോഷ്യലിസ്റ്റ് പ്രചാരണം എങ്ങും വ്യാപിച്ചു. തൊഴിലാളികൾക്കും കർഷകർക്കും സ്വന്തം സംഘടനകളുണ്ടായിരുന്നതിനാൽ മുതലാളി പത്രങ്ങളും മുതലാളിത്ത താൽപ്പര്യം സംരക്ഷിക്കുന്ന പത്രങ്ങളും പുതിയ പ്രസ്ഥാനത്തെ ശക്തമായി ആക്രമിക്കാൻ തുടങ്ങി. അവർ ചിലപ്പോൾ അപവാദങ്ങൾ വരെ പ്രചരിപ്പിച്ചു. സോഷ്യലിസത്തെ ഒരു പകർച്ചവ്യാധിയായി അവർ ചിത്രീകരിച്ചു. ഭാവി സാമൂഹ്യഘടനയെ അവർ വളരെ വികൃതമായി വരച്ചുകാട്ടി. ഈ പശ്ചാത്തലത്തിൽ അപവാദപ്രചാരണത്തിന്റെ കള്ളി വെളിച്ചത്താക്കുന്നതിനും യുവാക്കളെ ആശയക്കുഴപ്പത്തിൽ നിന്ന് മോചിപ്പിക്കുന്നതിനും അവരിൽ രാഷ്ട്രീയ ബോധമുണ്ടാക്കുന്നതിനും മർദിത വിഭാഗങ്ങളിൽ ശക്തമായ വർഗബോധം ഉണ്ടാക്കുന്നതിനും ഒരു പത്രത്തിന്റെ ആവശ്യം പാർട്ടിക്ക് ബോധ്യപ്പെട്ടു. എന്നാൽ പാർട്ടിക്ക് ഫണ്ട് ഉണ്ടായിരുന്നില്ല. ഭാഗികമായി ഇതിന്റെ കാരണം കോൺഗ്രസ് സോഷ്യലിസ്റ്റ് പാർട്ടിയുടെ സംഘടനാ ദൗർബല്യമായിരുന്നു. എന്തായാലും 1935-ൽ ഇ എം എസിന്റെ നേതൃത്വത്തിൽ *പ്രഭാതം* ഷൊർണൂരിൽ നിന്നാരംഭിച്ചു. ഈ പത്രം തുടങ്ങിയതോടെ ഞങ്ങൾക്ക് ജനങ്ങളെ താത്വികമായി പഠിപ്പിക്കാൻ കഴിഞ്ഞു.[6]

ഇടതുപക്ഷത്തെയും കർഷക-തൊഴിലാളി പ്രസ്ഥാനങ്ങളെയും സഹായിക്കുന്ന ഒരു പത്രം അക്കാലത്ത് ആരംഭിക്കേണ്ടതിന്റെ ആവശ്യകത സി അച്യുതമേനോൻ, വി എം വിഷ്ണുഭാരതീയന്റെ ആത്മകഥയ്ക്ക് എഴുതിയ അവതാരികയിൽ മറ്റൊരു വിധത്തിൽ ചൂണ്ടിക്കാണിക്കുന്നുണ്ട്:

> സുദീർഘമായ അര നൂറ്റാണ്ടുകാലത്തെ അനുഭവങ്ങൾ ഡയറിക്കുറിപ്പുകളെഴുതി സൂക്ഷിച്ചുവെക്കുകയോ അവയെ സംബന്ധിച്ച ആധികാരിക രേഖകളെന്തെങ്കിലും സൂക്ഷിച്ചുവെക്കുകയോ ചെയ്യാൻ അക്കാലത്തെ വിപ്ലവപ്രവർത്തകന്മാർക്കൊന്നും സാധിച്ചിരുന്നില്ല. പൊട്ടും പൊടിയുമായി വല്ല വിവരങ്ങളും കിട്ടാനുണ്ടെങ്കിൽ അവ *മാതൃഭൂമി* പത്രത്തിന്റെ പഴയ താളുകളിൽ മാത്രമായിരിക്കും. പക്ഷേ, *മാതൃഭൂമി* റിപ്പോർട്ടുകളെ അതേപടി വിശ്വസിക്കാൻ പറ്റില്ല. കാരണം, ഭാരതീയനും മറ്റും കോൺഗ്രസ് പ്രവർത്തകരായിരുന്ന കാലത്ത് അനുഭാവപൂർവമായ നിലപാടെടുത്തിരുന്ന ആ പത്രം, പിന്നീടവർ ഇടതുപക്ഷ കോൺഗ്രസുകാരും കർഷകസംഘം പ്രവർത്തകരുമായി മാറിയതോടുകൂടി ശത്രുതാപരമായ ഒരു നിലപാടാണ് എടുത്തിരുന്നത്. അതുകൊണ്ട് *മാതൃഭൂമി* പത്രത്തിലെ റിപ്പോർട്ടുകൾ പലപ്പോഴും കർഷക പ്രസ്ഥാനത്തെ കരിതേച്ചുകാണിക്കാൻ ഉതകുന്നവയായിപ്പോയി.[7]

ഇതായിരുന്നു *പ്രഭാതം* തുടങ്ങുന്ന കാലത്തെ സാഹചര്യം. കഷ്ടി എട്ടുമാസമാണെങ്കിലും

ഇ എം എസ്

ഷൊർണൂരിൽ നിന്ന് പ്രസിദ്ധീകരിച്ച *പ്രഭാതം* നിർവഹിച്ച ദൗത്യത്തെക്കുറിച്ച് അതിന്റെ പത്രാധിപരും സംഘാടകനുമായിരുന്ന ഇ എം എസ് പറയുന്നു:

> അന്നിവിടെ വളർന്നുവരാൻ തുടങ്ങിയ തൊഴിലാളി സമരങ്ങൾക്കും മറ്റു ബഹുജന പ്രക്ഷോഭങ്ങൾക്കും പ്രോത്സാഹനം നൽകുക പത്രത്തിന്റെ പ്രധാന കടമകളിൽ ഒന്നായിരുന്നു. രാഷ്ട്രീയരംഗത്താകട്ടെ കെപിസിസിക്കകത്ത് നടക്കുന്ന ഇടതു-വലതു സംഘട്ടനങ്ങളുടെ റിപ്പോർട്ടുകൾ പ്രസിദ്ധീകരിക്കാനും അതുസംബന്ധിച്ച് കോൺഗ്രസ് സോഷ്യലിസ്റ്റ് പാർട്ടിക്കുള്ള നിലപാട് വിവരിക്കാനും ഞങ്ങൾ ശ്രമിച്ചു. കൂടാതെ, കൊച്ചി, തിരുവിതാംകൂർ നാട്ടുരാജ്യങ്ങളിൽ പല രൂപങ്ങളിലുമായി വളർന്നുകൊണ്ടിരുന്ന രാഷ്ട്രീയ പ്രക്ഷോഭങ്ങളെക്കുറിച്ച് സോഷ്യലിസത്തിന്റേതായ നിലപാട് നിർണയിക്കുന്നതിന് ഞങ്ങൾ അങ്ങേയറ്റം ശ്രമിക്കുകയുണ്ടായി.[8]

ഷൊർണൂരിൽ നിന്ന് *പ്രഭാതം* ആരംഭിക്കാൻ ഇ എം എസിനോടൊത്തുനിന്ന് പ്രവർത്തിച്ചവരിൽ ഏറ്റവും പ്രമുഖൻ ഐ സി പരമേശ്വരൻ നമ്പൂതിരിയാണ്. സാമൂഹ്യപരിഷ്കരണ പ്രസ്ഥാനത്തിൽ ത്യാഗപൂർവം മുൻനിന്നു പ്രവർത്തിച്ച ഐ സി പിയായിരുന്നു *പ്രഭാത*ത്തിന്റെ പ്രിന്ററും പബ്ലിഷറും. എന്തുകൊണ്ടു *പ്രഭാതം* തുടങ്ങി എന്നതിന് ഐ സി പി നൽകുന്ന വിശദീകരണം: "കോൺഗ്രസിലെ മിതവാദികൾക്ക് അവരുടെ ആശയപ്രചാരണത്തിന് പത്രങ്ങളുണ്ടായിരുന്നു. *മാതൃഭൂമി*യെ കൂടാതെ *മിതവാദി*യും (സി കൃഷ്ണൻ വക്കീലിന്റെ പത്രാധിപത്യത്തിൽ കോഴിക്കോട്ടു നിന്ന് പ്രസിദ്ധീകരിച്ച പത്രം-ലേഖകൻ) അവർ പ്രയോജനപ്പെടുത്തി. എന്നാൽ, കോൺഗ്രസിലെ ഇടതുപക്ഷക്കാർക്ക് ആശയപ്രചാരണത്തിന് മാർഗങ്ങളില്ലായിരുന്നു. അങ്ങനെയാണ് പത്രം തുടങ്ങണമെന്ന ആശയമുണ്ടായത്."[9]

ഒന്നാം ലോകമഹായുദ്ധത്തെ തുടർന്നുണ്ടായ സാമ്പത്തികമാന്ദ്യം 1930-കളുടെ ആദ്യത്തിലും രൂക്ഷമായി തുടരുകയായിരുന്നു. അതിന്റെ ഭാഗമായി നാടൊട്ടുക്കും, പ്രത്യേകിച്ച് വടക്കെ മലബാറിൽ, കർഷകരുടെ ചെറുത്തുനിൽപ്പ് ശക്തിപ്പെടുകയും തൊഴിലാളി പ്രസ്ഥാനങ്ങൾ വളർന്നുവരികയും ചെയ്തു. ആ ഘട്ടത്തിലാണ് കർഷക-തൊഴിലാളി പ്രസ്ഥാനങ്ങൾക്ക് ഊർജമായി *പ്രഭാതം* ആരംഭിക്കുന്നത്. 'എന്റെ ജീവിതകഥ'യിൽ എ കെ ജി വിവരിക്കുന്നു:

> 1920-ലെ സാമ്പത്തിക മാന്ദ്യം കൃഷിക്കാരെ പാപ്പരാക്കിയിരുന്നു. കൃഷിക്കാരുടെ ഉൽപ്പന്നങ്ങൾക്ക് വിലയിടിഞ്ഞു. കൃഷിക്കാർ ഭൂമി നഷ്ടപ്പെട്ട് കർഷകത്തൊഴിലാളികളായി മാറി. 1932-ൽ നിയമലംഘന പ്രസ്ഥാനം ആരംഭിക്കുകയും വളരുകയും അത് ബ്രിട്ടീഷ് സാമ്രാജ്യത്തെ ഞെട്ടിക്കുകയും ചെയ്തു. പക്ഷേ ഒടുവിൽ അത് പരാജയപ്പെട്ടു. കോൺഗ്രസിൽ വലതുപക്ഷത്തിന് ശക്തികൂടാൻ തുടങ്ങി. എങ്കിലും ബഹുജനങ്ങളെ കോൺഗ്രസിലേക്ക് ആകർഷിക്കുന്നതിന് കൃഷിക്കാരുടെയും തൊഴിലാളികളുടെയും മറ്റു സാധാരണക്കാരുടെയും പ്രശ്നങ്ങളിലേക്ക് കടന്നുചെല്ലണമെന്ന ഇടതുപക്ഷക്കാരുടെ വാദഗതി തള്ളിക്കളയാൻ കഴിഞ്ഞില്ല.[10]

യുദ്ധകാലത്തും (1914-1918) തുടർന്നുള്ള വർഷങ്ങളിലും ജനജീവിതം വിവരിക്കാനാവാത്തവിധം ദുസ്സഹമായിരുന്നു. രാജ്യത്തിന്റെ നാനാഭാഗത്തും ഭയങ്കരമായ ക്ഷാമം പടർന്നുപിടിച്ചു. അതോടൊപ്പം പകർച്ച വ്യാധികളും. *ഇന്ത്യൻ സ്വാതന്ത്ര്യസമര ചരിത്ര*ത്തിൽ ഇ എം എസ് പറയുന്നു:

> ക്ഷാമത്തിനും പകർച്ചവ്യാധികൾക്കും ഇരയായി 1918-19 കാലത്ത് 120-130 ലക്ഷം പേർ മരിച്ചിട്ടുണ്ടാകുമെന്നാണ് കണക്ക്. ഇന്ത്യൻ സമ്പദ്‌വ്യവസ്ഥയാകെ ആഴമേറിയ കുഴപ്പത്തിലായി. ഉൽപ്പന്നത്തിന് വിലകിട്ടാതെ കൃഷിക്കാർ കൂടുതൽ കടക്കാരായി. അവസാനം ഭൂസ്വത്തുതന്നെ വിൽക്കാൻ നിർബന്ധിതരായി. കൂലിപ്പണിയെടുത്ത് ജീവിക്കേണ്ടിവരുന്ന ഗ്രാമീണ തൊഴിലാളികളുടെയും പാട്ടക്കുടിയാന്മാരുടെയും എണ്ണം പെരുകിവന്നു. പാട്ടം വാങ്ങി ജീവിക്കുന്ന ജന്മികളുടെ ആസ്തി വർധിച്ചു. നാട്ടിൻപുറങ്ങളിൽ തൊഴിലാളി ചൂഷണം മുറുകിക്കൊണ്ടിരുന്നു. നാട്ടിൻപുറങ്ങളിലും പട്ടണങ്ങളിലും ഒരുപോലെ വ്യാപിച്ചിരുന്ന അസംതൃപ്തിയുടെ മണ്ണിലാണ് ബഹുജനമുന്നേറ്റത്തിന് കോൺഗ്രസ് മുൻകൈയെടുത്തത്.[11]

അതിഗുരുതരമായ സാമ്പത്തികക്കുഴപ്പമാണ് 1929-33 കാലത്ത് മുതലാളിത്ത ലോകത്തെ

പി കൃഷ്ണപിള്ള

പിടികൂടിയത്. ഉൽപ്പാദനം 45 ശതമാനം ഇടിഞ്ഞു. വിദേശവ്യാപാരം മൂന്നിലൊന്നായി. തൊഴിലില്ലായ്മയും ദാരിദ്ര്യവും പട്ടിണിയും പടർന്നുപിടിച്ചു. ഇതിന്റെയൊക്കെ ഭാരം കോളണികളിലെ ജനങ്ങളുടെ മേൽ അടിച്ചേൽപ്പിക്കാനാണ് സാമ്രാജ്യത്വം, പ്രത്യേകിച്ച് ബ്രിട്ടീഷ് ഭരണകൂടം, ശ്രമിച്ചത്. സാമ്പത്തികക്കുഴപ്പം ഇന്ത്യയെ അങ്ങേയറ്റം ബാധിച്ചു. സ്വാതന്ത്ര്യസമരം ഏറ്റവും ശക്തമായത് ഈ ഘട്ടത്തിലാണെന്ന് എൻ ഇ ബാലറാം ചൂണ്ടിക്കാണിക്കുന്നു. തൊഴിലാളികളും കൃഷിക്കാരും ഇടത്തരക്കാരും ബൂർഷ്വാ ബുദ്ധിജീവികളും രംഗത്തുവന്നു. 1930-ലെ സിവിൽ നിയമലംഘനം സമാധാനപരമായ സത്യഗ്രഹത്തോടെയാണ് തുടങ്ങിയതെങ്കിലും കരുത്തുറ്റ സാമ്രാജ്യവിരുദ്ധ പ്രസ്ഥാനമായി അതു വളർന്നു. പല ഭാഗത്തും കലാപാന്തരീക്ഷമായിരുന്നു. ഈ ഘട്ടത്തിലാണ് കോൺഗ്രസിലെ ഇടതുപക്ഷക്കാർ സംഘടിതമായി വേറിട്ട രീതിയിൽ നീങ്ങാൻ തീരുമാനിച്ചത്.[12.]

ഗ്രാമങ്ങളിലെ പട്ടിണിക്കും കർഷകരുടെ ദുരിതങ്ങൾക്കും തൊഴിലില്ലായ്മമൂലം യുവജനങ്ങൾ നേരിടുന്ന പ്രയാസത്തിനും അറുതിവരുത്താനുള്ള സമരങ്ങളുടെ ഭാഗമായാണ് 1936 ജൂലൈയിൽ എ കെ ജിയുടെ നേതൃത്വത്തിൽ മദിരാശിയിലേക്ക് കാൽനടയായുള്ള പട്ടിണിജാഥ നടത്തിയത്. ദേശീയ പ്രസ്ഥാനത്തിലേക്ക് കൃഷിക്കാരെയും തൊഴിലാളികളെയും മറ്റു സാമാന്യ ജനങ്ങളെയും കൊണ്ടുവരാനുള്ള പരിശ്രമത്തിൽ ഏറ്റവും ആവേശകരമായ ഏടാണ് പട്ടിണിജാഥ. അന്ന് ബ്രിട്ടീഷ് അധീനത്തിലുള്ള മദിരാശി സംസ്ഥാനത്തെ ഒരു ജില്ലയായിരുന്നു മലബാർ. അതുകൊണ്ടാണ് മദിരാശിയിലേക്ക് ജാഥ പോകാൻ നിശ്ചയിച്ചത്. *എന്റെ ജീവിതകഥ*യിൽ പട്ടിണിജാഥയുടെ അനുഭവങ്ങളും അതു നാട്ടിലുണ്ടാക്കിയ മാറ്റവും എ കെ ജി വിശദമായി പറയുന്നുണ്ട്. സർദാർ ചന്ദ്രോത്ത് കുഞ്ഞിരാമൻ നായരായിരുന്നു ജാഥയുടെ സെക്രട്ടറി. കെ പി ആർ പാട്ടുകാരുടെ നേതാവായിരുന്നു. അക്കാലത്ത് ജനങ്ങളെ ആവേശം കൊള്ളിക്കാൻ പാട്ടുകളും കവിതകളും ധാരാളമായി ഉപയോഗിച്ചിരുന്നു.

"പട്ടിണിയായ്, പട്ടിണിയായ് മുറുമുറെ പട്ടിണിയായ്, പട്ടണത്തിലുള്ളവരും ഉൾനാട്ടുകാരും" എന്ന വഞ്ചിപ്പാട്ടും പാടിക്കൊണ്ടാണ് ജാഥ മുന്നോട്ടു നീങ്ങിയത്. എൻ ഇ ബാലറാം പറയുന്നു:

> ജനങ്ങളെ കോൾമയിർ കൊള്ളിച്ചുകൊണ്ടുള്ള ആ ജാഥയുടെ പ്രയാണം ഉത്തരകേരളത്തിലെ ജനാധിപത്യ പ്രസ്ഥാനത്തിന്റെ ചരിത്രത്തിലെ അവിസ്മരണീയമായ ഒരധ്യായമാണ്. പലരും പ്രസംഗിക്കാൻ പഠിച്ചതും റിപ്പോർട്ട് എഴുതാൻ ശീലിച്ചതും ആ ജാഥയിൽ വെച്ചാണ്.[13]

ജാഥയ്ക്ക് തമിഴ്നാട്ടിലുടനീളം ഗംഭീര സ്വീകരണങ്ങളാണ് സാമാന്യജനങ്ങൾ നൽകിയത്. എ കെ ജിയുടെ അനുഭവം:

> സേലത്തെ യോഗത്തിൽ ആറായിരത്തോളം ആളുകൾ പങ്കെടുത്തു. യോഗത്തിൽ ഞാൻ ഇംഗ്ലീഷിൽ പ്രസംഗിച്ചു. മദിരാശിയിൽ എത്തിയപ്പോഴേക്കും ഞാൻ ഇംഗ്ലീഷിൽ പ്രസംഗിക്കാൻ വശമാക്കിയിരുന്നു. കാൽനടയായി 750 മൈലാണ് ജാഥ സഞ്ചരിച്ചത്. 500 പൊതുയോഗങ്ങൾ. രണ്ടു ലക്ഷം ജനങ്ങളോടു സംസാരിച്ചു. 25,000 ലഘുലേഖകൾ വിറ്റു. മദിരാശി ജാഥ സൃഷ്ടിച്ച ഉണർവ് പ്രയോജനപ്പെടുത്താൻ എല്ലാ താലൂക്കുകളിലേക്കും ചെറിയ ജാഥകൾ അയക്കാൻ സംഘാടകർ തീരുമാനിച്ചു. അങ്ങനെ 'പട്ടിണിപ്പാട്ടുകൾ' എല്ലായിടത്തും കേൾക്കാമായിരുന്നു.[14]

ബ്രിട്ടീഷ് ഭരണത്തിൽ വടക്കെ മലബാറിലെ കൃഷിക്കാർ ജന്മിമാരിൽ നിന്ന് അനുഭവിച്ച ദ്രോഹം വിവരണാതീതമാണ്. കൃഷിക്കാർ അനുഭവിച്ച യാതനകൾ വി എം വിഷ്ണുഭാരതീയൻ *അടിമകളെങ്ങനെ ഉടമകളായി* എന്ന ആത്മകഥയിൽ ഹൃദയസ്പൃക്കായി വിവരിക്കുന്നുണ്ട്. കുടിയാനും കുടുംബവും അധ്വാനിച്ചുണ്ടാക്കുന്നതിന്റെ സിംഹഭാഗവും ഓരോ പേരുപറഞ്ഞ് ജന്മി തട്ടിയെടുക്കും. വാശി, നൂരി, വെച്ചുകാണൽ, മുക്കാൽ, കങ്കാണി, കാഴ്ച, പൊലി, കള്ളപ്പറ, പൊളിച്ചെഴുത്ത്, ശീലക്കാശ് തുടങ്ങിയ അക്രമപ്പിരിവുകൾ കൊണ്ട് സഹികെട്ടപ്പോഴാണ് കൃഷിക്കാർ സംഘടിക്കാനും സമരം ചെയ്യാനും ആരംഭിച്ചത്. കൃഷിക്കാരന്റെ വീട്ടിലെ സുന്ദരികളായ സ്ത്രീകൾ ജന്മിക്ക് അവകാശപ്പെട്ടതാണ്. കർഷകർ ഇതിനെ എതിർക്കാൻ തുടങ്ങിയതിന്റെ ഒരു കഥ പി കൃഷ്ണപിള്ളയുടെ

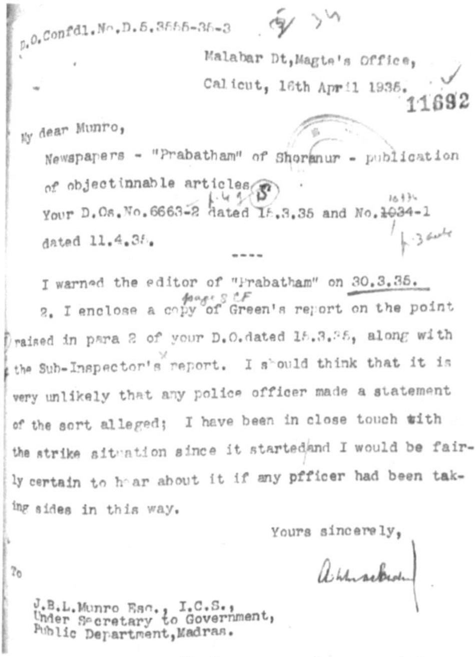

D.O.Confdl.No.D.5.3555-35-3

Malabar Dt,Magte's Office,
Calicut, 16th April 1935.

11692

My dear Munro,

Newspapers - "Prabatham" of Shoranur - publication of objectinnable articles

Your D.Os.No.6663-2 dated 15.3.35 and No.1034-1 dated 11.4.35.

I warned the editor of "Prabatham" on 30.3.35.

2. I enclose a copy of Green's report on the point raised in para 2 of your D.O.dated 15.3.35, along with the Sub-Inspector's report. I should think that it is very unlikely that any police officer made a statement of the sort alleged; I have been in close touch with the strike situation since it started and I would be fairly certain to hear about it if any pfficer had been taking sides in this way.

Yours sincerely,

To

J.B.L.Munro Esq., I.C.S.,
Under Secretary to Government,
Public Department,Madras.

പ്രഭാതം പത്രാധിപർ ഇ എം എസിനെ താക്കീത് ചെയ്തുവെന്ന് അറിയിച്ച് മലബാർ കലക്ടർ 1935 മാർച്ച് 30-ന് ചീഫ് സെക്രട്ടറിക്ക് അയച്ച കത്ത്

ജീവചരിത്രത്തിൽ ടി വി കെ പറയുന്നുണ്ട്:

ഒരു ജന്മിക്ക് ഒരു കീഴ്ക്കുടിയാന്റെ നവവധുവിൽ കമ്പം തോന്നി. പെണ്ണിനെ എടത്തിലെത്തിക്കണമെന്ന് കൽപ്പനയും വന്നു. കുടിയാൻ ഭാര്യയെയും കൂട്ടി ജന്മിയുടെ തിരുമുറ്റത്ത് ഹാജരായി. തമ്പുരാന് സന്തോഷമായി. 'അവളെ ഇവിടെ നിർത്തി നീ പൊയ്ക്കോ. കാലത്ത് വന്നാൽ മതി'-ജന്മിയുടെ കൽപ്പന. 'അങ്ങനെയാണെങ്കിൽ അവിടുത്തെ തമ്പുരാട്ടിയെ അടിയന്റെ കൂടെ അയച്ചുതരണം. കാലത്ത് തിരിച്ചെത്തിക്കാം'-ജന്മിയുടെ മുഖത്തുനോക്കി കൃഷിക്കാരന്റെ മറുപടി. അഭിമാനിയായ ആ കർഷകൻ ജന്മിയെ ഞെട്ടിച്ചുകൊണ്ട് ഭാര്യയെയും കൂട്ടി ഇറങ്ങിപ്പോയി.[15]

മലബാർ കലാപത്തെത്തുടർന്ന് (1921) ഒരു ദശാബ്ദത്തോളം മലബാറിൽ കോൺഗ്രസിന്റെ പ്രവർത്തനം നിർജീവമായിരുന്നു. 1930-ൽ നിയമലംഘന പ്രസ്ഥാനവും അതിന്റെ ഭാഗമായ ഉപ്പുസത്യഗ്രഹവും ആരംഭിച്ച ശേഷം മാത്രമാണ് മലബാറിൽ കോൺഗ്രസ് പ്രവർത്തനം വീണ്ടും സജീവമായത്. മലബാർ കലാപത്തെക്കുറിച്ചും അതിന്റെ കാരണങ്ങളെക്കുറിച്ചും നിരവധി പഠനങ്ങൾ നടന്നിട്ടുണ്ട്. അക്കൂട്ടത്തിൽ ഏറ്റവും ശ്രദ്ധേയമായതാണ് ഡോ. കെ എൻ പണിക്കരുടെ ഗവേഷണം. *മലബാർ കലാപം: പ്രഭുത്വത്തിനും രാജവാഴ്ചയ്ക്കും എതിരെ* എന്ന വിഖ്യാതഗ്രന്ഥം ഈ ഗവേഷണത്തിന്റെ ഫലമാണ്. "പരമ്പരാഗതമായ കാർഷിക ബന്ധങ്ങളെ താറുമാറാക്കിയ ബ്രിട്ടീഷ് ഭരണം ഭൂസ്വത്തിന്റെ മേലുള്ള നിയന്ത്രണാധികാരം ജന്മിമാർക്ക് അനുകൂലമാക്കി. കൃഷിഭൂമിയുടെ പൂർണാധികാരി ജന്മി മാത്രമാണെന്ന ആശയം ചില തെറ്റായ നിഗമനങ്ങളുടെ സൃഷ്ടിയാണെന്ന് വില്യം ലോഗൻ പറയുന്നു. (1841-1914, പ്രമുഖ ബ്രിട്ടീഷ് ഉദ്യോഗസ്ഥനും മലബാർ കലക്ടറുമായിരുന്ന ലോഗനാണ് *മലബാർ മാന്വൽ* തയാറാക്കിയത്). ഭൂമി സംബന്ധിച്ച കേരളീയ നിയമാചാരങ്ങളെ തികച്ചും വിഭിന്നമായ യൂറോപ്യൻ കാർഷിക ബന്ധങ്ങളുടെ വെളിച്ചത്തിൽ കണ്ടതിനാലാണ് തെറ്റുപറ്റിയതെന്ന് ലോഗൻ തുടർന്നെഴുതുന്നു. കർഷകരിൽ നിന്ന് പരമാവധി പിടുങ്ങാനാവശ്യമായ തന്ത്രങ്ങളാവിഷ്കരിക്കുന്നതിന് ഭൂവുടമകൾക്ക് ഇടം കൊടുക്കുന്നതായിരുന്നു കമ്പനിയുടെ നികുതിനയവും നിയമവ്യവസ്ഥയും. കോളനി മേധാവിത്വത്തിനാവശ്യമായ സാമൂഹികാടിത്തറ ഒരുക്കുക എന്നതായിരുന്നു കമ്പനിയുടെ ഭൂനയത്തിന്റെ പ്രധാന ഉദ്ദേശ്യം. ജന്മിമാരെ പ്രീണിപ്പിക്കലാണ് ഇതിന് എളുപ്പവഴിയെന്ന് അവർ മനസ്സിലാക്കി. മൈസൂർ സുൽത്താന്മാരുടെ കാലത്ത് തിരുവിതാംകൂറിലേക്കോടിപ്പോയ ജന്മിമാരുടെ ഭൂമി വെള്ളക്കാർ വീണ്ടെടുത്തു കൊടുത്തത് ഈ ഉദ്ദേശ്യം വെച്ചായിരുന്നു."[16]

മലബാറിലും തിരുവിതാകൂർ-കൊച്ചി നാട്ടുരാജ്യങ്ങളിലും തൊഴിലാളി പ്രസ്ഥാനങ്ങൾ ഉയർന്നുവന്നതും അവ സാമ്രാജ്യവിരുദ്ധ പ്രസ്ഥാനങ്ങളായി വളർന്നതും 1930-35 കാലത്താണ്. ആലപ്പുഴയിൽ 1921-22-ൽ തന്നെ ഒരു തൊഴിലാളി സംഘടന രൂപംകൊണ്ടിരുന്നു. തിരുവിതാംകൂർ ലേബർ അസോസിയേഷൻ. അക്കാലത്ത് തൊഴിലാളികൾ അനുഭവിച്ച കൊടിയ ചൂഷണത്തെയും ദ്രോഹ

നടപടികളെയും നേരിടുക തന്നെയായിരുന്നു ലക്ഷ്യം. അതേസമയം ദേശീയ പ്രസ്ഥാനത്തിലും അവർ താൽപ്പര്യം കാണിച്ചു. 1930–ൽ പുറപ്പെട്ട സിവിൽ നിയമലംഘന ജാഥക്ക് നൽകിയ സ്വീകരണം ഇതിനു തെളിവാണ്. 1934 ആകുമ്പോഴേക്കും കണ്ണൂർ, തലശേരി, കോഴിക്കോട്ടെ ഫറോക്ക്, കല്ലായി, തിരുവണ്ണൂർ, കൊച്ചി (കൊച്ചിൻ ലേബർ യൂണിയൻ), തൃശൂർ, പള്ളുരുത്തി, തിരുവനന്തപുരം, മുണ്ടക്കയം തുടങ്ങിയ സ്ഥലങ്ങളിൽ തൊഴിലാളി സംഘടനകളും പണിമുടക്ക് ഉൾപ്പെടെയുള്ള സമരങ്ങളുമുണ്ടായി. 1935 മേയിൽ കോഴിക്കോട്ട് ഒന്നാം അഖില കേരള തൊഴിലാളി സമ്മേളനം നടന്നു. പതിനായിരത്തിലധികം തൊഴിലാളികളാണ് അന്ന് പ്രകടനത്തിൽ പങ്കെടുത്തത്. കോൺഗ്രസിൽ തൊഴിലാളികൾക്കും അംഗത്വം വേണമെന്ന് ആവശ്യപ്പെട്ട സമ്മേളനം, പൂർണ സ്വാതന്ത്ര്യത്തിനു വേണ്ടി തൊഴിലാളികൾ പോരാടണമെന്ന് ആഹ്വാനം ചെയ്തു. പി കൃഷ്ണപിള്ളയായിരുന്നു മുഖ്യ സംഘാടകൻ.[17]

എൻ ഇ ബാലറാം

ബ്രിട്ടീഷ് അധീനത്തിലുള്ള മലബാറിനെ അപേക്ഷിച്ച് തിരുവിതാംകൂറിലും കൊച്ചിയിലും ദേശീയ പ്രസ്ഥാനത്തിന്റെ പ്രവർത്തനം വൈകിയാണ് ആരംഭിക്കുന്നത്. നാട്ടുരാജ്യങ്ങളിൽ ഉത്തരവാദ ഭരണത്തിനുവേണ്ടി നടക്കുന്ന സമരങ്ങളിൽ നിന്ന് ഒഴിഞ്ഞുനിൽക്കുക എന്ന നയം കോൺഗ്രസ് നേതൃത്വം, പ്രത്യേകിച്ച് ഗാന്ധിജി അന്നു സ്വീകരിച്ചതാണ് ഇതിന് പ്രധാന കാരണം. സൃഷ്ടിപരമായ പ്രവർത്തനങ്ങൾക്കല്ലാതെ ഇന്ത്യൻ നാഷണൽ കോൺഗ്രസിന്റെ ശാഖാസമിതികൾ നാട്ടുരാജ്യങ്ങളിൽ ഉത്തരവാദ പ്രക്ഷോഭത്തിനുള്ള സംഘടനകളായി ഉപയോഗിക്കരുതെന്ന് അസന്ദിഗ്ധ ഭാഷയിൽ ഹരിപുര കോൺഗ്രസ് സമ്മേളനം (1938) വിലക്കുകയുമുണ്ടായി. മാത്രമല്ല, ഉത്തരവാദ പ്രക്ഷോഭത്തിനുവേണ്ടി രൂപം കൊള്ളുന്ന സംഘടനകൾ കോൺഗ്രസ് എന്ന പേര് പോലും ഉപയോഗിക്കരുതെന്ന് ഹരിപുര പ്രമേയം നിർദേശിച്ചിരുന്നു.[18]

കോൺഗ്രസ് സോഷ്യലിസ്റ്റ് പാർട്ടി കേരള ഘടകത്തിന്റെ രൂപീകരണവും *പ്രഭാത*ത്തിന്റെ പ്രസിദ്ധീകരണവും നടക്കുന്നതിനു തൊട്ടുമുമ്പുള്ള വർഷങ്ങളിലാണ് കേരളത്തിൽ സാമൂഹിക അനീതികൾക്കെതിരായ സമരങ്ങൾ ദേശീയ പ്രസ്ഥാനത്തിന്റെ പ്രവർത്തനവുമായി കൂട്ടിയിണക്കപ്പെട്ടത്. അയിത്തത്തിനും അപരിഷ്കൃതമായ അനാചാരങ്ങൾക്കുമെതിരെ പത്തൊമ്പതാം നൂറ്റാണ്ടിന്റെ അവസാനവും ഇരുപതാം നൂറ്റാണ്ടിന്റെ തുടക്കത്തിലും ഐതിഹാസികമായ പോരാട്ടങ്ങൾക്ക് കേരളം സാക്ഷിയായി. കേരള നവോത്ഥാനത്തിന്റെ പിതാവെന്ന് വിശേഷിപ്പിക്കപ്പെടുന്ന ശ്രീനാരായണഗുരു നേതൃത്വം നൽകിയ സാമൂഹിക പരിവർത്തനത്തിൽ ചട്ടമ്പി സ്വാമികളും അയ്യങ്കാളിയും വൈകുണ്ഠസ്വാമിയും ബ്രഹ്മാനന്ദ ശിവയോഗിയും വാഗ്ഭടാനന്ദനുമെല്ലാം വിവിധ രൂപത്തിൽ പ്രധാന പങ്കുവഹിച്ചു. എങ്കിലും സാധാരണക്കാരന് പൗരാവകാശം പോലും നിഷേധിക്കുന്ന ജാതി വ്യവസ്ഥയുടെ ക്രൗര്യം അടങ്ങിയിരുന്നില്ല. സവർണ മേധാവിത്വത്തിന്റെ അടിച്ചമർത്തലിൽ നിന്ന് അവർണജനതയെ മോചിപ്പിക്കാനുള്ള പ്രവർത്തനം ദേശീയ പ്രസ്ഥാനത്തിന്റെ ഭാഗമാക്കാൻ ഗാന്ധിജിയും കോൺഗ്രസും തീരുമാനിച്ചത് ഈ സാഹചര്യത്തിലാണ്. 1923–ലെ കാക്കിനട കോൺഗ്രസ് സമ്മേളനം അയിത്തോച്ചാടന പ്രമേയം തന്നെ അംഗീകരിച്ചു. ഇതിന്റെ ചുവടുപിടിച്ചാണ് കെ കേളപ്പന്റെയും എ കെ ഗോപാലന്റെയും നേതൃത്വത്തിൽ 1931 നവംബർ 1–ന് ഗുരുവായൂർ സത്യഗ്രഹം ആരംഭിച്ചത്. ക്ഷേത്രം എല്ലാ ഹിന്ദുക്കൾക്കും തുറന്നുകൊടുക്കണമെന്നായിരുന്നു ആവശ്യം. സന്നദ്ധസംഘത്തിന്റെ ക്യാപ്റ്റനായിരുന്ന എ കെ ജി ക്രൂര മർദനത്തിനിരയായി.

ക്ഷേത്രസോപാനത്തിൽ കെട്ടിയിരുന്ന മണി അടിക്കാൻ സവർണർക്കുമാത്രമായിരുന്നു അവകാശം. സത്യഗ്രഹം രണ്ടുമാസം പിന്നിട്ടപ്പോൾ ഒരു ദിവസം കൃഷ്ണപിള്ള കാവൽക്കാരെ തള്ളിമാറ്റി സോപാനത്തിൽ കയറി മണിയടിച്ചു. ക്ഷുഭിതരായ ക്ഷേത്രം കാവൽക്കാർ അദ്ദേഹത്തിന്റെ പുറത്ത് നല്ല വീക്ക് വീക്കിക്കൊണ്ടിരുന്നു. മർദനം വകവെക്കാതെ മണി അടിച്ചുകൊണ്ടിരുന്ന കൃഷ്ണപിള്ള പറഞ്ഞു: "ഉശിരുള്ള നായർ മണിയടിക്കട്ടെ, എച്ചിൽ പെറുക്കി നായർ അവന്റെ പുറ

വിഷ്ണുഭാരതീയൻ

ത്തടിക്കട്ടെ"-ഈ സംഭവത്തിന് ദൃക്സാക്ഷിയായിരുന്ന വിഷ്ണുഭാരതീയൻ തന്നെയാണ് ആത്മകഥയിൽ ഈ സംഭവം രേഖപ്പെടുത്തിയത്.[19]

ഗുരുവായൂർ സത്യഗ്രഹം ദേശീയതലത്തിൽ തന്നെ ശ്രദ്ധനേടുകയും കേരളത്തിൽ വലിയ ചലനം സൃഷ്ടിക്കുകയും ചെയ്തെങ്കിലും ക്ഷേത്രത്തിന്റെ ഉടമയായ സാമൂതിരിപ്പാട് വഴങ്ങിയില്ല. 1932 സെപ്തംബർ 22-ന് കെ കേളപ്പൻ അനിശ്ചിതകാല നിരാഹാരം തുടങ്ങി. എന്നാൽ 1932 ഒക്ടോബർ 2-ന് ഗാന്ധിജിയുടെ ഉപദേശപ്രകാരം നിരാഹാരം അവസാനിപ്പിച്ചു. ക്ഷേത്രം എല്ലാവർക്കുമായി തുറന്നുകൊടുക്കണമെന്ന ആവശ്യം ആ ഘട്ടത്തിൽ അംഗീകരിക്കപ്പെട്ടില്ല. എന്നാൽ അയിത്തോച്ചാടനത്തിന് അനുകൂലമായ ഒരു കാലാവസ്ഥ സൃഷ്ടിക്കാൻ അതു സഹായകമായി.[20]

ഗുരുവായൂർ സത്യഗ്രഹത്തിന് ഏഴുവർഷം മുമ്പാണ് പ്രസിദ്ധമായ വൈക്കം സത്യഗ്രഹം നടന്നത്. വൈക്കം മഹാദേവ ക്ഷേത്രത്തിന് ചുറ്റുമുള്ള പൊതുവഴികളിലടക്കം അവർണർക്ക് പ്രവേശനം നിഷേധിച്ചിരുന്നു. അവർണർക്കുകൂടി സഞ്ചാരസ്വാതന്ത്ര്യം അനുവദിക്കണമെന്നാവശ്യപ്പെട്ട് ടി കെ മാധവന്റെ നേതൃത്വത്തിൽ നടന്ന സമരമാണ് കേരളത്തിൽ അയിത്തോച്ചാടന പ്രസ്ഥാനത്തിന് വലിയ ഊർജം പകർന്നത്. ഇരുപതുമാസം നീണ്ട സമരം ഗാന്ധിജിയുടെ ഇടപെടലിനെത്തുടർന്ന് 1925-ൽ വിജയകരമായി അവസാനിച്ചു. വൈക്കം ക്ഷേത്രത്തിലേക്കുള്ള നിരത്തുകൾ എല്ലാവർക്കുമായി തുറന്നുകൊടുത്തു. എന്നാൽ ക്ഷേത്ര പ്രവേശനം അനുവദിക്കപ്പെടുന്നത് പിന്നെയും ഒരു വ്യാഴവട്ടം കഴിഞ്ഞാണ്.

ഡോ. കെ എൻ പണിക്കർ

സമുദായ പരിഷ്കരണ പ്രസ്ഥാനത്തിന്റെ ആഞ്ഞുവീശിയ കാറ്റിൽ നമ്പൂതിരി സമുദായത്തിൽ യാഥാസ്ഥിതികത്വത്തിന്റെയും ബ്രാഹ്മണ്യത്തിന്റെയും കോട്ടകൾ തകർന്നുവീഴാൻ തുടങ്ങിയ ഘട്ടത്തിലാണ് *പ്രഭാതം* പ്രസിദ്ധീകരിക്കാനുള്ള പ്രവർത്തനം ഇ എം എസ് ആരംഭിക്കുന്നത്. അപ്പോഴേക്കും അദ്ദേഹം സമുദായ പരിഷ്കരണ പ്രസ്ഥാനം വിട്ട് ദേശീയ പ്രസ്ഥാനത്തിൽ മുഴുകിയിരുന്നു. 1932-ൽ കോളേജ് വിട്ടതോടെ ഇ എം എസ് മുഴുവൻസമയ രാഷ്ട്രീയ പ്രവർത്തകനായി. സാമ്രാജ്യവിരുദ്ധ പോരാട്ടങ്ങളും തൊഴിലാളി-കർഷക സമരങ്ങളും സാമൂഹ്യ പരിഷ്കരണത്തിനുള്ള പ്രവർത്തനങ്ങളും കേരളത്തിന്റെ സാമൂഹിക- രാഷ്ട്രീയ അന്തരീക്ഷത്തെ ചൂടുപിടിപ്പിച്ച ഘട്ടത്തിലാണ് സോഷ്യലിസ്റ്റ് ആശയങ്ങളുടെ കാഹളം മുഴക്കി തെക്കെ മലബാറിലെ ഷൊർണൂർ എന്ന അത്ര അറിയപ്പെടാത്ത പട്ടണത്തിൽ നിന്ന് ആഘോഷവും ആരവവുമില്ലാതെ *പ്രഭാതം* ആരംഭിക്കുന്നത്. വലിയ മാറ്റങ്ങൾക്കുവേണ്ടിയുള്ള ബഹുജനസമരങ്ങൾക്കൊപ്പം അവരുടെ സഖാവായി, സംഘാടകനായി ആ ചെറിയ പത്രം ഉറച്ചകാൽവെപ്പുകളോടെ നീങ്ങി.

5

തീപ്പൊരിയായി *പ്രഭാതം*

'ഒരു കൊച്ചു തീപ്പൊരി ഒരു വലിയ തീജ്വാലയായി വളരും.' ഇതായിരുന്നല്ലോ ലെനിൻ സ്ഥാപിച്ച *ഇസ്ക്രയുടെ* ആപ്തവാക്യം. *പ്രഭാതം* എന്ന കൊച്ചു തീപ്പൊരിക്ക് വലിയ തീജ്വാലയായി വളരാനുള്ള സകലശേഷിയുമുണ്ടെന്ന് മദിരാശി പ്രവിശ്യയിലെയും അതിലൊരു ജില്ലയായ മലബാറിലെയും ബ്രിട്ടീഷ് അധികാരികൾ പത്രം ഇറങ്ങിയപ്പോൾ തന്നെ മനസ്സിലാക്കിയിരുന്നു. അതുകൊണ്ട്, *പ്രഭാതം* സദാ ബ്രിട്ടീഷ് അധികാരികളുടെ നിരീക്ഷണത്തിലായി.

ഇ എം എസ് നമ്പൂതിരിപ്പാട് പത്രാധിപരായി 1935 ജനുവരി 9-ന് പ്രസിദ്ധീകരണമാരംഭിച്ച *പ്രഭാതത്തെ*ക്കുറിച്ച് മലബാർ ഡിസ്ട്രിക്ട് മജിസ്ട്രേട്ട് മദിരാശിയിലുള്ള ചീഫ് സെക്രട്ടറിക്ക് 1935 ജൂലൈയിൽ അയച്ച ഔദ്യോഗിക കുറിപ്പിൽ ഇങ്ങനെ രേഖപ്പെടുത്തി: "ഈ പത്രം നിരന്തരം നിയമം ലംഘിക്കുകയാണ്. പത്രത്തിന്റെ പൊതുവായ സ്വരമാകട്ടെ, അങ്ങേയറ്റം അധിക്ഷേപാർഹവും. ദോഷകരമായ ലേഖനം പ്രസിദ്ധപ്പെടുത്തിയതിന് പത്രത്തിന്റെ എഡിറ്ററെ താക്കീത് ചെയ്തിരുന്നു (ജിഒ നമ്പർ 544, പബ്ലിക് ജനറൽ, 1935 ഏപ്രിൽ 3). അതിന് ശേഷവും വിരോധപരമായ ലേഖനങ്ങൾ ധാരാളം പ്രസിദ്ധപ്പെടുത്തി. താക്കീത് പത്രാധിപരെ അറിയിക്കാൻ വൈകിയിരുന്നു. അതുകൊണ്ട് താക്കീതിന്റെ ഫലമെന്തെന്ന് നിരീക്ഷിക്കുകയാണ്. ഇപ്പോൾ ശ്രദ്ധയിൽ പെടുത്തിയിട്ടുള്ള കവിത (ആത്മനാദം) അധിക്ഷേപാർഹമാണെന്നു മാത്രമല്ല, അക്രമത്തിനും വിപ്ലവത്തിനും പ്രേരിപ്പിക്കുന്നതുകൂടിയാണ്. നിലവിലുള്ള സാമൂഹ്യവ്യവസ്ഥയെ അക്രമത്തിലൂടെ അട്ടിമറിക്കാനാണ് കവിതയിലെ ആഹ്വാനം. ഇതിന്റെ പേരിൽ നടപടിയെടുക്കേണ്ടതാണ്. ഇന്ത്യൻ പ്രസ് (എമർജൻസി പവേഴ്സ്) ആക്ട് 1931 പ്രകാരം സെക്യൂരിറ്റി ഈടാക്കണം. തുക 500 രൂപയിൽ കുറയുകയോ 3,000 രൂപയിൽ അധികരിക്കുകയോ പാടില്ല."[1]

ജില്ലാ മജിസ്ട്രേട്ടിന്റെ ഈ കുറിപ്പിന്റെ അടിസ്ഥാനത്തിലാണ് *പ്രഭാതം* ജാമ്യസംഖ്യ കെട്ടിവയ്ക്കണമെന്ന ഉത്തരവ് ചീഫ് സെക്രട്ടറി പുറപ്പെടുവിച്ചത്. സൂര്യനസ്തമിക്കാത്ത സാമ്രാജ്യത്തിന്റെ അധിപന്മാരായ ബ്രിട്ടീഷുകാർക്ക് മലബാറിൽ അങ്ങിങ്ങായി കുറച്ചു കോപ്പികൾ വിതരണം ചെയ്യുന്ന ഒരു ചെറിയ പത്രത്തിലെ ഏതാനും വരി കവിത വലിയ അസ്വസ്ഥതയായി. ഇതാണ് കവിത:

ചൊവ്വര പരമേശ്വരൻ

ആത്മനാദം

വിപ്ലവം നീണാൾ ജയിക്കട്ടെ, സാമ്രാജ്യ
ദുഷ്പ്രഭുത്വത്തെ ചവിട്ടിമാറ്റീടുവാൻ
നീണാൾ ജയിക്ക തൊഴിലാളിവർഗം ഈ
വീണാമൃദുസ്വനം കേൾക്കായി ചുറ്റിലും
സർദാർ ഭഗത് സിങ് സമശതം ആരുടെ
സർവംസഹിയാം പരിത്യാഗബുദ്ധിയെ
സംത്യാഗമൂർത്തിയാം ലോകൈകവന്ദ്യനാം
ഗാന്ധിജി പോലും വണങ്ങി സ്തുതിച്ചുപോയ്
പോർക്കളത്തിലോ കാരാഗൃഹത്തിലോ
തൂക്കുമരത്തിലോ ചെല്ലാത്ത ജീവിതം
എത്ര മനോഹരമെങ്കിലും ദിവ്യമാ-
മെന്തോ കുറവുണ്ടതിൽ സഹജരേ.[2]

മാതൃഭൂമി തിരുവനന്തപുരം ലേഖകനായിരുന്ന ചൊവ്വര പരമേശ്വരന്റെ (1884–1968) *ആത്മനാദം* 1935 ജൂലൈ 1-നാണ് *പ്രഭാതം* പ്രസിദ്ധീകരിച്ചത്. ആയുധമെടുത്തും ബ്രിട്ടീഷ് സാമ്രാജ്യത്വത്തിനെതിരെ പൊരുതാൻ ഇന്ത്യൻ യുവത്വത്തെ ആഹ്വാനം ചെയ്ത ധീരവിപ്ലവകാരി ഭഗത്സിങ്ങിനെ ബ്രിട്ടീഷ് ഗവൺമെന്റ് തൂക്കിലേറ്റിയതിനെതിരെയായിരുന്നു കവിത. (ലാഹോർ ഗൂഢാലോചന ക്കേസിൽ ഭഗത്സിങ്, രാജഗുരു, സുഖ്ദേവ് എന്നിവരെ വധശിക്ഷക്ക് വിധിച്ചത് 1930 ഒക്ടോബറിലാണ്. ലോകാഭിപ്രായം വകവയ്ക്കാതെ 1931 മാർച്ച് 23-ന് മൂവരെയും ബ്രിട്ടീഷ് ഭരണകൂടം തൂക്കിലേറ്റി). സാമ്രാജ്യത്വത്തെ ചവിട്ടിപ്പുറത്താക്കാൻ തൊഴിലാളിവർഗത്തോട് ആഹ്വാനം ചെയ്ത കവിത ബ്രിട്ടീഷുകാരെ ചൊടിപ്പിച്ചില്ലെങ്കിലേ അത്ഭുതമുള്ളൂ. എന്നാൽ, ഈ കവിതയുടെ മാത്രം പേരിലാണ് ബ്രിട്ടീഷുകാർ *പ്രഭാതം* പൂട്ടിച്ചതെന്ന് ധരിക്കുന്നതു തെറ്റായിരിക്കും. ചീഫ് സെക്രട്ടറിക്ക് ജില്ലാ മജിസ്ട്രേട്ട് (മലബാർ കലക്ടർ തന്നെയാണ് മജിസ്ട്രേട്ട്) അയച്ച സന്ദേശത്തിൽ പറയുന്നതുപോലെ പത്രത്തിന്റെ പൊതുവായ സ്വരം 'അധിക്ഷേപാർഹ'മായിരുന്നു. പത്രാധിപർക്ക് താക്കീതു നൽകിയിട്ടും ഫലമുണ്ടായില്ല. *പ്രഭാതത്തിന്റെ* സാമ്രാജ്യവിരുദ്ധ നിലപാടിനും നിർഭയമായ പത്രപ്രവർത്തനത്തിനും ഇതിൽപ്പരം ഒരു സാക്ഷ്യപത്രം കിട്ടാനില്ല. സാമ്രാജ്യവിരുദ്ധ പ്രസ്ഥാനത്തിൽ ജനങ്ങളെ കൂടുതലായി അണിനിരത്താനും സോഷ്യലിസ്റ്റ് ആശയങ്ങൾ പ്രചരിപ്പിക്കാനും തൊഴിലാളി-കർഷക സമരങ്ങൾ വളർത്താനുമാണ് *പ്രഭാതം* ആരംഭിച്ചത്. ചുരുങ്ങിയ കാലമാണെങ്കിലും പ്രവർത്തിച്ച നാളുകളിൽ ആരെയും കൂസാതെ ആ കടമ പത്രം നിർവഹിച്ചു.

പ്രഭാതം ഉൾപ്പെടെ ദേശീയ പ്രസ്ഥാനത്തെ പിന്തുണയ്ക്കുന്ന എല്ലാ പത്രങ്ങളെയും ആനുകാലിക പ്രസിദ്ധീകരണങ്ങളെയും ബ്രിട്ടീഷ് ഗവൺമെന്റ് സൂക്ഷ്മമായി നിരീക്ഷിക്കുന്നുണ്ടായിരുന്നു. ഇത്തരം പത്രങ്ങളിൽ വരുന്ന 'അധിക്ഷേപാർഹ'മായ ലേഖനങ്ങളും വാർത്തകളും പരിഭാഷപ്പെടുത്തി ജില്ലാ അധികാരികൾക്ക് നൽകാൻ പ്രത്യേകം സംവിധാനമുണ്ട്. എന്നാൽ, ബ്രിട്ടീഷ് ഭരണത്തെ തുറന്നെതിർത്തിരുന്ന പത്രങ്ങൾ നാമമാത്രമായിരുന്നു. *പ്രഭാതം* ഒഴികെ, എതിർശബ്ദം കേൾപ്പിക്കാൻ ശ്രമിച്ച വിരലിലെണ്ണാവുന്ന പ്രസിദ്ധീകരണങ്ങളാകട്ടെ, ഏതെങ്കിലും രാഷ്ട്രീയ പാർട്ടിയുടെയോ ബഹുജനസംഘടനകളുടെയോ പിന്തുണയുള്ളവയുമായിരുന്നില്ല.

ആത്മനാദത്തിന്റെ ഇംഗ്ലീഷ് പരിഭാഷ 1935 ജൂലൈ 6-ന് തന്നെ ഗവൺമെന്റിന്റെ ഔദ്യോഗിക പരിഭാഷകൻ അഡ്വ. പി ശങ്കരൻ നമ്പ്യാർ ജില്ലാ മജിസ്ട്രേട്ടിന് സമർപ്പിച്ചിരുന്നു. അക്കാലത്ത് മദ്രാസ് യൂണിവേഴ്സിറ്റിയിലെ റീഡറുമായിരുന്നു നമ്പ്യാർ. പരിഭാഷ പരിശോധിച്ച ശേഷം ജൂലൈ 20-ന് ചീഫ് സെക്രട്ടറി *പ്രഭാതം* പ്രിന്ററും പബ്ലിഷറുമായ ഐ സി പി നമ്പൂതിരിയോട് രണ്ടായിരം രൂപ ജാമ്യം കെട്ടിവയ്ക്കാനാവശ്യപ്പെട്ടു. 1935 ആഗസ്ത് 15-നകം ജാമ്യസംഖ്യ

കെ പി ദാമോദരൻ

നൽകണമെന്നായിരുന്നു കൽപ്പന.[3]

ജാമ്യം കെട്ടിവയ്ക്കാൻ ഐ സി പി നമ്പൂതിരി തയാറായില്ല. കാരണം, പത്രം പൂട്ടിക്കാൻ ബ്രിട്ടീഷുകാർ ഏതാണ്ട് ഉറച്ചതായിരുന്നു. കവിതയുടെ പേരിലുള്ള ജാമ്യം കെട്ടിവെച്ചാൽ അടുത്ത നോട്ടീസും നടപടിയും വരും. അതുകൊണ്ട് ജാമ്യം കെട്ടിവയ്ക്കേണ്ടെന്ന് തീരുമാനിക്കുകയാണുണ്ടായതെന്ന് മാനേജരായിരുന്ന കെ പി ദാമോദരൻ രേഖപ്പെടുത്തിയിട്ടുണ്ട്.[4]

> ഐ സി പി നമ്പൂതിരി: ബ്രിട്ടീഷ് സാമ്രാജ്യത്വത്തിനെതിരെ ആഞ്ഞടിക്കുന്ന കവിത പ്രസിദ്ധീകരിച്ചതോടെ പൊലീസിലെ സ്പെഷൽ ബ്രാഞ്ച് ഇൻസ്പക്ടർ മനിശ്ശീരിക്കാരൻ നാരായണനെഴുത്തശ്ശൻ *പ്രഭാതം* ഓഫീസിൽ കയറി വന്നു. രണ്ടായിരം രൂപ പിഴയടക്കുകയോ അല്ലെങ്കിൽ പത്രം പൂട്ടുകയോ ചെയ്യണമെന്ന നോട്ടീസുണ്ട് കൈയിൽ. ഉത്തരവ് ഞാൻ ഒപ്പിട്ടുവാങ്ങണം. എല്ലാവരും കൂടി ആലോചിച്ചു. തൽക്കാലം പ്രസിദ്ധീകരണം നിർത്താമെന്നും ബാക്കി കാര്യങ്ങൾ പിന്നീട് ആലോചിക്കാമെന്നും തീരുമാനിച്ചു. അങ്ങനെ *പ്രഭാതം* നിലച്ചു.[5]

ഐ സി പരമേശ്വരൻ
നമ്പൂതിരി

ബ്രിട്ടീഷുകാർ കണ്ണുംപൂട്ടി ജാമ്യസംഖ്യ ചോദിച്ചതാണെന്ന് ആരും പറയില്ല. ജില്ലാ മജിസ്ട്രേട്ടിന്റെ റിപ്പോർട്ടിന്റെ അടിസ്ഥാനത്തിലാണ് ജാമ്യസംഖ്യ കെട്ടിവയ്ക്കാനുള്ള ഉത്തരവ് ചീഫ് സെക്രട്ടറി പുറപ്പെടുവിച്ചത്. ജാമ്യസംഖ്യ കെട്ടിവയ്ക്കേണ്ടതില്ലെന്ന് തീരുമാനിക്കുകയും പത്രം നടത്താൻ ഉദ്ദേശിക്കുന്നില്ലെന്ന് ഐ സി പി നമ്പൂതിരി ജില്ലാ മജിസ്ട്രേട്ടിനെ അറിയിക്കുകയുമാണുണ്ടായതെന്ന് 'രഹസ്യം' എന്ന വിഭാഗത്തിൽ പെടുന്ന ഫയലിൽ കാണുന്നുണ്ട്.[6]

*പ്രഭാത*ത്തിന്റെ ലക്കം അവസാനമായി പുറത്തിറങ്ങിയത് ആഗസ്ത് 12-നാണെന്നും ഫയലിൽ മജിസ്ട്രേട്ട് രേഖപ്പെടുത്തിയിരിക്കുന്നു. *പ്രഭാതം* പ്രസിദ്ധീകരണം നിർത്തിയ തീയതി അന്നത്തെ അതിന്റെ സാരഥികൾ എവിടെയും രേഖപ്പെടുത്തിയിട്ടില്ലാത്തതുകൊണ്ട് ബ്രിട്ടീഷ് രേഖകളിലെ തീയതി ആധികാരികമായി കണക്കാക്കാം. അതനുസരിച്ച് പത്രത്തിന്റെ ജീവിതകാലം 1935 ജനുവരി 9 മുതൽ 1935 ആഗസ്ത് 12 വരെ. ഏഴുമാസവും മൂന്നുദിവസവും. മലയാള പത്രപ്രവർത്തനത്തിന്റെ ചരിത്രം പലരും പല രൂപത്തിൽ പഠിക്കുകയും വിലയിരുത്തുകയും ചെയ്തിട്ടുണ്ടെങ്കിലും വേറിട്ട ശബ്ദം കേൾപ്പിച്ച *പ്രഭാത*ത്തിന്റെ ചരിത്രവും സംഭാവനകളും പൊതുവെ അവഗണിച്ചതായിട്ടാണ് കാണുന്നത്.

*പ്രഭാത*ത്തോട് ജാമ്യസംഖ്യ കെട്ടിവയ്ക്കാനുള്ള കൽപ്പന പുറപ്പെടുവിച്ച വാർത്ത *ഇന്ത്യൻ എക്സ്പ്രസ്* 1935 ആഗസ്ത് 14-ന് പ്രസിദ്ധീകരിച്ചിരുന്നു. അതിന്റെ കോപ്പിയും *പ്രഭാതം* സംബന്ധിച്ച ബ്രിട്ടീഷ് രേഖകളുടെ കൂട്ടത്തിലുണ്ട്. ഇതാണ് വാർത്ത:

> Rs. 2,000 security
> demanded from
> 'Prabhatham'
>
> CALICUT, Aug.12. The 'Prabhatham', a Malayalam weekly published from Shornur, has been asked to furnish a security of Rs.2,000 since the Governor in Council thinks that a poem entitled 'the message of the soul' published in its issue of July 1, 1935, goes against the Indian Press (Emergency) Act 1931, Sec 4, subsection (1) clauses (a), (d) and (f). The paper has therefore ceased publication. It will be recalled that the 'Prabhatham' has been the

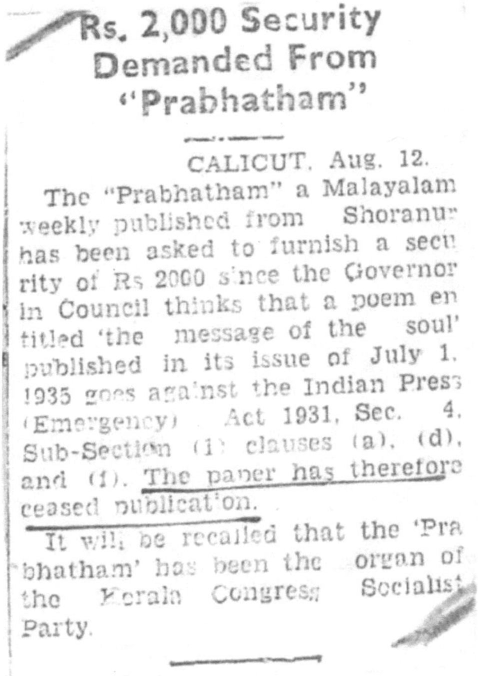

Rs. 2,000 Security Demanded From "Prabhatham"

CALICUT, Aug. 12.

The "Prabhatham" a Malayalam weekly published from Shoranur has been asked to furnish a security of Rs 2000 since the Governor in Council thinks that a poem entitled 'the message of the soul' published in its issue of July 1, 1935 goes against the Indian Press (Emergency) Act 1931, Sec. 4, Sub-Section (1) clauses (a), (d), and (f). The paper has therefore ceased publication.

It will be recalled that the 'Prabhatham' has been the organ of the Kerala Congress Socialist Party.

പ്രഭാതത്തിന് പിഴ ചുമത്തിയ വാർത്ത
ഇന്ത്യൻ എക്സ്പ്രസ് – 14-08-1935

organ of Kerala Congress Socialist Party.[7]

ഇടതുപക്ഷക്കാർ കോൺഗ്രസിനകത്തു തന്നെ ഒരു പാർട്ടിയായി പ്രവർത്തിക്കാനും സ്വതന്ത്രമായി ആശയപ്രചാരണം നടത്താനും തീരുമാനിച്ചതോടെ സിഎസ്പിക്ക് ഒരു പത്രമില്ലാതെ മുന്നോട്ടുപോകാൻ പറ്റാത്ത അവസ്ഥയായിരുന്നു. ദേശീയ പ്രസ്ഥാനത്തെ സഹായിക്കാൻ അന്നു *മാതൃഭൂമി* മാത്രമേ ഉണ്ടായിരുന്നുള്ളൂ. കോൺഗ്രസ് സോഷ്യലിസ്റ്റ് പാർട്ടി രൂപീകൃതമാവുകയും മലബാറിൽ തൊഴിലാളി-കർഷക സമരങ്ങൾ വളർന്നുവരാൻ തുടങ്ങുകയും ചെയ്തതോടെ ഇടതുപക്ഷക്കാരോടുള്ള *മാതൃഭൂമി*യുടെ മനോഭാവം മാറിയിരുന്നു. ഈ സാഹചര്യത്തിലാണ് പത്രം തുടങ്ങാൻ 1934 അവസാനം കോൺഗ്രസ് സോഷ്യലിസ്റ്റ് പാർട്ടിയുടെ കേരള ഘടകം തീരുമാനിക്കുന്നത്. പി കൃഷ്ണപിള്ളയായിരുന്നു സിഎസ്പിയുടെ സെക്രട്ടറിയെങ്കിലും *ഉണ്ണി നമ്പൂതിരി*യിലൂടെ പത്രപ്രവർത്തനത്തിന്റെ ബാലപാഠങ്ങൾ പഠിച്ച ഇ എം എസ് സ്വാഭാവികമായും പത്രത്തിന്റെ ചുമതലക്കാരനായി. ഇരുപത്തിയാറുകാരനായ ഇ എം എസ് അപ്പോഴേക്കും ശ്രദ്ധിക്കപ്പെടുന്ന എഴുത്തുകാരനായിരുന്നു. മാത്രമല്ല, അന്നത്തെ ഇടതുപക്ഷ കെപിസിസിയുടെ സെക്രട്ടറിയുമായിരുന്നു അദ്ദേഹം.

കോൺഗ്രസിന്റെ വിലപേശൽ-സന്ധി സമീപനത്തോടുള്ള എതിർപ്പ് വളർന്നുവന്നത് കോൺഗ്രസിലെ ഇടതുപക്ഷ വിഭാഗത്തെ ശക്തിപ്പെടുത്തിയിരുന്നു. 1934-ലെ ബോംബെ കോൺഗ്രസ് സമ്മേളനത്തിന് മുമ്പ് നടന്ന കെപിസിസി തെരഞ്ഞെടുപ്പിൽ ഇടതുപക്ഷത്തിന് ഭൂരിപക്ഷം കിട്ടുകയും ഇ എം എസ് നമ്പൂതിരിപ്പാട് സെക്രട്ടറിയായി തെരഞ്ഞെടുക്കപ്പെടുകയും ചെയ്തു. ഇതു കോൺഗ്രസിലെ ഇടതു-വലതു സംഘട്ടനം മൂർച്ഛിപ്പിച്ചുവെന്ന് പറയേണ്ടതില്ല. പ്രവർത്തക കമ്മിറ്റിയിൽ ഭൂരിഭാഗം ഇടതുപക്ഷക്കാരായിരുന്നു. ഇ എം എസ് സംഘടനാ സെക്രട്ടറിയായതുകൊണ്ട് കെപിസിസി ഓഫീസ് കോഴിക്കോട്ടുനിന്ന് ഷൊർണൂരിലേക്ക് മാറ്റി. കാരണം, പെരിന്തൽമണ്ണയ്ക്കടുത്ത് ചെറുകരയിൽ താമസിച്ചിരുന്ന ഇ എം എസിന് പ്രവർത്തിക്കാൻ സൗകര്യമുള്ള സ്ഥലമായിരുന്നു ഷൊർണൂർ. തീവണ്ടി സൗകര്യവുമുണ്ട്. ഷൊർണൂരിൽ കെപിസിസി ഓഫീസ് വന്നതുകൊണ്ടാണ് *പ്രഭാതം* അവിടെ നിന്നാക്കാൻ തീരുമാനിച്ചത്. ഭാരതപ്പുഴയുടെ തീരത്തുള്ള ഷൊർണൂർ അന്നു ചെറിയ പട്ടണമായിരുന്നുവെങ്കിലും മലബാറിൽ അതിനൊരു സ്ഥാനമുണ്ടായിരുന്നു. പത്തൊമ്പതാം നൂറ്റാണ്ടിൽ തന്നെ ഷൊർണൂരിൽ റെയിൽവെ വന്നിട്ടുണ്ട്. റെയിൽവെ സ്റ്റേഷനും അതുമായി ബന്ധപ്പെട്ട ഓഫീസുകളും ഷൊർണൂരിനൊരു വിലാസം നൽകി. ഇരുപതാം നൂറ്റാണ്ടിന്റെ ആരംഭത്തിൽ തന്നെ ഷൊർണൂരിലേക്ക് ലോഹവ്യവസായങ്ങളെത്തി. ഇത്തരം സ്ഥാപനങ്ങളുള്ളതിനാൽ കൊച്ചിയിൽ നിന്നും മലബാറിന്റെ മറ്റു ഭാഗങ്ങളിൽനിന്നും ഷൊർണൂരിലേക്ക് തൊഴിലിനുവേണ്ടി ധാരാളമാളുകൾ

കെ ദാമോദരൻ

വന്നിരുന്നു. ജാതിഭേദമില്ലാതെ അധഃസ്ഥിതർക്ക് ഇത്തരം സ്ഥാപനങ്ങളിൽ തൊഴിൽ കിട്ടി. ഭാരതപ്പുഴയുടെ തീരത്തുള്ള ഈ പട്ടണം കലാപാരമ്പര്യത്തിലും അന്നേ മുന്നിലായിരുന്നു. മഹാകവി വള്ളത്തോളും സഹപ്രവർത്തകരും ചെറുതുരുത്തിയിൽ കലാമണ്ഡലം സ്ഥാപിച്ചത് *പ്രഭാതം* തുടങ്ങുന്നതിനും അഞ്ചുവർഷം മുമ്പാണ്-1930-ൽ.

പത്രം തുടങ്ങാൻ ഒരുപാട് കടമ്പകളുണ്ടായിരുന്നു. ബ്രിട്ടീഷ് സർക്കാരിന്റെ അനുമതി അഥവാ ഡിക്ലറേഷൻ കിട്ടണം. അതാണ് ഏറ്റവും പ്രധാനം. അതു കിട്ടിയാൽ പ്രസ് വേണം. പ്രസ്സിനും ഓഫീസിനും സ്ഥലം വേണം. പ്രവർത്തകർ വേണം. ഇതിനൊക്കെ പുറമെ പണവും വേണം.

പ്രഭാതം പുറത്തിറങ്ങുന്നത് 1935 ജനുവരിയിലാണെങ്കിലും പത്രത്തിനുള്ള പ്രാരംഭ ജോലികൾ ഇ എം എസിന്റെ നിർദേശപ്രകാരം 1934-ൽ ഷൊർണൂരിൽ ആരംഭിച്ചിരുന്നതായി പത്രത്തിന്റെ മാനേജരായിരുന്ന കെ പി ദാമോദരൻ രേഖപ്പെടുത്തിയിട്ടുണ്ട്.[8] പഴയ വള്ളുവനാട്ടിലെ ചെർപ്പുളശ്ശേരിക്കാരനായ ദാമോദരന് ആദ്യകാലത്ത് മദിരാശിയിലായിരുന്നു ജോലി. അവിടെ യുണൈറ്റഡ് ക്ലബ്ബിൽ ലൈബ്രേറിയനായിരുന്ന അദ്ദേഹം ദേശീയ പ്രസ്ഥാനത്തിൽ പ്രവർത്തിക്കാൻ ജോലി ഉപേക്ഷിച്ച് നാട്ടിലേക്ക് പോന്നു. അങ്ങനെയാണ് ഇ എം എസുമായി ബന്ധപ്പെടുന്നത്.

ഇ എം എസ് അടക്കം കോൺഗ്രസ് സോഷ്യലിസ്റ്റ് പാർട്ടിയുടെ പ്രധാന നേതാക്കളെല്ലാം വിവിധ കേസുകളിൽപെട്ട് ജയിലിൽ കഴിഞ്ഞവരാണ്. 'ജയിൽ പുള്ളികൾ'ക്ക് ബ്രിട്ടീഷ് സർക്കാരിൽ നിന്ന് ഡിക്ലറേഷൻ കിട്ടാൻ പ്രയാസമായിരിക്കും. വേറെ എന്തുവഴി? പല അന്വേഷണങ്ങളും ആലോചനകളും നടന്നു. ഇ എം എസിന്റേയോ സിഎസ്പി സെക്രട്ടറിയായ കൃഷ്ണപിള്ളയുടെയോ പേരിൽ ഡിക്ലറേഷന് അപേക്ഷിച്ചാൽ മിക്കവാറും നിരസിക്കപ്പെടും. അങ്ങനെയാണ് പൊലീസിന്റെ സംശയലിസ്റ്റിൽ ഇല്ലാത്ത ഒരാൾ നടത്തിയ പത്രവും പ്രസ്സും വിലയ്ക്കുവാങ്ങാൻ തീരുമാനിച്ചത്.[9]

പാലക്കാട്ട് വലിയപാടം കെ എസ് നായർ നടത്തിയ പത്രമായിരുന്നു *പ്രഭാതം*. സിംഗപ്പൂരിലും മറ്റും വ്യവസായം നടത്തി തിരിച്ചുവന്ന അദ്ദേഹം യുക്തിവാദിയും സ്വതന്ത്രചിന്തകനുമായിരുന്നു. ഐ സി പി നമ്പൂതിരി അക്കാര്യം വിശദീകരിക്കുന്നു: "കെ എസ് നായർക്ക് പത്രം മുമ്പോട്ടുകൊണ്ടുപോകാൻ പറ്റാതായിരുന്നു. അതു വിലയ്ക്കുവാങ്ങുന്നതിന് ഞാൻ കെ എസ് നായരുമായി സംസാരിച്ചു. അദ്ദേഹത്തിന് സമ്മതമായിരുന്നു."

പത്രവും പ്രസ്സും വാങ്ങാൻ ധാരണയായെങ്കിലും പ്രസ്സിന്റെ കാര്യത്തിലൊരു തടസ്സമുണ്ടായിരുന്നു. പത്രം അച്ചടിച്ചിരുന്ന ഉദയഭാനു പ്രസ് തൃശൂർ മുണ്ടൂരിലെ വാര്യർ ബാങ്കിൽ പണയത്തിലാണ്. ബാങ്കിലെ കടം വീട്ടിയാലേ പ്രസ് കിട്ടൂ. അതിനുള്ള പണം ഇ എം എസ് സംഘടിപ്പിച്ചുകൊടുത്തപ്പോൾ ആ തടസ്സം നീങ്ങി. പണം തിരിച്ചടച്ച് പ്രസ് ഷൊർണൂരിൽ എത്തിക്കാനുള്ള കാര്യങ്ങൾ ഐ സി പി ചെയ്തു. ഇ എം എസ് എങ്ങനെ തുക സംഘടിപ്പിച്ചുവെന്ന് ഇതുവരെ ആരും പറഞ്ഞിട്ടില്ല. *ദേശാഭിമാനി*ക്കുവേണ്ടി സ്വത്തുവിൽക്കുന്നത് പിന്നീടാണ്. ഇ എം എസ് കടം വാങ്ങി പണം ഒപ്പിച്ചതാകാനാണ് സാധ്യതയെന്നാണ് അദ്ദേഹത്തിന്റെ മകൻ എസ് ശശി പറഞ്ഞത്. കാരണം, അന്നു തറവാട്ടിൽനിന്ന് ഇ എം എസിന് ഒന്നും കിട്ടാനുണ്ടായിരുന്നില്ല. *പ്രഭാത*ത്തെക്കുറിച്ച് പിന്നീട് ഇ എം എസ് എഴുതിയപ്പോൾ പ്രസ്സിന്റെ കടബാധ്യതയെക്കുറിച്ച് പറയുന്നുമുണ്ട്.

പത്രപ്രവർത്തകനും സാമൂഹിക പ്രവർത്തകനുമായിരുന്ന നവാബ് രാജേന്ദ്രന്റെ (1950-2003) അച്ഛൻ പി കുഞ്ഞിരാമപ്പൊതുവാളാണ് ഉദയഭാനു പ്രസ് നടത്തിയിരുന്നത്. പ്രസ് നടത്തി പരിചയം നേടിയ ആളെന്ന നിലയിൽ പൊതുവാളിനെയും ഐ സി പി ഷൊർണൂരിലേക്ക് കൂട്ടി. ഇന്നത്തെ ഷൊർണൂർ ബസ് സ്റ്റാൻഡിനു പിറകിൽ പ്രസ്സിനും ഓഫീസിനും വേണ്ടി

മൊയാരത്ത് ശങ്കരൻ

രണ്ടുമുറിയുള്ള ഒരു വീട് വാടകക്കെടുത്തു. മുമ്പ് പൊലീസ് സ്റ്റേഷൻ ഇതിനടുത്തായിരുന്നു. ഒരു പഴയ ലൈൻ വീടായിരുന്നു. അക്കാലത്ത് ഷൊർണൂരിലെ പ്രമാണിമാരിൽ ഒരാളായിരുന്ന മണ്ണത്ത് രാമൻനായരുടെതായിരുന്നു വീട്.

ഷൊർണൂരിൽ നിന്നു വാങ്ങിയ പ്രസ്സിന്റെ സ്ഥിതി അത്ര മെച്ചമായിരുന്നില്ല. ഒരു റോയൽ സൈസ് കൈ മെഷിനും കുറേ അച്ചുകളും. അതാണ് പ്രസ്. വാടകയ്ക്ക് എടുത്ത വീട്ടിൽ ഒരു മുറിയിൽ പ്രസ് സ്ഥാപിച്ചു. മറ്റേ മുറി ഓഫീസാക്കി. അച്ചടിക്കാൻ ജോലി പരിചയമുള്ളവർ വേണം. വി ടി ഭട്ടതിരിപ്പാടിന്റെ സഹായത്തോടെ മംഗളോദയം പ്രസ്സിൽ നിന്ന് രണ്ടുപേരെ ഐ സി പി കണ്ടുപിടിച്ചു-പുഷ്കരനും പൊറിഞ്ചുവും. ഏതാണ്ട് മൂന്നുമാസമേ വേണ്ടിവന്നുള്ളു പത്രം പുറത്തിറക്കാൻ. കോൺഗ്രസിലെ ഇടതുപക്ഷക്കാർക്ക് അഭിമാനമായി, അടിച്ചമർത്തപ്പെടുന്ന കർഷകർക്കും തൊഴിലാളികൾക്കും പ്രതീക്ഷയായി, ബ്രിട്ടീഷ് ഭരണാധികാരികൾക്ക് കണ്ണിലെ കരടായി 1935 ജനുവരി 9-ന് *പ്രഭാതം* പുറത്തുവന്നു. പുതിയ പത്രം പ്രസിദ്ധീകരിക്കുന്നതു പ്രമാണിച്ച് വലിയ പരിപാടിയോ ചടങ്ങോ നടന്നതായി ഇ എം എസോ ഐ സി പിയോ മാനേജരായിരുന്ന കെ പി ദാമോദരനോ രേഖപ്പെടുത്തിയിട്ടില്ല. റോയൽ നാലിലൊന്ന് സൈസിൽ എട്ടു പേജിൽ വാരികയായാണ് പത്രം പുറത്തിറങ്ങിയത്. പിന്നീട് പേജ് വർധിപ്പിച്ചു.

പത്രാധിപരായ ഇ എം എസ് രാവിലെ ചെറുകരയിൽനിന്ന് തീവണ്ടിയിൽ വന്നാണ് കാര്യങ്ങൾ നോക്കിയിരുന്നത്. വൈകുന്നേരം തീവണ്ടിയിൽ തന്നെ തിരിച്ചുപോകും. കോൺഗ്രസ് സോഷ്യലിസ്റ്റ് പാർട്ടിയുടെ സെക്രട്ടറി കൂടിയായിരുന്ന പി കൃഷ്ണപിള്ള ഇടയ്ക്കിടെ വരും. ഇ എം എസ്, പി കൃഷ്ണപിള്ള, കെ ദാമോദരൻ, മൊയാരത്ത് ശങ്കരൻ, എൻ സി ശേഖർ എന്നിവരായിരുന്നു പതിവായി എഴുതിയിരുന്നത്. പി വി കുഞ്ഞുണ്ണിനായരും എ രാമചന്ദ്രൻ നെടുങ്ങാടിയും പ്രചാരകർ എന്ന റോളിലായിരുന്നു. നെടുങ്ങാടി പത്രത്തിൽ എഴുതാറുമുണ്ട്. രാഷ്ട്രീയ നേതാവായ ഇ എം എസ് ഇല്ലാത്ത അവസരങ്ങളിൽ ഐ സി പിയാണ് ഉള്ളടക്കത്തിന്റെ കാര്യങ്ങൾ കൂടി നോക്കിയിരുന്നത്. ചിലപ്പോൾ മുഖപ്രസംഗവും എഴുതേണ്ടിവരും.

ബ്രിട്ടീഷ് സാമ്രാജ്യത്വത്തെയും അവർക്കു താങ്ങായി നിൽക്കുന്ന ജന്മിത്വത്തെയും എതിർക്കുന്ന ഒരു പത്രത്തിന്റെ യാത്ര എത്ര പ്രതിബന്ധങ്ങൾ നിറഞ്ഞതാകുമെന്ന് ഊഹിക്കാവുന്നതേയുള്ളു. കടലാസും മഷിയും വാങ്ങാനും വാടകയും വേതനവും കൊടുക്കാനുമെല്ലാം അന്നന്ന് വരിക്കാരെയോ അഭ്യുദയകാംക്ഷികളെയോ കണ്ട് പണം പിരിക്കേണ്ട അവസ്ഥയായിരുന്നു. കൂട്ടത്തിൽ പുതിയ വരിക്കാരെ ചേർക്കുകയും വേണം. ചുരുക്കം സ്ഥലങ്ങളിലേ വിൽപ്പനക്കും വരിസംഖ്യ പിരിവിനും ഏജന്റുമാരുണ്ടായിരുന്നുള്ളു.[10]

പത്രത്തിന്റെ ദൈനംദിന നടത്തിപ്പിൽ എല്ലാവരും ചേരും. അക്കാര്യത്തിൽ എഡിറ്ററും മാനേജറും പ്രസ് തൊഴിലാളിയും ഒറ്റക്കെട്ടാണ്. അച്ചടിയന്ത്രത്തിൽ മഷി പുരട്ടാൻ വരെ ഇ എം എസ് കൂടുമായിരുന്നുവെന്നാണ് ഐ സി പി നമ്പൂതിരി പറഞ്ഞത്. അക്കാലത്തെ പ്രസ്സിൽ മഷി കൈകൊണ്ടുപുരട്ടണം. പത്രം നടത്താൻ നേരിട്ട പ്രയാസങ്ങളെക്കുറിച്ച് ഇ എം എസ് അനുസ്മരിക്കുന്നു:

> പ്രസ് വാങ്ങിയതിന് വില കൊടുക്കുക, ആഴ്ചതോറും കടലാസ് വാങ്ങുക, ടൈപ്പുകളും മറ്റുപകരണങ്ങളും നന്നാക്കുകയും അത്യാവശ്യം വാങ്ങുകയും ചെയ്യുക, തൊഴിലാളികൾക്ക് ശമ്പളം കൊടുക്കുക, പത്രാധിപത്യവും മാനേജ്മെന്റും സംബന്ധിച്ച ജോലികൾ ചെയ്യുന്ന ഞങ്ങളുടെ തന്നെ ചെലവുകൾ നടത്തുക-ഇതിനെല്ലാം വേണ്ട പണം ഉണ്ടാക്കുന്നത് വിഷമം പിടിച്ച ജോലിയായിരുന്നു. എങ്ങനെയോ അതെല്ലാം ഉന്തിത്തള്ളി നീക്കിയെന്നു മാത്രം.[11]

കോൺഗ്രസ് സോഷ്യലിസ്റ്റ് പാർട്ടിയുടെ അഖിലേന്ത്യാ പത്രമായിരുന്നു ഡോ. രാം മനോഹർ ലോഹ്യ പത്രാധിപരായി ബോംബെയിൽ നിന്ന് ഇംഗ്ലീഷിൽ പ്രസിദ്ധീകരിച്ചിരുന്ന

കോൺഗ്രസ് സോഷ്യലിസ്റ്റ്. അതിലെ ലേഖനങ്ങൾ തർജമ ചെയ്ത് *പ്രഭാത*ത്തിൽ പ്രസിദ്ധീകരിക്കുന്നത് പതിവായിരുന്നു. ബ്രിട്ടീഷ് പാർലമെന്റ് പാസാക്കിയതും നടപ്പാക്കാൻ പോകുന്നതുമായ ഇന്ത്യൻ ഭരണഘടനയെപ്പറ്റി ജയപ്രകാശ് നാരായൺ കോൺഗ്രസ് സോഷ്യലിസ്റ്റിൽ ഒരു മുഖലേഖനം എഴുതിയിരുന്നു. ഇംഗ്ലീഷിൽ wreck it എന്നായിരുന്നു ലേഖനത്തിന്റെ തലക്കെട്ട്. ബ്രിട്ടീഷുകാരുണ്ടാക്കിയ ഭരണഘടന തള്ളിക്കളയണം എന്ന ആശയത്തിലാണ് ആ തലവാചകം അവർ കൊടുത്തത്. ഈ ലേഖനത്തെ ആസ്പദമാക്കി *പ്രഭാതം* പ്രസിദ്ധീകരിച്ച മുഖപ്രസംഗത്തിന്റെ തലക്കെട്ട് 'തകർക്കുക' എന്നായിരുന്നു.

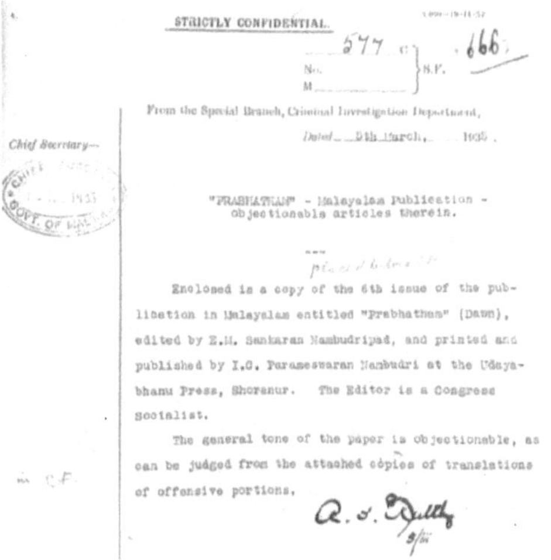
STRICTLY CONFIDENTIAL.

No. 577 C } S.F. 666
M

From the Special Branch, Criminal Investigation Department,

Dated 5th March, 1935.

Chief Secretary—

"PRABHATHAM" - Malayalam Publication - objectionable articles therein.

Enclosed is a copy of the 6th issue of the publication in Malayalam entitled "Prabhatham" (Dawn), edited by E.M. Sankaran Nambudripad, and printed and published by I.C. Parameswaran Nambudri at the Udayabhanu Press, Shoranur. The Editor is a Congress Socialist.

The general tone of the paper is objectionable, as can be judged from the attached copies of translations of offensive portions.

R. S. Dutt
5/iii

*പ്രഭാത*ത്തിന്റെ സ്വരം ആക്ഷേപകരമാണെന്ന് കാണിച്ച് പൊലീസ് സ്പെഷൽ ബ്രാഞ്ച് ചീഫ് സെക്രട്ടറിക്ക് അയച്ച സന്ദേശം–1935 മാർച്ച് 5

പിന്നീട് ഏതാനും കൊല്ലങ്ങളോളം ഇടതുപക്ഷ കോൺഗ്രസുകാരുടെ മുദ്രാവാക്യമായി അതു പരിണമിച്ചു. ബ്രിട്ടീഷ് ഗവൺമെന്റ് തയാറാക്കിയ ഭരണഘടന ഉപയോഗിക്കുക എന്ന വലതുപക്ഷ സമീപനത്തിനു പകരം അതിനെ തകർക്കുക എന്ന ഇടതുപക്ഷ സമീപനം കേരളത്തിൽ അവതരിപ്പിച്ചത് ആ മുഖപ്രസംഗത്തിലൂടെയാണ്.[12]

കവിതയുടെ പേരിൽ ജാമ്യസംഖ്യ കെട്ടിവയ്ക്കാൻ കൽപ്പിക്കുന്നതിനു മുമ്പ് 1935 ഏപ്രിലിൽ അന്നത്തെ മലബാർ കലക്ടർ *പ്രഭാതം* പത്രാധിപരെ വിളിച്ച് താക്കീതു ചെയ്തുവെന്ന് കലക്ടർ ചീഫ് സെക്രട്ടറിക്കയച്ച കത്തിൽ പറഞ്ഞിരുന്നുവല്ലോ. 'പിച്ച കിട്ടിയതുമില്ല, പട്ടി കടിക്കുകയും ചെയ്തു' എന്ന ശീർഷകത്തിൽ വന്ന മുഖപ്രസംഗമാണ് ഈ നടപടിക്ക് ബ്രിട്ടീഷുകാർ കാരണമാക്കിയത്. അതേപ്പറ്റി ഐ സി പി നമ്പൂതിരി:

നികുതി കുറയ്ക്കണമെന്ന് ആവശ്യപ്പെട്ട് കർഷക പ്രക്ഷോഭം നടക്കുന്ന സമയമായിരുന്നു അത്. എന്നാൽ, സർക്കാർ നികുതി കുറച്ചില്ലെന്നു മാത്രമല്ല, സമ്പന്നർക്കായി ആദായനികുതി ഇളവുചെയ്തുകൊടുക്കുകയും ചെയ്തു. ഇതാണ് മുഖപ്രസംഗത്തിലൂടെ വിമർശന വിധേയമാക്കിയത്. ഗവൺമെന്റിനെ കഠിനമായി വിമർശിച്ച ആ മുഖപ്രസംഗം വന്നതോടെ ബ്രിട്ടീഷ് ഗവൺമെന്റ് പത്രത്തിനെതിരെ നടപടിയെടുത്തു. കലക്ടരുടെ മുമ്പിൽ നേരിട്ടുഹാജരാകാൻ നോട്ടീസ് കിട്ടി.[13]

പത്രാധിപരെ താക്കീത് ചെയ്തു എന്നാണ് ബ്രിട്ടീഷ് രേഖകളിൽ കാണുന്നത്. ആത്മകഥയിൽ ഇ എം എസ് അതു ശരിവയ്ക്കുകയും ചെയ്യുന്നു. പ്രിന്ററും പബ്ലിഷറുമായ തന്നെ കലക്ടർ വിളിപ്പിച്ചു എന്ന് ഐ സി പി പറയുന്നതിൽ നിന്ന് അദ്ദേഹത്തെയും താക്കീത് ചെയ്തിരുന്നു എന്നാണ് മനസ്സിലാക്കേണ്ടത്. കാരണം, പത്രാധിപർക്കുള്ള അത്രയോ അതിൽ കൂടുതലോ ഉത്തരവാദിത്തം നിയമപ്രകാരം പ്രിന്റർ ആന്റ് പബ്ലിഷർക്കുണ്ട്.

ഐ സി പി തുടരുന്നു:

മക്കീവൻ സായ്പാണ് അന്ന് മലബാർ ജില്ലാ കലക്ടർ. കോഴിക്കോട്ടുള്ള കലക്ടരുടെ ബംഗ്ലാവിൽ ഞാനെത്തി. കലക്ടർ എന്നോട് ഇംഗ്ലീഷിൽ ചോദ്യങ്ങൾ ചോദിച്ചു. മുഖപ്രസംഗവും പരിഭാഷയും കലക്ടരുടെ മേശപ്പുറത്തുണ്ട്. കലക്ടർ എന്നോട് പറഞ്ഞു: 'തലക്കെട്ടും ഉള്ളടക്കവും പ്രകോപനപരമാണ്. ഇത് മുന്നറിയിപ്പാണ്. ഇനി സൂക്ഷിക്കണം'. അത്രയേ ഉണ്ടായുള്ളൂ.[14]

അഖിലേന്ത്യാ രാഷ്ട്രീയത്തിൽ ഉയർന്നുവന്ന പ്രശ്നങ്ങൾ തന്നെയാണ് മലബാറിലെ രാഷ്ട്രീയ പ്രവർത്തനത്തിനും 1930-കളിൽ അടിസ്ഥാനമായത്. ഇക്കാര്യത്തിലും *പ്രഭാതം*

എൻ സി ശേഖർ

സവിശേഷമായ ചില സംഭാവനകൾ നൽകിയെന്ന് ഇ എം എസ് ചൂണ്ടിക്കാണിക്കുന്നു:

> മലബാറിലെ കുടിയായ്മക്കാരുടെ അടിയന്തരാവശ്യങ്ങൾ അംഗീകരിക്കുകയും അവയെ ഇന്ത്യയിലാകെയുള്ള കർഷക പ്രസ്ഥാനത്തിന്റെ ആവശ്യങ്ങളുമായി ഘടിപ്പിക്കുകയും ചെയ്യുന്ന കാര്യത്തിൽ *പ്രഭാതം* അതിന്റെ പങ്ക് നിറവേറ്റി. 1930-ൽ നിലവിൽ വന്ന മലബാർ കുടിയായ്മ നിയമം മുഖേന കുടിയാന്മാർക്ക് കിട്ടിയ നേട്ടങ്ങളും നിയമത്തിലെ അപാകതകളും പരിശോധിച്ച് ആ നിയമത്തിൽ ഇനിയെന്തെല്ലാം മാറ്റങ്ങൾ വരുത്തണമെന്ന് നിർദേശിച്ചുകൊണ്ട് ഏതാനും ലേഖനങ്ങൾ *പ്രഭാതം* പ്രസിദ്ധീകരിക്കുകയുണ്ടായി.[15]

കുടിയാൻ പ്രസ്ഥാനത്തിന്റെ പ്രവർത്തന ഫലമായി 1930-ൽ നിലവിൽ വന്ന മലബാർ കുടിയായ്മ നിയമത്തിന്റെ ആനുകൂല്യം പ്രധാനമായും ജന്മിമാരിൽ നിന്ന് ഭൂമി നേരിട്ട് പാട്ടത്തിനെടുത്ത കാണക്കുടിയാന്മാർക്കായിരുന്നു. എന്നാൽ, കാണക്കാരിൽ നിന്ന് ഭൂമി പാട്ടത്തിന് വാങ്ങി മണ്ണിൽ അധ്വാനിക്കുന്ന വെറുംപാട്ടക്കാരായിരുന്നു കർഷകരിൽ അധികവും. അവരുടെ പ്രശ്നങ്ങൾക്ക് 1930-ലെ നിയമത്തിൽ കാര്യമായ പരിഗണന ലഭിച്ചില്ല. അതിനാൽ കുടിയായ്മ നിയമ ഭേദഗതിക്കുവേണ്ടിയുള്ള പ്രക്ഷോഭം മലബാറിലാകെ വ്യാപിച്ചു. സമരം അടിച്ചമർത്താൻ കഴിയില്ലെന്ന് ബോധ്യമായപ്പോൾ 1938-ൽ പ്രശസ്ത അഭിഭാഷകൻ കുട്ടികൃഷ്ണമേനോൻ അധ്യക്ഷനായി മദിരാശി സർക്കാർ ഒരു കമ്മിറ്റി രൂപീകരിച്ചു. അന്നു മദിരാശി നിയമസഭയിൽ അംഗങ്ങളായിരുന്ന ഇ എം എസ് നമ്പൂതിരിപ്പാട്, മുഹമ്മദ് അബ്ദുറഹിമാൻ, ഇ കണ്ണൻ എന്നീ മൂന്നു ഇടതുപക്ഷ കോൺഗ്രസുകാർ ഈ കമ്മിറ്റിയിലേക്ക് നാമനിർദേശം ചെയ്യപ്പെട്ടു. എന്നാൽ, കമ്മിറ്റിയിൽ ഭൂരിപക്ഷം വലതുപക്ഷക്കാർക്കായിരുന്നു. ഭൂരിപക്ഷ റിപ്പോർട്ടിനോട് വിയോജിച്ചുകൊണ്ട് മൂന്നു ഇടതുപക്ഷക്കാരും വെവ്വേറെ റിപ്പോർട്ട് സമർപ്പിച്ചു. ജന്മി സമ്പ്രദായം പ്രതിഫലം കൂടാതെ അവസാനിപ്പിക്കണമെന്നും കുടിയൊഴിക്കൽ തടയണമെന്നും പാട്ടം കുറയ്ക്കണമെന്നും മൂന്നു വിയോജനക്കുറിപ്പുകളിലും ആവശ്യപ്പെട്ടിരുന്നു. ഈ നിർദേശങ്ങളെ പോലും വലതുപക്ഷ കോൺഗ്രസുകാർ ജന്മിപ്രതിനിധികൾക്കൊപ്പം ചേർന്ന് എതിർക്കുകയാണുണ്ടായത്.[16]

കർഷകരുടെയും തൊഴിലാളികളുടെയും ആവശ്യങ്ങൾക്ക് പിന്തുണ നൽകുന്നതോടൊപ്പം സോഷ്യലിസ്റ്റ് ആശയങ്ങളുടെ പ്രചാരണത്തിന് *പ്രഭാതം* ഊന്നൽ നൽകി. സാമ്പത്തിക ശാസ്ത്രം, തത്വചിന്ത, ഭരണകൂടവും വിപ്ലവവും, കമ്യൂണിസ്റ്റ് ഇന്റർനാഷണൽ, ഫാസിസം, സോവിയറ്റ് യൂണിയന്റെ നേട്ടങ്ങൾ, ഗാന്ധിസം മുതലായ വിഷയങ്ങൾ കൈകാര്യം ചെയ്യുമ്പോൾ പത്രത്തിന്റെ ലക്ഷ്യം സോഷ്യലിസ്റ്റ് ആശയങ്ങളുടെ പ്രചാരണവും മാർക്സിസ്റ്റ് സിദ്ധാന്തങ്ങൾ പരിചയപ്പെടുത്തലുമായിരുന്നു. കോൺഗ്രസ് സോഷ്യലിസ്റ്റ് പാർട്ടിയുടെ നയം സംബന്ധിച്ച് 1935 മാർച്ചിൽ മൂന്നു ലേഖനങ്ങൾ പരമ്പരയായി *പ്രഭാതം* പ്രസിദ്ധീകരിച്ചു. അവ മൂന്നും ആക്ഷേപാർഹമാണെന്നാണ് ഗവൺമെന്റ് കണ്ടത്. ദുരിതമനുഭവിക്കുന്ന കർഷകരുടെയും തൊഴിലാളികളുടെയും പിന്തുണയും സഹകരണവും ആർജിക്കാതെ ബൂർഷ്വാ ദേശീയവാദികൾ വിഭാവനം ചെയ്യുന്ന രാഷ്ട്രീയ സ്വാതന്ത്ര്യം പോലും നേടാൻ കഴിയില്ലെന്ന് *പ്രഭാതം* വാദിച്ചു. 1935 മാർച്ച് 4, 11, 18 തീയതികളിലാണ് 'കോൺഗ്രസ് സോഷ്യലിസ്റ്റുകാരുടെ നയം' എന്ന ലേഖന പരമ്പര പ്രസിദ്ധീകരിച്ചത്.[17]

എങ്ങനെ നമ്മുടെ വ്യാപാരം ഇടിഞ്ഞു എന്ന തലക്കെട്ടിൽ 1935 ഏപ്രിലിൽ *പ്രഭാതം* പ്രസിദ്ധീകരിച്ച ഒരു ലേഖനത്തിൽ നിന്ന്:

> നമ്മുടെ രക്ഷയ്ക്ക് ഉണ്ടാക്കുന്ന ആയുധങ്ങൾകൊണ്ട് നമ്മുടെ തന്നെ കഴുത്ത് അറക്കപ്പെടുകയാണ്. ടെലഗ്രാഫ്, റെയിൽവെയ്സ്, പോസ്റ്റ്സ്, ആവിക്കപ്പൽ, നിയമം എന്നിവയൊക്കെ ഇംഗ്ലീഷ് മുതലാളിമാരുടെ ആവശ്യത്തിനാണ് അധികം ഉപയോഗിക്കുന്നത്. ഇംഗ്ലീഷ് കച്ചവട

ക്കാർ ഇന്ത്യൻ വ്യാപാരം നശിപ്പിക്കുകയും അവരുടേത് വളർത്തുകയും ചെയ്തു. ആയുധങ്ങൾ ഇന്ത്യക്കാരിൽ നിന്ന് എടുത്തുകൊണ്ടുപോയി. എല്ലാ ഭരണച്ചുമതലകളും അവർ കൈയടക്കി. അത്തരം ചുമതലകൾ വഹിക്കാൻ നാം യോഗ്യരല്ലെന്നാണ് പറയുന്നത്. അവരുടെ നയത്തിൽ എന്തെങ്കിലും മാറ്റം വന്നിട്ടുണ്ടെങ്കിൽ അത് ഇതാണ്: നേരത്തെ ചൂഷണം അപരിഷ്കൃതമായ രീതിയിലായിരുന്നു. ഇപ്പോൾ അതൽപ്പം മിനുക്കിയിട്ടുണ്ട്. റെയിൽവെ യഥാർഥത്തിൽ ഉപയോഗിച്ചത് ഇന്ത്യൻ വ്യാപാരം നശിപ്പിക്കുന്നതിനാണ്. ഇക്കാര്യം ലേബർ കമീഷനും ഗവൺമെന്റും സമ്മതിച്ചിട്ടുണ്ട്. നമ്മുടെ ക്ഷേമത്തിനും ഗുണത്തിനും എന്ന് പറഞ്ഞ് ചെയ്യുന്നതെല്ലാം വാസ്തവത്തിൽ നമ്മെ പിഴിയുന്നതിനും കഴുത്ത് ഞെരിക്കുന്നതിനുമാണ്.[18]

പൊലീസിന്റെ രഹസ്യാന്വേഷണ വിഭാഗത്തിൽ നിന്ന് *പ്രഭാത*ത്തിന്റെ 'നിയമലംഘന'ത്തെപ്പറ്റി സർക്കാരിന് നിരന്തരം റിപ്പോർട്ടുകൾ ലഭിച്ചുകൊണ്ടിരുന്നു. പൊലീസുകാരുടെ റിപ്പോർട്ടുകൾ അപ്പടി വിഴുങ്ങാൻ മിക്കപ്പോഴും ജില്ലാ മജിസ്ട്രേട്ടും ചീഫ് സെക്രട്ടറിയും തയാറായിരുന്നില്ല എന്നത് മറ്റൊരു വസ്തുത. ചില പൊലീസ് ഉദ്യോഗസ്ഥർ കമ്യൂണിസ്റ്റുകാരെ അമർത്താൻ അമിത താൽപ്പര്യം കാണിച്ചിരുന്നു എന്നത് *പ്രഭാത*ത്തിന്റെ കാര്യത്തിലും ബാധകമാണ്. 1935 മാർച്ച് 5-ന് ക്രിമിനൽ ഇൻവസ്റ്റിഗേഷൻ ഡിപ്പാർട്മെന്റിലെ സ്പെഷൽ ബ്രാഞ്ച് വിഭാഗം സർക്കാർ ചീഫ് സെക്രട്ടറിക്ക് *പ്രഭാത*ത്തെക്കുറിച്ച് ഒരു റിപ്പോർട്ട് അയച്ചിരുന്നു. അതിന്റെ ചുരുക്കം:

ഇ എം എസ് നമ്പൂതിരിപ്പാട് എഡിറ്ററും ഐ സി പരമേശ്വരൻ നമ്പൂതിരിപ്പാട് പ്രിന്ററുമായി ഷൊർണൂർ ഉദയഭാനു പ്രസ്സിൽ നിന്ന് അച്ചടിക്കുന്ന മലയാളം പ്രസിദ്ധീകരണമായ *പ്രഭാത*ത്തിന്റെ 6-ാം ലക്കത്തിന്റെ കോപ്പി ഇതൊന്നിച്ചയക്കുന്നു. പത്രാധിപർ ഒരു കോൺഗ്രസ് സോഷ്യലിസ്റ്റുകാരനാണ്. പൊതുവിൽ ഈ പത്രത്തിന്റെ സ്വരം ആക്ഷേപാർഹമാണ്. ഇതൊന്നിച്ചുള്ള പരിഭാഷപ്പെടുത്തിയ ഭാഗങ്ങളിൽ നിന്ന് അത് മനസ്സിലാകും (കെ ദാമോദരൻ എഴുതിയ ഒരു കവിതയെപ്പറ്റിയാണ് റിപ്പോർട്ട്-ലേഖകൻ). ഈ കവിതയുടെ പിന്നിലെ ഉദ്ദേശ്യം വളരെ വ്യക്തമാണ്. ജനങ്ങൾക്കിടയിൽ സർക്കാരിനോട് വെറുപ്പ് ഉണ്ടാക്കാൻ മനഃപൂർവം എഴുതിയതാണിത്. ഈ കവിതയിലെ 'അമ്മ' ഇന്ത്യയെ സൂചിപ്പിക്കുന്നു. അമ്മയുടെ, അതായത് ഇന്ത്യയുടെ സ്വാതന്ത്ര്യത്തിന് ജീവിതം സമർപ്പിക്കാൻ യുവാക്കളെ ഉദ്ബോധിപ്പിക്കുകയാണ് ഇതിൽ. ഭാവിയിൽ ഇത്തരം ആക്ഷേപാർഹമായ ഉള്ളടക്കം പ്രസിദ്ധീകരിക്കരുതെന്ന് ആവശ്യപ്പെട്ടുകൊണ്ട് പത്രാധിപരെ താക്കീതുചെയ്യാൻ മലബാർ ജില്ലാ മജിസ്ട്രേട്ടിനോട് ആവശ്യപ്പെട്ടിട്ടുണ്ട്. താക്കീതിന്റെ ഫലമെന്തെന്ന് അറിയാൻ കാത്തിരിക്കണോ പബ്ലിഷറിൽ നിന്ന് ജാമ്യം ആവശ്യപ്പെടണമോ എന്ന കാര്യത്തിൽ തീരുമാനമുണ്ടാകണം.[19]

ഏതാനും മാസമേ പ്രവർത്തിക്കാൻ കഴിഞ്ഞുള്ളുവെങ്കിലും സോഷ്യലിസ്റ്റ് ആശയങ്ങളുടെ പ്രചാരണത്തിനും കർഷകരുടെയും തൊഴിലാളികളുടെയും വളർന്നുവരുന്ന പ്രസ്ഥാനങ്ങളെ സഹായിക്കുന്നതിനും *പ്രഭാതം* നിരന്തരമായും നിർഭയമായും പോരാടിയെന്നാണ് രേഖകൾ വ്യക്തമാക്കുന്നത്. ഏഴുമാസത്തെ പ്രവർത്തനം ഇ എം എസ് വിലയിരുത്തുന്നു:

സാമ്പത്തികമായി *പ്രഭാതം* വലിയ നഷ്ടമായിരുന്നു. കടം വാങ്ങിയാണ് പ്രസ്സും പത്രവും സ്ഥാപിച്ചത്. അത്ര അറിവില്ലാത്തതുകൊണ്ടും പത്രം തുടങ്ങാനുള്ള ക്ഷമകേടുകൊണ്ടും ആവശ്യത്തിലധികം വില കൊടുക്കേണ്ടിയും വന്നു. ചെലവിന്റെ 25 ശതമാനമാണ് വരിസംഖ്യയും പരസ്യക്കൂലിയുമായി കിട്ടിയത്. എട്ടുമാസത്തെ പത്രം നടത്തിപ്പുമൂലം മൂവായിരം രൂപയിൽ കുറയാത്ത നഷ്ടം വന്നുകാണും. രാഷ്ട്രീയ നേട്ടം നോക്കിയാൽ ഇതു നിസ്സാരം. തൊഴിലാളി സമരങ്ങൾ മലബാറിൽ അലയടിക്കാൻ തുടങ്ങിയ സമയമാണത്. കൃഷിക്കാർ അടിയന്തരാവശ്യങ്ങൾ രൂപീകരിക്കുകയും അവയ്ക്ക് വേണ്ടിയുള്ള പ്രചാരവേല തുടങ്ങുകയും ചെയ്തിരുന്ന സന്ദർഭം. കേരളത്തിലെ കോൺഗ്രസിൽ ഇടതു-വലതു വടംവലി മുറുകിയ കാലം. പിന്നീട് നടന്ന തിരുവിതാംകൂർ സമരങ്ങളുടെ മുന്നോടിയായ സംയുക്ത പ്രസ്ഥാനം ഉടലെടുത്ത കാലം. ഓരോ സമരത്തെയും സഹായിക്കുകയും ശക്തിപ്പെടുത്തുകയും ചെയ്യുന്നതോടൊപ്പം സോഷ്യലിസത്തിനു വേണ്ടി പ്രചാരവേല നടത്തുകയും കൂടിയാണ് *പ്രഭാതം* ചെയ്തിരുന്നത്. അതും പിന്നീട് *മാതൃഭൂമി* പോലുള്ള പത്രങ്ങളിൽ ഞങ്ങളിൽ ചിലർ എഴുതിയ ലേഖനങ്ങളുമാ

ഡോ. കെ എൻ ഗണേഷ്

ണ് കമ്യൂണിസ്റ്റ് പ്രസ്ഥാനത്തിന് അടിസ്ഥാനമിട്ടത്.[20]

തിരുവിതാംകൂറിൽ ഉത്തരവാദഭരണത്തിനുവേണ്ടി നടന്ന സമരങ്ങൾക്ക് *പ്രഭാതം* ഉറച്ച പിന്തുണയും വലിയ പ്രചാരവും നൽകി. തിരുവിതാംകൂറിൽ 1934–35 കാലത്ത് നടന്ന നിവർത്തന പ്രക്ഷോഭത്തിന് *പ്രഭാതം* നൽകിയ പിന്തുണ കൃഷ്ണപിള്ളയുടെ ജീവചരിത്രമായ 'സഖാവി'ൽ ടി വി കെ എടുത്തു പറയുന്നുണ്ട്. "നിവർത്തന പ്രക്ഷോഭം ദേശീയ സ്വാതന്ത്ര്യ പ്രചോദിതമാണെന്നും സ്വാതന്ത്ര്യ പ്രസ്ഥാനത്തിന്റെ ഭാഗമായി അതിനെ കാണണമെന്നും പറഞ്ഞ കേരളത്തിലെ ഏക രാഷ്ട്രീയ പാർട്ടി സിഎസ്പിയായിരുന്നു. കേസരി ബാലകൃഷ്ണപ്പിള്ളയുടെ *കേസരി*യും *പ്രഭാത*വും മാത്രമാണ് നിവർത്തന പ്രക്ഷോഭത്തിന് പിന്തുണ നൽകിയ പത്രങ്ങൾ. സിഎസ്പി സെക്രട്ടറിയായ കൃഷ്ണപിള്ള കേസരി ബാലകൃഷണപ്പിള്ളയുമായി നിരന്തരം സമ്പർക്കം പുലർത്തിയിരുന്നു. നിവർത്തന പ്രക്ഷോഭത്തെ സ്വാതന്ത്ര്യസമര പ്രസ്ഥാനത്തിന്റെ ഭാഗമായി സ്വാഗതം ചെയ്തുകൊണ്ട് *പ്രഭാതം* നിരന്തരം ലേഖന പരമ്പരകൾ പ്രസിദ്ധീകരിക്കുകയുണ്ടായി."[21]

ശ്രീചിത്തിര തിരുനാൾ മഹാരാജാവ് 1932-ൽ ചില ഭരണപരിഷ്കാരങ്ങൾ കൊണ്ടുവന്നിരുന്നു. നിയമസഭയിൽ ജനസംഖ്യാനുപാതികമായി തങ്ങൾക്ക് ലഭിക്കേണ്ട പ്രാതിനിധ്യം ഈ ഭരണപരിഷ്കാരം മൂലം ലഭിക്കാതെ പോകുമെന്നായിരുന്നു ഈഴവരുടെയും ക്രിസ്ത്യാനികളുടെയും ആശങ്ക. നായർ സമുദായത്തിനാണെങ്കിൽ ജനസംഖ്യാനുപാതികമായി അർഹതപ്പെട്ടതിലധികം കിട്ടുകയും ചെയ്യും. ഭരണപരിഷ്കാരത്തിനെതിരെ ഈഴവരും ക്രിസ്ത്യാനികളും മുസ്ലിങ്ങളും യോജിച്ച് സമരത്തിനൊരുങ്ങി. സംയുക്ത രാഷ്ട്രീയ സഭ എന്നൊരു പ്രസ്ഥാനം തന്നെ അവർ ആരംഭിച്ചു. സാമുദായിക പ്രസ്ഥാനമെന്ന നിലയിൽ കോൺഗ്രസ് ഇതിനെ എതിർത്തു. എന്നാൽ കോൺഗ്രസ് സോഷ്യലിസ്റ്റ് പാർട്ടി വ്യത്യസ്ത നിലപാട് എടുത്തു. "ആരംഭദശയിൽ സാമുദായിക മുദ്രാവാക്യങ്ങളോടെയാണ് ഈ പ്രസ്ഥാനം ഉയർന്നുവന്നതെങ്കിലും അത് തിരുവിതാംകൂറിലെ സ്വേച്ഛാധിപത്യ ഭരണത്തിനെതിരായ ഒരു പ്രസ്ഥാനമാണെന്നും അതുകൊണ്ട് അതിന്റെ ഉത്ഭവം ദേശീയവാദികൾക്കെല്ലാം സ്വാഗതാർഹമാണെന്നും കമ്യൂണിസ്റ്റുകാർ അഭിപ്രായപ്പെട്ടു. 1935-ൽ ഷൊർണൂരിൽ നിന്നു പുറത്തുവന്ന *പ്രഭാതം* സംയുക്തതെത്ത അനുകൂലിക്കുകയാണ് ചെയ്തത്."[22]

കമ്യൂണിസ്റ്റ് പാർട്ടിയുടെ അഖിലേന്ത്യാ മുഖപത്രമായ *നാഷണൽ ഫ്രണ്ടി*ന്റെ മാതൃകയിൽ ഒരു കമ്യൂണിസ്റ്റ് പത്രമെന്ന നിലയ്ക്കാണ് *പ്രഭാതം* പ്രസിദ്ധീകരിക്കപ്പെട്ടതെന്ന് ഇ എം എസ് രേഖപ്പെടുത്തിയിട്ടുണ്ട്. കോൺഗ്രസ് സോഷ്യലിസ്റ്റ് പാർട്ടി ക്രമേണ കമ്യൂണിസ്റ്റ് പാർട്ടിയായി മാറുന്നതിന്റെ അലയടി *പ്രഭാതം* പംക്തികളിലുമുണ്ടായിരുന്നു.

കോൺഗ്രസ് സോഷ്യലിസ്റ്റ് പാർട്ടിയുടെ മുഖപത്രമെന്ന് മുൻപേജിൽ മാസ്റ്റ് ഹെഡിന് താഴെ ചേർത്തിരുന്ന പത്രത്തിന്റെ ഉൾപ്പേജിൽ മുഖപ്രസംഗത്തിന് തൊട്ടുമുകളിലായുള്ള മുദ്രയിൽ കമ്യൂണിസ്റ്റ് പാർട്ടി സാർവദേശീയമായി സ്വീകരിച്ചിട്ടുള്ള 'അരിവാൾ ചുറ്റിക' ചേർക്കുകയും ഒപ്പം 'വിപ്ലവം ജയിക്കട്ടെ' എന്ന് എഴുതുകയും ചെയ്തിരുന്നു. അതിൽ വൈരുധ്യമില്ലെന്നാണ് ചരിത്രപണ്ഡിതനായ ഡോ. കെ എൻ ഗണേഷ് വ്യക്തമാക്കുന്നത്. കാരണം, കോൺഗ്രസ് സോഷ്യലിസ്റ്റ് പാർട്ടി മാർക്സിസം തത്വസംഹിതയായി അംഗീകരിച്ചിരുന്നു. അതിനോട് യോജിക്കാത്തവർ പിന്നീട് പാർട്ടി വിട്ടുപോയി.

കേരളത്തിൽ കോൺഗ്രസ് സോഷ്യലിസ്റ്റ് പാർട്ടി കമ്യൂണിസ്റ്റുകാരുടെ നിയന്ത്രണത്തിലാണെന്ന് കോൺഗ്രസ് നേതൃത്വത്തിന് വ്യക്തമായ ധാരണയുണ്ടായിരുന്നു. എന്നാൽ പരസ്യമായി എതിർക്കാൻ തയാറായിരുന്നില്ല. *മാതൃഭൂമി* കമ്യൂണിസ്റ്റുകാർക്കെതിരെ നടത്തിയ ആക്രമണം നേരിടുന്നതിലും *പ്രഭാതം* നല്ല പങ്കുവഹിച്ചു. *മാതൃഭൂമി* അടിസ്ഥാനപരമായി ഒരു വലതുപക്ഷ പത്രമാണ്.

ഡോ. കെ കെ എൻ കുറുപ്പ്

സോഷ്യലിസ്റ്റ് ആശയങ്ങളോട് ആ പത്രത്തിന് ഒരു തരത്തിലുള്ള അനുഭാവവും ഉണ്ടായിരുന്നില്ല. കമ്യൂണിസ്റ്റ് പാർട്ടിക്കും കമ്യൂണിസ്റ്റ് ആശയങ്ങൾക്കുമെതിരെ രൂക്ഷമായ പ്രചാരണമാണ് *മാതൃഭൂമി* അക്കാലത്ത് നടത്തിയത്. കോൺഗ്രസിനകത്തുതന്നെ ഇതൊരു തർക്കമായി വികസിച്ചു. ആ ആശയസമരത്തിൽ *മാതൃഭൂമി*യുടെ പ്രചാരണം നേരിടുന്നതിൽ വലിയ പങ്കാണ് *പ്രഭാതം* വഹിച്ചത്.[23]

ഉത്തരേന്ത്യയിൽ വർക്കേഴ്സ് ആന്റ് പെസന്റ്സ് പാർട്ടികൾ വഹിച്ച പങ്കിന്റെ ആശയപരവും പ്രത്യയശാസ്ത്രപരവുമായ കാഴ്ചപ്പാട് പ്രതിഫലിപ്പിക്കുകയും പ്രചരിപ്പിക്കുകയും ചെയ്യുന്നതിൽ *പ്രഭാതം* വലിയ പങ്കുവഹിച്ചിട്ടുണ്ടെന്ന് ചരിത്രകാരനായ ഡോ. കെ കെ എൻ കുറുപ്പ് ചൂണ്ടിക്കാണിക്കുന്നു. "കോൺഗ്രസ് സോഷ്യലിസ്റ്റ് പാർട്ടിയുടെ സന്ദേശം ഗ്രാമതലങ്ങളിൽ എത്തിച്ച് പിൽക്കാലത്ത് കമ്യൂണിസ്റ്റ് പ്രസ്ഥാനം കെട്ടിപ്പടുക്കുന്നതിനുള്ള സാഹചര്യമൊരുക്കുന്നതിന് വലിയ സംഭാവന *പ്രഭാതം* നൽകിയിട്ടുണ്ട്."[24]

ഒരു പത്രം തുടങ്ങാൻ കോൺഗ്രസ് സോഷ്യലിസ്റ്റ് പാർട്ടിയുടെ നേതൃത്വം തീരുമാനിച്ചപ്പോൾ കോൺഗ്രസിലെ വലതുപക്ഷക്കാർ അതത്ര ഗൗരവമായി എടുത്തിരുന്നില്ല. എന്നാൽ, പി കൃഷ്ണപിള്ളയും ഇ എം എസും കെ ദാമോദരനും പി സി ജോഷിയുമൊക്കെ തുടർച്ചയായി എഴുതുന്ന പത്രം പുറത്തുവരാൻ തുടങ്ങിയപ്പോൾ അവർക്ക് ഗൗരവം ബോധ്യപ്പെട്ടു. സ്വാഭാവികമായും അതു *മാതൃഭൂമി*യിലും പ്രതിഫലിച്ചു. *മാതൃഭൂമി*യിലൂടെ പ്രചരിപ്പിക്കപ്പെടുന്ന വലതുപക്ഷ ആശയങ്ങളും ഫ്യൂഡൽ അനുകൂല നിലപാടുകളും പ്രതിരോധിക്കാൻ പത്രം എന്ന നിലയിൽ *പ്രഭാതം* മാത്രമേ ഉണ്ടായുള്ളൂ.

6

*പ്രഭാതത്തി*ന്റെ തിരിച്ചുവരവും എ കെ ജിയുടെ സംഘാടനവും

ബ്രിട്ടീഷ് അധികാരികളുടെ വൈരാഗ്യപൂർവമായ ശിക്ഷാനടപടി കാരണം മുടങ്ങിപ്പോയ *പ്രഭാതം* രണ്ടുവർഷം കഴിഞ്ഞ് 1938 ഏപ്രിലിൽ കോഴിക്കോട്ടുനിന്ന് പുനരാരംഭിക്കുമ്പോൾ രാഷ്ട്രീയ സ്ഥിതിഗതികളിൽ കാര്യമായ മാറ്റം വന്നിരുന്നു. കെപിസിസിക്ക് വീണ്ടും ഇടതുപക്ഷ നേതൃത്വമുണ്ടായി. *പ്രഭാത*ത്തിന്റെ പ്രവർത്തനം സംഘടിത രൂപത്തിലായി. പത്രാധിപരായി ഇ എം എസ് തന്നെ വന്നപ്പോൾ എ കെ ജി പത്രത്തിന്റെ മാനേജരായി.

പ്രഭാതം കോഴിക്കോട്ടുനിന്ന് പുറത്തിറങ്ങിയപ്പോൾ കർഷകരിലും തൊഴിലാളികളിലുമുണ്ടായ പ്രതികരണം മാനേജരായിരുന്ന എ കെ ജി വിവരിക്കുന്നു:

> പത്രം പുറത്തിറങ്ങിയ അന്ന് ഞാൻ ആലിപ്പറമ്പിൽ ഒരു കർഷക സമ്മേളനത്തിൽ ആധ്യക്ഷ്യം വഹിക്കാൻ പോയി. പത്രത്തിന്റെ ഏതാനും കോപ്പികൾ ഞാൻ കൊണ്ടുപോയിരുന്നു. ഒരു കോപ്പിക്ക് വില രണ്ടണ. പത്രം കണ്ട ഉടനെ കർഷകരും വരിക്കാരായി സംഭാവന തന്നു. മുതലാളിത്ത പത്രത്തിൽ നിന്ന് വ്യത്യസ്തമായി ഇതിന്റെ അച്ചടിയും കെട്ടും മട്ടും മോശമായിരുന്നു. പക്ഷേ, കർഷകരും തൊഴിലാളികളും അത് തങ്ങളുടെ കൈയിൽവെച്ച് തിരിച്ചും മറിച്ചും നോക്കി; വായിച്ചു. തങ്ങളുടെ കൈയിൽ വിലമതിക്കാൻ വയ്യാത്ത ഒരായുധം കിട്ടിയപോലെ അവർ അത് മുറുകെപ്പിടിച്ചു. തൊഴിലാളിവർഗത്തിന്റേതായ ഒരു പത്രത്തിനുള്ള അടിയന്തരാവശ്യം ഞാൻ മനസ്സിലാക്കി. തൊഴിലാളികളുടെയും കർഷകരുടെയും മറ്റു അനുഭാവികളുടെയും വർഗബോധം ഒന്നു മാത്രമാണ് മൂലധനമില്ലാതെ പത്രം നടത്തിക്കൊണ്ടുപോകൽ സാധ്യമാക്കിത്തീർത്തത്. പത്രം നടത്തുന്നതിൽ ഇ എം എസിനെ സഹായിച്ചവരിൽ പ്രധാനികൾ സഖാക്കൾ കെ ദാമോദരൻ, സുബ്രഹ്മണ്യശർമ, പി നാരായണൻ നായർ എന്നിവരായിരുന്നു. ഓരോരുത്തർക്കും പത്രം അഭിവൃദ്ധിപ്പെടുത്തുന്നതിലും മാറിവരുന്ന സാഹചര്യങ്ങൾക്കനുസരിച്ച് പത്രം ഉപകാരപ്രദമാക്കുന്നതിലും ഒരു പങ്കുവഹിക്കാനുണ്ടായിരുന്നു.[1]

ഷൊർണൂർ *പ്രഭാതം* മുടങ്ങിയതിൽ പിന്നീട് ഏതാണ്ട് മൂന്നുവർഷത്തോളം കോൺഗ്രസ് സോഷ്യലിസ്റ്റ് പാർട്ടിക്കോ കോൺഗ്രസിലെ ഇടതുപക്ഷക്കാർക്കോ സ്വന്തമായി പത്രമില്ലായിരുന്നു. ദേശീയ പ്രസ്ഥാനത്തിന്റെ ഭാഗമായി രൂപംകൊണ്ട *മാതൃഭൂമി*യുടെ താളുകളാണ് സാമ്രാജ്യവിരുദ്ധ പ്രസ്ഥാനത്തിൽ തൊഴിലാളികളെയും കർഷകരെയും അണിനിരത്തുന്നതിനും സോഷ്യലിസ്റ്റ് ആശയങ്ങൾ പ്രചരിപ്പിക്കുന്നതിനും ഇ എം എസ്, പി കൃഷ്ണപിള്ള, കെ ദാമോദരൻ തുടങ്ങിയ സോഷ്യലിസ്റ്റ് നേതാക്കൾ അത്യാവശ്യം ഉപയോഗിച്ചിരുന്നത്. എന്നാൽ, കോൺഗ്രസി

എ കെ ജി

നകത്ത് പ്രവർത്തിച്ചിരുന്ന കോൺഗ്രസ് സോഷ്യലിസ്റ്റ് പാർട്ടി ശക്തിപ്പെടുകയും സോഷ്യലിസ്റ്റ് പാർട്ടി നേതാക്കൾ കമ്യൂണിസ്റ്റുകാരായി മാറുകയും കെപിസിസിയുടെ നേതൃത്വം ഇടതുപക്ഷക്കാരിലാവുകയും ചെയ്തതോടെ *മാതൃഭൂമി*യുടെ സ്വരവും നിലപാടും മാറി. 1934-ൽ സോഷ്യലിസ്റ്റ് പാർട്ടി അഖിലേന്ത്യാതലത്തിലും അതേവർഷം കേരളത്തിലും രൂപീകൃതമാകുമ്പോൾ അതിനെ പിന്തുണച്ചിരുന്ന *മാതൃഭൂമി* സോഷ്യലിസ്റ്റ് പാർട്ടിയെയും അതിന്റെ ആശയങ്ങളെയും ശക്തിയായി ആക്രമിക്കാൻ തുടങ്ങി. ഇടതുപക്ഷ കെപിസിസിയെയും അവർ വെറുതെ വിട്ടില്ല. ജന്മിത്വത്തിന്റെ കഠോരമായ ചൂഷണത്തിനും മർദനത്തിനും എതിരെ ദരിദ്ര കർഷകർ രംഗത്തുവരാൻ തുടങ്ങിയപ്പോൾ *മാതൃഭൂമി* അതിനെയും എതിർക്കുകയായിരുന്നു. ഈ സാഹചര്യത്തിൽ സ്വന്തമായി പത്രമില്ലാതെ മുന്നോട്ടു നീങ്ങാൻ സോഷ്യലിസ്റ്റുകാർക്ക് പറ്റാത്ത അവസ്ഥയായി. അങ്ങനെയാണ് *പ്രഭാതം* പുനരാരംഭിക്കാൻ സിഎസ്പി നേതൃത്വം തീരുമാനിച്ചത്.

ബ്രിട്ടീഷ് ഇന്ത്യൻ സംസ്ഥാനങ്ങളിൽ 1937-ൽ തെരഞ്ഞെടുപ്പ് നടന്നപ്പോൾ ഭൂരിപക്ഷം സംസ്ഥാനങ്ങളിലും കോൺഗ്രസിന് വിജയം നേടാനായി. മദിരാശിയിൽ സി രാജഗോപാലാചാരിയുടെ നേതൃത്വത്തിൽ കോൺഗ്രസ് മന്ത്രിസഭ വന്നു. ജാമ്യസംഖ്യ കെട്ടിവെക്കാൻ 1935-ൽ ഇറക്കിയ ഉത്തരവ് റദ്ദാക്കി *പ്രഭാത*ത്തിന് അനുമതി നൽകണമെന്ന അപേക്ഷ പ്രിന്ററും പബ്ലിഷറുമായ ഐ സി പി നമ്പൂതിരി മദ്രാസ് ഗവൺമെന്റിന് സമർപ്പിച്ചു. 1937 ജൂലൈയിൽ രാജാജി മന്ത്രിസഭ അധികാരമേറ്റിരുന്നുവെങ്കിലും *പ്രഭാതം* പുനരാരംഭിക്കാനുള്ള നടപടികൾ ഏതാനും മാസം കഴിഞ്ഞാണ് തുടങ്ങിയത്. അപേക്ഷ നൽകി ഒരാഴ്ചക്കം അനുമതി ലഭിക്കുകയും ചെയ്തു.[2]

1937 ഒക്ടോബർ 11-ന് *മാതൃഭൂമി* ഇതേക്കുറിച്ച് വാർത്ത പ്രസിദ്ധപ്പെടുത്തിയിരുന്നു:

പ്രഭാതം: ജാമ്യ ഉത്തരവ് റദ്ദാക്കി

ഷൊർണൂരിൽ നിന്ന് പുറപ്പെട്ടിരുന്ന *പ്രഭാതം* പത്രത്തിൽ രാജ്യദ്രോഹകരമായ ഒരു കവിത പ്രസിദ്ധപ്പെടുത്തി എന്ന കാരണത്താൽ പ്രസാധകനായിരുന്ന ഐ സി പരമേശ്വരൻ നമ്പൂതിരിയുടെ പേരിൽ 2,000 ക. ജാമ്യം ആവശ്യപ്പെട്ടുകൊണ്ട് മദിരാശി ഗവൺമെന്റ് ഒരു കൽപ്പന പുറപ്പെടുവിച്ചിരിക്കുന്നു. ജാമ്യം കെട്ടായ്കയാൽ പത്രം നിർത്തുകയും ചെയ്തു. കുറച്ചുദിവസം മുമ്പേ പ്രസ്തുത കൽപ്പന റദ്ദു ചെയ്തു കിട്ടുവാൻ പ്രസാധകൻ ആവശ്യപ്പെട്ടതനുസരിച്ച് ഇപ്പോൾ മദിരാശി ഗവ. പ്രസ്തുത കൽപ്പന പിൻവലിച്ചതായി ഐ സി പി നമ്പൂതിരിയെ അറിയിച്ചിരിക്കുന്നു.[3]

സെക്രട്ടറിയായിരുന്ന ഇ എം എസിന്റെ സൗകര്യാർഥം കെപിസിസി ഓഫീസ് ഷൊർണൂരിലാക്കിയതുകൊണ്ടാണ് 1935-ൽ *പ്രഭാതം* അവിടെ നിന്ന് പ്രസിദ്ധീകരിച്ചിരുന്നത്. മുഹമ്മദ് അബ്ദുറഹിമാൻ പ്രസിഡണ്ടും ഇ എം എസ് സെക്രട്ടറിയുമായ ഇടതുപക്ഷ കെപിസിസിയുടെ ഓഫീസ് കോഴിക്കോട്ട് പ്രവർത്തിക്കുന്നതുകൊണ്ട് പത്രം അവിടെ നിന്ന് പുനരാരംഭിക്കാൻ സിഎസ്പി നേതൃത്വം തീരുമാനിച്ചു. മലബാർ ജില്ലയുടെ തലസ്ഥാനം എന്ന പ്രാധാന്യവും കോഴിക്കോടിനുണ്ട്. മാത്രവുമല്ല, 1938 ആയപ്പോഴേക്കും ദേശീയ പ്രസ്ഥാനത്തിന്റെ ശക്തമായ സമരകേന്ദ്രമായി കോഴിക്കോട് മാറുകയും ചെയ്തിരുന്നു. തൊഴിലാളി സംഘടനകളും മലബാറിന്റെ മറ്റു ഭാഗങ്ങളെ അപേക്ഷിച്ച് സജീവമായിരുന്നു കോഴിക്കോട്ട്. ഇതിനൊക്കെ പുറമെ, അന്നേ കോഴിക്കോട് പട്ടണം പത്രങ്ങളുടെ കേന്ദ്രവുമായിരുന്നു. ദേശീയ പ്രസ്ഥാനത്തിന്റെ ഭാഗമായി സ്ഥാപിതമായ *മാതൃഭൂമി*ക്കു പുറമെ മുഹമ്മദ് അബ്ദുറഹിമാൻ പത്രാധിപരായ *അൽഅമീൻ*, സി കൃഷ്ണൻ വക്കീലിന്റെ *മിതവാദി* എന്നിവയും ചില ഇംഗ്ലീഷ് പത്രങ്ങളും അന്ന് കോഴിക്കോട്ടുനിന്ന് ഇറങ്ങുന്നുണ്ടായിരുന്നു. അക്കൂട്ടത്തിലേക്കാണ് സോഷ്യലിസ്റ്റ്-കമ്യൂണിസ്റ്റ് ആശയങ്ങളുമായി *പ്രഭാതം* കടന്നുവന്നത്.

ദേശീയ പ്രസ്ഥാനത്തിന്റെ ശ്രദ്ധാകേന്ദ്രമായി കോഴിക്കോട് മാറിയതിൽ 1930-ലെ നിയ

മലംഘന പ്രസ്ഥാനത്തിന് കാര്യമായ പങ്കുണ്ട്. 1930 മെയ് 12-നാണ് കോഴിക്കോട് കടപ്പുറത്ത് ഐതിഹാസികമായ ഉപ്പുനിയമലംഘന സമരം മുഹമ്മദ് അബ്ദുറഹിമാന്റെയും പി കൃഷ്ണപിള്ളയുടെയും കെ മാധവൻ നായർ, കൃഷ്ണസ്വാമി അയ്യർ, ആർ വി ശർമ എന്നിവരുടെയും നേതൃത്വത്തിൽ നടന്നത്. പൊലീസുകാരിൽ നിന്ന് ദേശീയപതാക സംരക്ഷിക്കാൻ പി കൃഷ്ണപിള്ളയും ആർ വി ശർമയും നടത്തിയ പോരാട്ടം സ്വാതന്ത്ര്യസമര പ്രസ്ഥാനത്തിലെ ആവേശകരമായ അധ്യായമാണ്. നിയമലംഘന സമരകാലത്തെ രണ്ടാം കേരള ഡിക്ടേറ്ററായിരുന്ന ഇ എം എസ് അറസ്റ്റ് ചെയ്യപ്പെടുന്നതും കോഴിക്കോട് കടപ്പുറത്താണ്-1932 ജനുവരി 17-ന്. അന്ന് സമരത്തിൽ പങ്കെടുത്ത് അറസ്റ്റ് വരിച്ചതിനെക്കുറിച്ച് ഇ എം എസ് എഴുതിയിട്ടുണ്ട്:

> ഇതോടെ എന്റെ ജീവിതത്തിൽ ഒരു പുതിയ ഘട്ടം തുടങ്ങി. മറ്റു പല കാര്യങ്ങളിലുമെന്നപോലെ രാഷ്ട്രീയ കാര്യങ്ങളിലും താൽപ്പര്യം കാണിച്ചിരുന്ന ഒരു ബാലനിൽ നിന്ന് മുഴുവൻ സമയവും രാഷ്ട്രീയ പ്രവർത്തനത്തിന് ഉപയോഗിക്കുന്ന ഒരു യുവാവെന്ന നിലയിലേക്കുള്ള എന്റെ മാറ്റം പൂർണമായി.[4]

ഈ നിലയിൽ ഇ എം എസിന്റെ രാഷ്ട്രീയ പ്രവർത്തനത്തിൽ തന്നെ പുതിയ ഘട്ടത്തിന് തുടക്കം കുറിച്ച കോഴിക്കോട്ടാണ് രണ്ടാം *പ്രഭാതം* ആരംഭിക്കുന്നത്. 1934-ൽ ആരംഭിച്ച കോൺഗ്രസ് സോഷ്യലിസ്റ്റ് പാർട്ടി അപ്പോഴേക്കും കൂടുതൽ ശക്തമായിരുന്നു. കോഴിക്കോട് ചാലപ്പുറത്തായിരുന്നു സിഎസ്പിയുടെ ഓഫീസ്. അതിനടുത്തുതന്നെ *പ്രഭാതം* പ്രസ് സ്ഥാപിക്കാനും തീരുമാനിച്ചു. മദിരാശി ഗവൺമെന്റിന്റെ അനുമതി ലഭിച്ചതുകൊണ്ട് എല്ലാം വേഗത്തിൽ നടന്നു. എ കെ ജി മാനേജരായി ചുമതലയേറ്റു. 1938 ഏപ്രിൽ 11-ന് *പ്രഭാതം* വീണ്ടും വായനക്കാരിലെത്തി. പത്രത്തിന്റെ വലുപ്പം മുമ്പത്തേതു തന്നെയായിരുന്നു. ഇന്ന് ടാബ്ലോയ്ഡ് എന്ന് പറയുന്ന റോയൽ നാലിലൊന്ന്.

ആദ്യ *പ്രഭാത*വും രണ്ടാം *പ്രഭാത*വും പുറത്തുവന്ന സാഹചര്യങ്ങൾ വളരെ വ്യത്യസ്തമാണെന്ന് സൂചിപ്പിച്ചുവല്ലോ. എന്നാൽ, സമാനതയുമുണ്ട്. 1935-ൽ ഷൊർണൂരിൽ നിന്ന് ആരംഭിക്കുമ്പോഴും ഇപ്പോഴും കെപിസിസിക്ക് ഇടതുപക്ഷ നേതൃത്വമാണ്. സെക്രട്ടറി അന്നും ഇന്നും ഇ എം എസ് നമ്പൂതിരിപ്പാട്. 1935-ൽ പത്രം തുടങ്ങിയതും നടത്തിയതും പിന്നീട് കടം വീട്ടിയതുമെല്ലാം മുഖ്യമായും ഇ എം എസിന്റെ പ്രയത്നത്തിലായിരുന്നുവെന്നു പറയാം. എന്നാൽ 1938-ൽ കൂട്ടായ പ്രവർത്തനങ്ങളുടെ അടിസ്ഥാനത്തിലാണ് കാര്യങ്ങൾ നീങ്ങിയത്. എ കെ ജി മാനേജരായതുകൊണ്ട് സാമ്പത്തിക കാര്യങ്ങളിലുള്ള ആശങ്ക നീങ്ങി. പാർട്ടിക്കുവേണ്ടി ലോകത്തെവിടെ നിന്നായാലും എ കെ ജി പണം പിരിച്ചുകൊണ്ടുവരും എന്നൊരു വിശ്വാസം പാർട്ടിയിലാകെ ഉണ്ടായിരുന്നു.

ഷൊർണൂരിൽ നിന്ന് 1935-ൽ *പ്രഭാതം* പ്രസിദ്ധീകരിച്ച കാലത്ത് കോൺഗ്രസ് സോഷ്യലിസ്റ്റ് പാർട്ടിയുടെ പ്രവർത്തനവും പത്രം വിതരണവും മലബാർ പ്രദേശത്ത് ഒതുങ്ങിനിന്നുവെന്നാണ് ഇ എം എസ് ചൂണ്ടിക്കാണിച്ചത്.

> തിരുവിതാംകൂറിലും കൊച്ചിയിലും ചുരുക്കം കേന്ദ്രങ്ങളിലേ പത്രം എത്തിയിരുന്നുള്ളു. അന്ന് കർഷക സംഘം വ്യക്തമായി രൂപം കൊണ്ടിരുന്നില്ല. തൊഴിലാളി പ്രസ്ഥാനം അതിന്റെ ആരംഭദശയിലായിരുന്നു. വിദ്യാർഥി-അധ്യാപക ബഹുജന സംഘടനകളും വന്നിരുന്നില്ല. എന്നാൽ 1938 ആകുമ്പോഴേക്കും തൊഴിലാളി പ്രസ്ഥാനം അഖില കേരളാടിസ്ഥാനത്തിൽ ഒരു ശക്തിയായി മാറി. മലബാറിലും തിരുവിതാംകൂറിലും കൊച്ചിയിലും പ്രവർത്തനം വ്യാപിച്ചു. കർഷക സംഘം അഖിലേന്ത്യാ കിസാൻസഭയുടെ ഭാഗമായി. വിദ്യാർഥി-അധ്യാപക സംഘടനകളും വളർന്നുവരാൻ തുടങ്ങി. 1935-ൽ ഞങ്ങൾ കമ്യൂണിസ്റ്റുകാരായിരുന്നില്ല. എന്നാൽ 1938 ആയപ്പോഴേക്കും ഞങ്ങൾ കമ്യൂണിസ്റ്റുകാരായി. പാർട്ടിയുടെ നാലംഗ നേതൃഘടകം 1937-ൽ രൂപീകൃതമായി. കമ്യൂണിസ്റ്റ് പാർട്ടിയുടെ അഖിലേന്ത്യാ മുഖപത്രമായി *നാഷണൽ ഫ്രണ്ട്* അപ്പോഴേക്കും തുടങ്ങിയിരുന്നു. ആ മാതൃകയിൽ ഒരു കമ്യൂണിസ്റ്റ് പത്രമെന്ന നിലയിലാണ് കോഴിക്കോട്ടുനിന്ന് *പ്രഭാതം* പ്രസിദ്ധീകരിച്ചത്. കോൺഗ്രസ് സോഷ്യലിസ്റ്റ് പാർട്ടി ക്രമേണ കമ്യൂണിസ്റ്റ് പാർട്ടിയായി മാറുന്നതിന്റെ അല

കെ എ കേരളീയൻ

പ്രഭാതം പംക്തികളിൽ അടിച്ചിരുന്നു.[5]

പ്രഭാതം പുനരാരംഭിക്കുന്ന വേളയിലെ സ്ഥിതി എ കെ ജി വിവരിക്കുന്നു:

ഒരു തകർന്ന പ്രസ് ഒഴികെ മറ്റ് യാതൊരു മൂലധനവും ഉണ്ടായിരുന്നില്ല. പത്രത്തിന്റെ ഏക ധനം വർഗബോധമുള്ള തൊഴിലാളി-കർഷകരുടെ സംഘടനയായിരുന്നു. അത് കർഷകരുടെയും തൊഴിലാളികളുടെയും സമരത്തിന്റെ കാലമായിരുന്നു. കൂടാതെ, കോൺഗ്രസായിരുന്നു അധികാരത്തിൽ. അതിനാൽ ജനങ്ങൾ ഒരു പത്രത്തിന്റെ ആവശ്യം മനസ്സിലാക്കി. ഇതുകണ്ട് ഉത്സാഹഭരിതനായ ഞാൻ ഒരാഴ്ചക്കകം പത്രം തുടങ്ങാം എന്ന ഉദ്ദേശ്യത്തോടെ വടക്കെ മലബാറിൽ ചുറ്റി സഞ്ചരിച്ചു. ജനങ്ങളുടെ പ്രതികരണം നല്ലതായിരുന്നു. തൊഴിലാളി-കർഷക യൂണിയനുകളും ചില ജന്മികളും സഹായിച്ചു. ഒരാഴ്ചകൊണ്ട് 200 രൂപ പിരിഞ്ഞു. പത്രം തുടങ്ങി. [...] *പ്രഭാതം* തൊഴിലാളികളുടെയും കർഷകരുടെയും മാത്രമല്ല, മറ്റുള്ളവരുടെയും പത്രമായിത്തീർന്നു. അതിന് കോൺഗ്രസിന്റെ ഒരു വിഭാഗത്തെപ്പോലും ആകർഷിക്കാൻ കഴിഞ്ഞു. ഇ എം എസിന്റെ മേൽനോട്ടവും സഹായവും എല്ലാവർക്കും പ്രചോദനം നൽകി എന്ന വസ്തുത എടുത്തുപറയാതെ വയ്യ. പുതിയ എഴുത്തുകാർ രംഗത്തുവന്നു. കെ പി ആറും കേരളീയനും കവിതകൾ എഴുതിത്തുടങ്ങി. മർദിതവിഭാഗത്തെ ആവേശം കൊള്ളിക്കുകയും അവർക്ക് സ്വാതന്ത്ര്യബോധവും സാമ്രാജ്യവിരുദ്ധ മനോഭാവവും ഉണ്ടാക്കുകയും ചെയ്യുന്ന പുതിയ കവിതകൾ പുറത്തുവന്നു. ടി സുബ്രഹ്മണ്യൻ തിരുമുമ്പ്, പ്രേംജി, തെരുവത്ത് രാമൻ, കെ പി ജി തുടങ്ങിയവരുടെ കവിതകളും ചെറുകാട്, പൊറ്റെക്കാട്ട് തുടങ്ങിയവരുടെ കഥകളും ആളുകളെ ആകർഷിച്ചു.[6]

കോഴിക്കോട്ടുനിന്ന് പുനരാരംഭിച്ച *പ്രഭാത*ത്തെ നേരിട്ടറിയാവുന്നവർ അധികം രേഖപ്പെടുത്തിയിട്ടില്ലാത്തതുകൊണ്ട് എ കെ ജിയെ തന്നെ ഉദ്ധരിക്കട്ടെ:

ചില പാർട്ടി പ്രവർത്തകരും തങ്ങളുടെ അനുഭവങ്ങളെപ്പറ്റി ലേഖനം എഴുതാൻ തുടങ്ങി. ഞാൻ തന്നെ *പ്രഭാത*ത്തിൽ നാലോ അഞ്ചോ ലേഖനങ്ങൾ എഴുതിയിട്ടുണ്ട്. പുതിയ ആശയങ്ങളും ആദർശങ്ങളും സമൂഹത്തിലെ വൈരുധ്യങ്ങളും ലളിതവും ഹൃദയസ്പർശിയുമായ ഭാഷയിൽ കവിതകളായും ലേഖനങ്ങളായും ചെറുകഥകളായും പുറത്തുവന്നു. ജനങ്ങൾ പഠിക്കാനും പഠിപ്പിക്കാനും ചിന്തിക്കാനും വാദപ്രതിവാദം നടത്താനും തുടങ്ങി. ഞാൻ മാനേജരായിരുന്നുവെങ്കിലും സാധാരണഗതിയിൽ ആപ്പീസിൽ കാണുകയില്ല. എനിക്ക് തൊഴിലാളികളുടെയും കർഷകരുടെയും യോഗത്തിൽ പങ്കെടുക്കുകയും ഗവൺമെന്റിനെതിരായി പ്രക്ഷോഭം ഉണ്ടാക്കുകയും ചെയ്യേണ്ടിയിരുന്നു. എന്നെ സഹായിച്ചിരുന്ന പി ശേഖരൻ ഒരു തൊഴിലാളി പ്രവർത്തകൻ കൂടിയായിരുന്നു. ഒരു പണിമുടക്കുണ്ടായാൽ അയാൾക്ക് അവിടെ ഓടിയെത്തണം. തിരുവിതാംകൂർ സമരകാലത്ത് *പ്രഭാതം* പ്രവർത്തകർ മുഴുവൻ അവിടെയായിരുന്നു. പത്രം എങ്ങനെയോ നിലനിന്നുപോന്നു.

പത്ര ഏജന്റുമാർ പാർട്ടി പ്രവർത്തകരായിരുന്നു. അക്കാലത്ത് എത്രയോ മുഴുവൻസമയ പ്രവർത്തകരുണ്ടായിരുന്നു. അവർക്ക് ജീവിതമാർഗങ്ങളൊന്നുമുണ്ടായിരുന്നില്ല. അതിനാൽ, പട്ടിണികിടക്കുമ്പോൾ അവർ പത്രത്തിന്റെ പണമെടുത്ത് ഉപയോഗിക്കാറുണ്ടായിരുന്നു. പണം കൃത്യമായി വരാതെയായി. ധാരാളം കുടിശ്ശിക വന്നു. പുറംജോലികൾ ഏറ്റെടുക്കാനുള്ള സൗകര്യം പ്രസ്സിനുണ്ടായിരുന്നില്ല. എന്നും ഓരോരുത്തരെ സന്ദർശിച്ചു. പുതിയ വരിക്കാരെ ചേർത്തു. സംഭാവന പിരിച്ചു. പത്രം കഷ്ടിച്ച് ഉന്തിനീക്കിക്കൊണ്ടിരുന്നു. അവസാനം പത്രം നിന്നുപോകും എന്ന് ഭയപ്പെട്ടു. പത്രത്തിന് വരിക്കാരുടെ എണ്ണം കൂടുകയും ചില ലഘുലേഖകൾ അടിക്കേണ്ടിവരികയും ചെയ്തപ്പോൾ ഒരു നല്ല പ്രസ് അടിയന്തരാവശ്യമായിത്തീർന്നു. അതിനാൽ *പ്രഭാത*ത്തിന് വരിക്കാരെ ചേർക്കാനും ഫണ്ട് പിരിക്കാനുമായി ഒരു വിദേശ പര്യടനം ഞാൻ നടത്തണമെന്ന് പാർട്ടി തീരുമാനിച്ചു.[7]

ഫണ്ട് പിരിവിന് വേണ്ടി എ കെ ജി ആദ്യം ബോംബെയിലേക്കാണ് പോയത്. അദ്ദേഹം എവിടെ പോയാലും ആ നാട്ടിലെ കഴിയാവുന്നത്ര ആളുകളുമായി ബന്ധപ്പെടും. പരിചയപ്പെടും. അവരുടെ പ്രശ്നങ്ങൾ മനസ്സിലാക്കും. ആവശ്യമെങ്കിൽ പ്രശ്നത്തിൽ ഇടപെടും. അതിൽനിന്ന്

അദ്ദേഹത്തെ തടയാൻ ആർക്കും കഴിയില്ല. ത്രിപുരി എഐസിസി സമ്മേളനം കഴിഞ്ഞാണ് അദ്ദേഹം ബോംബെയിൽ എത്തുന്നത്. അവിടെയുള്ള സോഷ്യലിസ്റ്റ് - കമ്യൂണിസ്റ്റ് നേതാക്കളെ പരിചയപ്പെട്ടു. ഒരുപാട് മലയാളികളെ കണ്ടു. അവരുടെ പ്രശ്നങ്ങൾ മനസ്സിലാക്കി. കമ്യൂണിസ്റ്റ് നേതൃത്വത്തിലുള്ള ട്രേഡ് യൂണിയൻ റാലികളിൽ പങ്കെടുത്തു. അന്നത്തെ കമ്യൂണിസ്റ്റ് മുഖപത്രമായ *നാഷണൽ ഫ്രണ്ടി*ന്റെ ഓഫീസ് സന്ദർശിച്ചു. കമ്യൂണിസ്റ്റ് പാർട്ടി ജനറൽ സെക്രട്ടറി പി സി ജോഷിയുമായി ദീർഘനേരം സംസാരിക്കുകയും പത്രപ്രവർത്തനത്തെക്കുറിച്ച് കൂടുതൽ മനസ്സിലാക്കാൻ ശ്രമിക്കുകയും ചെയ്തു. അതിനിടയിൽ *പ്രഭാതം* ഫണ്ടിലേക്ക് 500 രൂപ എ കെ ജി പിരിച്ചു. മലയാളികളിൽ നിന്ന് *പ്രഭാത*ത്തിന് 500 രൂപ പിരിച്ചുവെന്ന് ആദ്യകാല കമ്യൂണിസ്റ്റ് നേതാക്കളിലൊരാളായ ജി അധികാരിയോട് പറഞ്ഞപ്പോൾ അദ്ദേഹം അത്ഭുതം കൂറിയതായി എ കെ ജി *ജീവിതകഥ*യിൽ പറയുന്നുണ്ട്. എ കെ ജിയെപ്പറ്റി പറയുമ്പോഴൊക്കെ 'ആ അഞ്ഞൂറു രൂപക്കാരൻ' എന്ന് ജി അധികാരി തമാശയായി പറയാറുണ്ടായിരുന്നു. ബോംബെയിൽ മൂന്നുമാസം താമസിക്കുന്നതിനിടക്ക് ധാരാളം തൊഴിലാളി സംഘടനാ യോഗങ്ങളിലും മലയാളി യോഗങ്ങളിലും എ കെ ജി പങ്കെടുത്തു. *പ്രഭാത*ത്തിന്റെ പ്രചാരം കൂട്ടുന്നതിന് ഒരു യുവജനസംഘവും രൂപീകരിച്ചു. പിൽക്കാലത്ത് അവർ കഴിവിനനുസരിച്ച് പാർട്ടി പ്രവർത്തനത്തെ സഹായിച്ചു.

ബോംബെയിൽ നിന്ന് എ കെ ജി സിലോണിലേക്കാണ് പോയത്. ചെല്ലുന്നേടത്തെല്ലാം എ കെ ജിക്ക് മലയാളികളുടെ സ്വീകരണമുണ്ടാകും. അതുകഴിയുമ്പോൾ എ കെ ജിയുടെ പ്രസംഗം. സോഷ്യലിസ്റ്റ് ആശയങ്ങളെക്കുറിച്ചും കേരളത്തിലെ തൊഴിലാളി-കർഷക പ്രശ്നങ്ങളെക്കുറിച്ചുമാണ് പ്രധാനമായും സംസാരിക്കുക. അതുപോലെ എ കെ ജിക്ക് പ്രധാനമാണ് അന്നാട്ടുകാരുടെ പ്രശ്നങ്ങൾ. കേരളത്തിലെ രാഷ്ട്രീയ സംഭവവികാസങ്ങൾ കൊളംബിനെ എളുപ്പത്തിൽ സ്വാധീനിച്ചിരുന്നു. ഇന്നത്തെ ഗൾഫ് പോലെ. സിംഹളർക്ക് ഇന്ത്യക്കാരോട്, പ്രത്യേകിച്ച് മലയാളികളോട് വിരോധം കത്തിനിൽക്കുന്ന വേളയിലാണ് *പ്രഭാതം* ഫണ്ടുപിരിവുമായി എ കെ ജി സിലോണിലെത്തുന്നത്. പിന്നെ ഫണ്ടുപിരിവിനേക്കാൾ പ്രധാനം മലയാളികളുടെയും ഇന്ത്യക്കാരുടെയും പ്രശ്നങ്ങൾ പരിഹരിക്കുന്നതായി. അവിടെ ഫണ്ട് പിരിവിൽ കാര്യമായി ശ്രദ്ധിക്കാൻ സ്വാഭാവികമായും ആ ജനനേതാവിനു കഴിഞ്ഞില്ല. സിലോണിൽ നിന്ന് എ കെ ജി സിംഗപ്പൂരിലേക്കു പോയി. പിൽക്കാലത്ത് *ദേശാഭിമാനി*യുടെ പത്രാധിപരായ എം എസ് ദേവദാസ് അന്ന് അവിടെ ഒരു കോളേജിൽ അധ്യാപകനായിരുന്നു. ദേവദാസിനെ അന്നു ബാബു എന്നാണ് അടുപ്പക്കാർ വിളിക്കുക. ബാബുവിന് എ കെ ജിയോട് വലിയ സ്നേഹവും ബഹുമാനവുമായിരുന്നു. അതുകൊണ്ട് സിംഗപ്പൂരിൽ ചെല്ലാൻ ബാബു നിർബന്ധിച്ചിരുന്നു. സിംഗപ്പൂരിലെ ഫണ്ട് പിരിവ് കഴിഞ്ഞ് അദ്ദേഹം മലേഷ്യയിലെ ജോഹോർ, മലാക്ക, കോലാലംപൂർ, ഹിപ്പൊ, പെനാങ് എന്നിവിടങ്ങളിലും പോയി. എ കെ ജി സിംഗപ്പൂർ വിടുംമുമ്പ് എം എസ് ദേവദാസ് ഉദ്യോഗം രാജിവെച്ച് കേരളത്തിലേക്ക് പോന്നു. കേരളത്തിൽ നടക്കുന്ന സമരങ്ങളിൽ പങ്കെടുക്കാൻ. ബാബുവിന്റെ വരവ് കേരളത്തിൽ പാർട്ടിക്ക് വലിയ നേട്ടമായി എന്നാണ് എ കെ ജി അഭിപ്രായപ്പെട്ടത്.

മലേഷ്യയിൽ നിന്ന് എ കെ ജി ബർമയിലുള്ള (ഇന്ന് മ്യാൻമർ) റംഗൂണിലേക്കു പോയി. ഫണ്ട് പിരിവിന് പോയി രാഷ്ട്രീയ-സാമൂഹ്യ പ്രശ്നങ്ങൾ ഏറ്റെടുത്ത എ കെ ജി എട്ടുമാസത്തോളം വിദേശത്തായിരുന്നു. എട്ടുമാസത്തിനിടയ്ക്ക് ഫണ്ട് പിരിവിന് അദ്ദേഹം ചെലവഴിച്ച ദിവസങ്ങൾ ചുരുക്കമായിരിക്കും. ഏതായാലും അയ്യായിരത്തോളം ഉറുപ്പിക അദ്ദേഹം പിരിച്ചെടുത്തുവെന്നാണ് ഇ എം എസ് രേഖപ്പെടുത്തിയത്. ചുരുങ്ങിയ ദിവസം കൊണ്ട് ഇത്രയും തുക പിരിച്ചെടുത്ത എ കെ ജിയെപ്പറ്റി പി സി ജോഷി അഭിമാനത്തോടെ അക്കാലത്ത് സഖാക്കളോട് പറയാറുണ്ട്.[8]

മുൻ അധ്യായത്തിൽ പറഞ്ഞതുപോലെ ഇവിടെ സോഷ്യലിസ്റ്റ് പ്രസ്ഥാനം ഉടലെടുക്കുകയും അചിരേണ അതിന്റെ നേതാക്കൾ കമ്യൂണിസ്റ്റുകാരായി മാറുകയും ചെയ്തപ്പോഴാണ് പത്രത്തിന്റെ ആവശ്യം വന്നത്. ഇരുപതാം നൂറ്റാണ്ടിന്റെ ആരംഭം വരെ കേരളത്തിൽ പറയത്തക്ക

തെരുവത്ത് രാമൻ

കോൺഗ്രസ് പ്രവർത്തനമൊന്നും നടന്നിരുന്നില്ല. ഇന്ത്യൻ നാഷണൽ കോൺഗ്രസ് രൂപീകൃതമായത് 1885-ലാണെങ്കിലും 1903-ലാണ് കോഴിക്കോട്ട് ആദ്യമായി ഒരു സമ്മേളനം ചേർന്നത്. 1910-ൽ മലബാറിൽ ഡിസ്ട്രിക്ട് കോൺഗ്രസ് കമ്മിറ്റി രൂപീകരിക്കപ്പെട്ടുവെങ്കിലും നാട്ടുകാർക്കിടയിൽ പ്രവർത്തനമൊന്നും ഉണ്ടായിരുന്നില്ല. ആദ്യകാലത്ത് ജന്മിമാരും ധനാഢ്യന്മാരുമാണ് കോൺഗ്രസിൽ സജീവമായിരുന്നത്. പ്രമേയങ്ങളിൽ ബ്രിട്ടീഷ് വിധേയത്തം പ്രകടമായിരുന്നു. ഒന്നാം സമ്മേളനത്തിൽ പാസാക്കിയ പ്രമേയങ്ങളിൽ ഒന്ന് നായന്മാരെ ചേർത്ത് ഒരു പ്രത്യേക പട്ടാളം ഏർപ്പെടുത്തിയതിന് നന്ദി പറഞ്ഞുകൊണ്ടുള്ളതായിരുന്നു. പ്രമേയങ്ങളിൽ രാജഭക്തിയും യുദ്ധത്തിൽ ബ്രിട്ടന് പിന്തുണ പ്രഖ്യാപിക്കലും പതിവായിരുന്നു. [9]

രാജഭരണത്തിൽ ഇടപെടേണ്ടതില്ലെന്ന നിലപാടിൽ മാറ്റംവന്നശേഷം 1938-ൽ മാത്രമാണ് തിരുവിതാംകൂറിൽ സ്റ്റേറ്റ് കോൺഗ്രസ് രൂപം കൊള്ളുന്നത്. ദിവാൻ സർ സി പി രാമസ്വാമി അയ്യരുടെ സ്വേച്ഛാധിപത്യ ഭരണത്തിൽ പത്രങ്ങൾക്ക് മിണ്ടാൻ വയ്യായിരുന്നു. കോൺഗ്രസ് പ്രസിഡണ്ടുമാരുടെ പ്രസ്താവന പോലും പത്രങ്ങളിൽ വെളിച്ചം കണ്ടിരുന്നില്ല. *മാതൃഭൂമി, ഇന്ത്യൻ എക്സ്പ്രസ്, സൺഡേ ഒബ്സർവർ, മലയാള മനോരമ, പ്രകാശം, ജയഭാരതി, മലബാർ ഹെറാൾഡ്, ദീപം, ഗോമതി* എന്നിങ്ങനെ നിരവധി പത്രങ്ങൾ കോൺഗ്രസ് വാർത്ത കൊടുത്തതിന് ദിവാൻ നിരോധിക്കുകയോ കണ്ടുകെട്ടുകയോ ചെയ്തിട്ടുണ്ട്. സ്റ്റേറ്റ് കോൺഗ്രസ് എന്ന പദം പോലും തിരുവിതാംകൂറിലെ പത്രങ്ങൾ അച്ചടിക്കരുതെന്ന് സി പി അവയ്ക്ക് രഹസ്യനിർദേശം നൽകിയിരുന്നു. [10]

വാശിയേറിയ തെരഞ്ഞെടുപ്പിലൂടെ 1938 ജനുവരിയിലാണ് കെപിസിസി ഇടതുപക്ഷക്കാരുടെ നിയന്ത്രണത്തിൽ വന്നത്. ജനുവരി 14-ന് കോഴിക്കോട് പി എസ് വി ഹാളിലായിരുന്നു വോട്ടെടുപ്പ്. പ്രസിഡണ്ട് സ്ഥാനത്തേക്ക് രണ്ടു സ്ഥാനാർഥികൾ. ഇടതുപക്ഷത്തിന്റെ പ്രതിനിധിയായി മുഹമ്മദ് അബ്ദുറഹിമാനും വലതുപക്ഷ സ്ഥാനാർഥി ആർ രാഘവമേനോനും. അബ്ദുറഹിമാന് 43 കെപിസിസി അംഗങ്ങളുടെ വോട്ട് ലഭിച്ചപ്പോൾ രാഘവമേനോന് 38 വോട്ട്. തുടർന്ന് ഇ എം എസ് നമ്പൂതിരിപ്പാടിനെ സെക്രട്ടറിയായും പി നാരായണൻനായരെ ഖജാൻജിയായും തെരഞ്ഞെടുത്തു. ഈ തെരഞ്ഞെടുപ്പോടെ കോൺഗ്രസിൽ ഇടതു-വലതു പോര് മുറുകുകയാണുണ്ടായത്. ഇ എം എസ് വിശദീകരിക്കുന്നു:

> അന്നുമുതൽക്കുതന്നെ വലതുപക്ഷ കോൺഗ്രസുകാർ ഇടതുപക്ഷ കോൺഗ്രസ് കമ്മിറ്റിക്കെതിരായി വ്യാപകമായ പ്രചാരണം അഴിച്ചുവിട്ടു. സംസ്ഥാന കമ്മിറ്റിയുടെ ഓരോ യോഗവും രൂക്ഷമായ വാദവിവാദങ്ങളുടെ വേദിയായി. വലതുപക്ഷ കോൺഗ്രസിന്റെ ജിഹ്വയായ *മാതൃഭൂമി* ഇടതുപക്ഷ കോൺഗ്രസ് നേതൃത്വത്തിലുള്ള കമ്മിറ്റിയെ ധിക്കരിക്കാനുള്ള ആഹ്വാനം സാധാരണ കോൺഗ്രസുകാർക്ക് നൽകിക്കൊണ്ടിരുന്നു. 1940 സെപ്തംബർ 15-നെത്തുടർന്ന് (അന്നത്തെ പ്രതിഷേധദിനത്തിലാണ് തലശ്ശേരിയിലും മട്ടന്നൂരിലും മൊറാഴയിലും കർഷകർക്കും തൊഴിലാളികൾക്കും നേരെ പൊലീസിന്റെ ആക്രമണവും മൊറാഴയിലടക്കം കർഷകരുടെ ചെറുത്തുനിൽപ്പുമുണ്ടായത്-ലേഖകൻ) സംസ്ഥാന കോൺഗ്രസ് കമ്മിറ്റി പിരിച്ചുവിട്ട് ഒരു അഡ്ഹോക് കമ്മിറ്റി നിയമിക്കപ്പെടുകയാണ് ഉണ്ടായത്. [11]

ഇടതുപക്ഷ കെപിസിസിക്കെതിരെ *മാതൃഭൂമി* നടത്തിയ നീക്കങ്ങൾ ആ പത്രത്തിന്റെ ഔദ്യോഗിക ചരിത്രത്തിൽ നിന്നുതന്നെ പുതിയ തലമുറയ്ക്ക് കുറച്ചൊക്കെ മനസ്സിലാക്കാനാവും.

സുഭാഷ് (സുഭാഷ് ചന്ദ്രബോസ്) ഗാന്ധിയൻ മാർഗത്തോട് വിയോജിപ്പ് പ്രകടിപ്പിക്കാൻ തുടങ്ങിയപ്പോൾ അദ്ദേഹത്തെ അനുകൂലിക്കുന്നൊരു നിലപാട് എടുക്കാൻ കേരളത്തിലെ കോൺഗ്രസ് നേതൃത്വത്തിന് എളുപ്പമായി. ഇതു ദേശീയ താൽപ്പര്യങ്ങൾക്ക് ഗുണകരമായിരിക്കില്ലെന്ന് ദീർഘദർശനം ചെയ്ത *മാതൃഭൂമി* അതിനെതിരെ രംഗത്തിറങ്ങി. കേരളത്തിലെ കോൺഗ്രസ് നേതൃത്വത്തിന്റെ (ഇടതുപക്ഷ കെപിസിസി) സ്വാധീനത്തിൽ നിന്ന് പ്രബുദ്ധരും പ്രായേണ നിഷ്പ

സി എച്ച് കുഞ്ഞപ്പ

ക്ഷരുമായ കേരളീയരെ അകറ്റിനിർത്തുകയായിരുന്നു ഗാന്ധിമാർഗങ്ങളിൽ അചഞ്ചല വിശ്വാസമർപ്പിച്ച *മാതൃഭൂമി*യുടെ ലക്ഷ്യം. കേരളത്തിലെ കോൺഗ്രസിന്റെ ഔദ്യോഗിക നേതൃത്വവും ഗാന്ധിയന്മാരും അടിസ്ഥാനപരമായി അകന്നുകഴിഞ്ഞിരുന്നു. ഏതാണ്ട് ഇതേസമയത്ത്, കെപിസിസി നേതൃത്വത്തിന്റെ നടപടികൾ കടുത്ത രാജ്യദ്രോഹമാണെന്ന ആക്ഷേപം ഗാന്ധിജിയിൽ നിന്നുതന്നെ ഉയരുകയുണ്ടായി. ഗാന്ധിജിയിൽ പരിപൂർണ വിശ്വാസമുള്ളവരാണ് കെപിസിസി നേതൃത്വത്തിൽ വേണ്ടതെന്ന് *മാതൃഭൂമി* തുറന്നടിച്ചു [12]

ചരിത്രത്തിൽ ഇത്രയും പറഞ്ഞുവെങ്കിൽ *മാതൃഭൂമി*യുടെ താളുകളിൽ എന്തായിരുന്നുവെന്ന് ഊഹിക്കാവുന്നതാണ്. കോൺഗ്രസ് സോഷ്യലിസ്റ്റ് പാർട്ടി കർഷകരെയും തൊഴിലാളികളെയും സംഘടിപ്പിക്കാൻ തുടങ്ങിയതോടെയാണ് കെ കേളപ്പനെപ്പോലുള്ള നേതാക്കൾ അതിനെതിരെ തിരിഞ്ഞത്. *മാതൃഭൂമി*യുടെ പത്രാധിപരായിരുന്ന സി എച്ച് കുഞ്ഞപ്പ അദ്ദേഹത്തിന്റെ ആത്മകഥയിൽ പറയുന്നു:

> സോഷ്യലിസ്റ്റ് പാർട്ടി ഗാന്ധിജിയുടെ വഴിവിട്ട് അക്രമത്തിലേക്ക് നീങ്ങുന്നു എന്നു കണ്ടപ്പോൾ, സോഷ്യലിസ്റ്റുകളുടെ യൂണിയൻ പ്രവർത്തനങ്ങൾ ഉൾപ്പെടെ പലതിലും അവരെ സഹായിച്ചുകൊണ്ടിരുന്ന കേളപ്പൻ, 'അവരെ സൂക്ഷിക്കണം' എന്ന പേരിൽ *മാതൃഭൂമി*യിൽ ഒരു മുഖപ്രസംഗം എഴുതി. അത് കോൺഗ്രസ് സോഷ്യലിസ്റ്റ് പാർട്ടി എന്ന പേരിൽ പതുങ്ങി സഞ്ചരിച്ചുകൊണ്ടിരുന്ന കമ്യൂണിസ്റ്റുകൾക്കെതിരായി ജനങ്ങൾക്കു നൽകിയ ആദ്യ താക്കീതായിരുന്നു. അചിരേണ ഇവിടെ കോൺഗ്രസ് കമ്മിറ്റികളെ (കമ്യൂണിസ്റ്റധീനം) പിരിച്ചുവിടേണ്ടി വന്നു. [13]

കോൺഗ്രസിന്റെ പ്രവർത്തനം ശക്തിപ്പെടുകയും പ്രസ്ഥാനം ഗ്രാമങ്ങളിലേക്ക് വ്യാപിക്കുകയും ചെയ്തത് ഇടതുപക്ഷ കെപിസിസി വന്നശേഷമാണ്.

> എല്ലായിടത്തും കോൺഗ്രസിന്റെ പ്രാഥമിക കമ്മിറ്റികൾ നിലവിൽ വന്നു. ഓഫീസുകൾ ചിട്ടയോടെ പ്രവർത്തിക്കാൻ തുടങ്ങി. സർദാർ ചന്ദ്രോത്ത് കുഞ്ഞിരാമൻ നായരുടെ നേതൃത്വത്തിൽ വളണ്ടിയർ സംഘടന ഉഷാറായി. കോൺഗ്രസ് പ്രവർത്തകർക്ക് ക്ലാസും പരിശീലനവും നൽകാൻ തുടങ്ങി. മലബാറിലെ മിക്ക ഗ്രാമങ്ങളിലും രാഷ്ട്രീയ സമ്മേളനങ്ങൾ നടന്നു. ഇത്തരം സമ്മേളനങ്ങളിൽ പങ്കെടുത്ത് അബ്ദുറഹിമാൻ കോൺഗ്രസിന്റെ ആദർശങ്ങൾ വ്യക്തമായി വിശദീകരിച്ചു. [14]

പ്രഭാതം 1938-ൽ കോഴിക്കോട്ടു നിന്ന് പുനരാരംഭിക്കുമ്പോൾ കർഷകസമരങ്ങളാൽ മലബാറിലെ നാട്ടിൻപുറങ്ങൾ തിളച്ചുമറിയുകയായിരുന്നു. 1935-ഓടെയാണ് ജന്മിമാരുടെ കിരാതമായ മർദനത്തെയും പിടിച്ചുപറിയെയും സംഘടിതമായി ചോദ്യം ചെയ്യുന്ന കർഷക പ്രസ്ഥാനം ആവിർഭവിച്ചത്. 1935 ജൂലൈ 13-ന് പഴയ ചിറക്കൽ താലൂക്കിലെ നണിയൂരിൽ വി എം വിഷ്ണുഭാരതീയന്റെ വീടായ ഭാരതീയ മന്ദിരത്തിൽ കൃഷിക്കാർ യോഗം ചേർന്ന് കൊളച്ചേരി കർഷക സംഘം രൂപീകരിച്ചു. വിഷ്ണുഭാരതീയൻ പ്രസിഡണ്ടും കെ എ കേരളീയൻ സെക്രട്ടറിയുമായി. അതിൽ പിന്നീട് വടക്കെ മലബാറിലെ മറ്റു പ്രദേശങ്ങളിലും സംഘം രൂപംകൊണ്ടു. 1936 ഡിസംബറിൽ മീറത്തിൽ ചേർന്ന കോൺഗ്രസ് സോഷ്യലിസ്റ്റ് പാർട്ടി സമ്മേളനത്തിലാണ് സോഷ്യലിസ്റ്റുകാരും കമ്യൂണിസ്റ്റുകാരും ചേർന്ന് അഖിലേന്ത്യ കിസാൻ സഭ രൂപീകരിക്കാൻ തീരുമാനിച്ചത്. ഇന്ത്യയിലെ കർഷക പ്രസ്ഥാനത്തിന് ഇത് വലിയ ആവേശമായി. വലതുപക്ഷ കോൺഗ്രസ് നേതൃത്വം സാധാരണ കർഷകരുടെ ആവശ്യങ്ങൾ അവഗണിക്കുകയായിരുന്നു. കൃഷിക്കാരെ ബാധിക്കുന്ന കടം, ഉയർന്ന പാട്ടത്തോത് എന്നിവയൊന്നും ഏറ്റെടുക്കാൻ കോൺഗ്രസ് നേതൃത്വം തയാറായിരുന്നില്ല. കാരണം, ധനിക ജന്മിമാരുടെ താൽപ്പര്യം ഹനിക്കുന്ന ഒന്നിനോടും അവർക്ക് താൽപ്പര്യമില്ലായിരുന്നു. കോൺഗ്രസിന്റെ ഈ നിലപാട് കേരളത്തിൽ *മാതൃഭൂമി* പത്രത്തെയും സ്വാധീനിച്ചു. സ്വാതന്ത്ര്യ സമരസേനാനിയായ കെ മാധവൻ പറഞ്ഞത് ഉദ്ധരിക്കട്ടെ:

> *മാതൃഭൂമി* പത്രം കർഷക പ്രസ്ഥാനത്തെ എതിർത്തുകൊണ്ടിരുന്നപ്പോൾ മുഹമ്മദ് അബ്ദുറഹിമാൻ സാഹിബിന്റെ *അൽഅമീൻ* പത്രവും ഇ എം എസിന്റെ പത്രാധിപത്യത്തിലുള്ള *പ്രഭാതം*

ആഴ്ചപ്പതിപ്പും കർഷക പ്രസ്ഥാനത്തെ സഹായിച്ചു.[15]

എൻ വി കൃഷ്ണവാരിയർ പാടിയതു പോലെ:

നിങ്ങൾ ജന്മിമാരുണ്ണാൻ പട്ടിണികിടക്കുവോർ,
നിങ്ങൾ മാളികയേറാൻ ചാളയിൽപ്പുലരുവോർ,
നിങ്ങൾക്കു സുഖിപ്പാനായ് ദുഃഖിപ്പോ, രിപ്പാവങ്ങൾ
നിങ്ങളോടിതിന്നെന്നുമുത്തരം ചോദിക്കാതോ?

ചൂഷണംകൊണ്ടും മർദനം കൊണ്ടും ഗതിമുട്ടിയ കർഷകർ 1935 ആകുമ്പോഴേക്കും ഒത്തുചേർന്ന് കണക്കുചോദിക്കാൻ തുടങ്ങിയിരുന്നു. അതിനെല്ലാം ഊർജമായി, വഴികാട്ടിയായി *പ്രഭാതം* മുന്നിൽ നടന്നു. കർഷകരുടെയെന്നപോലെ തൊഴിലാളികളുടെയും പ്രശ്നങ്ങൾ *പ്രഭാതം* ഏറ്റെടുക്കാൻ തുടങ്ങി.

7

വിമോചന പോരാട്ടങ്ങൾക്ക് കരുത്തുപകർന്ന പത്രം

പ്രകൃതി ദുരന്തങ്ങളോ പകർച്ചവ്യാധികളോ അതുപോലെ മനുഷ്യജീവൻ അപകടപ്പെടുത്തുന്ന പ്രതിസന്ധികളോ ഉണ്ടാകുമ്പോൾ മാധ്യമങ്ങൾ സഹായഹസ്തവുമായി രംഗത്തുവരുന്നത് നാം കാണുന്നുണ്ട്. മാധ്യമങ്ങളുടെ മാനവീയ മുഖമാണ് അതിലൂടെ തെളിയുന്നത്. എന്നാൽ ഒരു തൊഴിലാളി സമരത്തെ സഹായിക്കാൻ ഒരു മാധ്യമം സ്വന്തം നിലയിൽ മുന്നോട്ടുവന്നാൽ ഇന്ന് നാം അതിനെ എങ്ങനെയാവും കാണുക? അതൊരു മാധ്യമ ധർമമാണോ എന്ന സന്ദേഹം പലർക്കുമുണ്ടാകും. ഇനി ഈ വാർത്ത നോക്കാം. ഇ എം എസ് നമ്പൂതിരിപ്പാട് പത്രാധിപരായ *പ്രഭാതം* 1938 ജൂൺ 6-ന് ഒന്നാം പേജിൽ കൊടുത്ത അഭ്യർഥനയാണ് ചുവടെ:

കോൺപൂരിനെ രക്ഷിക്കുക

കോൺപൂരിൽ മെയ് 15 മുതൽ പൊതുപണിമുടക്കം നടത്തുന്ന അമ്പതിനായിരം തൊഴിലാളികളെ സഹായിക്കുന്നത് നിങ്ങളുടെ കടമയാണ്. പൊതുയോഗങ്ങൾ കൂടി അനുമോദനങ്ങൾ അയച്ചും പണം പിരിച്ചും അന്വേഷണ കമീഷന്റെ ശിപാർശകളെ ബലത്തിൽ കൊണ്ടുവരാൻ കോൺഗ്രസ് മന്ത്രിസഭകളോട് ആവശ്യപ്പെട്ടും നിങ്ങളുടെ കർത്തവ്യത്തെ നിറവേറ്റുക - *പ്രഭാതം* പ്രവർത്തകർ.[1]

ഒന്നാം പേജിൽ ബോക്സിലാണ് ഈ ആഹ്വാനം. പാർട്ടിയുടെ പ്രചാരകനും സംഘാടകനുമാകണം പത്രമെന്ന ലെനിന്റെ മാർഗനിർദേശം തികച്ചും പ്രാവർത്തികമാക്കുന്ന ഉദ്യമമായി ഇതിനെ കാണാം. തൊഴിലാളി സമരത്തെ സഹായിക്കാൻ പത്രം നേരിട്ട് രംഗത്തുവരുന്നു. പണം പിരിച്ച് കാൺപൂരിലേക്ക് (ആദ്യകാലത്ത് കോൺപൂർ എന്നാണ് ഉപയോഗിച്ചിരുന്നത്) അയക്കുന്നതിലും പ്രധാനം തൊഴിലാളി സമരത്തോടുള്ള ഐക്യദാർഢ്യമാണ്. കാൺപൂരിലെ തൊഴിലാളികളുടെ വേദന ഇവിടുത്തെ പാവപ്പെട്ട തൊഴിലാളികളും പങ്കിടണമെന്ന തൊഴിലാളിവർഗ സാർവദേശീയത തന്നെയാണ് ഇവിടെ പ്രകടമാകുന്നത്.

കാൺപൂരിൽ ഒരു ബ്രിട്ടീഷ് തുണിമില്ലിലെ തൊഴിലാളികളാണ് 1937 മേയിൽ കൂലി വർധനവിനും യൂണിയൻ അംഗീകരിച്ചുകിട്ടുന്നതിനും വേണ്ടി പണിമുടക്കിയത്. അതിന്റെ നേതൃത്വം കമ്യൂണിസ്റ്റുകാർക്കും സോഷ്യലിസ്റ്റുകാർക്കുമായിരുന്നു. പരുത്തിമില്ലിൽ തുടങ്ങിയ പണിമുടക്ക് കമ്യൂണിസ്റ്റുകാരുടെ ഇടപെടലിന്റെ ഫലമായി കാൺപൂരിലും പരിസര പ്രദേശങ്ങളിലുമുള്ള

പ്രഭാതം

എല്ലാ തൊഴിലാളികളുടെയും പൊതുപണിമുടക്കായി മാറിയെന്നാണ് ഇ എം എസ് രേഖപ്പെടുത്തിയത്.

കോൺഗ്രസിനകത്ത് ഇടതുപക്ഷക്കാർ രൂപീകരിച്ച കോൺഗ്രസ് സോഷ്യലിസ്റ്റ് പാർട്ടിക്ക് പത്രം എത്ര അനിവാര്യമായിരുന്നുവെന്ന് അതിന്റെ പേജുകൾ പരിശോധിച്ചാൽ വ്യക്തമാകും. കോൺഗ്രസ് സോഷ്യലിസ്റ്റ് പാർട്ടി ജനറൽ സെക്രട്ടറി പി കൃഷ്ണപിള്ള പാർട്ടി അംഗങ്ങളോടും ജനങ്ങളോടും സംവദിച്ചിരുന്നത് ആഴ്ചയിലൊരിക്കൽ ഇറങ്ങുന്ന *പ്രഭാത*ത്തിലൂടെയായിരുന്നു. പാർട്ടി അംഗങ്ങൾക്ക് അദ്ദേഹം മുടങ്ങാതെ കുറിപ്പുകൾ എഴുതി.

കർഷകരുടെയും തൊഴിലാളികളുടെയും മറ്റ് അധ്വാനിക്കുന്ന ജനവിഭാഗങ്ങളുടെയും പ്രശ്നങ്ങൾ ഏറ്റെടുത്ത് ഈ വിഭാഗങ്ങളെ സ്വാതന്ത്ര്യ പ്രസ്ഥാനത്തിലേക്ക് കൊണ്ടുവരണമെന്ന കാഴ്ചപ്പാടായിരുന്നു കോൺഗ്രസിലെ ഇടതുപക്ഷത്തിന്. സാമ്രാജ്യവിരുദ്ധ സമരത്തെ അധ്വാനിക്കുന്ന ബഹുജനങ്ങളുടെ സമരങ്ങളുമായി കണ്ണിചേർക്കണം. നാടൊട്ടുക്കും കർഷകർ ഉണർന്നെണീക്കുകയും, തൊഴിലാളികൾ അവരുടെ ആവശ്യങ്ങൾക്കുവേണ്ടിയും ബ്രിട്ടീഷ് സാമ്രാജ്യത്വത്തിന് എതിരായും സമരരംഗത്തേക്ക് വരികയും ചെയ്യുന്ന കാലത്താണ് (1935–1938) *പ്രഭാതം* ഷൊർണൂരിൽ നിന്നും പിന്നീട് കോഴിക്കോട്ടുനിന്നും പ്രസിദ്ധീകരിച്ചിരുന്നത്. ടാബ്ലോയ്ഡ് വലുപ്പത്തിൽ പരുക്കൻ കടലാസിൽ അച്ചടിക്കുന്ന പത്രത്തിൽ നാടിന്റെ ചലനങ്ങൾ പ്രതിഫലിച്ചു. കർഷക സമരങ്ങളും കർഷകരെ സംഘടിപ്പിക്കുന്നതിനുള്ള പ്രവർത്തനങ്ങളും സംബന്ധിച്ച വാർത്തകൾക്കും ലേഖനങ്ങൾക്കും കുറിപ്പുകൾക്കും പരമാവധി സ്ഥലം നീക്കിവെച്ചു. പല ദിവസങ്ങളിലും ഒരു പേജ് മുഴുവൻ കർഷക സമ്മേളനങ്ങളുടെയോ കർഷക സമരങ്ങളുടെയോ വാർത്തകളായിരുന്നു.

കർഷകരും തൊഴിലാളികളും അവരുടെ അവശതകൾ പരിഹരിക്കാനും ജന്മിമാരുടെയും മുതലാളിമാരുടെയും ദ്രോഹനടപടികൾ ചെറുക്കാനും നടത്തുന്ന പോരാട്ടങ്ങൾ ദേശീയ പ്രസ്ഥാനത്തിന്റെ ഭാഗമാണോ അല്ലയോ എന്ന ചർച്ച ഇരുപതാം നൂറ്റാണ്ടിന്റെ ആദ്യ ദശകങ്ങളിൽ സജീവമായിരുന്നു. കർഷകരുടെയും തൊഴിലാളികളുടെയും പ്രശ്നങ്ങൾ ഏറ്റെടുക്കുന്നതിനോട് കോൺഗ്രസിലെ വലതുപക്ഷത്തിന് യോജിപ്പുണ്ടായിരുന്നില്ല. ഇതേപ്പറ്റി കോൺഗ്രസ് സോഷ്യലിസ്റ്റ് പാർട്ടിയുടെ നിലപാട് അസന്ദിഗ്ധമായി പി കൃഷ്ണപിള്ള *പ്രഭാത*ത്തിലൂടെ വ്യക്തമാക്കി.

> സ്വാതന്ത്ര്യസമരം ബ്രിട്ടീഷ് സാമ്രാജ്യത്വത്തിന്റെയും സഹായികളായ ഇന്ത്യൻ ചൂഷകരുടെയും സാമ്പത്തിക ചൂഷണത്തിനെതിരെ ജനസമുദായം നടത്തുന്ന സമരമാകുന്നു. അതുകൊണ്ട് ചൂഷണത്തിനെതിരെ കൃഷിക്കാരും തൊഴിലാളികളും നടത്തുന്ന സമരം സ്വാതന്ത്ര്യസമരം തന്നെയാണ്.[2]

കേരളത്തിൽ കമ്യൂണിസ്റ്റ് പാർട്ടിക്ക് രൂപം നൽകിയ നാലംഗ ഗ്രൂപ്പിൽ ഒരാളായിരുന്ന കെ ദാമോദരൻ മിക്കവാറും എല്ലാ ലക്കത്തിലും എഴുതിയിരുന്നു. പല വിഷയങ്ങൾ അദ്ദേഹം കൈകാര്യം ചെയ്തു. പ്രധാനമായും താത്വിക കാര്യങ്ങൾ. പിൽക്കാലത്ത് പാർട്ടിയുടെ സൈദ്ധാന്തികരിൽ ഒരാളായി അറിയപ്പെട്ട ദാമോദരനാണ് കർഷക പോരാട്ടങ്ങൾക്ക് വലിയ ഉത്തേജനമായ *പാട്ടബാക്കി* നാടകം രചിച്ചത്. ജന്മിത്വത്തിനെതിരെ കർഷകർ വടക്കെ മലബാറിൽ നടത്തിയ പോരാട്ടത്തെ *പ്രഭാതം* എങ്ങനെ സഹായിച്ചുവെന്ന് വ്യക്തമാക്കുന്ന ചില വരികൾ

കർഷക പ്രസ്ഥാനത്തിന് മലബാറിൽ ജന്മം നൽകിയവരിൽ പ്രധാനിയായ വിഷ്ണുഭാരതീയന്റെ ആത്മകഥയിലുണ്ട്. കല്യാട്ട് അനന്തൻ നമ്പ്യാർ എന്ന ജന്മിയുടെ കൊടിയ കർഷക ദ്രോഹത്തിനും ചൂഷണത്തിനും പിടിച്ചുപറിക്കും എതിരെ കർഷകർ സംഘടിച്ചുവരുന്ന കാലം.

> അടുത്ത ദിവസം പറശ്ശിനിക്കടവിനടുത്തുവെച്ച് കേരളീയനും പി എം ഗോപാലനും കെ പി ആറും കൂടിയാലോചിച്ചു. ബ്ലാത്തൂരിൽ കിഴക്കൻ പ്രദേശങ്ങളെയാകെ പ്രതിനിധീകരിച്ചുകൊണ്ടുള്ള ഒരു മഹാസമ്മേളനം ചേരണമെന്ന് നിശ്ചയിച്ചു. കല്യാട്ട് പോയി വിവരങ്ങൾ ശേഖരിച്ചു. അന്ന് നമ്മുടെ അധീനത്തിൽ നടത്തപ്പെടുന്ന *പ്രഭാതം* പത്രത്തിൽ ഒരു ലേഖനം പ്രസിദ്ധീകരിക്കാൻ എന്നെ ചുമതലപ്പെടുത്തി. പത്രത്തിൽ 'അയ്യോ കല്യാട്ട്' എന്ന പേരിൽ ഒരു ലേഖനം (1938 സെപ്തംബർ 19 തിങ്കളാഴ്ച) പ്രസിദ്ധീകരിച്ചു. അതിൽ കിഴക്കൻ പ്രദേശങ്ങളിലെ ജന്മി-കുടിയാൻ സമ്പ്രദായങ്ങളിലെ വളരെക്കാലമായി നടന്നും നടത്തിച്ചും വരുന്ന ഭയങ്കര സംഭവങ്ങൾ ഉൾക്കൊണ്ടിരുന്നു.[3]

തിരുവിതാംകൂറിൽ ദിവാൻ സി പി രാമസ്വാമി അയ്യരുടെ ജനവിരുദ്ധമായ നടപടികൾക്കെതിരെ പത്രം ശക്തമായി പ്രതികരിച്ചുകൊണ്ടിരുന്നു. രാജഭരണം നിലനിൽക്കുന്ന തിരുവിതാംകൂറിലെ രാഷ്ട്രീയ സ്ഥിതിഗതികളുടെ വിവരണം അധികവും എൻ സി ശേഖറിൽ നിന്നാണ് വായനക്കാർക്ക് കിട്ടിയത്. ലോകത്തെ പൊതുവിലും ഇന്ത്യയെ വിശേഷിച്ചും ബാധിക്കുന്ന സാമ്പത്തിക പ്രശ്നങ്ങൾ സോഷ്യലിസ്റ്റ് കാഴ്ചപ്പാടിൽ വിവരിക്കുന്ന കുറിപ്പുകൾ മിക്കവാറും എല്ലാ ലക്കത്തിലും *പ്രഭാതം* കൊടുത്തിരുന്നു. *ചിന്ത*യിൽ ഇ എം എസ് കൈകാര്യം ചെയ്ത ചോദ്യോത്തര പംക്തി പ്രസിദ്ധമാണല്ലോ. *ചിന്ത* തുടങ്ങിയത് 1963-ലാണെങ്കിൽ *പ്രഭാത*ത്തിൽ 1935 മുതൽക്കേ ഇ എം എസിന്റെ ചോദ്യോത്തര പംക്തിയുണ്ടായിരുന്നു. *പ്രഭാതം* പംക്തിക്ക് ചില സവിശേഷതകളുണ്ട്. കോളത്തിന്റെ പേര് 'ഞാൻ പറയാം' എന്നായിരുന്നു. ആ പേര് പക്ഷേ *ചിന്ത*യിൽ ഉപയോഗിച്ചില്ല. പകരം 'ചോദ്യോത്തരം' എന്നായി. മറ്റൊരു സവിശേഷത പേരുവയ്ക്കാതെ തൂലികാനാമത്തിലാണ് *പ്രഭാത*ത്തിൽ ഇ എം എസ് എഴുതിയിരുന്നത് എന്നതാണ്. സുരേന്ദ്രൻ എന്ന പേരിൽ. 'ഞാൻ പറയാം' പംക്തിയുടെ പ്രത്യേകത ഇനിയുമുണ്ട്. അതിൽ ചോദ്യകർത്താവും ഇ എം എസാണ്. അദ്ദേഹം ചോദിക്കുന്നു. അദ്ദേഹം തന്നെ മറുപടി പറയുന്നു. അക്കാലത്ത് വലിയ ചർച്ചയോ വിവാദമോ തർക്കമോ ആകുന്ന രാഷ്ട്രീയ-സാമൂഹിക-സാമ്പത്തിക വിഷയങ്ങളാണ് ചോദ്യങ്ങളായി ഉന്നയിക്കപ്പെട്ടിരുന്നത്.

ഫെഡറേഷനെതിരായ സമരത്തിൽ, ബ്രിട്ടീഷ് സാമ്രാജ്യത്വത്തെ മറിച്ചിടാനുള്ള പരിശ്രമത്തിൽ പാട്ട നിഷേധത്തിന് പ്രസക്തിയുണ്ടോ? 1938-ലെ ഒരു ലക്കത്തിൽ കൊടുത്ത ചോദ്യം ഇതാണ്. ഈ ചോദ്യത്തിലൊരു രാഷ്ട്രീയമുണ്ട്. കർഷക സമരങ്ങൾ കോൺഗ്രസ് ഏറ്റെടുക്കുന്നതിനോട് പാർട്ടിയിലെ ഗാന്ധിയന്മാർക്ക് ഒട്ടും യോജിപ്പില്ലായിരുന്നു. അതാണ് ഈ ചോദ്യത്തിന്റെ പൊരുൾ.

ഇ എം എസിന്റെ മറുപടി:

> ജന്മി സമ്പ്രദായത്തോടോ മുതലാളിത്തത്തോടോ മറ്റേതെങ്കിലും അക്രമത്തോടോ ഉള്ള എതിർപ്പിനെ സാമ്രാജ്യശക്തിയുമായുള്ള സമരവുമായി കൂട്ടിക്കുഴയ്ക്കരുതെന്നത് കുറേയൊക്കെ ശരിയാണ്. പക്ഷേ, ഇന്നത്തെ ഇന്ത്യയിലെ സമുദായ ഘടനയുടെ സ്വഭാവം പരിശോധിച്ചാൽ ജന്മി സമ്പ്രദായത്തോടും സാമ്രാജ്യാധിപത്യത്തോടുമുള്ള സമരങ്ങളെ വ്യക്തമായി വേർതിരിക്കാൻ കഴിയില്ലെന്നു കാണാൻ കഴിയും. സാമ്രാജ്യാധിപത്യത്തെ ഏറ്റവുമധികം സഹായിക്കുന്ന ജനവിഭാഗം ഇന്ത്യയിലേതാണെന്നു നോക്കിയാൽ അത് ഇവിടുത്തെ ജന്മികളാണെന്നു കാണാം. സിവിൽ നിയമലംഘന കാലത്ത് അതിൽനിന്നകന്നുനിന്ന് രാജസഭകൾ രൂപീകരിച്ചത് ഇതിനുദാഹരണമാണ്. പുരോഗമനപരമായ എല്ലാ ശക്തികളെയും അമർക്കാൻ ശ്രമിക്കുന്ന ബ്രിട്ടീഷ് സാമ്രാജ്യാധിപത്യത്തിന് താങ്ങും തണലുമായി നിൽക്കുന്നത് അവരാണ്. ബ്രിട്ടന്റെ സംരക്ഷണമില്ലായിരുന്നെങ്കിൽ ഇതിനെത്രയോ മുമ്പുതന്നെ ജന്മിസമ്പ്രദായം നശിക്കുമായിരുന്നു. ഇനി ഫെഡറേഷനെതിരെ കോൺഗ്രസ് സമരത്തിലേർപ്പെടുമ്പോൾ ജന്മികൾ അതിൽ പങ്കുകൊള്ളുകയില്ലെന്നു മാത്രമല്ല, അതിനെ അമർക്കുന്ന കാര്യത്തിൽ തങ്ങൾക്ക് കഴിയുന്ന എല്ലാ സഹായങ്ങളും

ഗവൺമെന്റിന് നൽകുകയും ചെയ്യും. അപ്പോൾ ബ്രിട്ടനുമായി അവസാനവും അതിഗംഭീരവുമായ സമരത്തിലേർപ്പെടുന്ന ഇന്ത്യൻ ദേശീയത്വത്തിന് അതിനെതിരായി അണിനിരന്നുനിൽക്കുന്ന സാമ്രാജ്യ ശക്തിയോടൊപ്പം അതിന്റെ പ്രധാന സഹായിയായ ജന്മി സമ്പ്രദായത്തെയും നശിപ്പിക്കേണ്ടിവരും. അങ്ങനെയാണ് സാമ്രാജ്യത്വത്തിനെതിരായ ദേശീയ പ്രസ്ഥാനവും ജന്മിത്വത്തിനെതിരായ കർഷക പ്രസ്ഥാനവും യോജിച്ചുനിൽക്കുക. അങ്ങനെയാണ് വിദേശീയാധിത്യത്തെ നശിപ്പിച്ച് ജനകീയ ഭരണം സ്ഥാപിക്കുന്നതോടൊപ്പം ജാതിമർദനം നശിപ്പിച്ച് കാർഷിക സ്വാതന്ത്ര്യം സ്ഥാപിക്കുക.

ദേശീയ പ്രസ്ഥാനത്തിന്റെ രാഷ്ട്രീയാവശ്യത്തെ അവഗണിക്കുന്ന ബ്രിട്ടനെതിരെ നമ്മുടെ കൈവശമുള്ള എല്ലാ ആയുധങ്ങളും അന്നു നമുക്ക് ഉപയോഗിക്കേണ്ടിവരും. ഇതെന്തെല്ലാമാണ്? ബ്രിട്ടീഷ് സാമാന ബഹിഷ്കരണം, ബ്രിട്ടീഷുകാരുണ്ടാക്കിയ നിയമങ്ങളെ അവഗണിക്കുക, ബ്രിട്ടീഷ് ഗവൺമെന്റിന് നികുതി കൊടുക്കാതിരിക്കുക, നമ്മുടെ സ്വന്തമായ ഗവൺമെന്റുകൾ രൂപീകരിച്ച് അവയുടെ കൽപ്പനകൾ അനുസരിക്കുകയും അവയ്ക്കുമാത്രം നികുതി കൊടുക്കുകയും ചെയ്യുക, മറ്റും മറ്റും. അതുചെയ്യാത്ത ഓരോരുത്തരും ദേശീയത്വത്തെ വഞ്ചിക്കുന്നു. അവരോരോരുത്തരും കോൺഗ്രസിന്റെ ശത്രുക്കളാണ്. അവരുടെ നേരെ സാമൂഹ്യ ബഹിഷ്കരണം മുതലായ ആയുധങ്ങൾ പ്രയോഗിക്കേണ്ടിവരും. ദേശീയത്വത്തിൽ അണിനിരന്നിട്ടുള്ള കൃഷിക്കാർ ആ ജന്മിക്ക് പാട്ടം കൊടുക്കാതിരുന്നാൽ അതു ദേശീയത്വത്തെ സഹായിക്കുകയായിരിക്കും.[4]

സുരേന്ദ്രൻ മറുപടി പറയുന്ന മറ്റൊരു ചോദ്യം: മലബാർ ലഹള കർഷക ലഹളയാണോ? അക്കാലത്ത് എറ്റവുമധികം വാദപ്രതിവാദങ്ങൾക്ക് ഇടയാക്കിയ പ്രശ്നമാണ് മലബാർ ലഹളയെക്കുറിച്ചുള്ള വിലയിരുത്തൽ. ഇ എം എസിന്റെ മറുപടി:

കാർഷികമായ അസംതൃപ്തിയിൽ നിന്നുളവായി, ഒരു രാഷ്ട്രീയ കലഹത്തിന്റെ രൂപം കൊള്ളാൻ തുടങ്ങിയ ഒരു ബഹുജനപ്രസ്ഥാനം, അതിന്റെ പ്രേരകശക്തി മനസ്സിലാവാത്ത നേതൃത്വത്തിന്റെ അപ്രാപ്തികൊണ്ടും അതിൽ പങ്കെടുത്ത ബഹുജനങ്ങളുടെ ആത്മബോധക്കുറവുകൊണ്ടും ഉദ്യോഗസ്ഥവൃന്ദത്തിന്റെ പ്രചാരവേലയുടെ ഫലമായി വർഗീയ നിറംപൂണ്ട് പരാജയപ്പെട്ടു. കൃഷിക്കാരുടെ നേതൃത്വവും അവരുടെ പ്രസ്ഥാനവുമില്ലാതെ നടത്തുന്ന സമരം പരാജയപ്പെട്ടതിന്റെ ഉത്തമ ഉദാഹരണമാണിത്.[5]

കോൺഗ്രസിലെ സോഷ്യലിസ്റ്റ് ചേരിയുടെ പ്രമുഖനായ ജവഹർലാൽ നെഹ്റുവിന്റെ ലേഖനങ്ങളും കുറിപ്പുകളും പല ലക്കങ്ങളിലും കാണുന്നുണ്ട്. സെമീന്ദാരി സമ്പ്രദായത്തിനെതിരായും നാട്ടുരാജ്യങ്ങളിലെ പ്രജകളുടെ പ്രശ്നങ്ങളെപ്പറ്റിയും നെഹ്റു ദേശീയ പത്രങ്ങളിൽ എഴുതുന്നത് കൃത്യമായി തർജമ ചെയ്ത് കൊടുത്തിരുന്നു. എട്ടുപേജുള്ള പത്രത്തിൽ രാഷ്ട്രീയ ലേഖനങ്ങൾ, സാമ്പത്തിക കുറിപ്പുകൾ, കർഷക-തൊഴിലാളി സമര വാർത്തകൾ എന്നിവക്കിടയിൽ സ്ഥലമുണ്ടാക്കി സാഹിത്യ-സാംസ്കാരിക വാർത്തകളും പുസ്തക നിരൂപണവും *പ്രഭാതം* കൈകാര്യം ചെയ്തിരുന്നു. എസ് കെ പൊറ്റെക്കാട്ടിന്റെ 'മല്ലികാദേവി' എന്ന കഥയുടെ നിരൂപണം 1938 ജൂണിലെ *പ്രഭാത*ത്തിൽ കാണാം. കർഷകരും തൊഴിലാളികളും ഉൾപ്പെടെയുള്ള സാമാന്യ ജനങ്ങളിൽ ദേശീയബോധം ഉണർത്തുന്ന കവിതകളും പടപ്പാട്ടുകളും മിക്ക ലക്കങ്ങളിലുമുണ്ട്. ആശയങ്ങൾ ജനമനസ്സിലെത്തിക്കാൻ പാട്ടുകളും കവിതകളും നല്ലൊരു മാധ്യമമായി അക്കാലത്ത് കമ്യൂണിസ്റ്റുകാർ കണ്ടു. കർഷക നേതാക്കൾ മിക്കവരും കവിതകളും പടപ്പാട്ടുകളും എഴുതിയിരുന്നു.

നമ്പൂതിരിയെ മനുഷ്യനാക്കാനുള്ള സമരങ്ങളിൽ വി ടി ഭട്ടതിരിപ്പാട്, ഇ എം എസ് എന്നിവരോടൊപ്പം മുൻനിരയിലുണ്ടായിരുന്ന പ്രേംജിയുടെ (എം പി ഭട്ടതിരിപ്പാട്) കവിതകൾ ഇടയ്ക്കിടെ വന്നുകൊണ്ടിരുന്നു. എല്ലാ കവിതകളുടെയും പാട്ടുകളുടെയും ലക്ഷ്യം ഒന്നുതന്നെ. അടിമത്തത്തിൽ നിന്ന് മോചനം നേടാൻ ജനങ്ങളെ ഉണർത്തുക, അവരെ അവകാശബോധമുള്ളവരാക്കുക. കവിതകൾകൊണ്ടും പാട്ടുകൾകൊണ്ടും സമ്പന്നമായിരുന്നു *പ്രഭാതം* പേജുകൾ. കവിതകളില്ലാത്ത ലക്കങ്ങൾ കുറവായിരുന്നു. 1938 ഫെബ്രുവരിയിൽ പ്രസിദ്ധീകരിച്ച പ്രേംജിയുടെ കവിത:

പ്രേംജി

കൃഷിക്കാരന്റെ മനോരാജ്യം

സാധുഭാവിതം കർഷക ജീവിതം;
സ്വാദുരമ്യങ്ങൾ തൻമനോരാജ്യങ്ങൾ-
നിച്ചിലും വേലചെയ്യണ,മല്ലെങ്കിൽ
ക്കൊച്ചുമാടം വിശന്നുവലഞ്ഞാലോ
പുഞ്ചതേവണം രാവിലെ,യല്ലെങ്കിൽ-
പ്പിഞ്ചിളംനെല്ലു വാടിക്കരിഞ്ഞാലോ.
നല്ല വേലികൾ കെട്ടണ,മല്ലെങ്കിൽ
വല്ല കാലിയും വന്നുതിന്നെങ്കിലോ.
താൻ വിതച്ചതു താൻതന്നെ കൊയ്യണം;
താൻ പണിചെയ്തു തന്നെപ്പുലർത്തണം.[6]

കെ പി ജി, ടി സുബ്രഹ്മണ്യൻ തിരുമുമ്പ്, കെ എ കേരളീയൻ തുടങ്ങിയവരുടെ കവിതകളും കെ പി ജിയുടെ സാഹിത്യ കുറിപ്പുകളും *പ്രഭാത*ത്തിലെ പതിവു വിഭവങ്ങളായിരുന്നു. ടി സുബ്രഹ്മണ്യൻ തിരുമുമ്പിന്റെ പ്രസിദ്ധമായ 'തലനരയ്ക്കുവതല്ലെന്റെ വൃദ്ധത്വം' എന്ന് തുടങ്ങുന്ന കവിത 1938 ജൂണിലെ *പ്രഭാത*ത്തിലാണ് ആദ്യം പ്രസിദ്ധീകരിക്കുന്നത്.

തലനരയ്ക്കുവതല്ലെന്റെ വൃദ്ധത്വം;
തലനരയ്ക്കാത്തതല്ലെൻ യുവത്വവും
പിറവിതൊട്ടുനാളെത്രയെന്നെണ്ണുമാ-
പ്പതിവു കൊണ്ടല്ലളപ്പതെൻ യൗവനം;
വിഷമഘട്ടത്തിലേതിലും ചെറ്റുമേ
പതറിടാത്ത ഹൃദന്തമെൻ യൗവനം
കൊടിയ ദുഷ്പ്രഭുത്വത്തിൻ തിരുമുമ്പിൽ
തലകുനിക്കാത്ത ശീലമെൻ യൗവനം;
ധനികധികൃതി തൻ കണ്ണുരുട്ടലിൽ
'പനിപിടിക്കാത്ത' ശീലമെൻ യൗവനം[7]

ടി സുബ്രഹ്മണ്യൻ തിരുമുമ്പ്

വായനക്കാരുടെ കത്തുകൾ അന്ന് *പ്രഭാത*ത്തിൽ തുടർച്ചയായി പ്രസിദ്ധീകരിച്ചിരുന്നു എന്നതിന്റെ പ്രധാന്യം മനസ്സിലാവുക ഇന്ന് വലിയ ഷീറ്റിൽ പതിനാറും പതിനെട്ടും പേജ് അച്ചടിക്കുന്ന പത്രങ്ങളിൽ പോലും വായനക്കാർക്ക് ഇടം കിട്ടുന്നില്ല എന്നത് കണക്കിലെടുക്കുമ്പോഴാണ്.

സോവിയറ്റ് യൂണിയൻ അന്ന് കമ്യൂണിസ്റ്റുകാർക്കു മാത്രമല്ല, മനുഷ്യനന്മ ആഗ്രഹിക്കുന്ന എല്ലാവർക്കും പ്രചോദനമായിരുന്നു. ഒന്നാം ലോകമഹായുദ്ധത്തെത്തുടർന്ന് മുതലാളിത്ത രാജ്യങ്ങൾ കടുത്ത സാമ്പത്തിക പ്രതിസന്ധിയിൽ നട്ടംതിരിയുമ്പോൾ, സോവിയറ്റ് യൂണിയൻ പഞ്ചവൽസര പദ്ധതി നടപ്പാക്കി പുരോഗതിയിലേക്ക് കുതിക്കുകയായിരുന്നു. നെഹ്റുവടക്കം സോഷ്യലിസത്തിലേക്ക് ആകൃഷ്ടനായത് സോവിയറ്റ് യൂണിയന്റെ ഈ നേട്ടം കണ്ടാണെന്നു പറയാം. ഈ സാഹചര്യത്തിൽ, കമ്യൂണിസ്റ്റുകാർ നടത്തുന്ന പത്രത്തിന് സോവിയറ്റ് യൂണിയനിൽ നിന്നുള്ള ലേഖനങ്ങളും കുറിപ്പുകളും ഏറെ താൽപ്പര്യമുള്ളതായിരുന്നു. ജോസഫ് സ്റ്റാലിനടക്കം സോവിയറ്റ് നേതാക്കളുടെ ലേഖനങ്ങൾ പരിഭാഷപ്പെടുത്തി തുടർച്ചയായി *പ്രഭാതം* പ്രസിദ്ധീകരിച്ചു. ബ്രിട്ടനിൽനിന്ന് പ്രസി

ദ്ധീകരിക്കുന്ന സോഷ്യലിസ്റ്റ് പ്രസിദ്ധീകരണമായ *ലേബർ മന്ത്‌ലി*യുടെ എഡിറ്റർ രജനി പാംദത്തിന്റെ (1896–1974) കുറിപ്പുകൾ *പ്രഭാത*ത്തിൽ ഇടയ്ക്കിടെയുണ്ടായിരുന്നു. ബ്രിട്ടീഷ് കമ്യൂണിസ്റ്റ് പാർട്ടിയുടെ സൈദ്ധാന്തികനായാണ് പാംദത്ത് അറിയപ്പെട്ടിരുന്നത്.

തങ്കമ്മ കൃഷ്ണപിള്ള

പ്രതികൂലമായ രാഷ്ട്രീയ-സാമ്പത്തിക സ്ഥിതിയിലും *പ്രഭാത*ത്തിന് അത്യാവശ്യം പരസ്യം ലഭിച്ചിരുന്നു. ബ്രിട്ടീഷുകാരുടെ നോട്ടപ്പുള്ളിയായ ഒരു പത്രത്തിന് പരസ്യം നൽകാൻ അക്കാലത്ത് വ്യവസായ-വാണിജ്യ സ്ഥാപനങ്ങൾ തയാറായിരുന്നു എന്നത് കമ്യൂണിസ്റ്റുകാർക്ക് നാട്ടുകാരുമായുള്ള ബന്ധത്തിന്റെയും അവർക്ക് കമ്യൂണിസ്റ്റുകാരിലുള്ള വിശ്വാസത്തിന്റെയും നിദർശനമായി കാണാം. നെടുങ്ങാടി ബാങ്കിന്റെ പരസ്യം പതിവായിട്ടുണ്ടായിരുന്നു. മലയാളത്തിലെ ആദ്യ നോവൽ *കുന്ദലത*യുടെ കർത്താവായ അപ്പു നെടുങ്ങാടി (1863–1933) കോഴിക്കോട് ആസ്ഥാനമായി സ്ഥാപിച്ചതാണ് നെടുങ്ങാടി ബാങ്ക്. നാൽപ്പാമര സോപ്പ്, ചട്ട ബീഡി, നൂർജഹാൻ റസ്റ്റോറന്റ്, ചന്ദ്രികാഞ്ജനം, സോഡോൾ മഹാമാരി ഗുളിക ഇതൊക്കെയാണ് *പ്രഭാതം* താളുകളിൽ കണ്ട മറ്റു പരസ്യങ്ങളിൽ ചിലത്.

ബ്രിട്ടീഷുകാരെയും അവരുടെ പൊലീസിനെയും ഭയപ്പെടാതെ, അടിച്ചമർത്തപ്പെടുന്ന തൊഴിലാളികളുടെയും കർഷകരുടെയും പത്രമായി *പ്രഭാതം* മുന്നോട്ടുപോയി. താക്കീതുകൾ നിരന്തരം വന്നുകൊണ്ടിരുന്നുവെങ്കിലും പത്രം ഒരിക്കലും അതിന്റെ നയങ്ങളിൽ വിട്ടുവീഴ്ച ചെയ്യുകയോ നിലപാട് മയപ്പെടുത്തുകയോ ചെയ്തിട്ടില്ല. *പ്രഭാതം* കോഴിക്കോട്ടു നിന്ന് പ്രസിദ്ധീകരിക്കാൻ തുടങ്ങിയ ശേഷം കെ ദാമോദരൻ, പി നാരായണൻ നായർ, സി ഉണ്ണിരാജ തുടങ്ങിയവരുടെ പങ്കാളിത്തവും പിന്തുണയും പത്രം നടത്തിപ്പിന് ലഭിച്ചുവെങ്കിലും പത്രത്തിന്റെ നയം രൂപീകരിക്കുന്നതിൽ നിർണായക സംഭാവന ഇ എം എസിന്റേതു തന്നെയായിരുന്നു.

കൃഷ്ണപിള്ളയ്ക്ക് *പ്രഭാത*വുമായി ആത്മബന്ധമുണ്ടായിരുന്നു എന്നതിന് ഒരു തെളിവ് അദ്ദേഹത്തിന്റെ ജീവചരിത്രത്തിലുണ്ട്. അദ്ദേഹം നാഗർകോവിലിനടുത്ത എടലാക്കുടി ജയിലിൽ കഴിയുമ്പോൾ കാമിനി തങ്കമ്മ വഴി സ്റ്റേറ്റ് കോൺഗ്രസ് നേതാവ് മാത്തൂർ താണുപിള്ളക്ക് കൊടുത്തയച്ച നിർദേശങ്ങളിൽ ഒന്ന് *പ്രഭാതം* വാരികയുടെ പഴയ ലക്കങ്ങൾ ഉണ്ടെങ്കിൽ കൊടുത്തയക്കണമെന്നായിരുന്നു. തങ്കമ്മ അക്കാര്യം താണുപിള്ളയോട് ചോദിക്കാൻ പോയില്ല. കൃഷ്ണപിള്ളക്കുള്ള മറുപടിക്കുറിപ്പിൽ തങ്കമ്മ എഴുതി: *പ്രഭാതം* വല്ല ബുക്ക് സ്റ്റാളിൽനിന്നും വാങ്ങി അയക്കാൻ ശ്രമിക്കാമെന്ന്. കൃഷ്ണപിള്ളയുടെ മറുപടി വന്നു: "തങ്കമ്മയ്ക്ക് വായിച്ച് മനസ്സിലാക്കാനാണ് *പ്രഭാതം* പഴയ ലക്കങ്ങൾ. അതു ബുക്ക് സ്റ്റാളിലൊന്നും കിട്ടില്ല."[8]

ശുചീന്ദ്രത്തുകാരിയായ തങ്കമ്മയുമായി കൃഷ്ണപിള്ള പ്രണയത്തിലാകുന്നത് ജയിലിൽ കഴിയുമ്പോഴാണ്. നാഗർകോവിലിലെ ഒരു ഹിന്ദി വിദ്യാലയത്തിലെ വിദ്യാർഥിയായിരുന്നു തങ്കമ്മ. കൂട്ടുകാരുമൊത്ത് വിദ്യാലയത്തിലേക്ക് പോകുമ്പോൾ ഒരു ദിവസം അഞ്ചുരൂപാപ്പൊലീസായ അയ്യപ്പൻപിള്ള വിദ്യാർഥികളെ സമീപിച്ച് ഹിന്ദി പുസ്തകം വല്ലതുമുണ്ടെങ്കിൽ കൊടുക്കണമെന്നു പറഞ്ഞു. തങ്കമ്മയുടെ കൈയിൽ *ചന്ദ്രഗുപ്ത* എന്ന ഹിന്ദി നാടകമുണ്ടായിരുന്നു. അതുകൊടുത്തു. ആർക്കുവേണ്ടിയാണെന്ന് തിരക്കിയപ്പോൾ എടലാക്കുടി ജയിലിലുള്ള ഒരു കോൺഗ്രസുകാരനുവേണ്ടിയാണെന്നു പറഞ്ഞു. പുസ്തകങ്ങളിലൂടെയും രാഷ്ട്രീയ കുറിപ്പുകളിലൂടെയും ആ ബന്ധം വളർന്നു. തങ്കമ്മ പിന്നീട് സഖാവിന്റെ ജീവിതസഖിയായി.

ഓട്, ബീഡി, നെയ്ത്ത്, കുട, കയർ, ശുചീകരണം തുടങ്ങി നാനാ മേഖലകളിലെയും തൊഴിലാളികളെ സോഷ്യലിസ്റ്റുകാരെന്നറിയപ്പെടുന്ന കമ്യൂണിസ്റ്റുകാർ സംഘടിപ്പിക്കാൻ തുടങ്ങിയപ്പോൾ *പ്രഭാതം* അതിന് വലിയ പിന്തുണയാണ് നൽകിയത്. പി കൃഷ്ണപിള്ള, എൻ സി ശേഖർ എന്നിവരായിരുന്നു ഈ പ്രവർത്തനത്തിന്റെ മുൻനിരയിൽ. കർഷകരുടെയെന്നപോലെ തൊഴിലാളികളുടെയും ജീവിത പ്രശ്നങ്ങളും അവരുടെ ആവശ്യങ്ങളും അത് നേടിയെടുക്കാനുള്ള സമ

രങ്ങളും *പ്രഭാത*ത്തിൽ പ്രതിഫലിച്ചു. കമ്യൂണിസ്റ്റുകാരുടെ ഇടപെടലിന്റെയും തൊഴിലാളികൾ സംഘടിച്ച് രംഗത്തു വരുന്നതിന്റെയും ഫലമായി തൊഴിൽസമരങ്ങൾ ഒത്തുതീർപ്പിലെത്തിക്കാൻ പലേടത്തും ഉടമകൾ തയാറാവുന്ന അനുഭവങ്ങളും *പ്രഭാതം* റിപ്പോർട്ടുകളിൽ കാണാം. അതിലൊന്ന്:

മഞ്ചിക്കൂലി തൊഴിലാളികൾക്ക് കൂലി വർധന

പുലാമന്തോളിൽ മഞ്ചിക്കൂലി തൊഴിലാളികൾക്ക് ഒരു ചാക്ക് കടവിൽ നിന്ന് അങ്ങാടിയിലേക്ക് കടത്തുന്നതിന് ആറ് പൈസയായിരുന്നു കൂലി. കൂലി വർധിപ്പിക്കാൻ 40 തൊഴിലാളികൾ സംഘടിച്ച് സമരം തുടങ്ങി. സമരം നീണ്ടപ്പോൾ പിക്കറ്റിങ്ങായി. ഒടുവിൽ ഉടമകൾ വഴങ്ങി. സമരം ഒത്തുതീർപ്പായി. കൂലിയിൽ ഒരു ചാക്കിന് അരയണ വർധന ലഭിക്കും. ചെറിയ നിലയിലെങ്കിലും സംഘടിച്ചാലേ തങ്ങൾക്ക് ഗുണമുള്ളു എന്ന് ഇവിടുത്തെ കൂലിക്കാരെ ബോധ്യപ്പെടുത്താൻ ഇതു സഹായിച്ചു.[9]

മറ്റുസംസ്ഥാനങ്ങളിലെ തൊഴിലാളി സമരങ്ങളുടെ വാർത്തയും *പ്രഭാതം* പതിവായി കൊടുത്തുകൊണ്ടിരുന്നു. സാർവദേശീയമായി നടക്കുന്ന എല്ലാ സാമ്രാജ്യത്വ വിരുദ്ധ സമരങ്ങളോടും ഐക്യപ്പെടുന്നതോടൊപ്പം അത്തരം കാര്യങ്ങൾ വായനക്കാരെ ധരിപ്പിക്കാൻ പ്രത്യേകം ശ്രദ്ധിച്ചു.

ഒന്നാം പേജിൽ ബോക്സായി കൊടുത്ത ഒരു അറിയിപ്പ്:

അഭിനന്ദനം

സമാധാനത്തിനും പ്രജായത്ത ഭരണത്തിനും വേണ്ടി ധീരധീരം പോരാടുന്ന സ്പെയിനിലെ സാമാന്യ ജനങ്ങൾക്ക് സമരത്തിന്റെ രണ്ടാം വാർഷികദിനമായ ഇന്ന് *പ്രഭാതം* അഭിനന്ദനങ്ങളയക്കുന്നു- *പ്രഭാതം*[10]

ആലപ്പുഴയിലെ തൊഴിലാളികൾ 1938-ൽ നടത്തിയ പണിമുടക്ക് കേരളത്തിലെ തൊഴിലാളിവർഗ സമരചരിത്രത്തിൽ പ്രധാന സംഭവമാണ്. തികച്ചും രാഷ്ട്രീയമായ ആവശ്യങ്ങളാണ് തൊഴിലാളികൾ ഉയർത്തിയത്. ആവശ്യങ്ങളിൽ പ്രധാനം തിരുവിതാംകൂറിൽ ഉത്തരവാദ ഭരണം സ്ഥാപിക്കണമെന്നതായിരുന്നു. അതായത് ഗവൺമെന്റിന് ജനപ്രതിനിധിസഭയോടായിരിക്കണം ഉത്തരവാദിത്തം. ഈ സമരത്തിന്റെ ഭാഗമായാണ് തൊഴിലാളികൾ അവരുടെ ദൈനംദിന ആവശ്യങ്ങൾ ഉയർത്തിയത്. ഒളിവിൽനിന്ന് സമരം നയിച്ച കൃഷ്ണപിള്ള അതേപ്പറ്റി *പ്രഭാത*ത്തിൽ എഴുതി:

> മർദനത്തിൽ ലാത്തി, തോക്കിൻപിടി, കൈകാൽമുട്ടുകൾ, ബൂട്സ് എല്ലാം ഉപയോഗിച്ചു. എന്നുമാത്രമല്ല, കരിങ്കല്ലിന്റെ ഉരുളുകൊണ്ട് ഇടിക്കുകയും ചെയ്യുന്നു. വെള്ളം ചോദിച്ചപ്പോൾ മുഖത്ത് മൂത്രമൊഴിച്ചെന്നും പല്ലുവേദന എടുക്കുന്നെന്ന് പറഞ്ഞപ്പോൾ ഒരു പൊലീസുകാരൻ തന്റെ ലിംഗം കൊണ്ട് മുഖത്ത് കുത്തിയെന്നും കിടങ്ങാമ്പുറത്ത് മൈതാനത്ത് കൂടിയ പൊതുയോഗത്തിൽ ഒരാൾ പ്രസംഗിക്കുന്നതു കേട്ടു. ആ യോഗത്തിൽ വെച്ചുതന്നെ, രണ്ടുതൊഴിലാളികളെ വീട്ടിൽ ചെന്ന് അറസ്റ്റ് ചെയ്തുവെന്നും അവരുടെ സഹോദരിയെ അവരുടെ മുന്നിൽവെച്ച് മാനഭംഗപ്പെടുത്തിയെന്നും ആക്ഷേപിച്ചിരുന്നു.[11]

ക്രൂരമായ മർദനങ്ങൾക്കിരയായെങ്കിലും ആറേകാൽ ശതമാനം കൂലിവർധന നേടിക്കൊണ്ടാണ് കയർ ഫാക്ടറി വർക്കേഴ്സ് യൂണിയൻ നേതൃത്വം നൽകിയ സമരം അവസാനിച്ചത്. തൊഴിലാളികളുടെ സ്ഥിതിയെപ്പറ്റി പഠിക്കാൻ ഒരു കമ്മിറ്റിയെ വെക്കാമെന്ന് സർക്കാരിന് സമ്മതിക്കേണ്ടിവന്നു. 1938 ഒക്ടോബർ 18-ന് ആരംഭിച്ച സമരം മൂന്നാഴ്ചയിലേറെ നീണ്ടു. 1938 നവംബർ 7-ന് സമരത്തെക്കുറിച്ച് *പ്രഭാതം* ഒന്നാം പേജിൽ കൊടുത്ത അഭ്യർഥന പത്രത്തിന്റെ വർഗപക്ഷപാതിത്വം വ്യക്തമാക്കി.

ഒരുദിവസത്തെ കൂലി

ബഷീർ

ആലപ്പുഴയിലെ 40,000 തൊഴിലാളികളെയും അവരുടെ കുടുംബാംഗങ്ങളെയും പട്ടാളത്തിനും പൊലീസിനും പട്ടിണിക്കും ഇരയാക്കി നാം എങ്ങനെ അടങ്ങിയിരിക്കും? മലബാറിലെ ഓരോ തൊഴിലാളിയും ഒരു ദിവസത്തെ കൂലിയെങ്കിലും കൊടുത്ത് അവരെ അടിയന്തരമായി സഹായിക്കുക.[12]

പ്രചാരകൻ, സംഘാടകൻ എന്ന പോലെ അധ്യാപകൻ എന്ന കടമയും *പ്രഭാതം* ഭംഗിയായി നിർവഹിച്ചു. പത്രത്തിലൂടെ സ്റ്റഡി ക്ലാസ് കൃത്യമായി നടന്നു. ഇ എം എസ്, കെ ദാമോദരൻ എന്നിവരാണ് അധികവിഷയവും കൈകാര്യം ചെയ്തിരുന്നത്. അക്കാലത്ത് ശ്രദ്ധനേടിയ യുവ എഴുത്തുകാർ അധികവും ഇടതുപക്ഷത്തിന്റെ കൂടെയായിരുന്നു. മാത്രമല്ല, അവർ പരസ്യമായി ഇടതുപക്ഷ പ്രവർത്തനങ്ങളെ സഹായിക്കുകയും ചെയ്തു. എസ് കെ പൊറ്റെക്കാട്ടിനെപ്പോലെ ബഷീറും പതിവായി *പ്രഭാത*ത്തിന് രചനകൾ കൊടുത്തിരുന്നു. 1938 ജൂൺ 19ന്റെ ലക്കത്തിൽ ബഷീറിന്റെ ഏകാങ്ക നാടകം കാണാം. പേര്: *ഇൻക്വിലാബ് സിന്ദാബാദ്.*

ദേശീയ രാഷ്ട്രീയ പ്രശ്നങ്ങളിൽ ശ്രദ്ധിച്ചുകൊണ്ട് തൊഴിലാളി വർഗത്തിനും കർഷക പ്രസ്ഥാനത്തിനും എതിരെ വരുന്ന ആക്രമണങ്ങൾ ആകുംവിധം പ്രതിരോധിക്കാൻ പത്രം ശ്രമിച്ചിരുന്നു. കോൺഗ്രസിൽ ചേരാൻ ജനങ്ങളെ ആഹ്വാനം ചെയ്തുകൊണ്ട് 1939 സെപ്തംബർ 4-ന് *പ്രഭാതം* മുഖപ്രസംഗമുണ്ട്. അതിലെ ചില വാചകങ്ങൾ: "ഓരോ തൊഴിലാളിയും കൃഷിക്കാരനും കോൺഗ്രസിൽ ചേരണം. അതെന്തിന് വേണ്ടി? കോൺഗ്രസിനെക്കൊണ്ട് പാവങ്ങളുടെ ആവശ്യങ്ങൾക്കുവേണ്ടി പോരടിപ്പിക്കാൻ. കോൺഗ്രസിനെ മിതവാദിത്വത്തിൽ നിന്ന് രക്ഷിക്കാൻ. കോൺഗ്രസിൽ നിന്ന് സൗകര്യവാദികളെ അകറ്റാൻ."[13]

കോൺഗ്രസ് പ്രസിഡണ്ട് സ്ഥാനത്തേക്ക് ഇടതുപക്ഷത്തിന്റെ സ്ഥാനാർഥി സുഭാഷ് ചന്ദ്ര ബോസും ഗാന്ധിജിയുടെ സ്ഥാനാർഥി ഡോ. പട്ടാഭി സീതാരാമയ്യയും തമ്മിൽ 1939-ൽ നടന്ന മത്സരം കോൺഗ്രസ് ചരിത്രത്തിൽ സുപ്രധാന ഏടാണ്. അഖിലേന്ത്യാതലത്തിൽ കോൺഗ്രസിലെ ഇടതു-വലതു വിഭാഗങ്ങൾ തമ്മിലെ ഏറ്റുമുട്ടൽ രൂക്ഷമായതിന്റെ പ്രതിഫലനമായിരുന്നു ആ തെരഞ്ഞെടുപ്പ്. ബ്രിട്ടന്റെ കുത്സിതനീക്കങ്ങൾക്കെതിരെ ബഹുജനസമരം ആരംഭിക്കണമെന്ന ഇടതുപക്ഷ ആശയത്തിന്റെയും ജനവികാരത്തിന്റെയും ശക്തനായ വക്താവായിരുന്നു ബോസ്. ബോസ് വീണ്ടും പ്രസിഡണ്ടായി വരുന്നതിനെ എന്തുവിലകൊടുത്തും തടയാൻ വലതുപക്ഷ കോൺഗ്രസ് നേതൃത്വം ഉറച്ചു. ബോസിനെതിരെ മൗലാനാ അബുൾ കലാം ആസാദിനെ അവർ നിർദേശിച്ചു. എന്നാൽ ആസാദ് തയാറായില്ല. വലതുപക്ഷക്കാർ ഗാന്ധിജിയുടെ പിന്തുണയോടെ പട്ടാഭിയെ മത്സരിപ്പിച്ചു. വാശിയേറിയ മത്സരത്തിൽ ബോസ് ജയിച്ചു.

അതിന്റെ വാർത്ത *പ്രഭാതം* ആഘോഷത്തോടെയാണ് കൊടുത്തത്. ഒന്നാം പേജിൽ ലീഡായി കൊടുത്ത വാർത്തയുടെ തലക്കെട്ട് 'സുഭാഷ് ബോസ് കീ ജൈ' എന്നായിരുന്നു: "കോൺഗ്രസ് പ്രസിഡണ്ട് തെരഞ്ഞെടുപ്പിൽ ശ്രീ. സുഭാഷ് ബോസിന് 1575 വോട്ടും പട്ടാഭി സീതാരാമയ്യക്ക് 1376 വോട്ടും കിട്ടിയിരിക്കയാൽ ത്രിപുരിയിൽ ചേരുന്ന 52-ാം കോൺഗ്രസ് സമ്മേളനത്തിലേക്ക് സുഭാഷ് ബോസ് അധ്യക്ഷനായി തെരഞ്ഞെടുക്കപ്പെട്ടിരിക്കുന്നു. 53.3 ശതമാനം വോട്ടുകൾ ബോസിന് കിട്ടി."[14]

തെരഞ്ഞെടുപ്പ് ഫലം പുറത്തുവന്ന ഉടനെ ഗാന്ധിജി പുറപ്പെടുവിച്ച പ്രസ്താവനയും ഒന്നാം പേജിൽ ലീഡ് വാർത്തക്കൊപ്പം *പ്രഭാതം* നൽകി:

ഗാന്ധിജിയുടെ പ്രസ്താവന

സുഭാഷ് ബോസ് തെരഞ്ഞെടുക്കപ്പെട്ടുവെങ്കിലും അദ്ദേഹത്തെ വീണ്ടും തെരഞ്ഞെടുക്കുന്നതിൽ ഞാൻ തീർച്ചയായും എതിരായിരുന്നു. മൗലാനാ സാഹിബ് പിൻവലിച്ചപ്പോൾ പട്ടാഭി

സുഭാഷ് ചന്ദ്രബോസ്

പിൻവലിക്കാതിരിക്കാൻ കാരണം ഞാനായതുകൊണ്ട് ഈ പരാജയം അദ്ദേഹത്തിന്റേതിനേക്കാൾ എന്റെ പരാജയമാണ്. ഞാൻ അനുകൂലിക്കുന്ന തത്വത്തെയും നയത്തെയും പ്രതിനിധികൾ അനുകൂലിക്കുന്നില്ല എന്നതു വ്യക്തമായിരിക്കുന്നു. മത്സരമുള്ള ഒരു തെരഞ്ഞെടുപ്പിൽ ജയിച്ച ഒരു പ്രസിഡണ്ട് എന്ന നിലയ്ക്ക് സുഭാഷ് ബാബുവിന് തന്റെ ഇഷ്ടത്തിനനുസരിച്ച് പ്രവർത്തക കമ്മിറ്റിയെയും പരിപാടിയെയും സ്വീകരിക്കാവുന്നതാണ്. കോൺഗ്രസ് ശുദ്ധീകരിക്കണമെന്ന് ഞാൻ മുമ്പ് പറഞ്ഞിട്ടുണ്ട്. അതിൽ കടന്നുകൂടിയിട്ടുള്ള 'കള്ള' മെമ്പർമാരെ തള്ളുകയാണെങ്കിൽ ഇന്നുള്ള പ്രതിനിധികൾക്ക് തങ്ങളുടെ സ്ഥാനം നഷ്ടപ്പെടുന്നതാണ്.[15]

പട്ടാഭിയുടെ പരാജയം തന്റെ പരാജയമാണെന്ന ഗാന്ധിജിയുടെ പ്രസ്താവനയെത്തുടർന്ന് വലതുപക്ഷക്കാർ ബോസുമായി നിസ്സഹകരിക്കുന്ന സാഹചര്യമുണ്ടായി. ഗാന്ധിജിയുടെ പ്രസ്താവനക്ക് അതേ ലക്കത്തിൽ തന്നെ *പ്രഭാതം* മുഖപ്രസംഗത്തിലൂടെ മറുപടി നൽകി. അതു ചുവടെ:

കോൺഗ്രസ് അധ്യക്ഷന്റെ തെരഞ്ഞെടുപ്പ്

കോൺഗ്രസ് അധ്യക്ഷന്റെ തെരഞ്ഞെടുപ്പ് ഫലം കോൺഗ്രസിലുള്ള വലതുപക്ഷത്തിലെ ഒരു വിഭാഗത്തിന്റെ സാമ്രാജ്യത്വവുമായി സന്ധി ചെയ്യാനും കോൺഗ്രസിലെ വിപ്ലവശക്തികളെ വെളിയിലാക്കാനുമുള്ള ആത്മഹത്യാപരമായ പരിശ്രമത്തിന്റെ പരാജയമായിട്ടാണ് ഞങ്ങൾ കരുതുന്നത്. അല്ലാതെ ഗാന്ധിജി പറയുന്നതുപോലെ അദ്ദേഹത്തിന്റെ നേതൃത്വത്തിന്റെ ഒരു പരാജയമായിട്ടോ വിപ്ലവശക്തികളുടെ ഒരു വമ്പിച്ച വിജയമായിട്ടോ ഞങ്ങൾക്ക് കരുതുവാൻ സാധിക്കുന്നില്ല. അതുകൊണ്ട് തീർച്ചയായും ഗാന്ധിസത്തിന്റെ പേരിൽ തനി മിതവാദിത്വത്തെ കോൺഗ്രസിനെക്കൊണ്ട് അംഗീകരിപ്പിക്കാനും അങ്ങനെ ഇന്ത്യയുടെ സ്വാതന്ത്ര്യത്തിന് വേണ്ടിയുള്ള വിപ്ലവകരമായ പരിശ്രമങ്ങളെ തടയുവാനും ശ്രമിക്കുന്ന മിതവാദിത്വപരമായ അഭിപ്രായഗതി തടയപ്പെട്ടിരിക്കുന്നുവെന്നു മാത്രമല്ല, അതിന് വിജയം കാംക്ഷിക്കുന്ന സാമ്രാജ്യവാദികൾക്കും അവരുടെ ഗൂഢാലോചന ഫലിക്കുന്നതല്ലെന്ന് വ്യക്തമാകുകയും ചെയ്തിരിക്കുന്നു.

ബ്രിട്ടീഷ് സാമ്രാജ്യത്വത്തിന് മുമ്പിൽ മുട്ടുകുത്തി യാചിക്കുക എന്ന നയത്തിൽനിന്നും നേരിട്ടുള്ള സമരത്തിലേക്ക് ഇന്ത്യൻ നാഷണൽ കോൺഗ്രസിനെ ഉയർത്തിക്കൊണ്ടുവന്നു എന്നുള്ളതാണ് ഗാന്ധിജി ഈ രാജ്യത്തിനുവേണ്ടി ചെയ്തിട്ടുള്ള പ്രത്യേകമായ സേവനം. നേരിട്ടുള്ള സമരത്തിൽനിന്ന് കോൺഗ്രസിനെ നിയമവിധേയ പ്രക്ഷോഭത്തിലേക്ക് വലിച്ചിഴയ്ക്കുവാൻ ഗാന്ധിജിയുടെ പേരിൽ ചെയ്താലും ഗാന്ധിജി തന്നെ ചെയ്യുന്നതായാലും ആ ശ്രമം വെറും മിതവാദിത്വമല്ലാതെ മറ്റൊന്നുമല്ല. ഈ നയത്തിന്റെ വിജയം വാസ്തവത്തിൽ ഗാന്ധിസത്തിന്റെ അധഃപതനവും മിതവാദിത്വത്തിന്റെ വിജയവുമായിരിക്കും. ഈ അഭിപ്രായഗതിയുടെ പ്രത്യക്ഷഫലമാണ് കോൺഗ്രസിൽ നിന്ന് കമ്യൂണിസ്റ്റുകാരെയും സോഷ്യലിസ്റ്റുകാരെയും അച്ചടക്കത്തിന്റെ പേരിലും അക്രമത്തിന്റെ പേരിലും വെളിയിലാക്കാൻ ചെയ്യുന്ന പരിശ്രമം.

കോൺഗ്രസിന്റെ ഇന്നത്തെ നിശ്ചയങ്ങളെ നടപ്പിൽ വരുത്തണം, കോൺഗ്രസിന്റെ മൗലിക ഉദ്ദേശ്യാദർശങ്ങളിൽ നിന്ന് വ്യതിചലിക്കുന്ന നയം അവസാനിപ്പിക്കണം, കോൺഗ്രസിനെ കോൺഗ്രസായിട്ടുതന്നെ മുന്നോട്ടു കൊണ്ടുപോകണം- എന്ന് ഇന്ത്യയിലെങ്ങും വളർന്നുവരുന്ന ശക്തിയായ അഭിപ്രായഗതിയുടെ വിജയം മാത്രമാണ് ഈ തെരഞ്ഞെടുപ്പ്. ഗാന്ധിസക്കാരുൾപ്പെടെയുള്ള ഇന്ത്യയുടെ പരിപൂർണ സ്വാതന്ത്ര്യകാംക്ഷികളുടെ ഒരു വിജയവും ഗാന്ധിജിയുടെ പേരിൽ മിതവാദിത്വം നടപ്പിൽ വരുത്തുവാൻ ശ്രമിക്കുന്നവരുടെ ഒരു പരാജയവുമാണ് ഈ തെരഞ്ഞെടുപ്പ്.[16]

സ്വാതന്ത്ര്യസമരത്തിൽ ജനങ്ങളെ അണിനിരത്തുന്നതിനു പകരം സന്ധിസംഭാഷണവുമായി ബ്രിട്ടീഷുകാരുടെ പിറകെ നടക്കുന്ന കോൺഗ്രസിന്റെ വലതുപക്ഷ നേതൃത്വത്തെ ശക്തിയായി ആക്രമിക്കുകയാണ് പത്രം ചെയ്യുന്നത്. അതുതന്നെയായിരുന്നു കോൺഗ്രസിൽ പ്രവർത്തിച്ചിരുന്ന കമ്യൂണിസ്റ്റുകാരുടെ നയവും.

തിരുവിതാംകൂറിലെ ഉത്തരവാദഭരണ പ്രക്ഷോഭത്തെ ദിവാൻ സി പി രാമസ്വാമി അയ്യർ നിഷ്ഠുരമായി അടിച്ചമർത്താൻ തുടങ്ങിയപ്പോൾ മിക്കവാറും പത്രങ്ങളെയെല്ലാം അദ്ദേഹം പേടിപ്പിച്ചുനിർത്തിയിരുന്നു. ഉത്തരവാദഭരണം എന്ന വാക്കുപോലും തിരുവിതാംകൂറിൽ മിണ്ടാൻ പാടില്ലായിരുന്നു. എന്നാൽ ഈ ഘട്ടത്തിൽ കോൺഗ്രസ് സോഷ്യലിസ്റ്റ് പാർട്ടിയും *പ്രഭാത*വും നിരന്തരമായി തിരുവിതാംകൂർ പ്രക്ഷോഭത്തെ സഹായിച്ചുകൊണ്ടിരുന്നു.

തിരുവിതാംകൂറിലെ അന്നത്തെ അത്യന്തം ഗുരുതരമായ സാഹചര്യം എ കെ ജി വിവരിക്കുന്നു:

> തിരുവിതാംകൂറിൽ എല്ലായിടത്തും അസംതൃപ്തിയും ദുരിതവും നടമാടി. തൊഴിലാളികളുടെ അവസ്ഥ ഏറ്റവും പരിതാപകരമായിരുന്നു. അവർക്ക് സംഘടിക്കാനുള്ള സ്വാതന്ത്ര്യമോ അവശതകൾ പരിഹരിക്കാനുതകുന്ന സൗകര്യങ്ങളോ ഉണ്ടായിരുന്നില്ല. കർഷകരെ സംബന്ധിച്ചിടത്തോളം കേരോൽപ്പന്നങ്ങളുടെ വിലയിടിവും കനത്ത നികുതിഭാരവും എല്ലാംകൂടി അവരുടെ നടുവൊടിച്ചു. ഉദ്യോഗത്തിനും പ്രാതിനിധ്യത്തിനും വേണ്ടി വാദിച്ചിരുന്ന സാമുദായിക താൽപ്പര്യങ്ങളെപ്പോലും തൃപ്തിപ്പെടുത്താൻ ഗവൺമെന്റിനു കഴിഞ്ഞില്ല.[17]

ഈ സാഹചര്യത്തിൽ സ്റ്റേറ്റ് കോൺഗ്രസ് 1938 ആഗസ്ത് 28-ന് പ്രക്ഷോഭം ആരംഭിച്ചു. ദേശീയമായി അത് സാമ്രാജ്യത്വത്തിനെതിരായ സമരമാണെന്ന് കോൺഗ്രസ് പാർട്ടി വിലയിരുത്തി. തിരുവിതാംകൂർ സമരത്തിന് പിന്തുണയായി അങ്ങോട്ട് കാൽനടജാഥ പോകണമെന്ന് കോൺഗ്രസ് സോഷ്യലിസ്റ്റ് പാർട്ടി തീരുമാനിച്ചു. ലീഡറായി എ കെ ജിയെ നിയോഗിച്ചു.

ജാഥ പുറപ്പെടുംമുമ്പ് *പ്രഭാതം* മാനേജർ കൂടിയായ എ കെ ജി പത്രം വഴി ഒരു അഭ്യർഥന നടത്തി. '*പ്രഭാതം* ബന്ധുക്കളോട്' എന്ന തലക്കെട്ടിൽ:

> *പ്രഭാത*ത്തിന്റെ പ്രവർത്തനത്തിൽ കുറച്ചുകാലമായി ഏർപ്പെടുവാൻ സാധിച്ച എനിക്ക് താൽക്കാലികമായി അതിനോട് യാത്ര പറയേണ്ടിവന്നിരിക്കുന്നു. ഏതൊരു ആദർശസാധ്യത്തിന് വേണ്ടിയാണോ *പ്രഭാതം* തുടങ്ങിയത്, ആ കാര്യസാധ്യത്തിന് വേണ്ടിത്തന്നെ ഞങ്ങൾ തിരുവിതാംകൂറിലേക്ക് പുറപ്പെടുന്നു. ഈ ഘട്ടത്തിൽ *പ്രഭാത*ത്തെ പൊതുജനങ്ങളുടെയും എല്ലാ സാമ്രാജ്യവിരോധികളുടെയും കൈകളിൽ സമർപ്പിച്ചുകൊള്ളുന്നു. തിരുവിതാംകൂറിലെ ജനങ്ങൾ നടത്തുന്ന ഉത്തരവാദഭരണ സമരവും ബ്രിട്ടീഷ് ഇന്ത്യയിൽ വരാനിരിക്കുന്ന സ്വാതന്ത്ര്യസമരവും തമ്മിൽ അഭേദ്യമായ ബന്ധമുണ്ടെന്നും അതുകൊണ്ട് നിങ്ങളുടെയെല്ലാം ഹൃദയംഗമവും ആവേശകരവും ആയ ആനുകൂല്യം കൊണ്ട് തിരുവിതാംകൂറിലേക്ക് പോകുന്ന ഞങ്ങൾ, ഫെഡറേഷനെതിരായ സമരത്തിലേക്ക്-അവസാന സമരത്തിലേക്ക്-വേണ്ടുന്ന എല്ലാ ഒരുക്കങ്ങളും പൂർത്തിയാക്കുവാൻ നിങ്ങളെ ഉദ്ബോധിപ്പിക്കുകയും അക്കാര്യത്തിൽ *പ്രഭാത*ത്തിനു വേണ്ട എല്ലാ സഹായസഹകരണങ്ങളും ചെയ്ത് അതിനെ വിജയകരമാക്കാൻ അഭ്യർഥിക്കുകയും ചെയ്തുകൊണ്ട് തൽക്കാലം യാത്രപറയട്ടെ- എ കെ ഗോപാലൻ.[18]

*പ്രഭാത*ത്തെ തൽക്കാലം നാട്ടുകാരുടെ കൈകളിൽ ഏൽപ്പിച്ചാണ് എ കെ ജി തിരുവിതാംകൂറിലേക്ക് പോകുന്നത്. സാമ്രാജ്യവിരോധികളായ ജനങ്ങളും *പ്രഭാത*വും തമ്മിലെ ആത്മബന്ധം കൂടിയാണ് എ കെ ജിയുടെ വാക്കുകളിൽ പ്രതിഫലിക്കുന്നത്. അതേ ദിവസം തന്നെ (സെപ്തംബർ 26) ജാഥയുടെ ലീഡർ എന്ന നിലയിൽ എ കെ ജിയുടെ വികാരോജ്വലമായ മറ്റൊരു പ്രസ്താവന *പ്രഭാതം* ഒന്നാം പേജിൽത്തന്നെ കൊടുത്തിട്ടുണ്ട്.

സ്വാതന്ത്ര്യത്തിനുവേണ്ടി മരിക്കുക: ജാഥാ ക്യാപ്ടന്റെ വിടവാങ്ങൽ

മലബാറിൽ നിന്ന് പുറപ്പെട്ടിട്ടുള്ള ജാഥയുടെ നേതാവ് സ. എ കെ ഗോപാലൻ ഇങ്ങനെ പ്രസ്താവിച്ചിരിക്കുന്നു:

> ഞങ്ങൾ ഇതാ ഇന്ന് തിരുവിതാംകൂർ അതിർത്തിയിൽ പ്രവേശിക്കുന്നു. തിരുവിതാംകൂറിൽ നടക്കുന്ന സമരത്തെ സഹായിക്കുവാൻ, ആ സമരത്തിൽ മരിക്കാൻ കൂടി തയാറായ വിദ്യാർഥി

കളുടെയും കൃഷിക്കാരുടെയും സ്വാഗതത്തിനും സഹായത്തിനും വന്ദനം പറയുന്നു. ഞങ്ങളെ സ്വാഗതം ചെയ്തവർക്ക് ഒരു കടമയുണ്ടെന്ന് പ്രത്യേകം ഓർമപ്പെടുത്തിക്കൊള്ളുന്നു. രാജ്യത്തിന്റെ സ്വാതന്ത്ര്യത്തിനു വേണ്ടി സ്വേഛാധിപത്യത്തെ എന്നെന്നേക്കുമായി അവസാനിപ്പിക്കാൻ മരണം വരിക്കുന്നതിന് തയാറാവുക എന്നതാണ് മലബാറിലെയും കൊച്ചിയിലെയും പൊതുജനങ്ങളോടുള്ള എന്റെ അപേക്ഷ. തിരിച്ചെത്താൻ സാധിച്ചാൽ വരാൻ പോകുന്ന സമരത്തിൽ പങ്കെടുക്കാൻ തയാറായി നിങ്ങളുടെ ഒപ്പം കാണാം. സ്വാതന്ത്ര്യത്തിനു വേണ്ടി മരിക്കുക.[19]

തിരുവിതാംകൂറിൽ സ്റ്റേറ്റ് കോൺഗ്രസ് പ്രക്ഷോഭം ആരംഭിച്ചതിനെത്തുടർന്ന് രാജ്യത്തിന്റെ പല ഭാഗങ്ങളിലും ഭീകരമായ പൊലീസ് മർദനമായിരുന്നു. ചെറുത്തുനിൽപ്പുണ്ടായ സ്ഥലങ്ങളിൽ പൊലീസ് നിർദയം വെടിവെച്ചു. വിവിധ സ്ഥലങ്ങളിൽ ധാരാളം പേർ മരണപ്പെട്ടു. മരിച്ചവരുടെ കുടുംബങ്ങളെ സഹായിക്കാൻ *പ്രഭാതം* തന്നെ മുന്നോട്ടു വന്നു.

ഒരു ഒന്നാം പേജ് വാർത്ത:

വെടിയേറ്റു മരിച്ചവരെ സഹായിക്കാൻ ഫണ്ട്

നെയ്യാറ്റിൻകര, കൊല്ലം, പുതുപ്പള്ളി എന്നീ സ്ഥലങ്ങളിൽ നടന്ന വെടിവെപ്പിന്റെ ഫലമായി മൃതിയടഞ്ഞ ധീരാത്മാക്കളുടെ കുടുംബങ്ങളെ സഹായിക്കുന്നതിന് ഒരു പ്രത്യേക ഫണ്ട് ശേഖരിക്കാൻ *പ്രഭാതം* തീർച്ചപ്പെടുത്തിയിരിക്കുന്നു. ഈ ഫണ്ടിലേക്ക് ഉദാരമായ സംഭാവനകളയക്കാൻ പൊതുജനങ്ങളോടഭ്യർഥിക്കുന്നു. സംഖ്യ മാനേജർ, *പ്രഭാതം*, പോസ്റ്റ് ചാലപ്പുറം, കോഴിക്കോട് എന്ന വിലാസത്തിൽ അയക്കേണ്ടതും അതിന്റെ വിവരം *പ്രഭാത*ത്തിൽ പ്രസിദ്ധപ്പെടുത്തുന്നതുമാണ്. –*പ്രഭാതം* പ്രവർത്തകർ.[20]

നാട്ടുരാജ്യങ്ങളിലെ ജനങ്ങളുടെ പ്രശ്നങ്ങളിൽ ഇടപെടേണ്ടതില്ലെന്ന നിലപാട് കോൺഗ്രസ് തിരുത്തിയതിനെത്തുടർന്നാണ് 1938-ൽ തിരുവിതാംകൂറിൽ സ്റ്റേറ്റ് കോൺഗ്രസ് രൂപം കൊള്ളുന്നത്. വർഗീയ പ്രസ്ഥാനമെന്ന് കോൺഗ്രസ് നേരത്തെ ആക്ഷേപിച്ചിരുന്ന 'സംയുക്ത രാഷ്ട്രീയസമിതി'യാണ് സ്റ്റേറ്റ് കോൺഗ്രസ് എന്ന സംഘടനയായി മാറിയത് എന്നത് മറ്റൊരു വസ്തുത. പട്ടം താണുപിള്ള സ്റ്റേറ്റ് കോൺഗ്രസിന്റെ ആദ്യ പ്രസിഡണ്ടായി. ജനങ്ങൾക്ക് പൂർണ ഉത്തരവാദഭരണം നേടിക്കൊടുക്കുന്നതിന് പ്രക്ഷോഭം തുടങ്ങാൻ കോൺഗ്രസ് തീരുമാനിച്ചു. അതിന്റെ അടിസ്ഥാനത്തിൽ തിരുവിതാംകൂർ മഹാരാജാവിന് സ്റ്റേറ്റ് കോൺഗ്രസ് ഒരു നിവേദനം സമർപ്പിച്ചു. അതിൽ ദിവാൻ സർ സി പി രാമസ്വാമി അയ്യർക്കെതിരെ ഒരുപാട് ആരോപണങ്ങളുണ്ടായിരുന്നു. സി പിയെ പദവിയിൽനിന്ന് മാറ്റണമെന്നും അദ്ദേഹത്തിന്റെ അഴിമതികളെപ്പറ്റി സ്വതന്ത്രമായ അന്വേഷണം നടത്തണമെന്നും നിവേദനത്തിൽ ആവശ്യപ്പെട്ടു. ഈ ഘട്ടത്തിൽ ഗാന്ധിജി ഇടപെട്ടു. സ്റ്റേറ്റ് കോൺഗ്രസ് നിരുപാധികം ആരോപണങ്ങൾ പിൻവലിക്കണമെന്നായിരുന്നു ഗാന്ധിജിയുടെ ഉപദേശം. ആരോപണങ്ങൾ പിൻവലിക്കുന്ന കാര്യത്തിൽ കോൺഗ്രസിൽ ഭിന്നത ഉടലെടുത്തു.

ഏതായാലും ഗാന്ധിജിയുടെ നിർബന്ധത്തിനു വഴങ്ങി സ്റ്റേറ്റ് കോൺഗ്രസ് സർ സി പിക്കെതിരായ നിവേദനം നിരുപാധികം പിൻവലിച്ചു. സർ സി പിക്കെതിരായ ആരോപണങ്ങൾ ഒരു നിഷ്പക്ഷ കോടതിയിൽ പ്രത്യക്ഷരം തെളിയിക്കാൻ വേണ്ട വസ്തുതകൾ തങ്ങളുടെ കൈവശമുണ്ടെന്ന് പട്ടം താണുപിള്ള ഗാന്ധിജിയെ കമ്പിസന്ദേശം വഴി അറിയിച്ചിരുന്നു. എന്നാൽ ഗാന്ധിജി വഴങ്ങിയില്ല. ഈ പ്രശ്നത്തെച്ചൊല്ലി സ്റ്റേറ്റ് കോൺഗ്രസ് ഒരു പിളർപ്പിലേക്ക് പോകുമെന്ന് തോന്നിയ ഘട്ടത്തിൽ കോൺഗ്രസ് സോഷ്യലിസ്റ്റ് പാർട്ടി സെക്രട്ടറിയായ പി കൃഷ്ണപിള്ള ഇടപെട്ടു. എല്ലാ ഉൽപതിഷ്ണുക്കളും സ്റ്റേറ്റ് കോൺഗ്രസിന്റെ പിന്നിൽ അണിനിരക്കണമെന്ന് അദ്ദേഹം *പ്രഭാതം* പത്രത്തിലൂടെ ആഹ്വാനം ചെയ്തു.

1939 ജനുവരി 2-ന് *പ്രഭാതം* പ്രസിദ്ധപ്പെടുത്തിയ പ്രസ്താവനയിൽ നിന്ന്:

തീരെ അപ്രധാനവും നിസ്സാരവുമായ ഒരു മെമ്മൊറാണ്ടക്കാര്യം കുത്തിപ്പൊന്തിച്ചു കൊണ്ടുവരുന്നുവെന്നതാണ് ഗാന്ധിജിയുടെ പേരിൽ നമുക്കുള്ള ആക്ഷേപം. ഗാന്ധിജിയെപ്പോലുള്ള ഒരസാമാന്യ വ്യക്തി കുത്തിപ്പൊക്കിക്കൊണ്ടുവന്ന ആ കാര്യത്തിൽ തന്നെ വാശിപിടിച്ച് നാം

നമ്മുടെ പ്രധാന കാര്യം മറന്നുവെന്ന ആക്ഷേപം ചരിത്രം നമ്മുടെ മേൽ ആരോപിക്കാതിരിക്കട്ടെ. ഗാന്ധിജിയുടെ ഉപദേശം സ്റ്റേറ്റ് കോൺഗ്രസ് സ്വീകരിച്ചു. അതിൽ ഗാന്ധിജിയുടെ ഉപദേശം തെറ്റായിരുന്നിരിക്കാം, അല്ലായിരിക്കാം. കമ്മിറ്റിയുടെ തീരുമാനത്തിന് സാങ്കേതിക തടസ്സമുണ്ടായിരിക്കാം, ഇല്ലായിരിക്കാം. അക്കാര്യം നമുക്കു കുഴിച്ചുമൂടുക, സ്റ്റേറ്റ് കോൺഗ്രസിനെ നമുക്കു ശക്തിപ്പെടുത്തുക, ഉത്തരവാദഭരണത്തിനു വേണ്ടി പോരാടുക. മെമ്മൊറാണ്ട കാര്യത്തെ ആസ്പദിച്ചു വീണ്ടും വഴക്കുണ്ടാക്കുകയാണെങ്കിൽ അതു സഹായിക്കുന്നത് സർ സി പിയെയും സാമ്രാജ്യമേധാവിത്വത്തെയുമാണ്. തീവ്രവാദത്തിന്റെ പേരിൽ സാമ്രാജ്യമേധാവിത്വത്തെയും സ്വേഛാപ്രഭുത്വത്തെയും ശക്തിപ്പെടുത്തുന്നതിന് നാം ആയുധമാകാതിരിക്കട്ടെ–പി കൃഷ്ണപിള്ള. [21]

കോൺഗ്രസുമായി ആശയപരമായി കടുത്ത വിയോജിപ്പുണ്ടെങ്കിലും കോൺഗ്രസിലെ ഭിന്നിപ്പ് സർ സി പിയും സാമ്രാജ്യത്വവും മുതലെടുക്കാതിരിക്കാൻ കൃഷ്ണപിള്ള നടത്തിയ നിർണായക ഇടപെടലായിരുന്നു ഈ പ്രസ്താവന. ഒന്നാം പേജിൽ മുഖ്യവാർത്തയായാണ് പ്രസ്താവന *പ്രഭാതം* പ്രസിദ്ധീകരിച്ചത്.

ജനകീയ പ്രശ്നങ്ങളിൽ സജീവമായി ഇടപെട്ടുകൊണ്ടും ബ്രിട്ടീഷ് ഭരണത്തെയും രാജാധികാരത്തെയും എതിർത്തുകൊണ്ടും *പ്രഭാതം* ജാഗ്രതയോടെ മുന്നോട്ടുപോയി. പത്രങ്ങൾ മലബാറിലും കൊച്ചിയിലും തിരുവിതാംകൂറിലും വേറെയുമുണ്ടായിരുന്നുവെങ്കിലും കർഷകരുടെയും തൊഴിലാളികളുടെയും പ്രശ്നങ്ങൾ ഏറ്റെടുക്കാൻ *പ്രഭാതം* മാത്രമേ ഉണ്ടായിരുന്നുള്ളു. 1939-ൽ ലോകമഹായുദ്ധം പൊട്ടിപ്പുറപ്പെട്ട സാഹചര്യത്തിൽ പത്രത്തിനു മുന്നോട്ടുപോകാനായില്ല. സെപ്തംബർ അവസാനമായപ്പോൾ പ്രസിദ്ധീകരണം നിർത്തേണ്ടിവന്നു. കോഴിക്കോട്ടുനിന്ന് 1938 ഏപ്രിലിൽ പുനരാരംഭിച്ച പത്രം പതിനെട്ടുമാസമാണ് പ്രവർത്തിച്ചത്. ചുരുങ്ങിയ കാലംകൊണ്ട് രാഷ്ട്രീയ പത്രപ്രവർത്തനത്തിൽ *പ്രഭാതം* പുതിയ വഴിതുറന്നു. മുഹമ്മദ് അബ്ദുറഹിമാന്റെ അൽഅമീന് ശേഷം ബ്രിട്ടീഷുകാരോടും നാടുവാഴിത്തത്തോടും ഇത്രയും ശക്തമായി പോരാടിയ മറ്റൊരു പത്രമില്ല. *പ്രഭാതം* വെട്ടിത്തെളിച്ച പാതയിലാണ് നാലു വർഷം കഴിഞ്ഞ് കമ്യൂണിസ്റ്റ് പാർട്ടിയുടെ മുഖപത്രമായി *ദേശാഭിമാനി* കോഴിക്കോട്ടുനിന്ന് ആരംഭിച്ചത്.

8

*ദേശാഭിമാനി*യുടെ തുടക്കം

ഇന്ത്യക്ക് ദേശീയസ്വാതന്ത്ര്യം ലഭിക്കുന്നതിനു തൊട്ടുമുമ്പ് 1947 ജൂലൈ 2-ന് മലബാർ കലക്ടർ ഇ ഡബ്ല്യു ബോഷിയർ മദിരാശി ഗവൺമെന്റിന്റെ ചീഫ് സെക്രട്ടറി സ്കോട്ട് ബ്രൗണിന് *ദേശാഭിമാനി* പത്രത്തെക്കുറിച്ച് 'രഹസ്യം' എന്ന് രേഖപ്പെടുത്തി അയച്ച ഒരു സന്ദേശം ഇവിടെ ഉദ്ധരിക്കാം:

> *ദേശാഭിമാനി*യുടെ പുതിയ പബ്ലിഷർ പുതിയ ഡിക്ലറേഷൻ ഫയൽ ചെയ്യുന്നതിന് 1947 ജൂൺ 30-ന് എന്റെ മുമ്പിൽ ഹാജരായിരുന്നു. ഇന്ത്യ പ്രസ് (എമർജൻസി പവേഴ്സ്) ആക്ട് പ്രകാരം പ്രവിശ്യാ ഗവൺമെന്റിന്റെ അനുമതി വേണമെന്ന് ഞാൻ പറഞ്ഞു. ഗവൺമെന്റിനും ഇതുസംബന്ധിച്ച് അപേക്ഷ കിട്ടിയതായി മനസ്സിലാക്കുന്നു. ഗവൺമെന്റ് ഇതിന് അനുമതി നൽകുന്നുണ്ടോ ഇല്ലയോ എന്ന് അറിയിച്ചാലും. ഏതായാലും ഞാൻ ശുപാർശ ചെയ്യുന്നില്ല. ഈ പത്രത്തിൽ നിന്ന് രണ്ട് സെക്യൂരിറ്റി ഇതിനകം പിടിച്ചെടുത്തു കഴിഞ്ഞു. വീണ്ടും സെക്യൂരിറ്റി വാങ്ങി പത്രം നടത്താൻ അനുവദിക്കുന്നത് നിഷ്പ്രയോജനമായിരിക്കും. കമ്യൂണിസ്റ്റ് പാർട്ടിക്ക് സെക്യൂരിറ്റിയായി എത്ര തുകവേണമെങ്കിലും നിഷ്പ്രയാസം പിരിച്ചെടുക്കാൻ കഴിയും. ഡിസംബറിൽ നാലായിരം രൂപ സെക്യൂരിറ്റി ആവശ്യപ്പെട്ടപ്പോൾ പതിനായിരം രൂപയോളം പിരിഞ്ഞുകിട്ടി. ആത്യന്തികമായി കമ്യൂണിസ്റ്റ് പാർട്ടി ഫണ്ടിന് നേട്ടമാണുണ്ടായത്.[1]

ബ്രിട്ടീഷ് ഉദ്യോഗസ്ഥന്റെ സന്ദേശം സ്വയം സംസാരിക്കുന്ന സുപ്രധാന രേഖയാണ്. 1942-ൽ കോഴിക്കോട്ടുനിന്ന് കമ്യൂണിസ്റ്റ് പാർട്ടി ഓഫ് ഇന്ത്യയുടെ മുഖപത്രമായി ആരംഭിച്ച *ദേശാഭിമാനി*യെ ജനങ്ങൾ എങ്ങനെയാണ് സംരക്ഷിച്ചതെന്നുള്ളതിന്റെ സൂചന ഈ രേഖ നൽകുന്നു. 1935-ൽ ഷൊർണൂരിൽ നിന്ന് ഇ എം എസിന്റെ നേതൃത്വത്തിൽ തുടങ്ങിയ *പ്രഭാതം* ബ്രിട്ടീഷുകാർ പൂട്ടിച്ചത് രണ്ടായിരം രൂപ സെക്യൂരിറ്റി ആവശ്യപ്പെട്ടാണ്. ഇത്തരം അടിച്ചമർത്തൽ നേരിടാനുള്ള ജനപിന്തുണയോ സംഘടനാബലമോ അന്ന് സിഎസ്പിക്ക് ഇല്ലായിരുന്നു. എന്നാൽ, 1942-ൽ കോഴിക്കോട്ടുനിന്ന് *ദേശാഭിമാനി* ആരംഭിക്കുമ്പോൾ രാഷ്ട്രീയ സ്ഥിതിയിൽ വലിയ വ്യത്യാസം വന്നു. 1939 അവസാനം പിണറായി പാറപ്പുറത്ത് രൂപീകരിച്ച പാർട്ടിയുടെ കേരള ഘടകം പരസ്യമായി പ്രവർത്തിക്കാൻ തുടങ്ങിയിരുന്നു. *ദേശാഭിമാനി*യെ സംരക്ഷിക്കാനും വളർത്താനും നാടൊട്ടുക്ക് *ദേശാഭിമാനി* മേളകൾ സംഘടിപ്പിക്കപ്പെട്ടു. വലിയ തുക പിഴയിട്ടാൽ പോലും *ദേശാഭിമാനി* സ്തംഭിപ്പിക്കാൻ ബ്രിട്ടീഷ് ഭരണാധികാരികൾക്ക് കഴിയാതായി. ഇതാണ് ചീഫ് സെക്രട്ടറിക്ക് മലബാർ കലക്ടർ അയച്ച കത്തിൽ പ്രതിഫലിച്ചത്.

ഇതേ കലക്ടർ തന്നെ 1947 ജനുവരി 21-ന് ചീഫ് സെക്രട്ടറിക്ക് മറ്റൊരു സന്ദേശം അയച്ചിരു

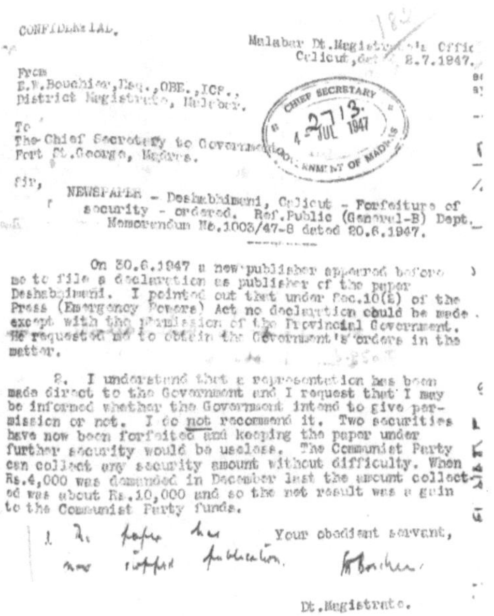

CONFIDENTIAL.

Malabar Dt.Magistrate's Offic
Calicut, dated 2.7.1947.

From
E.W.Bouchier, Esq., OBE., ICS.,
District Magistrate, Malabar.

To
The Chief Secretary to Government,
Fort St.George, Madras.

Sir,

NEWSPAPER - Deshabhimani, Calicut - Forfeiture of security - ordered. Ref.Public (General-B) Dept. Memorandum No.1003/47-8 dated 20.6.1947.

On 30.6.1947 a new publisher appeared before me to file a declaration as publisher of the paper Deshabhimani. I pointed out that under Sec.10(2) of the Press (Emergency Powers) Act no declaration could be made except with the permission of the Provincial Government. He requested me to obtain the Government's orders in the matter.

2. I understand that a representation has been made direct to the Government and I request that I may be informed whether the Government intend to give permission or not. I do not recommend it. Two securities have now been forfeited and keeping the paper under further security would be useless. The Communist Party can collect any security amount without difficulty. When Rs.4,000 was demanded in December last the amount collected was about Rs.10,000 and so the net result was a gain to the Communist Party funds.

1. The paper has now stopped publication.

Your obedient servant,

Dt.Magistrate.

*ദേശാഭിമാനി*ക്കെതിരെ മലബാർ കലക്ടർ ചീഫ് സെക്രട്ടറിക്ക് അയച്ച കത്ത്

ന്നു. നേരത്തെ *ദേശാഭിമാനി* സെക്യൂരിറ്റിയായി നൽകിയ ആയിരം രൂപ പിടിച്ചെടുത്തതും നാലായിരം രൂപ പുതിയ സെക്യൂരിറ്റിയായി ഈടാക്കിയതും സൂചിപ്പിച്ചുകൊണ്ട് എ എഫ് ഡബ്ലിയു ഡിക്സൻ എന്ന ബ്രിട്ടീഷ് ഉദ്യോഗസ്ഥൻ മലബാറിൽ കമ്യൂണിസ്റ്റുകാരുടെ പ്രവർത്തനത്തെക്കുറിച്ച് നൽകിയ റിപ്പോർട്ട് ഈ കത്തിൽ പരാമർശിക്കുന്നുണ്ട്. ഡിക്സന്റെ റിപ്പോർട്ടിൽ നിന്ന്:

> ഞാൻ ചർച്ച നടത്തിയ മുഴുവൻ ഉദ്യോഗസ്ഥരും കമ്യൂണിസ്റ്റുകാരല്ലാത്ത മുഴുവൻ അനുദ്യോഗസ്ഥരും *ദേശാഭിമാനി* പൂട്ടിക്കണമെന്ന നിലപാടിനെ അനുകൂലിച്ചു. നിയമലംഘനത്തിനും അക്രമത്തിനും ഈ പത്രം നിരന്തരമായി പ്രോത്സാഹനം നൽകുകയാണ്. ഗവൺമെന്റ് ഉദ്യോഗസ്ഥരെയും കോൺഗ്രസുകാരെയും അവഹേളിക്കുന്നതിന് ചിട്ടയായി തന്നെ വസ്തുതകൾ വളച്ചൊടിക്കുന്നു. ഈ പത്രത്തിന് വലിയ സർക്കുലേഷനുണ്ട്. മാത്രമല്ല, കോപ്പിയുടെ എണ്ണം സൂചിപ്പിക്കുന്നതിലും എത്രയോ കൂടുതൽ ജനങ്ങളിലേക്ക് പത്രം യഥാർഥത്തിൽ എത്തുന്നുണ്ട്. എനിക്ക് കിട്ടിയ വിവരമനുസരിച്ച് ധാരാളം ഗ്രാമീണ വായനശാലകളിൽ ആളുകളെ പത്രം വായിച്ചുകേൾപ്പിക്കുന്നു. കമ്യൂണിസ്റ്റ് അധ്യാപകർ സ്കൂളുകളിൽ കുട്ടികൾക്ക് പത്രം വായിച്ചുകൊടുക്കുന്നു. കമ്യൂണിസ്റ്റ് അധ്യാപകരുടെ എണ്ണമാകട്ടെ വളരെ കൂടുതലുമാണ്. കമ്യൂണിസ്റ്റുകാരുടെ കൈയിലുള്ള ഏറ്റവും ശക്തമായ ഒരായുധമാണ് ഈ പത്രം.[2]

*ദേശാഭിമാനി*യുടെ ജനസ്വാധീനവും പ്രവർത്തനരീതിയും ബ്രിട്ടീഷ് ഉദ്യോഗസ്ഥർ നന്നായി മനസ്സിലാക്കിയിരുന്നു. അതുകൊണ്ടാണ് പത്രം പുറത്തിറങ്ങാതിരിക്കാൻ അവർ നിരന്തരം തടസ്സങ്ങൾ സൃഷ്ടിച്ചുകൊണ്ടിരുന്നത്. താക്കീതോ പിഴയോ ഒന്നും ഫലിക്കുന്നുണ്ടായിരുന്നില്ല. 1942 സെപ്തംബർ 6-ന് വാരികയായി തുടങ്ങി 1946 ജനുവരി 18-ന് ദിനപത്രമാകുന്നതുവരെയുള്ള നാൽപ്പതുമാസം *ദേശാഭിമാനി*യും കമ്യൂണിസ്റ്റ് പാർട്ടിയും വമ്പിച്ച പ്രയാസങ്ങൾ നേരിട്ടാണ് പ്രവർത്തിച്ചിരുന്നത്. ആ കാലഘട്ടത്തെ ഇ എം എസ് വിലയിരുത്തുന്നു:

> പണ്ഡിറ്റ് നെഹ്റുവിന്റെ ഭാഷയിൽ 'ദേശീയത്വത്തിന്റെ ഒഴുക്കിനെതിരെ' നീന്തുകയായിരുന്നു കമ്യൂണിസ്റ്റ് പാർട്ടി. റെയിലും കമ്പിയും മുറിച്ച്, മറ്റു നശീകരണ പ്രവർത്തനങ്ങൾ നടത്തി, പണിമുടക്കങ്ങളും ഭക്ഷണക്കൊള്ളകളും സംഘടിപ്പിച്ച് ബ്രിട്ടീഷ് സാമ്രാജ്യത്വത്തെ നശിപ്പിക്കാൻ ശ്രമിക്കുന്നത് ജാപ്പ് സാമ്രാജ്യത്വത്തെ ക്ഷണിച്ചുവരുത്തലായിരിക്കുമെന്ന് ദേശീയ പ്രവർത്തകരോട് പാർട്ടി പറഞ്ഞു. കോൺഗ്രസ് നേതാക്കളെ ഫാസിസ്റ്റുകളായി ചിത്രീകരിക്കുന്നതിനെയും ജാപ്പ്-ജർമൻ ഫാസിസ്റ്റുകളെ ഇന്ത്യയുടെ ബന്ധുക്കളായി ചിത്രീകരിക്കുന്നതിനെയും ഞങ്ങൾക്ക് എതിർക്കേണ്ടതുണ്ടായിരുന്നു. ജാപ്പ് അനുകൂല പ്രവർത്തനങ്ങൾക്കെതിരെ പൊതുജനാഭിപ്രായം സംഘടിപ്പിക്കുക, ഫാസിസ്റ്റ് വിരുദ്ധ യുദ്ധത്തിന് തടസ്സമുണ്ടാക്കുന്ന പണിമുടക്കും കലാപങ്ങളും തടയുക, ഭക്ഷണ ക്ഷാമത്തിന്റെയും പകർച്ചവ്യാധിയുടെയും ഫലമായി കഷ്ടപ്പെടുന്നവരെ സഹായിക്കുക-ഇതിനെല്ലാം പറ്റുന്ന ഉപകരണമായി *ദേശാഭിമാനി.* ഈ വിഷമം പിടിച്ച ഘട്ടത്തിൽ പ്രധാന കടമകൾ വിജയകരമായിത്തന്നെ *ദേശാഭിമാനി* നിറവേറ്റി. ആഴ്ചപ്പതിപ്പിന്റെ അവസാന കാലത്തും ദിനപത്രത്തിന്റെ ആദ്യനാളുകളിലും ഭയങ്കര കമ്യൂണിസ്റ്റ് വിരോധം പത്രത്തിന് നേരിടേ

ആരംഭകാലത്ത് *ദേശാഭിമാനി* പ്രവർത്തിച്ച കല്ലായി റോഡിലെ കെട്ടിടം

ണ്ടിവന്നു. ഇതിനെയെല്ലാം നേരിട്ടുകൊണ്ട് പത്രം മുന്നോട്ടുപോയി.[3]

ഇതാണ് *ദേശാഭിമാനി* 1942-ൽ വാരികയായി ആരംഭിക്കുമ്പോഴുള്ള രാഷ്ട്രീയ സാഹചര്യം. കോൺഗ്രസ് സോഷ്യലിസ്റ്റ് പാർട്ടിയുടെ മുഖപത്രമായി ഇ എം എസിന്റെ നേതൃത്വത്തിൽ 1938-39-ൽ കോഴിക്കോട്ടുനിന്ന് പ്രസിദ്ധീകരിച്ചിരുന്ന *പ്രഭാതം* വാരിക ലോകമഹായുദ്ധം പൊട്ടിപ്പുറപ്പെട്ടപ്പോഴുള്ള പ്രതികൂല സാഹചര്യം നിമിത്തം നിർത്തിവയ്ക്കുകയാണല്ലോ ഉണ്ടായത്. 1939 മുതൽ 1942 വരെയുള്ള മൂന്നുവർഷത്തോളം കേരളത്തിൽ കമ്യൂണിസ്റ്റ് പാർട്ടിക്കോ ഇടതുപക്ഷക്കാർക്കോ സ്വന്തമായി പത്രമില്ലായിരുന്നു. 1939 ഡിസംബറിൽ തലശ്ശേരി താലൂക്കിലെ പിണറായി പാറപ്പുറം ഗ്രാമത്തിൽ ചേർന്ന കോൺഗ്രസ് സോഷ്യലിസ്റ്റ് നേതാക്കളുടെ സമ്മേളനത്തിലാണ് കമ്യൂണിസ്റ്റ് പാർട്ടി രൂപീകൃതമാകുന്നത്. ബ്രിട്ടനടക്കം സാമ്രാജ്യത്വ രാജ്യങ്ങൾ തമ്മിലുള്ള യുദ്ധത്തെ ശക്തിയായി എതിർക്കാനോ സ്വാതന്ത്ര്യസമരത്തിൽ ജനങ്ങളെ ഒന്നായി അണിനിരത്തി പോരാടാനോ കോൺഗ്രസ് നേതൃത്വം തയാറില്ലായിരുന്നു. ദുർബലമായ വ്യക്തിസത്യഗ്രഹം, ജയിൽവാസം, ബ്രിട്ടനുമായി സന്ധി സംഭാഷണം-ഈ രീതിയിൽ നടന്ന സ്വാതന്ത്ര്യസമരം മന്ദീഭവിച്ചു. ബ്രിട്ടനാകട്ടെ, യുദ്ധത്തിന്റെ ഭാരം ജനങ്ങളുടെ മേൽ കെട്ടിവയ്ക്കാനും വിപ്ലവശക്തികളെ ഒറ്റപ്പെടുത്തി ആക്രമിച്ച് ഇല്ലാതാക്കാനുമുള്ള ശ്രമങ്ങൾ നടത്തുകയും ചെയ്തു. കോൺഗ്രസിനകത്ത് പ്രവർത്തിച്ചിരുന്ന സോഷ്യലിസ്റ്റുകാർക്കും വ്യക്തമായ വീക്ഷണമോ പരിപാടിയോ അവതരിപ്പിക്കാൻ ഇല്ലായിരുന്നു. ഈ സാഹചര്യത്തിൽ കേരളത്തിലെ സോഷ്യലിസ്റ്റ് പ്രവർത്തകർ പല ഭാഗത്തും ചേർന്ന് ആലോചനകൾ നടത്തി. പുതിയൊരു കർമപദ്ധതി വേണമെന്ന അഭിപ്രായം പൊതുവിൽ ഉയർന്നുവന്നു. ഈ പശ്ചാത്തലത്തിലാണ് പിണറായി സമ്മേളനം ചേർന്നത്. നിരോധനം നിലനിൽക്കുന്നതുകൊണ്ട് പിണറായി സമ്മേളനം വളരെ രഹസ്യമായിരുന്നു. കെ പി ഗോപാലനായിരുന്നു സമ്മേളനത്തിൽ അധ്യക്ഷൻ. സമ്മേളനത്തിനുള്ള എല്ലാ ഒരുക്കങ്ങളും പാറപ്പുറം കർഷക സംഘം നടത്തി. വടവതി അപ്പുക്കുട്ടി എന്ന കർഷക കാരണവർ എല്ലാറ്റിനും മേൽനോട്ടം വഹിച്ചു. 1937-ൽ കമ്യൂണിസ്റ്റ് പാർട്ടിയുടെ നാലംഗ നേതൃത്വ ഗ്രൂപ്പ് കോഴിക്കോട്ട് രൂപീകൃതമായിരുന്നുവെങ്കിലും പാർട്ടിയെന്ന നിലയിൽ പരസ്യമായി ഒന്നും ചെയ്യാൻ കഴിഞ്ഞിരുന്നില്ല. എന്നാൽ, കർഷകരുടെയും തൊഴിലാളികളുടെയും സമരങ്ങൾ ഈ ഘട്ടത്തിൽ കേരളത്തിലാകെ വളർന്നുവന്നു. കോൺഗ്രസ് സോഷ്യലിസ്റ്റ് പാർട്ടി എന്ന പേരിൽ പ്രവർത്തിച്ചിരുന്ന കമ്യൂണിസ്റ്റുകാരാണ് ഈ സമരങ്ങൾക്ക് ആശയപരവും സംഘടനാപരവുമായ നേതൃത്വം നൽകിയത്.[4]

പിണറായി സമ്മേളനം നടന്ന് രണ്ടാഴ്ച കഴിഞ്ഞ് പറശ്ശിനിക്കടവിൽ ചേർന്ന പാർട്ടി നേതൃയോഗമാണ് പി കൃഷ്ണപിള്ളയെ സെക്രട്ടറിയായി തെരഞ്ഞെടുത്തത്. കമ്യൂണിസ്റ്റ് പാർട്ടി രൂപീകൃതമായെങ്കിലും പരസ്യ പ്രവർത്തനം ആരംഭിക്കുന്നത് 1942-ൽ നിരോധനം നീക്കിയശേഷമാണ്. പത്രം പുറത്തിറക്കാൻ കഴിയാത്ത സാഹചര്യത്തിൽ 1940 മാർച്ച് മുതൽ *കമ്യൂണിസ്റ്റ്* എന്ന മാസികയും *മുന്നോട്ട്* എന്ന വാർത്താ സർക്കുലറും (പാർട്ടിക്കത്ത്) രഹസ്യമായി തയാറാക്കി

വിതരണം ചെയ്തിരുന്നു.

നാസി ജർമനി 1942–ൽ സോവിയറ്റ് യൂണിയനെ ആക്രമിച്ചതോടെയാണ് യുദ്ധത്തോടുള്ള സമീപനത്തിൽ ഇന്ത്യയിലെ കമ്യൂണിസ്റ്റുകാർ മൗലികമായ മാറ്റം വരുത്തിയത്. യുദ്ധം സാമ്രാജ്യത്വ രാജ്യങ്ങൾ തമ്മിലാണെന്ന് വിലയിരുത്തുകയും യുദ്ധവിരുദ്ധ പ്രചാരവേല നടത്തുകയും ചെയ്തുകൊണ്ടിരുന്ന പാർട്ടിക്ക് നിലപാട് മാറ്റേണ്ടി വന്നു. ലോകത്തിലെ ഒരേയൊരു സോഷ്യലിസ്റ്റ് രാഷ്ട്രമായ സോവിയറ്റ് യൂണിയനെ രക്ഷിക്കുന്നത് ലോകത്താകെയുള്ള സാമ്രാജ്യ വിരോധികളുടെ കടമയായി പാർട്ടി കണ്ടു. അതുകൊണ്ട് സോവിയറ്റ് ചേരിയും ജർമൻ സഖ്യവും തമ്മിലെ യുദ്ധം ജനകീയ യുദ്ധമാണെന്ന് പാർട്ടി വിലയിരുത്തി. ജർമനിക്കെതിരായി സോവിയറ്റ് യൂണിയനുമായി സഖ്യമുണ്ടാക്കാൻ ബ്രിട്ടൻ തയാറായതോടെ ഇന്ത്യയിൽ ബ്രിട്ടനെതിരായ തീവ്രസമരങ്ങളിൽ നിന്ന് കമ്യൂണിസ്റ്റുകാർ മാറിനിന്നു. ആഗസ്ത് വിപ്ലവമെന്ന് കോൺഗ്രസുകാർ പേരിട്ട ക്വിറ്റ് ഇന്ത്യ സമരത്തിൽ നിന്ന് കമ്യൂണിസ്റ്റുകാർ വിട്ടുനിന്നതും 'ജനകീയ യുദ്ധം' എന്ന നിലപാടിന്റെ അടിസ്ഥാനത്തിലാണ്. ഫാസിസ്റ്റ് ശക്തികളെ തോൽപ്പിച്ച് സോവിയറ്റ് യൂണിയനെ രക്ഷിക്കാനുള്ള സാർവദേശീയ നയവും ഇന്ത്യയിലെ സ്വാതന്ത്ര്യസമരത്തെ ആസ്പദമാക്കിയുള്ള ആഭ്യന്തരനയവും തമ്മിൽ പൊരുത്തക്കേടുകൾ സ്വാഭാവികമാണ്. എന്നാൽ, സങ്കീർണമായ ഈ പരിതഃസ്ഥിതി നേരിടാനുള്ള രാഷ്ട്രീയ പക്വത ഇന്ത്യൻ കമ്യൂണിസ്റ്റ് പാർട്ടിയുടെ നേതൃത്വത്തിനുണ്ടായിരുന്നില്ലെന്നാണ് ഇ എം എസ് വിലയിരുത്തിയത്. തൊഴിലാളിവർഗ സാർവദേശീയത അധ്വാനിക്കുന്ന ബഹുജനങ്ങളുടെ ദേശാഭിമാനവുമായി ഇണക്കാനവർക്ക് കഴിഞ്ഞില്ല. അതിന്റേതായ പാളിച്ചകൾ പറ്റിയെന്നത് അനിഷേധ്യമാണ്.[5]

ദേശാഭിമാനി
കോൺഗ്രസ്സുകാർ ഇതു പൊറുക്കുമോ? ★ അതോ ചെറുക്കുമോ?

ദേശാഭിമാനി 1943 ജൂലൈ 25

ഇ എം എസ് തുടരുന്നു:

ക്വിറ്റ് ഇന്ത്യ സമരത്തിൽ പങ്കെടുത്ത ജനലക്ഷങ്ങൾ സാമ്രാജ്യത്വ വിരോധമെന്ന ഉൽക്രഷ്ട വിചാരത്താൽ മാത്രം പ്രേരിതരായിരുന്നു. ജപ്പാനിലെ പട്ടാള മേധാവികളുടെ സഹകരണത്തോടെ ഇന്ത്യൻ നാഷണൽ ആർമി (ഐഎൻഎ) സംഘടിപ്പിച്ച് ഇങ്ങോട്ട് മാർച്ച് ചെയ്ത ബോസ് പോലും സ്വാതന്ത്ര്യവാഞ്ഛയിലാണ് അതു ചെയ്തത്. ആ അർഥത്തിൽ ക്വിറ്റ് ഇന്ത്യ സമരത്തോടുള്ള പാർട്ടി നിലപാട് തെറ്റായിരുന്നു. സമരത്തിൽ പങ്കെടുത്തവരും നയിക്കുന്നവരും ജപ്പാൻ ഏജന്റുമാരാണെന്ന പ്രത്യാരോപണത്തോടെയാണ് ബ്രിട്ടീഷ് ഏജന്റുമാർ എന്ന ആരോപണത്തെ പാർട്ടി നേരിട്ടത്. ഇതു തെറ്റായിരുന്നുവെന്ന് പിന്നീട് അംഗീകരിച്ചു. എന്നാൽ, ആഗോള ഫാസിസത്തിനെതിരെ സോവിയറ്റ് നേതൃത്വത്തിൽ നടക്കുന്ന യുദ്ധം ജനകീയ യുദ്ധമായിരുന്നുവെന്ന നിലപാട് തികച്ചും ശരിയായിരുന്നു. സോവിയറ്റ് യൂണിയന്റെ ഐതിഹാസിക വിജയവും അതുയർത്തിയ ആവേശവുമാണ് ഇവിടെ ഐതിഹാസിക പോരാട്ടങ്ങൾക്ക് കളമൊരുക്കിയത്. ഇതാണ് ഇന്ത്യ വിടാൻ ബ്രിട്ടീഷുകാരെ പ്രേരിപ്പിച്ചത്.[6]

ദേശാഭിമാനി എന്ന പേര്

കമ്യൂണിസ്റ്റ് പാർട്ടി അംഗീകരിച്ച 'ജനകീയ യുദ്ധം' എന്ന നയം ദേശദ്രോഹപരമാണെന്നും കമ്യൂണിസ്റ്റുകാർ ബ്രിട്ടീഷ് ഏജന്റുമാരാണെന്നുമുള്ള പ്രചാരണം ക്വിറ്റ് ഇന്ത്യ സമരഘട്ടത്തിൽ രാജ്യമാകെ കോൺഗ്രസുകാർ അഴിച്ചുവിട്ടിരുന്നു. യുദ്ധത്തിൽ ഫാസിസ്റ്റ് വിരുദ്ധ ചേരിയുടെ വിജയ

ത്തിനു വേണ്ടിയുള്ള നിലപാട് എടുത്തതോടെയാണ് എട്ടുവർഷം നീണ്ട നിരോധനം നീങ്ങിയത്. അതോടെ പരസ്യമായി പ്രവർത്തിക്കാനുള്ള സൗകര്യമായി. എന്നാൽ ക്വിറ്റ് ഇന്ത്യ സമരത്തിൽ പങ്കെടുത്ത കോൺഗ്രസ് നേതാക്കൾ ജയിലിലടയ്ക്കപ്പെടുകയും സമരം അടിച്ചമർത്താൻ ഗവൺമെന്റ് കടുത്ത മർദനമുറകൾ പ്രയോഗിക്കുകയും ചെയ്തപ്പോഴാണ് കമ്യൂണിസ്റ്റ് പാർട്ടിയുടെ മേലുള്ള നിരോധനം ഒഴിവായത്. കമ്യൂണിസ്റ്റ് പാർട്ടിക്കെതിരായ മനോഭാവം സാമ്രാജ്യവിരോധികളിലും വളരാൻ ഇതു കാരണമായി.

ഇത്രയും ദുഷ്കരമായ സാഹചര്യത്തിൽ പത്രം ആരംഭിക്കാൻ പാർട്ടി തീരുമാനിക്കുമ്പോൾ അതിന്റെ പേര് കണ്ടെത്തിയതുതന്നെ കമ്യൂണിസ്റ്റുകാർക്കെതിരായ ആക്രമണത്തെ പ്രതിരോധിക്കാനായിരുന്നു. ഇ എം എസ് പറയുന്നു:

> കമ്യൂണിസ്റ്റ് പാർട്ടിയുടെ സമീപനം 'ദേശദ്രോഹപര'മാണെന്ന എതിരാളികളുടെ വാദത്തെ വെല്ലുവിളിച്ചാണ് *ദേശാഭിമാനി* എന്ന പേര് പത്രത്തിനിടാൻ തീരുമാനിച്ചത്. ഇന്ത്യൻ സ്വാതന്ത്ര്യം ഉറപ്പുവരുത്താനുള്ള ഏറ്റവും ഫലപ്രദമായ മാർഗം സോവിയറ്റ് നേതൃത്വത്തിലുള്ള ഫാസിസ്റ്റ് വിരുദ്ധ ചേരിയുമായി ഇന്ത്യയിലെ *ദേശാഭിമാനി*കൾക്കുള്ള സൗഹൃദവും സഹകരണവുമാണെന്ന് പാർട്ടി വാദിച്ചു. ഈ അർഥത്തിൽ ശരിയായ ദേശാഭിമാനം പ്രകടിപ്പിക്കുന്നത് കമ്യൂണിസ്റ്റ് പാർട്ടിയാണെന്ന് വ്യക്തമാക്കാനാണ് പത്രത്തിന് *ദേശാഭിമാനി* എന്ന പേരിട്ടത്.[7]

പത്രത്തിന്റെ പേരിനെക്കുറിച്ച് സി അച്യുതമേനോന്റെ നിരീക്ഷണം: “കോൺഗ്രസ് സോഷ്യലിസ്റ്റ് പാർട്ടിയുടെ മുഖപത്രമായി ആരംഭിച്ച *പ്രഭാതം* 1939–ൽ നിന്നുപോയി. 1940 മുതലുള്ള വർഷങ്ങൾ വളരെ വിഷമം പിടിച്ചതായിരുന്നു. മിക്കവാറും നേതാക്കൾ ജയിലിൽ അല്ലെങ്കിൽ ഒളിവിൽ. 1942–നു ശേഷം സ്ഥിതി അയഞ്ഞു. ജനകീയ യുദ്ധസിദ്ധാന്തം അംഗീകരിച്ചതിന്റെ പേരിൽ പലരെയും മോചിപ്പിച്ചു. എന്നാൽ, അതോടെ ദേശീയവാദികളായ കോൺഗ്രസുകാരിൽ നിന്ന് ഒറ്റപ്പെട്ടു. ഒറ്റുകാരായി മുദ്രകുത്തപ്പെട്ടു. ശകാരിക്കാനും യോഗങ്ങളിൽ കൂകിവിളിച്ചും മറ്റും കുഴപ്പമുണ്ടാക്കാനും കോൺഗ്രസുകാർ ശ്രമിച്ചു. ഈ സാഹചര്യത്തിലാണ് സ്വന്തം പത്രത്തിന്റെ ആവശ്യം ബോധ്യപ്പെട്ട് അതിനായി തുനിഞ്ഞിറങ്ങിയത്. *ദേശാഭിമാനി* എന്ന് പേരിടുന്നതിലും പത്രലക്ഷ്യം വ്യക്തമാക്കാൻ ശ്രമിച്ചിട്ടുണ്ട്. കമ്യൂണിസ്റ്റുകാർ ദേശാഭിമാനമില്ലാത്തവരാണ്. കൂറ് റഷ്യയോടാണ് എന്നായിരുന്നു പ്രചാരണം. അതിന് മറുപടിയായി പാർട്ടി നയം യഥാർഥ ദേശാഭിമാനത്താൽ പ്രചോദിതമാണെന്ന് ദ്യോതിപ്പിക്കാനാണ് ഈ പേരിട്ടത്.”[8]

ഈഴവ സമുദായത്തിന്റെ പ്രമുഖ നേതാവായിരുന്ന ടി കെ മാധവന്റെ ഉടമസ്ഥതയിലും നേതൃത്വത്തിലും 1905 മുതൽ 1930 വരെ കൊല്ലത്തുനിന്ന് *ദേശാഭിമാനി* എന്ന പത്രം പുറത്തിറങ്ങിയിരുന്നു. ഈഴവ സമുദായത്തിന്റെ അവശതകൾ തിരുവിതാംകൂർ ഗവൺമെന്റിന്റെ ശ്രദ്ധയിൽപെടുത്തി പരിഹാരം കാണുന്നതിന് ഈ പത്രം നിരന്തരമായി ശ്രമിച്ചു. ക്ഷേത്ര പ്രവേശന പ്രക്ഷോഭം പോലുള്ള സാമൂഹ്യപരിഷ്കരണ പ്രവർത്തനങ്ങൾക്കും പത്രം പിന്തുണ നൽകി. ഈ പത്രത്തിന്റെ പേര് കമ്യൂണിസ്റ്റ് പാർട്ടിയുടെ പത്രത്തിന് പേരിടുന്നതിൽ സ്വാധീനം ചെലുത്തിയിട്ടുണ്ടെന്ന് സി ഉണ്ണിരാജയെപ്പോലുള്ളവർ അഭിപ്രായപ്പെട്ടിരുന്നു. അതു ശരിയല്ലെന്നാണ് ഇ എം എസിന്റെയും സി അച്യുതമേനോന്റെയും വിശദീകരണം വ്യക്തമാക്കുന്നത്. തിരുവിതാംകൂർ രാജഭരണത്തിന്റെ അഴിമതികൾക്കും അനീതികൾക്കും സ്വേച്ഛാപരമായ നടപടികൾക്കും എതിരെ പോരാടിയ കെ രാമകൃഷ്ണപിള്ളയുടെ (1878–1916) പത്രാധിപത്യത്തിലും വക്കം മുഹമ്മദ് അബ്ദുൾ ഖാദർ മൗലവിയുടെ ഉടമസ്ഥതയിലും നടന്നിരുന്ന *സ്വദേശാഭിമാനി*യുടെ പേരും കമ്യൂണിസ്റ്റ് പാർട്ടിയുടെ മുഖപത്രത്തിന് പേരിടുന്നതിനെ സ്വാധീനിച്ചുവെന്ന് കരുതാൻ വയ്യ. അന്നത്തെ ദേശീയ സാഹചര്യത്തിൽ പത്രത്തിന്റെ പേരുപോലും കമ്യൂണിസ്റ്റുകാരുടെ പ്രതിരോധത്തിനുള്ള ആയുധമായി മാറ്റുകയാണുണ്ടായത്.

ദേശാഭിമാനി എന്ന പേര് സ്വീകരിച്ചതിനെക്കുറിച്ച് ചരിത്രപണ്ഡിതനായ ഡോ. കെ എൻ ഗണേഷിന്റെ വിലയിരുത്തൽ:

> കെ രാമകൃഷ്ണപിള്ള തിരുവിതാംകൂറിൽ നടത്തിയ *സ്വദേശാഭിമാനി*യിൽ നിന്നാണ് *ദേശാഭിമാനി* എന്ന പേരുണ്ടായതെന്ന നിഗമനം തീർത്തും തെറ്റാണ്. സോവിയറ്റ് യൂണിയനെ ജർമനി

സി അച്യുതമേനോൻ

ആക്രമിച്ചപ്പോൾ പാർട്ടി ജനകീയ യുദ്ധമെന്ന നിലപാട് എടുക്കുകയും ക്വിറ്റ് ഇന്ത്യ സമരത്തിൽ നിന്ന് വിട്ടുനിൽക്കുകയും ചെയ്ത വേളയിൽ വലിയ ഒറ്റപ്പെടലാണ് കമ്യൂണിസ്റ്റുകാർ നേരിട്ടത്. ബ്രിട്ടീഷ് ഏജന്റുമാരാണ് കമ്യൂണിസ്റ്റുകാർ എന്ന നിലയിൽ വലിയ പ്രചാരവേലയുണ്ടായി. ഈ പശ്ചാത്തലത്തിൽ, തങ്ങളാണ് യഥാർഥ *ദേശാഭിമാനി*കളെന്ന സന്ദേശം ഉയർത്താനാണ് *ദേശാഭിമാനി* എന്ന പേര് സ്വീകരിച്ചത്. പാർട്ടിക്കെതിരായ പ്രചാരണം നേരിടുക എന്നതുതന്നെയായിരുന്നു ലക്ഷ്യം. അതു കുറേയൊക്കെ വിജയിച്ചു. പാർട്ടി പത്രം എന്നതിനപ്പുറമുള്ള സ്വാധീനം *ദേശാഭിമാനി*ക്ക് നേടാൻ കഴിഞ്ഞു. അക്കാലത്ത് പ്രേംജിയെപ്പൊലെ ഇടതുപക്ഷ വീക്ഷണമുള്ള ധാരാളം പേർ പത്രത്തിന്റെ നടത്തിപ്പുകാരായി. ഇടതുപക്ഷ പുരോഗമന പത്രം എന്ന നിലയിലാണ് അത്തരക്കാരൊക്കെ പത്രത്തെ കണ്ടിരുന്നത്.[9]

പിണാറായിയിൽ ചേർന്ന സിഎസ്പി നേതാക്കളുടെ സമ്മേളനം കമ്യൂണിസ്റ്റ് പാർട്ടി രൂപീകരിച്ചത് 1939 ഡിസംബർ അവസാനമാണല്ലോ. അന്നുമുതൽ പാർട്ടിയുടെ മേലുള്ള നിരോധനം നീക്കിയ 1942 ജൂലൈ 24 വരെയുള്ള രണ്ടരവർഷം ഒളിവിൽ നടത്തിയ പ്രവർത്തനത്തിലൂടെ സംഘടിതമായ കമ്യൂണിസ്റ്റ് പാർട്ടി കേരളത്തിലുണ്ടായി. മിക്ക താലൂക്കുകളിലും പാർട്ടിക്ക് കമ്മിറ്റികൾ വന്നു. 1940 പകുതിയോടെ കൊച്ചിയിലും തിരുവിതാംകൂറിലും പാർട്ടിയുടെ ജില്ലാ കമ്മിറ്റികൾ വന്നു. അക്കാലത്ത് നൂറിലേറെപ്പേർ ഒളിവിലായിരുന്നു.[10]

പാർട്ടി ഒളിവിൽ പ്രവർത്തിക്കുന്ന ഘട്ടത്തിലാണ് മലബാർ പ്രദേശത്ത് ഐതിഹാസികമായ കർഷക സമരങ്ങളും പൊലീസിന്റെ ഭീകരമായ മർദന നടപടികളും ഉണ്ടായത്. പാർട്ടിക്ക് പത്രമില്ലാത്തതുകൊണ്ട് ഇതിന്റെ സത്യാവസ്ഥ പുറംലോകം അറിയാൻ വൈകി. ലോകമഹായുദ്ധം ആരംഭിച്ച് അധികം കഴിയുംമുമ്പ് ഇന്ത്യയെ ബ്രിട്ടൻ യുദ്ധത്തിലേക്ക് വലിച്ചിഴച്ചു. ഇതിനെതിരെ ഇന്ത്യയിലാകെ കടുത്ത പ്രതിഷേധമുയർന്നു. എന്നാൽ, ഈ പ്രതിഷേധത്തിന് സംഘടിത രൂപം നൽകി ബ്രിട്ടീഷ് ഗവൺമെന്റിനെതിരെ വെല്ലുവിളി ഉയർത്താൻ കോൺഗ്രസ് നേതൃത്വം തയാറായില്ല. ഈ സാഹചര്യത്തിൽ കേരളത്തിലെ ഇടതുപക്ഷ കെപിസിസി 1940 സെപ്തംബർ 15-ന് പ്രതിഷേധദിനം ആചരിക്കാൻ ആഹ്വാനം ചെയ്തു. മുഹമ്മദ് അബ്ദുറഹിമാനായിരുന്നു അന്ന് കെപിസിസി പ്രസിഡണ്ട്; ഇ എം എസ് സെക്രട്ടറിയും.

പ്രതിഷേധദിനാചരണം മർദിച്ചൊതുക്കാനായിരുന്നു ഗവൺമെന്റിന്റെ നിശ്ചയം. അതിനുവേണ്ടി രണ്ടുദിവസം മുമ്പേ മലബാറിൽ നിരോധനാജ്ഞ പുറപ്പെടുവിച്ചു. കെപിസിസി ഭാരവാഹികളെ ജയിലിലടച്ചു. എങ്കിലും പ്രതിഷേധ ദിനവുമായി ഇടതുപക്ഷ കോൺഗ്രസുകാർ മുന്നോട്ടുപോയി. നിരോധനാജ്ഞ പ്രഖ്യാപിക്കപ്പെട്ട സാഹചര്യത്തിൽ സമരം ഉപേക്ഷിക്കണമെന്ന നിർദേശമാണ് കോൺഗ്രസിന്റെ ദേശീയ നേതൃത്വത്തിൽ നിന്നുവന്നത്. കെപിസിസി അതു തള്ളിക്കളഞ്ഞു. നിരോധനാജ്ഞ ലംഘിച്ച് കർഷകരും തൊഴിലാളികളും രംഗത്തുവന്നു. മലബാർ കർഷക സംഘവും പ്രതിഷേധത്തിന് ആഹ്വാനം നൽകിയിരുന്നു. യുദ്ധത്തെത്തുടർന്നുള്ള ഭക്ഷ്യക്ഷാമവും വിലക്കയറ്റവും പ്രതിഷേധം ആളിക്കത്തിച്ചു.

"ഉരിയരി പോലും കിട്ടാനില്ല പൊന്നു കൊടുത്താലും

ഉദയാസ്തമനം പീടിക മുമ്പിൽ നിന്നു നരച്ചാലും" എന്നും മറ്റുമുള്ള നാടൻപാട്ടുകളും മുദ്രാവാക്യങ്ങളും മലബാർ മുഴുവൻ പ്രതിദ്ധ്വനിച്ചു. മൊറാഴയിൽ കർഷകരും പൊലീസും ഏറ്റുമുട്ടി. വളപട്ടണം സബ് ഇൻസ്പക്ടർ കുട്ടികൃഷ്ണമേനോൻ മരിച്ചുവീണു. ഒരു പൊലീസുകാരൻ പരിക്കേറ്റ് പിന്നീട് മരിച്ചു. ആദ്യം വളപട്ടണം സ്റ്റേഷൻ പരിധിയിലെ കീച്ചേരിയിൽ നടത്താൻ തീരുമാനിച്ച പ്രതിഷേധ യോഗം പൊലീസുമായുള്ള പ്രശ്നങ്ങൾ ഒഴിവാക്കാൻ തളിപ്പറമ്പ് സ്റ്റേഷൻ പരിധിയിലെ അഞ്ചാംപീടികയിലേക്ക് മാറ്റിയിരുന്നു. എന്നാൽ, മർദകവീരനെന്ന് അറിയപ്പെടുന്ന കുട്ടികൃഷ്ണമേനോൻ തന്റെ അധികാര പരിധിയിലല്ലാത്ത അഞ്ചാംപീടികയിലും വന്ന് ലാത്തിച്ചാർജ് നടത്തുകയാണുണ്ടായത്. ഈ സംഭവത്തെത്തുടർന്നാണ് കെ പി ആർ ഗോപാലൻ

കെ പി അച്യുതൻ

ഒന്നാം പ്രതിയായി കൊലക്കേസ് ചാർജ് ചെയ്തത്. കെ പി ആറിന് മദിരാശി ഹൈക്കോടതി വധശിക്ഷ വിധിച്ചു. ഇതിനെതിരെ അഖിലേന്ത്യാ തലത്തിൽ തന്നെ പ്രതിഷേധമുയർന്നു. ശിക്ഷ ഇളവുചെയ്യണമെന്ന് ഗാന്ധിജി വരെ ആവശ്യപ്പെട്ടു. ലണ്ടനിലെ പ്രിവി കൗൺസിൽ ശിക്ഷ ജീവപര്യന്തമാക്കി ഇളവുചെയ്തു. പിന്നീട് 1946-ൽ മദിരാശിയിൽ ടി പ്രകാശം മന്ത്രിസഭ അധികാരത്തിൽ വന്ന ശേഷമാണ് കെ പി ആറിനെയും മറ്റു തടവുകാരെയും വിട്ടയച്ചത്.

മലബാറിൽ പതിനാറിടത്ത് നിരോധനാജ്ഞ ലംഘിച്ച് പ്രകടനങ്ങളും യോഗങ്ങളും നടന്നുവെങ്കിലും നാലിടത്താണ് പൊലീസിന്റെ അതിക്രമമുണ്ടായത്. തലശ്ശേരി, മട്ടന്നൂർ എന്നിവിടങ്ങളിൽ പ്രതിഷേധക്കാർക്കുനേരെ പൊലീസ് വെടിവെച്ചു. തലശ്ശേരിയിൽ അബു, ചാത്തുക്കുട്ടി എന്നീ രണ്ടു പ്രവർത്തകർ വെടിയേറ്റു മരിച്ചു. ഈ സംഭവങ്ങൾക്കു ശേഷം മലബാറിലാകെ പൊലീസിന്റെ നരനായാട്ടായിരുന്നു. അടിച്ചമർത്തപ്പെടുന്നവരുടെ കൂടെ നിൽക്കുന്നതിനു പകരം ഇടതുപക്ഷ കെപിസിസി പിരിച്ചുവിടുകയാണ് കോൺഗ്രസ് ഹൈക്കമാണ്ട് ചെയ്തത്. പകരം അഡ്ഹോക്ക് കമ്മിറ്റിയുണ്ടാക്കി. അതിനുശേഷം കമ്യൂണിസ്റ്റുകാർക്ക് കേരളത്തിലെ കോൺഗ്രസിൽ കാര്യമായ സ്ഥാനമുണ്ടായിരുന്നില്ല. കമ്യൂണിസ്റ്റുകാർക്ക് അതൊരു പ്രശ്നമായിരുന്നില്ല. കാരണം, കമ്യൂണിസ്റ്റ് പാർട്ടിയുടെ കമ്മിറ്റികൾ കേരളത്തിലാകെ വന്നുകഴിഞ്ഞിരുന്നു.

നാല് കർഷകപ്രവർത്തകരെ ബ്രിട്ടീഷ് ഭരണകൂടം തൂക്കിലേറ്റുന്നതിന് ഇടയാക്കിയ കയ്യൂർ സംഭവം നടന്നത് 1941 മാർച്ച് 29-നാണ്. കൃഷിക്കാർക്ക് വീടുകളിൽ കിടന്നുറങ്ങാൻ പോലും നിവൃത്തിയില്ലാത്ത രീതിയിൽ പൊലീസ് ഭീകരവാഴ്ച തുടങ്ങിയപ്പോൾ നാട്ടുകാർ മാർച്ച് 29-ന് കയ്യൂരിൽ നടത്തിയ പ്രതിഷേധ പ്രകടനം അലങ്കോലപ്പെടുത്താൻ ഒരു പൊലീസുകാരൻ ശ്രമിക്കുകയും ഏറ്റുമുട്ടലുണ്ടാവുകയും ചെയ്തു. ജനരോഷം ഭയന്ന് പുഴയിൽ ചാടിയ സുബ്ബരായൻ എന്ന പൊലീസുകാരൻ മുങ്ങിമരിച്ചു. ഇതിന്റെ പേരിൽ ആ മേഖലയിലാകെ മർദനം അഴിച്ചുവിട്ടു. 61 പേരെ പ്രതിയാക്കി കേസെടുത്തു. കർഷകസംഘം പ്രവർത്തകരായ നാലുപേരെ തൂക്കിക്കൊല്ലാൻ 1942 ഫെബ്രുവരി ഒന്നിന് കോടതി വിധിച്ചു. അപ്പീൽ തള്ളപ്പെട്ടു. 1943 മാർച്ച് 29-ന് നാലുപേരെയും തൂക്കിക്കൊന്നു. അപ്പോഴേക്കും *ദേശാഭിമാനി* കോഴിക്കോട്ടുനിന്ന് പ്രസിദ്ധീകരിക്കാൻ തുടങ്ങിയിരുന്നു. 'തൂക്കുമരത്തിന്റെ വിളി' എന്ന ശക്തവും വികാരതീവ്രവുമായ മുഖപ്രസംഗം പ്രസിദ്ധീകരിച്ചുകൊണ്ടാണ് കയ്യൂർ സംഭവത്തോട് പത്രം പ്രതികരിച്ചത്.

*പ്രഭാത*ത്തിന്റെ തുടർച്ചയും പിൻഗാമിയുമാണ് *ദേശാഭിമാനി*യെങ്കിലും രാഷ്ട്രീയമായി നോക്കുമ്പോൾ അടിസ്ഥാനപരമായ ചില വ്യത്യാസങ്ങളുണ്ട്. കോൺഗ്രസിലെ ഇടതുപക്ഷമായ കോൺഗ്രസ് സോഷ്യലിസ്റ്റ് പാർട്ടിയുടെ മുഖപത്രമായിരുന്നു *പ്രഭാത*മെങ്കിൽ കമ്യൂണിസ്റ്റ് പാർട്ടി കേരള ഘടകത്തിന്റെ മുഖപത്രമായിരുന്നു *ദേശാഭിമാനി.* അവശേഷിക്കുന്ന സോഷ്യലിസ്റ്റുകാരാകട്ടെ ക്വിറ്റ് ഇന്ത്യ സമരകാലത്ത് കമ്യൂണിസ്റ്റുകാർക്ക് എതിരായ നിലപാടിലായിരുന്നു. ആ നിലയ്ക്ക് കോൺഗ്രസിന്റെയും സോഷ്യലിസ്റ്റുകാരുടെയും നയങ്ങൾക്കെതിരെയാണ് *ദേശാഭിമാനി*ക്ക് പോരാടേണ്ടിയിരുന്നത്. മറ്റൊരു വ്യത്യാസം, രണ്ടര വർഷം ഒളിവിൽ പ്രവർത്തിച്ചതിന്റെ ഫലമായി വലിയ ബഹുജനസ്വാധീനമുള്ള പ്രസ്ഥാനമായി കമ്യൂണിസ്റ്റ് പാർട്ടി മാറിയിരുന്നു എന്നതാണ്.

കോഴിക്കോട്ട് *പ്രഭാതം* പ്രവർത്തിച്ചിരുന്ന കല്ലായി റോഡിൽ രണ്ടു വാടകക്കെട്ടിടങ്ങളിലാണ് *ദേശാഭിമാനി* തുടങ്ങിയതെന്ന് ആദ്യകാലത്ത് പ്രസ് മാനേജരായിരുന്ന കെ പി അച്യുതനും മാനേജിങ് എഡിറ്ററായിരുന്ന പി നാരായണൻ നായരും രേഖപ്പെടുത്തിയിട്ടുണ്ട്. കല്ലായി റോഡിൽ നിന്ന് ഗണപത് സ്കൂളിലേക്ക് തിരിഞ്ഞുപോകുന്ന മൂലയിലെന്ന് കൃത്യമായി പറയാം. കോട്ടക്കൽ ആര്യവൈദ്യശാല ശാഖയുടെ വടക്കുവശം. കമ്യൂണിസ്റ്റ് പാർട്ടിയുടെ സംസ്ഥാന

പി ഭാസ്കരൻ

കമ്മിറ്റി ഓഫീസ് പ്രവർത്തിച്ചിരുന്നതും ഇതിനടുത്തായിരുന്നു. ഫ്രാൻസിസ് റോഡിൽ റെയിൽവെ ഗേറ്റിനു സമീപം.

കോൺവെന്റ് റോഡിൽ സ്ഥലം വാങ്ങുന്നതുവരെ കല്ലായി റോഡിലെ രണ്ടു വാടകക്കെട്ടിടങ്ങളിലായിരുന്നു *ദേശാഭിമാനി*. പിന്നീട് കല്ലായി റോഡിലെ തന്നെ പ്രഭൂസ് ഇങ്ക് പ്രവർത്തിച്ചിരുന്ന കെട്ടിടത്തിലേക്കു മാറി. കമ്പനി നിയമപ്രകാരം *ദേശാഭിമാനി* രജിസ്റ്റർ ചെയ്ത ശേഷമാണ് കോൺവെന്റ് റോഡിലെത്തിയത്.[11] കെ പി അച്യുതന്റെ ഈ പ്രസ്താവം പി നാരായണൻ നായരും ശരിവയ്ക്കുന്നു.

പ്രഗത്ഭരുടെ നിരയാണ് ഇ എം എസ് ചെയർമാനായ പത്രാധിപസമിതിയിലുണ്ടായിരുന്നത്. *മാതൃഭൂമി* പത്രത്തിന്റെയും ആഴ്ചപ്പതിപ്പിന്റെയും പത്രാധിപരായി പ്രവർത്തിച്ച് പരിചയം സിദ്ധിച്ച പി നാരായണൻ നായരായിരുന്നു മാനേജിങ് എഡിറ്റർ. *മാതൃഭൂമി*യിൽ നിന്ന് രാജിവെച്ച് 1938-ൽ *പ്രഭാത*ത്തിലും അദ്ദേഹം പ്രവർത്തിച്ചിരുന്നു. കൂടാതെ, എം എസ് ദേവദാസ്, ഇ വി ദേവ്, സി ഉണ്ണിരാജ, വി ടി ഇന്ദുചൂഡൻ, എൻ വി എസ് വാരിയർ, പി സി ചിത്രഭാനു നമ്പൂതിരിപ്പാട്, കെ കെ വാരിയർ (കീരൻ), കവി കെ പി ജി നമ്പൂതിരി എന്നിവർ കൂടി അടങ്ങുന്നതാണ് പത്രാധിപസമിതി. ജേക്കബ് ഫിലിപ്പ്, സി എം വി നമ്പീശൻ എന്നിവർ ഫോട്ടോഗ്രാഫർമാരും കൊടുങ്ങല്ലൂർ വൽസൻ കാർട്ടൂണിസ്റ്റുമായിരുന്നു. ഇ കെ നായനാർ, മണ്ണാലത്ത് ശ്രീധരൻ, കെ വാസുദേവൻ, ഐ എസ് നമ്പൂതിരി, ഡി എം പൊറ്റെക്കാട്, കെ ആർ സുകുമാരൻ, ടി എൻ രാജഗോപാലൻ തമ്പാൻ, ടി വി കൃഷ്ണൻ (ടി വി കെ), പി കെ മുഹമ്മദ്കുഞ്ഞി, എം കണാരൻ, പ്രേംജി (എം പി ഭട്ടതിരിപ്പാട്), ചെറുകാട്, പി ഭാസ്കരൻ, കെ പി മുഹമ്മദ്കോയ, സി ആർ കുഞ്ഞുണ്ണി, എം എ ജോർജ്, ജി എം നെന്മേലി, പവനൻ, കെ ജി നെടുങ്ങാടി തുടങ്ങിയവരും *ദേശാഭിമാനി*യുടെ പത്രാധിപസമിതിയിൽ വിവിധ ഘട്ടങ്ങളിലായി ആദ്യകാലത്തു പ്രവർത്തിച്ചു. തുടക്കത്തിൽ കെ പി മാധവമേനോൻ കമ്പനി മാനേജരും കെ പി അച്യുതൻ പ്രസ് മാനേജരും എം ഗോവിന്ദൻ കുട്ടി ബുക്ക് ഹൗസ് മാനേജരുമായിരുന്നു. പ്രസ്സിന്റെ പ്രവർത്തനങ്ങൾ നല്ല നിലയിൽ മുന്നോട്ടു കൊണ്ടുപോകുന്നതിന് പി കെ ബാലകൃഷ്ണന്റെ സേവനം ലഭിച്ചു. അദ്ദേഹം പിൽക്കാലത്ത് *ദേശാഭിമാനി*യുടെ മാനേജരും കമ്പനി ഭരണസമിതി അംഗവുമായി. എം കണാരനും ഡയറക്ടർ ബോർഡിലുണ്ടായിരുന്നു. പി രാമൻകുട്ടി നായർ, പി നാരായണൻ നായർ, എ വി അഹമ്മദുകോയ, എ ഗോപാലൻകുട്ടി മേനോൻ എന്നിവരുടെ സേവനം പലപ്പോഴായി ആദ്യ ഘട്ടത്തിൽ ഉപയോഗപ്പെടുത്തിയിട്ടുണ്ടെന്നാണ് കെ പി അച്യുതൻ രേഖപ്പെടുത്തിയത്. എ ഗോപാലൻകുട്ടി മേനോൻ, എ വി അഹമ്മദ്കോയ എന്നിവർ പിന്നീട് പത്രത്തിന്റെ മാനേജർമാരായും പ്രവർത്തിച്ചു.

മണ്ണാലത്ത് ശ്രീധരൻ

രൂപീകരണം തൊട്ട് രണ്ടര വർഷം ഒളിവിൽ പ്രവർത്തിച്ച പാർട്ടിക്ക് ആയിരക്കണക്കിന് അംഗങ്ങളും പതിനായിരക്കണക്കിന് അനുഭാവികളും അഭ്യുദയകാംക്ഷികളും ഉണ്ടായിരുന്നുവെങ്കിലും 1942-ൽ *ദേശാഭിമാനി* തുടങ്ങുന്നത് സാമ്പത്തിക പ്രയാസം നേരിട്ടുകൊണ്ടു തന്നെയാണ്. പി നാരായണൻ നായർ അന്നത്തെ സ്ഥിതി വിവരിക്കുന്നു:

> 1942-ൽ നിരോധനം നീങ്ങിയപ്പോൾ പാർട്ടിയുടെ ആദ്യ പരിശ്രമങ്ങളിൽ ഒന്ന് ഒരു പത്രം തുടങ്ങുകയായിരുന്നു. പക്ഷേ, മൂലധനമില്ല. പത്രക്കടലാസും കിട്ടാനില്ല. പരസ്യം കിട്ടുമെന്ന് മോഹിച്ചതേയില്ല. പാർട്ടിക്കും പത്രത്തിനും വേണ്ടി മുപ്പതിനായിരം രൂപ പിരിക്കാൻ പാർട്ടി ആഹ്വാനം ചെയ്തു. ചുരുങ്ങിയ ദിവസംകൊണ്ട് ആ ലക്ഷ്യം നിറവേറ്റപ്പെട്ടു. മുപ്പതിനായിരം രൂപ പാർട്ടി ഫണ്ട് പിരിച്ചതിന്റെ ഒരു ഭാഗം ഉപയോഗപ്പെടുത്തി കല്ലായി റോഡിൽ ഒരു ചെറിയ വാടകക്കെട്ടിടത്തിൽ നിന്ന് പത്രം പ്രസിദ്ധപ്പെടുത്താൻ തുടങ്ങി. 1938-ൽ *പ്രഭാതം* തുടങ്ങാൻ നമ്പൂതിരിപ്പാടും ഞാനും

ഐ എസ് നമ്പൂതിരി

കൂടി പ്രോനോട്ട് എഴുതി നെടുങ്ങാടി ബാങ്കിൽ നിന്ന് രണ്ടായിരം രൂപ കടം വാങ്ങിയിരുന്നു. രേഖ കാലഹരണപ്പെട്ടിരുന്നുവെങ്കിലും 1943-ൽ ഇ എം എസിന്റെ സ്വത്ത് വിറ്റതിന് ശേഷം പണം തിരിച്ചടച്ചു. കമ്യൂണിസ്റ്റുകാർ മേടിച്ചാൽ കൊടുക്കാത്തവരാണെന്ന അപവാദ പ്രചാരണം നെടുങ്ങാടി ബാങ്ക് എങ്കിലും അങ്ങനെ വിശ്വസിക്കാതായി. ബാങ്കിന്റെ ചെയർമാനായിരുന്ന കെ വി സൂര്യനാരായണ അയ്യർ (മുൻ അഡ്വക്കറ്റ് ജനറൽ) പിൽക്കാലത്ത് ഞങ്ങളെ കാണുമ്പോൾ ഇക്കാര്യം സ്മരിച്ചിരുന്നു.[12]

ദേശാഭിമാനി നടത്താൻ ഇ എം എസ് സ്വത്തുവിറ്റ് പണം നൽകിയത് 1943-ലാണെന്ന് സഹപ്രവർത്തകനായിരുന്ന നാരായണൻ നായർ ഇവിടെ സാക്ഷ്യപ്പെടുത്തുന്നു. അച്ഛന്റെ മരണശേഷം സ്വത്ത് ഭാഗം വെച്ചപ്പോൾ ഇ എം എസിന് കിട്ടിയത് നിലമ്പൂരിനടുത്ത കരുവാരക്കുണ്ടിലെ സ്ഥലമായിരുന്നു. ഇ എം എസിന് ഓർമ വയ്ക്കാറായ കാലത്തിനു മുമ്പേ അച്ഛൻ പരമേശ്വരൻ നമ്പൂതിരിപ്പാട് മരിച്ചിരുന്നു. മറ്റു മൂന്നു ആൺമക്കൾക്ക് അദ്ദേഹത്തിന് ലഭിച്ചതിനേക്കാൾ വിലയുള്ള ഭൂമിയാണ് കിട്ടിയത്. ഏലംകുളം മന നിൽക്കുന്ന തറവാട് മൂത്ത ജ്യേഷ്ഠൻ രാമൻ നമ്പൂതിരിക്ക്. ഏലംകുളം തറവാടിനടുത്ത് കുന്നക്കാവിലെ സ്ഥലം മറ്റൊരു സഹോദരൻ പരമേശ്വരൻ നമ്പൂതിരിക്ക്. പറളിയിലെ സ്ഥലം ബ്രഹ്മദത്തൻ നമ്പൂതിരിക്ക്. കരുവാരക്കുണ്ടിലേത് ഇ എം എസിനും.

കരുവാരക്കുണ്ടിലെ ഭൂമി വിറ്റ് കിട്ടിയത് അമ്പതിനായിരം രൂപയായിരുന്നു. അതുമുഴുവൻ *ദേശാഭിമാനിക്ക്* കൊടുത്തു. മൂത്ത മകൾ മാലതിക്ക് അന്ന് മൂന്നുവയസ്സുകാണും. മറ്റുള്ളവർ ജനിച്ചിട്ടുമില്ല. വളർന്നുവലുതായ ശേഷമാണ് അച്ഛൻ സ്ഥലം കൊടുത്ത കാര്യം അവരറിയുന്നത്. രാഷ്ട്രീയ പ്രവർത്തകൻ കൂടിയായ ഇ എം ശ്രീധരന് (അനിയൻ) അതേപ്പറ്റി അറിയാൻ കൗതുകമുണ്ടായിരുന്നു. സ്ഥലം ആരു വാങ്ങിയെന്നറിയാൻ അദ്ദേഹം സാവധാനം അന്വേഷിച്ചു. കരുവാരക്കുണ്ടിലെ സ്ഥലം വാങ്ങിയ വ്യക്തിയുടെ മകനെ 1998-ലോ 1999-ലോ അനിയൻ യാദൃച്ഛികമായി പരിചയപ്പെടാൻ ഇടയായി. അനിയൻ അയാളോട് ചോദിച്ചു, ആ സ്ഥലത്തിന് ഇപ്പോഴാണെങ്കിൽ എന്തുവില കിട്ടും. ഒരു കൗതുകത്തിനാണെന്നും പറഞ്ഞു. "ഞങ്ങൾ അവിടെ കുറേ പണിയൊക്കെ ചെയ്യിച്ചിരുന്നു. ഇപ്പോഴാണെങ്കിൽ പന്ത്രണ്ടോ പതിനാലോ കോടി രൂപ വില മതിക്കും"-മറുപടി. അനിയൻ ഈ കഥ സഹോദരൻ എസ് ശശിയോടും ശശിയുടെ ഭാര്യ കെ എസ് ഗിരിജയോടും പറഞ്ഞിരുന്നു. ശശി ബോംബെയിൽ ഹൃദയാഘാതം വന്ന് മരണപ്പെടുന്നതിന് ഏതാനും ദിവസം മുമ്പാണ് ഇരുവരും ഇക്കാര്യം ഈ ലേഖകനോട് പറഞ്ഞത്.[13]

എസ് ശശി

കൈയിലുള്ളതെല്ലാം പാർട്ടിക്കും പത്രത്തിനും കൊടുക്കുന്നതിന് ഇ എം എസ് പ്രത്യേക താൽപ്പര്യമായിരുന്നു എന്ന് കരുതിയാൽ തെറ്റില്ല. ഏലംകുളത്തിനടുത്ത ചെറുകരയിലെ പുളിങ്കാവിൽ സ്ഥലം വാങ്ങി ഇ എം എസ് വീട് പണിയിച്ചിരുന്നു. ചെറുകരയിലാണ് അദ്ദേഹം ദീർഘകാലം താമസിച്ചത്. അതു വിറ്റ് പണം പാർട്ടിക്ക് നൽകാനുള്ള ശ്രമം പിൽക്കാലത്ത് അദ്ദേഹം നടത്തി. എന്നാൽ, ഭാര്യ ആര്യ അന്തർജനത്തിന്റെ അമ്മാവനായ കവി ഒളപ്പമണ്ണ സമ്മതിച്ചില്ല. നിർബന്ധമാണെങ്കിൽ വീടും സ്ഥലവും താൻ വിലയ്ക്കു വാങ്ങിക്കൊള്ളാമെന്ന് അദ്ദേഹം പറഞ്ഞു. അങ്ങനെ വന്നപ്പോൾ ഇ എം എസ് പരിപാടി ഉപേക്ഷിച്ചു. ചെറുകരയിലെ വീടും സ്ഥലവും 1964-ൽ മൂത്ത ജ്യേഷ്ഠൻ രാമൻ നമ്പൂതിരിപ്പാടിന്റെ മകൻ രാമൻ നമ്പൂതിരിപ്പാടിന് (അച്ഛനും മകനും ഒരേ പേര് അന്ന് അസാധാരണമല്ല) വിറ്റു. മാർക്കറ്റ് വിലയൊന്നും നോക്കിയില്ല. ഒരു തുക കണക്കാക്കി കൊടുത്തു. ആ പണം ഉപയോഗിച്ചാണ് 1965-ൽ തിരുവനന്തപുരം ശാന്തി നഗറിൽ വീട് വാങ്ങിയത്.[14]

മിതവാദി പത്രം അച്ചടിച്ചിരുന്ന പ്രസ്സുകാരിൽ നിന്ന് ഒരു ട്രെഡിൽ മെഷിൻ വാങ്ങിയാണ്

കെ കെ വാരിയർ (കീരൻ)

ദേശാഭിമാനി ആരംഭിച്ചതെന്ന് ആദ്യകാലത്ത് പത്രാധിപസമിതിയിലുണ്ടായിരുന്ന സി ഉണ്ണിരാജ രേഖപ്പെടുത്തിയിട്ടുണ്ട്. അക്കാലത്ത് അച്ചടിവേലയിൽ *മിതവാദി* പ്രസ്സുകാർ പരിചയസമ്പന്നരായിരുന്നു. *മിതവാദി*യുടെ മാനേജരാകട്ടെ, ജർമനിയിൽ പോയി പ്രിന്റിങ് പഠിച്ചുവന്ന ആളും.[15]

ട്രെഡിൽ പ്രസ്സിൽ അച്ചടി തുടങ്ങിയ *ദേശാഭിമാനി* 1942-ൽ ദിനപത്രമായപ്പോൾ സിലിണ്ടർ പ്രസ്സിലേക്ക് മാറി. സിലിണ്ടറിൽ വലിയ പേജ് (ബ്രോഡ് ഷീറ്റ്) അച്ചടിക്കാം. വൈദ്യുതിയിലാണ് യന്ത്രം പ്രവർത്തിപ്പിക്കുക. എന്നാൽ, അക്കാലത്ത് വൈദ്യുതി തടസ്സം പതിവായിരുന്നു. വൈദ്യുതിയില്ലെങ്കിൽ കൈകൊണ്ട് യന്ത്രം തിരിച്ച് പത്രം അച്ചടിക്കും. ഓരോ കോപ്പിയും ഉരുട്ടിയെടുക്കണം. അതിന് എല്ലാവരും കൂടും. പത്രാധിപന്മാരും മാനേജ്മെന്റ് സ്റ്റാഫും പ്രസ് ജീവനക്കാരുമൊക്കെ പ്രത്യേകമുണ്ടെങ്കിലും എല്ലാവരും എല്ലാറ്റിലും ചേരുക എന്ന രീതിയായിരുന്നു. പത്രം തയാറാക്കുന്നവർ തന്നെ പണം പിരിക്കാനും പത്രം വിൽക്കാനും പോകും. ഓരോ അംഗവും പത്രം വിൽക്കണം. അതിനു ചെറിയ സംഘങ്ങളുണ്ടാക്കും. അവർ നടന്ന് പത്രം വിൽക്കും. ഇടയ്ക്ക് തെരുവു യോഗങ്ങൾ നടത്തും. പത്രത്തിന്റെ ഓരോ പ്രതിയും അനേകമാളുകൾ വായിച്ചിരുന്നു. പാർട്ടി ജനറൽ സെക്രട്ടറിയായിരുന്ന പി സി ജോഷിയുടെ മുദ്രാവാക്യം അക്ഷരാർഥത്തിൽ നടപ്പാക്കാനുള്ള തീവ്രശ്രമമാണ് *ദേശാഭിമാനി* നടത്തിയതെന്ന് സി ഉണ്ണിരാജ പറയുന്നു:

> "എല്ലാ പാർട്ടി മെമ്പർമാരും പത്രം വായിക്കണം. പത്രം വിൽക്കണം. ഇതായിരുന്നു ജോഷിയുടെ മുദ്രാവാക്യം. ശരിക്കും ഓരോ സഖാവും അതു നടപ്പാക്കി."[16]

കൃഷിക്കാരും തൊഴിലാളികളും ഉൾപ്പെടെയുള്ള സാധാരണക്കാർ നേരിടുന്ന പ്രശ്നങ്ങൾ, അവരുടെ സമരങ്ങൾ എന്നിവയ്ക്ക് പ്രാധാന്യം കൊടുത്തുകൊണ്ട് അക്കാലത്തെ പത്രങ്ങളുടെ പതിവുരീതി തെറ്റിക്കാൻ ശ്രമിച്ചു എന്നതാണ് *ദേശാഭിമാനി*യുടെ വലിയ സംഭാവന. ആ പാരമ്പര്യം *പ്രഭാതം* തുടങ്ങിവെച്ചതാണുതാനും. ഉള്ളടക്കത്തിന്റെ കാര്യത്തിൽ *പ്രഭാതം* സ്വീകരിച്ച നയം മുന്നോട്ടുകൊണ്ടുപോവുകയാണ് *ദേശാഭിമാനി* ചെയ്തത്. കേരളത്തിൽ കമ്യൂണിസ്റ്റ് പത്രങ്ങൾ വരുത്തിയ മാറ്റത്തെ സി ഉണ്ണിരാജ ഇങ്ങനെ വിലയിരുത്തുന്നു:

> കമ്യൂണിസ്റ്റ് പത്രങ്ങൾ കേരളത്തിലെ പത്രപ്രവർത്തനത്തിൽ പല പാരമ്പര്യങ്ങളും സൃഷ്ടിച്ചു. അവ ഇന്ന് എല്ലാ പത്രങ്ങളുടെയും മുഖഛായയായി. മുഖപ്രസംഗ പേജിൽ ആനുകാലിക സംഭവങ്ങളെ പ്രതിപാദിക്കുകയും വിശദീകരിക്കുകയും ചെയ്യുന്ന ലേഖനങ്ങൾ, കാർട്ടൂണുകൾ, വായനക്കാർക്ക് താൽപ്പര്യമുള്ള സ്ഥിരം പംക്തികൾ, കത്തുകൾ, നർമബോധം തുളുമ്പുന്ന കുറിപ്പുകൾ (ഉദാ. കെ കെ വാരിയരുടെ പുത്തൻ നുറുങ്ങുകൾ- *ദേശാഭിമാനി*, കിട്ടുമ്മാവൻ-*ജനയുഗം*) എന്നിവ നൽകി ഉള്ളടക്കം സമ്പന്നവും ആകർഷകവുമാക്കുന്നതിന് തുടക്കമിട്ടത് കമ്യൂണിസ്റ്റ് പത്രങ്ങളാണ്. മന്ത്രിമാരുടെ പ്രസംഗങ്ങളും പ്രവൃത്തികളുമാണ് വാർത്തകൾ എന്ന ധാരണ കമ്യൂണിസ്റ്റ് പത്രങ്ങൾ മാറ്റി. കമ്യൂണിസ്റ്റ് പാർട്ടിയുടെ നേതാക്കളും പ്രവർത്തകരും തന്നെ ലേഖകന്മാരായി. പൊതുയോഗങ്ങളായാലും സമരങ്ങളായാലും അതിൽ പങ്കെടുക്കുന്നവർ തന്നെ റിപ്പോർട്ട് ചെയ്യുമ്പോൾ, ആ റിപ്പോർട്ടുകൾ ജീവനുള്ളതായി. ജനങ്ങളുടെ പ്രതികരണങ്ങൾ മുൻപന്തിയിലേക്ക് വന്നു. അങ്ങനെ വിരസത കൂടാതെ വായിക്കാനും പുതിയതെന്തെങ്കിലും മനസ്സിലാക്കാനും സഹായിച്ചു.[17]

അങ്ങേയറ്റം ലളിതവും മാതൃകാപരവുമായിരുന്നു *ദേശാഭിമാനി* പ്രവർത്തകരുടെ ജീവിതമെന്ന് പലരും രേഖപ്പെടുത്തിയിട്ടുണ്ട്. അവിവാഹിതർക്ക് 25 രൂപയായിരുന്നു ശമ്പളം. വിവാഹിതർക്ക് 50 രൂപ. തുടക്കകാലത്ത് വേതനം 20-40 രൂപയായിരുന്നു. പാർട്ടിയുടെ പ്രധാന നേതാക്കളുടെ കേന്ദ്രം കൂടിയായിരുന്നു അക്കാലത്ത് കോഴിക്കോട്. *ദേശാഭിമാനി* പ്രവർത്തകരും പാർട്ടി നേതാക്കളും ഒരുമിച്ച് ട്രാൻസ്പോർട്ട് സ്റ്റേഷനു പിറകിലെ ഒരു ഇരുനിലക്കെട്ടിടത്തിലായിരുന്നു താമസം. കമ്യൂണിസ്റ്റ് മാതൃക മനസ്സിൽ കണ്ട് നേതാക്കൾ അതിന് 'കമ്യൂൺ' എന്നു പേരിട്ടു. ഇ എം

എസ്, ഭാര്യ ആര്യ അന്തർജനം, പി കൃഷ്ണപിള്ള, ഭാര്യ എൽ തങ്കമ്മ, പി നാരായണൻ നായർ, എൻ സി ശേഖർ, കെ പി ജി നമ്പൂതിരി, ഒ എം വി നമ്പൂതിരിപ്പാട്, ഭാര്യ പാർവതി, ഇ വി ദേവ്, ഭാര്യ ദേവകി, കെ സി ജോർജ്, കെ എ കേരളീയൻ, കെ കെ വാരിയർ (കീരൻ), സി ഉണ്ണിരാജ, ടി സി നാരായണൻ നമ്പ്യാർ, എം കണാരൻ, ഐ സി പി നമ്പൂതിരി, പി സി ചിത്രഭാനു, എം എസ് ദേവദാസ്, എ കെ പൊതുവാൾ, പരിയാരം കിട്ടേട്ടൻ, ആര്യാപള്ളം, പ്രിയദത്ത, ദേവയാനി, *ദേശാഭിമാനി*യുടെ ആദ്യലേഖികയായിരുന്ന യശോദ, പി ആർ നമ്പ്യാർ, സി ജെ തോമസ് തുടങ്ങിവർ കമ്യൂണിലെ അന്തേവാസികളായിരുന്നു. 1942-43 കാലത്താണ് കമ്യൂൺ ആരംഭിച്ചതെന്നാണ് *കേരളത്തിലെ കമ്യൂണിസ്റ്റ് പാർട്ടിയുടെ ചരിത്രം* (ചിന്ത) എന്ന ഗ്രന്ഥത്തിൽ രേഖപ്പെടുത്തിയത്.

ഇന്നത്തെ കെഎസ്ആർടിസി ബസ് സ്റ്റേഷനടുത്ത് കമ്യൂണായി ഉപയോഗിച്ചിരുന്ന വീടിനൊരു കഥയുണ്ട്. പ്രേതബാധയുണ്ടെന്ന് പറഞ്ഞ് വാടകക്കാർ ഒഴിഞ്ഞുപോയ വീടായിരുന്നു. ഒഴിഞ്ഞപ്പോൾ പലരും എടുക്കാൻ മടിച്ചു. അതുകൊണ്ട് വലിയ വാടകയില്ലാതെ പാർട്ടിയുടെ ആവശ്യത്തിന് കെട്ടിടം കിട്ടി. കമ്യൂൺ ജീവിതം വളരെ ചിട്ടയിലായിരുന്നു. രാവിലെ അഞ്ചുമണിക്ക് ഉണരണം, വ്യായാമം ചെയ്യണം, മുറ്റമടിക്കണം, അവരവരുടെ മുറി വൃത്തിയാക്കണം. എട്ടുമണിക്കുമുമ്പ് പ്രഭാതകൃത്യങ്ങളെല്ലാം തീർന്നിരിക്കണം. സ്ത്രീ-പുരുഷ ഭേദമെന്യെ ഇത് എല്ലാവർക്കും ബാധകമാണ്. രാവിലെ കഞ്ഞിയാണ് പ്രധാന ഭക്ഷണം. ഉച്ചയ്ക്ക് പച്ചക്കറി വേവിച്ചതും അൽപ്പം ചോറും. ദേശീയ പ്രസ്ഥാനകാലത്ത് സംഘടിപ്പിച്ചിരുന്ന ആശ്രമങ്ങളുടെ കമ്യൂണിസ്റ്റ് രൂപമായിരുന്നു കമ്യൂൺ. അച്ചടക്കവും ലളിതജീവിതവും കൃത്യനിഷ്ഠയും ശീലിക്കാൻ നേതാക്കളെയും പ്രവർത്തകരെയും കമ്യൂൺ ജീവിതം പഠിപ്പിച്ചു.[18]

പാർട്ടി നേതാക്കൾ ഉൾപ്പെട്ട കമ്യൂൺ ആരംഭിക്കുന്നതിനു മുമ്പ് കല്ലായി റോഡിൽ ഒരു വീട് വാടകക്കെടുത്ത് *ദേശാഭിമാനി* പ്രവർത്തകർ ഒന്നിച്ചു താമസിച്ചിരുന്നു. അക്കാലത്തെ അനുഭവം പ്രശസ്ത കവി പി ഭാസ്കരൻ എഴുതിയിട്ടുണ്ട്.

> എന്റെ സാഹിത്യബന്ധം കൊണ്ടുകൂടിയാകണം പത്രാധിപസമിതിയിൽ ചേരാൻ എനിക്ക് അവസരമുണ്ടായി. അങ്ങനെ ഞാൻ കോഴിക്കോട്ടെത്തി. എന്റെ ജീവിതത്തിൽ വഴിത്തിരിവായ ഒട്ടേറെ സംഭവങ്ങൾക്ക് ഈ നഗരം സാക്ഷ്യം വഹിച്ചിട്ടുണ്ട്. ചാലപ്പുറത്തിനും കല്ലായിക്കുമിടയിൽ റോഡരികിൽ തന്നെയായിരുന്നു ഓഫീസ്. ജീവനക്കാരെല്ലാം പാർട്ടി പ്രവർത്തകർ. പത്തുപതിനാറു പേരുണ്ട്. എം എസ് ദേവദാസായിരുന്നു പത്രാധിപർ. കല്ലായിക്കടുത്ത് ഒരു വീട് വാടകക്കെടുത്ത് എല്ലാവർക്കുമായി പാർട്ടി ഒരു കമ്യൂൺ തുടങ്ങി. ഒന്നിച്ച് ജോലികളൊക്കെ ചെയ്യും. മാസം 15-20 രൂപയാണ് ശമ്പളം. പ്രഭാത ഭക്ഷണത്തിന് ശേഷം ഒന്നിച്ച് ഓഫീസിലേക്ക് നടക്കും. ഒരുതരം കാക്കി ഷോർട്ടും ഷർട്ടുമായിരുന്നു വേഷം. പന്ത്രണ്ടര മുതലാണ് ഉച്ചയൂണിനുള്ള ഇടവേള. ചോറും കറിയും ഉപ്പിലിട്ടതും സംഭാരവുമാണ് ഉച്ചയൂണിന്റെ വിഭവങ്ങൾ. രാത്രിയിലും ഇതൊക്കെ തന്നെ. മാസാമാസം ചെലവെല്ലാം പാർട്ടി വേജസിൽ നിന്ന് കുറച്ചിട്ടാണ് തരിക. പാർട്ടിക്കു വേണ്ടിയുള്ള വിപ്ലവ പ്രവർത്തനമല്ലേ. ആർക്കും ഒരു പരാതിയും ഉണ്ടായിരുന്നില്ല. ഇ എം എസ്, കൃഷ്ണപിള്ള, സുബ്രഹ്മണ്യൻ തിരുമുമ്പ്, ടി സി നാരായണൻ നമ്പ്യാർ, കെ കെ വാരിയർ തുടങ്ങിവരൊക്കെ അവിടെ വരുമായിരുന്നു. എന്റെ രാത്രിയുറക്കം മിക്കവാറും *ദേശാഭിമാനി*യിലെ ബെഞ്ചിലായിരുന്നു.[19]

പാർട്ടി നേതാക്കൾ ഉൾപ്പെടെ കെഎസ്ആർടിസി ബസ് സ്റ്റേഷനടുത്ത് കമ്യൂണിൽ താമസിച്ചതും പി ഭാസ്കരൻ രേഖപ്പെടുത്തിയതും രണ്ടാണ്. *ദേശാഭിമാനി* പ്രവർത്തകർ കല്ലായി റോഡിൽ വീട് വാടകക്കെടുത്ത് ഒന്നിച്ചു താമസിച്ചതിനെക്കുറിച്ചാണ് ഭാസ്കരൻ എഴുതിയത്. വി ടി ഇന്ദുചൂഡനും അതേപ്പറ്റി എഴുതിയിട്ടുണ്ട്. *ദേശാഭിമാനി* പ്രവർത്തകരുടെ കൂട്ടായ്മ, ത്യാഗസന്നദ്ധത, പാർട്ടി നേതാക്കളും പ്രവർത്തകരുമായുള്ള ബന്ധം- ഇതൊക്കെ സാക്ഷ്യപ്പെടുത്തുന്നതാണ് കമ്യൂൺ ജീവിതം.

മറ്റു പത്രങ്ങളിൽ നിന്ന് *ദേശാഭിമാനി*യെ എന്നും വേർതിരിച്ചുനിർത്തുന്നത് അതിനുള്ള ജനപിന്തുണയാണ്. തൊഴിലാളികളും കർഷകരും മറ്റു അധ്വാനിക്കുന്നവരും *ദേശാഭിമാനി*യെ

സ്വന്തം പത്രമായാണ് കാണുന്നത്. ജനങ്ങൾ ഈ പത്രത്തെ എന്തുമാത്രം സ്നേഹിക്കുന്നു എന്ന റിയാൻ എത്രയോ ഉദാഹരണങ്ങളുണ്ട്. 1942-ൽ *ദേശാഭിമാനി വാരിക*യായി ആരംഭിച്ച ഉടൻ തന്നെ പത്രത്തിന്റെ നിലനിൽപ്പിനും വികസനത്തിനും വേണ്ടി ഫണ്ട് പിരിക്കാൻ പാർട്ടി തീരുമാനിച്ചപ്പോൾ അതിന് കണ്ടെത്തിയ വഴി നാട്ടിലുടനീളം *ദേശാഭിമാനി* മേളകൾ സംഘടിപ്പിക്കുകയായിരുന്നു. മേളകൾ ഗ്രാമങ്ങളിൽ ഉത്സവങ്ങളായി മാറി. അവിടെ അന്നു ഫണ്ട് പിരിവും പ്രസംഗവും കലാപരിപാടികളും സംഭാവനയായി കിട്ടിയ ഉൽപ്പന്നങ്ങളുടെ ലേലം വിളിയുമെല്ലാമുണ്ടാകും. ആരംഭകാലത്ത് *ദേശാഭിമാനി* നേരിട്ട പ്രയാസങ്ങളും നാട്ടുകാർ നൽകിയ പിന്തുണയും ഇ എം എസിന്റെ വാക്കുകളിൽ:

> കഴിഞ്ഞ നാലര കൊല്ലത്തോളമായി (1942-46) *ദേശാഭിമാനി* നടത്തുന്ന പ്രവർത്തനം നാട്ടുകാരെ എത്രത്തോളം ആകർഷിച്ചിട്ടുണ്ടെന്നതിന് ഒരൊറ്റ ഉദാഹരണം മതി. ഒരു ലക്ഷത്തിൽ താഴെ ഉറുപ്പിക വിലവരുന്ന പ്രസ്സും ഉപകരണങ്ങളും വാങ്ങാൻ വേണ്ട പണം ഇക്കാലത്തിനിടക്ക് *ദേശാഭിമാനി*ക്ക് നാട്ടുകാരിൽ നിന്ന് പിരിച്ചു. ഇത്രയും നാട്ടുകാരുടെ പ്രീതിയും വിശ്വാസവും നേടി. *ദേശാഭിമാനി*യെപ്പോലെ ജനദ്രോഹികളുടെ വെറുപ്പിനിരയായ മറ്റൊരു പത്രവും കേരളത്തിലില്ല. രണ്ടു ജാമ്യ കൽപ്പനകൾ, ഒട്ടേറെ താക്കീതുകൾ, റിപ്പോർട്ടർമാർ മുതൽ പത്രാധിപസമിതി അംഗങ്ങൾ വരെ എല്ലാവരുടെയും പേരിൽ പ്രോസിക്യൂഷനും മർദനവും-ഇതെല്ലാം നേരിട്ടുകൊണ്ട് നടത്തുന്ന ഏക പത്രം *ദേശാഭിമാനി*യാണ്. നാഷണൽ വാർ ഫ്രണ്ടിന്റെയും കരിഞ്ചന്ത മുതലാളിമാരുടെയും മറ്റും പരസ്യങ്ങൾ പ്രസിദ്ധീകരിക്കാതെ സ്ഥലം മുഴുവൻ വായിക്കാവുന്ന സംഗതികൾക്കു വേണ്ടി ഉപയോഗിക്കുന്ന ഒരൊറ്റ പത്രം *ദേശാഭിമാനി*യാണ്. ഏതുനിമിഷവും പൊലീസ് മർദനം വരുമെന്ന് കരുതി അതിനെ നിസ്സാരമായി കണക്കാക്കി നാട്ടുകാരുടെ കാര്യം പറയാൻ സഹായിക്കുന്ന പത്രാധിപന്മാരും മാനേജ്മെന്റ് സ്റ്റാഫും അംഗങ്ങളും ചിത്രകാരന്മാരും പ്രസ് തൊഴിലാളി സഖാക്കളും ഏജന്റുമാരും റിപ്പോർട്ടർമാരുമുള്ള ഒരൊറ്റ പത്രം *ദേശാഭിമാനി*യാണ്. ഈ ഓരോ പത്രപ്രവർത്തകനും തന്റെ പ്രവൃത്തിയെ കണക്കാക്കുന്നത് സാമ്രാജ്യാധിപത്യത്തിനും നാടൻ പിന്തിരിപ്പന്മാർക്കും എതിരായ സമരമായാണ്. ഇത്തരം നിസ്വാർഥ പ്രവർത്തകരുടെ ഇടയിലിരുന്ന് പത്രം നടത്തുകയെന്നത് ഏതു പൊതുജനദാസനും അഭിമാനകരമാണ്.[20]

ദേശാഭിമാനി ഫണ്ടിനു വേണ്ടി നാൽപ്പതുകളിലും അമ്പതുകളിലും നാടുനീളെ വിവിധ കലാപരിപാടികൾ സംഘടിപ്പിച്ചിരുന്നു. പ്രഗത്ഭരായ കലാകാരന്മാരും എഴുത്തുകാരും പത്രത്തിനു വേണ്ടി രംഗത്തുവന്നു. പത്രം വിറ്റു നടന്നിരുന്ന ചെറുകാട് പിന്നീട് *ദേശാഭിമാനി* ഫണ്ടിനുവേണ്ടി പാഠകം എന്ന കലാരൂപം തെക്കെ മലബാറിലെയും കൊച്ചിയിലെയും ഒരുപാട് വേദികളിൽ അവതരിപ്പിച്ചു. ചാക്യാർ കൂത്തുപോലെ അരങ്ങത്ത് ഒരാൾ തനിച്ച് അവതരിപ്പിക്കുന്ന പരിപാടിയാണ് പാഠകം. ലളിതമായ രംഗസജ്ജീകരണം മതി പാഠകത്തിന്. അരങ്ങിൽ കത്തിച്ചുവെച്ച ഒരു നിലവിളക്ക് മാത്രം. കാര്യമായ വേഷവിധാനവും വേണ്ട. സാധാരണ പുരാണ കഥകളാണ് ഉപയോഗിക്കുക. ചെറുകാടിന്റെത് ജാപ്പുവിരോധ പാഠകമായിരുന്നു. ഇന്ത്യയെ ആക്രമിക്കാൻ ഒരുങ്ങി നിൽക്കുന്ന ജപ്പാനെതിരെ കമ്യൂണിസ്റ്റ് പാർട്ടി രാജ്യത്തുടനീളം പ്രചാരണം നടത്തിയിരുന്നു. *ദേശാഭിമാനി*ക്ക് ഫണ്ടുണ്ടാക്കാനാണ് പാർട്ടി തീരുമാനപ്രകാരം ചെറുകാട് ഇറങ്ങിയത്. സാമൂഹിക പരിഷ്കർത്താവും കവിയും അഭിനേതാവുമായ എം പി ഭട്ടതിരിപ്പാടും (പ്രേംജി) പരിപാടിയുടെ ആസൂത്രണത്തിൽ ചെറുകാടിനെ സഹായിച്ചു. ഫലിതവും ശ്ലോകവും കഥകളും ഉപകഥകളുമായി എല്ലായിടത്തും ചെറുകാട് സദസ്സിനെ കൈയിലെടുത്തു. *ദേശാഭിമാനി*യിൽ ജോലി ചെയ്യുന്ന കാലത്ത് പത്രത്തിന്റെ ഓഫീസിൽ തന്നെയായിരുന്നു ചെറുകാട് താമസം. ജോലി കഴിഞ്ഞാൽ രാത്രി അവിടെ തറയിൽ കട്ടിയുള്ള പേപ്പർ വിരിച്ചുകിടക്കും. ചെറുകാടും പ്രേംജിയും അവരുടെ രചനകളിലൂടെ പത്രത്തെ ആകർഷകമാക്കി. ഇരുവരും *ദേശാഭിമാനി*യുടെ പ്രൂഫ് റീഡർമാരായും കുറച്ചകാലം സേവനമനുഷ്ഠിച്ചിട്ടുണ്ട്.

ദേശാഭിമാനി മേളകൾ കേരളത്തിന്റെ നാട്ടിൻപുറങ്ങളിലുണ്ടാക്കിയ ചലനത്തെക്കുറിച്ച് എഴുത്തുകാരനും പ്രശസ്ത പത്രപ്രവർത്തകനും *ദേശാഭിമാനി*യുടെ ലേഖകനുമായിരുന്ന പവന

ന്റെ വിശകലനം:

പാലോറ മാത-വര സനൽ

> മേളകൾ നടന്നത് നഗരങ്ങളിൽ മാത്രമായിരുന്നില്ല. തൊഴിലാളികളേക്കാളേറെ കൃഷിക്കാരാണ് അന്നു പ്രസ്ഥാനത്തിന് ശേഷിയും ശേമുഷിയും നൽകിയത്. ഉൾനാടുകളിൽ ഈ മേളകൾക്ക് കൊഴുപ്പുകൂടി. കർഷക കാരണവന്മാരും കർഷക മാതാക്കളും യുവതീയുവാക്കളും കുട്ടികളുമൊക്കെ മേളകളുടെ വിജയത്തിനു വേണ്ടി കൈമെയ് മറന്ന് പണിയെടുത്തു. അവരുടെ പിടിയരിയും കോഴിമുട്ടയും നാളികേരവും പത്രത്തിന്റെ കാലിയായിരുന്ന പണപ്പെട്ടിയിൽ നാണയങ്ങളായി ഒഴുകി. ഒന്നോ രണ്ടോ സ്വർണത്തിന്റെ മിന്ന് കാതിലോ കഴുത്തിലോ കൈകളിലോ ഉള്ള ചെറുപ്പക്കാരികളിൽ ചിലർ പാർട്ടിക്കൂറും പത്രത്തോടുള്ള താൽപ്പര്യവും കൊണ്ട് അതും അഴിച്ചുകൊടുക്കുകയുണ്ടായി. മറ്റു ചിലർ കൈവിരലുകളിലെ മോതിരമാണ് കൊടുത്തത്.[21]

ഇങ്ങനെയൊരു മേളയിലാണ് *ദേശാഭിമാനി*യുടെയും കമ്യൂണിസ്റ്റ് പാർട്ടിയുടെയും ചരിത്രത്തിൽ ഹൃദയത്തിൽ തൊടുന്ന ഒരു സംഭവമുണ്ടായത്. പാലോറ മാത എന്ന കർഷക സ്ത്രീ അവർക്ക് ആകെയുള്ള സമ്പാദ്യമായ പശുക്കിടാവിനെ *ദേശാഭിമാനി* ഫണ്ടിലേക്ക് സംഭാവനയായി എ കെ ജിയെ ഏൽപ്പിച്ചു. ഫണ്ട് പിരിവിന്റെ ചരിത്രത്തിൽ കമ്യൂണിസ്റ്റ് നേതാക്കൾ അഭിമാനപൂർവം ഉദ്ധരിക്കുന്ന ഏടായി പാലോറ മാതയുടെ പശുക്കുട്ടി മാറി. പവനന്റെ തന്നെ വിവരണം:

> സംഭവം നടന്നത് ചെമ്പിലോട്ടാണ്. വടക്കെ മലബാറിലെ കർഷക പ്രസ്ഥാനത്തിന്റെ ശക്തികേന്ദ്രങ്ങളിലൊന്ന്. മീത്തലെ വീട്ടിൽ താഴെ പരന്നുകിടക്കുന്ന വിശാലമായ പാടത്തിന്റെ ഒരറ്റത്ത് സ്റ്റേജ് കെട്ടി പ്രസംഗങ്ങളും കലാപ്രകടനങ്ങളും നടത്തി. പാർട്ടി പ്രവർത്തകർ കലാകാരന്മാരായി. മൊയാരത്ത് ശങ്കരൻ രൂപം കൊടുത്ത ഒരു ലഘുനാടകവും അവതരിപ്പിക്കപ്പെട്ടു. കലാപ്രകടനം കണ്ട് രാവുപകലാക്കിയ സദസ്സിനെ ഉറക്കച്ചടവ് പിടികൂടുകയായിരുന്നു. അതിനിടിയിലാണ് ആ അറിയിപ്പുണ്ടായത്. പാലോറ മാതയുടെ പശുക്കുട്ടി. അതൊരു ലേലം വിളിയാണ്. അടുത്ത ദിവസം പത്രത്തിൽ വാർത്ത വന്നപ്പോൾ മിത്രങ്ങളുടെയും ശത്രുക്കളുടെയും മുഖത്ത് ചിരി. അതു പിന്നെ ഒരു കഥയായി; കവിതയായി; ഗാനമായി; ഇതിഹാസമായി; നാട്ടിൽ മുഴുവൻ സംസാരവിഷയമായി. ഒരു പത്രം നിലനിർത്താനും വളർത്താനും ഒരു ജനതയാകെ ഇളകി പ്രവർത്തിച്ചതിന്റെ പ്രതീകമായിരുന്നു പാലോറ മാതയുടെ പശുക്കുട്ടി. പത്രം നടത്തിയത് പാർട്ടിയാണെന്ന് പറയുന്നത് സാങ്കേതികമായ അർഥത്തിൽ ശരിയാണ്. എന്നാൽ പാർട്ടിയെയും പ്രസ്ഥാനത്തെയും അനുകൂലിക്കുന്ന മുഴുവൻ ജനങ്ങളുടെയും പത്രമായിരുന്നു *ദേശാഭിമാനി.* വായനക്കാർക്ക് ഇത്രയധികം പങ്കാളിത്തമുണ്ടായിരുന്ന മറ്റൊരു പത്രവും മലയാളത്തിലില്ല. പത്രസ്വാതന്ത്ര്യത്തിനു വേണ്ടി സ്വദേശാഭിമാനി രാമകൃഷ്ണപിള്ളയും കേസരി ബാലകൃഷ്ണപിള്ളയും കെ പി കേശവമേനോനും കെ. മാധവൻ നായരും കേളപ്പനും മറ്റും അനുഭവിച്ച ക്ലേശങ്ങളെപ്പറ്റി നാം ധാരാളം കേട്ടിട്ടുണ്ട്. എന്നാൽ, പത്രത്തിന്റെ മുഴുവൻ പത്രാധിപന്മാരെയും അറസ്റ്റ് ചെയ്യുക, അറസ്റ്റിൽ നിന്ന് രക്ഷപ്പെടാൻ ഒളിവിൽ കഴിയുക, പത്രത്തിന് ജയിലിൽ നിന്ന് ലേഖനങ്ങളെഴുതേണ്ടി വരിക, പത്രവുമായി ബന്ധപ്പെട്ടവരും അവരുടെ കുടുംബാംഗങ്ങളും പട്ടിണി കിടക്കേണ്ടി വരിക എന്നിങ്ങനെയുള്ള അവസ്ഥ *ദേശാഭിമാനി*ക്കല്ലാതെ മറ്റൊരു പത്രത്തിനും മലയാളത്തിലുണ്ടായിട്ടില്ല.[22]

പേരാവൂർ മുരിങ്ങോടിയിലെ പാലോറാൻ കുടുംബത്തിലെ അംഗമായിരുന്നു മാത. കതിരൂരിനടുത്ത എരുവട്ടിയിൽ നിന്നാണ് മാതയെ മുരിങ്ങോടിയിലേക്ക് വിവാഹം കഴിച്ചുകൊണ്ടുവന്നത്. ഭർത്താവ് തൂവക്കുന്നോൻ രാമൻ. *ദേശാഭിമാനി*ക്ക് പശുക്കുട്ടിയെ ദാനം ചെയ്ത അവർ അന്നാട്ടിലെ സ്ത്രീകൾക്കിടയിൽ വീരപുത്രിയായി. നാട്ടിപ്പാട്ടുകളിലും നാടോടിപ്പാട്ടുകളിലും നാടകങ്ങളിലുമൊക്കെ മാത കഥാപാത്രമായി. നിസ്വയായ ഒരു ഗ്രാമീണ സ്ത്രീ തനിക്കുള്ളതുമുഴുവൻ താൻ സ്നേഹിക്കുന്ന പ്രസ്ഥാനത്തിന് അഭിമാനപൂർവം സമർപ്പിച്ച് ഒരു ജനതയെയാകെ കോരിത്തരിപ്പിച്ച സംഭവമാണിത്. എട്ടുപതിറ്റാണ്ടായിട്ടും മാതയുടെ സന്ദേശത്തിന്റെ ശക്തി കുറഞ്ഞിട്ടില്ല. സമകാല കേരള ചരിത്രത്തിൽ ഇതിനോട് താരതമ്യം ചെയ്യാവുന്ന മറ്റൊരു സംഭവം കാണാൻ

പ്രയാസം. മാതക്ക് നാലു മക്കളായിരുന്നു- ബാപ്പു, ചെമ്മരത്തി, കൊറത്തി, ശങ്കരൻ. എല്ലാവരും കമ്യൂണിസ്റ്റുകാരായിരുന്നു. 1949-ലാണ് മാത നിര്യാതയായത്.

പാലോറ മാതയുടെ സംഭാവന 1943 സെപ്തംബറിൽ ബോംബെയിൽ ചേർന്ന കമ്യൂണിസ്റ്റ് പാർട്ടി കേന്ദ്രകമ്മിറ്റിയുടെ വിപുലീകൃത യോഗത്തിൽ ജനറൽ സെക്രട്ടറി പി സി ജോഷി എടുത്തുപറഞ്ഞതായി ഇ എം എസ് രേഖപ്പെടുത്തിയിട്ടുണ്ട്. തൊഴിലാളികൾ, അധ്യാപകർ മുതലായി ശമ്പളം പറ്റി ജീവിക്കുന്നവർ തങ്ങളുടെ വരുമാനത്തിലൊരു പങ്ക് പത്രത്തിനോ പാർട്ടിക്കോ ക്രമമായി നൽകുക എന്ന പതിവ് വന്നു. കൃഷിക്കാരിൽ നിന്നാകട്ടെ, അവർ ഉൽപ്പാദിപ്പിക്കുന്ന വിളവുകളിലൊരു ഭാഗം പാർട്ടിക്കോ പത്രത്തിനോ നൽകുന്ന രീതിയുണ്ടായി. സാമാന്യ ജനങ്ങൾക്കിടയിൽ കമ്യൂണിസ്റ്റ് പാർട്ടിക്കുള്ള സ്വാധീനത്തിന്റെ അളവുകോലായി ഫണ്ട് പിരിവ് മാറി. *ദേശാഭിമാനി* ഫണ്ട് പിരിവാണ് പാർട്ടി ഫണ്ട് പിരിവായി വികസിച്ചത്.[23]

9

തലകുനിക്കാത്ത പത്രം

ദേശാഭിമാനിയെ അടിക്കാൻ ഏതു വടിയും ഉപയോഗിക്കാൻ ബ്രിട്ടീഷ് ഗവൺമെന്റ് തീരുമാനിച്ചിരിക്കുമ്പോഴാണ് 1943 മാർച്ച് 28-ന് ആ മുഖപ്രസംഗം വരുന്നത്. 'തൂക്കുമരത്തിന്റെ വിളി'-അതായിരുന്നു ശീർഷകം. കത്തിജ്വലിച്ച പ്രതിഷേധവും ദേശീയ നേതാക്കളുടെ ഇടപെടലും വകവയ്ക്കാതെ നാലു കർഷകസംഘം പ്രവർത്തകരെ ബ്രിട്ടീഷ് ഭരണം തൂക്കിലേറ്റിയതിനെതിരായ മുഖപ്രസംഗം. മഠത്തിൽ അപ്പു, പൊടോര കുഞ്ഞമ്പുനായർ, കോയിത്താറ്റിൽ ചിരുകണ്ടൻ, പള്ളിക്കൽ അബൂബക്കർ എന്നീ നാലുപേരെ ഒന്നിനു പിറകെ ഒന്നായി കഴുമരമേറ്റി.

1943 മാർച്ച് 29-ന് പുലർച്ചെയാണ് കയ്യൂർ കേസിൽ പ്രതികളാക്കപ്പെട്ട ഇവരുടെ വധശിക്ഷ കണ്ണൂർ സെൻട്രൽ ജയിലിൽ നടപ്പാക്കിയത്. അപ്പീലുകളും അഭ്യർഥനകളുമെല്ലാം വൈസ്രോയ് തള്ളിയതുകൊണ്ട് ഇവരെ വധിക്കുമെന്ന് ഉറപ്പായിരുന്നു. അതുകൊണ്ട് തലേ ദിവസം മാർച്ച് 28-ന് തന്നെ *ദേശാഭിമാനി* മുഖപ്രസംഗം പ്രസിദ്ധീകരിച്ചു. ചരിത്രരേഖയായി ബ്രിട്ടീഷ് ഗവൺമെന്റിന്റെ ഫയലുകളിൽ സ്ഥാനം പിടിച്ച ആ മുഖപ്രസംഗം:

തൂക്കുമരത്തിന്റെ വിളി

കയ്യൂർ രക്തസാക്ഷികളുടെ പേരിൽ ദയാദാക്ഷിണ്യം കാണിക്കാൻ ചക്രവർത്തിയോടു ചെയ്ത അഭ്യർഥനയും വ്യഥാവിലായിരിക്കുന്നു. ഒരു പക്ഷേ, ഞങ്ങളുടെ മാന്യവായനക്കാർ ഇതു വായിക്കുന്നതിനു മുമ്പുതന്നെ അവർ തൂക്കുമരമേറിക്കഴിഞ്ഞിരിക്കും. കരയാൻ ഞങ്ങൾക്ക് കണ്ണീരില്ല. വിലപിക്കുന്നതിന് വാക്കുകളില്ല. സ്വന്തം ദേശാഭിമാനത്തെ, സ്വാതന്ത്ര്യദാഹത്തെ സ്വന്തം ചോരയിലെഴുതിത്തെളിയിച്ച ഈ സഖാക്കളെ ഞങ്ങൾ സലാം ചെയ്യുന്നു. അവരുടെ നാട്ടിലാണല്ലോ ഞങ്ങൾ പിറന്നതെന്നതിൽ അഭിമാനം കൊള്ളുന്നു. അവരുടെ പാർട്ടിയിലാണല്ലോ ഞങ്ങൾ പ്രവർത്തിക്കുന്നതെന്ന സംഗതി ഞങ്ങളെ അടിമുതൽ മുടിവരെ പുളകം കൊള്ളിക്കുന്നു. അവരുടെ വീരമരണം ഞങ്ങളെ കൂടുതൽ ദൃഢപ്രതിജ്ഞരാക്കുന്നു.

മരിക്കുന്നതിന് മുമ്പ് അവർ പി സി ജോഷിക്ക് എഴുതിയ ഒരു കത്തിലെ ചില വാചകങ്ങൾ ഉദ്ധരിക്കട്ടെ: "രാജ്യത്തിനു വേണ്ടി മരിക്കുന്നതിൽ ഞങ്ങളഭിമാനം കൊള്ളുന്നു. ഞങ്ങൾ ഭീരുക്കളാണെന്ന് ധരിക്കരുത്. യഥാർഥ ദേശാഭിമാനികളെയും രക്തസാക്ഷികളെയും പോലെ മരണം വരിക്കാൻ ഞങ്ങൾ തയാറാണ്. ഇന്നു ഞങ്ങൾ തൂക്കുമരമേറുകയാണെങ്കിൽ ഞങ്ങളുടെ ജീവത്യാഗം ഭാവി തലമുറകൾ എന്നും അനുസ്മരിക്കും. അത് ഒരു മാനമായിട്ടാണ് ഞങ്ങൾ കരുതുന്നത്. ഞങ്ങൾക്കു ബേജാറില്ല. വ്യസനമില്ല. നമ്മുടെ നാട്ടിലെ നിരവധി ധീരരായ രക്തസാക്ഷികളുടെ

ചരിത്രം ഞങ്ങൾക്ക് ആവേശവും ആശ്വാസവും നൽകുന്നു. ലോകത്തിലെ ജനങ്ങൾ അവസാനം വിജയിക്കുമെന്നും ലോകത്തിന്റെ ഭാവി മഹനീയവും ശോഭനവുമായിരിക്കുമെന്നും ഞങ്ങൾ വിശ്വസിക്കുന്നു. എന്തുകൊണ്ടും ദേശീയൈക്യം സ്ഥാപിക്കുക, നമ്മുടെ രാജ്യത്തിന്റെ മോചനത്തിനുള്ള വഴി അതൊന്നുമാത്രമാണ്."

അതേ, ദേശീയൈക്യം സ്ഥാപിക്കുക, കോൺഗ്രസ്-ലീഗ് ഐക്യം സ്ഥാപിക്കുക, ഓരോ കൃഷിക്കാരനും സംഘടനയിൽ ചേരുക. ഓരോ തൊഴിലാളിയും യൂണിയനിൽ ചേരുക. ഓരോ വിദ്യാർഥിയും അധ്യാപകനും മഹിളയും അവരവരുടെ സംഘടനകളെ ശക്തിപ്പെടുത്തുക, വിപുലപ്പെടുത്തുക-ഇതാണ് കയ്യൂർ സഖാക്കളുടെ രക്തം നമ്മോടാവശ്യപ്പെടുന്നത്. ഇതാണവരുടെ തൂക്കുമരത്തിന്റെ വിളി. കയ്യൂർ രക്തസാക്ഷികളേ, നിങ്ങളുടെ വിളി കേരളത്തിലെ എല്ലാ വിഭാഗങ്ങളും ചെവിക്കൊള്ളും. നിങ്ങളുടെ രക്തം കൊണ്ടു കുതിർന്ന ഈ മണ്ണിനെ തീർച്ചയായും ഞങ്ങൾ സ്വതന്ത്രമാക്കുമെന്ന് ഞങ്ങളിതാ മുഷ്ടി ചുരുട്ടി ശപഥം ചെയ്യുന്നു. കയ്യൂർ ധീരോദാത്തന്മാരേ, നിങ്ങൾ മരിക്കുന്നില്ല. ജീവിക്കുകയാണ് ചെയ്യുന്നത്. ചരിത്രത്തിന്റെ ഏടിലെന്നല്ല, കേരളത്തിന്റെയും ഭാരതത്തിന്റെയും ഹൃദയത്തിൽ നിങ്ങൾ അനന്തമായി ജീവിക്കും.[1]

മുഖപ്രസംഗം

തൂക്കുമരത്തിന്റെ വിളി

'തൂക്കുമരത്തിന്റെ വിളി' മുഖപ്രസംഗം പ്രസിദ്ധീകരിച്ച പത്രത്തിൽനിന്ന്

ദേശാഭിമാനിക്ക് പിഴയിട്ടു

മുഖപ്രസംഗം പുറത്തുവരുന്നത് മാർച്ച് 28-നും നാലുപേർ തുക്കിലേറ്റപ്പെടുന്നത് പിറ്റേന്ന് 29-ന് പുലർച്ചെയുമായിരുന്നു. മുഖപ്രസംഗം ബ്രിട്ടീഷ് അധികാരികളെ ചൊടിപ്പിച്ചു. അവർ പെട്ടെന്നുതന്നെ പത്രത്തിനെതിരെ നടപടി ആരംഭിച്ചു. ഓരോ വിഭാഗവും സംഘടിച്ച് സ്വാതന്ത്ര്യത്തിന് വേണ്ടി പോരാടണമെന്ന ആഹ്വാനമല്ലാതെ മറ്റൊരു പ്രകോപനവും മുഖപ്രസംഗത്തിൽ കാണാൻ കഴിയില്ല. *ദേശാഭിമാനി*യുടെ ഉള്ളടക്കമാകെ 'ആക്ഷേപാർഹം' എന്ന് കണക്കാക്കിയിരുന്ന ബ്രിട്ടീഷ് അധികാരികൾ ഒരു കാരണം നോക്കിയിരിക്കുകയായിരുന്നു. നടപടിയുടെ ഭാഗമായി ഇംഗ്ലീഷ് പരിഭാഷ (Call of Gallows) പെട്ടെന്ന് ലഭ്യമാക്കി. പത്രത്തിനെതിരെ ശക്തമായ നടപടി സ്വീകരിക്കണമെന്ന ഉദ്ദേശ്യം 1943 മാർച്ച് 31-ന് മലബാർ ജില്ലാ മജിസ്ട്രേട്ട് മദിരാശി പ്രവിശ്യ ഗവൺമെന്റിന്റെ പ്രസ് അഡ്വൈസർ രാമസ്വാമി ശാസ്ത്രിക്ക് അയച്ച കത്തിൽ വ്യക്തമാക്കിയിരുന്നു. ശക്തമായ നടപടി പെട്ടെന്ന് വേണമെന്നാണ് തന്റെയും ജില്ലാ പൊലീസ് സൂപ്രണ്ടിന്റെയും അഭിപ്രായം. ഇതിനുവേണ്ടി ഗവൺമെന്റിൽ താൻ സമ്മർദം ചെലുത്തുന്നുണ്ടെന്നും മജിസ്ട്രേട്ട് എ ആർ മക്കീവൻ അയച്ച കത്തിൽ പറഞ്ഞിരുന്നു.[2]

കയ്യൂർ സംഭവം പൊലീസുകാരനെ മനഃപൂർവം കൊന്ന കേസാണെന്നും പ്രതികളെ രക്തസാക്ഷികളായി ചിത്രീകരിക്കുന്നത് ആക്ഷേപാർഹമാണെന്നും ഈ കത്തിൽ പറയുന്നുണ്ട്. ശിക്ഷയെന്ന നിലയ്ക്ക് ആയിരം രൂപ ജാമ്യം കെട്ടിവെക്കാനുള്ള ഉത്തരവ് 1943 ഏപ്രിൽ 8-ന് ചീഫ് സെക്രട്ടറിയുടെ ഓഫീസിൽ നിന്നാണ് ഉണ്ടായത്. ഇന്ത്യൻ പ്രസ് (എമർജൻസി പവേഴ്സ്)

ആക്ട്, 1931, പ്രകാരമായിരുന്നു നടപടി. ഏപ്രിൽ 12-ന് തന്നെ ഈ ഉത്തരവ് *ദേശാഭിമാനി*ക്ക് മജിസ്ട്രേട്ടിന്റെ ഓഫീസിൽ നിന്ന് ലഭിച്ചു.[3]

പത്രം ആരംഭിച്ചിട്ട് അപ്പോൾ ഏഴുമാസമേ ആയിരുന്നുള്ളു. പത്രത്തിന് പിഴയിട്ടതിനെതിരെ ജനാധിപത്യവാദികളിൽനിന്ന് വ്യാപകമായ പ്രതിഷേധമുയർന്നു. മദിരാശിയിലേക്ക് പ്രതിഷേധ പ്രസ്താവനകൾ പ്രവഹിച്ചു. ഈ പ്രതിഷേധത്തിനിടയിൽ തന്നെ ഏപ്രിൽ 30-ന് ആയിരം രൂപ *ദേശാഭിമാനി* പത്രാധിപർ എം എസ് ദേവദാസ് ജില്ലാ മജിസ്ട്രേട്ടിന് മുമ്പാകെ കെട്ടിവെച്ചു.[4] ജാമ്യസംഖ്യ കെട്ടിവയ്ക്കാൻ സർക്കാർ നിർദേശിച്ച അവസാന തീയതിയായിരുന്നു ഏപ്രിൽ 30.

അടിച്ചമർത്തലിൽ ഭയക്കാതെ

ഭഗത്സിങ്ങിനെ തൂക്കിലേറ്റിയതിനെതിരായ കവിത പ്രസിദ്ധപ്പെടുത്തിയതിന് രണ്ടായിരം രൂപ ജാമ്യം ആവശ്യപ്പെട്ടപ്പോഴാണ് 1935-ൽ *പ്രഭാതം* നിർത്തിവയ്ക്കാൻ ഇ എം എസും സഹപ്രവർത്തകരും തീരുമാനിച്ചത്. എന്നാൽ, *ദേശാഭിമാനി*ക്ക് ഇത്തരം അടിച്ചമർത്തലുകളെ നേരിടാനുള്ള ബഹുജന സ്വാധീനവും സംഘടനാ ശക്തിയും ഉണ്ടായിരുന്നു. എന്തുവിലകൊടുത്തും പത്രം സംരക്ഷിക്കാൻ പ്രതിജ്ഞയെടുത്ത ജനങ്ങൾ ആവശ്യത്തിലധികം പണം പെട്ടെന്നു നൽകി. ഒരു ദിവസം പോലും അതിന്റെ പേരിൽ പത്രം മുടങ്ങിയില്ല.

ജന്മിത്വത്തിന്റെ ക്രൂരതകൾക്കും ജന്മിമാർക്ക് ഒത്താശ ചെയ്യുന്ന ബ്രിട്ടീഷ് മേധാവിത്വത്തിനുമെതിരായാണ് 1930-കളിലും നാൽപ്പതുകളിലും വടക്കെ മലബാറിൽ രൂക്ഷമായ കർഷക സമരങ്ങൾ നടന്നത്. കർഷകരുടെ രാഷ്ട്രീയവൽക്കരണവും ഇതിന്റെ ഭാഗമായി നടക്കുന്നുണ്ടായിരുന്നു. കർഷകരുടെ ജാഥകളിൽ ബ്രിട്ടീഷുകാർക്കെതിരായ മുദ്രാവാക്യങ്ങളും അലയടിച്ചു. രാഷ്ട്രീയവൽക്കരണത്തിലൂടെ കർഷകരെ ജന്മിത്വത്തിനും ബ്രിട്ടീഷ് ഭരണത്തിനും എതിരായി അണിനിരത്തുന്നത് പ്രധാന കർത്തവ്യമായി കർഷകസംഘവും കമ്യൂണിസ്റ്റ് പാർട്ടിയും ഏറ്റെടുത്തിരുന്നു.[5]

കയ്യൂരിൽ കൃഷിക്കാർക്കും അവരുടെ കുടുംബങ്ങൾക്കും നേരെ പൊലീസ് ഭീകരമായ മർദനം അഴിച്ചുവിട്ടപ്പോഴാണ് കർഷകരാകെ പ്രതിഷേധവുമായി രംഗത്തുവന്നത്. 1941 മാർച്ച് 29-ന് നടന്ന പ്രതിഷേധ പ്രകടനത്തിൽ കർഷകരോഷം അണപൊട്ടിയൊഴുകി. ഇതിനിടയിൽ സുബ്ബരായൻ എന്ന പൊലീസുകാരൻ ഭയന്നോടി പുഴയിൽ വീണ് മരിച്ച സംഭവത്തിനു ശേഷം വീണ്ടും പൊലീസിന്റെ കിരാത വാഴ്ചയായിരുന്നു. 61 പേരെ പ്രതികളാക്കി കേസെടുത്തു. പ്രകടനത്തിൽ പങ്കെടുക്കാത്തവരും ആ സമയത്ത് സ്ഥലത്തില്ലാത്തവരും പ്രതികളായി. ഇ കെ നായനാർ, വി വി കുഞ്ഞമ്പു എന്നീ നേതാക്കളെയും കേസിൽ പെടുത്തി. അറുപതു പേരും അറസ്റ്റ് ചെയ്യപ്പെട്ടു. എന്നാൽ പാർട്ടി നിർദേശപ്രകാരം ഒളിവിൽ പോയ നായനാരെ പിടിക്കാൻ കഴിഞ്ഞില്ല. 1942 ഫെബ്രുവരി ഒന്നിന് കേസ് വിധി പറഞ്ഞു. പൊലീസുകാന്റെ മരണത്തിന് അഞ്ചുപേർ ഉത്തരവാദികളാണെന്നും, അവരെ തൂക്കിക്കൊല്ലണമെന്നും ആയിരുന്നു വിധി. നേരത്തെ പറഞ്ഞ നാലുപേർക്കു പുറമെ ചൂരിക്കാടൻ കൃഷ്ണൻ നായരും കുറ്റക്കാരനാണെന്ന് കണ്ടെത്തിയിരുന്നുവെങ്കിലും ചെറുപ്രായം (14 വയസ്സ്) കണക്കിലെടുത്ത് വധശിക്ഷ ഒഴിവാക്കി ജീവപര്യന്തം നൽകി. നായനാരെ പിടികിട്ടാത്തതുകൊണ്ട് കോടതിയിൽ സമർപ്പിച്ച പ്രതിപ്പട്ടികയിൽ നിന്ന് അദ്ദേഹത്തെ ഒഴിവാക്കുകയാണുണ്ടായത്.[6]

കയ്യൂർ കേസിലെ പ്രതികളുടെ വധശിക്ഷ നടപ്പാക്കുന്നത് നിർത്തിവെക്കണമെന്നാവശ്യപ്പെട്ട് അവരെ തൂക്കിലേറ്റുന്നതിന് രണ്ടാഴ്ച മുമ്പ് *ദേശാഭിമാനി* എഴുതിയ മുഖപ്രസംഗം:

മരണശിക്ഷ നിർത്തിവെക്കുക

പ്രിവി കൗൺസിൽ കയ്യൂർ പ്രതികൾക്ക് അപ്പീൽ അനുവാദം നിഷേധിച്ചിരിക്കുന്നു. കോൺഗ്രസ് മന്ത്രിസഭയുടെ കാലത്ത് മലബാറിലാകെ കർഷകപ്രസ്ഥാനം ഇരമ്പിക്കയറിയപ്പോൾ തെക്കൻ കർണാടക ജില്ലയുടെ തെക്കേ അറ്റത്തെ കാസർകോട് താലൂക്കിലും അതിന്റെ അല ചെന്നലച്ചു.

CONFIDENTIAL.

Public (General) Department. No.14119/43-4

Stonehouse Hill, Ootacamund, 13th May 1943.

From
G.W. Priestley Esq., C.I.E., I.C.S., Chief Secretary to the Government of Madras.

To
The Secretary to the Government of India, Home Department.

Sir,

Newspapers and periodicals - "People's War" - Objectable articles.

In continuation of this Government's letter No.14119-2, Public (General) and No.889 dated 9-4-1943 and 25-3-1943 respectively I am directed to forward herewith a copy of an article entitled "Salute to the Kayyur Heroes" published in the "People's War" dated 14th March 1943, I am to add in this connection that a security of Rs.1000 has been demanded from the Malayalam paper "Desabhimani" of Calicut for publishing a similar article (copy enclosed) and that a severe warning is to be administered to the editor of the Tamil paper "Janasakti" for publishing another article of the same kind (copy enclosed). This is reported to the Government of India for information and such action as they may think fit.

Your obedient servant,

for Chief Secretary to Government.

കയ്യൂർ മുഖപ്രസംഗത്തിന്റെ പേരിൽ *ദേശാഭിമാനി*ക്ക് പിഴ ചുമത്തിയ ഉത്തരവ്

നാലു കർഷക കുടുംബങ്ങളിൽ നിന്ന് നാലു കർഷക നേതാക്കന്മാർ അവിടെ പൊന്തിവന്നു. അവർ നാലുപേരും കോൺഗ്രസ് വളണ്ടിയർമാരായിരുന്നു. നാട്ടുകാരുടെ താൽപ്പര്യത്തിനു വേണ്ടി കഷ്ടപ്പെട്ട് പണിയെടുക്കുന്ന സ്വഭാവം, നാടിന്റെ സ്വാതന്ത്ര്യത്തിനു വേണ്ടി പ്രാണനെക്കൂടി ബലികഴിക്കാനും തയ്യാർ– ഈ ഗുണങ്ങൾ അന്നു തന്നെ അവരിൽ പ്രത്യക്ഷപ്പെട്ടിരുന്നു.

താലൂക്കിലെ കോൺഗ്രസ് പ്രസ്ഥാനത്തെയും കർഷക പ്രസ്ഥാനത്തെയും പൊളിക്കാൻ വേണ്ടി ചില പിന്തിരിപ്പൻ ഉദ്യോഗസ്ഥന്മാരും കൂട്ടാളികളും മർദനം അഴിച്ചുവിട്ടു. ഇതിൽ പ്രതിഷേധിക്കാൻ 1941 മാർച്ച് 28–ന് കയ്യൂരിൽ പ്രകടനം നടന്നപ്പോൾ ഒരു കോൺസ്റ്റബിളും അവിടെ ഹാജരുണ്ടായിരുന്നു. കോപാന്ധരായ കൃഷിക്കാർ കോൺസ്റ്റബിളിനെ കല്ലെറിഞ്ഞുകൊന്നുവെന്നാണ് കേസ്. അതിനാണ് ഈ നാലു യുവ *ദേശാഭിമാനി*കൾ തൂക്കുമരമേറാൻ പോകുന്നത്.

മലബാറിലെന്നല്ല, ഇന്ത്യയിൽത്തന്നെ നാനാഭാഗത്തും ഈ നാലു സഖാക്കളുടെ ജീവൻ രക്ഷിക്കാൻ വമ്പിച്ച പ്രക്ഷോഭം നടന്നിട്ടുണ്ട്. കീഴ്ക്കോടതിയുടെ മരണശിക്ഷ മദിരാശി ഹൈക്കോടതി ശരിവെച്ച അവസരത്തിൽ ഇവരുടെ മേൽ ദയാദാക്ഷിണ്യമഭ്യർഥിച്ചുകൊണ്ട് എത്രയോ അനേകം കമ്പികളും പ്രമേയങ്ങളും മദിരാശി ഗവർണരുടെ അടുക്കൽച്ചെന്നു. അന്ന് കോഴിക്കോട്ട് സ്ഥാപിച്ച കയ്യൂർ ജീവരക്ഷാ കമ്മിറ്റിയിൽ കോഴിപ്പുറത്ത് മാധവമേനോൻ, ടി വി സുന്ദരയ്യർ, കെ കേളപ്പൻ, പി കൃഷ്ണപിള്ള എന്നിവരായിരുന്നു അംഗങ്ങൾ. ഈ അഭ്യർഥനകളൊന്നും ചെവിക്കൊണ്ടില്ല. ഇപ്പോഴിതാ, പ്രിവി കൗൺസിൽ അപ്പീൽ അനുവാദവും തള്ളിക്കളഞ്ഞിരിക്കുന്നു.

ആഗസ്ത് 3–ന് കയ്യൂർ സഖാക്കൾ സ. ജോഷിക്കെഴുതി (കമ്യൂണിസ്റ്റ് പാർട്ടി ജനറൽ സെക്രട്ടറി പി സി ജോഷി-ലേഖകൻ): "ഫാസിസ്റ്റ് കാട്ടാള വർഗത്തിൽ നിന്ന് നമ്മുടെ മാതൃഭൂമിയെ രക്ഷിക്കാനുള്ള പ്രസ്ഥാനത്തെ ഏറ്റവും ഫലപ്രദമായി സഹായിക്കുന്നതിനു വേണ്ടി ജീവത്യാഗം ചെയ്യാനാണ്, അതിനുവേണ്ടി മാത്രമാണ് ഞങ്ങൾ വെമ്പുന്നത്. ആവുന്നത്ര ശത്രുക്കളെ കൊന്നൊടുക്കാനും അവരുടെ പൈശാചിക സൂത്രപ്പണികളെ അമർത്താനും തരംകിട്ടാതെ മരിക്കേണ്ടി വരികയെന്നതാണ് ഞങ്ങളെ നിരാശപ്പെടുത്തുന്നത്. പട്ടാളത്തിൽ ഒരു ആത്മഹത്യാവ്യൂഹം സൃഷ്ടിക്കാൻ പട്ടാള അധികൃതർക്ക് ഉദ്ദേശമുണ്ടാവുകയും അത്തരം ജോലികൾക്ക് ഞങ്ങൾ ഉതകുമെന്ന് തോന്നുകയും ചെയ്യുന്ന പക്ഷം, ആ കർത്തവ്യ മാർഗത്തെപ്പോലും ഞങ്ങൾ കമ്യൂണിസ്റ്റുകാർക്ക് ചേർന്ന ഉത്സാഹത്തോടെ സ്വാഗതം ചെയ്യുന്നതാണ്."

എന്തൊരു ത്യാഗധീരത! എന്തൊരു കറകളഞ്ഞ ദേശാഭിമാനം! ഇത്രയും നല്ല ഫാസിസ്റ്റ് വിരോധികളെ ലോകത്തൊരിടത്തും ഒരു ദേശീയ സമരനിരക്കും കിട്ടിയിട്ടില്ല, കിട്ടുകയുമില്ല. എന്നിട്ടുകൂടി, ഗവർണറോ വൈസ്രോയിയോ കയ്യൂർ സഖാക്കളോട് ദയാദാക്ഷിണ്യം കാണിച്ചില്ല.

എന്നാൽ ഇന്ന് അതല്ല പ്രശ്നം. ആഗസ്ത് 9–ന് ശേഷം ഏഴുമാസം കഴിഞ്ഞിരിക്കുന്നു. മർദനവും നശീകരണവും നാടിനെയാകെ കലക്കിമറിച്ചിരിക്കുന്നു. ഭക്ഷണക്കുഴപ്പവും പട്ടിണിയും ബഹുജനങ്ങളുടെ മനക്കരുത്തിനെ പാതാളത്തിലോളമെത്തിച്ചിരിക്കുന്നു. ജനങ്ങൾ ഇരിക്കുന്നത് വെടിമരുന്നിന്റെ മുകളിലാണ്. ഈ വെടിമരുന്നിന് തീക്കൊളുത്താൻ തരംനോക്കുന്ന അഞ്ചാംപത്തിക്കാർ ഇപ്പോഴും ഇല്ലാതായിട്ടില്ല. ബഹുജനങ്ങളുടെ വികാരത്തെ വല്ലാതെ ഇളക്കിമറിക്കത്തക്കവിധം ഗൗരവതരമായ അനാശാസ്യ സംഭവങ്ങൾ ഇനിയും ഉണ്ടാവുന്നപക്ഷം അതിന്റെ ഭവിഷ്യത്ത് എന്തായിരിക്കുമെന്ന് അധികൃതന്മാരെ അറിയിക്കേണ്ടത് നമ്മുടെ കടമയാണ്.

കയ്യൂർ സഖാക്കളുടെ ജീവൻ രക്ഷിക്കണമോ എന്നതല്ല ഇപ്പോഴത്തെ പ്രശ്നം. അവരുടെ മേൽ ദയാദാക്ഷിണ്യം കാണിക്കാനല്ല ഇപ്പോൾ നാം മദിരാശി ഗവർണരോട് ആവശ്യപ്പെടുന്നത്. നാട്ടിൽ ഇന്നുള്ള സ്ഥിതിയോർത്ത്, നാട്ടുകാരുടെ മനഃസ്ഥിതിയോർത്ത്, രാജ്യരക്ഷയുടെ പേരിൽ കേവലം സമാധാന പരിപാലനത്തിന്റെ പേരിൽ കയ്യൂർ സഖാക്കളുടെ മരണശിക്ഷ തൽക്കാലം നിർത്തിവെക്കുക. ആ വിധി തൽക്കാലം നടപ്പിൽ വരുത്താതിരിക്കുക. ഈ ആവശ്യം കാണിച്ച് കേരളത്തിലെ ഓരോ വില്ലേജിൽ നിന്നും ബഹുജനസംഘടനകളുടെ വകയായി കമ്പികളും പ്രമേയങ്ങളും ഗവർണർക്കയക്കണം. കോൺഗ്രസ്-ലീഗ്-കമ്യൂണിസ്റ്റ് വ്യത്യാസമില്ലാതെ എല്ലാ കക്ഷികളും കച്ചവടക്കാർ, ജന്മികൾ മുതലായ എല്ലാ വിഭാഗങ്ങളും ഈ അടിയന്തര കാര്യത്തിൽ ഉടൻ മുന്നിട്ടിറങ്ങണമെന്ന് അഭ്യർഥിക്കുന്നു.[7]

മാതൃഭൂമി ഉൾപ്പെടയുള്ള മറ്റു മലയാള പത്രങ്ങൾ പുറംതിരിഞ്ഞുനിന്നപ്പോൾ, കയ്യൂർ കേസിൽ പ്രതികളായ കർഷകസംഘം പ്രവർത്തകരെ രക്ഷിക്കുന്നതിന് പൊതുജനാഭിപ്രായം ഉയർത്തിക്കൊണ്ടുവരാൻ *ദേശാഭിമാനി* നിരന്തരമായ പോരാട്ടമാണ് നടത്തിയത്. ബ്രിട്ടീഷ് ഗവൺമെന്റിന്റെ മർദന നടപടികളെ പത്രം ഭയപ്പെട്ടിരുന്നില്ല. ഒട്ടും വകവെച്ചിട്ടുമില്ല. 1943 മാർച്ച് 10-ന് കെ എ കേരളീയനും ടി കെ രാജുവും പി ആർ നമ്പ്യാരും കണ്ണൂർ ജയിലിൽ കയ്യൂർ സഖാക്കളെ കാണാൻ പോയിരുന്നു. അതിന്റെ റിപ്പോർട്ട് കേരളീയൻ തന്നെ *ദേശാഭിമാനി*യിൽ എഴുതി. അതിൽ നിന്ന്:

ഒടുവിൽ ഞാൻ ചോദിച്ചു: തൂക്കുമ്പോൾ നിങ്ങളെങ്ങനെയാണ് മരിക്കുക? ഒരു നിമിഷം താമസമില്ലാതെ, സംശയമില്ലാതെ, കണ്ണുകളിൽ തിളക്കത്തോടെ, പതറാത്ത സ്വരത്തിൽ അവർ മറുപടി പറഞ്ഞു: ഇങ്ക്വിലാബ് സിന്ദാബാദ് എന്നു പറഞ്ഞുകൊണ്ട്.[8]

തൂക്കിലേറ്റപ്പെട്ട കയ്യൂർ പോരാളികൾക്ക് അഭിവാദ്യമർപ്പിച്ചുകൊണ്ട് 1943 ഏപ്രിൽ 11-ന് *ദേശാഭിമാനി* പ്രത്യേക പേജ് പുറത്തിറക്കിയിരുന്നു. അതിലെ വാർത്തകളിൽ ഒന്ന്:

രക്തസാക്ഷികളേ ലാൽസലാം
അവസാന നിമിഷങ്ങൾ

തങ്ങൾ ഇങ്ക്വിലാബ് സിന്ദാബാദ് എന്നു വിളിച്ച് തൂക്കുമരമേറുമെന്ന് രണ്ടാഴ്ച മുമ്പാണ് അവർ കേരളീയനോട് പറഞ്ഞത്. 1943 മാർച്ച് 29-ന് പുലർച്ചെ അവർ വീരമരണമടഞ്ഞു. രാത്രി 3 മണി മുതൽ അവർ ഇങ്ക്വിലാബ് സിന്ദാബാദ്, കമ്യൂണിസ്റ്റ് പാർട്ടി സിന്ദാബാദ്, ദേശീയൈക്യം സിന്ദാബാദ്, പി സി ജോഷി സിന്ദാബാദ് എന്നിങ്ങനെ മുദ്രാവാക്യങ്ങൾ മുഴക്കിക്കൊണ്ടിരുന്നു. കണ്ണൂർ സെൻട്രൽ ജയിലിലെ തടവുകാരാകമാനം അതേറ്റു പാടി. അതിന്റെ ആവേശകരമായ പ്രതിദ്ധ്വനി കക്കാട്ടും പരിസരങ്ങളിലും മുഴങ്ങിക്കേൾക്കാമായിരുന്നു.[9]

സഖാവിന്റെ കരുതൽ

*ദേശാഭിമാനി*യുടെ നിലനിൽപ്പിനും വളർച്ചക്കും വേണ്ട കാര്യങ്ങൾ ചെയ്യുന്നതിൽ പി കൃഷ്ണപിള്ള അതീവ ശ്രദ്ധ പുലർത്തിയിരുന്നു. പ്രതിസന്ധികളും പ്രയാസങ്ങളും നേരിടുമ്പോൾ അദ്ദേഹം വായനക്കാരോടും നാട്ടുകാരോടും സംസാരിക്കും. മുൻ പത്രാധിപർ വി ടി ഇന്ദുചൂഡൻ അന്നത്തെ കൂട്ടായ പ്രവർത്തനത്തെ പരാമർശിക്കുന്നു:

പാർട്ടി സെക്രട്ടറിയായ പി കൃഷ്ണപിള്ള ഒഴിവുകിട്ടുമ്പോഴെല്ലാം *ദേശാഭിമാനി*യിൽ വരും. പത്രാധിപസമിതിയിലുള്ളവരുമായി ചർച്ച നടത്തും. അവർക്ക് പറയാനുള്ളതു കേൾക്കും. തന്റെ അഭിപ്രായങ്ങൾ പത്രാധിപന്മാർക്കു മുമ്പാകെ വെക്കും. ഈ പ്രക്രിയ തുടർന്നുകൊണ്ടിരുന്നു. ആഴ്ചയിൽ ഒരിക്കലെങ്കിലും പത്രാധിപസമിതി യോഗം ചേരും. ഇ എം എസ് പങ്കെടുക്കും. രാഷ്ട്രീയകാര്യങ്ങൾ ഇ എം എസ് വിശദീകരിക്കും. അതിന്മേൽ ചർച്ച നടക്കും. പത്രാധിപന്മാർ എഴുതേണ്ട വിഷയങ്ങളെക്കുറിച്ചും ചർച്ച ചെയ്യും. ഏതുവിഷയം ആര് കൈകാര്യം ചെയ്യണമെന്ന് തീരുമാനിക്കും. വിഷയങ്ങളുടെ ഇതിവൃത്തത്തെക്കുറിച്ചും ധാരണയുണ്ടാക്കും.[10]

പി വി രാഘവമാരാർ

*ദേശാഭിമാനി*യിലൂടെ 1945 ഏപ്രിൽ 15-ന് പി കൃഷ്ണപിള്ള നടത്തിയ അഭ്യർഥന:

ദേശാഭിമാനിക്ക് വിഷുക്കൈനീട്ടം ഓരോ വായനക്കാരനും വരിക്കാരനാവുക

ഇത്രയും കാലമായി *ദേശാഭിമാനി* വായിക്കുന്ന വായനക്കാരോടാണ് ഞങ്ങൾ സംസാരിക്കുന്നത്. നിങ്ങൾക്ക് *ദേശാഭിമാനി*യെക്കുറിച്ചുള്ള അഭിപ്രായമെന്താണ്? കേരളത്തിലെ മറ്റേതു പത്രത്തേക്കാളും ഇവിടുത്തെ ജനങ്ങളുടെ യഥാർഥ സ്ഥിതിയുടെ ഒരു ചിത്രം *ദേശാഭിമാനി* നിങ്ങൾക്ക് തരുന്നില്ലേ? ലോകസംഭവങ്ങളെപ്പറ്റി ശരിയായൊരു ബോധമുണ്ടാക്കുവാൻ *ദേശാഭിമാനി* നിങ്ങളെ സഹായിക്കുന്നില്ലേ? അർധസത്യങ്ങളും അവാസ്തവങ്ങളും ഊഹാപോഹങ്ങളും കൊണ്ടുനിറഞ്ഞ ദിനപത്ര വാർത്തകളുടെ നൂലാമാലക്കെട്ടിൽ നിന്നു സത്യം അഴിച്ചെടുത്ത് കാര്യം മനസ്സിലാക്കുവാൻ കുറച്ചെങ്കിലും സഹായിക്കുന്നത് *ദേശാഭിമാനി*യല്ലേ? ഉദ്യോഗസ്ഥ മേധാവിത്വത്തിന്റേതായാലും പട്ടാളക്കാരുടേതായാലും അക്രമങ്ങളെയും അനീതികളെയും ഭയംകൂടാതെ തുറന്നുകാട്ടുന്നത് *ദേശാഭിമാനി*യല്ലേ? കോൺഗ്രസിന്റെയും ലീഗിന്റെയും ആശയഗതികളെ അന്യോന്യം മനസ്സിലാക്കിക്കാനും അങ്ങനെ ആ മഹനീയ സംഘടനകൾ തമ്മിലുള്ള അകൽച്ച തീർത്ത് രാജ്യത്തിന്റെ പൊതുനന്മക്കായ് കൈകോർത്തുപിടിക്കാനും *ദേശാഭിമാനി*യെപ്പോലെ ഉദ്യമിക്കുന്ന മറ്റൊരു പത്രം മലയാളത്തിലുണ്ടോ?

ഇങ്ങനെയൊരു പത്രം നിലനിൽക്കണം, കൂടുതൽ നന്നാവണം, കൂടുതലാളുകൾ വായിക്കുകയും വേണം എന്ന് നിങ്ങൾക്ക് ആഗ്രഹമില്ലേ? *ദേശാഭിമാനി*യുടെ വില മനസ്സിലാക്കിയിട്ടുള്ള നിങ്ങൾക്ക് ഞങ്ങളെ സഹായിക്കുവാൻ സാധിക്കും. നിങ്ങളോരോരുത്തരും *ദേശാഭിമാനി*യുടെ സ്ഥിരം വരിക്കാരായി ചേർന്നിട്ട്. നാട്ടുകാർ സംഭാവന നൽകിയ തുച്ഛമായ മൂലധനം കൊണ്ടാണ് *ദേശാഭിമാനി* തുടങ്ങിയത്. കൂടുതൽ ചിത്രങ്ങളും നല്ല നല്ല റിപ്പോർട്ടുകളും കഥകളും ചേർത്ത് *ദേശാഭിമാനി*യെ ഇനിയും പരിഷ്കരിക്കാനുള്ള ഞങ്ങളുടെ പരിശ്രമം തികച്ചും ഫലപ്രദമാകണമെങ്കിൽ നിങ്ങളുടെ സഹായം വേണം. നിങ്ങൾ *ദേശാഭിമാനി*യുടെ സ്ഥിരം വരിക്കാരനാവുകയാണ് ആ സഹായം. *ദേശാഭിമാനി* വായനക്കാരിൽ നിന്ന് ഞങ്ങൾ ഇക്കൊല്ലം പ്രതീക്ഷിക്കുന്ന വിഷുക്കൈനീട്ടമതാണ്. നിങ്ങളോരോരുത്തരിൽ നിന്നും ഒരു കൊല്ലത്തെ വരിസംഖ്യ അഞ്ചു ക.[11]

പി കൃഷ്ണപിള്ള

പാർട്ടിപ്രവർത്തകരുടെ *ദേശാഭിമാനി* ദൗത്യം

*ദേശാഭിമാനി*ക്ക് ആദ്യകാലത്ത് പണം കെട്ടിവെച്ച് ഏജൻസിയെടുക്കുന്ന ഏജന്റുമാരോ കമീഷൻ അടിസ്ഥാനത്തിൽ വിതരണക്കാരോ ഉണ്ടായിരുന്നില്ല. പാർട്ടി പ്രവർത്തകർ അവരുടെ ദൗത്യങ്ങളിൽ ഒന്നായി കണ്ട് പത്രവിതരണം നടത്തുകയായിരുന്നു. പത്രവിതരണത്തിന് *ദേശാഭിമാനി*യുടെ പ്രതീകങ്ങളായി രണ്ടുപേരെ എടുത്തുകാണിക്കാൻ പറ്റും. പി വി രാഘവമാരാരും ആർ പി എന്ന രാഘവപിഷാരൊടിയും. കാക്കി ട്രൗസറും മുറിക്കയ്യൻ ബനിയനുമിട്ട് പത്രം ഉയർത്തിപ്പിടിച്ച് '*ദേശാഭിമാനി, ദേശാഭിമാനി*' എന്ന് ഉച്ചത്തിൽ വിളിച്ച് പറഞ്ഞ് കോഴിക്കോട് റെയിൽവെ സ്റ്റേഷനിൽ നടന്നിരുന്ന ഒരു മനുഷ്യന്റെ രൂപം അക്കാലത്ത് കോഴിക്കോട്ട് വണ്ടിയിറങ്ങുന്നവർക്കും കയറുന്നവർക്കും പരിചിതമായിരുന്നു. അതാണ് പി വി രാഘവമാരാർ. പൂർണ പബ്ലിക്കേഷൻസിന്റെ സ്ഥാപകൻ എൻ ഇ ബാലകൃഷ്ണമാരാരുടെ അച്ഛൻ.

കണ്ണൂർ ജില്ലയിലെ മുഴക്കുന്ന് സ്വദേശിയാണ് രാഘവമാരാർ. കമ്യൂണിസ്റ്റുകാരനായതിന്റെ പേരിൽ ഒരുപാട് പീഡനങ്ങൾ ഏൽക്കേണ്ടിവന്ന അദ്ദേഹം പിൽക്കാലത്ത് *ദേശാഭിമാനി*യിൽ പ്രൂഫ് റീഡറായി. വിഖ്യാത സാഹിത്യകാരൻ എം ടി വാസുദേവൻ നായർ രാഘവമാരാരെ ഓർക്കുന്നു:

അമ്പതുകളുടെ ആദ്യമാണ്. ഞാൻ അന്ന് കോഴിക്കോട് ആനിഹാൾ റോഡിലാണ് താമസം.

എൻ ഇ ബാലകൃഷ്ണ മാരാർ

റെയിൽവെ സ്റ്റേഷൻ തൊട്ടടുത്ത്. ഇടയ്ക്ക് സ്റ്റേഷനിൽ പോയി പ്ലാറ്റ് ഫോമിലൂടെ അങ്ങോട്ടുമിങ്ങോട്ടും കുറച്ചുനടക്കും. അന്നു കാണുന്ന ഒരു കാഴ്ചയുണ്ട്. ഒരു മനുഷ്യൻ ഓരോ തീവണ്ടി വരുമ്പോഴും '*ദേശാഭിമാനി, ദേശാഭിമാനി*' എന്ന് വിളിച്ച് ഓടിയടുക്കും. ചിലപ്പോൾ നാലോ അഞ്ചോ വണ്ടി പോയാലും ഒരു പത്രം പോലും വിൽക്കില്ല. ഞാൻ ആ മനുഷ്യന്റെ മുഖം ശ്രദ്ധിച്ചിട്ടുണ്ട്. ആ മുഖത്ത് ഒരിക്കലും നിരാശ വിടർന്നിട്ടില്ല. പാർട്ടി തന്നെ ഏൽപ്പിച്ച ദൗത്യമെന്ന നിലയിൽ അദ്ദേഹം ആ പ്രവൃത്തി ചെയ്തു കൊണ്ടിരുന്നു.[12]

രാഘവമാരാർ തന്നെ തന്റെ *ദേശാഭിമാനി* നാളുകൾ അനുസ്മരിക്കുന്നു:

സ്വാതന്ത്ര്യലബ്ധിയോടെ വെല്ലൂർ ജയിലിൽ നിന്ന് മറ്റു പല തടവുകാരോടുമൊപ്പം എന്നെയും വിട്ടയച്ചു. ഞാൻ കോഴിക്കോട്ടേക്ക് താമസം മാറ്റി. *ദേശാഭിമാനി* മാനേജരായിരുന്ന പി കെ ബാലകൃഷ്ണന്റെ കൂടെയാണ് താമസിച്ചത്. പാർട്ടി നിർദേശ പ്രകാരം *ദേശാഭിമാനി*യിൽ ഒരു ജോലി കിട്ടി. *ദേശാഭിമാനി* പത്രത്തിനു പുറമെ *കമ്യൂണിസ്റ്റ്* എന്ന വാരികയും അവിടെ നിന്ന് പ്രസിദ്ധീകരിച്ചിരുന്നു. അധികകാലം കഴിയുംമുമ്പ് പത്രാധിപന്മാരിൽ പലരും അറസ്റ്റ് ചെയ്യപ്പെട്ടു. പത്രം നിരോധിച്ചു. എന്നെയും പൊലീസ് വെറുതെ വിട്ടില്ല. 1949-ൽ ജയിലിൽ നിന്ന് പുറത്തുവന്നു. 1951-ൽ *ദേശാഭിമാനി* പുനരാരംഭിച്ചു. ഈ അവസരത്തിൽ, സ്റ്റാഫ് അംഗമെന്ന നിലക്കല്ല, ഒരു പത്രവിൽപ്പനക്കാരനെന്ന നിലയിലാണ് ഞാൻ രംഗത്തുവരുന്നത്. *ദേശാഭിമാനി* വിൽക്കാനോ വായിക്കാൻ പോലുമോ ആളുകൾ ഭയപ്പെടുന്ന കാലമായിരുന്നു. പാർട്ടി നിർദേശ പ്രകാരമാണ് പത്രവിൽപ്പന ഏറ്റെടുത്തത്. റെയിൽവെ സ്റ്റേഷനിലും നഗരത്തിലെ പ്രധാന വീഥികളിലും *ദേശാഭിമാനി* എന്ന് വിളിച്ചുപറഞ്ഞുകൊണ്ട് ഞാൻ വിൽപ്പന നടത്തി. അങ്ങനെ ഞാൻ എല്ലാവരാലും അറിയപ്പെടുന്ന വ്യക്തിയായി.[13]

പത്രം നടന്നുവിറ്റാണ് താൻ അറിയപ്പെടുന്ന ആളായതെന്ന് അഭിമാനത്തോടെയാണ് മാരാർ രേഖപ്പെടുത്തുന്നത്. പാർട്ടി ഏൽപ്പിച്ച ജോലി നന്നായി ചെയ്തുവെന്ന ചാരിതാർഥ്യം ആ വാക്കുകളിലുണ്ട്. കേരളത്തിലെ കമ്യൂണിസ്റ്റ് പാർട്ടിയുടെ വളർച്ചയിൽ മാരാർ വഹിച്ച പങ്ക് എടുത്തുപറയത്തക്കതാണ് എന്നാണ് ആത്മകഥയ്ക്കുള്ള മുഖവുരയിൽ ഇ എം എസ് അഭിപ്രായപ്പെട്ടത്.

രാഘവമാരാരെ തന്നെ ഉദ്ധരിക്കാം:

കോഴിക്കോട് ടൗണിലും പരിസരങ്ങളിലും *ദേശാഭിമാനി* വിറ്റ് കിട്ടുന്ന കമീഷൻ കൊണ്ടാണ് അന്നു ഞാൻ ജീവിച്ചത്. ഏറ്റവുമധികം *ദേശാഭിമാനി* വിൽപ്പന നടത്തുന്ന സഖാവ് എന്ന നിലയ്ക്ക് റെഡ് സ്റ്റാർ സമ്മാനം നേടാൻ എനിക്കു സാധിച്ചു. അതിനിടയ്ക്ക് എൻ ഇ ബാലകൃഷ്ണൻ (ഭാര്യയുടെ സീമന്തപുത്രൻ) സൈക്കിളിൽ ഒരു കെട്ട് പുസ്തകവുമായി ടൂറിങ് ബുക്ക് സ്റ്റാൾ ആരംഭിച്ചു കഴിഞ്ഞിരുന്നു. വായനക്കാർക്ക് അഭിരുചിയുള്ള ഏറ്റവും പുതിയ പുസ്തകങ്ങൾ വീട്ടിലെത്തിച്ചു കൊടുക്കുകയായിരുന്നു പദ്ധതി. അധികം താമസിയാതെ കോഴിക്കോട്ടെ വിദ്യാസമ്പന്നരായവർ ടൂറിങ് ബുക്ക് സ്റ്റാളിനെപ്പറ്റി അറിയാൻ തുടങ്ങി. അമ്പതുകളുടെ അവസാനം ഞാൻ വീണ്ടും *ദേശാഭിമാനി* സ്റ്റാഫിൽ അംഗമായി. അപ്പോഴേക്കും ബാലകൃഷ്ണൻ മിഠായ്തെരുവിൽ ടൂറിങ് ബുക്ക് സ്റ്റാൾ സ്ഥാപിച്ചു കഴിഞ്ഞിരുന്നു. ഒന്നുരണ്ടുവർഷത്തിനു ശേഷം രണ്ടാം ഗേറ്റിനു സമീപത്തേക്കു മാറി. 1966 വരെ ഞാൻ *ദേശാഭിമാനി*യിൽ പ്രവർത്തിച്ചു. പിന്നീട് പത്തുകൊല്ലത്തോളം ടിബിഎസിൽ ബാലകൃഷ്ണനെ സഹായിച്ചു.[14]

ആർ പി എന്ന രാഘവപിഷാരൊടി

രാഘവമാരാരെക്കുറിച്ചു പറയുമ്പോൾ രാഘവപിഷാരൊടിയെ പരാർശിക്കാതെ വയ്യ. *ദേശാഭിമാനി* വിറ്റുനടന്ന *ദേശാഭിമാനി*കളായ രണ്ടു രാഘവന്മാരെക്കുറിച്ച് പവനൻ ആത്മകഥയിൽ പറഞ്ഞിട്ടുണ്ട്. ഒരാളെക്കുറിച്ച് പറഞ്ഞു. രണ്ടാമത്തെ ആൾ ആർ പി എന്ന് സഖാക്കളും സുഹൃത്തുക്കളും സ്നേഹപൂർവം വിളിക്കുന്ന രാഘവപിഷാരൊടി. അദ്ദേഹം വള്ളുവനാട്ടിലെ

രാഘവപിഷാരൊടി

ചെമ്മലശ്ശേരിക്കാരനാണ്. ആദ്യകാലത്ത് കോൺഗ്രസ് പ്രവർത്തകൻ. ഖാദി പ്രചാരണത്തിന്റെ ഭാഗമായി ഖാദിയുടെ കെട്ടും ചുമന്നു നടന്നിരുന്ന ദേശീയവാദി. കമ്യൂണിസ്റ്റായ ശേഷം അദ്ദേഹം ഏറെക്കാലം ഒറ്റപ്പാലം റെയിൽവെ സ്റ്റേഷനിൽ *ദേശാഭിമാനി* നടന്നുവിറ്റിരുന്നു. ഒറ്റപ്പാലം സ്റ്റേഷനിൽ വരികയും പോവുകയും ചെയ്യുന്നവർ ആർ പിയെ ശ്രദ്ധിക്കാതിരിക്കില്ല. തലേ ദിവസം ബാക്കിയായ പത്രം പോലും ആളുകളെക്കൊണ്ട് പിടിപ്പിക്കുന്നതിൽ സമർഥനായിരുന്നു അദ്ദേഹം. പവനൻ പറയുന്നു:

ഒറ്റപ്പാലം റെയിൽവെ സ്റ്റേഷനിൽ 'ഇന്നലത്തെ *ദേശാഭിമാനി*' എന്ന് വിളിച്ചുപറയുന്ന പിഷാരൊടിയെ ഞാൻ അവിടെ വെച്ചുതന്നെയാണ് പരിചയപ്പെട്ടത്. പിഷാരൊടിയോട് ആരെങ്കിലും ഇതെന്താ സഖാവേ ഇന്നലത്തെ പത്രം ഇന്നു വിൽക്കുന്നത് എന്നു ചോദിച്ചാൽ ഉത്തരം ഉടനുണ്ടാവും: 'ഇന്നലത്തെ പത്രം നിങ്ങൾ വായിച്ചുവോ? എന്നിട്ടുവേണ്ടേ ഇന്നത്തേത് വായിക്കുവാൻ?' ഒറ്റപ്പാലം ടൗണിൽ ചെലവാകാതെ ബാക്കിവരുന്ന കോപ്പിയാണ് പിഷാരൊടി ഒറ്റപ്പാലം സ്റ്റേഷനിൽ വിൽക്കുന്നത്. കൈയിൽ കാർഡ് ബോർഡ് കൊണ്ടുണ്ടാക്കിയ ഉച്ചഭാഷിണിയും പിടിച്ച് പാർട്ടിക്കുവേണ്ടി പ്രഭാതഭേരി നടത്തുന്ന പിഷാരൊടിയെയും ഞാൻ കണ്ടിട്ടുണ്ട്.[15]

ആർ പി 1941–മുതൽ കമ്യൂണിസ്റ്റ് പാർട്ടി പ്രവർത്തകനായിരുന്നു. 1959–ലെ നിയമസഭാ തെരഞ്ഞെടുപ്പിൽ മങ്കട മണ്ഡലത്തിൽ പാർട്ടി സ്ഥാനാർഥിയായി. ഇന്ത്യാ–ചൈന യുദ്ധകാലത്ത് അറസ്റ്റ് ചെയ്യപ്പെട്ട് 18 മാസം കണ്ണൂർ സെൻട്രൽ ജയിലിൽ. ജയിൽ മോചിതനായശേഷം കോഴിക്കോട് *ദേശാഭിമാനി*യിൽ ചേർന്നു. 1969–ൽ സാംസ്കാരിക വാരിക തുടങ്ങിയപ്പോൾ *ദേശാഭിമാനി*യുടെ മുഖ്യപത്രാധിപരായിരുന്ന പി ഗോവിന്ദപ്പിള്ള തന്നെയായിരുന്നു വാരികയുടെയും പത്രാധിപർ. ആ ഘട്ടത്തിൽ എം എൻ കുറുപ്പും രാഘവപിഷാരൊടിയും മാറി മാറി വാരികയുടെ പ്രവർത്തനച്ചുമതല നിർവഹിച്ചിട്ടുണ്ട്. 1972 മുതൽ പതിനെട്ടുവർഷത്തോളം അദ്ദേഹം കൊച്ചി യൂണിറ്റിൽ പ്രവർത്തിച്ചു.

*ദേശാഭിമാനി*യുടെ പ്രചാരം വർധിപ്പിക്കുകയെന്നത് എക്കാലത്തും പാർട്ടി പ്രധാന അജണ്ടയായി എടുത്തിരുന്നു. സി അച്യുതമേനോൻ അതു സാക്ഷ്യപ്പെടുത്തുന്നു:

പത്രത്തിന് പ്രാദേശിക ഏജന്റുമാർ മാത്രമല്ല, താലൂക്കുതോറും സംഘാടകരുമുണ്ടായിരുന്നു. ഒരു നിശ്ചിത കാലത്തിനുള്ളിൽ പത്രത്തിന്റെ പ്രചാരം ഇത്ര ശതമാനം വർധിപ്പിക്കണമെന്ന് ക്വാട്ട നിശ്ചയിച്ചുകൊടുക്കുകയും അതു പൂർത്തിയാക്കാൻ പ്രവർത്തിക്കുകയുമാണ് സംഘാടകന്റെ ജോലി. പാർട്ടി കമ്മിറ്റികൾ കൂടുമ്പോൾ അജണ്ടയിലെ ഒരു പ്രധാന ഇനം *ദേശാഭിമാനി*യുടെ പ്രചാരമായിരുന്നു. ക്വാട്ട പൂർത്തിയാക്കിയോ? ഇല്ലെങ്കിൽ കാരണം? പൂർത്തിയാക്കാൻ ഇനിയെന്തു ചെയ്യണം? ക്വാട്ട വർധിപ്പിക്കാൻ സാധിക്കുമോ? എന്നു തുടങ്ങിയ പ്രശ്നങ്ങളെല്ലാം ചർച്ച ചെയ്യും. പാർട്ടി കമ്മിറ്റികളോ ശാഖകളോ ഇല്ലാത്ത സ്ഥലങ്ങളിലും *ദേശാഭിമാനി* ഗ്രൂപ്പുകൾ സംഘടിപ്പിക്കാറുണ്ടായിരുന്നു. അത്തരം ഗ്രൂപ്പുകളിലൂടെ സ്ഥിരം *ദേശാഭിമാനി* വായനക്കാരുടെ സംഘത്തെ സൃഷ്ടിക്കുമായിരുന്നു. അവർ ആദ്യം പാർട്ടി അനുഭാവികളായും അചിരേണ മെമ്പർമാരായും തീരുക സ്വാഭാവികമാണല്ലോ.[16]

ചെറുകാടിന്റെ പത്രവിൽപ്പന

കോളേജിലെ അധ്യാപക ജോലി രാജിവെച്ച് കമ്യൂണിസ്റ്റ് പാർട്ടിയുടെ മുഴുവൻ സമയ പ്രവർത്തകനായ പ്രശസ്ത സാഹിത്യകാരൻ ചെറുകാടും കുറച്ചുകാലം പത്രം വിറ്റുനടന്നിട്ടുണ്ട്. കോളേജ് വിട്ടശേഷം കമ്യൂണിസ്റ്റ് പാർട്ടിയുടെ പൊന്നാനി താലൂക്ക് കമ്മിറ്റി ഓഫീസിൽ താമസമാക്കിയ ചെറുകാട് *ദേശാഭിമാനി* പത്രം വിൽക്കുന്ന ജോലി ഏറ്റെടുത്തു. ബാക്കി അദ്ദേഹം പറയട്ടെ:

കാലത്ത് വളരെ നേരത്തെ പത്രം വരും. യുദ്ധകാല പരിതഃസ്ഥിതിയിൽ വൃത്തികെട്ട പരുക്കൻ

ചെറുകാട്

കടലാസിൽ അച്ചടിച്ചതാണെങ്കിലും ആറ്റുനോറ്റ് പുറത്തിറങ്ങുന്ന *ദേശാഭിമാനി* സഖാക്കളുടെ കണ്ണിൽ സുന്ദരമായിരുന്നു. പത്തമ്പതുകോപ്പി പത്രമെടുത്ത് നേരത്തെ വിൽപ്പനയ്ക്കിറങ്ങും. വിൽക്കും. കാശുവാങ്ങും. പുതിയ വരിക്കാരെ ചേർക്കും. അങ്ങനെ ഒന്നുരണ്ടാഴ്ച പേപ്പർ ബോയ് ആയി കഴിഞ്ഞുകൂടി.

കോളേജിൽ നിന്ന് പിരിഞ്ഞുപോരുമ്പോൾ കിട്ടിയ ഏഴെട്ടുറുപ്പികയിൽ നിന്ന് ഒരു പുത്തൻ കുപ്പായവും മുണ്ടും വാങ്ങിയത് കഴിച്ചുണ്ടായിരുന്ന തുക തീർന്നു. അതിനു ശേഷം പത്രം വിറ്റുകിട്ടുന്ന കാശെടുത്ത് ഭക്ഷിക്കാൻ തുടങ്ങി. രണ്ട് ചായ, രണ്ട് ഊണ്, അരയണക്കു മുറുക്കാൻ-എല്ലാറ്റിനും കൂടി ആറണ ദിവസച്ചെലവായി. ചില ദിവസം പത്രവിൽപ്പനയുടെ കമീഷൻ ദിവസച്ചെലവിന് തികയാതെ വന്നു. അന്ന് മുതലിൽ നിന്നുതന്നെ കാശെടുത്തു ഭക്ഷിച്ചു. 'ചെറുകാട് ഇന്ന് എത്ര *ദേശാഭിമാനി* ഭക്ഷിച്ചു.' ചിലപ്പോൾ സഖാക്കളാരെങ്കിലും ചോദിക്കും. 'ഒന്ന് അല്ലെങ്കിൽ രണ്ട്', ഞാൻ ഉത്തരം പറയും. പാർട്ടിയുടെ ഫുൾടൈമറാണെങ്കിലും പ്രസ്ഥാനത്തെ തകർക്കുന്നവിധം മുതലെടുത്ത് ഭക്ഷിക്കുന്നതിൽ എനിക്ക് നാണക്കേട് തോന്നാൻ തുടങ്ങി. [17]

ബർലിനും *ദേശാഭിമാനി*യും

കമ്യൂണിസ്റ്റ് പാർട്ടിയുടെ ആദ്യകാല പ്രവർത്തകനും പ്രശസ്ത പത്രപ്രവർത്തകനുമായിരുന്ന ബർലിൻ കുഞ്ഞനന്തൻ നായർ ചെറുപ്പകാലത്തെ *ദേശാഭിമാനി* അനുഭവം രേഖപ്പെടുത്തിയിട്ടുണ്ട്:

പതിനാറാം വയസ്സിൽത്തന്നെ കമ്യൂണിസ്റ്റ് പാർട്ടിയുടെ ഏറ്റവും ഇളയ മുഴുവൻ സമയ പ്രവർത്തകനായിരുന്നു ഞാൻ. 1942-ലെ ക്വിറ്റ് ഇന്ത്യ സമരത്തിന്റെ ഒഴുക്കിൽപെട്ട് പഠിപ്പുനിർത്തി ബാലസംഘം സംഘടിപ്പിക്കാൻ ഇറങ്ങിപ്പുറപ്പെട്ട കാലം. *ദേശാഭിമാനി* വാരിക മഞ്ഞ നിറത്തിലുള്ള നാടൻ കടലാസിലാണ് ആദ്യം അച്ചടിച്ച് പുറത്തിറക്കിയത്. എന്റെ സഹപാഠികളടക്കം പത്തുപന്ത്രണ്ടു പേരെ ചിറക്കൽ പ്രദേശത്ത് വരിക്കാരായി ചേർത്തു. ആഴ്ചയിലൊരിക്കൽ ഞങ്ങൾ നാലഞ്ചുകുട്ടികൾ സ്ക്വാഡായി പത്രം കടകളിലും വീടുകളിലും കയറിയിറങ്ങി വിൽക്കുകയും ചെയ്തിരുന്നു. വിദ്യാർഥി പ്രവർത്തകന്മാർക്കുള്ള ഒരു ക്ലാസിന് കോഴിക്കോട്ട് പോയപ്പോൾ മറ്റൊരു അനുഭവമുണ്ടായി. *ദേശാഭിമാനി* അന്ന് ചെറിയ പ്രസ്സിലാണ് അച്ചടിച്ചിരുന്നത്. ചിലപ്പോൾ കറണ്ട് നിന്നാൽ കൈകൊണ്ട് തിരിച്ചാണ് പ്രസ് പ്രവർത്തിപ്പിച്ചിരുന്നത്. ഒരു ദിവസം സഖാവ് കൃഷ്ണപിള്ളയുടെ 'ഭീകരപ്രസ്ഥാനവും വിപ്ലവ പ്രസ്ഥാനവും' എന്ന വിഷയത്തെക്കുറിച്ചുള്ള ക്ലാസ് കഴിഞ്ഞ് കറണ്ട് പോയി. സഖാവ് പറഞ്ഞു: 'ഇനി നിങ്ങൾ പോയി പ്രസ് തിരിക്കുക.' വളരെ ഉത്സാഹത്തോടെ ഞാനും പോയി രണ്ടുമണിക്കൂർ നേരം വിയർത്തൊലിക്കുംവരെ പ്രസ് തിരിച്ചു. നൂറിലധികം കോപ്പികൾ പുറത്തുവന്നു. മണ്ണാലത്ത് ശ്രീധരനും അന്നു പ്രസ്സിൽ ഉണ്ടായിരുന്നു. 1946-ൽ *ദേശാഭിമാനി* ദിനപത്രമായപ്പോൾ ഞാൻ ബോംബെയിൽ പാർട്ടി ഹെഡ് ക്വാർട്ടേഴ്സിലായിരുന്നു. ഇ എം എസ് നിർദേശിച്ചതനുസരിച്ച് കോഴിക്കോട്ടേക്ക് മടങ്ങി. *ദേശാഭിമാനി* ആപ്പീസിൽത്തന്നെ താമസവുമാക്കി. [18]

ബീഡിത്തൊഴിലാളികളുടെ പത്രവായന

ബീഡിത്തൊഴിലാളികൾ ബീഡി തെറുക്കുമ്പോഴുള്ള പത്രം വായന കമ്യൂണിസ്റ്റ് പാർട്ടിയുടെ ആശയപ്രചാരണത്തിന്റെ പുതുമയും ജീവസ്സും ഉള്ള രൂപമായിരുന്നു. ബീഡിത്തൊഴിലാളികളുടെ ബോധനിലവാരം ഉയരുന്നതിനും അവർക്കിടയിൽ നിന്ന് പാർട്ടിയുടെയും ട്രേഡ് യൂണിയന്റെയും നേതാക്കൾ ഉയർന്നുവരുന്നതിനും കൂട്ടായ പത്രം വായന സഹായിച്ചിട്ടുണ്ട്. പത്രം വായിച്ചുകൊടുക്കുന്ന തൊഴിലാളിയുടെ ജോലി സഹപ്രവർത്തകർ ചെയ്യും. ഒരു തൊഴിലാളി പത്രം വായിക്കുകയും അയാളുടെ തൊഴിൽ മറ്റുള്ളവർ പങ്കിട്ടെടുക്കുകയും ചെയ്യുന്ന രീതി ലോകത്ത് മറ്റൊ

രിടത്തു നിന്നും റിപ്പോർട്ട് ചെയ്യപ്പെട്ടിട്ടില്ല. 1969-ൽ സഹകരണ മേഖലയിൽ ദിനേശ് ബീഡി സ്ഥാപിതമായതോടെയാണ് ഒരു തൊഴിലാളി പത്രം വായിക്കുകയും മറ്റുള്ള വർ നിശ്ശബ്ദമായി ബീഡി തെറുക്കുകയും ചെയ്യുന്ന സമ്പ്രദായം വന്നത്. അതിനു മുമ്പ് സ്വകാര്യ ബീഡിക്കമ്പനികളേ ഉണ്ടായിരു ന്നുള്ളു. അവിടെ പത്രം വായനയുണ്ടായി രുന്നുവെങ്കിലും പൊതുവായ വായനയില്ല. ദിനേശ് ബീഡിയിൽ ദീർഘകാലം തൊഴിലാ ളിയായിരുന്ന അഴീക്കോടൻ ചന്ദ്രൻ തന്റെ അനുഭവം പറയുന്നു:

ബീഡിത്തൊഴിലാളികളുടെ പത്രവായന

> ബീഡി തെറുപ്പിലെ ആദ്യ ജോലി ഇല മുറിക്കലാണ്. അതുകഴിഞ്ഞാൽ രാവിലെ പത്തര-പതി നൊന്നുമണിയോടെ പത്രം വായന തുടങ്ങും. തെറുക്കുന്ന ബീഡിയുടെ എണ്ണം കണക്കാക്കിയാ ണ് കൂലി. ശരാശരി കണക്കാക്കി പത്രം വായിക്കുന്ന തൊഴിലാളിക്ക് മറ്റുള്ളവർ ബീഡി നൽകും. *ദേശാഭിമാനി* പത്രമാണ് പ്രധാനമായി വായിക്കുക. അതു മുഴുവൻ വായിക്കും. *മനോരമ, മാതൃഭൂമി* എന്നീ പത്രങ്ങളും വായിക്കാറുണ്ട്. പക്ഷേ, അതിലെ പ്രധാന വാർത്തകൾ മാത്രം. വായനയിൽ ഓരോരുത്തർക്കും ഓരോ ശൈലിയുണ്ട്. നായനാരുടെ ലേഖനമാണെങ്കിൽ നായനാർ സംസാരി ക്കുന്ന മട്ടിലാണ് ഞാൻ വായിക്കുക. ഇ എം എസിന്റേതാണെങ്കിൽ അദ്ദേഹത്തിന്റെ രീതിയിൽ. കേൾക്കുന്നവർക്ക് ഇഷ്ടപ്പെടും. അതുകൊണ്ട് ഞാൻ സ്ഥിരം വായനക്കാരനായി. പത്രം വാ യിച്ചുകഴിഞ്ഞാൽ ചർച്ചയുമുണ്ട്. ഗൗരവമായ ചർച്ച. തീക്ഷ്ണമായ വാദപ്രതിവാദങ്ങൾ. തൊ ഴിലാളികൾ എല്ലാവരും കമ്യൂണിസ്റ്റുകാരല്ല. മറ്റു പാർട്ടിക്കാരും ഉണ്ട്. അവർക്ക് അവരുടെ വാദം ഉന്നയിക്കാം. ഇത്തരം ചർച്ചകൾ എന്റെ രാഷ്ട്രീയ വിദ്യാഭ്യാസത്തിന് വളരെ സഹായിച്ചിട്ടുണ്ട്. വായനക്കിടയിലും ജോലി കൃത്യമായി നടന്നിരുന്നു. ഉത്സാഹത്തോടെ ജോലിയെടുക്കാൻ പത്രം വായന ഉപകരിച്ചിട്ടുണ്ടെന്നും പറയാം.[19]

പുകവലിയിൽ നിന്ന് ആളുകൾ അകന്നതോടെ ബീഡി വ്യവസായം ക്ഷയിച്ചു. ഉൽപ്പാദനം കുറഞ്ഞു. അതനുസരിച്ച് തൊഴിലാളികളുടെ എണ്ണത്തിലും കുറവുണ്ടായി. വൈവിധ്യവൽക്കര ണത്തിലൂടെയാണ് ദിനേശ് ബീഡി ഈ പ്രതിസന്ധി മറികടക്കുന്നത്. പുതിയ സാഹചര്യത്തിൽ മു മ്പത്തെപ്പോലെ കൂട്ടായ പത്രം വായനയില്ല. വളരെ കുറച്ച് പ്രാഥമിക സഹകരണ സംഘങ്ങളിൽ മാത്രമാണ് പഴയ സമ്പ്രദായം തുടരുന്നതെന്നാണ് അഴീക്കോടൻ ചന്ദ്രൻ പറഞ്ഞത്.

പകർച്ചവ്യാധികൾക്കെതിരായ പോരാട്ടം

കേരളത്തിൽ ഭക്ഷ്യക്ഷാമവും കോളറ, വസൂരി എന്നീ പകർച്ചവ്യാധികളും ഒന്നിച്ചുണ്ടായ 1943-45 കാലത്ത് ജനങ്ങളുടെ ഭീതിയകറ്റുന്നതിനും ആധുനിക ചികിത്സ സ്വീകരിക്കാൻ അവരെ പ്രേരിപ്പിക്കുന്നതിനും *ദേശാഭിമാനി* നടത്തിയ ഇടപെടലുകൾ പത്രപ്രവർത്തനത്തിന്റെ വേറിട്ട മുഖമായിരുന്നു. ദുരിതാശ്വാസത്തിന് പ്രചോദകമായി പത്രപ്രവർത്തനത്തെ മാറ്റി *ദേശാഭിമാനി* പുതിയ മാതൃക സൃഷ്ടിച്ചു. ബംഗാളിൽ ഭീകരമായ ക്ഷാമംകൊണ്ട് ലക്ഷക്കണക്കിനാളുകൾ മരിച്ചുവീണ ഘട്ടത്തിൽ തന്നെയാണ് കേരളത്തിൽ വസൂരിയും കോളറയും പടർന്നു പിടിച്ചത്. മലബാറിൽ വസൂരിയുടെ താണ്ഡവമായിരുന്നു. വസൂരിയെ ആരും ഭയപ്പെടുന്ന കാലത്ത് കമ്യൂ ണിസ്റ്റ് പാർട്ടി പ്രവർത്തകർ ദുരിതാശ്വാസത്തിന് മുന്നിട്ടിറങ്ങി. വസൂരി പിടിച്ച് ഒറ്റപ്പെട്ടവരുടെ ദൈന്യതയിലേക്ക് വാർത്തകളിലൂടെയും ഫോട്ടോകളിലൂടെയും *ദേശാഭിമാനി* സർക്കാരിന്റെ ശ്രദ്ധ തിരിച്ചു. ജനങ്ങൾക്ക് ആശ്വാസവും ആത്മവിശ്വാസവും ദുരിതാശ്വാസ പ്രവർത്തകർക്ക് ധൈര്യവും നൽകുന്ന വാർത്തകളാണ് *ദേശാഭിമാനി* ദൈനംദിനം വലിയ പ്രാധാന്യത്തോടെ

കൊടുത്തുകൊണ്ടിരുന്നത്. ദുരിതാശ്വാസത്തിന് എല്ലാ കക്ഷിക്കാരും ഉൾപ്പെടുന്ന കമ്മിറ്റി പട്ടണങ്ങളിലും ഗ്രാമങ്ങളിലും രൂപീകരിക്കുന്നതിന് മുൻകൈയെടുത്തത് കമ്യൂണിസ്റ്റുകാരായിരുന്നു. ജനങ്ങളെ കുത്തിവെപ്പെടുപ്പിക്കുന്നതിന് അവർ വീടുകൾ തോറും കയറിയിറങ്ങി. ഒരു ഘട്ടത്തിൽ പാതവക്കിൽ വരെ മൃതദേഹങ്ങൾ കിടക്കുന്ന സ്ഥിതിയുണ്ടായിരുന്നു. അത്തരം മൃതദേഹങ്ങൾ മറവുചെയ്യാൻ ധീരമായി രംഗത്തുവന്നതും കമ്യൂണിസ്റ്റുകാരാണ്. 1943 ജൂലൈയിൽ *ദേശാഭിമാനി* പ്രസിദ്ധീകരിച്ച ഒരു റിപ്പോർട്ട്:

വളണ്ടിയർമാരുടെ ത്യാഗം, രോഗീശുശ്രൂഷ, ശുചീകരണം
കോളറെക്കതിരായ സുധീര സമരം
മായനാടംശത്തിലെ സന്നദ്ധ സേന

കോഴിക്കോട്: കോഴിക്കോട് താലൂക്കിൽ മായനാടംശത്തിൽ കോളറ പടർന്നുവരികയാണ്. ജനങ്ങൾ പരിഭ്രമിക്കുന്നു, നിസ്സഹായരായിത്തീരുന്നു. കമ്യൂണിസ്റ്റുകാർ വെറുതെയിരുന്നില്ല. ആർക്കും വെറുതെയിരിക്കാൻ നിവൃത്തിയില്ലെന്നു പറഞ്ഞ് അവരൊരു പൊതുയോഗം വിളിച്ചുകൂട്ടി. അംശം അധികാരി പി കെ അച്ചുതൻ നായരടക്കം പല പൗരപ്രധാനികളും സ്ത്രീകളും കുട്ടികളും കിഴവന്മാരും പങ്കെടുത്ത ആ യോഗത്തിൽ ഒരു കോളറനിവാരണ സമിതിയെ തെരഞ്ഞെടുത്തു. അവിടെ വെച്ചുതന്നെ കോളറക്കെതിരെ പ്രവർത്തിക്കാൻ 11 പേർ സന്നദ്ധ സേനയിൽ ചേർന്നു. ഇതിൽ മൂന്നുപേർ സ്ത്രീകളായിരുന്നുവെന്നു മാത്രമല്ല, മുസ്ലിം സ്ത്രീകളുമായിരുന്നു. സ. ഗോപാലൻ നായരെ വളണ്ടിയർ ക്യാപ്റ്റനായും നിയോഗിച്ചു.

മൂന്നു ദിവസത്തിനകം ഈ വളണ്ടിയർ സേന 23 രോഗികളെ ശുശ്രൂഷിച്ചു. ഏഴ് പേരൊഴികെ ബാക്കി 16 പേരെ മരണത്തിൽ നിന്ന് രക്ഷിക്കാൻ കഴിഞ്ഞു. ഏതാണ്ടെല്ലാവരെക്കൊണ്ടും കുത്തിവെപ്പെടുപ്പിച്ചിരിക്കുന്നു. വളണ്ടിയർമാർ സ്ഥിരമായ ഒരാപ്പീസ് തുറന്നിരിക്കുന്നു. മരുന്നുകളും മറ്റുപകരണങ്ങളും അവിടെ സൂക്ഷിക്കുന്നു. വളണ്ടിയർ ക്യാപ്റ്റനോ അദ്ദേഹത്തിന്റെ ചാർജിൽ മറ്റൊരാളോ എല്ലായ്പ്പോഴും ആപ്പീസിലുണ്ടാകും. ക്യാപ്റ്റൻ വിസിലൂതുന്നു, വളണ്ടിയർമാർ വരുന്നു, അവരെ അയാൾ ബാച്ചായി തിരിക്കുന്നു, ഓരോ ബാച്ചും മരുന്നുസഞ്ചിയും മറ്റുപകരണങ്ങളുമായി രോഗികളുടെ വീടുകളിലേക്ക് പോകുന്നു. രാത്രി സമയത്തുകൂടി ചില വളണ്ടിയർമാർ ഒപ്പമിരുന്ന് രോഗിയെ ശുശ്രൂഷിച്ചിട്ടുണ്ട്.[20]

കോളറ, വസൂരി പ്രതിരോധ പ്രവർത്തനം സംബന്ധിച്ച് അക്കാലത്ത് തുടർച്ചയായി *ദേശാഭിമാനി* കൊടുത്ത വാർത്തകളിൽ ഒന്നിൽ നിന്നാണ് ഇതുദ്ധരിച്ചത്. ദുരിതാശ്വാസത്തിന് പിന്തുണ നൽകുക, പ്രവർത്തകരുടെ മനോവീര്യം ഉയർത്തുക, ജനങ്ങളുടെ പരിഭ്രാന്തി അകറ്റുക, എല്ലായിടത്തും ജനങ്ങളുടെ കൂട്ടായ്മയുണ്ടാക്കുക-ഇതാണ് നിരന്തരം *ദേശാഭിമാനി* ചെയ്തുകൊണ്ടിരുന്നത്. മറ്റൊരു റിപ്പോർട്ട്:

വസൂരി പരക്കുന്നു
(കെ കേശവൻ)

ചളവറ (വള്ളുവനാട്) അംശത്തിൽ ഇതുവരെയായി 20 വീടുകളിൽ വസൂരി പിടിപെട്ടിട്ടുണ്ട്. രണ്ടുപേർ മരിച്ചു. ഇപ്പോൾ അംശത്തിന്റെ പല ഭാഗത്തുമായി 45 വീടുകളിൽ ദീനമുള്ളതായി അറിയുന്നു. കിസാൻ സംഘം പ്രവർത്തകർ തൈക്കാട്ട് മൂസ്സിന്റെ വക വസൂരി സംഹാരി ഗുളികകൾ വാങ്ങിയുപയോഗിക്കാൻ പ്രചാരവേല ചെയ്തുവരുന്നു. പനി തുടങ്ങിയ ചിലർ അതു കഴിച്ചിട്ട് രണ്ടുമൂന്നു ദിവസം കഴിഞ്ഞിട്ടും വസൂരി പൊന്തിക്കാണാത്തതുകൊണ്ട് ഗുളിക ഫലവത്താണെന്ന് വിശ്വസിക്കുന്നു.

വസൂരിക്ക് കാരണം ഭഗവതിയുടെ കോപമാണെന്ന് നാട്ടുകാർക്ക് ധാരണയുണ്ട്. അടുത്ത ഭഗവതി ക്ഷേത്രത്തിൽ നേർച്ചയും വഴിപാടും സാധാരണ കൊല്ലങ്ങളിലേക്കാൾ കൂടുതലാണ്. രോഗം ശമിക്കാൻ കുത്തിവെപ്പും സ്ഥലം മാറ്റിക്കിടത്തലും നടത്തണമെന്ന് നാട്ടുകാരോട് പറയുമ്പോൾ അവർക്ക് ബോധ്യപ്പെടുന്നുണ്ട്.[21]

ഭക്ഷ്യക്ഷാമം നേരിടാൻ

വിദ്യാഭ്യാസത്തിന്റെ കുറവും അന്ധവിശ്വാസവും രോഗപ്രതിരോധത്തിന് തടസ്സമായി നിന്നപ്പോൾ നാട്ടുകാരെ ബോധവൽക്കരിച്ച് ചികിത്സിക്കാനും രോഗപ്രതിരോധത്തിന് കുത്തിവെപ്പ് എടുപ്പിക്കാനും കമ്യൂണിസ്റ്റുകാരും കർഷക സംഘം പ്രവർത്തകരും നടത്തിയ പ്രയത്നങ്ങൾക്ക് വലിയ പിന്തുണയാണ് *ദേശാഭിമാനി* നൽകിയത്. ലോകമഹായുദ്ധത്തെ തുടർന്ന് രാജ്യം കടുത്ത ഭക്ഷ്യക്ഷാമത്തിന്റെ പിടിയിലായി. ക്ഷാമം കേരളത്തിലും രൂക്ഷമായിരുന്നു. ഈ ഘട്ടത്തിൽ ജനങ്ങളെ സഹായിക്കുന്നതിന് നാട്ടിലുടനീളം ദുരിതാശ്വാസ കമ്മിറ്റികൾ രൂപീകരിക്കുന്നതിന് കമ്യൂണിസ്റ്റ് പാർട്ടി നേതൃത്വം നൽകി. മലബാറിൽ മാത്രമല്ല കൊച്ചി, തിരുവിതാംകൂർ എന്നീ പ്രദേശങ്ങളിലും ഈ രീതിയിലുള്ള പ്രവർത്തനം പാർട്ടി സംഘടിപ്പിച്ചു. പൂഴ്ത്തിവെപ്പ് നടത്തുന്ന മൊത്തക്കച്ചവടക്കാർ, ജന്മിമാർ, കരിഞ്ചന്തക്കാരായ കച്ചവടക്കാർ എന്നിവർക്കെതിരെ *ദേശാഭിമാനി* നിരന്തരം വാർത്തകൾ കൊടുത്തുകൊണ്ടിരുന്നു. ക്ഷാമം, പട്ടിണി, പകർച്ചവ്യാധികൾ എന്നിവമൂലം യാതന അനുഭവിച്ച പാവങ്ങളെ സഹായിക്കാൻ കമ്യൂണിസ്റ്റ് പാർട്ടി നടത്തിയ പ്രവർത്തനമാണ് ക്വിറ്റ് ഇന്ത്യ സമരഘട്ടത്തിൽ ഒഴുക്കിനെതിരെ നീന്തിയിട്ടും ജനപിന്തുണ വർധിപ്പിക്കാൻ പാർട്ടിയെ സഹായിച്ചത്. കെ മാധവൻ അതേക്കുറിച്ച് പറയുന്നു:

> വസൂരിയും ഭക്ഷണ ക്ഷാമവും കമ്യൂണിസ്റ്റ് പാർട്ടിക്ക് ജനഹൃദയങ്ങളിൽ സ്ഥാനം നൽകി എന്നുപറഞ്ഞാൽ അത് അതിശയോക്തിയാവില്ല. യുദ്ധകാലത്ത് പാർട്ടി എടുത്ത ദേശീയ നയത്തിൽ പറ്റിയ പാളിച്ച മുതലാക്കിക്കൊണ്ട് കോൺഗ്രസുകാർ കമ്യൂണിസ്റ്റുകാരെ ഒറ്റപ്പെടുത്താൻ ശ്രമിച്ചെങ്കിലും അത് ഫലിച്ചില്ല. ആ കാലത്താണ് പാർട്ടി ഒരു ബഹുജന സംഘടനയായി വളർന്നത്.[22]

കേരളത്തിലെ അന്നത്തെ സ്ഥിതി ഇ എം എസ് വിശദീകരിക്കുന്നു:

> നാട്ടിൽ ജീവിക്കുന്ന മലയാളികൾക്കാകട്ടെ ഉണ്ണാനരിയില്ല, ഉടുക്കാൻ തുണിയില്ല, മരുന്നില്ല. ഈ നരകത്തിനിടയ്ക്ക് കോളറ, വസൂരി, മലേറിയ മുതലായ മഹാമാരികളും നമ്മുടെ നാട്ടിൽ പടർന്നുപിടിച്ചു. 1943-ലെ കോളറ കൊണ്ട് ബ്രിട്ടീഷ് മലബാറിൽ തന്നെ മുപ്പതിനായിരത്തോളം പേർ മരിച്ചുവെന്ന് ഔദ്യോഗികമായി പ്രസ്താവിക്കപ്പെട്ടിട്ടുണ്ട്. ഇത്തരം മരണങ്ങളുടെ കണക്ക് കൊച്ചിയിലും തിരുവിതാംകൂറിലും പ്രസിദ്ധപ്പെടുത്തിയിരുന്നുവെങ്കിൽ 1943-ലെ കോളറ, 1944-ലെ വസൂരി, മറ്റു പകർച്ചവ്യാധികൾ എന്നിവയുടെ ഫലമായി കേരളത്തിലാകെ ഒരു ലക്ഷം പേർ മരിച്ചതായി കാണാം.[23]

കടുത്ത ഭക്ഷ്യക്ഷാമവും വിലക്കയറ്റവും കൊണ്ട് ജനങ്ങൾ പട്ടിണിയായപ്പോൾ അവരെ സഹായിക്കാനും നാടിനെ രക്ഷിക്കാനും കമ്യൂണിസ്റ്റ് പാർട്ടി, കർഷക സംഘം എന്നിവയ്ക്കൊപ്പം *ദേശാഭിമാനി* എങ്ങനെ പ്രവർത്തിച്ചു എന്ന് വ്യക്തമാക്കുന്നതാണ് 'നടീൽ ദിനമാചരിക്കുക' എന്ന തലക്കെട്ടിൽ 1943 മെയ് 30-ന് *ദേശാഭിമാനി* ഒന്നാം പേജിൽ ലീഡായി പ്രസിദ്ധീകരിച്ച മലബാർ കർഷകസംഘം സെക്രട്ടറി കെ എ കേരളീയന്റെ പ്രസ്താവന. അക്കാലത്ത് കേരളം നേരിട്ട പ്രതിസന്ധിയുടെ ചിത്രം കൂടി അതിലുണ്ട്. പ്രസ്താവനയുടെ ചുരുക്കം:

നടീൽദിനമാചരിക്കുക: കെ എ കേരളീയൻ

കോഴിക്കോട്: ഭക്ഷണക്കുഴപ്പം നാടൊട്ടുക്കും ഭീഷണരൂപത്തിൽ പടർന്നുവരികയാണ്. ഇതിനെ നേരിട്ട് വിജയിക്കുവാൻ ഒറ്റക്ക് ഒരു കക്ഷിക്കും സാധ്യമല്ലെന്ന് തെളിഞ്ഞിരിക്കുന്നു. ഒത്തൊരുമയോടെ പ്രവർത്തിക്കുകയാണെങ്കിൽ ഏതൊരു കുഴപ്പത്തെയും നിഷ്പ്രയാസം നേരിട്ട് വിജയിക്കുവാൻ കഴിയുമെന്നുള്ള പാഠമാണ് ഇന്ന് മലബാറിലങ്ങോളമിങ്ങോളം പ്രവർത്തിച്ചു കൊണ്ടിരിക്കുന്ന ജനകീയ ഭക്ഷണ കമ്മിറ്റികൾ പഠിപ്പിക്കുന്നത്. ഭക്ഷണം കിട്ടുക എന്നത് വലിയവന്റെയും ചെറിയവന്റെയും ഒരേയൊരാവശ്യമാണ്. അതിനു പിന്നിൽ സകലരെയും അണിനിരത്തി ഉള്ളതു ന്യായമായി കിട്ടുമാറാക്കത്തക്കവണ്ണമുള്ള ദേശാഭിമാനപരമായ പ്രവൃത്തികൾ ഇന്നു മലബാറിന്റെ ഓരോ മുക്കിലും നടത്തുന്നത് ഭക്ഷണ കമ്മിറ്റികളാണ്. നാട്ടുകാരുടെ പൊതുയോഗ

ങ്ങളിൽ വെച്ച് നാട്ടുകാർക്ക് ഭക്ഷണം കിട്ടാൻ വേണ്ടി നാട്ടുകാർ തന്നെ യഥേഷ്ടം തെരഞ്ഞെടുക്കുന്ന കമ്മിറ്റികളാണ് ഇവ.

നാടിന്റെ സ്ഥിതിയറിഞ്ഞ് കൃഷി വർധിപ്പിച്ച് നാടിനെ രക്ഷിക്കേണ്ടതിന് ശ്രീ വി ആർ നായനാർ അഭ്യർഥന പുറപ്പെടുവിച്ചിരിക്കയാണ്. അതിനെത്തുടർന്ന് ജൂൺ ഒന്നിന് കേരളമൊട്ടുക്കും കൂടുതൽ ഭക്ഷ്യോൽപ്പാദനത്തിന്റെ ആരംഭമെന്നോണം നടീൽദിനമാചരിച്ച് തുടർന്നു പ്രവർത്തിക്കാൻ കേരള കിസാൻ സംഘം, കേരള ട്രേഡ് യൂണിയൻ കോൺഗ്രസ് എന്നീ സംഘടനകൾ കേരളത്തിലെ തൊഴിലാളികളോടും കൃഷിക്കാരോടും ആഹ്വാനം ചെയ്തിട്ടുണ്ട്.

കൊച്ചിക്കും തിരുവിതാംകൂറിനും മാതൃക കാണിച്ചുകൊടുക്കാൻ മലബാറിനു കഴിയും. പട്ടിണി കിടക്കുന്ന ഇന്ത്യയിലെ മറ്റു സംസ്ഥാനങ്ങൾക്ക് പാഠം നൽകാൻ മലബാറിന് ഇന്ന് കഴിവുണ്ട്. മാത്രമല്ല, രാജ്യരക്ഷക്കുവേണ്ടി ബോധപൂർവം കൂടുതൽ ഉൽപ്പാദിപ്പിച്ച് മറ്റത്യാവശ്യ ഗ്രാമങ്ങളിലേക്ക് കയറ്റി അയക്കാൻ നമുക്കു സാധിക്കും. ഇതാണ് ദേശരക്ഷ. ഇങ്ങനെയാണ് നാം സ്ഥാപിക്കാൻ പോകുന്ന ദേശീയ ഗവൺമെന്റിന്റെ സാമ്പത്തികമായ അടിത്തറയും ഇപ്പോൾതന്നെ നാം നിർമിക്കുക.[24]

ഭക്ഷ്യക്ഷാമം, കരിഞ്ചന്ത, പൂഴ്ത്തിവെപ്പ്, പകർച്ചവ്യാധി തുടങ്ങിയ ജനകീയ പ്രശ്നങ്ങൾ ദിവസവും വാർത്തകളും ലേഖനങ്ങളുമായി *ദേശാഭിമാനി* ഉയർത്തിക്കൊണ്ടുവന്നിരുന്നു. എന്നാൽ അതുപോലും സഹിക്കാൻ ബ്രിട്ടീഷ് അധികാരികൾ തയാറായില്ല. ഭക്ഷ്യക്ഷാമത്തെക്കുറിച്ച് 'മണ്ണെണ്ണ പഞ്ചസാര ഭാഗ്യക്കുറി' എന്ന തലക്കെട്ടിൽ പി കൃഷ്ണപിള്ള എഴുതിയ ഒരു ലേഖനം *ദേശാഭിമാനി* പ്രസിദ്ധപ്പെടുത്തുകയും അതു ലഘുലേഖയായി അച്ചടിക്കുകയും ചെയ്തിരുന്നു. അതിന്റെ പേരിൽ പൊലീസ് പ്രസ് റെയ്ഡ് ചെയ്തു. അതുസംബന്ധിച്ച് 1945 ജൂണിൽ *ദേശാഭിമാനി* പ്രസിദ്ധീകരിച്ച വാർത്ത:

പ്രസ്സിൽ പൊലീസ് പരിശോധന

കോഴിക്കോട്, മെയ് 31: ഇന്നു രാവിലെ 11 മണിക്ക് കോഴിക്കോട് സിഐയും ഒരു എസ്ഐയും കൂടി *ദേശാഭിമാനി* ഓഫീസിൽ കയറിവന്നു. സ. പി കൃഷ്ണപിള്ള എഴുതിയ 'മണ്ണെണ്ണ പഞ്ചസാര ഭാഗ്യക്കുറി' എന്ന ലഘുലേഖ ന്യൂസ് പ്രിന്റിൽ അച്ചടിച്ചത് വൈസ്രോയിയുടെ അനുവാദത്തോടെയാണോ എന്ന് അന്വേഷിക്കുകയും അങ്ങനെ സമ്മതം കിട്ടിയിട്ടില്ലെങ്കിൽ അതു സാങ്കേതികമായി കുറ്റകരമാണെന്ന് മാനേജരോട് പറയുകയും ചെയ്തു. പിന്നീട്, അച്ചടിച്ച കടലാസിന്റെയും ന്യൂസ് പ്രിന്റിന്റെയും കഷണങ്ങൾ, വർക്ക് റജിസ്റ്റർ, ബിൽ ബുക്ക്, സ്റ്റാഫിന്റെയും പ്രസ് ജീവനക്കാരുടെയും പേരുവിവരം, ലഘുലേഖയുടെ ഒരു പ്രതി, അതു തന്നെ മുഴുവൻ ചേർത്തിട്ടുള്ള *ദേശാഭിമാനി*യുടെ ഒരു പ്രതി എന്നിവ വാങ്ങിക്കൊണ്ടുപോയി.[25]

1943 ഫെബ്രുവരി 10 മുതൽ 24 വരെ ചേർന്ന കമ്യൂണിസ്റ്റ് പാർട്ടി കേന്ദ്രകമ്മിറ്റി യോഗത്തിന്റെ റിപ്പോർട്ട് 1943 മാർച്ച് 14-ന് *ദേശാഭിമാനി* പ്രസിദ്ധീകരിച്ചിരുന്നു. പത്രപ്രചാരണത്തിന് സിപിഐ നൽകിയ പ്രാധാന്യം ഇതിൽ നിന്നു വ്യക്തമാകും. റിപ്പോർട്ടിൽ നിന്ന്:

പാർട്ടി മെമ്പർഷിപ്പ് 9219 ആണ്. 8816 സഹായക മെമ്പർമാരെ പരിശീലനം കൊടുത്ത് വളർത്തുന്നുണ്ട്. ഇവരിൽ രണ്ടായിരത്തോളം പേർ മുഴുവൻസമയ പ്രവർത്തകരാണ്. *പീപ്പിൾസ് വാർ* (പാർട്ടിയുടെ ഇംഗ്ലീഷ് മുഖപത്രം) വിൽപ്പന 124 ശതമാനം വർധിച്ചിട്ടുണ്ട്. ആറ് സംസ്ഥാന മുഖപത്രങ്ങൾക്കു പുറമെ അഞ്ചു ഇന്ത്യൻ ഭാഷകളിൽ *പീപ്പിൾസ് വാർ* തന്നെ പുറത്തുവരുന്നു. ആകെ പതിനൊന്നു ഭാഷകളിലായി പാർട്ടി മുഖപത്രത്തിന് (*പീപ്പിൾസ് വാർ* ആറിടത്ത് അതേ പേരിലും അഞ്ചിടത്ത് ഇന്ത്യൻ ഭാഷാപേരുകളിലും) 65,000 കോപ്പികളുണ്ട്. കടലാസ് കിട്ടുന്നില്ലെന്നത് മാത്രമാണ് കോപ്പി രണ്ടുലക്ഷത്തിൽ കവിയുന്നതിന് ഏക തടസ്സം. പാർട്ടി പ്രസിദ്ധീകരണങ്ങൾ ഏറ്റവും ധാരാളം ചെലവാകുകയാണെന്ന് തെളിഞ്ഞിരിക്കുന്നു. പാർട്ടി കേന്ദ്രത്തിൽ നിന്നുതന്നെ 26 ലഘുലേഖകളുടെ 42,500 കോപ്പികൾ അടിച്ചിട്ടുണ്ട്. ഇതിൽ 92.5 ശതമാനവും വിറ്റുകഴിഞ്ഞു.[26]

സാംസ്കാരിക വളർച്ചക്ക്

രാഷ്ട്രീയ-സാമൂഹിക കാര്യങ്ങളോടൊപ്പം സാധാരണ ജനങ്ങളുടെ സാംസ്കാരികമായ ഉയർച്ചയും *ദേശാഭിമാനി*യുടെ ലക്ഷ്യമായിരുന്നു. ആശയപ്രചാരണത്തിന്റെ ഭാഗമായും, കലയും സാഹിത്യവും പ്രോത്സാഹിപ്പിക്കുന്നതിനും കവിതകൾ, പാട്ടുകൾ, നാടകങ്ങൾ, കഥകൾ എന്നിവ മറ്റേതു പത്രത്തേക്കാളുമധികമായി *ദേശാഭിമാനി* കൊടുത്തുവന്നിരുന്നു. കെ പി ജി നമ്പൂതിരിയുടെ 'നാണിയുടെ ചിന്ത' എന്ന കവിത പ്രസിദ്ധമായത് 'സോവിയറ്റെന്നൊരു നാടുണ്ടത്രേ, പോവാൻ കഴിഞ്ഞെങ്കിലെന്തു ഭാഗ്യം!' എന്ന രണ്ടുവരികൾ കൊണ്ടാണ്. 1943 ആഗസ്ത് 29-ന് പ്രസിദ്ധീകരിച്ച ആ കവിത:

നാണിയുടെ ചിന്ത

ഓണമല്ലോ വരുന്നതയ്യോ,
നാണം മറയ്ക്കുവാനെന്തു വേണ്ടൂ?
ഓണപ്പുടവ തറാറുള്ളൊരേട്ടനു-
മാണാകമൂലം പടയ്ക്കുപോയി-ഏട്ട-
നാണാകമൂലം പടയ്ക്കുപോയി.
ഹന്ത, ചതിച്ചിതെൻ ദൈവമേ, നീ-
യെന്തിനീയെന്നെ നീ നാരിയാക്കി?
എന്തെങ്കിലുമൊരു ജോലിക്കു ചെല്ലുമ്പോൾ
ചന്തമേ നോക്കുന്നു കഷ്ടം കഷ്ടം-അവർ
ചന്തമേ നോക്കുന്നു കഷ്ടം കഷ്ടം!
ഏട്ടനെപ്പോലെ പടക്കുപോവാ-
നെത്ര ഞാൻ മോഹിച്ചിട്ടെന്തു കാര്യം?
കൂട്ടുകയില്ലത്രേ പെണ്ണുങ്ങളെയതിൽ
കൂട്ടരെ, തെറ്റാണീച്ചട്ടമെല്ലാം-എന്റെ
കൂട്ടരെ, തെറ്റാണീച്ചട്ടമെല്ലാം.
സോവിയറ്റെന്നൊരു നാടുണ്ടത്രേ
പോകാൻ കഴിഞ്ഞെങ്കിലെന്തു ഭാഗ്യം!
പാവങ്ങൾ നാരികൾ തോക്കുമെടുത്തങ്ങു
പോവുന്നുപോലും പടക്കളത്തിൽ-നാരി
പോവുന്നുപോലും പടക്കളത്തിൽ.
പട്ടിണികൊണ്ടുള്ള പാടുവേണ്ട
ജപ്പാനെത്തെല്ലുമേ പേടി വേണ്ട
പാരതന്ത്ര്യത്തിന്നവമാനവും വേണ്ട-
പ്പാവനനാട്ടിൽ പിറന്നില്ലല്ലോ-ഞാന-
പ്പാവനനാട്ടിൽ പിറന്നില്ലല്ലോ.
ഭാഗ്യമുണ്ടെങ്കിലീനാണിക്കൊരു
യോഗ്യതയുള്ള വരനണയും
ഭാവിയിലായവനോടൊരുമിച്ചിവൾ
പോവും പടക്കളം തന്നിലാരാൽ-ഞങ്ങൾ
പോവുമരികളെ വെന്നുകൊൾവാൻ. [27]

10

ആഹ്വാനവും താക്കീതും

ആഹ്വാനവും താക്കീതും- ലളിതമായ ഈ രണ്ടു പദങ്ങൾ ഏഴു പതിറ്റാണ്ടിലധികമായി കേരളത്തിന്റെ രാഷ്ട്രീയ ചരിത്രത്തിൽ വലിയ അർഥവ്യാപ്തിയോടെ ഉയർന്നുനിൽക്കുന്നു. 1921-ലെ മലബാർ കലാപം സംബന്ധിച്ച് കേരളത്തിലെ കമ്യൂണിസ്റ്റ് പാർട്ടി 1946 ആഗസ്തിൽ തയാറാക്കിയ പ്രസ്താവന *ദേശാഭിമാനി* പത്രത്തിൽ പ്രസിദ്ധീകരിച്ചപ്പോൾ നൽകിയ തലക്കെട്ടാണ് 'ആഹ്വാനവും താക്കീതും.' 1946 ആഗസ്ത് 20-നാണ് പ്രസ്താവന പത്രം പ്രസിദ്ധീകരിച്ചത്. ഇതായിരുന്നു മുഴുവൻ തലക്കെട്ട്: 'ആയിരത്തിത്തൊള്ളായിരത്തിയിരുപത്തൊന്നിന്റെ ആഹ്വാനവും താക്കീതും.' *ദേശാഭിമാനി*യിൽ വന്ന ഈ പ്രസ്താവന അന്നേ ഭരണ- രാഷ്ട്രീയ വൃത്തങ്ങളിൽ കോളിളക്കമുണ്ടാക്കി. 1942 സെപ്തംബർ 6-ന് വാരികയായി ആരംഭിച്ച *ദേശാഭിമാനി* അപ്പോഴേക്കും ദിനപത്രമായി മാറി വലിയ വിഭാഗം ജനങ്ങളിലേക്ക് എത്താൻ തുടങ്ങിയിരുന്നു.

കമ്യൂണിസ്റ്റ് പാർട്ടിയുടെ മലബാർ, കൊച്ചി, തിരുവിതാംകൂർ കമ്മിറ്റികളുടെ സംയുക്ത യോഗം 1946 ആഗസ്ത് 18, 19 തീയതികളിൽ കോഴിക്കോട്ട് ചേർന്നിരുന്നു. ഈ യോഗമാണ് മലബാർ കലാപത്തിന്റെ 25-ാം വാർഷികത്തിന് ഈ പ്രസ്താവന തയാറാക്കിയത്. ഈ പ്രസ്താവനയിൽ ചില ആഹ്വാനങ്ങൾ പാർട്ടി അണികൾക്കും ജനങ്ങൾക്ക് പൊതുവെയും നൽകിയിരുന്നു. ഒന്ന്: 1921-ന്റെ സമരപാരമ്പര്യവും താക്കീതും നാട്ടിലാകെ പ്രചരിപ്പിക്കുക. രണ്ട്: 1921-നേക്കാൾ പതിന്മടങ്ങ് ശക്തിയുള്ള സമരം ഇന്ത്യയിലാകെ സംഘടിപ്പിക്കുക. മൂന്ന്: 1921-ലെ മലബാർ ലഹള പോലെ സാമ്രാജ്യവിരുദ്ധ സമരം സാമുദായിക ലഹളയായി മാറുന്നതു തടയുക. നാല്: സാമ്രാജ്യവിരുദ്ധ സമരം വളരുന്നതു തടസ്സപ്പെടുത്താൻ ദേശീയ നേതൃത്വം നടത്തുന്ന ശ്രമങ്ങളെ എതിർക്കുക. അഞ്ച്: 'പൂക്കോട്ടൂർ യുദ്ധ' വാർഷികത്തിന് യോഗങ്ങൾ നടത്തുക. ആറ്: '1921-ന്റെ ആഹ്വാനവും താക്കീതും- മലബാർ ലഹളയുടെ പാഠങ്ങൾ' എന്ന ലഘുലേഖ ഏറ്റവും വിപുലമായ തോതിൽ വിൽക്കുക.

'ആയിരത്തിത്തൊള്ളായിരത്തിയിരുപത്തൊന്നിന്റെ ആഹ്വാനവും താക്കീതും' എന്ന തലക്കെട്ടിൽ പ്രസിദ്ധീകരിച്ച പ്രസ്താവനയുടെ പൂർണരൂപം:

വിജ്ഞാപനം

1921 ആഗസ്ത് 20-നാണ് 'മാപ്പിളലഹള'യെന്ന പേരിലറിയപ്പെടുന്നതും അതിനുമുമ്പോ പിമ്പോ കേരളത്തിന്റെ ചരിത്രത്തിലുണ്ടായിട്ടില്ലാത്തത്ര വമ്പിച്ചതുമായ സാമ്രാജ്യവിരോധസമരം തിരൂര

ങ്ങാടിയിലും പരിസര പ്രദേശങ്ങളിലും തുടങ്ങിയത്. നിരക്ഷരരും നിരായുധരുമായ സാധുകൃഷിക്കാർക്കുപോലും വമ്പിച്ച സന്നാഹങ്ങളോടുകൂടിയ സാമ്രാജ്യാധിപത്യത്തെ ആയുധമെടുത്തെതിർക്കാൻ കഴിയുമെന്ന് കാണിച്ച ആ ധീരസമരത്തിന്റെ പാവനസ്മരണയെ ഒന്നുകൂടി പുതുക്കാൻ കമ്യൂണിസ്റ്റ് പാർട്ടി ഈ അവസരം ഉപയോഗിക്കുന്നു. കോൺഗ്രസിന്റെയും ഖിലാഫത്ത് കമ്മിറ്റിയുടെയും സമരസന്ദേശം കേട്ട് 'ചെകുത്താൻഭരണ'ത്തെ എതിർക്കാൻ മുന്നോട്ടുവന്ന പതിനായിരക്കണക്കിലുള്ള ധീരരായ മാപ്പിളമാരുടെ അന്നത്തെ ശൗര്യത്തെയും പാർട്ടി അകംനിറഞ്ഞ അഭിമാനത്തോടുകൂടി അനുസ്മരിക്കുന്നു.

'ആഹ്വാനവും താക്കീതും' പ്രസ്താവന പ്രസിദ്ധീകരിച്ച പത്രം

വെള്ളപ്പട്ടാളത്തിന്റെയും ഗൂർഖാ പട്ടാളത്തിന്റെയും തോക്കിന് മാറുകാണിച്ചവരും ആ പട്ടാളങ്ങളുടെ പൈശാചിക നടപടികൾക്കെതിരായി മൂന്നുനാലുമാസത്തോളം പോരാടിയവരും 'പൂക്കോട്ടൂർ യുദ്ധ'മെന്ന പേരിലറിയപ്പെടുന്ന ഒരു സമരത്തിൽ ബ്രിട്ടീഷ് പട്ടാളവുമായി ആയുധമേന്തി സംഘടിതസമരം തന്നെ നടത്തിയവരുമായ മാപ്പിള കൃഷിക്കാരെ പാർട്ടി അഭിവാദ്യം ചെയ്യുന്നു. സാമ്രാജ്യാധിപത്യത്തിനെതിരായി പടവെട്ടാനൊരുങ്ങുന്നവർക്കെല്ലാം മാതൃകയെന്നോണം മാപ്പിളമാരെ തൂക്കിക്കൊല്ലുകയും ആയിരമായിരം പേരെ ആന്തമാനിലും ജയിലുകളിലുമിട്ട് നരകിപ്പിക്കുകയും എണ്ണമറ്റ മാപ്പിള കുടുംബങ്ങളെ അനാഥമാക്കുകയും ഹിറ്റ്ലർ ഫാസിസത്തിന്റെ മൃഗീയതയോടുമാത്രം ഉപമിക്കാവുന്ന 'വാഗൺ ട്രാജഡി' ഏർപ്പാട് ഉണ്ടാക്കുകയും ചെയ്തു. പ്രകൃതിസുന്ദരമായ മാപ്പിളനാടിനെ മരുഭൂമിയാക്കി മാറ്റിയ സാമ്രാജ്യാധിപത്യത്തിന്റെ മർദകഭരണത്തെ അറ്റമില്ലാത്ത വെറുപ്പോടും ദേഷ്യത്തോടും പകയോടും കൂടി കമ്യൂണിസ്റ്റ് പാർട്ടി വീക്ഷിക്കുന്നു.

ഇത്ര ധീരമായ സമരം നടത്തിയവരും ഇത്ര പൈശാചികമായ മർദനമനുഭവിച്ചവരുമായ മാപ്പിളമാരെ ഹിംസയുടെയും മതഭ്രാന്തിന്റെയും പേര് പറഞ്ഞാക്ഷേപിക്കുകയും സാമ്രാജ്യമർദനത്തെ എതിർക്കുകയെന്ന കടമയിൽനിന്ന് ഒഴിഞ്ഞുമാറാൻ 'അഹിംസ'യെ ഒരൊഴിവുകഴിവായെടുക്കുകയും ചെയ്ത കോൺഗ്രസ് നേതൃത്വത്തിന്റെ ഭീരുത്വപൂർവമായ നയത്തെ പാർട്ടി അവജ്ഞയോടുകൂടി അനുസ്മരിക്കുന്നു. മൃഗീയമായ സാമ്രാജ്യമർദനമനുഭവിക്കുന്ന സ്വസമുദായത്തെ അതിൽനിന്ന് രക്ഷിക്കാൻ ഒരു ചെറുവിരൽപോലും ഇളക്കാതെ, സാധുമാപ്പിളമാരെ പൊലീസിനും പട്ടാളത്തിനും പിടിച്ചുകൊടുത്ത് പണവും പദവിയും നേടിയ മാപ്പിള സമുദായ പ്രമാണികളുടെ രാജ്യദ്രോഹപരവും സമുദായദ്രോഹപരവുമായ പ്രവൃത്തിയെ പാർട്ടി അറപ്പോടുകൂടി ഓർക്കുന്നു.

കോൺഗ്രസ് നേതൃത്വത്തിന്റെ ഭീരുത്വത്തെയും മുസ്ലിം പ്രമാണിമാരുടെ രാജ്യദ്രോഹത്തെയും എതിർത്തുകൊണ്ടും മാപ്പിളമാരുടെ വീരചരിത്രത്തിലഭിമാനം പൂണ്ടുകൊണ്ടും 1921-ന്റെ സമരപാരമ്പര്യം കാണിച്ചവരെ നിലനിർത്തിക്കൊണ്ടും പ്രവർത്തിച്ച പരേതനായ മുഹമ്മദ് അബ്ദുറഹിമാൻ സാഹിബിന്റെ ആവേശകരമായ ജീവിതത്തെക്കൂടി പാർട്ടി ഈ അവസരത്തിൽ രോമാഞ്ചത്തോടുകൂടി ഓർക്കുന്നു. '1921' മാപ്പിളമാരുടെ സ്വകാര്യ സ്വത്തല്ല, മലബാറിന്റെ മുഴുവൻ സ്വത്താണ് എന്ന ന്യായത്തിന്മേൽ 'മാപ്പിളലഹള'യെന്ന പേരിനുപകരം 'മലബാർ ലഹള'യെന്ന പേര് വിളിക്കണമെന്ന് വാദിച്ച പഴയ കെപിസിസി പ്രസിഡണ്ടിന്റെ ആ അഭിപ്രായത്തെ പാർട്ടി ഒരിക്കൽക്കൂടി ശരിവയ്ക്കുന്നു. 25 കൊല്ലം മുമ്പ് നടന്ന ആ സാമ്രാജ്യവിരുദ്ധ സമരത്തിന്റെ ചരിത്രവും പാഠങ്ങളും പഠിക്കാൻ ഓരോ മലയാളിയോടും പാർട്ടി ഈ അവസരത്തിൽ അഭ്യർഥിക്കുന്നു.

മാപ്പിള ലഹളയ്ക്ക് കാരണമായതെന്തെല്ലാമാണോ അതെല്ലാം ഇന്നും നിലവിലുണ്ട്. അന്നത്തെപ്പോലെ ഇന്നും ഒരു ഭയങ്കരമായ മഹായുദ്ധം കഴിഞ്ഞിരിക്കയാണ്. സാധനങ്ങളുടെ വിലക്കൂടുതലും സാധനങ്ങൾ തീരെ കിട്ടാനില്ലെന്ന സ്ഥിതിയും മറ്റു ദുരിതങ്ങളും നാട്ടുകാരെ അലട്ടിക്കൊ

ണ്ടിരിക്കുകയാണ്. അന്നത്തെപ്പോലെ ഇന്നും മഹായുദ്ധത്തിനുശേഷമുള്ള രാഷ്ട്രീയബോധം നാട്ടുകാരിൽ മുഴുവൻ അലയടിക്കാൻ തുടങ്ങിയിരിക്കയാണ്. ഇതിന്റെയെല്ലാം ഫലമായി പണിമുടക്കും മറ്റു സമരങ്ങളും എല്ലാ ജനവിഭാഗങ്ങളെയും ഇളക്കിത്തീർത്തിരിക്കയാണ്.

1921-ൽ മലബാറിൽ മാപ്പിളമാരുടെയെന്നപോലെ ഇന്ത്യയിലെല്ലായിടത്തും എല്ലാ ജനവിഭാഗങ്ങളുടെയും സമരങ്ങൾ നടക്കാൻ പോവുകയാണ്. 1921-ലെ 'മാപ്പിളലഹള'യെന്നപോലെ 1946-47-ലെ സമരങ്ങളെ ഫാസിസ്റ്റ് മാർഗങ്ങളുപയോഗിച്ച് അടിച്ചമർത്താൻ സാമ്രാജ്യത്വവും അതിന്റെ കാവൽക്കാരായ നാട്ടുരാജാക്കന്മാരും ഒരുക്കുകൂട്ടിക്കൊണ്ടിരിക്കുകയാണ്. 1921-ലെപ്പോലെ ഇന്നും സാമ്രാജ്യവിരോധസമരത്തെ അഹിംസയുടെയും മറ്റും പേരിൽ എതിർക്കാൻ ദേശീയ നേതൃത്വം തയാറായിരിക്കുന്നു.

1921-ൽ എന്നപോലെ ഇന്നും എല്ലാവിഭാഗത്തിലുംപെട്ട ജനങ്ങളുടെ ഏകീകൃതസമരം സാമ്രാജ്യാധിപത്യത്തിനെതിരായി നയിക്കുന്നതിനുപകരം ഒരു സമുദായം മറ്റൊരു സമുദായത്തിനെതിരായി പോരാടി ഇരുകൂട്ടരും സാമ്രാജ്യഭക്തന്മാരായിത്തീരുകയെന്ന ആപത്ത് നമ്മെ നേരിട്ടിരിക്കുന്നു. അതുകൊണ്ട് 1921-ന്റെ പാഠങ്ങൾ പഠിക്കാൻ പാർട്ടി കോൺഗ്രസുകാരോടും ലീഗുകാരോടും മറ്റെല്ലാ ദേശാഭിമാനികളോടും അഭ്യർഥിക്കുന്നു. ഇന്ന് ലീഗ് ചെയ്യുന്നതുപോലെ കോൺഗ്രസിനും ഹിന്ദുക്കൾക്കുമെതിരായി ജിഹാദ് നടത്താനൊരുങ്ങിയാലുള്ള ആപത്ത് ലീഗുകാർ മനസ്സിലാക്കണമെന്ന് ഞങ്ങൾ അവരോടപേക്ഷിക്കുന്നു. ലീഗിന്റെ സമരത്തെ കോൺഗ്രസ് ഗവൺമെന്റ് അടിച്ചമർത്തുമെന്നർഥം വരുന്ന പ്രസ്താവനകൾ പണ്ഡിറ്റ് നെഹ്റുവിനെപ്പോലുള്ള നേതാക്കന്മാർ പുറപ്പെടുവിക്കുന്നതിന്റെ ആപത്ത് മനസ്സിലാക്കണമെന്ന് ഞങ്ങൾ കോൺഗ്രസുകാരോട് അപേക്ഷിക്കുന്നു.

എല്ലാവിഭാഗക്കാരുമായ ജനങ്ങൾ ഉണർന്ന് മുന്നോട്ടുവന്നിട്ടുള്ള ഈ അവസരത്തിൽ അവരുടെ സമരങ്ങൾ നയിച്ച് സാമ്രാജ്യാധിപത്യത്തെ നശിപ്പിക്കുന്നതിന് പകരം സാമ്രാജ്യാധിപത്യവുമായി സന്ധി ചെയ്യുകയും പണിമുടക്ക് മുതലായ ബഹുജനസമരങ്ങളെ എതിർക്കുകയും ചെയ്യുന്ന കോൺഗ്രസ്, ലീഗ് നേതാക്കന്മാരോട് ഈ നയമവസാനിപ്പിക്കണമെന്ന് ഞങ്ങളപേക്ഷിക്കുന്നു. കോൺഗ്രസിലും ലീഗിലുമുള്ള ലക്ഷോപലക്ഷം സാധാരണ ജനങ്ങളോട് 1921-ന്റെ പാഠങ്ങൾ പഠിക്കാൻ പാർട്ടി അഭ്യർഥിക്കുന്നു. ആഗസ്ത് വിപ്ലവത്തിന്റെ പേരിൽ ബഹുജനങ്ങളെ ഇളക്കിവിട്ട കോൺഗ്രസ് നേതാക്കന്മാർ 1921-ൽ വിപ്ലവം മറന്നതും ഇന്നുതന്നെ വേവലിന്റെ സേവയ്ക്ക്പോവുന്നതും ഞങ്ങൾ കോൺഗ്രസുകാരുടെ ശ്രദ്ധയിൽപെടുത്തുന്നു. ബ്രിട്ടീഷുകാർക്കെതിരായി പ്രത്യക്ഷസമരം പ്രഖ്യാപിച്ചുവെന്ന് പറയുന്ന ലീഗിന്റെ മലബാർ നേതാക്കന്മാർ 1921-ൽ എന്തുചെയ്തുവെന്നും ഇന്ത്യയിലെങ്ങുമുള്ള ലീഗ് നേതാക്കന്മാർ വേവലിന്റെയും ഗവർണറുടെയും സേവയ്ക്ക് പോവുന്നതെങ്ങനെയെന്നും കാണാൻ ലീഗ് ബഹുജനങ്ങളോട് ഞങ്ങളഭ്യർഥിക്കുന്നു. തങ്ങളുടെ നേതാക്കന്മാർ ഇന്നനുവർത്തിക്കുന്ന നയത്തിൽ, ബ്രിട്ടീഷുകാരുമായി സന്ധിയും പരസ്പരം കലഹവുമെന്ന നയത്തിൽ മാറ്റം വരുത്താൻ തങ്ങൾക്ക് സാധിച്ചില്ലെങ്കിൽ 1921-ൽ മാപ്പിളനാട് അനുഭവിച്ച ദുരിതങ്ങൾ ഇന്ത്യയിലാകെ നടക്കുമെന്നോർക്കാൻ കോൺഗ്രസ്, ലീഗ് ബഹുജനങ്ങളോട് പാർട്ടി അഭ്യർഥിക്കുന്നു.

സിഎസ്പി, ഫോർവേഡ് ബ്ലോക്ക് മുതലായ പേരിൽ സംഘടിതമായി കോൺഗ്രസിലും അസംഘടിതമായി ലീഗിലുമുള്ള ഇടതുവിഭാഗക്കാരോട് 1921-ന്റെ പാഠങ്ങൾ പഠിക്കാൻ പാർട്ടി അഭ്യർഥിക്കുന്നു. മതദ്രോഹികളും വിപ്ലവവിരോധികളുമായ നേതാക്കന്മാരുടെ നേതൃത്വത്തിൽ ബഹുജനസമരം എങ്ങനെ പൊളിയുമെന്നും ഒരു സമുദായത്തെ മാത്രം ബാധിക്കുന്ന സമരങ്ങളെത്തന്നെ സാമുദായിക ലഹളയായി മാറ്റി നാടിനെ എങ്ങനെ നശിപ്പിക്കുമെന്നും നേതാക്കന്മാരുടെ വിപ്ലവവിരോധവും സമരത്തിന്റെ സാമുദായിക സ്വഭാവവും സാമ്രാജ്യത്വത്തിന് എങ്ങനെ പ്രയോജനപ്പെടുമെന്നും പഠിക്കാൻ ഞങ്ങളവരോട് അപേക്ഷിക്കുന്നു.

ഇന്നത്തെ രാഷ്ട്രീയ നേതാക്കന്മാരുടെ വിപ്ലവവിരോധപരവും പരസ്പര മമതാപരവുമായ നയത്തെ എതിർത്ത് നാട്ടുകാരുടെ സമരമനോഭാവത്തെ സംഘടിപ്പിക്കാൻ കോൺഗ്രസിലും ലീഗിലും മറ്റുമുള്ള ഇടതുവിഭാഗക്കാരും കമ്യൂണിസ്റ്റുകാരും ചേർന്നാൽ എത്ര വമ്പിച്ചോരു സമരത്തിനും സാധ്യതകളുണ്ടെന്ന് മനസ്സിലാക്കാൻ ഞങ്ങളവരോട് അഭ്യർഥിക്കുന്നു.[1]

*ദേശാഭിമാനി*ക്കെതിരെ വീണ്ടും അതിക്രമം

മലബാർ കലാപം സംബന്ധിച്ച് കമ്യൂണിസ്റ്റ് പാർട്ടിയുടെ സുചിന്തിതമായ നിലപാടാണ് *ദേശാഭിമാനി*യിൽ പ്രസ്താവനയായി പ്രസിദ്ധീകരിച്ചത്. ബ്രിട്ടീഷ് അധികാരികൾക്ക് അതു സഹിച്ചില്ല. പ്രസ് എമർജൻസി പവേഴ്സ് ആക്ട് പ്രകാരം പത്രത്തിന് പിഴയിടണമെന്ന് ശുപാർശ ചെയ്തുകൊണ്ട് മലബാർ ജില്ലാ പൊലീസ് സൂപ്രണ്ട് വി നടേശൻ മലബാർ കലക്ടർക്ക് കത്തയച്ചിരുന്നു. ഇതിന്റെ അടിസ്ഥാനത്തിൽ ജില്ലാ മജിസ്ട്രേട്ട് കൂടിയായ കലക്ടർ ആഗസ്ത് 24-ന് ചീഫ് സെക്രട്ടറി എസ് വി രാമമൂർത്തിക്ക് കത്തു നൽകി. പൊലീസ് സൂപ്രണ്ട് പറഞ്ഞതിനോട് താൻ തീർത്തും യോജിക്കുന്നുവെന്ന് കലക്ടർ റിപ്പോർട്ട് ചെയ്തു. അഖിലേന്ത്യാ രാഷ്ട്രീയത്തിലെ സങ്കീർണതകൾ മുതലാക്കി മാപ്പിളമാരെ കലാപത്തിലേക്ക് തള്ളിവിടാൻ കമ്യൂണിസ്റ്റ് പാർട്ടി ശ്രമിക്കുകയാണെന്നുവരെ കലക്ടർ കത്തിൽ ആരോപിച്ചു. അതുകൊണ്ട് പത്രത്തിനെതിരെ കർക്കശമായ നടപടിയെടുക്കണം.[2]

ചീഫ് സെക്രട്ടറിയോട് നടപടിയെടുക്കാൻ ശുപാർശ ചെയ്ത കലക്ടർ ഡി ഐ ആർ മീർ തന്റെ മജിസ്റ്റീരിയൽ അധികാരമുപയോഗിച്ച് അന്നുതന്നെ (24-08-1946) രാജ്യരക്ഷാ നിയമപ്രകാരം *ദേശാഭിമാനി* ഓഫീസ് റെയ്ഡ് ചെയ്ത് 'ആഹ്വാനവും താക്കീതും' എന്ന പ്രസ്താവന പ്രസിദ്ധീകരിച്ച പത്രവും പ്രസ്സിൽ നിന്ന് '1921-ന്റെ ആഹ്വാനവും താക്കീതും-മലബാർ ലഹളയുടെ പാഠങ്ങൾ' എന്ന ലഘുലേഖകളും പിടിച്ചെടുക്കാൻ ഉത്തരവിട്ടിരുന്നു. മാത്രമല്ല, പൊലീസിന് തോന്നുന്നപക്ഷം മറ്റ് അനുബന്ധ രേഖകൾ പിടിച്ചെടുക്കാനും മജിസ്ട്രേട്ട് നിർദേശിച്ചു.[3]

മലബാർ കലാപം സംബന്ധിച്ച കമ്യൂണിസ്റ്റ് പാർട്ടിയുടെ വിലയിരുത്തലുമായി ബന്ധപ്പെട്ട് *ദേശാഭിമാനി*ക്കെതിരെ രണ്ടു നടപടിയുണ്ടായിട്ടുണ്ട്. ഒന്ന്: പ്രസ്താവന പ്രസിദ്ധീകരിച്ചതിന് പത്രത്തിനെതിരെ. രണ്ട്: ഇ എം എസ് നമ്പൂതിരിപ്പാട് എഴുതിയ '1921-ന്റെ ആഹ്വാനവും താക്കീതും-മലബാർ ലഹളയുടെ പാഠങ്ങൾ' എന്ന ലഘുലേഖ അച്ചടിച്ചതിന് *ദേശാഭിമാനി* പ്രസ്സിന് എതിരെ. *ദേശാഭിമാനി*യുടെ പ്രസ് റെയ്ഡ് ചെയ്യാൻ ജില്ലാ കലക്ടർ ഉത്തരവിട്ടത് ലഘുലേഖ അച്ചടിച്ചതിനാണ്. ഇവിടെ ഒരു കാര്യം വ്യക്തമാക്കേണ്ടതുണ്ട്. *ദേശാഭിമാനി* പ്രസിദ്ധീകരിച്ചത് ഇ എം എസിന്റെ പ്രസ്താവനയോ ലേഖനമോ ആയിരുന്നില്ല. കമ്യൂണിസ്റ്റ് പാർട്ടി അംഗീകരിച്ച പ്രസ്താവനയായിരുന്നു. എന്നാൽ, ആ പ്രസ്താവന തയാറാക്കിയതും തലക്കെട്ട് നിർദേശിച്ചതും പത്രാധിപർ കൂടിയായ ഇ എം എസ് ആയിരിക്കുമെന്ന് മനസ്സിലാക്കാം. അന്ന് പത്രാധിപസമിതിയിലുണ്ടായിരുന്ന വി ടി ഇന്ദുചൂഡന്റെ വാക്കുകൾ: "ആഹ്വാനവും താക്കീതും പോലെ ഇത്ര സമർഥമായി ഒരു ചരിത്രസംഭവത്തെ വിലയിരുത്താൻ ചരിത്രകാരന്മാർക്കോ രാഷ്ട്രീയ നേതാക്കന്മാർക്കോ അപൂർവമായി മാത്രമേ കഴിഞ്ഞിട്ടുള്ളുവെന്ന് *ദേശാഭിമാനി*ക്ക് അഭിമാനിക്കാം. പത്രാധിപസമിതിയിൽ ചർച്ച ചെയ്തിട്ടാണ് ഈ ലേഖനം എഴുതിയതെങ്കിലും ഇതിൽ പ്രകാശിപ്പിച്ചിട്ടുള്ള വിശകലന വൈദഗ്ധ്യവും ഭാവനയും ഇ എം എസിന്റെ തലച്ചോറിൽ നിന്ന് ഉത്ഭവിച്ചതായിരുന്നു എന്ന് ഞാൻ പറയേണ്ടതില്ലല്ലോ."[4]

ഇ എം എസ് എന്താണ് പറയുന്നതെന്ന് നോക്കാം: "1921 ആഗസ്ത് മാസം മലബാറിന്റെ ചരിത്രത്തിൽ പ്രധാനമായ ഒരു ഘട്ടമാണ്. ആ മാസത്തിലാണ് മലബാറിൽ 'മാപ്പിള ലഹള' എന്നു പിന്നീട് വിളിക്കപ്പെട്ട കലാപം പൊട്ടിപ്പുറപ്പെട്ടത്. അതിന്റെ ഓർമ പുതുക്കിക്കൊണ്ട് കമ്യൂണിസ്റ്റ് പാർട്ടി 1946 ആഗസ്തിൽ ഒരു പ്രസ്താവന തയാറാക്കി *ദേശാഭിമാനി*യിൽ പ്രസിദ്ധീകരിച്ചു. ആ പ്രസ്താവനയുടെ തലവാചകമാണ് ആഹ്വാനവും താക്കീതും."[5]

വിശദമായ ലഘുലേഖ തയാറാക്കിയ ഇ എം എസ് തന്നെയായിരിക്കും പാർട്ടിയുടെ പ്രസ്താവന തയാറാക്കുന്നതിൽ പ്രധാന പങ്കുവഹിച്ചതെന്ന് മനസ്സിലാക്കാൻ പ്രയാസമില്ല. *എ ഷോർട്ട് ഹിസ്റ്ററി ഓഫ് പെസന്റ് മൂവ്മെന്റ് ഇൻ കേരള* എന്ന ഇ എം എസിന്റെ ഇംഗ്ലീഷ് പുസ്തകം 1943-ൽ തന്നെ പാർട്ടിയുടെ പ്രസിദ്ധീകരണശാലയായ പീപ്പിൾസ് പബ്ലിഷിങ് ഹൗസ്, ബോംബെ, പ്രസിദ്ധീകരിച്ചിരുന്നു. ആ പുസ്തകത്തെ ആസ്പദമാക്കിയാണ് അദ്ദേഹം മലയാളത്തിൽ ലഘുലേഖ തയാറാക്കിയത്.

എം ഗോവിന്ദൻകുട്ടി

'ആഹ്വാനവും താക്കീതും' എന്ന ചരിത്രപ്രധാനമായ പ്രസ്താവനക്ക് ഇ എം എസ് നൽകുന്ന വിശദീകരണം:

മലബാർ കലാപത്തിന്റെ ആരംഭം ബ്രിട്ടീഷ് സാമ്രാജ്യാധിപത്യത്തിനും മലബാർ പ്രദേശത്തെ ജന്മികൾക്കുമെതിരായി കൃഷിക്കാരിൽ പൊതുവിലും മുസ്ലിം കൃഷിക്കാരിൽ വിശേഷിച്ചുമുള്ള അസംതൃപ്തിയും പ്രതിഷേധവുമായിരുന്നു; ഇവയ്ക്ക് രൂപം നൽകുന്നതിൽ മഹാത്മാഗാന്ധി, അലി സഹോദരന്മാർ എന്നിവരുടെ നേതൃത്വത്തിൽ രൂപം കൊണ്ട കോൺഗ്രസ് കമ്മിറ്റികളും ഖിലാഫത്ത് കമ്മിറ്റികളും സഹായിച്ചു. ഈ പ്രസ്ഥാനം രൂപം കൊള്ളുന്നതിനു മുമ്പുതന്നെ സംഘടിതമായിരുന്ന കുടിയാൻ പ്രസ്ഥാനവും അതിനെ സഹായിച്ചു. ഇതാണ് കമ്യൂണിസ്റ്റ് പാർട്ടിയുടെ വിലയിരുത്തലിൽ ഒരു പ്രധാനവശം.

അതേ അവസരത്തിൽ, മലബാർ കലാപത്തിന് മറ്റൊരു വശമുണ്ടെന്ന് പാർട്ടി ചൂണ്ടിക്കാണിച്ചു. സ്വാതന്ത്ര്യസമരത്തിന്റെയും കുടിയാൻ പ്രക്ഷോഭത്തിന്റെയും അടിസ്ഥാനത്തിൽ ഉയർന്നുവന്ന പ്രസ്ഥാനത്തിലേക്ക് കടന്നുവന്ന മുസ്ലിം ജനസാമാന്യത്തിൽ ഇസ്ലാമിക സാഹോദര്യത്തിന്റെ വികാരങ്ങളും ഉൾപ്പെട്ടിരുന്നു. അതിനെ മതനിരപേക്ഷ ദേശീയതക്ക് കീഴ്പ്പെടുത്താൻ കോൺഗ്രസ്-ഖിലാഫത്ത് നേതൃത്വത്തിന് കഴിഞ്ഞില്ല. അതുകൊണ്ട്, മതനിരപേക്ഷതയുടെ അടിസ്ഥാനത്തിൽ തുടങ്ങിയ കോൺഗ്രസ്-ഖിലാഫത്ത് പ്രസ്ഥാനം മലബാർ പ്രദേശത്ത് 'മാപ്പിള ലഹള'യായി മാറി-ഇതും മുകളിൽ പറഞ്ഞ രണ്ടു കാര്യങ്ങളും ചേർത്താലേ മലബാർ കലാപത്തിന്റെ ശാസ്ത്രീയ വിശകലനമാവുകയുള്ളു. ഈ സത്യം സൂചിപ്പിക്കുന്നതിനാണ് പാർട്ടിയുടെ പ്രസ്താവനയിൽ 'ആഹ്വാനം', 'താക്കീത്' എന്ന രണ്ടു പദങ്ങൾ പ്രയോഗിച്ചത്.[6]

മലബാർ കലക്ടറുടെ ആഗസ്ത് 24-ന്റെ ഉത്തരവ് പ്രകാരം വലിയ സംഘം പൊലീസ് കല്ലായ് റോഡിലെ *ദേശാഭിമാനി* ഓഫീസ് വളഞ്ഞു. ഓഫീസിലും പ്രസ്സിലും അവർ കയറി. രാവിലെ ആരംഭിച്ച പരിശോധന വൈകിട്ടാണ് അവസാനിപ്പിച്ചത്. ലഘുലേഖയുടെ കുറച്ചു കോപ്പികൾ മാത്രമേ പുറത്തേക്ക് അയച്ചിരുന്നുള്ളു. ബാക്കി പ്രസ്സിൽ നിന്ന് പൊലീസ് പിടിച്ചെടുത്തു. ഉയർന്ന സിഐഡി ഉദ്യോഗസ്ഥരും പരിശോധനയ്ക്ക് എത്തിയിരുന്നു. അന്ന് ടൗൺ സർക്കിൾ ഇൻസ്പക്ടറായിരുന്ന ഭാസ്കരന്റെ നേതൃത്വത്തിലായിരുന്നു പരിശോധന. 'ആഹ്വാനവും താക്കീതും' ലഘുലേഖയുടെ കോപ്പികൾ എടുത്തതിനു പുറമെ കമ്പനി മാനേജർ മാധവമേനോൻ, പ്രസ് മാനേജർ കെ പി അച്യുതൻ, ബുക്ക് ഹൗസ് മാനേജർ എം ഗോവിന്ദൻകുട്ടി എന്നിവരെ അറസ്റ്റ് ചെയ്ത് ടൗൺ സ്റ്റേഷനിൽ കൊണ്ടുപോയി. പിറ്റേന്നാണ് അവരെ കോടതിയിൽ ഹാജരാക്കിയത്. കോടതി മൂന്നുപേരെയും 15 ദിവസത്തേക്ക് സബ് ജയിലിലേക്ക് അയച്ചു. റിമാന്റ് കാലാവധി കഴിഞ്ഞപ്പോൾ, ആവശ്യം വരുമ്പോൾ ഹാജരായാൽ മതിയെന്നു പറഞ്ഞ് വിട്ടയച്ചു.[7]

*ദേശാഭിമാനി*ക്കെതിരെ കോൺഗ്രസ്

പ്രസ് പരിശോധനയും കേസും അറസ്റ്റുമെല്ലാം മർദന നപടികളുടെ ഒരു ഭാഗം മാത്രമേ ആകുന്നുള്ളു. *ദേശാഭിമാനി* ജാമ്യ സംഖ്യയായി നൽകിയ ആയിരം രൂപ കണ്ടുകെട്ടാനും നാലായിരം രൂപ പുതിയ സെക്യൂരിറ്റി ഈടാക്കാനും ഇന്ത്യൻ പ്രസ് എമർജൻസി പവേഴ്സ് ആക്ട് പ്രകാരം ഗവർണർക്കുവേണ്ടി ചീഫ് സെക്രട്ടറി ഉത്തരവിട്ടു.[8]

ആയിരം രൂപയുടെ ജാമ്യം പിടിച്ചെടുക്കുകയും നാലായിരം രൂപ കെട്ടിവെച്ചാലേ പത്രം നടത്താൻ അനുവദിക്കൂ എന്ന് ഗവൺമെന്റ് തീരുമാനിക്കുകയും ചെയ്തപ്പോൾ പത്രാധിപർ എം എസ് ദേവദാസ് മദിരാശി പ്രവിശ്യയിലെ അന്നത്തെ കോൺഗ്രസ് മുഖ്യമന്ത്രി ടി പ്രകാശത്തിന് രൂക്ഷമായ ഭാഷയിൽ ഒരു കത്തയച്ചു. ആ കത്തിലെ പ്രധാന ഭാഗങ്ങൾ:

ദേശാഭിമാനി മൂന്നു വർഷം മുമ്പ് നൽകിയ ആയിരം രൂപയുടെ ജാമ്യം പിടിച്ചെടുത്തുകൊണ്ട് മദിരാശി ഗവർണർ പുറപ്പെടുവിച്ച ഉത്തരവ് ഞങ്ങളെ എത്രമാത്രം ഞെട്ടിപ്പിക്കുകയും ലജ്ജിപ്പിക്കു

കയും ചെയ്തുവെന്ന് ജനകീയ ഗവൺമെന്റിന്റെ പ്രധാനമന്ത്രിയെ (ബ്രിട്ടീഷ് ഇന്ത്യയിലെ പ്രവിശ്യകളിൽ മന്ത്രിസഭയുടെ തലവൻ പ്രധാനമന്ത്രി എന്ന പദവിയിലായിരുന്നു–ലേഖകൻ) അറിയിക്കാനാണ് ഈ കത്ത് അയക്കുന്നത്.

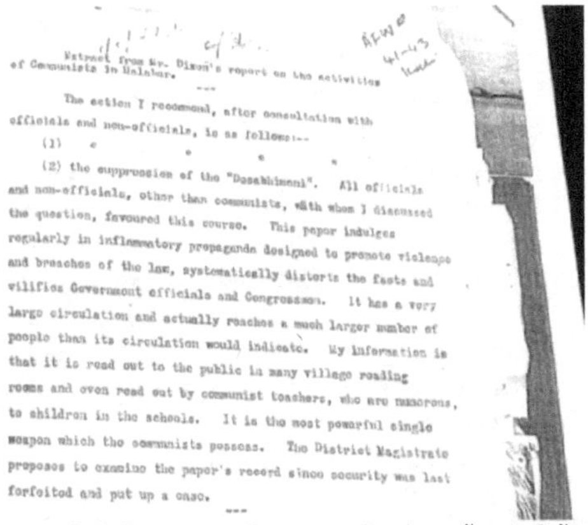

Extract from Mr. Dixon's report on the activities of Communists in Malabar.

The action I recommend, after consultation with officials and non-officials, is as follows:--

(1) * * * *

(2) the suppression of the "Desabhimani". All officials and non-officials, other than communists, with whom I discussed the question, favoured this course. This paper indulges regularly in inflammatory propaganda designed to promote violence and breaches of the law, systematically distorts the facts and vilifies Government officials and Congressmen. It has a very large circulation and actually reaches a much larger number of people than its circulation would indicate. My information is that it is read out to the public in many village reading rooms and even read out by communist teachers, who are numerous, to children in the schools. It is the most powerful single weapon which the communists possess. The District Magistrate proposes to examine the paper's record since security was last forfeited and put up a case.

---

*ദേശാഭിമാനി*യുടെ സ്വാധീനം ആപൽക്കരമെന്ന് കാണിച്ച് ബ്രിട്ടീഷ് ഉദ്യോഗസ്ഥൻ ഡിക്സൻ 1947 ജനുവരിയിൽ മലബാർ കലക്ടർക്ക് നൽകിയ റിപ്പോർട്ടിൽ നിന്ന്

ജാമ്യസംഖ്യ പിടിച്ചെടുക്കാനുള്ള ഉത്തരവ് ലഭിച്ച ഉടനെ ഞാൻ മലബാർ കലക്ടർ മിസ്റ്റർ ബ്രയന്റിനെ കാണാൻ പോയിരുന്നു. കാരണം, പത്രം തുടർന്ന് നടത്താൻ പുതിയ ഡിക്ലറേഷൻ ഒപ്പിട്ട് നൽകേണ്ടതുണ്ടായിരുന്നു. എന്നാൽ, അദ്ദേഹം പറഞ്ഞത്, നാലായിരം രൂപ പുതുതായി ജാമ്യം കെട്ടിവെച്ചാലേ ഡിക്ലറേഷൻ ഒപ്പിടാൻ കഴിയൂ എന്നാണ്. അതും ഒരാഴ്ചയ്ക്കകം തുക കെട്ടിവയ്ക്കണം. തുക കുറച്ചുനൽകണമെന്ന് ഞാൻ ആവശ്യപ്പെട്ടപ്പോൾ എല്ലാം സർക്കാർ ഉത്തരവാണെന്ന് പറഞ്ഞ് ഒഴിയുകയാണ് അദ്ദേഹം ചെയ്തത്. നാലായിരം രൂപ ഞങ്ങളുടെ ജനങ്ങൾക്ക് വലിയ ബാധ്യതയാണ്. അവരിൽനിന്നാണല്ലോ ഞങ്ങൾ പണം സ്വരൂപിക്കുന്നത്.

ഞാൻ ചോദിക്കട്ടെ, ഈ പ്രവിശ്യയിൽ ആരാണ് സർക്കാർ? ദശലക്ഷക്കണക്കിന് ആന്ധ്രക്കാരുടെയും തമിഴരുടെയും മലയാളികളുടെയും കന്നഡിഗരുടെയും വോട്ടുനേടി തെരഞ്ഞെടുക്കപ്പെട്ട സർക്കാരിന്റെ തലവനായ താങ്കളോ അതോ ബ്രിട്ടീഷ് ഗവർണരും ബ്രിട്ടീഷ് ഐസിഎസ് ഓഫീസർമാരും ബ്രിട്ടീഷ് മേധാവിത്വമുള്ള പൊലീസുമാണോ? താങ്കളാണ് സർക്കാരിനെ നയിക്കുന്നതെങ്കിൽ, ജനകീയ പത്രങ്ങളിൽ നിന്ന് മുമ്പ് ഉപദേശകരാജിന്റെ കാലത്ത് നിർബന്ധപൂർവം ഈടാക്കിയ ജാമ്യം തിരിച്ചുനൽകാൻ താങ്കൾക്ക് വ്യക്തമായ ഉത്തരവാദിത്തമില്ലേ? *ദേശാഭിമാനി*യുടെ ജാമ്യസംഖ്യ തിരിച്ചുനൽകണമെന്ന് താങ്കൾ ചുമതലയേറ്റ ശേഷം അനവധി തവണ ആവശ്യപ്പെട്ടിരുന്നതല്ലേ? മലബാറിൽ മാത്രമല്ല, കൊച്ചിയിലും തിരുവിതാംകൂറിലുമടക്കം ചേർന്ന എത്രയോ പൊതുയോഗങ്ങളിൽ താങ്കളുടെ മുമ്പിൽ ഈ ആവശ്യം ഉന്നയിക്കപ്പെട്ടിരുന്നില്ലേ?

ജാമ്യസംഖ്യ തിരിച്ചുനൽകുന്നതിനു പകരം, സംഖ്യ ബ്രിട്ടീഷ് ചക്രവർത്തിയുടെ ഖജനാവിലേക്ക് മുതൽക്കൂട്ടാൻ താങ്കൾ ബ്രിട്ടീഷ് ഗവർണറെ അനുവദിക്കുകയല്ലേ ഉണ്ടായത്? മാത്രമല്ല, നാലായിരം രൂപ ഒരാഴ്ചയ്ക്കകം പുതുതായി കെട്ടിവെക്കണമെന്നുപോലും നിർദേശിച്ചിരിക്കുന്നു.

ഇതു വെറും കമ്യൂണിസ്റ്റ് വിരുദ്ധത മാത്രമല്ല. ഇന്ത്യയെ ബ്രിട്ടീഷുകാരിൽ നിന്ന് മോചിപ്പിച്ച് സ്വതന്ത്ര പരമാധികാര റിപ്പബ്ലിക് സ്ഥാപിക്കുന്നതിനുള്ള ഭരണഘടന തയാറാക്കിക്കൊണ്ടിരിക്കുന്ന വേളയിൽ താങ്കൾ ബ്രിട്ടീഷ്‌രാജിന് വിടുപണി ചെയ്യുകയാണ് എന്നുകൂടി പറയേണ്ടിവരും.

ബ്രിട്ടീഷുകാർ ഞങ്ങളെ ഏറ്റവുമധികം വെറുക്കുന്നതിന് കാരണമുണ്ട്. ബ്രിട്ടീഷ് ഗവർണർ മലബാർ സന്ദർശിച്ചപ്പോഴുണ്ടായ ജനകീയ പ്രതിഷേധങ്ങൾ റിപ്പോർട്ട് ചെയ്യാൻ ഞങ്ങളുടെ പത്രം മാത്രമാണ് ധൈര്യം കാണിച്ചത്. തെക്കേ ഇന്ത്യയിൽ റെയിൽവെ സമരം നടക്കുമ്പോൾ ഗോൾഡൻ റോക്കിൽ ഡിഎസ്പി ഹാരിസൺ ചെയ്തുകൂട്ടിയ കാര്യങ്ങൾ ഞങ്ങൾ മാത്രമേ പ്രസിദ്ധീകരിച്ചിട്ടുള്ളൂ. കോൺഗ്രസ് സർക്കാരിന്റെ ഭക്ഷ്യപരിപാടി പൊളിക്കാൻ കളങ്കിതരായ മൊത്തക്കച്ചവടക്കാരുമായി ചേർന്ന് മലബാറിലെ മുൻ കലക്ടർ ഡിഐആർ മീർ പ്രവർത്തിച്ചത് റിപ്പോർട്ട് ചെയ്തത് ഞങ്ങൾ മാത്രമാണ്. ഞങ്ങൾ ഈ പ്രശ്നം ഏറ്റെടുത്തതുകൊണ്ട് *മാതൃഭൂമി*ക്ക് മൃദുവായ സ്വരത്തിലെങ്കിലും അതിനെ പിന്തുടരേണ്ടി വന്നു. അവസാനം മീറിന് മലബാർ വിടേണ്ടി വന്നു എന്നുകൂടി ചൂണ്ടിക്കാണിക്കട്ടെ.

കോൺഗ്രസ് മന്ത്രിസഭയുടെ കീഴിൽ ഉദ്യോഗസ്ഥ മേധാവിത്വം ലജ്ജാകരമായ ഈ ആക്രമണം നടത്തുന്നതിന് പറയുന്ന ന്യായമെന്താണ്? '1921-ന്റെ ആഹ്വാനവും താക്കീതും' എന്ന കമ്യൂണിസ്റ്റ്

പാർട്ടി പ്രഖ്യാപനം പ്രസിദ്ധീകരിച്ചതാണ് കുറ്റം. മലബാർ, കൊച്ചി, തിരുവിതാംകൂർ കമ്യൂണിസ്റ്റ് പാർട്ടികളുടെ സംയുക്ത യോഗത്തിലാണ് മലബാർ കലാപത്തെക്കുറിച്ചുള്ള ഈ പ്രകടനപത്രിക ഞങ്ങൾ പ്രസിദ്ധീകരിച്ചത്. ഈ നടപടിക്ക് അനുമതി നൽകുംമുമ്പ് താങ്കൾ ഈ സംയുക്ത പ്രകടനപത്രിക വായിച്ചിട്ടുണ്ടോ? ഒരു കോൺഗ്രസ് നേതാവിന് ചേരുന്ന രീതിയിൽ സാമ്രാജ്യവിരുദ്ധ വീക്ഷണത്തോടെ താങ്കൾ ഈ രേഖയിലെ ഉള്ളടക്കം പഠിച്ചിട്ടുണ്ടോ? ജനാധിപത്യ പാരമ്പര്യങ്ങളോട് താങ്കൾക്ക് തെല്ലെങ്കിലും ആദരവുണ്ടെങ്കിൽ, ജനകീയ മന്ത്രിസഭയുടെ തലവനെന്ന നിലയിൽ താങ്കളോടു തന്നെ സത്യസന്ധത പുലർത്തുന്നുണ്ടെങ്കിൽ *ദേശാഭിമാനി*യുടെ ജാമ്യം പിടിച്ചെടുക്കാനുള്ള ഉത്തരവ് റദ്ദാക്കാൻ ബ്രിട്ടീഷ് ഗവർണർക്ക് കൽപ്പന കൊടുക്കണം. നേരത്തെ വാങ്ങിയ ജാമ്യം തിരിച്ചുനൽകണം.

നാലായിരം രൂപ ശേഖരിക്കാനുള്ള ആഹ്വാനം ഞങ്ങൾ ജനങ്ങൾക്ക് ഇതിനകം നൽകിക്കഴിഞ്ഞു. തുക എന്തായാലും പിരിച്ചുനൽകും. എന്തു പ്രതിബന്ധങ്ങൾ ഉണ്ടെങ്കിലും പത്രത്തിന് മുന്നോട്ടുപോകാൻ കഴിയും, മുന്നോട്ടുപോകും.[9]

എം എസ് ദേവദാസ്,
എഡിറ്റർ ആന്റ് പബ്ലിഷർ,
ദേശാഭിമാനി,
കോഴിക്കോട്.
18-12-1946.

പത്രത്തിന്റെ ദൃഢനിശ്ചയവും രാഷ്ട്രീയമായ വ്യക്തതയും എന്തും നേരിട്ട് മുന്നോട്ടുപോകാനുള്ള ആത്മവിശ്വാസവുമാണ് ഈ കത്തിൽ തെളിയുന്നത്. ഭരണം കിട്ടിയ സംസ്ഥാനങ്ങളിൽ ആ ഭരണമുപയോഗിച്ച് സാമ്രാജ്യവിരുദ്ധ സമരം ശക്തിപ്പെടുത്തുന്നതിനു പകരം ബ്രിട്ടീഷ് ഉദ്യോഗസ്ഥർക്ക് വിധേയമായി നിൽക്കുകയാണ് കോൺഗ്രസ് നേതൃത്വം ചെയ്യുന്നതെന്ന വിമർശനം കൂടിയുണ്ട് കത്തിൽ. ഈ കത്ത് *ദേശാഭിമാനി*യിൽ പ്രസിദ്ധപ്പെടുത്തുകയും ചെയ്തു. കമ്യൂണിസ്റ്റ് പാർട്ടിയുടെ മുഖപത്രം എങ്ങനെയാണ് വേറിട്ട വഴിയിൽ സഞ്ചരിക്കുന്നതെന്ന് ജനങ്ങളെ അറിയിക്കാനുള്ള അവസരമായി ഈ കത്തിനെ പത്രാധിപർ ഉപയോഗിക്കുകയാണ്.

നാലുദിവസം നാലായിരം രൂപ

ആയിരം രൂപ പിടിച്ചെടുത്ത് നാലായിരം രൂപ ജാമ്യം ആവശ്യപ്പെടുന്നത് പിഴയിടുന്നതിന് തുല്യമാണ്. ജാമ്യസംഖ്യ ഗവൺമെന്റ് പിടിച്ചെടുത്തുവെന്ന ഉത്തരവ് വന്നാൽ ആ തുക ബ്രിട്ടീഷ് സർക്കാരിലേക്ക് മുതൽക്കൂട്ടും. പകരം എത്ര തുക ജാമ്യം വേണമെന്ന് സർക്കാർ തീരുമാനിക്കും. ജാമ്യസംഖ്യയ്ക്ക് നിശ്ചിത തോതില്ല. ബ്രിട്ടീഷ് ഉദ്യോഗസ്ഥർക്ക് തോന്നിയതുപോലെ ഉത്തരവിറക്കും. അക്കാലത്ത് നാലായിരം രൂപ പാർട്ടിയുടെ പത്രത്തിന് വലിയ ബാധ്യതയാണെന്ന് പറയേണ്ടതില്ല. എന്നാൽ, പുതിയ ജാമ്യം കെട്ടിവയ്ക്കാനുള്ള ഉത്തരവ് പത്രാധിപർ എം എസ് ദേവദാസിന് ലഭിച്ചത് 1946 ഡിസംബർ 14-നായിരുന്നു. നാലുദിവസം കൊണ്ട് ഡിസംബർ 18-ന് *ദേശാഭിമാനി* നാലായിരം രൂപ പുതിയ സെക്യൂരിറ്റിയായി കെട്ടിവെച്ചു.

'ആഹ്വാനവും താക്കീതും'സംബന്ധിച്ച നടപടികൾ ഇവിടെയും തീർന്നില്ല. പ്രസ്സിനെതിരെ വേറെയും നടപടിയുണ്ടായി. '1921-ന്റെ ആഹ്വാനവും താക്കീതും-മലബാർ ലഹളയുടെ പാഠങ്ങൾ' എന്ന ലഘുലേഖ അച്ചടിച്ചതിന് *ദേശാഭിമാനി* പ്രസ് മുവായിരം രൂപ ജാമ്യം കെട്ടിവെക്കണമെന്ന് മദിരാശി ഗവൺമെന്റിന്റെ ചീഫ് സെക്രട്ടറി 1947 ജനുവരി 22-ന് ഉത്തരവിട്ടു. ഫെബ്രുവരി 5-നു മുമ്പായി തുക കെട്ടിവയ്ക്കണമെന്നായിരുന്നു ഉത്തരവ്.[10]

ബ്രിട്ടീഷ് ഗവൺമെന്റിനെതിരെ ജനങ്ങളിൽ ശത്രുതയുണ്ടാക്കാൻ ലക്ഷ്യം വെച്ചുള്ളതാണ് ലഘുലേഖയെന്നാണ് ആരോപണം. പ്രസ്സിന്റെ മാനേജർ പി കെ ബാലകൃഷ്ണൻ ഫെബ്രുവരി മൂന്നിന് തന്നെ ആവശ്യപ്പെട്ട ജാമ്യം കെട്ടിവെച്ചു. ചീഫ് സെക്രട്ടറിയുടെ ഉത്തരവിൽ എതിർപ്പും പ്രതിഷേധവും രേഖപ്പെടുത്തിക്കൊണ്ടാണ് തുക കെട്ടിവെച്ചത്. ആ സമയത്ത് പി

Indian Express 19/1/43

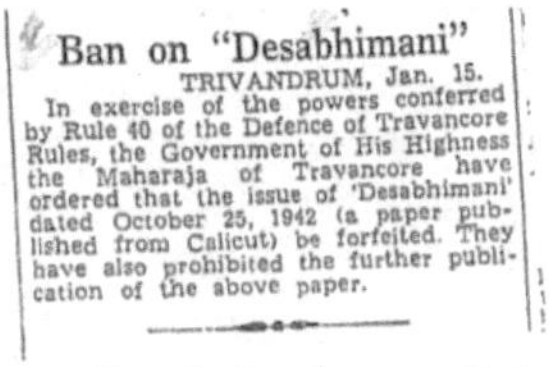
Ban on "Desabhimani"
TRIVANDRUM, Jan. 15.
In exercise of the powers conferred by Rule 40 of the Defence of Travancore Rules, the Government of His Highness the Maharaja of Travancore have ordered that the issue of 'Desabhimani' dated October 25, 1942 (a paper published from Calicut) be forfeited. They have also prohibited the further publication of the above paper.

ദേശാഭിമാനി തിരുവിതാംകൂറിൽ നിരോധിച്ചതിനെക്കുറിച്ച് *ഇന്ത്യൻ എക്സ്പ്രസ്* വാർത്ത–1943 ജനുവരി 19

കെ ബാലകൃഷ്ണൻ കണ്ണൂർ സെൻട്രൽ ജയിലിൽ കരുതൽ തടങ്കലിൽ കഴിയുകയായിരുന്നു. ജാമ്യസംഖ്യ കെട്ടിവയ്ക്കാൻ പബ്ലിഷർ നേരിട്ട് പോകണമെന്ന് നിർബന്ധമില്ല. എന്നാൽ ഡിക്ലറേഷൻ ഫയൽ ചെയ്യാൻ പബ്ലിഷർ നേരിട്ട് ഹാജരാകണം. തുക കെട്ടിവെച്ച ശേഷം *ദേശാഭിമാനി*ക്കുവേണ്ടി ബാലകൃഷ്ണൻ മാർച്ച് 27–ന് മദിരാശി ഹൈക്കോടതിയിൽ അപ്പീൽ ഫയൽ ചെയ്തു. ചീഫ് സെക്രട്ടറിയുടെ ഉത്തരവ് റദ്ദാക്കി ജാമ്യത്തുക തിരിച്ചുനൽകണമെന്നായിരുന്നു ആവശ്യം. ഉത്തരവ് നിയമവിരുദ്ധമാണെന്ന് ബാലകൃഷ്ണൻ വാദിച്ചു. കാരണം, ഗവർണർക്കു പകരം ചീഫ് സെക്രട്ടറിയാണ് ഉത്തരവിൽ ഒപ്പിട്ടത്. നിയമപ്രകാരം ഗവർണർ തന്നെ ഒപ്പിടണം. ലഘുലേഖയിലെ ചില ഭാഗങ്ങൾ സന്ദർഭത്തിൽ നിന്ന് അടർത്തിമാറ്റി ദുർവ്യാഖ്യാനിച്ചിരിക്കയാണ്. മാത്രമല്ല, ഇംഗ്ലീഷ് തർജമയിലും തകരാറുണ്ട്. ചീഫ് ജസ്റ്റിസ് ബെല്ലും ഗോവിന്ദരാജാചാരിയുമാണ് കേസ് കേട്ടത്. ചീഫ് സെക്രട്ടറിയുടെ ഉത്തരവ് റദ്ദാക്കിയ കോടതി, ജാമ്യത്തുക തിരിച്ചുനൽകാൻ ഉത്തരവിട്ടു. ബാലകൃഷ്ണന് കോടതിച്ചെലവ് നൽകണമെന്നും കൽപ്പിച്ചു. കോടതിച്ചെലവും പലിശയുമടക്കം 3407 രൂപ *ദേശാഭിമാനി*ക്ക് ബ്രിട്ടീഷ് സർക്കാർ നൽകേണ്ടിവന്നു.[11]

*ദേശാഭിമാനി*യെ വേട്ടയാടുന്നത് അതുകൊണ്ടൊന്നും ബ്രിട്ടീഷ് അധികാരികൾ അവസാനിപ്പിച്ചില്ല. പത്രം പൂട്ടിക്കണമെന്ന വാശിയിലായിരുന്നു കോഴിക്കോട്ടും മദിരാശിയിലുമുള്ള ഉദ്യോഗസ്ഥർ. അവരുടെ എതിർപ്പ് ഏതെങ്കിലും ഒരു വാർത്തയോടോ ഒരു ലേഖനത്തോടോ ഒരു കാർട്ടൂണിനോടോ അല്ല. സാമ്രാജ്യവിരുദ്ധ സമരത്തിൽ എല്ലാവിഭാഗം ജനങ്ങളെയും അണിനിരത്താൻ കമ്യൂണിസ്റ്റ് പാർട്ടിയും പത്രവും നടത്തുന്ന ശ്രമങ്ങളാണ് അവരുടെ എതിർപ്പിന് കാരണം. മുൻ അധ്യായത്തിൽ പറഞ്ഞതുപോലെ കമ്യൂണിസ്റ്റ് പാർട്ടിയുടെ കൈയിലുള്ള ഏറ്റവും ശക്തമായ ആയുധമാണ് പത്രമെന്ന് തിരിച്ചറിഞ്ഞുകൊണ്ടാണ് ബ്രിട്ടീഷ് ഉദ്യോഗസ്ഥർ നീങ്ങിയത്.

വടക്കെ മലബാറിൽ അക്കാലത്ത് മലബാർ സ്പെഷൽ പൊലീസ് നടത്തിയ ഭീകര മർദനവും പിടിച്ചുപറിയും സ്ത്രീകളെ മാനഭംഗപ്പെടുത്തലും ജനങ്ങൾക്ക് സഹിക്കാവുന്നതിലപ്പുറമായിരുന്നു. ജന്മിമാരുടെ ഏജന്റുമാരെപ്പോലെയാണ് എംഎസ്പിക്കാർ പ്രവർത്തിച്ചിരുന്നത്. എംഎസ്പിയുടെ ക്രൂരതകൾ പുറംലോകമറിഞ്ഞത് *ദേശാഭിമാനി*യിലൂടെ മാത്രമായിരുന്നു. എംഎസ്പിയുടെ നിയമവിരുദ്ധമായ പ്രവർത്തനങ്ങൾ തുറന്നുകാണിച്ചുകൊണ്ടും ഈ സേനയെ പിൻവലിക്കണമെന്ന് ആവശ്യപ്പെട്ടും 1947 ഫെബ്രുവരി 26–ന് *ദേശാഭിമാനി* ഒരു ലേഖനം പ്രസിദ്ധീകരിച്ചിരുന്നു. അതിന്റെ പേരിൽ പത്രത്തിന്റെ ജാമ്യസംഖ്യ (നാലായിരം രൂപ) കണ്ടുകെട്ടാൻ ചീഫ് സെക്രട്ടറി 1947 ജൂൺ 20–ന് ഉത്തരവിട്ടു. 'ആഹ്വാനവും താക്കീതും' എന്ന പ്രസ്താവന പ്രസിദ്ധീകരിച്ചതിന് ആയിരം രൂപയുടെ ജാമ്യം പിടിച്ചെടുത്തതിനെത്തുടർന്ന് 1946 ഡിസംബറിലാണ് പത്രം നാലായിരം രൂപ കെട്ടിവെച്ചിരുന്നത്. ആ ജാമ്യം പിടിച്ചെടുക്കാനാണ് പുതിയ ഉത്തരവ്. 'ആക്ഷേപാർഹമായ' ലേഖനം വന്ന ദിവസത്തെ പത്രം പിടിച്ചെടുക്കാനും ഗവൺമെന്റ് ഉത്തരവിട്ടിരുന്നു. എംഎസ്പിക്കാരെപ്പറ്റിയുള്ള ലേഖനത്തിലെ പ്രധാന ഭാഗങ്ങൾ:

എംഎസ്പിയെ പിൻവലിപ്പിക്കാൻ
സ്വാതന്ത്ര്യസമരം ശക്തിപ്പെടുത്താൻ

എംഎസ്പിയുടെ ക്രൂരതകൾ എല്ലാ അതിരുകളും ലംഘിച്ചിരിക്കയാണ്. ആളുകളെ തല്ലിക്കൊല്ലുക, വെടിവെച്ചുകൊല്ലുക, കുത്തിക്കൊല്ലുക, കൈക്കൂലി വാങ്ങുക, വീടുകൾക്ക് തീ

യിടുകയും വീട്ടുസാധനങ്ങൾ നശിപ്പിക്കുകയും ചെയ്യുക, സ്വത്തുക്കൾ കൊള്ളയടിക്കുക, ജനങ്ങളെ ഭീഷണിപ്പെടുത്തുക, അവരെ പട്ടിണിക്കിടുക, അവരെ അടിച്ചോടിക്കുക-ഇതൊക്കെ ഇന്ന് സർവസാധാരണമായിരിക്കുന്നു.

കരിഞ്ചന്തക്കാർക്ക് വലിയ ആഹ്ളാദമാണിവിടെ. ജന്മിമാർ സന്തോഷം കൊണ്ട് തുള്ളിച്ചാടുന്നു. കൊള്ളലാഭക്കാരായ മുതലാളിമാർക്കും വലിയ സന്തോഷം. അഴിമതിക്കാരും സ്വേഛാധിപതികളുമായ ഉദ്യോഗസ്ഥന്മാർക്ക് പരമാനന്ദം. കോൺഗ്രസ് ഗവൺമെന്റിനെ അധികാരത്തിലിരുത്തിക്കൊണ്ട്, കമ്യൂണിസ്റ്റുകാരെ നേരിടാൻ തനി ഫാസിസ്റ്റ് വേട്ടയാണ് ബ്രിട്ടീഷ് സാമ്രാജ്യത്വം നടത്തുന്നത്. സ്വാതന്ത്ര്യത്തിന് വേണ്ടി ദാഹിക്കുന്ന തൊഴിലാളികളും കർഷകരും മറ്റു *ദേശാഭിമാനി*കളും അടിച്ചമർത്തലിൽ വേവുകയാണ്. ഭക്ഷ്യക്ഷാമം നേരിടാനും കരിഞ്ചന്ത തടയാനും പ്രവർത്തിക്കുന്നവരെ കള്ളന്മാരും പിടിച്ചുപറിക്കാരുമായി ചിത്രീകരിച്ച് കള്ളക്കേസിൽ കുടുക്കുന്നു. ഈ അതിക്രമങ്ങളെയും അനീതിയെയും ശക്തമായി ചെറുക്കാൻ ബഹുജനങ്ങൾ വലിയ തോതിൽ രംഗത്തുവരണം. [12]

എംഎസ്പിയുടെ നിഷ്ഠുര വാഴ്ചക്കെതിരെ *ദേശാഭിമാനി*യിൽ ദിവസവും വാർത്തകളും ഇടയ്ക്ക് കാർട്ടൂണുകളും വന്നുകൊണ്ടിരുന്നു.

നാലായിരം രൂപ ജാമ്യം നൽകിയത് പിടിച്ചെടുക്കാനുള്ള ഗവൺമെന്റ് ഉത്തരവിനെതിരെ *ദേശാഭിമാനി* ഹൈക്കോടതിയെ സമീപിച്ചു. പത്രത്തിനു വേണ്ടി എഡിറ്ററും പബ്ലിഷറുമായ എം എസ് ദേവദാസാണ് 1947 ആഗസ്ത് 21-ന് കേസ് ഫയൽ ചെയ്തത്-നമ്പർ 247/1947. എംഎസ്പിക്കെതിരെ ലേഖനത്തിൽ ഉന്നയിച്ച കാര്യങ്ങൾ ശരിയാണെന്ന് ഹൈക്കോടതിയിൽ ദേവദാസ് വാദിച്ചു. എംഎസ്പിയുടെ ക്രൂരതകളെക്കുറിച്ച് അന്വേഷിച്ച് അവരെ ശിക്ഷിക്കണമെന്ന അഭിപ്രായമാണ് ഈ ലേഖനം വായിച്ചവരിൽ ഉണ്ടാവുക. ജനങ്ങൾക്കെതിരെ എംഎസ്പി നടത്തുന്ന അതിക്രമങ്ങളെ തുറന്നുകാണിക്കുക എന്നത് പത്രത്തിന്റെ കടമയാണ്. അതിക്രമങ്ങൾക്ക് ഇരയായവരിൽ നിന്ന് ലഭിച്ച വിശ്വസനീയമായ വിവരങ്ങളുടെ അടിസ്ഥാനത്തിലാണ് ലേഖനം പ്രസിദ്ധീകരിച്ചതെന്നും എഡിറ്റർ കോടതിയെ ബോധിപ്പിച്ചു. എന്നാൽ, ഗവൺമെന്റിന്റെ വാദങ്ങൾ അംഗീകരിച്ചുകൊണ്ട് ചീഫ് ജസ്റ്റിസ് ഫ്രഡറിക് വില്യം ജന്റിൽ അധ്യക്ഷനായ ബെഞ്ച് *ദേശാഭിമാനി*യുടെ ഹരജി തള്ളിക്കളഞ്ഞു. [13]

വീണ്ടും ജാമ്യസംഖ്യ പിടിച്ചെടുത്തു

ജാമ്യസംഖ്യ കണ്ടുകെട്ടിക്കഴിഞ്ഞാൽ വീണ്ടും ഡിക്ലറേഷൻ നൽകിയാലേ പത്രം പുറത്തിറക്കാൻ കഴിയൂ. നാലായിരം രൂപ കണ്ടുകെട്ടുക മാത്രമല്ല സർക്കാർ ചെയ്തത്. പുതുതായി പതിനായിരം രൂപ സെക്യൂരിറ്റി ആവശ്യപ്പെടുകയും ചെയ്തു. [14]

ഏതുവിധേനയും പത്രം പുറത്തിറക്കാൻ തീരുമാനിച്ച *ദേശാഭിമാനി* മാനേജ്മെന്റ് ഇത്തവണയും ജനങ്ങളുടെ സഹായം അഭ്യർഥിച്ചു. അവർ പതിനായിരമല്ല, അതിലേറെ തുക സംഭാവന ചെയ്തു. എന്നാൽ, തുക കെട്ടിവെച്ച് പുതിയ ഡിക്ലറേഷൻ നൽകുന്നതിന് സർക്കാരിന്റെ അനുമതി വേണം. അനുമതി നൽകാതെ സർക്കാർ ഉരുണ്ടുകളിച്ചു. ഇതുകാരണം 1947 ജൂലൈ ഒന്നുമുതൽ പത്രം പുറത്തിറക്കുന്നത് നിർത്തിവയ്ക്കേണ്ടിവന്നു. രണ്ടാഴ്ച കഴിഞ്ഞിട്ടും അനുമതി ലഭിക്കാത്തതിനെത്തുടർന്ന് 1947 ജൂലൈ 15-ന് പത്രത്തിന്റെ മാനേജർ ചീഫ് സെക്രട്ടറിക്ക് കത്തയച്ചു.

കത്തിൽ നിന്ന്:

ജാമ്യസംഖ്യ പിടിച്ചെടുത്തതു കാരണം കമ്യൂണിസ്റ്റ് പാർട്ടി ഓഫ് ഇന്ത്യയുടെ മുഖപത്രമായ *ദേശാഭിമാനി* 1947 ജൂലൈ ഒന്നുമുതൽ പ്രസിദ്ധീകരണം സസ്പെന്റ് ചെയ്തിരിക്കയാണ്. ഇന്ത്യൻ പ്രസ് എമർജൻസി ആക്ട് 1931 പ്രകാരം ഡിക്ലറേഷൻ ഫയൽ ചെയ്യുന്നതിന് പ്രവിശ്യാ ഗവൺമെന്റിന്റെ അനുമതി ആവശ്യമുണ്ട്. ഞങ്ങളുടെ പത്രാധിപസമിതി അംഗമായ കെ വി കെ വാര്യർ പുതിയ പബ്ലിഷറായി ഡിക്ലറേഷൻ ഫയൽ ചെയ്യുന്നതിന് ജൂൺ 30-നു തന്നെ

അനുമതി ചോദിച്ചിരുന്നു. രണ്ടാഴ്ചയായി ഈ അപേക്ഷ സർക്കാരിൽ കിടക്കുകയാണ്. അംഗീകൃത രാഷ്ട്രീയ പാർട്ടിയായ കമ്യൂണിസ്റ്റ് പാർട്ടിയുടെ മുഖപത്രമാണ് *ദേശാഭിമാനി.* ഈ പത്രത്തെ നിശ്ശബ്ദമാക്കുന്നത് ഇന്നത്തെ ദേശീയ പ്രക്ഷോഭത്തിന്റെ നിർണായക സന്ദർഭത്തിൽ കമ്യൂണിസ്റ്റ് പാർട്ടിയുടെ വീക്ഷണഗതിയെ അടിച്ചമർത്തുന്നതിനു തുല്യമായിരിക്കും.

പത്രോപദേശക ബോർഡ് പത്രത്തെ അടിച്ചമർത്തുന്നതിനെ ഏകകണ്ഠമായി എതിർത്തിട്ടുണ്ടെന്നാണ് ഞങ്ങൾ മനസ്സിലാക്കുന്നത്. ഇതെല്ലാം കണക്കിലെടുത്ത് ജില്ലാ മജിസ്ട്രേട്ട് മുമ്പാകെ ഡിക്ലറേഷൻ ഫയൽ ചെയ്ത് പത്രം പുനരാരംഭിക്കാൻ അനുമതി നൽകണമെന്ന് അപേക്ഷിക്കുന്നു.[15]

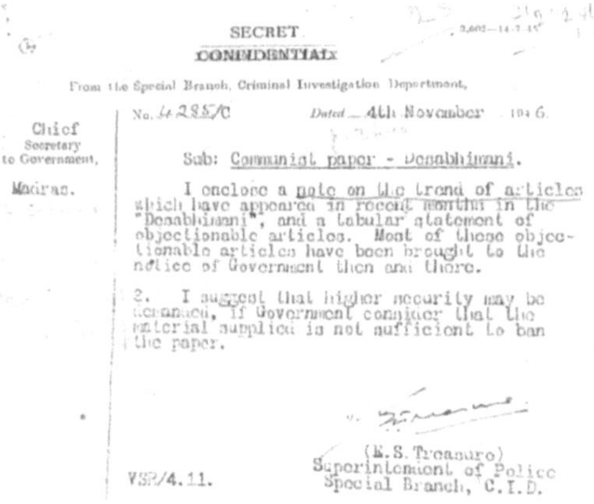
SECRET
CONFIDENTIAL

From the Special Branch, Criminal Investigation Department,

Chief Secretary to Government, Madras.

No. 4285/C Dated 4th November 1946.

Sub: Communist paper - Desabhimani.

I enclose a note on the trend of articles which have appeared in recent months in the "Desabhimani", and a tabular statement of objectionable articles. Most of these objectionable articles have been brought to the notice of Government then and there.

2. I suggest that higher security may be demanded, if Government consider that the material supplied is not sufficient to ban the paper.

(K.S. Treasure)
Superintendent of Police
Special Branch, C.I.D.

VSP/4.11.

പത്രം നിരോധിക്കുന്നില്ലെങ്കിൽ ഉയർന്ന സെക്യൂരിറ്റി ഈടാക്കണമെന്ന് ആവശ്യപ്പെട്ട് പൊലീസ് ഡിപ്പാർട്ട്മെന്റ് നൽകിയ ശുപാർശ–1946 നവംബർ 4

ഈ സമയത്ത് പത്രാധിപർ എം എസ് ദേവദാസ് വെല്ലൂർ ജയിലിലും പബ്ലിഷർ പി കെ ബാലകൃഷ്ണൻ കണ്ണൂർ സെൻട്രൽ ജയിലിലും കരുതൽ തടങ്കലിലായിരുന്നു. അതുകൊണ്ടാണ് കെ വി കെ വാര്യരെ പബ്ലിഷറാക്കി ഡിക്ലറേഷൻ ഫയൽ ചെയ്യാൻ *ദേശാഭിമാനി* തീരുമാനിച്ചത്. ബ്രിട്ടീഷ് ഗവൺമെന്റിന്റെ നിയന്ത്രണത്തിൽ ഒരു പത്രോപദേശക സമിതി അക്കാലത്ത് പ്രവർത്തിച്ചിരുന്നു. സർക്കാരിനെ ഉപദേശിക്കുക, സഹായിക്കുക-ഇതാണ് ജോലി. 1947 ജൂലൈ നാലിന് ചേർന്ന മദ്രാസ് പ്രൊവിൻഷ്യൽ പ്രസ് അഡ്വൈസറി കമ്മിറ്റി യോഗം, ഡിക്ലറേഷൻ ഫയൽ ചെയ്യാൻ അനുവദിക്കാതെ *ദേശാഭിമാനി*യുടെ പ്രസിദ്ധീകരണം തടസ്സപ്പെടുത്തുന്നതിനെ എതിർത്തു. അക്കാര്യമാണ് ചീഫ് സെക്രട്ടറിക്ക് പത്രത്തിന്റെ മാനേജർ നൽകിയ കത്തിൽ പരാമർശിക്കുന്നത്. പത്രോപദേശകസമിതി അംഗീകരിച്ച പ്രമേയം ഇതായിരുന്നു: "ജാമ്യസംഖ്യ പിടിച്ചെടുത്തതു ന്യായീകരിക്കാവുന്നതാണ്. എന്നാൽ, പുതിയ ഡിക്ലറേഷൻ ഫയൽ ചെയ്യാൻ അനുവദിക്കാത്തത് പത്രസ്വാതന്ത്ര്യത്തിനു മേലുള്ള കൈയേറ്റമാണ്. അതിനെ പിന്തുണയ്ക്കാൻ കമ്മിറ്റിക്കു കഴിയില്ല. ഗവൺമെന്റ് ഉദ്ദേശിക്കുന്ന ജാമ്യസംഖ്യ ഈടാക്കി പത്രം പുറത്തിറക്കാൻ അനുവദിക്കണം." എ എ ഹെയ്ൽസ് (ദ മെയിൽ), എസ് വൈ സ്വാമി (ഫ്രീ പ്രസ്), ശംഭു പ്രസാദ് (ആന്ധ്ര പത്രിക), സി ആർ ശ്രീനിവാസൻ (സ്വതന്ത്ര മിത്രൻ), ചീഫ് സെക്രട്ടറി സ്കോട്ട് ബ്രൗൺ, ഇൻഫർമേഷൻ ഡയരക്ടർ സി വി ഹനുമന്ത റാവു എന്നിവരാണ് അഡ്വൈസറി ബോർഡ് യോഗത്തിൽ പങ്കെടുത്തത്.[16]

*ദേശാഭിമാനി*യുടെ പ്രസിദ്ധീകരണം 1947 ജൂലൈ ഒന്നുമുതൽ താൽക്കാലികമായി നിർത്തേണ്ടി വന്നിട്ടും ജൂലൈ 28-നു മാത്രമാണ് പതിനായിരം രൂപ കെട്ടിവെച്ച് ഡിക്ലറേഷൻ നൽകാനുള്ള അനുമതി ചീഫ് സെക്രട്ടറിയിൽ നിന്ന് മലബാർ ജില്ലാ മജിസ്ട്രേട്ടിനു ലഭിക്കുന്നത്. ഡിക്ലറേഷൻ ഫയൽ ചെയ്യുന്നതിന് പിന്നെയും സമയമെടുത്തു.[17]

1947 ആഗസ്ത് 14-നാണ് പതിനായിരം രൂപ കെട്ടിവെച്ചതെന്ന് ഗവൺമെന്റ് രേഖകളിൽ കാണുന്നു. രാജ്യം സ്വതന്ത്രമായ ദിവസം ആവേശകരമായ വാർത്തകളോടെയാണ് പത്രം പുറത്തിറങ്ങിയത്. ഏതായാലും നിരോധനമില്ലാതെ ഒന്നരമാസത്തോളം പ്രസിദ്ധീകരണം അധികാരികൾ മുടക്കി. മനഃപൂർവമായിരുന്നു ഡിക്ലറേഷൻ ഫയലിങ് താമസിപ്പിച്ചതെന്ന് ചീഫ് സെക്രട്ടറിയുടെ ഓഫീസിൽ നിന്ന് മലബാർ കലക്ടർക്ക് അയച്ച സന്ദേശത്തിൽ

നിന്നു വ്യക്തമാണ്. ഗവൺമെന്റ് ഇക്കാര്യം പുനഃപരിശോധിച്ചുവെന്നും അതിന്റെ അടിസ്ഥാനത്തിലാണ് പിന്നീട് അനുമതി നൽകിയതെന്നുമാണ് അതിൽ പറയുന്നത്.

ഡിക്ലറേഷൻ ഫയൽ ചെയ്യാൻ കഴിയാതെ പത്രം മുടങ്ങുമെന്നായപ്പോൾ *ദേശാഭിമാനി* 1947 ജൂൺ 29-ന് ഒന്നാം പേജിൽ ഒരു പ്രസ്താവന പ്രസിദ്ധീകരിച്ചു. ആ പ്രസ്താവന:

നാട്ടുകാർ നിശ്ചയിക്കണം

ഇന്നത്തെ ലക്കത്തോടെ *ദേശാഭിമാനി*യുടെ പ്രസിദ്ധീകരണം തൽക്കാലം നിൽക്കുകയായി. ഇനിയും തുടർന്ന് പ്രസിദ്ധീകരിക്കാൻ നിയമപ്രകാരം അനുവാദമില്ല. ഇനി *ദേശാഭിമാനി* എന്നാണ് തുടരേണ്ടതെന്ന് നാട്ടുകാരാണ് നിശ്ചയിക്കേണ്ടത്. നാട്ടുകാർ എത്രവേഗത്തിൽ ഞങ്ങൾക്ക് ജനകീയ മന്ത്രിസഭയിൽ നിന്ന് അനുവാദം വാങ്ങിത്തരുന്നുവോ അത്രയും വേഗത്തിൽ പത്രം തുടർന്ന് പുറപ്പെടും.[18]

ഈ പ്രസ്താവനയോടൊപ്പം പത്രാധിപസമിതി ചെയർമാൻ ഇ എം എസ്, പത്രാധിപർ എം എസ് ദേവദാസ്, മാനേജിങ് ഡയറക്ടർ പി കെ ബാലകൃഷ്ണൻ എന്നിവരുടെ ചിത്രങ്ങൾ ഉൾപ്പെടുത്തിയിരുന്നു. ഇങ്ങനെയൊരു പ്രസ്താവനയോടൊപ്പം ചിത്രങ്ങൾ കൊടുക്കുന്ന പതിവ് അക്കാലത്തുമില്ല. എന്നിട്ടും ഇ എം എസ് ഉൾപ്പെടെയുള്ളവരുടെ ചിത്രം പ്രസിദ്ധീകരിച്ചത് ജനങ്ങളുടെ പ്രതിഷേധം ഉയർത്തിക്കൊണ്ടുവരാനാണെന്ന് വ്യക്തമാണ്. വ്യാപകമായ പ്രതിഷേധം നാടിന്റെ നാനാഭാഗങ്ങളിൽ നിന്നും ഉയർന്നു. ഗവൺമെന്റ് തീരുമാനം പുനഃപരിശോധിച്ചു. ഡിക്ലറേഷൻ ഫയൽ ചെയ്യാൻ അനുമതി നൽകി.

അക്കാലത്തെ പത്രമർദന നടപടികളെക്കുറിച്ച് എ കെ ജി എഴുതിയിട്ടുണ്ട്:

> മലബാറിൽ കരിഞ്ചന്തയ്ക്കും പൂഴ്ത്തിവെപ്പിനുമെതിരെ ശക്തമായ പ്രക്ഷോഭം നടന്നു. പ്രകാശം ഗവൺമെന്റ് കമ്യൂണിസ്റ്റ് പാർട്ടിക്കെതിരെ അപ്രഖ്യാപിത യുദ്ധം തന്നെ ആരംഭിച്ചു. ഇക്കാലത്താണ് പൊതുജനങ്ങളുടെ സഹായത്തോടെ *ദേശാഭിമാനി* പുനരാരംഭിച്ചത്. അന്ന് 25,000 കോപ്പികൾ ചെലവാകാറുണ്ടായിരുന്നു. എന്തെങ്കിലും കാരണം പറഞ്ഞ് *ദേശാഭിമാനി*യെ നിശ്ശബ്ദമാക്കാൻ ഗവൺമെന്റ് ആഗ്രഹിച്ചു. അവർ പതിനായിരം രൂപയുടെ ജാമ്യം ആവശ്യപ്പെട്ടു. ഒന്നരമാസത്തേക്ക് പത്രം നിർത്തിവെക്കേണ്ടിവന്നു. എന്നാൽ ജനങ്ങൾ പതിനായിരമല്ല, അതിൽ കൂടുതൽ തുക *ദേശാഭിമാനി*ക്ക് നൽകി. പത്രം വീണ്ടും ആരംഭിച്ചു.[19]

ടി പ്രകാശത്തിന്റെ നേതൃത്വത്തിലുള്ള കോൺഗ്രസ് ഗവൺമെന്റ് കമ്യൂണിസ്റ്റ് പാർട്ടിയോടും അതിന്റെ പത്രത്തോടും ശത്രുതാപരമായ സമീപനമാണ് എടുത്തിരുന്നതെന്ന് ഇതിൽനിന്ന് മനസ്സിലാക്കാം. പ്രകാശത്തിന് പത്രാധിപർ രൂക്ഷമായ ഭാഷയിൽ കത്തെഴുതിയതും ഇതിന്റെ അടിസ്ഥാനത്തിലാണ്.

പത്രം സ്തംഭിപ്പിച്ചതിനെതിരെ വ്യാപകമായ പ്രതിഷേധമുയർന്നപ്പോൾ പ്രതികരിച്ചത് കമ്യൂണിസ്റ്റുകാർ മാത്രമായിരുന്നില്ല. കോൺഗ്രസ്, മുസ്ലിംലീഗ് എന്നീ കക്ഷികളിലെ ജനാധിപത്യവാദികളും അതിനെതിരെ പ്രതികരിച്ചു. വടക്കെ മലബാറിലെ പ്രമുഖ കോൺഗ്രസ് നേതാവും എഴുത്തുകാരനുമായിരുന്ന എ സി കണ്ണൻ നായർ അവരിൽ പ്രധാനിയാണ്. അദ്ദേഹം പറഞ്ഞു:

> *ദേശാഭിമാനി*യുടെ പ്രസിദ്ധീകരണം തടയുക എന്നത് വമ്പിച്ച ഒരു പാർട്ടിയുടെ നാവ് പിടിച്ച് അരിയുക എന്നാണ്. എനിക്ക് *ദേശാഭിമാനി*യെക്കുറിച്ച് വലിയ മതിപ്പില്ല. എന്നാൽ, എന്തൊക്കെ ന്യൂനതകൾ അതിനുണ്ടെങ്കിലും അതു പാവങ്ങളുടെ കണ്ണീരിനെ പകർത്തുന്ന കടലാസാണെന്ന് എനിക്കറിയാം. തീർച്ചയായും പൗരസ്വാതന്ത്ര്യത്തെ ഹനിക്കുന്ന ഒന്നായാണ് ഈ കാലന്റെ ദണ്ഡ് *ദേശാഭിമാനി*യുടെ ഉടലിൽ വീണിട്ടുള്ളത്.[20]

ബ്രിട്ടിഷ് രഹസ്യരേഖ *ദേശാഭിമാനി*യിൽ

താക്കീത്, പിഴ, കേസ്, അറസ്റ്റ് എന്നിവക്കിടയിലും ബ്രിട്ടീഷ് ഗവൺമെന്റിന്റെ സ്വേഛാധിപത്യ നടപടികൾ *ദേശാഭിമാനി* തുറന്നുകാട്ടിക്കൊണ്ടിരുന്നു. കമ്യൂണിസ്റ്റുകാരെ അമർച്ച ചെയ്യുന്നതിന് മദിരാശി ഗവൺമെന്റിന്റെ ചീഫ് സെക്രട്ടറി സ്കോട്ട് ബ്രൗൺ ജില്ലാ കലക്ടർമാർക്ക് രഹസ്യമായി ഒരു സർക്കുലർ അയച്ചിരുന്നു. അതു ചോർത്തി *ദേശാഭിമാനി* വലിയ വാർത്ത കൊടുത്തത് അധികാരികളെ ഞെട്ടിച്ചു. എവിടെ നിന്നാണ് സർക്കുലർ ചോർന്നതെന്നറിയാൻ അന്വേഷണം നടന്നു. പക്ഷേ ഉറവിടം മനസ്സിലാക്കാനായില്ല. 1946 ഡിസംബർ 19-നാണ് സർക്കുലറിന്റെ ഉള്ളടക്കം *ദേശാഭിമാനി*യിൽ വന്നത്. ഇതാണ് ആ വാർത്ത:

കമ്യൂണിസ്റ്റുകാർക്കെതിരെ
കർശന നടപടികളെടുക്കാൻ
മദിരാശി ഗവൺമെന്റിന്റെ ചീഫ് സെക്രട്ടറി സായ്പ്
കലക്ടർമാർക്കയച്ച രഹസ്യ സർക്കുലർ

കോഴിക്കോട്: മദിരാശി ഗവൺമെന്റിന്റെ ചീഫ് സെക്രട്ടറി സ്കോട്ട് ബ്രൗൺ എല്ലാ കലക്ടർമാർക്കും വളരെ രഹസ്യമായി ഒരു സർക്കുലർ അയച്ചിട്ടുണ്ട്. 'നിയമസമാധാനപാലനത്തിൽ കമ്യൂണിസ്റ്റുകാർ കൈ കടത്തുന്നതിനെ തടയാൻ വേണ്ട' നടപടിയെടുക്കണമെന്നാണ് അതിൽ ആവശ്യപ്പെട്ടിട്ടുള്ളത്. സർക്കുലറിന്റെ പൂർണ്ണരൂപം:

'കമ്യൂണിസ്റ്റുകാരുടെ പ്രവർത്തനങ്ങളുടെ പ്രത്യേക വെളിച്ചത്തിൽ സംസ്ഥാനത്ത് നിയമവും സമാധാനവും പാലിക്കുന്നതിനെപ്പറ്റി ഗവൺമെന്റ് ആലോചിച്ചുവരികയായിരുന്നു. കമ്യൂണിസ്റ്റുകാരുടെ പ്രവർത്തനങ്ങൾക്കെതിരായി പൊതുവിലും അവർ കൃഷിസംബന്ധിച്ച കാര്യങ്ങളിൽ കൈയിടുന്നതിനെതിരായി പ്രത്യേകിച്ചും നടപടികളെടുക്കണമെന്ന് ഗവൺമെന്റ് എല്ലാ ജില്ലാ മജിസ്ട്രേട്ടുമാരോടും നിർദേശിക്കുന്നു.

കമ്യൂണിസ്റ്റ് സിദ്ധാന്തങ്ങൾ ഇതുവരെ എത്താത്ത ഗ്രാമങ്ങളിൽ കമ്യൂണിസ്റ്റുകാർ അവരുടെ സംഘടനയുണ്ടാക്കുന്നതിനെ ഫലപ്രദമായി തടയണം. അതുപോലെ തന്നെ കമ്യൂണിസ്റ്റുകാർ ക്രിമിനൽ കുറ്റം ചെയ്തുവെന്നതിന് എന്തെങ്കിലും തെളിവുണ്ടെങ്കിൽ അവരുടെ പേരിൽ കേസെടുക്കുന്നതിലും കേസ് ഊർജിതമായി നടത്തുന്നതിലും യാതൊരമാന്തവും കാണിക്കരുത്.'

ഇതാണ് കൽപ്പന. ഇതിന് ഒരു വ്യാഖ്യാനവും ആവശ്യമില്ല. ഇതുകൊണ്ട് കമ്യൂണിസ്റ്റ് പാർട്ടി വളരാതിരിക്കുകയില്ല. പക്ഷേ, ഇത്തരമൊരു വൃത്തികെട്ട രഹസ്യസർക്കുലർ കോൺഗ്രസ് മന്ത്രിസഭയുടെ പേരിലാണ് വെള്ളക്കാരായ ഉദ്യോഗസ്ഥ മേധാവികൾ അയക്കുന്നതെന്നത് ലജ്ജാവഹമാണ്. പൗരസ്വാതന്ത്ര്യങ്ങൾക്കു വേണ്ടിയുള്ള സമരമാണ് കോൺഗ്രസിന്റെ പാരമ്പര്യം. പക്ഷേ ഇന്ന് കോൺഗ്രസിന്റെ മറ പിടിച്ചുകൊണ്ട് വെള്ളക്കാരായ ഉദ്യോഗസ്ഥന്മാർ കുറേശെ, കുറേശെയായി നമ്മുടെ നാട്ടിൽ ഫാസിസം തന്നെ നടപ്പിലാക്കാൻ തുടങ്ങീട്ടുള്ളത് നാട്ടുകാരറിയുന്നില്ല.[21]

മദിരാശി ഗവൺമെന്റ് 1946 ഒക്ടോബർ 12-ന് പുറപ്പെടുവിച്ച രഹസ്യ സർക്കുലറാണ് *ദേശാഭിമാനി* പ്രസിദ്ധീകരിച്ചത്. അതുസംബന്ധിച്ച് മലബാർ ഡിസ്ട്രിക്ട് മജിസ്ട്രേട്ട് 1946 ഡിസംബർ 23-ന് ചീഫ് സെക്രട്ടറി സ്കോട്ട് ബ്രൗണിന് അയച്ച കത്തിലെ ഉള്ളടക്കം രസകരമാണ്. കത്തിൽ നിന്ന്:

ഈ ജില്ലയിൽ ഈ ഉത്തരവ് സബ് ഡിവിഷണൽ മജിസ്ട്രേട്ടുമാർക്ക് നൽകിയിരുന്നില്ല. കിട്ടിയതുമുതൽ ഉത്തരവ് ജില്ലാ മജിസ്ട്രേട്ടിന്റെ രഹസ്യപെട്ടിയിൽ തന്നെയാണ്. ജില്ലാ പൊലീസ് സൂപ്രണ്ട് റോഷനിൽ നിന്ന് മനസ്സിലാക്കുന്നത്, ചോരാതിരിക്കാൻ അദ്ദേഹവും അതുപോലുള്ള മുൻകരുതൽ നടപടികൾ എടുത്തിട്ടുണ്ടെന്നാണ്. അതുകൊണ്ട് വിവരം ചോർന്നതു മലബാറിൽ നിന്നാകാൻ സാധ്യതയില്ല.[22]

രഹസ്യ സർക്കുലറിന്റെ പേരിൽ പത്രത്തിനെതിരെ നടപടികളൊന്നും ഉണ്ടായില്ല. വിവരം ചോരുന്നത് നാണക്കേടായിട്ടാണ് ഗവൺമെന്റ് കണ്ടത്. അതുകൊണ്ട് കൂടുതൽ ജാഗ്രത പുലർത്തണമെന്ന നിർദേശം ജില്ലാ കലക്ടർമാർ ഉൾപ്പെടെയുള്ള ഉദ്യോഗസ്ഥർക്കു ലഭിച്ചു.

സാമ്രാജ്യാധിപത്യത്തിനെതിരായ സമരങ്ങൾക്ക് *ദേശാഭിമാനി* നൽകുന്ന പിന്തുണയും

പ്രചാരണവും ബ്രിട്ടീഷ് ഉദ്യോഗസ്ഥരെ അസ്വസ്ഥരാക്കിക്കൊണ്ടിരുന്നു. പൊലീസ് മേധാവികളെ സംബന്ധിച്ച് താക്കീതും പിഴയുമൊന്നും പോര, നിരോധനം തന്നെ വേണമെന്ന ശാഠ്യമായിരുന്നു. 1946 നവംബർ 4-ന് സ്പെഷൽ ബ്രാഞ്ച് സിഐഡി വിഭാഗം പൊലീസ് സൂപ്രണ്ട് ഇ എസ് ട്രഷർ ചീഫ് സെക്രട്ടറിക്ക് അയച്ച രഹസ്യ സന്ദേശത്തിൽ *ദേശാഭിമാനി* അക്കാലത്ത് പ്രസിദ്ധീകരിച്ച ഒരു ഡസൻ 'ആക്ഷേപകരമായ' വാർത്തകളും ലേഖനങ്ങളും എടുത്തുദ്ധരിച്ചിരുന്നു. താൻ സമർപ്പിച്ച വസ്തുതകൾ പത്രം നിരോധിക്കാൻ മതിയാകുന്നില്ലെങ്കിൽ ഉയർന്ന ജാമ്യത്തുക ഈടാക്കണമെന്നായിരുന്നു പൊലീസ് സൂപ്രണ്ടിന്റെ നിർദേശം. [23]

തൊഴിലാളി സമരങ്ങൾക്ക് ജനങ്ങളുടെ അനുഭാവം കിട്ടാൻ *ദേശാഭിമാനി* നിരന്തരം വാർത്തകളും പ്രസ്താവനകളും കൊടുക്കുന്നുണ്ടെന്നായിരുന്നു ട്രഷറുടെ പരാതി. പോസ്റ്റൽ സമരം, തെക്കെ ഇന്ത്യൻ റെയിൽവെ പണിമുടക്ക്, ശുചീകരണ തൊഴിലാളി സമരം എന്നിവയെല്ലാം കത്തിൽ എടുത്തുപറയുന്നുണ്ട്. 1946 ആഗസ്ത് 20, 25 എന്നീ ദിവസങ്ങളിൽ പ്രസിദ്ധപ്പെടുത്തിയ കാർട്ടൂണുകളും ജനങ്ങളെ ഇളക്കിവിടാൻ ഉദ്ദേശിച്ചുള്ളതാണ്. ജില്ലാ പൊലീസ് സൂപ്രണ്ട് ഹാരിസണെതിരെ അടിച്ചമർത്തൽ ആരോപിച്ചുകൊണ്ട് സെപ്തംബർ 7-നു വന്ന ലേഖനവും സെപ്തംബർ 8-ന് വന്ന എ കെ ഗോപാലന്റെ പ്രസ്താവനയും നിന്ദാപരമായതിനാൽ ജില്ലാ പൊലീസ് നിയമപ്രകാരം നടപടിയെടുക്കാവുന്നതാണ്. എന്നാൽ അതിന് സർക്കാരിന്റെ അനുമതി ലഭിക്കേണ്ടതുണ്ട്. പത്രം നിരോധിക്കാൻ മാത്രം കാരണങ്ങൾ കിട്ടിയോ എന്ന് ഗവൺമെന്റാണ് തീരുമാനിക്കേണ്ടത്. ഒരു കാര്യം തീർച്ചയാണ്. കർഷകരിലും തൊഴിലാളികളിലും *ദേശാഭിമാനി*യുടെ പ്രചാരണം ആപൽക്കരമായ സ്വാധീനം ചെലുത്തുന്നുണ്ട്- ട്രഷർ ചീഫ് സെക്രട്ടറിയെ അറിയിച്ചു.

ദേശാഭിമാനി 1942-ൽ തുടങ്ങിയശേഷം താക്കീതുകൾ നിരന്തരം ഉണ്ടായിരുന്നുവെങ്കിലും മൂന്നു തവണയാണ് ജാമ്യസംഖ്യ കെട്ടിവെക്കേണ്ടി വന്നത്. രണ്ടുതവണ ജാമ്യത്തുക കണ്ടുകെട്ടി പുതിയ ജാമ്യം ചോദിച്ചു. രണ്ടുതവണയും നിർദേശിച്ച സമയത്തിനകം പണം കെട്ടിവെച്ച് പത്രം മുടങ്ങാതെ കൊണ്ടുപോയി. പിഴ എത്രയായാലും ജനങ്ങൾ കൊടുക്കുമെന്ന് വന്നപ്പോഴാണ് ഡിക്ലറേഷൻ ഫയൽ ചെയ്യാൻ അനുവദിക്കാതെ പ്രസിദ്ധീകരണം തടയുന്ന വിദ്യ ബ്രിട്ടീഷ് അധികാരികൾ പ്രയോഗിച്ചത്. ആദ്യം ആയിരം രൂപ, രണ്ടാമത് നാലായിരം, മൂന്നാമത് പതിനായിരം രൂപ-ഈ രീതിയിലാണ് ജാമ്യസംഖ്യ കെട്ടിവെക്കേണ്ടിവന്നത്. ഇതുകൂടാതെ ലഘുലേഖ അച്ചടിച്ചതിന് പ്രസ്സിനു മുവായിരം രൂപ വേറെയും പിഴയിട്ടു. എന്നാൽ, ഹൈക്കോടതി ഇടപെട്ടതുകാരണം ആ തുക *ദേശാഭിമാനി* പ്രസ്സിന് തിരിച്ചുനൽകേണ്ടി വന്നു. മൂന്നാം തവണ പതിനായിരം ഈടാക്കി ഡിക്ലറേഷൻ ഫയൽ ചെയ്യാൻ അനുവദിക്കുമ്പോഴേക്കും പത്രം നിരോധിക്കാനുള്ള ഒരുക്കം അധികാരികൾ തുടങ്ങിയിരുന്നു.

11

പത്രാധിപസമിതിയിൽ പ്രഗത്ഭരുടെ നിര

ക്വിറ്റ് ഇന്ത്യ സമരത്തോടുള്ള നിലപാടിന്റെ പേരിൽ കമ്യൂണിസ്റ്റ് പാർട്ടി കോൺഗ്രസിൽ നിന്ന് രൂക്ഷമായ ആക്രമണം നേരിടുന്ന കാലത്താണ് *ദേശാഭിമാനി* 1942 സെപ്തംബറിൽ കോഴിക്കോട്ടുനിന്ന് വാരികയായി ആരംഭിച്ചത്. അപ്പോഴേക്കും മലബാറിൽ നിന്നും തിരുവിതാംകൂറിൽ നിന്നും കൊച്ചിയിൽ നിന്നും ഏതാനും മലയാള പത്രങ്ങൾ ഇറങ്ങാൻ തുടങ്ങിയിരുന്നു. എന്നാൽ, ബ്രിട്ടീഷ് സാമ്രാജ്യത്വത്തെ വിട്ടുവീഴ്ചയില്ലാതെ എതിർക്കുകയും ബഹുജനസമരങ്ങൾ വളർത്തി ബ്രിട്ടീഷുകാരെ കെട്ടുകെട്ടിക്കണമെന്ന് വാദിക്കുകയും ചെയ്യുന്ന കമ്യൂണിസ്റ്റ് പാർട്ടിയുടെ മുഖപത്രമായി *ദേശാഭിമാനി* ഇറങ്ങിയപ്പോൾ അതു പ്രത്യേകം ശ്രദ്ധിക്കപ്പെട്ടു. ബ്രിട്ടീഷ് ആധിപത്യത്തിനെതിരെ ഉറച്ച നിലപാടെടുത്ത ഒരേയൊരു പത്രമേ അന്നു മലബാറിൽ നിന്ന് പുറത്തുവന്നിരുന്നുള്ളൂ; *മാതൃഭൂമി*. ബ്രിട്ടീഷാധിപത്യത്തെ *മാതൃഭൂമി*യേക്കാൾ വീറോടെ എതിർത്ത പത്രമായിരുന്നു മുഹമ്മദ് അബ്ദുറഹിമാൻ സ്ഥാപിച്ച *അൽഅമീൻ* എങ്കിലും 1939–ൽ ബ്രിട്ടീഷ് ഗവൺമെന്റ് പത്രം നിരോധിച്ചിരുന്നു.

*ദേശാഭിമാനി*യുടെ ആദ്യ പത്രാധിപസമിതിയിലെ കഴിവുറ്റ നിര, ആശയപ്രചാരണ രംഗത്ത് കമ്യൂണിസ്റ്റ് പാർട്ടി ഗൗരവമായ ഇടപെടലിന് ഒരുങ്ങുകയാണെന്ന സന്ദേശം തന്നെയാണ് പുറത്തേക്ക് നൽകിയത്. ആഴ്ചയിലൊരിക്കൽ പ്രസിദ്ധീകരിക്കുന്ന ചെറിയ പത്രത്തിന് ഇത്രയും പ്രമാണികൾ വേണമോ എന്നു സംശയിച്ചവരുമുണ്ട്. സാമൂഹ്യ പരിഷ്കരണ പ്രവർത്തനം, ദേശീയ പ്രസ്ഥാനം, സോഷ്യലിസ്റ്റ് പാർട്ടി എന്നിവയിലൂടെ കടന്ന് കേരളത്തിൽ കമ്യൂണിസ്റ്റ് പാർട്ടിയുടെ സ്ഥാപക നേതാവായ ഇ എം എസ് നമ്പൂതിരിപ്പാടിനായിരുന്നു പത്രാധിപസമിതിയുടെ നേതൃത്വം. അദ്ദേഹം അപ്പോഴേക്കും ശ്രദ്ധിക്കപ്പെടുന്ന എഴുത്തുകാരനും പത്രപ്രവർത്തകനും സൈദ്ധാന്തികനുമായി വളർന്നുകഴിഞ്ഞിരുന്നു. പത്രാധിപസമിതി അംഗങ്ങളെല്ലാം പ്രഗത്ഭർ. എല്ലാവരും അറിയപ്പെടുന്നവർ. വിവിധ വിജ്ഞാനമേഖലകളിൽ പ്രാവീണ്യമുള്ളവർ.

മാധ്യമരംഗത്തെ മഹാമാന്ത്രികൻ

'ഇത്രയും പ്രഗത്ഭമതികൾ ഒന്നിച്ചുചേർന്ന ഒരു പത്രാധിപസമിതി കേരളത്തിലെ ഒരു പത്രത്തിനും ഇതിനു മുമ്പോ പിമ്പോ ഉണ്ടായിട്ടില്ല' എന്നാണ് പ്രശസ്ത എഴുത്തുകാരനും *ദേശാഭിമാനി*യുടെ

ആദ്യകാല ലേഖകരിൽ ഒരാളുമായ പവനൻ ആത്മകഥയിൽ രേഖപ്പെടുത്തിയത്. മാധ്യമരംഗത്തെ മഹാമാന്ത്രികൻ എന്ന് പി ഗോവിന്ദപ്പിള്ള വിശേഷിപ്പിച്ച ഇ എം എസ് നമ്പൂതിരിപ്പാട് പത്രാധിപസമിതിയുടെ ചെയർമാനായി വന്നതു *ദേശാഭിമാനിക്ക്* തുടക്കത്തിലേ പത്രരംഗത്ത് വലിയ സ്ഥാനം നൽകി. കാരണം, *പ്രഭാതം* വാരികയുടെ ശിൽപ്പിയും പത്രാധിപരുമായിരുന്ന അദ്ദേഹം അന്നേ ഈ രംഗത്തും തന്റെ സ്ഥാനമുറപ്പിച്ചിരുന്നു. പത്രപ്രവർത്തനം ജീവിതലക്ഷ്യമായി കണ്ട ആ മനീഷിക്ക് അതിനു കഴിഞ്ഞില്ലെങ്കിലേ അത്ഭുതമുള്ളു. ഇ എം എസ് പറയുന്നു: "നിരന്തരമായി നടന്ന വായനയുടെ ഫലമായി സാമൂഹ്യപരിഷ്കാരവും രാഷ്ട്രീയവുമായ പ്രവർത്തനങ്ങളിലും പത്രപ്രവർത്തന സാഹിത്യത്തിലും എനിക്ക് മുമ്പുണ്ടായിരുന്ന സജീവ താൽപ്പര്യം പിന്നെയും വളർന്നുവന്നു. ഒരു പത്രപ്രവർത്തകനും പൊതുകാര്യപ്രസക്തനുമായി വളരുകയെന്ന ജീവിതലക്ഷ്യം അവ്യക്തമായെങ്കിലും മനസ്സിൽ വേരൂന്നാൻ തുടങ്ങി."[1]

യോഗക്ഷേമസഭയിലെ ഉൽപ്പതിഷ്ണുക്കളായ യുവാക്കളുടെ സംഘടനയായ നമ്പൂതിരി യുവജനസംഘത്തിന്റെ മാസികയായ *ഉണ്ണിനമ്പൂതിരി*യിലൂടെയാണ് ഇ എം എസ് പത്രപ്രവർത്തനത്തിന്റെ ബാലപാഠങ്ങൾ അഭ്യസിച്ചത്. സാമൂഹികകാര്യങ്ങളിൽ വിപ്ലവകരമായ നിലപാടെടുത്തിരുന്ന നമ്പൂതിരി യുവാക്കളുടെ ആശയാഭിലാഷങ്ങൾക്ക് രൂപം നൽകുന്ന പത്രമായിരുന്നു *ഉണ്ണിനമ്പൂതിരി.* സമുദായത്തിൽ അത്യാവശ്യമായ പരിഷ്കരണത്തിനുവേണ്ടി പത്രം വാദിച്ചു. അതിനായി യുവാക്കളെ സംഘടിപ്പിക്കാൻ ആശയപരമായ നേതൃത്വം നൽകി. 1929-ൽ തൃശൂർ സെന്റ് തോമസ് കോളേജിൽ പഠിക്കുമ്പോൾ ക്ലാസില്ലാത്ത നേരത്ത് നമ്പൂതിരി യുവജനസംഘത്തിന്റെയും *ഉണ്ണിനമ്പൂതിരി* പത്രത്തിന്റെയും പ്രവർത്തനങ്ങളിൽ ഇ എം എസ് സഹായിക്കും. അപ്പോഴേക്കും *ഉണ്ണിനമ്പൂതിരി* മാസിക വാരികയായി മാറി. കെ എൻ കുട്ടൻ നമ്പൂതിരിപ്പാടായിരുന്നു പത്രാധിപർ. അദ്ദേഹം ചങ്ങനാശ്ശേരിയിലാണ് താമസം. അവിടെനിന്ന് ആഴ്ചതോറും മുഖപ്രസംഗമെഴുതി അയക്കും. വി ടി ഭട്ടതിരിപ്പാടായിരുന്നു പത്രാധിപരുടെ ജോലിയെല്ലാം ചെയ്തത്. അക്കാലത്ത് മംഗളോദയം പ്രസ്സിൽ പ്രൂഫ് റീഡറായിരുന്നു വി ടി. അദ്ദേഹമാണ് ഇ എം എസിന്റെ കഴിവും താൽപ്പര്യവും മനസ്സിലാക്കി ജോലി ചെയ്യിക്കാൻ തുടങ്ങിയത്. ആദ്യം ലേഖനങ്ങൾ. പിന്നെ തർജമ. കൂടാതെ വാർത്താസംഗ്രഹങ്ങളും കുറിപ്പുകളും എഴുതാൻ തുടങ്ങി. അങ്ങനെ പല പംക്തികളിലായി മൂന്നും നാലും കോളം മാറ്റർ തയാറാക്കുന്നത് ഇ എം എസിന്റെ പതിവായി. അതോടൊപ്പം സാങ്കേതിക കാര്യങ്ങളും അവിടെ നിന്നു പഠിച്ചു. തലക്കെട്ട് നൽകൽ, പേജ് കെട്ടൽ, പ്രൂഫ് വായന തുടങ്ങിയവയെല്ലാം.[2]

പത്രപ്രവർത്തനം, ഭാഷ എന്നിവയിൽ ആദ്യകാലത്ത് ലഭിച്ച പരിശീലനത്തെക്കുറിച്ച് ഇ എം എസ്:

> 1931-ൽ സിങ്കപ്പൂരിൽ നിന്ന് തിരിച്ചെത്തിയശേഷം കെ കെ വാരിയർ *ഉണ്ണിനമ്പൂതിരി* പത്രം നടത്തുന്നതിന് ആശയവിനിമയം മുഖേന എന്നെ സഹായിച്ചിരുന്നു. ഇതേ കാലത്താണ് കേശവദേവ് തൃശൂരിൽ വന്നു താമസം തുടങ്ങിയത്. അദ്ദേഹവും അംശി നാരായണപിള്ളയും കൂടി *മഹാത്മ* എന്ന പത്രം തൃശൂരിൽ നിന്ന് പ്രസിദ്ധീകരിക്കാൻ തുടങ്ങിയിരുന്നു. അതിനുമുമ്പുതന്നെ *ഉണ്ണിനമ്പൂതിരി*യുടെ സ്ഥിരം ലേഖകൻ എന്ന നിലയിൽ ദേവുമായി പരിചയമുണ്ട്. ഭാഷയുടെയും സാഹിത്യത്തിന്റെയും കാര്യത്തിലും ഇതേമാതിരി സഹായം പലരിൽനിന്നും കിട്ടിയിട്ടുണ്ട്. അതിലൊരാൾ കുട്ടികൃഷ്ണമാരാരാണ്. വ്യാകരണപ്പിഴകളും ശൈലീഭംഗവും കണ്ടുപിടിച്ച് തിരുത്തുന്നതിൽ അദ്ദേഹം കാണിക്കുന്ന നിഷ്കർഷ പലപ്പോഴും അനുഭവപ്പെട്ടിട്ടുണ്ട്. ഇതിന്റെ ഏറ്റവും വലിയ ഉദാഹരണമാണ് *അപ്ഫന്റെ മകൾ* എന്ന പേരിൽ മുത്തിരിങ്ങോട്ട് ഭവത്രാതൻ നമ്പൂതിരിപ്പാട് എഴുതിയ നോവലിനുള്ള എന്റെ അവതാരിക. അതിലെ ഓരോ പദപ്രയോഗവും ഓരോ ശൈലിയുമെടുത്ത് ഇത് ഇന്ന കാരണത്താൽ തെറ്റാണെന്ന് മാരാർ എനിക്കു പറഞ്ഞുതന്നു.[3]

*ദേശാഭിമാനി*യുടെ ജനറൽ എഡിറ്ററായിരുന്ന കെ മോഹനൻ ഇ എം എസിന്റെ പത്രപ്രവർത്തന വൈഭവത്തെക്കുറിച്ച് പറയുന്നു:

പത്രപ്രവർത്തനത്തിന്റെ ഒരുവിധം എല്ലാ മേഖലകളെക്കുറിച്ചും ഇ എം എസിന് വ്യക്തമായ

ധാരണയുണ്ടായിരുന്നു. 1966-ൽ ഞാൻ ഇ എം എസിനോട് ഒരു അഭിമുഖത്തിന് സമയം ചോദിച്ചു. പിറ്റേന്ന് വീട്ടിൽ ചെല്ലാൻ പറഞ്ഞു. അന്ന് നന്തൻകോടാണ് താമസം. ഉമ്മറത്ത് രണ്ടു കസേരയി ട്ട് ഞങ്ങൾ ഇരുന്നു. ആദ്യ ചോദ്യത്തിന് ഇ എം എസ് മറുപടി പറഞ്ഞു. അതിന്റെ ഉപചോദ്യമായി മറ്റൊരു കാര്യം ചോദിച്ചപ്പോൾ ചോദ്യം ഇങ്ങനെയല്ല വേണ്ടതെന്ന് ഇ എം എസ്. 'ഈ രീതിയിൽ ചോദിച്ചാൽ ഞാൻ എന്റെ വഴിക്കുപോയി എനിക്ക് ആവശ്യമുള്ളതെല്ലാം പറയും. നിങ്ങൾക്ക് ആവശ്യമുള്ളതു കിട്ടില്ല. എന്നെ പാളം തെറ്റിക്കാൻ നിങ്ങൾ നോക്കണം'-ഇ എം എസിന്റെ ക്ലാസ്. അദ്ദേഹം ഇതു പഠിപ്പിക്കുന്നത്, രാഷ്ട്രീയമായി മറുപക്ഷത്തുള്ളവരെ ദേശാഭിമാനി ലേഖകർ ഇന്റർവ്യൂ ചെയ്യുമ്പോൾ ഏതു രീതിയിൽ നീങ്ങണമെന്ന് മനസ്സിലാക്കാനാണ്. അഭിമുഖം നടത്തു ന്നതിന്റെ മർമം അദ്ദേഹത്തിനറിയാം. ചോദ്യകർത്താക്കളെ പാളം തെറ്റിക്കുന്നത് അദ്ദേഹത്തിന് ഇഷ്ടമുള്ള കാര്യമായിരുന്നല്ലോ.[4]

*ദേശാഭിമാനി*ക്ക് ഇ എം എസ് നൽകിയ സംഭാവനകൾ കെ മോഹനൻ ഇങ്ങനെ വിലയി രുത്തുന്നു:

പത്രം സ്ഥാപിതമായതുമുതൽ മരണം വരെ ഇ എം എസ് ആയിരുന്നു പത്രത്തിന്റെ മാർഗദർ ശി. പാർട്ടി മുഖപത്രത്തെ പൊതുപത്രമാക്കി മാറ്റുന്നതിനുള്ള രാഷ്ട്രീയവും സംഘടനാപരവുമായ നേതൃത്വം അദ്ദേഹം നൽകി. പത്രത്തിൽ മാറ്റം വരുത്തുന്നതിന് അദ്ദേഹം ഒരു രേഖ തയാറാക്കി. അതു പാർട്ടിയിലുടനീളം ചർച്ച ചെയ്തു. പൊതുപത്രമാകണമെന്ന ദിശാബോധം പത്രത്തിന് കൈവരുന്നത് എഴുപതുകളിലാണ്. പത്രത്തിന്റെ താളുകളിലുള്ള ഇ എം എസിന്റെ സാന്നിധ്യം തന്നെയാണ് പത്രം ഈ നിലയിൽ വളരാനും അംഗീകാരം പിടിച്ചുപറ്റാനും ഇടയാക്കിയത്. പാർട്ടി യുടെ നിലപാട് ഇ എം എസാണ് പറയുന്നത്. അല്ലെങ്കിൽ ഇ എം എസ് *ദേശാഭിമാനി*യിലൂടെ പറ യുന്നതാണ് പാർട്ടി നയം. *പ്രഭാതം* മുതൽ അദ്ദേഹം നിരന്തരം എഴുതിക്കൊണ്ടിരുന്നു. മരിക്കുന്ന ദിവസം വരെ. അന്നു *ദേശാഭിമാനി*ക്ക് ലേഖനം എഴുതിവെച്ചിട്ടാണ് ആശുപത്രിയിൽ പോയത്. ഇ എം എസിനെ നിശിതമായി വിമർശിക്കുന്ന പത്രങ്ങൾ അദ്ദേഹത്തിന്റെ ഒരു ലേഖനമോ ഒരു അഭി മുഖമോ കിട്ടാൻ കാത്തുകിടക്കുമായിരുന്നു. ഒരു ലേഖനമോ ഒരു അഭിമുഖമോ ആ മാധ്യമത്തിന്റെ നിലവാരം ഉയർത്തുമെങ്കിൽ, ഇ എം എസ് നിരന്തരം എഴുതുന്ന *ദേശാഭിമാനി*ക്ക് എന്തുമാത്രം ഗുണം കിട്ടിയിട്ടുണ്ടാകും.[5]

അടിയന്തരാവസ്ഥക്കാലത്ത് *ദേശാഭിമാനി*യിൽ എഴുതിയ ലേഖനങ്ങൾ സമാഹരിച്ചാണ് 'ഇന്ത്യൻ സ്വാതന്ത്ര്യസമര ചരിത്രം' എന്ന ബൃഹത് ഗ്രന്ഥം പ്രസിദ്ധീകരിച്ചത്. 'കമ്യൂണിസ്റ്റ് പാർട്ടി കേരളത്തിൽ' എന്ന ചരിത്രഗ്രന്ഥവും *ദേശാഭിമാനി*യിൽ ഖണ്ഡശഃ പ്രസിദ്ധീകരിച്ചതാണ്. *ദേശാ ഭിമാനി* പരിശോധിച്ചാൽ ഇ എം എസിന്റെ പ്രസ്താവനയോ പ്രസംഗമോ ലേഖനമോ പ്രതികര ണമോ ഇല്ലാത്ത ദിവസങ്ങൾ കുറവായിരിക്കും. പത്രത്തിന്റെ നിലവാരവും അന്തസ്സും പ്രസക്തി യും പ്രചാരവും ഉയർത്തുന്നതിൽ അദ്ദേഹത്തിന്റെ എഴുത്തിനും പ്രതികരണങ്ങൾക്കുമുള്ള പങ്ക് അദ്വിതീയമാണ്.

ഇ എം എസിന്റെ വേർപാട് 1998 മാർച്ച് 19-നാണ്. തലേന്ന് ആശുപത്രിയിൽ പോയി രണ്ടു പല്ല് എടുപ്പിച്ചിരുന്നു. അന്നുരാത്രി ചെറിയ തളർച്ചയുണ്ടായി. പിറ്റേന്ന് നല്ല ക്ഷീണവും കിതപ്പും ഉണ്ടായിരുന്നു. അതിനിടയിലാണ് *ദേശാഭിമാനി*ക്കുള്ള ലേഖനം എഴുതിയത്. ബിജെപി ആദ്യമാ യി അധികാരത്തിൽ വന്നതുസംബന്ധിച്ച് *ദേശാഭിമാനി*യിൽ 'തൂക്ക് ലോക്സഭ-വർഗരാഷ്ട്രീയ ത്തിന്റെ ദൃഷ്ടിയിൽ' എന്ന ലേഖനപരമ്പര തുടങ്ങിയിരുന്നു. അതിന്റെ മൂന്നാം ഭാഗം. ലേഖനമെഴു ത്ത് മാറ്റിവെച്ചാലോ എന്ന് ക്ഷീണം കണ്ടപ്പോൾ സഹായി പി വേണുഗോപാലൻ ചോദിച്ചിരുന്നു. എന്നാൽ അദ്ദേഹം അതു സ്വീകരിച്ചില്ല. ലേഖനം പൂർത്തിയാക്കി. *ദേശാഭിമാനി* കോട്ടയം പതി പ്പിന്റെ ഒന്നാം വാർഷിക സപ്ലിമെന്റിനുള്ള ലേഖനവും എഴുതിത്തീർത്തു. സമൂഹത്തെ മുന്നോട്ടു നയിക്കാൻ സദാ ജാഗ്രതയോടെ നിരന്തരം എഴുതിക്കൊണ്ടിരുന്ന മഹാപ്രതിഭയുടെ അവസാന ലേഖനം. അന്ന് ഉച്ചയോടെ അദ്ദേഹത്തെ ആശുപത്രിയിൽ പ്രവേശിപ്പിച്ചു. അത് അവസാന യാ ത്രയായി.

ലേഖനമായാലും ലേഖന പരമ്പരയായാലും പ്രസ്താവനയായാലും എഴുതുന്നതിന്റെ

ദേശാഭിമാനി കോഴിക്കോട് യൂണിറ്റ് സന്ദർശിച്ച ഇ എം എസ് ജീവനക്കാരോട് സംസാരിക്കുന്നു-1982

അളവ് ഇ എം എസിന് കൃത്യമായിരുന്നു. വലുപ്പം എത്രവേണമെന്ന് അദ്ദേഹം നിശ്ചയിക്കും. അതനുസരിച്ച് പൂർത്തിയാക്കും. ഇ എം എസ് പാർട്ടി ജനറൽ സെക്രട്ടറിയായിരിക്കെ കേരളത്തിൽ വരുമ്പോൾ ലേഖനം കേട്ട് എഴുതാൻ *ദേശാഭിമാനി* സ്റ്റാഫിലുള്ള ആരെങ്കിലുമാണ് പോവുക. കോഴിക്കോട് ന്യൂസ് ബ്യൂറോയിൽ പ്രവർത്തിക്കുമ്പോൾ ഇ എം എസിന്റെ ലേഖനം കേട്ടെഴുതാൻ ഈ ലേഖകന് രണ്ടുമൂന്നു തവണ അവസരമുണ്ടായിട്ടുണ്ട്. അദ്ദേഹം പറയുന്ന വാചകങ്ങൾ കൃത്യമായിരിക്കും. അതിൽ മാറ്റമോ തിരുത്തലുകളോ വേണ്ടിവരില്ല. ഖണ്ഡിക തിരിക്കേണ്ടപ്പോൾ അദ്ദേഹം പറയും. വിരാമം, അർധവിരാമം എല്ലാം അദ്ദേഹം പറയും. തലക്കെട്ടും നിശ്ചയിക്കും. രണ്ടാമതൊന്ന് വായിച്ചുനോക്കേണ്ടി വരില്ല. ആരും അത്ഭുതപ്പെട്ടുപോകും. ലേഖനം എഴുതിയെടുക്കാൻ പോകുന്ന ആൾക്ക് ഒരു നിമിഷം പോലും കാത്തുനിൽക്കേണ്ടി വരില്ല. പറഞ്ഞ സമയത്ത് അദ്ദേഹം തയാറായി ഇരിക്കുന്നുണ്ടാകും. പത്രം സ്ഥാപിച്ചു നടത്തിയ ആളായതുകൊണ്ട് പത്രമാപ്പീസിലെ പ്രശ്നങ്ങളും പ്രയാസങ്ങളും അദ്ദേഹത്തിന് നന്നായറിയാം. ലേഖനം സമയത്തു കിട്ടും. എഡിറ്റർക്കോ സബ് എഡിറ്റർമാർക്കോ അതിന്മേൽ പണിയില്ല. നേരെ പ്രസ്സിലേക്ക് കൊടുക്കാം.

ഇ എം എസ് ഡിക്ടേറ്റു ചെയ്യുന്ന ലേഖനം എഴുതിയെടുക്കാൻ ചെന്നപ്പോഴുണ്ടായ ഒരനുഭവം വെങ്കിടേഷ് രാമകൃഷ്ണൻ പങ്കുവെച്ചു:

> 1985–ലാണ് ഞാൻ *ദേശാഭിമാനി* ഡൽഹി ബ്യൂറോയിൽ ലേഖകനായി എത്തുന്നത്. പാർട്ടി ജനറൽ സെക്രട്ടറിയായ ഇ എം എസ് അക്കാലത്ത് ഡൽഹിയിലാണ്. ഇ എം എസിന്റെ ലേഖനങ്ങൾ എഴുതിയെടുക്കുക *ദേശാഭിമാനി* സ്റ്റാഫിന്റെ ചുമതലയാണ്. ഞങ്ങൾ മാറി മാറി അതു ചെയ്യും. *ദേശാഭിമാനി*ക്കോ ചിന്ത വാരികക്കോ ഉള്ള ലേഖനമായിരിക്കും. പാർട്ടി കേന്ദ്ര കമ്മിറ്റി ഓഫീസ് പ്രവർത്തിക്കുന്ന അശോക റോഡിലെ 14–ാം നമ്പർ വീട്ടിൽ രാവിലെ ഏഴുമണിക്ക് എത്തണം. ഇ എം എസ് റെഡിയായിരിക്കും. എഴുതിയെടുക്കുന്നതു വലിയൊരു അനുഭവമാണ്. മറ്റു ഗ്രന്ഥങ്ങളിലെ ഉദ്ധരണികൾ പോലും അദ്ദേഹം ഓർമയിൽ നിന്നു പറയും. പറഞ്ഞുതീർന്നാൽ രണ്ടാമതൊന്നു നോക്കേണ്ട. ഞങ്ങൾക്കു പോകാം. എഴുതുന്നതിനിടയിൽ ഒരു ചായ വരും. പോകുമ്പോൾ കപ്പ് കഴുകി വയ്ക്കണം. ഇ എം എസിന്റെ കപ്പ് അദ്ദേഹം തന്നെ കഴുകും. ഒരു ദിവസം ഞാൻ എന്റെ കപ്പ് കഴുകാൻ മറന്നു. പുറത്തെത്തിയപ്പോഴാണ് ഓർമ വന്നത്. തിരിച്ച് ഓടിച്ചെന്നു. പക്ഷേ കപ്പ് കാണുന്നില്ല. അടുക്കളയിൽ ചെന്നപ്പോൾ എന്റെ കപ്പും അദ്ദേഹം കഴുകുന്നു.[6]

പത്രപ്രവർത്തനത്തിന്റെ വിവിധ വശങ്ങളിൽ മുദ്രപതിപ്പിച്ച ഇ എം എസ് ദൃശ്യമാധ്യമത്തിലും തന്റെ സാന്നിധ്യമറിയിച്ചു. ഏഷ്യാനെറ്റ് ന്യൂസിൽ അദ്ദേഹം അവതരിപ്പിച്ച 'എന്റെ നോട്ടത്തിൽ' എന്ന പരിപാടി പെട്ടെന്നുതന്നെ പ്രേക്ഷകരുടെ ശ്രദ്ധപിടിച്ചുപറ്റി. സമകാല വിഷയങ്ങളെ വിലയിരുത്തൽ. ഇ എം എസിന്റെ ആദ്യ ടി വി പരിപാടി. 1996 മുതൽ 1998–ൽ അദ്ദേഹം അന്തരിക്കുന്നതുവരെ അത് തുടർന്നു. ആ പരിപാടിയുടെ പ്രൊഡ്യൂസറായിരുന്ന പ്രശസ്ത മാധ്യമപ്രവർത്തകൻ നീലന്റെ വാക്കുകൾ:

> തിരുവനന്തപുരത്ത് ഇ എം എസ് വാടകക്ക് താമസിച്ചിരുന്ന ഫ്ളാറ്റിലായിരുന്നു പരിപാടി ഷൂട്ട് ചെയ്തിരുന്നത്. ക്യാമറക്കുമുമ്പിൽ കൈപിടിച്ചുകൊണ്ടിരുത്തണം. അത്രമതി. പിന്നെയാണത്ഭുതം. ക്യാമറ നോക്കി താൻ പറയാനുദ്ദേശിച്ച കാര്യം കൃത്യം മൂന്നുനാലു മിനുട്ടിൽ ചുരുക്കി അദ്ദേഹം പറഞ്ഞുതീർക്കും. ഇത്രയും ഒതുക്കി, സമഗ്രമായി, മനസ്സിൽ എഡിറ്റ് ചെയ്ത് സംസാരിക്കാൻ മറ്റൊരാൾക്കും ആവുമെന്നു തോന്നുന്നില്ല. ഞങ്ങളെത്തുംമുമ്പേ, വിഷയവും അതെങ്ങനെ

ചുരുക്കിപ്പറയണമെന്നും അദ്ദേഹം മനസ്സിലുറപ്പിച്ചിരിക്കണം. കാരണം, പെട്ടെന്നൊരു വിഷയം പറഞ്ഞാൽ ഒരിക്കലും സ്വീകരിച്ചിരുന്നില്ല. വേണ്ടത്ര ഹോംവർക്ക് ചെയ്തേ ഏതുപണിയും ചെയ്യൂ എന്ന നിതാന്ത ജാഗ്രത.[7]

*ദേശാഭിമാനി*ക്ക് ഇ എം എസ് ആരായിരുന്നുവെന്ന് ഒറ്റ വാചകത്തിൽ പറയാനാവില്ല. അദ്ദേഹം അന്തരിച്ചപ്പോൾ *ദേശാഭിമാനി* എഴുതിയ മുഖപ്രസംഗത്തിലെ ഏതാനും വരികൾ:

ഇരുപതാം നൂറ്റാണ്ടിന്റെ വിപ്ലവേതിഹാസം

ഇരുപതാം നൂറ്റാണ്ടിന്റെ ആദ്യാന്തങ്ങളിലേക്ക് വ്യാപിച്ചുകിടന്ന ഒരൈതിഹാസിക ജീവിതത്തിനാണ് കഴിഞ്ഞനാൾ അന്ത്യംകുറിച്ചത്. അതോടെ ആ കാലഘട്ടത്തിന്റെ തിരശ്ശീലയും വീണു. കഴിഞ്ഞ ഏതാണ്ട് ഏഴുദശാബ്ദക്കാലം ഒരു മന്ത്രാക്ഷരിപോലെ ഇന്ത്യൻ രാഷ്ട്രീയത്തെ ത്രസിപ്പിച്ച ആ മൂന്നക്ഷരങ്ങൾ–ഏലങ്കുളത്തു മനയ്ക്കൽ ശങ്കരൻ നമ്പൂതിരിപ്പാടെന്ന ഇ എം എസ്– ചരിത്രമായി മാറുകയാണ്.

ഒരു പുരുഷായുസ്സുമുഴുവൻ ചെലവഴിച്ചാൽപോലും ഇ എം എസ് എന്ന വ്യക്തിയെ കണ്ടെത്താൻ കഴിയുമെന്ന് തോന്നുന്നില്ല. വാക്കുകളിലൊതുങ്ങുന്നതല്ല ആ വ്യക്തിത്വം. മറിച്ച് കോടാനുകോടി ജനഹൃദയങ്ങളിൽ ഉൽക്കടമായ ഒരു വികാരമായി ആ നാമം നിറഞ്ഞുനിൽക്കുന്നു. ജനിച്ചുവളർന്ന ചുറ്റുപാടുകളെ വെല്ലുവിളിച്ചുകൊണ്ടാരംഭിച്ച ആ ജീവിതം, താൻ ജീവിച്ച ചുറ്റുപാടുകളെ ആകെ കീഴ്മേൽ മറിക്കാൻ നടത്തിയ പോരാട്ടം, ഇന്നും വ്യവച്ഛേദിക്കാനാവാത്ത ഒന്നായി നിലകൊള്ളുന്നു. ഉപരിവർഗത്തിൽ ജനിച്ച്, തൊഴിലാളിവർഗ സംസ്കാരമുൾക്കൊണ്ട്, അധഃസ്ഥിതവർഗ മോചനത്തിനായി സർവവും ത്യജിച്ച ഒട്ടേറെ ത്യാഗികളെ ചരിത്രത്തിന്റെ ഏടുകളിൽ കണ്ടെത്താൻ കഴിഞ്ഞെന്നുവരും. ഈ പട്ടികയിൽപെടുത്തിയും ഇ എം എസിനെ ഒതുക്കിനിർത്താനാവില്ല.

തൊഴിലാളിവർഗത്തിനായി സ്വന്തം ജീവിതമുഴിഞ്ഞുവെച്ച് അതിന്റെ ഫലമായി ഏറ്റുവാങ്ങേണ്ടിവന്ന പീഡനങ്ങൾക്കുമുമ്പിൽ തലകുനിക്കാതെ പൊരുതി വ്യക്തിഗതമായ ത്യാഗത്തിനുടമയാകുന്നതിലും ഒതുങ്ങിനിന്നില്ല ആ ജീവിതം. കണ്ണീരും കൈവിലങ്ങും വിധിക്കപ്പെട്ടവനെതിരായ ആക്രമണം എന്നേക്കുമവസാനിപ്പിക്കാൻ പോന്ന ഒരു പ്രത്യയശാസ്ത്രം ജനമനസ്സുകളിലുറപ്പിച്ച ശിൽപി എന്ന നിലയിലാണ് ഇ എം എസ് ഇതിഹാസപുരുഷനായത്. ശിൽപി മറയുമ്പോഴും ശിൽപം നിലകൊള്ളുന്നു. ഇന്ത്യൻ രാഷ്ട്രീയരംഗത്ത് ഇത്രയേറെ വിമർശനവിധേയനായ ഒരു രാഷ്ട്രീയ നേതാവിനെ ഇരുപതാം നൂറ്റാണ്ട് കണ്ടിട്ടുണ്ടോ എന്നു സംശയിക്കണം. ഈ വിമർശനങ്ങളിലൊന്നും ഒരിക്കലും അദ്ദേഹം അസഹിഷ്ണുവായില്ല. എതിരാളി അയക്കുന്ന കൂരമ്പുകൾ പിടിച്ചെടുത്ത് തിരികെ അവന്റെ മർമ്മസ്ഥാനത്തേൽപ്പിക്കുക എന്നത് ഒരഭ്യാസമെന്നതിലേറെ അനായാസവിനോദമായിക്കണ്ട ഒരു മനുഷ്യനെ അത്ഭുതാദരങ്ങളോടെയല്ലാതെ ശത്രുവിനുപോലും എങ്ങനെ വീക്ഷിക്കാൻ കഴിയും. ഇ എം എസിനെതിരായ വിമർശനം ഒരർഥത്തിൽ പറഞ്ഞാൽ തറയിലെറിയുന്ന റബ്ബർപന്തുപോലെ എറിയുന്നതിലേറെ ശക്തിയിൽ അത് മേലേക്കു കുതിക്കുന്നു.

വ്യാപരിക്കാത്ത രംഗങ്ങൾ ചുരുക്കം. അവിടെ എങ്ങും തനതായ ഒരടയാളമില്ലാതെ മടങ്ങിയിട്ടില്ല. ശരിയെന്നുതോന്നുന്നത് ആലോചിച്ചുതന്നെ പറയും. തെറ്റെന്നു ബോധ്യപ്പെട്ടാൽ തിരുത്താൻ വൈമനസ്യം തെല്ലുമില്ല. ഓരോ അംശത്തിലും അണുവിലും ഒരു കമ്യൂണിസ്റ്റുകാരന്റെ സംസ്കാരം. തൊഴിലാളിവർഗതാൽപ്പര്യത്തിന് മറ്റെല്ലാറ്റിനെയും കീഴ്പ്പെടുത്തി എന്നതാണ് ഇ എം എസിന്റെ മഹത്വം. തൊഴിലാളിവർഗ താൽപ്പര്യസംരക്ഷണം മുൻനിർത്തി കൈക്കൊള്ളുന്ന എന്തിനും തന്റെ നിഘണ്ടുവിൽ 'ശരി' എന്നാണർഥമെന്ന് അദ്ദേഹം വിശ്വസിച്ചു. സാർവദേശീയ തലത്തിൽത്തന്നെ ഒരുത്തമ വിപ്ലവകാരിയുടെ തങ്കമുദ്ര നെഞ്ചിലേറ്റിയതും ഈ വിശ്വാസപ്രമാണമൊന്നുകൊണ്ടുമാത്രം.

സാമൂഹ്യ പരിഷ്കർത്താവ്, രാഷ്ട്രീയക്കാരൻ, സാഹിത്യകാരൻ, പത്രപ്രവർത്തകൻ എന്നിങ്ങനെ ഇ എം എസിന്റെ വൈവിധ്യമാർന്ന വ്യക്തിത്വത്തെ വിവിധ കോണുകളിൽ നിന്നു നോക്കിക്കാണാൻ ശ്രമിച്ചിട്ടുള്ളവരുണ്ട്. എന്നാൽ ഈ നാനാത്വമെല്ലാം ഒരു ഏകത്വത്തിൽ ചെന്നെത്തു

ന്നു എന്നു കാണാൻ കഴിഞ്ഞവർ ചുരുക്കം. തന്റെ എല്ലാ പ്രവർത്തനങ്ങളും തൊഴിലാളിവർഗ താൽപര്യവും മോചനവുമെന്ന കേന്ദ്രബിന്ദുവിലേക്കാണ് അദ്ദേഹം ആവാഹിച്ചിരുന്നത്. അതുകാണാൻ കഴിയാതെപോയവരാകട്ടെ കുരുടർ ആനയെ കണ്ടെത്തിയ മട്ടിലദ്ദേഹത്തെ കണ്ടെത്തി. ആദ്യവും അവസാനവുമായി ഇ എം എസ് ഒരു കമ്യൂണിസ്റ്റായിരുന്നു. ഒൻപതു ദശാബ്ദം നീണ്ട് ശോഭചൊരിഞ്ഞ ആ ധന്യജീവിതത്തിനു തിരശ്ശീല വീണുവെങ്കിലും അതവശേഷിപ്പിച്ച പ്രഭാപൂരം നൂറ്റാണ്ടുകളിലെ സൂര്യോദയങ്ങളെ അതിജീവിക്കുകതന്നെ ചെയ്യും. തന്റെ ജീവിതത്തിന്റെ ഓരോ അംശത്തിലും തനതായി നേടിയ നേട്ടങ്ങൾ സ്വന്തമാക്കുകയല്ല, മാനവരാശിക്കായി ലുബ്ധില്ലാതെ ചൊരിയുകയാണദ്ദേഹം ചെയ്തത്. വാക്കുകൊണ്ടും പ്രവൃത്തികൊണ്ടും ധന്യമായ ആ ജീവിതം ഈ നാടിനാകെ സമ്മാനിച്ച ഒസ്യത്തും അതുതന്നെ. അറിവിന്റെ ആ പ്രഭാപൂരം, സ്നേഹശീതളിമയുടെ ആ തെളിനീരരുവി, അനീതിക്കെതിരെ അലറി ആർത്ത ആ ആഴക്കടൽ, അതിന്റെ ഗുണവിശേഷങ്ങൾ അടുത്തറിഞ്ഞ് ആവോളം ആവാഹിക്കാൻ ഭാഗ്യം സിദ്ധിച്ചവർ ഞങ്ങൾ. ആ പ്രകാശഗോപുരത്തിനു മുന്നിൽ ഒരു കൈത്തിരിയുമായി നിന്ന് ഞങ്ങൾ നമിക്കട്ടെ, ചെങ്കൊടി താഴ്ത്തട്ടെ.[8]

പി നാരായണൻ നായർ

പത്രാധിപസമിതിയിലെ പ്രശസ്തരിൽ ഒരാളായിരുന്ന പി നാരായണൻ നായരുടെ *ദേശാഭിമാനി*യുമായി ബന്ധപ്പെട്ട ചില അനുഭവങ്ങൾ നേരത്തെ പറഞ്ഞിട്ടുണ്ട്. പി എൻ എന്ന് സുഹൃത്തുക്കളും സഖാക്കളും സ്നേഹത്തോടെ വിളിക്കുന്ന പി നാരായണൻ നായരെ എ കെ ജി *എന്റെ ജീവിതകഥ*യിൽ പരിചയപ്പെടുത്തുന്നു: "അദ്ദേഹം പരിചയസമ്പന്നനായ ഒരു പത്രപ്രവർത്തകനായിരുന്നു. ഒരു ബൂർഷ്വാ പത്രാധിപരുടെ എല്ലാ ടെക്നിക്കുകളും അദ്ദേഹത്തിനറിയാമായിരുന്നു. ഒരു പാർട്ടിപ്പത്രത്തിന്റെ മാർഗം അദ്ദേഹം വളരെയെളുപ്പം പഠിച്ചു."[9]

പി നാരായണൻ നായർ

ചേലക്കരയ്ക്കടുത്ത ചെറിയ കർഷക കുടുംബത്തിൽ ജനിച്ച പി എൻ, സ്കൂൾ അധ്യാപകനായാണ് ജീവിതം തുടങ്ങിയത്. വൈകാതെ അധ്യാപക ജോലി വിട്ട് മദിരാശിയിൽ റിലയൻസ് എഞ്ചിനിയറിങ് കമ്പനിയിൽ ചേർന്നു. അവിടെ നിന്ന് ജസ്റ്റിസ് പാർട്ടിയുടെ ഇംഗ്ലീഷ് പത്രമായ *ജസ്റ്റിസി*ലെത്തി. അവിടെയും അധികം നിന്നില്ല. സ്വാതന്ത്ര്യസമരത്തിൽ പങ്കെടുക്കാൻ നാട്ടിലേക്ക് പോന്നു. 1932–ൽ *മാതൃഭൂമി*യിൽ ചേർന്നു. കെപിസിസി സെക്രട്ടറിയും *മാതൃഭൂമി*യുടെ ഡയറക്ടറുമായി. *മാതൃഭൂമി* പത്രത്തിന്റെയും ആഴ്ചപ്പതിപ്പിന്റെയും പത്രാധിപരായി പ്രവർത്തിച്ചു. സോഷ്യലിസത്തോട് ആഭിമുഖ്യം തോന്നിയാണ് 1938–ൽ *മാതൃഭൂമി*യിൽ നിന്നു രാജിവെച്ചത്.

കമ്യൂണിസ്റ്റ് പാർട്ടിയിൽ വന്ന ശേഷം അദ്ദേഹം കേരളത്തിൽ കർഷക പ്രസ്ഥാനം കെട്ടിപ്പടുക്കുന്നതിന് ഓടിനടന്നു പ്രവർത്തിച്ചു. രാഷ്ട്രീയ പ്രവർത്തനത്തിൽ മുഴുകിനിൽക്കുമ്പോഴും സാഹിത്യ-കലാരംഗങ്ങളുമായി അദ്ദേഹം അടുത്ത സമ്പർക്കം പുലർത്തി. കവിയും ഭാഷാപണ്ഡിതനും പത്രപ്രവർത്തകനുമായിരുന്ന ഡോ. എൻ വി കൃഷ്ണവാരിയർ പിഎന്നെ ഇങ്ങനെയാണ് വിലയിരുത്തിയത്:

> ഇംഗ്ലീഷ് പത്രപ്രവർത്തനത്തിൽ നിന്നു നേടിയ വൈദഗ്ധ്യം ഉപയോഗപ്പെടുത്തി മലയാള പത്രപ്രവർത്തനത്തിന്റെ നവീകരണത്തിൽ അദ്ദേഹം വലിയൊരു പങ്കുവഹിച്ചു. ആദരണീയനായ പത്രപ്രവർത്തകനെന്ന നിലയിൽ ഇന്ത്യയുടെ ദേശീയ വിമോചനസമരത്തിന്റെ ആവേശകരമായ രംഗങ്ങൾ മുൻവരിക്കസേരയിലിരുന്നു നോക്കിക്കണ്ടു. അങ്ങനെ കണ്ടുമാത്രം തൃപ്തിപ്പെടാതെ ആ സമരത്തിന്റെ പ്രക്ഷുബ്ധങ്ങളായ രംഗങ്ങളിലേക്ക് ഇറങ്ങിച്ചെല്ലുകയും കേരളത്തിൽ ആ സമരത്തിന്റെ നേതാക്കളിലൊരാളായിത്തീരുകയും ചെയ്തു. ജന്മസിദ്ധമായ നേത്രദൗർബല്യം വകവെക്കാതെ ദേശീയബോധത്തിന്റെയും സോഷ്യലിസത്തിന്റെയും കമ്യൂണിസത്തിന്റെയും വെളിച്ചം പരത്തുന്നതിന് നിരന്തരം തൂലിക ചലിപ്പിച്ചു.[10]

എം എസ് ദേവദാസ്

എം എസ് ദേവദാസ്

*ദേശാഭിമാനി*യുടെ ആദ്യ പത്രാധിപരായിരുന്ന എം എസ് ദേവദാസ് കുറച്ചുകാലം സിങ്കപ്പൂരിൽ കോളേജ് അധ്യാപകനായിരുന്ന കാര്യം *പ്രഭാതം* പത്രത്തെക്കുറിച്ചുള്ള അധ്യായത്തിൽ സൂചിപ്പിച്ചിട്ടുണ്ട്. അന്ന് അദ്ദേഹം അത്രയൊന്നും അറിയപ്പെടുന്ന വ്യക്തിയായിരുന്നില്ല. തൃശൂർ ജില്ലയിലെ വരടിയത്താണ് ജനനം. അണ്ണാമല സർവകലാശാലയിൽ നിന്ന് ഇംഗ്ലീഷ് സാഹിത്യത്തിൽ ഓണേഴ്സ് ബിരുദമെടുത്തശേഷമാണ് സിങ്കപ്പൂരിൽ പോയത്. 1942-ൽ *ദേശാഭിമാനി*യുടെ തുടക്കംമുതൽ 1948 വരെ അദ്ദേഹം പത്രാധിപരായിരുന്നു. 1971 മുതൽ ഏതാനും വർഷം ചിന്ത വാരികയിലും പ്രവർത്തിച്ചു. പുരോഗമന സാഹിത്യ പ്രസ്ഥാനത്തിന്റെ മുൻനിരക്കാരിൽ ഒരാളായിരുന്ന അദ്ദേഹം, മാർക്സിസ്റ്റ് ദർശനത്തെക്കുറിച്ചും പുരോഗമന സാഹിത്യത്തെക്കുറിച്ചും ചില പ്രൗഢ ഗ്രന്ഥങ്ങൾ എഴുതിയിട്ടുണ്ട്.

സി ഉണ്ണിരാജ

സി ഉണ്ണിരാജ

കമ്യൂണിസ്റ്റ് സിദ്ധാന്തങ്ങളിലും സാമൂഹ്യവിഷയങ്ങളിലും ആഴത്തിൽ അറിവുനേടിയ സി ഉണ്ണിരാജയായിരുന്നു പത്രാധിപസമിതിയിലെ മറ്റൊരു പ്രമുഖൻ. നിരന്തരം എഴുതിക്കൊണ്ടിരുന്ന രാഷ്ട്രീയ നേതാവ്. *ദേശാഭിമാനി*യുടെ ലേഖകനായും സഹപത്രാധിപരായും അദ്ദേഹം പ്രവർത്തിച്ചു. ജന്മിത്വത്തിനെതിരെ മലബാറിൽ നടന്ന കർഷകരുടെ സമരങ്ങൾ, ഭക്ഷ്യക്ഷാമം, നാടിനെ കെടുതിയിലാഴ്ത്തിയ പകർച്ചവ്യാധികൾ എന്നിവ സംബന്ധിച്ചെല്ലാം ഉണ്ണിരാജയുടെ റിപ്പോർട്ടുകൾ ആദ്യകാല *ദേശാഭിമാനി* ലക്കങ്ങളിൽ കാണാം. പാർട്ടി ഭിന്നിച്ചശേഷം അദ്ദേഹം സിപിഐയിലായിരുന്നു. സിപിഐയുടെ സൈദ്ധാന്തികനായി അറിയപ്പെട്ട അദ്ദേഹം *ജനയുഗ*ത്തിന്റെ പത്രാധിപരായും പ്രവർത്തിച്ചു.

വി ടി ഇന്ദുചൂഡൻ

എം എസ് ദേവദാസിനുശേഷം *ദേശാഭിമാനി*യുടെ പത്രാധിപരായി പ്രവർത്തിച്ച വി ടി ഇന്ദുചൂഡൻ അറിയപ്പെടുന്ന എഴുത്തുകാരനായിരുന്നു. ധാരാളം കവിതകൾ എഴുതിയിട്ടുണ്ട്. ഇംഗ്ലീഷിലും ചില ഗ്രന്ഥങ്ങൾ അദ്ദേഹത്തിന്റേതായുണ്ട്. മഹാകവി വള്ളത്തോളിന്റെ പുത്രി മല്ലികയെയാണ് ഇന്ദുചൂഡൻ വിവാഹം കഴിച്ചത്. *ഉണ്ണിനമ്പൂതിരി* പുറത്തിറക്കാൻ ഇ എം എസിനെ സഹായിച്ച കെ കെ വാരിയർ തുടക്കംമുതൽ *ദേശാഭിമാനി*യിലുണ്ടായിരുന്നു. 'കീരൻ' എന്ന തൂലികാനാമത്തിൽ അദ്ദേഹം *ദേശാഭിമാനി*യിൽ എഴുതിയിരുന്ന 'പുത്തൻ നുറുങ്ങുകൾ' എന്ന നർമ പംക്തി വായനക്കാരെ നന്നായി ആകർഷിച്ചു. പംക്തി പ്രസിദ്ധമായശേഷം കീരൻ എന്ന പേരിലാണ് വാരിയർ പത്രലോകത്ത് കൂടുതൽ അറിയപ്പെട്ടത്. തന്റെ കഴിവുകൾ കീരൻ പല വഴിക്കും ഭിന്നിപ്പിച്ചില്ലായിരുന്നുവെങ്കിൽ സഞ്ജയന്റെയോ ഇ വി കൃഷ്ണപിള്ളയുടെയോ പദവിയിലുള്ള ഹാസസാഹിത്യകാരനായി അദ്ദേഹം ഉയരുമായിരുന്നു എന്നാണ് സഹപ്രവർത്തകനായിരുന്ന ഇന്ദുചൂഡൻ പറഞ്ഞത്. കീരന്റെ പ്രസംഗവും സംസാരവുമെല്ലാം നർമം തുളുമ്പുന്നതായിരുന്നു. ശാസ്ത്രവിഷയങ്ങൾ ലളിതമായി പ്രതിപാദിക്കുന്നതിൽ സമർഥനായിരുന്നു പത്രാധിപസമിതിയിലെ മറ്റൊരു അംഗമായ ഇ വി ദേവ്. എൻ വി എസ് വാരിയരും പിൽക്കാലത്ത് അറിയപ്പെടുന്ന പത്രപ്രവർത്തകനായി. *ദേശാഭിമാനി* നിരോധിക്കപ്പെട്ടപ്പോൾ കുറച്ചുകാലം *കേരള ന്യൂസി*ലും പിന്നീട് പന്തളം പി ആർ പത്രാധിപരായി എറണാകുളത്തുനിന്ന് ഇറങ്ങിയ *നവകേരള*ത്തിലും എൻ വി എസ് പ്രവർത്തിച്ചു.

കെ പി ജി

കെ പി ജി

കവിയും പരിഭാഷകനും നിരൂപകനുമായ കെ പി ജി നമ്പൂതിരിയുടെ സംഭാവനകൾ തുടക്കം മുതലേ *ദേശാഭിമാനി*ക്ക് മിഴിവുനൽകിയെന്നു പറയാം. കമ്യൂണിസ്റ്റ് പാർട്ടിയുടെ ആശയപ്രചാരണത്തിനുവേണ്ടി അദ്ദേഹം നിരന്തരം കവിതകൾ എഴുതിക്കൊണ്ടിരുന്നു. പത്രത്തിൽ വരുന്ന പ്രധാന റിപ്പോർട്ടുകളോടൊപ്പം കെ പി ജിയുടെ കവിതാശകലങ്ങളും സ്ഥാനംപിടിച്ചു. കെ പി ജിയുടെ കവിതകൾക്ക് കലാമൂല്യമില്ലെന്ന വിമർശനം ബൂർഷ്വാ എഴുത്തുകാരിൽ നിന്ന് വന്നെങ്കിലും ആ കവിതകൾ വായിച്ചും കേട്ടും പതിനായിരക്കണക്കായ തൊഴിലാളികളും കർഷകരും മറ്റു സാധാരണക്കാരും ആവേശം കൊണ്ടിരുന്നു.

"സ്വതന്ത്രഭാരതനൂതനചരിതം
സ്വന്തം ചോരയിലെഴുതുന്നവരേ
മർദിത ജനതതിതൻ സമരത്തിൽ
രക്തപതാക പറപ്പിച്ചവരേ" എന്നു തുടങ്ങുന്ന കവിത നാൽപ്പതുകളിൽ സമര കേരളത്തിന്റെ ഉണർത്തുപാട്ടായിരുന്നു. *ദേശാഭിമാനി*യാണ് അതു പ്രസിദ്ധീകരിച്ചത്. കെ പി ജിയുടെ സംഭാവനകളെക്കുറിച്ച് ഇ എം എസ് രേഖപ്പെടുത്തി:

> മൂന്നുപതിറ്റാണ്ടിൽ കുറയാത്ത കാലം അദ്ദേഹം നടത്തിയ സാഹിതീസേവനം പ്രായോഗിക രാഷ്ട്രീയത്തിന്റെ രംഗത്തുള്ള ബഹുജനസേവനം കൂടിയായി മാറി. അദ്ദേഹത്തിന്റെ സാഹിതീസേവനവും ബഹുജനസേവനവും പരസ്പരം ഇണങ്ങുകയും സ്വാധീനിക്കുകയും ചെയ്തു. സ്വന്തം രാജ്യത്തും ഭൂലോകത്തിലാകെയും ജീവിച്ചുപണിയെടുക്കുന്ന സാധാരണക്കാരുടെ ജീവിത സമരങ്ങളിൽ തന്റെ വ്യക്തിത്വത്തെ അദ്ദേഹം അലിയിച്ചിരിക്കുന്നു. അങ്ങനെ ബഹുജനങ്ങളുടെ സംഘടിതമായ സമരത്തിന്റെ ആത്മാവുമായി ഇണങ്ങിക്കഴിഞ്ഞ ഒരു പുതിയ വ്യക്തിത്വം അദ്ദേഹത്തിന്റെ കവിതയെ ബഹുജന ശത്രുക്കൾക്കെതിരായ സമരത്തിൽ പ്രയോഗിക്കപ്പെടുന്ന മൂർച്ചയേറിയ ഒരായുധമായി മാറ്റുന്നു.[11]

*പ്രഭാത*ത്തിലൂടെ 1939-ൽ പത്രപ്രവർത്തനം തുടങ്ങിയ കെ പി ജി 1942 മുതൽ 46 വരെ *ദേശാഭിമാനി* പത്രാധിപസമിതിയിലുണ്ടായിരുന്നു. പിന്നീട് 1972-ൽ *ദേശാഭിമാനി* കൊച്ചി യൂണിറ്റിലും അദ്ദേഹം പ്രവർത്തിച്ചു. എറണാകുളം ജില്ലയിലെ കറുകുറ്റിയിൽ ജനിച്ച കാരണത്ത് പരമേശ്വരൻ ഗോവിന്ദനാണ് പിൽക്കാലത്ത് കെ പി ജി എന്ന പേരിൽ പ്രശസ്തനായത്.

ആർട്ടിസ്റ്റ് വൽസൻ

ആർട്ടിസ്റ്റ് വൽസൻ

ലോഹത്തകിടിൽ ബ്ലോക്ക് കൊത്തിയാണ് 1970-കൾ വരെ നമ്മുടെ നാട്ടിൽ ചിത്രങ്ങൾ അച്ചടിച്ചിരുന്നത്. പത്രമാപ്പീസിലും ഈ രീതി തന്നെ. അച്ചിന്റെ (ടൈപ്പ്) കൂടെ ചിത്രത്തിന്റെ ബ്ലോക്ക് കൂടി കെട്ടിയാണ് പേജ് തയാറാക്കിയിരുന്നത്. കൈകൊണ്ട് ബ്ലോക്ക് കൊത്താൻ (എൻഗ്രേവിങ്) പാർട്ടി നിർദേശ പ്രകാരം 1945-ൽ *ദേശാഭിമാനി*യിൽ എത്തിയ ആർട്ടിസ്റ്റ് വൽസനാണ് ശ്രദ്ധേയനായ രാഷ്ട്രീയ കാർട്ടൂണിസ്റ്റായി വളർന്നത്. *ദേശാഭിമാനി*യിൽ വരുന്നതിനു മുമ്പ് വൽസൻ കൊടുങ്ങല്ലൂരിൽ എൻഗ്രേവിങ്, പെയ്ന്റിങ് ജോലികൾ ചെയ്തുവരികയായിരുന്നു.

വൽസൻ 1945-47 കാലത്ത് വരച്ച പല കാർട്ടൂണുകളും ബ്രിട്ടീഷ് ഉദ്യോഗസ്ഥ മേധാവികളെയും പൊലീസ് അധികാരികളെയും രോഷം കൊള്ളിച്ചു. അവരുടെ ഫയലുകളിൽ വൽസന്റെ ഡസൻകണക്കിന് കാർട്ടൂണുകളും ഇംഗ്ലീഷിൽ അതിന്റെ വിശദീകരണവുമുണ്ട്. എൻഗ്രേവർ

വൽസന്റെ കാർട്ടൂൺ-1947 ജനുവരി 26

എങ്ങനെ കാർട്ടൂണിസ്റ്റായെന്ന് വൽസൻ വിവരിക്കുന്നു:

പ്രകാശം മന്ത്രിസഭയിൽ മലബാറിൽ നിന്നുള്ള മലയാളി മന്ത്രിയാകാൻ കോഴിപ്പുറത്ത് മാധവമേനോനും ആർ രാഘവമേനോനും ശ്രമിച്ചിരുന്നു. പ്രകാശം പക്ഷത്തായിരുന്ന രാഘവമേനോൻ മന്ത്രിയായി. പ്രകാശത്തിന് വല്ല വിരോധവും തോന്നിയിട്ടുണ്ടെങ്കിൽ അതു മാറ്റാൻ കോഴിപ്പുറം പ്രകാശത്തോട് ക്ഷമാപണം ചെയ്തതായി *ദ ഹിന്ദു*വിൽ ഒരു റിപ്പോർട്ട് വന്നിരുന്നു. *ദ ഹിന്ദു*വിലെ വിശകലന റിപ്പോർട്ട് കീരൻ എനിക്ക് സരസമായി പറഞ്ഞുതന്നു. എന്നിട്ട്, വൽസന് ഇതേപ്പറ്റി ഒരു ഹാസ്യ ചിത്രം വരയ്ക്കാൻ പറ്റുമോ എന്നു ചോദിച്ചു.

ഞാൻ അന്നു രാത്രി ചിത്രം വരച്ചു. സ്റ്റാഫിനെ കാണിച്ചു. എല്ലാവർക്കും സമ്മതമായി. പ്രകാശം മന്ത്രിക്കസേരയിൽ ഇരിക്കുന്നു. കോഴിപ്പുറത്ത് കക്ഷത്തിൽ രണ്ടാംമുണ്ട് തിരുകി, വാ പൊത്തി അൽപ്പം കുനിഞ്ഞുനിൽക്കുന്നു. രാഘവമേനോൻ വിശറികൊണ്ട് പ്രകാശത്തെ വീശുന്നു.-എന്റെ ആദ്യ കാർട്ടൂൺ ചിത്രം പിറന്നു. അന്നുതന്നെ കൈകൊണ്ട് ബ്ലോക്ക് കൊത്തി. പിറ്റേന്ന് കാർട്ടൂൺ വന്നു. ധാരാളം അഭിനന്ദനങ്ങൾ കിട്ടി. അന്നു മുതൽ കാർട്ടൂണുകൾ *ദേശാഭിമാനി*യിൽ വരാൻ തുടങ്ങി. ഞാനൊരു കാർട്ടൂണിസ്റ്റായി.[12]

മറ്റു പല പ്രധാന മലയാള പത്രങ്ങൾക്കും സ്വന്തമായി കാർട്ടൂണിസ്റ്റ് ഇല്ലാതിരുന്ന കാലത്താണ് വൽസൻ *ദേശാഭിമാനി*യുടെ സ്റ്റാഫ് കാർട്ടൂണിസ്റ്റായി തിളങ്ങിയത്. എന്നാൽ, വൽസനു ശേഷം കാർട്ടൂണിന്റെ കാര്യത്തിൽ വേണ്ടത്ര ശ്രദ്ധിക്കാൻ *ദേശാഭിമാനി*ക്ക് കഴിഞ്ഞില്ല. ബി എം ഗഫൂർ കുറഞ്ഞ കാലമേ *ദേശാഭിമാനി*യിൽ വരച്ചിട്ടുള്ളു. 1980–കളുടെ ആദ്യം ഹ്രസ്വകാലം വേണുവിന്റെ രാഷ്ട്രീയ കാർട്ടൂണുകൾ *ദേശാഭിമാനി* പ്രസിദ്ധീകരിച്ചിരുന്നു. *ദേശാഭിമാനി* സ്റ്റാഫ് ആയിരുന്നില്ലെങ്കിലും പത്രത്തിലും വാരികയിലും ദീർഘകാലം എ ഹമീദ് കാർട്ടൂൺ വരച്ചു. സബ് എഡിറ്ററായിരുന്ന മധു ഓമല്ലൂരിന്റെ കാർട്ടൂണുകളും ഇടക്കാലത്തുണ്ടായിരുന്നു. *മലയാള മനോരമ*യിൽ നിന്ന് പോയശേഷം യേശുദാസൻ *ദേശാഭിമാനി*ക്കു വേണ്ടി കുറച്ചുകാലം വരച്ചു. ഇപ്പോൾ വരയ്ക്കുന്ന ഏലിയാസ് ജോൺ സ്റ്റാഫ് കാർട്ടൂണിസ്റ്റാണ്. എല്ലാവിഭാഗം വായനക്കാരെയും ആകർഷിക്കുന്ന കാർട്ടൂൺ മാധ്യമത്തിന്റെ സാധ്യത വേണ്ടവിധം പ്രയോജനപ്പെടുത്താൻ പത്രത്തിനു കഴിഞ്ഞുവോ എന്ന് സംശയം.

എ ഹമീദ്

നായനാർ എന്ന പത്രപ്രവർത്തകൻ

മൂന്നുതവണ കേരളത്തിന്റെ മുഖ്യമന്ത്രിയായ ഇ കെ നായനാർ 1946 മുതൽ പല ഘട്ടങ്ങളിലായി *ദേശാഭിമാനി*യിൽ പ്രവർത്തിച്ചിട്ടുണ്ട്. മൊറാഴ സംഭവത്തെത്തുടർന്ന് 1940–ൽ ഒളിവിൽ പോയ നായനാർ 1946–ലാണ് പുറത്തുവന്നത്. തുടർന്ന് *ദേശാഭിമാനി*യിൽ. ആദ്യം പ്രൂഫ് വിഭാഗത്തിലായിരുന്നു. ഒന്നരമാസത്തോളം മദിരാശിയിൽ നിയമസഭ റിപ്പോർട്ട് ചെയ്തു. അതുകഴിഞ്ഞ് പത്രാധിപസമിതിയിൽ. 1948– ൽ അദ്ദേഹം വീണ്ടും ഒളിവിൽ പോയി. 1951 മുതൽ പത്രാധിപസമിതി അംഗമായും അല്ലാതെയും അദ്ദേഹം തുടർച്ചയായി *ദേശാഭിമാനി*യുടെ പ്രവർത്തനത്തിൽ പങ്കാളിയായി. പിൽക്കാലത്ത് മുഖ്യപത്രാധിപരെന്ന നിലയിൽ പത്രത്തിന്റെ വളർച്ചയിൽ പ്രധാന പങ്കുവഹിച്ചു. അദ്ദേഹത്തിന്റെ വാക്കുകൾ: "ബൂർഷ്വാ പത്രവും മാർക്സിസ്റ്റ് പാർട്ടി നേതൃത്വത്തിലുള്ള പത്രവും തമ്മിൽ പ്രവർത്തനത്തിലും പ്രത്യയശാസ്ത്രപരമായ കാര്യത്തിലും ധ്രുവങ്ങൾ തമ്മിലെ അന്തരമുണ്ട്. ഈ വ്യത്യാസങ്ങൾ ഇന്നത്തേ

ഇ കെ നായനാർ

ക്കാൾ എത്രയോ കൂടുതലുണ്ടായിരുന്ന ഒരു കാലഘട്ടത്തിലായിരുന്നു *ദേശാഭിമാനി*യിൽ ഞാൻ പ്രവർത്തിച്ചിരുന്നത്. ഏകദേശം എട്ടുവർഷം സ്ഥിരമായി പത്രാധിപസമിതി അംഗമായും പിന്നീടുള്ള കാലഘട്ടങ്ങളിൽ സ്ഥിരം കോളം എഴുത്തുകാരനായും ലേഖനങ്ങൾ എഴുതിയും പ്രവർത്തിച്ച അനുഭവമാണ് ഒരു പത്രപ്രവർത്തകനെന്ന നിലയിൽ എനിക്കുള്ളത്. പത്രപ്രവർത്തനത്തിൽ പ്രത്യേക വൈദഗ്ധ്യം നേടാനുള്ള പരിശീലന കോഴ്സിൽ പങ്കെടുക്കുകയോ ഡിപ്ലോമ സമ്പാദിക്കുകയോ ഒന്നും ഞാൻ ചെയ്തിട്ടില്ല. രാഷ്ട്രീയ പ്രവർത്തനവും പ്രായോഗികാനുഭവവുമാണ് പത്രപ്രവത്തനരംഗത്തെ എന്റെ മൂലധനം."[13]

ഒളിവിലായിരിക്കുമ്പോൾ നായനാർ കുറച്ചുകാലം തിരുവനന്തപുരത്ത് *കേരള കൗമുദി* പത്രാധിപസമിതിയിൽ പ്രവർത്തിച്ചിരുന്നു. അക്കാലത്തെ രസകരമായ ഒരനുഭവം നായനാർ *ദേശാഭിമാനി* വാരികയ്ക്കു നൽകിയ ഒരു അഭിമുഖത്തിൽ വിവരിക്കുന്നുണ്ട്:

> *കൗമുദി*യിലെ ജോലിക്കിടയിൽ ഒരു ദിവസം വലിയ തമാശയുണ്ടായി. അന്നെനിക്ക് ഫുൾഡ്യൂട്ടിയായിരുന്നു. രാത്രി ഒന്നാം എഡിഷൻ പ്രസ്സിലേക്ക് പോയിക്കഴിഞ്ഞു. ഞാനും ഒരു പ്രൂഫ് റീഡറും മാത്രമേ പിന്നെ ആപ്പീസിലുള്ളൂ. തിരക്ക് കഴിഞ്ഞപ്പോൾ അൽപ്പം ആശ്വാസം. അതിനിടയ്ക്ക് ഫോൺ ബെല്ലടിച്ചു. അൽപ്പം നീരസത്തോടെ ഞാൻ ഫോണെടുത്ത് പറഞ്ഞു: *കേരള കൗമുദി.* മറ്റേത്തലക്കൽ നിന്ന്: 'ഇത് പാലസ് ഓഫീസ്. കാർത്തികതിരുനാൾ തമ്പുരാട്ടി തിരുവയറൊഴിഞ്ഞു. അത് പറയാനാണ് വിളിച്ചത്.' അയാൾ ഫോൺ താഴെ വെച്ചു. എനിക്ക് കലശലായ ശുണ്ഠി വന്നു. തമ്പുരാട്ടിക്ക് തിരുവയറൊഴിഞ്ഞെങ്കിൽ ഞാനെന്തുചെയ്യാൻ. ഞാൻ ഡോക്ടറല്ല. ഒന്നും പറഞ്ഞില്ല. പാലസിൽ നിന്നല്ലേ. രാജാവ് ഭരിക്കുന്ന കാലവും. ഞാനോർത്തു: തമ്പുരാട്ടിക്ക് വയറ്റിളക്കമുണ്ടായാൽ അതും വാർത്ത. പാവപ്പെട്ടവൻ ചത്താലും വാർത്തയല്ല. ഇതെങ്ങനെ പത്രത്തിൽ കൊടുക്കുമെന്ന് ഞാൻ ചിന്തിക്കുകയായിരുന്നു. കാർത്തികതിരുനാൾ തമ്പുരാട്ടിക്ക് വയറ്റിളക്കം എന്നു മാത്രം മതിയോ. അതോ തമ്പുരാട്ടിക്ക് പെട്ടെന്ന് വയറ്റിളക്കം വന്ന് അവശനിലയിലായിരിക്കുന്നു എന്നു കൊടുക്കണോ എന്നൊക്കെ ആലോചിച്ചു. എന്തായാലും സൂക്ഷിച്ച് കൈകാര്യം ചെയ്യണം. കൊട്ടാരം കാര്യമാണ്. രണ്ടാമത് പറഞ്ഞരീതിയിൽ ഞാനൊരു ന്യൂസ് എഴുതി പ്രൂഫ് റീഡറെ വിളിച്ച് കൊടുത്തു. എന്നിട്ട് ഇതെങ്ങനെയാണ് കൊടുക്കുക എന്ന് ചോദിച്ചു. തമ്പുരാട്ടി തിരുവയറൊഴിഞ്ഞു എന്നുമാത്രമാണ് ഫോണിൽ പറഞ്ഞത്.
>
> പ്രൂഫ് റീഡർ പൊട്ടിപ്പൊട്ടി ചിരിക്കാൻ തുടങ്ങി. അയാൾക്ക് വർത്തമാനം പറയാൻ കഴിയുന്നില്ല. ചിരിയൊട്ടടങ്ങിയപ്പോൾ അയാൾ പറഞ്ഞു. 'ഇതു നാളത്തെ ലീഡ് ന്യൂസാണ്'. ലീഡോ? ഞാൻ അത്ഭുതപ്പെട്ടു. 'തിരുവയറൊഴിഞ്ഞു എന്നുപറഞ്ഞാൽ തമ്പുരാട്ടി പ്രസവിച്ചു എന്നർഥം. തിരുവിതാംകൂറിലെ അടുത്ത കിരീടാവകാശി ജനിച്ചുവെന്ന്.' എനിക്കപ്പോൾ ചിരിയല്ല, പരിഭ്രമമാണ് വന്നത്. ഞാനെഴുതിയതുപോലെ ന്യൂസ് കൊടുത്താൽ എന്താകുമായിരുന്നുവെന്ന് ഒരു നിമിഷം ആലോചിച്ചുപോയി. പിറ്റേന്ന് ആ വാർത്ത ബാനർ ഹെഡ്ഡിങ്ങിലാണ് വന്നത്. മലബാറിൽ ജനിച്ചുവളർന്ന എനിക്ക് കൊട്ടാരം ഭാഷ മനസ്സിലാകാതെ പോയതിന്റെ കുഴപ്പം.[14]

ടി വി കൃഷ്ണൻ

എഴുത്തുകാരനും പരിഭാഷകനുമായ ടി വി കെ എന്നറിയപ്പെടുന്ന ടി വി കൃഷ്ണൻ 1951 മുതൽ പതിമൂന്നുവർഷം *ദേശാഭിമാനി*യിൽ പ്രവർത്തിച്ചിരുന്നു. പാർട്ടി ഭിന്നിച്ചപ്പോൾ സിപിഐ പക്ഷത്തുനിന്ന അദ്ദേഹം ദീർഘകാലം *പാട്രിയറ്റ്* എന്ന ഇംഗ്ലീഷ് പത്രത്തിന്റെ തിരുവനന്തപുരം ലേഖകനായി ജോലി ചെയ്തു. 1984-ലാണ് ടി വി കെ *പാട്രിയറ്റി*ൽ നിന്നു വിരമിക്കുന്നത്. പ്രശസ്ത പത്രപ്രവർത്തകൻ എടത്തട്ട നാരായണനായിരുന്നു അക്കാലത്ത് *പാട്രിയറ്റി*ന്റെ എഡിറ്റർ. അദ്ദേഹവുമായുള്ള ബന്ധം ടി വി കെയെ *പാട്രിയറ്റി*ലെത്തിച്ചു. കണ്ണൂർ ജില്ലയിലെ കണ്ണപുരം സ്വദേശിയായ ടി വി കെയാണ് 'സഖാവ്' എന്ന പേരിൽ പി കൃഷ്ണപിള്ളയുടെ ജീവചരിത്രം എഴുതിയത്. ധാരാളം വിവർത്തനങ്ങളും 'സഖാവ്' കൂടാതെ ചില സ്വതന്ത്രകൃതികളും അദ്ദേഹത്തിന്റേതായുണ്ട്.

പ്രപഞ്ചം വാരിക

എസ് കെ പൊറ്റെക്കാട്ട്

*ദേശാഭിമാനി*യിൽ ടി വി കെ ജോലി ചെയ്യുമ്പോൾ അദ്ദേഹവും എസ് കെ പൊറ്റെക്കാട്ടും ചേർന്ന് *പ്രപഞ്ചം* എന്ന വാരിക പുറത്തിറക്കിയിരുന്നു. പൊറ്റെക്കാട്ട് പത്രാധിപർ; ടി വി കെ പ്രിന്റർ ആന്റ് പബ്ലിഷർ. കമ്യൂണിസ്റ്റ് പാർട്ടിയുമായോ *ദേശാഭിമാനി*യുമായോ ഈ പ്രസിദ്ധീകരണത്തിന് ഔപചാരിക ബന്ധമൊന്നുമുണ്ടായിരുന്നില്ല. എന്നാൽ, ഇടതുപക്ഷ വീക്ഷണത്തിൽ ഗൗരവമായ വിഷയങ്ങൾ കൈകാര്യം ചെയ്യുന്ന ഒരു പ്രസിദ്ധീകരണം എന്ന നിലയിൽ *ദേശാഭിമാനി*യിൽ നിന്ന് അച്ചടിക്കാനുള്ള സൗകര്യവും മറ്റു പിന്തുണയും നൽകി. ആദ്യം മാസികയായാണ് *പ്രപഞ്ചം* ഇറങ്ങിയത്. പിന്നീട് വാരികയായി.

ആർ കെ കരഞ്ചിയ സ്ഥാപിച്ച പ്രശസ്ത വാർത്താവാരിക *ബ്ലിറ്റ്സ്* ആയിരുന്നു *പ്രപഞ്ചം* മാതൃകയായി കണ്ടത്. അന്വേഷണാത്മക പത്രപ്രവർത്തനത്തിൽ വലിയ സംഭാവന നൽകിയ *ബ്ലിറ്റ്സി*ന്റെ മലയാളം രൂപമാക്കാനായിരുന്നു പത്രാധിപന്മാരുടെ ആഗ്രഹം. *ബ്ലിറ്റ്സി*ന്റെ വലുപ്പത്തിൽ ഡമ്മി പകുതിയായാണ് *പ്രപഞ്ച*വും ഇറക്കിയിരുന്നത്. പിൽക്കാലത്ത് പ്രശസ്തരായ ഒ വി വിജയൻ, സി രാധാകൃഷ്ണൻ, എം ആർ ചന്ദ്രശേഖരൻ, പി വൽസല, വി കെ എൻ തുടങ്ങിയവർ *പ്രപഞ്ചത്തി*ലെ എഴുത്തുകാരായിരുന്നു. എഴുതുന്നവരുടെ ഇടതുപക്ഷാഭിമുഖ്യവും എസ് കെയ്ക്ക് അവരുമായൊക്കെയുള്ള അടുപ്പവും *പ്രപഞ്ചത്തി*നു മുതൽക്കൂട്ടായി. ഏകദേശം രണ്ടു വർഷമേ *പ്രപഞ്ചം* നിലനിന്നുള്ളൂ. എസ് കെ പാർലമെന്റ് അംഗമായി പോയ ശേഷം ടി വി കെ തന്നെയായിരുന്നു പത്രാധിപരുടെ ചുമതല വഹിച്ചത്.

യു എ ഖാദർ

കഥാകൃത്ത് യു എ ഖാദറിന് *ദേശാഭിമാനി*യുമായുള്ള ബന്ധം *പ്രപഞ്ചം* വാരികയിലൂടെയാണ്. പി ആർ നമ്പ്യാരുടെ നിർദേശപ്രകാരം 1958 അവസാനമാണ് ഖാദർ *ദേശാഭിമാനി*യിലെത്തുന്നത്. വാരികയുടെ ഉള്ളടക്കം തയാറാക്കുന്നതിനും പ്രൂഫ് നോക്കാനും പേജ് സെറ്റ് ചെയ്യാനും ടി വി കെയെ സഹായിക്കുക എന്നതായിരുന്നു ചുമതല. *എന്റെ ദേശാഭിമാനിക്കാലം* എന്ന ചെറുഗ്രന്ഥത്തിൽ ഖാദർ ഇക്കാര്യം വിശദീകരിക്കുന്നുണ്ട്:

> *പ്രപഞ്ചം* വാരിക ആദ്യം ആരംഭിച്ചത് മാസികാരൂപത്തിലായിരുന്നു. എസ് കെ പൊറ്റെക്കാട്ടായിരുന്നു തുടങ്ങിയതും തുടക്കം മുതലേ പത്രാധിപരും. പല കാരണങ്ങളാൽ *പ്രപഞ്ചത്തി*ന്റെ പ്രസിദ്ധീകരണം തുടർന്നുകൊണ്ടുപോകുവാൻ അദ്ദേഹത്തിനു സാധിച്ചില്ല. അതിന്റെ പ്രസിദ്ധീകരണച്ചുമതല ടി വി കെയും പി ആർ നമ്പ്യാരും പാലക്കാട്ടെ ചിലരും ഏറ്റെടുത്തു. അക്കാലത്ത് ക്രിസ്ത്യൻ കോളേജിലെ ലക്ചറർ ആയിരുന്ന ഒ വി വിജയന്റെ ഉത്തരവാദിത്വത്തിൽ, പാലക്കാട്ടെ പലരിൽ നിന്നും ധനസ്വരൂപണം നടത്തിയാണ് *പ്രപഞ്ചം* വാരിക വീണ്ടും പ്രസിദ്ധപ്പെടുത്താമെന്ന ആശയം ജനിച്ചത്. വാരികയായി *ദേശാഭിമാനി*യിൽ നിന്ന് അച്ചടിച്ച് ഇറക്കും. വാരികയുടെ എഡിറ്റോറിയൽ ചുമതല ടി വി കെ ഏറ്റെടുത്തു. മാറ്ററുകൾ സംഘടിപ്പിക്കാനുള്ള ഉത്തരവാദിത്വം *ദേശാഭിമാനി*യും ഒ വി വിജയനും ഏറ്റെടുക്കും. സാമ്പത്തിക കാര്യങ്ങൾ പി ആർ നമ്പ്യാരുടെ നേതൃത്വത്തിൽ–അങ്ങനെയൊരു സംവിധാനം.[15]

ഫോട്ടോഗ്രാഫർ ജേക്കബ് ഫിലിപ്പ്

വൈദികപഠനത്തിൽ നിന്ന് ക്യാമറയിലുള്ള കമ്പത്തിലൂടെ കമ്യൂണിസ്റ്റ് ആശയങ്ങളിലെത്തിയ ജേക്കബ് ഫിലിപ്പായിരുന്നു *ദേശാഭിമാനി*യുടെ ആദ്യ ഫോട്ടോഗ്രാഫർ. ബഹുമുഖമായ അഭിരുചികളുള്ള ജേക്കബ് സ്വപ്രയത്നത്തിലൂടെ അവ വളർത്തിയെടുത്തു. ചിത്രകാരൻ, അഭിനേതാവ്, പത്രറിപ്പോർട്ടർ, നാടക സംവിധായകൻ എന്നീ നിലകളിൽ മാത്രമല്ല, വാദ്യോപകരണ

ജേക്കബ് ഫിലിപ്പ്

ങ്ങൾ കൈകാര്യം ചെയ്യുന്നതിലും ജേക്കബിന് മിടുക്കുണ്ടായിരുന്നു.

കൂത്താട്ടുകുളത്ത് കിഴകൊമ്പിൽ കുടിലിൽ ഫിലിപ്പോസിന്റെ മകനായി ജനിച്ച ജേക്കബിന് പൈതൃകമായി ലഭിച്ച നിയോഗം വൈദിക പഠനമായിരുന്നു. ഫോട്ടോഗ്രാഫിയിൽ ജേക്കബിനുള്ള പാടവം മനസ്സിലാക്കി തിരുവനന്തപുരം ഗോസ്പൽ ഇൻസ്റ്റിറ്റ്യൂട്ടിലെ ഒരു വൈദികൻ ജേക്കബിനെ പ്രോത്സാഹിപ്പിച്ചു. ആലുവ മംഗലപ്പുഴ സെമിനാരിയിലെ മറ്റൊരു വൈദികനിൽ നിന്ന് ജേക്കബിന് ഹാൻഡ് ക്യാമറ സമ്മാനമായി ലഭിച്ചു. അതോടെ ജേക്കബിന് തന്റെ വഴി തെളിഞ്ഞു. വൈദികപഠനം പൂർത്തിയാക്കാതെ ഫോട്ടോഗ്രാഫിയിലേക്കു തിരിഞ്ഞു. ക്രിസ്തുമത പ്രചാരകനാകാൻ പുറപ്പെട്ട ആ യുവാവ് കമ്യൂണിസ്റ്റ് ആശയങ്ങളിൽ ആകൃഷ്ടനായി. അങ്ങനെയാണ് കോഴിക്കോട് *ദേശാഭിമാനി*യിലെത്തുന്നത്. കൃഷ്ണപിള്ള, ഇ എം എസ്, എ കെ ജി മുതലായ കമ്യൂണിസ്റ്റ് നേതാക്കൾക്ക് ജേക്കബ് പ്രിയപ്പെട്ടവനായി.

മലബാറിൽ 1942-48 കാലത്തു കർഷക സമരങ്ങളും തൊഴിലാളി പണിമുടക്കുകളും ജേക്കബിന്റെ ക്യാമറയിലൂടെ *ദേശാഭിമാനി*യിൽ മിഴിവുള്ള ചിത്രങ്ങളായി. എന്നാൽ അതിലേറെ ശ്രദ്ധിക്കപ്പെട്ടത് മലബാറിൽ ഭക്ഷ്യക്ഷാമത്തിന്റെയും വസൂരി, കോളറ എന്നീ പകർച്ചവ്യാധികളുടെയും കെടുതിയിൽ ജനങ്ങൾ വലയുമ്പോൾ എടുത്ത ചിത്രങ്ങളാണ്. ദുരിതാശ്വാസ പ്രവർത്തനങ്ങൾ ഊർജിതമാക്കുന്നതിനും സർക്കാരിന്റെ ശ്രദ്ധയിൽ ജനങ്ങളുടെ കഷ്ടപ്പാടുകൾ എത്തിക്കുന്നതിനും ജേക്കബ് ഫിലിപ്പിന്റെ ചിത്രങ്ങളും അതോടൊപ്പമുള്ള റിപ്പോർട്ടുകളും നല്ല പങ്കുവഹിച്ചിട്ടുണ്ട്. പുന്നപ്ര-വയലാർ സമരം അടിച്ചമർത്താൻ സർ സി പിയുടെ പട്ടാളം വെടിവെച്ചുകൊന്ന പോരാളികളുടെ മൃതദേഹങ്ങൾ പുന്നപ്രയിൽ കൂട്ടിയിട്ടതിന്റെ ചിത്രം ജേക്കബ് പകർത്തിയിരുന്നു. ആൾമാറാട്ടം നടത്തി പട്ടാളത്തെ കബളിപ്പിച്ചാണ് സംഭവസ്ഥലത്ത് ജേക്കബ് എത്തിയത്. *ബ്ലിറ്റ്സ്* പത്രത്തിന്റെ പ്രതിനിധിയാണെന്ന് അധികാരികളെ ബോധ്യപ്പെടുത്താൻ സ്വയം നിർമിച്ച വ്യാജതിരിച്ചറിയൽ കാർഡ് ഉപയോഗിക്കാനുള്ള ധൈര്യവും ജേക്കബ് കാണിച്ചു.

*ദേശാഭിമാനി*യിൽ നിന്ന് 1952-ൽ ഒഴിവായ അദ്ദേഹം കമ്യൂണിസ്റ്റ് പാർട്ടിയുടെ സജീവ പ്രവർത്തകനായി. പാർട്ടി ഭിന്നിച്ചപ്പോൾ സിപിഐയിലാണ് അദ്ദേഹം നിന്നത്. കൂത്താട്ടുകുളം വില്ലേജ് 1953-ൽ പഞ്ചായത്തായി മാറിയപ്പോൾ അതിന്റെ ആദ്യ പ്രസിഡണ്ടായി. പത്തുവർഷം പഞ്ചായത്ത് ഭരണസമിതിക്കു നേതൃത്വം നൽകി. കൂത്താട്ടുകുളത്ത് അദ്ദേഹം ആരംഭിച്ച ജേക്കബ് ഫിലിപ്സ് സ്റ്റുഡിയോ അക്കാലത്തെ സാഹിത്യ-സാംസ്കാരിക പ്രവർത്തകരുടെ സംഗമവേദിയായിരുന്നു.

സാഹിത്യ പ്രവർത്തക സഹകരണ സംഘം പ്രസിദ്ധീകരിച്ച ധാരാളം പുസ്തകങ്ങൾക്ക് ജേക്കബ് ആകർഷകവും അർഥവത്തുമായ പുറംചട്ടകൾ രൂപകൽപ്പന ചെയ്തു. ചിത്രകലയിലും ഫോട്ടോഗ്രാഫിയിലുമുള്ള പ്രാവീണ്യം കവർ ഡിസൈനിങ്ങിൽ പേരെടുക്കാൻ അദ്ദേഹത്തെ സഹായിച്ചു. ജേക്കബിന്റെ ആത്മമിത്രമായിരുന്നു പ്രശസ്ത നാടകകൃത്ത് സി ജെ തോമസ്. ജേക്കബിന്റെ ചിത്രകലാപരീക്ഷണങ്ങൾക്ക് സി ജെ വലിയ പ്രചോദനമായി. അവിവാഹിതനായിരുന്ന ജേക്കബ് ഫിലിപ്പ് 1978 ജൂൺ 2-ന് നിര്യാതനായി. എല്ലാ അർഥത്തിലും ജനസേവകനായിരുന്ന ജേക്കബിന്റെ സ്മരണാർഥം കൂത്താട്ടുകുളത്ത് ഒരു റോഡിന് 'ജേക്കബ് ഫിലിപ്പ് റോഡ്' എന്ന് നഗരസഭ പേരുനൽകിയിട്ടുണ്ട്. അപ്പോഴേക്കും കൂത്താട്ടുകുളം പഞ്ചായത്ത് നഗരസഭയായി ഉയർന്നിരുന്നു.

കൃഷ്ണപിള്ളയുടെ അനശ്വര ചിത്രം

ദേശാഭിമാനി 1946-ൽ ദിനപത്രമായി മാറിയപ്പോൾ മറ്റൊരു ഫോട്ടോഗ്രാഫർ കൂടി വന്നു. സി എം വി നമ്പീശൻ. കൃഷ്ണപിള്ളയുടെ അനശ്വര ചിത്രം പകർത്തിയ ക്യാമറക്കാരൻ എന്ന

സി എം വി നമ്പീശൻ

വിശേഷണത്തോടെ മാത്രമേ നമ്പീശനെ പരിചയപ്പെടുത്താൻ കഴിയൂ. 1946-ൽ കോഴിക്കോട് ചാലപ്പുറത്ത് കൃഷ്ണപിള്ള താമസിക്കുന്ന ലോഡ്ജിൽ ചെന്നാണ് നമ്പീശൻ ആ ബ്ലാക്ക് ആന്റ് വൈറ്റ് ചിത്രമെടുത്തത്. വശ്യമായ ചെറുപുഞ്ചിരി. ഇടതുവശം നെറ്റിയിലേക്ക് പാറിവീണ ഏതാനും മുടിയിഴകൾ. തിളക്കമുള്ള കണ്ണുകൾ. കോഴിക്കോട്ടെ പ്രശസ്തമായ നാഷണൽ സ്റ്റുഡിയോയിൽ ജോലിചെയ്യുകയായിരുന്നു നമ്പീശൻ. പിന്നീടാണ് *ദേശാഭിമാനി*യുടെ ഫോട്ടോഗ്രാഫറാകുന്നത്. ഒരു ദിവസം ക്യാമറയുമായി നമ്പീശൻ കൃഷ്ണപിള്ള താമസിക്കുന്ന ലോഡ്ജിലെത്തി. സഖാവ് എവിടെയോ പോകാൻ ഒരുങ്ങി നിൽക്കുന്നു. ഒരു ഫോട്ടോ എടുത്തശേഷം പോകാമെന്ന് നമ്പീശൻ പറഞ്ഞപ്പോൾ കൃഷ്ണപിള്ള റെഡി. പുഞ്ചിരിയോടെ ക്യാമറ നോക്കി നിന്നു. നമ്പീശൻ ക്ലിക്ക് ചെയ്തു. ഒരു അനശ്വര ചിത്രത്തിന്റെ പിറവി. ഈ ചിത്രത്തിന്റെ നെഗറ്റിവ് ഏറെ നാൾ നമ്പീശൻ സൂക്ഷിച്ചിരുന്നു. പിന്നീട് പാർട്ടിക്ക് കൈമാറി.

ദേശീയവും അന്തർദേശീയവുമായി പ്രാധാന്യമുള്ള പല സംഭവങ്ങളുടെയും ചിത്രങ്ങൾ *ദേശാഭിമാനി*ക്കുവേണ്ടി നമ്പീശൻ പകർത്തിയിട്ടുണ്ട്. സോവിയറ്റ് നേതാക്കളായ ക്രൂഷ്ചേവും ബുൾഗാനിനും കോയമ്പത്തൂർ സന്ദർശിച്ചപ്പോൾ എടുത്ത ചിത്രങ്ങൾ അവയിൽ പെടുന്നു. ക്രൂഷ്ചേവിന്റെ സന്ദർശനവേളയിൽ കോയമ്പത്തൂർ മുതൽ ഊട്ടിവരെ മറ്റൊരു വാഹനത്തിൽ വിശിഷ്ടാതിഥികളുടെ കൂടെ സർക്കാർ അനുമതിയോടെ നമ്പീശൻ യാത്രചെയ്തു. വഴിയിൽ ഇളനീർ പറിക്കുന്നതു കണ്ടപ്പോൾ ക്രൂഷ്ചേവ് ഇറങ്ങി. മാത്രമല്ല, അദ്ദേഹം തെങ്ങിൽ കയറാനും ശ്രമിച്ചു. ഈ നിമിഷങ്ങൾ നമ്പീശൻ തുരുതുരാ ക്യമാറയിൽ പകർത്തി.[16] പയ്യന്നൂരിനടുത്താണ് നമ്പീശന്റെ ജന്മദേശം. കർഷക സംഘത്തിന്റെ നെല്ലെടുപ്പ് സമരത്തെത്തുടർന്ന് പൊലീസിന്റെ അടിച്ചമർത്തലുണ്ടായപ്പോൾ പാർട്ടി നിർദേശപ്രകാരം കോഴിക്കോട്ടേക്ക് മുങ്ങിയതായിരുന്നു നമ്പീശൻ.

നെന്മേലിയുടെ കമ്പി

ജി എം നെന്മേലി

ആദ്യകാലത്ത് *ദേശാഭിമാനി*യുടെ പേജുകളിൽ 'ജി എം നെന്മേലിയുടെ കമ്പി' എന്ന ബൈലൈനിൽ വാർത്ത കാണാം. ആരാണ് നെന്മേലിയെന്ന് അധികമാർക്കും അന്നും അറിഞ്ഞുകൂടായിരുന്നു. കൊടുങ്ങല്ലൂർക്കാരൻ ഗോപാലകൃഷ്ണമേനോനാണ് നെന്മേലി എന്ന പേരിൽ എഴുതിയിരുന്ന ലേഖകൻ. *ദേശാഭിമാനി*ക്കുവേണ്ടി എന്തുത്യാഗവും സഹിക്കാൻ സന്നദ്ധനായ മറ്റൊരു പോരാളി എന്ന് നെന്മേലിയെ വിശേഷിപ്പിക്കാം. 1946-ൽ തിരുവിതാംകൂർ സ്റ്റേറ്റ് കോൺഗ്രസിന്റെ വാർഷിക സമ്മേളനം നാഗർകോവിലിൽ നടക്കുകയായിരുന്നു. സർ സി പിയുടെ അമേരിക്കൻ മോഡൽ ഭരണപരിഷ്കാരത്തെക്കുറിച്ച് അനുകൂലമായും എതിരായും രാഷ്ട്രീയ വാദപ്രതിവാദങ്ങൾ നടക്കുന്ന കാലം. സ്റ്റേറ്റ് കോൺഗ്രസ് പ്രസിഡണ്ടായ പട്ടം താണുപിള്ളക്ക് അമേരിക്കൻ മോഡൽ ഒന്നു പരീക്ഷിക്കണമെന്ന നിലപാടുണ്ടായിരുന്നു. അതിനുവേണ്ടി കോൺഗ്രസ് സമ്മേളനത്തിൽ പ്രമേയം കൊണ്ടുവരാൻ അദ്ദേഹം ആലോചിച്ചു. കമ്യൂണിസ്റ്റ് പാർട്ടി അന്ന് ഉത്തരവാദ ഭരണത്തിനുവേണ്ടിയുള്ള പ്രക്ഷോഭത്തിലും പ്രചാരണത്തിലുമായിരുന്നു. മന്ത്രിസഭക്ക് നിയമസഭയോട് ഉത്തരവാദിത്തമുണ്ടായിരിക്കണം എന്നതാണ് ഇതിന്റെ പൊരുൾ. പട്ടം താണുപിള്ളയുടെ നീക്കം പൊളിക്കാനുള്ള വഴികൾ *ദേശാഭിമാനി* പത്രാധിപസമിതിയും ആലോചിച്ചു. കമ്യൂണിസ്റ്റ് പാർട്ടിയുടെ അഭിപ്രായം സമ്മേളനത്തിൽ വിതരണം ചെയ്യാനായിരുന്നു തീരുമാനം. അതിനുവേണ്ടി ലഘുലേഖ തയാറാക്കി. തിരുവിതാംകൂറിൽ പാർട്ടി ഒളിവിൽ പ്രവർത്തിക്കുന്നതുകൊണ്ട് കാര്യങ്ങൾ അത്ര എളുപ്പമല്ല. ഏതായാലും ലഘുലേഖയുമായി

പത്രാധിപസമിതി അംഗവും ലേഖകനുമായ നെന്മേലിയെ അയക്കാൻ തീരുമാനിച്ചു. നെന്മേലി അദ്ദേഹത്തിന്റെ സുഹൃത്തായ *ദീപം* പത്രാധിപർ തോമസ് ചെറിയാനിൽ നിന്ന് മറ്റൊരു പേരിൽ അധികാരപത്രം സംഘടിപ്പിച്ചു. പേര് എൻ ജി മേനോൻ. ആളെ തിരിച്ചറിയാതിരിക്കാൻ വേഷവും മാറി. പിടിക്കപ്പെടാതിരിക്കാൻ ചെങ്കോട്ട-മധുര-തിരുനെൽവേലി വഴി നാഗർകോവിലിൽ എത്തി. നാഗർകോവിൽ അന്നു തിരുവിതാംകൂറിന്റെ ഭാഗമായിരുന്നു.

തീരുമാനിച്ചതുപോലെ അമേരിക്കൻ മോഡലിനെ എതിർക്കുന്നതും ഉത്തരവാദഭരണത്തിനു വേണ്ടി ശക്തിയായി വാദിക്കുന്നതുമായ ലഘുലേഖ സമ്മേളനത്തിൽ വിതരണം ചെയ്തു. സമ്മേളന നഗരിയിലെ സംസാരവിഷയം ഈ ലഘുലേഖയായി. പട്ടംതാണുപിള്ള ഇതിനെതിരെ പൊട്ടിത്തെറിച്ചു. സ്റ്റേറ്റ് കോൺഗ്രസിന്റെ ഔദ്യോഗിക രേഖകളല്ലാതെ മറ്റൊന്നും വിതരണം ചെയ്യാൻ പാടില്ലെന്ന് അദ്ദേഹം തന്നെ നിർദേശിച്ചു. അനുമതിയില്ലാതെ ഒരു ലഘുലേഖ വിതരണം ചെയ്യപ്പെട്ടതിൽ അദ്ദേഹം പ്രതിഷേധിച്ചു. ഏതായാലും *ദേശാഭിമാനി*യുടെ നീക്കം വിജയിച്ചു. സമ്മേളനം പൂർണ ഉത്തരവാദ ഭരണത്തിനുവേണ്ടിയുള്ള പ്രമേയം അംഗീകരിച്ചു. നെന്മേലിക്ക് പത്രത്തിൽ നിന്നും പാർട്ടിയിൽ നിന്നും അഭിനന്ദനം. ആന്ധ്രയിലെ ഗുണ്ടൂരിൽ 1946 ജനുവരിയിൽ നടന്ന അഖിലേന്ത്യ വിദ്യാർഥി ഫെഡറേഷൻ ഒമ്പതാം സമ്മേളനം *ദേശാഭിമാനി*ക്ക് റിപ്പോർട്ട് ചെയ്തത് നെന്മേലിയായിരുന്നു. അദ്ദേഹത്തിന്റെ ബൈലൈനിലാണ് സമ്മേളന വാർത്തകൾ *ദേശാഭിമാനി* പ്രസിദ്ധീകരിച്ചത്.

*ദേശാഭിമാനി*യുടെ ആദ്യ ലേഖിക

*ദേശാഭിമാനി*ക്ക് ആദ്യകാലത്ത് ഒരു ലേഖികയുണ്ടായിരുന്നു. യശോദടീച്ചർ. അവരാണ് പത്രത്തിന്റെ ആദ്യലേഖിക. മലയാളപത്രങ്ങളിലെ ആദ്യ വനിതാ 'സ്വ ലേ'. കണ്ണൂർ ജില്ലയിലെ കീച്ചേരി സ്വദേശിയായ ടീച്ചർ 1931 മുതൽ അധ്യാപികയായിരുന്നു. കമ്യൂണിസ്റ്റ് പാർട്ടി പരസ്യമായി പ്രവർത്തനം തുടങ്ങിയതുമുതൽ അവർ പാർട്ടിയിലുണ്ട്. 1942-ൽ *ദേശാഭിമാനി* ആരംഭിച്ച് അധികം വൈകാതെ അവർ ലേഖികയായി. വാർത്തകൾ മാത്രമല്ല, ലേഖനങ്ങളും അവർ എഴുതി. പാർട്ടി പ്രവർത്തനത്തിന്റെ ഭാഗമായി നടത്തുന്ന യാത്രകൾ, പങ്കെടുക്കുന്ന സമ്മേളനങ്ങൾ, പ്രവർത്തനങ്ങൾ എന്നിവയെക്കുറിച്ചുള്ള വാർത്തകൾ *ദേശാഭിമാനി*ക്ക് എഴുതിക്കൊടുക്കാറുണ്ടായിരുന്നു. പൊലീസ് വൃത്തങ്ങളിൽ 'സ്വ ലേ' എന്നറിയപ്പെട്ട ടീച്ചർ അസാമാന്യ മനക്കരുത്തുള്ള പാർട്ടി പ്രവർത്തകയായിരുന്നു. പത്രത്തിനുവേണ്ടി ഏതു സംഘർഷസ്ഥലത്തും അവർ നിർഭയം കടന്നുചെന്നു. പുന്നപ്ര-വയലാർ സമരത്തെ വെടിയുണ്ടകൾ കൊണ്ട് അമർച്ച ചെയ്തതിനെപ്പറ്റി അന്വേഷിക്കാൻ വയലാറിലേക്ക് പോയ പത്രപ്രവർത്തകസംഘത്തിൽ *ദേശാഭിമാനി*യുടെ പ്രതിനിധിയായി യശോദ ടീച്ചറുണ്ടായിരുന്നു. പാമ്പൻ മാധവൻ, തെരുവത്ത് രാമൻ, പി വി കെ നെടുങ്ങാടി എന്നിവരായിരുന്നു മറ്റു അംഗങ്ങൾ. 1945 ഡിസംബറിൽ കാവുമ്പായിയിൽ കർഷകർക്കുനേരെയുണ്ടായ വെടിവെപ്പിനെക്കുറിച്ച് അന്വേഷിക്കാൻ പോയ സംഘത്തിലെ അംഗമെന്ന നിലയിൽ അവർ വീടുകൾ കയറി വിവരങ്ങൾ ശേഖരിച്ചു. 1948-ൽ കമ്യൂണിസ്റ്റുകാർക്കെതിരെ പൊലീസും ഗുണ്ടകളും ഭീകരമായ മർദനം അഴിച്ചുവിട്ടകാലത്ത് അവർ പറശ്ശിനിക്കടവിൽ പി എം ഗോപാലന്റെ വീട്ടിൽ ഒളിവിൽ താമസിച്ചിരുന്നു. ഗുണ്ടകൾ വീടുവളഞ്ഞ് അവരെ പുറത്തിറക്കി നിഷ്ഠുരമായി മർദിച്ചു ജീവച്ഛവമാക്കി. ടീച്ചർ മരിച്ചുപോയെന്ന് പ്രചരിപ്പിക്കപ്പെട്ടു. *ദേശാഭിമാനി* ലേഖികയായതാണ് അവരോട് വൈരാഗ്യം കൂടാൻ കാരണം. പലതവണ പൊലീസ് മർദനങ്ങൾക്കിരയായി. പത്രപ്രവർത്തനത്തിന്റെ പേരിൽ കേരളത്തിൽ പൊലീസ് മർദനത്തിനിരയാകുന്ന ആദ്യ വനിതയും യശോദയാണ്.

യശോദ ടീച്ചർ

മൂന്നുവർഷത്തോളം അവർ ഒളിവിൽ കഴിഞ്ഞിട്ടുണ്ട്. കേരളത്തിൽ പുരോഗമന മഹിളാ

പ്രസ്ഥാനം സംഘടിപ്പിക്കാൻ പ്രവർത്തിച്ചവരിൽ പ്രമുഖയാണ് ടീച്ചർ. 1943-ൽ ബോംബെയിൽ ചേർന്ന കമ്യൂണിസ്റ്റ് പാർട്ടി ഓഫ് ഇന്ത്യയുടെ ഒന്നാം കോൺഗ്രസിൽ പ്രതിനിധിയായപ്പോൾ അവർക്ക് 27 വയസ്സായിരുന്നു. 1943 ഡിസംബറിൽ കറാച്ചിയിലെ സിന്ധിൽ ചേർന്ന അഖിലേന്ത്യാ വനിതാ സമ്മേളനത്തിലും 1949-ൽ കൽക്കത്തയിൽ ചേർന്ന ഏഷ്യാറ്റിക് വിമൻസ് കോൺഫറൻസിലും അവർ പങ്കെടുത്തു. 1952-ൽ കമ്യൂണിസ്റ്റ് നേതാവ് കാന്തലോട്ട് കുഞ്ഞമ്പുവിനെ വിവാഹം കഴിച്ചു. പാർട്ടി ഭിന്നിച്ചപ്പോൾ സിപിഐ പക്ഷത്തുനിന്ന കാന്തലോട്ട് കുറച്ചുകാലം സംസ്ഥാന മന്ത്രിസഭയിൽ അംഗമായിരുന്നു. 2009 ജൂലൈ 27-ന് ടീച്ചർ നിര്യാതയായി.

എ എസ് ആർ ചാരി, നിഖിൽ ചക്രവർത്തി

എ എസ് ആർ ചാരി

*ദേശാഭിമാനി*ക്ക് കമ്പി വഴി വാർത്തകൾ അയച്ചുകൊണ്ടിരുന്നവരിൽ വളരെ പ്രമുഖരായ ചിലരുണ്ട്. ബോംബെയിൽ നിന്ന് എ എസ് ആർ ചാരി, കൽക്കത്തയിൽ നിന്ന് നിഖിൽ ചക്രവർത്തി, മദിരാശിയിൽ നിന്ന് കെ മുത്തയ്യ തുടങ്ങിയവർ. കമ്പി വഴി കിട്ടുന്ന വാർത്ത പ്രസിദ്ധീകരിക്കുമ്പോൾ അതു സൂചിപ്പിക്കുന്ന പതിവുണ്ടായിരുന്നു. തലക്കെട്ടിനു താഴെ എ എസ് ആർ ചാരിയുടെ കമ്പി അല്ലെങ്കിൽ നിഖിൽ ചക്രവർത്തിയുടെ കമ്പി എന്നു ചേർക്കും. കാരണം, ദൂരദിക്കിൽ നിന്ന് സ്വന്തം പ്രതിനിധി വാർത്ത അയക്കുന്നത് പത്രത്തിന് അഭിമാനമായിരുന്നു. ആ രീതി ഇന്നുമുണ്ട്. എ എസ് ആർ ചാരിയുടെ റിപ്പോർട്ടുകൾ തുടർച്ചയായി വന്നുകൊണ്ടിരുന്നു. പിൽക്കാലത്ത് പ്രമുഖ ക്രിമിനൽ അഭിഭാഷകനായിരുന്നു ചാരി. പി സുന്ദരയ്യയുടെ ഭാര്യ ലീലയുടെ സഹോദരി ദിൽഷദിനെയാണ് ചാരി വിവാഹം ചെയ്തത്. ആന്ധ്രക്കാരനായ ചാരി പിന്നീട് കമ്യൂണിസ്റ്റ് പാർട്ടിയുടെ പ്രമുഖ നേതാവായി.

നിഖിൽ ചക്രവർത്തി

ഇന്ത്യൻ പത്രലോകത്തെ കുലപതി എന്നു വിശേഷിപ്പിക്കാവുന്ന നിഖിൽ ചക്രവർത്തി കൽക്കത്തയിലെ പ്രമുഖ കമ്യൂണിസ്റ്റ് നേതാവായിരുന്നു. അദ്ദേഹം തുടർച്ചയായി *ദേശാഭിമാനി*ക്ക് വാർത്തകൾ അയച്ചുകൊണ്ടിരുന്നു. 1948-ലെ കൽക്കത്ത തീസിസിനെത്തുടർന്ന് (സായുധസമരം നടത്തി കോൺഗ്രസ് ഗവൺമെന്റിനെ അധികാരത്തിൽ നിന്നു പുറത്താക്കുക എന്ന തന്ത്രം. ഇതു തെറ്റായിപ്പോയെന്ന് പാർട്ടി പിന്നീട് വിലയിരുത്തി) പാർട്ടി രഹസ്യ പ്രവർത്തന സംവിധാനമുണ്ടാക്കിയിരുന്നു. അതിന്റെ തലവനായിരുന്നു നിഖിൽ. കമ്യൂണിസ്റ്റ് പാർട്ടിയുടെ മുഖപത്രങ്ങളായിരുന്ന *പീപ്പിൾസ് വാർ, ന്യൂ ഏജ്* എന്നിവയുടെ നടത്തിപ്പിൽ അദ്ദേഹം നേതൃപരമായ പങ്കുവഹിച്ചു. ഇന്ത്യ പ്രസ് ഏജൻസി എന്ന ഇടതുപക്ഷ വാർത്താ ഏജൻസി സ്ഥാപിച്ചതും നിഖിലാണ്. 1964-ൽ പാർട്ടി പിളർന്നതിനെത്തുടർന്നാണ് അദ്ദേഹം അകന്നുപോയത്. പിന്നീട് *മെയിൻസ്ട്രീം* എന്ന രാഷ്ട്രീയ-താത്വിക മാസിക ആരംഭിച്ചു. പ്രധാനമന്ത്രി ജവഹർലാൽ നെഹ്റുവിന്റെ പ്രൈവറ്റ് സെക്രട്ടറിയായിരുന്ന എം ഒ മത്തായിയുടെ ചാരവൃത്തി സംബന്ധിച്ച് നിഖിൽ പുറത്തുകൊണ്ടുവന്ന വാർത്തകൾ ഗവൺമെന്റിനെ പിടിച്ചുകുലുക്കി. ആരോപണത്തെത്തുടർന്ന് മത്തായിക്ക് 1959-ൽ രാജിവയ്ക്കേണ്ടിവന്നു. ഇന്ത്യയിൽ പത്രസ്വാതന്ത്ര്യത്തിനു വേണ്ടിയുള്ള പോരാട്ടത്തിന്റെ മുൻനിരയിൽ നിഖിൽ ചക്രവർത്തിയുണ്ടായിരുന്നു.

കൽക്കത്ത തീസിസ് സൃഷ്ടിച്ച ആഭ്യന്തര പ്രശ്നങ്ങളെ മറികടക്കുന്നതിന് ഇന്ത്യയിലെ നാല് കമ്യൂണിസ്റ്റ് നേതാക്കളെ സ്റ്റാലിൻ കൽക്കത്തയിലേക്ക് മുങ്ങിക്കപ്പൽ അയച്ചുകൊടുത്ത് രഹസ്യമായി മോസ്കോയിലേക്ക് കൊണ്ടുപോയ കഥ ബർലിൻ കുഞ്ഞനന്തൻ നായർ തന്റെ ആത്മകഥയായ *പൊളിച്ചെഴുത്തിൽ* വിവരിക്കുന്നുണ്ട്. അജയ്ഘോഷ്, എസ് എ ഡാങ്കെ, സി

ബർലിൻ കുഞ്ഞനന്തൻ നായർ

രാജേശ്വരറാവു, എം ബസവപുന്നയ്യ എന്നീ നാലു നേതാക്കളെ 1950 ഡിസംബറിൽ മുങ്ങിക്കപ്പൽ വരെ അനുഗമിച്ചവരിൽ നിഖിൽ ചക്രവർത്തിയുമുണ്ടായിരുന്നുവെന്നാണ് അദ്ദേഹം രേഖപ്പെടുത്തിയത്.

മൂന്നു പതിറ്റാണ്ടോളം ബർലിനിൽ *ബ്ലിറ്റ്സ്* പത്രത്തിന്റെ യൂറോപ്യൻ ലേഖകനായിരുന്നു കുഞ്ഞനന്തൻ നായർ. അങ്ങനെയാണ് പേരിന്റെ കൂടെ ബർലിൻ ചേർന്നത്. ബർലിനിൽ പ്രവർത്തിക്കുമ്പോൾ തന്നെ *ദേശാഭിമാനി* ഉൾപ്പെടെയുള്ള പാർട്ടി പത്രങ്ങൾക്കുവേണ്ടി അദ്ദേഹം വാർത്തകളും ലേഖനങ്ങളും അയച്ചുകൊണ്ടിരുന്നു. സിപിഐ ജനറൽ സെക്രട്ടറി അജയ്ഘോഷിന്റെ നിർദേശപ്രകാരം *ന്യൂ ഏജ്* ലേഖകനായാണ് കുഞ്ഞനന്തൻ നായർ 1962-ൽ ബർലിനിൽ എത്തുന്നത്. പാർട്ടി പിളർന്നപ്പോൾ ഇടതുപക്ഷത്തുനിന്ന അദ്ദേഹത്തെ ഡാങ്കെ പുറത്താക്കി. *ന്യൂ ഏജിന്* ബർലിനിൽ സദൻ മുഖർജിയെ നിയോഗിച്ചു. *ന്യൂ ഏജിൽ* പ്രവർത്തിക്കുമ്പോൾ തന്നെ കുഞ്ഞനന്തൻ നായരെ ആർ കെ കരഞ്ചിയ *ബ്ലിറ്റ്സിലേക്ക്* ക്ഷണിക്കുകയും അദ്ദേഹം അതു സ്വീകരിക്കുകയും ചെയ്തിരുന്നു. *ന്യൂ ഏജിൽ* നിന്നു പുറത്തായെങ്കിലും അദ്ദേഹം ബർലിനിൽ *ബ്ലിറ്റ്സ്* പ്രതിനിധിയായി തുടർന്നു. കമ്യൂണിസ്റ്റ് പാർട്ടിയുമായുള്ള ബന്ധം നിലനിർത്തിയ അദ്ദേഹം തുടർച്ചയായി പാർട്ടി പ്രസിദ്ധീകരണങ്ങൾക്ക് എഴുതിക്കൊണ്ടിരുന്നു. 2022 ആഗസ്തിൽ കുഞ്ഞനന്തൻ നായർ അന്തരിച്ചു.

താത്വിക കാര്യങ്ങളിലും രാഷ്ട്രമീമാംസയിലും അവഗാഹമുള്ളവർ, പത്രപ്രവർത്തനത്തിൽ പയറ്റിത്തെളിഞ്ഞവർ, കവികൾ, കഥാകാരന്മാർ, മലയാളത്തിലെന്നപോലെ ഇംഗ്ലീഷിലും വ്യുൽപ്പത്തിയുള്ളവർ-ഇതായിരുന്നു പത്രാധിപസമിതിയുടെ ഘടന. ഇവർക്കാർക്കും *ദേശാഭിമാനി* പ്രവർത്തനം ഒരു ജോലിയായിരുന്നില്ല. കമ്യൂണിസ്റ്റ് പാർട്ടിയുടെ ആശയപ്രചരണമെന്ന ദൗത്യം ഏറ്റെടുത്തവരായിരുന്നു അവരെല്ലാം.

ദേശാഭിമാനിക്ക് ആദ്യകാലത്ത് മറ്റൊരു സവിശേഷതയുണ്ടായിരുന്നു. ഇൻഫർമേഷൻ ബ്യൂറോ. അതേക്കുറിച്ച് അന്ന് *ദേശാഭിമാനിയിലുണ്ടായിരുന്ന* സി ഉണ്ണിരാജ രേഖപ്പെടുത്തിയിട്ടുണ്ട്:

> വിഷയം തിരിച്ച് വാർത്തകളും വിവരങ്ങളും ഒട്ടിച്ച് സൂക്ഷിക്കുന്ന ഏർപ്പാടായിരുന്നു ഇത്. സിങ്കപ്പൂരിൽ നിന്നും കെ പി കേശവമേനോൻ കോഴിക്കോട്ടേക്ക് മടങ്ങിവന്ന കാലം. *മാതൃഭൂമിയുടെ* ചുമതല അദ്ദേഹം ഏറ്റതേയുള്ളു. ഒരു ദിവസം *ദേശാഭിമാനി* സന്ദർശിക്കാൻ അദ്ദേഹമെത്തി. ഇൻഫർമേഷൻ ബ്യൂറോ അദ്ദേഹത്തിനൊരു പുതുമയായിരുന്നു. ഒന്നുമില്ലാത്ത കാലത്താണ് ഇത്രയുമൊക്കെ ചെയ്തുവെച്ചിരുന്നത്. ഇന്ന് ആളും അർഥവും ഒരു ഫോൺവിളിക്ക് എന്തും ചെയ്തു കിട്ടാൻ സൗകര്യവും എല്ലാമുണ്ടായിട്ടും *ദേശാഭിമാനിയുടെ* ആദ്യകാല കോപ്പിയോ അല്ലെങ്കിൽ അതിന്റെ ഫോട്ടോകോപ്പിയോ പോലും വലിയ പഠന ഗവേഷണ കേന്ദ്രങ്ങളിലാവട്ടെ *ദേശാഭിമാനിയിലാവട്ടെ* കണികാണാനില്ല. അർപ്പണബോധത്തിന്റെ അഭാവം എന്നല്ലാതെ എന്തുപറയാൻ.[17]

പത്രപ്രവർത്തനം, സാഹിത്യം, മാനേജ്മെന്റ്, അച്ചടി തുടങ്ങിയ രംഗങ്ങളിൽ പ്രാഗത്ഭ്യം നേടിയ പ്രമുഖർ സ്വയംസന്നദ്ധരായി *ദേശാഭിമാനിയെ* സഹായിക്കാൻ മുന്നോട്ടുവന്നു എന്നത് ഈ പത്രത്തിന്റെ സവിശേഷതകളിലൊന്നാണ്. അങ്ങനെ സ്റ്റാഫ് അംഗമല്ലാതെ പ്രവർത്തിച്ചവരുടെ നിര നീണ്ടതാണ്. *ദേശാഭിമാനിയെ* സഹായിക്കുന്നതിൽ അവർ അഭിമാനംകൊണ്ടു. ആദ്യകാലത്ത് പത്രാധിപസമിതിയിലും ലേഖകർ എന്ന നിലയിലും പ്രവർത്തിച്ച ഏതാനും പേരുടെ സംഭാവനകൾ സൂചിപ്പിക്കുകയും മറ്റുചിലരെ പുതിയ തലമുറക്ക് പരിചയപ്പെടുത്തുകയുമാണ് ഇവിടെ ചെയ്തത്. ഇതു പൂർണമല്ല. *ദേശാഭിമാനി* എല്ലാ അർഥത്തിലും ജനങ്ങളുടെ പത്രമായിരുന്നു. അതിന്റെ നായകരായി ചിലർ ഉണ്ടായിരുന്നു എന്നുമാത്രം.

12

ദിനപത്രമായപ്പോൾ

വായനക്കാരുടെ പ്രതീക്ഷകൾ സഫലമാക്കി 1946 ജനുവരി 18-ന് *ദേശാഭിമാനി* ദിനപത്രമായി പുറത്തുവന്നപ്പോൾ ഒന്നാം പേജിൽ കമ്യൂണിസ്റ്റ് പാർട്ടി ജനറൽ സെക്രട്ടറി പി സി ജോഷിയുടെ പ്രസ്താവനയുണ്ടായിരുന്നു. അതായിരുന്നു പത്രത്തിന്റെ പ്രകടനപത്രിക.

നമ്മുടെ ദിനപത്രം, പി സി ജോഷിയുടെ സന്ദേശം-ഇതാണ് തലക്കെട്ട്. ജോഷിയുടെ പ്രസ്താവന:

പി സി ജോഷി

കഴുവിലേറിയ നാല് കയ്യൂർ സഖാക്കളുടെ ധീരതയോടുകൂടി മലയാളികളുടെ സ്വാതന്ത്ര്യവാഞ്ഛയെ ഞങ്ങളുടെ ദിനപത്രം പ്രതിഫലിപ്പിക്കുന്നുണ്ടെന്ന് സ്വാതന്ത്ര്യ പ്രേമികളായ കേരളീയർക്ക് ബോധ്യപ്പെടും. ജീവപര്യന്തം തടവ് അനുഭവിക്കുന്ന കെ പി ആറിന്റെയും അദ്ദേഹത്തിന്റെ കൂട്ടുകാരായ പതിനാറു സഖാക്കളുടെയും വാശിയോടും വീറോടും കൂടി ജീവിതത്തിലെ എല്ലാ തുറകളിലും ജനകീയ താൽപ്പര്യങ്ങൾക്കുവേണ്ടി ഞങ്ങളുടെ കമ്യൂണിസ്റ്റ് ദിനപത്രം വാദിക്കുന്നുണ്ടെന്ന് അവർക്ക് ബോധ്യപ്പെടും.

കേരളത്തിലെ ഉദ്ബുദ്ധരായ തൊഴിലാളികൾക്കും കൃഷിക്കാർക്കും മറ്റൊരിടത്തുനിന്നും ലഭിക്കാനിടയില്ലാത്ത ഒന്ന് ഞങ്ങളുടെ ദിനപത്രത്തിൽ നിന്നു ലഭിക്കും. അവരുടെ ദൈനംദിന ജീവിതവും അവർ നടത്തുന്ന സമരങ്ങളും, നിർഭയമായും ശക്തിയുക്തമായും ചർച്ച ചെയ്യുകയും പ്രതിഫലിപ്പിക്കുകയും ചെയ്യും.

ലളിതവും പരിശുദ്ധവുമായ മലയാള സാഹിത്യം ഞങ്ങളുടെ ദിനപത്രത്തിൽ പുരോഗമനവാദികളായവർക്ക് കാണാനിടയാകും. മാത്രമല്ല, മലയാളികൾ മാനിക്കുകയും സ്നേഹിക്കുകയും ചെയ്യുന്നവരും എല്ലാ തലമുറയിലും പെട്ടവരുമായ ഏറ്റവും ഉന്നതരായ സാഹിത്യകാരന്മാരോട് കിടപിടിയ്ക്കുന്ന ലേഖനങ്ങൾ-നവീന കേരളത്തിന്റെ നയപരമായ പ്രശ്നങ്ങളെക്കുറിച്ച് ചർച്ച ചെയ്യുന്ന ലേഖനങ്ങൾ-ഇതിലുണ്ടാകും.

കേരളത്തിന്റെ പരമോന്നതമായ കീർത്തിക്കുവേണ്ടിയും തങ്ങളുടെ മാതൃഭൂമിയായ ഇന്ത്യയുടെ മോചനത്തിനു വേണ്ടിയും നാട്ടുകാരുടെ വിധി നാട്ടുകാർ തന്നെ തീരുമാനിക്കുമാറാകാൻ വേണ്ടിയും എല്ലാവരെയും ഉണർത്തിവിടാൻ ഈ കമ്യൂണിസ്റ്റ് ദിനപത്രം യത്നിക്കും.[1]

ദേശാഭിമാനി ദിനപത്രമാകുമ്പോഴേക്കും കമ്യൂണിസ്റ്റ് പാർട്ടി കേരളം, ബംഗാൾ, ആന്ധ്ര എന്നീ സംസ്ഥാനങ്ങളിൽ വ്യാപകമായ സ്വാധീനം നേടിയിരുന്നു. മറ്റു പ്രദേശങ്ങളിലും പ്രാദേശികമായി പാർട്ടിക്ക് വേരോട്ടമുണ്ടാക്കാൻ കഴിഞ്ഞു. *ദേശാഭിമാനി* ദിനപത്രമായി ഇറങ്ങാൻ വായനക്കാർ

ദേശാഭിമാനി

നമ്മുടെ ദിനപത്രം

കോൺഗ്രസ്സ് വാർത്തകൾ

ദിനപത്രത്തിന്റെ ആദ്യ ലക്കം 1946 ജനുവരി 18

കാത്തിരിക്കുകയായിരുന്നു. കാരണം, അതിനുള്ള തയാറെടുപ്പും ഫണ്ട് ശേഖരണവും പാർട്ടി മുന്നേ ആരംഭിച്ചിരുന്നു. വായനക്കാർ വലിയ പ്രതീക്ഷയോടെയാണ് ദിനപത്രത്തെ സ്വീകരിച്ചത്. കൂടുതൽ വരിക്കാരും ഏജൻസികളും വന്നു. അതിനൊത്ത് ഉള്ളടക്കം വൈവിധ്യപൂർണമാക്കാനുള്ള ശ്രമം പത്രാധിപസമിതിയും തുടങ്ങി.

വള്ളത്തോളിന്റെ ആശംസ

മഹാകവി വള്ളത്തോളിന്റെ ആശംസയോടെയാണ് ദിനപത്രത്തിന്റെ ആദ്യലക്കം പുറത്തിറങ്ങിയത്. മഹാകവി എഴുതി:

കൃഷിക്കാർക്കും തൊഴിലാളികൾക്കും പ്രത്യാശയും പ്രബുദ്ധതയും ഉളവാക്കി അവരെ കർമനിരതരാക്കുക എന്ന സുപ്രധാന രാജ്യസേവനം അനുഷ്ഠിക്കുന്ന പത്രങ്ങൾ കേരളത്തിലുണ്ടെങ്കിൽ അവയിൽ അഗ്രഗണ്യം നമ്മുടെ കമ്യൂണിസ്റ്റ് പാർട്ടിയുടെ *ദേശാഭിമാനി* തന്നെ. *ദേശാഭിമാനി* ഒരു ദിനപത്രമായിത്തീരുന്ന സുദിനത്തെ കാത്തിരിക്കുന്ന അനേകായിരം പേരിൽ ഒരുത്തനോ ഒന്നാമനോ ആണ് ഞാൻ. ഇന്നിതാ ആ പുലർകാലം അവരുടെയെല്ലാം ആഹ്ലാദാതിരേകത്താൽ തുടുപ്പിക്കപ്പെട്ട് ഉദിച്ചുവന്നിരിക്കുന്നു. പ്രിയപ്പെട്ട വായനക്കാരേ, പ്രതിദിനപത്രമായിച്ചമഞ്ഞ്, *ദേശാഭിമാനിക്ക്* പ്രശസ്തിയും പ്രചാരവും ഏറിയേറി വരട്ടെ എന്നു നാം പ്രാർഥിക്കുക.[2]

വള്ളത്തോൾ

ആദ്യലക്കത്തിലെ ഉള്ളടക്കം സമ്പന്നമായിരുന്നു. പത്രം സ്വീകരിച്ച നയം അതിൽനിന്നു വ്യക്തമാവുകയും ചെയ്യും. ഇന്ത്യയിലും പുറംരാജ്യങ്ങളിലുമുള്ള പണിമുടക്കിന്റെ വാർത്തകൾ, കൊളോണിയൽ ജനതയുടെ അടിമത്തത്തെക്കുറിച്ച് സോവിയറ്റ് ലേഖകന്റെ റിപ്പോർട്ട്, നാസി കൊലയാളികളുടെ വിചാരണ സംബന്ധിച്ച ന്യൂറംബർഗ് റിപ്പോർട്ട്, തുർക്കി-സോവിയറ്റ് ബന്ധങ്ങളെക്കുറിച്ചുള്ള വിശകലനം, നാഗ്പൂരിലെ പരുത്തിത്തൊഴിലാളി പണിമുടക്ക്, പിരിച്ചുവിടലിനെതിരെ കൽക്കത്തയിലെ ഇരുമ്പു വ്യവസായത്തൊഴിലാളികൾ നടത്തിയ പണിമുടക്കും വെടിവെപ്പും, അമേരിക്കയിൽ വിവിധ വ്യവസായങ്ങളിൽ പണിയെടുക്കുന്ന ഒമ്പതുലക്ഷം തൊഴിലാളികളുടെ പണിമുടക്ക്, അടയ്ക്കാനികുതി ഏർപ്പെടുത്തിയ കേന്ദ്ര നിയമം കർഷകരെ പ്രതിസന്ധിയിലാക്കിയ സാഹചര്യം, തുറവൂരിലെ ദളിത് കുടുംബങ്ങൾക്ക് മണ്ണെണ്ണയും പഞ്ചസാരയും നിഷേധിച്ചതിനെതിരായ വാർത്ത, അയിത്താചരണത്തെക്കുറിച്ചുള്ള കത്തുകൾ, കോൺഗ്രസ് വാർത്തകൾ, നാട്ടുരാജാക്കന്മാരോടുള്ള പണ്ഡിറ്റ് നെഹ്റുവിന്റെ പുതിയ നയം, തിരുവിതാംകൂർ ദേശീയ പ്രശ്നങ്ങൾ, കമ്യൂണിസ്റ്റ് പാർട്ടി സാഹിത്യകൃതികളുടെ വിവരങ്ങൾ എന്നിങ്ങനെ അന്തർദേശീയവും ദേശീയവും പ്രാദേശികവുമായ വാർത്തകളും വിശകലനങ്ങളും ആദ്യലക്കത്തിൽ ഉൾപ്പെടുത്തിയിരുന്നു. ജനജീവിതത്തെ സ്പർശിക്കുന്ന വാർത്തകൾക്കു പുറമെ 'പൂർണസ്വാതന്ത്ര്യ വാരം' ആചരിക്കുന്നതിൽ സഹകരിക്കാൻ നാട്ടുകാരോടുള്ള പി കൃഷ്ണപിള്ളയുടെ അഭ്യർഥനയും ആദ്യലക്കത്തിൽ സ്ഥാനംപിടിച്ചു.

പൊതുപത്രമായി മാറുന്നു

ദിനപത്രമായപ്പോൾ *ദേശാഭിമാനി*യുടെ വീക്ഷണത്തിൽ മാറ്റം വന്നു. പാർട്ടിക്കാരല്ലാത്ത വായനക്കാർക്കും താൽപ്പര്യമുള്ള വാർത്തകൾ പത്രത്തിൽ നിന്നു ലഭിക്കണമെന്ന നയം *ദേശാ*

ഭിമാനി സ്വീകരിച്ചു. ദിനപത്രം എന്തായിരിക്കണമെന്ന കാഴ്ചപ്പാട് ഇ എം എസ് തന്നെയാണ് വ്യക്തമാക്കിയത്:

പാർട്ടിക്കും ബന്ധുക്കൾക്കും നേരിടേണ്ടിവരുന്ന താത്വികവും രാഷ്ട്രീയവുമായ പ്രശ്നങ്ങൾ കൈകാര്യം ചെയ്യാതെ ഒരു പാർട്ടി പത്രത്തിന്-ദിനപത്രമായാലും വാരികയായാലും മാസികയായാലും-അതിന്റെ കടമ നിറവേറ്റാൻ കഴിയില്ല. എന്നാൽ, ദിനപത്രത്തിന്റെ മൗലികമായ ജോലി ഇതല്ല. അതിന്റെ വായനക്കാർ പാർട്ടിയുടെയും മറ്റു രാഷ്ട്രീയ പാർട്ടികളുടെയും വൃത്തത്തേക്കാൾ എത്രയോ വിശാലമായ ബഹുജനങ്ങളാണ്. സാധാരണ ദിനപത്രങ്ങളിലെന്ന പോലെ പാർട്ടി പത്രത്തിലും വായനക്കാർ പ്രതീക്ഷിക്കുന്നത് വാർത്തകളാണ്. മറ്റൊരു പത്രവും വായിക്കാതെ പാർട്ടിയുടെ ദിനപത്രം മാത്രം വായിക്കുന്ന ഒരു സാധാരണ വായനക്കാരന് ദൈനംദിനം നടക്കുന്ന സംഭവങ്ങളെക്കുറിച്ച് പൊതുവെ വിവരം കിട്ടാൻ വേണ്ട എല്ലാത്തരം വാർത്തകളും പാർട്ടി ദിനപത്രം കൊടുക്കണം. പാർട്ടിയുടെ ആശയപരവും രാഷ്ട്രീയപരവുമായ നിലപാടുകൾ വിശദീകരിക്കുന്നതിനുതന്നെ ഇതാവശ്യമാണ്. ഫീച്ചർ, കളികളും കായിക മത്സരങ്ങളും, സിനിമ, കമ്പോളനിരക്ക്, പുസ്തകാഭിപ്രായങ്ങൾ, ശാസ്ത്രരംഗം മുതലായവ ഏതു പത്രത്തിനും ഒഴിച്ചുകൂടാനാവാത്തതാണ്. വർഗശത്രുക്കൾ നടത്തുന്ന ഏതു ദിനപത്രവും പോലെ പാർട്ടിയുടേതും ഭിന്നരുചിക്കാർക്ക് ഇഷ്ടപ്പെടുകയും പ്രയോജനകരമാവുകയും വേണം.[3]

വാരികയും ദിനപത്രവും തമ്മിലെ വ്യത്യാസം എന്തായിരിക്കണമെന്ന് പറഞ്ഞശേഷം *ദേശാഭിമാനി* പ്രവർത്തകരെ ഇ എം എസ് ചില കാര്യങ്ങൾ ഓർമിപ്പിക്കുന്നു:

മറ്റു ദിനപത്രങ്ങളെ അനുകരിക്കുക മാത്രം ചെയ്യുന്ന ഒരു പത്രത്തിന് പാർട്ടിയുടെ ജിഹ്വയാകാൻ കഴിയില്ല. ഭരണവർഗങ്ങളുടെ താൽപ്പര്യങ്ങൾ സംരക്ഷിക്കുന്നതിനാണ് മറ്റു പത്രങ്ങൾ നടത്തുന്നത്. വാർത്തകളിലായാലും ഫീച്ചറുകളിലായാലും മുഖപ്രസംഗങ്ങളിലായാലും ഭരണവർഗ താൽപ്പര്യം സംരക്ഷിക്കുക, തൊഴിലാളിവർഗത്തിന്റെയും മറ്റധ്വാനിക്കുന്ന ബഹുജനങ്ങളുടെയും താൽപ്പര്യങ്ങൾ സംരക്ഷിക്കുന്നതിനെ തടയുക, അതിന്റെ ഭാഗമായി തൊഴിലാളിവർഗ പാർട്ടിയെ കരിതേച്ചുകാണിക്കുന്നതിന് അർധസത്യങ്ങളും അസത്യങ്ങളും വ്യാപകമായി പ്രചരിപ്പിക്കുക, തൊഴിലാളിവർഗ പാർട്ടിയുടെയും പ്രസ്ഥാനത്തിന്റെയും നേട്ടങ്ങൾ കുറിക്കുന്ന വാർത്തകൾപോലും മൂടിവെക്കുക-ഇതെല്ലാമാണ് ആ പത്രങ്ങൾ ചെയ്യുന്നത്. ഇതു സമർഥമായി ചെയ്യാൻ വേണ്ട പല സൂത്രപ്പണികളും അവർ നടത്തും. അതാണ് അവരുടെ പത്രപ്രവർത്തനകല.

ഇതിനെ നേരിടണമെങ്കിൽ തൊഴിലാളിവർഗ പാർട്ടിക്കും അവരുടേതായ ഒരു പത്രപ്രവർത്തനകല രൂപപ്പെടുത്തേണ്ടിയിരിക്കുന്നു. പത്രപംക്തികളിൽ കൊടുക്കേണ്ട വാർത്തകൾ തെരഞ്ഞെടുക്കുന്നതിൽ പോലും തൊഴിലാളിവർഗ വീക്ഷണം പാർട്ടി പത്രത്തിന്റെ പ്രവർത്തകർക്കുണ്ടായിരിക്കണം. റോയിട്ടർ, പിടിഐ, യുഎൻഐ തുടങ്ങിയ വാർത്താ ഏജൻസികൾ ശത്രുവർഗത്തിന്റെ താൽപ്പര്യം സംരക്ഷിക്കാൻ സത്യം പൂഴ്ത്തിവെക്കുക, അസത്യം പ്രചരിപ്പിക്കുക, അർധസത്യങ്ങൾ മെനഞ്ഞെടുക്കുക എന്നിവയെല്ലാം ചെയ്യുന്നുണ്ടെന്ന യാഥാർഥ്യം തൊഴിലാളിവർഗത്തിന്റെ പത്രപ്രവർത്തകർ മനസ്സിലാക്കണം. ഈ ഏജൻസികളുടെ 'നിഷ്പക്ഷത'യെ സംബന്ധിച്ച അന്ധവിശ്വാസത്തിന് അവർ ഒരിക്കലും അടിപ്പെട്ടുകൂട.

ഏജൻസികൾ അടിച്ചുവിടുന്ന വാർത്തകളിൽ തന്നെ തള്ളേണ്ടവ തള്ളുക, പരത്തിപ്പറഞ്ഞവ ചുരുക്കുക, ചുരുക്കിപ്പറഞ്ഞതിന് ആവശ്യമായ വിശദീകരണം നൽകുക-ഇതെല്ലാം ചെയ്ത് അധ്വാനിക്കുന്ന ജനവിഭാഗങ്ങളുടെ ബോധനിലവാരം ഉയർത്താൻ തൊഴിലാളിവർഗ പത്രപ്രവർത്തകർ പ്രത്യേകം ശ്രദ്ധിക്കണം. ഭരണവർഗങ്ങളുടെ ജിഹ്വയായി പ്രവർത്തിക്കുന്ന പത്രങ്ങളും തൊഴിലാളിവർഗത്തിന്റെ മുഖപത്രവും തമ്മിലെ വ്യത്യാസം വായനക്കാരായ ബഹുജനങ്ങളാകെ മനസ്സിലാക്കണം. ബൂർഷ്വാ മാധ്യമങ്ങളും വാർത്താ ഏജൻസികളും പ്രചരിപ്പിക്കുന്ന അസത്യങ്ങൾ തുറന്നുകാട്ടി സത്യം പുറത്തുകൊണ്ടുവരാൻ തൊഴിലാളിവർഗ പ്രചരണ മാധ്യമങ്ങൾക്കുള്ള കടമ ജനങ്ങളാകെ മനസ്സിലാക്കണം. ഇല്ലെങ്കിൽ തൊഴിലാളിവർഗ താൽപ്പര്യം സംരക്ഷിക്കുകയെന്ന സദുദ്ദേശത്തോടെ പ്രവർത്തിക്കുന്ന പത്രപ്രവർത്തകരും ബഹുജനങ്ങളും തമ്മിൽ നികത്താനാവാത്ത വിടവുണ്ടാകും.[4]

ദേശാഭിമാനി ദിനപത്രമായി മാറിയപ്പോൾത്തന്നെ ഈ നയം ഇ എം എസ് നടപ്പാക്കിയി

രുന്നു. *ദേശാഭിമാനി* പ്രവർത്തകർക്കു മുമ്പിൽ ഇ എം എസ് അവതരിപ്പിച്ച മാർഗരേഖ ഇന്നും പ്രസക്തമാണ്. വാർത്താ ഏജൻസികൾ നൽകുന്ന വിവരങ്ങൾ അൽപ്പം ഉപ്പും ചേർത്തേ വിഴുങ്ങാവൂ എന്നാണ് അദ്ദേഹം ഉപദേശിച്ചത്. ഭിന്നരുചിക്കാർക്ക് ഇഷ്ടപ്പെടുകയും പ്രയോജനപ്പെടുകയും ചെയ്യുന്ന എല്ലാവാർത്തകളും പ്രസിദ്ധീകരിക്കുന്ന നിലയിലേക്ക് *ദേശാഭിമാനി* വളർന്നത് ക്രമേണയാണെന്ന് പത്രത്തിന്റെ ഉള്ളടക്കം പരിശോധിച്ചാൽ മനസ്സിലാകും. പൊതുപത്രമായി *ദേശാഭിമാനി*യെ മാറ്റുന്നതിന് ഒരു വിദ്യാഭ്യാസ പ്രക്രിയ പാർട്ടിക്കകത്ത് ഇ എം എസ് ഏറ്റെടുത്ത് നടത്തിയിട്ടുണ്ട്. രാഷ്ട്രീയ എതിരാളികളുടെ പ്രസ്താവനകളോ ചിത്രങ്ങളോ *ദേശാഭിമാനി* കൊടുക്കുന്നത് ആദ്യകാലത്ത് കമ്യൂണിസ്റ്റ് പാർട്ടിയുടെ നേതാക്കൾക്കും പ്രവർത്തകർക്കും അത്ര രുചിച്ചിരുന്നില്ല. പൊതുപത്രമായാലേ പാർട്ടിയുടെ കാഴ്ചപ്പാട് ഫലപ്രദമായി വായനക്കാരിൽ എത്തിക്കാൻ കഴിയൂ എന്ന ബോധത്തിലേക്ക് പാർട്ടിയെയാകെ കൊണ്ടുവരാൻ ഏറ്റവും വലിയ പങ്കുവഹിച്ചത് ഇ എം എസ് തന്നെയാണ്. കമ്യൂണിസ്റ്റ് വിരുദ്ധ പത്രങ്ങളെ അമ്പരപ്പിക്കുന്ന മാറ്റമാണ് ഈ നയം *ദേശാഭിമാനി*യിലുണ്ടാക്കിയത്. 1946-ൽ ദിനപത്രമായപ്പോഴും പത്രാധിപസമിതി ചെയർമാൻ ഇ എം എസ് തന്നെയായിരുന്നു. മാനേജിങ് എഡിറ്റർ പി നാരായണൻ നായർ, പത്രാധിപർ എം എസ് ദേവദാസ് എന്നിവരും പഴയ പത്രാധിപസമിതിയിലെ ഭൂരിഭാഗം പേരും തുടർന്നു. സാമ്രാജ്യവിരുദ്ധ പോരാട്ടത്തിന്റെ വാർത്തകൾ കൊടുത്തുകൊണ്ട് ബ്രിട്ടീഷ് അധികാരികളെ *ദേശാഭിമാനി* വിറളിപിടിപ്പിച്ചുകൊണ്ടിരുന്നു. നടപടി പേടിച്ചിരിക്കേണ്ട കാര്യമില്ല. നടപടിയുണ്ടാകുമ്പോൾ അന്നത്തെ സാഹചര്യമനുസരിച്ച് നേരിടാം എന്ന ധാരണയിൽ പത്രം മുന്നോട്ടുപോയി.

മാരാമൺ കൺവൻഷന് ഒരു പേജ്

വാരികയായിരിക്കുമ്പോൾ തന്നെ *ദേശാഭിമാനി* മാറ്റത്തിനു തുടക്കം കുറിച്ചിരുന്നുവെന്ന് പറയാം. 1945 ഏപ്രിൽ 8-ന് പുറത്തിറങ്ങിയ *ദേശാഭിമാനി*യുടെ ഒരു മുഴുവൻ പേജാണ് മാർത്തോമാ സഭയുടെ വാർഷിക ആധ്യാത്മിക സമ്മേളനമായ മാരാമൺ കൺവൻഷനുവേണ്ടി നീക്കിവെച്ചത്. കൺവൻഷനിൽ വിശ്വാസികളുടെ വലിയ പ്രാതിനിധ്യം വ്യക്തമാക്കുന്ന മൂന്നു ചിത്രങ്ങളോടൊപ്പം മാർത്തോമാ സഭയുടെ അധ്യക്ഷനായ വലിയ മെത്രാപ്പൊലീത്ത തിരുമേനിയുടെ ചിത്രവും *ദേശാഭിമാനി* പ്രസിദ്ധീകരിച്ചു.

*ദേശാഭിമാനി*യുടെ ഫോട്ടോഗ്രാഫറായ ജേക്കബ് ഫിലിപ്പിന്റെ പേരുവെച്ച് വന്ന വാർത്തയുടെ തുടക്കം ഇതായിരുന്നു:

> വടക്കെ മലബാറിൽ ജഗന്നാഥ ക്ഷേത്രത്തിലെ ഉത്സവം പോലെയോ കൊച്ചിയിൽ തൃശൂർ പൂരം പോലെയോ മാർത്തോമാ ക്രിസ്ത്യാനികൾ കൊല്ലംതോറും പതിനായിരക്കണക്കിന് വന്നുചേരുന്ന ഒരു ആഘോഷമാണ് തിരുവിതാംകൂറിലെ മാരാമൺ കൺവൻഷൻ. ഇക്കൊല്ലം കൺവൻഷന്റെ സുവർണജൂബിലിയായിരുന്നു. മധ്യതിരുവിതാംകൂറിൽ കിഴക്ക് കോഴഞ്ചേരി എന്ന സ്ഥലത്തിനടുത്താണ് മാരാമൺ. അറ്റം കാണാതെ നിരനിരയായുയർന്നുപോയി സഹ്യപർവത പംക്തിയിൽ ചെന്നുലയിക്കുന്ന പച്ചപിടിച്ച കുന്നുകളുടെ പശ്ചാത്തലത്തിൽ, പമ്പാനദിയുടെ അതിവിശാലമായ മണൽത്തിട്ടിലാണ് കൊല്ലംതോറും കൺവൻഷൻ കൂടുക. ഞാനിതിലും എത്രയോ വലിയ ജനക്കൂട്ടങ്ങൾ കണ്ടിട്ടുണ്ട്. എങ്കിലും മതപരമായ ഒരു കൺവൻഷനിൽ പങ്കെടുക്കുകയെന്ന ഒരൊറ്റ ഉദ്ദേശ്യത്തിന് ഇത്രയധികം ആളുകൾ കൂടുന്നത് മറ്റൊരിടത്തും ഇല്ലാത്തതായിരിക്കും. ആധ്യാത്മികമായ ഒരു അന്തരീക്ഷം സൃഷ്ടിക്കുവാൻ കൺവൻഷൻ ഭാരവാഹികളും അതുനിലനിർത്താൻ ജനങ്ങളും ബദ്ധശ്രദ്ധരായിരുന്നു. നിത്യേന രാവിലെയും വൈകുന്നേരവും പ്രാർഥനകൾ; ഉച്ചയ്ക്കും രാത്രിയും പ്രസിദ്ധന്മാരായ വൈദികരുടെ മതപ്രസംഗങ്ങൾ. കൺവൻഷനിൽ എല്ലാ പ്രായക്കാർക്കും എല്ലാ തരക്കാർക്കും താൽപ്പര്യമുള്ള കാര്യങ്ങളുണ്ട്. വൃദ്ധന്മാർക്കും മതഭക്തന്മാർക്കും പ്രാർഥനകളും ബൈബിളിലെ വേദവാക്യങ്ങളും വിശദീകരിക്കുന്ന പ്രസംഗങ്ങളും. കുട്ടികൾക്ക് ഒരു പ്രത്യേക വിഭാഗം തന്നെയുണ്ട്.[5]

വളരെ വിശദമായ റിപ്പോർട്ടാണ് പ്രത്യേക പേജിൽ കൊടുത്തിട്ടുള്ളത്. എഴുപത്തിയെ

ട്ട് വർഷം മുമ്പ് പാർട്ടി മുഖപത്രം ഈ രീതിയിൽ റിപ്പോർട്ട് കൊടുത്തിരുന്നു എന്നത് ആരെയും അൽപ്പം അതിശയിപ്പിക്കും. രണ്ടു കാര്യങ്ങളാണ് ഈ റിപ്പോർട്ടിൽ കാണാൻ കഴിയുന്നത്. ഒന്ന്: മതവിശ്വാസവും വിശ്വാസികളുടെ ആചാരങ്ങളും സംരക്ഷിക്കപ്പെടണമെന്ന കമ്മ്യൂണിസ്റ്റ് പാർട്ടി കാഴ്ചപ്പാട്. രണ്ട്: വിശ്വാസികൾകൂടി ഉൾക്കൊള്ളുന്ന ബഹുജന പ്രസ്ഥാനത്തിനേ സമൂഹത്തിൽ മാറ്റങ്ങൾ സൃഷ്ടിക്കാൻ കഴിയൂ എന്ന രാഷ്ട്രീയ ധാരണ. കമ്യൂണിസ്റ്റുകാർ മതവിശ്വാസത്തിനെതിരാണെന്ന പ്രചാരണത്തിന്റെ മുനയൊടിക്കണമെന്ന ലക്ഷ്യവും ഈ റിപ്പോർട്ടിനു പിന്നിലുണ്ടാകാം. ഏതായാലും പത്രാധിപസമിതി, അന്നത്തെ പാർട്ടി നേതൃത്വവുമായി ആലോചിക്കാതെ മാരാമൺ കൺവൻഷന് ഇത്രയും പ്രാധാന്യം നൽകാനിടയില്ല. വാർത്തയുടെ സ്വരത്തിൽ വിശ്വാസികളോടുള്ള ഒരു കരുതൽ അനുഭവപ്പെടുന്നുമുണ്ട്. പത്രം കൂടുതൽ വായനക്കാരിലേക്ക് എത്തണമെങ്കിൽ അവരുടെ ജീവിതവുമായി ബന്ധപ്പെടുന്ന എല്ലാ കാര്യങ്ങളും പ്രസിദ്ധീകരിക്കണം. അതിൽ മതവിശ്വാസം ഒഴിച്ചുനിർത്താനാവില്ല എന്ന തിരിച്ചറിവ് മാരാമൺ സ്പെഷൽ പേജിൽ കാണാവുന്നതാണ്. ഇതേ റിപ്പോർട്ടിൽ ഫോട്ടോഗ്രാഫറായ ലേഖകന്റെ രസകരമായ ഒരനുഭവം രേഖപ്പെടുത്തിയിട്ടുണ്ട്.

മാരാമൺ കൺവൻഷൻ പ്രത്യേക പേജ് - 1945

> ക്യാമറയോടുകൂടി വന്നിട്ടുള്ള ഞാൻ വളരെ വേഗത്തിൽ ആളുകളുടെ കണ്ണിൽപെട്ടു. ഞാൻ ഒരു കമ്യൂണിസ്റ്റ് കൂടിയാണെന്നറിഞ്ഞപ്പോൾ ആളുകളുടെ താൽപ്പര്യം വർധിച്ചു. പലരും എന്നോട് കമ്യൂണിസ്റ്റ് പുസ്തകങ്ങളുണ്ടോ എന്നു തിരക്കി. ചുരുങ്ങിയതൊരു ആയിരം ഉറുപ്പികക്കെങ്കിലും അവിടെ പുസ്തകങ്ങൾ വിൽക്കാൻ സാധിക്കുമെന്ന് എനിക്കുതോന്നി.

ശബരിമലയിൽ *ദേശാഭിമാനി*

ഏഴുപതിറ്റാണ്ടുമുമ്പ് മാരാമൺ കൺവഷൻ ഇത്രയും ഗംഭീരമായി റിപ്പോർട്ട് ചെയ്ത *ദേശാഭിമാനി* ആ പാരമ്പര്യം അതേനിലയിൽ തുടർന്നുവെന്നു പറഞ്ഞുകൂട. മതാചാരവുമായി ബന്ധപ്പെട്ട വാർത്തകൾക്ക് കമ്യൂണിസ്റ്റ് പത്രത്തിൽ ഒരു നിയന്ത്രണം വേണ്ടേ എന്ന ചിന്ത പത്രത്തിന്റെ സംഘാടകരെ പിടികൂടിയിരുന്നതായി തോന്നുന്നുണ്ട്. എന്നാൽ, എൺപതുകൾ ആയപ്പോഴേക്ക് വിശ്വാസവുമായി ബന്ധപ്പെട്ട വാർത്തകൾക്കും നല്ല പ്രാധാന്യം നൽകാൻ തുടങ്ങി. *ദേശാഭിമാനി*യുടെ മുൻ ജനറൽ എഡിറ്റർ കെ മോഹനന്റെ വാക്കുകൾ: "ശബരിമല തീർഥാടനം, ആറ്റുകാൽ പൊങ്കാല മുതലായ മതപരവും ആത്മീയവുമായ പരിപാടികൾ *ദേശാഭിമാനി* ശ്രദ്ധിക്കാറില്ലായിരുന്നു. മനഃപൂർവം തന്നെ. കാരണം കമ്യൂണിസ്റ്റുകാർ ഭൗതികവാദികളാണല്ലോ. ശബരിമലയിലും ആറ്റുകാൽ പൊങ്കാലയ്ക്കും എത്തുന്ന ലക്ഷക്കണക്കിനാളുകളിൽ വലിയ പങ്ക് ഇടതുപക്ഷക്കാരോ ഇടതുപക്ഷത്തിന് വോട്ടുചെയ്യുന്നവരോ ആണ്. അവർക്ക് താൽപ്പര്യമുള്ള വാർത്തകൾ കൊടുക്കാതെ എങ്ങനെയാണ് പൊതുപത്രമാവുക? ഇക്കാര്യം ഇ എം എസുമായി പലതവണ ചർച്ച ചെയ്തിരുന്നു. 1989 ജനുവരിയിൽ തിരുവനന്തപുരം എഡിഷൻ തുടങ്ങിയപ്പോൾ ആറ്റുകാൽ പൊങ്കാലയ്ക്ക് *ദേശാഭിമാനി* സ്റ്റാൾ സ്ഥാപിച്ചു. ഭക്തജനങ്ങൾക്ക് ഇ എം എസിന്റെ ചിത്രമുള്ള കൊച്ചു കലണ്ടറും വിശറിയും കൊടുത്തു. ജനങ്ങൾക്ക് സന്തോഷമായി. ശബരിമല തീർഥാടകർക്കുവേണ്ടി പമ്പയിലും സ്റ്റാൾ ഇട്ടു. *ദേശാഭിമാനി*ക്ക് സ്റ്റാൾ വയ്ക്കാൻ

സ്ഥലം അനുവദിക്കാൻ ആദ്യഘട്ടത്തിൽ ദേവസ്വം ബോർഡ് തയാറായിരുന്നില്ല. ഹൈക്കോടതിയിൽ പോയാണ് അനുമതി സമ്പാദിച്ചത്."[6]

കമ്യൂണിസ്റ്റ് പാർട്ടിയുടെ പത്രങ്ങൾ മതവിശ്വാസം എങ്ങനെയാണ് കൈകാര്യം ചെയ്യേണ്ടതെന്ന് ഇ എം എസ് വ്യക്തമാക്കിയിട്ടുണ്ട്:

> കമ്യൂണിസ്റ്റുകാർ ഭൗതികവാദികളാണെന്നതു ശരിയാണ്. ആശയവാദത്തിനെതിരെ താത്വിക തലത്തിൽ സമരം നടത്താൻ അവർക്ക് ബാധ്യതയുണ്ടുതാനും. എന്നാൽ ജനങ്ങളിൽ ഭൂരിപക്ഷം മതവിശ്വാസികളാണ്. അവരുടെ മതവിശ്വാസം നിലനിർത്തിക്കൊണ്ട് മതനിരപേക്ഷ രാഷ്ട്രീയത്തിന്റെ അടിസ്ഥാനത്തിൽ ലക്ഷക്കണക്കിനാളുകൾ കമ്യൂണിസ്റ്റുകാരുടെ നേതൃത്വം അംഗീകരിക്കുന്നു. കമ്യൂണിസ്റ്റ് പത്രങ്ങൾ മതവിശ്വാസികളുടെ വീക്ഷണം മനസ്സിലാക്കി ദൈനംദിന വർഗസമരത്തിൽ അവരെ അണിനിരത്താൻ ശ്രമിക്കുകയാണ്. അതിന് ജനങ്ങളിൽ ഭൂരിപക്ഷത്തിനുള്ള മതവിശ്വാസം യാഥാർഥ്യമായി അംഗീകരിക്കണം. അതനുസരിച്ചുള്ള ആചാരാനുഷ്ഠാനങ്ങൾ വർഗസമരത്തിൽ പങ്കാളികളാകുന്ന തൊഴിലാളിവർഗത്തിന്റെ ദൈനംദിന ജീവിതത്തിന്റെ അഭേദ്യഭാഗമാണെന്നു കാണണം.[7]

മാരാമൺ കൺവൻഷൻ, ശബരിമല തീർഥാടനം, ആറ്റുകാൽ പൊങ്കാല തുടങ്ങിയ ആത്മീയ പരിപാടികൾക്ക് *ദേശാഭിമാനി* സ്ഥലം നീക്കിവെക്കുന്നതിന്റെ ആശയാടിസ്ഥാനമാണ് ഇ എം എസ് വ്യക്തമാക്കിയത്.

പബ്ലിക് ലിമിറ്റഡ് കമ്പനി

ഇളംമഞ്ഞ നിറത്തിലുള്ള പരുക്കൻ കടലാസിലാണ് 1942-ൽ തുടങ്ങിയ *ദേശാഭിമാനി വാരിക* അച്ചടിച്ചിരുന്നത്. 1945 ആകുമ്പോഴേക്കും പത്രം വെള്ളക്കടലാസിൽ അച്ചടിക്കാൻ തുടങ്ങി. കല്ലായി റോഡിൽ കോട്ടക്കൽ ആര്യവൈദ്യശാലയ്ക്കു വടക്കുവശമായിരുന്നു 1942-ൽ ഓഫീസും പ്രസ്സും സ്ഥാപിച്ചതെന്ന് നേരത്തെ പറഞ്ഞിട്ടുണ്ട്. എന്നാൽ, 1945 ആകുമ്പോഴേക്കും കെട്ടിടം മാറി. പത്രത്തിന്റെ മാനേജിങ് എഡിറ്ററായിരുന്ന പി നാരായണൻ നായർ അക്കാര്യം ഓർത്തെടുക്കുന്നു:

പി കെ ബാലകൃഷ്ണൻ

> കല്ലായി റോഡിൽ തന്നെ വള്ളോടി ബ്രദേഴ്സിന്റെ സാമാന്യം വലിയൊരു കെട്ടിടം വാടകക്കെടുത്ത് സ്വന്തം പ്രസ് സ്ഥാപിച്ച് *ദേശാഭിമാനി വാരിക* വെള്ളക്കടലാസിൽ പ്രസിദ്ധപ്പെടുത്താൻ തുടങ്ങിയത് 1945-ലാണ്. വാരികയെ ദിനപത്രമായി ഉയർത്താനുള്ള പരിശ്രമങ്ങൾ ഞങ്ങൾ ആരംഭിച്ചു. ഓഹരിക്ക് അഞ്ചുറുപ്പികയായി രണ്ടുലക്ഷം ഉറുപ്പിക പ്രവർത്തനമൂലധനമായും അഞ്ചുലക്ഷം ഉറുപ്പിക അധികൃതമൂലധനമായും ഒരു പബ്ലിക് ലിമിറ്റഡ് കമ്പനി ഞങ്ങൾ റജിസ്റ്റർ ചെയ്തു. ആദ്യം മുതൽക്കേ ഒരു സജീവ പാർട്ടി പ്രവർത്തകനും ബിസിനസ് കാര്യങ്ങളിൽ പരിചയസമ്പന്നനുമായ പി കെ ബാലന്റെ (പി കെ ബാലകൃഷ്ണൻ) മുൻകൈ ഇതിന് വളരെ സഹായകരമായി. മലബാറിൽ നാനാഭാഗങ്ങളിലും വിപുലമായ കലാപരിപാടികളോടുകൂടി *ദേശാഭിമാനി* മേളകൾ സംഘടിപ്പിക്കപ്പെട്ടു. ചുരുങ്ങിയ കാലത്തിനുള്ളിൽ ഒന്നേകാൽ ലക്ഷം ഉറുപ്പികയോളം പിരിഞ്ഞുകിട്ടി എന്നാണെന്റെ ഓർമ്മ.[8]

ദേശാഭിമാനി പബ്ലിക് ലിമിറ്റഡ് കമ്പനിയിലേക്ക് ഓഹരിമൂലധനം സ്വരൂപിക്കുന്നതിന് കമ്യൂണിസ്റ്റ് പാർട്ടി സെക്രട്ടറി പി കൃഷ്ണപിള്ള *ദേശാഭിമാനി*യിലൂടെ ഒരു അഭ്യർഥന പാർട്ടി അംഗങ്ങളോടും അനുഭാവികളോടും നടത്തിയിരുന്നു. അഭ്യർഥന:

> ഇന്നത്തെ *ദേശാഭിമാനി* പ്രസ്സും ഉപകരണങ്ങളും പ്രസിദ്ധീകരണശാലയുമെല്ലാം അവയുടെ ഇന്നത്തെ ഉടമസ്ഥന്മാരായ കമ്യൂണിസ്റ്റ് പാർട്ടിയിൽ നിന്നേറ്റെടുത്ത് കൂടുതൽ നന്നായി നടത്താനും അതിനുവേണ്ടി റോട്ടറി പ്രസ്സും കെട്ടിടങ്ങളും മറ്റും വാങ്ങാനുമായി 1913-ലെ കമ്പനി നിയമമനുസരിച്ച് ഒരു കമ്പനി റജിസ്റ്റർ ചെയ്തിരിക്കുന്നു. അഞ്ചുലക്ഷം രൂപയുടെ മൂലധനത്തോടുകൂടിയാണ് കമ്പനി രജിസ്ട്രാക്കിയിട്ടുള്ളത്. ഇതിൽ ഒരു ലക്ഷം ഉറുപ്പികക്ക് ഷെയറിന് 100 ക.

വിലയുള്ളതും നാലുശതമാനം പലിശയുള്ളതുമായ ആയിരം പ്രത്യേക ഷെയറുകളും നാലുലക്ഷം ഉറുപ്പികക്ക് ഷെയറിന് അഞ്ചു ക. പ്രകാരം 80,000 സാധാരണ ഷെയറുകളുമായി വിഭജിച്ചിരിക്കയാണ്. കമ്പനിയുടെ അറ്റാദായത്തിൽ നിന്ന് പ്രത്യേക ഷെയറുകൾക്ക് നാലു ശതമാനപ്രകാരമുള്ളത് നീക്കി ബാക്കിയുള്ളതുകൊണ്ട് സാധാരണ ഷെയറുകൾക്ക് ഡിവിഡണ്ട് കൊടുക്കുമെന്നാണ് ഇതിന്റെ അർഥം. കമ്പനിക്ക് ഷെയറുകൾ പിരിക്കുന്നതിന് സ. എ കെ ജി അടുത്ത അവസരത്തിൽ മലബാർ മുഴുവൻ സഞ്ചരിക്കുന്നതായിരിക്കും. ഓരോ പാർട്ടി ബ്രാഞ്ചും പാർട്ടി മെമ്പറും *ദേശാഭിമാനി*യുടെ ഓരോ ബന്ധുവും സ്വയം ഷെയറെടുത്തും മറ്റുള്ളവരെക്കൊണ്ട് ഷെയറെടുപ്പിച്ചും കമ്പനിയെ സഹായിക്കാനഭ്യർഥിക്കുന്നു. ഇതിന്റെ വിജയത്തെ ആശ്രയിച്ചാണ് റോട്ടറിയും കൂടുതൽ കടലാസും മറ്റുപകരണങ്ങളും വാങ്ങി പ്രസ്സും പ്രസിദ്ധീകരണശാലയും പത്രവും അഭിവൃദ്ധിപ്പെടുത്താനുള്ള സാധ്യതയുണ്ടാവുകയെന്ന് ഓരോ ആളും ഓർമിക്കേണ്ടതാണ്- പി കൃഷ്ണപിള്ള.[9]

നിയമപരമായി തന്നെ കമ്യൂണിസ്റ്റ് പാർട്ടിയുടെ ഉടമസ്ഥതയിലായിരുന്നു *ദേശാഭിമാനി* തുടങ്ങിയത്. പബ്ലിക് ലിമിറ്റഡ് കമ്പനി രൂപീകരിച്ച് ഓഹരി പിരിക്കുമ്പോൾ ഈ സ്വത്തുക്കൾ കമ്പനിക്ക് കൈമാറണം. അതിന് 75,000 രൂപ വില കണക്കാക്കിയിരുന്നു. ആ വില ദേശാഭിമാനി കമ്പനി പാർട്ടിക്കു നൽകണം. കമ്പനി വരുമ്പോൾ നിയമപരമായി തന്നെ സ്വത്തുക്കൾ ഓഹരി ഉടമകളായ പൊതുജനങ്ങളുടേതായിത്തീരും. ജനങ്ങളുടെ പത്രം ഒന്നുകൂടി ജനകീയമാകുമെന്നർഥം. ഓഹരിയിലൂടെ പണം സമാഹരിക്കുന്നതിന്റെ ഭാഗമായി പാർട്ടിയുടെ താത്വിക-രാഷ്ട്രീയ പ്രസിദ്ധീകരണമായ *കമ്യൂണിസ്റ്റ്* ആഴ്ചപ്പതിപ്പിലും പി കൃഷ്ണപിള്ള അറിയിപ്പ് നൽകിയിരുന്നു. 1947 ഒക്ടോബർ 26-ന് *കമ്യൂണിസ്റ്റിൽ* നൽകിയ അറിയിപ്പ്:

ദേശാഭിമാനി പബ്ലിഷിങ് ഡിപ്പാർട്ട്മെന്റ് വേർതിരിക്കാനും കമ്പനിയായി റജിസ്റ്റർ ചെയ്ത് അഞ്ചുലക്ഷം ഉറുപ്പിക സാധാരണക്കാരിൽ നിന്ന് ഓഹരികളായി പിരിച്ചുണ്ടാക്കാനും ഞങ്ങൾ തീരുമാനിച്ചത് താഴെ കാണിക്കുന്ന സംഗതികൾ കൊണ്ടാണ്. 1. ഇന്നു *ദേശാഭിമാനി* ദിനപത്രത്തിന് മലബാറിൽ തന്നെ പ്രചാരണം വർധിച്ചുകൊണ്ടുവരിക കാരണം 10,000 കോപ്പികളോളം ദിവസത്തിൽ അച്ചടിച്ചിറക്കുക അസാധ്യമായിത്തീർന്നിരിക്കുന്നു. എ- തിരുവിതാംകൂറിൽ *ദേശാഭിമാനി*ക്കുള്ള നിരോധം നീക്കുമെന്നു കേൾക്കുന്നു. കൊച്ചിയിൽ നീക്കിയില്ലെങ്കിൽക്കൂടി തിരുവിതാംകൂറിനാവശ്യമുള്ളത്ര കോപ്പി കൊടുക്കണമെങ്കിൽ ചുരുങ്ങിയത് 15,000 കോപ്പി അടിക്കണം. മലബാറിലേക്ക് ആവശ്യമുള്ളതുതന്നെ ഇന്നു കൊടുക്കാൻ കഴിയുന്നില്ല. അതിനു രണ്ടു പതിപ്പുകളാക്കുകയും കൂടുതൽ കോപ്പികൾ അടിക്കാൻ ഉടൻ തന്നെ ഒരു 'ഡബിൾ ഫീഡർ' ഇല്ലാതെയും നിവൃത്തിയില്ല.

ബി- *കമ്യൂണിസ്റ്റ്* ആഴ്ചപ്പതിപ്പിന് ഇപ്പോൾ തന്നെ 7,000 കോപ്പിക്ക് ഓർഡർ ഉണ്ട്. ഇനിയും വർധിക്കാനാണ് ഇടയുള്ളത്. അതും ആഴ്ചതോറും അടിച്ചിറക്കേണ്ടതുണ്ട്. സി- സാഹിത്യങ്ങൾക്ക് പ്രചാരം വർധിച്ചുവരികയാണ്. അനവധി സാഹിത്യങ്ങൾ തയാറായത് കടലാസില്ലാത്തതുകൊണ്ടും പ്രസ്സിൽ സൗകര്യം പോരാത്തതുകൊണ്ടും പ്രസിദ്ധം ചെയ്യാതെ വെച്ചിരിക്കയാണ്. 2. ഇതെല്ലാം കൃത്യമായും തൃപ്തികരമായും നിർവഹിക്കണമെങ്കിൽ ഒരു റോട്ടറി മെഷിനും മറ്റു സാമഗ്രികളും അത്യാവശ്യമാണ്. റോട്ടറി മെഷിനു മാത്രം 70,000 ഉറുപ്പികയോളം വില വരുന്നുണ്ട്. ഇപ്പോൾ ഓർഡർ കൊടുത്താൽ മാത്രമേ ആറുമാസം കഴിഞ്ഞിട്ടെങ്കിലും മെഷിൻ കിട്ടുകയുള്ളു. 3. പുതിയ മെഷിനുകൾ വന്നാൽ ഇപ്പോൾ ഉള്ള കെട്ടിടം മതിയാവുന്നതല്ല. അതിനുതന്നെ വമ്പിച്ച കൂലി (245 ക.)യാണ് കൊടുത്തുവരുന്നത്. അതുകൊണ്ട് പുതിയ ഒരു കെട്ടിടത്തിന് വില നിശ്ചയിച്ച് മുൻകൂർ കൊടുത്തിട്ടുണ്ട്. ഇപ്പോൾ എടുത്ത സ്ഥലത്തിനും കെട്ടിടങ്ങൾക്കും 65,000 ഉറുപ്പിക വില നവംബർ 30-ാം തീയതിക്ക് മുമ്പായി കൊടുക്കണം. പോരാത്ത കെട്ടിടങ്ങൾ ഉണ്ടാക്കുകയും വേണം. എല്ലാംകൂടി ഒരു ലക്ഷം ഉറുപ്പിക കെട്ടിടത്തിനും സ്ഥലത്തിനും കൂടിയാകും. അപ്പോൾ റോട്ടറി മുതലായ മെഷിനറികൾക്കും ടൈപ്പിനും സ്ഥലത്തിനും കെട്ടിടങ്ങൾക്കും കൂടി രണ്ടു ലക്ഷം രൂപ ഉടനെ വേണം. അതോടുകൂടി പാർട്ടിക്കു കൊടുക്കേണ്ട 75,000 ഉറുപ്പികയും കൊടുത്തുതീർക്കണം.

മൂന്നു ലക്ഷം ഉറുപ്പിക ഉടനടി കിട്ടിയാൽ മാത്രമേ മേൽപ്പറഞ്ഞ കാര്യങ്ങൾ നിർവഹിക്കാൻ സാധിക്കുകയുള്ളു. അതുകൊണ്ട് ഓഹരികൾ പിരിച്ചയക്കാൻ ഒട്ടും താമസിച്ചുകൂട. നവംബർ

30-ാം തീയതിക്കകം സ്ഥലത്തിന്റെ വിലകൊടുത്തു തീർത്തിട്ടില്ലെങ്കിൽ സ്ഥലവും കൈവിട്ടുപോകും. മുൻകൂർ കടമായി വാങ്ങിച്ചുകൊടുത്ത 20,000 ഉറുപ്പികയും നഷ്ടമാകും. ഒരു ലക്ഷം ഉറുപ്പിക നവംബർ 30-ാം തീയതിക്കകവും ബാക്കി രണ്ടു ലക്ഷം ഉറുപ്പിക മാർച്ച് 30-ാം തീയതിക്കകവും കിട്ടിയില്ലെങ്കിൽ മേൽപ്പറഞ്ഞ യാതൊരു പ്ലാനും നടപ്പിൽ വരുത്താൻ സാധ്യമല്ല. *ദേശാഭിമാനി* യുടെ എണ്ണം വർധിപ്പിക്കാനോ പേജ് വർധിപ്പിക്കാനോ ഒന്നും സാധ്യമല്ല. കൊച്ചി-തിരുവിതാംകൂറിലേക്ക് പത്രം അയക്കാനേ സാധ്യമാവുകയില്ല. ഇതെല്ലാം ആലോചിച്ച് ഓഹരികൾ പിരിപ്പിക്കാൻ സഖാക്കൾ ജാഗ്രതയായി പരിശ്രമിക്കേണ്ടിയിരിക്കുന്നു. ഓഹരികൾ പിരിപ്പിക്കുന്നത് സഖാക്കളിൽനിന്നും അനുഭാവികളിൽനിന്നും ആവാൻ പ്രത്യേകം ശ്രദ്ധിക്കുകയും വേണം. ഒരു ഷെയറിനും അതിലധികം എത്ര ഷെയർ എടുക്കുന്ന ഓഹരിക്കാരനും ഒരു വോട്ട് മാത്രമേയുള്ളൂ. എങ്കിലും പാർട്ടി വിരോധികളും കുത്തിത്തിരിപ്പുകാരും ഓഹരിക്കാരായി വരാതിരിക്കാൻ പ്രത്യേകം സൂക്ഷിക്കുന്നത് ആവശ്യമാണ്- പി കൃഷ്ണപിള്ള. [10]

കൃഷ്ണപിള്ളയുടെ അറിയിപ്പിൽ പറഞ്ഞതുപോലെ എ കെ ജി മലബാറിലുടനീളം *ദേശാഭിമാനി*ക്ക് ഓഹരിയും സംഭാവനയും പിരിക്കാൻ പര്യടനം നടത്തി. കമ്യൂണിസ്റ്റ് പാർട്ടി പ്രതീക്ഷിച്ചതിലും വലിയ വിജയമായി ഫണ്ട് ശേഖരണം മാറി. നേരത്തെ നിശ്ചയിച്ചതുപോലെ ബാക്കി പണം കൊടുത്ത് കോൺവെന്റ് റോഡിൽ സ്ഥലവും കെട്ടിടവും വാങ്ങി. 1947 ഒക്ടോബറിൽ എ കെ ജി ജയിലിൽ നിന്നു പുറത്തുവന്ന ഉടനെയാണ് കമ്യൂണിസ്റ്റ് പാർട്ടി അദ്ദേഹത്തിന്റെ മലബാർ പര്യടനം നിശ്ചയിച്ചിരുന്നത്. അതേക്കുറിച്ച് എ കെ ജി:

എന്നെ മോചിപ്പിച്ച ഘട്ടത്തിൽ മലബാറിലുടനീളം *ദേശാഭിമാനി* ഫണ്ട് പിരിവിന് മേളകൾ നടക്കുന്നുണ്ടായിരുന്നു. പണക്കാരും പാവപ്പെട്ടവരും ഒന്നുപോലെ ഇതിൽ പങ്കെടുത്തു. മേളകൾ ഒരു പ്രസ്ഥാനമായി വളർന്നുവന്നു. ഇത്തരം മേളകൾ നടക്കാത്ത ഒരു ഗ്രാമവും ഉണ്ടായിരുന്നില്ല. ഈ മേളകളിൽ പങ്കെടുക്കാൻ ഞാൻ മലബാറിലാകെ സഞ്ചരിച്ചു. ഈ ബഹുജന മുന്നേറ്റം കണ്ട് പരിഭ്രമിച്ച ഗവൺമെന്റ് 1947 ഡിസംബർ 17-ന് താമരശ്ശേരിയിൽ എന്നെ അറസ്റ്റ് ചെയ്തു. ഹെഡ്കോൺസ്റ്റബിൾ കുറുപ്പിനെ ആറ്റിലെറിഞ്ഞ് കൊല്ലുമെന്ന് ഭീഷണിപ്പെടുത്തിയെന്നായിരുന്നു ചാർജ്. [11]

കോഴിക്കോട്ട് സ്വന്തം സ്ഥലവും കെട്ടിടവും

സ്വന്തമായി സ്ഥലം വാങ്ങി സ്വന്തം കെട്ടിടം സ്ഥാപിക്കാനുള്ള ശ്രമത്തെപ്പറ്റി പി നാരായണൻ നായർ രേഖപ്പെടുത്തിയിട്ടുണ്ട്. "കടലോരത്ത് സെന്റ് ജോസഫ്സ് പള്ളിക്കു സമീപം ബേപ്പൂർ അഹമ്മദിന്റെ ഒരു കെട്ടിടം പത്രത്തിനും പ്രസ്സിനുമായി വിലയ്ക്കുവാങ്ങാൻ ഞങ്ങൾ തീരുമാനിച്ചു. സംഖ്യ കൊടുത്ത് തീരാധാരം രജിസ്റ്റർ ചെയ്തു. പക്ഷേ, പ്രസ്സും ഓഫീസും അങ്ങോട്ടു മാറ്റുന്നതിനു മുമ്പ് രാഷ്ട്രീയ സംഘർഷം മൂർഛിച്ചു. ജനകീയ സമരങ്ങൾ നേരിടാൻ കേന്ദ്രത്തിലെ താൽക്കാലിക ഗവൺമെന്റും സംസ്ഥാന കോൺഗ്രസ് ഗവൺമെന്റുകളും പല പുതിയ ഓർഡിനൻസുകളും 1946 അവസാനത്തിൽ കൊണ്ടുവന്നു. 1947 ജനുവരി ഒന്നിന് ഇ എം എസും ഞാനും മറ്റു പല പ്രവർത്തകരും അറസ്റ്റിലായി. ആഗസ്ത് 15-ന് അധികാര കൈമാറ്റം വരെ തടവിലിട്ടു. പുറത്തുണ്ടായിരുന്നവർ ക്ലേശം സഹിച്ച് പത്രം നടത്തിക്കൊണ്ടുപോയി. എന്നാൽ, 1948-ലെ കൽക്കത്ത പാർട്ടി കോൺഗ്രസ്, നയത്തിൽ വരുത്തിയ മാറ്റങ്ങളെത്തുടർന്ന് ഗവൺമെന്റ് കൈക്കൊണ്ട മർദനനടപടികൾക്ക് *ദേശാഭിമാനി* ഇരയായി." [12]

കോഴിക്കോട് കോൺവെന്റ് റോഡിലെ പഴയ കെട്ടിടം

ഗവൺമെന്റിന്റെ അടിച്ചമർത്തൽ

നടപടികൾ കാരണം പുതിയ സ്ഥലത്തേക്ക് മാറുന്നതു തടസ്സപ്പെട്ടുവെങ്കിലും കമ്യൂണിസ്റ്റ് പാർട്ടിയുടെയും പത്രത്തിന്റെയും നിരോധനം നീങ്ങിയശേഷം 1951 ഡിസംബർ 16-ന് പത്രം പുനരാരംഭിക്കുമ്പോൾ കോൺവെന്റ് റോഡിലെ പുതിയ സ്ഥലത്തായിരുന്നു ഓഫീസും പ്രസ്സും. കോഴിക്കോട്ട് കടലോരത്തുള്ള ആ ഭൂമിയിൽ തന്നെ ഇന്നും *ദേശാഭിമാനി* തുടരുന്നു. എന്നാൽ, കോഴിക്കോട് നഗരത്തിന്റെ തെക്കുഭാഗത്ത് പന്തീരാങ്കാവിൽ സ്ഥലം വാങ്ങി പുതിയ കെട്ടിടം പണിയാൻ മാനേജ്മെന്റ് തീരുമാനിച്ചിട്ടുണ്ട്. നിലവിലുള്ള സ്ഥലത്തിന്റെയും കെട്ടിടത്തിന്റെയും അപര്യാപ്തത കണക്കിലെടുത്താണിത്.

കോൺവെന്റ് റോഡിൽ രണ്ടാമത് പണിത കെട്ടിടം

നാവിക കലാപത്തിന്റെ ജീവനുള്ള വാർത്തകൾ

ബ്രിട്ടീഷ് പട്ടാളവുമായി ഇന്ത്യക്കാരായ നാവികർ സാഹസികമായി ഏറ്റുമുട്ടിയ 1946-ലെ നാവിക കലാപം ഇന്ത്യൻ സ്വാതന്ത്ര്യസമരത്തിലെ അതിപ്രധാനമായ ഒരേടാണ്. സത്യഗ്രഹവും നിസ്സഹകരണവും മാത്രമല്ല, ധീരോദാത്തമായ സായുധകലാപങ്ങളും ദേശീയ പ്രസ്ഥാനത്തിന്റെ ഭാഗമായി നടന്നിട്ടുണ്ട്. അതിൽ ഏറ്റവും ചോരപുരണ്ട അധ്യായമാണ് നാവിക കലാപം. കമ്യൂണിസ്റ്റ് പാർട്ടി ആ കലാപത്തിന് സർവാത്മനാ പിന്തുണ നൽകുകയും ഐക്യദാർഢ്യമായി ബോംബെയിൽ തൊഴിലാളികളുടെ പണിമുടക്ക് സംഘടിപ്പിക്കുകയും ചെയ്തപ്പോൾ, കോൺഗ്രസും ലീഗും മാറി നിന്നു. എന്നാൽ, കോൺഗ്രസിലെ ഇടതുപക്ഷക്കാരും സോഷ്യലിസ്റ്റുകാരും ബോംബെ പണിമുടക്കത്തെ സഹായിച്ചു. ബോംബെയിലെ *ഫ്രീ പ്രസ് ജേണൽ* പോലെ വളരെ ചുരുക്കം പത്രങ്ങളേ കലാപത്തിന്റെ യഥാർഥ ചിത്രം പുറത്തുകൊണ്ടുവരാൻ ആർജവം കാണിച്ചിട്ടുള്ളൂ. അതിലധികവും അന്നത്തെ കമ്യൂണിസ്റ്റ് പത്രങ്ങളായിരുന്നു. സേനാവിഭാഗങ്ങൾക്കകത്ത് വെള്ളക്കാരായ ഉദ്യോഗസ്ഥർ തുടർന്നുപോന്ന വർണവിവേചനത്തിന് എതിരായും ബ്രിട്ടീഷുകാർ ഇന്ത്യ വിടുക മുതലായ രാഷ്ട്രീയ ആവശ്യങ്ങൾക്കുവേണ്ടിയുമാണ് നാവികർ കലാപം ആരംഭിച്ചത്. സുഭാഷ് ചന്ദ്രബോസിന്റെ നേതൃത്വത്തിൽ രൂപംകൊണ്ട ഐഎൻഎയിൽ ചേർന്ന് ബ്രിട്ടീഷുകാർക്കെതിരെ പോരാടിയ ഇന്ത്യൻ സൈനികോദ്യോഗസ്ഥരെയും പടയാളികളെയും വിചാരണ ചെയ്ത് ശിക്ഷിക്കാനുള്ള ഗവൺമെന്റ് തീരുമാനവും നാവികരെ രോഷാകുലരാക്കിയിരുന്നു. ബോംബെ പ്രദേശത്തുള്ള 'തൽവാർ' അടക്കം എല്ലാ സൈനിക കപ്പലുകളിലുമുള്ള ഇരുപതിനായിരത്തോളം ഇന്ത്യൻ പടയാളികളാണ് കലാപത്തിനിറങ്ങിയത്. കൽക്കത്ത, കറാച്ചി മുതലായ തുറമുഖങ്ങളിലേക്കും കലാപം വ്യാപിച്ചു. എന്നാൽ നാവികരുടെ കലാപവും തൊഴിലാളി പണിമുടക്കവും അഖിലേന്ത്യാ സായുധ കലാപമെന്ന നിലയിലേക്ക് ഉയർത്താൻ ദേശീയ നേതൃത്വം തയാറില്ലായിരുന്നു. ബ്രിട്ടനുമായി വിലപേശി എങ്ങനെയെങ്കിലും സ്വാതന്ത്ര്യം സമ്പാദിച്ച് അധികാരം കൈക്കലാക്കുന്നതിലായിരുന്നു കോൺഗ്രസിന്റെയും ലീഗിന്റെയും നേതാക്കളുടെ ശ്രദ്ധ.[13]

ഏറ്റുമുട്ടൽ നടക്കുമ്പോൾ 1946 ഫെബ്രുവരി 27-ന് മുംബൈയിൽ നിന്ന് എ എസ് ആർ ചാരി കമ്പിവഴി അയച്ച ഒരു റിപ്പോർട്ട് *ദേശാഭിമാനി* പ്രസിദ്ധപ്പെടുത്തിയിട്ടുണ്ട്. അതിന്റെ ചുരുക്കം:

ബോംബെ പൗരന്മാരും തൊഴിലാളികളും
പണിമുടക്കിയ നാവികരുടെ പിന്നിൽ
(എ എസ് ആർ ചാരിയുടെ കമ്പി)

ബോംബെ: 1946 ഫെബ്രുവരി 21 മുതൽ 23 വരെയുള്ള മൂന്നു ദിവസങ്ങൾ നമ്മുടെ സ്വാതന്ത്ര്യസമര ചരിത്രത്തിൽ എന്നെന്നും ഓർമിക്കപ്പെടും. 21-ന് ഇന്ത്യൻ നാവികസേനയിലെ പണിമുടക്കിയ അനേകായിരം പടയാളികൾ ചരിത്രം സൃഷ്ടിച്ചു. തങ്ങളുടെ സമാധാനപരമായ പണിമുടക്കത്തെ വെടിയുണ്ട ചൊരിഞ്ഞ് മർദിച്ചൊതുക്കാൻ ബ്രിട്ടീഷ് പട്ടാളം നടത്തിയ പരിശ്രമത്തെ അവർ ധൈര്യസമേതം ചെറുത്തു. ബോംബെയിലെ പൗരാവലി ഈ പടയാളികളുടെ നിർഭയമായ പ്രവൃത്തിയെ പിന്താങ്ങിക്കൊണ്ടും അവരോട് സാഹോദര്യം പ്രദർശിപ്പിച്ചുകൊണ്ടും 22, 23 തീയതികളിൽ മുമ്പുകാണാത്തവിധം പ്രകടനങ്ങൾ നടത്തി. നഗരവ്യാപിയായി പണിമുടക്കുകളുണ്ടായി. ബ്രിട്ടീഷ് പട്ടാളം ഭീകരനടപടികൊണ്ട് ഈ പ്രകടനത്തെ ചോരയിലാഴ്ത്തിക്കളയാൻ ശ്രമിച്ചു. പക്ഷേ അതിനെല്ലാമെതിരായി അനേകം അത്ഭുതങ്ങൾ ജനങ്ങളും തൊഴിലാളികളും കാണിച്ചു. ധാർമിക വിജയം ജനങ്ങളാണ് വരിച്ചതും. ഗുണ്ടകളും തെമ്മാടികളും ചിലേടങ്ങളിൽ ഈ തക്കം നോക്കി കൊള്ളയും തീവെപ്പും സംഘടിപ്പിച്ചിരുന്നുവെന്നത് വാസ്തവമാണ്. പക്ഷേ ജനങ്ങൾ ഈ ദിവസങ്ങളിൽ ചെയ്ത എല്ലാ പ്രവൃത്തികളിലും മുഖ്യമായി കാണപ്പെട്ട കാഴ്ച മൂന്നു കൊടികളും തമ്മിലെ ഐക്യമായിരുന്നു. പൊതുശത്രുവിനെതിരായി സമരത്തിന്റെ ചിഹ്നമായിത്തീർന്നു ഇത്. ആയുധസേനകളിലെ പടയാളികളുടെ രക്തവും നാട്ടുകാരുടെ രക്തവും സ്വാതന്ത്ര്യത്തിനുള്ള സമരത്തിൽ ഒന്നാമതായി സമ്മേളിച്ചു. ഇന്ത്യൻ വിപ്ലവം ഒരു പുതിയ പതനത്തിലേക്ക് കടന്നു.

ഫെബ്രുവരി 21, വ്യാഴം: പണിമുടക്കിയ പടയാളികൾ കാസിൽ ബാറക്സിൽ ബ്രിട്ടീഷ് പട്ടാളത്തിനു നേരെ അങ്ങോട്ടും വെടിവെച്ചുവെന്നും എന്നാൽ ആദ്യം ബ്രിട്ടീഷുകാരാണ് വെടിവെച്ചതെന്നുമുള്ള വർത്തമാനം ഉച്ചയ്ക്കു മുമ്പുതന്നെ കിട്ടിയിരുന്നു. ഉച്ചകഴിഞ്ഞപ്പോൾ അഡ്മിറൽ ഗോഡ്ഫ്രി ഇന്ത്യൻ നാവികസേനയാകെ നശിപ്പിച്ചുകളയുമെന്ന് ഭീഷണിപ്പെടുത്തുകയും ചെയ്തു. തെക്കെ ഡിവിഷൻ കമാണ്ടറായ ജനറൽ ലോക്ക്ഹാർട്ട് തന്റെ 'മുന്നണി ഹെഡ്ക്വാർട്ടേഴ്സ്' ടൗൺഹാളിൽ സ്ഥാപിച്ചു കഴിഞ്ഞിരുന്നു. സമത്വം വേണമെന്നും നീതികിട്ടണമെന്നും ഈ യുവനാവികർ ആവശ്യപ്പെട്ടുവെന്നതാണവരുടെ കുറ്റം; അതിന്നവരെ ബ്രിട്ടീഷ് സാമ്രാജ്യത്വം കൂടുതൽ ആയുധശക്തിയുപയോഗിച്ച് അമർത്തിക്കളയാനാണോ ഭാവം? തങ്ങളുടെ സമരത്തെ പൊതുഹർത്താലുകൾ കൊണ്ടും പണിമുടക്കങ്ങൾ കൊണ്ടും പിന്താങ്ങാനപേക്ഷിച്ചുകൊണ്ട് നാവികപ്പടയാളികളുടെ കേന്ദ്ര പണിമുടക്കു കമ്മിറ്റി ബോംബെയിലെ രാഷ്ട്രീയ പാർട്ടികളോടും പൗരന്മാരോടും അഭ്യർഥന പുറപ്പെടുവിച്ചു.

വൈകുന്നേരമായപ്പോഴേക്കും അപ്പോളോ ബന്തറിൽ നാട്ടുകാർ നിറഞ്ഞു. ഡോക്കുകളിലും വെള്ളത്തിലും കിടന്നിരുന്ന കപ്പലുകളിലേക്കായിരുന്നു അവരുടെ ഉത്ക്കണ്ഠ നിറഞ്ഞ നോട്ടം. നാവികർ ബോട്ടുകളിലേറി വാർഫിൽ വന്ന് പൗരന്മാരുമായി സംസാരിച്ചു. അതിനുശേഷം എത്രയോ ലോഞ്ചുകൾ ഭക്ഷണസാധനങ്ങൾ നിറച്ച് അവിടം വിട്ടു. പഴങ്ങളും പലഹാരങ്ങളും കെട്ടുകെട്ടുകളായി നാട്ടുകാർ അവർക്കു കൊടുത്തു. ഡോക്ക് യാർഡിൽ നിന്നു മടങ്ങുന്ന ജനക്കൂട്ടങ്ങൾ കൽബാദേവിയിൽ വെച്ച് പൊലീസുമായി ഏറ്റുമുട്ടി. പൊലീസ് രണ്ടുതവണ വെടിവെച്ചു. രാത്രി കുറേ വൈകിയാണ്, പിറ്റേന്ന് ബോംബെയിൽ ഹർത്താൽ പാടില്ലെന്ന് വിലക്കിക്കൊണ്ടുള്ള പ്രസ്താവന സർദാർ പട്ടേൽ പുറപ്പെടുവിച്ചത്. കമ്യൂണിസ്റ്റ് പാർട്ടിയാകട്ടെ, നാവികപ്പടയാളികളുടെ ആവശ്യങ്ങളെ പിന്താങ്ങിക്കൊണ്ട് വെള്ളിയാഴ്ച പൊതുഹർത്താൽ നടത്താനും ആസന്നമായ നാശത്തിൽനിന്നവരെ രക്ഷിക്കാനും ബോംബെയിലെ തൊഴിലാളികൾക്കും പൊതുജനങ്ങൾക്കും ആഹ്വാനം നൽകിയിരുന്നു. വൈകുന്നേരം മിൽ പ്രദേശങ്ങളിലാകെ പാർട്ടിയുടെ പ്രചരണവാഹനം റോന്തുചുറ്റി ഹർത്താൽ വിളംബരം ചെയ്തു. നാവിക യുവാക്കളുടെ ധീരമായ പ്രവൃത്തിയും അവരെ അഭിമുഖീകരിക്കുന്ന ആപത്തും പ്രാസംഗികന്മാർ വിവരിച്ചുകൊടുത്തു. 47 തെരുവുയോഗങ്ങൾ നടത്തി. ഇന്ത്യൻ നാവികരുടെ വിപ്ലവകരമായ പ്രവൃത്തിയെ ആളുകൾ കൈകൊട്ടിയാർത്ത് അഭിനന്ദിച്ചു.

ഫെബ്രുവരി 22, വെള്ളിയാഴ്ച: രാവിലെ വമ്പിച്ച തൊഴിലാളി ജനക്കൂട്ടങ്ങൾ മിൽഗേറ്റുകളിൽ

തടിച്ചുകൂടി. അകത്തേക്ക് പോകാനുള്ള ആലോചനയേയില്ല. ഓരൊറ്റ മില്ലിലും ഒറ്റ യന്ത്രവും തിരിഞ്ഞില്ല. മൂന്നു റെയിൽവെ വർക്ക്ഷോപ്പുകളും മറ്റെല്ലാ വൻകിടയും ചെറുകിടയുമായ ഫാക്ടറികളും പണിമുടക്കി. ലവലേശം നിർബന്ധം കൂടാതെ സ്വമേധയാ ഉണ്ടായതാണിത്. മൂന്നുലക്ഷത്തിൽപരം തൊഴിലാളികളാണ് പണിമുടക്കിയത്. അവരുടെ ഘോഷയാത്രകൾ തെരുവുനീളെ മുദ്രാവാക്യങ്ങൾ മുഴക്കിക്കൊണ്ട് നടന്നു. ചില ഘോഷയാത്രകൾ മൈതാനങ്ങളിൽ ചെന്നുചേർന്ന് പൊതുയോഗങ്ങൾ നടത്തി. കാംഗാർ മൈതാനിയിൽ കൂടിയ ഇത്തരമൊരു യോഗത്തിൽ സ. എസ് എ ഡാങ്കെ പ്രസംഗിച്ചു.

പരേലിലെ ജിഐപി റെയിൽവെ വർക്ഷോപ്പിൽ നിന്നുള്ള തൊഴിലാളികളുടെ ഘോഷയാത്ര മൂന്നു കൊടികളും ഉയർത്തിപ്പിടിച്ചിരുന്നു. പരിപൂർണ സമാധാനവും അച്ചടക്കവും ഈ ഘോഷയാത്രകളിൽ കളിയാടി. മിൽ പ്രദേശങ്ങളിലൊന്നും രാവിലെ ഒരൊറ്റ നശീകരണ പ്രവൃത്തിയോ തീവെപ്പോ നടന്നിട്ടില്ല. പൊലീസ് ഈ ഘോഷയാത്രകളുടെ നേരെ നടത്തിയ ആക്രമണമാണ് ഇവരെ വിറളിയെടുപ്പിച്ചത്. പിന്നീട് മിലിട്ടറിയും വന്നു. ഫോർട്ടിൽ ഡോക്ക് തൊഴിലാളികളുടെ സമാധാനപരമായ ഒരു ഘോഷയാത്രയിലേക്ക് പെട്ടെന്നൊരു മിലിട്ടറി ലോറി തള്ളിക്കേറുകയും തൊഴിലാളികൾ അരഞ്ഞ് ചമ്മന്തിയാവുകയും ചെയ്തു.

തൊഴിലാളികൾ തങ്ങളുടെ സഖാക്കളെ രക്ഷിക്കാൻ ആഞ്ഞടുത്തു. അടുത്തുനിന്നിരുന്ന പൊലീസ് ആ കുഴപ്പത്തിനിടയിൽ വെടിവെപ്പു തുടങ്ങി. രണ്ടു തൊഴിലാളികൾക്ക് മുറിവു പറ്റി. ഈ അവസരത്തിൽ അതിലേ കടന്നുപോയ രണ്ടുലോറികൾ ആളുകൾ ആക്രമിക്കുകയും തീവെക്കുകയും ചെയ്തു. ഇതോടെ ബ്രിട്ടീഷ് പട്ടാളം രംഗപ്രവേശം ചെയ്തു. അവർ രണ്ടു മണിക്കൂർ നേരം തുടർച്ചയായി റൈഫിളുകളിൽ നിന്നും വെടിയുണ്ട ചൊരിഞ്ഞതിന്റെ ഫലമായി എത്രയോ പേർക്ക് മുറിവേറ്റു. അനേകം പേർ കൊല്ലപ്പെട്ടു. (റിപ്പോർട്ട് അപൂർണം)[14]

കലാപത്തിൽ ബോംബെയിൽ 250 പേർ മരിച്ചുവെന്ന റിപ്പോർട്ടാണ് അന്ന് പത്രങ്ങളിൽ വന്നിരുന്നത്. കമ്യൂണിസ്റ്റ് പാർട്ടി കേന്ദ്ര കമ്മിറ്റിയുടെ ഒരു പ്രസ്താവന 1946 മാർച്ച് ആദ്യം *ദേശാഭിമാനി* പ്രസിദ്ധീകരിച്ചിരുന്നു. ഇതാണ് അതിലെ വാചകങ്ങൾ: "ഫെബ്രുവരി 22, 23 തീയതികളിൽ ബ്രിട്ടീഷ് പട്ടാളത്തിന്റെ വെടിവെപ്പിൽ മരിച്ച പുരുഷന്മാരെയും സ്ത്രീകളെയും ഞങ്ങൾ അഭിവാദ്യം ചെയ്യുന്നു. 250 പേരുടെ മുമ്പിലും ഞങ്ങൾ ചെങ്കൊടി താഴ്ത്തുന്നു." മലയാളത്തിൽ അക്കാലത്ത് ഇറങ്ങിയ ഒരു പത്രവും നാവിക കലാപത്തിന്റെ ഇത്രയും വിശദമായ വാർത്ത കൊടുത്തിട്ടില്ല. *ദേശാഭിമാനി* വാർത്ത നൽകി എന്നു പറഞ്ഞാൽ മതിയാകില്ല. കലാപത്തിന്റെയും പണിമുടക്കിന്റെയും പക്ഷത്തുനിന്ന് നാവികരുടെ ധീരതയെയും ബ്രിട്ടീഷ് പട്ടാളത്തിന്റെ ക്രൂരതകളെയും പ്രതിഫലിപ്പിക്കുകയാണുണ്ടായത്. കോൺഗ്രസ്, മുസ്ലിംലീഗ് കക്ഷികളുടെ വഞ്ചനയും പത്രം തുറന്നുകാണിച്ചു.

പത്രക്കടലാസ് ക്വാട്ട വെട്ടിക്കുറച്ച് പ്രതികാരം

ദിനപത്രമായ *ദേശാഭിമാനി*യുടെ പ്രചാരം വർധിക്കുകയും അതിലെ വാർത്തകളും ലേഖനങ്ങളും ജനങ്ങളെ കൂടുതൽ കൂടുതൽ സ്വാധീനിക്കുകയും ചെയ്തപ്പോൾ ഭരണാധികാരികളുടെ അസ്വസ്ഥത വർധിച്ചു. ബ്രിട്ടന്റെ നിയന്ത്രണത്തിലാണെങ്കിലും കോൺഗ്രസിനും ലീഗിനും പങ്കാളിത്തമുള്ള ഇന്ത്യാഗവൺമെന്റും മദിരാശിയിലെ കോൺഗ്രസ് ഗവൺമെന്റും *ദേശാഭിമാനി*യെ ഒതുക്കാനുള്ള നടപടികൾ ആരംഭിച്ചു. തീർച്ചയായും ബ്രിട്ടീഷ് മേധാവികളുടെ നിർദേശങ്ങൾക്ക് വിധേയമായാണ് ഈ 'ജനകീയ' സർക്കാരുകൾ പ്രവർത്തിച്ചത്. പത്രത്തെ വീർപ്പുമുട്ടിക്കാനുള്ള നടപടികളിൽ ഒന്നായിരുന്നു *ദേശാഭിമാനി*യുടെ പത്രക്കടലാസ് ക്വാട്ട പകുതിയായി കുറയ്ക്കാൻ ഡൽഹിയിലെ ഗവൺമെന്റ് എടുത്ത തീരുമാനം. സ്വാതന്ത്ര്യത്തിനു മുമ്പും ശേഷം 1995 വരെയും പത്രക്കടലാസിന് ക്വാട്ട സമ്പ്രദായമായിരുന്നു. ഓരോ പത്രത്തിന്റെയും പ്രചാരം നോക്കി ക്വാട്ട അനുവദിക്കും. ഇന്ത്യാ ഗവൺമെന്റ് ക്വാട്ട അനുവദിച്ചില്ലെങ്കിൽ പത്രക്കടലാസ് കിട്ടില്ല എന്ന സ്ഥിതി നിലനിൽക്കുന്ന കാലത്താണ് *ദേശാഭിമാനി*യുടെ ക്വാട്ട പകുതിയായി കുറച്ചത്. കോപ്പി

വർധിച്ചതിനാൽ കൂടുതൽ കടലാസ് ആവശ്യമായിരുന്നു. ആ ഘട്ടത്തിൽ ക്വാട്ട കുറച്ചത് വലിയ പ്രഹരമായി. ഇതുസംബന്ധിച്ച് 1946 മെയ് 1-ന് *ദേശാഭിമാനി* പ്രസിദ്ധീകരിച്ച അറിയിപ്പും അഭ്യർഥനയും:

ഇന്നുമുതൽ പുതിയ വരിസംഖ്യാ നിരക്കുകൾ;
പത്രം തുടരാൻ ഞങ്ങളെ സഹായിക്കുക

സഖാക്കളേ, സുഹൃത്തുക്കളേ,

ദേശാഭിമാനി ദിനപത്രം തുടരാൻ ഇന്ത്യാ ഗവൺമെന്റ് അനുവദിച്ചിരിക്കുന്നുവെന്നും എന്നാൽ ന്യൂസ് പ്രിന്റ് ക്വാട്ട ഇപ്പോഴത്തെതിന്റെ പകുതിയോളമാക്കി ചുരുക്കിയിരിക്കുന്നുവെന്നും ഡൽഹിയിൽ നിന്ന് വിവരം കിട്ടിയിരിക്കുന്നു. ക്വാട്ട ചുരുക്കുന്നതിനുള്ള ഗവൺമെന്റ് തീരുമാനം മർമ്മത്തിലുള്ള ഒരടിയാണ്. പഴയ ക്വാട്ടകൊണ്ടുതന്നെ ആവശ്യമുള്ള കോപ്പികൾ അടിക്കാൻ സാധിച്ചിരുന്നില്ല. നമ്മുടെ ദിനപത്രത്തിന് ആവശ്യക്കാർ വർധിച്ചുവരികയാണ്.

പാർട്ടി മെമ്പർമാരും അനുഭാവികളും മാത്രമല്ല, നാട്ടുകാരിൽ എല്ലാവിഭാഗക്കാരും *ദേശാഭിമാനി* നിലനിന്നുകാണാനും വളർന്നുകാണാനും ആഗ്രഹിക്കുന്നവരാണ്. സാമ്രാജ്യത്വത്തിന്റെ ഗൂഢതന്ത്രങ്ങൾ പൊളിക്കാൻ, കൊള്ളലാഭക്കാരുടെയും കൈക്കൂലിപ്പണ്ടങ്ങളുടെയും തൊലിയുരിച്ച് കാണിക്കാൻ, സ്വാതന്ത്ര്യത്തിനും സുഖജീവിതത്തിനും വേണ്ടി പോരാടുന്നതിൽ ജനങ്ങളെ ആവേശം കൊള്ളിക്കാൻ *ദേശാഭിമാനി* അത്യാവശ്യമാണ്. അതു വലുതാക്കുകയും വർധിപ്പിക്കുകയും ചെയ്യേണ്ട ഈ അവസരത്തിൽ ചെറുതാക്കണമെന്നും ചുരുക്കണമെന്നുമാണ് ഗവൺമെന്റിന്റെ തീരുമാനം നിർബന്ധിക്കുന്നത്. എന്നാലും *ദേശാഭിമാനി* തുടരാൻ തന്നെ ഞങ്ങൾ തീരുമാനിച്ചിരിക്കുന്നു. പക്ഷേ, *ദേശാഭിമാനി* തുടരുന്നതിന് വില വർധിപ്പിക്കാതെ ഗത്യന്തരമില്ല. പരസ്യങ്ങൾ സ്വീകരിക്കാതെ, അരയണക്ക് വിൽക്കുവാൻ ജനുവരിയിൽ ഞങ്ങൾ തീരുമാനിച്ചപ്പോൾ അൽപ്പമാസങ്ങൾക്കുള്ളിൽ ന്യൂസ് പ്രിന്റ് കൺട്രോൾ പോകുമെന്നും ആവശ്യമുള്ളത്ര കോപ്പികൾ അടിക്കാൻ സാധിക്കുമെന്നും അങ്ങനെ വരവുചെലവുകൾ ഒത്തുപോകുമെന്നും ഞങ്ങൾ കരുതിയിരുന്നു. അതിന് മാർഗമില്ലാതെയാണ് വന്നിട്ടുള്ളത്. മാസം 1500 ഉറുപ്പികയിലധികം നഷ്ടത്തിലാണ് *ദേശാഭിമാനി* നടന്നുവന്നിട്ടുള്ളത്.

പരസ്യങ്ങൾ സ്വീകരിച്ച് നഷ്ടം നികത്തിക്കൂടെ എന്നാണെങ്കിൽ ഇപ്പോൾ തന്നെ ഏറ്റവും ചുരുങ്ങിയ പത്രസ്ഥലം ഇനിയും നാട്ടുകാർക്ക് നഷ്ടപ്പെടുമെന്നതിനാൽ ആ മാർഗം സ്വീകരിക്കുവാൻ ഞങ്ങൾ ഉദ്ദേശിക്കുന്നില്ല. അതുകൊണ്ട് മെയ് ഒന്നുമുതൽ പത്രത്തിന്റെ വില ഒറ്റക്കോപ്പിക്ക് ഒരണയാക്കിയിരിക്കുന്നു. മലയാളത്തിൽ മറ്റേത് ഒരണപ്പത്രത്തിലുമുള്ളതിനേക്കാൾ വർത്തമാനങ്ങൾ *ദേശാഭിമാനി*യിലുണ്ടാവുമെന്ന് ഉറപ്പിക്കാം.

കമീഷനും വർധിപ്പിക്കുന്നു

പത്രത്തിന് ഒരു പൈ എന്ന തോതിലുള്ള കമീഷൻ കൊണ്ട് ഏജൻസി നടത്താൻ സഖാക്കൾ വിഷമിക്കേണ്ടിവന്നിട്ടുണ്ടെന്ന് പറയേണ്ടതില്ല. പാർട്ടിപ്പത്രം നാട്ടുകാർക്കെത്തിക്കുക എന്ന കർത്തവ്യം നിർവഹിക്കാൻ ഏജന്റ് സഖാക്കളിൽ പലർക്കും കൈയിൽനിന്നു തന്നെ ചിലവാക്കേണ്ടി വന്നിട്ടുണ്ട്. ഈ നിലയിൽ കമീഷൻ തോത് പത്രത്തിന് 3 പൈ ആക്കി വർധിപ്പിക്കുന്നതിന് കൂടിയാണ് പത്രത്തിന്റെ വില ഞങ്ങൾ വർധിപ്പിച്ചിട്ടുള്ളത്. മെയ് ഒന്നുമുതൽ പുതിയ തോതിൽ കമീഷൻ അനുവദിക്കുന്നതാണ്. മെയ് 5-നു ശേഷം ഇതുവരെ അയച്ചിരുന്നത്ര പത്രം ഏജൻസികൾക്ക് അയച്ചുകൊടുക്കാൻ സാധിച്ചില്ലെന്നുവരും. ക്വാട്ട ചുരുങ്ങിയതിനനുസരിച്ച് റേഷനും ചുരുങ്ങുമല്ലോ. അതുകൊണ്ട് ഏജൻസികൾ ഓർഡർ പുതുക്കി ചുരുങ്ങിയത് ഇത്ര കോപ്പികൾ വേണമെന്ന് മെയ് 5-നകം അറിയിക്കേണ്ടതാണ്. -മാനേജർ.[15]

തൊഴിലാളികളെ സംഘടിപ്പിക്കാനും കമ്യൂണിസ്റ്റ് പാർട്ടി വളർത്താനും ഓടിനടന്നുപ്രവർത്തിക്കുന്ന പി കൃഷ്ണപിള്ള എപ്പോഴും പൊലീസിന്റെ കണ്ണിലെ കരടായിരുന്നു. അറസ്റ്റും ജയിലും പതിവായി. അതിനിടെ 1947 ഫെബ്രുവരി 18-ന് പട്ടാപ്പകൽ കൃഷ്ണപിള്ള താമസിക്കുന്ന വീട്ടിൽ

ഒരു സംഘം പൊലീസുകാർ കയറി സാധനങ്ങൾ എടുത്തുകൊണ്ടുപോയി. പിറ്റേന്ന്, ഫെബ്രുവരി 19-ന് *ദേശാഭിമാനി* ഇതിന്റെ വാർത്ത കൊടുത്തിരുന്നു.

സ. കൃഷ്ണപിള്ളയുടെ വീട്ടിലും
പൊലീസ് കൊള്ളനടത്തി (സ്വ. ലേ. കമ്പി)

കണ്ണൂർ, ഫെബ്രുവരി 18: ഇന്ന് ഉച്ചക്ക് 12 മണിക്ക് ഒരു പൊലീസ് സംഘം സ. കൃഷ്ണപിള്ളയുടെ വീട്ടിൽ കയറി അവിടെയുള്ള എല്ലാ വീട്ടുസാമാനങ്ങളും കൊള്ളചെയ്തുകൊണ്ടുപോയിരിക്കുന്നു. റേഷനരി, അരി വയ്ക്കാനുള്ള പാത്രങ്ങൾ, കിടക്ക, കട്ടിൽ, മേശ, കസാല, കീറപ്പായകൾ ഇവയെല്ലാം പൊലീസ് കൈവശപ്പെടുത്തി. വീട്ടുകാരുടെ ഉച്ചഭക്ഷണത്തിനുള്ള സാധനങ്ങൾ പോലും പൊലീസ് പിടിച്ചെടുത്തു. ഈ സാമാനങ്ങളെല്ലാം തന്റേതാണെന്ന് മിസിസ് തങ്കമ്മ കൃഷ്ണപിള്ള വാദിച്ചുവെങ്കിലും പൊലീസുകാർ അതു ചെവിക്കൊണ്ടില്ല. സംഭവം നടക്കുമ്പോൾ ധാരാളം ആളുകൾ അവിടെ തടിച്ചുകൂടിയിരുന്നു. [16]

നിരോധനം, അറസ്റ്റ്

ഉത്തരവാദഭരണ പ്രക്ഷോഭങ്ങളെ *ദേശാഭിമാനി* പിന്തുണയ്ക്കുകയും അതിനുവേണ്ടി പ്രചാരവേല നടത്തുകയും ചെയ്യുന്നതുകൊണ്ട്, പത്രം ആരംഭിച്ച ശേഷം തിരുവിതാംകൂർ ദിവാൻഭരണം രണ്ടുതവണയും കൊച്ചി ഗവൺമെന്റ് ഒരു തവണയും പത്രം ആ രാജ്യങ്ങളിൽ കടക്കുന്നത് നിരോധിച്ചിരുന്നു. നിരോധനം നിലനിൽക്കുമ്പോഴും പുന്നപ്ര-വയലാർ സമരകാലത്ത് കൊച്ചിയിൽ എത്തിച്ച ശേഷം രഹസ്യമായി തിരുവിതാംകൂറിൽ, പ്രത്യേകിച്ച് ആലപ്പുഴ മേഖലയിൽ *ദേശാഭിമാനി* വിതരണം ചെയ്തിരുന്നു. [17]

പത്രത്തിനെതിരെ പല തലത്തിൽ നടപടികൾ വന്നുകൊണ്ടിരുന്നു. 1947 ജനുവരിയിൽ പൊതുരക്ഷാനിയമം എന്ന പേരിൽ ഒരു ഓർഡിനൻസ് ഇറക്കി. അതുപയോഗിച്ച് ഇ എം എസ് നമ്പൂതിരിപ്പാടിനെയും *ദേശാഭിമാനി* പത്രാധിപസമിതിയിലെ ഭൂരിഭാഗം പേരെയും അറസ്റ്റ് ചെയ്തു. പി കൃഷ്ണപിള്ളയും പത്രാധിപസമിതിയിലെ രണ്ട് അംഗങ്ങളും ഒളിവിൽ പോയി. പത്രത്തിന്റെ നടത്തിപ്പ് ഇ കെ നായനാരും പുറത്തുള്ള *ദേശാഭിമാനി* സ്റ്റാഫ് അംഗങ്ങളും ഏറ്റെടുത്തു. അവർ പന്ത്രണ്ടും പതിനാലും മണിക്കൂർ പണിയെടുത്തു. ഒളിവിലുള്ളവർ പത്രത്തിന് ലേഖനങ്ങളും കുറിപ്പുകളും മുടങ്ങാതെ അയച്ചുകൊണ്ടിരുന്നു. പ്രസ്സിലും പുറത്തുമുള്ള തൊഴിലാളികളുടെ പിന്തുണയോടെയാണ് പത്രം പുറത്തിറക്കിയത്. [18]

പത്രം പുറത്തിറങ്ങുന്നതു തടസ്സപ്പെടുത്താനുള്ള ശ്രമങ്ങളെയെല്ലാം മറികടന്ന് മുന്നോട്ടു പോകുമ്പോൾ 1948 ഏപ്രിൽ 12 മുതലാണ് മദിരാശിയിലെ കോൺഗ്രസ് ഗവൺമെന്റ് *ദേശാഭിമാനി* നിരോധിച്ചത്. ഇതിനുമുമ്പുള്ള ജാമ്യം കണ്ടുകെട്ടലും ഉയർന്ന ജാമ്യസംഖ്യ ഈടാക്കലുമെല്ലാം ഏതെങ്കിലും വാർത്തയുടെയോ ലേഖനത്തിന്റെയോ മുഖപ്രസംഗത്തിന്റെയോ പേരിലായിരുന്നുവെങ്കിൽ നിരോധനത്തിന് അങ്ങനെ പ്രത്യേക കാരണമൊന്നും അധികാരികൾ ചൂണ്ടിക്കാണിച്ചിരുന്നില്ല. 1947-ലെ മദിരാശി മെയ്ന്റനൻസ് ഓഫ് പബ്ലിക് ഓർഡർ ആക്ട് പ്രകാരം മദിരാശി ഗവർണർക്കുള്ള അധികാരമുപയോഗിച്ചാണ് നിരോധനമെന്നാണ് അധികൃതർ വിശദീകരിച്ചത്. ജനങ്ങളുടെ സുരക്ഷക്കും ക്രമസമാധാനപാലനത്തിനും ഈ നടപടി ആവശ്യമാണെന്ന് ന്യായം. നിരോധനം വന്നത് 1948-ലാണെങ്കിലും 1946-ൽ *ദേശാഭിമാനി* ദിനപത്രമായതുമുതൽ പൊലീസ് അധികാരികൾ പത്രം നിരോധിക്കാൻ ഗവൺമെന്റിനു മേൽ സമ്മർദം ചെലുത്തുന്നുണ്ടായിരുന്നു. എംഎസ്പിക്കാർ വടക്കെ മലബാറിൽ അഴിച്ചുവിട്ട ഭീകരതക്കെതിരെ ലേഖനം കൊടുത്തതിനാണ് ഒരിക്കൽ ജാമ്യസംഖ്യ പിടിച്ചെടുത്തത്. പുതിയ ജാമ്യം കെട്ടി പത്രം തുടങ്ങിയപ്പോൾ, പത്രത്തിന് പ്രീസെൻസർഷിപ്പ് ഏർപ്പെടുത്താനും അധികാരികൾ തയാറായി. പൊലീസിനെ

സംബന്ധിച്ച ഏതു വാർത്തയും അച്ചടിക്കുന്നതിനു മുമ്പ് കോഴിക്കോട് സബ് ഡിവിഷണൽ മജിസ്ട്രേട്ടിന്റെ പരിശോധനയ്ക്കു ഹാജരാക്കണം. അദ്ദേഹം അനുവദിക്കുന്ന വാർത്തകളേ അച്ചടിക്കാൻ പാടുള്ളു. 1948 ജനുവരി 16-നാണ് ഇതുസംബന്ധിച്ച ഉത്തരവ് ഇറങ്ങിയത്.[19]

പ്രസ്സിനും നിരോധനം

പത്രം നിരോധിച്ചതുകൊണ്ടും ഗവൺമെന്റ് അടങ്ങിയില്ല. പത്രം അച്ചടിച്ചിരുന്ന *ദേശാഭിമാനി* പ്രസ് ഉപയോഗിക്കുന്നതിൽനിന്ന് പ്രിന്റർ, പബ്ലിഷർ, എഡിറ്റർ എന്നിവരെ തടഞ്ഞുകൊണ്ട് 1948 ജൂൺ 8-ന് ഗവൺമെന്റ് ഉത്തരവ് പുറപ്പെടുവിച്ചു. പത്രം നിരോധിക്കാൻ പ്രയോഗിച്ച പൊതുരക്ഷാനിയമം തന്നെയാണ് ഇവിടെയും ബാധകമാക്കിയത്. [20] *ദേശാഭിമാനി* പ്രസ്സിൽ നിന്ന് മറ്റെന്തെങ്കിലും പ്രസിദ്ധീകരണം പുറത്തുവരുന്നതുകൂടി തടയുകയായിരുന്നു ഈ ഉത്തരവിന്റെ ലക്ഷ്യം. ബ്രിട്ടീഷ് അധികാരികൾ പത്രത്തോടു സ്വീകരിച്ച നയം അതുപോലെയോ അതിലും കർക്കശമായോ തുടരുകയാണ് കോൺഗ്രസ് സർക്കാരുകൾ ചെയ്തത്. നിരോധനം വരുന്നതിനു മുമ്പ് *ദേശാഭിമാനി* ഒരു റോട്ടറി പ്രസ്സിന് ഓർഡർ നൽകിയിരുന്നു. എന്നാൽ യന്ത്രം എത്തിയപ്പോൾ പത്രം ഉണ്ടായിരുന്നില്ല.

സ്വാതന്ത്ര്യലബ്ധിയോടെ കോൺഗ്രസിന്റെ ഭരണത്തിനെതിരെ പോരാടുന്ന ശക്തമായ പ്രതിപക്ഷമായി കമ്യൂണിസ്റ്റ് പാർട്ടി ഉയർന്നുവന്നു. ഇതാണ് കമ്യൂണിസ്റ്റ് പാർട്ടിയോടുള്ള കോൺഗ്രസ് വിരോധത്തിന് അടിസ്ഥാനം. കൽക്കത്ത തീസിസ് എന്ന് വിളിക്കപ്പെടുന്ന രാഷ്ട്രീയ നയം 1948-ലെ കൽക്കത്ത കോൺഗ്രസ് അംഗീകരിക്കുന്നതിനു മുമ്പുതന്നെ കമ്യൂണിസ്റ്റ് പാർട്ടിയെ മദിരാശി ഗവൺമെന്റ് നിരോധിച്ചിരുന്നു. കൽക്കത്ത കോൺഗ്രസിനുശേഷം രാജ്യത്താകെ കമ്യൂണിസ്റ്റ് പാർട്ടി നിരോധിക്കപ്പെട്ടു. *ദേശാഭിമാനി* മാത്രമല്ല, മറ്റു കമ്യൂണിസ്റ്റ് പ്രസിദ്ധീകരണങ്ങളും 1948 മുതൽ 1951 അവസാനം വരെ പുറത്തിറക്കാൻ കഴിഞ്ഞില്ല. പത്രം നിരോധിക്കപ്പെട്ട് ഏതാനും ദിവസം കഴിഞ്ഞപ്പോഴാണ് തില്ലങ്കേരിയിലും (ഏപ്രിൽ 15) ഒഞ്ചിയത്തും (ഏപ്രിൽ 30) മുനയൻകുന്നിലും (മെയ് 1) വെടിവെപ്പുണ്ടായത്. സ്വാതന്ത്ര്യത്തിനുശേഷവും കർഷകരുടെ സ്ഥിതി ദയനീയമായി തുടരുകയായിരുന്നു. ഒരുപാട് കർഷകനേതാക്കൾക്ക് ജയിലിൽ നിന്നു മോചനം കിട്ടിയില്ല. വാറണ്ടുകൾ നിലനിൽക്കുന്നതുകൊണ്ട് പലർക്കും ഒളിവിൽത്തന്നെ കഴിയേണ്ടി വന്നു. കൃഷിക്കാരുടെ അനുഭവങ്ങൾ അവരെ മറ്റൊരു സമരത്തിലേക്കു തള്ളിവിട്ടു. കരിഞ്ചന്തക്കും പൂഴ്ത്തിവെപ്പിനും ജന്മിമാരുടെ ദ്രോഹത്തിനുമെതിരെ അവർ സമരരംഗത്തുവന്നു. ഇങ്ങനെ സമരത്തിനിറങ്ങിയവർക്കു നേരെയാണ് വെടിവെപ്പുണ്ടായത്. [21]

ഈ സംഭവങ്ങളുടെ സത്യസന്ധമായ വാർത്തകൾ കൊടുക്കാൻ *ദേശാഭിമാനി* പത്രമോ മറ്റേതെങ്കിലും ഇടതുപക്ഷ പത്രമോ ഉണ്ടായിരുന്നില്ല. *മാതൃഭൂമി*യാണെങ്കിൽ സ്വാതന്ത്ര്യത്തിനു മുമ്പുതന്നെ കർഷകസമരങ്ങളെ എതിർക്കുന്ന നിലപാട് എടുക്കാൻ തുടങ്ങിയിരുന്നു. പത്രമില്ലെങ്കിലും ആശയപ്രചരണത്തിന് മാർഗം കണ്ടെത്തണമെന്ന് കമ്യൂണിസ്റ്റ് പാർട്ടി തീരുമാനിച്ചു. അല്ലാതെ ഒരു വിപ്ലവപാർട്ടിക്ക് പ്രവർത്തിക്കാൻ കഴിയില്ല. അങ്ങനെയാണ് രഹസ്യ വാർത്താവിതരണ സംവിധാനത്തിന് പാർട്ടി രൂപം നൽകിയത്. പാർട്ടിക്കത്ത് ഇതിന്റെ ഒരു രൂപമായിരുന്നു.

അതിജീവിച്ച ലികിഡേഷൻ

1948-ൽ *ദേശാഭിമാനി* നിരോധിക്കുക മാത്രമല്ല, കമ്യൂണിസ്റ്റ് പാർട്ടിക്കെതിരെ കടുത്ത നടപടികൾ സർക്കാർ ആരംഭിക്കുകയും ചെയ്തു. പാർട്ടി നേതാക്കളും പ്രധാന പ്രവർത്തകരും *ദേശാഭിമാനി*യുടെ ചുമതലക്കാരും അറസ്റ്റിലായി. *ദേശാഭിമാനി* അക്കൗണ്ടന്റും പിന്നീട് മാനേജരുമായ കെ പി മാധവമേനോനെയും (കുമരനല്ലൂർ) അന്നു സഹായിയായും പിൽക്കാലത്ത് മാനേജിങ് ഡയറക്ടറായും പ്രവർത്തിച്ച എം ഗോവിന്ദൻ കുട്ടിയെയും അറസ്റ്റ് ചെയ്തു. ഇരുവരും ജാമ്യത്തി

ലിറങ്ങി. അസുഖം കാരണം മാധവമേനോൻ നാട്ടിലേക്ക് തിരിച്ചുപോയി. ഗോവിന്ദൻകുട്ടി കോഴിക്കോട്ട് തുടർന്നു. നിരോധനവും പൊലീസ് നടപടികളും കേസും കാരണം പത്രവും കമ്പനിയും നടത്തിക്കൊണ്ടു പോകാൻ കഴിയാത്ത സ്ഥിതിയായപ്പോൾ കമ്പനി ലിക്വിഡേറ്റ് (കമ്പനി നിയമപ്രകാരം ബാധ്യതകൾ തീർത്ത് പ്രവർത്തനം അവസാനിപ്പിക്കൽ) ചെയ്യാൻ 1949 ഏപ്രിൽ 24-ന് ചേർന്ന കമ്പനി ഡയറക്ടർ ബോർഡ് യോഗം തീരുമാനിച്ചു. പി സി നാരായണൻ നമ്പൂതിരിപ്പാട്, അഡ്വ. എം കെ വേലപ്പമേനോൻ എന്നിവരെ ലിക്വിഡേറ്റർമാരായി നിയമിച്ചു.

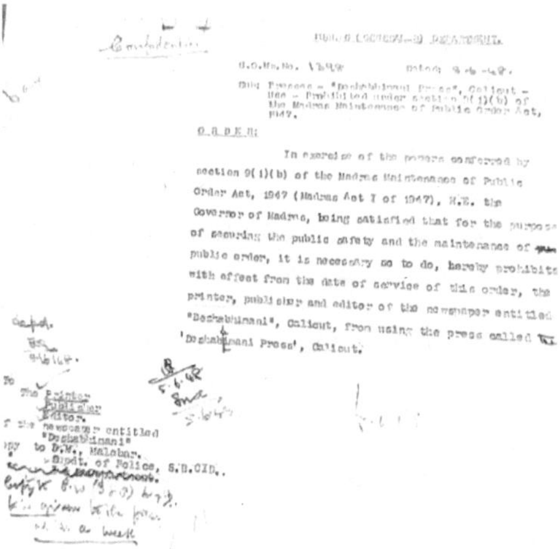
Confidential

PUBLIC (GENERAL–B) DEPARTMENT.

G.O.Ms.No. 1548 Dated: 8-6-48.

Sub: Presses – "Deshabhimani Press", Calicut – Use – Prohibited under section 9(1)(b) of the Madras Maintenance of Public Order Act, 1947.

O R D E R:

In exercise of the powers conferred by section 9(1)(b) of the Madras Maintenance of Public Order Act, 1947 (Madras Act I of 1947), H.E. the Governor of Madras, being satisfied that for the purpose of securing the public safety and the maintenance of public order, it is necessary so to do, hereby prohibits with effect from the date of service of this order, the printer, publisher and editor of the newspaper entitled "Deshabhimani", Calicut, from using the press called the 'Deshabhimani Press', Calicut.

To
The Printer
Publisher
Editor.
of the newspaper entitled "Deshabhimani"
Copy to D.M., Malabar.
Supdt. of Police, S.B.CID.,

പത്രം നിരോധിച്ച ശേഷം അച്ചടിക്കുന്ന പ്രസ് കൂടി സ്തംഭിപ്പിക്കാൻ 1948 ജൂൺ 8ന് മദിരാശി ഗവ. ഇറക്കിയ ഉത്തരവ് ബ്രിട്ടീഷ് രേഖകളിൽ നിന്ന്

കമ്പനി നിയമപ്രകാരമുള്ള നടപടികൾ ലിക്വിഡേറ്റർമാർ ആരംഭിച്ചു. ഇതു സംബന്ധിച്ച നടപടികൾ നീങ്ങുന്നതിനിടെ 1951-ൽ എ കെ ജി മദിരാശി ജയിലിൽ നിന്നു മോചിതനായി. സുപ്രിംകോടതിയിൽ സ്വയം കേസ് വാദിച്ചു ജയിച്ചാണ് എ കെ ജി പുറത്തുവന്നത്. കോഴിക്കോട്ടെത്തിയ എ കെ ജി, പ്രസ്സും മറ്റും സൂക്ഷിച്ചിരുന്ന സ്ഥലത്തിൽ നിന്ന് കുറച്ചു സ്ഥലമെടുത്ത് പാർട്ടി ഓഫീസ് തുറന്നു. ലിക്വിഡേഷൻ നടപടികൾ ഒഴിവാക്കി കമ്പനി പുനരാരംഭിക്കാൻ നിശ്ചയിച്ചു. നിരോധനം നീങ്ങിയപ്പോൾ 1951 ഡിസംബർ 16 മുതൽ *ദേശാഭിമാനി* വീണ്ടും പുറത്തിറങ്ങാൻ തുടങ്ങി. കമ്പനി നിയമപ്രകാരമുള്ള റിവൈവലിന് 1952 ആഗസ്ത് 30-ന് ചേർന്ന ഡയറക്ടർ ബോർഡ് യോഗമാണ് തീരുമാനമെടുത്തത്. ഈ യോഗത്തിൽ ലിക്വിഡേറ്റർ എം കെ വേലപ്പമേനോനായിരുന്നു അധ്യക്ഷൻ. ഇ എം എസ് നമ്പൂതിരിപ്പാട്, സി ഉണ്ണിരാജ, കെ സി ജോർജ്, പി കെ ബാലകൃഷ്ണൻ, ടി സി നാരായണൻ നമ്പ്യാർ, എ കെ ജി, കെ പി ഗോപാലൻ, സി എച്ച് കണാരൻ, എം ഗോവിന്ദൻ കുട്ടി, പി നാരായണൻ നായർ എന്നിവർ പങ്കെടുത്തു.[22]

ദേശാഭിമാനി നിരോധിച്ചപ്പോൾ അതിനെ രൂക്ഷമായി എതിർത്തുകൊണ്ട് ഒരു പ്രസ്താവന 'ദേശാഭിമാനി പ്രവർത്തകർ' എന്ന പേരിൽ പുറത്തിറക്കിയിരുന്നു. നിരോധനം വന്ന ദിവസത്തെ മുഖപ്രസംഗത്തിന്റെ വിപുലീകൃത രൂപമായിരുന്നു ഈ പ്രസ്താവന. അത് വായനക്കാർക്കിടയിലും പൊതുജനങ്ങൾക്കിടയിലും വ്യാപകമായി വിതരണം ചെയ്തു. പ്രസ്താവനയുടെ ചുരുക്കം:

> മദിരാശി ഗവൺമെന്റ് അതിന്റെ പൗരസ്വാതന്ത്ര്യ മർദന നടപടികളിൽ ഒരെണ്ണം കൂടി കൂട്ടിച്ചേർത്തിരിക്കുന്നു. ജാമ്യം ചോദിച്ചും സെൻസർഷിപ്പ് കൽപ്പന പുറപ്പെടുവിച്ചും തടയാൻ കഴിയില്ലെന്നു കണ്ട് *ദേശാഭിമാനി*യെ തീരെ നിർത്തൽ ചെയ്തിരിക്കുന്നു. അതും പോര, *ദേശാഭിമാനി*യുടെ പത്രാധിപരും പ്രിന്ററും മലയാളത്തിൽ മറ്റൊരു പത്രവും പുറപ്പെടുവിക്കരുതെന്നു കൂടി ഗവൺമെന്റ് ആജ്ഞാപിച്ചിരിക്കുന്നു. ഇതു സംസ്ഥാനത്തിലെ 'പൊതുരക്ഷാ' നിയമമാണുപോലും! മലയാളഭാഷയിലെ ഇരുപത്തഞ്ചോളം ദിനപത്രങ്ങൾ ദിവസേന പറഞ്ഞുപരത്തുന്ന കള്ളങ്ങൾ കള്ളങ്ങളാണെന്നു പറയാനും അവ കൽപ്പിച്ചുകൂട്ടി പൂഴ്ത്തിവെക്കുന്ന പരമാർഥങ്ങളെ പുറത്തുകൊണ്ടുവരുവാനും ഞങ്ങളെ അനുവദിച്ചാൽ 'പൊതുരക്ഷ' അപകടത്തിൽപെടും പോലും!
>
> ഇത്രയധികം ശക്തി ഞങ്ങളുടെ പത്രത്തിനുണ്ടെങ്കിൽ അതിനു മതിയായ കാരണമെന്തെങ്കിലും ഉണ്ടാവേണ്ടതല്ലേ? ഞങ്ങളെഴുതുന്നതു മുഴുവൻ പൊതുരക്ഷയെ അപകടത്തിലാക്കുമെങ്കിൽ, ആ അപകടത്തെ നേരിടാൻ നാട്ടിലുള്ള മന്ത്രിമാർക്കും എംഎൽഎമാർക്കും നേതാക്കൾ

ക്കും പത്രങ്ങൾക്കും കഴിയുന്നില്ലെങ്കിൽ, ഞങ്ങളെ അമർത്തിയാൽ മാത്രമേ തങ്ങളുടെ ഭരണം നടത്താൻ കഴിയുകയുള്ളുവെങ്കിൽ അതിനൊരടിസ്ഥാനമുണ്ടാവേണ്ടതല്ലേ? ഗവൺമെന്റ് പറയുന്ന 'പൊതുരക്ഷ' നാട്ടിലെ പൊതുജനങ്ങളുടെ രക്ഷയല്ല. ഞങ്ങളാണ് ത്യാഗപൂർണമായും നിസ്വാർഥമായും ജനങ്ങളുടെ രക്ഷക്കുവേണ്ടി പ്രവർത്തിക്കുന്നത്. അവർ പൊതുരക്ഷയെന്നു പറയുന്നത് ഒരുപിടി പണക്കാരുടെയും പ്രമാണികളുടെയും രക്ഷയാണ്.

ജനങ്ങൾക്ക് എന്താണാവശ്യം?

ഞങ്ങൾ പറയുന്നു, ജന്മിസമ്പ്രദായം അവസാനിപ്പിക്കണം. കൃഷിക്കാർക്ക് തങ്ങളുടെ കൈയിലുള്ള ഭൂമി യാതൊരു പാട്ടബാധ്യതയുമില്ലാതെ കിട്ടണം. ഞങ്ങൾ പറയുന്നു, കൃഷിക്കാരുണ്ടാക്കുന്ന ഉൽപ്പന്നങ്ങൾക്ക് ന്യായമായ വിലകിട്ടണം. നിത്യജീവിതത്തിനുള്ള എല്ലാ സാധനങ്ങളും കഴിയുന്നത്ര ചുരുങ്ങിയ വിലക്ക് നാട്ടുകാർക്ക് കിട്ടണം. ഞങ്ങൾ പറയുന്നു, മൗലിക വ്യവസായങ്ങളും വൻകിട വ്യവസായങ്ങളും തൊഴിലാളികളുടെ സഹകരണത്തോടെ ഗവൺമെന്റ് നിയന്ത്രണത്തിൽ നടത്തണം. ഞങ്ങൾ പറയുന്നു, വൻകിട ഉദ്യോഗസ്ഥരുടെ ശമ്പളം ചുരുക്കിയും പണക്കാരുടെ മേൽ ഭാരിച്ച നികുതികൾ ചുമത്തിയും ഗവൺമെന്റിന്റെ വരുമാനം വർധിപ്പിക്കണം.

ഓരോ വായനക്കാരനും സഞ്ചരിക്കുന്ന ഓരോ *ദേശാഭിമാനി*

ഭാവിയെപ്പറ്റി പൂർണ ശുഭപ്രതീക്ഷയോടെയാണ് ഞങ്ങൾ പത്രം നിർത്തുന്നത്. ഇന്നത്തെ *ദേശാഭിമാനി* വായനക്കാരിൽ ഓരോരുത്തരും ഓരോ സഞ്ചരിക്കുന്ന *ദേശാഭിമാനി*യായി പ്രവർത്തിക്കുമെന്ന് ഞങ്ങൾക്കുറപ്പുണ്ട്. ഓരോ ദിവസവും നാട്ടിൽ നടക്കുന്ന സംഭവങ്ങളെ ബഹുജനങ്ങളുടെ വീക്ഷണത്തിൽ പഠിച്ച് അവയെക്കുറിച്ച് നിരന്തരം പ്രചാരവേല ചെയ്യാനും അങ്ങനെ ഇന്നത്തെ ഗവൺമെന്റ് നയത്തിന്റെ കള്ളി പൊളിയ്ക്കാനും ഓരോ *ദേശാഭിമാനി* വായനക്കാരനും പ്രവർത്തിക്കുമെന്നതിൽ സംശയമില്ല. ഈ പ്രവർത്തനത്തിൽ അവരെ സഹായിക്കുന്നതിന് ചില ലഘുലേഖകൾ ഇടയ്ക്കിടെ പ്രസിദ്ധീകരിക്കാൻ കഴിയുമോ എന്നു ഞങ്ങൾ ആലോചിച്ചുവരികയാണ്. *ദേശാഭിമാനി* ഏജന്റുമാരോട് ഒരു വാക്ക്: പത്രം നിന്നുപോയെങ്കിലും അതു നടത്തുന്നതിനു ചെലവായ പണം പലർക്കും കൊടുക്കുവാനുണ്ട്. റോയിട്ടർക്ക്, കടലാസിന്, പ്രസ്സിൽ മുതലായവ. അതുകൊണ്ട് നിങ്ങൾ അടയ്ക്കുവാനുള്ള പണം ഉടനെ അയക്കുക. അല്ലാത്തപക്ഷം വളരെ കുഴപ്പങ്ങൾ ഉണ്ടാവുമെന്നോർക്കുക.

അവസാനമായി ഞങ്ങൾക്ക് ഇന്നാട്ടിലെ കോൺഗ്രസുകാരും ലീഗുകാരും സോഷ്യലിസ്റ്റുകാരുമായ ജനാധിപത്യവാദികളോടൊക്കെ ഒരഭ്യർഥനയുണ്ട്. നിങ്ങൾ ജനാധിപത്യത്തിൽ വിശ്വസിക്കുന്നുണ്ടെങ്കിൽ ഇന്നത്തെ പ്രധാന സാമ്പത്തിക പ്രശ്നങ്ങളെക്കുറിച്ചെല്ലാം വ്യക്തമായ അഭിപ്രായങ്ങളുള്ള ഒരു ജനവിഭാഗത്തിന്റെ ശബ്ദത്തെ അടിച്ചമർക്കുന്ന ഈ നടപടിയെ സർവശക്തിയുമുപയോഗിച്ച് എതിർക്കണം. ഞങ്ങൾക്കുള്ള അവകാശത്തെ നിഷേധിക്കുന്നതു ന്യായമാണോ? ഇനി അങ്ങനെ നിഷേധിച്ചാൽ തന്നെ ഈ അഭിപ്രായത്തെ അടിച്ചമർക്കാൻ കഴിയുമെന്ന് നിങ്ങൾ വിശ്വസിക്കുന്നുണ്ടോ? ഹിറ്റ്ലർക്കും ചിയാങ്ങിനും നശിപ്പിക്കാൻ കഴിയാത്ത ഒരു പ്രസ്ഥാനത്തെ ഇല്ലാതാക്കാൻ നെഹ്റുവിനും പട്ടേലിനും കഴിയുമോ? –*ദേശാഭിമാനി* പ്രവർത്തകർ.[23]

13

ദേശീയ പ്രസ്ഥാനത്തിൽ പത്രങ്ങളുടെ സംഭാവന

മലയാളത്തിൽ പത്രങ്ങളുടെ ആവിർഭാവം പത്തൊമ്പതാം നൂറ്റാണ്ടിന്റെ മധ്യത്തിലാണെങ്കിൽ അതിന് മുക്കാൽ നൂറ്റാണ്ട് മുമ്പുതന്നെ ഇന്ത്യയിൽ പത്രങ്ങൾ പുറത്തിറങ്ങാൻ തുടങ്ങിയിരുന്നു. ഐറിഷുകാരനായ ജെയിംസ് അഗസ്റ്റസ് ഹിക്കി (1740–1802) കൽക്കത്തയിൽ നിന്ന് ഇംഗ്ലീഷിൽ 1780–ൽ പുറത്തിറക്കിയ *ബംഗാൾ ഗസറ്റാ*ണ് ഇന്ത്യയിലെ ആദ്യ പത്രം. അന്നു വാറൻ ഹേസ്റ്റിങ്സായിരുന്നു ഗവർണർ ജനറൽ. അദ്ദേഹത്തിന്റെ ഭരണനടപടികളെ വിമർശിക്കാനും കമ്പനി ഉദ്യോഗസ്ഥരുടെ സ്വകാര്യ ജീവിതം തുറന്നുകാട്ടാനും *ബംഗാൾ ഗസറ്റ്* മുതിർന്നപ്പോൾ ഈസ്റ്റ് ഇന്ത്യാ കമ്പനി പ്രസ് പിടിച്ചെടുത്തു. ഹിക്കിക്കു പിഴയിട്ടു. പുറമെ മാനനഷ്ടക്കേസും വന്നു. കഷ്ടി രണ്ടുവർഷമേ പത്രത്തിന് ആയുസ്സുണ്ടായുള്ളു.

ഇംഗ്ലീഷ് പത്രങ്ങൾക്ക് പിറകെ ഇന്ത്യൻ ഭാഷാ പത്രങ്ങൾ രംഗപ്രവേശം ചെയ്തപ്പോഴാണ് 1818–ൽ റഗുലേഷൻ ഓഫ് ദ പ്രസ് എന്ന നിയമം നടപ്പാക്കാൻ ബ്രിട്ടീഷ് ഗവൺമെന്റ് തീരുമാനിച്ചത്. ഈ നിയമപ്രകാരം ഗവർണർമാരുടെ രാഷ്ട്രീയ നടപടികളെപ്പറ്റി അഭിപ്രായപ്രകടനങ്ങൾ പാടില്ല. ഇന്ത്യയിലെ ബ്രിട്ടീഷ് മേധാവിത്വത്തിനു ഹാനിയുണ്ടാക്കുന്നതോ ബ്രിട്ടീഷുകാരെ അവഹേളിക്കുന്നതോ ആയ ഒന്നും കൊടുത്തുകൂട. പത്രത്തിൽ വരുന്ന ഏതു വാർത്തയും ലേഖനവും ഇതിന്റെയൊക്കെ പരിധിയിൽ പെടുത്തി നടപടിയെടുക്കാൻ കഴിയും. പിൽക്കാലത്ത് *പ്രഭാത*ത്തിനും *ദേശാഭിമാനി*ക്കും എതിരെ പ്രയോഗിച്ചത് ഇത്തരം കരിനിയമങ്ങളായിരുന്നു. ദേശീയ പ്രസ്ഥാനം ശക്തിപ്പെടുകയും ഗാന്ധിജിയുടെ ഇടപെടലിന്റെ ഫലമായി സാധാരണ ജനങ്ങൾ സ്വാതന്ത്ര്യസമരത്തിലേക്ക് ഇറങ്ങുകയും ചെയ്തപ്പോൾ രാജ്യത്തിന്റെ പലഭാഗത്തുനിന്നും പത്രങ്ങൾ പുറപ്പെടാൻ തുടങ്ങി. ബാലഗംഗാധര തിലകൻ *കേസരി* നടത്തിയതും ഗവൺമെന്റിനെ വിമർശിച്ചതിന് അദ്ദേഹത്തെ ജയിലിലടച്ചതും മറ്റൊരു അധ്യായത്തിൽ വിവരിച്ചിട്ടുണ്ട്. തിലകനു പുറമെ ദാദാബായ് നവറോജി, മഹാദേവ് ഗോവിന്ദ് റാനഡെ തുടങ്ങിയ ദേശീയ നേതാക്കളും പത്രം നടത്തുകയോ പത്രത്തിന്റെ ഭാഗമായി പ്രവർത്തിക്കുകയോ ചെയ്തു.

കൽക്കത്തയിൽ നിന്ന് ഇംഗ്ലീഷിൽ *ബംഗാൾ ഗസറ്റ്* പുറത്തിറങ്ങി 67 വർഷം കഴിഞ്ഞാണ് മലയാളത്തിൽ പത്ര പ്രസിദ്ധീകരണം ആരംഭിക്കുന്നത്. ജർമൻ ബാസൽ മിഷനുവേണ്ടി തലശ്ശേരിയിൽ നിന്ന് ഡോ. ഹെർമൻ ഗുണ്ടർട്ടിന്റെ നേതൃത്വത്തിൽ 1847 ജൂലൈയിൽ പുറത്തിറങ്ങിയ *രാജ്യസമാചാര*മാണ് മലയാളത്തിലെ ആദ്യ പത്രം. കൈകൊണ്ടെഴുതി കല്ലച്ചിലായിരുന്നു അതു

ഹെർമൻ ഗുണ്ടർട്ട്

പ്രസിദ്ധപ്പെടുത്തിയിരുന്നത്. ക്രിസ്തുമത പ്രചാരണത്തിനുവേണ്ടി ആരംഭിച്ച ഈ മാസിക 1850 ഡിസംബർ വരെ തുടർന്നു. *രാജ്യസമാചാരം* പുറത്തിറങ്ങി മൂന്നുമാസം കഴിഞ്ഞപ്പോൾ തലശ്ശേരി ഇല്ലിക്കുന്നിൽ നിന്നുതന്നെ മറ്റൊരു മാസികയും ബാസൽ മിഷൻ തുടങ്ങി. *പശ്ചിമൊദയം* എന്നു പേരിട്ട ഈ മാസിക 1847 ഒക്ടോബറിലാണ് പ്രസിദ്ധീകരണം തുടങ്ങുന്നത്. മലയാളത്തിലെ രണ്ടാമത്തെ പത്രപ്രസിദ്ധീകരണം എന്ന സ്ഥാനം *പശ്ചിമൊദയ*ത്തിനാണ്. ക്രിസ്തുമത പ്രചാരണത്തിനുവേണ്ടി വേറെയും പ്രസിദ്ധീകരണങ്ങളുണ്ടായിരുന്നു. മലയാളത്തിൽ മാത്രമല്ല, മറ്റു ഭാഷകളിലും. പൊതുവിൽ ജനങ്ങളുടെ അറിവ് വർധിപ്പിക്കാൻ ഇത്തരം മാസികകളും വാരികകളും പ്രയോജനപ്പെട്ടുവെങ്കിലും സാമൂഹ്യരംഗത്ത് അവയൊന്നും കാര്യമായ ചലനങ്ങളുണ്ടാക്കിയില്ല. സാമൂഹിക പരിവർത്തനത്തിന് ശ്രദ്ധേയമായ സംഭാവനകൾ നൽകിയ ഏതാനും പത്രങ്ങളുടെ ചരിത്രത്തിലേക്ക് കണ്ണോടിച്ചുപോവുകയാണ് ഈ അധ്യായത്തിൽ.

കേരളപത്രിക

ചെങ്കുളത്ത് വലിയ കുഞ്ഞിരാമമേനോന്റെ പത്രാധിപത്യത്തിൽ 1884-ൽ കോഴിക്കോട്ടു നിന്നാരംഭിച്ച *കേരളപത്രിക* മലബാറിൽനിന്നു പുറത്തിറങ്ങിയ മലയാള ഭാഷയിലെ ആദ്യ വൃത്താന്തപത്രമാണ്. ജനങ്ങളിൽ സ്വാതന്ത്ര്യവാഞ്ഛയുണർത്താനും അവരെ ദേശീയ പ്രസ്ഥാനത്തിലേക്കു കൊണ്ടുവരാനും എളിയ തോതിലെങ്കിലും *മാതൃഭൂമി*ക്കു മുമ്പേ പരിശ്രമിച്ച പത്രമാണ് *കേരളപത്രിക*. കേരളത്തിൽ കോൺഗ്രസ് പ്രചാരണത്തിനു തുടക്കം കുറിച്ചത് *കേരളപത്രിക*യാണെന്ന് മഹാകവി ഉള്ളൂർ രേഖപ്പെടുത്തിയിട്ടുണ്ട്. ചെങ്കുളത്ത് കുഞ്ഞിരാമമേനോൻ ഒരു കോൺഗ്രസുകാരനായിരുന്നു. മലബാറിലെ ആദ്യ കോൺഗ്രസ് പ്രവർത്തകരിൽ ഒരാൾ. 1885-ൽ ബോംബെയിലാണല്ലോ ഇന്ത്യൻ നാഷണൽ കോൺഗ്രസ് രൂപീകൃതമായത്. അതിന്റെ തയാറെടുപ്പിനു വേണ്ടി 1884 ആദ്യം കൽക്കത്തയിൽ ചേർന്ന സമ്മേളനത്തിൽ പങ്കെടുക്കാൻ അവസരം കിട്ടിയ മേനോൻ തിരിച്ചുവന്നാണ് *കേരളപത്രിക* തുടങ്ങിയത്. ദേശീയ പ്രസ്ഥാനത്തിന് ഉറച്ച പിന്തുണ നൽകിയ *അമൃതബസാർ പത്രിക*യുടെ അനുഭവം മേനോനു പ്രചോദനമായെന്നും അതുകൊണ്ടാണ് പത്രിക എന്ന പേര് തന്റെ പ്രസിദ്ധീകരണത്തിനു നൽകിയതെന്നുമുള്ള നിഗമനങ്ങളുണ്ട്. കോഴിക്കോട്ടെ പ്രസിദ്ധമായ ചെങ്കുളത്തു തറവാട്ടിൽ ജനിച്ച മേനോൻ മദ്രാസ് പ്രസിഡൻസി കോളേജിൽ നിന്നാണ് ബി എ ബിരുദം നേടിയത്. കോഴിക്കോട് ബിഇഎം ഹൈസ്കൂളിലും സാമൂതിരി ഹൈസ്കൂളിലും അധ്യാപകനായി നാലുവർഷം ജോലിചെയ്ത അദ്ദേഹം അതുപേക്ഷിച്ച് പത്രപ്രവർത്തനമെന്ന തന്റെ വഴി തെരഞ്ഞെടുത്തു.

കോഴിക്കോട്ടെ വിദ്യാവിലാസം പ്രസ്സിൽ നിന്നാണ് ദ്വൈവാരികയായി *കേരളപത്രിക* ഇറങ്ങിത്തുടങ്ങിയത്. മലയാളത്തിലെ ആദ്യനോവൽ *കുന്ദലത*യുടെ കർത്താവായ അപ്പു നെടുങ്ങാടി മേനോനെ പണം നൽകി സഹായിച്ചു. മാത്രമല്ല, അദ്ദേഹം പത്രികയിൽ ലേഖനങ്ങളും എഴുതിക്കൊണ്ടിരുന്നു. ഇന്ദുലേഖയുടെ കർത്താവ് ഒ ചന്തുമേനോൻ ഉൾപ്പെടെ ഒട്ടേറെ പ്രഗത്ഭരും പ്രമാണിമാരും മേനോന്റെ സഹായത്തിനെത്തി. പിൽക്കാലത്ത് കേസരി എന്ന തൂലികാനാമത്തിൽ പ്രസിദ്ധനായ വേങ്ങയിൽ കുഞ്ഞിരാമൻ നായനാരും സാഹിത്യസംബന്ധിയായ ലേഖനങ്ങൾ നൽകി പത്രികയുടെ സ്ഥാനം ഉയർത്തി. സമുദായ പരിഷ്കരണ പ്രവർത്തനങ്ങൾക്കു പിന്തുണ നൽകിയ പത്രം സാഹിത്യം, രാജഭരണം എന്നീ വിഷയങ്ങളും വായനക്കാരെ ആകർഷിക്കുംവിധം കൈകാര്യം ചെയ്തു. കേരളപത്രികയിൽ അദ്ദേഹം ഉപയോഗിച്ച ലളിതഭാഷ പിന്നീട് പത്രഭാഷയ്ക്ക് വഴികാട്ടിയായി. കേരളത്തിന്റെ രാഷ്ട്രീയ പുരോഗതിയിൽ *കേരളപത്രിക* ഗണ്യമായ പങ്കുവഹിച്ചുവെന്നാണ് പി ഗോവിന്ദപ്പിള്ള രേഖപ്പെടുത്തിയത്. 1933 വരെ ചെങ്കുളത്ത് തന്നെയായിരുന്നു *കേരള പത്രിക*യുടെ പത്രാധിപർ. ഒട്ടാകെ 48-49 വർഷം.

പത്തൊമ്പതാം ശതകത്തിന്റെ അവസാനമായപ്പോഴേക്ക് കേരളത്തിലെ പരമ്പരാഗതമായ സാമൂഹ്യസംവിധാനങ്ങൾക്ക് ഇളക്കം തട്ടിയിരുന്നു. ജാതിമേധാവിത്വത്തെ വെല്ലുവിളിച്ചുകൊണ്ട് ശ്രീനാരായണഗുരു അരുവിപ്പുറത്ത് ശിവപ്രതിഷ്ഠ നടത്തി. കേരളീയ നവോത്ഥാനത്തിന്റെ പിതാവെന്ന് വിളിക്കപ്പെടുന്ന അദ്ദേഹം അക്കാലത്ത് സ്ഥാപിച്ച ക്ഷേത്രങ്ങളിൽ ഈഴവർക്കു മാത്രമല്ല, അധഃസ്ഥിത ജാതിക്കാർക്കെല്ലാം പ്രവേശനമുണ്ടായിരുന്നു. ശ്രീനാരായണ ഗുരുവിന്റെ പ്രസ്ഥാനം ശക്തിപ്പെട്ടതോടെ കേരളത്തിൽ സവർണ ജാതികൾക്ക് പഴയ പ്രതാപം നഷ്ടമായി. ഏതാണ്ട് ഇതേകാലത്തു തന്നെയാണ് ചട്ടമ്പിസ്വാമികളും (1853–1924) ബ്രഹ്മാനന്ദശിവയോഗിയും (1852–1929) വൈകുണ്ഠസ്വാമികളും (1809–1851) അയിത്തം ഉൾപ്പെടെയുള്ള അനാചാരങ്ങൾക്കെതിരെയും പെൺകുട്ടികളുടെ വിദ്യാഭ്യാസത്തിനു വേണ്ടിയും സാമൂഹ്യവിപ്ലവത്തിന്റെ കാഹളം മുഴക്കിയത്. ചട്ടമ്പിസ്വാമികൾ പല കാര്യങ്ങളിലും ശ്രീനാരായണഗുരുവുമായി സഹകരിച്ചു പ്രവർത്തിച്ചു.

രാഷ്ട്രീയ രംഗത്തും വലിയ ചലനങ്ങൾ ഇക്കാലത്തുണ്ടായി. തിരുവിതാംകൂറിൽ ഉയർന്ന വിദ്യാഭ്യാസം നേടിയവരുണ്ടായിട്ടും അവർക്ക് ഉദ്യോഗം നൽകാതെ തമിഴ്നാട്ടിൽ നിന്നും മഹരാഷ്ട്രയിൽ നിന്നും ബ്രാഹ്മണരെ കൊണ്ടുവന്ന് ഉയർന്ന ഉദ്യോഗങ്ങളിൽ നിയമിക്കുന്നതിനെതിരെ ആരംഭിച്ച 'മലയാളി മെമ്മോറിയൽ' പ്രസ്ഥാനം (1891) രാജഭരണത്തെ പിടിച്ചുകുലുക്കി. അതിനു പിറകെ 'ഈഴവ മെമ്മോറിയ'ലും വന്നു. ഈഴവരുടെ താൽപ്പര്യം ഹനിക്കപ്പെടുമോ എന്ന ആശങ്കയിൽ നിന്നാണ് ഇതുണ്ടായത്. ക്രിസ്ത്യൻ മിഷണറിമാരുടെ പ്രവർത്തനം വഴി ആളുകൾ പാശ്ചാത്യ വിദ്യാഭ്യാസം നേടാൻ തുടങ്ങിയത് സാമൂഹിക പരിവർത്തനത്തിന് ആക്കംകൂട്ടി. ജനാധിപത്യത്തെക്കുറിച്ചും പൗരാവകാശങ്ങളെക്കുറിച്ചും ജനങ്ങൾ കൂടുതൽ കൂടുതൽ അറിയാൻ തുടങ്ങി. ഇരുപതാം ശതകത്തിന്റെ ആദ്യത്തിൽ സാമൂഹിക പരിഷ്കരണ പ്രസ്ഥാനങ്ങൾ കൂടുതൽ ശക്തവും വ്യാപകവുമായി. 1903–ൽ എസ്എൻഡിപി രൂപംകൊണ്ടു. കുമാരനാശാനും ഡോ. പൽപ്പുവുമെല്ലാം അതിന് നേതൃത്വം കൊടുത്തു. 1914–ൽ മന്നത്ത് പത്മനാഭന്റെ നേതൃത്വത്തിൽ നായർ സർവീസ് സൊസൈറ്റി രൂപീകൃതമായി. സാംസ്കാരിക രംഗത്തും മാറ്റത്തിന്റെ കാറ്റുവീശുകയായിരുന്നു. സാധാരണക്കാർക്ക് ആസ്വദിക്കാവുന്ന കലകളും സാഹിത്യവും വളർന്നുവന്നു. അവർ അതിനെക്കുറിച്ച് അഭിപ്രായം പറയാൻ തുടങ്ങി. അക്കാലത്ത് മലയാള സാഹിത്യത്തിലുണ്ടായ അഭിവൃദ്ധിക്കു കാരണം വൃത്താന്തപത്രങ്ങളാണെന്ന് *കേരളം മലയാളികളുടെ മാതൃഭൂമി* എന്ന ഗ്രന്ഥത്തിൽ ഇ എം എസ് പറയുന്നുണ്ട്.

സാമൂഹിക–സാംസ്കാരിക രംഗത്തുണ്ടായ മാറ്റവും ഉണർവും പത്രങ്ങളിലും പ്രതിഫലിക്കാൻ തുടങ്ങി. പത്തൊമ്പതാം ശതകത്തിന്റെ അവസാനത്തിലും ഇരുപതാം ശതകത്തിന്റെ തുടക്കത്തിലും കൂടുതൽ പത്രങ്ങളുണ്ടായി. എന്നാൽ 1920–കളുടെ അവസാനത്തിലും 1930–കളുടെ തുടക്കത്തിലുമാണ് ദിനപത്ര പ്രസിദ്ധീകരണം കേരളത്തിൽ സ്ഥിരമായ ഏർപ്പാടായത്.

സ്വദേശാഭിമാനി

മഹാരാജാവ് അന്നദാതാവായ പൊന്നുതിരുമേനിയായി കരുതപ്പെട്ട കാലം. 'രാജാ പ്രത്യക്ഷദൈവതം' എന്നത് സമൂഹത്തിൽ വേരൂന്നിയ വിശ്വാസമായിരുന്നു. ഇരുപതാം നൂറ്റാണ്ടിന്റെ തുടക്കത്തിൽ പോലും തിരുവിതാംകൂറിൽ ഈ സങ്കൽപ്പത്തിനോ വിശ്വാസത്തിനോ വ്യവസ്ഥിതിക്കോ വലിയ ഊനമൊന്നും തട്ടിയിരുന്നില്ല. രാജസ്നേഹവും രാജ്യസ്നേഹവും രണ്ടാണെന്നു തിരിച്ചറിയാൻ വിവരവും വിദ്യയുമുള്ള പ്രജകൾക്കുപോലും കഴിഞ്ഞില്ല. രാജദ്രോഹമെന്നത് രാജ്യദ്രോഹമാക്കി എതിരഭിപ്രായക്കാരെ തടവറകളിലേക്ക് വിടുകയും ഉന്നതനീതിപീഠങ്ങൾ പോലും പലപ്പോഴും നിസ്സഹായമാവുകയും ചെയ്യുന്ന വർത്തമാന കാലത്ത് ഇതിലൊന്നും അത്ഭുതപ്പെടാൻ കഴിയില്ല. എന്നാൽ, രാജാവും ദിവാനും തിരുവായ്ക്കെതിർവായില്ലാതെ നാട്ടിൽ തേർവാഴ്ച നടത്തുന്ന കാലത്ത് അതിനെയൊക്ക വെല്ലുവിളിച്ചുകൊണ്ട് ഒരു പത്രമുടമയും പത്രാധിപരും

കെ രാമകൃഷ്ണപിള്ള

രംഗത്തുവന്നു എന്നതാണ് *സ്വദേശാഭിമാനി*യുടെ സവിശേഷതയും സംഭാവനയും.

പണ്ഡിതനും ഉൽപ്പതിഷ്ണുവും ജനാധിപത്യവാദിയുമായ വക്കം മുഹമ്മദ് അബ്ദുൾഖാദർ മൗലവി (1873– 1932) 1905 ജനുവരിയിൽ തിരുവനന്തപുരം ജില്ലയിലെ അഞ്ചുതെങ്ങിൽ നിന്ന് ആരംഭിച്ചതാണ് *സ്വദേശാഭിമാനി.* തുടക്കത്തിൽ ചിറയിൻകീഴുകാരനായ സി പി ഗോവിന്ദപ്പിള്ളയായിരുന്നു പത്രാധിപർ.

"ഭയകൗടില്യ ലോഭങ്ങൾ
വളർക്കില്ലൊരു നാടിനെ"

മുൻ പേജിൽ ഈ പ്രഖ്യാപനവുമായാണ് *സ്വദേശാഭിമാനി* പുറത്തുവന്നത്. അതൊരു മുന്നറിയിപ്പായിരുന്നു. ജനങ്ങളെ ഭയപ്പെടുത്തിയും വഞ്ചിച്ചും അത്യാർത്തിയോടെ നാടുഭരിക്കുന്നവർക്കുള്ള മുന്നറിയിപ്പ്. സ്വേഛാധിപത്യത്തിന്റെ മർദനത്തിലും കണ്ണുരുട്ടലിലും നിശ്ശബ്ദരായിപ്പോയവരുടെ നാവായി *സ്വദേശാഭിമാനി* വളർന്നുവന്നു. 1906–ൽ തന്നെ കെ രാമകൃഷ്ണപിള്ള പത്രാധിപരായി ചുമതലയേറ്റു. രാജാധിപത്യത്തിനും ദിവാൻ പി രാജഗോപാലാചാരിയുടെയും സേവകരുടെയും ദുഷ്ചെയ്തികൾക്കും എതിരെ രൂക്ഷമായ ആക്രമണമാണ് പിന്നെ കണ്ടത്. രാമകൃഷ്ണപിള്ള ബോധപൂർവം തെരഞ്ഞെടുത്ത വഴിയായിരുന്നു പത്രപ്രവർത്തനം. *സ്വദേശാഭിമാനി*ക്കു മുമ്പ് *കേരള പഞ്ചിക, കേരള ദർപ്പണം, കേരള പത്രിക, മലയാളി, കേരളൻ* എന്നീ പത്രങ്ങളുടെ പത്രാധിപരായി രാമകൃഷ്ണപിള്ള പ്രവർത്തിച്ചിരുന്നു. തന്റെ തീവ്രമായ രാഷ്ട്രീയ നിലപാടുകളിൽ വിയോജിപ്പോ പേടിയോ ഉള്ള ഉടമസ്ഥരുമായി ഒത്തുപോകാൻ അദ്ദേഹത്തിന് കഴിഞ്ഞില്ല. ഈ ഘട്ടത്തിലാണ് പത്രാധിപർക്കു സർവസ്വാതന്ത്ര്യവും ഉറപ്പുനൽകി വക്കം മൗലവിയെന്ന ആദർശധീരൻ രാമകൃഷ്ണപിള്ളയെ ക്ഷണിക്കുന്നത്. ഭവിഷ്യത്ത് ഒന്നിനുപിറകെ ഒന്നായി വന്നപ്പോഴും മൗലവി കുലുങ്ങിയില്ല. പത്രാധിപർക്കു കൊടുത്ത വാക്ക് ആ സത്യവിശ്വാസി തെറ്റിച്ചതുമില്ല. അങ്ങനെയാണ് രാമകൃഷ്ണപിള്ളയെ നാടുകടത്താനും പ്രസ്സും മറ്റു വസ്തുക്കളും കണ്ടുകെട്ടാനും 1910 സെപ്തംബർ 26–ന് രാജവിളംബരമുണ്ടായത്. മലയാള പത്രപ്രവർത്തനത്തിന്റെയും അഭിപ്രായസ്വാതന്ത്ര്യത്തിന്റെയും ചരിത്രത്തിൽ മായാത്ത കറുത്തപുള്ളിയായി ആ രാജകീയ വിളംബരം മാറി. രാമകൃഷ്ണപിള്ളക്ക് ബ്രിട്ടീഷ് ഇന്ത്യയുടെ ഭാഗമായ മലബാറിലേക്ക് പലായനം ചെയ്യേണ്ടിവന്നു. പ്രസ് അടച്ചുപൂട്ടി. പ്രസ് പൂട്ടിയതിലല്ല, പത്രാധിപർ നാടുകടത്തപ്പെട്ടതിലായിരുന്നു വക്കം മൗലവിയുടെ ദുഃഖം.

നാടുകടത്തലിനെപ്പറ്റി പ്രശസ്ത ചരിത്രകാരൻ ഡോ. എം ജി എസ് നാരായണന്റെ നിരീക്ഷണം ചരിത്രഗവേഷകർക്കു മുമ്പിലേക്ക് ചില ചോദ്യങ്ങൾ എറിയുന്നതാണ്:

> അന്നത്തെ ഇന്ത്യയിലെ, പ്രത്യേകിച്ചും ഒരു നാട്ടുരാജ്യത്തിലെ, സാധാരണ സമ്പ്രദായത്തിൽ ഉള്ളതായിരുന്നില്ല പിള്ളയുടെ നാടുകടത്തൽ. അടിയും ഇടിയും ഭീഷണിയും തടവിലിടലും പിടിച്ചടക്കലും ഒക്കെ ആയിരുന്നു അക്കാലത്തെ രാഷ്ട്രീയത്തർക്കങ്ങളിൽ ഭരണാധികാരികൾ ആയുധമാക്കിയത്. ഏതാണ്ട് ബ്രിട്ടീഷ് മോഡലിൽ നടന്ന ഈ നാടുകടത്തൽ ശിക്ഷയ്ക്കു പിന്നിൽ ഏതോ പരിഷ്കൃത മനഃസ്ഥിതിയുടെ പ്രവർത്തനം വ്യക്തമായി കാണപ്പെടുന്നു. മഹാരാജാവിന്റെ? ബ്രിട്ടീഷ് ഉദ്യോഗസ്ഥന്മാരുടെ? ദിവാന്റെ? ഒരുപക്ഷേ, തിരുവിതാംകൂർ ഗവൺമെന്റും ബ്രിട്ടീഷ് അധികൃതരും തമ്മിൽ നടന്ന സ്വകാര്യമായ കത്തിടപാടുകൾ ഇതിന്മേൽ തീരുമാനമുണ്ടാക്കാൻ സഹായിച്ചേക്കും. ഇന്ത്യൻ നാഷണൽ ആർക്കൈവ്സിലും ഇന്ത്യാ ഓഫീസ് ലൈബ്രറിയിലും മറ്റുമുള്ള രഹസ്യരേഖകൾ എന്തെങ്കിലും പറയാൻ പ്രാപ്തമായിരിക്കുമോ? [1]

രാമകൃഷ്ണപിള്ളയുടെ നാടുകടത്തലിനെയും *കേസരി* എന്ന മറാഠി പത്രത്തിലൂടെ ബ്രിട്ടീഷ് ഭരണാധികാരികളെ വിമർശിച്ചതിന് ബാലഗംഗാധര തിലകനെ ജയിലിൽ അടച്ചതിനെയും താരതമ്യം ചെയ്തുകൊണ്ട് ഇ എം എസ് നടത്തുന്ന വിലയിരുത്തൽ ഇതാണ്:

വക്കം മുഹമ്മദ് അബ്ദുൾ ഖാദർ മൗലവി

അന്നു ലോകമാന്യതിലകൻ ചരിത്രപ്രസിദ്ധമായ ഒരു വിചാരണക്കു ശേഷം ആറുവർഷത്തെ തടവിന് ശിക്ഷിക്കപ്പെട്ട് മാൻഡലേ ജയിലിൽ കഴിയുകയായിരുന്നു. തിലകന്റെ ബന്ധനം, രാമകൃഷ്ണപിള്ളയുടെ നാടുകടത്തൽ-ഇതുരണ്ടും തമ്മിൽ ബന്ധമുണ്ടെന്നാണ് ഇവിടെ സൂചിപ്പിക്കുന്നത്. ഈ രണ്ടു സ്വാതന്ത്ര്യപ്പോരാളികളും തമ്മിൽ ഒട്ടേറെ വ്യത്യാസങ്ങൾ ഉണ്ടെന്നതും നേരാണ്. ഒരു കൊച്ചുനാട്ടുരാജ്യത്തെ ഭരണാധികാരികളുടെ കൊള്ളരുതായ്മകളും അഴിമതിയും പുറത്തുകൊണ്ടുവന്നതിനാണ് രാമകൃഷ്ണപിള്ള നാടുകടത്തപ്പെട്ടത്. തിലകനാകട്ടെ, ഇന്നത്തെ ഇന്ത്യൻ യൂണിയൻ മാത്രമല്ല, പാക്കിസ്ഥാനും ബംഗ്ലാദേശും ബർമ്മയുമെല്ലാം ഉൾക്കൊള്ളുന്ന അന്നത്തെ വലിയ ഇന്ത്യയുടെ വിദേശീയ ഭരണാധികാരികൾക്കെതിരായി, തന്റെ അഗാധ പാണ്ഡിത്യവും മൂർച്ചയേറിയ തൂലികയും ഉപയോഗിക്കുകയാണ് ചെയ്തത്. അതിനദ്ദേഹത്തിനു കിട്ടിയത് സ്വന്തം രാജ്യമായ ഇന്ത്യയിൽ നിന്നും നാടുകടത്തലല്ല; അന്ന് ആ മഹാരാജ്യത്തിന്റെ അഭേദ്യഭാഗമായിരുന്ന ബർമ്മയിലെ ഒരു ജയിലിൽ തടവുശിക്ഷയായിരുന്നു. എങ്കിലും രണ്ടുപേരും തമ്മിൽ മൗലികമായി യോജിപ്പുണ്ട്. ഭരണാധികാരികളുടെ മർദനത്തിനെതിരായി സ്വന്തം കൈയിലുള്ള ഒരേയൊരു മൂർച്ചയേറിയ ആയുധം-പേന- ഫലപ്രദമായി ഉപയോഗിച്ചതിന് ത്യാഗം അനുഭവിക്കേണ്ടി വന്നവരാണവർ.

തിലകനെ അപേക്ഷിച്ച് ഒരു കാര്യത്തിൽ രാമകൃഷ്ണപിള്ള മെച്ചപ്പെട്ടു നിൽക്കുന്നു എന്നുകൂടി ഈ സന്ദർഭത്തിൽ ഓർമിപ്പിക്കാൻ ഞാൻ ആഗ്രഹിക്കുന്നു. തിരുവിതാംകൂർ എന്ന നാട്ടുരാജ്യത്തിന്റെ ഇടുങ്ങിയ വൃത്തമായിരുന്നു തന്റെ പ്രവർത്തന മേഖലയെങ്കിലും അദ്ദേഹത്തിന്റെ ലോകവീക്ഷണം വളരെ വിശാലമായിരുന്നു. ഒരുപക്ഷേ, തിലകന്റേതിനേക്കാൾ വിശാലം. കേരളീയൻ എന്ന ദുരഭിമാനത്തിന് കീഴ്പ്പെടാതെതന്നെ അഭിമാനപൂർവം നമുക്കു പറയാം-ഇന്ത്യക്കാർക്ക് കാൾ മാർക്സിനെ ആദ്യം പരിചയപ്പെടുത്തിക്കൊടുത്ത രണ്ടുപേരിലൊരാൾ രാമകൃഷ്ണപിള്ളയായിരുന്നു. [2]

രാജ്യം ശ്രീപത്മനാഭനു സമർപ്പിച്ചുകൊണ്ട് മാർത്താണ്ഡവർമ്മ മഹാരാജാവ് നടത്തിയ തൃപ്പടിദാനം രാജഭരണത്തിന് ഹൈന്ദവ ആത്മീയതയുടെയും ധാർമികതയുടെയും ഒരു പരിവേഷമുണ്ടാക്കിയിരുന്നു. ഇതിനെ വെല്ലുവിളിച്ചുകൊണ്ട് രാജാവിന്റെ ദിവ്യപരിവേഷം എടുത്തുമാറ്റാൻ പരിശ്രമിച്ച മലയാളത്തിലെ ആദ്യപത്രപ്രവർത്തകനെന്ന വിശേഷണവും രാമകൃഷ്ണപിള്ളക്കു ചേരും. 1905-ൽ *കേരളൻ* രണ്ടാം പുസ്തകം ഒന്നാം ലക്കത്തിൽ അദ്ദേഹം എഴുതിയ 'രാജനീതി' എന്ന ലേഖനം നിർഭയമായ പത്രപ്രവർത്തനത്തിന്റെ തെളിമ മങ്ങാത്ത അധ്യായമാണ്. അദ്ദേഹം പ്രഖ്യാപിച്ചു:

> പ്രജകളുടെ അനുമതി കൂടാതെയുള്ള ഭരണം പ്രജകൾ ശിശുപ്രായത്തിലിരിക്കുമ്പോൾ ഫലപ്പെട്ടുവെന്നു വരാം. എങ്കിലും ആ പ്രജകൾ റഷ്യാ സാമ്രാജ്യത്തിന്റെ അവസ്ഥയെ കാലാന്തരം കൊണ്ട് പ്രാപിക്കുമെന്നുള്ളതിനു സംശയമില്ല. ഒരു രാജ്യഭരണത്തിൽ പ്രജകളുടെ സമ്മതം അത്യാവശ്യമാകുന്നു. ആകയാൽ, രാജാധികാരം അതിന്റെ സൂക്ഷ്മത്തിൽ ആലോചിക്കുമ്പോൾ പ്രജകളുടെ സമ്മതത്തിൽ നിന്ന് ഉത്ഭവിച്ചിട്ടുള്ളതാകുന്നു. പ്രജകളെ ഭരിക്കുന്നതിനുള്ള അധികാരം പ്രജകളിൽ ചേർന്നതും അവർ അതിനു മുഴുവനുമോ അതിന്റെ ഏതെങ്കിലും അംശമോ അവരിൽ ഒരുവനോ പലർക്കോ നൽകിയിരിക്കുന്നതുമാകുന്നു. രാജനീതി പ്രജകളുടെ സമ്മതത്തോടു യോജിക്കുമ്പോൾ രാജാവ് പ്രജകളെ രഞ്ജിപ്പിക്കുന്നവനായി രാജനാമത്തിന് അർഹതയുള്ളവനായിത്തീരുന്നു. രാജാധികാരം രാജാവിങ്കൽ ഉള്ളതല്ലെന്നും അതു പ്രജകളാൽ ദത്തമായിട്ടുള്ളതാണെന്നും വരുമ്പോൾ ആ അധികാരത്തെ രാജാവിങ്കൽ നിന്നു തിരിയെ വാങ്ങുന്നതിനു പ്രജകൾക്ക് അധികാരമുണ്ടെന്നു വരുന്നു. [3]

രാജാധികാരത്തെ ചോദ്യം ചെയ്തും പ്രജാധിപത്യത്തിനു വേണ്ടി വീറോടെ വാദിച്ചും പിള്ള നിരന്തരം എഴുതിക്കൊണ്ടിരുന്നു. പത്രാധിപരെ നാടുകടത്തി പ്രസ് കണ്ടുകെട്ടാൻ ദിവാൻ പി രാജഗോപാലാചാരി നിശ്ചയിക്കുകയും അതനുസരിച്ച് ശ്രീമൂലം തിരുനാൾ ഉത്തരവിറക്കുകയും ചെയ്തതിന്റെ സാഹചര്യം ഇതാണ്.

നാടിനെ ശ്രീപത്മനാഭന് സമർപ്പിച്ച് ഒരു ഹിന്ദുരാജ്യമാക്കാൻ മാർത്താണ്ഡവർമക്ക് എന്ത് അധികാരമാണുള്ളതെന്ന് രാമകൃഷ്ണപിള്ള ചോദിച്ചു. ക്രിസ്ത്യാനികളും മുസ്ലിങ്ങളും ക്ഷേത്ര പ്രവേശനം നിഷേധിക്കപ്പെട്ട ഹിന്ദുക്കളും പ്രജകളായുള്ള, അവരുടെയൊക്കെ മുതലെടുത്ത് നട ന്നുപോകുന്ന, ഒരു രാജ്യത്ത് സവർണമേധാവിത്വമുള്ള ഒരു ഹിന്ദുമതാധിഷ്ഠിത ഭരണസമ്പ്രദാ യവും ഫ്യൂഡൽ സാമ്പത്തിക വ്യവസ്ഥിതിയും നിലനിർത്തിപ്പോരുന്നതിന്റെ അന്യായം അദ്ദേഹം എടുത്തുകാട്ടി. ഇന്ന് സെക്കുലറിസം എന്നറിയപ്പെടുന്ന ആ ആശയത്തിനൊപ്പം തന്നെ, ജനായ ത്തത്തിന്റെയും അവസരസമത്വത്തിന്റെയും പ്രജാക്ഷേമത്തിന്റെയും സിദ്ധാന്തങ്ങൾ അദ്ദേഹം ഉയർത്തിപ്പിടിച്ചു.[4]

സ്വദേശാഭിമാനവും ആത്മാഭിമാനവും ഉയർത്താൻ പടവെട്ടിയ പിള്ളയെ നാടുകടത്തു കയും പത്രം പൂട്ടിക്കുകയും ചെയ്തിട്ടും അക്കാലത്ത് ഇറങ്ങിയ മലയാളപത്രങ്ങൾ പെതുവെ എതിർക്കാൻ മുന്നോട്ടുവന്നില്ല എന്നത് ഇന്നത്തെ മാറിയ സാഹചര്യത്തിൽ വിലയിരുത്തുമ്പോൾ അത്ഭുതമല്ല. എന്നാൽ *ദ ഹിന്ദു, മദ്രാസ് സ്റ്റാൻഡേർഡ്, പഞ്ചാബി, സാധ്വി* തുടങ്ങിയ ഇതര ഭാഷാ പത്രങ്ങൾ അതിനെ നിശിതമായി വിമർശിച്ചിരുന്നു.

വക്കം മുഹമ്മദ് അബ്ദുൾഖാദർ മൗലവി എന്ന നിർഭയനായ പത്രമുടമയെക്കുറിച്ച് പരാമർ ശിച്ചുവല്ലോ. അതിന് പിൽക്കാലത്ത് ഒരു അനുബന്ധമുണ്ട്. രാജാധികാരത്തെയും ദിവാനെയും വിമർശിച്ചതിന് 1910-ലായിരുന്നു പ്രസ്സും പത്രവും തിരുവിതാംകൂർ രാജഭരണം കണ്ടുകെട്ടുക യും പത്രാധിപരെ നാടുകടത്തുകയും ചെയ്തത്. രാജഭരണം അവസാനിക്കുകയും ഇന്ത്യക്ക് സ്വാതന്ത്ര്യം കിട്ടുകയും ചെയ്തിട്ടും ജനാധിപത്യ ഗവൺമെന്റുകൾ പ്രസ് തിരികെ കൊടുക്കാൻ തയാറായിരുന്നില്ല. 1957-ൽ ഇ എം എസിന്റെ നേതൃത്വത്തിൽ അധികാരത്തിൽ വന്ന കമ്യൂണിസ്റ്റ് ഗവൺമെന്റാണ് പ്രസ് തിരിച്ചേൽപ്പിച്ചത്. 1958 -ലെ റിപ്പബ്ലിക് ദിനാഘോഷച്ചടങ്ങിൽ വക്കം മൗ ലവിയുടെ മകൻ വക്കം അബ്ദുൾഖാദറാണ് മുഖ്യമന്ത്രി ഇ എം എസിൽ നിന്ന് പ്രസ് ഏറ്റുവാങ്ങി യത്. രാജഭരണം അവസാനിച്ചശേഷം അധികാരത്തിൽ വന്ന ഗവൺമെന്റുകൾക്കെല്ലാം പ്രസ് തിരിച്ചുകിട്ടാൻ അബ്ദുൾഖാദർ അപേക്ഷ നൽകിയിരുന്നു. അപേക്ഷ അനുവദിക്കാൻ പറ്റില്ലെന്ന മറുപടിയാണ് തിരുവിതാംകൂറിലും തിരു-കൊച്ചിയിലും അധികാരത്തിലുണ്ടായിരുന്ന ഗവൺമെ ന്റുകളിൽ നിന്നു ലഭിച്ചത്.

പ്രസ് തിരിച്ചുകിട്ടിയ ശേഷം അബ്ദുൾഖാദർ 1958 ജനുവരി 28-ന് *ജനയുഗ*ത്തിൽ എഴുതിയ ലേഖനത്തിൽ പറഞ്ഞു: "ജനകീയഭരണം നടപ്പിലായി ഈ നാട്ടിൽ പല മന്ത്രിസഭകൾ വന്നിട്ടും കേരള സ്റ്റേറ്റിൽ ആദ്യമായി അധികാരത്തിൽ വന്ന കമ്യൂണിസ്റ്റ് ഗവൺമെന്റാണ് ഈ കളങ്കത്തെ കഴുകിക്കളഞ്ഞതെന്ന വസ്തുത കേരളചരിത്രത്തിൽ എന്നല്ല ഇന്ത്യയുടെ ചരിത്രത്തിൽ തന്നെ മായാതെ രേഖപ്പെട്ടുകിടക്കുമെന്ന് പറയേണ്ടതില്ല. മൗലവിയുടെ ത്യാഗപൂർണമായ സേവനങ്ങ ളെ ആദ്യമായി അംഗീകരിച്ചത് ശ്രീ. ഇ എം എസിന്റെ ഗവൺമെന്റാണെന്ന വസ്തുത വിസ്മരിക്ക യില്ല." നിരൂപകനും ഗ്രന്ഥകാരനുമായിരുന്നു അബ്ദുൾഖാദർ. സർക്കാർ തിരിച്ചേൽപ്പിച്ച പ്രസ് കുറച്ചുകാലം കൊല്ലത്ത് അദ്ദേഹം ഉപയോഗിച്ചിരുന്നു. 1976-ലാണ് അദ്ദേഹം അന്തരിച്ചത്.

സ്വരാട്ട്

കെ രാമകൃഷ്ണപിള്ളയുടെ *സ്വദേശാഭിമാനി*യുടെ തുടർച്ചയായിരുന്നു അൽപ്പായുസ്സായി പ്പോയ *സ്വരാട്ട്*. ബാരിസ്റ്റർ എ കെ പിള്ളയുടെ പത്രാധിപത്യത്തിൽ 1921-ൽ കൊല്ലത്തുനിന്നാണ് *സ്വരാട്ട്* ആരംഭിച്ചത്. തിരുവിതാംകൂറിൽ അക്കാലത്ത് ദേശീയപ്രസ്ഥാനത്തിനുവേണ്ടി നിർഭ യമായി നിലകൊണ്ട ആദ്യപത്രമായിരുന്നു *സ്വരാട്ട്*. ഇന്ദ്രൻ എന്നാണ് ഈ വാക്കിന്റെ അർഥം. അല്ലെങ്കിൽ സൂര്യന്റെ സപ്തരശ്മികളിൽ ഒന്ന്. സ്വാതന്ത്ര്യസമര സന്ദേശം തിരുവിതാംകൂറിലെ ങ്ങും എത്തിക്കുക എന്നതായിരുന്നു *സ്വരാട്ടി*ലൂടെ ബാരിസ്റ്റർ പിള്ളയുടെ ദൗത്യം. ദേശീയ പ്ര സ്ഥാനത്തെ സഹായിക്കാൻ വേണ്ടി മാത്രം ആരംഭിച്ച പത്രമെന്നാണ് പുതുപ്പള്ളി രാഘവൻ

ബാരിസ്റ്റർ എ കെ പിള്ള

*സ്വരാട്ടി*നെപ്പറ്റി എഴുതിയത്. 1920-കളുടെ തുടക്കത്തിൽ തിരുവിതാംകൂറിലോ കൊച്ചിയിലോ മലബാറിലോ അധികം വർത്തമാനപത്രങ്ങളൊന്നും ഉണ്ടായിരുന്നില്ല. ഉള്ളവയിൽ തന്നെ പലതും ദേശീയ പ്രസ്ഥാനത്തോട് മുഖംതിരിച്ചു നിന്നു. ആ ഘട്ടത്തിലാണ് *സ്വരാട്ട്* ദേശീയ പ്രസ്ഥാനത്തിന്റെ പ്രചാരണം ഏറ്റെടുത്തത്. അക്കാലത്ത് തിരുവിതാംകൂറിൽ കോൺഗ്രസ് സംഘടനപോലുമുണ്ടായിരുന്നില്ല. വൈക്കം സത്യഗ്രഹസമരത്തിന് (1924–25) *സ്വരാട്ട്* സജീവമായ പിന്തുണ നൽകി. തിരുവിതാംകൂറിൽ നടപ്പാക്കിയ പത്രമാരണ റഗുലേഷനെതിരായ സമരത്തിൽ *സ്വരാട്ട്* മുന്നിൽ നിന്നു. പത്രനിയമത്തിന്റെ കാർക്കശ്യവും സാമ്പത്തിക പ്രയാസവും കാരണം *സ്വരാട്ടി*ന് അധികകാലം തുടരാനായില്ല.

സ്വദേശാഭിമാനി രാമകൃഷ്ണപിള്ളയുടെ മകൾ ഗോമതിയമ്മയെയാണ് ബാരിസ്റ്റർ പിള്ള വിവാഹം കഴിച്ചിരുന്നത്. *സ്വരാട്ടി*നൊപ്പം *സ്വദേശാഭിമാനി* എന്ന മാസികയും അദ്ദേഹം നടത്തിയിരുന്നു. കെ രാമകൃഷ്ണപിള്ളയുടെ സ്മാരകമായിട്ടാണ് *സ്വദേശാഭിമാനി* മാസിക അദ്ദേഹം ആരംഭിച്ചത്. മലയാളത്തിൽ ആദ്യമായി ലെനിന്റെ ജീവചരിത്രം പ്രസിദ്ധീകരിച്ചത് *സ്വദേശാഭിമാനി*യിലാണ്. എഴുതിയത് എ കെ പിള്ള തന്നെ. 1924 ജനുവരിയിലെ രണ്ടാം ലക്കത്തിൽ ലഘുജീവചരിത്രത്തോടൊപ്പം ലെനിന്റെ മരണത്തെക്കുറിച്ചുള്ള പത്രാധിപക്കുറിപ്പും ഉണ്ടായിരുന്നു.

കൊല്ലം ജില്ലയിലെ കരുനാഗപ്പള്ളിയിൽ ധനിക കുടുംബത്തിൽ പിറന്ന അയ്യപ്പൻ കൃഷ്ണപിള്ള (1893–1949) ഇംഗ്ലണ്ടിൽ നിന്നാണ് നിയമപഠനം പൂർത്തിയാക്കിയത്. പത്രപ്രവർത്തനം, അഭിഭാഷകവൃത്തി എന്നിവയേക്കാളേറെ പിള്ള താൽപ്പര്യം കാണിച്ചതും തന്റെ കഴിവുകൾ പ്രകടിപ്പിച്ചതും രാഷ്ട്രീയത്തിലാണ്. 1919–ൽ ഇംഗ്ലണ്ടിലെ ഓക്സ്ഫഡ് സർവകലാശാലയിൽ നിയമപഠനത്തിന് ചേർന്ന അദ്ദേഹം ഗാന്ധിജിയുടെ ആഹ്വാനം കേട്ട് പഠിത്തം മതിയാക്കി സ്വാതന്ത്ര്യസമരത്തിൽ പങ്കെടുക്കാൻ നാട്ടിലേക്ക് തിരിച്ചുപോന്നു. തിരുവിതാംകൂറിൽ സംഘടിതമായ കോൺഗ്രസ് പ്രവർത്തനം ചെറിയ തോതിലെങ്കിലും ആരംഭിച്ചത് പിള്ളയുടെ ശ്രമഫലമായിരുന്നു. കോൺഗ്രസ് സംഘടന കെട്ടിപ്പടുക്കാൻ അദ്ദേഹം രാജ്യത്തിന്റെ വിവിധ ഭാഗങ്ങൾ സന്ദർശിച്ചു.

കോൺഗ്രസ് പ്രവർത്തനത്തെ സഹായിക്കാൻ അദ്ദേഹം ആരംഭിച്ച *സ്വരാട്ട്* തുടക്കത്തിൽ പ്രതിവാര പത്രമായിരുന്നു. പിന്നീട് ആഴ്ചയിൽ മൂന്നുദിവസവും അവസാനം ദിനപത്രമായും പുറത്തിറങ്ങി. തിരുവിതാംകൂറിൽ മാത്രമല്ല, കൊച്ചിയിലും മലബാറിലും ചെറിയ തോതിൽ പത്രത്തിന് പ്രചാരമുണ്ടായിരുന്നു. അന്താരാഷ്ട്ര വാർത്തകൾക്ക് പ്രാധാന്യം നൽകിയ ആദ്യ ഇന്ത്യൻ പത്രമെന്നാണ് *സ്വരാട്ടി*നെ പിള്ളയുടെ ജീവചരിത്രകാരൻ എ രാധാകൃഷ്ണൻ വിശേഷിപ്പിക്കുന്നത്. സവിശേഷ വിഭവങ്ങളോടെ ഞായറാഴ്ച പത്രം പുറത്തിറക്കുന്ന സമ്പ്രദായത്തിന് തുടക്കമിട്ടത് *സ്വരാട്ടാ*ണ്. അതുവരെ പത്രങ്ങൾക്ക് ഞായറാഴ്ച അവധിയായിരുന്നു.

പത്രങ്ങൾക്ക് മൂക്കുകയറിടാൻ തിരുവിതാംകൂറിൽ ദിവാൻ എം ഇ വാട്ട്സ് പത്രറഗുലേഷൻ കൊണ്ടുവന്നത് 1926–ലാണ്. പുതിയ നിയമപ്രകാരം ഭാരിച്ച ജാമ്യസംഖ്യ കെട്ടിവയ്ക്കേണ്ട സാഹചര്യത്തിലാണ് 1927–ൽ *സ്വരാട്ട്* പ്രസിദ്ധീകരണം നിർത്തിയത്. നിയമപഠനം പൂർത്തിയാക്കാൻ 1928–ൽ പിള്ള രണ്ടാമതും ഇംഗ്ലണ്ടിലേക്ക് പോവുകയും ചെയ്തു. ബാരിസ്റ്റർ പദവി നേടി 1930–ൽ ഇന്ത്യയിൽ തിരിച്ചെത്തിയ പിള്ള ഹ്രസ്വകാലം മദിരാശിയിലും മധുരയിലും തിരുവനന്തപുരത്തും പ്രാക്ടീസ് ചെയ്തിരുന്നു. പിന്നീട് അദ്ദേഹം ദേശീയ പ്രസ്ഥാനത്തിന്റെ പ്രവർത്തനങ്ങളിൽ മുഴുകി. കമ്യൂണിസ്റ്റുകാർക്കെതിരെ ബ്രിട്ടീഷ് ഗവൺമെന്റ് കെട്ടിച്ചമച്ച മീറത്ത് ഗൂഢാലോചനക്കേസിൽ പ്രതികൾക്കുവേണ്ടി വാദിച്ച അഭിഭാഷക സംഘത്തിൽ പിള്ളയുമുണ്ടായിരുന്നു. സുഭാഷ് ചന്ദ്രബോസ് സ്ഥാപിച്ച ഐഎൻഎയിലെ സൈനികർക്കെതിരായ കേസിൽ ഗവൺമെന്റ് ഭാഗം അവതരിപ്പിക്കാൻ ബ്രിട്ടീഷ് അധികാരികൾ പിള്ളയെ ക്ഷണിച്ചിരുന്നു. വിചാരണ പൂർത്തിയാ

യാൽ ഇംഗ്ലണ്ടിലെ ഫെഡറൽ കോടതിയിൽ ജഡ്ജിയുടെ പദവിയായിരുന്നു വാഗ്ദാനം. അത് നിരസിക്കാൻ ആ ദേശീയവാദിക്ക് ഒരുനിമിഷം പോലും ആലോചിക്കേണ്ടിവന്നില്ല.[5]

തിരുവിതാംകൂർ രാജഭരണത്തെയും ദിവാനെയും *സ്വരാട്ടി*ലൂടെ നിശിതമായി വിമർശിച്ചിരുന്ന പിള്ളയോട് രാജഭരണം പിന്നീട് അവസരം കിട്ടിയപ്പോൾ പകവീട്ടി. ഇംഗ്ലണ്ടിൽ പഠനത്തിന് പോകാൻ എടുത്ത വായ്പയുടെ തിരിച്ചടവ് മുടങ്ങിയപ്പോൾ പിള്ളയുടെ വസ്തുവകകൾ 1931–ൽ സർക്കാർ പിടിച്ചെടുത്തു. 1947–ൽ മാത്രമാണ് അവ പിള്ളയുടെ കുടുംബത്തിന് തിരിച്ചുകിട്ടിയത്.

വിദ്യാർഥിയായിരിക്കുമ്പോൾ തന്നെ പിള്ള വിവിധ ഇംഗ്ലീഷ് പത്രങ്ങൾക്ക് എഴുതിക്കൊണ്ടിരുന്നു. പിൽക്കാലത്ത് എം എൻ റോയിയുടെ പത്രാധിപത്യത്തിൽ ഡൽഹിയിൽ നിന്ന് ഇറങ്ങിയ *ഇൻഡിപ്പെൻഡന്റ് ഇന്ത്യ*, മദിരാശിയിൽ നിന്ന് ഇറങ്ങിയ *സൺഡെ ഒബ്സർവർ* തുടങ്ങിയ പ്രസിദ്ധീകരണങ്ങളിൽ അദ്ദേഹം പതിവായി എഴുതി. 1936–ൽ കോൺഗ്രസ് വിട്ട് കോൺഗ്രസ് സോഷ്യലിസ്റ്റ് പാർട്ടിയിൽ കുറച്ചുകാലം പ്രവർത്തിച്ച പിള്ളയ്ക്ക് എം എൻ റോയ്, സുഭാഷ് ചന്ദ്രബോസ് തുടങ്ങിയ ദേശീയ നേതാക്കളുമായി അടുത്ത ബന്ധമുണ്ടായിരുന്നു. 1949 ഒക്ടോബറിലാണ് അദ്ദേഹം അന്തരിച്ചത്.

സമദർശി

സ്വദേശാഭിമാനി രാമകൃഷ്ണപിള്ളയെപ്പോലെ സ്വേച്ഛാധിപത്യത്തെയും അഴിമതികളെയും എതിർക്കുകയും ജനാധിപത്യത്തിനും പൗരാവകാശത്തിനും വേണ്ടിയുള്ള പോരാട്ടങ്ങളെ പിന്തുണയ്ക്കുകയും ചെയ്തതിന് തിരുവിതാംകൂർ രാജഭരണത്തിന്റെ പ്രതികാര നടപടികൾക്ക് ഇരയായ മറ്റൊരു പത്രപ്രവർത്തകനാണ് തിരുവനന്തപുരത്തുകാരൻ തന്നെയായ എ ബാലകൃഷ്ണപിള്ള. അദ്ദേഹം പിന്നീട് കേസരി ബാലകൃഷ്ണപിള്ളയെന്ന പേരിൽ പ്രസിദ്ധനായി. 1918–ൽ തിരുവനന്തപുരത്തുനിന്നാരംഭിച്ച *സമദർശി*യുടെ പത്രാധിപരായി 1922-ലാണ് ബാലകൃഷ്ണപിള്ള പത്രപ്രവർത്തനം തുടങ്ങുന്നത്. രാമകൃഷ്ണപിള്ളക്കുണ്ടായ അനുഭവം മനസ്സിലുള്ളതുകൊണ്ടാകണം, പത്രത്തിന്റെ ഉള്ളടക്കത്തിന്റെ കാര്യത്തിൽ ഇടപെടില്ല എന്ന ഉറപ്പ് ഉടമസ്ഥൻ കുളക്കുന്നത്ത് രാമൻ മേനോനിൽ നിന്നു വാങ്ങിയശേഷമേ അദ്ദേഹം പത്രാധിപത്യം ഏറ്റെടുത്തുള്ളു. സ്വാഭാവികമായും അതൊരു വാക്കാൽ ഉറപ്പായിരുന്നു. വൈക്കം സത്യഗ്രഹത്തിന് *സമദർശി* സർവപിന്തുണയും നൽകി. ദിവാൻ രാഘവയ്യയുടെയും സേവകരുടെയും അഴിമതികളെ തുറന്നുകാട്ടിയ ബാലകൃഷ്ണപിള്ള, ശ്രീമൂലം തിരുനാളിന്റെ അസാന്മാർഗിക ജീവിതചര്യകളെക്കൂടി വിമർശിക്കാൻ തുടങ്ങിയപ്പോൾ ഉടമസ്ഥന് പരിഭ്രാന്തിയായി. ഉടമയുമായി പിണങ്ങിയോ അദ്ദേഹത്തിനു അസ്വസ്ഥത സൃഷ്ടിച്ചോ തുടരാൻ ബാലകൃഷ്ണപിള്ള ഇഷ്ടപ്പെട്ടില്ല. അദ്ദേഹം രാജിവെച്ചൊഴിഞ്ഞു.

സമദർശി വിട്ടശേഷമാണ് അദ്ദേഹം സ്വന്തം പ്രസ് സ്ഥാപിച്ച് പത്രം നടത്താനുള്ള പരിശ്രമം തുടങ്ങിയത്. ഉടമയും പത്രാധിപരും ഒരാളല്ലെങ്കിൽ സ്വതന്ത്രമായ പത്രപ്രവർത്തനം സാധ്യമല്ലെന്ന് ആദ്യ അനുഭവത്തിൽ അദ്ദേഹത്തിനു ബോധ്യപ്പെട്ടിരുന്നു. പ്രസ് സ്ഥാപിക്കാൻ കൈയിൽ പണമില്ലാത്തതുകൊണ്ടും സഹായിക്കാൻ ആളില്ലാത്തതുകൊണ്ടും അദ്ദേഹം സംഭാവന പിരിക്കാൻ ഇറങ്ങി. സ്വന്തം നാട്ടിൽ നിന്നു മാത്രമല്ല, സിംഗപ്പൂർ, കോലാലമ്പൂർ, പെനാങ് എന്നീ വിദേശനഗരങ്ങളിലും അദ്ദേഹം പണം പിരിക്കാൻ പോയി. അങ്ങനെ കിട്ടിയ പണം ഉപയോഗിച്ച് ശാരദ എന്ന പ്രസ് തിരുവനന്തപുരത്ത് സ്ഥാപിക്കുകയും 1930–ൽ *പ്രബോധകൻ* വാരിക ആരംഭിക്കുകയും ചെയ്തു. ജൂൺ 14–ന് സ്വന്തം പ്രസ്സിൽ അച്ചടിച്ച ആദ്യലക്കം പുറത്തിറങ്ങി.

ജീവിതത്തിന്റെ സകല മേഖലകളെയും തഴുകി പ്രവഹിച്ച നവോത്ഥാന സരണിയായിരുന്നു *പ്രബോധകൻ* എന്നാണ് പി ഗോവിന്ദപ്പിള്ള പ്രശംസിച്ചത്. ആദ്യലക്കത്തിലെ 'സ്വർഗവും നരകവും' എന്ന പത്രാധിപക്കുറിപ്പിൽ തന്നെ പത്രമാരണനിയമം നടപ്പാക്കുകയും നികുതി കൂട്ടുകയും ചെയ്ത രാജഭരണത്തെ ബാലകൃഷ്ണപിള്ള രൂക്ഷമായി വിമർശിച്ചു. റീജൻസി ഭരണത്തിൽ

വഞ്ചിനാട് നരകതുല്യമായെന്ന് അദ്ദേഹം തുറന്നടിച്ചു. അധികം കഴിഞ്ഞില്ല, പത്രമാരണ നിയമം *പ്രബോധക*ന്റെ കഥ കഴിച്ചു. 1930 സെപ്തംബർ 10-ന് പത്രം നിരോധിച്ചു. ലൈസൻസ് റദ്ദാക്കി. വെറും പതിനാലു ലക്കങ്ങളേ പുറത്തിറക്കാൻ സാധിച്ചുള്ളൂ. *പ്രബോധകൻ* മാത്രമല്ല, തിരുവിതാംകൂറിൽ നിന്ന് അക്കാലത്ത് പ്രസിദ്ധീകരിച്ചിരുന്ന *ഭജേഭാരതം, പൗരപ്രഭ, പോപ്പുലർ ഹെറാൾഡ്, സെന്റിനൽ* മുതലായ പത്രങ്ങളും പത്രമാരണനിയമത്തിന്റെ പിടിയിൽ നിലച്ചു. പത്രങ്ങളെ നിയന്ത്രിക്കാനുള്ള റഗുലേഷന് പത്രമാരണനിയമം എന്ന ലളിതവും അർഥവത്തുമായ പദം മലയാളത്തിന് സംഭാവന നൽകിയതും കേസരിയാണ്.

കേസരി

കേസരി
ബാലകൃഷ്ണപിള്ള

പ്രബോധകൻ പ്രസിദ്ധീകരണം നിർത്തി ഒരാഴ്ച കഴിഞ്ഞപ്പോൾ രാജകൊട്ടാരത്തെ അമ്പരപ്പിച്ചുകൊണ്ട് ബാലകൃഷ്ണപിള്ളയുടെ പത്രാധിപത്യത്തിൽ *കേസരി* ഇറങ്ങി. പ്രബോധകന്റെ കഴുത്ത് ദിവാൻ ഭരണം ഞെരിക്കുമെന്ന് മുൻകൂട്ടി കണ്ട ബാലകൃഷ്ണപിള്ള മറ്റൊരു പത്രം പുറത്തിറക്കാനുള്ള ഒരുക്കങ്ങൾ നടത്തിവെച്ചിരുന്നു. നേരിട്ട് അപേക്ഷിച്ചാൽ തനിക്ക് ലൈസൻസ് കിട്ടില്ലെന്ന് അറിയാമായിരുന്ന പിള്ള, കൊല്ലത്ത് പെരിനാട് കളീലിൽ ആർ നാരായണപിള്ളയിൽ നിന്ന് *കേസരി* എന്ന വാരികയുടെ ലൈസൻസ് വിലയ്ക്കുവാങ്ങി. *കേസരി*യുടെ ആദ്യലക്കം 1930 സെപ്തംബർ 18-ന് പുറത്തുവന്നു. രാജഭരണം മെച്ചപ്പെടുത്തണമെന്നല്ല, രാജഭരണം അവസാനിപ്പിച്ച് ജനാധിപത്യവ്യവസ്ഥ കൊണ്ടുവരണമെന്ന വിപ്ലവകരമായ ആശയമാണ് കേസരി തുടക്കത്തിലേ ഉയർത്തിയത്. 1931 നവംബർ 11-ന് ശ്രീചിത്തിര തിരുനാൾ തിരുവിതാംകൂർ രാജഭരണം ഏറ്റെടുത്തുകൊണ്ട് ചെയ്ത പ്രസംഗത്തെ അദ്ദേഹം കഠിനമായി വിമർശിച്ചു. 'മൂപ്പേൽപ്പു പ്രസംഗം' എന്ന പേരിൽ എഴുതിയ മുഖപ്രസംഗം അദ്ദേഹത്തിന്റെ ഉന്നതമായ ജനാധിപത്യ ബോധം വ്യക്തമാക്കുന്നതാണ്.

രാജാവിനും ദിവാനും സഹിക്കാവുന്നതിലപ്പുറമായിരുന്നു *കേസരി*യുടെ വിമർശനം. തിരുവിതാംകൂർ ജനതയിൽ പ്രജാധിപത്യത്തിന്റെയും പൗരസ്വാതന്ത്ര്യത്തിന്റെയും തുല്യതയുടെയും ബോധമുണർത്താൻ *കേസരി* നിരന്തരം പ്രയത്നിച്ചുകൊണ്ടിരുന്നു. ഈ പോക്ക് ഏതുവിധേനയും അവസാനിപ്പിക്കണമെന്ന് ഭരണകൂടം തീരുമാനിച്ചു. അതിനവർ പുതിയൊരു വഴി കണ്ടുപിടിച്ചു. സ്വന്തം പേരിൽ ലൈസൻസില്ലാതെ പത്രം നടത്തുന്നവർ ആയിരം രൂപ ഫീസ് അടയ്ക്കണമെന്ന പുതിയൊരു പത്രനിയമമുണ്ടാക്കി. *കേസരി*യോട് പണം കെട്ടിവയ്ക്കാൻ കൽപ്പിച്ചു. പലരും സഹായിക്കാൻ മുന്നോട്ടുവന്നുവെങ്കിലും ബാലകൃഷ്ണപിള്ള സ്വീകരിച്ചില്ല. കാരണം, പണം കെട്ടിവെച്ചതുകൊണ്ടും പ്രശ്നം അവസാനിക്കില്ല. പുതിയ കാരണം കണ്ടുപിടിച്ച് ഗവൺമെന്റ് തടസ്സം സൃഷ്ടിക്കുമെന്ന് അദ്ദേഹം കരുതി. അതിനാൽ *കേസരി*യുടെ പ്രസിദ്ധീകരണം നിർത്താൻ അദ്ദേഹം തീരുമാനിച്ചു. മലയാള പത്രപ്രവർത്തന ചരിത്രത്തിലെ സിംഹഗർജനം 1934 ഏപ്രിൽ മാസത്തോടെ അവസാനിച്ചു. കഷ്ടി നാലുവർഷമേ *കേസരി*ക്ക് ആയുസ്സുണ്ടായുള്ളൂ.

മിതവാദി

വിപ്ലവകരമായ നിലപാടുകൾകൊണ്ട് കേരളത്തിന്റെ സാമൂഹിക-രാഷ്ട്രീയ ചരിത്രത്തിൽ തിളങ്ങുന്ന അധ്യായം തുന്നിച്ചേർത്ത പ്രസിദ്ധീകരണമാണ് സി കൃഷ്ണൻ വക്കീലിന്റെ പത്രാധിപത്യത്തിൽ 1913 മുതൽ 1938 വരെ കോഴിക്കോട്ടുനിന്ന് പ്രസിദ്ധീകരിച്ച *മിതവാദി.* മാസികയായും വാരികയായും ഹ്രസ്വകാലം ദിനപത്രമായും വീണ്ടും മാസികയായും കാൽനൂറ്റാണ്ട് *മിതവാദി* വേറിട്ട ശബ്ദമായി തലയുയർത്തി നിന്നു.

സി കൃഷ്ണൻ

താൻ ജനിച്ച ഈഴവസമുദായത്തിന്റെ അവശതകൾക്ക് പരിഹാരം കാണാനെന്നു പ്രഖ്യാപിച്ചുകൊണ്ടാണ് 1913 ആഗസ്തിൽ സി കൃഷ്ണൻ *മിതവാദി* ആരംഭിക്കുന്നത്. 'തിയ്യരുടെ വക ഒരു മലയാള മാസിക' എന്ന് പത്രത്തിന്റെ പേരിനു താഴെ കൊടുത്തിരുന്നു. നാരായണഗുരുവിനെക്കുറിച്ചുള്ള വാർത്തകൾക്കും ലേഖനങ്ങൾക്കും ഗുരുവിന്റെ ആശയങ്ങൾക്കും പത്രം വലിയ പ്രാധാന്യം നൽകി.

സി കൃഷ്ണന്റെ പേരിലാണ് പത്രം പ്രസിദ്ധമായതെങ്കിലും അതിന്റെ സ്ഥാപകൻ പത്രപ്രവർത്തകനും എഴുത്തുകാരനും ശ്രീനാരായണഗുരുവിന്റെ ശിഷ്യനുമായ മൂർക്കോത്ത് കുമാരനായിരുന്നു. 1907-ലാണ് കുമാരൻ പത്രാധിപരായി *മിതവാദി* തുടങ്ങുന്നത്. തലശേരിയിലെ പ്രമുഖ വ്യാപാരിയായിരുന്ന ടി ശിവശങ്കരനായിരുന്നു ഉടമസ്ഥൻ. അദ്ദേഹവുമായി പിണങ്ങേണ്ടിവരുമെന്നു വന്നപ്പോൾ കുമാരൻ സ്വയം ഒഴിഞ്ഞുപോയി. പിന്നീട് അധികനാൾ മാസിക തുടർന്നില്ല. ഇങ്ങനെ മുടങ്ങിപ്പോയ *മിതവാദി*യാണ് 1913-ൽ സി കൃഷ്ണൻ സമുദായോദ്ധാരണം ലക്ഷ്യമാക്കി വിലയ്ക്കുവാങ്ങി കോഴിക്കോട്ടേക്ക് കൊണ്ടുവന്നത്. മിതവാദി പ്രിന്റിങ് വർക്സ് എന്ന പേരിൽ ഒരു പ്രസ്സും അദ്ദേഹം സ്ഥാപിച്ചു. ആ പ്രസ് വിപുലീകരിച്ചതാണ് പിൽക്കാലത്ത് കോഴിക്കോട്ട് പ്രസിദ്ധമായ 'എംപയർ പ്രസ്'. [6]

സി കൃഷ്ണൻ ഒരു ജന്മിയായിരുന്നുവെങ്കിലും മദിരാശി സർക്കാർ കുടിയായ്മ ബിൽ കൊണ്ടുവന്നപ്പോൾ കുടിയാന്മാർക്കുവേണ്ടി അദ്ദേഹം ശക്തിയായി വാദിച്ചു. 1924-ലെ *മിതവാദി* വിശേഷാൽ പ്രതിയിൽ 'മലബാർ ജന്മി കുടിയായ്മ ബിൽ' എന്ന ശീർഷകത്തിൽ പത്രാധിപർ പേരുവെച്ചെഴുതിയ മുഖപ്രസംഗത്തിലെ സി കൃഷ്ണന്റെ വാക്കുകൾ അദ്ദേഹത്തിന്റെ പുരോഗമന ചിന്തയുടെ തെളിവാണ്:

> നമ്മുടെ രാജ്യത്തിന്റെ സകല ഐശ്വര്യങ്ങളെയും ഒരു ഗ്രഹണംപോലെ പിടിച്ചുവിഴുങ്ങി നിൽക്കുന്നത് ഇപ്പോഴത്തെ കുടിയായ്മ സമ്പ്രദായമാകുന്നു. ഏതോ ഒരു പരശുരാമൻ തങ്ങൾക്ക് ദാനം കൊടുത്തതാണെന്നു പറഞ്ഞ് രാജ്യം മുഴുവൻ കുറേ ബ്രാഹ്മണ കുടുംബക്കാരും അവരുടെ അധീനത്തിൽ തന്നെയുള്ള ചില ദേവസ്വക്കാരും പ്രമാണികളും കൂടി ഭാഗിച്ചെടുത്തു. മറ്റുള്ള അനേകലക്ഷം ജനങ്ങളെല്ലാം ഭൂമിയിൽ താമസിക്കണമെങ്കിൽ അവരുടെ ചൊൽപ്പടിക്കും കൽപ്പനയ്ക്കും അനുസരിച്ചായിരിക്കണമെന്ന് വന്നതിൽപരം വലിയ ഒരു അടിമത്തം ജനങ്ങൾക്ക് ഉണ്ടാവേണ്ടതില്ല. ബ്രിട്ടീഷ് ഗവൺമെന്റിന്റെ കീഴിൽ സിദ്ധിക്കേണ്ട പൂർണസ്വാതന്ത്ര്യം ജനങ്ങൾക്കു കിട്ടാത്തതു ജന്മികളുടെയും അവരുടെ ചാർച്ചക്കാരും വേഴ്ചക്കാരുമായി നിൽക്കുന്നവരുടെയും മർദനം നിമിത്തമാണെന്ന് നിശ്ചയമായും പറയാം. കുടിയായ്മനിയമം പാസാക്കുന്നതും ഒരു അടിമയെ ചങ്ങലയിൽ നിന്ന് അഴിച്ചുവിടുന്നതും തമ്മിൽ വലിയ വ്യത്യാസമില്ല.

സവർണ മേധാവിത്വവും ബ്രിട്ടീഷുകാരുടെകൂടി പിൻബലത്തിൽ ജന്മിത്തവും കൊടികുത്തിവാഴുന്ന കാലത്താണ് ഭൂമി ജനങ്ങളുടെയാകെ സ്വത്താണെന്ന് സി കൃഷ്ണൻ വാദിച്ചത് (*മിതവാദി*, 1914 നവംബർ).

റഷ്യൻ വിപ്ലവത്തെ സ്വാഗതം ചെയ്തുകൊണ്ട് മുഖപ്രസംഗമോ ലേഖനമോ എഴുതിയ ആദ്യ മലയാള പത്രം എന്ന ബഹുമതി *മിതവാദി*ക്കുള്ളതാണ്. റഷ്യൻ വിപ്ലവം കഴിയുന്നതിനു മാസങ്ങൾക്കു മുമ്പ് മിതവാദി എഴുതി:

> പ്രജകൾ അടിമകളെന്ന നിലയിൽ കിടന്നിരുന്ന റഷ്യയിൽ രാജാവില്ലാതെയുള്ള രാജ്യഭരണം ഏർപ്പെടുത്തിയിരിക്കുന്നു. രണ്ടുമാസം മുമ്പ് ഇങ്ങനെ ഒരു സ്ഥിതി റഷ്യയിൽ വരുമെന്ന് ആരെങ്കിലും പറഞ്ഞാൽ അയാളെ നിശ്ചയമായും പരിഹസിച്ചോടിക്കുമായിരുന്നു. ഇതിൽനിന്നു നാമെല്ലാം മനസ്സിലാക്കേണ്ടത് സ്വാതന്ത്ര്യത്തിനുള്ള ശ്രമങ്ങൾ ഒരിക്കലും നിഷ്ഫലമായിത്തീരുകയില്ലെന്നുള്ളതാകുന്നു. നമ്മുടെ രാജ്യത്തെ ഉയർന്ന ജാതിയെന്നും താണ

ജാതിയെന്നും ജാതിക്കുള്ളിൽ ജാതിയെന്നുമുള്ള വ്യത്യാസങ്ങളെപ്പറ്റി എത്രതന്നെ നാം നില വിളിച്ചാലും അശേഷം കുലുക്കമുള്ളതായി നമുക്കു തോന്നുന്നില്ലെങ്കിലും കാലക്രമം കൊണ്ട് സാർപട്ടം കെട്ടി നടക്കുന്നവൻ റഷ്യയിലെ സാറിന്റെ മാതിരി സ്ഥാനത്യാഗം ചെയ്യേണ്ടി വരു മെന്നുള്ളതിന് ഒട്ടും സംശയമുണ്ടാവരുത് (1917 ഏപ്രിൽ).

ലോകത്താകെ നടക്കുന്ന മാറ്റങ്ങളെ തികച്ചും പുരോഗമന കാഴ്ചപ്പാടിലൂടെ വിലയി രുത്തിയ മിതവാദി കൃഷ്ണൻ പക്ഷേ, ബ്രിട്ടീഷ് ആധിപത്യത്തെ എതിർക്കാൻ തയാറായില്ല എന്നതാണ് വിരോധാഭാസം. സി കൃഷ്ണൻ അന്തരിച്ചപ്പോൾ അനുശോചനയോഗത്തിൽ ഗാന്ധിയനും കോൺഗ്രസ് നേതാവുമായ കെ കേളപ്പൻ പറഞ്ഞു: "ഇന്ത്യയിൽ ഒരു പുതിയ ചിന്താഗതിയും അധഃകൃതരാദികളുടെ ഇടയിൽ സ്വാതന്ത്ര്യബോധവും ഉണ്ടായത് ഇവിടെ ബ്രിട്ടീഷുകാരുടെ ഭരണാരംഭത്തിന്റെയും ഇംഗ്ലീഷ് വിദ്യാഭ്യാസത്തിന്റെയും ശേഷമാണെ ന്നുള്ളതിനു സംശയമില്ല. അതുനിമിത്തമായിരിക്കണം സ്വതന്ത്രചിന്തകനും അവശസമുദാ യോദ്ധാരകനുമായ കൃഷ്ണനവർകൾ ഇവിടെ ബ്രിട്ടീഷ് ഭരണത്തെ ബലമായി അനുകൂലി ച്ചിരുന്നത്. അതിനാൽ അക്കാര്യത്തിൽ തീർച്ചയായും നമുക്കദ്ദേഹത്തെ കുറ്റപ്പെടുത്താൻ നിവൃത്തിയില്ല."

സഹോദരൻ

സഹോദരൻ അയ്യപ്പൻ

മനുഷ്യരിൽ ഒരു വിഭാഗത്തെ മൃഗങ്ങളേക്കാൾ കഷ്ടമായ അവ സ്ഥയിലേക്ക് ചിവിട്ടിത്താഴ്ത്തിയ ജാതി സമ്പ്രദായത്തിനെതിരെ പൊരുതാൻ സാഹിത്യകാരനും സാമൂഹ്യ പരിഷ്കർത്താവും രാഷ്ട്രീയ പ്രവർത്തകനുമായ കെ അയ്യപ്പൻ പറവൂരിൽ നിന്ന് 1917-ൽ ആരംഭിച്ചതാ ണ് *സഹോദരൻ* പത്രം. ജാതിവിരുദ്ധ പോരാട്ടത്തിനുവേണ്ടി അയ്യപ്പൻ മുൻകൈയെടുത്തു രൂപീകരിച്ച സഹോദരസംഘം എന്ന സംഘടനയു ടെ ആഭിമുഖ്യത്തിലായിരുന്നു പത്രം ആരംഭിച്ചത്. ഇടയ്ക്കിടെ മുടങ്ങി യിട്ടാണെങ്കിലും 1956 വരെ പത്രം നടത്തിക്കൊണ്ടുപോകാൻ അയ്യപ്പനു കഴിഞ്ഞു. അർപ്പണബോധമുള്ള സഹോദരസംഘം പ്രവർത്തകരുടെ സഹായം പത്രം മുന്നോട്ടുകൊണ്ടുപോകാൻ തുണയായി. *സഹോദരൻ* ജനങ്ങളുടെ മനസ്സിൽ സ്ഥാനം നേടിയപ്പോഴാണ് അയ്യപ്പൻ, സഹോദരൻ അയ്യപ്പനായത്.

ജാതി സമ്പ്രദായത്തിനെതിരെ എഴുതുകയും പ്രസംഗിക്കുകയും ആളുകളെ സംഘടിപ്പി ച്ച് ജാതിരാക്ഷസ ദഹനം പോലുള്ള പ്രവർത്തനങ്ങൾ സംഘടിപ്പിക്കുകയും ചെയ്ത അയ്യപ്പ ന്റെ ഉള്ളം എപ്പോഴും നീറിക്കൊണ്ടിരുന്നത് അടിത്തട്ടിലുള്ളവരുടെ ദാരിദ്ര്യം ഓർത്തായിരുന്നു. ആലപ്പുഴയിൽ തൊഴിലാളി പ്രസ്ഥാനം രൂപപ്പെടുത്താനും വളർത്താനും മുൻകൈയെടുത്ത് പരിശ്രമിച്ചവരിൽ പ്രമുഖനാണ് അയ്യപ്പൻ. റഷ്യൻ വിപ്ലവത്തെക്കുറിച്ചും മഹാനായ ലെനിനെ ക്കുറിച്ചും ഉത്സാഹപൂർവം അദ്ദേഹം പ്രസംഗിച്ചു. *വേലക്കാരൻ* എന്ന പേരിൽ ആലപ്പുഴയിൽ നിന്ന് ഒരു പത്രവും അദ്ദേഹം ഇറക്കിയിരുന്നു. പി കേശവദേവ് ആ പത്രവുമായി സഹകരിച്ചി രുന്നു.[7]

വൈവിധ്യമുള്ള ഉള്ളടക്കത്തോടെ പ്രസിദ്ധപ്പെടുത്തിയ *സഹോദരൻ* ഉയർന്ന നിലവാരം പുലർത്തിരുന്നുവെന്നാണ് ജീവചരിത്രകാരനായ പ്രൊഫ. എം കെ സാനു രേഖ പ്പെടുത്തിയത്. ജാതിക്കും അന്ധവിശ്വാസങ്ങൾക്കുമെതിരായ ആശയപ്രചരണത്തോടൊപ്പം സോഷ്യലിസം, യുക്തിവാദം, തൊഴിലാളി പ്രസ്ഥാനം, ക്ഷേത്ര പ്രവേശനം, ഉത്തരവാദഭര ണം തുടങ്ങിയ സമകാല പ്രശ്നങ്ങൾ *സഹോദരൻ* ഗൗരവമായി കൈകാര്യം ചെയ്തു. ഇത്ര ലളിതമായി ഗദ്യം രചിക്കുക ചെറിയ കാര്യമല്ല. *സഹോദരന്റെ* ആത്മാവിൽ ലയിച്ചിരിക്കുന്ന വിപ്ലവബോധം എത്രമാത്രം ആഴമുള്ളതാണെന്ന് അദ്ദേഹത്തിന്റെ ഗദ്യശൈലിയും വിളംബരം

കെ സി മാമ്മൻ മാപ്പിള

ചെയ്യുന്നുണ്ട്.[8]

മലയാള മനോരമ

പത്തൊമ്പതാം നൂറ്റാണ്ടിന്റെ അവസാനം കണ്ടത്തിൽ വറുഗീസ് മാപ്പിള (1857-1904) സ്ഥാപിച്ച *മലയാള മനോരമ* ഇന്ന് വളർന്നു പന്തലിച്ച് ഇന്ത്യയിലെ ഭാഷാപത്രങ്ങളുടെ മുൻനിരയിൽ നിൽക്കുന്നു. *മലയാള മനോരമ*യോട് കമ്യൂണിസ്റ്റ് പാർട്ടിക്കും അതിന്റെ മുഖപത്രമായ *ദേശാഭിമാനി*ക്കും കടുത്ത വിയോജിപ്പുകൾ ഉണ്ടെങ്കിലും കേരളത്തിന്റെ നവോത്ഥാനത്തിനും ആധുനികവൽക്കരണത്തിനും ആ പത്രവും അതിന്റെ സ്ഥാപകനായ വറുഗീസ് മാപ്പിളയും നൽകിയ സംഭാവനകളെ ഒരിക്കലും അവർ കുറച്ചുകണ്ടിട്ടില്ല. ദീർഘകാലം *ദേശാഭിമാനി*യുടെ മുഖ്യപത്രാധിപരായിരുന്ന മാർക്സിസ്റ്റ് സൈദ്ധാന്തികൻ പി ഗോവിന്ദപ്പിള്ള *മലയാള മനോരമ*യുടെ സംഭാവനകളെ ഇങ്ങനെ വിലയിരുത്തുന്നു:

> കണ്ടത്തിൽ വറുഗീസ് മാപ്പിളയും കെ സി മാമ്മൻ മാപ്പിളയും *മലയാള മനോരമ* പത്രം ഉൾപ്പെടെ അവരുടെ എല്ലാ സംരംഭങ്ങളും കേരളത്തെ ബൂർഷ്വാ ശൈലിയിൽ ആധുനീകരിക്കുന്നതിനാണ് ശ്രമിച്ചത്. അവരുടെ സാമ്പത്തിക-രാഷ്ട്രീയ-സാമൂഹിക-സാംസ്കാരിക കാഴ്ചപ്പാടുകളും പ്രവർത്തനങ്ങളും എല്ലാം ഈ ലക്ഷ്യത്തെ മുൻനിർത്തിയായിരുന്നു. ചില കാര്യങ്ങളിൽ *മനോരമ*യും മാമ്മൻ മാപ്പിളയും ആയുള്ള എന്റെ ഭിന്നാഭിപ്രായങ്ങൾ മറച്ചുവയ്ക്കാൻ ഞാൻ ശ്രമിച്ചിട്ടില്ല. എന്നാൽ അത്തരം വിമർശനങ്ങളും എന്റെ അഭിപ്രായത്തിൽ മഹാനായ ആ പത്രാധിപരുടെ പോരായ്മകളും കേരള നവോത്ഥാനത്തിനും പുരോഗതിക്കും അദ്ദേഹവും അദ്ദേഹത്തിന്റെ പത്രവും നൽകിയ ഗണ്യമായ സംഭാവനകൾക്ക് ഒരു തരത്തിലും പോറലേൽപ്പിക്കുകയില്ല. കെ സി മാമ്മൻമാപ്പിളയും *മലയാള മനോരമ*യും ആധുനിക കേരളത്തിന്റെ ചരിത്രത്തിൽ മായാത്ത മുദ്രകളാണ്.[9]

കണ്ടത്തിൽ വറുഗീസ് മാപ്പിളയുടെ നിര്യാണത്തെത്തുടർന്ന് 1904-ലാണ് ജ്യേഷ്ഠസഹോദര പുത്രനായ കെ സി മാമ്മൻമാപ്പിള (1873-1953) *മലയാള മനോരമ*യുടെ പത്രാധിപരായത്. അര നൂറ്റാണ്ടോളം ആ സ്ഥാനത്തു തുടർന്ന മാമ്മൻമാപ്പിളയാണ് *മനോരമ*യെ മഹാപ്രസ്ഥാനമായി വളർത്തിയത്. സാഹിത്യം, സംസ്കാരം, സാമൂഹ്യസമത്വ പ്രസ്ഥാനം, ഭാഷാപരിഷ്കാരം, കൃഷി, വ്യവസായം തുടങ്ങി ബഹുമുഖമായ രംഗങ്ങളിൽ *മലയാള മനോരമ* പത്രത്തിന്റെ സംഭാവനകൾ കാണാൻ കഴിയും. മലയാള പത്രപ്രവർത്തനത്തെ *മലയാള മനോരമ* ശരിയായ ദിശയിലേക്ക് തിരിച്ചുവിട്ടുവെന്നാണ് ജി പ്രിയദർശനൻ അഭിപ്രായപ്പെട്ടത്.

തിരുവിതാംകൂറിൽ ഭരണരംഗത്തെ സവർണ കുത്തകയ്ക്ക് എതിരായി നടന്ന നിവർത്തന പ്രക്ഷോഭത്തിന് വഴിതെളിച്ച പൗരസമത്വ പ്രക്ഷോഭം ശക്തിയാർജിച്ചത് 1919 ഏപ്രിൽ 23-ന് കോട്ടയത്തു ചേർന്ന പൗരസമത്വ മഹായോഗത്തോടെയാണ്. *മലയാള മനോരമ*യും കെ സി മാമ്മൻമാപ്പിളയുമാണ് ഈ പരിപാടിയുടെ വിജയത്തിന് പിന്നിൽനിന്ന് പ്രവർത്തിച്ചത്. ദിവാൻ സർ സി പി രാമസ്വാമി അയ്യരുടെ ഭരണപരിഷ്കാരത്തിനെതിരായി ക്രിസ്ത്യാനികളും മുസ്ലിങ്ങളും ഈഴവരും ഒന്നുചേർന്ന് നടത്തിയ നിവർത്തന പ്രക്ഷോഭം തിരുവിതാംകൂർ അതുവരെ കണ്ട ഏറ്റവും വലിയ ബഹുജനസമരമായിരുന്നു. ഈ സമരത്തിൽ ക്രിസ്ത്യാനികൾ വലിയ തോതിൽ അണിനിരന്നതിനു പിന്നിൽ *മലയാള മനോരമ*യാണെന്ന് ധരിച്ചാണ് നാഷണൽ ആന്റ് ക്വയിലോൺ ബാങ്കിനെ തകർക്കാൻ സർ സി പി കരുക്കൾ നീക്കിയത്. ജാതീയമായ അടിച്ചമർത്തലുകൾക്ക് എതിരായും പൗരസ്വാതന്ത്ര്യത്തിനു വേണ്ടിയും തിരുവിതാംകൂറിൽ നടന്ന സമരങ്ങൾക്ക് *മനോരമ*യും മാമ്മൻ മാപ്പിളയും പിന്തുണ നൽകിയിരുന്നു. സ്ത്രീ വിദ്യാഭ്യാസം, മാതൃഭാഷയുടെ വളർച്ച തുടങ്ങിയ കാര്യങ്ങളിലും ആദ്യകാലത്ത് പത്രം നൽകിയ സംഭാവനകൾ ചരിത്രകാരന്മാർ എടുത്തുപറയുന്നുണ്ട്.

മാതൃഭാഷയുടെ ഉന്നതിക്കുവേണ്ടി സാഹിത്യകാരന്മാരെ സംഘടിപ്പിച്ച് ആദ്യമായി കവിസമാജം സംഘടിപ്പിച്ചത് *മനോരമ*യായിരുന്നു. കേരളത്തിലാകെയുള്ള പ്രമുഖ സാഹിത്യകാരന്മാരെ ഇതിൽ അണിനിരത്താൻ പത്രത്തിനു കഴിഞ്ഞു. കവിസമാജമാണ് പിന്നീട് *ഭാഷാപോഷിണി*യായി മാറിയത്. സമാജത്തിന്റെ മുഖമാസികയായിരുന്നു *ഭാഷാപോഷിണി.* സാഹിത്യവും ഭാഷയും ഗൗരവമായി കൈകാര്യം ചെയ്യുന്ന മലയാളത്തിലെ പ്രസിദ്ധീകരണങ്ങളിൽ പ്രഥമസ്ഥാനം ഇന്നും *ഭാഷാപോഷിണി*ക്കാണ്. പി ഗോവിന്ദപ്പിള്ളയെ തന്നെ ഉദ്ധരിക്കാം:

> സാമൂഹികവും രാഷ്ട്രീയവും സാംസ്കാരികവും ആയ പ്രശ്നങ്ങളിലെല്ലാം തന്നെ ആധുനികതയും പരിഷ്കരണ പ്രവണതയും തുടക്കംമുതലേ പ്രകടിപ്പിച്ചുപോന്ന *മലയാള മനോരമ*, സ്വാതന്ത്ര്യസമരത്തിന്റെയും ദേശീയ പ്രസ്ഥാനത്തിന്റെയും കാര്യത്തിൽ അലംഭാവമാണ് പുലർത്തിപ്പോന്നത് എന്ന വസ്തുത ചരിത്രസത്യമാണ്. ബ്രിട്ടീഷ് വാഴ്ചയുടെയും തിരുവിതാംകൂർ നാട്ടുരാജ്യഭരണാധികാരികളുടെയും ക്രിയാത്മക വശങ്ങളെ അല്ലാതെ നിഷേധാത്മക വശങ്ങളെ കണ്ടില്ലെന്നു നടിക്കുന്ന ഒരു നയമാണ് *മനോരമ* തുടർന്നുപോന്നത്. പലപ്പോഴും ഈ ഭരണാധികാരികളെ വഴിവിട്ട് പ്രശംസിക്കാൻ കൂടി *മനോരമ* മുതിർന്നിട്ടുള്ളതായി കാണാം.[10]

*മലയാള മനോരമ*യുടെ ആദ്യലക്കത്തിലെ പ്രസ്താവന രാജഭരണത്തോടും ബ്രിട്ടീഷ് മേധാവിത്വത്തോടും ആ പത്രം പ്രകടിപ്പിച്ച ഭയഭക്തിക്ക് തെളിവാകുമെന്നതിനാൽ അതിലെ ഒരു ഭാഗം ഇവിടെ ഉദ്ധരിക്കുന്നു:

> വിശ്വമാതാവായ വിക്ടോറിയാ ചക്രവർത്തിനി തിരുമനസ്സിലെ വിശിഷ്ട രാജ്യഭാരമാകുന്ന കല്പകവൃക്ഷത്തിൽ വിളയുന്ന വിവിധ ഫലങ്ങളെ അപ്പോഴപ്പോൾ തന്റെ പ്രജകളെ അസാധാരണ മാധുര്യത്തോടുകൂടി ആസ്വദിച്ചുകൊണ്ടിരിപ്പാൻതന്നെ മൂലമാകുന്ന തിരുനാളിൽ അവതരിച്ചരുളുന്ന നമ്മുടെ വലിയ തമ്പുരാൻ തിരുമനസ്സിലെയും അവിടത്തെ ആജ്ഞാവാഹിയായി പ്രജാക്ഷേമൈകതൽപ്പരനായിരിക്കുന്ന രാമരായർ ദിവാൻജി അവർകളുടെയും കാലത്ത് തങ്ങളാൽ ഭരിക്കപ്പെട്ടുവരുന്ന രാജ്യാതിർത്തിയിൽ എങ്ങും യഥോചിതമായ ഒരു വർത്തമാനപ്പത്രം ഇല്ലാതെയിരിക്കുന്നതിനെക്കുറിച്ച് അൽപ്പമെങ്കിലും ആലോചിക്കുന്നവരിൽ ആർക്കാണ് അൽപ്പമല്ലാത്ത ലജ്ജ തോന്നാതിരിക്കുന്നത്?[11]

പത്രത്തിന്റെ ചരിത്രമെഴുതിയ മുർക്കോത്ത് കുഞ്ഞപ്പ ഒന്നാം ലക്കത്തിന്റെ ഉള്ളടക്കം വിശദമായി വിവരിക്കുന്നുണ്ട്. എന്നാൽ അതിലെവിടെയും ജനാധിപത്യാവകാശങ്ങളെക്കുറിച്ചോ ദിവാൻ ഭരണത്തെക്കുറിച്ചോ ബ്രിട്ടീഷ് അധീശത്വത്തെക്കുറിച്ചോ ഒന്നും പറയുന്നില്ല.

നാട്ടുരാജ്യങ്ങളിൽക്കൂടി പത്രങ്ങളെ നിയന്ത്രിക്കുന്ന ഒരു നിയമം 1891-ൽ ബ്രിട്ടീഷ് ഗവൺമെന്റ് കൊണ്ടുവന്നിരുന്നു. അതനുസരിച്ച് പൊതുവർത്തമാനങ്ങളോ അതേക്കുറിച്ചുള്ള വാദങ്ങളോ അടങ്ങിയ വാർത്തകൾ പൊളിറ്റിക്കൽ ഏജന്റിന്റെ രേഖാമൂലമുള്ള അനുമതിയില്ലാതെ പ്രസിദ്ധപ്പെടുത്താൻ പാടില്ല. ഇതേക്കുറിച്ച് 1891 ജൂലൈ 18-ന് *മനോരമ* എഴുതിയ മുഖപ്രസംഗത്തിലെ വാദഗതികൾ രസകരമാണ്. *മനോരമ* എഴുതി: "ഇങ്ങനെ ഒരു പുതിയ നിയമം ഏർപ്പെടുത്താനുള്ള ആവശ്യകത തന്നെ ആർക്കും മനസ്സിലാകുന്നില്ല. നാട്ടുരാജ്യങ്ങളിൽ വർത്തമാനപ്പത്രങ്ങൾക്ക് എത്രയും സ്വാതന്ത്ര്യം ഉണ്ടായിരിക്കുന്നുവോ അത്രയും ബ്രിട്ടീഷ് മേൽക്കോയ്മക്ക് സഹായമാണ്. അനേകം പൊളിറ്റിക്കൽ ഏജന്റിനെക്കൊണ്ടുള്ള ഫലം ഒരു നല്ല പത്രംകൊണ്ട് ഉണ്ടാകുന്നതാണ്. ബ്രിട്ടീഷ് ഗവൺമെന്റിന്റെ നടപടികളെക്കുറിച്ച് ഒന്നും ശബ്ദിച്ചുകൂട എന്നാണെങ്കിൽ ഈ നിയമം ബ്രിട്ടീഷ് ഇന്ത്യയിലും വേണ്ടതായിരുന്നു. നാട്ടുരാജ്യങ്ങളിലെ പത്രങ്ങൾ സാധാരണ ഇതിനൊന്നും പോകാറില്ല."[12]

നാട്ടുരാജ്യങ്ങളിൽ പത്രങ്ങൾ കൂടുതലുണ്ടാകുന്നത് ബ്രിട്ടീഷ് മേൽക്കോയ്മക്കു നല്ലതാണെന്ന് *മനോരമ* വാദിക്കുന്ന കാലത്ത് ബ്രിട്ടീഷുകാർ ഇവിടംവിട്ടു പോകില്ലെന്ന് പത്രാധിപർ ധരിച്ചിട്ടുണ്ടാകണം. അതുമാത്രമോ? ഒരു പത്രം ഒരുപാട് പൊളിറ്റിക്കൽ ഏജന്റുമാരുടെ ഫലം ചെയ്യുമെന്നുകൂടി പത്രാധിപർ എഴുതിക്കളഞ്ഞു. ഇതു *മലയാള മനോരമ*യുടെ മാത്രം പ്രശ്നമായി കണ്ടുകൂട. അക്കാലത്ത് മലയാള പത്രങ്ങളിൽ കൈവിരലിലെണ്ണാവുന്നവ പോലും ബ്രിട്ടീഷ്

സാമ്രാജ്യാധിപത്യത്തെ എതിർക്കാൻ തയാറായിരുന്നില്ല.

*മലയാള മനോരമ*യുടെ മുഖമുദ്ര എങ്ങനെയുണ്ടായി എന്ന് പത്രത്തിന്റെ ഔദ്യോഗിക ചരിത്രം സൂചന നൽകുന്നുണ്ട്. "*മലയാള മനോരമ*യിൽ കാണുന്ന മുഖമുദ്ര, മഹാരാജാവിന്റെ മുൻകൂട്ടിയുള്ള അനുമതിയോടുകൂടി അന്നു വറുഗീസ് മാപ്പിള ഉപയോഗിച്ചുതുടങ്ങിയതാണ്. 'ധർമോസ്മത് കുലദൈവതം' എന്ന മുദ്രാവാക്യത്തിലടങ്ങിയ ആദർശമാണ് *മനോരമ*യുടെ ആദർശം."[13]

*മലയാള മനോരമ*യുടെ മുദ്രക്ക് എന്തിനാണ് മഹാരാജാവിന്റെ അനുമതിയെന്ന് കുഞ്ഞപ്പ പറയുന്നില്ല. ഗവൺമെന്റ് കൊണ്ടുവന്ന ഒരു നിയമത്തിലും മുദ്ര ഉപയോഗിക്കാൻ രാജാവിന്റെ അനുമതി വേണമെന്ന് വ്യവസ്ഥയുമില്ല. പിന്നെ എന്താണ് സംഭവിച്ചത്? മലയാള പത്രങ്ങളെക്കുറിച്ച് ആഴത്തിൽ ഗവേഷണം നടത്തിയ ജി പ്രിയദർശനൻ ഈ ചോദ്യത്തിന് ഇങ്ങനെ മറുപടി പറഞ്ഞു: "പത്രം തുടങ്ങുന്നതിന് മഹാരാജാവിനെ കണ്ട് അനുഗ്രഹം വാങ്ങാൻ കണ്ടത്തിൽ വറുഗീസ് മാപ്പിള പോയിരുന്നു. നല്ല കാര്യം തന്നെ എന്നുപറഞ്ഞ് മഹാരാജാവ് അഭിനന്ദിക്കുകയും ആശീർവദിക്കുകയും ചെയ്തു. അപ്പോൾ തിരുവിതാംകൂർ ഗസറ്റ് രാജാവിന്റെ മുമ്പിൽ വന്നു കിടക്കുന്നുണ്ട്. അതിലെ രാജചിഹ്നം അൽപ്പം മാറ്റം വരുത്തി ഉപയോഗിച്ചുകൊള്ളാൻ വറുഗീസ് മാപ്പിളയോട് മഹാരാജാവ് പറഞ്ഞു." [14]

മൂർക്കോത്ത് കുഞ്ഞപ്പയും ജി പ്രിയദർശനനും പറയുന്നതിൽ നിന്നു കാര്യം വ്യക്തമാണ്. തിരുവിതാംകൂർ രാജചിഹ്നം അൽപ്പം മാറ്റത്തോടെ *മലയാള മനോരമ*യുടെ മുദ്രയായി. അന്നത്തെ കാലത്ത് അതൊരു ബഹുമതിയായി കാണുന്നവരായിരുന്നു അധികമുള്ളതെന്ന് ഇന്ന് *മലയാള മനോരമ*യ്ക്കു സമാധാനിക്കാം.

പത്രത്തിന്റെ രാജഭക്തിയെപ്പറ്റി മൂർക്കോത്ത് കുഞ്ഞപ്പ തന്നെ പത്രചരിത്രത്തിൽ എഴുതിയിട്ടുള്ളതുകൊണ്ട് ഇക്കാര്യത്തിൽ തർക്കത്തിന് അവകാശമില്ല:

> വറുഗീസ് മാപ്പിള ആത്മാർഥതയുള്ള ഒരു രാജഭക്തനായിരുന്നു. അദ്ദേഹം സ്ഥാപിച്ചിട്ടുള്ള പല സ്ഥാപനങ്ങളുടെയും പേരിനു മുമ്പിൽ ശ്രീമൂലം എന്നോ തിരുമൂലവിലാസം എന്നോ കൂട്ടിച്ചേർത്തിട്ടുള്ളതുതന്നെ ഇതിനു ഒന്നാംതരം തെളിവാണ്. മൂലം തിരുനാളാകട്ടെ, ഭാഷാപോഷിണിയ്ക്കും *മനോരമ*യ്ക്കും പല ആനുകൂല്യങ്ങളും ചെയ്തുകൊടുത്തിരുന്നു. ഒന്നിലധികം പ്രാവശ്യം ഓണപ്പുടവയും ഒരിക്കൽ രത്നഖചിതമായ സ്വർണമോതിരവും മറ്റൊരിക്കൽ ഒരു വീരശൃംഖലയും മഹാരാജാവ് പത്രാധിപർക്കു സമ്മാനിച്ചിട്ടുണ്ട്. കൊല്ലംതോറും ഒരുപവൻ വീതം അദ്ദേഹത്തിന് പതിവായി കൊടുക്കുന്നതിനും മഹാരാജാവ് ഏർപ്പാട് ചെയ്തിരുന്നു. സന്ദർഭാനുസരണം യഥോചിതമായ ഭക്ത്യാദരങ്ങൾ പ്രദർശിപ്പിക്കാൻ വറുഗീസ് മാപ്പിള വിസ്മരിച്ചിരുന്നില്ല.[15]

രാജഭരണകാലത്ത് *മലയാള മനോരമ* എടുത്ത നിലപാട് ഏതൊരു ജനാധിപത്യവാദിക്കും തെറ്റായിരുന്നുവെന്ന് തോന്നുമെങ്കിലും പത്രത്തിന്റെ സ്ഥാപകർക്കും പിന്നീട് വന്ന പത്രാധിന്മാർക്കും അതു തോന്നാതിരുന്നതിന്റെ അടിസ്ഥാനമാണ് മൂർക്കോത്ത് കുഞ്ഞപ്പ വ്യക്തമായി പറഞ്ഞത്.

ഇടതുപക്ഷത്തോട് പൊതുവിലും കമ്യൂണിസ്റ്റ്, സോഷ്യലിസ്റ്റ് ആശയങ്ങളോട് വിശേഷിച്ചും *മലയാള മനോരമ* കടുത്ത വിരോധം പുലർത്തിയിരുന്നു. കേരളത്തിൽ കമ്യൂണിസ്റ്റുകാർ അധികാരത്തിൽ വന്നാൽ താൻ വിഷം കുടിച്ചു മരിക്കുമെന്ന് *മലയാള മനോരമ* പത്രാധിപർ പ്രമുഖ കമ്യൂണിസ്റ്റ് നേതാവായ പി ടി പുന്നൂസിനോട് പറഞ്ഞത് ആ പത്രത്തിനെതിരെ കമ്യൂണിസ്റ്റ് പാർട്ടിയും പിൽക്കാലത്ത് സിപിഐ എമ്മും രാഷ്ട്രീയ വേദികളിൽ ഉന്നയിക്കാറുണ്ട്. ഏതായാലും 1957-ൽ കമ്യൂണിസ്റ്റുകാർ അധികാരത്തിൽ വരുന്നതിന് നാലുവർഷം മുമ്പ് കെ സി മാമ്മൻമാപ്പിള അന്തരിച്ചു. അദ്ദേഹത്തിന്റെ കാലശേഷവും *മലയാള മനോരമ*യ്ക്ക് ഈ ആരോപണം നിഷേധിക്കാനായില്ല എന്നു പറഞ്ഞാൽ പൂർണമായി ശരിയാവില്ല. നിഷേധിക്കാനുള്ള ചില ദുർബല ശ്രമങ്ങൾ ഉണ്ടായിരുന്നു. മാമ്മൻ മാപ്പിളയുടെ മകനും നാലു പതിറ്റാണ്ടിനടുത്ത് *മലയാള മനോരമ*യുടെ പത്രാധിപരുമായിരുന്ന കെ എം മാത്യു തന്റെ ആത്മകഥ

മൂർക്കോത്ത് കുഞ്ഞപ്പ

യിൽ ഇക്കാര്യം പരാമർശിക്കുന്നുണ്ട്.

കെ എം മാത്യു പറയുന്നു:

കമ്യൂണിസ്റ്റ് നേതാവായ പി ടി പുന്നൂസുമായി അപ്പച്ചന് അളവറ്റ ആത്മബന്ധമുണ്ടായിരുന്നു. ഞങ്ങളുടെ കുടുംബവുമായി അടുത്ത ബന്ധം പുലർത്തിയ വ്യക്തിയായിരുന്നു പുന്നൂസ്. അപ്പച്ചനെ കാണാൻ പ്രതിശ്രുത വധുവായ റോസമ്മയ്ക്കൊപ്പം പുന്നൂസ് മദ്രാസിലെ ഞങ്ങളുടെ വീട്ടിലെത്തിയത് എനിക്കോർമയുണ്ട്. അക്കാലത്ത് മദ്രാസ് ലോ കോളേജിൽ പഠിക്കുകയായിരുന്നു റോസമ്മ. സംഭാഷണചതുരനായ പുന്നൂസുമായി സംസാരിച്ചിരിക്കാൻ അപ്പച്ചന് ഇഷ്ടമായിരുന്നു. ഒരിക്കൽ അപ്പച്ചൻ പുന്നൂസിനോട് പറഞ്ഞു:

'നിങ്ങളുടെ പാർട്ടി ഇവിടെ അധികാരത്തിൽ വന്നാൽ ഞങ്ങൾ ബുദ്ധിമുട്ടും.'

പുന്നൂസ് ചോദിച്ചു:

അതെന്താ?

'നിങ്ങൾ അധികാരത്തിൽ വന്നാൽ എന്നെ ജയിലിൽ പിടിച്ചിടും. കാരണം, ഞാൻ കമ്യൂണിസ്റ്റ് പാർട്ടിക്ക് എതിരാണല്ലോ. ജയിലിലിട്ടാലും ഇല്ലെങ്കിലും നിങ്ങൾ പറയുന്നതു മാത്രം വായിക്കേണ്ട സാഹചര്യവുമുണ്ടാകും. റഷ്യയിലൊക്കെ അങ്ങനെയാണല്ലോ. ഇഷ്ടമുള്ളതു വായിക്കാനും സ്വതന്ത്രമായി ചിന്തിക്കാനും പ്രവർത്തിക്കാനുമൊന്നും പറ്റാത്ത സാഹചര്യമുണ്ടായാൽ ഈ ലോകം എന്നെ സംബന്ധിച്ചിടത്തോളം ജീവിക്കാൻ കൊള്ളാതാവും. പിന്നെ ആത്മഹത്യ ചെയ്യുന്നതാവും നല്ലത്.'

കെ എം മാത്യു

ഇതാണ് അപ്പച്ചൻ പറഞ്ഞത്. അല്ലാതെ കമ്യൂണിസ്റ്റ് പാർട്ടി അധികാരത്തിൽ വന്നാൽ ആത്മഹത്യ ചെയ്യുമെന്നല്ല. പക്ഷേ, അന്ന് അപ്പച്ചന്റെ ഒപ്പമിരുന്ന് ഊണു കഴിച്ചശേഷം പുന്നൂസ് കോട്ടയം തിരുനക്കര മൈതാനത്തുപോയി കമ്യൂണിസ്റ്റ് പാർട്ടിയുടെ പൊതുയോഗത്തിൽ പ്രസംഗിച്ചത് അപ്പച്ചൻ പറയാത്ത അർഥം നൽകിയാണ്. [16]

പി ടി പുന്നൂസ് അന്നു പ്രസംഗിച്ചതാണോ സത്യം, അല്ല അര നൂറ്റാണ്ടു കഴിഞ്ഞ് കെ എം മാത്യു പറഞ്ഞതാണോ വസ്തുത എന്ന് വായനക്കാർക്ക് തീരുമാനിക്കാവുന്നതേയുള്ളൂ. താൻ കമ്യൂണിസ്റ്റ് പാർട്ടിക്ക് എതിരായതുകൊണ്ട് തന്നെ ജയിലിൽ പിടിച്ചിടുമെന്ന് പുന്നൂസിനോട് പണ്ഡിതനായ മാമ്മൻ മാപ്പിള പറഞ്ഞിരിക്കുമെന്ന് വിശ്വസിക്കാൻ സാമാന്യയുക്തി അനുവദിക്കുന്നില്ല. കമ്യൂണിസ്റ്റുകാർ അധികാരത്തിൽ വന്നാൽ പിന്നെ ആത്മഹത്യ ചെയ്യുന്നതാകും നല്ലതെന്ന് മാമ്മൻ മാപ്പിള പറഞ്ഞുവെന്ന് കെ എം മാത്യു സമ്മതിക്കുന്ന നിലയ്ക്ക് കമ്യൂണിസ്റ്റുകാരുടെ ആരോപണം ശരിയാണെന്നല്ലേ തെളിയുന്നത്?

ബിസിനസ് താൽപ്പര്യത്തിനെന്ന് തുറന്നുപറഞ്ഞ് മലയാളത്തിൽ ഒരു പത്രം ഉണ്ടായിട്ടുണ്ടെങ്കിൽ അത് *മലയാള മനോരമ* മാത്രമാണ്. 1888-ൽ ഒരു ജോയിന്റ് സ്റ്റോക്ക് കമ്പനി രൂപീകരിച്ചാണ് കണ്ടത്തിൽ വറുഗീസ് മാപ്പിള *മലയാള മനോരമ* ആരംഭിക്കുന്നത്. അത് തിരുവിതാംകൂറിൽ റജിസ്റ്റർ ചെയ്യപ്പെടുന്ന രണ്ടാമത്തെ കൂട്ടുകച്ചവട കമ്പനിയായിരുന്നു. ആദ്യത്തേത് പുനലൂർ പേപ്പർ മിൽ.

നിവർത്തന പ്രക്ഷോഭത്തെയും ഉത്തരവാദഭരണം നേടുന്നതിനുള്ള സമരങ്ങളെയും ശക്തിയായി പിന്തുണച്ച *മലയാള മനോരമ*യോട് ദിവാൻ സർ സി പിക്ക് കടുത്ത പകയുണ്ടായിരുന്നുവെന്ന് തുടക്കത്തിൽ സൂചിപ്പിച്ചുവല്ലോ. പത്രമാരണ നിയമം ഉപയോഗിച്ച് 1939 സെപ്തംബർ 9-ന് ദിവാൻ ഭരണം *മനോരമ* നിരോധിച്ചു. പ്രസ് കണ്ടുകെട്ടി. ആപ്പീസ് പൂട്ടി മുദ്രവെച്ചു. മാമ്മൻ മാപ്പിളയെ ജയിലിലടച്ചു. ഇന്ത്യ സ്വതന്ത്രയായ ശേഷം 1947 നവംബർ 29-നാണ് പത്രം പുനരാരംഭിക്കുന്നത്. *മനോരമ* കുടുംബത്തിന്റെ ഉടമസ്ഥതയിലുള്ള നാഷണൽ ആന്റ് ക്വയിലോൺ ബാങ്ക് നേരത്തെ പൂട്ടിച്ചിരുന്നു. നാഷണൽ ആന്റ് ക്വയിലോൺ ബാങ്ക് സർ സി പി എങ്ങനെയാണ് തകർ

എം പി വീരേന്ദ്രകുമാർ

ത്തതെന്ന് സി നാരായണപിള്ള തന്റെ 'തിരുവിതാംകൂർ സ്വാതന്ത്ര്യസമര ചരിത്രം' എന്നഗ്രന്ഥത്തിൽ വിശദീകരിക്കുന്നുണ്ട്.

മാതൃഭൂമി

ദേശീയ പ്രസ്ഥാനത്തിന്റെ ഭാഗമായി സ്ഥാപിതമാവുകയും ജന ങ്ങളിൽ സ്വാതന്ത്ര്യബോധമുണർത്താൻ വലിയ സംഭാവനകൾ നൽകു കയും ചെയ്ത പത്രമാണ് കോഴിക്കോട്ടുനിന്ന് 1923 മാർച്ച് 17-ന് ആരംഭിച്ച *മാതൃഭൂമി*. സ്ഥാപകരിൽ പ്രധാനികളെല്ലാം കോൺഗ്രസ് നേതാക്കളായി രുന്നു. കെപിസിസി സെക്രട്ടറി കെ പി കേശവമേനോൻ, സഹപ്രവർത്ത കരായിരുന്ന കെ മാധവൻ നായർ, കുറൂർ നീലകണ്ഠൻ നമ്പൂതിരിപ്പാട്, കെ കേശവൻ നായർ, പി അച്യുതൻ തുടങ്ങിയവരുടെ നേതൃത്വത്തിലാണ് ഒരു ലക്ഷം രൂപ മൂലധനവുമായി മാതൃഭൂമി പ്രിന്റിങ് ആന്റ് പബ്ലിഷിങ് കമ്പനി 1922-ൽ റജിസ്റ്റർ ചെയ്തത്. കെ മാധവൻ നായരായിരുന്നു പ്രഥമ മാനേജിങ് ഡയറക്ടർ. പൊതുജനങ്ങൾക്ക് ഓഹരിയെടുക്കാവുന്ന പബ്ലിക് ലിമിറ്റഡ് കമ്പനിയായിരുന്നു *മാതൃഭൂമി*.

ദേശീയ സ്വാതന്ത്ര്യ പ്രസ്ഥാനത്തിന്റേയും അതിന് നേതൃത്വം നൽകിയ കോൺഗ്രസിന്റെ യും നാവായി പ്രവർത്തിച്ച *മാതൃഭൂമി*, നാട്ടുരാജ്യങ്ങളിലെ ജനാധിപത്യ പ്രസ്ഥാനങ്ങൾക്ക് വലിയ പിന്തുണ നൽകി. ജാതീയമായ അടിച്ചമർത്തലുകൾക്കെതിരെ നടന്ന വൈക്കം സത്യഗ്രഹം, ഗുരുവായൂർ സത്യഗ്രഹം എന്നിവ നാടിനെ ഇളക്കിമറിച്ചപ്പോൾ *മാതൃഭൂമി* അതിൽ സജീവമായി പങ്കുകൊണ്ടു. കോൺഗ്രസിലെ വലതുപക്ഷത്തിന്റെ കൂടെയായിരുന്നു എന്നും *മാതൃഭൂമി*. കോൺ ഗ്രസിനകത്ത് കോൺഗ്രസ് സോഷ്യലിസ്റ്റ് പാർട്ടി രൂപംകൊണ്ടതോടെ കമ്യൂണിസ്റ്റുകാർക്കും കോൺഗ്രസിലെ ഇടതുപക്ഷത്തിനുമെതിരെ *മാതൃഭൂമി* തിരിഞ്ഞു. കമ്യൂണിസ്റ്റ് പ്രസ്ഥാനത്തിന്റെ പ്രധാന വിമർശകനായി *മാതൃഭൂമി* മാറി. മലയാളത്തിൽ കോപ്പികളുടെ എണ്ണത്തിലും സജ്ജീകര ണങ്ങളുടെ കാര്യത്തിലും രണ്ടാമത് *മാതൃഭൂമി*യാണ്. സ്വാതന്ത്ര്യസമര പ്രസ്ഥാനത്തിന്റെ ഭാഗമായി സ്ഥാപിതമായ പത്രത്തിന് ദേശീയ പ്രസ്ഥാനത്തിന്റെ മൂല്യങ്ങൾ മുറുകെ പിടിക്കാൻ കഴിയുന്നി ല്ലെന്ന വിമർശനമാണ് *മാതൃഭൂമി*യെക്കുറിച്ച് കമ്യൂണിസ്റ്റുകാർക്കുള്ളത്.

സോഷ്യലിസ്റ്റ് നേതാവ് എം പി വീരേന്ദ്രകുമാർ (1937-2020) നാലുപതിറ്റാണ്ടിലേറെ മാനേജിങ് ഡയറക്ടർ എന്ന പദവിയിലിരുന്ന് *മാതൃഭൂമി*യെ നയിച്ചു. പത്രത്തിന്റെ ആധുനികവൽ ക്കരണത്തിലും വൈവിധ്യവൽക്കരണത്തിലും അദ്ദേഹം മറ്റാരേക്കാളും വലിയ പങ്കുവഹിച്ചു. വീ രേന്ദ്രകുമാറിന്റെ മകനും രാഷ്ട്രീയ പ്രവർത്തകനും മുൻ രാജ്യസഭാംഗവുമായ എം വി ശ്രേയാംസ് കുമാറാണ് പിന്നീട് എംഡിയായി വന്നത്. കമ്പനിയുടെ കൂടുതൽ ഓഹരികളുള്ളത് ശ്രേയാംസ് കുമാറിന്റെ കുടുംബത്തിനാണ്. അതു കഴിഞ്ഞാൽ കോഴിക്കോട്ടെ പ്രമുഖ ബിസിനസ് ഗ്രൂപ്പായ കെടിസിയുടെ ഉടമകൾക്കാണ് കൂടുതൽ ഓഹരികൾ. കെടിസിയുടെ പി വി ചന്ദ്രനാണ് ദീർഘകാ ലമായി പത്രത്തിന്റെ മാനേജിങ് എഡിറ്റർ.

കേരളകൗമുദി

അവർണ സമുദായത്തിന്റെ, പ്രത്യേകിച്ച് ഈഴവരുടെ, അവകാശങ്ങൾ നേടിയെടുക്കു ന്നതിന് സമുദായോദ്ധാരണ പ്രവർത്തകനായിരുന്ന സി വി കുഞ്ഞുരാമൻ 1911-ൽ കൊല്ലത്തെ മയ്യനാട്ടുനിന്ന് തുടങ്ങിയതാണ് *കേരളകൗമുദി*. സർക്കാർ ഉദ്യോഗസ്ഥനായിരുന്ന കുഞ്ഞുരാമന് പത്രാധിപരാകാൻ നിയമതടസ്സമുണ്ടായിരുന്നതുകൊണ്ട് സരസകവി മൂലൂർ എസ് പത്മനാഭപ്പ ണിക്കരുടെ പേരാണ് ആദ്യപത്രാധിപരായി കൊടുത്തത്. എങ്കിലും ജോലിയെല്ലാം കുഞ്ഞുരാമൻ തന്നെയാണ് ചെയ്തുവന്നത്. സമുദായ പ്രവർത്തനവും പത്രം നടത്തിപ്പും ഉദ്യോഗവും ഒന്നിച്ചു പോകില്ലെന്നായപ്പോൾ അദ്ദേഹം ഉദ്യോഗം വിട്ട് പത്രത്തിന്റെ ചുമതല പൂർണമായി ഏറ്റെടുത്തു.

സി വി കുഞ്ഞുരാമൻ

വാരികയായി തുടങ്ങിയ *കേരളകൗമുദി* 1940-ലാണ് ദിനപത്രമായത്.

ആദ്യലക്കത്തിൽ തന്നെ സാമൂഹികനീതിക്കുവേണ്ടിയുള്ള ലക്ഷ്യം *കേരളകൗമുദി* പ്രഖ്യാപിച്ചിരുന്നു. അതനുസരിച്ച് ഈഴവസമുദായത്തിന്റെ ഉയർച്ചക്കാണ് *കേരളകൗമുദി* എന്നും പരിഗണന നൽകിയിട്ടുള്ളത്. അർഹമായ സമുദായ പ്രാതിനിധ്യത്തിനു വേണ്ടി തിരുവിതാംകൂറിൽ ഈഴവരും ക്രിസ്ത്യാനികളും മുസ്ലിങ്ങളും സംയുക്തമായി നടത്തിയ പ്രക്ഷോഭത്തിന് ശക്തമായ പിന്തുണ പത്രം നൽകി. വൈക്കം സത്യഗ്രഹം തുടങ്ങി അയിത്താചരണത്തിനെതിരായ സമരങ്ങൾക്കും പത്രം ഊർജം പകർന്നു.

*കേരളകൗമുദി*യുടെ പ്രചാരം മുഖ്യമായും പഴയ തിരുവിതാംകൂറിൽ ഒതുങ്ങിനിൽക്കുന്നു. അതിനപ്പുറത്തേക്ക് പ്രചാരവും സ്വാധീനവും വ്യാപിപ്പിക്കാനുള്ള പരിശ്രമങ്ങൾ ഉണ്ടായെങ്കിലും അതൊന്നും പ്രതീക്ഷിച്ചപോലെ വിജയിച്ചില്ല. തിരുവിതാംകൂറിൽ രാജവാഴ്ചക്കാലത്ത് ഇറങ്ങിയ മിക്ക പത്രങ്ങളെയും പോലെ *കേരളകൗമുദി*യും രാജവാഴ്ചയെ വിമർശിക്കാനോ ദിവാനെ എതിർക്കാനോ പോയില്ല. മാത്രമല്ല, പല ഘട്ടങ്ങളിലും സർ സി പി രാമസ്വാമി അയ്യർക്കുവേണ്ടി വാദിക്കാനും പത്രത്തിനു മടിയുണ്ടായില്ല. *കേരളകൗമുദി*യുടെ ചരിത്രത്തിൽ നിന്നുതന്നെ ഉദ്ധരിക്കാം:

> രാജഭരണം നിലനിന്ന തിരുവിതാംകൂറിൽ ദിവാൻ സർ സി പി രാമസ്വാമി അയ്യരുടെ നിലപാടുകളെ പൊതുവെ അനുകൂലിക്കുന്ന നയസമീപനമാണ് *കേരളകൗമുദി* പുലർത്തിയതെങ്കിലും ഇന്ത്യൻ സ്വാതന്ത്ര്യസമരത്തിന് കലവറയില്ലാത്ത പിന്തുണയാണ് പത്രവും അതിന്റെ പത്രാധിപരും നൽകിയത്. ഒരു ശരാശരി തിരുവിതാംകൂറുകാരന്റെ കണ്ണുകളിലൂടെയാണ് ദേശീയ സംഭവങ്ങളെ വിലയിരുത്തിയിരുന്നത്. സർവാദരണീയനായ ഗാന്ധിജിയെ വലിയ ബഹുമാനത്തോടെയാണ് പത്രം കണ്ടിരുന്നത്.[17]

സി വി കുഞ്ഞുരാമനുശേഷം അദ്ദേഹത്തിന്റെ മകൻ കെ സുകുമാരനായിരുന്നു പത്രാധിപർ. പിന്നീട് അദ്ദേഹത്തിന്റെ മകൻ എം എസ് മണി പത്രാധിപരായി വന്നു. മണിക്കുശേഷം അദ്ദേഹത്തിന്റെ കുടുംബാംഗങ്ങൾ പത്രം നയിക്കുന്നു.

ദീപിക

മലയാളത്തിൽ ഇന്നുള്ള പത്രങ്ങളിൽ ഏറ്റവും പ്രായമുള്ള പ്രസിദ്ധീകരണമാണ് *ദീപിക*. സുറിയാനി ക്രിസ്ത്യാനികളുടെ മതബോധനം ലക്ഷ്യമാക്കി സഭാമേധാവികളും വൈദികരും കൂടി തുടങ്ങിയ പത്രം. തുടക്കത്തിൽ *നസ്രാണി ദീപിക* എന്നായിരുന്നു പേര്. 1887 ഏപ്രിൽ 15-ന് മാന്നാനം സെന്റ് ജോസഫ് പ്രസ്സിൽ നിന്ന് ആദ്യലക്കം പുറത്തിറങ്ങി. നസ്രാണി ജാത്യൈക്യ സംഘത്തിന്റെ മുഖപത്രമായിട്ടാണ് *നസ്രാണി ദീപിക* ആരംഭിച്ചത്. കോട്ടയം സ്വദേശി സി കുര്യനായിരുന്നു ആദ്യപത്രാധിപർ. വായനക്കാരുടെ അഭിപ്രായം കൂടി കണക്കിലെടുത്ത് 1939 ആഗസ്ത് ഒന്നുമുതൽ പേരിലെ *നസ്രാണി* ഒഴിവാക്കി വെറും *ദീപിക* ആയി.

ദീപിക പുറപ്പെടുന്ന പത്തൊമ്പതാം നൂറ്റാണ്ടിന്റെ അവസാനം കേരളത്തിൽ പൊതുപത്രമെന്ന് വിളിക്കാവുന്ന ഒന്നും ഇറങ്ങിത്തുടങ്ങിയിട്ടില്ല. മലയാളികൾ പൊതുവിൽ വായിച്ചുതുടങ്ങിയതുതന്നെ അതിനൊക്കെ ശേഷമാണെന്നു പറയാം. സമുദായ താൽപ്പര്യം മുൻനിർത്തി ആരംഭിച്ചതാണെങ്കിൽ പോലും ജനങ്ങളിൽ വായനശീലമുണ്ടാക്കുന്നതിനും മലയാളികളെ ഒരു സമൂഹമായി വളർത്തുന്നതിനും *ദീപിക* പോലുള്ള പത്രങ്ങൾ പ്രധാന പങ്കുവഹിച്ചു.

ഇതു പറയുമ്പോൾ മറുവശം സൂചിപ്പിക്കാതിരിക്കാനാവില്ല. ആദ്യ കമ്യൂണിസ്റ്റ് സർക്കാരിനെ അട്ടിമറിക്കാൻ കത്തോലിക്ക പള്ളിയും സാമുദായിക സംഘടനകളും കോൺഗ്രസും മുസ്ലിംലീഗും കൈകോർത്ത വിമോചന സമരത്തെ ആളിക്കത്തിക്കാൻ പത്രങ്ങൾ വലിയ

ശ്രമം നടത്തിയിട്ടുണ്ട് എന്നത് ചരിത്ര വസ്തുതയാണ്. നുണപ്രചാരണത്തിലൂടെ സർക്കാരിനെതിരെ ജനങ്ങളെ ഇളക്കിവിടുന്നതിൽ *ദീപിക* മുൻനിരയിലായിരുന്നു. കത്തോലിക്ക പള്ളി സമരത്തിന്റെ മുമ്പിലായതിനാൽ പള്ളിയുടെ പത്രവും ആ വഴിക്ക് പോകേണ്ടിവരുമെന്ന് വാദിക്കാമെങ്കിലും പത്രം എന്ന നിലയിൽ സമൂഹത്തോടുള്ള ഉത്തരവാദിത്തവും സ്വയം പാലിക്കേണ്ട ധർമവും *ദീപിക* മറന്നുപോയി. *ദീപിക*യുടെ ഔദ്യോഗിക ചരിത്രത്തിൽ നിന്നുതന്നെ ഉദ്ധരിക്കാം:

> നിരീശ്വരവാദികളായ കമ്യൂണിസ്റ്റുകാർ ഭരണഘടനയുടെ പരിധിയിൽ നിൽക്കുകയില്ലെന്നും നാട്ടിലെ സാമൂഹികവ്യവസ്ഥയെ തകിടംമറിക്കാനുള്ള നടപടികളിൽ ഏർപ്പെടുമെന്നും വലിയൊരു വിഭാഗം ജനങ്ങൾ ശങ്കിച്ചു. ഈ ആശങ്കകൾ ശരിവെക്കുന്നതായിരുന്നു ഇ എം എസ് നമ്പൂതിരിപ്പാടിന്റെ മന്ത്രിസഭയുടെ കുറേ ചെയ്തികൾ. അതിൽ ഏറ്റവും പ്രധാനം വിദ്യാഭ്യാസരംഗത്തെ നടപടികളായിരുന്നു.
>
> കമ്യൂണിസ്റ്റ് മന്ത്രിസഭയും അതിലെ വിദ്യാഭ്യാസമന്ത്രി പ്രഫ. ജോസഫ് മുണ്ടശ്ശേരിയും വിദ്യാഭ്യാസരംഗത്തെ സ്വകാര്യ ഏജൻസികളോടും ക്രൈസ്തവ സ്ഥാപനങ്ങളോടും ശത്രുതയോടെയാണ് പെരുമാറിയത്. തങ്ങളുടെ നിരീശ്വര സിദ്ധാന്തം വിദ്യാലയങ്ങളിലൂടെ പകരാനും അവർ ശ്രമിച്ചു. ഇതോടൊപ്പം വേറൊന്നും അരങ്ങേറി. സെൽഭരണം അഥവാ കുട്ടിസഖാക്കളുടെ ഭരണം. നാട്ടിലെ നിയമവ്യവസ്ഥയും സംവിധാനവുമൊക്കെ മറികടന്ന് പാർട്ടി യൂണിറ്റുകൾ ഭരണത്തിനു മുതിർന്നു. ആൾക്കാർക്കു സമൻസയച്ചു വരുത്തിക്കുകയും പാർട്ടി ഓഫീസിൽ വിചാരണ നടത്തി തീർപ്പും ശിക്ഷയും കൽപ്പിക്കുകയും ചെയ്യുന്ന സെൽഭരണം. സർക്കാർ അതിനു നേരെ കണ്ണടച്ചു. [18]

തൊഴിലാളി

കേരളത്തിലെ ആദ്യ തൊഴിലാളി സംഘടന 1922-ൽ ആലപ്പുഴയിൽ രൂപംകൊണ്ട തിരുവിതാംകൂർ ലേബർ അസോസിയേഷനാണെന്ന് തൊഴിലാളി യൂണിയന്റെ ചരിത്രം രേഖപ്പെടുത്തിയവരെല്ലാം ഒരുപോലെ സമ്മതിക്കുന്നുണ്ട്. കടുത്ത ചൂഷണം, അടിച്ചമർത്തൽ എന്നിവ ജീവിതം ദുസ്സഹമാക്കിയപ്പോൾ ആലപ്പുഴയിലെ തൊഴിലാളികളാണ് ഒരു സംഘടനയ്ക്ക് രൂപം നൽകുന്നത്. ആലപ്പുഴ എമ്പയർ കയർ വർക്സിലെ തൊഴിലാളികളും ഏതാനും മനുഷ്യസ്നേഹികളായ പൊതുപ്രവർത്തകരും അതിനു മുൻകൈയെടുത്തു. തിരുവിതാംകൂർ ലേബർ യൂണിയൻ എന്നായിരുന്നു ആദ്യത്തെ പേര്. മൂന്നുമാസം കഴിഞ്ഞപ്പോൾ 1922 ജൂലൈയിൽ പേര് തിരുവിതാംകൂർ ലേബർ അസോസിയേഷൻ എന്നാക്കി.

പി കേശവദേവ്

അസോസിയേഷന്റെ ആഭിമുഖ്യത്തിൽ 1925 മുതൽ പ്രസിദ്ധീകരിച്ച വാരികയാണ് *തൊഴിലാളി.* മലയാളത്തിലെ ആദ്യ തൊഴിലാളി പത്രം. പി കേശവദേവ്, എം എസ് അനിരുദ്ധൻ തുടങ്ങി പലരും അതിന്റെ പത്രാധിപന്മാരായി പ്രവർത്തിച്ചിട്ടുണ്ട്. ഇന്ത്യയിലെങ്ങുമുള്ള തൊഴിലാളിസമരങ്ങളുടെ വാർത്തകൾ *തൊഴിലാളി* പ്രസിദ്ധപ്പെടുത്തിയിരുന്നു. തൃശൂർ മുതൽ തിരുവനന്തപുരം വരെ പത്രം പ്രചരിച്ചിരുന്നു. കാൾ മാർക്സിന്റെ ആശയങ്ങൾ പ്രചരിപ്പിക്കാൻ 1932-35 കാലത്ത് പത്രം കാര്യമായ ശ്രമങ്ങൾ നടത്തി. മാർക്സിന്റെ വിഖ്യാത കൃതി *മൂലധന*ത്തിലെ ചില ഭാഗങ്ങൾ എം മനോഹരൻ പരിഭാഷപ്പെടുത്തി പത്രത്തിൽ പ്രസിദ്ധീകരിച്ചിരുന്നു. 'കാൾ മാർക്സും സോഷ്യലിസ്റ്റ് തത്വങ്ങളും' എന്ന തലക്കെട്ടിൽ കെ രാമദാസ് അക്കാലത്ത് എഴുതിയ ലേഖനപരമ്പരയും ശ്രദ്ധിക്കപ്പെട്ടു. മാർക്സിസ്റ്റ് ആശയങ്ങൾ പഠിക്കാനും പ്രചരിപ്പിക്കാനും താൽപ്പര്യമുള്ള ബുദ്ധിജീവികളുടെ സഹായം ലേബർ അസോസിയേഷനു ലഭിച്ചിരുന്നു. [19]

ജനയുഗം

എം എൻ ഗോവിന്ദൻ നായർ

അവിഭക്ത കമ്യൂണിസ്റ്റ് പാർട്ടിയുടെ സംസ്ഥാന സെക്രട്ടറിയും പിന്നീട് സിപിഐ നേതാവുമായ എം എൻ ഗോവിന്ദൻ നായരുടെ താൽപ്പര്യത്തിൽ ഇടതുപക്ഷ അനുഭാവമുള്ള ഏതാനും ചെറുപ്പക്കാരാണ് കൊല്ലത്തുനിന്ന് *ജനയുഗം* ആരംഭിച്ചത്. എന്നാൽ, അചിരേണ അതു തിരുവിതാംകൂറിലെ കമ്യൂണിസ്റ്റ് പാർട്ടിയുടെ പത്രമായി മാറി. *ജനയുഗ*ത്തിന്റെ സ്ഥാപകരിൽ പ്രധാനിയായ എൻ ഗോപിനാഥൻ നായർ ആരംഭകാലത്തെക്കുറിച്ച് രേഖപ്പെടുത്തിയത് ഇങ്ങനെയാണ്: 1949 ജനുവരി 21-ന് കൊല്ലത്തുനിന്നാണ് *ജനയുഗം* ആരംഭിക്കുന്നത്. 1947 അവസാനം തന്നെ ഒരു പത്രത്തിന് ആലോചന തുടങ്ങിയിരുന്നു. കൊല്ലത്തെ ഒരു സംഘം ചെറുപ്പക്കാർ ആശുപത്രിക്കു സമീപത്തെ ഒരു വീട്ടിൽ കൂടിയാണ് ഇതേപ്പറ്റി ചർച്ച ചെയ്തത്. സംഘത്തിന്റെ ഉപദേഷ്ടാവ് എം എൻ ഗോവിന്ദൻ നായരായിരുന്നു. സംഘത്തിലെ ആരും കമ്യൂണിസ്റ്റുകാരായിരുന്നില്ല. ഞങ്ങളെ മാനസാന്തരപ്പെടുത്താൻ എം എൻ ശ്രമിച്ചിരുന്നുമില്ല. പത്രപ്രവർത്തനത്തിൽ ഞങ്ങൾക്കുള്ള കമ്പം അദ്ദേഹം അംഗീകരിച്ചിരുന്നു. പട്ടം താണുപിള്ളയാണ് ലൈസൻസ് തന്നത്. 1948 ഫെബ്രുവരിയിലോ മാർച്ചിലോ ലൈസൻസ് കിട്ടി. [20]

തുടക്കത്തിൽ വാരികയായിട്ടാണ് *ജനയുഗം* പുറത്തിറക്കിയത്. ഏതാനും മാസം കഴിഞ്ഞ് 1949-ലെ ഓണപ്പതിപ്പോടെ പത്രം മുടങ്ങി. 1951 മധ്യത്തിലാണ് വീണ്ടും ആരംഭിക്കുന്നത്. ഒ എൻ വി കുറുപ്പ്, പറവൂർ ദേവരാജൻ, *ദേശാഭിമാനി*യുടെ ആദ്യകാല പ്രവർത്തകനായിരുന്ന ഡി എം പൊറ്റെക്കാട് എന്നിവർ *ജനയുഗം* പുറത്തിറക്കാൻ വലിയ പിന്തുണ നൽകി. 1953 നവംബർ 16-ന് *ജനയുഗം* ദിനപത്രമായപ്പോഴാണ് കാമ്പിശ്ശേരി കരുണാകരൻ അതിൽ പങ്കാളിയാകുന്നത്. പത്രപ്രവർത്തകൻ എന്ന നിലയിൽ പിൽക്കാലത്ത് പ്രശസ്തി നേടിയ കാമ്പിശ്ശേരി കാൽനൂറ്റാണ്ടോളം *ജനയുഗ*ത്തിന്റെ പത്രാധിപരായിരുന്നു.

കാമ്പിശ്ശേരി കരുണാകരൻ

ഒളിവിലെ ഓർമകളിൽ തോപ്പിൽ ഭാസി *ജനയുഗ*ത്തിന്റെ പ്രയാസകരമായ നാളുകൾ പരാമർശിക്കുന്നുണ്ട്.

> 1951 അവസാനമായപ്പോൾ *ജനയുഗം* പത്രാധിപന്മാർ ലോക്കപ്പിൽ നിന്ന് പുറത്തുവന്നു. അടുത്ത ദിവസം തന്നെ എം എൻ അവരെ സ്റ്റീഫന്റെ വീട്ടിൽ വരുത്തി. ഞങ്ങളെല്ലാവരുംകൂടിയിരുന്ന് കാര്യമായ ഒരാലോചന നടത്തി. *ജനയുഗം* ആഴ്ചപ്പതിപ്പ് വീണ്ടും പ്രസിദ്ധീകരിക്കാൻ തീരുമാനിച്ചു. അക്കാലത്ത് പാർട്ടിക്കനുകൂലമായി എന്തെങ്കിലുമൊന്നു മൂളുന്ന ഏക പത്രം കുണ്ടറ ശ്രീകുഞ്ഞുകോശി കൊല്ലത്തുനിന്നു തുടങ്ങിയ *കേരള*മാണ്. കാമ്പിശ്ശേരിയും പി ആർ മാധവൻ പിള്ളയും അതിനു ശേഷം വൈക്കം ചന്ദ്രശേഖരൻ നായരും അതിന്റെ പത്രാധിപന്മാരായിരുന്നു. *കേരളം* നിന്ന ശേഷം പന്തളം പി ആറിന്റെ പത്രാധിപത്യത്തിൽ എറണാകുളത്തു നിന്ന് *നവലോകം* തുടങ്ങി. അതു *ജനയുഗം* ദിനപത്രമാകുന്നതുവരെ തുടരുകയും ചെയ്തു. ഏതായാലും 1951-ൽ *ജനയുഗം* ആഴ്ചപ്പതിപ്പ് പുറത്തുവന്നു. പത്രം മടക്കിക്കെട്ടുന്ന ജോലി വരെ പത്രാധിപന്മാർക്കുണ്ടായിരുന്നു. നമ്മുടെ ഒ എൻ വി അന്നത്തെ പത്രം മടക്കുകാരൻ പയ്യനാണ്. ചിന്നക്കട തന്നെയായിരുന്നു ഓഫീസ്. [21]

ജനയുഗം 1953-ൽ പുനരാരംഭിക്കാൻ പണമില്ലാതെ വിഷമിക്കുമ്പോൾ ഇ എം എസ് സഹായിച്ച കഥ എം എൻ ഗോവിന്ദൻ നായർ വിവരിക്കുന്നുണ്ട്. അന്നു കമ്യൂണിസ്റ്റ് പാർട്ടിക്ക് കേരളത്തിനാകെ ഏകീകൃത കമ്മിറ്റി വന്നിട്ടില്ല. തിരുവിതാംകൂറിൽ എം എൻ ഗോവിന്ദൻ നായരാണ് സെക്രട്ടറി.

> *ജനയുഗ*ത്തിന് പണമില്ലാതെ പ്രയാസപ്പെടുമ്പോഴാണ് മധുര പാർട്ടി കോൺഗ്രസ് വരുന്നത്. ഇവിടെ നിന്ന് പ്രതിനിധികൾക്ക് പോകണം. അതിനും പണം വേണം. പതിനായിരം രൂപ അടിയ

ന്തരമായി കിട്ടിയാലേ പത്രം ഇറക്കാൻ കഴിയൂ. മൊത്തം വേണ്ടത് അമ്പതിനായിരം രൂപ. ഈ വിഷമസന്ധിയിലാണ് മധുര കോൺഗ്രസിനു പോയത്. പണത്തിന്റെ പ്രശ്നം എന്നെ അലട്ടിക്കൊണ്ടിരുന്നു. എന്റെ മുഖഭാവം കണ്ട് എടത്തട്ട നാരായണൻ (അദ്ദേഹം പിന്നീട് *പാട്രിയറ്റ്* പത്രത്തിന്റെ പത്രാധിപരായി) കാര്യം തിരക്കി. അരുണാ ആസഫലി വിചാരിച്ചാൽ പണം കടമെടുത്തു തരാൻ കഴിയുമെന്നും ഇ എം എസ് കൂടി ഇതിനനുകൂലമായി സംസാരിച്ചാൽ കാര്യം പറ്റിയിരിക്കുമെന്നും അദ്ദേഹം പറഞ്ഞു. ഞാൻ ഇ എം എസിനോട് കാര്യം പറഞ്ഞു. അദ്ദേഹം അരുണാ ആസഫലിയോട് സംസാരിച്ചു. ഞാൻ മധുരയിൽ നിന്ന് തിരിച്ചെത്തി. പറഞ്ഞ കണക്കനുസരിച്ച് പാലാ ബാങ്ക് വഴി കമ്പി മുഖാന്തിരം പതിനായിരം ഉറുപ്പികയും കിട്ടി. അയ്യായിരം രൂപ കൊടുത്ത് *നവലോക*ത്തിന്റെ കടംവീട്ടി. അയ്യായിരം രൂപ നിക്ഷേപിച്ച് *ജനയുഗം* ദിനപത്രവും തുടങ്ങി.[22]

ദേശാഭിമാനി അക്കാലത്ത് കോഴിക്കോട്ടുനിന്നു പ്രസിദ്ധീകരിക്കുന്നുണ്ടെങ്കിലും തിരുവിതാംകൂറിൽ അതിനു പ്രചാരം കുറവായിരുന്നു. മാത്രമല്ല, പത്രം അന്നന്നു വിതരണം ചെയ്യാനും കഴിയില്ല. പല ഘട്ടങ്ങളിലും *ദേശാഭിമാനി* തിരുവിതാംകൂറിൽ വിതരണം ചെയ്യുന്നതിന് നിരോധനവുമുണ്ടായിരുന്നു. ഈ സാഹചര്യത്തിലാണ് എം എൻ മുൻകൈയെടുത്ത് *ജനയുഗം* പാർട്ടിയുടെ മുഖപത്രമായി പുറത്തിറക്കാൻ തീരുമാനിച്ചത്. അതനുസരിച്ച് 1964–ൽ പാർട്ടി ഭിന്നിക്കുന്നതുവരെ കമ്മ്യൂണിസ്റ്റ് പാർട്ടിക്ക് രണ്ടു പത്രങ്ങളുണ്ടായിരുന്നു എന്നു പറയാം. *ജനയുഗം* പത്രത്തിന്റെ പ്രചാരം കുറവായിരുന്നുവെങ്കിലും സാംസ്കാരിക പ്രസിദ്ധീകരണമായ *ജനയുഗം വാരിക* വലിയ ശ്രദ്ധയും പൊതു അംഗീകാരവും പിടിച്ചുപറ്റി. വാരികയെ ജനപ്രിയമാക്കുന്നതിൽ കാമ്പിശ്ശേരി കരുണാകരൻ വലിയ പങ്കുവഹിച്ചിട്ടുണ്ട്. എഴുത്തുകാരുടെ ഒരു തലമുറയെ തന്നെ ആ വാരിക മുൻനിരയിലെത്തിച്ചു.

ഹലീമാബീവി-മലയാളത്തിലെ ആദ്യ വനിതാ പത്രാധിപർ

സമുദായ പ്രമാണിമാരും യാഥാസ്ഥിതിക മതനേതാക്കളും മുസ്‌ലിം പെൺകുട്ടികൾക്ക് ആധുനിക വിദ്യാഭ്യാസം നിഷിദ്ധമാക്കിയിരുന്ന കാലത്ത് അതിനെയെല്ലാം വെല്ലുവിളിച്ച് പൊതുരംഗത്തേക്ക് വരികയും പത്രപ്രവർത്തനത്തിലൂടെ മുസ്ലിം സ്ത്രീകളെ കൈപിടിച്ചുയർത്താൻ ശ്രമിക്കുകയും ചെയ്ത ധീരവനിതയാണ് ഹലീമാബീവി (1918–2000). സ്വന്തമായി പ്രസിദ്ധീകരണങ്ങൾ നടത്തിയും പ്രസംഗിച്ചും യോഗങ്ങൾ സംഘടിപ്പിച്ചും സ്ത്രീവിദ്യാഭ്യാസത്തിനും സ്ത്രീകളുടെ സാമൂഹിക ഉന്നതിക്കും വേണ്ടി അവിശ്രമം പ്രവർത്തിച്ച അവരാണ് കേരളത്തിലെ ആദ്യ വനിതാ പത്രാധിപർ. *ഭാരത ചന്ദ്രിക, മുസ്ലിം വനിത, ആധുനിക വനിത* എന്നീ പ്രസിദ്ധീകരണങ്ങളുടെ സ്ഥാപകയും പത്രാധിപയുമായിരുന്നു ഹലീമാബീവി. *ഭാരത ചന്ദ്രിക* കുറച്ചുകാലം ദിനപത്രമായും ഇറങ്ങിയിരുന്നു.

അടൂരിലെ സാധാരണ മുസ്ലിം കുടുംബത്തിൽ പീർ മുഹമ്മദ്–മൈതീൻ ബീവി ദമ്പതികളുടെ മകളായി 1918–ലാണ് ഹലീമാബീവിയുടെ ജനനം. നല്ല വായനശീലവും വിശാല വീക്ഷണവുമുള്ള ഉമ്മയാണ് മകൾ ഹലീമയെ സ്കൂളിൽ അയച്ചു പഠിപ്പിക്കാൻ തയാറായത്. സമുദായത്തിന്റെ എതിർപ്പുകൾ ആ മാതാവ് വകവെച്ചില്ല. ഹലീമ അടൂർ എൻഎസ്എസ് സ്കൂളിൽ ഏഴാം തരം വരെ പഠിച്ചു. പതിനേഴാം വയസ്സിൽ വിവാഹിതയായി. സമുദായ പരിഷ്കർത്താവായ വക്കം മുഹമ്മദ് അബ്ദുൾ ഖാദർ മൗലവിയുടെ ശിഷ്യനായ കെ എം മുഹമ്മദ് മൗലവിയായിരുന്നു ഭർത്താവ്.

മുഹമ്മദ് മൗലവി *അൻസാരി* എന്ന മാസിക പുറത്തിറക്കിയിരുന്നു. അതവർക്ക് പത്രരംഗത്തേക്കുള്ള വഴികാട്ടിയായി. മുസ്ലിം സ്ത്രീകളുടെ സാമൂഹിക പുരോഗതി ലക്ഷ്യം വെച്ച് 1938–ൽ തിരുവല്ലയിൽനിന്ന് പുറത്തിറക്കിയ *മുസ്ലിം വനിത*യാണ് അവരുടെ ആദ്യ പ്രസിദ്ധീകരണം. കടുത്ത സാമ്പത്തിക പ്രയാസം കാരണം ആറു ലക്കങ്ങളേ മാസിക പുറത്തിറക്കാൻ കഴിഞ്ഞുള്ളു.

ഹലീമാബീവി

*മുസ്ലിം വനിത*യുടെ തുടർച്ചയായി 1944–ൽ *വനിത* എന്ന മാസികയും ഹലീമാബീവി പ്രസിദ്ധീകരിച്ചിരുന്നു. എല്ലാ തരം വായനക്കാരെയും ആകർഷിക്കുംവിധം വൈവിധ്യമുള്ളതായിരുന്നു *വനിത*യുടെ ഉള്ളടക്കം. എസ് കെ പൊറ്റെക്കാട്ടിനെപ്പോലുള്ള പ്രമുഖരുടെ രചനകൾ *വനിത*യുടെ നിലവാരം ഉയർത്തി. സാഹിത്യത്തിനു കൂടി ഊന്നൽ നൽകുന്ന *ഭാരതചന്ദ്രിക* ആഴ്ചപ്പതിപ്പ് 1944 ജനുവരിയിലാണ് അവർ ആരംഭിച്ചത്. വൈക്കം മുഹമ്മദ് ബഷീറും വക്കം മുഹമ്മദ് അബ്ദുൾ ഖാദറും വെട്ടൂർ രാമൻ നായരും ഈ വാരികയുടെ സബ് എഡിറ്റർമാരായിരുന്നു. ബഷീർ പതിവായി അതിൽ എഴുതി. 1948–ൽ *ഭാരതചന്ദ്രിക* ദിനപത്രമായി. സാമ്പത്തിക പ്രതിസന്ധി കാരണം 1952–ൽ പത്രം നിർത്തേണ്ടിവന്നു.

കുറച്ചുകാലം പത്രപ്രവർത്തനത്തിൽനിന്നും പ്രസാധനത്തിൽനിന്നും മാറിനിന്ന അവർ 1970–ലാണ് *ആധുനിക വനിത* എന്ന മാസിക ആരംഭിച്ചത്. പേര് സൂചിപ്പിക്കുന്നതുപോലെ സ്ത്രീകളെ എല്ലാ രംഗങ്ങളിലും മുൻനിരയിലേക്ക് കൊണ്ടുവരാനുള്ള ചർച്ചകളായിരുന്നു *ആധുനിക വനിത*യുടെ സവിശേഷത.

1938–44 കാലത്ത് തിരുവല്ല മുനിസിപ്പൽ കൗൺസിലറായിരുന്ന ഹലീമാബീവി, തിരുവിതാംകൂറിലെ ആദ്യ മുസ്ലിം വനിതാ കൗൺസിലർ എന്ന പേരിനും അർഹയായി. സാമൂഹികമായി പുരോഗമനാശയങ്ങൾക്കുവേണ്ടി അനവരതം പ്രവർത്തിച്ച ഹലീമാബീവി, ഇ എം എസ് സർക്കാരിനെതിരായ വിമോചനസമരത്തിൽ പങ്കാളിയായിരുന്നു എന്നതാണ് വിരോധാഭാസം. രാഷ്ട്രീയ പ്രവർത്തകയായിരുന്ന അവർ മുസ്ലിംലീഗിലും കോൺഗ്രസിലും പ്രവർത്തിച്ചിട്ടുണ്ട്. [23]

14

അൽഅമീൻ

മലയാള പത്രപ്രവർത്തന ചരിത്രത്തിൽ കൊള്ളിയാൻപോലെ മിന്നിമറഞ്ഞുപോയ പത്രമാണ് *അൽഅമീൻ.* ദേശീയ പ്രസ്ഥാനത്തോടൊപ്പം നിന്ന് ബ്രിട്ടീഷ് മേധാവിത്വത്തിനെതിരെ *മാതൃഭൂമി*യേക്കാൾ തീവ്രമായ നിലപാടെടുത്ത പത്രമെന്നാണ് ചരിത്രകാരന്മാർ *അൽഅമീ*നെ അടയാളപ്പെടുത്തിയത്. അജ്ഞതയുടെയും അന്ധവിശ്വാസങ്ങളുടെയും തടവിൽ ലക്ഷ്യബോധമില്ലാതെ കഴിഞ്ഞിരുന്ന മുസ്ലിം ജനസാമാന്യത്തെ ദേശീയബോധത്തിലേക്ക് കൊണ്ടുവരാൻ മുഹമ്മദ് അബ്ദുറഹിമാൻ സ്ഥാപിക്കുകയും അദ്ദേഹത്തിന്റെ പത്രാധിപത്യത്തിൽ പ്രസിദ്ധീകരിക്കുകയും ചെയ്ത പത്രമാണ് *അൽഅമീൻ.* വിശ്വസ്തനെന്ന് അർഥം വരുന്ന ഈ അറബി പേര് അബ്ദുറഹിമാൻ പത്രത്തിനു നൽകിയത് യാദൃച്ഛികമാവില്ല.

ദേശീയ പ്രസ്ഥാന കാലത്ത് വിവിധ നിലകളിൽ ജനങ്ങളിൽ ദേശീയബോധവും സ്വാതന്ത്ര്യവാഞ്ഛയും വളർത്താനും സാമൂഹ്യമായ അടിച്ചമർത്തലുകളെ നേരിട്ട് അവരിൽ ആത്മാഭിമാനം ഉണർത്താനും സഹായിക്കുകയും ഭാഷയ്ക്കും സംസ്കാരത്തിനും എളിയ നിലയിലെങ്കിലും സംഭാവനകൾ നൽകുകയും ചെയ്ത മലയാള പത്രങ്ങളിൽ എന്തുകൊണ്ടും മുൻനിരയിലാണ് മുഹമ്മദ് അബ്ദുറഹിമാന്റെ *അൽഅമീൻ.* ഹ്രസ്വകാലമേ നിലനിൽക്കാൻ കഴിഞ്ഞുള്ളുവെങ്കിലും *അൽഅമീൻ* കേരളത്തിന്റെ രാഷ്ട്രീയ-സാമൂഹിക മണ്ഡലത്തിൽ വഹിച്ച പങ്കിനെക്കുറിച്ച് ഗൗരവമായ വിശകലനം ആദ്യം നടത്തിയത് ഇ എം എസ് നമ്പൂതിരിപ്പാടായിരിക്കും. അദ്ദേഹത്തിന്റെ വാക്കുകൾ:

> *മാതൃഭൂമി*യുടെതുപോലെയോ അതിലധികമോ പ്രാധാന്യമുള്ള മറ്റൊരു പത്രവും ഇക്കാലത്ത് (1920–30) പുറപ്പെടുകയുണ്ടായി. 1924-ൽ തുടങ്ങിയ *അൽഅമീ*നാണത്. അതിന്റെ സ്ഥാപകനും പത്രാധിപരും മാനേജരും എല്ലാമായിരുന്ന പരേതനായ മുഹമ്മദ് അബ്ദുറഹിമാൻ ദേശീയ കേരളത്തിന്റെ സ്രഷ്ടാക്കളിൽ വളരെ പ്രധാനമായ സ്ഥാനം വഹിച്ച മഹാനായിരുന്നു. ടി കെ മാധവൻ, കെ പി കേശവമേനോൻ, കെ കേളപ്പൻ മുതലായ എത്രയോ ചുരുക്കം പേർ മാത്രമേ ദേശീയ പ്രസ്ഥാനത്തിൽ മുഹമ്മദ് അബ്ദുറഹിമാനോളം തങ്ങളുടെ വ്യക്തിമുദ്ര കുത്തിയിട്ടുള്ളു. എന്നാൽ അവർ പോലും തങ്ങളുടെ പ്രവർത്തനം തുടങ്ങിയതും നടത്തിയതും അദ്ദേഹത്തിനോളം കഠിനമായ പ്രതിബന്ധങ്ങളെ നേരിട്ടുകൊണ്ടല്ല. എന്തുകൊണ്ടെന്നാൽ, 1921-ലെ ലഹളയുടെ ഫലമായി ഏറ്റവുമധികം കഷ്ടപ്പാടും മർദനവുമനുഭവിച്ച മാപ്പിള സമുദായത്തിന്റെ നിരാശയാണദ്ദേഹത്തിനു നീക്കാനുണ്ടായിരുന്നത്; ആ സമുദായത്തിലെ യുവാക്കന്മാരെയും ബഹുജനങ്ങളെയുമാണ് അദ്ദേഹത്തിന് ദേശീയവാദികളാക്കാനുണ്ടായിരുന്നത്; ആ സമുദായത്തിലെ പ്രമാണികളുടെ

അൽഅമീൻ

AL·AMEEN.

പണപ്പെട്ടികളോടും പുരോഹിതന്മാർ പരത്തിവിടുന്ന അന്ധവിശ്വാസങ്ങളോടുമാണ് അദ്ദേഹത്തിന് പടവെട്ടാനുണ്ടായിരുന്നത്; ആ സമുദായത്തിലെ ബഹുജനങ്ങൾ വിവരമില്ലാത്തവരും അന്ധവിശ്വാസികളുമാണെങ്കിൽ അതിനുള്ള പരിഹാരം അവരെ ദേശീയസമരത്തിൽ നിന്ന് ഒഴിവാക്കുകയല്ല, ദേശീയസമരത്തിൽ തികച്ചും പങ്കുകൊള്ളിക്കുകയും അവരുടെ വിദ്യാഭ്യാസത്തിലും സാംസ്കാരിക വളർച്ചയിലും കൂടുതൽ ശ്രദ്ധിക്കുകയുമാണ് വേണ്ടതെന്നാണ് അദ്ദേഹത്തിന് തന്റെ കോൺഗ്രസ് സഹപ്രവർത്തകരെ ബോധ്യപ്പെടുത്താനുണ്ടായിരുന്നത്.

പഴയ അന്ധവിശ്വാസങ്ങളും അജ്ഞതയും നീക്കി നവീന വിദ്യാഭ്യാസവും നവീനാശയഗതികളും സ്വീകരിച്ച്, ദേശീയ പ്രസ്ഥാനത്തിൽ പങ്കുകൊള്ളുക മാത്രമാണ് 1921-ലേതുപോലുള്ള സംഭവങ്ങൾ ആവർത്തിക്കാതിരിക്കാനുള്ള വഴിയെന്ന് അദ്ദേഹത്തിന് തന്റെ സമുദായത്തിലെ ബഹുജനങ്ങളോട് പറയാനുണ്ടായിരുന്നു. ഈ കടമകളെല്ലാം ശരിയായി നിർവഹിച്ചുവെന്നതിന് 1930-ലെ നിയമലംഘനത്തിൽ മുസ്ലിം യുവാക്കളെടുത്ത പങ്കും 1937-ൽ ഏറനാട്-വള്ളുവനാട് നിയോജകമണ്ഡലത്തിൽ അദ്ദേഹത്തിനു കിട്ടിയ വോട്ടും സാക്ഷ്യം വഹിക്കുന്നുണ്ട്. തന്റെ രണ്ട് എതിരാളികൾക്ക് കിട്ടിയതിനേക്കാൾ ആറായിരം വോട്ട് അധികം അദ്ദേഹത്തിനു കിട്ടി. അങ്ങനെ മുസ്ലിം സമുദായത്തിൽ ദേശീയ ബോധവും നവീനാശയഗതികളും പരത്താനദ്ദേഹം ഉപയോഗിച്ച മൂർച്ചയേറിയ ആയുധം *അൽഅമീനാണ്*.[1]

മുസ്ലിങ്ങളുടെ അവശതകൾ പരിഹരിക്കാനും അവരെ അജ്ഞതയിൽ നിന്ന് മോചിപ്പിച്ച് ദേശീയബോധമുള്ളവരാക്കാനും ഒരു പത്രം തുടങ്ങുന്നതിനെപ്പറ്റി ബെല്ലാരി ജയിലിൽ കഴിയുമ്പോഴാണ് (1923) അബ്ദുറഹിമാൻ ആലോചിക്കുന്നത്. കൂടെ ജയിലിൽ കഴിയുന്ന ദേശീയവാദിയായ അസ്സൻകോയമുല്ലയുമായി അദ്ദേഹം ഇക്കാര്യം ചർച്ച ചെയ്തു. ഇരുവരും ചേർന്നാണ് തീരുമാനമെടുത്തത്. അവർ ജയിൽമോചിതരായ ശേഷം 1923 ഡിസംബറിൽ ഒരു കമ്പനി റജിസ്റ്റർ ചെയ്തു. 1924 ഒക്ടോബർ 12-ന് നബിദിനത്തിൽ മഹാകവി വള്ളത്തോളിന്റെ ആശംസയോടെ *അൽഅമീൻ* പുറത്തുവന്നു.

മാതൃഭൂമി പ്രവർത്തിക്കുന്നതിനടുത്ത് കോർട്ട് റോഡിലായിരുന്നു *അൽഅമീൻ* ഓഫീസും പ്രസ്സും. തുടക്കത്തിൽ ആഴ്ചയിൽ മൂന്നു ദിവസമാണ് പത്രം പ്രസിദ്ധപ്പെടുത്തിയിരുന്നത്-ഞായർ, ചൊവ്വ, വ്യാഴം. പത്രം തുടങ്ങുന്നതുസംബന്ധിച്ച് 1924 സെപ്തംബർ 16-ന് *മാതൃഭൂമിയിൽ* അബ്ദുറഹിമാൻ ഒരു പ്രസ്താവന കൊടുത്തിരുന്നു. അതിൽ നിന്ന്:

> ഖിലാഫത്ത്, കോൺഗ്രസ് സംബന്ധമായ വർത്തമാനങ്ങൾ എന്നിവ അറിയുന്നതിനും കാര്യങ്ങൾ ഗ്രഹിക്കുന്നതിനും *അൽഅമീൻ* പ്രത്യേകം സഹായകരമായിത്തീരുന്നതാണ്. മൗലാനാ മുഹമ്മദലി സാഹിബ് തന്റെ *കോമ്രേഡിൽ* പ്രസിദ്ധീകരിക്കുന്ന അഭിപ്രായങ്ങളും മറ്റും *അമീനിൽ* ഉണ്ടാകും. വ്യാഴാഴ്ച പ്രസിദ്ധം ചെയ്യുന്ന *അമീനിൽ* കൂടുതൽ വിഭവങ്ങളുണ്ടാകും. രാജ്യകാര്യങ്ങളെപ്പറ്റിയോ മുസ്ലിം ലോകചരിത്രസംബന്ധമായോ ഹിന്ദു-മുസ്ലിം മൈത്രിക്കുതകുന്ന വിഷയങ്ങളെക്കുറിച്ചോ ലേഖനങ്ങൾ ഉണ്ടാകും. ഇതിനും പുറമെ, ലോക മഹാപുരുഷന്മാരുടെ ജീവചരിത്രങ്ങൾ, സ്ത്രീകൾ പ്രത്യേകം അറിയേണ്ട സംഗതികൾ, ചരിത്ര ലേഖനങ്ങൾ, ശാസ്ത്രവിഷയങ്ങൾ ഇവയെല്ലാം ഉണ്ടാകും. സമുദായപരിഷ്കരണത്തെയും രാഷ്ട്രീയ സ്വാതന്ത്ര്യസിദ്ധിയെയും പൊതുജനക്ഷേമത്തെയും ഉദ്ദേശിച്ചു നടത്തുന്ന *അമീൻ* കർഷകനും വ്യാപാരിക്കും സാധാരണക്കാരനും

മുഹമ്മദ് അബ്ദുറഹിമാൻ

ഒരുപോലെ ഒഴിച്ചുകൂടാത്തതായിരിക്കും.[2]

മാതൃഭൂമി പിറന്ന് ഏകദേശം പത്തൊമ്പതു മാസം കഴിഞ്ഞ് *അൽഅമീൻ* പുറത്തിറങ്ങുമ്പോൾ കോഴിക്കോട്ടുനിന്ന് നാലു മലയാള പത്രങ്ങളേ ഉണ്ടായിരുന്നുള്ളു. *മാതൃഭൂമി* കൂടാതെ *കേരള പത്രിക, കോഴിക്കോടൻ മനോരമ* എന്നറിയപ്പെട്ട *മനോരമ, കേരള സഞ്ചാരി, മിതവാദി* എന്നിവ. ബ്രിട്ടീഷ് സാമ്രാജ്യത്വത്തെ തുറന്നെതിർക്കാൻ *മാതൃഭൂമി* ഒഴികെയുള്ള പത്രങ്ങൾ ധൈര്യപ്പെടാതിരുന്ന കാലത്താണ് ദേശീയവാദത്തിന്റെ ഉറച്ച ശബ്ദവുമായി *അൽഅമീൻ* പുറപ്പെട്ടത്.

ഇന്ത്യ മുസ്ലിങ്ങളുടെയും നാടാണ്. ഇന്ത്യക്കാരുടെ പൊതുജീവിതത്തിൽ നിന്നു വ്യത്യസ്തമായ ഒരു വീക്ഷണം മുസ്ലിങ്ങൾക്കുണ്ടാകരുത്. ദേശീയതയുടെ അവിഭാജ്യഘടകമായി അവർ നിലകൊള്ളണം– ഇതായിരുന്നു *അൽഅമീൻ* നയം. മറ്റൊരു വിധത്തിൽ പറഞ്ഞാൽ മുസ്ലിം കാഴ്ചപ്പാടിലൂടെ ദേശീയത വികസിപ്പിച്ചെടുക്കുക എന്ന ധർമമാണ് *അമീൻ* നിർവഹിച്ചുപോന്നത്. കടുത്ത ബ്രിട്ടീഷ് വിരോധികളും ഉറച്ച ദേശസ്നേഹികളുമായ മാപ്പിളമാരെ മാറാവ്യാധികൾക്കും പ്രകൃതിയുടെ ക്രൂരതക്കും വലിച്ചെറിഞ്ഞുകൊടുത്ത് നിർവീര്യമാക്കാനുള്ള ഹീനതന്ത്രമായിരുന്നു ഗവൺമെന്റിന്റെ ആൻഡമാൻ സ്കീം. അതിനെ അൽഅമീൻ നഖശിഖാന്തം വിമർശിച്ചു. അതേക്കുറിച്ച് ജി പ്രിയദർശനൻ:

> മലബാർ കലാപവുമായി ബന്ധപ്പെട്ട് പൊലീസ് എടുത്ത കേസുകളിൽ പ്രതികളായ മുസ്ലിങ്ങളെ ആൻഡമാനിലേക്ക് നാടുകടത്താനുള്ള തീരുമാനത്തിനെതിരെയായിരുന്നു ഈ മുഖപ്രസംഗം. മലബാർ ലഹളക്കാലത്ത് അറസ്റ്റ് ചെയ്യപ്പെട്ട പതിനാലായിരത്തിൽപ്പരം മാപ്പിളമാരെ ആൻഡമാൻ ദ്വീപിലേക്ക് നാടുകടത്താനുള്ള പദ്ധതി 1924-ലാണ് സർക്കാർ പ്രഖ്യാപിച്ചത്. 1921-ൽ ആറായിരത്തിൽപരം മുസ്ലിങ്ങളെ അവിടേക്ക് തള്ളിയിരുന്നു. അതിൽ വലിയൊരുഭാഗം മലമ്പനിക്കും മറ്റു മാറാരോഗങ്ങൾക്കും ഇരയായി മരണപ്പെട്ടു. മാപ്പിളമാരെ ആ നരകത്തിലേക്ക് വലിച്ചെറിയാനുള്ള കരിനിയമത്തിനെതിരെ പ്രചാരണക്കൊടുങ്കാറ്റ് തന്നെ അബ്ദുറഹിമാൻ അഴിച്ചുവിട്ടു. ആ കരിനിയമം സർക്കാരിനെക്കൊണ്ട് പിൻവലിപ്പിച്ച് അടിയറവ് പറയിപ്പിച്ചു. പത്രം എന്ന സമരായുധത്തിന്റെ അമേയമായ ശക്തിയെ ഈ കന്നിമുഖപ്രസംഗം കൊണ്ടുതന്നെ പത്രാധിപർ ജനങ്ങൾക്കു അനുഭവവേദ്യമാക്കി.[3]

ജിഹാദുൽ അക്ബർ (മഹത്തായ പുണ്യയുദ്ധം) എന്ന ശീർഷകത്തിൽ 1930 ജൂലൈ 6-ന് *അൽഅമീൻ* എഴുതിയ മുഖലേഖനം, വൈദേശിക മേധാവിത്വത്തിനെതിരെ പോരാടാൻ മുസ്ലിം ജനതയെ ഇളക്കിവിടുന്നതായിരുന്നു:

> *ജിഹാദുൽ അക്ബർ*
>
> സ്വരാജ്യസ്നേഹം സത്യവിശ്വാസത്തിന്റെ അംശമാണെങ്കിൽ, സ്വാതന്ത്ര്യ സന്ദേശത്തെ പ്രകീർത്തനം ചെയ്യുന്ന ഒരു മതമാണ് ഇസ്ലാം എങ്കിൽ, മാതൃരാജ്യത്തിന്റെ സ്വാതന്ത്ര്യത്തിനും മോക്ഷത്തിനും വേണ്ടി സർവസ്വവും ബലികഴിച്ചുകൊണ്ട് ദൈവമാർഗത്തിൽ ജീവത്യാഗം ചെയ്യേണ്ടത് യഥാർഥ മുസ്ലിങ്ങളുടെ കടമയത്രെ. അടിമത്തത്തെയും അന്യായമായ കയ്യേറ്റത്തെയും അടക്കിയമർത്തി, സ്വേച്ഛാപ്രഭുക്കളുടെ ദുരഹങ്കാര പ്രമത്തതയെ തട്ടിത്തകർത്ത്, ലോകത്തിന്റെ പുരോഗതിക്ക് വിഘാതമായി നിലകൊണ്ടിരുന്ന സിംഹാസനങ്ങളെ അവയുടെ മഹിമപോലും നോക്കാതെ അടിച്ചുടച്ച് ശാശ്വതമായ സമാധാനത്തെയും നിത്യമായ സൗഭാഗ്യത്തെയും ലോകത്ത് നിലനിർത്തിയ പൗരാണിക മുസൽമാന്മാരുടെ അനന്തര സന്താനങ്ങൾ ജീവകാരുണ്യവും കണ്ണിൽച്ചോരയും കെട്ട വൈദേശിക ദുർഭൂതത്തിന്റെ മുമ്പിൽ ജീവനുള്ളിടത്തോളം കാലം തലകുനിക്കില്ലെന്നുള്ളതു തീർച്ചയാണ്.
>
> നീതിയും ധർമവും കൈവെടിഞ്ഞ ദുർഭരണമേധാവികളോട് ധീരധീരം പൊരുതി സത്യത്തിന് സാക്ഷ്യംവഹിച്ചുകൊണ്ട് രക്തസാക്ഷികളായി വീരസ്വർഗം പൂകിയ വീരയോദ്ധാക്കളുടെ പിൻഗാമികളാണ് ഇന്നുള്ള മുസ്ലിങ്ങളെങ്കിൽ സ്വാതന്ത്ര്യത്തിനുവേണ്ടി സമാരംഭിച്ചിരിക്കുന്ന ഈ സമരാങ്കണത്തിൽ ഉറച്ച ചുമർ പോലെ അവർ അണിനിരന്നുനിൽക്കട്ടെ. നിറച്ച പീരങ്കികൾക്കും

ഇ മൊയ്തു മൗലവി

ഉറയിൽനിന്നൂരിയ ഖഡ്ഗങ്ങൾക്കും നഗ്നമായ കഴുമരത്തിനും ഈ സ്വാതന്ത്ര്യസമരത്തെ ഹനിക്കുവാൻ സാധിക്കുകയില്ലെന്നുള്ളതിന് ഷോലാപൂരിലും പെഷവാറിലും ഒഴുകുന്ന ചുടുനിണം ഉദാഹരണമാകുന്നു. ഇന്ത്യക്കും ഇസ്ലാമിനും വേണ്ടി ജീവത്യാഗം ചെയ്യുവാൻ കരുത്തുള്ള മുസ്ലിം യോദ്ധാക്കളുടെ സംഖ്യ വർധിച്ചുവരുന്നതും ഈ സഹനസമരത്തെ സംബന്ധിച്ചിടത്തോളം അഭിമാനകരമാണ്.[4]

മുസ്ലിങ്ങളെ ദേശീയ പ്രസ്ഥാനത്തിൽ നിന്ന് അകറ്റാൻ കോൺഗ്രസിൽ തന്നെയുള്ള ഒരു വിഭാഗം ശ്രമിക്കുമ്പോഴാണ് സാമ്രാജ്യവിരോധികളായ മുസ്ലിങ്ങളുടെ രക്തം തിളപ്പിക്കുന്ന തരത്തിൽ *അൽഅമീൻ* എഴുതിക്കൊണ്ടിരുന്നത്. ഇതു സ്വാഭാവികമായും ബ്രിട്ടീഷ് അധികാരികളെ കുപിതരാക്കി. പിൽക്കാലത്ത് *പ്രഭാത*ത്തിനും *ദേശാഭിമാനി*ക്കും നേരെ നടത്തിയ രീതിയിൽ *അൽഅമീനെ*യും അടിച്ചമർത്താൻ നടപടി തുടങ്ങി.

1930 ജൺ 25 മുതൽ *അൽഅമീൻ* ദിനപത്രമായി ഇറങ്ങാൻ തുടങ്ങിയിരുന്നു. അഞ്ചാറു വർഷം കൊണ്ട് ദേശീയവാദികളായ മുസ്ലിങ്ങൾക്കിടയിൽ *അൽഅമീൻ* വലിയ പ്രചാരം നേടി. പത്രങ്ങളെ ശ്വാസംമുട്ടിച്ച് നിശ്ചലമാക്കാൻ ബ്രിട്ടീഷ് ഗവൺമെന്റ് കൊണ്ടുവന്ന പത്രമാരണ നിയമം *അൽഅമീ*നെയും പിടികൂടി. രണ്ടായിരം ഉറുപ്പിക ജാമ്യം കെട്ടിവെക്കാൻ കൽപ്പന വന്നു. അനുസരിക്കാൻ അബ്ദുറഹിമാൻ കൂട്ടാക്കിയില്ല. പ്രസ് സർക്കാർ പിടിച്ചെടുത്തു. *അൽഅമീൻ* നിന്നു. *മാതൃഭൂമി*യുടെ ചരിത്രത്തിൽ ഇക്കാര്യം പറയുന്നുണ്ട്:

പത്രമാരണ നിയമങ്ങളെ അണുപോലും കൂസാതെ നിയമലംഘനത്തിന് നേതൃത്വവും പ്രചാരണവും നൽകിക്കൊണ്ടിരുന്ന ദേശീയ പത്രങ്ങളെ ശല്യപ്പെടുത്താൻ കിട്ടുന്ന ഒരവസരവും ഉദ്യോഗസ്ഥർ പാഴാക്കിയില്ല. *അൽഅമീൻ* അച്ചടിച്ചുകൊണ്ടിരുന്ന അച്ചുകൂടത്തെ പ്രസ് ഓർഡിനൻസ് പ്രകാരം പിടിച്ചടക്കുകയാൽ പത്രത്തിന്റെ പ്രസിദ്ധീകരണം തന്നെ നിർത്തേണ്ടിവന്നു.[5]

അബ്ദുറഹിമാന്റെ സഹപ്രവർത്തകനായിരുന്ന ഇ മൊയ്തു മൗലവിയുടെ നിരീക്ഷണം:

അൽഅമീന് ഒരിക്കലും സ്ഥിരവും സ്വൈരവുമായ ജീവിതം ഉണ്ടായില്ല. ഗവൺമെന്റിന്റെ ആക്രമണം നിമിത്തം പ്രസിദ്ധീകരണം പലപ്പോഴും നിർത്തിവെക്കേണ്ടിവന്നു. സുശക്തമായ ഡയറക്ടർ ബോർഡുണ്ടായിരുന്നെങ്കിലും തക്കസമയത്ത് വേണ്ട സഹായം ലഭിക്കാത്തതിനാൽ പത്രാധിപരും എംഡിയുമായ അബ്ദുറഹിമാന് ഏറെ ക്ലേശങ്ങൾ സഹിക്കേണ്ടിവന്നു. *അൽഅമീൻ* അധഃപതനത്തിന് മറ്റൊരു കാരണം കൂടിയുണ്ട്. പത്രപ്രവർത്തനത്തോടൊപ്പം രാഷ്ട്രീയ പ്രവർത്തന ഉത്തരവാദിത്തവും അബ്ദുറഹിമാനുണ്ടായിരുന്നു. എന്നാൽ, *മാതൃഭൂമി*യുടെ സ്ഥിതി അതായിരുന്നില്ല. ഓരോന്നിനും വെവ്വേറെ ആളുകളുണ്ടായിരുന്നു. *അൽഅമീൻ* ഒഴുക്കിനെതിരെ നീന്തി അധഃപതനത്തിന്റെ കൂപത്തിൽ ചെന്നുപെട്ടു. സമുദായത്തിന്റെയും പാർട്ടിയുടെയും ഭരണകൂടത്തിന്റെയും രൂക്ഷമായ എതിർപ്പിന് *അൽഅമീനെ*പ്പോലെ *മാതൃഭൂമി* ഇരയായില്ല. ഒഴുക്കിനനുകൂലമായി നീന്തിയതുകൊണ്ട് ആപത്തിൽ അകപ്പെട്ടതുമില്ല.[6]

ഹിന്ദുക്കളിലെന്നല്ല, അബ്ദുറഹിമാൻ നേതാവായ കോൺഗ്രസിൽ പോലും ഒരു വിഭാഗം *അൽഅമീനെ* ദേശീയ പത്രമായിട്ടല്ല, ഒരു മുസ്ലിം പത്രമായിട്ടാണ് കണ്ടത്. മുസ്ലിങ്ങളിലെ യാഥാസ്ഥിതികന്മാരാകട്ടെ, പത്രത്തിന്റെ സമുദായ പരിഷ്കരണ പരിശ്രമങ്ങൾ കാരണം അതിനോട് കടുത്ത ശത്രുത പുലർത്തി. സ്വസമുദായത്തിന്റെ കൂടി എതിർപ്പിനെ അബ്ദുറഹിമാന് നേരിടേണ്ടി വന്നുവെന്ന് സഹപ്രവർത്തകനായിരുന്ന ഇ മൊയ്തുമൗലവി പറഞ്ഞത് അതുകൊണ്ടാണ്.

ഗവൺമെന്റ് പിഴയിട്ടതിനെത്തുടർന്ന് 1930 ആഗസ്ത് നാലിന് നിർത്തിവെക്കേണ്ടിവന്ന പത്രം നവംബർ 20-ന് വീണ്ടും തുടങ്ങിയെന്നാണ് മുഹമ്മദ് അബ്ദുറഹിമാന്റെ ജീവചരിത്രം തയാറാക്കിയ എസ് കെ പൊറ്റെക്കാട്ടും സഹപ്രവർത്തകരും രേഖപ്പെടുത്തിയത്. എന്നാൽ അധികകാലം തുടരാനായില്ല. നിയമലംഘന പ്രസ്ഥാനത്തിന് ഊർജം പകരാനും വിദേശഭരണം കെട്ടുകെട്ടിക്കാനും ജനങ്ങളെ ആഹ്വാനം ചെയ്യുന്ന 'കോൺഗ്രസും യുദ്ധവും' എന്ന ഉജ്വലമായ മുഖപ്രസംഗത്തിന്റെ പേരിൽ 1939 സെപ്തംബർ 29-ന് ഗവൺമെന്റ് പത്രം നിരോധിച്ചു. അബ്ദു

റഹിമാനെ ജയിലിലടച്ചു. അഞ്ചുവർഷത്തെ ജയിൽവാസത്തിനു ശേഷം അബ്ദുറഹിമാൻ കോഴിക്കോട്ട് തിരിച്ചെത്തിയപ്പോൾ (1944) ദേശീയ മുസ്ലിങ്ങളുടെ ജീവനുപോലും രക്ഷയില്ലാത്ത അവസ്ഥയായിരുന്നു. മുസ്ലിംലീഗിൽ ചേരാത്തവർ മുസ്ലിങ്ങളല്ല എന്ന ഫത്‌വ കൂടി പുറപ്പെടുവിച്ചു കഴിഞ്ഞിരുന്നു. എങ്കിലും പത്രം പുനരാരംഭിക്കാനുള്ള ഉദ്ദേശ്യം അദ്ദേഹം വെളിപ്പെടുത്തി. ലീഗുകാരല്ലാത്തവർ സഹായിക്കാൻ മുന്നോട്ടുവന്നു. അതിനിടെ കോർട്ട് റോഡിലെ കെട്ടിടത്തിന്റെ വാടക ബാക്കിയായി. ഉടമ കേസ് കൊടുത്ത് അനുകൂല വിധി സമ്പാദിച്ചു.

അൽഅമീൻ പുനരാരംഭിക്കാനുള്ള അബ്ദുറഹിമാന്റെ ശ്രമങ്ങൾ സാമ്പത്തിക പ്രയാസം കാരണം വിജയിച്ചില്ല. ദേശസ്നേഹികളെയും ഉൽപതിഷ്ണുക്കളെയുമെല്ലാം ദുഃഖത്തിലാഴ്ത്തി 1945 നവംബറിൽ അപ്രതീക്ഷിതമായി അബ്ദുറഹിമാൻ മരണപ്പെടുകയും ചെയ്തു. എതിർപ്പുകൾ തെല്ലും കൂസാതെ സ്വാതന്ത്ര്യത്തിനുവേണ്ടി ഇത്രയും നിർഭയമായി പോരാടിയ മറ്റൊരു പത്രം അക്കാലത്തുണ്ടായിരുന്നില്ല.

ഇന്ത്യയെ മതത്തിന്റെ അടിസ്ഥാനത്തിൽ വിഭജിക്കണമോ ഒന്നിച്ചുനിർത്തണമോ എന്ന ചർച്ച ദേശീയതലത്തിൽ നടക്കുന്നതിനിടയിൽ മലപ്പുറം കോട്ടപ്പടിയിൽ അബ്ദുറഹിമാന്റെ ഒരു പ്രസംഗം കേട്ട അനുഭവം സിപിഐ എമ്മിന്റെ മുതിർന്ന നേതാവായ പാലോളി മുഹമ്മദുകുട്ടി ഈ ലേഖകനുമായി പങ്കുവെച്ചിട്ടുണ്ട്: “സ്വാതന്ത്ര്യത്തിനു മുമ്പുള്ള മുസ്ലിംലീഗ് ഇന്നത്തെ ലീഗല്ല. അവർക്ക് പാക്കിസ്ഥാൻ ഭക്തിയായിരുന്നുവെന്നു പറഞ്ഞാൽ അതിശയോക്തിയല്ല. സ്വാതന്ത്ര്യത്തിനു തൊട്ടുമുമ്പ്, 1945 ജനുവരിയിലോ ഫെബ്രുവരിയിലോ കോട്ടപ്പടിയിൽ ലീഗിന്റെ പൊതുയോഗമുണ്ടായിരുന്നു. സാധാരണ വലിയ പരിപാടിക്ക് പരമാവധി ആയിരം പേരെയാണ് അക്കാലത്ത് കിട്ടുക. എന്നാൽ, ഈ യോഗത്തിൽ നാലായിരമോ അയ്യായിരമോ ആളുകൾ വന്നു. ഞാനും കേൾക്കാൻ പോയി. ഉച്ചഭാഷിണിയുള്ള യോഗമായിരുന്നു. അതുകൊണ്ടുള്ള കൗതുകം. കെ എം സീതിസാഹിബാണ് പ്രസംഗിക്കുന്നത്. കോൺഗ്രസുകാരനായി രാഷ്ട്രീയപ്രവർത്തനം തുടങ്ങിയ അദ്ദേഹം പിന്നീട് ലീഗിലെത്തിയതാണ്. ഇതാണ് പ്രസംഗത്തിന്റെ ചുരുക്കം: ‘അഥവാ ഇന്ത്യക്ക് സ്വാതന്ത്ര്യം കിട്ടുകയാണെങ്കിൽ ഇവിടെ ഹിന്ദുക്കളുടെ ഭരണമായിരിക്കും. പിന്നെ മുസ്ലിങ്ങൾക്ക് രക്ഷയുണ്ടാവില്ല. അതുകൊണ്ട് ഇന്ത്യ വിഭജിക്കണം.’ പരസ്യമായി ഈ രീതിയിൽ ലീഗ് പ്രസംഗിച്ചിരുന്നു എന്നു പറയുമ്പോൾ ഇന്ന് പലരും വിശ്വസിക്കില്ല. മുഹമ്മദ് അബ്ദുറഹിമാൻ കോട്ടപ്പടിയിൽ തന്നെ യോഗം നടത്തി ഇതിനു മറുപടി പറഞ്ഞു: ‘വിഭജനം ഒരിക്കലും മുസ്ലിങ്ങൾക്ക് ഗുണമാകില്ല. ദുരിതം വരുത്തും. പാക്കിസ്ഥാൻ വന്നാൽ അവശേഷിക്കുന്നവർ ഇവിടെ രണ്ടാംതരം പൗരന്മായിരിക്കും.’ ഇതാണ് അബ്ദുറഹിമാൻ അന്ന് മുന്നറിയിപ്പ് നൽകിയതെങ്കിൽ ഇന്നത്തെ സ്ഥിതിയിൽ മുസ്ലിങ്ങൾ നാലാംതരം പൗരന്മാരാണ്.”[7]

സ്വാതന്ത്ര്യം കിട്ടിയ ശേഷം അറുപതുകളുടെ ആദ്യം ഇ മൊയ്തുമൗലവിയുടെ മകനും പ്രമുഖ കോൺഗ്രസ് പ്രവർത്തകനുമായ വി സുബൈർ *അൽഅമീൻ* കോഴിക്കോട്ടുനിന്നു തന്നെ പുനരാരംഭിച്ചിരുന്നു. സായാഹ്ന പത്രമായി ഇറങ്ങിയ പുതിയ *അൽഅമീന്* പക്ഷേ രാഷ്ട്രീയമോ സാമൂഹികമോ സാമുദായികമോ ആയ ലക്ഷ്യങ്ങളൊന്നും ഉണ്ടായിരുന്നില്ല. 1989-വരെ പത്രം മുടങ്ങാതെ പോയി. സാമ്പത്തിക പ്രയാസം കാരണം പിന്നീട് തുടരാനായില്ല. അതിനു ശേഷം മലപ്പുറത്തുനിന്ന് സുബൈറിന്റെ നേതൃത്വത്തിൽ തന്നെ ചില സുഹൃത്തുക്കൾ ചേർന്ന് നാലഞ്ചുവർഷം പത്രം നടത്തി. അതും നിലച്ചു.

ഐക്യം

മുസ്ലിങ്ങളിൽ സ്വാതന്ത്ര്യബോധമുണർത്താനും, അന്ധവിശ്വാസങ്ങളിൽ നിന്നു മോചിപ്പിച്ച് അവരെ നവീനാശയങ്ങളിലേക്ക് കൊണ്ടുവരാനും മുഹമ്മദ് അബ്ദുറഹിമാൻ സാഹിബും *അൽഅമീനും* പ്രവർത്തിച്ച കാലത്തുതന്നെ കൊടുങ്ങല്ലൂർ കേന്ദ്രമായി കെ എം സീതിസാഹിബിന്റെ നേതൃത്വത്തിൽ മറ്റൊരു വിഭാഗവും രംഗത്തുവന്നു. മുസ്ലിം ഐക്യസംഘമെന്ന പേരിൽ

കെ എം സീതി സാഹിബ്

രൂപംകൊണ്ട ഈ പ്രസ്ഥാനത്തിന്റെ ലക്ഷ്യം മുസ്ലിങ്ങൾക്കിടയിലെ സാമൂഹ്യപരിഷ്കരണമായിരുന്നു. അനാചാരങ്ങൾക്ക് എതിരായും മുസ്ലിം പെൺകുട്ടികളുടെ വിദ്യാഭ്യാസത്തിനുവേണ്ടിയും ഐക്യസംഘം പല പരിപാടികളും സംഘടിപ്പിച്ചു. മുഹമ്മദ് അബ്ദുറഹിമാനും സഹപ്രവർത്തകനായ മൊയ്തുമൗലവിയും ഐക്യസംഘത്തിന്റെ പ്രവർത്തനങ്ങളിൽ ഭാഗഭാക്കായി. സംഘത്തിന്റെ ആശയങ്ങൾക്ക് പ്രചാരണം നൽകാൻ *മുസ്ലിം ഐക്യം* എന്ന പേരിൽ ഒരു മാസികയും ആരംഭിച്ചു. പിന്നീട് അതിന്റെ പേര് *ഐക്യം* എന്നാക്കി. സീതി സാഹിബായിരുന്നു പത്രാധിപർ. ഐക്യസംഘവുമായി അബ്ദുറഹിമാൻ സഹകരിച്ചുവെങ്കിലും അടിസ്ഥാനപരമായ ഒരു വിയോജിപ്പ് അദ്ദേഹത്തിനുണ്ടായിരുന്നു. സാമൂഹിക വിഷയങ്ങളിൽ ഒതുങ്ങിനിൽക്കണമെന്നും രാഷ്ട്രീയ കാര്യങ്ങളിൽ ഇടപെടേണ്ടതില്ലെന്നുമായിരുന്നു ഐക്യസംഘത്തിന്റെ നിലപാട്. അതിനോട് അബ്ദുറഹിമാന് യോജിക്കാനായില്ല.

സമുദായത്തിന്റെ അവശതകൾ പരിഹരിക്കാനുള്ള പരിശ്രമത്തിൽ ചില അബദ്ധങ്ങളും ഐക്യസംഘം പ്രവർത്തിച്ചു. മൊയ്തു മൗലവി വിശദീകരിക്കുന്നു:

> പാവപ്പെട്ടവരെ സഹായിക്കാൻ ഒരു ബാങ്ക് തുടങ്ങി. അബ്ദുറഹിമാൻ ഇതിനെ ശക്തിയായി എതിർത്തു. മുസ്ലിം ബാങ്കിനെ എതിർത്തുകൊണ്ട് *അൽഅമീ*നും രംഗത്തുവന്നു. അധികം കഴിയാതെ ബാങ്ക് പ്രവർത്തനം നിലച്ചു. കാലക്രമേണ ഐക്യസംഘത്തിന്റെ പ്രവർത്തനവും ഇല്ലാതായി. *ഐക്യം* പത്രം 1930–ലെ നിയമലംഘന കാലത്തും ഇറങ്ങുന്നുണ്ടായിരുന്നു. കെ കെ മുഹമ്മദ്ഷാഫി പത്രാധിപരായിരിക്കെയാണ് അതു നിന്നുപോയത്. പ്രമുഖ കോൺഗ്രസ് നേതാവായിരുന്ന സീതിസാഹിബ് തലശ്ശേരിയിലേക്ക് താമസം മാറ്റിയ ശേഷം അവിടെ നിന്ന് *ചന്ദ്രിക* എന്നൊരു പ്രസിദ്ധീകരണം ആരംഭിച്ചു. അന്ന് മലബാറിൽ മുസ്ലിംലീഗ് പ്രവർത്തനം തുടങ്ങിയിട്ടില്ല. സീതിസാഹിബ് കോൺഗ്രസ് ആശയങ്ങളിൽ നിന്ന് അകന്നു. അദ്ദേഹം മുസ്ലിംലീഗിലേക്കു പോയി. *ചന്ദ്രിക* മുസ്ലിംലീഗിന്റെ ജിഹ്വയായി. സീതിസാഹിബ് പത്രം കോഴിക്കോട്ടേക്ക് കൊണ്ടുവന്നു.[8]

15

പാതാളലോകം ഓഫീസും ടെക് സംവിധാനവും

രഹസ്യമായ ആശയപ്രചാരണം കമ്യൂണിസ്റ്റ് പ്രസ്ഥാനത്തിന്റെ വളർച്ചയിൽ പല ഘട്ടങ്ങളിലും പല നാടുകളിലും അനിവാര്യമായിരുന്നു. ഇന്ത്യയിലേക്ക് വിദേശത്തുനിന്ന് കമ്യൂണിസ്റ്റ് ആശയങ്ങൾ എത്തിയതുതന്നെ രഹസ്യമായിട്ടായിരുന്നുവല്ലോ. നിരോധിക്കപ്പെട്ടപ്പോഴെല്ലാം രഹസ്യപത്രങ്ങൾ പ്രചരിപ്പിച്ചോ വിവരങ്ങൾ കൈമാറുന്നതിന് രഹസ്യ സംവിധാനമുണ്ടാക്കിയോ കമ്യൂണിസ്റ്റുകാർ അതിനെ മറികടന്നിട്ടുണ്ട്. ആദ്യത്തെ ലക്ഷണമൊത്ത കമ്യൂണിസ്റ്റ് പത്രം ലെനിന്റെ *ഇസ്ക്ര*യാണെങ്കിൽ ആദ്യ രഹസ്യപത്രവും *ഇസ്ക്ര* തന്നെ. റഷ്യയിൽ പത്രം അച്ചടിക്കാൻ കഴിയാതെ വന്നപ്പോൾ, ലെനിൻ ജനീവയിൽ നിന്ന് ഉള്ളടക്കം തയാറാക്കി ജർമനിയിലെ രഹസ്യ പ്രസ്സിൽ അച്ചടിച്ച് റഷ്യയിലേക്ക് കടത്തി വിതരണം ചെയ്യുകയായിരുന്നു. ആ മാതൃക കമ്യൂണിസ്റ്റ് പാർട്ടികൾ തുടർന്നു. ഹിറ്റ്ലർ ആയിരക്കണക്കിന് കമ്യൂണിസ്റ്റുകാരെ കൊന്നൊടുക്കിയപ്പോൾ ജർമൻ കമ്യൂണിസ്റ്റ് പാർട്ടിയുടെ മുഖപത്രമായ *Freies Volk* (*ജനമോചനം*) രഹസ്യ പ്രസ്സിൽ അച്ചടിച്ചു വിതരണം ചെയ്തിരുന്നു. ഈ രഹസ്യപത്രം വാങ്ങിയതിനോ വായിച്ചതിനോ നിരവധി പേരെ കോൺസൻട്രേഷൻ ക്യാമ്പിലടച്ചു. പത്രം ആരിൽ നിന്നു വാങ്ങിയെന്ന് പറയാൻ വിസമ്മതിച്ചവരെ വധിച്ചു. സോവിയറ്റ് യൂണിയനിൽ തള്ളിക്കയറിയ നാസി പട്ടാളക്കാർക്കിടയിൽ ഈ പത്രം വിതരണം ചെയ്തിരുന്നു. യുദ്ധത്തിനു ശേഷവും പടിഞ്ഞാറൻ ജർമനിയിൽ കുറേക്കാലം ജർമൻ കമ്യൂണിസ്റ്റ് പാർട്ടി നിയമവിരുദ്ധമായിരുന്നു. ഇക്കാലത്ത് *ജനമോചന*വും മറ്റ് അനവധി കമ്യൂണിസ്റ്റ് പത്രങ്ങളും രഹസ്യമായി അച്ചടിച്ച് ജർമനിയിലുടനീളം വിതരണം ചെയ്തു.[1]

കേരളത്തിൽ കമ്യൂണിസ്റ്റ് പാർട്ടി നിയമവിരുദ്ധമാക്കപ്പെട്ട 1940-1942 കാലത്താണ് രഹസ്യ പ്രസിദ്ധീകരണങ്ങൾ ആരംഭിക്കുന്നത്. 1939-ൽ ലോകമഹായുദ്ധം തുടങ്ങിയതിനെത്തുടർന്ന് *പ്രഭാതം* പ്രസിദ്ധീകരണം നിർത്തിയപ്പോൾ കമ്യൂണിസ്റ്റുകാർക്ക് പൊതുവായ ആശയവിനിമയത്തിന് ഉപാധിയില്ലാതെയായി. *ദേശാഭിമാനി* ആരംഭിക്കുന്നത് പിന്നെയും മൂന്നുവർഷം കഴിഞ്ഞ് 1942 സെപ്തംബറിലാണ്. ആ കാലഘട്ടത്തിലെ പ്രയാസം ഇ എം എസ് വിവരിക്കുന്നു:

> *പ്രഭാതം* മുടങ്ങിയപ്പോൾ കേരളത്തിൽ കമ്യൂണിസ്റ്റ് പത്രപ്രവർത്തനം തന്നെ ഇല്ലെന്ന നിലയായിരുന്നു. ചില ലഘുലേഖകൾ അച്ചടിക്കാൻ ശ്രമിച്ചുനോക്കി. കൈയെഴുത്ത് കോപ്പിയും പണവും കൊണ്ട് പല പ്രസ്സുകളിലും മുട്ടിനോക്കി. മിക്കവരും നിരസിച്ചു. പ്രസ്സിന്റെ പേരില്ലാതെ ഒന്നോ രണ്ടോ പേർ അച്ചടിച്ചുതന്നു. ഒരു രസികൻ മുഴുവൻ പണവും കോപ്പിയും വാങ്ങി. പിന്നീട് ലഘുലേ

ഖയില്ല, പണവുമില്ല. അവസാനമൊരു കല്ലച്ച് പ്രസ് ഇടാൻ കഴിഞ്ഞത് 1940 നവംബറിലാണ്. 1940 സെപ്തംബർ 15-ന് നടന്ന പൊലീസ് മർദനത്തെ (മൊറാഴയടക്കം) ആക്ഷേപിക്കുന്ന ഒരു നോട്ടീസാണ് ആദ്യം പുറത്തുവന്നത്. ഇതിനെത്തുടർന്ന് *കമ്യൂണിസ്റ്റ്* എന്ന വാരികയുടെ മൂന്നുനാലു പ്രതികൾ ഇറക്കി. അതു കഴിഞ്ഞപ്പോൾ പാർട്ടി മെമ്പർമാർക്കു മാത്രം പാർട്ടിക്കത്തുകൾ ആഴ്ചതോറും ക്രമമായി ഇറക്കാൻ തുടങ്ങി. പിന്നീട് കല്ലച്ചിനു പകരം അച്ചടിയന്ത്രം വന്നു. അതിൽ കമ്യൂണിസ്റ്റ് ബുള്ളറ്റിൻ അടിക്കാനും തുടങ്ങി. ഒമ്പതു പത്തെണ്ണം പുറത്തുവന്നു. സാങ്കേതികവും സംഘടനാപരവുമായ കാരണങ്ങളാൽ ബുള്ളറ്റിൻ നിർത്തി. പിന്നീട് പുസ്തകങ്ങൾ ഇറക്കി. *അടിപുഴങ്ങിയ സാമ്രാജ്യത്വം, ഇന്ത്യൻ രാഷ്ട്രീയ പാർട്ടികൾ, സിപിഎസ്‌യു (ബി) ചരിത്രം* ഒന്നാമധ്യായം എന്നിവ പ്രസ്സിൽ അച്ചടിച്ചു. ചിലതു രണ്ടായിരം കോപ്പി വരെ പുറത്തിറക്കി. ഒന്നൊന്നര വർഷം ഇതു തടസ്സമില്ലാതെ പോയി.[2]

പാർട്ടിക്കത്തിന് ഒരു പത്രത്തിന്റെ സ്വഭാവമായിരുന്നു. ദേശീയം, അന്തർദേശീയം, കേരളം എന്നിങ്ങനെ വേർതിരിച്ച് കുറിപ്പുകളും ലേഖനങ്ങളും ഉണ്ടായിരുന്നു. ബഹുജന പ്രക്ഷോഭങ്ങളുടെയും സമരങ്ങളുടെയും റിപ്പോർട്ടുകൾ, അവയിലൂടെ ഉയർന്നുവരുന്ന പ്രശ്നങ്ങളെക്കുറിച്ച് വിശദീകരണങ്ങൾ, രാഷ്ട്രീയവും ആശയപരവുമായ സംശയങ്ങൾക്ക് മറുപടി, പാർട്ടിയുടെ അഖിലേന്ത്യാ കേന്ദ്രത്തിൽ നിന്നു വരുന്ന രേഖകളുടെ സംക്ഷേപം മലയാളത്തിൽ-ഇതായിരുന്നു ഉള്ളടക്കം. സൈക്ലോസ്റ്റൈൽ യന്ത്രത്തിൽ അച്ചടിക്കുന്ന പാർട്ടിക്കത്ത് ആഴ്ചതോറും കൃത്യമായി പുറത്തിറക്കുകയും പാർട്ടി ഘടകങ്ങൾക്ക് എത്തിക്കുകയും ചെയ്യാൻ പ്രത്യേക സംവിധാനം ഉണ്ടായിരുന്നു. കീഴ്ഘടകങ്ങളിൽനിന്നും അഖിലേന്ത്യാ കേന്ദ്രത്തിൽ നിന്നും കിട്ടുന്ന വിവരങ്ങളെ ആസ്പദമാക്കി ഓരോ ആഴ്ചയിലെയും പാർട്ടിക്കത്തിനു വേണ്ട ഉള്ളടക്കം മുഴുവൻ ആദ്യകാലത്ത് ഇ എം എസ് തന്നെയാണ് തയാറാക്കിയിരുന്നത്. അരനൂറ്റാണ്ടുകാലത്തെ തന്റെ പത്രപ്രവർത്തന ചരിത്രത്തിൽ തനിക്കേറ്റവും അഭിമാനവും സംതൃപ്തിയും നൽകിയ വാരികാ പ്രസിദ്ധീകരണമായിരുന്നു *പാർട്ടിക്കത്ത്* എന്നാണ് 1973-ൽ ഇ എം എസ് എഴുതിയത്.[3]

ഇ എം എസ് തുടരുന്നു:

> 1940 സെപ്തംബർ 15-നെത്തുടർന്ന് ഭീകരമായ പൊലീസ് നായാട്ട് നടക്കുന്ന കാലം. സംഭവം നടന്ന പരിസരത്താണ് കൃഷ്ണപിള്ളയും ഞാനും. സുരക്ഷിതമായ ഒരു കേന്ദ്രത്തിലിരുന്നുകൊണ്ട് ചെയ്യേണ്ട പ്രവർത്തനം ഞാനും സംസ്ഥാനമാകെ സഞ്ചരിച്ചുകൊണ്ടുള്ള പ്രവർത്തനം സഖാവും നടത്താനായിരുന്നു തീരുമാനം. അതനുസരിച്ച് തിരുവിതാംകൂറിലേക്കുപോയ സഖാവ് അറസ്റ്റ് ചെയ്യപ്പെട്ട് ജയിലിലായി. ഇതുകാരണം കീഴ്ഘടകങ്ങളുമായുള്ള ബന്ധം മുറിഞ്ഞുപോയിരുന്നു. 1941 ജനുവരിയോടെ ക്രമീകൃതമായ ബന്ധം നിലവിൽ വന്നു. ആഴ്ചതോറും ഒരിക്കൽ ഓരോ കീഴ്ഘടകത്തിൽനിന്നും ഓരോ കവർ രഹസ്യമാർഗങ്ങളിലൂടെ എനിക്കു കിട്ടും. അതിന്- അവർ ഉന്നയിക്കുന്ന പ്രശ്നങ്ങൾക്ക്-പരിഹാരം നിർദേശിച്ചുകൊണ്ട് അങ്ങോട്ട് കത്തുകൾ അയക്കും. ഇതാണ് ഏർപ്പാട്. അതുപോലെ മാസത്തിലൊരിക്കൽ അഖിലേന്ത്യാ കേന്ദ്രത്തിൽ നിന്ന് ഒരു കവർ ഇങ്ങോട്ടും ഒന്ന് അങ്ങോട്ടും അയക്കും. മുമ്പൊരിക്കലും ഇല്ലാത്ത പൊലീസ് മർദനം, ദാരിദ്ര്യം, സഹപ്രവർത്തകരുടെ കുറവ്, അനാരോഗ്യം എന്നിവ നേരിട്ടാണ് അണ്ടർഗ്രൗണ്ട് പത്രപ്രവർത്തനം നടത്തിയിരുന്നത്. പക്ഷേ, ഇതെല്ലാം നേരിട്ട് പ്രവർത്തനം വിജയിപ്പിക്കാൻ പുതിയ സഖാക്കൾ കാണിക്കുന്ന ആവേശം, ഈ പ്രവർത്തനത്തിന്റെ ഫലമായി സഖാക്കൾക്ക് കിട്ടുന്ന വെളിച്ചം-ഇതെല്ലാം നോക്കുമ്പോൾ കഷ്ടപ്പാടുകളെല്ലാം കേവലം നിസ്സാരമാണെന്ന് ഓരോ സഖാവിനും തോന്നുകയായി. എത്ര ആർത്തിയോടെയാണ് സഖാക്കൾ ഈ സാഹിത്യം വായിച്ചു പഠിച്ചിരുന്നത്, എത്ര അഭിമാനത്തോടെയാണ് അതിന്റെ ഓരോ ലക്കവും അവർ നോക്കാറുള്ളത്, എത്ര വലിയ വാശിയോടുകൂടിയാണവർ പൊലീസിന്റെ പിടിയിലെത്താതെ കഴിക്കാൻ കരുതലെടുക്കാറുള്ളത്, എത്ര വാത്സല്യത്തോടെയാണ് ഞങ്ങളെല്ലാം താമസിച്ചിരുന്ന വീടുകളിലെ സ്ത്രീകളും കുട്ടികളും ഞങ്ങളെ രക്ഷിച്ചിരുന്നത്. എന്നെ സംബന്ധിച്ച് കമ്യൂണിസം ഞാൻ പഠിച്ചത് അക്കാലത്താണ്. രഹസ്യ കമ്യൂണിസ്റ്റ് പത്രപ്രവർത്തകനെ സർവാത്മനാ സഹായിച്ച ആയിരത്തിലധികം പാവപ്പെട്ട കുടുംബങ്ങളിൽ നിന്നാണ്.[4]

മദിരാശി സംസ്ഥാനത്ത് 1946-ൽ അധികാരത്തിൽവന്ന കോൺഗ്രസ് ഗവൺമെന്റ് 1947

കെ സി ജോർജ്

ജനുവരിയിലാണ് പൊതുരക്ഷാനിയമം ഓർഡിനൻസായി പ്രഖ്യാപിച്ചത്. ഇതുസംബന്ധിച്ച് മദിരാശി നിയമസഭയിൽ മുഖ്യമന്ത്രി ടി പ്രകാശം നടത്തിയ പ്രസംഗത്തിൽ സംസ്ഥാനത്തെ പല ജില്ലകളിലും പടർന്നുപിടിച്ചുവരുന്ന കമ്യൂണിസ്റ്റ് ആക്രമണ ഭീഷണിയെ നേരിടാൻ ഇതുമാത്രമാണ് വഴിയെന്ന് പറഞ്ഞ് ഓർഡിനൻസിനെ ന്യായീകരിച്ചു. ഇതിനെത്തുടർന്ന് ജന്മിമാരും മുതലാളിമാരും കോൺഗ്രസ് വളണ്ടിയർമാരും പൊലീസിന്റെയും എംഎസ്പിക്കാരുടെയും സഹായവും സംരക്ഷണവും ഉപയോഗിച്ച് കമ്യൂണിസ്റ്റുകാർക്കെതിരെ വ്യാപകമായ ആക്രമണമാണ് അഴിച്ചുവിട്ടത്. മലബാറിലാകെയും സംസ്ഥാനത്തിന്റെ പല ഭാഗങ്ങളിലും പട്ടാളനിയമം നടപ്പാക്കിയ അന്തരീക്ഷമായിരുന്നു. കമ്യൂണിസ്റ്റ് പാർട്ടിയുമായി ബന്ധപ്പെട്ട എല്ലാ വളണ്ടിയർ സംഘടനകളെയും 1948 മാർച്ച് 4-നു തന്നെ ഗവൺമെന്റ് നിരോധിച്ചിരുന്നു. 1948 ഫെബ്രുവരിയിൽ കൽക്കത്തയിൽ ചേർന്ന കമ്യൂണിസ്റ്റ് പാർട്ടിയുടെ രണ്ടാം കോൺഗ്രസ് അംഗീകരിച്ച രാഷ്ട്രീയ പ്രമേയമാണ് 'കൽക്കത്ത തീസിസ്' എന്നറിയപ്പെടുന്നത്. തെലങ്കാന രീതിയിലുള്ള സായുധസമരത്തിലൂടെ ഇന്ത്യൻ വിപ്ലവത്തെ മുന്നോട്ടുകൊണ്ടുപോവുക എന്നതായിരുന്നു കൽക്കത്ത കോൺഗ്രസ് അംഗീകരിച്ച നയത്തിന്റെ കാതൽ. കൽക്കത്ത കോൺഗ്രസ് തീരുമാനങ്ങളെത്തുടർന്ന് കേരളത്തിൽ പല ഭാഗത്തും സംഘട്ടനങ്ങളുണ്ടായി. തിരു-കൊച്ചിയിലും മലബാറിലും കമ്യൂണിസ്റ്റ് പാർട്ടി നിരോധിക്കപ്പെട്ടു. ഈ ഘട്ടത്തിലാണ് *ദേശാഭിമാനി*യും നിരോധിക്കപ്പെട്ടത് (1948 ഏപ്രിൽ 12-ന്). ഒളിവിലും തെളിവിലുമായി രണ്ടുതരത്തിലുള്ള പ്രവർത്തനങ്ങളാണ് ഈ ഘട്ടത്തിൽ പാർട്ടി നടത്തിയത്. പൊലീസിന്റെയും ഗുണ്ടകളുടെയും ആക്രമണത്തിനെതിരെ അതേരീതിയിൽ തിരിച്ചടിയുണ്ടായി. തെക്കൻ കേരളത്തിൽ ശൂരനാട്, മധ്യകേരളത്തിലെ ഇടപ്പള്ളി, വടക്കൻ കേരളത്തിലെ കാവുമ്പായി, മുനയൻകുന്ന്, പാടിക്കുന്ന് തുടങ്ങിയ സ്ഥലങ്ങളിൽ പൊലീസും ജനങ്ങളും തമ്മിൽ ഏറ്റുമുട്ടലുണ്ടായത് അങ്ങനെയാണ്.[5]

പാർട്ടി നിരോധിക്കപ്പെട്ട ഘട്ടത്തിൽ ഒളിവിൽ കഴിയുമ്പോഴാണ് പി കൃഷ്ണപിള്ള 1948 ആഗസ്ത് 19-ന് പാമ്പുകടിയേറ്റ് മരിച്ചത്. പാർട്ടിയുടെ കേന്ദ്ര കമ്മിറ്റിയിൽ ആ ഘട്ടത്തിൽ ഇ എം എസിനെക്കൂടാതെ കെ സി ജോർജും എൻ സി ശേഖറുമുണ്ടായിരുന്നു. അവർ നെടുമ്പാശ്ശേരിക്കടുത്ത് പാർട്ടി കേന്ദ്രം സ്ഥാപിച്ച് പ്രവർത്തനം തുടങ്ങി. ഈ കേന്ദ്രത്തിന്റെ സുരക്ഷാസംവിധാനത്തിന്റെ ചുമതല തമ്പാൻ എന്ന രാവുണ്ണിനായർക്കായിരുന്നു. അദ്ദേഹം പൊലീസ് പിടിയിലായതോടെ പാർട്ടി കേന്ദ്രം ശിഥിലമായി. ഒളിവിലും തെളിവിലുമായി അക്കാലത്ത് നടന്ന പാർട്ടി പ്രവർത്തനത്തെക്കുറിച്ച് ഇ എം എസ് വിശദീകരിക്കുന്നു:

> ഇതിനുമുമ്പ് 1940-42 കാലത്ത് പാർട്ടി നേതൃത്വം രഹസ്യമായി പ്രവർത്തിച്ചിരുന്നപ്പോഴത്തേക്കാൾ എത്രയോ ഇരട്ടി പ്രവർത്തകർ പരസ്യമായി ചെയ്യാവുന്ന പ്രചാരണ പ്രക്ഷോഭാദികൾ നടത്തിക്കൊണ്ടുതന്നെ രഹസ്യസംഘടന നിലനിർത്താനും ശക്തിപ്പെടുത്താനും പ്രവർത്തിച്ചിരുന്നു. ഈ വിധത്തിൽ പ്രവർത്തിക്കുന്നവരുടെ എണ്ണമെന്നപോലെ തന്നെ എടുത്തുപറയേണ്ടതാണ് രഹസ്യവും പരസ്യവുമായ പ്രവർത്തനങ്ങൾ കൂട്ടിയിണക്കിക്കൊണ്ട് അവരംഗീകരിച്ച പ്രവർത്തനങ്ങൾ. ഈ സന്ദർഭത്തിൽ വിശേഷിച്ച് എടുത്തുപറയേണ്ട ഒരു പ്രവർത്തനമേഖലയാണ് പത്രപ്രവർത്തനം. പാർട്ടിയുടെ ഔദ്യോഗിക മുഖപത്രം *ദേശാഭിമാനി* 1948 ആദ്യപകുതിയിൽ പ്രസിദ്ധീകരണം നിർത്തിവെക്കേണ്ടിവന്നു. *കമ്യൂണിസ്റ്റ്* എന്ന പേരിൽ പ്രസിദ്ധീകരിച്ചിരുന്ന വാരികയുടെ പ്രസിദ്ധീകരണവും മുടങ്ങി. 1943 മുതൽ അഞ്ചു കൊല്ലത്തോളം കാര്യക്ഷമമായി നടന്നിരുന്ന 'ദേശാഭിമാനി പ്രസിദ്ധീകരണശാല', അതിന്റെ ആഭിമുഖ്യത്തിൽ പ്രസിദ്ധീകരിച്ചിരുന്ന ഗ്രന്ഥങ്ങളും ലഘുലേഖകളും മുതലായവയും പഴയപടി തുടരാൻ കഴിയില്ലെന്നുവന്നു. എന്നാൽ, മറ്റു പല പേരിലും വാരികകൾ, മാസികകൾ, ലഘുഗ്രന്ഥങ്ങൾ എന്നിവ പുറത്തിറക്കാനുള്ള ഏർപ്പാട് പരസ്യമായിത്തന്നെ ഉണ്ടാക്കി. 1943-48 കാലത്ത് പരസ്യമായി *ദേശാഭിമാനി*യിലും ദേശാഭിമാനി പ്രസിദ്ധീകരണശാലയിലും പ്രവർത്തിച്ചിരുന്ന പല സഖാക്കളും പുതിയ സാഹചര്യത്തിൽ ഒളിവിൽ

പോയി പരസ്യമായിറങ്ങുന്ന ഈ പ്രസിദ്ധീകരണങ്ങൾ സംഘടിതമായി പുറത്തിറക്കാനുള്ള പ്രവർത്തനം നടത്തി.

എൻ വി എസ് വാരിയർ

ഇക്കൂട്ടത്തിൽ പേരെടുത്തു പറയേണ്ടവരാണ് എം എസ് ദേവദാസ്, വി ടി ഇന്ദുചൂഡൻ, എൻ വി എസ് വാരിയർ, ഡി എം പൊറ്റെക്കാട് മുതലായവർ. ഇവരെപ്പോലെ ഒളിവിലിരുന്നുകൊണ്ടല്ലെങ്കിലും, രഹസ്യപ്രവർത്തനത്തെ സഹായിച്ചുകൊണ്ട് ഇതേ ജോലിയിലേർപ്പെട്ടിരുന്ന സഖാക്കളുടെ പേര് എടുത്തുപറയുവാൻ തന്നെ വിഷമമാണ്. അത്രയേറെപ്പേർ ഇതിനുവേണ്ടി അർപ്പണബോധത്തോടെ പ്രവർത്തിച്ചിരുന്നു. അതുകൊണ്ടാണ് ഒളിവിലിരുന്നു പ്രവർത്തിക്കുന്ന പാർട്ടി നേതൃത്വത്തിന് പാർട്ടിയുടെ അനുഭാവികളുമായി മാത്രമല്ല ബഹുജനങ്ങളുമായിട്ടുപോലും ബന്ധം പുലർത്താൻ സാധിച്ചത്.

പാർട്ടിയുടെ രഹസ്യസംഘടനയ്ക്ക് 1940–42–ലേതിനെ അപേക്ഷിച്ച് ഗുണാത്മകമായി വന്ന മാറ്റമാണ് ഇതു കുറിക്കുന്നത്. അന്ന് പാർട്ടിക്ക് ക്രമമായി പ്രസിദ്ധീകരിക്കാൻ കഴിഞ്ഞത് ആഴ്ചതോറുമുള്ള പാർട്ടിക്കത്ത് മാത്രമാണ്. കല്ലച്ചിലെഴുതിയ പാർട്ടിക്കത്തിന്റെ നാന്നൂറോ അഞ്ഞൂറോ കോപ്പി ആഴ്ചതോറും പുറത്തിറക്കിയത് നൂറുകണക്കിനുള്ള പാർട്ടി പ്രവർത്തകരെ സംഘടിപ്പിച്ചു നിർത്താനും അവരുടെ ആശയപരവും രാഷ്ട്രീയവുമായ നിലവാരം ഉയർത്താനും സഹായിച്ചു. അതു വലിയ നേട്ടംതന്നെയാണ്. കേരളത്തിലെ ഇടതുപക്ഷ കോൺഗ്രസുകാർ സോഷ്യലിസത്തിൽനിന്ന് കമ്യൂണിസത്തിലേക്ക് മാറുകയെന്ന പ്രക്രിയയുടെ ഭാഗമായി പാർട്ടിക്കൊരു രഹസ്യ സംഘടനയുണ്ടാക്കുകയെന്ന ജോലി നിറവേറ്റുവാൻ അതു സഹായിച്ചു. പക്ഷേ പാർട്ടി മെമ്പർമാരായ ഉറച്ച സഖാക്കളെമാത്രം സമീപിക്കാനുള്ള ഏർപ്പാടായിരുന്നു അത്. കൂടുതൽ വിപുലമായ വൃത്തത്തിലേക്ക് പാർട്ടിയുടെ ശബ്ദം എത്തിക്കാൻ അതിനു കഴിഞ്ഞില്ല. ഇപ്പോഴത്തെ രഹസ്യ സംഘടനയും അതിന്റെ ആഭിമുഖ്യത്തിലുള്ള പരസ്യ പ്രസിദ്ധീകരണങ്ങളും ഈ കുറവ് തീർത്തു.

കമ്യൂണിസ്റ്റ് പാർട്ടിയും *ദേശാഭിമാനി*യും നിരോധിക്കപ്പെട്ട കാലത്ത് പാർട്ടിക്കെതിരായി ആശയതലത്തിൽ ആക്രമണം ശക്തിപ്പെട്ടു. അതിനെ നേരിടാൻ 1940–42 കാലത്തെപ്പോലെ പാർട്ടിക്കത്ത് പോരായിരുന്നു. അതുകൊണ്ടാണ് പല പേരുകളിൽ മാസികകളും വാരികകളും ലഘുഗ്രന്ഥങ്ങളും പാർട്ടിയുടെ മുൻകൈയിൽ പുറത്തിറക്കിയത്. *സോഷ്യലിസ്റ്റ്* വാരികയിൽ കെഎസ്പി നേതാക്കൾ ഉന്നയിച്ച വാദങ്ങൾക്ക് 'പി എസ്' എന്ന തൂലികനാമത്തിലാണ് ഇ എം എസ് മറുപടി പറഞ്ഞത്. പരമേശ്വരൻ എന്ന പേരിലും ഇ എം എസ് എഴുതിയിരുന്നു.

പാർട്ടി ഒളിവിൽ പ്രവർത്തിച്ചിരുന്ന കാലത്ത് രേഖകളും പ്രസിദ്ധീകരണങ്ങളും നിർദേശങ്ങളും അതാതിടത്ത് കൃത്യമായും സുരക്ഷിതമായും എത്തിക്കുന്നതിന് ഉണ്ടാക്കിയ സംവിധാനത്തിന് ഒരു പേര് കൊടുത്തിരുന്നു– *ടെക്*. ഈ ടെക് സംവിധാനത്തിന്റെ മലബാറിലെ പ്രധാന കണ്ണികളായിരുന്നു തലശ്ശേരിക്കാരായ പി ഹരിദാസും നാണു എന്ന കെ പി നാരായണനും. വിദ്യാർഥി ഫെഡറേഷനിലൂടെ പൊതുരംഗത്തുവന്ന ഹരിദാസ് കോൺഗ്രസ് സോഷ്യലിസ്റ്റ് പാർട്ടിയിലും പിന്നീട് കമ്യൂണിസ്റ്റ് പാർട്ടിയിലും പ്രവർത്തിച്ചു. 1944–ൽ ഭാര്യയും രണ്ടാമത്തെ മകനും മരിച്ച ശേഷം കൂനൂരിലുള്ള സ്നേഹിതന്റെ അടുത്തേക്കുപോയി. പിന്നീട് തലശേരിയിൽ തിരിച്ചുവന്നു കുറച്ചുകാലം തേയില ബിസിനസ് ചെയ്തു. 1948 മെയ് ഒന്നിനുണ്ടായ ഒഞ്ചിയം വെടിവെപ്പിനു ശേഷം ഹരിദാസും അറസ്റ്റ് ചെയ്യപ്പെട്ടു. 1949 വരെ വെല്ലൂർ ജയിലിലായിരുന്നു. ജയിൽ മോചിതനായ ശേഷം വീണ്ടും കൂനൂരിൽ പോയി ബിസിനസ് തുടങ്ങി. രഹസ്യ പ്രവർത്തനത്തിന്റെ അനുഭവം ഹരിദാസ് പറയുന്നു:

അന്ന് ഒളിവ് പ്രവർത്തന കേന്ദ്രം പേരാമ്പ്രക്കടുത്ത വടക്കുമ്പാടായിരുന്നു. ഒരു വലിയ വീട്. സൈക്ലോസ്റ്റൈൽ യന്ത്രം എത്തിച്ചുതന്നത് സുന്ദരയ്യയാണ്. എഴുതാനുള്ള കടലാസും മറ്റു അച്ചടി സാധനങ്ങളും യഥാസമയം അവിടെ എത്തും. ആര് എത്തിക്കുന്നുവെന്ന് ആരും ചോദിക്കില്ല. പറയുകയുമില്ല. അതായിരുന്നു ചിട്ട. ഇ എം എസിന്റെ ലേഖനങ്ങളും കുറിപ്പുകളും യഥാസമയം കിട്ടും. പിണറായിയിലെ ഭീമൻ കൃഷ്ണൻ എന്നറിയപ്പെട്ട പി കൃഷ്ണനും ഈ പ്രവർത്തനങ്ങളിൽ

പി ഹരിദാസ്

പങ്കാളിയായിരുന്നു. പാർട്ടിക്കത്ത് രഹസ്യമായ ഒരു പത്രം തന്നെയായിരുന്നു. ആറുപേജ് ഫുൾസ്കാപ്പ്. എല്ലാ ആഴ്ചയും കൃത്യമായി തയാറാക്കും. മംഗലാപുരം മുതൽ ആലപ്പുഴ വരെ അഞ്ഞൂറിലധികം പേർക്ക് പാർട്ടിക്കത്ത് കൃത്യമായി വിതരണം ചെയ്തിരുന്നു. ഒരു കോപ്പിപോലും പൊലീസോ പാർട്ടി ഉദ്ദേശിക്കാത്ത ആരെങ്കിലുമോ കണ്ടിട്ടില്ല. തലശേരിയിലെ കെ പി നാരായണൻ (നാണു) എഴുതാനും മറ്റും സഹായിച്ചിരുന്നു. രവി എന്നാണ് അയാൾ പാർട്ടിയിൽ അറിയപ്പെട്ടത്. 1948–49 കാലത്തും നാരായണൻ രഹസ്യ സംവിധാനത്തിന്റെ ഭാഗമായി പ്രവർത്തിച്ചിട്ടുണ്ട്. ശർമാജി, എം പത്മനാഭൻ (പപ്പു ഏട്ടൻ), ഐ സി പി നമ്പൂതിരി, കോഴിക്കോട്ടെ പി കെ മാധവൻ തുടങ്ങിയവരും വിവിധ നിലകളിൽ ഈ പ്രവർത്തനവുമായി ബന്ധപ്പെട്ടിരുന്നു.

രഹസ്യ പ്രവർത്തന സംവിധാനത്തിന് പി എൽ ഒ (പാതാള ലോകം ഓഫീസ്) എന്നൊരു പേരുണ്ടായിരുന്നു. ടെക് എന്നത് രേഖകളുടെ കൈമാറ്റത്തിനുള്ള ഏർപ്പാടിന്റെ പേരാണ്. പതിമൂന്ന് ഡിവിഷനുകളായാണ് പി എൽ ഒ പ്രവർത്തിച്ചിരുന്നത്. പി എൽ ഒ ഒന്ന്, രണ്ട് എന്നിങ്ങനെ. മംഗലാപുരം, ചിറക്കൽ, കോട്ടയം, കുറുമ്പ്രനാട്, കോഴിക്കോട്, ഏറനാട്, വള്ളുവനാട്, പാലക്കാട്, പൊന്നാനി, തൃശൂർ, തിരുവിതാംകൂർ എന്നിങ്ങനെ ക്രമത്തിലായിരുന്നു പാതാളലോകം ഡിവിഷനുകൾ. പി എൽ ഒ ഒന്ന് മംഗലാപുരം. 1942 വരെ ഈ സംവിധാനം പ്രവർത്തിച്ചു. സി ആർ കുഞ്ഞുണ്ണിയുടെ പത്രാധിപത്യത്തിൽ ഒരു വാരിക തുടങ്ങിയ ശേഷമാണ് പാർട്ടിക്കത്ത് നിർത്തിയത്.[7]

പൊലീസിന്റെ പിടിയിൽ പെടാതിരിക്കാൻ എല്ലാം നശിപ്പിക്കപ്പെട്ടതുകൊണ്ടാകാം പാർട്ടിക്കത്തിന്റെ ഒരു പ്രതിപോലും കണ്ടെത്താനായിട്ടില്ല. ഒളിവിലും തെളിവിലും പാർട്ടിയുടെ രഹസ്യ സംവിധാനവുമായി ബന്ധപ്പെട്ട് പ്രവർത്തിച്ച തലശ്ശേരി കതിരൂർ സ്വദേശി എം പത്മനാഭൻ തന്റെ ഓർമകൾ എഴുതിയിട്ടുണ്ട്:

> ഞങ്ങൾ എറണാകുളത്ത് ഒളിവിൽ താമസിച്ചിരുന്ന കാലത്തും അതിനു മുമ്പും പാർട്ടിയുടെ 'ടെക്' സംവിധാനം വളരെ സമർഥമായി നടത്തിയിരുന്നത് സഖാവ് നാണു (കെ പി നാരായണൻ) ആയിരുന്നു. കേരളത്തിലെ എല്ലാ ജില്ലകളിലുമുള്ള പാർട്ടി കമ്മിറ്റികളുമായും മറ്റു സംസ്ഥാനങ്ങളിലെ പാർട്ടി ഘടകങ്ങളുമായും നാണു ബന്ധം പുലർത്തി. എറണാകുളം സൗത്തിൽ ഒരു വീട് വാടകക്കെടുത്ത് സൈക്ലോസ്റ്റൈൽ മെഷിനിൽ പാർട്ടി രേഖകൾ അടിച്ചിറക്കി നാനാഭാഗത്തും എത്തിച്ചിരുന്ന നാണു എന്തൊക്കെ ചെയ്തിരുന്നുവെന്നോ ഏതെല്ലാമായിരുന്നു ബന്ധങ്ങൾ എന്നോ ഞങ്ങൾക്കറിയില്ലായിരുന്നു. ഒരു സഖാവ് ചെയ്യുന്ന കാര്യങ്ങൾ മറ്റൊരാൾ അറിയില്ല. പാർട്ടിയുടെ 'അണ്ടർഗ്രൗണ്ട്' നേതൃത്വമായി അന്നു പ്രവർത്തിച്ചത് ഇ എം എസും കെ സി ജോർജും എൻ സി ശേഖറും ആയിരുന്നു. കുറച്ചുകഴിഞ്ഞപ്പോൾ എൻ സി ശേഖർ ഒഴിവായി. കേന്ദ്രത്തിന്റെ മുഴുവൻ പ്രവർത്തനവും അങ്കമാലി, ചൊവ്വര ഭാഗങ്ങളിലായിരുന്നു. രാത്രിയിൽ ഇടവഴികളും കുറ്റിക്കാടുകളും കടന്നാണ് നേതാക്കൾ പാർട്ടി കമ്മിറ്റി യോഗങ്ങൾക്കു പോവുക. ടോർച്ച് കൂടി ഉപയോഗിക്കാൻ പാടില്ല. ആ ഭാഗങ്ങളിലെല്ലാം പൊലീസ് പരിശോധനയുള്ള കാലമാണ്.[8]

തിരുവിതാംകൂറിൽ ടെക് സംവിധാനം നടത്തിയവരിൽ പ്രധാനിയായിരുന്നു തമ്പാൻ എന്ന പേരിൽ അറിയപ്പെട്ട രാവുണ്ണിനായർ. പാർട്ടിക്കാവശ്യമായ പണം അനുഭാവികളിൽ നിന്ന് പിരിച്ചെടുക്കുക, നേതാക്കളിൽ ചിലരെ ഒളിവിൽ താമസിപ്പിച്ച് സൗകര്യങ്ങൾ ചെയ്യുക തുടങ്ങിയ ജോലികളാണ് പ്രധാനമായും തമ്പാൻ ചെയ്തിരുന്നത്. വനം വകുപ്പിൽ റെയ്ഞ്ചറായിരുന്ന തമ്പാൻ അതുപേക്ഷിച്ചാണ് കമ്യൂണിസ്റ്റ് പാർട്ടിയുടെ രഹസ്യ പ്രവർത്തനത്തിൽ പങ്കാളിയായത്. ടെക് സംവിധാനം രഹസ്യരേഖകളും വിവരങ്ങളും കൈമാറുന്നതിനായിരുന്നുവെങ്കിൽ നേതാക്കളെ രഹസ്യമായി വിവിധ കേന്ദ്രങ്ങളിൽ സുരക്ഷിതമായി എത്തിക്കുന്നതിന് 'കൊറിയർ' എന്ന ഏർപ്പാടും കമ്യൂണിസ്റ്റ് പാർട്ടിക്കുണ്ടായിരുന്നു. ഈ രണ്ടു സംവിധാനത്തിലും സമർഥമായി പ്രവർത്തിച്ചവരിൽ ഒരാളായിരുന്നു എം പത്മനാഭൻ. ഇ എം എസ് ഉൾപ്പെടെ പല നേതാക്കളെയും അദ്ദേഹം ബോംബെ, കൽക്കത്ത തുടങ്ങിയ സ്ഥലങ്ങളിൽ എത്തിക്കുകയും അവിടെ നിന്ന് രേഖകൾ കൊണ്ടുവരികയും ചെയ്തു. 1943–46 കാലത്ത് *ദേശാഭിമാനി*യുടെ മാനേജരായും അദ്ദേഹം പ്രവർത്തിച്ചു.

പാലോളി മുഹമ്മദ്കുട്ടി

കമ്യൂണിസ്റ്റ് പാർട്ടിയുടെ സാഹിത്യ പ്രചാരണത്തിന്റെ ചുമതലയുണ്ടായിരുന്ന പത്മനാഭൻ പ്രഭാത് ബുക്ക് ഹൗസിന്റെ വളർച്ചയിലും പ്രധാന പങ്കുവഹിച്ചു. ഇ എം എസ്, എ കെ ജി തുടങ്ങിയ പ്രധാന നേതാക്കൾ പ്രസംഗിക്കുന്ന യോഗങ്ങളിൽ ലഘുലേഖകളും പുസ്തകങ്ങളും അദ്ദേഹം തന്നെ കൊണ്ടുപോയി വിറ്റിരുന്നു. ഇത്ര സംഖ്യക്ക് പുസ്തം വിൽക്കുമെന്ന് ഉറപ്പുതന്നാലേ താൻ പ്രസംഗിക്കൂ എന്ന് ചിലപ്പോൾ സംഘാടകരോട് എ കെ ജി പറയും. അപ്പോൾ വിൽപ്പന വർധിക്കും. ഉത്തരവാദഭരണ പ്രക്ഷോഭം ശക്തിപ്പെട്ടപ്പോൾ കമ്യൂണിസ്റ്റ് പാർട്ടിയെ തിരുവിതാംകൂർ ഗവൺമെന്റ് നിരോധിച്ചു. പാർട്ടിയുടെ ബുക്ക് സ്റ്റാളുകൾ പൂട്ടിച്ചു. പുസ്തകങ്ങളും ഫർണിച്ചറും വരെ എടുത്തുകൊണ്ടുപോയി. പ്രഭാത് ബുക്ക് ഹൗസ് മാനേജർമാരെ അറസ്റ്റ് ചെയ്ത് ജയിലിലടച്ചു. കുറച്ചുകാലം ബുക്ക് സ്റ്റാൾ ഇല്ലാതെ രഹസ്യമായാണ് പുസ്തകവിതരണം നടന്നത്.

കല്ലച്ചിൽ എടുത്ത ഒരു പാർട്ടിക്കത്ത് ഒരിക്കൽ കൈയിൽ കിട്ടിയ അനുഭവം പാലോളി മുഹമ്മദുകുട്ടി ഈ ലേഖകനോട് പറഞ്ഞിട്ടുണ്ട്:

> പാർട്ടി നിരോധിക്കപ്പെട്ട കാലമാണ് 1948-51. ഞാൻ അന്നു പാർട്ടിയുടെ അനുഭാവി ഗ്രൂപ്പിലാണ്. അംഗമായിട്ടില്ല. അന്ന് മലപ്പുറത്തെ പ്രധാന സംഘാടകനാണ് സാധു പി അഹമ്മദുകുട്ടി. കവറിലിട്ട് ഒട്ടിച്ച ഒരു കത്ത് അദ്ദേഹം എന്നെ ഏൽപ്പിച്ചു. അതു രഹസ്യമായി കമ്യൂണിസ്റ്റുകാരനായ വില്ലൻ മുഹമ്മദിനെ ഏൽപ്പിക്കാൻ പറഞ്ഞു. ഞാൻ ഏറ്റു. പോകുന്ന വഴിക്ക് എനിക്ക് അതിയായ താൽപ്പര്യം, ഈ കവറിനകത്ത് എന്താണെന്നറിയാൻ. കത്ത് വീട്ടിൽ കൊണ്ടുപോയി പൊട്ടിച്ചു. തെറ്റാണ്. എന്നാലും അതിന്റെ ഗൗരവം അറിയില്ല. കത്ത് സാധാരണ കത്തല്ല. തെലങ്കാനയിലെ സമരം, ബംഗാളിലെ കമ്യൂണിസ്റ്റ് മുന്നേറ്റം, സോവിയറ്റ് യൂണിയന്റെ പുരോഗതി. എല്ലാം ആവേശം കൊള്ളിക്കുന്ന വാർത്തകളും കുറിപ്പുകളും. നാലു പേജുണ്ടാകും. എഴുതി കല്ലച്ചിൽ എടുത്തതാണ്. അതുവായിച്ചാൽ വിപ്ലവം നമ്മുടെ അടുത്തെത്തി എന്ന തോന്നലുണ്ടാകും. അത്രയ്ക്ക് ചൂടുപിടിപ്പിക്കുന്ന അവതരണമാണ്. പൊലീസും കേസും മർദനവുമൊന്നും പ്രശ്നമല്ലെന്ന് തോന്നും. എനിക്ക് തോന്നിയിട്ടുണ്ട്.[9]

കമ്യൂണിസ്റ്റ് പാർട്ടിക്കെതിരായ അടിച്ചമർത്തലിന്റെ ഭാഗമായി 1948-ൽ രാജ്യത്താകെ പാർട്ടി പത്രങ്ങളും മറ്റു പ്രസിദ്ധീകരണങ്ങളും നിരോധിച്ചിരുന്നു. കേന്ദ്രകമ്മിറ്റിയുടെ ഇംഗ്ലീഷ് മുഖപത്രമായ *പീപ്പിൾസ് വാർ* (1940 വരെ *ന്യൂ ഏജ്* ആയിരുന്നു കമ്യൂണിസ്റ്റ് പാർട്ടി മുഖപത്രം. 1942 മുതൽ *പീപ്പിൾസ് വാർ* എന്നു പേരുമാറ്റി) മാർച്ചിൽ തന്നെ നിരോധിച്ചു. *പീപ്പിൾസ് വാർ* പ്രസ്സിനും വിലക്കുവന്നു. ഏപ്രിൽ ആയപ്പോൾ *ദേശാഭിമാനി*യുടെ പിറകെ *വിശാലാന്ധ്ര* (തെലുങ്ക്), *സ്വാധീനത* (ബംഗാളി), *നയാ ഹിന്ദുസ്ഥാൻ* (ഉറുദു), *ജനയുഗ്* (ഹിന്ദി), *ജനശക്തി* (തമിഴ്), *നവയുഗം* (മലയാളം), *അരുണ* (കന്നട), *നയാദുനിയ* (ഒറിയ), *ജനശക്തി* (ബിഹാറി), *മാതാമത്* (ബംഗാളി) എന്നീ വാരികകളും നിരോധിച്ചു. കമ്യൂണിസ്റ്റ് പാർട്ടിക്ക് ആശയപ്രചരണത്തിനുള്ള എല്ലാ വഴികളും ഗവൺമെന്റ് അടച്ചു. ഈ അടിച്ചമർത്തൽ നേരിടാനാണ് കേരളത്തിൽ ടെക്, പി എൽ ഒ സംവിധാനങ്ങളും പാർട്ടിക്കത്തും രഹസ്യമായി നടപ്പാക്കിയത്. ജയിലിനു പുറത്തുള്ള പ്രധാന കമ്യൂണിസ്റ്റ് നേതാക്കളുടെ പ്രവർത്തനം ഒളിവിലായിരുന്നു. ഷെൽട്ടറുകളെന്നാണ് ഒളികേന്ദ്രങ്ങളെ വിളിച്ചിരുന്നത്. മിക്കവാറും കമ്യൂണിസ്റ്റ് പാർട്ടിയുമായി നല്ല അടുപ്പമുള്ള ഒരാളുടെ വീടായിരിക്കും ഷെൽട്ടർ. അതിടയ്ക്കിടെ മാറും, പൊലീസിന് വിവരം കിട്ടാതിരിക്കാൻ. പാർട്ടി സന്ദേശങ്ങൾ കൈമാറുന്നതിന് പല പ്രദേശങ്ങളിലും സ്ത്രീകളും കുട്ടികളും രഹസ്യസംവിധാനത്തിന്റെ ഭാഗമായി പ്രവർത്തിച്ചിരുന്നു.

രഹസ്യമായ ആശയപ്രചരണത്തിന്റെ ഭാഗമായി തൃശൂരിൽ നിന്ന് *റിപ്പബ്ലിക്* എന്ന പത്രവും 1948-ൽ കമ്യൂണിസ്റ്റ് പാർട്ടി പുറത്തിറക്കിയിരുന്നു. *പ്രഭാതം* പത്രത്തിന്റെ പ്രിന്ററും പബ്ലിഷറുമായിരുന്ന ഐ സി പി നമ്പൂതിരിയുടെ നേതൃത്വത്തിലാണ് ഇതിനുള്ള പ്രവർത്തനങ്ങൾ നടന്നത്.

ഡി എം പൊറ്റെക്കാട്

വി ടി ഭട്ടതിരിപ്പാട്, അക്കിത്തം തുടങ്ങിയവരുടെ നേതൃത്വത്തിൽ നടന്നുവന്നിരുന്ന യോഗക്ഷേമം പ്രസ്സിൽ *റിപ്പബ്ലിക്* അച്ചടിക്കാനായിരുന്നു പരിപാടി. പക്ഷേ, പ്രസ് വേറെ വാങ്ങണം. *യോഗക്ഷേമം* വാരികയും യുവജനസംഘത്തിന്റെ ചില ലഘുലേഖകളും അടിക്കാനുള്ള ഉപകരണങ്ങളേ അവിടെ ഉണ്ടായിരുന്നുള്ളു. അതുകൊണ്ട് വേറെ പ്രസ് സംഘടിപ്പിക്കാൻ തീരുമാനിച്ചു. *ദേശാഭിമാനി* നിരോധിക്കപ്പെടുകയും പ്രിന്റിങ് ആന്റ് പബ്ലിഷിങ് കമ്പനി ലിക്വിഡേറ്റ് ചെയ്യാൻ തീരുമാനിക്കുകയും ചെയ്ത സാഹചര്യത്തിൽ *ദേശാഭിമാനി* അച്ചടിച്ചിരുന്ന പ്രസ് ലിക്വിഡേറ്റർ മുഖേന *റിപ്പബ്ലിക്കി*നുവേണ്ടി വാങ്ങി. ലിക്വിഡേറ്റർ രാമനാട്ടുകര സ്വദേശി എം കെ വേലപ്പമേനോനായിരുന്നു. അദ്ദേഹം നിശ്ചയിച്ച 18,000 രൂപയ്ക്കാണ് പ്രസ് വാങ്ങിയത്.

*ദേശാഭിമാനി*യിൽ പ്രവർത്തിച്ചിരുന്ന കിള്ളിമംഗലം വാസുദേവൻ നമ്പൂതിരിപ്പാടായിരുന്നു *റിപ്പബ്ലിക്കി*ന്റെ പത്രാധിപർ. എൻ വി കൃഷ്ണവാരിയരുടെ അനുജൻ എൻ വി എസ് വാരിയർ, ഇ വി ദേവ്, പി സി ചിത്രഭാനു (കുഞ്ചുണ്ണി), ഡി എം പൊറ്റെക്കാട്, കെ കുഞ്ഞുക്കുട്ടി തമ്പുരാട്ടി എന്നിവരായിരുന്നു പത്രാധിപസമിതിയിൽ. ഇവരിൽ എൻ വി എസ് വാരിയരും ഇ വി ദേവും ചിത്രഭാനുവും *ദേശാഭിമാനി*യിൽ പ്രവർത്തിച്ചവരാണ്. 1947 മുതൽ 1948–ൽ നിരോധനം വരെ *ദേശാഭിമാനി*യിൽ പ്രവർത്തിച്ച ടി എൻ രാജഗോപാലൻ തമ്പാൻ സഹായത്തിനുണ്ടായിരുന്നു. എം ശങ്കരൻ (ആറ്റൂർ), പി ശങ്കരൻ എന്നിവരായിരുന്നു പ്രസ്സിന്റെ മാനേജ്മെന്റിൽ. ഐ സി പി ക്കായിരുന്നു പൊതുവായ മേൽനോട്ടച്ചുമതല.

പി സി ചിത്രഭാനു

റിപ്പബ്ലിക് പ്രസിദ്ധീകരിക്കുന്ന കാലത്ത് പി കൃഷ്ണപിള്ള, ഇ എം എസ്, എ കെ ജി തുടങ്ങിയ പ്രധാന നേതാക്കളെല്ലാം ജയിലിലോ ഒളിവിലോ ആയിരുന്നു. പരക്കെ കമ്യൂണിസ്റ്റുകാർ വേട്ടയാടപ്പെടുന്ന കാലം. *ദേശാഭിമാനി*ക്കും പാർട്ടിക്കും എതിരായ നിരോധനത്തെ വെല്ലുവിളിച്ച് *റിപ്പബ്ലിക്* പുറത്തിറങ്ങി. തൊഴിലാളി സമരങ്ങളും ബഹുജന സംഘടനാ പ്രവർത്തനങ്ങളും പുറംലോകം അറിഞ്ഞു. പൊലീസ് അറസ്റ്റ് ചെയ്യുമെന്ന് വന്നപ്പോൾ ഐ സി പി നമ്പൂതിരി ഒളിവിൽ പോയി. പത്രം അധികനാൾ മുന്നോട്ടുപോയില്ല. പാർട്ടി നിർദേശപ്രകാരം *യോഗക്ഷേമ*ത്തിൽ നിന്ന് പ്രസ് കടത്തിക്കൊണ്ടുപോയി. എന്നാൽ, പിന്നീട് പൊലീസ് പ്രസ് കണ്ടെത്തി മജിസ്ട്രേട്ട് കോടതിയിൽ എത്തിച്ചു. പ്രസ് മാനേജരായിരുന്ന എം ശിവകരനെയും പി ശങ്കരനെയും അറസ്റ്റ് ചെയ്തു. കേസ് വിട്ടുപോയി. എന്നാൽ ഡബിൾ ഡമ്മി പ്രസ് കോടതി വളപ്പിൽ കിടന്ന് തുരുമ്പെടുത്തു നശിച്ചു.

പാർട്ടി നിരോധിക്കപ്പെട്ട കാലത്തുതന്നെയാണ് എറണാകുളത്തുനിന്ന് *നവലോകം* എന്ന പത്രം കമ്യൂണിസ്റ്റ് പാർട്ടി ആരംഭിച്ചത്. ഒളിവിലിരുന്നുകൊണ്ട് സി അച്യുതമേനോനാണ് പത്രത്തിന്റെ ഉള്ളടക്കത്തിന് കാര്യമായ സംഭാവന നൽകിയത്. പന്തളം പി ആർ മാധവൻ പിള്ളയായിരുന്നു പത്രാധിപർ. പ്രസ്സിന്റെ മാനേജരായി പി ശങ്കരനും മാനേജരായി പി മാധവനും പ്രവർത്തിച്ചു. പി ശങ്കരൻ *റിപ്പബ്ലിക്കി*ന്റെ മാനേജ്മെന്റിലും ഉണ്ടായിരുന്നു. പത്രം തുടങ്ങാനുള്ള പ്രാരംഭ പ്രവർത്തനങ്ങൾ നടത്തിയത് എം പത്മനാഭനായിരുന്നു. രാഷ്ട്രീയവും താത്വികവുമായ കാര്യങ്ങൾ *നവലോകം* കൈകാര്യം ചെയ്തു.

കമ്യൂണിസ്റ്റ് പാർട്ടിയിൽ അടുക്കോടും ചിട്ടയോടും കൂടിയ പ്രവർത്തനശൈലി വളർന്നുവന്നത് നിരോധിത കാലത്താണെന്ന് എൻ ഇ ബാലറാം പറയുന്നു:

> വ്യക്തിപരമായ പ്രവർത്തനത്തിൽ നിന്നുമാറി കൂട്ടായ പ്രവർത്തനങ്ങൾ ഇക്കാലത്ത് ആരംഭിച്ചു. ഘടകങ്ങൾ ക്രമമായി യോഗം ചേരുക, പ്രവർത്തന പദ്ധതികൾ ആവിഷ്കരിക്കുക, ഓരോ പ്രവർത്തകനും ഇന്നിന്ന കാര്യങ്ങൾ ചെയ്യണമെന്ന് തീരുമാനിക്കുക, ഓരോരുത്തരും പ്രവർത്തന

ഡയറി എഴുതുക, കീഴ്കമ്മിറ്റികളും മേൽകമ്മിറ്റികളും അന്യോന്യം റിപ്പോർട്ട് അയക്കുക, പ്രവർത്തനങ്ങളെക്കുറിച്ച് നിരൂപണങ്ങൾ നടത്തി കുറ്റവും കുറവും തീർക്കുക തുടങ്ങിയ ലെനിനിസ്റ്റ് സംഘടനാപ്രവർത്തനങ്ങൾ ആദ്യമായി ആരംഭിച്ചത് ഈ ഘട്ടത്തിലാണ്. അതുപോലെ തന്നെ മാർക്സിസത്തിന്റെ അടിസ്ഥാന തത്വങ്ങൾ ഒരതിർത്തി വരെ പഠിപ്പിച്ചതും ഈ സന്ദർഭത്തിലായിരുന്നു. ഇതിന്റെയൊക്കെ ഫലമായി കഴിവും ഊർജസ്വലതയും അറിവുമുള്ള ധാരാളം സഖാക്കൾ ഈ കാലഘട്ടത്തിൽ പാർട്ടിയിലുണ്ടായി.

ഇ വി ദേവ്

ഇന്ത്യൻ കമ്യൂണിസ്റ്റ് പാർട്ടി എത്രയോ മുമ്പുതന്നെ രഹസ്യസംഘടനയായിട്ടാണ് പ്രവർത്തിച്ചിരുന്നത്. കോൺഗ്രസ് മന്ത്രിസഭകൾ സംസ്ഥാനങ്ങളിൽ വന്നതുമുതലാണ് അൽപ്പം സ്വാതന്ത്ര്യം കമ്യൂണിസ്റ്റ് പാർട്ടിക്ക് ലഭിച്ചത്. അക്കാലത്തും പാർട്ടിയുടെ മേലുള്ള നിരോധനം നീക്കിയിരുന്നില്ല. എന്നാൽ, പാർട്ടി നേതാക്കൾക്ക് പത്രം നടത്താനും ട്രേഡ് യൂണിയനുകൾ സംഘടിപ്പിക്കാനും കോൺഗ്രസ് സോഷ്യലിസ്റ്റ് പാർട്ടിയിലും കോൺഗ്രസിലും ചേർന്ന് പ്രവർത്തിക്കാനും സൗകര്യം ലഭിച്ചിരുന്നു. യുദ്ധം തുടങ്ങിയതോടെ ആദ്യം മർദനത്തിനിരയായത് കമ്യൂണിസ്റ്റുകാരാണ്. എങ്കിലും കേരളത്തിലെയും മറ്റു സംസ്ഥാനങ്ങളിലെയും നേതാക്കളുമായി ബന്ധപ്പെടാനും അവിടങ്ങളിലൊക്കെ പാർട്ടി പ്രവർത്തനം സംഘടിപ്പിക്കാനും കമ്യൂണിസ്റ്റ് നേതൃത്വത്തിന് സാധിച്ചു. കേരളത്തിൽ ഒരു രഹസ്യസംഘടന കെട്ടിപ്പടുക്കാനും മറ്റും കേന്ദ്ര നേതൃത്വം ഗണ്യമായ സഹായമാണ് നൽകിയത്. ഇംഗ്ലീഷിലുള്ള സാഹിത്യങ്ങൾ കേരളത്തിലെ ഘടകങ്ങൾക്കെല്ലാം രഹസ്യമായി ലഭിച്ചുതുടങ്ങി.[10]

16

മലയാളത്തിൽ വികസന പത്രപ്രവർത്തനത്തിന് തുടക്കം

കമ്യൂണിസ്റ്റുകാർക്ക് നന്നായി ഭരണം നടത്താനുമറിയാം എന്ന് ആദ്യമായി തെളിയിച്ച മലബാർ ഡിസ്ട്രിക്ട് ബോർഡിന്റെ പ്രവർത്തനത്തിന് ഉറച്ച പിന്തുണ നൽകിയ ഏക പത്രമായിരുന്നു *ദേശാഭിമാനി.* ചില പത്രങ്ങൾ ബോർഡിന്റെ ജനക്ഷേമ-വികസന പ്രവർത്തനങ്ങൾ കണ്ടില്ലെന്നു നടിച്ചു. *മാതൃഭൂമി, ചന്ദ്രിക* എന്നീ പത്രങ്ങൾ അത്യാവശ്യം വാർത്തകൾ കൊടുത്തു. എന്നാൽ, ബോർഡിനെതിരെ കോൺഗ്രസ് നേതൃത്വം പരസ്യമായി രംഗത്തുവന്നപ്പോൾ *മാതൃഭൂമി* നിലപാടുമാറ്റി എതിർക്കാൻ തുടങ്ങി. 1954-ൽ കമ്യൂണിസ്റ്റ് പാർട്ടിയുടെ നേതൃത്വത്തിൽ ബോർഡ് വന്നതുമുതൽ ദിവസവുമെന്നോണം *ദേശാഭിമാനി* വാർത്തകളും ലേഖനങ്ങളും കൊടുത്തുവന്നു. ബോർഡ് യോഗ തീരുമാനങ്ങൾ മിക്കതും ഒന്നാം പേജിൽ തന്നെയാണ് സ്ഥലംപിടിച്ചത്. 1942-ൽ ആരംഭിച്ച *ദേശാഭിമാനി* അതുവരെ നിർവഹിച്ച പങ്കിൽനിന്ന് വ്യത്യസ്തമായ പ്രവർത്തനമാണ് ഏറ്റെടുത്തത്. ബോർഡിന്റെ വികസന പരിപാടികളുടെ സന്ദേശം ജനങ്ങളിലെത്തിക്കുക എന്നതായിരുന്നു പ്രധാന ദൗത്യം.

മലബാർ ഡിസ്ട്രിക്ട് ബോർഡിലേക്ക് 1954-ൽ നടന്ന തെരഞ്ഞെടുപ്പിൽ കമ്യൂണിസ്റ്റുകാർ നേടിയ വിജയവും ബോർഡിന്റെ ഭരണവും മൂന്നുവർഷം കഴിഞ്ഞ് ഇ എം എസിന്റെ നേതൃത്വത്തിൽ അധികാരത്തിൽ വന്ന ഗവൺമെന്റിന്റെ ഡ്രസ് റിഹേഴ്സലായിരുന്നു എന്ന് പലരും നിരീക്ഷിച്ചിട്ടുണ്ട്. ഡിസ്ട്രിക്ട് ബോർഡ് തെരഞ്ഞെടുപ്പ് ഫലം ഭാവി കേരള രാഷ്ട്രീയത്തിലേക്കുള്ള ചൂണ്ടുപലക എന്നാണ് ഇ എം എസ് നമ്പൂതിരിപ്പാട് വിലയിരുത്തിയത്. കമ്യൂണിസ്റ്റുകാർ അധികാരത്തിൽ വന്നാൽ അമ്പലവും പള്ളിയും നശിപ്പിക്കും. മറ്റു പാർട്ടികളെ വിഴുങ്ങും. അവർക്ക് സമരമല്ലാതെ ഭരിക്കാനറിയില്ല. ഇതായിരുന്നു ഡിസ്ട്രിക്ട് ബോർഡ് തെരഞ്ഞെടുപ്പിൽ കോൺഗ്രസ് നടത്തിയ പ്രചാരണം. അതൊന്നും കാര്യമായി ഏശിയില്ല. ആകെയുള്ള 48 സീറ്റിൽ നാലു സ്വതന്ത്രരടക്കം കമ്യൂണിസ്റ്റ് പാർട്ടിക്ക് 24 സീറ്റ്. കോൺഗ്രസിന് പതിനഞ്ചുസീറ്റേ കിട്ടിയുള്ളൂ. മുസ്ലിംലീഗ് എട്ടുസീറ്റ് നേടി ശക്തിയറിയിച്ചു. പിഎസ്പിക്ക് ഒരു സീറ്റുണ്ടായിരുന്നു. സ്വന്തം പേരിൽ കമ്യൂണിസ്റ്റ് പാർട്ടി നേരിടുന്ന ആദ്യ പൊതുതെരഞ്ഞെടുപ്പായിരുന്നു 1954-ലേത്.

പി ടി ഭാസ്കരപ്പണിക്കർ, ഇ പി ഗോപാലൻ, കെ വി മൂസാൻകുട്ടി മാസ്റ്റർ, എം കുമാരൻ മാസ്റ്റർ, കെ പി കണ്ണൻ, കെ ഉണ്ണികൃഷ്ണവാര്യർ, പി കെ മാധവൻ, പി കൃഷ്ണൻ നമ്പ്യാർ തുടങ്ങിയ കമ്യൂണിസ്റ്റ് നേതാക്കൾ ജയിച്ചവരിൽ ഉൾപ്പെടും. പ്രഗത്ഭനായ അധ്യാപകനും ശാ

പി ടി ഭാസ്കരപ്പണിക്കർ

സ്ത്രവിജ്ഞാന പ്രചാരകനുമായ പി ടി ഭാസ്കരപ്പണിക്കരെയാണ് പ്രസിഡണ്ടായി പാർട്ടി നിയോഗിച്ചത്. എല്ലാവരെയും യോജിപ്പിച്ചുകൊണ്ടുപോകാനുള്ള പി ടി ബിയുടെ നയതന്ത്രജ്ഞതയും ജനപങ്കാളിത്തത്തോടെ പരിപാടികൾ നടപ്പാക്കുന്നതിനുള്ള പ്രാപ്തിയും കമ്യൂണിസ്റ്റ് പാർട്ടി പ്രധാനമായും പരിഗണിച്ചു. മറ്റൊന്നുകൂടിയുണ്ട്. കക്ഷിഭേദമെന്യെ ജനങ്ങളുമായുള്ള വിപുലമായ ബന്ധം. ആകെ സീറ്റിന്റെ പകുതിയേ കമ്യൂണിസ്റ്റ് പാർട്ടി നേതൃത്വത്തിലുള്ള ജനാധിപത്യ മുന്നണിക്കുണ്ടായിരുന്നുള്ളുവെങ്കിലും മുസ്ലിംലീഗോ പിഎസ്പിയുടെ ഒരംഗമോ കമ്യൂണിസ്റ്റ് പാർട്ടിയുടെ സ്ഥാനാർഥികളെ എതിർത്തില്ല. കാരണം, കോൺഗ്രസിന്റെ കൂടെ ചേരാൻ അവർക്കു താൽപ്പര്യമില്ലായിരുന്നു. കെ വി മൂസാൻകുട്ടി മാസ്റ്ററായിരുന്നു വൈസ് പ്രസിഡണ്ട്. ഇ പി ഗോപാലൻ ജനാധിപത്യ മുന്നണിയുടെ നേതാവ്. ഈ ഘട്ടത്തിൽ കെ ദാമോദരനായിരുന്നു പാർട്ടിയുടെ മലബാർ കമ്മിറ്റി സെക്രട്ടറി.

ഡിസ്ട്രിക്ട് ബോർഡിന്റെ അധികാരങ്ങൾ പരിമിതമായിരുന്നെങ്കിലും ജനങ്ങളെ സേവിക്കാൻ ഒരുപാട് അവസരങ്ങളുണ്ടായിരുന്നു. ആയിരത്തിലേറെ സ്കൂളുകൾ; പ്രാദേശിക ആശുപത്രികൾ, കടവുകൾ, ചന്തകൾ-ഇതൊക്കെ ബോർഡിന്റെ നിയന്ത്രണത്തിലായിരുന്നു. കച്ചവടക്കാരിൽ നിന്നു നികുതിയും ലൈസൻസ് ഫീസും പിരിക്കാൻ അധികാരവുണ്ട്. കമ്യൂണിസ്റ്റ് പാർട്ടിക്ക് അക്കാലത്ത് ഭരണത്തിന്റെ അനുഭവമൊന്നുമില്ല. പേരിന് കമ്യൂണിസ്റ്റുകാർ ഭരിച്ചുവെന്ന് പറയാവുന്നത് ആലപ്പുഴ മുനിസിപ്പാലിറ്റിയാണ്. ഡിസ്ട്രിക്ട് ബോർഡുമായി താരതമ്യപ്പെടുത്തുമ്പോൾ അതൊന്നുമല്ല.

മദിരാശി പ്രവിശ്യയിലെ 24 ജില്ലകളിൽ ഒന്നായിരുന്നു മലബാർ. ഇപ്പോഴത്തെ കണ്ണൂർ, കോഴിക്കോട്, വയനാട്, മലപ്പുറം, പാലക്കാട് ജില്ലകളും നാട്ടികയും തമിഴ്നാടിന്റെ ഭാഗമായ ഗൂഡല്ലൂരും മലബാറിൽ ഉൾപ്പെട്ടിരുന്ന പ്രദേശങ്ങളാണ്. എന്നാൽ അന്ന് കർണാടകത്തിന്റെ ഭാഗമായിരുന്ന കാസർകോടും ഹോസ്ദുർഗും ഉൾപ്പെട്ടിരുന്നില്ല. ഇപ്പോൾ പാലക്കാട് ജില്ലയിൽ പെടുന്ന ചിറ്റൂർ, തത്തമംഗലം, നെന്മാറ പ്രദേശങ്ങളും മലബാറിൽ നിന്ന് ഒഴിവായിരുന്നു. എങ്കിലും വളരെ വിസ്തൃതമായ പ്രദേശം മലബാറിന്റെ പരിധിയിലായിരുന്നു.

തിരുവിതാംകൂറും കൊച്ചിയുമായി താരതമ്യം ചെയ്യുമ്പോൾ അക്കാലത്ത് വിദ്യാഭ്യാസപരമായി മലബാർ വളരെ പിന്നിലായിരുന്നു. സ്കൂളുകൾ ആരംഭിക്കുകയും അതു നല്ല രീതിയിൽ നടത്തുകയും ചെയ്യുക എന്ന ഉത്തരവാദിത്തത്തിൽ നിന്ന് ബ്രിട്ടീഷ് ഗവൺമെന്റും പിൽക്കാലത്ത് മദിരാശിയിൽ അധികാരത്തിൽ വന്ന കോൺഗ്രസ് ഗവൺമെന്റുകളും ഒഴിഞ്ഞുനിന്നു. സ്കൂൾ തുറക്കുന്നതും നടത്തുന്നതും ഡിസ്ട്രിക്ട് ബോർഡിന്റെ ചുമതലയായി. സ്കൂൾ നടത്താൻ സർക്കാരിൽ നിന്നു ഗ്രാന്റുണ്ട്. രണ്ട് തരത്തിലുള്ള സ്കൂളുകളാണുണ്ടായിരുന്നത്. ബോർഡ് നേരിട്ടു നടത്തുന്ന സ്കൂളുകളും ബോർഡിന്റെ ഗ്രാന്റ് വാങ്ങി പ്രവർത്തിക്കുന്ന എയ്ഡഡ് സ്കൂളുകളും. നേരിട്ടു നടത്തുന്ന സ്കൂളുകളിൽ അധ്യാപകർക്ക് കൃത്യമായും ന്യായമായും ശമ്പളം കിട്ടും. എയ്ഡഡ് സ്കൂളിലാണെങ്കിൽ അർഹതപ്പെട്ട ശമ്പളത്തിന് ഉറപ്പില്ല. ശമ്പളത്തിൽ നിന്ന് മാനേജർമാർ വിഹിതം തട്ടിയെടുക്കുന്ന ഏർപ്പാട് അന്നും പൂർണമായി അവസാനിച്ചിരുന്നില്ല.

വികസനത്തിന്റെ കാര്യത്തിലും മലബാർ വളരെ പിന്നിലായിരുന്നു. തൊഴിലില്ലായ്മ രൂക്ഷം. കാർഷികമേഖലയിൽ ജന്മിമാരുടെ കടുത്ത ചൂഷണം. പഠിപ്പുള്ളവർ പോലും ജോലി കിട്ടാൻ പ്രയാസപ്പെട്ടു. ജോലി കിട്ടാത്ത പലരും പള്ളിക്കൂടം തുടങ്ങി. അതുവഴി ജോലി കിട്ടും. ഗ്രാന്റിൽ നിന്ന് നല്ലൊരു തുക തട്ടുകയും ചെയ്യാം. സ്കൂൾ നടത്തിപ്പ് ഉപജീവന മാർഗമാക്കി ധാരാളം പേർ. റിട്ടയർ ചെയ്ത ഉദ്യോഗസ്ഥരും കച്ചവടക്കാരുമൊക്കെ സ്കൂൾ തുടങ്ങാൻ മുന്നോട്ടുവന്നു. സർക്കാർ നേരിട്ടു നടത്തുന്ന സ്കൂളിൽ ഒരു കുട്ടിക്ക് ഒരു വർഷം 18 രൂപ ചെലവു വരുമെന്നാണ് കണക്കാക്കിയിരുന്നത്. എയ്ഡഡ് ആകുമ്പോൾ സർക്കാരിന് നാലു രൂപയേ ചെലവുള്ളൂ. സർ

ക്കാരിന് മെച്ചം; മാനേജർമാർക്കു ലാഭം. ബോർഡ് സ്കൂളുകളുടെ ഇരട്ടി സ്വകാര്യ എയ്ഡഡ് സ്ഥാപനങ്ങളായിരുന്നു.

വിദ്യാഭ്യാസത്തിന് ഊന്നൽ

പി ടി ഭാസ്കരപ്പണിക്കരുടെ നേതൃത്വത്തിൽ ബോർഡ് വന്ന ശേഷം കാര്യമായി ശ്രദ്ധിച്ചത് സ്കൂൾ വിദ്യാഭ്യാസത്തിന്റെ കാര്യത്തിലാണ്. ആയിരത്തോളം ഏകാധ്യാപക വിദ്യാലയങ്ങൾ എത്തിപ്പെടാൻ പ്രയാസമുള്ള സ്ഥലങ്ങളിൽ സ്ഥാപിച്ചു. അവിടെ ജീവിക്കുന്ന കുട്ടികളോ അവരുടെ മാതാപിതാക്കളോ സ്കൂൾ അതുവരെ കണ്ടിട്ടുണ്ടായിരുന്നില്ല. ഇങ്ങനെ കഴിഞ്ഞിരുന്ന ജനങ്ങളെ അറിവിന്റെ വെളിച്ചത്തിലെത്തിക്കാനാണ് ഏകാധ്യാപക വിദ്യാലയങ്ങൾ വ്യാപകമായി തുറക്കാൻ ബോർഡ് തീരുമാനിച്ചത്. ബഹുജനാധ്യാപകനായ പി ടി ബിയാണ് ഇതിനു പിന്നിലെ ശക്തിയെന്ന് പ്രത്യേകം പറയേണ്ടതില്ല. ഏകാധ്യാപക വിദ്യാലയങ്ങൾ വിദ്യാഭ്യാസ വിപ്ലവം തന്നെയായിരുന്നു. അനവധി സ്കൂളുകൾ അപ്ഗ്രേഡ് ചെയ്തു. വിദ്യാഭ്യാസ കാര്യത്തിൽ ജനകീയ പങ്കാളിത്തം കൊണ്ടുവരാൻ കഴിഞ്ഞു എന്നതാണ് ഏറ്റവും വലിയ നേട്ടവും മാറ്റവും. സ്കൂളിനു വേണ്ടി പലേടത്തും ദേശവാസികൾ സ്ഥലം സംഭാവന ചെയ്തു. പലരും ഫർണിച്ചർ നൽകി. വിദ്യാഭ്യാസരംഗത്ത് ഒരു ജനകീയ പ്രസ്ഥാനം രൂപമെടുത്തു. സ്കൂളുകൾക്ക് നാട്ടുകാരുടെ പ്രതിനിധികൾ കൂടിയുള്ള വെൽഫേർ കമ്മിറ്റിയുണ്ടായിരുന്നു. പട്ടാമ്പി സംസ്കൃത കോളേജ് ഏറ്റെടുക്കാനുള്ള തീരുമാനം ബോർഡിന്റെ ദൃഢനിശ്ചയത്തിനു തെളിവായി.

ബോർഡിന്റെ പ്രവർത്തനങ്ങൾക്ക് ചിട്ടയുണ്ടായത് കമ്യൂണിസ്റ്റ് പാർട്ടി അധികാരത്തിൽ വന്നശേഷമാണ്. രണ്ടുമാസത്തിലൊരിക്കൽ ബോർഡ് കൃത്യമായി യോഗം ചേരും. അതിന്റെ തലേന്ന് ജനാധിപത്യമുന്നണി യോഗം ചേർന്ന് പ്രവർത്തനങ്ങൾ അവലോകനം ചെയ്യുകയും പിറ്റേന്നു നടക്കുന്ന യോഗത്തിൽ സ്വീകരിക്കേണ്ട നിലപാട് സംബന്ധിച്ച് ധാരണയുണ്ടാക്കുകയും ചെയ്യും. തീരുമാനങ്ങൾ അന്നന്നു പത്രങ്ങൾക്കു നൽകും. എല്ലാം സുതാര്യമായി നടന്നു. പത്തിരുപതു വർഷമായി ബോർഡ് സ്കൂളിലേക്ക് ബോർഡ് അംഗങ്ങൾ പോകാറില്ലായിരുന്നു. സ്കൂളുകളും ആശുപത്രികളും കൃത്യമായ ഇടവേളകളിൽ ബോർഡ് ചെയർമാനും അംഗങ്ങളും ഉദ്യോഗസ്ഥരും സന്ദർശിക്കാൻ തുടങ്ങിയതോടെ പ്രവർത്തനത്തിൽ നല്ല മാറ്റം ജനങ്ങൾക്ക് അനുഭവപ്പെട്ടു. സ്കൂളിൽ സൂക്ഷിച്ചിരുന്ന വിസിറ്റേഴ്സ് ബുക്കിൽ പേജുകൾ തികയാതായെന്നാണ് പി ടി ഭാസ്കരപ്പണിക്കർ ഈ മാറ്റത്തെക്കുറിച്ച് പറഞ്ഞത്.

സ്കൂളുകളിലെ മാത്രമല്ല ബോർഡ് യോഗങ്ങളിലെയും ഹാജർ നില ഉയർന്നു. ജനകീയ പ്രശ്നങ്ങളിൽ യോജിച്ച തീരുമാനമെടുക്കുന്നതിന് പ്രസിഡണ്ടും കമ്യൂണിസ്റ്റ് പാർട്ടി പ്രതിനിധികളും ശ്രമിച്ചു, വിട്ടുവീഴ്ച ചെയ്തു. വിദ്യാഭ്യാസം, ആരോഗ്യം, മരാമത്ത്, ഗതാഗതം എന്നീ നാലു സ്ഥിരം കമ്മിറ്റികളിലും പ്രതിപക്ഷത്തുള്ള കോൺഗ്രസ്, മുസ്ലിംലീഗ്, പിഎസ്പി കക്ഷികൾക്ക് പ്രാതിനിധ്യം നൽകി. ഈ സ്ഥിരം കമ്മിറ്റികളിൽ മാത്രമല്ല, ബജറ്റ് കമ്മിറ്റി, ആസൂത്രണ കമ്മിറ്റി എന്നിവയിലും പ്രതിപക്ഷ അംഗങ്ങളെ ഉൾപ്പെടുത്തി. കമ്മിറ്റികളിൽ ദളിത് പ്രാതിനിധ്യം ഉറപ്പാക്കിയതും ഇക്കാലത്താണ്. രാഷ്ട്രീയ വിരോധം കാരണം തർക്കങ്ങളുണ്ടാക്കാൻ ശ്രമിച്ചവർ ഒറ്റപ്പെട്ടു.

മദിരാശി ഡിസ്ട്രിക്ട് ബോർഡ് നിയമം 1920 അനുസരിച്ചാണ് ബോർഡ് പ്രവർത്തിച്ചിരുന്നത്. കമ്യൂണിസ്റ്റ് പാർട്ടി വന്നതോടെ പ്രവർത്തനരീതികളിൽ അടിമുടി മാറ്റംവന്നു. യോഗ്യതയും സാമൂഹിക മാനദണ്ഡങ്ങളും അനുസരിച്ചായി ഉദ്യോഗനിയമനം. ദളിതർക്കും മുസ്ലിം ന്യൂനപക്ഷങ്ങൾക്കും പരിഗണന ലഭിച്ചു. ശ്മശാനം, വഖഫ് സ്വത്ത്, പള്ളികളുടെയും മദ്രസകളുടെയും നിർമാണം എന്നിവയുമായി ബന്ധപ്പെട്ട് മുസ്ലിങ്ങൾ നേരിട്ട പ്രശ്നങ്ങൾ പരിഹരിക്കാൻ നിയമപരമായ എല്ലാ നടപടികളും ബോർഡ് എടുത്തു. ഈ നടപടികൾ മതന്യൂനപക്ഷത്തെ കമ്യൂണിസ്റ്റ്

പാർട്ടിയുമായി അടുപ്പിച്ചുവെന്ന് പറയാം.

കോൺഗ്രസ് അധികാരത്തിൽ വന്നാലേ പഞ്ചവത്സര പദ്ധതികൾ പൂർണമാവൂ എന്ന് വാദിക്കുന്നവരുണ്ടായിരുന്നു. എന്നാൽ 1954-ൽ വന്ന ഡിസ്ട്രിക്ട് ബോർഡ് ആ ധാരണ പാടേ തിരുത്തി. മദിരാശി സർക്കാരിന്റെ സാമൂഹ്യവികസന പദ്ധതി, പ്രാദേശിക വികസന പദ്ധതി എന്നിവയുമായി ബോർഡ് പൂർണമായും സഹകരിച്ചു. വിദ്യാഭ്യാസം കഴിഞ്ഞാൽ ബോർഡിന്റെ ശ്രദ്ധേയമായ ഇടപെടൽ റോഡ് വികസനത്തിലും റോഡ് പരിപാലനത്തിലുമായിരുന്നു. റോഡ് നന്നാക്കുന്നതിന് സർക്കാരിൽ നിന്ന് പരമാവധി ഫണ്ട് നേടിയെടുക്കാനും അതു കൃത്യമായി ചെലവഴിക്കാനും ബോർഡ് ശ്രദ്ധിച്ചു.

ഇ പി ഗോപാലൻ

സ്കൂൾ കെട്ടിട നിർമാണം, സ്കൂളിലേക്കുള്ള പാൽപ്പൊടിയുടെയും മറ്റു സാധനങ്ങളുടെയും വിതരണം മുതലായ കാര്യങ്ങളിൽ സർക്കാരുമായി നല്ല സഹകരണത്തിലാണ് ബോർഡ് പ്രവർത്തിച്ചത്. പഞ്ചവത്സര പദ്ധതിയുടെ അടിസ്ഥാനത്തിൽ ബോർഡ് ഓരോ വർഷവും തയാറാക്കിയ വാർഷിക പദ്ധതികളെക്കുറിച്ച് സർക്കാരിന് മതിപ്പായിരുന്നു. മലബാറിന്റെ സമഗ്രവികസനത്തിന് ഒട്ടേറെ നിർദേശങ്ങൾ ബോർഡ് സമർപ്പിച്ചു. അവയിൽ വളരെ കുറച്ച് അംഗീകരിക്കപ്പെട്ടു. ഇതിനൊരു മറുവശവുമുണ്ട്. ജനജീവിതവുമായി ബന്ധപ്പെട്ട ചില അടിയന്തരാവശ്യങ്ങൾ സർക്കാർ നിരസിച്ചപ്പോൾ പ്രതിഷേധത്തിന്റെ മാർഗത്തിൽ ജനങ്ങളെ അണിനിരത്താനും ബോർഡ് തയാറായി. ആ അർഥത്തിൽ ഭരണവും സമരവും അന്നേ തുടങ്ങിയതാണ്. ബോർഡിന്റെ പ്രവർത്തനം ആരംഭിച്ച് ഒരു വർഷം തികയുമ്പോൾ അതിന്റെ നേട്ടങ്ങളും കുറവുകളും *ദേശാഭിമാനി*യിലെ ലേഖനത്തിൽ പി ടി ഭാസ്കരപ്പണിക്കർ ചൂണ്ടിക്കാണിച്ചിരുന്നു. അതിന്റെ ചുരുക്കം ചുവടെ:

1. ബോർഡ് ഭരണാധികാരികളും ജനങ്ങളും തമ്മിൽ മുമ്പ് നിലനിന്ന അകൽച്ച ഇല്ലാതാക്കി. 2. ഭരണത്തിലെ അഴിമതിക്കെതിരെ ഉറച്ചുനിന്നുപോരാടി. ഉദ്യോഗസ്ഥ മേധാവിത്തപരമായ പോരായ്മകൾ ഇല്ലാതാക്കാൻ ശ്രമിച്ചു. അഴിമതിക്കാരെ മാതൃകാപരമായി ശിക്ഷിച്ചു. അധികാരദുർവിനിയോഗം അവസാനിപ്പിച്ചു. 3. ജനങ്ങളുടെ അടിയന്തര പ്രശ്നങ്ങൾക്ക് പ്രധാന പരിഗണന നൽകി. പിന്നോക്ക പ്രദേശങ്ങളുടെ വികസനത്തിൽ പ്രത്യേകം ശ്രദ്ധിച്ചു. 4. ദളിതർ, മുസ്ലിങ്ങൾ, പിന്നോക്ക സമുദായങ്ങൾ, പാവപ്പെട്ടവർ എന്നീ വിഭാഗങ്ങൾക്ക് ഉദ്യോഗം നൽകുന്നതിൽ അങ്ങേയറ്റം പരിഗണന നൽകി. 5. ചായപ്പീടികക്കാർ (അവർ പതിനായിരത്തോളം വരും), ചെറുകച്ചവടക്കാർ (എണ്ണായിരം), ബീഡിത്തൊഴിലാളികൾ എന്നിവർക്ക് അടിയന്തര രക്ഷ നൽകാൻ ലൈസൻസ് ഫീസ് കുറച്ചു. കൃഷിക്കാരെ സഹായിക്കാൻ ചന്തക്കാശും ഗണ്യമായി ചുരുക്കി. ഹൈസ്കൂൾ വിദ്യാർഥികളുടെ ഫീസ് കുറയ്ക്കാൻ ബോർഡ് നിർദേശിച്ചുവെങ്കിലും ഗവൺമെന്റ് സ്വീകരിച്ചില്ല.[1]

ഭാസ്കരപ്പണിക്കർ ഈ ലേഖനത്തിൽ എടുത്തുപറയാത്ത ഒരു കാര്യമുണ്ട്. തീരെ പാവപ്പെട്ടവരുടെ വീട്ടുകരം ബോർഡ് ഒഴിവാക്കിയിരുന്നു. അതേസമയം, വലിയ വീടുകൾക്ക് കരം വർധിപ്പിച്ചു. ഇന്നത്തെപ്പോലെ ആയുർവേദ മരുന്നുകൾ കടകളിൽ കിട്ടുന്നതു കുറവായിരുന്നു. വൈദ്യൻ കുറിച്ചുകൊടുക്കുന്ന പച്ചമരുന്നുകൾ വാങ്ങി വീട്ടിൽ കഷായമുണ്ടാക്കണം. അതുകണക്കിലെടുത്ത് ആയുർവേദ ഔഷധ നിർമാണശാലയും ബോർഡ് സ്ഥാപിച്ചു. കൂടുതൽ മാതൃ-ശിശു ശുശ്രൂഷാ കേന്ദ്രങ്ങൾ ആരംഭിച്ചു. പഞ്ചായത്ത് ബോർഡുകളുടെയോ വികസന ബ്ലോക്കുകളുടെയോ മാതൃ-ശിശു കേന്ദ്രങ്ങളോ ഡിസ്പൻസറികളോ ഇല്ലാത്തിടത്താണ് കേന്ദ്രങ്ങൾ അനുവദിച്ചത്. ഓരോ കേന്ദ്രത്തിനും ഒരു പേറ്റിച്ചിയെയും ഒരു ആയയെയും അനുവദിച്ചു.

പ്രസിഡണ്ടിന്റെ ലളിതജീവിതവും ജനങ്ങളിൽ വലിയ മതിപ്പുണ്ടാക്കി. പ്രസിഡണ്ട് എന്ന നിലയിൽ മുൻഗാമികൾ അനുഭവിച്ചിരുന്ന പല സൗകര്യങ്ങളും പി ടി ബി വേണ്ടന്നുവെച്ചു. പ്രസി

ഡണ്ടിന്റെ ഇരിപ്പിടത്തിനുമുകളിൽ സ്ഥാപിച്ചിരുന്ന അധികാരാലങ്കാരമായിരുന്നു പങ്ക. അതു തിരിക്കാൻ ആളെയും വെച്ചിരുന്നു. ആ പങ്ക ആദ്യദിവസം തന്നെ എടുത്തുമാറ്റി. പങ്കയുന്തുകാരനെ പ്യൂണാക്കി. 250 രൂപയായിരുന്നു പ്രസിഡണ്ടിനുള്ള അലവൻസ്. കോഴിക്കോട് നഗരത്തിൽനിന്ന് നാലു കിലോമീറ്റർ അകലെ കല്ലായിൽ വാടകവീട്ടിൽ താമസമാക്കിയ അദ്ദേഹം വീട്ടിൽപോകാനും വരാനും ഔദ്യോഗിക വാഹനം ഉപയോഗിച്ചില്ല.

ഏകാധ്യാപക വിദ്യാലയങ്ങൾ

ഏകാധ്യാപക വിദ്യാലയത്തിലേക്ക് രവി എന്ന മാഷ് എത്തിപ്പെടുമ്പോഴാണ് ഒ വി വിജയന്റെ വിഖ്യാത നോവൽ *ഖസാക്കിന്റെ ഇതിഹാസം* തുടങ്ങുന്നത്. കൂമൻകാവിൽ ബസ്സിറങ്ങി ആറുനാഴികയിലധികം രവി നടന്നുപോകുന്നത് ചെതലിമലയുടെ താഴ്‌വാരത്തിൽ ഖസാക്കിൽ വിദ്യാലയം തുടങ്ങാനാണ്.

ആദ്യവരവിൽ ഖസാക്കിലേക്ക് നട്ടുച്ചയ്ക്ക് നടക്കുമ്പോൾ വഴിയിലെ ഒരു പീടികയിൽ കയറി രവി സർവത്ത് കുടിക്കുന്നുണ്ട്. രവി ഖസാക്കിലേക്കാണെന്നും അവിടെ മാസ്റ്ററാവാൻ പോവുകയാണെന്നുമൊക്കെ കടക്കാരൻ മനസ്സിലാക്കിക്കഴിഞ്ഞിരുന്നു.

“അപ്പോ അവടെ ഷ്കോള്ണ്ടോ?”

“ഞാൻ ചെന്നിട്ടുവേണം തൊടങ്ങാൻ.”

രവി വിവരിച്ചു. “ഏകാധ്യാപക വിദ്യാലയമാണ്. ജില്ലാ ബോർഡിന്റെ പുതിയ പദ്ധതിയാണ്.”[2]

മലബാർ ഡിസ്ട്രിക്ട് ബോർഡ് ഏകാധ്യാപക വിദ്യാലയങ്ങൾ വ്യാപകമായി തുടങ്ങിയത് 1954–57 കാലത്താണ്. ഒ വി വിജയന്റെ ഇതിഹാസ കൃതി ഇറങ്ങുന്നത് 1969–ലും. ഡിസ്ട്രിക്ട് ബോർഡിന്റെ ഏകാധ്യാപക വിദ്യാലയ പദ്ധതിയും ഖസാക്കിലേക്ക് വിജയനെ കൂട്ടിക്കൊണ്ടുപോയ ഘടകങ്ങളിൽ ഒന്നാവാം.

കമ്യൂണിസ്റ്റ് പാർട്ടി അധികാരത്തിൽ വരുന്നതിനുമുമ്പ് ഡിസ്ട്രിക്ട് ബോർഡ് എങ്ങനെ പ്രവർത്തിച്ചുവെന്ന് എൻ ഇ ബാലറാം വിശദീകരിച്ചിട്ടുണ്ട്:

> കഴിഞ്ഞ തവണത്തെ ഡി. ബോർഡ് അധികാരത്തിൽ വന്നത് 1949 ഒക്ടോബർ മൂന്നിനാണ്. മൂന്നുകൊല്ലത്തെ അവധിയ്ക്കു ശേഷം വീണ്ടും തെരഞ്ഞെടുപ്പു നടത്തുന്നതിനു പകരം ജീർണിച്ച ബോർഡിന്റെ ആയുസ്സ് 1953 ജൂലൈ ഒന്നുവരെ നീട്ടിക്കൊടുക്കുകയാണ് രാജാജി ഗവൺമെന്റ് ചെയ്തത്. അന്നുമുതൽ സ്പെഷ്യൽ ആഫീസറെ നിശ്ചയിച്ച് ബോർഡ് ഭരണം നടത്തിക്കൊണ്ടു വരികയാണ്. ഡിസ്ട്രിക്ട് ബോർഡിന്റെ പരിധിയിൽ 1953–54–ലെ മതിപ്പു കണക്കുപ്രകാരം 6,15,335 കുട്ടികളുണ്ട്. ഇതിൽ 1.29 ലക്ഷം കുട്ടികൾ പഠന സൗകര്യമില്ലാത്തതിനാൽ പഠിക്കുന്നില്ല. ബോർഡധ്യാപകർക്ക് രണ്ടുമാസമായി ശമ്പളം കിട്ടിയിട്ടില്ല. തോന്നിയപോലെ അധ്യാപകരെ സ്ഥലം മാറ്റുന്നു. അഞ്ചാം തരം വരെയുള്ള പല പ്രാഥമിക വിദ്യാലയങ്ങളിലും ഒന്നും രണ്ടും ടീച്ചർമാരാണ് കാര്യം നടത്തുന്നത്. സ്കൂൾ കെട്ടിടങ്ങളുടെ കഥ വിചിത്രമാണ്. ആകെയുള്ള 815 പ്രാഥമിക വിദ്യാലയങ്ങളിൽ 691 എണ്ണവും വാടക എടുപ്പുകളാണ്. ബോർഡെന്നു കേട്ടാൽ ചെറുകച്ചവടക്കാരാകെ ഭയപ്പെടും. കാരണം കച്ചവടപ്പീടികയിലെ ഓരോ സാമാനത്തിനും പ്രത്യേകം പ്രത്യേകം നികുതി. അരിക്കച്ചവടത്തിനു നികുതി, ചായക്കച്ചവടത്തിനു നികുതി, എണ്ണ വിൽക്കാൻ ലൈസൻസ്, പിണ്ണാക്ക് വിൽക്കാൻ ലൈസൻസ്. ഇങ്ങനെ നികുതിയോ ലൈസൻസോ ഇല്ലാത്ത ഒന്നും നാട്ടിലില്ല. നികുതി പിരിവിലെ ക്രമക്കേടുകൾ പറയാത്തതാണ് ഭേദം. ബിൽ കലക്ടർമാർ മാറി മാറി വരുന്തോറും അടച്ച നികുതി വീണ്ടും അടയ്ക്കേണ്ടി വരിക എന്നത് ഏതു നാട്ടിലെ നടപ്പാണ്?[3]

ഈ അവസ്ഥയിൽ നിന്ന് ബോർഡിനെ കരകയറ്റി ജനങ്ങളുടെ ആദരവ് പിടിച്ചുപറ്റാൻ കമ്യൂണിസ്റ്റ് പാർട്ടി നിയന്ത്രിച്ച ബോർഡിനു കഴിഞ്ഞു. ബോർഡിനെ പേടിച്ച ജനങ്ങൾ അതിനെ സുഹൃത്തായും രക്ഷകനായും കണ്ടു. ബോർഡിന്റെ തലപ്പത്തുള്ള നേതാക്കൾ ജനമനസ്സുകളിൽ സ്ഥാനം നേടി. ഡിസ്ട്രിക്ട് ബോർഡ് കോൺഗ്രസിന്റെ നിയന്ത്രണത്തിലായിരുന്നപ്പോൾ അഴി

മതിയും കെടുകാര്യസ്ഥതയുമായിരുന്നു എന്നതിന് ധാരാളം ഉദാഹരണങ്ങളുണ്ട്. കെ കേളപ്പൻ പ്രസിഡണ്ടായ ബോർഡിനെക്കുറിച്ച് അഴിമതി ആരോപണം ഉയർന്നപ്പോൾ അന്നു കെപിസിസി പ്രസിഡണ്ടായിരുന്ന മുഹമ്മദ് അബ്ദുറഹിമാൻ താലൂക്ക് കമ്മിറ്റികൾക്ക് അയച്ച സർക്കുലർ കോൺഗ്രസിനകത്ത് വലിയ ഒച്ചപ്പാടുണ്ടാക്കിയിരുന്നു. ഇതായിരുന്നു ആ സർക്കുലർ:

ഡിസ്ട്രിക്ട് ബോർഡ് ഭരണത്തെപ്പറ്റി പൊതുവിലും കേളപ്പന്റെ കൈകാര്യകർത്തൃത്വത്തിൽ പ്രത്യേകിച്ചും വലുതായ ആക്ഷേപങ്ങളുള്ളതായി കേൾക്കാൻ ഇടവരുന്നു. കേൾക്കുന്ന ആക്ഷേപങ്ങളെല്ലാം അപ്പടി ശരിയാണെന്നു വരാൻ വയ്യ. എന്നാൽ, മുഴുവനും ദുരുദ്ദേശങ്ങളോടുകൂടി കെട്ടിവിടുന്നതാണെന്ന് വെച്ച് തള്ളാനും തരമില്ല. ബോർഡ് ഭരണത്തിൽ വല്ല അഴിമതിയും യഥാർഥത്തിൽ നടക്കുന്നുണ്ടെങ്കിൽ അവ ചൂണ്ടിക്കാണിച്ച് തിരുത്തേണ്ടതും കോൺഗ്രസ് ഭരണത്തിലിരിക്കുന്ന ബോർഡിന്റെ നേരെ ജനങ്ങളുടെ വിശ്വാസവും മതിപ്പും വളർത്തുവാൻ വേണ്ടതു ചെയ്യേണ്ടതും നമ്മുടെ കടമയാണെന്ന വാസ്തവം വസ്മരിച്ചുകൂട. ഈ ഉത്തമ ഉദ്ദേശ്യത്തോടുകൂടിയാണ് ഈ കുറിപ്പ് നിങ്ങൾക്കയക്കുന്നത്. നിങ്ങൾ കഴിയുന്ന വേഗത്തിൽ കഴിവുള്ളത്ര പ്രാഥമിക കമ്മിറ്റികളോടും നേരിട്ടും ഗൂഢമായും അന്വേഷിച്ച് ആക്ഷേപങ്ങളെപ്പറ്റിയുള്ള സൂക്ഷ്മവിവരങ്ങളും ഓരോ ആക്ഷേപവും നേരാണെങ്കിൽ അവയ്ക്കുള്ള തെളിവുകളും നേരല്ലെങ്കിൽ അവ എങ്ങനെയുണ്ടായെന്നും പരിഹരിക്കപ്പെടേണ്ടവയാണെങ്കിൽ എന്താണ് ചെയ്യേണ്ടതെന്നതിനെ സംബന്ധിച്ച് നിങ്ങളുടെ നിർദേശങ്ങളും ആപ്പീസിലേക്ക് അയച്ചുതരണം. കെപിസിസി ആപ്പീസ് ഇങ്ങനെ അന്വേഷിക്കുന്നുണ്ടെന്നോ മറ്റോ ഉള്ള യാതൊരു സംഗതിയും വെളിക്കുവിട്ട് ഇനിയും അപഖ്യാതികൾ പരക്കാതെ നോക്കണം- മുഹമ്മദ് അബ്ദുറഹിമാൻ.[4]

ഈ രഹസ്യസർക്കുലർ കോൺഗ്രസ് ഭരണത്തിൽ ഡിസ്ട്രിക്ട് ബോർഡ് എങ്ങനെയാണ് പ്രവർത്തിച്ചതെന്ന് സൂചന നൽകുന്നുണ്ട്. പക്ഷേ, സർക്കുലർ രഹസ്യമായി നിന്നില്ല. അതു പുറത്തുവന്നു. കോൺഗ്രസിനകത്ത് അത് വലിയ തർക്കങ്ങൾക്ക് വഴിവെച്ചു.

സ്വാതന്ത്ര്യത്തിനു മുമ്പും സ്വാതന്ത്ര്യം ലഭിച്ച ശേഷം 1952-വരെയും മലബാറിൽ അധ്യാപകർ നേരിട്ട ചൂഷണവും അനുഭവിച്ച അവഹേളനവും പ്രതികാര നടപടികളും വിവരണാതീമാണ്. കമ്യൂണിസ്റ്റ് പാർട്ടിയുമായി ബന്ധമുള്ള അധ്യാപകരുടെ സർട്ടിഫിക്കറ്റ് റദ്ദാക്കലും അവരെ സസ്പെന്റ് ചെയ്യലും അവർക്കെതിരെ കേസെടുക്കലും അന്നു പതിവായിരുന്നു. 1948 ജനുവരിയിൽ കമ്യൂണിസ്റ്റ് പാർട്ടി മലബാർ കമ്മിറ്റി തയാറാക്കിയ റിപ്പോർട്ടു പ്രകാരം അതിനകം അഞ്ഞൂറോളം പേരുടെ സർട്ടിഫിക്കറ്റുകൾ റദ്ദാക്കിയിരുന്നു. പൊലീസ് റിപ്പോർട്ട് പ്രകാരമാണ് സർട്ടിഫിക്കറ്റ് റദ്ദാക്കിക്കൊണ്ടിരുന്നത്. രണ്ടായിരത്തോളം പേരുടെ സർട്ടിഫിക്കറ്റ് റദ്ദാക്കാൻ പൊലീസ് റിപ്പോർട്ട് കൊടുത്തിരുന്നു. എന്നാൽ അത്രയൊന്നും റദ്ദാക്കാൻ കഴിഞ്ഞില്ല. ഈ ഘട്ടത്തിൽ മലബാറിൽ അധ്യാപക പ്രസ്ഥാനവും ശക്തിപ്പെട്ടുവരികയായിരുന്നു. അന്യായമായി റദ്ദാക്കപ്പെട്ട സർട്ടിഫിക്കറ്റുകൾ ബോർഡ് തിരിച്ചുനൽകി.

സ്കൂൾ വിദ്യാഭ്യാസ രംഗത്ത് വലിയ മാറ്റമുണ്ടാക്കുന്ന ഇടപെടലുകൾ ഡിസ്ട്രിക്ട് ബോർഡ് നടത്തുമ്പോൾ അതിനു തുരങ്കം വയ്ക്കുന്ന സമീപനമാണ് മദിരാശിയിലെ കോൺഗ്രസ് ഗവൺമെന്റിൽ നിന്നുണ്ടായത്. പുതിയ സ്കൂളുകൾ തുടങ്ങുന്നതിനും അധ്യാപകരെ നിയമിക്കുന്നതിനും അംഗീകാരം നൽകുന്ന ഗവൺമെന്റ് അതിനാവശ്യമായ ഫണ്ട് അനുവദിക്കാതെ ബോർഡിനെ വലച്ചുകൊണ്ടിരുന്നു. ഫണ്ട് കിട്ടിയില്ലെങ്കിൽ അധ്യാപകർക്ക് ശമ്പളം കൊടുക്കാനാവില്ല. അങ്ങനെ ശമ്പളം ചിലപ്പോൾ മുടങ്ങാനും പലപ്പോഴും വൈകാനും തുടങ്ങി. അതിനിടെ മദിരാശി സർക്കാരിന്റെ വിദ്യാഭ്യാസ മന്ത്രിയും ധനമന്ത്രിയുമായ സി സുബ്രഹ്മണ്യം നിയമസഭയിൽ നടത്തിയ പ്രസ്താവന വലിയ പ്രതിഷേധത്തിനിടയാക്കി. വിദ്യാഭ്യാസ ഫണ്ട് ഡിസ്ട്രിക്ട് ബോർഡ് മറ്റുവിധത്തിൽ ചെലവിട്ടതുകൊണ്ടാണ് അധ്യാപകർക്ക് ശമ്പളം കൊടുക്കാൻ പണമില്ലാത്തത് എന്നായിരുന്നു സുബ്രഹ്മണ്യത്തിന്റെ ആരോപണം. അതു നിഷേധിച്ചുകൊണ്ട് പി ടി ഭാസ്കരപ്പണിക്കർ ചെയ്ത പ്രസ്താവന 1956 മാർച്ച് 8-ന് *ദേശാഭിമാനി* ഒന്നാം പേജിൽ പ്രസിദ്ധീകരിച്ചു. പി ടി ബിയുടെ മറുപടി:

കോൺഗ്രസ് പാർട്ടിയും സ്പെഷൽ ഓഫീസറും ഡിസ്ട്രിക്ട് ബോർഡ് ഭരിക്കുന്ന കാലത്തുതന്നെ വിദ്യാഭ്യാസച്ചെലവിൽ ഇന്നത്തെപ്പോലെ കമ്മി വന്നിരുന്നു. അന്ന് അന്വേഷണം നടത്തിയ കമ്മിറ്റി, അതിന് ബോർഡ് ഉത്തരവാദിയല്ലെന്ന് വിധിച്ചിട്ടുണ്ട്. വിദ്യാഭ്യാസച്ചെലവിന്റെ വർധനവാണിതിനു കാരണമെന്ന മന്ത്രിയുടെ പ്രസ്താവന സത്യമല്ല. കഴിഞ്ഞ കുറേ കൊല്ലങ്ങളായി ഡിസ്ട്രിക്ട് ബോർഡിന്റെ എലമെന്ററി വിദ്യാഭ്യാസ ഫണ്ടിൽ നിന്നുള്ള ചെലവ് അടിക്കടി വർധിച്ചുവരികയായിരുന്നു. വരുമാനം മുമ്പത്തേതു തന്നെ. തുടർച്ചയായ കമ്മി നീക്കാൻ കൂടുതൽ പണം അനുവദിക്കാൻ എല്ലാ ബോർഡുകളും ആവശ്യപ്പെട്ടതാണ്.5

കമ്മി നികത്താൻ പണം അനുവദിക്കാത്തതിനെതിരെയുള്ള പ്രതിഷേധത്തിനു ചെറിയ ഫലമുണ്ടായി. പ്രാഥമിക വിദ്യാഭ്യാസ ഫണ്ടിലേക്ക് ഗവൺമെന്റ് ഒരു ലക്ഷം രൂപ ഗ്രാന്റായി അനുവദിച്ചു. 1946 മാർച്ച് 16-നാണ് ഇതുസംബന്ധിച്ച സന്ദേശം ബോർഡിനു ലഭിച്ചത്.

മദിരാശി നിയമസഭയിൽ മന്ത്രി സി സുബ്രഹ്മണ്യത്തിന്റെ പ്രസ്താവനക്കുശേഷം ഡിസ്ട്രിക്ട് ബോർഡ് പുതിയ സ്കൂളുകളും ഡിസ്പൻസറികളും തുറക്കുന്നതു വിലക്കിക്കൊണ്ട് സർക്കാർ ഉത്തരവിറക്കി. ബോർഡ് ജീവനക്കാരുടെ ശമ്പളം സർക്കാർ നിരക്കിലേക്ക് മാറ്റുന്നതും ഗവൺമെന്റ് തടഞ്ഞു. അതുസംബന്ധിച്ച *ദേശാഭിമാനി* വാർത്ത:

സ്കൂളുകളും ഡിസ്പൻസറികളും പുതുതായി
അനുവദിക്കാൻ പാടില്ല

ഡിസ്ട്രിക്ട് ബോർഡിന്റെ 1956–57 ലെ ബജറ്റിൽ നിർദേശിച്ച പ്രകാരം പുതിയ ഹൈസ്കൂളുകളും ഡിസ്പൻസറികളും മാതൃശിശു ശുശ്രൂഷാ കേന്ദ്രങ്ങളും തുറക്കുന്നതിനെ വിലക്കി മദിരാശി ഗവൺമെന്റ് ഉത്തരവ് പുറപ്പെടുവിച്ചു. ഗവൺമെന്റിന് ബോർഡ് സമർപ്പിച്ച 1956–57 വർഷത്തെ ബജറ്റിൽ എട്ടു ഹൈസ്കൂളുകളും 12 റഗുലർ ഡിസ്പൻസറികളും 61 മാതൃശിശു കേന്ദ്രങ്ങളും തുറക്കാൻ നിർദേശിച്ചിരുന്നു. ഇതു നടപ്പിലായാൽ 21 ലക്ഷം രൂപ കമ്മി വരും. ഈ കമ്മി നികത്താൻ ഗവൺമെന്റ് കണ്ട മാർഗം പുതിയ ഹൈസ്കൂളുകളും ഡിസ്പൻസറികളും മറ്റും തുറക്കുന്നതു വേണ്ടെന്നുവെക്കുകയാണ്. ശമ്പള തുല്യതക്കുള്ള നിർദേശവും ഗവൺമെന്റ് തള്ളിക്കളഞ്ഞു.[6]

ഡിസ്ട്രിക്ട് ബോർഡിന്റെ പ്രാഥമിക വിദ്യാഭ്യാസ ഫണ്ട് പ്രശ്നം രാഷ്ട്രീയ സംവാദമായി ഉയർന്നപ്പോൾ അതു സംബന്ധിച്ച് 1956 ജൂലൈ 17-ന് *ദേശാഭിമാനി* മുഖപ്രസംഗം എഴുതി. അതിൽനിന്ന്:

എലിയെ കൊല്ലാൻ ഇല്ലം ചുടുന്നു

മലബാർ ഡിസ്ട്രിക്ട് ബോർഡിന്റെ പ്രാഥമിക വിദ്യാഭ്യാസ ഫണ്ട് ശോചനീയവസ്ഥയിലാണെന്നത് ഒരു പഴമൊഴിയാണല്ലോ. ഇക്കാര്യത്തിൽ മദിരാശി മന്ത്രിയെക്കണ്ട് ഒരു നിവാരണമുണ്ടാക്കാൻ ബോർഡ് പ്രതിനിധിസംഘം ഇതിനിടെ മദിരാശിക്കുപോയി. പക്ഷേ, അവരെ നിരാശരാക്കി മന്ത്രിമാർ തിരിച്ചയക്കുകയാണുണ്ടായത്.

പത്തുലക്ഷം ഉറുപ്പികയെങ്കിലും അടിയന്തരമായി കിട്ടണമെന്നവർ ആവശ്യപ്പെട്ടപ്പോൾ യാതൊരു സഹായവും തൽക്കാലം നൽകാൻ നിവൃത്തിയില്ലെന്ന നിലയാണ് മന്ത്രിമാർ അവലംബിച്ചത്. ഏതായാലും പ്രതിനിധിസംഘം തിരിച്ചെത്തിയതിന്റെ പിറ്റേന്നു തന്നെ ഒന്നരലക്ഷം ഉറുപ്പിക അവർ അയച്ചുകൊടുത്തിട്ടുണ്ട്. പക്ഷേ, അതുകൊണ്ട് പ്രശ്നം തെല്ലൊന്ന് പരിഹരിക്കാൻ തന്നെ സാധ്യമാണോ എന്ന കാര്യം സംശയമാണ്.

ബോർഡിന്റെ പ്രാഥമിക വിദ്യാഭ്യാസ ഫണ്ടിനെക്കുറിച്ച് ചില സംഗതികൾ അവശ്യം അറിഞ്ഞിരിക്കേണ്ടതുണ്ട്. ബോർഡിനു കീഴിൽ ആയിരത്തിൽ ചില്വാനം പ്രാഥമിക വിദ്യാലയങ്ങളും നാലായിരത്തി അറുന്നൂറിൽപരം ജീവനക്കാരുമാണുള്ളത്. 124 സ്കൂൾ കെട്ടിടങ്ങൾ മാത്രമേ ബോർഡ് വകയായുള്ളു. ബാക്കിയെല്ലാം വാടകക്കെടുത്തതാണ്. പ്രതിവർഷം ഒരു ലക്ഷത്തിഅറുപതിനായിരത്തിലധികം ഉറുപ്പിക വേണം ഈ എടുപ്പുകളുടെ വാടക കൊടുക്കാൻ. പ്രാഥമിക വിദ്യാഭ്യാസ ബജറ്റിൽ സാധാരണ ചെലവ് പ്രതിവർഷം 32.89 ലക്ഷം ഉറുപ്പികയാണ്. ഇതിൽ 64,811 ഉറുപ്പിക ബോർഡിന്റെ പൊതുഫണ്ടിൽ നിന്ന് വകയിരുത്തണമെന്നാണ് നിയമം. കഴിച്ചു ബാക്കി

32.24 ലക്ഷം ഉറുപ്പിക ഗവൺമെന്റ് ഗ്രാന്റായി അനുവദിക്കേണ്ടതാണ്. എന്നാൽ ഗവൺമെന്റിൽ നിന്നു കിട്ടുന്ന ഗ്രാന്റാവട്ടെ പ്രതിവർഷം 29.67 ലക്ഷം ഉറുപ്പിക മാത്രമാണ്. അതുകാരണം പ്രതിവർഷം 2.56 ലക്ഷം രൂപ കമ്മി വരുന്നു. ഇങ്ങനെ കമ്മി വരാൻ തുടങ്ങിയിട്ട് കുറച്ചായി. ചിലവാകട്ടെ കൊല്ലം തോറും വർധിച്ചുവരുന്നു. കൂടുതൽ വിദ്യാലയങ്ങൾ, കൂടുതൽ അധ്യാപകർ, ശമ്പള വർധന എന്നിവ ചിലവ് വർധിപ്പിക്കുമെന്ന് പറയേണ്ടതില്ല. ഇങ്ങനെ കമ്മി നികത്താനായി 1951, 52, 53 കൊല്ലങ്ങളിലായി ഗവൺമെന്റ് അഞ്ചരലക്ഷം ഉറുപ്പിക ബോർഡിന് കടം നൽകി. പക്ഷേ ആ പണം പലിശയോടുകൂടി മൂന്നു ഗഡുക്കളായി തിരിച്ചടയ്ക്കണമെന്ന് കഴിഞ്ഞ കൊല്ലം സെപ്തംബറിൽ തന്നെ ഗവൺമെന്റ് ആവശ്യപ്പെട്ടതായാണ് അറിവ്. ഗഡുവിൽ വല്ല വീഴ്ചയും വരുത്തിയാൽ അത്രയും സംഖ്യ ഗ്രാന്റിൽ നിന്ന് പിടിച്ചെടുക്കുമെന്നും ആ കൽപ്പനയിൽ ഗവൺമെന്റ് വ്യക്തമാക്കിയിരുന്നു. അതനുസരിച്ചായിരിക്കും ഇക്കൊല്ലം ജനുവരിയിൽ അയച്ച മറ്റൊരു കൽപ്പനയിൽ രണ്ടര ലക്ഷം ഉറുപ്പിക പിടിച്ചെടുക്കുമെന്ന് ഗവൺമെന്റ് പറഞ്ഞത്.

കമ്മി ബജറ്റ് തയാറാക്കിയതുകൊണ്ടാണ് ശമ്പളം കൊടുക്കാൻ കഴിയാത്തതെന്നും ഉത്തരവാദിത്തം ബോർഡ് വഹിക്കണമെന്നുമാണ് മന്ത്രി സി സുബ്രഹ്മണ്യത്തിന്റെ വാദം. 1956–57–ലെ ബജറ്റ് ഗവൺമെന്റ് അംഗീകരിച്ചതാണ്. ഒരിനവും വെട്ടിക്കുറയ്ക്കാൻ ഗവൺമെന്റിന് സാധിച്ചിട്ടില്ല. ബജറ്റ് അംഗീകരിച്ചാൽ അതനുസരിച്ച് ഗ്രാന്റ് നൽകേണ്ടത് ഗവൺമെന്റിന്റെ ബാധ്യതയാണ്.

അധ്യാപകരുടെ ശമ്പളം പതിനേഴര ലക്ഷം ഉറുപ്പിക വരും. ഇതിലേക്കുള്ള ഗ്രാന്റ് 1936–ൽ കണക്കാക്കിയതാണ്. അന്നു ശമ്പളച്ചെലവ് എട്ടുലക്ഷം ഉറുപ്പികയായിരുന്നു. സ്വകാര്യ മാനേജ്മെന്റ് സ്കൂളുകൾക്ക് ഗ്രാന്റ് കണക്കാക്കുന്ന തോതിൽ ബോർഡ് സ്കൂളുകൾക്ക് ഗ്രാന്റ് അനുവദിക്കണം. ബോർഡ് ഭരിക്കുന്നത് തങ്ങൾക്കിഷ്ടമില്ലാത്തവരാണെന്ന് കരുതി ബോർഡിന്റെ ന്യായമായ ആവശ്യങ്ങൾ ഗവൺമെന്റ് നിഷേധിക്കുന്നതു ശരിയല്ല.[7]

ഡിസ്ട്രിക്ട് ബോർഡിന്റെ പ്രവർത്തനങ്ങൾക്ക് മതിയായ ഫണ്ട് നൽകാതെ ജനങ്ങളിൽ അസംതൃപ്തി പടർത്താൻ മദിരാശി ഗവൺമെന്റ് ശ്രമിച്ചപ്പോൾ, മറുഭാഗത്ത് കോൺഗ്രസ് പാർട്ടി തന്നെ ബോർഡിനെതിരെ രംഗത്തുവന്നു. ബോർഡിന്റെ പ്രവർത്തനം ഇങ്ങനെ മുന്നോട്ടുപോയാൽ കമ്യൂണിസ്റ്റുകാർ സ്വാധീനം വർധിപ്പിക്കുമെന്നും ഭാവിയിലെ തെരഞ്ഞെടുപ്പുകളിൽ അതു തങ്ങൾക്കു വലിയ ദോഷം ചെയ്യുമെന്നും ഉള്ള ചിന്തയാണ് കോൺഗ്രസിനെ നയിച്ചത്. ഒരു ഘട്ടത്തിൽ ബോർഡ് പിരിച്ചുവിടണമെന്നുവരെ കോൺഗ്രസ് ആവശ്യപ്പെട്ടു. ഇതിനോട് രൂക്ഷമായി പ്രതികരിച്ചുകൊണ്ട് കേരള കമ്യൂണിസ്റ്റ് പാർട്ടി സെക്രട്ടറിയറ്റ് പ്രസ്താവനയിറക്കി. *ദേശാഭിമാനി*യിൽ നിന്ന്:

ജില്ലാ ബോർഡ് പിരിച്ചുവിടണമെന്ന നിർദേശം
ജനാധിപത്യവിരുദ്ധമാണ്

കേരള സ്റ്റേറ്റ് രൂപീകരിക്കുന്നതോടുകൂടി മലബാർ ഡിസ്ട്രിക്ട് ബോർഡ് പിരിച്ചുവിടണമെന്നും ബോർഡിന്റെ കീഴിലുള്ള സ്ഥാപനങ്ങൾ ഗവൺമെന്റ് ഏറ്റെടുക്കണമെന്നും മലബാർ, തിരു–കൊച്ചി പ്രദേശ് കോൺഗ്രസ് കമ്മിറ്റികളുടെ ആറംഗ സബ്കമ്മിറ്റി അഭിപ്രായപ്പെട്ടതായി പത്രങ്ങളിൽ കണ്ടു. ജനാധിപത്യത്തെ തെല്ലെങ്കിലും മാനിക്കുന്ന ആരും പറയാൻ മടിക്കുന്ന വിചിത്രമായ അഭിപ്രായമാണിത്. പുതിയ കേരള സ്റ്റേറ്റിൽ ജില്ലകളുടെ പുനർവിഭജനം വരുമ്പോൾ മലബാർ ജില്ല അതേപടി നിലനിന്നില്ലെന്നു വരാം. ആ മലബാർ ജില്ലയെ അടിസ്ഥാനപ്പെടുത്തിയ ജില്ലാബോർഡും ഇല്ലാതാവും. പക്ഷേ തൽസ്ഥാനത്ത് പുതിയ ജില്ലകളെ അടിസ്ഥാനപ്പെടുത്തിയ ജില്ലാ ബോർഡുകൾ കേരള സ്റ്റേറ്റിലെ എല്ലാ ജില്ലകളിലും രൂപീകരിക്കുകയും ഈ ജില്ലാ ബോർഡുകൾക്ക് അതതു ജില്ലകളിലെ വികസന പരിപാടികൾ നടപ്പിലാക്കാനുള്ള പരിപൂർണമായ അധികാരവും വികസനവുമായി ബന്ധപ്പെട്ട ഭരണവകുപ്പുകളുടെ ജില്ലാ നിലവാരത്തിലുള്ള നിയന്ത്രണവും നൽകണമെന്നാണ് കോൺഗ്രസ് നേതൃത്വം അഭിപ്രായപ്പെടുന്നതെങ്കിൽ അതു മനസ്സിലാക്കാം. എന്നാൽ അത്തരം ഒരു നിർദേശവും കോൺഗ്രസിന്റെ ആറംഗ കമ്മിറ്റിയുടെ റിപ്പോർട്ടിൽ കാണുന്നില്ല. നേരെമറിച്ച് കോൺഗ്രസുകാരുടെ നിയന്ത്രണത്തിലല്ലാത്തതും ജനങ്ങൾക്ക് ഒന്നുരണ്ടു വർഷം കൊണ്ട് പരിമിതമായ അധികാരങ്ങളുപയോഗിച്ച് ഏറെ നന്മകൾ ചെയ്ത് ഒരു പുതിയ ജനാധിപത്യ ഭരണപാരമ്പര്യം സൃഷ്ടിച്ചിട്ടുള്ളതുമായ ഇന്നത്തെ ബോർഡിനെ പിരിച്ചുവിട

ണമെന്ന രാഷ്ട്രീയ സ്വാർഥചിന്ത മാത്രമാണ് അതിൽ കാണുന്നത്. കോൺഗ്രസ് സബ്കമ്മിറ്റിയുടെ നിർദേശം ഏറ്റവും ജനാധിപത്യവിരുദ്ധവും ആപൽക്കരവുമാണ്. [8]

കാലാവധിക്കു മുമ്പ് ബോർഡ് പിരിച്ചുവിടാൻ കോൺഗ്രസ് നടത്തിയ നീക്കങ്ങളൊന്നും വിജയിച്ചില്ല. 1957-ൽ ബോർഡ് കാലാവധി പൂർത്തിയാക്കി. അപ്പോഴേക്കും ഐക്യകേരളം രൂപീകൃതമാവുകയും 1957 മാർച്ചിൽ നടന്ന തെരഞ്ഞെടുപ്പിലൂടെ ഇ എം എസ് മന്ത്രിസഭ അധികാരമേൽക്കുകയും ചെയ്തിരുന്നു. ബോർഡിന്റെ ഭരണം അവസാനിപ്പിക്കാനുള്ള ശുപാർശ സർക്കാർ സ്വീകരിച്ചു. ബോർഡിന്റെ കീഴിലുള്ള സ്ഥാപനങ്ങൾ സർക്കാർ ഏറ്റെടുത്തു.

ജനകീയ ഭരണം

ജനകീയ ഭരണം എന്താണെന്ന് ജനങ്ങൾക്ക് പുസ്തകങ്ങളിലൂടെയും പ്രസംഗങ്ങളിലൂടെയും മാത്രം അറിവുണ്ടായിരുന്ന കാലത്താണ് കമ്യൂണിസ്റ്റ് പാർട്ടിയുടെ നേതൃത്വത്തിൽ ഡിസ്ട്രിക്ട് ബോർഡ് അധികാരത്തിൽ വന്നത്. മലബാറിലെ ജനങ്ങളെ സംബന്ധിച്ച് ജനകീയ ഭരണത്തിന്റെ രുചി അവരറിയുന്നത് 1954-നു ശേഷമാണ്. ഭരണം നിയന്ത്രിക്കുന്ന ജനപ്രതിനിധികളും ഉദ്യോഗസ്ഥരും ജനങ്ങളിലേക്ക് ചെന്ന് അവരുടെ ആവലാതികൾ കേൾക്കുന്നത് മലബാറിൽ ആദ്യാനുഭവമായിരുന്നു. ആവശ്യമായ ഫണ്ട് നൽകാതെയും പദ്ധതികൾക്ക് അംഗീകാരം നൽകാതെയും ബോർഡിന്റെ പ്രവർത്തനം തടസ്സപ്പെടുത്തുന്ന നിലയിലേക്ക് മദിരാശി ഗവൺമെന്റ് എത്തിയപ്പോൾ പൊതുജനാഭിപ്രായം രൂപീകരിക്കുന്നതിന് *ദേശാഭിമാനി* നിരന്തരം ഇടപെട്ടുകൊണ്ടിരുന്നു. പൊതുജന പങ്കാളിത്തത്തോടെ ബോർഡ് പല പദ്ധതികളും നടപ്പാക്കിയിരുന്നു. അത്തരം പദ്ധതികൾക്ക് ജനപങ്കാളിത്തം ഉറപ്പാക്കുന്നതിന് വലിയ ഇടപെടലാണ് *ദേശാഭിമാനി* നടത്തിയത്. ബോർഡിന്റെ പ്രവർത്തനം കമ്യൂണിസ്റ്റുകാർ ജനങ്ങൾക്കു മുമ്പിൽ അവതരിപ്പിക്കുന്ന ബദൽ സംസ്കാരവും ബദൽ ഭരണരീതിയുമാണെന്ന് തിരിച്ചറിഞ്ഞുകൊണ്ടാണ് *ദേശാഭിമാനി* വാർത്തകൾ കൊടുത്തുകൊണ്ടിരുന്നത്.

17

സ്വാതന്ത്ര്യദിനത്തിലെ *ദേശാഭിമാനി*

ഇന്ത്യ സ്വതന്ത്രയായപ്പോൾ ആഘോഷങ്ങളിൽനിന്ന് കമ്യൂണിസ്റ്റുകാർ വിട്ടുനിന്നു; ആഹ്ലാദപ്രകടനങ്ങൾക്കു പകരം കരിദിനം ആചരിച്ചു; ദേശീയപതാകയ്ക്കു പകരം കരിങ്കൊടി ഉയർത്തി- എന്തെല്ലാം അപവാദങ്ങളാണ് കോൺഗ്രസുകാരും ചില പത്രങ്ങളും പ്രചരിപ്പിച്ചത്. ക്വിറ്റ് ഇന്ത്യ സമരത്തിൽ നിന്ന് കമ്യൂണിസ്റ്റ് പാർട്ടി വിട്ടുനിന്നതുകൊണ്ട് ഈ പ്രചാരണം വിശ്വസിക്കാൻ ആളുകളുണ്ടായി. എന്നാൽ, ആഗസ്ത് 15-ന് സ്വാതന്ത്ര്യദിനത്തിൽ പുറത്തിറങ്ങിയ *ദേശാഭിമാനി* എല്ലാ അപവാദ പ്രചാരണങ്ങളെയും തുറന്നുകാട്ടുന്നു. ഒന്നാം പേജിൽ ഇടതുവശത്തായി രണ്ടു കോളത്തിൽ കുത്തനെ *ദേശാഭിമാനി* കൊടുത്ത സ്വാതന്ത്ര്യദിന പ്രതിജ്ഞ എല്ലാ ചോദ്യങ്ങൾക്കും മറുപടിയായി. നുണകളുടെ കൂമ്പാരങ്ങൾക്കിടയിൽ സത്യത്തിന്റെ പ്രകാശം പരത്തുന്ന ആ ചരിത്രരേഖ ഇവിടെ പകർത്തുന്നു:

പ്രതിജ്ഞ

പ്രകടനങ്ങളിലും പൊതുയോഗങ്ങളിലും പതാകവന്ദനങ്ങളിലുമായി ഭംഗിയേറിയ ഈ രാജ്യത്തിലെല്ലായിടത്തും നമ്മുടെ തലയ്ക്കുമീതെ അഭിമാനപൂർവം പാറിപ്പറക്കുന്ന ദേശീയ പതാകയുടെ വിവിധ വർണങ്ങളിലൂടെ, രാഷ്ട്രത്തിനാകെ ആഹ്ളാദം നൽകുന്ന ഈ ദിനം കൈവരുത്തുന്നതിനുവേണ്ടി തങ്ങളുടെ ജീവൻ ബലിയർപ്പിച്ച രക്തസാക്ഷികളെ നാം അനുസ്മരിക്കും. വെറുക്കപ്പെട്ട യൂണിയൻ ജാക്ക് കൊടിമരങ്ങളിൽ നിന്നു കീഴോട്ട് വലിച്ചിറക്കി തൽസ്ഥാനത്ത് നമ്മുടെ ത്രിവർണപതാക ഉയർത്തുമ്പോൾ അഭിമാനം വിങ്ങിപ്പൊട്ടുന്ന നമ്മുടെ ഹൃദയങ്ങൾ ഈ ദിനം കൈവരുത്തുന്നതിനുള്ള പ്രാഥമിക സംരംഭങ്ങളായ സമരങ്ങളെ അനുസ്മരിക്കും. രക്തസാക്ഷികളുടെ പേർ എണ്ണിയെണ്ണിപ്പറയേണ്ടതില്ല. സമരങ്ങളെല്ലാം എടുത്തെടുത്തു പറയേണ്ടതില്ല. എണ്ണിയാലൊടുങ്ങാത്ത അത്രയധികം രക്തസാക്ഷികളുണ്ട്. വിസ്മരിക്കാൻ കഴിയാത്ത അത്രയധികം മഹനീയസമരങ്ങളുണ്ട്.

രക്തസാക്ഷികൾ നിലംപതിച്ച ഭൂപ്രദേശങ്ങളുടെ പേർ എടുത്തുപറയേണ്ടതില്ല. അവരുടെ ആദർശങ്ങളും വിശ്വാസങ്ങളും എന്തായിരുന്നുവെന്ന് വേറെ വേറെ പരിശോധിക്കേണ്ടതില്ല. നമ്മുടെ രാജ്യത്തിന്റെ ഓരോ നാട്ടിൻപുറത്തും ഓരോ നഗരത്തിലും അവരുണ്ട്. വിശാലവും സുശക്തവുമായ നമ്മുടെ ദേശീയ പ്രസ്ഥാനത്തിനുള്ളിലുള്ള ഓരോ കക്ഷിയിലും ഓരോ വിഭാഗത്തിലും

സ്വാതന്ത്ര്യദിനത്തിലെ *ദേശാഭിമാനി*

അവരുണ്ട്. ഈ മഹാത്മാക്കളുടെ പാവനസ്മരണയെ നാം അഭിവാദ്യം ചെയ്യുന്നു. ബ്രിട്ടീഷ് സാമ്രാജ്യത്വത്തിനെതിരായി പടപൊരുതിക്കൊണ്ട് മൃതിയടഞ്ഞ അവരുടെ രക്തം ഒരു മഹാപ്രവാഹമായി ഒഴുകിയിരിക്കയാണ്. ആ പ്രവാഹത്തെ ചെറുത്തുനിൽക്കാൻ സാമ്രാജ്യവാദികൾക്കു കരുത്തില്ല. എന്നാൽ നമ്മുടെ രക്തസാക്ഷികൾ തുടങ്ങിവെച്ച സമരം അവസാനിച്ചുകഴിഞ്ഞിട്ടില്ല. പിൻവാങ്ങാൻ നാം നിർബന്ധിതരായിട്ടുണ്ട്.

പക്ഷേ നമ്മുടെ മാതൃഭൂമിയുടെ മേൽ പട്ടാളപരവും സാമ്പത്തികവുമായ നിയന്ത്രണം തുടർന്നുപോകാൻ നമ്മുടെ ശത്രു അന്തംവിട്ടു പരിശ്രമിക്കുന്നുമുണ്ട്. അവനതു ചെയ്യാൻ നാം സമ്മതിക്കില്ല. ദേശീയ പതാക ഉയർത്തുമ്പോൾ നാമെടുക്കുന്ന പ്രതിജ്ഞ അതായിരിക്കും. തങ്ങളുടെ സർവോപരിയായ ആത്മത്യാഗങ്ങളിൽ നമ്മുടെ രക്തസാക്ഷികൾ എങ്ങനെ യോജിച്ചിരുന്നുവോ, അങ്ങനെ യോജിച്ചുകൊണ്ട് ദേശീയ പ്രസ്ഥാനത്തിന്റെ സന്തതികളായ നാം സാമ്രാജ്യവിരുദ്ധ സമരത്തെ മുന്നോട്ടുനയിച്ചുകൊണ്ട് മാർച്ചു ചെയ്യുന്നതായിരിക്കും.

നമ്മുടെ രാജ്യത്തിന്റെ മേൽ സാമ്രാജ്യവാദികളുടെ നിയന്ത്രണം തുടരാനുള്ള എല്ലാ പരിശ്രമങ്ങളെയും ചെറുത്തുകൊണ്ട്, നാട്ടുരാജ്യങ്ങളിലുള്ള ബ്രിട്ടീഷ് താവളങ്ങളെ നാമാവശേഷമാക്കിക്കൊണ്ട്, നാം ഒന്നിച്ച് യഥാർഥ സ്വാതന്ത്ര്യം സമ്പാദിക്കാനായി സമരം തുടർന്നുപോകും. ഇന്ത്യയുടെ എല്ലാ മഹത്വങ്ങളും പൂർണമായി വികസിപ്പിക്കാൻ വേണ്ടി സാധാരണ ജനങ്ങളുടേതായ മഹനീയ ജനാധിപത്യം അവർ മുഖേന തന്നെ നാം പടുത്തുയർത്തുന്നതായിരിക്കും.

നമ്മുടെ മാതൃഭൂമിയെ സ്വാഭീഷ്ടമനുസരിച്ച് വീണ്ടും ഏകീകരിക്കുന്നതിനുള്ള അടിത്തറ പണിയുവാൻ, ന്യൂനപക്ഷങ്ങൾക്കു പൂർണമായ നീതിലഭിക്കുവാനും രണ്ടു രാഷ്ട്രങ്ങളും തമ്മിൽ സൗഹാർദപരമായ സഹകരണം പുലർത്തുവാനും നാം ഒന്നിച്ച് സമരം ചെയ്യുന്നതായിരിക്കും. ഇന്ത്യൻ ജനതയുടെ ജാഗ്രതാബോധവും ദേശീയ ശക്തികളുടെ ഏകീകരിച്ച പരിശ്രമങ്ങളും വിജയിക്കുകതന്നെ ചെയ്യും.[1]

കമ്യൂണിസ്റ്റുകാർ സ്വാതന്ത്ര്യലബ്ധിയെ എങ്ങനെ സ്വീകരിച്ചുവെന്ന് മനസ്സിലാക്കാൻ കൂടുതലൊന്നും ആവശ്യമില്ല. മാതൃഭൂമിക്കുമേൽ തങ്ങളുടെ സൈനികവും സാമ്പത്തികവുമായ നിയന്ത്രണം തുടരാൻ ബ്രിട്ടീഷ് സാമ്രാജ്യത്വം നടത്തുന്ന നീക്കങ്ങളെക്കുറിച്ച് പത്രം മുന്നറിയിപ്പ് നൽകുന്നു. ആ നീക്കങ്ങളെ പരാജയപ്പെടുത്തുകയും നാട്ടുരാജ്യങ്ങളെക്കൂടി ബ്രിട്ടന്റെ വരുതിയിൽനിന്നു മോചിപ്പിക്കുകയും വേണം. എങ്കിലേ സ്വാതന്ത്ര്യം പൂർണവും യാഥാർഥ്യവുമാകൂ എന്ന് തുറന്നുപ്രഖ്യാപിക്കാൻ പത്രം മടിക്കുന്നില്ല. മാത്രമല്ല, ഇന്ത്യയുടെ എല്ലാ മേന്മകളും വികസിപ്പിക്കുന്നതിന് സാധാരണ ജനങ്ങളുടേതായ ജനാധിപത്യം അവരിലൂടെ തന്നെ പടുത്തുയർത്തണമെന്നും *ദേശാഭിമാനി* ആർജവത്തോടെ പ്രഖ്യാപിച്ചു.

രണ്ടുനൂറ്റാണ്ട് നീണ്ട ആധിപത്യത്തിനുശേഷം ഇന്ത്യയിൽ നിന്നു പിൻവാങ്ങാൻ 1946 ആയപ്പോഴേക്കും ബ്രിട്ടൻ തയാറെടുപ്പു തുടങ്ങിയിരുന്നു. ഇന്ത്യക്ക് അടുത്ത വർഷം സ്വയംഭരണം ലഭിക്കുമെന്ന് ബ്രിട്ടീഷ് പ്രധാനമന്ത്രി ക്ലമന്റ് ആറ്റ്ലി 1946-ൽ പ്രഖ്യാപിക്കുകയും ചെയ്തു. അങ്ങനെ

കെ പി മുഹമ്മദ്കോയ

രാജ്യം സ്വാതന്ത്ര്യത്തിലേക്കു നീങ്ങുന്ന ഘട്ടത്തിൽ, 1947 ആദ്യം, ഇന്ത്യയിലാകെ ബഹുജന പ്രക്ഷോഭങ്ങൾ ശക്തിയാർജിച്ചു. സമരങ്ങൾക്കു നേതൃത്വവും സഹായവും നൽകിയ കമ്യൂണിസ്റ്റുകാർ വ്യാപകമായി അറസ്റ്റ് ചെയ്യപ്പെട്ടു. ഈ അടിച്ചമർത്തലിന് കോൺഗ്രസിന്റെ സഹായമുണ്ടായിരുന്നു. ബ്രിട്ടീഷ് ആധിപത്യം പൂർണമായി ഇല്ലാതാക്കാൻ കോൺഗ്രസിനോ ലീഗിനോ താൽപ്പര്യമുണ്ടായിരുന്നില്ല. തങ്ങൾക്ക് എങ്ങനെയും പെട്ടെന്ന് അധികാരത്തിൽ എത്തണമെന്ന ചിന്തയാണ് ഈ പാർട്ടികളുടെ തലപ്പത്തുള്ളവരെ നയിച്ചത്. ബഹുജനസമരങ്ങൾ അടിച്ചമർത്താൻ അവർ കൂട്ടുനിന്നു. ബ്രിട്ടീഷുകാർക്ക് താങ്ങായി നിന്ന നാട്ടുരാജ്യങ്ങളിൽ ജനായത്ത ഭരണം കൊണ്ടുവരാൻ അവർ ആഗ്രഹിച്ചില്ല. സ്വാതന്ത്ര്യത്തിലേക്ക് രാജ്യം നീങ്ങുമ്പോൾ കമ്യൂണിസ്റ്റ് പാർട്ടിയുടെ പ്രധാന നേതാക്കളെല്ലാം ഇന്ത്യയിലെ വിവിധ ജയിലുകളിലായിരുന്നു. 1947 ആഗസ്ത് 15-ന്റെ സ്വാതന്ത്ര്യദിനത്തോടനുബന്ധിച്ചാണ് രാഷ്ട്രീയ തടവുകാരെ മോചിപ്പിക്കാൻ മദിരാശി ഗവൺമെന്റ് തീരുമാനിച്ചത്. ഇ എം എസ് ഉൾപ്പെടെയുള്ള നേതാക്കൾ ആഗസ്ത് 14-ന് ജയിൽ മോചിതരായി. എന്നാൽ എ കെ ജിയെ വിട്ടയക്കാൻ ഗവൺമെന്റ് തയാറായില്ല. ബ്രിട്ടീഷുകാരിൽ നിന്ന് നാടിനെ മോചിപ്പിക്കാനും ജന്മികളുടെയും നാടുവാഴികളുടെയും മുതലാളിമാരുടെയും മർദനത്തിൽനിന്നും ചൂഷണത്തിൽനിന്നും കർഷകരെയും തൊഴിലാളികളെയും രക്ഷിക്കാനും വിശ്രമമില്ലാതെ പോരാടിയ ആ ധീരദേശാഭിമാനി കണ്ണൂർ സെൻട്രൽ ജയിലിലെ ഏകാന്ത തടവിലാണ് സ്വാതന്ത്ര്യദിനം ആഘോഷിച്ചത്.

സ്വാതന്ത്ര്യത്തിനു വേണ്ടി ത്യാഗോജ്വലമായി പോരാടിയ കമ്യൂണിസ്റ്റ് നേതാക്കളെ ജയിലിലടച്ചവരാണ് കമ്യൂണിസ്റ്റുകാർ സ്വാതന്ത്ര്യദിനം ആഘോഷിച്ചില്ലെന്ന ആരോപണമുയർത്തിയത്. ഇ എം എസ് ഉൾപ്പെടെയുള്ള നേതാക്കളെ ആഗസ്ത് 14-ന് മോചിപ്പിച്ചപ്പോൾ അവർ തീവണ്ടിയിൽ കോഴിക്കോട്ട് വന്നിറങ്ങിയതു സംബന്ധിച്ച് സ്വാതന്ത്ര്യദിനത്തിൽ *ദേശാഭിമാനി* പ്രസിദ്ധീകരിച്ച വാർത്ത:

കമ്യൂണിസ്റ്റ് നേതാക്കൾ വന്നെത്തി

ജനങ്ങളുടെ ആവേശ പ്രകടനം

കോഴിക്കോട്: കേരളത്തിലെ സ്വാതന്ത്ര്യ പ്രസ്ഥാനത്തിന്റെ ജീവനാഡികളായ കമ്യൂണിസ്റ്റ് നേതാക്കന്മാർ എട്ടുമാസത്തെ തടങ്ങലിനു ശേഷം ഇന്ന് മൂന്നു മണിക്ക് ഇവിടെ വന്നുചേർന്നിരിക്കുന്നു.

മെയിൽ അരമണിക്കൂർ താമസിച്ചാണെത്തിയത്. ജനങ്ങൾ രണ്ടുമണിമുതൽ തന്നെ സ്റ്റേഷൻ പരിസരങ്ങളിൽ തടിച്ചുകൂടിയിരുന്നു. മുനിസിപ്പാലിറ്റിയിലെ സ്ത്രീതൊഴിലാളികൾ ഉച്ചക്കുശേഷമുള്ള പണി നിർത്തിവെച്ചു. തങ്ങളുടെ രാഷ്ട്രീയ പാർട്ടിയുടെ നേതാക്കന്മാരെ-വിശേഷിച്ചും തങ്ങളുടെ യൂണിയന്റെ പ്രസിഡണ്ടായ മഞ്ചുനാഥറാവുവിനെ- കണ്ടിട്ടേ മടങ്ങുകയുള്ളുവെന്ന വാശിയോടെ റെയിൽവെ സ്റ്റേഷനിൽ കാത്തുനിന്നു. വണ്ടി പ്ലാറ്റ്ഫോമിലെത്തുമ്പോഴേക്കും ‘കമ്യൂണിസ്റ്റ് പാർട്ടി സിന്ദാബാദ്, ഇ എം എസ് സിന്ദാബാദ്, എ കെ ജിയെ വിട്ടയക്കണം, ഇന്ത്യൻ യൂണിയൻ സിന്ദാബാദ്, രാഷ്ട്രപതാക സിന്ദാബാദ്’ എന്നീ മുദ്രാവാക്യങ്ങൾ മുഴക്കിക്കൊണ്ടിരുന്നു. വണ്ടി നിന്ന ഉടനെ സഖാക്കൾ നമ്പൂതിരിപ്പാട്, സി ഉണ്ണിരാജ, മഞ്ചുനാഥറാവു, പി കെ ബാലൻ, പി നാരായണൻ നായർ, കെ പി മുഹമ്മദ്കോയ, എ മുഹമ്മദുകോയ, ടി കുഞ്ഞുണ്ണി (നിലമ്പൂർ) എന്നിവർ വണ്ടിയിൽ നിന്നിറങ്ങി. ജനങ്ങളുടെ ആഹ്ളാദ പ്രകടനത്തിനിടയിൽ സഖാക്കൾ സ്റ്റേഷനിൽ നിന്നു പുറത്തുകടന്നു. വമ്പിച്ച ജനക്കൂട്ടം ഘോഷയാത്രയായി സഖാക്കളെ പാർട്ടിയാപ്പീസിലേക്ക് അനുഗമിച്ചു. വഴിയിൽ വെച്ച് ചില കച്ചവടക്കാർ നമ്പൂതിരിപ്പാടിനെ ഹാരമണിയിച്ചു.

തടങ്ങലിലുള്ള സഖാക്കളിൽ ജനങ്ങളുടെ ഇടയിൽ എത്താത്തത് പ്രധാനമായും എ കെ ജിയാണ്. ഇ സി ഭരതൻ, ഒരുപക്ഷേ, നാളെ ഇവിടെ എത്തുന്നതായിരിക്കും. മലബാറിൽ നിന്നുള്ള മറ്റു നേതാക്കന്മാർ അവരവരുടെ താലൂക്കുകളിൽ ഇറങ്ങിയിരിക്കയാണ്. നേതാക്കളുടെ ആഗമന

ത്തോടുകൂടി കോഴിക്കോട്ട് യഥാർഥത്തിൽ സ്വാതന്ത്ര്യദിനാഘോഷം ആരംഭിച്ചുകഴിഞ്ഞിരുന്നു.[2]

ഇ എം എസിനോടൊപ്പം കോഴിക്കോട്ട് വന്നിറങ്ങിയവരിൽ ഏതാനും പേർ *ദേശാഭിമാനി* പ്രവർത്തകരാണ്. മാനേജിങ് എഡിറ്റർ പി നാരായണൻ നായർ, മാനേജരായിരുന്ന പി കെ ബാലകൃഷ്ണൻ (പി കെ ബാലൻ), പത്രാധിപസമിതി അംഗങ്ങളായ സി ഉണ്ണിരാജ, കെ പി മുഹമ്മദ്കോയ തുടങ്ങിയവർ. കോഴിക്കോട് ഉൾപ്പെടെ കേരളത്തിലെ പല പ്രധാന പട്ടണങ്ങളിലും കൂടുതൽ ജനങ്ങൾ സ്വാതന്ത്ര്യദിനം ആഘോഷിച്ചത് കമ്യൂണിസ്റ്റ് പാർട്ടിയുടെ നേതൃത്വത്തിലായിരുന്നു. തുടർന്നുള്ള ദിവസങ്ങളിൽ അതിന്റെ ധാരാളം വാർത്തകൾ *ദേശാഭിമാനി*യിലുണ്ട്.

സ്വാതന്ത്ര്യം പൂർണമാകാൻ പോരാട്ടം തുടരണമെന്നായിരുന്നു കമ്യൂണിസ്റ്റ് പാർട്ടിയുടെ നിലപാട്. അതിനെ 'ഇന്ത്യക്കു സ്വാതന്ത്ര്യം കിട്ടിയില്ലെന്ന് കമ്യൂണിസ്റ്റുകാർ വാദിച്ചു' എന്ന് ദുർവ്യാഖ്യാനിച്ച് പ്രചരിപ്പിക്കുകയാണുണ്ടായത്. രാജ്യം മുഴുവൻ സ്വാതന്ത്ര്യദിനം ആഘോഷിക്കുമ്പോൾ, വിഭജനത്തെത്തുടർന്നുണ്ടായ വർഗീയ കലാപങ്ങളുടെ കേന്ദ്രമായ കൽക്കത്തയിൽ സമാധാനസ്ഥാപനത്തിന് പ്രവർത്തിക്കുകയായിരുന്നു ഗാന്ധിജി. എല്ലാവിധ ആഹ്ളാദപ്രകടനങ്ങളിൽ നിന്നും അദ്ദേഹം ഒഴിഞ്ഞുനിന്നു. ഇന്ത്യൻ ദേശീയ പ്രസ്ഥാനത്തിൽ ജാതി-മത ഭേദമെന്യെ ജനങ്ങളെ അണിനിരത്തിയ മഹാത്മാവ് അങ്ങേയറ്റം ഖിന്നനായിരുന്നു. സ്വാതന്ത്ര്യദിനത്തിൽ ഇന്ത്യൻ ജനതക്ക് ഒരു സന്ദേശം കിട്ടാൻ ആകാശവാണി ലേഖകൻ അദ്ദേഹത്തെ സമീപിച്ചപ്പോൾ കിട്ടിയ മറുപടി ഇതായിരുന്നു: "എന്റെ ഹൃദയം വരണ്ടുപോയിരിക്കുന്നു." സന്ദേശം നൽകാൻ അദ്ദേഹം തയാറായില്ല. ഹിന്ദു-മുസ്ലിം ഐക്യം തകർന്നതിലാണ് അദ്ദേഹം ഏറ്റവുമധികം ദുഃഖിച്ചത്.

കിട്ടിയ സ്വാതന്ത്ര്യം പൂർണമായിരുന്നുവോ ഇല്ലയോ? ഇതായിരുന്നല്ലോ പ്രധാന തർക്കം. സ്വാതന്ത്ര്യദിനത്തിൽ *ദേശാഭിമാനി* ഉയർത്തിയ നിലപാട് പിന്നീട് ഇ എം എസ് ഇങ്ങനെ വിശദീകരിച്ചു:

> അധികാരം ഔപചാരികമായി ജനപ്രതിനിധികളുടെ കൈയിലേക്ക് മാറിയിട്ടുണ്ടെങ്കിലും ബ്രിട്ടീഷ് സാമ്രാജ്യത്വത്തിന്റെ നിയന്ത്രണം പലതരത്തിലും തുടരുന്നുണ്ടെന്ന് പാർട്ടി ചൂണ്ടിക്കാണിച്ചു. അതിനു സഹായകരമായ നയസമീപനങ്ങളാണ് ഇന്ത്യൻ യൂണിയനിലെ ഭരണകക്ഷിയായി മാറിയ കോൺഗ്രസിന്റെ നേതാക്കൾ തുടർന്നുപോരുന്നത്. കൂടാതെ, ബ്രിട്ടീഷ് ഭരണം നിലനിന്നിരുന്ന കാലത്ത് അതിനെ താങ്ങിനിർത്തിയിരുന്ന നാട്ടുരാജാക്കന്മാർ, സെമീന്ദാർമാർ അടക്കമുള്ള വൻകിട പ്രഭുക്കന്മാർ എന്നിവർക്കെല്ലാം പുതിയ ഭരണസംവിധാനത്തിൽ കാര്യമായ നിയന്ത്രണാധികാരം ഉണ്ടാവുകയും ചെയ്യും. ഇതവസാനിപ്പിക്കാനുള്ള സമരം പുതിയ രൂപത്തിൽ തുടരുകതന്നെ ചെയ്യും... സാമ്രാജ്യവിരുദ്ധവും ജനാധിപത്യപരവുമായ കടമകൾ ഇനിയും ചെയ്തുതീർക്കാനുണ്ട്. അതുകഴിഞ്ഞിട്ടേ സോഷ്യലിസത്തിനു വേണ്ടിയുള്ള സമരം തുടങ്ങാൻ കഴിയൂ.[3]

സ്വന്തം നാട്ടിലെ ഭരണവർഗത്തിന്റെ എതിർപ്പുകൾ വകവെക്കാതെ ബ്രിട്ടീഷ് കമ്യൂണിസ്റ്റ് പാർട്ടി എന്നും ഇന്ത്യയിലെ സ്വാതന്ത്ര്യസമരത്തിന് ആത്മാർഥമായ പിന്തുണ നൽകിയിരുന്നു. ബ്രിട്ടീഷ് കമ്യൂണിസ്റ്റ് പാർട്ടി നേതാക്കളായിരുന്ന രജനി പാംദത്തും (1896-1974) ഹാരി പോളിറ്റും (1890-1960) ഇന്ത്യയിൽ കമ്യൂണിസ്റ്റ് പ്രസ്ഥാനവുമായി അടുത്തുബന്ധപ്പെട്ട് പ്രവർത്തിച്ചു. ആശയതലത്തിൽ സഹായങ്ങൾ നൽകി. *പ്രഭാത*ത്തിലും ആദ്യകാലത്ത് *ദേശാഭിമാനി*യിലും രജനി പാംദത്തിന്റെ രാഷ്ട്രീയവും സൈദ്ധാന്തികവുമായ ലേഖനങ്ങൾ തുടർച്ചയായി പ്രസിദ്ധപ്പെടുത്തിയിരുന്നതു കാണാം. ഇന്ത്യ സ്വതന്ത്രയായപ്പോൾ ബ്രിട്ടീഷ് കമ്യൂണിസ്റ്റ് പാർട്ടി മുഖപത്രമായ *ഡെയ്‌ലി വർക്കറി*ന്റെ പത്രാധിപർ വില്യം റസ്റ്റ് *ദേശാഭിമാനിക്ക്* ഒരു സന്ദേശമയച്ചിരുന്നു. സ്വാതന്ത്ര്യദിനത്തിൽ ഒന്നാം പേജിൽ തന്നെ ആ സന്ദേശം പ്രസിദ്ധപ്പെടുത്തി. ഇന്ത്യക്കു ലഭിച്ച സ്വാതന്ത്ര്യത്തെ ബ്രിട്ടീഷ് കമ്യൂണിസ്റ്റ് പാർട്ടി എങ്ങനെ കാണുന്നുവെന്ന് അദ്ദേഹം അതിൽ വിശദീകരിച്ചു:

> *യഥാർഥ സ്വാതന്ത്ര്യം ആയിക്കഴിഞ്ഞിട്ടില്ല*
> *വില്യം റസ്റ്റിന്റെ സന്ദേശം*
> നൂറ്റാണ്ടുകളായി കോളനികളിലെ മർദനത്തിന്റെ അടയാളമെന്നോണം പാറിയിരുന്ന

യൂണിയൻ ജാക്കിന്റെ സ്ഥാനത്ത് സ്വന്തം കൊടി പാറിക്കളിക്കുന്ന കാഴ്ച കണ്ടുകൊണ്ട് ഇന്ത്യയിലെ ജനകോടികൾ ആഹ്ദാദിക്കുന്ന ദിനമാണ് ആഗസ്ത് 15. ഇന്ത്യൻ സ്വാതന്ത്ര്യസമരത്തിൽ വലിയൊരു ഘട്ടത്തെയാണിത് കുറിക്കുന്നത്. സ്വാതന്ത്ര്യത്തിലേക്കുള്ള ഇന്ത്യയുടെ പ്രയാണത്തെ സഹായിക്കുന്നതിലും ഇന്ത്യൻ നേതാക്കളെ അവഹേളിക്കാൻ ബ്രിട്ടീഷ് ഭരണാധികാരിവർഗം പ്രയോഗിക്കുന്ന കുതന്ത്രങ്ങളെ തുറന്നുകാട്ടുന്നതിലും എത്രയോ വിഷമങ്ങൾ സഹിച്ചിട്ടുള്ള ഞങ്ങൾക്ക് ഈ ആഹ്ളാദത്തിൽ പങ്കുകൊള്ളാൻ സന്തോഷമുണ്ട്.

ഇന്ത്യൻ ദേശീയത്വത്തെ സഹായിക്കുന്നതിൽ മറ്റേതു പത്രത്തേക്കാളും ഉറച്ചുനിന്നിട്ടുള്ള *ഡെയ്‌ലി വർക്കറി*ന്റെ പത്രാധിപരെന്ന നിലയിൽ ഞാൻ പറയുന്നു, സാമ്രാജ്യവാഴ്ചയുടെ അവസാന ചിഹ്നങ്ങൾ തുടച്ചുനീക്കാനും ഇരുനൂറു കൊല്ലത്തെ വിദേശ സ്വേഛാധിപത്യത്തിന്റെ വൃത്തികേടുകൾ കഴുകിക്കളയാനും വേണ്ടി ഇനിയും പല സമരങ്ങളും നടത്തേണ്ടതായിട്ടാണിരിക്കുന്നത്. ഇന്ത്യയിൽ സൈനികമായും സാമ്പത്തികമായും ഇനിയും സ്വാധീനശക്തി ചെലുത്താമെന്നും രണ്ടു പുതിയ ഡൊമിനിയനുകളെയും സാമ്രാജ്യത്തിനകത്ത് നിർത്തിക്കൊണ്ട് അവയെ ബ്രിട്ടന്റെ ചട്ടുകമായി ഉപയോഗിക്കാമെന്നും ആശിക്കുന്ന പിന്തിരിപ്പന്മാർ ഇന്നാട്ടിൽ ഇപ്പോഴുമുണ്ടെന്ന് പാർലമെന്റിലെ വാദപ്രതിവാദം എന്നെ ബോധ്യപ്പെടുത്തിയിരിക്കുന്നു.

ബ്രിട്ടീഷ് ഗവൺമെന്റ് സൂത്രത്തിൽ നടത്തിയ വിഭജനം വഴിക്ക് ഡൊമിനിയനുകളെ പരസ്പരം എടുത്തെറിഞ്ഞുകൊണ്ട് രണ്ടിനെയും ചരടിട്ടു പിടിക്കുകയെന്ന തന്ത്രം ഫലിക്കില്ലെന്ന് ഈ ആപത്തുകളുടെ വെളിച്ചത്തിൽ നിന്നുകൊണ്ട് നമുക്കാശിക്കുക. ഏതായാലും മോചനത്തിന്റെ അവസാനഘട്ടം ഇനിയും എത്തിക്കഴിഞ്ഞിട്ടില്ലെങ്കിലും ആ മോചനമാർഗത്തിൽ അതിപ്രധാനമായ ഒരു ഘട്ടത്തെയാണിത് കുറിക്കുന്നത്. ഇനി ഇന്ത്യക്കാർ അതിവേഗം മുന്നോട്ടുനീങ്ങുമെന്നും യഥാർഥത്തിൽ സ്വതന്ത്രവും യഥാർഥത്തിൽ ജനാധിപത്യപരവും അവസാനം സംയുക്തവുമായ ഒരു ഇന്ത്യ സ്ഥാപിതമാവുമെന്നും എനിക്കുറപ്പുണ്ട്[4]

കമ്യൂണിസ്റ്റ് പാർട്ടി ഓഫ് ഇന്ത്യയുടെ നിലപാടിനോട് യോജിച്ചുപോകുന്ന നയം തന്നെയാണ് ബ്രിട്ടീഷ് കമ്യൂണിസ്റ്റ് പാർട്ടിയും എടുത്തത്. യഥാർഥ സ്വാതന്ത്ര്യത്തിലേക്ക് ഇനിയും ദൂരമുണ്ട്. എന്നാൽ, ഇപ്പോൾ ലഭിച്ച സ്വാതന്ത്ര്യം മോചനമാർഗത്തിലെ നിർണായക ഘട്ടമാണ്. അതിൽ ഇന്ത്യൻ ജനതയെപ്പോലെ ബ്രിട്ടനിലെ കമ്യൂണിസ്റ്റ് പാർട്ടിയും ആഹ്ളാദിക്കുന്നു. ഈ വിലയിരുത്തലിനോട് യോജിപ്പുള്ളതുകൊണ്ടു തന്നെയാണ് സന്ദേശം ഒന്നാം പേജിൽ *ദേശാഭിമാനി* കൊടുത്തത്.

ഇന്ത്യ സ്വാതന്ത്ര്യത്തിലേക്കു നീങ്ങുമ്പോൾ നാട്ടുരാജ്യമായ തിരുവിതാംകൂറിൽ ഉത്തരവാദഭരണത്തിനുവേണ്ടിയുള്ള പ്രക്ഷോഭം ശക്തിയാർജിച്ചുകഴിഞ്ഞിരുന്നു. സ്വാതന്ത്ര്യം ലഭിക്കുമ്പോൾ അഞ്ഞൂറിലേറെ നാട്ടുരാജ്യങ്ങളാണുണ്ടായിരുന്നത്. നാട്ടുരാജ്യങ്ങളെയെല്ലാം ഇന്ത്യൻ യൂണിയനിൽ ചേർത്ത് ജനാധിപത്യ വ്യവസ്ഥ നടപ്പാക്കാൻ വലിയ താൽപ്പര്യമൊന്നും കോൺഗ്രസ് നേതൃത്വമോ അന്ന് കേന്ദ്രത്തിൽ നെഹ്റുവിന്റെ നേതൃത്വത്തിലുണ്ടായിരുന്ന ഇടക്കാല ഗവൺമെന്റോ കാണിച്ചില്ല. സ്വന്തം നിലയിൽ നീങ്ങാൻ നാട്ടുരാജ്യങ്ങളെ പ്രേരിപ്പിച്ചത് ഈ അഴകൊഴമ്പൻ നയമാണ്. അതിനു തെളിവാണ് സ്വാതന്ത്ര്യദിനത്തിന്റെ തലേന്ന് ഹൈദരാബാദ് നൈസാം പുറത്തിറക്കിയ പ്രസ്താവന. ആ വാർത്ത:

ബ്രിട്ടന്റെ ചവിട്ടടിയിൽ തന്നെ കിടക്കാനാണിഷ്ടം
ഹൈദരാബാദ് നൈസാമിന്റെ വിശദീകരണം

ന്യൂഡൽഹി: ഹൈദരാബാദ് ഇന്ത്യൻ യൂണിയനിൽ ചേരാൻ ഇഷ്ടപ്പെടുന്നില്ലെന്നും വിദേശകാര്യങ്ങളെ സംബന്ധിച്ചും മറ്റും ഒരു ഉടമ്പടി ചെയ്യാൻ തയാറാണെന്നും അതിനു ചില വ്യവസ്ഥകൾ നിറവേറ്റേണ്ടതുണ്ടെന്നും നൈസാം തിരുമേനി പ്രസ്താവനയിൽ പറയുന്നു. ആ വ്യവസ്ഥകളിലൊന്ന് ബ്രിട്ടീഷ് സാമ്രാജ്യത്തിൽ നിന്ന് ഇന്ത്യ വിട്ടുപോയാലും ഹൈദരാബാദ് അതിനോട് ചേർന്നുനിൽക്കും എന്നതാണ്.

ഇന്ത്യാഗവൺമെന്റുമായിഹൈദരാബാദ്സംഭാഷണംതുടരുകയാണ്.ഇന്ത്യഒരുയൂണിയനായി

നിൽക്കുന്ന കാലത്തോളം ഹൈദരാബാദ് രാജ്യരക്ഷയുടെ കാര്യത്തിലും വിദേശകാര്യത്തിലും യോജിക്കാൻ തയാറായിരുന്നു. രാജ്യം വിഭജിച്ചതോടെ ഹൈദരാബാദിന്റെ നില തകരാറിലായിരിക്കുന്നു. പാക്കിസ്ഥാന്റെയും ഇന്ത്യൻ യൂണിയന്റെയും ബന്ധങ്ങൾ നിർണയിച്ചു കഴിയുന്നതുവരെ ഹൈദരാബാദിനു രണ്ടിലും ചേരാൻ നിവൃത്തിയില്ല.

ഇന്ത്യൻ യൂണിയനുമായി സഹകരിക്കുന്നതിന് നൈസാം മുന്നോട്ടുവെച്ച വ്യവസ്ഥകൾ: 1. ബ്രിട്ടീഷ് സാമ്രാജ്യത്തിലും മറ്റു രാജ്യങ്ങളിലും ഹൈദരാബാദിന് പ്രത്യേക പ്രാതിനിധ്യം വേണം. 2. പാക്കിസ്ഥാനും ഇന്ത്യയുമായി യുദ്ധമുണ്ടാവുകയാണെങ്കിൽ ഹൈദരാബാദിനു നിഷ്പക്ഷത പാലിക്കാനുള്ള സ്വാതന്ത്ര്യം. 3. ഇന്ത്യ ബ്രിട്ടീഷ് കോൺഫെഡറേഷനുമായുള്ള ബന്ധം മുറിച്ചാലും ഹൈദരാബാദ് അതിനോട് ചേർന്നുനിൽക്കും.[5]

തിരുവിതാംകൂറിൽ ഉത്തരവാദഭരണമെന്ന ആവശ്യത്തോട് എല്ലാവരും യോജിച്ചുവെങ്കിലും അതിനുവേണ്ടി ശക്തമായി നിലകൊണ്ടത് കമ്യൂണിസ്റ്റുകാരാണ്. സ്റ്റേറ്റ് കോൺഗ്രസ് ചില യോഗങ്ങൾ സംഘടിപ്പിക്കുകയേ ചെയ്തുള്ളു. അതും പ്രാദേശിക കമ്മിറ്റികളുടെ മുൻകൈയിലാണ് നടന്നത്. 1947 ആഗസ്ത് 15-ന് ഇറങ്ങിയ *ദേശാഭിമാനി*യിൽ ഒന്നാം പേജിൽ തന്നെ തിരുവിതാംകൂർ പ്രക്ഷോഭത്തിന്റെ ഒന്നിലേറെ വാർത്തകളുണ്ട്. ചില വാർത്തകൾ:

തിരുവിതാംകൂറിൽ വമ്പിച്ച പ്രകടനങ്ങൾ
സ്ത്രീകളുടെ ഘോഷയാത്ര
ചേർത്തലയിൽ പതിനായിരം പേർ

ചിറയിൻകീഴ് താലൂക്ക് സ്റ്റേറ്റ് കോൺഗ്രസ് കമ്മിറ്റിയുടെ ആഭിമുഖ്യത്തിൽ ഇന്നു വൈകുന്നേരം ഒരു മഹിളാ സമ്മേളനം നടന്നു. ഖദർ യൂണിഫോമും ഗാന്ധിത്തൊപ്പിയും ധരിച്ച ഇരുനൂറ് സ്ത്രീ വളണ്ടിയർമാർ ദേശീയഗാനങ്ങൾ പാടി മുദ്രാവാക്യങ്ങളോടുകൂടി ഘോഷയാത്രയായി പുത്തൻചന്ത കവലക്കു സമീപം ശ്രീമതി സരോജിനി സോഭയുടെ അധ്യക്ഷതയിൽ യോഗം ചേർന്നു. ഉത്തരവാദിത്തഭരണ സമ്പാദനം പുത്രന്മാരുടെ മാത്രം ചുമതലയല്ലെന്ന് തിരുവിതാംകൂറിലെ സ്ത്രീകൾ മനസ്സിലാക്കി. അതിനുവേണ്ടി മുന്നിട്ടിറങ്ങിയതു ഭാരതത്തിന്റെ പാരമ്പര്യത്തിനു യോജിച്ചതു തന്നെയാണ്-സരോജിനി സോഭ പറഞ്ഞു.

ചേർത്തലയിൽ താലൂക്ക് സ്റ്റേറ്റ് കോൺഗ്രസ് കമ്മിറ്റിയുടെ ആഭിമുഖ്യത്തിൽ ടൗൺ അഞ്ചലാപ്പീസിന് പടിഞ്ഞാറുഭാഗം ചേർന്ന യോഗത്തിൽ പതിനായിരം പേർ പങ്കെടുത്തു. കാർത്തികപ്പള്ളിയിൽ സ്റ്റേറ്റ് കോൺഗ്രസ് നേതൃത്വത്തിൽ ചേർന്ന യോഗത്തിൽ നാലായിരത്തിലേറെ പേർ പങ്കെടുത്തു.[6]

ഹൈദരാബാദിൽ നൈസാം ഉദ്ദേശിച്ചതുപോലെ തിരുവിതാംകൂറിനെ സ്വതന്ത്രമായി നിർത്താനായിരുന്നു ദിവാൻ സർ സി പി രാമസ്വാമി അയ്യരുടെ മോഹം. എന്നാൽ സ്വതന്ത്ര തിരുവിതാംകൂറും അമേരിക്കൻ മോഡൽ എന്ന ഭരണപരിഷ്കാരവും ജനങ്ങൾ തള്ളിക്കളഞ്ഞു. സ്വാതന്ത്ര്യം കിട്ടുന്നതോടെ രാജഭരണം അവസാനിച്ച് ജനാധിപത്യ വ്യവസ്ഥ നിലവിൽ വരണം. അതായിരുന്നു ജനങ്ങളുടെ അഭിലാഷവും ആവശ്യവും. 1938-ൽ സ്റ്റേറ്റ് കോൺഗ്രസിന്റെ നേതൃത്വത്തിൽ നടന്ന സമരങ്ങൾ ദിവാൻ ഭരണം പരാജയപ്പെടുത്തിയതുകൊണ്ട് കോൺഗ്രസ് അങ്ങേയറ്റം ദുർബലമായി. മാത്രമല്ല, അമേരിക്കൻ മോഡൽ ഒന്നു പരീക്ഷിച്ചുനോക്കാം എന്ന ചിന്ത സ്റ്റേറ്റ് കോൺഗ്രസിൽ ഒരു വിഭാഗത്തിനുണ്ടാവുകയും ചെയ്തു. അതിനാൽ ശക്തമായ സമരങ്ങൾക്കൊന്നും സ്റ്റേറ്റ് കോൺഗ്രസ് പോയില്ല. അതുകൊണ്ട് കമ്യൂണിസ്റ്റുകാരെയും തൊഴിലാളി പ്രസ്ഥാനത്തെയും രാജ്യത്തുനിന്ന് തുടച്ചുനീക്കിയാൽ തന്റെ പദ്ധതി നടപ്പിലാക്കാമെന്ന് ദിവാൻ സി പി കരുതി. അതിനുവേണ്ടി പൊലീസിനെയും പട്ടാളത്തെയും ഗുണ്ടകളെയും ഉപയോഗിച്ചു. എന്നാൽ ധീരോദാത്തമായ ചെറുത്തുനിൽപ്പാണ് തൊഴിലാളികളിൽ നിന്നുണ്ടായത്. അമ്പലപ്പുഴ, ചേർത്തല താലൂക്കുകളിൽ പൊലീസ് ഭീകരത നേരിടാൻ തൊഴിലാളികൾ വളണ്ടിയർ സേനയുണ്ടാക്കി. പൊലീസിന്റെ ആക്രമണം നേരിടുന്നതിന് ക്യാമ്പുകൾ സ്ഥാപിച്ചു. രണ്ട് താലൂക്കുകളിലും സി പി പട്ടാളഭരണം ഏർപ്പെടുത്തി. പട്ടാളത്തെ സി പി നേരിട്ട് നിയന്ത്രിച്ചു.

ടി വി തോമസ്

തിരുവിതാംകൂർ കയർ ഫാക്ടറി വർക്കേഴ്സ് യൂണിയനും ചേർത്തല കയർ ഫാക്ടറി വർക്കേഴ്സ് യൂണിയനും ബന്ധപ്പെട്ട മറ്റു യൂണിയനുകളും കമ്യൂണിസ്റ്റ് പാർട്ടിയുടെ നേതൃത്വത്തിലായിരുന്നു. ഒരു ഏറ്റുമുട്ടൽ ഒഴിവാക്കുന്നതിന് കമ്യൂണിസ്റ്റ് പാർട്ടി പരമാവധി ശ്രമിച്ചു. സർ സി പിയുമായി നേരിട്ടു ചർച്ച നടത്താൻ പാർട്ടി തയാറായി. തിരുവനന്തപുരത്ത് സി പിയുടെ ഔദ്യോഗിക വസതിയായ ഭക്തിവിലാസത്തു വെച്ച് ടി വി തോമസും എൻ ശ്രീകണ്ഠൻ നായരും സി പിയുമായി ചർച്ച നടത്തി. തോട്ടം തൊഴിലാളികളുടെ ബോണസ് ചർച്ചക്കാണ് തൊഴിലാളി നേതാക്കൾ തിരുവനന്തപുരത്തു പോയിരുന്നത്. ചർച്ചയിൽ അനുഭാവപൂർണമായ നിലപാടെടുത്ത സി പി, കമ്യൂണിസ്റ്റ് നേതാക്കളെ തന്റെ വീട്ടിലേക്കു ചർച്ചക്കു വിളിക്കുകയായിരുന്നു. ഉത്തരവാദഭരണ സമരത്തിൽ നിന്ന് പിന്മാറിയാൽ തൊഴിലാളികൾക്ക് എന്ത് ആനുകൂല്യവും നൽകാമെന്ന് സി പി വാഗ്ദാനം ചെയ്തു. പരിപൂർണമായ ഉത്തരവാദഭരണത്തിൽ കുറഞ്ഞ ഒന്നുകൊണ്ടും തൊഴിലാളികൾ തൃപ്തിപ്പെടില്ലെന്ന് ടി വി തോമസ് വെട്ടിത്തുറന്നു പറഞ്ഞു. പിന്നെ സി പിയുടെ ഭീഷണിയായിരുന്നു. അദ്ദേഹം പറഞ്ഞു: "ഇതു വളരെ നാശകരമായ ഒരു നിലപാടാണ്. നാലായിരം പട്ടാളക്കാരും എണ്ണായിരം പൊലീസുകാരും ഉള്ള ഒരാളായിട്ടാണ് ഞാൻ സംസാരിക്കുന്നതെന്ന് അറിയാമോ?" അറിയാം എന്നു പുഞ്ചിരിച്ചുകൊണ്ട് പറഞ്ഞ് ടി വി തോമസും ശ്രീകണ്ഠൻ നായരും ഇറങ്ങിപ്പോന്നു.[7]

സർ സി പിയുടെ പട്ടാള ഭീകരത സായുധമായി തന്നെ ചെറുക്കാൻ കമ്യൂണിസ്റ്റ് പാർട്ടി ഉയർന്ന തലത്തിൽ തീരുമാനിച്ചിരുന്നു. പുന്നപ്ര-വയലാർ സമരകാലത്ത് പി ടി പുന്നൂസായിരുന്നു തിരുവിതാംകൂർ കമ്യൂണിസ്റ്റ് പാർട്ടിയുടെ സെക്രട്ടറി. മലബാറിനും കൊച്ചിക്കും അന്നു വെവ്വേറെ കമ്മിറ്റികളാണ്. കേരളാടിസ്ഥാനത്തിൽ കമ്മിറ്റി വന്നിട്ടില്ല. മൂന്നിനും കൂടി ഒരു പ്രൊവിൻഷ്യൽ കമ്മിറ്റിയുണ്ടായിരുന്നു. പി കൃഷ്ണപിള്ളയായിരുന്നു അതിന്റെ സെക്രട്ടറി.

പാർട്ടിയുടെ ഉയർന്ന തലത്തിൽ നടന്ന അന്നത്തെ കൂടിയാലോചനകൾ ടി വി തോമസ് വിവരിക്കുന്നു:

> കന്നി 25-ാം തീയതിയോടെത്തന്നെ (ഏറ്റുമുട്ടൽ നടക്കുന്നത് തുലാം ഏഴിനും പത്തിനുമാണ്) സ. കെ വി പത്രോസ് കോഴിക്കോട്ടെത്തി. സ. കൃഷ്ണപിള്ളയും ഇ എം എസും ഞാനും കൂടി പത്രോസുമായി ചർച്ച ചെയ്തു. ആലപ്പുഴയിലും ചേർത്തലയിലും സംഭവങ്ങൾ അതിവേഗം ഒരു സംഘട്ടനത്തിലേക്ക് നീങ്ങുകയാണെന്നും അതുകൊണ്ട് ഞാൻ ഉടൻ തന്നെ ആലപ്പുഴ എത്തണമെന്നുമായിരന്നു സ. പത്രോസ് ഉന്നയിച്ച ആവശ്യം. എന്നാൽ ഞാൻ ഉടൻതന്നെ ബോംബെയ്ക്കു പോയി പാർട്ടിയുടെ ജനറൽ സെക്രട്ടറിയുമായി ചർച്ച ചെയ്യണമെന്നും മടങ്ങിവന്നാലുടൻ ആലപ്പുഴയ്ക്ക് പോകുമെന്നുമായിരുന്നു ഞങ്ങൾ ചർച്ച ചെയ്ത് തീരുമാനിച്ചത്. അതനുസരിച്ച് ഞാൻ അന്നുതന്നെ ബോംബെയ്ക്കു പുറപ്പെട്ടു. സ. പത്രോസ് ആലപ്പുഴയ്ക്ക് മടങ്ങുകയും ചെയ്തു.
>
> ഈ സമയം അമ്പലപ്പുഴ-ചേർത്തല താലൂക്കുകളിൽ ഗവൺമെന്റിന്റെ പരിപാടി അതിവേഗം പുരോഗമിച്ചുകൊണ്ടിരുന്നു. അതിനെ നേരിടുന്നതിന് പാർട്ടിയുടെ നിർദേശപ്രകാരം ക്യാമ്പുകൾ കൂടുതൽ ക്രമപ്പെടുത്തുകയും ഒരു ഏറ്റുമുട്ടലിനെ പ്രതീക്ഷിച്ചുകൊണ്ട് അതിനാവശ്യമായ രാഷ്ട്രീയവും സംഘടനാപരവുമായ പ്രവർത്തനങ്ങൾ സംഘടിപ്പിക്കുകയും ചെയ്തു. ഇതിനിടയിൽ സ. ഇ എം എസ് നമ്പൂതിരിപ്പാട് ആലപ്പുഴ ചെന്ന് സഖാക്കളുമായി ചർച്ച ചെയ്ത് കാര്യങ്ങൾ കൂടുതൽ വ്യക്തമായി മനസ്സിലാക്കിയശേഷം കോഴിക്കോട്ടേക്കു മടങ്ങിപ്പോയി. ഒരു കെട്ടുവള്ളത്തിൽ കയറി അത് വേമ്പനാട്ടുകായലിന്റെ നടുക്കിട്ടുകൊണ്ടാണ് ആ ചർച്ച നടത്തിയതെന്നു പറയുമ്പോൾ അവിടെ എന്തായിരുന്നു സ്ഥിതിയെന്ന് പ്രത്യേകം വിവരിക്കേണ്ടതില്ല.[8]

സർ സി പിയുടെ പട്ടാളത്തിനുമുമ്പിൽ കീഴടങ്ങാൻ തൊഴിലാളിവർഗം തയാറില്ലായിരുന്നു. 1946 ഒക്ടോബർ 21-ന് ആലപ്പുഴയിലെ തൊഴിലാളികൾ രാഷ്ട്രീയ ആവശ്യം ഉന്നയിച്ച് പണിമുടക്കി. ഉത്തരവാദഭരണവും തൊഴിലാളികളുടെ അടിയന്തരാവശ്യങ്ങളും അവർ ഉന്നയിച്ചു.

സി പി രാമസ്വാമി അയ്യർ

പണിമുടക്ക് പൂർണമായിരുന്നു. കൂലിപ്പണി ചെയ്യുന്ന സ്ത്രീകൾ പോലും അന്നു പണിക്കു പോയില്ല. കയർ, ബോട്ട്, ഓയിൽ മിൽ, തുറമുഖം തുടങ്ങി സകല മേഖലകളും നിശ്ചലമായി. ഭീകരമായ അടിച്ചമർത്തലിൽ നിന്നു പിൻവാങ്ങാൻ സി പി തയാറില്ലായിരുന്നു. ജീവൻ കൊടുത്തും ചെറുത്തുനിൽക്കാൻ തൊഴിലാളികൾ തീരുമാനിച്ചു. പട്ടാളത്തിന്റെയും പൊലീസിന്റെയും തോക്കുകളെ അവർ വാരിക്കുന്തമുപയോഗിച്ചു നേരിട്ടു. ഒക്ടോബർ 24-ന് പുന്നപ്രയിലും 27-ന് വയലാറിലും പട്ടാളവുമായും പൊലീസുമായുമുണ്ടായ ഏറ്റുമുട്ടലിൽ അഞ്ഞൂറോളം പേർ മരിച്ചുവെന്നാണ് പുന്നപ്ര-വയലാർ സമരത്തിന്റെ നേതാക്കളിൽ ഒരാളായിരുന്ന കെ സി ജോർജ് രേഖപ്പെടുത്തിയത്.

ദേശാഭിമാന പ്രചോദിതമായ പുന്നപ്ര-വയലാർ സമരത്തെ സർ സി പി പട്ടാളത്തെ ഉപയോഗിച്ച് അടിച്ചമർത്തിയപ്പോൾ ആലപ്പുഴയിൽ ഇനി കമ്യൂണിസ്റ്റ് പാർട്ടി തലപൊക്കില്ലെന്നാണ് കമ്യൂണിസ്റ്റ് വിരോധികൾ കരുതിയത്. പട്ടാളത്തെയും പൊലീസിനെയും ആയുധമുപയോഗിച്ച് നേരിടാൻ തൊഴിലാളികൾ തയാറായതിനെതിരെയും വിമർശനമുയർന്നു. എന്നാൽ ഐതിഹാസികമായ സമരം നടന്ന് പത്തുമാസം തികയുംമുമ്പ് അപമാനിതനായി സി പിക്കു നാടുവിടേണ്ടി വന്നു. 1947 ജൂലൈ 25-നുണ്ടായ ആ സംഭവം സി നാരായണപിള്ള വിവരിക്കുന്നു:

> സ്വാതിതിരുനാൾ ശതവത്സരാഘോഷപരിപാടി അവസാനിച്ച് ദിവാൻ തിരിച്ചുപോരുന്നതിനു കാറിൽ കയറാൻ തുടങ്ങുമ്പോൾ സദസ്യരുടെ ഇടയിലുണ്ടായിരുന്ന ഒരാൾ വടിവാൾകൊണ്ട് അദ്ദേഹത്തെ നാലുവെട്ടുകൾ വെട്ടി. വെട്ടിയശേഷം അജ്ഞാതൻ ഇരുട്ടിൽ മറഞ്ഞു. കണ്ടുപിടിക്കാനായില്ല. സി പിയെ ആശുപത്രിയിലാക്കിശേഷം സർജൻ ജനറലിന്റെ ബുള്ളറ്റിനുണ്ടായിരുന്നു. അതിൽ ഇങ്ങനെ പറഞ്ഞു: 'ദിവാൻ സർ സി പിക്ക് ഏഴുമുറിവ് പറ്റിയിട്ടുണ്ട്. ഇടതുചെകിട്ടിൽ സാരമായ മുറിവ് ഏറ്റതിനാൽ മൂന്നു ഞരമ്പുമുറിഞ്ഞ് രക്തം വാർന്നുപോയി. ഇടതുചെവിക്കു പിന്നിൽ തലയിലെ തൊലിയിലുണ്ടായ പരിക്കുനിമിത്തം അവിടെയുള്ള മാംസപേശി മുഴുവൻ മുറിഞ്ഞുപോയി. കഴുത്തിന്റെ പിൻഭാഗത്ത് താഴെയും ഒരു മുറിവുണ്ട്. ഇടതുകൈയിലെ വിരലുകളിലും മൂന്നു മുറിവുകളുണ്ട്. ബോധം കെടുത്തിയശേഷം മുറിവുകളെല്ലാം ശരിയായി വെച്ചുകെട്ടി. പെനിസിലിൻ കുത്തിവെപ്പ് നടത്തിക്കൊണ്ടിരിക്കുന്നു. രാത്രി സുഖമായി ഉറങ്ങി. അദ്ദേഹത്തിന്റെ ആരോഗ്യസ്ഥിതി വളരെ അഭിവൃദ്ധിപ്പെട്ടിട്ടുണ്ട്.'
>
> പത്തുവർഷത്തെ ദുർഭരണത്തിനും ജനമർദനത്തിനും ഒരു ഭരണാധികാരിക്കനുയോജ്യമല്ലാത്ത ഒട്ടനവധി ഹീനനടപടികൾക്കും കർതൃത്വം വഹിച്ച സി പി, ജൂലൈ 25-ന്റെ ദാരുണ അനുഭവങ്ങൾക്കു ശേഷം ശയ്യാവലംബിയായിത്തീർന്നിരുന്നു. അദ്ദേഹത്തിന്റെ കുടുംബാംഗങ്ങൾ തിരുവനന്തപുരത്തെത്തി ആഗസ്ത് 19-ന് പ്രഭാതത്തിൽ ആരോരുമറിയാതെയും മംഗളപത്രം നൽകാൻ സ്വാമിഭക്തന്മാർക്ക് അവസരം നൽകാതെയും ഭക്തിവിലാസത്തുനിന്ന് അദ്ദേഹത്തെ ഒരു മോട്ടോർ കാറിൽ വഹിച്ചുകൊണ്ടുപോയി വിമാനത്താവളത്തിലെത്തിച്ച് ആകാശമാർഗം തിരുവനന്തപുരത്തു നിന്ന് കൂട്ടിക്കൊണ്ടുപോയി. [9]

സി പിയെ വെട്ടിയ സംഭവം നടന്ന് വർഷങ്ങൾ കഴിഞ്ഞിട്ടും അക്രമി കാണാമറയത്തുതന്നെയായിരുന്നു. പിന്നീട് ആളെ കിട്ടി. അമ്പലപ്പുഴക്കാരനായ കെ സി എസ് മണി എന്ന കോനാട്ടുമഠം ചിദംബര അയ്യർ സുബ്രഹ്മണ്യ അയ്യർ (1922-1987). സോഷ്യലിസ്റ്റുകാരനായ മണിക്ക് സംഭവകാലത്ത് ഇരുപത്തിയഞ്ചു വയസ്സ്. പുന്നപ്ര-വയലാർ സമരം നടന്ന് മാസങ്ങൾ കഴിയുമ്പോൾ തിരുവിതാംകൂറിനെ ഇന്ത്യയുടെ ഭാഗമാക്കാനുള്ള ഉത്തരവുകൾ വന്നു. നിയമസഭയോട് ഉത്തരവാദിത്തമുള്ള മന്ത്രിസഭ രൂപീകരിക്കാനുള്ള തീരുമാനങ്ങളുണ്ടായി. ഇതെല്ലാം നടന്നത് കെ സി എസ് മണിയെന്ന യുവാവിന്റെ സാഹസിക ധീരകൃത്യത്തിന്റെ ഫലമാണെന്ന രീതിയിൽ പ്രചാരണമുണ്ടായി. ആ വാദത്തെ ഖണ്ഡിച്ചുകൊണ്ട് ഇ എം എസ് രംഗത്തുവന്നു. അദ്ദേഹം അതിനെ ഇങ്ങനെ വിലയിരുത്തി:

> ഇതിനെല്ലാം വഴിയൊരുക്കിയത് ഒരു യുവാവിന്റെ ധീരതയാണെന്ന് പറഞ്ഞുപരത്താൻ അന്നു

കെ സി എസ് മണി

തന്നെ പലരും ശ്രമിച്ചു. ആ ശ്രമം ഇന്നും നടക്കുന്നുമുണ്ട്. നിവർത്തന പ്രസ്ഥാനം തൊട്ട് ഒന്നാം ഉത്തരവാദഭരണ സമരത്തിലൂടെ വളർന്നുവന്ന തിരുവിതാംകൂറിലെ ബഹുജനപ്രസ്ഥാനം; അതിന്റെ മുൻനിരയിൽ നിന്ന ആലപ്പുഴ തൊഴിലാളിവർഗം തുടർച്ചയായി നടത്തിയ സംഘടിത സമരങ്ങൾ; അവയിൽവെച്ചേറ്റവും ഉയർന്ന രൂപംകൊണ്ട പുന്നപ്ര-വയലാർ സമരം-ഇവയെല്ലാം നിസ്സാരമാക്കിത്തള്ളി സർ സി പിയെ വെട്ടിയ ഒരു സാഹസിക യുവാവിന്റെ വൈയക്തിക ധീരതയെ പൊക്കിക്കാണിക്കാനുള്ള ശ്രമമാണ് ഇതിൽ അടങ്ങിയിട്ടുള്ളത്.

ദിവാൻ സർ സി പി നാടുവിടുന്നതിനും തുടർന്നുള്ള ഔദ്യോഗിക പ്രഖ്യാപനങ്ങൾക്കുമെല്ലാം അവസാനം ഇടയായത് ദിവാന് ഏൽക്കേണ്ടിവന്ന വെട്ടാണെന്ന കാര്യത്തിൽ തർക്കമില്ല. ആ സാഹസിക കൃത്യം നടത്തിയ വ്യക്തിയെ തള്ളിപ്പറയുന്നത് ശരിയായിരിക്കുകയുമില്ല. പക്ഷേ, ആ സാഹസിക കൃത്യം നടന്നപ്പോഴെങ്കിലും നയപരമായ വീണ്ടുവിചാരം നടത്താൻ തിരുവിതാംകൂറിലെ ഭരണകർത്താക്കൾ തയാറായത് എന്തുകൊണ്ട്? നിവർത്തന പ്രക്ഷോഭത്തിന്റെ കാലംതൊട്ട് വളർന്നുവന്ന ജനാധിപത്യ പ്രസ്ഥാനത്തിന്റെ മുന്നേറ്റം എതിർക്കാൻ വയ്യാത്ത ശക്തിയായിത്തീർന്നു. അതിന്റെ മുൻനിരയിൽ ആശയപരമായി ആയുധമണിഞ്ഞ തൊഴിലാളിവർഗം നിലയുറപ്പിച്ചിരുന്നു. ആ വർഗം സംഘടിതവർഗമെന്ന നിലയ്ക്ക് പ്രകടിപ്പിച്ച ധീരതയെ 'കമ്യൂണിസ്റ്റ് പാർട്ടിയുടെ അതിസാഹസികത'യെന്ന് അപലപിക്കുന്നവർ തന്നെയാണ് ദിവാനെ വെട്ടിയ വ്യക്തിയുടെ ധീരതയെ വാഴ്ത്തുന്നത്. [10]

സ്വാതന്ത്ര്യത്തിനു മുമ്പ് തിരുവിതാംകൂറിൽ പുറത്തിറങ്ങിയ പത്രങ്ങളധികവും സർ സി പിയെ അനുകൂലിക്കുന്നവയായിരുന്നു. അനുകൂലിക്കാത്തവർ തന്നെ എതിർക്കാൻ തയാറായില്ല. *ദേശാഭിമാനി* അക്കാലത്ത് തിരുവിതാംകൂറിൽ നിരോധിക്കപ്പെട്ടിരുന്നു. എങ്കിലും പത്രം കൊച്ചിയിൽ എത്തിച്ച ശേഷം കുറച്ചുകോപ്പികൾ രഹസ്യമായി ആലപ്പുഴയിൽ വിതരണം ചെയ്തിരുന്നു. അക്കാലത്തെ പത്രങ്ങൾ തേടിപ്പിടിക്കാനുള്ള ശ്രമങ്ങളൊന്നും വിജയിച്ചില്ല.

18

ഐക്യകേരളവും *ദേശാഭിമാനി*യും

പദംപദമുറച്ചുനാം-പാടിപ്പാടിപ്പോവുക,
പാരിലൈക്യകേരളത്തിൻ കാഹളം മുഴക്കുവാൻ!
നവംനവരണങ്ങളിൽ-നമ്മൾ തൻ ത്യാഗങ്ങളിൽ
നാം രചിയ്ക്കുമാപ്പുതിയ കേരളം മനോഹരം!
മാറിടും ഹാ, മർദകർ-വേറിടുമീ മത്സരം,
മാറുകാട്ടിമുന്നിലേറും നമ്മളെ ദർശിയ്ക്കവേ!
അലച്ചലച്ചണയുമീ-വിപ്ലവത്തിൻ വീചിയിൽ
അറ്റുവീണിടട്ടെ, ദുഷ്ടമർദക സിംഹാസനം!
സജീവസമരഭൂമിയിൽ-ജനതയൊത്തുചേരുകിൽ
സചിവനെങ്ങു, സാമ്രാട്ടെങ്ങു, സൈനികരുമെങ്ങഹോ!
ചേരുവിൻ യുവാക്കളേ-പോരുവിൻ സഖാക്കളേ,
ചോരയെങ്കിൽ ചോരയാലീക്കേരളം വരയ്ക്കുവാൻ!
സമത്വസസ്യശ്യാമളം-സമൃദ്ധിയാൽ സുകോമളം,
ജനാധിപത്യകാഹളം-ജയിക്കുമൈക്യകേരളം!!
എങ്ങുമൈക്യശക്തിതൻ-ശോഭന വലാഹകൾ
പാറിടട്ടെ വിണ്ണിലൈക്യകേരളപതാകകൾ!!

(പദംപദമുറച്ചുനാം..........)[1]

കവിയും *ദേശാഭിമാനി*യുടെ മുൻ പത്രാധിപസമിതി അംഗവുമായ പി ഭാസ്കരൻ, ഐക്യകേരളം യാഥാർഥ്യമാകുന്നതിനു രണ്ടുമാസം മുമ്പ് പത്രത്തിൽ എഴുതിയ കവിതയാണിത്. ഐക്യകേരളത്തെക്കുറിച്ചുള്ള ജനങ്ങളുടെ സ്വപ്നവും പ്രതീക്ഷയും *ഐക്യകേരള*ത്തിലേക്ക് എന്ന കൊച്ചു കവിതയിലൂടെ അവതരിപ്പിക്കുകയാണ് കവി.

കേരളജനതയുടെ ചിരകാലാഭിലാഷത്തിന്റെ സാക്ഷാത്കാരമായിരുന്നു ഭാഷാടിസ്ഥാനത്തിലുള്ള സംസ്ഥാനങ്ങളുടെ രൂപീകരണം. 1956 നവംബർ ഒന്നിന് ഐക്യകേരളം നിലവിൽവന്നു. നാടൊട്ടുങ്ങും വലിയ ആഘോഷങ്ങളായിരുന്നു. ഐക്യകേരളപ്പിറവിയുടെ ആഘോഷത്തിന്റെ

വാർത്ത നവംബർ രണ്ടിന് എട്ടുകോളം ലീഡായാണ് *ദേശാഭിമാനി* പ്രസിദ്ധപ്പെടുത്തിയത്. ആ വാർത്ത:

കേരളത്തിന്റെ പിറവി: ജനങ്ങളുടെ അഭൂതപൂർവമായ ആഹ്ളാദപ്രകടനം

കോഴിക്കോട്, നവംബർ 2: കേരള സ്റ്റേറ്റിന്റെ പിറവി ആഘോഷിക്കുന്ന കോഴിക്കോട് പട്ടണം ഇന്നലെ കണ്ടത് അഭൂതപൂർവമായ ആവേശത്തിലും ആഹ്ളാദത്തിലും ആർത്തിരമ്പുന്ന ഒരു മനുഷ്യസമുദ്രമായിരുന്നു. 31-ന് രാത്രി 12 മണി അടിച്ച ഉടൻ ആരംഭിച്ച ആഘോഷം ഒന്നിന് അർധരാത്രി കഴിഞ്ഞിട്ടും അവസാനിച്ചില്ല. കിഴക്ക് വെള്ളകീറുന്നതുവരെ പരിപാടികൾ നീണ്ടുനിന്നു.

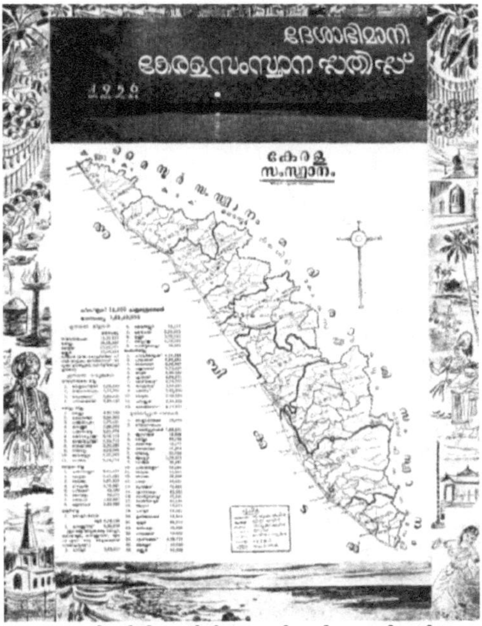

കേരളപ്പിറവി ദിനത്തിൽ *ദേശാഭിമാനി* പുറത്തിറക്കിയ പ്രത്യേക പതിപ്പിന്റെ ഒന്നാം പേജ്

അവിസ്മരണീയ രംഗങ്ങളായിരുന്നു എവിടെയും. ദീപാവലിയും കേരളപ്പിറവിയും ഒന്നിച്ചുമേളിച്ചപ്പോൾ പട്ടണം വർണശബളമായ വൈദ്യുതി വിളക്കുകളും മൺചിരാതുകളുംകൊണ്ട് ഒരു ഗന്ധർവലോകമായി മാറി. ഒമ്പതു കൊല്ലം മുമ്പ് ആഗസ്ത് 15-ന് കണ്ട ബഹുജനാഘോഷ പ്രകടനങ്ങളെ ഇന്നലത്തെ ആഘോഷം കവച്ചുവെച്ചു. കോഴിക്കോട് പട്ടണം അതിന്റെ ചരിത്രത്തിൽ ഇത്രയും വമ്പിച്ച ജനപ്രവാഹം കാണുകയുണ്ടായിട്ടില്ല.

എല്ലാ റോഡുകളിലും ജനങ്ങളുടെ നിലയ്ക്കാത്ത പ്രവാഹമായിരുന്നു. മാനാഞ്ചിറ മൈതാനത്തും ടാഗോർ പാർക്കിലും ആളുകൾ കാത്തുനിന്നു. എല്ലാവരുടെയും കൈയിൽ കൊളുത്തിപ്പിടിച്ച തീപ്പന്തം. മണി പന്ത്രണ്ടടിച്ചപ്പോൾ 101 വെടികൾ മുഴങ്ങി. ജയ് ജയ് കേരള സ്റ്റേറ്റ്, ഐക്യകേരളം സിന്ദാബാദ്, ജയ് ജയ് കേരള മാതാ തുടങ്ങിയ മുദ്രാവാക്യങ്ങൾ അർധരാത്രിയുടെ പ്രശാന്തതയെ ഭേദിച്ച് അന്തരീക്ഷത്തിലുയർന്നു. എൻ വി കൃഷ്ണവാരിയർ, എസ് കെ പൊറ്റെക്കാട്ട്, കെ ദാമോദരൻ, വി അബ്ദുള്ള, ജി ബി പ്രഭു എന്നിവർ ഘോഷയാത്രയുടെ മുൻനിരയിലുണ്ടായിരുന്നു.

ഇന്ത്യയുടെ പ്രതിരോധമന്ത്രി വി കെ കൃഷ്ണമേനോൻ ആഘോഷം ഉദ്ഘാടനം ചെയ്തുകൊണ്ട് പറഞ്ഞ വാചകങ്ങൾ ശ്രദ്ധേയമായിരുന്നു: "ഇന്ത്യയിൽ ഭാഷയെ അടിസ്ഥാനപ്പെടുത്തിയുള്ള സംസ്ഥാനങ്ങളുടെ ആവിർഭാവം ജനാധിപത്യത്തിന്റെ വളർച്ചയുടെ പ്രകടനമാണ്. രാജ്യത്ത് പല ഭാഷകളുണ്ട്. പല മതവിശ്വാസങ്ങളുണ്ട്. പല ആചാരങ്ങളുണ്ട്. ഈ വൈവിധ്യമാണ് ഇന്ത്യൻ ജനതക്കു വൈചിത്ര്യവും നിറപ്പകിട്ടും നൽകുന്നത്. അതേ അവസരത്തിൽ ഇതിന്റെയെല്ലാം അടിസ്ഥാനപരമായ ഐക്യം നമുക്ക് ജീവനും നൽകുന്നു. ഭാഷ നമ്മെ ഭിന്നിപ്പിക്കുകയല്ല, കൂട്ടിയിണക്കുകയാണ് ചെയ്യുന്നത്."[2]

തിരുവിതാംകൂർ, കൊച്ചി എന്നീ നാട്ടുരാജ്യങ്ങളും ബ്രിട്ടീഷ് ഇന്ത്യയിലെ മദിരാശി സംസ്ഥാനത്തെ ഒരു ജില്ലയായ മലബാറുമായി മൂന്നായി മുറിഞ്ഞുകിടന്നിരുന്ന ഭൂപ്രദേശത്തെ മലയാളം സംസാരിക്കുന്ന മഹാഭൂരിപക്ഷം ജനങ്ങളുടെയും സ്വപ്നമായിരുന്നു ഐക്യകേരളം. ആ സ്വപ്നം യാഥാർഥ്യമായതിന്റെ അളവറ്റ ആഹ്ളാദമാണ് കോഴിക്കോട് പട്ടണത്തിൽ കണ്ടത്. കോഴിക്കോട്ട് മാത്രമല്ല, തിരുവനന്തപുരം, കൊല്ലം, ആലപ്പുഴ, കൊച്ചി, മട്ടാഞ്ചേരി, തൃശൂർ തുടങ്ങി സംസ്ഥാനമാകെ നടന്ന ആഘോഷത്തിന്റെ വാർത്തകൾ ഇതേ ദിവസം തന്നെ ഒന്നാം പേജിൽ

വി കെ കൃഷ്ണമേനോൻ

ദേശാഭിമാനി കൊടുത്തിട്ടുണ്ട്. കേരളത്തെ സംബന്ധിച്ച് ഒരു പതിറ്റാണ്ടു നീണ്ട പ്രവർത്തനങ്ങളുടെയും പ്രക്ഷോഭത്തിന്റെയും വിജയകരമായ പരിസമാപ്തിയായിരുന്നു ഐക്യകേരളം. 1956 നവംബർ ഒന്നിനു തന്നെ ആന്ധ്രപ്രദേശും വിപുലീകൃതമായ മൈസൂരും (ഇന്നത്തെ കർണാടകം) മദിരാശിയും ദക്ഷിണേന്ത്യയിൽ നിലവിൽ വന്നു-നാലു സംസ്ഥാനങ്ങൾ.

ഐക്യകേരള പ്രഖ്യാപനത്തെ എല്ലാ കക്ഷികളും സ്വാഗതം ചെയ്തുവെങ്കിലും ചില്ലറ പ്രശ്നങ്ങൾ ഇല്ലാതിരുന്നില്ല. തെക്കൻ കന്നട ജില്ലയിലെ കാസർകോട് താലൂക്കാകെ കേരളത്തിൽ ഉൾപ്പെടുത്തിയപ്പോൾ അതിന്റെ കൂട്ടത്തിൽ കന്നട ഭാഷ സംസാരിക്കുന്നവർ കൂടുതലുള്ള കുറേ ഗ്രാമങ്ങളും ഉൾപ്പെട്ടു. അതേസമയം, മലയാളികൾ ഭൂരിപക്ഷമുള്ള ഗൂഡല്ലൂർ തമിഴ്നാട്ടിലേക്ക് പോയി. തർക്കങ്ങൾ പുനഃസംഘടനക്കുശേഷവും ഉണ്ടായിരുന്നുവെന്നു ചുരുക്കം. ഫ്രഞ്ച് അധീനത്തിൽ കിടക്കുന്നതും മലയാളം സംസാരിക്കുന്നവർ മാത്രം അധിവസിക്കുന്നതുമായ മാഹി, സംസ്ഥാന പുനർവിഭജനം വരുമ്പോൾ കേരളത്തോടു ചേർക്കണമെന്ന് കമ്യൂണിസ്റ്റ് പാർട്ടി ഉൾപ്പെടെ പ്രധാന രാഷ്ട്രീയ പാർട്ടികളെല്ലാം ആവശ്യപ്പെട്ടിരുന്നുവെങ്കിലും അതുണ്ടായില്ല. ഇന്ത്യ 1947-ൽ സ്വതന്ത്ര്യയായെങ്കിലും 1954-ൽ മാത്രമാണ് മാഹി മോചിപ്പിക്കപ്പെട്ടത്. മാഹി പുതുശ്ശേരിയുടെ ഭാഗമായി തന്നെ നിന്നു. അതുതൊടാൻ കേന്ദ്ര സർക്കാർ തയാറായില്ല.

മലയാളികളുടെ ഭാഷയും സംസ്കാരവും ഉയർത്താനും ഇതര ദേശീയ ജനവിഭാഗങ്ങളുമായി കൂടുതൽ ഐക്യത്തിൽ കഴിയാനും ഐക്യകേരളം എന്ന ആശയം സംഘടിതമായി ഉയർത്തിയതും പ്രചാരണം നടത്തിയും കമ്യൂണിസ്റ്റ് പാർട്ടിയായിരുന്നു. മലയാളഭാഷാ ഭൂരിപക്ഷ പ്രദേശങ്ങൾ ഒന്നാക്കുക, ജനാധിപത്യ ഭരണസമ്പ്രദായം കൊണ്ടുവരിക, കാർഷികനിയമങ്ങൾ കർഷകർക്ക് അനുകൂലമായി പരിഷ്കരിക്കുക, തൊഴിലാളി ക്ഷേമം ഉറപ്പുവരുത്തുന്ന നിയമനിർമാണം നടത്തുക, ഭാഷയെയും സംസ്കാരത്തെയും നവീകരിച്ച് അഭിവൃദ്ധിപ്പെടുത്തുക-ഈ കാഴ്ചപ്പാടോടെയാണ് കമ്യൂണിസ്റ്റുകാർ പ്രവർത്തിച്ചുവന്നത്. ഈ ലക്ഷ്യം മുൻനിർത്തിയുള്ള പ്രചാരണത്തിൽ പാർട്ടിയുടെ മുഖപത്രമായ *ദേശാഭിമാനി* മുഖ്യ പങ്കുവഹിച്ചു. ഐക്യകേരളമെന്ന ആശയം ഉയർന്നതുമുതൽ വാർത്തകൾ വലിയ പ്രാധാന്യത്തോടെ പത്രം കൊടുത്തുകൊണ്ടിരുന്നു.

ഐക്യകേരളത്തിന് അഭിവാദ്യം

ഐക്യകേരളത്തിന് അഭിവാദ്യമർപ്പിച്ച് കേരളപ്പിറവി ദിനത്തിൽ *ദേശാഭിമാനി* ഒന്നാം പേജിൽ നൽകിയ സന്ദേശം:

ആ യാത്ര ഇന്നാരംഭിക്കുന്നു

കോഴിക്കോട്: ഒരു പൗരാണിക ജനത തലമുറകളായി വെച്ചുപുലർത്തിയ അത്യുജ്ജ്വലമായ ഒരു ദേശീയാഭിലാഷം ഇന്നു സാക്ഷാത്കരിക്കപ്പെടുന്നു. ഭാവിചരിത്രകാരന്മാർ ഐതിഹാസികമെന്നു രേഖപ്പെടുത്തുന്ന ഈ സുദിനത്തെ, ഐക്യകേരളപ്പിറവിയെ, ആഹ്ളാദഭരിതമായി, അഭിമാനപുളകിതമായി *ദേശാഭിമാനി* അഭിവാദ്യം ചെയ്യുന്നു.

ദീർഘകാലത്തെ ഒരു സമരത്തിന്റെ വേദനയും യാതനയും നിറഞ്ഞ കഥയാണത്. ഹൃദയരക്തം കൊണ്ട് അതിന്റെ അധ്യായങ്ങൾ എഴുതിയ അറിയുന്നവരും അറിയപ്പെടാത്തവരുമായ എല്ലാവരെയും ഞങ്ങൾ ആദരപൂർവം അനുസ്മരിക്കുന്നു. കേരളീയരെപ്പോലെ സ്വന്തമായ ഒരു സംസ്ഥാനം കൈവരിച്ചതിൽ ആഹ്ളാദത്തിന്റെയും പ്രതീക്ഷകളുടെയും പൊൻചിലങ്കകളിട്ട് നൃത്തം ചെയ്യുന്ന കർണാടകക്കാരുടെയും തമിഴരുടെയും തെലുങ്കരുടെയും മറ്റും വികാരവായ്പിൽ ഞങ്ങൾ പങ്കുചേരുന്നു.

അതേഅവസരം, ഭാഷാസംസ്ഥാനമെന്ന ജന്മാവകാശം നിഷേധിക്കപ്പെട്ട്, സമരത്തിന്റെ പന്ഥാവിലൂടെ മുമ്പോട്ടുകുതിക്കുന്ന മഹാരാഷ്ട്രക്കാരുടെയും ഗുജറാത്തുകാരുടെയും ഹൃദയത്തോടൊപ്പം ഞങ്ങളുടെ ഹൃദയവും തുടിക്കുന്നു. ഭാവിയിലേക്ക് ഞങ്ങൾ ഉറ്റുനോക്കുകയാണ്.

വളരെയധികം പ്രതീക്ഷകളുണ്ട്. അൽപ്പം ആശങ്കകളുമുണ്ട്. ഐശ്വര്യപൂർണമായ, സമ്പൽസമൃദ്ധമായ ഒരു കേരളത്തിന്റെ അപാരമായ സാധ്യതകൾ തുറന്നുകിടക്കുന്നു. കേരളത്തിനകത്തും പുറത്തുമുള്ള ഒന്നരക്കോടി ജനങ്ങൾ ഭാവനയിൽ കാണുന്ന ഭാവി കേരളത്തിലേക്കുള്ള യാത്ര സുദീർഘമാണ്; ദുഷ്കരവും. ആ യാത്ര ഇന്നാരംഭിക്കുന്നു. നാമെല്ലാം യാത്രക്കാരാണ്. കാണികളായി ആരുമില്ല. പ്രതിബന്ധങ്ങളും കക്ഷി പരിഗണനകളും നമ്മുടെ പ്രയാണത്തെ ക്ഷീണിപ്പിക്കാതിരിക്കട്ടെ. ഇന്ത്യയുടെ പൊതുഐക്യവും ക്ഷേമവും ശക്തിപ്പെടുത്തും പുരോഗതിയിലേക്കുള്ള നമ്മുടെ ഓരോ ചുവടുവെപ്പുമെന്ന ബോധം നമ്മെ കർമോത്സുകരാക്കട്ടെ.[3]

ഇന്ത്യയിൽ വിവിധ ദേശീയ ജനവിഭാഗങ്ങളുടെ വളർച്ചയിൽ ഭാഷ വഹിച്ച പങ്കിനെക്കുറിച്ച് ഇ എം എസ് നൽകിയ വിശദീകരണം, എന്തുകൊണ്ട് കമ്യൂണിസ്റ്റ് പാർട്ടി ഭാഷാടിസ്ഥാനത്തിൽ സംസ്ഥാനങ്ങൾ വിഭജിക്കാൻ നിലകൊണ്ടു എന്ന ചോദ്യത്തിനുള്ള ഉത്തരം കൂടിയാണ്. അദ്ദേഹം പറഞ്ഞു:

> ജാതി–മതാദി പരിഗണനകൾക്കതീതമായി ഭാഷ, അതിനെ ചുറ്റിപ്പറ്റിക്കൊണ്ടുള്ള സംസ്കാരം എന്നിവയെ മുഖ്യമായി ആശ്രയിച്ചുകൊണ്ടുള്ള വിവിധ ദേശീയ ജനവിഭാഗങ്ങൾ ഇന്ത്യയിലുണ്ട്. അവയോരോന്നും ഇന്ത്യയുടെ അവിഭാജ്യഘടകങ്ങളാണെങ്കിലും അവയ്ക്കോരോന്നിനും അതാതിന്റെ ദേശീയ സവിശേഷതയുണ്ട്. ഈ സവിശേഷതകൾ കണക്കിലെടുത്തുകൊണ്ടും അവയ്ക്ക് സ്വച്ഛന്ദം വികസിക്കുവാൻ വേണ്ട സാഹചര്യം സൃഷ്ടിച്ചുകൊണ്ടുമാണ് ഇന്ത്യയുടെ ഐക്യം നിലനിർത്തേണ്ടത്.[4]

ഈ കാഴ്ചപ്പാട് ജനങ്ങളുടെ മുമ്പിൽ അവതരിപ്പിക്കാനാണ് *ഒന്നേകാൽ കോടി മലയാളികൾ* എന്ന ലഘുലേഖ സ്വാതന്ത്ര്യത്തിനുമുമ്പ് ഇ എം എസ് എഴുതിയത്. അതു പിന്നീട് പുസ്തകമായി. ഐക്യകേരള പ്രശ്നത്തിന്റെ മൗലികവശങ്ങൾ പ്രതിപാദിക്കുന്നതിന് പിന്നീട് (1947–48) *കേരളം മലയാളികളുടെ മാതൃഭൂമി* എന്ന ഗ്രന്ഥം അദ്ദേഹം എഴുതി. ബ്രിട്ടീഷ് സംസ്ഥാനമായിരുന്ന മദിരാശി, നാട്ടുരാജ്യങ്ങളായ കൊച്ചി, തിരുവിതാംകൂർ എന്നീ പ്രദേശങ്ങളിൽ മലയാള ഭാഷ സംസാരിക്കുന്നവർക്ക് ഭൂരിപക്ഷമുള്ളതും തൊട്ടുകിടക്കുന്നതുമായ പ്രദേശങ്ങളെയാണ് കേരള സംസ്ഥാനത്തിൽ ചേർക്കേണ്ടതെന്നാണ് *ഒന്നേകാൽ കോടി മലയാളികൾ* എന്ന പദപ്രയോഗം സൂചിപ്പിക്കുന്നത്. ഇത്ര വ്യക്തമായി കേരള സംസ്ഥാനത്തിന്റെ രൂപവും ഭാവവും വിശദീകരിക്കുന്ന സമീപനം കമ്യൂണിസ്റ്റ് പാർട്ടിക്കല്ലാതെ മറ്റാർക്കും അന്നില്ലായിരുന്നുവെന്ന് ഇ എം എസ് തന്നെ ചൂണ്ടിക്കാണിച്ചിട്ടുണ്ട്. ഭാഷയുടെയും സംസ്കാരത്തിന്റെയും വളർച്ചയ്ക്ക് ഭാഷാടിസ്ഥാനത്തിലുള്ള സംസ്ഥാനങ്ങൾ അനിവാര്യമാണെന്ന് ബോധ്യമാകാൻ കന്നട സംസാരിച്ചിരുന്ന ജനവിഭാഗങ്ങൾ ചിന്നിച്ചിതറിക്കിടന്നിരുന്ന അവസ്ഥ നോക്കിയാൽ മതി. ഇന്നു കർണാടകത്തിലുള്ള പ്രദേശങ്ങൾ അന്നത്തെ മദിരാശി, ബോംബെ എന്നീ രണ്ടു ബ്രിട്ടീഷ് സംസ്ഥാനങ്ങളിലും മൈസൂർ, കുടക് എന്നീ നാട്ടുരാജ്യങ്ങളിലുമായിരുന്നു. ഇങ്ങനെ വേറിട്ടു കിടന്ന ജനതയെ ഭാഷയുടെ അടിസ്ഥാനത്തിൽ ഒരുമിച്ച് ചേർത്ത് അവരുടെ സാംസ്കാരികമായ ഉന്നതിക്ക് അടിസ്ഥാനമൊരുക്കുകയാണ് ഭാഷാടിസ്ഥാനത്തിലുള്ള സംസ്ഥാനങ്ങളുടെ രൂപീകരണം ചെയ്തത്. ഇ എം എസ് *ഒന്നേകാൽ കോടി മലയാളികൾ* എഴുതിയതുപോലെ അക്കാലത്തുതന്നെ കമ്യൂണിസ്റ്റ് പാർട്ടി കേന്ദ്ര കമ്മിറ്റി അംഗങ്ങളായ ഭവാനി സെൻ *നതൂൻ ബംഗോള*യും പി സുന്ദരയ്യ *വിശാലാന്ധ്ര*യും എഴുതി. സംസ്ഥാന പുനഃസംഘടനാ വിഷയത്തിൽ പാർട്ടി കേന്ദ്ര നേതൃത്വത്തിന്റെ കാഴ്ചപ്പാട് പ്രതിഫലിപ്പിക്കുന്നതിനാണ് മൂന്നുപേരും ലഘുലേഖകൾ തയാറാക്കിയത്.

കേരള സംസ്ഥാനമെന്ന ആശയത്തിന് വേറെയും വ്യാഖ്യാനങ്ങളുണ്ടായിരുന്നു. അതിലൊന്ന്, അന്നത്തെ തിരുവിതാംകൂറിൽപെട്ട തമിഴ് ഭൂരിപക്ഷ പ്രദേശങ്ങൾ (ഇന്ന് തമിഴ്നാട്ടിൽപെട്ട കന്യാകുമാരി ജില്ല) കേരളത്തിന്റെ ഭാഗമാവണം എന്നതായിരുന്നു ഒരു വാദം. തെക്കൻ കന്നട ജില്ല, കുടക്, തമിഴ്നാട്ടിൽപെട്ട നീലഗിരി ജില്ലയിലെ ഗൂഡല്ലൂർ താലൂക്ക് എന്നിവ കൂടി കേരളത്തിൽ ചേർക്കണമെന്ന് മറ്റൊരാവശ്യം ഉയർന്നു. ഇതൊന്നും പുനഃസംഘടനാ കമീഷൻ അംഗീകരിച്ചില്ല. തെക്കൻ തിരുവിതാംകൂറിനെയും ഗൂഡല്ലൂരിനെയും തമിഴ്നാട്ടിലും തെക്കൻ കന്നട ജില്ലയെ കർണാടകത്തിലും ഉൾ

പോറ്റി ശ്രീരാമുലു

പ്പെടുത്തി. അതിൽ പ്രതിഷേധിച്ച് 'അഖണ്ഡ കേരളം' എന്നൊരു പ്രസ്ഥാനം സംഘടിപ്പിക്കപ്പെട്ടുവെങ്കിലും ജനപിന്തുണയില്ലാത്തതിനാൽ അതൊന്നും മുന്നോട്ടുപോയില്ല.

കേന്ദ്ര ഗവൺമെന്റ് സംസ്ഥാന പുനർവിഭജന കമീഷനെ നിയമിച്ചത് 1953 ഡിസംബറിലാണ്. റിട്ടയർഡ് സുപ്രിം കോടതി ജഡ്ജി ഫസൽ അലി ചെയർമാനായ കമ്മിറ്റിയിൽ സർദാർ കെ എം പണിക്കർ, എച്ച് എൻ കുൻസ്റു എന്നിവരായിരുന്നു അംഗങ്ങൾ. വിഭജനം കഴിയുന്നത്ര നീട്ടിക്കൊണ്ടുപോകാനാണ് ഡൽഹിയിലുള്ള കോൺഗ്രസ് ഗവൺമെന്റ് ശ്രമിച്ചത്. പക്ഷേ ആന്ധ്ര സംസ്ഥാനത്തിനു വേണ്ടി നടന്ന പ്രക്ഷോഭവും ഈ ആവശ്യത്തിന് നിരാഹാരം കിടന്ന് പോറ്റി ശ്രീരാമുലു (1901–1952) മരിച്ചതും പെട്ടെന്നു തീരുമാനമെടുക്കാൻ ഗവൺമെന്റിനെ നിർബന്ധിച്ചു. ആന്ധ്രയിലെ അറിയപ്പെടുന്ന ഗാന്ധിയൻ നേതാവായിരുന്നു ശ്രീരാമുലു. ബ്രിട്ടീഷ് ഇന്ത്യയിൽ പെട്ടിരുന്ന അവിഭക്ത മദിരാശിയിലെ തെലുങ്ക് സംസാരിക്കുന്നവർ ബഹുഭൂരിപക്ഷമുള്ള ജില്ലകളെ വേർതിരിച്ച് അവയെല്ലാം ഉൾക്കൊള്ളുന്ന ആന്ധ്ര സംസ്ഥാനം വേണമെന്നതായിരുന്നു അദ്ദേഹം ഉയർത്തിയ ആവശ്യം. ഹൈദരാബാദ് നാട്ടുരാജ്യത്തിൽപെട്ട തെലുങ്ക് പ്രദേശങ്ങൾ കൂടി ഉൾപ്പെടുത്തി വിശാലാന്ധ്ര രൂപീകരിക്കണമെന്നായിരുന്നു കമ്യൂണിസ്റ്റ് പാർട്ടി ആവശ്യപ്പെട്ടുകൊണ്ടിരുന്നത്. എങ്കിലും ശ്രീരാമുലുവിന്റെ പിന്നിൽ മറ്റു പാർട്ടികളെപ്പോലെ കമ്യൂണിസ്റ്റ് പാർട്ടിയും അണിനിരന്നു. ഇന്ത്യയിലാകെ ഭാഷാസംസ്ഥാനങ്ങൾക്കുവേണ്ടി നടക്കുന്ന സമരങ്ങളെ ഇതു ശക്തിപ്പെടുത്തി. പ്രക്ഷോഭം പടർന്നുപിടിച്ചു. ഈ സാഹചര്യത്തിലാണ് മദിരാശി ജില്ലയിലെ തെലുങ്ക് ഭാഷാജില്ലകളെ മാത്രം ഉൾപ്പെടുത്തി കർണൂൽ തലസ്ഥാനമായി ആന്ധ്ര സംസ്ഥാനം രൂപീകരിക്കാൻ കോൺഗ്രസ് ഗവൺമെന്റ് തയാറായത്. ഒപ്പം ഒരു തീരുമാനം കൂടിയുണ്ടായി. കൂടുതൽ യുക്തിസഹമായ രീതിയിൽ സംസ്ഥാനങ്ങൾ പുനർവിഭജിക്കുന്നതിനു കമീഷനെ നിയോഗിച്ചു. ആ കമീഷന്റെ ശുപാർശയുടെ അടിസ്ഥാനത്തിലാണ് ഐക്യകേരളം രൂപംകൊള്ളുന്നത്.

ഐക്യകേരളത്തിന്റെ കാര്യത്തിൽ മറ്റുപാർട്ടികളുടേതിൽ നിന്ന് കമ്യൂണിസ്റ്റ് പാർട്ടി നിലപാട് എങ്ങനെ വ്യത്യസ്തമായിരുന്നുവെന്ന് ഇ എം എസ് വിശദീകരിക്കുന്നു:

> [...] കന്യാകുമാരി മുതൽ ഗോകർണം വരെ നീണ്ടുകിടക്കുന്നതെന്ന് ഐതിഹ്യം പറയുന്ന പൗരാണിക കേരളം വീണ്ടെടുക്കുകയെന്ന അർഥത്തിലാണ് മറ്റു പാർട്ടികൾ ഐക്യകേരളത്തെ കണ്ടത്. കൊച്ചി മഹാരാജാവിന്റെ രക്ഷാധികാരിത്വത്തിൻ കീഴിലും കോൺഗ്രസ് നേതാക്കളുടെ നേരിട്ടുള്ള ആഭിമുഖ്യത്തിലും രൂപംകൊണ്ട ഐക്യകേരള പ്രസ്ഥാനം കമ്യൂണിസ്റ്റ് പാർട്ടി രൂപം നൽകിയ ആശയത്തിനെതിരായിരുന്നു. അതുകൊണ്ട് അവരുടെ നേതൃത്വത്തിൽ രൂപംകൊണ്ട ഐക്യകേരള പ്രസ്ഥാനത്തിന് പ്രായോഗികതലത്തിൽ പിന്തുണനൽകുമ്പോൾ തന്നെ, അവരുടെ കാഴ്ചപ്പാടിനെ ആശയപരമായി ജനമധ്യത്തിൽ തുറന്നുകാണിക്കുകകൂടി ചെയ്യാൻ പാർട്ടി നിർബന്ധിക്കപ്പെട്ടു. പാർട്ടി പത്രം, മറ്റു പ്രസിദ്ധീകരണങ്ങൾ, പാർട്ടി നേതാക്കളുടെ പ്രസംഗങ്ങൾ എന്നിവയെല്ലാം ഇതിനുവേണ്ടി ഉപയോഗിച്ചു.[5]

ഭാഷാടിസ്ഥാനത്തിൽ കേരളം രൂപീകരിക്കാൻ പുനഃസംഘടനാ കമീഷന്റെ ശുപാർശ വന്നപ്പോൾ അതിനെ കമ്യൂണിസ്റ്റ് പാർട്ടി സ്വാഗതം ചെയ്തു. മലബാർ, തിരു-കൊച്ചി കമ്മിറ്റികളുടെ സംയുക്തയോഗം തൃശൂരിൽ ചേർന്ന് ഇതുസംബന്ധിച്ച് അംഗീകരിച്ച പ്രമേയം 1955 നവംബർ 5-ന് *ദേശാഭിമാനി* ഒന്നാം പേജിൽ പ്രസിദ്ധപ്പെടുത്തി.

> *ഐക്യകേരളത്തിന്റെ ഭാവി ഭദ്രമാക്കുക:*
> *കമ്യൂണിസ്റ്റ് പാർട്ടി*
> തൃശൂർ: ഭാഷാടിസ്ഥാനത്തിൽ കേരളം രൂപീകരിക്കാനുള്ള പുനഃസംഘടനാ കമീഷൻ ശുപാർശയെ കമ്യൂണിസ്റ്റ് പാർട്ടി സ്വാഗതം ചെയ്യുന്നു. സാമ്രാജ്യത്വ-നാടുവാഴി താൽപ്പര്യങ്ങൾക്കു

എൻ വി കൃഷ്ണവാരിയർ

വിധേയമായി നൂറ്റാണ്ടുകളായി വെട്ടിമുറിക്കപ്പെട്ടു കിടന്നിരുന്ന മലയാളി ജനതയെ ഏകോപിപ്പിക്കുന്നതിന് ചരിത്രത്തിലാദ്യമായി വന്ന ഒരവസരമാണിത്. രാജപ്രമുഖനില്ലാത്ത ഒരു 'എ' സംസ്ഥാനമായിരിക്കും കേരളമെന്നത് വിശേഷിച്ചും സ്വാഗതാർഹമാണ്. ഇതു ജനാധിപത്യ ശക്തികളുടെ വിജയമാണ്. ഈ പരിതഃസ്ഥിതി സൃഷ്ടിക്കുന്നതിൽ പാർട്ടി അഭിമാനകരമായ പങ്കുവഹിച്ചു. ഭാഷാപരമായ വിഭജനം ഐക്യത്തെയും ഭദ്രതയെയും തകർക്കുമെന്ന അനാവശ്യ ഭീതി കുത്തിയിളക്കി ദക്ഷിണ സംസ്ഥാന വാദം, പശ്ചിമസംസ്ഥാന വാദം, തിരു-കൊച്ചിയെ അതേപടി നിലനിർത്തൽ എന്നിങ്ങനെയുള്ള നാനാവശങ്ങൾ മറ്റു പാർട്ടികൾ ഉന്നയിച്ചപ്പോൾ കമ്യൂണിസ്റ്റ് പാർട്ടി മാത്രമാണ് ഇന്നോളവും ഭാഷയെ അടിസ്ഥാനപ്പെടുത്തിയുള്ള കേരളത്തിനു വേണ്ടി സമരം ചെയ്തിട്ടുള്ളത്.

വിവിധ ജനവിഭാഗങ്ങളെ ഏകോപിപ്പിക്കുന്നതിനും ഏറ്റവും ജനാധിപത്യപരവും നീതിയുക്തവുമായ ഒരു പരിഹാരം ഈ സംസ്ഥാന പുനഃസംഘടനാ പ്രശ്നത്തിൽ ഉണ്ടാകുന്നതിനും ഇതു സഹായിച്ചിട്ടുണ്ട്. കേരള സംസ്ഥാനം രൂപമെടുക്കുന്നതിന്റെ മുമ്പിലുള്ള ആപത്തുകൾ മുഴുവൻ നീങ്ങിയതായി കരുതുന്നത് അബദ്ധമായിരിക്കും. മലയാള പ്രദേശ് കോൺഗ്രസ് കമ്മിറ്റി ദക്ഷിണ തീര സംസ്ഥാനത്തിനു വേണ്ടിയുള്ള വമ്പിച്ച പ്രക്ഷോഭം പ്ലാൻ ചെയ്തിരിക്കയാണ്. തിരു-കൊച്ചി പിസിസിയും പിഎസ്പിയും പശ്ചിമതീര സംസ്ഥാനത്തിനുവേണ്ടി നിലകൊള്ളുന്നു.

ഐക്യകേരളവാദികൾ എന്നു പറയുന്നവരിൽ തന്നെ ചില വിഭാഗങ്ങൾ തെക്കൻ തിരുവിതാംകൂറിലെ തമിഴ് ഭൂരിപക്ഷ പ്രദേശങ്ങളെയും തെക്കൻ കർണാടകത്തിലെ കന്നട ഭൂരിപക്ഷ പ്രദേശങ്ങളെയും കേരളത്തിൽ തന്നെ പിടിച്ചുനിർത്താൻ പ്രക്ഷോഭം കൂട്ടുന്നു. ഈ വാദങ്ങളും പ്രക്ഷോഭങ്ങളും ജനങ്ങളെ തമ്മിലടിപ്പിക്കാനും സംസ്ഥാനത്തിന്റെ പിറവിയെത്തന്നെ അപകടപ്പെടുത്തുവാനും മാത്രമേ പ്രയോജനപ്പെടൂ എന്നു മുന്നറിയിപ്പു നൽകുന്നു.

മലയാളം, തമിഴ്, കർണാടക ജനവിഭാഗങ്ങൾ തമ്മിൽ പുതിയ സംസ്ഥാനത്തിന്റെ അതിർത്തികളെ സംബന്ധിച്ച് ചില തർക്കങ്ങൾ ഉണ്ടായിട്ടുണ്ടെങ്കിലും അത്തരം തർക്കങ്ങളെല്ലാം സംഘട്ടനം കൂടാതെ രണ്ടു ജനവിഭാഗങ്ങൾ തമ്മിൽ സൗഹാർദപരമായ കൂടിയാലോചനകളിലൂടെ പരിഹരിക്കാൻ കഴിയും. അതുകൊണ്ട് ഈ തർക്കങ്ങളുടെ അടിസ്ഥാനത്തിൽ ജനങ്ങളെ വേർതിരിച്ച് തമ്മിലടിപ്പിക്കാനുള്ള വാസനയെ ഒരുവിധത്തിലും പ്രോത്സാഹിപ്പിക്കരുത്. മുഖ്യമായും ഭാഷാടിസ്ഥാനത്തിലൂടെ കേരള സംസ്ഥാനം രൂപമെടുക്കുന്നതിനു വേണ്ടി പ്രവർത്തിക്കണമെന്നും പാർട്ടി പ്രമേയത്തിൽ ആഹ്വാനം ചെയ്തു.[6]

'ദക്ഷിണസംസ്ഥാനം വേണ്ടേ വേണ്ട' എന്ന മുദ്രാവാക്യവുമായി അക്കാലത്ത് മലബാറിലും തിരു-കൊച്ചിയിലും വ്യാപകമായി പ്രകടനങ്ങളും പ്രചാരണ ജാഥകളും യോഗങ്ങളും നടന്നു. സാഹിത്യകാരന്മാരും കലാകാരന്മാരും ഐക്യകേരളത്തിനുവേണ്ടി രംഗത്തുവന്നു. എൻ വി കൃഷ്ണവാരിയർ, എസ് കെ പൊറ്റെക്കാട്ട് തുടങ്ങിയ പ്രമുഖ എഴുത്തുകാർ സാംസ്കാരിക പ്രവർത്തകരുടെ മുൻനിരയിലുണ്ടായിരുന്നു. മറുനാടൻ മലയാളികൾ ഐക്യകേരള വാദത്തിനൊപ്പം നിലയുറപ്പിച്ചു. ബോംബെയിലും ഡൽഹിയിലും മദിരാശിയിലും കൽക്കത്തയിലുമെല്ലാം യോഗങ്ങൾ നടന്നതിന്റെ വാർത്തകൾ *ദേശാഭിമാനി* പ്രസിദ്ധീകരിച്ചുകൊണ്ടിരുന്നു.

ഐക്യകേരളത്തിനു വേണ്ടി ശക്തിയായ പ്രക്ഷോഭം തുടങ്ങാൻ 1956 ഫെബ്രുവരി 4, 5 തീയതികളിൽ ചേർന്ന കമ്യൂണിസ്റ്റ് പാർട്ടി മലബാർ കമ്മിറ്റി തീരുമാനിച്ചു. യോഗ തീരുമാനങ്ങൾ ഫെബ്രുവരി 6-ന് *ദേശാഭിമാനി* റിപ്പോർട്ട് ചെയ്തിട്ടുണ്ട്.

കമ്യൂണിസ്റ്റ് പാർട്ടി മലബാർ കമ്മിറ്റിയുടെ തീരുമാനം വന്ന് അധിക ദിവസം കഴിയുംമുമ്പ് കോഴിക്കോട്ട് വിപുലമായ ഐക്യകേരള കൺവൻഷൻ ചേർന്നു. കമ്യൂണിസ്റ്റ് പാർട്ടിയുടെ മുൻകൈയിൽ സംഘടിപ്പിച്ച കൺവൻഷന് കോൺഗ്രസ് നേതാവ് കെ പി കേശവമേനോൻ അയച്ച സന്ദേശത്തിൽ ദക്ഷിണസംസ്ഥാനത്തിനു വേണ്ടി വാദിക്കുന്നത് കേരളത്തിന് അപമാനമാണെന്ന് വെട്ടിത്തുറന്നു പറഞ്ഞു. കൺവൻഷൻ തീരുമാനങ്ങൾ 1956 ഫെബ്രുവരി 25-നു *ദേശാഭിമാനി*

യുടെ ഒന്നാം പേജിൽ മുഖ്യവാർത്തയായിരുന്നു. ആ റിപ്പോർട്ട്:

കേരള സംസ്ഥാനം ഉടനടി രൂപീകരിക്കണം
ഐക്യകേരള കൺവൻഷൻ ആവശ്യപ്പെടുന്നു
ഡൽഹിയിലേക്കും മദിരാശിയിലേക്കും തിരുവനന്തപുരത്തേക്കും
നിവേദക സംഘങ്ങൾ

കോഴിക്കോട്: കേരള സംസ്ഥാന രൂപീകരണം ത്വരിതപ്പെടുത്താനുള്ള നടപടികൾ കൈക്കൊള്ളുന്നതിന് ഇന്നിവിടെ ചേർന്ന ഐക്യകേരള സമ്മേളനം ഗവൺമെന്റിനോട് അഭ്യർഥിച്ചു. രാവിലത്തെ പ്രതിനിധി സമ്മേളനം, വൈകുന്നേരത്തെ പ്രകടനം, തുടർന്നുണ്ടായ പതിനായിരം പേരുടെ പൊതുറാലി ഇവയിലെല്ലാം നടന്ന പ്രസംഗങ്ങളും ഉയർത്തിയ മുദ്രാവാക്യങ്ങളും പാസാക്കിയ പ്രമേയങ്ങളും വായിച്ച സന്ദേശങ്ങളും ദക്ഷിണസംസ്ഥാന വാദം കുഴിച്ചുമൂടണമെന്ന് അതിന്റെ ആവിഷ്കർത്താക്കളോട് ആവശ്യപ്പെട്ടു.

ദക്ഷിണസംസ്ഥാനത്തിനെതിരായ മലബാറുകാരുടെ വ്യക്തമായ വിധി അറിയിക്കാനും കേരള സംസ്ഥാന രൂപീകരണം ത്വരിതപ്പെടുത്തണമെന്ന് ആവശ്യപ്പെടാനും കേന്ദ്രഗവൺമെന്റിന്റെയും മദിരാശി ഗവൺമെന്റിന്റെയും തിരു-കൊച്ചി ഗവൺമെന്റിന്റെയും മുമ്പാകെ നിവേദനം നടത്താൻ സമ്മേളനം മൂന്നു നിവേദകസംഘങ്ങളെ തെരഞ്ഞെടുത്തു. കേരള സംസ്ഥാനത്തിനു വേണ്ടി പ്രവർത്തിക്കാൻ ഒരു സ്റ്റാൻഡിങ് കമ്മിറ്റിയും കൺവൻഷൻ തെരഞ്ഞെടുത്തിട്ടുണ്ട്.

പൊതുസമ്മേളനത്തിൽ അധ്യക്ഷത വഹിച്ചത് മലബാർ കേന്ദ്ര കലാസമിതി പ്രസിഡണ്ട് എസ് കെ പൊറ്റെക്കാട്ടാണ്. ശ്രീമാന്മാർ എൻ വി കൃഷ്ണവാരിയർ, പ്രൊഫ. മുണ്ടശ്ശേരി, വി ആർ കൃഷ്ണൻ എംഎൽഎ, ഇ എം ശങ്കരൻ നമ്പൂതിരിപ്പാട്, ഇ എസ് എം ഹനീഫ തുടങ്ങിയവരായിരുന്നു പ്രധാന പ്രാസംഗികന്മാർ. പൊതുസമ്മേളനത്തിനു മുമ്പ് നടന്ന രണ്ടായിരം പേർ പങ്കുകൊണ്ട ഘോഷയാത്രയിൽ 'ദക്ഷിണ സംസ്ഥാനം വേണ്ടേ വേണ്ട, ജീവൻ കൊടുത്തും ഐക്യകേരളം നേടും' എന്നീ മുദ്രാവാക്യങ്ങൾ ഉയർന്നു.

ഐക്യകേരളം സംബന്ധിച്ച് എൻ വി കൃഷ്ണവാരിയർ അവതരിപ്പിച്ച പ്രമേയം കൺവൻഷൻ അംഗീകരിച്ചു. പ്രമേയം: ഭാഷാസംസ്ഥാനങ്ങളെപ്പറ്റി അടുത്തകാലത്തുണ്ടായ കൂടിയാലോചനകൾ ജനങ്ങളുടെയിടയിൽ ആശയക്കുഴപ്പം ഉണ്ടാക്കാനേ ഉപകരിച്ചിട്ടുള്ളു എന്ന് ഈ സമ്മേളനം അഭിപ്രായപ്പെടുന്നു. ദക്ഷിണസംസ്ഥാനത്തിൽ ചേരാൻ തങ്ങൾ തയാറില്ല എന്ന് തമിഴ്നാടിന്റെ നേതാക്കൾ വ്യക്തമാക്കിയതിനു ശേഷവും കേരളവും കർണാടകവും ചേർത്ത് ഒരു സംസ്ഥാനമുണ്ടാക്കാൻ ഉയർന്ന സ്ഥാനത്ത് ഏതാനും പേർ കൂടിയാലോചനകളും മറ്റും നടത്തിവരുന്നതായി കാണുന്നു. ഈ കൂടിയാലോചനകൾ കേരളീയരും കന്നടക്കാരും തമ്മിൽ ഇപ്പോഴില്ലാത്ത വഴക്കുകൾ ഉണ്ടാക്കാൻ മാത്രമേ ഉപകരിക്കൂ. തികച്ചും അസ്വാഭാവികവും അസാധ്യവുമായ കേരള-കർണാടക സംയുക്ത സംസ്ഥാനത്തിനും ദക്ഷിണ സംസ്ഥാനത്തിനും വേണ്ടിയുള്ള കൂടിയാലോചനകൾ അതിനാൽ ഉടൻ അവസാനിപ്പിക്കണം.

കേരള സംസ്ഥാനം അടുത്തുതന്നെ നിലവിൽ വരുമെന്ന ഉത്തമവിശ്വാസത്തിൽ, ആ സംസ്ഥാനത്തിന്റെ പുരോഗതിക്കുള്ള പ്രവർത്തനങ്ങൾ ഉടനടി ആരംഭിക്കുവാൻ തിരു-കൊച്ചി ഗവൺമെന്റിനോടും കേരള സംസ്ഥാനത്തിലെ ബഹുജനങ്ങളോടും സംഘടനകളോടും കൺവൻഷൻ അഭ്യർഥിച്ചു. മാർച്ച് 4-ന് കേരള സംസ്ഥാന ദിനമായി ആചരിക്കാൻ കൺവൻഷൻ ആഹ്വാനം ചെയ്തു. സംസ്ഥാന പുനഃസംഘടന സംബന്ധിച്ച അനിശ്ചിതത്വം ഇനിയും തുടരുന്നത് ഇന്ത്യയുടെ പുരോഗതിക്ക് പ്രതിബന്ധമായിരിക്കുമെന്ന് കെ പി കേശവമേനോൻ അദ്ദേഹത്തിന്റെ സന്ദേശത്തിൽ പറഞ്ഞു. 'ഞങ്ങളെക്കൂടി എടുക്കുമോ' എന്നു ചോദിച്ച് മറ്റു ജനവിഭാഗങ്ങളെ സമീപിക്കുകയും അവരുടെ എതിർപ്പും അവജ്ഞയും വാങ്ങിക്കൂട്ടുകയും ചെയ്യുന്നത് കേരളീയർക്ക് ഒരിക്കലും അഭിമാനകരമല്ല-കേശവമേനോൻ പറഞ്ഞു. കൺവൻഷനിൽ 350 പ്രതിനിധികൾ പങ്കെടുത്തു.[7]

സംസ്ഥാന പുനഃസംഘടനാ കമീഷൻ കേരളം സന്ദർശിച്ചപ്പോൾ ഐക്യകേരളമെന്ന ആവശ്യമുയർത്തി നാട്ടിലെങ്ങും പ്രകടനങ്ങളും യോഗങ്ങളും നടത്താൻ കമ്യൂണിസ്റ്റ് പാർട്ടി മുൻകൈയെടുത്തു. ശക്തമായ പ്രചാരണമാണ് ഇതിന്റെ ഭാഗമായി നടന്നത്. ദക്ഷിണസംസ്ഥാ

കെ പി കേശവമേനോൻ

നവാദക്കാർക്ക് അതൊരു തിരിച്ചടിയായിരുന്നു. ഐക്യകേരളത്തിന്റെ കാര്യത്തിൽ കോൺഗ്രസിൽ ഏകാഭിപ്രായമുണ്ടായില്ല എന്നതാണ് ശ്രദ്ധേയമായ കാര്യം. കെ പി കേശവമേനോനെപ്പോലുള്ളവർ ഐക്യകേരളത്തെ പിന്തുണച്ചപ്പോൾ തിരു-കൊച്ചി മുഖ്യമന്ത്രിയായിരുന്ന പനമ്പിള്ളി ഗോവിന്ദമേനോനടക്കമുള്ളവർ അതിനെതിരെ പരസ്യമായി പ്രവർത്തിച്ചു.

ഐക്യകേരള രൂപീകരണം സംബന്ധിച്ച പ്രശ്നങ്ങളിൽ *ദേശാഭിമാനി* എടുത്ത നിലപാടിനെക്കുറിച്ച് പവനൻ പിന്നീട് രേഖപ്പെടുത്തി: "സംസ്ഥാന പുനഃസംഘടനയെത്തുടർന്നുണ്ടായ വികാരപരമായ പ്രതികരണങ്ങളുടെ മൂർച്ച കുറയ്ക്കുവാൻ *ദേശാഭിമാനി* നിർവഹിച്ച സേവനം നിസ്തുലമായിരുന്നു. *ദേശാഭിമാനി*യുടെ തിരുവനന്തപുരം ലേഖകനെന്ന നിലയിൽ ഈ പങ്കു നിർവഹിക്കുവാൻ എന്നെക്കൊണ്ടാവുന്നതെല്ലാം ഞാൻ അന്നു ചെയ്തിരുന്നു."[8]

സംസ്ഥാന പുനർവിഭജന കമീഷന്റെ ശുപാർശകൾ നിയമമാക്കുന്നതിനുള്ള ബിൽ പാർലമെന്റിൽ അവതരിപ്പിച്ചത് 1956 മാർച്ചിലാണ്. ഇതുസംബന്ധിച്ച് 1956 മാർച്ച് 17-ന് ഒന്നാം പേജിൽ ലീഡായി *ദേശാഭിമാനി* പ്രസിദ്ധപ്പെടുത്തിയ വാർത്ത:

15 സംസ്ഥാനങ്ങൾ; അതിലൊന്ന് കേരളം
സംസ്ഥാന പുനഃസംഘടനാ ബിൽ അവതരിപ്പിച്ചു
ഒക്ടോബർ ഒന്നുമുതൽ പുതിയ സംസ്ഥാനങ്ങൾ

ഡൽഹി: നിയമസഭയുടെ അടിയന്തര പരിഗണനക്ക് വരേണ്ട സംസ്ഥാന പുനഃസംഘടനാ ബിൽ ഇന്ന് ഇരുസഭകളിലും ആഭ്യന്തരമന്ത്രി അവതരിപ്പിച്ചിരിക്കുന്നു.

ചിരകാലപ്രതീക്ഷിതമായ ഈ ബിൽ അവതരിപ്പിച്ചതോടെ പുനഃസംഘടന സംബന്ധിച്ച എല്ലാ അഭ്യൂഹങ്ങൾക്കും ഒരവസാനം വന്നിരിക്കുന്നു. ഈ ഗവൺമെന്റിന്റെ ജനുവരി നിർദേശങ്ങളിൽ ചില മാറ്റങ്ങൾ ബിൽ വരുത്തിയിരിക്കുന്നു. പഞ്ചാബും പെപ്സുവും ചേർന്ന ഒരു പുതിയ സംസ്ഥാനമാണ് ബിൽ വിഭാവനം ചെയ്യുന്നത്. ആന്ധ്രയും തെലങ്കാനയും ചേർന്ന് ഒറ്റ സംസ്ഥാനമാക്കി. കേന്ദ്രത്തിന്റെ യൂണിയൻ പ്രദേശമായിരിക്കും ബോംബെ. കൂടാതെ ഡൽഹി, ഹിമാചൽ പ്രദേശ്, മണിപ്പൂർ, ത്രിപുര, ആൻഡമാൻ ആന്റ് നിക്കോബാർ, ലക്ഷദ്വീപ് എന്നിവയാണ് കേന്ദ്രഭരണ പ്രദേശങ്ങൾ. പുതിയ സംസ്ഥാനങ്ങളെ അഞ്ചു മേഖലകളായി തിരിച്ചിട്ടുണ്ട്. ആന്ധ്ര, മദിരാശി, മൈസൂർ, കേരളം എന്നിവയാണ് ദക്ഷിണമേഖലയിൽ. ഓരോ മേഖലയ്ക്കും ഓരോ മേഖലാ കൗൺസിലുമുണ്ടാകും. കൗൺസിലുകൾക്ക് ഉപദേശക സ്വഭാവമേ ഉണ്ടാകൂ.[9]

പൊതുജനവികാരത്തിനനുസരിച്ച് അവസാനം നിലപാട് മാറ്റാൻ കോൺഗ്രസും മറ്റു പാർട്ടികളും തയാറായി. ഐക്യകേരളം യാഥാർഥ്യമായപ്പോൾ എല്ലാവരും ഒരുപോലെ അതിനെ പിന്തുണച്ചു. കേരളം മലയാളികളുടെ അഭിമാനമായി. മഹാകവി വള്ളത്തോൾ പാടി:

ഭാരതമെന്ന പേർ കേട്ടാലഭിമാന-
പൂരിതമാകണമന്തരംഗം
കേരളമെന്നു കേട്ടാലോ തിളയ്ക്കണം
ചോര നമുക്കു ഞരമ്പുകളിൽ

19

ആദ്യ കമ്യൂണിസ്റ്റ് ഗവൺമെന്റും പത്രത്തിന്റെ ഇടപെടലും

ലോകത്തിന്റെയാകെ ശ്രദ്ധ നമ്മുടെ കേരളത്തിലേക്ക് തിരിയാനിടയായ രാഷ്ട്രീയ സംഭവവികാസമാണ് 1957-ലുണ്ടായത്. തെരഞ്ഞെടുപ്പിൽ ഭൂരിപക്ഷം നേടി കമ്യൂണിസ്റ്റ് പാർട്ടി അധികാരത്തിൽ വന്നു. തെരഞ്ഞെടുപ്പിലൂടെ അധികാരത്തിലെത്തുന്ന ആദ്യ കമ്യൂണിസ്റ്റ് ഗവൺമെന്റ്. ഇ എം എസ് നമ്പൂതിരിപ്പാട് നയിച്ച ആ ഗവൺമെന്റിനെ സംരക്ഷിക്കാനും സമൂഹത്തിന്റെ താഴെ തട്ടിലുള്ളവരുടെ ക്ഷേമത്തിന് സർക്കാർ സ്വീകരിച്ച ധീരമായ നടപടികളുടെ സന്ദേശം ജനങ്ങളിലാകെയെത്തിക്കാനും *ദേശാഭിമാനി* ഉയർന്നു പ്രവർത്തിച്ചു. *ദേശാഭിമാനി*യും *ജനയുഗ*വുമടക്കം നന്നേ കുറച്ചു പത്രങ്ങളേ ഗവൺമെന്റിനെ പിന്തുണയ്ക്കാനുണ്ടായിരുന്നുള്ളു. *ജനയുഗ*ത്തിന്റെ പ്രചാരം വളരെ കുറവായിരുന്നതുകൊണ്ട് സർക്കാരിനെ പ്രതിരോധിക്കുക എന്ന ദൗത്യം മുഖ്യമായി നിർവഹിച്ചത് *ദേശാഭിമാനി*യായിരുന്നു.

കേരളത്തിൽ കമ്യൂണിസ്റ്റ് ഭരണം വരുമെന്ന് 1957-നു മുമ്പ് ആരെങ്കിലും പ്രവചിച്ചിരുന്നുവോ? കാണുന്നില്ല. അങ്ങനെയൊരു സാധ്യതയെപ്പറ്റി 1957 മാർച്ചിൽ വോട്ടെണ്ണിത്തുടങ്ങുന്നതുവരെ ആരും ചർച്ച ചെയ്തിരുന്നില്ല. കേരളത്തിൽ ശക്തമായ പ്രതിപക്ഷമാകുമെന്നായിരുന്നു പാർട്ടിയുടെ ജനറൽ സെക്രട്ടറി അജയ്ഘോഷ് പോലും തെരഞ്ഞെടുപ്പു വേളയിൽ പറഞ്ഞത്.

എന്നാൽ, കമ്യൂണിസ്റ്റ് പാർട്ടിയുടെ കേരളത്തിലെ നേതാക്കൾക്ക് തെരഞ്ഞെടുപ്പ് വിജയത്തെക്കുറിച്ച് നല്ല പ്രതീക്ഷയുണ്ടായിരുന്നു. പാർട്ടി ഭരണത്തിലേക്ക് എത്തുന്നതിനു സാഹചര്യമൊരുങ്ങിയത് ഒരിക്കലും പെട്ടെന്നല്ല. കോൺഗ്രസുകാരായും കോൺഗ്രസ് സോഷ്യലിസ്റ്റുകാരായും പിന്നീട് 1940 മുതൽ കമ്യൂണിസ്റ്റുകാരായും രണ്ടു പതിറ്റാണ്ടിലേറെ ജനങ്ങൾക്കിടയിൽ ത്യാഗപൂർവം പ്രവർത്തിച്ച് അവരുടെ വിശ്വാസവും സ്നേഹവും ബഹുമാനവും നേടിയാണ് കമ്യൂണിസ്റ്റുകാർ തെരഞ്ഞെടുപ്പിനെ നേരിടുന്നത്. കോൺഗ്രസുകാരായി ദേശീയ പ്രസ്ഥാനത്തിന്റെ മുൻനിരയിൽ പ്രവർത്തിക്കുമ്പോൾ തന്നെ കമ്യൂണിസ്റ്റ് ആശയഗതിക്കാർക്ക് വ്യത്യസ്ത നിലപാടും വേറിട്ട ശൈലിയുമുണ്ടായിരുന്നു. കോൺഗ്രസിൽ നിന്നുകൊണ്ട് കോൺഗ്രസ് സോഷ്യലിസ്റ്റ് പാർട്ടിയായി പ്രവർത്തിക്കാൻ തുടങ്ങുമ്പോഴേക്കും അവർ സാർവദേശീയ വീക്ഷണമുള്ള കമ്യൂണിസ്റ്റുകാരായിക്കഴിഞ്ഞിരുന്നു. അതിന്റെ തുടർച്ചയായാണ് 1939-ൽ കോൺഗ്രസ് സോഷ്യലിസ്റ്റ് പാർട്ടി ഒന്നാകെ കമ്യൂണിസ്റ്റ് പാർട്ടിയായി മാറിയത്.

ദേശാഭിമാനി
കേരള സ്റ്റേറ്റ് അസംബ്ലിയിൽ കമ്യൂണിസ്റ്റ് പക്ഷത്തിന്ന്
ഭരിക്കാനുള്ള ഭൂരിപക്ഷം ലഭിച്ചു

1957 മാർച്ച് 21 ലെ ഒന്നാം പേജ്

നാടുവാഴിത്തത്തിനും ജന്മിത്വത്തിനുമെതിരെ ജീവൻ കൊടുത്തു പോരാടിയ പാരമ്പര്യമാണ് കമ്യൂണിസ്റ്റുകാർക്കുള്ളത്. തൊഴിലാളികളെ സംഘടിപ്പിച്ച് സമരങ്ങൾ നയിച്ചും സാമ്രാജ്യത്വത്തിനും രാജഭരണമെന്ന സ്വേച്ഛാധിപത്യത്തിനുമെതിരെ ചാഞ്ചാട്ടമില്ലാത്ത നിലപാട് എടുത്തും കമ്യൂണിസ്റ്റുകാർ വേറിട്ട രാഷ്ട്രീയത്തിന്റെ പ്രതിനിധികളായി. ക്വിറ്റ് ഇന്ത്യാ സമരത്തിൽ നിന്ന് വിട്ടുനിന്നതുകൊണ്ട് കമ്യൂണിസ്റ്റുകാരെ ഒറ്റപ്പെടുത്താനുള്ള പ്രചാരവേല ഇന്ത്യയിലാകെയുണ്ടായിരുന്നു. അതു കുറേയൊക്കെ ഫലിക്കുകയും ചെയ്തു. എന്നാൽ, ആശയപ്രചാരണത്തിലൂടെയും ജനങ്ങളുടെ പ്രയാസം പരിഹരിക്കാൻ അവരോടൊപ്പം നിന്നും ഈ പ്രതിസന്ധി കേരളത്തിൽ കമ്യൂണിസ്റ്റ് പാർട്ടി വിജയകരമായി തരണം ചെയ്തു. തെരഞ്ഞെടുപ്പുകളിൽ കമ്യൂണിസ്റ്റ് പാർട്ടി ശക്തമായ സാന്നിധ്യമായി. 1952-ൽ തിരു-കൊച്ചി സംസ്ഥാനത്ത് കമ്യൂണിസ്റ്റ് പാർട്ടി നയിച്ച മുന്നണിക്ക് ഭൂരിപക്ഷം സീറ്റുകൾ നേടാൻ കഴിഞ്ഞുവെങ്കിലും ഏറ്റവും വലിയ ഒറ്റക്കക്ഷിയായ കോൺഗ്രസിന്റെ നേതാവിനെ മുഖ്യമന്ത്രിയായി രാജപ്രമുഖൻ വാഴിക്കുകയാണുണ്ടായത്.

ഐക്യകേരളം വന്ന് ഏതാനും മാസം കഴിയുമ്പോഴാണ് 1957 മാർച്ചിൽ സംസ്ഥാനത്തെ 126 നിയമസഭാസീറ്റിലേക്ക് തെരഞ്ഞെടുപ്പ് നടന്നത്. കമ്യൂണിസ്റ്റ് പാർട്ടി 60 സീറ്റുനേടിയപ്പോൾ വി ആർ കൃഷ്ണയ്യരും ജോസഫ് മുണ്ടശ്ശേരിയും ഡോ. എ ആർ മേനോനുമടക്കം പാർട്ടിയുടെ അഞ്ചു സ്വതന്ത്രരും തെരഞ്ഞെടുക്കപ്പെട്ടു. ആകെ 126-ൽ 65 സീറ്റ്. കേവല ഭൂരിപക്ഷം. കോൺഗ്രസിന് 43 സീറ്റും പ്രജാസോഷ്യലിസ്റ്റ് പാർട്ടിക്ക് ഒമ്പതും മുസ്ലിംലീഗിന് എട്ടും സീറ്റുകൾ ലഭിച്ചു. ജയിച്ച ആറു സ്വതന്ത്രരിൽ ഒരാൾ കോൺഗ്രസ് പക്ഷത്തായിരുന്നു. 35.28 ശതമാനം വോട്ടുനേടിയാണ് സ്വതന്ത്രരടക്കം കമ്യൂണിസ്റ്റ് പാർട്ടി 51 ശതമാനം സീറ്റുകളിൽ വിജയിച്ചത്.

കമ്യൂണിസ്റ്റ് വിജയം ഉൾക്കൊള്ളാനാവാതെ

ദേശീയ പ്രസ്ഥാനത്തിന്റെ നേതൃനിരയിൽ പ്രവർത്തിക്കുമ്പോൾ ഇടതുപക്ഷക്കാരനും പുരോഗമനവാദിയുമായിരുന്ന ജവഹർലാൽ നെഹ്റുവായിരുന്നു പ്രധാനമന്ത്രിയെങ്കിലും ഡൽഹിയിലെ കോൺഗ്രസ് നേതൃത്വത്തിന് ഇന്ത്യയുടെ തെക്കേ അറ്റത്തുകിടക്കുന്ന കൊച്ചു സംസ്ഥാനത്തുണ്ടായ കമ്യൂണിസ്റ്റ് വിജയം ഉൾക്കൊള്ളാനായില്ല. അതുകൊണ്ട് കേന്ദ്രസർക്കാർ കോൺഗ്രസുകാരനായ ഗവർണർ ബി രാമകൃഷ്ണറാവുവിനെ ഉപയോഗിച്ച് തടസ്സങ്ങളുണ്ടാക്കാൻ ശ്രമിച്ചു. കമ്യൂണിസ്റ്റ് പാർട്ടി ടിക്കറ്റിൽ ജയിച്ച 60 എംഎൽഎമാർ മാത്രമായി ഭൂരിപക്ഷമാകാത്തതുകൊണ്ട് അഞ്ചു സ്വതന്ത്രരടക്കമുള്ള എംഎൽഎമാർ മാർച്ച് 25-ന് എറണാകുളത്തു ചേർന്ന് ഇ എം എസ് നമ്പൂതിരിപ്പാടിനെ നേതാവായി തെരഞ്ഞെടുത്തിരുന്നു. ഇ എം എസിന്റെ കത്ത് കിട്ടിയപ്പോൾ ഗവർണർ സംശയം ഉന്നയിച്ചു. സ്വതന്ത്രർ കമ്യൂണിസ്റ്റ് പാർട്ടിയുടെ കൂടെയാണെന്നതിന് എന്താണ് ഉറപ്പ്? തനിക്ക് അവരെ ഒറ്റയ്ക്കൊറ്റയ്ക്ക് കണ്ട് പിന്തുണ ബോധ്യപ്പെടണമെന്ന് അദ്ദേഹം ശഠിച്ചു. അഞ്ചു സ്വതന്ത്രരും ഗവർണറെ കണ്ട് ഇ എം എസിന്റെ നേതൃത്വത്തിലുള്ള ഗവൺമെന്റ് രൂപീകരിക്കുന്നതിന് പിന്തുണ ഉറപ്പുനൽകി. പിന്നെ മറ്റുവഴിയൊന്നുമുണ്ടായിരുന്നില്ല. ഇ എം എസിനെ സത്യപ്രതിജ്ഞ ചെയ്യിക്കാൻ ഗവർണർ നിർബന്ധിതനായി. അങ്ങനെ 1957 ഏപ്രിൽ 5-ന് ഇ എം എസ് കേരളത്തിന്റെ ആദ്യമുഖ്യമന്ത്രിയായി സത്യപ്രതിജ്ഞ ചെയ്തു. കേരളത്തിൽ പുതുയുഗത്തിന്റെ പിറവി. രാജ്ഭവനിലെ പുൽത്തകിടിയിലായിരുന്നു സത്യപ്രതിജ്ഞ. സമീപ ജില്ലകളിൽ നിന്നെല്ലാം ജനങ്ങൾ തലസ്ഥാനത്തേക്ക് ഒഴുകിയെത്തി. അവരുടെ സ്വന്തം

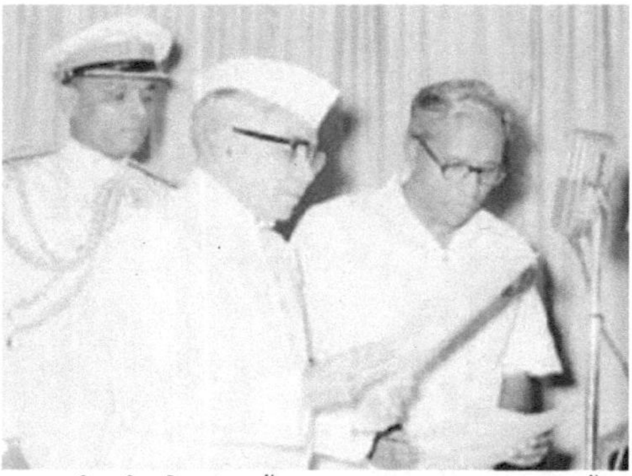

ഗവർണർ ബി രാമകൃഷ്ണറാവു മുമ്പാകെ ഇ എം എസ് സത്യപ്രതിജ്ഞ ചെയ്യുന്നു

സർക്കാർ അധികാരമേൽക്കുന്നതിന്റെ ആഹ്ളാദത്തിൽ പങ്കുചേരാൻ. തിരുവനന്തപുരം നഗരം ചെങ്കൊടികൾ കൊണ്ടു നിറഞ്ഞു. കേരളത്തിലാകെ തൊഴിലാളികളുടെയും കർഷകരുടെയും മറ്റു അധ്വാനിക്കുന്നവരുടെയും ആഹ്ളാദപ്രകടനങ്ങളുണ്ടായി.

പ്രഗത്ഭമതികൾ നിറഞ്ഞതായിരുന്നു ഇ എം എസിന്റെ മന്ത്രിസഭ. ഇ എം എസ് (പൊതുഭരണം, നിയമസമാധാനം, ആസൂത്രണം), സി അച്യുതമേനോൻ (ധനകാര്യം, കൃഷി, മൃഗസംരക്ഷണം), കെ സി ജോർജ് (ഭക്ഷ്യം, വനം), കെ പി ഗോപാലൻ (വ്യവസായം), ടി വി തോമസ് (തൊഴിൽ, ഗതാഗതം, മുനിസിപ്പാലിറ്റികൾ), പി കെ ചാത്തൻ (പഞ്ചായത്ത്, ഹരിജനക്ഷേമം), കെ ആർ ഗൗരി (റവന്യൂ, എക്സൈസ്), ടി എ മജീദ് (മരാമത്ത്), പ്രൊഫ. ജോസഫ് മുണ്ടശ്ശേരി (വിദ്യാഭ്യാസം, ഫിഷറീസ്, സഹകരണം), ഡോ. എ ആർ മേനോൻ (ആരോഗ്യം), വി ആർ കൃഷ്ണയ്യർ (നിയമം, ജലസേചനം, വൈദ്യുതി). ഇതുപോലെ വിവിധ മേഖലകളിൽ കഴിവുതെളിയിച്ചവർ ഉൾപ്പെടുന്ന ഒരു മന്ത്രിസഭ പിന്നീടുണ്ടായിട്ടില്ല. ആർ ശങ്കരനാരായണൻ തമ്പിയായിരുന്നു സ്പീക്കർ. കെ ഒ അയിഷാബായ് ഡെപ്യൂട്ടി സ്പീക്കറായി.

മന്ത്രിസഭയെ നയിച്ച ഇ എം എസിന്റെ കഴിവിനെപ്പറ്റിയോ പ്രശസ്തിയെപ്പറ്റിയോ പ്രത്യേകിച്ച് ഒന്നും പറയേണ്ടതില്ല. സി അച്യുതമേനോൻ ധനകാര്യവും കൃഷിയും പിന്നീട് ആഭ്യന്തരവും മികച്ച നിലയിൽ കൈകാര്യം ചെയ്ത് തന്റെ ഭരണനൈപുണ്യം തെളിയിച്ചു. അന്നൊരു യുവ അഭിഭാഷകൻ മാത്രമായിരുന്ന വി ആർ കൃഷ്ണയ്യർ പിന്നീട് രാജ്യം ആദരിക്കുന്ന ന്യായാധിപന്മാരിൽ ഒരാളായി. കൈകാര്യം ചെയ്ത വകുപ്പുകളിലെല്ലാം അദ്ദേഹം തന്റെ ഭരണപാടവം തെളിയിച്ചു. വിദ്യാഭ്യാസ വിചക്ഷണനായ മുണ്ടശ്ശേരി ഭാഷാപണ്ഡിതൻ എന്ന നിലയിൽ സർവരുടെയും ആദരവുനേടിയിരുന്നു. ഡോ. എ ആർ മേനോനാകട്ടെ, പ്രഗത്ഭനായ ഭിഷഗ്വരനും സ്വാതന്ത്ര്യ സമര സേനാനിയും. മറ്റുള്ളവരും ഒന്നിലേറെ മേഖലകളിൽ പ്രാവീണ്യമുള്ളവർ. മന്ത്രിസഭയെക്കുറിച്ച് പി ഗോവിന്ദപ്പിള്ള ഇങ്ങനെയാണ് രേഖപ്പെടുത്തിയത്: "ഇത്രയേറെ പ്രതിഭാശാലികളും കർമയോഗികളും ആദർശസമ്പന്നരും ചേർന്ന ഒരു കൂട്ടായ്മ സംസ്ഥാന മന്ത്രിസഭകളുടെ കൂട്ടത്തിൽ എടുത്തുകാട്ടാനില്ല. ചില സംസ്ഥാനങ്ങളിൽ പ്രഗത്ഭമതികളായ മുഖ്യമന്ത്രിമാർ ഉണ്ടായിട്ടുണ്ടെങ്കിലും അവർക്കാർക്കും ഇ എം എസിനു ലഭിച്ചതുപോലെ ഒരു പ്രതിഭാസംഗമമുണ്ടാക്കാൻ കഴിഞ്ഞിരുന്നില്ല."[1]

മന്ത്രിസഭ രൂപീകരിക്കാൻ ഗവർണറുടെ ക്ഷണം കിട്ടിയപ്പോൾ തന്നെ നിർദിഷ്ട സർക്കാരിന്റെ നയം നിയുക്ത മുഖ്യമന്ത്രി ഇ എം എസ് വ്യക്തമാക്കുകയുണ്ടായി: കമ്യൂണിസ്റ്റ് പാർട്ടി സ്വന്തമായി ആവിഷ്കരിച്ച എന്തെങ്കിലും പരിപാടി നടപ്പാക്കാനല്ല പുതിയ മന്ത്രിസഭ ശ്രമിക്കുക. പിന്നെയോ? കോൺഗ്രസ് ഒരു പാർട്ടിയെന്ന നിലക്കും കേന്ദ്ര ഗവൺമെന്റ് ഭരണതലത്തിലും പ്രഖ്യാപിച്ച കുറേ നല്ല നയങ്ങളുണ്ട്. പക്ഷേ, കോൺഗ്രസ് ഗവൺമെന്റുകൾ ഇവിടെയോ മറ്റു സംസ്ഥാനങ്ങളിലോ അവ നടപ്പാക്കിയിട്ടില്ല. അങ്ങനെ മുൻ കോൺഗ്രസ് ഗവൺമെന്റുകൾ ബാക്കി വെച്ചിട്ടുള്ള കാര്യങ്ങൾ പൂർത്തിയാക്കാനാണ് ശ്രമിക്കുക- ഇ എം എസ് പറഞ്ഞു. വളരെ കരുതലോടെയുള്ള നയപ്രഖ്യാപനം. കമ്യൂണിസ്റ്റുകാർ ഭരിക്കുന്നതു മഹാ ആപത്താണെന്ന പ്രചാരണം തെരഞ്ഞെടുപ്പുകാലത്തുണ്ടായിരുന്നു. അതിന്റെ തുടർച്ച പരസ്യമായി ഉടനെയുണ്ടാകുമെന്നു മനസ്സിലാക്കി, കമ്യൂണിസ്റ്റുകാരല്ലാത്തവരെക്കൂടി സർക്കാരിനൊപ്പം നിർത്താനുള്ള സമീപനമാണ്

അജയ്ഘോഷ്

ഇ എം എസിന്റെ വാക്കുകളിൽ പ്രതിഫലിച്ചത്.

സർക്കാരുമായി സഹകരിച്ചുപോകുമെന്ന് പ്രഖ്യാപിച്ചിരുന്ന ഗവർണർ രാമകൃഷ്ണറാവു ഭരണത്തിൽ ഇടങ്കോലിടാനാണ് ആദ്യമേ ശ്രമിച്ചത്. ഭരണഘടനയിലെ 333-ാം അനുഛേദമനുസരിച്ച് ഒരു ആംഗ്ലോ ഇന്ത്യൻ പ്രതിനിധിയെ നിയമസഭയിലേക്ക് ഗവർണർക്കു നോമിനേറ്റ് ചെയ്യാമായിരുന്നു (പിൽക്കാലത്ത് ഈ വ്യവസ്ഥ ഭരണഘടനാ ഭേദഗതിയിലൂടെ ഒഴിവാക്കി). തെരഞ്ഞെടുക്കപ്പെട്ട സർക്കാരിന്റെ ശുപാർശ പ്രകാരം ഗവർണർ നാമനിർദേശം നടത്തുന്നതാണ് ജനാധിപത്യ മര്യാദ; ഭരണഘടന അക്കാര്യം എടുത്തുപറയുന്നില്ലെങ്കിലും. കീഴ്വഴക്കവും അതുതന്നെ. എന്നാൽ, രാമകൃഷ്ണറാവു അതു പാലിച്ചില്ല. തന്നിഷ്ടപ്രകാരം ഒരു കോൺഗ്രസ് അനുകൂലിയെ അദ്ദേഹം നാമനിർദേശം ചെയ്തു. അങ്ങനെ വന്നപ്പോൾ പ്രതിപക്ഷത്തെ അംഗസംഖ്യ 62 ആയി ഉയർന്നു. ഭരണപക്ഷത്തെ 65-ൽ ഒരാൾ സ്പീക്കറായപ്പോൾ എണ്ണം 64 ആയി ചുരുങ്ങുകയും ചെയ്തു. രണ്ട് അംഗങ്ങളുടെ വ്യത്യാസം മാത്രം. ഭരണ-പ്രതിപക്ഷ വ്യത്യാസം കുറച്ച് സർക്കാരിനെ അസ്ഥിരപ്പെടുത്തുകയോ ദുർബലപ്പെടുത്തുകയോ ചെയ്യുകയായിരുന്നു ഗവർണരുടെ ലക്ഷ്യമെന്നു വ്യക്തമായിരുന്നു. വരാനിരിക്കുന്ന സർക്കാർ വിരുദ്ധ നീക്കങ്ങളുടെ സൂചനയായിത്തന്നെയാണ് ഇതിനെ കമ്യൂണിസ്റ്റ് പാർട്ടി കണ്ടത്.

ഗവർണരുടെ നടപടിയെ കഠിനമായി വിമർശിച്ചുകൊണ്ട് മന്ത്രിസഭയുടെ സത്യപ്രതിജ്ഞക്കു മുമ്പുതന്നെ *ദേശാഭിമാനി* മുഖപ്രസംഗം എഴുതി:

ഗവർണറുടെ നടപടിയെപ്പറ്റി

കേരള ഗവർണർ രാമകൃഷ്ണറാവു ഡൽഹിയിൽ നിന്നു തിരിച്ചുവന്ന ശേഷം കേരളത്തിലെ മന്ത്രിസഭാ രൂപീകരണത്തെപ്പറ്റിയും മറ്റു ഭരണപ്രശ്നങ്ങളെപ്പറ്റിയും ഒരു പ്രസ്താവന ചെയ്തിട്ടുണ്ടല്ലോ. ഗവർണറുടെ പ്രസ്താവനയിലടങ്ങിയിട്ടുള്ള രണ്ടു കാര്യങ്ങളിൽ അദ്ദേഹം വേണ്ടത്ര ഔചിത്യബോധം കാണിച്ചിട്ടുണ്ടോ എന്നു ഞങ്ങൾ സംശയിക്കുന്നു.

കമ്യൂണിസ്റ്റ് പാർട്ടി നേതാവിനെ മന്ത്രിസഭ രൂപീകരിക്കാൻ ക്ഷണിക്കുന്നതിനു മുമ്പ് കമ്യൂണിസ്റ്റ് പാർട്ടിയെ പിന്താങ്ങുമെന്നു പറയുന്ന അഞ്ചു സ്വതന്ത്രന്മാരെ വേറെ വേറെ വിളിച്ച് സംഭാഷണം നടത്തുമെന്ന് അദ്ദേഹം പറഞ്ഞതായി റിപ്പോർട്ട് ചെയ്യപ്പെട്ടിരിക്കുന്നു. തീർച്ചയായും അങ്ങിനെ ചെയ്യാൻ ഗവർണർക്ക് അധികാരമുണ്ട്. അതിൽ ഭരണഘടനാപരമായി യാതൊരു തെറ്റുമില്ല. പക്ഷേ, അതു സംശയത്തിന്റെയും അവിശ്വാസത്തിന്റെയും അന്തരീക്ഷമുണ്ടാക്കാനല്ലേ പ്രയോജനപ്പെടുക? ഈ അഞ്ചു സ്വതന്ത്രന്മാർ കമ്യൂണിസ്റ്റ് പാർട്ടിയുടെ മന്ത്രിസഭയെ പിന്താങ്ങുമെന്ന് പരസ്യമായി പ്രസ്താവന ചെയ്തിട്ടുണ്ട്. 25-ന് എറണാകുളത്ത് സമ്മേളിച്ച് കമ്യൂണിസ്റ്റ് നിയമസഭാപാർട്ടി രൂപീകരിച്ചത് ഈ സ്വതന്ത്രന്മാർ ഉൾപ്പെടെയാണ്. ഇ എം എസിനെ പാർട്ടി നേതാവായി തെരഞ്ഞെടുത്തുകൊണ്ടുള്ള അധികാരപത്രികയിൽ ഈ അഞ്ചു മെമ്പർമാർ ഒപ്പിട്ടിട്ടുണ്ട് എന്നാണ് ഞങ്ങളുടെ അറിവ്. ഇതൊന്നും പോരാതെ വീണ്ടും വിളിച്ചൊരു സംഭാഷണം നടത്തുന്നത് അവിശ്വാസത്തിന്റെയും സംശയത്തിന്റെയും അന്തരീക്ഷമുണ്ടാക്കാൻ മാത്രമേ പ്രയോജനപ്പെടുകയുള്ളു. ഞങ്ങളിത് പറയുന്നത് കേരളത്തിലെ പൂർവകാല ചരിത്രത്തിന്റെ പശ്ചാത്തലവും കൂടി പരിശോധിച്ചുകൊണ്ടാണ്. കഴിഞ്ഞ തെരഞ്ഞെടുപ്പുകളിൽ കേരളത്തിൽ ഒരു കക്ഷിക്കും കേവലഭൂരിപക്ഷം ലഭിക്കാത്ത ഒരു സ്ഥിതി വന്നപ്പോഴെല്ലാം മറ്റു കക്ഷികളിലെ മെമ്പർമാരെ വശത്താക്കാൻ ശ്രമിക്കുകയെന്ന ഒരു അടവാണ് കോൺഗ്രസ് സ്വീകരിച്ചുപോന്നിട്ടുള്ളത്. ഇതിനു 'ചാക്കിട്ടുപിടുത്തം' എന്ന ഒരു പദം തന്നെ മലയാളഭാഷയിലുണ്ടായിട്ടുണ്ട്. ഗവർണർ അഞ്ചു സ്വതന്ത്രന്മാരെ വേറെ വേറെ കണ്ട് സംഭാഷണം നടത്തുന്നത് ഒരു ചീത്ത അന്തരീക്ഷം നാട്ടിലുണ്ടാക്കുമെന്ന് ഞങ്ങൾ പറഞ്ഞത് ഇക്കാരണം കൊണ്ടാണ്.

രണ്ടാമത്തെ സംഗതി നോമിനേഷനെ സംബന്ധിച്ചാണ്. ആംഗ്ലോ-ഇന്ത്യൻ സമുദായത്തിന് കേരള അസംബ്ലിയിൽ പ്രാതിനിധ്യം ലഭിച്ചിട്ടില്ലെങ്കിൽ പ്രസ്തുത സമുദായത്തിലെ ഒരംഗത്തെ

ജോസഫ് മുണ്ടശ്ശേരി

നോമിനേറ്റ് ചെയ്യാമെന്നാണ് ഭരണഘടനയിലെ വ്യവസ്ഥ. ഭരണകക്ഷിയുടെ ഉപദേശപ്രകാരം ചെയ്യണമെന്നതാണ് മുൻവഴക്കം. കേരളത്തിലിപ്പോൾ പ്രസിഡണ്ട് ഭരണമായതിനാൽ പ്രസിഡണ്ടിന്റെ ഉപദേശപ്രകാരമാണ് ചെയ്യുകയെന്നും കമ്യൂണിസ്റ്റ് പാർട്ടിയുടെ ഉപദേശം സ്വീകരിച്ചുകൊള്ളണമെന്നില്ല എന്നും ഗവർണർ പറഞ്ഞിരിക്കുന്നു. അസംബ്ലി പിരിച്ചുവിട്ട് മറ്റു ഗത്യന്തരമില്ലാതെ ഏർപ്പെടുത്തിയതാണ് പ്രസിഡണ്ട് ഭരണം. ഇന്ന് പുതിയ തെരഞ്ഞെടുപ്പുകൾ നടന്നിട്ടുണ്ട്. ജനങ്ങൾ ഭരണകക്ഷിയായി തീർച്ചപ്പെടുത്തിയവരോട് ചോദിച്ച് കാര്യങ്ങൾ നടത്താൻ ഗവർണർക്ക് സൗകര്യമുണ്ട്. അങ്ങിനെയിരിക്കെ ജനാധിപത്യപരമായ ഈ സൗകര്യം നിരസിച്ചുകൊണ്ട് ഈ കാര്യത്തിൽ പ്രസിഡണ്ടിന്റെ അധികാരമുപയോഗിക്കുന്നത് തെറ്റാണ്. ഗവർണർ കക്ഷിരഹിതനായ ഉത്തരവാദപ്പെട്ട ഒരു ഭരണത്തലവനാണല്ലോ. ഇത്തരം നടപടികൾ മേലിലെങ്കിലും ആവർത്തിക്കാതിരിക്കാൻ സൂക്ഷിക്കുന്നത് നന്ന് എന്നു മാത്രമേ ഞങ്ങൾക്ക് ഈ അവസരത്തിൽ പറയാനുള്ളൂ.[2]

മന്ത്രിസഭ രൂപീകരണം സംബന്ധിച്ച എല്ലാ ചർച്ചകളും എറണാകുളത്ത് പാർട്ടി ജനറൽ സെക്രട്ടറി അജയ്ഘോഷിന്റെ സാന്നിധ്യത്തിലാണ് നടന്നത്. കമ്യൂണിസ്റ്റ് പാർട്ടിയുടെ പുതിയ എംഎൽഎമാർക്കും എംപിമാർക്കും പാർട്ടിയുടെ എറണാകുളം ജില്ലാകമ്മിറ്റി ഏർപ്പെടുത്തിയ സ്വീകരണത്തിൽ അജയ്ഘോഷ് നടത്തിയ പ്രസംഗത്തിന്റെ ചുരുക്കം *ദേശാഭിമാനി* ഒന്നാം പേജിൽ റിപ്പോർട്ട് ചെയ്തിരുന്നു. ആ റിപ്പോർട്ട്:

കമ്യൂണിസ്റ്റ് പാർട്ടി അത്ഭുതങ്ങൾ വാഗ്ദാനം ചെയ്യുന്നില്ല
കനത്ത ഉത്തരവാദിത്തം നിറവേറ്റാൻ എല്ലാവരും സഹകരിക്കണം
പാർട്ടി ജനറൽ സെക്രട്ടറി അജയ്ഘോഷ്

എറണാകുളം, മാർച്ച് 26: കേരളത്തിൽ കമ്യൂണിസ്റ്റ് പാർട്ടിക്കുണ്ടായ വിജയം കമ്യൂണിസ്റ്റ് പാർട്ടിയുടെ മാത്രം വിജയമല്ല. സാധാരണക്കാരന്റെയും അധ്വാനിക്കുന്നവന്റെയും വിജയമാണ്. കേരളത്തിലെ ജനങ്ങൾ കമ്യൂണിസ്റ്റ് പാർട്ടിയിൽ തങ്ങളുടെ വിശ്വാസമർപ്പിച്ചിരിക്കുന്നു. തങ്ങളുടെ ചുമലിൽ അർപ്പിക്കപ്പെട്ടിട്ടുള്ള കനത്ത ഉത്തരവാദിത്തത്തെക്കുറിച്ച് പാർട്ടിക്ക് ബോധ്യമുണ്ട്. ജനങ്ങൾ അർപ്പിച്ച വിശ്വാസത്തിന് അർഹരാണെന്ന് തെളിയിക്കാൻ കഴിയുന്നതെല്ലാം ചെയ്യും. പാർട്ടി മഹാത്ഭുതങ്ങൾ സൃഷ്ടിക്കുമെന്നൊന്നും ഉറപ്പു നൽകുന്നില്ല. കടമകൾ വിഷമം പിടിച്ചതാണെന്ന് പാർട്ടിക്കറിയാം. അതുകൊണ്ട് കടമകൾ നിറവേറ്റാൻ എല്ലാവരുടെയും സഹകരണം ആവശ്യപ്പെടും. പാർട്ടി ജില്ലാ സെക്രട്ടറി പി ഗംഗാധരൻ അധ്യക്ഷത വഹിച്ചു. ഇ എം എസിനെ നിയമസഭാകക്ഷി നേതാവായി തെരഞ്ഞെടുത്ത വിവരം അറിയിച്ചപ്പോൾ ജനക്കൂട്ടമാകെ ഹർഷാരവം മുഴക്കി.[3]

വോട്ടെണ്ണൽ പൂർത്തിയാകുംമുമ്പു തന്നെ കമ്യൂണിസ്റ്റ് പാർട്ടി അധികാരത്തിലെത്തുമെന്ന് വ്യക്തമായിരുന്നു. ആ ഘട്ടത്തിൽ, 1957 മാർച്ച് 18-ന് *ദേശാഭിമാനി* എഴുതിയ മുഖപ്രസംഗം പ്രത്യേകം ശ്രദ്ധിക്കപ്പെട്ടു. പുതിയ സർക്കാർ വന്നാൽ ഏതു ദിശയിലാണ് നീങ്ങുകയെന്നതിന്റെ വ്യക്തമായ സൂചന ആ മുഖപ്രസംഗത്തിലുണ്ടായിരുന്നു. അതിലേക്ക്:

ആവശ്യമില്ലാതെ ആരും ഭയപ്പെടേണ്ട

പുതിയ കേരള സ്റ്റേറ്റിൽ കമ്യൂണിസ്റ്റ് പാർട്ടി ഭരണാധികാരം കയ്യേൽക്കാൻ അർഹതപ്പെട്ട പാർട്ടിയായിത്തീർന്നിരിക്കുന്നു. ഇനി എട്ടു സീറ്റുകളുടെ ഫലം കൂടി അറിയാനുണ്ട്. അതിൽ നാലു സീറ്റുകൾകൂടി ലഭിച്ചാൽ കമ്യൂണിസ്റ്റ് പാർട്ടിയും അവരോട് സഹകരിക്കുന്ന സ്വതന്ത്രന്മാരും കൂടി കേവലഭൂരിപക്ഷമായിത്തീരും.

'കമ്യൂണിസ്റ്റുകാർ അധികാരത്തിൽ വന്നാൽ കൊലപാതകം നടത്തും, നശീകരണം നടത്തും' എന്നിങ്ങനെ തെരഞ്ഞെടുപ്പുകാലത്ത് പ്രചാരണമുണ്ടായിരുന്നു. കേരളത്തിലെ ഭൂരിപക്ഷം ജന

കെ ആർ ഗൗരി

ങ്ങളും ഈ ആരോപണങ്ങൾ അവജ്ഞയോടെ നിരസിച്ചുകഴിഞ്ഞുവെന്ന് തെരഞ്ഞെടുപ്പ് ഫലങ്ങൾ വ്യക്തമാക്കിയിട്ടുണ്ട്. എങ്കിലും കമ്യൂണിസ്റ്റുകാർ അധികാരത്തിൽ വന്നാൽ 'എന്തെല്ലാമോ വരാൻ പോകുന്നുണ്ട്' എന്ന ഭീതി പരത്താൻ ചില വൃത്തങ്ങൾ ശ്രമിക്കുന്നുണ്ട്.

മഹാഭൂരിപക്ഷം ജനങ്ങളുടെ ജീവിതം അഭിവൃദ്ധിപ്പെടുത്തത്തക്കവണ്ണം ഏറ്റവും മിതവും പ്രായോഗികവുമായ ചില നടപടികൾ എടുക്കയെന്നല്ലാതെ മറ്റൊന്നും കമ്യൂണിസ്റ്റുകാരുടെ ഭാഗത്തുനിന്നുണ്ടാവില്ല എന്ന് ഞങ്ങൾക്കുറപ്പു പറയാൻ കഴിയും. കമ്യൂണിസ്റ്റ് പാർട്ടിയുടെ നയപരിപാടി തെരഞ്ഞെടുപ്പിനുമുമ്പ് പ്രസിദ്ധം ചെയ്തിട്ടുണ്ട്. രണ്ടാം പഞ്ചവത്സര പദ്ധതി വിജയിപ്പിക്കുകയെന്നതാണ് കമ്യൂണിസ്റ്റ് പാർട്ടിയുടെ പരിപാടി. പ്രധാന വ്യവസായ സ്ഥാപനങ്ങൾ, ജലസേചന പദ്ധതികൾ, വിദ്യാഭ്യാസ സ്ഥാപനങ്ങൾ മുതലായവയുടെ നിർമാണം ഇതിൽപെടും. കാര്യമായി എന്തെങ്കിലും സാധിക്കണമെങ്കിൽ 200 കോടി ഉറുപ്പിക വേണം. കേന്ദ്രത്തിൽനിന്ന് 97 കോടി ഉറുപ്പികയേ നീക്കിവെച്ചിട്ടുള്ളു. ബാക്കി 103 കോടി ഉറുപ്പിക കൂടി കേന്ദ്രം തരണം; അല്ലെങ്കിൽ ഈ പണം ഇവിടെനിന്ന് ഉണ്ടാക്കേണ്ടി വരും. ഈ പണമുണ്ടാക്കാൻ പ്രധാനമായും ഒന്നുരണ്ടു വഴികളാണ് കമ്യൂണിസ്റ്റ് പാർട്ടി കാണുന്നത്. അതിലൊന്ന് ബ്രിട്ടീഷുടമസ്ഥതയിലുള്ള തോട്ടങ്ങൾ ദേശസാൽക്കരിക്കുകയെന്നതാണ്. തെറ്റിദ്ധരിക്കേണ്ട, വെള്ളക്കാരെ കൊല്ലലോ അവരുടെ സ്വത്ത് പിടിച്ചെടുക്കലോ ഒന്നുമല്ല. മൈസൂരിലെ കോൺഗ്രസ് ഗവൺമെന്റ് കോലാർ സ്വർണഖനി ദേശസാൽക്കരിച്ചതുപോലെയും ഇന്ത്യാ ഗവൺമെന്റ് ബ്രിട്ടീഷ് ഷെയറുടമകൾ നടത്തുന്ന ഇമ്പീരിയൽ ബാങ്ക് ദേശസാൽക്കരിച്ചതുപോലെയും ഇവിടെ ചെയ്യുന്നുവെന്നേയുള്ളു. ഒരു ചെറിയ വ്യത്യാസം മാത്രമുണ്ടാവും. ഇന്ത്യാ ഗവൺമെന്റും മൈസൂർ ഗവൺമെന്റും കൊടുത്തത്ര വലിയ തോതിൽ നഷ്ടപരിഹാരം കൊടുത്തുവെന്നു വരില്ല; നഷ്ടത്തിന്റെ സംഖ്യ രൊക്കമായി കൊടുക്കാനും ഒരുപക്ഷേ, സാധിച്ചെന്നു വരില്ല. സ്വകാര്യവനങ്ങൾ ഏറ്റെടുക്കുന്നതു വഴിയാണ് രണ്ടാമത്തെ വരവിനമുണ്ടാകുന്നത്. വനം നോക്കിരക്ഷിക്കാൻ പ്രാപ്തിയില്ലാത്ത പല വനമുടമകളും ആഗ്രഹിക്കുന്ന ഒരു സംഗതിയാണിത്. വനങ്ങൾ ദേശസാൽക്കരിക്കുമെന്നത് കേരള ഗവൺമെന്റ് പ്രഖ്യാപിച്ചിട്ടുള്ള സംഗതിയുമാണ്.

കമ്യൂണിസ്റ്റ് പാർട്ടിയുടെ ഭരണപരിപാടിയിൽ മറ്റൊരു പ്രധാന സംഗതി കാർഷിക പരിഷ്കാരമാണ്. ഒഴിപ്പിക്കലും ജപ്തിയും തടയാൻ അടിയന്തരമായി ചില നടപടികൾ എടുക്കും. ഭൂപരിധി നിശ്ചയിക്കാനും മിച്ചഭൂമി പാവപ്പെട്ട കൃഷിക്കാർക്കും കർഷകത്തൊഴിലാളികൾക്കും നൽകാനുമുള്ള പരിപാടി ക്രമേണ നടപ്പിൽവരുത്താൻ കമ്യൂണിസ്റ്റ് പാർട്ടി പ്രതിജ്ഞാബദ്ധമാണ്. ഇങ്ങനെ ചെയ്യുമ്പോൾ ഇടത്തരക്കാരായ ഭൂവുടമകൾക്ക് തങ്ങളുടെ ഉപജീവനമാർഗം അപകടപ്പെടുമോ എന്നു ആശങ്കയുണ്ടാവേണ്ടതില്ല. അവർക്ക് തക്കതായ നഷ്ടപരിഹാരം നൽകുകയോ മറ്റെന്തെങ്കിലും വരുമാനമാർഗമുണ്ടാക്കിക്കൊടുക്കുകയോ ചെയ്യുമെന്ന് ഞങ്ങൾക്കുറപ്പുണ്ട്. നികുതിപരിഷ്കരണമാണ് മറ്റൊരു സംഗതി. വിൽപ്പന നികുതി മുതലായി പാവപ്പെട്ടവരുടെ മേൽ ചുമത്തപ്പെടുന്ന നികുതികൾ എടുത്തുകളയാൻ കമ്യൂണിസ്റ്റ് പാർട്ടി ശ്രമിക്കും. ഏറ്റവും വലിയ മുതലാളിമാരിൽനിന്നും ജന്മിമാരിൽനിന്നും ഇന്നത്തേക്കാൾ കൂടുതൽ നികുതി വസൂൽ ചെയ്താൽ അത് അവരോടുള്ള വിദ്വേഷംകൊണ്ടല്ല, നമ്മുടെ ഈ പാവപ്പെട്ട സ്റ്റേറ്റിനെ അഭിവൃദ്ധിപ്പെടുത്തുന്നതിന് പണം അത്യാവശ്യമാണ് എന്നതുകൊണ്ടുമാത്രമാണ്. ഈ വിഭാഗങ്ങൾ രാഷ്ട്രത്തിനുവേണ്ടി കുറച്ചു ത്യാഗങ്ങൾക്കു തയാറാകേണ്ടിവരും. ഇതര പാർട്ടികളിൽപെട്ട ഏതെങ്കിലും വ്യക്തിയുടെ നേരെയോ ഉദ്യോഗസ്ഥന്റെ നേരെയോ എന്തെങ്കിലും പ്രതികാരനടപടികൾ ഒരു കമ്യൂണിസ്റ്റ് ഗവൺമെന്റ് എടുക്കുകയില്ല എന്നു ഞങ്ങൾക്കുറപ്പുണ്ട്. എല്ലാവരുടെയും സഹകരണം കമ്യൂണിസ്റ്റ് പാർട്ടി പ്രതീക്ഷിക്കുന്നു.[4]

വോട്ടെണ്ണി തീരുംമുമ്പാണ് ഇത്തരത്തിൽ ഒരു നയപ്രഖ്യാപനത്തിന് *ദേശാഭിമാനി* തയാറാവുന്നത്. ഇന്നത്തെ നിലയിൽ ഇതൊരു അസാധാരണ മുഖപ്രസംഗമാണ്. ഗവൺമെന്റിന്റെ നയം പാർട്ടി പ്രഖ്യാപിക്കും മുമ്പാണ് സർക്കാർ എന്തൊക്കെ ചെയ്യും, എന്തൊക്കെ ചെയ്യില്ല എന്ന് *ദേശാഭിമാനി* തറപ്പിച്ചു പറയുന്നത്. വിദേശ തോട്ടങ്ങൾ ദേശസാൽക്കരിക്കേണ്ടി വരുമെന്നും

കുടിയൊഴിപ്പിക്കൽ തടയുമെന്നും പാവങ്ങൾക്ക് നികുതി ഇളവ് നൽകുമെന്നുമെല്ലാം സർക്കാർ രൂപീകരിക്കും മുമ്പ് പറയാനുള്ള ആത്മവിശ്വാസം പത്രാധിപർ കാണിച്ചു. ആ വഴിയിൽ തന്നെയാണ് പിന്നീട് സർക്കാരിന്റെ തീരുമാനങ്ങൾ വന്നത്. ഒരു പത്രത്തെ സംബന്ധിച്ച് ഇതു അഭിമാനകരം തന്നെ.

സർക്കാർ രൂപീകരിച്ചതിന്റെ ആറാം ദിവസം മന്ത്രിസഭയെടുത്ത തീരുമാനം കേരളത്തിലെ രാഷ്ട്രീയരംഗത്ത് ഭൂകമ്പം തന്നെയുണ്ടാക്കി. സംസ്ഥാനത്തെ എല്ലാ ഒഴിപ്പിക്കലും നിർത്തിവെച്ചുകൊണ്ട് മന്ത്രിസഭയുടെ ശുപാർശ പ്രകാരം ഗവർണർ ഓർഡിനൻസ് പുറപ്പെടവിച്ചു. 1957 ഏപ്രിൽ 12-ന് ഒന്നാം പേജിൽ മുഖ്യവാർത്തയായി *ദേശാഭിമാനി* അത് പ്രസിദ്ധീകരിച്ചു. പത്രം തയാറാക്കുന്നതിലും അച്ചടിക്കുന്നതിലും അക്കാലത്ത് സാങ്കേതിക പരിമിതികൾ അധികമായതുകൊണ്ടാവാം വാർത്തയിൽ വിശദാംശങ്ങൾ കുറവായിരുന്നു. ഇതായിരുന്നു വാർത്ത:

ഒഴിപ്പിക്കൽ നിർത്തിവെച്ചുകൊണ്ട് ഓർഡിനൻസ്

തിരു. ഏപ്രിൽ 11: സ്റ്റേറ്റിലെ എല്ലാ ഒഴിപ്പിക്കലുകളും നിർത്തിവെച്ചുകൊണ്ട് ഒരു ഓർഡിനൻസ് കേരള ഗവൺമെന്റ് പുറപ്പെടുവിച്ചിരിക്കുന്നു. എല്ലാതരത്തിൽപെട്ട കുടിയിരിപ്പുകാർക്കും ഭൂമി കൈവശക്കാർക്കും രേഖാമൂലമായ കൈവശാവകാശത്തിനും വാങ്മൂലമായ കൈവശാവകാശത്തിനും ഒരുപോലെ ബാധകമായ ഈ ഓർഡിനൻസ് ഇന്നുമുതൽ പ്രാബല്യത്തിൽ വരുന്നു.

കർഷകരുടെയും കാർഷികത്തൊഴിലാളികളുടെയും സംഘടനകൾ ശക്തിപ്പെട്ടിരുന്നുവെങ്കിലും ജന്മിത്വത്തിന്റെ പ്രതാപം സ്വാതന്ത്ര്യം ലഭിച്ച് ഒരു പതിറ്റാണ്ടായിട്ടും അവസാനിച്ചിരുന്നില്ല. കമ്യൂണിസ്റ്റ് ഗവൺമെന്റിന്റെ ചരിത്രപ്രധാന നേട്ടമായിരുന്നു ഭൂപരിഷ്കരണം. അതിന്റെ ഭാഗമായി കാർഷികബന്ധ നിയമം കൊണ്ടുവരാൻ ഗവൺമെന്റ് തീരുമാനിച്ചിരുന്നു. ബിൽ നിയമസഭയിൽ അവതരിപ്പിച്ച് നിയമമായി വരുന്നതിന് മാസങ്ങളെടുക്കും. അപ്പോഴേക്കും നിയമത്തെ തോൽപ്പിക്കാൻ ഒഴിപ്പിക്കലും ഭൂമികൈമാറ്റവുമൊക്കെ നടന്നേക്കും അതിനു തടയിടുന്നതിനാണ് പൊടുന്നനെ ഓർഡിനൻസ് ഇറക്കിയത്. അതേക്കുറിച്ച് ഇ എം എസ് വിശദീകരിക്കുന്നു:

> [...] കൃഷി ചെയ്യുന്ന ലക്ഷക്കണക്കിനാളുകൾക്ക് സ്ഥിരാവകാശം, പാട്ടമിളവ് മുതലായ ആനുകൂല്യങ്ങൾ നൽകുന്നതാണ് ബിൽ. എന്നാൽ ബില്ല് തയാറാക്കുന്ന സമയത്ത് കൃഷിക്കാരായിരുന്നവർ, അതു നിയമമാകുമ്പോഴേക്ക് കൃഷിക്കാരല്ലാതായിത്തീർന്നിരിക്കും. അവർക്ക് ആ നിയമത്തിന്റെ ആനുകൂല്യം ഇല്ലെന്നുമാത്രമല്ല, നിയമത്തിനുമുമ്പ് കൈയിലുണ്ടായിരുന്ന ഭൂമിപോലും പൊയ്പ്പോവുകയാണ് കോൺഗ്രസിന്റെ കാർഷിക പരിഷ്കാരങ്ങളുടെ ഫലം. 1947 മുതൽ 1956 വരെ ഇതാണ് നടന്നിട്ടുള്ളതെന്ന് പല വിദഗ്ധ സമിതികളും ചൂണ്ടിക്കാണിച്ചിട്ടുണ്ട്. ഇതൊഴിവാക്കുന്നതിനുള്ള നടപടിയെന്ന നിലയ്ക്കാണ് കേരള ഗവൺമെന്റ് ഒഴിപ്പിക്കലും കുടിയിറക്കും തടഞ്ഞുകൊണ്ടുള്ള ഓർഡിനൻസ് ആദ്യം തന്നെ പുറപ്പെടുവിച്ചത്.[5]

കുടിയൊഴിപ്പിക്കൽ തടഞ്ഞുകൊണ്ട് ഗവൺമെന്റ് ഓർഡിനൻസ് ഇറക്കാൻ പോകുന്നുവെന്ന് *ദേശാഭിമാനി* തലേ ദിവസം തന്നെ വാർത്ത കൊടുത്തിരുന്നു. ആ വാർത്ത:

ഒഴിപ്പിക്കൽ തടയാൻ ഓർഡിനൻസ് ഇറക്കും

തിരുവനന്തപുരം, ഏപ്രിൽ 10: ഒഴിപ്പിക്കൽ നിരോധിച്ചുകൊണ്ടും കൃഷിക്കാരുടെയും കുടിയാന്മാരുടെയും അവകാശങ്ങൾ സംരക്ഷിച്ചുകൊണ്ടും ഒരു ഓർഡിനൻസ് കേരള ഗവൺമെന്റ് നാളെ പുറപ്പെടുവിക്കാനിടയുണ്ടെന്ന് അറിയുന്നു. ഈ പ്രശ്നത്തെക്കുറിച്ച് ഡിപ്പാർട്ട്മെന്റൽ സെക്രട്ടറിമാരുമായി കൂടിയാലോചിച്ച് ഒരു കരട് ഓർഡിനൻസ് നിയമകാര്യ മന്ത്രി തയാറാക്കിയിരുന്നു. കാർഷികരംഗത്തെ സ്ഥിതി കൂടുതൽ വഷളായിത്തീരാൻ അനുവദിക്കാതിരിക്കുക എന്നതാണ് ഈ ഓർഡിനൻസിന്റെ പ്രധാന ഉദ്ദേശ്യമെന്നു തോന്നുന്നു. സ്റ്റേറ്റ് ചീഫ് സെക്രട്ടറി എൻ ഇ എസ് രാഘവാചാരിയെ കാബിനറ്റ് സെക്രട്ടറിയായി മന്ത്രിസഭ നിയമിച്ചിരിക്കുന്നതായും അറിയുന്നു.

പത്രപ്രവർത്തകരുടെ ഭാഗത്തുനിന്നു നോക്കുമ്പോൾ ഈ വാർത്തയ്ക്ക് സവിശേഷത

യുണ്ട്. കാരണം, മന്ത്രിസഭ ചർച്ചചെയ്ത കാര്യമാണ് ഔദ്യോഗികമായി പുറത്തുവിടുംമുമ്പ് ഭരണകക്ഷിയുടെ മുഖപത്രം വാർത്തയാക്കിയത്. ഒരു എക്സ്ക്ലൂസിവ് തന്നെ. ഈ രീതിയിൽ പല വാർത്തകളും *ദേശാഭിമാനി* അക്കാലത്ത് പ്രസിദ്ധീകരിച്ചിട്ടുണ്ട്. ഇന്നാണെങ്കിൽ വാർത്ത കിട്ടാത്ത പത്രങ്ങൾ ഇതിനോട് എങ്ങനെയായിരിക്കും പ്രതികരിക്കുക? പാർട്ടി പത്രത്തിന് മന്ത്രിസഭാ രഹസ്യം ചോർത്തിക്കൊടുത്തു എന്നൊരു വാർത്ത തീർച്ചയായും കൊടുത്തേനെ. ഇക്കാലത്ത് അത്തരം വാർത്തകൾ മുൻകൂട്ടി *ദേശാഭിമാനി* കൊടുക്കാറുമില്ല. ഔദ്യോഗിക അറിയിപ്പിനുവേണ്ടി കാത്തിരിക്കുകയാണ് സിപിഐ എം നേതൃത്വത്തിലുള്ള ഗവൺമെന്റുള്ളപ്പോൾ *ദേശാഭിമാനി* ചെയ്യുന്നത്.

ഭിമാനി

ഒഴിപ്പിക്കൽ നിർത്തിവെച്ചു കൊണ്ട് ഓർഡിനൻസ്

നിരുത്തരവാദപരമായ വിമർശനങ്ങൾ

ഒഴിപ്പിക്കൽ തടഞ്ഞുകൊണ്ട് ഓർഡിനൻസ് ഇറക്കാൻ തീരുമാനിച്ച വാർത്ത

കാർഷികബന്ധ ബിൽ 1957 ഡിസംബർ 21-നാണ് റവന്യൂ മന്ത്രി കെ ആർ ഗൗരി നിയമസഭയിൽ അവതരിപ്പിച്ചത്. ഇന്ത്യയിൽ കാർഷികരംഗത്തെ ഏറ്റവും പുരോഗമനപരമായ നടപടിയായിരുന്നു ഈ നിയമമെന്ന് ചരിത്രം രേഖപ്പെടുത്തി. ഭൂവുടമകളിൽനിന്ന് ഭൂമി പാട്ടത്തിനെടുത്ത എല്ലാവിഭാഗം കൃഷിക്കാരെയും നിയമത്തിന്റെ പരിധിയിൽ കൊണ്ടുവന്നു. എല്ലാ കുടിയാന്മാർക്കും കുടികിടപ്പുഭൂമിയിൽ സ്ഥിരാവകാശം ലഭിച്ചു. പാട്ടം ഗണ്യമായി കുറച്ചു. ഒരാൾക്കു കൈവശം വയ്ക്കാവുന്ന ഭൂമിക്ക് പരിധി നിശ്ചയിച്ചു. ഒരു അഞ്ചംഗ കുടുംബത്തിന് പരമാവധി 15 ഏക്കർ കൈവശം വയ്ക്കാനേ കഴിയൂ . അധികം വരുന്നതു മിച്ചഭൂമിയായി സർക്കാർ ഏറ്റെടുത്ത് ഭൂരഹിതർക്ക് വിതരണം ചെയ്യും. ഇത്തരത്തിൽ വിപ്ലവകരമായ ഒരു നിയമനിർമാണത്തിനാണ് ഗവൺമെന്റ് തുടക്കംകുറിച്ചത്. നിയമസഭയിൽ 124 മണിക്കൂർ നീണ്ട ചർച്ച നടന്നു. 1200-ലധികം ഭേദഗതികൾ പരിഗണിക്കപ്പെട്ടു. പ്രതിപക്ഷം കൊണ്ടുവന്ന ഭേദഗതികളിൽ ചിലത് നിയമം തന്നെ അപ്രസക്തമാക്കാൻ ലക്ഷ്യം വെച്ചുള്ളതായിരുന്നു. 1958 ജൂൺ നാലിന് നിയമസഭ കാർഷികബന്ധ ബിൽ പാസാക്കി. എന്നാൽ രാഷ്ട്രപതി അനുമതി നൽകിയില്ല. [6]

കർഷകരെയും കാർഷികത്തൊഴിലാളികളെയും ജന്മിമാരുടെ മർദനത്തിൽനിന്നും ചൂഷണത്തിൽനിന്നും രക്ഷിക്കാൻ. രണ്ടുദശകത്തിലേറെക്കാലം പോരാടിയ പാർട്ടിക്ക് അധികാരം ലഭിച്ചപ്പോൾ കുടിയൊഴിപ്പിക്കൽ തടഞ്ഞ് ഓർഡിനൻസ് ഇറക്കാനും കാർഷികബന്ധബിൽ കൊണ്ടുവരാനും തീരുമാനമുണ്ടായത് ജനങ്ങൾക്ക് കമ്യൂണിസ്റ്റ് പാർട്ടിയിലുള്ള വിശ്വാസം വർധിപ്പിച്ചു. മാത്രമല്ല, കോൺഗ്രസ് ഗവൺമെന്റും കമ്യൂണിസ്റ്റ് ഗവൺമെന്റും തമ്മിൽ മൗലികമായ വ്യത്യാസമുണ്ടെന്നും ആ നടപടികൾ തെളിയിച്ചു. എന്നാൽ, കോൺഗ്രസ് നേതൃത്വത്തിനും അതിനെ പിന്തുണയ്ക്കുന്ന സ്ഥാപിത താൽപ്പര്യക്കാർക്കും സർക്കാരിന്റെ ഇഛാശക്തിയോടെയുള്ള തീരുമാനങ്ങൾ അസ്വസ്ഥതയാണുണ്ടാക്കിയത്. മന്ത്രിസഭ അധികാരമേറ്റ് മണിക്കൂറുകൾക്കകം അതു വെളിവാക്കുന്ന പ്രതികരണം കോൺഗ്രസ് ജനറൽ സെക്രട്ടറി ശ്രീമൻനാരായണനിൽ നിന്നുണ്ടായി. കേരളത്തിൽ കമ്യൂണിസ്റ്റുകാരല്ലാത്തവരുടെ ജീവനും സ്വത്തിനും രക്ഷയില്ലെന്ന് അദ്ദേഹം ആരോപിച്ചു. കോൺഗ്രസ് പ്രസിഡണ്ട് യു എൻ ധേബറും അതിൽ പങ്കുചേർന്നു.

ശ്രീമൻനാരായണന്റെ പ്രസ്താവനയ്ക്കു പിന്നാലെ ഗവൺമെന്റിനെതിരെ കോൺഗ്രസുകാർ വ്യാപകമായ പ്രചാരണം അഴിച്ചുവിട്ടു. കേരളത്തിൽ മാത്രമല്ല, കേരളത്തിനു പുറത്തും. കത്തോലിക്ക പള്ളി അവരുടെ സർവശക്തിയും ഗവൺമെന്റിനെതിരെ ഉപയോഗിക്കാൻ തീരുമാനിച്ചു. അതിശയകരമെന്നു പറയട്ടെ, കുടിയൊഴിപ്പിക്കൽ ഓർഡിനൻസല്ലാതെ കേരളത്തിൽ മറ്റൊരു

തീരുമാനമോ മറ്റൊരു സംഭവമോ ആ ഘട്ടത്തിൽ ഇല്ലായിരുന്നു. കമ്യൂണിസ്റ്റുകാരെ ഭരിക്കാൻ വിട്ടാൽ അവരെ പിന്നെ അധികാരത്തിൽനിന്നു മാറ്റാൻ കഴിയില്ലെന്ന ഭീതിയായിരുന്നു എതിർപ്പുകാരെ നയിച്ചത്. തുടക്കത്തിൽ നായർ സമുദായ നേതാക്കളോ മുസ്ലിംലീഗുകാരോ കത്തോലിക്ക പള്ളിയുടെ പിൻബലമുള്ള കോൺഗ്രസിന്റെ ചേരിയിൽ ഗവൺമെന്റിനെതിരായി അണിനിരന്നിരുന്നില്ല. എൻഎസ്എസിനെയും മുസ്ലിംലീഗിനെയും രംഗത്തിറക്കാൻ കോൺഗ്രസിനു കഴിഞ്ഞതു പിന്നീടാണ്. കേരളത്തിൽ ജീവനും സ്വത്തിനും രക്ഷയില്ലെന്ന പ്രചാരണം ചൂടുപിടിക്കുന്നതിനിടയിൽ മുഖ്യമന്ത്രി ഇ എം എസ് ഡൽഹി സന്ദർശിച്ചു. കേന്ദ്ര സർക്കാരുമായുള്ള സംഭാഷണങ്ങൾക്ക് ഡൽഹിയിൽ എത്തിയ അദ്ദേഹം 1957 മെയ് 15-ന് പത്രസമ്മേളനം നടത്തി. ഇന്ത്യാ പ്രസ് ഏജൻസി നൽകിയ റിപ്പോർട്ട് *ദേശാഭിമാനി* ഒന്നാം പേജിലാണ് പ്രസിദ്ധീകരിച്ചത്. കേന്ദ്രസർക്കാരുമായുള്ള ബന്ധം, കേരളത്തിൽ സർക്കാരിനെതിരെ നടക്കുന്ന പ്രചാരണം, സർക്കാരിന്റെ ഭാവി പരിപാടികൾ എന്നിവ സംബന്ധിച്ച ചോദ്യങ്ങൾക്കെല്ലാം ഇ എം എസ് കൃത്യമായ മറുപടി നൽകി. *ദേശാഭിമാനി* വാർത്ത:

നിങ്ങളെല്ലാം വേണമെങ്കിൽ അവിടെ വന്ന് നോക്കിക്കൊള്ളുക
നിയമസമാധാനപാലനത്തിന് കേരളത്തിൽ ഒരു തകരാറും പറ്റിയിട്ടില്ല.
ഡൽഹിയിലെ പത്രപ്രതിനിധികളോട് ഇ എം എസ്
(ഇന്ത്യാ പ്രസ് ഏജൻസി)

ന്യൂഡൽഹി, മെയ് 15: 'ഏതെങ്കിലും വിധത്തിൽ കേന്ദ്രവുമായി സംഘട്ടനമുണ്ടാവുമെന്ന് ഞാൻ കരുതുന്നില്ല. കേന്ദ്രവുമായിട്ടുള്ള ബന്ധം ബുദ്ധിമുട്ടുനിറഞ്ഞതാണ് എന്നും ഞാൻ പറയുന്നില്ല. ചില കാര്യങ്ങളിൽ ഇരുകൂട്ടരും തമ്മിൽ സമീപനത്തിന് വ്യത്യാസമുണ്ട് എന്ന് മാത്രമേ ഞാൻ പറയുന്നുള്ളു. കേന്ദ്രത്തിന്റെ മനോഭാവം ശത്രുതയോടുകൂടിയതല്ല. എങ്കിലും ആ മനോഭാവം സഹായകരമാണ് എന്ന് പറയാൻ കുറച്ചുകൂടി ഭേദപ്പെടണം'- എന്നാണ് പ്രധാനമന്ത്രി നെഹ്റുവിനെ കണ്ടശേഷം കേരള മുഖ്യമന്ത്രി സ. ഇ എം എസ് ഇന്നലെ പത്രപ്രതിനിധികളോട് പറഞ്ഞത്.

'സ്റ്റേറ്റിൽ നിയമസമാധാനത്തിന്റെ നില ഒട്ടും മോശമായിട്ടില്ല. നിങ്ങൾക്കതിനെപ്പറ്റി സംശയമുണ്ടെങ്കിൽ ഡൽഹിയിലെ പത്രപ്രവർത്തകരടങ്ങിയ ഒരു പ്രതിനിധിസംഘത്തിന് അവിടെ വന്നു നോക്കാം'-അദ്ദേഹം പറഞ്ഞു. കേരളത്തിലെ അഭിവൃദ്ധി പദ്ധതികൾ ത്വരിതഗതിയിൽ നടപ്പിൽ വരുത്തുവാൻ തന്റെ ഗവൺമെന്റ് മറ്റു പാർട്ടികളുടെയും സഹകരണം തേടുന്നുണ്ടെന്ന് സ. ഇ എം എസ് പ്രസ്താവിച്ചു.

ഇന്ത്യക്കാരും വിദേശികളുമായ നൂറോളം പത്രപ്രതിനിധികൾ തൽസമയം ഹാജരുണ്ടായിരുന്നു. ഒരു മണിക്കൂറോളം സമ്മേളനം നീണ്ടുനിന്നു. താൻ നെഹ്റുവിനെ കണ്ടതിനെക്കുറിച്ച് മുഖ്യമന്ത്രി പറഞ്ഞത്, ഔദ്യോഗിക നിലയിൽ താനാദ്യമായാണ് പ്രധാനമന്ത്രിയെ കാണുന്നതെന്നും നെഹ്റുവുമായുള്ള ചർച്ച അന്യോന്യമുള്ള ആശയവിനിമയത്തിന്റെ പ്രതലത്തിലേ നടന്നിട്ടുള്ളുവെന്നുമാണ്. കേന്ദ്രവും കേരള ഗവൺമെന്റും തമ്മിലുള്ള ബന്ധത്തെക്കുറിച്ചുള്ള പ്രശ്നം പോലെ ചില പ്രത്യേക കാര്യങ്ങളും പ്രസ്തുത ചർച്ചയിൽ ഉയർന്നുവന്നിരുന്നുവെന്നും അദ്ദേഹം പറഞ്ഞു. പക്ഷേ, അതിനെ സംബന്ധിച്ച വിശദവിവരങ്ങളിലേക്ക് അദ്ദേഹം കടന്നില്ല.

ആഭ്യന്തരമന്ത്രി പണ്ഡിറ്റ് പന്തിനെ താൻ കാണുന്നതാണെന്നും ആ സന്ദർഭത്തിൽ കേരളത്തിലെ പൊലീസിനെ പുനഃസംഘടിപ്പിക്കേണ്ട പ്രശ്നത്തെക്കുറിച്ച് ചർച്ച നടത്തിയേക്കുമെന്നും ഇ എം എസ് പറഞ്ഞു. അതേമാതിരി, കേരളത്തിലെ സാമ്പത്തിക പ്രശ്നത്തെ സംബന്ധിച്ച് സംസാരിക്കുന്നതിന് ധനകാര്യമന്ത്രി ടി ടി കൃഷ്ണമാചാരിയെയും ഭക്ഷ്യകാര്യമന്ത്രി എ പി ജെയിനെയും താൻ കാണുന്നതാണെന്നും മുഖ്യമന്ത്രി വെളിപ്പെടുത്തി.

തോട്ടം ദേശസാൽക്കരണം

വിദേശതോട്ടങ്ങൾ ദേശസാൽക്കരിക്കുന്നതിനെപ്പറ്റി, ഒരു ചോദ്യത്തിന് മറുപടിയായി അദ്ദേഹം പറഞ്ഞത് അതിനെക്കുറിച്ച് സമൂർത്തമായ നടപടിയൊന്നും ആരംഭിച്ചിട്ടില്ലെന്നാണ്. എന്നാൽ, സ്റ്റേ

റ്റിന്റെ സമ്പദ്ഘടനയിലെ മർമസ്ഥാപനങ്ങൾ വിദേശികളുടെ ആധിപത്യത്തിലാവാൻ പാടില്ലെന്നെനിയ്ക്കുണ്ട്-അദ്ദേഹം പറഞ്ഞു. വിദേശതോട്ടങ്ങൾ ദേശസാൽക്കരിക്കാൻ ഭരണഘടന പ്രകാരം സംസ്ഥാന ഗവൺമെന്റിന് അധികാരമുണ്ടോ എന്ന ചോദ്യത്തിന് നിഷേധാർഥത്തിലാണ് അദ്ദേഹം മറുപടി പറഞ്ഞത്. എന്നാൽ, ഇക്കാര്യം കേന്ദ്രത്തോട് ആവശ്യപ്പെടുന്നതിലോ നിർബന്ധിക്കുന്നതിലോ ഒരു തെറ്റുമില്ലെന്നും അതു ഭരണഘടനാവിരുദ്ധമോ സർവാധിപത്യപരമോ അല്ലെന്നും അദ്ദേഹം തുടർന്നു.

കേന്ദ്രമോ മറ്റു ഭൂരിപക്ഷ സ്റ്റേറ്റുകളോ തന്റെ ഗവൺമെന്റിന്റെ ഒരു പ്രത്യേക നയത്തെ അനുകൂലിക്കാതിരിക്കുകയാണെങ്കിൽ കേരള ഗവൺമെന്റിന്റെ നിലപാടെന്തായിരിക്കുമെന്ന ചോദ്യത്തിന് കൂട്ടച്ചിരികൾക്കിടയിൽ മുഖ്യമന്ത്രി ഇങ്ങനെ പറഞ്ഞു: 'ഭൂരിപക്ഷത്തിന്റെ നയം തെറ്റാണെന്ന് ഞങ്ങൾ രേഖപ്പെടുത്തും. എന്നിട്ട്, ജനാധിപത്യ സമ്പ്രദായമെന്ന നിലക്ക് ആ ഭൂരിപക്ഷനയം അങ്ങ് നടപ്പിൽ വരുത്തുകയും ചെയ്യും'. കേരളത്തിൽ അധികാരമേറ്റെടുത്തതോടെ, ഇപ്പോൾ കമ്യൂണിസ്റ്റ് പാർട്ടിക്ക് പാർലമെന്ററി സമ്പ്രദായത്തിൽ വിശ്വാസം വന്നുവോ എന്ന് ഒരു പത്രപ്രതിനിധി ചോദിച്ചതിന് ഇ എം എസ് ഇങ്ങിനെ മറുപടി പറഞ്ഞു: അതിൽ പുതുതായൊന്നുമില്ല. ഒരു സംസ്ഥാനത്തിൽ ഇങ്ങിനെ അധികാരമേറ്റെടുത്തതുകൊണ്ട് വല്ല വ്യത്യാസവും വന്നതായി ഞാൻ കരുതുന്നുമില്ല.

കേരളത്തിൽ ചില ഘനവ്യവസായങ്ങൾ വളർത്തുവാനും കൃഷി അഭിവൃദ്ധിപ്പെടുത്തുവാനും കേന്ദ്രത്തിൽനിന്ന് രണ്ടാം പഞ്ചവത്സരപദ്ധതിയിൽനിന്ന് കൂടുതൽ തുക നീക്കിവയ്ക്കണമെന്ന ആവശ്യം അദ്ദേഹം ആവർത്തിച്ചു. ജനസംഖ്യയുടെ അടിസ്ഥാനത്തിൽ നോക്കിയാൽ ഇന്നു നീക്കിവെച്ചിട്ടുള്ളതിന്റെ മിക്കവാറും ഇരട്ടിത്തുക കേരളത്തിന് കിട്ടേണ്ടതാണ്. വർധിച്ച ജനസംഖ്യയുള്ള സംസ്ഥാനമെന്ന നിലക്ക് വ്യവസായവൽക്കരണത്തിനും കാർഷികാഭിവൃദ്ധിക്കും ഒരു വലിയ തുക ആവശ്യമുണ്ട്. തന്റെ മതിപ്പനുസരിച്ച് രണ്ടാമത്തെ പഞ്ചവത്സരപദ്ധതിയിൽ ഇന്നു നീക്കിവെച്ചിട്ടുള്ള 87 കോടി ഉറുപ്പികയുടെ സ്ഥാനത്ത് ചുരുങ്ങിയത് 180 കോടി ക. യെങ്കിലും അനുവദിച്ചുകിട്ടണമെന്ന് മുഖ്യമന്ത്രി പറഞ്ഞു.

ഘനവ്യവസായങ്ങൾ സ്ഥാപിക്കുന്നതിന് കേരളം പറ്റിയ സംസ്ഥാനമല്ലെന്ന അഭിപ്രായത്തെ സ. നമ്പൂതിരിപ്പാട് നിഷേധിച്ചു. ഉരുക്കുവ്യവസായങ്ങളും മറ്റു പല അടിസ്ഥാന വ്യവസായങ്ങളും ചുരുക്കം ചില സ്റ്റേറ്റുകൾ കുത്തകയാക്കിവെക്കാൻ പാടില്ലെന്നുകൂടി അദ്ദേഹം അഭിപ്രായപ്പെട്ടു. അദ്ദേഹത്തിന്റെ അഭിപ്രായത്തിൽ ഒരു കപ്പൽ നിർമാണശാലയ്ക്കും ഒരു ടയർ ഫാക്ടറിക്കും കേരളത്തിൽ ഇന്ന് നല്ല സാധ്യതയുണ്ട്.

കേന്ദ്രഗവൺമെന്റിന് വിദേശവിനിമയ രംഗത്ത് ആദായമുണ്ടാക്കുന്ന വിളകൾ ഏറ്റവുമധികം ഉൽപ്പാദിപ്പിക്കുന്ന കേരളത്തിന് അർഹമായ വിഹിതം കിട്ടുന്നില്ലെന്ന് മുഖ്യമന്ത്രി പരിതപിച്ചു. ഇന്നത്തെ ഭരണനടത്തിപ്പിൽ മൗലികമായ മാറ്റം വരേണ്ടതുണ്ട്. ഇക്കാര്യം അടുത്തുതന്നെ ഒരു കമ്മിറ്റി പരിശോധിക്കുന്നതാണ്. ഭൂപരിഷ്കരണത്തെക്കുറിച്ചും മുഖ്യമന്ത്രി പറഞ്ഞു. സംസ്ഥാന ഗവൺമെന്റ് എടുക്കാൻ പോകുന്ന നടപടികൾക്ക് അടിസ്ഥാനമായി നിൽക്കുക പ്ലാനിങ് കമീഷന്റെ ഭൂപരിഷ്കരണ പാനലിന്റെ ശുപാർശകളായിരിക്കുമെങ്കിലും അവയ്ക്ക് ചില കാര്യമായ ഭേദഗതികൾ വരുത്തേണ്ടതുണ്ടെന്ന് മുഖ്യമന്ത്രിയ്ക്ക് അഭിപ്രായമുണ്ട്.[7]

കേരളത്തിന്റെ സർവതോമുഖമായ വികസനത്തിന് കമ്യൂണിസ്റ്റ് പാർട്ടി ഉയർത്തിയ പുരോഗമനാശയങ്ങൾ സ്വാംശീകരിച്ചുള്ളതായിരുന്നു സർക്കാരിന്റെ കന്നിബജറ്റ്. സി അച്യുതമേനോൻ 1957 ജൂൺ ഏഴിനു നിയമസഭയിൽ അവതരിപ്പിച്ച ബജറ്റ് കേരള വികസനത്തിനു സമൂർത്തവും ഭാവനാസമ്പന്നവുമായ ഒട്ടേറെ നിർദേശങ്ങൾ മുന്നോട്ടുവെച്ചു. *ദേശാഭിമാനി* റിപ്പോർട്ട്:

കേരളത്തിന് ഒരു മിച്ചബജറ്റ്

സാധാരണക്കാർക്ക് ആശ്വാസം

ഭൂനികുതി എകീകരിച്ചു-സെന്റിനു രണ്ടു പൈസ

കമ്പനികളുടെ വാർഷികാദായത്തിനു സൂപ്പർ ടാക്സ്

തിരുവനന്തപുരം, ജൂൺ 7: കാർഷിക സ്വത്തിന്മേലുള്ള നികുതി കേന്ദ്രം ചുമത്തിയ അതേ നിര

ക്കിലായിരിക്കും. മുപ്പതിനായിരം രൂപക്കു മേൽ വ്യാപാരം നടത്തുന്നവരുടെ വിൽപ്പന നികുതിക്ക് രണ്ടര ശതമാനം സർചാർജ് ഏർപ്പെടുത്തും. ഗവൺമെന്റും പ്രാദേശിക സ്ഥാപനങ്ങളും നടത്തുന്ന സ്കൂളുകളിലെ പ്രൈമറി അധ്യാപകരുടെ ശമ്പളം പുതുക്കും. മാസം 40 മുതൽ 120 ഉറുപ്പിക വരെ അധികം കിട്ടും. അധ്യാപകർക്ക് ശമ്പളം നൽകേണ്ട ഉത്തരവാദിത്തം ഗവൺമെന്റിനാണ്. എന്നാൽ നിയന്ത്രണമില്ല. നിർദിഷ്ട വിദ്യാഭ്യാസ ബില്ലിൽ അതിനുള്ള വ്യവസ്ഥകളുണ്ട്.

സർക്കാർ ഉദ്യോഗസ്ഥരുടെ ശമ്പളം വർധിപ്പിക്കുക വളരെ വിഷമമാണെന്ന് ധനകാര്യമന്ത്രി പറഞ്ഞു. 'മാത്രമല്ല, ഒരു സോഷ്യലിസ്റ്റ് സാമൂഹ്യ വ്യവസ്ഥിതി സ്ഥാപിക്കുക എന്നത് ലക്ഷ്യമായി സ്വീകരിച്ചിട്ടുള്ള കാലഘട്ടത്തിലാണല്ലോ നാമിന്ന്. അതനുസരിച്ച് കഴിയുന്നിടത്തോളം എല്ലാ രംഗങ്ങളിലും അസമത്വം ഉന്മൂലനം ചെയ്യണമെന്ന് ഗവൺമെന്റിന് ബോധ്യമുണ്ട്. ഈ പരിഗണനകളിൽ സ്റ്റേറ്റ് സർവീസിലുള്ള ഉദ്യോഗസ്ഥരുടെ ശമ്പളത്തിൽ ആയിരം രൂപ പരമാവധി പരിധിയായി നിജപ്പെടുത്തും. താഴ്ന്ന ഉദ്യോഗസ്ഥരുടെ കാര്യത്തിൽ വ്യത്യസ്ത സമീപനമുണ്ടാകും. സാങ്കേതിക വൈദഗ്ധ്യം ആവശ്യമുള്ള ഉദ്യോഗങ്ങൾക്ക് അതിലും അൽപ്പം കൊടുക്കേണ്ടിവരും.'-മന്ത്രി പറഞ്ഞു.

നഴ്സുമാരുടെ ശമ്പളം മദ്രാസ് നിലവാരത്തിലേക്ക് ഉയർത്തും. പൊലീസ് ബത്ത കൂട്ടും. അധ്യാപകർക്ക് പെൻഷൻ അനുവദിക്കും. ഫോർത്ത് ഫോറം വിദ്യാർഥികൾക്ക് ഫീസിളവ് നൽകും. സാധുക്കുട്ടികൾക്ക് ഉച്ചഭക്ഷണം നൽകാൻ ഏർപ്പാടുണ്ടാക്കും. തിരു-കൊച്ചി പ്രദേശത്ത് വിദ്യാർഥികൾക്കുള്ള എല്ലാ സൗജന്യങ്ങളും മലബാർ പ്രദേശത്തേക്കും വ്യാപിപ്പിക്കും. സ്വകാര്യ വ്യവസായങ്ങളിൽ ഗവൺമെന്റ് ഓഹരിയെടുക്കും. ഗവൺമെന്റ് വക വനഭൂമികളും ഏഴരലക്ഷത്തോളം ഏക്ര കൃഷി ഭൂമിയും കൃഷിക്കാർക്ക് വിതരണം ചെയ്യും.[8]

സർക്കാരിന്റെ ദീർഘദൃഷ്ടിയും വർഗപക്ഷപാതിത്വവും ആർജവവും വ്യക്തമാക്കുന്ന നിർദേശങ്ങളായിരുന്നു ബജറ്റിൽ. സാധാരണക്കാരുടെ ജീവിതം മെച്ചപ്പെടുത്താനുള്ള ആനുകൂല്യങ്ങളും നികുതി ഇളവുകളും പ്രഖ്യാപിച്ചപ്പോൾ സമ്പന്നരിൽ നിന്നു കൂടുതൽ നികുതി പിരിക്കാനുള്ള നിർദേശങ്ങളാണ് അച്യുതമേനോൻ അവതരിപ്പിച്ചത്. അധ്യാപകരുടെ ശമ്പളം കൂട്ടുമെന്നും പെൻഷൻ അനുവദിക്കുമെന്നും ശമ്പളം നൽകാനുള്ള ഉത്തരവാദിത്തം സർക്കാർ ഏറ്റെടുക്കുമെന്നും പ്രഖ്യാപിച്ച ധനമന്ത്രി, സർക്കാർ ജീവനക്കാരുടെ ശമ്പളം കൂട്ടാൻ പ്രയാസമാണെന്ന് വെട്ടിത്തുറന്നു പറഞ്ഞു. അതിനദ്ദേഹം പറഞ്ഞ കാരണം ശമ്പളവർധന അസമത്വം കൂട്ടുമെന്നതാണ്. മാത്രമല്ല, പരമാവധി ശമ്പളത്തിനു പരിധി നിശ്ചയിക്കുകയും ചെയ്തു.

സംസ്ഥാനം നേരിടുന്ന മുഖ്യ പ്രശ്നങ്ങളായ തൊഴിലില്ലായ്മ, ഭക്ഷ്യക്കമ്മി, വ്യവസായ രംഗത്തെ പിന്നോക്കാവസ്ഥ, കാർഷിക മേഖലയിലെ പ്രശ്നങ്ങൾ എന്നിവ സംബന്ധിച്ച് യാഥാർഥ്യബോധമുള്ള നിരീക്ഷണങ്ങളും ചില പരിഹാര നിർദേശങ്ങളും ബജറ്റിലുണ്ടായിരുന്നു. കയർ, കൈത്തറി, മത്സ്യബന്ധനം മുതലായ പരമ്പരാഗത തൊഴിൽ മേഖലകളെ പുനഃസംഘടിപ്പിച്ച് അഭിവൃദ്ധിപ്പെടുത്തുന്നതിനുള്ള നിർദേശങ്ങളും സർക്കാർ മുന്നോട്ടുവെച്ചു. വ്യവസായ നയത്തെക്കുറിച്ച് അച്യുതമേനോൻ പറഞ്ഞു: 'പൊതുമേഖലയിലെ ഒന്നോ രണ്ടോ വ്യവസായങ്ങളെ മാത്രം ആശ്രയിച്ചാൽ പോര; ഇടത്തരം വ്യവസായങ്ങളെയും പോഷിപ്പിക്കണം. സ്വകാര്യ വ്യവസായികളെ പ്രോത്സാഹിപ്പിക്കാനാണ് സർക്കാർ ഉദ്ദേശിക്കുന്നത്. തൊഴിലാളികൾക്ക് ശരിയായ കൂലിയും മറ്റു തൊഴിൽ വ്യവസ്ഥകളും നൽകാൻ തയാറുള്ളിടത്തോളം ന്യായമായ ലാഭത്തോടെ വ്യവസായം നടത്താനാവശ്യമായ സൗകര്യങ്ങൾ നൽകുന്ന സ്വകാര്യ വ്യവസായ നയപ്രഖ്യാപനം ഗവൺമെന്റ് അടുത്തുതന്നെ നടത്താൻ ഉദ്ദേശിക്കുന്നു. സ്വകാര്യ മൂലധനമിറക്കി തുടങ്ങുന്ന വ്യവസായങ്ങളിൽ ആവശ്യമെങ്കിൽ ഗവൺമെന്റ് ഓഹരിയെടുത്ത് സഹായിക്കും.' സ്വകാര്യ വ്യവസായങ്ങൾക്ക് കമ്യൂണിസ്റ്റുകാർ എതിരാണെന്ന ചില തെറ്റിദ്ധാരണകൾ അക്കാലത്തുണ്ട്. അതു ദുരീകരിക്കാനാണ് ധനമന്ത്രി ബജറ്റ് പ്രസംഗത്തിൽ നിലപാട് വ്യക്തമാക്കിയത്.

അച്യുതമേനോൻ ബജറ്റ് അവതരിപ്പിക്കുന്നതിനു രണ്ടുദിവസം മുമ്പ് ഇറങ്ങിയ *കൗമുദി* (*കേരള കൗമുദി*യല്ല) പത്രത്തിൽ ബജറ്റിലെ ചില ഭാഗങ്ങൾ പ്രത്യക്ഷപ്പെട്ടിരുന്നു. ആർഎസ്പിയുടെ മുഖപത്രമായ *കൗമുദി*യുടെ പത്രാധിപർ കെ ബാലകൃഷ്ണനായിരുന്നു. ബജറ്റ് ചോർന്നുവെന്ന്

ആരോപിച്ച് പ്രതിപക്ഷം ബഹളമുണ്ടാക്കി. ധനമന്ത്രി അച്യുതമേനോൻ രാജിവയ്ക്കണമെന്നു വരെ ആവശ്യമുയർന്നു. *ദേശാഭിമാനി* ഇതിനു പിന്നിലെ വസ്തുതകൾ പുറത്തുകൊണ്ടുവന്നു. കേരളത്തിനു മൂന്നുകോടിയോളം രൂപയുടെ കമ്മി ബജറ്റ് എന്ന തലക്കെട്ടിലായിരുന്നു വാർത്ത. എന്നാൽ, അവതരിപ്പിച്ചതു മിച്ച ബജറ്റായിരുന്നു. ബജറ്റ് ചോർച്ച കെട്ടുകഥയാണെന്നും നികുതി നിർദേശങ്ങളൊന്നും ചോർന്നിട്ടില്ലെന്നും അച്യുതമേനോൻ വ്യക്തമാക്കി. *ദേശാഭിമാനി* ഈ വാർത്ത ഒന്നാം പേജിൽ കൊടുത്തു. തിരുവനന്തപുരം ഗവൺമെന്റ് പ്രസ്സിൽനിന്ന് ബജറ്റിന്റെ ചില ഭാഗങ്ങൾ പുറത്തുപോയിരുന്നു. പ്രസ്സിലെ ആർഎസ്പി സംഘടനയുടെ പ്രധാന പ്രവർത്തകനാണ് ഇതു ചോർത്തി *കൗമുദി*ക്കു കൊടുത്തത്. വിവരങ്ങൾ പുറത്തുവന്നപ്പോൾ പൊലീസ് കേസെടുത്തു. പ്രസ് ജീവനക്കാരെ ചോദ്യം ചെയ്തു. ചോർത്തിയ ആളെ കിട്ടി. അയാൾ കുറ്റം ഏറ്റുപറഞ്ഞു. കമ്യൂണിസ്റ്റ് സർക്കാരിനോടുള്ള വിരോധം കാരണമാണത്രെ ഇതു ചെയ്തത്.

കുടിയൊഴിപ്പിക്കൽ തടയുന്ന ഓർഡിനൻസ് കഴിഞ്ഞാൽ, പുതിയ സർക്കാരിന്റെ പൊലീസ് നയമാണ് വലിയ ചർച്ചക്കും വാദപ്രതിവാദത്തിനും ഇടയാക്കിയ വിഷയം. തൊഴിൽ സമരങ്ങളിലോ തർക്കങ്ങളിലോ പൊലീസ് ഇടപെടാൻ പാടില്ലെന്ന് മുഖ്യമന്ത്രി ഇ എം എസ് അസന്ദിഗ്ധമായി പറഞ്ഞു. അദ്ദേഹം വിശദീകരിച്ചു: മോഷണം, കൊല, വഞ്ചന തുടങ്ങി സമൂഹത്തിനാകെ എതിരായി പ്രവർത്തിക്കുന്ന കുറ്റവാളികളെ കണ്ടുപിടിച്ച് കോടതിയിൽ ഹാജരാക്കി ശിക്ഷിപ്പിക്കലാണ് പൊലീസിന്റെ കടമ. തൊഴിലാളിയും മുതലാളിയും തമ്മിൽ, കൃഷിക്കാരനും ജന്മിയും തമ്മിൽ തർക്കവും സംഘട്ടനവും ഉണ്ടായാൽ അതിലേതെങ്കിലും ഒരു ഭാഗത്ത്- ശരിക്കു പറഞ്ഞാൽ പ്രമാണിമാരുടെ ഭാഗത്ത്, അതാണ് യഥാർഥത്തിൽ നടക്കുന്നത്- ചേർന്ന് മറ്റു ഭാഗക്കാരെ അമർത്തുന്നത് പൊലീസിന്റെ ചുമതലയല്ല. ഇത്തരം തർക്കങ്ങളിൽ ആരുടെ ഭാഗത്താണ് ശരി, ആരുടെ ഭാഗത്ത് തെറ്റ് മുതലായ കാര്യങ്ങൾ തീരുമാനിക്കാനും അതനുസരിച്ച് വേണ്ട നടപടികൾ എടുക്കാനും ഗവൺമെന്റിന് വേറെ വകുപ്പുകൾ ഉണ്ട്. ആ വകുപ്പുകൾ നിറവേറ്റേണ്ട ചുമതല പൊലീസ് ഏറ്റെടുക്കരുത്.[9]

പുതിയ പൊലീസ് നയത്തിന്റെ ഭാഗമായി ലോക്കപ്പ് മർദനം അവസാനിപ്പിക്കാനുള്ള നിർദേശവും സർക്കാർ പൊലീസ് സേനക്കു നൽകി. ലോക്കപ്പിലിട്ട് പ്രതികളെ ഇടിച്ചില്ലെങ്കിൽ കേസ് തെളിയിക്കാൻ കഴിയില്ലെന്ന ധാരണയാണ് അന്നു പൊലീസിനുണ്ടായിരുന്നത്. രണ്ട് ഇടി കൊടുത്തില്ലെങ്കിൽ പ്രതികളെക്കൊണ്ട് സത്യം പറയിപ്പിക്കാൻ പറ്റില്ലെന്ന് ജനങ്ങളും ധരിച്ചിരുന്നു. എന്നാൽ നിയമവിരുദ്ധമായ ആ ഏർപ്പാട് നിർത്തണമെന്ന നിർബന്ധം സർക്കാർ കാണിച്ചു. പുതിയ പൊലീസ് നയം പൊലീസ് ഉദ്യോഗസ്ഥരിൽത്തന്നെ ഒരു വിഭാഗത്തിനു രുചിച്ചില്ല. പൊലീസ് സേനയുടെ വീര്യം നഷ്ടപ്പെടുമെന്ന് അവർ പരിതപിച്ചു.

ഈ ഘട്ടത്തിലാണ് 'സെൽ ഭരണം' എന്ന മുറവിളി ഉയരാൻ തുടങ്ങിയത്. കോൺഗ്രസ് ഭരണത്തിലിരിക്കുമ്പോൾ നേരിട്ട ആക്ഷേപത്തിനുള്ള തിരിച്ചടി കൂടിയായിരുന്നു ഈ ആരോപണം. കോൺഗ്രസ് ഭരിക്കുമ്പോൾ ആ പാർട്ടിയുടെ മണ്ഡലം കമ്മിറ്റികളാണ് ഭരണം നിയന്ത്രിച്ചിരുന്നതെന്ന് വ്യാപകമായ പരാതിയുണ്ടായിരുന്നു. അതിന് മണ്ഡലഭരണമെന്ന് പ്രതിപക്ഷ പാർട്ടികൾ പേരിട്ടു. അതേ രീതിയിൽ കമ്യൂണിസ്റ്റ് പാർട്ടിയുടെ ഏറ്റവും താഴെയുള്ള ഘടകമായ സെല്ലുകൾ ഭരണത്തിൽ ഇടപെടുന്നു എന്നതായിരുന്നു ആരോപണം. അതിന് ഇ എം എസ് നൽകുന്ന മറുപടി ഇതാണ്:

ഈ ആരോപണത്തിൽ സത്യത്തിന്റെ കണികപോലുമില്ല. ഓരോ ഭരണകൂടത്തിനും അതിന്റേതായ വർഗ ഉള്ളടക്കമുണ്ട്. അതിൽ നിന്ന് വിഭിന്നമായ ഉള്ളടക്കത്തോടുകൂടിയ പാർട്ടി തെരഞ്ഞെടുപ്പിൽ ഭൂരിപക്ഷം നേടിയാൽ പോലും ഭൂരിപക്ഷം കിട്ടിയ ആ പാർട്ടിക്ക് ഇഷ്ടംപോലെ വളയ്ക്കാവുന്നതല്ല ഭരണകൂടം. ഗവൺമെന്റും ഭരണകൂടവും തമ്മിൽ മൗലികമായി തന്നെ വ്യത്യാസമുണ്ടെന്ന് ബൂർഷ്വാ രാഷ്ട്രീയമീമാംസ വ്യക്തമാക്കുന്നു. ഗവൺമെന്റുകൾ മാറി മാറി വരുമ്പോൾ അതിനൊത്ത് ഭരണകൂടം മാറുന്നില്ല. [...] മറ്റു പാർട്ടികളുടെ നേതാക്കൾക്കുള്ള അവകാശം മാത്രമേ കമ്യൂണിസ്റ്റ് സെല്ലിന്റെ സെക്രട്ടറിമാർക്കുമുള്ളുവെന്ന് ഇവർ മനസ്സിലാക്കിയില്ല. മുമ്പ്

ഡോ. എ ആർ മേനോൻ

കോൺഗ്രസ് മണ്ഡലം സെക്രട്ടറിമാർ ചെയ്തിരുന്നതുപോലെ ഗവൺമെന്റ് ഉദ്യോഗസ്ഥരുടെ തലയിൽ കയറി ഇരിക്കാൻ കമ്യൂണിസ്റ്റ് പാർട്ടിയുടെ സെൽ സെക്രട്ടറി ശ്രമിക്കരുതെന്ന് പാർട്ടി നിർദേശിച്ചിരുന്നു. അതിനു വിപരീതമായി ഏതെങ്കിലും സെൽ സെക്രട്ടറി പ്രവർത്തിച്ചാൽ അതിനു കീഴ്വഴങ്ങാത്തവരാണ് ഉദ്യോഗസ്ഥരിൽ ഭൂരിപക്ഷമെന്ന യാഥാർഥ്യം എതിരാളികൾ കാണുന്നില്ല. കോൺഗ്രസ് ഭരണകാലത്ത് അതിന്റെ പ്രമാണിമാർ നടത്തിയിരുന്ന 'മണ്ഡലഭരണം' കമ്യൂണിസ്റ്റ് മന്ത്രിസഭയ്ക്കു കീഴിൽ നടത്തണമെന്ന് പാർട്ടിയോ മന്ത്രിമാരോ വിചാരിച്ചാൽ പോലും നടക്കാത്ത പരിതഃസ്ഥിതിയാണുള്ളതെന്നർഥം.[10]

പൊലീസിനെ നിർവീര്യമാക്കി എന്ന ആരോപണത്തിന് ഇ എം എസ് നിയമസഭയിൽ ശക്തമായ ഭാഷയിലാണ് മറുപടി പറഞ്ഞത്. പൊലീസിനെ നിർവീര്യമാക്കുന്നു എന്ന ആരോപണത്തിന്റെ അർഥം ബ്രിട്ടീഷ് ഭരണകാലത്ത് പൊലീസിനുണ്ടായിരുന്ന വീര്യവും കഴിഞ്ഞ പത്തുകൊല്ലക്കാലത്ത് പൊലീസ് ഈ നാട്ടിൽ കാണിച്ച വീര്യവും കാണിക്കാതിരിക്കുന്നു എന്നുള്ളതാണെങ്കിൽ അതു വേണമെന്നാണ് ഗവൺമെന്റിന്റെ നയം–മുഖ്യമന്ത്രി വ്യക്തമാക്കി.

പൊലീസ് നയത്തിൽ മാറ്റം വരുത്തിയതോടൊപ്പം സർക്കാർ മറ്റൊരു പ്രധാന കാര്യം ചെയ്തു. ഉദ്യോഗനിയമനത്തിനുള്ള പൊലീസ് വെരിഫിക്കേഷൻ അവസാനിപ്പിച്ചു. സർക്കാർ സർവീസിലേക്ക് നിയമനം നടത്തുമ്പോൾ ഉദ്യോഗാർഥിയെപ്പറ്റി പൊലീസിന്റെ രഹസ്യ വെരിഫിക്കേഷൻ വേണമെന്ന് സംസ്ഥാനങ്ങൾക്ക് കേന്ദ്ര സർക്കാർ നിർദേശം നൽകിയിരുന്നു. ഉയർന്ന തസ്തികകൾക്കും താഴ്ന്ന തസ്തികകൾക്കും ഇതു ബാധകം. ഉദ്യോഗാർഥി കമ്യൂണിസ്റ്റുകാരനോ അനുഭാവിയോ ആണെന്ന് വെരിഫിക്കേഷനിൽ കണ്ടെത്തിയാൽ നിയമനം കൊടുക്കില്ല. അക്കാലത്ത് ഉദ്യോഗസ്ഥരിൽ ബഹുഭൂരിപക്ഷവും കമ്യൂണിസ്റ്റ് വിരോധികളായത് അങ്ങനെയാണ്. കേന്ദ്ര സർക്കാരിന്റെ നിർദേശം നടപ്പാക്കേണ്ടതില്ലെന്നു തീരുമാനിച്ചുവെന്നു മാത്രമല്ല, മുമ്പ് അന്യായമായി നിയമനം നിഷേധിക്കപ്പെട്ട പലർക്കും സർക്കാർ നിയമനം കൊടുക്കുകയും ചെയ്തു.

സാമുദായിക സംഘടനകളെ വിമോചനസമരത്തിലേക്ക് ഇളക്കിവിടാൻ കോൺഗ്രസ് ഉപയോഗിച്ച ഏറ്റവും പ്രധാന ആയുധം ഗവൺമെന്റിന്റെ വിദ്യാഭ്യാസ പരിഷ്കരണമായിരുന്നു. വിപ്ലവകരമായ നിയമനിർമാണങ്ങളുടെ പട്ടികയിൽ പ്രമുഖ സ്ഥാനമുള്ള വിദ്യാഭ്യാസബിൽ 1957 സെപ്തംബർ രണ്ടിനാണ് കേരള നിയമസഭ പാസാക്കിയത്. *ദേശാഭിമാനി* റിപ്പോർട്ട്:

വിദ്യാഭ്യാസ ബിൽ പാസാക്കി

വോട്ടെടുപ്പ് ഉണ്ടായില്ല

കേരള വിദ്യാഭ്യാസ രംഗത്ത് പുതുയുഗപ്പിറവി

അധ്യാപകരുടെ ചിരകാലാഭിലാഷം നിറവേറി

തിരുവനന്തപുരം, സെപ്തംബർ 2: ബിൽ നിയമമാകുമ്പോൾ എതിർപക്ഷത്ത് 32 അംഗങ്ങൾ മാത്രമേ ഉണ്ടായിരുന്നുള്ളു. കോൺഗ്രസ് നേതാവ് പി ടി ചാക്കോയും പിഎസ്പി നേതാവ് പട്ടം താണുപിള്ളയും മുസ്ലിംലീഗ് നേതാവ് സി എച്ച് മുഹമ്മദ്കോയയും സഭയിൽ ഹാജരുണ്ടായിരുന്നില്ല.

സന്ദർശക ഗാലറിയിൽ പത്രാധിപന്മാരും എഴുത്തുകാരും വിദ്യാഭ്യാസ ധുരന്ധരന്മാരും ഉൾപ്പെടെ നിറയെ ആളുകൾ ഉണ്ടായിരുന്നു. ഇന്ത്യയിൽ ഇദംപ്രഥമമായാണ് അധ്യാപകരുടെ അവകാശങ്ങൾക്ക് നിയമനിർമാണം വഴി ഉറപ്പുനൽകുന്നതെന്ന് വിദ്യാഭ്യാസമന്ത്രി മുണ്ടശ്ശേരി പറഞ്ഞു. മറ്റു സ്റ്റേറ്റുകൾക്ക് ഇത് മാതൃകയായിരിക്കും. അവർക്ക് ചെയ്യാൻ കഴിയാത്തത് ഞങ്ങൾ ചെയ്തു എന്ന ഏക കാരണം കൊണ്ടാണ് കോൺഗ്രസ് ബില്ലിനെ എതിർക്കുന്നതെന്ന് മുണ്ടശ്ശേരി പറഞ്ഞു.

ഇത്രയും ദീർഘമായ സംവാദത്തിന് പാത്രമായ ഒരു ബിൽ കേരളത്തിന്റെ പത്തുവർഷ ചരിത്ര

ത്തിലുണ്ടായിട്ടില്ല. കഴിഞ്ഞ പത്തുകൊല്ലത്തിനിടയിൽ സാധാരണക്കാരുടെ നന്മക്കായി ഇത്രയും അടിസ്ഥാനപരമായ ഒരു നിയമമുണ്ടായിട്ടില്ല. ഇതുവരെ നിലനിന്ന ഒരു മാനേജ്മെന്റ് സമ്പ്രദായ ത്തെ എന്നെന്നേക്കുമായി അവസാനിപ്പിക്കുന്നു എന്നതാണ് ബില്ലിന്റെ പ്രാധാന്യം.[11]

സ്വകാര്യ മാനേജ്മെന്റുകളെ നിയന്ത്രിക്കുക, അധ്യാപകർക്ക് ന്യായമായ വേതനം നൽകുക, വിദ്യാഭ്യാസം സാർവത്രികമാക്കുക മുതലായ ആവശ്യങ്ങൾ ദേശീയ പ്രസ്ഥാനത്തിന്റെ കാലംതൊട്ട് കമ്യൂണിസ്റ്റുകാരും മറ്റു പുരോഗമന-ജനാധിപത്യവാദികളും ഉന്നയിച്ചുവരുന്നതാണ്. ഇതിനൊരു പശ്ചാത്തലമുണ്ട്. വിദ്യാഭ്യാസം സാർവത്രികമാക്കുന്നതിന്റെ ഉത്തരവാദിത്തത്തിൽ നിന്ന് ബ്രിട്ടീഷ് ഗവൺമെന്റ് മാറിനിൽക്കുകയായിരുന്നു. സ്വകാര്യ ഏജൻസികളോ സംഘടനകളോ വ്യക്തികളോ വിദ്യാലയങ്ങൾ നടത്തുന്നുണ്ടെങ്കിൽ ഗവൺമെന്റ് അവർക്ക് സഹായം നൽകും. അങ്ങനെയാണ് എയ്ഡഡ് സ്കൂളുകൾ ഉണ്ടായത്. സർക്കാരിൽനിന്നു കിട്ടുന്ന ഗ്രാന്റ് തട്ടിയെടുക്കാൻ കച്ചവടക്കാർ വരെ സ്കൂൾ രംഗത്തേക്ക് ഇറങ്ങുകയും ചെയ്തു. ബ്രിട്ടീഷ് ഗവൺമെന്റ് മലബാറിൽ നടപ്പാക്കിയ നയം വലിയ മാറ്റമില്ലാതെ സ്വീകരിക്കുകയാണ് തിരുവിതാംകൂറിലെയും കൊച്ചിയിലെയും രാജഭരണം ചെയ്തത്. തിരുവിതാംകൂറിലും കൊച്ചിയിലും ക്രിസ്ത്യൻ പള്ളികൾ കൂടുതലായതുകൊണ്ടാണ് ആ മേഖലയിൽ കൂടുതൽ സ്വകാര്യവിദ്യാലയങ്ങൾ വന്നതെന്ന് ഇ എം എസ് ചൂണ്ടിക്കാണിച്ചിട്ടുണ്ട്. ക്രി സ്ത്യൻ സഭകൾക്കു പിറകെ നായർ സർവീസ് സൊസൈറ്റി പോലുള്ള സമുദായ സംഘടനകളും ഈ രംഗത്തേക്കുവന്നു. പുതിയ വിദ്യാഭ്യാസ നിയമം ഇഷ്ടംപോലെ വിദ്യാലയങ്ങൾ നടത്താനുള്ള തങ്ങ ളുടെ അവകാശം ഹനിക്കുമോ എന്ന ആശങ്ക മത-ജാതി സംഘടനാ മേധാവികൾക്കുണ്ടായി. അവർ സർക്കാരിനെതിരെ വ്യാപകമായ പ്രചാരണം ആരംഭിച്ചു. പള്ളി സർക്കാർ കൈയടക്കാൻ പോകുന്നു എന്നുവരെ പ്രചാരണമുണ്ടായി.

അധ്യാപകനിയമനം, ശമ്പളവ്യവസ്ഥ, പിരിച്ചുവിടാനും മറ്റു ശിക്ഷാനടപടികൾക്കും മാനേ ജ്മെന്റിനുള്ള അധികാരം ഇവ നിയന്ത്രിക്കാൻ മാത്രമേ സർക്കാർ യഥാർഥത്തിൽ ഉദ്ദേശിച്ചിരു ന്നുള്ളു. ബിൽ പ്രകാരം പ്രാഥമിക വിദ്യാഭ്യാസം നിർബന്ധവും സൗജന്യവുമാക്കി. നിർധനരുടെ മക്കൾക്ക് സൗജന്യ ഉച്ചഭക്ഷണവും വസ്ത്രവും പുസ്തകവും നൽകും. പൊതുതാൽപ്പര്യത്തിന് സ്വകാര്യ വിദ്യാലയങ്ങൾ ഏറ്റെടുക്കാം. ബജറ്റ് പ്രസംഗത്തിൽ പ്രഖ്യാപിച്ചതുപോലെ ശമ്പളം നൽ കാനുള്ള ചെലവ് സർക്കാർ വഹിക്കും. മാനേജർമാർ പിരിക്കുന്ന ഫീസ് സർക്കാരിലേക്ക് അടയ്ക്ക ണം. പകരം, അധ്യാപകർക്ക് സർക്കാർ നേരിട്ടു ശമ്പളം നൽകും. സർക്കാർ സ്കൂളിലും എയ്ഡഡ് സ്കൂളിലും നിയമനത്തിനു യോഗ്യതയുള്ള അധ്യാപകരെ കണ്ടെത്തുന്നത് പിഎസ്‌സിയായിരിക്കും. പിഎസ്‌സി ലിസ്റ്റിൽനിന്നു നിയമനം നടത്തണം. പട്ടികജാതി-പട്ടികവർഗ സംവരണം ഉറപ്പാക്കാ നും ബില്ലിൽ വ്യവസ്ഥ ചെയ്തു. പുരോഗമനപരമായ ഈ നിയമനിർമാണത്തിന്റെ പേരിലാണ് മത-സാമുദായിക ശക്തികൾ ഹാലിളകി രംഗത്തുവന്നത്.

സ്കൂൾ പിടിച്ചെടുക്കാൻ പോകുന്നു എന്ന പ്രചാരണത്തെപ്പറ്റി ഇ എം എസ് ഇങ്ങനെ വിശ ദീകരിച്ചു: "യഥാർഥത്തിൽ എതിരാളികൾ പറഞ്ഞുപരത്തിയതുപോലെ വിദ്യാലയങ്ങളുടെ ഉടമാവ കാശമോ നടത്തിപ്പു പോലുമോ ഏറ്റെടുക്കാനുള്ള യാതൊരു നീക്കവും ഗവൺമെന്റിനില്ലായിരുന്നു. നിലവിലുള്ള ഇന്ത്യൻ സാമൂഹ്യ പരിതഃസ്ഥിതിയിലും ഭരണഘടനാ വ്യവസ്ഥകൾക്കനുസരിച്ചും 'വി ദ്യാലയങ്ങളുടെ ദേശവൽക്കരണം' ഒരു പ്രായോഗിക പ്രശ്നമേയല്ല. അതുകൊണ്ട് ആ വഴിക്കു ചിന്തി ക്കാൻ പാർട്ടിയോ ഗവൺമെന്റോ തയാറായിരുന്നില്ല."

ഇ എം എസ് സർക്കാരിനെതിരെ ഗുരുതരമായ ആരോപണമുണ്ടായത് ഭക്ഷ്യക്ഷാമം ഒഴിവാ ക്കാൻ ആന്ധ്രപ്രദേശിലെ പൊതുവിപണിയിൽനിന്ന് സർക്കാർ അരി വാങ്ങിയപ്പോഴാണ്. അതിനു മുമ്പുതന്നെ അരിയെവിടെ, തുണിയെവിടെ എന്ന മുദ്രാവാക്യം നാടെങ്ങും കോൺഗ്രസുകാർ ഉയർത്തുന്നുണ്ടായിരുന്നു. കേരളത്തിന്റെ സ്ഥിതി കണക്കിലെടുത്ത് അരി അനുവദിക്കാൻ കേന്ദ്ര സർക്കാർ തയാറാകാത്തതാണ് പ്രശ്നം രൂക്ഷമാക്കിയത്. ഈ സാഹചര്യത്തിൽ സർക്കാർ ചില തീരുമാനങ്ങൾ എടുത്തു. അരിയുടെ ഉൽപ്പാദനം കഴിയുന്നത്ര വർധിപ്പിക്കാൻ ശ്രമം നടത്തണം.

വി ആർ കൃഷ്ണയ്യർ

അതിനുവേണ്ടി ബഹുജനപ്രസ്ഥാനം തന്നെ രൂപമെടുത്തു. നെല്ലെടുപ്പ്, അരിവിതരണം എന്നിവയിൽ ജനപങ്കാളിത്തം ഉണ്ടാക്കണമെന്നായിരുന്നു മറ്റൊരു തീരുമാനം. ഇതിനൊക്കെ പുറമെ റേഷൻ വിതരണം തടസ്സപ്പെടാതിരിക്കാൻ മിച്ചമുള്ള സംസ്ഥാനങ്ങളിൽ നിന്ന് അരി വാങ്ങാനും നിശ്ചയിച്ചു. ഇതനുസരിച്ച് ആന്ധ്രയിൽനിന്നാണ് അയ്യായിരം ടൺ അരി വാങ്ങിയത്. കെ സി ജോർജായിരുന്നു ഭക്ഷ്യമന്ത്രി. അദ്ദേഹത്തിന്റെ നിർദേശ പ്രകാരം ഉദ്യോഗസ്ഥർ ആന്ധ്രയിൽ പോയാണ് മില്ലുടമകളിൽനിന്ന് അരി സംഭരിക്കാനുള്ള നടപടികൾ പൂർത്തിയാക്കിയത്. ആന്ധ്രയിലെ അന്നത്തെ കോൺഗ്രസ് ഗവൺമെന്റ് അതിനോട് സഹകരിച്ചു.

അരി കേരളത്തിലെത്തി വിതരണം തുടങ്ങിയപ്പോഴേക്കും ആരോപണമായി. കമ്പോളവിലയേക്കാൾ കൂടുതൽ വില കൊടുത്ത് അരി വാങ്ങിയെന്ന് കോൺഗ്രസ് അംഗങ്ങൾ നിയമസഭയിൽ ആരോപിച്ചു. കെ സി ജോർജിനെതിരെ എന്നല്ല, ഏതു മന്ത്രിക്കെതിരെ അഴിമതി ആരോപണം ഉന്നയിച്ചാലും ജനങ്ങൾ വിശ്വസിക്കുമായിരുന്നില്ല. അതിനാൽ, പാർട്ടി ഫണ്ടിന് പണമുണ്ടാക്കാനാണ് അഴിമതി നടത്തിയതെന്ന് പ്രചരിപ്പിച്ചു. നിഷ്പക്ഷമതികളിൽ ഇതു സംശയമുണർത്തി. സർക്കാരിന് ഒന്നും ഒളിച്ചുവയ്ക്കാനുണ്ടായിരുന്നില്ല. ജുഡീഷ്യൽ അന്വേഷണം പ്രഖ്യാപിച്ചു. ജസ്റ്റിസ് പി ടി രാമൻനായരെ ഏകാംഗ കമീഷനായി ഗവൺമെന്റ് നിയമിച്ചു. അഴിമതിയാരോപണങ്ങളൊന്നും തെളിഞ്ഞില്ല. എന്നാൽ, ടെണ്ടർ വിളിക്കാതെ കരാറുണ്ടാക്കിയത് ശരിയായില്ലെന്നും ഒരുപക്ഷേ, നഷ്ടം വന്നിട്ടുണ്ടാകാമെന്നും കമീഷൻ അഭിപ്രായപ്പെട്ടു. ഇതാണ് ആന്ധ്ര അരി കുംഭകോണം എന്നു കോൺഗ്രസുകാർ വിശേഷിപ്പിക്കുന്ന അരിയിടപാട്. ഒരു പ്രതിസന്ധി ഘട്ടത്തിൽ റേഷൻ വിതരണം മുടങ്ങാതിരിക്കാൻ എടുത്ത തീരുമാനമായതിനാൽ നിയമപരമായ നടപടിക്രമങ്ങൾ പാലിക്കുന്നതിൽ സർക്കാരിനു വീഴ്ച പറ്റി. ഇക്കാര്യം മുഖ്യമന്ത്രിയും കമ്യൂണിസ്റ്റ് പാർട്ടിയും സമ്മതിച്ചിട്ടുണ്ട്. അഴിമതിക്ക് പര്യായമായി 'കുംഭകോണം' എങ്ങനെ വന്നുവെന്ന സംശയം സ്വാഭാവികം. തമിഴ്നാട്ടിലെ തഞ്ചാവൂർ ജില്ലയിലെ ഒരു പ്രദേശമാണ് കുംഭകോണം. 1940-കളിൽ കുംഭകോണത്ത് സ്വകാര്യ ബാങ്കുകാർ നാട്ടുകാരിൽ നിന്ന് വ്യാപകമായി നിക്ഷേപം പിരിച്ചുമുങ്ങിയിരുന്നു. അതേത്തുടർന്നാണ് തട്ടിപ്പിന് പര്യായമായി 'കുംഭകോണം' ഉപയോഗിച്ചുവരുന്നത്.

വിലക്കയറ്റവും ഭക്ഷ്യക്കമ്മിയുംമൂലം ജനങ്ങൾ പ്രയാസപ്പെടാതിരിക്കാൻ സാധ്യമായ എല്ലാ നടപടികളും സർക്കാർ സ്വീകരിച്ചിരുന്നു. അതിന്റെ ഭാഗമായാണ് 500 കുടുംബങ്ങൾക്ക് ഒരു റേഷൻ ഷാപ്പ് തുറക്കാനുള്ള തീരുമാനം. ക്രമക്കേടുകൾ തടയുന്നതിനുള്ള വിജിലൻസ് കമ്മിറ്റികളിൽ നാട്ടുകാരുടെ പ്രതിനിധികളെയും ഉൾപ്പെടുത്തി. അതുസംബന്ധിച്ച് *ദേശാഭിമാനി* 1957 മെയ് 21-ന് പ്രസിദ്ധീകരിച്ച വാർത്ത:

500 കുടുംബങ്ങൾക്കൊരു ന്യായവിലഷാപ്പ്

കേരളത്തിലൊട്ടുക്കും തുറക്കാൻ ഗവ. കൽപ്പന പുറപ്പെടുവിച്ചു

വില്ലേജ്-വാർഡുകളിൽ വിജിലൻസ് കമ്മിറ്റികൾ സ്ഥാപിക്കും

തിരുവനന്തപുരം, മെയ് 20: കേരളത്തിലുടനീളം 500 കുടുംബങ്ങൾക്കൊന്ന് എന്ന തോതിൽ ന്യായവിലഷാപ്പുകൾ തുറക്കുവാൻ ഗവൺമെന്റ് കൽപ്പന പുറപ്പെടുവിച്ചിരിക്കുന്നു. ഈ കൽപ്പന ജൂൺ 7-നകം നടപ്പിൽവരുത്തി ഗവൺമെന്റിന് റിപ്പോർട്ട് ചെയ്യേണ്ടതാണെന്നും ഭക്ഷണവിതരണവുമായി ബന്ധപ്പെട്ട ഉദ്യോഗസ്ഥരോടാവശ്യപ്പെട്ടിട്ടുണ്ട്.

ഇതോടൊപ്പം വില്ലേജ് വാർഡ് അടിസ്ഥാനത്തിൽ വിജിലൻസ് കമ്മിറ്റികൾ സ്ഥാപിക്കുന്നതാണ്. ഈ കമ്മിറ്റികളിൽ എല്ലാ രാഷ്ട്രീയപാർട്ടികൾക്കും തൊഴിലാളി-കർഷക-മഹിളാസംഘടനകളെപ്പോലുള്ള ബഹുജനസംഘടനകൾക്കും പ്രാതിനിധ്യം നൽകുന്നതാണ്. ന്യായവിലഷാപ്പു

കളുടെ നടത്തിപ്പിലുള്ള ക്രമക്കേടുകൾ കണ്ടുപിടിച്ച് തഹസിൽദാരുടെ ശ്രദ്ധയിൽപ്പെടുത്താനും തഹസിൽദാരുടെ പരിശോധനക്ക് വിധേയമാക്കുവാനും ഈ കമ്മിറ്റികൾക്ക് അധികാരമുണ്ട്.

ഇതുസംബന്ധിച്ച് മുമ്പ് പുറപ്പെടുവിച്ച ഒരു കൽപ്പന നടപ്പിൽ വരുത്തിയിട്ടില്ലെന്ന സംഗതി കൽപ്പനയിൽ അനുസ്മരിക്കുന്നു. വിജിലൻസ് കമ്മിറ്റികൾക്കുപുറമെ ഭക്ഷണവിതരണകാര്യത്തിൽ കലക്ടറെ ഉപദേശിക്കുവാൻ ജില്ലാ അടിസ്ഥാനത്തിലും തഹസിൽദാർമാരെ ഉപദേശിക്കുവാൻ താലൂക്ക് അടിസ്ഥാനത്തിലും ഉപദേശക കൗൺസിലുകൾ രൂപവൽക്കരിക്കുന്നതാണ്.

ന്യായവിലഷാപ്പുകൾ ഏൽപ്പിക്കുന്നതിൽ പരസ്പരസഹായസംഘങ്ങൾക്കും അതുപോലുള്ള സ്ഥാപനങ്ങൾക്കും മുൻഗണന നൽകും. മൊത്തക്കച്ചവടക്കാരുടെ വിലക്കയറ്റം തടയുന്നതിനുവേണ്ടി ഗവൺമെന്റ് ഗോഡൗണുകളിൽനിന്ന് ചില്ലറവിൽപ്പനക്കാർക്ക് അരി വിട്ടുകൊടുക്കുന്നതാണ്. ഭക്ഷണധാന്യം സ്വന്താവശ്യത്തിനുമാത്രം കൈവശമില്ലാത്തവർക്കും ചുരുങ്ങിയ വരുമാനക്കാർക്കും തഹസിൽദാർമാർ ഐഡന്റിറ്റി കാർഡ് കൊടുക്കുന്നതാണ്.

ഡെപ്പോസിറ്റ് സംഖ്യ 1000 ക. യിൽ നിന്ന് 100 ക. യാക്കി കുറച്ചിട്ടുണ്ടെന്നുമറിയുന്നു. ഇതുവരെ കിട്ടിയിട്ടുള്ളതും ഇനി കിട്ടാനുള്ളതുമായ സ്റ്റോക്കും മേൽപ്പറഞ്ഞ ഏർപ്പാടുകൊണ്ട് സാധാരണ ദുർഘടമാസങ്ങളായി കണക്കാക്കപ്പെടുന്ന മിഥുനം-കർക്കിടക കാലത്തെ നേരിടാൻ വേണ്ട എല്ലാ ഒരുക്കങ്ങളും ചെയ്തുവരികയാണ്. കേരള ഗവൺമെന്റ് എല്ലാം കേന്ദ്രത്തിലർപ്പിച്ച് ചുമ്മാതിരിക്കുകയാണെന്ന ആരോപണം തികച്ചും അടിസ്ഥാനരഹിതമാണെന്ന് പ്രസ്താവിക്കാവുന്ന നിലയിലാണ് നിങ്ങളുടെ ലേഖകൻ. അരി സ്റ്റോക്ക് വർധിപ്പിക്കാനാവശ്യമായ സമസ്ത മാർഗങ്ങളും സ്റ്റേറ്റ് ഗവൺമെന്റ് സ്വീകരിക്കുമെന്നതാണ് വാസ്തവം.[12]

മന്ത്രിസഭ മൂന്നുമാസം പൂർത്തിയാക്കിയപ്പോൾ ഇ എം എസ് പത്രലേഖകരെ അഭിമുഖീകരിച്ചു. അതുസംബന്ധിച്ച് 1957 ജൂലൈ 6-ന് *ദേശാഭിമാനി* പ്രസിദ്ധപ്പെടുത്തിയ റിപ്പോർട്ടിലെ പ്രധാന വിവരങ്ങൾ:

വിമർശനങ്ങൾ പരിശോധിക്കും;
തെറ്റുകളുണ്ടെങ്കിൽ തിരുത്തും: മുഖ്യമന്ത്രി

തിരുവനന്തപുരം, ജൂലൈ 5: വിമർശനങ്ങൾ പരിശോധിക്കാൻ ഗവൺമെന്റ് സന്നദ്ധമാണെന്ന് മുഖ്യമന്ത്രി ഇ എം എസ് നമ്പൂതിരിപ്പാട് പത്രസമ്മേളനത്തിൽ പറഞ്ഞു. തെറ്റുകളുണ്ടെങ്കിൽ തിരുത്തും. വിമർശകരും സ്വന്തം തെറ്റുകൾ മനസ്സിലാക്കി നിലപാട് തിരുത്തണം. കേരളവും കേന്ദ്രവും തമ്മിലെ ബന്ധം സൗഹാർദപരമാണ്. മന്ത്രിസഭയെ നീക്കാൻ കേന്ദ്രം ഇടപെടുമെന്ന ആശ ചിലർ വെച്ചുപുലർത്തിയിരുന്നു. അത് തകർന്നുപോയി. മന്ത്രിമാരുടെ ശമ്പളം കുറയ്ക്കുക, ബന്തോബസ് നീക്കുക, ആർഭാടം ഉപേക്ഷിക്കുക, കമ്മി ബജറ്റ് കൂടാതെ നോക്കുക, കാർഷികാദായ നികുതി ചുമത്തുക-ഇതൊക്കെ കേന്ദ്രം വിഭാവനം ചെയ്ത പരിപാടികളാണ്. പക്ഷേ, കമ്യൂണിസ്റ്റ് മന്ത്രിസഭയാണ് ഇവ ഒന്നാമതായി നടപ്പാക്കിയത്.

ജനങ്ങളിൽ ഒരുവിഭാഗത്തിനുവേണ്ടി മറ്റൊരു പ്രത്യേകവിഭാഗത്തിനെതിരെ പൊലീസിനെ ഉപയോഗിക്കുകയാണ് ഇന്നത്തെ പാരമ്പര്യം. കോൺഗ്രസുകാർക്ക് ഇപ്പോൾ പൊലീസിനെ അങ്ങനെ ഉപയോഗിക്കാൻ കഴിയുന്നില്ല. തൊഴിലാളി-കർഷക സമരങ്ങളെ അടിച്ചമർത്താൻ പൊലീസിനെ ഉപയോഗിക്കാൻ കഴിയുന്നില്ല. അതുകൊണ്ട് തൽപ്പരകക്ഷികൾ ഉയർത്തിയ മുറവിളിയാണ് പൊലീസിനെ നിർവീര്യമാക്കി എന്നത്. എന്നാൽ പൊലീസ് അതിക്രമവും നടപടിദൂഷ്യവും കൊള്ളരുതായ്മയും അതതു സമയം നേരിടും. കഴിഞ്ഞ മൂന്നുമാസത്തിനിടയിൽ പണിമുടക്കിയ തൊഴിലാളികളുടെ നേരെ ലാത്തിച്ചാർജ് ഉണ്ടായിട്ടില്ല. 'അരിവാൾ ഭരണമേ അരി തരിക' എന്ന മുദ്രാവാക്യം മുഴക്കുന്നുണ്ടല്ലോ. പക്ഷേ, ഞങ്ങളുടെ ഭരണം ഭക്ഷണ പ്രശ്നം പരിഹരിച്ചു എന്നു കൊട്ടിഘോഷിച്ചവരാണ് ഇന്ന് ഈ മുദ്രാവാക്യം മുഴക്കുന്നത്. പാലിന്റെയും മറ്റു ഭക്ഷണപദാർഥങ്ങളുടെയും വിൽപ്പന നികുതി എടുത്തുകളയുമെന്നും മുഖ്യമന്ത്രി പറഞ്ഞു.[13]

ആരോപണങ്ങളും അരക്ഷിതാവസ്ഥാ മുറവിളികളും ഉയരുമ്പോൾ മന്ത്രിസഭ അതിന്റെ പരിപാടിയുമായി മുമ്പോട്ടുപോവുകയായിരുന്നു. സംസ്ഥാനത്ത് അരക്ഷിതാവസ്ഥ സംജാത

മായിരിക്കയാണെന്ന കോൺഗ്രസിന്റെയും സാമുദായിക ശക്തികളുടെയും മുറവിളിക്ക് 1957 സെപ്തംബർ ആകുമ്പോഴേക്കും സംഘടിത രൂപം കൈവരാൻ തുടങ്ങി. തിരുവനന്തപുരത്ത് സെപ്തംബർ ഒന്നിന് കോൺഗ്രസും പിഎസ്പിയും മുസ്ലിംലീഗും മറ്റും യോജിച്ചാണ് പൊതു യോഗവും പ്രകടനവും സംഘടിപ്പിച്ചത്. അരക്ഷിതാവസ്ഥയിൽ പ്രതിഷേധിക്കാനെന്ന പേരിൽ സംഘടിപ്പിച്ച പ്രകടനത്തിൽ ആയിരത്തോളം പേർ പങ്കെടുത്തതായാണ് *ദേശാഭിമാനി* സെപ്തംബർ രണ്ടിനു റിപ്പോർട്ട് ചെയ്തത്. അതൊരു തുടക്കമായിരുന്നു. നിയമരാഹിത്യം എന്ന ആരോപണം നിയമസഭയിലും ഉയർന്നു. എന്നാൽ അതൊരു 'വിമോചനസമര' പ്രസ്ഥാനമായി വളർന്നത് 1959-ലാണ്.

20

ജനാധിപത്യക്കശാപ്പ് ചെറുക്കാൻ ഒരേയൊരു പത്രം

'കേരളത്തിൽ വെച്ച് ഇന്ത്യൻ ജനാധിപത്യവ്യവസ്ഥ കൊലചെയ്യപ്പെട്ടു'- ഇതായിരുന്നു ആദ്യ കമ്യൂണിസ്റ്റ് മന്ത്രിസഭ നെഹ്റു സർക്കാർ പിരിച്ചുവിട്ടതിനു പിറ്റേന്ന് പുറത്തിറങ്ങിയ *ദേശാഭിമാനി*യുടെ എട്ടുകോളം തലക്കെട്ട്. കമ്യൂണിസ്റ്റ് ഭരണം അവസാനിപ്പിച്ചുകൊണ്ടും നിയമസഭ പിരിച്ചുവിട്ടുകൊണ്ടും രാഷ്ട്രപതി ഉത്തരവിറക്കിയത് 1959 ജൂലൈ 31-ന് വൈകിട്ട് ആറുമണിക്കാണ്. എന്നാൽ അതിനു അരമണിക്കൂർ മുമ്പുതന്നെ രാജ്ഭവനിൽ നിന്ന് ഗവൺമെന്റിന് ഇതുസംബന്ധിച്ച സന്ദേശം ലഭിച്ചിരുന്നു. ഭരണഘടനയിലെ 356-ാം വകുപ്പ് പ്രയോഗിച്ച് ഒരു സംസ്ഥാനത്തെ ജനാധിപത്യഭരണം അവസാനിപ്പിച്ച് ഭരണം രാഷ്ട്രപതി ഏറ്റെടുക്കുന്ന ആദ്യ സംഭവം. *ദേശാഭിമാനി* വാർത്ത:

കേരളത്തിൽ വെച്ച് ഇന്ത്യൻ ജനാധിപത്യവ്യവസ്ഥ കൊലചെയ്യപ്പെട്ടു

കേരളത്തിലെ ഭരണം ഏറ്റെടുത്തുകൊണ്ട് പ്രസിഡണ്ടിന്റെ വിളംബരം

തിരുവനന്തപുരം, ജൂലൈ 31: ഇന്നു വൈകുന്നേരം 6 മണിക്ക് കേരളത്തിലെ ജനാധിപത്യഭരണം അവസാനിപ്പിച്ചുകൊണ്ട് പ്രസിഡണ്ടിന്റെ അറിയിപ്പുണ്ടായിരിക്കുന്നു.

ഭരണഘടനയുടെ നിബന്ധനകൾക്കനുസൃതമായ രൂപത്തിൽ ഗവൺമെന്റ് നടത്തിക്കൊണ്ടുപോകാൻ സാധ്യമാകാതിരിക്കത്തക്കവണ്ണം സംഭവങ്ങൾ സുനിശ്ചിതവും അനിവാര്യവുമായി നീങ്ങിക്കൊണ്ടിരിക്കുകയായിരുന്നുവെന്നും ഈ സ്ഥിതിഗതികൾക്കുത്തരവാദി ആരാണെന്ന് നിശ്ചയിക്കുന്ന കാര്യത്തിലും ഇപ്പോൾ എടുത്ത നടപടിയുടെ സ്വീകാര്യതയെപ്പറ്റിയും അഭിപ്രായവ്യത്യാസമുണ്ടാകുമെന്ന് തനിക്കറിയായ്കയല്ലെന്നും കേരള ഗവർണർ രാമകൃഷ്ണറാവു, പ്രസിഡണ്ടിനു വേണ്ടി ഭരണം ഏറ്റെടുത്തുകൊണ്ട് പുറപ്പെടുവിച്ച പ്രസ്താവനയിൽ പറയുന്നു. 5.30-ന് ഈ വിവരം ഔപചാരികമായി ഗവർണർ മന്ത്രിസഭയെ അറിയിച്ചു.

രാജ്ഭവനിൽ നടന്ന ഹൃദയസ്പൃക്കായ ഒരു ചടങ്ങിലാണ് കേരളത്തിലെ ഏറ്റവും ആവേശകരമായ ഒരധ്യായത്തിന്റെ അന്ത്യം കുറിക്കപ്പെട്ടത്. പതിനൊന്നു മന്ത്രിമാരും ചീഫ് സെക്രട്ടറി രാഘവാചാരിയും ഡൽഹിയിൽ നിന്ന് പ്രത്യേകം അയക്കപ്പെട്ട ഉദ്യോഗസ്ഥൻ ശങ്കറും ഗവർണറുടെ പ്രത്യേക ക്ഷണപ്രകാരം രാജ്ഭവനിൽ ചെന്ന് ചായ കഴിക്കുകയുണ്ടായി. വളരെ സൗഹാർദപരമായ ഒരന്തരീക്ഷമാണുണ്ടായതെന്നറിയുന്നു.

ജവഹർലാൽ നെഹ്റു

ജനാധിപത്യ ഭരണം അവസാനിച്ചതിൽ തലസ്ഥാനത്തു യാതൊരു ആവേശപ്രകടനവും ആഘോഷവും ഉണ്ടായതായി കണ്ടില്ല. പിഎസ്പിക്കാർ ചില സ്ഥലങ്ങളിൽ കതീനവെടി പൊട്ടിക്കുകയും പ്രസിഡണ്ട് ഭരണം പ്രമാണിച്ച് അവരുടെ കൊടി ഉയർത്തുകയുമുണ്ടായി. പൊതുവെ പറഞ്ഞാൽ നഗരത്തിൽ ശാന്തതയാണുള്ളത്.[1]

നിയമസഭയിൽ ഭൂരിപക്ഷമുള്ള ഗവൺമെന്റിനെ മത-ജാതി ശക്തികളുടെയും കേരളത്തിലെ കോൺഗ്രസ് നേതൃത്വത്തിന്റെയും സമ്മർദത്തിനു വഴങ്ങി പിരിച്ചുവിട്ടതിലുള്ള രോഷമോ പ്രതിഷേധമോ ഒന്നും മുഖ്യ വാർത്തയിൽ കടന്നുവരാതെ ലേഖകനും പത്രാധിപരും ശ്രദ്ധിച്ചിട്ടുണ്ട്. ആറര പതിറ്റാണ്ടുമുമ്പാണ് ഈ റിപ്പോർട്ട് എഴുതിയതെന്നു കണക്കിലെടുക്കുമ്പോൾ അതിന്റെ പ്രാധാന്യം വർധിക്കുന്നു. ലീഡ് വാർത്തയ്ക്കു താഴെ ഗവർണറുടെ പ്രസ്താവനയും പത്രം പ്രസിദ്ധീകരിച്ചിരുന്നു.

ഗവർണറുടെ പ്രസ്താവന

തിരുവനന്തപുരം, ജൂലൈ 31: ഭരണഘടനയുടെ 356-ാം വകുപ്പനുസരിച്ച് ഔപചാരികമായ ജനാധിപത്യ പ്രക്രിയ പ്രകാരമുള്ള ഒരു ഗവൺമെന്റിനെ അവസാനിപ്പിച്ചുകൊണ്ട് സ്റ്റേറ്റിന്റെ ഭരണം സ്വയം ഏറ്റെടുത്തുകൊണ്ടും ഭരണം നടത്തുവാൻ തന്നോടാവശ്യപ്പെട്ടുകൊണ്ടും പ്രസിഡണ്ട് പ്രഖ്യാപനം നടത്തിയിരിക്കുന്നു. ഈ സംഭവവികാസത്തിൽ എന്നെക്കാൾ ഖേദിക്കുന്നവർ ആരുമുണ്ടാവുകയില്ല. പക്ഷേ, ഭരണഘടനപ്രകാരമുള്ള പരമോന്നതമായ അധികാരി ഒരു തീരുമാനമെടുത്തു കഴിഞ്ഞതിനാൽ ഒരു വിവാദത്തിലേർപ്പെടുന്നതു നിയമലംഘനമാണ്. അതിനെ ബഹുമാനിക്കുകയും അതു നടപ്പിൽ വരുത്തുകയും അതിൽ അന്തർലീനമായ ഉദ്ദേശ്യം-സാധാരണഗതിയും പൂർണമായ ജനാധിപത്യ പ്രവർത്തനവും പുനഃസ്ഥാപിക്കുകയെന്നത്-നേടാൻ ശ്രമിക്കുകയും ചെയ്യേണ്ടത് നമ്മുടെ കടമയാണ്-ഗവർണർ പറഞ്ഞു.

ഭരണഘടനയിലെ 356-ാം അനുച്ഛേദം ദുരുപയോഗം ചെയ്തുള്ള രാഷ്ട്രീയ അട്ടിമറി സ്വതന്ത്ര്യഇന്ത്യയിൽ ആദ്യമായിരുന്നു. അതേസമയം, ഭരണകക്ഷിയായ കോൺഗ്രസിനകത്തെ തർക്കം മൂർഛിച്ചപ്പോൾ പരിഹാരമെന്ന നിലയിൽ 1951-ൽ പഞ്ചാബിൽ രാഷ്ട്രപതിഭരണം ഏർപ്പെടുത്തിയിട്ടുണ്ട്. രാഷ്ട്രീയ എതിരാളിക്കെതിരെ 356-ാം അനുഛേദം പ്രയോഗിക്കുന്നത് ആദ്യമായതുകൊണ്ട് ഗവർണർ പത്രങ്ങൾക്ക് ഇതുസംബന്ധിച്ചു നൽകുന്ന പ്രസ്താവനയ്ക്ക് കീഴ്വഴക്കമൊന്നും നോക്കാനില്ലായിരുന്നു. എന്നാൽ, അതിനു ശേഷം കോൺഗ്രസ് ഗവൺമെന്റ് തന്നെ അനവധി സംസ്ഥാന സർക്കാരുകളെ പിരിച്ചുവിട്ടു. കോൺഗ്രസ്സിതര സർക്കാർ കേന്ദ്രം ഭരിച്ചപ്പോഴും പിന്നീട് ബി ജെ പി കേന്ദ്രത്തിൽ വന്നപ്പോഴും 356-ാം വകുപ്പ് പ്രയോഗിച്ചിട്ടുണ്ട്. എല്ലാംകൂടി 130-ലധികം തവണ. അതിൽ 93 തവണയും ഈ വകുപ്പ് പ്രയോഗിച്ചത് കോൺഗ്രസ് ഗവൺമെന്റുകളായിരുന്നുവെന്നാണ് കേന്ദ്ര ആഭ്യന്തമന്ത്രി അമിത്ഷാ 2019 ജൂണിൽ ലോക്സഭയിൽ പറഞ്ഞത്. 130-ലധികം തവണ 356-ാം വകുപ്പ് ഉപയോഗിച്ചതിൽ ന്യായീകരിക്കാവുന്ന ഒന്നോ രണ്ടോ മാത്രം. ബാബ്റി മസ്ജിദ് തകർക്കപ്പെട്ടതിനെ തുടർന്ന് യുപിയിലെ കല്യാൺ സിങ് ഗവൺമെന്റിനെ കേന്ദ്രം പിരിച്ചുവിട്ടപ്പോൾ 356-ാം വകുപ്പിനെ എതിർക്കുന്ന രാഷ്ട്രീയകക്ഷികൾപോലും പിരിച്ചുവിടലിനോട് വിയോജിച്ചില്ല. പിരിച്ചുവിടലിനെ എതിർത്തും അനുകൂലിച്ചും രാഷ്ട്രീയ കക്ഷികൾ രംഗത്തുവരാറുണ്ട്. എന്നാൽ, കേരള ഗവർണർ രാമകൃഷ്ണറാവു 1959-ൽ ഇറക്കിയതുപോലെ പിരിച്ചുവിടലിനെ ന്യായീകരിക്കാൻ മടിച്ചുകൊണ്ട് ഒരു പ്രസ്താവന ഒരു ഗവർണറിൽനിന്നും ഇതുവരെ ഉണ്ടായിട്ടില്ല. ഭരണഘടനാപ്രകാരമുള്ള പരമോന്നത അധികാരിയായ രാഷ്ട്രപതി ഒരു തീരുമാനമെടുത്താൽ അതേപ്പറ്റി വിവാദമുണ്ടാക്കുന്നതു നിയമലംഘനമാണെന്ന് അദ്ദേഹം പറയുമ്പോൾ, ഗവൺമെന്റിനെ പിരിച്ചുവിടാൻ അദ്ദേഹം നൽകിയ റിപ്പോർട്ടും ശുപാർശയും മുകളിൽ നിന്നുള്ള സമ്മർദം കൊണ്ടാണെന്നു വ്യക്തമാകും. ചുരുക്കത്തിൽ സർക്കാരിനെ പിരി

ച്ചുവിടാൻ പറഞ്ഞ ഗവർണർക്കുപോലും ന്യായീകരിക്കാൻ കഴിയാത്ത നടപടിയായിരുന്നു പിരിച്ചുവിടൽ എന്നാണ് ഇതിൽ നിന്നു തെളിയുന്നത്.

ആഗസ്ത് ഒന്നിന്റെ *ദേശാഭിമാനി* യിലേക്കു തന്നെ പോകാം. സെക്രട്ടറിയറ്റ് ഉദ്യോഗസ്ഥരോട് വിടപറഞ്ഞുകൊണ്ട് ഇ എം എസ് നടത്തിയ പ്രസംഗം ഉന്നതമായ രാഷ്ട്രീയ മൂല്യങ്ങൾ പുലർത്തുന്നതായിരുന്നു.

ദേശാഭിമാനി
കേരളത്തിൽവെച്ച് ഇന്ത്യൻ ജനാധിപത്യവ്യവസ്ഥ കൊലചെയ്യപ്പെട്ടു.

ഇ എം എസ് ഗവൺമെന്റിനെ കേന്ദ്രം പിരിച്ചുവിട്ട വാർത്ത

സെക്രട്ടറിയറ്റ് ജീവനക്കാരോട് മുഖ്യമന്ത്രി വിടവാങ്ങുന്നു

നമുക്കിനിയും കാണാം; വികസന പദ്ധതികളുടെ പുരോഗതി ത്വരിതപ്പെടുത്തുക

തിരുവനന്തപുരം, ജൂലൈ 31: മുഖ്യമന്ത്രി ശ്രീ. ഇ എം എസ് നമ്പൂതിരിപ്പാട് തന്റെ മുഖ്യമന്ത്രിസ്ഥാനം ഒഴിയുന്നതിനു മുമ്പായി സെക്രട്ടറിയറ്റിലെ ഉദ്യോഗസ്ഥന്മാരോടായി ചെയ്ത പ്രസംഗത്തിൽ വികസന പദ്ധതികൾ നടപ്പാക്കുന്നതിൽ കേരളത്തിന് ഒന്നാം സ്ഥാനം നേടാൻ കഴിയണമെന്നും കഴിഞ്ഞ 28 മാസത്തെ ശ്രമംകൊണ്ട് രണ്ടാം സ്ഥാനം കരസ്ഥമാക്കാൻ കഴിഞ്ഞിട്ടുണ്ടെന്നും പ്രസ്താവിച്ചിരിക്കുന്നു. ഇതിന് കമ്യൂണിസ്റ്റ് പാർട്ടിയുടെ സഹായവും സഹകരണവുമുണ്ടാകുമെന്ന് മുഖ്യമന്ത്രി ഉറപ്പുനൽകി.

ഇന്ന് വൈകുന്നേരം 4 മണിക്ക് സെക്രട്ടറിയറ്റിനും അസംബ്ലി കെട്ടിടത്തിനും മധ്യേയുള്ള അങ്കണത്തിൽ പ്രത്യേകമായി ഉയർത്തിയ വേദിയിൽ നിന്നുകൊണ്ട് മുഖ്യമന്ത്രി ഉദ്യോഗസ്ഥരോട് യാത്ര പറയുകയായിരുന്നു. മന്ത്രിമാരായ അച്യുതമേനോൻ, വി ആർ കൃഷ്ണയ്യർ, ടി വി തോമസ്, കെ ആർ ഗൗരി, ടി എ മജീദ്, ചീഫ് സെക്രട്ടറി രാഘവാചാരി എന്നിവരാൽ അനുഗതനായിക്കൊണ്ടാണ് മുഖ്യമന്ത്രി താഴെ ഇറങ്ങിയത്. സെക്രട്ടറിയറ്റിലെ എല്ലാ കിടയിലുമുള്ള ഉദ്യോഗസ്ഥന്മാരും ബാൽക്കണിയിലും മുറ്റത്തും വരാന്തയിലുമായി തിങ്ങിക്കൂടിയിരുന്നു. ശ്രീ. നമ്പൂതിരിപ്പാട് പതിവുപോലെ ഉത്സാഹിയും പ്രസന്നവദനനുമായി കാണപ്പെട്ടു. അദ്ദേഹത്തിന്റെ പ്രസംഗം:

'കഴിഞ്ഞ 28 മാസം ഞങ്ങൾ നിങ്ങളോടൊപ്പം പ്രവർത്തിച്ചിട്ടുണ്ട്. അന്ന് മന്ത്രിസഭ ചാർജെടുത്തപ്പോൾ ഞാൻ നിങ്ങളോട് പറഞ്ഞ ഒരു കാര്യം എനിക്ക് ഇപ്പോഴും ഓർമയുണ്ട്. അതിതായിരുന്നു. ഞങ്ങൾ ഒരു പ്രത്യേകതരം പരിചയവും അനുഭവവും വെച്ചുകൊണ്ടാണ് സെക്രട്ടറിയറ്റിലേക്ക് വരുന്നത്. നിങ്ങൾക്കും ഒരു പ്രത്യേകതരം പരിചയവും അനുഭവവും ഉണ്ട്. ഈ രണ്ടു പ്രത്യേകതരം പരിചയങ്ങളും കൂട്ടിയിണക്കി യോജിച്ചു പ്രവർത്തിച്ചാൽ നാടിന് നേട്ടമുണ്ടാകും. ഞാൻ ആ പറഞ്ഞത് ശരിയാണെന്നാണ് എന്റെ ഇവിടുത്തെ അനുഭവം തെളിയിക്കുന്നത്. അതിന് ഞാൻ നിങ്ങളോട് കൃതജ്ഞത പറയുന്നു. ബോധ്യം വന്ന സംഗതി എന്താണെന്ന് ഞാൻ വിശദീകരിക്കാം. സ്റ്റേറ്റ് ഗവൺമെന്റുകളും കേന്ദ്രവും എല്ലാം ഏറ്റവുമധികം താൽപ്പര്യം കാണിച്ചു നടപ്പിലാക്കുന്നത് വികസന പ്രവർത്തനങ്ങളാണല്ലോ. ഈ കാര്യത്തിൽ കഴിഞ്ഞ 28 മാസമായി കേരള സ്റ്റേറ്റിന് അഭിമാനകരമായ പുരോഗതിയുണ്ടായിട്ടുണ്ട്.

വികസന പ്രവർത്തനങ്ങൾ നടപ്പാക്കുന്ന കാര്യത്തിൽ 1956–57–ൽ കേരളം മറ്റെല്ലാ സ്റ്റേറ്റുകളുടെയും പിന്നിലായിരുന്നു. ഇതിന് പല കാരണങ്ങളുമുണ്ടാവാം. കാരണങ്ങളെന്താണെന്ന് ഞാനിവിടെ വിശദീകരിക്കുന്നില്ല. എന്നാൽ, 1959–60–ലേക്ക് പ്ലാൻ വിഹിതത്തിന്റെ കാര്യത്തിൽ ഈ സ്റ്റേറ്റിനേക്കാൾ മുമ്പിൽ നിൽക്കുന്ന ഒരു സ്റ്റേറ്റ് മാത്രമേയുള്ളൂ. ഈ സ്റ്റേറ്റിന് രണ്ടാം സ്ഥാനമാണുള്ളതെന്ന് കണക്കുകൾ പറയുന്നു. റിസർവ് ബാങ്കിന്റെ കണക്കനുസരിച്ച് ആകെ പ്ലാൻ വിഹിതത്തിന്റെ 25 ശതമാനമാണ് നാം 1959–60–ൽ ചിലവാക്കാൻ പോകുന്നത്. ഇതേക്കാൾ കൂടുതൽ ചിലവാക്കുന്നത് മദിരാശി സ്റ്റേറ്റ് മാത്രമാണ്–26–27 ശതമാനം.

ദേശീയ വികസന പദ്ധതി നടപ്പാക്കുന്ന കാര്യത്തിൽ ഈ സ്റ്റേറ്റ് മുൻപന്തിയിലെത്തിയത് സെക്രട്ടറിയറ്റിലിരിക്കുന്ന മന്ത്രിമാരുടെയും ഉദ്യോഗസ്ഥന്മാരുടെയും ശ്രമങ്ങൾകൊണ്ടു മാത്രമല്ല. ജനങ്ങളുടെയും അനൗദ്യോഗിക സംഘടനകളുടെയും മറ്റു പലരുടെയും ശ്രമംകൊണ്ടു കൂടിയാണ്. കഴിഞ്ഞ 28 മാസമായി സെക്രട്ടറിയറ്റും മന്ത്രിസഭയും കൂടി ഒത്തുപിടിച്ചു ശ്രമിച്ചത് ഇതിന് ഒരു പ്രധാന കാരണമായിട്ടുണ്ടെന്ന കാര്യം നിഷേധിക്കാവുന്നതല്ല.

ഈ പ്രവർത്തനം മുന്നോട്ടുകൊണ്ടുപോയി ഈ സ്റ്റേറ്റിൽ വികസന പദ്ധതിയുടെ നിർവഹണത്തിൽ ഒന്നാം സ്ഥാനം നേടിയെടുക്കണം. ഈ കാര്യത്തിൽ, ഞങ്ങൾ എവിടെയായാലും ഞങ്ങളുടെ സഹകരണം നിങ്ങൾക്കു പ്രതീക്ഷിക്കാം. ഇക്കാര്യത്തിൽ നിങ്ങളും ശ്രമിക്കണം. ഇവിടെയായാലും എവിടെയായാലും നമുക്കിനിയും കാണാമെന്നു പറഞ്ഞുകൊണ്ട് ഞാൻ നിങ്ങൾക്ക് കൃതജ്ഞത പ്രകാശിപ്പിക്കുന്നു (നീണ്ടുനിന്ന ഹർഷാരവം).'[2]

തന്റെ ഗവൺമെന്റിനെ ജനാധിപത്യവിരുദ്ധമായി പുറത്താക്കിയ കേന്ദ്ര സർക്കാരിനെതിരെ ഒരുവാക്ക് പരോക്ഷമായി പോലും മുഖ്യമന്ത്രി പറഞ്ഞില്ല. എന്നാൽ, ചുരുങ്ങിയ വാക്കുകളിൽ അദ്ദേഹം കേരള ജനതക്ക് വലിയൊരു സന്ദേശമാണ് നൽകിയത്. രണ്ടുവർഷം കൊണ്ട് കമ്യൂണിസ്റ്റ് സർക്കാർ വികസനത്തിന്റെ കാര്യത്തിൽ ഇതര സംസ്ഥാനങ്ങളുടെ മുന്നിലെത്തിയെന്നു പറയുമ്പോൾ, ജനങ്ങൾ അർപ്പിച്ച വിശ്വാസം നൂറുശതമാനവും തങ്ങൾ കാത്തുസൂക്ഷിച്ചിട്ടുണ്ടെന്നാണ് അദ്ദേഹം അർഥമാക്കുന്നത്. കേരളത്തെ ഇനിയും മുന്നോട്ട് നയിക്കാൻ തങ്ങൾ എവിടെയായാലും സഹകരിക്കുമെന്ന പ്രഖ്യാപനത്തിലൂടെ നിഷ്പക്ഷമായി ചിന്തിക്കുന്നവരുടെ മനസ്സിനെ അദ്ദേഹം സ്പർശിച്ചു. വാർത്തയിൽ പറയുന്നതുപോലെ പ്രസന്നവദനനായി, തല ഉയർത്തിപ്പിടിച്ചുകൊണ്ട് അദ്ദേഹം ജനങ്ങളിലേക്ക് ഇറങ്ങി. മന്ത്രിസഭയെ പുറത്താക്കിയത് വ്യക്തിപരമായി അദ്ദേഹത്തെ ഒട്ടും ബാധിച്ചിരുന്നില്ലെന്ന് അന്നത്തെ വാർത്തകളിൽനിന്നു വ്യക്തമാണ്. നടപടിയെ അദ്ദേഹം രാഷ്ട്രീയമായി എടുത്തു. രാഷ്ട്രീയമായി നേരിട്ടു. ഗവർണർ ചായസൽക്കാരത്തിനു വിളിച്ചപ്പോൾ മുഖ്യമന്ത്രിയും മന്ത്രിമാരും പോയി. പോകാതിരിക്കാനുള്ള സ്വാതന്ത്ര്യം അദ്ദേഹത്തിനുണ്ടായിരുന്നു. എന്നിട്ടും പോകാൻ തീരുമാനിച്ചത് എല്ലാം രാഷ്ട്രീയമായി കാണാൻ അദ്ദേഹത്തിന് കഴിഞ്ഞതുകൊണ്ടാണ്.

കേന്ദ്രത്തിന്റെ ജനാധിപത്യവിരുദ്ധ ഇടപെടലിനെതിരെ രാജ്യമാകെ ഉയർന്ന പ്രതിഷേധത്തിന്റെ വിശദമായ ചിത്രം ആഗസ്ത് 4-ന് ഇറങ്ങിയ *ദേശാഭിമാനി*യിൽ കാണാം. ലോക്സഭയിൽ കമ്യൂണിസ്റ്റ് അംഗങ്ങൾ ഇറങ്ങിപ്പോയി. എസ് എ ഡാങ്കെയാണ് വാക്കൗട്ട് നയിച്ചത്. കേരള ഗവൺമെന്റിനെതിരെ പ്രതിപക്ഷ പാർട്ടികൾ സമരം തുടങ്ങിയ ശേഷം ഗവർണർ അയച്ച എല്ലാ റിപ്പോർട്ടുകളും സഭയിൽ വയ്ക്കണമെന്ന് ഡാങ്കെ ആവശ്യപ്പെട്ടുവെങ്കിലും ആഭ്യന്തരമന്ത്രി ജി ബി പന്ത് തയാറായില്ല. ലോക്സഭയിൽ അടിയന്തരപ്രമേയത്തിനു ഒന്നിലേറെ നോട്ടീസുണ്ടായിരുന്നു. സ്പീക്കർ അനന്തശയനം അയ്യങ്കാർ ഒന്നിനും അനുമതി നൽകിയില്ല. പഞ്ചാബ്, ബോംബെ, ഉത്തർപ്രദേശ് നിയമസഭകൾക്കു മുമ്പിൽ വലിയ പ്രതിഷേധ പ്രകടനങ്ങളുണ്ടായി. കൽക്കത്തയിൽ ഒരു ലക്ഷം വിദ്യാർഥികൾ പഠിപ്പുമുടക്കി. യുപി നിയമസഭയിലും പ്രതിപക്ഷം ഇറങ്ങിപ്പോയി. ആഗസ്ത് മൂന്നിനു ചേർന്ന കോൺഗ്രസ് പാർലമെന്ററി പാർട്ടി യോഗത്തിൽ കേന്ദ്ര ഇടപെടലിനെ ന്യായീകരിക്കാൻ പ്രധാനമന്ത്രി നെഹ്റു പ്രയാസപ്പെട്ടു. യോഗത്തിൽ ഫിറോസ് ഗാന്ധിയും സുഭദ്രാ ജോഷിയും കേന്ദ്ര ഇടപെടലിനെയും വർഗീയ ശക്തികളുമായി കോൺഗ്രസ് കൂട്ടുകൂടിയതിനെയും എതിർത്തതായി ദേശാഭിമാനി വാർത്തയിലുണ്ട്.

കേരള ഗവൺമെന്റ് അടക്കം എല്ലാവരും കേന്ദ്ര ഇടപെടലിന് ആഗ്രഹിച്ചിരുന്നുവെന്ന് നെഹ്റു അവകാശപ്പെട്ടതായും *ദേശാഭിമാനി* റിപ്പോർട്ട് ചെയ്തു. എന്നാൽ ഈ ആരോപണം അന്നുതന്നെ ഇ എം എസ് നിഷേധിച്ചു. "സത്യത്തിന്റെ കണികപോലും ഇല്ലാത്ത ഇത്തരം ഒരു പ്രസ്താവന പ്രധാനമന്ത്രി ചെയ്യുമെന്ന് എനിക്ക് വിചാരിക്കാൻപോലും സാധിക്കില്ല. ഞാൻ പ്രധാനമന്ത്രിയുമായി നടത്തിയ സംഭാഷണങ്ങൾക്കിടയിലോ അദ്ദേഹത്തിനയച്ച കത്തുകളിലോ കേന്ദ്രം ഇടപെടണമെന്നു നിർദേശിച്ചിരുന്നില്ല."-ഇ എം എസ് വ്യക്തമാക്കി. നെഹ്റുവിന്റെ ആരോപണം

ഫിറോസ് ഗാന്ധി

പ്രസിദ്ധീകരിച്ച ഒന്നാം പേജിൽ തന്നെ ഈ നിഷേധവും കൊടുത്തിട്ടുണ്ട്.

അരക്ഷിതാവസ്ഥാ മുറവിളി മന്ത്രിസഭ സത്യപ്രതിജ്ഞ ചെയ്ത അന്നുതന്നെ തുടങ്ങിയിരുന്നുവല്ലോ. നേരത്തെ പറഞ്ഞതുപോലെ കത്തോലിക്ക പള്ളിയെ തെരുവിലിറക്കുകയാണ് ആദ്യം ചെയ്തത്. രാജ്യം ഭരിക്കുന്ന കക്ഷിക്ക് പിൻബലമായി പള്ളിമേധാവികൾ നിലകൊണ്ടു. ഐക്യകേരളം വരുന്നതിനു മുമ്പുതന്നെ പള്ളിയും കോൺഗ്രസും തമ്മിലെ ബന്ധം ദൃഢമായിരുന്നു. ആദ്യഘട്ടത്തിൽ പള്ളി–കോൺഗ്രസ് കൂട്ടുകെട്ടിൽ ചേരാൻ എൻഎസ്എസ് നേതാവ് മന്നത്ത് പത്മനാഭൻ തയാറായിരുന്നില്ല. മാത്രമല്ല, വിദ്യാഭ്യാസ ബില്ലിനെ അനുകൂലിക്കുന്ന നിലപാട് എടുക്കാനും അദ്ദേഹത്തിന് മടിയുണ്ടായില്ല. എന്നാൽ, 1958 അവസാനമായപ്പോഴേക്കും മന്നം നിലപാടുമാറ്റി സർക്കാരിനെതിരായ സമരത്തിന്റെ നായകസ്ഥാനം ഏറ്റെടുത്തു.

ഗവൺമെന്റിനെ മറിച്ചിടാൻ എല്ലാ അടവും കോൺഗ്രസ് പയറ്റിയിരുന്നു. കേരളത്തിലെ സമാധാനാന്തരീക്ഷം തകർക്കാൻ പിറകിൽനിന്ന് ചരടുവലിക്കുന്നതിനോടൊപ്പം കമ്യൂണിസ്റ്റ് എംഎൽഎമാരെയും പാർട്ടിയുടെ കൂടെ നിൽക്കുന്ന സ്വതന്ത്രരെയും ചാക്കിട്ട് ഗവൺമെന്റിനെ അട്ടിമറിക്കാനും ശ്രമമുണ്ടായി.

കമ്യൂണിസ്റ്റ് പാർട്ടിയുടെയും കോൺഗ്രസ് അടങ്ങുന്ന പ്രതിപക്ഷത്തിന്റെയും അംഗബലത്തിൽ അന്നു നേരിയ വ്യത്യാസമേ ഉണ്ടായിരുന്നുള്ളു. സ്പീക്കർ കഴിച്ചാൽ ഭരണപക്ഷത്ത് 64, പ്രതിപക്ഷത്ത് 62. രണ്ടുപേരെ കിട്ടിയാൽ പ്രതിപക്ഷത്തിനു വേറെ ഗവൺമെന്റുണ്ടാക്കാം. ഒരാളെയെയെങ്കിലും ചാക്കിൽ കയറ്റാനായാൽ അംഗബലം തുല്യമാകും. ഈ കണക്കുകൂട്ടലിൽ ചില സമ്പന്ന പ്രമാണിമാരെ മുന്നിൽ നിർത്തി കോൺഗ്രസ് ചാക്കുമായി ഇറങ്ങി. ആര്യനാട് നിന്നു വിജയിച്ച കമ്യൂണിസ്റ്റ് എംഎൽഎ കാട്ടാക്കട ആർ ബാലകൃഷ്ണപ്പിള്ളയെ അവർ സമീപിച്ചു. ഒരു ലക്ഷം രൂപയായിരുന്നു വാഗ്ദാനം. അന്നത്തെ ഒരു ലക്ഷം ഇന്നത്തെ കോടികളാണ്. ധനാഢ്യനായ കുളത്തുങ്കൽ പോത്തൻ വഴിയായിരുന്നു ഈ ഓപ്പറേഷൻ. പണവുമായി ചെന്നവരെ പിള്ള തിരിച്ചയച്ചു. മാത്രമല്ല, ഇക്കാര്യം അദ്ദേഹം പരസ്യമായി പറയുകയും ചെയ്തു. എന്നാൽ, അന്നത്തെ ബഹുഭൂരിപക്ഷം വരുന്ന കമ്യൂണിസ്റ്റ് വിരുദ്ധ പത്രങ്ങൾക്ക് അതൊന്നും കാര്യമായ വാർത്തയായിരുന്നില്ല. *ദേശാഭിമാനി*യും *ജനയുഗ*വുമടക്കം ചുരുക്കം ചില പത്രങ്ങളേ ആ വാർത്ത ഗൗരവത്തിൽ കൈകാര്യം ചെയ്തുള്ളു. കമ്യൂണിസ്റ്റ് പാർട്ടിയോടൊപ്പം അഞ്ചു സ്വതന്ത്രരുണ്ടെന്ന് പറഞ്ഞുവല്ലോ. അവരിൽ ചിലരെയും കോൺഗ്രസുകാർ സമീപിച്ചിരുന്നു. ആരും വീണില്ല. പണം നൽകി കാലുമാറ്റാൻ ശ്രമം നടന്നുവെന്ന വിവരം മുഖ്യമന്ത്രി ഇ എം എസ് തന്നെ ഡൽഹിയിൽ പത്രസമ്മേളനത്തിൽ സ്ഥിരീകരിച്ചു. പണം കാണിച്ച് കമ്യൂണിസ്റ്റുകാരെ വീഴ്ത്താൻ പറ്റില്ലെന്ന് അതിനുവേണ്ടി ഇറങ്ങിത്തിരിച്ചവർക്ക് ബോധ്യമായി. സാമാന്യ ജനങ്ങൾക്കിടിയിൽ കമ്യൂണിസ്റ്റ് പ്രതിനിധികളുടെ അന്തസ്സ് ഉയർന്നു.

സർക്കാർ ഒരു വർഷം പൂർത്തിയാക്കിയപ്പോൾ പ്രതിപക്ഷത്തിന് ഒരവസരം വീണുകിട്ടി. ദേവികുളത്തുനിന്ന് കമ്യൂണിസ്റ്റ് സ്ഥാനാർഥി റോസമ്മ പുന്നൂസ് തെരഞ്ഞെടുക്കപ്പെട്ടത് കോടതി അസാധുവാക്കി. ഉപതെരഞ്ഞെടുപ്പ് നടത്താൻ കോടതി ഉത്തരവിട്ടു. റോസമ്മ പുന്നൂസ് വിജയിച്ച ദേവികുളം ദ്വയാംഗ മണ്ഡലമായിരുന്നു. ജനറൽ സീറ്റും സംവരണ സീറ്റും. ജനറൽ സീറ്റിൽ നിന്നാണ് റോസമ്മ തെരഞ്ഞെടുക്കപ്പെട്ടത്. കോൺഗ്രസ് സ്ഥാനാർഥി ബി കെ നായരുടെ പത്രിക സാങ്കേതിക കാരണങ്ങളാൽ സൂക്ഷ്മപരിശോധനയിൽ തള്ളിപ്പോയിരുന്നു. സ്ഥാനാർഥിയില്ലാതെ വരുന്നതു ഒഴിവാക്കാൻ കോൺഗ്രസ് മറ്റൊരാളെ നിർത്തുകയുണ്ടായി. ഏതായാലും റോസമ്മ പുന്നൂസ് അനായാസം വിജയിച്ചു. പത്രിക തള്ളിയതിനെതിരെ ബി കെ നായർ തെരഞ്ഞെടുപ്പ് ട്രിബ്യൂണലിനെ സമീപിച്ചു. ട്രിബ്യൂണൽ തെരഞ്ഞെടുപ്പ് റദ്ദാക്കി. അതിനെതിരെ ഹൈക്കോടതിയിലും തുടർന്ന് സുപ്രിം കോടതിയിലും റോസമ്മ നൽകിയ

റോസമ്മ പുന്നൂസ്

അപ്പീൽ ഹരജികൾ തള്ളിപ്പോയി. അങ്ങനെ ദേവികുളത്ത് ഉപതെരഞ്ഞെടുപ്പ് വന്നു. മെയ് 16-നായിരുന്നു ഉപതെരഞ്ഞെടുപ്പ്. ആ ഘട്ടത്തിൽ ഭരണപക്ഷം 64, പ്രതിപക്ഷം 62 എന്നതായിരുന്നു നിയമസഭയിലെ ബലാബലം. ദേവികുളത്ത് കോൺഗ്രസിനു ജയിക്കാനായാൽ ഇരുപക്ഷത്തിനും തുല്യ സീറ്റാകും-63-63. അങ്ങനെ വന്നാൽ സർക്കാരിന്റെ കഥകഴിക്കാമെന്ന് കോൺഗ്രസ് കണക്കുകൂട്ടി.

എന്തായാലും ദേവികുളം ഭരണപക്ഷത്തിന് നിർണായകമായിരുന്നു. ജയിച്ചില്ലെങ്കിൽ ഭരണം പ്രതിസന്ധിയിലാകും. ഇടതുപക്ഷത്തിന് താരതമ്യേന സ്വാധീനം കുറഞ്ഞ മണ്ഡലങ്ങളിലൊന്നാണ് ദേവികുളം. ജനങ്ങളിൽ നല്ല പങ്ക് തോട്ടം തൊഴിലാളികളാണ്. അവരിൽ മുക്കാൽ പങ്ക് തമിഴ് സംസാരിക്കുന്നവർ. തെരഞ്ഞെടുപ്പിന്റെ രാഷ്ട്രീയ പ്രാധാന്യം കണക്കിലെടുത്ത് കേരളത്തിന്റെ പല ഭാഗത്തുനിന്നും സമർഥരായ നേതാക്കളെയും പ്രവർത്തകരെയും പാർട്ടി ദേവികുളത്തേക്ക് അയച്ചു. എന്നാൽ മന്ത്രിമാരാരും ദേവികുളത്തേക്കു പോകില്ലെന്ന് ഇ എം എസ് പ്രഖ്യാപിച്ചു. അതിനു രണ്ടു കാരണങ്ങളുണ്ട്. ഒന്ന് - ഭരണയന്ത്രം ദുരുപയോഗപ്പെടുത്തി എന്ന ആക്ഷേപം ഒഴിവാക്കാം. രണ്ടാമതായി പാർട്ടി നേതൃത്വത്തിനുണ്ടായിരുന്ന ആത്മവിശ്വാസം.

വിദ്യാഭ്യാസ ബിൽ, പൊലീസ് നയം, കാർഷികബന്ധ ബിൽ, ക്രമസമാധാനം തുടങ്ങിയ പ്രശ്നങ്ങൾ ഉയർത്തി പ്രതിപക്ഷവും ജാതി-മത സംഘടനകളും പ്രചാരണവും പ്രക്ഷോഭവും നടത്തുന്ന വേളയിലാണ് ഉപതെരഞ്ഞെടുപ്പ് വരുന്നത്. അതുകൊണ്ട് വാശി കൂടുമെന്നു പറയേണ്ടതില്ല. കേരള മന്ത്രിമാർ ദേവികുളത്തേക്ക് പോകാതിരുന്നപ്പോൾ കോൺഗ്രസ് തമിഴ്നാട്ടിൽ നിന്നു മന്ത്രിമാരെ കൊണ്ടുവന്നു. മതധ്രുവീകരണമുണ്ടാക്കാനും തമിഴ് വോട്ടർമാരെ തെറ്റിദ്ധരിപ്പിക്കാനുമൊക്കെ ശ്രമങ്ങളുണ്ടായി. 1958 മെയ് 19-ന് വോട്ടെണ്ണിയപ്പോൾ റോസമ്മ പുന്നൂസ് ഏഴായിരത്തിലേറെ വോട്ടിനു ജയിച്ചു. പ്രചാരണങ്ങൾക്കോ പ്രക്ഷോഭങ്ങൾക്കോ സർക്കാരിന്റെ ജനപിന്തുണ കുറയ്ക്കാൻ കഴിഞ്ഞിട്ടില്ലെന്നുമാത്രമല്ല, ഒരു വർഷത്തിനിടയിൽ അതു വർധിക്കുകയാണുണ്ടായതെന്ന് വ്യക്തമായി. എന്നാൽ *മലയാള മനോരമ*യുൾപ്പെടെ പ്രധാന പത്രങ്ങളെല്ലാം 'ഇതൊരു സാധാരണ ജയം' എന്ന മട്ടിൽ കമ്യൂണിസ്റ്റ് വിജയത്തിന്റെ പ്രാധാന്യം കുറച്ചുകാണിക്കാൻ പ്രയാസപ്പെട്ടു.

ആദ്യഘട്ടത്തിൽ കത്തോലിക്ക പള്ളി മാത്രം നടത്തിയിരുന്ന സർക്കാർ വിരുദ്ധ സമരത്തിന്റെ കൂടെ നായർ പ്രമാണിമാർ ചേർന്നതോടെ സമരം ശക്തിപ്പെട്ടു. അക്രമം വ്യാപകമായി. സംസ്ഥാനത്താകെ സ്റ്റേറ്റ് ട്രാൻസ്പോർട്ട് ബസുകൾ തകർക്കപ്പെട്ടു. പൊലീസിനെ സമരക്കാർ ആക്രമിച്ച ഇടങ്ങളിൽ ലാത്തിച്ചാർജും ചില സ്ഥലങ്ങളിൽ വെടിവെപ്പുമുണ്ടായി. കുട്ടനാട്ടിൽ കായൽ രാജാക്കന്മാരായിരുന്നു അക്കാലത്ത് ബോട്ട് സർവീസ് നടത്തിയിരുന്നത്. ബോട്ട് സർവീസ് സർക്കാർ ഏറ്റെടുത്തു. നിരക്കിൽ ചില വ്യത്യാസങ്ങൾ വരുത്തി. മിനിമം നിരക്ക് രണ്ടണയായി നിശ്ചയിച്ചു. വിദ്യാർഥികൾക്ക് അമ്പതുശതമാനം ഇളവ് അനുവദിച്ചു. അതിനുമുമ്പ്, വിദ്യാർഥികൾക്ക് ഒരണക്ക് കുട്ടനാട്ടിൽ യാത്ര ചെയ്യാൻ സൗകര്യമുണ്ടായിരുന്നു. ആ സൗകര്യം നഷ്ടപ്പെട്ടുവെന്ന് ആരോപിച്ച് കെഎസ്‌യു ആരംഭിച്ച സമരമാണ് 'ഒരണ സമരം'. വാസ്തവത്തിൽ പകുതി ഇളവുള്ളതുകൊണ്ട് വിദ്യാർഥികൾക്ക് ഒരണ തന്നെയായിരുന്നു നിരക്ക്. സർക്കാർ വിരുദ്ധസമരത്തിൽ സത്യത്തിനോ ന്യായത്തിനോ സ്ഥാനമില്ലായിരുന്നു. സമരം പെട്ടെന്നു വ്യാപിച്ചു. വഴിതടയലും പിക്കറ്റിങ്ങും ബസുകൾക്കു നേരെയുള്ള അക്രമവും നിത്യസംഭവമായി. ഒത്തുതീർപ്പിന്റെ ഭാഗമായി പഴയ നിരക്ക് തൽക്കാലം പുനഃസ്ഥാപിക്കാൻ സർക്കാർ തീരുമാനിച്ചു. മറ്റു കാര്യങ്ങൾ പഠിക്കാൻ കമ്മിറ്റിയെയും വെച്ചു.

ജൂലൈ 3-ന് മറ്റൊരു സംഭവമുണ്ടായി. തിരുവനന്തപുരം ചെറിയ തുറയിൽ സമരക്കാരും പൊലീസും തമ്മിൽ സംഘർഷമായി. പൊലീസിനെ സമരക്കാർ ആക്രമിച്ചുവെന്നു മാത്രമല്ല,

പൊലീസുകാരുടെ തോക്ക് പിടിച്ചെടുക്കുകയും ചെയ്തു. സംഘർഷം വെടിവെപ്പിൽ കലാശിച്ചു. സമരമുഖത്തുണ്ടായിരുന്ന ഫ്ളോറി എന്ന ഗർഭിണി വെടിയേറ്റുമരിച്ചു. സമരം ആളിക്കത്തിക്കാൻ ഈ സംഭവം കേരളമാകെ ആയുധമാക്കപ്പെട്ടു. സംസ്ഥാനത്തിന്റെ പല ഭാഗത്തും സ്കൂളുകൾ തീയിട്ടു നശിപ്പിച്ചു. ഇതൊക്കെ നടക്കുമ്പോൾ സർക്കാരിനെ പിരിച്ചുവിടാനുള്ള സമ്മർദം നെഹ്റു സർക്കാരിനുമേൽ മുറുകിക്കൊണ്ടിരുന്നു. ആദ്യമൊന്നും നെഹ്റു അതിനോട് യോജിച്ചില്ല.

വിദ്യാഭ്യാസ ബില്ലിനെ ശക്തമായി പിന്തുണച്ചിരുന്ന നായർ സമുദായ നേതാവ് മന്നത്ത് പത്മനാഭൻ ചുവടുമാറ്റിയതിനു രണ്ടു കാരണങ്ങളാണ് ഡോ. തോമസ് ഐസക്ക് കണ്ടെത്തിയത്. ഒന്ന്: കാർഷിക പരിഷ്കരണം നായർ മേധാവിത്വത്തെ പ്രതികൂലമായി ബാധിക്കുമെന്ന ആശങ്ക. രണ്ട്: പാലക്കാട്ട് പുതിയ എഞ്ചിനിയറിങ് കോളേജ് അനുവദിച്ചപ്പോൾ അതു മന്നത്തിനു നൽകാതെ പ്രാദേശിക എൻഎസ്എസ് കമ്മിറ്റിയെ ഏൽപ്പിച്ചു. ഈ കാരണങ്ങൾ കൊണ്ടാണ് കത്തോലിക്ക പള്ളി നീട്ടിയ കൈകൾ അദ്ദേഹം പിടിച്ചത്.[3]

സർക്കാരിനെ താഴത്തിറക്കാനുള്ള സമരത്തിന് രണ്ടു മുന്നണികളുണ്ടായിരുന്നു. മന്നത്ത് പത്മനാഭന്റെ നേതൃത്വത്തിൽ സാമുദായിക വിമോചന മുന്നണി. പ്രതിപക്ഷ പാർട്ടികൾ ചേർന്നുള്ള രാഷ്ട്രീയ മുന്നണി. 1959 ആയപ്പോൾ രണ്ടു മുന്നണികളും നല്ല ഏകോപനത്തോടെ പ്രവർത്തിക്കാൻ തുടങ്ങി. ആദ്യഘട്ടത്തിൽ സമരത്തിൽ നിന്നു വിട്ടുനിന്നിരുന്ന മുസ്ലിംലീഗും ഇതിന്റെ ഭാഗമായി. എസ്എൻഡിപിയെ സമരത്തിലേക്ക് വലിച്ചിഴക്കാനുള്ള ശ്രമങ്ങളൊന്നും വിജയിച്ചില്ല. 1959 ആദ്യമാണ് 'വിമോചനസമരം' എന്ന പേര് സർക്കാർ വിരുദ്ധ പ്രക്ഷോഭത്തിന് കൈവരുന്നത്. ജൂൺ 12-ന് സംസ്ഥാനവ്യാപക ഹർത്താൽ നടന്നു. വിമോചനസമരക്കാർ ഹർത്താൽ പ്രഖ്യാപിച്ചതിനു പിറകെ അതേ തീയതിക്ക് ഹർത്താലിനു കെപിസിസിയും ആഹ്വാനം ചെയ്തു. ജൂൺ 13-മുതൽ തുടർച്ചയായ പിക്കറ്റിങ്ങിന് തീരുമാനം. അതിനിടയിൽ ആർഎസ്പിയും സമരത്തിൽ ചേരാൻ തീരുമാനിച്ചു.

കമ്യൂണിസ്റ്റ് പാർട്ടി സംസ്ഥാന കമ്മിറ്റി 1959 മെയ് 11-ന് തിരുവനന്തപുരത്ത് യോഗം ചേർന്ന് സ്ഥിതിഗതികൾ വിലയിരുത്തി. ഈ യോഗത്തിൽ പാർട്ടി സെക്രട്ടറി എം എൻ ഗോവിന്ദൻ നായർ അവതരിപ്പിച്ച റിപ്പോർട്ട് പത്രങ്ങൾക്കു നൽകിയിരുന്നു. പാർട്ടി കേരള കമ്മിറ്റിയുടെ പ്രമേയമെന്ന നിലയിൽ *ദേശാഭിമാനി* മെയ് 12-ന് പ്രസിദ്ധീകരിച്ച റിപ്പോർട്ട്:

വർഗീയവാദികളുടെ പ്രതിലോമപരമായ പ്രത്യാക്രമണത്തെ നേരിടും

സമാധാനപരമായ സാമൂഹ്യമാറ്റ നടപടികൾക്കു നേരെയുള്ള തുറന്ന വെല്ലുവിളിയാണിത്

തിരുവനന്തപുരം, മെയ് 11: നായർ വർഗീയവാദികളും കത്തോലിക്ക പള്ളി മേധാവികളും കൂടി ആരംഭിച്ച സ്കൂളടപ്പുസമരം വിദ്യാഭ്യാസ നിയമത്തിനെതിരായ പ്രക്ഷോഭം മാത്രമല്ലെന്നും ജനാധിപത്യപരമായ മാർഗത്തിൽ കൂടി സമുദായത്തിൽ സമാധാനപരമായ മാറ്റമുണ്ടാക്കാൻ കേരള ഗവൺമെന്റ് കൊണ്ടുവന്ന നിയമനിർമാണങ്ങളുടെ നേരെയുള്ള ഒരു തുറന്ന വെല്ലുവിളിയാണെന്നും കേരള കമ്യൂണിസ്റ്റ് പാർട്ടി സെക്രട്ടറി ശ്രീ എം എൻ ഗോവിന്ദൻ നായർ പ്രസ്താവിച്ചിരിക്കുന്നു.

കമ്യൂണിസ്റ്റ് പാർട്ടിയുടെ സ്റ്റേറ്റ് കമ്മിറ്റി യോഗത്തിൽ കേരളത്തിലെ രാഷ്ട്രീയനിലയെപ്പറ്റി റിപ്പോർട്ട് ചെയ്യുകയായിരുന്നു എം എൻ. കഴിഞ്ഞ രണ്ടുദിവസമായി ഇവിടെ ചേർന്ന കമ്മിറ്റി യോഗത്തിൽ ധനകാര്യമന്ത്രി ശ്രീ. അച്യുതമേനോൻ ആധ്യക്ഷം വഹിച്ചു. നായർ-ക്രിസ്ത്യൻ വർഗീയവാദികളുടെ പുതിയ പ്രതിലോമകരമായ പ്രത്യാക്രമണങ്ങളെ നേരിടുന്നതിലേക്കും അവരെ ഒറ്റപ്പെടുത്തി പരാജയപ്പെടുത്തുന്നതിലേക്കുമായി ജനങ്ങളെ അവരുടെ പൂർണമായ ശക്തിയിലേക്ക് സംഘടിപ്പിക്കണമെന്ന് കമ്മിറ്റി പാസാക്കിയ പ്രമേയത്തിൽ പറയുന്നു.

വിദ്യാഭ്യാസ നിയമം പോലെ കാർഷികബന്ധ ബില്ലും വ്യവസായബന്ധ ബില്ലും പാസാക്കപ്പെടുകതന്നെ ചെയ്യുമെന്ന് എം എൻ അദ്ദേഹത്തിന്റെ റിപ്പോർട്ടിൽ പറഞ്ഞു. ഇതുവരെയും ഇത്തരം നിയമങ്ങൾ പാസാക്കപ്പെടാതിരിക്കാനാണ് പ്രതിലോമകാരികൾ ശ്രമിച്ചത്. കമ്യൂണിസ്റ്റ് ഗവൺ

മെന്റ് തമ്മിൽ തല്ലി പൊളിയുകയോ അല്ലെങ്കിൽ കേന്ദ്രം ഇടപെട്ട് പുറത്താക്കപ്പെടുകയോ ചെയ്യുമെന്നാണിവർ കരുതിയിരുന്നത്. അങ്ങിനെയാകുന്നപക്ഷം ഗവൺമെന്റ് പാസാക്കുന്ന നിയമം നടപ്പാവുകയില്ലെന്ന് ഇവർ മനഃപായസമുണ്ണുകയായിരുന്നു. പക്ഷേ, അതു സംഭവിച്ചില്ല. ഇപ്പോൾ അവർ ബേജാറായിരിക്കുകയാണ്. ഈ പുതിയ ഗുരുതരമായ ഭീഷണികൾ കമ്യൂണിസ്റ്റ് പാർട്ടിയുടെയോ കേരള ഗവൺമെന്റിന്റെയോ നേരെ മാത്രമുള്ളതല്ലെന്നും മുഴുവൻ ജനാധിപത്യ പ്രസ്ഥാനത്തിനും തൊഴിലാളികൾക്കും ഇടത്തരക്കാർക്കും കൃഷിക്കാർക്കും കർഷകത്തൊഴിലാളികൾക്കും നേരെയുള്ളതാണെന്നും എം എൻ പറഞ്ഞു.

സമരത്തിന്റെ നേതൃത്വം കത്തോലിക്ക പിന്തുണയോടുകൂടി നായർ വർഗീയവാദികൾ ഏറ്റെടുത്തിട്ടുണ്ടെങ്കിലും കേരളത്തിലെ പ്രതിപക്ഷ പാർട്ടികൾ നാണമില്ലാതെ അവർക്ക് പിന്തുണ നൽകുന്നുണ്ടെന്നത് അപകടകരമായ ഒരു വസ്തുതയാണ്. സമരം നടത്തുന്ന നായർ-കത്തോലിക്ക നേതൃത്വം കമ്യൂണിസ്റ്റ് ഗവൺമെന്റിനെ അട്ടിമറിക്കാൻവേണ്ടി സംസ്ഥാനവ്യാപകമായ നിയമനിഷേധ പ്രസ്ഥാനവും അക്രമപരവും ജനാധിപത്യവിരുദ്ധവുമായ പ്രക്ഷോഭവും നടത്തുമെന്ന കാര്യത്തിൽ സംശയമില്ല. സംസ്ഥാനത്ത് നിയമരാഹിത്യമുണ്ടാക്കുകയാണവരുടെ ഉദ്ദേശ്യം. കേരളത്തിലെ ജനാധിപത്യവാദിയും ദേശാഭിമാനിയുമായ ഒരൊറ്റ പൗരൻപോലും ഇതിനെ അനുകൂലിച്ചുകൂടാത്തതാണ്. കേരള ഗവൺമെന്റിനെതിരായി വർഗീയ-പിന്തിരിപ്പൻ ശക്തികൾ ആരംഭിച്ച ഈ പുതിയ ആക്രമണത്തിനെതിരായി അധ്വാനിക്കുന്നവരും ജനാധിപത്യവാദികളുമായ എല്ലാ ജനവിഭാഗങ്ങളെയും അണിനിരത്തുവാൻ അദ്ദേഹം കമ്യൂണിസ്റ്റ് പാർട്ടിയുടെ എല്ലാ കമ്മിറ്റികളോടും മെമ്പർമാരോടും ആഹ്വാനം ചെയ്തു. ജനങ്ങളെ അക്രമത്തിന് പ്രേരിപ്പിക്കുകയും സംസ്ഥാനത്ത് നിയമരാഹിത്യമുണ്ടാക്കുകയും ചെയ്യുന്ന എല്ലാ സംരംഭങ്ങളുടെയും നേരെ ഉറച്ചതും കർശനവുമായ നടപടികൾ ഗവൺമെന്റ് എടുക്കണമെന്ന് അദ്ദേഹം ആവശ്യപ്പെട്ടു.[4]

സർക്കാർ വിരുദ്ധ സമരം സംഘടിപ്പിക്കുന്ന കത്തോലിക്ക പള്ളിയെയും എൻഎസ്എസിനെയും നായർ-ക്രിസ്ത്യൻ വർഗീയവാദികൾ എന്നാണ് ഈ പ്രസ്താവനയിൽ കമ്യൂണിസ്റ്റ് പാർട്ടി വിശേഷിപ്പിക്കുന്നത്. പ്രസ്താവന പുറപ്പെടുവിച്ചതാകട്ടെ പാർട്ടി സംസ്ഥാന കമ്മിറ്റി യോഗം ഈ പ്രശ്നം ചർച്ച ചെയ്ത ശേഷവും. സമരത്തിന് ആളെക്കൂട്ടാൻ ഇരു വിഭാഗവും മത-ജാതി വികാരം ആപത്ക്കരമാംവിധം വിശ്വാസികളിൽ കുത്തിവയ്ക്കാൻ ശ്രമിച്ചു. ക്രിസ്ത്യൻ സഭാനേതൃത്വം അതിന്റെ എല്ലാ ശക്തിയും സർക്കാരിനെതിരെ പ്രയോഗിക്കാൻ ഉയർന്നതലത്തിൽ തന്നെ തീരുമാനമെടുത്തു. ഇന്ത്യയിൽ അതിനു മുമ്പോ ശേഷമോ കത്തോലിക്ക പള്ളിയോ മറ്റേതെങ്കിലും മത-ജാതി പ്രസ്ഥാനമോ ഇതുപോലെ നേരിട്ട് രാഷ്ട്രീയത്തിൽ ഇറങ്ങി കളിച്ചിട്ടില്ല. അതുകൊണ്ടുതന്നെയാവണം കമ്യൂണിസ്റ്റ് പാർട്ടി രൂക്ഷമായി പ്രതികരിച്ചത്.

കത്തോലിക്ക പള്ളി, മന്നത്ത് പത്മനാഭന്റെ നേതൃത്വത്തിൽ നായർ സർവീസ് സൊസൈറ്റി എന്നിവ മുന്നിലും കോൺഗ്രസും മുസ്ലിംലീഗും ഉൾപ്പെടുന്ന പ്രതിപക്ഷ കക്ഷികൾ പിന്നിലുമായി അണിനിരന്ന സമരത്തിൽ നാടാകെ അക്രമങ്ങളുണ്ടായി. കന്യാസ്ത്രീകളെയും സ്കൂൾ കുട്ടികളെയും കത്തോലിക്ക പള്ളി രംഗത്തിറക്കി. മലബാറിൽ സമരത്തിന്റെ ചൂട് കുറവായിരുന്നു. അക്രമങ്ങളധികവും നടന്നത് പഴയ തിരു-കൊച്ചി മേഖലയിലാണ്. സമരം ചെയ്യുന്നത് സാമുദായിക സംഘടനകളും പ്രതിപക്ഷ രാഷ്ട്രീയ കക്ഷികളുമാണെങ്കിലും കേരളത്തിലെ പത്രങ്ങൾ ഇതിൽ നിർണായക പങ്കുവഹിച്ചു. തുടക്കം മുതലേ വളരെ സംഘടിതമായ രീതിയിലാണ് പ്രചാരണം നടന്നത്. കത്തോലിക്ക പള്ളി നേരിട്ടു നടത്തുന്ന *ദീപിക* എല്ലാ അതിരുകളും ലംഘിച്ച് വിഷലിപ്തമായ നുണപ്രചാരണത്തിൽ മുഴുകി. ലത്തീൻ കത്തോലിക്ക സഭയുടെ പിന്തുണയുള്ള *കേരള ടൈംസും ദീപിക*യുടെ മാതൃകയിലാണ് പ്രവർത്തിച്ചത്. ഇക്കാര്യത്തിൽ മൂന്നാം സ്ഥാനമേ *മലയാള മനോരമ*ക്കുള്ളു. കേരളത്തിലെ 30 പത്രങ്ങളിൽ 26 എണ്ണവും സർക്കാരിന്റെ രാജി ആവശ്യപ്പെട്ടിട്ടുണ്ടെന്നായിരുന്നു കോൺഗ്രസ് പ്രസിഡണ്ട് ധേബറിന്റെ അവകാശവാദം. അത് ഏറെക്കുറെ ശരിയായിരിക്കും. ബാക്കിയുള്ള നാലു പത്രങ്ങളിൽ ഒന്ന് *ദേശാഭിമാനി*യും രണ്ടാമത്തേത് *ജനയുഗ*വും. *കേരള കൗമുദി*യും വിമോചനസമരത്തിനെതിരെ ഉറച്ച നിലപാട് എടുത്തു. കോഴിക്കോട്ടുനിന്നു പ്രസിദ്ധീകരിക്കുന്ന *ദേശാഭിമാനി*ക്ക് മധ്യകേരളത്തിലോ തെക്കൻ കേരളത്തി

കെ സുകുമാരൻ

ലോ അക്കാലത്ത് കാര്യമായ പ്രചാരമില്ല എന്നതുകൂടി കണക്കിലെടുക്കണം. ഇരുപതിലേറെ പത്രങ്ങൾ സംഘടിതമായി നടത്തുന്ന പ്രചാരണം നേരിടാൻ സർക്കാരിനെ പിന്തുണയ്ക്കുന്ന പത്രങ്ങൾക്കുള്ള പരിമിതി ഇതിൽനിന്നു മനസ്സിലാകും. കമ്യൂണിസ്റ്റ് പാർട്ടി അതിന്റെ ശക്തമായ സംഘടനാ സംവിധാനം ഉപയോഗിച്ചാണ് സർക്കാരിനെ പ്രതിരോധിക്കാനുള്ള പ്രവർത്തനങ്ങൾ നടത്തിയത്. എന്നാൽ, നുണകളിൽ ചാലിച്ച കഥകളുടെ കുത്തൊഴുക്കിനെ തടഞ്ഞുനിർത്തുക പ്രയാസമായിരുന്നു. ഓരോ ദിവസവും പത്രങ്ങൾക്ക് സമരത്തിന്റെ വിവരങ്ങൾ നൽകാൻ സമുദായമുന്നണിക്കാർ പ്രത്യേക സംവിധാനമുണ്ടാക്കി. അവിടെ നിന്ന് വിതരണം ചെയ്യുന്ന വിവരങ്ങൾ സ്വന്തം വാർത്തകളായി പൊടിപ്പും തൊങ്ങലും വെച്ച് പത്രങ്ങൾ അടിച്ചുവിട്ടു. *ദീപിക* ഒരു ദിവസം നൽകിയ വാർത്തയുടെ ചുരുക്കം ഇതാണ്: 'കേരളത്തിൽ കൽക്കത്ത തീസിസ് നടപ്പാക്കാൻ കമ്യൂണിസ്റ്റ് പാർട്ടി തീരുമാനിച്ചു. അതിനുവേണ്ടി മധുരയിൽ നിന്നു ഗുണ്ടകളെ ഇറക്കുമതി ചെയ്തിട്ടുണ്ട്.' ഈ രീതിയിൽ നട്ടാൽ മുളയ്ക്കാത്ത നുണയും വർഗീയ പ്രചാരണവുമായി *ദീപിക* മുന്നോട്ടുപോയി.

വിമോചനസമരത്തോട് *കേരളകൗമുദി* സ്വീകരിച്ച നിലപാടിനെക്കുറിച്ച് പത്രത്തിന്റെ ചരിത്രത്തിൽ ഇങ്ങനെയാണ് രേഖപ്പെടുത്തിയത്:

> കെപിസിസിയുടെ പിന്തുണയോടെ നായർ-ക്രിസ്ത്യാനി വിഭാഗങ്ങളാണ് സമരത്തിന് മുന്നിട്ടിറങ്ങിയത്. വിദ്യാഭ്യാസരംഗത്ത് ഗവൺമെന്റ് നടപ്പിലാക്കാനുദ്ദേശിച്ച പരിഷ്കാരങ്ങളാണ് ഈ വിഭാഗങ്ങളെ കൂടുതൽ ചൊടിപ്പിച്ചത്. കോൺഗ്രസുകാരനായിരുന്നെങ്കിലും കെ സുകുമാരനും അദ്ദേഹത്തിന്റെ പത്രം *കേരള കൗമുദി*യും ഈ സമരാഭാസത്തെ ശക്തിയുക്തം എതിർത്തു. ജനാധിപത്യ പ്രക്രിയയിലൂടെ അധികാരത്തിൽ വന്ന ഒരു ഗവൺമെന്റിനെ നേരല്ലാത്ത മാർഗത്തിലൂടെ പുറത്താക്കുന്നതു ശരിയല്ല എന്ന ഉറച്ച അഭിപ്രായക്കാരനായിരുന്നു അദ്ദേഹം. കെ സുകുമാരന് വളരെയധികം എതിർപ്പുകളെയും പ്രതിസന്ധികളെയും നേരിടേണ്ടിവന്നു. പക്ഷേ, അദ്ദേഹം കുലുങ്ങിയില്ല. മലയാളത്തിലെ പ്രമുഖരായ പത്രമാധ്യമങ്ങളെല്ലാം സമരക്കാർക്കൊപ്പം നിന്നപ്പോൾ *കേരള കൗമുദി* മാത്രമാണ് വിമോചനസമരത്തിനെതിരായി നിൽക്കുന്നതിനുള്ള ആർജവവും തന്റേടവും കാണിച്ചതെന്നറിയുമ്പോഴാണ് പത്രാധിപരുടെ കാഴ്ചപ്പാടും കരുത്തും വ്യക്തമാകുന്നത്.[5]

ജാതി-മത വികാരങ്ങൾ ഇളക്കിവിടാനും വിദ്വേഷം പരത്താനുമുള്ള പത്രങ്ങളുടെ ശ്രമങ്ങൾ എല്ലാ അതിരുകളും വിട്ടപ്പോൾ ചില പത്രങ്ങൾക്കെതിരെ സർക്കാരിന് കേസെടുക്കേണ്ടി വന്നു. പനമ്പിള്ളി ഗോവിന്ദമേനോൻ, മന്നത്ത് പത്മനാഭൻ, ബേബി ജോൺ എന്നിവരുടെ വിദ്വേഷ പ്രസംഗങ്ങൾ പ്രചരിപ്പിച്ചതിന് *ദീപിക, മലയാള മനോരമ, കേരള ഭൂഷണം, കേരളജനത, കൗമുദി* എന്നിവയുടെ പത്രാധിപന്മാർക്കും പ്രസാധകർക്കുമെതിരെയാണ് കേസെടുത്തത്. സർക്കാരിന്റെ നയങ്ങളെ എതിർത്തിരുന്നുവെങ്കിലും വർഗീയത ഇളക്കിവിടുന്നതിനുള്ള നുണപ്രചാരണത്തിനൊന്നും *മാതൃഭൂമി* പത്രം പോയില്ല. വിദ്യാഭ്യാസബിൽ, കാർഷികബന്ധ നിയമം എന്നിവക്കെതിരായ സമരങ്ങൾ സംഘടിപ്പിക്കാനോ പ്രോത്സാഹിപ്പിക്കാനോ പത്രം വിസമ്മതിച്ചു. എന്നാൽ, പ്രത്യക്ഷസമരത്തിന് കോൺഗ്രസ് അഖിലേന്ത്യാ നേതൃത്വത്തിന്റെ അംഗീകാരം കിട്ടിയതോടെ പത്രം നിലപാടുമാറ്റി. വിമോചനസമരത്തെ പിന്തുണയ്ക്കുന്ന പത്രങ്ങളുടെ ചേരിയിലേക്ക് *മാതൃഭൂമി*യും പോയി.

വിമോചനസമര കാലത്ത് *മലയാള മനോരമ* പത്രം എടുത്ത നിലപാടിനെ ന്യായീകരിക്കാൻ പത്രാധിപർ കെ എം മാത്യു തന്റെ ആത്മകഥയിൽ ചില വാദങ്ങൾ നിരത്തുന്നുണ്ട്. തന്റെ വാദം സമർഥിക്കാൻ 1957 ജൂലൈ പതിനാലിന് *മനോരമ* എഴുതിയ മുഖപ്രസംഗത്തിലെ ചില ഭാഗങ്ങൾ അദ്ദേഹം ഉദ്ധരിക്കുന്നു:

> [...]*മനോരമ* കമ്യൂണിസ്റ്റ് ആദർശങ്ങളിൽ വിശ്വസിക്കുന്നില്ലെന്നുള്ളതു പരമാർഥം തന്നെ.

കമ്യൂണിസ്റ്റുകാരുടെ കൂട്ടത്തിൽ വ്യക്തിപരമായി എത്രയോ നല്ല ആളുകളുണ്ടായിരിക്കാമെങ്കിലും അവർ എത്ര നല്ല ഉദ്ദേശത്തോടെ ഓരോ നല്ല കാര്യങ്ങൾ ചെയ്യാമായിരുന്നാലും ഒരു രാഷ്ട്രീയ പാർട്ടിയെന്ന നിലയിൽ കമ്യൂണിസ്റ്റ് സംഘടനയുടെ അന്തിമലക്ഷ്യം സർവാധിപത്യമാണെന്നും വ്യക്തിസ്വാതന്ത്ര്യത്തിനോ ചിന്താസ്വാതന്ത്ര്യത്തിനോ കമ്യൂണിസ്റ്റ് വ്യവസ്ഥിതിയിൽ സ്ഥാനമേ ഇല്ലെന്നും ഈശ്വരാസ്തിക്യത്തെയോ മതബോധത്തെയോ ധാർമിക മൂല്യങ്ങളെയോ കമ്യൂണിസം ഔദ്യോഗികമായി അംഗീകരിക്കുന്നില്ലെന്നുമുള്ള അടിസ്ഥാന തത്വമാണ് കമ്യൂണിസ്റ്റ് പ്രസ്ഥാനത്തോടുള്ള ഞങ്ങളുടെ അകൽച്ചയ്ക്കും എതിർമനോഭാവത്തിനുമുള്ള സർവപ്രധാനമായ കാരണമെന്നു വ്യക്തമാക്കിക്കൊള്ളട്ടെ. *മനോരമ* ജനാധിപത്യത്തിലാണ് വിശ്വസിക്കുന്നത്. ജനാധിപത്യം മനുഷ്യസ്വാതന്ത്ര്യത്തെയും പ്രതിപക്ഷ സ്വാതന്ത്ര്യത്തെയും അംഗീകരിക്കുകയും മാനിക്കുകയും ചെയ്യുന്നതുകൊണ്ടാണതിൽ വിശ്വസിക്കുന്നത്.[6]

സ്ഥിതിഗതികൾ നേരിട്ടു മനസ്സിലാക്കാൻ 1959 ജനുവരി 22-ന് പ്രധാനമന്ത്രി നെഹ്റു കേരളം സന്ദർശിച്ചിരുന്നു. മൂന്നുദിവസം അദ്ദേഹം കേരളത്തിൽ തങ്ങി. പലരുമായും ചർച്ചകൾ നടത്തി. നെഹ്റുവിന് പരസഹായമില്ലാതെ മനസ്സിലാക്കാൻ *മനോരമ* ഇംഗ്ലീഷിൽ മുഖപ്രസംഗമെഴുതി. സർക്കാരിനെ പിരിച്ചുവിടാനുള്ള കാരണങ്ങളാണ് അതിൽ നിരത്തിയത്.

വിദ്യാഭ്യാസബിൽ നടപ്പാക്കുന്നതു നിർത്തിവയ്ക്കണമെന്നതടക്കം ചില നിർദേശങ്ങൾ ഗവൺമെന്റിന്റെ മുമ്പിൽ വെച്ചാണ് പ്രധാനമന്ത്രി തിരിച്ചുപോയത്. നെഹ്റുവിന്റെ നിർദേശം കണക്കിലെടുത്ത് വിദ്യാഭ്യാസ ബിൽ നടപ്പാക്കുന്നത് ഗവൺമെന്റ് നിർത്തിവെച്ചു. നെഹ്റുവിന്റെ മറ്റു നിർദേശങ്ങളോടും സർക്കാർ അനുകൂലമായി പ്രതികരിച്ചു. എന്നാൽ സമരം നിർത്താൻ കോൺഗ്രസ് പാർട്ടിയോ മത-സാമുദായിക സംഘടനകളോ തയാറായില്ല. സർക്കാരിനെ പുറത്താക്കണമെന്ന ആവശ്യത്തിൽ അവർ ഉറച്ചുനിന്നു. അതേസമയം, സമരക്കാരുടെ സമ്മർദത്തിനു വഴങ്ങേണ്ടതില്ലെന്നു കമ്യൂണിസ്റ്റ് പാർട്ടി തീരുമാനിച്ചു. വർഗീയ ശക്തികളെയും അവരെ പിന്നിൽ നിന്നു സഹായിക്കുന്ന കോൺഗ്രസിനെയും തുറന്നുകാണിക്കാനായിരുന്നു പാർട്ടിയുടെ ശ്രമം. അതിനിടെ 1959 മെയ് അവസാനം മുഖ്യമന്ത്രി ഇ എം എസ് ഡൽഹി സന്ദർശിച്ചു. പ്രധാനമന്ത്രിയുമായും വിവിധ മന്ത്രിമാരുമായുമുള്ള കൂടിക്കാഴ്ചക്ക് ഡൽഹിയിലെത്തിയ മുഖ്യമന്ത്രി പത്രസമ്മേളനത്തിൽ വിമോചനസമരക്കാർക്കെതിരെ ശക്തമായ ഭാഷയിലാണ് സംസാരിച്ചത്. സംസ്ഥാനത്ത് ജൂൺ ഒന്നുമുതൽ സ്കൂളുകൾ അനിശ്ചിതമായി അടച്ചിടാൻ സ്കൂൾ മാനേജർമാർ തീരുമാനിച്ചിരുന്നു. ആ സമരത്തെ ശക്തമായി നേരിടുമെന്ന് മുഖ്യമന്ത്രി മുന്നറിയിപ്പു നൽകി. വാർത്താ ഏജൻസി നൽകിയ പത്രസമ്മേളനറിപ്പോർട്ട് മെയ് 21-ന് *ദേശാഭിമാനി* ചുരുക്കമായി പ്രസിദ്ധീകരിച്ചു. പത്രസമ്മേളനത്തിൽ മുഖ്യമന്ത്രി വിശദമായ പ്രസ്താവന വിതരണം ചെയ്തിരുന്നു. അത് പിറ്റേന്ന് പൂർണമായി പ്രസിദ്ധീകരിച്ചു:

അക്രമപരവും അവ്യവസ്ഥാപിതവുമായ സമരഭീഷണി

സ്കൂളടപ്പുകാരുടെ ഉദ്ദേശലക്ഷ്യങ്ങളും സമരസ്വഭാവവും വിശദീകരിക്കുന്നു

ഡൽഹി, മെയ് 21: കത്തോലിക്ക പള്ളിയും എൻഎസ്എസും കൂടി സംഘടിപ്പിച്ചുവരുന്ന സ്കൂളടപ്പുസമരം നിയമവിരുദ്ധവും അവ്യവസ്ഥാപിതവുമാണെന്ന് കേരള മുഖ്യമന്ത്രി ഇ എം എസ് നമ്പൂതിരിപ്പാട് പ്രസ്താവിച്ചിരിക്കുന്നു.

ഒരു സംഘടനയെന്ന നിലയിൽ കോൺഗ്രസ് ഈ പ്രസ്ഥാനത്തിൽ ചേരുന്നതല്ലെന്ന് എഐസിസി നേതൃത്വം പ്രഖ്യാപിച്ചിട്ടുണ്ടെങ്കിലും അതിന്റെ അസ്പഷ്ടമായ തീരുമാനം കത്തോലിക്ക പള്ളിയുടെയും എൻഎസ്എസിന്റെയും വർഗീയവാദികളായ നേതാക്കൾക്ക് വ്യവസ്ഥാപിതാധികാരത്തിനെതിരെയുള്ള അവരുടെ സമരത്തിന് പ്രോത്സാഹനം നൽകുന്നുവെന്നത് ദൗർഭാഗ്യകരമായിരിക്കുന്നുവെന്ന് അദ്ദേഹം ഡൽഹിയിലെ പത്രസമ്മേളനത്തിൽ പറഞ്ഞു. ഇപ്പോഴത്തെ ഗവൺമെന്റിനെ സ്തംഭിപ്പിക്കുക എന്ന പ്രത്യക്ഷമായ ഉദ്ദേശ്യത്തോടെയാണ് കേരളത്തിൽ ഒരു പ്രക്ഷോഭം രൂപംകൊണ്ടുവരുന്നത്.

വർഗീയ ശക്തികളാണ് ഈ പ്രക്ഷോഭത്തിന്റെ ചുക്കാൻ പിടിക്കുന്നതെങ്കിലും ഇപ്പോഴത്തെ ഗവൺമെന്റ് അധികാരത്തിൽ പ്രവേശിച്ച നാൾ മുതൽ അതിനെതിരായി നിരന്തരപ്രവർത്തനം നടത്തി പരാജയപ്പെട്ട് നിരാശിതരായ രാഷ്ട്രീയ ഗ്രൂപ്പുകളുടെ ആശീർവാദവും പ്രോത്സാഹനവും ഈ പ്രക്ഷോഭത്തിനുണ്ട് എന്ന കാര്യം സ്പഷ്ടമാണ്. നിയമാനുസരണം സ്ഥാപിക്കപ്പെട്ട ഈ ഗവൺമെന്റിനെ തകിടംമറിക്കുക എന്ന ഉദ്ദേശ്യത്തോടെ ആരംഭിക്കുന്ന പ്രക്ഷോഭത്തിന്റെ ആദ്യ പടി അധ്യാപകരുടെയും വിദ്യാർഥികളുടെയും ചേതോവികാരങ്ങളും താൽപ്പര്യങ്ങളും വിഗണിച്ച് ഏഴായിരത്തോളം വരുന്ന പ്രൈവറ്റ് സ്കൂളുകൾ അടച്ചിടുകയും നാലായിരത്തോളം വരുന്ന ഗവൺമെന്റ് സ്കൂളുകളുടെ പ്രവർത്തനം തടയുകയും ചെയ്യുകയെന്നതാണെന്ന് റിപ്പോർട്ട് ചെയ്യപ്പെടുന്നു. ഈ പ്രക്ഷോഭത്തിന്റെ യഥാർഥ ഉദ്ദേശ്യങ്ങൾ എന്തൊക്കെയാണ്? ആരൊക്കെയാണ് ഇതിന്റെ സൂത്രധാരന്മാർ? എന്നീ കാര്യങ്ങളെ സംബന്ധിച്ച് നിഷ്പക്ഷമതികളായ വായനക്കാർക്ക് സ്വന്തമായ നിഗമനങ്ങളിൽ എത്തിച്ചേരുവാൻ സഹായകമായ ചില വസ്തുതകൾ ബഹുജനങ്ങളുടെ മുമ്പിൽ വെക്കുവാൻ ഗവൺമെന്റ് ആഗ്രഹിക്കുന്നു

വിദ്യാഭ്യാസ നിയമം

ഏതെങ്കിലും ഒരു സംസ്ഥാന ഗവൺമെന്റ് തുടങ്ങിവെച്ച നിയമനിർമാണ സംരംഭങ്ങളിൽ ഇത്രയും സനിഷ്കർഷവും വിശദവുമായ പരിശോധനക്കും സാർവത്രികമായ അഭിപ്രായ പ്രകടനത്തിനും വിധേയമായ നിയമങ്ങൾ ഉണ്ടായിട്ടില്ലെന്നുതന്നെ പറയാം. അധ്യാപകരുടെ താൽപ്പര്യ സംരക്ഷണമാണ് ഈ ആക്ട് കൊണ്ട് ഉദ്ദേശിക്കപ്പെട്ടിരുന്നതെന്ന കാര്യവും ഇവിടെ നാം ഓർക്കേണ്ടതാണ്. ഈ ആക്ടിന്റെ പ്രധാന ഉദ്ദേശ്യങ്ങൾ ഇവയാണ്:

1. വിദ്യാഭ്യാസ വകുപ്പ് പാസാക്കുന്ന ഉത്തരവുകൾ നടപ്പിലാക്കുന്നതിനും അതുവഴി അധ്യാപകന് അർഹമായ സംരക്ഷണം നൽകുന്നതിനും സാധിക്കുന്ന വിധത്തിൽ ഡിപ്പാർട്മെന്റൽ നിയമങ്ങൾക്കും കീഴ്വഴക്കങ്ങൾക്കും പ്രാബല്യം നൽകുക.
2. മാനേജർമാരുടെ സൂപ്രവൈസറി അധികാരങ്ങൾ വെട്ടിക്കുറക്കാതെ തന്നെ പ്രൈവറ്റ് സ്കൂളുകളിലെ അധ്യാപകരുടെ നിയമനം, സേവനവ്യവസ്ഥകൾ തുടങ്ങിയവ നിയന്ത്രിക്കുക.
3. തികഞ്ഞ ദുർഭരണം നിലവിലിരിക്കുന്ന സ്കൂളുകളെ സംബന്ധിച്ച് കാര്യമായ നടപടികൾ നടത്തുവാനുള്ള അധികാരം ഗവൺമെന്റ് നേടുക.

അധ്യാപകനിയമനം എന്ന പ്രശ്നത്തിലാണ് മാനേജർ വിഭാഗത്തിൽ നിന്ന് എതിർപ്പുണ്ടായത്. മെയ്ന്റനൻസ് ചെലവ് ഇനത്തിൽ നൽകുന്ന തുകയ്ക്ക് പുറമെ അധ്യാപകരുടെ മുഴുവൻ ശമ്പളവും അലവൻസും മറ്റും ഗവൺമെന്റാണ് വഹിക്കുന്നതെങ്കിലും അധ്യാപകരെ തെരഞ്ഞെടുക്കുന്നതിനും നിയമിക്കുന്നതിനുമുള്ള പരിപൂർണ അധികാരം തങ്ങൾക്ക് നൽകണമെന്നാണ് ക്രിസ്ത്യൻ മാനേജ്മെന്റുകളുടെ പ്രത്യേകിച്ചും കത്തോലിക്ക മാനേജ്മെന്റുകളുടെ അവകാശവാദം. പൊതുവെ പല നേതാക്കളും ഈ അവകാശവാദത്തെ ശക്തിയായി എതിർത്തിട്ടുണ്ട്. കമ്യൂണിസ്റ്റ് ഗവൺമെന്റിനെതിരായ സമരത്തിന്റെ 'പ്രധാന പടത്തലവനായി' പ്രഖ്യാപിച്ചു കഴിഞ്ഞിട്ടുള്ള നായർ സർവീസ് സൊസൈറ്റി നേതാവ് ശ്രീ. മന്നത്ത് പത്മനാഭനും ഈ നേതാക്കളുടെ കൂട്ടത്തിൽ പെടും.

ഒരു തകിടം മറിച്ചിൽ

ശ്രീ. മന്നത്തു പത്മനാഭൻ ഒരു പ്രസ് കോൺഫറൻസിൽ വെച്ച് ഇപ്രകാരം പറഞ്ഞു (1957 ആഗസ്ത് 28-ാം തീയതിയിലെ *ദേശബന്ധു* റിപ്പോർട്ട്): "ഇപ്പോഴും ബില്ലിനെ എതിർക്കുന്ന കുറേ ആളുകളുണ്ട്. ഹിന്ദുക്കളും മുസ്ലിങ്ങളും ഈ ബില്ലിനെ അതിന്റെ ഇപ്പോഴത്തെ നിലയിൽ സമ്പൂർണമായി തന്നെ സ്വാഗതം ചെയ്യുന്നുവെന്ന് പറയുന്നതിൽ തെറ്റില്ല. അപ്പോൾ തന്നെ ജനസംഖ്യയിൽ നാലിൽ മൂന്നു ഭാഗത്തിന്റെയും ആനുകൂല്യം സിദ്ധിച്ചുകഴിഞ്ഞുവെന്ന് സ്പഷ്ടമാണ്. ക്രിസ്ത്യാനികളിൽ നല്ലൊരു പങ്ക് ഇതേ ബില്ലിനെ അനുകൂലിക്കുന്നവരുണ്ടെന്ന് പത്ര റിപ്പോർട്ടുകളിൽ നിന്ന് ധരിക്കുവാൻ കഴിയും. സെലക്ട് കമ്മിറ്റി

മന്നത്ത് പത്മനാഭൻ

റിപ്പോർട്ട് കണ്ടതിന് ശേഷവും ഈ ബില്ലിനെ എതിർക്കുന്നവർ അധ്യാപകരുടെ ഗുണത്തെയൊ സമുദായ സൗഹാർദത്തെയൊ ആഗ്രഹിക്കുന്നവരല്ല. അവരിലെ പ്രധാനികൾ കത്തോലിക്കരിലെ ഒരു വിഭാഗമാണ്. അവർ, അന്യർക്ക് അവകാശമുള്ള പണം അന്യായ മായി തട്ടിയെടുത്തുകൊണ്ടിരുന്ന പതിവ് തുടരാൻ ഈ ബില്ല് പാസാ കുന്നപക്ഷം സാധ്യമല്ലാതെ വരുന്നതോർത്ത് മരണവേദനയെടുത്ത് പായുന്ന പള്ളി നിയന്ത്രകന്മാരാണെന്ന് സ്പഷ്ടമായിക്കഴിഞ്ഞു. അവരെ പിന്താങ്ങുന്നത് രാജ്യത്തെ ഭരണനീതിയും പാവപ്പെട്ട അധ്യാ പകരുടെ ക്ലേശവും എങ്ങനെയിരുന്നാലും കമ്യൂണിസ്റ്റ് ഭരണത്തെ സന്ദർഭം നോക്കി എന്തുചെയ്തും തകർക്കുന്നതാണ് തങ്ങളുടെ കർ ത്തവ്യമെന്ന് വിചാരിക്കുന്ന രാഷ്ട്രീയപാർട്ടികളിൽ പെട്ടവരും അവരുടെ നേതാക്കളായ ഭര ണഭ്രഷ്ടന്മാരുമാണ്."

ശ്രീ. മന്നത്തു പത്മനാഭൻ ഇപ്രകാരം തുടർന്നു:

'ഇന്നത്തെ ഗവൺമെന്റ് ഇതു പാസാക്കുമെങ്കിൽ അതു നടപ്പിൽവരുത്തുകയും ചെയ്യും. അത്ര ബഹുജന പിന്തുണയും ന്യായവും ഈ ബില്ലിനുണ്ട്. അസമാധാനമുണ്ടാക്കുന്ന ഈ ഭീഷണി ഇനിയെങ്കിലും നിർത്തിവെക്കണമെന്നാണ് എന്റെ അഭിപ്രായം.'

മുകളിൽ ഉദ്ധരിച്ച പ്രസ്താവനകളുടെ വെളിച്ചത്തിൽ ശ്രീ. മന്നത്തു പത്മനാഭന്റെ ഇന്ന ത്തെ തകിടംമറിച്ചിൽ വളരെ വിചിത്രമായിരിക്കുന്നു. പ്രസ്തുത ബില്ല് സെലക്ട് കമ്മിറ്റി റി പ്പോർട്ടിന് ശേഷം സംസ്ഥാന നിയമസഭ പാസാക്കുകയും കേന്ദ്രഗവൺമെന്റ് സസൂക്ഷ്മം പരിശോധിക്കുകയും പിന്നീട് സുപ്രീം കോടതിയുടെ പരിശോധനക്കായി സമർപ്പിക്കപ്പെടുക യും ചെയ്തു എന്ന കാര്യവും എടുത്തുപറയേണ്ടതായിട്ടുണ്ട്. സുപ്രീംകോടതിയുടെ അഭിപ്രാ യങ്ങളുടെ അടിസ്ഥാനത്തിൽ ഭേദഗതി വരുത്തപ്പെട്ട ബില്ല് പ്രസിഡണ്ടിന്റെ അനുമതിയും നേടിക്കഴിഞ്ഞിട്ടുണ്ട്.

ആക്ടിലെ ഇപ്പോൾ എതിർപ്പിന് വിധേയമായിട്ടുള്ള പതിനൊന്നാം വകുപ്പ് ഇപ്രകാര മാണ്: "ഈ ആക്ട് അധികാരപ്പെടുത്തുന്നതനുസരിച്ച് പബ്ലിക് സർവീസ് കമീഷൻ ഗവൺ മെന്റ് വിദ്യാലയങ്ങളിലും എയ്ഡഡ് സ്കൂളുകളിലും അധ്യാപകരായി നിയമിക്കപ്പെടുന്ന തിന് ആളുകളെ തെരഞ്ഞെടുക്കുന്നതാണ്. ഓരോ വർഷത്തിലും മെയ് 31-ന് മുമ്പ് ആ വർഷത്തിൽ ഉണ്ടായേക്കാവുന്ന അധ്യാപകരുടെ ഒഴിവ് ശരിയായി പരിഗണിച്ച ശേഷം ആവശ്യമുള്ളത്ര ആളുകളെ പബ്ലിക് സർവീസ് കമീഷൻ തെരഞ്ഞെടുക്കേണ്ടതാണ്. ഓരോ ജില്ലയിലേക്കും പ്രത്യേകിച്ച് ആളുകളെ തെരഞ്ഞെടുക്കുന്നതും ഇപ്രകാരം തെരഞ്ഞെടുക്ക പ്പെടുന്നവരുടെ ലിസ്റ്റ് ഗസറ്റിൽ പ്രസിദ്ധീകരിക്കുന്നതുമാണ്. സ്കൂൾ സ്ഥിതി ചെയ്യുന്ന ജില്ല യിലേക്ക് തെരഞ്ഞെടുക്കപ്പെട്ട അധ്യാപകരുടെ ലിസ്റ്റിൽ നിന്നു മാത്രമേ എയ്ഡഡ് സ്കൂൾ മാനേജർമാർ നിയമനം നടത്താവൂ. മതിയായ കാരണം കാണിക്കുകയാണെങ്കിൽ പി എസ് സിയുടെ അനുമതിയോടുകൂടി മറ്റേതെങ്കിലും ജില്ലക്കുള്ള ലിസ്റ്റിൽ നിന്നും മാനേജർക്ക് അധ്യാപകരെ നിയമിക്കാവുന്നതാണ്. ഇപ്രകാരം പ്രസിദ്ധീകരിക്കപ്പെടുന്ന ലിസ്റ്റിൽ നിന്നു മാത്രമായിരിക്കും ഗവൺമെന്റ് സ്കൂളുകളിലേക്കുള്ള അധ്യാപകരും നിയമിക്കപ്പെടുന്നത്.[7]

പത്രസമ്മേളനത്തിൽ ഇ എം എസ് ചോദ്യങ്ങൾക്കു നൽകിയ മറുപടിയിലും തയാറാ ക്കി നൽകിയ പ്രസ്താവനയിലും സർക്കാർ പിറകോട്ടില്ല എന്ന സന്ദേശമാണ് നൽകിയത്. എന്നാൽ, മാന്യമായ ഒത്തുതീർപ്പിനു സർക്കാർ തയാറാവുകയും ചെയ്തിരുന്നു.

സർക്കാരിനെതിരെ നടക്കുന്ന പ്രക്ഷോഭത്തിനുപിന്നിൽ വിദേശശക്തികളുടെ ഇട പെടലുണ്ടെന്ന് സംശയം പ്രകടിപ്പിച്ചുകൊണ്ട് കമ്യൂണിസ്റ്റ് പാർട്ടി ആദ്യമായി രംഗത്തുവ ന്നത് 1958 സെപ്തംബറിലാണ്. പാർട്ടി സംസ്ഥാന സെക്രട്ടറിയറ്റ് അതുസംബന്ധിച്ച് ഒരു പ്രസ്താവന പത്രങ്ങൾക്കു നൽകി. *ദേശാഭിമാനി* ഒന്നാം പേജിൽ പ്രസിദ്ധപ്പെടുത്തിയ ആ പ്രസ്താവന:

പ്രക്ഷോഭത്തിനു പിന്നിൽ വിദേശ സാമ്രാജ്യ ശക്തികൾ

കമ്യൂണിസ്റ്റ് പാർട്ടി സെക്രട്ടറിയറ്റ് പ്രസ്താവന

തിരുവനന്തപുരം, സെപ്തംബർ 4: കേരളത്തിൽ കമ്യൂണിസ്റ്റ് ഗവൺമെന്റിനെതിരായ പ്രക്ഷോഭത്തിൽ വിദേശ സാമ്രാജ്യശക്തികൾ തൽപ്പരരാണ് എന്ന നിഗമനത്തിലെത്തുന്നത് അബദ്ധമാവില്ലെന്ന് കമ്യൂണിസ്റ്റ് പാർട്ടി സ്റ്റേറ്റ് സെക്രട്ടറിയറ്റ് പ്രസ്താവനയിൽ പറഞ്ഞു. ഇവിടുത്തെ വിദ്യാഭ്യാസബിൽ വിരുദ്ധ പ്രക്ഷോഭത്തിന് ബ്രിട്ടനിലെയും അമേരിക്കയിലെയും ചില സാമ്രാജ്യ പത്രങ്ങൾ വലിയ പ്രാധാന്യം നൽകിയിട്ടുണ്ട്. ഇന്ത്യ ഇന്ന് അഭിമുഖീകരിക്കുന്ന ഏറ്റവും വലിയ ആപത്ത് കമ്യൂണിസമാണെന്ന് *മാഞ്ചെസ്റ്റർ ഗാർഡിയൻ* എഴുതിയത് സെക്രട്ടറിയറ്റ് ഉദ്ധരിച്ചു.

വിദ്യാഭ്യാസ ബില്ലിനെതിരായ പ്രക്ഷോഭം കമ്യൂണിസ്റ്റ് ഗവൺമെന്റിനെ അട്ടിമറിക്കാനുള്ള ഗൂഢാലോചനയുടെ ഭാഗമാണ്. ശ്രീമൻനാരായണനെപ്പോലെ ചില അഖിലേന്ത്യാ കോൺഗ്രസ് നേതാക്കളുടെയും ഇന്ത്യയിലാകെയുള്ള കാത്തലിക് പൗരോഹിത്യത്തിന്റെയും മറ്റു പിന്തിരിപ്പന്മാരുടെയും പിന്തുണ ഈ പ്രക്ഷോഭത്തിനുണ്ട്. ഭരണഘടനയുടെ ചട്ടക്കൂടിൽ നിന്നും ഭരണഘടനയിൽ നിന്നു സിദ്ധമായ അധികാരങ്ങൾ ഉപയോഗിച്ചും ഭരണം നടത്തുന്ന ഒരു ഗവൺമെന്റാണിത്. അതുകൊണ്ട് കേന്ദ്രം ഇടപെടുമെന്നോ ജനാധിപത്യവാദികളായ ഇന്ത്യൻ ജനത ഇടപെടാൻ കേന്ദ്രത്തെ അനുവദിക്കുമെന്നോ ധരിക്കുന്നത് വിഡ്ഢിത്തമായിരിക്കും.[8]

വിദ്യാഭ്യാസ ബില്ലിനെതിരായ സ്കൂൾ അടച്ചിടൽ സമരത്തിന്റെ തുടക്കം 1958 സെപ്തംബറിലായിരുന്നു. സെപ്തംബർ 13-ന് സ്കൂളുകൾ അടച്ചിടാൻ സ്വകാര്യ മാനേജ്മെന്റുകളുടെ വിദ്യാഭ്യാസ അവകാശ സംരക്ഷണ സമിതി തീരുമാനിച്ചു. സ്കൂൾ പൂട്ടിയിട്ടാൽ പുതിയതു തുറക്കുമെന്നായിരുന്നു വിദ്യാഭ്യാസ മന്ത്രി ജോസഫ് മുണ്ടശ്ശേരിയുടെ പ്രതികരണം. കത്തോലിക്കപൗരോഹിത്യത്തിന്റെ നേതൃത്വത്തിലുള്ള സമരമാണിതെന്നും നിയമസഭയിൽ ബിൽ പരിഗണിച്ചപ്പോൾ പിൻവലിക്കണമെന്ന് ആരും ആവശ്യപ്പെട്ടിട്ടില്ലെന്നും അദ്ദേഹം പറഞ്ഞതു *ദേശാഭിമാനി* റിപ്പോർട്ട് ചെയ്തിട്ടുണ്ട്. ഏതായാലും സെപ്തംബർ 13-ന്റെ സ്കൂളടപ്പു സമരം പരാജയമായിരുന്നു. ഏഴായിരത്തിലധികം സ്കൂളുകളുള്ളതിൽ മുന്നൂറോളം സ്കൂളുകൾ മാത്രമാണ് അടച്ചിട്ടത്. മറ്റു പ്രത്യക്ഷസമരങ്ങൾക്കും ഊർജം നഷ്ടപ്പെട്ടുകൊണ്ടിരിക്കുന്ന ഘട്ടത്തിലാണ് 1959 ജൂൺ ആദ്യം 'വിമോചനസമരം' പ്രഖ്യാപിക്കപ്പെടുന്നത്. ഏതെങ്കിലും ആവശ്യം നേടാനായിരുന്നില്ല, സർക്കാരിനെ പുറത്താക്കാനായിരുന്നു സമരം എന്നതാണ് ഇതിന്റെ ചരിത്രപ്രാധാന്യം.

ഇ എം എസ് ഗവൺമെന്റിനെ അട്ടിമറിക്കുന്നതിന് അമേരിക്കൻ ചാരസംഘടനയായ സിഐഎ ഇടപെട്ടതിന്റെയും കേരളത്തിലേക്ക് പണം നൽകിയതിന്റെയും തെളിവുകൾ ഡോ. തോമസ് ഐസക് അദ്ദേഹത്തിന്റെ ഗവേഷണഗ്രന്ഥത്തിൽ ചോദ്യം ചെയ്യാനാവാത്ത വിധം അവതരിപ്പിച്ചിട്ടുണ്ട്. അതുകൊണ്ട് അതിലേക്ക് കടക്കുന്നില്ല. വിദേശബന്ധം പുറത്തുകൊണ്ടുവരുന്നതിന് *ദേശാഭിമാനി* നടത്തിയ പ്രവർത്തനം പരാർശിക്കാനാണ് ഇവിടെ ഉദ്ദേശിക്കുന്നത്. മധ്യഅമേരിക്കൻ രാഷ്ട്രമായ ഗ്വാട്ടിമലയിൽ ജേക്കബ് അർബൻസിന്റെ നേതൃത്വത്തിലുള്ള ഇടതുപക്ഷ സർക്കാരിനെ 1954-ൽ അട്ടിമറിച്ചത് അമേരിക്ക നേരിട്ടായിരുന്നു. പിന്നീട് 1965-ൽ ഇന്തോനേഷ്യയിൽ പത്തുലക്ഷത്തിലേറെ കമ്യൂണിസ്റ്റുകാരെ കൂട്ടക്കൊല നടത്തിയതിൽ സിഐഎക്കുള്ള പങ്ക് യു എസ് സ്റ്റേറ്റ് ഡിപ്പാർട്ടമെന്റിന്റെ രേഖകൾ തന്നെ സ്ഥിരീകരിച്ചിട്ടുണ്ട്. ഇന്ത്യയിൽ 1973 മുതൽ 1975 വരെ അമേരിക്കൻ അംബാസഡറായിരുന്ന ഡാനിയൽ പാട്രിക് മൊയ്നിഹാന്റെ ഓർമക്കുറിപ്പുകളായ *എ ഡെയ്ഞ്ചറസ് പ്ലേസ്* എന്ന ഗ്രന്ഥത്തിലൂടെയാണ് കേരളത്തിലെയും ബംഗാളിലെയും സിഐഎ ഇടപെടലിന്റെ വിവരങ്ങൾ ആദ്യം പുറത്തുവരുന്നത്. അട്ടിമറി പ്രവർത്തനത്തിന് ഒരിക്കൽ കേരളത്തിലേക്കും രണ്ടുതവണ ബംഗാളിലേക്കും സിഐഎ പണം നൽകിയെന്ന് മൊയ്നിഹാൻ വെളിപ്പെടുത്തി. ഇതിൽപിടിച്ചുള്ള അന്വേഷണമാണ് ഡോ. ഐസക് നടത്തിയത്.

കേരളത്തിലെ വിമോചനസമരത്തിന് ധനസഹായം ചോദിച്ചുകൊണ്ട് എറണാകുളത്തുനിന്ന് ഫാദർ തിയോഫേൻ ഷിക്കാഗോവിലെ കോമൺവീൽ എന്ന സംഘടനയ്ക്കും ന്യൂ

യോർക്കിലെ മറ്റൊരു മതസംഘടനയ്ക്കും അയച്ച കത്തുകൾ *ദേശാഭിമാനി* 1959 ആഗസ്ത് 2, 3 തീയതികളിലായി പ്രസിദ്ധീകരിച്ചു. രണ്ടു കത്തുകളുടെയും ഉള്ളടക്കം ഏറെക്കുറെ സമാനമായിരുന്നു. ഫാദർ തിയോഫേൻ എറണാകുളത്ത് കപൂച്ചിൻ ഫാദേഴ്സ് എന്ന പേരിൽ ഒരു സംഘടനയുണ്ടാക്കിയിരുന്നു. ഈ സംഘടന വഴിയാണ് പണം ചോദിച്ചത്.

ന്യൂയോർക്കിലേക്ക് അയച്ച കത്തിലെ ചില വാചകങ്ങൾ:

> കഴിഞ്ഞ രണ്ടു കൊല്ലമായി ഈ സ്റ്റേറ്റിൽ കമ്യൂണിസ്റ്റ് ഭരണമാണ് നടക്കുന്നത്. അവരിപ്പോഴും അധികാരത്തിലിരിക്കുന്നു. അവർ ഗവൺമെന്റ് ഖജാന കൊള്ളയടിച്ചു. അവർ നാട്ടിൽ നിയമരാഹിത്യം അഴിച്ചുവിട്ടു. അവർ വിദ്യാഭ്യാസ വ്യവസ്ഥയെ അലങ്കോലപ്പെടുത്താൻ ശ്രമിക്കുകയാണ്. അവർ എന്തു തോന്ന്യാസത്തിനും തയാറാണ്. ജനങ്ങൾക്ക് അവരെ മടുത്തിരിക്കുന്നു. ജനങ്ങൾ അവരെ പുറത്താക്കാൻ ആഗ്രഹിക്കുകയും ചെയ്യുന്നു. പക്ഷേ കമ്യൂണിസ്റ്റുകാർ അത്ര വേഗത്തിൽ പുറത്തുപോകുമെന്നു തോന്നുന്നില്ല. അങ്ങിനെ സമരം തുടരുകയാണ്. ഒരു വലിയ വളണ്ടിയർ സംഘം രംഗത്തുണ്ട്. ചെറുപ്പക്കാരും സ്ത്രീകളും ഇതിൽ ഉൾപ്പെടും. ഈ വളണ്ടിയർമാരെ നിലനിർത്താനും സമരം തുടരാനും വലിയ ചിലവുണ്ട്. ഇതിനുവേണ്ടി രാജ്യത്തിലെ എല്ലാ കഴിവുകളും ഉപയോഗിക്കുന്നുണ്ട്.
>
> ഈ ആവശ്യകത പരിഗണിച്ചു ഞങ്ങൾ വീട്ടുപണി നിർത്താൻ നിർബന്ധിതരായിരിക്കുന്നു. ഇന്നത്തെ പരിതഃസ്ഥിതിയിൽ ഇവിടെ നിന്നു യാതൊരു സഹായവും പ്രതീക്ഷിക്കാൻ നിവൃത്തിയില്ല. കെട്ടിടത്തിന്റെ പണി പൂർത്തിയാക്കാൻ നിങ്ങൾ ഞങ്ങളെ സഹായിക്കില്ലേ. അസീസിയിലെ ആ ദരിദ്രന്റെ പേരിൽ ഞാൻ നിങ്ങളോടഭ്യർഥിയ്ക്കുന്നു. ചെറിയ ഒരു സഹായത്തിന് ഞങ്ങൾ നിങ്ങളോടു കൃതജ്ഞരായിരിക്കും.-ഫാദർ തിയോഫേൻ, ഒ എഫ് എം കാപ്പ്.

തിയോഫേൻ അമേരിക്കയിലേക്ക് അയച്ച രണ്ടു കത്തുകളുടെ പകർപ്പും വാർത്തയോടൊപ്പം *ദേശാഭിമാനി* പ്രസിദ്ധീകരിച്ചിരുന്നു. സർക്കാർ വിരുദ്ധ പത്രങ്ങൾ ആ ഭാഗത്തേക്ക് തിരിഞ്ഞുനോക്കിയില്ല. മന്ത്രിസഭയെ അട്ടിമറിക്കാൻ കേരളത്തിൽ വിദേശ പണം ഒഴുകിയിട്ടുണ്ടെന്ന് ആഗസ്ത് ഏഴിനു എഴുതിയ മുഖപ്രസംഗത്തിൽ *ദേശാഭിമാനി* തറപ്പിച്ചു പറഞ്ഞു. മുഖപ്രസംഗം:

സമരത്തിന് വിദേശ ധനസഹായം

കേരളത്തിൽ നടന്ന വിമോചനസമരത്തിന് അമേരിക്കൻ ധനസഹായമുണ്ടായിട്ടുണ്ട് എന്നു വിചാരിക്കാൻ കാരണങ്ങളുണ്ട്. സമരത്തിന് സഹായമാവശ്യപ്പെട്ടുകൊണ്ട് ഫാദർ തിയോഫേൻ എന്ന പാതിരി അമേരിക്കയിലെ മതസംഘടനകൾക്ക് അയച്ച രണ്ട് എഴുത്തുകളുടെ ഫോട്ടോ ഈ പംക്തികളിൽ പ്രസിദ്ധം ചെയ്തിരുന്നത് സ്മരണീയമാണ്. കഴിഞ്ഞ മൂന്നുമാസത്തിനുള്ളിൽ ഭാരിച്ച തുകകൾ കേരളത്തിലേക്ക് പ്രവഹിച്ചിട്ടുണ്ടെന്നും റിസർവ് ബാങ്കിൽ ഇതുസംബന്ധിച്ച എല്ലാ രേഖകളും കാണുമെന്നും മി. ഫിറോസ് ഗാന്ധി എം പി ആഗസ്ത് 2-ന് കോൺഗ്രസ് പാർലമെന്ററി പാർട്ടി യോഗത്തിൽ പ്രസ്താവിച്ചതായി റിപ്പോർട്ടുണ്ട് (ദ ഹിന്ദു, ആഗസ്ത് 4). സമരത്തിന്റെ പ്രാരംഭം മുതൽ *ന്യൂയോർക്ക് ടൈംസ്* മുതലായ ചില അമേരിക്കൻ പത്രങ്ങൾ കേരളത്തിലെ സമരത്തിനെ സംബന്ധിച്ച് പ്രദർശിപ്പിച്ചിട്ടുള്ള അനിതരസാധാരണമായ താൽപ്പര്യം ഈ സംശയങ്ങളെ സ്ഥിരീകരിക്കുന്നു.

കേരള ഗവൺമെന്റിനെ അട്ടിമറിക്കുകയെന്നത് ഏതുനിലക്ക് നോക്കിയാലും ബ്രിട്ടീഷമേരിക്കൻ മുതലാളിമാർക്ക് അത്യാവശ്യമുള്ള കാര്യമാണെന്ന് ആലോചിച്ചാലറിയാം. കമ്യൂണിസ്റ്റ് ഗവൺമെന്റ് അധികാരത്തിൽ വന്നതിനു ശേഷം വിദേശ തോട്ടമുടമകളുടെ കൊള്ളലാഭം കുറഞ്ഞിട്ടുണ്ട്. അവർക്ക് കൂടുതൽ നികുതികൾ ഗവൺമെന്റിനും കൂടുതൽ സൗജന്യങ്ങൾ തൊഴിലാളികൾക്കും കൊടുക്കേണ്ടതായി വന്നു. ഈ പക വെച്ചുകൊണ്ട് അവരിൽ ചിലർ പ്രത്യക്ഷത്തിൽ തന്നെ കേരള ഗവൺമെന്റിനെതിരായ രാഷ്ട്രീയ നീക്കങ്ങളിൽ പങ്കെടുത്തിട്ടുണ്ട്. കണ്ണൻദേവൻ കമ്പനി മാനേജർ മി. സൂട്ടർ എന്ന മാന്യൻ ഒരു രാഷ്ട്രീയ നേതാവിനെപ്പോലെയാണ് പെരുമാറുന്നതെന്ന് കേരള ഗവൺമെന്റിന്റെ റവന്യൂ ബോർഡ് മെമ്പർ മി. എസ് ഗോവിന്ദമേനോൻ തന്റെ അന്വേഷണ റിപ്പോർട്ടിൽ വിസ്തരിച്ചത് സ്മരണീയമാണ്. കമ്യൂണിസ്റ്റ് ഭരണം കേരളത്തിൽ നില

നിന്നാൽ അതു തങ്ങൾക്ക് വിപത്താവുമെന്ന് ബ്രിട്ടീഷമേരിക്കൻ കുത്തക മുതലാളിമാർ ഭയപ്പെടുകയും ചെയ്യുന്നു. അതിനാൽ കമ്യൂണിസ്റ്റ് ഗവൺമെന്റിനെ മാറ്റാനുള്ള ഈ സമരത്തിന് വിദേശ വൃത്തങ്ങൾ സംഭാവന ചെയ്തിട്ടുണ്ട് എന്നു തീർച്ചയാണ്.

ഇതു വളരെ ഗുരുതരമായ ഒരു സ്ഥിതിവിശേഷമാണ്. ഇന്ത്യയുടെ ആഭ്യന്തര കാര്യങ്ങളിൽ വിദേശീയർ കൈയിടുകയും അട്ടിമറിയുണ്ടാക്കുകയും ചെയ്തുവെന്നത് നമ്മുടെ രാജ്യത്തിന്റെ പരമാധികാരത്തെത്തന്നെ ചോദ്യം ചെയ്യുന്ന ഒരു വസ്തുതയാണ്. ഇന്ത്യൻ സ്വാതന്ത്ര്യത്തെപ്പറ്റി ഉൽഘോഷിക്കാറുള്ള മി. ജവഹർലാൽ നെഹ്റുവിനും അദ്ദേഹത്തിന്റെ ഗവൺമെന്റിനും ഇന്ത്യൻ സ്വാതന്ത്ര്യത്തെ തുരങ്കം വെക്കുന്ന ഈ വിദേശ ധനപ്രവാഹത്തെ അറിയാൻ സാധിച്ചിട്ടില്ല എന്നു പറയുന്നത് അത്ഭുതാവഹമായിരിക്കുന്നു. വിദേശങ്ങളിലേക്ക് അയക്കാറുള്ള എഴുത്തുകൾ സെൻസർ ചെയ്യുന്ന പതിവുണ്ടല്ലോ. ഒന്നുമില്ലെങ്കിൽ ഫാദർ തിയോഫേന്റെ രണ്ടു കത്തുകളെ സംബന്ധിച്ചിടത്തോളമെങ്കിലും നെഹ്റു ഗവൺമെന്റിന് താൽപര്യമുണ്ടായിരുന്നെങ്കിൽ ഒരു രഹസ്യപ്പൊലീസ് അന്വേഷണം നടത്തി കൂടുതൽ വിവരങ്ങൾ ശേഖരിക്കാമായിരുന്നു. കമ്യൂണിസ്റ്റ് ഗവൺമെന്റിനെതിരായി പരിശുദ്ധമായ വ്യാജങ്ങൾ പറയാമെന്ന നിലയോളം അധഃപതിച്ചിട്ടുള്ള മി. ജവഹർലാൽ നെഹ്റു ഇക്കാര്യത്തിൽ മൗനം ദീക്ഷിക്കുന്നതു സ്വാഭാവികമാണ്.

ഈ ആരോപണത്തെപ്പറ്റി ഒരു പരസ്യാന്വേഷണം നടത്താൻ ജനങ്ങൾ ഇന്ത്യാഗവൺമെന്റിനോട് ആവശ്യപ്പെടണം. ഇത്തരമൊരു അന്വേഷണത്തിന് വിമോചന സമരസമിതി നേതാവ് ശ്രീ. മന്നത്ത് പത്മനാഭനും ആവശ്യപ്പെട്ടിട്ടുണ്ട്. കമ്യൂണിസ്റ്റ് കള്ളപ്രചരണത്തിന്റെ പൊള്ളത്തരം നാട്ടുകാർക്ക് മനസ്സിലാക്കിക്കൊടുക്കുക എന്നതാണത്രെ ശ്രീ. മന്നത്ത് പത്മനാഭന്റെ ഉദ്ദേശ്യം (*മാതൃഭൂമി*, ആഗസ്ത് 6). ഏതായാലും തൽപ്പരകക്ഷികൾക്ക് എതിരില്ലാത്തതിനാൽ അന്വേഷണം ഏർപ്പെടുത്താൻ ഇന്ത്യാഗവൺമെന്റിന് ഇനിയൊരു വിഷമമുണ്ടാകാൻ വയ്യ.

അവസാനമായി ശ്രീ. മന്നത്ത് പത്മനാഭനോട് ഒരു വാക്ക്: വിദേശ ധനസഹായത്തെപ്പറ്റി അദ്ദേഹം നിഷേധിച്ചതുകൊണ്ടു മാത്രം കാര്യമില്ല. ശ്രീ. മന്നവും വിമോചന സമരസമിതിയും ഇത്രയും പരിശുദ്ധമാണെങ്കിൽ അവരുടെ വരവുചെലവു കണക്കുകളും പണമെവിടെനിന്നു കിട്ടി എന്നതിന്റെ വിശദമായ കണക്കുകളും അദ്ദേഹം പൊതുജനങ്ങളുടെ മുമ്പിൽ വെയ്ക്കട്ടെ.[9]

പല മാർഗങ്ങളിലൂടെ അമേരിക്കൻ പണം കേരളത്തിലേക്കു വന്നിരുന്നുവെന്ന് പിന്നീട് വെളിപ്പെട്ടു. കത്തോലിക്ക പള്ളിക്കാണ് കൂടുതൽ കിട്ടിയത്. ഒരു മലയാള പത്രവും പണം കിട്ടിയവരുടെ പട്ടികയിലുണ്ട്. അന്നു കേന്ദ്ര ഭക്ഷ്യമന്ത്രിയായിരുന്ന എസ് കെ പാട്ടീലിനെ സിഐഎ പാട്ടിലാക്കിയിരുന്നു. കോൺഗ്രസ് പ്രസിഡണ്ടായിരുന്ന ഇന്ദിരാഗാന്ധി വഴി സിഐഎ പണം ലഭ്യമാക്കിയെന്ന് പാട്രിക് മൊയ്നിഹാൻ വെളിപ്പെടുത്തിയത് ഇന്ദിരാഗാന്ധി നിഷേധിക്കുകയുണ്ടായി. എന്നാൽ, താൻ രേഖപ്പെടുത്തിയതിൽ ഒരു മാറ്റവും മൊയ്നിഹാൻ വരുത്തിയില്ല. *ദേശാഭിമാനി* മുഖപ്രസംഗത്തിൽ സിഐഎ ഇടപെടലിനെക്കുറിച്ച് പരാമർശങ്ങളൊന്നുമുണ്ടായിരുന്നില്ല. അതുസംബന്ധിച്ച വിവരങ്ങൾ പുറത്തുവരുന്നത് പിന്നീടാണല്ലോ.

മന്ത്രിസഭ പിരിച്ചുവിടാനുള്ള തീരുമാനം ജൂലൈ 31-ന് വന്നപ്പോൾ ആരും അത്ഭുതപ്പെട്ടില്ല. കാരണം സർക്കാരിനെ പിരിച്ചുവിടുമെന്ന് വിമോചനസമര നേതാക്കൾ ആവർത്തിച്ചു പറഞ്ഞുകൊണ്ടിരുന്നു. പിരിച്ചുവിടലിന്റെ തീയതിയേ തീരുമാനിക്കാനുള്ളു എന്ന മട്ടിൽ മലയാള പത്രങ്ങൾ മാത്രമല്ല, ചില ഇംഗ്ലീഷ് പത്രങ്ങളും കേന്ദ്ര സർക്കാർ വൃത്തങ്ങളെ ഉദ്ധരിച്ച് വാർത്തകൾ നൽകി. അതിനു പിന്നാലെയാണ് വർഗീയ ശക്തികളുടെയും തന്റെ മകൾ ഇന്ദിരാഗാന്ധി പ്രസിഡണ്ടായ പാർട്ടിയുടെയും സമ്മർദത്തിന് വഴങ്ങി മന്ത്രിസഭയെ പുറത്താക്കാനും നിയമസഭ പിരിച്ചുവിടാനും നെഹ്റു തീരുമാനമെടുത്തത്. നെഹ്റു ഗവൺമെന്റിന്റെ ശുപാർശ രാഷ്ട്രപതി അംഗീകരിച്ചു.

മന്ത്രിസഭ പിരിച്ചുവിട്ടുകൊണ്ടുള്ള രാഷ്ട്രപതിയുടെ വിജ്ഞാപനം വന്നതിനു പിറ്റേന്ന് *ദേശാഭിമാനി* പ്രസിദ്ധീകരിച്ച മുഖപ്രസംഗം:

വിശ്വരൂപം കാണിച്ചതിനു നന്ദി

എല്ലാ രാജ്യങ്ങളിലും നാടുവാഴികളുടെ കയ്യിൽ നിന്ന് അധികാരം പിടിച്ചുപറ്റുന്നതിനുള്ള സമ

രത്തിൽ മുതലാളിവർഗം തങ്ങളുടെ ഭാഗത്ത് ജനങ്ങളെ അണിനിരത്താൻ ഉപയോഗിച്ചിട്ടുള്ള ഒരു ആകർഷകമായ വസ്തുവാണ് പാർലമെന്ററി ജനാധിപത്യം. നാടുവാഴി സ്വേഛാധിപത്യം പോക ണമെന്നും ജനാധിപത്യം സ്ഥാപിക്കണമെന്നും മുതലാളിവർഗം മുറവിളി കൂട്ടുന്നു. ഫ്രാൻസിലും ഈജിപ്തിലുമെല്ലാം പാർലമെന്ററി ജനാധിപത്യത്തിന്റെ ഉത്ഭവം ഇങ്ങനെയാണ്. പക്ഷേ, നാടു വാഴികൾക്കെതിരായ സമരത്തിൽ വിജയിച്ച് പാർലമെന്ററി ജനാധിപത്യം സ്ഥാപിതമായശേഷം തങ്ങളുടെ രാഷ്ട്രീയപ്പാർട്ടിയല്ല, തൊഴിലാളി-കർഷക ജനതയുടെ രാഷ്ട്രീയപ്പാർട്ടി തെരഞ്ഞെടു പ്പിൽ ജയിക്കുന്നുവെന്നു കാണുമ്പോൾ മുതലാളിവർഗം തങ്ങളുടെ ജനാധിപത്യ മുഖംമൂടി ഉപേ ക്ഷിച്ചുകൊണ്ട് ഫാസിസം എന്ന പേരിൽ വിളിക്കപ്പെടുന്ന തങ്ങളുടെ വർഗത്തിന്റെ സ്വേഛാധിപ ത്യം സ്ഥാപിക്കുന്നു. ഇതു മുതലാളിവർഗത്തിന്റെ ഭൗതിക സാഹചര്യത്തിൽ നിന്നുത്ഭവിക്കുന്ന ഒരു സ്വഭാവവിശേഷമാണ്.

സ്വകാര്യസ്വത്തും ആദായവാഞ്ഛയുമാണ് മുതലാളിവർഗത്തിന്റെ പ്രേരകശക്തികൾ. അതിനാൽ സ്വാർഥം നിർവഹിക്കാനുള്ള ഒരു ഉപകരണമെന്ന നിലയിലല്ലാതെ നാട്ടുകാരുടെ ഹിതവും ക്ഷേമവും നടപ്പാക്കാൻ ജനാധിപത്യത്തെ പൊക്കിപ്പിടിക്കുക സാധ്യമല്ല. കാൾ മാർക്സ് ഉൾപ്പെടെ മാർക്സിസ്റ്റ് ചിന്തകന്മാർ ഈ വസ്തുത ചൂണ്ടിക്കാണിച്ചിട്ടുണ്ട്. തങ്ങളുടെ വർഗത്തോ ടുള്ള കൂറ് ഉപേക്ഷിച്ചുകൊണ്ട് ബുദ്ധിജീവികളായ വല്ല മുതലാളിമാരും വ്യക്തികളെന്ന നിലയിൽ ഈ സ്വഭാവം ഉപേക്ഷിച്ചവരായി ഉണ്ടായേക്കാമെങ്കിലും മുതലാളി വർഗത്തിന്റെ സാമാന്യ സ്വഭാ വമിതാണ്. ഇതാണ് ജർമനിയിൽ വൈമർ ഭരണഘടന റദ്ദു ചെയ്തുകൊണ്ട് ഹിറ്റ്ലരുടെ നാസി പാർട്ടി അധികാരത്തിൽ വന്നപ്പോൾ സംഭവിച്ചത്. ജർമനിയിൽ ഒന്നാം ലോക മഹായുദ്ധത്തിനു ശേഷം പാർലമെന്ററി തെരഞ്ഞെടുപ്പിൽ വമ്പിച്ച സ്വാധീനശക്തി നേടിയപ്പോൾ മുതലാളിവർഗം ഹിറ്റ്ലറെ അധികാരത്തിൽ കയറ്റിയതുവഴി തങ്ങളുടെ സർവാധിപത്യം സ്ഥാപിച്ചു. ഇറ്റലിയിൽ മുസ്സോളിനിയുടെ ഫാസിസ്റ്റ് ഡിക്ടേറ്റർഷിപ്പ് വന്നപ്പോഴും ഇതുതന്നെയാണ് സംഭവിച്ചത്. സ്പെ യിനിൽ ജനറൽ ഫ്രാൻകോവിന്റെ കക്ഷി ഒരു സായുധകലാപം വഴി പാർലമെന്ററി ഭരണത്തെ മറിച്ചിട്ടപ്പോഴും ഇതുതന്നെ സംഭവിച്ചു. ഫ്രാൻസിൽ ജനറൽ ഡിഗാൾ ഭരണഘടനയുടെ അവകാ ശങ്ങൾ വെട്ടിച്ചുരുക്കിയപ്പോഴും ഈ പ്രവണതയാണ് പ്രകടമായത്.

ഇന്ത്യയിലും സംഭവിച്ചുകൊണ്ടിരിക്കുന്നത് ഇത്തരം ചില പ്രവണതകളാണ്. ബ്രിട്ടീഷ് സാമ്രാ ജ്യത്വത്തിന്റെ കയ്യിൽനിന്ന് അധികാരം പിടിച്ചുപറ്റാനുള്ള സമരത്തിൽ ഇന്ത്യൻ മുതലാളിവർഗത്തി ന്റെ പാർട്ടിയായ കോൺഗ്രസ് ജനാധിപത്യമെന്നും ഉത്തരവാദഭരണമെന്നുമുള്ള ആകർഷകമായ വസ്തുക്കൾ ഉയർത്തിക്കാണിച്ചുകൊണ്ട് ജനങ്ങളെ തങ്ങളുടെ പിന്നിൽ അണിനിരത്തി. തൊഴി ലാളി-കർഷക വർഗങ്ങളുടെ പാർട്ടികൾ അധികാരത്തിൽ വരാത്തേടത്തോളം കാലം ഇതെല്ലാം നിലനിർത്തി. എന്നാൽ ഇന്ത്യയിൽ ഒരു സ്റ്റേറ്റിൽ തൊഴിലാളി-കർഷക വർഗത്തിന്റെ പാർട്ടി തെര ഞ്ഞെടുപ്പിൽ ജയിച്ച് അധികാരത്തിൽ വന്നപ്പോൾ ഇന്ത്യൻ മുതലാളിവർഗത്തിന്റെ രാഷ്ട്രീയപ്പാർ ട്ടിയുടെ നിറം മാറി. ഈ ഗവൺമെന്റിനെ അട്ടിമറിക്കാൻ അവർ കലാപം സംഘടിപ്പിക്കുകയും ആ കലാപത്തിന്റെ പേരിൽ കേന്ദ്രത്തിലെ പട്ടാള ശക്തിയുപയോഗിച്ച് കേരള മന്ത്രിസഭ പിരിച്ചുവിടുക യും ചെയ്തു. യൂറോപ്പിൽ ഫാസിസ്റ്റ് പാർട്ടികളുടെ അധികാരക്കയ്യേറ്റവും കേരളത്തിലെ മന്ത്രിസ ഭയെ പിരിച്ചുവിട്ടതും ഒരുപോലെയാണ് എന്നല്ല ഞങ്ങൾ പറഞ്ഞതിനർഥം. രണ്ടും മുതലാളിവർഗ ത്തിന്റെ ഒരേ സ്വഭാവവിശേഷത്തിന്റെ പ്രകടനങ്ങളാണ് എന്നാണ് ഉദ്ദേശിച്ചത്.

ഫാസിസത്തിന്റെ ആവിർഭാവത്തെപ്പറ്റി സ. സ്റ്റാലിന്റെ ഒരു വിശകലനമാണ് ഞങ്ങൾക്ക് ഓർമ വരുന്നത്. ഫാസിസത്തിന്റെ ആവിർഭാവം തൊഴിലാളിവർഗത്തിന്റെ ദൗർബല്യത്തെയും അതേസ മയത്തുതന്നെ അവരുടെ വിജയത്തെയും കുറിക്കുന്നുവെന്നാണ് സ്റ്റാലിൻ പറഞ്ഞിട്ടുള്ളത്. തൊ ഴിലാളിവർഗത്തിനിടയിൽ ഭിന്നിപ്പുള്ളപ്പോൾ അവരിൽ ഒരു വിഭാഗത്തെ വശീകരിച്ചുകൊണ്ടാണ് മുതലാളിവർഗം അവരുടെ സർവാധിപത്യം സ്ഥാപിക്കുന്നത്. ഇതാണ് സ്റ്റാലിൻ ദൗർബല്യമെന്നു പറഞ്ഞത്. അതേസമയത്ത് ജനാധിപത്യ മുഖംമൂടിയണിഞ്ഞ് ജനങ്ങളെ വഞ്ചിക്കുന്ന മുതലാളി വർഗം മുഖംമൂടി സ്വയം പിച്ചിച്ചീന്തി അവരുടെ തനിനിറം മനസ്സിലാക്കാൻ ജനങ്ങളെ സഹായിച്ചു വെന്നതാണ് തൊഴിലാളിവർഗത്തിന്റെ വിജയമായി സ്റ്റാലിൻ പറഞ്ഞത്. സാധാരണഗതിയിൽ മുതലാളിവർഗത്തിന്റെ രാഷ്ട്രീയപ്പാർട്ടികളുടെ സ്വഭാവത്തെപ്പറ്റി ജനങ്ങളെ ബോധ്യപ്പെടുത്താൻ അനവധി കൊല്ലത്തെ പ്രസംഗവും വിശദീകരണവും കമ്യൂണിസ്റ്റ് പാർട്ടിക്ക് വേണ്ടിവരുമെങ്കിൽ

മുതലാളിവർഗം തങ്ങളുടെ ഫാസിസ്റ്റ് സ്വഭാവം പ്രത്യക്ഷപ്പെടുത്തുന്നതുവഴി അതിവേഗത്തിലും എളുപ്പത്തിലും നഗ്നമായ സത്യം മനസ്സിലാക്കാൻ ജനങ്ങളെ സഹായിക്കുന്നു.

കോൺഗ്രസിന് കേരളത്തിൽ കലാപം സംഘടിപ്പിക്കാനും അതിന്റെ അടിസ്ഥാനത്തിൽ മന്ത്രിസഭയെ പിരിച്ചുവിടാനും കഴിഞ്ഞത് ജനാധിപത്യവാദികൾക്കിടയിൽ ഭിന്നിപ്പുണ്ടാക്കാൻ അവർക്ക് കഴിഞ്ഞതുകൊണ്ടാണ്. പക്ഷേ കോൺഗ്രസും കലാപക്കാരും വിജയഭേരിയടിക്കേണ്ട. വിജയമുണ്ടായിട്ടുള്ളത്, മാന്യരേ, നിങ്ങൾക്കല്ല. കോൺഗ്രസ് നേതൃത്വത്തിന്റെ തനിനിറം ജനങ്ങൾക്കു മനസ്സിലാക്കിക്കൊടുക്കാൻ സാധാരണഗതിയിൽ അനവധി കൊല്ലം കമ്യൂണിസ്റ്റ് പാർട്ടിക്ക് പ്രയത്നിക്കേണ്ടിവരുമായിരുന്ന സ്ഥാനത്ത് ഇന്നത്തെ അട്ടിമറി നടത്തിയതിന്റെ ഫലമായി നാട്ടുകാർക്ക് അവരുടെ യഥാർഥ സ്വഭാവം എളുപ്പത്തിൽ മനസ്സിലാക്കിക്കൊടുക്കാൻ സൗകര്യം ലഭിച്ചിരിക്കുന്നു. ഈ വിശ്വരൂപം ജനങ്ങൾക്കു കാണിച്ചുകൊടുത്തതിന് ഞങ്ങൾ മി. ജവഹർലാൽ നെഹ്റുവിനോട് അപാരമായ നന്ദി പറഞ്ഞുകൊള്ളുന്നു.[10]

വോട്ടെടുപ്പിലൂടെ അധികാരത്തിൽ വന്ന് ലോകത്തെയാകെ അമ്പരപ്പിച്ച കമ്യൂണിസ്റ്റ് സർക്കാരിനെ പ്രതിരോധിക്കാനും വലിയ സാമൂഹ്യമാറ്റത്തിനിടയാക്കുന്ന സർക്കാർ തീരുമാനങ്ങളും നടപടികളും ജനങ്ങൾക്കു വിശദീകരിക്കാനും ഇരുപത്തിയെട്ടുമാസവും *ദേശാഭിമാനി* നിരന്തരമായി പ്രവർത്തിച്ചു. ഒരു രാഷ്ട്രീയ പാർട്ടിയുടെ മുഖപത്രമെന്ന ദൗത്യം നിർവഹിക്കുമ്പോൾത്തന്നെ സാമാന്യ ജനങ്ങൾക്കാവശ്യമായ വിവരങ്ങൾ ആകാവുന്നത്ര നൽകാൻ പത്രം പരിശ്രമിച്ചു. കമ്യൂണിസ്റ്റ് വിരുദ്ധ പത്രങ്ങളുടെ അതിരുവിട്ട പ്രചാരണങ്ങളെ നേരിടുമ്പോഴും അന്തസ്സും മര്യാദയും പുലർത്താൻ പത്രം ശ്രദ്ധിച്ചു. അതുവഴി മലയാള പത്രപ്രവർത്തനത്തിൽ സവിശേഷമായ സ്ഥാനം നേടാൻ കമ്യൂണിസ്റ്റ് പാർട്ടിയുടെ മുഖപത്രത്തിന് കഴിഞ്ഞു.

21

കമ്യൂണിസ്റ്റ് പാർട്ടിയിലെ പിളർപ്പും *ദേശാഭിമാനി*യും

കോൺഗ്രസിനെ വെല്ലുവിളിക്കാവുന്ന പ്രധാന ശക്തിയായി പല സംസ്ഥാനങ്ങളിലും പാർലമെന്റിലും കമ്യൂണിസ്റ്റ് പാർട്ടി വളർന്നുവരുന്നതിനിടയിലാണ് 1964-ൽ പാർട്ടി പിളർന്നത്. പാർട്ടി പ്രവർത്തകരെയും അനുഭാവികളെയും മാത്രമല്ല, ഇടതുപക്ഷ ചിന്താഗതിക്കാരെയാകെ ദുഃഖിതരാക്കിയ ഭിന്നിപ്പ്. ഇടതുപക്ഷവും വലതുപക്ഷവുമായി രണ്ടു പാർട്ടികൾ രൂപം കൊള്ളുകയും നേതാക്കളും പ്രവർത്തകരും വാശിയോടെ ഇരുഭാഗത്തും അണിനിരക്കുകയും ചെയ്തു. അതേസമയം, എല്ലാ സംസ്ഥാനങ്ങളിലും ധാരാളം പ്രവർത്തകർ നിർജീവമായി. രാഷ്ട്രീയ പ്രവർത്തനത്തിൽ നിന്ന് തീരെ വിട്ടുനിന്നവരുമുണ്ട്. പാർട്ടി പിളർപ്പിലേക്ക് നീങ്ങിയപ്പോഴത്തെ അവസ്ഥ ഇ എം എസ് നമ്പൂതിരിപ്പാട് വിശദീകരിക്കുന്നു:

> [...] അങ്ങനെ നാഷണൽ കൗൺസിൽ യോഗത്തിൽ നിന്നുള്ള ഇറങ്ങിപ്പോക്കെന്ന ഉൾപ്പാർട്ടി സംഘടനാ പ്രശ്നം പാർട്ടിക്കകത്തെ രണ്ടു വിഭാഗങ്ങൾ തമ്മിലുള്ള പരസ്യവിവാദത്തിന്റെ രൂപം കൈക്കൊണ്ടു. എന്നാൽ ഇരുചേരികൾ തമ്മിലുള്ള പരസ്യവിവാദത്തിന്റെ പരിധിയിൽ മാത്രമായി ഇത് ഒതുങ്ങിനിന്നില്ല. സ്റ്റേറ്റ് കമ്മിറ്റി, ജില്ലാകമ്മിറ്റികൾ, അവർക്ക് കീഴെയുള്ള പാർട്ടി ഘടകങ്ങൾ എന്നീ ഓരോ നിലവാരത്തിലും ഇരുവിഭാഗങ്ങൾ തമ്മിൽ സംഘടനാപരമായി ഏറ്റുമുട്ടി. ആർക്കാണ് ഭൂരിപക്ഷമെന്ന പ്രശ്നം ഓരോ കമ്മിറ്റിക്കുമകത്ത് രൂക്ഷമായ സംഘട്ടനത്തിൽ ചെന്നുകലാശിക്കുകയും വോട്ടെടുപ്പോടെ പ്രശ്നത്തിന് ഔപചാരിക പരിഹാരമുണ്ടാക്കുകയും ചെയ്തു. പക്ഷേ, വോട്ടെടുപ്പിന്റെ ഫലം എന്തായാലും ജയിച്ചവരും തോറ്റവരും വെവ്വേറെ നിന്ന് തങ്ങളുടേതാണ് യഥാർഥ പാർട്ടി ഘടകമെന്ന അവകാശവാദം ഉയർത്തി.
>
> അതായത്, ഇറങ്ങിപ്പോക്ക് കഴിഞ്ഞ് ഏതാനും ആഴ്ചകൾക്കുള്ളിൽ പാർട്ടി സംഘടനയുടെ ഓരോ നിലവാരത്തിലും സമാന്തരമായ രണ്ടു കമ്മിറ്റി നിലവിൽ വന്നു. ഓരോ വിഭാഗത്തിലുംപെട്ട കമ്മിറ്റി പിളർപ്പിനു മുമ്പുണ്ടായിരുന്ന പാർട്ടിയിലെ മെമ്പർമാരെ പരമാവധി തങ്ങൾക്ക് പിന്നിൽ അണിനിരത്താൻ കിണഞ്ഞ ശ്രമം നടത്തി. ഒരോ മെമ്പറും ഓരോ അനുഭാവിയും എവിടെ നിൽക്കുന്നുവെന്ന് തിട്ടപ്പെടുത്തി ഇരുവിഭാഗക്കാരുടെയും സ്വാധീനം വർധിപ്പിക്കാനുള്ള ശ്രമം നടന്നു. അതേവരെ അവിഭക്തമായി നിന്നിരുന്ന കമ്യൂണിസ്റ്റ് പാർട്ടി അടിമുതൽ മുടിവരെ രണ്ടായി പിളർന്നുവെന്നർഥം.

ഈ മത്സരത്തിൽ ഉയർന്നുവന്ന ഒരു പ്രധാന പ്രശ്നം പാർട്ടിയുടെ പേരിലുള്ള സ്ഥാപനങ്ങളും സ്വത്തുക്കളും ആർക്ക് കൈവശമാകുമെന്നതായിരുന്നു. ആയിടെ പണിത തിരുവനന്തപുരം സ്റ്റേറ്റ്

കമ്മിറ്റി ആപ്പീസ് (ഇന്നത്തെ എം എൻ സ്മാരകം-ലേഖകൻ), അതുപോലെ മറ്റു ചില കെട്ടിടങ്ങളും സ്വത്തുക്കളും *ദേശാഭിമാനി*യും *ജനയുഗ*വും അടക്കമുള്ള പാർട്ടി പത്രങ്ങൾ, പ്രഭാത് ബുക്ക് ഹൗസ് എന്ന പാർട്ടി പ്രസിദ്ധീകരണശാല മുതലായവ ആരുടെ കൈയിലെത്തുമെന്നത് വാശിയേറിയ മത്സരത്തിനു വഴിവെച്ചു. സ്റ്റേറ്റ് കമ്മിറ്റിയിൽ ഭൂരിപക്ഷം വലതുകാർക്കായിരുന്നതിനാൽ ഈ സ്ഥാപനങ്ങളിൽ മിക്കതിന്റെയും നിയന്ത്രണവും മിക്കവാറും പാർട്ടി സ്വത്തുക്കളും വലതുകാർക്ക് കൈവശപ്പെടുത്താൻ കഴിഞ്ഞു.

ചില സാങ്കേതിക കാരണങ്ങളാൽ *ദേശാഭിമാനി* ദിനപത്രവും അതച്ചടിപ്പിക്കുന്ന പ്രസ്സും ഇടതുകാരുടെ കൈവശം വന്നു. എന്നാൽ അവിടെയും പത്രാധിപത്യ ജോലി, മാനേജ്മെന്റ് മുതലായ രംഗങ്ങളിൽ പ്രവർത്തിച്ചിരുന്നവരിൽ ഭൂരിപക്ഷം വലതുകാരായിരുന്നതിനാൽ, ഇടതുകാർക്ക് പത്രനടത്തിപ്പിൽ ഒട്ടേറെ തടസ്സങ്ങൾ അനുഭവപ്പെട്ടു. പ്രസ്സിന്റെ ഉടമാവകാശമുള്ള ലിമിറ്റഡ് കമ്പനിയിലെ ഓഹരിക്കാരിൽ ഭൂരിപക്ഷം നേടാൻ വലതുകാർ നടത്തിയ ശ്രമവും പ്രശ്നങ്ങൾ സൃഷ്ടിച്ചു. പക്ഷേ ആ ശ്രമം അവസാനം പൊളിഞ്ഞു. കമ്പനിയുടെ നിയന്ത്രണം നിലനിർത്താൻ ഇടതുകാർക്ക് സാധിച്ചു.[1]

പാർട്ടിയുടെ സംസ്ഥാന കമ്മിറ്റിയിൽ ബഹുഭൂരിപക്ഷം വലതുപക്ഷക്കാരായിട്ടും *ദേശാഭിമാനി* എങ്ങനെ ഇടതുപക്ഷക്കാരുടെ നിയന്ത്രണത്തിൽ വന്നു എന്ന ചോദ്യം സ്വാഭാവികമാണ്. പുതിയ തലമുറയിലുള്ള പലരും ഈ ലേഖകനോടുതന്നെ ആ സംശയം ഉന്നയിച്ചിട്ടുണ്ട്. ഇതു സംബന്ധിച്ച ചെറിയ സൂചന മാത്രമേ ഇ എം എസ് ഇവിടെ നൽകിയിട്ടുള്ളു. *ദേശാഭിമാനി*യുടെ കാര്യത്തിൽ അന്ന് എന്തൊക്കെ നടന്നു എന്നതിന്റെ വിശദാംശങ്ങൾ രേഖപ്പെടുത്താനാണ് ഇവിടെ ശ്രമിക്കുന്നത്. അതിനുമുമ്പ് അന്നത്തെ സാഹചര്യം എന്തായിരുന്നുവെന്ന് നോക്കാം.

പാർട്ടി പിളർന്ന് രണ്ടായത് 1964-ലാണെങ്കിലും 1950-കളിൽ തന്നെ അഭിപ്രായ ഭിന്നത രൂപപ്പെടാൻ തുടങ്ങിയിരുന്നു. ഇന്ത്യ അടക്കിഭരിക്കുന്ന കോൺഗ്രസ് പാർട്ടിയോടുള്ള സമീപനത്തിന്റെ കാര്യത്തിലാണ് തർക്കം ഉടലെടുക്കുന്നത്. ആ തർക്കം മൂർച്ഛിച്ച് പാരമ്യത്തിലെത്തിയപ്പോഴാണ് നാഷണൽ കൗൺസിലിൽ നിന്ന് 32 പേരുടെ ഇറങ്ങിപ്പോക്ക്. 1961-ൽ വിജയവാഡയിൽ ചേർന്ന പാർട്ടിയുടെ ആറാം കോൺഗ്രസ് രൂക്ഷമായ അഭിപ്രായവ്യത്യാസങ്ങളുടെയും തർക്കങ്ങളുടെയും വേദിയായി. കോൺഗ്രസുമായി ഐക്യമുന്നണിയാവാം എന്നതായിരുന്നു പാർട്ടി ജനറൽ സെക്രട്ടറി അജയ്ഘോഷും എസ് എ ഡാങ്കെയും നയിച്ചിരുന്ന വലതുപക്ഷക്കാരുടെ നിലപാട്. വിജയവാഡ കോൺഗ്രസിൽ യോജിച്ചൊരു രാഷ്ട്രീയ നയരേഖപോലും ഉണ്ടായില്ല. വലതുപക്ഷവും ഇടതുപക്ഷവും വെവ്വേറെ രേഖകൾ അവതരിപ്പിച്ചു. ഇതു രണ്ടിനോടും വിയോജിച്ച് ഇ എം എസ് മൂന്നാമതൊരു രേഖയും മുന്നോട്ടുവെച്ചു. മൂന്നാം രേഖ കാര്യമായി ചർച്ച ചെയ്യപ്പെട്ടില്ല. ചർച്ചക്ക് മറുപടി പറഞ്ഞ ജനറൽ സെക്രട്ടറി അജയ്ഘോഷ് ഇടതുപക്ഷത്തിന്റെ വാദഗതികളിൽ ചിലത് അംഗീകരിച്ചു. ആ പ്രസംഗത്തിലെ കുറേ ഭാഗങ്ങൾ കൂട്ടിച്ചേർത്തുണ്ടാക്കിയ രേഖയാണ് ഒടുവിൽ അംഗീകരിക്കപ്പെട്ടത്. എന്നാൽ പാർട്ടി പരിപാടി അംഗീകരിക്കാൻ കഴിഞ്ഞില്ല. 1951-ൽ അംഗീകരിച്ച പരിപാടി ഉപേക്ഷിക്കുകയും ചെയ്തിരുന്നു. പിളർപ്പ് തൽക്കാലം ഒഴിവാക്കാനായെങ്കിലും ഭിന്നത കുറഞ്ഞില്ല. അംഗീകരിക്കപ്പെട്ട പ്രമേയം ഇരുകൂട്ടരും അവർക്കിഷ്ടം പോലെ വ്യാഖ്യാനിച്ചു.

അപ്പോഴേക്കും ലോക കമ്യൂണിസ്റ്റ് പ്രസ്ഥാനത്തിലും ഭിന്നത രൂപപ്പെട്ടിരുന്നു. വലതുകമ്യൂണിസ്റ്റുകാർ സോവിയറ്റ് ചേരിയുമായി ചേർന്നുനിന്നു. ഇടതുപക്ഷക്കാർ ചൈനീസ് പക്ഷപാതികളായി മുദ്രകുത്തപ്പെട്ടു. അതോടെ പാർട്ടിയിലെ ഭിന്നിപ്പിന് സാർവദേശീയ നയങ്ങളുമായി ബന്ധപ്പെട്ട മാനവും കൈവന്നു. 1962-ൽ ഇന്ത്യ-ചൈന അതിർത്തി സംഘർഷം രൂക്ഷമായി. ചൈനീസ് സൈന്യം ഇന്ത്യൻ അതിർത്തികടന്ന് ഉള്ളിലേക്ക് കയറി. നവംബറിൽ വെടിനിർത്തൽ പ്രഖ്യാപിച്ച ശേഷമാണ് ചൈനീസ് സൈന്യം പിൻവാങ്ങിയത്. ഈ പ്രശ്നം പാർട്ടിയിലെ തർക്കം കൂടുതൽ വഷളാക്കി. ചൈനയുടെ കടന്നുകയറ്റം ചർച്ച ചെയ്യാൻ 1962 നവംബറിൽ നാഷണൽ കൗൺസിലിന്റെ അടിയന്തര യോഗം വിളിച്ചിരുന്നു. ചൈനയുടെ നടപടിയെ അപലപിക്കണമെന്ന വലതുപ

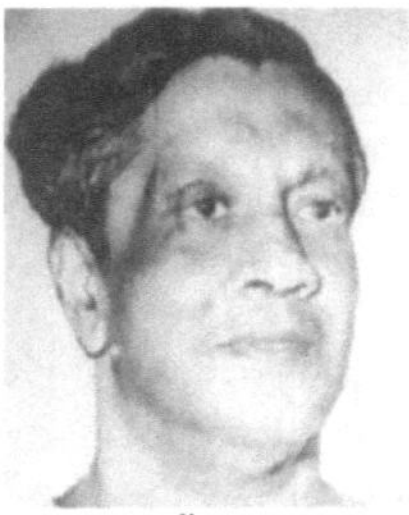
സി എച്ച് കണാരൻ

ക്ഷ ആവശ്യം പക്ഷേ ഇടതുപക്ഷക്കാർ അംഗീകരിച്ചില്ല. ചൈനയുടെയും ഇന്ത്യയുടെയും ഭാഗത്ത് തെറ്റുണ്ടെന്നും പ്രശ്നം രമ്യമായി പരിഹരിക്കാനുള്ള അവസരങ്ങളൊന്നും ഇന്ത്യ ഉപയോഗിച്ചില്ലെന്നുമായിരുന്നു ഇടതുപക്ഷക്കാരുടെ വാദം. ഏതായാലും ചൈനയെ അപലപിക്കുന്ന പ്രമേയം ഭൂരിപക്ഷത്തോടെ പാസാക്കി.

ഇടതുപക്ഷക്കാരായ ന്യൂനപക്ഷത്തിനെതിരെ പാർട്ടിക്കകത്തുനിന്നും പുറത്തുനിന്നും ആക്രമണം വന്നു. പത്രങ്ങൾ ഇടതുപക്ഷത്തിനെതിരെ തിരിഞ്ഞു. ഇടതുപക്ഷത്തെ അടിക്കാനും ഒറ്റപ്പെടുത്താനും ഉദ്ദേശിച്ച് പാർട്ടിക്കകത്തെ കാര്യങ്ങൾ വലതുപക്ഷം പത്രങ്ങൾക്ക് ചോർത്തിക്കൊടുക്കുന്നുവെന്ന പരാതി ഉയർന്നു. കേന്ദ്ര സെക്രട്ടറിയറ്റിലെ ഏതാനും ഇടതുപക്ഷ അംഗങ്ങൾ രാജിവെച്ചു. ഈ ഘട്ടത്തിൽ ഇ എം എസായിരുന്നു ജനറൽ സെക്രട്ടറി. അജയ്ഘോഷിന്റെ (1909–1962) നിര്യാണത്തെത്തുടർന്നാണ് ഇ എം എസ് ജനറൽ സെക്രട്ടറിയുടെ ചുമതലയേറ്റത്. അതിനിടെ, ചൈനീസ് ചാരന്മാരെന്നു മുദ്രകുത്തി കമ്യൂണിസ്റ്റുകാരെ രാജ്യവ്യാപകമായി വേട്ടയാടാൻ തുടങ്ങി. ബോംബെയിൽ ബി ടി രണദിവെ അടക്കം ജയിലിലായി. കേരളത്തിലും ധാരാളം നേതാക്കളെയും പ്രവർത്തകരെയും തടവിലാക്കി. അറസ്റ്റ് ചെയ്യപ്പെട്ടവരിൽ വലതുപക്ഷക്കാരെന്ന് അറിയപ്പെടുന്ന സി അച്യുതമേനോൻ, സി ഉണ്ണിരാജ എന്നിവരുമുണ്ടായിരുന്നു. അവരെ വേഗം വിട്ടയച്ചു. ജനറൽ സെക്രട്ടറിയായ ഇ എം എസിനെ ഡൽഹിയിൽ നിന്ന് അറസ്റ്റ് ചെയ്ത് തിഹാർ ജയിലിലാക്കി. ഒരാഴ്ച കഴിഞ്ഞ ശേഷമാണ് അദ്ദേഹത്തെ വിട്ടയച്ചത്.

അറസ്റ്റിൽ പ്രതിഷേധിച്ചും തടവിലുള്ളവരെ വിട്ടയക്കണമെന്നാവശ്യപ്പെട്ടും പാർട്ടി മുഖപത്രമായ *ന്യൂ ഏജി*ലേക്ക് ഇ എം എസ് ഒരു ലേഖനം തയാറാക്കി കൊടുത്തിരുന്നു. പത്രാധിപർ ഇ എം എസ് ആണെങ്കിലും ലേഖനം കൊടുക്കേണ്ടതില്ലെന്നായിരുന്നു എഡിറ്റോറിയൽ സബ് കമ്മിറ്റിയുടെ തീരുമാനം. വലതുപക്ഷക്കാരുടെ നിലപാടിനനുസൃതമായി ഇ എം എസ് പ്രവർത്തിക്കണമെന്ന് ഡാങ്കെയും കൂട്ടരും വാശിപിടിച്ചു. ഇന്ത്യ–ചൈന പ്രശ്നം സംബന്ധിച്ച് വിവിധ രാജ്യങ്ങളിലെ സഹോദര കമ്യൂണിസ്റ്റ് പാർട്ടികൾക്ക് അയക്കാൻ വലതുപക്ഷം തയാറാക്കിയ രേഖയിൽ ഇ എം എസ് ഒപ്പിടണമെന്ന് കേന്ദ്ര സെക്രട്ടറിയറ്റ് നിർദേശിച്ചു. ഇ എം എസ് ഒപ്പിടാൻ നിർബന്ധിക്കപ്പെട്ടു. കാര്യങ്ങൾ ഈ രീതിയിൽ നീങ്ങാൻ തുടങ്ങിയപ്പോൾ ഇ എം എസ് ജനറൽ സെക്രട്ടറി സ്ഥാനം രാജിവെച്ചു.

നാഷണൽ കൗൺസിൽ യോഗത്തിൽ നിന്ന് 1964 ഏപ്രിലിൽ ഇറങ്ങിപ്പോയ 32 പേരിൽ കേരളത്തിൽ നിന്ന് ഇ എം എസിനും എ കെ ജിക്കും പുറമെ അഞ്ചുപേരുണ്ടായിരുന്നു. സി എച്ച് കണാരൻ, വി എസ് അച്യുതാനന്ദൻ, എ വി കുഞ്ഞമ്പു, ഇ കെ നായനാർ, ഇ കെ ഇമ്പിച്ചിബാവ എന്നിവർ. ഇറങ്ങിപ്പോക്കിനു കാരണമായി പല ഘടകങ്ങൾ ചൂണ്ടിക്കാണിക്കാനുണ്ട്. എന്നാൽ അവസാനമായി വന്നത് പാർട്ടിയുടെ ചെയർമാനായ എസ് എ ഡാങ്കെ ജയിലിൽ നിന്ന് ബ്രിട്ടീഷ് ഗവൺമെന്റിനയച്ച ഒരു കത്തിന്റെ പ്രശ്നമാണ്. മീററ്റ് ഗൂഢാലോചനക്കേസിൽ അറസ്റ്റ് ചെയ്യപ്പെട്ട് ജയിലിലായവരിൽ എസ് എ ഡാങ്കെയുമുണ്ടായിരുന്നു. വിചാരണാവേളയിൽ ഓരോ പ്രതിയും വെവ്വേറെ എതിർ സത്യവാങ്മൂലം നൽകുന്നതിനു പുറമെ കമ്യൂണിസ്റ്റുകാരായ പ്രതികൾ എല്ലാവരും ചേർന്ന് പൊതുപ്രസ്താവന നൽകണമെന്നും തീരുമാനിച്ചു. കോടതിയുടെ വേദി ആശയപ്രചാരണത്തിനുള്ള ഉപകരണമാക്കാൻ ഉദ്ദേശിച്ചാണ് പ്രസ്താവന നൽകിയത്. അതിൽ പതിനെട്ട് പ്രതികൾ ഒപ്പിട്ടു. എന്നാൽ ഡാങ്കെ അതിലുണ്ടായിരുന്നില്ല. ഡാങ്കെ പ്രത്യേക പ്രസ്താവന നൽകി. അതിനുള്ള കാരണം മുസഫർ അഹമ്മദ് പറഞ്ഞത്, ബോംബെയിൽ പാർട്ടി വിരുദ്ധ പ്രവർത്തനങ്ങൾക്ക് ഡാങ്കെ പുറത്താക്കപ്പെട്ടിരുന്നുവെന്നാണ്. അതിനാൽ, മീററ്റ് കേസ് വിചാരണ നടക്കുമ്പോൾ ഡാങ്കെ പാർട്ടി അംഗമല്ല. പ്രശ്നം അതല്ല. 1920–കളുടെ ആദ്യം ജയിലിൽ കിടക്കുമ്പോൾ ഡാങ്കെ മാപ്പു ചോദിച്ചുകൊണ്ട് ഗവൺമെന്റിന് ഒരു കത്തെഴുതിയിരുന്നു. ആ കത്ത് നാഷണൽ ആർക്കൈവ്സിൽ നിന്നു ചിലർ

വി എസ് അച്യുതാനന്ദൻ

കണ്ടെത്തി. അതേപ്പറ്റി വാർത്തകൾ വന്നു. എന്നാൽ വാർത്തകളും ആരോപണങ്ങളും ഡാങ്കെ നിഷേധിച്ചു. ഈ പ്രശ്നം ചർച്ച ചെയ്യണമെന്നും ചർച്ച നടക്കുമ്പോൾ ഡാങ്കെ ചെയർമാനായി തുടരരുതെന്നും ഇടതുപക്ഷ അംഗങ്ങൾ ആവശ്യപ്പെട്ടു. ഡാങ്കെ അതു തള്ളിക്കളഞ്ഞു. ഇതിൽ പ്രതിഷേധിച്ചാണ് 32 പേർ ഇറങ്ങിപ്പോയത്. അവർ യോജിച്ച് ഒരു പ്രസ്താവനയിറക്കിയിരുന്നു. അതിന്റെ പേരിൽ എല്ലാവരെയും സസ്പന്റ് ചെയ്തു. ഇറങ്ങിപ്പോന്ന 32 പേരിൽ ഭൂപേശ് ഗുപ്തയുമുണ്ടായിരുന്നു. എന്നാൽ വൈകാതെ അദ്ദേഹം വലതുചേരിയിലെത്തി. പിൽക്കാലത്ത് സിപിഐയുടെ സമുന്നത നേതാവായിരുന്നു പ്രഗത്ഭ പാർലമെന്റേറിയൻ കൂടിയായ ഭൂപേശ് ഗുപ്ത (1914–1981).

നാഷണൽ കൗൺസിലിൽ നിന്ന് ഇറങ്ങിപ്പോന്ന അംഗങ്ങൾക്ക് കേരളത്തിലെ വിവിധ കേന്ദ്രങ്ങളിൽ പാർട്ടി പ്രവർത്തകർ ഗംഭീര സ്വീകരണമൊരുക്കി. ഇടതുപക്ഷക്കാർ അവരുടെ വാദം പൊതുയോഗങ്ങളിൽ വിശദീകരിച്ചു. മറുപക്ഷവും യോഗങ്ങൾ വിളിക്കാൻ തുടങ്ങി. സംസ്ഥാന–ജില്ലാ കമ്മിറ്റികളും ഭിന്നിച്ചു. താഴെ തലത്തിലും സമാന്തര കമ്മിറ്റികൾ വന്നു. അതിനുശേഷമുള്ള സ്ഥിതിയാണ് ഇ എം എസ് വിശദീകരിച്ചത്.

എ വി കുഞ്ഞമ്പു

പാർട്ടി പിളർപ്പിലേക്ക് നീങ്ങിയപ്പോൾ സംസ്ഥാന കൗൺസിലിൽ ഭൂരിപക്ഷമുള്ള വലതുപക്ഷ വിഭാഗത്തിന്റെ നിയന്ത്രണത്തിൽ ഭൂരിഭാഗം സ്ഥാപനങ്ങളും വന്നുവെങ്കിലും *ദേശാഭിമാനി*യുടെ നിയന്ത്രണം വിട്ടുകൊടുക്കാൻ ഇടതുപക്ഷം തയാറായില്ല. ആ ഘട്ടത്തിൽ കോഴിക്കോട്ട് മാത്രമേ *ദേശാഭിമാനി*ക്ക് എഡിഷനുള്ളൂ. എന്തുകൊണ്ട് *ദേശാഭിമാനി* മാത്രം നിലനിർത്തി എന്ന ചോദ്യമുണ്ട്. കാരണങ്ങൾ പലതാണ്. പിളരുമ്പോൾ *ജനയുഗ*വും *നവയുഗ*വും മറ്റു പ്രസിദ്ധീകരണങ്ങളുമെല്ലാം വലതുപക്ഷത്തിന്റെ കൈയിലായിരുന്നു. ഇടതുപക്ഷക്കാർക്ക് പത്രമേ ഇല്ല എന്ന അവസ്ഥ വന്നു. മറ്റൊന്ന്, ഇ എം എസ് സ്ഥാപിച്ച് വളർത്തിയെടുത്ത പത്രമാണ് *ദേശാഭിമാനി*. അതിനോട് വൈകാരികമായി തന്നെ അടുപ്പമുണ്ടായിരുന്നു അദ്ദേഹത്തിന്. സംഘടനാക്കമ്മിറ്റികളിൽ വലതുപക്ഷത്തിനായിരുന്നു ഭൂരിപക്ഷമെങ്കിലും പ്രവർത്തകരിൽ ഭൂരിപക്ഷം ഇടതുപക്ഷത്തിനൊപ്പമായിരുന്നു. എന്നാൽ, *ദേശാഭിമാനി* നിലനിർത്തിയതൊഴിച്ചാൽ സ്ഥാപനങ്ങൾ പിടിച്ചടക്കാൻ ഇടതുപക്ഷക്കാർ പോയില്ല. അതിനും കാരണമുണ്ട്. അക്കാര്യം *ദേശാഭിമാനി*യുടെ മുൻ ജനറൽ എഡിറ്റർ കെ മോഹനൻ പറഞ്ഞു: തിരുവനന്തപുരത്തെ സംസ്ഥാന കമ്മിറ്റി ഓഫീസ് പിടിക്കാൻ കെ അനിരുദ്ധനും (മുൻ എംഎൽഎ) സഹപ്രവർത്തകരും ആലോചിച്ചിരുന്നു. അവർ ഇ എം എസിനെ കണ്ട് കാര്യം പറഞ്ഞു. ഒരു ഓഫീസും പിടിച്ചടക്കാൻ പോകേണ്ടതില്ല എന്നായിരുന്നു ഇ എം എസിന്റെ പ്രതികരണം. അദ്ദേഹം ഇത്രകൂടി പറഞ്ഞു. "കുടുംബക്കാർ തമ്മിൽ തെറ്റുമ്പോൾ തറവാടിന്റെ വിഹിതം കിട്ടാൻ വഴക്കിടുന്നതുപോലെയുള്ള സ്ഥിതിയുണ്ടാക്കരുത്. ജനങ്ങൾ നമ്മുടെ കൂടെയുണ്ട്. സ്ഥാപനങ്ങൾ നമുക്ക് പടുത്തുയർത്താം."[2]

ഓഫീസ് പിടിക്കാൻ പോകേണ്ടതില്ലെന്നത് ഇടതുപക്ഷ നേതാക്കളുടെ ആലോചിച്ചുറപ്പിച്ച തീരുമാനമായിരുന്നു. സംസ്ഥാനത്തെവിടെയും ഓഫീസിനുവേണ്ടി വഴക്കുണ്ടായതായി റിപ്പോർട്ടുകളില്ല. എന്നാൽ, നേരത്തെ പറഞ്ഞ കാരണങ്ങളാൽ *ദേശാഭിമാനി* വിട്ടുകൊടുക്കാൻ പാർട്ടി തയാറില്ലായിരുന്നു. നിയമപരമായി പത്രത്തിന്റെ ഉടമസ്ഥൻ ഇ എം എസ് നമ്പൂതിരിപ്പാടായിരുന്നത് കാര്യങ്ങൾ എളുപ്പമാക്കി. ഇ എം എസിന്റെ ഉടമസ്ഥതയിലുള്ള സ്ഥാപനമായതുകൊണ്ട് *ദേശാഭിമാനി*യുടെ കാര്യത്തിൽ 'പിടിച്ചെടുക്കൽ' എന്ന വാക്ക് ശരിയാണെന്നു തോന്നുന്നില്ല. പലരും കരുതുന്നതുപോലെ ബലപ്രയോഗമോ വഴക്കോ ഒന്നും ഇക്കാര്യത്തിൽ ഉണ്ടായിട്ടുമില്ല. ഇടതുപക്ഷ വിഭാഗത്തിനുവേണ്ടി *ദേശാഭിമാനി* സ്വന്തമാക്കൽ പരിപാടി നടപ്പാക്കുന്നതിൽ നിർ

ഇ കെ ഇമ്പിച്ചിബാവ

ണായക പങ്കുവഹിച്ചത് രണ്ടുപേരാണ്. കെ ചാത്തുണ്ണി മാസ്റ്ററും പ്രശസ്ത ക്രിമിനൽ അഭിഭാഷകനായിരുന്ന പി കെ കുഞ്ഞിരാമപ്പൊതുവാളും.

പൊതുവാൾ അക്കാര്യം ഓർത്തെടുക്കുന്നു:

കമ്യൂണിസ്റ്റ് പ്രസ്ഥാനത്തിൽ അഭിപ്രായവ്യത്യാസം മൂർഛിച്ചതോടെ *ദേശാഭിമാനി*യുടെ നിലവാരവും താഴാൻ തുടങ്ങി. ഇ എം എസ്, എ കെ ജി എന്നിവരെ നിന്ദിച്ചുകൊണ്ട് *ദേശാഭിമാനി*യിൽ വാർത്തകൾ വരാൻ തുടങ്ങിയത് എന്നെപ്പോലുള്ളവരെ വല്ലാതെ വേദനിപ്പിച്ചു. *ദേശാഭിമാനി* പത്രാധിപസമിതിയിലെ സുഹൃത്തുക്കളോട് ഇക്കാര്യം സംസാരിച്ചപ്പോൾ അത്തരം റിപ്പോർട്ടുകൾ ഇനിയും വരും എന്ന മറുപടിയാണ് ലഭിച്ചത്. *ദേശാഭിമാനി*യെ രക്ഷിക്കാൻ എന്നാലാവുന്നതു ചെയ്യുമെന്ന് അന്നേ തീരുമാനിച്ചിരുന്നു. പത്രമുടമ ഇ എം എസ് ആണെന്ന രേഖ സമ്പാദിക്കുകയാണ് ആദ്യം ചെയ്തത്. അതിനുതന്നെ ഒരു മാസമെടുത്തു. പിന്നീട് കെ പി ആർ ഗോപാലൻ, സി എച്ച് കണാരൻ എന്നിവരുമായി ബന്ധപ്പെട്ടു. *ദേശാഭിമാനി* വലതുപക്ഷക്കാരിൽ നിന്നു മോചിപ്പിക്കണമെങ്കിൽ എല്ലാ വിഭാഗങ്ങളെയും നിയന്ത്രിക്കുന്ന ഒരാളെ നിയമിക്കണം. കെ പി ആർ ഗോപാലനെ മാനേജിങ് എഡിറ്ററാക്കുന്നത് നന്നായിരിക്കുമെന്ന് ഞാൻ അഭിപ്രായപ്പെട്ടു. നേതാക്കൾ അംഗീകരിച്ചു. മാനേജ്മെന്റിൽ മാനേജിങ് ഡയരക്ടരും പ്രസ് മാനേജരുമായ എം ഗോവിന്ദൻകുട്ടി മാത്രമാണ് ഇടതുപക്ഷത്തുണ്ടായിരുന്നത്. അദ്ദേഹം നിർണായകമായ സഹായം നൽകി. [3]

പാർട്ടി പിളരുന്ന ഘട്ടത്തിൽ എഡിറ്റോറിയൽ വിഭാഗത്തിൽ ഏതാണ്ട് മുഴുവൻ പേരും വലതുപക്ഷ ചേരിയിയിലായിരുന്നു. പാർട്ടി ഫലത്തിൽ പിളർന്നുകഴിഞ്ഞപ്പോൾ വലതുപക്ഷം അവരുടെ വാദമുഖങ്ങൾ സമർഥിക്കാൻ *ദേശാഭിമാനി*യും ഉപയോഗിച്ചു. പത്രത്തിന്റെ ഉടമസ്ഥനും സ്ഥാപകനും കുറച്ചുകാലം പാർട്ടി ജനറൽ സെക്രട്ടറിയുമായിരുന്ന ഇ എം എസ് നമ്പൂതിരിപ്പാടിനെതിരെ പോലും പ്രസ്താവനകളും ലേഖനങ്ങളും വരാൻ തുടങ്ങി. എം എൻ ഗോവിന്ദൻനായർ ഇ എം എസിനെതിരെ നൽകിയ പ്രസ്താവന ഒരു ദിവസം ഒന്നാം പേജിൽ മുഖ്യവാർത്തയായിരുന്നു. പാർട്ടി പ്രവർത്തകരും ഇ എം എസിനെ സ്നേഹിക്കുന്നവരും രോഷവും ദുഃഖവും കടിച്ചമർത്തി. 1964 മെയ് 10–ന് രാത്രിയാണ് പത്രം ഇടതുപക്ഷത്തിന്റെ പൂർണ നിയന്ത്രണത്തിൽ വന്നത്. അന്ന് എന്തൊക്കെ നടന്നുവെന്ന് ഈ ഓപ്പറേഷനിൽ സ്ഥാപനത്തിനകത്ത് പ്രധാന പങ്കുവഹിച്ചവരിൽ ഒരാളായ മലപ്പുറം പി മൂസ വിവരിക്കുന്നു:

മലപ്പുറം പി മൂസ

സ്ഥാപനം കൈവശപ്പെടുത്തുന്നതിന്റെ ബുദ്ധിയും അതു പ്രാവർത്തികമാക്കുന്നതിന്റെ നേതൃത്വവും കെ ചാത്തുണ്ണി മാസ്റ്ററുടെതായിരുന്നു. കെ പി ആർ ഗോപാലനെ മാനേജിങ് എഡിറ്ററായി നിയമിച്ചുകൊണ്ടുള്ള രേഖയിൽ ഉടമയായ ഇ എം എസ് ഒപ്പുവെച്ചു. അടുത്ത ദിവസം കെ പി ആർ *ദേശാഭിമാനി*യിലെത്തി താൻ മാനേജിങ് എഡിറ്ററായി ചുമതലയേറ്റതായി അന്നു ഡ്യൂട്ടിയിലുണ്ടായിരുന്ന പത്രാധിപസമിതി അംഗത്തോടു പറഞ്ഞു. അദ്ദേഹം ഒന്നു കളിയാക്കിയാണ് കെ പി ആറിനെ തിരിച്ചയച്ചത്. ഏറ്റെടുക്കാനുള്ള ചട്ടവട്ടങ്ങളൊന്നും കെ പി ആർ ചെയ്തിരുന്നുമില്ല. എന്നാൽ ചാത്തുണ്ണി മാസ്റ്റർ അതല്ല ചെയ്തത്. ആദ്യം കമ്പോസിങ് വിഭാഗം തലവന്മാരുടെയും പിന്നീട്, കമ്പോസിങ് വിഭാഗത്തിൽ കൂടെ നിൽക്കുമെന്ന് ഉറപ്പുള്ളവരുടെയും യോഗം വിളിച്ചുകൂട്ടി. അവരെ കാര്യം പറഞ്ഞു ബോധ്യപ്പെടുത്തി. അതുകഴിഞ്ഞ് ഡെസ്പ്പാച്ചിങ് (പാക്കിങ്) തൊഴിലാളികളുടെ യോഗം വിളിച്ചു. തുടർന്ന്, സ്ഥാപനം ഏറ്റെടുക്കാൻ നിശ്ചയിച്ച ദിവസം പാർട്ടി അംഗങ്ങളുടെ പ്രത്യേക യോഗം അന്നു *ചിന്ത* വാരിക ഓഫീസ് പ്രവർത്തിച്ചിരുന്ന രാജുലു റോഡിലെ ട്രാൻസ്പോർട്ട് ഹൗസിൽ (ക്രൗൺ തിയറ്ററിനു പിറകിൽ) വിളിച്ചുകൂട്ടി.

സന്ധ്യയോടെ എല്ലാവരും *ദേശാഭിമാനി* സ്ഥിതിചെയ്യുന്ന കെട്ടിടത്തിന്റെ (കോൺവെന്റ് റോഡ്) പരിസരത്തെ റോഡുകളിൽ അൽപ്പം അകലെയായി സ്ഥാനം പിടിച്ചു. കെ പി ആർ എഡിറ്റോറിയൽ വിഭാഗത്തിൽ കയറിച്ചെന്നു. ഒരാഴ്ച മുമ്പ് പറഞ്ഞപോലെ തന്നെ താൻ മാനേജിങ് എഡിറ്ററായി ചുമതലയേറ്റിരിക്കയാണെന്ന് അറിയിച്ചു. അന്നു ഡ്യൂട്ടിയിലുണ്ടായിരുന്ന ഐ എസ്

കെ പി ആർ ഗോപാലൻ

നമ്പൂതിരി 'അതു കേട്ടു' എന്നുമാത്രം തമാശമട്ടിൽ പ്രതികരിച്ചു. എന്നിട്ട് പതിവുപോലെ വാർത്ത തയാറാക്കിക്കൊണ്ടിരുന്നു. അന്നു പ്രസ്സിന്റെ മാനേജിങ് വിഭാഗം പ്രവർത്തിച്ചിരുന്ന സ്ഥലത്തിരുന്ന് ഈ ലേഖകൻ (മലപ്പുറം പി മൂസ) തയാറാക്കിക്കൊടുത്ത വാർത്തകളാണ് കമ്പോസ് ചെയ്തുകൊണ്ടിരുന്നത്. എറണാകുളത്തു ചേർന്ന പാർട്ടി കൺവൻഷൻ അംഗീകരിച്ച പ്രമേയമായിരുന്നു പത്രം പിടിച്ചെടുത്ത ദിവസം പ്രധാന വാർത്ത. ഐ എസ് നമ്പൂതിരി തയാറാക്കി അയക്കുന്നവയിൽ നിരുപദ്രവ കരമായവ കമ്പോസ് ചെയ്യാൻ കൊടുത്തു. ബാക്കി കൊട്ടയിലിട്ടു.

രാത്രി ഒമ്പതുമണിയോടെ അന്നു പത്രാധിപസമിതിയിലുണ്ടായിരുന്ന കെ ജി നെടുങ്ങാടി ജോലിക്കെത്തി. വരുമ്പോൾ തന്നെ എന്തോ പന്തികേടു ള്ളതായി അദ്ദേഹത്തിനു തോന്നി. സംശയം തീർക്കാൻ പ്രസ്സിൽ കയറി നോക്കിയപ്പോഴാണറിയുന്നത് കമ്പോസ് ചെയ്യുന്നത് 'യഥാർഥ പത്രാധിപർ' നൽകുന്ന മാറ്ററല്ല എന്ന്. ഉടനെ അദ്ദേഹം അന്നത്തെ ചീഫ് എഡിറ്റർ ഇൻ ചാർജായിരുന്ന എം കണാരൻ ഉൾപ്പെടെയുള്ളവരെ വിവരമറിയിച്ചു. അവരെല്ലാം ഓടിയെത്തി. എഡിറ്റേഴ്സ് നൽകുന്നതല്ലാതെ ഒന്നും കമ്പോസ് ചെയ്യരുതെന്ന് കമ്പോസിങ് വിഭാ ഗത്തിൽ അവർ നിർബന്ധം ചെലുത്തി. മാനേജിങ് ഡയരക്ടർ എം ഗോവിന്ദൻകുട്ടി പറഞ്ഞിട്ടാണ് തങ്ങളിതു ചെയ്യുന്നതെന്നു അവർ മറുപടി നൽകി. ഗോവിന്ദൻകുട്ടിയാകട്ടെ, ഒന്നും സംഭവിക്കാത്ത മട്ടിൽ കുത്തിയിരുന്നു. പത്രം അച്ചടിക്കുന്ന ജോലിയിലുള്ള സഖാക്കളോട് തിരിച്ചുപോകാൻ ആവ ശ്യപ്പെട്ടു. ഫലമുണ്ടായില്ല. പത്രം കെട്ടി അയക്കുന്ന സഖാക്കളെ ഉപദേശിച്ചുനോക്കി. അച്ചടിച്ചുകി ട്ടിയാൽ ജീവൻ പോയാലും പത്രം വിതരണം ചെയ്യുമെന്നവർ പറഞ്ഞു. അതോടെ പത്രാധിപന്മാർ നേരെ ടൗൺ പൊലീസ് സ്റ്റേഷനിൽ ചെന്നു പരാതി പറഞ്ഞു. എസ് ഐ ഗോവിന്ദൻ നായർ ഉടനെ *ദേശാഭിമാനി*യിലേക്ക് വിളിച്ചുചോദിച്ചു, എന്താ കുഴപ്പമെന്ന്. ഫോണെടുത്തത് പി സി രാഘവൻനായരായിരുന്നു. അദ്ദേഹം അന്ന് എംഎൽഎയാണ്. ഇവിടെ ഒരു കുഴപ്പവുമില്ല, കാര്യങ്ങൾ ശാന്തമായി നടക്കുന്നുവെന്ന് അദ്ദേഹം മറുപടി നൽകി. എന്നാൽ സംരക്ഷണത്തിനു പൊലീസിനെ അയക്കാമെന്നായി എസ് ഐ. അൽപ്പം കഴിഞ്ഞ് ഏതാനും പൊലീസുകാർ വന്നു കാവലിരുന്നു.

എം കണാരൻ

സംഭവദിവസം നേരത്തെ തയാറാക്കിയ അകത്തെ രണ്ടു പേജുകൾ നിറയെ റിവിഷനിസ്റ്റ് ന്യായങ്ങളും പിന്നീട് തയാറാക്കിയ പുറത്തെ രണ്ടു പേജുകളിൽ അതിനു വിരുദ്ധമായ വാർത്തകളും. ഏതായാലും പിറ്റേന്നു പുറത്തിറങ്ങിയ പത്രത്തിനു പിടിവലിയായിരുന്നു.[4]

മെയ് 10-ന് വൈകിട്ട് നടന്ന സംഭവങ്ങൾ കെ ചാത്തുണ്ണിമാസ്റ്റർ ഇങ്ങനെയാണ് രേഖപ്പെ ടുത്തിയത്:

വൈകിട്ട് അഞ്ചരയ്ക്ക് തന്നെ ഞാൻ *ദേശാഭിമാനി*യിൽ എത്തി. കുറച്ചു നിമിഷത്തിനുള്ളിൽ കെ പി ആറും വന്നു. എം ഗോവിന്ദൻകുട്ടി പതിവുപോലെ ഇരിക്കുന്നു. പുതുതായി ഒന്നുമില്ല. കെ പി ആർ കോഴിക്കോട്ടു വന്നാൽ ഇടയ്ക്ക് *ദേശാഭിമാനി*യിൽ വരും. ഞാൻ പതിവുകാരനാണ്. ആറിനുള്ള ഷിഫ്റ്റിലെ പത്രാധിപസ്റ്റാഫ് അംഗങ്ങളും തൊഴിലാളികളും ഡ്യൂട്ടിയിൽ പ്രവേശിച്ചു. എഡിറ്റർമാർ തിരക്കിട്ട് വാർത്തകൾ ശരിപ്പെടുത്തി പതിവുപോലെ കമ്പോസിങ്ങിലേക്ക് അയച്ചു കൊണ്ടിരുന്നു. അവിടെ നടക്കുന്നത് മറ്റൊന്നാണ്. എം ഗോവിന്ദൻകുട്ടി വഴി മലപ്പുറം പി മൂസയും മറ്റും കൊടുക്കുന്ന വാർത്തകളാണ് ആ സമയത്ത് കമ്പോസ് ചെയ്തുകൊണ്ടിരുന്നത്. ചില ദേശീയ, സാർവദേശീയ വാർത്തകളുടെ പ്രൂഫ് എഡിറ്റോറിയൽ സ്റ്റാഫിനെ കാണിക്കുന്നുണ്ട്. ആ ന്യൂസ് വന്നില്ലല്ലോ. ഈ പ്രസ്താവന വന്നില്ലല്ലോ എന്നെല്ലാം അവിടെ നിന്നു അന്വേഷിക്കുന്നു ണ്ട്. റെഡിമെയ്ഡ് സമാധാനം തൊഴിലാളികൾ പറയുന്നു. കൂടുതൽ വാർത്തകൾ എഡിറ്റോറി യൽ റൂമിൽ നിന്ന് പ്രസ്സിലേക്ക് അയക്കുന്നു.

കെ പി ആർ അവിടെയെല്ലാം ചുറ്റിത്തിരിഞ്ഞുനടക്കുന്നുണ്ട്. കാണുന്നവരോടെല്ലാം തന്റെ സ്വതസ്സിദ്ധമായ ശൈലിയിൽ കുശലപ്രശ്നം നടത്തുന്നു. ഞാൻ ഡിസി ഓഫീസിലായിരുന്നു. (*ദേശാഭിമാനി*യോട് ചേർന്നു തന്നെയാണ് പാർട്ടി ജില്ലാ കമ്മിറ്റി ഓഫീസ്-ലേഖകൻ). രാത്രി

കുഞ്ഞിരാമപ്പൊതുവാൾ

ഏഴുമണിയായപ്പോൾ നായനാരുമെത്തി. നടക്കുന്ന സംഗതികളെല്ലാം നായനാരോട് മന്ത്രിച്ചുകൊടുത്തു. സഖാവ് പുഞ്ചിരിച്ചുകൊണ്ടിരുന്നു. ഒമ്പതുമണിയായി. പേജ് പ്രൂഫ് പത്രാധിപന്മാരെ കാണിക്കേണ്ട സമയമായി. ഞാൻ പത്രാധിപസമിതിയിൽ ചെന്ന് ഒഴിഞ്ഞ കസേരയിൽ ഇരുന്നു. 'മാസ്റ്റർ വിശേഷിച്ചൊന്നുമില്ലല്ലോ'-അവരിൽ പലരും ചോദിച്ചു. 'വിശേഷിച്ച് വലുതായൊന്നുമില്ല. ഒരു ചെറിയ കാര്യം മാത്രം പറയാൻ വന്നതാ'-ഞാൻ മറുപടി പറഞ്ഞു. ടി വി കെയും ഐ എസ് നമ്പൂതിരിയും ശ്രദ്ധിച്ചു. 'പിന്നെ, കെ പി ആർ മാനേജിങ് എഡിറ്ററായി ചാർജെടുത്തിട്ടുണ്ട്. നിങ്ങൾ കൊടുത്ത വാർത്തകളും കെ പി ആർ കൊടുത്ത വാർത്തകളും ഒന്നിച്ചടിച്ച പത്രമാണ് വരുന്നത്. ക്ഷമിക്കണം. അങ്ങനെ ചെയ്യേണ്ടിവന്നതാണ്.' ഇടിമിന്നലേറ്റപോലെ അവർ പകച്ചു. കുറച്ചു പരുഷമായും തെല്ല് ഈർഷ്യത്തോടെയും അവർ പലതും പറഞ്ഞു. 'നിങ്ങൾക്കറിയാമല്ലോ നമ്മുടെ പാർട്ടിക്കകത്തെ തർക്കം. അതിൽ ഞങ്ങൾ പ്രതിനിധാനം ചെയ്യുന്നവർക്ക് *ദേശാഭിമാനി* പ്രയോജനപ്പെടുത്തണമെങ്കിൽ വേറെ മാർഗമുണ്ടായിരുന്നില്ല. ക്ഷമിക്കണം. ഒന്നേ അപേക്ഷിക്കാനുള്ളൂ. കെ പി ആറിന്റെ ഉപദേശ-നിർദേശങ്ങൾ അനുസരിച്ച് നിങ്ങളെല്ലാവരും തുടർന്ന് ജോലി ചെയ്യണം. നിങ്ങളാരും പിരിഞ്ഞുപോകേണ്ട ആവശ്യമില്ല.' ഞാൻ ഇത്രയും പറഞ്ഞുതീരുമ്പോഴേക്കും അച്ചടിച്ച കോപ്പികൾ എത്തി. അവർ ഉടൻ വേണ്ടപ്പെട്ടവരെയൊക്കെ വിവരമറിയിച്ചു. ഇതിനിടയിൽ എം കണാരനും ടി രാമനുണ്ണിയും അവിടെയെത്തി. അവരും പരുഷമായി ചിലത് കെ പി ആറിനോടും എന്നോടും സംസാരിച്ചു. ഞങ്ങൾ ശാന്തമായി തന്നെ അവരോടും കഥ പറഞ്ഞു. 'എത്ര ദിവസം നിങ്ങൾക്ക് ഇതു കഴിയുമെന്നു കാണട്ടെ' എന്ന താക്കീത് തന്നശേഷം അവർ സ്ഥലം വിട്ടു. [5]

പാർട്ടി പിളരുന്ന കാലത്ത് *ദേശാഭിമാനി*യിൽ കമ്പോസിങ് വിഭാഗത്തിൽ പ്രവർത്തിച്ചിരുന്ന എ എം ഗംഗാധരക്കുറുപ്പ് അന്നത്തെ അനുഭവം വിവരിക്കുന്നു: "കമ്പോസിങ് വിഭാഗത്തിൽ മിക്കവാറും പേർ ഇടതുപക്ഷത്തായിരുന്നു. പാർട്ടി ജില്ലാ കമ്മിറ്റിയാണ് പത്രം മോചിപ്പിക്കാനുള്ള പ്രവർത്തനങ്ങൾ ആസൂത്രണം ചെയ്തത്. ജില്ലാ കമ്മിറ്റി ഓഫീസ് അന്നു കോൺവെന്റ് റോഡിൽ *ദേശാഭിമാനി*യോട് ചേർന്നായിരുന്നു. അതു വലിയ സൗകര്യമായി. ജില്ലാ കമ്മിറ്റിയുടെ പൂർണ നിയന്ത്രണം ഇടതുപക്ഷത്തിനായിരുന്നു. തീരുമാനിച്ചതുപോലെ എല്ലാം സുഗമമായി നടന്നു. ഉൾപ്പേജുകളിൽ വലതുപക്ഷക്കാർ തന്ന മാറ്റർ ഉപയോഗിച്ചു. ഓരോ പേജിന്റെയും പ്രൂഫ് എഡിറ്റർമാരെ കാണിക്കണം. അതെല്ലാം നടന്നു. ഒന്നാം പേജ് പ്രൂഫ് എഡിറ്ററെ കാണിക്കുമ്പോഴേക്കും പത്രം അച്ചടിക്കാൻ തുടങ്ങിയിരുന്നു. ഒന്നാം പേജ് പ്രൂഫ് കണ്ടപ്പോഴാണ് പത്രാധിപസമിതിയിലുള്ളവർക്ക് കാര്യം ശരിക്കും പിടികിട്ടിയത്. പിന്നെ അവർക്ക് ഒന്നും നിവൃത്തിയില്ലായിരുന്നു." [6]

ടി രാമനുണ്ണി

ചുരുക്കത്തിൽ, പത്രം ഇടതുപക്ഷക്കാർ നിയന്ത്രണത്തിലാക്കിയെന്ന് അവസാനഘട്ടത്തിലേ പത്രാധിപസമിതിയിലുള്ള വലതുപക്ഷക്കാർക്ക് മനസ്സിലായുള്ളൂ. അവർ നിസ്സഹായരായിരുന്നു. കാരണം ആജാനബാഹുവായ കെ പി ആർ അവിടെയുണ്ട്. മൊറാഴക്കേസിൽ തൂക്കുമരത്തിന്റെ അടുത്തുവരെ പോയി തിരികെ വന്ന കെ പി ആറിനെ അവർക്ക് പേടിയായിരുന്നു. ബർലിൻ കുഞ്ഞനന്തൻ നായർ ഈ ലേഖകനോട് പറഞ്ഞത് കെ പി ആറിനെ *ദേശാഭിമാനി*യിൽ കൊണ്ടുവന്നത് പേടിപ്പിക്കാൻ തന്നെയായിരുന്നുവെന്നാണ്. കെ പി ആറിന്റെ സാന്നിധ്യം മാത്രമല്ല, കോഴിക്കോട് നഗരത്തിൽ നിന്ന് തെരഞ്ഞെടുത്ത ഉശിരന്മാരായ മുപ്പതോളം വളണ്ടിയർമാരെ എ വാസുവിന്റെ നേതൃത്വത്തിൽ പുറത്ത് ഒരുക്കിനിർത്തുകയും ചെയ്തിരുന്നു. അതുകൊണ്ടാണ് പത്രാധിപസമിതിയിലും മാനേജ്മെന്റിലുമുള്ള വലതുപക്ഷക്കാർ നേരെ പൊലീസ് സ്റ്റേഷനിലേക്കു പോയത്.

അന്നത്തെ സംഭവത്തിനു സാക്ഷികളായവർ പറഞ്ഞതെല്ലാം ഒരേ വസ്തുതയാണ്. എങ്കിലും വിശദാംശങ്ങളിൽ ചെറിയ ചില വ്യത്യാസങ്ങൾ കാണാം. വർഷങ്ങളേറെ കഴിഞ്ഞുള്ള

എ വാസു

പ്രതികരണമാകുമ്പോൾ അതുസ്വാഭാവികം. പത്രാധിപസമിതിയിൽ മിക്കവാറും പേർ ഔദ്യോഗിക പക്ഷത്തായിരുന്നുവെങ്കിൽ പ്രസ്സിന്റെ ഭാഗമായ തൊഴിലാളികൾ ഏതാണ്ട് പൂർണമായി തന്നെ ഇടതുപക്ഷത്തായിരുന്നു. അതുകൊണ്ടാണ് ചാത്തുണ്ണിമാസ്റ്ററുടെ 'ഓപറേഷൻ' അനായാസം നടപ്പായത്. അക്കാലത്ത് കമ്പോസിങ് വിഭാഗത്തിലുണ്ടായിരുന്നവർ: എം കെ പത്മനാഭൻ നായർ, എം കെ ശ്രീധരൻ നായർ, ടി അപ്പുട്ടി, പി രാഘവൻ നായർ, സി പി കുമാരൻ, പി ബാലകൃഷ്ണൻ, പി പരമേശ്വരൻ, സി കെ സുബ്രഹ്മണ്യൻ, എ എം ഗംഗാധരക്കുറുപ്പ്, എം എം വേലായുധൻ, ടി ഗോപാലൻ, പി രവീന്ദ്രൻ, എം ഭാസ്കരൻ, ഐ വാസു, എം കെ വേലായുധൻ, ടി ദാമോദരൻ, എം ബാപ്പുട്ടി, എൻ അപ്പുട്ടി, എ കുഞ്ഞായൻ, പി ചന്ദ്രൻ, വി ചെറൂട്ടി. മെഷിൻ വിഭാഗത്തിൽ കെ പി ബാലകൃഷ്ണൻ, ഇ അപ്പുട്ടി, ടി കെ മാധവൻ നായർ, ടി പത്മനാഭൻ നായർ തുടങ്ങിയവർ. ഡെസ്പാച്ച് വിഭാഗത്തിൽ എൻ പി കെ കോയാമുട്ടി, സി പി മുഹമ്മദ് കോയ, എം സി നാണു, ഫുട്ബോൾ കളിക്കാരൻ കൂടിയായ ചേവരമ്പലം സ്വദേശി ഭാസ്കരൻ, പട്ടാടത്ത് ശ്രീധരൻ തുടങ്ങിയവർ. പ്രസ് വിഭാഗത്തിൽ ഒന്നോ രണ്ടോ പേരൊഴികെ എല്ലാവരും ഇടതുപക്ഷത്തിന്റെ കൂടെ നിന്നു. മാനേജ്മെന്റ് വിഭാഗത്തിൽ മാനേജിങ് ഡയരക്ടർ എം ഗോവിന്ദൻ കുട്ടിക്കു പുറമെ കെ ടി രാധാകൃഷ്ണമേനോക്കി, എൻ രാധാകൃഷ്ണക്കുറുപ്പ്, ഓഫീസർ ഗോവിന്ദൻ, എം വി ചന്ദ്രൻ തുടങ്ങിയവരാണ് ആ ഘട്ടത്തിലുണ്ടായിരുന്നത്. 1957-ൽ ക്ലാർക്കായി *ദേശാഭിമാനി*യിൽ ചേർന്ന രാധാകൃഷ്ണമേനോക്കി 1991-ൽ പ്രസ് മാനേജറായാണ് വിരമിച്ചത്.

അക്കാലത്ത് കമ്യൂണിസ്റ്റ് പാർട്ടിയുടെ റെഡ് വളണ്ടിയർമാരിൽ ഒരാളും കോഴിക്കോട് താലൂക്ക് നെയ്ത്തുതൊഴിലാളി യൂണിയൻ സെക്രട്ടറിയുമായിരുന്ന എ വാസു പത്രം 'മോചിപ്പിക്കുന്ന' ദിവസം *ദേശാഭിമാനി* ഓഫീസിനു പുറത്തെ സ്ഥിതിഗതികൾ ഈ ലേഖകനോട് വിശദീകരിച്ചു:

> സംഭവദിവസം വൈകുന്നേരമാണ് *ദേശാഭിമാനി*യിൽ നിന്ന് ഒരു സഖാവ് വന്ന് കുറച്ചു വളണ്ടിയർമാരെ വേണമെന്ന് പറയുന്നത്. നെല്ലിക്കോട് പ്രദേശത്ത് എന്തിനും തയാറായ ധാരാളം സഖാക്കളുണ്ട്. പക്ഷേ, വളണ്ടിയർമാർ അധികവും പലവിധ ജോലിക്കുപോകുന്നവരാണ്. വൈകിട്ടാണ് അവർ തിരിച്ചെത്തുക. അന്നു പെട്ടെന്നുതന്നെ പത്തോളം പേരെ പൊറ്റമ്മൽ - നെല്ലിക്കോട് ഭാഗത്തുനിന്നു കിട്ടി. ബാക്കി ഇരുപതോളം പേരെ കമ്പനിയിൽ നിന്ന് (കോമൺവെൽത്ത് നെയ്ത്ത് ഫാക്ടറി. വാസു അവിടത്തെ തൊഴിലാളി യൂണിയൻ നേതാവ് കൂടിയാണ് - ലേഖകൻ) വിളിച്ചു. ഞങ്ങൾ എല്ലാ തയാറെടുപ്പുകളോടും കൂടിയാണ് പോയത്. കോൺവെന്റ് റോഡിന്റെ ഇരുവശത്തുമായി ഞങ്ങൾ നിൽപ്പുറപ്പിച്ചു. കുറച്ചു സമയം കഴിഞ്ഞ് പാർട്ടിയുടെ കോഴിക്കോട്ടെ വളണ്ടിയർ ക്യാപ്ടനായ ടി രാമനുണ്ണി അതുവഴി വന്നു. ഞങ്ങളുടെ ഒരുക്കങ്ങൾ കണ്ടിട്ടാവണം അദ്ദേഹം തിരിച്ചുപോയി. തയാറെടുപ്പില്ലാതെ ഞങ്ങൾ വരില്ലെന്ന് ആ സഖാവിനറിയാം. അദ്ദേഹം ക്യാപ്ടനായ വളണ്ടിയർ വിഭാഗത്തിലുള്ളവരാണ് ഞങ്ങളിൽ പലരും. ഔദ്യോഗിക വിഭാഗത്തിന്റെ പ്രധാനികളിൽ ഒരാളായ രാമനുണ്ണി അന്ന് *ദേശാഭിമാനി*യുടെ ലേഖകനുമാണ്. *ദേശാഭിമാനി* കൈവശപ്പെടുത്താൻ ജില്ലയുടെ ഇതരഭാഗങ്ങളിൽ നിന്നും നിലമ്പൂരിൽ നിന്നുമെല്ലാം വളണ്ടിയർമാരെ കൊണ്ടുവന്നിരുന്നു എന്നു പലരും പറഞ്ഞിട്ടുണ്ടെങ്കിലും അതു വസ്തുതയല്ല. പത്രം ഔദ്യോഗിക പക്ഷക്കാരിൽ നിന്നു മോചിപ്പിച്ചശേഷവും രണ്ടാഴ്ച ഓഫീസിന് രണ്ടു വളണ്ടിയർമാരുടെ കാവൽ ഏർപ്പെടുത്തിയിരുന്നു.[7]

സിപിഐ എമ്മിൽ നിന്ന് 1968-ൽ നക്സൽ പ്രസ്ഥാനത്തിലേക്കു പോയ കോഴിക്കോട്ടെ പാർട്ടി പ്രവർത്തകരിൽ പ്രമുഖനായിരുന്നു ഇപ്പോൾ 'ഗ്രോ' വാസു എന്നറിയപ്പെടുന്ന എ വാസു. കോഴിക്കോട്ട് സിപിഐ എമ്മിന്റെ വളണ്ടിയർ ടീം രൂപീകരിക്കുന്നതിൽ പ്രധാന പങ്കുവഹിച്ച അദ്ദേഹം വളണ്ടിയർ കോറിന്റെ ക്യാപ്ടനായും പ്രവർത്തിച്ചു. മാവൂർ ഗ്രാസിം ഇൻഡസ്ട്രീസിൽ അദ്ദേഹം മുൻകൈയെടുത്ത് സംഘടിപ്പിച്ച തൊഴിലാളി സംഘടനയുടെ ചുരുക്കപ്പേരായിരുന്നു

ദേശാഭിമാനി

ദേശാഭിമാനി സിപിഐ എം നിയന്ത്രണത്തിൽ വന്നദിവസത്തെ ഒന്നാം പേജ് -1964 മെയ് 11

'ഗ്രോ'. അങ്ങനെയാണ് നക്സൽ വാസു 'ഗ്രോ' വാസുവായത്.

പത്രം ഇടതുപക്ഷം കൈയടക്കിയ ശേഷം കാവലിന് നിയോഗിക്കപ്പെട്ടവരിൽ ഒരാൾ പൊറ്റമ്മൽ സ്വദേശിയായ പ്രകടനം ചന്ദ്രൻ എന്ന ടി കെ ചന്ദ്രനായിരുന്നു. വാസുവിന്റെ നേതൃത്വത്തിൽ *ദേശാഭിമാനി*ക്കു മുമ്പിൽ സംരക്ഷണവലയം ഒരുക്കിയ വളണ്ടിയർമാരിൽ ഒരാൾ. അദ്ദേഹം പിന്നീട് *ദേശാഭിമാനി* ജീവനക്കാരനായി. വാച്ച്മാനായി ജോലിയിൽ പ്രവേശിച്ച ചന്ദ്രൻ, ദീർഘകാലം ഡസ്പാച്ച് സെക്ഷനിലാണ് ജോലി ചെയ്തത്.

ഇടതുപക്ഷത്തിന്റെ നിയന്ത്രണത്തിൽ പാതി വലതുപക്ഷവും പാതി ഇടതുപക്ഷവുമായ പത്രം പുറത്തിറങ്ങിയത് 1964 മെയ് 11–നാണ്. അതായത് 10–ന് രാത്രി അച്ചടിച്ച പത്രം. അന്നത്തെ ഒന്നാം പേജും അവസാന പേജുമാണ് ഇടതുപക്ഷക്കാർ തയാറാക്കിയത്. ഒന്നാം പേജിലെ ലീഡ് മെയ് 6, 7 തീയതികളിൽ ചേർന്ന എറണാകുളം കമ്യൂണിസ്റ്റ് ഐക്യ കൺവൻഷന്റെ ആഹ്വാനമായിരുന്നു. അഞ്ചു കോളം തലക്കെട്ടിൽ പത്രത്തിന്റെ ഇടതുവശത്താണ് ഈ വാർത്ത. കൂടെ ഇ എം എസ്, എ കെ ജി എന്നിവരുടെ ചിത്രങ്ങളും. വലതുവശത്ത് മുകളിൽ സോവിയറ്റ് കമ്യൂണിസ്റ്റ് പാർട്ടി നേതാവ് നികിത ക്രൂഷ്ച്ചേവും ഈജിപ്ത് പ്രസിഡണ്ട് നാസറുമായുള്ള കൂടിക്കാഴ്ചയുടെ വാർത്ത. അതോടൊപ്പം എ കെ ജിയുടെ പര്യടനത്തിന്റെ അറിയിപ്പ്. കെ പി ആർ ഗോപാലൻ പത്രത്തിന്റെ മാനേജിങ് എഡിറ്ററായി ചുമതലയേറ്റ വാർത്തയും ഒന്നാം പേജിൽ തന്നെയുണ്ട്. വാർത്ത ഒറ്റ വാചകത്തിലാണ്. '*ദേശാഭിമാനി* മാനേജിങ് എഡിറ്ററായ കെ പി ആർ ഗോപാലൻ ഇന്ന് ഇവിടെ എത്തി ചാർജെടുത്തിരിക്കുന്നു'.

നാഷണൽ കൗൺസിൽ യോഗത്തിൽ നിന്ന് ഇറങ്ങിപ്പോന്ന 32 പേരിൽ കേരളത്തിൽ നിന്നുള്ള ഏഴുപേർ വിളിച്ചുകൂട്ടിയതായിരുന്നു എറണാകുളം ഐക്യ കൺവൻഷൻ. കേരളത്തിൽ ഇടതുപക്ഷ വിഭാഗത്തിന്റെ ആദ്യ സമ്മേളനമെന്ന് ഇതിനെ വിശേഷിപ്പിക്കാം. കമ്യൂണിസ്റ്റ് ഐക്യത്തിനുള്ള ആഹ്വാനം കൺവൻഷൻ നടത്തിയെങ്കിലും ഇടതുപക്ഷക്കാർ മറ്റൊരു പാർട്ടി രൂപീകരിക്കുന്നതിന്റെ വിളംബരമായിരുന്നു കൺവൻഷൻ. കേരള സംസ്ഥാന കൗൺസിലിലെയും ജില്ലാ കൗൺസിലുകളിലെയും അംഗങ്ങളടക്കം 175 പേർ കൺവൻഷനിൽ പങ്കെടുത്തു. കൺവൻഷൻ ചേർന്നതു മെയ് 6, 7 തീയതികളിലാണെങ്കിലും *ദേശാഭിമാനി* വാർത്ത കൊടുത്തിരുന്നില്ല. കൺവൻഷൻ സംഘടിപ്പിച്ചവരുടെ നിയന്ത്രണത്തിൽ പത്രം വന്ന ശേഷമേ വാർത്ത കൊടുക്കാൻ കഴിഞ്ഞുള്ളു. പത്രം പൂർണമായും ഇടതുപക്ഷ നിയന്ത്രണത്തിൽ വന്നശേഷം ആദ്യം പത്രം ഇറങ്ങുന്നത് മെയ് 12–നാണ്. അന്നത്തെ മുഖ്യവാർത്ത വലതുപക്ഷക്കാരായ സി അച്യുതമേനോൻ, പി നാരായണൻ നായർ എന്നിവർക്ക് ഇ എം എസ് നമ്പൂതിരിപ്പാട് നൽകുന്ന മറുപടിയാണ്. ഇതാണ് തലവാചകം: 'സ. അച്യുതമേനോന് 'മനസ്സിലാക്കാൻ പറ്റാത്ത ഒരു കാര്യ'ത്തെപ്പറ്റി.' ലേഖനരൂപത്തിലാണ്. അതിന്റെ തുടക്കം ഇങ്ങനെയാണ്: "കഴിഞ്ഞ ഏതാനും ദിവസങ്ങളിലായി ഇടതുപക്ഷക്കാരെന്ന പേരിൽ അറിയപ്പെടുന്ന ഞങ്ങളെപ്പറ്റി പല വിമർശനങ്ങളും പത്രപംക്തികളിൽ വന്നിട്ടുണ്ട്. ഇവയിൽ ചിലതിനു ഞങ്ങൾ മറുപടിയും പറഞ്ഞിട്ടുണ്ട്. എന്നാൽ ഇവയെയെല്ലാം ഒരുപോലെ സ്പർശിക്കുന്ന ചില ചോദ്യങ്ങൾ എന്നോട് വ്യക്തിപരമായി ചോദിക്കാൻ ചില സഖാക്കൾ മുതിർന്നിട്ടുണ്ട്. അവരിലൊരാൾ സ. പി നാരായണൻ നായരാണ്...."

മെയ് 12–ന്റെ ഒന്നാം പേജിൽ തന്നെ തലേദിവസം ഇറങ്ങിയ 'ഇടതു–വലതു' പത്രത്തെക്കു

റിച്ച് ഒരു വാർത്ത ബോക്സിൽ കൊടുത്തിട്ടുണ്ട്.

ദേശാഭിമാനി നഗരത്തിൽ

കോഴിക്കോട്, മെയ് 11: കെട്ടിലും മട്ടിലും ഉള്ളടക്കത്തിലും മാറ്റം വരുത്തിക്കൊണ്ട് ഇന്ന് പുറത്തിറങ്ങിയ *ദേശാഭിമാനി* പ്രഭാതപ്പതിപ്പ് നഗരത്തിൽ എവിടെയും ഒരു സംസാരവിഷയ മായി മാറിയിരിക്കുന്നു. രാവിലെ 6 മുതൽക്കുതന്നെ നൂറുകണക്കിന് പത്രങ്ങൾ വിറ്റഴിയുവാൻ തുടങ്ങിയിരുന്നതായി പത്രവിൽപ്പനക്കാർ പറഞ്ഞു. എല്ലാ സ്റ്റാളുകളിലും പത്രത്തിനുവേണ്ടി വായനക്കാർ പാഞ്ഞുനടക്കുന്നത് പത്രബന്ധുക്കളെയും കാണികളെയും ആവേശഭരിതരാക്കി.

*ദേശാഭിമാനി*യുടെ സ്ഥാപക മെമ്പർമാരിൽ ഒരാളായ സ. കെ പി ആർ മാനേജിങ് എഡി റ്ററായി ചാർജെടുത്തതും വാർത്തകൾ പ്രസിദ്ധീകരിക്കുന്നതിൽ വന്നിട്ടുള്ള സ്വാഗതാർഹമായ മാറ്റവും വായനക്കാരുടെ ഹൃദ്യമായ അഭിനന്ദനത്തിന് പാത്രമായി. വളരെക്കാലത്തെ ത്യാഗ പൂർണമായ സേവനംകൊണ്ട് പാർട്ടിയെയും പത്രത്തെയും ഇന്നു കാണുന്ന ബഹുജനപ്ര സ്ഥാനങ്ങളാക്കി മാറ്റിയ ജനങ്ങളുടെ നേതാക്കളെക്കുറിച്ച് ഇടക്കാലങ്ങളിലായി *ദേശാഭിമാനി* പ്രസിദ്ധീകരിച്ചുവരുന്ന തത്വദീക്ഷയ്ക്കു നിരക്കാത്ത വാർത്തകളെയും അഭിപ്രായങ്ങളെയും കുറിച്ച് ഇന്നത്തെ പ്രഭാതം അവസാനമായി ഉൾച്ചിരിയോടെ ഓർത്തു. ഇന്നലെമുതൽ തന്നെ പത്രഓഫീസിലും പാർട്ടി ഓഫീസിലും വന്ന് അന്വേഷണം നടത്തിപ്പോകുന്ന നൂറുകണക്കിന് സഖാക്കളും സ. കെ പി ആറിന്റെ അഭ്യർഥനയനുസരിച്ച് കഴിവനുസരിച്ചുള്ള സംഭാവനകൾ നൽകിവരികയാണ്.

പത്രത്തിന്റെ നിയന്ത്രണം നഷ്ടപ്പെട്ട വലതുപക്ഷക്കാർ പക്ഷേ വെറുതെയങ്ങ് ഒഴിഞ്ഞു പോയില്ല. ആകാവുന്നത്ര തടസ്സങ്ങൾ അവർ വലിച്ചിട്ടു. അവർക്കതു ചെയ്യാൻ എളുപ്പമായിരുന്നു. കാരണം ഇന്നലെവരെ മാനേജ്മെന്റ് മൊത്തം നിയന്ത്രിച്ചത് അവരായിരുന്നല്ലോ. പത്രം അച്ചടി ക്കാനുള്ള കടലാസ് *ദേശാഭിമാനി*യിലെത്താതിരിക്കാൻ ശ്രമിച്ചു. വാർത്താ ഏജൻസിയായ പി ടിഐയുടെ സർവീസ് മുടക്കി. രണ്ടു ഫോണുള്ളതിൽ ഒന്നു വിച്ഛേദിച്ചു. മറ്റൊന്ന് അവർ സ്വന്തം കസ്റ്റഡിയിലാക്കി. അക്കാലത്ത് പത്രത്തിൽ ചിത്രങ്ങൾ അച്ചടിച്ചിരുന്നത് മരക്കട്ടയിൽ ബ്ലോക്ക് ഉണ്ടാക്കിയായിരുന്നു. ബ്ലോക്ക് നിർമിക്കുന്ന മുറി പൂട്ടിയിട്ടു. ലൈബ്രറിക്കും താഴിട്ടു. അവകാശവാ ദവും തർക്കവും ഉന്നയിച്ച് തപാൽ ഉരുപ്പടികൾ പോസ്റ്റ് ഓഫീസിൽ തടഞ്ഞിട്ടു. അതിനെല്ലാം പുറ മെയാണ് പ്രസിദ്ധീകരണം തടയണമെന്നാവശ്യപ്പെട്ട് കോഴിക്കോട്ടെ കോടതിയിൽ കേസ് കൊടു ത്തത്. പത്രം ഏതുവിധേനയും മുടക്കുക എന്നതു തന്നെയായിരുന്നു ലക്ഷ്യം. പക്ഷേ അതിലവർ വിജയിച്ചില്ല. ഇതെല്ലാം മുന്നിൽ കണ്ടാണ് ചാത്തുണ്ണിമാസ്റ്ററും കുഞ്ഞിരാമപ്പൊതുവാളും ചേർന്ന് കാര്യങ്ങൾ നീക്കിയത്. ഒരു ദിവസം പോലും പത്രം മുടങ്ങിയില്ല.

തടസ്സങ്ങൾ നീക്കി *ദേശാഭിമാനി* നിലനിർത്താനുള്ള നടപടികൾ ഇടതുപക്ഷം പെട്ടെന്നു തന്നെ ആരംഭിച്ചു. മെയ് 12-ന്റെ പത്രത്തിൽ മാനേജിങ് എഡിറ്റർ എന്ന നിലയിൽ കെ പി ആർ ഗോപാലൻ ഒന്നാം പേജിൽ തന്നെ ഒരു അറിയിപ്പ് കൊടുത്തു. പത്രത്തിനുള്ള റിപ്പോർട്ടുകൾ, ചെക്കുകൾ എന്നിവയെല്ലം മനേജിങ് എഡിറ്ററുടെ പേരിൽ മാത്രം അയക്കണമെന്നതായിരുന്നു അറിയിപ്പ്. അതു കഴിഞ്ഞ് മെയ് 15-ന് കെ പി ആറിന്റെ തന്നെ മറ്റൊരു അറിയിപ്പ് വന്നു. അതിങ്ങ നെയാണ്:

പ്രത്യേക അറിയിപ്പ്

12-5- 1964-ലെ പത്രത്തിൽ ഞാൻ കൊടുത്ത അഭ്യർഥന പ്രകാരം ഏജന്റുമാരും പരസ്യക്കാ രും തങ്ങളുടെ കുടിശ്ശികകളും പരസ്യം, റിപ്പോർട്ടുകൾ, സംഭാവനകൾ മുതലായവയും താഴെ കാണുന്ന വിലാസത്തിൽ മാത്രം അയക്കണമെന്നും എന്നാൽ മാത്രമേ പത്രം കിട്ടാനും പരസ്യം, റിപ്പോർട്ടുകൾ മുതലായവ പ്രസിദ്ധീകരിക്കാനും ഇടവരികയുള്ളുവെന്ന് അറിയിക്കുന്നു. ശ്രീ. എ ഗോപാലൻകുട്ടി മേനോന്റെ (വലതുപക്ഷക്കാരനായ മുൻ മാനേജർ-ലേഖകൻ) അറിയിപ്പ് ആരും അനുസരിക്കേണ്ടതില്ല. അദ്ദേഹത്തെ ഗുരുതരമായ കൃത്യവിലോപത്തിന് അന്വേഷണവിധേയമാ യി സസ്പെന്റ് ചെയ്തിരിക്കയാണ്. സംഖ്യ കഴിവതും മണിഓർഡറായി മാത്രം അയക്കാൻ *ദേശാഭി*

*മാനി*യുടെ സുഹൃത്തുക്കളെ അറിയിച്ചുകൊള്ളുന്നു.

എന്ന്,
കെ പി ആർ ഗോപാലൻ
മാനേജിങ് എഡിറ്റർ, *ദേശാഭിമാനി*
15-5-1964

ഇടതുപക്ഷത്തിന്റെ നിയന്ത്രണത്തിൽ പത്രം വന്നതിന്റെ അടുത്ത ദിവസം സി അച്യുത മേനോനും മറ്റു ചില വലതുപക്ഷ നേതാക്കളും കോഴിക്കോട്ടെത്തി. അന്നത്തെ കലക്ടർ സഖ റിയാമാത്യുവിനെ അവർ കണ്ടു. പത്രത്തിന്റെ നിയമപരമായ അവകാശം പാർട്ടി സംഘടനയിൽ ഭൂരിപക്ഷമുള്ള തങ്ങൾക്കാണെന്നും മറുവിഭാഗം ബലം പ്രയോഗിച്ച് പത്രം പിടിച്ചതാണെന്നും അവർ കലക്ടർ മുമ്പാകെ വാദിച്ചു. ഇതിനു തടയിടാൻ കെ പി ആർ ഗോപാലനും കലക്ടറെ കണ്ടു. കലക്ടറുടെ നിർദേശപ്രകാരമാവണം പൊലീസ് ഉദ്യോഗസ്ഥർ *ദേശാഭിമാനി*യിലെത്തി. അനിഷ്ട സംഭവങ്ങളൊന്നും അവിടെ ഇല്ലെന്ന് അവർ റിപ്പോർട്ട് നൽകി. അതിനാൽ സർക്കാ രിന് ഒന്നും ചെയ്യാനില്ലായിരുന്നു. തുടർന്നാണ് വലതുപക്ഷം കോടതിയിൽ പോയത്. കേസ് നട ത്തിപ്പിന്റെ മുഴുവൻ കാര്യങ്ങളും നോക്കിയത് പി കെ കുഞ്ഞിരാമപ്പൊതുവാളായിരുന്നു.

ദേശാഭിമാനി സംരക്ഷിക്കാൻ ഇ എം എസും സി എച്ച് കണാരനുമടക്കമുള്ള പ്രമുഖ നേ താക്കൾ തന്നെ രംഗത്തിറങ്ങി. 1964 മെയ് 22-ന്റെ പത്രത്തിൽ '*ദേശാഭിമാനി*യെ സംരക്ഷിക്കാൻ' എന്ന തലക്കെട്ടിൽ അസാധാരണമായ ഒരു പ്രസ്താവനയുണ്ട്. ഒന്നാം പേജിൽ രണ്ടുകോള ത്തിൽ കുത്തനെ കൊടുത്ത പ്രസ്താവനയുടെ പ്രത്യേകത അതിനൊപ്പം ഏഴുപേരുടെ ചിത്രങ്ങൾ കൊടുത്തിരുന്നു എന്നതാണ്. ഈ രീതിയിൽ വിന്യസിച്ച ഒരു പ്രസ്താവനയോ അഭ്യർഥനയോ ഒരിക്കലും ഒരു പത്രത്തിലും കണ്ടിട്ടില്ല. വിഷയം ഗൗരവമാണെന്നും അടിയന്തര പ്രാധാന്യമുള്ള താണെന്നും വായനക്കാരെ ധരിപ്പിക്കാനാണ് ഈ രീതിയിൽ അതു ചെയ്തതെന്നു വ്യക്തമാണ്. ആ പ്രസ്താവന:

ഏഴു പേരുടെ ചിത്രങ്ങൾ- ഇ എം എസ് (പ്രൊപ്രൈറ്റർ), കെ പി ആർ ഗോപാലൻ (മാനേജിങ് എഡിറ്റർ), സി എച്ച് കണാരൻ (ഐക്യ കമ്മിറ്റി കൺവീനർ), എ വി കുഞ്ഞമ്പു (കണ്ണൂർ ജില്ലാ സെക്രട്ടറി), ഇ കെ നായനാർ (കോഴിക്കോട് ജില്ലാ സെക്രട്ടറി), ഇ കെ ഇമ്പിച്ചി ബാവ (പാലക്കാട് ജില്ലാ സെക്രട്ടറി), എം ഗോവിന്ദൻകുട്ടി ((പ്രിന്റർ ആന്റ് പബ്ലിഷർ).

ബഹുജനങ്ങളോട് ഒരഭ്യർഥന

സഖാക്കളേ, സുഹൃത്തുക്കളേ,

പരീക്ഷണത്തിന്റെ ഒന്നാം ഘട്ടം നാം വിജയകരമായി തരണം ചെയ്തിരിക്കയാണ്. *ദേശാഭി മാനി*യെ ഞെക്കിക്കൊല്ലാൻ ശത്രുക്കളും മിത്രങ്ങളെന്ന് നടിച്ച ശത്രുക്കളും വെമ്പുകയായിരുന്നു. കോഴിക്കോട് സബ് കോടതിയിൽ സ. ഇന്ദുചൂഡൻ (മുൻ പത്രാധിപർ-ലേഖകൻ) സമർപ്പിച്ച ഇഞ്ചങ്ഷൻ ഹരജിയോടുകൂടി സ്ഥിതിഗതികൾ ഗൗരവത്തിലേക്കു നീങ്ങുകയുണ്ടായി. ഹരജി വിചാരണ ഇന്ന് അവസാനിച്ച് വിധിപറയാൻ നിർത്തിവെച്ചിരിക്കയാണ്.

*ദേശാഭിമാനി*യുടെ വിഷമസന്ധിയിൽ പുതിയ മാനേജ്മെന്റിനോടും പത്രാധിപസമിതിയോ ടും *ദേശാഭിമാനി* തൊഴിലാളികളും പത്രബന്ധുക്കളും കാണിച്ച അതിരറ്റ വാത്സല്യവും കൂറും ആവേശഭരിതമായിരുന്നു. പത്രമച്ചടിക്കാനുള്ള കടലാസ് തടഞ്ഞുവെച്ചും പിടിഐ സർവീസ് നിർത്തിയും ഫോൺ ബന്ധം പോലും തടയാൻ ശ്രമിച്ചും *ദേശാഭിമാനി*ക്കു വരുന്ന തപാലുകൾ തടഞ്ഞുകൊണ്ടും മറ്റും പഴയ പത്രാധിപസമിതിയിലെയും മാനേജ്മെന്റിലെയും സുഹൃത്തുക്കൾ നടത്തിയ കുത്തിത്തിരിപ്പും അധികൃതന്മാരെക്കൊണ്ട് ഇടപെടീക്കാനുള്ള ഗൂഢാലോചനയും അതിജീവിച്ചുകൊണ്ട് *ദേശാഭിമാനി* ഇതാ തലയുയർത്തി നിൽക്കുന്നു. അതു ജീവിക്കുകയും വളരുകയും മുന്നോട്ടുപോവുകയും ചെയ്യും. അധ്വാനിക്കുന്ന ബഹുജനങ്ങളുടെ ത്യാഗത്തിലും

വിയർപ്പിലും രക്തത്തിലും ഉയിരെടുത്ത *ദേശാഭിമാനി*യെ സംരക്ഷിക്കാൻ സ്വയം മുന്നോട്ടുവന്ന എല്ലാവരെയും ഞങ്ങൾ അഭിവാദ്യം ചെയ്യട്ടെ.

നാമിന്ന് പകുതി വഴിയിലാണ്. പേജ് വർധിപ്പിക്കണം. അടിയന്തര വാർത്തകൾ കൊടുക്കാൻ ഏർപ്പാടുണ്ടാക്കണം. കെട്ടുംമട്ടും നന്നാക്കണം. കേസ് ഭംഗിയായി നടത്തണം. ശത്രുക്കളുടെ എതിർപ്പിനെ എല്ലാ രംഗത്തും തോൽപ്പിക്കണം. തൊഴിലാളി-കർഷക വർഗത്തെയും മറ്റു ബഹുജനങ്ങളെയും രാജ്യത്തെയും കൂടുതൽ കൂടുതൽ സേവിക്കാൻ അവരുടെ പ്രക്ഷോഭസമരങ്ങളുടെ ബന്ധുവും നേതാവും സർവോപരി ജിഹ്വയുമായി വർത്തിക്കാൻ *ദേശാഭിമാനി*ക്ക് കഴിയണം.

ഇ എം എസ് ഉൾപ്പെടെ പാർട്ടി നേതാക്കൾ പുറപ്പെടുവിച്ച സംയുക്ത പ്രസ്താവന–1964 മെയ് 22

വർധിച്ച സാമ്പത്തിക ഭാരം താങ്ങാൻ *ദേശാഭിമാനി*യ്ക്ക് ഇന്നു കഴിവില്ല. അതിനെ കൊല്ലാതെ കൊന്നുകൊണ്ടിരിക്കുകയായിരുന്നു. നിങ്ങളുടെ ഉദാരവും അടിയന്തരവുമായ ഇടപെടൽ *ദേശാഭിമാനി*ക്ക് ജീവൻ നൽകി. കൂടുതൽ സഹായങ്ങൾ എത്തിച്ച് *ദേശാഭിമാനി*യെ സംരക്ഷിക്കുക. നിങ്ങൾക്ക് *ദേശാഭിമാനി*യുടെ അഭിവാദ്യങ്ങൾ. [8]

ദേശാഭിമാനി പ്രവർത്തകർ
കോഴിക്കോട്
(*ദേശാഭിമാനി*, 1964 മെയ് 22)

ദേശാഭിമാനി ഇടതുപക്ഷത്തിന്റേതായിരിക്കുന്നുവെന്നും അതു മറ്റാർക്കും വിട്ടുകൊടുക്കില്ലെന്നുമുള്ള പ്രഖ്യാപനം ഈ പ്രസ്താവനയിൽ അടങ്ങിയിട്ടുണ്ട്. *ദേശാഭിമാനി* അഭിവൃദ്ധിപ്പെടുത്തുന്നതിന് പുതിയ പാർട്ടിയാകാൻ പോകുന്ന ഇടതുപക്ഷം പദ്ധതി ആവിഷ്കരിച്ചിട്ടുണ്ടെന്ന സന്ദേശം ഇതിൽ കാണാം. അതിനുവേണ്ടി പണം സ്വരൂപിക്കാനുള്ള അഭ്യർഥന നടത്തിയവരിൽ മൂന്നു ജില്ലാ സെക്രട്ടറിമാരുണ്ട്. മലപ്പുറം, വയനാട്, കാസർകോട് ജില്ലകൾ രൂപീകൃതമാകുന്നത് പിന്നീടാണ്. പത്രത്തിന്റെ ഉടമ ഇ എം എസ് അല്ല ഇന്ദുചൂഡനാണെന്ന ഒരു വാദം വലതുപക്ഷക്കാർക്കുണ്ടായിരുന്നു. കോടതിയിലും അവർ ഇതേവാദം ഉന്നയിച്ചു. അതുകൊണ്ടാവണം ഇ എം എസിന്റെ ചിത്രത്തിനു താഴെ 'പ്രൊപ്രൈറ്റർ' എന്ന അടിക്കുറിപ്പ് നൽകിയതെന്ന് കരുതിയാൽ തെറ്റില്ല.

പത്രാധിപസമിതിയിൽ മിക്കവാറും പേർ വലതുപക്ഷത്തായിരുന്നുവെങ്കിൽ *ദേശാഭിമാനി* പ്രസ്സിന്റെ ഉടമസ്ഥാവകാശമുള്ള *ദേശാഭിമാനി* പ്രിന്റിങ് ആന്റ് പബ്ലിഷിങ് കമ്പനി ലിമിറ്റഡിലെ ഡയറക്ടർമാരിൽ ഭൂരിഭാഗവും ഇടതുപക്ഷത്തായിരുന്നു. കമ്പനി ഭരണം പിടിക്കാനുള്ള ശ്രമം വലതുപക്ഷം നടത്താതിരുന്നില്ല. അതത്ര നിസ്സാരമായിരുന്നില്ലെന്ന് കമ്പനി ഡയറക്ടർ ബോർഡിന്റെ മിനുട്സിൽ നിന്നു വ്യക്തമാകും. പത്രം ഇടതുപക്ഷം സ്വന്തമാക്കി അധികദിവസം കഴിയുംമുമ്പ് കമ്പനിയുടെ പൊതുയോഗം വിളിക്കാൻ വലതുപക്ഷത്തിന്റെ പ്രധാന നേതാവായ എം എൻ ഗോവിന്ദൻ നായർ നോട്ടീസ് നൽകി. ഡയറക്ടർ ബോർഡിൽ നിന്ന് ഇ കെ ഇമ്പിച്ചിബാവ, ഇ കെ നായനാർ, മാനേജിങ് ഡയറക്ടറായ എം ഗോവിന്ദൻ കുട്ടി എന്നിവരെ നീക്കണമെന്നായിരുന്നു എമ്മന്റെ ആവശ്യം. അപ്പോഴാണ് ഇടതുപക്ഷ ഡയറക്ടർമാർക്ക് അപകടം മനസ്സിലായത്. കാരണം എം എൻ ഗോവിന്ദൻ നായർ അന്നു *ദേശാഭിമാനി*യുടെ എണ്ണായിരം ഓഹരികൾക്ക് ഉടമയാണ്. 1952–53 കാലത്ത് 75,000 രൂപ കമ്യൂണിസ്റ്റ് പാർട്ടി *ദേശാഭിമാനി*ക്ക് കടം കൊടുത്തിരു

എൻ ചന്ദ്രശേഖരക്കുറുപ്പ്

ന്നു. പാർട്ടിയുടെ പത്രത്തിനു പാർട്ടി എന്തിനു കടം കൊടുക്കുന്നു എന്ന് സംശയം വരാം. ഓരോ സ്ഥാപനവും നിയമപ്രകാരം പ്രവർത്തിക്കുകയും ആ പ്രവർത്തനം സുതാര്യമായിരിക്കുകയും വേണം എന്നതാണ് തീരുമാനം. എല്ലാറ്റിനും കണക്ക് വേണം. അതുകൊണ്ട് കടം കടമായി തന്നെ കൈകാര്യം ചെയ്തുപോന്നു. *ദേശാഭിമാനി*ക്ക് ഫണ്ട് വരുമ്പോൾ കടം തിരിച്ചടയ്ക്കണം. സ്ഥാപനങ്ങൾ സ്വന്തം കാലിൽ നിൽക്കണം. പ്രയാസം വരുമ്പോൾ പാർട്ടി സഹായിക്കും. ആ തത്വവും സമ്പ്രദായവും ഇന്നും തുടരുന്നു. കടത്തിന്റെ കാര്യത്തിലേക്കു വന്നാൽ 75,000 രൂപ കടം വാങ്ങിയതിൽ 35,000 രൂപ *ദേശാഭിമാനി* തിരിച്ചുനൽകിയിരുന്നു. ബാക്കി 40,000 രൂപ പാർട്ടി സെക്രട്ടറി എം എൻ ഗോവിന്ദൻ നായരുടെ പേരിൽ എണ്ണായിരം ഓഹരിയാക്കി മാറ്റി. ഒരു ഓഹരിക്ക് അഞ്ചുരൂപ. അതനുസരിച്ച് പാർട്ടിയുടെ കടം മുഴുവൻ *ദേശാഭിമാനി* വീട്ടി. ആ എണ്ണായിരം ഓഹരിയുടെ ബലത്തിലാണ് ഗോവിന്ദൻ നായരുടെ നോട്ടീസ്.

ഈ തന്ത്രം പൊളിക്കാനുള്ള നീക്കം മറുഭാഗത്തും നടന്നു. അഴീക്കോടൻ രാഘവനായിരുന്നു അന്നു കമ്പനിയുടെ ചെയർമാൻ. അഴീക്കോടന്റെ നേതൃത്വത്തിൽ ഇടതുപക്ഷക്കാർ വലിയ തോതിൽ പ്രോക്സി (ഓഹരിയുടമ യോഗത്തിനു വന്നില്ലെങ്കിൽ അയാളുടെ അല്ലെങ്കിൽ അവളുടെ വോട്ട് ചെയ്യാനുള്ള അധികാരപത്രം) സമ്പാദിച്ചു. മാത്രമല്ല, ധാരാളം പുതിയ ഓഹരികൾ ചേർക്കുകയും ചെയ്തു. എൻ ചന്ദ്രശേഖരക്കുറുപ്പ്, വി കെ ഗോപാലൻ എന്നിവരുടെ കാര്യമായ സഹായം പ്രോക്സി സമ്പാദിക്കുന്ന കാര്യത്തിൽ അഴീക്കോടനു കിട്ടി. 1964 ജൂൺ ഒമ്പതിനു ചേർന്ന ഡയറക്ടർ ബോർഡ് യോഗം 1,853 പുതിയ ഓഹരി നൽകാൻ തീരുമാനിച്ചു. പ്രോക്സി വന്നാൽ പരിശോധിക്കുന്നതിന് ചെയർമാനായ അഴീക്കോടനൊപ്പം ഡയറക്ടറായ കെ എ കേരളീയൻ കൂടി വേണമെന്ന് ആ യോഗത്തിൽ എം കണാരൻ ആവശ്യപ്പെട്ടു. പ്രോക്സി അധികം സമ്പാദിച്ചത് ഇടതുപക്ഷക്കാരാണെന്ന് മറുഭാഗം മനസ്സിലാക്കിയിരുന്നു. അതു തടസ്സപ്പെടുത്താനാണ് പ്രോക്സി പരിശോധനയ്ക്ക് തങ്ങളുടെ പക്ഷക്കാരനായ കേരളീയനെ എം കണാരൻ നിർദേശിച്ചത്. ഉദ്ദേശ്യം മനസ്സിലായതുകൊണ്ട് ആ നിർദേശം ബോർഡ് യോഗം തള്ളിക്കളഞ്ഞു. ഭൂരിപക്ഷപ്രകാരമാണ് കണാരന്റെ ആവശ്യം നിരാകരിച്ചത്. പ്രോക്സി പരിശോധിക്കാൻ മറ്റൊരു ഡയറക്ടർ കൂടി വേണമെന്ന് നിയമം നിർബന്ധിക്കുന്നില്ലെന്ന് മിനുട്സിൽ രേഖപ്പെടുത്തിയിട്ടുണ്ട്.

വി കെ ഗോപാലൻ

മിനുട്സ് പ്രകാരം യോഗത്തിലെ തീരുമാനങ്ങൾ: 1. 16,910 മുതൽ 18,763 വരെ ഷെയർ അലോട്ട് ചെയ്യാൻ തീരുമാനിച്ചു. 2. എം എൻ ഗോവിന്ദൻ നായർ 11-05-1964-നു അയച്ചതും 19-05-64-നു കിട്ടിയതുമായ കത്തിൽ തങ്ങളെപ്പറ്റി പ്രത്യേകിച്ച് എന്തെങ്കിലും കുറ്റം കമ്പനിക്കെതിരെ ചെയ്തിട്ടുണ്ടെന്നു പറയാതെ, പൊതുവെ കമ്പനിയുടെ താൽപ്പര്യത്തിന് എതിരായി പ്രവർത്തിക്കുന്നു എന്നു പറഞ്ഞത് സത്യവിരുദ്ധമാണെന്ന് മൂന്ന് അംഗങ്ങൾ പറഞ്ഞു. കമ്പനിയുടെ പുരോഗതിക്കുവേണ്ടി ആത്മാർഥമായി നിരന്തരം പ്രവർത്തിച്ചുവരുന്ന ചരിത്രം കമ്പനി രേഖകളിൽ കാണാവുന്നതാണ്. ആ നിലയ്ക്ക് തങ്ങളെ ബോർഡിൽ നിന്ന് നീക്കം ചെയ്യാനുള്ള സംരംഭം കമ്പനിക്ക് ദ്രോഹമുണ്ടാക്കുന്നതിന് ചെയ്തുണ്ടാക്കിയതാണെന്ന് മനസ്സിലാക്കുന്നു. അതുകൊണ്ട് ദുരുദ്ദേശ്യനടപടിയിൽ നിന്ന് പിന്മാറണമെന്ന് ഇ കെ ഇമ്പിച്ചിബാവ, ഇ കെ നായനാർ, എം ഗോവിന്ദൻകുട്ടി എന്നിവർ ചെയർമാന്റെ കത്തിനു മറുപടിയായി പറഞ്ഞു. അഴീക്കോടൻ രാഘവൻ, ഇ കെ ഇമ്പിച്ചിബാവ, കെ എ കേരളീയൻ, എം കണാരൻ, കെ ചാത്തുണ്ണി (ചാത്തുണ്ണി മാസ്റ്റർ അക്കാലത്ത് ചാത്തുണ്ണി എന്ന് എഴുതിയാണ് ഒപ്പിട്ടിരുന്നത്-ലേഖകൻ), എം ഗോവിന്ദൻ

പി സി രാഘവൻ നായർ

കുട്ടി എന്നിവരാണ് ആ യോഗത്തിൽ പങ്കെടുത്തത്.[9]

അഴീക്കോടന്റെ നേതൃത്വത്തിൽ പ്രോക്സി വാങ്ങിയതടക്കം മുപ്പതിനായിരത്തോളം ഓഹരിയുടമകൾ ഇടതുപക്ഷത്തിന്റെ കൂടെ ഉണ്ടായിരുന്നു എന്നാണ് എം ഗോവിന്ദൻകുട്ടി രേഖപ്പെടുത്തിയത്. ഏതായാലും എം എൻ ഗോവിന്ദൻ നായരുടെ കത്തു പ്രകാരം 1964 ജൂലൈ മൂന്നിന് ഓഹരിയുടമകളുടെ പൊതുയോഗം വിളിച്ചു. എന്നാൽ വലിയ ഭൂരിപക്ഷം ഇടതുപക്ഷത്തിനാണെന്നു തിരിച്ചറിഞ്ഞ മറുപക്ഷം കമ്പനി പിടിക്കൽ നീക്കം ഉപേക്ഷിക്കുകയാണുണ്ടായത്. പൊതുയോഗം വിളിക്കാൻ നോട്ടീസ് നൽകിയ എം എൻ ഗോവിന്ദൻനായരും അദ്ദേഹത്തോടൊപ്പം നിൽക്കുന്നവരും യോഗത്തിനേ പോയില്ല. മറുപക്ഷത്തിന്റെ കൈയിൽ എണ്ണായിരം ഓഹരികൾ ഉള്ളതുകൊണ്ട് ഭാവിയിൽ അത്തരം പ്രശ്നങ്ങളോ പ്രതിസന്ധികളോ വരാതിരിക്കാൻ പിന്നീട് സിപിഐ എം സംസ്ഥാന കമ്മിറ്റി അംഗങ്ങളുടെ പേരിൽ 42,000 രൂപയുടെ ഓഹരികൾ ചേർത്തു. 8400 ഓഹരികൾ.

ദേശാഭിമാനി ഇടതുപക്ഷത്തിന്റെ നിയന്ത്രണത്തിലായപ്പോൾ പാർട്ടി നേതാക്കൾ വായനക്കാർക്കു നൽകിയ ഉറപ്പായിരുന്നു പത്രം അഭിവൃദ്ധിപ്പെടുത്താൻ ശ്രമിക്കുമെന്നത്. അതനുസരിച്ച് കാര്യങ്ങൾ നീങ്ങി. ആ ഘട്ടത്തിൽ പത്രത്തിന്റെ മാനേജരായിരുന്ന പി സി രാഘവൻ നായർ അക്കാര്യം വിശദീകരിക്കുന്നു:

> പത്രം വികസിപ്പിക്കുന്നതിന്റെ ഭാഗമായി പുതിയ കെട്ടിടവും പ്രസ്സും സ്ഥാപിക്കാൻ തീരുമാനിച്ചു. കേരള ഫിനാൻഷ്യൽ കോർപറേഷനിൽ നിന്ന് ഇതിനുവേണ്ടി *ദേശാഭിമാനി* പ്രിന്റിങ് ആന്റ് പബ്ലിഷിങ് കമ്പനി മൂന്നുലക്ഷം രൂപ വായ്പയെടുത്തു. 1.66 ലക്ഷം രൂപ ചെലവിട്ട് കെട്ടിടമുണ്ടാക്കി. കടമെടുത്തതിൽ ബാക്കി 1.34 ലക്ഷം രൂപ ബാങ്കിലിട്ടു. അതിന്റെ പലിശകൊണ്ട് ജീവനക്കാരുടെ ശമ്പളവും അലവൻസും ബോണസും നൽകിപ്പോന്നു. *ദേശാഭിമാനി*ക്ക് ആദ്യം ഓർഡർ ചെയ്തിരുന്ന റോട്ടറി പ്രസ് വാങ്ങാൻ ശേഷിയില്ലാത്തതുകൊണ്ട് *മാതൃഭൂമി*യാണ് ആ പ്രസ് വാങ്ങിയത്. അന്നത് വാങ്ങാൻ കഴിഞ്ഞിരുന്നുവെങ്കിൽ ആദ്യ റോട്ടറി പ്രസ് *ദേശാഭിമാനി*യുടെ താകുമായിരുന്നു. അന്നുണ്ടാക്കിയ കെട്ടിടത്തിൽ റോഡിന് അഭിമുഖമായി അഞ്ചാറ് പീടിക മുറികളുണ്ടായിരുന്നു. അതു വാടകക്ക് കൊടുത്ത് അതിന്റെ വരുമാനം കൂടി ഉപയോഗിച്ചാണ് പത്രം നടത്തിപ്പോന്നത്.[10]

കമ്പനിയുടെ മിനുട്സ് പരിശോധിച്ചപ്പോൾ വ്യക്തമായ ഒരു കാര്യം, ചെയർമാൻ എന്ന നിലയിൽ അഴീക്കോടൻ രാഘവൻ എല്ലാ ബോർഡ് യോഗങ്ങളിലും പങ്കെടുത്തിരുന്നു എന്നതാണ്. പ്രതിസന്ധി ഘട്ടങ്ങളിലെല്ലാം അദ്ദേഹം നിശ്ചയദാർഢ്യത്തോടെ, എന്നാൽ തികച്ചും സംയമനത്തോടെ പ്രവർത്തിച്ചു. പ്രോക്സി ശേഖരണം ബഹളമൊന്നുമില്ലാതെ വലിയ തോതിൽ നടത്തിയതിനു പിന്നിലും അദ്ദേഹത്തിന്റെ സാമർഥ്യമുണ്ടായിരുന്നു. ഇ എം എസ് തിരക്കുകൾക്കിടയിലും ഡയറക്ടർ ബോർഡ് യോഗങ്ങളിൽ പങ്കെടുത്തു. ഇ എം എസിന്റെ മലയാളത്തിലുള്ള ഒപ്പ് പ്രസിദ്ധമാണല്ലോ. എന്നാൽ 1964 വരെ അദ്ദേഹം ഇംഗ്ലീഷിലാണ് ഒപ്പിട്ടിരുന്നത്.

*ദേശാഭിമാനി*യുടെ ഉടമസ്ഥാവകാശം തനിക്കാണെന്നും അതിനാൽ മറ്റുള്ളവർ പത്രം പ്രസിദ്ധപ്പെടുത്തുന്നതു തടയണമെന്നും ആവശ്യപ്പെട്ടാണ് മുൻ പത്രാധിപർ വി ടി ഇന്ദുചൂഡൻ കോഴിക്കോട് സബോർഡിനേറ്റ് കോടതിയെ സമീപിച്ചത്. കേസിനു പോവുക എന്നത് വലതുപക്ഷ വിഭാഗത്തിന്റെ തീരുമാനമായിരുന്നു. ഇഞ്ചങ്ഷൻ ഹരജി 1964 മെയ് 26-ന് കോടതി തള്ളി. എങ്കിലും ഇവിടെ സ്വാഭാവികമായും ഒരു സംശയം ഉയരും. പത്രത്തിന്റെ ഉടമസ്ഥൻ ഇ എം എസ് ആയിരുന്നുവെങ്കിൽ, താനാണ് ഉടമസ്ഥനെന്ന് അവകാശപ്പെട്ട് ഇന്ദുചൂഡൻ കോടതിയിൽ പോകുമായിരുന്നോ? ഇതിന് ഉത്തരം കാണാതെ കേസിന്റെ വിശദാംശങ്ങളിലേക്കു പോകാനാവില്ല.

പത്രം പിടിക്കാൻ വലതുപക്ഷം ചില ശ്രമങ്ങൾ നല്ല ആലോചനയോടെ നടത്തിയിരുന്നു എന്ന് ഈ ഭാഗത്തേക്ക് കടക്കുമ്പോൾ നമുക്ക് മനസ്സിലാകും. 1962 ജനുവരിയിൽ പാർട്ടി ജനറൽ സെക്രട്ടറി അജയ്ഘോഷ് അന്തരിച്ചപ്പോൾ ഇ എം എസ് ജനറൽ സെക്രട്ടറിയായി. അക്കാലത്ത് കൽക്കത്തയിലാണ് പാർട്ടിയുടെ അഖിലേന്ത്യാ ആസ്ഥാനം. പ്രവർത്തന കേന്ദ്രം മാറിയതുകൊണ്ടും പ്രധാന പാർട്ടി ചുമതല വന്നതുകൊണ്ടും പത്രത്തിന്റെ ഉടമസ്ഥാവകാശം ഇ എം എസിൽനിന്നു മാറ്റണമെന്ന് വലതുകാർക്ക് ഭൂരിപക്ഷമുള്ള സംസ്ഥാന കൗൺസിൽ തീരുമാനിച്ചു. അന്നു പത്രാധിപരായിരുന്ന വി ടി ഇന്ദുചൂഡന്റെ പേരിലേക്ക് ഉടമസ്ഥാവകാശം മാറ്റണമെന്നായിരുന്നു തീരുമാനം. ഇതിനു പിന്നിലെ കളി ഇ എം എസ് മനസ്സിലാക്കിയോ ഇല്ലയോ എന്ന് പറയാൻ കഴിയില്ല. ഏതായാലും പാർട്ടിയുടെ സംഘടനാ തത്വം അനുസരിച്ച് ഇക്കാര്യത്തിൽ തീരുമാനമെടുക്കേണ്ടത് സംസ്ഥാന കൗൺസിലാണ്. കൗൺസിൽ തീരുമാനമെടുത്ത സ്ഥിതിക്ക് ഇ എം എസ് അതനുസരിച്ചു. കോഴിക്കോട് ജില്ലാ മജിസ്ട്രേട്ടിന് 1962 ഒക്ടോബർ 6-ന് അദ്ദേഹം കത്തു നൽകി. തന്റെ പേരിൽ നിന്ന് ഉടമസ്ഥാവകാശം ഇന്ദുചൂഡന്റെ പേരിലേക്ക് മാറ്റണമെന്ന് ഇ എം എസ് രേഖാമൂലം തന്നെ നിയമപ്രകാരമുള്ള അധികാരിയോട് അപേക്ഷിച്ചു.

ഉടമസ്ഥാവകാശം മാറ്റാൻ ഇ എം എസിന്റെ ആ കത്ത് മാത്രം പോരായിരുന്നു. ഇ എം എസിന്റെ കത്തിന് 1962 ഒക്ടോബർ 20-ന് ജില്ലാ മജിസ്ട്രേട്ട് മറുപടി നൽകി. പത്രത്തിന്റെ പ്രിന്ററും പബ്ലിഷറും നേരിട്ടു ഹാജരായി ഡിക്ലറേഷൻ ഫയൽ ചെയ്താലേ ഉടമസ്ഥാവകാശം മാറ്റാനാവൂ എന്നായിരുന്നു മറുപടിക്കത്തിൽ ഉണ്ടായിരുന്നത്. അതാണ് ചട്ടം. എന്നാൽ, പ്രിന്ററും പബ്ലിഷറുമായ എം ഗോവിന്ദൻകുട്ടിക്ക് അതിനു മനസ്സുവന്നില്ല. അദ്ദേഹം അതു വെച്ചുതാമസിപ്പിച്ചു. ചുരുക്കത്തിൽ ഡിക്ലറേഷൻ ഫയൽ ചെയ്യാൻ അദ്ദേഹം പോയില്ല. പോകാത്തതിനു കാരണം ഇടതുപക്ഷക്കാരുടെ നിർദേശമാണോ എന്നു വ്യക്തമല്ല. എന്നാൽ ഗോവിന്ദൻകുട്ടിയുടെ വാക്കുകൾ അനുസരിച്ച് അദ്ദേഹം സ്വയം തീരുമാനമെടുത്തതാണ്. ഇ എം എസിനെ മാറ്റുന്നതിൽ ദുരുദ്ദേശ്യമുണ്ടെന്ന് മനസ്സിലായതുകൊണ്ട് പാർട്ടി നിർദേശം അവഗണിച്ചു എന്നാണ് അദ്ദേഹം രേഖപ്പെടുത്തിയത്. ഗോവിന്ദൻകുട്ടിയോട് പാർട്ടി വിശദീകരണം ചോദിച്ചു. അതിനു മറുപടി നൽകുന്നതും നീട്ടിക്കൊണ്ടുപോയി. 1964 ആയപ്പോഴേക്കും പാർട്ടി പിളരുകയും ചെയ്തു. *ദേശാഭിമാനി* ഇടതുപക്ഷത്തിന്റെ കൈയിലേക്ക് വരുന്നതിന് ഗോവിന്ദൻകുട്ടി വഹിച്ച നിർണായക പങ്ക് ഡിക്ലറേഷൻ ഫയൽ ചെയ്യാൻ അദ്ദേഹം പോകാതിരുന്നതിൽ നിന്നു മനസ്സിലാകും.

ഇന്ദുചൂഡന്റെ ഹരജി കോഴിക്കോട് സബ്കോടതി തള്ളിയത് 1964 മെയ് 27-നാണ്. എതിർകക്ഷികളായ *ദേശാഭിമാനി* മാനേജിങ് എഡിറ്റർ കെ പി ആർ ഗോപാലനും പ്രിന്ററും പബ്ലിഷറുമായ എം ഗോവിന്ദൻകുട്ടിക്കും കോടതിച്ചെലവ് നൽകണമെന്നുകൂടി ഉത്തരവിട്ടാണ് ജഡ്ജി പി എ ക്വാദിർ മീരാൻ ഹരജി തള്ളിയത്. പ്രിന്ററെയും പബ്ലിഷറെയും ഹാജരാക്കിച്ച് ഡിക്ലറേഷൻ മാറ്റുന്നതിന് ഹരജിക്കാരനായ ഇന്ദുചൂഡൻ ഒരു നടപടിയും എടുത്തില്ലെന്ന് വിധിന്യായത്തിൽ കോടതി പറഞ്ഞു. മാത്രമല്ല, മജിസ്ട്രേട്ടിന് ഇ എം എസ് കത്തു നൽകിയ ശേഷവും ഉടമസ്ഥൻ ഇ എം എസ് ആണ് എന്ന നിലയ്ക്ക് പ്രസ് ആക്ട് പ്രകാരം പത്രത്തിൽ രേഖപ്പെടുത്തിയിരുന്നു. അപ്പോഴും ഇന്ദുചൂഡൻ എഡിറ്ററായി പ്രവർത്തിക്കുകയായിരുന്നുവെന്ന് കോടതി ഓർമിപ്പിച്ചു. മെയ് 28-ന് '*ദേശാഭിമാനി*ക്കെതിരായ ഇഞ്ചങ്ഷൻ ഹരജി തള്ളി' എന്ന തലക്കെട്ടിലാണ് കോടതിവിധിയുടെ വാർത്ത *ദേശാഭിമാനി* പ്രസിദ്ധീകരിച്ചത്. എതിർകക്ഷികളായ കെ പി ആറിന്റെയും എം ഗോവിന്ദൻകുട്ടിയുടെയും ചിത്രം സഹിതമായിരുന്നു വാർത്ത. ഒരാഴ്ച കഴിഞ്ഞ് കോടതിവിധി പൂർണമായി പരിഭാഷപ്പെടുത്തി രണ്ടുദിവസമായി *ദേശാഭിമാനി* പ്രസിദ്ധീകരിച്ചു. പല ചോദ്യങ്ങൾക്കും അതിൽ ഉത്തരമുണ്ട്. ചില അവ്യക്തതകൾ നീക്കാനും അതു സഹായിക്കും. അതുകൊണ്ട് *ദേശാഭിമാനി* 1964 ജൂൺ 6, 7 തീയതികളി

ലായി പൂർണ രൂപത്തിൽ കൊടുത്ത വിധിന്യായം ഇവിടെ ഉദ്ധരിക്കുന്നു:

ഇന്ദുചൂഡന് പ്രഥമദൃഷ്ട്യാ കേസില്ല

എം ഗോവിന്ദൻകുട്ടിയും കെ പി ആറും ദേശാഭിമാനി പ്രസിദ്ധപ്പെടുത്തുന്നത് വിലക്കേണ്ടുന്ന ആവശ്യമില്ല.

വിധിയുടെ പരിഭാഷ:

തീരുമാനിക്കപ്പെടേണ്ട സംഗതികളെന്ത്? *ദേശാഭിമാനി* ദിനപത്രത്തിന്റെ ഉടമ താനാണെന്ന ഇന്ദുചൂഡന്റെ അവകാശവാദത്തിന് ഉപോൽബലകമായി പ്രാഥമികമായെങ്കിലും തെളിവുകൾ ഹാജരാക്കാൻ അദ്ദേഹത്തിന് സാധിച്ചിട്ടുണ്ടോ? ഇഞ്ചങ്ഷൻ അനുവദിക്കാതിരുന്നാൽ ഹരജിക്കാരന് തീർത്താൽ തീരാത്ത നഷ്ടത്തിനിടയാകുമോ? കൈവശത്തിന്റെ അടിസ്ഥാനത്തിൽ ഇരു കക്ഷികളുടെയും നിലയെന്താണ്? ഈ കേസിൽ തീരുമാനിക്കപ്പെടേണ്ട പ്രധാന പ്രശ്നം *ദേശാഭിമാനി* പത്രം ഇന്ദുചുഡന്റെ ഉടമസ്ഥതയിൽ വന്നിട്ടുണ്ടോ, അതല്ല, ഇ എം എസ് നമ്പൂതിരിപ്പാടിന്റെ പേരിൽ തുടരുന്നുണ്ടോ എന്നതാണ്.

ദേശാഭിമാനിയുടെ ഉടമ ഇ എം എസ്

ഈ വ്യവഹാരത്തിൽ *ദേശാഭിമാനി* പ്രിന്റിങ് ആന്റ് പബ്ലിഷിങ് കമ്പനിയുടെ ഉടമസ്ഥത ഒരു പ്രശ്നമായി വരുന്നില്ല. ഒരേയൊരു പ്രശ്നം, പത്രത്തിന്റെ ഉടമ താനാണെന്ന് തെളിയിക്കാൻ ഇന്ദുചൂഡന് സാധിച്ചിട്ടുണ്ടോ എന്നതാണ്. മറ്റൊരു ഭാഷയിൽ പറയുകയാണെങ്കിൽ കേസ് വിചാരണക്ക് പോകത്തക്കതാണെന്ന് കോടതിയെ ബോധ്യപ്പെടുത്താനുള്ള തെളിവെങ്കിലും ഹാജരാക്കിയിട്ടുണ്ടോ? ഈ വിഷയം ചർച്ച ചെയ്യുമ്പോൾ, സമ്മതിക്കപ്പെട്ടതും തർക്കമുള്ളതുമായ വാദഗതികളെ നമുക്ക് പരിചയപ്പെടേണ്ടിയിരിക്കുന്നു.

ഹരജിക്കാരനും എതിർകക്ഷികളും ഇന്ത്യൻ കമ്യൂണിസ്റ്റ് പാർട്ടി മെമ്പർമാരാണ്. കമ്യൂണിസ്റ്റ് പാർട്ടിയിൽ ഈയിടെ ഉണ്ടായ ഭിന്നിപ്പിന്റെ അടിസ്ഥാനത്തിൽ ഹരജിക്കാരൻ 'വലതു'പക്ഷത്തും എതിർകക്ഷികൾ ഇ എം എസിന്റെ നേതൃത്വത്തിലുള്ള 'ഇടതു'പക്ഷത്തിലുമാണ്. ഹരജിക്കാരൻ ഹാജരാക്കിയ ഒന്നാമത്തെ രേഖ, 6-10-1962-ന്റെ ഇ എം എസിന്റെ കത്ത്, നിലവിൽ വരുന്നതിന് മുമ്പ് ഇ എം എസാണ് *ദേശാഭിമാനി*യുടെ ഉടമയെന്ന കാര്യത്തിൽ രണ്ടുപക്ഷമില്ല. ഒന്നാം എതിർ കക്ഷി ഗോവിന്ദൻകുട്ടി *ദേശാഭിമാനി*യുടെ തുടക്കം മുതൽ അതിന്റെ പ്രിന്ററും പബ്ലിഷറുമാണ്; ഹരജിക്കാരൻ പത്രാധിപരും. സത്യവാങ്മൂലമനുസരിച്ച് 11-5-1964 വരെ താൻ പത്രാധിപരായിരുന്നുവെന്ന് ഇന്ദുചൂഡൻ വാദിക്കുമ്പോൾ 20-12-1963-ന് ശേഷം ഇന്ദുചൂഡൻ *ദേശാഭിമാനി* ആപ്പീസിൽ പ്രവൃത്തിക്ക് വരികയുണ്ടായിട്ടില്ലെന്ന് എതിർകക്ഷികൾ പറയുന്നു.

*ദേശാഭിമാനി*യുടെ ഉടമസ്ഥനായി ഇ എം എസിനെയും പത്രാധിപരായി ഇന്ദുചൂഡനെയും പ്രസ് റജിസ്ട്രേഷൻ ആക്ട് 5-ാം വകുപ്പ് പ്രകാരമുള്ള പ്രഖ്യാപനം അംഗീകരിച്ചിരുന്നുവെന്നതാണ് വാസ്തവം. 6-10-1962 മുതൽ *ദേശാഭിമാനി*യുടെ ഉടമസ്ഥത ഇന്ദുചൂഡനിലേക്ക് ലയിക്കുന്നത് സമ്മതമാണെന്ന് ഇ എം എസ് കോഴിക്കോട് ഡിസ്ട്രിക്ട് മജിസ്ട്രേട്ടിന് എഴുതിയിരുന്നു. എന്നാൽ എതിർ കക്ഷികൾ ഹാജരാക്കിയ രേഖ പ്രകാരം *ദേശാഭിമാനി* പത്രത്തിന്റെ പ്രിന്ററും പബ്ലിഷറും ഡിസ്ട്രിക്ട് മജിസ്ട്രേട്ട് മുമ്പാകെ ഹാജരായി പ്രസ്താവനയിൽ ഒപ്പുവെക്കാതിരുന്നതിനാൽ മേപ്പടി കത്ത് ബലത്തിൽ വരികയുണ്ടായില്ല. 1867-ലെ പ്രസ് റജിസ്ട്രേഷൻ ആക്ട് 5-ാം വകുപ്പ് 2 (ഇ) ഉപവകുപ്പനുസരിച്ചുള്ള നിയമനടപടികൾ പ്രകാരം നിലവിലുള്ള പ്രഖ്യാപനം അനുസരിച്ച് ഇ എം എസിന്റെ ഉടമസ്ഥാവകാശം തുടരുകയാണുണ്ടായത്.

ഇന്ദുചൂഡന്റെ രാജിക്കത്ത്

അങ്ങനെയിരിക്കുമ്പോഴാണ് എതിർകക്ഷികൾ കോടതിയിൽ ഹാജരാക്കിയ ഒന്നാമത്തെ രേഖയുടെ (ബി-1) ആവിർഭാവം-ഇന്ദുചൂഡന്റെ രാജിക്കത്ത്. കേരള കമ്യൂണിസ്റ്റ് പാർട്ടി സെക്രട്ടറിക്കയച്ച (സി അച്യുതമേനോനാണ് ആ ഘട്ടത്തിൽ സെക്രട്ടറി-ലേഖകൻ) ഈ കത്തിൽ

*ദേശാഭിമാനി*യുടെ പത്രാധിപത്യത്തിൽ നിന്ന് തന്നെ ഒഴിവാക്കണമെന്നും 1964 മാർച്ച് 31 വരെ മൂന്നുമാസം ലീവ് (ശമ്പളത്തോടു കൂടി) അനുവദിക്കണമെന്നും പുതിയ പത്രാധിപരെ നിയമിക്കാൻ സൗകര്യമുണ്ടാവാൻ വേണ്ടിയാണ് കത്ത് നേരത്തെ അയക്കുന്നതെന്നും ഇന്ദുചൂഡൻ വ്യക്തമാക്കിയിരുന്നു. കത്ത് കേരള കമ്മിറ്റി ഇ എം എസിന് അയച്ചുവെന്നും അദ്ദേഹം രാജി സ്വീകരിക്കുകയും ലീവ് അനുവദിക്കുകയും ചെയ്തുവെന്നാണ് എതിർകക്ഷികളുടെ വാദം. അപേക്ഷ സ്വീകരിക്കപ്പെടാത്തതുകൊണ്ട് താൻ പത്രാധിപരായി 11-5-1964 വരെ തുടരുകയുണ്ടായെന്നാണ് ഹരജിക്കാരന്റെ വാദം.

15-5-64 മുതൽ പ്രിന്ററും പബ്ലിഷറുമായ ഒന്നാം എതിർകക്ഷിയെ ജോലിയിൽ നിന്ന് പിരിച്ചുവിട്ടുകൊണ്ട് എപ്രിൽ 30-ന് ഹരജിക്കാരൻ റജിസ്റ്റർ നോട്ടീസ് അയച്ചിരുന്നുവെങ്കിലും, ഹരജിക്കാരന് അങ്ങനെ കൽപ്പന അയക്കാൻ അധികാരമില്ലെന്ന് ചൂണ്ടിക്കാണിച്ചുകൊണ്ട് ഒന്നാം എതിർകക്ഷി മറുപടി അയക്കുകയും തന്റെ ജോലിയിൽ തുടരുകയുമാണുണ്ടായത്.

എതിർകക്ഷികളുടെ ഭാഗത്തുനിന്ന് ഹാജരാക്കിയ 8-ാം നമ്പർ രേഖ പ്രകാരം ഇ എം എസ്, രണ്ടാം എതിർകക്ഷിയായ കെ പി ആറിനെ *ദേശാഭിമാനി*യുടെ മാനേജിങ് എഡിറ്ററായി നിയമിച്ചു. 10-5-1964 മുതൽ രണ്ടാം എതിർകക്ഷി മനേജിങ് എഡിറ്ററായി പ്രവർത്തിച്ചിട്ടുണ്ടെന്നതിൽ പക്ഷാന്തരമില്ല. 10-5-64 വരെ പത്രാധിപരായ ഇന്ദുചൂഡന്റെ പേരിലാണ് *ദേശാഭിമാനി* ഇറങ്ങിയത്. 11-5-64 മുതൽ മാനേജിങ് എഡിറ്ററുടെ പേരു കൂടിയുണ്ട്. ഈ ഇഞ്ചങ്ഷൻ ഹരജി 18-5-1964 നാണ് സമർപ്പിക്കപ്പെട്ടത്.

ഇ എം എസിന്റെ കത്ത്

ഇ എം എസിന്റെ 6-10-1962-ലെ കത്താണ് ഹരജിക്കാരൻ ഹാജരാക്കിയ പ്രധാന രേഖ. അതിലെ പ്രധാന ഭാഗം ഇങ്ങനെ വായിക്കാം:

"കോഴിക്കോട്ടുനിന്ന് പ്രസിദ്ധം ചെയ്യുന്ന *ദേശാഭിമാനി* ദിനപത്രത്തിന്റെ ഉടമസ്ഥനായ ഇ എം എസ് നമ്പൂതിരിപ്പാട് എന്ന ഞാൻ എന്റെ അവകാശം എഡിറ്ററായ ഇന്ദുചൂഡന്റെ പേരിലാക്കാനിഷ്ടപ്പെടുന്നു. മേലാൽ മേപ്പടി പത്രത്തിന്റെ നടത്തിപ്പിൽ എനിക്ക് താൽപ്പര്യമില്ല."

ഇ എം എസിന്റെ മേൽ വിവരിച്ച പ്രഖ്യാപനത്തോടുകൂടി *ദേശാഭിമാനി*യുടെ എല്ലാ അവകാശങ്ങളും ഇന്ദുചൂഡനിലേക്ക് പകർന്നിരിക്കയാണെന്നും അതു വീണ്ടും നമ്പൂതിരിപ്പാടിലേക്ക് ലയിച്ചതായ തെളിവില്ലാത്തതിനാൽ ഹരജിക്കാരൻ *ദേശാഭിമാനി*യുടെ നിയമപ്രകാരമുള്ള ഉടമസ്ഥനായി തുടരുകയാണെന്ന് അനുമാനിക്കണമെന്നുമാണ് ഹരജിക്കാരന്റെ വക്കീലായ സി അച്യുതമേനോന്റെ വാദം. ഒന്നിലധികം കാരണങ്ങളാൽ എനിക്ക് അദ്ദേഹത്തോട് യോജിക്കാൻ സാധിക്കുന്നില്ല.

ഒന്നാമതായി, പുതുപ്രഖ്യാപനത്തിന് ശേഷം മാത്രം നടപ്പിൽ വരാവുന്ന ഇ എം എസിന്റെ കത്ത് പിന്നീട് ഹരജിക്കാരൻ തന്നെ നടപ്പിൽ വരാത്തതും പ്രയോജനശൂന്യവുമാണെന്ന് അംഗീകരിച്ചിരുന്നുവെന്നതിന് ഇവിടെ തെളിവുകൾ രേഖപ്പെടുത്തിയിട്ടുണ്ട്. കത്തെഴുതിയ ദിവസവും അതിന് ശേഷവും ഈ പത്രം പ്രസിദ്ധപ്പെടുത്തിയിരുന്നത് 1867-ലെ പ്രസ് റജിസ്ട്രേഷൻ ആക്ട് പ്രകാരമുള്ള പ്രഖ്യാപനത്തിന്റെ ബലത്തിലാണെന്നും ഇ എം എസിന്റെ ഉടമസ്ഥാവകാശത്തിലാണെന്നും ഉടനടി പ്രസ്താവിക്കേണ്ടതായിട്ടുണ്ട്. മേപ്പടി നിയമപ്രകാരം പുതിയ പ്രഖ്യാപനമില്ലാതെ ഉടമസ്ഥാവകാശം മാറ്റാൻ സാധ്യമല്ല. യഥാർഥത്തിൽ ഉടമസ്ഥതയിൽ മാറ്റം വന്നിരുന്നുവെങ്കിൽ നിയമപ്രകാരം പുതിയ പ്രഖ്യാപനമുണ്ടായേ തീരു. ഈ അടിസ്ഥാന നിയമങ്ങളുടെ പ്രാധാന്യം വളരെക്കാലം പത്രാധിപരായിരുന്ന ഹരജിക്കാരന് അറിയാവുന്നതേയുള്ളു.

നടപടികൾ എടുത്തില്ല

ഇ എം എസിന്റെ കത്തിന് ശേഷം പ്രിന്റർ ആന്റ് പബ്ലിഷറെക്കൊണ്ട് പുതിയ പ്രസ്താവന കൊടുപ്പിക്കാൻ ഹരജിക്കാരൻ യാതൊന്നും ചെയ്തില്ല എന്നുള്ളതുതന്നെ നമ്പൂതിരിപ്പാടിന്റെ തുടർന്നുപോകുന്ന ഉടമസ്ഥാവകാശം ഇന്ദുചൂഡൻ അനുകൂലിക്കുകയും സമ്മതിക്കുകയും ചെ

യ്തതായി വിശ്വസിക്കാൻ മതിയായ കാരണമാണ്. ഇ എം എസിന്റെ കത്തുപ്രകാരം തനിക്ക് കിട്ടാനവകാശപ്പെട്ട എല്ലാ അവകാശങ്ങളും ഹരജിക്കാരൻ മനസാ ഉപേക്ഷിച്ചുവെന്നതിന്റെ പ്രത്യക്ഷ ഉദാഹരണമാണ്, ഇ എം എസാണ് ഉടമയെന്ന പ്രഖ്യാപനത്തോടെ പ്രസിദ്ധപ്പെടുത്തുന്ന *ദേശാഭിമാനി*യുടെ പത്രാധിപരായി തുടരാൻ ഇന്ദുചൂഡൻ തയാറായത്. കമ്യൂണിസ്റ്റ് പാർട്ടിയിലെ പ്രധാനികളെന്ന നിലയിൽ ഇ എം എസും ഇന്ദുചൂഡനും ഈ കാലഘട്ടത്തിൽ വളരെ സ്നേഹ നിലയിലായിരുന്നുവെന്നും കൂട്ടായി പ്രവർത്തിക്കുന്നവരാണെന്നും പറയപ്പെടുന്ന കൈമാറ്റത്തിന് യാതൊരു പ്രതിഫലവും ഹരജിക്കാരൻ കൊടുത്തിട്ടില്ലെന്നും മനസ്സിലാക്കുന്നത് നന്ന്. അതുകൊണ്ട്, നമ്പൂതിരിപ്പാടും ഹരജിക്കാരനും തമ്മിൽ *ദേശാഭിമാനി* ഉടമസ്ഥതയെപ്പറ്റി പിന്നീട് യോജിച്ച് തീരുമാനിച്ചതനുസരിച്ചായിരിക്കാം ഇന്ദുചൂഡൻ തന്റെ അവകാശം ഉപേക്ഷിച്ച് ആവശ്യമായ യാതൊരു നടപടിയുമെടുക്കാതെ ഇ എം എസിന്റെ ഉടമസ്ഥത അംഗീകരിച്ചത്. ഈ സ്ഥിതിയിൽ താനാണ് *ദേശാഭിമാനി*യുടെ ഉടമയെന്ന് ഹരജിക്കാരൻ പറയാൻ പാടില്ലാത്തതാണ്; നിയമത്തിന് നിരക്കാത്തതും.

ഇന്ദുചൂഡൻ ഉടമയല്ല

ഹരജിക്കാരൻ ഒരിക്കലും *ദേശാഭിമാനി* പത്രത്തിന്റെ ഉടമസ്ഥനായി പ്രവർത്തിച്ചിട്ടില്ലെന്ന് രേഖപ്പെടുത്തിയിട്ടുണ്ടെന്ന് മാത്രമല്ല, ഇ എം എസിന്റെ കത്തിന് ശേഷവും എല്ലാ പ്രായോഗിക കാര്യങ്ങളിലും നമ്പൂതിരിപ്പാടിന്റെ ഉടമസ്ഥത സ്വീകരിക്കുകയും അംഗീകരിക്കുകയും ചെയ്തുപോന്നിട്ടുണ്ട്. ഞാൻ സ്പർശിക്കാൻ പോകുന്ന 4, 7, 11 രേഖകളൊഴിച്ചാൽ *ദേശാഭിമാനി*യുടെ ഉടമസ്ഥനായി ഇന്ദുചൂഡൻ എന്തെങ്കിലും പ്രവർത്തിച്ചതായി അറിവില്ല. *ദേശാഭിമാനി*യുടെ ഉടമ ഇ എം എസ് ആണെന്ന് നിയമപ്രഖ്യാപനം നിലവിലിരിക്കെ ഇന്ദുചൂഡന് അതു സാധ്യവുമല്ല.

തിരുവനന്തപുരത്ത് 13-7-1963-ന് ചേർന്ന കേരള പത്രമുടമസ്ഥ സംഘത്തിന്റെ യോഗനടപടികളാണ് (എ-4) ഹരജിക്കാരൻ തന്റെ പ്രധാന അവലംബമാക്കിയിരിക്കുന്നത്. അന്യായക്കാരൻ പത്രമുടമയെന്ന നിലക്കാണ് ആ യോഗത്തിൽ പങ്കെടുത്തതെന്ന് വാദിക്കപ്പെടുന്നു. ആ ഒരർഥം മാത്രമാണ് ആ രേഖ കൊണ്ട് ലഭിക്കുന്നതെന്ന് എനിക്ക് തോന്നുന്നില്ല. ആ യോഗത്തിൽ പങ്കെടുത്തവരിൽ ഉടമസ്ഥരല്ലാത്തവരുണ്ടെന്ന് വ്യക്തമാണ്. ഉദാഹരണത്തിന് ശ്രീ. വി എം നായരാണ് *മാതൃഭൂമി*ക്കുവേണ്ടി അവിടെ ഹാജരായിക്കാണുന്നത്. ഒരു പത്രത്തെ പ്രതിനിധാനം ചെയ്തു എന്നതുകൊണ്ടുമാത്രം ഒരാൾ ആ പത്രത്തിന്റെ ഉടമസ്ഥനാണെന്ന് ധരിക്കുന്നത് ആപൽക്കരമായിരിക്കും. പത്രാധിപരായ ഹരജിക്കാരൻ തിരുവനന്തപുരം യോഗത്തിൽ പങ്കെടുത്തത് ഉടമസ്ഥനായ നമ്പൂതിരിപ്പാടിനെ പ്രതിനിധാനം ചെയ്തുകൊണ്ടാണെന്നാണ് എന്റെ അഭിപ്രായം.

പാർട്ടി പ്രമേയം

തിരുവനന്തപുരത്ത് 18-12-1962-ന് ചേർന്ന കമ്യൂണിസ്റ്റ് പാർട്ടി കേരള സ്റ്റേറ്റ് കൗൺസിൽ പാസാക്കിയതായി പറയപ്പെടുന്ന പ്രമേയമാണ് ഹരജിക്കാരന്റെ 7-ാം രേഖ. അതിന്റെ പ്രധാന ഭാഗം ഇങ്ങനെ വായിക്കാം. "ഉടമസ്ഥനായ ഇന്ദുചൂഡന്റെ അംഗീകാരത്തോടുകൂടി ഉടമസ്ഥാവകാശം മാറ്റാനാവശ്യമായ നടപടികൾ തുടർന്ന് നടത്തണമെന്ന് ഈ യോഗം തീരുമാനിക്കുന്നു." ഈ രേഖയുടെ സത്യാവസ്ഥയെ എതിർകക്ഷികൾ ചോദ്യം ചെയ്തു. യാഥാർഥ്യമാണെങ്കിൽ തന്നെ എന്റെ അഭിപ്രായത്തിൽ ഇത് ഹരജിക്കാരനെ മുന്നോട്ടുകൊണ്ടുപോകുന്നില്ല. ഇന്ദുചൂഡന്റെ പേരിൽ ഉടമസ്ഥത മാറ്റാൻ നമ്പൂതിരിപ്പാട് ഉദ്ദേശിച്ചതുകൊണ്ടാണ് അന്നൊരു കത്തെഴുതിയത്. കമ്യൂണിസ്റ്റ് പാർട്ടിയുടെ പ്രമേയം ആ ഉദ്ദേശം മുന്നോട്ടുകൊണ്ടുപോകണമെന്ന ഒരു നിർദേശമായി വേണമെങ്കിലെടുക്കാമെന്നു മാത്രം. പ്രമേയത്തെത്തുടർന്നുള്ള പ്രവർത്തനങ്ങളുടെ അഭാവത്തിൽ ഹരജിക്കാരന് ഈ രേഖ സഹായകരമല്ല.

1963 മാർച്ച് 1-ന്റെ പത്രം

*ദേശാഭിമാനി*യുടെ 1-3-1963-ന്റെ കോപ്പിയാണ് ഹരജിക്കാരന്റെ മറ്റൊരു പ്രധാന രേഖ. ഇതിൽ

*ദേശാഭിമാനി*യുടെ ഉടമസ്ഥതയെയും മറ്റും സംബന്ധിച്ച് പ്രതിപാദിക്കുന്നു. 1867-ലെ പ്രസ് ആക്ടിലെ റൂൾ 8 പ്രകാരം പത്രത്തിന്റെ ഉടമ, പ്രിന്റർ, പബ്ലിഷർ, എഡിറ്റർ എന്നിവരുടെ പേരുകൾ പ്രസിദ്ധപ്പെടുത്തണമെന്നുണ്ട്. ഫോറം 4-ൽ 6-ാം ഇനമായി ഉടമയുടെ പേർ ചേർക്കേണ്ടതുണ്ട്. പക്ഷേ, മേൽപറഞ്ഞ ലക്കത്തിൽ ഉടമയുടെ പേർ ചേർത്തുകാണുന്നില്ല. നമ്പൂതിരിപ്പാടിന്റെ പേര് അവിടെ പ്രത്യക്ഷപ്പെട്ടില്ല എന്നുള്ളത് ഹരജിക്കാരൻ വലിയ കാര്യമായി കരുതുന്നുണ്ടെന്ന് തോന്നുന്നു. ഹരജിക്കാരനെ ഇത് എങ്ങനെ സഹായിക്കുമെന്ന് എനിക്ക് മനസ്സിലാകുന്നില്ല. എന്തുകൊണ്ട് ഹരജിക്കാരന്റെ പേര് അവിടെ വന്നില്ല എന്ന് ന്യായമായും ചോദിക്കാവുന്നതാണ്. ഇ എം എസിന്റെ പേര് ചേർക്കാൻ എന്തോ കാരണവശാൽ വിട്ടുപോയി എന്നുവേണം അനുമാനിക്കാൻ. എതിർകക്ഷികൾ അതേ തീയതിക്കുള്ള *ദേശാഭിമാനി*യുടെ മൂന്നാം പതിപ്പ് ഹാജരാക്കിയിട്ടുണ്ട്. അതിൽ ഇ എം എസിന്റെ പേര് പ്രത്യക്ഷപ്പെടുന്നുണ്ട്.

മിക്ക പത്രങ്ങൾക്കും ഒന്നിൽ കൂടുതൽ പതിപ്പുകളുണ്ടെന്നും ഏതു പതിപ്പാണെന്ന് കാണിക്കാൻ പത്രത്തിന്റെ ഒന്നാം പേജിൽ മുകൾ ഭാഗത്ത് നക്ഷത്ര മാർക്കോ മാർക്കുകളോ കൊടുക്കാറുണ്ടെന്നും എതിർകക്ഷികൾ വാദിക്കുന്നതിന് തെളിവായി *ദേശാഭിമാനി* പതിപ്പുകൾ, മാതൃഭൂമി പതിപ്പുകൾ, *ചന്ദ്രിക* പതിപ്പുകൾ എന്നിവ ഹാജരാക്കുകയുണ്ടായി. ഹരജിക്കാരൻ ഇതിനെ എതിർക്കുന്നില്ല. *ദേശാഭിമാനി* പതിപ്പ് ശരിയായിട്ടുള്ളതല്ലെന്നു മാത്രം പറയുന്നു. ഹരജിക്കാരന്റെ പ്രസ്താവന കൊണ്ടുമാത്രം ആ രേഖ അവിശ്വസിക്കണമോ? യാതൊരു കലവറയും കൂടാതെ ആ രേഖ (*ദേശാഭിമാനി പതിപ്പ്*) ഞാൻ സ്വീകരിക്കുന്നു. ഇ എം എസാണ് ഉടമ എന്ന് *ദേശാഭിമാനി*യിൽ വന്ന ഈ പരസ്യ പ്രഖ്യാപനത്തിന് ശേഷവും ഹരജിക്കാരൻ അതിനെതിരായി യാതൊരു നടപടിയും എടുക്കുകയുണ്ടായില്ല. പാർട്ടിയിൽ ഭിന്നിപ്പുണ്ടായതിന് ശേഷമാണ് 1964-ലെ പരസ്യമെന്നാണ് വാദം. പക്ഷേ, 1964-ൽ വന്നപോലെ തന്നെയുള്ള പ്രഖ്യാപനം 1963-ലും വന്നിട്ടുള്ളതുകൊണ്ട് ആ വാദത്തിന് അടിസ്ഥാനമില്ല. ഏതായാലും *ദേശാഭിമാനി*യുടെ ഉടമയാണെന്ന ഹരജിക്കാരന്റെ കേസ് എതിർകക്ഷികളുടെ ബി-3 രേഖ (*ദേശാഭിമാനി പതിപ്പുകൾ*) തകർത്തുകളഞ്ഞിരിക്കുന്നു. ഇന്ദുചൂഡന്റെ അറിവോടും സമ്മതത്തോടും കൂടിത്തന്നെ *ദേശാഭിമാനി*യുടെ ഉടമയായി നമ്പൂതിരിപ്പാട് പ്രവർത്തിച്ചുകൊണ്ടിരുന്നുവെന്നതിന് വേറെയും രേഖകളുണ്ട്.

യൂണിയൻ ബാങ്കിലെ അക്കൗണ്ട്

യൂണിയൻ ബാങ്ക് ഓഫ് ഇന്ത്യയിൽ *ദേശാഭിമാനി*യുടെ പേരിൽ ഒരു കറണ്ട് അക്കൗണ്ട് നിലവിലുണ്ട്. ഇ എം എസിന്റെ പേരാണ് *ദേശാഭിമാനി*യുടെ പ്രൊപ്രൈറ്ററായി കൊടുത്തിട്ടുള്ളത്. എതിർകക്ഷികളുടെ ഭാഗം രേഖയായി ബാങ്ക് ഭാരവാഹികൾ അതിന്റെ പകർപ്പ് കോടതിയിൽ ഹാജരാക്കിയിട്ടുണ്ട്. ഈ ബാങ്ക് അക്കൗണ്ട് കൈകാര്യം ചെയ്യാൻ മാനേജരെ അധികാരപ്പെടുത്തിക്കൊണ്ടുള്ള നമ്പൂതിരിപ്പാടിന്റെ 'പവർ ഓഫ് അറ്റോണി'യും ഹാജരാക്കിയിരിക്കുന്നു. 1-3-1963-നാണ് രേഖ തയാറാക്കിയിട്ടുള്ളതെങ്കിലും സ്റ്റാമ്പ് പേപ്പർ വാങ്ങിയത് 8-11-63-ന് രാത്രിയാണെന്നും ഹരജിക്കാരന്റെ ഭാഗത്തുനിന്ന് ചൂണ്ടിക്കാണിക്കപ്പെട്ടു. പക്ഷേ, ഈ അസാംഗത്യം ഇ എം എസാണ് ഉടമയെന്ന തെളിവിനെ ലഘൂകരിക്കുന്നില്ല.

5-2-63-ന് എംപ്ലോയീസ് പ്രൊവിഡണ്ട് ഫണ്ട് സ്കീമനുസരിച്ച് റീജിണൽ സ്റ്റേറ്റ് കമീഷണർക്കയച്ച ഉടമാവകാശ റിപ്പോർട്ടിന്റെ ഹാജരാക്കപ്പെട്ട കോപ്പിയിലും നമ്പൂതിരിപ്പാടിന്റെ പേര് പ്രത്യക്ഷപ്പെട്ടിരിക്കുന്നു. ഇത് ശരിയായിട്ടുള്ളതല്ലെന്ന് വിശ്വസിക്കാൻ വഴിയില്ല. പാർട്ടിയിൽ ഭിന്നിപ്പുണ്ടാവുന്നതിന് എത്രയോ മുമ്പ് തയാറാക്കി അയച്ച ഈ റിപ്പോർട്ട് ഹരജിക്കാരന്റെ അറിവോടുകൂടിയല്ലെന്ന് വിശ്വസിക്കാൻ തരമില്ല.

തിരുവനന്തപുരത്തു നിന്ന് റീജിണൽ പി എഫ് കമീഷണർ ഇ എം എസിനയച്ച നോട്ടീസും ഹാജരാക്കിയിട്ടുണ്ട്. 1963 ഡിസംബറിൽ *ദേശാഭിമാനി* വക പി എഫ് വിഹിതവും മറ്റും ആവശ്യപ്പെട്ട് ഉടമയായ നമ്പൂതിരിപ്പാടിന്റെ പേരിൽ പ്രൊസിക്യൂഷൻ നടപടി ആരംഭിക്കാൻ പോകുന്നതിന്റെ നോട്ടീസായിരുന്നു അത്. മേൽപറഞ്ഞ രേഖകളെല്ലാം *ദേശാഭിമാനി* പത്രത്തിന്റെ ഉടമ ഇ എം എസാണെന്ന് കൂടുതൽ വ്യക്തമാക്കുകയാണ്.

എതിർകക്ഷികളുടെ ഭാഗത്തുനിന്ന് ഹാജരാക്കിയ ഇന്ദുചൂഡന്റെ കത്താണ് (ബി-1) പ്രതിപാ

ദന വിഷയമാകുന്നത്. *ദേശാഭിമാനി*യുടെ ഉടമയാണ് താനെന്ന ഹരജിക്കാരന്റെ ഇപ്പൊഴത്തെ വാദത്തിന് കടകവിരുദ്ധമായതും അതേസമയം അദ്ദേഹം നിഷേധിക്കാത്തതുമായ ആ കത്ത് കേരള കമ്യൂണിസ്റ്റ് പാർട്ടി സെക്രട്ടറിക്ക് അയച്ചിട്ടുള്ളതാണ്. യഥാർഥത്തിൽ ഹരജിക്കാരൻ *ദേശാഭിമാനി* പത്രത്തിന്റെ ഉടമയായിരുന്നുവെങ്കിൽ ഈ കത്തിൽ ഉപയോഗിച്ച വാക്കുകൾക്കു പകരം വേറെ വാക്കുകൾ തേടുമായിരുന്നുവെന്ന് കത്ത് വായിക്കുന്ന ഏതൊരാൾക്കും എളുപ്പത്തിൽ മനസ്സിലാക്കാൻ സാധിക്കും.

ആ രാജിക്കത്ത് തുടങ്ങുന്നതു തന്നെ *ദേശാഭിമാനി*യിൽ ഹരജിക്കാരനുണ്ടായിരുന്ന സ്ഥാനമാനങ്ങളെ സ്മരിച്ചുകൊണ്ടാണ്. അതിൽ ഒരിടത്തും ഇന്ദുചൂഡൻ ഉടമാവകാശത്തെപ്പറ്റി മിണ്ടിയിട്ടില്ല. അദ്ദേഹം ഉടമയായിരുന്നുവെങ്കിൽ തീർച്ചയായും അക്കാര്യം പ്രസ്താവിക്കുമായിരുന്നു. അതിലും പ്രധാനമായി തോന്നുന്നത് കത്തിന്റെ അവസാന ഭാഗം ഹരജിക്കാരൻ എഴുതിയ വാക്കുകളാണ്.

"ഞാൻ മൂന്നുമാസം മുൻകൂട്ടി ഈ കത്തയക്കുന്നത് എന്നെ ഒഴിവാക്കാനും ബദൽ ആളെ നിശ്ചയിക്കാനും ഏർപ്പാടുകൾ ചെയ്യുന്നിന് താങ്കൾക്ക് സമയം ലഭിക്കാനാണെന്ന് പറയേണ്ടതില്ലല്ലോ."

ഉടമക്കാണ് പത്രാധിപരെ നിയമിക്കാനുള്ള അധികാരമെന്ന് ഇരു കക്ഷികളും സമ്മതിക്കുന്നു. സെക്രട്ടറിയാണ് പത്രാധിപരെ നിശ്ചയിക്കേണ്ടതെന്ന കത്തിലെ ധ്വനി ഒരു കാര്യം സംശയത്തിനിടം കൊടുക്കാത്തവിധത്തിൽ വ്യക്തമാക്കുന്നുണ്ട്. ഹരജിക്കാരൻ ഒരിക്കലും പത്രത്തിന്റെ ഉടമയാണെന്ന് നടിക്കപോലുമുണ്ടായിട്ടില്ലെന്ന്. *ദേശാഭിമാനി*യുമായി മേലിൽ യാതൊരു തരത്തിലും ബന്ധപ്പെടാൻ താനാഗ്രഹിക്കുന്നില്ലെന്ന മനോഭാവമാണ് ഇന്ദുചൂഡന്റെ കത്തിൽ സ്ഫുരിച്ചു നിൽക്കുന്നത്.

ഇന്ദുചൂഡൻ ലീവിലായിരുന്നു

ഇന്ദുചൂഡന്റെ പേർ 20-12-62-ന് ശേഷവും പത്രാധിപർ സ്ഥാനത്ത് പ്രത്യക്ഷപ്പെടാറുണ്ടെങ്കിലും അദ്ദേഹം *ദേശാഭിമാനി*യിൽ വരാറുണ്ടായിരുന്നില്ലെന്ന എതിർകക്ഷികളുടെ വാദത്തിന് അടിസ്ഥാനമില്ലാതില്ല. ബി 27, 28, 29 എന്നീ രേഖകൾ ഹരജിക്കാരന്റെ ഭാര്യ മല്ലിക 1964 ജനുവരിയിൽ ഇന്ദുചൂഡന്റെ ശമ്പളം പറ്റിയതിനുള്ള വൗച്ചറുകളാണ്. ബി-31 മുതൽ 39 വരെ വൗച്ചറുകൾ ഫെബ്രുവരി, മാർച്ച് മാസങ്ങളിൽ ഹരജിക്കാരന്റെ മകൻ ചന്ദ്രശേഖരൻ ഇന്ദുചൂഡനുവേണ്ടി ശമ്പളം വാങ്ങിയ രശീതികളാണ്. 1964 ഫെബ്രുവരി, മാർച്ച് മാസങ്ങളിൽ ഇന്ദുചൂഡൻ ആപ്പീസിൽ വരാത്തതുകൊണ്ടാണ് മേപ്പടിയാന്മാർ അദ്ദേഹത്തിനുവേണ്ടി ശമ്പളം പറ്റേണ്ടിവന്നതെന്ന് വ്യക്തമാണ്. രാജിക്കത്തിൽ (ബി-1) മൂന്നുമാസത്തെ ലീവിനെപ്പറ്റി ഇന്ദുചൂഡൻ എഴുതിയത് ഓർമിക്കുന്നത് നന്നായിരിക്കും.

ഞാൻ ഉപസംഹരിക്കുകയാണ്. എന്റെ മുമ്പിലിരിക്കുന്ന തെളിവുകളുടെ അടിസ്ഥാനത്തിൽ താഴെപ്പറയുന്ന നിഗമനങ്ങളിൽ എത്തിച്ചേരാൻ ഞാൻ പ്രേരിപ്പിക്കപ്പെട്ടിരിക്കുന്നു:

ഇ എം എസിന്റെ കത്തിന് ശേഷവും അത് ഫലത്തിലോ ബലത്തിലോ വന്നിട്ടില്ലെന്ന മട്ടിലാണ് കാര്യങ്ങൾ നീങ്ങിയതെന്ന വാസ്തവം ഹരജിക്കാരൻ അംഗീകരിച്ചതായും വല്ല അവകാശങ്ങളുമുണ്ടെങ്കിൽ അതെല്ലാം വിട്ടൊഴിഞ്ഞ നിലപാട് സ്വയം സ്വീകരിച്ചതായും തെളിഞ്ഞിരിക്കുന്നു. താനാണ് *ദേശാഭിമാനി*യുടെ ഉടമസ്ഥനെന്ന് ഇന്ദുചൂഡൻ പറയാൻ പാടില്ലാത്തതാണ്. ഉടമസ്ഥാവകാശം പ്രഥമദൃഷ്ട്യാ തെളിയിക്കപ്പെടാത്ത പരിതഃസ്ഥിതിയിൽ ഇഞ്ചങ്ഷൻ ഹരജി സ്വീകരിക്കാൻ നിവൃത്തിയില്ല. അതുകൊണ്ട് ഈ ഹരജി ചെലവുസഹിതം കോടതി തള്ളിക്കളയുന്നു.[11]

ആറുപതിറ്റാണ്ടു മുമ്പുണ്ടായ ഈ കോടതി വിധി *ദേശാഭിമാനി*യുടെ ചരിത്രത്തിലെ വിലപ്പെട്ട രേഖയാണെന്നതിനു സംശയമില്ല. കേസിൽ എതിർകക്ഷികൾ (കെ പി ആറും ഗോവിന്ദൻ കുട്ടിയും) ഹാജരാക്കിയ ഇന്ദുചൂഡന്റെ കത്ത് കേസ് തള്ളുന്നതിന് അടിസ്ഥാനമായ നിർണായക രേഖകളിൽ ഒന്നാണെന്ന് കോടതി വിധിയിൽ വ്യക്തമാണ്. ഈ രേഖ ഇടതുപക്ഷക്കാർ വളരെ പണിപ്പെട്ട് വലതുപക്ഷക്കാരുടെ നിയന്ത്രണത്തിലുള്ള പാർട്ടി സംസ്ഥാന

ടി പി ദാസൻ

കൗൺസിൽ ഓഫീസിൽ നിന്നു പൊക്കിയതാണ്. സി കെ ചക്രപാണിയും കെ മോഹനനനും ചേർന്നാണ് പാർട്ടി സെക്രട്ടറി സി അച്യുതമേനോന് ഇന്ദുചൂഡൻ അയച്ച രാജിക്കത്ത് ഇന്നത്തെ എം എൻ സ്മാരകത്തിൽ നിന്നു രഹസ്യമായി എടുത്തത്. *ദേശാഭിമാനി* മുൻ ജനറൽ എഡിറ്റർ കെ മോഹനൻ ആ സംഭവം വിവരിക്കുന്നു: "യൂണിവേഴ്സിറ്റി കോളേജിൽ ഞാൻ ഡിഗ്രിക്കു പഠിക്കുമ്പോൾ പാർട്ടി സംസ്ഥാന കൗൺസിൽ ഓഫീസിലാണ് താമസം. ഡിഗ്രി കഴിഞ്ഞ് പിജിക്കു ചേരാനായിരുന്നു പരിപാടി. അന്ന് സി കെ ചക്രപാണിക്ക് സ്റ്റേറ്റ് കൗൺസിൽ ഓഫീസിൽ ലൈബ്രറിയുടെ ചുമതലയാണ്. പാർട്ടിയുടെ അസിസ്റ്റന്റ് സെക്രട്ടറിയായിരുന്ന എസ് കുമാരനായിരുന്നു പ്രഭാത് ബുക്സിന്റെ ചുമതല. പ്രഭാത് ബുക്സിലെ കാര്യങ്ങൾ നോക്കാൻ എസ് കുമാരൻ നിർദേശിച്ചു. അങ്ങനെ ഞാൻ കുറച്ചുകാലം പ്രഭാത് ബുക്സിന്റെ കാര്യങ്ങൾ നോക്കി. ഒരു ദിവസം ചക്രപാണിയും ഞാനും ബുക്ക് ഹൗസിൽ ഇരിക്കുമ്പോഴാണ് അഴീക്കോടന്റെ നിർദേശം കിട്ടുന്നത്. പാർട്ടി ഓഫീസിൽ നിന്ന് ഒരു ഫയൽ രഹസ്യമായി എടുത്ത് ഉടൻ കോഴിക്കോട്ടെത്തണം. ഇന്ദുചൂഡന്റെ രാജിക്കത്തുള്ള ഫയലായിരുന്നു അത്. സ്റ്റേറ്റ് എക്സിക്യൂട്ടീവ് അംഗമായിരുന്ന അഴീക്കോടന് അറിയാമായിരുന്നു ആ ഫയൽ ഓഫീസിലുണ്ടെന്ന്. ലൈബ്രറി ചുമതലയുള്ള ചക്രപാണിക്ക് ഫയലുകൾ എവിടെയൊക്കെ സൂക്ഷിക്കുന്നു എന്നതിനെക്കുറിച്ച് ധാരണയുണ്ട്. ചക്രപാണിയും ഞാനും കൂടി ആ ഫയൽ ആരുമറിയാതെ കൈവശപ്പെടുത്തി. ചക്രപാണി അതു പെട്ടെന്ന് കോഴിക്കോട്ടെത്തിച്ചു."[12]

ഇന്ദുചൂഡന്റെ കത്തിനെക്കുറിച്ച് *ദേശാഭിമാനി*യിൽ പ്രവർത്തിച്ചവർ തന്നെ പലവിധത്തിൽ രേഖപ്പെടുത്തിയിട്ടുണ്ട്. മിക്കവരും ധരിച്ചത് ആ കത്ത് ഇ എം എസിന് ഇന്ദുചൂഡൻ എഴുതിയതാണെന്നാണ്. എന്നാൽ അത് പാർട്ടി സെക്രട്ടറി സി അച്യുതമേനോനുള്ള കത്തായിരുന്നുവെന്ന് കോടതി രേഖയിൽ നിന്നു വ്യക്തമാണ്. പത്രം പിടിയ്ക്കാനും നിലനിർത്താനും ഇരുവിഭാഗവും പല തന്ത്രങ്ങളും പ്രയോഗിച്ചിട്ടുണ്ടെന്ന് അതുമായി ബന്ധപ്പെട്ട വിവിധ സംഭവങ്ങളിൽ നിന്നു മനസ്സിലാകും. കോടതി വിധി അനുകൂലമായി വന്നശേഷം പത്രം അഭിവൃദ്ധിപ്പെടുത്താനുള്ള കൊണ്ടുപിടിച്ച ശ്രമമാണ് ഇടതുപക്ഷം നടത്തിയത്. പാർട്ടി അംഗങ്ങളും അനുഭാവികളും ഇ എം എസിനെയും എ കെ ജിയെയും അളവറ്റു സ്നേഹിക്കുന്ന മറ്റുള്ളവരും അതിൽ പങ്കാളികളാവുകയോ പിന്തുണ നൽകുകയോ ചെയ്തു. പത്രാധിപസമിതിയിൽ ഭൂരിപക്ഷമായിരുന്ന വലതുപക്ഷക്കാരെല്ലാം വിട്ടുപോയി. പത്രം തുടർന്നുനടത്താൻ പരിചയസമ്പന്നർ ഇല്ലാത്ത പ്രയാസം കുറച്ചുകാലം അനുഭവപ്പെട്ടു.

അഡ്വ. കെ ജയരാജൻ

പത്രാധിപസമിതിയിൽ ആളില്ലാത്ത പ്രതിസന്ധി തരണം ചെയ്യേണ്ടതുണ്ടായിരുന്നു. അങ്ങനെയാണ് വിദ്യാർഥി ഫെഡറേഷൻ നേതാക്കളായ ടി പി ദാസൻ, കെ ജയരാജൻ എന്നിവരെ തൽക്കാലത്തേക്ക് പ്രൂഫ് വായിക്കാൻ നിയോഗിച്ചത്. കോഴിക്കോട്ടെ പ്രമുഖ സിപിഐ എം നേതാവും മുൻ മേയറുമായ ടി പി ദാസൻ അന്നത്തെ അനുഭവം വിവരിക്കുന്നു:

പാർട്ടി ഭിന്നിക്കുന്ന കാലത്ത് ഞാൻ വിദ്യാർഥി ഫെഡറേഷന്റെ കൊയിലാണ്ടി താലൂക്ക് സെക്രട്ടറിയായിരുന്നു. സംഘടനാകാര്യങ്ങൾക്ക് കോഴിക്കോട്ടു വന്നാൽ മൂന്നുനാലു ദിവസം പാർട്ടി ഡിസി ഓഫീസിൽ തങ്ങും. *ദേശാഭിമാനി*യും അതേ കോമ്പൗണ്ടിൽ തന്നെ. അതുകൊണ്ട് *ദേശാഭിമാനി* പ്രവർത്തകരുമായും പത്രാധിപന്മാരുമായും പരിചയവും ചിലരുമായി അടുപ്പവുമുണ്ട്. ഒരു ദിവസം ആർ പി (രാഘവപിഷാരൊടി) എന്നെ വിളിച്ച് പത്രത്തിന്റെ കാര്യത്തിൽ കുറച്ചുനാൾ സഹായിക്കണമെന്നാവശ്യപ്പെട്ടു. എനിക്കു പ്രശ്നമില്ല. പക്ഷേ ജോലി അറിയേണ്ടേ. അതൊന്നും പ്രശ്നമല്ല, വന്നാൽ മതിയെന്ന് ആർ പി. അങ്ങനെ പത്രത്തിന്റെ പ്രൂഫ് വായന ഏറ്റെടുത്തു. കവി കൂടിയായ മേക്കുന്നത്ത് കമ്മാരൻ നായർക്കാണ് പ്രൂഫ് വിഭാഗത്തിന്റെ ചുമതല. കെ ജയരാജ

കാനങ്ങോട്ട് ചാത്തു

നെയും തൽക്കാലത്തേക്ക് നിയോഗിച്ചിരുന്നു. ഒന്നരവർഷത്തോളം ഈ രീതിയിൽ പത്രത്തെ സഹായിച്ചു.

ദേശാഭിമാനി വലതുപക്ഷക്കാരിൽ നിന്നു മോചിപ്പിച്ചത് തികച്ചും സമാധാനപരമായാണ്. ഉന്തും തള്ളും പോലുമുണ്ടായിട്ടില്ല. പത്രം പിടിച്ചെടുക്കുന്നതിനു സമർഥമായ നേതൃത്വം നൽകിയത് ചാത്തുണ്ണിമാസ്റ്ററാണ്. നിയമപരമായ കാര്യങ്ങൾ അഡ്വ കുഞ്ഞിരാമപ്പൊതുവാൾ നോക്കി. ഈ ചരിത്രത്തിൽ വരാത്ത ഒരാൾ പുറത്തുണ്ട്. കാനങ്ങോട്ട് ചാത്തു (1920-1965) എന്ന പാർട്ടി അനുഭാവിയായ ബിസിനസുകാരൻ. '315 വാഷിങ് സോപ്പ്' ചാത്തുവിന്റെ കമ്പനിയുടെ ഉൽപ്പന്നമായിരുന്നു. എ കെ ജി ഉൾപ്പെടെയുള്ള നേതാക്കളുമായി അടുത്ത ബന്ധമുള്ള ചാത്തു, എല്ലാ പ്രതിസന്ധി ഘട്ടങ്ങളിലും *ദേശാഭിമാനി*ക്ക് സാമ്പത്തിക സഹായം നൽകിയിരുന്നു.[13]

1963–64 കാലത്ത് കോഴിക്കോട്ട് സായാഹ്നപ്പതിപ്പ് ഇറക്കിയ പത്രങ്ങളിൽ *ദേശാഭിമാനി*യുമുണ്ട്. *മാതൃഭൂമി, ചന്ദ്രിക* എന്നിവയാണ് മറ്റു പത്രങ്ങൾ. *ദേശാഭിമാനി*യുടെ സായാഹ്നപ്പതിപ്പ് പിന്നീട് നിർത്തി. അതിന്റെ കുറവ് നികത്താൻ *മുന്നണി* എന്ന സായാഹ്നപത്രം കോഴിക്കോട്ടു നിന്നുതന്നെ പ്രസിദ്ധീകരിച്ചിരുന്നു. *ദേശാഭിമാനി* പ്രവർത്തകർ തന്നെയാണ് *മുന്നണി*യുടെ ജോലിയും ചെയ്തത്. കോഴിക്കോട്ട് *മുന്നണി*ക്ക് നല്ല സ്വീകരണം ലഭിച്ചുവെന്നാണ് മലപ്പുറം പി മൂസ രേഖപ്പെടുത്തിയത്. എ കെ ജിയുടെ ഷഷ്ടിപൂർത്തിയാഘോഷത്തോടെ 1964 ഡിസംബറിൽ മുന്നണി കണ്ണൂരിലേക്ക് മാറ്റിയിരുന്നു. സാമ്പത്തിക നഷ്ടം കാരണം ഏതാനും മാസം കഴിഞ്ഞപ്പോൾ പ്രസിദ്ധീകരണം മുടങ്ങി.

22

*ചിന്ത*യും ഇടതുപക്ഷത്തിന്റെ ആശയസമരവും

*ദേശാഭിമാനി*യും *ചിന്ത* വാരികയും തമ്മിലെ ബന്ധം എന്തെന്നു വിശദീകരിക്കേണ്ടതില്ല. വിശേഷിച്ച്, രണ്ടും സിപിഐ എമ്മിന്റെ ഔദ്യോഗിക പ്രസിദ്ധീകരണമാകുമ്പോൾ. ആദ്യത്തേത് ദിനപത്രം; രണ്ടാമത്തേത് രാഷ്ട്രീയ-താത്വിക വാരിക. എന്നാൽ *ചിന്ത*ക്കൊരു പ്രത്യേകതയുണ്ട്. തുടങ്ങുമ്പോൾ അതു പാർട്ടിയുടെ ഔദ്യോഗിക പ്രസിദ്ധീകരണമായിരുന്നില്ല. പാർട്ടി പിളർപ്പിലേക്കു പോകുന്ന ഘട്ടത്തിൽ ഇടതുപക്ഷക്കാർ അവരുടെ ആശയപ്രചാരണത്തിന് രഹസ്യമായും ഒട്ടൊക്കെ പരസ്യമായും നടത്തിയ വാരികയാണത്. പാർട്ടി പിളരുന്നതിനുമുമ്പ് 1963-ൽ ആരംഭിച്ച വാരിക സിപിഐ എമ്മിന്റെ ഔദ്യോഗിക പ്രസിദ്ധീകരണമാകുന്നത് 1970 ഡിസംബറിൽ മാത്രമാണ്.

കമ്യൂണിസ്റ്റ് പാർട്ടി ഇടതും വലതുമായി ഭിന്നിച്ച് രണ്ടായത് 1964-ലാണെങ്കിലും ഇരുകൂട്ടരും തമ്മിലെ ആശയസമരം അതിനും ഒരു പതിറ്റാണ്ടു മുമ്പുതന്നെ തുടങ്ങിയിരുന്നു. സംഘടനാനേതൃത്വത്തിൽ ഭൂരിപക്ഷമായ വലതുപക്ഷ വിഭാഗം അഥവാ ഔദ്യോഗിക വിഭാഗം പത്രങ്ങളും മറ്റു പ്രസിദ്ധീകരണങ്ങളുമെല്ലാം കൈയടക്കി. ആ പ്രസിദ്ധീകരണങ്ങൾ തന്നെ ഇടതുപക്ഷക്കാർക്കെതിരെ ഉപയോഗിക്കാനും തുടങ്ങി. ഇടതുപക്ഷത്തിന് അവരുടെ വാദം ജനങ്ങൾക്കുമുമ്പിൽ അവതരിപ്പിക്കാൻ ഒരു വഴിയുമില്ലാത്ത സ്ഥിതി. അക്കാലത്ത് കേരളത്തിൽ പാർട്ടിയുടെ നേതൃത്വത്തിൽ *കമ്യൂണിസ്റ്റ്* എന്നൊരു മാസിക പ്രസിദ്ധീകരിച്ചിരുന്നു. അതിലേക്ക് ഇ എം എസ് അയച്ച ലേഖനം പ്രസിദ്ധപ്പെടുത്തേണ്ടതില്ലെന്ന് പാർട്ടിയുടെ സംസ്ഥാന എക്സിക്യൂട്ടിവ് തന്നെ തീരുമാനിച്ചു. അപ്പോൾ ഇ എം എസ് പാർട്ടി ജനറൽ സെക്രട്ടറിയായിരുന്നു. മാത്രമല്ല, *കമ്യൂണിസ്റ്റി*ന്റെ പത്രാധിപരും.

ഈ സാഹചര്യത്തിൽ അവിഭക്തപാർട്ടിയിൽ നിന്നുകൊണ്ടുതന്നെ ഇടതുപക്ഷക്കാർ ഒരു പ്രസിദ്ധീകരണം ആരംഭിച്ചു. അതാണ് *ചിന്ത* വാരിക. *ദേശാഭിമാനി*യെപ്പോലെ അതിന്റെ തുടക്കവും കോഴിക്കോട് പട്ടണത്തിൽ നിന്നാണ്. ഔദ്യോഗിക നേതൃത്വത്തെ വെല്ലുവിളിച്ചുകൊണ്ട് ആരംഭിച്ച ആ വാരിക *ദേശാഭിമാനി* പ്രസ്സിൽ നിന്നുതന്നെ അച്ചടിച്ചുവെന്നതാണ് പ്രത്യേകത. കാരണം ദേശാഭിമാനി പ്രിന്റിങ് ആന്റ് പബ്ലിഷിങ് കമ്പനിയുടെ ഡയറക്ടർ ബോർഡിൽ ഇടതുപക്ഷക്കാർക്കായിരുന്നു ഭൂരിപക്ഷം. പക്ഷേ, ആ അച്ചടി അധികം തുടരാൻ കഴിഞ്ഞില്ല.

കെ ചാത്തുണ്ണിമാസ്റ്ററുടെ ബുദ്ധിയിലാണ് വലതുപക്ഷക്കാർക്കെതിരെ ഒരു പ്രസിദ്ധീ

കെ ചാത്തുണ്ണി മാസ്റ്റർ

കരണം എന്ന ആശയം വന്നത്. ആശയം മാത്രമല്ല, അദ്ദേഹം മുൻകൈ യെടുത്ത് അതു പ്രാവർത്തികമാക്കുകയും ചെയ്തു. 1963 ആദ്യം തിരുവ നന്തപുരത്തു ചേർന്ന കമ്യൂണിസ്റ്റ് പാർട്ടി സംസ്ഥാന എക്സിക്യൂട്ടിവ് യോഗത്തിലാണ് *കമ്യൂണിസ്റ്റി*ലേക്കുള്ള ഇ എം എസിന്റെ ലേഖനത്തിന്റെ പ്രശ്നം വന്നതും അതു നിരാകരിക്കാൻ തീരുമാനിച്ചതും. ഇന്ത്യ-ചൈന അതിർത്തി സംഘട്ടനത്തെത്തുടർന്ന് കമ്യൂണിസ്റ്റുകാർ രാജ്യമാകെ വേട്ട യാടപ്പെടുന്ന കാലമാണത്. കണ്ണൂർ ജില്ലാ സെക്രട്ടറി എ വി കുഞ്ഞമ്പുവും കോഴിക്കോട് ജില്ലാ സെക്രട്ടറി ഇ കെ നായനാരും ഒളിവിലാണ്. അവരുടെ സ്ഥാനത്ത് സെക്രട്ടറിമാരായി പ്രവർത്തിക്കുന്ന ചാത്തുണ്ണിമാസ്റ്ററെയും (കോഴിക്കോട്), കെ വി നാരായണൻ നമ്പ്യാരെയും യോഗത്തിലേക്കു പ്രത്യേകം ക്ഷണിച്ചിരുന്നു.

ഇ എം എസിന്റെ ലേഖനം പ്രസിദ്ധപ്പെടുത്തരുതെന്ന നിർദേശത്തെ ചാത്തുണ്ണിമാസ്റ്റർ ശക്തിയായി എതിർത്തു. പാർട്ടി ജനറൽ സെക്രട്ടറിയുടെ ലേഖനത്തിന് വിലക്കു കൽപ്പിക്കാൻ സംസ്ഥാന എക്സിക്യൂട്ടിവിന് അധികാരമില്ലെന്ന് അദ്ദേഹം വാദിച്ചു. അതിനെ പിന്തുണയ്ക്കാൻ കെ വി നാരായണൻ നമ്പ്യാരേ ഉണ്ടായിരുന്നുള്ളു. ഭൂരിപക്ഷപ്രകാരം ലേഖനം ഒഴിവാക്കാൻ തന്നെ തീരുമാനിച്ചു. ഒരു പ്രസിദ്ധീകരണമില്ലാതെ മുന്നോട്ടുപോകാൻ കഴിയില്ലെന്ന ചിന്ത അന്ന ത്തെ യോഗത്തോടെ ബലപ്പെട്ടു. പിന്നീടുണ്ടായ കാര്യങ്ങൾ ചാത്തുണ്ണിമാസ്റ്റർ വിശദീകരിക്കുന്നു:

> പാർട്ടിക്കകത്തെ ഇടതുപക്ഷ നിലപാടിനെ താറടിച്ചുകാണിക്കാൻ വലതുകാർ സംഘടിത മായ പ്രചാരണം അക്കാലത്തു നടത്തിയിരുന്നു. *ലിങ്ക്* തുടങ്ങിയ ചില പത്രങ്ങളെ അവർ ഇക്കാ ര്യത്തിന് പ്രത്യേകം ഉപയോഗപ്പെടുത്തി. ഇന്ത്യയിലെ എല്ലാ ബൂർഷ്വാ പത്രങ്ങളും വലതുകാരുടെ കള്ളപ്രചാരണം ഏറ്റുപാടുകയായിരുന്നു. പാർട്ടി അച്ചടക്കം പാലിക്കുന്നതുകൊണ്ടു മാത്രം ഈ ദൂഷിതവലയത്തെ നേരിടാനാവുകയില്ലെന്ന് എനിക്ക് ബോധ്യമായി. തിരുവനന്തപുരത്തെ കമ്മിറ്റി യോഗം കഴിഞ്ഞ് കോഴിക്കോട്ടെത്തിയ ദിവസം തന്നെ ഒരു ആഴ്ചപ്പതിപ്പിന് അനുമതിക്ക് അപേ ക്ഷിക്കേണ്ട കാര്യം പി വി കുഞ്ഞിക്കണ്ണനോട് ഞാൻ സംസാരിച്ചു. പാർട്ടിക്കകത്ത് വളർന്നുവരു ന്ന ചേരിതിരിവിൽ സഖാവും അസ്വസ്ഥനായിരുന്നു. എൻ മമ്മു പബ്ലിഷറായി അനുമതിക്ക് അപേ ക്ഷിച്ചു. അപേക്ഷ സമർപ്പിക്കുംമുമ്പ് ഇ കെ നായനാർ ജയിൽ മോചിതനായിരുന്നു. പിന്നീടുള്ള കാര്യങ്ങൾ സഖാവിന്റെ അറിവോടെയാണ് നടന്നത്.[1]

പാർട്ടി ഭിന്നിക്കുന്ന കാലത്ത് *ദേശാഭിമാനി*യുടെ കോഴിക്കോട് ലേഖകനായിരുന്ന മലപ്പു റം പി മൂസ *ചിന്ത*യുടെ ആവിർഭാവത്തെക്കുറിച്ച് ഇങ്ങനെ രേഖപ്പെടുത്തി യിട്ടുണ്ട്:

കെ ചന്ദ്രൻ

> ഒരു ദിവസം ഉച്ചയൂണ് കഴിഞ്ഞ് പാർട്ടിയുടെ ജില്ലാ കമ്മിറ്റി ഓഫീസിൽ ഞങ്ങളിൽ ചിലർ കുശലം പറഞ്ഞിരിക്കുന്നതിനിടയിൽ ചാ ത്തുണ്ണിമാസ്റ്റർ ഒരാശയം പുറത്തിട്ടു. പാർട്ടിയുടെ തെറ്റായ ഔദ്യോഗിക നയങ്ങളെ തുറന്നെതിർക്കുന്ന ഒരു രാഷ്ട്രീയ വാരിക ആരംഭിച്ചാലെ ന്താണെന്ന് മാസ്റ്റർ മറ്റുള്ളവരോട് ആരാഞ്ഞു. ആശയത്തോട് എല്ലാവ രും യോജിച്ചു. പത്രാധിപർ ആരായിരിക്കണമെന്നായി അടുത്ത ചിന്ത. പാർട്ടിയെ തുറന്നെതിർക്കുന്ന പ്രസിദ്ധീകരണമാകുമ്പോൾ അതിൽ പങ്കാളികളാകുന്നവർ പാർട്ടിയിൽ നിന്നു പുറത്തുപോകും. രഹസ്യമാ യി സഹായിക്കാൻ എല്ലാവരും തയാറാണ്. പുറമെ പറയാൻ ഒരു പത്രാധിപർ വേണംതാനും. ഇക്കാര്യം ആലോചിക്കുന്നതിനിടയിലാണ് കൊയിലാണ്ടിക്കാരനായ കെ ഇ കെ നമ്പൂതിരി അവിടെ കയറിവന്നത്. പാർട്ടി ജില്ലാ കമ്മിറ്റി ഓഫീസ് സെക്രട്ടറിയായിരുന്ന കെ ഇ കെ അതിൽ നിന്നു ഒഴിവായി നാട്ടിൽ കഴിയുകയായിരുന്നു. ചില പരിഭാഷകൾ കെ ഇ കെ നമ്പൂതിരി, ബി എ എന്ന പേരിൽ *ദേശാഭിമാനി* പ്രസിദ്ധീകരിച്ചിരുന്നു. നമ്പൂതിരിയോട് ചാത്തുണ്ണിമാസ്റ്റർ അഭിപ്രാ യമാരാഞ്ഞു. വാരിക തുടങ്ങുന്നതിനെ നമ്പൂതിരി സ്വാഗതം ചെയ്തു. അതിന്റെ പത്രാധിപരാ കാമോ എന്ന് മാസ്റ്റർ ചോദിച്ചപ്പോൾ ഒരു മടിയും കൂടാതെ അദ്ദേഹം ഏൽക്കുകയും ചെയ്തു.

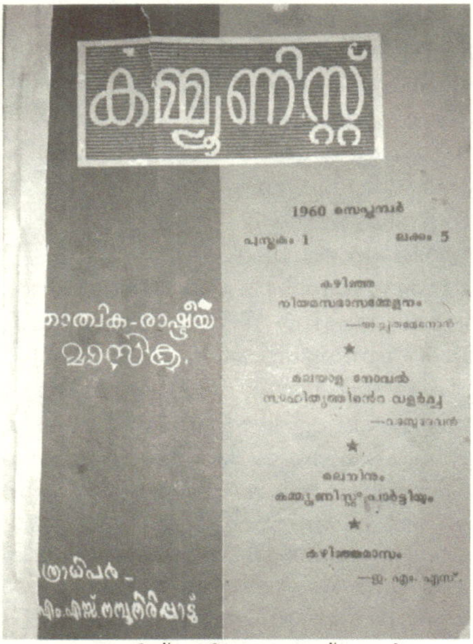

കമ്യൂണിസ്റ്റ് മാസിക–1960 സെപ്തംബർ

അപ്പോഴാണ് മറ്റൊരു പ്രശ്നം. ഒരു പ്രിന്ററും പബ്ലിഷറും വേണം. അതേക്കുറിച്ച് ആലോചിക്കുമ്പോഴാണ് എൻ മമ്മു അതുവഴി കടന്നുപോയത്. എഐടിയുസി നേതാവ് മമ്മു. ഏതോ സമ്മേളന പ്രചരണാർഥം ബോർഡ് തയാറാക്കാനുള്ള സാമഗ്രികളുമായി പോവുകയായിരുന്നു മമ്മു. ചാത്തുണ്ണി മാസ്റ്റർ നീട്ടി വിളിച്ചു. 'എടോ മമ്മുക്ക.' മാസ്റ്റർ അങ്ങനെയാണ് മമ്മുവിനെ വിളിക്കുക. വിളികേട്ട് മമ്മു വന്നു. സംഗതി പറഞ്ഞു. മമ്മു അനുകൂലിച്ചു. പ്രിന്ററും പബ്ലിഷറുമാകാനും അദ്ദേഹം സമ്മതിച്ചു. കോഴിക്കോട്ട് ക്രൗൺ തിയറ്ററിനു പിറകിൽ രാജുലു റോഡിൽ ട്രാൻസ്പോർട്ട് ഹൗസ് എന്നറിയപ്പെടുന്ന കെട്ടിടത്തിൽ കർഷകസംഘം ഓഫീസ് എന്ന പേരിലാണ് സമാന്തര പ്രസിദ്ധീകരണത്തിന്റെ ഓഫീസ് പ്രവർത്തിച്ചത്. പാർട്ടി പിളർന്ന ശേഷം ചൈനാ ചാരന്മാരെന്ന പേരിൽ പാർട്ടി നേതാക്കൾ അറസ്റ്റ് ചെയ്യപ്പെട്ടപ്പോൾ കെ ഇ കെ നമ്പൂതിരിയും എൻ മമ്മുവും അതിൽ പെടാൻ കാരണം അവർ *ചിന്ത*യുടെ നടത്തിപ്പുകാരായതാണ്.[2]

ചാത്തുണ്ണിമാസ്റ്റർ ഒളിവുജീവിത കാലത്ത് പരിചയപ്പെട്ട മുക്കത്തെ പി കെ കൃഷ്ണനായിരുന്നു *ചിന്ത*യുടെ ഉടമസ്ഥൻ. കൃഷ്ണൻ പണം മുടക്കാമെന്നും സമ്മതിച്ചു. ചാത്തുണ്ണി മാസ്റ്ററോടുള്ള ആദരവുകൊണ്ടുതന്നെ. മാസ്റ്ററുടെ നാട്ടുകാരനും പാർട്ടി പ്രവർത്തകനുമായ കെ ചന്ദ്രൻ മാനേജരുടെ ചുമതല വഹിക്കാമെന്നേറ്റു. ചന്ദ്രൻ മുന്നൂറു രൂപയും മുടക്കി. കൃഷ്ണനും ചന്ദ്രനും കൂടി മുടക്കിയ സംഖ്യകൊണ്ട് ആദ്യലക്കം പോലും പുറത്തിറക്കാൻ കഴിയില്ല. കോലോത്ത് അപ്പുക്കുട്ടൻനായർ, എം പി വാസുദേവൻ നായർ (കോഴിക്കോട് കോർപറേഷനിലെ മുൻ കൗൺസിലർ) എന്നിവർ കൂടി സഹായിച്ചതുകൊണ്ട് തുടക്കത്തിലെ ഏതാനും ലക്കങ്ങൾ ഇറങ്ങിയെന്നാണ് ചാത്തുണ്ണി മാസ്റ്റർ രേഖപ്പെടുത്തിയത്. ടാബ്ലോയ്ഡ് രൂപത്തിൽ 1963 ആഗസ്ത് 15-ന് *ചിന്ത* പുറത്തിറങ്ങിയപ്പോൾ സംഘാടകർക്ക് ആവേശം നൽകുന്ന അനുഭവമായിരുന്നു. "സോഷ്യലിസത്തിന്റെയും സമാധാനത്തിന്റെയും ജനാധിപത്യത്തിന്റെയും പരമശത്രുക്കൾ ഇന്നതിന്റെ മാലാഖമാരായി പ്രത്യക്ഷപ്പെടുന്നു. അവരുടെ വിഷലിപ്തമായ പ്രചരണങ്ങൾ സോഷ്യലിസത്തിനുവേണ്ടി നിലകൊള്ളുന്ന ശക്തികളെ ഭിന്നിപ്പിക്കുകയും ആശയദാരിദ്ര്യത്തിൽപ്പെടുത്തുകയും ചെയ്തിരിക്കുന്നു. ഈ വിപത്തിനെ ഞങ്ങളുടെ എളിയ കഴിവിനനുസരിച്ച് വെല്ലുവിളിക്കുക തന്നെ ചെയ്യും"–ആദ്യ ലക്കത്തിൽ *ചിന്ത* പ്രഖ്യാപിച്ചു. പാർട്ടിയിലെ ഇടതുപക്ഷത്തിന്റെ നിലപാട് പറയുന്ന ആദ്യ പ്രസിദ്ധീകരണം എന്ന നിലയിൽ പാർട്ടി പ്രവർത്തകർ തേടിപ്പിടിച്ചു വായിക്കാൻ തുടങ്ങി. ഔദ്യോഗിക പക്ഷക്കാർക്കും *ചിന്ത* വായിക്കാതിരിക്കാൻ കഴിഞ്ഞില്ല. അങ്ങനെ *ചിന്ത*ക്ക് വരിക്കാരായി. ഏജൻസികൾ വന്നു. വരിസംഖ്യയായും ഏജൻസി ഡെപ്പൊസിറ്റായും പണവും വരാൻ തുടങ്ങി. തുടക്കത്തിൽ തന്നെ നാലായിരത്തോളം രൂപ സംഭാവനയായും കിട്ടി. സ്വന്തം കാലിൽ നിൽക്കാൻ കഴിയുമെന്ന പ്രതീക്ഷ നടത്തിപ്പുകാർക്കു വന്നു.

കെ ഇ കെ നമ്പൂതിരി

രാജുലു റോഡിൽ *ചിന്തയ്*ക്കുവേണ്ടി മുറി എടുത്ത കെട്ടിടത്തിനു 'കണ്ണാടി മാളിക'

എന്നും പേരുണ്ടായിരുന്നു. *ചിന്ത*ക്കു ലഭിച്ച മുറി ആരും എടുക്കാതെ ഒഴിഞ്ഞുകിടക്കുകയായിരുന്നു. കാരണം, ആ മുറിയുടെ ജനലിനോട് ചേർന്നായിരുന്നു സെപ്ടിക് ടാങ്കിന്റെ ഗ്യാസ് പൈപ്പ്. അതിനാൽ അത്യാവശ്യം ദുർഗന്ധം വരും. അതുകൊണ്ട് *ചിന്ത*ക്ക് കുറഞ്ഞ വാടകക്കു മുറി കിട്ടി.

*ചിന്ത*യുടെ ആദ്യരൂപം

ഇടതുപക്ഷത്തെ നേതാക്കൾ തന്നെയായിരുന്നു *ചിന്ത*യുടെ പ്രധാന എഴുത്തുകാർ. ചാത്തുണ്ണിമാസ്റ്ററും ഇ കെ നായനാരും പേരുവെച്ചും അല്ലാതെയും നിരന്തരം എഴുതി. നായനാർ 'ഷീല' എന്ന പേരിൽ സ്ഥിരമായി എഴുതിയിരുന്നു. പ്രശസ്ത സിനിമാനടിയുടെ പേര് ഷീലയായതൊന്നും നായനാർക്കു പ്രശ്നമായില്ല. പത്രാധിപർ കെ ഇ കെ നമ്പൂതിരിക്കു പുറമെ പി കെ മുഹമ്മദ് കുഞ്ഞിയും വിഭവങ്ങൾ ഒരുക്കുന്നതിനു കഠിനപ്രയത്നം ചെയ്തു. ചാത്തുണ്ണിമാസ്റ്റർ *ചിന്ത*യിൽ കേന്ദ്രീകരിച്ചു. ട്രാൻസ്പോർട്ട് ഹൗസ് മാസ്റ്ററുടെ പ്രവർത്തനകേന്ദ്രമായി. വലതുപക്ഷത്തിന്റെ വാദഗതികളെയും ആശയത്തെയും എതിർക്കുക, അവരുടെ വിമർശനങ്ങൾക്ക് മറുപടി പറയുക-ഇതാണല്ലോ *ചിന്ത*യുടെ ദൗത്യം. അതു നല്ലനിലയിൽ തന്നെ നിർവഹിച്ചുപോന്നു. ഔദ്യോഗികപക്ഷക്കാർക്ക് *ചിന്ത* ഒരു 'ശല്യ'വും തടസ്സവുമൊക്കെയായി. *ദേശാഭിമാനി* പ്രസ്സിൽ നിന്ന് അച്ചടിക്കുന്ന *ചിന്ത*ക്ക് *ദേശാഭിമാനി* പത്രത്തിലൂടെ മറുപക്ഷം മറുപടി പറയാൻ തുടങ്ങി. *ചിന്ത* പെട്ടെന്ന് ദേശീയ ശ്രദ്ധയിലേക്ക് വന്നു. കാരണം, *ടൈംസ് ഓഫ് ഇന്ത്യ* തുടങ്ങിയ വൻകിട പത്രങ്ങൾ ചൈനാപക്ഷപാതിത്വം ആരോപിച്ച് *ചിന്ത*ക്കെതിരെ എഴുതാൻ തുടങ്ങിയിരുന്നു.

*ചിന്ത*യുടെ പതിനൊന്നാം ലക്കം ഇറങ്ങിയതോടെ ഔദ്യോഗിക പക്ഷക്കാർക്ക് ഭൂരിപക്ഷമുള്ള നേതൃത്വം ഇടപെട്ടു. അച്യുതമേനോനായിരുന്നു അന്ന് കമ്യൂണിസ്റ്റ് പാർട്ടി സെക്രട്ടറി. *ദേശാഭിമാനി*യിൽ നിന്ന് *ചിന്ത* അച്ചടിക്കാൻ പാടില്ലെന്ന് അദ്ദേഹം നിർദേശിച്ചു. *ദേശാഭിമാനി* കമ്പനി ഡയറക്ടർ ബോർഡിൽ ഭൂരിപക്ഷമുണ്ടെങ്കിലും പാർട്ടി നിർദേശമനുസരിക്കാൻ ഇടതുപക്ഷം തീരുമാനിച്ചു. *ദേശാഭിമാനി* പ്രസ്സിൽ നിന്നുള്ള അച്ചടി നിന്നു. അച്ചടി മാത്രമല്ല, കമ്പോസിങ്ങും *ദേശാഭിമാനി*യിൽ നിന്നു തന്നെയായിരുന്നു. *ദേശാഭിമാനി* കമ്പനിയുടെ തീരുമാനം *ചിന്ത*ക്ക് വലിയ പ്രതിസന്ധിയുണ്ടാക്കി. മറ്റൊരു പ്രസ് കണ്ടെത്തുക എളുപ്പമായിരുന്നില്ല. കാരണം, ഔദ്യോഗിക വിഭാഗക്കാർ അവർക്കറിയുന്ന പ്രസ്സുകാരോടൊക്കെ *ചിന്ത* അച്ചടിച്ചുകൊടുക്കരുതെന്ന് ആവശ്യപ്പെട്ടിരുന്നു. തൃശൂരിലേക്കു പോകുന്നത് ഈ സാഹചര്യത്തിലാണ്. പി കെ മുഹമ്മദ് കുഞ്ഞിയുടെ ഒരു ചെറിയ പ്രസ് തൃശൂരിലുണ്ടായിരുന്നു. ചെറിയ ട്രെഡിൽ മെഷിൻ. നടത്തുന്നത് പാർട്ടി അനുഭാവിയായ അബു. തൃശൂരിൽ നിന്ന് ആ പ്രസ്സും അച്ചുകളും കോഴിക്കോട്ടെത്തിച്ചു. പുതിയറയിലെ ഫാത്തിമ പ്രസ്സിൽ അതു സ്ഥാപിച്ചു. പ്രശ്നം തീർന്നില്ല. ട്രെഡിൽ പ്രസ്സിൽ *ചിന്ത*യുടെ ഒറിജിനൽ വലുപ്പത്തിൽ അച്ചടി നടക്കില്ല. അതുകൊണ്ട് പുസ്തക രൂപത്തിൽ പന്ത്രണ്ടും പതിമൂന്നും ലക്കങ്ങൾ ഇറക്കി. അപ്പോഴേക്കും സാമ്പത്തിക പ്രതിസന്ധിയായി. മുൻകൂർ പണം കൊടുത്താലേ അച്ചടി നടക്കൂ. കാരണം, പ്രസ് നടത്തുന്നവർക്ക് സാമ്പത്തിക ശേഷിയില്ല. ട്രെഡിൽ പ്രസ് തൃശൂരിലേക്കു തിരികെ കൊണ്ടുപോയി.

ചാത്തുണ്ണിമാസ്റ്ററും സഹപ്രവർത്തകരും പ്രസ് അന്വേഷിച്ച് മറ്റൊന്നു കണ്ടെത്തി.

സി കെ ചക്രപാണി

മലബാർ ക്രിസ്ത്യൻ കോളേജിനു കിഴക്കുവശം വിനീത പ്രസ്. പക്ഷേ, അവിടെ വാരിക അച്ചടിക്കാനുള്ള സജ്ജീകരണങ്ങൾ പോര. ഒടുവിൽ തൃശൂരിൽ നിന്ന് അച്ചടിച്ച് കോഴിക്കോട്ടു കൊണ്ടുവരാൻ തുടങ്ങി. കെ ഇ കെ നമ്പൂതിരിയും കെ ചന്ദ്രനും അതിനുവേണ്ടി തൃശൂരിൽ തങ്ങുകയായിരുന്നു. പിൽക്കാലത്ത് നക്സൽ പ്രസ്ഥാനത്തിൽ പോയ എ വി ആര്യൻ തൃശൂരിൽ നിന്നു *ചിന്ത* അച്ചടിക്കുന്നതിനു വലിയ സഹായം നൽകി. അച്ചടിക്കാനുള്ള മാറ്റർ അധികവും കോഴിക്കോട്ടുനിന്നു *ദേശാഭിമാനി* പത്രക്കെട്ടിൽ എ വി ആര്യന്റെ വിലാസത്തിൽ അയക്കാറാണ് പതിവ്. അത്തരം ഒരു കവർ തൃശൂരിലെ ഔദ്യോഗിക പക്ഷക്കാരുടെ കൈയിൽപെട്ടു. അതിൽ ചാത്തുണ്ണിമാസ്റ്ററുടെയും ഒരു ലേഖനമുണ്ടായിരുന്നു. സംസ്ഥാന കൗൺസിലിൽ നിന്ന് മാസ്റ്ററെ പുറത്താക്കാൻ ഔദ്യോഗികക്കാർ ആ ലേഖനം ആയുധമാക്കി. പാർട്ടി നയത്തിനെതിരെ പാർട്ടി നേതാവ് ലേഖനമെഴുതുക എന്നുവെച്ചാൽ ഗുരുതരമായ കുറ്റം തന്നെ. എന്നാൽ, പാർട്ടി പിളർപ്പിലേക്കു പോകുന്ന ഘട്ടത്തിൽ അങ്ങനെ പലതും നടന്നിരുന്നു.

തൃശൂരിൽ *ചിന്ത* അച്ചടിക്കുന്ന കാലത്ത് പേജ് തയാറാക്കൽ, ഫോറങ്ങൾ കൂട്ടിച്ചേർക്കൽ എന്നീ ജോലികൾ മാനേജ്മെന്റ് അറിയാതെ തൃശൂർ *നവജീവൻ* പ്രസ്സിൽ നിന്ന് ചെയ്തിരുന്നതായി കെ ചന്ദ്രൻ എഴുതിയിട്ടുണ്ട്. പ്രസ് ജീവനക്കാരായ പി കെ കൃഷ്ണനും പി കെ ബാലനും ഇതിനുവേണ്ട സഹായം രഹസ്യമായി ചെയ്തു. എ വി ആര്യനാണ് ഇതൊക്കെ ഏർപ്പാടാക്കിക്കൊടുത്തത്. കെ ഇ കെയുടെയും ചന്ദ്രന്റെയും യാത്രക്കുവേണ്ട പണവും ആര്യൻ സംഘടിപ്പിച്ചുകൊടുക്കും. അത്യാവശ്യം കടം കിട്ടുന്ന കേന്ദ്രങ്ങളും ഇവർക്ക് ആര്യൻ പരിചയപ്പെടുത്തിക്കൊടുത്തു. തൃശൂരിലെ സരസ്വതി പ്രസ്, ശ്രീകൃഷ്ണ പ്രസ് എന്നിവിടങ്ങളിൽ നിന്നും മറ്റു ചെറിയ ചില പ്രസ്സുകളിൽ നിന്നുമാണ് *ചിന്ത* അടിച്ചിരുന്നത്. ഒരു പ്രസ്സിൽ നാലു പേജ്, മറ്റൊരു പ്രസ്സിൽ നാലു പേജ് എന്നിങ്ങനെ ഒരു ലക്കം തന്നെ മൂന്നു പ്രസ്സുകളിൽ അച്ചടിക്കേണ്ടി വന്ന അനുഭവമുണ്ട്. ഒരിക്കൽ കുന്നംകുളം ടൗണിലെ ഒരു പ്രസ്സിൽ നിന്നു അച്ചടിച്ചു. കൂലി മുഴുവൻ കൊടുക്കാൻ കഴിയാത്തതിനാൽ *ചിന്ത* എന്ന മാസ്റ്റ്ഹെഡ് ബ്ലോക്കും അടുത്ത ലക്കത്തിലേക്ക് നീക്കിയിരിപ്പുള്ള മാറ്ററും ഉടമ വിട്ടുകൊടുത്തില്ല. അതുപിന്നെ തിരിച്ചുവാങ്ങിയിട്ടില്ല.

ഒരിക്കൽ *ചിന്ത* അച്ചടി കഴിഞ്ഞപ്പോൾ തപാൽ മാർഗം അയക്കാൻ സ്റ്റാമ്പ് വാങ്ങാൻ പണമില്ല. കെ ചന്ദ്രൻ ആ അനുഭവം പറയുന്നു:

> സ്റ്റാമ്പ് വാങ്ങാൻ കഴിയാതെ ഒരാഴ്ച *ചിന്ത* ആപ്പീസിൽ കിടന്നു. അവസാനം ഞാൻ എന്റെ നാട്ടിലെ (നെല്ലിക്കോട്) പാർട്ടി ഓഫീസിൽ പോയി വാസുവേട്ടനെ കണ്ടു. നെല്ലിക്കോട് വളണ്ടിയർ കോറിന്റെ ഫണ്ടിൽ നിന്ന് സ്റ്റാമ്പിനുള്ള പണം തന്നു. ഞാൻ പണം ആവശ്യപ്പെട്ടിരുന്നില്ല. അവസ്ഥ അറിയിക്കുകയേ ചെയ്തിരുന്നുള്ളൂ. പിന്നീട് നക്സൽ പ്രസ്ഥാനത്തിന്റെ നേതാവായിത്തീർന്ന എ വാസു എന്ന 'ഗ്രോ' വാസു പാർട്ടിയുടെ വളണ്ടിയർ ക്യാപ്റ്റനായിരുന്നു. *ചിന്ത* എല്ലാ ആഴ്ചയും മുടക്കമില്ലാതെ പുറത്തിറക്കാനുള്ള സാമ്പത്തിക സാഹചര്യമൊന്നും അന്നുണ്ടായിരുന്നില്ല. വല്ല വിധത്തിലും ഒരു ലക്കം അടിക്കാനുള്ള കടലാസ് വാങ്ങാനും മറ്റുമുള്ള പണം സംഘടിപ്പിക്കുകയും അച്ചടിക്കാനുള്ള പ്രസ് ഉറപ്പാക്കുകയും ചെയ്താൽ കെ ഇ കെയെ വിവരമറിയിക്കുകയാണ് പതിവ്. ആ ലക്കം ഇറങ്ങിയാൽ അദ്ദേഹം കൊയിലാണ്ടിയിലേക്ക് തിരിച്ചുപോകും. അടുത്ത ലക്കത്തിനുള്ള സാഹചര്യമൊരുങ്ങിയാൽ അദ്ദേഹം *ചിന്ത* ഓഫീസിലെത്തും. ലേഖനങ്ങൾ പ്ലാൻ ചെയ്ത് സംഘടിപ്പിക്കൽ ചാത്തുണ്ണി മാസ്റ്ററാണ്. കെ ഇ കെ അത് എഡിറ്റ് ചെയ്ത് പ്രസ്സിൽ കൊടുക്കാനുള്ള പരുവത്തിലാക്കും. കെ ഇ കെ വന്നാൽ ഭക്ഷണത്തിനും യാത്രക്കുമുള്ള പണം സംഘടിപ്പിച്ചുകൊടുക്കൽ എന്റെ ചുമതലയാണ്. കടം വാങ്ങാൻ എനിക്ക് കോഴിക്കോട് ടൗണിൽ ചില പോക്കറ്റുകളുണ്ട്. *മാതൃഭൂമി* ഓഫീസിനടുത്ത് പത്രം-വാരിക മുഖ്യ വിൽപ്പനയായുള്ള സ്റ്റേഷനറി കടയിലെ മൊയ്തു, മിഠായിത്തെരുവിൽ രാധാ തിയറ്ററിന് എതിർവശം ഇതുപോലൊരു കട നടത്തുന്ന സായിവ് എന്നിവർ. അഞ്ചു രൂപയിലധികം ഒരിക്കലും കടം വാങ്ങിയിട്ടില്ല.[3]

കോഴിക്കോട്ട് പ്രസ് കണ്ടെത്താനാവാതെ *ചിന്ത*യുടെ അച്ചടി തൃശൂരിലേക്ക് മാറ്റേണ്ടി വന്നത് 1963 അവസാനമാണ്. അതുമുതൽ സി കെ ചക്രപാണി *ചിന്ത*യുടെ പ്രവർത്തകനായി. ഏതു പ്രതിസന്ധിയും അദ്ദേഹം അനായാസം കൈകാര്യം ചെയ്യും. പിരിമുറുക്കം എന്നൊന്നില്ല. അദ്ദേഹത്തോടൊപ്പം ജോലി ചെയ്യുന്നവർക്കും മുന്നോട്ടു നീങ്ങാനുള്ള ഊർജം കിട്ടും. ഗൗരവമുള്ള കാര്യങ്ങൾ പോലും അദ്ദേഹം അൽപ്പം ലാഘവത്തിലാണ് കൈകാര്യം ചെയ്യുക. ആളുകളെ ചിരിപ്പിക്കുകയും ചിന്തിപ്പിക്കുകയും ചെയ്യും. *ചിന്ത*യിൽ ജോലി ചെയ്യുമ്പോൾ സി കെ ചക്രപാണിയോടൊത്തുള്ള നാളുകൾ ചന്ദ്രൻ അനുസ്മരിക്കുന്നു:

ദേശാഭിമാനി ഇടതുപക്ഷ നിയന്ത്രണത്തിലായതിൽ പിന്നെ *ചിന്ത*യുടെ അച്ചടി വീണ്ടും കോഴിക്കോട്ട് പത്രത്തിന്റെ പ്രസ്സിൽ നിന്നായി. രാത്രി ഒരു മണിക്കുശേഷമാണ് ചക്രപാണി കോഴിക്കോട് നഗരത്തിൽ നടക്കാനിറങ്ങുക. നടക്കുമ്പോൾ വലിയങ്ങാടിയിലെയും മിഠായിത്തെരുവിലെയും കടകളുടെ ബോർഡുകൾ ഉച്ചത്തിൽ വായിക്കും. ഞാനും കെ ഇ കെയും കൂടെ നടക്കും. ഒരു ലക്കം *ചിന്ത* ഇറങ്ങിയാൽ അടുത്ത ലക്കത്തിനുള്ള പണം സ്വരൂപിക്കാനുള്ള ഒരുക്കമാണ്. അതിനിടയിൽ ചക്രപാണിക്കൊരു മോഹം. സമൃദ്ധമായി ഭക്ഷണം കഴിക്കണം. പക്ഷേ കൈയിൽ ഒറ്റക്കാശില്ല. *ദേശാഭിമാനി*ക്കു സമീപം ബാഫഖിതങ്ങളുടെ ഉടമസ്ഥതയിലുള്ള ലോഡ്ജിൽ മുറിയെടുത്തു. മുറി കിട്ടാൻ അഡ്വാൻസ് വേണ്ട. മുറിയിലേക്ക് ഇഷ്ടമുള്ള ഭക്ഷണമൊക്കെ വരുത്തി. പക്ഷേ, പുറത്തിറങ്ങാൻ കാശില്ല. അങ്ങനെ രണ്ടോ മൂന്നോ ദിവസം അവിടെ കഴിയേണ്ടിവന്നു. പിന്നെ എങ്ങനെയോ പണം സംഘടിപ്പിച്ച് പുറത്തിറങ്ങി. [4]

പാർട്ടിയുമായി ബന്ധപ്പെട്ട കാര്യങ്ങൾക്ക് സാമ്പത്തിക പ്രയാസമുണ്ടെങ്കിൽ എ കെ ജിയുടെ സഹായം അവിടെയെത്തും. അതു പതിവാണ്. *ചിന്ത*യുടെ കാര്യത്തിലും അതുണ്ടായി. തൃശൂരിൽ നിന്ന് അച്ചടിക്കാൻ തുടങ്ങിയപ്പോൾ പണമില്ലാതെ വിഷമത്തിലായി. ബോംബെയിൽ നിന്നും മറ്റും പിരിച്ച് എ കെ ജി നാലായിരത്തോളം രൂപ ഉടനെ എത്തിച്ചു. തൃശൂരിൽ നിന്നുള്ള അച്ചടി തുടർന്നു. ഇതിനിടയിൽ പാർട്ടിയിലെ കാര്യങ്ങൾ കൂടുതൽ മോശമായി വരികയായിരുന്നു. പിളർപ്പ് ഒഴിവാക്കാനാവില്ലെന്ന് ഉറപ്പായി. ഔദ്യോഗിക പക്ഷക്കാരുടെ എതിർപ്പ് വകവയ്ക്കാതെ കൽക്കത്തയിലെ റാലിയിൽ പ്രസംഗിച്ചതിന്റെ പേരിൽ എ കെ ജിയെ പാർട്ടി പരസ്യമായി ശാസിച്ചിരുന്നു. കേരളത്തിലുടനീളം എ കെ ജിക്ക് ഗംഭീര സ്വീകരണങ്ങൾ ഒരുക്കിയാണ് പാർട്ടി പ്രവർത്തകർ ഇതിനോട് പ്രതികരിച്ചത്. ഇത്തരം സ്വീകരണ യോഗങ്ങളിലെല്ലാം *ചിന്ത* വായിക്കാനും പ്രചരിപ്പിക്കാനും എ കെ ജി ജനങ്ങളോട് അഭ്യർഥിച്ചു. അതുകൂടിയായതോടെ *ചിന്ത*യുടെ നിലനിൽപ്പിന് ഉറപ്പായി.

അതിനിടെ *ചിന്ത*യുടെ നടത്തിപ്പിനെക്കുറിച്ച് അന്വേഷിക്കാൻ പാർട്ടിയുടെ ദേശീയ നേതൃത്വം തീരുമാനിച്ചു. കൺട്രോൾ കമീഷൻ അംഗങ്ങളായ എസ് വി ഘാട്ടെയും പി നാരായണൻ നായരുമാണ് അന്വേഷണത്തിനു നിയോഗിക്കപ്പെട്ടത്. അവർ പലരുടെയും മൊഴി രേഖപ്പെടുത്തി. സമാന്തര പ്രവർത്തനത്തിന് എ കെ ജിക്കെതിരെ തെളിവുണ്ടാക്കുകയായിരുന്നു കമീഷന്റെ ഉദ്ദേശ്യമെന്ന് ഇടതുപക്ഷക്കാർക്ക് മനസ്സിലായി. മൊഴി നൽകിയവരോടുള്ള ചോദ്യങ്ങളിൽ നിന്ന് അവരുടെ ലക്ഷ്യം എ കെ ജിയാണെന്ന് വ്യക്തമായിരുന്നു. ഏതായാലും കമീഷൻ റിപ്പോർട്ട് സമർപ്പിക്കുന്നതിനു മുമ്പ് പാർട്ടി പിളർന്നു.

ദേശാഭിമാനി ഇടതുപക്ഷത്തിന്റെ നിയന്ത്രണത്തിലായിക്കഴിഞ്ഞതോടെ (1964 മെയ്) ചാത്തുണ്ണിമാസ്റ്ററുടെ ശ്രദ്ധ *ദേശാഭിമാനി*യിലായി. *ചിന്ത* വീണ്ടും സാമ്പത്തിക പ്രതിസന്ധിയിലേക്കു പോയി. അതിനിടെ പാർട്ടിയുടെ എംഎൽഎമാരിൽ പലരും അറസ്റ്റ് ചെയ്യപ്പെട്ടു. കോൺഗ്രസിലെ ഭിന്നിപ്പ് കാരണം ആർ ശങ്കറിന്റെ നേതൃത്വത്തിലുള്ള മന്ത്രിസഭയുടെ ഭാവി തുലാസിൽ ആടുകയായിരുന്നു. മന്ത്രിസഭയുടെ ആയുസ്സ് നീട്ടാനാണ് പ്രതിപക്ഷത്തുള്ളവരെ അറസ്റ്റ് ചെയ്തത്. അക്കൂട്ടത്തിൽ ചാത്തുണ്ണിമാസ്റ്ററും അകത്തായി. പാർട്ടി രണ്ടായതിനെത്തുടർന്ന് സിപിഐ എമ്മിന്റെ കൽക്കത്ത കോൺഗ്രസിനുള്ള ഒരുക്കങ്ങൾ നടക്കുന്നതിനാൽ നേതാക്കളെല്ലാം അതിൽ വ്യാ

പൃതരായിരുന്നു. മാത്രമല്ല, *ദേശാഭിമാനി* നിയന്ത്രണത്തിൽ വന്നപ്പോൾ *ചിന്ത*യിലുള്ള ശ്രദ്ധ കുറഞ്ഞു എന്ന പ്രശ്നവുമുണ്ട്. ഏതായാലും 1964 ജൂൺ 14-ന് ഇറങ്ങിയ മുപ്പത്തിയൊന്നാം ലക്കത്തോടെ *ചിന്ത*യുടെ പ്രസിദ്ധീകരണം മുടങ്ങി.

വലതുപക്ഷവുമായി വേർപിരിഞ്ഞ് ഇടതുപക്ഷക്കാർ കൽക്കത്തയിൽ സംഘടിപ്പിച്ച ഏഴാം പാർട്ടി കോൺഗ്രസ് (1964 ഒക്ടോബർ 31-നവംബർ 7) കഴിഞ്ഞ് പ്രതിനിധികൾ തിരിച്ചെത്തി ആഴ്ചകൾക്കകം ചൈനാ ചാരന്മാരെന്ന് ആരോപിച്ച് ഇടതുപക്ഷ കമ്യൂണിസ്റ്റ് നേതാക്കളെ വ്യാപകമായി അറസ്റ്റ് ചെയ്തു ജയിലിലിട്ടു. ഡിസംബർ 30-ന് രാത്രിയാണ് ചാത്തുണ്ണിമാസ്റ്ററെയും *ചിന്ത* പത്രാധിപർ കെ ഇ കെ നമ്പൂതിരി, പബ്ലിഷർ എൻ മമ്മു എന്നിവരെയും അറസ്റ്റ് ചെയ്തത്. *ദേശാഭിമാനി* പത്രാധിപർ പി ഗോവിന്ദപ്പിള്ള അടക്കമുള്ളവരും ജയിലിലായി. രാജ്യവ്യാപകമായ അറസ്റ്റിനെ ന്യായീകരിച്ച് ആഭ്യന്തരമന്ത്രി ഗുൽസാരിലാൽ നന്ദ 1965 ജനുവരി ഒന്നിനു ചെയ്ത റേഡിയോ പ്രക്ഷേപണത്തിൽ *ചിന്ത*യടക്കം അഞ്ചു പ്രസിദ്ധീകരണങ്ങളുടെ പേരെടുത്തു പറഞ്ഞിരുന്നു. പാർട്ടിക്കെതിരായ ആരോപണത്തിന് തന്റെ പക്കൽ തെളിവുണ്ടെന്നും ഒരു ധവളപത്രത്തിലൂടെ അതു പുറത്തുവിടുമെന്നും അദ്ദേഹം ഭീഷണിപ്പെടുത്തി. *ചിന്ത*യുടെ പുനഃപ്രസിദ്ധീകരണത്തിന് ജില്ലാ മജിസ്ട്രേട്ടിന്റെ അനുമതി ആവശ്യമായിരുന്നു. പബ്ലിഷർ എൻ മമ്മു ജയിലിൽ നിന്നു തന്നെ അപേക്ഷ തയാറാക്കി അയച്ചു. എന്നാൽ ഡിക്ലറേഷൻ ഫയൽ ചെയ്യാൻ നേരിട്ട് ഹാജരാകണം. ഗവൺമെന്റ് പരോൾ അനുവദിച്ചില്ല. തുടർന്ന് കെ ചന്ദ്രൻ പബ്ലിഷറും ചാത്തുണ്ണി മാസ്റ്റർ പത്രാധിപരുമായി ഡിക്ലറേഷൻ ഫയൽ ചെയ്തു. 1965 ജൂൺ 25-ന് *ചിന്ത* പുനഃപ്രസിദ്ധീകരണമാരംഭിച്ചു. *ചിന്ത* വീണ്ടും തുടങ്ങുന്നു എന്ന് പരസ്യം ചെയ്തപ്പോൾ അയ്യായിരത്തിലധികം രൂപ ഏജൻസി ഡെപ്പൊസിറ്റായും വരിസംഖ്യയായും മുൻകൂർ ലഭിച്ചു. ചാത്തുണ്ണിമാസ്റ്റർ പത്രാധിപരായിരുന്നുവെങ്കിലും *ചിന്ത*യുടെ ചുമതല അക്കാലത്ത് നിർവഹിച്ചിരുന്നത് എം എൻ കുറുപ്പായിരുന്നു. ആ ഘട്ടത്തിൽ *ദേശാഭിമാനി*യുടെ ചുമതലയും അദ്ദേഹം നിർവഹിച്ചു. കാരണം പല നേതാക്കളും *ദേശാഭിമാനി*യുടെ പ്രവർത്തകരും ജയിലിലായിരുന്നു. *ചിന്ത* മുടങ്ങാതെ പുറത്തിറക്കാൻ കെ ചന്ദ്രനും എം എൻ കുറുപ്പും കഠിന പ്രയത്നം ചെയ്തു.

*ചിന്ത*യുടെ നിലനിൽപ്പിനും വളർച്ചക്കും തുടക്കകാലത്ത് മാനേജരായും പിന്നീട് പ്രിന്റർ ആന്റ് പബ്ലിഷറായും കെ ചന്ദ്രൻ നൽകിയ സേവനം വിലമതിക്കാനാവില്ല. തന്റെ ജീവിതം മുഴുവൻ അദ്ദേഹം *ചിന്ത*യ്ക്ക് സമർപ്പിച്ചുവെന്നു പറഞ്ഞാൽ ഒട്ടും അധികമാവില്ല. *ചിന്ത*യുടെ പര്യായമായി അദ്ദേഹം മാറി. ലേഖനങ്ങൾ സംഘടിപ്പിക്കൽ, ലേ ഔട്ട്, അച്ചടി, പാക്കിങ്, വിതരണം, കണക്കുസൂക്ഷിക്കൽ, പരസ്യം പിടിക്കൽ, ഏജന്റുമാരെ കൈകാര്യം ചെയ്യൽ തുടങ്ങി എല്ലാം അദ്ദേഹം മതിമറന്ന് ചെയ്തു. പരസ്യം പിടിക്കാനും വരിക്കാരെ ചേർക്കാനും അതിന്റെയൊക്കെ പണം പിരിക്കാനും അദ്ദേഹം നേരിട്ടുപോകും. നിശ്ശബ്ദമായി, ആരോടും പരാതിയോ പരിഭവമോ മുഖം കറുപ്പിക്കലോ ഇല്ലാതെ അദ്ദേഹം 47 വർഷം ഇതൊക്കെ ചെയ്തുപോന്നു. നേരത്തെ പറഞ്ഞ പ്രതിസന്ധി ഘട്ടങ്ങളിലെല്ലാം പ്രസ് കണ്ടുപിടിക്കാനും പണം സംഘടിപ്പിക്കാനും അദ്ദേഹം ഓടിനടന്നു. ഒന്നിന്റെയും ക്രെഡിറ്റ് അദ്ദേഹം എടുത്തില്ല. കമ്യൂണിസ്റ്റ് പ്രസ്ഥാനത്തോടുള്ള കൂറാണ് അദ്ദേഹത്തെ നയിച്ചത്. ഒരു പ്രസിദ്ധീകരണം, അതു പത്രമായാലും വാരികയായാലും മാസികയായാലും വളർത്തിയെടുക്കുന്നതിന് നല്ല സംഘടനാശേഷി വേണം. ചന്ദ്രന് അതും ഉണ്ടായിരുന്നു. കൊച്ചിയിൽ *ദേശാഭിമാനി* പ്രസ്സിൽ *ചിന്ത* അച്ചടിക്കുന്നതിന് സാങ്കേതികമായ തടസ്സം നേരിട്ടപ്പോൾ ആർഎസ്എസ് നിയന്ത്രണത്തിലുള്ള പ്രസ്സിൽ നിന്നുവരെ അദ്ദേഹം *ചിന്ത* അച്ചടിപ്പിച്ചിട്ടുണ്ട്.

*ചിന്ത*യ്ക്ക് ഇന്നും സ്വന്തമായി പ്രസ്സില്ല. ആർട്ടിസ്റ്റില്ല. എല്ലാം *ദേശാഭിമാനി*യെ ആശ്രയിച്ചാണ്. അപ്പോൾ പത്രത്തിന്റെ ജോലി കഴിഞ്ഞേ *ചിന്ത*യുടെ ജോലി ചെയ്യാൻ കഴിയൂ. *ചിന്ത* എഡിറ്റോറിയൽ സ്റ്റാഫിന്റെ ചുമതലയാണല്ലോ പേജ് തയാറാക്കലും കവർ ഡിസൈനിങ്ങുമെല്ലാം. എന്നുവെച്ച് ചന്ദ്രൻ സ്ഥലം വിടില്ല. നേരം വെളുത്താലും ആ ജോലി തീരുംവരെ അദ്ദേഹം

കൂടെയിരിക്കും. ഭാഷാ ഇൻസ്റ്റിറ്റ്യൂട്ടിലെ ഉദ്യോഗം രാജിവെച്ച് ദീർഘകാലം *ചിന്ത* പത്രാധിപസമിതിയിൽ പ്രവർത്തിച്ച 'കൊച്ചു സി പി'യെന്ന നാരായണൻ ചെമ്മലശ്ശേരി ചന്ദ്രനെക്കുറിച്ചു പറയുന്നു:

സി പി അച്യുതൻ

പാർട്ടി സമ്മേളനങ്ങളുണ്ടാകുമ്പോൾ മാനേജർ ഒരു കെട്ട് *ചിന്ത*യുമായാണ് പോവുക. അതിനുവേണ്ടി കൂടുതൽ കോപ്പി അടിച്ചിട്ടുണ്ടാകും. വിളിച്ചുപറഞ്ഞ് നടന്നു വിൽക്കും. അല്ലെങ്കിൽ, പാർട്ടി സമ്മേളനത്തോടനുബന്ധിച്ചുള്ള പുസ്തകപ്രദർശന സ്ഥലത്തിരുന്ന് വിൽക്കും. സമ്മേളനവും പ്രചാരണത്തിനുള്ള വേദിയാക്കും. *ചിന്ത* കോഴിക്കോട്ടു നിന്ന് തിരുവനന്തപുരത്തേക്കും പിന്നീട് കൊച്ചിയിലേക്കും വീണ്ടും തിരുവനന്തപുരത്തേക്കും പോയിട്ടും *ചിന്ത*യുടെ ജന്മദിനപ്പതിപ്പും മെയ്ദിനപ്പതിപ്പും ഇറക്കാൻ അദ്ദേഹം കോഴിക്കോട്ടു തന്നെ എത്തുമായിരുന്നു. അച്ചടി തീരുംവരെ അദ്ദേഹം എഡിറ്റോറിയൽ സ്റ്റാഫിന്റെ കൂടെയോ മെഷിൻ വിഭാഗത്തിലോ ഉണ്ടാകും. *ചിന്ത* പ്രത്യേക പതിപ്പുകൾക്ക് പരസ്യം പിടിക്കുന്നതുപോലും പ്രചാരണതന്ത്രമായാണ് അദ്ദേഹം കാണുന്നത്. ഒരു പേജ്, അര പേജ്, കാൽ പേജ്, അരയ്ക്കാൽ പേജ്, മിനിമം അങ്ങനെ പല സൈസുകളുണ്ടാകും. എത്ര ചെറിയ പരസ്യവും സ്വീകരിക്കും. ചെലവു കണക്കാക്കിയാൽ ചിലപ്പോൾ അച്ചടിച്ചെലവിലും കുറവായിരിക്കും. അതു ചന്ദ്രന് പ്രശ്നമല്ല. കൂടുതൽ പേർ *ചിന്ത*യുമായി ബന്ധപ്പെടുമല്ലോ. പേര് പുറത്തുപറയാൻ ആഗ്രഹിക്കാതെ *ചിന്ത*യെ സഹായിക്കുന്ന ഒരുപാട് പേരുണ്ട്. അവരിൽ നിന്നും പരസ്യം വാങ്ങും. 'എ വെൽവിഷർ' എന്ന് മാത്രം പരസ്യക്കള്ളിയിൽ കാണും. കുറച്ചുകാലം കൊണ്ട് *ചിന്ത* ലാഭകരമായ ബിസിനസ് ആക്കി മാറ്റുന്നതിൽ ഏറ്റവും വലിയ പങ്കുവഹിച്ചത് അദ്ദേഹം തന്നെ.[5]

നാരായണൻ ചെമ്മലശ്ശേരിയും ഭാഷാ ഇൻസ്റ്റിറ്റ്യൂട്ടിലെ ജോലി രാജിവെച്ചാണ് 1976-ൽ *ചിന്ത*യിൽ ചേർന്നത്. ഭാഷാ ഇൻസ്റ്റിറ്റ്യൂട്ടിൽ ജോലി ചെയ്യുന്ന അവസരത്തിൽ തന്നെ ജോലി സമയം കഴിഞ്ഞാൽ വൈകിട്ട് തിരുവനന്തപുരം പി പി പ്രസ്സിൽ പോയി *ചിന്ത*യുടെ പ്രൂഫ് വായന, ലേ ഔട്ട് മുതലായ കാര്യങ്ങളിൽ കൊച്ചു സി പി സഹായിച്ചിരുന്നു. *ചിന്ത*യുടെ അച്ചടി തിരുവനന്തപുരത്തെത്തിയതുമുതൽ അനൗദ്യോഗികമായി കൊച്ചു സി പി *ചിന്ത*യിലുണ്ട്. അക്കാലത്ത് *ചിന്ത*യുടെ രണ്ടുപേജ് മാറ്റർ ചെയ്യാനുള്ള അച്ചുകളേ പ്രസ്സിലുള്ളു. രണ്ടുപേജ് രാത്രി അച്ചടിച്ചു കഴിഞ്ഞാൽ പിറ്റേന്ന് രാവിലെ ആ അച്ചുകൾ ഡിസ്ട്രിബ്യൂട്ട് ചെയ്താലേ അടുത്ത രണ്ടുപേജ് കമ്പോസ് ചെയ്യാൻ പറ്റൂ. ദിവസം രണ്ടുപേജ് വെച്ച് ചെയ്താലേ ആറുദിവസം കൊണ്ട് 12 പേജുള്ള *ചിന്ത* പുറത്തിറക്കാനാകൂ. 2014-ലാണ് നാരായണൻ ചെമ്മലശ്ശേരി വിരമിച്ചത്.

ചിന്ത 1965 ജൂണിൽ പുനഃപ്രസിദ്ധീകരണം തുടങ്ങിയ ശേഷം ആറു വർഷത്തോളം പ്രശസ്ത പത്രപ്രവർത്തകൻ സി പി അച്യുതൻ ഏറെക്കുറെ ഒറ്റയ്ക്കുതന്നെ *ചിന്ത*യുടെ എഡിറ്റോറിയൽ വിഭാഗം കൈകാര്യം ചെയ്തിരുന്നു. വലതുപക്ഷക്കാരിൽ നിന്നു *ദേശാഭിമാനി* മോചിപ്പിക്കപ്പെട്ടപ്പോൾ അന്നു പത്രാധിപസമിതിയിലുള്ളവർ ഏതാണ്ട് പൂർണമായും വിട്ടുപോയി. കുറേ പേർ ജയിലിലായി. ഈ ഘട്ടത്തിലാണ്, പാർട്ടി കണ്ണൂർ ജില്ലാ കമ്മിറ്റി അംഗമായിരുന്ന സി പി അച്യുതനെ *ദേശാഭിമാനി*യിലേക്ക് നിയോഗിച്ചത്. *ദേശാഭിമാനി*യിൽ പ്രവർത്തിച്ചുകൊണ്ട് *ചിന്ത*യുടെ കാര്യങ്ങളും നോക്കാനായിരുന്നു അദ്ദേഹത്തിനു ലഭിച്ച നിർദേശം. അങ്ങനെ കുറച്ചുനാൾ രണ്ടുംകൂടി നോക്കി. ജയിലിൽ നിന്ന് നേതാക്കൾ മോചിപ്പിക്കപ്പെട്ടതോടെ സി പി അച്യുതനെ പൂർണമായും *ചിന്ത*യിലേക്ക് നിയോഗിച്ചു. മാനേജരായി കെ ചന്ദ്രനും ഏകാംഗ പത്രാധിപ സമിതിയായി സി പി അച്യുതനും. 1970 ഡിസംബറിൽ *ചിന്ത* തിരുവനന്തപുരത്തേക്കു മാറ്റുന്നതുവരെ ചന്ദ്രനും സി പി അച്യുതനും കൂടി മുടങ്ങാതെ *ചിന്ത* പുറത്തിറക്കി. മുഖലേഖനം, മുഖപ്രസംഗം, കുറിപ്പുകൾ, ലേഖനങ്ങൾ, പരിഭാഷ ഇതൊക്കെ ഒരാൾ തന്നെ ചെയ്യേണ്ടിവന്നു. എന്നിട്ടും മാറ്റർ തികയാതെ വന്നാൽ അതു തികയ്ക്കാൻ വേറെയും എഴുതിയുണ്ടാക്കണം.

ഒറ്റയ്ക്ക് *ചിന്ത* നടത്തുന്നതിനിടയിൽ ഒരു സമരത്തിനുപോയി അച്യുതൻ ജയിലിലാവുക

എം സെയ്ത്

യും ചെയ്തു. ഇ എം എസിന്റെ നേതൃത്വത്തിലുള്ള ഐക്യമുന്നണി മന്ത്രിസഭ 1969-ൽ രാജിവെച്ച ശേഷം നടന്ന ട്രാൻസ്പോർട്ട് സമരത്തിൽ തലശ്ശേരിയിൽ സി പിയും ചേർന്നു. കോടതിയിലെത്തിയാൽ കുറ്റം സമ്മതിച്ച് ജയിലിൽ പോകണമെന്നായിരുന്നു തീരുമാനം. അങ്ങനെയാണ് ജയിലിലെത്തിയത്. സി പി അച്യുതൻ ആ സംഭവം വിവരിക്കുന്നു:

> ബസ് പിക്കറ്റ് ചെയ്ത് പത്തുദിവസം ജയിലിലായി. എന്നാൽ *ചിന്ത* മുടങ്ങരുതെന്ന വാശിയുണ്ടായിരുന്നു. അന്നു ജയിലിൽ നിന്ന് റിലീസ് ആകുന്ന ഒരു സഖാവിനെ കണ്ടെത്തി പുറത്തേക്ക് ബന്ധപ്പെടാൻ വഴിയുണ്ടാക്കിത്തരണമെന്നു പറഞ്ഞു. കടലാസും മഷി നിറച്ച പേനയും പുറത്തുനിന്ന് എത്തി. ജയിലിനകത്തുനിന്ന് *ചിന്തയ്ക്ക്* മാറ്റർ തയാറാക്കാൻ തുടങ്ങി. മാറ്റർ പുറത്തെത്തിക്കാൻ ഒരു വാർഡന്റെ സഹായവും ഉണ്ടായിരുന്നു. മാറ്റർ സമയത്തു തന്നെ ചന്ദ്രന്റെ അടുത്തെത്തും. അങ്ങനെ *ചിന്ത* മുടക്കമില്ലാതെ ഇറങ്ങി. [6]

1970 മുതൽ 1998 വരെ *ദേശാഭിമാനി* പത്രാധിപസമിതിയിൽ പ്രവർത്തിച്ച സി പി അച്യുതൻ അസിസ്റ്റന്റ് എഡിറ്ററായാണ് വിരമിച്ചത്. മൂർച്ചയേറിയ രാഷ്ട്രീയ വിമർശനം പത്രപ്രവർത്തന രംഗത്ത് അദ്ദേഹത്തെ ശ്രദ്ധേയനാക്കി.

പി ഗോവിന്ദപ്പിള്ള, ഇ കെ നായനാർ, കെ ചാത്തുണ്ണിമാസ്റ്റർ എന്നിവരും ജയിലിൽ നിന്ന് *ചിന്തക്ക്* എഴുതിക്കൊണ്ടിരുന്നു. ആംഗ്ലോ-ഇംഗ്ലീഷ് എഴുത്തുകാരി ഏഥൽ വോയ്നിച്ചിന്റെ *ദ ഗാഡ്ഫ്ലൈ* എന്ന ഇംഗ്ലീഷ് നോവൽ പി ഗോവിന്ദപ്പിള്ള പരിഭാഷപ്പെടുത്തി *ചിന്തക്ക്* അയച്ചതു ജയിലിൽ കഴിയുമ്പോഴാണ്. *കാട്ടുകടന്നൽ* എന്ന പേരിലാണ് ആ പ്രസിദ്ധകൃതി *ചിന്ത* പ്രസിദ്ധീകരിച്ചത്. യശ്പാൽ എഴുതിയ *സായുധവിപ്ലവത്തിന്റെ ചരിത്രം*, മുസഫർ അഹമ്മദ് എഴുതിയ *ഇന്ത്യൻ കമ്യൂണിസ്റ്റ് പ്രസ്ഥാനത്തിന്റെ ചരിത്രം* തുടങ്ങി പല പ്രധാന കൃതികളും അക്കാലത്ത് *ചിന്ത* പ്രസിദ്ധീകരിച്ചു. ജയിലിൽ നിന്നുള്ള ലേഖനങ്ങൾ പുറത്തെത്തിയാൽ അതു *ചിന്തക്ക്* എത്തിക്കുന്നതിൽ പിൽക്കാലത്ത് നക്സൽ പ്രസ്ഥാനത്തിലേക്ക് പോയ എ വർഗീസ് നല്ല പങ്കു വഹിച്ചിരുന്നു.

ചിന്ത പുനഃപ്രസിദ്ധീകരണം തുടങ്ങിയപ്പോഴേക്കും അധികാരികളുടെ ഭാഗത്തുനിന്ന് തടസ്സങ്ങൾ വരാൻ തുടങ്ങി. രണ്ടുലക്കം പുറത്തുവന്നപ്പോൾ പ്രസിദ്ധീകരണം നിർത്തണമെന്ന് ജില്ലാ മജിസ്ട്രേട്ട് ഉത്തരവിട്ടു. നിസ്സാരമായ കാരണം. ഡിക്ലറേഷൻ ഒപ്പിട്ട തീയതിയും പ്രസിദ്ധീകരിച്ച തീയതിയും പൊരുത്തപ്പെടുന്നില്ല. ഇ എം എസ് ഇടപെട്ടാണ് ഈ തടസ്സം നീക്കിയത്. *ചിന്തയുടെ* പ്രസിദ്ധീകരണം മുടക്കാനുള്ള ശ്രമങ്ങൾ പിന്നെയുമുണ്ടായി. 1965-ലെ തെരഞ്ഞെടുപ്പിൽ ആർക്കും വ്യക്തമായ ഭൂരിപക്ഷമില്ലാത്തതിനാൽ നിയമസഭ വിളിച്ചുചേർക്കുക പോലും ചെയ്യാതെ പിരിച്ചുവിട്ടു. അജിത് പ്രസാദ് ജയിനായിരുന്നു ഗവർണർ. ആ ഘട്ടത്തിൽ നാട്ടിൽ രൂക്ഷമായ ഭക്ഷ്യക്ഷാമമുണ്ടായി. സാധാരണക്കാരാകെ ദുരിതത്തിലായി. ഇതേക്കുറിച്ച് *ചിന്ത* എഴുതിയ മുഖപ്രസംഗം ഗവർണറെ ചൊടിപ്പിച്ചു. അദ്ദേഹത്തിന്റെ നിർദേശപ്രകാരം 1966 ആദ്യം ചേർന്ന പ്രസ് കൺസൾട്ടേറ്റീവ് കമ്മിറ്റി യോഗത്തിൽ *ചിന്തയുടെ* പേരിൽ നടപടി വേണമെന്ന് ഗവൺമെന്റ് പ്രതിനിധി ശക്തിയായി ആവശ്യപ്പെട്ടു. എന്നാൽ യോഗത്തിൽ പങ്കെടുത്ത പത്രാധിപന്മാർ അതിനെ ശക്തിയായി എതിർത്തു. എതിർപ്പുകാരണം സർക്കാരിനു പിൻവാങ്ങേണ്ടിവന്നു.

ചിന്തക്കെതിരായ ആരോപണം പാർലമെന്റ് വരെ എത്തിയിരുന്നു. 1969 മാർച്ചിലാണ് സംഭവം. *ചിന്തയ്ക്ക്* ചൈനയിൽ നിന്നു കൈക്കൂലി കിട്ടുന്നുണ്ടെന്നായിരുന്നു ആരോപണം. അതുന്നയിച്ചവരിൽ അന്നത്തെ പ്രമുഖ സോഷ്യലിസ്റ്റ് നേതാവായ അരങ്ങിൽ ശ്രീധരനും പെടും. സംഗതി ഇതാണ്. പരസ്യം ചോദിച്ച് കുറേ വിദേശ എംബസികൾക്കു *ചിന്ത* കത്തയച്ചിരുന്നു. ഡൽഹിയിലെ ചൈനീസ് എംബസി പെക്കിങ് റേഡിയോയുടെ ഒരു പരസ്യം കുറച്ചുകാലത്തേക്ക് *ചിന്തക്ക്* നൽകി. മറ്റൊരു എംബസിയും നൽകിയതുമില്ല. പെക്കിങ് റേഡിയോയുടെ പരസ്യത്തി

ന്റെ പേരിലാണ് പാർലമെന്റിൽ ആരോപണം വന്നത്. കേരള നിയമസഭയിൽ കോൺഗ്രസ് നേതാവ് കെ കരുണാകരൻ ഈ ആരോപണം ആവർത്തിച്ചു. 1969 ഏപ്രിൽ 10-ന് സ്പെഷൽ ബ്രാഞ്ച് പൊലീസ് *ചിന്ത*യുടെ കോഴിക്കോട് രാജുലു റോഡിലെ ആപ്പീസ് പരിശോധിച്ചു. പരസ്യത്തിന്റെ കണക്കും രേഖകളും നോക്കിയപ്പോൾ പെക്കിങ് റേഡിയോ പരസ്യം വഴി ആകെ കിട്ടിയത് 280 രൂപ. പാർലമെന്റിൽ ഉയർന്ന ആരോപണത്തിനു മറുപടി പറഞ്ഞ കേന്ദ്രമന്ത്രി അന്വേഷണം നടത്തുമെന്നു പറഞ്ഞിരുന്നു. അതിന്റെ ഭാഗമായിരുന്നു ഈ പരിശോധന.

ചിന്ത രവി

വലതുപക്ഷ വ്യതിയാനത്തിനെതിരായ ആശയപ്രചാരണത്തിനിടക്ക് സിപിഐ എമ്മിന് ഇടതുപക്ഷ തീവ്രവാദത്തെയും നേരിടേണ്ടി വന്നു. 1968 ആയപ്പോൾ പാർട്ടിയിൽ നിന്നു കുറേപ്പേർ നക്സൽ പ്രസ്ഥാനത്തിലേക്കുപോയി. അവർക്ക് ചൈനീസ് കമ്യൂണിസ്റ്റ് പാർട്ടിയുടെ പിന്തുണയും കിട്ടി. ചെയർമാൻ മാവോവിനെ പ്രകീർത്തിക്കുന്ന മുദ്രാവാക്യം കേരളത്തിലും ഉയർന്നു. ആശയപരമായി സിപിഐ എമ്മിന് അതൊരു വെല്ലുവിളിയായിരുന്നു. 1969 അവസാനമായപ്പോൾ കേരളത്തിൽ സിപിഐ ഇടതുപക്ഷ മുന്നണി വിട്ട് കോൺഗ്രസിന്റെ കൂടെ പോവുകയും ചെയ്തു. ഇത്തരം ഘട്ടങ്ങളിലെല്ലാം പാർട്ടി അംഗങ്ങൾക്ക് രാഷ്ട്രീയ വിദ്യാഭ്യാസം നൽകുന്നതിനും എതിരാളികളുടെ ആശയപരമായ ആക്രമണങ്ങൾ നേരിടുന്നതിനും *ചിന്ത* വലിയ പങ്കുവഹിച്ചു. സിപിഐ എമ്മിന്റെ ബ്രാഞ്ച് മുതൽ മേലോട്ടുള്ള ഘടകങ്ങളിൽ *ചിന്ത*യുടെ ഉള്ളടക്കം ചർച്ച ചെയ്യണമെന്ന നിർദേശം അക്കാലത്ത് പാർട്ടി നൽകിയിരുന്നു. അതിനുതകുന്ന രീതിയിൽ രണ്ടുപേജ് മാറ്റർ തയാറാക്കാൻ *ചിന്ത*യും ശ്രദ്ധിച്ചു. സോവിയറ്റ് യൂണിയന്റേയും കിഴക്കൻ യൂറോപ്പിലെ സോഷ്യലിസ്റ്റ് രാജ്യങ്ങളുടെയും തകർച്ച കമ്യൂണിസ്റ്റ് പ്രസ്ഥാനത്തിന് ആശയപരമായ മറ്റൊരു വെല്ലുവിളിയായിരുന്നു. സോവിയറ്റ് യൂണിയന്റെ തകർച്ച മാർക്സിസ്റ്റ് സിദ്ധാന്തത്തിന്റെ പരാജയമല്ലെന്നും അതിന്റെ പ്രയോഗത്തിൽ വന്ന പിഴവുകളാണെന്നും പാർട്ടി അംഗങ്ങളെയും അനുഭാവികളെയും പഠിപ്പിക്കുന്നതിലും *ചിന്ത*യുടെ പങ്ക് പ്രധാനമായിരുന്നു.

എം എൻ സത്യാർഥി

തിരുവനന്തപുരത്തെ പി പി പ്രസ്സിൽ നിന്ന് 1970 ഡിസംബർ 11 മുതലാണ് *ചിന്ത* അച്ചടിക്കാൻ തുടങ്ങിയത്. തിരുവനന്തപുരത്തെത്തിയപ്പോഴുള്ള പ്രധാന മാറ്റം ഇ എം എസ് പത്രാധിപത്യം ഏറ്റെടുത്തുവെന്നതാണ്. ഒരു പത്രാധിപസമിതിയും രൂപീകൃതമായി. ഇ എം എസിനു പുറമെ ഇ കെ നായനാർ, ഡോ. മാത്യു കുര്യൻ, ചാത്തുണ്ണിമാസ്റ്റർ എന്നിവരായിരുന്നു സമിതി അംഗങ്ങൾ. ദൈനംദിന കാര്യങ്ങൾ നോക്കാൻ *ദേശാഭിമാനി*യുടെ ആദ്യ പത്രാധിപരായിരുന്ന എം എസ് ദേവദാസ് നിയോഗിക്കപ്പെട്ടു. പാർട്ടി പിളർന്നപ്പോൾ സിപിഐയിൽ പോയ അദ്ദേഹം അധികം വൈകാതെ അവരോട് സലാം പറഞ്ഞിരുന്നു. മാനേജ്മെന്റ് കാര്യങ്ങളിൽ കെ ചന്ദ്രനെ സഹായിക്കാൻ 1971-ൽ എം സെയ്ത് കൂടി നിയമിതനായി. മലപ്പുറത്തുകാരനായ എം സെയ്തിനെ *ചിന്ത*യിൽ കൊണ്ടുവന്നതും ചാത്തുണ്ണി മാസ്റ്ററാണ്. മാസ്റ്ററുടെ വീട്ടിൽ താമസിച്ച് ദേവഗിരി കോളേജിൽ പഠിക്കുകയായിരുന്നു സെയ്ത് അപ്പോൾ. പഠനം പൂർത്തിയാക്കാതെയാണ് *ചിന്ത*യിലെത്തിയത്. *ചിന്ത*യുടെ പ്രസിദ്ധീകരണം എറണാകുളത്തുനിന്ന് വീണ്ടും തിരുവനന്തപുരത്തെത്തിയപ്പോൾ സെയ്തിനെ *ചിന്ത*യിൽ നിന്നു മാറ്റി *ദേശാഭിമാനി*യിൽ നിയമിച്ചു. *ചിന്ത*യുടെ ഉടമസ്ഥാവകാശം മുക്കത്തെ കൃഷ്ണനിൽ നിന്ന് അന്നത്തെ പാർട്ടി സംസ്ഥാന സെക്രട്ടറി സി എച്ച് കണാരന്റെ പേരിലേക്കു മാറ്റുന്നത് 1972 ആദ്യമാണ്.

തിരുവനന്തപുരത്തുനിന്ന് *ചിന്ത*യുടെ അച്ചടി 1973-ൽ എറണാകുളം *ദേശാഭിമാനി* പ്രസ്സിലേക്കു മാറ്റിയിരുന്നു. അവിടെ കളർ പ്രിന്റിങ്ങിനുള്ള സജ്ജീകരണമുണ്ടായിരുന്നു. എന്നാൽ,

സി പി നാരായണൻ

*ചിന്ത*യുടെ പത്രാധിപവിഭാഗം തിരുവനന്തപുരത്ത് തുടർന്നു. മാനേജ്മെന്റ് സ്റ്റാഫ് എറണാകുളത്തേക്ക് മാറി. ഈ ഘട്ടത്തിലാണ് ചിന്ത രവി എന്നറിയപ്പെടുന്ന കെ രവീന്ദ്രൻ ഒന്നര വർഷത്തോളം *ചിന്ത*യിൽ പ്രവർത്തിച്ചത്. *ചിന്ത*യുടെ ഉള്ളടക്കത്തിൽ പതിവുവിട്ടുള്ള മാറ്റങ്ങൾക്ക് രവീന്ദ്രൻ ശ്രമിച്ചു. രവീന്ദ്രന്റെ പ്രവർത്തനം *ചിന്ത*യുടെ കെട്ടും മട്ടും മാറ്റാൻ സഹായിച്ചിട്ടുണ്ടെന്ന് ചാത്തുണ്ണിമാസ്റ്റർ തന്നെ പറഞ്ഞിട്ടുണ്ട്. *ചിന്ത*യിൽ പ്രവർത്തിച്ചതുകൊണ്ടാണ് രവീന്ദ്രൻ 'ചിന്ത രവി'യായത്. ആ പേരിൽ അദ്ദേഹം അഭിമാനം കൊണ്ടു. രവീന്ദ്രന്റെ കാലംമുതലാണ് പ്രശസ്ത ചിത്രകാരൻ സി എൻ കരുണാകരൻ *ചിന്ത*ക്ക് മുഖചിത്രവും ഇല്ലസ്ട്രേഷനും ചെയ്യാനും തലക്കെട്ടുകൾ എഴുതാനും തുടങ്ങിയത്. ഉള്ളടക്കം പോലെ *ചിന്ത*യുടെ രൂപവും ആകർഷകമാക്കാൻ കരുണാകരന്റെ വരകൾ സഹായിച്ചു. വിദ്യാർഥി ഫെഡറേഷൻ നേതാവായിരുന്ന ബാബു ഭരദ്വാജും *ചിന്ത*യിൽ ഹ്രസ്വകാലം പ്രവർത്തിച്ചിട്ടുണ്ട്.

ഇ എം എസിന്റെ ചില പ്രൗഢ ഗ്രന്ഥങ്ങൾ *ചിന്ത*യിൽ ഖണ്ഡശ്ശഃ പ്രസിദ്ധീകരിച്ചിരുന്നു. എം എസ് ദേവദാസിന്റെ *മാർക്സിസ്റ്റ് ദർശനം*, *ലോക കമ്യൂണിസ്റ്റ് പ്രസ്ഥാന ചരിത്രം*, സി പി നാരായണന്റെ *മാർക്സിസത്തിന്റെ ഉറവിടങ്ങൾ* മുതലായ ഗ്രന്ഥങ്ങളും *ചിന്ത*യിലാണ് ആദ്യം പ്രസിദ്ധപ്പെടുത്തിയത്. *കാട്ടുകടന്നൽ* കൂടാതെ വേറെയും പ്രശസ്തമായ ഇതരഭാഷാ കൃതികൾ *ചിന്ത*യിലൂടെ പ്രകാശിതമായി. പ്രസിദ്ധ ബംഗാളി നോവലിസ്റ്റ് സാവിത്രിറോയിയുടെ *നെല്ലിന്റെ ഗീതം* എം എൻ സത്യാർഥിയാണ് *ചിന്ത*ക്കുവേണ്ടി മലയാളത്തിലേക്ക് മൊഴിമാറ്റം നടത്തിയത്. അതുപോലെ ചില വിയത്നാം, ഗ്രീക്ക് നോവലുകളും പരമ്പരയായി പ്രസിദ്ധീകരിച്ചു. വിഖ്യാത കൃതികളുടെ തർജമയിലൂടെ എം എൻ സത്യാർഥി *ചിന്ത*ക്ക് വലിയ സംഭാവനയാണ് നൽകിയത്. ഒരു ഘട്ടം കഴിഞ്ഞപ്പോൾ നോവലുകൾ പ്രസിദ്ധീകരിക്കേണ്ടതില്ലെന്ന് *ചിന്ത* തീരുമാനിക്കുകയാണുണ്ടായത്. കാരണം, സാഹിത്യ കൃതികൾ പരിചയപ്പെടുത്താൻ *ദേശാഭിമാനി* വാരിക പോലുള്ള പ്രസിദ്ധീകരണങ്ങൾ അപ്പോഴേക്കും തുടങ്ങിയിരുന്നു. രാഷ്ട്രീയത്തോടൊപ്പം സാമ്പത്തികം, സാമൂഹികം, സാംസ്കാരികം മുതലായ രംഗങ്ങളിലെ സംഭവവികാസങ്ങളും *ചിന്ത* ഗൗരവമായി കൈകാര്യം ചെയ്തുപോന്നു.

നാരായണൻ ചെമ്മലശ്ശേരി

*ചിന്ത*യുടെ അച്ചടി തിരുവനന്തപുരത്തേക്കു മാറ്റിയതുമുതൽ സി പി നാരായണൻ *ചിന്ത* പത്രാധിപസമിതിയുമായി ബന്ധപ്പെട്ട് പ്രവർത്തിക്കാൻ തുടങ്ങിയിരുന്നു. 1974 ഏപ്രിലിൽ ഭാഷാ ഇൻസ്റ്റിറ്റ്യൂട്ടിൽ നിന്നു രാജിവെച്ച് അദ്ദേഹം *ചിന്ത*യുടെ മുഴുവൻ സമയ പ്രവർത്തകനായി. എസ്എഫ്ഐയുടെ ആദ്യ അഖിലേന്ത്യാ പ്രസിഡണ്ടായിരുന്ന സി ഭാസ്കരനും ദീർഘകാലം *ചിന്ത*യിൽ ജോലി ചെയ്തു. പിന്നീട് അദ്ദേഹം സിപിഐ എമ്മിന്റെ പ്രസിദ്ധീകരണ സ്ഥാപനമായ *ചിന്ത* പബ്ലിഷേഴ്സിന്റെ പത്രാധിപരായും പ്രവർത്തിച്ചു.

അടിയന്തരാവസ്ഥയിൽ *ദേശാഭിമാനി* തുടക്കംമുതൽ സെൻസർഷിപ്പിനും പ്രീസെൻസർഷിപ്പിനും ഇരയായെങ്കിലും *ചിന്ത* ആദ്യഘട്ടത്തിൽ അതിൽനിന്ന് ഒഴിവായിരുന്നു. ഗവൺമെന്റിന്റെ പ്രവർത്തനങ്ങളെയും അമിതാധികാര വാഴ്ചയെയും വിമർശിക്കുമ്പോൾ തന്നെ സെൻസർഷിപ്പ് ഒഴിവാക്കാനുള്ള മിതത്വം *ചിന്ത* പാലിച്ചു. എന്നാൽ, വൈകാതെ *ചിന്ത*യ്ക്കും സെൻസർഷിപ്പ് വന്നു. സെൻസറിങ് ഓഫീസർമാർ അവർക്കു തോന്നിയതു വെട്ടിക്കളയും. ആ ഘട്ടത്തിൽ *ചിന്ത*യുടെ പേജുകൾ പന്ത്രണ്ടിൽ നിന്ന് പതിനാറായി വർധിപ്പിച്ചിരുന്നു. സെൻസറിങ് കാരണം, പതിനാറു പേജ് അച്ചടിക്കുന്നതിന് ഇരുപതോ അതിലധികമോ പേജ് വരുന്ന മാറ്റർ തയാറാക്കേണ്ട സ്ഥിതിയുണ്ടായി.

*ചിന്ത*യെ മലയാളത്തിലെ ഏറ്റവും ശ്രദ്ധേയമായ രാഷ്ട്രീയവാരികയായി ഉയർത്തിയ

എൻ പി കാസിം

ഒന്നാമത്തെ ഘടകം ഇ എം എസിന്റെ ചോദ്യോത്തര പംക്തിയായിരുന്നു. വായനക്കാരുടെ ഏറ്റവും പ്രിയപ്പെട്ട വിഭവമായി അതു പെട്ടെന്നു മാറി. 1970–ൽ *ചിന്ത* തിരുവനന്തപുരത്തേക്കു മാറ്റുകയും ഇ എം എസ് പത്രാധിപത്യം ഏറ്റെടുക്കുകയും ചെയ്ത ശേഷമാണ് ചോദ്യോത്തര പംക്തി ആരംഭിക്കുന്നത്. കൃത്യമായി പറഞ്ഞാൽ 1972 ഒക്ടോബർ 6–ന്. 1998 മാർച്ചിൽ ഇ എം എസ് അന്തരിക്കുന്നതുവരെ പംക്തി തുടർന്നു. 26 വർഷം. ആരോഗ്യ പ്രശ്നങ്ങൾ ഉള്ളപ്പോൾ പോലും ആ പംക്തി ഇ എം എസ് മുടക്കിയിട്ടില്ല. വിദേശയാത്ര പോയ സന്ദർഭങ്ങളിലും തെരഞ്ഞെടുപ്പ് പ്രവർത്തനത്തിൽ പാർട്ടി മുഴുകി നിൽക്കുമ്പോഴും അദ്ദേഹം *ചിന്ത*യിലെ ചോദ്യങ്ങൾക്ക് മറുപടി തയാറാക്കി കൃത്യമായി എത്തിച്ചിരുന്നു. സിപിഐ എം ജനറൽ സെക്രട്ടറിയായപ്പോൾ പതിനാലു വർഷം ഡൽഹി കേന്ദ്രീകരിച്ചായിരുന്നു പ്രവർത്തനം. അപ്പോഴും ആ പംക്തിക്കു മുടക്കം വന്നില്ല.

രാഷ്ട്രീയം, സിദ്ധാന്തം, സംസ്കാരം, സാഹിത്യം, ഭാഷ, മതം, പരിസ്ഥിതി തുടങ്ങി നാനാ വിഷയങ്ങളിൽ വായനക്കാർ ഉന്നയിക്കുന്ന ചോദ്യങ്ങൾക്ക് ഇ എം എസ് മറുപടി പറഞ്ഞുകൊണ്ടിരുന്നു. അവയിൽ പലതും പത്രങ്ങളിൽ വാർത്തകളായി. അതുകാരണം, മറ്റു രാഷ്ട്രീയക്കാരും ഈ പംക്തി ശ്രദ്ധിക്കാൻ തുടങ്ങി. പ്രശ്നങ്ങളെ മാർക്സിസ്റ്റ്–ലെനിനിസ്റ്റ് കാഴ്ചപ്പാടിലൂടെ അതിലളിതമായി വിലയിരുത്തിയെന്നതാണ് ഈ പംക്തിയുടെ പ്രത്യേകത. മലയാള പത്രപ്രവർത്തന ചരിത്രത്തിൽ ഇത്രയും ശ്രദ്ധയാകർഷിച്ചതും നീണ്ടുനിന്നതുമായ മറ്റൊരു പംക്തിയില്ല. 1980–കളുടെ തുടക്കത്തിൽ *ചിന്ത*യുടെ കോപ്പി ഒരു ലക്ഷം കവിഞ്ഞിരുന്നു. എന്നാൽ, പിന്നീട് അത്രയും കോപ്പി നിലനിർത്താനായില്ല. എങ്കിലും ഇന്നും കേരളത്തിൽ ഏറ്റവും പ്രചാരമുള്ള രാഷ്ട്രീയ വാരിക *ചിന്ത* തന്നെയാണ്.

സി കെ ശശീന്ദ്രൻ

ഇടതുപക്ഷ ചിന്താഗതിക്കാരായ വായനക്കാരെ *ചിന്ത*യിലെ ചോദ്യോത്തരം എന്തുമാത്രം ആകർഷിക്കുകയും സ്വാധീനിക്കുകയും ചെയ്തുവെന്ന് മനസ്സിലാക്കാൻ കോഴിക്കോട് നഗരത്തിലെ സിപിഐ എം പ്രവർത്തകനായ എൻ പി കാസിമിന്റെ അനുഭവം സഹായിക്കും. എൽഐസിയിൽ ജീവനക്കാരനായിരുന്ന കാസിം 1972 മുതൽ പാർട്ടി അംഗമാണ്. ഇപ്പോൾ നടക്കാവ് ലോക്കൽ കമ്മിറ്റി അംഗം. കാസിമിന്റെ 28 ചോദ്യങ്ങൾക്ക് ഇ എം എസ് *ചിന്ത*യിൽ മറുപടി എഴുതിയിട്ടുണ്ട്. ഇ എം എസിൽ നിന്ന് ഇത്രയധികം മറുപടികൾ ലഭിച്ച മറ്റൊരു വായനക്കാരനില്ല. ഇ എം എസിനോട് ചോദ്യം ഉന്നയിച്ച് ഉത്തരം വാങ്ങുക മാത്രമല്ല കാസിം ചെയ്യുന്നത്. ആ മറുപടികൾ അദ്ദേഹം സ്വയം പഠനത്തിനും സാമാന്യജനങ്ങളെയും പാർട്ടി പ്രവർത്തകരെയും ബോധവൽക്കരിക്കാനും ഉപയോഗിച്ചു.

കാസിം പറയുന്നു: "*ചിന്ത* കൈയിൽ കിട്ടിയാൽ ആദ്യം നോക്കുക ചോദ്യോത്തരമാണെങ്കിലും അതിലെ മറ്റു കാര്യങ്ങളും വായിക്കും. കൂടുതൽ വായിക്കാനും പഠിക്കാനും അതു പ്രയോജനം ചെയ്തു. *ചിന്ത*യിൽ ഞാൻ ഇ എം എസിനോട് ചോദ്യങ്ങൾ ഉന്നയിക്കുന്നതുകൊണ്ട് പാർട്ടി അനുഭാവികളും പ്രവർത്തകരും സുഹൃത്തുക്കളും മറ്റു പാർട്ടിക്കാരുമെല്ലാം എന്നോട് ചോദ്യങ്ങൾ ചോദിക്കാനും സംശയങ്ങൾ ഉന്നയിക്കാനും തുടങ്ങി. അതുകൊണ്ട് ഞാൻ കൂടുതൽ വായിക്കാൻ നിർബന്ധിക്കപ്പെട്ടു. അത് എന്റെ ജീവിതത്തിലെ വലിയ സമ്പാദ്യമായി. ഞാൻ നല്ല വായനക്കാരനായതിൽ *ചിന്ത*യ്ക്കും ചോദ്യോത്തര പംക്തിക്കും വലിയ പങ്കുണ്ട്. ഇ എം എസിനോട് ചോദ്യം ചോദിക്കണമെങ്കിൽ തന്നെ ധാരാളം വായിക്കണം. ചെറുപ്പകാലത്ത് ഞാൻ മുസ്ലിംലീഗ് പ്രവർത്തകനായിരുന്നു. ഭൂരഹിതർക്ക് കിടപ്പാടം കിട്ടാൻ എ കെ ജിയുടെ നേതൃത്വത്തിൽ നടന്ന സമരങ്ങളാണ് എന്നെ കമ്യൂണിസ്റ്റ് പ്രസ്ഥാനത്തിലേക്ക് ആകർഷിച്ചത്."[7]

കെ വി കുഞ്ഞിരാമൻ

തന്റെ ചോദ്യങ്ങൾക്ക് ഇ എം എസ് മറുപടി നൽകിയ *ചിന്ത*യുടെ ലക്കങ്ങൾ മാത്രമല്ല, സവിശേഷ പ്രാധാന്യമുണ്ടെന്നു തോന്നുന്ന മറ്റു ലക്കങ്ങളും കാസിം തരംതിരിച്ച് സൂക്ഷിച്ചിട്ടുണ്ട്. *ചിന്ത*യുടെ ഉള്ളടക്കം ഇടതുപക്ഷചിന്താഗതിക്കാരെ പ്രായവ്യത്യാസമില്ലാതെ ആകർഷിച്ചിരുന്നു. ഗൗരവമായ രാഷ്ട്രീയ സംവാദത്തിൽ ഏർപ്പെടുന്നവർക്ക് *ചിന്ത* മൂർച്ചയുള്ള ആയുധമായി. 1976-78 കാലത്ത് കോഴിക്കോട് സാമൂതിരി ഗുരുവായൂരപ്പൻ കോളേജിലെ എസ്എഫ്ഐ യൂണിറ്റ് *ചിന്ത*യുടെ ഏജൻസിയെടുത്തിരുന്നു. അതാദ്യമായിരുന്നു ഒരു കോളേജിൽ *ചിന്ത*യുടെ ഏജൻസി. പിൽക്കാലത്ത് സിപിഐ എമ്മിന്റെ വയനാട് ജില്ലാ സെക്രട്ടറിയും നിയമസഭാംഗവുമായ സി കെ ശശീന്ദ്രനാണ് *ചിന്ത* വാരിക കോളേജിൽ എത്തിക്കുന്നതു മുതൽ വിതരണം നടത്തി പണം വാങ്ങുന്നതുൾപ്പെടെയുള്ള കാര്യങ്ങൾ ചെയ്തിരുന്നത്. ശശീന്ദ്രൻ അന്ന് ഗുരുവായൂരപ്പൻ കോളേജിൽ ബി എസ് സി വിദ്യാർഥിയായിരുന്നു. "വിദ്യാർഥികൾ മാത്രമല്ല, അധ്യാപകരും അനധ്യാപക ജീവനക്കാരും *ചിന്ത*യുടെ വരിക്കാരായിരുന്നു. അധ്യാപകരിൽനിന്ന് വലിയ പിന്തുണയാണ് ലഭിച്ചത്. പ്രൊഫ. വി നാരായണൻ കുട്ടി, ലൈബ്രേറിയനായിരുന്ന കെ എൻ ഗോപിനാഥ് എന്നിവരുടെ പേരുകൾ എടുത്തു പറയേണ്ടതാണ്. എസ്എഫ്ഐ നേതാവായിരുന്ന കെ വി കുഞ്ഞിരാമന്റെ നിർദേശപ്രകാരമാണ് കോളേജിൽ *ചിന്ത*യുടെ ഏജൻസിയെടുത്തത്." - ശശീന്ദ്രൻ ഓർക്കുന്നു. 1979-ൽ *ദേശാഭിമാനി* പത്രാധിപസമിതിയിൽ ചേർന്ന കെ വി കുഞ്ഞിരാമൻ 2013-ൽ സീനിയർ ന്യൂസ് എഡിറ്ററായാണ് വിരമിച്ചത്.

ഇ എം ശ്രീധരനും *ചിന്ത*യുടെ ഉള്ളടക്കം മെച്ചപ്പെടുത്തുന്നതിൽ കാര്യമായ പങ്കുവഹിച്ചിട്ടുണ്ട്. ആറുവർഷത്തോളം ഡൽഹിയിൽ സിപിഐ എമ്മിന്റെ ഇംഗ്ലീഷ് മുഖവാരികയായ *പീപ്പിൾസ് ഡെമോക്രസി*യുടെ പത്രാധിപസമിതിയിൽ പ്രവർത്തിച്ച ഇ എം ശ്രീധരൻ എൺപതുകളുടെ അവസാനമാണ് പ്രവർത്തനകേന്ദ്രം കേരളത്തിലേക്കു മാറ്റുന്നത്. അന്നുമുതൽ അദ്ദേഹം പാർട്ടിയുടെ പ്രസിദ്ധീകരണ വിഭാഗത്തിലായിരുന്നു പ്രവർത്തിച്ചത്. *ചിന്ത* പബ്ലിഷേഴ്സിന്റെ മാനേജരുമായിരുന്നു. അതോടൊപ്പം *ചിന്ത* വാരികയുടെ കാര്യങ്ങളിലും അദ്ദേഹം ശ്രദ്ധിച്ചു. *ചിന്ത* വാരികയിൽ പ്രത്യേക പദവികളൊന്നുമുണ്ടായിരുന്നില്ലെങ്കിലും പത്രാധിപസമിതിയിലെ ഒരംഗത്തെപ്പോലെ അദ്ദേഹം *ചിന്ത*യുടെ പ്രവർത്തനത്തിൽ പങ്കാളിയായി. സാമ്പത്തിക വിഷയങ്ങളെക്കുറിച്ച് അദ്ദേഹം നിരന്തരമായി എഴുതി. സാമ്പത്തികകാര്യങ്ങൾ ലളിതമായും സരസമായും അവതരിപ്പിക്കുന്നതിന് അദ്ദേഹത്തിന് സവിശേഷമായ കഴിവുണ്ടായിരുന്നു.

ഇ എം ശ്രീധരൻ

ചാർട്ടേഡ് അക്കൗണ്ടന്റായി കുറച്ചുകാലം ജോലി ചെയ്ത ശേഷമാണ് അദ്ദേഹം രാഷ്ട്രീയ പ്രവർത്തനത്തിലേക്ക് മാറിയത്. സംസ്ഥാന ആസൂത്രണ ബോർഡ് അംഗമായും അദ്ദേഹം പ്രവർത്തിച്ചു. സാമ്പത്തിക വിഷയങ്ങളിലാണ് അവഗാഹമെങ്കിലും സാഹിത്യത്തിലും കലകളിലുമെല്ലാം അദ്ദേഹത്തിന് താൽപ്പര്യവും അറിവുമുണ്ടായിരുന്നു. 2001-ൽ അദ്ദേഹം *ദേശാഭിമാനി*യുടെ അസിസ്റ്റന്റ് എഡിറ്ററായി തിരുവനന്തപുരത്ത് ചുമതലയേറ്റു. *ദേശാഭിമാനി*യുടെ പ്രവർത്തനത്തിൽ വ്യാപൃതനായിരിക്കുമ്പോഴാണ് രോഗം അദ്ദേഹത്തെ പിടികൂടിയത്. കാൻസർ ബാധിച്ച് 2002 നവംബറിൽ അദ്ദേഹം അന്തരിച്ചു. ഇ എം എസ് നമ്പൂതിരിപ്പാടിന്റെ നാലുമക്കളിൽ മുഴുവൻസമയ രാഷ്ട്രീയ പ്രവർത്തനം ഏറ്റെടുത്തത് അനിയൻ എന്ന് അടുപ്പമുള്ളവരെല്ലാം വിളിക്കുന്ന ശ്രീധരനായിരുന്നു.

ടാബ്ലോയ്ഡ് രൂപത്തിൽ (ഏകദേശം 43 സെ. മീറ്റർ നീളവും 28 സെ. മീറ്റർ വീതിയും) ആരംഭിച്ച *ചിന്ത* രണ്ടായിരാമാണ്ടിലാണ് ഇന്നത്തെ ക്രൗൺ നാലിലൊന്ന് സൈസിലേക്ക് മാറുന്നത്. രൂപമാറ്റം വായനക്കാർ എങ്ങനെ സ്വീകരിക്കുമെന്ന സന്ദേഹമുണ്ടായിരുന്നു. എന്നാൽ വായന

തോമസ് ഐസക്

ക്കാർക്ക് അതു കൂടുതൽ സ്വീകാര്യമായി. കാരണം, യാത്രയിൽ വായിക്കാനും കോപ്പികൾ സൂക്ഷിച്ചുവയ്ക്കാനും നല്ലത് സാധാരണ ആനുകാലികങ്ങളുടെ വലുപ്പമാണ്. മലയാളത്തിൽ ഗൗരവമായ രാഷ്ട്രീയ വായന വളർത്തുന്നതിലും അതുവഴി രാഷ്ട്രീയബോധം ഉയർത്തുന്നതിലും ആറു പതിറ്റാണ്ട് *ചിന്ത* നടത്തിയ പ്രവർത്തനത്തിനു വലിയ പങ്കുണ്ട്. അതേസമയം, രാഷ്ട്രീയ ബോധമുള്ള വായനക്കാർ *ചിന്ത*യുടെ വളർച്ചയെയും സഹായിച്ചു. കർഷക-തൊഴിലാളി പ്രസ്ഥാനത്തിന്റെ പ്രവർത്തകരിൽ ചിലരെ എഴുത്തുകാരായി ഉയർത്തുന്നതിന് *ചിന്ത* ബോധപൂർവം പരിശ്രമിച്ചു.

ഡോ. തോമസ് ഐസക്കാണ് ഇപ്പോൾ *ചിന്ത*യുടെ മുഖ്യപത്രാധിപർ. സിപിഐ എം ജനറൽ സെക്രട്ടറിയായി പ്രവർത്തനകേന്ദ്രം ഡൽഹിയിലേക്കു മാറിയപ്പോഴാണ് ഇ എം എസ് പത്രാധിപത്യം ഒഴിഞ്ഞതും 1978 ജൂൺ ഒന്നുമുതൽ ഇ കെ നായനാർ പത്രാധിപരായതും. നായനാർ *ദേശാഭിമാനി*യുടെ മുഖ്യപത്രാധിപരായപ്പോൾ 1982 മുതൽ വി എസ് അച്യുതാനന്ദനായിരുന്നു *ചിന്ത* പത്രാധിപർ. സി പി നാരായണൻ 2005 മുതൽ 2010 വരെയും 2011 മുതൽ 2022 വരെയും പത്രാധിപരുടെ ചുമതലയും നിർവഹിച്ചു. 2010-നും 2011-നും ഇടയ്ക്ക് ഒരു വർഷത്തോളം അദ്ദേഹം അന്നത്തെ മുഖ്യമന്ത്രി വി എസ് അച്യുതാനന്ദന്റെ പൊളിറ്റിക്കൽ സെക്രട്ടറിയായിരുന്നു. വൈക്കം വിശ്വൻ കുറച്ചുകാലം *ചിന്ത*യുടെ ചീഫ് എഡിറ്ററായിരുന്നു; പി ജയരാജൻ എഡിറ്റർ ഇൻ ചാർജും.

ഡിജിറ്റൽ വേദികളിലൂടെ *ചിന്ത*യുടെ ഉള്ളടക്കം കൂടുതൽ വായനക്കാരിലെത്തിക്കാനുള്ള ശ്രമം ഇപ്പോൾ നടക്കുന്നുണ്ട്. അതിന്റെ ഭാഗമായാണ് *ചിന്ത പ്ലസ്* എന്ന പേരിൽ പ്രത്യേക ഓൺലൈൻ പതിപ്പ് ആരംഭിച്ചത്. അച്ചടിക്കുന്ന *ചിന്ത*യിൽപെടാത്ത ലേഖനങ്ങളും കുറിപ്പുകളുമാണ് *ചിന്ത പ്ലസ്* നൽകുന്നത്. വായന ഡിജിറ്റൽ വേദികളിലേക്ക് അതിവേഗം മാറുകയാണെന്ന് ബോധ്യമുള്ളതുകൊണ്ടാണ് *ചിന്ത പ്ലസ്* തുടങ്ങിയതെന്ന് ഡോ. തോമസ് ഐസക്ക് പറഞ്ഞു. ഡിജിറ്റൽ സാന്നിധ്യം കൂടുതൽ ആകർഷകമാക്കാനും തീരുമാനിച്ചിട്ടുണ്ട്.

23

എഴുത്തുകാർക്ക് വഴികാട്ടിയ സാംസ്കാരിക വാരിക

ദേശാഭിമാനി പത്രം 1942-ൽ പ്രസിദ്ധീകരണം തുടങ്ങി നീണ്ട ഇരുപത്തിയേഴ് വർഷമെടുത്തു പത്രത്തിന്റെ ഭാഗമായി ഒരു സാംസ്കാരിക വാരിക ആരംഭിക്കാൻ. സാമൂഹ്യപരിവർത്തനത്തിന് കലയും സാഹിത്യവും ഉപയോഗിക്കാൻ ബോധപൂർവം ശ്രമിച്ച പ്രസ്ഥാനം എന്തുകൊണ്ട് ഒരു സാംസ്കാരിക പ്രസിദ്ധീകരണം കൊണ്ടുവരാൻ വൈകിയെന്ന സംശയം സ്വാഭാവികം. ഒറ്റവാചകത്തിൽ അതിനു യുക്തിപൂർവമായ വിശദീകരണം നൽകാൻ കഴിയില്ല. 1935-ൽ കോൺഗ്രസ് സോഷ്യലിസ്റ്റ് പാർട്ടിയുടെ മുഖപത്രമായി ആരംഭിച്ച *പ്രഭാത*ത്തിലും പിന്നീട് കമ്യൂണിസ്റ്റ് പാർട്ടിയുടെ മുഖപത്രമായി വന്ന *ദേശാഭിമാനി*യിലും സാഹിത്യത്തിനും കലകൾക്കും പ്രത്യേകം സ്ഥലം നീക്കിവയ്ക്കുകയും നല്ല പരിഗണന നൽകുകയും ചെയ്തിരുന്നു. മാത്രമല്ല, മുപ്പതുകളിലെയും നാൽപ്പതുകളിലെയും പ്രമുഖരായ കവികളും കഥാകൃത്തുക്കളും അവരുടെ രചനകൾ *ദേശാഭിമാനി*യിലൂടെ പ്രകാശിപ്പിക്കുകയും ചെയ്തു. പുതിയ എഴുത്തുകാരെ പ്രോത്സാഹിപ്പിക്കാനും പത്രം ശ്രമിച്ചു. അതുകൊണ്ട് ഒരു പ്രത്യേക പ്രസിദ്ധീകരണത്തിന്റെ ആവശ്യം പത്രത്തിന്റെയും പാർട്ടിയുടെയും നേതൃത്വത്തിലുള്ളവർക്ക് തോന്നാൻ വൈകി എന്നേ കരുതാനാവൂ.

കലാ-സാഹിത്യ വിഷയങ്ങൾക്ക് പ്രത്യേകമായ പ്രസിദ്ധീകരണമില്ലാത്തത് പോരായ്മ തന്നെയായിരുന്നു. കമ്യൂണിസ്റ്റ് ആശയഗതിക്കാരോ ഇടതുപക്ഷ വീക്ഷണമുള്ളവരോ ആയ യുവ എഴുത്തുകാർക്ക് അവരുടെ കഥയോ കവിതയോ ലേഖനമോ വെളിച്ചം കാണിക്കുക പ്രയാസമായി. *മാതൃഭൂമി ആഴ്ചപ്പതിപ്പ്* 1932-ലേ ആരംഭിച്ചിരുന്നുവെങ്കിലും അത് ഇടതുപക്ഷക്കാരായ പുതിയ എഴുത്തുകാർക്ക് അത്ര പ്രാപ്യമായിരുന്നില്ല. *ദേശാഭിമാനി* പത്രം പോലെ തങ്ങളുടേതായ സാംസ്കാരിക വാരിക വേണമെന്ന ആഗ്രഹം അവരിലും ഉൽക്കടമായിരുന്നു. മാത്രമല്ല, തളർന്നും തകർന്നും പോയ പുരോഗമന സാഹിത്യ പ്രസ്ഥാനം പുനരുജ്ജീവിപ്പിക്കുമ്പോൾ അതിനും ഒരു പ്രസിദ്ധീകരണത്തിന്റെ പിൻബലം വേണം. ഇതിന്റെയെല്ലാം അടിസ്ഥാനത്തിലാണ് സിപിഐ എമ്മിന്റെ സാംസ്കാരിക പ്രസിദ്ധീകരണമായി *ദേശാഭിമാനി വാരിക* ആരംഭിക്കാനുള്ള തീരുമാനം വന്നത്. ഒരു പ്രസിദ്ധീകരണത്തിനു വേണ്ടി കാത്തിരിക്കുന്ന ഇടതുപക്ഷ എഴുത്തുകാർ ഏറെ സന്തോഷിച്ചു. വേറിട്ട ചിന്തയും സ്വരവും ശൈലിയുമായി 1969 ജൂണിൽ ആദ്യലക്കം പുറത്തുവന്നപ്പോൾ അതിന്റെ ഉള്ളടക്കം പ്രൗഢവും സമ്പന്നവുമായിരുന്നു. ജൂൺ 29-ന്റെ ആദ്യലക്കത്തിൽ സിപിഐ എം സംസ്ഥാന സെക്രട്ടറി എ കെ ജിയാണ് ഈ വാരികയുടെ ലക്ഷ്യമെന്തെന്ന് പ്രഖ്യാപിക്കുന്നത്. എ കെ ജി എഴുതി:

വാരികകൾ മലയാളത്തിൽ ധാരാളമുണ്ടെങ്കിലും വ്യക്തമായ ലക്ഷ്യബോധവും വിട്ടുവീഴ്ചയില്ലാത്ത പുരോഗമനസ്വഭാവവുമുള്ള ഒന്നിന്റെ കുറവ് കുറേക്കാലമായി അനുഭവപ്പെടാൻ തുടങ്ങിയിട്ട്. ആവേശകരവും ആത്മവിശ്വാസദായകവുമായ സംഭവങ്ങൾ നമുക്കു ചുറ്റും അലയടിക്കുമ്പോൾ എന്തുകൊണ്ട് കലാ-സാഹിത്യ- സാംസ്കാരിക രംഗത്ത് പ്രതിഫലിക്കുന്നില്ല? എന്നെ എപ്പോഴും അലട്ടിയിട്ടുള്ള ഒരു പ്രശ്നമാണത്. ഒരു പക്ഷേ അതിനുള്ള നേതൃത്വവും സംഘടനയും സർവോപരി പ്രത്യയശാസ്ത്രപരമായ കടന്നുകയറ്റവും ഇല്ലാഞ്ഞിട്ടാകാം. ഈ വിടവ് അടയ്ക്കുന്നതിന് ചെറിയൊരു സംഭാവനയെങ്കിലും നൽകാൻ *ദേശാഭിമാനി വാരിക*യ്ക്ക് കഴിഞ്ഞാൽ ഒരു പ്രസിദ്ധീകരണം തുടങ്ങുന്നതിനു വേണ്ടത്ര ന്യായീകരണമായി.

വാരികയുടെ പ്രഥമലക്കം മുഖചിത്രം

സാങ്കേതികവും സംഘടനാപരവുമായി *ദേശാഭിമാനി* അനുഭവിക്കുന്ന ബുദ്ധിമുട്ടുകളെപ്പറ്റി ഞാനും സംസ്ഥാന കമ്മിറ്റിയിലെ സഖാക്കളും ബോധവാന്മാരാണ്. അവ പരിഹരിക്കുന്നതിന് കഴിവിന്റെ പരിമിതിക്കുള്ളിൽ എല്ലാ സഹായവും ചെയ്തുതരുന്നതാണ്. പക്ഷേ ആ രംഗത്ത് വൻകിട പ്രസാധകരെ കവച്ചുവെച്ചുകളയാം എന്ന് നിങ്ങൾ വ്യാമോഹിക്കരുത്. *ദേശാഭിമാനി വാരിക* മേന്മ തെളിയിക്കേണ്ടത് പ്രത്യയശാസ്ത്രപരമായ വ്യക്തതയിലും തൊഴിലാളിവർഗത്തിന്റെ നവീന സംസ്കാരത്തിലും ഉയിരെടുക്കുന്ന ധീര നവലോകത്തിന്റെ പുത്തൻ പ്രവണതകളിലുമാണെന്ന് ഓർമിപ്പിച്ചുകൊള്ളട്ടെ.

*ദേശാഭിമാനി വാരിക*ക്ക് സർവവിജയങ്ങളും നേരുന്നു.
എ കെ ഗോപാലൻ
സെക്രട്ടറി
കേരള സംസ്ഥാന കമ്മിറ്റി
ഇന്ത്യൻ കമ്യൂണിസ്റ്റ് പാർട്ടി (മാർക്സിസ്റ്റ്).

പി ഗോവിന്ദപ്പിള്ള മുഖ്യപത്രാധിപരും ഇ കെ നായനാർ പ്രിന്ററും പബ്ലിഷറുമായാണ് വാരിക ആരംഭിക്കുന്നത്. *ദേശാഭിമാനി* പത്രത്തിന്റെ മുഖ്യപത്രാധിപർ പി ജിയായിരുന്നു. ആ നിലയ്ക്കാണ് *ദേശാഭിമാനി വാരിക*യുടെയും മുഖ്യപത്രാധിപരായി അദ്ദേഹം വരുന്നത്. പത്രാധിപരുടെ മുഖവുര കൂടി നോക്കാം.

മുഖവുര

എന്തിനാണ് ഒരു പുതിയ വാരിക? ഈ ചോദ്യത്തിന് മറുപടി ഈ പ്രസിദ്ധീകരണത്തിന്റെ പ്രണേതാക്കൾക്കുവേണ്ടി സ. എ കെ ജി തന്റെ സന്ദേശത്തിൽ ചുരുക്കിപ്പറഞ്ഞിട്ടുണ്ട്. അദ്ദേഹം സൂചിപ്പിക്കുന്ന പരിമിതികൾക്കുള്ളിൽ നിന്ന് ഞങ്ങളെ ഏൽപ്പിച്ചിട്ടുള്ള കടമ നിർവഹിക്കാൻ പരമാവധി ശ്രമിച്ചുകൊള്ളാമെന്ന് ഉറപ്പ് രേഖപ്പെടുത്തുക മാത്രമേ ഇപ്പോൾ ചെയ്യുന്നുള്ളൂ.

അച്ചടിയും കെട്ടും മട്ടും ഇന്നത്തേക്കാൾ കുറേക്കൂടി മെച്ചപ്പെടുത്താൻ നിങ്ങളുടെയെല്ലാം

സഹകരണത്തോടെ ഞങ്ങൾ ശ്രമിക്കും. എന്നാൽ, അക്കാര്യത്തിൽ ധാരാളം ധനശേഷിയുള്ള സഹജീവികളെ കടത്തിവെട്ടാനോ ഒപ്പമെത്താനോ ഞങ്ങൾക്കാവുകയില്ല. അതുപോലെ വ്യാപാരവിജയം മുന്നിൽക്കണ്ട് 'താരമൂല്യ'മുള്ള എഴുത്തുകാരെ തേടിപ്പോകാനും ഞങ്ങൾക്കുദ്ദേശ്യമില്ല. സാഹിത്യരംഗത്ത് പയറ്റിത്തെളിഞ്ഞ് 'താരമൂല്യം' സ്വായത്തമാക്കിയ പലരുടെയും മാർഗം ഞങ്ങളുടെതിൽ നിന്ന് വ്യത്യസ്തമാണെന്നതത്രെ ഇതിനുള്ള കാരണം. തെരുവിലെ കച്ചവടക്കാർക്ക് പ്രിയങ്കരമായ അശ്ലീല ചിത്രങ്ങളും ചിത്രീകരണങ്ങളും കുത്തിനിറച്ച് ക്ഷിപ്രപ്രചാരം നേടണമെന്നും ഞങ്ങൾക്കാഗ്രഹമില്ല. അത്തരം ഗതാനുഗതികത്വത്തിന് ഞങ്ങൾ ഒരു പുതിയ പ്രസിദ്ധീകരണം തുടങ്ങേണ്ടതില്ലല്ലോ.

പക്ഷേ, ഇപ്പറഞ്ഞതുകൊണ്ട് ഒരു നേർകുഴലിൽ കയറ്റിയ സെക്ടേറിയൻ പ്രസിദ്ധീകരണമാണ് ഞങ്ങളുദ്ദേശിക്കുന്നത് എന്നു ധരിക്കരുത്. ലക്ഷ്യബോധവും സാമാന്യ പുരോഗതിയുടെ നെടുംപാതയും ആരോഗ്യകരമായ അഭിപ്രായ വ്യത്യാസങ്ങൾക്കും വീക്ഷണവൈവിധ്യങ്ങൾക്കും ഇടം നൽകുന്നുണ്ട്. വിമർശനവും സ്വയംവിമർശനവും ആശയസംഘട്ടനവും പുരോഗതിക്കും സത്യാന്വേഷണത്തിനും അനിവാര്യമാണെന്ന് സ്റ്റാലിൻ പഠിപ്പിക്കുന്നു. 'നൂറു പുഷ്പങ്ങൾ വിരിയട്ടെ, നൂറു ചിന്താഗതികൾ മത്സരിക്കട്ടെ' എന്നാണ് മാവോ പഠിപ്പിക്കുന്നത്. എന്നാൽ ഈ ആശയസംഘട്ടനങ്ങളും അഭിപ്രായ മത്സരങ്ങളും പുറംതിരിയലിനും കാലിടറലിനും കാരണമാവരുതെന്നു മാത്രം.

ഈ എളിയ പ്രസിദ്ധീകരണം എത്തിപ്പിടിക്കാൻ ശ്രമിക്കുന്ന ആശയാദർശങ്ങളുടെ പ്രതീകമാണ് ഇന്നത്തെ മുഖചിത്രം. അജയ്യമായ ധീരതയുടെയും ഉദാത്തമായ മാനവ മഹത്വത്തിന്റെയും മൂർത്തീകരണമാണ് പിഞ്ചുകയ്യിൽ തോക്കെടുത്ത ആ ബാലിക. ഭാവിയുടെ വാഗ്ദാനവും നവീന സംസ്കാരത്തിന്റെ ഉറവിടവും ധീരനവലോകത്തിന്റെ വിധാതാവുമാണ് വിയറ്റ്നാം പോരാളി.

-പത്രാധിപർ

ആദ്യലക്ക ഉള്ളടക്കം

ലേഖനങ്ങൾ: സമ്മർദരാഷ്ട്രീയം-ഐക്യമുന്നണി നേരിടുന്ന മഹാവിപത്ത്-ഇ എം എസ്, മൂലധനത്തിലെ സാഹിത്യപരാമർശങ്ങൾ-ഡോ. ജി ബി മോഹൻ തമ്പി, ലെനിന്റെ വായന- സി എസ്, മാർക്സിസ്റ്റ് നിരൂപകന്റെ കടമ- കെ പി ശശിധരൻ, സാംസ്കാരിക വിപ്ലവത്തിന്റെ പശ്ചാത്തലം-തായാട്ട് ശങ്കരൻ, മനഃശാസ്ത്രം വളർന്നുവന്നിട്ടുള്ളതിന്റെ ചരിത്രം-ഡോ. എസ് ശാന്തകുമാർ.

കവിത: അഭിവാദനം-എം ആർ ബാലൻ, വിജയം-ഇ പി ആർ വേശാല, രാജാ പ്രത്യക്ഷദൈവതം- കെ പി എസ് ആനന്ദ്, അസ്സലായറിയാമേ തിരിച്ചിങ്ങെടുക്കാനും- എം എസ് നമ്പൂതിരി.

ചെറുകഥ, നോവൽ: ആലി-ഡൊസ്റ്റോവ്സ്കി-പരിഭാഷ-പ്ലൂട്ടസ്, അന്വേഷണം (നോവൽ)-ധനഞ്ജയ വൈരാഗി-പരിഭാഷ-എം എൻ സത്യാർഥി, പുസ്തക നിരൂപണം- എം ആർ ചന്ദ്രശേഖരൻ.

ബാലരംഗം

മുഖചിത്രം: നവലോകത്തിന്റെ നിർമിതിക്കു വേണ്ടി പൊരുതുന്ന വിയറ്റ്നാമിന്റെ വീരപുത്രി

എ കെ ജി നിർദേശിച്ച ആശയവ്യക്തതയോടെ തയാറാക്കിയ ആദ്യലക്കത്തിൽ സാഹിത്യകാര്യങ്ങൾക്കു തന്നെയായിരുന്നു പ്രാമുഖ്യം. കഥയും നോവലും ലേഖനവും പുസ്തക നിരൂപണവും മാത്രമല്ല, കവർ ചിത്രം പോലും വാരികയുടെ ലക്ഷ്യബോധം പ്രകടമാക്കി. ഇതര ഭാഷകളിലെ സാഹിത്യസൃഷ്ടികൾ പരിചയപ്പെടുത്താനുള്ള ശ്രമം തുടക്കംമുതലേ ഉണ്ടായിരുന്നു. അക്കാര്യത്തിൽ എം എൻ സത്യാർഥി വാരികയ്ക്ക് വലിയ സേവനമാണ് നൽകിയത്. 'അന്വേഷണ'ത്തിനുശേഷം ഏതാനും പ്രശസ്ത ബംഗാളി നോവലുകൾകൂടി വാരികയിൽ സത്യാർഥി പരിഭാഷപ്പെടുത്തിയിട്ടുണ്ട്.

ആവേശകരമായ സംഭവങ്ങൾ ചുറ്റുപാടും അലയടിക്കുമ്പോൾ കലയിലും സാഹിത്യത്തിലും എന്തുകൊണ്ട് അതു പ്രതിഫലിക്കുന്നില്ലെന്ന മൗലികമായ ചോദ്യം ഉന്നയിച്ചുകൊണ്ടാണ് *ദേശാഭിമാനി വാരിക*യിൽ അർപ്പിതമായ ദൗത്യം എന്താണെന്ന് എ കെ ജി വിശദീകരിക്കുന്നത്.

സാഹിത്യാദി കലകളുടെ രംഗത്ത് പ്രതിഭകളെ രൂപപ്പെടുത്തുന്നതിൽ അവർ ജീവിക്കുന്ന സമൂഹത്തിനും ചുറ്റുപാടുകൾക്കും പ്രധാന പങ്കുണ്ടെന്ന് കമ്യൂണിസ്റ്റുകാർ വിശ്വസിക്കുന്നു. സാഹിത്യവും കലകളും സോദ്ദേശ്യപരമായിരിക്കുകയും ചുറ്റുപാടുകളെ പ്രതിഫലിപ്പിക്കുകയും വേണം. അവ മനുഷ്യജീവിതത്തെ മുന്നോട്ടുനയിക്കണം. വളർന്നുവരുന്ന മനുഷ്യന്റെ ആശയാഭിലാഷങ്ങളെ അവ പ്രതിനിധാനം ചെയ്യണം. യാഥാസ്ഥിതികമായ ചുറ്റുപാടുകളെ സാഹിത്യത്തിലും കലകളിലും പ്രതിഫലിപ്പിക്കുകയും പ്രോത്സാഹിപ്പിക്കുകയും ചെയ്യുന്നതിനെ കമ്യൂണിസ്റ്റുകാർ എതിർക്കുന്നു. ഈയൊരു കാഴ്ചപ്പാടുള്ള പ്രസിദ്ധീകരണത്തിന്റെ കുറവ് പരിഹരിക്കാനുള്ള ശ്രമമാണ് *ദേശാഭിമാനി വാരിക* എന്നാണ് എ കെ ജി സൂചിപ്പിക്കുന്നത്.

വാരിക പുറത്തുവരാൻ തുടങ്ങിയിട്ട് ഇപ്പോൾ അരനൂറ്റാണ്ടു കഴിഞ്ഞു. അതിനിടയിൽ ലോകവും ഇന്ത്യയും കേരളവും മാറി. സാമാന്യജനങ്ങളിലേക്ക് വന്ന കലയും സാഹിത്യവും കമ്പോളവൽക്കരണത്തിന് അടിപ്പെടാൻ തുടങ്ങി. മാത്രമല്ല, സാംസ്കാരിക മേഖലയിൽ ഗുരുതരമായ വെല്ലുവിളികൾ ഉയർന്നുവന്നു. ആഴത്തിൽ വേരൂന്നിയ ഹിന്ദുവർഗീയതയുടെ വക്താക്കൾ രാജ്യത്തിന്റെയും വിവിധ സംസ്ഥാനങ്ങളുടെയും അധികാരം കൈയടക്കി. മതനിരപേക്ഷ മൂല്യങ്ങൾക്കും ശാസ്ത്രചിന്തയ്ക്കുമാണ് വലിയ പ്രഹരമേറ്റത്. അന്ധവിശ്വാസ പ്രചാരണത്തിന് ഭരണകൂടം നേരിട്ട് ഇടപെടുന്ന നിലയിലേക്ക് കാര്യങ്ങൾ നീങ്ങി. ദേശീയ പ്രസ്ഥാനം ഉയർത്തിപ്പിടിച്ച എല്ലാ മൂല്യങ്ങൾക്കും നേരെ ഫാസിസ്റ്റ് ശക്തികളുടെയും വ്യവസായ കുത്തകകളുടെയും നിയന്ത്രണത്തിലായ മാധ്യമങ്ങളുടെ ആക്രമണം ശക്തിപ്പെട്ടു.

സാംസ്കാരിക സംഭാവന

കെ പി മോഹനൻ

ഇക്കാലത്തിനിടയ്ക്ക് *ദേശാഭിമാനി വാരിക* സാംസ്കാരിക രംഗത്ത് നൽകിയ സംഭാവനകൾ എന്താണെന്ന ചോദ്യം അതിന്റെ പത്രാധിപരും സാഹിത്യവിമർശകനുമായ ഡോ. കെ പി മോഹനനോടാണ് ഉന്നയിച്ചത്. അദ്ദേഹത്തിന്റെ മറുപടി: "ജീവൽ സാഹിത്യ പ്രസ്ഥാനത്തിന്റെ തുടർച്ചയായി 1970-ൽ രൂപംകൊണ്ട ദേശാഭിമാനി സ്റ്റഡി സർക്കിളും അതിന്റെ പുതുരൂപമായി 1981-ൽ ഉടലെടുത്ത പുരോഗമന സാഹിത്യ സംഘവും ഉയർത്തിപ്പിടിച്ച ലക്ഷ്യങ്ങൾക്കുവേണ്ടി നിശ്ചയദാർഢ്യത്തോടെ പ്രവർത്തിക്കുകയാണ് *ദേശാഭിമാനി വാരിക* ചെയ്തത്. കഥയും കവിതയും അടങ്ങുന്ന കലാപരമായ സാഹിത്യം മാത്രമല്ല സാഹിത്യമെന്നും പ്രകൃതിശാസ്ത്രങ്ങളും സാമൂഹ്യശാസ്ത്രങ്ങളും പത്രപ്രവർത്തനവുമെല്ലാം സാഹിത്യത്തിന്റെ ഭാഗമാണെന്നുള്ള പുരോഗമന കലാസാഹിത്യ സംഘത്തിന്റെ കാഴ്ചപ്പാട് സ്ഥാപിച്ചെടുക്കാൻ വാരിക നിസ്തുലമായ പങ്ക് വഹിച്ചിട്ടുണ്ട്. മറ്റു സാംസ്കാരിക പ്രസിദ്ധീകരണങ്ങളിലും *ദേശാഭിമാനി വാരിക*യുടെ സ്വാധീനമുണ്ടായി എന്ന് അഭിമാനത്തോടെ പറയാൻ കഴിയും. കഥയും കവിതയും നോവലുകളും മാത്രം പ്രസിദ്ധപ്പെടുത്തിയിരുന്ന വാരികകൾ സാഹിത്യേതരമായ വിജ്ഞാനശാഖകൾക്കും ഇടം നൽകാൻ തുടങ്ങി. ഈ രംഗത്ത് സ്ഥിരപ്രതിഷ്ഠ നേടിയവർക്കല്ലാതെ എഴുതിത്തെളിയാൻ ശ്രമിക്കുന്നവർക്കും അവസരങ്ങൾ കിട്ടിത്തുടങ്ങിയതിൽ *ദേശാഭിമാനി വാരിക*യുടെ സ്വാധീനമുണ്ടെന്ന് ഉറപ്പിച്ചുപറയാൻ കഴിയും."

"*ദേശാഭിമാനി* സ്റ്റഡി സർക്കിൾ ആരംഭിച്ചപ്പോൾ ഉയർന്ന ഒരു ചോദ്യമായിരുന്നു 'പുരോഗമനം പറയുന്നവരുടെ സൃഷ്ടികൾ എവിടെ?' ഈ ചോദ്യത്തിന് വാരിക അതിന്റെ താളുകളിലൂടെ മറുപടി നൽകി. ചെറുകാടിന്റെയും എ പി കളയ്ക്കാടിന്റെയും മറ്റും നോവലുകളും തായാട്ട് ശങ്കരന്റെയും എം ആർ ചന്ദ്രശേഖരന്റെയും മറ്റും നിരൂപണങ്ങളും ആ ചോദ്യത്തിനുള്ള മറുപടിയായിരുന്നു. അതുപോലെ എത്രയോ പ്രൗഢകൃതികൾ വാരികയിലൂടെ വായനക്കാരിലെത്തി. എഴുത്തിനെ മാത്രമല്ല, വായനക്കാരനെയും ഉയർത്താൻ വാരിക പരിശ്രമിച്ചു. സാഹിത്യത്തിലെ

വരേണ്യതാവാദത്തിനും ജനാധിപത്യരാഹിത്യത്തിനുമെതിരെ വാരിക ഉറച്ച നിലപാടെടുത്തു. സാമൂഹിക-രാഷ്ട്രീയ രംഗത്ത് ഉയർന്നുവരുന്ന പ്രശ്നങ്ങളോട് മുഖംതിരിച്ചുനിൽക്കുകയല്ല, ശക്തമായി പ്രതികരിക്കുകയാണ് വാരിക ചെയ്യുന്നത്. ഇന്നു സാംസ്കാരികരംഗം നേരിടുന്ന ഏറ്റവും വലിയ വെല്ലുവിളി ഫാസിസ്റ്റ് ആശയങ്ങളുടെ കടന്നുകയറ്റമാണ്. അതിനോടു ശക്തമായി ചെറുത്തുനിൽക്കുക എന്നതാണ് ഇന്നത്തെ പ്രധാന ദൗത്യം. അതാണ് വാരിക ചെയ്തുകൊണ്ടിരിക്കുന്നത്. മറ്റു പ്രസിദ്ധീകരണങ്ങളിൽ നിന്നു വാരികയെ വ്യത്യസ്തമാക്കുന്നതും ഈ പുരോഗമന കാഴ്ചപ്പാടും ആശയദാർഢ്യവുമാണ്."[1]

പി എം താജ്

ദേശാഭിമാനി സ്റ്റഡി സർക്കിളിന്റെ പ്രവർത്തനങ്ങൾക്ക് വാരിക വലിയ പിന്തുണയാണ് നൽകിയത്. എഴുപതുകളിൽ സംസ്ഥാനത്തിന്റെ വിവിധ ഭാഗങ്ങളിൽ സ്റ്റഡി സർക്കിൾ സാഹിത്യ-കലാ ക്യാമ്പുകളും ശിൽപ്പശാലകളും സംവാദങ്ങളും സംഘടിപ്പിച്ചിരുന്നു. അത്തരം ഇടപെടലുകൾക്ക് വാരിക നല്ല പ്രചാരം നൽകി. 1975-ൽ ചിറ്റൂരിൽ സ്റ്റഡി സർക്കിൾ നടത്തിയ ഒരാഴ്ചത്തെ നോവൽ ക്യാമ്പിനെക്കുറിച്ച് കോയമുഹമ്മദും പി എം താജും തയാറാക്കിയ ഫീച്ചർ പരമ്പരയായാണ് വാരിക പ്രസിദ്ധീകരിച്ചത്. അടിയന്തരാവസ്ഥക്കാലത്ത് രാഷ്ട്രീയ പ്രചാരണം അസാധ്യമായപ്പോൾ സ്റ്റഡി സർക്കിൾ സിനിമാ ചർച്ചകളിലേക്ക് കടന്നു. ചെറുകാട്, ബി രാജീവൻ, പ്രൊഫ. പി വിജയൻ, സി പി അബൂബക്കർ തുടങ്ങിയവർ നാടുനീളെ സിനിമാപ്രഭാഷണത്തിലൂടെ രാഷ്ട്രീയം പറഞ്ഞു. 'സിനിമയും സമൂഹവും' എന്ന വിഷയത്തിൽ നടന്ന സംവാദങ്ങളിൽ എം ടി വാസുദേവൻ നായരും തായാട്ട് ശങ്കരനും കെ ചാത്തുണ്ണിമാസ്റ്ററും ബാലൻ കെ നായരും കോയമുഹമ്മദുമൊക്കെ പ്രഭാഷകരായി. അത്തരം പ്രവർത്തനങ്ങൾക്ക് പിന്തുണയായാണ് *ദേശാഭിമാനി വാരിക* സിനിമാപംക്തി ആരംഭിച്ചത്.

വൈലോപ്പിള്ളിയുടെ നേതൃത്വത്തിൽ 1981-ൽ രൂപംകൊണ്ട പുരോഗമന കലാസാഹിത്യ സംഘം ഒരുപതിറ്റാണ്ടിനുശേഷം അതിന്റെ നിലപാടുകൾ സ്വയംവിമർശനപരമായി പരിശോധിച്ച് ചില തിരുത്തലുകൾക്ക് തയാറായി. ജീവൽസാഹിത്യ പ്രസ്ഥാനത്തിനും ദേശാഭിമാനി സ്റ്റഡി സർക്കിളിനും ആശയപരമായ അടിത്തറയിട്ട ഇ എം എസ് തന്നെയാണ് ഈ പ്രക്രിയക്കും ധിഷണാപരമായ നേതൃത്വം നൽകിയത്. 1992 ഏപ്രിലിൽ പെരുമ്പാവൂരിൽ ചേർന്ന പുരോഗമന കലാസാഹിത്യ സംഘം സമ്മേളനം അംഗീകരിച്ച രേഖ പുതിയ സമീപനം മുന്നോട്ടുവെച്ചു. പെരുമ്പാവൂർ രേഖ എന്നറിയപ്പെടുന്ന ആ പ്രമേയത്തിൽ നിന്ന്:

> മനുഷ്യനെ സമഗ്രതയിൽ കാണാൻ കടമപ്പെട്ട കലാകാരൻ രാഷ്ട്രീയത്തിനുനേരെ കണ്ണടച്ചുകൊള്ളണമെന്ന വാദത്തെ എതിർക്കാനുള്ള വ്യഗ്രതയിൽ രാഷ്ട്രീയമില്ലെങ്കിൽ കലയാകെ വികലം എന്ന രീതിയിലും പറഞ്ഞുപോയിട്ടുണ്ടാകാം. അതുപോലെ തന്നെയാണ് സാമൂഹ്യ പ്രതിബദ്ധതയുടെ കാര്യം. സാമൂഹ്യ പ്രതിബദ്ധത അഭികാമ്യം തന്നെ. പക്ഷേ സാമൂഹ്യ പ്രതിബദ്ധത കൊണ്ടുമാത്രം ഒരു കൃതി പുരോഗമനപരമോ ഉത്തമമോ ആവുകയില്ല. സാമൂഹ്യ പ്രതിബദ്ധത ഏറ്റുപറയാൻ തയാറില്ലാത്ത പ്രതിഭാസമ്പന്നരുടെ കൃതികളും ഉത്തമമാകാം. പുരോഗമനപരം പോലുമാകാം.[2]

എം എൻ കുറുപ്പിന്റെ സംഭാവന

പി ഗോവിന്ദപ്പിള്ള മുഖ്യ പത്രാധിപരായിരുന്നുവെങ്കിലും വാരികയുടെ തുടക്കം മുതൽ ഏഴോ എട്ടോ വർഷം എം എൻ കുറുപ്പായിരുന്നു പത്രാധിപരുടെ ചുമതല നിർവഹിച്ചത്. ആർ പിയെന്ന രാഘവപിഷാരൊടിയും അക്കാലത്ത് വാരിക പുറത്തിറക്കുന്നതിൽ പ്രധാന പങ്കുവഹിച്ചു.

എം എൻ കുറുപ്പിനെപ്പോലെ ആർ പിയും പത്രത്തിലും വാരികയിലും പ്രവർത്തിച്ചിട്ടുണ്ട്. *ദേശാഭിമാനി* വാരികയെ വായനക്കാരുമായി അടുപ്പിക്കുന്നതിൽ എം എൻ കുറുപ്പിന്റെ പങ്ക് വളരെ പ്രധാനമാണെന്ന് മുപ്പത്തിയഞ്ചുവർഷം വാരിക എഡിറ്റ് ചെയ്ത സിദ്ധാർഥൻ പരുത്തിക്കാട്

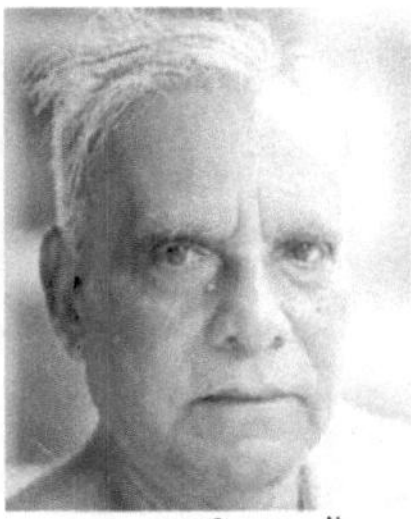
എം എൻ കുറുപ്പ്

അനുസ്മരിക്കുന്നു: "മഹാകവി വൈലോപ്പിള്ളിയുടെ ആത്മകഥയായ *കാവ്യലോക സ്മരണകൾ* വാരികയിലാണ് പരമ്പരയായി പ്രസിദ്ധീകരിച്ചത്. 1980 മെയ് 25-മുതൽ. *ദേശാഭിമാനി*യെ സംബന്ധിച്ച് അത് അഭിമാനകരമായിരുന്നു. എം എൻ കുറുപ്പിന്റെ പ്രയത്നഫലമായിരുന്നു ആ ആത്മകഥ. വൈലോപ്പിള്ളിക്ക് സ്വന്തം ജീവിതം പറയാൻ ഒട്ടും താൽപ്പര്യമില്ലായിരുന്നു. പക്ഷേ, കുറുപ്പ് പിറകെ കൂടി. പല തവണയായി എത്രയോ ദിവസങ്ങൾ തൃശൂർ ദേവസ്വം ക്വാർട്ടേഴ്സിൽ വൈലോപ്പിള്ളിയോടൊപ്പം എം എൻ താമസിച്ചിട്ടുണ്ട്. 'കുറുപ്പേ, ഇന്നു പറ്റില്ല. ഇന്ന് നല്ല സുഖം തോന്നുന്നില്ല' എന്നു വൈലോപ്പിള്ളി പറഞ്ഞാൽ എം എൻ വിടില്ല. 'ഇന്ന് ഞാൻ ഇവിടെ താമസിക്കാം' എന്നാകും കുറുപ്പ്. ചിലപ്പോൾ വൈലോപ്പിള്ളി ക്ഷുഭിതനാകും. കുറുപ്പിനോട് തട്ടിക്കയറും. ഒന്നും കുറുപ്പിനു പ്രശ്നമല്ല. ചില ദിവസങ്ങളിൽ ഒന്നും കിട്ടില്ല. എന്നാലും കുറുപ്പ് തിരികെ പോകില്ല."[3]

സിദ്ധാർഥൻ പരുത്തിക്കാട്

വൈലോപ്പിള്ളി

കോഴിക്കോട്ടുനിന്ന് 1976 ഒക്ടോബറിൽ വാരിക കൊച്ചിയിലേക്ക് മാറ്റിയിരുന്നു. കൊച്ചിയിൽ കൂടുതൽ ആധുനികമായ പ്രസ്സിൽ അച്ചടിക്കാനുള്ള സൗകര്യം വന്നപ്പോഴായിരുന്നു ഈ മാറ്റം. എന്നാൽ അഞ്ചുവർഷം കഴിഞ്ഞപ്പോൾ വാരിക കോഴിക്കോട്ടു തന്നെയെത്തി. അപ്പോഴേക്കും കോഴിക്കോട്ട് വെബ് ഓഫ്സെറ്റ് പ്രസ് സ്ഥാപിതമായിരുന്നു. വാരികയിൽ ഏറ്റവുമധികം വായനക്കാരെ ആകർഷിച്ച ഒരു സൃഷ്ടി ഏതാണെന്ന ചോദ്യത്തിന് സംശയമേതുമില്ലാതെ സിദ്ധാർഥൻ നൽകിയ ഉത്തരം ഗൗരിയമ്മയുടെ ആത്മകഥ എന്നായിരുന്നു. അതു സംഘടിപ്പിച്ചതും എം എൻ കുറുപ്പ് തന്നെ. ഗൗരിയമ്മയുടെ വീട്ടിൽ ഒരുപാട് ദിവസം താമസിച്ച് കുറുപ്പ് ഊറ്റിയെടുത്തതാണ് ഈ ആത്മകഥ. ഗൗരിയമ്മയെപ്പോലെ വലിയ തിരക്കുള്ള, മുൻശുണ്ഠിക്കാരിയായ ഒരു രാഷ്ട്രീയ നേതാവിൽനിന്ന് ഓർമകൾ അരിച്ചെടുക്കാൻ ചില്ലറ സാഹസമോ തൊലിക്കട്ടിയോ പോര. പക്ഷേ കുറുപ്പ് അതു സാധിച്ചു. സിദ്ധാർഥൻ പറയുന്നു: "ആത്മകഥ വരാൻ തുടങ്ങിയപ്പോൾ സംസ്ഥാനത്തെങ്ങുനിന്നും കോപ്പികൾക്ക് ആവശ്യക്കാരായി. കോപ്പി വർധിച്ചു. വിഖ്യാത രചനകൾ പലതും വാരികയിലൂടെ വെളിച്ചം കണ്ടിട്ടുണ്ടെങ്കിലും വായനക്കാർ ആർത്തിയോടെ വായിച്ചതു ഗൗരിയമ്മയുടെ ആത്മകഥയായിരിക്കും." 1978-79 കാലത്താണ് ആത്മകഥ പ്രസിദ്ധീകരിച്ചത്. സ്വാതന്ത്ര്യസമര സേനാനിയും കർഷകസംഘത്തിന്റെ ആദ്യകാല സംഘാടകരിൽ പ്രമുഖനുമായ എ വി കുഞ്ഞമ്പുവിന്റെ ജീവിതകഥ *ദേശാഭിമാനി വാരിക*യിലൂടെ വെളിച്ചം കണ്ടതും എം എൻ കുറുപ്പിന്റെ ശ്രമഫലമായാണ്.

യുവ എഴുത്തുകാരുടെ തട്ടകം

യുവ എഴുത്തുകാരെ പ്രോത്സാഹിപ്പിക്കുക എന്ന ലക്ഷ്യം നിറവേറ്റാൻ വാരികയുടെ പത്രാധിപന്മാർ എല്ലാ കാലത്തും ശ്രമിച്ചിട്ടുണ്ട്. അതിന്റെ ഭാഗമായി ധാരാളം പുതിയ എഴുത്തുകാർ മുഖ്യധാരയിലേക്ക് വന്നു. അവരിൽ ചിലർ മലയാളത്തിലെ പ്രശസ്തരായ കഥാകൃത്തുക്കളോ നോവലിസ്റ്റുകളോ കവികളോ ആയി. സി വി ബാലകൃഷ്ണൻ, എൻ പ്രഭാകരൻ, അശോകൻ ചരുവിൽ, ഏഴാച്ചേരി രാമചന്ദ്രൻ, ബക്കളം ദാമോദരൻ, എൻ പ്രഭാവർമ, പി വി കെ പനയാൽ, ശാഹുൽ വളപട്ടണം, ശിഹാബുദ്ദീൻ പൊയ്ത്തുംകടവ് എന്നിവർ അക്കൂട്ടത്തിൽ പ്രമുഖരാണ്. പ്രശസ്ത കഥാകൃത്ത് സന്തോഷ് ഏച്ചിക്കാനം വാരികയിലാണ് എഴുതിത്തുടങ്ങിയത്. കോയമുഹമ്മദിന്റെ

ഏഴാച്ചേരി രാമചന്ദ്രൻ

സിനിമാനിരൂപണം, എ എൻ മോഹൻദാസിന്റെ സ്പോർട്സ് അവലോകനം എന്നിവയും വായനക്കാരുടെ വൃത്തം വിപുലമാക്കി. എഴുപതുകളുടെ അവസാനത്തിലും എൺപതുകളിലുമാണ് തൊഴിൽ തേടി മലയാളികൾ വലിയ തോതിൽ ഗൾഫ് നാടുകളിലേക്ക് പോകുന്നത്. നാടും കുടുംബവും വിട്ടുപോയവരുടെ വിഹ്വലതകൾ ചിത്രീകരിക്കുന്ന എത്രയോ കൃതികൾ *ദേശാഭിമാനി* വാരികയിലൂടെ മലയാള സാഹിത്യത്തിനു ലഭിച്ചു. ശാഹുൽ വളപട്ടണത്തിന്റെ ആത്മബലിയും ഇ എം ഹാഷിമിന്റെ *വെയിലും* ടി പത്മനാഭൻ മഹത്തായ കൃതിയെന്നു വിശേഷിപ്പിച്ച കൃഷ്ണദാസിന്റെ *ദുബായിപ്പുഴ*യും അവയിൽപ്പെടും. ഗൾഫ് മലയാളികളുടെ സംസ്കാരിക കൂട്ടായ്മകൾക്ക് എന്നും പ്രചോദനവും പ്രോത്സാഹനവുമായി വാരിക നിലകൊണ്ടു. 1972–73 കാലത്ത് പ്രസിദ്ധീകരിച്ച പത്രപ്രവർത്തകരുടെ അനുഭവങ്ങൾ എന്ന പരമ്പര ഏറെ ശ്രദ്ധനേടി. കെ പി കേശവമേനോൻ, ഇ മൊയ്തുമൗലവി, ഇ എം എസ് നമ്പൂതിരിപ്പാട്, പവനൻ, തെരുവത്ത് രാമൻ തുടങ്ങി ഇരുപതോളം പേരുടെ അനുഭവങ്ങളാണ് എഴുതപ്പെട്ടത്. അതെല്ലാം ഇന്നു വിലപ്പെട്ട ചരിത്രരേഖയാണ്. ഇത്തരം ശാശ്വതമൂല്യമുള്ള രചനകൾ ഭാവനാസമ്പന്നനായ ഒരു പത്രാധിപരുടെ ആസൂത്രണമികവിന്റെ കൂടി നിദർശനമാണ്.

വാരികയുമായി ബന്ധപ്പെട്ട അനുഭവങ്ങൾ പ്രശസ്ത കഥാകൃത്തായ എൻ പ്രഭാകരൻ എഴുതിയിട്ടുണ്ട്:

> 1969 ജൂണിൽ ദേശാഭിമാനി വാരിക പ്രസിദ്ധീകരണം ആരംഭിക്കുന്നതിന് ഒരു വർഷം മുമ്പ് പത്രത്തിന്റെ വാരാന്തപ്പതിപ്പ് വന്നുതുടങ്ങിയിരുന്നു. ആ വാരാന്തപ്പതിപ്പിന്റെ ബാലരംഗത്തിലെ പതിവ് എഴുത്തുകാരിൽ ഒരാളെന്ന നിലയിൽ 1968 കാലത്തുതന്നെ എനിക്ക് ദേശാഭിമാനിയുമായി നല്ല ആത്മബന്ധമുണ്ടായിരുന്നു. എൻ പി എരിപുരം എന്ന പേരിലാണ് അന്ന് ഞാൻ എഴുതിയിരുന്നത് [....]1969 ഓണക്കാലത്ത് നടന്ന ബാലസംഘം സമ്മേളനത്തിന്റെ ഇടവേളയിൽ എം എൻ കുറുപ്പ് പറഞ്ഞു: 'ദേശാഭിമാനി വാരിക തുടങ്ങാൻ തീരുമാനിച്ചിട്ടുണ്ട്. ബാലരംഗമൊക്കെ ഇനി വാരികയിലേക്ക് മാറും. വാരാന്തപ്പതിപ്പ് പോലെയല്ല, വാരികയാവുമ്പോൾ കാര്യങ്ങളെല്ലാം കുറേക്കൂടി മെച്ചപ്പെടും. പ്രഭാകരൻ എഴുത്ത് തുടരണം.'
>
> ഞാൻ വാരികയിലും എഴുത്ത് തുടർന്നു. ബാലരംഗത്തിൽ നിന്ന് എം എൻ കുറുപ്പ് എനിക്ക് വളരെ വേഗം മുതിർന്നവരുടെ പേജുകളിലേക്ക് സ്ഥാനക്കയറ്റം തരികയും ചെയ്തു. അക്കാലത്ത് വാരികയിൽ എന്നോടൊപ്പം ഇടയ്ക്കിടെ എഴുതിക്കൊണ്ടിരുന്ന രണ്ടുപേർ സി വി ബാലകൃഷ്ണനും പി വി കെ പനയാലുമാണ്. എന്റെ എഴുത്ത് എണ്ണത്തിൽ നന്നേ കുറഞ്ഞപ്പോഴും ബാലകൃഷ്ണനും പനയാലും സജീവമായി തുടർന്നു. വാരികയുടെ ആദ്യഘട്ടത്തിൽ അതിന്റെ രൂപഭാവങ്ങൾ നിശ്ചയിച്ചത് പ്രധാനമായും എം എൻ കുറുപ്പ് തന്നെ. പിന്നീട് സിദ്ധാർഥൻ പരുത്തിക്കാട് വന്നു. സിദ്ധാർഥനും ചിത്രകാരനായ ചന്ദ്രശേഖരനും ചേർന്ന് വാരികയ്ക്ക് വരുത്തിത്തീർത്ത മാറ്റങ്ങൾ തീർച്ചയായും വളരെ ശ്രദ്ധേയമായിരുന്നു. [4]

സി വി ബാലകൃഷ്ണൻ

യുവ എഴുത്തുകാർക്ക് നല്ല പ്രോത്സാഹനം ലഭിച്ചപ്പോൾത്തന്നെ പ്രമുഖ എഴുത്തുകാരും വാരികയുമായി സഹകരിച്ചു. എസ് കെ പൊറ്റെക്കാട്ട്, സച്ചിദാനന്ദൻ, ജി ശങ്കരക്കുറുപ്പ്, പി വൽസല, മാടമ്പ് കുഞ്ഞുക്കുട്ടൻ, വി കെ എൻ, യു എ ഖാദർ തുടങ്ങിയവരും *ദേശാഭിമാനി*ക്ക് അവരുടെ സൃഷ്ടികൾ നൽകി. ഇടുക്കി അണക്കെട്ട് നിർമാണം ഇതിവൃത്തമാക്കി എ പി കളയ്ക്കാട് എഴുതിയ *ഇടുക്കി* എന്ന നോവൽ ഏറെ ശ്രദ്ധ നേടി. അണക്കെട്ട് നിർമാണത്തിൽ ഏർപ്പെട്ട തൊഴിലാളികളുടെ വിയർപ്പിന്റെയും കണ്ണീരിന്റെയും കഥയാണ് *ഇടുക്കി.* കളയ്ക്കാടിന്റെ വേറെയും രചനകൾ *ദേശാഭിമാനി*യിലൂടെ വായനക്കാരിലെത്തി. ശിവരാമൻ ചെറിയനാടായിരുന്നു വാരികയുടെ പുറങ്ങളെ സമ്പന്നമാക്കിയ മറ്റൊരു എഴുത്തുകാരൻ. ഇ എം എസിന്റെ ആത്മകഥ *തിരിഞ്ഞുനോക്കുമ്പോൾ* എന്ന പേരിൽ 1977–ലാണ് പ്രസിദ്ധീകരിച്ചു തുടങ്ങി

എൻ പ്രഭാകരൻ

യത്. ചെറുകാടിന്റെ ആത്മകഥയായ *ജീവിതപ്പാത* പ്രസിദ്ധപ്പെടുത്തിയത് 1974-ൽ. രാഷ്ട്രീയം, സാഹിത്യം, ദേശീയത തുടങ്ങിയ വിഷയങ്ങളെക്കുറിച്ച് ഇ എം എസിന്റെ ലേഖനങ്ങൾ ഇടയ്ക്കിടെ വന്നുകൊണ്ടിരുന്നു. ജി ബി മോഹൻ തമ്പി, ഹരിഹരൻ പൂഞ്ഞാർ, ബി രാജീവൻ, കെ ജി ശങ്കരപ്പിള്ള, എം കുട്ടികൃഷ്ണൻ, കെ ഇ എൻ, ഡോ. പി കെ പോക്കർ, വൈശാഖൻ, കെ കൃഷ്ണൻകുട്ടി, കെ പി ശങ്കരൻ, പാലക്കീഴ് നാരായണൻ, എം എസ് മേനോൻ, എ പി പി നമ്പൂതിരി, മുണ്ടൂർ കൃഷ്ണൻകുട്ടി, എരുമേലി പരമേശ്വരൻപിള്ള, എം എം നാരായണൻ, പുനലൂർ രാജൻ തുടങ്ങിയ എഴുത്തുകാരും അവരുടെ രചനകൾ വാരികക്ക് നൽകിക്കൊണ്ടിരുന്നു. മലയാളത്തിലെ നിലവാരമുള്ള സാംസ്കാരിക പ്രസിദ്ധീകരണമായി ചുരുങ്ങിയകാലം കൊണ്ട് മാറാൻ ഇതെല്ലാം വാരികയെ സഹായിച്ചു. പി വേണുനാഥ് 'വീനസ്' എന്ന തൂലികാനാമത്തിൽ എഴുതിയ സാഹിത്യക്കുറിപ്പുകൾ ശ്രദ്ധേയമായി. എഴുപതുകളിലും എൺപതുകളിലും മലയാളത്തിലെ പേരെടുത്ത വായനക്കാരനായിരുന്നു കോഴിക്കോട്ടുകാരനായ വേണുനാഥ്. വീട്ടിലെ ലൈബ്രറിയിൽ പതിനായിരത്തിലധികം പുസ്തകങ്ങളുണ്ടായിരുന്നു. വിദേശ എഴുത്തുകാർ, ഇംഗ്ലീഷ് കൃതികൾ എന്നിവയുമായി ബന്ധപ്പെട്ട ആവശ്യങ്ങൾക്ക് *ദേശാഭിമാനി* പത്രവും വാരികയും മിക്കപ്പോഴും ആശ്രയിക്കാറുണ്ടായിരുന്നത് വേണുനാഥിനെയായിരുന്നു.

വാരികയിലെ സാഹിത്യ സൃഷ്ടികൾക്ക് മാറ്റുകൂട്ടിയ ഘടകമായിരുന്നു ചൻസ് എന്ന എൻ പി ചന്ദ്രശേഖരന്റെ രേഖാചിത്രങ്ങൾ. 1972 മുതൽ മുപ്പത്തിയെട്ടുവർഷം തുടർച്ചയായി അദ്ദേഹം *ദേശാഭിമാനി* വാരികയിലെ സൃഷ്ടികൾക്ക് വരകളിലൂടെ പുതിയ മാനം നൽകി. വായനക്കാരനും എഴുത്തുകാരനും ഈ വരകൾ ഇഷ്ടപ്പെട്ടു. കഥയുടെ മർമ്മമറിഞ്ഞ്, കഥാപാത്രങ്ങളെ സ്നേഹിച്ചുകൊണ്ട് ചൻസ് വരച്ച പല ചിത്രങ്ങളും എഴുത്തുകാരനെയും കടന്ന് ചിത്രകാരന് പോകാൻ കഴിയുമെന്നു തെളിയിച്ചു. ചിത്രകലാരംഗത്ത് ചന്ദ്രശേഖരൻ തന്റെ സ്ഥാനമുറപ്പിച്ചത് നിരന്തരമായ പരീക്ഷണങ്ങളിലൂടെയാണ്. ചൻസിന്റെ വരകൾ വാരികയിലെ സൃഷ്ടികൾക്ക് മിഴിവു നൽകിയപ്പോൾ, ചിത്രകാരൻ താൻ ജീവൻ കൊടുത്ത കഥാപാത്രങ്ങളെപ്പോലെ പുതിയ ഉയരങ്ങളിലേക്കുപോയി. ഡിജിറ്റൽ സാങ്കേതിവിദ്യ ചിത്രകലയിൽ ഉപയോഗിക്കുന്ന പരീക്ഷണങ്ങളിലാണ് ഊർജസ്വലനായ ഈ എഴുപത്തിമൂന്നുകാരൻ ഇപ്പോൾ. ആധുനിക സങ്കേതങ്ങളും പാരമ്പര്യവും കൂട്ടിയിണക്കുമ്പോഴും അദ്ദേഹത്തിന്റെ വരകളുടെ മൗലിക സ്വഭാവത്തിനു മാറ്റമില്ല. സ്വന്തമായി ചിത്രകല പഠിച്ച് അക്കാദമിക് യോഗ്യത നേടി സ്കൂളിൽ ചിത്രകലാധ്യാപകനായി മുപ്പതുവർഷം പ്രവർത്തിച്ച അദ്ദേഹം 2005-ലാണ് പുളിക്കൽ എ എം എം ഹൈസ്കൂളിൽ നിന്നു വിരമിച്ചത്. സുനിൽ അശോകപുരം, കെ പ്രഭാകരൻ, കബിത മുഖോപാധ്യായ, കെ സുധീഷ്, വിപിൻ, അജയൻ എന്നിവരാണ് ചന്ദ്രശേഖരനെത്തുടർന്ന് വാരികയിൽ സ്ഥിരമായി വരച്ചിരുന്ന ചിത്രകാരന്മാർ. ബാര ഭാസ്കരൻ, കെ ഷെരീഫ് തുടങ്ങിയ പ്രശസ്ത ചിത്രകാരന്മാർ വരച്ചുതുടങ്ങിയത് *ദേശാഭിമാനി* വാരികയിലാണ്. ഭാഗ്യനാഥും കുറച്ചുകാലം വാരികയിൽ വരച്ചു.

ആർട്ടിസ്റ്റ് ചന്ദ്രശേഖരൻ

വാരികയെ നിലവാരവും വൈവിധ്യവും പുതുമയുടെ ഗന്ധവുമുള്ള പ്രസിദ്ധീകരണമാക്കുന്നതിൽ സിദ്ധാർഥൻ പരുത്തിക്കാടിന് പ്രധാന പങ്കുണ്ട്. ഒരു തപസ്യപോലെ അദ്ദേഹം മുപ്പത്തിയഞ്ചുവർഷം പ്രവർത്തിച്ചു. വാരിക കൂടുതൽപേർ വായിക്കുമ്പോൾ തന്നെ അതിനു നിലവാരമുണ്ടായിരിക്കണമെന്ന് അദ്ദേഹം നിർബന്ധം പിടിച്ചു. രാഷ്ട്രീയമായ കാരണങ്ങളാൽ രചനകൾ തിരസ്കരിക്കുകയോ സ്വീകരിക്കുകയോ ചെയ്യില്ലെന്ന നിലപാട് തുടക്കംമുതൽ വാരിക സ്വീകരിച്ചു. ഏതു അസംസ്കൃത സാധനവും ചെത്തിമിനുക്കി ചന്തമുള്ളതാക്കാൻ സാഹിത്യകാരൻ കൂടിയായ അദ്ദേഹത്തിനു കഴിഞ്ഞതിൽ എടുത്തുപറയാനൊന്നുമില്ല.

ശിഹാബുദ്ദീൻ
പൊയ്ത്തുംകടവ്

സർഗാത്മക രചനകൾ മാത്രമല്ല, ലേഖനങ്ങളും ഫീച്ചറുകളുമെല്ലാം അദ്ദേഹത്തിന്റെ തലോടൽ കഴിഞ്ഞാണ് അച്ചടിക്കുന്നത്. ആനുകാലിക പ്രശ്നങ്ങളുമായി ബന്ധപ്പെടുത്തി നല്ല ഫീച്ചറുകൾ തയാറാക്കുന്നതിന് അദ്ദേഹം വിവിധ ജില്ലകളിലുള്ള *ദേശാഭിമാനി* ലേഖകരുമായി നിരന്തരം ബന്ധപ്പെട്ടുകൊണ്ടിരുന്നു. പാർശ്വവൽക്കരിക്കപ്പെട്ടവരുടെയും ദുരിതമനുഭവിക്കുന്നവരുടെയും ജീവിതചിത്രങ്ങൾ ഫീച്ചറുകളായി വാരികയിൽ വന്നുകൊണ്ടിരുന്നത് അങ്ങനെയാണ്. കഥാകൃത്ത് കൂടിയായ പരുത്തിക്കാട് 1969-ൽ *ദേശാഭിമാനി*യിൽ ചേരുന്നതിനുമുമ്പ് രണ്ടു നോവലുകൾ എഴുതിയിട്ടുണ്ട്. *അനന്തരം അവൾ, തടവറകൾ.* ഇവ രണ്ടും *ചന്ദ്രിക* ആഴ്ചപ്പതിപ്പിലാണ് പ്രസിദ്ധീകരിച്ചത്. *ചന്ദ്രിക*യിൽ വന്ന *ഏകാകിനി*യാണ് പുസ്തകമായപ്പോൾ *അനന്തരം അവൾ* ആയത്.

വാരികയിലൂടെ പ്രശസ്തിയിലേക്കുയർന്ന എഴുത്തുകാരിൽ ഒരാളാണ് ശിഹാബുദ്ദീൻ പൊയ്ത്തുംകടവ്. അദ്ദേഹം *ദേശാഭിമാനി*യുമായുള്ള തന്റെ ബന്ധം ഇങ്ങനെയാണ് രേഖപ്പെടുത്തിയത്:

> [...]എം എൻ കുറുപ്പ്-പരുത്തിക്കാട് കാലത്തെ വാരികയിൽ വന്ന ചെറുകാടിന്റെ *ജീവിതപ്പാത*, സാഹിത്യ ചരിത്രത്തിലെ തന്നെ നാഴികക്കല്ലായി. മറ്റൊരു ആത്മകഥ ഡോ. പി കെ ആർ വാര്യരുടെതാണ്. എം എൻ കുറുപ്പിനു ശേഷം *ദേശാഭിമാനി വാരിക*യെ വളരെയേറെ സർഗാത്മകമാക്കിയ പത്രാധിപന്മാരിലൊരാളാണ് സിദ്ധാർഥൻ പരുത്തിക്കാട്. ഇന്നും നാം ചർച്ച ചെയ്യുന്ന നാഴികക്കല്ലുകൾ തീർത്ത അനേകം സാഹിത്യകൃതികൾ അദ്ദേഹത്തിന്റെ കരസ്പർശത്തിലൂടെ കടന്നുപോയി. ദേശീയ പുരസ്കാരങ്ങളടക്കം നിരവധി അംഗീകാരങ്ങൾ നേടിയ *പൊന്തൻമാട, വാസ്തുഹാര* എന്നീ സിനിമകളുടെ കഥ സി വി ശ്രീരാമന്റേതാണ്. എന്നാൽ ആ കഥകൾ *ദേശാഭിമാനി വാരിക*യിലും സ്പെഷൽ പതിപ്പുകളിലുമാണ് അച്ചടിച്ചുവന്നതെന്ന് എത്രപേർക്കറിയാം. അശോകൻ ചരുവിലിന്റെ 'സൂര്യകാന്തികളുടെ നഗര'വും 'പൂങ്കുന്ന'വും വസന്തജ്വലനമുള്ള ഓർമയാണ്. അക്കാലത്ത് *ദേശാഭിമാനി* വാരികയിൽ എഴുതുക എന്നത് എന്റെ തലമുറയുടെ വലിയ സ്വപ്നമായിരുന്നു. വ്യക്തിപരമായി *ദേശാഭിമാനി* വാരിക വളപട്ടണം പുഴ പോലെയൊരു അനുഭവമാണ്. അനേകം ഒഴുക്കുകൾ, കടന്നുപോയ തോണികൾ, ഓളങ്ങൾ, ഇടയ്ക്ക് ഇമ്പമാർന്ന് വീശിയ കാറ്റ്.[5]

സുൽത്താൻ വീട്

വാരിക പ്രസിദ്ധീകരിച്ച സർഗാത്മക രചനകളിൽ ഏറ്റവുമധികം വായിക്കപ്പെട്ടത് പി എ മുഹമ്മദ്കോയയുടെ *സുൽത്താൻ വീട്* ആണെന്ന് ഉറപ്പിച്ചു പറയാം. 1971-ൽ ഈ നോവൽ പ്രസിദ്ധീകരിക്കാൻ തുടങ്ങിയ കാലത്ത് കോഴിക്കോട് നഗരത്തിലെ മുസ്ലിം വീടുകളിൽ വാരികയ്ക്ക് പിടിവലിയായിരുന്നു. *ദേശാഭിമാനി* പത്രമോ വാരികയോ ഒരിക്കലും വായിച്ചിട്ടില്ലാത്തവരും കഥകളിലോ നോവലുകളിലോ താൽപ്പര്യമില്ലാത്തവരും ഈ നോവൽ തേടിപ്പിടിച്ച് വായിച്ചു. വായിക്കാൻ അറിയാത്തവർ അറിവുള്ളവരെക്കൊണ്ട് വായിപ്പിച്ചുകേട്ടു. കോഴിക്കോട്ടെ മുസ്ലിങ്ങളിൽ ഒരു വിഭാഗമായ കോയമാരുടെ ജീവിതം ഒപ്പിയെടുത്ത ചരിത്രനോവൽ എന്ന് ഇതിനെ വിശേഷിപ്പിക്കാം. വായനക്കാർ രണ്ടുകൈയും നീട്ടി സ്വീകരിച്ച ഈ കൃതിക്ക് സാഹിത്യരംഗത്തുനിന്നു പക്ഷേ, അർഹമായ അംഗീകാരം ലഭിച്ചില്ല.

സുൽത്താൻ വീട് 1974-ൽ പുസ്തകമായി. 1991-ൽ കേരള സാഹിത്യ അക്കാദമി ഇതിന്റെ രണ്ടാം പതിപ്പ് പ്രസിദ്ധീകരിച്ചപ്പോൾ പ്രശസ്ത നിരൂപകൻ പ്രൊഫ. എം അച്യുതനാണ് അവതാരികയെഴുതിയത്. എം അച്യുതന്റെ അവതാരികയിൽ നിന്ന്:

> ഇക്കഴിഞ്ഞ കാൽ ശതാബ്ദത്തിനുള്ളിൽ മലയാളത്തിലുണ്ടായ മികച്ച പത്തു പന്ത്രണ്ടു നോവലുകൾ നിഷ്പക്ഷമായി തെരഞ്ഞെടുത്താൽ അതിൽ ഒന്ന് *സുൽത്താൻ വീടാ*യിരിക്കും. മുസ്ലിം

സമുദായത്തിന്റെ ജീവിതം പ്രമേയമാക്കിയുള്ള നോവലുകളിൽ ഐതിഹാസിക മാനമുള്ള ഏകകൃതിയും ആദ്യകൃതിയുമാണ് സുൽത്താൻവീട്. അത് കോഴിക്കോട്ടെ മുസ്ലിങ്ങളിൽ ഒരു വിഭാഗമായ കോയമാരിൽ ഒരു തറവാട്ടുകാരുടെ പാരമ്പര്യകഥയാണ്. ഈ കുടുംബത്തിൽ സ്വാതന്ത്ര്യലബ്ധിക്കുമുമ്പ് ജീവിച്ചിരുന്ന രണ്ടു തലമുറയുടെയും അതിൽപെട്ടവരുടെ സ്മരണകളിലൂടെ മുൻതലമുറക്കാരുടെയും കഥ ഒട്ടേറെ മനുഷ്യരുടെ ജീവിതബന്ധ പരിണാമങ്ങളിൽ കൂടി ചിത്രീകരിക്കുകയാണ് സുൽത്താൻ വീട്ടിൽ. ...അതിജീവിക്കാൻ അർഹതയില്ലാത്ത ഒരു വ്യവസ്ഥിതിയെ ഗ്രന്ഥകാരൻ ബുൾഡോസർ കയറ്റി നിരത്തുകയാണ്. ഈ ബുൾഡോസർ ആ കൂട്ടുകുടുംബത്തിലെ ജീവിതരീതികളുടെയും അതിലെ അംഗങ്ങളുടെ കരണപ്രതികരണങ്ങളുടെയും സാകല്യേനയുള്ള സൂക്ഷ്മചിത്രീകരണം തന്നെയാണ്.[6]

പി എ മുഹമ്മദ് കോയ

ദേശാഭിമാനി വാരികയിൽ 1974-ൽ *ഗോൾ* എന്ന നോവലും പ്രശസ്ത ഫുട്ബോൾ ലേഖകനും കമന്റേറ്ററും കൂടിയായ മുഹമ്മദ്കോയ എഴുതിയിരുന്നു. 1968-69 കാലത്ത് *ദേശാഭിമാനി* പത്രാധിപസമിതിയിലും അദ്ദേഹം പ്രവർത്തിച്ചിട്ടുണ്ട്.

ദേശാഭിമാനി വാരികയിലൂടെ എഴുതിത്തെളിഞ്ഞവരിൽ ഒരാളാണ് പ്രശസ്ത കഥാകൃത്തും നോവലിസ്റ്റുമായ അശോകൻ ചരുവിൽ. വാരികയുമായുള്ള തന്റെ ഉറ്റ ബന്ധം അദ്ദേഹം ഇങ്ങനെയാണ് അടയാളപ്പെടുത്തുന്നത്:

ദേശാഭിമാനി ബാലപംക്തി തുടങ്ങിയപ്പോൾ തന്നെ ഞാൻ എഴുതാൻ തുടങ്ങിയിരുന്നു. സി വി ബാലകൃഷ്ണൻ, യു പി ജയരാജ്, ഡോ. ടി പി നാസർ, ടി എം വർഗീസ് (ആലപ്പുഴ), വി വി രുഗ്മിണി ടീച്ചർ തുടങ്ങിയവരൊക്കെ അന്ന് വാരികയുടെ പ്രധാന പേജുകളിൽ കഥകൾ എഴുതാൻ തുടങ്ങിയിരുന്നു. ദേശമംഗലം രാമകൃഷ്ണൻ, ഏഴാച്ചേരി രാമചന്ദ്രൻ, കുഞ്ഞപ്പ പട്ടാന്നൂർ തുടങ്ങിയവരുടെ കവിതകളും വന്നു തുടങ്ങി. അടിയന്തരാവസ്ഥക്കാലത്താണ് എന്റെ ഒരു കഥ പ്രധാന പേജിൽ (ബാലപംക്തിയിലല്ലാതെ) വന്നത്. സമൂഹത്തോട് ഒരു പ്രതിബദ്ധതയും ആവശ്യമില്ല എന്ന വാദമുയർത്തിയ 'ആധുനിക സാഹിത്യം' അടിയന്തരാവസ്ഥയോടെ അവസാനിച്ചിരുന്നു. ആധുനിക സാഹിത്യത്തിന്റെ വക്താക്കളായിരുന്നവർ തന്നെ സാമൂഹ്യബോധമുൾക്കൊണ്ട് കഥകളും കവിതകളും എഴുതാൻ തുടങ്ങി. വ്യത്യസ്തമായ ജീവിതഗന്ധം പ്രസരിപ്പിക്കാനും പുതിയ ഭാഷയിലെഴുതാനും എഴുത്തുകാർക്ക് വാരിക ഇടം നൽകി. അവർക്കെല്ലാം പ്രചോദനവും അവരുടെയെല്ലാം കളരിയുമായിരുന്നു വാരിക. അക്കാലത്ത് വാരികയിലും വിശേഷാൽ പ്രതിയിലും വന്ന പല കവിതകളും എനിക്ക് മനഃപാഠമാണ്. കവിതയുടെ സമ്പന്നകാലമായിരുന്നു അത്. സച്ചിദാനന്ദൻ, കടമ്മനിട്ട, കെ ജി ശങ്കരപ്പിള്ള തുടങ്ങിയവർ കവിതകളും ചെറുകാട്, കളയ്ക്കാട് തുടങ്ങിയവർ കഥകളും നോവലുകളും എഴുതി. അവരുടെ കൂട്ടത്തിൽ പെടാൻ കഴിഞ്ഞു എന്നത് ഞാൻ വലിയ കാര്യമായി കാണുന്നു. സാഹിത്യ പ്രവർത്തനം ചില മാസികകൾ കേന്ദ്രീകരിച്ച് നടന്ന കാലത്ത് സമൂഹത്തോട് പ്രതിബദ്ധതയുള്ള എല്ലാവരെയും ഉൾക്കൊള്ളുക എന്ന തുറന്ന സമീപനം *ദേശാഭിമാനി* വാരിക സ്വീകരിച്ചു എന്നതാണ് ഞാൻ പ്രധാനമായി കാണുന്നത്.[7]

അശോകൻ ചരുവിൽ

തായാട്ട്-ഇ എം എസ് സംവാദം

പ്രൊഫ. തായാട്ട് ശങ്കരനും ഇ എം എസ് നമ്പൂതിരിപ്പാടും തമ്മിൽ ഇന്ത്യയുടെ ദേശീയ പൈതൃകം, ഗാന്ധിസം എന്നിവ സംബന്ധിച്ച് വാരികയിലൂടെ നടന്ന നീണ്ട സംവാദം രാഷ്ട്രീയ വിദ്യാർഥികളുടെ സവിശേഷ ശ്രദ്ധയാകർഷിച്ചു. ഇന്ത്യയിൽ കമ്യൂണിസ്റ്റുകാർ പിന്തുടരുന്ന ആശയഗതിയോടും പ്രവർത്തനശൈലിയോടുമുള്ള വിയോജിപ്പ് തുറന്നുപറയാൻ തായാട്ട് ശങ്കരന്

തായാട്ട് ശങ്കരൻ

വാരിക അവസരം നൽകിയെന്നതാണ് ഈ സംവാദത്തിന്റെ പ്രത്യേകത. 1977 ജൂലൈ മുതൽ സെപ്തംബർ വരെയുള്ള ലക്കങ്ങളിലാണ് വാരികയ്ക്ക് എന്നും അഭിമാനിക്കാവുന്ന ഈ ചർച്ച നടന്നത്.

താ‌യാട്ടിന് തന്റെ വാദം സമർഥിക്കാൻ അഞ്ചുലക്കം വേണ്ടിവന്നു. ഇന്ത്യൻ കമ്യൂണിസ്റ്റുകാരുടെ പ്രധാന ദൗർബല്യം ഇന്ത്യയുടെ ദേശീയ പൈതൃകത്തെ അവർ ആദരിക്കുകയോ വിലമതിക്കുകയോ ചെയ്യുന്നില്ല എന്നതാണെന്ന് തായാട്ട് വാദിച്ചു. ഈ മുഖംതിരിച്ചു നിൽക്കലാണ് പാർട്ടിയുടെ ആശയങ്ങൾ രാജ്യമാകെ ജനങ്ങളിലെത്തിക്കാനും ജനങ്ങൾ അവ സ്വീകരിക്കാനും തടസ്സമായി നിൽക്കുന്നത്. മാർക്സിസ്റ്റ് ആശയഗതികൾ പ്രചരിപ്പിക്കാൻ ദേശീയ പൈതൃകം ഉപകരിക്കുമെന്ന് കമ്യൂണിസ്റ്റുകാർ മനസ്സിലാക്കുന്നില്ല. കമ്യൂണിസ്റ്റുകാർ ഉദ്ധരണികൾ എടുക്കുന്നത് ഇന്ത്യൻ ക്ലാസിക്കുകളിൽ നിന്നോ ദേശീയ ചരിത്രത്തിൽ നിന്നോ അല്ല, വിദേശ കൃതികളിൽ നിന്നാണ്. ഐതിഹ്യങ്ങൾ അവർ ഉപയോഗിക്കുന്നില്ല. ദേശീയ പ്രാധാന്യമുള്ള ദിനങ്ങൾ കമ്യൂണിസ്റ്റുകാർ കൊണ്ടാടണം. ദിനങ്ങൾ മാത്രമല്ല, ദേശീയ നേതാക്കളും അംഗീകരിക്കപ്പെടണം. എങ്കിലേ കമ്യൂണിസ്റ്റുകാർക്ക് രാജ്യത്തിന്റെ മുഖ്യധാരയിലെത്താൻ കഴിയൂ–തായാട്ട് വാദിച്ചു.

മാർക്സിസത്തിന്റെ സംഭാവനകൾ തികച്ചും അംഗീകരിച്ചുകൊണ്ടാണ് തായാട്ട് തന്റെ വിമർശനം ഉന്നയിച്ചത്. അദ്ദേഹത്തിന്റെ വിലയിരുത്തലിലേക്ക്:

> ഇന്ത്യയിൽ കമ്യൂണിസ്റ്റ് പ്രസ്ഥാനം വീരോചിതമായ ഒട്ടേറെ സമരങ്ങൾ നടത്തിയിട്ടുണ്ട്. തൊഴിലാളികൾക്ക് വർഗസംഘടനയിലെ ആദ്യ പാഠങ്ങൾ പറഞ്ഞുകൊടുത്തത് ആ പാർട്ടിയാണ്. അവർക്ക് ഇന്നത്തെ ജീവിതസാഹചര്യം നേടിക്കൊടുക്കുന്നതിൽ ഏറ്റവും വലിയ സംഭാവന നൽകിയത് കമ്യൂണിസ്റ്റ് പ്രസ്ഥാനമാണെന്നതിൽ സംശയമില്ല. മറ്റു രാഷ്ട്രീയ കക്ഷികളുടെ വീക്ഷണത്തിലും സമീപനത്തിലും മാറ്റം വരുത്തുന്നതിന് ഈ പ്രസ്ഥാനം കാരണമായിത്തീർന്നിട്ടുണ്ട്. സോഷ്യലിസം എന്ന പദം ഇന്ത്യൻ ദേശീയ പ്രസ്ഥാനത്തിന് 'ഹറാം' ആയ ഒരു കാലമുണ്ടായിരുന്നു. ഇന്നാകട്ടെ, ആ പദംകൊണ്ട് മുഖം മിനുക്കാത്ത ആരെയും ജനങ്ങൾ സ്വീകരിക്കുകയില്ല. കമ്യൂണിസ്റ്റ് പ്രസ്ഥാനത്തെ നയിക്കുന്ന നേതാക്കൾ പ്രായേണ അർപ്പണബോധമുള്ളവരാണ്. ആയുധമെടുത്തും അല്ലാതെയും അനവധി പോരാട്ടങ്ങൾ അവർ നടത്തി. ഇത്രക്ക് സമരവീര്യം മറ്റൊരു കക്ഷിക്കും അവകാശപ്പെടാനില്ല. ഇത്രമാത്രം വീരമുദ്ര പതിഞ്ഞ ഒരു നേതൃത്വം ഇന്ത്യയിൽ ഏതെങ്കിലും സംഘടനക്ക് അവകാശപ്പെടാനുണ്ടോ?
>
> സാമ്രാജ്യവിരുദ്ധ സമരത്തിന്റെ പാരമ്പര്യം മറ്റാർക്കുമെന്നപോലെ മാർക്സിസ്റ്റ് പാർട്ടിക്കും അവകാശപ്പെട്ടതാണ്. അതല്ലാതെ ഈ സമരമത്രയും ഇന്ത്യൻ മുതലാളിത്തത്തിന്റെ സമരമായി അവർക്ക് തീറെഴുതിക്കൊടുക്കുന്നത് സത്യവിരുദ്ധവും രാഷ്ട്രീയമായി അവിവേകവുമായിരിക്കും. കോളനിവാഴ്ചക്കെതിരെയുള്ള സമരം, സോഷ്യലിസത്തിനു വേണ്ടിയുള്ള സമരത്തിന്റെ പൂർവമുഖമാണ്. ഇന്നലെ രൂപംകൊണ്ട ജനതാപാർട്ടി ഈ പാരമ്പര്യത്തിൽ തന്നെ ഊറ്റംകൊള്ളും. അതിനുമുമ്പ് രൂപംകൊണ്ട മാർക്സിസ്റ്റ് പാർട്ടി കൂടുതൽ അവകാശബോധത്തോടെ ഇതേറ്റെടുക്കണം. ഈ സ്വാതന്ത്ര്യസമരത്തെക്കുറിച്ച് അവകാശപ്പെടാൻ മൊറാർജിയുടെ പാർട്ടിക്കുള്ളതിനേക്കാൾ കുറയാത്ത അവകാശം എ കെ ജിയുടെയും ഇ എം എസിന്റെയും പാർട്ടിക്കുണ്ട്.

തായാട്ടിന്റെ വിമർശനാത്മകമായ നിരീക്ഷണത്തിന് ഇ എം എസ് പറഞ്ഞ മറുപടിയിൽ നിന്ന് ഏതാനും വാചകങ്ങൾ ഉദ്ധരിക്കാം.

> അരനൂറ്റാണ്ടിലധികം കാലം മുമ്പ് രൂപംകൊണ്ട ഇന്ത്യൻ കമ്യൂണിസ്റ്റ് പ്രസ്ഥാനം ഇന്ത്യയുടെ മണ്ണിൽ വേരോടാത്തതിൽ ലേഖകൻ ആത്മാർഥമായി ഖേദിക്കുന്നു. ഈ നിലയവസാനിപ്പിച്ച് ഇവിടുത്തെ മണ്ണിൽ തളിർത്തു പുഷ്പിക്കുകയും കായ്ക്കുകയും ചെയ്യുന്ന മഹാപ്രസ്ഥാനമായി കമ്യൂണിസ്റ്റ് പാർട്ടി വളരണമെന്നും അദ്ദേഹം ആശിക്കുന്നു. നിർഭാഗ്യവശാൽ, അദ്ദേഹത്തിന്റെ നിർദേശങ്ങൾ മുഴുവൻ അംഗീകരിച്ച് ഇന്ത്യൻ കമ്യൂണിസ്റ്റ് പ്രസ്ഥാനം സ്വദേശീയമായി മാറിയാൽ ആ പ്രസ്ഥാനം കമ്യൂണിസ്റ്റല്ലാതാകും. അതൊരു ഗാന്ധിസ്റ്റ് പ്രസ്ഥാനമായി മാറും.

തന്റെ ദൃഷ്ടിയിൽ സർവോന്നത ചിന്താഗതിയായി നിൽക്കുന്ന ഗാന്ധിസം എന്തുകൊണ്ട് ഈ

മണ്ണിൽ വേരോടിയില്ല? നെഹ്റുവും പട്ടേലും രാജാജിയുമെല്ലാം 1946–47–ൽ എന്തുകൊണ്ട് ഗാന്ധിയുടെ ഉപദേശം ഫലത്തിൽ തിരസ്കരിച്ചു? ഗാന്ധിയുടെ അനന്തരാവകാശിയായി പ്രകീർത്തിക്കപ്പെട്ട വിനോബ ഭാവെ അടുത്തകാലത്ത് സർവോദയ പ്രസ്ഥാനത്തിൽ നിന്ന് ഒറ്റപ്പെട്ടത് എന്തുകൊണ്ട്? തായാട്ട് നിർദേശിക്കുന്നതുപോലെ 'സ്വാതന്ത്ര്യസമരത്തിന്റെ പാരമ്പര്യം' അന്ധമായി ഉയർത്തിപ്പിടിക്കാനോ അനുകരിക്കാനോ തൊഴിലാളിവർഗ പാർട്ടിക്ക് സാധ്യമല്ല. ആ പാരമ്പര്യത്തിൽ ഉയർത്തിപ്പിടിച്ച് സ്വായത്തമാക്കേണ്ടവ എന്നപോലെ വിട്ടുവീഴ്ചയില്ലാതെ എതിർക്കേണ്ടവയുമുണ്ട്. അതുകൊണ്ട് തായാട്ട് നിർദേശിക്കുന്നതുപോലെ ദേശീയ പ്രസ്ഥാനത്തിന്റെ മുഖ്യധാരയിൽ അലിഞ്ഞുചേരാൻ കമ്യൂണിസ്റ്റുകാർക്ക് സാധ്യമല്ല.

സ്വാതന്ത്ര്യസമര പ്രസ്ഥാനത്തിന്റെ അണികളിൽ ബൂർഷ്വാസിയുടെയും തൊഴിലാളി വർഗത്തിന്റെയും ശക്തികൾ തമ്മിൽ ഏറ്റുമുട്ടിയിട്ടുണ്ട്. അതിൽ ബൂർഷ്വാസിയുടെ ചേരിക്കാവശ്യമായ ആശയഗതികളും പരിപാടികളും സംഘടനാരൂപങ്ങളും വാർത്തെടുക്കുകയാണ് ഗാന്ധിസം ചെയ്തത്. കമ്യൂണിസ്റ്റുകാരാകട്ടെ, ഇതിനെതിരായ രൂക്ഷമായ സംഘട്ടനത്തിലൂടെ വളരുകയും ചെയ്തു. ഇവ രണ്ടിനെയും പൊരുത്തപ്പെടുത്താനാണ് തായാട്ട് ശ്രമിക്കുന്നത്. അതു ഫലപ്രദമാവുകയില്ല.

വാരികയുടെ ഉള്ളടക്കത്തിനു പുതിയ മാനം നൽകാൻ ഇ എം എസ് – തായാട്ട് സംവാദം സഹായിച്ചു. വാരികയുടെ പത്രാധിപരായി തായാട്ട് ശങ്കരൻ വരുന്നത് പിന്നീടാണ്. സിപിഐ എമ്മിന്റെ പ്രസിദ്ധീകരണമെന്നു പറഞ്ഞ് ആർക്കും *ദേശാഭിമാനി* വാരിക തള്ളിക്കളയാൻ പറ്റില്ലെന്നു വന്നത് ഇത്തരം പുതിയ രീതികൾ സ്വീകരിച്ചതുകൊണ്ടാണ്.

തായാട്ടിന്റെ വിവാദ ലേഖനം

എൺപതുകളുടെ തുടക്കത്തിൽ മുഖ്യപത്രാധിപരായിരുന്ന തായാട്ട് ശങ്കരൻ വാരികയിൽ എഴുതിയ ലേഖനം കേരള രാഷ്ട്രീയത്തിൽ വലിയ കോളിളക്കമുണ്ടാക്കി. *സ്വകാര്യ ചിന്തകൾ* എന്ന മുഖപ്രസംഗത്തിന് സമാനമായ പംക്തിയിൽ വന്ന ആ ലേഖനത്തിൽ തായാട്ട് എഴുതിയത് പാർട്ടിയുടെ അഭിപ്രായമോ നിലപാടോ അല്ലെന്ന് വ്യക്തമാക്കി സിപിഐ എം സംസ്ഥാന നേതൃത്വത്തിന് പ്രസ്താവനയിറക്കേണ്ടി വന്നു. എ കെ ആന്റണി കേരളത്തിലും ശരദ്പവാർ അഖിലേന്ത്യാ തലത്തിലും നയിക്കുന്ന കോൺഗ്രസ് (എസ്) പങ്കാളിയായ ഇ കെ നായനാർ മന്ത്രിസഭ അധികാരത്തിലിരിക്കുന്ന കാലം. മന്ത്രിസഭ അധികാരമേറ്റ് അധികം കഴിയുന്നതിനുമുമ്പ് ആന്റണിയുടെ പാർട്ടിയിലൊരു വിഭാഗം സർക്കാരിനെതിരായ നീക്കങ്ങൾ രഹസ്യമായി ആരംഭിച്ചിരുന്നു. അതു പരസ്യമായി കണ്ടുതുടങ്ങിയപ്പോഴാണ് ആന്റണിയെയും അദ്ദേഹത്തിന്റെ പാർട്ടിയെയും വെട്ടിനുറുക്കുന്ന ഒരു ലേഖനം 1981 ഒക്ടോബർ 11–ന് വാരികയിൽ വന്നത്. ഭരണമുന്നണിയിലെ ഘടകകക്ഷിക്കെതിരെ ആ മുന്നണിയെ നയിക്കുന്ന പാർട്ടിയുടെ ഔദ്യോഗിക പ്രസിദ്ധീകരണത്തിൽ ഒരു ലേഖനം വന്നത് രാഷ്ട്രീയ വൃത്തങ്ങളിൽ അത്ഭുതമുളവാക്കി. പാർട്ടി നേതൃത്വത്തിന്റെ തീരുമാന പ്രകാരമാണ് തായാട്ട് ലേഖനമെഴുതിയതെന്നുവരെ ആരോപണമുയർന്നു.

മോങ്ങാനിരുന്ന നായയുടെ തലയിൽ തേങ്ങ വീണതുപോലെയായി *ആന്റണി കോൺഗ്രസിന്റെ ബ്ലാക്ക്മെയിൽ രാഷ്ട്രീയം* എന്ന ശീർഷകത്തിൽ വന്ന ലേഖനം. ഈ ലേഖനം വന്ന് ഒമ്പതാം ദിവസം ആന്റണിയുടെ കോൺഗ്രസും കേരള കോൺഗ്രസ് മാണി ഗ്രൂപ്പും ഭരണ മുന്നണി വിട്ടു. ഒക്ടോബർ 20–ന് നായനാർ രാജിവെച്ചു. ആ ലേഖനം വന്ന വഴി അന്നു വാരികയുടെ എഡിറ്റോറിയൽ ചുമതലയുണ്ടായിരുന്ന സിദ്ധാർഥൻ പരുത്തിക്കാട് വിശദീകരിക്കുന്നു:

തായാട്ട് എഡിറ്ററായിരിക്കെയാണ് ലേഖനം വന്നത്. ലേഖനം എന്റെ കൈയിൽ ഏൽപ്പിച്ചിട്ട് തായാട്ട് പുറത്തുപോയി. *ആന്റണി കോൺഗ്രസിന്റെ ബ്ലാക്ക്മെയിൽ രാഷ്ട്രീയം* എന്ന് തലക്കെട്ട്. ലേഖനം പ്രശ്നമാകുമെന്ന് ഒറ്റനോട്ടത്തിൽ തന്നെ തോന്നി. വായിച്ചുനോക്കിയപ്പോൾ സംഗതി ഗുരുതരമാണ്. ആന്റണിയെ രൂക്ഷമായി ആക്രമിക്കുന്ന ലേഖനം. പാർട്ടി അങ്ങനെയൊരു നിലപാട് എടുത്തിട്ടുമില്ല. ഞാൻ തായാട്ടിനെ ഫോണിൽ വിളിച്ചു. പാർട്ടി ഇങ്ങനെ ഒരു നിലപാട് എടുക്കാതെ ഈ ലേഖനം എങ്ങനെ കൊടുക്കുമെന്ന എന്റെ ആശങ്ക അറിയിച്ചു. 'ലേഖനം വരട്ടെ, അതു ചർച്ചയാകട്ടെ' എന്നായിരുന്നു തായാട്ടിന്റെ

മറുപടി. കോഴിക്കോട് യൂണിറ്റ് മാനേജരായിരുന്ന സി കെ ചക്രപാണി അന്നു പാർട്ടി സംസ്ഥാന കമ്മിറ്റി അംഗമാണ്. പക്ഷേ, ചക്രപാണി സ്ഥലത്തില്ല. ഞാൻ പത്രത്തിന്റെ ന്യൂസ് എഡിറ്റർ സി എം അബ്ദുൾ റഹ്മാനോട് സംസാരിച്ചു. 'എഡിറ്റർ തന്നതല്ലേ, നമുക്ക് എന്തു ചെയ്യാൻ പറ്റും' എന്നായിരുന്നു അബ്ദുൾ റഹ്മാന്റെ പ്രതികരണം. തായാട്ട് നിർബന്ധം പറഞ്ഞ സ്ഥിതിക്ക് ഞാൻ ലേഖനം കൊടുത്തു.

വാരിക പുറത്തുവന്നപ്പോൾ വലിയ കോലാഹലമായി. മറ്റു പത്രങ്ങൾ അതേറ്റെടുത്തു. ഇ എം എസിന്റെ സമ്മതമില്ലാതെ ഇത്തരമൊരു ലേഖനം വാരികയിൽ വരില്ലെന്നുവരെ പത്രങ്ങൾ എഴുതി. സത്യത്തിൽ ഇ എം എസോ പാർട്ടിയുടെ പ്രധാന നേതാക്കളോ പത്രത്തിന്റെ ജനറൽ മാനേജരായ കണ്ണൻ നായർ പോലുമോ ഇക്കാര്യം അറിഞ്ഞിരുന്നില്ല. പക്ഷേ പാർട്ടിക്ക് ഒഴിഞ്ഞുമാറാൻ കഴിയുമായിരുന്നില്ല. വിവാദ ലേഖനം വന്നതിന്റെ പിറ്റേന്ന് ജനറൽ മാനേജർ കണ്ണൻനായർ വിളിച്ചു. ചർച്ച ചെയ്യാമായിരുന്നില്ലേ എന്നു ചോദിച്ചു. ചക്രപാണി സ്ഥലത്തില്ലായിരുന്നുവെന്നും തായാട്ട് നിർബന്ധം പറഞ്ഞതുകൊണ്ടാണ് കൊടുത്തതെന്നും അറിയിച്ചു. കണ്ണൻനായർ കൂടുതലൊന്നും ചോദിച്ചില്ല. വാരിക പുറത്തുവന്നപ്പോൾ ഫോൺ കോളുകളുടെ ബഹളമായിരുന്നു. തായാട്ടിനും കുറേ കോളുകൾ വന്നു. അദ്ദേഹം എന്ത് മറുപടി പറഞ്ഞു എന്നറിഞ്ഞുകൂട. ഈ ലേഖനം പ്രസിദ്ധീകരിച്ച വാരികക്ക് പിടിവലിയായിരുന്നു. ഒറ്റ കോപ്പി കിട്ടാനില്ല. ഫയൽ കോപ്പി പോലും ആരോ എടുത്തുകൊണ്ടുപോയി. [8]

ലേഖനത്തെ തള്ളിപ്പറഞ്ഞുവെങ്കിലും തായാട്ടിനെ വേദനിപ്പിക്കാതെയാണ് പാർട്ടി ഈ പ്രശ്നം കൈകാര്യം ചെയ്തതെന്നു മനസ്സിലാക്കാം. സാധാരണഗതിയിൽ പത്രാധിപർക്ക് പുറത്തേക്കുള്ള വഴിയാണ് ആ ലേഖനം. എന്നാൽ തായാട്ടിനെ നിലനിർത്തുന്നതിനുള്ള സംയമനവും നയതന്ത്രജ്ഞതയും പാർട്ടി കാണിച്ചു. തികഞ്ഞ ഗാന്ധിയനും കമ്യൂണിസ്റ്റ് ആശയങ്ങളുടെ കടുത്ത വിമർശകനുമായിരുന്ന തായാട്ട് വാരികയുടെ എഡിറ്ററായത് അദ്ദേഹത്തിന്റെ നിലപാടിലുള്ള വലിയ മാറ്റമായിരുന്നു. അദ്ദേഹത്തോട് പാർട്ടി പ്രത്യേക പരിഗണന കാണിച്ചു. 1985-ൽ നിര്യാതനാകുന്നതുവരെ തായാട്ട് എഡിറ്റർ സ്ഥാനത്ത് തുടർന്നു.

നായനാർ മന്ത്രിസഭ പൊളിക്കാൻ ദൃഢനിശ്ചയം ചെയ്തു നീങ്ങിയിരുന്ന കോൺഗ്രസ് എസിലെ ഒരു വിഭാഗം തായാട്ടിന്റെ ലേഖനം ആയുധമാക്കി. 1981 ഒക്ടോബർ 14, 15 തീയതികളിൽ തിരുവനന്തപുരത്ത് വേളിയിൽ ചേർന്ന കോൺഗ്രസ് എസ് നേതാക്കളുടെ യോഗമാണ് മുന്നണിയും മന്ത്രിസഭയും വിടാനുള്ള തീരുമാനമെടുത്തത്. ആ യോഗത്തിൽ നടന്ന സംഭവങ്ങൾ ചെറിയാൻ ഫിലിപ്പ് ഇങ്ങനെയാണ് രേഖപ്പെടുത്തിയത്:

> തായാട്ട് ശങ്കരന്റെ ലേഖനമാണ് വേളി ചർച്ചകളിൽ മുഴച്ചുനിന്നത്. തായാട്ടിന്റെ ലേഖനത്തിൽ കോൺഗ്രസ് എസ് നേതാക്കളെല്ലാം രോഷാകുലരായി. ആന്റണിയുടെ കോൺഗ്രസിനു നിലനിൽപ്പില്ലെന്നും ഭരണം വിട്ടാൽ ഹിമാലയസാനുക്കളിലോ ദുബായ് കടപ്പുറത്തോ പോകേണ്ടിവരുമെന്നുമാണ് തായാട്ട് എഴുതിയിരുന്നത്. കോൺഗ്രസിന്റെ സംഘടനാശക്തിയെ തായാട്ട് പരിഹസിച്ചു. കോൺഗ്രസ് എസ് നേതാക്കളെ ഏറെ ചൊടിപ്പിച്ച ഈ ലേഖനം പിൻവലിക്കുന്നതായി മാർക്സിസ്റ്റ് പാർട്ടി സെക്രട്ടറിയറ്റ് പ്രസ്താവനയിറക്കിയെങ്കിലും രോഷത്തിന്റെ ഉമിത്തീയിൽ വെള്ളമൊഴിക്കാൻ അതു പര്യാപ്തമായിരുന്നില്ല. [9]

കോൺഗ്രസ് എസ് ഇടതുപക്ഷ-ജനാധിപത്യമുന്നണി വിട്ട് കെ കരുണാകരൻ നയിക്കുന്ന കോൺഗ്രസിന്റെ ചേരിയിലേക്ക് പോയപ്പോൾ, ആന്റണിയുടെ പാർട്ടിയിലെ ചെറിയ വിഭാഗം അവരുമായി വേർപിരിഞ്ഞ് ഇടതുപക്ഷത്തിന്റെ കൂടെ നിന്നു. കെ പി ഉണ്ണികൃഷ്ണൻ, എ സി ഷൺമുഖദാസ്, എ കെ ശശീന്ദ്രൻ തുടങ്ങിയവർ ശരദ്പവാർ നയിക്കുന്ന കോൺഗ്രസ് എസിൽ തുടരാൻ തീരുമാനിച്ചു. ആ പാർട്ടിയാണ് പിന്നീട് എൻസിപിയായി മാറിയത്. ദീർഘകാലം ഇടതുപക്ഷ ചേരിയിൽ നിന്ന കെ പി ഉണ്ണികൃഷ്ണൻ പിന്നീട് കോൺഗ്രസിലേക്കു തിരിച്ചുപോയി.

കേരള രാഷ്ട്രീയത്തിൽ ഏറെ ഒച്ചപ്പാടുണ്ടാക്കിയ തായാട്ടിന്റെ ലേഖനത്തിൽ നിന്ന് ചില ഭാഗങ്ങൾ:

ആന്റണി കോൺഗ്രസിന്റെ ബ്ലാക്ക്മെയിൽ രാഷ്ട്രീയം

എ കെ ആന്റണി

അജീർണക്കാരന് നെയ്യപ്പം പോലെയാണ് എ കെ ആന്റണിക്ക് മന്ത്രിപദം. വേണമെങ്കിൽ കേരള മന്ത്രിസഭയിൽ അദ്ദേഹത്തിന് സ്ഥാനം കിട്ടുമായിരുന്നു. അതിനാരെങ്കിലും എതിരായി നിൽക്കുന്നുവെങ്കിൽ അതദ്ദേഹം തന്നെയാണ്. ഒന്നുരണ്ടു വർഷം മുമ്പ് മുഖ്യമന്ത്രിയാവാൻ ആന്റണിക്ക് കഴുത്തു നീട്ടികൊടുക്കേണ്ടിവന്നെങ്കിൽ അത് ചില സാഹചര്യങ്ങളിൽപെട്ട് രക്ഷാമാർഗമില്ലാത്തതുകൊണ്ടാണ്. ആദ്യം കണ്ട പഴുതിലൂടെ അദ്ദേഹം അതിൽനിന്ന് ഓടി രക്ഷപ്പെടുകയും ചെയ്തു. അതേക്കുറിച്ച് ബന്ധുക്കളിൽ നിന്നും ശത്രുക്കളിൽ നിന്നും ഉണ്ടായ പ്രതികരണം ഏകസ്വരത്തിലുള്ളതായിരുന്നു. 'പാവം, അങ്ങോർക്ക് അതൊന്നും വയ്യ.'

ഇന്നത്തെ പൊതുജീവിതത്തിൽ മങ്ങിമറഞ്ഞുപോയ ചില വ്യക്തിഗുണങ്ങൾ ആന്റണിക്കുണ്ട്. സ്വകാര്യ ജീവിതത്തിൽ അദ്ദേഹം പുലർത്തിപ്പോരുന്ന ലാളിത്യമാണത്. കടുമാങ്ങയും പൊടിയരിക്കഞ്ഞിയും ചുട്ട പപ്പടവും കൊണ്ടൊരു ബ്രേക്ക്ഫാസ്റ്റ്, മുരിങ്ങാക്കാ സാമ്പാറും വെള്ളുള്ളിച്ചാറും പച്ചരിച്ചോറും കൊണ്ടൊരു ഡിന്നർ, രണ്ടു പഴവും നേർത്ത ഒരു ഗ്ലാസ് പാലും കൊണ്ടൊരു സപ്പർ-ഏറ്റവും ആർഭാടപൂർവമായ ആന്റണി സദ്യയായി. ഗാന്ധിയൻ തലമുറക്കാരുടെ ആർഭാട ജീവിതവും ഇതിലൊതുങ്ങിയിരുന്നു. അതേ രീതി പിന്തുടരുന്ന ഇ എം എസിനെപ്പോലും ആന്റണി ഇക്കാര്യത്തിൽ കടത്തിവെട്ടിയിരിക്കുന്നു. നമ്പൂതിരിപ്പാട് അങ്ങനെയിരിക്കുമ്പോൾ ഒരു ദിവസം ഉപ്പും മസാലയും ചേർക്കാത്ത ഒരു കഷണം മാംസം കഴിച്ചെന്നുവരും. ഉൾനാട്ടിലെ കുട്ടിസഞ്ജയന്മാർ പോലും പഞ്ചനക്ഷത്ര ഹോട്ടലിൽ നിന്നേ കാപ്പി കുടിക്കൂ, ഒരു കോപ്പ ചാരായം മോന്തിയേ അന്തിയുറങ്ങൂ എന്നു വന്ന കാലത്ത് ആന്റണി ഒരപൂർവ മനുഷ്യനാണ്. ഒരു ബൂർഷ്വാ പാർട്ടിക്ക് സ്വീകരണമുറിയിലിരുത്താൻ ഇതേക്കാൾ പറ്റിയ ഒരു വ്യക്തിയെ കിട്ടുക എളുപ്പമല്ല. പക്ഷേ സ്വീകരണമുറിയിലിരിക്കണം. കാര്യങ്ങളിൽ കൈകടത്തരുത്.

ആന്റണിക്ക് അധികാരം കയ്യാളുന്നതിൽ എന്നും ഭീതിയാണെങ്കിലും അധികാരത്തിന്റെ ശീതളച്ഛായയിൽ നിന്ന് പുറത്തുനിന്നുകൊണ്ടുള്ള ഒരു രാഷ്ട്രീയ പ്രവർത്തനവും ശീലമില്ല. ആന്റണി ഒരിക്കൽ മാർക്സിസ്റ്റ് പാർട്ടിയെ ആക്ഷേപിച്ച് പറഞ്ഞ കാര്യങ്ങളിൽ ഒന്ന്, പതിറ്റാണ്ടുകാലത്തെ രാഷ്ട്രീയ വനവാസമായിരുന്നു ആ പാർട്ടിക്കെന്നും താനാണതിനെ രക്ഷിച്ചതെന്നുമാണ്. അത്തരമൊരു രാഷ്ട്രീയ വനവാസം ഒരൊറ്റ നാളെങ്കിലും സഹിക്കേണ്ടി വന്നാലോ എന്ന് ഓർക്കുമ്പോൾ അദ്ദേഹം കിടിലംകൊള്ളുന്നു. [...]ഇന്നദ്ദേഹം ആശയക്കുഴപ്പത്തിലാണ് എന്നു പറയുകയാവും ശരി. ഏതുവഴി പോയാലാണ് നാളേക്ക് രാഷ്ട്രീയാധികാരത്തിന്റെ തരുച്ഛായ തലക്കുമുകളിൽ കുട നിവർത്തിപ്പിടിച്ച് തരിക എന്നതാണ് അദ്ദേഹത്തെ അലട്ടുന്നത്. ഇനിയുമൊരു ഗണിതം പിഴച്ചാൽ പിന്നെ മുക്തിയില്ല എന്ന തോന്നലാണദ്ദേഹത്തിന്.

[...]പക്ഷേ ആന്റണി കേരളത്തിൽ ഒരുതരം ബ്ലാക്ക്മെയിൽ രാഷ്ട്രീയമാണ് ഇതുവരെ പയറ്റിയിട്ടുള്ളത്. ഇക്കാലമത്രയും ഒന്നിച്ചുഭരിക്കുകയും അർഹതയിലധികം ആനുകൂല്യങ്ങൾ നേടിയെടുക്കുകയും ചെയ്ത ആന്റണി കോൺഗ്രസ്, ഇന്നുവരെ അതിനനുകൂലമായ ഒരു വാക്കെങ്കിലും ഉച്ചരിച്ചിട്ടില്ല. മറിച്ച്, തനിക്കെന്തെങ്കിലും പ്രയാസം നേരിടേണ്ടി വരുമ്പോഴും എന്തെങ്കിലും നേടുവാനുള്ളപ്പോഴും മന്ത്രിസഭയെ ഇപ്പോൾ വീഴ്ത്തും എന്ന മട്ടിൽ ഭീഷണിപ്പെടുത്തുകയാണ് ചെയ്തുപോന്നിട്ടുള്ളത്. [...]കരുണാകരൻ പറയും ആന്റണി മാർക്സിസ്റ്റുകളുടെ വാലാണെന്ന്. അല്ലെന്ന് തെളിയിക്കേണ്ടെ പൗരുഷം കാട്ടാൻ! ഉടനെ ഒരു പാത്രം ചാണകം കലക്കി മാർക്സിസ്റ്റ് പാർട്ടിയുടെ മുഖത്തു തൂക്കുകയായി. [...]കുളത്തിൽ നിറയെ പായൽ പാറിക്കിടക്കും. കുളം മൂടിയിട്ടുണ്ടെന്നു തോന്നും. ആകെ അടിച്ചുകൂട്ടിയാൽ ഒരു ബക്കറ്റിൽ കൊള്ളാനേ ഉണ്ടാവുകയുള്ളൂ. അതുകൊണ്ട് പായലായി കുളം മൂടാമെന്ന് കാണുന്നതിനുപകരം സ്വന്തം വേരുകളുള്ള ഒരു ചെടിയായി വളരാനാണ് ആന്റണി കോൺഗ്രസ് ശ്രമിക്കേണ്ടത്. ഇരിക്കുന്ന കൊമ്പുവെട്ടി അയൽവീട്ടുകാരന് വിറകുണ്ടാക്കിക്കൊടുക്കാമെന്ന് കരുതുന്നത് ബുദ്ധിമോശമാണ്. ആ വിറകിൽ തനിക്ക് തീകായാമെന്നു കരുതുന്നത് വെറും വ്യാമോഹവും.[10]

ഇ എം എസിന്റെ വിലയിരുത്തൽ

ദേശാഭിമാനി വാരികയുടെ പത്രാധിപരെന്ന നിലയിൽ തായാട്ട് എഴുതിയ *സ്വകാര്യചിന്തകൾ* സമാഹരിച്ച് പുസ്തകമാക്കിയപ്പോൾ ഇ എം എസാണ് അതിനു അവതാരികയെഴുതിയത്. പുസ്തകത്തെയും തായാട്ടിന്റെ രാഷ്ട്രീയ നിലപാടുകളെയും വിലയിരുത്തുന്ന അവതാരികയിൽ വാരികയിൽ വന്ന വിവാദ ലേഖനവും ഇ എം എസ് പരാമർശിക്കുകയുണ്ടായി. ഇ എം എസ് എഴുതി:

> *സ്വകാര്യചിന്തകൾ* വലിയ കൗതുകത്തോടെയാണ് വായനക്കാർ നോക്കിക്കൊണ്ടിരുന്നത്. കേരളത്തിലെ സാംസ്കാരിക രംഗത്ത് തനതായ വ്യക്തിത്വം തായാട്ട് പുലർത്തിയിരുന്നവല്ലോ. അദ്ദേഹം ഈ പംക്തിയിൽ ആനുകാലിക രാഷ്ട്രീയം കൈകാര്യം ചെയ്യുന്നതെങ്ങനെയെന്നു വായനക്കാർ ഉറ്റുനോക്കിക്കൊണ്ടിരുന്നു.
>
> അതോടൊപ്പം മറ്റൊരു കാര്യവും വായനക്കാരിൽ കൗതുകം വളർത്തി: ഗാന്ധിസ്റ്റ് എന്ന് സ്വയം പ്രഖ്യാപിക്കുന്ന തായാട്ട് ഗാന്ധിസത്തോട് അടിസ്ഥാനപരമായി എതിർപ്പുള്ള പാർട്ടിയുടെ സാംസ്കാരിക മുഖപത്രത്തിൽ പത്രാധിപരായി എങ്ങനെ പ്രവർത്തിക്കുന്നുവെന്നതായിരുന്നു അവരുടെ ചോദ്യം. ഒരവസരത്തിൽ സ്വന്തം പംക്തിയിയിലൂടെ തായാട്ട് പ്രകടിപ്പിച്ച അഭിപ്രായത്തെ പാർട്ടിയുടെ സ്റ്റേറ്റ് നേതൃത്വം തള്ളിപ്പറഞ്ഞത് വിശേഷിച്ചും ശ്രദ്ധേയമായി. എന്നാൽ അതിനുശേഷവും അദ്ദേഹം വാരികയുടെ പത്രാധിപരായിത്തന്നെ തുടർന്നുവെന്നത് അത്രതന്നെ ശ്രദ്ധേയമായിരുന്നു.
>
> ഈ വൈരുധ്യങ്ങളുടെ കുരുക്കഴിച്ചുകിട്ടാൻ വായനക്കാരെ സഹായിക്കുന്നതാണ് 'ഞാനെങ്ങനെ മാർക്സിസ്റ്റായി?' എന്ന തായാട്ടിന്റെ കുറിപ്പ്. അതിന്റെ ഉള്ളടക്കം ഒറ്റവാചകത്തിൽ പറയാമെങ്കിൽ ഗാന്ധിസത്തിന്റെ സ്വാഭാവിക പരിണാമമാണ് മാർക്സിസമെന്ന് തായാട്ട് വിശ്വസിക്കുന്നു. അദ്ദേഹത്തിന്റെ ഭാഷയിൽ, 'വർഗസമരമെന്നും വർഗബന്ധമെന്നും മാർക്സിയൻ പദാവലികൊണ്ട് വിവരിക്കാറുള്ള സാമൂഹ്യ പ്രതിഭാസത്തെ അത്തരം സാങ്കേതിക പദങ്ങളുടെ സഹായമില്ലാതെ ഞാൻ എന്റെ മട്ടിൽ ഇങ്ങനെ മനസ്സിലാക്കുന്നു. ആർക്ക് മോചനം വേണമോ, അവർ ആരിൽനിന്നു മോചനം തേടുന്നുവോ അവർക്കെതിരെ സംഘടിച്ചു പൊരുതിക്കൊണ്ടു മാത്രമേ സ്വാതന്ത്ര്യം നേടാനാവുകയുള്ളു. ഒരു വ്യക്തിക്ക് അയാൾ എത്ര മഹാനായാലും അതു മറ്റുള്ളവർക്കുവേണ്ടി വാങ്ങിച്ചുകൊടുക്കാൻ സാധ്യമല്ല'
>
> ഈ നിലപാടെടുത്തതാണ് തായാട്ടിനു ആശയപരമായുണ്ടായിരുന്ന ശക്തിയും ദൗർബല്യവും. ഗാന്ധിസ്റ്റ് എന്ന നിലക്ക് ജീവിതകാലം മുഴുവൻ താൻ മുറുകെ പിടിച്ച തത്വങ്ങളുടെ സാഫല്യം മാർക്സിസത്തിൽ കാണുന്നുവെന്നതാണ് അദ്ദേഹത്തിന്റെ ശക്തി. അതാണ് അദ്ദേഹത്തെ പാർട്ടിയോട് അടുപ്പിച്ചത്. അദ്ദേഹം തന്നെ ചൂണ്ടിക്കാണിച്ചതുപോലെ 1942 തൊട്ട് ആറുവർഷം മാത്രമാണ് അദ്ദേഹം കമ്യൂണിസ്റ്റ് വിരുദ്ധ നിലപാടെടുത്തിരുന്നത്. ഇതിന്റെ വളർച്ച എന്ന നിലയ്ക്ക് അവസാന വർഷങ്ങളിൽ അദ്ദേഹം കമ്യൂണിസ്റ്റ് (മാർക്സിസ്റ്റ്) പാർട്ടിയിൽ അംഗമാവുകപോലും ചെയ്തു.
>
> ഇതാണ് അദ്ദേഹത്തിന്റെ ശക്തിയെങ്കിൽ, കമ്യൂണിസ്റ്റ് (മാർക്സിസ്റ്റ്) പാർട്ടി അംഗമായപ്പോഴും മൗലികമായ തന്റെ ഗാന്ധിയൻ വീക്ഷണം പുലർത്തിയിരുന്നുവെന്നതാണ് അദ്ദേഹത്തിന്റെ ദൗർബല്യം. ഗാന്ധിസവും നെഹ്റു സോഷ്യലിസവും അടക്കമുള്ള ബൂർഷ്വാ ആശയഗതികൾക്കെതിരായ സമരം നടത്തിക്കൊണ്ടല്ലാതെ തൊഴിലാളിവർഗത്തിന്റെ വിപ്ലവബഹുജന പാർട്ടി കെട്ടിപ്പടുക്കാനാവുകയില്ലെന്ന് പാർട്ടി വ്യക്തമാക്കിയിട്ടുണ്ട്. തായാട്ടാകട്ടെ, നെഹ്റു സോഷ്യലിസത്തെ എതിർക്കാൻ ഉപയോഗിക്കുന്ന ആയുധം ഗാന്ധിസമാണ്. ഗാന്ധിയൻ തത്വങ്ങൾ ബലികഴിച്ചു എന്നതാണ് നെഹ്റുവിനെതിരെ തായാട്ട് ഉയർത്തുന്ന ആക്ഷേപം. മഹാത്മാവിനെയും പണ്ഡിറ്റ്ജിയെയും വിലയിരുത്തുന്നതിലുള്ള മൗലിക ദൗർബല്യമൊഴിച്ചാൽ തായാട്ടിന്റെ നിലപാട് മാർക്സിസത്തിന്റേതായിക്കഴിഞ്ഞിരിക്കുന്നു. അതുകൊണ്ടാണ് അദ്ദേഹത്തിന് കമ്യൂണിസ്റ്റ് (മാർക്സിസ്റ്റ്) പാർട്ടിയിൽ അംഗത്വം നേടാനും *ദേശാഭിമാനി* വാരികയുടെ പത്രാധിപരാകാനും കഴിഞ്ഞത്. ഈ ഘട്ടത്തിലും അദ്ദേഹത്തിന്റെ ആശയങ്ങളിൽ ഗാന്ധിസം തികട്ടിവന്നിരുന്നു. എങ്കിലും പൊതുവിൽ മാർക്സിസത്തിന്റെ പ്രചാരണത്തിന് സ്വകാര്യചിന്തകൾ വളരെയേറെ സഹായിച്ചു. [11]

തായാട്ടിന്റെ വേറിട്ട ചിന്തയും തുളച്ചുകയറുന്ന വിമർശനശൈലിയുമാണ് വായനക്കാരെ

ആകർഷിച്ചതെന്നതിൽ സംശയമില്ല. വാരിക കമ്യൂണിസ്റ്റുകാരല്ലാത്തവരെക്കൊണ്ടും വായിപ്പിക്കുന്ന പ്രസിദ്ധീകരണമാക്കുന്നതിൽ തായാട്ടിനും ഒരു പങ്കുണ്ട്. തായാട്ടിന്റെ രാഷ്ട്രീയ കാഴ്ചപ്പാടിലുള്ള ദൗർബല്യം ഇ എം എസ് തുറന്നുപറഞ്ഞിട്ടുണ്ടെങ്കിലും അദ്ദേഹത്തിന്റെ സ്വതന്ത്രമായ ആശയപ്രകടനങ്ങൾക്ക് പാർട്ടി ഒരിക്കലും വിലക്കോ നിയന്ത്രണമോ കൽപ്പിച്ചിരുന്നില്ല.

എം എൻ വിജയൻ

എം എൻ വിജയൻ

തായാട്ട് ശങ്കരൻ 1985 മാർച്ചിൽ നിര്യാതനായപ്പോഴാണ് പ്രശസ്ത ചിന്തകനും പ്രഭാഷകനും സാമൂഹ്യ വിമർശകനുമായ പ്രൊഫ. എം എൻ വിജയൻ വാരികയുടെ പത്രാധിപരായി വന്നത്. ശമ്പളമൊന്നും വാങ്ങില്ല എന്ന് ആദ്യമേ അദ്ദേഹം പറഞ്ഞിരുന്നു. ഒന്നുരണ്ടു തവണ ചെറിയ തുക വിജയൻ മാഷെ ഏൽപ്പിക്കാൻ വാരികയുടെ പ്രവർത്തകർ ശ്രമിച്ചപ്പോൾ 'ഇതൊന്ന് ഗുണം പിടിയ്ക്കട്ടെ, എന്നിട്ട് നോക്കാം' എന്നു പറഞ്ഞ് അദ്ദേഹം ഒഴിഞ്ഞുമാറി. ആഴ്ചയിൽ ഒന്നോ രണ്ടോ ദിവസമേ അദ്ദേഹം ഓഫീസിൽ വരാറുണ്ടായിരുന്നുള്ളൂ. എന്നാൽ പത്രാധിപരുടെ കുറിപ്പ് മുടങ്ങാതെ എത്തിക്കും. പ്രൊഫ. വിജയൻ പത്രാധിപരായിരുന്ന കാലത്താണ് വാരികയുടെ കവർ മേനിക്കടലാസിൽ കളറിൽ അച്ചടിക്കാൻ തുടങ്ങിയത്. അപ്പോഴേക്കും മറ്റു വാരികകൾ അധികവും മേനിക്കടലാസിൽ കളറിൽ കവർ അച്ചടിക്കാൻ തുടങ്ങിയിരുന്നു. സാമ്പത്തിക പ്രയാസം കാരണം *ദേശാഭിമാനി* വാരികയിൽ ആ മാറ്റം വരാൻ വൈകി. പിണറായി വിജയൻ പാർട്ടി സെക്രട്ടറിയായിരിക്കെയാണ് കവർ മേനിക്കടലാസിലേക്ക് മാറുന്നത്. 'ചെലവ് നോക്കേണ്ട. കവർ കളറിലാകട്ടെ' എന്ന് ഒരു യോഗത്തിൽ അദ്ദേഹം നിർദേശിക്കുകയായിരുന്നു.

ഐ വി ദാസ്

തായാട്ട് ശങ്കരൻ, എം എൻ വിജയൻ എന്നിവർ പത്രാധിപന്മാരായി വന്നത് വായനക്കാർക്കിടയിൽ പൊതുവിലും മറ്റു പ്രസിദ്ധീകരണങ്ങൾക്കിടയിൽ വിശേഷിച്ചും വാരികയുടെ അന്തസ്സ് ഉയർത്തി. എം എൻ വിജയൻ മാറിയപ്പോൾ സാഹിത്യരംഗത്തുനിന്നു ഒരാളെ കൊണ്ടുവരാൻ കഴിഞ്ഞില്ല. പ്രമുഖ ഗ്രന്ഥശാലാ സംഘം പ്രവർത്തകനും കണ്ണൂർ ജില്ലയിലെ സിപിഐ എം നേതാക്കളിൽ ഒരാളുമായ ഐ വി ദാസാണ് എം എൻ വിജയനു ശേഷം പത്രാധിപരായത്. ഐ വി ദാസിനു ശേഷം സാഹിത്യ നിരൂപകനും ചെറുകാടിന്റെ മകനുമായ ഡോ. കെ പി മോഹനൻ പത്രാധിപരായി വന്നു. മോഹനൻ സാഹിത്യ അക്കാദമി സെക്രട്ടറിയായി പോയപ്പോൾ പ്രമുഖ കവി സി പി അബൂബക്കർ പത്രാധിപരായി. അദ്ദേഹം അക്കാദമി സെക്രട്ടറിയായപ്പോൾ കെ പി മോഹനൻ പത്രാധിപരുടെ ചുമതലയിൽ തിരിച്ചെത്തി.

മോഹനന്റെ നേതൃത്വത്തിൽ അസിസ്റ്റന്റ് എഡിറ്റർ ഷിബു മുഹമ്മദ്, ചീഫ് ആർടിസ്റ്റ് കെ ടി വിനോദ് എന്നിവരടങ്ങിയ ടീമാണ് ഇപ്പോൾ വാരിക പുറത്തിറക്കുന്നത്. കോയമുഹമ്മദ്, കെ ബാലകൃഷ്ണൻ, കെ എസ് ഹരിഹരൻ, ടി ആർ മധുകുമാർ, ഐ വി ബാബു, ടി കെ രമേഷ് ബാബു തുടങ്ങിയവരും വിവിധ കാലയളവിൽ വാരികയിൽ പ്രവർത്തിച്ചിട്ടുണ്ട്. മലയാളത്തിലെ ഏതു സാംസ്കാരിക പ്രസിദ്ധീകരണത്തെയും പിന്നിലാക്കുന്ന നിലവാരം ഇപ്പോൾ *ദേശാഭിമാനി* വാരികയുടെ ഉള്ളടക്കത്തിനുണ്ട്. പുതിയ തലമുറയിലെ പ്രതിഭാശാലികളായ എഴുത്തുകാരുടെ രചനകൾ എല്ലാ ലക്കത്തിലും ഉൾപ്പെടുത്താൻ കഴിയുന്നത് ഉള്ളടക്കത്തിന് മാറ്റുകൂട്ടുന്നു. കവർ ഡിസൈൻ, പേജ് വിന്യാസം, കഥകൾക്കുള്ള ചിത്രീകരണം എന്നിവയും ആകർഷകം.

24

ഭൂമിക്കുവേണ്ടിയുള്ള പോരാട്ടത്തോടൊപ്പം

കേരളത്തിൽ കർഷകരും കാർഷികത്തൊഴിലാളികളും എഴുപതുകളുടെ ആദ്യം ഭൂമിക്കുവേണ്ടി നടത്തിയ ഐതിഹാസികസമരങ്ങൾക്കൊപ്പം നിൽക്കാൻ ഒരു പത്രമേ ഉണ്ടായിരുന്നുള്ളു-*ദേശാഭിമാനി.* ആ പത്രമാകട്ടെ മണ്ണിന്റെ മക്കളുടെ പോരാട്ടത്തിന്റെ പ്രചാരകൻ മാത്രമല്ല, സംഘാടകനുമായി പ്രവർത്തിച്ചു. *ദേശാഭിമാനി* നടത്തിയതും ഒരു പോരാട്ടമായിരുന്നു. കേരളത്തിലും കേരളത്തിനു പുറത്തുമുള്ള പത്രങ്ങളാകെ സമരത്തിനെതിരെ അണിനിരന്നപ്പോൾ, പ്രതിരോധിക്കാനുള്ള ദൗത്യം *ദേശാഭിമാനി* ഏറ്റെടുത്തു. അധഃസ്ഥിതരുടെ ആ പോരാട്ടത്തിനു മുമ്പിൽ വീറോടെയും വാശിയോടെയും പത്രം നിലകൊണ്ടു. ഇ എം എസിന്റെ നേതൃത്വത്തിലുള്ള ഐക്യമുന്നണി ഗവൺമെന്റ് (1967-69) പാസാക്കിയ ഭൂപരിഷ്കരണ നിയമം നടപ്പിലായതായി കണക്കാക്കി കൃഷിക്കാരും കാർഷികത്തൊഴിലാളികളും ഭൂമിയിൽ അവരുടെ അവകാശം സ്ഥാപിക്കുന്ന സമരമാണ് 1970 ആദ്യം നടന്നത്. ലക്ഷക്കണക്കിനു കൃഷിക്കാർ ഭൂമിയിൽ അവകാശം സ്ഥാപിച്ചു. കേരളത്തെ ഇളക്കിമറിച്ച സമരത്തിനുശേഷം 1972 മെയ് മാസത്തിലാണ് മിച്ചഭൂമിയിൽ വളണ്ടിയർമാർ പ്രവേശിച്ച് ഭൂമി പിടിച്ചെടുക്കുന്ന സമരത്തിന് കേരളം സാക്ഷിയായത്. എ കെ ജിയുടെയും ഫാദർ വടക്കന്റെയും ജോൺ മാഞ്ഞുരാന്റെയും മറ്റും നേതൃത്വത്തിൽ നടന്ന സമരം ഭൂമിക്കുവേണ്ടിയുള്ള പോരാട്ടത്തിന്റെ മറ്റൊരു ഏടായി. പത്രത്തിന്റെ താളുകളിലേക്ക്:

> കേരളത്തിലെ ജനാധിപത്യ പ്രസ്ഥാനം ഒരു പുതിയ ദശാഘട്ടത്തിലേക്കു പ്രവേശിക്കുകയാണ്. ജാതി-മത-കക്ഷി ഭേദമില്ലാതെ നാട്ടിൻപുറങ്ങളിലെ പട്ടിണിപ്പാവങ്ങൾ ഒറ്റക്കെട്ടായി തങ്ങളുടെ വർഗശത്രുക്കൾക്കെതിരായി പോരാടുന്ന ഒരു വൻ രാഷ്ട്രീയശക്തിയായി ഉയർന്നു വരികയാണ്. ഈ പുതിയ വിപ്ലവശക്തികളുമായി താദാത്മ്യം പ്രാപിക്കാൻ തയാറില്ലാത്ത ഒരു രാഷ്ട്രീയപാർട്ടിയും ഒരു വിപ്ലവപാർട്ടിയായി മേലിൽ അംഗീകരിക്കപ്പെടുകയില്ല. ഇതെല്ലാമാണ് ഡിസംബർ 14-ന്റെ പാഠം. അന്നുതന്നെ, യാദൃച്ഛികമായിട്ടാണെങ്കിലും അല്ലെങ്കിലും മറ്റൊരു രാഷ്ട്രീയശക്തികൂടി അരങ്ങത്തുവന്നു-ആലപ്പുഴ പട്ടണത്തിലും പുന്നപ്ര മൈതാനത്തും വെച്ച് കൃഷിക്കാരും കർഷകത്തൊഴിലാളികളും പ്രഖ്യാപിച്ചതെന്തോ അതെല്ലാം പല്ലും നഖവും ഉപയോഗിച്ചെതിർക്കുമെന്ന് പ്രഖ്യാപിച്ച കർഷക വർഗശത്രുക്കളുടെ രാഷ്ട്രീയശക്തി.

1969 ഡിസംബർ 16-ന് ഇ എം എസ് *ദേശാഭിമാനി*യിൽ പേരുവെച്ചെഴുതിയ മുഖപ്രസംഗ

ത്തിലെ ചില വാചകങ്ങളാണ് ഇവിടെ ഉദ്ധരിച്ചത്. 1969 ഡിസംബർ 14-ന് നടന്ന ചരിത്ര പ്രസിദ്ധമായ ആലപ്പുഴ സമ്മേളനത്തിന്റെ പ്രഖ്യാപനത്തെക്കുറിച്ചാണ് മുഖപ്രസംഗം. ഐക്യമുന്നണി ഗവൺമെന്റ് പാസാക്കിയ ഭൂപരിഷ്കരണ (ഭേദഗതി) നിയമം ജനുവരി ഒന്നുമുതൽ നടപ്പിൽ വന്നതായി കണക്കാക്കി കുടികിടപ്പുകാരും കൃഷിക്കാരും അവകാശങ്ങൾ സ്ഥാപിക്കുമെന്ന ഐതിഹാസിക പ്രഖ്യാപനം കേരളത്തിന്റെ രാഷ്ട്രീയ രംഗത്ത് വലിയ പ്രകമ്പനമായി.

ആലപ്പുഴ സമ്മേളന പ്രഖ്യാപനം – 1969 ഡിസംബർ 14

പത്രങ്ങൾ പൊതുവെ സമരത്തിനെതിരെ രൂക്ഷമായ ആക്രമണമാണ് അഴിച്ചുവിട്ടത്. തങ്ങൾ നിയമവിരുദ്ധമായി കൈവശംവെച്ചുവരുന്ന ഹെക്ടർ കണക്കിന് ഭൂമി കൈയൊഴിയേണ്ടിവരുമോ എന്ന് കായൽ രാജാക്കന്മാരും വൻകിട ജന്മിമാരും ഭയപ്പെട്ടു. വൻതോതിൽ ഭൂമി കൈയടക്കിവെച്ച തിരുവിതാംകൂർ മഹാരാജാവ്, മുരിക്കൻ, കൊട്ടുകാപ്പിള്ളി തുടങ്ങിയവരുടെ മിച്ചഭൂമിയിലാണ് സമരവളണ്ടിയർമാർ ആദ്യം കയറിയത്. മാർക്സിസ്റ്റ് പാർട്ടിയുടെ അക്രമസമരമെന്നും എ കെ ഗോപാലന്റെ തേങ്ങാവിപ്ലവമെന്നും ചാത്തുണ്ണി വിപ്ലവമെന്നും ഭൂമി കയ്യേറ്റമെന്നും ആക്ഷേപിച്ച് പത്രങ്ങളാകെ രംഗത്തുവന്നു. പൊലീസിന്റെ അടിച്ചമർത്തലുകൾക്ക് പത്രങ്ങൾ പിന്തുണ നൽകി. കുടികിടപ്പുകാരുടെയും കൃഷിക്കാരുടെയും പ്രശ്നങ്ങൾ അവതരിപ്പിക്കാനും അധഃസ്ഥിതരുടെ സമരത്തെ കരിതേച്ചു കാണിക്കാനുള്ള ശ്രമങ്ങളെ പ്രതിരോധിക്കാനും *ദേശാഭിമാനി* എല്ലാ കഴിവും ഉപയോഗിച്ചു.

1970 ജനുവരി ഒന്നിന് എന്താണ് സംഭവിച്ചതെന്ന് എ കെ ജി വിവരിക്കുന്നു:

> ആയിരത്തിത്തൊള്ളായിരത്തി എഴുപത് ജനുവരി ഒന്നിന് പ്രഭാതം കണ്ണുമിഴിച്ച് എഴുന്നേറ്റതുതന്നെ നാടിന്റെ നാനാഭാഗങ്ങളിൽ കുടികിടപ്പുകാർ തങ്ങളുടെ അവകാശം സ്ഥാപിക്കുന്നത് കണ്ടുകൊണ്ടാണ്. തങ്ങളുടെ വീടിനു ചുറ്റുമുള്ള പത്തുസെന്റ് ഭൂമി അവർ വേലികെട്ടി തിരിച്ചു. തങ്ങളുടേതായിത്തീർന്ന സ്ഥലത്തുനിന്ന് വിഭവങ്ങൾ പറിച്ചെടുത്തു. ആലപ്പുഴ മാത്രം രണ്ടായിരത്തിലധികം പേർ തങ്ങളുടെ അവകാശം സ്ഥാപിച്ചു. ഇതുപോലെ കേരളത്തിന്റെ എല്ലാ ഭാഗത്തും സമരസമിതിയുടെ ആഭിമുഖ്യത്തിൽ പത്തുസെന്റ് സ്ഥലം കുടികിടപ്പുകാർ കൈവശപ്പെടുത്തി. ആദ്യത്തെ മൂന്ന് ദിവസങ്ങളിലായി ഒന്നരലക്ഷത്തോളം പേർ കുടികിടപ്പവകാശം സ്ഥാപിച്ചു. ഉദ്യോഗസ്ഥന്മാർ വന്ന് കുടികിടപ്പവകാശം സ്ഥാപിക്കുമെന്ന ഗവൺമെന്റ് നയം നടപ്പിലാവുകയാണെങ്കിൽ തന്നെ എത്ര കാലംകൊണ്ടാണിത് നടക്കുക? അത് നടക്കാൻ പോകുന്നില്ലതാനും. തങ്ങളുടെ ചിരകാലസ്വപ്നം ഒന്നരലക്ഷത്തോളം പേരുടെ കാര്യത്തിലെങ്കിലും നടപ്പായെന്നത് അഭിമാനിക്കത്തക്ക ഒരു നേട്ടമാണ്. [1]

കേരളം അതിനുമുമ്പോ ശേഷമോ ഇത്രയും ശക്തവും വ്യാപകവുമായ ഭൂസമരം കണ്ടിട്ടില്ല. മൂന്നുദിവസംകൊണ്ട് ഒന്നരലക്ഷം കുടുംബങ്ങൾ കുടികിടപ്പവകാശം സ്ഥാപിച്ചു എന്ന കണക്കുതന്നെ അത്ഭുതപ്പെടുത്തുന്നതാണ്. സമരം റൗഡിസമാണെന്നൊക്കെ മുഖ്യമന്ത്രി അച്യുതമേനോൻ ആക്ഷേപിച്ചിരുന്നുവെങ്കിലും ഒരു കുടുംബത്തെപ്പോലും പൊലീസിനോ ഗുണ്ടകൾക്കോ ഇറക്കിവിടാൻ കഴിഞ്ഞില്ല. കർഷകരും കർഷകത്തൊഴിലാളികളും സിപിഐ എമ്മിന്റെയും കെഎസ്പി, കെടിപി എന്നീ കക്ഷികളുടെയും നേതൃത്വത്തിൽ നടത്തിയ സമ

രത്തിന് അത്രയും ബഹുജന പിന്തുണയുണ്ടായിരുന്നു. സമരംകൊണ്ട് കുടികിടപ്പുകാരന് വീടിനു ചുറ്റുമുള്ള പത്തുസെന്റ് ഭൂമി സ്വന്തമായി എന്ന് സമരത്തെ എതിർത്തവർക്കും സമ്മതിക്കേണ്ടിവന്നു.

ആലപ്പുഴ സമ്മേളനം സംബന്ധിച്ച് 1969 ഡിസംബർ 14-ന് *ദേശാഭിമാനി* ഒന്നാം പേജിൽ പ്രസിദ്ധപ്പെടുത്തിയ മുഖ്യവാർത്തയിലേക്ക്:

ജനുവരി ഒന്നുമുതൽ ഭൂനിയമം
നടപ്പിലായതായി കണക്കാക്കും
അവകാശങ്ങൾ പിടിച്ചെടുക്കും
ആലപ്പുഴ സമ്മേളന പ്രഖ്യാപനം

കരിവെള്ളൂർ-കാവുമ്പായി നഗർ (ആലപ്പുഴ), ഡിസംബർ 13: ഐക്യമുന്നണി ഗവൺമെന്റ് പാസാക്കിയ ഭൂപരിഷ്കരണ (ഭേദഗതി) നിയമം ഈ ജനുവരി ഒന്നു മുതൽ നടപ്പിൽവന്നതായി കണക്കാക്കിക്കൊണ്ട് കുടികിടപ്പുകാരന്റെയും കൃഷിക്കാരന്റെയും അവകാശങ്ങൾ പിടിച്ചെടുക്കുമെന്ന് കേരള കർഷക-കർഷകത്തൊഴിലാളി സമ്മേളനം പ്രഖ്യാപിച്ചിരിക്കുന്നു. ഇതിന് ആഹ്വാനം ചെയ്തുകൊണ്ട് അഖിലേന്ത്യാ കിസാൻസഭാ പ്രസിഡണ്ട് എ കെ ജി അവതരിപ്പിച്ച പ്രമേയം സമ്മേളനം ഹർഷാരവത്തോടെ പാസാക്കി.

എ കെ ജിയുടെ അധ്യക്ഷതയിലാണ് പ്രതിനിധി സമ്മേളനം നടക്കുന്നത്. ആലപ്പുഴ ജില്ലാ സെക്രട്ടറി എൻ ശ്രീധരൻ സ്വാഗതം പറഞ്ഞു. കെ ചാത്തുണ്ണി മാസ്റ്റർ, ടി കെ രാമകൃഷ്ണൻ, പി വി കുഞ്ഞിക്കണ്ണൻ, ഇ എം എസ്, പാർട്ടി ജനറൽ സെക്രട്ടറി പി സുന്ദരയ്യ, കെ ആർ ഗൗരി, ഇ ബാലാനന്ദൻ, ഇ കെ നായനാർ, ഹരേകൃഷ്ണ കോനാർ, ബി വെല്ലിംഗ്ടൺ എന്നിവർ വേദിയിലുണ്ടായിരുന്നു.

ജന്മിത്വത്തിന്റെ കാൽച്ചുവട്ടിൻകീഴിൽപെട്ട് നിഷ്ഠുരമായ ചൂഷണത്തിനും മർദനത്തിനുമിരയായി സംവത്സരങ്ങളോളം വേദനതിന്നു കഴിഞ്ഞുവരുന്ന കർഷക-കർഷകത്തൊഴിലാളി വിഭാഗങ്ങൾ അവരുടെ വിമോചനത്തിനു വേണ്ടിയുള്ള ശക്തിമത്തായ പോരാട്ടത്തിന് തുടക്കം കുറിച്ച ചരിത്രപ്രധാനമായ സമ്മേളനം ബംഗാൾ റവന്യൂമന്ത്രിയും സിപിഐ എം കേന്ദ്രകമ്മിറ്റി അംഗവുമായ ഹരേകൃഷ്ണ കോനാർ ഉദ്ഘാടനം ചെയ്തു. കേരളത്തിലെപ്പോലെ ബംഗാളിലെ ഐക്യമുന്നണി ഗവൺമെന്റ് തകർക്കപ്പെട്ടാൽ അവിടത്തെ കർഷകരും തൊഴിലാളികളും അവസാനതുള്ളി രക്തംവരെ സമരം ചെയ്യുമെന്ന് കോനാർ പ്രഖ്യാപിച്ചു.

ഇന്നു പ്രഭാതം പൊട്ടിവിടർന്നപ്പോൾ തന്നെ സംസ്ഥാനത്തിന്റെ വിവിധ ഭാഗങ്ങളിൽ നിന്നും പ്രതിനിധികൾ കൂട്ടംകൂട്ടമായി എത്തിക്കൊണ്ടിരുന്നു. ചരിത്രപ്രസിദ്ധമായ സമ്മേളനത്തിന്റെ ഗൗരവവും വിപ്ലവസന്ദേശവും വിളംബരം ചെയ്തുകൊണ്ട് ചെങ്കൊടികളാൽ അലംകൃതമായ ആർച്ചുകളും കമാനങ്ങളും പ്രതിനിധി സഖാക്കളെ സ്വാഗതം ചെയ്യാൻ തലയുയർത്തി നിന്നിരുന്നു.[2]

ഇ എം എസിന്റെ നേതൃത്വത്തിലുള്ള ഐക്യമുന്നണി മന്ത്രിസഭ പുറത്തുപോകുന്നതിനു മുമ്പുതന്നെ ഭൂപരിഷ്കരണഭേദഗതി ബിൽ പാസാക്കിയിരുന്നു. ഭരണഘടനയുടെ പരിധിക്കകത്തുനിന്ന് കർഷകർക്കും കുടികിടപ്പുകാർക്കും പരമാവധി സഹായം ചെയ്തുകൊണ്ട് കാർഷികമേഖലയിൽ വലിയ മാറ്റത്തിനു വഴിയൊരുക്കുന്ന വ്യവസ്ഥകളാണ് 1969-ൽ റവന്യൂമന്ത്രി കെ ആർ ഗൗരി നിയമസഭയിൽ അവതരിപ്പിച്ച് പാസാക്കിയ ബില്ലിലുണ്ടായിരുന്നത്. കോൺഗ്രസിന് നിർണായക പ്രാതിനിധ്യമുണ്ടായിരുന്ന 1960-ലെ പട്ടം താണുപിള്ള ഗവൺമെന്റ് 1957-ലെ ഭൂനിയമത്തിൽ ഭൂവുടമകൾക്ക് അനുകൂലമായ ചില മാറ്റങ്ങൾ വരുത്തിയിരുന്നു. അതുകൂടി കണക്കിലെടുത്തുള്ള ഭേദഗതികളാണ് 1969-ൽ പാസാക്കിയത്. ബില്ലിലെ വ്യവസ്ഥകൾ ഇങ്ങനെ സംഗ്രഹിക്കാം: പരിധിക്കപ്പുറമുള്ള ഭൂമി സർക്കാർ പിടിച്ചെടുക്കും. പതിനഞ്ച് എക്രയിലധികം ഭൂമി കൈവശം വെക്കാൻ പാടില്ല. നിയമം പാസായാൽ മിച്ചഭൂമിയുടെ സ്റ്റേറ്റ്മെന്റ് ഭൂവുടമകൾ സർക്കാരിനു സമർപ്പിക്കണം. അതു നൽകാത്തവർക്ക് തടവ് ഉൾപ്പെടെയുള്ള ശിക്ഷ കിട്ടും. പിടിച്ചെടുക്കുന്ന മിച്ചഭൂമി പാവപ്പെട്ട കർഷകർക്കും കർഷകത്തൊഴിലാളികൾക്കും വിതരണം

ചെയ്യും. മിച്ചഭൂമി സംബന്ധിച്ച തർക്കങ്ങൾ കൈകാര്യം ചെയ്യുന്നതിന് ലാന്റ് ട്രിബ്യൂണലുകൾ രൂപീകരിക്കും. കുടികിടപ്പുകാരനെ ഒഴിപ്പിക്കാൻ പാടില്ലെന്ന വ്യവസ്ഥയാണ് മുൻ നിയമത്തിലുണ്ടായിരുന്നതെങ്കിൽ പുതിയ നിയമപ്രകാരം കുടികിടപ്പുകാരനു സ്ഥിരാവകാശം ലഭിക്കും. പുരയ്ക്കും അതിനു ചുറ്റുമുള്ള പത്തുസെന്റ് സ്ഥലത്തിനും കുടികിടപ്പുകാരന് അവകാശം നൽകി. ഈ ഭൂമിക്ക് ഉടമയ്ക്ക് പ്രതിഫലം നൽകണം. എന്നാൽ പ്രതിഫലം ഭൂമിയിലെ വിഭവങ്ങളുടെ മാർക്കറ്റ് വിലയുടെ നാലിലൊന്നു മാത്രമായിരിക്കും. ആ തുകയുടെ പകുതി ഗവൺമെന്റ് നൽകും. ബാക്കി പകുതിയാകട്ടെ, പന്ത്രണ്ടു തവണയായി കുടികിടപ്പുകാരൻ അടച്ചാൽ മതി. ഉടമ പരിധിയിൽ കവിഞ്ഞ ഭൂമിയുള്ള ആളാണെങ്കിൽ പ്രതിഫലസംഖ്യ നാലിലൊന്നിനു പകരം എട്ടിലൊന്ന് മാത്രമായിരിക്കും. കുടികിടപ്പുകാരന് ഇത്രമാത്രം സുരക്ഷിതത്വം നൽകുന്ന വ്യവസ്ഥ, ഇന്ത്യയിലെന്നല്ല, കമ്യൂണിസ്റ്റിതര രാജ്യങ്ങളിൽ തന്നെ ആദ്യമായിട്ടാണെന്നാണ് എ കെ ജി *ജീവിതകഥ*യിൽ രേഖപ്പെടുത്തിയത്.

സമരം പ്രഖ്യാപിച്ചപ്പോൾ അതു സിപിഐ എമ്മിന്റെ 'സർക്കാർവിരുദ്ധ സമരം' എന്ന മട്ടിലാണ് അച്ച്യുതമേനോൻ ഗവൺമെന്റ് കണ്ടത്. എന്നാൽ സമരം ആരംഭിച്ചതോടെ സർക്കാരിന് വെപ്രാളമായി. സമരത്തിനാധാരമായി ഉന്നയിച്ച ആവശ്യങ്ങളെ പരസ്യമായി തള്ളിപ്പറയാൻ സിപിഐക്കു കഴിയില്ല. തങ്ങളാണ് കേരളത്തിൽ ഭൂപരിഷ്കരണം കൊണ്ടുവന്നതെന്ന് അവകാശപ്പെടുന്ന പാർട്ടിയാണ് സിപിഐ. അതുകൊണ്ട് ബില്ലിന് രാഷ്ട്രപതിയുടെ അനുമതി സമ്പാദിക്കുകയാണ് ഗവൺമെന്റ് ചെയ്തത്. സർക്കാർ നിയമം നടപ്പാക്കാൻ പോവുകയാണെന്നും അതിനാൽ സമരത്തിന്റെ ആവശ്യമില്ലെന്നും അച്ച്യുതമേനോൻ വാദിച്ചു. എന്നാൽ, നിയമം നടപ്പാക്കാൻ കഴിയില്ലെന്ന് ഭരണത്തിലിരുന്നുകൊണ്ടുതന്നെ കേരള കോൺഗ്രസ് പ്രഖ്യാപിച്ചു. ഈ രാഷ്ട്രീയ സാഹചര്യത്തിലാണ് 1970 ജനുവരി ഒന്നിനു സമരം ആരംഭിക്കുന്നത്.

ആലപ്പുഴ സമ്മേളനം പാസാക്കിയ അവകാശ പ്രഖ്യാപന രേഖ 1969 ഡിസംബർ 16-ന് ഒന്നാം പേജിൽ *ദേശാഭിമാനി* പ്രസിദ്ധീകരിച്ചിരുന്നു. ആ വാർത്ത:

ആലപ്പുഴ സമ്മേളനം
പാസാക്കിയ അവകാശ പ്രഖ്യാപനരേഖ

കേരള ഭൂപരിഷ്കാരബിൽ കൃഷിക്കാർക്കും കുടികിടപ്പുകാരായ ഭൂരഹിതർക്കും ഭൂരഹിതരായ കർഷകത്തൊഴിലാളികൾക്കും നൽകിയ എല്ലാ അവകാശങ്ങളും 1970 ജനുവരി ഒന്നുമുതൽ നടപ്പിൽ വന്നതായി ഈ സമ്മേളനം പ്രഖ്യാപിക്കുന്നു. ഈ അവകാശങ്ങൾ നേടിയെടുക്കാൻ താഴെപ്പറയുന്ന പ്രക്ഷോഭ നടപടികൾ കൈക്കൊള്ളാൻ കുടിയാന്മാരും കുടികിടപ്പുകാരും കർഷകത്തൊഴിലാളികളും സന്നദ്ധമാകണമെന്ന് അഭ്യർഥിക്കുന്നു.

1. പാട്ടവും വാരവും പാട്ടക്കുടിശ്ശികയും നൽകുന്ന നാടുവാഴി സമ്പ്രദായം ഇനിമേലിൽ അനുവദിക്കാൻ കൃഷിക്കാരും കുടികിടപ്പുകാരും തയാറില്ല. ബില്ലിൽ വ്യവസ്ഥപ്പെടുത്തിയ പ്രതിഫലസംഖ്യ ജന്മിമാർക്കും കുടികിടപ്പുകാർക്കും നൽകാൻ കൃഷിക്കാരും കുടികിടപ്പുകാരും സന്നദ്ധമാണ്. അതുകൊണ്ട് ഇക്കൊല്ലത്തെ പാട്ടമോ വാരമോ കുടികിടപ്പു വാടകയോ ഒരൊറ്റ കൃഷിക്കാരനും കുടികിടപ്പുകാരനും ജന്മിമാർക്കും കുടികിടപ്പുടമകൾക്കും നൽകാൻ പാടില്ലെന്ന് സമ്മേളനം ആഹ്വാനം ചെയ്യുന്നു.

2. ഓരോ കൈവശഭൂമിയും സ്വന്തം ജന്മാവകാശമുള്ള ഭൂമിയായി വിനിയോഗിക്കാൻ ഓരോ കൃഷിക്കാരനും, കേരള ഭൂപരിഷ്കാരബില്ലിലെ നിശ്ചയമനുസരിച്ച് ലഭിക്കേണ്ട അളവിലുള്ള ഭൂമി സ്വന്തമാക്കിയനുഭവിക്കാൻ ഓരോ കുടികിടപ്പുകാരനും തങ്ങളുടെ വരുതിയിൽപെട്ട എല്ലാ സംഘടിത നടപടികളും കൈക്കൊള്ളും.

3. ബില്ലിലെ പരിധിക്കപ്പുറമുള്ള മിച്ചഭൂമി ഭൂരഹിതരായവർക്ക് വിതരണം ചെയ്യാൻ ഭൂവുടമകളെയും ഗവൺമെന്റിനെയും നിർബന്ധിക്കുന്ന പ്രത്യക്ഷനടപടികൾ അത്തരം മിച്ചഭൂമികളിൽ നടത്തും.

4. കൃഷിക്കുപകരിക്കുന്നതും വിതരണത്തിനുവേണ്ടി മുൻ ഗവൺമെന്റ് നീക്കിവെച്ചതുമായ

ഭൂമിയും തരിശുഭൂമിയും ഭൂരഹിതർക്ക് അടിയന്തരമായി വിതരണം ചെയ്യാൻ ഗവൺമെന്റിനെ നിർബന്ധിക്കാനുള്ള പ്രത്യക്ഷ നടപടികൾ അത്തരം ഗവൺമെന്റ് ഭൂമികളിൽ ആരംഭിക്കും.

5. സമരം പരാജയപ്പെടുത്തുവാനുള്ള ഗവൺമെന്റ് നടപടികളും ജന്മി-ഗുണ്ടാ ആക്രമണങ്ങളും അർഹിക്കുന്ന ഗൗരവത്തോടെ നേരിടും. സമരത്തെ മർദനമുപയോഗിച്ച് അടിച്ചമർത്താനാണ് നിക്ഷിപ്ത താൽപ്പര്യക്കാരും ഗവൺമെന്റും ശ്രമിക്കുന്നതെങ്കിൽ ഭവിഷ്യത്തുക്കൾക്ക് അവർതന്നെ ഉത്തരവാദിത്തം ഏറ്റെടുക്കേണ്ടിവരും.[3]

പലതുകൊണ്ടും ഇതൊരു അസാധാരണ അവകാശപ്രഖ്യാപന രേഖയായിരുന്നു. നിയമം നടപ്പാക്കാൻ സർക്കാരിനോട് ആവശ്യപ്പെടുന്നതിനു പകരം, നിയമം വഴി ലഭ്യമായ അവകാശങ്ങൾ സ്ഥാപിച്ചെടുക്കാൻ കുടിയാന്മാരോടും കുടികിടപ്പുകാരോടും അഭ്യർഥിക്കുകയാണ് ഈ രേഖയിൽ. ജനുവരി ഒന്നിന് നേരം വെളുത്തപ്പോൾ കേരളം കണ്ട കാഴ്ച എ കെ ജി വിവരിച്ചിട്ടുണ്ട്. സമരം ആരംഭിക്കുന്ന ദിവസത്തെ *ദേശാഭിമാനി*യുടെ ലീഡ് വാർത്ത:

മണ്ണിന്റെ മക്കളുടെ സമരം ഇന്നാരംഭിക്കുന്നു
കൃഷിഭൂമി കൃഷിക്കാരനെന്ന മുദ്രാവാക്യം സാക്ഷാൽകരിക്കുന്ന
മഹത്തായ സമരത്തിന്റെ ഉയർന്ന രൂപം

തിരു. ഡിസംബർ 31: നൂറ്റാണ്ടുകാലമായി അടിമത്തത്തിലമർന്ന് ചൂഷണവിധേയരായി കഴിഞ്ഞുവന്ന കർഷക ജനലക്ഷങ്ങൾ അവരുടെ അവകാശങ്ങൾ നേടുന്നതിനുള്ള സംഘടിത പ്രസ്ഥാനമായി കർമരംഗത്തിറങ്ങുന്ന ഐതിഹാസികദിനമാണ് 1970 ജനുവരി 1. ജന്മിത്വത്തിന്റെയും ഫ്യൂഡലിസത്തിന്റെയും വേരറുക്കുന്നതിന് 'കൃഷിഭൂമി കർഷകന്' എന്ന മുദ്രാവാക്യം സാക്ഷാൽക്കരിക്കുന്നതിനുവേണ്ടി കഴിഞ്ഞ കാലമത്രയും ഭൂമിയിൽ അധ്വാനിക്കുന്നവർ നടത്തിയ ഭാഗിക സമരങ്ങൾ ഇന്നതിന്റെ ഉയർന്ന രൂപത്തിൽ എത്തിയിരിക്കുകയാണ്.

പാട്ടക്കാരനും വാരക്കാരനും ഭൂമി സ്വന്തമായി ലഭിക്കുന്നതിനും കുടികിടപ്പുകാരന് കിടപ്പാടം സ്വന്തമാക്കുന്നതിനും ഭൂരഹിതർക്ക് ഒരുപിടി മണ്ണ് കിട്ടുന്നതിനും വേണ്ടി ഇത്രനാളും നടന്ന സമരങ്ങളിൽ നിന്ന് വ്യത്യസ്തമാണ് ഈ സമരം. ഭൂപരിഷ്കരണ നിയമങ്ങൾ കൊണ്ടുവരുന്നതിന് സർക്കാരുകളെ അധികാരത്തിലേറ്റുക, നിയമം കൊണ്ടുവരുമ്പോൾ പ്രതിലോമശക്തികൾ അതിനെ തകർക്കുക, വീണ്ടും സർക്കാർ ഉണ്ടാക്കുക- ഈ ചാക്രിക പ്രക്രിയയാണ് സ്വാതന്ത്ര്യത്തിനുശേഷം കഴിഞ്ഞ 22 വർഷക്കാലം നമ്മുടെ നാട്ടിൽ നടന്നുവന്നത്. ഇതുകൊണ്ടുമാത്രം ലക്ഷ്യത്തിലെത്താൻ കഴിയില്ലെന്നും സംഘടിതശക്തികൊണ്ടല്ലാതെ അവകാശങ്ങൾ നേടാൻ സാധ്യമല്ലെന്നും ഇന്നവർക്ക് ബോധ്യമായിരിക്കുന്നു.

ഇന്നലെവരെ നിലനിന്ന സാമൂഹ്യവ്യവസ്ഥിതിക്ക് അൽപ്പമൊരു മാറ്റമുണ്ടാക്കുന്നതിനുള്ള ഏതൊരു നീക്കത്തെയും 'അക്രമം, അനീതി' എന്ന മുറവിളികളോടുകൂടിയാണ് പ്രതിലോമശക്തികൾ നേരിട്ടിട്ടുള്ളത്. കൃഷിക്കാരനും കർഷകത്തൊഴിലാളിയും സാമൂഹ്യനീതിക്കുവേണ്ടി ആരംഭിക്കുന്ന ഈ സമരത്തെ 'അക്രമം' എന്നു മുദ്രകുത്തി അടിച്ചമർത്താനാണ് അച്യുതമേനോൻ ഗവൺമെന്റ് പ്രതിലോമശക്തികളുമായി ചേർന്ന് ശ്രമിക്കുന്നത്. നിക്ഷിപ്തതാൽപ്പര്യക്കാർ ഇത്രയുംനാൾ നടത്തിയ വഞ്ചന എന്തായാലും ഇനി വിലപ്പോവില്ല. അധ്വാനത്തിന്റെ തഴമ്പാർന്ന കൈകളും ആത്മധൈര്യം ഓളംവെട്ടുന്ന ഹൃദയവുമായി മണ്ണിന്റെ സന്താനങ്ങൾ ഒരു കുരുക്ഷേത്ര യുദ്ധത്തിന് തയാറെടുത്തിരിക്കുകയാണ്.[4]

സമരത്തിന് ആവേശം പകരാൻ ഉദ്ദേശിച്ചുള്ള ഈ വാർത്തയ്ക്ക് മുഖപ്രസംഗത്തിന്റെ സ്വഭാവമാണുള്ളത്. അതേസമയം സമരത്തിന്റെ ഒരുക്കങ്ങളോ ഗവൺമെന്റ് ഭാഗത്തുനിന്ന് സമരം നേരിടാനുള്ള നീക്കങ്ങളോ വാർത്തയിൽ പരാമർശിച്ചിട്ടുമില്ല. അങ്ങനെയൊരു പോരായ്മ വാർത്തക്കുണ്ട്.

ആലപ്പുഴ സമ്മേളനത്തിനു ശേഷം രണ്ടാഴ്ചയുണ്ടായിരുന്നു സമരം തുടങ്ങാൻ. ഏറ്റവും വലിയ ഒരുക്കം സമ്മേളനം തന്നെയായിരുന്നു. ഒരുലക്ഷം പേർ പ്രകടനത്തിലും മൂന്നുലക്ഷം പേർ പൊതുസമ്മേളനത്തിലും പങ്കെടുത്തുവെന്നാണ് *ദേശാഭിമാനി* റിപ്പോർട്ട് ചെയ്തത്.

സംസ്ഥാനത്താകെ പെട്ടെന്നുതന്നെ ജില്ല, താലൂക്ക്, വില്ലേജ് തലത്തിൽ സമരസമിതികൾ രൂപീകൃതമായി. ഈ കമ്മിറ്റികളുടെ നേതൃത്വത്തിൽ ജാഥകൾ, യോഗങ്ങൾ, വീടുകയറിയുള്ള പ്രചാരണം എന്നിവയെല്ലാം ആവേശപൂർവം നടന്നു. എ കെ ജിയും മറ്റു കർഷക-കർഷക ത്തൊഴിലാളി നേതാക്കളും സംസ്ഥാനത്തുടനീളം പര്യടനം നടത്തി. പ്രചാരണം നാട്ടിൻപു റങ്ങളിലും വീടുകളിലുമെത്തിയത് മുഖ്യമായും *ദേശാഭിമാനി* വഴിയായിരുന്നു. സമരത്തിന്റെ പ്രചാരണത്തോടൊപ്പം അതിനെതിരായ പ്രചാരവേലയും തകൃതിയായി നടന്നു. എതിർ പ്ര ചാരവേല എളുപ്പമായിരുന്നു. ഭൂരിഭാഗം പത്രങ്ങളും അതേറ്റെടുത്തു. നിയമം സർക്കാർ നടപ്പി ലാക്കാൻ പോവുകയാണ്. അർഹരായ എല്ലാവർക്കും ഉടനെ ഭൂമി കിട്ടും. സമരം അനാവശ്യ മാണ്. ഇതാണ് എതിർ പ്രചാരവേലയിൽ മുഖ്യമായി ഉന്നയിച്ചിരുന്നത്. മാർക്സിസ്റ്റുകാർ ഭൂമി കയ്യേറാൻ പോവുകയാണെന്ന അപവാദം അതിന്റെ കൂടെ വന്നു. ഇത്തരം അപവാദപ്രചാര ണങ്ങൾക്കു മറുപടി പറയേണ്ട ഉത്തരവാദിത്തവും *ദേശാഭിമാനി*ക്കായിരുന്നു.

സമരം ആരംഭിച്ചശേഷമുണ്ടായ എടുത്തുപറയേണ്ട കാര്യം, മധ്യസ്ഥ കമ്മിറ്റിയുടെ തീരുമാനം അംഗീകരിച്ച് ഭൂവുടമകൾ ഭൂമി വിട്ടുകൊടുത്ത ധാരാളം സംഭവങ്ങളുണ്ടായി എന്നതാണ്. സ്വമേധയാ കുടികിടപ്പവകാശം നൽകാൻ തയാറായ ജന്മിമാരുമുണ്ട്. സമരം പൊതുവെ സമാധാനപരമായി മുന്നോട്ടുനീങ്ങി. ഗവൺമെന്റ് പ്രതീക്ഷിച്ചപോലെയോ പ്രച രിപ്പിച്ചപോലെയോ ഏറ്റുമുട്ടലുകളുണ്ടായില്ല. എന്നാൽ, പലേടത്തും സമരക്കാർക്കുനേരെ പൊലീസ് അതിക്രമങ്ങളുണ്ടായി. ആലപ്പുഴ ജില്ലയിലാണ് ഗവൺമെന്റ് സിആർപിയെ ഇറക്കി സമരക്കാരെ നേരിട്ടത്. പല പ്രദേശങ്ങളിലും പുരുഷന്മാർക്ക് ഒളിവിൽ പോകേണ്ടിവന്നു. സ്ത്രീകൾ മാത്രമുള്ള വീടുകളിൽ പൊലീസുകാരും ഗുണ്ടകളും കയറി ഉപദ്രവിക്കുന്ന സംഭവ ങ്ങളും റിപ്പോർട്ട് ചെയ്യപ്പെട്ടു.

ഭൂനിയമം പ്രയോജനരഹിതമാക്കാനും സമരം പരാജയപ്പെടുത്താനും സർക്കാർ നട ത്തുന്ന നീക്കങ്ങളെ തുറന്നുകാണിച്ചുകൊണ്ട് 1970 ജനുവരി 7-ന് *ദേശാഭിമാനി* മുഖപ്രസംഗമെ ഴുതി. ഇ എം എസ് പേരുവെച്ചെഴുതിയ മുഖപ്രസംഗത്തിലെ പ്രധാന ഭാഗങ്ങൾ:

ഭൂനിയമം പരാജയപ്പെടുത്തൽ

ഭൂപരിഷ്കരണ (ഭേദഗതി) നിയമം ഗവൺമെന്റ് തന്നെ നടപ്പിലാക്കുമെന്നും അതിനുവേ ണ്ടി യാതൊരു ബഹുജനസമരങ്ങളുടെയും ആവശ്യമില്ലെന്നും പറഞ്ഞുകൊണ്ടാണല്ലോ കർ ഷക-കർഷകത്തൊഴിലാളി സമരത്തെ 'ഭൂമി കയ്യേറ്റ'മായി ചിത്രീകരിച്ച് ഭരണകക്ഷിക്കാർ എതിർ ക്കുന്നത്. എന്നാൽ നിയമം നടപ്പിലാക്കാൻ ഗവൺമെന്റ് നടത്തുന്ന ശ്രമങ്ങളാകെ പൊളിക്കാൻ ഭൂവുടമകൾ ശ്രമിക്കുന്നുണ്ടെന്ന സത്യം റവന്യൂ മന്ത്രി കെ ടി ജേക്കബിന് സമ്മതിക്കേണ്ടിവന്നിരി ക്കുന്നു. ജനുവരി ഏഴാം തീയതി തിരുവനന്തപുരത്തുവെച്ച് അദ്ദേഹം പത്രലേഖകരോട് സംസാരി ച്ചത് *കേരളകൗമുദി* ഇങ്ങനെയാണ് റിപ്പോർട്ട് ചെയ്തത്:

'ഗവൺമെന്റിനെയും കുടികിടപ്പുകാരെയും തോൽപ്പിക്കാൻ വൻകിട ഭൂവുടമകൾ അവരുടെ കൈവശമുള്ള മിച്ചഭൂമികൾ തുണ്ടുതുണ്ടായി വിൽക്കുകയും റബ്ബർ തോട്ടങ്ങളായി മാറ്റുകയും ചെ യ്യുന്ന നടപടിയെ ഗവൺമെന്റ് കർശനമായി തടയുമെന്ന് അദ്ദേഹം വ്യക്തമാക്കി. ചില വൻകിട ഭൂവുടമകൾ അവരുടെ കൈവശമുള്ള മിച്ചഭൂമികൾ ഗവൺമെന്റിനു നൽകാതിരിക്കുന്നതിനുവേ ണ്ടി അവ വിറ്റഴിക്കാൻ ശ്രമിക്കുന്നുണ്ട്. ചിലർ കശുമാവ് വെട്ടിക്കളഞ്ഞ് പകരം റബ്ബർ വെച്ചുപിടി പ്പിക്കുന്നു. മറ്റു ചിലർ തുണ്ടുതുണ്ടായി വിൽക്കാനും ശ്രമിക്കുന്നുണ്ട്. 'എൻടെമരാഡെ' എസ്റ്റേറ്റ് അതിന്റെ ഉടമസ്ഥൻ തുണ്ടുതുണ്ടായി വിൽക്കാൻ ശ്രമിച്ചത് മന്ത്രി ഉദാഹരണമായി ചൂണ്ടിക്കാണി ച്ചു.'

ഇത്തരം നടപടികൾ ഗവൺമെന്റ് ഗൗരവപൂർവം വീക്ഷിക്കുമെന്നും ഭൂമി വിൽക്കുന്നത് തടയാൻ ലാന്റ് കൺസർവൻസി ആക്ടനുസരിച്ച് വൻ ഭൂവുടമകൾക്ക് നോട്ടീസ് നൽകുന്നതിന് തഹസിൽദാർമാർക്ക് നിർദേശം നൽകിയിട്ടുണ്ടെന്നുകൂടി മന്ത്രി പറയുകയുണ്ടായി. ഗവൺമെന്റ്

നിർദേശമനുസരിച്ച് തഹസിൽദാർമാർ എടുക്കുന്ന നടപടികൾ കൊണ്ട് വൻഭൂവുടമകളുടെ നിയമം പൊളിക്കൽ ശ്രമം തടയാൻ കഴിയുമെന്നാണോ മന്ത്രി കരുതുന്നത്? എങ്കിലതിനോട് യോജിക്കാൻ കേരളത്തിലും ഇന്ത്യയിലാകെയുമുള്ള രാഷ്ട്രീയ യാഥാർഥ്യമറിയുന്ന ഒരാൾക്കും സാധ്യമല്ല.

എന്തുകൊണ്ടെന്നാൽ, തഹസിൽദാർമാർ, ആർ ഡി ഒ മുതലായ ഉദ്യോഗസ്ഥരുടെ ഭരണനടപടികൾക്കെതിരായി പയറ്റി കണ്ണുതെളിഞ്ഞിട്ടുള്ളവരാണ് വൻകിട ഭൂവുടമകൾ. പോരെങ്കിൽ എത്രയെത്ര നല്ല നിർദേശം ഗവൺമെന്റ് നൽകിയാലും അതിനെ തോൽപ്പിക്കുന്നതിൽ വൻകിട ഭൂവുടമകളുടെ കൂടെക്കൂടുന്ന ഏജന്റുമാരായി പ്രവർത്തിക്കുന്ന ഒരു വിഭാഗം ഗവൺമെന്റ് ഉദ്യോഗസ്ഥരുമുണ്ട്. ഇതു രണ്ടും ചേർന്നാണ് പ്രധാനമന്ത്രിയടക്കമുള്ള കേന്ദ്രമന്ത്രിമാർ തന്നെ പരസ്യമായി സമ്മതിക്കുന്നതുപോലെ കഴിഞ്ഞ 22 കൊല്ലക്കാലത്ത് പാസാക്കിയെടുത്ത നല്ല നിയമങ്ങൾപോലും നടപ്പിലാക്കാതെ വന്നിട്ടുള്ളത്.

മിച്ചഭൂമിയുടെ കാര്യത്തിലുള്ള നിയമം പൊളിക്കൽ ശ്രമത്തെക്കുറിച്ചാണ് ഇത്രയും പറഞ്ഞത്. വാസ്തവത്തിൽ നടക്കുന്നത് അതു മാത്രമല്ല, കുടികിടപ്പുകാർക്കും പാട്ടകൃഷിക്കാർക്കും നിയമം മുഖേന കിട്ടുന്ന അവകാശം കവർന്നെടുക്കാനും ഭൂവുടമകൾ ശ്രമിക്കുന്നുണ്ട്. മിച്ചഭൂമിയുടെ കാര്യത്തിലെന്നപോലെ ഇതിലും ഫലപ്രദമായ തന്ത്രങ്ങൾ പയറ്റി കണ്ണുതെളിഞ്ഞിട്ടുള്ളവരാണ് വൻകിട ഭൂവുടമകൾ. അവർക്കുവേണ്ട സഹായം നൽകാൻ ഒരുവിഭാഗം ഗവൺമെന്റ് ഉദ്യോഗസ്ഥരുണ്ട്. അതുകൊണ്ടാണ് കുടികിടപ്പുകാർ, പാട്ടകൃഷിക്കാർ, മിച്ചഭൂമി വിതരണം കൊണ്ട് ഗുണം കിട്ടേണ്ട ഭൂരഹിതർ എന്നിവരെല്ലാം സ്വയം സംഘടിച്ച് തങ്ങളുടെ അവകാശം സ്ഥാപിക്കണമെന്ന് കർഷക-കർഷകത്തൊഴിലാളി സംഘടനകളും അവർക്ക് സഹായം നൽകുന്ന രാഷ്ട്രീയ പാർട്ടികളും നിർദേശിക്കുന്നത്.

കുടികിടപ്പുകാർ തങ്ങളുടെ കുടിലുകൾക്കു ചുറ്റും വേലി കെട്ടുന്നതുകൊണ്ടുമാത്രം ആർക്കും നിയമപരമായ അവകാശം കിട്ടുകയില്ലെന്ന് ഗവൺമെന്റ് പത്രക്കുറിപ്പിറക്കിയിരുന്നു. അതു ശരിയാണ്. പക്ഷേ പത്രക്കുറിപ്പിൽ നിർദേശിക്കുന്ന നിയമനടപടികൾ അംഗീകരിക്കുന്നതോടൊപ്പംതന്നെ ഏതാനും ആഴ്ചകൾക്കകത്ത് നിയമപരമായി കിട്ടേണ്ട അവകാശം സ്ഥാപിക്കുന്നതിന് കുടിലുകൾക്ക് ചുറ്റും വേലി കെട്ടുന്നതുകൊണ്ട് എന്താണ് ആപത്ത്? അങ്ങനെ കെട്ടിയ വേലികൾ പൊളിച്ചുനീക്കാൻ പൊലീസിനെ അയക്കുന്നതിന്റെ ആവശ്യമെന്താണ്? അടുത്തുതന്നെ നടപ്പാകാൻ പോകുന്ന നിയമപരമായ ഒരവകാശം ഏതാനും ദിവസങ്ങൾ കൂടി അനുഭവിക്കാൻ ഭൂവുടമകളെ സഹായിക്കാമെന്നും അതിന് പൊലീസിനെ അയച്ചുകൊടുക്കാമെന്നും കരാർ ചെയ്തതുപോലെ പ്രവർത്തിക്കുന്നത്, തങ്ങൾകൂടി പങ്കെടുക്കുന്ന ഒരു ഗവൺമെന്റ് നിലവിലുള്ള പശ്ചിമബംഗാളടക്കം ഇന്ത്യയിലാകെ മൂന്നുലക്ഷം ഏക്കർ ഭൂമി കൈവശപ്പെടുത്തിയിട്ടുണ്ടെന്ന് അഭിമാനപൂർവം പ്രഖ്യാപിക്കുന്ന ഒരു (കെ ടി ജേക്കബിന്റെ) പാർട്ടിക്ക് ഭൂഷണമാണോ?

നിയമം പരാജയപ്പെടുത്താൻ ഭൂവുടമകൾ ശ്രമിക്കുന്നുണ്ടെന്നു പറയുന്ന മന്ത്രി, അതു തടയണമെന്ന് ആത്മാർഥമായി ആഗ്രഹിക്കുന്നുണ്ടെങ്കിൽ, സംഘടിത ബഹുജനപ്രസ്ഥാനത്തെ അപലപിക്കുകയും അടിച്ചമർത്താൻ നോക്കുകയുമല്ല വേണ്ടത്. ആ സംഘടിത ബഹുജനപ്രസ്ഥാനത്തിൽ തന്റെ പാർട്ടിയെയും ഗവൺമെന്റിനെയും കൂടി പങ്കുകൊള്ളിക്കുകയാണ്. ഒരുകാലത്ത് സംഘടിത ബഹുജനപ്രസ്ഥാനത്തിന്റെ ഭാഗമായിരുന്ന കെ ടി ജേക്കബ് അതിനു തയാറാകുമോ? അതോ, മന്ത്രിയായതോടെ കാലുമാറി ഭൂവുടമകളുടെ നിയമം പൊളിക്കൽ ശ്രമം വിജയിക്കാനിടയാക്കുന്ന പ്രവർത്തനങ്ങൾക്ക് അദ്ദേഹം കൂട്ടുനിൽക്കുമോ?[5]

മിച്ചഭൂമി സമരം

ആലപ്പുഴ സമ്മേളനം അംഗീകരിച്ച ആവശ്യങ്ങളിൽ ഒന്നായിരുന്നല്ലോ പരിധിയിൽ കവിഞ്ഞ ഭൂമി ഭൂവുടമകളിൽ നിന്ന് പിടിച്ചെടുത്ത് ഭൂരിഹതരായ കർഷകർക്കും കർഷകത്തൊഴിലാളികൾക്കും വിതരണം ചെയ്യണമെന്നത്. എന്നാൽ, ഇക്കാര്യത്തിൽ അച്യുതമേനോൻ ഗവൺമെന്റ് ഒരു നടപടിയും സ്വീകരിച്ചില്ല. 1957-ലെ ഇ എം എസ് ഗവൺമെന്റ് കൊണ്ടുവന്ന കാർഷികനിയമത്തിന് രാഷ്ട്രപതി അനുമതി നൽകിയിരുന്നില്ല. 1960-ലെ തെരഞ്ഞെടുപ്പി

ദേശാഭിമാനി

ണ്ണിൻ മക്കൾപട തുടങ്ങി

കോടതിയിൽ എ കെ ജി യുടെ ധർണ

ഭൂസമരം തുടങ്ങിയ വാർത്ത-1972 മെയ് 26

നുശേഷം പി എസ് പി നേതാവ് പട്ടം താണുപിള്ളയുടെ നേതൃത്വത്തിൽ അധികാരത്തിൽ വന്ന കൂട്ടുകക്ഷി മന്ത്രിസഭ 1957-ലെ നിയമത്തിന് ചില ഭേദഗതികൾ കൊണ്ടുവന്നു. മൂലനിയമത്തിന്റെ അന്തഃസത്ത തകർക്കുന്ന മാറ്റങ്ങളാണ് വരുത്തിയത്. ഭൂമിക്കു പരിധി ഏർപ്പെടുത്തിയതിന്റെ പ്രയോജനം ഇല്ലാതാക്കുന്നതായിരുന്നു ഭേദഗതികൾ. മിച്ചഭൂമി കൈമാറ്റം യഥേഷ്ടം നടന്നു. തോട്ടങ്ങൾ നിയമത്തിന്റെ പരിധിയിൽ നിന്ന് ഒഴിവാക്കിയിരുന്നതുകൊണ്ട് റബ്ബറും ഏലവും കാപ്പിയും മറ്റും വെച്ചുപിടിപ്പിച്ച് തോട്ടങ്ങളുണ്ടാക്കി. മാത്രമല്ല, ഭൂമി ഭാഗംവെച്ച് പലരുടെയും പേരുകളിലാക്കി. ഈ സാഹചര്യത്തിലാണ് അവശേഷിക്കുന്ന മിച്ചഭൂമി ഏറ്റെടുത്ത് വിതരണം ചെയ്യണമെന്ന് ആലപ്പുഴ സമ്മേളനം ആവശ്യപ്പെട്ടത്. കുടികിടപ്പ് വളച്ചുകെട്ടലും പാട്ടവും വാരവും ജന്മിക്ക് നൽകാൻ വിസമ്മതിക്കലും സംസ്ഥാനത്താകെ വലിയ പ്രസ്ഥാനമായി വളർന്നിട്ടും മിച്ചഭൂമിയുടെ കാര്യത്തിൽ ഗവൺമെന്റ് ചെറുവിരലനക്കിയില്ല. ഈ സാഹചര്യത്തിൽ മറ്റൊരു സമരത്തിന് കർഷക-കർഷകത്തൊഴിലാളി പ്രസ്ഥാനം തയാറായി.

ആദ്യസമരം ആരംഭിച്ച് ഏതാണ്ട് രണ്ടര വർഷമാകുമ്പോഴാണ് മറ്റൊരു ഭൂസമരത്തിലേക്ക് കേരളം പോകുന്നത്. 1972 മെയ് ഏഴിന് എറണാകുളത്തുചേർന്ന കർഷക-കർഷകത്തൊഴിലാളി സമ്മേളനം മിച്ചഭൂമി പിടിച്ചെടുത്ത് സർക്കാരിനെ ഏൽപ്പിക്കാനുള്ള സമരം മെയ് 25-ന് ആരംഭിക്കുമെന്ന് പ്രഖ്യാപിച്ചു. സിപിഐ എമ്മിനു പുറമെ കെഎസ്പി, കെടിപി തുടങ്ങിയ കക്ഷികൾ കൂടി പിന്തുണ നൽകുന്ന സമരം വിജയിപ്പിക്കാൻ രൂപീകൃതമായ കമ്മിറ്റിയുടെ അധ്യക്ഷൻ ഫാദർ വടക്കനായിരുന്നു. വിമോചനസമരത്തിന്റെ നേതാക്കളിലൊരാളായിരുന്ന ഫാദർ വടക്കൻ അപ്പോഴേക്കും കമ്യൂണിസ്റ്റ് വിരുദ്ധ ചേരി വിട്ട് കർഷകത്തൊഴിലാളി പാർട്ടിക്കു (കെടിപി) രൂപം നൽകുകയും ഇടതുപക്ഷവുമായി യോജിച്ചുപ്രവർത്തിക്കാൻ തയാറാവുകയും ചെയ്തിരുന്നു. മിച്ചഭൂമി പിടിച്ചെടുക്കൽ സമരത്തിന്റെ മുന്നണിയിൽ എ കെ ജിയോടൊപ്പം ഫാദർ വടക്കനും നിലകൊണ്ടു.

നിയമപ്രകാരമുള്ള മിച്ചഭൂമി ഏതാണെന്ന് കണ്ടെത്തി പരസ്യമായി പ്രഖ്യാപിക്കുക, ഈ മിച്ചഭൂമികളിൽ പിന്നീട് സമരവളണ്ടിയർമാർ പ്രവേശിക്കുക, ഭൂമി കൈവശപ്പെടുത്തി അവിടെ കുടിലുകൾ കെട്ടി താമസിക്കുക, സർക്കാർ ആ ഭൂമി ഏറ്റെടുത്ത് വിതരണത്തിനു തയാറാവുകയാണെങ്കിൽ വിട്ടുകൊടുക്കുക - ഇതായിരുന്നു പ്രഖ്യാപിച്ച സമരത്തിന്റെ രൂപം. 1963 മുതൽ നടന്ന എല്ലാ ഭൂമി കൈമാറ്റങ്ങളും റദ്ദായതായി കണക്കാക്കി മിച്ചഭൂമി മുഴുവൻ സർക്കാർ ഏറ്റെടുത്ത് പാവങ്ങൾക്ക് വിതരണം ചെയ്യണമെന്നതായിരുന്നു പ്രധാന ആവശ്യം.

അരനൂറ്റാണ്ടുമുമ്പ് നടന്നതാണെങ്കിലും മിച്ചഭൂമി സമരമെന്ന് കേൾക്കുമ്പോൾ നമ്മുടെ മനസ്സിലേക്ക് ഓടിവരിക പൊലീസിന്റെ കണ്ണുവെട്ടിച്ച് എ കെ ജി മുടവൻമുകൾ കൊട്ടാരത്തിന്റെ മതിൽ ചാടിക്കടന്ന് നടത്തിയ സമരമാണ്. സമരം തുടങ്ങിയതിന്റെ പിറ്റേന്ന് (1972 മെയ് 26) *ദേശാഭിമാനി* ഒന്നാം പേജിൽ പ്രസിദ്ധീകരിച്ച വാർത്തയിൽ നിന്ന്:

മുടവൻമുകൾ സമരം

മതിൽ ചാടി എ കെ ജി കൊട്ടാരവളപ്പിൽ

തിരുവനന്തപുരം, മെയ് 25: തിരുവിതാംകൂർ മഹാരാജാവിന്റെ മുടവൻമുകൾ കൊട്ടാരവള

പ്പിലുള്ള 40 ഏക്കർ മിച്ചഭൂമി എ കെ ജിയുടെ നേതൃത്വത്തിൽ കർഷക-കർഷകത്തൊഴിലാളി സന്നദ്ധഭടന്മാർ ഇന്ന് കയ്യടക്കിയിരിക്കുന്നു. അച്യുതമേനോന്റെ പൊലീസിനെയും ഇന്ദിരാഗാന്ധിയുടെ സിആർപിയെയും എല്ലാം കബളിപ്പിച്ചുകൊണ്ടും അത്ഭുതസ്തബ്ധരാക്കിക്കൊണ്ടും ജീവിതത്തിന്റെ സായാഹ്നത്തിലെത്തിയ എ കെ ജി ഒരു പതിനേഴുകാരന്റെ ചുറുചുറുക്കോടെ കൊട്ടാരമതിൽ ചാടിക്കടന്ന് അകത്തുകയറി. എ കെ ജിയെയും സന്നദ്ധഭടന്മാരെയും ഗേറ്റിനു വെളിയിൽ തടയാൻ നിന്നിരുന്ന പൊലീസ് ഉദ്യോഗസ്ഥർ കബളിപ്പിക്കപ്പെട്ടു.

കൊട്ടാരവളപ്പിനകത്ത് ചുകപ്പ് കൊടികളുമേന്തി സന്നദ്ധഭടന്മാർ എ കെ ജിയോടൊപ്പം കുത്തിയിരുന്നു. ഒരു സംഘം ഉയർന്ന പൊലീസ് ഉദ്യോഗസ്ഥർ എ കെ ജിയുടെ അടുത്തുവന്ന് 'അതിക്രമിച്ച് കടന്നിരിക്കയാണ് (ട്രെസ്പാസ്). അതുകൊണ്ട് അറസ്റ്റ് ചെയ്യുന്നു' എന്ന് അറിയിച്ചു.

'ട്രെസ്പാസ് ആണെന്ന് ആരാണ് തീരുമാനിച്ചത്? അറസ്റ്റ് ചെയ്യാൻ ഞാൻ സമ്മതിക്കില്ല' എന്ന് എ കെ ജി ക്ഷുഭിതനായി പൊലീസ് ഉദ്യോഗസ്ഥരോട് പറഞ്ഞു. അതോടെ അവർ സ്ഥലംവിട്ടു. എ കെ ജി കൊട്ടാരവളപ്പിലെ മിച്ചഭൂമിയിൽ കുത്തിയിരുന്നു. എന്തുചെയ്യണമെന്നറിയാതെ പൊലീസ് ഉദ്യോഗസ്ഥർ പരക്കംപാഞ്ഞു. പല കേന്ദ്രങ്ങളുമായി അവർ ബന്ധംപുലർത്തി. എ കെ ജിയുടെ ഒപ്പം ഉണ്ടായിരുന്ന 25 പേരെ പൊലീസ് അറസ്റ്റ് ചെയ്ത് കൊട്ടാരവളപ്പിൽ തന്നെ മറ്റൊരിടത്തേക്ക് നീക്കി.[6]

എ കെ ജിയും പൊലീസ് ഉദ്യോഗസ്ഥരും തമ്മിൽ നടന്ന വാഗ്വാദത്തിന്റെ വിവരങ്ങൾ മറ്റൊരു വാർത്തയായാണ് *ദേശാഭിമാനി* നൽകിയത്. അതിലേക്ക്:

നിങ്ങൾ എന്നെ വെടിവെച്ചുകൊള്ളൂ-എ കെ ജി

'നിങ്ങൾക്കെന്നെ നീക്കം ചെയ്യണമെങ്കിൽ ബലം പ്രയോഗിക്കണം. അല്ലാതെ ഞാൻ ഇവിടെനിന്ന് അനങ്ങില്ല. അല്ലെങ്കിൽ എന്നെ അറസ്റ്റ് ചെയ്യാനുള്ള ഓർഡർ കൊണ്ടുവരൂ. പോകൂ, പോയി നിങ്ങളുടെ യജമാനന്മാരോട് പറയൂ.' ഇവിടെ മുടവൻമുകൾ കൊട്ടാരത്തിന്റെ അന്തരീക്ഷത്തിൽ മുഴങ്ങിക്കേട്ട ഇന്ത്യയിലെ വിപ്ലവകാരിയുടെ ശബ്ദമായിരുന്നു അത്. ആ ശബ്ദത്തിനുമുമ്പിൽ ഡിവൈഎസ്പി അടക്കമുള്ള പൊലീസ് ഉദ്യോഗസ്ഥർ സ്തംഭിച്ചുനിന്നു.

തിരുവിതാംകൂർ രാജാവിന്റെ മിച്ചഭൂമിയിൽ കയറിയതിന് അറസ്റ്റ് ചെയ്യാനെത്തിയ പൊലീസ് ഉദ്യോഗസ്ഥരോട് എ കെ ജി പറഞ്ഞ വാക്കുകളാണ് മുകളിൽ ചേർത്തത്. നിയമവിരുദ്ധമായാണ് എ കെ ജി ഭൂമിയിൽ പ്രവേശിച്ചതെന്ന് പറഞ്ഞ ഉദ്യോഗസ്ഥനോട് എ കെ ജി ചോദിച്ചു: 'നിയമവിരുദ്ധമാകാൻ ഇതാരുടെയെങ്കിലും സ്വകാര്യ ഭൂമിയാണോ? എങ്കിൽ അവർ ഇതിനെ തടഞ്ഞുകൊണ്ടുള്ള ഓർഡർ കൊണ്ടുവരട്ടെ. ഇത് ആരുടെയും സ്വത്തല്ല. മനുഷ്യവാസമില്ലാത്ത ഭൂമിയാണ്. ഇത് എന്റെയും നിങ്ങളുടെയും ഭൂമിയാണ്. ഇവിടെ ഞാൻ കടക്കരുതെന്ന് പറയാൻ നിങ്ങൾ ആരാണ്? നിങ്ങളുടെ ഭൂമിയാണോ?' ആർ ഡി ഒ അടക്കമുള്ള ഉദ്യോഗസ്ഥർ തിരിച്ചുപോയി. എ കെ ജിയും അനുയായികളും അവിടെത്തന്നെ നിലയുറപ്പിച്ചു.

കുറച്ചുസമയം കഴിഞ്ഞപ്പോൾ മറ്റൊരു സംഘം ഉദ്യോഗസ്ഥർ ഡിഎസ്പിയുടെ നേതൃത്വത്തിൽ സ്ഥലത്തെത്തി. എ കെ ജി നിയമവിരുദ്ധമായാണ് ഭൂമിയിൽ കടന്നത്. അറസ്റ്റ് ചെയ്യണമെന്ന് അറിയിച്ചു. എ കെ ജി പ്രതികരിച്ചു: 'നിയമവിരുദ്ധമായ അറസ്റ്റാണിത്. ഞാൻ ഇവിടെനിന്നു വരില്ല. നിങ്ങൾക്ക് വേണമെങ്കിൽ ബലമായി പിടിച്ചുകൊണ്ടുപോകാം.' എ കെ ജിയെ എങ്ങനെയാണ് ബലം പ്രയോഗിച്ച് അറസ്റ്റ് ചെയ്യുകയെന്ന് ഒരു പൊലീസ് ഉദ്യോഗസ്ഥൻ ചോദിച്ചപ്പോൾ എ കെ ജി പറഞ്ഞു: 'നിങ്ങൾ ആളുകളെ വെടിവെച്ചുകൊല്ലുന്നവരല്ലേ? എന്നെയും വേണമെങ്കിൽ വെടിവെച്ചുകൊള്ളൂ. പക്ഷേ, ഞാൻ ഇവിടെ നിന്ന് അനങ്ങുകയില്ല. ഞാൻ ആരുടെയും സ്വത്ത് എടുക്കുന്നില്ല. പിന്നെന്തിന് ഇവിടെനിന്ന് പോകണം? ഞങ്ങൾ മധ്യസ്ഥരാണ്. ഭൂമി ഗവൺമെന്റിനെ ഏൽപ്പിക്കുന്ന ചുമതലയാണ് ഞങ്ങൾക്കുള്ളത്.'

എ കെ ജി കാണിക്കുന്നത് നിയമവിരുദ്ധമാണെന്ന് വീണ്ടും ഒരു പൊലീസ് ഉദ്യോഗസ്ഥൻ പറഞ്ഞപ്പോൾ എ കെ ജി രോഷാകുലനായി.

'നിയമവിരുദ്ധമാണെന്ന് പറയാൻ നിങ്ങളാര്? നിയമം കുറെയൊക്കെ എനിക്കും അറിയാം.

ഞാൻ നിയമം ഉണ്ടാക്കുന്ന ആളാണ്. നിയമത്തിന് വിരുദ്ധമായി പടച്ചോൻ പറഞ്ഞാലും ഞാൻ സമ്മതിക്കില്ല. ഇവിടെ നിയമവിരുദ്ധമായി പ്രവർത്തിച്ചത് മഹാരാജാവാണ്. ആദ്യം മഹാരാജാവിനെ അറസ്റ്റ് ചെയ്യൂ'-എ കെ ജി കുപിതനായി പറഞ്ഞു. പൊലീസ് ഉദ്യോഗസ്ഥർ യാതൊന്നും ശബ്ദിക്കാതെ സ്ഥലംവിട്ടു.

എ കെ ജി പൊരിവെയിലിൽ കുത്തിയിരുന്നു. സമീപത്തുണ്ടായിരുന്ന പത്രപ്രതിനിധികളുടെ നിർബന്ധപ്രകാരം എ കെ ജി തണലുള്ള ഒരു സ്ഥലത്തേക്ക് മാറിയിരുന്നു. ക്ഷീണം ഏറിവന്നപ്പോൾ തനിക്കൊന്ന് കിടന്നാൽ കൊള്ളാമെന്ന് സമീപമുണ്ടായിരുന്ന പത്രലേഖകരോട് പറഞ്ഞു. പുറത്തുനിന്ന് ഒരു പുൽപായ എടുത്തുകൊണ്ടുവന്നു. കാടുംപടലും പിടിച്ചുകിടക്കുന്ന കൊട്ടാരവളപ്പിൽ എ കെ ജി അതിൽക്കിടന്ന് കുറേസമയം ഉറങ്ങി. നാലുമണി കഴിഞ്ഞപ്പോൾ ഡിഎസ്പിയും ഡിവൈഎസ്പിയും മറ്റു ഉയർന്ന ഉദ്യോഗസ്ഥരും ചേർന്ന് ഒരു വാൻ എ കെ ജി കിടക്കുന്നതിനു സമീപം കൊണ്ടുവന്നു. എ കെ ജിയോട് കയറാൻ ആവശ്യപ്പെട്ടു. എ കെ ജി വഴങ്ങിയില്ല. ഉദ്യോഗസ്ഥർ ബലം പ്രയോഗിച്ച് എ കെ ജിയെ വാനിൽ കയറ്റി. എ കെ ജിയെയും വളണ്ടിയർമാരെയും വഞ്ചിയൂർ പൊലീസ് സ്റ്റേഷനിലേക്ക് കൊണ്ടുപോയി.[7]

കോടതിയിൽ കുറ്റപത്രം വായിച്ചുകേൾപ്പിച്ചശേഷം എന്തെങ്കിലും പറയാനുണ്ടോ എന്ന് മജിസ്ട്രേട്ട് ചോദിച്ചപ്പോൾ എ കെ ജിയുടെ മറുപടി ഇതായിരുന്നു:

ആഭ്യന്തരമന്ത്രി കരുണാകരൻ പറഞ്ഞിട്ടുണ്ടാകും എന്നെ അറസ്റ്റ് ചെയ്യണമെന്ന്. കുറ്റം ചെയ്തത് യഥാർഥത്തിൽ ഭരണാധികാരികളാണ്. അവരുണ്ടാക്കിയ നിയമം അവർ തന്നെ ലംഘിച്ചിരിക്കുന്നു. പ്രസിഡണ്ടിന്റെ അനുമതി കിട്ടിയ നിയമം 1970 ജനുവരി ഒന്നുമുതൽ നടപ്പിലാക്കണമെന്ന് പറഞ്ഞിട്ടുകൂടിയും ഒരൊറ്റ സെന്റ് ഭൂമിപോലും ഏറ്റെടുത്ത് വിതരണം നടത്താത്ത ഭരണാധികാരികളാണ് കുറ്റം ചെയ്തവർ. അവരെയാണ് ശിക്ഷിക്കേണ്ടത്.

കേസ് ജൂൺ 5-ന് അവധിക്കുവെച്ചുകൊണ്ട് എ കെ ജിയടക്കമുള്ളവരെ ജൂൺ 5 വരെ റിമാണ്ടിൽ വെക്കാൻ മജിസ്ട്രേട്ട് ഉത്തരവിട്ടു. എ കെ ജിക്ക് ജയിലിൽ 'എ' ക്ലാസോ 'ബി' ക്ലാസോ നൽകാനും കോടതി നിർദേശിച്ചു. എന്നാൽ തനിക്ക് 'എ' ക്ലാസും 'ബി' ക്ലാസുമൊന്നും വേണ്ടെന്നും തന്നെ സുഹൃത്തുക്കളുടെ കൂടെ ജയിലിൽ അയച്ചാൽ മതിയെന്നും എ കെ ജി ശഠിച്ചപ്പോൾ അദ്ദേഹത്തെ ജാമ്യത്തിൽ വിടാൻ മജ്സ്ട്രേട്ട് ഉത്തരവിട്ടു. കൂടെയുള്ള സമരവളണ്ടിയർമാർക്ക് ജാമ്യം നൽകുന്നില്ലെങ്കിൽ തനിക്കും ജാമ്യം വേണ്ടെന്നായി എ കെ ജി. മജിസ്ട്രേട്ട് അത് അവഗണിച്ച് പുറത്തുപോയി. എ കെ ജി അവിടെ കുത്തിയിരിപ്പ് തുടർന്നു.

എ കെ ജി കോടതിയിൽ ധർണ നടത്തുന്ന വിവരമറിഞ്ഞ് കോടതിക്ക് പുറത്ത് ആളുകൾ തിങ്ങിക്കൂടി. രാത്രി 11.50-ന് ഒരു സംഘം പൊലീസുകാർ വന്ന് എ കെ ജിയെ അറസ്റ്റ് ചെയ്ത് മജിസ്ട്രേട്ടിന്റെ വസതിയിൽ ഹാജരാക്കി. പിറ്റേന്ന് കാലത്ത് കോടതിയിൽ ഹാജരാക്കാനും അതുവരെ റിമാണ്ടിൽ വെക്കാനും മജിസ്ട്രേട്ട് ഉത്തരവിട്ടു. അങ്ങനെയാണ് കോടതിയിലെ സമരം അവസാനിച്ചത്.

മിച്ചഭൂമി സമരം ആരംഭിക്കുന്നതിന്റെ തലേന്നുമുതൽ ഏതാനും ദിവസം *ദേശാഭിമാനി*യുടെ ഒന്നാം പേജ് നിറയെ സമരവാർത്തകളായിരുന്നു. ഉൾപ്പേജിൽ സംസ്ഥാനത്തിന്റെ വിവിധ ഭാഗങ്ങളിൽ നിന്നുള്ള സമരവാർത്തകളും വിശകലനങ്ങളും പ്രസ്താവനകളും വന്നുകൊണ്ടിരുന്നു.

സമരത്തിനാധാരമായ വസ്തുതകൾ ജനങ്ങളുടെ മുമ്പിൽ സമർപ്പിക്കുന്നതിന് *ദേശാഭിമാനി* പ്രത്യേകം ശ്രദ്ധിച്ചു. സമരം ആരംഭിച്ചതിന്റെ പിറ്റേന്ന് മെയ് 26-ന് പ്രസിദ്ധീകരിച്ച മുഖപ്രസംഗത്തിലെ ചില ഭാഗങ്ങൾ:

മിച്ചഭൂമിയും വസ്തുതകളും

ഇന്നു നടക്കുന്ന സമരത്തിന്റെ പശ്ചാത്തലത്തിൽ നിയമനടത്തിപ്പിന്റെ വിജയപരാജയങ്ങളുടെ ഉരകല്ല് മിച്ചഭൂമിയാണല്ലോ. കേരള ഭൂപരിഷ്കാരനിയമം നടപ്പിൽ വന്നിട്ട് ഇന്നേക്ക് ഒരു

കൊല്ലവും നാലുമാസവും 26 ദിവസവുമായി. ഇതിനിടക്ക് ആകെ വിതരണം ചെയ്ത മിച്ച ഭൂമി ഗവൺമെന്റ് കണക്കുപ്രകാരം 230 ഏക്കറാണ്. ആകെ ഗവൺമെന്റിന് വിട്ടുകിട്ടിയത് 315 ഏക്കർ മാത്രവും. കഴിഞ്ഞ മാർച്ച് 31 വരെയുള്ള കാലത്ത് കേവലം 44 കേസുകളിലാണ് ലാൻഡ് ബോർഡ് അന്വേഷണം പൂർത്തിയായത്.

കേരളത്തിൽ ഭൂപരിധിനിയമം ആദ്യമായി കൊണ്ടുവന്ന കാലത്ത് അഞ്ചുലക്ഷം ഏക്കർ മിച്ചഭൂമിയെങ്കിലും ഉണ്ടാകുമെന്ന് അനുമാനിച്ചിരുന്നു. അതിനുശേഷം നടന്ന അനധികൃത മാറ്റങ്ങൾക്ക് കയ്യുംകണക്കുമില്ല. അതിനെല്ലാം നിയമസാധുത്വം നൽകുന്ന ഭേദഗതിക്കാണ് കേന്ദ്രഗവൺമെന്റ് ഇപ്പോൾ ആവശ്യപ്പെട്ടിട്ടുള്ളതും കേരള ഭരണാധികാരികൾ അംഗീകരിച്ചുകൊടുത്തതും. ഇതെല്ലാമായാലും പ്രഥമദൃഷ്ടിയിൽ തന്നെ കണ്ടെത്താവുന്ന രണ്ടര ലക്ഷം ഏക്കർ മിച്ചഭൂമിയെങ്കിലും കേരളത്തിലുണ്ടെന്ന് ഉറപ്പിച്ചുപറയാൻ കഴിയും. ഇത്രയും പറഞ്ഞതിൽനിന്ന് മിച്ചഭൂമി വിതരണം തികഞ്ഞ പരാജയമാണെന്നു സമ്മതിക്കാത്തവരുണ്ടാകുകയില്ല. കേരള മന്ത്രിമാരും അവരുടെ രാഷ്ട്രീയക്കാരും പരാജയം സമ്മതിക്കുന്നവരല്ലല്ലോ. കണക്കുകൾ അവരുടെ ചെവിയടക്കത്തക്ക വിധത്തിൽ ശബ്ദിച്ചുകൊണ്ടിരിക്കുന്നുണ്ടെങ്കിലും.

ഗവൺമെന്റിന്റെ പരാജയം ശരിക്കു മനസ്സിലാക്കിക്കൊണ്ടാണ് മിച്ചഭൂമി പിടിച്ചെടുക്കാനുള്ള പ്രസ്ഥാനമാരംഭിച്ചത്. അത് തികച്ചും സന്ദർഭോചിതമാണെന്ന് വസ്തുതകൾ വ്യക്തമാക്കുന്നുണ്ട്. വസ്തുതകൾ അറിയുന്നവരെല്ലാം സമരത്തിന്റെ പിന്നിൽ അണിനിരക്കുകയും ചെയ്യും. വസ്തുതകൾ അറിഞ്ഞിട്ടും അറിയില്ലെന്ന് മന്ത്രി ബേബി ജോണിനെപ്പൊലെ നടിക്കുന്നവരാണ് സമരത്തിന്റെ എതിർചേരിയിൽ അണിനിരന്നിട്ടുള്ളത്. [8]

എൺപതുദിവസം പിന്നിട്ട മിച്ചഭൂമി സമരം സർക്കാർ നൽകിയ ചില ഉറപ്പുകളുടെ അടിസ്ഥാനത്തിൽ തൽക്കാലം നിർത്തിവയ്ക്കാൻ 1972 ആഗസ്ത് 12-ന് സമരസമിതി തീരുമാനിച്ചു. സമരം ആരംഭിച്ചശേഷം മാത്രമാണ് മിച്ചഭൂമി ഏറ്റെടുക്കാനുള്ള നടപടികൾ ഗവൺമെന്റ് ആരംഭിച്ചത്. മെയ് 17-ന്റെ സർക്കാർ കണക്കുപ്രകാരം വെറും 800 ഏക്കർ മിച്ചഭൂമി മാത്രമാണ് ഏറ്റെടുത്തിരുന്നത്. എന്നാൽ ആഗസ്ത് പത്തിന് അത് എണ്ണായിരം ഏക്കറായി വർധിച്ചു. ഗവൺമെന്റ് നൽകിയ പ്രധാന ഉറപ്പുകൾ ഇവയായിരുന്നു: സമരസമിതി വളണ്ടിയർമാർ ചൂണ്ടിക്കാണിച്ച മിച്ചഭൂമി ഏറ്റെടുക്കുന്നതിന് പ്രത്യേക പരിഗണന നൽകി നടപടി സ്വീകരിക്കും. ഭൂവുടമകൾ നൽകുന്ന മിച്ചഭൂമിയുടെ കണക്ക് പെതുജനങ്ങളുടെ അറിവിന് പ്രസിദ്ധപ്പെടുത്തും. സ്നേഹവാൽസല്യത്തിന്റെ പേരിലുള്ള കൈമാറ്റം പരിമിതപ്പെടുത്തും. ആറ് ഏക്കറിൽ കൂടുതൽ ഭൂമിയുള്ള വ്യക്തികളും 12 ഏക്കറിൽ കൂടുതലുള്ള കുടുംബവും മിച്ചഭൂമിയില്ലെങ്കിലും സർക്കാരിന് കണക്ക് നൽകണം. കണക്ക് നൽകാത്തവർക്ക് ഒരു കൊല്ലത്തെ തടവുശിക്ഷ വരെ നൽകാവുന്ന വ്യവസ്ഥ കൊണ്ടുവരും. ലാൻഡ് ബോർഡിന്റെ പ്രവർത്തനം ഊർജിതമാക്കും. ഭൂവിതരണത്തിന് ജനകീയ കമ്മിറ്റികൾ രൂപീകരിക്കും.

സമരത്തിൽ 711 കേന്ദ്രങ്ങളിലായി രണ്ടുലക്ഷത്തോളം പേർ പങ്കെടുത്തുവെന്നാണ് സമരസമിതി അറിയിച്ചത്. ഒന്നരലക്ഷത്തിലധികം പേർ ശിക്ഷിക്കപ്പെട്ടു. 1.86 ലക്ഷം ഏക്കർ മിച്ചഭൂമി വളണ്ടിയർമാർ സർക്കാരിന് കാണിച്ചുകൊടുത്തു. സമരം ആഗസ്ത് 12-ന് പിൻവലിച്ചുവെങ്കിലും ഉറപ്പുകൾ സർക്കാർ പാലിച്ചില്ല. അതിനാൽ സമരം പുനരാരംഭിക്കാൻ ഒക്ടോബർ ഒന്നിന് കണ്ണൂരിൽ ചേർന്ന കർഷക-കർഷകത്തൊഴിലാളി കൺവൻഷൻ തീരുമാനിച്ചു. നവംബർ 15 മുതൽ സമരം പുതിയ രൂപത്തിലേക്ക് മാറി. വളണ്ടിയർമാർ മിച്ചഭൂമിയിൽ കയറി കുടിൽകെട്ടി താമസിക്കാൻ തുടങ്ങി. അവർ വിളകൾ എടുക്കുകയും ചെയ്തു. സമരത്തെ പൊലീസിനെ ഉപയോഗിച്ച് നേരിടാൻ തന്നെയായിരുന്നു ഗവൺമെന്റ് തീരുമാനം. സമരഭൂമിയിൽ കെട്ടിയ കുടിലുകൾ പൊലീസ് പൊളിക്കാൻ തുടങ്ങി. പൊളിച്ചാൽ വളണ്ടിയർമാർ വീണ്ടും കെട്ടും. അതിനിടയ്ക്ക് അറസ്റ്റും മർദനവുമെല്ലാം നടക്കുന്നുണ്ടായിരുന്നു. പല സ്ഥലങ്ങളിലും കുടിലുകൾക്ക് പൊലീസ് തീയിട്ടു. ആയിരക്കണക്കിന് വളണ്ടിയർമാർ ജയിലിലായി. സമരം ഈ രീതിയിൽ മുന്നോട്ടുപോയപ്പോൾ മിച്ചഭൂമി വിത

രണത്തിന്റെ കാര്യത്തിൽ സമരസമിതിക്ക് നൽകിയ ഉറപ്പുകൾ കുറേയൊക്കെ പാലിക്കാൻ സർക്കാർ നിർബന്ധിക്കപ്പെട്ടു.

പതിനായിരക്കണക്കിന് കുടുംബങ്ങൾക്കാണ് 1970-ലെയും 1972-ലെയും സമരം വഴി കിടപ്പാടം ലഭിച്ചത്. ജന്മിമാർക്ക് പാട്ടവും വാരവും കൊടുത്തുവലഞ്ഞ കർഷകർക്ക് മോചനം ലഭിച്ചു. കൃഷിഭൂമി കർഷകന് എന്ന മുദ്രാവാക്യത്തിന് അവർ സംഘടിത സമരത്തിലൂടെ അർഥമുണ്ടാക്കി. സാമൂഹ്യപരിവർത്തനത്തിന് വലിയ സംഭാവന നൽകിയ ഈ സമരങ്ങൾക്ക് ഉറച്ച പിന്തുണ നൽകാൻ *ദേശാഭിമാനി*ക്കു കഴിഞ്ഞു. പ്രമുഖ പത്രങ്ങളുടെ വലിയ പടയെ തനിച്ച് നേരിടുമ്പോൾ അതിന്റെ പ്രവർത്തകർക്ക് കൂടുതൽ വീറും ആവേശവും കാണും. അതു *ദേശാഭിമാനി*യിൽ പ്രതിഫലിച്ചിരുന്നു.

അഴീക്കോടൻ വധം

അഴീക്കോടൻ രാഘവൻ

ഭൂസമരം സംസ്ഥാനവ്യാപകമായി നടക്കുന്നതിനിടയിലാണ് സിപിഐ എമ്മിന്റെ സമുന്നത നേതാക്കളിലൊരാളായ അഴീക്കോടൻ രാഘവൻ കൊല്ലപ്പെടുന്നത്. 1972 സെപ്തംബർ 23-ന് തൃശൂർ ചെട്ടിയങ്ങാടി കവലയിൽ അദ്ദേഹത്തെ ഒരു സംഘം അക്രമികൾ കുത്തിക്കൊന്ന വാർത്ത കേരളത്തെയാകെ നടുക്കി. 1967-ലെ ഐക്യമുന്നണിയുടെ കൺവീനറായിരുന്ന അദ്ദേഹം പ്രമുഖ തൊഴിലാളി സംഘടനാ നേതാവുകൂടിയായിരുന്നു. രാത്രി 9.45-നായിരുന്നു സംഭവം. തൃശൂർപട്ടണം ഉറങ്ങിയിട്ടില്ല. എറണാകുളത്തുനിന്ന് കെഎസ്ആർടിസി ബസിൽ ചെട്ടിയങ്ങാടിയിൽ ഇറങ്ങിയ അദ്ദേഹം തൊട്ടടുത്ത പ്രീമിയർ ലോഡ്ജിലേക്ക് നടന്നുപോകുമ്പോൾ അഞ്ചാറുപേർ മുന്നിൽ ചാടിവീണ് കുത്തുകയായിരുന്നു. സംഭവം നടന്നത് ഒരു പഴക്കടയ്ക്കു മുമ്പിലാണ്. ആ സമയവും കടയിൽ കച്ചവടമുണ്ടായിരുന്നു. കുത്തേറ്റുവീണ സ്ഥലത്തുതന്നെ ആ ജനനേതാവ് അന്ത്യശ്വാസം വലിച്ചു.

ചില പാർട്ടി യോഗങ്ങളിൽ പങ്കെടുക്കാനുള്ളതുകൊണ്ട് പ്രീമിയർ ലോഡ്ജിൽ സെപ്തംബർ 22-മുതൽ അദ്ദേഹത്തിനു വേണ്ടി പാർട്ടി സഖാക്കൾ മുറി ബുക്ക് ചെയ്തിരുന്നു. 23-ന് രാവിലെ തൃശൂരിൽ നിന്ന് അദ്ദേഹം ചില യോഗങ്ങൾക്ക് എറണാകുളത്തേക്കു പോയി. രാത്രി തിരിച്ചെത്തിയാൽ സോഷ്യലിസ്റ്റ് പാർട്ടി നേതാവ് എം പി വീരേന്ദ്രകുമാറിനെ പ്രീമിയർ ലോഡ്ജിൽ കാണാമെന്നും നിശ്ചയിച്ചിരുന്നു. അതനുസരിച്ചാണ് എറണാകുളത്തുനിന്ന് രാത്രി ബസ് മാർഗം തൃശൂരിലെത്തിയത്. കൊലപാതകം വളരെ ആസൂത്രിതമായിരുന്നു. അക്രമികൾ പെട്ടെന്ന് ഓടിമറഞ്ഞു.

കണ്ണൂരിൽ ബീഡിത്തൊഴിലാളിയായി ജീവിതമാരംഭിച്ച അഴീക്കോടൻ ജനങ്ങൾക്കിടയിൽ നിസ്വാർഥമായി പ്രവർത്തിച്ചും സ്വയം പഠിച്ചുമാണ് പാർട്ടിയുടെയും ട്രേഡ് യൂണിയന്റെയും നേതൃനിരയിലെത്തിയത്. കളങ്കമേശാത്ത പൊതുപ്രവർത്തനംകൊണ്ടും സൗമ്യമായ പെരുമാറ്റംകൊണ്ടും എല്ലാവിഭാഗം ജനങ്ങളുടെയും ആദരവ് നേടിയ രാഷ്ട്രീയ നേതാവായിരുന്നു അദ്ദേഹം. സിപിഐ എമ്മിന്റെ നേതൃനിരയിൽ പ്രവർത്തിക്കുമ്പോൾ വധിക്കപ്പെടുന്ന രണ്ടാമത്തെ രാഷ്ട്രീയ നേതാവായിരുന്നു അഴീക്കോടൻ. അതിനു മൂന്നുവർഷം മുമ്പാണ് പ്രമുഖ തൊഴിലാളി നേതാവും നിയമസഭാംഗവുമായ കെ കുഞ്ഞാലി നിലമ്പൂരിൽ വെടിയേറ്റു മരിച്ചത്. കേരളത്തിൽ മറ്റൊരു രാഷ്ട്രീയ പാർട്ടിക്കും ഇത്തരത്തിലുള്ള നഷ്ടം നേരിടേണ്ടിവന്നിട്ടില്ല. ദുഃഖാചരണവും സമാധാനപരമായ പ്രതിഷേധവുമല്ലാതെ രണ്ടുസംഭവത്തിന്റെ പേരിലും കേരളത്തിൽ പറയത്തക്ക അക്രമസംഭവങ്ങളുണ്ടായില്ല എന്നത് ശ്രദ്ധേയമാണ്.

അഴീക്കോടൻ വധത്തെക്കുറിച്ച് *ദേശാഭിമാനി* 1972 സെപ്തംബർ 26-ന് എഴുതിയ മുഖപ്രസംഗത്തിലെ ചില ഭാഗങ്ങൾ:

ഇത്തിരി പൂക്കളും കണ്ണീരുമർപ്പിച്ചു
നിർത്തുകയില്ലവർ സത്യം!

വീര രക്തസാക്ഷി സഖാവ് അഴീക്കോടൻ രാഘവനെക്കുറിച്ച് എന്തെങ്കിലും എഴുതാനുള്ള മാനസിക സമനില വീണ്ടുകിട്ടിയിട്ടില്ല. അക്ഷരങ്ങൾ തെളിഞ്ഞുകാണാൻ കണ്ണീർ വറ്റിയിട്ടില്ല. മരവിച്ച വിരലുകൾക്കിടയിലെ പേന സുഗമമായി ചലിക്കുന്നില്ല. സഖാവിനെപ്പറ്റി കണക്കറ്റ സ്മരണകൾ - വീരസ്മരണകൾ, മധുരസ്മരണകൾ - വിഷാദ സ്മരണകൾ - മനസ്സിലും ഹൃദയത്തിലും തിങ്ങിനിറഞ്ഞു കരകവിഞ്ഞൊഴുകുന്നു.

ഈ മുറിയിലും ഈ കെട്ടിടത്തിലും പരിസരങ്ങളിലും ഇവിടത്തെ യന്ത്രസാമഗ്രികളിലും തട്ടുമുട്ടുസാധനങ്ങളിലും ഫയലുകളിലുമെല്ലാം അഴീക്കോടന്റെ കരവിരുതും കൈകാര്യകർതൃത്വവും മായാത്ത മുദ്രകളാണ് അവശേഷിപ്പിച്ചിരിക്കുന്നത്. കോഴിക്കോട്ടെയും കൊച്ചിയിലെയും *ദേശാഭിമാനി* സ്ഥാപനങ്ങളുടെ കഥ തന്നെയാണ് അഴീക്കോടനെപ്പറ്റി കേരളത്തിലുടനീളമുള്ള നഗരങ്ങൾക്കും നാട്ടിൻപുറങ്ങൾക്കും പറയാനുള്ളത്.

സഖാവിന് അപരിചിതമായ സ്ഥലങ്ങളോ രാഷ്ട്രീയ സാമൂഹ്യ നേതാക്കളോ കേരളക്കരയിൽ ചുരുങ്ങും. എവിടെപ്പോകാനും അകമ്പടി വേണ്ട. ആരെ കാണാനും പരിചയപ്പെടുത്തൽ വേണ്ട. കേരളത്തിലെ ഏതുമൂലയിലും എന്തെങ്കിലും സംഘട്ടനമോ മറ്റെന്തെങ്കിലും അത്യാഹിതമോ നടന്നാൽ ആദ്യം അവിടെ പാഞ്ഞെത്തുക അഴീക്കോടനായിരിക്കും. പാർട്ടി നിയോഗിക്കുന്നതും അദ്ദേഹത്തെത്തന്നെ. അക്ഷീണമായ പ്രവർത്തനം എന്ന സാധാരണ പദപ്രയോഗത്തിൽ കഴിഞ്ഞ 35 കൊല്ലത്തെ അഴീക്കോടന്റെ 'അമാനുഷിക'മെന്നുപോലും പറയാവുന്ന കർമശേഷിയോ സമർഥമായ പ്രവർത്തനശൈലിയോ ഒതുങ്ങുകയില്ല. സാധാരണ സുഹൃത്തുക്കൾ അഴീക്കോടനെ കളിയാക്കാറുണ്ട്, അതിവേഗത്തിൽ ഓടുന്ന ട്രാൻസ്പോർട്ട് ബസ്സിലേ ഉറക്കംവരൂ എന്ന്. ജയിലിൽ കഴിച്ചുകൂട്ടിയ വർഷങ്ങൾ ഒഴിച്ചാൽ കഴിഞ്ഞ അനേകവർഷങ്ങളായി അഴീക്കോടന്റെ ചുരുങ്ങിയ ഉറക്കകാലത്തിൽ മുക്കാൽപങ്കും അക്ഷരാർഥത്തിൽത്തന്നെ ട്രാൻസ്പോർട്ട് ബസ്സുകളിലായിരുന്നു. ട്രേഡ് യൂണിയൻ, കർഷകസംഘം, പാർട്ടി സംഘടന, ഐക്യമുന്നണി, പത്രവും പുസ്തകശാലയും പോലുള്ള സ്ഥാപനങ്ങൾ, സാധാരണ പ്രാദേശിക പ്രശ്നങ്ങൾ, ഉൾപ്പാർട്ടി പ്രശ്നങ്ങൾ എന്നിങ്ങനെ ഡസൻ കണക്കിന് രംഗങ്ങളിൽ അഴീക്കോടൻ നിയോഗിക്കപ്പെടും. അതെല്ലാം സവ്യസാചിയുടെ കരവിരുതോടെ ചെയ്തുതീർക്കും. വേണ്ടത്ര ഉറക്കമോ ഭക്ഷണമോ പോലുമില്ലാതെ അനേകദിവസം പണിയെടുത്തതിനുശേഷം പോലും ആ മുഖത്തെ പുഞ്ചിരി മായാറില്ല. പ്രസന്നതയും പകർന്നുപിടിക്കുന്ന ഊർജസ്വലതയും മങ്ങാറില്ല.

അഴീക്കോടന്റെ അനുനയവൈദഗ്ധ്യവും കൂടിയാലോചനാസാമർഥ്യവും യാതൊരു പ്രകോപനംകൊണ്ടും ക്ഷോഭിക്കാത്ത പക്വതയും സമചിത്തതയും എല്ലാം പ്രസിദ്ധമാണ്. എന്നാൽ ഇവയോടൊപ്പംതന്നെ ഒരു തൊഴിലാളി വിപ്ലവകാരിക്കും കമ്യൂണിസ്റ്റ് സംഘാടകനും വേണ്ട നിശ്ചയദാർഢ്യവും പതറാത്ത ലക്ഷ്യബോധവും തളരാത്ത സമരവീര്യവും ആ മായാത്ത പുഞ്ചിരിയുടെയും ശാന്തതയുടെയും പിറകിൽ പ്രവർത്തിച്ചിരുന്നു. ജനശത്രുക്കൾക്കും സാമൂഹ്യവിരുദ്ധന്മാർക്കും അതു പലപ്പോഴും അനുഭവപ്പെട്ടിട്ടുണ്ട്. അതുകൊണ്ടാണല്ലോ ഭീരുക്കളായ കൊലയാളികളുടെ കടുത്ത ശത്രുതയ്ക്കും ഒടുവിൽ ഒളിയമ്പിനും അദ്ദേഹം വിധേയനായത്. കുറേക്കൂടി വിശാലമായ തലത്തിൽ ഗാന്ധിജിക്കുണ്ടായതും ഈ അനുഭവം തന്നെ.

അഴീക്കോടന്റെ പ്രസിദ്ധമായ പുഞ്ചിരിയും സൗമ്യശീലവും അനുനയകോവിദത്വവും ഇരുട്ടിന്റെ സന്തതികളെ തെറ്റിദ്ധരിപ്പിച്ചില്ല. ഇരുളിന്റെ മറവിൽനിന്നു കൊലക്കത്തിയുമായി വന്ന് ആ മഹനീയജീവിതം അപഹരിച്ച ഭീരുക്കൾക്കും അതിനു പ്രോത്സാഹനവും പിന്തുണയും നൽകിയ ജനവിരുദ്ധ സ്ഥാപിത താൽപ്പര്യക്കാർക്കും അഴീക്കോടന്റെ ഊർജസ്വലമായ പ്രവർത്തനത്തിന്റെ പ്രഹരം നല്ലപോലെ ഏറ്റിട്ടുണ്ട്. അഴീക്കോടന്റെയും അഴീക്കോടന്റെ പാർട്ടിയുടെയും

കനത്ത അടികൊണ്ട് നടുവൊടിഞ്ഞ് ഇഴഞ്ഞുനീങ്ങാൻ കഴിയാതെ കിടക്കുന്ന വിഷപ്പാമ്പാണ് ഒരു കൊത്തുകൊത്തിയത്.[9]

നവാബ് രാജേന്ദ്രൻ

തട്ടിൽ ഭൂമിയിടപാട് അഴിമതി

സിപിഐ എം വിട്ട് നക്സൽ പ്രസ്ഥാനത്തിലേക്കു പോയവർ അന്നു ഭരണത്തിലുള്ള കോൺഗ്രസുകാരുടെ സഹായത്തോടെ നടത്തിയതാണ് ഈ നിഷ്ഠുര കൊലപാതകമെന്ന് വ്യക്തമായിരുന്നു. ഇരുകൂട്ടർക്കും അഴീക്കോടനോട് കടുത്ത പകയുണ്ടായിരുന്നു. ഇടതുപക്ഷ തീവ്രവാദത്തിനെതിരെ അഴീക്കോടൻ നടത്തിയ പോരാട്ടം ആ വിഭാഗക്കാരെ വിറളിപിടിപ്പിച്ചു. അച്യുതമേനോൻ മന്ത്രിസഭയിൽ കെ കരുണാകരനായിരുന്നു അന്ന് ആഭ്യന്തരമന്ത്രി. ആഭ്യന്തരം മാത്രമല്ല, ഭരണംതന്നെ നിയന്ത്രിച്ചിരുന്നത് കരുണാകരനായിരുന്നു. കരുണാകരന്റെയും പാർട്ടിക്കാരുടെയും അഴിമതിക്കെതിരെ അഴീക്കോടൻ നടത്തിയ പോരാട്ടം കാരണം ആ വിഭാഗത്തിനും അഴീക്കോടനോട് ശത്രുതയുണ്ടായിരുന്നു. ആസൂത്രിതമായ കൊലപാതകത്തിനു പിന്നിൽ ഒരു പരസ്പര സഹകരണമുണ്ടായിട്ടുണ്ടെന്ന നിഗമനത്തിലാണ് സിപിഐ എം എത്തിയത്.

കോൺഗ്രസ് നേതാക്കളുടെ കൈകൾ അഴീക്കോടൻ വധത്തിനു പിന്നിലുണ്ടെന്ന് സംശയിക്കാൻ കാരണങ്ങളുണ്ട്. കാർഷിക സർവകലാശാലക്കുവേണ്ടി മണ്ണുത്തിയിലെ തട്ടിൽ റബ്ബർ എസ്റ്റേറ്റ് സർക്കാർ ഏറ്റെടുത്തതിൽ വൻ അഴിമതിയുണ്ടെന്ന് അക്കാലത്ത് ആരോപണമുയർന്നിരുന്നു. മുപ്പതുലക്ഷം രൂപ മാത്രം വിലമതിക്കുന്ന ഭൂമിക്ക് രണ്ടുകോടി രൂപ കൊടുത്തുവെന്നും അതിൽ നിന്ന് ആഭ്യന്തര മന്ത്രിയായ കെ കരുണാകരന് വിഹിതം കിട്ടിയെന്നുമായിരുന്നു ആരോപണം. ഇതിനിടയിൽ തട്ടിൽ എസ്റ്റേറ്റ് സൂപ്രണ്ട് വി പി ജോൺ കൊല്ലപ്പെട്ടു. അതിന്റെ പേരിലും കരുണാകരനെതിരെ ആരോപണമുയർന്നു.

തട്ടിൽ എസ്റ്റേറ്റ് ഭൂമി ഇടപാടിൽ നടന്ന അഴിമതിക്കു തെളിവായി ഒരു ഫോട്ടോസ്റ്റാറ്റ് നവാബ് രാജേന്ദ്രന്റെ പത്രമായ നവാബിൽ വന്നത് വലിയ കോളിളക്കമുണ്ടാക്കി. ഡിസിസി പ്രസിഡണ്ട് എം വി അബൂബക്കറിന് പതിനയ്യായിരം രൂപ നൽകാൻ ആവശ്യപ്പെട്ടുകൊണ്ട് തട്ടിൽ എസ്റ്റേറ്റ് ഉടമയുടെ മകളുടെ ഭർത്താവും എസ്റ്റേറ്റ് സൂപ്രണ്ടുമായ വി പി ജോണിന് കരുണാകരന്റെ പെഴ്സണൽ അസിസ്റ്റന്റ് സി കെ ഗോവിന്ദൻ എഴുതിയ കത്താണ് പുറത്തുവന്നത്. ഈ കത്തിന്റെ അസ്സൽ കൈവശപ്പെടുത്താൻ പൊലീസ് പരക്കംപാഞ്ഞു. പൊലീസ് നവാബ് രാജേന്ദ്രനെ രഹസ്യമായി കസ്റ്റഡിയിലെടുത്ത് ചോദ്യം ചെയ്തു. കത്ത് അഴീക്കോടൻ രാഘവന്റെ കൈയിലാണെന്ന വിവരം എവിടെനിന്നോ കിട്ടിയ പൊലീസ്, രാജേന്ദ്രനെയും കൂട്ടി 1979 മെയ് ഒമ്പതിന് അഴീക്കോടന്റെ കണ്ണൂരിലുള്ള വീട്ടിലെത്തി. പക്ഷേ, അങ്ങനെയൊരു കത്ത് അഴീക്കോടന്റെ കൈയിലില്ലായിരുന്നു. പിറ്റേന്ന്, മെയ് 10ന്, കോഴിക്കോട് *ദേശാഭിമാനി* ഓഫീസിൽ അഴീക്കോടൻ ഇതുസംബന്ധിച്ച് പത്രസമ്മേളനം നടത്തി. മെയ് 11-ന് *ദേശാഭിമാനി* പ്രസിദ്ധപ്പെടുത്തിയ വാർത്തയിൽ നിന്ന്:

നവാബിനെ വേട്ടയാടി

കോഴിക്കോട്, മെയ് 10: കഴിഞ്ഞ രണ്ടുദിവസമായി കാണാതായ തൃശൂരിലെ *നവാബ്* ദ്വൈവാരികയുടെ പത്രാധിപർ രാജേന്ദ്രനെയും കൂട്ടി ഒരു പൊലീസ് ഉദ്യോഗസ്ഥൻ ഇന്നലെ രാത്രി കമ്യൂണിസ്റ്റ് (മാർക്സിസ്റ്റ്) പാർട്ടി നേതാവ് അഴീക്കോടൻ രാഘവന്റെ കണ്ണൂരിലുള്ള വീട്ടിൽ നാടകീയമായ ഒരു സന്ദർശനം നടത്തിയിരിക്കുന്നു.

രാജേന്ദ്രനെ പൊലീസ് പിടിച്ചുകൊണ്ടുപോയതാണെന്ന സംശയം ഇതോടെ സ്ഥിരീകരിക്കപ്പെട്ടു. ആഭ്യന്തരമന്ത്രിക്കുവേണ്ടി അദ്ദേഹത്തിന്റെ പി എ കൈക്കൂലി ചോദിച്ചുകൊണ്ട് എഴുതി

കെ കരുണാകരൻ

യതായി പറയപ്പെടുന്ന കത്ത് തേടിയാണത്രെ പൊലീസ് ഉദ്യോഗസ്ഥൻ രാജേന്ദ്രന്റെ വക്കീലായി നടിച്ച് അഴീക്കോടന്റെ വീട്ടിൽ എത്തിയത്. ഫോട്ടോസ്റ്റാറ്റ് പ്രസിദ്ധീകരിച്ച നവാബ് പത്രത്തിന്റെ പത്രാധിപരായ രാജേന്ദ്രനും മറ്റൊരാളും കൂടി ഇന്നലെ രാത്രി 12 മണിക്ക് കണ്ണൂരിലെ പള്ളിക്കുന്നിലുള്ള അഴീക്കോടന്റെ വസതിയിലെത്തുകയുണ്ടായി. തലേദിവസം സ്ഥലത്തെത്തിയ അഴീക്കോടനെ രാജേന്ദ്രനും കൂട്ടുകാരനും വിളിച്ചുണർത്തി. ക്ഷീണിതനും പരവശനുമായ രാജേന്ദ്രനെയാണ് വാതിൽ തുറന്നുനോക്കിയപ്പോൾ കാണാനായത്. രാജേന്ദ്രന് സംസാരിക്കാൻ പോലും വിഷമമുണ്ടായിരുന്നു. അഴീക്കോടനെ കണ്ട ഉടനെ കുടിക്കാൻ അൽപ്പം വെള്ളം വേണമെന്ന് രാജേന്ദ്രൻ പറഞ്ഞു. കൂട്ടത്തിലുള്ള ആൾ ആരാണെന്ന് ചോദിച്ചപ്പോൾ തന്റെ വക്കീലാണെന്നാണ് രാജേന്ദ്രൻ പറഞ്ഞത്. പത്രത്തിൽ പ്രസിദ്ധീകരിച്ച എഴുത്തിന്റെ ഫോട്ടോസ്റ്റാറ്റ് കോപ്പിയും ഒറിജിനലും വേണമെന്നും നാളെ കോടതിയിൽ ഹാജരാക്കാനാണെന്നും രാജേന്ദ്രൻ പറഞ്ഞുവത്രെ. കൂട്ടത്തിലുള്ള 'വക്കീലി'ന്റെ രൂപത്തിലും ഭാവത്തിലും അഴീക്കോടന് സംശയം തോന്നി. അഴീക്കോടന്റെ ചോദ്യങ്ങൾക്ക് തൃപ്തികരമായ മറുപടി പറയാൻ അയാൾക്ക് കഴിഞ്ഞില്ല. പൊലീസ് ഉദ്യോഗസ്ഥനാണെന്ന് പിന്നീട് അയാൾക്ക് സമ്മതിക്കേണ്ടി വന്നു.

കത്തിന്റെ കോപ്പി തേടി ഇത്രയും ഹീനമായ മാർഗങ്ങളൊന്നും അവലംബിക്കേണ്ടതില്ലെന്നും ഇതേക്കുറിച്ച് അന്വേഷണം നടത്തിയാൽ രേഖകൾ പുറത്തുവരുമെന്നും അഴീക്കോടൻ പറഞ്ഞു. 'വക്കീൽ' എന്നു പറഞ്ഞ ആളുടെ കൂടെ തിരുവനന്തപുരത്തുനിന്നും തൃശൂരിൽ നിന്നുമുള്ള വേറെയും പൊലീസ് ഉദ്യോഗസ്ഥരുണ്ടായിരുന്നുവെന്നും അവർ മറ്റൊരു സ്ഥലത്ത് നിൽക്കുകയായിരുന്നുവെന്ന് തനിക്ക് പിന്നീട് മനസ്സിലാക്കാൻ കഴിഞ്ഞുവെന്നും അഴീക്കോടൻ പറഞ്ഞു.

നവാബ് പത്രാധിപരെ രണ്ടുദിവസമായി കാണാനില്ലെന്ന് പരാതിപ്പെട്ടുകൊണ്ട് അദ്ദേഹത്തിന്റെ ജ്യേഷ്ഠ സഹോദരൻ മജിസ്ട്രേട്ടിന് പരാതി കൊടുത്തതായി വന്ന വാർത്ത അഴീക്കോടൻ പത്രപ്രതിനിധികളുടെ ശ്രദ്ധയിൽ പെടുത്തി. ഒരു പത്രാധിപരെ അറസ്റ്റ് ചെയ്ത് രണ്ടുദിവസമായിട്ടും കോടതിയിൽ ഹാജരാക്കാതെ കസ്റ്റഡിയിൽ വെക്കുകയും മൃഗീയമായി മർദിക്കുകയും ചെയ്ത സംഭവം ഇതാദ്യത്തേതാണെന്ന് അഴീക്കോടൻ പറഞ്ഞു.

ആരോപണത്തെക്കുറിച്ച് അന്വേഷണം നടത്തി സത്യം തെളിയിക്കുന്നതിനു പകരം ആരോപണത്തിന് ആസ്പദമായ തെളിവുകൾ നശിപ്പിക്കാൻ ഇത്രയും നീചമായ അടവുകൾ സ്വീകരിക്കുന്നത് തികച്ചും അപലപനീയമാണ്. ആഭ്യന്തരമന്ത്രി കരുണാകരൻ അധികാരത്തിലിരിക്കുന്ന ഓരോ നിമിഷവും ആ ആരോപണത്തിനാസ്പദമായ തെളിവുകൾ നശിപ്പിക്കുന്നതിന് സകലവിധ കുതന്ത്രങ്ങളും പ്രയോഗിക്കുമെന്നും അതിനാൽ അദ്ദേഹത്തെ എത്രയുംവേഗം പുറത്താക്കിക്കൊണ്ട് ഒരന്വേഷണം നടത്തണമെന്നും അഴീക്കോടൻ ആവശ്യപ്പെട്ടു.

കരുണാകരനെതിരായ ആരോപണത്തെക്കുറിച്ച് മുഖ്യമന്ത്രി അച്യുതമേനോന് ഇ എം എസ് കത്തെഴുതിയിരുന്നുവെങ്കിലും ഒരു നടപടിയും സ്വീകരിക്കാതെ ആരോപണങ്ങൾ തേച്ചുമാച്ചു കളയാനുള്ള കുത്സിത ശ്രമങ്ങളാണ് ആരംഭിച്ചിട്ടുള്ളത്. തനിക്ക് ഇന്നലെയുണ്ടായ അനുഭവം തിരുവനന്തപുരത്തെത്തിയ ഉടനെ മുഖ്യമന്ത്രിയെ എഴുതി അറിയിക്കുന്നതാണെന്നും അഴീക്കോടൻ പറഞ്ഞു.[10]

കോൺഗ്രസ് നേതാക്കൾക്ക് അഴീക്കോടനോട് ശത്രുതയുണ്ടാവാൻ ഇതിലധികം കാരണം വേണ്ട. അദ്ദേഹത്തെ ഇല്ലാതാക്കുന്നതിന് ഇടതുപക്ഷ തീവ്രവാദ സംഘടനയായ കമ്യൂണിസ്റ്റ് യൂണിറ്റി സെന്ററിനെ കോൺഗ്രസുകാർ ഉപയോഗപ്പെടുത്തിയെന്ന സംശയം ബലപ്പെടാൻ തട്ടിൽ എസ്റ്റേറ്റ് സംഭവങ്ങൾ പ്രധാന കാരണമാണ്.

അഴീക്കോടൻ വധക്കേസ് കാര്യക്ഷമമായി അന്നത്തെ പൊലീസ് സംവിധാനം കൈകാര്യം ചെയ്തില്ല. മുഴുവൻ പ്രതികളെയും അവർക്ക് പിറകിൽ നിന്ന് സഹായം നൽകിയ ശക്തികളെയും കോടതിക്കു മുമ്പിൽ കൊണ്ടുവരുന്നതിൽ പൊലീസ് പരാജയപ്പെട്ടു. എട്ടു പ്ര

തികളിൽ ഒരാൾക്ക് മാത്രമാണ് കൊലക്കുറ്റത്തിനു ജീവപര്യന്തം ശിക്ഷ കിട്ടിയത്. മറ്റ് ആറു പ്രതികൾക്ക് രണ്ടര വർഷത്തെ തടവ് എന്ന ലഘുശിക്ഷ. തൃശൂർ ഡിസ്ട്രിക്ട് ആന്റ് സെഷൻസ് കോടതിയിലാണ് കേസ് നടന്നത്. എട്ടാം പ്രതിയും കമ്യൂണിസ്റ്റ് യൂണിറ്റി സെന്റർ നേതാവുമായ എ വി ആര്യനെ വെറുതെ വിട്ടു.

അഴിമതിക്കെതിരായി പോരാടിയ അഴീക്കോടനെ 'അഴിമതിക്കോടൻ' എന്നൊക്കെ രാഷ്ട്രീയ എതിരാളികൾ ആക്ഷേപിച്ചിരുന്നു. അതൊന്നും ആ നേതാവിനെ തളർത്തിയിരുന്നില്ല. അതിദാരുണമായി കൊല്ലപ്പെട്ടശേഷമാണ് അദ്ദേഹം എങ്ങനെയാണ് ജീവിച്ചിരുന്നതെന്ന് പൊതുസമൂഹം അറിഞ്ഞത്. സംസ്ഥാനത്തെ ഭരണമുന്നണിയുടെ കൺവീനറായി പോലും പ്രവർത്തിച്ച അദ്ദേഹവും കുടുംബവും വാടകവീട്ടിലായിരുന്നു കഴിഞ്ഞത്. മരണപ്പെട്ടപ്പോൾ ആ കുടുംബത്തെ സഹായിക്കാൻ സിപിഐ എം ഫണ്ടിന് ആഹ്വാനം നൽകിയിരുന്നു. *ദേശാഭിമാനി*യുടെ കോഴിക്കോട്, കൊച്ചി ഓഫീസുകൾ മുഖേനയാണ് പാർട്ടി ആ ഫണ്ട് പിരിവ് നടത്തിയത്. പിരിഞ്ഞുകിട്ടിയ തുക പാർട്ടി ആ കുടുംബത്തെ ഏൽപ്പിച്ചപ്പോൾ അതിലൊരു ഭാഗം അവർ *ദേശാഭിമാനി*യുടെ വികസനത്തിന് സംഭാവന നൽകി എന്നത് *ദേശാഭിമാനി* പ്രവർത്തകരുടെ കണ്ണുനനയിച്ച കാര്യമാണ്.

അഴീക്കോടനു *ദേശാഭിമാനി*യുമായി നേരിട്ടുള്ള ബന്ധം മുൻ അധ്യായത്തിൽ വിവരിച്ചിട്ടുണ്ട്. ആ ഗാഢബന്ധം അദ്ദേഹം മരണംവരെ തുടർന്നു.

25

വർഗീസ് വധം തുറന്നുകാട്ടിയ ഏകപത്രം

വർഗീസ്

*ദേശാഭിമാനി*യിൽ 1970 ഫെബ്രുവരി 20-ന് ഒന്നാം പേജ് ലീഡായി പ്രസിദ്ധീകരിച്ച ആ വാർത്ത സംസ്ഥാനത്തെ പൊലീസ് മേധാവികളെയും ആഭ്യന്തരവകുപ്പിനെയും അമ്പരപ്പിച്ചു. നക്സലൈറ്റ് വർഗീസിനെ കസ്റ്റഡിയിൽ എടുത്തശേഷം തിരുനെല്ലിയിലൊരിടത്ത് കൈയും കാലും കെട്ടി വെടിവെച്ചുകൊന്നുവെന്നായിരുന്നു റിപ്പോർട്ട്. പൊലീസുമായുള്ള ഏറ്റുമുട്ടലിൽ വർഗീസ് മരിച്ചുവെന്ന് ചില പത്രങ്ങളെ ഉപയോഗിച്ച് അധികാരികൾ പ്രചരിപ്പിക്കാൻ ശ്രമിച്ച കള്ളക്കഥ തൽസമയം പൊളിഞ്ഞുപോയി. വർഗീസ് പൊലീസിനെ വെടിവെച്ചുവെന്നും വെടികൊള്ളാതെ അതിസമർഥമായി പൊലീസ് ഒഴിഞ്ഞുമാറിയെന്നും തിരിച്ചുവെച്ച വെടിയിൽ വർഗീസിന്റെ നെഞ്ചുപിളർന്നുവെന്നുമുള്ള കഥ *മലയാള മനോരമ*യിൽ വന്ന അതേദിവസം കാലത്ത് വായനക്കാരിലെത്തിയ *ദേശാഭിമാനി*യുടെ വാർത്ത ഇതാണ്:

വർഗീസിനെ കൈയും കാലും

പിടിച്ചുകെട്ടി വെടിവെച്ചുകൊന്നു

പട്ടുവം രാഘവൻ, സ്റ്റാഫ് പ്രതിനിധി

മാനന്തവാടി, ഫെബ്രുവരി 19: തിരുനെല്ലി-തൃശിലേരി സംഭവങ്ങൾക്ക് ഉത്തരവാദിയെന്ന് പറയപ്പെടുന്ന വർഗീസിനെ പൊലീസുകാർ കൈയും കാലും പിടിച്ചുകെട്ടി വെടിവെച്ചുകൊല്ലുകയാണുണ്ടായതെന്ന് വിശ്വാസയോഗ്യമായി വിവരം ലഭിച്ചിരിക്കുന്നു.

തിരുനെല്ലിയിലൊരിടത്തുവെച്ച് രാവിലെ പത്തുമണിക്കാണ് പൊലീസ് പാർട്ടി വർഗീസിനെ പിടികൂടിയത്. പിടിക്കുമ്പോൾ വർഗീസ് ഉറങ്ങുകയായിരുന്നു. പിടിച്ച ഉടനെ കൈ രണ്ടും പിന്നിൽ പിടിച്ചുകെട്ടി നടത്തിച്ചുകൊണ്ടുപോകുന്നത് നാട്ടുകാരിൽ പലരും കാണുകയുണ്ടായി. വർഗീസിനെ ആദ്യം തിരുനെല്ലി ക്ഷേത്രത്തിനടുത്തുള്ള പൊലീസ് ക്യാമ്പിലേക്കാണ് കൊണ്ടുപോയത്. വൈകുന്നേരം കൂമ്പാരക്കുനി എന്ന സ്ഥലത്ത് ഒരു പാറക്കൂട്ടത്തിലേക്ക് കൊണ്ടുവരികയും വെടിവെച്ചു കൊല്ലുകയുമാണുണ്ടായത്. മുമ്പ് കൊല്ലപ്പെട്ട ചേക്കുവിന്റെ വീട്ടിൽനിന്ന് അര കിലോമീറ്റർ ദൂരെയാണ് ഈ പാറക്കൂട്ടം.

ദേശാഭിമാനി
ELITE FABRICS

വർഗീസിനെ വെടിവച്ചുകൊന്ന വാർത്ത-1970 ഫെബ്രു. 20

ഇന്നലെ വൈകുന്നേരം സിപിഐ എം സംസ്ഥാന സെക്രട്ടറിയറ്റ് അംഗം പുത്തലത്ത് നാരായണനൊപ്പം സംഭവസ്ഥലം സന്ദർശിച്ച ഈ ലേഖകന് മേൽപറഞ്ഞ പാറക്കൂട്ടങ്ങൾക്കിടയിൽ രക്തം തളം കെട്ടിക്കിടക്കുന്നത് കാണാൻ സാധിച്ചു. തിരുനെല്ലിയിൽ ക്യാമ്പ് ചെയ്തിട്ടുള്ള പൊലീസ് ഉദ്യോഗസ്ഥന്മാർ, തിരുവനന്തപുരത്തുള്ള ഉന്നത കേന്ദ്രങ്ങളുമായി ബന്ധം വെച്ച് അനുവാദം വാങ്ങിയതിനു ശേഷമാണ് വർഗീസിനെ വെടിവെച്ചു കൊന്നത്. വർഗീസിന്റെ നേതൃത്വത്തിൽ തിരുനെല്ലിയിൽ നടത്തിയെന്ന് പറയപ്പെടുന്ന സംഭവത്തേക്കാൾ ക്രൂരവും ഹീനവുമായ ഈ കൊലപാതകത്തെ ഒരു സംഘട്ടനംമൂലമുണ്ടായ മരണമായി ചിത്രീകരിക്കാനും അങ്ങനെ പ്രചരിപ്പിക്കാനും പൊലീസ് ഉദ്യോഗസ്ഥരും കുത്തകപത്രങ്ങളും ആകാശവാണിയും കൊണ്ടുപിടിച്ച് ശ്രമിച്ചുവരികയാണ്.

യഥാർഥ സംഗതി ആരും അറിയരുതെന്ന് കരുതി ഇന്നലെ ഉച്ചമുതൽ ഇന്നുച്ചവരെ തിരുനെല്ലി ഭാഗത്തേക്ക് ആരെയും വഴിപോകാൻ അനുവദിച്ചിരുന്നില്ല. കൈയും കാലും കെട്ടി പാറക്കെട്ടുകൾക്കിടയിൽ നിർത്തി മൂന്നുതവണ വെടിവെച്ചിരുന്നു. ശവം അടുത്ത കുറ്റിക്കാട്ടിൽ പുലരുന്നതുവരെ സൂക്ഷിക്കുകയും സിആർപിക്കാർ കാവൽകിടക്കുകയും ചെയ്തു. സിഗരറ്റിന്റെ ഒഴിഞ്ഞ പാക്കറ്റുകൾ പാറക്കെട്ടിനരികിൽ ധാരാളം കാണാം. തണുപ്പിൽ നിന്ന് രക്ഷപ്പെടാൻ പാറയുടെ മേൽ പൊലീസുകാർ തീ കൂട്ടുകയുണ്ടായി. അരമണിക്കൂറിനകം ശവം മറവുചെയ്യണമെന്ന നിബന്ധനയോടെയാണ് വിട്ടുകൊടുത്തത്. ഒരു സംഘട്ടനവും ഉണ്ടായില്ല എന്നതിനും കസ്റ്റഡിയിൽ എടുത്ത പ്രതിയെ ക്രൂരമായി വധിക്കുകയാണുണ്ടായത് എന്നതിനും നിരവധി തെളിവുകൾ വേറെയുമുണ്ട്. [1]

സിപിഐ നേതാവ് സി അച്യുതമേനോൻ മുഖ്യമന്ത്രിയായ സർക്കാരിന്റെ കാലത്താണ് കേരളത്തെ ഞെട്ടിച്ച ഈ സംഭവമുണ്ടായത്. മുസ്ലിംലീഗ് നേതാവ് സി എച്ച് മുഹമ്മദുകോയയായിരുന്നു അന്ന് ആഭ്യന്തരമന്ത്രി. നക്സലൈറ്റ് പ്രസ്ഥാനത്തെ അടിച്ചമർത്താൻ പൊലീസിന് സർവഅധികാരങ്ങളും ഗവൺമെന്റ് നൽകിയിരുന്നു. പൊലീസ് ചെയ്യുന്നതാണ് നീതി എന്ന നിലയിലേക്ക് കാര്യങ്ങൾ നീങ്ങി. കെ ലക്ഷ്മണയെപ്പോലുള്ള ഉദ്യോഗസ്ഥർ ഈ അവസരം ശരിക്കും മുതലെടുത്തു. വർഗീസിനെ പിടിച്ച് കെട്ടിയിട്ട് വധിച്ചതാണെന്ന സത്യം *ദേശാഭിമാനി* പുറത്തുകൊണ്ടുവന്നിട്ടും സർക്കാർ ഒരുവിധ അന്വേഷണത്തിനും തയാറായില്ല. ചോദ്യം ചെയ്യേണ്ട പത്രങ്ങൾ പൊലീസ് ഉദ്യോഗസ്ഥർ പടച്ചുണ്ടാക്കിയ കഥകൾ നുണയാണെന്നറിഞ്ഞിട്ടും സ്വന്തം വാർത്തകളായി പ്രചരിപ്പിച്ചു. 1968–1970 കാലത്ത് സംസ്ഥാനത്തിന്റെ വിവിധ ഭാഗങ്ങളിലുണ്ടായ നക്സലൈറ്റ് ആക്രമണങ്ങളും കൊലപാതകങ്ങളും ആ പ്രസ്ഥാനത്തിന് ഒരു ഭീകര സംഘടനയുടെ നിറം പകർന്നിരുന്നു. ജനങ്ങളിൽനിന്ന് അവർ തീർത്തും ഒറ്റപ്പെട്ട നിലയിലായി. ഈ രാഷ്ട്രീയ-സാമൂഹ്യ സാഹചര്യം നക്സലൈറ്റുകൾക്കെതിരെ എന്തും ചെയ്യാനുള്ള ധൈര്യം പൊലീസിനു നൽകി. അതുകൊണ്ടുതന്നെ വർഗീസ് വധത്തെക്കുറിച്ച് ഒരുവിധ അന്വേഷണത്തിനും അച്യുതമേനോൻ സർക്കാർ തയാറായില്ല.

നക്സലൈറ്റ് വേട്ട നടക്കുന്ന കാലത്ത് *ദേശാഭിമാനി*ക്ക് വയനാട്ടിൽ സ്ഥിരം ലേഖകരില്ല. പാർട്ടി പ്രവർത്തകരായ ഏരിയാ റിപ്പോർട്ടർമാരെ ആശ്രയിച്ചാണ് വാർത്തകൾ കൊടുത്തിരുന്നത്. മറ്റു പത്രങ്ങളുടെ സ്ഥിതിയും വ്യത്യസ്തമല്ല. സിപിഐ എം സംസ്ഥാന സെക്രട്ടറിയറ്റ് അംഗം പുത്തലത്ത് നാരായണന് വയനാട്ടിൽ പാർട്ടി പരിപാടിയുള്ളതുകൊണ്ടാണ് കോഴിക്കോട്ട് എഡിറ്റോറിയൽ വിഭാഗത്തിൽ ജോലിചെയ്തിരുന്ന പട്ടുവത്തെ ആ സന്ദർഭ

പട്ടുവം രാഘവൻ

ത്തിൽ വയനാട്ടിലേക്ക് അയച്ചിരുന്നത്. പാർട്ടി നേതാവിനോടൊപ്പം സ്ഥലം സന്ദർശിച്ച പട്ടുവം രാഘവന് വാർത്ത എന്താണെന്നു മനസ്സിലാക്കാൻ ബുദ്ധിമുട്ടുണ്ടായില്ല. അന്നത്തെ നിലയിൽ ഏറ്റവും മികച്ച റിപ്പോർട്ടാണ് അദ്ദേഹം തയാറാക്കിയത്. വർഗീസിനെ വെടിവെച്ചുകൊല്ലുന്നത് ഫെബ്രുവരി 18-നാണെങ്കിലും പുറംലോകമറിയുന്നത് പിറ്റേന്നാണ്. സാധാരണഗതിയിൽ വയനാട്ടിൽ നിന്നുള്ള വാർത്തകൾ രണ്ടോ മൂന്നോ ദിവസം കഴിഞ്ഞാണ് പത്രത്തിൽ പ്രത്യക്ഷപ്പെടുക. എന്നാൽ, സിപിഐ എം പ്രവർത്തകരുടെ സഹായത്തോടെ പട്ടുവം ഫെബ്രുവരി 19-ന് തന്നെ വാർത്ത കോഴിക്കോട് ഓഫീസിലെത്തിച്ചു. ആ വാർത്ത അർഹിക്കുന്ന ഗൗരവത്തോടെ കൈകാര്യം ചെയ്യുന്നതിൽ അന്ന് പത്രാധിപസമിതിയിലുണ്ടായിരുന്നവർ വിജയിക്കുകയും ചെയ്തു. ഏറ്റുമുട്ടലിൽ വർഗീസിനെ പൊലീസുകാർ സാഹസികമായി വധിച്ചു എന്ന *മലയാള മനോരമ* വാർത്തയും ആ ചെറുപ്പക്കാരനെ പൊലീസ് പിടിച്ചുകൊണ്ടുപോയി കെട്ടിയിട്ടു വെടിവെച്ചുകൊന്നു എന്ന വാർത്തയും ഒരേദിവസമാണ് വായനക്കാരിലെത്തുന്നത്. പട്ടുവം രാഘവന്റെ വാർത്ത *ദേശാഭിമാനി*ക്ക് എന്നും അഭിമാനമായി നിൽക്കുമെങ്കിൽ, മറ്റേത് മാധ്യമപ്രവർത്തനത്തിനു തന്നെ തീരാക്കളങ്കമായി അവശേഷിക്കുന്നു.

ആരാണ് ഈ പട്ടുവം രാഘവൻ എന്നുകൂടി അറിയാം. കണ്ണൂർ ജില്ലയിലെ തളിപ്പറമ്പ് താലൂക്കിൽ പട്ടുവം ഗ്രാമത്തിൽ ഒരു ദളിത് കുടുംബത്തിലാണ് ജനനം. ജീവിക്കാൻ വേണ്ടി കൂലിപ്പണികൾ പലതും ചെയ്തു. കർഷകത്തൊഴിലാളിയായിരുന്നു. തോട്ടങ്ങളിലും പണിയെടുത്തു. അതിനിടക്ക് കിട്ടാവുന്നതൊക്കെ വായിക്കും. കമ്യൂണിസ്റ്റ് പാർട്ടിയുമായുള്ള ബന്ധം രാഘവന്റെ വായനക്കു സഹായമായി. എഴുതാനും തുടങ്ങി. കലാസമിതി പ്രസ്ഥാനത്തിലുള്ള പ്രവർത്തനം എഴുതാൻ കൂടുതൽ പ്രചോദനമായി. അനുഭവത്തിന്റെ ചൂടുള്ള കുറേ കഥകൾ അദ്ദേഹം എഴുതിയിട്ടുണ്ട്. അങ്ങനെയാണ് *ദേശാഭിമാനി*യിലെത്തിയത്.

ദാരിദ്ര്യവും കഷ്ടപ്പാടും ഒരുപാട് അനുഭവിച്ചതുകൊണ്ടാണോ എന്നറിയില്ല, പട്ടുവം രാഘവനെ അന്തർമുഖനായിട്ടാണ് സഹപ്രവർത്തകർ അധികനേരവും കണ്ടിട്ടുള്ളത്. ചുണ്ടിൽ സദാ ബീഡി എരിഞ്ഞുകൊണ്ടിരിക്കും. വസ്ത്രധാരണത്തിലൊന്നും വലിയ ശ്രദ്ധയില്ല. അലക്ഷ്യമായാണ് നടക്കുക. പത്രത്തിൽ എല്ലാ ജോലികളും ചെയ്യണം. അതാണ് അന്നത്തെ രീതി. വാർത്ത എഴുതണം. പ്രൂഫ് വായിക്കണം. പേജ് കെട്ടണം. എല്ലാം. സ്പെഷലൈസേഷനും വിഭാഗീകരണവുമെല്ലാം പിന്നീടുണ്ടായതാണ്. ആ നിലയിൽ എല്ലാ ജോലിയും പട്ടുവം ചെയ്തുപോന്നു. അതിനിടയിൽ, ഒരു ദിവസം തലക്കെട്ട് കൊടുക്കുമ്പോൾ ഒരു പിശകുപറ്റി. കുറ്റബോധം കാരണം ആ മനുഷ്യൻ ആരോടും ഒന്നും പറയാതെ നാട്ടിലേക്കുപോയി. പിശക് സംഭവിച്ചതിനെപ്പറ്റി പത്രാധിപരോ മറ്റാരെങ്കിലുമോ പട്ടുവത്തോട് ഒന്നും ചോദിച്ചിരുന്നില്ല. പട്ടുവത്തിന്റെ ആത്മാർഥതയും പാർട്ടിയോടുള്ള കൂറും കണക്കിലെടുത്ത് *ദേശാഭിമാനി* അദ്ദേഹത്തെ തിരിച്ചുകൊണ്ടുവന്നു. കുറച്ചുകാലം കൊച്ചി ഡെസ്കിലും അദ്ദേഹം ജോലി ചെയ്തിരുന്നു.

നക്സൽ പ്രസ്ഥാനത്തിൽ വർഗീസിനോടൊപ്പം പ്രവർത്തിക്കുകയും വയനാട്ടിൽ ചില 'ആക്ഷനു'കളിൽ പങ്കെടുക്കുകയും ചെയ്ത അജിത, സഹപ്രവർത്തകന്റെ മരണം ഇങ്ങനെയാണ് രേഖപ്പെടുത്തിയത്:

> സഖാവ് വർഗീസ് പൊലീസ് കസ്റ്റഡിയിൽ മൃഗീയമായി മർദിക്കപ്പെട്ട കഥയും തിളച്ച വെള്ളത്തിൽ നിർത്തിക്കുകയും കണ്ണുചൂഴ്ന്നെടുക്കുകയും മറ്റും ചെയ്തശേഷം, ഇതുകൊണ്ടൊന്നും കീഴടക്കാനാവില്ലെന്ന് മനസ്സിലാക്കി ഉന്നതാധികാരികളുടെയും ഗവൺമെന്റിന്റെയും വ്യക്തമായ നിർദേശത്തോടെ തിരുനെല്ലി കാട്ടിൽവെച്ച് വെടിവെച്ച് കൊല്ലപ്പെട്ട കഥയും മരണപ്പെട്ട ശേഷം ആ സഖാവിന്റെ കൈയിൽ ഒരു നാടൻ തോക്ക് തിരുകിവെച്ച് പത്രക്കാരെക്കൊണ്ട്

ഫോട്ടോ എടുപ്പിച്ചശേഷം പൊലീസുമായുള്ള സംഘട്ടനത്തിൽ കൊല്ലപ്പെട്ടു എന്ന പച്ചക്കള്ളം പ്രചരിപ്പിക്കപ്പെട്ടതും ഇന്ന് നാട്ടിലാകെ പാട്ടാണ്. സഖാവ് വർഗീസിന്റെ ജഡം മറവുചെയ്യാനായി വീട്ടിലേക്കു കൊണ്ടുപോയെങ്കിലും പൊലീസുകാർ കെട്ടിപ്പൊതിഞ്ഞുവെച്ചിരിക്കുന്ന സഖാവിന്റെ മുഖം പെറ്റമ്മയെപ്പോലും ഒരു നോക്ക് കാണിക്കാൻ അവർ ധൈര്യപ്പെട്ടില്ല. ചൂഴ്ന്നെടുക്കപ്പെട്ട ആ കൃഷ്ണമണി സത്യം വെളിപ്പെടുത്തിയാലോ എന്നവർ ഭയപ്പെട്ടു. ജഡം നാട്ടുകാർ കുഴിച്ചെടുക്കുമെന്ന് ഭയപ്പെട്ട് പൊലീസ് ഒരു മാസം രാവുംപകലും ആ കുഴിമാടത്തിന് കാവലിരുന്നു.[2]

വർഗീസിന്റെ കണ്ണ് പൊലീസ് ചൂഴ്ന്നെടുക്കുകയോ എടുക്കാൻ ശ്രമിക്കുകയോ ചെയ്തിട്ടുണ്ടെന്ന സംശയം അന്നേയുണ്ടായിരുന്നു. എന്നാൽ, മൃതദേഹം ബന്ധുക്കളെപ്പോലും കാണിക്കാതെ മറവുചെയ്തതുകൊണ്ട് അക്കാര്യത്തിൽ ഒരു സ്ഥിരീകരണമുണ്ടായില്ല. വർഗീസ് വെടിയേറ്റ് വീണുകിടക്കുന്നതിന്റെ മലർന്നും കമിഴ്ന്നുമുള്ള ചിത്രങ്ങൾ പൊലീസിനുവേണ്ടി *മലയാള മനോരമ* പകർത്തിയിരുന്നു. അതിൽ മലർന്നുകിടക്കുന്ന ചിത്രം നോക്കുമ്പോൾ ഒരു കണ്ണിന് എന്തോ തകരാറു സംഭവിച്ചിട്ടുണ്ടെന്ന് തോന്നാം.

കമ്യൂണിസ്റ്റ് പാർട്ടി 1964-ൽ ഭിന്നിച്ച് രണ്ടു പാർട്ടികളായി മൂന്നുനാലു വർഷം കഴിഞ്ഞപ്പോൾ സിപിഐ എമ്മിനകത്തുണ്ടായ അഭിപ്രായ വ്യത്യാസങ്ങളിൽ നിന്നാണ് ഇന്ത്യയിൽ നക്സൽ പ്രസ്ഥാനത്തിന്റെ ആവിർഭാവം. ഇടതുപക്ഷ തീവ്രവാദത്തിലേക്ക് ആകർഷിക്കപ്പെട്ടവർ പാർട്ടിയിൽനിന്ന് പുറത്തുപോയി. സിപിഐ എമ്മിന് അടിത്തറയുള്ള എല്ലാ സംസ്ഥാനങ്ങളിലും ഏറിയും കുറഞ്ഞും നക്സൽ രോഗം ബാധിച്ചിരുന്നു. പല പ്രവർത്തകരുടെയും വിട്ടുപോക്ക് തൽക്കാലത്തേക്കെങ്കിലും സിപിഐ എമ്മിന് അതത് പ്രദേശങ്ങളിൽ നഷ്ടമുണ്ടാക്കി. അങ്ങനെ നക്സൽ ആശയങ്ങളിൽ പെട്ട് പുറത്തുപോയവരിൽ ഒരാളാണ് തിരുനെല്ലിയിൽ പൊലീസ് വെടിവെച്ചുകൊന്ന വർഗീസ്. സിപിഐ എമ്മിന്റെ കണ്ണൂർ ജില്ലാ കമ്മിറ്റി ഓഫീസിൽ വർഗീസ് കുറച്ചുകാലം പ്രവർത്തിച്ചിരുന്നു.

ബംഗാളിലും കേരളത്തിലും 1967-ൽ സിപിഐ എം നേതൃത്വത്തിൽ സർക്കാരുകൾ അധികാരത്തിൽ വന്നശേഷമാണ് പാർട്ടിക്കകത്ത് ഇടതുപക്ഷ തീവ്രവാദം പൊന്തിവന്നത്. അതേക്കുറിച്ച് ഇ എം എസ് വിശദീകരിക്കുന്നു:

> നാലാം പൊതുതെരഞ്ഞെടുപ്പ് (1967) കഴിയുന്നതുവരെ കേന്ദ്രനേതൃത്വം കൈകാര്യം ചെയ്ത രാഷ്ട്രീയവും സംഘടനാപരവുമായ എല്ലാ പ്രശ്നങ്ങളിലും തികഞ്ഞ യോജിപ്പോടെ പാർട്ടി നീങ്ങി. അങ്ങനെയാണ് തെരഞ്ഞെടുപ്പിൽ അഭിമാനാർഹമായ വിജയം നേടുകയും രണ്ട് സംസ്ഥാനങ്ങളിൽ ഭരണനേതൃത്വം തന്നെ ഏറ്റെടുക്കാൻ പാർട്ടിക്ക് കഴിയുകയും ചെയ്തത്. ഇതോടെ പാർട്ടിക്കകത്തെ ബലാബലത്തിൽ മാറ്റം വന്നു. രണ്ട് സംസ്ഥാനങ്ങളിൽ പാർട്ടി ഭരണനേതൃത്വം ഏറ്റെടുത്തതോടെ അതുമൂലമുളവായ പുതിയ പരിതഃസ്ഥിതി ഉപയോഗിക്കേണ്ടതെങ്ങനെയെന്ന കാര്യത്തിൽ അഭിപ്രായഭേദങ്ങൾ പ്രകടമായി. കമ്യൂണിസ്റ്റ് (മാർക്സിസ്റ്റ്) പാർട്ടിയുടെ സെൻട്രൽ കമ്മിറ്റി ചൂണ്ടിക്കാണിച്ച പരിമിതികൾ മനസ്സിലാക്കാതെ, പാർട്ടിക്കു നേതൃത്വമുള്ള ഗവൺമെന്റുകളെ കഴിയുന്നത്ര ഇടത്തോട്ടു നയിക്കാനുള്ള പ്രവണത വളർന്നുവന്നു.
>
> ഉള്ള സൗകര്യവും കിട്ടുന്ന സമയവും ഉപയോഗിച്ച് പരിമിതമായ അധികാരം കയ്യാളി ജനങ്ങൾക്ക് ചില്ലറ ആശ്വാസം നൽകി പ്രസ്ഥാനത്തിന്റെയും സംഘടനയുടെയും കെട്ടുറപ്പ് വളർത്തുക എന്നതാണല്ലോ സെൻട്രൽ കമ്മിറ്റി അംഗീകരിച്ച സമീപനം. അതിനുപകരം ഈ സമയമുപയോഗിച്ച് എന്തും നേടുക, എന്തും ചെയ്യുക എന്ന സമീപനം പാർട്ടി അണികളിലൊരു വിഭാഗത്തിൽ വളർന്നു. പലേടത്തും പലപ്പോഴും ഇടതുപക്ഷ നേതൃത്വത്തിലുള്ള ഗവൺമെന്റും അതിനെ നയിക്കുന്ന പാർട്ടിയുടെ അണികളും തമ്മിൽ ഏറ്റുമുട്ടലായി അതുമാറി. ഇത് ഏറ്റവും മൂർച്ഛിച്ച രൂപത്തിൽ പ്രത്യക്ഷപ്പെട്ടത് ബംഗാളിലെ നക്സൽബാരി എന്ന പ്രദേശത്താണ്. അതുകൊണ്ട് ഈ പ്രവണതയുടെ പ്രകടരൂപമായി വന്ന പ്രസ്ഥാനത്തിന് നക്സൽബാരിയെന്ന പേരുകിട്ടി.[3]

ചാരുമജുംദാർ

നക്സൽബാരിയിലുണ്ടായതുപോലുള്ള സംഭവങ്ങൾ മറ്റു സംസ്ഥാനങ്ങളിലുമുണ്ടായി. അതിന്റെ തുടർച്ചയായാണ് കേരളത്തിലും പൊലീസ് സ്റ്റേഷൻ ആക്രമണവും ചില ജന്മിമാർക്കെതിരായ ആക്രമണവും ഉണ്ടായത്. സാർവദേശീയ കമ്യൂണിസ്റ്റ് പ്രസ്ഥാനത്തിൽ സോവിയറ്റ് കമ്യൂണിസ്റ്റ് പാർട്ടിയും ചൈനീസ് കമ്യൂണിസ്റ്റ് പാർട്ടിയും തമ്മിലെ ഭിന്നിപ്പും തർക്കങ്ങളും ഇന്ത്യയിലെ കമ്യൂണിസ്റ്റ് പ്രസ്ഥാനത്തെയും ബാധിച്ചിരുന്നു. സോവിയറ്റ് കമ്യൂണിസ്റ്റ് പാർട്ടി സിപിഐ എമ്മുമായി അടുക്കാൻ തുടങ്ങുമ്പോൾ ചൈനീസ് കമ്യൂണിസ്റ്റ് പാർട്ടി എതിരായി നീങ്ങുന്നതാണ് കണ്ടത്. ആഭ്യന്തര പ്രശ്നങ്ങളിൽ ചൈനീസ് കമ്യൂണിസ്റ്റ് പാർട്ടിയുടെ നിലപാടുമായി സിപിഐ എം യോജിക്കാത്തതായിരുന്നു മുഖ്യപ്രശ്നം. അതിനിടക്ക്, 1967 ജൂലൈ 5-ന് 'ഇന്ത്യൻ ചക്രവാളത്തിൽ വസന്തത്തിന്റെ ഇടിമുഴക്കം' എന്ന മുഖപ്രസംഗം ചൈനീസ് കമ്യൂണിസ്റ്റ് പാർട്ടിയുടെ നിയന്ത്രണത്തിലുള്ള *പീപ്പിൾസ് ഡെയ്‌ലി*യിൽ വന്നു. അത് പെക്കിങ് റേഡിയോ പ്രക്ഷേപണം ചെയ്തു. നക്സൽബാരിയിൽ നടന്നത് കർഷകകലാപമാണെന്നും അതാണ് ഇന്ത്യയുടെ വിപ്ലവപാതയെന്നും ചൈനീസ് പത്രം വാദിച്ചു. ഇന്ത്യയിലെ ജനങ്ങൾ ബഹുഭൂരിപക്ഷവും നാട്ടിൻപുറങ്ങളിലായതുകൊണ്ട് കാർഷികപ്രശ്നം പരിഹരിക്കുന്നതിലൂടെയാണ് ഇന്ത്യയുടെ മോചനമെന്നും അതിൽ പറഞ്ഞിരുന്നു. സിപിഐ എമ്മിനകത്തെ ഇടതുപക്ഷ തീവ്രവാദത്തിന് 'വസന്തത്തിന്റെ ഇടിമുഴക്കം' പ്രോത്സാഹനവും പ്രചോദനവുമായി എന്ന് പറയേണ്ടതില്ല. ചൈനീസ് കമ്യൂണിസ്റ്റ് പാർട്ടിയുടെ വാദങ്ങളും ഉയർത്തി നക്സൽബാരിക്കാർ നടന്നു. കേരളത്തിൽ പല ഭാഗത്തും നോട്ടീസുകളും ലഘുലേഖകളും വിതരണം ചെയ്യപ്പെട്ടു. പലേടത്തും പോസ്റ്ററുകൾ പ്രത്യക്ഷപ്പെട്ടു. 'ചെയർമാൻ മാവോ ഞങ്ങളുടെ ചെയർമാൻ' എന്ന മുദ്രാവാക്യം പലഭാഗത്തും ഉയർന്നു. ചൈനീസ് കമ്യൂണിസ്റ്റ് പാർട്ടിയുടെ അനുയായികളാണ് തങ്ങളെന്ന് അവർ അവകാശപ്പെട്ടു. ചൈനീസ് ഗവൺമെന്റിന്റെ പ്രചാരണ വിഭാഗം ഇവർക്ക് ചിത്രങ്ങളും ലഘുലേഖകളും മറ്റും അയച്ചുകൊടുക്കുന്നുണ്ടായിരുന്നു. അക്കാലത്ത് സിപിഐ എമ്മിനകത്തുണ്ടായ പ്രശ്നങ്ങൾ ഇ എം എസ് വിശദീകരിക്കുന്നു:

> ഐക്യമുന്നണി മന്ത്രിസഭ അധികാരത്തിലെത്തി ഏതാനും മാസങ്ങൾക്കിടക്ക് സംസ്ഥാന തലത്തിൽ നടത്തിയ പാർട്ടി പ്ലീനം 'ഇടതുപക്ഷ' വിഭാഗക്കാരും പാർട്ടി നേതാക്കളും തമ്മിൽ രൂക്ഷമായ ഏറ്റുമുട്ടലിന്റെ രംഗമായി മാറി. അതിനുമുമ്പ് കോഴിക്കോട്ട് സെൻട്രൽ കമ്മിറ്റിയുടെ ഒരു യോഗം ചേർന്നപ്പോൾ ഇടതുപക്ഷവിഭാഗക്കാരുടെതായ ഒരു പ്രകടനം യോഗസ്ഥലത്തിനു മുമ്പിൽ നടക്കുകയുണ്ടായി. ഈ 'ഇടതുപക്ഷ' പ്രസ്ഥാനത്തെയാണ് ചൈനീസ് പാർട്ടിയുടെ പ്രചാരണമാധ്യമങ്ങൾ വാനോളം പുകഴ്ത്തിയത്. രണ്ടുസംസ്ഥാനങ്ങളിൽ ഭരണനേതൃത്വം ഏറ്റെടുത്തതും മറ്റു സംസ്ഥാനങ്ങളിലും കേന്ദ്രത്തിലും പ്രതിപക്ഷ കക്ഷികളിൽ ഒന്നെന്ന നിലയ്ക്ക് പാർലമെന്ററി രാഷ്ട്രീയം കൈകാര്യം ചെയ്യുന്നതും റിവിഷനിസമാണെന്ന് ഇവിടെ നക്സലുകാരും വെളിയിൽ ചൈനീസ് പാർട്ടിയും സംഘടിതമായി പ്രചാരണം നടത്തി.
>
> എന്നാൽ വസന്തത്തിന്റെ ഇടിമുഴക്കമെന്ന് വിശേഷിപ്പിക്കപ്പെട്ട ഈ പ്രസ്ഥാനത്തിന് ആശയപരമോ രാഷ്ട്രീയമോ ആയ യാതൊരടിത്തറയുമില്ലായിരുന്നു. സംഘടിത തൊഴിലാളിവർഗം, ശത്രുവർഗങ്ങൾക്കെതിരായി പോരാടുന്ന കർഷകജനസാമാന്യം, യഥാർഥ ജനാധിപത്യത്തിനു വേണ്ടി പോരാടുന്ന മറ്റു വർഗങ്ങളും ജനവിഭാഗങ്ങളും-ഇവരുടെ സംഘടിത സമരങ്ങളെ ആസ്പദമാക്കിയുള്ള രാഷ്ട്രീയ പ്രസ്ഥാനത്തോട് നക്സൽ പ്രസ്ഥാനക്കാർക്ക് പരമപുച്ഛമായിരുന്നു. ഈ സംഘടിത വർഗങ്ങളും ജനവിഭാഗങ്ങളുമല്ല, ധീരസാഹസികത കാണിക്കുന്ന ഒരുപിടി ചെറുപ്പക്കാരാണ്, വിപ്ലവം നടത്തുകയും നയിക്കുകയും ചെയ്യുന്നതെന്ന് ഇക്കൂട്ടർ വാദിച്ചു. ആയുധമെടുത്ത് പോരാടുക, അതിന്റേതായ തന്ത്രത്തെ എതിർക്കുന്നവരെയെല്ലാം വർഗശത്രുക്കളെന്നാക്ഷേപിച്ച് വകവരുത്തുക-ഇതായിരുന്നു അവരുടെ സമീപനം.[4]

ഇ എം എസ് ചൂണ്ടിക്കാണിച്ചതുപോലെ നക്സലുകാർക്ക് ദേശീയതലത്തിലായാലും

കെ അജിത

വിവിധ സംസ്ഥാനങ്ങളിലായാലും ഏകീകൃതമായ ഒരു സംഘടനയില്ലായിരുന്നു. അജിതയുടെയും വർഗീസിന്റെയും കുന്നിക്കൽ നാരായണന്റെയും മറ്റും നേതൃത്വത്തിൽ നടത്തിയ തലശേരി, പുൽപ്പള്ളി, തൃശിലേരി, തിരുനെല്ലി 'ആക്ഷനു'കളെയെല്ലാം നക്സൽപ്രസ്ഥാനത്തിന്റെ സ്ഥാപകനായ ചാരുമജുംദാർ തള്ളിപ്പറയുകയാണുണ്ടായത്. അജിത പറയുന്നു:

> പുൽപ്പള്ളിയിൽ പ്രവർത്തനം നടത്തിക്കൊണ്ടിരുന്നപ്പോൾ അഖിലേന്ത്യാ കോഓർഡിനേഷൻ കമ്മിറ്റിയിൽ നിന്ന് അച്ഛനെ (കുന്നിക്കൽ നാരായണൻ-ലേഖകൻ) പുറന്തള്ളിയത് ഞാൻ നേരത്തെ പറഞ്ഞുവല്ലോ. അതോടെ ആന്ധ്രയിലെ നാഗിറെഡ്ഡി ആ കമ്മിറ്റിയിൽ അംഗമായിത്തീർന്നു. തലശ്ശേരി-പുൽപ്പള്ളി കലാപങ്ങൾ നടന്നപ്പോൾ നാഗിറെഡ്ഡി പരസ്യമായി അവയെ സിഐഎ പ്രവർത്തനമാണെന്ന് ആക്ഷേപിച്ചു. സഖാവ് ചാരുമജുംദാർ തന്നെയും തലശ്ശേരി-പുൽപ്പള്ളി തെറ്റാണെന്ന്, സംഭവം നടന്നതിന്റെ അടുത്ത ദിവസങ്ങളിൽ പ്രചാരണം നടത്തിയിരുന്നെന്ന് കൽക്കത്തയിൽ ഞങ്ങൾക്ക് ബന്ധമുണ്ടായിരുന്ന ചില സഖാക്കളിൽ നിന്നറിഞ്ഞു. എന്നാൽ സംഭവങ്ങൾ നടന്ന് ഇരുപത്തിനാലു മണിക്കൂറുകൾക്കകം അവയെ ആവേശത്തോടെ പ്രകീർത്തിച്ചുകൊണ്ട് റേഡിയോ പെക്കിങ് നടത്തിയ ആ പ്രക്ഷേപണം സഖാവ് ചാരുമജുംദാറെ തന്റെ നിലപാട് പ്രത്യക്ഷത്തിലെങ്കിലും മാറ്റാൻ നിർബന്ധിതനാക്കി. [5]

അഖിലേന്ത്യാ അടിസ്ഥാനത്തിൽ മാത്രമല്ല, കേരളത്തിലും നക്സലുകൾ എന്ന് വിളിക്കപ്പെടുന്ന ഇടതുപക്ഷ തീവ്രവാദികൾ പല തട്ടിലായിരുന്നു. കോഴിക്കോട്ട് സിപിഐ എം കേന്ദ്ര കമ്മിറ്റി ചേരുമ്പോൾ അതിനു മുമ്പിലൂടെ 'ഇടതുപക്ഷ'ക്കാർ ഒരു പ്രകടനം നടത്തിയത് ഇ എം എസ് ചൂണ്ടിക്കാണിച്ചുവല്ലോ. 1967 ഒക്ടോബർ മാസത്തിലായിരുന്നു സംഭവം. ആ പ്രകടനത്തിൽ വെറും പത്തുപേരാണ് പങ്കെടുത്തതെന്ന് അജിത തന്നെ രേഖപ്പെടുത്തിയിട്ടുണ്ട്. അടിച്ചമർത്തപ്പെടാൻ ഇടയുള്ളതുകൊണ്ട് മുഴുവൻ ശക്തിയും പുറത്തെടുക്കേണ്ടതില്ലെന്ന് തീരുമാനിച്ചുവെന്നാണ് ന്യായം. ഏതായാലും ഈ പ്രകടനം ഒരു ചലനവുമുണ്ടാക്കിയില്ല. നക്സലൈറ്റുകളുടെ പ്രകടനം എന്ന നിലയിൽ ആളുകൾ അത് കൗതുകപൂർവം വീക്ഷിച്ചിരുന്നു എന്നത് സത്യമാണ്. സ്റ്റേഡിയത്തിനടുത്ത് സമ്മേളനം നടക്കുന്ന സ്ഥലത്തിനു പുറത്ത് ചൈനയെ പുകഴ്ത്തുന്ന മുദ്രാവാക്യങ്ങളുള്ള മൂന്നു പാനലുകളുമായി പത്തുപേർ രണ്ടുദിവസം ഇരുന്നു. അതിനിടയിൽ അവർ കുറേ ലഘുലേഖകൾ വിതരണം ചെയ്തു.

തലശ്ശേരി പൊലീസ് സ്റ്റേഷൻ ആക്രമണവും പുൽപ്പള്ളി എംഎസ്പി ക്യാമ്പ് ആക്രമണവും സംഘടിപ്പിച്ചത് അജിത-കുന്നിക്കൽ-വർഗീസ് വിഭാഗക്കാരായിരുന്നു. 1968 നവംബർ 21-ന് തലശ്ശേരി പൊലീസ് സ്റ്റേഷൻ ആക്രമിച്ച് ആയുധങ്ങൾ പിടിച്ചെടുക്കുക, അവിടെ മൊത്തക്കച്ചവടക്കാരിൽ നിന്ന് അരിയും മറ്റും ഭക്ഷ്യസാധനങ്ങളും കൈവശപ്പെടുത്തുക, ഇതുരണ്ടും ചെയ്തശേഷം ഒരു സംഘത്തെ തിരുനെല്ലിയിലേക്ക് മാർച്ച് ചെയ്യിക്കുക, അവിടെ വെച്ച് പുൽപ്പള്ളി കലാപകാരികളുമായി സന്ധിക്കുക, തുടർന്ന് ഇരുകൂട്ടരും ചേർന്ന് പുൽപ്പള്ളിയിൽ ആക്രമണം നടത്തുക - ഇതായിരുന്നു പരിപാടി. തലശ്ശേരിയിലെ 'ആക്ഷൻ' ആദ്യദിവസം നടന്നില്ല. പിറ്റേ ദിവസം സ്റ്റേഷൻ ആക്രമിക്കാൻ ചെന്നവർ കാവൽനിന്ന പൊലീസുകാരന്റെ ഗർജനം കേട്ട് ആയുധങ്ങൾ വലിച്ചെറിഞ്ഞ് പലഭാഗത്തേക്കും ഓടിപ്പോയി.

പുൽപ്പള്ളി പൊലീസ് സ്റ്റേഷൻ ആക്രമണത്തിന് 400 പേരെ റിക്രൂട്ട് ചെയ്തിരുന്നുവെങ്കിലും അമ്പതുപേരേ എത്തിയുള്ളൂ. എംഎസ്പി ക്യാമ്പ് ആക്രമണം നടന്നു. വയർലെസ് ഓപറേറ്ററെ വധിച്ചു. എസ് ഐയെ ഗുരുതരമായി മുറിവേൽപ്പിച്ചു. വയർലെസ് സംവിധാനം തകർത്തു. അതിനിടെ കൈബോംബ് പൊട്ടി ഗോപാലൻ എന്ന പ്രവർത്തകന്റെ കൈപ്പത്തി പോയി. അതുകാരണം പൊലീസ് സ്റ്റേഷൻ ആക്രമണം, സബ് റജിസ്ട്രാർ ഓഫീസ് ആക്രമണം എന്നിവ ഉപേക്ഷിച്ചു. പിന്നീട് ചേകാടി ഗ്രാമത്തിൽ പോയി തിമ്മച്ചെട്ടി എന്ന ജന്മിയെ ഭീ

കുന്നിക്കൽ നാരായണൻ

ഷണിപ്പെടുത്തി പണവും സാധനങ്ങളും കവർന്നു. ആധാരക്കെട്ടുകൾ കത്തിച്ചു. മറ്റൊരു ജന്മി ദാസപ്പച്ചെട്ടിയുടെ വീട്ടിലും ഇതാവർത്തിച്ചു. അതിനിടയിൽ കുറേ പേർ വിട്ടുപോയി. ഒരാൾ മരണപ്പെട്ടു. അവശേഷിച്ചവർ കൃത്യമായ ലക്ഷ്യമില്ലാതെ കാട്ടിലൂടെ നടന്നുനടന്ന് കണ്ണൂർ ജില്ലയിൽ പേരാവൂരിനടുത്ത അടയ്ക്കാതോട്ടിലാണ് എത്തിയത്. ആളുകൾ അവരെ തിരിച്ചറിയുകയും അജിതയും സംഘവും പൊലീസ് പിടിയിലാവുകയും ചെയ്തു. എന്നാൽ വർഗീസ് രക്ഷപ്പെട്ടു.

അടയ്ക്കാതോട്ടിൽ നിന്ന് രക്ഷപ്പെട്ട വർഗീസ് വയനാടൻ കാടുകളിലേക്കുതന്നെ മടങ്ങി. അയാൾ ആദിവാസികളുടെ സഹായത്തോടെ ഒളിവിൽ കഴിഞ്ഞു. ഒരു വർഷം കഴിഞ്ഞ് 1970 ഫെബ്രുവരി 9-ന് വർഗീസും സംഘവും തൃശിലേരി, തിരുനെല്ലി എന്നിവിടങ്ങളിലായി രണ്ടുപേരെ വധിച്ചു. ഭൂവുടമയായ വാസുദേവ അഡിഗ, കൂമ്പാരക്കുനിയിലെ കച്ചവടക്കാരനായ ചേക്കു എന്നിവരാണ് കൊല്ലപ്പെട്ടത്. വർഗീസ് പിടിക്കപ്പെട്ടത് ഈ സംഭവങ്ങൾക്ക് ശേഷമാണ്.

തുടർച്ചയായ നക്സലൈറ്റ് ആക്രമണങ്ങളും പത്രവാർത്തകളും ജനങ്ങളിൽ ഭീതിപടർത്തിയിരുന്നു. നക്സലൈറ്റ് പ്രസ്ഥാനത്തെ അടിച്ചമർത്താൻ പൊലീസ് സർവശക്തിയും ഉപയോഗിച്ച് രംഗത്തുവന്നു. ചില കൊലപാതകങ്ങളെ ന്യായീകരിക്കാൻ നക്സലുകൾ തന്നെ പ്രയാസപ്പെട്ടു. വ്യക്തികളെ 'ഉന്മൂലനം' ചെയ്യുന്നതിനോട് യോജിക്കാത്ത വിഭാഗങ്ങളും നക്സലുകളുടെ കൂട്ടത്തിൽ ഉണ്ടായിരുന്നു. അതിനിടെ, വിവിധ ഗ്രൂപ്പുകളായി പ്രവർത്തിച്ചിരുന്ന നക്സലൈറ്റ് പ്രസ്ഥാനം കുറേക്കൂടി ഛിന്നഭിന്നമായി. ഫിലിപ്പ് എം പ്രസാദ് സായിബാബ ഭക്തനായി. ആത്മീയവഴിയിലേക്ക് പോയവർ വേറെയുമുണ്ട്. കുറേപ്പേർ സിപിഐ എമ്മിലേക്ക് തിരിച്ചുവന്നു. മറ്റു പാർട്ടികളിൽ പോയവരുമുണ്ട്. അജിത സ്ത്രീവിമോചന പ്രസ്ഥാനത്തിൽ സജീവമായി. ചുരുക്കത്തിൽ 'വസന്തത്തിന്റെ ഇടിമുഴക്കം' അധികനാൾ നീണ്ടുനിന്നില്ല.

എല്ലാ നക്സൽ ഗ്രൂപ്പുകളും ആശയപരമായി കടന്നാക്രമിച്ചത് സിപിഐ എമ്മിനെയായിരുന്നു. നക്സൽ ഗ്രൂപ്പുകൾ അന്നു പുറത്തിറക്കിയ ലഘുലേഖകളും അവരുടെ പ്രസിദ്ധീകരണങ്ങളും അതിന് തെളിവാണ്. മാർക്സിസത്തിന്റെ മൗലിക സിദ്ധാന്തങ്ങളിൽ നിന്ന് വ്യതിചലിച്ച് റിവിഷനിസ്റ്റ് പാതയിലാണ് സിപിഐ എം സഞ്ചരിക്കുന്നതെന്ന് അവർ ആക്ഷേപിച്ചു. രണ്ടു സർക്കാരുകളിൽ സിപിഐ എം പങ്കാളിയായതിനെ മാത്രമല്ല, പാർലമെന്ററി പ്രവർത്തനത്തെ തന്നെ അവർ എതിർത്തു. എന്നാൽ ഈ പ്രചാരണത്തെ ഫലപ്രദമായി നേരിടാൻ കഴിഞ്ഞതുകൊണ്ട് 'നക്സലിസം' സിപിഐ എമ്മിന് കാര്യമായ ക്ഷീണമൊന്നുമുണ്ടാക്കിയില്ല. ജനങ്ങളുടെ സംഘടിത ശക്തിയെ ആശ്രയിക്കാതെയുള്ള 'തലവെട്ട്' രാഷ്ട്രീയത്തിനെതിരായ ആശയസമരത്തിൽ *ദേശാഭിമാനി* പത്രവും *ചിന്ത* വാരികയും കാര്യമായ പങ്കുവഹിച്ചു. നക്സലുകാരുടെ ഏക ആശയാടിസ്ഥാനവും ആശ്രയവും ചൈനീസ് കമ്യൂണിസ്റ്റ് പാർട്ടിയുടെ പിന്തുണയായിരുന്നു. ഒരു ഘട്ടം കഴിഞ്ഞപ്പോൾ ചൈനീസ് കമ്യൂണിസ്റ്റ് പാർട്ടിയും അവരെ കൈവിട്ടു. ഇടതുപക്ഷ തീവ്രവാദ രാഷ്ട്രീയത്തിനെതിരെ അതിശക്തമായ പ്രവർത്തനം പാർട്ടിക്കകത്തും പുറത്തും നടത്തിയ സിപിഐ എം പക്ഷേ, ഈ പ്രസ്ഥാനത്തെ അടിച്ചമർത്താൻ നിയമവിരുദ്ധ മാർഗങ്ങൾ സ്വീകരിക്കുന്നതിനെ നിശിതമായി വിമർശിച്ചു. വർഗീസിനെ വെടിവെച്ചുകൊന്നതിനെതിരെ സിപിഐ എം രംഗത്തുവന്നത് ഈ നിലപാടിന്റെ അടിസ്ഥാനത്തിലാണ്. കൊലപാതകത്തെക്കുറിച്ച് ജുഡീഷ്യൽ അന്വേഷണം നടത്തണമെന്ന് ആദ്യം ആവശ്യപ്പെട്ടത് ഇ എം എസ് നമ്പൂതിരിപ്പാടായിരുന്നു.

വർഗീസ് വധക്കേസിൽ ഇരുപത്തിയെട്ടുവർഷത്തിനുശേഷം നാടകീയമായ വഴിത്തിരിവുണ്ടായി. ഐ ജി ലക്ഷ്മണയുടെ നിർദേശപ്രകാരം താനാണ് വർഗീസിനെ വെടിവെച്ചുകൊന്നതെന്ന് 1998 ഒക്ടോബറിൽ റിട്ടയർഡ് പൊലീസ് കോൺസ്റ്റബിൾ പി രാമചന്ദ്രൻ നായർ

പി രാമചന്ദ്രൻ നായർ

വെളിപ്പെടുത്തി. വർഗീസിനെ ക്രൂരമായി വധിച്ചപ്പോൾ പൊലീസിനു വേണ്ടി സത്യം മൂടിവയ്ക്കുകയോ നുണക്കഥകൾ സൃഷ്ടിക്കുകയോ ചെയ്ത പത്രങ്ങൾ ഇതു വലിയ പ്രശ്നമായി ഉയർത്തിക്കൊണ്ടുവന്നു. ഇ കെ നായനാരുടെ മന്ത്രിസഭയായിരുന്നു ആ ഘട്ടത്തിൽ അധികാരത്തിലുള്ളത്.

സത്യത്തിൽ, രാമചന്ദ്രൻ നായരുടെ വെളിപ്പെടുത്തൽ 1998-ൽ ഉണ്ടായതല്ല. രാമചന്ദ്രൻ നായർ ഈ സത്യം വർഗീസ് കൊല്ലപ്പെട്ട് ഏതാണ്ട് പത്തുവർഷമായപ്പോൾ തന്നെ, വർഗീസിന്റെ സഹപ്രവർത്തകനായിരുന്ന എ വാസുവിനോട് (ഗ്രോ വാസു) പറയുകയും കത്തെഴുതി നൽകുകയും ചെയ്തിരുന്നു. കത്തുകൊടുക്കുമ്പോൾ രാമചന്ദ്രൻ നായരും വാസുവും തമ്മിലെ ധാരണ എന്തായിരുന്നുവെന്ന് രണ്ടുപേരും വെളിപ്പെടുത്തിയിട്ടില്ല. ഏതായാലും രാമചന്ദ്രൻനായർ റിട്ടയർ ചെയ്തശേഷമേ വാസു ആ കത്ത് പുറത്തുവിട്ടതുള്ളൂ. 1998-ലുണ്ടായത് രാമചന്ദ്രൻ നായരുടെ വെളിപ്പെടുത്തലല്ല, വെളിപ്പെടുത്തലുള്ള കത്ത് ഗ്രോ വാസു പുറത്തുവിട്ടതാണ്. ഏതായാലും രാമചന്ദ്രൻ നായർ താൻ പറഞ്ഞതിൽ ഉറച്ചുനിന്നു.

രാമചന്ദ്രൻനായരുടെ തുറന്നുപറച്ചിൽ സൃഷ്ടിച്ച കോലാഹലത്തിനിടയിൽ വർഗീസ് സംഭവത്തെ ആസ്പദമാക്കി *മലയാള മനോരമ* അവരുടെ എഡിറ്റ് പേജിൽ ഒരു പരമ്പര ആരംഭിച്ചു. വർഗീസ് വധംപോലുള്ള മനുഷ്യാവകാശ പ്രശ്നങ്ങൾ ഉയർത്തുന്നതു *മനോരമ*യാണെന്ന് സ്ഥാപിക്കുകയായിരുന്നു പരമ്പരയുടെ പ്രധാന ലക്ഷ്യം. ഇരുപത്തിയെട്ടുവർഷം മുമ്പ് വർഗീസിനെ സിപിഐ എമ്മുകാർ ഒറ്റുകൊടുത്തതാണെന്ന തീർത്തും അടിസ്ഥാനരഹിതമായ ആരോപണവും *മനോരമ* ഇതിനിടയിൽ ഉന്നയിച്ചു. ഈ പരമ്പര രണ്ടുദിവസം പിന്നിട്ടപ്പോൾ *മലയാള മനോരമ*യുടെ മനുഷ്യാവകാശ മുഖംമൂടി പിച്ചിച്ചീന്തണമെന്ന് *ദേശാഭിമാനി* നിശ്ചയിച്ചു. അതിന്റെ അടിസ്ഥാനത്തിൽ പത്രത്തിന്റെ കോഴിക്കോട് ബ്യൂറോ ചീഫായിരുന്ന ഈ ലേഖകൻ തയാറാക്കിയ റിപ്പോർട്ട് 1998 നവംബർ 5-ന് *ദേശാഭിമാനി* ഒന്നാംപേജിൽ പ്രസിദ്ധീകരിച്ചു. ആ വാർത്ത:

വർഗീസ് വധം: തെളിവ് നശിപ്പിക്കാൻ മനോരമ കൂട്ടുചേർന്നു

പി പി അബൂബക്കർ

കോഴിക്കോട്: നക്സലൈറ്റ് നേതാവ് വർഗീസ് പൊലീസുമായുള്ള ഏറ്റുമുട്ടലിൽ മരിച്ചതാണെന്ന് വരുത്തിത്തീർക്കാൻ അന്നത്തെ പൊലീസ് മേധാവികൾ നടത്തിയ ഗൂഢാലോചനയിൽ *മലയാള മനോരമ*യും പങ്കാളിയായിരുന്നുവെന്നതിന് വ്യക്തമായ തെളിവുകൾ.

വയനാട്ടിലെ തിരുനെല്ലിക്കാട്ടിൽ വർഗീസ് പൊലീസിന്റെ വെടിയേറ്റ് മരിച്ചതിന്റെ രണ്ടാം ദിവസം 1970 ഫെബ്രുവരി 20-ന് പുറത്തിറങ്ങിയ *മനോരമ* പത്രം തന്നെയാണ് അവരുടെ ആളുകൾ പൊലീസുമായി ചേർന്നു നടത്തിയ ക്രൂരതകൾക്കു സാക്ഷി. ഫെബ്രുവരി 20-ന്റെ പത്രത്തിൽ ഒന്നാം പേജിൽ വർഗീസ് വെടിയേറ്റ് മലർന്നുവീണുകിടക്കുന്ന ചിത്രമുണ്ട്. ഇതാണ് അടിക്കുറിപ്പ്: 'കലാപനേതാവിന്റെ ദയനീയ അന്ത്യം: തിരുനെല്ലി വനത്തിൽ പൊലീസിന്റെ വെടിയേറ്റ് വറുഗീസ് മരിച്ചുകിടക്കുന്നു.'

ഈ ചിത്രം 28 വർഷത്തിന് ശേഷവും വളരെ വ്യക്തമാണ്. ഒരു കണ്ണിന് എന്തോ തകരാറുണ്ട്. ട്രൗസറും സ്വെറ്ററുമാണ് വേഷം. കൈയിൽ ആയുധമൊന്നുമില്ല. അതേ പത്രത്തിന്റെ അകത്തെ പേജിൽ രണ്ടു ചിത്രമുണ്ട്. അതിലൊന്ന് മുൻപേജിൽ കൊടുത്ത ചിത്രത്തിന്റെ ദൂരെ നിന്നുള്ള ഷോട്ടാണ്. പാറക്കെട്ടിനരികെ വർഗീസ് മലർന്നു വീണുകിടക്കുന്ന ചിത്രം. രണ്ടാമത്തെ ചിത്രമാണ് ഗൂഢാലോചന വെളിക്കുകൊണ്ടുവരുന്നത്. ഒന്നാം പേജിൽ മലർന്നുകിടക്കുന്ന വർഗീസ്, ഇവിടെ കമഴ്ന്നു കിടക്കുന്നു. ഈ മൂന്നു കോളം ചിത്രത്തിന്റെഅടിക്കുറിപ്പ് ഇതാണ്: 'കൈയിൽ തോക്കേന്തിയ വറുഗീസ് പൊലീസിന്റെ വെടിയേറ്റുവീണപ്പോൾ'. മുഖം

ദേശാഭിമാനി

വർഗീസ് വധം: തെളിവ് നശിപ്പിക്കാൻ മനോരമ കൂട്ടുചേർന്നു

കർണാടക: ദൾ യോഗം 13ന്

ക്ലിന്റന് ആശ്വാസം; റിപ്പബ്ലിക്കൻ

മനോരമ വാർത്തയെ തുറന്നുകാട്ടി *ദേശാഭിമാനി* - 1998 നവംബർ 5

അൽപ്പം ചെരിഞ്ഞ് കമഴ്ന്നുകിടക്കുന്ന വർഗീസിന്റെ ഇടത്തെ കൈയിൽ ആർക്കും കാണാവുന്ന വിധം നീളം കൂടിയ തോക്കും.

മരിച്ചു മലർന്ന് വീണുകിടക്കുന്ന ആൾക്ക് പിന്നീട് കമഴ്ന്നുകിടക്കാനും തോക്ക് പിടിക്കാനും കഴിയില്ല. പാറക്കെട്ടിനരികിൽ മലർന്നുകിടന്ന മൃതദേഹം ഫോട്ടോ എടുക്കാൻ വേണ്ടി ആര് കമഴ്ത്തിയിട്ടു? മലർന്നുകിടക്കുമ്പോൾ ഇല്ലാത്ത തോക്ക് എങ്ങനെ മരിച്ച ആളുടെ കൈയിൽ വന്നു? *മലയാള മനോരമ*യുടെ ഫോട്ടോഗ്രാഫർക്കും നക്സൽ വേട്ടക്കാലത്ത് ആഴ്ചകളോളം കാട്ടിൽ പൊലീസിനോടൊപ്പം കഴിഞ്ഞ *മനോരമ* പ്രതിനിധികൾക്കും മാത്രമേ ഇതിനുത്തരം നൽകാൻ കഴിയൂ. ഏറ്റുമുട്ടലുണ്ടായെന്ന് വരുത്താനാണ് വർഗീസിന്റെ കൈയിൽ തോക്ക് പിടിപ്പിച്ചത്. അത് എപ്പോൾ ചെയ്തു? ആര് ചെയ്തു? പൊലീസുകാരും *മനോരമ*ക്കാരും ചേർന്നാണ് ഇത് ഒപ്പിച്ചത്. തോക്ക് എവിടെ നിന്ന് വന്നുവെന്നും മരിച്ചുവീണുകിടക്കുന്ന ആളുടെ കൈയിൽ അത് ആര് വെച്ചുകൊടുത്തുവെന്നും *മനോരമ* ഫോട്ടോഗ്രാഫർക്ക് പറയാൻ കഴിയും. *മനോരമ*യുടെ ലേഖകന്മാരായിരുന്ന വി കെ ഭാർഗവൻ നായർ, ചൊവ്വല്ലൂർ കൃഷ്ണൻകുട്ടി, പി ഗോപി, സി ഐ ഗോപിനാഥ്, എം എസ് ശ്രീധരൻ, ഫോട്ടോഗ്രാഫർ ടി നാരായണൻ എന്നിവരാണ് കാട്ടിൽ പൊലീസിനോടൊപ്പം ഉണ്ടായിരുന്നതെന്ന് ഇപ്പോൾ *മനോരമ* വെളിപ്പെടുത്തിയിട്ടുണ്ട്. ഇവരെ ചോദ്യം ചെയ്യുകയാണെങ്കിൽ അന്നത്തെ പൊലീസ് ഉദ്യോഗസ്ഥർ നടത്തിയ ഗൂഢപ്രവൃത്തികളെപ്പറ്റി വ്യക്തമായ വിവരം ലഭിക്കും. അന്നത്തെ ചിത്രങ്ങളെല്ലാം ടി നാരായണൻ എടുത്തതാണ്. വർഗീസിനെ കെട്ടിയിട്ട് കൊന്നതാണെന്ന് 28 വർഷത്തിന് ശേഷം ആർത്തുവിളിക്കുന്ന *മനോരമ*യുടെ ആളുകൾക്ക് അന്ന് ചെയ്തതിനൊക്കെ സമാധാനം പറയേണ്ടിവരും. വായനക്കാരോട് മാത്രമല്ല, അന്വേഷണം വരികയാണെങ്കിൽ കോടതിയോടും.

വർഗീസിന്റെ മരണം റിപ്പോർട്ട് ചെയ്യുകയല്ല, ആഘോഷിക്കുകയാണ് *മനോരമ* ചെയ്തത്. വാർത്തയെഴുതിയപ്പോൾ അവരുടെ ഉള്ളിലെ ആഹ്ളാദം നുരഞ്ഞ് കടലാസിലേക്ക് വാർന്നു. ഇതാ ഉദാഹരണം: 'കുറിച്യരെയും അടിയാന്മാരെയും മറ്റും വിപ്ലവത്തിന് പാകപ്പെടുത്തിവന്ന വറുഗീസ്, സന്ധ്യക്ക് കൊല്ലപ്പെട്ടുവെന്ന് രാത്രി കുറേ വൈകി പൊലീസ് പ്രഖ്യാപിച്ചപ്പോൾ കേട്ടവർക്കെല്ലാം ആശ്വാസം വീണു. ഭീകരമായ കൊലയും കൊള്ളയും നടത്തിയിരുന്ന അയാളെപ്പറ്റി അതുവരെ പ്രചരിപ്പിച്ചിരുന്ന ധീരസാഹസിക കഥകൾക്ക് ഇന്നലെ വൈകുന്നേരം 6.55-ന് പൊലീസിന്റെ തോക്കിൽ നിന്ന് ചാടിയ വെടിയുണ്ട പൂർണവിരാമമിടുകയും ചെയ്തു. വയനാടൻ മലകളിൽ വിപ്ലവത്തിന്റെ വീരേതിഹാസം രചിച്ച് ധീരനാവാൻ വെമ്പിയ ആ മുൻ മാർക്സിസ്റ്റ് അങ്ങനെ ദയനീയമാംവിധം കൊല്ലപ്പെട്ടു.'-*മലയാള മനോരമ*, പേജ് ഒന്ന്, ഫെബ്രുവരി 20, 1970.

വർഗീസ് മരിച്ചതിൽ ജനങ്ങൾക്കുള്ള ആശ്വാസത്തെപ്പറ്റി ഒരേ വാർത്തയിൽ പലതവണ തികട്ടിവന്നിട്ടുണ്ട്- 'വറുഗീസിന്റെ മരണ വാർത്ത മാനന്തവാടിയിലും പരിസര പ്രദേശങ്ങളിലും ഒരാഴ്ചയായി ഭീകരാന്തരീക്ഷത്തിൽ കഴിഞ്ഞുകൂടിയ നാട്ടുകാർക്കിടയിൽ പറഞ്ഞറിയിക്കാൻ കഴിയാത്തത്ര ആശ്വാസം നൽകിയിരിക്കുന്നു.' (പേജ് ഒന്ന്). വർഗീസിനെ കൈയും കാലും കെട്ടിയിട്ട് കൊന്നതാണെന്ന് *ദേശാഭിമാനി* പ്രസിദ്ധീകരിച്ച അതേദിവസമാണ് *മനോരമ* പൊലീസിന്റെ കഥകൾ ഇങ്ങനെ ഛർദിച്ചുവെച്ചത്.

ഒളിച്ചുപാർക്കുന്ന വീട്ടിൽനിന്ന് വർഗീസിനെ പിടിച്ചുകൊണ്ടുപോയതാണെന്ന് ഇപ്പോൾ പറയുന്ന *മനോരമ* അന്ന് പൊലീസിന് വേണ്ടി പടച്ചുവിട്ട കഥയിലെ ഭാവന അപാരമാണ്:

'പ്ലാറ്റൂൺ കമാണ്ടന്റിന്റെ നേതൃത്വത്തിലുള്ള പൊലീസ് പാർട്ടി ഇന്നലെ വൈകുന്നേരം

മന്ദാകിനി

ആറര-ആറേമുക്കാൽ മണിക്കാണ് കൂമ്പാരക്കുനിക്കടുത്ത പാറക്കെട്ടിന്റെ സമീപമെത്തിയത്. തികച്ചും സംശയം തോന്നിക്കുന്ന ഒന്നായിരുന്നു അവിടുത്തെ അന്തരീക്ഷം. പൊലീസ് പാർട്ടി ആ പാറക്കൂടിന്റെ അടുത്തേക്ക് കരുതലോടെ നീങ്ങി. ഏതാണ്ട് 50-60 അടി അടുത്തെത്തിയപ്പോൾ ഒരു വെടിപൊട്ടി. അത് വറുഗീസ് പൊട്ടിച്ചതായിരുന്നു. സിആർപി വെടിയിൽ നിന്ന് ഒഴിഞ്ഞുമാറി. തൽക്ഷണം തിരിച്ചു വെടിവെക്കാൻ മേലധികാരികൾ നിർദേശം നൽകി. രണ്ടു പൊലീസ്-സിആർപി കോൺസ്റ്റബിൾമാർ ഒരേസമയം രണ്ടു ഉണ്ടകൾ വർഷിച്ചു. അതിലൊന്ന് വറുഗീസിന്റെ അന്ത്യംകുറിച്ചു.'-പേജ് 5. കണ്ടത് പോലെയാണ് വിവരണം. ഇത് എന്തിനുവേണ്ടി ചെയ്തു?

വർഗീസിനെ വ്യക്തിപരമായി വളരെ ഹീനമായി ആക്ഷേപിക്കുന്നുണ്ട് അന്നത്തെ *മനോരമ*:

'വർഗീസിന്റെ അടുത്ത കൂട്ടുകാരെന്ന് സംശയിക്കുന്ന ഞാണിക്കുഴിയിൽ ഔസേപ്പിന്റെയും കണിയാരം ബാലന്റെയും ഭാര്യമാരായ അന്നമ്മയെയും തങ്കമ്മയെയും വറുഗീസിന്റെ വെപ്പാട്ടിയായ ഒരു സ്ത്രീയെയും കഴിഞ്ഞ 14,15 തീയതികളിൽ നിരന്തരമായി ചോദ്യം ചെയ്തതിനെത്തുടർന്നാണ് വറുഗീസും പാർട്ടിയും കമ്പമലയിൽ ക്യാമ്പ് ചെയ്യുന്നുണ്ടെന്ന് മനസ്സിലായത്'-പേജ് 1.

വർഗീസിനെ സിപിഐ എമ്മുകാർ ഒറ്റുകൊടുത്തതാണെന്ന് ഇപ്പോൾ പ്രചരിപ്പിക്കുന്ന *മനോരമ* 28 വർഷം മുമ്പ് എഴുതിവെച്ചതാണ് ഇതൊക്കെ. പൊലീസിന്റെ സാമർഥ്യം സ്ഥാപിക്കാൻ എന്തൊക്കെയാണ് *മനോരമ* ചെയ്തുകൂട്ടിയത്. പത്രത്തിന്റെ ഒന്നാം പേജിൽ മറ്റൊരു ചിത്രം കൂടിയുണ്ട്. ഒരു പട്ടിയുടെ. 'വറുഗീസിനെ പിടിക്കാൻ നീതിപാലകരെ സഹായിച്ച പൊലീസ് നായ ലാൽ' എന്നാണ് അടിക്കുറിപ്പ്.

'ഓളങ്ങൾ അടങ്ങാത്ത ഓർമകൾ' എന്ന പേരിൽ *മനോരമ* ഒരു പരമ്പര പ്രസിദ്ധീകരിക്കുന്നുണ്ട്. വയനാട്ടിൽ പൊലീസിനോടൊപ്പം ക്യാമ്പ് ചെയ്ത കാലത്ത് അവരുടെ പ്രതിനിധികൾക്ക് ഉണ്ടായ അനുഭവം എന്ന പേരിലാണ് ഈ കഥകൾ. പഴയ ചിത്രങ്ങളും ഉണ്ട്. എന്നാൽ, വർഗീസിന്റെ കൊല ഏറ്റുമുട്ടലിലെ മരണമാണെന്ന് സ്ഥാപിക്കാൻ പ്രസിദ്ധീകരിച്ച ചിത്രങ്ങളും വാർത്തകളും അവർ മൂടിവെച്ചിരിക്കയാണ്.[6]

വർഗീസ് കൊല്ലപ്പെട്ടതുസംബന്ധിച്ച് 1970-ൽ *മലയാള മനോരമ* പ്രസിദ്ധീകരിച്ച വാർത്തകൾ *ദേശാഭിമാനി* ഉൾപേജിൽ പൂർണമായി പുനഃപ്രസിദ്ധീകരിച്ചു. അതോടെ സാധാരണ പത്രങ്ങളിൽ സംഭവിക്കാത്തതൊന്ന് സംഭവിച്ചു. *മനോരമ* അവരുടെ പരമ്പര ഒരു മുന്നറിയിപ്പോ അറിയിപ്പോ ഇല്ലാതെ പാതിവഴിയിൽ നിർത്തി. 28 വർഷം മുമ്പത്തെ *മലയാള മനോരമ* പത്രം എങ്ങനെ കിട്ടിയെന്നുകൂടി പറയാം. മറ്റു പത്രങ്ങളുടെ വളരെ പഴയ ഫയലുകൾ *ദേശാഭിമാനി* സൂക്ഷിക്കുന്നില്ല. കുന്നിക്കൽ നാരായണന്റെ ഭാര്യയും അജിതയുടെ അമ്മയുമായ മന്ദാകിനി സൂക്ഷിച്ചുവെച്ചതായിരുന്നു ആ പത്രം. അന്ന് *മാതൃഭൂമി* ബ്യൂറോ ചീഫായിരുന്ന വി എൻ ജയഗോപാലാണ് ഈ പത്രം കിട്ടാൻ ഈ ലേഖകനെ സഹായിച്ചത്. നക്സൽ വേട്ടക്കാലത്ത് വയനാടൻ കാടുകളിൽ പൊലീസിനൊപ്പം *മലയാള മനോരമ*യുടെ സംഘവുമുണ്ടായിരുന്നു. അക്കാര്യം *മനോരമ* തന്നെ എഴുതിയിട്ടുമുണ്ട്. വയനാട്ടിൽ പൊലീസ് നടത്തിയ ഭീകര കൃത്യങ്ങൾക്ക് *മനോരമ* മറപിടിച്ചു. വർഗീസിന്റെ മൃതദേഹം മറിച്ചിട്ട് നാടൻ തോക്ക് കൈയിൽ പിടിപ്പിക്കുന്നതിനും അതിന്റെ ചിത്രമെടുത്തു പ്രചരിപ്പിക്കുന്നതിനും *മനോരമ*യുടെ പ്രതിനിധികൾ സഹായിച്ചു. എന്നാൽ ആ വഴിക്കൊന്നും സിബിഐ അന്വേഷണം പോയില്ല.

രാമചന്ദ്രൻ നായരുടെ വെളിപ്പെടുത്തലിന്റെ അടിസ്ഥാനത്തിലുള്ള കേസ് കേരള ഹൈക്കോടതിയുടെ നിർദേശപ്രകാരമാണ് സിബിഐ അന്വേഷിച്ചത്. സംഭവസമയത്ത് ഡിവൈഎസ്പിയായിരുന്ന കെ ലക്ഷ്മണയെ സിബിഐ സ്പെഷൽ കോടതി ജീവപര്യന്തം തടവിനു ശിക്ഷിച്ചു. സത്യം പുറത്തുവന്നത് 28 വർഷത്തിനു ശേഷമാണെങ്കിലും നീതിയുടെ നീണ്ട കര

ങ്ങളിൽ നിന്ന് രക്ഷപ്പെടാൻ ആ പൊലീസ് ഉദ്യോഗസ്ഥന് കഴിഞ്ഞില്ല. കസ്റ്റഡി മരണങ്ങൾ ഇന്ത്യയിൽ അസാധാരണമല്ല. എന്നാൽ, കുറ്റകൃത്യത്തിൽ പങ്കാളിയായിരുന്ന ഒരാളുടെ കുറ്റസമ്മതം കാരണം നാലുപതിറ്റാണ്ടുകഴിഞ്ഞ് മുഖ്യകുറ്റവാളി ശിക്ഷിക്കപ്പെടുന്നത് രാജ്യത്തുതന്നെ ആദ്യമായിരുന്നു. വർഗീസ് വധം നടക്കുമ്പോൾ ജില്ലാ പൊലീസ് സൂപ്രണ്ടായിരുന്ന പി വിജയനെ തെളിവുകളുടെ അഭാവത്തിൽ കോടതി വിട്ടയച്ചു. വർഗീസിന്റെ കുടുംബത്തിന് കേരള ഹൈക്കോടതി നിർദേശമനുസരിച്ച് സംസ്ഥാന സർക്കാർ 2021-ൽ അമ്പതുലക്ഷം രൂപ നഷ്ടപരിഹാരം നൽകി. പൊലീസിന്റെ നിയമവിരുദ്ധ പ്രവർത്തനങ്ങളുടെ ഉത്തരവാദിത്തം സർക്കാരിനാണല്ലോ.

26

അടിയന്തരാവസ്ഥയിൽ മുട്ടിലിഴയാതെ

ഇന്ത്യയിൽ ജനാധിപത്യത്തിന്റെയും സ്വാതന്ത്ര്യത്തിന്റെയും വിളക്കുകളെല്ലാം ആ രാത്രിയിൽ ഒന്നിച്ചണഞ്ഞു. രാജ്യം പെട്ടെന്ന് അന്ധകാരത്തിലേക്ക് എടുത്തെറിയപ്പെട്ടു. എല്ലാ ജനാധിപത്യ അവകാശങ്ങളും നിഷേധിക്കപ്പെട്ടു. അലംഘനീയമെന്ന് കരുതിപ്പോന്ന മൗലികാവകാശങ്ങൾ പോലും ഗവൺമെന്റ് ഇടപെട്ട് മരവിപ്പിച്ചു. കോടതികളുടെ കരങ്ങൾ ബന്ധിക്കപ്പെട്ടു. 1975 ജൂൺ 25-ന് രാത്രി 11.45-നാണ് പ്രധാനമന്ത്രി ഇന്ദിരാഗാന്ധിയുടെ ആവശ്യപ്രകാരം രാഷ്ട്രപതി ഫക്രുദ്ദീൻ അലി അഹമ്മദ് അടിയന്തരാവസ്ഥാ പ്രഖ്യാപനത്തിൽ ഒപ്പുവെച്ചത്. ഭരണഘടനയുടെ 352-ാം അനുച്ഛേദപ്രകാരമാണ് അടിയന്തരാവസ്ഥ പ്രഖ്യാപിച്ചതെങ്കിലും അതുപ്രകാരമുള്ള നടപടിക്രമങ്ങൾപോലും പാലിച്ചില്ല. അടിയന്തരാവസ്ഥയിൽ പൗരന്മാരുടെ ജീവിക്കാനുള്ള അവകാശംപോലും സർക്കാരിന് സസ്പെന്റ് ചെയ്യാമെന്ന് അറ്റോർണി ജനറൽ സുപ്രീംകോടതിയിൽ വാദിച്ചുവെന്നും സുപ്രീംകോടതിയുടെ അഞ്ചംഗ ബെഞ്ച് അത് അംഗീകരിച്ചുകൊടുത്തുവെന്നും പറഞ്ഞാൽ പുതിയ തലമുറക്ക് അതു വിശ്വസിക്കാൻ പ്രയാസമായിരിക്കും.

രാഷ്ട്രപതി പാതിരാത്രി പ്രഖ്യാപനത്തിൽ ഒപ്പുവെച്ചുവെങ്കിലും കേന്ദ്ര സർക്കാർ അതിന്റെ വിളംബരം നടത്തിയത് പിറ്റേന്ന്, ജൂൺ 26-ന്, രാവിലെ ഏഴുമണിക്കായിരുന്നു. അടിയന്തരാവസ്ഥാ പ്രഖ്യാപനത്തോടൊപ്പം പത്രങ്ങൾക്കുള്ള സെൻസർഷിപ്പും പ്രാബല്യത്തിലായി. പ്രതിപക്ഷനേതാക്കളെ കൂട്ടത്തോടെ 25-ന് രാത്രിതന്നെ അറസ്റ്റ് ചെയ്തിരുന്നു. അടിയന്തരാവസ്ഥയെ എതിർക്കുന്നതോ ഇന്ദിരാഗാന്ധിയുടെ ഗവൺമെന്റിനെ വിമർശിക്കുന്നതോ ആയ ഒന്നും പത്രങ്ങളിൽ പ്രസിദ്ധീകരിക്കരുതെന്ന് ഗവൺമെന്റ് കൽപ്പിച്ചു.

ഇന്ത്യയിൽ അടിയന്തരാവസ്ഥ പ്രഖ്യാപിച്ചിട്ട് നീണ്ട നാൽപ്പത്തിയെട്ടു വർഷം പിന്നിട്ടു. ജനസംഖ്യയിൽ ഭൂരിഭാഗത്തിനും അടിയന്തരാവസ്ഥയെപ്പറ്റി കേട്ടറിവും വായിച്ചറിവും മാത്രമേയുള്ളു. ഭരണകൂടത്തിന്റെ അടിച്ചമർത്തലിനെ കൂസാതെ പ്രവർത്തിച്ച ചുരുക്കം പത്രങ്ങൾ ഉണ്ടായിരുന്നുവെന്ന് തിരിഞ്ഞുനോക്കുമ്പോൾ കാണാൻ കഴിയും. അവയിൽ ഏറ്റവും പ്രധാനം സിപിഐ എമ്മിന്റെ മലയാളം മുഖപത്രമായ *ദേശാഭിമാനി* തന്നെ. അടിയന്തരാവസ്ഥയോടൊ

ദേശാഭിമാനി

അർദ്ധ ഫാസിസത്തിൽനിന്ന് ഫാസിസത്തിലേക്ക്

അടിയന്തരാവസ്ഥ പ്രഖ്യാപിച്ചു

പ്രതിപക്ഷനേതാക്കളെ വേട്ടയാടുന്നു

സുൽത്താനയുടെ തിരുമൊഴി

പത്രങ്ങളുടെ മേൽ സെൻസറിങ്ങ് ഏർപ്പെടുത്തി

അടിയന്തരാവസ്ഥ പ്രഖ്യാപന വാർത്തയുമായി *ദേശാഭിമാനി* - 1975 ജൂൺ 27

പ്പം സെൻസർഷിപ്പും പ്രാബല്യത്തിൽ വന്നുവെങ്കിലും അതിനെ വെല്ലുവിളിച്ചുകൊണ്ടാണ് പിറ്റേ ദിവസം *ദേശാഭിമാനി* പുറത്തിറങ്ങിയത്. ഇന്ദിരാഗാന്ധിയെയും അവരുടെ അടിയന്തരാവസ്ഥാ പ്രഖ്യാപനത്തെയും അതുപോലെ തുറന്നെതിർത്തുകൊണ്ട് കേരളത്തിലെന്നല്ല, ഇന്ത്യയിൽ തന്നെ മറ്റൊരു പത്രവും ഇറങ്ങിയിട്ടില്ല.

*ദേശാഭിമാനി*യുടെ 1975 ജൂൺ 27-ന്റെ ലക്കം ഇന്ന് ചരിത്രരേഖയാണ്. മുട്ടിലിഴയാതെ ജനാധിപത്യത്തിനുവേണ്ടി പോരാടാൻ കഴിയുമെന്ന് *ദേശാഭിമാനി* കാണിച്ചുകൊടുത്തു. അന്നത്തെ ഒന്നാം പേജിലെ വാർത്തകൾ എന്തൊക്കെയായിരുന്നുവെന്നും അത് എങ്ങനെ വിന്യസിച്ചിരുന്നുവെന്നും നോക്കാം. 'അർധഫാസിസത്തിൽ നിന്ന് ഫാസിസത്തിലേക്ക്' എന്നായിരുന്നു അടിയന്തരാവസ്ഥാ പ്രഖ്യാപന വാർത്തയുടെ തലക്കെട്ട്. അതിലും അർഥവത്തും ശക്തവുമായ മറ്റൊരു തലവാചകം ഇന്നു ചിന്തിച്ചാലും കിട്ടാൻ പ്രയാസമായിരിക്കും. ആ വാർത്തയിലേക്ക്:

ഇന്ദിരാഗാന്ധി

അർധഫാസിസത്തിൽനിന്ന് ഫാസിസത്തിലേക്ക്

ന്യൂഡൽഹി, ജൂൺ 26: രാഷ്ട്രപതി ഫക്രുദ്ദീൻ അലി അഹമ്മദ് ഇന്നു രാവിലെ ഇന്ത്യയിലൊട്ടുക്കും അടിയന്തരാവസ്ഥ പ്രഖ്യാപിച്ചിരിക്കുന്നു. ആഭ്യന്തര അസ്വാസ്ഥ്യങ്ങൾമൂലം ഇന്ത്യയുടെ സുരക്ഷിതത്വത്തിന് ഭീഷണി നേരിടുന്നതുകൊണ്ടാണ് അടിയന്തരാവസ്ഥ പ്രഖ്യാപിക്കുന്നതെന്ന് ഉത്തരവിൽ പറയുന്നു. രാവിലെ ഏഴുമണിക്കാണ് ഉത്തരവിൽ രാഷ്ട്രപതി ഒപ്പുവെച്ചത് (രാഷ്ട്രപതി തലേന്ന് രാത്രി തന്നെ അതിൽ ഒപ്പിട്ടിരുന്നുവെന്ന കാര്യം പിന്നീട് പുറത്തുവന്നു-ലേഖകൻ). അടിയന്തരാവസ്ഥ പ്രഖ്യാപിച്ച ഉടനെ പ്രധാനമന്ത്രി ഇന്ദിരാഗാന്ധി രാഷ്ട്രത്തോടായി ഒരു പ്രക്ഷേപണം നടത്തി. അടിയന്തരാവസ്ഥ പ്രഖ്യാപിക്കാൻ പ്രേരിപ്പിച്ച കാര്യങ്ങളായിരുന്നു പ്രക്ഷേപണത്തിൽ വിശദീകരിച്ചത്.

ഇന്നു രാവിലെ ആറുമണിക്ക് കാബിനറ്റ് ചേരുകയും സ്ഥിതിഗതികൾ ചർച്ച ചെയ്യുകയും അടിയന്തരാവസ്ഥ പ്രഖ്യാപിക്കാനുള്ള ശുപാർശകൾ അംഗീകരിക്കുകയും ചെയ്തു. വിദേശാക്രമണ ഭീഷണി മുൻനിർത്തി 1971-ൽ പ്രഖ്യാപിച്ച അടിയന്തരാവസ്ഥ ഇപ്പോഴും പ്രാബല്യത്തിലുണ്ട്. അതിനുപുറമെയാണ് ആഭ്യന്തര അസ്വാസ്ഥ്യങ്ങളെ മുൻനിർത്തി ഇപ്പോൾ പുറപ്പെടുവിച്ചിട്ടുള്ള പ്രഖ്യാ

ബി എം ഗഫൂർ

പനം. ഭരണഘടനയിലെ 352-ാം വകുപ്പിന് വിധേയമായാണ് അടിയന്തരാവസ്ഥ പ്രഖ്യാപിച്ചിട്ടുള്ളത്. ഇതിന്റെ അടിസ്ഥാനത്തിൽ, ഈ പ്രഖ്യാപനം പാർലമെന്റിന്റെ ഇരുസഭകളുടെ മുമ്പിലും വെക്കേണ്ടതുണ്ട്. രണ്ടുമാസത്തിനകം ഇരുസഭകളും ഇതിന് അംഗീകാരം നൽകിയില്ലെങ്കിൽ ഈ പ്രഖ്യാപനം ദുർബലപ്പെട്ടുപോകുന്നതാണ്.

ലോക്സഭ പിരിച്ചുവിട്ട അവസരത്തിലാണ് അടിയന്തരാവസ്ഥ പ്രഖ്യാപിച്ചതെങ്കിൽ, അതല്ലെങ്കിൽ പ്രഖ്യാപനം നടന്ന് രണ്ടു മാസത്തിനകം ലോക്സഭ പിരിച്ചുവിടപ്പെടുകയാണെങ്കിൽ രണ്ടുമാസത്തിനകം രാജ്യസഭയുടെ അംഗീകാരം നേടിയാൽ അടിയന്തരാവസ്ഥാ പ്രഖ്യാപനം പ്രാബല്യത്തിലുണ്ടാകും. ലോക്സഭ പുനഃസംഘടിപ്പിച്ച് എൺപതു ദിവസത്തിനകവും ആദ്യത്തെ സമ്മേളനത്തിലും അംഗീകാരം നേടിയിരിക്കണം. യുദ്ധം, വിദേശാക്രമണം, ആഭ്യന്തര അസ്വാസ്ഥ്യങ്ങൾ എന്നീ കാരണങ്ങളാൽ മാത്രമല്ല, ഇതുസംബന്ധിച്ച ഭീഷണി ആസന്നമാണെന്ന് രാഷ്ട്രപതിക്ക് ബോധ്യപ്പെട്ടാൽക്കൂടി അടിയന്തരാവസ്ഥ പ്രഖ്യാപിക്കാവുന്നതാണ്.

ആഭ്യന്തര സുരക്ഷിതത്വ നടപടികൾ കൈക്കൊള്ളാനും ക്രമസമാധാനം പരിപാലിക്കാനും എല്ലാ സ്റ്റേറ്റ് ഗവൺമെന്റുകളോടും കേന്ദ്ര ഗവൺമെന്റ് നിർദേശിച്ചിട്ടുണ്ട്. കേന്ദ്ര ഭരണപ്രദേശങ്ങളിലെ ഭരണാധിപന്മാർക്കും ഈയാവശ്യത്തിന് 'രാജ്യരക്ഷാനിയമം' അനുസരിച്ചുള്ള എല്ലാ അധികാരങ്ങളും പൂർണമായും ഉപയോഗപ്പെടുത്താവുന്നതാണെന്ന് എഐആർ റിപ്പോർട്ട് ചെയ്യുന്നു.[1]

അടിയന്തരാവസ്ഥാ പ്രഖ്യാപനം സംബന്ധിച്ച് ലഭ്യമായ വിവരങ്ങൾ പരമാവധി വായനക്കാരിലെത്തിക്കാനാണ് *ദേശാഭിമാനി* ശ്രമിച്ചത്. ആ ദിവസം വാർത്തകൾ ശേഖരിക്കുക എന്നതുതന്നെ ദുഷ്കരമായിരുന്നുവെന്ന് തുടർന്ന് പറയുന്നുണ്ട്. ജൂൺ 26-ന് രാവിലെ ആറുമണിക്ക് കേന്ദ്ര മന്ത്രിസഭ കൂടി അടിയന്തരാവസ്ഥ പ്രഖ്യാപിക്കാൻ രാഷ്ട്രപതിയോട് ശുപാർശ ചെയ്തുവെന്നും അതനുസരിച്ച് രാവിലെ ഏഴുമണിക്ക് രാഷ്ട്രപതി പ്രഖ്യാപനത്തിൽ ഒപ്പിട്ടു എന്നുമാണ് *ദേശാഭിമാനി* വാർത്തയിൽ പറയുന്നത്. മറ്റു പത്രങ്ങളുടെ റിപ്പോർട്ടുകളും ആ രീതിയിലായിരുന്നു. ഭരണഘടനയുടെ 352-ാം വകുപ്പ് പ്രകാരം കേന്ദ്ര മന്ത്രിസഭയുടെ ശുപാർശയില്ലെങ്കിൽ രാഷ്ട്രപതിക്ക് അടിയന്തരാവസ്ഥ പ്രഖ്യാപിക്കാൻ കഴിയുകയുമില്ല. ഫക്രുദ്ദീൻ അലി അഹമ്മദ് പ്രഖ്യാപനത്തിൽ ഒപ്പിടുമ്പോൾ അദ്ദേഹത്തിനു മുമ്പിൽ ഇന്ദിരാഗാന്ധി ഇരിക്കുന്നുണ്ടായിരുന്നു എന്നതല്ലാതെ കേന്ദ്ര മന്ത്രിസഭയുടെ ശുപാർശയില്ലായിരുന്നു. പിറ്റേന്ന് കാലത്ത് ആറുമണിക്ക് മന്ത്രിസഭ ചേർന്നപ്പോഴാണ് മന്ത്രിമാർ തന്നെ ഇക്കാര്യമറിയുന്നത്. ആദ്യം രാഷ്ട്രപതി അടിയന്തരാവസ്ഥാ പ്രഖ്യാപനത്തിൽ ഒപ്പിട്ടു. അതിനുശേഷം പിറ്റേന്നുകാലത്ത് മന്ത്രിസഭ ചേർന്ന് അതംഗീകരിച്ചു. അതാണ് സംഭവിച്ചത്. അതെല്ലാം പിന്നീട് പുറത്തുവന്ന കാര്യങ്ങളാണ്.

അധികാരികളെ ഞെട്ടിച്ച പത്രം

ദേശാഭിമാനിക്ക് അന്ന് കോഴിക്കോടിനുപുറമെ കൊച്ചിയിലും എഡിഷനുണ്ട്. വാർത്താവിനിമയ സൗകര്യങ്ങൾ പരിമിതമായതുകൊണ്ട് ഓരോ വാർത്തയും രണ്ടിടത്തും കമ്പോസ് ചെയ്യണം. പേജുകളുടെ കാര്യവും അതുപോലെ തന്നെ. എന്നാൽ, വാർത്തകൾ ടെലിപ്രിന്റർ വഴി അയക്കാം. ചിത്രങ്ങൾ കൈമാറാനുള്ള സാങ്കേതികവിദ്യ മലയാള പത്രങ്ങളിൽ വന്നത് പിന്നീടാണ്. ഈ പരിമിതി കാരണം പത്രത്തിന്റെ പേജ് വിന്യാസത്തിലും തലക്കെട്ടിലുമെല്ലാം എഡിഷനുകൾ തമ്മിൽ അൽപ്പസ്വൽപ്പം വ്യത്യാസമുണ്ടാകും. ഈ വ്യത്യാസമുണ്ടായിരുന്നുവെങ്കിലും ജൂൺ 27-ന് ഒന്നാം പേജിന്റെ ഉള്ളടക്കം ഒന്നുതന്നെയായിരുന്നു.

കോഴിക്കോട് എഡിഷൻ ഒന്നാം പേജിൽ ഇടതുഭാഗത്ത് കുത്തനെ നൽകിയ കാർട്ടൂണായിരുന്നു അടിയന്തരാവസ്ഥക്കെതിരെ ഒരു പത്രത്തിൽ വന്ന ഏറ്റവും മൂർച്ചയുള്ള വിമർശനം.

കെ എം അബ്ബാസ്

പതിനേഴാം നൂറ്റാണ്ടിലും പതിനെട്ടാം നൂറ്റാണ്ടിന്റെ തുടക്കത്തിലും ഫ്രാൻസിലെ സ്വേഛാധിപതിയായ രാജാവായിരുന്നു ലൂയി പതിനാലാമൻ. താനാണ് രാഷ്ട്രമെന്നും താൻ പറയുന്നതാണ് നിയമമെന്നും പ്രഖ്യാപിച്ച ആ ഏകാധിപതിയുടെ പുനരവതാരമായാണ് ഇന്ദിരയെ കാർട്ടൂണിസ്റ്റ് ബി എം ഗഫൂർ ചിത്രീകരിച്ചത്. ലൂയി പതിനാലാമന്റെ പുനരവതാരമെന്ന അടിക്കുറിപ്പും ആ കാർട്ടൂണിനുണ്ടായിരുന്നു. ജനങ്ങളെ ചവിട്ടിയരച്ച് വാളുമായി രൗദ്രഭാവത്തോടെ നിൽക്കുന്ന ഇന്ദിരാഗാന്ധിയെ വരച്ച കാർട്ടൂണിസ്റ്റ് ആ ചിത്രം അനശ്വരമാക്കി. ഇന്ദിരയുടെ കിരീടത്തിനുമുകളിൽ ഹിറ്റ്ലറുടെ നാസി പാർട്ടിയുടെ സ്വസ്തിക് അടയാളവുമുണ്ടായിരുന്നു. ഒരു കറുത്ത ഗൗണിട്ട് ഇന്ദിരാഗാന്ധി ചുടലനൃത്തം നടത്തുന്നതിന്റെ പ്രതീതിയുണ്ടാക്കാൻ ആ കാർട്ടൂണിനു കഴിഞ്ഞു. 'ഞാനാണ് രാഷ്ട്ര'മെന്നാണ് ഫ്രാൻസിലെ രാജാവ് പറഞ്ഞതെങ്കിൽ 'ഞാനാണ് ഇന്ത്യ' എന്നതായിരുന്നു കാർട്ടൂണിലെ വാചകം. കാർട്ടൂൺ വരച്ചത് ബി എം ഗഫൂറാണെങ്കിലും ഇന്ദിരാഗാന്ധിയാൽ ജനാധിപത്യം ചവിട്ടിയരയ്ക്കപ്പെടുകയാണെന്ന സന്ദേശം നൽകാൻ കഴിയുന്ന ആശയം നൽകിയത് സി എം അബ്ദുൾ റഹ്മാനായിരുന്നുവെന്ന് അന്ന് പത്രാധിപസമിതിയിലുണ്ടായിരുന്ന കെ എം അബ്ബാസ് ഈ ലേഖകനോട് പറഞ്ഞിട്ടുണ്ട്. അബ്ബാസിന്റെ സഹപ്രവർത്തകനായിരുന്ന എ വി ആലിക്കോയയും അതു ശരിവയ്ക്കുന്നു. അർധഫാസിസത്തിൽ നിന്ന് ഫാസിസത്തിലേക്ക് ഒരു രാഷ്ട്രം നീങ്ങുമ്പോൾ നൽകാവുന്ന ഏറ്റവും മികച്ച കാർട്ടൂണായിരുന്നു 'ലൂയി പതിനാലാമന്റെ പുനരവതാരം'.

പിറ്റേ ദിവസം പത്രം പുറത്തിറങ്ങിയപ്പോൾ അധികാരികൾ ഞെട്ടുകയും സഹജീവികളായ പത്രങ്ങൾ അമ്പരക്കുകയും ചെയ്തു. അധികാരികളെ സംബന്ധിച്ച് ആദ്യ ദിവസത്തെ അവരുടെ മുന്നറിയിപ്പുകളെയെല്ലാം നിഷ്ഫലമാക്കുന്നതായിരുന്നു *ദേശാഭിമാനി*യുടെ വാർത്തകളും അതിന്റെ വിന്യാസവും. പാർട്ടി മുഖപത്രത്തിൽ പ്രവർത്തിക്കുന്നവരുടെ പ്രൊഫഷണൽ മികവും എന്തും നേരിടാനുള്ള ചങ്കൂറ്റവുമാണ് ഇതര പത്രങ്ങളെ അത്ഭുതപ്പെടുത്തിയത്. നിയന്ത്രണങ്ങളുണ്ടെന്ന് പറഞ്ഞ് സർക്കാരിന്റെ ഭാഷ്യം മാത്രം പ്രസിദ്ധീകരിച്ച പത്രങ്ങൾ അവരുടെ വായനക്കാരുടെ മുമ്പിൽ ചെറുതായില്ലെങ്കിലേ അതിശയമുള്ളു. ഇന്ദിരാഗാന്ധിയിൽ ലൂയി പതിനാലാമനെ അവതരിപ്പിച്ച കാർട്ടൂണിസ്റ്റ് ബി എം ഗഫൂർ പിന്നീട് *മാതൃഭൂമി*യിൽ പോയി. നിരന്തരമായ വരകളിലൂടെ അദ്ദേഹം പ്രശസ്തനായെങ്കിലും തന്റെ ഏറ്റവും മികച്ച രചനയായി ഗഫൂർ അഭിമാനത്തോടെ പറഞ്ഞിരുന്നത് അടിയന്തരാവസ്ഥയിലെ കാർട്ടൂണായിരുന്നു.

അടിയന്തരാവസ്ഥാ പ്രഖ്യാപനം വന്ന ദിവസം അസാമാന്യമായ ധൈര്യത്തോടെയാണ് സി എം അബ്ദുൾ റഹ്മാന്റെ നേതൃത്വത്തിൽ *ദേശാഭിമാനി*യുടെ പത്രാധിപസമിതി കോഴിക്കോട്ടും കെ മോഹനന്റെയും ടി വി പത്മനാഭന്റെയും നേതൃത്വത്തിൽ കൊച്ചിയിലും പ്രവർത്തിച്ചത്. 48 വർഷം മുമ്പത്തെ പത്രക്കടലാസ് നിറം മങ്ങി പൊടിയാൻ തുടങ്ങിയിട്ടുണ്ടെങ്കിലും അന്നത്തെ ഒന്നാം പേജിലെ തലക്കെട്ടുകളുടെ പോരാട്ടവീറ് ഇന്നും ജ്വലിച്ചുനിൽക്കുന്നു. അടിയന്തരാവസ്ഥാ പ്രഖ്യാപനത്തെ അപലപിച്ചുകൊണ്ട് എ കെ ജി നൽകിയ പ്രസ്താവനയുടെ തലക്കെട്ട് 'പെൺ ഹിറ്റ്ലർ ജനിക്കുന്നു: എ കെ ജി' എന്നായിരുന്നു. എ കെ ജി തന്നെയാണ് ഇന്ദിരയെ അങ്ങനെ വിശേഷിപ്പിച്ചത്. ആ വാക്കുകൾ തന്നെ ഔചിത്യപൂർവം തലക്കെട്ടിലേക്കു വന്നു. ഇന്ദിരാഗാന്ധിയെപ്പോലെ ഒരു ഏകാധിപതിയെ വിശേഷിപ്പിക്കാൻ ഇതിലും കടുത്ത രണ്ടുവാക്കുകൾ എവിടെയാണ് കണ്ടെത്താനാവുക. ഒന്നാം പേജിൽ ലീഡിനു വലതുഭാഗത്തായി മുകളിൽ രണ്ടുകോളം ബോക്സിൽ വന്ന എ കെ ജിയുടെ പ്രസ്താവന ഇവിടെ ഉദ്ധരിക്കുന്നു:

എ വി ആലിക്കോയ

പെൺഹിറ്റ്ലർ ജനിക്കുന്നു: എ കെ ജി

കോഴിക്കോട്: ഇന്ത്യയിലെ അർധഫാസിസ്റ്റ് ഭരണം പൂർണ ഫാസിസത്തിലേക്ക് നീങ്ങിക്കഴിഞ്ഞെന്നും ലോകത്ത് ഒരു 'പെൺഹിറ്റ്ലർ' വളർന്നിരിക്കയാണെന്നും ഇന്ദിരാഗാന്ധിയുടെ നടപടികളെ പരാമർശിച്ച് എ കെ ജി ഇവിടെ പ്രസ്താവിച്ചു.

എ കെ ജി തുടർന്നു: സുന്ദരമോഹന വാഗ്ദാനങ്ങൾ നൽകി ജനങ്ങളെ വഞ്ചിച്ച് അധികാരത്തിൽ വന്നശേഷം സ്വന്തം പരാജയങ്ങളെ മൂടിവയ്ക്കാൻ ജനാധിപത്യ-ധാർമിക മൂല്യങ്ങളെ ക്രമേണയായി ഇന്ദിരാഗാന്ധി നശിപ്പിച്ചുവരികയായിരുന്നു. അങ്ങനെ സ്വന്തം അധികാരം ഉറപ്പിക്കാനുള്ള ശ്രമത്തിലായിരുന്നു.

അലഹബാദ് ഹൈക്കോടതി വിധിയോടെ ഈ നടപടി അതിന്റെ ഉച്ചകോടിയിലെത്തി. രാജിവയ്ക്കുന്നതിനു പകരം തന്റെ ഏജന്റുമാർ മുഖാന്തരം വണ്ടികളിലും മറ്റും ആളുകളെ കൊണ്ടുവന്ന് 'ഇന്ത്യയാണ് ഇന്ദിര, ഇന്ദിരയാണ് ഇന്ത്യ, ഇന്ദിര പോയാൽ ഇന്ത്യ നശിച്ചു' തുടങ്ങിയ മുദ്രാവാക്യങ്ങൾ വിളിപ്പിച്ച് സ്വന്തം നിലനിൽപ്പ് ശക്തിപ്പെടുത്താൻ നോക്കി. അപ്പോഴാണ് സുപ്രീംകോടതി വിധി വന്നത്. ആത്മാഭിമാനമോ ജനാധിപത്യമര്യാദയോ അൽപ്പമെങ്കിലുമുള്ള ഒരാൾ പിന്നെയും അധികാരത്തിൽ തുടരുമായിരുന്നില്ല.

ഈ കോടതി വിധികളുടെ വെളിച്ചത്തിൽ പ്രതിപക്ഷത്തുനിന്നു മാത്രമല്ല, സ്വന്തം അണികളിൽ നിന്നുള്ള എതിർപ്പിനെയും ഇന്ദിരയ്ക്ക് നേരിടേണ്ടിവന്നു. അരിയും തിന്ന് ആളെയും കടിച്ച് പിന്നെയും മുന്നോട്ടുവയ്ക്കാൻ രാത്രിയിൽ ഒരു ബോധോദയമുണ്ടായിരിക്കയാണ്. ദേശത്തിന്റെ ഭദ്രതക്കും സമാധാനത്തിനും ക്ഷേമത്തിനും ഭയങ്കര വിപത്ത് വന്നിരിക്കുന്നു! തന്റെ അധികാരത്തെ ചോദ്യം ചെയ്യുന്ന സ്വന്തം പാർട്ടിയിലുള്ളവരെയടക്കം രാത്രി തന്നെ പിടിച്ചു ജയിലിലിട്ടിരിക്കയാണ്.

എന്താപത്താണ് നാട്ടിൽ ഉണ്ടായിരിക്കുന്നത്? ഇന്ദിരാഗാന്ധിയെ വിമർശിച്ചതാണോ ആപത്ത്? അതല്ല ഭക്ഷ്യവസ്തുക്കളുടെ വിലക്കയറ്റം, പട്ടിണി, വർധിച്ചുവരുന്ന തൊഴിലില്ലായ്മ, സാമ്പത്തികക്കുഴപ്പം തുടങ്ങിയവയോ? പട്ടിണിയും ദാരിദ്ര്യവും നിർമാർജനം ചെയ്യുന്നതിനുപകരം തന്റെ നയത്തെ വിമർശിക്കുന്നവരെ നിർമാർജനം ചെയ്യാനാണ് ഇന്ദിരാഗാന്ധി ശ്രമിച്ചത്. ബംഗ്ലാദേശിലും ശ്രീലങ്കയിലും വന്നതിലും വലിയ ആപത്താണ് ഇന്ത്യയിൽ വന്നിരിക്കുന്നതെന്ന് എ കെ ജി മുന്നറിയിപ്പു നൽകി.

ഇവിടെ പാർട്ടികളെ നിരോധിക്കാതെതന്നെ അവരുടെ പ്രവർത്തനം സ്തംഭിപ്പിക്കുകയാണ്. പത്രസ്വാതന്ത്ര്യത്തിനുനേരെയും പത്രാധിപന്മാർക്കുനേരെയും തന്റെ വാളെടുത്ത് ഇന്ദിര വീശിയിരിക്കുന്നു. തന്റെ നടപടികൾ ജനങ്ങൾ അറിയരുതെന്നാണ് ഉദ്ദേശ്യം. ഈ രാക്ഷസീയതക്കെതിരായി എല്ലാ ജനാധിപത്യവാദികളും ഉണർന്നു പ്രവർത്തിക്കുകയാണാവശ്യം. ജീവൻ ബലികൊടുത്തും ഈ ഫാസിസ്റ്റ് നടപടികളെ നേരിടേണ്ട സമയം അതിക്രമിച്ചിരിക്കുന്നു. ഇതിനു തയാറായില്ലെങ്കിൽ ഇതിലും വലിയ ആപത്ത് സംഭവിക്കാം. നാട്ടിൽ ജീവിക്കാനും ശ്വസിക്കാനും പോലുമുള്ള അവകാശങ്ങൾ നഷ്ടപ്പെടും. ഈ വാൾ ആരുടെയൊക്കെ കഴുത്തിനു നേരെ നീളുമെന്നറിയില്ല. അവശേഷിച്ചിട്ടുള്ള ജനാധിപത്യമൂല്യങ്ങളെ ഇവർ തകർക്കുമെന്നതിൽ സംശയമില്ല. ജാഗരൂകരായിരിക്കുക, ഉണർന്നു പ്രവർത്തിക്കുക- എ കെ ജി ആഹ്വാനം ചെയ്തു. [2]

എ കെ ജിയുടെ മാത്രമല്ല, അടിയന്തരാവസ്ഥയെ അപലപിക്കുന്ന ഇ എം എസിന്റെ പ്രസ്താവനകൂടി ഒന്നാം പേജിൽ കൊടുത്തിരുന്നു. ദേശീയതലത്തിൽ അറിയപ്പെടുന്ന മറ്റൊരു നേതാവിന്റെയും അടിയന്തരാവസ്ഥക്കെതിരായ പ്രസ്താവന വെളിച്ചം കണ്ടിട്ടില്ല. അടിയന്തരാവസ്ഥക്കെതിരെ ധീരമായ നിലപാടെടുത്ത പത്രമാണ് രാംനാഥ് ഗോയെങ്കയുടെ *ഇന്ത്യൻ എക്സ്പ്രസ്*. അതിന്റെ പത്രാധിപരായിരുന്ന കുൽദിപ് നയ്യാരെ ജയിലിലിട്ടു. രാംനാഥ് ഗോയെങ്കയുടെ മകൻ ബി ഡി ഗോയെങ്കയെ ജയിലിലടയ്ക്കുമെന്ന് അന്നത്തെ വാർത്താവിതരണ മന്ത്രി വി സി ശുക്ല നേരിട്ടു ഭീഷണിപ്പെടുത്തി. എന്നിട്ടും വഴങ്ങാൻ തയാറാകാതിരുന്ന ഗോ

ജയപ്രകാശ് നാരായണൻ

യെങ്കയുടെ പത്രം വിലയ്ക്കെടുക്കാനാണ് ഇന്ദിരാഗാന്ധിയുടെ മകൻ സഞ്ജയ് ഗാന്ധിയും കൂട്ടാളികളും ശ്രമിച്ചത്. ഇതൊക്കെയാണെങ്കിലും അടിയന്തരാവസ്ഥ നിലവിൽവന്ന ശേഷം *ദേശാഭിമാനി* പുറത്തിറക്കിയപോലെ ഒരു പത്രം പ്രസിദ്ധീകരിക്കാൻ *ഇന്ത്യൻ എക്സ്പ്രസി*നു പോലും കഴിഞ്ഞിട്ടില്ല. ജൂൺ 27-ന് ആഞ്ഞടിച്ചശേഷം അതുപോലെ പിൻവാങ്ങുകയല്ല *ദേശാഭിമാനി* ചെയ്തത്. അടിയന്തരാവസ്ഥയിലുട നീളം ആ പോരാട്ടം തുടർന്നു; പുതിയ രീതിയിൽ, പുതിയ വഴികളിൽ. ജൂൺ 27-ന്റെ *ദേശാഭിമാനി*യിലെ മറ്റു ഒന്നാംപേജ് വാർത്തകൾ കൂടി നോക്കാം.

പത്രങ്ങളുടെ മേൽ സെൻസറിങ് ഏർപ്പെടുത്തി

ഇന്നുരാവിലെ പ്രഖ്യാപിച്ച അടിയന്തരാവസ്ഥയെത്തുടർന്ന് പത്രങ്ങളുടെമേൽ ഗവൺമെന്റ് സെൻസർഷിപ്പ് ഏർപ്പെടുത്തിയിരിക്കുന്നു.

ഇതേത്തുടർന്ന് ഇന്ത്യയിലെ രണ്ടു പ്രധാന ന്യൂസ് എജൻസികളായ പിടിഐയും യുഎൻഐയും മണിക്കൂറുകളോളം നിശ്ചലമായി.

വാർത്തകൾക്കുവേണ്ടി ദാഹിച്ച പത്രമാപ്പീസുകളിൽ പിന്നീട് നിരന്തരമായ കാത്തിരിപ്പായിരുന്നു. പത്രമാപ്പീസുകളിലെ ഫോണുകൾ പോലും ശബ്ദിച്ചില്ല. ശബ്ദിച്ചാൽ തന്നെ അപശബ്ദങ്ങളും. ടെലിപ്രിന്ററുകളുടെ സ്ഥിതിയും തഥൈവ.

പിന്നീട് പ്രസ് ഇൻഫർമേഷൻ ബ്യൂറോവിൽ നിന്നുള്ള ഒരു ഇണ്ടാസാണ് വന്നത്. പിഐബിയുടെ പരിശോധനയ്ക്കുശേഷമേ ഏതുവാർത്തയും പ്രസിദ്ധീകരിക്കാവൂ എന്ന്. വീണ്ടും കാത്തിരിപ്പ്. ന്യൂസ് ഏജൻസികളിലേക്ക് നിരന്തരമായ ഫോൺ കോളുകൾ. തങ്ങൾക്കുതന്നെ വിശദീകരണം കിട്ടിയിട്ടില്ലെന്നും വിശദീകരണം കിട്ടിയാലേ നേരത്തെ റിലീസ് ചെയ്ത വാർത്തകൾ പോലും കൊടുക്കാവൂ എന്നുള്ളതായിരുന്നു അവിടങ്ങളിൽ നിന്നുള്ള മറുപടി.

അവസാനം ഇന്ത്യാ ഗവൺമെന്റിന്റെ ഡെപ്യൂട്ടി പ്രിൻസിപ്പൽ ആപ്പീസറുടെ ഉത്തരവ് വന്നു. 'അറസ്റ്റ് ചെയ്യപ്പെട്ടവരുടെ പേർവിവരം തൽക്കാലം വെളിപ്പെടുത്തരുത്.' – ഇതായിരുന്നു ഉത്തരവ്. ഈ ഉത്തരവിനെത്തുടർന്ന് നേരത്തെ തയാറാക്കിയിരുന്ന വാർത്തകളിൽ പലതിനും അംഗച്ഛേദം വരുത്തേണ്ടിവന്നു. എന്തുചെയ്യണമെന്നതിനെക്കുറിച്ച് പത്രമാപ്പീസുകൾ തമ്മിൽ കൂടിയാലോചന നടന്നു. കാരണം ഗവൺമെന്റ് ഉത്തരവ് തികച്ചും വ്യക്തമല്ലായിരുന്നു; പത്രമാരണ നടപടിക്രമങ്ങൾ ഗവൺമെന്റ് തലത്തിൽത്തന്നെ ആവിഷ്കരിച്ചു കഴിഞ്ഞിട്ടില്ലായിരുന്നു. ഇത്തരമൊരു സാഹചര്യത്തിലാണ് മിക്ക പത്രങ്ങളും ഇന്ന് പുറത്തിറങ്ങിയത്. അറസ്റ്റ് ചെയ്യപ്പെട്ടവരുടെ പേർവിവരം കിട്ടിയിരുന്നുവെങ്കിലും അതു പ്രസിദ്ധീകരിക്കാൻ കഴിഞ്ഞില്ല. [3]

പത്രങ്ങളുടെ മേൽ സെൻസർഷിപ്പ് ഇടിത്തീപോലെ വന്നുപതിച്ചെങ്കിലും അത് എങ്ങനെ കൈകാര്യം ചെയ്യണമെന്നതു സംബന്ധിച്ച് ആദ്യത്തെ കുറച്ചുദിവസങ്ങളിൽ ഗവൺമെന്റ് തലത്തിൽ തികഞ്ഞ ആശയക്കുഴപ്പമായിരുന്നു. കേന്ദ്രത്തിന്റെ വാർത്താവിതരണ മന്ത്രാലയത്തിനു കീഴിലെ പിഐബിയുടെ ഉദ്യോഗസ്ഥരാണ് വല്ലാതെ കുഴങ്ങിയത്. പത്രങ്ങളെ നിരീക്ഷിച്ച് സെൻസർഷിപ്പ് ഫലപ്രദമാക്കാനുള്ള ഉത്തരവാദിത്തം അവർക്കായിരുന്നു. എന്നാൽ അവർക്കുപോലും മാർഗനിർദേശങ്ങൾ ഡൽഹിയിൽ നിന്നു കിട്ടിയിരുന്നില്ല. അതെന്തായാലും അറസ്റ്റ് ചെയ്യപ്പെട്ട പ്രതിപക്ഷനേതാക്കളുടെ പേര് വിവരം പത്രങ്ങളിൽ കൊടുക്കരുതെന്ന് വ്യക്തമായ നിർദേശമുണ്ടായിരുന്നു. ആ നിർദേശം *ദേശാഭിമാനി* എങ്ങനെ മറികടന്നുവെന്നു നോക്കാം. 'പ്രതിപക്ഷനേതാക്കളെ വേട്ടയാടുന്നു' എന്ന തലക്കെട്ടിൽ ഒന്നാം പേജിൽ തന്നെ കൊടുത്ത വാർത്ത അന്നത്തെ പരിതഃസ്ഥിതിയിൽ ഒരു പത്രത്തിനു ചെയ്യാവുന്നതിനപ്പുറമായിരുന്നു. ആ വാർത്തയിലേക്ക്:

പ്രതിപക്ഷനേതാക്കളെ വേട്ടയാടുന്നു

അടിയന്തരാവസ്ഥ പ്രഖ്യാപിക്കുന്നതിനു തൊട്ടു മുമ്പുതന്നെ സമുന്നതരായ പ്രതിപക്ഷ നേതാക്കളിൽ പലരെയും 'മിസ' (ആഭ്യന്തര സുരക്ഷാനിയമം) അനുസരിച്ച് അറസ്റ്റ് ചെയ്തിരുന്നു. സംഘടനാകോൺഗ്രസ്, ജനസംഘം, എസ് പി എന്നീ കക്ഷികളുടെ സമുന്നത നേതാക്കൾ അറസ്റ്റ് ചെയ്യപ്പെട്ടിട്ടുണ്ട്. പാർലമെന്ററി കൺസൾട്ടേറ്റിവ് കമ്മിറ്റിയിൽ പങ്കെടുക്കാനെത്തിയ ഏതാനും പ്രതിപക്ഷ നേതാക്കളെ ബാംഗ്ലൂരിൽ എംഎൽഎ ഹോസ്റ്റലിൽ വെച്ചാണ് അറസ്റ്റ് ചെയ്തത്. പ്രമുഖനായ ഒരു സർവോദയ നേതാവിനെ ഡൽഹിയിലെ ഗാന്ധി പീസ് ഫൗണ്ടേഷൻ കെട്ടിടത്തിൽ വെച്ചാണ് അറസ്റ്റ് ചെയ്തതെന്നറിയുന്നു. ഇദ്ദേഹം ഇന്നു രാവിലെ പാറ്റ്നയിലേക്ക് പുറപ്പെടേണ്ടതായിരുന്നു. കോൺഗ്രസ് എംപിമാരിൽ പലരും അറസ്റ്റ് ചെയ്യപ്പെട്ടിട്ടുണ്ട്.

കോൺഗ്രസ് പ്രവർത്തകസമിതി അംഗവും പാർലമെന്ററി പാർട്ടി ഭാരവാഹിയുമൊക്കെ ഇക്കൂട്ടത്തിൽ പെടുമത്രെ. പാർലമെന്റിലെ ഒരു പ്രതിപക്ഷപാർട്ടി നേതാവും അതേ പാർട്ടിയുടെ അഖിലേന്ത്യാ പ്രസിഡണ്ടും വീണ്ടും അറസ്റ്റ് ചെയ്യപ്പെട്ടിട്ടുണ്ടെന്നറിയുന്നു. ബംഗാളിൽ നിന്നുള്ള മാർക്സിസ്റ്റ് പാർട്ടി എംപിയും അറസ്റ്റ് ചെയ്യപ്പെട്ടിട്ടുണ്ടെന്നാണ് അറിയുന്നത്.

ഇന്ദിരാഗാന്ധിയുടെ ഏറ്റവും വലിയ എതിരാളിയും ഈയിടെ പത്രത്തലക്കെട്ടുകളിൽ സ്ഥാനം പിടിക്കുകയും ചെയ്ത ബിഎൽഡി നേതാവും അറസ്റ്റ് ചെയ്യപ്പെട്ടിട്ടുണ്ട്. ഹരിയാണയിൽ മുപ്പത്തിയഞ്ചിലേറെ പ്രതിപക്ഷ നേതാക്കളെ അറസ്റ്റ് ചെയ്തതായി അറിയുന്നു. ജനസംഘം, എസ് പി എന്നീ പാർട്ടികളിൽ പെട്ടവരാണ് ഇവരിൽ പലരും. മറ്റു ചില സ്റ്റേറ്റുകളിലും അറസ്റ്റ് നടന്നിട്ടുണ്ടെന്നറിയുന്നു. വിശദവിവരങ്ങൾ ലഭിച്ചിട്ടില്ല. [4]

അറസ്റ്റ് ചെയ്യപ്പെട്ടവരുടെ പേര് കൊടുക്കരുതെന്ന് ഗവൺമെന്റ് വ്യക്തമായി നിർദേശിച്ചത് പ്രതിപക്ഷ നേതാക്കളെ കൂട്ടത്തോടെ ജയിലിലടച്ചത് പുറംലോകം അറിയരുതെന്ന നിർബന്ധം കൊണ്ടായിരുന്നു. ആ നിർദേശം കാറ്റിൽപറത്തിയാണ് പേരുവെളിപ്പെടുത്താതെ ആളുകളെ മനസ്സിലാക്കാൻ കഴിയുന്ന രീതിയിൽ വിവരണം കൊടുത്തത്. പേര് കൊടുക്കരുതെന്ന് സർക്കാർ പറഞ്ഞു. പേര് കൊടുത്തില്ല. സർക്കാർ എടുത്തുപറഞ്ഞ് വിലക്കാത്തതെല്ലാം അനുവദിക്കപ്പെട്ടതാണെന്ന വ്യാഖ്യാനം *ദേശാഭിമാനി* സ്വയം ഉണ്ടാക്കി. ഇന്ദിരാഗാന്ധിയുടെ ഏറ്റവും വലിയ എതിരാളിയും ഈയിടെ പത്രത്തലക്കെട്ടുകളിൽ സ്ഥാനം പിടിച്ച വ്യക്തിയും എന്നു പറഞ്ഞാൽ ഇന്ദിരാഗാന്ധിക്കെതിരെ തെരഞ്ഞെടുപ്പ് കേസ് ജയിച്ച രാജ് നാരായൺ ആണെന്ന് രാഷ്ട്രീയത്തിൽ താൽപ്പര്യമുള്ള ആർക്കും മനസ്സിലാകും. അറസ്റ്റ് ചെയ്യപ്പെട്ടത് സർവോദയനേതാവാണെന്നു പറഞ്ഞാൽ ജയപ്രകാശ് നാരായണനായി. അതും പോരാത്തതിന് അറസ്റ്റ് ചെയ്യപ്പെട്ട ചില നേതാക്കളുടെ ചിത്രവും *ദേശാഭിമാനി* കൊടുത്തു. ജയപ്രകാശ് നാരായണന്റെ ചിത്രം രണ്ടുകോളത്തിലായിരുന്നു. അദ്ദേഹം തടവിലായി എന്ന് വായനക്കാരോട് പ്രത്യേകം പറയേണ്ടതില്ല. രാജ്നാരായൺ, ചന്ദ്രശേഖർ തുടങ്ങിയവരുടെ ചിത്രങ്ങളും 'പ്രതിപക്ഷ നേതാക്കളെ വേട്ടയാടുന്നു' എന്ന വാർത്തയോടൊപ്പം അടിക്കുറിപ്പില്ലാതെ പ്രസിദ്ധീകരിച്ചു.

സുൽത്താനയുടെ തിരുമൊഴി

അടിയന്തരാവസ്ഥ പ്രഖ്യാപിച്ചശേഷം ഇന്ദിരാഗാന്ധി രാജ്യത്തോടു ചെയ്ത പ്രക്ഷേപണത്തിന്റെ പൂർണരൂപം *ദേശാഭിമാനി* പ്രസിദ്ധപ്പെടുത്തിയിരുന്നു. അതു മുഴുവൻ വേണമായിരുന്നോ എന്ന് സംശയിക്കുന്നവരുണ്ടെങ്കിൽ അതിന്റെ തലക്കെട്ട് എന്തായിരുന്നു എന്നുകൂടി അറിയണം. 'സുൽത്താനയുടെ തിരുമൊഴി'-അതായിരുന്നു തലവാചകം. സർവഅധികാരങ്ങളുമായി വാളെടുത്തുനിൽക്കുന്ന പ്രധാനമന്ത്രിയെ 'സുൽത്താന' എന്നു വിളിക്കാനും അവരുടെ പ്രസ്താവനയെ 'തിരുമൊഴി' എന്ന് കളിയാക്കാനും നർമബോധം മാത്രം പോര. ചില്ലറയല്ലാത്ത ധൈര്യവും വേണം.

മുന്നറിയിപ്പുകളും നിർദേശങ്ങളും പലതുമുണ്ടായിട്ടും അതെല്ലാം അവഗണിച്ചും മറികടന്നും ഇങ്ങനെയൊരു പത്രം തയാറാക്കിയതിന്റെ സാഹചര്യം അന്ന് കോഴിക്കോട് യൂണിറ്റിൽ സബ് എഡിറ്ററായിരുന്ന എ വി ആലിക്കോയ വിവരിക്കുന്നു:

കെ സി ശ്രീധരൻ

സി എം അബ്ദുൾ റഹ്മാൻ, സി പി അച്യുതൻ, മലപ്പുറം പി മൂസ, കെ എം അബ്ബാസ്, കെ ഇ കെ നമ്പൂതിരി, കെ സി ശ്രീധരൻ, കോയാസാഹിബ് എന്നു ഞങ്ങൾ വിളിക്കുന്ന കെ കോയ, അപ്പുക്കുട്ടൻ വള്ളിക്കുന്ന്, മേക്കുന്നത്ത് കമ്മാരൻ നായർ തുടങ്ങിയവരാണ് അന്ന് പത്രാധിപസമിതിയിലുണ്ടായിരുന്നത്. ഇവരിൽ അപ്പുക്കുട്ടൻ വള്ളിക്കുന്ന് റിപ്പോർട്ടിങ് വിഭാഗത്തിലും കമ്മാരൻ നായർ പ്രൂഫിലുമായിരുന്നു. *ദേശാഭിമാനി* പ്രവർത്തനത്തെ ഞങ്ങളിലാരും ജോലിയായി കണ്ടിരുന്നില്ല. അതൊരു രാഷ്ട്രീയ പ്രവർത്തനമായിരുന്നു. അടിയന്തരാവസ്ഥ പ്രഖ്യാപനം വന്നപ്പോൾ ഞങ്ങൾക്കെല്ലാം ഭയങ്കരമായ വാശിയായിരുന്നു, അതിനെ എതിർക്കാൻ. ആ വാശിയോടെയുള്ള കൂട്ടായ്മയാണ് ഇങ്ങനെയൊരു പത്രം പുറത്തിറക്കാൻ സഹായിച്ചത്. ഒന്നാം പേജിൽ കൊടുക്കേണ്ട വാർത്തകൾ തെരഞ്ഞെടുത്തതും കാർട്ടൂണും തലക്കെട്ടുകളും തീരുമാനിച്ചതും അറസ്റ്റ് ചെയ്യപ്പെട്ടവരുടെ ചിത്രം കൊടുത്തതുമെല്ലാം വാശിയോടെയാണ്. ഭയം എന്നത് ആരെയും ഭരിച്ചിരുന്നില്ല. പത്രം എങ്ങനെ തയാറാക്കണമെന്ന് പാർട്ടിയിൽ നിന്ന് പ്രത്യേകമായ നിർദേശമൊന്നുമുണ്ടായിരുന്നില്ല. എല്ലാം *ദേശാഭിമാനി* പ്രവർത്തകരുടെ രാഷ്ട്രീയബോധത്തിന്റെ അടിസ്ഥാനത്തിൽ ചെയ്തതാണ്. പിൽക്കാലത്ത് ജനറൽ എഡിറ്ററായ കെ മോഹനനും സീനിയർ ന്യൂസ് എഡിറ്ററായ ടി വി പത്മനാഭനും അന്നു കൊച്ചി യൂണിറ്റിലുണ്ട്. അവരുമായി ഫോണിൽ നടത്തിയ ആശയവിനിമയവും പ്രധാനമായിരുന്നു.[5]

രാഷ്ട്രപതിയുടെ വിളംബരവും ഇന്ദിരാഗാന്ധിയുടെ പ്രക്ഷേപണവുമല്ലാതെ മറ്റൊന്നും അടിയന്തരാവസ്ഥ സംബന്ധിച്ച് വാർത്താ ഏജൻസികൾ നൽകിയിരുന്നില്ല. അതിനുള്ള സ്വാതന്ത്ര്യവും അവർക്കില്ലായിരുന്നു. എന്നാൽ *ദേശാഭിമാനി*ക്ക് ഡൽഹിയിൽ നിന്ന് അത്യാവശ്യം വിവരങ്ങൾ കിട്ടി. നരിക്കുട്ടി മോഹനൻ എന്ന പ്രഗത്ഭനായ പത്രപ്രവർത്തകനായിരുന്നു *ദേശാഭിമാനി*യുടെ ഡൽഹി ലേഖകൻ. ഡൽഹിയിൽ എ കെ ജിയുടെ സെക്രട്ടറിയായി പ്രവർത്തിച്ചിരുന്ന അദ്ദേഹം എ കെ ജിയുടെ ഔദ്യോഗിക വസതിയിൽ തന്നെയായിരുന്നു താമസവും. ഇന്ദിരാഗാന്ധിയും ജഗ്ജീവൻറാമുമടക്കം ദേശീയ രാഷ്ട്രീയത്തിലെ ഉന്നത നേതാക്കളുമായി വ്യക്തിബന്ധം പുലർത്തിയിരുന്ന നരിക്കുട്ടിക്ക് വിവരങ്ങൾ അറിയാൻ പ്രയാസമുണ്ടായിരുന്നില്ല. അക്കാലത്ത് ഡൽഹിയിൽനിന്ന് രണ്ടുവിധത്തിലാണ് വാർത്തകൾ അയക്കുന്നത്. ഒന്ന് ടെലഫോൺ. മറ്റൊന്ന് തപാൽ. ടെലിപ്രിന്റർ *ദേശാഭിമാനി*യെപ്പോലുള്ള പത്രങ്ങളുടെ ബ്യൂറോകളിൽ വന്നിട്ടില്ല. പത്രസ്ഥാപനങ്ങളിലെയും പ്രധാന പ്രതിപക്ഷ നേതാക്കളുടെയും ടെലഫോണുകൾ അന്ന് നിശ്ശബ്ദമായിരുന്നു. ഡൽഹിയിൽനിന്ന് കേരളത്തിലേക്ക് ട്രങ്ക് കോൾ ബുക്ക് ചെയ്തുവേണം വാർത്ത അയക്കാൻ. അന്ന് ട്രങ്ക് കോളുകൾ തീരെ കിട്ടിയിരുന്നില്ല. ഈ സാഹചര്യത്തിൽ കമ്പി-തപാൽ ജീവനക്കാരുടെ സംഘടനാനേതാക്കളാണ് *ദേശാഭിമാനി*യെ സഹായിച്ചത്. അക്കാര്യം ദീർഘകാലം ജീവനക്കാരുടെ സംഘടനയെ ദേശീയതലത്തിൽ നയിച്ച വി എ എൻ നമ്പൂതിരി വിവരിക്കുന്നു:

വി എ എൻ നമ്പൂതിരി

കേന്ദ്ര-സംസ്ഥാന ജീവനക്കാരുടെ ദേശീയ കൺവൻഷനിൽ പങ്കെടുക്കാനാണ് ഞാനും ഏതാനും സഹപ്രവർത്തകരും ജൂൺ 26-ന് ട്രെയിനിൽ ഡൽഹിയിലെത്തിയത്. എല്ലായിടത്തും വലിയ പൊലീസ് സന്നാഹം കണ്ടു. അതിവേഗം ചലിച്ചുകൊണ്ടിരിക്കുന്ന നഗരമാണ് ഡൽഹി. എന്നാൽ അന്ന് അവിടെയാകെ ഒരു മ്ലാനത. ആളുകൾ അടക്കിപ്പിടിച്ചാണ് സംസാരിക്കുന്നതെന്നു തോന്നി. അന്വേഷിച്ചപ്പോൾ ഡൽഹിയിലെ സഖാക്കളാണ് പറഞ്ഞത്, അടിയന്തരാവസ്ഥ പ്രഖ്യാപിച്ചിട്ടുണ്ടെന്ന്. താമസിക്കാൻ നേരത്തെ കണ്ടുവെച്ച സ്ഥലം അത്ര സുരക്ഷിതമല്ല. സഖാക്കൾ ഞങ്ങളെ ജ്യോതിർമൊയ് ബസു എം പിയുടെ വീട്ടിലേക്ക് കൊണ്ടുപോയി. അദ്ദേഹത്തിന്റെ വസതിയിൽ നിന്ന് പുറത്തുപോകരുതെന്നായിരുന്നു ഞങ്ങൾക്കുള്ള നിർദേശം. എങ്കിലും ഞാൻ

സഞ്ജയ് ഗാന്ധി

എ കെ ഗോപാലൻ എം പി താമസിക്കുന്ന അശോകാറോഡിലെ നാലാം നമ്പർ ബംഗ്ലാവിലേക്കു പോയി. എ കെ ജിയുടെ സെക്രട്ടറിയായിക്കൂടി പ്രവർത്തിക്കുന്ന നരിക്കുട്ടി മോഹനൻ അവിടെയുണ്ടായിരുന്നു. ഫോൺ കോൾ കിട്ടാത്തതുകൊണ്ട് വാർത്തകൾ കൊടുക്കാനാവാതെ ഇരിക്കുകയായിരുന്നു അദ്ദേഹം. അപ്പോഴാണ് കൊച്ചി എക്സ്ചേഞ്ചിൽ നിന്ന് സംഘടനാ നേതാവായ കെ പ്രഭാകരൻ വിളിക്കുന്നത്. *ദേശാഭിമാനി* കൊച്ചി ഓഫീസുമായി കോൾ കണക്ട് ചെയ്തു നരിക്കുട്ടിക്ക് കൊടുക്കാൻ ഞാൻ പറഞ്ഞു. അന്ന് ട്രങ്ക് കോളേയുള്ളു. എവിടെയും രേഖപ്പെടുത്താതെ നരിക്കുട്ടിക്ക് പ്രഭാകരൻ കോൾ കണക്ട് ചെയ്തുകൊടുത്തു. അങ്ങനെയാണ് ഡൽഹിയിലെ സംഭവവികാസങ്ങൾ നരിക്കുട്ടി *ദേശാഭിമാനി*യിലെത്തിച്ചത്.[6]

ദേശാഭിമാനിക്ക് പ്രീസെൻസർഷിപ്പ്

അടിയന്തരാവസ്ഥയെക്കുറിച്ചുള്ള വാർത്തകളും പ്രസ്താവനകളും ചിത്രങ്ങളുമല്ലാതെ ഒന്നാംപേജിൽ മറ്റൊരു വാർത്തയും *ദേശാഭിമാനി* കൊടുത്തില്ല എന്നത് ശ്രദ്ധേയമാണ്. സ്വാതന്ത്ര്യാനന്തരം നമ്മുടെ രാജ്യത്തുണ്ടായ ഏറ്റവും വലിയ രാഷ്ട്രീയസംഭവം എന്ന നിലയിൽ അതിന്റെ പ്രാധാന്യവും ഗുരുതരസ്വഭാവവും പരിമിതികൾ മറികടന്ന് വായനക്കാരിലെത്തിക്കാൻ നടത്തിയ ശ്രമം മലയാള പത്രപ്രവർത്തന ചരിത്രത്തിൽ അതുവരെ കാണാത്ത ചെറുത്തുനിൽപ്പാണ്. ഈ പത്രം പുറത്തിറങ്ങിയതോടെ *ദേശാഭിമാനിക്ക്* പ്രീസെൻസർഷിപ്പ് വന്നു. ഓരോ വാർത്തയും ഒരു സെൻസറിങ് ഉദ്യോഗസ്ഥൻ കണ്ട് അംഗീകരിച്ചശേഷമേ അച്ചടിക്കാൻ പാടുള്ളു. സമയവുമായി മത്സരിച്ച് പ്രസിദ്ധീകരിക്കുന്ന ദിനപത്രങ്ങൾക്ക് ഇതെങ്ങനെ സാധ്യമാകും? അതൊന്നും ഗവൺമെന്റിനെ അലട്ടുന്ന പ്രശ്നമായിരുന്നില്ല.

സർക്കാരിന് ഇഷ്ടപ്പെടുന്ന വാർത്തകൾ മാത്രം കൊടുത്തു പത്രമിറക്കാൻ പ്രയാസമില്ല. എന്നാൽ, *ദേശാഭിമാനി*യെ സംബന്ധിച്ച് ജനാധിപത്യ വ്യവസ്ഥയെത്തന്നെ അട്ടിമറിച്ചും പൗരാവകാശങ്ങൾ നിഷേധിച്ചും ഭരണകൂടം മുമ്പോട്ടുപോകുന്നതിനെതിരെ ജനവികാരമുണർത്തുക എന്ന രാഷ്ട്രീയദൗത്യം നിർവഹിക്കേണ്ടതുണ്ടായിരുന്നു. അതുകൊണ്ടാണ് പത്രസ്വാതന്ത്ര്യം ഹനിക്കുന്നതിലുള്ള പ്രതിഷേധസൂചകമായി മുഖപ്രസംഗകോളം *ദേശാഭിമാനി* ഒഴിച്ചിട്ടത്. "അടിയന്തരാവസ്ഥയെക്കുറിച്ച് മുഖപ്രസംഗമെഴുതുന്നതിൽ നിന്ന് പത്രങ്ങളെ വിലക്കിയിരിക്കുന്നതിനാൽ ഇന്ന് മുഖപ്രസംഗം പ്രസിദ്ധീകരിക്കാൻ കഴിഞ്ഞില്ല"- എന്ന് ആ കോളത്തിൽ വലിയ അക്ഷരത്തിൽ കൊടുത്തിരുന്നു. അടിയന്തരാവസ്ഥയൊഴികെ മറ്റെന്തും എഴുതാൻ സ്വാതന്ത്ര്യമുണ്ടായിരുന്നു. രാജ്യത്തിന്റെ ജനാധിപത്യവ്യവസ്ഥയെ അട്ടിമറിക്കുന്ന തീരുമാനം വന്നിട്ട് അതേപ്പറ്റി മുഖപ്രസംഗം എഴുതാൻ പറ്റുന്നില്ലെങ്കിൽ പിന്നെ എന്തിനാണ് മുഖപ്രസംഗം. എന്നാൽ മിക്കവാറും പത്രങ്ങൾ സർക്കാർ നിർദേശം പാലിച്ച് മറ്റു പല വിഷയങ്ങളെക്കുറിച്ചും എഴുതിക്കൊണ്ടിരുന്നു. *ഇന്ത്യൻ എക്സ്പ്രസും* മുഖപ്രസംഗകോളം ഒഴിച്ചിടുകയാണുണ്ടായത്. മുഖപ്രസംഗകോളം ഒഴിച്ചിടുന്നതു തുടരാൻ അധികാരികൾ സമ്മതിച്ചില്ല. എന്നിട്ടും മറ്റുവിഷയങ്ങൾ ആ കോളത്തിൽ കൈകാര്യം ചെയ്യാൻ *ദേശാഭിമാനി* വിസമ്മതിച്ചു. പകരം വാർത്തകൾ കൊടുത്ത് ആ രണ്ടുകോളം നിറച്ചു. അടിയന്തരാവസ്ഥ പിൻവലിക്കുന്നതുവരെ ആ നില തുടർന്നു.

റായ്ബറേലിയിൽ നിന്ന് 1971-ൽ ഇന്ദിരാഗാന്ധി തെരഞ്ഞെടുക്കപ്പെട്ടത് റദ്ദാക്കിക്കൊണ്ടുള്ള അലഹബാദ് ഹൈക്കോടതി വിധിയാണ് അടിയന്തരാവസ്ഥ പ്രഖ്യാപിക്കാനുള്ള പ്രത്യക്ഷ കാരണമെന്ന് പറയാമെങ്കിലും വിലക്കയറ്റം, അഴിമതി, സ്വേച്ഛാധിപത്യ പ്രവണത എന്നിവക്കെതിരെ രാജ്യവ്യാപകമായി പ്രതിഷേധം വളർന്നുവരികയായിരുന്നു. അതിലുപരി, ജയപ്രകാശ് നാരായണന്റെയും മൊറാർജി ദേശായിയുടെയും മറ്റും നേതൃത്വത്തിൽ പ്രതിപക്ഷം പ്രത്യക്ഷ സമരത്തിനു തയാറെടുക്കുന്ന സന്ദർഭം കൂടിയായിരുന്നു അത്. ആ ഘട്ടത്തിൽ അലഹബാദ് ഹൈ

ക്കോടതിയിൽ നിന്നുണ്ടായ വിധി ഇന്ദിരാഗാന്ധിയുടെ സമനില തെറ്റിച്ചു എന്നു പറയുന്നതാവും ശരി. എന്നാൽ കോൺഗ്രസും സിപിഐയും ജെ പിയുടെ പ്രസ്ഥാനത്തെ ഫാസിസ്റ്റ് എന്നു മുദ്രകുത്തി ആക്രമിക്കുകയായിരുന്നു. ഫാസിസത്തിലേക്ക് ഇന്ദിരാഗാന്ധി പോകുന്നതു തടയാൻ പ്രതിപക്ഷ പാർട്ടികൾ നടത്തുന്ന ബഹുജനസമരത്തെ ഫാസിസമായി അവർ ചിത്രീകരിച്ചു. സിപിഐ കോൺഗ്രസിന്റെ വിശ്വസ്ത സഖ്യകക്ഷിയായി തുടർന്നതുകൊണ്ടുകൂടിയാവാം സോവിയറ്റ് യൂണിയന്റെ പിന്തുണ ഇന്ദിരാഗാന്ധിക്കുണ്ടായിരുന്നു.

ഇന്ദിരാഗാന്ധി ഒരുലക്ഷത്തിലേറെ വോട്ടിനാണ് 1971-ൽ റായ്ബറേലിയിൽ ബിഎൽഡി നേതാവ് രാജ്നാരായണനെ തോൽപ്പിച്ചത്. ഇന്ദിരാഗാന്ധി തെരഞ്ഞെടുപ്പ് അഴിമതി നടത്തിയെന്ന് ആരോപിച്ച് രാജ്നാരായണൻ അലഹബാദ് ഹൈക്കോടതിയിൽ കേസ് ഫയൽ ചെയ്തു. 1975 ജൂൺ 12-നാണ് ഇന്ദിരാഗാന്ധിയുടെ തെരഞ്ഞെടുപ്പ് റദ്ദാക്കിക്കൊണ്ട് ജസ്റ്റിസ് ജഗ്മോഹൻ ലാൽ സിഹ വിധി പറഞ്ഞത്. ആറുവർഷത്തേക്ക് തെരഞ്ഞെടുക്കപ്പെട്ട സ്ഥാനങ്ങൾ വഹിക്കുന്നതിൽനിന്ന് കോടതി ഇന്ദിരാഗാന്ധിയെ അയോഗ്യയാക്കുകയും ചെയ്തു. പ്രധാനമന്ത്രിയുടെ സെക്രട്ടറിയറ്റിലെ ഓഫീസർ ഓൺ സ്പെഷൽ ഡ്യൂട്ടിയായിരുന്ന യശ്പാൽ കപൂറിന്റെ സേവനം, അദ്ദേഹം ഉദ്യോഗത്തിലുള്ള കാലയളവിൽ ഇന്ദിരാഗാന്ധി തെരഞ്ഞെടുപ്പ് ആവശ്യത്തിന് ഉപയോഗിച്ചിട്ടുണ്ടെന്ന് തെളിഞ്ഞതായി കോടതി കണ്ടെത്തി. മാത്രമല്ല, ഇന്ദിരയുടെ തെരഞ്ഞെടുപ്പ് യോഗങ്ങൾക്ക് റായ്ബറേലിയിലെ ജില്ലാ മജിസ്ത്രേട്ട്, പൊലീസ് സൂപ്രണ്ട് എന്നിവരുടെ സേവനം ഉപയോഗപ്പെടുത്തിയെന്ന ആരോപണവും തെളിഞ്ഞതായി കോടതി പറഞ്ഞു. ജനപ്രാതിനിധ്യനിയമത്തിലെ 123 (7) പ്രകാരം ഇതുരണ്ടും തെരഞ്ഞെടുപ്പ് അഴിമതിയാണ്. അഴിമതി തെളിഞ്ഞാൽ തെരഞ്ഞെടുപ്പ് റദ്ദാക്കുകയല്ലാതെ കോടതിക്കുമുമ്പിൽ വേറെ വഴിയില്ലെന്നു ജഡ്ജി പറഞ്ഞു.

കോടതി വിധി എതിരാകുമെന്ന ആശങ്ക കേസിൽ വിചാരണ കഴിഞ്ഞപ്പോൾ തന്നെ ഇന്ദിരാഗാന്ധിക്കും സഹപ്രവർത്തകർക്കുമുണ്ടായിരുന്നു. അതുകൊണ്ട് ജസ്റ്റിസ് സിഹനയെ സ്വാധീനിക്കാൻ പല വഴികളും നോക്കി. പക്ഷേ, ജസ്റ്റിസ് സിഹ പിടികൊടുത്തില്ല. കോടതിവിധി വന്നതുമുതൽ ഭരണത്തിന്റെ നിയന്ത്രണം ഇന്ദിരാഗാന്ധിയുടെ ഇളയ മകൻ സഞ്ജയ് ഗാന്ധി ഏറ്റെടുക്കുന്നതാണ് കണ്ടത്. കോൺഗ്രസ് പാർട്ടിയിലോ ഗവൺമെന്റിലോ ഒരു സ്ഥാനവുമില്ലാത്ത സഞ്ജയ് ഗാന്ധി പ്രധാനമന്ത്രിയുടെ പ്രതിപുരുഷനായി. മന്ത്രിമാർക്ക് ആ ഇരുപത്തിയെട്ടുകാരൻ നിർദേശങ്ങൾ കൊടുക്കാൻ തുടങ്ങി. സ്ഥലംമാറ്റവും നിയമനവും വരെ അയാൾ നടത്തി. ഇന്ദിരാഗാന്ധിയുടെ വിശ്വസ്തരായ ആർ കെ ധവാനും ഹരിയാണ മുഖ്യമന്ത്രി ബൻസിലാലും പുത്രന്റെ ഇടവും വലവും നിന്നു. സുപ്രീംകോടതിയിൽ നിന്ന് നിരുപാധിക സ്റ്റേ കിട്ടാനിടയില്ലാത്തതുകൊണ്ട് സാഹചര്യം എങ്ങനെ നേരിടണമെന്നതിനെക്കുറിച്ച് ആലോചനകൾ നടത്തിയത് ഈ മൂന്നുപേരും ചേർന്നാണ്. എന്തുവന്നാലും ഇന്ദിര രാജിവയ്ക്കില്ലെന്ന സന്ദേശം രാജ്യത്തിനു നൽകാനും പ്രധാനമന്ത്രിക്ക് വമ്പിച്ച ജനപിന്തുണയുണ്ടെന്നു ബോധ്യപ്പെടുത്താനുമുള്ള നീക്കങ്ങളാണ് ആദ്യം നടന്നത്. സർക്കാർ സംവിധാനമുപയോഗിച്ച് ഡൽഹിയിലെ പ്രാന്തപ്രദേശങ്ങളിൽ നിന്നും അയൽസംസ്ഥാനങ്ങളിൽനിന്നും ട്രക്കുകളിൽ ഗ്രാമീണരെ കൊണ്ടുവന്ന് ഡൽഹിയിൽ വൻ റാലി സംഘടിപ്പിച്ചു. അതുപോലെ പഞ്ചാബിലും ഹരിയാണയിലും രാജസ്ഥാനിലുമൊക്കെ പിന്തുണ അറിയിക്കുന്ന റാലികൾ സംഘടിപ്പിക്കപ്പെട്ടു.

ഇതൊക്കെ നടക്കുമ്പോഴും കോൺഗ്രസ് പാർട്ടിക്കകത്ത് അസ്വാസ്ഥ്യം പുകയുന്നുണ്ടായിരുന്നു. സുപ്രീംകോടതിയിൽ അപ്പീൽ നൽകിയതുകൊണ്ട് അവിടെ നിന്ന് അനുകൂലവിധി വരുന്നതുവരെ ഇന്ദിരാഗാന്ധി മാറിനിൽക്കണമെന്ന് ചിലർ അഭിപ്രായപ്പെട്ടു. പക്ഷേ, അതൊന്നും പുറത്തേക്കുവന്നില്ല. സുപ്രീംകോടതി വിധി കാത്തിരിക്കുമ്പോൾ തന്നെ, പ്രതിപക്ഷത്തെ അടിച്ചമർത്താനുള്ള തന്ത്രങ്ങൾ അണിയറയിൽ രൂപപ്പെടുന്നുണ്ടായിരുന്നു. ഹൈക്കോടതി വിധിപോലും തനിക്കെതിരെയുള്ള ഗൂഢാലോചനയുടെ ഭാഗമായിട്ടാണ് ഇന്ദിരാഗാന്ധി കണ്ടത്. സുപ്രീംകോ

ടതിയിൽ അവധിക്കാല ബെഞ്ചിലെ ജഡ്ജി വി ആർ കൃഷ്ണയ്യരുടെ മുമ്പിലാണ് കേസ് വന്നത്. രാജ്യത്ത് കിട്ടാവുന്ന ഏറ്റവും പ്രഗത്ഭനായ അഭിഭാഷകൻതന്നെ സുപ്രീംകോടതിയിൽ ഹാജരാകണമെന്ന് ഇന്ദിരാഗാന്ധിക്ക് നിർബന്ധമുണ്ടായിരുന്നു. ബോംബെയിൽ നിന്ന് നാനി എ പൽക്കിവാലയെ പ്രധാനമന്ത്രി തന്നെ വിളിച്ച് ഏർപ്പാടാക്കി. ഹൈക്കോടതി വിധിക്കു നിരുപാധികവും പൂർണവുമായ സ്റ്റേ വേണമെന്നതായിരുന്നു ഇന്ദിരാഗാന്ധിയുടെ ആവശ്യം. എന്നാൽ, സോപാധിക സ്റ്റേയാണ് ജസ്റ്റിസ് കൃഷ്ണയ്യർ അനുവദിച്ചത്. ഇന്ദിരാഗാന്ധിയുടെ തെരഞ്ഞെടുപ്പ് റദ്ദാക്കപ്പെട്ടത് ഗുരുതരമായ കുറ്റങ്ങൾക്കല്ലെന്നും അതുകൊണ്ട് കേസിൽ തീർപ്പ് കൽപ്പിക്കുന്നതുവരെ പ്രധാനമന്ത്രിയായി തുടരാമെന്നും കോടതി പറഞ്ഞു. പാർലമെന്റിൽ പോകാം. പ്രധാനമന്ത്രിയെന്ന നിലയിൽ പാർലമെന്റിന്റെ ഇരുസഭകളിലും സംസാരിക്കുകയും ചെയ്യാം. എന്നാൽ വോട്ട് ചെയ്യാൻ അവകാശമുണ്ടായിരിക്കില്ല. ഇതായിരുന്നു ജൂൺ 24-ന് വന്ന വിധിയുടെ ചുരുക്കം.

സിദ്ധാർഥശങ്കർ റേ

ഈ വിധി ഇന്ദിരാഗാന്ധിക്ക് അനുകൂലമാണെന്ന് സഞ്ജയ്ഗാന്ധിയും കൂട്ടരും പ്രചരിപ്പിച്ചു. കാരണം, പ്രധാനമന്ത്രി സ്ഥാനത്തു തുടരാൻ സുപ്രീംകോടതി അനുവദിച്ചിട്ടുണ്ട്. എന്നാൽ, പ്രധാനമന്ത്രിക്ക് തുടരാൻ ധാർമികമായി ഒരു അവകാശവുമില്ലെന്ന് സിപിഐ ഒഴികെയുള്ള പ്രതിപക്ഷ കക്ഷികൾ ഒരേസ്വരത്തിൽ പറഞ്ഞു. വോട്ട് ചെയ്യാൻ അവകാശമില്ലാത്ത പ്രധാനമന്ത്രി എന്തു പ്രധാനമന്ത്രിയാണെന്ന് അവർ ചോദിച്ചു. പ്രതിപക്ഷത്തെയും പത്രങ്ങളെയും നിശ്ശബ്ദമാക്കാതെ ഇനി മുന്നോട്ടുപോകാൻ കഴിയില്ലെന്ന് സഞ്ജയ്ഗാന്ധി അമ്മയെ ഉപദേശിച്ചു. പശ്ചിമബംഗാൾ മുഖ്യമന്ത്രി സിദ്ധാർഥശങ്കർ റേയാണ് ഇതിനു പ്രതിവിധി നിർദേശിച്ചത്. ഭരണഘടനയുടെ 352-ാം അനുച്ഛേദപ്രകാരം അടിയന്തരാവസ്ഥ പ്രഖ്യാപിക്കണമെന്ന് അഭിഭാഷകൻ കൂടിയായ സിദ്ധാർഥ് കൽക്കത്തയിൽ നിന്ന് ഫോണിൽ ഇന്ദിരാഗാന്ധിയെ ഉപദേശിച്ചു. അദ്ദേഹത്തെ ഇന്ദിരാഗാന്ധി ഉടനെ ഡൽഹിയിലേക്ക് വിളിപ്പിച്ചു. സിദ്ധാർഥിന്റെ നിർദേശം ഇന്ദിരാഗാന്ധി സ്വീകരിച്ചു. അടിയന്തരാവസ്ഥ തന്നെ. എല്ലാം രഹസ്യമായിരുന്നു. ജൂൺ 25-ന് അർധരാത്രിക്കു മുമ്പ് രാഷ്ട്രപതിയുടെ ഉത്തരവുണ്ടാകണമെന്ന് തീരുമാനമായി. ഇന്ദിരാഗാന്ധിക്കു പുറമെ, സഞ്ജയ്ഗാന്ധി, ആർ കെ ധവാൻ, ബൻസിലാൽ, കേന്ദ്ര ആഭ്യന്തര സഹമന്ത്രി ഓം മേത്ത, കിഷൻ ചന്ദ്, സിദ്ധാർഥ ശങ്കർ റേ - ഇത്രയും പേർക്കേ എന്താണ് നടക്കാൻ പോകുന്നതെന്ന് അറിയുമായിരുന്നുള്ളൂ.

എൽ കെ അദ്വാനി

ജൂൺ 25-ന് രാത്രി എട്ടുമണിയോടെ ഇന്ദിരാഗാന്ധിയും സിദ്ധാർഥശങ്കർ റേയും രാഷ്ട്രപതി ഭവനിലെത്തി. അടിയന്തരാവസ്ഥാ പ്രഖ്യാപനത്തിന്റെ കരട് പ്രധാനമന്ത്രിയുടെ വീട്ടിൽനിന്ന് തയാറാക്കി സിദ്ധാർഥശങ്കർ റേ കൈയിൽ കരുതിയിരുന്നു. എന്താണ് അടിയന്തരാവസ്ഥയെന്നും അതിന്റെകൂടെ എന്തൊക്കെ നിയന്ത്രണങ്ങൾ വരുമെന്നും രാഷ്ട്രപതിയെ ബോധ്യപ്പെടുത്താൻ റേയ്ക്ക് മുക്കാൽ മണിക്കൂറേ വേണ്ടിവന്നുള്ളൂ. ഫക്രുദ്ദീൻ അലി അഹമ്മദിന് എതിരഭിപ്രായമൊന്നുമുണ്ടായില്ല. കാരണം, അദ്ദേഹത്തെ ആ ഉന്നത പദവിയിൽ കൊണ്ടുപോയി ഇരുത്തിയത് ഇന്ദിരാഗാന്ധിയായിരുന്നു. രാത്രി 11.45-ന് പ്രഖ്യാപനത്തിൽ രാഷ്ട്രപതി ഒപ്പിട്ടു. ആ രാത്രി രാഷ്ട്രപതി ഭവനിൽ നിന്ന് ആരും പിറ്റേന്ന് കാലത്ത് ഏഴുമണിവരെ പുറത്തുപോയില്ല. ബ്രിട്ടീഷ് അധീനതയിൽ നിന്ന് മോചിതമായശേഷം ഇന്ത്യ വളർത്തിയെടുത്ത ജനാധിപത്യ വ്യവസ്ഥ ഒറ്റരാത്രികൊണ്ട് ചീന്തിയെറിയപ്പെട്ടു.[7]

ഫക്രുദ്ദീൻ അടിയന്തരാവസ്ഥ പ്രഖ്യാപനത്തിൽ ഒപ്പിടുംമുമ്പുതന്നെ മൊറാർജി ദേശായ്, ചരൺസിങ്, എൽ കെ അദ്വാനി, വിജയരാജ്സിന്ധ്യ തുടങ്ങിയവർ പ്രമുഖർ അറസ്റ്റിലായി.

മൊറാർജി ദേശായി

എ കെ ജി, ഇ എം എസ്, ജ്യോതിബസു, സുന്ദരയ്യ, ബി ടി രണദിവെ തുടങ്ങി സിപിഐ എമ്മിന്റെ സമുന്നത നേതാക്കളെ അറസ്റ്റ് ചെയ്യാതെ കേരളമടക്കം എല്ലാ സംസ്ഥാനങ്ങളിലും നേതാക്കളെയും പ്രവർത്തകരെയും ജയിലിലടച്ചു. കേരളത്തിൽ പിണറായി വിജയൻ, വി എസ് അച്യുതാനന്ദൻ, കോടിയേരി ബാലകൃഷ്ണൻ, ഇ കെ ഇമ്പിച്ചിബാവ, വി വി ദക്ഷിണാമൂർത്തി തുടങ്ങിയ നേതാക്കളൊക്കെ ജയിലിലായിരുന്നു. പ്രതിപക്ഷമുന്നണിയിലുള്ള എം പി വീരേന്ദ്രകുമാർ, സയ്യിദ് ഉമ്മർ ബാഫഖിതങ്ങൾ, പി എം അബൂബക്കർ തുടങ്ങിയവരും അറസ്റ്റ് ചെയ്യപ്പെട്ടു. അടിയന്തരാവസ്ഥയിൽ കേരളത്തിൽ ജയിലിൽ കിടന്നവരിൽ എഴുപതു ശതമാനത്തോളം സിപിഐ എം പ്രവർത്തകരും നേതാക്കളുമായിരുന്നു. ജനസംഘത്തിന്റെയും ആർഎസ്എസിന്റെയും പ്രവർത്തകരെ അധികം അറസ്റ്റ് ചെയ്തിട്ടില്ല. ജയിലിൽ പോയവരിൽ നക്സലൈറ്റുകളും കുറവായിരുന്നു. കാരണം, ആഭ്യന്തരമന്ത്രി കെ കരുണാകരന് അവരോടൊന്നും അത്രയ്ക്ക് എതിർപ്പുണ്ടായിരുന്നില്ല.

അടിയന്തരാവസ്ഥ ഔദ്യോഗികമായി പ്രഖ്യാപിക്കുന്നതിന്റെ തലേന്ന് രാത്രി (ജൂൺ 25) ഡൽഹിയിൽ പത്രസ്ഥാപനങ്ങൾക്കുള്ള വൈദ്യുതി ഗവൺമെന്റ് വിഛേദിച്ചിരുന്നു. അതുകാരണം ജൂൺ 26–ന് രാവിലെ മിക്കവാറും പത്രങ്ങൾ പുറത്തിറങ്ങിയില്ല. 25–നു പാതിരാത്രി പ്രതിപക്ഷ നേതാക്കളെ കൂട്ടത്തോടെ അറസ്റ്റ് ചെയ്തതിന്റെ വിവരം പിറ്റേന്ന് പത്രങ്ങളിൽ വരാതിരിക്കാനാണ് ഇതു ചെയ്തത്. ഡൽഹി ഇലക്ട്രിക് സപ്ലൈ അതോറിറ്റിക്ക് ഉയർന്ന കേന്ദ്രങ്ങളിൽ നിന്ന് ഇതിനുള്ള നിർദേശം പോയിരുന്നു. അതേസമയം, *ഹിന്ദുസ്ഥാൻ ടൈംസ്, സ്റ്റേറ്റ്സ്മാൻ* തുടങ്ങിയ ഏതാനും പത്രങ്ങൾ ഡൽഹിയിൽ പുറത്തുവന്നു. കാരണം, അവർക്ക് വൈദ്യുതി നൽകുന്നത് ന്യൂഡൽഹി മുനിസിപ്പാലിറ്റിയായിരുന്നു. കറന്റ് കട്ടിനുള്ള നിർദേശം അവർക്ക് ലഭിച്ചിരുന്നില്ല. മധ്യപ്രദേശ്, പഞ്ചാബ് എന്നീ സംസ്ഥാനങ്ങളിലും പത്രസ്ഥാപനങ്ങൾക്ക് 25–ന് രാത്രി വൈദ്യുതി വിഛേദിച്ചിരുന്നു.

പാതിരാത്രി നടന്ന അറസ്റ്റിന്റെ വിവരങ്ങൾ ഉൾപ്പെടുത്തി രാവിലെ പ്രത്യേക പതിപ്പ് പുറത്തിറക്കാൻ *ഹിന്ദുസ്ഥാൻ ടൈംസും സ്റ്റേറ്റ്സ്മാനും* തീരുമാനിച്ചിരുന്നു. *ഹിന്ദുസ്ഥാൻ ടൈംസ്* കുറച്ചുകോപ്പികൾ അടിച്ച് വിതരണം ചെയ്തു. ജെപി, മൊറാർജി, രാജ്നാരായണൻ, ചരൺസിങ്, ജ്യോതിർമൊയ് ബസു എന്നിവരെ അറസ്റ്റ് ചെയ്തതായിരുന്നു പ്രത്യേക പതിപ്പിന്റെ മുഖ്യവാർത്ത. ഇതു പുറത്തിറങ്ങിയപ്പോഴേക്കും സെൻസർഷിപ്പ് പ്രഖ്യാപിച്ചുകഴിഞ്ഞിരുന്നു. *ഹിന്ദുസ്ഥാൻ ടൈംസിന്റെ* വിതരണം ചെയ്ത കോപ്പികൾ തന്നെ പലേടത്തും തിരിച്ചുവാങ്ങി. *സ്റ്റേറ്റ്സ്മാന്* പത്രം പുറത്തിറക്കാൻ കഴിഞ്ഞതുമില്ല. *ഹിന്ദുസ്ഥാൻ ടൈംസ്* 26–ന് രാവിലെ ഇറക്കിയ പ്രത്യേക പതിപ്പിൽ പ്രതിപക്ഷ നേതാക്കളെ അറസ്റ്റ് ചെയ്ത വാർത്തയല്ലാതെ അടിയന്തരാവസ്ഥ പ്രഖ്യാപിച്ച വാർത്തയില്ലായിരുന്നു. കാരണം, പ്രഖ്യാപനം വരുന്നത് 26–ന് കാലത്തായിരുന്നു. അടിയന്തരാവസ്ഥാ പ്രഖ്യാപനം വരികയും സെൻസർഷിപ്പ് ഏർപ്പെടുത്തുകയും ചെയ്ത ശേഷം 27–ന് ഇറങ്ങിയ പത്രങ്ങളിൽ *ദേശാഭിമാനി* മാത്രമാണ് ഗവൺമെന്റിനെ വെല്ലുവിളിച്ചുകൊണ്ട് വാർത്തകളും ചിത്രങ്ങളും നൽകിയത്.

അടിയന്തരാവസ്ഥ പ്രഖ്യാപനത്തിനുശേഷം ദിവസം കഴിയുന്തോറും പ്രതിപക്ഷ പാർട്ടികൾക്കും പത്രങ്ങൾക്കും എതിരായ നടപടികളുടെ കാർക്കശ്യം കൂടിവന്നു. ഭരണഘടനയിലെ മൗലികാവകാശങ്ങൾ നിർവചിക്കുന്ന അനുച്ഛേദം 14 (നിയമത്തിനുമുമ്പിൽ എല്ലാവർക്കും സമത്വം), അനുഛേദം 21 (ജീവിക്കാനും വ്യക്തിസ്വാതന്ത്ര്യത്തിനുമുള്ള അവകാശം), അനുഛേദം 22 (അറസ്റ്റ് ചെയ്യപ്പെടുന്നവർക്കുള്ള അവകാശങ്ങൾ) എന്നിവ സ്ഥാപിച്ചുകിട്ടാൻ പൗരന്മാർക്ക് കോടതിയെ സമീപിക്കാനുള്ള അവകാശം അടിയന്തരാവസ്ഥ പ്രഖ്യാപനം വന്ന ദിവസം തന്നെ രാഷ്ട്രപതി മറ്റൊരു ഉത്തരവിലൂടെ സസ്പെന്റ് ചെയ്തിരുന്നു. കോടതിയിൽ അപ്പോൾ നിലവിലുള്ള കേസു

കൾക്കുകൂടി ഭരണഘടനയുടെ 359-ാം അനുച്ഛേദപ്രകാരം രാഷ്ട്രപതി പുറപ്പെടുവിച്ച ഉത്തരവ് ബാധകമാക്കി. ഇതുവന്നതോടെ സർക്കാരിനു പൗരന്മാരെ എന്തും ചെയ്യാമെന്ന നിലയായി. എല്ലാ സംസ്ഥാനങ്ങളിലും വലിയ തോതിൽ രാഷ്ട്രീയ പ്രവർത്തകർ ജയിലിലായി. രാജ്യത്താകെ ഒരുലക്ഷത്തിലധികം പേർ തടവിലായിരുന്നു.

പൊതുവായി പത്രങ്ങളുടെ മേൽ ഏർപ്പെടുത്തിയത് സെൻസർഷിപ്പായിരുന്നുവെങ്കിൽ *ദേശാഭിമാനി*ക്ക് പ്രീസെൻസർഷിപ്പ് ആയിരുന്നു. എന്നുവെച്ചാൽ, മറ്റുള്ളവർക്ക് സ്വയം നിയന്ത്രണമാണെങ്കിൽ, *ദേശാഭിമാനി* പത്രം പ്രസ്സിലേക്കു പോകുംമുമ്പ് മുഴുവൻ വാർത്തകളുടെയും ലേഖനങ്ങളുടെയും ചിത്രങ്ങളുടെയും പ്രൂഫ് എടുത്ത് സർക്കാർ അധികാരപ്പെടുത്തിയ സെൻസറിങ് ഓഫീസറെ കാണിക്കണം. ആ ഉദ്യോഗസ്ഥൻ അനുവദിക്കുന്നതേ അച്ചടിക്കാൻ പാടുള്ളു. പത്രങ്ങൾക്കുള്ള നിയന്ത്രണം എന്തൊക്കെയാണെന്ന് വിശദീകരിക്കാൻ മുഖ്യമന്ത്രി അച്യുതമേനോൻ ജൂൺ 28-ന് പത്രാധിപന്മാരുടെ യോഗം വിളിച്ചിരുന്നു. എന്നാൽ അസുഖമായതുകൊണ്ട് മുഖ്യമന്ത്രിയുണ്ടായിരുന്നില്ല. യോഗം നടത്തിയത് ആഭ്യന്തരമന്ത്രി കെ കരുണാകരനാണ്. ആ യോഗത്തിന്റെ വാർത്തയിലേക്ക്:

സർക്കാർ അനുവദിക്കുന്ന വാർത്തകൾ മാത്രം
പ്രസിദ്ധീകരിക്കുക: ആഭ്യന്തരമന്ത്രി

തിരുവനന്തപുരം: മുഖ്യമന്ത്രി വിളിച്ച പത്രാധിപന്മാരുടെ യോഗത്തിലാണ് ആഭ്യന്തരമന്ത്രി ഇക്കാര്യം പറഞ്ഞത്. വാർത്തകൾ കൊടുക്കുന്നതിലും കൊടുക്കാതിരിക്കുന്നതിലും പത്രങ്ങൾ സഹകരിക്കുന്നതിന് നന്ദി പ്രകാശിപ്പിച്ചുകൊണ്ട് മുഖ്യമന്ത്രി എഴുതിയ കത്ത് യോഗത്തിൽ കരുണാകരൻ വായിച്ചു. അഡ്വക്കറ്റ് ജനറൽ, ഗവൺമെന്റ് സെക്രട്ടറിമാർ, പിആർഡി ഡയറക്ടർ ജി വിവേകാനന്ദൻ എന്നിവരും കെ എം മാത്യു (*മലയാള മനോരമ*), കെ എ ദാമോദരമേനോൻ (*മാതൃഭൂമി*), പി ഗോവിന്ദപ്പിള്ള (*ദേശാഭിമാനി*), എം എസ് മണി (*കേരളകൗമുദി*), കെ ബാലകൃഷ്ണൻ (*എക്സ്പ്രസ്*), ഫാ. കൊളംബിയർ (*ദീപിക*), കെ ശിവറാം (*ഇന്ത്യൻ എക്സ്പ്രസ്*), ഫാ. ജോർജ് വെളിപ്പറമ്പിൽ (*കേരള ടൈംസ്*), കെ വി എസ് ഇളയത് (*കേരളദേശം*), സി ഉണ്ണിരാജ (*ജനയുഗം*), കെ ടി സഖറിയാസ് (*തനിനിറം*) തുടങ്ങിയവരും യോഗത്തിൽ പങ്കെടുത്തു.

പത്രങ്ങൾക്കുള്ള ഒരു മാർഗനിർദേശം യോഗത്തിൽ വിതരണം ചെയ്തിരുന്നു. അതിനെ പി ഗോവിന്ദപ്പിള്ള ചോദ്യം ചെയ്തു. തലേന്ന് ചില വാർത്താഏജൻസികളുടെ ടെലിപ്രിന്ററിൽ വന്നതാണ് ഈ രേഖ. ഇത് ഏത് അധികൃതസ്ഥാനത്തു നിന്ന് നിയമപ്രകാരം പുറപ്പെടുവിച്ചതാണെന്ന് ഗവൺമെന്റ് വ്യക്തമാക്കണം. ഉത്തരവ് ഇറക്കിയ അധികാരിയുടെയും അധികാരം നൽകിയ നിയമവകുപ്പിന്റെയും സൂചനയില്ലാത്ത ഈ കടലാസിന് എന്തുവിലയാണുള്ളതെന്ന് പി ജി ചോദിച്ചു. പിന്നാലെ അറിയിക്കാമെന്നായിരുന്നു കരുണാകരന്റെ മറുപടി.

അറസ്റ്റ് ചെയ്യപ്പെട്ടവരുടെ പേരുകൾ ചില പത്രങ്ങൾ കൊടുത്തത് ശരിയായില്ലെന്ന് കരുണാകരൻ പറഞ്ഞു. അങ്ങനെയൊരു നിർദേശം കിട്ടിയിട്ടില്ലെന്നായിരുന്നു കേരളകൗമുദിയുടെ എം എസ് മണിയുടെ പ്രതികരണം. എന്നാൽ ചില പത്രങ്ങൾക്ക് നിർദേശം ടെലിപ്രിന്ററിൽ വന്നിരുന്നു. പാതിരാത്രി വരെ വന്നുകൊണ്ടിരിക്കുന്ന വാർത്തകൾ തിരുവനന്തപുരത്തെ സെൻസർ മേധാവി പരിശോധിച്ചശേഷം അംഗീകാരം വാങ്ങുക അസാധ്യമായ ഏർപ്പാടാണെന്ന് പല പത്രാധിപന്മാരും ചൂണ്ടിക്കാണിച്ചു. ഇങ്ങനെയാണെങ്കിൽ ഒരു പത്രം ഒരിടത്തുനിന്ന് അച്ചടിച്ച് വിവിധ പേരുകൾവെച്ച് വിതരണം ചെയ്താൽ പോരേ എന്ന് ഒരു പത്രാധിപർ ചോദിച്ചത് ചിരിയുയർത്തി. താനെഴുതിയ ഒരു റിപ്പോർട്ട് ഏതെങ്കിലും സെൻസറെ ഏൽപ്പിക്കേണ്ടിവരുന്നത് ആത്മാഭിമാനമുള്ള പത്രപ്രവർത്തകന് സ്വീകാര്യമല്ലെന്ന് കെ ശിവറാം പറഞ്ഞു.[8]

പ്രീസെൻസർഷിപ്പ് ബാധകമാക്കിയതുകൊണ്ട് അതിനെ മറികടക്കാനുള്ള വഴികൾ പരീക്ഷിക്കാൻ *ദേശാഭിമാനി* തീരുമാനിച്ചു. ഇന്ദിരാഗാന്ധിയുടെ പിതാവും ആദ്യ പ്രധാനമന്ത്രിയുമായ ജവഹർലാൽ നെഹ്റുവിന്റെയും മറ്റു മഹാന്മാരുടെയും ഉദ്ധരണികൾ കൊടുക്കാൻ തുടങ്ങി. ജൂലൈ രണ്ടിന് ഒന്നാം പേജിൽ മുകൾഭാഗത്ത് രണ്ടുകോളം ബോക്സായി ഫാസിസത്തെക്കുറിച്ച്

*വിശ്വചരിത്രാവലോകന*ത്തിൽ നെഹ്റു എഴുതിയ ഉദ്ധരണി കൊടുത്തു. ഇതായിരുന്നു ഉദ്ധരണി:

ഫാസിസം എന്ത്?

ഫാസിസം മറ്റു രാജ്യങ്ങളിലേക്ക് വ്യാപിച്ചതോടെ, അത് ഇറ്റലിക്ക് പ്രത്യേകമായൊരു പ്രതിഭാസമല്ലെന്നും ഒരു രാജ്യത്തിൽ പ്രത്യേക തരത്തിലുള്ള സാമൂഹ്യ സാമ്പത്തിക സാഹചര്യങ്ങൾ ഉളവാകുമ്പോൾ പ്രത്യക്ഷപ്പെടുന്ന ഒരു സംഭവപരിണാമമാണെന്നും വ്യക്തമായിക്കഴിഞ്ഞിട്ടുണ്ട്. തൊഴിലാളികൾ പ്രബലരായിത്തീരുകയും മുതലാളിത്ത സ്റ്റേറ്റിന്റെ നിലനിൽപ്പിനെ ഭീഷണിപ്പെടുത്തുകയും ചെയ്യുമ്പോൾ മുതലാളിത്തവർഗം തങ്ങളെത്തന്നെ രക്ഷിക്കാൻ പുറപ്പെടുന്നത് സ്വാഭാവികമാണ്. ഉൽക്കടമായ ഒരു സാമ്പത്തിക വിഷമഘട്ടം നേരിടുമ്പോഴാണ് തൊഴിലാളികളുടെ പക്ഷത്തുനിന്ന് ഇത്തരം ഒരു ഭീഷണി പ്രത്യക്ഷപ്പെടുക പതിവ്. എപ്പോൾ ഈ ഉടമവർഗങ്ങൾക്കും ഭരണവർഗങ്ങൾക്കും പൊലീസിന്റെയും പട്ടാളത്തിന്റെയും സഹായത്തോടുകൂടി സാധാരണ ജനാധിപത്യ മാർഗത്തിലൂടെ തൊഴിലാളികളെ ഒതുക്കാൻ കഴിയാതാവുന്നുവോ അപ്പോൾ അവർ ഫാസിസ്റ്റ് രീതികൾ അംഗീകരിക്കുകയായി. പുറമേക്ക് ആൾക്കൂട്ടത്തെ വ്യാമോഹിപ്പിക്കാൻ പര്യാപ്തമായ മുദ്രാവാക്യങ്ങൾ ഉൽഘോഷിക്കുന്നതും എന്നാൽ ആന്തരമായി ഉടമ-മുതലാളി വർഗങ്ങളുടെ താൽപ്പര്യങ്ങളെ സംരക്ഷിക്കുന്നതും ആയ ഒരു ബഹുജനപ്രസ്ഥാനം സംഘടിപ്പിക്കുക എന്നതാണിത്.

തൊഴിലില്ലായ്മകൊണ്ടുള്ള ദുരിതങ്ങൾ അനുഭവിച്ചുവരുന്ന താണ ഇടത്തരക്കാരാണ് ഇതിന്റെ നട്ടെല്ലായി വർത്തിക്കുന്നത്. അസംഘടിതരും രാഷ്ട്രീയമായി പിന്നണിയിൽ നിൽക്കുന്നവരും ആയ തൊഴിലാളികളും അതിന്റെ മുദ്രാവാക്യങ്ങളിൽ ആകൃഷ്ടരായി തങ്ങളുടെ നില മെച്ചപ്പെട്ടേക്കുമെന്ന പ്രത്യാശയോടുകൂടി ഇതിന്റെ അണികളിൽ വന്നുചേരുന്നു. അക്രമത്തെ ഒരു വിശ്വാസപ്രമാണവും നിത്യപരിപാടിയുമായി അംഗീകരിച്ചിട്ടുകൂടി രാജ്യത്തിലെ മുതലാളിഗവൺമെന്റ് ഇതിനെ ഏറെക്കുറെ പൊറുപ്പിക്കുന്നു. എന്നാൽ, ഒരു പൊതുശത്രുവിനെ, സോഷ്യലിസ്റ്റ് തൊഴിലാളികളെ ആണല്ലോ അത് എതിർക്കുന്നത്. തൊഴിലാളി സംഘടനകളെ നശിപ്പിക്കുകയും എതിരാളികളെ ഭയപ്പെടുത്തി കീഴൊതുക്കുകയുമാണ് ഒരു പാർട്ടി എന്ന നിലയിൽ അവരുടെ മുഖ്യ പരിപാടിതന്നെ. അത് ഒരു രാജ്യത്തിലെ ഗവൺമെന്റ് തന്നെയായലത്തെ സ്ഥിതി പിന്നെ പറയേണ്ടതില്ലല്ലോ. ജവഹർലാൽ നെഹ്റു (*വിശ്വചരിത്രാവലോകനം*).

ഇങ്ങനെ സെൻസർഷിപ്പിനെ ഒരളവുവരെ മറികടന്നുകൊണ്ട് ഉദ്ധരണികളും വാർത്തകളും വന്നുതുടങ്ങി. ഫാസിസത്തിനെതിരായ ഐക്യമുന്നണി കെട്ടിപ്പടുക്കുന്നതിന് ആശയപരമായി വലിയ സംഭാവന നൽകിയ ബൾഗേറിയൻ കമ്യൂണിസ്റ്റ് നേതാവ് ജോർജ് ദിമിത്രോവിന്റെ 27-ാം ചരമദിനമായിരുന്നു ജൂലൈ 3. അതിനുമുമ്പ് അദ്ദേഹത്തിന്റെ ചരമദിനം *ദേശാഭിമാനി* വാർത്തയാക്കിയിരുന്നില്ലെങ്കിലും ഇത്തവണ ഒന്നാം പേജിൽ 'ഫാസിസത്തിനെതിരായ സമരത്തിലെ ആവേശകേന്ദ്രം' എന്ന തലക്കെട്ടിൽ അദ്ദേഹത്തിന്റെ ചിത്രം സഹിതം കുറിപ്പ് കൊടുത്തു. ആ കുറിപ്പ്:

ഇന്ന് സഖാവ് ദിമിത്രോവിന്റെ 27-ാം ചരമദിനം

ബഹുജനങ്ങളെ അങ്ങേയറ്റം അനിയന്ത്രിതമായി ചൂഷണം ചെയ്യാനാണ് ഫാസിസം നിലകൊള്ളുന്നത്. എന്നാൽ അതു ജനങ്ങളുടെ മുമ്പിൽ തന്ത്രപൂർവമായ മുതലാളിത്തവിരുദ്ധ വായാടിത്തവുമായാണ് പ്രത്യക്ഷപ്പെടുക. കൊള്ളക്കാരായ മുതലാളിമാരോടും ബാങ്ക് ഉടമകളോടും ട്രസ്റ്റികളോടും കൂറ്റൻ കുത്തകകളോടും അധ്വാനിക്കുന്ന ജനങ്ങൾക്കുള്ള ഒടുങ്ങാത്ത പകയെ മുതലെടുക്കാനുള്ള അടവാണിത്. രാഷ്ട്രീയമായി വളർച്ചയെത്താത്ത ജനവിഭാഗങ്ങളെ പ്രലോഭിപ്പിക്കാൻ ഇതുപകരിക്കും. (സ. ദിമിത്രോവ് കമ്യൂണിസ്റ്റ് ഇന്റർനാഷണലിന്റെ ഏഴാം കോൺഗ്രസിൽ-1935-സമർപ്പിച്ച റിപ്പോർട്ടിൽ നിന്ന്)

ഈ രീതിയിൽ ഇന്ദിരാഗാന്ധിയുടെ സ്വേച്ഛാധിപത്യവാഴ്ചയെ എതിർക്കാനുള്ള ആയുധ

ങ്ങൾ *ദേശാഭിമാനി* തെരഞ്ഞു കണ്ടുപിടിക്കുകയായിരുന്നു. എന്നാൽ ജൂലൈ ആറിന് *ദേശാഭിമാനി*യുടെ ഒന്നാം പേജിൽ ബോക്സായി പത്രാധിപരുടെ ഒരു അറിയിപ്പ് പ്രത്യക്ഷപ്പെട്ടു. അതിൽ ഇങ്ങനെ പറഞ്ഞു: "പത്രത്തിന്റെ ഉള്ളടക്കത്തിൽ കൂടുതൽ കർശനമായ നിയന്ത്രണങ്ങൾ ഏർപ്പെടുത്താൻ ഞങ്ങൾ നിർബന്ധിതരായിരിക്കുന്നു. വായനക്കാരും അഭ്യുദയകാംക്ഷികളും സഹകരിക്കാനപേക്ഷ-*ദേശാഭിമാനി* പത്രാധിപർ."

എന്താണ് സംഭവിച്ചതെന്ന് വ്യക്തമായി പറഞ്ഞിട്ടില്ല. മഹാന്മാരുടെ ഗ്രന്ഥങ്ങളിൽനിന്നോ പ്രസംഗങ്ങളിൽ നിന്നോ മറ്റോ ഉള്ള ഉദ്ധരണികളൊന്നും കൊടുക്കരുതെന്ന ഗവൺമെന്റ് നിർദേശമാണ് ഈ അറിയിപ്പിന് പ്രേരകം.

മുഖ്യമന്ത്രി അച്യുതമേനോൻ കലക്ടർമാരുടെ യോഗത്തിൽ ഭീഷണിസ്വരത്തിൽ നടത്തിയ പ്രസ്താവനയായിരുന്നു ജൂലൈ എട്ടിന് *ദേശാഭിമാനി*യുടെ മുഖ്യവാർത്ത. 'സമരങ്ങളൊന്നും പാടില്ല-അച്യുതമേനോൻ' എന്നായിരുന്നു തലക്കെട്ട്. സമരം ചെയ്യുന്നവർ ശിക്ഷ നേരിടേണ്ടിവരുമെന്ന് അദ്ദേഹം മുന്നറിയിപ്പുനൽകി. വിദ്യാർഥികൾ മേലിൽ സമരം ചെയ്താൽ നിർദാക്ഷിണ്യം നടപടിയെടുക്കും. എന്നാൽ മുഖ്യമന്ത്രിയുടെ ഭീഷണിയൊന്നും ഫലിച്ചില്ലെന്നു കാണാവുന്നതാണ്. ജൂലൈ പത്തിന് സംസ്ഥാനത്തുടനീളം നിരോധനം ലംഘിച്ച് പ്രതിപക്ഷ പാർട്ടികളുടെ പ്രകടനം നടന്നു. അതിനിടെ, അമേരിക്കയിലെ നാഷണൽ ബ്രോഡ്കാസ്റ്റിങ് കമ്പനിക്ക് ഇന്ദിരാഗാന്ധി ഒരു അഭിമുഖം നൽകി. പൗരാവകാശങ്ങൾ എപ്പോൾ പുനഃസ്ഥാപിക്കുമെന്ന് പറയാനാവില്ലെന്നായിരുന്നു അവരുടെ ചോദ്യത്തിന് ഇന്ദിരാഗാന്ധിയുടെ മറുപടി. അതായിരുന്നു ആഗസ്ത് 25-ന് *ദേശാഭിമാനി*യുടെ ലീഡ്. ഇന്ദിരാഗാന്ധിയുടെയും സഞ്ജയ്ഗാന്ധിയുടെയും പ്രസ്താവനകൾ ഉപയോഗിച്ചുതന്നെ അടിയന്തരാവസ്ഥയെ *ദേശാഭിമാനി* തൊലിയുരിച്ചു കാണിക്കുകയായിരുന്നു. ആഗസ്ത് 29-ന്റെ മുഖ്യവാർത്ത സഞ്ജയ്ഗാന്ധിയുടെ പ്രസ്താവനയാണ്. ഇതായിരുന്നു തലക്കെട്ട്: 'സാമ്പത്തിക നിയന്ത്രണങ്ങൾ എടുത്തുകളയണം, ദേശസാൽക്കരണം പാടില്ല-സഞ്ജയ്ഗാന്ധി'. ഇന്ദിരാഗാന്ധിയുടെ ഇളയപുത്രൻ എന്നാണ് വാർത്തയിൽ സഞ്ജയനെ വിശേഷിപ്പിച്ചത്.

പത്രങ്ങൾ 'നല്ല പിള്ളകൾ' ആയെന്ന് വി സി ശുക്ല പറഞ്ഞുവെങ്കിലും പ്രധാനമന്ത്രിക്കും സഞ്ജയ്ഗാന്ധിക്കും പത്രങ്ങളുടെ കാര്യത്തിൽ തൃപ്തി പോരായിരുന്നു. *ഇന്ത്യൻ എക്സ്പ്രസ്* വഴങ്ങുന്നില്ലെന്നു കണ്ടപ്പോൾ പത്രം വിലക്കെടുക്കാൻ സഞ്ജയ്ഗാന്ധി തീരുമാനിച്ചു. രാംനാഥ് ഗോയെങ്ക വ്യവസായിയായിരുന്നുവെങ്കിലും *ഇന്ത്യൻ എക്സ്പ്രസ്* പത്രം അദ്ദേഹം വ്യവസായമായി കണ്ടിരുന്നില്ല. ഗോയെങ്ക അൽപ്പം സമയം ആവശ്യപ്പെട്ടു. ഉപജാപസംഘം പിന്മാറാൻ ഒരുക്കമല്ലായിരുന്നു. ഒടുവിൽ ഗോയെങ്ക സമ്മതിച്ചു. പക്ഷേ, അദ്ദേഹം ബുദ്ധിപൂർവം ഒരു നിബന്ധന വെച്ചു. തനിക്ക് ന്യായമായ വില കണക്കിൽ കാണിച്ചുതരണം. അതായത് കള്ളപ്പണം സ്വീകരിക്കില്ലെന്ന്. അപ്പോൾ സഞ്ജയ്ഗാന്ധി അടവുമാറ്റി. ഡയറക്ടർ ബോർഡിൽ മാറ്റംവരുത്തി പത്രത്തിന്റെ നിയന്ത്രണം പിടിയ്ക്കാനായി ശ്രമം. അതിനിടെ *ഇന്ത്യൻ എക്സ്പ്രസി*നുള്ള പരസ്യങ്ങളെല്ലാം നിർത്തി. പൊതുമേഖലാ കമ്പനികളുടെ പരസ്യം കൊടുക്കരുതെന്ന് രഹസ്യമായി സർക്കുലറും അയച്ചു. ഇതുകാരണം മാസം 15 ലക്ഷം രൂപയായിരുന്നു *ഇന്ത്യൻ എക്സ്പ്രസി*നു നഷ്ടം.[9]

പരസ്യം നിഷേധിച്ചു

*ദേശാഭിമാനി*ക്കുള്ള സർക്കാർ പരസ്യങ്ങൾ അടിയന്തരാവസ്ഥ പ്രഖ്യാപിച്ച ഉടൻ തന്നെ നിർത്തിയിരുന്നു. ഇവിടെ സർക്കുലറൊന്നുമില്ലാതെ തന്നെ കരുണാകരൻ അതു നടപ്പാക്കി. അടിയന്തരാവസ്ഥയിൽ *ദേശാഭിമാനി* നേരിട്ട പ്രതിസന്ധിയും പ്രശ്നങ്ങളും പത്രത്തിന്റെ ജനറൽ എഡിറ്ററായിരുന്ന കെ മോഹനൻ വിവരിക്കുന്നു:

ഭീകരമായ അവസ്ഥയാണ് അടിയന്തരാവസ്ഥയിൽ *ദേശാഭിമാനി*ക്ക് നേരിടേണ്ടി വന്നത്. മറ്റു

പത്രങ്ങൾക്കൊന്നും ഈ അവസ്ഥയുണ്ടായിട്ടില്ല. അടിയന്തരാവസ്ഥാ പ്രഖ്യാപനം വന്ന അന്നു തന്നെ കുറേ നേതാക്കൾ ഒളിവിൽ പോയി. പലരും ജയിലിലായി. ഒളിവിൽ പോകാനായിരുന്നു ആദ്യഘട്ടത്തിൽ എനിക്കു ലഭിച്ച നിർദേശം. പെരുമ്പാവൂരിലെ ചില വീടുകളിലാണ് ഞാൻ താമസിച്ചത്. അവിടെ താമസിച്ചുകൊണ്ട് പത്രത്തിലേക്ക് ലേഖനങ്ങളും മുഖപ്രസംഗങ്ങളും എഴുതി അയച്ചു. *ദേശാഭിമാനിക്ക്* പ്രീസെൻസർഷിപ്പായിരുന്നു. മുഴുവൻ പേജുകളുടെയും പ്രൂഫ് ഒരു ഉദ്യോഗസ്ഥന്റെ മുമ്പിൽ ഹാജരാക്കണം. കൊച്ചിയിൽ ഉണ്ണിത്താൻ എന്ന പിഐബി ഓഫീസർക്കായിരുന്നു അന്നു സെൻസറിങ്ങിന്റെ ചുമതല. അതിനുവേണ്ടി കൊച്ചിയിൽ പിഐബി ഓഫീസ് തുറന്നു. രാത്രി പേജ് പ്രൂഫും കൊണ്ടുചെന്നാൽ കുറേ വെട്ടിക്കളയും. അത്രയും സ്ഥലം പിന്നെ നിറയ്ക്കണം. രാത്രി 11 മണിയാകും സെൻസറുടെ അനുമതി കിട്ടാൻ. നേരത്തെ അടിച്ചില്ലെങ്കിൽ തിരുവനന്തപുരം ഉൾപ്പെടെ തെക്കൻ ജില്ലകളിൽ പത്രമെത്തില്ല. പരസ്യം നേരത്തെ നിർത്തിയിരുന്നു. ഇതൊക്കെയാണെങ്കിലും *ദേശാഭിമാനി* വഴങ്ങിയില്ല. അവസാനംവരെ പിടിച്ചുനിന്നു.

വരികൾക്കിടയിലൂടെ എങ്ങനെ സത്യം മനസ്സിലാക്കാമെന്ന് അടിയന്തരാവസ്ഥയിൽ വായനക്കാർ പഠിച്ചു. അടിക്കുറിപ്പില്ലാതെ ചിത്രം കൊടുത്താൽ അവർക്ക് കാര്യം മനസ്സിലാകും. സ്ഥലം ഒഴിച്ചിട്ടതിന്റെ അർഥം അവർക്ക് പിടികിട്ടും. നെഹ്റുവിന്റെ *ഒരച്ഛൻ മകൾക്കയച്ച കത്തി*ലെയും *വിശ്വചരിത്രാവലോകന*ത്തിലെയും ഉദ്ധരണികൾ പോലും വിലക്കി. രോഗം വന്ന് തൃശൂരിൽ താറാവുകൾ കൂട്ടത്തോടെ ചത്തൊടുങ്ങിയ വാർത്തപോലും വെട്ടിക്കളഞ്ഞു. ജനങ്ങളിൽ ഭീതിയുളവാക്കും ഇത്തരം വാർത്തകളെന്നാണ് സെൻസർ പറഞ്ഞത്. സെൻസർഷിപ്പിനെ മറികടന്ന് വിവരങ്ങൾ ജനങ്ങൾക്കെത്തിക്കാനുള്ള വഴികൾ ഞങ്ങളും ആലോചിച്ചു. പ്രധാന വാർത്തകളെല്ലാം ആ രീതിയിലാണ് കൈകാര്യം ചെയ്തത്.[10]

പ്രീസെൻസർഷിപ്പ് അടിച്ചേൽപ്പിച്ചശേഷം പത്രം പുറത്തിറക്കാൻ *ദേശാഭിമാനി* നേരിട്ട പ്രയാസം എ വി ആലിക്കോയ ഓർമിക്കുന്നു:

ഓരോ പേജിന്റെയും ഗ്യാലി പ്രൂഫ് എടുത്ത് സെൻസറെ കാണിച്ച് അംഗീകാരം വാങ്ങണം. അക്കാലത്ത് അച്ചു പെറുക്കിവെച്ചാണല്ലോ കമ്പോസിങ് നടത്തുന്നത്. മെഷിനിൽ കയറ്റുന്നതിനു മുമ്പ് വാർത്തകളെല്ലാം ഒരു ട്രേയിൽ വെച്ചുകെട്ടി മഷി പുരട്ടിയശേഷം കടലാസ് അതിന്മേൽ വെച്ച് ഒരു ചെറിയ റോളർ അതിനുമുകളിലൂടെ ഉരുട്ടും. അപ്പോൾ വായിക്കാവുന്ന തരത്തിൽ ഒരു പ്രൂഫ് കിട്ടും. അതുമായാണ് സെൻസറെ കാണാൻ പോകുന്നത്. ആദ്യം രാത്രി ഒമ്പതുമണിക്ക് പേജുകളെല്ലാം കാണിച്ച് അംഗീകാരം വാങ്ങും. വൈകി അച്ചടിക്കുന്ന പേജുകളുടെ പ്രൂഫ് രാത്രി പന്ത്രണ്ടുമണിയോടെ കാണിക്കും. സെൻസർ താമസിക്കുന്ന സ്ഥലത്ത് കൊണ്ടുപോകണം. ഓഫീസിൽ അന്നൊരു സൈക്കിളുണ്ട്. അതിൽ ഞാനോ കെ എം അബ്ബാസോ ആണ് സെൻസർ ഓഫീസറുടെ അടുത്ത് പോയിരുന്നത്.

ആകാശവാണി ലേഖകനായിരുന്ന പ്രതാപനായിരുന്നു കോഴിക്കോട്ട് തുടക്കത്തിൽ സെൻസറിങ് ഓഫീസർ. അദ്ദേഹം ബീച്ചിലെ ഒരു ഫ്ളാറ്റിലാണ് താമസം. രാത്രി അവിടെ ചെല്ലണം. അദ്ദേഹത്തിന് സംശയമുള്ളതൊക്കെ വെട്ടിക്കളയും. ഭയങ്കര ടെൻഷനാണ്. വെട്ടിയതിനു പകരം മാറ്ററുണ്ടാക്കണം. പിന്നീട് പിആർഡിയിലെ ഒരു ഉദ്യോഗസ്ഥനായിരുന്നു ചുമതല. ജോൺ മറോക്കി. അദ്ദേഹം നാലാം ഗേറ്റിനടുത്താണ് താമസിച്ചിരുന്നത്. പുള്ളി പലപ്പോഴും നല്ല വെള്ളത്തിലായിരിക്കും. അതുകാരണം പ്രൂഫ് അംഗീകരിച്ചുകിട്ടാൻ സമയമെടുക്കും. ഇതു വലിയ പ്രശ്നമായി മാറിയപ്പോൾ കലക്ടർ തെയ്യുണ്ണിനായരെ കണ്ട് പരാതി പറഞ്ഞു. മറോക്കിക്കുശേഷം പിആർഡിയിലെ ജയറാമിനായിരുന്നു സെൻസറിങ്ങിന്റെ ചുമതല. അദ്ദേഹം വളരെ സഹായകരമായ നിലപാട് എടുത്തു. ജയറാം *ദേശാഭിമാനി* ഓഫീസിൽ വന്നിരിക്കും. പേജുകൾ നോക്കി അംഗീകാരം നൽകും. അദ്ദേഹം പിന്നീട് പിആർഡിയുടെ ഡയരക്ടർ വരെയായി. 1977-ൽ തെരഞ്ഞെടുപ്പ് പ്രഖ്യാപിച്ച് അടിയന്തരാവസ്ഥയിൽ ഇളവുവരുത്തുവോളം *ദേശാഭിമാനി*ക്കു പുറത്ത് എപ്പോഴും പൊലീസിനെ കാണുമായിരുന്നു. പാർട്ടി നേതാക്കൾ പലരും ജയിലിലായിരുന്നുവെങ്കിലും ചാത്തുണ്ണിമാസ്റ്റർ പുറത്തായിരുന്നു. അദ്ദേഹം ചില ദിവസങ്ങളിൽ പാതിരാത്രി വരും.[11]

സഹപ്രവർത്തകരെ ഷണ്ഡന്മാരാക്കി വാഴുന്ന റാണി

പ്രീസെൻസർഷിപ്പ് കാരണം പത്രം താനേ പൂട്ടിക്കൊള്ളുമെന്നായിരുന്നു ഗവൺമെന്റ് ധരിച്ചത്. എന്നാൽ ഈ നിയന്ത്രണങ്ങൾക്കകത്തുനിന്ന് ഒരുദിവസം പോലും മുടങ്ങാതെ *ദേശാഭിമാനി* പ്രസിദ്ധീകരിച്ചു. കെ മോഹനൻ പറഞ്ഞതുപോലെ വാർത്തകളുടെ വരികൾക്കിടയിൽ അടിയന്തരാവസ്ഥയോടുള്ള പ്രതിരോധമുണ്ടായിരുന്നു. *സഹപ്രവർത്തകരെ ഷണ്ഡന്മാരാക്കി ഏകാധിപതിയായി വാഴുന്ന റാണി* എന്നായിരുന്നു ഒരു ഗവേഷണപ്രബന്ധത്തെ അടിസ്ഥാനമാക്കി തയാറാക്കിയ വാർത്തയുടെ തലക്കെട്ട്. ചിതലിന്റെ ജീവിതരീതിയെക്കുറിച്ച് ഒരു ജന്തുശാസ്ത്ര പണ്ഡിതന്റെ പ്രബന്ധമായിരുന്നു അത്. ചിതലുകളുടെ കൂട്ടത്തിൽ റാണിയും രാജാവുമൊക്കെയുണ്ട്. സഹജീവികളെ ഷണ്ഡന്മാരാക്കിയാണ് അവർ വാഴുന്നത്. ഇതായിരുന്നു ചുരുക്കം. കെ മോഹനന്റെ തൂലികയിൽ അതൊരു മനോഹര ആക്ഷേപഹാസ്യമായി. അതേപ്പറ്റി കെ മോഹനൻ:

> മൈസൂർ യൂണിവേഴ്സിറ്റിയിൽ നടന്ന ഒരു ശാസ്ത്ര സെമിനാറിന്റെ പ്രബന്ധമായിരുന്നു അത്. ചിതലുകളുടെ ജീവിതത്തെക്കുറിച്ചാണ്. പി ജിയുടെ പേരിലാണ് അതു വന്നത്. പി ജി സ്ഥലത്തില്ല. വായിച്ചുനോക്കി. മറ്റുള്ളവർ ശേഖരിച്ചുകൊണ്ടുവരുന്നതിന്റെ പകുതി രാജ്ഞിക്ക് കൊടുക്കണം. അവർക്ക് ചുറ്റും അംഗരക്ഷകരുണ്ട്. അവർ ഷണ്ഡന്മാരാണ്. ഒരു സിറം കുത്തിവെച്ച് അവരെ രാജ്ഞി ഷണ്ഡന്മാരാക്കുകയാണ്. അവരാണ് രാജ്ഞിയുടെ അടുത്തയാളുകളായി എപ്പോഴും ചുറ്റുമുണ്ടാവുക. അത്രയും വായിച്ചപ്പോൾ എനിക്കുതോന്നി ഇതു പ്രയോജനപ്പെടുത്താമല്ലോ എന്ന്. ഞാൻ തന്നെ എഴുതി. തലക്കെട്ടും കൊടുത്തു.[12]

ഇത്തരത്തിൽ വാർത്തകൾ വരാൻ തുടങ്ങിയപ്പോഴാണ് *ദേശാഭിമാനി*ക്കുള്ള പരസ്യം സർക്കാർ പൂർണമായി നിർത്തിയത്. ഗവൺമെന്റ് നിയന്ത്രണത്തിലുള്ള സ്ഥാപനങ്ങളുടെ പരസ്യവും നിഷേധിച്ചു. *ദേശാഭിമാനി*ക്ക് പരസ്യം നിഷേധിച്ച പ്രശ്നത്തിൽ അന്ന് കേരള പത്രപ്രവർത്തക യൂണിയൻ ഇടപെട്ടിരുന്നു. മലപ്പുറം പി മൂസയുടെയും കെ എം റോയിയുടെയും നേതൃത്വത്തിൽ യൂണിയൻ പ്രതിനിധികൾ തിരുവനന്തപുരത്തുചെന്നു കെ കരുണാകരനെയും തൊഴിൽമന്ത്രിയായിരുന്ന വക്കം പുരുഷോത്തമനെയും കണ്ടു. അക്കാര്യം മലപ്പുറം പി മൂസ വിവരിക്കുന്നു:

> ആദ്യം വക്കം പുരുഷോത്തമനെയാണ് കണ്ടത്. *ദേശാഭിമാനി* പൂട്ടിയിടേണ്ട സ്ഥിതിയാണെന്ന് ഞങ്ങൾ പറഞ്ഞപ്പോൾ അദ്ദേഹം നന്നായി ചിരിച്ചു. എന്നിട്ട് പറഞ്ഞു, അങ്ങനെയെങ്കിലും അതൊന്ന് പൂട്ടട്ടെ എന്ന്. അപ്പോഴാണ് കെ എം റോയിയുടെ വിശ്വരൂപം കണ്ടത്. എല്ലാക്കാലത്തും മന്ത്രിയായി വാഴാമെന്നു കരുതേണ്ട എന്നുവരെ റോയ് പറഞ്ഞു. അതിനുശേഷം കെ കരുണാകരനെ കണ്ടപ്പോഴാണ് 'സ്വേച്ഛാധിപതിയായ റാണി' ഗവൺമെന്റിനെ പ്രകോപിപ്പിച്ചിട്ടുണ്ടെന്ന് മനസ്സിലായത്. തോട്ടം രാജശേഖരനായിരുന്നു അന്ന് പബ്ലിക് റിലേഷൻസ് ഡയറക്ടർ. പ്രധാനമന്ത്രിയെ ഉദ്ദേശിച്ചാണ് ആ തലക്കെട്ടെന്ന് തോട്ടം രാജശേഖരൻ കരുണാകരനോട് പറഞ്ഞതുകേട്ട് എല്ലാവരും ചിരിച്ചുപോയി.[13]

*ദേശാഭിമാനി*ക്ക് പ്രീസെൻസർഷിപ്പ് ഏർപ്പെടുത്തുകയും പരസ്യം നിഷേധിക്കുകയും ചെയ്തതിനെ *മാതൃഭൂമി* മാനേജിങ് ഡയറക്ടറും കുറച്ചുകാലം പത്രാധിപരുമായിരുന്ന വി എം നായർ ശക്തമായി എതിർക്കുകയുണ്ടായി. കെ കരുണാകരൻ പത്രാധിപന്മാരുടെ യോഗം വിളിച്ചപ്പോൾ തലേന്ന് കെ മോഹനൻ വി എം നായരെ ചെന്നുകണ്ട് *ദേശാഭിമാനി* നേരിടുന്ന പ്രയാസങ്ങൾ ശ്രദ്ധയിൽപെടുത്തിയിരുന്നു. വി എം നായർ അന്ന് പത്രലോകത്തെ പ്രമാണിയാണ്. *ദേശാഭിമാനി*ക്കെതിരായ നടപടികളെ പിറ്റേന്ന് യോഗത്തിൽ അദ്ദേഹം ശക്തമായി എതിർത്തു. കരുണാകരനെയും അദ്ദേഹം വിമർശിച്ചു. പത്രത്തിന്റെ ഭാഗത്ത് തെറ്റുകണ്ടാൽ നിയമാനുസൃതം നടപടിയെടുക്കാം. അല്ലാതെ ഇത്തരം നടപടികൾ പാടില്ല-അദ്ദേഹം പറഞ്ഞു. ഇതൊക്കെ നടന്നുവെങ്കിലും *ദേശാഭിമാനി*ക്ക് മേലുള്ള പ്രീസെൻസർഷിപ്പിൽ മാറ്റമൊന്നും വന്നില്ല. പരസ്യം നിഷേധിക്കാനുള്ള തീരുമാനവും തിരുത്തിയില്ല.

തോറ്റുകൊടുക്കരുതെന്ന് ഇ എം എസ് പറഞ്ഞു

പ്രീസെൻസർഷിപ്പും പരസ്യത്തിന്റെ നിഷേധവും കാരണം പത്രം പുറത്തിറക്കുന്നത് വലിയ പ്രയാസമായി മാറിയ ഘട്ടത്തിൽ ഇ എം എസിൽ നിന്നുണ്ടായ സുചിന്തിതമായ പ്രതികരണം കെ മോഹനൻ ഓർമിക്കുന്നു:

> പത്രം മുന്നോട്ടുകൊണ്ടുപോകാനുള്ള പ്രയാസം ഞാൻ ഇ എം എസിനെ ധരിപ്പിച്ചു. ഈ നിലയിൽ മുന്നോട്ടുപോകാൻ കഴിയില്ല. പത്രം നിർത്തിവയ്ക്കേണ്ട സാഹചര്യമാണ്-ഞാൻ പറഞ്ഞു. ഏതാനും നിമിഷം ആലോചിച്ചിട്ട് ഇ എം എസ് പറഞ്ഞു: 'അപ്പോൾ അവർ ജയിക്കും, നമ്മൾ തോൽക്കും, അല്ലേ. തോറ്റുകൊടുക്കാൻ പറ്റില്ല. അവരുടെ ആവശ്യം നമ്മൾ സ്വയം പൂട്ടണമെന്നതാണ്. വരികൾക്കിടയിൽ വായിക്കാൻ ജനങ്ങൾ പഠിച്ചുകഴിഞ്ഞു. പൂട്ടുന്നുണ്ടെങ്കിൽ അവർ (ഗവൺമെന്റ്) പൂട്ടട്ടെ. എന്തുവന്നാലും നമ്മൾ പത്രം ഇറക്കണം'-ഇതായിരുന്നു അദ്ദേഹത്തിന്റെ മറുപടി. അങ്ങനെ പത്രം മുന്നോട്ടുപോയി. [14]

പത്രങ്ങളുടെ മേലുള്ള നിയന്ത്രണം സർക്കാർ മുറുക്കിക്കൊണ്ടിരുന്നു. 1975 ഡിസംബർ എട്ടിന് മൂന്ന് ഓർഡിനൻസുകളിലാണ് രാഷ്ട്രപതി ഒപ്പിട്ടത്. ഒന്ന്: സർക്കാരിന് ആക്ഷേപകരമെന്നു തോന്നുന്ന വാർത്തകൾ പ്രസിദ്ധീകരിക്കുന്നതു തടയുന്നതിനുള്ള പ്രിവൻഷൻ ഓഫ് പബ്ലിക്കേഷൻ ഓഫ് ഒബ്ജക്ഷനബിൾ മാറ്റർ ആക്ട് , രണ്ട്: പാർലമെന്ററി പ്രൊസീഡിങ്സ് (പ്രൊട്ടക്ഷൻ ഓഫ് പബ്ലിക്കേഷൻ) റിപ്പീൽ ആക്ട്, മൂന്ന്: പ്രസ് കൗൺസിൽ ആക്ട്. പാർലമെന്റ്, നിയമസഭാ നടപടികൾ പോലും ജനങ്ങൾ അറിയുന്നതിനെ സർക്കാർ ഭയപ്പെട്ടിരുന്നു. അതുകൊണ്ടാണ് രണ്ടാമത് പറഞ്ഞ ഓർഡിനൻസ് ഇറക്കിയത്. നിയമസഭാ നടപടികൾ പത്രങ്ങൾ പ്രസിദ്ധീകരിക്കുന്നതും വിലക്കി. ആദ്യം പറഞ്ഞ 'ആക്ഷേപകരമായ' വാർത്തകൾ വിലക്കുന്നതിന് ബ്രിട്ടീഷുകാർ നിയമം കൊണ്ടുവന്നിരുന്നു. ആ നിയമം ഓർഡിനൻസിലൂടെ പുനരുജ്ജീവിപ്പിക്കുകയാണ് ചെയ്തത്. 1965 മുതൽ നിലവിലുള്ള പ്രസ് കൗൺസിൽ പിരിച്ചുവിടുന്നതിനാണ് മൂന്നാമത്തെ ഓർഡിനൻസ്. അഭിപ്രായസ്വാതന്ത്ര്യത്തിന്റെ ഭാഗമായി പത്രസ്വാതന്ത്ര്യം സംരക്ഷിക്കുന്നതിനുള്ള നടപടികളിൽ ഒന്നായിരുന്നു പ്രസ് കൗൺസിലിന്റെ രൂപീകരണം. ഗവൺമെന്റിൽ നിന്ന് പത്രങ്ങൾക്കെതിരെ അന്യായമായ നടപടികൾ ഉണ്ടാവുകയാണെങ്കിൽ അതിനെ ഈ സംവിധാനം വഴി ചോദ്യം ചെയ്യാമായിരുന്നു. മാത്രമല്ല, പത്രങ്ങൾക്കെതിരെ പൗരന്മാർക്കും പ്രസ് കൗൺസിലിനെ സമീപിക്കാൻ അവകാശമുണ്ട്. പല്ലില്ലാത്ത പുലി എന്നാണ് പ്രസ് കൗൺസിലിനെക്കുറിച്ച് പത്രപ്രവർത്തകർക്ക് അന്നും ഇന്നുമുള്ള അഭിപ്രായമെങ്കിലും ആ സംവിധാനമേ ഇല്ലാതാക്കുന്നത് പത്രസ്വാതന്ത്ര്യത്തിനെതിരായ നീക്കമായിരുന്നു.

പത്രങ്ങൾക്കുമേലുള്ള സെൻസർഷിപ്പ് രാജ്യത്ത് ഭീതിയുടെ അന്തരീക്ഷം വളർത്തി. അരുതാത്തതു പലതും നടന്നുകൊണ്ടിരിക്കയാണെന്ന് ജനങ്ങൾ മനസ്സിലാക്കിയിരുന്നു. സെൻസർഷിപ്പ് കൊണ്ട് ചില കാര്യങ്ങൾ കുറച്ചുനാളത്തേക്ക് മൂടിവയ്ക്കാൻ കഴിഞ്ഞു എന്നല്ലാതെ ജനങ്ങളെ പൂർണമായും ഇരുട്ടിൽ നിർത്താൻ കഴിഞ്ഞിരുന്നില്ല. 1975 ഡിസംബർ 17-ന് *ദേശാഭിമാനി* ഒന്നാം പേജിൽ ലീഡായി കൊടുത്ത വാർത്ത രാജ്യം ഫാസിസത്തിലേക്ക് കാലെടുത്തുവെച്ചിരിക്കയാണെന്ന് ബോധ്യപ്പെടുത്തുന്നതായിരുന്നു. ആ വാർത്തയുടെ ചുരുക്കം:

ജീവിക്കാനുള്ള അവകാശം നിഷേധിക്കാം: നിരൺ ഡെ

ന്യൂഡൽഹി: പൗരന്റെ ജീവിക്കാനുള്ള അവകാശം പോലും നിഷേധിക്കാനുള്ള ചോദ്യം ചെയ്യപ്പെടാനാവാത്ത അധികാരം അടിയന്തരാവസ്ഥയിൽ സർക്കാരിനുണ്ടെന്ന് അറ്റോർണി ജനറൽ നിരൺ ഡെ സുപ്രീംകോടതിയിൽ വാദിച്ചു. ഒരു ഹേബിയസ് കോർപസ് ഹരജി പരിഗണനക്കുവന്നപ്പോഴാണ് നിരൺ ഡെ ഈ വാദമുയർത്തിയത്.

ഇരുപത്തിയൊന്നാം അനുഛേദപ്രകാരമുള്ള നടപടിക്രമങ്ങൾ അനുസരിച്ചല്ലാതെ പൗരന്റെ വ്യക്തിസ്വാതന്ത്ര്യമോ പൗരസ്വാതന്ത്ര്യമോ നിഷേധിക്കാൻ പാടില്ലെന്നാണ് ഭരണഘടന പറയുന്നത്. നിയമപ്രകാരമെന്നാൽ ഭരണകൂടം നിശ്ചയിക്കുന്ന നിയമവും നടപടികളും

അനുസരിച്ച് എന്നാണെന്ന് നിരൺ ഡെ വാദിച്ചു. ചീഫ് ജസ്റ്റിസ് എ എൻ റേ ഉൾപ്പെട്ട അഞ്ചംഗ ബഞ്ചിനു മുമ്പാകെയാണ് കേസ് വന്നത്. പൗരന്മാർക്ക് ഭരണഘടന ഉറപ്പുനൽകുന്ന ജീവിക്കാനുള്ള അവകാശവും നിയമത്തിനു മുമ്പിലുള്ള തുല്യാവകാശവും സസ്പെന്റ് ചെയ്തുകൊണ്ട് രാഷ്ട്രപതി നേരത്തെ ഉത്തരവ് പുറപ്പെടുവിച്ചിരുന്നു. ഈ ഉത്തരവിന്റെ ബലത്തിലാണ് ജീവിക്കാനുള്ള അവകാശം അടിയന്തരാവസ്ഥയിൽ ഇല്ലെന്ന് നിരൺ ഡെ വാദിച്ചത്. അഞ്ചംഗ ബഞ്ച് ഭൂരിപക്ഷപ്രകാരം സർക്കാർ വാദം അംഗീകരിച്ചു. എച്ച് ആർ ഖന്ന മാത്രം വിയോജിച്ചു. [15]

സെൻസർഷിപ്പ് മറികടന്ന് ഇത്തരം വാർത്തകൾ വന്നുകൊണ്ടിരുന്നു. ജനങ്ങൾ സത്യം പതുക്കെയാണെങ്കിലും മനസ്സിലാക്കാൻ തുടങ്ങി. സെൻസർഷിപ്പിനേക്കാൾ വലിയ പ്രശ്നം പത്രങ്ങൾ പൊതുവിൽ സർക്കാരിന്റെ പ്രചാരകരായി മാറിയതായിരുന്നു.

എ കെ ജി, ഇ എം എസ്, ജ്യോതിബസു, പ്രമോദ്ദാസ് ഗുപ്ത തുടങ്ങി സിപിഐ എമ്മിന്റെ സമുന്നത നേതാക്കളെ അറസ്റ്റിൽ നിന്ന് സർക്കാർ മനഃപൂർവം ഒഴിവാക്കിയിരുന്നു. പാർലമെന്റിന്റെയും നിയമസഭകളുടെയും വേദികൾ അടിയന്തരാവസ്ഥക്കെതിരെ പരമാവധി ഉപയോഗിക്കണമെന്നായിരുന്നു സിപിഐ എമ്മിന്റെ തീരുമാനം. എ കെ ജിയാണെങ്കിൽ അനാരോഗ്യം വകവയ്ക്കാതെ അടിയന്തരാവസ്ഥക്കെതിരെ ഓടിനടന്നു പ്രവർത്തിക്കുകയായിരുന്നു. അതിനിടക്കാണ് 1975 ജൂലൈ 21-ന് ഇന്ദിരാഗാന്ധി പാർലമെന്റ് വിളിച്ചുചേർത്തത്. അടിയന്തരാവസ്ഥാ പ്രഖ്യാപനം പാർലമെന്റ് അംഗീകരിക്കേണ്ടതുണ്ടായിരുന്നു. ചോദ്യോത്തരവേള സഭയിലെ ഭൂരിപക്ഷം ഉപയോഗിച്ച് ഗവൺമെന്റ് സസ്പെന്റ് ചെയ്തു. അടിയന്തരാവസ്ഥയ്ക്ക് അംഗീകാരം തേടുന്ന പ്രമേയം ജഗ്ജീവൻറാം അവതരിപ്പിക്കണമെന്നായിരുന്നു ഇന്ദിരയുടെ നിർദേശം. വിയോജിപ്പുകൾ പുറത്തുകാണിക്കാതെ അദ്ദേഹം അതുചെയ്തു.

പ്രതിപക്ഷ നേതാക്കൾ പലരും ജയിലിലായിരുന്നല്ലോ. എന്നാൽ അവശേഷിച്ചവർ പാർലമെന്റിൽ അടിയന്തരാവസ്ഥക്കെതിരെ ആഞ്ഞടിച്ചു. എ കെ ജി നടത്തിയ പ്രസംഗം സർക്കാരിനെതിരായ തുറന്ന ആക്രമണമായിരുന്നു. സാധാരണഗതിയിൽ വലിയ പ്രാധാന്യത്തോടെ പത്രങ്ങളിൽ ഇടംപിടിക്കുമായിരുന്ന ആ പ്രസംഗവും വെളിച്ചം കണ്ടില്ല. സിപിഐ എം ആ പ്രസംഗം അച്ചടിച്ച് രഹസ്യമായി വിതരണം ചെയ്തു. ചരിത്രപ്രസിദ്ധമായ ആ പ്രസംഗത്തിലെ ഒരു ഭാഗം:

> ആഭ്യന്തരസുരക്ഷയ്ക്ക് എന്തെങ്കിലും ഭീഷണിയുള്ളതുകൊണ്ടാണ് അടിയന്തരാവസ്ഥ പ്രഖ്യാപിച്ചതെന്ന് ആരും കരുതുന്നില്ല. യഥാർഥ കാരണം തെരഞ്ഞെടുപ്പ് കേസിൽ അലഹബാദ് ഹൈക്കോടതിയിൽ നിന്ന് പ്രധാനമന്ത്രിക്കെതിരെയുണ്ടായ വിധിയും ഗുജറാത്ത് നിയമസഭാ തെരഞ്ഞെടുപ്പിൽ കോൺഗ്രസിനു നേരിട്ട തിരിച്ചടിയുമാണ്. കോൺഗ്രസിന്റെ ഏകാധിപത്യ പ്രവണതക്കെതിരെ സിപിഐ എം മൂന്നുവർഷമായി നൽകിക്കൊണ്ടിരിക്കുന്ന മുന്നറിയിപ്പുകൾ ശരിവയ്ക്കുന്നതാണ് അടിയന്തരാവസ്ഥ. പാർലമെന്ററി ജനാധിപത്യത്തിനു പകരം ഏകകക്ഷി സ്വേഛാധിപത്യം അടിച്ചേൽപ്പിച്ചിരിക്കയാണ്. അധികാരം മുഴുവൻ ഒരു നേതാവിൽ കേന്ദ്രീകരിച്ചിരിക്കുന്നു. കോൺഗ്രസിന് അധികാരത്തിൽ തുടരാൻവേണ്ടി മാത്രമാണ് രാജ്യത്തെ ഏകാധിപത്യത്തിലേക്ക് തള്ളിവിട്ടിരിക്കുന്നത്. അടിയന്തരാവസ്ഥാ പ്രഖ്യാപനത്തിന്റെ വെളിച്ചത്തിൽ ഗവൺമെന്റ് ജനങ്ങളോട് യുദ്ധം പ്രഖ്യാപിച്ചിരിക്കയാണ്. ജനങ്ങളുടെ ജനാധിപത്യാവകാശങ്ങൾ എടുത്തുകളഞ്ഞു. നിയമത്തിനുമുമ്പിൽ ഇപ്പോൾ തുല്യതപോലുമില്ല.

ജനാധിപത്യാവകാശങ്ങൾ ചവിട്ടിയരയ്ക്കപ്പെട്ട അടിയന്തരാവസ്ഥക്ക് ജനക്ഷേമത്തിന്റെയും പുരോഗമനത്തിന്റെയും പരിവേഷം നൽകാനാണ് 1975 ജൂലൈ ഒന്നിന് ഇന്ദിരാഗാന്ധി ഇരുപതിന പരിപാടി പ്രഖ്യാപിച്ചത്. അവശ്യസാധനങ്ങളുടെ വില കുറയ്ക്കുക, ഉൽപ്പാദനം വർധിപ്പിക്കുക, സർക്കാരിന്റെ ചെലവ് ചുരുക്കുക, ഭൂരഹിതരായ പാവങ്ങൾക്ക് വീട് വയ്ക്കാൻ ഭൂമി നൽകുക, അടിമവേല നിയമവിരുദ്ധമാക്കുക, കാർഷിക കടങ്ങൾക്ക് അവധി, നികുതിവെട്ടിപ്പ് തടയാൻ നടപടി, കള്ളക്കടത്തുകാരുടെ സ്വത്ത് പിടിച്ചെടുക്കാൻ പ്രത്യേക നിയമനിർമാണം തുടങ്ങി പരിപാടികൾ പ്രത്യക്ഷത്തിൽ ജനോപകാരപ്രദം തന്നെയായിരുന്നു. പക്ഷേ ഇതെല്ലാം ചെയ്യുന്നതിന് രാഷ്ട്രീയ പാർട്ടികളുടെ പ്രവർത്തനസ്വാതന്ത്ര്യവും വ്യക്തികളുടെ പൗരസ്വാതന്ത്ര്യ

വും ഇല്ലാതാക്കുന്നതെന്തിന്? ഈ ചോദ്യം ഉന്നയിക്കുന്നതിനു പകരം മിക്കവാറും പത്രങ്ങൾ ഇരുപതിന പരിപാടിയെ പാടിപ്പുകഴ്ത്താൻ തുടങ്ങി. അതോടൊപ്പം മറ്റൊരു പ്രചാരണം കൂടി അവർ അഴിച്ചുവിട്ടു. ട്രെയ്നുകൾ കൃത്യസമയത്ത് ഓടുന്നു, സർക്കാർ ഓഫീസുകളിൽ ജീവനക്കാർ കൃത്യസമയത്ത് വന്ന് ജോലി ചെയ്യുന്നു. അങ്ങനെ പോയി ആസൂത്രിതമായ പ്രചാരണം. സർക്കാരിന്റെ വകയായും വിവിധ ഏജൻസികളുടെ ചെലവിലും ഇരുപതിനത്തെക്കുറിച്ചുള്ള ബോർഡുകളും പോസ്റ്ററുകളും കൊണ്ട് രാജ്യം നിറഞ്ഞു.

*മനോരമ*യുടെ ഈനാംപേച്ചി കഥകൾ

ദേശാഭിമാനി അടിയന്തരാവസ്ഥയെ ധീരമായി എതിർത്തപ്പോൾ *മലയാള മനോരമ*യടക്കമുള്ള പ്രധാന പത്രങ്ങൾ അതിനെ പുകഴ്ത്തിപ്പാടുകയായിരുന്നുവെന്നും വായനക്കാരുടെ ശ്രദ്ധ യഥാർഥ പ്രശ്നങ്ങളിൽ നിന്നു തിരിച്ചുവിടാൻ 'ഈനാംപേച്ചി കഥകൾ' രചിക്കുകയായിരുന്നുവെന്നുമുള്ളത് പൊതുവെ ഉയർന്ന വിമർശനമായിരുന്നു. *മലയാള മനോരമ*യുടെ പത്രാധിപരായിരുന്ന കെ എം മാത്യു അതിനുനൽകിയ വിശദീകരണം നോക്കാം:

"1975–ലെ ദേശീയ അടിയന്തരാവസ്ഥാ പ്രഖ്യാപനത്തെക്കുറിച്ച് കയ്പോടെയല്ലാതെ ഓർക്കാൻ വയ്യ. എന്തുനിലപാട് എടുക്കണമെന്നതിനെക്കുറിച്ച് കാര്യമായ ആലോചനകൾ വേണ്ടിവന്നു. പത്രാധിപസമിതി അംഗങ്ങളെയും മാനേജർമാരെയും വിളിച്ച് ഞാനിക്കാര്യം ചർച്ചചെയ്തു. ജനാധിപത്യത്തിനു നേരെയുള്ള വെല്ലുവിളിയെ എതിർക്കേണ്ടതു *മനോരമ*യുടെ പ്രഖ്യാപിതനയമാണ്. പക്ഷേ, എതിർത്താൽ ഇരുപത്തിനാലു മണിക്കൂറിനകം എന്തെങ്കിലും നടപടിയുണ്ടാകുമെന്ന് ഉറപ്പ്. എതിർക്കണമെന്നു തീരുമാനിച്ചാൽ *മനോരമ*യെ ആശ്രയിച്ചു ജീവിക്കുന്ന നൂറുകണക്കിനു കുടുംബങ്ങളാണ് പട്ടിണിയിലാവുക. അങ്ങനെ ആ ചർച്ചയിൽ ഇങ്ങനെയൊരു തീരുമാനമെടുത്തു: അടിയന്തരാവസ്ഥയെ *മനോരമ* അനുകൂലിക്കുന്നില്ല; പ്രത്യക്ഷത്തിൽ എതിർക്കുന്നുമില്ല."

"അക്കാലത്ത് *മനോരമ*യുടെ മുഖപ്രസംഗങ്ങളെല്ലാം ഞാൻതന്നെയാണ് നോക്കിയിരുന്നത്. ഇപ്പോഴത്തെ സാഹചര്യത്തിൽ എങ്ങനെ ലീഡറെഴുതാം എന്ന ആലോചനയെത്തുടർന്ന് 'അടിയന്തരാവസ്ഥ മോശമാണ്; ഇത് അധികനാൾ നീണ്ടുനിൽക്കില്ലെന്ന് നമുക്ക് ആശ്വസിക്കാം' എന്നൊക്കെയാണ് *മനോരമ* എഴുതിയത്. സർക്കാർ കാര്യങ്ങളും രാഷ്ട്രീയവുമില്ലെങ്കിലും വായനക്കാരെ തൃപ്തിപ്പെടുത്തുംവിധം പത്രം ആകർഷകമായി നടത്തിക്കൊണ്ടുപോവാൻ കഴിയുമെന്ന് തെളിയിച്ചുകൊണ്ടാണ് ആ കാലഘട്ടത്തിന്റെ വെല്ലുവിളിയെ *മനോരമ* നേരിട്ടത്. സെൻസറിങ് ആവശ്യമില്ലാത്ത ജനകീയ പ്രശ്നങ്ങൾ വികസന വിഷയങ്ങളായി ഞങ്ങൾ ഏറ്റെടുത്തു. പെരിന്തൽമണ്ണയിൽ അക്കാലത്ത് വെട്ടുകിളി ശല്യം രൂക്ഷമായിരുന്നു. അതേക്കുറിച്ച് വിശദമായി പഠിച്ച് *മനോരമ* റിപ്പോർട്ടുകൾ എഴുതാൻ തുടങ്ങി. സമഗ്രസ്വഭാവമുള്ള ആ വാർത്തകൾക്ക് ഉടൻ ഫലവുമുണ്ടായി. ശാസ്ത്രജ്ഞന്മാരെത്തുകയും വെട്ടുകിളി പ്രശ്നത്തിന് പരിഹാരമുണ്ടാക്കുകയും ചെയ്തു. തിരുവനന്തപുരത്ത് ഒരു ഈനാംപേച്ചിയെ പിടിച്ചത് ആയിടയ്ക്കാണ്. ഒന്നാം പേജിൽത്തന്നെ ആ വാർത്തയും പടവും കൊടുക്കുകയും ഉൾപ്പേജുകളിൽ പല ആംഗിളുകളിലുള്ള ന്യൂസ് സ്റ്റോറികൾ ചേർക്കുകയും ചെയ്തതോടെ സംഭവം വായനക്കാർ ഏറ്റെടുത്തു. ഈനാംപേച്ചി വിശേഷങ്ങളറിയാൻ ഒരാഴ്ച കേരളം മുഴുവൻ എന്തൊരാവേശമായിരുന്നെന്നോ!"[16]

കെ എം മാത്യു തന്നെ കാര്യങ്ങൾ പറഞ്ഞതുകൊണ്ട് അതിന്മേൽ ഇനിയൊരു വിശദീകരണമോ വ്യാഖ്യാനമോ ആവശ്യമില്ല. ഇന്ത്യയിലാകെ രാഷ്ട്രീയപ്രവർത്തകരെ അടിച്ചമർത്തുകയും ഡൽഹിയിൽ സൗന്ദര്യവൽക്കരണത്തിന്റെ ഭാഗമായി ആയിരക്കണക്കിനു കുടിലുകൾ ബുൾഡോസർ ഉപയോഗിച്ച് ഇടിച്ചുനിരത്തുകയും ഉത്തരേന്ത്യയിൽ ആളുകളെ പിടിച്ചുകൊണ്ടുപോയി നിർബന്ധമായി വന്ധ്യംകരണം നടത്തുകയും ചെയ്യുന്ന ഭീതിജനകമായ നാളുകളിൽ *മലയാള മനോരമ* വെട്ടുകിളിയെയും ഈനാംപേച്ചിയെയും തേടിയലയുകയായിരുന്നു.

27

കക്കയം ക്യാമ്പിലെ ഭീകരത ജനങ്ങൾക്കുമുമ്പാകെ

മനുഷ്യന് ജീവിക്കാനുള്ള അവകാശംപോലും ഗവൺമെന്റിന്റെ ഔദാര്യമാണെന്ന് സുപ്രീംകോടതി വകവെച്ചുകൊടുത്ത അടിയന്തരാവസ്ഥയിലെ കരാള നാളുകളിൽ രാജ്യത്ത് എന്തൊക്കെ നടന്നുവെന്നതിന്റെ ചെറിയ ചിത്രം കഴിഞ്ഞ അധ്യായത്തിൽ നൽകിയിട്ടുണ്ട്. കേരളത്തിൽ ആഭ്യന്തരമന്ത്രി കെ കരുണാകരന്റെ അനുഗ്രഹാശിസ്സുകളോടെ നടന്ന ഭീകരമായ പൊലീസ് അതിക്രമത്തിന്റെ വിവരങ്ങൾ പുറംലോകം അറിയാൻ തുടങ്ങിയത് 1977 ജനുവരിയിൽ തെരഞ്ഞെടുപ്പ് പ്രഖ്യാപിക്കുകയും പത്രങ്ങൾക്കുള്ള സെൻസർഷിപ്പിൽ ഇളവുവരികയും ചെയ്തശേഷമാണ്. ഒരുപാടുപേരെ പൊലീസ് പിടിച്ചുകൊണ്ടുപോയി അടിച്ചും ഇടിച്ചും ഉരുട്ടിയും കേരളത്തിൽ കൊന്നുതള്ളിയിട്ടുണ്ടെങ്കിലും കോഴിക്കോട് റീജിണൽ എഞ്ചിനിയറിങ് കോളേജ് വിദ്യാർഥി പി രാജന്റെ മരണം ഇന്നും ജനങ്ങളുടെ മനസ്സിൽ നൊമ്പരമായി നിൽക്കുന്നു. മകനെ കാണാതെ അലഞ്ഞ പിതാവിന്റെ വ്യഥ അന്നത്തെ തലമുറയുടെ മനസ്സിൽനിന്ന് ഒരിക്കലും മാഞ്ഞുപോകില്ല. കലാകാരൻ കൂടിയായ മിടുക്കനായ ആ വിദ്യാർഥിയെ കോളേജ് ക്യാമ്പസിൽ നിന്ന് പിടിച്ചുകൊണ്ടുപോയി കക്കയം ക്യാമ്പിലിട്ട് ഭീകരമായി മർദിച്ചുകൊന്നശേഷം മൃതദേഹം കത്തിച്ചുകളയുകയായിരുന്നു.

അടിയന്തരാവസ്ഥയിലെ കറുത്തനാളുകളിൽ കക്കയം ക്യാമ്പിൽ നടന്ന പൊലീസ് ഭീകരതകൾ പുറത്തുകൊണ്ടുവന്ന *ദേശാഭിമാനി*യുടെ അന്വേഷണ റിപ്പോർട്ടുകൾ ഇന്ന് ചരിത്രരേഖയാണ്. ജനാധിപത്യത്തിന്റെ വെളിച്ചം തിരിച്ചുവന്നപ്പോൾ 1977 ഏപ്രിൽ, മെയ് മാസങ്ങളിൽ പ്രസിദ്ധീകരിച്ച *ദേശാഭിമാനി*യുടെ രണ്ടു പരമ്പരകൾ ഏറെ ശ്രദ്ധിക്കപ്പെട്ടു. പി രാജനെ കക്കയം ക്യാമ്പിൽ ഭീകരമായി ഭേദ്യം ചെയ്തുകൊന്നതും കുഴിച്ചിട്ട മൃതദേഹം കെ കരുണാകരന്റെ നിർദേശപ്രകാരം പുറത്തെടുത്ത് കത്തിച്ചുകളഞ്ഞതും അപ്പുക്കുട്ടൻ വള്ളിക്കുന്ന് തയാറാക്കിയ 'കക്കയം ക്യാമ്പ് കഥ പറയുന്നു' എന്ന പരമ്പരയിലൂടെ പുറംലോകമറിഞ്ഞു. ക്രൈംബ്രാഞ്ച് ഡിഐജിയായിരുന്ന ജയറാം പടിക്കൽ, മുരളീകൃഷ്ണദാസ്, കെ ലക്ഷ്മണ, പുലിക്കോടൻ നാരായണൻ തുടങ്ങിയ ഉദ്യോഗസ്ഥരുടെ നേതൃത്വത്തിൽ കക്കയത്ത് പൊലീസ് ക്യാമ്പ് തുറന്നതും അവിടെ നടന്ന ഞെട്ടിപ്പിക്കുന്ന ഭീകര സംഭവങ്ങളും ആ പരമ്പരയിലൂടെ പുറത്തുവന്നു. 'കക്കയം ക്യാമ്പ്' പരമ്പര അവസാനിക്കുന്നതിന് ഒരു ദിവസം മുമ്പ് ജയറാം പടിക്കൽ അറസ്റ്റിലായി. അതിന്റെ തുടർച്ചയായി ഡിഐജി ടി വി മധുസൂദനൻ, കെ ലക്ഷ്മണ,

പി രാജൻ

പുലിക്കോടൻ നാരായണൻ തുടങ്ങിയ ഉദ്യോഗസ്ഥരെ ഗവൺമെന്റിന് സസ്പന്റ് ചെയ്യേണ്ടിവന്നു. അവർ കേസിലെ പ്രതികളുമായി. പരമ്പര അവസാനിക്കുന്ന ദിവസമാണ് കെ കരുണാകരനും ചീഫ് സെക്രട്ടറി എസ് നാരായണസ്വാമിയും ഐജി വി എൻ രാജനും കക്കയം ക്യാമ്പിൽ മർദനമേറ്റ് രാജൻ മരണപ്പെട്ടതായി ഹൈക്കോടതിയിൽ നൽകിയ സത്യവാങ്മൂലത്തിൽ സമ്മതിച്ചത്. മെയ് 6 മുതൽ 24 വരെ പത്തൊമ്പതു ദിവസങ്ങളിലായി പ്രസിദ്ധീകരിച്ച ഈ അന്വേഷണ റിപ്പോർട്ട് കേരളത്തിലെ രാഷ്ട്രീയ, സാമൂഹ്യ രംഗങ്ങളിൽ വലിയ കോളിളക്കമുണ്ടാക്കി.

കക്കയം ക്യാമ്പിന്റെ കഥ അപ്പുക്കുട്ടൻ എഴുതുന്നതിനു രണ്ടാഴ്ച മുമ്പാണ് 'ശവംതീനികൾ' എന്ന പേരിൽ സി ആർ ഓമനക്കുട്ടൻ എഴുതിയ പരമ്പര *ദേശാഭിമാനി*യുടെ എഡിറ്റ് പേജിൽ പ്രസിദ്ധീകരിച്ചത്. പലതുകൊണ്ടും ആ പരമ്പര പ്രത്യേക ശ്രദ്ധയാകർഷിച്ചു. ഒന്നാമത്, പ്രസ് സെൻസർഷിപ്പ് ഇല്ലാതായശേഷം പൊലീസ് ഭീകരതയെക്കുറിച്ച് മലയാളത്തിൽ പ്രസിദ്ധീകരിക്കുന്ന ആദ്യ പരമ്പരയായിരുന്നു 'ശവംതീനികൾ.' രണ്ടാമത്, ഭാവനയുടെ മേമ്പൊടി ചേർത്ത് വസ്തുതകൾ അവതരിപ്പിച്ച ആ പരമ്പര പുതിയൊരു പരീക്ഷണമായിരുന്നു.

കോളേജ് അധ്യാപകനായിരുന്ന ഓമനക്കുട്ടനാണ് സി ആർ എന്ന പേരിൽ ആ പരമ്പരയെഴുതിയത്. അതിൽ പറഞ്ഞതെല്ലാം അദ്ദേഹം മനസ്സിലാക്കിയതും ശേഖരിച്ചതുമായ വസ്തുതകളായിരുന്നു. അവ വായനക്കാരന്റെ ഹൃദയത്തിൽ തറയ്ക്കുന്നതിന് അതിൽ അൽപ്പം ഭാവന കലർത്തിയെന്നു പറയാം. അടിയന്തരാവസ്ഥക്കാലത്ത് ഓമനക്കുട്ടൻ കോഴിക്കോട് ഗവൺമെന്റ് ആർട്സ് ആന്റ് സയൻസ് കോളേജിൽ മലയാളം അധ്യാപകനായിരുന്നു. രാജന്റെ അച്ഛൻ ഈച്ചരവാരിയരും അവിടെ ഹിന്ദി അധ്യാപകനായിരുന്നുവല്ലോ. കുറേക്കാലം ഈച്ചരവാരിയരും ഓമനക്കുട്ടനും ഒരേമുറിയിൽ താമസിച്ചിരുന്നു. അച്ഛനെ കാണാൻ ഇടയ്ക്ക് വന്നിരുന്ന രാജനെയും ഓമനക്കുട്ടന് നന്നായി അറിയാം. ഈച്ചരവാരിയരോട് ഓമനക്കുട്ടന് വലിയ സ്നേഹവും ബഹുമാനവുമായിരുന്നു. ആ ബന്ധമാവാം അദ്ദേഹത്തെ ഇങ്ങനെയൊരു 'അന്വേഷണാത്മക കഥ'യിലേക്ക് എത്തിച്ചത്. കേരളം ശ്രദ്ധിച്ച ആ പരമ്പര പിന്നീട് പുസ്തകമായി പുറത്തിറങ്ങുകയും വലിയ തോതിൽ വിറ്റഴിക്കപ്പെടുകയും ചെയ്തു.

സി ആർ ഓമനക്കുട്ടൻ

അപ്പുക്കുട്ടൻ വള്ളിക്കുന്നിന്റെ 'കക്കയം ക്യാമ്പ് കഥ പറയുന്നു' എന്ന പരമ്പരയെക്കുറിച്ച് രാജന്റെ പിതാവ് പ്രൊഫ. ടി വി ഈച്ചരവാരിയർ ഇങ്ങനെയാണ് രേഖപ്പെടുത്തിയത്: "കക്കയം ക്യാമ്പ് കഥപറയുന്നു എന്ന ലേഖന പരമ്പരയിലൂടെ രാജൻ സംഭവത്തിന്റെ മുഴുവൻ ആന്തരികതയും ജനങ്ങൾക്കു പകർന്നുനൽകിയത് അപ്പുക്കുട്ടൻ വള്ളിക്കുന്ന് എന്ന കമ്യൂണിസ്റ്റ് പത്രപ്രവർത്തകനായിരുന്നു. *ദേശാഭിമാനി*യിലൂടെ അദ്ദേഹം നടത്തിയ പോരാട്ടം കേരളത്തിന്റെ ജനാധിപത്യ-പൗരാവകാശ പോരാട്ടങ്ങൾക്ക് ഉത്തമമാതൃകയാണ്. കോയമ്പത്തൂർ വിചാരണ നടക്കുമ്പോൾ എന്താണ് സംഭവിക്കാൻ പോകുന്നതെന്നുള്ള വിവരങ്ങൾ, *ദേശാഭിമാനി*ക്ക് വേണ്ടി റിപ്പോർട്ട് ചെയ്യാനെത്തിയ അദ്ദേഹം എനിക്ക് കൃത്യമായി നൽകിക്കൊണ്ടിരുന്നു. ഇന്ന സാക്ഷികൾ കൂറുമാറുമെന്ന് ഏറ്റവും കൃത്യമായിത്തന്നെ ഒരു പ്രവചനമെന്നോണം അദ്ദേഹം പറയുമായിരുന്നു. ഈ പത്രപ്രവർത്തകന്റെ സൂക്ഷ്മതയും കാര്യങ്ങൾ പഠിക്കാനുള്ള കഴിവും വിശകലന സാമർഥ്യവും ആത്മാർഥതയും എന്നെ അത്ഭുതപ്പെടുത്തി. ചുരുങ്ങിയ കാലയളവിൽത്തന്നെ അതിശക്തമായ ഒരു വൈകാരിക ബന്ധം ഞങ്ങൾക്കിടയിൽ വളർന്നുവന്നു. അദ്ദേഹം എപ്പോഴും ഒരു മകനെപ്പോലെ എന്നോട് ഇടപഴകി."[1]

*ദേശാഭിമാനി*യുടെ കോഴിക്കോട് ലേഖകനായിരുന്ന അപ്പുക്കുട്ടൻ കക്കയത്തുപോയി താമസിച്ച് ധാരാളം പേരെ കണ്ടും ഒരുപാട് വിവരങ്ങൾ ശേഖരിച്ചും തയാറാക്കിയതാണ് ആ പരമ്പര. സ്റ്റാഫ് ഫോട്ടോഗ്രാഫർ എ രാമാനുജനാണ് അപ്പുക്കുട്ടനോടൊപ്പം സഞ്ചരിച്ച് താൽക്കാലിക പൊലീസ് ക്യാമ്പിന്റെയും പൊലീസ് ഉദ്യോഗസ്ഥരുടെയും ചിത്രങ്ങൾ എടുത്തത്. അന്നു പത്രാധിപസമിതിയിലുണ്ടായിരുന്ന സി എം അബ്ദുൾ റഹ്മാൻ ആ പരമ്പര ആസൂത്രണം ചെയ്യുന്നതിലും അത് എഡിറ്റ് ചെയ്ത് ഭംഗിയായി വിന്യസിക്കുന്നതിലും പ്രധാന പങ്കു വഹിച്ചു. പരമ്പര ചെയ്യണമെന്ന നിർദേശം അപ്പുക്കുട്ടന്റെ മുമ്പിൽ വെച്ചതും അബ്ദുൾ റഹ്മാനായിരുന്നുവെന്ന് അന്ന് സബ് എഡിറ്ററായിരുന്ന കെ എം അബ്ബാസ് പറഞ്ഞിട്ടുണ്ട്. അബ്ദുൾ റഹ്മാന്റെ തീരുമാനവും സംഭാവനയും ഇല്ലായിരുന്നുവെങ്കിൽ കക്കയം ക്യാമ്പ് കഥ പറയില്ലായിരുന്നുവെന്നാണ് അപ്പുക്കുട്ടൻ പിന്നീട് രേഖപ്പെടുത്തിയത്.

ഈച്ചരവാരിയർ

കക്കയം ക്യാമ്പ് കഥ പറയുന്നു

കക്കയം ക്യാമ്പിന്റെ കഥ മെയ് ആറിന് ഒന്നാം പേജിൽ ഇങ്ങനെയാണ് തുടങ്ങിയത്:

നിഗൂഢതയിൽ കുറേ കാപാലികർ

കോഴിക്കോട്: ജാലിയൻവാലാബാഗ്, വാഗൺ ട്രാജഡി എന്നീ പദങ്ങൾ ഉണർത്തുന്ന ഞെട്ടിപ്പിക്കുന്ന സ്മരണകൾക്ക് കേരളം ഒരു സമാനപദം കണ്ടെത്തിയിരിക്കുന്നു: കക്കയം.

ക്രൈംബ്രാഞ്ചിന്റെ നേതൃത്വത്തിൽ ലോക്കൽ പൊലീസ്, എംഎസ്പി, ആംഡ് റിസർവ് എന്നീ വിഭാഗങ്ങളുടെ സഹകരണത്തോടെ ഇവിടെ പന്ത്രണ്ട് ദിവസമാണ് ക്യാമ്പുണ്ടായിരുന്നത്. ഇവ ഹിറ്റ്ലറുടെ കോൺസൻട്രേഷൻ ക്യാമ്പുകളുടെ രൂപത്തിലല്ലെങ്കിൽ ഭാവത്തിലെങ്കിലും കിടപിടിക്കുന്നതായിരുന്നു.

കായണ്ണ (കൂരാച്ചുണ്ട്) പൊലീസ് സ്റ്റേഷനിൽ നടന്നെന്ന് പറയപ്പെടുന്ന 'നക്സൽ' ആക്രമണത്തിന്റെ മറവിലാണ് ഇവിടെ ക്യാമ്പ് സ്ഥാപിച്ചത്. 1976 ഫെബ്രുവരി 28-ന് പുലർച്ചെയാണത്രെ കായണ്ണ സ്റ്റേഷനിൽ 'ആക്രമണം' ഉണ്ടായത്. മൂന്നു റൈഫിളുകൾ കാണാതായെന്നാണ് പറയുന്നത്. ഏതാനും 'നക്സൽ' ലഘുലേഖകൾ അവിടെ കിടന്നിരുന്നുവെന്നും രാത്രി ഡ്യൂട്ടിക്കുണ്ടാവേണ്ട സെൻട്രി സ്ഥലത്തില്ലായിരുന്നുവെന്നും പറയപ്പെടുന്നു.

വിവരമറിഞ്ഞ ഉടനെ ഉത്തരമേഖലാ ഡിഐജി മധുസൂദനൻ, കോഴിക്കോട് ഡിഎസ്പി കെ ലക്ഷ്മണ എന്നിവരുടെ നേതൃത്വത്തിൽ വമ്പിച്ചൊരു പൊലീസ് സേന കൂരാച്ചുണ്ടിലെത്തി.

ഉച്ചക്കുമുമ്പുതന്നെ ക്രൈംബ്രാഞ്ച് ഡിഐജി ജയറാം പടിക്കൽ തിരുവനന്തപുരത്തുനിന്ന് കുതിച്ചെത്തി. ' ഞാൻ മുന്നറിയിപ്പ് നൽകിയിട്ടും നിങ്ങൾക്ക് മുൻകരുതൽ എടുക്കാൻ കഴിഞ്ഞില്ല, അല്ലേ? എവിടെ ഡിഐജി മധുസൂദനൻ?' മന്ത്രിയുടെയും ഡിഎസ്പിയുടെയും മുമ്പിലേക്ക് ജയറാം പടിക്കൽ കടന്നുവന്നത് അങ്ങനെയാണ്.

'ശരി, എല്ലാം ഞാൻ ശരിപ്പെടുത്തുന്നുണ്ട്' എന്ന ആത്മഗതത്തോടെ പടിക്കൽ 'കായണ്ണ സംഭവ'ത്തിലേക്ക് പ്രവേശിച്ചു. പിന്നെ ആന്റണി മുഖ്യമന്ത്രിയായ ശേഷം ഇറക്കിയ പത്രക്കുറിപ്പിൽ പറയുന്നതുപോലെ 'കേസിന്റെ അന്വേഷണച്ചുമതലയും സൂപ്പർവിഷനും ഡയരക്ഷനും' ജയറാം പടിക്കലിനായിരുന്നു. 'നിർലോഭമായ സഹായസഹകരണങ്ങൾ' ഡിഐജി മധുസൂദനനും ഡിഎസ്പി ലക്ഷ്മണയും നൽകിപ്പോന്നു.

അന്നു രാത്രിയിൽ (ഫെബ്രുവരി 28) ഒമ്പതരയോടു കൂടി ക്യാമ്പിന്റെ ആസ്ഥാനം കക്കയത്തുള്ള ഇലക്ട്രിസിറ്റി ബോർഡ് വക ഇൻസ്പക്ഷൻ ബംഗ്ലാവിലേക്കു മാറി. ഡിഐജി മധുസൂദനൻ, ജയറാം പടിക്കൽ, കെ ലക്ഷ്മണ, കെ വി സേതുമാധവൻ (ഡിവൈഎസ്പി ക്രൈം ബ്രാഞ്ച് -രണ്ട്, കോഴിക്കോട്), കെ സുകുമാരൻ നായർ (എഎസ്പി വടകര), അൽഫോൻസ് ലൂയിസ് (എഎസ്പി), ടി ഒ കുഞ്ഞിരാമൻ നമ്പ്യാർ (ഡിവൈഎസ്പി ക്രൈം ബ്രാഞ്ച്-ഒന്ന്)

അപ്പുക്കുട്ടൻ വള്ളിക്കുന്ന്

എന്നീ ഉയർന്ന പൊലീസ് ഉദ്യോഗസ്ഥന്മാർ ക്യാമ്പിന്റെ നിയന്ത്രണ ഉദ്യോഗസ്ഥന്മാരായി ഇൻസ്പെക്ഷൻ ബംഗ്ലാവിൽ താമസിക്കുകയുണ്ടായി. ക്രൈം ബ്രാഞ്ചിലെയും ലോക്കൽ പൊലീസിലെയും നിരവധി ഉദ്യോഗസ്ഥന്മാർക്കു പുറമെ മലപ്പുറത്തുനിന്ന് എംഎസ്പിയുടെ 'സി', 'എഫ്' എന്നീ കമ്പനികളും കക്കയത്തേക്കു അയക്കപ്പെട്ടു. എ കെ വാസുദേവന്റെയും കമലാകരന്റെയും നേതൃത്വത്തിലുള്ള പ്രസ്തുത കമ്പനികൾ ഡിഎസ്പി ലക്ഷ്മണയുടെ നിർദേശങ്ങൾക്ക് വിധേയമായിരുന്നു.

കൂടാതെ ആംഡ് പൊലീസിന്റെ ഒരു വിഭാഗവും വയർലെസ് സെറ്റുകൾ, ടെലസ്കോപ്പുകൾ, ശാന്തി എന്ന പൊലീസ് നായ, ക്രൈംബ്രാഞ്ചിന്റെ മറ്റ് ആധുനിക സജ്ജീകരണങ്ങൾ-എല്ലാം ചേർന്ന് കക്കയം ഒരു സൈനികത്താവളമായി പെട്ടെന്നു രൂപംമാറി. കുറ്റ്യാടി ജലവൈദ്യുതി പദ്ധതിയുടെ പ്രവർത്തനവുമായി ബന്ധപ്പെട്ട ജീവനക്കാർ താമസിക്കുന്ന വീടുകൾ, അവരുടെ ആപ്പീസുകൾ ഇതെല്ലാം സ്ഥിതിചെയ്യുന്നത് കക്കയത്താണ്. സംസ്ഥാന ഇലക്ട്രിസിറ്റി ബോർഡിന്റെ ഇൻസ്പെക്ഷൻ ബംഗ്ലാവും അവിടെയുണ്ട്. അതിനോട് വളരെയടുത്താണ് ബോർഡിന്റെ തന്നെ സ്റ്റാഫ് റിക്രിയേഷൻ ക്ലബ്ബും സ്ഥിതിചെയ്യുന്നത്. ഇൻസ്പെക്ഷൻ ബംഗ്ലാവായിരുന്നു ക്യാമ്പിന്റെ ആസ്ഥാനം.

തൊട്ടടുത്തുള്ള റിക്രിയേഷൻ ക്ലബ്ബാണ് ആദ്യം ക്യാമ്പായി ഉപയോഗിച്ചത്. മധ്യത്തിൽ ഒരു നീണ്ട ഹാൾ, ഇരുവശത്തും മുന്നോട്ടുനിൽക്കുന്ന ഓരോ മുറി-അതാണ് റിക്രിയേഷൻ ക്ലബ്ബ്. ഐബിക്ക് തൊട്ടുകിടക്കുന്ന മുറിയുടെ ജനലുകൾ അടച്ച് കടലാസ് ഒട്ടിച്ചാണ് മർദനത്തിനുള്ള അറ ഒരുക്കിയത്. പിടിക്കപ്പെട്ടവരെ ഹാളിൽ കൊണ്ടുവന്നു നിറയ്ക്കുന്നു. ഓരോരുത്തരായി മുറിയിലേക്കാനയിക്കപ്പെടുന്നു. അടി, ഇടി, തൊഴി, ഒടുവിൽ ബഞ്ചിൽ കിടത്തി കൈകൾ താഴോട്ടുവെച്ച് ബന്ധിച്ച് കാലുകൾ ബഞ്ചിൽ കൂട്ടിക്കെട്ടി, കാലിന്റെ തള്ളവിരലുകൾ പരസ്പരം ചേർത്തുകെട്ടി വായിൽ തുണി കുത്തിക്കയറ്റി കിടത്തിയശേഷമുള്ള ഉരുട്ടൽ പ്രയോഗം.

റിക്രിയേഷൻ ക്ലബ്ബിലെ തടവറയിൽ നിന്നുയർന്നുപൊന്തിയ നിലവിളി അധികമകലെയല്ലാതെ സ്ഥിതി ചെയ്യുന്ന വീടുകളിലും അടുത്തുള്ള കാന്റീനിലും എല്ലാം സംസാരവിഷയമായി. കുറേക്കൂടി ഭദ്രമായി ഒറ്റപ്പെട്ട ഒരു കെട്ടിടം പൊലീസ് മേധാവികൾ തേടി കണ്ടെത്തുകയും ചെയ്തു. ഇൻസ്പെക്ഷൻ ബംഗ്ലാവിന്റെ ഒരു കിലോമീറ്ററോളം കിഴക്കുഭാഗത്തായി ഇലക്ട്രിസിറ്റി ബോർഡ് വക ഒരു വർക്ക്ഷോപ്പായി ഉപയോഗിച്ചിരുന്ന കെട്ടിടം.

ഡാമിന്റെ നിർമാണഘട്ടത്തിൽ ഉണ്ടാക്കിയ രണ്ട് കെട്ടിടങ്ങൾ അതിനോടുചേർന്ന് സ്ഥിതിചെയ്യുന്നു. വിശാലമായ കെട്ടിടത്തിനകത്ത് ആസ്ബസ്റ്റോസ് കൊണ്ട് നിരവധി മുറികളും ഇടനാഴികളും രൂപപ്പെടുത്തിയിരുന്നു. കൊച്ചു സെല്ലുകൾ മുതൽ വിശാലമായ സിറ്റിങ് റൂമിനുവരെ സൗകര്യം കണ്ട ആ കെട്ടിടം തെരഞ്ഞെടുത്ത് അവിടേക്ക് ക്യാമ്പ് മാറ്റുകയും ചെയ്തു. കക്കയം ഡാമിന് കാവൽ നിൽക്കുന്ന കൂറ്റൻ കോണിപ്പാറ മലയുടെ ചരിവിൽ ഏകാന്തതയുടെ ഭീകരതയിൽ ഒറ്റപ്പെട്ടുനിന്ന ആ കെട്ടിടം കൂടുതൽ ഭീകരത പൂണ്ടു. അതിനുചുറ്റും രണ്ടുമൂന്ന് ടെന്റുകൾ ഉയർന്നു. വെഹിക്കിൾ കൺട്രോൾ റൂം, വയർലെസ് സെറ്റുകൾ എന്നിവ സജ്ജമായി. കിഴക്കെ കെട്ടിടത്തിൽ സായുധ പൊലീസ് ക്യാമ്പും ഉണർന്നുപ്രവർത്തിച്ചു. കെട്ടിടത്തിനു ചുറ്റും തോക്കേന്തിയ പൊലീസുകാർ കാവൽനിന്നു. ചുറ്റുമുള്ള വനാന്തരങ്ങളിൽ വയർലെസ് സെറ്റുകൾ സംസാരിച്ചു. ടെലസ്കോപ്പുകൾ കണ്ണുതുറന്നു കറങ്ങി. അമ്പതോളം വാഹനങ്ങൾ, അഞ്ഞൂറോളം പൊലീസുകാർ, കനത്ത ട്രങ്കുകളിൽ കൊണ്ടുവന്ന ക്രൈംബ്രാഞ്ച് വക എന്തൊക്കെയോ സാമഗ്രികൾ, ക്യാമ്പിന് അൽപ്പം അകലെ ശബ്ദിക്കുന്ന പവർഹൗസ്, അൽപ്പം പടിഞ്ഞാറായി ഇലക്ട്രിസിറ്റി ആപ്പീസിൽ ജോലി ചെയ്യുന്ന പി ജെ തോമസിന്റെ വീട്. ഇതൊഴിവാക്കിയാൽ മറ്റാരും കടന്നുവരാത്ത സ്ഥലം. അടിയന്തരാവസ്ഥ എന്ന മരണവാറണ്ട് കയ്യിലുള്ളപ്പോൾ ഇനിയാരെങ്കിലും വന്നാൽ തന്നെയെന്ത്?

പല വഴിക്ക് കുതിച്ചെത്തിയ വാഹനങ്ങളിൽ നിറയെ ആളുകളുണ്ട്. ഇങ്ങനെ എത്തുന്നവർ അടിയുടെയും ഇടിയുടെയും സ്വാദനുഭവിച്ചുകൊണ്ടാണ് അകത്തേതെങ്കിലും മുറിയിൽ

അടയ്ക്കപ്പെടുക. ഓരോ മുറിയുടെ കവാടത്തിലും ഇടനാഴിയിലും തോക്കേന്തിയ പൊലീസുകാർ കാവൽനിന്നിരുന്നു. പടിഞ്ഞാറെ കെട്ടിടത്തിൽ നടുക്കുള്ള വാതിൽ തുറന്നാൽ കാണുന്ന വിശാലമായ മുറിയിലാണ് ജയറാം പടിക്കൽ, മുരളീകൃഷ്ണദാസ്, മധുസൂദനൻ, ലക്ഷ്മണ തുടങ്ങിയവർ ഇരിക്കുക. ഐബിയിൽ നിന്നു കൊണ്ടുവന്ന സെറ്റിയിൽ ടേബിൾഫാൻ പകരുന്ന ശീതളിമയിൽ സുഖിച്ചിരുന്നാണ് മർദനത്തിന് ഇവർ നേതൃത്വം നൽകിയത്. സമീപത്തെ മലകളിൽനിന്നു പിടിച്ച പാവപ്പെട്ട തൊഴിലാളികൾ മുതൽ ആർഇസി, മെഡിക്കൽ കോളേജ് എന്നിവിടങ്ങളിലെ വിദ്യാർഥികൾ വരെ ജീവിതത്തിന്റെ വിവിധ തുറകളിൽ പ്രവർത്തിക്കുന്നവർ അറസ്റ്റ്ചെയ്യപ്പെട്ടു.

ചന്ദനത്തിരി കത്തിച്ചു

ക്യാമ്പിലെത്തുന്നവർക്ക് കുടിക്കാൻ വെള്ളംപോലും നൽകിയില്ല. ബഞ്ചിൽ ബന്ധിക്കപ്പെട്ട് ഉരുട്ടലിന് വിധേയരാക്കിയപ്പോൾ ശരീരത്തിൽ നിന്നൊഴുകിയ വിയർപ്പ് ബഞ്ചിലും സിമന്റ് തറയിലും ഉണങ്ങി ഉപ്പുപരത്തി. കാലിന്റെ തുടയിൽ നിന്ന് ഇറച്ചി പൊളിഞ്ഞുതൂങ്ങി താഴെ രക്തം കെട്ടിനിന്നു. ചീഞ്ഞ മനുഷ്യമാംസത്തിന്റെ ദുർഗന്ധം പരന്ന ക്യാമ്പിൽ ഉയർന്ന പൊലീസ് ഉദ്യോഗസ്ഥർ കടന്നുവരുമ്പോൾ അവരുടെ മൂക്കിനെ ബഹുമാനിക്കാൻ കീഴുദ്യോഗസ്ഥർ ചന്ദനത്തിരി കത്തിച്ചുവെച്ചു.

തുടയിലെ മാംസപേശികൾ ചതഞ്ഞരഞ്ഞ് രക്തംവാർന്ന് ഉമിനീർ വറ്റി ജീവിതത്തിൽ പ്രതീക്ഷ നശിച്ചുകിടന്നവരുടെ തുടയിലും മറ്റും കയറിനിന്ന് പുതുതായി കൊണ്ടുവന്ന തടവുകാരെ ഭയപ്പെടുത്തുക പതിവായിരുന്നു. മാർച്ച് നാലിനു രാത്രി മുതലാണ് അൽപ്പം ചായ തടവുകാർക്ക് നൽകിയത്. പിറ്റേന്നുമുതൽ ഒരുപിടി ചോറും നൽകുകയുണ്ടായി. പണമുള്ളവർക്ക് അത്യാവശ്യം ഭക്ഷണം വാങ്ങി കഴിക്കാൻ അഞ്ചാം തീയതി മുതൽ സൗകര്യം കിട്ടി. ഒരു ഓട്ടൊമൊബൈൽ സ്ഥാപനത്തിന്റെ മുതലാളിയുടെ മകൻ ജോൺ കെ പോൾ കൂട്ടത്തിലുണ്ടായിരുന്നതുകൊണ്ടാണ് ഈ സ്വാതന്ത്ര്യം ലഭിച്ചതെന്ന് തടവുകാർ പറയുന്നു.

റോളറും ഇരുമ്പുലക്കയും

കക്കയത്തിനടുത്തുള്ള ലക്ഷംവീട്ടിൽ താമസിക്കുന്ന കുട്ടപ്പൻ എന്ന ആശാരിയാണ് ഉരുട്ടാനുള്ള റോളറുകൾ നിർമിച്ചുകൊടുത്തത്. കോൺഗ്രസുകാരനായ ബോർഡിലെ ഒരു ജീവനക്കാരൻ സംഭാവന ചെയ്ത ഇരുമ്പുലക്കയായിരുന്നു ഏറ്റവും ക്രൂരമായ ആയുധം. ഉദ്യോഗസ്ഥരെ തൃപ്തിപ്പെടുത്താൻ പരിസര പ്രദേശങ്ങളിലെ കോൺഗ്രസുകാരും യൂത്തന്മാരും മുന്നോട്ടുവന്നു. പേരാമ്പ്രയിലെ ചാത്തൻമേനോൻ എത്തിച്ചുകൊടുത്ത ആട്ടിറച്ചിയും മറ്റും ഐബിയിൽ നിന്ന് വിദഗ്ധമായി പാചകംചെയ്ത് പൊലീസ് മേധാവികളെ ഊട്ടി തൃപ്തിപ്പെടുത്തി. ക്യാമ്പ് തുടങ്ങിയ ആദ്യ ദിവസങ്ങളിൽ കിഴക്കെ കെട്ടിടത്തിലെ ഒരു മുറിയിൽ രണ്ട് മനുഷ്യജീവികൾ പേടിച്ചരണ്ടു കഴിഞ്ഞുകൂടി. ബോർഡിലെ തൂപ്പുകാരനായ ഇ ഒ ലോനപ്പൻ എന്ന വൃദ്ധനും ഭാര്യയും. അർധരാത്രിയിൽ കേട്ട നെഞ്ചുപൊട്ടിക്കുന്ന നിലവിളിയും ഞരക്കങ്ങളും സഹിക്കാനാവാതെ രണ്ടുമൂന്നു ദിവസം കൊണ്ടവർ അവിടെനിന്ന് താമസം മാറ്റി.

മർദനമേറ്റും രക്തം വാർന്നും ഗുരുതരാവസ്ഥയിലെത്തിയവരെ ജീപ്പിലിട്ട് അടുത്തുള്ള ഡിസ്പെൻസറിയിലെ ഡോക്ടറുടെ അടുത്ത് കൊണ്ടുപോകും. 'സ്ഥിതി ഗുരുതരമാണ്, അഡ്മിറ്റ് ചെയ്യണം' എന്നു ഡോക്ടർ പറഞ്ഞാലും ചെയ്യില്ല; അവർ തിരിച്ചുകൊണ്ടുപോകും. കുറേ കഴിഞ്ഞ് ഡാമിലേക്ക് ജീപ്പ് കുതിച്ചുപാഞ്ഞുപോകുന്നതു കാണാം. കോണിപ്പാറമൂലയിലെ കാടുകൾക്കിടയിൽ തിരിഞ്ഞും മറഞ്ഞും കയറിപ്പോയ ജീപ്പിൽ നിന്ന് ഉറക്കുഴി ഭാഗത്തോ ഡാമിനകത്തുതന്നെയോ വലിച്ചെറിഞ്ഞ മൃതദേഹങ്ങൾ ആരു കണ്ടെത്താൻ? [2]

ആദ്യം കുഴിച്ചിട്ട രാജന്റെ മൃതദേഹം പിറ്റേന്ന് മാന്തി പുറത്തെടുത്ത് പെട്രോൾ ഒഴിച്ചുകത്തിച്ച ഞെട്ടിക്കുന്ന വിവരം മെയ് 11-ന്റെ ലക്കത്തിലാണ് വന്നത്. അതിലെ പ്രധാന ഭാഗങ്ങൾ:

രാജൻ മരിച്ച ദിവസം അർധരാത്രിയിൽ കോണിപ്പാറ മലയിലൂടെ ഒരു പൊലീസ് വാഹനം

ജയറാം പടിക്കൽ

ഡാമിനെ ലക്ഷ്യമാക്കി ഓടി. ഡാമിനടുത്തുനിന്ന വാഹനത്തിൽ നിന്ന് ഒരു ചാക്കുകെട്ട് പുറത്തെടുത്തു. എളുപ്പം ഇളക്കാവുന്ന മണ്ണിൽ വലിയൊരു കുഴി രൂപപ്പെട്ടു. ചാക്കിൽ പൊതിഞ്ഞുവെച്ചത് രാജന്റെ മൃതദേഹമായിരുന്നു. അത് ആ കുഴിയിലേക്ക് താഴ്ത്തി മണ്ണിട്ടുമൂടി. അപ്പോൾ സമയം 2.45. നാലു മനുഷ്യർ ഒരു കുടുംബത്തിന്റെ സ്വപ്നങ്ങൾ ഒരു മൺകൂനയിൽ തട്ടിത്തകർത്ത് മൂടിയിട്ട് ധൃതിയിൽ താഴോട്ടു പോന്നു. ആരായിരുന്നു നാലുപേർ? ജയറാം പടിക്കൽ, കെ ലക്ഷ്മണ, എസ്ഐ പുലിക്കോടൻ നാരായണൻ, ഒരു കോൺസ്റ്റബിൾ.

ക്രൂരമായ ആ നാടകം ആ രംഗംകൊണ്ടും അവസാനിച്ചില്ല. പിറ്റേ ദിവസം ആഭ്യന്തരമന്ത്രി കരുണാകരനെ ജയറാം പടിക്കൽ വിവരമറിയിച്ചു. അദ്ദേഹത്തിന്റെ നിർദേശാനുസരണം രാത്രിയും ഒരു രംഗം അരങ്ങേറി. ഡിഎസ്പി ലക്ഷ്മണയുടെ നേതൃത്വത്തിൽ അർധരാത്രി ശവക്കുഴി വീണ്ടും തോണ്ടി ജഡം പുറത്തെടുത്തു. പിന്നെ പാളിക്കത്തിയ പെട്രോളിന്റെ നാവുകളിൽ ആ യുവചേതനയുടെ ഭൗതികരൂപം കരിഞ്ഞുപൊലിഞ്ഞു. [3]

മകനെ തേടി അലഞ്ഞ ഒരച്ഛൻ

കക്കയം ക്യാമ്പ് എന്തായിരുന്നു, ആരൊക്കെ അതിനു നേതൃത്വം കൊടുത്തു, ആരൊക്കെ സഹായിച്ചു, പൊലീസ് മൂന്നാംമുറയുടെ കേട്ടുകേൾവിയില്ലാത്ത അതിക്രൂരമായ രീതികൾ എന്തൊക്കെ എന്നിവ വിവരിച്ചുകൊണ്ടാണ് പരമ്പര തുടങ്ങുന്നത്. കൈകാലുകൾ ബന്ധിച്ച ശേഷം തുടയിൽ ഉരുട്ടാനുള്ള റോളറുകൾ പ്രത്യേകമായി പണിയിപ്പിച്ചതാണെന്ന വിവരം വരെ ആദ്യലക്കത്തിലുണ്ട്. പരമ്പര മുഴുവൻ ഇവിടെ പുനഃപ്രസിദ്ധീകരിക്കാൻ ഉദ്ദേശിക്കുന്നില്ല. എന്നാൽ 45 വർഷം മുമ്പ് *ദേശാഭിമാനി* രേഖപ്പെടുത്തിയ വസ്തുതകളിൽ നിന്ന് അടിയന്തരാവസ്ഥയിൽ കേരളത്തിൽ പൊലീസുകാർ എന്തൊക്കെ ചെയ്തുകൂട്ടി എന്നു മനസ്സിലാക്കാൻ കഴിയും.

അടിയന്തരാവസ്ഥയിലെ പൊലീസ് അതിക്രമങ്ങളുടെ മൂർധന്യത്തിൽ 1976 മാർച്ച് ഒന്നിനു പുലർച്ചെ ആർഇസി ഹോസ്റ്റലിന്റെ മുമ്പിൽ നിന്ന് പൊലീസ് പിടിച്ചുകൊണ്ടുപോയ രാജനെ തേടി അച്ഛൻ ഈച്ചരവാരിയർ പോകാത്ത ഇടമില്ല. മുട്ടാത്ത വാതിലുകളില്ല. ആഭ്യന്തരമന്ത്രിയായിരുന്ന കരുണാകരനെയും മുഖ്യമന്ത്രിയും ആദ്യകാല സുഹൃത്തുമായ സി അച്യുതമേനോനെയും കാണാൻ പോയപ്പോഴുള്ള അനുഭവം *ഒരച്ഛന്റെ ഓർമക്കുറിപ്പുകൾ* എന്ന ഗ്രന്ഥത്തിൽ ഈച്ചരവാരിയർ വിവരിച്ചിട്ടുണ്ട്. കരുണാകരനെയോ ജയറാം പടിക്കലിനെയോ വിളിച്ച് മകന്റെ കാര്യം അന്വേഷിക്കണമെന്ന് ആവശ്യപ്പെട്ടപ്പോൾ ഒരിക്കൽ അച്യുതമേനോന്റെ മറുപടി ഇതായിരുന്നു. "ഞാനിനി തന്റെ മകനെ അന്വേഷിച്ച് ഒരു തോർത്തും തോളത്തിട്ട് കേരളത്തിലങ്ങോളമിങ്ങോളമുള്ള പൊലീസ് സ്റ്റേഷൻ കയറിയിറങ്ങണോ?"[4]

ചരിത്രം സൃഷ്ടിച്ച ഹേബിയസ് കോർപസ്

അടിയന്തരാവസ്ഥയ്ക്കുശേഷം ഇന്ത്യയിൽ ഫയൽ ചെയ്യപ്പെട്ട ആദ്യ ഹേബിയസ് കോർപസ് റിട്ട് ഹർജിയായിരുന്നു ഈച്ചരവാരിയരുടെത്. അടിയന്തരാവസ്ഥയിൽ ഇത്തരം അവകാശങ്ങളെല്ലാം സസ്പെന്റ് ചെയ്തിരുന്നുവല്ലോ. ഭരണഘടനയിലെ 226-ാം അനുഛേദപ്രകാരം ഏതൊരു അധികാരസ്ഥാനത്തോടും നിർദേശങ്ങൾ പുറപ്പെടുവിക്കാൻ സുപ്രീംകോടതിക്കും ഹൈക്കോടതികൾക്കും അധികാരമുണ്ട്. ഹേബിയസ് കോർപസ് എന്ന നിയമപരമായ പ്രതിവിധി മലയാളികൾക്കു പരിചിതമായതു തന്നെ രാജൻ കേസിലൂടെയാണ്. അന്യായമായി തടങ്കലിലുള്ള ഒരാളെ ഹൈക്കോടതിയിൽ ഹാജരാക്കാൻ അപേക്ഷിക്കുന്ന ഹരജിയാണ് ഹേബിയസ്

കോർപസ് റിട്ട്. മനുഷ്യാവകാശങ്ങളുടെയും പൗരസ്വാതന്ത്ര്യത്തിന്റെയും മൂല്യങ്ങൾ ഉൾക്കൊണ്ടാണ് ഹേബിയസ് കോർപസ് റിട്ടുകൾ നമ്മുടെ കോടതികൾ കൈകാര്യം ചെയ്യുന്നത്.

അഡ്വ. കെ രാംകുമാറിന്റെ സഹായത്തോടെ ഈച്ചരവാരിയർ കേരള ഹൈക്കോടതിയിൽ ഫയൽ ചെയ്ത ഹേബിയസ് കോർപസ് റിട്ട് നമ്മുടെ നീതിന്യായ ചരിത്രത്തിലെ പ്രധാന സംഭവമായി മാറി. രാജ്യം മുഴുവൻ ഈ കേസ് ശ്രദ്ധിച്ചു. പത്രങ്ങൾ വലിയ പ്രാധാന്യം നൽകി. കേരള ഗവൺമെന്റ് വലിയ വേവലാതിയിലായി. ഹൈക്കോടതിയിൽ അഭിഭാഷകരുടെയും ജനങ്ങളുടെയും തിരക്കായിരുന്നു. അതുകാരണം വിചാരണ മൂന്നാം നമ്പർ ഹാളിൽ നിന്നും ഏറ്റവും വലിയ ഹാളിലേക്കു മാറ്റി. പ്രമുഖ അഭിഭാഷകൻ എസ് ഈശ്വരയ്യരുടെ നിർദേശപ്രകാരം കെ കരുണാകരനെകൂടി കേസിൽ എതിർകക്ഷിയാക്കി. കരുണാകരനെ കൂടാതെ ആഭ്യന്തര സെക്രട്ടറി നാരായണസ്വാമി, ജയറാം പടിക്കൽ, കെ ലക്ഷ്മണ, പുലിക്കോടൻ നാരായണൻ എന്നിവരും പ്രതികളായി.

രാജനെതിരെ *മനോരമ*

കേസിന്റെ വിചാരണ അടിയന്തരാവസ്ഥയെ പിന്തുണച്ചവരെ വിറളിപിടിപ്പിച്ചു. കേസിനെതിരായ നീക്കങ്ങൾ പല ഭാഗത്തുനിന്നും വന്നു. *മലയാള മനോരമ*യും അതിൽ പങ്കാളിയായി. ബാക്കി ഈച്ചരവാരിയർ പറയട്ടെ:

> കേസ് ഫയലിൽ സ്വീകരിച്ച് നാലാം ദിവസമാണെന്ന് തോന്നുന്നു *മനോരമ* ദീർഘമായ ഒരു എഡിറ്റോറിയൽ എഴുതി. *മനോരമ*യെ സ്നേഹിക്കുന്ന വായനക്കാർക്കുവരെ അത് എത്രത്തോളം ഉൾക്കൊള്ളാൻ കഴിഞ്ഞുവെന്ന് എനിക്ക് സംശയമാണ്. *മനോരമ* എഡിറ്റോറിയൽ രാജനെ അത്യന്തം അധിക്ഷേപിച്ചുകൊണ്ടുള്ളതായിരുന്നു. ഒരു വിദ്യാർഥിയെ എത്രമാത്രം അപകീർത്തിപ്പെടുത്താമോ അത്രമാത്രം അതിൽ ചെയ്തിട്ടുണ്ടായിരുന്നു. അത് എന്നെ വല്ലാതെ വേദനിപ്പിച്ചു. അടുത്തദിവസം ഞാനതിന് ഒരു മറുകുറി എഴുതി. പക്ഷേ, *മനോരമ* അത് പ്രസിദ്ധീകരിക്കാൻ തയാറായില്ല. എന്തായാലും രാജനെ സംബന്ധിച്ച് ഇത്രയും മോശമായ ഒരു എഡിറ്റോറിയൽ വന്ന സ്ഥിതിക്ക് അതിനു മറുപടിയെന്നോണം എന്തെങ്കിലും ചെയ്യാതിരുന്നാൽ അത് പൊതുജനങ്ങൾക്കിടയിൽ വളരെയധികം തെറ്റിദ്ധാരണയ്ക്കിടയാക്കും എന്നു തോന്നി. അടുത്തദിവസം *ദേശാഭിമാനി*യിൽ അതു പ്രസിദ്ധീകരിച്ചു.

രാജൻ കേസിന്റെ പുരോഗതിയിൽ വിറളിപിടിച്ചവർ *മനോരമ*യുടെ എഡിറ്റോറിയൽകൊണ്ടും തൃപ്തരായില്ല. അവർ പല മാർഗങ്ങളും അവലംബിക്കാൻ തുടങ്ങി. അവർ സ്വീകരിച്ച വഴികൾ അത്യന്തം അധാർമികവും അന്തസ്സില്ലാത്തതുമായിരുന്നു. നമ്മുടെ രാഷ്ട്രീയ-സമുദായ രംഗത്തെ പ്രമുഖരായ ചില വ്യക്തികളായിരുന്നു ഇതിന്റെ പ്രണേതാക്കൾ. അക്കാലത്ത് എറണാകുളത്തുനിന്ന് *അസാധു* എന്ന പേരിൽ ഒരു ഹാസ്യവാരിക പ്രചാരത്തിലുണ്ടായിരുന്നു. അതിൽ കാർട്ടൂണിസ്റ്റ് യേശുദാസന്റെ ഒരു ലേഖനം പ്രത്യക്ഷപ്പെട്ടു. രാജനെയും എന്നെയും സംബന്ധിച്ച് ഏറെ അധിക്ഷേപങ്ങൾ ചൊരിയുന്നതായിരുന്നു ആ ലേഖനം. സംസ്കാരത്തിന്റെ കണികപോലും അവശേഷിക്കുന്നവർക്ക് എഴുതാൻ കഴിയാത്തവിധത്തിലുള്ളതായിരുന്നു ആ ലേഖനം. ഞാൻ അഡ്വ. ഈശ്വരയ്യരുടെ അടുത്തേക്ക് ഓടി. അദ്ദേഹത്തിന്റെ മുമ്പിലിരുന്ന് ഞാൻ കരഞ്ഞു. കേസ് കൊടുത്തതുകൊണ്ട് കാര്യമില്ലെന്ന് അദ്ദേഹം പറഞ്ഞു. അഡ്വ. രാംകുമാറിന്റെ അഭിപ്രായവും അതുതന്നെയായിരുന്നു. അദ്ദേഹം എന്നെ ആശ്വസിപ്പിക്കുക മാത്രം ചെയ്തു. അടുത്തദിവസം രണ്ടു പ്രമുഖ പാർട്ടി പത്രങ്ങളുടെ എഡിറ്റോറിയൽ പേജിൽ യേശുദാസന്റെ ലേഖനം പ്രത്യക്ഷപ്പെട്ടു. കോൺഗ്രസ് മുഖപത്രമായ *വീക്ഷണ*ത്തിലും സിപിഐ മുഖപത്രമായ *ജനയുഗ*ത്തിലും.[5]

ചരിത്രപ്രസിദ്ധമായ കോടതി വിധി

1977 ഏപ്രിൽ പതിമൂന്നിനാണ് ഹേബിയസ് കോർപസ് ഹരജിയിൽ ജസ്റ്റിസ് സുബ്രഹ്മണ്യൻ പോറ്റിയും ജസ്റ്റിസ് ഖാലിദും ഉൾപ്പെട്ട ഹൈക്കോടതി ഡിവിഷൻ ബഞ്ച് ചരിത്ര

സുബ്രഹ്മണ്യൻ പോറ്റി

പ്രസിദ്ധമായ വിധി പറഞ്ഞത്. മെയ് 22-ന് രാജനെ കോടതിയിൽ ഹാജരാക്കണമെന്നായിരുന്നു മാനുഷിക മൂല്യങ്ങളും പൗരസ്വാതന്ത്ര്യവും ഉയർത്തിപ്പിടിക്കുന്ന ആ വിധി. രാജനെ പൊലീസ് പിടിച്ചുകൊണ്ടുപോയിട്ടുണ്ടെന്ന് സാക്ഷിമൊഴികളിൽ നിന്ന് തെളിഞ്ഞിട്ടുണ്ടെന്നും കക്കയം ക്യാമ്പിൽ രാജന് മർദനമേറ്റിട്ടുണ്ടെന്നും കോടതി പറഞ്ഞു. രാജനെ ഹാജരാക്കണമെന്ന ഹൈക്കോടതി വിധി സ്വാഭാവികമായും *ദേശാഭിമാനി* വലിയ പ്രാധാന്യത്തോടെയാണ് പ്രസിദ്ധീകരിച്ചത്. സാമാന്യവലുപ്പത്തിലധികമുള്ള അക്ഷരങ്ങൾ തലക്കെട്ടിൽ ഉപയോഗിക്കണമെങ്കിൽ അക്കാലത്ത് മരക്കട്ടയിൽ അച്ചുണ്ടാക്കണം. അങ്ങനെ മരക്കട്ടയിൽ വലിയ അച്ചുണ്ടാക്കിയാണ് *ദേശാഭിമാനി*യുടെ കൊച്ചി എഡിഷൻ ആ വാർത്തയ്ക്ക് തലക്കെട്ടു കൊടുത്തത്. അന്ന് എട്ടുകോളം ലീഡായി കൊടുത്ത വാർത്ത ഇവിടെ ഉദ്ധരിക്കുന്നു:

രാജനെ ഏപ്രിൽ 21-ന് ഹാജരാക്കണം

കരുണാകരനും ഉദ്യോഗസ്ഥരും സത്യം മറച്ചുപിടിക്കാൻ ശ്രമിച്ചു

രാജനെ പൊലീസ് ക്രൂരമായി മർദിച്ചതായി തെളിഞ്ഞു

അഡ്വ. കെ രാംകുമാർ

കൊച്ചി, ഏപ്രിൽ 13: കോഴിക്കോട് റീജിണൽ എഞ്ചിനീയറിങ് കോളേജ് വിദ്യാർഥിയായ രാജനെ ഏപ്രിൽ 21-ന് കോടതിയിൽ ഹാജരാക്കണമെന്ന് ഹൈക്കോടതിയുടെ ഡിവിഷൻ ബെഞ്ച് ഇന്ന് ആജ്ഞാപിച്ചിരിക്കുന്നു.

രാജൻ കേസിലെ വിധി കേൾക്കാൻ കോടതിയിലും പരിസരത്തും ശ്വാസംമുട്ടിനിന്നിരുന്ന അനേകം വിദ്യാർഥികളും രക്ഷിതാക്കളും കോടതിയുടെ അഭൂതപൂർവമായ ഈ തീരുമാനം ഹർഷാരവങ്ങളോടെയാണ് സ്വീകരിച്ചത്. വിധി പ്രസ്താവന കഴിഞ്ഞതോടെ കോടതിമുറിയിലേക്ക് തള്ളിക്കയറിയ ജനങ്ങൾ, അഭിഭാഷകരായ എസ് ഈശ്വരയ്യരെയും രാംകുമാറിനെയും രാജൻ ബാബുവിനെയും വളയുകയും അഭിനന്ദനങ്ങൾകൊണ്ട് വീർപ്പുമുട്ടിക്കുകയും ചെയ്തു.

കേസ് അവസാനിച്ചിട്ടില്ല

രാജന്റെ അച്ഛൻ ടി വി ഈച്ചരവാരിയർ മനസ്സുനിറയെ സന്തോഷവുമായി സഹപ്രവർത്തകരോടൊപ്പം കോടതിയിൽ നിന്ന് ഇറങ്ങിപ്പോയ രംഗം വികാരതരളിതമായിരുന്നു. രാജനെ ഹാജരാക്കാൻ കഴിയാത്തപക്ഷം കോടതി തുറക്കുമ്പോൾ രാജനെക്കുറിച്ച് നടത്തിയ അന്വേഷണത്തിന്റെ വിശദവിവരങ്ങൾ കോടതിയിൽ സമർപ്പിക്കണമെന്നും ഡിവിഷൻ ബെഞ്ച് ഉത്തരവായി. ഈ കേസിൽ മറ്റ് എന്ത് ഉത്തരവ് പാസാക്കണമെന്ന് കോടതി തീരുമാനിക്കുന്നതാണ്. അതുകൊണ്ട് ഇപ്പോഴത്തെ ഉത്തരവോടെ കേസ് അവസാനിച്ചതായി കണക്കാക്കരുതെന്ന് കോടതി പറഞ്ഞു.

ടി വി ഈച്ചരവാരിയർ സമർപ്പിച്ച റിട്ട് ഹരജിയിന്മേലുള്ള 51 പേജ് വരുന്ന പ്രധാന വിധി ജസ്റ്റിസ് പി സുബ്രഹ്മണ്യൻ പോറ്റിയാണ് പ്രസ്താവിച്ചത്. ജസ്റ്റിസ് വി ഖാലിദും അതിനോട് യോജിച്ചുകൊണ്ട് ചെറിയ ഒരു വിധിന്യായം വായിക്കുകയുണ്ടായി.

അനുപമമായ കേസ്

ജസ്റ്റിസ് പോറ്റി തന്റെ സുപ്രധാനമായ വിധി തുടങ്ങിയതുതന്നെ 'ഈ കേസ് പലതരത്തിലും അനുപമായ ഒന്നാണ്' എന്ന് പ്രസ്താവിച്ചുകൊണ്ടാണ്. പൗരന്മാരുടെ സ്വാതന്ത്ര്യം സംര

ജസ്റ്റിസ് വി ഖാലിദ്

ക്ഷിക്കാനുള്ള ചുമതല ലഘുവായതല്ല. ഈ കേസുമായി ബന്ധപ്പെട്ട അന്വേഷണങ്ങളെല്ലാം വെറും സാധാരണമട്ടിൽ അതിന്റെ ഗൗരവം കണക്കാക്കാത്ത തരത്തിൽ ആയിരുന്നുവെന്നും ജഡ്ജി ചൂണ്ടിക്കാണിച്ചു. ഇതിലെ നാലാം എതിർകക്ഷിയായ മുഖ്യമന്ത്രി കോടതിയിൽ സമർപ്പിച്ച സത്യവാങ്മൂലം, 'ഹരജിക്കാരൻ അദ്ദേഹത്തെ കണ്ടു' എന്ന പ്രസ്താവനക്ക് ഒരു മറുപടിയല്ലെന്ന് ജഡ്ജി പറഞ്ഞു.

സാധാരണഗതിയിൽ പൊലീസിന്റെ നിയമവിരുദ്ധമായ കസ്റ്റഡിയിൽ ഉള്ളപ്പോൾ മാത്രമേ ഹേബിയസ് കോർപസ് റിട്ട് പുറപ്പെടുവിക്കാൻ കോടതികൾ ഒരുങ്ങാറുള്ളൂ. എന്നാൽ ഈ കേസിൽ അതല്ല സ്ഥിതി. ഇതുപോലൊരു കേസ് ഇതിനുമുമ്പ് ഉണ്ടായിട്ടില്ല. കോടതി ഇപ്പോൾ തികച്ചും അസാധാരണമായ ഒരു നടപടിക്രമമാണ് സ്വീകരിച്ചിരിക്കുന്നത്. അങ്ങനെ അഭൂതപൂർവമായ നടപടിക്രമം സ്വീകരിക്കുന്നത് അതിനുള്ള കോടതിയുടെ അധികാരം ചോദ്യം ചെയ്യപ്പെടാൻ വയ്യാത്തതുകൊണ്ടാണ്. കാരണം അതിന്റെ ഉദ്ദേശ്യം സത്യം കണ്ടെത്തുക എന്നതും ഹരജിക്കാരന് ആശ്വാസം നൽകുക എന്നതുമാണ്.

കോടതികൾ ഇതിനുമുമ്പ് സത്യം കണ്ടെത്താൻ നടപടികൾ സ്വീകരിച്ചതിന്റെ ഉദാഹരണങ്ങൾ ഒന്നും ഇവിടെ ചൂണ്ടിക്കാണിക്കപ്പെട്ടിട്ടില്ല. എന്നാൽ ഇവിടെ അങ്ങനെ ഒരു സ്ഥിതിവിശേഷം ഉളവായിരിക്കുന്നു എന്ന് ജസ്റ്റിസ് പോറ്റി പറഞ്ഞു. പൗരന്റെയും അയാളുടെ കുടുംബത്തിന്റെയും സ്വാതന്ത്ര്യം നിയമവിരുദ്ധമായ തടങ്കലിൽ നിന്ന് സംരക്ഷിക്കുക എന്ന കടമ ഉള്ളേടത്തോളം കാലം കോടതിക്ക് അതിന്റെ അധികാരം പ്രയോഗിക്കാതിരിക്കാനാവില്ല. തടങ്കലിനെ സംബന്ധിച്ച് തർക്കം ഉണ്ടെങ്കിൽത്തന്നെ കോടതി അതിന്റെ അധികാരം പ്രയോഗിച്ചേ മതിയാകൂ.

മൂന്നു പ്രശ്നങ്ങൾ

മൂന്നു പ്രശ്നങ്ങളാണ് കോടതിക്ക് ഈ കേസിൽ തീരുമാനിക്കാനുണ്ടായിരുന്നതെന്ന് ജസ്റ്റിസ് പോറ്റി പറഞ്ഞു. ഒന്ന്: 1976 മാർച്ച് ഒന്നാം തീയതി രാജനെ പൊലീസ് കസ്റ്റഡിയിൽ എടുത്തിട്ടുണ്ടോ? രണ്ട്: രാജൻ ഇപ്പോഴും പൊലീസ് കസ്റ്റഡിയിലാണോ? മൂന്ന്: ഈ കേസിന്റെ സാഹചര്യങ്ങളിൽ ഹരജിക്കാരന് എന്ത് ആശ്വാസമാണ് അനുവദിക്കേണ്ടത്? ആ ഉത്തരവ് ആർക്കെതിരായിട്ടായിരിക്കണം?

രാജനെ പൊലീസ് കസ്റ്റഡിയിൽ എടുത്തു എന്നു കാണിക്കാൻ ധാരാളം തെളിവുകളുണ്ടെന്ന് കോടതി പറഞ്ഞു. കഴിഞ്ഞ കൊല്ലം മാർച്ച് ഒന്നാം തീയതി രാജനെ പൊലീസ് അറസ്റ്റ് ചെയ്തു എന്ന് ആർഇസി പ്രിൻസിപ്പൽ ബഹാവുദ്ദീൻ നൽകിയ മൊഴി, ഈ കേസിലെ മറ്റു തെളിവുകളുടെ മൂല്യം നിർണയിക്കുന്നതിനുള്ള പശ്ചാത്തലത്തെളിവായി കണക്കാക്കാവുന്നതാണെന്ന് കോടതി പറഞ്ഞു. ഈ കേസിൽ സാക്ഷികൾ വാക്കാൽ നൽകിയിട്ടുള്ള തെളിവുകളെ മൊത്തത്തിൽ വിലയിരുത്തിയാൽ അത് 1976 മാർച്ച് ഒന്നാം തീയതി രാവിലെ രാജനെ പൊലീസ് കസ്റ്റഡിയിൽ എടുത്തു എന്ന നിഗമനത്തിൽ എത്തിക്കുന്നതാണ്.

രാജനെ അവിടെ നിന്ന് കക്കയം ടൂറിസ്റ്റ് ബംഗ്ലാവിൽ കൊണ്ടുപോയി എന്നും സബ് ഇൻസ്പക്ടർ പുലിക്കോടൻ നാരായണൻ ഉൾപ്പെടെയുള്ള ആറു പൊലീസുകാർ മർദിച്ചു എന്നും കാണാവുന്നതാണ്. അതുകൊണ്ട് ആ സമയം വരെ രാജൻ പൊലീസ് കസ്റ്റഡിയിൽ ഉണ്ടായിരുന്നു എന്ന് തെളിയിക്കപ്പെട്ടിരിക്കുന്നു.

ഹരജിക്കാരന്റെ പ്രസ്താവനയ്ക്ക് മറുപടിയില്ല

ഇപ്പോഴത്തെ മുഖ്യമന്ത്രിയും അന്നത്തെ ആഭ്യന്തര മന്ത്രിയുമായ കെ കരുണാകരൻ രാജന്റെ പിതാവിനോട് മകനെ സംബന്ധിച്ച് ഒന്നും പറഞ്ഞിട്ടില്ലെന്നാണ് എതിർകക്ഷി സത്യവാങ്മൂലത്തിൽ പ്രസ്താവിച്ചിരിക്കുന്നത്. അതേസമയം, കഴിഞ്ഞ കൊല്ലം മാർച്ച് പത്താം തീയതി ആഭ്യന്തരമന്ത്രിയെ രാജന്റെ പിതാവ് ഈച്ചരവാരിയർ കണ്ടുവെന്നും അപ്പോൾ രാജനെ

പൊലീസ് ഗൗരവമായ ഒരു കേസിൽ അറസ്റ്റ് ചെയ്തിട്ടുണ്ടെന്നും തന്നാലാവുംവിധം അയാളെ സഹായിക്കാമെന്നും പറഞ്ഞതായിട്ടാണ് ഈച്ചരവാരിയർ സത്യവാങ്മൂലം നൽകിയിട്ടുള്ളത്. ഈച്ചരവാരിയരെ എതിർകക്ഷിക്കുവേണ്ടി ക്രോസ് ചെയ്യുകയുണ്ടായിട്ടില്ല. അതുകൊണ്ട് ആഭ്യന്തരമന്ത്രിയുടെ സത്യവാങ്മൂലത്തിലെ പ്രസ്താവന ഹരജിക്കാരന്റെ പ്രസ്താവനക്ക് മറുപടിയാവുന്നില്ല എന്നു പറയാൻ കോടതിക്ക് ഖേദമുണ്ടെന്ന് ജസ്റ്റിസ് പോറ്റി പറഞ്ഞു. എന്തുകൊണ്ടെന്നാൽ, നേരെയുള്ള മറുപടിയാണ് ഒരാൾ പ്രതീക്ഷിക്കുക. പ്രത്യേകിച്ചും ഹരജിക്കാരന്റെ പ്രസ്താവനയുടെ ഗൗരവം പരിഗണിക്കുമ്പോൾ. ഈ സാഹചര്യത്തിൽ ഹരജിക്കാരന്റെ മൊഴി സത്യമാണെന്ന് കോടതിക്ക് വിശ്വസിക്കേണ്ടിയിരിക്കുന്നു.

ഈച്ചരവാരിയർ കഴിഞ്ഞ കൊല്ലം മാർച്ച് പത്താം തീയതിയോ അതിനടുത്തോ ആഭ്യന്തരമന്ത്രിയെ കണ്ടിട്ടുണ്ട്. അതു തന്റെ മകനെ കാണാതായത് സംബന്ധിച്ച പരാതി പറയാനാണുതാനും. മാർച്ച് പത്താം തീയതി ഹരജിക്കാരൻ ആഭ്യന്തരമന്ത്രിയെ കണ്ട് തന്റെ മകന്റെ തിരോധാനം സംബന്ധിച്ച് പരാതി പറഞ്ഞുവോ എന്നത് ഇപ്പോൾ അത്ര പ്രാധാന്യമർഹിക്കുന്ന വസ്തുതയല്ല. എന്നാൽ ആഭ്യന്തരമന്ത്രിയുടെ തുടർന്നുള്ള പെരുമാറ്റം വിലയിരുത്തുന്നതിന് അതൊരു പശ്ചാത്തല സാമഗ്രിയായി കണക്കാക്കാവുന്നതാണ്. ഹരജിക്കാരനിൽ നിന്ന് നേരിട്ടും കേന്ദ്രഗവൺമെന്റ് വഴിയും ആഭ്യന്തര സെക്രട്ടറിക്ക് രാജൻ അപ്രത്യക്ഷനായത് സംബന്ധിച്ച് ധാരാളം പരാതികൾ ലഭിച്ചിട്ടുണ്ട്. പക്ഷേ, അവയൊന്നും ആഭ്യന്തരമന്ത്രിയുടെ ശ്രദ്ധയിൽപെട്ടിട്ടില്ല.

സംശയകരം

വി വിശ്വനാഥമേനോൻ എംപിയുടെ കത്തുസഹിതം പരാതി ലഭിച്ചപ്പോൾ മാത്രമേ ഹരജിക്കാരന്റെ പരാതി ആഭ്യന്തരമന്ത്രിയുടെ ശ്രദ്ധയിൽപെട്ടുള്ളു. അതിനദ്ദേഹം നേരിട്ടു മറുപടിയും അയച്ചു. അതിൽ പറഞ്ഞിരുന്നത് 'രാജനെ വിട്ടയക്കുന്ന കാര്യം പരിഗണിക്കാ'മെന്നാണ്. ഇത്രയേറെ പരാതികൾ കിട്ടിയിട്ടും നടത്തപ്പെട്ട അന്വേഷണങ്ങളെല്ലാം വഴിപാട് കഴിക്കുന്ന മട്ടിലായിരുന്നു. അന്വേഷണം നടത്തിയവരുടെ ഈ പെരുമാറ്റം അങ്ങേയറ്റം സംശയകരമല്ലെങ്കിൽ വെറും അഹന്തനിറഞ്ഞതാണ്. ഒരാളും ഒരു നടപടിയും എടുത്തതായി കാണുന്നില്ല. പക്ഷേ, ഓരോ ഉദ്യോഗസ്ഥനും സ്വയം സംതൃപ്തനാണ്. കേന്ദ്ര ഗവൺമെന്റിന് ഒരു റിപ്പോർട്ടയക്കുന്നതിൽ മാത്രമായിരുന്നു അവർക്ക് കൂടുതൽ താൽപ്പര്യം. അങ്ങനെ അയച്ച റിപ്പോർട്ട് ശരിയായിട്ടുള്ളതാണെന്നോ മതിയായതാണെന്നോ ഒരാളും പരിഗണിച്ചിട്ടില്ല.

ഈ റിപ്പോർട്ട് കിട്ടുന്നതിലുണ്ടായ കാലതാമസം, അതു തയാറാക്കുന്നതിൽ കാണിച്ച അലസഭാവം മുതലായവയെപ്പറ്റി പ്രത്യേക അഭിപ്രായം പറയുന്നില്ല. പക്ഷേ, ഇതു പൗരന്റെ സ്വാതന്ത്ര്യം സംബന്ധിച്ച കാര്യത്തിൽ ഉള്ള അലസമനോഭാവത്തിന്റെ പൊതുവായ പ്രതിഫലനം മാത്രമാണ്. അടിയന്തരാവസ്ഥക്കാലത്ത് കോടതികളുടെ സംരക്ഷണം ഇല്ലാതിരുന്ന അവസരത്തിൽ എക്സിക്യൂട്ടിവ് അധികാരികളുടെ ദയാദാക്ഷിണ്യത്തെ ആശ്രയിക്കുക മാത്രമേ പൗരന് ഗതിയുണ്ടായിരുന്നുള്ളു.

ഡിഎസ്പിയുടെ റിപ്പോർട്ട് സത്യസന്ധമല്ല

ഈ റിപ്പോർട്ട് കോഴിക്കോട് ഡിഎസ്പി ലക്ഷ്മണയാണ് തയാറാക്കിയത്. അതിലദ്ദേഹം പ്രിൻസിപ്പലിനെ കണ്ട് അന്വേഷിച്ചു എന്നും വിദ്യാർഥികളുടെ രക്ഷിതാക്കൾക്കെഴുതിയ കത്തിന്റെ പകർപ്പുകൾ തന്റെ കയ്യിലില്ലെന്ന് പ്രിൻസിപ്പൽ പറഞ്ഞതായും രേഖപ്പെടുത്തിയിട്ടുണ്ട്. ഈ രേഖ പ്രിൻസിപ്പൽ കോടതിയിൽ ഹാജരാക്കുകയും പൊലീസ് തന്നെ ഒരിക്കലും കണ്ടു ചോദിച്ചിട്ടില്ലെന്ന് മൊഴി നൽകുകയും ചെയ്തു. ഡിഎസ്പിയുടെ റിപ്പോർട്ടിലെ പ്രസ്താവം ശരിയല്ലെന്ന് കോടതി പറഞ്ഞു.

എതിർകക്ഷികൾ സമർപ്പിച്ച സത്യവാങ്മൂലങ്ങൾ കോടതിക്ക് സഹായകരമായില്ല. പ്രശ്നത്തിന്റെ ഗൗരവം കണക്കിലെടുത്തുകൊണ്ട് ഈ കാര്യത്തിൽ സ്റ്റേറ്റ് ഗവൺമെന്റ് നടത്തിയ അന്വേഷണങ്ങളുടെ വിശദവിവരങ്ങൾ എതിർകക്ഷികളുടെ സത്യവാങ്മൂലത്തിൽ ഉണ്ടാകുമെ

ന്നാണ് പ്രതീക്ഷിച്ചിരുന്നത്. അന്വേഷണ റിപ്പോർട്ട് സമർപ്പിക്കാനുണ്ടായ കാലതാമസത്തിന് വിശദീകരണമുണ്ടാകുമെന്നും കോടതി പ്രതീക്ഷിച്ചു. 1976 മാർച്ച് പത്താം തീയതി താൻ ആഭ്യന്തര മന്ത്രിയെ കണ്ടു എന്ന ഹരജിക്കാരന്റെ പ്രസ്താവനയെ സംബന്ധിച്ച് സ്പഷ്ടമായ ഒരു മറുപടി ആഭ്യന്തരമന്ത്രിയുടെ സത്യവാങ്മൂലത്തിൽ ഉണ്ടാകുമെന്നും കോടതി പ്രതീക്ഷിച്ചു.[6]

വ്യക്തിസ്വാതന്ത്ര്യം ഹനിക്കപ്പെട്ടുവെന്ന് ബോധ്യമായപ്പോൾ ഹൈക്കോടതിക്കുള്ള അധികാരം ശക്തമായി പ്രയോഗിക്കുകയാണ് സുബ്രഹ്മണ്യൻ പോറ്റിയും വി ഖാലിദും ചെയ്തത്. കസ്റ്റഡിയിൽ നിന്ന് ആരെ മോചിപ്പിച്ച് ഹാജരാക്കണമെന്നാണോ റിട്ട് ഹരജിയിൽ ആവശ്യപ്പെട്ടിട്ടുള്ളത്, ആ വ്യക്തി കേരളത്തിൽ ഒരു പൊലീസ് ഓഫീസറുടെയും കസ്റ്റഡിയിലില്ലെന്ന് പൊലീസ് മേധാവികളും ആഭ്യന്തരമന്ത്രിയും ഒരേ സ്വരത്തിൽ കോടതിയിൽ പറഞ്ഞ അസാധാരണ സാഹചര്യം ഈ കേസിലുണ്ടായിരുന്നു. അവരുടെ സത്യവാങ്മൂലം മുഖവിലക്കെടുത്ത് കേസ് അവസാനിപ്പിച്ചിരുന്നുവെങ്കിൽ അതു നമ്മുടെ നീതിന്യായ വ്യവസ്ഥക്കു സംഭവിക്കുന്ന വലിയ അത്യാഹിതമാവുമായിരുന്നു.

നിർണായകമായത് ബഹാവുദ്ദീന്റെ മൊഴി

ആർഇസി പ്രിൻസിപ്പൽ പ്രൊഫ. ബഹാവുദ്ദീൻ നൽകിയ മൊഴിയാണ് രാജൻ കേസിൽ നിർണായക തെളിവായത്. കരുണാകരനും പൊലീസ് ഉദ്യോഗസ്ഥരും പറഞ്ഞ നുണകൾ തള്ളിക്കളഞ്ഞ് സത്യം കണ്ടെത്താൻ കോടതിയെ പ്രൊഫ. ബഹാവുദ്ദീൻ സഹായിച്ചു. തന്റെ വിദ്യാർഥിയെ സ്വന്തം മകനെപ്പോലെ കണക്കാക്കി അടിയന്തരാവസ്ഥയിലെ ഭവിഷ്യത്ത് നേരിടാൻ അദ്ദേഹം തയാറായി. ജയറാം പടിക്കലടക്കം ഉയർന്ന പൊലീസ് ഉദ്യോഗസ്ഥരിൽ നിന്ന് ഒരുപാട് അവഹേളനത്തിന് ഇരയായിട്ടും അദ്ദേഹം സത്യത്തിനും നീതിക്കും വേണ്ടി ഉറച്ചുനിന്നു. 1976 മാർച്ച് ഒന്നിന് കോളേജ് ക്യാമ്പസിൽ നിന്ന് രാജനെ പൊലീസ് കസ്റ്റഡിയിൽ എടുത്തുവെന്ന് അസന്ദിഗ്ധമായി അദ്ദേഹം സാക്ഷ്യപ്പെടുത്തി. പി രാജൻ, ജോസഫ് ചാലി എന്നീ വിദ്യാർഥികളെ പൊലീസ് പിടിച്ചുകൊണ്ടുപോയ അന്നു രാവിലെ തന്നെ രണ്ടുപേരുടെയും രക്ഷിതാക്കൾക്ക് അദ്ദേഹം റജിസ്റ്റർ ചെയ്ത് കത്തയച്ചു. ആ കത്തിന്റെ കോപ്പി അദ്ദേഹം ഹാജരാക്കുകയും ചെയ്തു. പ്രിൻസിപ്പൽ നൽകിയ തെളിവ് ഈ കേസിലെ രജതരേഖയായി എന്നാണ് കോടതി നിരീക്ഷിച്ചത്. കുട്ടികളെ പൊലീസ് പിടിച്ചുകൊണ്ടുപോയെന്ന് ബോധ്യമായ ഉടനെ രക്ഷിതാക്കൾക്ക് രജിസ്റ്റർ കത്തയക്കാൻ എന്താകാം അദ്ദേഹത്തെ പ്രേരിപ്പിച്ചത്? അടിയന്തരാവസ്ഥയിൽ രാജ്യത്തിന്റെ പല ഭാഗത്തും നടക്കുന്ന കാര്യങ്ങൾ മനസ്സിലാക്കിയ ആ അധ്യാപകൻ തന്റെ കുട്ടികൾക്കും എന്തും സംഭവിക്കാമെന്ന് ഭയപ്പെട്ടിട്ടുണ്ടാകണം. രാജനെ പൊലീസ് കസ്റ്റഡിയിൽ എടുത്തിട്ടുണ്ടെന്ന് തെളിഞ്ഞതിനാൽ ഏപ്രിൽ 21-ന് കോടതിയിൽ ഹാജരാക്കണമെന്നാണല്ലോ കോടതി വിധിച്ചത്. പിന്നീട് എന്തുസംഭവിച്ചുവെന്ന് നോക്കാം. രാജനെ ഹാജരാക്കണമെന്ന വിധിക്കെതിരെ സുപ്രീംകോടതിയിൽ അപ്പീൽ സമർപ്പിക്കുന്നതിന് അനുമതി തേടിക്കൊണ്ട് അന്നു മുഖ്യമന്ത്രിയായിരുന്ന കെ കരുണാകരനും മറ്റു നാലു പ്രതികളും ഹൈക്കോടതിയിൽ സമർപ്പിച്ച അപേക്ഷകൾ ജസ്റ്റിസ് സുബ്രഹ്മണ്യൻ പോറ്റിയും വി ഖാലിദും ഉൾപ്പെട്ട ഡിവിഷൻ ബഞ്ച് ഏപ്രിൽ 23-ന് തള്ളിക്കളഞ്ഞു. ആ വാർത്തയും ഒന്നാം പേജ് ലീഡായാണ് *ദേശാഭിമാനി* പ്രസിദ്ധീകരിച്ചത്. ആ വാർത്തയിൽ നിന്ന്:

കൊച്ചി, ഏപ്രിൽ 23: സുപ്രീംകോടതിയിൽ അപ്പീൽ സമർപ്പിക്കത്തക്കവിധം സാരമായതോ പൊതുപ്രാധാന്യമുള്ളതോ ആയ നിയമപ്രശ്നങ്ങളില്ലെന്ന് ചൂണ്ടിക്കാണിച്ചാണ് ഹൈക്കോടതി ഹരജികൾ തള്ളിയത്. രാജനെ 1976 മാർച്ച് ഒന്നിന് കസ്റ്റഡിയിലെടുത്തതും പിന്നീട് അയാളെ കക്കയം പൊലീസ് ക്യാമ്പിൽ കണ്ടതും എതിർകക്ഷികൾ നിഷേധിക്കുകയാണ്. എന്നാൽ സാക്ഷിമൊഴികൾ വിലയിരുത്തിയും സാഹചര്യങ്ങളുടെ അടിസ്ഥാനത്തിലും ഹരജിക്കാരന്റെ വാദം ശരിയാണെന്ന് കോടതി കണ്ടു. രാജൻ പൊലീസ് കസ്റ്റഡിയിലുണ്ടെന്ന നിഗമനത്തിൽ കോടതി എത്തിയതിനെക്കുറിച്ച് അപ്പീൽ അപേക്ഷയിൽ തർക്കമുന്നയിക്കുന്നുണ്ട്. ഒരിക്കൽ

ഒരാളെ കസ്റ്റഡിയിൽ എടുത്താൽ അയാൾ കസ്റ്റഡിയിൽ തുടരുന്നുവെന്നാണ് നിഗമനം. ഈ കേസിന്റെ പ്രത്യേക സാഹചര്യങ്ങളിൽ കോടതി എത്തിയ നിഗമനമാണിത്. അയാൾ കസ്റ്റഡിയിൽ ഇല്ലെങ്കിൽ അയാളെ കസ്റ്റഡിയിൽ എടുത്ത ആൾക്കോ അയാളുടെ കസ്റ്റഡി പിന്നീട് ആർക്കാണോ അവർക്കോ ആ കസ്റ്റഡി എങ്ങനെ അവസാനിപ്പിച്ചുവെന്ന് വിശദീകരിക്കാവുന്നതാണ്. ഇത്തരം വിശദീകരണത്തിന്റെ അഭാവത്തിൽ കോടതി മുമ്പാകെയുള്ള തെളിവുകളെക്കൊണ്ട് രാജൻ പൊലീസ് കസ്റ്റഡിയിലാണെന്ന് കണക്കാക്കാവുന്നതാണ്. എന്നിട്ടും രാജനെ ഹാജരാക്കാൻ നിവൃത്തിയില്ലെങ്കിൽ അയാൾക്കെന്തു സംഭവിച്ചുവെന്ന് കാണിക്കാൻ കോടതി എതിർകക്ഷികൾക്ക് അവസരം നൽകി. ഈ നടപടി എന്തുകൊണ്ട് സ്വീകരിച്ചുവെന്ന് വിധിന്യായത്തിൽ പറഞ്ഞിട്ടുണ്ട്. അതിനാൽ ഇവിടെ നിയമപ്രശ്നമേ ഉദിക്കുന്നില്ല-ഡിവിഷൻ ബെഞ്ച് പറഞ്ഞു.[7]

ഈ വിധിക്കെതിരെ സുപ്രീംകോടതിയിൽ അപ്പീൽ പോവുകയാണ് കരുണാകരനും മറ്റു പ്രതികളും ചെയ്തത്. എന്നാൽ, അപ്പീൽ അനുമതിക്കുവേണ്ടി സമർപ്പിച്ച സ്പെഷൽ ലീവ് അപേക്ഷ സുപ്രീംകോടതി തള്ളിക്കളഞ്ഞു. സ്പെഷൽ ലീവ് അനുവദിക്കാൻ ഒരു കാരണവും കാണുന്നില്ലെന്ന് മൂന്നംഗ ബെഞ്ച് വിധിച്ചു. ആ വാർത്തയും പത്രത്തിന്റെ ഒന്നാം പേജ് ലീഡായിരുന്നു.

കരുണാകരന്റെ കള്ള സത്യവാങ്മൂലം

സുപ്രീംകോടതി വിധി വരുന്നതിനു മുമ്പുതന്നെ രാജൻ കേസിൽ ഹൈക്കോടതിയിൽ കള്ളസത്യവാങ്മൂലം നൽകിയെന്ന് തെളിഞ്ഞതിനെത്തുടർന്ന് കെ കരുണാകരന് മുഖ്യമന്ത്രി സ്ഥാനം രാജിവയ്ക്കേണ്ടി വന്നു. ഏപ്രിൽ 13-നാണ് രാജനെ ഹാജരാക്കണമെന്ന ഹൈക്കോടതി വിധിയുണ്ടായത്. ഏപ്രിൽ 17-ന് അദ്ദേഹം രാജിസന്നദ്ധത അറിയിച്ചു. ഏപ്രിൽ 25-ന് അദ്ദേഹം മുഖ്യമന്ത്രി പദമൊഴിഞ്ഞു. രാജൻ സംഭവം നടക്കുമ്പോൾ കരുണാകരൻ ആഭ്യന്തരമന്ത്രിയായിരുന്നു. അടിയന്തരാവസ്ഥ പിൻവലിച്ച ശേഷം 1977 മാർച്ചിൽ നടന്ന നിയമസഭാ തെരഞ്ഞെടുപ്പിൽ കോൺഗ്രസ് മുന്നണിക്ക് ഭൂരിപക്ഷം കിട്ടിയതിനെത്തുടർന്നാണ് അദ്ദേഹം മുഖ്യമന്ത്രിയായത്. മുഖ്യമന്ത്രി സ്ഥാനം നഷ്ടപ്പെടുമെന്ന് ഉറപ്പായ കരുണാകരൻ മെയ് 23-ന് ഹൈക്കോടതിയിൽ നൽകിയ സത്യവാങ്മൂലത്തിലാണ് രാജൻ കക്കയം ക്യാമ്പിൽ പൊലീസ് മർദനത്തിനിരയായി മാർച്ച് രണ്ടിന് മരണപ്പെട്ടതായി സമ്മതിച്ചത്. നിയമത്തിന്റെ കരങ്ങളിൽ നിന്നു രക്ഷപ്പെടാൻ എല്ലാ വഴികളും പ്രതികൾ തേടിയിരുന്നുവെങ്കിലും കോടതികൾ അവരെ സഹായിച്ചില്ല. ആഭ്യന്തര സെക്രട്ടറി എസ് നാരായണസ്വാമിയും പൊലീസ് ഐജി വി എൻ രാജനും വെവ്വേറെ സത്യവാങ്മൂലത്തിലൂടെ രാജൻ മർദനമേറ്റു മരിച്ചുവെന്ന വസ്തുത ഹൈക്കോടതിയിൽ പറയാൻ നിർബന്ധിതരായി. മാർച്ച് ഒന്നിനു കസ്റ്റഡിയിലായ രാജനെ പിറ്റേന്നു തന്നെ കക്കയം ക്യാമ്പിലിട്ടു മർദിച്ചുകൊന്നുവെന്നാണ് ഈ സത്യവാങ്മൂലത്തിൽ നിന്നു വ്യക്തമാകുന്നത്. രാജന്റെ കസ്റ്റഡി മരണം സമ്മതിച്ചുകൊണ്ട് ഗവൺമെന്റ് നൽകിയ സത്യവാങ്മൂലം സംബന്ധിച്ച് *ദേശാഭിമാനി* മെയ് 24-ന് പ്രസിദ്ധീകരിച്ച വാർത്തയിലേക്ക്:

കരുണാകരന്റെയും ഐജിയുടെയും മറ്റും സത്യവാങ്മൂലം
രാജനെ കക്കയം ക്യാമ്പിൽ പൊലീസ് നിരന്തരം മർദിച്ചുകൊന്നു
നിയമകാര്യ ലേഖകൻ

കൊച്ചി, മെയ് 23: ഇരുമ്പും മരവും കൊണ്ടുള്ള ഉലക്കകൾ കൊണ്ട് നിരന്തരമായി മർദിച്ചതിന്റെ ഫലമായി രാജൻ 1976 മാർച്ച് രണ്ടിന് വൈകുന്നേരം കക്കയം പൊലീസ് ക്യാമ്പിൽ പൊലീസിന്റെ അന്യായമായ തടങ്കലിൽ വെച്ചു മരണമടഞ്ഞുവെന്ന് മുൻ മുഖ്യമന്ത്രി കെ കരുണാകരനും ഹോം സെക്രട്ടറി എസ് നാരായണസ്വാമിയും ഐജി വി എൻ രാജനും ഇന്ന് ഹൈക്കോടതിയെ അറിയിച്ചു.

റീജിണൽ എഞ്ചിനിയറിങ് കോളേജ് വിദ്യാർഥി രാജനെ പൊലീസ് കസ്റ്റഡിയിൽ ഒരിക്കലുമെടുത്തിരുന്നില്ലെന്ന് നേരത്തെ സത്യവാങ്മൂലത്തിൽ പറഞ്ഞത് രണ്ടു ഡിഐജിമാരുടെയും ഒരു എസ് പിയുടെയും റിപ്പോർട്ടിന്റെ അടിസ്ഥാനത്തിലായിരുന്നുവെന്ന് ഐ ജിയും ഹോം സെക്രട്ടറിയും ഇന്ന് ഹൈക്കോടതിയിൽ സമർപ്പിച്ച സത്യവാങ്മൂലത്തിൽ തുടർന്നുപറഞ്ഞിട്ടുണ്ട്. അവരിരുവരും തെറ്റായ ഈ പ്രസ്താവനക്ക് കോടതിയോട് മാപ്പ് യാചിച്ചിട്ടുണ്ട്.

രാജന്റെ പിതാവ് ടി വി ഈച്ചരവാരിയർ സമർപ്പിച്ച ഹേബിയസ് കോർപസ് ഹരജി ഇന്ന് ജസ്റ്റിസ് പി സുബ്രഹ്മണ്യൻപോറ്റിയുടെയും ജസ്റ്റിസ് വി ഖാലിദിന്റെയും ഡിവിഷൻ ബഞ്ചിൽ വിചാരണക്ക് വന്നപ്പോഴാണ് മേൽപറഞ്ഞ മൂവർക്കുംവേണ്ടി അഡ്വക്കറ്റ് ജനറൽ എം എം അബ്ദുൾഖാദർ പുതിയ സത്യവാങ്മൂലങ്ങൾ ഹാജരാക്കിയത്. അവയ്ക്ക് മറുപടി നൽകാൻ ഈച്ചരവാരിയർക്കുവേണ്ടി ഹാജരായ അഡ്വ. രാംകുമാർ സമയം ആവശ്യപ്പെട്ടു. എതിർകക്ഷികളുടെമേൽ കോടതിയലക്ഷ്യക്കുറ്റത്തിന് നടപടി എടുക്കണമെന്നും രാംകുമാർ ആവശ്യപ്പെട്ടു.

രാജൻ സംഭവം സംബന്ധിച്ച് ഹൈക്കോടതിയുടെ ഏപ്രിൽ 13-ന്റെ വിധിയെത്തുടർന്ന് ഡിഐജി ജയറാം പടിക്കലടക്കമുള്ള ബന്ധപ്പെട്ട പൊലീസ് ഉദ്യോഗസ്ഥന്മാരുടെ മേൽ ക്രൈംബ്രാഞ്ച് റജിസ്റ്റർ ചെയ്ത കേസിൽ കൊലക്കുറ്റത്തിനുള്ള 302-ാം വകുപ്പുകൂടി ഉൾപ്പെടുത്തിയിട്ടുണ്ടെന്നും ജയറാം പടിക്കലിനെയും പുലിക്കോടൻ നാരായണനെയും അറസ്റ്റ് ചെയ്തിട്ടുണ്ടെന്നും കോടതിയിൽ അഡ്വക്കറ്റ് ജനറൽ പറഞ്ഞു.

ഇന്നും കോടതിയിൽ ആളുകൾ തിങ്ങിക്കൂടിയിരുന്നു. രാജൻ പൊലീസ് മർദനത്തിന്റെ ഫലമായി മരിച്ചുവെന്ന് അഡ്വക്കറ്റ് ജനറൽ പറയുമ്പോൾ രാജന്റെ പിതാവടക്കമുള്ള ആളുകൾ നിശ്ശബ്ദമായി വേദനയോടെ അതുകേട്ടു. കേസ് ജൂൺ ഒന്നാം തീയതി ബുധനാഴ്ചത്തേക്ക് അവധിക്കുവെച്ചു. കണ്ണിനു സുഖമില്ലാതെ മദിരാശിയിൽ ചികിത്സയിലായതിനാൽ ഈച്ചരവാരിയരുടെ അഭിഭാഷകരിൽ ഒരാളായ എസ് ഈശ്വരയ്യർ ഇന്ന് കോടതിയിൽ ഹാജരായിരുന്നില്ല.

കെ കരുണാകരൻ പ്രത്യേകമായി സമർപ്പിച്ച സത്യവാങ്മൂലത്തിൽ താൻ ആഭ്യന്തരമന്ത്രിയായിരിക്കുമ്പോൾ പൊലീസ് മർദനത്തിന്റെ ഫലമായി ഹരജിക്കാരന്റെ മകൻ രാജൻ മരിച്ചത് തനിക്ക് കഠിനമായ വേദനയും വ്യസനവും ഉണ്ടാക്കിയിട്ടുണ്ടെന്ന് പറഞ്ഞിരിക്കുന്നു. ഈ കേസിലെ മൂന്നും അഞ്ചും എതിർകക്ഷികളായ കോഴിക്കോട് എസ്പി ആയിരുന്ന ലക്ഷ്മണയും ക്രൈംബ്രാഞ്ച് ഡിഐജിയായിരുന്ന ജയറാം പടിക്കലും അവരുടെ അഭിഭാഷകൻവഴി സമർപ്പിച്ച സത്യവാങ്മൂലത്തിൽ തങ്ങൾ സസ്പൻഷനിലായതിനാൽ അന്വേഷണം നടത്താനോ കൂടുതൽ വിവരങ്ങൾ നൽകാനോ നിവൃത്തിയില്ലെന്നാണ് പറഞ്ഞിരിക്കുന്നത്. അഡ്വക്കറ്റ് ജനറൽ ഈ വിവരം കോടതിയെ അറിയിച്ചപ്പോൾ കോടതി പറഞ്ഞത് അവർ ഇനി സ്വയം തങ്ങളുടെ പക്ഷം വാദിക്കുകയാണല്ലോ വേണ്ടതെന്നായിരുന്നു.

മധ്യവേനൽ അവധിക്കുശേഷം ആരംഭിച്ച കോടതിയിൽ കേസെടുത്തപ്പോൾ രണ്ടാം എതിർകക്ഷി ഐജി രാജന്റെ സത്യവാങ്മൂലത്തിൽ പറഞ്ഞിട്ടുള്ള കാര്യങ്ങൾ അബ്ദുൾഖാദർ ആദ്യമായി ബോധിപ്പിച്ചു. അതിൽ ഏപ്രിൽ 13-ാം തീയതിയിലെ കോടതിവിധിയുടെ അടിസ്ഥാനത്തിൽ രാജൻ സംഭവത്തിന്റെ യാഥാർഥ്യം കണ്ടുപിടിക്കാൻ എടുത്ത നടപടികൾ വിവരിച്ചിട്ടുണ്ട്.

കേസ് അന്വേഷിക്കാൻ സീനിയർ ഡിഐജി രാജഗോപാൽ നാരായണന്റെ നേതൃത്വത്തിൽ ഒരു സംഘം പൊലീസ് ഉദ്യോഗസ്ഥരെ നിയമിച്ചതിനുശേഷം മെയ് 17-ാം തീയതി പേരാമ്പ്ര ഒന്നാം ക്ലാസ് ജുഡിഷ്യൽ മജിസ്ട്രേട്ട് കോടതിയിൽ ഇന്ത്യൻ ശിക്ഷാനിയമം 348, 302, 201, 120 (ബി), എന്നിവകൂടി കൂട്ടിച്ചേർക്കാൻ ആവശ്യപ്പെട്ടുകൊണ്ട് അന്വേഷണ ഉദ്യോഗസ്ഥർ ഒരു റിപ്പോർട്ട് സമർപ്പിച്ചിട്ടുണ്ടെന്നും സത്യവാങ്മൂലം പറയുന്നു. അതിൽ പി രാജനെ 1976 മാർച്ച് ഒന്നാം തീയതി പൊലീസ് കസ്റ്റഡിയിൽ എടുത്തുവെന്നും പിന്നീട് കക്കയം പൊലീസ് ക്യാമ്പിൽ നിയമവിരുദ്ധമായി തടവിൽ വെച്ചുവെന്നും പ്രസ്താവിച്ചിരിക്കുന്നു. മാർച്ച് രണ്ടാം തീയതി വൈകുന്നേരം ഇരുമ്പും മരവും കൊണ്ടുള്ള ഉലക്കകൾ ഉപയോഗിച്ച് പൊലീസ് നിരന്തരമായി മർദിച്ചതിന്റെ ഫലമായി രാജൻ മരിച്ചുവെന്നും അതിലുണ്ട്.

മൃതദേഹം കണ്ടു

ജോസഫ് ചാലി മാർച്ച് ഒന്നാം തീയതി രാജനെ അബോധാവസ്ഥയിൽ കണ്ടിട്ടുണ്ട്. രണ്ടാം തീയതി വൈകുന്നേരം കണ്ണങ്ങാട്ട് രാജൻ (ടൈപ്പ്റൈറ്റിങ് ഇൻസ്റ്റിറ്റ്യൂട്ട് നടത്തിയിരുന്ന ആൾ) അതേനിലയിൽ രാജനെ കണ്ടിരുന്നു. അപ്പോൾ രാജന് എഴുന്നേറ്റുനടക്കാൻ വയ്യായിരുന്നു. ക്യാമ്പിനടുത്ത് താമസക്കാരനായ പി ജെ തോമസ് രണ്ടാം തീയതി ഇരുട്ടിയശേഷം ഒരു മൃതദേഹം പൊലീസ് വാനിൽ കയറ്റിക്കൊണ്ടുപോകുന്നതായി കാണുകയുണ്ടായി. അതിനുമുമ്പ് വൈകുന്നേരം ആറുമണിക്കോ ആറരമണിക്കോ കക്കയം ഗവൺമെന്റ് ആശുപത്രിയിലെ ഡോക്ടറായ വിശാലാക്ഷമേനോനെ അടിയന്തരമായും ക്യാമ്പിലേക്ക് വിളിപ്പിച്ചു. അദ്ദേഹം അവിടെ ചെന്നപ്പോൾ അസാധാരണമായ മൂകതയാണ് കണ്ടത്. അഞ്ചുമിനുട്ടിനകം ആർക്കും വൈദ്യസഹായം നൽകാൻ ആവശ്യപ്പെടാതെ അദ്ദേഹത്തെ മടക്കിഅയച്ചു. സബ് ഇൻസ്പക്ടർമാരായ ജയപ്രകാശും രാമരാജും അപ്പോൾ അവിടെ ഡ്യൂട്ടിയിലുണ്ടായിരുന്നു. രണ്ടാം തീയതി വൈകുന്നേരം അവർ രാജനെ ക്യാമ്പിനകത്തു കണ്ടു. അതിനു ശേഷം രാജൻ എവിടെയാണെന്ന് അറിയാതെയായി.

ചാക്ക് വാങ്ങി

രണ്ടാം തീയതി കക്കയം ഇൻസ്പെക്ഷൻ ബംഗ്ലാവിലെ വാച്ച്മാനോട് ചില പൊലീസുകാർ ഒരു ചാക്ക് ആവശ്യപ്പെട്ടതായി തെളിവ് ലഭിച്ചിട്ടുണ്ട്. പിന്നീട് അവിടുത്തെ കാന്റീനിലെ ദാമോദരനിൽ നിന്ന് ഒരു ചാക്ക് അവർ വാങ്ങി. ആ സമയത്ത് അന്വേഷണ ഉദ്യോഗസ്ഥരും ചോദ്യം ചെയ്യാൻ സംശയിച്ച് പിടിക്കപ്പെട്ടവരും അല്ലാതെ മറ്റാരും അവിടെ ഉണ്ടായിരുന്നില്ല. രാത്രിയും പകലും ക്യാമ്പിനു ചുറ്റും പൊലീസുകാർ കാവൽ നിന്നിരുന്നു. ഈ സാഹചര്യത്തിൽ ചെന്നെത്താവുന്ന അനിഷേധ്യമായ നിഗമനം ഇതാണ്: 1976 മാർച്ച് രണ്ടാം തീയതി വൈകുന്നേരം പൊലീസ് മർദനത്തിന്റെ ഫലമായി ക്യാമ്പിൽവെച്ച് രാജൻ മരണമടഞ്ഞു. തെളിവുകൾ അപ്രത്യക്ഷമാകത്തക്ക വിധത്തിൽ രാജന്റെ മൃതദേഹം നശിപ്പിച്ചു.

കേസിൽ 60 പേർ

ഐ ജി തന്റെ സത്യവാങ്മൂലത്തിൽ അന്വേഷണ ഉദ്യോഗസ്ഥർ തുടർന്നെടുക്കേണ്ട നടപടികളെക്കുറിച്ചും പ്രസ്താവിച്ചിട്ടുണ്ട്. ഈ കേസിൽ ഉൾപ്പെട്ടവരായി സംശയിക്കപ്പെടുന്ന 60 പേരാണുള്ളത്. 12 സാക്ഷികളുണ്ട്. ഇവരെ തിരിച്ചറിയാനുള്ള ഒരു പരേഡ് നടത്തണമെന്ന് കോഴിക്കോട് മജിസ്ട്രേട്ട് കോടതിയിൽ 18-ാം തീയതി അപേക്ഷിച്ചു. 13 സാക്ഷികളുടെകൂടി മൊഴി രേഖപ്പെടുത്താനുണ്ട്. മൃതദേഹം എന്തുചെയ്തുവെന്നറിയാൻ ഏതാനും സാക്ഷികളെക്കൂടി ചോദ്യം ചെയ്യേണ്ടിയിരിക്കുന്നു. റീജിണൽ എഞ്ചിനിയറിങ് കോളേജിലെ പ്രൊഫസർ ഗഫൂറിനെയും ചോദ്യം ചെയ്യണം. അദ്ദേഹം ഇപ്പോൾ ഏഡനിലാണ്. അന്വേഷണ ഉദ്യോഗസ്ഥരുടെ റിപ്പോർട്ട് മജിസ്ട്രേട്ട് കോടതിയിൽ ഫയൽചെയ്ത ശേഷം ഇന്നലെ ജയറാം പടിക്കലിനെയും ഇന്ന് പുലിക്കോടൻ നാരായണനെയും അറസ്റ്റ് ചെയ്തിട്ടുണ്ട്. മേൽപറഞ്ഞ കാരണങ്ങളാൽ കോടതി പുറപ്പെടുവിച്ച ഹേബിയസ് കോർപസ് റിട്ട് അനുസരിച്ച് രാജനെ കോടതിയിൽ ഹാരാക്കാൻ നിവൃത്തിയില്ലെന്ന് ഐ ജി തന്റെ സത്യവാങ്മൂലത്തിൽ പറയുന്നു.

സംശയിച്ചില്ലെന്ന്

രാജനെ അറസ്റ്റ് ചെയ്തിട്ടില്ലെന്നാണ് ഈ കേസിൽ ഏപ്രിൽ മൂന്നിന് താൻ കോടതിയിൽ സമർപ്പിച്ച സത്യവാങ്മൂലത്തിൽ പറഞ്ഞിരുന്നത്. ഇങ്ങനെ പറയാനിടയായ സാഹചര്യം വിവരിച്ചുകൊണ്ട് ഐജി വി എൻ രാജൻ പറഞ്ഞു: തനിക്ക് പ്രതിവർഷം പതിനായിരത്തോളം അപേക്ഷകൾ ലഭിക്കാറുണ്ട്. വ്യക്തിപരമായ ആരോപണങ്ങളില്ലെങ്കിൽ അവയെല്ലാം ബന്ധപ്പെട്ട എസ്പിമാർക്ക് അന്വേഷണത്തിന് അയച്ചുകൊടുക്കാറാണ് പതിവ്. സംശയിക്കാൻ മറ്റു കാരണങ്ങളൊന്നുമില്ലെങ്കിൽ അവരുടെ റിപ്പോർട്ടുകൾ സ്വീകരിക്കുകയും ചെയ്യും. രാജൻ അപ്രത്യക്ഷമായതു സംബന്ധിച്ച് ലഭിച്ച പരാതികളിലൊന്ന് 1976 സെപ്തംബർ 24-ാം തീയതി

ഡിഐജിക്ക് അയച്ചുകൊടുത്തു. അദ്ദേഹം നവംബർ അഞ്ചാം തീയതി ഒരു താൽക്കാലിക റിപ്പോർട്ട് അയച്ചു. പിന്നീട് ഡിസംബർ 20-ന് അസി. ഇൻസ്പക്ടർ ജനറൽ ഡിഐജിക്ക് ഒരു റിമൈൻഡർ അയച്ചു. മറ്റൊരു പരാതി ഡിസംബർ 17-ന് ക്രൈംബ്രാഞ്ച് ഡിഐജിക്കയച്ചുകൊടുത്തു. ക്രൈംബ്രാഞ്ച് ഡിഐജിയിൽ നിന്ന് ഡിസംബർ 23-ാം തീയതി കിട്ടിയ മറുപടിയിൽ കോഴിക്കോട് എസ്പി നൽകിയ റിപ്പോർട്ട് പ്രകാരം രാജൻ പൊലീസ് കസ്റ്റഡിയിൽ ഇല്ലെന്നാണ് പ്രസ്താവിച്ചിരുന്നത്. ഡിഐജിയുടെ റിപ്പോർട്ടിൽ രാജനെ കസ്റ്റഡിയിൽ എടുത്തിട്ടില്ലെന്ന് വ്യക്തമായും പറഞ്ഞിരുന്നു. കോഴിക്കോട് എസ്പിയുടെ റിപ്പോർട്ടിലും അങ്ങനെ പറഞ്ഞു. ഈ റിപ്പോർട്ടുകളുടെ സത്യാവസ്ഥയെക്കുറിച്ച് സംശയിക്കാൻ കാരണമുണ്ടായിരുന്നില്ല.

ഡിഐജിമാരുടെയും എസ്പിയുടെയും റിപ്പോർട്ടിന്റെ അടിസ്ഥാനത്തിലാണ് രാജനെ പൊലീസ് കസ്റ്റഡിയിലെടുത്തിട്ടില്ലെന്ന് 1977 ജനുവരി ഒന്നാം തീയതി താൻ ഗവൺമെന്റിലേക്ക് റിപ്പോർട്ട് ചെയ്തത്. ആ അടിസ്ഥാനത്തിൽ തന്നെ കോടതിയിലും രാജനെ കസ്റ്റഡിയിലെടുത്തിട്ടില്ലെന്ന് പ്രസ്താവിച്ചു. കോടതിയെ തെറ്റിദ്ധരിപ്പിക്കണമെന്ന് ഉദ്ദേശ്യമുണ്ടായിരുന്നില്ല. ഈ കോടതിയിൽ നൽകപ്പെട്ട തെളിവുകളും കോടതിവിധിയിലെ നിഗമനങ്ങളും തുടർന്നുണ്ടായ അന്വേഷണത്തിന്റെ ഫലങ്ങളും കാണിക്കുന്നത് ഏപ്രിൽ മൂന്നാം തീയതി താൻ സമർപ്പിച്ച സത്യവാങ്മൂലത്തിലെ പ്രസ്താവനകൾ വസ്തുതാപരമായി ശരിയായിരുന്നില്ലെന്നാണ്. ഇതുതന്നെ സംബന്ധിച്ച് വ്യക്തിപരമായ വ്യസനത്തിനു കാരണമാണ്. കോടതിയിൽ അങ്ങനെ തെറ്റായ പ്രസ്താവന ചെയ്യാനിടയായതിൽ താൻ ആത്മാർഥമായും കലവറ കൂടാതെയും വ്യസനിക്കുന്നുവെന്നും ഐ ജി സത്യവാങ്മൂലത്തിൽ തുടർന്ന് പറഞ്ഞു. മേൽപറഞ്ഞ സാഹചര്യങ്ങളിൽ കോടതി പുറപ്പെടുവിച്ച ഹേബിയസ് കോർപസ് ഉത്തരവ് പിൻവലിക്കണമെന്ന് ഐ ജി അപേക്ഷിച്ചു.

ഐ ജി നൽകിയ വിവരങ്ങളോട് യോജിച്ചുകൊണ്ടും തെറ്റായ വിവരങ്ങൾ നൽകിയതിന് മാപ്പുചോദിച്ചുകൊണ്ടുമാണ് ഒന്നാം എതിർകക്ഷി ഹോം സെക്രട്ടറി നാരായണസ്വാമിയും സത്യവാങ്മൂലം സമർപ്പിച്ചിട്ടുള്ളത്. എതിർകക്ഷികൾക്ക് മാപ്പുനൽകി രാജനെ ഹാജരാക്കാനുള്ള കോടതി ഉത്തരവ് റദ്ദാക്കണമെന്ന് അഡ്വക്കറ്റ് ജനറൽ അഭ്യർഥിച്ചു. ഈ കേസിലെ മൂന്നാം എതിർകക്ഷി ലക്ഷ്മണയും അഞ്ചാം എതിർകക്ഷി ഡി ഐ ജി ജയറാം പടിക്കലും തങ്ങളിപ്പോൾ സസ്പെൻഷനിലായതുകൊണ്ട് തങ്ങൾക്ക് അന്വേഷണം നടത്താനോ വിവരങ്ങൾ നൽകാനോ സാധ്യമല്ലെന്ന് അറിയിച്ചുകൊണ്ട് സത്യവാങ്മൂലം നൽകിയിട്ടുണ്ട്.

എതിർകക്ഷികളുടെ സത്യവാങ്മൂലത്തിനു മറുപടിയായി ഹരജിക്കാരന്റെ സത്യവാങ്മൂലം സമർപ്പിക്കാൻ സമയം വേണമെന്ന് അഡ്വ. രാംകുമാർ ആവശ്യപ്പെട്ടു. തെറ്റായ വിവരം കോടതിയിൽ നൽകിയതിന് എതിർകക്ഷികളുടെ മേൽ കോടതിയലക്ഷ്യത്തിന് നടപടി സ്വീകരിക്കണമെന്നും അദ്ദേഹം പറഞ്ഞു.

ജസ്റ്റിസ് പോറ്റി: ഹേബിയസ് കോർപസ് ഹരജിയുടെ ഉദ്ദേശ്യം ശിക്ഷിക്കലല്ല. അതിനു നിങ്ങൾക്ക് വേറെ നടപടി സ്വീകരിക്കാവുന്നതാണ്.

രാംകുമാർ: ഈ ഹരജിയുടെ ഭാഗമായിത്തന്നെ കോടതിക്ക് ആ നടപടിയും സ്വീകരിക്കാം.

തുടർന്ന്, കേസിൽ പൊലീസ് കുറ്റപത്രം എന്ന് മജിസ്ട്രേട്ട് കോടതിയിൽ സമർപ്പിക്കുമെന്ന് അഡ്വക്കറ്റ് ജനറലിനോട് കോടതി ചോദിച്ചു. കോടതി അടുത്ത് ഈ കേസെടുക്കുന്നതിനുമുമ്പ് സാധിക്കുമെന്നാണ് തനിക്ക് തോന്നുന്നതെന്ന് അഡ്വക്കറ്റ് ജനറൽ മറുപടി പറഞ്ഞു.

ജസ്റ്റിസ് പോറ്റി: രാജൻ സംഭവം സംബന്ധിച്ച് ജുഡീഷ്യൽ അന്വേഷണം നടത്താൻ പോകുന്നതായി പത്രങ്ങളിൽ കണ്ടു. അതുസംബന്ധിച്ച് ഒരു കേസ് റജിസ്റ്റർ ചെയ്യുകയും അന്വേഷണം നടക്കുകയും ചെയ്യുന്ന സ്ഥിതിക്ക് അങ്ങനെയൊരു അന്വേഷണം ആവശ്യമുണ്ടോ?

അഡ്വക്കറ്റ് ജനറൽ അബ്ദുൾഖാദർ: അത് ആവശ്യമില്ലെന്നാണ് വ്യക്തിപരമായി എന്റെ അഭിപ്രായം. ജുഡീഷ്യൽ അന്വേഷണത്തിൽ ഗവൺമെന്റ് ഇതുകൂടി ഉൾപ്പെടുത്തുമോ എന്നറിഞ്ഞുകൂട. എതായാലും ഗവൺമെന്റിന്റെ അഭിപ്രായം ആരായുന്നതാണ്.[8]

ഹൈക്കോടതി ഇടപെടൽ

ഹൈക്കോടതിയിൽ നടന്ന കാര്യങ്ങളെക്കുറിച്ച് വളരെ വിശദമായ റിപ്പോർട്ടാണ് *ദേശാഭിമാനി*യുടെ നിയമകാര്യ ലേഖകൻ നൽകിയത്. പൊലീസ് പിടിച്ചുകൊണ്ടുപോയ മകനെ

എബ്രഹാം ബെൻഹർ

കണ്ടുകിട്ടാൻ പിതാവ് ടി വി ഈച്ചരവാരിയർ നടത്തിയ പരിശ്രമങ്ങളുടെയും കേരള ഹൈക്കോടതിയുടെ അസാധാരണവും അഭൂതപൂർവവുമായ ഇടപെടലിന്റെയും ഫലമായി സത്യം പുറത്തുവന്നുവെന്ന് കരുണാകരന്റെയും മറ്റും പുതിയ സത്യവാങ്മൂലം വ്യക്തമാക്കുന്നു. രാജനെ കസ്റ്റഡിയിൽ എടുത്തിട്ടേയില്ലെന്ന് ആണയിട്ടുപറഞ്ഞവർ, കോടതി അതിന്റെ അധികാരദണ്ഡ് പ്രയോഗിച്ചപ്പോൾ സത്യം വെളിപ്പെടുത്താൻ തയാറായി. ഹൈക്കോടതി സ്വയം തെളിവെടുത്തുകൊണ്ടാണ് ഈ കേസിന്റെ ഉള്ളറയിലേക്കു പോയത്. തെളിവെടുക്കൽ ഹൈക്കോടതിയുടെ അധികാരപരിധിയിൽ പെടാത്ത നടപടിയാണെന്ന് പ്രതികൾക്കുവേണ്ടി അഡ്വക്കറ്റ് ജനറൽ വാദിച്ചിരുന്നു. എന്നാൽ അതു തള്ളിക്കളഞ്ഞ് തെളിവെടുക്കാൻ കോടതി തയാറായി. പ്രതികളാരും സത്യം പറയാൻ തയാറാവാത്ത സാഹചര്യത്തിൽ കോടതിയുടെ ജോലി അതീവ ദുഷ്കരമായിരുന്നു. ജനാധിപത്യത്തോടും മനുഷ്യാവകാശത്തോടും എല്ലാറ്റിലുമുപരി നീതിന്യായ വ്യവസ്ഥയോടും അഗാധമായ കൂറുതെളിയിച്ചുകൊണ്ടാണ് ജസ്റ്റിസ് പോറ്റിയും ജസ്റ്റിസ് ഖാലിദും മുമ്പില്ലാത്ത നടപടിക്രമങ്ങൾക്കു തയാറായത്. അതു ശരിയായിരുന്നുവെന്ന് കരുണാകരന്റെയും പൊലീസ് ഉദ്യോഗസ്ഥരുടെയും മലക്കംമറിച്ചിലിൽ നിന്ന് ബോധ്യമായി. മകനെ തേടിയലഞ്ഞ പിതാവിനോട് തങ്ങളുടെ കസ്റ്റഡിയിൽ അയാൾ ഇല്ലെന്ന് പറഞ്ഞ് ഒഴിയുകയാണ് പൊലീസ് മേധാവികൾ ചെയ്തത്. ഇനി രാജൻ അവരുടെ കസ്റ്റഡിയിൽ അല്ലെന്ന് സങ്കൽപ്പിക്കുക. എങ്കിൽ ആ കുട്ടിയെ അന്വേഷിച്ച് കണ്ടുപിടിച്ചുകൊടുക്കാൻ പൊലീസിന് നിയമപരമായ ബാധ്യതയില്ലേ? രാജനെ പിടിച്ചുകൊണ്ടുപോയവരും മർദിച്ചുകൊന്നവരും അതിനു നിർദേശം നൽകിയവരും മാത്രമല്ല, ഒന്നും ചെയ്യാതെ കൈകഴുകിയ ഉന്നത പൊലീസ് മേധാവികളും ഈ നിഷ്ഠുര കൊലപാതകത്തിന് ഉത്തരവാദികളായി വരുന്നു.

ഹൈക്കോടതിയിൽ രാജൻ കേസ് നടക്കുന്നതിനിടയിലാണ്, രാജനോടൊപ്പം കക്കയം ക്യാമ്പിലുണ്ടായിരുന്ന അബ്രഹാം ബെൻഹർ, ജോസഫ് ചാലി എന്നീ യുവാക്കൾ ഭീകരമായ പൊലീസ് മർദനത്തിന്റെ വിവരങ്ങൾ പത്രസമ്മേളനത്തിൽ വിവരിച്ചത്. ബെൻഹർ കോഴിക്കോട്ടും ജോസഫ് ചാലി തിരുവനന്തപുരത്തുമാണ് പത്രലേഖകരെ കണ്ടത്. ഈ രണ്ടു പത്രസമ്മേളനങ്ങളും *ദേശാഭിമാനി* ഒന്നാം പേജിലാണ് പ്രസിദ്ധീകരിച്ചത്. 'രാജൻ കക്കയം തടങ്കൽ പാളയത്തിൽ കൊല്ലപ്പെട്ടു: ബെൻഹർ', 'രാജനെ ഇഞ്ചിഞ്ചായി കൊന്നു; ചലനമറ്റ ശരീരത്തിൽ പുലിക്കോടൻ ആഞ്ഞുചവുട്ടി: ചാലി' – ഇതായിരുന്നു ആ വാർത്തകളുടെ തലക്കെട്ട്.

കൊലയാളികൾക്കെതിരെ കേസ്

കേരള ഹൈക്കോടതിയുടെ ഇടപെടലിനെത്തുടർന്ന് രാജൻ സംഭവത്തിന് ഉത്തരവാദികളായ ഏതാനും പൊലീസ് ഉദ്യോഗസ്ഥരെ പ്രതിചേർത്ത് കേസെടുക്കാൻ സർക്കാർ നിർബന്ധിക്കപ്പെട്ടിരുന്നു. അതോടൊപ്പം ഹൈക്കോടതിയിൽ കള്ളസത്യവാങ്മൂലം സമർപ്പിച്ചതിനെതിരായി മറ്റൊരു കേസും വന്നു. കേസ് നടത്തുന്നത് സർക്കാർ. കേസിൽ പ്രതിസ്ഥാനത്ത് നിൽക്കുന്നവർ സർക്കാരിനുവേണ്ടി നിയമവിരുദ്ധ പ്രവർത്തനം നടത്തിയവർ. സ്വാഭാവികമായും പ്രതികളെ രക്ഷപ്പെടുത്താനായിരുന്നു ആന്റണി മുഖ്യമന്ത്രിയായ സർക്കാരിന്റെ ശ്രദ്ധ. രാജനെ നിയമവിരുദ്ധമായി പിടിച്ചുകൊണ്ടുപോയി പൊലീസ് ക്യാമ്പിൽ മർദിച്ചുകൊന്ന കേസിൽ ജയറാം പടിക്കൽ, ലക്ഷ്മണ, മോഹനൻ, കുഞ്ഞിരാമൻ നമ്പ്യാർ, പുലിക്കോടൻ നാരായണൻ തുടങ്ങിയവരായിരുന്നു പ്രതികൾ. ഈ കേസിൽ താൻ നിർദേശിക്കുന്ന അഭിഭാഷകനെ സ്പെഷൽ പ്രോസിക്യൂട്ടറായി നിയമിക്കണമെന്നും അതിന്റെ ചെലവ് താൻ വഹി

ക്കാമെന്നും ഈച്ചരവാരിയർ മുഖ്യമന്ത്രി എ കെ ആന്റണിയോട് പറഞ്ഞിരുന്നു. രേഖാമൂലം അപേക്ഷയും നൽകി. എന്നാൽ, പൊലീസ് ഉദ്യോഗസ്ഥരുടെ താൽപ്പര്യത്തിനെതിരായി നിൽക്കാൻ ആന്റണി തയാറല്ലായിരുന്നു. ഈച്ചരവാരിയരുടെ അപേക്ഷ പരിഗണിക്കപ്പെട്ടില്ല. കോഴിക്കോട്ടെ കെ പി അച്യുതമേനോനായിരുന്നു സർക്കാർ വക്കീൽ. എൺപതുകഴിഞ്ഞ അദ്ദേഹത്തിന്റെ വാർധക്യസഹജമായ അവശതകൾ കേസിനെ ബാധിച്ചുവെന്നാണ് ഈച്ചര വാരിയർ പറഞ്ഞത്. പ്രതികളുടെ ആവശ്യപ്രകാരം കേസ് കോയമ്പത്തൂർ കോടതിയിലേക്ക് മാറ്റിയിരുന്നു.

സാക്ഷികളുടെ കൂട്ടക്കൂറുമാറ്റം

കേസിൽ നൂറിലേറെ സാക്ഷികളുണ്ടായിരുന്നു. അതിൽ എൺപതോളം പേർ കക്കയം ക്യാമ്പിൽ ഭീകരമായ മർദനത്തിന് ഇരയായവർ. ഈച്ചരവാരിയരും സാക്ഷിയായിരുന്നു. അദ്ദേ ഹത്തെ പ്രതിഭാഗം അഭിഭാഷകർ രണ്ടുദിവസത്തോളം എതിർവിസ്താരം നടത്തി. പൊലീസു കാരായ സാക്ഷികൾ മിക്കവരും കൂറുമാറി. എങ്കിലും ജയറാം പടിക്കൽ, മുരളീകൃഷ്ണദാസ്, കുഞ്ഞിരാമൻ നമ്പ്യാർ എന്നിവർക്ക് കുറ്റകൃത്യത്തിൽ പങ്കുണ്ടെന്ന് കോയമ്പത്തൂർ കോടതി കണ്ടെത്തി. പക്ഷേ കൊലക്കുറ്റത്തിൽനിന്ന് അവരെ ഒഴിവാക്കി. മറ്റു ചില നിസ്സാരകുറ്റങ്ങൾക്ക് അവർക്ക് ഓരോ വർഷം മാത്രം തടവുശിക്ഷ വിധിച്ചു. പൊലീസും സർക്കാരും ഒന്നിച്ചുചേർന്ന് ആസൂത്രിതമായി നടത്തുന്ന കുറ്റകൃത്യങ്ങൾ കോടതി മുമ്പാകെ തെളിയിക്കാൻ പ്രയാസമാ ണെന്ന് ഒരിക്കൽക്കൂടി ബോധ്യമായി. ശിക്ഷിക്കപ്പെട്ടവർ മദ്രാസ് ഹൈക്കോടതിയിൽ പോയി ചെറിയ ശിക്ഷയിൽ നിന്നുപോലും മോചിതരായി.

കേസ് ഉഴപ്പി ആന്റണി സർക്കാർ

പത്രങ്ങളുടെ വായ്മൂടിക്കെട്ടിയതുകൊണ്ടാണ് അടിയന്തരാവസ്ഥയിൽ എന്തും ചെയ്യാ നുള്ള ധൈര്യം പൊലീസ് മേധാവികൾക്കും അവരെ നിയന്ത്രിച്ച രാഷ്ട്രീയ നേതൃത്വത്തിനുമു ണ്ടായിരുന്നത്. ആരും ചോദ്യം ചെയ്യാനില്ലെന്നു വന്നതോടെ പൊലീസ് സേന കൊടുംകുറ്റവാ ളികളുടെ രൂപംപൂണ്ടു. അടിയന്തരാവസ്ഥ ശാശ്വതമായിരിക്കുമെന്നും ജനാധിപത്യത്തിന്റെയും സ്വാതന്ത്ര്യത്തിന്റെയും വെട്ടം ഒരിക്കലും കാണില്ലെന്നും മറ്റുപലരെയുംപോലെ പൊലീസു കാരും ധരിച്ചിട്ടുണ്ടാകണം. രാജനെ കൊന്നതിന് കൊലക്കുറ്റം ചുമത്തപ്പെട്ടവരിൽ നിന്ന് ആ വിദ്യാർഥിയുടെ ജഡം എന്തുചെയ്തുവെന്ന് പറയിപ്പിക്കാൻ കഴിഞ്ഞില്ല. അന്വേഷണ ഉദ്യോ ഗസ്ഥർ ശ്രമിച്ചില്ല. നിയമത്തിന്റെ കരങ്ങളിൽ നിന്ന് അവർ ഊരിപ്പോന്നു. ഒരു ഡിഐജിയട ക്കം പ്രതികളായ കേസ് സാധാരണഗതിയിൽ സിബിഐ അന്വേഷണത്തിനു വിടേണ്ടതാണ്. അതു ചെയ്തില്ലെന്ന് മാത്രമല്ല, അന്വേഷണം പ്രഹസനമാക്കി. കോടതിയിൽ കേസ് വാദിക്കു ന്നതിൽ നിന്ന് ഉഴപ്പി. കരുണാകരന്റെ കീഴിൽ നടന്ന ഭീകരകൃത്യങ്ങളിൽ പങ്കാളികളായവർക്ക് ആന്റണിയുടെ ഭരണത്തിൽ നല്ല സംരക്ഷണം കിട്ടി. 1977 മാർച്ചിൽ തെരഞ്ഞെടുപ്പ് കഴിഞ്ഞ പ്പോൾ കേരളത്തിൽ അടിയന്തരാവസ്ഥയുടെ വക്താക്കൾ തന്നെ ഭരണത്തിൽ തുടരുന്ന അവ സ്ഥയായിരുന്നു. അതും വലിയ ഭൂരിപക്ഷത്തോടെ. അടിയന്തരാവസ്ഥയിൽ നടന്ന കസ്റ്റഡിമര ണങ്ങൾക്കൊന്നും തുമ്പുണ്ടായില്ല.

മാധ്യമസ്വാതന്ത്ര്യം ഇല്ലാതായാൽ ജനാധിപത്യത്തിനു പകരം ഭീകരവാഴ്ചയായിരി ക്കുമെന്ന് അടിയന്തരാവസ്ഥയും തെളിയിച്ചു. ജനാധിപത്യത്തിന്റെ നാലാം സ്തംഭമായി മാ ധ്യമങ്ങളെ കണക്കാക്കുന്നത് അതുകൊണ്ടാണല്ലോ. എന്നാൽ, അടിയന്തരാവസ്ഥ പ്രഖ്യാപി ച്ചതോടെ മിക്കവാറും പത്രങ്ങൾ ചുരുണ്ടുകൂടി ഒരു മൂലയിൽ കിടക്കുകയോ സർക്കാരിൻെറ മെഗഫോണുകളാവുകയോ ചെയ്തു. പത്രസ്വാതന്ത്ര്യം തിരിച്ചുകിട്ടിയപ്പോൾ 1977 ഏപ്രിൽ

ഒമ്പതിനു *ദേശാഭിമാനി* എഴുതിയ മുഖപ്രസംഗത്തിലെ ചില ഭാഗങ്ങൾ ഇവിടെ ഉദ്ധരിക്കുന്നു:

തിരിച്ചുകിട്ടിയ പത്രസ്വാതന്ത്ര്യം

കോൺഗ്രസ് ഏകാധിപത്യഭരണം സ്വന്തം ഹിരണ്യവാഴ്ച അരക്കിട്ടുറപ്പിക്കാൻവേണ്ടി അടിയന്തരാവസ്ഥയിൽ അടിക്കടി കൊണ്ടുവന്ന കരിനിയമങ്ങൾ ഓരോന്നോരാന്നായി പുതിയ ഗവൺമെന്റ് റദ്ദാക്കിക്കൊണ്ടിരിക്കയാണ്. ശ്ലാഘനീയമായ ഈ നടപടിക്ക്, മുമ്പ് ഈ മർദനനിയമങ്ങൾക്കെല്ലാം കൂട്ടുനിന്ന കോൺഗ്രസുകാർ പോലും ഏകകണ്ഠമായ പിന്തുണ നൽകിക്കാണുന്നതിൽ ഞങ്ങൾ സന്തോഷിക്കുന്നു. ഹിരണ്യവാഴ്ചയിൽ ഹിരണ്യായ നമഃ എന്നു ജപിച്ചുനടന്ന ആ അനുചരന്മാർക്കെല്ലാം സ്വന്തം നട്ടെല്ലുവെച്ചുകൊടുത്ത പുതിയ കേന്ദ്രഭരണത്തോട് നന്ദിയുണ്ടാകുമെന്ന് വിശ്വസിക്കുന്നു. സ്വാതന്ത്ര്യം അടിയറവെക്കാൻ അടിയന്തരാവസ്ഥയുടെ കാളരാത്രികളിൽ അറപ്പുകാണിക്കാൻ കഴിയാതെപോയ അവർക്ക് നഷ്ടപ്പെട്ട സ്വാതന്ത്ര്യം തിരിച്ചുകിട്ടിയതിൽ ആഹ്ളാദിക്കാൻ കഴിവില്ലാത്തവിധം അവരുടെ സ്വാതന്ത്ര്യബോധം മരവിച്ചുപോയിട്ടുണ്ടാവുകയില്ലെന്നു കരുതി ഞങ്ങൾ ആശ്വസിക്കുന്നു.

ഇപ്പോൾ റദ്ദാക്കപ്പെട്ട ഈ കരിനിയമത്തിന്റെ കരാളദംഷ്ട്രം കൊണ്ട് കാരുണ്യമില്ലാതെ കടിച്ചുകാർന്ന വേദന എമ്പാടും സഹിക്കേണ്ടിവന്നവരിൽ പെട്ടവരാണ് ഞങ്ങൾ. പ്രീസെൻസർഷിപ്പ് എന്ന കിരാതനടപടി പത്രധർമത്തിന്റെ അവസാനത്തെ കണികപോലും നശിപ്പിച്ചപ്പോൾ മരിച്ചുജീവിക്കേണ്ടിവന്നു; കൊടുംവേദന എമ്പാടും ഞങ്ങൾക്ക് സഹിക്കേണ്ടിവന്നു. ശപിക്കപ്പെട്ട ആ ദുർദിനങ്ങൾ ഇങ്ങിനിവരാത്തവണ്ണം പമ്പകടന്നതിൽ ഞങ്ങൾക്കുള്ള സന്തോഷം വിവരണാതീതമാണ്.

[...] അനേകം പത്രങ്ങൾക്കും മറ്റു പ്രസിദ്ധീകരണങ്ങൾക്കും നിലനിൽക്കാൻ കഴിയാത്ത വിധമുള്ള കഷ്ടനഷ്ടങ്ങൾ ഇന്ദിരാഭരണം അടിച്ചേൽപ്പിച്ചിരുന്നു. പത്രങ്ങളുടെയും പ്രസിദ്ധീകരണങ്ങളുടെയും പ്രസ്സുകൾ കണ്ടുകെട്ടി. സ്വത്തുക്കൾ പിടിച്ചെടുത്തു. ഗവൺമെന്റ് പരസ്യം നൽകുന്നത് നിർത്തി അനേകം പത്രങ്ങളെ ശ്വാസംമുട്ടിച്ചു നശിപ്പിച്ചിട്ടുണ്ട്. നശിപ്പിക്കാൻ കഴിവിൽപെട്ടതെല്ലാം ചെയ്തിട്ടുമുണ്ട്. ഈ കഷ്ടനഷ്ടങ്ങളിൽനിന്ന് പ്രസ്തുത സ്ഥാപനങ്ങളെ രക്ഷിച്ചെടുക്കാൻകൂടി മൊറാർജി ഗവൺമെന്റിന് ബാധ്യതയുണ്ടെന്ന് ഞങ്ങൾ വിനയപൂർവം ചൂണ്ടിക്കാട്ടുന്നു.

ഇന്ദിരാഭരണം ഗവൺമെന്റ്-സെമി ഗവൺമെന്റ് പരസ്യങ്ങൾ നൽകാതെ പല പത്രങ്ങളോടും കാട്ടിയ പ്രതികാരനടപടി അവസാനിപ്പിച്ച കേന്ദ്രഗവൺമെന്റ് നയം സ്വാഗതാർഹമായ ഒരു കാൽവെപ്പാണ്. ഭരണാധികാരികൾക്ക് മുഖസ്തുതി പാടുന്നതിന്റെ തോതുവെച്ച് പരസ്യം കൂട്ടിക്കൊടുത്ത ഗവൺമെന്റ് നയവും ഇതുമൂലം അവസാനിച്ചിരിക്കുന്നു. പക്ഷേ, അത്രയും കൊണ്ടായില്ല. പ്രത്യേക കഷ്ടനഷ്ടങ്ങൾ അനുഭവിക്കേണ്ടിവന്ന പ്രസിദ്ധീകരണശാലകൾക്കും പത്രങ്ങൾക്കും നഷ്ടപരിഹാരം നൽകാൻകൂടി പുതിയ ഗവൺമെന്റ് സഗൗരവം ആലോചിക്കണമെന്ന് ഞങ്ങൾ ആവശ്യപ്പെടുന്നു. പത്രസ്വാതന്ത്ര്യം പുനഃസ്ഥാപിക്കാൻവേണ്ടി മാത്രമല്ല, പത്രമാരണനിയമത്തിന്റെ കെടുതികളിൽ നിലനിൽപ്പ് തകർന്നുപോവുകയോ കൽപ്പിച്ചുകൂട്ടി തകർത്തുകളയുകയോ ചെയ്ത പത്രങ്ങൾക്കെല്ലാം ഈ സ്വാതന്ത്ര്യമനുഭവിക്കാനുള്ള സാഹചര്യം സൃഷ്ടിച്ചുകൊടുക്കാനുള്ള ബാധ്യതയും മൊറാർജി ഗവൺമെന്റിനുണ്ടെന്ന് ഞങ്ങൾ വിശ്വസിക്കുന്നു.

പുനഃസ്ഥാപിക്കപ്പെട്ട പത്രസ്വാതന്ത്ര്യവും മൗലിക ജനാധിപത്യാവകാശങ്ങളും ഇനിയൊരിക്കലും നഷ്ടപ്പെടാനിടവരുത്താതെ ഒരു ഭാവിനിർമിതിക്കുവേണ്ടി വിനിയോഗിക്കേണ്ടത് ഈ കാലഘട്ടത്തിന്റെ യുഗധർമമാണെന്ന് ഞങ്ങൾ വിശ്വസിക്കുന്നു. ജനാധിപത്യസ്വാതന്ത്ര്യങ്ങളും ജനക്ഷേമനടപടികളും രാഷ്ട്രപുരോഗതിയും നേടാനുള്ള ഒരു മഹാശക്തിയായി നമ്മുടെ ജനതയെയും രാഷ്ട്രത്തെയും പടുത്തുയർത്തുവാനാണ് തിരിച്ചുകിട്ടിയ സ്വാതന്ത്ര്യം ആത്മാർഥമായി പ്രയോജനപ്പെടുത്തേണ്ടത്. ഇനിയൊരിക്കലും കൈമോശംവന്നുപോകാത്ത നിലയിൽ ഈ സ്വാതന്ത്ര്യം ഇന്ത്യൻ പത്രങ്ങൾ കാത്തുസൂക്ഷിക്കുമെന്ന് ഞങ്ങൾ ആശിക്കുന്നു. പത്രമാരണനിയമങ്ങൾ നിഷ്ഠുരം നടപ്പിൽവരുത്തിയ ഇരുട്ടിന്റെ ശക്തികളെയും അവരുടെ അവശി

പിണറായി വിജയൻ

ഷ്ടങ്ങളെയും ചരിത്രത്തിന്റെ ചവറ്റുകൊട്ടയിൽ എടുത്തെറിയാനുള്ള പങ്ക് ഇന്ത്യൻ പത്രലോകം നിറവേറ്റുമെന്നും ഞങ്ങളാശിക്കുന്നു. ഈ ഇരുട്ടിന്റെ ശക്തികൾ ചെയ്ത ഹിമാലയൻ വങ്കത്തവും അതിനവർക്ക് ചരിത്രം വിധിച്ച കൊലക്കുറ്റവും സമകാലീനജനതക്കു മാത്രമല്ല ഇനിയങ്ങോട്ടുവരുന്ന പരമ്പരകൾക്കുപോലും മായാതെനിൽക്കുന്ന സ്മരണകളായിത്തീരണം. പത്രമാരണനിയമങ്ങൾ ഇനിയൊരിക്കലും തിരിച്ചുവരികയില്ലെന്ന് ഉറപ്പാക്കുന്നതിന്റെ ഗാരണ്ടി അതാണെന്നും ഞങ്ങൾ ബലമായി വിശ്വസിക്കുന്നു.[9]

അടിയന്തരാവസ്ഥാ പ്രഖ്യാപനത്തോടെ കേരളത്തിൽ ജയിലിലടയ്ക്കപ്പെട്ട പത്ത് പ്രതിപക്ഷ എംഎൽഎമാരിലൊരാളായിരുന്നു പിണറായി വിജയൻ. അദ്ദേഹത്തെ ലോക്കപ്പിലിട്ട് ക്രൂരമായി മർദ്ദിച്ചാണ് ജയിലിലടച്ചത്. സെൻസറിങ് മൂലം വാർത്തപോലും പുറത്തുവന്നില്ല. ആ സഭയുടെ കാലാവധി തീരുംവരെ പിണറായിയെ പുറത്തുവിട്ടില്ല. അടുത്ത സഭയിലേക്കും കൂത്തുപറമ്പിൽ നിന്നുതന്നെ തെരഞ്ഞെടുക്കപ്പെട്ട അദ്ദേഹം 1977 മാർച്ച് 30-ന് നിയമസഭയിൽ ചെയ്ത പ്രസംഗത്തിൽ അടിയന്തരാവസ്ഥയിൽ തനിക്ക് ലോക്കപ്പിലേറ്റ ഭീകര മർദ്ദനത്തിന്റെ ചിത്രം വരച്ചുകാട്ടി. വികാരതീവ്രമായ ആ പ്രസംഗം സഭ ഞെട്ടലോടെയാണ് ശ്രവിച്ചത്. കേരളത്തിന്റെ മനസ്സാക്ഷിയെ ഉലച്ച ആ വിവരണം *ദേശാഭിമാനി* മാർച്ച് 31-ന് ഒന്നാം പേജിൽ നാലുകോളം തലക്കെട്ടിലാണ് പ്രസിദ്ധീകരിച്ചത്. 'മർദനകഥ വിവരിച്ചുകൊണ്ട് വിജയൻ ചെയ്ത ഉജ്ജ്വല പ്രസംഗം, രാഷ്ട്രീയ പ്രതിയോഗികളെ അടിച്ചമർത്താമെന്ന് വ്യാമോഹം വേണ്ട' - അതായിരുന്നു വാർത്തയുടെ തലക്കെട്ട്. ടെലിവിഷൻ ഇല്ലാത്തതുകൊണ്ട് പത്രങ്ങളിലൂടെയാണ് പ്രസംഗത്തിലെ വിവരങ്ങൾ ജനങ്ങൾ അറിഞ്ഞത്. മറ്റുപത്രങ്ങൾ പൊതുവെ ആ പ്രസംഗത്തിന് പ്രാധാന്യം നൽകിയില്ല. ചിലർ അവഗണിച്ചു. *ദേശാഭിമാനി* ആ പ്രസംഗം ഏതാണ്ട് പൂർണമായും പ്രസിദ്ധീകരിച്ചു.

ദേശാഭിമാനി വാർത്തയിൽ നിന്ന് ചില ഭാഗങ്ങൾ:

തിരു. മാർച്ച് 30: തങ്ങൾക്കെതിരായ രാഷ്ട്രീയാഭിപ്രായങ്ങൾ തുറന്നുപറയുന്ന രാഷ്ട്രീയ പ്രവർത്തകരെ മർദിച്ചൊതുക്കാനുള്ള ഗവൺമെന്റ് ശ്രമം ഭൂഷണമാണോ എന്ന് നിഷ്പക്ഷമായി ചിന്തിക്കാൻ നിയമസഭയുടെ എല്ലാഭാഗത്തുനിന്നുമുള്ള അംഗങ്ങളോട് പിണറായി വിജയൻ ഇന്ന് അഭ്യർഥിക്കുകയുണ്ടായി. അടിയന്തരാവസ്ഥയിൽ ഒരു മിസ തടവുകാരനായി അറസ്റ്റ് ചെയ്യപ്പെട്ട തനിക്ക് കരുണാകരന്റെ പൊലീസിൽനിന്നുണ്ടായ കൊടിയ മർദനങ്ങളുടെ കരളലിയിക്കുന്ന കഥ ഹൃദയസ്പൃക്കായി വിവരിച്ചുകൊണ്ടാണ് കേരളത്തിന്റെ ജനാധിപത്യ മനസ്സാക്ഷിയെ ആകമാനം പിടിച്ചുകുലുക്കാൻ പോന്ന ഈ ചോദ്യം ഭരണപക്ഷത്തിരിക്കുന്നവരോട് വിജയൻ ചോദിച്ചത്. കരുണാകരനുനേരെ വിരൽ ചൂണ്ടിക്കൊണ്ട് ഉറച്ച സ്വരത്തിൽ വിജയൻ പ്രഖ്യാപിച്ചു-അടിച്ചമർത്താമെന്നത് വ്യാമോഹമാണ്. തൽക്കാലത്തേക്ക് കഴിഞ്ഞേക്കാം. എഴുന്നേൽക്കാൻ കഴിഞ്ഞാൽ വർധിച്ച ശക്തിയോടെ തന്നെ കൊള്ളരുതായ്മകളെ ഞങ്ങൾ ചെറുക്കും-പ്രതിപക്ഷ ബെഞ്ചുകളിൽ കരഘോഷമുയർന്നു.[10]

പ്രസംഗം പിണറായിയുടേതായ ശൈലിയിൽ വായിക്കുന്നതിന് നിയമസഭാ രേഖകളിൽനിന്ന് ചില ഭാഗങ്ങൾ ഉദ്ധരിക്കുന്നു:

ഈ സംസ്ഥാനത്തെ കമ്യൂണിസ്റ്റ് മാർക്സിസ്റ്റുകാരെ മിസ പ്രകാരം അറസ്റ്റ് ചെയ്ത 1975 സെപ്തംബർ 28-ാം തീയതി രാത്രിയാണ് വീട്ടിൽ വെച്ച് എന്നെ പൊലീസ് കസ്റ്റഡിയിൽ എടുത്തത്. എന്റെ വീട് ധർമ്മടം പൊലീസ് സ്റ്റേഷൻ ലിമിറ്റിൽ തലശ്ശേരി പൊലീസ് സർക്കിൾ പരിധിയിലാണ്. എന്നാൽ എന്നെ പിടിക്കാൻ വന്നത് കൂത്തുപറമ്പ് സർക്കിൾ ഇൻസ്പെക്ടർ ബാലരാമനാണ്. എന്റെ വീട്ടിൽ വന്ന് കതകിൽ തട്ടി വിളിച്ചു. ഞാൻ കതകു തുറന്ന് എന്താണ് കാര്യമെന്ന് ചോദിച്ചു. എസ് പിയിൽ നിന്നുള്ള നിർദേശപ്രകാരം അറസ്റ്റ് ചെയ്യാൻ വന്നതാണെന്ന് മറുപടി.

കൂട്ടത്തിൽ കൂത്തുപറമ്പ് സബ് ഇൻസ്പെക്ടറുമുണ്ട്. വലിയ ഒരു സംഘം പൊലീസ് പാർട്ടിയും. ഞാൻ ഉറക്കത്തിൽനിന്ന് എഴുന്നേറ്റതാണ്. ഡ്രസ് ചെയ്ത് പൊലീസ് സ്റ്റേഷനിലേക്ക് പോവുകയും ചെയ്തു. പൊലീസ് സ്റ്റേഷനിൽ എത്തുന്നതുവരെ വളരെ മാന്യമായ പെരുമാറ്റം തന്നെ. സ്റ്റേഷനിൽ എത്തി. കീശയിൽ എന്തെങ്കിലും ഉണ്ടോ എന്ന് ചോദിച്ചു. ഐഡന്റിറ്റി കാർഡ് ഉണ്ടെന്ന് പറഞ്ഞു. അത് വേണമോ എന്നു ചോദിച്ചു, വേണമെന്നു പറഞ്ഞു, കൊടുക്കുകയും ചെയ്തു. ലോക്കപ്പ് ചെയ്യണമെന്നു പറഞ്ഞു. ഞാൻ ചോദിച്ചു. വേണമോ? 'വേണം, അങ്ങനെയാണ് ഞങ്ങളുടെ നിയമം'.

അങ്ങനെ ലോക്കപ്പ് ചെയ്യാൻ പോകുന്ന ഘട്ടത്തിൽ ഒരു പൊലീസുകാരൻ പറഞ്ഞു, ഷർട്ട് അഴിക്കണം. സാധാരണ ക്രിമിനൽസിന്റെ കാര്യത്തിൽ ചെയ്യുന്നതുപോലെ വേണമോയെന്ന് ഞാൻ ചോദിച്ചു. അതിന് പൊലീസുകാരൻ 'ഞങ്ങൾക്കൊന്നും പറയാൻ കഴിയില്ല. ഇൻസ്പെക്ടറോട് പറയണം' എന്നു പറഞ്ഞു. ഇൻസ്പെക്ടറോട് ഞാൻ ചോദിച്ചു. ഞങ്ങളെല്ലാം പൊളിറ്റിക്കൽ വർക്കേഴ്സ് അല്ലേ ഷർട്ട് അഴിക്കണമോ എന്ന്. അപ്പോൾ അയാൾ പൊലീസുകാരനോട് പറഞ്ഞു ഷർട്ട് അഴിക്കേണ്ട ഷർട്ട് ഇട്ടുകൊണ്ട് ലോക്കപ്പിൽ കഴിയട്ടെ എന്ന്. ലോക്കപ്പിലേക്ക് പോകുന്ന പോക്കിൽ എനിക്ക് ഒരു പായ് തന്നു. അതുംകൊണ്ട് ഞാൻ ലോക്കപ്പു മുറിയിൽ കടന്ന് പായിട്ട് ഇരുന്നു.

രണ്ടു മിനിട്ടു കഴിഞ്ഞില്ല. ലോക്കപ്പു മുറി അടച്ചു. മുറിയുടെ മുമ്പിലത്തെ ലൈറ്റ് ഓഫ് ചെയ്തു. ലോക്കപ്പ് മുറിയിൽ ലൈറ്റില്ല. മങ്ങിയ വെളിച്ചം മാത്രമേ ഉള്ളു. രണ്ടു ചെറുപ്പക്കാർ – ആ സ്റ്റേഷനിൽ ഉള്ളവരല്ല, പുറത്തുനിന്ന് ഇതിനായിട്ട് പ്രത്യേകം കൊണ്ടുവന്നവരാണെന്ന് പിന്നീടു ഞാൻ മനസ്സിലാക്കി. ലോക്കപ്പ് മുറി തുറന്ന് അകത്തുകടന്നു. ഞാൻ ഇരിക്കുകയായിരുന്നു, എഴുന്നേറ്റു നിന്നു.

ഒരാൾ വന്നു ചോദിച്ചു, എന്തടോ പേര്?

ഞാൻ പറഞ്ഞു വിജയൻ.

എന്ത് വിജയൻ?

പിണറായി വിജയൻ.

രണ്ടാളുകളും അപ്പുറവും ഇപ്പുറവുമായി നിൽക്കുകയാണ്. പിണറായി വിജയൻ എന്ന് ഞാൻ പറഞ്ഞു, ഒരാൾ ആവർത്തിച്ചു.

ഓ... പിണറായി വിജയൻ എന്നു പറയുകയും വീണ്ടും ആവർത്തിക്കുകയും അടി വീഴുകയും ചെയ്തു.

അവർ രണ്ടുപേർ ആദ്യറൗണ്ട് അടിച്ചു. രണ്ടുപേർ മാത്രമായിട്ട് അടിക്കുന്നത് പോരെന്ന് അവർക്ക് തോന്നിയിട്ടുണ്ടായിരിക്കാം. വലിയ ഒരു സംഘം പൊലീസുകാർ ലോക്കപ്പിനു മുമ്പിൽ നിൽക്കുന്നുണ്ട്. സിഐ അടക്കം മൂന്നാളുകൾ പിന്നീട് കടന്നുവന്നു. അങ്ങനെ അഞ്ചുപേരായി. തല്ലിന്റെ മാതിരി പറയേണ്ട ആവശ്യമില്ലാല്ലോ? ഏകദേശം കേരളത്തെപ്പറ്റി അറിയാവുന്നവർക്കൊക്കെ ഊഹിക്കാവുന്നതാണ്. അഞ്ചാളുകൾ ഇട്ടു തല്ലുകയാണ്. എല്ലാ രീതിയിലും തല്ലി. പല ഘട്ടങ്ങളിലായിട്ടു പല പ്രാവശ്യമായിട്ട് ഞാൻ വീഴുന്നുണ്ട്, എഴുന്നേൽക്കുന്നുണ്ട്. അവർ തല്ലുന്നതിനിടക്ക് പറഞ്ഞുകൊണ്ടിരിക്കുന്നുണ്ട്, 'നീ ആഫീസർക്കെതിരായി പറയുന്നുണ്ട്, മന്ത്രിക്കെതിരായി പറയുന്നുണ്ട്. അല്ലേടാ' എന്നൊക്കെ. അതിനിടയ്ക്ക് തല്ലും നടന്നുകൊണ്ടിരിക്കുന്നു. പല പ്രാവശ്യം വീണു. പല പ്രാവശ്യം എഴുന്നേറ്റു. എഴുന്നേൽക്കാൻ കഴിഞ്ഞപ്പോഴൊക്കെ എഴുന്നേറ്റു. അവസാനം എഴുന്നേൽക്കാൻ വയ്യാത്ത അവസ്ഥയായി. പൂർണമായിട്ടും വീണു. എഴുന്നേൽക്കാതായതോടുകൂടി അവരെല്ലാവരും മാറിമാറി പുറത്തു ചവുട്ടി. എത്രമാത്രം ചവിട്ടാൻ കഴിയുമോ അത്രമാത്രം ചവിട്ടി. അഞ്ചാളുകൾ മാത്രമേ തല്ലിയുള്ളു. അവർ ക്ഷീണിക്കുന്നതുവരെ തല്ലി. പതിനഞ്ച് ഇരുപതുമിനിട്ടു സമയം. എന്നിട്ട് അവർ പോയി.

ഞാൻ പിറ്റേദിവസംവരെ അങ്ങനെ കിടന്നു. അതിനിടയ്ക്ക് ഷർട്ട് പോയിട്ടുണ്ട്, ബനിയൻ പോയിട്ടുണ്ട്, മുണ്ടു പോയിട്ടുണ്ട്, ഡ്രായർ മാത്രം അവശേഷിച്ചു. അതാണ് ആ ലോക്കപ്പിൽ വെച്ച് എനിക്കുണ്ടായത്. പിറ്റേദിവസം കാലത്ത് ആദ്യ റൗണ്ടു തല്ലാൻ കൊണ്ടുവന്ന പൊലീസ് പാർട്ടിയെ മുഴുവനായിട്ടു മാറ്റി. പിറ്റേന്ന് കൂത്തുപറമ്പ് പൊലീസ് സ്റ്റേഷനിലെ പൊലീസുകാർ വന്നു. അവരെ എനിക്കറിയാവുന്നതാണ്. അവർ വളരെ മര്യാദയിൽത്തന്നെ. എനിക്ക് ഇങ്ങനെ

സംഭവിച്ചതിൽ അനുതാപം രേഖപ്പെടുത്തുന്ന മട്ടിൽ ചില പൊലീസുകാർ വന്നു. 'നിങ്ങൾക്കു ചായ വേണമോ', ഇങ്ങനെയുള്ള മര്യാദകളാണ് പിന്നെ.

അവിടെനിന്ന് രാവിലെ 10 മണിക്ക് കണ്ണൂരിലേക്ക് കൊണ്ടുപോയി. കണ്ണൂരിൽ എത്തി പൊലീസ് സ്റ്റേഷനിൽ കയറുമ്പോൾ കണ്ണൂരിലെ പ്രസിദ്ധനായ മറ്റൊരു സബ് ഇൻസ്പെക്ടർ ഉണ്ട്. പുലിക്കോടൻ നാരായണൻ. എന്നെ കണ്ടാൽ തന്നെ അന്ന് സത്യം ആർക്കും മനസ്സിലാകും. കാരണം നടക്കാൻ കഴിയുകയില്ല. എടുത്താണ് പൊലീസ് ജീപ്പിൽ കയറ്റിയത്. അവിടെ നിന്ന് ഇറങ്ങിപ്പോകുമ്പോഴുമെല്ലാം പിടിച്ചിരിക്കുകയാണ്, നടന്നുപോകാൻ പറ്റുകയില്ല. സബ് ഇൻസ്പെക്ടർ പുലിക്കോടൻ നാരായണൻ പറഞ്ഞു, വിജയന്റെ മുഖം മാറിയല്ലോ? അപ്പോൾ രണ്ടാമത്തെ റൗണ്ട് അടിവരാൻ പോവുകയാണെന്ന് ഞാൻ പ്രതീക്ഷിച്ചു. എന്തോ രണ്ടാമത്തെ റൗണ്ട് അടി ഉണ്ടായില്ല.

ഇതേപ്പറ്റിയെല്ലാം ഞാൻ മുഖ്യമന്ത്രിക്കെഴുതി, അന്നിവിടെ സ്പീക്കർ ഇല്ല, ഡെപ്യൂട്ടി സ്പീക്കർക്കെഴുതി. ആരിൽനിന്നും ഒരു മറുപടിയും എനിക്ക് കിട്ടിയില്ല. ഇങ്ങനെയൊന്നു സംഭവിച്ചല്ലോ എന്നു കാണിച്ചുകൊണ്ടുള്ള ഒരു മറുപടിപോലും അവർ എഴുതാൻ തയ്യാറായില്ല. [11]

28

സാങ്കേതികവിദ്യയിൽ കാലത്തിനൊപ്പം

വായനക്കാരുടെ അഭിരുചിക്കൊത്ത് പത്രം ആകർഷകമാക്കാനും ഉള്ളടക്കം മെച്ചപ്പെടുത്താനും വരിക്കാർക്ക് അത് നേരത്തെ ലഭ്യമാക്കാനും സാങ്കേതികവിദ്യയിൽ അതതുകാലം വരുന്ന മാറ്റങ്ങൾ സ്വീകരിച്ചേ പറ്റൂ. സാങ്കേതികവിദ്യയിൽ നിരന്തരം മാറ്റം വരുമ്പോൾ അതിനൊത്ത് പത്രത്തെ മുമ്പോട്ടുകൊണ്ടുപോവുകയെന്നത് വെല്ലുവിളി തന്നെയാണ്. നവീന സാങ്കേതികവിദ്യ ഉപയോഗിക്കുന്നതിൽ മലയാളത്തിലെ പ്രധാന പത്രങ്ങളോട് മത്സരിച്ചുകൊണ്ടാണ് *ദേശാഭിമാനി* മുന്നോട്ടുപോകുന്നത്.

കോഴിക്കോട്ടുനിന്ന് 1942-ൽ വാരികയായി തുടങ്ങുമ്പോൾ ട്രെഡിൽ മെഷിനിലായിരുന്നു പത്രം അച്ചടിച്ചിരുന്നത്. ടാബ്ലോയ്ഡ് സൈസായതുകൊണ്ട് ട്രെഡിലിൽ അടിക്കാം. കാലുകൊണ്ട് ചവിട്ടിയായിരുന്നു മെഷിൻ പ്രവർത്തിപ്പിച്ചിരുന്നത്. മോട്ടോർ ഉപയോഗിച്ച് അച്ചടിക്കാൻ തുടങ്ങുന്നത് പിന്നീടാണ്. ട്രെഡിൽ യന്ത്രത്തിന് മുകളിൽ രണ്ടുഭാഗങ്ങളുണ്ടാകും. പ്രിന്റർ നിൽക്കുന്ന ഭാഗത്ത് കടലാസ് വയ്ക്കണം. മറുഭാഗത്തായിരിക്കും കമ്പോസ് ചെയ്ത മാറ്റർ മുറുക്കി പിടിപ്പിച്ചിട്ടുള്ളത്. പ്രിന്റർ ഓരോ ഷീറ്റ് കടലാസ് കൈകൊണ്ട് എടുത്ത് യന്ത്രത്തിൽ വയ്ക്കുകയും അത് അച്ചിനുമേൽ അമർന്നുകഴിഞ്ഞാൽ തിരിച്ചെടുക്കുകയും വേണം. യന്ത്രം പ്രവർത്തിക്കുമ്പോൾ തിരിഞ്ഞുകൊണ്ടിരിക്കുന്ന റബ്ബർ റോളർ അച്ചിൽ മഷി തേച്ചുകൊണ്ടിരിക്കും. ഇതാണ് ട്രെഡിൽ മെഷിന്റെ പ്രവർത്തന രീതി. ലളിതമായ സാങ്കേതികവിദ്യ.

ഡബിൾ ഡമ്മി സിലിണ്ടർ പ്രസ്

ദേശാഭിമാനി ദിനപത്രമാകുന്നത് 1946-ലാണല്ലോ. അപ്പോൾ അച്ചടി ഡബിൾ ഡമ്മി സിലിണ്ടർ എന്ന അൽപ്പംകൂടി പരിഷ്കരിച്ച യന്ത്രത്തിലേക്കു മാറി. ഡബിൾ ഡമ്മി സിലിണ്ടറിൽ ഇന്ന് കാണുന്ന പത്രത്തെപ്പോലെ ബ്രോഡ്ഷീറ്റിൽ അച്ചടിക്കാം. ഒരേസമയം നാലു പേജ് അച്ചടിക്കാൻ കഴിയും. കടലാസ് കട്ട് ചെയ്ത് മെഷീന് അരികിൽ വയ്ക്കണം. മെഷിനിൽ രണ്ടുസിലിണ്ടർ ഉണ്ടാകും. സിലിണ്ടർ തിരിയുമ്പോൾ കടലാസ് ഓരോന്നായി നീക്കിക്കൊടുക്കണം. അച്ചടിച്ചുവരുന്ന പേപ്പർ എടുത്ത് അട്ടിവയ്ക്കാൻ മെഷിനിന്റെ മറുഭാഗത്തും ഒരാളുണ്ടാകും. പത്രത്തിന്റെ രണ്ടുപേജ് വലുപ്പമുള്ള പേപ്പറാണ് മെഷിനിൽ വെയ്ക്കുന്നത്. രണ്ടുഭാഗത്തും അച്ചടി പതിയും. അപ്പോൾ

നാലുപേജ് കിട്ടും. കൈകൊണ്ട് ഓരോ പേപ്പർ എടുത്തുവെച്ച് അച്ചടിക്കുമ്പോൾ വേഗം കുറവായിരിക്കുമെന്ന് പറയേണ്ടതില്ല. മണിക്കൂറിൽ ശരാശരി 1500 കോപ്പി അടിയ്ക്കാം. അക്കാലത്ത് തുടക്കത്തിൽ നാലുപേജായിരുന്നു. ഡബിൾ ഡമ്മി എന്ന പോലെ സിംഗിൾ ഡമ്മി സിലിണ്ടർ പ്രസ്സും അക്കാലത്ത് ഉപയോഗത്തിലുണ്ട്. ഒരേസമയം രണ്ടുപേജേ അച്ചടിക്കാൻ കഴിയൂ. ഒരുഭാഗം അച്ചടിച്ച പേപ്പർ മറിച്ചുവെച്ച് രണ്ടാമതും പ്രിന്റ് ചെയ്താലേ നാലുപേജാകൂ. അപ്പോൾ സമയം വീണ്ടും കൂടും. *ദേശാഭിമാനി* ട്രെഡിൽ പ്രസ്സിൽ നിന്ന് നേരെ ഡബിൾ ഡമ്മി സിലിണ്ടർ പ്രസ്സിലേക്കാണ് പോയതെന്ന് 1956 മുതൽ 46 വർഷം *ദേശാഭിമാനി* പ്രിന്റിങ് വിഭാഗത്തിൽ ജോലി ചെയ്ത കെ പി ബാലകൃഷ്ണൻ (കോഴിക്കോട്) ഈ ലേഖകനോട് പറഞ്ഞു. ആദ്യകാലത്ത് ട്രെഡിൽ മെഷിൻ കാലുകൊണ്ട് ചവിട്ടിയാണ് പ്രവർത്തിപ്പിച്ചിരുന്നതെങ്കിൽ സിലിണ്ടർ മെഷിനിൽ അച്ചടി നടത്തിയത് വൈദ്യുതി മോട്ടോർ ഉപയോഗിച്ചായിരുന്നു. വൈദ്യുതി മുടങ്ങിയാൽ കൈകൊണ്ട് ഉരുട്ടിയും അച്ചടിക്കാം. പക്ഷേ അധികം കോപ്പി കിട്ടില്ല. കൈകൊണ്ട് തിരിച്ച് *ദേശാഭിമാനി* അച്ചടിക്കേണ്ടിവന്ന സന്ദർഭങ്ങൾ ഒരുപാടുണ്ടായിട്ടുണ്ട്. അച്ചടി സമയത്ത് വൈദ്യുതി പോയാൽ മെഷിൻ തിരിക്കാൻ തയാറായി മറ്റു പല സെക്ഷനുകളിൽ നിന്നും ജീവനക്കാർ വരും. എഡിറ്റോറിയലിൽ നിന്നടക്കം.

ട്രെഡിൽ മെഷീൻ

ലണ്ടനിലെ *ദ ടൈംസ്* പത്രമാണ് 1814–ൽ സിലിണ്ടർ പ്രസ് രൂപപ്പെടുത്തിയത്. അന്ന് മണിക്കൂറിൽ ആയിരം ഷീറ്റുകൾ അതിൽ അച്ചടിക്കാമായിരുന്നു. സിലിണ്ടർ പ്രസ്സിൽ നിന്ന് പത്രങ്ങളുടെ അച്ചടി റോട്ടറി പ്രസ്സിലേക്കാണ് മാറിയത്. അതിന്റെ ജനയിതാക്കളും *ദ ടൈംസ്* തന്നെ. അച്ചടിരംഗത്തെ പ്രധാന മാറ്റമായിരുന്നു റോട്ടറി പ്രസ്സിന്റെ ആവിർഭാവം. സിലിണ്ടർ പ്രസ്സിലാകുമ്പോൾ ഓരോ ഷീറ്റായി അച്ചടിച്ചെടുക്കണം. റോട്ടറി പ്രസ്സിൽ പത്രക്കടലാസിന്റെ റീൽ യന്ത്രത്തിലേക്ക് കയറ്റാം. ആ റീൽ തീരുന്നതുവരെ അച്ചടി നിർബാധം നടക്കും. നാലു പേജാണെങ്കിൽ ഒരു റീലിൽ നിന്ന് 21,000 കോപ്പി വരെ കിട്ടും. റോട്ടറി പ്രസ്സിൽ അച്ചടിച്ച പേപ്പർ കട്ട് ചെയ്ത് മടക്കി പുറത്തുവന്നു വീഴും. അച്ചടിയുടെ വേഗവും വർധിച്ചു. സിലിണ്ടർ പ്രസ്സിൽ മണിക്കൂറിൽ പരമാവധി രണ്ടായിരം കോപ്പി അച്ചടിച്ചിരുന്ന സ്ഥാനത്ത് മലയാള പത്രങ്ങൾ ഉപയോഗിച്ചിരുന്ന റോട്ടറി പ്രസ്സുകളിൽ ഒമ്പതിനായിരം മുതൽ പന്ത്രണ്ടായിരം വരെ കോപ്പികൾ അച്ചടിക്കാമായിരുന്നു. *ദേശാഭിമാനി* ആദ്യകാലത്ത് ഉപയോഗിച്ചിരുന്ന റോട്ടറി പ്രസ്സിൽ ഒരേസമയം ആറു പേജേ അച്ചടിക്കാൻ കഴിയുമായിരുന്നുള്ളു. ഇപ്പോൾ *ദേശാഭിമാനി* ഉപയോഗിക്കുന്ന ഓഫ്സെറ്റ് പ്രസ്സിൽ 20 പേജ് ഒരേസമയം അച്ചടിക്കാം.

ഫ്ളാറ്റ്ബെഡ് റോട്ടറിയിലേക്ക്

റോട്ടറിയുടെ പ്രാഥമിക രൂപത്തിലുള്ള യന്ത്രങ്ങളാണ് കോഴിക്കോട്ടും 1968–ൽ കൊച്ചി എഡിഷൻ തുടങ്ങിയപ്പോൾ അവിടെയും ഉപയോഗിച്ചത്. അതിന് ഫ്ളാറ്റ്ബെഡ് റോട്ടറി എന്നായിരുന്നു പേര്. ബോംബെയിൽ നിന്ന് ഒരു പഴയ റോട്ടറി പ്രസ് വാങ്ങിയാണ് കൊച്ചിയിൽ അച്ചടി തുടങ്ങിയത്. ഈ പ്രസ് വാങ്ങാൻ ബോംബെയിൽ പോയത് ഇ കെ നായനാരും അഴീക്കോടൻ രാഘവനും പത്രത്തിന്റെ ജനറൽ മാനേജർ കണ്ണൻ നായരുമായിരുന്നു. പിൽക്കാലത്ത് സിഐടിയുവിന്റെ പ്രമുഖനേതാവായ പി ആർ കൃഷ്ണനാണ് അന്ന് നേതാക്കളെ സ്വീകരിച്ച് പ്രസ് കാണാൻ കൊണ്ടുപോയത്. അദ്ദേഹം തന്നെ ഇക്കാര്യം ഈ ലേഖകനോട് പറഞ്ഞിട്ടുണ്ട്. നേരത്തെ സിലിണ്ടർ പ്രസ്സിൽ

കെ പി ബാലകൃഷ്ണൻ

അച്ചടിച്ചതുപോലെ അച്ചുകൾ മെറ്റൽ ചട്ടക്കൂടിലാക്കി മുറുക്കി മെഷിനിൽ നിരപ്പായ (ഫ്ളാറ്റ്) പ്രതലത്തിൽ ഉറപ്പിച്ചാണ് ഫ്ളാറ്റ്ബെഡ് റോട്ടറിയിലും അച്ചടി നടത്തുന്നത്. അതിനുമേൽ സിലിണ്ടർ കയറിയിറങ്ങുമ്പോൾ കടലാസിൽ അച്ചടി പതിയുകയായിരുന്നു. എന്നാൽ റോട്ടറിയിലും മാറ്റങ്ങൾ വന്നുകൊണ്ടിരുന്നു. 1973 ആയപ്പോൾ കൊച്ചി യൂണിറ്റിലേക്ക് കിഴക്കൻ ജർമനിയിൽ (ജർമൻ ജനാധിപത്യ റിപ്പബ്ലിക്) നിന്നു വാങ്ങിയത് പ്ലമാഗ് റോട്ടറിയായിരുന്നു. പ്ലമാഗ് റോട്ടറിയെന്നാൽ പരിഷ്കരിച്ച റോട്ടറി പ്രസ്. സിലിണ്ടർ മെഷിനിൽ അച്ചുകളുടെ മുകളിൽ കടലാസ് പ്രസ് (അമർത്തി) ചെയ്താണ് അച്ചടി നടത്തിയിരുന്നതെങ്കിൽ പരിഷ്കരിച്ച റോട്ടറിയിൽ ഈയം കൊണ്ടുള്ള പ്ലേറ്റാണ് ഉപയോഗിച്ചിരുന്നത്. എന്നാൽ, *ദേശാഭിമാനി*യിൽ ഓഫ്സെറ്റ് അച്ചടി തുടങ്ങുന്ന സമയമായപ്പോഴേക്കും ഈയം പ്ലേറ്റുകൾക്കു പകരം അലൂമിനിയം പ്ലേറ്റുകൾ വന്നു. പത്രസ്ഥാപനങ്ങളിൽ പ്ലേറ്റ് നിർമിക്കേണ്ട സ്ഥിതിയും ഒഴിവായി. പ്ലേറ്റ് നിർമാണത്തിന് കമ്പനികൾ വന്നു.

ലോഹ പ്ലേറ്റ് ഉപയോഗിച്ചുള്ള അച്ചടി എങ്ങനെയാണെന്ന് നോക്കാം. ഈയത്തിന്റെ അച്ചുകൾകൊണ്ടുള്ള കമ്പോസിങ് കഴിഞ്ഞാൽ അതു പേജ് രൂപത്തിലാക്കി വെളിച്ചം കടക്കുന്ന ടിഷ്യൂ പേപ്പറിൽ പ്രിന്റ് എടുക്കുന്നു. ഫിലിമിന്റെ ഉപയോഗം തന്നെയാണ് സുതാര്യമായ ടിഷ്യൂ പേപ്പർ വഴി കിട്ടുന്നത്. ഈ ടിഷ്യൂ പേപ്പറിലേക്ക് കമ്പോസ് ചെയ്ത മാറ്റർ മെഷിൻ ഉപയോഗിച്ച് പകർത്തും. ടിഷ്യൂ പേപ്പറിൽ അച്ചുകളുടെ പ്രതിരൂപം പകർത്തുമ്പോൾ അതിൽ ഫോട്ടോ പതിച്ചിട്ടുണ്ടാവില്ല. ഫോട്ടോ ആവശ്യമുള്ള ഭാഗം ഒഴിച്ചിടുകയാണ് ചെയ്യുന്നത്. ഫോട്ടോ ഫിലിമാക്കി പിന്നീട് ടിഷ്യൂ പേപ്പറിലെ പേജിൽ ഒട്ടിക്കും. ഈ ടിഷ്യൂ പേപ്പറിനുമുകളിൽ കറുത്ത പൗഡർ തേയ്ക്കും. ഈ പൗഡർ അക്ഷരങ്ങളിലേ പിടിക്കൂ. അക്ഷരങ്ങളില്ലാത്ത ഭാഗത്ത് പൗഡർ പിടിക്കില്ല. അതു ഉറപ്പുവരുത്താൻ പൗഡർ തേച്ചശേഷം ടിഷ്യൂ പേപ്പർ നന്നായി തുടയ്ക്കുകയും ചെയ്യും. അക്ഷരങ്ങളിൽ കറുത്ത പൗഡർ തേയ്ക്കുന്നത് എന്തിനാണെന്നോ? ടിഷ്യൂ പേപ്പറിലെ അച്ചടി ലോഹ പ്ലേറ്റിലേക്ക് പകർത്തുന്നത് അൾട്രാവയലറ്റ് ലൈറ്റ് ഉപയോഗിച്ചാണ്. അക്ഷരങ്ങൾ ഉള്ള ഭാഗത്ത് കറുത്ത പൗഡർ കോട്ടിങ് ഉള്ളതുകൊണ്ട് വെളിച്ചം കടക്കില്ല. അതുകൊണ്ട് അക്ഷരങ്ങൾ അങ്ങനെ തന്നെ പ്ലേറ്റിലേക്ക് പകർത്തപ്പെടും. ഇതു സാധ്യമാക്കുന്നതിന് ലോഹ പ്ലേറ്റിൽ ഒരു കെമിക്കൽ കോട്ടിങ് ഉണ്ടാകും. മുമ്പൊക്കെ ഈ രാസപ്രക്രിയ നടത്തിയിരുന്നത് പത്രസ്ഥാപനങ്ങളിൽത്തന്നെയായിരുന്നു. ഇപ്പോൾ കെമിക്കൽ കോട്ടിങ് ഉള്ള പ്ലേറ്റുകൾ വിപണിയിൽ ലഭ്യമാണ്.

പ്ലേറ്റിലേക്ക് അക്ഷരങ്ങളും ചിത്രങ്ങളും അതേരൂപത്തിൽ പോസിറ്റീവായാണ് പതിയുന്നത്. എന്നാൽ, അച്ചടി നടക്കുന്നത് യഥാർഥത്തിൽ ഈ പ്ലേറ്റ് ഉപയോഗിച്ചല്ല. അച്ചടിക്കുമ്പോഴുള്ള സമ്മർദം താങ്ങാനുള്ള ബലം പ്ലേറ്റിനുമേലുള്ള ലോലമായ പ്രതിരൂപത്തിനില്ല. അതുകൊണ്ട് ഒരു ബ്ലാങ്കറ്റിലേക്ക് (റബർ പായ) ഈ പ്രതിരൂപം യന്ത്രത്തിൽ നിന്നു മാറ്റും. അപ്പോൾ ബ്ലാങ്കറ്റിൽ പതിയുന്നത് നെഗറ്റിവ് ഇമേജാണ്. എന്നാൽ അതു കടലാസിലേക്ക് മാറുമ്പോൾ പ്രതിരൂപം പോസിറ്റിവായി വരും. ഇതാണ് പരിഷ്കരിച്ച റോട്ടറിയിലും പിന്നീട് വന്ന ഓഫ്സെറ്റിലും അച്ചടിക്കുമുമ്പ് നടക്കുന്ന പ്രക്രിയ. പ്ലേറ്റും ബ്ലാങ്കറ്റും ഉപയോഗിക്കുന്നതുകൊണ്ട് കമ്പോസ് ചെയ്ത ടൈപ്പുകൾ യന്ത്രത്തിലേക്കു വരുന്നേയില്ല. അതുവഴി ടൈപ്പുകളുടെ തേയ്മാനം ഒഴിവായി. സിലിണ്ടർ പ്രസ്സിലും ഫ്ളാറ്റ് ബഡ് റോട്ടറിയിലും അച്ചടിക്കുമ്പോൾ ടൈപ്പുകൾക്ക് തേയ്മാനം സംഭവിക്കും. അതിൽ അച്ചടിക്കുന്ന പേപ്പർ വായിക്കാൻ പ്രയാസമാകും. ഇങ്ങനെ വരുമ്പോൾ ടൈപ്പുകൾ പുതിയതു വാർത്തെടുക്കുകയാണ് ചെയ്തിരുന്നത്. കേരളത്തിൽ ടൈപ്പ് വാർക്കുന്ന പ്രധാന കേന്ദ്രം ഷൊർണൂരായിരുന്നു. റോട്ടറി പ്രസ്സിൽ കളർ അച്ചടി സാധിക്കുമെങ്കിലും വലിയ പരിമിതികളുണ്ട്. ഓരോ കളറായി അടിച്ചെടുക്കണം. ഓഫ്സെറ്റ് പ്രസ്സിലേതുപോലെ ഒന്നിലേറെ കളർ അച്ചടി പറ്റില്ല.

പത്തൊമ്പതാം നൂറ്റാണ്ടിൽത്തന്നെ യൂറോപ്പിൽ റോട്ടറി പ്രസ് വന്നുവെങ്കിലും ഇന്ത്യയിൽ ഇരുപതാം നൂറ്റാണ്ടിന്റെ രണ്ടാം പകുതിയിൽ അറുപതുകളിലും എഴുപതുകളിലാണ് പത്രങ്ങൾ

വ്യാപകമായി റോട്ടറി പ്രസ് ഉപയോഗിക്കാൻ തുടങ്ങിയത്. സാമ്പത്തിക പ്രയാസം കാരണം *ദേശാഭിമാനി* സിലിണ്ടറിൽ നിന്ന് റോട്ടറിയിലേക്ക് മാറാൻ സമയമെടുത്തു. 1946-ൽ സിലിണ്ടർ പ്രസ്സിൽ അച്ചടി തുടങ്ങിയ *ദേശാഭിമാനി* റോട്ടറിയിലേക്ക് മാറുമ്പോൾ 1962 ആയിരുന്നു. ആ റോട്ടറിയാകട്ടെ അച്ച് നേരിട്ട് ഉപയോഗിക്കുന്ന ഒന്നാം തലമുറയിൽ പെട്ടതും. അതിന് ലെറ്റർ പ്രസ് എന്ന പേരുമുണ്ട്. കൊച്ചിയിൽ ആധുനിക പ്ലമാഗ് റോട്ടറി വരാൻ പിന്നെയും ഒരു ദശാബ്ദം കഴിഞ്ഞു.

ഓഫ്സെറ്റും കമ്പ്യൂട്ടറും

അച്ചടിരംഗത്ത് വിപ്ലവകരമെന്നു പറയാവുന്ന മാറ്റങ്ങൾ വരുത്തിയത് ഓഫ്സെറ്റ് പ്രസ്സിലെ അച്ചടിയും കമ്പ്യൂട്ടർ ഉപയോഗിച്ചുള്ള ടൈപ്പ് സെറ്റിങ്ങും പേജ് ലേഔട്ടുമാണ്. ഇന്ത്യൻ പത്രങ്ങളെക്കുറിച്ച് ആഴത്തിൽ പഠനം നടത്തിയ റോബിൻ ജെഫ്രിയെ ഉദ്ധരിക്കാം:

റോബിൻ ജെഫ്രി

> കമ്പ്യൂട്ടർ ഉപയോഗിച്ച് ടൈപ്പ് സെറ്റിങ് തുടങ്ങുംമുമ്പാണ് ഓഫ്സെറ്റ് പ്രസ് വന്നത്. പക്ഷേ, ഭാരതീയ ലിപികളുടെ മോചനത്തിന് കമ്പ്യൂട്ടർ ടൈപ്പ്സെറ്റിങ്ങുംകൂടി വേണമായിരുന്നു. ഓഫ്സെറ്റ് പ്രസ്സിൽ പ്രതിരൂപങ്ങൾ ചിത്രരൂപത്തിലും രാസപരമായുമാണ് പകർത്തപ്പെടുന്നത്. ഓഫ്സെറ്റ് അച്ചടിയും അതിന്റെ മുത്തച്ഛനായ ലിത്തോഗ്രാഫിയും ആദ്യമായി ഉപയോഗിച്ചത് 1790-ൽ ജർമനിയിലാണ്. വെള്ളവും ഗ്രീസും പരസ്പരം ആകർഷിക്കുകയും പിടിച്ചുനിർത്തുകയും ചെയ്യും എന്നുള്ള വസ്തുതയെ ആധാരമാക്കിയാണ് ഓഫ്സെറ്റ് പ്രസ്സുകൾ രൂപകൽപ്പന ചെയ്യപ്പെട്ടത്. എണ്ണ അല്ലെങ്കിൽ മഷി ഒരു പലകമേൽ തേച്ചാൽ ആ പലകമേൽ ഗ്രീസ് എവിടെയൊക്കെ ഉണ്ടോ അവിടെ മാത്രമേ മഷി പിടിക്കൂ. വെള്ളമുള്ളിടത്ത് പിടിക്കില്ല. പലകമേൽ കടലാസ് അമർത്തുമ്പോൾ മഷി പുരട്ടിയ പ്രതിരൂപം ആ കടലാസിലേക്ക് പകർത്തപ്പെടുന്നു. ഓഫ്സെറ്റ് എന്ന പദം വരുന്നത് കൂടുതൽ വേഗതയിൽ ആ അച്ചടിവിദ്യ ഉപയോഗിക്കാനുള്ള വഴി എന്ന നിലയ്ക്കാണ്. കുമ്മായക്കല്ലുകൊണ്ടുള്ള പലകയ്ക്കു പകരം അലൂമിനിയം പ്ലേറ്റാണ് ഇതിൽ ഉപയോഗിക്കുന്നത്. അച്ചടിക്കേണ്ട പ്രതിരൂപം ചിത്രരൂപേണ ഇതിലേക്ക് പകർത്തപ്പെടുന്നു. ഈ പ്ലേറ്റ് ഒരു കുഴലിന്റെ ആകൃതിയിൽ വളയ്ക്കും. ഇങ്ങനെ കുഴൽ രൂപത്തിലുള്ള പ്ലേറ്റ് മെല്ലെ തിരിയുമ്പോൾ കടലാസ് തുടർച്ചയായി വലവലയായി അതിലേക്ക് തിരുകാൻ കഴിയും. അതുകൊണ്ടാണ് അതിന് വെബ് (ചിലന്തിവല) എന്ന പേര്. 1990-കളായപ്പോഴേക്കും വലിയ വിലയില്ലാത്ത ഭാരതനിർമിതമായ ഓഫ്സെറ്റുകൾ നിലവിൽവന്നു. അവ ഉപയോഗിച്ച് പന്ത്രണ്ട് പേജുള്ള ബ്രോഡ്ഷീറ്റ് പത്രത്തിന്റെ മുപ്പതിനായിരം പ്രതികൾ വരെ ഒരു മണിക്കൂറിൽ അടിച്ചെടുക്കാം എന്ന നിലയായി.[1]

ഓഫ്സെറ്റിലേക്ക് മാറിയ ആദ്യ പത്രം

മലയാള പത്രങ്ങളിൽ ആദ്യമായി വെബ് ഓഫ്സെറ്റിൽ അച്ചടിക്കാൻ തുടങ്ങിയത് *ദേശാഭിമാനി*യാണ്. വളർച്ചയുടെ മറ്റൊരു ഘട്ടത്തിലേക്ക് പത്രം പ്രവേശിക്കുകയായിരുന്നു. 1979 ആഗസ്ത് 19-ന് കൃഷ്ണപിള്ള ദിനത്തിലാണ് *ദേശാഭിമാനി* ഓഫ്സെറ്റിലേക്ക് മാറുന്നതിന്റെ ഉദ്ഘാടനം കോഴിക്കോട്ട് ഇ കെ നായനാർ നിർവഹിച്ചത്. *മലയാള മനോരമ*യും *മാതൃഭൂമി*യുമടക്കമുള്ള പ്രമുഖ പത്രങ്ങൾ ആ ഘട്ടത്തിൽ ഓഫ്സെറ്റിലേക്ക് മാറുന്നതിനെക്കുറിച്ച് ആലോചിക്കുന്നതേ ഉണ്ടായിരുന്നുള്ളൂ. ജനങ്ങളിൽ നിന്ന് പണം പിരിച്ചിട്ടായാലും സാങ്കേതികവിദ്യയുടെ വികാസം പരമാവധി ഉപയോഗിക്കണമെന്ന തീരുമാനത്തിലേക്ക് അപ്പോഴേക്കും സിപിഐ എം എത്തിയിരുന്നു. *ദേശാഭിമാനി* ഓഫ്സെറ്റിൽ അച്ചടി തുടങ്ങുമ്പോൾ ആ സാങ്കേതികവിദ്യ കേരളത്തിൽ വന്നിട്ടില്ലെന്ന് പറയാനാവില്ല. ഷീറ്റ്ഫെഡ് ഓഫ്സെറ്റുകൾ അന്ന് ഉപയോഗത്തിലുണ്ട്. *മാതൃഭൂമി* അതിന്റെ ചില പ്രസിദ്ധീകരണങ്ങൾ ആ സമയത്ത് ഷീറ്റ് ഓഫ്സെറ്റിൽ അച്ചടിക്കുന്നുണ്ടായിരുന്നു. കട്ട് ചെയ്ത ഷീറ്റുകൾ ഉപയോഗിച്ചാണ് അതു ചെയ്യുന്നത്. പത്രം അച്ചടിക്കുന്നതുപോലെ വലിയ റീൽ കയറ്റി തുടർച്ചയായി അച്ചടിക്കാൻ കഴിയില്ല. എന്നാൽ കട്ടി കൂടിയ ആർട്ട്പേപ്പർ ഉപയോഗിച്ച് അച്ചടിനടത്താൻ ഷീറ്റ്ഫെഡ് പ്രസ് തന്നെ വേണം.

വെബ് ഓഫ്സെറ്റ് പ്രസ്സിന്റെ പ്രക്രിയ അക്കാലത്ത് സങ്കീർണമായിരുന്നുവെങ്കിലും *ദേശാഭിമാനി* ധൈര്യമായി അതിലേക്ക് കടക്കുകയായിരുന്നു.

ഇന്ത്യൻ നിർമിത ഓഫ്സെറ്റുകൾ നിലവിൽ വന്നത് 1990-കളിലാണെന്ന റോബിൻ ജെഫ്രിയുടെ വിവരണം ശരിയല്ല. 1979-ൽ *ദേശാഭിമാനി*യിൽ സ്ഥാപിച്ച ഓഫ്സെറ്റ് ഇന്ത്യൻ നിർമിതമായ 'ഓറിയന്റ്' ആയിരുന്നു. ഡൽഹിക്കടുത്ത് ഫരീദാബാദിലുള്ള 'ദ പ്രിന്റേഴ്സ് ഹൗസ്' എന്ന കമ്പനിയാണ് ഓറിയന്റ് യന്ത്രങ്ങൾ നിർമിക്കുന്നത്. *ദേശാഭിമാനി*യുടെ പത്തു യൂണിറ്റുകളിൽ കോഴിക്കോട് ഉൾപ്പെടെ ആറിടത്തും ഇപ്പോഴും ഓറിയന്റ് യന്ത്രങ്ങൾ ഉപയോഗിക്കുന്നു. ഓഫ്സെറ്റ് പ്രസ് വന്നശേഷവും ഏതാനും വർഷം *ദേശാഭിമാനി*യിൽ കൈകൊണ്ട് നിരത്തുന്ന അച്ചുകൾ ഉപയോഗിച്ചാണ് പ്ലേറ്റിലേക്ക് പ്രതിരൂപം പകർത്തിയിരുന്നത്. കമ്പ്യൂട്ടർ ഉപയോഗിച്ചുള്ള അച്ചുനിരത്തൽ അല്ലെങ്കിൽ ഡിടിപി വരുന്നത് ഏതാനും വർഷം കഴിഞ്ഞാണ്.

അച്ചുകൾക്കു പകരം പ്രതിരൂപങ്ങൾ ഉപയോഗിച്ചാണ് അച്ചടി എന്ന് പറഞ്ഞുവല്ലോ. അതുകൊണ്ടുതന്നെ അച്ചടി തെളിഞ്ഞുനിൽക്കും. ടൈപ്പുകൾ തേഞ്ഞ് അച്ചടി മങ്ങുന്ന പ്രശ്നമേ ഒഴിവായി. മറ്റൊരു പ്രധാന മേന്മ ചിത്രങ്ങളുടെ മിഴിവാണ്. സിലിണ്ടർ പ്രസ്സിലും ഫ്ളാറ്റ് ബെഡ് റോട്ടറിയിലുമെല്ലാം ചിത്രങ്ങൾ അച്ചടിക്കാൻ ബ്ലോക്ക് നിർമിക്കേണ്ടിയിരുന്നു. ഫോട്ടോയുടെ പ്രതിരൂപം ഈയത്തിന്റെ പാളിയിലേക്ക് പകർത്തി മരക്കട്ടയിൽ ഉറപ്പിച്ച് അച്ചുകളോടൊപ്പം കെട്ടിമുറുക്കിയാണ് അച്ചടി നിർവഹിച്ചിരുന്നത്. ഇതിന്റെ പ്രധാന ദോഷം ചിത്രങ്ങൾ തെളിയില്ല എന്നതാണ്. എന്നാൽ, പരിഷ്കരിച്ച റോട്ടറി വന്നപ്പോൾ ബ്ലോക്ക് നിർമാണം ഒഴിവാകുകയും ഫോട്ടോയുടെ ഫിലിം എടുത്ത ശേഷം അതു പ്ലേറ്റിലേക്ക് പകർത്തുകയും ചെയ്യുന്ന നിലയായി. യഥാർഥ ചിത്രത്തിന്റെ ഗുണനിലവാരം തന്നെ പത്രത്തിൽ അച്ചടിക്കുന്ന ചിത്രത്തിനും ലഭിക്കാൻ ഓഫ്സെറ്റ് അച്ചടിയും അതിനുമുമ്പുള്ള പ്രക്രിയയും സഹായിച്ചു.

ഓഫ്സെറ്റ് പ്രസ് സ്ഥാപിതമായ കാലത്ത് സി കെ ചക്രപാണിയാണ് കോഴിക്കോട് യൂണിറ്റിന്റെ മാനേജർ. പുതിയ സാങ്കേതിക വിദ്യയിലേക്കുള്ള മാറ്റം വേഗത്തിലാക്കിയതിൽ അദ്ദേഹത്തിന്റെ നേതൃത്വത്തിനും പങ്കുണ്ട്. ഓഫ്സെറ്റ് പ്രസ് വന്നശേഷം ആദ്യമാസങ്ങളിൽ സാധാരണ പ്രസ് ജീവനക്കാരനെപ്പോലെ അച്ചടിയുടെ പ്രക്രിയ തുടങ്ങുന്ന സമയം മുതൽ മിക്കവാറും തീരുന്നതുവരെ അദ്ദേഹം പ്രസ്സിലുണ്ടാകും. രാത്രിയിൽ ഒരു കൈലിയുടുത്താണ് മാനേജർ പ്രസ്സിലെത്തുക. ഓഫ്സെറ്റിന്റെ സങ്കീർണമായ പ്രക്രിയ അദ്ദേഹം പണിപ്പെട്ട് പഠിച്ചെടുത്തു. ക്യാമറ, പ്ലേറ്റ് നിർമാണം, അച്ചടി എന്നിവയെല്ലാം. ഇപ്പോൾ പരിസ്ഥിതി പ്രവർത്തകനെന്ന് അറിയപ്പെടുന്ന സി ആർ നീലകണ്ഠൻ ഓഫ്സെറ്റ് വന്ന 1979 ആഗസ്ത് മുതൽ ഒരു വർഷത്തോളം *ദേശാഭിമാനി*യിലുണ്ടായിരുന്നു. തൃശൂർ ഗവ. എഞ്ചിനിയറിങ് കോളേജിൽ നിന്ന് ബി.ടെക്ക് പാസായ ഉടനെ സി കെ ചക്രപാണിയാണ് നീലകണ്ഠനെ ദേശാഭിമാനിയിൽ കൊണ്ടുവന്നത്. ഓഫ്സെറ്റ് മെഷിന്റെ പാനൽ ബോർഡ് ഇലക്ട്രോണിക്സ് സാങ്കേതികവിദ്യയിൽ അധിഷ്ഠിതമാണ്. അതുകൊണ്ട് പാനൽ ബോർഡ് കൈകാര്യം ചെയ്യുന്നതിനാണ് നീലകണ്ഠനെ നിയോഗിച്ചിരുന്നത്. ഏതാണ്ട് ഒരു വർഷമായപ്പോൾ നീലകണ്ഠന് ഭാഭ അറ്റോമിക് റിസർച്ച് സെന്ററിൽ ജോലി കിട്ടുകയും *ദേശാഭിമാനി* വിടുകയും ചെയ്തു.

ഡെസ്ക്ടോപ്പ് പബ്ലിഷിങ്

ഡെസ്ക്ടോപ്പ് പബ്ലിഷിങ് (ഡിടിപി) വന്നപ്പോഴാണ് *ദേശാഭിമാനി*യിൽ കൈകൊണ്ടു പെറുക്കിവയ്ക്കുന്ന അച്ചുകൾകൊണ്ടുള്ള കമ്പോസിങ് രീതി അവസാനിച്ചത്. അച്ചുനിരത്തലിൽ നിന്ന് *ദേശാഭിമാനി* നേരിട്ട് ഡിടിപിയിലേക്ക് പോയി. എന്നാൽ *മാതൃഭൂമി* പോലുള്ള വൻകിട സ്ഥാപനങ്ങളിൽ 1970-കളിൽ തന്നെ കൈകൊണ്ട് അച്ചുനിരത്തുന്ന രീതി അവസാനിപ്പിച്ച് ലൈനോ ടൈപ്പ്, മോണോടൈപ്പ് എന്നീ യന്ത്രങ്ങൾ ഉപയോഗിച്ചുള്ള അച്ചുനിരത്തൽ ആരംഭിച്ചിരുന്നു. എൺപതുകളുടെ തുടക്കമായപ്പോഴേക്കും അത്തരം പത്രങ്ങൾ ഫോട്ടോ കമ്പോസിങ്ങിലേക്ക് മാറി. അവിടെ നിന്നാണ് അവരൊക്കെ ഡിടിപിയിലേക്ക് എത്തുന്നത്. അമേരിക്കയിലും യൂറോപ്പിലും 1880-കളിൽ തന്നെ അച്ചു

നിരത്താനുള്ള യന്ത്രങ്ങൾ കണ്ടുപിടിച്ചിരുന്നു. അതാണ് കമ്പോസിങ് പ്രക്രിയയിൽ വലിയ മാറ്റം വരുത്തിയത്. ഈയത്തിന്റെ അച്ചുകൾ ഓരോന്നും പെറുക്കിയെടുത്തുള്ള പഴഞ്ചൻ രീതി ഏറെ പ്രയാസകരവും സമയമെടുക്കുന്ന തുമായ പ്രവൃത്തിയായിരുന്നു.

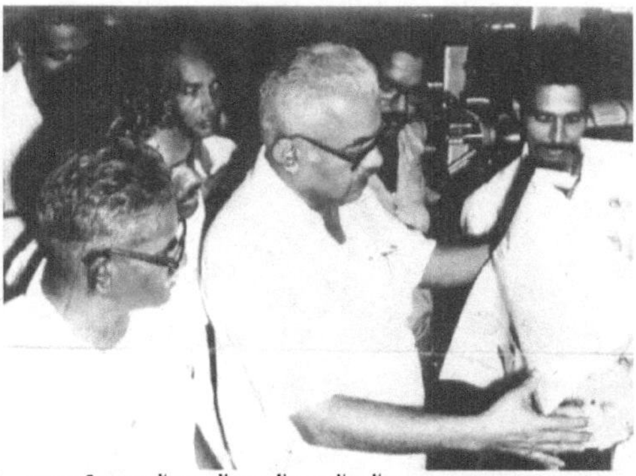

കോഴിക്കോട് ഓഫ്സെറ്റ് പ്രസ് ഉദ്ഘാടനം ചെയ്തശേഷം ഇ കെ നായനാർ പ്രസ് സന്ദർശിച്ചപ്പോൾ

ഇംഗ്ലീഷിനെ അപേക്ഷിച്ച് മലയാളത്തിൽ അക്ഷരങ്ങൾ വളരെ കൂടുതലാണ്. ഉച്ചരിക്കാൻ കഴിയുന്ന ഏറ്റവും ചെറിയ ശബ്ദഘടകമാണ് അക്ഷരങ്ങൾ. അർഥഭേദമുണ്ടാക്കാൻ കഴിയുന്ന ഏറ്റവും ചെറിയ ഭാഷാഘടകത്തെ വർണങ്ങൾ എന്നും പറയുന്നു. ഇംഗ്ലീഷിൽ 26 അക്ഷരങ്ങൾ രേഖപ്പെടുത്താൻ 26 ലിപിയേയുള്ളൂ. ഇംഗ്ലീഷിൽ അക്ഷരങ്ങളെന്നു പറയുന്നതു മലയാളത്തിൽ വർണങ്ങളാണ്. അതു 53 ആണെന്നാണ് എ ആർ രാജരാജവർമ രേഖപ്പെടുത്തിയത്. ഇതുമായി പൊരുത്തപ്പെടാത്ത കണക്കുകൾ വേറെയുമുണ്ട്. മലയാളത്തിൽ 15 സ്വരാക്ഷരങ്ങളും 36 വ്യഞ്ജനാക്ഷരങ്ങളുമാണെന്നാണ് ഒരു കണക്ക്. അപ്പോൾ ആകെ 51. ഭാഷാ പണ്ഡിതന്മാർ പല കണക്കുകളും പറയുന്നുണ്ടെങ്കിലും അമ്പത്തിയൊന്നിനാണ് പൊതുസമ്മതി. മലയാളത്തിൽ 'ക' 'കു' ആക്കണമെങ്കിൽ വേറെ ചിഹ്നം ചേർക്കണം. ഇംഗ്ലീഷിൽ ആ പ്രശ്നമില്ല. മലയാളം മാത്രമല്ല, ഇന്ത്യൻ ഭാഷകളെല്ലാം ഈ പ്രശ്നം അഭിമുഖീകരിക്കുന്നുണ്ട്.

കമ്പോസിങ് കാര്യത്തിലേക്ക് വന്നാൽ ഇംഗ്ലീഷ് അച്ചുകൾ സൂക്ഷിക്കാൻ 80 കള്ളികൾ മതിയാകും. 26 വലിയ അക്ഷരങ്ങളും 26 ചെറിയ അക്ഷരങ്ങളും ഒമ്പതു അക്കങ്ങളും ഫുൾസ്റ്റോപ്പ്, കോമ പോലെയുള്ള ചിഹ്നങ്ങളും ചേർന്നാൽ 80 കള്ളിയിൽ നിൽക്കും. ഈ സ്ഥാനത്ത് മലയാളത്തിന് ഇരുനൂറിലേറെ കള്ളികൾ ആവശ്യമായിരുന്നു. മലയാളത്തിന്റെ സങ്കീർണതയും ഇംഗ്ലീഷിന്റെ സൗകര്യവും മനസ്സിലാക്കാൻ കമ്പ്യൂട്ടർ കീ ബോർഡിന്റെ കാര്യമെടുത്താൽ മതി. കീ ബോർഡ് ഇംഗ്ലീഷിലാണല്ലോ. 26 അക്ഷരങ്ങൾക്ക് 26 കീ മതി. ഷിഫ്റ്റ് അമർത്തിയാൽ വലിയ അക്ഷരം കിട്ടും. ഇതു കൂടാതെ വിരാമം, അർധവിരാമം, അക്കങ്ങൾ തുടങ്ങിയവയുംകൂടി കൂട്ടിയാലും കീബോർഡിൽ 46–48 കീ മാത്രമേയുള്ളൂ. എന്നാൽ മലയാളം അക്ഷരങ്ങൾ ഈ കീബോർഡിൽ ഒതുക്കാനാവില്ല. അതുകൊണ്ടാണ് ഒരക്ഷരം ടൈപ്പ് ചെയ്യുന്നതിന് ഒന്നിലേറെ കീ ഉപയോഗിക്കേണ്ടിവരുന്നത്. *ദേശാഭിമാനി*യിയുടെ മലയാളം ടൈപ്പിങ് സോഫ്റ്റ്‌വേർ ഉപയോഗിക്കുകയാണെങ്കിൽ 'ക്ക' എന്ന അക്ഷരം കിട്ടാൻ കൂട്ടക്ഷരം കിട്ടാനുള്ള ഒരു കീ അമർത്തിയശേഷം രണ്ടുതവണ 'ക' അക്ഷരം കിട്ടുന്ന കീ അമർത്തണം. ഇതാണ് അക്ഷരങ്ങൾ ടൈപ്പ് ചെയ്യുന്ന കാര്യത്തിൽ മലയാളത്തിന്റെ സങ്കീർണത. ഭാവിയിൽ ഇതിനും പരിഹാരം വന്നേക്കും.

അച്ചുപെറുക്കൽ എന്ന കല

ഇരുന്നൂറോളം കള്ളികൾ മലയാള ലോഹ അച്ചുകൾ വയ്ക്കാൻ വേണമെന്ന് പറഞ്ഞുവല്ലോ. ഇതിനു കെയ്സ് എന്നാണ് പറഞ്ഞിരുന്നത്. ഈ കെയ്സിനു മുമ്പിൽ നിന്നാണ് കമ്പോസിറ്റർ അച്ചുകൾ ഓരോന്നു പെറുക്കി തന്റെ കൈയിൽ 'എൽ' ആകൃതിയിലുള്ള സ്റ്റിക്കിലേക്ക് വയ്ക്കുക. അങ്ങനെ അക്ഷരങ്ങൾ വാക്കുകളായും വാചകങ്ങളായും രൂപപ്പെടുന്നു. സ്പേസ് വിടുന്നതും വരയിടുന്നതുമെല്ലാം ഈയത്തിന്റെ വടികളോ കട്ടയോ ഉപയോഗിച്ചാണ്. ഇരുന്നൂറോളം കള്ളികളിലുള്ള അക്ഷരങ്ങളും ചിഹ്നങ്ങളും കമ്പോസിറ്റർ വിവിധ കള്ളികളിൽ നിന്ന് നോക്കാതെ സ്റ്റിക്കിലേക്ക് എടുത്തുവയ്ക്കുന്നതു കാണാൻ രസമാണ്. ഏതു കള്ളിയിൽ ഏതക്ഷരമാണുള്ളതെന്ന് കമ്പോസി

തിരുവനന്തപുരത്തെ ദേശാഭിമാനി ആസ്ഥാനമന്ദിരം

റ്റർക്ക് മനഃപാഠമായിരിക്കും. കമ്പോസ് ചെയ്യാനുള്ള മാറ്ററിലെ അക്ഷരം കാണുമ്പോൾ കൈ താനേ കെയ്സിലെ ശരിയായ കള്ളിയിലേക്ക് ചലിക്കും. കൈയിലുള്ള ലോഹ സ്റ്റിക്കിൽ അക്ഷരങ്ങൾ നിറയുമ്പോൾ അതു ഗാലിയിലേക്ക് മാറ്റും. ഗാലികൾ പിന്നീട് ഒരു ലോഹ ചട്ടക്കൂടിലേക്ക് മാറ്റി പേജാക്കി ക്രമീകരിച്ച് അതിന്മേൽ മഷി പുരട്ടിയാണ് അച്ചടിക്കുന്നത്. അച്ചടിക്കാൻ ഉപയോഗിച്ച അച്ചുകൾ പൊളിച്ച് പഴയപോലെ കള്ളികളിലേക്ക് തിരിച്ചിടണം. എങ്കിലേ അടുത്ത ദിവസം കമ്പോസിങ് നടത്താൻ കഴിയൂ. അതുകൊണ്ട് രാവിലെ ഡ്യൂട്ടിയിൽ വരുന്ന കമ്പോസിറ്റർമാർ ആദ്യം ചെയ്യുന്നത് തലേന്ന് അച്ചടിക്കാൻ ഉപയോഗിച്ച കമ്പോസിങ് പൊളിച്ച് ഓരോ അച്ചായി തിരിച്ച് കള്ളിയിലിടുകയാണ്. കള്ളികളിലേക്ക് അച്ച് തിരിച്ചിടുന്നതിന് ഡിസ്ട്രിബ്യൂട്ട് എന്ന ഇംഗ്ലീഷ് പദമാണ് പ്രസ് തൊഴിലാളികൾ ഉപയോഗിച്ചിരുന്നത്. ഡിസ്ട്രിബ്യൂട്ട് ചെയ്യുമ്പോൾ ഓരോ അക്ഷരവും ഏതാണെന്ന് നോക്കിവേണം കള്ളികളിൽ നിക്ഷേപിക്കാൻ.

ഈയത്തിന്റെ അച്ചുകൾ ഉപയോഗിച്ച് കൈകൊണ്ടുള്ള കമ്പോസിങ് ഇപ്പോൾ നമ്മുടെ നാട്ടിൽ തീർത്തും ഇല്ലാതായി. നാട്ടിൻപുറങ്ങളിൽപോലും ഡിടിപിയും അലൂമിനിയം പ്ലേറ്റ് ഉപയോഗിച്ചുള്ള അച്ചടിയും വന്നുകഴിഞ്ഞു. ലോഹ ടൈപ്പുകൾ പെറുക്കിവെച്ചുള്ള കമ്പോസിങ്ങിനു പകരം ലിനോടൈപ്പ്, മോണോടൈപ്പ് (മോണോ കാസ്റ്റിങ് എന്നും പറയും) എന്നീ പേരുകളിൽ അച്ചുനിരത്താനുള്ള യന്ത്രങ്ങൾ വന്നതു സൂചിപ്പിച്ചുവല്ലോ. ലിനോടൈപ്പിലും മോണോ ടൈപ്പിലും അച്ചുനിരത്തൽ പ്രക്രിയ മാത്രമേ മാറിയിരുന്നുള്ളു. വലിയ കീബോർഡിൽ വിരലുകൾ അമർത്തുമ്പോൾ മുമ്പിലുള്ള കാർഡ്ബോർഡ് പോലുള്ള പ്രതലത്തിൽ സുഷിരങ്ങൾ രൂപപ്പെടും. ടൈപ്പിന്റെ മുദ്രണമാണ് (ഇംപ്രഷൻ) ഇവിടെ നടക്കുന്നത്. ആ ഭാഗത്തേക്ക് ഉരുക്കിയ ഈയം ഒഴിക്കുമ്പോൾ അക്ഷരങ്ങൾ ഉണ്ടാകും. കൂടുതൽ വേഗത്തിൽ അച്ചുകൾ നിരത്താമെന്ന മെച്ചമേ ലിനോടൈപ്പിലും മോണോടൈപ്പിലും ഉണ്ടായിരുന്നുള്ളു. ഈയം ഉപയോഗിച്ചുള്ള അച്ചുകൾ നിലനിന്നു. മാത്രമല്ല, അച്ചടി കഴിഞ്ഞാൽ അച്ചുകൾ ഉരുക്കുകയും വേണം, അടുത്ത കമ്പോസിങ്ങിനുവേണ്ടി. ലോഹത്തിലുള്ള അച്ചുകളുടെ ബ്ലോക്ക് ഫ്ളോങ്ങിലേക്കു (ചൂട് അൽപ്പം പ്രതിരോധിക്കാൻ കഴിയുന്ന മൃദുവായ കട്ടിക്കടലാസ്. ഇതുപയോഗിച്ചാണ് സ്റ്റീരിയോ ടൈപ്പ് വാർക്കുന്നത്) മാറ്റുകയും അതു പിന്നീട് ലോഹത്തകിടിലേക്ക് പതിപ്പിക്കുകയുമാണ് ചെയ്തിരുന്നത്. ഫോട്ടോ കമ്പോസിങ് വന്നപ്പോൾ ഈയവും അച്ചുകളുമെല്ലാം ഒഴിവായി. ടൈപ്പ് ചെയ്യുന്ന മാറ്റർ പ്രിന്റെടുത്ത് ഫിലിമാക്കുകയും ഫിലിമിൽ നിന്ന് പ്ലേറ്റ് ആക്കുകയുമാണ് ചെയ്തിരുന്നത്. ഡിടിപിയും ഓഫ്സെറ്റ് പ്രിന്റിങ്ങും വന്നശേഷമുണ്ടായ എല്ലാ മാറ്റങ്ങൾക്കും ഒപ്പമാണ് *ദേശാഭിമാനി* നീങ്ങുന്നത്. ചില കാര്യങ്ങളിൽ വൻകിട പത്രങ്ങളുടെ പോലും മുമ്പിലാണ് *ദേശാഭിമാനി.*

അച്ചടിയുടെ രണ്ട് ഘട്ടം

പത്രങ്ങളിലായാലും അല്ലെങ്കിലും അച്ചടിക്ക് രണ്ടു ഘട്ടമുണ്ട്. ആദ്യത്തേത് അച്ചുനിരത്തലും ഡിസൈനിങ്ങും പേജ് ലേഔട്ടും അച്ചടിക്കേണ്ട പ്രതിരൂപം ലോഹ പ്ലേറ്റിലേക്കു മാറ്റലുമാണ്. അതിനുശേഷമുള്ള ഘട്ടമാണ് യന്ത്രം ഉപയോഗിച്ചുള്ള അച്ചടി. ഇതിൽ ആദ്യഘട്ടത്തിന് പ്രീ-പ്രസ്

എന്നാണ് ഇംഗ്ലീഷിൽ പറയുന്നത്. യന്ത്രത്തിലെ അച്ചടിക്കു മുമ്പുള്ള ഘട്ടം. അവിടെയാണ് സാങ്കേതികവിദ്യ വമ്പിച്ച മാറ്റങ്ങൾ വരുത്തിയത്. മാറ്റങ്ങൾ വന്നപ്പോൾ മനുഷ്യൻ അവന്റെ വൈദഗ്ധ്യം ഉപയോഗിച്ച് ചെയ്തിരുന്ന മിക്കവാറും കാര്യങ്ങൾ യന്ത്രങ്ങൾ ചെയ്യുന്ന നിലയായി. അച്ചുനിരത്തൽ, പേജുകൾ ഫിലിമിലേക്ക് മാറ്റൽ, ക്യാമറയുടെ ഉപയോഗം, പ്ലേറ്റ് നിർമാണം, ഫോട്ടോ ബ്ലോക്ക് നിർമാണം എന്നിവയെല്ലാം പത്രസ്ഥാപനങ്ങളിലെ വിദഗ്ധ തൊഴിലുകളായിരുന്നു. ഇതിൽ പല പ്രക്രിയയും ആവശ്യമില്ലാതായി. ബാക്കിയുള്ളവ ആധുനിക യന്ത്രങ്ങൾ ഉപയോഗിച്ചു ചെയ്യുന്നു.

കമ്പ്യൂട്ടർ ടു പ്ലേറ്റ്

പ്രീ-പ്രസ്സിലെ മാറ്റങ്ങൾ പടിപടിയായിരുന്നുവെങ്കിലും അതിവേഗത്തിലായിരുന്നു. ഡിടിപിയിൽ കമ്പോസ് ചെയ്യുന്ന മാറ്റർ ലേസർ പ്രിന്റർ ഉപയോഗിച്ച് സുതാര്യമായ ബട്ടർ പേപ്പറിൽ പ്രിന്റ് എടുത്ത് വെട്ടി ഒട്ടിച്ച് ലേഔട്ട് ചെയ്യുകയായിരുന്നു തുടക്കത്തിൽ ചെയ്തിരുന്നത്. അതു പിന്നീട് അൾട്രാ വയലറ്റ് ലൈറ്റ് ഉപയോഗിച്ച് പ്ലേറ്റിലേക്ക് പതിപ്പിക്കും. ഈ രീതി പെട്ടെന്നു തന്നെ മാറി. ഒരു പേജ് മുഴുവൻ കമ്പ്യൂട്ടറിൽ ലേ ഔട്ട് ചെയ്ത ശേഷം 'എ-3' വലുപ്പമുള്ള പേപ്പറിൽ പ്രിന്റ് എടുത്ത് യോജിപ്പിച്ച് ഒട്ടിയ്ക്കാവുന്ന രീതിയാണ് പിന്നീട് വന്നത്. രണ്ട് 'എ-3' പ്രിന്റ് ഒട്ടിച്ചുചേർത്താൽ ഒരു പേജായി. നാലു പ്രിന്റ് ചേർത്താൽ ഒരുപ്ലേറ്റിലേക്കുള്ള മാറ്റർ ആയി. ഒരു പ്ലേറ്റിൽ രണ്ടുപേജ്. അതു കഴിഞ്ഞപ്പോൾ ലേസർ പ്രിന്ററിൽ കളർ എടുക്കാനുള്ള സംവിധാനമായി. കളർ അച്ചടി നടത്തുന്നത് ഒരു പ്ലേറ്റിനു പകരം നാലു പ്ലേറ്റുകൾ ഉപയോഗിച്ചാണ്. അതിനാവശ്യമായ നാലു കളർ പ്രിന്റുകൾ ലേസർ പ്രിന്ററിൽ നിന്നു കിട്ടും. അതുകൊണ്ട് കളർ അച്ചടി എളുപ്പമായി. സിയാൻ, മജെന്ത, യെല്ലോ, കീ അല്ലെങ്കിൽ ബ്ലാക്ക്-ഇതാണ് സി എം വൈ കെ എന്ന നാലു കളറുകൾ. സിയാൻ ഇളം നീല എന്ന് സാമാന്യമായി പറയാം. ഈ നാലു നിറങ്ങളിൽ ആവശ്യമായതു പരസ്പരം ചേർത്തും അവയുടെ തോത് കൂട്ടിയും കുറച്ചുമാണ് പത്രത്തിൽ മറ്റു നിറങ്ങൾ വരുത്തുന്നത്.

അടുത്ത ഘട്ടമെത്തിയപ്പോൾ പ്ലേറ്റിന്റെ വലുപ്പത്തിൽ തന്നെ പ്രിന്റ് എടുക്കാവുന്ന മെഷിനുകൾ വന്നു. എപ്സൺ കമ്പനിയുടെ മെറ്റി ജെറ്റ് എന്ന പ്രിന്റർ ഉപയോഗിച്ചാണ് *ദേശാഭിമാനി* ഡിടിപിയിൽ നിന്ന് പ്രിന്റുകൾ എടുത്തിരുന്നത്. പ്ലേറ്റിന്റെ സൈസിൽ രണ്ടുപേജ് വലുപ്പത്തിൽ പ്രിന്റുകൾ കിട്ടും. പ്രിന്റുകൾ കൂട്ടി യോജിപ്പിക്കേണ്ട ജോലി ഒഴിവായി. അതുകൊണ്ട് കളർ അച്ചടിയുടെ മേന്മ വർധിച്ചു. കളർ റജിസ്ട്രേഷൻ കൃത്യമാക്കാൻ അതു സഹായിച്ചു. അച്ചടിയിൽ കൂടുതൽ വ്യക്തതയും കൈവന്നു. അതിൽനിന്ന് പത്രങ്ങൾ പിന്നെയും മുന്നോട്ടുപോയി. ഇപ്പോൾ സിടിപി (കമ്പ്യൂട്ടർ ടു പ്ലേറ്റ്) സംവിധാനം വന്നു. ഡിടിപിയിൽ കമ്പോസിങ്ങും പേജ് ലേഔട്ടും കഴിഞ്ഞാൽ നേരെ സിടിപിയിലേക്ക് വിടാം. അവിടെ പ്ലേറ്റിലേക്കുള്ള ഇമേജ് പകർത്തൽ യന്ത്രം ചെയ്യും. മുമ്പത്തെ രീതിയിൽ അൾട്രാവയലറ്റ് ലൈറ്റാണ് ഉപയോഗിച്ചിരുന്നതെങ്കിൽ സിടിപിയിൽ ലേസർ രശ്മികൾ കൊണ്ടാണ് പ്ലേറ്റിൽ അക്ഷരങ്ങൾ പതിയ്ക്കുന്നത്. ഒരു പ്ലേറ്റ് തയാറാക്കാൻ നേരത്തെ ഇരുപതു മുതൽ മുപ്പതു മിനുട്ട് വരെ എടുത്ത സ്ഥാനത്ത് സിടിപിയിൽ മൂന്നു മിനുട്ട് മതിയെന്ന് കോഴിക്കോട് യൂണിറ്റിലെ പ്രിന്റിങ് വിഭാഗത്തിന്റെ ചുമതലയുള്ള എ റിദീഷ് വിശദീകരിക്കുന്നു. തുടർച്ചയായി ഒന്നിലേറെ പ്ലേറ്റുകൾ എടുക്കുമ്പോൾ സമയം രണ്ടുമിനുട്ടായി കുറയും. വേഗം വർധിച്ചുവെന്നതിനു പുറമെ അച്ചടിയുടെ ഗുണനിലവാരം ഉയർത്താനും സിടിപി സഹായിച്ചു. *ദേശാഭിമാനി*യുടെ കണ്ണൂർ യൂണിറ്റിലാണ് ആദ്യം സിടിപി വന്നത്. 2007-ൽ. താമസിയാതെ മറ്റു യൂണിറ്റുകളിലും സിടിപി സംവിധാനമായി.

പ്രസ്സുകൾക്ക് വേഗം കൂടുന്നു

ഓഫ്സെറ്റ് പ്രസ്സുകൾ ഇന്ന് അച്ചടിരംഗം കീഴടക്കിയിരിക്കയാണ്. വിദേശത്തുനിന്ന് ഇറക്കുമതി ചെയ്യുന്നതായാലും ഇന്ത്യൻ നിർമിതമായാലും ഓഫ്സെറ്റ് പ്രസ്സിന്റെ സാങ്കേതികവിദ്യ അടിസ്ഥാനപരമായി ഒന്നുതന്നെ. അച്ചുനിരത്തലും ഫോട്ടോ ബ്ലോക്ക് നിർമാണവുമെല്ലാം

എ റിദീഷ്

വിസ്മൃതിയിലേക്കു പോയി. *ദേശാഭിമാനി*യുടെ പത്തു യൂണിറ്റുകളിലും ഇന്ന് ആധുനിക ഓഫ്സെറ്റ് പ്രസ്സുകളാണ് ഉപയോഗിക്കുന്നത്. ഏറ്റവും കൂടുതൽ കോപ്പിയുള്ള കണ്ണൂർ എഡിഷനിലാണ് (2022 ജൂലൈ–ഡിസംബർ എബിസി ഓഡിറ്റ് റിപ്പോർട്ട് പ്രകാരം 1,20,908 കോപ്പി. എബിസി പ്രകാരം *മലയാള മനോരമ*യ്ക്ക് 1,08,067 കോപ്പി മാത്രം) ഏറ്റവും വേഗമുള്ള യന്ത്രമുള്ളതെന്ന് *ദേശാഭിമാനി*യുടെ അച്ചടി വിഭാഗത്തിന്റെ ചുമതലയുള്ള രാഹുൽ ഗണേശ് പറഞ്ഞു.[2] മണിക്കൂറിൽ അമ്പതിനായിരം കോപ്പിയാണ് ഈ യന്ത്രത്തിന്റെ വേഗം. മെഷിൻ ഓറിയന്റ് തന്നെ. മഷി ആവശ്യമായ തോതിൽ ക്രമീകരിച്ച് പമ്പുചെയ്യുന്നതിന് ഈ യന്ത്രത്തിൽ പ്രത്യേക സംവിധാനമുണ്ട്. മഷിയായാലും വെള്ളമായാലും ജോലിക്കാർ കൈകൊണ്ടുചെയ്യുമ്പോൾ അൽപ്പം കൂടാനും കുറയാനുമൊക്കെ സാധ്യതയുണ്ട്. വെള്ളം സ്പ്രേ ചെയ്യുന്നതു കൂടിയാൽ കടലാസ് പൊട്ടിപ്പോകും. അച്ചടി തടസ്സപ്പെടും. ഓഫ്സെറ്റ് മെഷീന്റെ പ്രവർത്തനം നിയന്ത്രിക്കുന്നത് ഇലക്ട്രോണിക് പാനൽ ബോർഡാണ്. ഒരുവിധം കാര്യങ്ങളെല്ലാം യന്ത്രം സ്വയം ചെയ്യും. പ്രവർത്തനം സങ്കീർണമാണെങ്കിലും അച്ചടിയുടെ നിലവാരം അതുവഴി വളരെയേറെ ഉയർന്നിട്ടുണ്ട്. ഇലക്ട്രോണിക്സിന്റെ സാധ്യതകൾ പരമാവധി ഉപയോഗപ്പെടുത്താൻ കഴിയും വിധമാണ് ഇപ്പോൾ അച്ചടി യന്ത്രങ്ങൾ രൂപകൽപ്പന ചെയ്യുന്നത്.

രാഹുൽ ഗണേശ്

*ദേശാഭിമാനി*യുടെ കണ്ണൂർ, തൃശൂർ, കൊച്ചി, ആലപ്പുഴ, കൊല്ലം, തിരുവനന്തപുരം എന്നീ ആറു യൂണിറ്റുകളിൽ ഉപയോഗിക്കുന്ന യന്ത്രം ഓട്ടോമാറ്റിക് റീൽ ചെയ്ഞ്ചർ (എആർസി) ഉള്ളതാണ്. ഒരു റീൽ കടലാസ് അച്ചടിച്ചുകഴിഞ്ഞാൽ യന്ത്രം തന്നെ അടുത്ത റീൽ എടുത്ത് ഉപയോഗിക്കും. അച്ചടി നിർത്തേണ്ട കാര്യമില്ല. പഴയ മെഷിനുകളിൽ ഒരു റീൽ കഴിഞ്ഞാൽ അച്ചടി നിർത്തി പുതിയ റീൽ കയറ്റണം. ചുരുങ്ങിയത് പത്തു മിനുട്ട് അതുവഴി നഷ്ടപ്പെടും. അതൊഴിവാക്കുന്നതാണ് എആർസി. കണ്ണൂരിൽ *ദേശാഭിമാനി* ഉപയോഗിക്കുന്ന യന്ത്രത്തിന് ഏതാണ്ട് പത്തു കോടി രൂപയാണ് വില. അതു വലിയ വിലയാണെന്ന് നമുക്കു തോന്നാം. എന്നാൽ, *മലയാള മനോരമ* ഉപയോഗിക്കുന്ന വിദേശനിർമിത യന്ത്രങ്ങൾക്ക് 90 കോടി രൂപയോ അതിൽ കൂടുതലോ വിലയുണ്ട്. മണിക്കൂറിൽ ഒരുലക്ഷം കോപ്പി വരെ അത്തരം പ്രസ്സിൽ അച്ചടിക്കാനാവും. യന്ത്രത്തിന്റെ വേഗത്തിൽ വലിയ മാറ്റമുണ്ടെന്ന് പറയാൻ കഴിയില്ല. എന്നാൽ, ഒരേസമയം കൂടുതൽ പ്ലേറ്റുകൾ യന്ത്രത്തിൽ കയറ്റാം. അപ്പോൾ പേജുകൾ കൂടും. *ദേശാഭിമാനി*യുടെ പ്രസ്സിൽ ഒരു പത്രം അച്ചടിക്കുന്ന സമയംകൊണ്ട്, ഇറക്കുമതി ചെയ്യുന്ന അത്യാധുനിക യന്ത്രത്തിൽ നിന്ന് രണ്ടു പത്രം കിട്ടും. ഒരു പരിധിയിലപ്പുറം യന്ത്രത്തിന് വേഗം കൂടിയാൽ കടലാസ് പൊട്ടിപ്പോകാനിടയുള്ളതുകൊണ്ടാണ് കൂടുതൽ പ്ലേറ്റുകൾ കയറ്റാവുന്ന യന്ത്രങ്ങൾ രൂപകൽപ്പന ചെയ്യുന്നത്.

അച്ചടിച്ചുവരുന്ന പത്രം കൈകൊണ്ട് എണ്ണിയാണ് നേരെത്തെ ഏജന്റുമാർക്ക് അയച്ചുകൊണ്ടിരുന്നത്. ഡെസ്പാച്ച് വിഭാഗത്തിന്റെ ജോലിയിൽ പ്രധാനമായിരുന്നു എണ്ണലും പത്രം കെട്ടലും. അതെല്ലാം ഇപ്പോൾ യന്ത്രം ചെയ്യും. കമ്പ്യൂട്ടറിൽ ഫീഡ് ചെയ്യുന്നതനുസരിച്ച് യന്ത്രം പത്രങ്ങൾ എണ്ണി നൽകും. ഏജന്റിന്റെ ലേബൽ അതിനുമുകളിൽ വെച്ചുകൊടുത്താൽ യന്ത്രം തന്നെ പത്രം പ്ലാസ്റ്റിക് ചരടുകൊണ്ടുകെട്ടുകയും ചെയ്യും. കവർ ചെയ്യണമെങ്കിൽ അതിനുള്ള യന്ത്രങ്ങളുമുണ്ട്. ഡെസ്പാച്ച് എന്നും പായ്ക്കിങ് എന്നും വിളിച്ചിരുന്ന സെക്ഷനുകളിൽ ഇപ്പോൾ വളരെ കുറച്ചു ജീവനക്കാരേ വേണ്ടൂ.

*ദേശാഭിമാനി*യുടെ തിരുവനന്തപുരം യൂണിറ്റിൽ മനുഗ്രാഫ് ഇന്ത്യ ലിമിറ്റഡ് എന്ന കമ്പനിയുടെ യന്ത്രമാണ് ഇപ്പോൾ ഉപയോഗിക്കുന്നത്. നിലവിലുള്ളതിൽ ഏറ്റവും പുതിയ യന്ത്രം.

എന്നാൽ കണ്ണൂർ യൂണിറ്റിലെ ഓറിയന്റ് യന്ത്രത്തെ അപേക്ഷിച്ച് വേഗം കുറവാണ്. മണിക്കൂറിൽ 35,000 കോപ്പിയാണ് ഈ യന്ത്രത്തിന്റെ ശേഷി. കൊല്ലം, കോട്ടയം യൂണിറ്റുകളിലും മനുഗ്രാഫ് യന്ത്രം തന്നെയാണ് സ്ഥാപിച്ചിട്ടുള്ളത്. മുൻകാലത്ത് ഓറിയന്റ് മെഷിൻ മാത്രമായിരുന്നു *ദേശാഭിമാനി*ക്ക്. കൂടുതൽ യൂണിറ്റുകൾ വന്നപ്പോൾ മറ്റൊരു കമ്പനിയുടെ യന്ത്രം കൂടി പരീക്ഷിക്കുകയാണ്.

തിരുവനന്തപുരം യൂണിറ്റിലെ മനുഗ്രാഫ് ഓഫ്സെറ്റ് പ്രസ്

ഡിടിപിയിലേക്ക് മാറിയ ആദ്യപത്രം

ഡെസ്ക്ടോപ്പ് പബ്ലിഷിങ് (ഡിടിപി) എന്നറിയപ്പെടുന്ന കമ്പ്യൂട്ടർ സംവിധാനം ഉപയോഗിച്ച് മുഴുവൻ വാർത്തകളും കമ്പോസ് ചെയ്തും പേജ് തയാറാക്കിയും കേരളത്തിൽ ആദ്യം പത്രം അച്ചടിച്ചതും *ദേശാഭിമാനി*യാണ്. 1989 ജനുവരിയിൽ തിരുവനന്തപുരം എഡിഷൻ ആരംഭിക്കുമ്പോഴായിരുന്നു ഈ വലിയ മാറ്റം. തിരുവനന്തപുരം യൂണിറ്റ് ആരംഭിക്കുന്നതിന്റെ ഭാഗമായി വിവിധ യൂണിറ്റുകളിൽ നിന്ന് പരിചയസമ്പന്നരും വിദഗ്ധരുമായ ഏതാനും ജീവനക്കാരെ തൽക്കാലത്തേക്ക് നിയോഗിച്ചിരുന്നു. കോഴിക്കോട്ട് അന്നു ചീഫ് സബ് എഡിറ്ററായിരുന്ന കെ എം അബ്ബാസിനായിരുന്നു തിരുവനന്തപുരം എഡിഷന്റെ എഡിറ്റോറിയൽ ചുമതല തൽക്കാലം നൽകിയിരുന്നത്. പുതിയ ചില യൂണിറ്റുകൾ ആരംഭിക്കുമ്പോൾ ആദ്യ കുറച്ചുമാസങ്ങളിലേക്ക് കെ എം അബ്ബാസിനെയാണ് പിന്നീടും നിയോഗിച്ചിരുന്നത്. അങ്ങനെ കണ്ണൂരിലും കോട്ടയത്തും തൃശൂരിലുമെല്ലാം അദ്ദേഹം പോയിട്ടുണ്ട്. ചിട്ടയോടെ കാര്യങ്ങൾ നിർവഹിക്കുന്നതിലും വിവിധ വിഭാഗങ്ങളിലുള്ളവരെ കൂട്ടിയിണക്കുന്നതിലും അദ്ദേഹത്തിനുള്ള കഴിവാണ് ഇതിന് അടിസ്ഥാനം.

*ദേശാഭിമാനി*യുടെ പുതിയ യൂണിറ്റുകളെല്ലാം ജനങ്ങളിൽ നിന്നുള്ള സംഭാവനകൊണ്ടാണ് പടുത്തുയർത്തിയത്. ലോകത്ത് മറ്റെവിടെയും ഇങ്ങനെയൊരു മാതൃക കാണാനാവില്ല. കണ്ണൂർ എഡിഷനുവേണ്ടി 1994-ൽ ഒറ്റദിവസം കൊണ്ടാണ് 35 ലക്ഷം രൂപ ഹുണ്ടികപ്പിരിവായി ശേഖരിച്ചത്. കണ്ണൂർ, കാസർകോട് ജില്ലകളിൽ പാർട്ടി പ്രവർത്തകരും അനുഭാവികളുമെല്ലാം ആവേശത്തോടെ പണം സ്വരൂപിക്കാൻ രംഗത്തിറങ്ങുകയായിരുന്നു. 1989-ൽ തിരുവനന്തപുരത്ത് മൂന്നാമതു യൂണിറ്റ് ആരംഭിക്കുമ്പോഴും ഒറ്റദിവസം കൊണ്ടാണ് ആവശ്യമായ ഫണ്ട് ഉണ്ടാക്കിയത്. തിരുവനന്തപുരം എഡിഷന് 25 ലക്ഷം രൂപ പിരിക്കാനായിരുന്നു തീരുമാനം. എന്നാൽ പിരിഞ്ഞുകിട്ടിയത് 45 ലക്ഷം രൂപയായിരുന്നു. ഈ പണസമാഹരണം പത്രവ്യവസായ രംഗത്ത് അത്ഭുതമായി. *ദേശാഭിമാനി* കേരളത്തിലെ ഒന്നാമത്തെ പത്രമാകണമെന്നത് പാർട്ടി നേതൃത്വത്തിന്റെ ലക്ഷ്യം മാത്രമല്ല, പാർട്ടിയോടൊപ്പം നിൽക്കുന്നവരുടെ അഭിലാഷം കൂടിയാണ്. ആരംഭകാലത്ത് *ദേശാഭിമാനി* മേളകൾ വഴിയാണ് ഫണ്ട് സ്വരൂപിച്ചതെങ്കിൽ ഇന്ന് പാർട്ടിയുടെ ഒരു ആഹ്വാനം കൊണ്ട് ആവശ്യമായ തുക ശേഖരിക്കാൻ കഴിയുന്നത് പാർട്ടിയുടെ സംഘടനാശേഷി വളർന്നതുകൊണ്ടുമാത്രമല്ല, ജനങ്ങൾക്ക് പത്രത്തിലുള്ള വിശ്വാസംകൊണ്ടു കൂടിയാണ്.

*ദേശാഭിമാനി*ക്ക് ഇന്നുള്ള പത്ത് എഡിഷനുകളിൽ എട്ടിടത്തും സ്വന്തമായി സ്ഥലവും കെട്ടിടവും പ്രസ്സും ഉണ്ട്. വിവരവിനിമയ സാങ്കേതികവിദ്യയുടെ അതിവേഗമുള്ള വളർച്ച പത്രങ്ങളുടെ പ്രസിദ്ധീകരണം എളുപ്പമാക്കിയിട്ടുണ്ട്. വാർത്തകളും ചിത്രങ്ങളും പത്രങ്ങളുടെ പേജുകളും ഞൊടിയിടയിൽ ഏതു എഡിഷനിലേക്കും കൈമാറാൻ കഴിയും. ഓരോ എഡിഷനിലും വാർത്ത കമ്പോസ്

സെൻട്രൽ ഡെസ്ക് തിരുവനന്തപുരം (2023 ജൂൺ)

ചെയ്യേണ്ട കാര്യമില്ല. കമ്പോസ് ചെയ്ത മാറ്ററായാലും ചിത്രമായാലും പേജായാലും ഇന്റർനെറ്റ് വഴി എളുപ്പത്തിൽ കൈമാറാം. ഈ സാങ്കേതിക സൗകര്യം ഇല്ലാതിരുന്നതുകൊണ്ടാണ് അടിയന്തരാവസ്ഥയിൽ കോഴിക്കോട്ടും കൊച്ചിയിലും തയാറാക്കിയ ഒന്നാം പേജുകൾ ഒരുപോലെയാവാതിരുന്നത്. ഇപ്പോൾ പ്രാദേശിക പേജുകൾ മാത്രമേ അതാതിടത്ത് തയാറാക്കേണ്ടതുള്ളൂ. *ദേശാഭിമാനി*യുടെ എഡിറ്റ് പേജ് ഉൾപ്പെടെ പൊതുവായ പേജുകൾ തിരുവനന്തപുരം സെൻട്രൽ ഡെസ്കിലാണ് തയാറാക്കുന്നത്. സ്പോർട്സ് പേജ് കൊച്ചിയിൽ നിന്ന്. കാരണം, സ്പോർട്സ് ഡെസ്ക് അവിടെയാണ് പ്രവർത്തിക്കുന്നത്. *ദേശാഭിമാനി*യുടെ സെൻട്രൽ ഡെസ്ക് തിരുവനന്തപുരത്താണെങ്കിൽ *മലയാള മനോരമ*യുടെ പ്രധാന കേന്ദ്രം കോട്ടയമാണ്. *മാതൃഭൂമി*യുടെത് കോഴിക്കോട്ട്. മുമ്പത്തെപ്പോലെ എല്ലായിടത്തും പൂർണ സജ്ജീകരണമുള്ള യൂണിറ്റുകൾ ആവശ്യമില്ല. അച്ചടിക്കാനും പ്രാദേശിക പേജുകൾ തയാറാക്കാനുമുള്ള സൗകര്യമേ വേണ്ടൂ. *ദേശാഭിമാനി* 2008-ൽ ബഹ്റൈനിൽ എഡിഷൻ ആരംഭിച്ചപ്പോൾ പേജുകൾ കൊച്ചിയിൽ നിന്ന് ഇന്റർനെറ്റ് ഉപയോഗിച്ച് ബഹ്റൈനിലേക്ക് അയക്കുകയായിരുന്നു. ബഹ്റൈൻ ഓഫീസിൽ അതു പരിശോധിച്ചശേഷം അച്ചടിക്കുന്ന പ്രസ്സിലേക്ക് അയക്കും. പ്രാദേശിക വാർത്തക്കുള്ള രണ്ടുപേജ് മാത്രം ബഹ്റൈനിൽ തയാറാക്കും. അത്രയും എളുപ്പമാണ് ഇന്ന് പത്രം പുറത്തിറക്കാൻ.

വാർത്താവിനിമയത്തിലെ മാറ്റങ്ങൾ

ആയിരത്തിത്തൊള്ളായിരത്തി എഴുപതുകളുടെ അവസാനം വരെ ഇന്ത്യയിൽ പത്രങ്ങളെ സംബന്ധിച്ച് വാർത്താവിനിമയം ദുഷ്കരമായിരുന്നു. ടൈപ്പ് ചെയ്ത മാറ്റർ അല്ലെങ്കിൽ ഉള്ളടക്കം ടെലഫോൺ ലൈൻ വഴിയോ റേഡിയോ റിലെ സിസ്റ്റം വഴിയോ ടെലിപ്രിന്റർ ഉപയോഗിച്ചാണ് കൈമാറിയിരുന്നത്. അതായിരുന്നു പ്രധാന വിനിമയ മാർഗം. അയക്കുന്ന പോയന്റിലും സ്വീകരിക്കുന്ന പോയന്റിലും ടെലിപ്രിന്റർ വേണം. *ദേശാഭിമാനി*യെ സംബന്ധിച്ച് ഡൽഹി ബ്യൂറോയുമായും വിവിധ യൂണിറ്റുകളുമായും ടെലിപ്രിന്റർ ബന്ധമുണ്ടായിരുന്നു. എന്നാൽ ഡൽഹി ബ്യൂറോയിൽ ടെലിപ്രിന്റർ സംവിധാനം ഏർപ്പെടുത്തിയത് അൽപ്പം വൈകിയാണ്. ഇന്ത്യൻ ഭാഷകളിൽ ടെലിപ്രിന്റർ ഉപയോഗിക്കാൻ കഴിയില്ല. മലയാളമായാലും മറ്റേതു ഇന്ത്യൻ ഭാഷയായാലും ഇംഗ്ലീഷ് ലിപി ഉപയോഗിച്ച് ടൈപ്പ് ചെയ്യണമായിരുന്നു. കോഴിക്കോട്ടു നിന്ന് കൊച്ചിയിലേക്ക് ഒരു വാർത്ത അയക്കണമെന്ന് സങ്കൽപ്പിക്കുക. മലയാളത്തിൽ റിപ്പോർട്ടർ അല്ലെങ്കിൽ സബ് എഡിറ്റർ തയാറാക്കുന്നത് ഇവിടെ ഇംഗ്ലീഷ് ലിപി ഉപയോഗിച്ച് ടൈപ്പ് ചെയ്യും. ഇംഗ്ലീഷ് അക്ഷരം ഉപയോഗിച്ച് മലയാളം ടൈപ്പ് ചെയ്യുമ്പോൾ വായിക്കുന്നവർക്ക് പല സംശയങ്ങളും വരും. മാത്രമല്ല, അബദ്ധങ്ങളും പിണയാം. അങ്ങനെയൊരു പിശക് പറ്റിയത് *ദേശാഭിമാനി* കോഴിക്കോട് യൂണിറ്റിൽ 24 വർഷം ടെലിപ്രിന്റർ ഓപറേറ്ററായിരുന്ന ജയവല്ലി ഓർക്കുന്നുണ്ട്. പ്രശസ്ത ശിൽപ്പി കാനായി കുഞ്ഞിരാമന്റെ പ്രസംഗമായിരുന്നു വിഷയം. 'കലയുടെ ലഹരികളല്ല, കല തന്നെയാണ്' എന്നാണ് കാനായി പ്രസംഗിച്ചത്. പത്രത്തിൽ വന്നപ്പോൾ 'കലയുടെ ലഹരികല്ലല്ല, കല തന്നെയാണ്' എന്നായി. പത്രം വായിച്ച് കാനായി തന്നെ ന്യൂസ് എഡിറ്റർ സി എം അബ്ദുൾ റഹ്മാനെ വിളിച്ചു. താൻ അങ്ങനെ പ്രസംഗിച്ചിട്ടില്ലെന്ന് കാനായി. കള്ളായാലും കല്ലായാലും അക്കാലത്ത് ഉപയോഗിച്ചിരുന്ന ഇംഗ്ലീഷ് ലിപി ഒന്നു തന്നെയായിരുന്നു. രണ്ടിനും 'kallu'. ഇത്തരം പ്രശ്നങ്ങൾ

ഒഴിവാക്കാൻ അബ്ദുൾ റഹ്മാൻ മുൻകൈയെടുത്ത് പ്രത്യേക ലിപി സമ്പ്രദായമുണ്ടാക്കി. ഉദാഹരണം: 'ള്' എന്ന അക്ഷരമാണെങ്കിൽ 'LH' വേണം. 'ല്'യാണെങ്കിൽ 'L' മതി. മറ്റു യൂണിറ്റുകളിൽ നിന്ന് മംഗ്ലീഷിൽ (മലയാളഭാഷ റോമൻ ലിപി ഉപയോഗിച്ച് എഴുതുന്ന രീതി) വരുന്നത് ടെലിപ്രിന്റർ ഓപറേറ്റർമാർ തന്നെ മലയാളത്തിലേക്ക് മാറ്റിയെഴുതി ഡെസ്കിൽ കൊടുക്കുന്ന രീതിയായിരുന്നു ആദ്യകാലത്ത്. പിന്നീട് അതിന്റെ ആവശ്യമില്ലാതായി. പരിചയം കൊണ്ട് കമ്പോസിറ്റർമാർ ടെലിപ്രിന്ററിൽ വരുന്ന മംഗ്ലീഷ് നോക്കി മലയാളം കമ്പോസ് ചെയ്യാൻ തുടങ്ങി.

ടെലിപ്രിന്റർ

ടെലഫോൺ സർക്യൂട്ട് വഴിയുള്ള മാറ്റർ കൈമാറ്റത്തിന് ടെലിപ്രിന്റർ ഉപയോഗിക്കാൻ വലിയ പണച്ചെലവ് വരും. അതുകൊണ്ട് വിവിധ എഡിഷനുകൾ തമ്മിലേ ടെലിപ്രിന്റർ ബന്ധം ഉണ്ടായിരുന്നുള്ളു. ടെലികമ്യൂണിക്കേഷൻ ലൈൻ വഴി പ്രസരണം സാധ്യമാകുന്ന തരത്തിൽ ഡിജിറ്റൽ രൂപത്തിലേക്ക് ഡാറ്റ മാറ്റുന്ന മോഡം വന്ന ശേഷമാണ് ടെലിപ്രിന്ററുകൾ പത്രസ്ഥാപനങ്ങളിൽ നിന്ന് അപ്രത്യക്ഷമായത്. മോഡം വഴി അക്ഷരങ്ങൾ മാത്രമല്ല, ചിത്രങ്ങളും അയക്കാൻ കഴിയും. സൈസ് കൂടുമ്പോൾ വേഗം കുറയുമെന്നേയുള്ളു. ഇന്റർനെറ്റ് വ്യാപകമായതോടെ മോഡം അപ്രത്യക്ഷമായി. കളർ പേജുകൾ പോലും നിമിഷനേരം കൊണ്ട് കൈമാറാം. ടെലിപ്രിന്ററിന്റെ മറ്റൊരു രൂപമാണ് ടെലക്സ്. ടെലിപ്രിന്റർ എക്സ്ചേഞ്ച് സ്ഥാപിക്കുകയും എക്സ്ചേഞ്ചുമായി ടെലിപ്രിന്ററുകൾ ബന്ധിപ്പിക്കുകയും ചെയ്താണ് ടെലക്സ് സംവിധാനം രൂപപ്പെടുത്തുന്നത്. ഓരോ ടെലക്സ് വരിക്കാരനും ഒരു അഡ്രസ് ഉണ്ടാകും. അതിലേക്ക് ഏതു ടെലക്സിൽ നിന്നും സന്ദേശമയക്കാം. ടെലിപ്രിന്ററിന്റെ പരിമിതി ഇതിനുമുണ്ട്. ഇംഗ്ലീഷിലുള്ള അക്ഷരങ്ങൾ മാത്രമേ വിനിയമം ചെയ്യാൻ കഴിയൂ. ബിസിനസ് സ്ഥാപനങ്ങളാണ് ടെലക്സ് അധികം ഉപയോഗിച്ചിരുന്നത്. *ദേശാഭിമാനി*യുടെ കൊച്ചി ഓഫീസിലും കുറച്ചുകാലം ടെലക്സ് ഉണ്ടായിരുന്നു.

കമ്പ്യൂട്ടറും മോഡവും ഉപയോഗിച്ചു തുടങ്ങുന്നതിനു മുമ്പ് വാർത്തകൾ പത്രമാപ്പീസുകളിൽ എത്തിക്കുന്നതിന് പ്രയാസങ്ങൾ ഏറെയായിരുന്നു. ഈ ലേഖകൻ 1980 ആദ്യമാണ് കോഴിക്കോട് *ദേശാഭിമാനി*യിൽ ചേരുന്നത്. അന്നു കോഴിക്കോടിനു പുറമെ കൊച്ചിയിൽ മാത്രമേ എഡിഷനുള്ളു. മലബാറിലെ മുഴുവൻ ജില്ലാ ബ്യൂറോകളിൽ നിന്നും ഏരിയാകേന്ദ്രങ്ങളിൽ നിന്നുമുള്ള വാർത്തകൾ രണ്ടു മാർഗങ്ങളിലാണ് ഇവിടെ സ്വീകരിച്ചിരുന്നത്. പ്രധാന വാർത്തകളും വൈകിക്കിട്ടുന്ന വാർത്തകളും ടെലഫോൺ വഴി. ബാക്കിയെല്ലാം കൈകൊണ്ട് എഴുതി കെഎസ്ആർടിസി ബസിലോ സ്വകാര്യ ബസിലോ അയക്കണം. ഫോണിൽ വാർത്തയെഴുതിയെടുക്കുക എളുപ്പമല്ല. നീണ്ട വാർത്തയാണെങ്കിൽ പ്രത്യേകിച്ചും. അതുകൊണ്ട് *ദേശാഭിമാനി* ഡെസ്കിൽ ടെലഫോൺ കോൾ റെക്കോഡ് ചെയ്യുന്നതിന് ഒരു ടേപ്പ് റെക്കോർഡർ ഉണ്ടായിരുന്നു. ബ്യൂറോകളിൽ നിന്ന് വാർത്ത വിളിച്ചുപറയുമ്പോൾ അതിൽ റെക്കോഡ് ചെയ്യും. പിന്നീട് ടേപ്പ് റീവൈൻഡ് ചെയ്ത് അതിൽ പറയുന്നത് കേട്ട് കടലാസിലേക്ക് പകർത്തും. സബ് എഡിറ്റർമാരായിരുന്ന കെ എം അബ്ബാസും കെ ഗോപിനാഥുമാണ് 1970-കളിലും 1980-കളിലും മിക്കപ്പോഴും ടേപ്പ് ഉപയോഗിച്ച് വാർത്ത ഫോണിൽ എടുത്തിരുന്നത്. പിന്നീട് ഐ വാസുദേവൻ വന്നപ്പോൾ അദ്ദേഹവും ഈ ജോലി ചെയ്യുന്നത് കണ്ടിട്ടുണ്ട്. ചിലപ്പോൾ ടേപ്പ് തകരാറാകും. അല്ലെങ്കിൽ സംഭാഷണം വ്യക്തമാകില്ല. അപ്പോൾ വീണ്ടും ഫോൺ വിളിക്കണം. കോഴിക്കോടിന് പുറത്തേക്ക് ട്രങ്ക് കോൾ ബുക്ക് ചെയ്യണം. അതു കിട്ടാൻ കാത്തിരിക്കണം. കിട്ടിയാൽത്തന്നെ സംഭാഷണം നീണ്ടാൽ ടെലഫോൺ ബിൽ കൂടും. പാലക്കാട് ലേഖകനായിരുന്ന ടി എം മണിയുടെ കോൾ വന്നാൽ അതു പകർത്തുന്നവർ അൽപ്പം വിയർക്കും. കാരണം ഭയങ്കര വേഗത്തിലാണ് മണി സംസാരിക്കുക. പെട്ടെന്ന് പറഞ്ഞുതീരും. പക്ഷേ, അതു പകർത്തിയെഴുതുമ്പോൾ പല സംശയങ്ങളായിരിക്കും.

ഫോണിൽ അധികം വാർത്തകൾ അയക്കാൻ കഴിയാത്തതുകൊണ്ട് സാധാരണ നിലയിൽ ജില്ലാ ബ്യൂറോകളിലുള്ളവർ ഉച്ചയ്ക്കു മുമ്പും വൈകുന്നേരവും വാർത്തകളുടെ ഓരോ കവർ

അയക്കും. ഉച്ചയ്ക്കു മുമ്പുള്ള കവറിൽ തലേ ദിവസത്തെ വാർത്തകളായിരിക്കും. അന്നത്തെ വാർത്തകൾ വൈകുന്നേരമാണ് അയക്കുന്നത്. ഇതുപോലെ, മലബാറിലെ ആറ് ജില്ലകളിൽ നിന്ന് ഏരിയാ ലേഖകന്മാർ ബസിൽ കവർ അയക്കും. ഇതു ശേഖരിക്കാൻ ഒരു സ്റ്റാഫിനെ പ്രത്യേകം നിയോഗിച്ചിരുന്നു. ഈ സ്റ്റാഫിന്റെ ജോലി ബസ് സ്റ്റാന്റിൽ പോയി കവർ എടുക്കൽ മാത്രമാണ്. പല കേന്ദ്രങ്ങളിൽ നിന്ന് പല ബസുകളിലായി കവർ വരും. കെഎസ്ആർടിസി മാത്രം നോക്കിയാൽ പോര. സ്വകാര്യ ബസ് സ്റ്റാന്റിലും കവർ എത്തും. സമയത്ത് *ദേശാഭിമാനി*യുടെ ആൾ ബസ് സ്റ്റാന്റിൽ എത്തിയില്ലെങ്കിൽ കവർ അതിന്റെ വഴിക്കുപോകും. ചില ബസ് ജീവനക്കാർ കവർ എടുത്ത് ബസ് സ്റ്റാന്റിലെ ബുക്ക് സ്റ്റാളിൽ ഏൽപ്പിക്കും. എന്നാൽ എല്ലാവരും അതു ചെയ്യില്ല. കവർ നഷ്ടപ്പെടുന്നത് അന്നൊരു പ്രശ്നമായിരുന്നു. അടുത്തകാലത്താണ് ഈ പ്രശ്നങ്ങൾ ഒഴിവായത്. ഏരിയാകേന്ദ്രങ്ങളിൽ പോലും ഇപ്പോൾ കമ്പ്യൂട്ടർ സ്ഥാപിച്ചിട്ടുണ്ട്. ലേഖകന്മാർ കമ്പോസ് ചെയ്ത് ഇ-മെയിൽ വഴി വാർത്ത അയക്കും.

ഫാക്സ് മെഷീൻ

ഫാക്സ് എന്ന് പറയുന്ന ടെലിഫാക്സിമിലി മെഷിനുകൾ 1980-കളിൽ തന്നെ നിലവിൽ വന്നുവെങ്കിലും *ദേശാഭിമാനി* പോലുള്ള പത്രങ്ങൾ 1990-കളുടെ ആദ്യത്തിലാണ് അതുപയോഗിക്കാൻ തുടങ്ങിയത്. എഴുതിയതോ ടൈപ്പ് ചെയ്തതോ അച്ചടിച്ചതോ ആയ രേഖകളും ചിത്രങ്ങളും ടെലഫോണിക് പ്രസരണം വഴി അയക്കുന്നതിനുള്ള സംവിധാനമാണ് ടെലിഫാക്സിമിലി. ടെലഫോൺ ലൈനുമായാണ് അതു കണക്ട് ചെയ്യുന്നത്. അയക്കുന്ന ഭാഗത്തും സ്വീകരിക്കുന്ന അറ്റത്തും ഫാക്സ് മെഷിൻ ടെലഫോൺ ലൈനുമായി കണക്ട് ചെയ്തിരിക്കണം. 1991-ൽ ചെന്നൈയിൽ അന്താരാഷ്ട്ര ചലച്ചിത്രോത്സവം റിപ്പോർട്ട് ചെയ്യാൻ പോയപ്പോൾ ഫാക്സിൽ വാർത്ത അയച്ച കാര്യം കോയമുഹമ്മദ് ഓർമിക്കുന്നുണ്ട്. "*ദേശാഭിമാനി*യിൽ ഫാക്സില്ലാത്തതുകൊണ്ട്, അന്ന് *മാതൃഭൂമി*യുടെ പ്രതിനിധിയായിരുന്ന കെ സി നാരായണന്റെ സഹായത്തോടെ *മാതൃഭൂമി* കോഴിക്കോട് ഓഫീസിലേക്ക് ഫെസ്റ്റിവൽ ഉദ്ഘാടന വാർത്ത ഫാക്സ് ചെയ്യുകയായിരുന്നു. 1992-ൽ ബാംഗ്ലൂർ ചലച്ചിത്രമേളയുടെ റിപ്പോർട്ട് ടെലിപ്രിന്ററിൽ അബ്ദുൾ റഹ്മാൻ തയാറാക്കിയ പ്രത്യേക ലിപി ഉപയോഗിച്ചാണ് ഒരു ദിവസം അയച്ചത്. അന്ന് ബാംഗ്ലൂർ ജിപിഒയിൽ ഫാക്സ് തകരാറിലായിരുന്നു." 1993-ൽ ഇ കെ നായനാരോടൊപ്പം ഈ ലേഖകൻ ഭോപ്പാലിൽ പോയപ്പോൾ നായനാരുടെ പ്രസംഗവും പത്രസമ്മേളനവുമെല്ലാം ഫാക്സ് വഴിയാണ് *ദേശാഭിമാനി*യിലേക്ക് അയച്ചത്. അപ്പോഴേക്കും *ദേശാഭിമാനി*യും ഫാക്സ് ഉപയോഗിക്കാൻ തുടങ്ങിയിരുന്നു.

മൊബൈൽ ഫോൺ വരുന്നതിനു തൊട്ടുമുമ്പ് പേജർ എന്ന സംവിധാനം പത്രലേഖകരും ഫോട്ടോഗ്രാഫർമാരും ഉപയോഗിച്ചിരുന്നു. വയർലസ് ടെലികമ്യൂണിക്കേഷൻ സംവിധാനമായിരുന്നു പേജർ. പേജർ മെഷിൻ ഉപയോഗിക്കുന്ന ആൾക്ക് ടെലഫോൺ നെറ്റ് വർക്ക് വഴി ഈ സർവീസ് എടുത്ത സ്ഥാപനത്തിനോ വ്യക്തിക്കോ സന്ദേശം അയക്കാം. അതും ഇംഗ്ലീഷിൽ ചെറിയ സന്ദേശങ്ങൾ. ഒരു പേജറിൽ നിന്ന് മറ്റൊരു പേജറിലേക്ക് സന്ദേശമയക്കാനും കഴിയുമായിരുന്നു. സന്ദേശം വരുമ്പോൾ 'ബീപ്' ശബ്ദമുണ്ടാകും. പുറത്തുപോകുന്ന റിപ്പോർട്ടർക്കും ഫോട്ടോഗ്രാഫർക്കും ഡെസ്കിൽ നിന്ന് അടിയന്തര സന്ദേശമയക്കാൻ അതു സഹായിച്ചു. ആശുപത്രികളിലാണ് പേജർ കൂടുതൽ ഉപയോഗിച്ചിരുന്നത്. ഡോക്ടർമാർക്ക് അടിയന്തര സന്ദേശം നൽകാൻ അതുപകരിച്ചു. പേജർ സർവീസ് അധികകാലം നിലനിന്നില്ല. കഷ്ടി ഒരു വർഷം. മൊബൈൽ ഫോൺ വന്നതോടെ പേജർ അപ്രസക്തമായി.

സ്വതന്ത്ര സോഫ്റ്റ്‌വേറിലേക്ക്

പത്രം തയാറാക്കൽ, അച്ചടി, വിതരണം, മാനേജ്മെന്റ് തുടങ്ങി എല്ലാ രംഗങ്ങളിലും സോഫ്റ്റ്‌വേറിന്റെ നിർണായക സാന്നിധ്യമുണ്ട്. സോഫ്റ്റ്‌വേറിന്റെ പിൻബലമില്ലെങ്കിൽ ആധുനിക

രീതിയിൽ പത്രം പുറത്തിറക്കാൻ കഴിയില്ല. കാണാമറയത്തുള്ള കോഡുകളാണ് ഡിടിപിയും ഡിസൈനിങ്ങുമെല്ലാം പ്രവർത്തിപ്പിക്കുന്നത്. സാങ്കേതികരംഗത്തെ ഈ വിസ്ഫോടനം കണക്കിലെടുത്ത് സോഫ്റ്റ്‌വേർ ഉപയോഗിക്കുന്നതിൽ കാലാനുസൃതമായ മാറ്റത്തിന് *ദേശാഭിമാനി* ശ്രദ്ധിച്ചിട്ടുണ്ട്. അക്കാര്യത്തിൽ മറ്റുപത്രങ്ങളുടെ ഒരു പടി മുമ്പിലാണ് ഇപ്പോൾ *ദേശാഭിമാനി*യുടെ സ്ഥാനം.

എ സുനീർ

കോപ്പിറൈറ്റുള്ളതും വലിയ ലൈസൻസ് ഫീസ് അടയ്ക്കേണ്ടതുമായ പ്രൊപ്രൈറ്ററി സോഫ്റ്റ്‌വേറുകളിൽ നിന്ന് ഓപ്പൺ സോഴ്സ് സോഫ്റ്റ്‌വേറിലേക്ക് *ദേശാഭിമാനി* പൂർണമായി മാറി. ആ നിലയിലുള്ള മാറ്റം ആദ്യം പൂർണമാക്കിയ പ്രധാന മലയാള പത്രമാണ് *ദേശാഭിമാനി.* അതിന്റെ ചുവടുപിടിച്ചും *ദേശാഭിമാനി*യിലെ മാറ്റങ്ങൾ പഠിച്ചുമാണ് *മലയാള മനോരമ* പിന്നീട് ഓപ്പൺസോഴ്സിലേക്കു മാറിയത്. ഓപ്പൺ സോഴ്സിലേക്ക് മാറിയപ്പോൾ വലിയ തോതിൽ ചെലവ് കുറയ്ക്കാൻ *ദേശാഭിമാനി*ക്ക് കഴിഞ്ഞു. അഡോബി, മൈക്രോസോഫ്റ്റ് എന്നീ കമ്പനികൾക്ക് വർഷംതോറും ഭാരിച്ച തുകയാണ് ലൈസൻസ് ഫീസായി കൊടുത്തുകൊണ്ടിരുന്നത്. ഓപ്പൺ സോഴ്സിലേക്ക് മാറിയപ്പോൾ ആ ചെലവ് ഒഴിവായി. മറ്റു പത്രങ്ങളും ഈ വഴിക്കു വരാനുള്ള കാരണമിതാണ്.

എന്താണ് ഓപ്പൺ സോഴ്സ്? ഓപ്പൺ സോഴ്സ് സോഫ്റ്റ്‌വേർ സൗജന്യമായി ഉപയോഗിക്കാം, മാറ്റങ്ങൾ വരുത്താം. പ്രൊപ്രൈറ്ററി സോഫ്റ്റ്‌വേറുകൾ മൈക്രോസോഫ്റ്റ് പോലുള്ള ഏതെങ്കിലും കമ്പനിയുടെ ഉൽപ്പന്നമായിരിക്കും. ലൈസൻസ് ഫീസ് ഇല്ലാതെ അതുപയോഗിക്കാൻ പറ്റില്ല. ഓപ്പൺ സോഴ്സിന്റേത് സാമൂഹ്യ ഉടമസ്ഥതയാണ്. അതിൽ നിന്ന് ആർക്കും സോഴ്സ് കോഡ് എടുക്കുകയോ അതിലേക്ക് സംഭാവന ചെയ്യുകയോ ആവാം. അതുകൊണ്ടാണ് ഇതിന് സ്വതന്ത്ര സോഫ്റ്റ്‌വേർ എന്നു പറയുന്നത്. പ്രൊപ്രൈറ്ററി സോഫ്റ്റ്‌വേർ കമ്പനികൾ വാദിക്കുന്നത്, അവരുടെ ഉൽപ്പന്നം ഉപയോഗിക്കുന്നവർക്ക് എന്തെങ്കിലും പ്രശ്നം നേരിടുകയാണെങ്കിൽ അത് പരിഹരിക്കുന്നതിന് കമ്പനി കൃത്യമായ പിന്തുണ നൽകുന്നുണ്ടെന്നാണ്. ഓപ്പൺ സോഴ്സിൽ അങ്ങനെയൊരു സപ്പോർട്ടിങ് സംവിധാനം ഇല്ലെങ്കിലും പരിഹാരങ്ങളൊക്കെ അതിൽനിന്നുതന്നെ കണ്ടെത്താനാകും. അതല്ലെങ്കിൽ ഓപ്പൺ സോഴ്സ് വേദിയിൽ പരിചയമുള്ള ഒരു വ്യക്തിയെക്കൊണ്ടോ ഏജൻസിയെക്കൊണ്ടോ അതിന് പരിഹാരം കാണാവുന്നതാണ്.

ലിനക്സ് എന്ന ഓപ്പറേറ്റിങ് സിസ്റ്റമാണ് ഓപ്പൺ സോഴ്സിനെ ഇത്ര പ്രസിദ്ധമാക്കിയതെന്നു പറയാം. മൊബൈൽ ഫോണുകളുടെ ഓപ്പറേറ്റിങ് സിസ്റ്റമായ ആൻഡ്രോയ്ഡ് ഒരു സ്വതന്ത്ര സോഫ്റ്റ്‌വേറാണ്. അമേരിക്കയിലെ വൻകിട കമ്പനികൾ പോലും പല ആവശ്യങ്ങൾക്കും ഓപ്പൺ സോഴ്സ് സോഫ്റ്റ്‌വേർ ഉപയോഗിക്കാൻ തുടങ്ങിയിട്ടുണ്ട്. കാരണം ഒന്നുതന്നെ. പ്രൊപ്രൈറ്ററി കമ്പനികൾ ഈടാക്കുന്ന കനത്ത ഫീസ്. നേരത്തെ സോഫ്റ്റ്‌വേർ വാങ്ങുമ്പോൾ ഒറ്റത്തവണ ഫീസായിരുന്നു. എത്രകാലം വേണമെങ്കിലും ഉപയോഗിക്കാം. ഇപ്പോൾ വർഷാവർഷം കനത്ത ഫീസ് നൽകി പുതുക്കണം. ഒരുവിധ അപ്ഡേഷനും നടത്താതെയാണ് വർഷാവർഷം ഫീസ് വാങ്ങുന്നത്. ഡിസൈനിങ്ങും പ്രിന്റിങ്ങും ചെലവേറാനുള്ള പലകാരണങ്ങളിൽ ഒന്ന് പ്രൊപ്രൈറ്ററി സോഫ്റ്റ്‌വേർ കമ്പനികൾ ഈടാക്കുന്ന ഭീമമായ ഫീസാണ്. കുത്തക സോഫ്റ്റ്‌വേറുകൾ അടക്കിവാഴുന്ന രംഗങ്ങളാണ് ഡിസൈനിങ്ങും ഡിടിപിയും.

ഓപ്പൺ സോഴ്സ് സോഫ്റ്റ്‌വേർ

ആദ്യകാലത്ത് ഡിസ്ക് ഓപ്പറേറ്റിങ് സിസ്റ്റത്തിൽ (ഡിഒഎസ്) സ്ക്രിപ്റ്റ് എന്ന സോഫ്റ്റ്‌വേർ ഉപയോഗിച്ചാണ് കമ്പ്യൂട്ടർ ടൈപ്പിങ് *ദേശാഭിമാനി*യടക്കം പല സ്ഥാപനങ്ങളും ചെയ്തിരുന്നത്. ബോംബെ ആസ്ഥാനമായ അബാക്കസ് എന്ന കമ്പനിയുടെതായിരുന്നു സ്ക്രിപ്റ്റ്. അതിനുശേഷം വിൻഡോസ് അടിസ്ഥാനമായ മൊസൈക്ക് എന്ന സോഫ്റ്റ്‌വേറിലേക്ക് മാറി. കമ്പോസ് ചെയ്യാനും

ചെറിയ രീതിയിൽ ഡിസൈൻ ചെയ്യാനും മൊസൈക്ക് പ്രയോജനപ്പെട്ടു. ഇതിനെല്ലാം മൈക്രോ സോഫ്റ്റിന് ലൈസൻസ് ഫീസ് അടയ്ക്കണം. മൊസൈക്കിനുശേഷം പേജ് ഡിസൈനിങ്ങിനു വേണ്ടി ആൾഡസ് കോർപറേഷന്റെ പേജ്മേക്കർ ഉപയോഗിക്കാൻ തുടങ്ങി. അഡോബി കമ്പനിയുടെ പേജ് ലേ ഔട്ട് സോഫ്റ്റ്‌വേറുകൾ ആ ഘട്ടത്തിൽ പരാജയമായിരുന്നു. അതുകൊണ്ട് അവർ ആൾഡസ് കമ്പനിയെ വിലക്കുവാങ്ങി പേജ്മേക്കർ സ്വന്തമാക്കി. അങ്ങനെയാണ് അഡോബി പേജ്മേക്കർ ഉണ്ടായത്.

പേജ്മേക്കർ ദീർഘകാലം *ദേശാഭിമാനി* ഉപയോഗിച്ചു. അടുത്തകാലത്താണ് അഡോബി കമ്പനിയുടെ തന്നെ 'ഇൻഡിസൈൻ' ഉപയോഗിക്കാൻ തുടങ്ങിയത്. അതും ഉപേക്ഷിച്ച് ഓപ്പൺ സോഴ്സിലുള്ള സ്ക്രൈബസ് എന്ന ഡിടിപി സോഫ്റ്റ്‌വേറാണ് 2021 മാർച്ച് മുതൽ *ദേശാഭിമാനി* ഉപയോഗിക്കുന്നത്. സ്ക്രൈബസിന് ചില പരിമിതികളും പോരായ്മകളുമുണ്ടായിരുന്നു. ഐ ടി വിഭാഗത്തിന്റെ ചുമതലയുള്ള എ സുനീർ അത് *ദേശാഭിമാനി*ക്ക് അനുയോജ്യമായ വിധത്തിൽ മാറ്റിയെടുത്തു. കൊച്ചി കേന്ദ്രമായ എടിപിഎസ് എന്ന സ്ഥാപനത്തിന്റെ സഹായത്തോടെ മാറ്റങ്ങൾ വരുത്തിയപ്പോൾ ഇൻഡിസൈനിനേക്കാൾ മികച്ച പ്രയോജനം അതുകൊണ്ടു ലഭിക്കുന്നുണ്ടെന്നും അതുപയോഗിക്കുന്ന ഓപ്പറേറ്റർമാരും സബ് എഡിറ്റർമാരും സംതൃപ്തരാണെന്നും സുനീർ പറഞ്ഞു. പേജ് ലേഔട്ടിനുള്ള സ്ക്രൈബസ് എന്ന ഓപ്പൺ സോഴ്സ് സോഫ്റ്റ്‌വേർ മലയാള പത്രങ്ങളിൽ ആദ്യം ഉപയോഗിച്ചു തുടങ്ങിയത് സിപിഐയുടെ മുഖപത്രമായ *ജനയുഗ*മാണ്. സ്ക്രൈബസിന്റെ എല്ലാ ന്യൂനതകളോടും കൂടി അതുപയോഗിച്ച് പത്രമിറക്കുകയാണ് ജനയുഗം ചെയ്തത്. എന്നാൽ, വലിയ പത്രമായതുകൊണ്ട് *ദേശാഭിമാനി*ക്ക് അതിൽ മാറ്റങ്ങൾ വരുത്തേണ്ടിയിരുന്നു. ആ മാറ്റങ്ങൾ നല്ല രീതിയിൽ ചെയ്താണ് (കസ്റ്റമൈസ്) *ദേശാഭിമാനി* സ്ക്രൈബസ് ഉപയോഗിക്കുന്നത്. സ്വതന്ത്ര സോഫ്റ്റ്‌വേറായ 'സ്ക്രൈബസ്' പ്രിന്റിങ് രംഗത്ത് വലിയ വിപ്ലവം സൃഷ്ടിക്കുകയാണ്. ഏതു പ്രൊപ്രൈറ്ററി സോഫ്റ്റ്‌വേറിനെയും തോൽപ്പിക്കുന്ന പ്രത്യേകതകളും മേന്മകളും അതിനുണ്ടെന്നാണ് ഐ ടി വിദ്യാഭ്യാസ വിദഗ്ധനും കേരള ഇൻഫ്രാസ്ട്രക്ചർ ആന്റ് ടെക്നോളജി ഫോർ എജുക്കേഷൻ (കൈറ്റ്) സിഇഒയുമായ അൻവർ സാദത്ത് അഭിപ്രായപ്പെട്ടത്. എന്നാൽ 'സ്ക്രൈബസി'ന് വേണ്ടത്ര പ്രചാരം ലഭിച്ചിട്ടില്ല.

ഫോട്ടോ എഡിറ്റിങ്ങിന് അഡോബി കമ്പനിയുടെ ഫോട്ടോഷോപ്പായിരുന്നു മറ്റു പല സ്ഥാപനങ്ങളെപ്പോലെ *ദേശാഭിമാനി*ക്കും ആശ്രയം. കോപ്പിറൈറ്റുള്ള ഈ സോഫ്റ്റ്‌വേറും *ദേശാഭിമാനി* ഒഴിവാക്കി. പകരം ജിംപ് (ജിഐഎംപി) എന്ന ഓപ്പൺ സോഴ്സിൽ ലഭ്യമായ ഫോട്ടോ എഡിറ്റിങ് പ്രോഗ്രാം ഉപയോഗിക്കാൻ തുടങ്ങി. ചില പത്രങ്ങൾ പേജ് ലേഔട്ടിനുവേണ്ടി ക്വാർക്ക് എക്സ്പ്രസ് എന്ന സോഫ്റ്റ്‌വേർ ഉപയോഗിച്ചിരുന്നു. ഇതിനെല്ലാം ലൈസൻസ് ഫീസുണ്ട്. ബിസിനസ് സ്ഥാപനങ്ങൾ അക്കൗണ്ടിങ്ങും പ്രൊജക്ട് മാനേജ്മെന്റുമെല്ലാം ഇആർപി (എന്റർപ്രൈസ് റിസോഴ്സ് പ്ലാനിങ്) സോഫ്റ്റ്‌വേർ ഉപയോഗിച്ചാണ് ചെയ്യുന്നത്. മറ്റു പല സ്ഥാപനങ്ങളെയും പോലെ *ദേശാഭിമാനി*യും വിൻഡോസിന്റെ ഇആർപി സോഫ്റ്റ്‌വേർ ഉപയോഗിച്ചുപോന്നു. എന്നാൽ ഈയിടെ *ദേശാഭിമാനി* വിൻഡോസ് ഒഴിവാക്കി ഓപ്പൺ സോഴ്സ് ഓപറേറ്റിങ് സിസ്റ്റമായ ലിനക്സിന്റെ ഡബിയൻ 11 (ഡബിയൻ ഇലവൻ) എന്ന പ്ലാറ്റ്ഫോമിൽ ഇആർപി ആപ്ലിക്കേഷൻ സ്വന്തമായി ഉണ്ടാക്കി. അത് വിജയകരവുമായി. ഓപ്പൺ സോഴ്സിൽ ഇആർപി സോഫ്റ്റ്‌വേർ ഉണ്ടാക്കുന്ന മലയാളത്തിലെ ആദ്യ പത്രമാണ് *ദേശാഭിമാനി.* ഇതോടെ എഡിറ്റോറിയൽ, മാനേജ്മെന്റ് എന്നീ രണ്ടുവിഭാഗങ്ങളിലും ഓപ്പൺ സോഴ്സ് സോഫ്റ്റ്‌വേറുകൾ മാത്രമായി.[3]

സ്വതന്ത്ര സോഫ്റ്റ്‌വേർ പ്രോത്സാഹിപ്പിക്കുക എന്നത് സിപിഐ എമ്മിന്റെ നയമാണ്. എന്നാൽ വാശിപിടിച്ച് അതു നടപ്പാക്കിയാൽ പത്രത്തെ ബാധിക്കുമെന്നതുകൊണ്ടാണ് അതിലേക്കുമാറാൻ *ദേശാഭിമാനി* സാവകാശമെടുത്തത്.

29

പ്രൊഫഷണൽ മികവ്

തൊഴിലിലായാലും ബിസിനസിലായാലും ഉയർന്ന നിലവാരം കൈവരിക്കാൻ വ്യക്തികളും സ്ഥാപനങ്ങളും നടത്തുന്ന ശ്രമവും സ്വീകരിക്കുന്ന തന്ത്രവുമാണ് പ്രൊഫഷണലിസം എന്ന് സാമാന്യമായി പറയാം. 1942-ൽ *ദേശാഭിമാനി* ആരംഭിക്കുമ്പോൾ പത്രാധിപസമിതിയിലുള്ളത് ഇ എം എസ് നമ്പൂതിരിപ്പാടും എം എസ് ദേവദാസും സി ഉണ്ണിരാജയും പി നാരായണൻ നായരും അടക്കമുള്ള പ്രഗത്ഭരാണ്. ഇന്നത്തെ പ്രൊഫഷണലിസത്തിന്റെ നിർവചനം വെച്ചു നോക്കുമ്പോൾ ഇവരൊന്നും പ്രൊഫഷണലുകളല്ല. കാരണം, രാഷ്ട്രീയപ്രവർത്തനത്തിന്റെ ഭാഗമായി പത്രപ്രവർത്തനം ഏറ്റെടുത്തവരായിരുന്നു അവരെല്ലാം. എന്നാൽ, തങ്ങൾ ചെയ്യുന്ന തൊഴിലിൽ ഉയർന്ന നിലവാരം കൊണ്ടുവരാൻ രാഷ്ട്രീയപ്രവർത്തനത്തിന്റെ ഭാഗമായി അവർ ആർജിച്ച വിജ്ഞാനം അവരെ സഹായിച്ചു. *ദേശാഭിമാനി*യെ സംബന്ധിച്ച് 1970-കൾ വരെ പത്രാധിപസമിതിയിലുള്ള പലരും രാഷ്ട്രീയ പ്രവർത്തനവും പത്രപ്രവർത്തനവും ഒരുമിച്ചാണ് കൊണ്ടുപോയത്. എന്നാൽ, പത്രനടത്തിപ്പ് ഒരു വ്യവസായമായി വളരുകയും മത്സരം മുറുകുകയും ചെയ്തപ്പോൾ പഴയ രീതിയിൽ മാറ്റം വരുത്താൻ *ദേശാഭിമാനി* തയാറായി. വൻകിട പത്രങ്ങളോട് മത്സരിച്ചുമുന്നോട്ടുപോകാൻ എല്ലാ തലത്തിലും പ്രൊഫഷണലിസം കൊണ്ടുവരണമെന്ന് മാനേജ്മെന്റ് തീരുമാനിച്ചു. പുറത്തെ രാഷ്ട്രീയപ്രവർത്തനവും *ദേശാഭിമാനി*യിലെ ജോലിയും ഒന്നിച്ചുകൊണ്ടുപോകാൻ കഴിയില്ലെന്ന് പാർട്ടി നേതൃത്വം മനസ്സിലാക്കി. *ദേശാഭിമാനി* സ്റ്റാഫിന്റെ രാഷ്ട്രീയപ്രവർത്തനം നല്ലനിലയിൽ പത്രം പുറത്തിറക്കുക എന്നതാണെന്ന് പാർട്ടി നിശ്ചയിച്ചു. അതനുസരിച്ചുള്ള മാറ്റങ്ങൾ പത്രത്തിൽ വരുത്തി.

അച്ചടിമാധ്യമം പൊതുവെ പ്രതിസന്ധി നേരിടുന്ന ഘട്ടത്തിലാണ് അതിനെയെല്ലാം അതിജീവിച്ച് *ദേശാഭിമാനി* വളർച്ചയുടെ പടവുകൾ കയറുന്നത്. തീർച്ചയായും, പാർട്ടിയുടെ മുഖപത്രമെന്ന നിലയ്ക്ക് സിപിഐ എമ്മിന്റെ അജണ്ടയിൽ എല്ലാക്കാലത്തും പ്രധാന ഇനമായി *ദേശാഭിമാനി*യുണ്ട്. പത്രത്തിന്റെ വളർച്ചയുടെ അടിസ്ഥാനം പാർട്ടിയുടെ പിന്തുണയും സംരക്ഷണവുമാണെങ്കിലും അതുമാത്രമാണെന്ന് പറയാൻ കഴിയില്ല. പ്രധാന പത്രങ്ങളോട് പത്രപ്രവർത്തനത്തിലും മാനേജ്മെന്റ് സംവിധാനത്തിലും സാങ്കേതികവിദ്യയിലും മത്സരിച്ചു മുന്നോട്ടുപോകാനുള്ള കഴിവ് *ദേശാഭിമാനി* ആർജിച്ചിട്ടുണ്ട്. മുഖ്യധാരാ മലയാള പത്രങ്ങളിലെ പത്രപ്രവർത്തകരോടൊപ്പമോ അതിനു മുകളിലോ നിൽക്കാൻ കഴിവുള്ളവരാണ് *ദേശാഭിമാനി*യിലെ പത്രപ്രവർത്തകർ. 1981 മുതൽ വിദ്യാഭ്യാസയോഗ്യതയുടെ അടിസ്ഥാനത്തിലാണ് പത്ര

എം എം ലോറൻസ്

പ്രവർത്തകരെ നിയമിക്കുന്നത്. അപേക്ഷ ക്ഷണിക്കുന്നത് പത്രത്തിൽ പരസ്യം നൽകിയാണ്. ജേണലിസത്തിൽ ബിരുദം അല്ലെങ്കിൽ ഏതെങ്കിലും വിഷയത്തിൽ ബിരുദവും ജേണലിസത്തിൽ ഡിപ്ലോമയും അതല്ലെങ്കിൽ ബിരുദാനന്തര ബിരുദം - ഇതാണ് *ദേശാഭിമാനി* നിഷ്കർഷിച്ചിട്ടുള്ള അടിസ്ഥാന യോഗ്യത. എഴുത്തുപരീക്ഷ, അഭിമുഖം എന്നിവയിലൂടെയാണ് റാങ്ക് പട്ടിക തയാറാക്കുന്നത്. മറ്റു പത്രങ്ങളിൽ ജോലി ചെയ്യുന്നവരും അപേക്ഷിക്കാറുണ്ട്. അവരും പക്ഷേ, എഴുത്തുപരീക്ഷ, അഭിമുഖം എന്നീ കടമ്പകൾ കടക്കണം. ജോലി പരിചയത്തിന് വെയ്റ്റേജ് ലഭിച്ചേക്കും. സാധാരണ ഒരു ബിസിനസ് സ്ഥാപനത്തിൽ ചെയ്യുന്നതുപോലെ എത്ര ഒഴിവുകളാണോ ഉള്ളത്, അത്രയും പേരെ റാങ്ക് ലിസ്റ്റിൽ നിന്ന് എടുക്കുകയാണ് ചെയ്യുന്നത്. അവരെ ആദ്യഘട്ടത്തിൽ ട്രെയ്നികളായി നിയമിക്കും. രണ്ടുവർഷത്തെ പരിശീലനം. ഇക്കാലത്ത് സ്റ്റൈപ്പന്റ് നൽകും. ഫോട്ടോഗ്രാഫറായി നിയമിക്കപ്പെടണമെങ്കിൽ ഏതെങ്കിലും സർവകലാശാലാ ബിരുദം വേണമെന്ന തീരുമാനം വന്നത് പിന്നീടാണ്.

പാർട്ടിക്കാരെ മാത്രമാണോ *ദേശാഭിമാനി*യിൽ നിയമിക്കുക എന്ന് പലരും ഈ ലേഖകനോട് പല ഘട്ടങ്ങളിൽ ചോദിച്ചിട്ടുണ്ട്. അല്ല എന്നുതന്നെയാണ് ഉത്തരം. പാർട്ടി പത്രത്തിന്റെ നയമനുസരിച്ച് പ്രവർത്തിക്കാൻ താൽപ്പര്യമുള്ള എല്ലാവരും മറ്റു നിശ്ചിത യോഗ്യതകളുണ്ടെങ്കിൽ നിയമിക്കപ്പെടാൻ അർഹരാണ്. എന്നാൽ, പാർട്ടി നിലപാടിനെതിരായ ചിന്താഗതിയുള്ളവരെ സ്വാഭാവികമായും നിയമിക്കാൻ കഴിയില്ല. അത്തരക്കാർ അപേക്ഷിക്കാറുമില്ല. വിദ്യാർഥി-യുവജനസംഘടനകളിലൂടെയും പാർട്ടിയിലൂടെയും പത്രപ്രവർത്തനരംഗത്ത് വന്നവരാണ് ഇന്നുള്ള പത്രപ്രവർത്തകരിൽ ഭൂരിഭാഗവും. രാഷ്ട്രീയ രംഗത്തുനിന്നു വരുന്നവർ മറ്റുള്ളവരേക്കാൾ മിടുക്കുതെളിയിക്കുന്നു എന്നതാണ് *ദേശാഭിമാനി*യുടെ അനുഭവം. അതിന് വ്യക്തമായ കാരണമുണ്ട്. സംഘടനാരംഗത്തുനിന്ന് വരുന്നവർക്ക് കേരളത്തിന്റെ രാഷ്ട്രീയ ചരിത്രത്തെക്കുറിച്ച് സാമാന്യമായ ധാരണയുണ്ടാകും. രാഷ്ട്രീയ സംഭവവികാസങ്ങൾ റിപ്പോർട്ട് ചെയ്യുമ്പോഴും എഡിറ്റ് ചെയ്യുമ്പോഴും ചരിത്രം അറിഞ്ഞിരിക്കണം. ബിഎക്ക് കമ്യൂണിക്കേറ്റിവ് ഇംഗ്ലീഷോ ജേണലിസമോ പഠിച്ചവർക്ക് ഈ ചരിത്രബോധം ഉണ്ടായിക്കൊള്ളണമെന്നില്ല. പൊതുവിജ്ഞാനത്തിന്റെ കാര്യത്തിലും രാഷ്ട്രീയരംഗത്തുനിന്നു വരുന്നവർ മുന്നിൽനിൽക്കുന്നു എന്ന് സാമാന്യമായി പറയാം.

തോമസ് ജേക്കബ്

പുതിയ റിക്രൂട്ട്മെന്റ് രീതിയിൽ ട്രെയ്നികളായി നിയമിക്കപ്പെടുന്നവർ പരിശീലനകാലത്ത് അവരുടെ കഴിവ് തെളിയിച്ചെങ്കിലേ സ്ഥിരം നിയമനത്തിന് അർഹരാകൂ. തെരഞ്ഞെടുക്കപ്പെടുന്നവർക്ക് ചുരുങ്ങിയത് ഒരു മാസത്തെ ക്ലാസ് ആദ്യഘട്ടത്തിൽ നൽകുന്നുണ്ട്. പത്രപ്രവർത്തനം, രാഷ്ട്രമീമാംസ, ഭാഷ, സാങ്കേതികവിദ്യ തുടങ്ങിയ വിഷയങ്ങളിൽ കേരളത്തിലെ പ്രഗത്ഭരായ അധ്യാപകരാണ് ക്ലാസെടുക്കുന്നത്. ട്രെയ്നികൾക്കും നിലവിലുള്ള പത്രപ്രവർത്തകർക്കും പരിശീലനം നൽകാൻ മറ്റു പ്രമുഖ പത്രങ്ങളിലെ പത്രപ്രവർത്തകരെ *ദേശാഭിമാനി* ക്ഷണിച്ചുകൊണ്ടുവരുന്നു എന്നത് ശ്രദ്ധേയമാണ്. *മലയാള മനോരമ*യുടെ എഡിറ്റോറിയൽ ഡയറക്ടറായിരുന്ന തോമസ് ജേക്കബ് അദ്ദേഹത്തിന്റെ അനുഭവം പറയുന്നു:

> എം എം ലോറൻസ് എൽഡിഎഫ് കൺവീനറായിരിക്കെ *ദേശാഭിമാനി*യുടെ പാർട്ടി ചുമതലയും അദ്ദേഹത്തിനുണ്ടായിരുന്നു. ആ സമയത്ത് എട്ടുപത്തു സബ് എഡിറ്റർമാരെ ഒന്നിച്ച് നിയമിച്ചു. എന്നെ ക്ലാസെടുക്കാൻ വിളിച്ചു, കൊച്ചിയിലേക്ക്. എനിക്ക് അൽപ്പം അതിശയമായി. ഞാൻ പത്രാധിപർ കെ എം മാത്യുവിനോട് ഇക്കാര്യം പറഞ്ഞു. *ദേശാഭിമാനി* ക്ഷണിച്ചിട്ടുണ്ട്. എന്തുചെയ്യണമെന്ന് തിരക്കി. തീർച്ചയായും പോകണമെന്നായിരുന്നു കെ എം മാത്യുവിന്റെ മറുപടി. ഞാൻ പോയി. പിന്നീട് പലതവണ ക്ലാസെടുക്കാൻ പോയിട്ടുണ്ട്.

*ദേശാഭിമാനി*യിൽ ഇനി എന്തുമാറ്റമാണ് വേണ്ടതെന്ന് തോമസ് ജേക്കബിനോട് ചോദിച്ചു. ഇതായിരുന്നു മറുപടി:

തുളസി ഭാസ്കരൻ

> ഇക്കാര്യത്തിൽ ഒരു ഉപദേശത്തിന്റെയോ നിർദേശത്തിന്റെയോ കാര്യമില്ല. പത്രം വളരെ മുകളിലേക്ക് എത്തിക്കഴിഞ്ഞു. പ്രൊഫഷണൽ രീതിയിൽ കാര്യക്ഷമമായി നടക്കുന്ന ഒരു പത്രമാണ് ഇപ്പോൾ *ദേശാഭിമാനി.* പുതിയ പുതിയ ആശയങ്ങൾ ഉൾക്കൊള്ളാനും ലോകത്ത് മറ്റു പത്രങ്ങളിൽ നടക്കുന്ന പരീക്ഷണങ്ങൾ മനസ്സിലാക്കാനും *ദേശാഭിമാനി* ശ്രമിച്ചു. ബീഡിത്തൊഴിലാളിയായി ജീവിതം ആരംഭിച്ച കണ്ണൻനായർ പത്രത്തിന്റെ മേധാവിയായി പ്രവർത്തിച്ച് സ്ഥാപനത്തെ വളർത്തിയെടുത്തു എന്നത് അത്ഭുതം തന്നെയാണ്. *ദേശാഭിമാനി*ക്ക് ഇന്നുകാണുന്ന ഭൗതികസാഹചര്യം ഒരുക്കുന്നതിൽ ഇ പി ജയരാജനും വലിയ പങ്കുവഹിച്ചിട്ടുണ്ട്.[1]

പുതിയ റിക്രൂട്ട്മെന്റ് രീതി നടപ്പാക്കിയ കാലത്ത് അസിസ്റ്റന്റ് എഡിറ്ററായിരുന്ന സി പി നാരായണൻ അതേക്കുറിച്ച് ഇങ്ങനെയാണ് പറഞ്ഞത്.

> പത്രത്തിൽ പരസ്യം ചെയ്ത് അപേക്ഷ ക്ഷണിച്ചത് പതിവുരീതിയിൽ നിന്നുള്ള മാറ്റമായിരുന്നു. അതിനു നല്ല പ്രതികരണമുണ്ടായി. എഴുത്തുപരീക്ഷയും വാചാ പരീക്ഷയും നടത്തി തെരഞ്ഞെടുക്കപ്പെട്ടവർക്ക് ക്ലാസെടുക്കാൻ കേരളത്തിൽ അന്ന് പ്രസിദ്ധരായ പത്രപ്രവർത്തകരെ ക്ഷണിച്ചു. അങ്ങനെയൊന്നും അതിനുമുമ്പ് നടക്കാത്തതിനാൽ, പാർട്ടി നയം മാറിയോ എന്നുവരെ ചില സുഹൃത്തുക്കൾ ചോദിച്ചു. ചില വിഷയങ്ങളിൽ വേണ്ടത്ര പ്രാഗത്ഭ്യമുള്ളവർ പാർട്ടി പ്രവർത്തകരിലോ അനുഭാവികളിലോ ഉണ്ടായെന്നുവരില്ല. അത്തരം വിഷയങ്ങളിൽ സഹകരിക്കാൻ സന്നദ്ധതയുള്ളവരുടെ സഹകരണം തേടുക എന്നത് പാർട്ടിയുടെ നയമായിരുന്നു. ക്ലാസും പരിശീലനവും കഴിഞ്ഞവരെ വിവിധ യൂണിറ്റുകളിൽ ഡെസ്കിലും ജില്ലാ കേന്ദ്രങ്ങളിലും നിയോഗിച്ചു. ഇത്തരത്തിൽ പരിശീലനം ലഭിച്ചവരുടെ സേവനം പത്രത്തിന്റെ നിലവാരം ഉയർത്താൻ പ്രയോജനപ്പെട്ടുവെന്ന് തുടർന്നുള്ള അനുഭവം തെളിയിച്ചു.[2]

കെ രമ

എഴുത്തുപരീക്ഷയുടെയും അഭിമുഖത്തിന്റെയും അടിസ്ഥാനത്തിൽ നിയമിക്കപ്പെട്ട ആദ്യബാച്ചിലുള്ള പലരും പിൽക്കാലത്ത് മാധ്യമരംഗത്ത് അറിയപ്പെടുന്നവരായി. വെങ്കിടേഷ് രാമകൃഷ്ണൻ, സി ഡി ഷാജി, സി എൽ തോമസ്, എൻ പി ചന്ദ്രശേഖരൻ, കെ രമ, രവിവർമ, ഡി ജോസ് തുടങ്ങിയവർ ആദ്യ ബാച്ചിലുണ്ടായിരുന്നു. പുതിയ റിക്രൂട്ടമെന്റ് രീതി വന്നപ്പോൾ വന്ന ഒരു മാറ്റം പത്രാധിപസമിതിയിൽ സ്ത്രീ പ്രാതിനിധ്യം നിർബന്ധമാക്കിയെന്നതാണ്. അതിൽ പിന്നീടുള്ള എല്ലാ ബാച്ചിലും വനിതകൾ സബ് എഡിറ്റർമാരും റിപ്പോർട്ടർമാരുമായി വന്നു. അടുത്തകാലത്ത് സ്ത്രീ പ്രാതിനിധ്യം വർധിച്ചിട്ടുമുണ്ട്. തുളസി ഭാസ്കരൻ, കെ രമ, ആർ പാർവതി ദേവി എന്നിവർ ആദ്യകാലത്ത് പത്രാധിപസമിതിയിൽ ജോലി ചെയ്തവരാണ്. തുളസി ഭാസ്കരൻ *ദേശാഭിമാനി*യുടെ ആദ്യ വനിതാ ന്യൂസ് എഡിറ്ററായി. പത്രത്തോടൊപ്പം തിരുവനന്തപുരത്തുനിന്ന് പുറത്തിറക്കിയിരുന്ന 'സ്ത്രീ' പതിപ്പിന്റെ ചുമതലയും തുളസിക്കുണ്ടായിരുന്നു. 1988–ൽ *ദേശാഭിമാനി*യിൽ ചേർന്ന പാർവതി ദേവി പിന്നീട് ടെലിവിഷൻ മാധ്യമരംഗത്തേക്ക് പോയി. അസിസ്റ്റന്റ് എഡിറ്ററായി റിട്ടയർ ചെയ്ത കെ രമ, വാരാന്തപ്പതിപ്പിനുപുറമെ സ്ത്രീ, കിളിവാതിൽ പതിപ്പുകളും കൈകാര്യം ചെയ്തിരുന്നു. ശാസ്ത്രീയവിഷയങ്ങൾ കൈകാര്യം ചെയ്യുന്നതിൽ അവർ കഴിവ് തെളിയിച്ചു.

വിദ്യാഭ്യാസ യോഗ്യതയുടെ അടിസ്ഥാനത്തിലുള്ള നിയമനം ആരംഭിക്കുന്നതിന് മുമ്പുതന്നെ പത്രപ്രവർത്തനം സംബന്ധിച്ച് കേരളത്തിൽ കിട്ടാവുന്ന എല്ലാ പരിശീലനപരിപാടികളും ക്ലാസുകളും *ദേശാഭിമാനി* പ്രയോജനപ്പെടുത്തുന്നുണ്ടായിരുന്നു. പ്രസ് അക്കാദമിയും പ്രസ് ക്ലബ്ബുകളും ജേണലിസം കോഴ്സ് ആരംഭിക്കുന്നതിനുമുമ്പ് കേരള പത്രപ്രവർത്തക യൂണിയൻ സ്വന്തം

നിലയിൽ 'ന്യൂസ് ക്രാഫ്റ്റ്' എന്ന വേദിയുണ്ടാക്കി സംസ്ഥാനത്തെ വിവിധ ഭാഗങ്ങളിൽ പത്രപ്രവർത്തകർക്ക് ക്ലാസുകൾ നടത്തിയിരുന്നു. സംസ്ഥാന പബ്ലിക് റിലേഷൻസ് വകുപ്പ് അതിന് പിന്തുണയും നൽകി. *മാതൃഭൂമി* ഡെപ്യൂട്ടി എഡിറ്ററായിരുന്ന ടി വേണുഗോപാൽ, *ദേശാഭിമാനി* എക്സിക്യൂട്ടിവ് എഡിറ്ററായിരുന്ന സി എം അബ്ദുൾ റഹ്മാൻ, പ്രശസ്ത പത്രപ്രവർത്തകനും യൂണിയൻ നേതാവുമായിരുന്ന കെ എം റോയ്, *മലയാള മനോരമ*യിലെ വി കെ ഭാർഗവൻ നായർ, ടി കെ ജി നായർ തുടങ്ങിയവർ ന്യൂസ് ക്രാഫ്റ്റിന്റെ പ്രധാന സംഘാടകരായിരുന്നു. ന്യൂസ് ക്രാഫ്റ്റിന്റെ ഒരു ക്ലാസും *ദേശാഭിമാനി* ഒഴിവാക്കിയിരുന്നില്ല. അനൗപചാരികമായ പത്രപ്രവർത്തന പരിശീലന പരിപാടി ഏറ്റവുമധികം പ്രയോജനപ്പെടുത്തിയ പത്രം *ദേശാഭിമാനി*യാണെന്ന് കെ എം റോയ് പല വേദികളിൽ പറഞ്ഞിട്ടുണ്ട്. സംസ്ഥാന സർക്കാർ കേരള പ്രസ് അക്കാദമി രൂപീകരിച്ചത് 1979-ലാണ്. അക്കാദമിയുടെ ആഭിമുഖ്യത്തിൽ മാധ്യമപ്രവർത്തനത്തിന്റെ വിവിധ മേഖലകളിൽ ഔപചാരിക പരിശീലന പരിപാടി ഇപ്പോൾ നടക്കുന്നുണ്ട്.

ലോകത്താകെ പത്രപ്രവർത്തനത്തിൽ വരുന്ന മാറ്റങ്ങളും പുതിയ സാങ്കേതിക വിദ്യ പത്ര വ്യവസായത്തിന്റെ വളർച്ചയ്ക്ക് ഉപയോഗപ്പെടുത്തുന്ന രീതിയും മനസ്സിലാക്കി *ദേശാഭിമാനി*യെ ആധുനിക രീതിയിൽ മുന്നോട്ടുകൊണ്ടുപോകാൻ പ്രതിജ്ഞാബദ്ധമായ ഒരു നേതൃത്വം തുടക്കം മുതലേയുണ്ട്. പത്രം പുറത്തിറക്കലും വ്യവസായമാണെന്ന് തിരിച്ചറിഞ്ഞ് മാറ്റങ്ങൾ ഉൾക്കൊള്ളാൻ അവർ തയാറായതുകൊണ്ടാണ് ഒരു പാർട്ടി മുഖപത്രം എന്നതിനപ്പുറത്തേക്ക് വളരാൻ *ദേശാഭിമാനി*ക്ക് കഴിഞ്ഞത്. ഈ യാത്രയിൽ നിർണായകമായ സംഭാവനകൾ നൽകിയ ധാരാളം പേരുണ്ട്. അവരിൽ പ്രമുഖരായ ഏതാനും പേരെക്കുറിച്ച് പരാമർശിക്കുകയാണ് ഈ അധ്യായത്തിൽ.

പി കണ്ണൻനായർ

പി കണ്ണൻനായർ

പുതിയ സാങ്കേതികവിദ്യ സ്വീകരിക്കുന്നതിലായാലും പത്രപ്രവർത്തനത്തിലും മാനേജ്മെന്റിലും പ്രൊഫഷണലിസം കൊണ്ടുവരുന്നതിലായാലും *ദേശാഭിമാനി*യിൽ മാറ്റങ്ങൾക്ക് ശക്തമായ അടിത്തറയിട്ടത് പി കണ്ണൻനായരുടെ നേതൃത്വത്തിലാണ്. അദ്ദേഹത്തിന്റെ ദിശാബോധവും ദീർഘവീക്ഷണവും, പുതിയ ആശയങ്ങൾ ഉൾക്കൊള്ളാനുള്ള മനസ്സും, ആജ്ഞാശക്തിയും *ദേശാഭിമാനി*യുടെ വളർച്ചയിൽ മുതൽക്കൂട്ടായി. പ്രാഥമിക വിദ്യാഭ്യാസം മാത്രം ലഭിച്ച ഒരു രാഷ്ട്രീയ പ്രവർത്തകൻ ഒരു പത്രത്തിന്റെ മേധാവിയായി വന്നത് ഇതരപത്രങ്ങളിലുള്ളവർക്ക് അത്ഭുതം തന്നെയായിരുന്നു. എന്നാൽ പ്രമുഖ പത്രങ്ങളോട് മത്സരിക്കാൻ ശേഷിയുള്ള നിലയിൽ *ദേശാഭിമാനി*യെ വളർത്തിയെടുക്കുന്നതിൽ കണ്ണൻനായർ വലിയ പങ്കുവഹിച്ചു. 1968-ൽ *ദേശാഭിമാനി*യുടെ രണ്ടാമത് എഡിഷൻ കൊച്ചിയിൽ ആരംഭിക്കാൻ തീരുമാനിച്ചപ്പോഴാണ് കണ്ണൻനായരെ ജനറൽ മാനേജരായി പാർട്ടി നിയോഗിക്കുന്നത്. കണ്ണൻനായരുടെ സേവനം കണ്ണൂർ ജില്ലയിൽ നിന്നു വിട്ടുകൊടുക്കാൻ അവിടുത്തെ പാർട്ടി കമ്മിറ്റിക്ക് വൈമനസ്യമുണ്ടായിരുന്നു. എല്ലാം ചിട്ടയോടെയും കണിശമായും നിർവഹിക്കുന്ന കണ്ണൻനായരെ വിടാൻ അഴീക്കോടൻ രാഘവൻ പറഞ്ഞിട്ടും സുബ്രഹ്മണ്യ ഷേണായിയെപ്പോലുള്ള നേതാക്കൾ മടിച്ചുനിന്നു. ഒടുവിൽ സി എച്ച് കണാരന് ഇടപെടേണ്ടിവന്നു.

പയ്യന്നൂർ സ്വദേശിയായ കണ്ണൻനായർ പതിനാലാം വയസ്സിൽ ബീഡിത്തൊഴിലാളിയായാണ് ജീവിതം തുടങ്ങുന്നത്. പയ്യന്നൂരിലും പരിസരത്തും ബീഡിത്തൊഴിലാളികളെ സംഘടിപ്പിച്ച് പൊതുരംഗത്ത് വന്ന അദ്ദേഹം വൈകാതെ കോൺഗ്രസ് പാർട്ടിയിൽ അംഗമായി. സ്വാതന്ത്ര്യസമരത്തിൽ സജീവമായി പങ്കെടുത്തു. 1943-ൽ കമ്യൂണിസ്റ്റ് പാർട്ടിയിൽ അംഗമായ

അദ്ദേഹം 1948-ലെ മുനയൻകുന്ന് സംഭവത്തെത്തുടർന്നുണ്ടായ കേസിൽ ശിക്ഷിക്കപ്പെട്ടു.

ജയിലിൽ നിന്ന് 1950-ൽ പുറത്തുവന്ന അദ്ദേഹം പാർട്ടി ഏൽപ്പിച്ച ചുമതലകളെല്ലാം കൃത്യമായി നിർവഹിച്ചു. കമ്യൂണിസ്റ്റ് പാർട്ടിയുടെ കണ്ണൂർ ജില്ലാ സെക്രട്ടറിയറ്റിൽ പ്രവർത്തിച്ചു. 1968-ൽ *ദേശാഭിമാനി*യുടെ ചുമതലയേറ്റ അദ്ദേഹം 1990 മാർച്ച് 6-ന് അന്തരിക്കുന്നതുവരെ ആ സ്ഥാനത്ത് തുടർന്നു. അദ്ദേഹം അന്തരിച്ചപ്പോൾ *ദേശാഭിമാനി* മുഖപ്രസംഗത്തിൽ ഇങ്ങനെ എഴുതി:

> ആശയവ്യക്തതയും സംഘടനാപാടവവും നിശ്ചയദാർഢ്യവും അച്ചടക്കബോധവുമുള്ള സംരക്ഷകനെയാണ് *ദേശാഭിമാനി*ക്ക് നഷ്ടപ്പെട്ടത്. *ദേശാഭിമാനി*യുടെ ജനറൽ മാനേജരായ അദ്ദേഹം അതിസമർഥനായ ബിസിനസ് മേധാവിയുടെ പാടവം കാണിച്ചുപോന്നു. *ദേശാഭിമാനി*യുടെ ശക്തിയുടെയും കുതിപ്പിന്റെയും പിന്നിൽ കാണാൻ കഴിയുന്നത് അദ്ദേഹത്തിന്റെ പ്രവർത്തനശേഷിയാണ്.

ബിസിനസ് രംഗത്ത് ഒരു മുൻപരിചയവുമില്ലെങ്കിലും കണ്ണൻനായർക്ക് *ദേശാഭിമാനി*യുമായി നേരത്തെ ബന്ധമുണ്ടായിരുന്നു. തന്റെ രാഷ്ട്രീയ പ്രവർത്തനകേന്ദ്രമായ പയ്യന്നൂരിൽ കുറേക്കാലം *ദേശാഭിമാനി*യുടെ റിപ്പോർട്ടറായിരുന്നു കണ്ണൻനായർ. കണ്ണൻനായരെക്കുറിച്ച് ഇ എം എസ്:

> പാർട്ടിയുടെ സജീവസംഘാടകനെന്ന നിലയിൽ പ്രസിദ്ധനായ കണ്ണൻനായർ പുതിയൊരു മേഖലയിലേക്ക് കാൽവെക്കുകയായിരുന്നു. ആ ജോലിക്ക് അദ്ദേഹത്തെ നിയോഗിച്ച സി എച്ചിനും അഴീക്കോടനും നോട്ടപ്പിഴ ഒട്ടും വന്നില്ല. അതേവരെ യാതൊരു പരിചയവുമില്ലാത്ത പുതിയ മേഖലയിൽ അദ്ദേഹത്തിനു ശോഭിക്കാൻ കഴിയുമെന്ന അവരുടെ പ്രതീക്ഷ അസ്ഥാനത്തായിരുന്നില്ല. പിന്നീടുള്ള 22 വർഷത്തെ ജീവിതവും ഇതിന് സാക്ഷ്യം വഹിക്കുന്നു.

കൊച്ചി പതിപ്പിനുവേണ്ടിയുള്ള പ്രവർത്തനങ്ങളിലെ രണ്ടു ഘട്ടങ്ങൾ ഇ എം എസ് എടുത്തുപറയുന്നു:

> കൊച്ചി പതിപ്പിനുവേണ്ടി കിഴക്കൻ ജർമനിയിൽ നിന്ന് ഒരു ആധുനികയന്ത്രം വാങ്ങുന്നതു സംബന്ധിച്ച പ്രവർത്തനത്തിന്റെ കാലഘട്ടമാണ് ആദ്യത്തേത്. അന്നു വളരെ സുലഭമല്ലാതിരുന്ന പുതിയ അച്ചടിയന്ത്രം വാങ്ങുകയായിരുന്നു. അതിന്റെ വിലയ്ക്കും ആ യന്ത്രമുപയോഗിച്ച് നടത്തുന്ന പ്രസ്സിന് കെട്ടിടമുണ്ടാക്കാനുമായി ലക്ഷക്കണക്കിന് രൂപ വേണം. അതെല്ലാം നൽകാൻ ജനങ്ങൾ തയാറായിരുന്നു. അങ്ങനെ കിട്ടുന്നതും ബാങ്കിൽ നിന്ന് കടമെടുക്കുന്നതുമായ സംഖ്യ ഉപയോഗിച്ച് കെട്ടിടം പണിയണം. പ്രസ് വാങ്ങണം, പ്രസ് നടത്തുന്നതു സംബന്ധിച്ച സാങ്കേതികവിദ്യ വശമാക്കണം. ഇതെല്ലാം സംഘടിപ്പിക്കുന്നതിൽ മറ്റു പലരും താന്താങ്ങളുടേതായ സംഭാവനകൾ നൽകിയിട്ടുണ്ട്. എന്നാൽ അതെല്ലാം സ്വരൂപിച്ച് ഒരു സംഘടിത സ്ഥാപനമാക്കി *ദേശാഭിമാനി* ഉയർത്തുന്നതിൽ കണ്ണൻനായർ വഹിച്ച പങ്ക് എല്ലാറ്റിലും ശ്രേഷ്ഠമാണ്. താൻ കൈവെച്ച മറ്റെല്ലാറ്റിലുമെന്നപോലെ ഈ വ്യവസായ സ്ഥാപനം നടത്തുന്നതിലും കണ്ണൻനായർ അതിവേഗം പ്രാവീണ്യം നേടി. അദ്ദേഹത്തെപ്പോലെ ഒരാൾ അമരത്തില്ലായിരുന്നെങ്കിൽ ആയിരക്കണക്കിന് മറ്റുള്ളവർ ചെയ്യുന്ന പ്രവർത്തനം തന്നെ വിഫലമാകുമായിരുന്നു.
>
> *ദേശാഭിമാനി*യിലെ ചരിത്രത്തിലെ മറ്റൊരു പ്രധാന കാലഘട്ടമാണ് അടിയന്തരാവസ്ഥ. അന്നത്തെ കർശനമായ നിയന്ത്രണംമൂലം *ദേശാഭിമാനി*ക്കുണ്ടായ ഞെരുക്കം കുറച്ചൊന്നുമല്ല. പത്രത്തിൽ അച്ചടിക്കുന്ന ഓരോ ഇനവും സെൻസറെ കാണിച്ച് അനുവാദം വാങ്ങണം. ചിലപ്പോൾ അനുവാദം നിഷേധിക്കപ്പെട്ട ഒന്നിനുപകരം മറ്റൊന്നുവെക്കുന്നത് പ്രയാസകരമായിരിക്കും. കൂടാതെ, ഗവൺമെന്റ് പരസ്യങ്ങൾ നിഷേധിക്കപ്പെട്ടിരുന്ന അന്നത്തെ സാഹചര്യത്തിൽ പത്രത്തിന്റെ സാമ്പത്തികനിലയും അങ്ങേയറ്റം പരുങ്ങലിലായിരുന്നു. പത്രാധിപസമിതിയിലും മാനേജ്മെന്റ് വിഭാഗത്തിലും ഓരോ സഖാവും സഹിക്കേണ്ടിയിരുന്ന ക്ലേശങ്ങൾ വിവരണാതീതമാണ്. അതിന്റെയെല്ലാം നടുക്കുനിന്ന് കൃത്യമായും ക്രമമായും പത്രം പുറത്തുകൊണ്ടുവരികയെന്ന ശ്രമകരമായ ദൗത്യം കണ്ണൻനായർ വിജയകരമായി നിർവഹിച്ചു.[3]

ദേശാഭിമാനി കൊച്ചി എഡിഷന് കലൂരിൽ സ്വന്തമായി കെട്ടിടം വന്നശേഷം

എസ് ആർ ശക്തിധരൻ

അതിലൊരു മുറിയിലാണ് കണ്ണൻനായർ രണ്ടുപതിറ്റാണ്ട് താമസിച്ചിരുന്നുത്. അതിരാവിലെ ഉണർന്ന് പ്രഭാതകൃത്യങ്ങളും വ്യായാമവും കഴിഞ്ഞ് അദ്ദേഹം ഓഫീസ് വരാന്തയിലെത്തും. *ദേശാഭിമാനി*യും മറ്റു പത്രങ്ങളും ശ്രദ്ധയോടെ വായിച്ച് വിട്ടുപോയതും പോരായ്മ പറ്റിയതുമായ കാര്യങ്ങൾ മനസ്സിൽ കുറിച്ചിടും. അതിനിടയിൽ അവിടെയെത്തുന്നവരുമായി പല വിഷയങ്ങളിൽ സംഭാഷണം. ഒറ്റക്കോപ്പി പത്രം വാങ്ങാൻ വരുന്നവർക്ക് അതെടുത്തു കൊടുത്ത് കാശുവാങ്ങും. അവരോട് വിശേഷം ചോദിക്കും. നേതാക്കൾ മുതൽ ലോട്ടറി വിൽപ്പനക്കാരായ സാധാരണക്കാർ വരെ അവിടെ വരും. എല്ലാവരോടും സമഭാവനയോടെ സൗഹൃദം. കണ്ണൻനായർ ശബ്ദമുയർത്തിയോ ക്ഷോഭിച്ചോ ജീവനക്കാരോടോ മറ്റുള്ളവരോടോ സംസാരിച്ചതായി ഇതുവരെ ആരും പറഞ്ഞിട്ടില്ല. ദീർഘകാലം കൊച്ചി യൂണിറ്റിൽ ജോലി ചെയ്ത സിദ്ധാർഥൻ പരുത്തിക്കാട് കണ്ണൻനായരെക്കുറിച്ച് ഇങ്ങനെയാണ് പറഞ്ഞത്:

> ഒരാൾ സ്ഥാപനത്തിനുവേണ്ടി ആത്മാർഥമായി പണിയെടുക്കുന്നുണ്ടോ, ഉണ്ടെങ്കിൽ എത്രത്തോളം, മുങ്ങിനടക്കുന്ന പ്രകൃതക്കാരനാണോ-എല്ലാം കണ്ണൻനായർ മനസ്സിലാക്കും. പക്ഷേ, എല്ലാവരോടും സ്നേഹത്തോടെയേ പെരുമാറൂ. ഇന്നലെ ജോലിയിൽ പ്രവേശിച്ച പുതിയ സ്റ്റാഫിനോടുപോലും സമഭാവനയോടെയാണ് അദ്ദേഹം പെരുമാറുക. തെറ്റുകണ്ടാൽ ഗുണദോഷിക്കും. തിരുത്താനുള്ള അവസരം നൽകും. ജോലി ചെയ്യുന്നവരുടെ പ്രയാസങ്ങൾ കണ്ടറിഞ്ഞ് കൂടെ നിൽക്കും. സഹായിക്കും.

രാഷ്ട്രീയം മാത്രമല്ല, കഥയും കവിതയുമെല്ലാം കണ്ണൻനായർക്ക് ഇഷ്ടമായിരുന്നു. ധാരാളം സാഹിത്യകാരന്മാരുമായി അദ്ദേഹം അടുത്ത ബന്ധം പുലർത്തി. പുതിയ എഴുത്തുകാരെ *ദേശാഭിമാനി*യിലൂടെ പ്രോത്സാഹിപ്പിക്കാൻ ശ്രദ്ധിച്ചു. കണ്ണൻനായരുടെ കണിശസ്വഭാവത്തെക്കുറിച്ച് അസോസിയേറ്റ് എഡിറ്ററായിരുന്ന എസ് ആർ ശക്തിധരൻ ഒരു ഉദാഹരണം പറഞ്ഞു: "തൊഴിലാളികൾക്ക് വേതനം കൊടുക്കാനും അച്ചടിക്കാൻ കടലാസും മഷിയും വാങ്ങാനും യന്ത്രം സ്ഥാപിക്കാനും പണം കടം വാങ്ങുന്നത് ആദ്യകാലത്തെ പതിവായിരുന്നു. സ്ഥാപനങ്ങളിൽ നിന്നു മാത്രമല്ല, വ്യക്തികളിൽ നിന്നും വാങ്ങും. എന്നാൽ, *ദേശാഭിമാനി*നടത്തിപ്പുകാർ കടം ചോദിക്കുമ്പോൾ ചിലരെങ്കിലും സഹായമോ സംഭാവനയോ ആയാണ് കൊടുക്കുക. കെപിസിസി ട്രഷററും അബ്കാരി കരാറുകാരനുമായ മണർകാട് പാപ്പനിൽ നിന്ന് 1968-ൽ അരലക്ഷം രൂപ കൊച്ചി എഡിഷന്റെ പ്രസ്സിനുവേണ്ടി കടം വാങ്ങിയിരുന്നു. ഗൗരിയമ്മ പറഞ്ഞിട്ടാണ് ഞാനും ജനറൽ മാനേജർ കണ്ണൻനായരും കൂടി പാപ്പനെ കണ്ടത്. പണം കിട്ടി. അരലക്ഷം രൂപ അന്ന് വലിയ സംഖ്യയാണ്. പാപ്പന്റെ കണക്കിൽ അതു സംഭാവനയായിരുന്നു. ഏതാനും മാസം കഴിഞ്ഞപ്പോൾ കണ്ണൻനായർ പറഞ്ഞു:

> 'ശക്തീ, പാപ്പന്റെ പണം തിരിച്ചുകൊടുക്കേണ്ടേ?' അതിനു പണമെവിടെ എന്നു ഞാൻ ചോദിച്ചു. 'അതൊക്കെ ശരിയാവുന്നുണ്ട്. അടുത്ത ആഴ്ച കൊടുക്കാം.' എനിക്കും ആശ്ചര്യമായി. ഒരാഴ്ച കഴിഞ്ഞപ്പോൾ എന്നെയും കൂട്ടി പാപ്പന്റെ ഓഫീസിൽ പോയി കണ്ണൻനായർ പണം തിരിച്ചുകൊടുത്തു. പാപ്പൻ അന്തംവിട്ടു. രാഷ്ട്രീയ പാർട്ടി കടം വാങ്ങിയിട്ട് തിരിച്ചു കൊടുക്കുന്ന ആദ്യ അനുഭവം. പാപ്പൻ പിന്നീട് ഇക്കാര്യം പലരോടും പറഞ്ഞിട്ടുണ്ട്."[4]

തിരുവനന്തപുരത്ത് പത്രത്തിന്റെ മൂന്നാമത്തെ യൂണിറ്റ് തുടങ്ങിയതും കണ്ണൻനായർ ജനറൽ മാനേജരായിരിക്കെയാണ്. പത്രത്തിന് തിരുവനന്തപുരം നഗരത്തിൽ മേലെ തമ്പാനൂരിൽ സ്ഥലം കണ്ടെത്തി. കശുവണ്ടി വ്യവസായി ജനാർദനൻപിള്ളയുടെ ഉടമസ്ഥതയിൽ കൊല്ലത്തു നടന്നിരുന്ന *കേരളപത്രിക*യുടെ പ്രസ് വാങ്ങാൻ തീരുമാനിച്ചു. ഒരു വർഷം മാത്രമേ ആ പ്രസ് ഉപയോഗിച്ചിരുന്നുള്ളു. അതു വാങ്ങി തിരുവനന്തപുരത്ത് സ്ഥാപിച്ചു. ഈ പ്രസ് *ദേശാഭിമാനി*ക്ക് നൽകരുതെന്ന് പിള്ളയുടെമേൽ ഒരുപാട് സമ്മർദമുണ്ടായിരുന്നു.

പക്ഷേ, കണ്ണൻനായരോട് വാക്കുപറഞ്ഞതുകൊണ്ട് അദ്ദേഹം പിന്മാറാൻ തയാറായില്ല. *ദേശാഭിമാനി*ക്ക് പ്രസ് നൽകാതിരിക്കാൻ എൻഎസ്എസ് നേതൃത്വം വരെ പിള്ളയോട് ആവശ്യപ്പെട്ടുവെന്നാണ് എസ് ആർ ശക്തിധരൻ പറഞ്ഞത്. ഏതായാലും പ്രസ് വാങ്ങി. വിലയും കൊടുത്തു.

കണ്ണൻനായർ തന്റെ മുറിയിൽ മാത്രം ഇരുന്ന് ജോലി ചെയ്യുന്ന പ്രകൃതക്കാരനായിരുന്നില്ല. ഓഫീസിൽ ചെയ്യേണ്ടതു പൂർത്തിയാക്കി അദ്ദേഹം കെട്ടിടത്തിന്റെ എല്ലാഭാഗത്തും പോകും. എല്ലായിടത്തും അദ്ദേഹത്തിന്റെ കണ്ണെത്തും. അങ്ങനെ നടക്കുമ്പോഴായിരിക്കും വരാന്തയിലോ പുറത്തെവിടെയെങ്കിലുമോ ഒരു കടലാസ് കഷണമോ സിഗരറ്റിന്റെ കുറ്റിയോ തീപ്പെട്ടിയുടെ കൊള്ളിയോ കാണുന്നത്. ഒന്നും പറയാതെ അദ്ദേഹം അതെല്ലാം പെറുക്കിയെടുത്ത് ചവറ്റുകൊട്ടയിൽ ഇടും.

ഇതര പത്രങ്ങളിലെ മേധാവികളുമായി അദ്ദേഹത്തിന് നല്ല ബന്ധമായിരുന്നു. ആശയപരമായി എതിർപക്ഷത്തു നിൽക്കുന്ന പത്രങ്ങൾപോലും പരസ്പരം സഹായിച്ചും സഹകരിച്ചുമാണ് പത്രം ഇറക്കുന്നത്. മുമ്പ് പത്രക്കടലാസിന് കേന്ദ്ര സർക്കാരിന്റെ ക്വാട്ടയായിരുന്നു. പത്രത്തിന്റെ പ്രചാരം നോക്കിയാണ് കടലാസ് അനുവദിക്കുക. പലപ്പോഴും സമയത്ത് കടലാസ് കിട്ടില്ല. ഇത്തരം സന്ദർഭങ്ങളിൽ *മാതൃഭൂമി*യിൽ നിന്ന് *ദേശാഭിമാനി* കടലാസ് കടം വാങ്ങാറുണ്ട്. കടലാസ് വരുമ്പോൾ തിരിച്ചുകൊടുക്കും. *ചന്ദ്രിക* ഉൾപ്പെടെയുള്ള പത്രങ്ങളുമായും ഇത്തരത്തിലുള്ള കൊടുക്കൽ വാങ്ങൽ ബന്ധമുണ്ടായിരുന്നു. കടലാസിന്റെ ക്വാട്ട സമ്പ്രദായം കേന്ദ്രസർക്കാർ പീന്നീട് എടുത്തുകളഞ്ഞു. ഇറക്കുമതിക്ക് നിയന്ത്രണമില്ല. ഇന്ത്യയിൽ നല്ല കടലാസ് കിട്ടാൻ ബുദ്ധിമുട്ടായതുകൊണ്ട് *ദേശാഭിമാനി*യും ഇറക്കുമതി ചെയ്യുന്ന കടലാസാണ് അധികവും ഇപ്പോൾ ഉപയോഗിക്കുന്നത്.

പി കരുണാകരൻ

പി കണ്ണൻനായരുടെ നിര്യാണത്തെത്തുടർന്നാണ് 1990-ൽ പി കരുണാകരൻ പത്രത്തിന്റെ ജനറൽ മാനേജരായി ചുമതലയേൽക്കുന്നത്. സിപിഐ എമ്മിന്റെ കാസർകോട് ജില്ലാ സെക്രട്ടറിയായിരിക്കെയാണ് അദ്ദേഹം പുതിയ ചുമതലയിലേക്ക് നിയോഗിക്കപ്പെട്ടത്. പതിനാലുവർഷം ആ ചുമതല നല്ല നിലയിൽ നിർവഹിച്ച അദ്ദേഹം ആ കാലഘട്ടത്തിലുണ്ടായ വലിയ വികസനത്തിന് നേതൃത്വം നൽകി. കണ്ണൂർ, തൃശൂർ, കോട്ടയം എഡിഷനുകൾ ആരംഭിച്ചത് അദ്ദേഹം ജനറൽ മാനേജരായിരിക്കെയാണ്. പത്രാധിപസമിതിയിലേക്കുള്ള റിക്രൂട്ട്മെന്റ് രീതിയിൽ മാറ്റംവരുത്തുന്നതിന് അദ്ദേഹം മുൻകൈയെടുത്തു. പത്രവ്യവസായവുമായി ബന്ധപ്പെട്ട എല്ലാ കാര്യങ്ങളും അദ്ദേഹം വേഗത്തിൽ പഠിച്ചെടുത്തു. *ദേശാഭിമാനി*യുടെ വികസനത്തിനും എഡിറ്റോറിയൽ അടക്കം വിവിധ വിഭാഗങ്ങളുടെ കാര്യക്ഷമത വർധിപ്പിക്കുന്നതിനും രേഖ തയാറാക്കാനും പാർട്ടിയിലുടനീളം ആ രേഖ ചർച്ച ചെയ്യാനും മുൻകൈയെടുത്തത് ജനറൽ മാനേജർ എന്ന നിലയിൽ പി കരുണാകരനായിരുന്നു. പാർട്ടി പത്രത്തിൽ വരുന്ന മാറ്റങ്ങൾ പാർട്ടി അംഗങ്ങളും മനസ്സിലാക്കിയിരിക്കണമെന്ന ലക്ഷ്യത്തോടെയാണ് ആ രേഖ പാർട്ടിയിൽ ചർച്ചചെയ്തത്. ആ രേഖയുടെ ചുവടുപിടിച്ച് ഒട്ടേറെ പരിഷ്കാരങ്ങൾ പത്രത്തിലുണ്ടായി. *അക്ഷരമുറ്റം* എന്ന പതിപ്പും *തത്തമ്മ* എന്ന കുട്ടികളുടെ പ്രസിദ്ധീകരണവും തുടങ്ങുന്നതും പുതിയ കാഴ്ചപ്പാടിന്റെ അടിസ്ഥാനത്തിലായിരുന്നു. സ്ഥാപനത്തിലെ ഏറ്റവും താഴെ തട്ടിലുള്ളവരുടെ അഭിപ്രായങ്ങൾ വരെ അദ്ദേഹം കണക്കിലെടുത്തു. പത്രാധിപവിഭാഗവുമായി മാത്രമല്ല, മാനേജ്മെന്റ്, മാർക്കറ്റിങ്, പ്രസ് തുടങ്ങി എല്ലാ വിഭാഗങ്ങളുമായും അദ്ദേഹം നിരന്തരം ആശയവിനിമയം നടത്തി. അൽ

പി കരുണാകരൻ

പ്പായുസ്സായിപ്പോയെങ്കിലും *കളിക്കളം* എന്ന സ്പോർട്സ് മാസിക തുടങ്ങാനുള്ള ധൈര്യം കാണിച്ചതും പി കരുണാകരനായിരുന്നു.

ഇ പി ജയരാജൻ

കാസർകോട് പാർലമെന്റ് മണ്ഡലത്തിൽ മത്സരിക്കണമെന്ന് സിപിഐ എം നിർദേശിച്ചതിനെത്തുടർന്ന് 2004-ൽ പി കരുണാകരൻ ജനറൽ മാനേജർ സ്ഥാനത്തുനിന്ന് മാറിയപ്പോഴാണ് ഇ പി ജയരാജൻ ജനറൽ മാനേജരായി വന്നത്. ചെറിയ ഇടവേളയൊഴിച്ചാൽ 2016-ൽ മന്ത്രിയാകുന്നതുവരെ ജനറൽ മാനേജർ സ്ഥാനത്തു തുടർന്ന ഇ പി ജയരാജന്റെ നേതൃത്വത്തിൽ *ദേശാഭിമാനി*യുടെ അടിസ്ഥാന സൗകര്യങ്ങൾ മെച്ചപ്പെടുത്താനുള്ള വലിയ പരിശ്രമമുണ്ടായി. തിരുവനന്തപുരത്ത് ആധുനിക സൗകര്യങ്ങളുള്ള ആസ്ഥാനമന്ദിരം പണിതത് അദ്ദേഹത്തിന്റെ മുൻകൈയിലാണ്. മറ്റുപത്രങ്ങളുമായി മത്സരിച്ച് മുന്നോട്ടുപോകണമെങ്കിൽ അതിനുതകുന്ന പശ്ചാത്തല സൗകര്യം വേണമെന്ന നിർബന്ധം അദ്ദേഹത്തിനുണ്ടായിരുന്നു. 2007–2008-ൽ ഹ്രസ്വകാലം പി ജയരാജനും ജനറൽ മാനേജർ സ്ഥാനത്തു പ്രവർത്തിച്ചു. അദ്ദേഹത്തിന്റെ കാലത്താണ് *ദേശാഭിമാനി*യുടെ ബഹ്റൈൻ എഡിഷൻ 2008 മെയ് മാസം ആരംഭിച്ചത്. ഇ പി ജയരാജൻ 2016-ൽ ഒഴിഞ്ഞപ്പോൾ കെ ജെ തോമസ് ജനറൽ മാനേജരായി.

ഇ പി ജയരാജൻ

എൻ ശ്രീധരൻ

*ദേശാഭിമാനി*യുടെ വളർച്ചയിൽ നിശ്ശബ്ദമായി പ്രധാന പങ്കുവഹിച്ച സിപിഐ എം നേതാവായിരുന്നു എൻ ശ്രീധരൻ. പാർട്ടിയുടെ സംസ്ഥാന സെക്രട്ടറിയറ്റ് അംഗമായിരിക്കെ കുറച്ചുകാലം *ദേശാഭിമാനി*യുടെ പാർട്ടി ചുമതല അദ്ദേഹത്തിനുണ്ടായിരുന്നു. പത്രത്തിന്റെ പ്രചാരം സംസ്ഥാനമാകെ വർധിപ്പിക്കുന്ന ചുമതലയാണ് പ്രധാനമായും അദ്ദേഹം ഏറ്റെടുത്തത്. 1983–84 കാലഘട്ടത്തിൽ അദ്ദേഹം അതു ചിട്ടയോടെയും സമർഥമായും നിർവഹിച്ചു. സംസ്ഥാനത്താകെ *ദേശാഭിമാനി*യുടെ കോപ്പി ഗണ്യമായി വർധിച്ചു. മുൻകാലത്തെ അപേക്ഷിച്ച് അതൊരു കുതിച്ചുചാട്ടമായിരുന്നുവെന്നാണ് പാർട്ടി സംസ്ഥാന സെക്രട്ടറിയായിരുന്ന കോടിയേരി ബാലകൃഷ്ണൻ രേഖപ്പെടുത്തിയത്. പ്രചാരത്തിൽ കേരളത്തിലെ ഒന്നാമത്തെയോ രണ്ടാമത്തെയോ പത്രമാക്കി *ദേശാഭിമാനി*യെ മാറ്റാൻ കഴിയുമെന്ന ആത്മവിശ്വാസം സിപിഐ എമ്മിനു നൽകിയത് അന്നത്തെ പത്രപ്രചാരമായിരുന്നു. എല്ലാ ജില്ലകളിലും അദ്ദേഹം സഞ്ചരിച്ചു. പാർട്ടി നേതാക്കളെയും പ്രവർത്തകരെയും ആവേശപൂർവം രംഗത്തിറക്കാൻ അദ്ദേഹത്തിന്റെ നേതൃത്വത്തിനു കഴിഞ്ഞു. പത്രത്തിന്റെ പ്രചാരം വർധിപ്പിക്കുന്നതിന് അദ്ദേഹത്തിന് കൃത്യമായ പദ്ധതിയുണ്ടായിരുന്നു. ആ പദ്ധതി നടപ്പാക്കുന്നതിന് പ്രവർത്തകരെ അദ്ദേഹം ആശയപരമായി പ്രചോദിപ്പിച്ചു. പ്രവർത്തകരുടെ ഹൃദയത്തിലേക്ക് കടന്നുചെല്ലാനുള്ള അസാധാരണമായ ശേഷി മിതഭാഷിയും സൗമ്യനുമായ അദ്ദേഹത്തിനുണ്ടായിരുന്നു. ഒരു കാറപകടത്തിൽ 1985 ഫെബ്രുവരി 17-നാണ് അദ്ദേഹം മരണപ്പെട്ടത്. 57-ാം വയസ്സിൽ.

എൻ ശ്രീധരൻ

മധ്യതിരുവിതാംകൂറിൽ നാൽപ്പതുകളിൽത്തന്നെ എൻ എസ് എന്ന എൻ ശ്രീധരൻ പ്രധാന നേതാവായിരുന്നു. മുതലാളിമാരുടെ അടിച്ചമർത്തലിനെതിരെ തൊഴിലാളികളെ സംഘടിപ്പിക്കുന്നതിനും കമ്യൂണിസ്റ്റ് പാർട്ടി കെട്ടിപ്പടുക്കുന്നതിനും ഏറെ ത്യാഗം സഹിച്ച നേതാവായിരുന്നു അദ്ദേഹം. ഒരുപാടുകാലം അദ്ദേഹം ഒളിവിലും ജയിലിലുമായി കഴിഞ്ഞു. പൊലീസിന്റെയും ഗുണ്ടകളുടെയും കൊടിയ മർദനങ്ങൾ സഹിച്ചു. ഇത്രയൊക്ക സഹിച്ചതുകൊണ്ടാവാം അദ്ദേഹത്തിന്റെ മുഖത്ത് ശാന്തഭാവ

മാണ് കണ്ടിട്ടുള്ളത്. ചീഫ് എഡിറ്റർ ഇ കെ നായനാരുടെ സാന്നിധ്യത്തിൽ കൊച്ചിയിൽ ചേർന്ന *ദേശാഭിമാനി* ജില്ലാലേഖകരുടെ രണ്ടുയോഗങ്ങളിൽ എൻ ശ്രീധരൻ പങ്കെടുത്തിരുന്നു. നായനാർ പങ്കെടുക്കുന്ന യോഗം കാലത്ത് തുടങ്ങിയാൽ വൈകുന്നേരമാണ് തീരുക. രണ്ടുയോഗങ്ങളിലും എൻ എസ് കാര്യമായി ഒന്നും സംസാരിച്ചില്ല. അവിടെ നടക്കുന്ന ചർച്ചകൾ മുഴുവൻ നിരീക്ഷിക്കുകയായിരുന്നു അദ്ദേഹം. പത്രത്തിന്റെ ഉള്ളടക്കവുമായി ബന്ധപ്പെട്ട കാര്യങ്ങൾ കൂടുതൽ പഠിക്കാനാണ് അദ്ദേഹം ശ്രമിച്ചത്.

പി ഗോവിന്ദപ്പിള്ള

കേരളത്തിന്റെ വിജ്ഞാനമണ്ഡലത്തിൽ ഏറെക്കാലം ജ്വലിച്ചുനിന്ന പി ഗോവിന്ദപ്പിള്ളയാണ് ഏറ്റവും നീണ്ടകാലം പത്രത്തിന്റെ മുഖ്യപത്രാധിപരായി പ്രവർത്തിച്ചത്. കമ്യൂണിസ്റ്റ് പാർട്ടി ഭിന്നിച്ച് *ദേശാഭിമാനി* ഇടതുപക്ഷത്തിന്റെ നിയന്ത്രണത്തിലായപ്പോൾ അതുവരെ പത്രാധിപസമിതിയിലുണ്ടായിരുന്ന മിക്കവാറും പേർ, മുഖ്യപത്രാധിപർ വി ടി ഇന്ദുചൂഡനടക്കം, വിട്ടുപോയിരുന്നു. ഈ ഘട്ടത്തിലാണ് പാർട്ടി നേതൃത്വം പി ഗോവിന്ദപ്പിള്ളയെ *ദേശാഭിമാനി*യുടെ മുഖ്യപത്രാധിപരായി നിയോഗിക്കുന്നത്. 1964-ൽ കമ്യൂണിസ്റ്റ് പാർട്ടി രണ്ടാകുന്ന ഘട്ടത്തിൽ ഡൽഹിയിൽ പാർട്ടിയുടെ ഉടമസ്ഥതയിലുള്ള പീപ്പിൾസ് പബ്ലിഷിങ് ഹൗസിന്റെ (പി പി എച്ച്) എഡിറ്റോറിയൽ വിഭാഗത്തിൽ പ്രവർത്തിക്കുകയായിരുന്നു പി ജി. ബാക്കി പി ജിയിൽ നിന്നു കേൾക്കാം:

പി ഗോവിന്ദപ്പിള്ള

> അതിനിടയ്ക്കാണ് എ കെ ജിയിൽ നിന്ന് ഒരു കത്ത് കിട്ടുന്നത്. 'നിങ്ങൾ എത്രയും വേഗം അവിടുത്തെ ജോലിവിട്ട് നാട്ടിലെത്തണം. നമുക്കിവിടെ ഒരുപാട് കാര്യങ്ങൾ ചെയ്യാനുണ്ട്. *ദേശാഭിമാനി*യുടെ ചുമതല ഏറ്റെടുക്കണം. ഈ കത്ത് കിട്ടിയാലുടൻ സ്റ്റേഷനിൽ ചെന്ന് ടിക്കറ്റെടുക്കണം. പണം കൈയിലില്ലെങ്കിൽ സ. കുഞ്ഞനോട് (കമ്യൂണിസ്റ്റ് പാർട്ടിയുടെ പാർലമെന്റ് അംഗം) പറഞ്ഞാൽ മതി.' ഈ കത്തിനു പിന്നാലെ ഇ എം എസിന്റെ കത്തും വന്നു. *ദേശാഭിമാനി*യുടെ പത്രാധിപരായി എന്നെ നിയമിക്കാൻ പാർട്ടി തീരുമാനിച്ചിട്ടുണ്ടെന്ന് അറിയിച്ചുകൊണ്ടുള്ള കത്ത്. അങ്ങനെയാണ് 1964-ൽ *ദേശാഭിമാനി*യിൽ എത്തുന്നത്.[5]

പത്രങ്ങളിലും ചില ആനുകാലികങ്ങളിലും ലേഖനങ്ങൾ എഴുതാറുണ്ടെങ്കിലും പത്രപ്രവർത്തനമെന്ന തൊഴിൽ തനിക്ക് അപരിചിതമായിരുന്നുവെന്നാണ് പി ജി പറഞ്ഞത്. ഏതായാലും കോഴിക്കോട് *ദേശാഭിമാനി*യിൽ എം എൻ കുറുപ്പ്, കെ മോഹനൻ, കെ കോയ തുടങ്ങിയ സഹപ്രവർത്തകരുടെയും കമ്പോസിങ്ങിലുണ്ടായിരുന്ന പരിചയസമ്പന്നരുടെയും സഹായത്തോടെ പി ജി പത്രം തയാറാക്കുന്നതിന്റെ സാങ്കേതികവും അല്ലാത്തതുമായ കാര്യങ്ങളൊക്കെ പഠിച്ചെടുത്തു. എങ്കിലും മുഖ്യപത്രാധിപരെന്ന നിലയിൽ മുഖപ്രസംഗം, രാഷ്ട്രീയക്കുറിപ്പുകൾ, ലേഖനങ്ങൾ എന്നിവ എഴുതുന്നതിലാണ് പി ജി കൂടുതൽ ശ്രദ്ധിച്ചത്. അതോടൊപ്പം, ഇ എം എസ് വിഭാവനം ചെയ്തതുപോലെ പാർട്ടി പത്രത്തെ പൊതുപത്രമാക്കാനുള്ള പ്രവർത്തനങ്ങൾക്കും അദ്ദേഹം ധിഷണാപരമായ നേതൃത്വം നൽകി. പി ജിയുടെ മുഖപ്രസംഗങ്ങൾ ഇതരപത്രങ്ങൾ പോലും ഏറെ ശ്രദ്ധിച്ചിരുന്നു. *മാതൃഭൂമി* പത്രാധിപരായിരുന്ന കെ എ ദാമോദരമേനോൻ പി ജിയെക്കുറിച്ച് പറഞ്ഞത് ഇതായിരുന്നു:

"വിജ്ഞാനം നേടാനാണെങ്കിൽ പി ജി എഴുതുന്നതു വായിക്കുക, അല്ല രസിക്കാനാണെങ്കിൽ വി കരുണാകരൻ നമ്പ്യാർ (*എക്സ്പ്രസ്* പത്രാധിപർ) എഴുതുന്നതു വായിച്ചാൽ മതി." കെ മോഹനനാണ് ഈ ലേഖകനോട് ഇക്കാര്യം പറഞ്ഞത്. മോഹനൻ മറ്റൊന്നുകൂടി പറഞ്ഞു. ആധുനിക ഭൗതിക ശാസ്ത്രത്തിന്റെ അടിത്തറയായ ക്വാണ്ടം തിയറിയെപ്പറ്റി *ദേശാഭിമാനി*യിൽ വന്ന ലേഖനം വായിച്ച് തിരുവനന്തപുരം മാർ ഇവാനിയോസ് കോളേജിലെ ഒരു ഫിസിക്സ്

പ്രൊഫസർ പി ജിയെ വീട്ടിൽ പോയി അഭിനന്ദിച്ചു. സാഹിത്യം, ശാസ്ത്രം, ഭാഷ, സിനിമ, ചരിത്രം, സാർവദേശീയ പ്രശ്നങ്ങൾ എന്നിവയെക്കുറിച്ചെല്ലാം അസൂയാവഹമായ രീതിയിലാണ് പി ജി *ദേശാഭിമാനി*യിൽ മുഖപ്രസംഗങ്ങൾ എഴുതിക്കൊണ്ടിരുന്നത്. പ്രഭാഷകൻ എന്ന നിലയിലും മുൻ നിരയിലായിരുന്നു അദ്ദേഹത്തിന്റെ സ്ഥാനം. ചില വാക്കുകളോ വാചകങ്ങളോ ആവർത്തിച്ചുകൊണ്ട് നടത്തിയിരുന്ന പ്രഭാഷണങ്ങൾ അദ്ദേഹത്തിന്റെ അറിവിന്റെ ആഴവും പരപ്പും പ്രതിഫലിപ്പിച്ചു. വിദ്യാഭ്യാസ-ഗവേഷണ സ്ഥാപനങ്ങളിലും പാർട്ടി വേദികളിലും അദ്ദേഹം നടത്തിയ പ്രഭാഷണങ്ങൾ പഠിതാക്കൾക്ക് വിജ്ഞാനത്തിന്റെ നാനാമേഖലകളിലേക്ക് വാതിൽ തുറന്നു കൊടുത്തു. വായനയും എഴുത്തും പോലെ പ്രഭാഷണവും അധ്യാപനവും അദ്ദേഹത്തിന് ലഹരിയായിരുന്നു.

ഭാഷ ലളിതമായിരിക്കണമെന്നും ഇംഗ്ലീഷ്, സംസ്കൃതപദങ്ങൾ പരമാവധി ഒഴിവാക്കണമെന്നുമുള്ള ഇ എം എസിന്റെ നിർബന്ധം പത്രത്തിൽ പ്രാവർത്തികമാക്കാൻ പി ജി നിരന്തരമായി ഇടപെട്ടിട്ടുണ്ട്. കരിഞ്ചന്ത, കരിങ്കാലി തുടങ്ങി ഒട്ടേറെ മനോഹര പദങ്ങൾ പി ജി മലയാളത്തിന് *ദേശാഭിമാനി*യിലൂടെ സംഭാവന ചെയ്തു. 'ഹോസ്റ്റേജ്' എന്ന ഇംഗ്ലീഷ് വാക്കിന് ബന്ദി എന്ന ബദൽ മലയാളം കണ്ടുപിടിച്ചത് പി ജിയാണ്. പത്രഭാഷയിൽ പി ജിയുടെ നേതൃത്വത്തിൽ *ദേശാഭിമാനി* നടത്തിയ നവീകരണവും പരീക്ഷണങ്ങളും മറ്റുപത്രങ്ങളെപ്പോലും സ്വാധീനിച്ചു. 'ൽ', 'ൾ' 'എൻ' തുടങ്ങിയ ചില്ലക്ഷരങ്ങൾക്കു ശേഷം കൂട്ടക്ഷരം ആവശ്യമില്ലെന്ന പരിഷ്കാരം കൊണ്ടുവന്നത് *ദേശാഭിമാനി*യാണ്. പത്രരംഗത്തും ഭാഷാപഠന രംഗത്തും ഇതു വലിയ ചർച്ചകൾക്ക് വഴിവെച്ചു. അപ്പോൾ *മാതൃഭൂമി* പത്രാധിപരും കവിയും ഭാഷാപണ്ഡിതനുമായ എൻ വി കൃഷ്ണവാരിയർ പറഞ്ഞു, *ദേശാഭിമാനി* ശരിയാണെന്ന്. എങ്കിലും മറ്റു പത്രങ്ങൾ അതിലേക്ക് പോകാൻ മടിച്ചു. *ദേശാഭിമാനി*യാകട്ടെ ആ പരിഷ്കാരം മുന്നോട്ടുകൊണ്ടുപോയതുമില്ല. കമ്യൂണിസ്റ്റ് നേതാക്കളുടെ പേരുകൾ എഴുതുമ്പോൾ സഖാവ് എന്നതിനു ചുരുക്കമായി 'സ.' എന്ന് പേരിന്റെ തുടക്കത്തിൽ ചേർക്കുമായിരുന്നു. ശ്രീ. എന്നു ചേർക്കുന്ന പതിവ് പൊതുവെയുമുണ്ട്. *ദേശാഭിമാനി*യിൽ നിന്ന് 'സ'യും 'ശ്രീ'യും 'ശ്രീമതി'യുമെല്ലാം ഒഴിവാക്കിയത് പി ജി മുൻകൈയെടുത്തായിരുന്നു.

പത്രത്തിൽ സിനിമ, നാടകം, ശാസ്ത്രം, വാണിജ്യം, സ്പോർട്സ്, തൊഴിൽ, കമ്പോളം മുതലായ വിഷയങ്ങൾക്ക് അർഹമായ പ്രാധാന്യം ലഭിക്കണമെന്ന് പി ജി നിർബന്ധം പിടിച്ചു. അദ്ദേഹം തന്നെ മികച്ച സിനിമാനിരൂപണങ്ങളെഴുതി. വിദേശികളായ പ്രതിഭകൾ അന്തരിക്കുമ്പോൾ *ദേശാഭിമാനി*യിൽ വരുന്ന മുഖപ്രസംഗങ്ങൾ വിജ്ഞാനപ്രദങ്ങളായിരുന്നു. വിവിധ വിജ്ഞാനശാഖകളിലെ പുതുചലനങ്ങൾ *ദേശാഭിമാനി*യിലൂടെ പി ജി മലയാളികൾക്ക് പരിചയപ്പെടുത്തി. 1964-ൽ ചൈനാചാരന്മാരെന്നു മുദ്രകുത്തി കമ്യൂണിസ്റ്റ് നേതാക്കളെ കൂട്ടത്തോടെ അറസ്റ്റ് ചെയ്തപ്പോൾ പി ജിയും ഒഴിവാക്കപ്പെട്ടില്ല. ജയിലിൽ കഴിയുമ്പോഴും അദ്ദേഹം പത്രപ്രവർത്തനവും സാഹിത്യപ്രവർത്തനവും തുടർന്നു. 1976-ൽ നാടൻ കലകളെക്കുറിച്ച് പഠിക്കാൻ കർണാടക യൂണിവേഴ്സിറ്റിയുടെ ഫെലോഷിപ്പ് ലഭിച്ച് പി ജി അവധിയെടുത്ത് ധാർവാഡിലേക്കു പോയിരുന്നു. 1977-ൽ തന്നെ അദ്ദേഹം തിരിച്ചുവന്നു. ഇടവേളയിൽ കെ ചാത്തുണ്ണിമാസ്റ്ററായിരുന്നു പത്രാധിപർ. പത്രത്തിന്റെ ഉള്ളടക്കം പരിഷ്കരിക്കുന്നതിനു മാത്രമല്ല, മലയാള പത്രരംഗത്ത് *ദേശാഭിമാനി*ക്ക് വലിയ അംഗീകാരം നേടിക്കൊടുക്കാനും പി ജി എന്ന പത്രാധിപർക്ക് കഴിഞ്ഞു. പി ജിക്കുശേഷം പത്രാധിപന്മാരായി വന്നവരെല്ലാം പാർട്ടിയിൽ ഉയർന്ന സ്ഥാനം വഹിക്കുന്നവരായിരുന്നു. ഇ കെ നായനാരും വി എസ് അച്യുതാനന്ദനും എസ് രാമചന്ദ്രൻപിള്ളയും കോടിയേരി ബാലകൃഷ്ണനും എം വി ഗോവിന്ദനുമെല്ലാം പാർട്ടിയുടെ നേതാക്കൾ എന്ന നിലയിലാണ് ആ സ്ഥാനത്തുവന്നത്. നയപരമായ കാര്യങ്ങളിൽ പത്രത്തിനു നേതൃത്വം കൊടുക്കുക എന്നതായിരുന്നു അവർ ഏറ്റെടുത്ത ദൗത്യം. *ദേശാഭിമാനി* ഇടതുപക്ഷ നിയന്ത്രണത്തിലായ ശേഷം ബുദ്ധിജീവി എന്ന പരിഗണനയിൽ നിയമിക്കപ്പെട്ട ഒരേയൊരു പത്രാധിപർ പി ജിയാണെന്നു പറയാം.

കെ മോഹനൻ

മലയാളത്തിൽ രാഷ്ട്രീയ പത്രപ്രവർത്തനത്തിന് മികച്ച സംഭാവന നൽകിയ പത്രലേഖകനും പത്രാധിപരുമാണ് *ദേശാഭിമാനി*യുടെ ജനറൽ എഡിറ്ററായിരുന്ന കെ മോഹനൻ. 'തലസ്ഥാനി' എന്ന പേരിൽ എഴുതിയിരുന്ന രാഷ്ട്രീയ വിശകലനം അദ്ദേഹത്തിന് പത്രപ്രവർത്തനത്തിൽ സവിശേഷമായ സ്ഥാനം നേടിക്കൊടുത്തു. രാഷ്ട്രീയ എതിരാളികളെ കീറിമുറിക്കുന്ന ശൈലിയാണെങ്കിലും അതിന് നർമത്തിന്റെ മാധുര്യമുണ്ടായിരുന്നു. *മഹാഭാരത*ത്തിലെയും *രാമായണ*ത്തിലെയും കഥാപാത്രങ്ങളും സംഭവങ്ങളും ആ രാഷ്ട്രീയ വിശകലനത്തെ ആസ്വാദ്യകരമാക്കി.

കെ മോഹനൻ

ചെങ്ങന്നൂർ എണ്ണയ്ക്കാട് കൊട്ടാരത്തിൽ ജനിച്ച അദ്ദേഹം കുട്ടിക്കാലത്ത് പുരാണങ്ങളും ഇതിഹാസങ്ങളും കേട്ടാണ് വളർന്നത്. അമ്മയുടെ അച്ഛൻ എണ്ണയ്ക്കാട് കൊട്ടാരത്തിലെ വലിയ തമ്പുരാനായിരുന്നു. കേരള നിയമസഭയുടെ ആദ്യ സ്പീക്കർ കെ ശങ്കരനാരായണൻ തമ്പി അദ്ദേഹത്തിന്റെ അമ്മാവനാണ്. കമ്യൂണിസ്റ്റ് പാർട്ടിയുടെ മധ്യതിരുവിതാംകൂർ ജില്ലാ സെക്രട്ടറിയായിരുന്നു തമ്പി. മോഹനൻ ഫോർത്ത് ഫോമിൽ പഠിക്കുമ്പോൾ മാവേലിക്കരയിലെ ഒരു ക്രിസ്ത്യൻ കുടുംബത്തിലായിരുന്നു താമസം. ജ്യേഷ്ഠന്റെ സുഹൃത്തിന്റെ വീടായിരുന്നു അത്. അവിടെ താമസിക്കുമ്പോൾ ബൈബിളും വായിക്കാൻ തുടങ്ങി. ആ വീട്ടിലെ അമ്മച്ചിയുടെ കൂടെ മോഹനൻ കുർബാനയ്ക്കും പോകുമായിരുന്നു. അങ്ങനെ *ബൈബിളും* ഹൃദിസ്ഥമാക്കി. എഴുത്തിലും പ്രസംഗത്തിലും *മഹാഭാരത*വും *ബൈബിളും* കടന്നുവരുന്നത് അങ്ങനെയാണ്. എഴുത്തും പ്രസംഗവുമുള്ളതുകൊണ്ട് *ഖുർആൻ* ബോധപൂർവം പഠിച്ചു. അച്ഛൻ കലവറ കൃഷ്ണപിള്ള സാഹിത്യകുതുകിയായിരുന്നു. വള്ളത്തോൾ, ആശാൻ, ചങ്ങമ്പുഴ തുടങ്ങിയവരുടെ കവിതകൾ അദ്ദേഹം പകർത്തിവെച്ചിരുന്നു. അതൊക്കെ വായിച്ചാണ് മോഹനൻ വളർന്നത്. അച്ഛന്റെ വീട്ടുകാരുടെ സ്ഥലത്താണ് കുമാരനാശാനെ സംസ്കരിച്ചത്.[6]

കമ്യൂണിസ്റ്റ് പാർട്ടിയിലെ ഭിന്നിപ്പിനെത്തുടർന്ന് *ദേശാഭിമാനി* ഇടതുപക്ഷം നിയന്ത്രണത്തിലാക്കിയശേഷമാണ് കെ മോഹനൻ *ദേശാഭിമാനി*യിൽ ചേരുന്നത്. 1964 ഡിസംബറിൽ. ബി എ കഴിഞ്ഞ് പോസ്റ്റ് ഗ്രാജുവേറ്റ് കോഴ്സിന് ചേരാനിരിക്കെയാണ് അഴീക്കോടൻ രാഘവന്റെ ടെലഗ്രാം കിട്ടുന്നത്. അടിയന്തരമായി എറണാകുളത്ത് എത്തണം. അക്കാലത്ത് എറണാകുളത്ത് വളഞ്ഞമ്പലത്താണ് പാർട്ടിയുടെ ഓഫീസ്. അവിടെ ചെന്നപ്പോഴാണ് മനസ്സിലായത് കോഴിക്കോട്ട് *ദേശാഭിമാനി*യിൽ പോകണമെന്ന്. എ കെ ജിയുടെ ഷഷ്ടിപൂർത്തി പ്രമാണിച്ച് *ദേശാഭിമാനി* പ്രത്യേക പതിപ്പ് ഇറക്കുന്നുണ്ട്. അതിന്റെ ചുമതലയാണ് മോഹനനെ അഴീക്കോടൻ ഏൽപ്പിച്ചത്.

ഷഷ്ടിപൂർത്തി സപ്ലിമെന്റിന്റെ ലക്ഷ്യം പരസ്യത്തിലൂടെ *ദേശാഭിമാനി*ക്ക് വരുമാനമുണ്ടാക്കലായിരുന്നു. അല്ലാതെ ഷഷ്ടിപൂർത്തി ആഘോഷത്തിൽ എ കെ ജിക്കോ പാർട്ടിക്കോ ഒരു താൽപ്പര്യവുമില്ല. മോഹനൻ കോഴിക്കോട്ടെത്തിയപ്പോൾ മലപ്പുറം പി മൂസയും പട്ടുവം രാഘവനും കെ കോയയും നെടുങ്കുന്നം ജോസഫുമുണ്ട്. പിന്നീട് എം എൻ കുറുപ്പ് വന്നു. അവിടെയെത്തി പത്താം ദിവസം പി ഗോവിന്ദപ്പിള്ളയടക്കം പ്രധാന നേതാക്കളെയൊക്കെ അറസ്റ്റ് ചെയ്തു. മോഹനനും കെ പി ആർ ഗോപാലനും കെ കോയയും *ദേശാഭിമാനി*ക്കടുത്ത ഇമ്പിച്ചി ബിൽഡിങ്ങിലായിരുന്നു താമസം. പിറ്റേന്നാണ് കെ പി ആറിനെ പിടിച്ചുകൊണ്ടുപോയ വിവരം അറിയുന്നത്. അന്നുകാലത്ത് ഓഫീസിൽ ചെന്നപ്പോൾ മേശമേൽ പി ജിയുടെ ഒരു കുറിപ്പുണ്ട്. 'മോഹനൻ ഇവിടെ നിൽക്കണം, പോകരുത്.' അത്രയേ എഴുതിയിരുന്നുള്ളു. എ കെ ജി ഷഷ്ടിപൂർത്തി പതിപ്പ് എന്ന പ്രത്യേക കാര്യത്തിന് വന്നതായതുകൊണ്ടാണ്

പോകരുതെന്ന് പി ജി എഴുതിവെച്ചത്. അങ്ങനെ അവിടെ തുടർന്നു.

പി ജി ജയിലിലായതുകൊണ്ട് മുഖപ്രസംഗമെഴുതേണ്ട ചുമതലയും മോഹനനിൽ വന്നുചേർന്നു. അന്നു പത്രപ്രവർത്തനമൊന്നും അറിയില്ല. ചിട്ടവട്ടങ്ങളൊക്കെ ഫോർമാൻ എം കെ പത്മനാഭൻനായർ പറഞ്ഞുകൊടുത്തു. പാർട്ടി നേതാക്കളെ രാജ്യവ്യാപകമായി അറസ്റ്റ് ചെയ്തതിനെതിരെയായിരുന്നു ആദ്യമുഖപ്രസംഗം. 'സ്വർണസിംഹാസനത്തിൽ പട്ടിക്കുട്ടി' എന്നായിരുന്നു മുഖപ്രസംഗത്തിന്റെ തലവാചകം. ഗുൽസാരിലാൽ നന്ദയായിരുന്നു അന്ന് ആഭ്യന്തരമന്ത്രി. അദ്ദേഹത്തിനെതിരെ രൂക്ഷമായ ഭാഷയിലുള്ള മുഖപ്രസംഗം. അതു ശ്രദ്ധിക്കപ്പെട്ടു. പിറ്റേന്ന് മാനാഞ്ചിറ മൈതാനത്ത് അറസ്റ്റിനെതിരെ പ്രതിഷേധയോഗമുണ്ടായിരുന്നു. അവിടെ പ്രസംഗിച്ചു. ആദ്യ രാഷ്ട്രീയ പ്രസംഗം. അങ്ങനെ പത്രപ്രവർത്തനവും രാഷ്ട്രീയപ്രവർത്തനവുമായി മോഹനൻ കോഴിക്കോട് കേന്ദ്രീകരിച്ചു നിന്നു. പ്രസംഗം മലബാറിലാകെയുണ്ടായിരുന്നു. പക്ഷേ അധികം കഴിയാതെ ഇ എം എസിന്റെ നിർദേശപ്രകാരം മോഹനൻ തിരുവനന്തപുരത്തേക്ക് തിരിച്ചുപോയി. ഗവൺമെന്റ് പ്രസ്സിനു എതിർവശം പാർട്ടി ഓഫീസ് സൗകര്യപ്പെടുത്തി. അവിഭക്ത കമ്യൂണിസ്റ്റ് പാർട്ടിയുടെ സംസ്ഥാന കമ്മിറ്റി ഓഫീസ് സിപിഐയുടെ നിയന്ത്രണത്തിലായിരുന്നതുകൊണ്ട് വേറെ ഓഫീസ് വാടകക്കെടുക്കുകയല്ലാതെ വഴിയില്ലായിരുന്നു. *ദേശാഭിമാനി* ഓഫീസും പാർട്ടി ഓഫീസിൽ തന്നെ. 1968-ൽ കൊച്ചി എഡിഷൻ തുടങ്ങിയപ്പോൾ മോഹനൻ അവിടേക്ക് നിയോഗിക്കപ്പെട്ടു. 1972-ൽ *ദേശാഭിമാനി*യിൽ നിന്ന് പാർട്ടി സംഘടനാ രംഗത്തേക്ക് അദ്ദേഹം നിയോഗിക്കപ്പെട്ടുവെങ്കിലും വൈകാതെ *ദേശാഭിമാനി* കൊച്ചി യൂണിറ്റിൽ തിരിച്ചുവന്നു. പി ജി ചീഫ് എഡിറ്ററായിരിക്കുമ്പോൾ പത്രത്തിന്റെ ദൈനംദിന കാര്യങ്ങൾ മോഹനനാണ് നോക്കിയത്.

അടിയന്തരാവസ്ഥ പ്രഖ്യാപിച്ച് ഏതാനും ദിവസം കഴിഞ്ഞപ്പോൾ കെ മോഹനനും ഒളിവിൽ പോയി. പെരുമ്പാവൂരിലെ ചില വീടുകളിൽ ഒളിവിൽ കഴിഞ്ഞുകൊണ്ട് പത്രത്തിലേക്ക് ലേഖനങ്ങളും കുറിപ്പുകളും എഴുതിക്കൊണ്ടിരുന്നു. അടിയന്തരാവസ്ഥയിൽ *ദേശാഭിമാനി*ക്ക് മുഖപ്രസംഗമില്ലല്ലോ. പ്രീസെൻസർഷിപ്പിന്റെ നാളുകളിൽ കൗശലപൂർവം അതിനെ മറികടന്ന് പത്രം മുന്നോട്ടുകൊണ്ടുപോകുന്നതിൽ കെ മോഹനൻ പ്രധാന പങ്കുവഹിച്ചു. സഹപ്രവർത്തകർക്ക് അദ്ദേഹം ധീരമായ നേതൃത്വം നൽകി. 1980-ൽ ഇ കെ നായനാർ മുഖ്യമന്ത്രിയായപ്പോൾ അദ്ദേഹത്തിന്റെ സെക്രട്ടറിയായി പാർട്ടി മോഹനനെ നിയോഗിച്ചു. 1981 ഒക്ടോബറിൽ മന്ത്രിസഭ പോയപ്പോൾ മോഹനൻ *ദേശാഭിമാനി*യിൽ തിരിച്ചുവന്നു. 1982-ൽ രാജ്യസഭാംഗമായി. 1988-ൽ രാജ്യസഭാംഗത്വത്തിന്റെ കാലാവധി പൂർത്തിയായപ്പോൾ വീണ്ടും *ദേശാഭിമാനി*യിലെത്തി. 2005-ൽ അസുഖബാധിതനാകുന്നതുവരെ *ദേശാഭിമാനി*യിൽ തുടർന്ന അദ്ദേഹം, പത്രത്തിന്റെ ഉള്ളടക്കം പരിഷ്കരിക്കുന്നതിന് നിർണായകമായ ഇടപെടലുകൾ നടത്തി.

പ്രഭാവർമ

ക്ഷേത്രോത്സവ വാർത്തകൾ കൊടുക്കാൻ വൈമനസ്യം കാണിച്ചിരുന്ന *ദേശാഭിമാനി* പിന്നീട് ആറ്റുകാൽ പൊങ്കാലക്കും ശബരിമല തീർഥാടനത്തിനുമൊക്കെ സപ്ലിമെന്റുകൾ ഇറക്കാൻ തുടങ്ങി. മണ്ഡലകാലത്ത് ശബരിമലയിൽ *ദേശാഭിമാനി*യുടെ സ്റ്റാൾ ഉണ്ടാകും. ആറ്റുകാൽ പൊങ്കാലയ്ക്ക് ഇ എം എസിന്റെ ചിത്രമുള്ള കലണ്ടറും കാർഡുകളും ഇറക്കി. ക്ഷേത്രത്തിലും പള്ളിയിലും പോകുന്നവർ ബഹുഭൂരിഭാഗവും ഇടതുപക്ഷത്തോടൊപ്പം നിൽക്കുന്നവരാണെന്നും പത്രമെന്ന നിലയിൽ അവരുടെ താൽപ്പര്യങ്ങളും കണക്കിലെടുക്കണമെന്നും സഹപ്രവർത്തകരെ ബോധ്യപ്പെടുത്താൻ അദ്ദേഹത്തിനു കഴിഞ്ഞു. രാഷ്ട്രീയമായ എതിർപ്പ് കാരണം വയലാർ രവിയുടെ പേര് എം കെ രവി എന്ന് *ദേശാഭിമാനി* ഇടക്കാലത്ത് കൊടുത്തിരുന്നു. പെട്ടെന്നുതന്നെ ആ തലതിരിഞ്ഞ പരിഷ്കാരം മോഹനൻ

പി എം മനോജ്

അവസാനിപ്പിച്ചു. കോൺഗ്രസുകാരുടെ പ്രസ്താവനയും ചിത്രവും കൊടുക്കുന്നതിനുപോലും ആദ്യകാലത്ത് *ദേശാഭിമാനി*ക്ക് മടിയുണ്ടായിരുന്നു. അതൊക്കെ മാറ്റിയെടുത്ത് പത്രത്തിന്റെ സ്വീകാര്യത കമ്യൂണിസ്റ്റുകാരല്ലാത്തവരിലും ഉണ്ടാക്കുന്നതിൽ മോഹനൻ നൽകിയ സംഭാവന വലുതാണ്.

പി രാജീവിന്റെ ഇടപെടൽ

ദേശാഭിമാനി പത്രാധിപസമിതിയുടെ പ്രവർത്തനം പുതിയ കാലത്തിനൊത്ത് കൂടുതൽ കാര്യക്ഷമമാക്കുന്നതിന് റസിഡന്റ് എഡിറ്ററായും പിന്നീട് ചീഫ് എഡിറ്ററായും രണ്ടു ഘട്ടങ്ങളിലായി പതിനൊന്നു വർഷത്തോളം പ്രവർത്തിച്ച പി രാജീവിന്റെ ഇടപെടൽ സഹായിച്ചിട്ടുണ്ട്. വാർത്താപത്രത്തിന്റെ ആയുസ്സ് ഒരു ദിവസം പോലുമില്ല. ഓരോ ദിവസവും പുറത്തിറങ്ങുന്നത് ഓരോ ഉൽപ്പന്നമാണ്. ഇന്ന് മികച്ച പത്രം ഇറക്കിയെങ്കിൽ നാളെ അങ്ങനെയാവണമെന്നില്ല. പത്രത്തിന് സ്ഥായിയായി നിലവാരം പുലർത്തണമെങ്കിൽ ആസൂത്രണം നിരന്തരമായ പ്രക്രിയയാക്കണം. എല്ലാ യൂണിറ്റുകളിൽ നിന്നുമുള്ള നിർദേശങ്ങൾ കേൾക്കണം. അതിനുതകുന്ന ഒരു സംവിധാനം എഡിറ്റോറിയൽ രംഗത്ത് ഉണ്ടാക്കിയെന്നതാണ് 2002-ൽ റസിഡന്റ് എഡിറ്ററായി ചുമതലയേറ്റ പി രാജീവിന്റെ പ്രധാന സംഭാവന.

പി രാജീവ്

യുവാവായ പി രാജീവ് സിപിഐ എം തീരുമാനപ്രകാരം ചുമതലയേൽക്കുമ്പോൾ വി എസ് അച്യുതാനന്ദനായിരുന്നു ചീഫ് എഡിറ്റർ; പി കരുണാകരൻ ജനറൽ മാനേജറും. അന്ന് ആറ് എഡിഷനുകളുള്ള പത്രത്തിന്റെ എഡിറ്റോറിയലിന് ഒരു കേന്ദ്രീകൃത സംവിധാനമുണ്ടായിരുന്നില്ല. നേരത്തെയുണ്ടായിരുന്ന സെൻട്രൽ ഡെസ്ക് പല കാരണങ്ങളാൽ ഫലപ്രദമായിരുന്നില്ല. അന്തർദേശീയ-ദേശീയ വാർത്തകളുടെ ഡെസ്ക് കൊച്ചിയിലായിരുന്നു. എന്നാൽ, സംസ്ഥാന വാർത്തകളുടെ കേന്ദ്രം തിരുവനന്തപുരത്ത് തുടർന്നു. രാജീവ് വന്നശേഷം ആദ്യം സംസ്ഥാന ഡെസ്ക് ശക്തിപ്പെടുത്തുകയും പിന്നീട് രണ്ട് ഡെസ്കും ഒന്നാക്കി തിരുവനന്തപുരത്തേക്കു മാറ്റുകയും ചെയ്തു. കാലത്ത് തിരുവനന്തപുരത്ത് സീനിയർ എഡിറ്റർമാരുടെ യോഗം ചേർന്ന് അന്നന്നത്തെ കാര്യങ്ങൾ ആസൂത്രണം ചെയ്യും. അതിനുമുമ്പുതന്നെ എല്ലാ യൂണിറ്റുകളിൽനിന്നും ആ യൂണിറ്റിന്റെ പരിധിയിലുള്ള വാർത്തകളുടെ ഷെഡ്യൂൾ സെൻട്രൽ ഡെസ്കിനു നൽകണം. ഓരോ ജില്ലാ ബ്യൂറോയും തിങ്കളാഴ്ച യോഗം ചേർന്ന് ഒരാഴ്ചത്തേക്കുള്ള ആസൂത്രണം നടത്തുകയും അന്നുതന്നെ സെൻട്രൽ ഡെസ്കിന് റിപ്പോർട്ട് നൽകുകയും വേണം. ചൊവ്വാഴ്ച തിരുവനന്തപുരത്ത് സീനിയർ എഡിറ്റർമാർ യോഗം ചേർന്ന് ഒരാഴ്ചത്തെ പ്രവർത്തനം ആസൂത്രണം ചെയ്യും. ഈ പ്രക്രിയ കൃത്യമായും ചിട്ടയായും ഗൗരവമായും കൊണ്ടുപോകാൻ പി രാജീവിന്റെ സമർഥമായ ഇടപെടൽകൊണ്ടു കഴിഞ്ഞു. ഈ സംവിധാനം എണ്ണയിട്ട യന്ത്രംപോലെ പ്രവർത്തിക്കാൻ തുടങ്ങിയപ്പോൾ വാർത്തകളുടെ കാര്യത്തിൽ നല്ല മാറ്റമുണ്ടായി. സെൻട്രൽ ഡെസ്ക് പുനഃസംഘടിപ്പിച്ച് തിരുവനന്തപുരത്തേക്ക് മാറ്റിയശേഷം കെ പി രവീന്ദ്രനാഥ്, പി പി അബൂബക്കർ, പി എം മനോജ്, സി ഡി ഷാജി, മനോഹരൻ മോറായി, എസ് എസ് നന്ദകുമാർ, കെ എം മോഹൻദാസ് തുടങ്ങിയവർ അതിന്റെ ചുമതല നിർവഹിച്ചിട്ടുണ്ട്. പ്രഭാവർമ, പി എം മനോജ്, വി ബി പരമേശ്വരൻ എന്നിവർ റസിഡന്റ് എഡിറ്റർമാരെന്ന നിലയിൽ വിവിധ കാലയളവിൽ എഡിറ്റോറിയൽ വിഭാഗത്തിന്റെ മുഖ്യച്ചുമതലക്കാരായിരുന്നു.

വി ബി പരമേശ്വരൻ

സി ഡി ഷാജി

റിപ്പോർട്ടർമാർ കടലാസിൽ എഴുതുന്ന വാർത്തകൾ ഡിടിപി ഓപറേറ്റർമാർ കമ്പോസ് ചെയ്യുന്ന രീതിയാണ് രണ്ടായിരത്തിന്റെ തുടക്കത്തിൽവരെ ഉണ്ടായിരുന്നത്. അതുമാറ്റി റിപ്പോർട്ടർമാർ കമ്പ്യൂട്ടറിൽ തന്നെ കമ്പോസ് ചെയ്തുനൽകണമെന്ന് നിഷ്കർഷിച്ചത് രാജീവിന്റെ കാലത്താണ്. കടലാസിൽ എഴുതി ശീലിച്ചതുകൊണ്ട് ഈ മാറ്റം പലർക്കും ഉൾക്കൊള്ളാൻ പ്രയാസമുണ്ടായിരുന്നു. എന്നാൽ പെട്ടെന്നുതന്നെ അതു സമ്പൂർണമായി നടപ്പാക്കി. പത്രത്തിനുമാത്രമല്ല, പത്രപ്രവർത്തകർക്കും അതിന്റെ പ്രയോജനം കിട്ടി. കമ്പ്യൂട്ടറിലാകുമ്പോൾ മാറ്റങ്ങൾ വരുത്താനും തിരുത്തിയെഴുതാനും വളരെ എളുപ്പമാണ്. പത്രത്തെസംബന്ധിച്ച് സമയം ലാഭിക്കാം. ഡിടിപിയിലെ ജോലിഭാരം കുറയും. അടുത്ത ഘട്ടത്തിൽ പത്രസ്ഥാപനങ്ങളിൽ ഡിടിപി ഓപ്പറേറ്റമാർ തന്നെ ഇല്ലാതായേക്കും. പല പേജുകളുടെയും ലേഔട്ട് ഇപ്പോൾ തന്നെ സബ് എഡിറ്റർമാരാണ് ചെയ്യുന്നത്. ഏരിയാകേന്ദ്രങ്ങളിൽ നിന്നുവരെ മാറ്റർ വരുന്നത് കമ്പ്യൂട്ടറിൽ കമ്പോസ് ചെയ്തിട്ടാണ്.

രാജ്യസഭാംഗമായതിനെത്തുടർന്ന് 2010-ലാണ് പി രാജീവ് റസിഡന്റ് എഡിറ്റർ ചുമതലയിൽ നിന്ന് ഒഴിവായത്. എന്നാൽ, സിപിഐ എമ്മിന്റെ സെക്രട്ടറിയറ്റ് അംഗമായപ്പോൾ അദ്ദേഹം ചീഫ് എഡിറ്ററായി 2018-ൽ തിരിച്ചുവന്നു. 2021-ൽ മന്ത്രിയാകുന്നതുവരെ ആ ചുമതലയിൽ തുടർന്നു. രാജീവ് മാറിയപ്പോഴാണ് പാർട്ടി സെക്രട്ടറിയറ്റ് അംഗമായ പുത്തലത്ത് ദിനേശൻ ചീഫ് എഡിറ്ററാകുന്നത്.

സി എം അബ്ദുൾ റഹ്മാൻ

അച്ച് പെറുക്കിവെച്ച് അച്ചടി നടത്തിയിരുന്ന കാലത്ത് പത്രത്തിന്റെ പേജ് വിന്യാസത്തിൽ മറ്റു പത്രങ്ങളോട് മത്സരിച്ചു ജയിക്കാൻ *ദേശാഭിമാനി*ക്ക് കഴിയുമെന്ന് തെളിയിച്ചുകൊടുത്ത പത്രപ്രവർത്തകനാണ് സി എം അബ്ദുൾ റഹ്മാൻ. പത്രപ്രവർത്തനത്തിൽ ഔപചാരിക പരിശീലനമൊന്നും കിട്ടാതെ ഈ രംഗത്തുവന്ന അദ്ദേഹം സ്വപ്രയത്നത്തിലൂടെ പത്രപ്രവർത്തനത്തിന്റെ പല മേഖലകളിൽ പ്രാവീണ്യം നേടുകയും പുതുതായി ഈ രംഗത്തേക്കു വരുന്നവർക്ക് മാർഗദർശിയാവുകയും ചെയ്തു. മുപ്പത്തിയാറുവർഷം *ദേശാഭിമാനി* പത്രാധിപവിഭാഗത്തിന്റെ കരുത്തായി നിന്ന അദ്ദേഹം എക്സിക്യൂട്ടിവ് എഡിറ്ററായാണ് 2004-ൽ വിരമിച്ചത്.

സി എം അബ്ദുൾ റഹ്മാൻ

തിരൂർ വെട്ടം സ്വദേശിയായ അബ്ദുൾ റഹ്മാൻ പഠനകാലത്തു തന്നെ ഇടതുപക്ഷ ആശയങ്ങളിൽ ആകൃഷ്ടനായിരുന്നു. ജന്മനാട്ടിലെയും സ്വന്തം കുടുംബത്തിലെ തന്നെയും യാഥാസ്ഥിതിക നിലപാടുകളെ ചോദ്യം ചെയ്തുകൊണ്ടാണ് അദ്ദേഹം പൊതുപ്രവർത്തനത്തിലേക്കും പത്രപ്രവർത്തനത്തിലേക്കും വരുന്നത്. മുസ്ലിം യാഥാസ്ഥിതികർ പള്ളിയിൽ നിന്നു പുറത്താക്കിയപ്പോൾ സ്വന്തം വീട്ടിൽനിന്നും അബ്ദുൾ റഹ്മാന് പിന്തുണ കിട്ടിയില്ല. പക്ഷേ അദ്ദേഹത്തിന് പിന്തുണയും സംരക്ഷണവും നൽകാൻ സമൂഹമുണ്ടായിരുന്നു. വെട്ടം പഞ്ചായത്ത് പ്രസിഡണ്ടായിരുന്ന അച്യുതൻ നമ്പൂതിരി, ഉൽപ്പതിഷ്ണുവായ ആ ചെറുപ്പക്കാരനെ കോഴിക്കോട്ടേക്കു കൊണ്ടുപോയി കെ ചാത്തുണ്ണിമാസ്റ്ററെ ഏൽപ്പിച്ചു. അതോടെയാണ് അബ്ദുൾ റഹ്മാന്റെ ചിന്തകൾക്കു മൂർച്ചകൂടുകയും കഴിവുകൾ തേച്ചുമിനുക്കാൻ അവസരം ലഭിക്കുകയും ചെയ്തത്. ഓരോ സഖാവിന്റെയും കഴിവും അഭിരുചിയും മനസ്സിലാക്കി ചുമതലകൾ ഏൽപ്പിക്കാൻ മാസ്റ്റർക്ക് നന്നായി അറിയാം. അദ്ദേഹം അബ്ദുൾ റഹ്മാനെ *ചിന്ത*യിലേക്ക് നിയോഗിച്ചു. 1967-ലാണത്. ഒരു വർഷമായപ്പോഴേക്കും മാസ്റ്റർ

തന്നെ അബ്ദുൾ റഹ്മാനെ *ദേശാഭിമാനി*യിലേക്ക് അയച്ചു. ആ ഘട്ടത്തിൽ *ദേശാഭിമാനി*ക്ക് പത്രപ്രവർത്തകരുടെ കുറവുണ്ടായിരുന്നു. *ദേശാഭിമാനി*യിൽ എത്തിയതോടെ പത്രപ്രവർത്തനത്തിൽ ലോകത്ത് കിട്ടാവുന്ന പുസ്തകങ്ങളൊക്കെ സംഘടിപ്പിച്ച് അബ്ദുൾ റഹ്മാൻ വായിക്കാൻ തുടങ്ങി. പത്രപ്രവർത്തനം മാത്രമല്ല, സാഹിത്യവും ചരിത്രവും സിനിമയും നാടകവുമെല്ലാം അദ്ദേഹത്തിന് ഇഷ്ടപ്പെട്ട വിഷയങ്ങളായിരുന്നു.

അബ്ദുൾ റഹ്മാന്റെ കൂടെ കാൽനൂറ്റാണ്ടോളം *ദേശാഭിമാനി*യിൽ പ്രവർത്തിക്കുകയും അതിനുമുമ്പുതന്നെ അദ്ദേഹവുമായി അടുത്ത് ഇടപഴകുകയും ചെയ്ത കോയമുഹമ്മദ്:

> ജേണലിസത്തിൽ ഔപചാരിക പഠനവും പരിശീലനവും കഴിഞ്ഞിട്ടില്ലെങ്കിലും ഈ രംഗത്തെ നവീന പ്രവണതകൾ മനസ്സിലാക്കാൻ സദാ ജാഗരൂകനായിരുന്നു ഈ പത്രപ്രവർത്തകൻ. ഏറ്റവും കറന്റായ ഫിക്ഷനുകളും *ടൈം* അടക്കമുള്ള ആനുകാലികങ്ങളും പാതി വായിച്ചനിലയിൽ മടക്കിപ്പിടിച്ച പത്രങ്ങളുമായാണ് ഈ ന്യൂസ് എഡിറ്ററെ ഏറെയും കാണാൻ കഴിഞ്ഞിട്ടുള്ളത്. ജേണലിസം മാത്രമായിരുന്നില്ല ഈ ആർത്തിപൂണ്ട വായനക്കാരന്റെ ഇഷ്ടവിഭവം. പത്രപ്രവർത്തകന് എല്ലാ വിഷയത്തിലും പ്രാഥമിക ഗ്രാഹ്യമെങ്കിലുമുണ്ടാകണമെന്നതായിരുന്നു നിലപാട്. പ്രമുഖ പുസ്തകവിതരണക്കാരുടെ സ്ഥിരം പട്ടികയിൽ പ്രധാന പേരുകാരനായിരുന്ന അബ്ദുൾ റഹ്മാനെ തേടി സുഹൃത്തുക്കളും അപരിചിതരുമായ പുസ്തകവിൽപ്പനക്കാർ പലവഴിക്ക് എത്തുമായിരുന്നു. മാസവരുമാനത്തിൽ നല്ലൊരു പങ്ക് ആ വഴിക്കാണ് തീരാറുണ്ടായിരുന്നത്. സുഹൃത്തുക്കളിൽ നല്ല പങ്ക് പുസ്തകപ്രേമികളായിരുന്നു. ഏതുവിഷയത്തെക്കുറിച്ചും ഒറ്റയിരിപ്പിന് മുഖപ്രസംഗമോ ലേഖനമോ എഴുതിത്തീർക്കുമായിരുന്ന അബ്ദുൾ റഹ്മാന്റെ തർജമ വൈഭവമാണ് അതിലേറെ വിസ്മയം. ഇന്നത്തെപ്പോലെ കമ്പ്യൂട്ടർ, ഇന്റർനെറ്റ് സൗകര്യങ്ങളൊന്നുമില്ലാതിരുന്ന കാലത്ത് അബ്ദുൾ റഹ്മാൻ തയാറാക്കിയിരുന്ന പേജുകൾ ലേഔട്ട് പഠിക്കുന്നവർക്ക് എന്നും മാതൃകയാണ്. പ്രധാനമന്ത്രി ഇന്ദിരാഗാന്ധി വെടിയേറ്റുമരിച്ചപ്പോൾ *ദേശാഭിമാനി* പുറത്തിറക്കിയ സ്പെഷൽ എഡിഷൻ, ആനുകാലികങ്ങളിലൂടെയുള്ള നിരന്തരപര്യവേക്ഷണങ്ങളുടെ ഉത്തമസാഫല്യത്തിന് ദൃഷ്ടാന്തമാണ്.[7]

*ദേശാഭിമാനി*യിൽ ഓഫ്സെറ്റ് പ്രസ് വന്നത് 1979-ലാണ്. ആ വേളയിലാണ് അബ്ദുൾ റഹ്മാന്റെ പേജ് ലേഔട്ട് വൈഭവം ശരിക്കും തെളിഞ്ഞുകണ്ടത്. അക്കാലത്ത് പ്രശസ്ത പത്രപ്രവർത്തകൻ ടി വേണുഗോപാലായിരുന്നു *മാതൃഭൂമി* കോഴിക്കോട് യൂണിറ്റിലെ ന്യൂസ് എഡിറ്റർ. ഇരുവരും അടുത്ത സുഹൃത്തുക്കൾ. പേജ് വിന്യാസത്തിന്റെ കാര്യത്തിൽ ഇരുവരും തമ്മിൽ സൗഹൃദമത്സരം തന്നെയുണ്ടായിരുന്നു. ഒന്നിനൊന്നു മെച്ചപ്പെട്ട ഒന്നാംപേജാണ് അന്ന് *ദേശാഭിമാനി*യും *മാതൃഭൂമി*യും പുറത്തിറക്കിക്കൊണ്ടിരുന്നത്. രാത്രി ഒന്നാം പേജ് കെട്ടാറായാൽ അബ്ദുൾ റഹ്മാൻ താഴെ നിലയിലുള്ള കമ്പോസിങ്ങ് വിഭാഗത്തിലേക്കു പോകും. അതുവരെ അദ്ദേഹം വാർത്തകൾ എഡിറ്റ് ചെയ്യുകയും അവയ്ക്ക് തലക്കെട്ട് നൽകുകയുമായിരിക്കും. ഒരു കോളത്തിൽ എത്ര അക്ഷരം പോകുമെന്ന് തലക്കെട്ട് എഴുതുന്ന ആൾക്ക് അറിയണം. 36 പോയന്റ് ബോൾഡ് 4 കോളം എന്ന് എഴുതുമ്പോൾ നാലുകോളത്തിൽ 36 പോയന്റിലുള്ള അത്രയും അക്ഷരങ്ങൾ നിൽക്കുമോ എന്നറിയണം. തലക്കെട്ട് രണ്ടുവരിയാകാം ചിലപ്പോൾ മൂന്നുവരിയുമാകാം. അച്ചുപെറുക്കിവെച്ചുനോക്കുമ്പോഴായിരിക്കും അക്ഷരങ്ങൾ അതിൽ ഒതുങ്ങില്ല എന്നു മനസ്സിലാകുന്നത്. അപ്പോൾ പെട്ടെന്ന് തലവാചകം മാറ്റിക്കൊടുക്കണം. അതിലെല്ലാം അദ്ദേഹത്തിന് അസാമാന്യ പാടവമുണ്ടായിരുന്നുവെന്ന് കൂടെ പ്രവർത്തിച്ച ഈ ലേഖകൻ നേരിട്ടു മനസ്സിലാക്കിയിട്ടുണ്ട്. പേജ് കെട്ടിക്കഴിഞ്ഞാൽ അബ്ദുൾ റഹ്മാൻ ഒന്നാം നിലയിലെ തന്റെ ഡെസ്കിൽ വന്നിരുന്നു വായന തുടരും. പേജുകൾ റെഡിയായാലും പത്രം അച്ചടിക്കാൻ പിന്നെയും സമയമെടുക്കും. രാത്രി പത്തു പത്തര മണിയാകുമ്പോഴാണ് ഒന്നാം എഡിഷൻ പുറത്തുവരിക. അതു നോക്കി ഒരു കോപ്പി കൈയിലെടുത്തേ ന്യൂസ് എഡിറ്റർ വീട്ടിൽ പോകൂ. പല ദിവസങ്ങളിലും ഞങ്ങൾ ഒന്നിച്ചാണ് രാത്രി ഒന്നാം എഡിഷന്റെ കോപ്പിയുമായി ഓഫീസിൽ നിന്ന് ഇറങ്ങുക. എന്റെ നാടായ മാങ്കാവിൽ നിന്നാണ് അദ്ദേഹം വിവാഹം

കഴിച്ചത്. കോൺവെന്റ് റോഡിലെ *ദേശാഭിമാനി*യിൽ നിന്ന് ഞങ്ങൾ രണ്ടര കിലോമീറ്റർ അകലെയുള്ള ഫ്രാൻസിസ് റോഡ് ജങ്ഷനിലേക്ക് നടക്കും. കാരണം അവിടെ ചെന്നാൽ ഓട്ടോയിൽ ആ വഴിക്കു പോകുന്ന യാത്രക്കാരുണ്ടാകും. തുച്ഛമായ ചാർജിൽ നാട്ടിലെത്താം.

പരിഭാഷയിലുള്ള അദ്ദേഹത്തിന്റെ പാടവത്തെക്കുറിച്ച് പറഞ്ഞുവല്ലോ. പ്രസിദ്ധ കാർട്ടൂണിസ്റ്റ് അബു അബ്രഹാം *ദേശാഭിമാനി* എഡിറ്റ് പേജിൽ ഒരു കോളം എഴുതിയിരുന്നു. ആ ഘട്ടത്തിൽ അബ്ദുൾ റഹ്മാൻ തിരുവനന്തപുരത്താണ്. ഇംഗ്ലീഷിൽ അബു എഴുതുന്ന കോളം അദ്ദേഹമാണ് മനോഹരമായി തർജമ ചെയ്തിരുന്നത്. അത്രയും ഭംഗിയായി അതു ചെയ്യാൻ അന്നു *ദേശാഭിമാനി*യിൽ ആരുമില്ല. ഏറ്റവും വേഗത്തിലും മനോഹരമായും പരിഭാഷ ചെയ്യുന്നതിൽ അബ്ദുൾ റഹ്മാനെപ്പോലെ ഒരാളെ താൻ കണ്ടിട്ടില്ലെന്നാണ് കെ മോഹനൻ പറഞ്ഞത്. ഇംഗ്ലീഷിൽനിന്ന് മലയാളത്തിലേക്ക് വിവർത്തനം ചെയ്യുന്നതിലെ മികവാണ് ഇവിടെ പരാമർശിക്കപ്പെട്ടത്. എന്നാൽ, മലയാളത്തിൽനിന്ന് ഇംഗ്ലീഷിലേക്കും ഭംഗിയായി അദ്ദേഹം പരിഭാഷപ്പെടുത്തുമായിരുന്നു.

അബ്ദുൾ റഹ്മാന്റെ വായനയും അതുവഴി ആർജിച്ച രാഷ്ട്രീയധാരണയും പത്രത്തിനും സിപിഐ എമ്മിനും പ്രയോജനപ്പെട്ടുവെന്നതിന് ഒരുദാഹരണം പറയാം. 2003-ലാണ് അമേരിക്കൻ സേന ഇറാഖിൽ കടന്നുകയറുന്നത്. ഇതിനെ അമേരിക്ക-ഇറാഖ് യുദ്ധമെന്നും അമേരിക്കൻ സൈന്യത്തെ സഖ്യസേന എന്നുമൊക്കെ വാർത്താഏജൻസികൾ വിശേഷിപ്പിക്കുകയും മലയാള പത്രങ്ങൾ അതു പകർത്തുകയും ചെയ്തപ്പോൾ 'യുഎസ്-ഇറാഖ് യുദ്ധ'ത്തെ അമേരിക്കൻ അധിനിവേശം എന്നാണ് *ദേശാഭിമാനി* വിളിച്ചത്. ഈ പ്രയോഗം *ദേശാഭിമാനി*യിലൂടെ മലയാളികളുടെ മുമ്പിൽ വെച്ചത് അബ്ദുൾ റഹ്മാനായിരുന്നു. ഇറാഖിൽ കയറിയ അമേരിക്കൻ പട്ടാളത്തെ അധിനിവേശസേന എന്ന് പത്രം വിശേഷിപ്പിച്ചു. ഇവിടെ പ്രശ്നം ഇംഗ്ലീഷ് പദമോ പ്രയോഗമോ മലയാളത്തിലാക്കുന്നതല്ല. സാർവദേശീയ പ്രശ്നങ്ങളോടുള്ള രാഷ്ട്രീയ കാഴ്ചപ്പാടാണ്. ആ കാഴ്ചപ്പാട് പത്രത്തിലേക്ക് പദങ്ങളായും ശൈലിയായും കൊണ്ടുവരുന്നതിലാണ് പത്രപ്രവർത്തകന്റെ മികവ്.

അടിയന്തരാവസ്ഥയിലെ നിയന്ത്രണങ്ങൾ *ദേശാഭിമാനി*ക്ക് വലിയ വെല്ലുവിളിയായിരുന്നല്ലോ. സ്തുതിപാഠകർക്ക് പ്രയാസമൊന്നുമില്ല. അടിയന്തരാവസ്ഥയെ എതിർത്തുകൊണ്ട് മികച്ച രാഷ്ട്രീയ പത്രം പുറത്തിറക്കുന്നതിന് സമർഥമായ നേതൃത്വം നൽകിയ പത്രപ്രവർത്തകനാണ് അബ്ദുൾ റഹ്മാൻ. ലൂയി പതിനാലാമന്റെ പുനരവതാരമായി ഇന്ദിരാഗാന്ധിയെ ചിത്രീകരിച്ച പ്രസിദ്ധമായ കാർട്ടൂണിന്റെ ആശയം അബ്ദുൾ റഹ്മാന്റേതായിരുന്നുവെന്ന് അടിയന്തരാവസ്ഥയെക്കുറിച്ചുള്ള അധ്യായത്തിൽ പറഞ്ഞിട്ടുണ്ട്.

അടിയന്തരാവസ്ഥ പ്രഖ്യാപിച്ചതിന്റെ പിറ്റേന്ന് പുറത്തിറങ്ങിയ പത്രത്തിന്റെ ലേഔട്ട് നേരത്തെ പറഞ്ഞതുപോലെ അബ്ദുൾ റഹ്മാൻ കമ്പോസിങ് വിഭാഗത്തിൽ പോയി നിന്ന് ചെയ്യിച്ചതാണ്. അക്കാലത്ത് ലേ ഔട്ടിന്റെ ഡമ്മി കടലാസിൽ വരയ്ക്കുന്ന പതിവുണ്ട്. അൽപ്പസ്വൽപ്പം വ്യത്യാസമാകാമെങ്കിലും ഓരോ പേജിന്റെയും ലേ ഔട്ട് ബന്ധപ്പെട്ട പേജിന്റെ ചുമതലയുള്ള സബ് എഡിറ്ററോ ചീഫ് സബ് എഡിറ്ററോ ന്യൂസ് എഡിറ്ററോ വരച്ചിരിക്കണം. മനസ്സിൽ പേജിന്റെ വ്യക്തമായ ചിത്രമുള്ളതുകൊണ്ട് അബ്ദുൾ റഹ്മാന് കടലാസിലേക്ക് അതു പകർത്താൻ എളുപ്പമാണ്.

ഭാഷ ഉപയോഗിക്കുന്നതിൽ ഓരോ പത്രത്തിനും ഓരോ ശൈലിയുണ്ട്. *ദേശാഭിമാനി* ആഗോളവൽക്കരണം എന്നെഴുതുമ്പോൾ *മാതൃഭൂമി*ക്ക് അത് ആഗോളീകരണമാണ്. സ്ഥലനാമങ്ങൾ എഴുതുന്നതിലും ഈ വ്യത്യാസമുണ്ട്. മാത്രമല്ല, കേരളത്തിന്റെ തെക്കുള്ളവരുടെ മലയാളമല്ല വടക്ക്. പറയുന്നതിൽ മാത്രമല്ല, എഴുതുന്നതിലും ആ വ്യത്യാസം പ്രകടമായി കാണാം. പത്രത്തിൽ ജോലി ചെയ്യുന്നവരും പല നാട്ടുകാരാണ്. അതുകൊണ്ട് ഭാഷ ഉപയോഗിക്കുന്നതിൽ ഏകരൂപം വേണം. അതിനാണ് ഓരോ പത്രവും അവരവരുടേതായ ശൈലി

യുണ്ടാക്കി പത്രപ്രവർത്തകർക്കു നൽകുന്നത്. *ദേശാഭിമാനി*യിൽ ആദ്യം ശൈലീപുസ്തകം തയാറാക്കുന്നത് 1980-നു ശേഷമാണ്. പലരോടും കൂടിയാലോചിച്ചിരുന്നുവെങ്കിലും അത് തയാറാക്കിയത് അബ്ദുൾ റഹ്മാനായിരുന്നു. വ്യാകരണപ്പിശകില്ലാതെയും ലളിതമായും മലയാളം എഴുതുന്നതിന് ഉദാഹരണസഹിതമുള്ള മാർഗനിർദേശങ്ങളും അതിലദ്ദേഹം ഉൾപ്പെടുത്തി. 2016-ലാണ് അദ്ദേഹം അന്തരിച്ചത്.

കെ കോയ

കാലാവസ്ഥയും പത്രപ്രവർത്തനവുമായി എന്താണ് ബന്ധം? പ്രത്യേകിച്ച് ഒന്നുമില്ല. എന്നാൽ *ദേശാഭിമാനി*യിൽ പത്തൊമ്പതുവർഷം പത്രപ്രവർത്തകനായിരുന്ന കെ കോയയും കാലാവസ്ഥയുമായി അടുത്ത ബന്ധമുണ്ട്. കാലാവസ്ഥാ ശാസ്ത്രം സ്വയം പഠിച്ചും ആ അറിവുകൾ നിരന്തരം പുതുക്കിയും അത് പത്രപ്രവർത്തനത്തിന്റെ ഭാഗമായി കൊണ്ടുനടന്ന വ്യക്തിയാണ് കോയാസാഹിബ് എന്ന് സഹപ്രവർത്തകരും പരിചയക്കാരും വിളിക്കുന്ന കെ കോയ. അദ്ദേഹം പലതുകൊണ്ടും വേറിട്ടുസഞ്ചരിച്ച പത്രപ്രവർത്തകനായിരുന്നു. സാധാരണ പത്രപ്രവർത്തകർക്ക് അപരിചിതമായ പല മേഖലകളിൽ അദ്ദേഹം വ്യാപരിച്ചു. 1922-ൽ കണ്ണൂർ നഗരത്തിനടുത്ത ആയിക്കരയിൽ പൂവളപ്പ് ഇബ്രാഹിം കുഞ്ഞിന്റെയും കടലക്കാരൻ ഖദീജയുടെയും മകനായാണ് ജനനം. കോഴിക്കോട്ടുനിന്ന് പ്രസിദ്ധീകരിച്ച *പൗരശക്തി*യുടെ ലേഖകനായി 1944 മുതൽ 48 വരെ അദ്ദേഹം ജോലി ചെയ്തു. മെട്രിക്കുലേഷൻ കഴിഞ്ഞ് നേരെ പത്രപ്രവർത്തനത്തിലേക്ക്. അതിനിടയിൽ കമ്യൂണിസ്റ്റ് പാർട്ടി പ്രവർത്തനവും. 1948-ൽ സിങ്കപ്പൂരിലേക്ക് പോയി. സിങ്കപ്പൂർ മലയാളികൾ നടത്തുന്ന *വിദേശ മലയാളി* എന്ന പ്രസിദ്ധീകരണത്തിന്റെ പത്രാധിപരാകാൻ ലഭിച്ച ക്ഷണം സ്വീകരിച്ചായിരുന്നു യാത്ര. സിങ്കപ്പൂരിൽ നിന്ന് പുറത്തിറങ്ങിയ *കേരള ബന്ധു*വിലും കുറച്ചുകാലം ജോലി ചെയ്തു. സിങ്കപ്പൂരിൽ പത്രപ്രവർത്തനത്തിനിടക്ക് അവിടുത്തെ കലങ്ങിമറിയുന്ന രാഷ്ട്രീയത്തിലും അദ്ദേഹം തലയിട്ടു.

കെ കോയ

ആരംഭകാലത്ത് ഇടതുപക്ഷ അനുകൂല നിലപാടെടുത്ത പീപ്പിൾസ് ആക്ഷൻ പാർട്ടിയുടെ പ്രവർത്തകനായി കോയ മാറി. ബ്രിട്ടീഷ് കോളണിയായിരുന്ന സിങ്കപ്പൂരിന്റെ സ്വാതന്ത്ര്യത്തിനുവേണ്ടി ലി ക്വാൻ യൂ, തലശ്ശേരിയിൽ വേരുകളുള്ള ദേവൻ നായർ തുടങ്ങിയവരുടെ നേതൃത്വത്തിലാണ് പിപിഎ സംഘടിപ്പിക്കപ്പെട്ടത്. അൽപ്പം തീവ്രമായ ഇടതുപക്ഷ ചിന്താഗതിയുള്ളവർ പിപിഎ വിട്ട് ബാരിസാൻ സോഷ്യലിസ്റ്റ് പാർട്ടി രൂപീകരിച്ചപ്പോൾ കോയ അതിന്റെ ഭാഗമായി. ബാരിസാൻ പാർട്ടി *പ്ലിബിയൻ എക്സ്പ്രസ്* എന്ന പത്രം തുടങ്ങിയപ്പോൾ അദ്ദേഹം അതിൽ ചേർന്നു. ബാരിസാൻ പാർട്ടിക്കെതിരെ ഗവൺമെന്റ് നീങ്ങിയപ്പോൾ കോയയും ജയിലിലായി. ഒന്നരവർഷം സിങ്കപ്പൂരിൽ ഏകാന്തതടവിലായിരുന്നു അദ്ദേഹം. തടവിൽനിന്ന് മോചിപ്പിക്കപ്പെട്ട കോയയെ ഗവൺമെന്റ് ഇന്ത്യയിലേക്ക് നാടുകടത്തി. പതിനാറു വർഷത്തെ സംഭവബഹുലമായ സിങ്കപ്പൂർ ജീവിതത്തിനിടയ്ക്ക്, പിൽക്കാലത്ത് സിങ്കപ്പൂർ പ്രസിഡണ്ടായ ദേവൻനായർ, നീണ്ടകാലം സിങ്കപ്പൂരിന്റെ പ്രധാനമന്ത്രിയായിരുന്ന ലി ക്വാൻ യു തുടങ്ങിയ ദേശീയ നേതാക്കളുമായി പരിചയപ്പെടാൻ കോയയ്ക്ക് അവസരം ലഭിച്ചു.

കമ്യൂണിസ്റ്റ് പാർട്ടി ഭിന്നിച്ച് രണ്ടു പാർട്ടികളാകാൻ പോകുന്ന വേളയിലാണ് കോയ നാട്ടിൽ തിരിച്ചെത്തിയത്. 1964 മേയിൽ *ദേശാഭിമാനി* ഇടതുപക്ഷ കമ്യൂണിസ്റ്റുകാരുടെ നിയന്ത്രണത്തിലായല്ലോ. ആ ഘട്ടത്തിൽ മാനേജിങ് എഡിറ്ററായിരുന്ന കെ പി ആർ ഗോപാലനാണ് പത്രപ്ര

വർത്തനത്തിൽ നീണ്ട പരിചയമുള്ള കോയയെ *ദേശാഭിമാനി*യിലേക്ക് നിയോഗിച്ചത്. പി ഗോവിന്ദപ്പിള്ള, കെ മോഹനൻ, എം എൻ കുറുപ്പ്, കെ സി ശ്രീധരൻ എന്നിവരോടൊപ്പം *ദേശാഭിമാനി* കൃത്യമായി പുറത്തിറക്കുന്നതിൽ അദ്ദേഹം കാര്യമായ പങ്കുവഹിച്ചു.

പിടിഐ ആയിരുന്നു അക്കാലത്ത് *ദേശാഭിമാനി* ഉപയോഗിച്ചിരുന്ന വാർത്താ ഏജൻസി. ഏജൻസി വാർത്തകൾ രാഷ്ട്രീയധാരണയോടെ നല്ല വേഗത്തിൽ പരിഭാഷപ്പെടുത്താൻ കോയക്ക് മിടുക്കുണ്ടായിരുന്നു. ഏജൻസിയുടെ ടെലിപ്രിന്ററിൽ കടലാസിന്റെ ചുരുളാണ് ഉപയോഗിക്കുന്നത്. വാർത്ത വരുന്നതിനനുസരിച്ച് കടലാസ് പുറത്തേക്കുവന്നുകൊണ്ടിരിക്കും. സാധാരണ എഡിറ്റർമാർ അതുനോക്കി മുറിച്ച് മുറിച്ച് എടുക്കുകയാണ് ചെയ്യുക. കോയാസാഹിബ് അതു മുറിക്കാനോ മടക്കാനോ ഒന്നും തയാറാകില്ല. പഞ്ചാലിയുടെ ചേലപോലെ കിടക്കുന്ന കടലാസുമായി അദ്ദേഹം എഡിറ്റോറിയൽ വിഭാഗത്തിലേക്ക് വരും. എന്നിട്ടും പലവിധ വാർത്തകളുള്ള ആ പേപ്പർ റോൾ മുറിയ്ക്കാൻ അദ്ദേഹത്തിന് മടിയാണ്. അതങ്ങനെ പിടിച്ചുകൊണ്ട് ഓരോന്ന് വലിച്ചുനോക്കി എഴുതും. സാമ്പത്തിക വിഷയങ്ങളിലും അദ്ദേഹത്തിന് നല്ല അറിവുണ്ടായിരുന്നു. കേന്ദ്ര ബജറ്റിന്റെ വാർത്ത എത്രയോ തവണ അദ്ദേഹം തയാറാക്കിയിട്ടുണ്ട്. ബജറ്റ് വിശകലനങ്ങളുമുണ്ടാകും. അതിനൊന്നും അധികം സമയം വേണ്ട.

കോയയുടെ കാലാവസ്ഥാ പ്രവചനത്തെക്കുറിച്ച് പല കഥകളുമുണ്ട്. അതിലൊന്ന്:

> കൽപ്പറ്റയിൽ അഖിലേന്ത്യാ ഇൻവിറ്റേഷൻ വോളിബോൾ ടൂർണമെന്റ് നടക്കുകയാണ്. രാവിലെ മുതൽ മഴ തിമിർത്ത് പെയ്യുന്നു. ഉച്ചതിരിഞ്ഞ് കളിക്കാരെത്തി. കളി കാണാൻ ആളുകളും വന്നുതുടങ്ങി. ടിക്കറ്റ് കൊടുക്കാൻ സംഘാടകർക്ക് പേടി. ടിക്കറ്റ് വിറ്റിട്ട് കളി നടന്നില്ലെങ്കിൽ പ്രശ്നമാകും. കളി റിപ്പോർട്ട് ചെയ്യാൻ എത്തിയ കോയ സംഘാടകരോട് പറഞ്ഞു, ധൈര്യമായി ടിക്കറ്റ് കൊടുക്കാൻ. മഴ നാലുമണിയാകുമ്പോൾ നിൽക്കും. മഴ നിൽക്കുന്ന ലക്ഷണമൊന്നും അപ്പോഴില്ല. സംഘാടകർക്ക് കോയ പറയുന്നതിൽ വിശ്വാസം വരുന്നില്ല. വോളിബോൾ ടൂർണമെന്റ് സംഘാടകൻ കൂടിയായ ഡോ. സി ബി സി വാര്യർ സ്ഥലത്തുണ്ട്. അദ്ദേഹം കോയയോട് ചോദിച്ചു: മഴയുടെ കാര്യം ഇത്ര ഉറപ്പിച്ച് നിങ്ങൾക്ക് എങ്ങനെ പറയാൻ കഴിയും? 'രോഗിയെ പരിശോധിച്ച് നിങ്ങളെങ്ങനെയാണ് രോഗം നിർണയിക്കുന്നത്. അതുപോലെ.'–കോയയുടെ മറുപടി. പ്രവചനം തെറ്റിയില്ല. നാലുമണിയാകുമ്പോഴേക്കും മഴ നിന്നു. കളി ഭംഗിയായി നടന്നു.[8]

കാലാവസ്ഥയെയും ഇടിമിന്നൽ, ചുഴലി, കൊടുങ്കാറ്റ് മുതലായ പ്രകൃതി പ്രതിഭാസങ്ങളെയും കുറിച്ച് കോയ നിരന്തരം പഠിച്ചുകൊണ്ടിരുന്നു. അദ്ദേഹം നടക്കുമ്പോൾ ഇടക്കിടെ മാനത്തേക്കു നോക്കും. *ദേശാഭിമാനി* ഓഫീസിലാണെങ്കിലും ഇടയ്ക്ക് അദ്ദേഹം ആകാശത്തെ മാറ്റങ്ങൾ ശ്രദ്ധിക്കും. കുമുലോനിംബസ് മഴമേഘമാണെന്ന് സഹപ്രവർത്തകർ കോയയിൽ നിന്നാണ് മനസ്സിലാക്കിയത്. കോയയല്ലാതെ കാലാവസ്ഥയും സ്പോർട്സും ഒരുപോലെ കൈകാര്യം ചെയ്യുന്ന ഒരു പത്രപ്രവർത്തകനെ കണ്ടിട്ടില്ല. ഫുട്ബോളും വോളിബോളും ക്രിക്കറ്റും ടെന്നീസും അത്‌ലറ്റിക്സുമെല്ലാം അദ്ദേഹത്തിനു നന്നായി അറിയാം. 1982–ലെ ഡൽഹി ഏഷ്യാഡ് റിപ്പോർട്ട് ചെയ്യാൻ കോയയും നിയോഗിക്കപ്പെട്ടിരുന്നു. ഏതുമത്സരമായാലും പ്രതിഭയുള്ള താരങ്ങളെ ചൂണ്ടിക്കാണിക്കാൻ അദ്ദേഹത്തിന് കഴിയും.

*ദേശാഭിമാനി*യിൽ ജോലി ചെയ്യുന്ന കാലത്ത് ഓഫീസിൽ തന്നെയായിരുന്നു കിടത്തം. ആഴ്ചയോ രണ്ടാഴ്ചയോ കൂടുമ്പോൾ നാട്ടിൽ പോകും. ന്യൂസ് പ്രിന്റിന്റെ റീൽ പൊതിഞ്ഞുവരുന്ന കട്ടി കടലാസ് തറയിൽ വിരിച്ചാണ് ഓഫീസിൽ കിടന്നുറങ്ങുക. നടന്നു സംസാരിച്ചുകൊണ്ടാണ് അദ്ദേഹം ക്ഷൗരം ചെയ്യുക. വെറുമൊരു ബ്ലേഡ് ഉപയോഗിച്ചാണ് ക്ഷൗരം. സോപ്പ് ഉപയോഗിക്കുന്നത് കണ്ടിട്ടില്ല. വെളുത്ത മുഖവും കഴുത്തും മുറിഞ്ഞ് ചോര പൊടിയും. അസുഖം വന്നാൽ ചാലപ്പുറത്തുള്ള ഇഎസ്ഐ ഡിസ്പെൻസറിയിൽ പോയാണ് മരുന്നുവാങ്ങുക. ഒരാഴ്ചയ്ക്കോ രണ്ടാഴ്ചയ്ക്കോ ഉള്ള മരുന്നായിരിക്കും. എന്തായാലും അതു രണ്ടുദിവസംകൊണ്ട് തീരും. മരുന്നിന്റെ കുപ്പി കൈയിൽ പിടിച്ച് നടന്നുകൊണ്ട് സംസാരിക്കുന്നുണ്ടാകും. അതിനിടെ ഓരോ കവിൾ മരുന്ന് അകത്തേക്കുപോകും. അതിനെ എതിർത്തുകൊണ്ടോ കളിയാക്കിക്കൊണ്ടോ മലപ്പുറം പി മൂസ എന്തെങ്കിലുമൊക്കെ പറയു

ന്നുണ്ടാകും. അതിനൊന്നും അദ്ദേഹം ചെവികൊടുക്കില്ല.

*ദേശാഭിമാനി*യിൽ നിന്ന് 1983-ൽ വിരമിച്ച ശേഷവും അദ്ദേഹം പത്രപ്രവർത്തനം തുടർന്നു. കുറച്ചുകാലം *കേരള കൗമുദി*യിൽ സ്പോർട്സിന്റെ ചുമതല നിർവഹിച്ചു. വിശ്രമകാലം അദ്ദേഹത്തിന് ഉണ്ടായിട്ടില്ല. കളിയെയും കാലാവസ്ഥയെയും കുറിച്ച് വിവിധ പ്രസിദ്ധീകരണങ്ങളിൽ എഴുതിക്കൊണ്ടിരുന്നു. 2009-ൽ അദ്ദേഹം നിര്യാതനായി.

എ രാമാനുജൻ

രണ്ടു പതിറ്റാണ്ടോളം കോഴിക്കോട് നഗരത്തിൽ *ദേശാഭിമാനി*യുടെ മുഖമായിരുന്നു ഫോട്ടോഗ്രാഫർ എ രാമാനുജൻ. നഗരത്തിലെ സമരമുഖത്തും പ്രധാന പൊതുപരിപാടികളിലും മെലിഞ്ഞ് കിളരം കൂടിയ ആ മനുഷ്യൻ ഉണ്ടാകും. സംഘർഷമോ സംഘട്ടനമോ ലാത്തിച്ചാർജോ എന്തു സംഭവിച്ചാലും രാമാനുജൻ ഫോട്ടോ എടുത്തിട്ടേ മടങ്ങൂ. സാഹസികനായ ഫോട്ടോഗ്രാഫർ എന്ന വിശേഷണമാകും രാമാനുജന് ഏറ്റവും യോജിക്കുക.

എ രാമാനുജൻ

രാമാനുജന്റെ കുടുംബം തമിഴ്നാട്ടിൽ നിന്നാണ് കേരളത്തിലെത്തിയത്. ടെലികോം വകുപ്പിൽ ഉദ്യോഗസ്ഥനായിരുന്ന മംഗലാപുരം സ്വദേശി അപ്പാവുവിന്റെയും കൊച്ചിയിലെ ഷൺമുഖമ്മാളുടെയും മകനാണ് രാമാനുജൻ. കോഴിക്കോട്ടെ പ്രശസ്തമായ നാഷണൽ സ്റ്റുഡിയോയിൽ പതിനഞ്ചുവർഷത്തോളം ജോലി ചെയ്തിട്ടുണ്ട്. തനിക്ക് ഒരു ദിവസമെങ്കിലും *ദേശാഭിമാനി*യിൽ ജോലി ചെയ്യണമെന്ന് അദ്ദേഹം അറുപതുകളിൽ പലരോടും പറഞ്ഞിരുന്നു. 1971 ആയപ്പോൾ ആഗ്രഹം സാധിച്ചു. അദ്ദേഹത്തിന് *ദേശാഭിമാനി*യിൽ സ്റ്റാഫ് ഫോട്ടോഗ്രാഫറായി ജോലി ലഭിച്ചു. *ദേശാഭിമാനി*ക്ക് മലബാറിലാകെ ഒരു ഫോട്ടോഗ്രാഫറാണ് അന്നുള്ളത്. എഡിറ്റർമാർ നിർദേശിക്കുന്ന സ്ഥലങ്ങളിലെല്ലാം അദ്ദേഹം പാഞ്ഞെത്തി.

രാമാനുജൻ ജോലി ചെയ്യുന്ന കാലത്ത് ഫിലിം റോൾ ഉപയോഗിച്ചാണ് ഫോട്ടോ എടുക്കുന്നത്. വിലകൂടിയ ക്യാമറകൾ അക്കാലത്ത് പല ഫോട്ടോഗ്രാഫർമാരും ഉപയോഗിക്കുന്നുണ്ടെങ്കിലും രാമാനുജന്റേത് 12 സ്നാപ്പ് മാത്രം എടുക്കാൻ കഴിയുന്ന ഫിലിം റോൾ ലോഡ് ചെയ്യുന്ന യാഷിക ക്യാമറയായിരുന്നു. 1979 ആയതോടെ ദൂരെനിന്ന് ചിത്രമെടുക്കാൻ കഴിയുന്ന ടെലിലെൻസുകൾ പത്രഫോട്ടോഗ്രാഫർമാർ ഉപയോഗിക്കാൻ തുടങ്ങിയെങ്കിലും രാമാനുജന്റെ ജോലി പഴയ ക്യാമറ ഉപയോഗിച്ചുതന്നെയായിരുന്നു. ഓരോ സ്നാപ്പ് എടുത്തുകഴിയുമ്പോഴും ക്യാമറ വീണ്ടും വൈൻഡ് ചെയ്യണം. 12 എണ്ണം തീർന്നാൽ വേറെ ഫിലിം റോൾ ലോഡ് ചെയ്യണം. ഡിജിറ്റൽ സാങ്കേതികവിദ്യ ഫോട്ടോഗ്രാഫിയിലും വന്നപ്പോൾ ചിത്രമെടുക്കാൻ ഫിലിം ആവശ്യമില്ലാതായി. ആയിരത്തിത്തൊള്ളായിരത്തിഎഴുപതുകളിലും എൺപതുകളിലും അങ്ങനെയൊന്ന് ചിന്തിക്കാൻ കഴിയുമായിരുന്നില്ല. ഡിജിറ്റൽ ക്യാമറയിൽ ചിത്രമെടുത്താലുടൻ അതു കാണാം. അതിന്റെ ഗുണം നോക്കാം. ഫിലിം റോൾ ഉപയോഗിക്കുന്ന കാലത്ത് സ്റ്റുഡിയോയിൽ കൊണ്ടുപോയി ഫിലിം ഡെവലപ് ചെയ്ത് പ്രിന്റ് എടുക്കുമ്പോഴേ പടം ശരിക്കും കിട്ടിയോ എന്നു മനസ്സിലാകൂ. അന്നത്തെ ഫോട്ടോഗ്രാഫർമാർ അനുഭവിച്ച മാനസിക സമ്മർദം ഇന്നുള്ളവർക്കില്ല. ഇപ്പോൾ തുടർച്ചയായി എത്ര ചിത്രം വേണമെങ്കിലും എടുക്കാം. ആവശ്യമുള്ളത്

എം കെ കേളുഏട്ടനെ പൊലീസ് വളഞ്ഞിട്ട് തല്ലുന്നു-
രാമാനുജന്റെ ചിത്രം (1973)

ഉപയോഗിക്കാം.

രാമാനുജന്റെ സാഹസിക ചിത്രങ്ങൾ ഒരുപാടുണ്ട്. 1973 ആഗസ്ത് ഒന്നിന് ഭക്ഷ്യസമരത്തിന്റെ ഭാഗമായി സംഘടിപ്പിക്കപ്പെട്ട ബന്ദ് ദിവസം പ്രകടനം നയിച്ച സിപിഐ എം നേതാവ് എം കെ കേളുഏട്ടനെ മൂന്നു പൊലീസുകാർ വളഞ്ഞിട്ട് കോഴിക്കോട് പാളയത്ത് തല്ലുന്ന ചിത്രം ഇന്നും മനസ്സിൽ തങ്ങിനിൽക്കുന്നതാണ്. അടികൊണ്ട് ഇരുന്നുപോയ കേളുഏട്ടന്റെ തലയ്ക്ക് നോക്കി പൊലീസുകാരൻ തല്ലുന്ന ചിത്രം *ദേശാഭിമാനി*യിൽ അച്ചടിച്ചുവന്നപ്പോൾ പൊലീസ് ഭീകരതക്കെതിരെ സംസ്ഥാന വ്യാപകമായി വലിയ രോഷമുയർന്നു. ആ ചിത്രം സിപിഐ എം കോഴിക്കോട് ജില്ലാ കമ്മിറ്റി ഓഫീസായ സി എച്ച് കണാരൻ മന്ദിരത്തിൽ ചില്ലിട്ടുവെച്ചിരുന്നു. സംഭവം ചിത്രീകരിക്കുന്ന ശിൽപ്പവുമുണ്ട്.

കോഴിക്കോട്ട് കസ്റ്റംസ് ഉദ്യോഗസ്ഥർ കള്ളക്കടത്തു സാധനങ്ങൾ പങ്കുവയ്ക്കുന്ന ചിത്രവും രാമാനുജൻ വളരെ സാഹസികമായാണ് പകർത്തിയത്. ബീച്ചിലെ കസ്റ്റംസ് ഓഫീസിൽ വെച്ചായിരുന്നു ഈ വീതം വെപ്പ്. അക്കാലത്ത് കടൽമാർഗമാണ് കള്ളക്കടത്തു സാധനങ്ങൾ വന്നിരുന്നത്. കണ്ണടച്ചാൽ കസ്റ്റംസുകാർക്ക് വിഹിതം കിട്ടും. അങ്ങനെ കിട്ടിയ വിഹിതം പങ്കുവയ്ക്കുന്നുണ്ടെന്ന രഹസ്യവിവരം കിട്ടിയപാടെ ഒന്നും നോക്കാതെ രാമാനുജൻ അവിടെയെത്തി. ഉദ്യോഗസ്ഥരുടെ കണ്ണുവെട്ടിച്ച് ആ ചിത്രം രാമാനുജൻ പകർത്തി. *ദേശാഭിമാനി* അത് ഒന്നാം പേജിൽ പ്രസിദ്ധീകരിക്കുകയും ചെയ്തു. ആർഇസി വിദ്യാർഥി രാജൻ കൊല്ലപ്പെട്ട കേസിൽ പ്രതികളായ ജയറാം പടിക്കൽ, പുലിക്കോടൻ നാരായണൻ തുടങ്ങിയ പൊലീസുകാരെ കോടതിയിൽ ഹാജരാക്കുന്ന ഘട്ടങ്ങളിലൊക്കെ പടമെടുക്കുന്നതു തടയാൻ പൊലീസ് ഉദ്യോഗസ്ഥർ ശ്രമിച്ചിരുന്നു. എന്നാൽ അതൊന്നും വകവയ്ക്കാതെയും അവരെ മറികടന്നും രാമാനുജൻ ചിത്രങ്ങളെടുത്തു.

കേരള പത്രപ്രവർത്തക യൂണിയൻ 1975–ൽ കോട്ടയത്ത് സംഘടിപ്പിച്ച ഫോട്ടോ ജേണലിസം ശിൽപ്പശാലയുടെ ഭാഗമായി തേക്കടി സന്ദർശിച്ചപ്പോൾ രാമാനുജൻ കാണിച്ച അതിസാഹസം ആ ക്യാമ്പിൽ പങ്കെടുത്ത സി എം അബ്ദുൾ റഹ്മാൻ എഴുതിയിട്ടുണ്ട്. ശിൽപ്പശാലയുടെ അവസാന ദിവസം തേക്കടിയിലേക്ക് ഒരു യാത്ര നിശ്ചയിച്ചു. ബസിൽ യാത്ര പുറപ്പെട്ടപ്പോൾ സംഘാടകരിൽ ഒരാളും *ദ ഹിന്ദു*വിന്റെ കോട്ടയം ലേഖകനുമായ കെ എം റോയ് ഒരു വിളംബരം നടത്തി. മുണ്ടക്കയം മുതൽ തേക്കടി വരെയുള്ള പ്രകൃതി ദൃശ്യങ്ങൾ എന്തും പകർത്താം. ഏറ്റവും നല്ല ചിത്രത്തിന് കോട്ടയം പ്രസ് ക്ലബ് സമ്മാനം നൽകും. തേക്കടിയിലെത്തിയപ്പോൾ പെരിയാറിലൂടെ ബോട്ട് യാത്രയുണ്ടായിരുന്നു. ബോട്ട് നീങ്ങുന്നതിനിടയിൽ കാട്ടാനകളെ കണ്ടു. രണ്ടു പിടിയാനകളും രണ്ടു കുട്ടികളും. അടുത്തൊരു കുന്നിൻചരുവിൽ ബോട്ട് നിർത്തി. അപകടസാധ്യതയില്ലെന്നു കണ്ടപ്പോൾ ഇറങ്ങി ഫോട്ടോ എടുക്കാമെന്ന് കൂടെയുണ്ടായിരുന്ന വനംവകുപ്പ് ഉദ്യോഗസ്ഥൻ പറഞ്ഞു. ടെലിലെൻസുള്ള ഫോട്ടോഗ്രാഫർമാർ യഥേഷ്ടം ചിത്രങ്ങളെടുത്തു.

ലോകപ്രശസ്ത ഹങ്കേറിയൻ ഫോട്ടോ ജേണലിസ്റ്റ് ഇവാ കെലേറ്റിയായിരുന്നു ശിൽപ്പശാലയിലെ പ്രധാന അധ്യാപിക. അവരുടെ കൈയിലും മികച്ച ടെലിലെൻസുണ്ട്. അതിനിടയിൽ രാമാനുജനടക്കം മൂന്നു ഫോട്ടോഗ്രാഫർമാർ മുന്നറിയിപ്പ് വകവയ്ക്കാതെ ആനക്കൂട്ടത്തിനടുത്തേക്കു നീങ്ങി. രാമാനുജന് ടെലിലെൻസൊന്നുമില്ല. അയാൾ മറ്റുള്ളവരേക്കാൾ അടുത്തുചെന്ന് പടമെടുക്കാൻ തുടങ്ങി. കൂടെയുണ്ടായിരുന്ന വനം ഉദ്യോഗസ്ഥർ പരിഭ്രാന്തരായി. വല്ലതും സംഭവിച്ചാൽ! തിരിച്ചുപോരാനുള്ള സഹപ്രവർത്തകരുടെ ആർപ്പുവിളി കേട്ടിട്ടോ എന്തോ പൗലോസ്, ജോൺ എന്നീ ഫോട്ടോഗ്രാഫർമാർ തിരിച്ചുപോന്നു. ആന ചിന്നംവിളിക്കാൻ തുടങ്ങി. രാമാനുജൻ അതിന്റെ മുമ്പിൽ നിന്ന് ലെൻസ് തിരിച്ച് ഫോക്കസ് ചെയ്യുന്നു. മറ്റുള്ളവർ ശ്വാസമടക്കിപ്പിടിച്ച് എന്തുചെയ്യണമെന്നറിയാതെ വിറച്ചു. രാമാനുജൻ പക്ഷേ, ഫോട്ടോ എടുത്തേ മടങ്ങിയുള്ളു. രാമാനുജൻ പോന്നപ്പോൾ ആനകൾ കാട്ടിനകത്തേക്കു കയറി. അദ്ദേഹത്തിന് ഫോട്ടോ എടുക്കാൻ ആനകൾ പോസ് ചെയ്ത് നിന്നുകൊടുത്തതുപോലെ. എല്ലാവർക്കും ശ്വാസം നേരെ വീണു. ഒരു ദുരന്തം ഒഴിവായ ആശ്വാസം. രാമാനുജൻ തിരിച്ചുപോന്നത് പക്ഷേ ആനയെപേടിച്ചോ പടമെടുത്തു മതിയായതുകൊ

ണ്ടോ ആയിരുന്നില്ല. ക്യാമറയിലെ ഫിലിം തീർന്നുപോയി. ഇല്ലെങ്കിൽ കുറച്ചു സമയംകൂടി അവിടെ നിൽക്കുമായിരുന്നു.[9]

ശിൽപ്പശാലയുടെ ഭാഗമായി ഇവാ കെലേറ്റി ഫോട്ടോഗ്രാഫർമാരെക്കൊണ്ട് ഒരുപാട് ചിത്രങ്ങൾ എടുപ്പിച്ചിരുന്നു. ഒരിക്കൽ ഡസൻകണക്കിനു ചിത്രങ്ങൾക്കിടയിൽ നിന്ന് ഒരു പടം അവർ മാറ്റിവെച്ചു. ആരുടെ ചിത്രമാണതെന്ന് അവർ ചോദിച്ചു. രാമാനുജൻ പകർത്തിയ ചിത്രമായിരുന്നു. അവരുടെ അഭിപ്രായത്തിൽ അത് പല സവിശേഷതകളുള്ള മികച്ച ചിത്രം. രാമാനുജനെ അവർ അഭിനന്ദിച്ചു. ഇക്കാര്യവും സി എം അബ്ദുൾ റഹ്മാനാണ് രേഖപ്പെടുത്തിയത്. ഡിജിറ്റൽ സാങ്കേതികവിദ്യ ഫോട്ടോഗ്രാഫിയിലേക്ക് വന്നപ്പോൾ ഫിലിം റോൾ സ്റ്റുഡിയോയിൽ കൊണ്ടുപോയി ഡെവലപ് ചെയ്യുന്നതും അതു എൻലാർജ് ചെയ്ത് പ്രിന്റ് എടുക്കുന്നതുമെല്ലാം ഒഴിവായി. നേരത്തെ അതെല്ലാം രാമാനുജനെപ്പോലുള്ള ഫോട്ടോഗ്രാഫർമാർ തന്നെ ചെയ്യേണ്ടിയിരുന്നു. ഫിലിം ഡെവലപ് ചെയ്ത് പ്രിന്റെടുക്കുന്നതും ഒരു കലയാണ്. നന്നായി ചെയ്താൽ ഫോട്ടോ നന്നാകും. സ്റ്റുഡിയോ പ്രക്രിയയിൽ രാമാനുജന് നല്ല മിടുക്കുണ്ടായിരുന്നു. ഇവാ കെലേറ്റിയുടെ അഭിനന്ദനത്തിന് അദ്ദേഹം പാത്രമായതിനു അതും ഒരു ഘടകമായിരിക്കാം.

*ദേശാഭിമാനി*യിൽ താഴെ നിലയിൽ പ്രസ്സിനോട് ചേർന്നായിരുന്നു കൊച്ചു സ്റ്റുഡിയോ സൗകര്യപ്പെടുത്തിയിരുന്നത്. ഇരുട്ട് മുറിയിൽ വേണം ഫിലിം ഡെവലപ് ചെയ്യാൻ. ചില രാസപദാർഥങ്ങൾ ഉപയോഗിച്ചാണ് ഫിലിം ഡെവലപ് ചെയ്യുന്നത്. അപ്പോൾ നെഗറ്റിവ് പ്രതിരൂപമാണ് ലഭിക്കുക. അതു പിന്നീട് നന്നായി കഴുകി എൻലാർജറിൽ വെയ്ക്കും. ഫിലിമിലെ പ്രതിരൂപം കട്ടിയുള്ള കടലാസിലേക്ക് പതിയും. അപ്പോഴാണ് ആവശ്യമായ വലുപ്പത്തിൽ ചിത്രം കിട്ടുന്നത്. ഈ പ്രക്രിയയിൽ പ്രതിരൂപം പോസിറ്റിവായി മാറുകയും ചെയ്യും. ഇങ്ങനെ കിട്ടുന്ന പ്രിന്റ് വീണ്ടും ഉണക്കിയ ശേഷമാണ് ബ്ലോക്ക് ഉണ്ടാക്കാൻ നൽകിയിരുന്നത്. സ്റ്റുഡിയോയിൽ രാമാനുജൻ പ്രവർത്തിക്കുമ്പോൾ അദ്ദേഹം പാന്റ്സും ഷർട്ടുമെല്ലാം മാറ്റി ഒരു ബാത്ത് ടവ്വൽ മാത്രമാണ് ധരിച്ചിട്ടുണ്ടാകുക. ബനിയൻ പോലുമില്ല. കാരണം രാസപദാർഥങ്ങളുമായുള്ള കെട്ടിമറിയലാണ്. ഇടുങ്ങിയ ഡാർക്ക് റൂമിനകത്ത് നല്ല ചൂടുമായിരിക്കും. എ സിയൊന്നും അന്നില്ല. പ്രിന്റ് എടുത്തുകഴിഞ്ഞാൽ ചിത്രം ന്യൂസ് എഡിറ്ററെയോ ചീഫ് സബ് എഡിറ്ററയോ കാണിക്കാൻ രാമാനുജൻ എഡിറ്റോറിയൽ വിഭാഗത്തിലേക്ക് വരുന്നത് ഇറുകിയ ബാത്ത് ടവ്വലും ഉടുത്തായിരിക്കും. അതൊന്ന് ഇപ്പോൾ സങ്കൽപ്പിച്ചു നോക്കൂ. നീളവും വീതിയും കുറഞ്ഞ ബാത്ത് ടവ്വൽ മാത്രം ധരിച്ച് ഒരു സ്റ്റാഫ് എഡിറ്റോറിയൽ റൂമിൽ വരുന്നതും അയാളോട് എഡിറ്റർമാർ ആശയവിനിമയം നടത്തുന്നതും. രാമാനുജനോ *ദേശാഭിമാനി*യിലെ സഹപ്രവർത്തകരോ അതിൽ അസ്വാഭാവികതയൊന്നും കണ്ടിട്ടില്ല. വേഷമല്ല, ജോലിയാണല്ലോ പ്രധാനം.

ആയിരത്തിത്തൊള്ളായിരത്തിഎഴുപതുകളിലും എൺപതുകളിലും മലബാർ മേഖലയിൽ ഏറ്റവും അറിയപ്പെടുന്ന ന്യൂസ് ഫോട്ടോഗ്രാഫറായിരുന്നു രാമാനുജൻ. എവിടെയും കയറിച്ചെന്ന് ചിത്രമെടുക്കാനുള്ള തന്റേടവും സാഹസിക രീതികളും അദ്ദേഹത്തിന് വലിയ അംഗീകാരം നേടിക്കൊടുത്തു. രാമാനുജന്റെ സേവനങ്ങളോട് വലിയ മതിപ്പായിരുന്നു സിപിഐ എം നേതൃത്വത്തിന്. 1978 ആദ്യം അദ്ദേഹത്തെ മോസ്കോവിൽ കൊണ്ടുപോയി ചികിത്സിപ്പിക്കാൻ പാർട്ടി തയാറായത് അതിനു തെളിവാണ്. ചികിത്സക്കു പോകാനുള്ള ഏർപ്പാട് ചെയ്യുന്നതായി അറിയിച്ച് പ്രകാശ് കാരാട്ട് മലയാളത്തിൽ സ്വന്തം കൈപ്പടയിൽ രാമാനുജന് കത്തെഴുതിയിരുന്നു. 1987 ഏപ്രിൽ 27-ന് പ്രകാശ് കാരാട്ട് എഴുതിയ കത്ത് രാമാനുജൻ നിധിപോലെ സൂക്ഷിച്ചിരുന്നു. 'നമ്മൾ തമ്മിൽ കണ്ടിട്ട് വളരെക്കാലമായെങ്കിലും ഞാൻ സഖാവിനെ ഓർക്കുന്നുണ്ട്' എന്നു പറഞ്ഞാണ് കാരാട്ട് ആ കത്ത് തുടങ്ങുന്നത്. 'സഖാവിന്റെ അസുഖത്തിന് ശരിയായ ചികിത്സ പറ്റാവുന്നതും വേഗം കിട്ടാനായി എല്ലാവിധ ഏർപ്പാടുകളും ചെയ്യുന്നതാണ്' എന്ന് ആ കത്തിൽ കാരാട്ട് ഉറപ്പുനൽകിയിരുന്നു. അതനുസരിച്ചാണ് രാമനുജനെ മോസ്കോയിലേക്ക് അയച്ചത്. സിപിഐ എമ്മും സോവിയറ്റ് കമ്യൂണിസ്റ്റ് പാർട്ടി

യുമായുള്ള ബന്ധത്തിന്റെ അടിസ്ഥാനത്തിൽ ചികിത്സ ഉൾപ്പെടെയുള്ള കാര്യങ്ങളിൽ ചില ധാരണകളുണ്ടായിരുന്നു. സിപിഐ എം ശുപാർശ ചെയ്യുന്ന ഏതാനും പേർക്ക് വർഷം തോറും സോവിയറ്റ് യൂണിയനിൽ ചികിത്സ ലഭ്യമാക്കും. ചെലവുകളെല്ലാം സോവിയറ്റ് കമ്യൂണിസ്റ്റ് പാർട്ടി വഹിക്കും. പ്രമുഖ പാർട്ടി നേതാക്കളെ പരിഗണിക്കുന്നതുപോലെ രാമാനുജനെയും ചികിത്സയുടെ കാര്യത്തിൽ പാർട്ടി നേതൃത്വം പരിഗണിച്ചു എന്നതാണ് പ്രധാനം. മോസ്കോ ചികിത്സ കഴിഞ്ഞു വന്നശേഷം രാമാനുജൻ കൂടുതൽ ഊർജസ്വലനായി കാണപ്പെട്ടു.

രാമാനുജന്റെ മറ്റൊരു കഴിവ് അധികമാർക്കും അറിയില്ല. നല്ലൊരു നായാട്ടുകാരനായിരുന്നു അദ്ദേഹം. കാട്ടിൽപോയി മൃഗങ്ങളെ തോക്ക് ഉപയോഗിച്ച് വേട്ടയാടുക അദ്ദേഹത്തിന്റെ വിനോദമായിരുന്നു. *ദേശാഭിമാനി*യിൽ ചേരുംമുമ്പുള്ള വീരകൃത്യങ്ങളാണ്. തോക്കിന് ലൈസൻസുള്ള ധാരാളം സുഹൃത്തുക്കൾ രാമാനുജന് വയനാട്ടിലും കോഴിക്കോട് ജില്ലയിൽ മുക്കം ഭാഗത്തും ഉണ്ടായിരുന്നു. ഷാർപ്പ് ഷൂട്ടറെന്നാണ് പരിചയക്കാർ അദ്ദേഹത്തെ വിശേഷിപ്പിച്ചിരുന്നത്.

മലയാളം എഴുതുന്നതിന് രാമാനുജന് അൽപ്പം പ്രയാസമുണ്ട്. എന്നാൽ ഫോട്ടോയുടെ അടിക്കുറിപ്പുപോലുള്ള കാര്യങ്ങൾ എഴുതുകയും ചെയ്യും. രാമാനുജന്റെ സർവീസിന്റെ അവസാനമായപ്പോൾ ഒരിക്കൽ ന്യൂസ് എഡിറ്റർ അബ്ദുൾ റഹ്മാൻ അദ്ദേഹത്തിനൊരു കാരണം കാണിക്കൽ നോട്ടീസ് കൊടുത്തു. അറിയിക്കാതെ ലീവ് എടുത്തു എന്നതാണ് പ്രശ്നമെന്നാണ് ഓർമ. നോട്ടീസ് ഉച്ചയ്ക്കു മുമ്പേ രാമാനുജന് കിട്ടി. അതു കീശയിലിട്ടു പുള്ളി അങ്ങോട്ടുമിങ്ങോട്ടും നടക്കുന്നുണ്ടായിരുന്നു. കാരണം, ഇങ്ങനെ ഒരു നോട്ടീസ് കിട്ടിയതിൽ അദ്ദേഹത്തിന് വല്ലാത്ത പ്രയാസം അനുഭവപ്പെട്ടു. നോട്ടീസ് കൊടുക്കേണ്ടി വന്നതിൽ അബ്ദുൾ റഹ്മാനും വിഷമം തോന്നിയിട്ടുണ്ടാകും. സന്ധ്യയായപ്പോൾ രാമാനുജൻ ഒന്നും മിണ്ടാതെ ന്യൂസ് എഡിറ്ററുടെ മുന്നിൽ വന്നിരുന്നു. അങ്ങനെ ഇരിക്കുന്ന പതിവുണ്ട്. അൽപ്പം കഴിഞ്ഞിട്ടും രാമാനുജൻ മുമ്പിൽ തന്നെ. അബ്ദുൾ റഹ്മാൻ ജോലിക്കിടയിൽ തല ഉയർത്തി ചോദിച്ചു: 'എന്താണ് രാമാനുജൻ?' രാമാനുജൻ ഒന്നും പറയുന്നില്ല. അൽപ്പനേരം കൂടി ഇരുന്നശേഷം രാമാനുജൻ, രാവിലെ കിട്ടിയ കാരണം കാണിക്കൽ നോട്ടീസ് കീശയിൽ നിന്നെടുത്ത് അബ്ദുൾ റഹ്മാന്റെ മുമ്പിലേക്ക് വെച്ചു. എന്നിട്ട് പറഞ്ഞു: 'റഹ്മാൻ, ഇതിനൊരു മറുപടി എഴുതിത്തരുമോ?' ആർക്കാണ് ചിരിയടക്കാൻ കഴിയുക? പക്ഷേ രാമാനുജൻ ചിരിക്കുന്നില്ല. അദ്ദേഹം നോട്ടീസ് കിട്ടിയതിന്റെ മാനസിക സംഘർഷത്തിൽ തന്നെയാണ്. മലയാളം നന്നായി വശമുള്ള ന്യൂസ് എഡിറ്റർ തന്നെ മറുപടി തയാറാക്കിത്തന്നാൽ പ്രശ്നമില്ലല്ലോ എന്നാണ് രാമാനുജൻ ചിന്തിച്ചത്. അത്രയും നിഷ്കളങ്കനായിരുന്നു ആ മനുഷ്യൻ. 1992 ജൂലൈയിലാണ് അദ്ദേഹം *ദേശാഭിമാനി*യിൽ നിന്ന് വിരമിച്ചത്. വിരമിച്ചശേഷം പെരിന്തൽമണ്ണയിലായിരുന്നു താമസം. പെരിന്തൽമണ്ണയിൽ താമസിക്കുമ്പോൾ വീട്ടിൽ യുവാക്കൾക്ക് ഫോട്ടോഗ്രാഫി ക്ലാസ് നടത്തിയിരുന്നു. പഠിതാക്കളെ അദ്ദേഹം വയലിലും പറമ്പുകളിലുമെല്ലാം കൊണ്ടുപോയി പ്രകൃതി ചിത്രങ്ങൾ എടുപ്പിക്കും. കുട്ടികൾക്ക് വലിയ താൽപ്പര്യമായിരുന്നു. എന്നാൽ, ആരോഗ്യപരമായ കാരണങ്ങളാൽ ക്ലാസ് അധികം തുടരാൻ കഴിഞ്ഞില്ലെന്ന് ഭാര്യ മീനാക്ഷി പറഞ്ഞു. ആയുർവേദ ഡിപ്പാർട്ട്മെന്റിൽ നിന്ന് വിരമിച്ച അവർ പെരിന്തൽമണ്ണയിൽ അടുത്ത ബന്ധുക്കളോടൊപ്പം താമസിക്കുന്നു. 1992-ൽ റിട്ടയർ ചെയ്ത രാമാനുജൻ 1995 ജൂൺ 14-ന് അന്തരിച്ചു.

കെ രവികുമാർ

വാർത്താചിത്രങ്ങളുടെ കാര്യത്തിൽ *ദേശാഭിമാനി*യുടെ അന്തസ്സ് ഉയർത്തിയ മറ്റൊരു ഫോട്ടോഗ്രാഫറാണ് കെ രവികുമാർ. ഹരിപ്പാട് സ്വദേശിയായ അദ്ദേഹം 1986-ലാണ് *ദേശാഭിമാനി*യിൽ ചേർന്നത്. 2019-ൽ ഫോട്ടോ എഡിറ്ററായി വിരമിച്ചു. *ദേശാഭിമാനി*യുടെ ആദ്യ ഫോട്ടോ എഡിറ്റർ. വിരമിച്ച ശേഷവും ഫോട്ടോഗ്രാഫി രംഗത്ത് അദ്ദേഹം സജീവമായുണ്ട്. ദേശീയ തലത്തിലുള്ള ഒട്ടേറെ പരിപാടികൾ *ദേശാഭിമാനി*ക്കുവേണ്ടി രവികുമാർ

പകർത്തിയിട്ടുണ്ട്. സിപിഐ എമ്മിന്റെ പാർട്ടി കോൺഗ്രസും ദേശീയതലത്തിലുള്ള സ്പോർട്സ് മത്സരങ്ങളും *ദേശാഭിമാനി*ക്കുവേണ്ടി ഏറ്റവും കൂടുതൽ കവർ ചെയ്ത ഫോട്ടോഗ്രാഫറും രവികുമാറാണ്. മാധ്യമരംഗത്തും രാഷ്ട്രീയ രംഗത്തും വലിയ സുഹൃദ്ബന്ധം അദ്ദേഹത്തിനുണ്ട്.

കെ രവികുമാർ

ടി വി പത്മനാഭൻ

തെളിഞ്ഞ രാഷ്ട്രീയ ധാരണയോടെ വാർത്തകളുടെ മർമ്മം കണ്ടെത്തുന്നതിൽ അസാധാരണമായ കഴിവ് പ്രകടിപ്പിച്ച പത്രപ്രവർത്തകനായിരുന്നു നാലു പതിറ്റാണ്ടോളം *ദേശാഭിമാനി* പത്രാധിപസമിതിയിലുണ്ടായിരുന്ന ടി വി പത്മനാഭൻ. സീനിയർ ന്യൂസ് എഡിറ്ററായി 2002-ൽ വിരമിച്ച അദ്ദേഹം രണ്ടു പതിറ്റാണ്ടിലേറെ ന്യൂസ് എഡിറ്ററായിരുന്നു. കേരള സോഷ്യലിസ്റ്റ് പാർട്ടിയുടെ *കേരള പ്രകാശം* പത്രത്തിൽ നിന്ന് 1967-ൽ *ദേശാഭിമാനി*യിലെത്തിയ അദ്ദേഹം റിട്ടയർ ചെയ്യുന്നതുവരെ വാർത്തകളുടെ ലോകത്തുതന്നെയായിരുന്നു. ടെലിവിഷൻ വരുന്നതിനുമുമ്പ് ഇംഗ്ലീഷിലും മലയാളത്തിലുമുള്ള റേഡിയോ വാർത്താബുള്ളറ്റിനുകൾ അദ്ദേഹം വിടാതെ ശ്രദ്ധിച്ചു. അൽപ്പം അതിശയോക്തി കലർത്തിയാൽ ലോകത്ത് ഒരു വാർത്തയും പത്മനാഭൻ അറിയാതെ പോയിരുന്നില്ല.

ടി വി പത്മനാഭൻ

പത്രസ്ഥാപനങ്ങളിലേക്ക് വാർത്തകൾ പല വഴിക്ക് പ്രവഹിച്ചുകൊണ്ടിരിക്കും. വാർത്താഏജൻസികൾ നൽകുന്ന വാർത്തയായാലും പ്രാദേശിക ലേഖകരോ സ്റ്റാഫ് ലേഖകരോ അയക്കുന്ന വാർത്തയായാലും അതിൽ നിന്ന് പത്രത്തിനുവേണ്ട വാർത്ത അരിച്ചെടുക്കുന്നതിനുള്ള കഴിവാണ് അദ്ദേഹത്തിന് സഹപ്രവർത്തകരുടെ ബഹുമാനം നേടിക്കൊടുത്തത്. ന്യൂസ് എഡിറ്റർ എന്ന പേര് അദ്ദേഹം അന്വർഥമാക്കി. റിപ്പോർട്ടർമാർ അയക്കുന്ന വാർത്തകളിൽനിന്നും പത്രത്തിൽ വന്ന വാർത്തകളിൽ നിന്നും ചിലത് അദ്ദേഹം തെരഞ്ഞെടുത്ത് മാറ്റിവയ്ക്കും. പത്രാധിപസമിതി യോഗത്തിലായാലും റിപ്പോർട്ടർമാരുടെ യോഗത്തിലായാലും അദ്ദേഹം ഇത്തരം കോപ്പികളുമായാണ് വരിക. റിപ്പോർട്ടറുടെ അശ്രദ്ധകൊണ്ടോ അലംഭാവംകൊണ്ടോ വാർത്തയോ വാർത്തയുടെ കാമ്പോ നഷ്ടപ്പെട്ടിട്ടുണ്ടെങ്കിൽ അദ്ദേഹം സൗമ്യമായി പറയും. നല്ല മാതൃകകൾ എടുത്തുപറയാനും അദ്ദേഹം മറക്കില്ല. ജില്ലാലേഖകന്മാരുടെ യോഗം സംസ്ഥാനാടിസ്ഥാനത്തിൽ വിളിക്കുമ്പോൾ അദ്ദേഹം നല്ല തയാറെടുപ്പോടെയാണ് വരിക. ലേഖകർ എഴുതിയ കോപ്പികൾ വായിച്ച് അദ്ദേഹം പോരായ്മകൾ പറഞ്ഞുകൊടുക്കും. പല ലേഖകർക്കും അത്ര രുചിക്കില്ല. എങ്കിലും അദ്ദേഹം അതു കാര്യമാക്കിയിരുന്നില്ല. ലേഖകരുടെയും സബ് എഡിറ്റർമാരുടെയും വാർത്താവബോധത്തിന് മൂർച്ച നൽകാൻ അദ്ദേഹം തന്റെ കഴിവിന്റെ പരമാവധി ശ്രമിച്ചു. *ദേശാഭിമാനി*യുടെ വാർത്താ അവതരണം മെച്ചപ്പെടുത്തുന്നതിൽ പത്മനാഭനും ചെറുതല്ലാത്ത പങ്കുവഹിച്ചിട്ടുണ്ട്.

ഇ പി ജനാർദനൻ

പത്രത്തിൽ പ്രൊഫഷണലിസം കൊണ്ടുവരാൻ തീരുമാനിച്ചപ്പോൾ അതിനുവേണ്ടി പ്രഗത്ഭരായ മുതിർന്ന പത്രപ്രവർത്തകരെ മറ്റു സ്ഥാപനങ്ങളിൽ നിന്ന് കൊണ്ടുവരാനുള്ള ശ്രമവും *ദേശാഭിമാനി* നടത്തി. ബോംബെയിൽ *ഇക്കണോമിക് ടൈംസിൽ* അസിസ്റ്റന്റ് എഡിറ്ററായിരുന്ന പാലക്കാട്ടുകാരൻ ഇ പി ജനാർദനനെ 1980-ൽ കോഴിക്കോട് യൂണിറ്റിൽ അസിസ്റ്റന്റ് എഡിറ്ററായി നിയമിച്ചത് അതിന്റെ ഭാഗമായിരുന്നു. സാമ്പത്തിക വിഷയങ്ങ

ഇ പി ജനാർദനൻ

ളിൽ അവഗാഹമുണ്ടായിരുന്ന അദ്ദേഹം *ദേശാഭിമാനി*യിൽ സ്ഥിരമായി സാമ്പത്തിക പംക്തി കൈകാര്യം ചെയ്തു. സാമ്പത്തിക കാര്യങ്ങൾ യുവപത്രപ്രവർത്തകരെ പഠിപ്പിക്കുന്നതിന് അദ്ദേഹം എപ്പോഴും താൽപ്പര്യം കാണിച്ചു. *ഇക്കണോമിക് ടൈംസിൽ* പ്രവർത്തിക്കുമ്പോൾ തന്നെ ഇടതുപക്ഷ കാഴ്ചപ്പാടുള്ള ലേഖനങ്ങളായിരുന്നു അദ്ദേഹം എഴുതിക്കൊണ്ടിരുന്നത്. *മാതൃഭൂമി* പോലെ ചില മലയാള പത്രങ്ങൾക്ക് അദ്ദേഹം ലേഖനങ്ങൾ നൽകിയിരുന്നു. 1962 മുതൽ *ഇക്കണോമിക് ടൈംസിൽ* പ്രവർത്തിച്ചിരുന്ന ജനാർദനൻ *ദേശാഭിമാനി*യിൽ ചേരുന്നതിന് സ്വയം വിരമിക്കുകയാണുണ്ടായത്. *ഇക്കണോമിക് ടൈംസിൽ* ചേരുന്നതിനുമുമ്പ് ഡൽഹിയിൽ *ഹിന്ദുസ്ഥാൻ ടൈംസി*ന്റെ ബിസിനസ് ഡെസ്കിൽ അദ്ദേഹം ജോലി ചെയ്തിരുന്നു. ഡൽഹിയിൽ അദ്ദേഹം താമസിച്ച സ്ഥലത്തുനിന്ന് *ഹിന്ദുസ്ഥാൻ ടൈംസ്* ഓഫീസിലേക്ക് പതിനൊന്ന് കിലോമീറ്ററുണ്ട്. ഓഫീസിലേക്കും തിരിച്ചു വീട്ടിലേക്കും അദ്ദേഹം നടന്നാണ് പോയിരുന്നതെന്നാണ് ദീർഘകാലം ഡൽഹിയിൽ പത്രപ്രവർത്തകനായിരുന്ന പി രാമൻ രേഖപ്പെടുത്തിയത്. *ഇക്കണോമിക് ടൈംസിൽ* അദ്ദേഹത്തിന് എഡിറ്റ് പേജിന്റെ ചുമതലയായിരുന്നു. മുംബൈയിൽ മലയാളി അസോസിയേഷന്റെ സജീവ പ്രവർത്തകനുമായിരുന്നു ജനാർദനൻ.

സിപിഐ എമ്മും സോവിയറ്റ് കമ്യൂണിസ്റ്റ് പാർട്ടിയുമായുള്ള ധാരണയുടെ അടിസ്ഥാനത്തിൽ മോസ്കോയിലേക്ക് ഒരു ലേഖകനെ അയക്കാൻ *ദേശാഭിമാനി*ക്ക് അവസരം കിട്ടിയപ്പോൾ ഇ പി ജനാർദനനെയാണ് നിയോഗിച്ചത്. അദ്ദേഹം രണ്ടുവർഷത്തോളം മോസ്കോയിൽ നിന്ന് *ദേശാഭിമാനി*ക്ക് വാർത്തകൾ അയച്ചു. ഗൊർബച്ചേവിന്റെ കാലമായിരുന്നു അത്. സോവിയറ്റ് യൂണിയന്റെ തകർച്ച പൂർണമാകുന്നത് 1991-ലാണെങ്കിലും അതിലേക്കുള്ള പോക്ക് എൺപതുകളുടെ അവസാനം ഗൊർബച്ചേവിന്റെ ഗ്ലാസ്നസ്റ്റിന്റെയും (തുറന്ന സമീപനം) സോവിയറ്റ് കമ്യൂണിസ്റ്റ് പാർട്ടിയുടെ പെരിസ്ട്രോയിക്ക (ആഭ്യന്തര പരിഷ്കരണം)യുടെയും രൂപത്തിൽ ആരംഭിച്ചിരുന്നു. ഈ ഘട്ടത്തിലേക്ക് സോവിയറ്റ് യൂണിയൻ കടക്കുമ്പോഴാണ് ജനാർദനൻ *ദേശാഭിമാനി* പ്രതിനിധിയായി അവിടെയെത്തിയത്. സോവിയറ്റ് യൂണിയന്റെ പോക്ക് അപകടത്തിലേക്കാണെന്ന ഉത്ക്കണ്ഠ അദ്ദേഹം സഹപ്രവർത്തകരുമായി പങ്കുവെച്ചിരുന്നു. കാരണം, ഭക്ഷ്യോൽപ്പാദനം ഗണ്യമായി കുറഞ്ഞു. വ്യവസായങ്ങളെയും മാന്ദ്യം ബാധിച്ചു. ജനങ്ങൾക്ക് തൊഴിലെടുക്കാനുള്ള ഉത്സാഹം കുറഞ്ഞു. റേഷൻ വഴി കിട്ടുന്ന ഭക്ഷണസാധനങ്ങൾക്കായി ജനങ്ങൾ ക്യൂ നിൽക്കുന്ന സ്ഥിതിയായി. ജനാർദനൻ മോസ്കോയിൽ നിന്ന് തിരിച്ചുവന്ന് അധികം കഴിയുംമുമ്പ് സോവിയറ്റ് യൂണിയന്റെ തകർച്ച ആരംഭിച്ചു.

അങ്ങേയറ്റം ലളിതമായ ജീവിതമായിരുന്നു അദ്ദേഹത്തിന്റേത്. കോഴിക്കോട് ബിലാത്തികുളം ഹൗസിങ് കോളനിയിലെ ചെറിയ ഫ്ളാറ്റിലായിരുന്നു താമസം. അവിടെനിന്ന് നാലു കിലോമീറ്റർ നടന്നാണ് ഓഫീസിലെത്തുക. ചുമലിലെ സഞ്ചിയിൽ ഒരു ടിഫിൻ ബോക്സുണ്ടാകും. അതിൽ എണ്ണ പുരട്ടാത്ത രണ്ടു ചപ്പാത്തിയും രണ്ടു കഷണം സവാളയും പച്ചക്കറിയും കാണും. ചില ദിവസങ്ങളിൽ പച്ചക്കറിക്കു പകരം ഒന്നോ രണ്ടോ പച്ചമുളകായിരിക്കും. വൈകിട്ട് തിരിച്ചും അദ്ദേഹം വീട്ടിലേക്ക് നടക്കും. പാലക്കാട് കിണാശ്ശേരി സ്വദേശിയാണ് ജനാർദനൻ. സിപിഐ എം കേന്ദ്രകമ്മിറ്റി അംഗമായിരുന്ന വി രാമദാസിന്റെയും മലമ്പുഴ എംഎൽഎയും പാലക്കാട്ടെ പാർട്ടി നേതാവുമായിരുന്ന വി കൃഷ്ണദാസിന്റെയും സഹോദരി ഇന്ദിരയെയാണ് അദ്ദേഹം വിവാഹം ചെയ്തത്. കാൽനൂറ്റാണ്ട് ബോംബെയിലും ഡൽഹിയിലുമായി ജീവിച്ച അവർ കേരളത്തിൽ വന്നപ്പോൾ ജനാധിപത്യ മഹിളാ അസോസിയേഷന്റെ പ്രവർത്തനങ്ങളിൽ സജീവമായിരുന്നു. 2005 മെയ് 10-നാണ്

ജനാർദനൻ അന്തരിച്ചത്. ഭാര്യ ഇന്ദിര 2011-ൽ നിര്യാതയായി.

അപ്പുക്കുട്ടൻ വള്ളിക്കുന്ന്

കക്കയം ക്യാമ്പിന്റെ കഥ പറഞ്ഞ അപ്പുക്കുട്ടൻ വള്ളിക്കുന്ന് *ദേശാഭിമാനി*യെ പ്രൊഫഷണൽ സ്വഭാവത്തിലേക്ക് കൊണ്ടുവരാൻ പ്രധാന പങ്കുവഹിച്ചവരിൽ ഒരാളാണ്. മികച്ച അന്വേഷണാത്മക റിപ്പോർട്ടർ എന്ന് പേരെടുത്ത അദ്ദേഹം ഒരു ദശാബ്ദത്തോളം *ദേശാഭിമാനി*യുടെ ഡൽഹി ലേഖകനായിരുന്നു. പിന്നീട് പത്രത്തിന്റെ അസിസ്റ്റന്റ് എഡിറ്ററും അസോസിയേറ്റ് എഡിറ്ററുമായി. കോഴിക്കോട് ലേഖകനായിരിക്കെയാണ് അദ്ദേഹം അടിയന്തരാവസ്ഥയിലെ പൊലീസ് ഭീകരതയും രാജൻ സംഭവവും പുറത്തുകൊണ്ടുവന്നത്. വാർത്താപ്രാധാന്യമുള്ള വലിയ പരിപാടികൾ മികച്ച രീതിയിൽ കവർ ചെയ്യുന്നതിന് അതീവ ശ്രദ്ധയോടെ അദ്ദേഹം ആസൂത്രണം നടത്തുമായിരുന്നു. ഉദാഹരണം: സ്കൂൾ യുവജനോത്സവം, സ്കൂൾ കായികമേള, ദേശീയ പ്രാധാന്യമുള്ള സമ്മേളനങ്ങൾ. ലേഖകൻ എന്ന നിലയിലുള്ള പരിചയം ഇത്തരം ആസൂത്രണത്തിന് അദ്ദേഹത്തിന് തുണയായി. ലേഖകന്മാരുടെ കഴിവുകൾ മനസ്സിലാക്കി ചുമതലകൾ ഏൽപ്പിക്കുന്നതിന് അദ്ദേഹത്തിന് സാമർഥ്യമുണ്ടായിരുന്നു. ഏൽപ്പിച്ച ചുമതല ലേഖകർ നിർവഹിക്കുന്നുണ്ടോ എന്ന് അദ്ദേഹം നിരീക്ഷിക്കുകയും ചെയ്യും. *അറിയപ്പെടാത്ത ഇ എം എസ്* എന്ന ഇ എം എസിന്റെ ജീവചരിത്രം അദ്ദേഹത്തിന്റെ പ്രധാന കൃതിയാണ്.

പവനൻ

പ്രമുഖനായ പത്രപ്രവർത്തകനും ധാരാളം മികച്ച കൃതികളുടെ കർത്താവുമായ പവനൻ 1954 മുതൽ ഒരു ദശാബ്ദം *ദേശാഭിമാനി*യിൽ പ്രവർത്തിച്ചിരുന്നു. ഭാഷാടിസ്ഥാനത്തിൽ സംസ്ഥാനങ്ങൾ പുനഃസംഘടിപ്പിക്കപ്പെട്ട് കേരളം രൂപംകൊള്ളുന്നത് 1956-ലാണ്. അതുവരെ മദിരാശി നിയമസഭയിൽ ബ്രിട്ടീഷ് ഇന്ത്യയുടെ ഭാഗമായിരുന്ന മലബാറിന്റെ പ്രതിനിധികളും ഉണ്ടായിരുന്നു. കൂടാതെ ഇന്നത്തെ തമിഴ്നാടിന്റെയും ആന്ധ്രയുടെയും തെക്കൻ കർണാടകത്തിന്റെയും പ്രതിനിധികളും. നിയമസഭയിൽ മലബാറിൽ നിന്നുള്ള പ്രമുഖ കമ്യൂണിസ്റ്റ് നേതാക്കളുണ്ടായിരുന്നു. കമ്യൂണിസ്റ്റ് പാർട്ടിക്ക് ശക്തമായ പ്രാതിനിധ്യമുള്ളതുകൊണ്ടും മലബാറിന്റെ പ്രശ്നങ്ങൾ കൂടി ചർച്ച ചെയ്യപ്പെടുന്നതുകൊണ്ടും നിയമസഭ റിപ്പോർട്ട് ചെയ്യാൻ ലേഖകനെ അയക്കാൻ *ദേശാഭിമാനി* തീരുമാനിച്ചപ്പോൾ പവനനാണ് അതിന് അവസരം ലഭിച്ചത്. മദിരാശി നിയമസഭാ റിപ്പോർട്ടിങ്ങിന്റെ ചില അനുഭവങ്ങൾ അദ്ദേഹം തന്റെ ആത്മകഥയിൽ വിവരിച്ചിട്ടുണ്ട്. നിയമസഭാ റിപ്പോർട്ടിങ്ങിനു ചെന്ന് അധികനാൾ കഴിയുംമുമ്പ് *ദേശാഭിമാനി*യിൽ പവനൻ നിയമസഭാപ്രവർത്തനത്തെപ്പറ്റി എഴുതിയ ലേഖനം ചില്ലറ പ്രശ്നങ്ങൾ സൃഷ്ടിച്ചു. വിമർശനവും ആക്ഷേപഹാസ്യവും ചേർന്ന ലേഖനം സഭയുടെ അന്തസ്സിനെ ബാധിക്കുന്നതാണെന്ന് ആരോപിച്ച് മലബാറിൽ നിന്നുള്ള കമ്യൂണിസ്റ്റിതര അംഗങ്ങൾ പരാതി ഉയർത്തി. എൻ ഗോപാലമേനോനായിരുന്നു അന്നത്തെ സ്പീക്കർ. നിയമസഭയുടെ പ്രത്യേകാവകാശങ്ങളെ ഹനിക്കുന്നതും സഭയുടെ അന്തസ്സിനു കോട്ടം വരുത്തുന്നതുമാണ് ലേഖനമെന്ന് അദ്ദേഹം വിധിച്ചു. മലബാറിൽ നിന്നുള്ള കമ്യൂണിസ്റ്റ് അംഗങ്ങളും പി രാമമൂർത്തി, പി ജീവാനന്ദം തുടങ്ങിയ മറ്റു കമ്യൂണിസ്റ്റ് നേതാക്കളും പ്രശ്നത്തിൽ ശക്തമായി ഇടപെട്ടു. രഹസ്യ ക്ഷമായാചനം കൊണ്ട് പ്രശ്നം അവസാനിപ്പിച്ചു.[10]

പവനൻ

മദിരാശിയിൽ നിന്ന് പുറത്തിറങ്ങിയ *ജയകേരളം* വാരികയിലൂടെയാണ് പവനൻ പത്രപ്രവർത്തനം തുടങ്ങിയത്. തുറന്ന രാഷ്ട്രീയമില്ലെങ്കിലും ഇടതുപക്ഷത്ത് ഉറച്ചുനിന്ന പ്രസിദ്ധീകര

ണമായിരുന്നു *ജയകേരളം*. മദിരാശി മലയാളികളുടെ പത്രമായാണ് അതു കണക്കാക്കപ്പെട്ടത്. പവനൻ *ജയകേരള*ത്തിലെത്തുമ്പോൾ പി ഭാസ്കരനും പി വി ആർ വാരിയരും പത്രാധിപസമിതിയിലുണ്ടായിരുന്നു. തലശ്ശേരി വയലളം സ്വദേശിയാണ് പവനൻ. ആദ്യകാലത്ത് വയലളം പി വി എൻ നായർ എന്ന പേരിലായിരുന്നു *ലോകവാണി* മാസികയിൽ എഴുതിയിരുന്നത്. പി വി നാരായണൻ നായർ എന്ന യഥാർഥ പേരിന്റെ ചുരുക്കമായിരുന്നു പി വി എൻ നായർ. പി ഭാസ്കരന് അത് ഇഷ്ടപ്പെട്ടില്ല. പവനനോട് ചോദിക്കാതെ അദ്ദേഹം പി വി എൻ എൻ എന്നതിനിടയിൽ ഓരോ 'എ' എന്ന ഇംഗ്ലീഷ് അക്ഷരം ചേർത്ത് പവനൻ (PAVANAN) എന്നാക്കി. പി വി എൻ നായർക്കും അതിഷ്ടമായി. അങ്ങനെ പവനൻ ഭൂജാതനായി. പിന്നീട് അതായി പേര്.

പവനൻ *ജയകേരള*ത്തിൽ എഴുതിയ ചില രാഷ്ട്രീയ ലേഖനങ്ങൾ അക്കാലത്ത് മദിരാശി ഗവൺമെന്റിൽ മന്ത്രിയായിരുന്ന കോഴിപ്പുറത്ത് മാധവമേനോനെ വിറളിപിടിപ്പിച്ചിരുന്നു. അദ്ദേഹത്തിന്റെ ഇടപെടൽ കാരണം പവനന് *ജയകേരള*ത്തിൽ നിന്ന് രാജിവയ്ക്കേണ്ടിവന്നു. *ജയകേരള*ത്തിലെ ജോലി നഷ്ടപ്പെട്ടശേഷം *ലിബറേറ്റർ* എന്ന ഇംഗ്ലീഷ് പ്രസിദ്ധീകരണത്തിൽ കുറച്ചുകാലം ജോലി ചെയ്തു. അതുകഴിഞ്ഞ് കോഴിക്കോട്ടുനിന്ന് പ്രസിദ്ധീകരിച്ചിരുന്ന *പൗരശക്തി*യിൽ പ്രവർത്തിച്ചു. നൂറോളം ജോലിക്കാരുള്ള വലിയ സ്ഥാപനമായിരുന്നു *മാതൃഭൂമി*യുടെ പ്രധാന ഓഫീസുള്ള റോബിൻസൺ റോഡിൽ പ്രവർത്തിച്ചിരുന്ന *പൗരശക്തി*. *പൗരശക്തി*യിൽ പ്രവർത്തിക്കുമ്പോൾ തന്നെ അദ്ദേഹം *കുങ്കുമം* വാരികയിലും *മാതൃഭൂമി*യിലും എഴുതിയിരുന്നു. കമ്യൂണിസ്റ്റ് നേതാവും *ദേശാഭിമാനി*യുടെ ചുമതലക്കാരിൽ ഒരാളുമായിരുന്ന എം കണാരനുമായുള്ള ബന്ധമാണ് അദ്ദേഹത്തെ *പൗരശക്തി*യിലെത്തിച്ചത്. *പൗരശക്തി* വിട്ട് 1952-ൽ *ദേശാഭിമാനി*യിൽ ചേർന്നു. പാർട്ടിയിലെ ഭിന്നിപ്പിനെത്തുടർന്ന് അദ്ദേഹം *ദേശാഭിമാനി*യിൽ നിന്ന് ഒഴിവായി.

പ്രശസ്ത പത്രപ്രവർത്തകരായ ഡോ. സെബാസ്റ്റ്യൻ പോൾ, എൻ മാധവൻ കുട്ടി എന്നിവരും കുറച്ചുകാലം *ദേശാഭിമാനി*യിൽ പ്രവർത്തിച്ചു. *ഇന്ത്യൻ എക്സ്പ്രസ്* ഉൾപ്പെടെ വിവിധ പത്രങ്ങളിൽ പ്രവർത്തിച്ചിട്ടുള്ള സെബാസ്റ്റ്യൻ പോൾ 2001– 2003 കാലത്ത് *ദേശാഭിമാനി*യിൽ അസോസിയേറ്റ് എഡിറ്ററായിരുന്നു. കേരള ഹൈക്കോടതിയിൽ അഭിഭാഷകനായിരുന്ന അദ്ദേഹം ഇംഗ്ലീഷും മലയാളവും ഭംഗിയായി എഴുതും. നിയമം, മാധ്യമം എന്നീ വിഷയങ്ങളിൽ അവഗാഹമുള്ള അദ്ദേഹം മികച്ച പ്രഭാഷകനുമാണ്. കൈരളി ടിവിയിൽ അദ്ദേഹം കൈകാര്യം ചെയ്തിരുന്ന 'മാധ്യമവിചാരം' ഏറെ ശ്രദ്ധനേടിയ ഗൗരവമായ ടിവി പരിപാടിയായിരുന്നു. *ദേശാഭിമാനി*യിൽ ഔദ്യോഗികമായി ചേരുന്നതിന് മുമ്പുതന്നെ സെബാസ്റ്റ്യൻ പോൾ *ദേശാഭിമാനി*യിൽ നിയമകാര്യ ലേഖനങ്ങൾ എഴുതാറുണ്ട്. അതിന്നും തുടരുന്നു. എറണാകുളത്തെ പ്രതിനിധാനം ചെയ്ത് ലോക് സഭയിലും നിയമസഭയിലും അംഗമായിരുന്നു അദ്ദേഹം. *ഇന്ത്യൻ എക്സ്പ്രസി*ന്റെ കേരള എഡിറ്ററും പ്രശസ്ത രാഷ്ട്രീയ ലേഖകനുമായിരുന്ന എൻ മാധവൻകുട്ടി കൺസൾട്ടന്റ് എഡിറ്ററായാണ് 2002–2006 കാലത്ത് പ്രവർത്തിച്ചത്. *ഇന്ത്യൻ എക്സ്പ്രസ്* ഉൾപ്പെടെ ഇംഗ്ലീഷ് പത്രങ്ങളിൽ ദീർഘകാലം ജോലിചെയ്ത സി വി പാപ്പച്ചൻ ഒരു ദശാബ്ദത്തിലേറെ കൊച്ചി യൂണിറ്റിൽ പത്രാധിപസമിതിയിൽ പ്രവർത്തിച്ചിരുന്നു. *ഇന്ത്യൻ എക്സ്പ്രസി*ൽ കോടതി വാർത്തകളാണ് അദ്ദേഹം പ്രധാനമായും കൈകാര്യം ചെയ്തിരുന്നത്. *ദേശാഭിമാനി* 1948-ൽ നിരോധിക്കപ്പെട്ടതിനെത്തുടർന്ന് തൃശൂരിൽനിന്ന് കമ്യൂണിസ്റ്റ് പാർട്ടി പുറത്തിറക്കിയിരുന്ന *റിപ്പബ്ലിക്കി*ലും അദ്ദേഹം പ്രവർത്തിച്ചിട്ടുണ്ട്.

എഴുത്തുകാരനും പ്രഭാഷകനുമായ സുനിൽ പി ഇളയിടം രണ്ടുവർഷം *ദേശാഭിമാനി* കൊച്ചി യൂണിറ്റിൽ ജോലി ചെയ്തിരുന്നു. 1998 മേയിൽ സംസ്കൃത സർവകലാശാലയിൽ അധ്യാപകനായി ജോലി കിട്ടിയപ്പോഴാണ് അദ്ദേഹം പത്രത്തിൽ നിന്ന് ഒഴിവായത്. സുനിലിന്റെ വാക്കുകൾ:

> *ദേശാഭിമാനി*യായിരുന്നു എഴുത്തിലെ പരിശീലനക്കളരി. അതിനുമുമ്പ് കോളേജ് വിദ്യാഭ്യാസ കാലത്ത് ചിലതെല്ലാം എഴുതിയിട്ടുണ്ട്. പത്രത്തിൽ സബ് എഡിറ്ററായി ചേരുന്നതിനുമുമ്പ് വാരികയിൽ ഒന്നുരണ്ട് ലേഖനങ്ങളും എഴുതിയിരുന്നു. കോളേജ് മാഗസിനുകളിലും സുവനീറുകളിലും

കമ്മാരൻ നായർ

മറ്റും അലങ്കാരം നിറഞ്ഞ, ഒട്ടൊക്കെ കൃത്രിമമായ കാൽപ്പനികത കലർന്ന ഭാഷയിലാണ് എഴുതി ശീലിച്ചത്. ആധുനികതാപ്രസ്ഥാനം കൊടിയേറി നിന്ന കാലത്ത് എഴുത്തിലേക്കും വായനയിലേക്കും വന്ന ഒരു തലമുറയുടെ അവശിഷ്ടഭാരങ്ങളും എഴുത്തിലുണ്ടായിരുന്നു. ഒരുഭാഗത്ത് കാൽപ്പനികതയും അലങ്കാരക്കൊലുസുകളും. മറുഭാഗത്ത് മോഡേണിസം. ആകപ്പാടെ ഒരു കുഴമറിച്ചിലായിരുന്നു. അതിൽ നിന്ന് എന്റെ ഭാഷയെ പുറത്തുകൊണ്ടുവരുന്നതിന് ഏറ്റവുമധികം സഹായിച്ചത് *ദേശാഭിമാനി*യിലെ പരിശീലനമാണ്. ന്യൂസ് കട്ടിങ്ങുകൾ വിവർത്തനം ചെയ്ത് വാർത്ത തയാറാക്കുന്നതിലൂടെ ലഭിച്ച അറിവുകൾ എഴുത്തുജീവിതത്തിന് നൽകിയ പാഠങ്ങൾ വലുതായിരുന്നു. വസ്തുതകൾ മനസ്സിലാക്കുന്നതിനും ക്രമീകരിക്കുന്നതിനുമൊപ്പം അവയെ ലളിതമായി വിശദീകരിക്കുന്നതിനുമുള്ള പരിശീലനക്കളരിയായി *ദേശാഭിമാനി*യിലെ പ്രവർത്തനം മാറി. തിരിഞ്ഞുനോക്കുമ്പോൾ പിൽക്കാലത്തെ എഴുത്തുജീവിതത്തിലെ ഏറ്റവും വലിയ നീക്കിയിരുപ്പ് ആ പരിശീലനമായിരുന്നുവെന്ന് മനസ്സിലാകുന്നുണ്ട്.[11]

പ്രശസ്ത കഥാകാരൻ മേതിൽ രാധാകൃഷ്ണൻ എഴുപതുകളുടെ ആദ്യം കുറച്ചുകാലം *ദേശാഭിമാനി*യിയിൽ സബ് എഡിറ്ററായി ജോലി ചെയ്തിരുന്നു. പി ഗോവിന്ദപ്പിള്ളയാണ് മേതിലിനെ *ദേശാഭിമാനി*യിൽ കൊണ്ടുവന്ന് വാരാന്തപ്പതിപ്പിന്റെ ചുമതല ഏൽപ്പിച്ചത്. അക്കാലത്ത് എല്ലാവരും എല്ലാ ജോലിയും ചെയ്യുക എന്ന രീതിയായിരുന്നു. അതുകൊണ്ട് അദ്ദേഹം വിവർത്തനവും റിപ്പോർട്ടിങ്ങുമെല്ലാം നടത്തിയിരുന്നു. തീവ്ര ഇടതുപക്ഷ ആശയങ്ങളോട് ആഭിമുഖ്യം തോന്നിയതുകൊണ്ട് അദ്ദേഹം സ്വയം *ദേശാഭിമാനി* വിട്ടുപോവുകയാണുണ്ടായത്.

"ഞാൻ ചെയ്യുന്നതും പറയുന്നതുമെല്ലാം കൗതുകത്തോടെ നിരീക്ഷിച്ചിരുന്ന എം എൻ കുറുപ്പാണ് എന്നിലുണ്ടാകുന്ന മാറ്റം ആദ്യം തിരിച്ചറിഞ്ഞത്. ആയിടെ മാർക്സിസ്റ്റ് പാർട്ടിയുടെ അഖിലേന്ത്യാ സമ്മേളനം കോഴിക്കോട്ട് നടന്നു. എം എൻ കുറുപ്പിന്റെ നിർദേശപ്രകാരം റിപ്പോർട്ടർമാരോടൊപ്പം ഞാനും പോയിരുന്നു. പ്രസംഗം പരിഭാഷപ്പെടുത്തി എഴുതുന്നതിന് അവരെ സഹായിക്കാൻ. രണദിവെയുടെ പ്രസംഗം ഞാനാണ് എഴുതിയത്. അത് പത്രത്തിൽ വന്ന ശേഷം എം എൻ സ്വകാര്യമായി എന്നോട് പറഞ്ഞു: 'നല്ല വിവർത്തനം. പക്ഷേ, രണദിവെയുടെ പ്രസംഗത്തിൽ ഇല്ലാത്തൊരു തീവ്രവാദം മേതിലിന്റെ വിവർത്തനത്തിൽ കാണുന്നു. മേതിൽ ശ്രദ്ധിക്കണം.' മിതഭാഷിയായിരുന്നു എം എൻ. അദ്ദേഹത്തിന്റെ സ്വരത്തിൽ ആശങ്കയും വിഷാദവും നിഴലിച്ചിരുന്നു. അതൊന്നും അസ്ഥാനത്തായിരുന്നില്ല."[12]

ദിവാകരൻ നമ്പൂതിരി

'ശവംതീനികൾ' എന്ന പരമ്പരയിലൂടെ എഞ്ചിനിയറിങ് വിദ്യാർഥി രാജന്റെ ദുരന്തവും കക്കയംക്യാമ്പിലെ താരതമ്യമില്ലാത്ത ക്രൂരതകളും ആദ്യം ജനങ്ങളുടെ മുമ്പിലെത്തിച്ച സി ആർ ഓമനക്കുട്ടൻ പിൽക്കാലത്ത് അറിയപ്പെടുന്ന സാഹിത്യകാരനായി. *ദേശാഭിമാനി*യുടെ എഡിറ്റ് പേജിൽ 'അഘശംസി' എന്ന തൂലികാനാമത്തിൽ അദ്ദേഹം എഴുതിയ നർമലേഖനങ്ങൾ ഏറെ ശ്രദ്ധപിടിച്ചുപറ്റി. നർമത്തിൽ ചാലിച്ച് രാഷ്ട്രീയം പറയുകയായിരുന്നു അദ്ദേഹം. എഡിറ്റ് പേജിൽ 'മിഡിൽപീസാ'യാണ് ആ കുറിപ്പുകൾ പ്രസിദ്ധീകരിച്ചത്. പാപത്തെ അറിയിക്കുന്നവൻ, കുറ്റം റിപ്പോർട്ട് ചെയ്യുന്നവൻ എന്നൊക്കെയാണ് നിഘണ്ടുവിൽ അഘശംസി എന്ന വാക്കിന് അർഥം. എന്തുകൊണ്ട് ഇങ്ങനെയൊരു പേര് എന്ന് ഓമനക്കുട്ടനോട് തന്നെ ചോദിച്ചു. 'തെറ്റുകുറ്റങ്ങളെ പ്രശംസിക്കുന്നവൻ' എന്ന അർഥത്തിലാണ് ഈ ആക്ഷേപഹാസ്യ പംക്തിക്ക് തൂലികാനാമമുണ്ടാക്കിയതെന്ന് അദ്ദേഹം വിശദീകരിച്ചു. ഇരുപത്തിരണ്ടു വർഷം മലയാളം അധ്യാപകനായിരുന്ന അദ്ദേഹം *ദേശാഭിമാനി* തെരഞ്ഞെടുപ്പു കാര്യങ്ങൾക്ക് പ്രത്യേകമായി രൂപീകരിക്കുന്ന ഇലക്ഷൻ ഡെസ്കിൽ നാലുതവണ പ്രവർത്തിച്ചിട്ടുണ്ട്. കോട്ടയത്തുകാരനായ

കെ ആർ മല്ലിക

അദ്ദേഹം 1998-ൽ അധ്യാപനജോലിയിൽ നിന്നു വിരമിച്ച ശേഷം എറണാകുളത്താണ് താമസം. ഇരുപതിലേറെ പുസ്തകങ്ങൾ എഴുതിയിട്ടുണ്ട്

സിപിഐ എം നേതാവും നിയമസഭാംഗവുമായിരുന്ന പി ജി പുരുഷോത്തമൻ പിള്ള ഹ്രസ്വകാലം *ദേശാഭിമാനി*യുടെ അസിസ്റ്റന്റ് എഡിറ്ററായി കൊച്ചിയിൽ പ്രവർത്തിച്ചിട്ടുണ്ട്. സി ആർ ഓമനക്കുട്ടനെപ്പോലെ അദ്ദേഹവും ആക്ഷേപഹാസ്യം സമർഥമായി കൈകാര്യം ചെയ്തു. ശൈലിയിൽ നർമവും ഭാഷയ്ക്ക് മൂർച്ചയുമുണ്ടായിരുന്നു. ആൾ സ്വതവേ രസികനുമാണ്. കഥകളി ഭ്രാന്തനുമായിരുന്നു. ചെങ്ങന്നൂരിൽ നിന്നാണ് അദ്ദേഹം നിയമസഭയിലേക്ക് തെരഞ്ഞെടുക്കപ്പെട്ടത്.

*ദേശാഭിമാനി*യുടെ പ്രൂഫ് വിഭാഗവും ആദ്യകാലത്ത് ശക്തമായിരുന്നു. ഭാഷാപണ്ഡിതനും കവിയുമായ മേക്കുന്നത്ത് കമ്മാരൻ നായരായിരുന്നു മൂന്നു പതിറ്റാണ്ട് കോഴിക്കോട് യൂണിറ്റിൽ പ്രൂഫ് വിഭാഗത്തിന്റെ തലവൻ. 1964-ൽ പാർട്ടി ഭിന്നിക്കുന്ന ഘട്ടത്തിൽ *ദേശാഭിമാനി*യിൽ വന്ന അദ്ദേഹം 1986-ലാണ് റിട്ടയർ ചെയ്തത്. തലശ്ശേരിക്കാരനായ കമ്മാരൻനായർ *ദേശാഭിമാനി*യിൽ ചേർന്നതോടെയാണ് കോഴിക്കോട്ട് സ്ഥിരതാമസമാക്കിയത്. സാഹിത്യവും പത്രപ്രവർത്തനവും മാത്രമല്ല, ഹോമിയോ ചികിത്സയുമുണ്ടായിരുന്നു അദ്ദേഹത്തിന്. പുതിയപാലത്തായിരുന്നു താമസം. അവിടെ അദ്ദേഹം ഹോമിയോ ഡോക്ടറാണ്. സഹപ്രവർത്തകരിൽ പലരും അദ്ദേഹത്തിൽ നിന്ന് ചികിത്സ തേടാറുണ്ടായിരുന്നു. തമാശ പറയാനും കേൾക്കാനും അദ്ദേഹത്തിന് വലിയ താൽപ്പര്യമായിരുന്നു. ആസ്വദിച്ചുകൊണ്ടാണ് അദ്ദേഹം തെറ്റുകൾ തിരുത്തിക്കൊണ്ടിരുന്നത്. പ്രൂഫ് സെക്ഷനിൽ പോയിരുന്നാൽ കവിത കേൾക്കാം. എഴുത്തുകാരനും പ്രശസ്ത വിവർത്തകനുമായ എം എൻ സത്യാർഥി *ദേശാഭിമാനി*യിൽ വന്നാൽ ഏറെനേരം പ്രൂഫ് സെക്ഷനിൽ കമ്മാരൻ നായരുമായി സംസാരിച്ചിരിക്കും. പ്രശസ്ത കഥാകൃത്ത് കെ ആർ മല്ലികയും ദീർഘകാലം *ദേശാഭിമാനി* തിരുവനന്തപുരം യൂണിറ്റിൽ പ്രൂഫ് വിഭാഗത്തിൽ ജോലി ചെയ്തു.

രണ്ടു പതിറ്റാണ്ടോളം കൊച്ചി എഡിഷനിൽ പ്രൂഫ് വിഭാഗത്തിന്റെ ചുമതലക്കാരനായിരുന്ന ദിവാകരൻ നമ്പൂതിരിയും നല്ല ഭാഷാ പരിജ്ഞാനമുള്ള പത്രപ്രവർത്തകനായിരുന്നു. പടിഞ്ഞാറെ ചാലക്കുടിയിലെ പ്രശസ്തമായ നടുവം ഇല്ലത്ത് ജനിച്ച ദിവാകരൻ നമ്പൂതിരി, കമ്യൂണിസ്റ്റ് പാർട്ടി പ്രസിദ്ധീകരണമായിരുന്ന *നവജീവൻ* വാരികയിലാണ് പത്രപ്രവർത്തനം തുടങ്ങിയത്. ഇന്റർമീഡിയറ്റ് കഴിഞ്ഞ് സെന്റ് തോമസ് കോളേജിൽ ഡിഗ്രിക്ക് ചേർന്നുവെങ്കിലും വിദ്യാർഥി ഫെഡറേഷൻ പ്രവർത്തനം കാരണം പഠനം തുടരാൻ കഴിഞ്ഞില്ല. അതിനിടയിൽ മലയാളം വിദ്വാൻ പരീക്ഷ പാസായി. ഇ എം എസും പി കൃഷ്ണപിള്ളയുമടക്കമുള്ള കമ്യൂണിസ്റ്റ് നേതാക്കൾ നടുവത്ത് ഇല്ലത്ത് ഒളിവിൽ കഴിഞ്ഞിട്ടുണ്ട്. *ദേശാഭിമാനി* കൊച്ചി എഡിഷൻ 1968-ൽ തുടങ്ങിയതുമുതൽ പ്രൂഫിൽ ദിവാകരൻ നമ്പൂതിരിയുണ്ടായിരുന്നു.

സാങ്കേതികവിദ്യ വികസിച്ച ഇക്കാലത്ത് പത്രങ്ങളിൽ പ്രൂഫ് വിഭാഗത്തിന്റെ പ്രസക്തി കുറഞ്ഞു. സബ് എഡിറ്റർമാർ തന്നെ പ്രൂഫ് വായിക്കണമെന്ന കാഴ്ചപ്പാടാണ് പൊതുവെ പത്രങ്ങളിൽ കാണുന്നത്. അതുകൊണ്ട് പല പ്രമുഖ പത്രങ്ങളും പ്രൂഫ് വിഭാഗത്തിൽ സ്ഥിരം നിയമനം നേരത്തെ അവസാനിപ്പിച്ചു. പല സ്ഥാപനങ്ങളും പ്രൂഫ് റീഡർമാരുടെ എണ്ണം കുറച്ചുകഴിഞ്ഞു. പ്രൂഫ് വിഭാഗമേ ആവശ്യമില്ലെന്ന ചിന്തയും പത്രസ്ഥാപനങ്ങളിൽ ബലപ്പെട്ടിട്ടുണ്ട്.

30

ദേശാഭിമാനി അറബ് നാട്ടിൽ

"ഇരുപതാം നൂറ്റാണ്ടിന്റെ ആരംഭകാലം തൊട്ട് മലയാളികൾ ഉപജീവനമാർഗം തേടി ജന്മനാട് വിട്ട് അറിയപ്പെടാത്ത വിദൂരങ്ങളായ രാജ്യങ്ങളിൽചെന്നു താമസമുറപ്പിച്ചിട്ടുണ്ട്. മലബാറിൽ നിന്നുള്ള മുസ്ലിങ്ങൾ സിലോണിലും ബർമയിലും സിങ്കപ്പൂരിലും കച്ചവടം ചെയ്യാൻ പോയി. പിന്നീട് മലയാളി നഴ്സുമാർ ജർമനി പോലുള്ള യൂറോപ്യൻ നാടുകളിലേക്കു പോയി അവിടെ താമസമുറപ്പിച്ചു. അതിൽ പിന്നീടാണ് ഗൾഫ് നാടുകൾ അവയുടെ വാതിലുകൾ നമ്മുടെ മുമ്പിൽ തുറന്നിട്ടത്. ഇപ്പോൾ കാനഡയും ഓസ്ട്രേലിയയും അമേരിക്കയും മലയാളി പ്രവാസികളുടെ സ്വപ്നഭൂവാണ്. ഇവരെ എന്തുപേരിട്ടാണ് നാം വിളിക്കുക? *പ്രവാസം* എന്ന നോവൽ എഴുതാൻ തുടങ്ങിയപ്പോൾ എന്നെ അലട്ടിയ ചോദ്യമിതായിരുന്നു. കുടിയേറ്റക്കാർ എന്ന് അവരെ വിളിക്കാൻ കഴിയില്ല. കാരണം കുടിയേറ്റക്കാർ ജന്മനാട്ടിലേക്ക് തിരിച്ചുവരാത്തവരാണ്. മറിച്ച് ഗൾഫ് രാജ്യങ്ങളിലേക്ക് പോയവർ തിരിച്ചുവരുന്നവരാണ്. അവരെ പ്രവാസികൾ എന്നു വിളിക്കുന്നതുതന്നെയാണ് ഉചിതം."– എം മുകുന്ദൻ.[1]

അതെ, ഗൾഫിലേക്ക് പോയവർ തിരിച്ചുവരുന്നവരാണ്. സ്വന്തം വേരുകൾ അറുത്തുമാറ്റാൻ അവർക്കാവില്ല. ഗൾഫ് നാടുകളിൽ തൊഴിൽ ചെയ്തും കച്ചവടം ചെയ്തും ജീവിക്കുന്നവർക്ക് വീടും കുടുംബവും നാടും നാട്ടിലെ രാഷ്ട്രീയവും കലയും സാഹിത്യവുമെല്ലാം ഓരോ ശ്വാസത്തിലുമുണ്ട്. പരസ്യമായി രാഷ്ട്രീയ പ്രവർത്തനം നടത്താത്ത ഗൾഫ് മലയാളികളായിരിക്കാം കേരളത്തിലെയും ഇന്ത്യയിലെയും രാഷ്ട്രീയ സംഭവവികാസങ്ങൾ ഏറ്റവുമധികം ചർച്ച ചെയ്യുന്നത്; നാട്ടിലെ കാര്യങ്ങളോർത്ത് ഉത്ക്കണ്ഠപ്പെടുകയോ അഭിമാനിക്കുകയോ ചെയ്യുന്നത്. വിവരവിനിമയ സാങ്കേതികവിദ്യ വികസിച്ച ഇക്കാലത്ത് കേരളത്തിലെ ചലനങ്ങൾ ആദ്യമറിയുന്നത് നാട്ടിൽ ജീവിക്കുന്നവരാണോ, അതല്ല പ്രവാസി മലയാളികളാണോ? ഉത്തരം പറയാൻ ഒന്നാലോചിക്കേണ്ടിവരും. നമ്മുടെ പ്രിയ കവി സച്ചിദാനന്ദൻ പറയുന്നത് കേൾക്കുക:

ലോകത്തെ ആറു ഭൂഖണ്ഡങ്ങളിൽ വിപുലമായി യാത്ര ചെയ്തിട്ടുള്ള ഒരാൾ എന്ന നിലയിൽ ഭൂമിയിൽ മലയാളി ഇല്ലാത്ത നാടുകൾ ഇല്ലെന്ന് എനിക്ക് ബോധ്യമായിട്ടുണ്ട്. ഇന്ത്യക്കകത്തും പുറത്തുമുള്ള ഈ പ്രവാസികൾ ഇല്ലെങ്കിൽ ഇന്നത്തെ കേരളം ഇത്ര സമ്പന്നവും പരിഷ്കൃതവുമാകുമായിരുന്നില്ല. അവർ നമുക്ക് സമ്പത്ത് മാത്രമല്ല തന്നത്, അവരുടെ അനുഭവങ്ങളുടെ വിസ്തൃതി കൂടിയാണ്. മലയാളത്തിൽ യാത്രാവിവരണങ്ങൾ മാത്രമല്ല, ബോംബെയും ഡൽഹിയും കൽക്കത്തയും ഗൾഫ് നാടുകളും അമേരിക്കയും ആഫ്രിക്കയുമൊക്കെ പശ്ചാത്തലമാക്കിയ കഥകളും നോവലുകളും ഉണ്ട്. ഒരു പക്ഷേ, മറ്റൊരു ഇന്ത്യൻ ഭാഷയിലും ഇല്ലാത്തത്ര. കാരണം, ലോകമെ

എം മുകുന്ദൻ

മ്പാടും മലയാളികളുണ്ട്. [2]

ഗൾഫ് നാടുകളിൽ നിന്ന് രണ്ടായിരാമാണ്ടിനു ശേഷം മലയാള പത്രങ്ങൾ പ്രസിദ്ധീകരിക്കൻ തുടങ്ങിയത് മുകുന്ദനും സച്ചിദാനന്ദനും എടുത്തുപറഞ്ഞ സാമൂഹ്യ-സാംസ്കാരിക പശ്ചാത്തലത്തിലാണ്. ഇസ്ലാമിക ആദർശങ്ങളിൽ ഊന്നിയുള്ള രാജഭരണം നിലവിലുള്ള ഗൾഫ് നാടുകളിലൊന്നിൽ *ദേശാഭിമാനി* പ്രസിദ്ധീകരിക്കാൻ കഴിയുമെന്ന് രണ്ടായിരാമാണ്ടിനുമുമ്പ് ആരും കരുതിയിട്ടുണ്ടാവില്ല. എന്നാൽ ഗൾഫ് കോഓപറേഷൻ കൗൺസിൽ (ജിസിസി) രാഷ്ട്രങ്ങളിൽ ഒന്നായ ബഹ്റൈനിൽ നിന്ന് 2008 മെയ് പത്തിന് *ദേശാഭിമാനി* പുറത്തിറങ്ങി. '*ദേശാഭിമാനി* ഗൾഫ്' എന്ന പേരാണ് പത്രത്തിനു നൽകിയത്. ഗൾഫിൽ പത്രം പ്രസിദ്ധീകരിക്കാൻ കഴിഞ്ഞത് *ദേശാഭിമാനി*ക്ക് എന്തുകൊണ്ടും അഭിമാനമായി. *ദേശാഭിമാനി*യുടെ വളർച്ചയിൽ അതൊരു വഴിത്തിരിവായി. ഗൾഫ് നാടുകളിലെ ഇടതുപക്ഷക്കാർക്ക് അവരുടെ അടുത്തേക്ക് സ്വന്തം പത്രം എത്തിയതിൽ എന്തെന്നില്ലാത്ത ആഹ്ളാദവും ആവേശവും. ബഹ്റൈനിൽ നിന്നാണ് പത്രം അച്ചടിക്കാൻ തുടങ്ങിയതെങ്കിലും സാധാരണക്കാരായ മലയാളികൾ കൂടുതൽ ജോലി ചെയ്യുന്ന സൗദി അറേബ്യയിലെ വിതരണമായിരുന്നു ലക്ഷ്യം. ബഹ്റൈൻ എന്ന ദ്വീപ് രാഷ്ട്രത്തിൽ നിന്ന് 25 കി മീറ്റർ നീളമുള്ള കിങ് ഫഹദ് കോസ്‌വെ കടന്നാൽ സൗദി അറേബ്യയായി. ഈ സാമീപ്യവും പത്രം അച്ചടിക്കാൻ അനുമതി ലഭിക്കാനുള്ള സൗകര്യവും കണക്കിലെടുത്താണ് ബഹ്റൈനിൽ എഡിഷൻ തുടങ്ങാൻ *ദേശാഭിമാനി* നിശ്ചയിച്ചത്.

സച്ചിദാനന്ദൻ

ഇന്റർനെറ്റ് വഴി പത്രത്തിന്റെ പേജുകൾ എവിടേക്കും കൈമാറാമെന്നും അതുപയോഗിച്ച് എവിടെയും അച്ചടിനടത്താമെന്നും വന്നപ്പോഴാണ് അറബ് രാജ്യത്തുനിന്ന് പത്രമിറക്കുന്നതിനെക്കുറിച്ച് *ദേശാഭിമാനി*യും ആലോചിച്ചത്. അതുമാത്രമല്ല, *ദേശാഭിമാനി*യെപ്പോലെ ഉറച്ച രാഷ്ട്രീയ നിലപാടുള്ള ഒരു പത്രം അവിടെ പ്രസിദ്ധീകരിക്കാൻ അനുവദിക്കുന്ന നിലയിലേക്ക് ഗൾഫ് നാടുകളിലെ നിയമങ്ങൾ ഉദാരമാവുകയും ചെയ്തിരുന്നു. പ്രധാനമായി ഒരു നിബന്ധന മാത്രമേ ഇപ്പോഴുള്ളു. ഇസ്ലാംമത മൂല്യങ്ങൾക്ക് നിരക്കാത്ത ഒന്നും അവിടെ പ്രസിദ്ധീകരിക്കാൻ പാടില്ല. അത് ഉറപ്പാക്കാൻ വിദേശ പത്രങ്ങൾക്ക് പ്രീസെൻസർഷിപ്പുണ്ട്. പത്രം അച്ചടിക്കുംമുമ്പ് പത്രത്തിന്റെ എല്ലാ പേജുകളും സർക്കാർ നിയോഗിക്കുന്ന സെൻസറെ കാണിച്ച് അനുമതി വാങ്ങണം. മലയാള പത്രങ്ങൾ നോക്കാൻ മലയാളികളായ സെൻസർമാരെ സർക്കാർ നിയോഗിച്ചിട്ടുണ്ട്. അടിയന്തരാവസ്ഥയിൽ ഇന്ത്യയിൽ നടപ്പാക്കിയതുപോലെ വിദ്വേഷപരമായ സെൻസറിങ്ങല്ല. ഇവിടെ *ദേശാഭിമാനി*ക്കുമേൽ അടിയന്തരാവസ്ഥയിൽ ഏർപ്പെടുത്തിയ സെൻസർഷിപ്പ് എങ്ങനെ പത്രം പൂട്ടിക്കാം എന്നു നോക്കിയായിരുന്നുവെങ്കിൽ എങ്ങനെ പത്രം അനുവദിക്കാം എന്ന കാഴ്ചപ്പാടിലുള്ള സെൻസറിങ്ങാണ് സൗദി അറേബ്യയിൽ നടക്കുന്നത്. എന്നാൽ, മതത്തിന് എതിരാണെന്ന് തോന്നുന്നതോ അങ്ങനെ വ്യാഖ്യാനിക്കാവുന്നതോ ആയ കാര്യങ്ങൾ സെൻസർ വെട്ടിക്കളയും. അക്കാര്യം ശ്രദ്ധിച്ചാൽ പത്രമിറക്കുന്നതിന് ഒരു പ്രയാസവുമില്ല എന്നതാണ് *ദേശാഭിമാനി*യുടെ അനുഭവം.

നാട്ടിലെ പൊതുകാര്യങ്ങൾ, പ്രത്യേകിച്ച് രാഷ്ട്രീയം, ചൂടോടെ അറിയാനുള്ള ത്വര ഗൾഫ് മലയാളികൾക്ക് കൂടുതലാണല്ലോ. ആ താൽപ്പര്യം മാത്രമല്ല, അവർക്ക് നല്ല വായനാശീലവുമുണ്ട്. ആനുകാലികങ്ങളും പുസ്തകങ്ങളും തേടിപ്പിടിച്ച് വായിക്കുന്ന ശീലം അവരിൽ കൂടുതലാണെന്നു പറയാം. അവർ കേരളത്തിൽ നിന്ന് സാഹിത്യകാരന്മാരെയും കലാകാരന്മാരെയും ക്ഷണിച്ചുവരുത്തി സാംസ്കാരിക പരിപാടികൾ സംഘടിപ്പിക്കുന്നു. അക്കാര്യത്തിൽ സംഘടനകൾ തമ്മിൽ മത്സരമാണ്. ഇടതുപക്ഷ സംഘടനകൾ എന്നപോലെ മുസ്ലിംലീഗിനോടും കോൺഗ്രസിനോ

ടും ആഭിമുഖ്യമുള്ള സംഘടനകളും എല്ലാ ഗൾഫ് രാജ്യങ്ങളിലുമുണ്ട്. നാടും വീടും വിട്ട് അന്യനാട്ടിൽ കഴിയുന്നവർക്ക് എന്തെങ്കിലും പ്രയാസം നേരിട്ടാൽ സഹായത്തിനെത്തുന്നത് ഈ സംഘടനകളാണ്. മനുഷ്യസ്നേഹപരമായ ഒരുപാട് കാര്യങ്ങൾ രാഷ്ട്രീയമോ മതമോ നോക്കാതെ അവർ ചെയ്തുവരുന്നു. രാഷ്ട്രീയ പ്രവർത്തനം ഗൾഫ് രാജ്യങ്ങളിൽ നിരോധിക്കപ്പെട്ടിട്ടുണ്ടെങ്കിലും സാംസ്കാരിക പ്രവർത്തനങ്ങൾക്ക് തടസ്സമൊന്നുമില്ല. മാത്രമല്ല, അത്തരം പ്രവർത്തനങ്ങളോട് അനുഭാവപൂർവമായ സമീപനം അധികാരികൾക്കുണ്ടെന്നാണ് മലയാളി സംഘടനകൾ കരുതുന്നത്.

ദേശാഭിമാനി

പുത്തൻ വികസനവേഗങ്ങൾ തേടി ജുബൈൽ

ദേശാഭിമാനി ഗൾഫ് എഡിഷൻ

രണ്ടായിരാമാണ്ടോടെ *മാധ്യമം* ദിനപത്രം ഗൾഫ് രാജ്യങ്ങളിൽ നിന്ന് അച്ചടിക്കാൻ തുടങ്ങിയിരുന്നു. അതിനെത്തുടർന്ന് *മലയാള മനോരമ*യും *മാതൃഭൂമി*യും *ചന്ദ്രിക*യുമെല്ലാം ഗൾഫിലെത്തി. അതോടെ സൗദി അറേബ്യയിലുള്ള ഇടതുപക്ഷ മലയാളി സംഘടനകൾക്ക് എങ്ങനെയെങ്കിലും *ദേശാഭിമാനി* എത്തിക്കണമെന്ന് വാശിയായി. സൗദി രാജകുടുംബാംഗങ്ങൾക്ക് പങ്കാളിത്തമുള്ള *അറബ് ന്യൂസ്* സൗദിയിലെ ഏറ്റവും പ്രചാരമുള്ള ഇംഗ്ലീഷ് പത്രമാണ്. 1975-ൽ തുടങ്ങിയ ആ പത്രത്തിന് ധാരാളം മലയാളി വായനക്കാരുണ്ടായിരുന്നു. പത്രവായനയിൽ മലയാളികൾക്ക് താൽപ്പര്യം കൂടുതലുണ്ടെന്നും അതൊരു സാധ്യതയാണെന്നും തിരിച്ചറിഞ്ഞാണ് *അറബ് ന്യൂസ്* മലയാളം പതിപ്പ് ഇറക്കാൻ ആരംഭിച്ചത്. പേര് *മലയാളം ന്യൂസ്*. 1998 ഏപ്രിലിൽ *മലയാളം ന്യൂസ്* ആരംഭിച്ചു. ഇപ്പോൾ ജിദ്ദ, ദമാം, റിയാദ് എന്നീ നഗരങ്ങളിൽ നിന്ന് *മലയാളം ന്യൂസ്* പ്രസിദ്ധീകരിക്കുന്നുണ്ട്. കേരളത്തിൽ വിവിധ പത്രങ്ങളിൽ ജോലി ചെയ്തിരുന്നവരാണ് എഡിറ്റോറിയൽ സ്റ്റാഫിൽ അധികം പേരും.

ജോർജ് വർഗീസ്

ദേശാഭിമാനി സൗദിയിലെത്തിക്കാൻ എന്തുവഴിയെന്ന് മലയാളികളുടെ ഏറ്റവും വലിയ ഇടതുപക്ഷ സാംസ്കാരിക സംഘടനയായ ദമാം നവോദയ സാംസ്കാരിക വേദിയുടെ ഉത്സാഹശാലികളായ പ്രവർത്തകർ ഗൗരവമായി ആലോചിച്ചു. മറ്റു പത്രങ്ങൾ വഴി പ്രചരിപ്പിക്കപ്പെടുന്ന വലതുപക്ഷ-പ്രതിലോമ ആശയങ്ങൾ പ്രതിരോധിക്കുന്നതിനും പ്രവാസി മലയാളികളിൽ ഇടതുപക്ഷ ആശയത്തിന്റെ സ്വാധീനം വർധിപ്പിക്കുന്നതിനും *ദേശാഭിമാനി* സൗദിയിൽ എത്തേണ്ടത് അനിവാര്യമാണെന്ന് നവോദയ കണ്ടു. *ദേശാഭിമാനി* സൗദിയിൽ എത്തിക്കുന്നതിനെക്കുറിച്ച് അവർ പ്രാഥമിക പഠനം നടത്തി. ദൃശ്യമാധ്യമങ്ങളും ഇന്റർനെറ്റ് മാധ്യമങ്ങളും വന്നിട്ടും പത്രവായന ഏറെയൊന്നും പിറകോട്ടു പോയിട്ടില്ലെന്നാണ് പഠനം സൂചിപ്പിച്ചത്. മാത്രമല്ല, ഇടതുപക്ഷ അനുഭാവികൾ പത്രവായനയിൽ കൂടുതൽ തൽപ്പരരുമാണ്. പക്ഷേ, സൗദിയിൽ പെട്ടെന്ന് പത്രം തുടങ്ങാൻ കഴിയില്ല. അതുകൊണ്ട് ആദ്യഘട്ടത്തിൽ കേരളത്തിൽ നിന്ന് ഫ്ളൈറ്റിൽ പത്രം ദമാമിൽ എത്തിച്ച് വിതരണം ചെയ്യാനുള്ള തീരുമാനമെടുത്തു. 2005 മുതൽ പത്രം കേരളത്തിൽ നിന്ന് അയക്കാൻ തുടങ്ങി. തലശ്ശേരിക്കാരൻ ടി പി എം ഫസലിന് പങ്കാളിത്തമുള്ള ന്യൂ നാഷണൽ പബ്ലിഷേഴ്സ് ആന്റ് ഡിസ്ട്രിബ്യൂട്ടേഴ്സ് എന്ന കമ്പനിയുടെ സഹായത്തോടെ പത്രം വിമാനമാർഗം ദമാമിൽ എത്തിക്കുകയായിരുന്നു. പ്രധാന കേന്ദ്രങ്ങളിൽ അവർ പത്രം എത്തിക്കും. അവിടെ നിന്ന് സംഘടനയുടെ പ്രവർത്തകർ വരിക്കാർക്ക് ജോലി സ്ഥലത്തോ താമസ സ്ഥലത്തോ പത്രം ലഭ്യ

ആസാദ് തിരൂർ

മാക്കും. ഇതായിരുന്നു വിതരണരീതി. കേരളത്തിൽ നിന്ന് വിമാനത്തിൽ പത്രം കൊണ്ടുവന്ന് വിതരണം ചെയ്യുന്ന പരിപാടി പക്ഷേ വിജയമായില്ല. കാരണം ഒരു റിയാലാണ് പത്രത്തിന്റെ വില. ആ വിലയ്ക്ക് പത്രം ജോലി സ്ഥലത്തോ താമസസ്ഥലത്തോ എത്തിക്കാനാവില്ല. വേറെയും പ്രശ്ന ങ്ങളുണ്ട്. നാട്ടിൽ നിന്ന് വിമാനമാർഗം പത്രം പിറ്റേന്നേ ദമാമിലെത്തൂ. വിതരണത്തിന് പിന്നെയും ഒരു ദിവസം കഴിയും. സെൻസർഷിപ്പുണ്ട്. സെൻസർ അനുമതി നൽകിയാലേ വിതരണം നടത്താനാവൂ. ചുരുക്ക ത്തിൽ രണ്ടു ദിവസം കഴിഞ്ഞേ വായനക്കാരന്റെ കൈയിൽ പത്രമെത്തൂ. അന്നന്ന് *മലയാളം ന്യൂസും മാധ്യമ*വും വായനക്കാരനു കിട്ടുമ്പോൾ *ദേശാ ഭിമാനി* വൈകിക്കിട്ടുന്നത് സൗദിയിലെ ഇടതുപക്ഷ പ്രവർത്തകരെ സംബന്ധിച്ച് വലിയ പോരാ യ്മയായി. ഈ പ്രശ്നത്തിന് പരിഹാരം ഗൾഫിൽ നിന്ന് പത്രം അച്ചടിക്കുക എന്നതുമാത്രമാണ്. അങ്ങനെയാണ് ആ തീരുമാനത്തിലേക്ക് ദമാം നവോദയയുടെ സംഘാടകർ എത്തിയത്.

ദമാം നവോദയയുടെ ജനറൽ സെക്രട്ടറിയായിരുന്ന ജോർജ് വർഗീസ്, സംഘടനയുടെ മുഖ്യ രക്ഷാധികാരിയായിരുന്ന ആസാദ് തിരൂർ, ഇ എം കബീർ, പ്രദീപ് കൊട്ടിയം, അബ്രഹാം വലിയകാല, അനിൽ പട്ടുവം, പവനൻ മൂലയ്ക്കൽ, പ്രഭാകരൻ കണ്ണൂർ, ബഷീർ വരോട് തുട ങ്ങിയവരാണ് *ദേശാഭിമാനി* ഗൾഫിലെത്തിക്കാനുള്ള പ്രവർത്തനങ്ങൾക്ക് ആദ്യഘട്ടത്തിൽ മുൻ കൈയെടുത്തത്. സൗദിയിൽ ഒരു വിദേശപത്രം പ്രസിദ്ധീകരിക്കുന്നതിന് നിയമപരമായി ഒട്ടേറെ തടസ്സങ്ങളുണ്ട്. പ്രഖ്യാപിത കമ്യൂണിസ്റ്റ് പത്രമായതുകൊണ്ട് പ്രതിബന്ധങ്ങൾ കൂടുതലാണ്. സ്വന്തമായി കമ്പനിയുണ്ടെങ്കിലേ അനുമതിക്ക് അപേക്ഷിക്കാൻ തന്നെ കഴിയൂ. വിദേശികൾക്ക് സ്വന്തം കമ്പനി തുടങ്ങാനും ഒരുപാട് കടമ്പകളുണ്ട്. ഇതെല്ലാം കണക്കിലെടുത്താണ് താരത മ്യേന നിയമങ്ങൾ ഉദാരമായ ബഹ്റൈനിൽ പത്രം അച്ചടിക്കാനും റോഡ് വഴി ദമാമിൽ എത്തിച്ച് വിതരണം ചെയ്യാനും നവോദയ ഭാരവാഹികൾ തീരുമാനിച്ചത്. ഓരോ ഘട്ടത്തിലും അവർ തിരു വനന്തപുരത്ത് സിപിഐ എം കേന്ദ്രവുമായും *ദേശാഭിമാനി*യുടെ പ്രധാന ചുമതലക്കാരുമായും ചർച്ചകൾ നടത്തിക്കൊണ്ടിരുന്നു. എന്നാൽ, ഗൾഫിലെ ഇടതുപക്ഷ സംഘടനക്കാരുടെ ആവേ ശത്തിനൊപ്പം *ദേശാഭിമാനി* ചാടിപ്പുറപ്പെട്ടില്ല എന്നു പറയുന്നതാവും ശരി. സൗദി അറേബ്യ പോലെ രാജഭരണം നിലനിൽക്കുന്നതും മാധ്യമസ്വാതന്ത്ര്യത്തിന് നിയന്ത്രണങ്ങളുള്ളതുമായ ഒരു നാട്ടിൽ പാർട്ടിയുടെ മുഖപത്രം ആരംഭിക്കുന്നതുമൂലം അവിടെയുള്ള മലയാളി സഹോദര ന്മാർ കുഴപ്പത്തിലാകരുത് എന്ന കരുതൽ സിപിഐ എമ്മിനും *ദേശാഭിമാനി*ക്കും ഉണ്ടായിരുന്നു. അതുകൊണ്ട് ഒട്ടേറെ ചർച്ചകൾക്കു ശേഷമാണ് പിണറായി വിജയൻ സെക്രട്ടറിയായ പാർട്ടി നേതൃത്വം ഗൾഫ് എഡിഷൻ തുടങ്ങാൻ *ദേശാഭിമാനി*ക്ക് അനുമതി നൽകിയത്.

പത്രം ബഹ്റൈനിൽ നിന്ന് അച്ചടിച്ച് സൗദിയിൽ വിതരണം ചെയ്യാൻ ആവശ്യമായ എല്ലാ അനുമതികളും കിട്ടുമെന്ന് ഉറപ്പായതോടെ *ദേശാഭിമാനി*യും അതിനുള്ള ഒരുക്കങ്ങൾ ആരംഭിച്ചു. ബഹ്റൈനിൽ നിന്ന് പത്രം അച്ചടിക്കുന്നതിന് *ദേശാഭിമാനി പബ്ലിഷിങ് കമ്പനി* എന്ന ഒരു ഡബ്ല്യു എൽ എൽ (വിത്ത് ലിമിറ്റഡ് ലയബിലിറ്റി) കമ്പനി റജിസ്റ്റർ ചെയ്തു. ഈ കമ്പനി ബഹ്റൈനി ലെ അൽവസാത്ത് എന്ന കമ്പനിയുമായി പത്രം അച്ചടിക്കുന്നതിന് കരാർ ഉണ്ടാക്കി. മനാമയിൽ നിന്ന് 15 കി മീറ്റർ അകലെ ഹിദ്ദ് എന്ന സ്ഥലത്താണ് പത്രം അച്ചടിക്കുന്ന പ്രസ്. പത്രം വിതരണം ചെയ്യുന്നതിന് സൗദിയിലെ പ്രമുഖ വിതരണ കമ്പനിയായ അൽവത്താനിയയുമായി കരാർ ഉണ്ടാക്കാൻ തീരുമാനിച്ചു. പത്രം കേരളത്തിൽ നിന്ന് വിമാനമാർഗം ദമാമിൽ എത്തിച്ച് സെൻ സറുടെ അനുമതി വാങ്ങി പ്രധാന കേന്ദ്രങ്ങളിൽ വിതരണം ചെയ്തിരുന്നത് ന്യൂ നാഷണൽ പബ്ലിഷേഴ്സ് ആന്റ് ഡിസ്ട്രിബ്യൂട്ടേഴ്സ് എന്ന കമ്പനിയായിരുന്നുവല്ലോ. *ദേശാഭിമാനി* വിതരണ ത്തിനുള്ള ലൈസൻസ് ആ കമ്പനി സമ്പാദിച്ചിരുന്നു. എന്നാൽ, ഗൾഫിൽ നിന്നുതന്നെ അച്ചടി ച്ചു വിതരണം ചെയ്യുമ്പോൾ വിപുലമായ സംവിധാനമുള്ള ഏജൻസി വേണമെന്ന നിലക്കാണ്

അൽവത്താനിയയെ തെരഞ്ഞെടുത്തത്. ന്യൂ നാഷണലിന്റെ വിതരണ ലൈസൻസ്, ബന്ധപ്പെട്ട ഗവൺമെന്റ് മന്ത്രാലയത്തിന്റെ അംഗീകാരത്തോടെ അൽവത്താനിയക്ക് കൈമാറ്റം ചെയ്തു. അൽവത്താനിയയുമായി ബഹ്റൈനിലെ അൽവസാത്ത് കമ്പനിയാണ് വിതരണത്തിനു കരാറുണ്ടാക്കിയത്. പത്രം അച്ചടിച്ചുകിട്ടിയാൽ അതുമായി അൽവത്താനിയയുടെ വാഹനം സൗദിയിലേക്ക് കുതിക്കും. ബഹ്റൈനിൽ നിന്ന് കടൽപ്പാലം കടന്നാൽ ഒന്നരമണിക്കൂർ കൊണ്ട് ദമാമിലെത്താം. ദമാമിൽ എത്തുന്ന പത്രം ജിദ്ദയിലേക്ക് വിമാനത്തിലും റിയാദിലേക്ക് റോഡ് വഴിയും എത്തിക്കും. മധ്യപൗരസ്ത്യ ദേശത്തെ പ്രധാന കേന്ദ്രമാണ് ദമാം. അവിടെ നിന്ന് കുവൈത്തിലേക്കും ഖത്തറിലേക്കും നാലോ അഞ്ചോ മണിക്കൂർ കൊണ്ട് റോഡ് മാർഗം എത്താം. ഗൾഫിലെ റോഡ് സൗകര്യവും വാഹനങ്ങളുടെ വേഗവും ദൂരത്തെ മറികടക്കുന്നു. ബഹ്റൈനിൽ അച്ചടിക്കുന്ന പത്രം ദമാമിൽ നിന്നു ഖത്തറിലേക്കും അയച്ചിരുന്നു. വരിക്കാർക്ക് പത്രം എത്തിക്കാനുള്ള ചുമതല അതാതിടത്തെ സാംസ്കാരിക സംഘടനകളാണ് ഏറ്റെടുത്തത്. ദമാമിൽ നവോദയയുണ്ട്. റിയാദിലെ വിതരണച്ചുമതല കേളി എന്ന സംഘടനയ്ക്കായിരുന്നു. ജിദ്ദയിൽ നവോദയ, അൽ-ഖാസിമിൽ പ്രവാസി സംഘം എന്നിങ്ങനെ വിവിധ ഇടതുപക്ഷ സംഘടനകൾ *ദേശാഭിമാനി* വിതരണവുമായി സഹകരിച്ചു. പത്രം അച്ചടിക്കുന്ന ബഹ്റൈനിൽ *പ്രതിഭ*യുടെ പ്രവർത്തകരാണ് *ദേശാഭിമാനി*യുമായി കൈകോർത്തത്. ദമാം നവോദയ എല്ലാവരെയും കൂട്ടിയോജിപ്പിച്ചു.

പ്രവാസിസംഘടനകളുടെസഹകരണത്തോടെബഹ്റൈനിലെകാര്യങ്ങൾ *ദേശാഭിമാനി* നേരിട്ട് നടത്തണമെന്നായിരുന്നു തീരുമാനം. ഗൾഫിലെ മലയാളികളെ ആകർഷിക്കാവുന്ന തരത്തിൽ മികച്ച ഉള്ളടക്കം നൽകുന്നതിനുള്ള കാര്യങ്ങൾ *ദേശാഭിമാനി* ആലോചിച്ചു. ഇന്ത്യയുടെ അത്ര വലുപ്പമില്ലെങ്കിലും ജിസിസിയിലെ ഏറ്റവും വലിയ രാജ്യമാണ് സൗദി അറേബ്യ. അതിനാൽ പ്രധാന കേന്ദ്രങ്ങളിൽ ഏരിയാ ലേഖകന്മാരായി പ്രവർത്തിക്കാൻ കഴിവും താൽപ്പര്യവുമുള്ളവരെ കണ്ടെത്താൻ തീരുമാനിച്ചു. അവർക്ക് പ്രാഥമിക കാര്യങ്ങളെക്കുറിച്ച് ക്ലാസ് നൽകാൻ ഈ ലേഖകനെയാണ് *ദേശാഭിമാനി* നിയോഗിച്ചത്. അതിന്റെ അടിസ്ഥാനത്തിൽ 2007 അവസാനം റിയാദിലേക്ക് പോയി. ഇടതുപക്ഷ സംഘടനകൾ മുഖേന തെരഞ്ഞെടുക്കപ്പെട്ടവർക്ക് റിയാദിലായിരുന്നു ക്ലാസ്. സൗദിയുടെ ദൂരദിക്കുകളിൽ നിന്നുപോലും ക്ലാസിന് പ്രതിനിധികൾ എത്തിയിരുന്നു. പലരും ജോലിയിൽ നിന്ന് അവധിയെടുത്തു. ചിലർ ജോലി കഴിഞ്ഞെത്തി. ക്ലാസ് തുടങ്ങുമ്പോൾ രാത്രി പന്ത്രണ്ടുമണിയായിരുന്നു. ഗൾഫിൽ ഇത്തരം കാര്യങ്ങൾ രാത്രിയിലാണ് നടക്കുക. വളരെ താൽപ്പര്യപൂർവമാണ് ക്ലാസിലേക്ക് പ്രവർത്തകർ എത്തിയത്. *ദേശാഭിമാനി* ഗൾഫിൽ വരുന്നതിന്റെ ആവേശത്തിലായിരുന്നു അവരെല്ലാം.

കോഴിക്കോട് കൂരാച്ചുണ്ടിൽ *ദേശാഭിമാനി*യുടെ ഏരിയാ ലേഖകനായിരുന്ന കുഞ്ഞമ്മദ് അവരിൽ ഒരാളായിരുന്നു. കുഞ്ഞമ്മദിന് അപ്പോൾ സൗദിയിലായിരുന്നു ജോലി. ഈ രീതിയിൽ പത്രങ്ങൾക്ക് വാർത്ത തയാറാക്കി പരിചയമുള്ളവരും കഥകളും കവിതകളും എഴുതുന്നവരുമെല്ലാം ഉണ്ടായിരുന്നു. പത്രം ആരംഭിച്ചപ്പോൾ ഇവരുടെയൊക്കെ കഴിവുകൾ പ്രകടമായി. റിയാദിൽ നിന്ന് മറ്റു പല പത്രങ്ങൾക്കും ലഭിക്കാത്ത വാർത്തകൾ ഒരു ട്രാവൽ കമ്പനിയിൽ ഉദ്യോഗസ്ഥനായ നൗഷാദ് കോർമത്ത് അയക്കുന്നുണ്ടായിരുന്നു. നൗഷാദിന് കുടുംബപരമായി പത്രബന്ധമുണ്ട്. പിതാവ് കോർമത്ത് അബ്ദുള്ള മലപ്പുറത്ത് *മാതൃഭൂമി*യുടെ ലേഖകനായിരുന്നു. ചുരുക്കത്തിൽ ക്ലാസിനെത്തിയ മിക്കവാറും പേർക്ക് വാർത്ത എന്താണെന്നും അത് എങ്ങനെ തയാറാക്കണമെന്നും സാമാന്യമായ ധാരണയുണ്ടായിരുന്നു. അതുകൊണ്ട് ക്ലാസ് എളുപ്പവും ഫലപ്രദവുമായി. ദമാമിൽ നിന്ന് എം എം നയീം, ഉണ്ണി വണ്ടൂർ, അൽ ഖസീമിൽ നിന്ന് അഡ്വ. അബ്ദുൾ സലാം, ജിദ്ദയിൽ നിന്ന് അബ്ദുറഹിമാൻ വണ്ടൂർ, ശിവൻപിള്ള ചേപ്പാട്, അറാറിൽ നിന്ന് കുഞ്ഞമ്മദ് കൂരാച്ചുണ്ട്, അൽഹസ്സയിൽ നിന്ന് സിദ്ധീഖ് ചാലിൽ, സലിം മണാട്ട് തുടങ്ങിയവർ പിന്നീട് വാർത്തകൾകൊണ്ട് ഗൾഫ് പത്രം സമ്പന്നമാക്കി.

ഗൾഫ് പത്രത്തിന്റെ ബഹ്റൈനിലെ ഭരണപരമായ ചുമതലകൾ നിർവഹിക്കുന്നതിന്

രഞ്ജിത് വിശ്വം

തിരുവനന്തപുരം ഹെഡ് ഓഫീസിലെ മാനേജർ രഞ്ജിത് വിശ്വത്തെയാണ് *ദേശാഭിമാനി* നിയോഗിച്ചത്. 2008 ഫെബ്രുവരിയിൽ തന്നെ അദ്ദേഹം ബഹ്റൈനിലെത്തി. അച്ചടിക്കുന്ന പ്രസ്സുമായുള്ള ഏകോപനം, ഓഫീസ് സൗകര്യപ്പെടുത്തൽ, സ്റ്റാഫിനുവേണ്ടിയുള്ള വിസ സമ്പാദിക്കൽ തുടങ്ങിയ കാര്യങ്ങളെല്ലാം പെട്ടെന്ന് ചെയ്യേണ്ടിയിരുന്നു. അദ്ദേഹം അതെല്ലാം കാര്യക്ഷമമായി നിർവഹിച്ചു. ബഹ്റൈനിലെ എഡിറ്റോറിയൽ ചുമതല ഈ ലേഖകനായിരുന്നു. 2008 ഏപ്രിൽ മാസം തന്നെ ബഹ്റൈനിലെത്തി. പി ജയരാജനായിരുന്നു ആ ഘട്ടത്തിൽ ജനറൽ മാനേജർ. എന്തു പ്രയാസമുണ്ടെങ്കിലും തരണം ചെയ്ത് മെയ് 10-ന് പത്രം പുറത്തിറക്കണമെന്ന് അദ്ദേഹം നിർദേശിച്ചു. ഞാൻ ബഹ്റൈനിലെത്തി അധിക ദിവസം കഴിയുംമുമ്പ് കോഴിക്കോട് യൂണിറ്റിൽനിന്ന് എ എൻ അനസ് വന്നു. അതിനു പിന്നാലെ തിരുവനന്തപുരം യൂണിറ്റിലെ അസിസ്റ്റന്റ് മാനേജർ ഐ സെയ്ഫുമെത്തി. ബഹ്റൈൻ പ്രതിഭയുടെ ഭാരവാഹികളും പ്രധാന പ്രവർത്തകരുമായ പി ടി നാരായണൻ, പി ചന്ദ്രൻ, എ വി അശോകൻ, സി വി നാരായണൻ, സുബൈർ കണ്ണൂർ, സതീന്ദ്രൻ കൂടത്തിൽ, വത്സരാജൻ, സജുകുമാർ, വിപിൻ കുമാർ, ഡി സലിം തുടങ്ങിയ പ്രവർത്തകർ എല്ലാ പിന്തുണയും തന്നു. പ്രാദേശിക വാർത്തകൾക്ക് രണ്ടുപേജാണ് ബഹ്റൈനിൽ ചെയ്യുന്നത്. ബാക്കി പേജുകൾ കൊച്ചിയിൽ നിന്നു വരും. പേജ് ലേ ഔട്ട് അനസ് ചെയ്യും. എഡിറ്റിങ്, റിപ്പോർട്ടിങ്, പേജ് ലേഔട്ട് തുടങ്ങിയ കാര്യങ്ങളിലെല്ലാം അനസിന് പ്രാവീണ്യമുണ്ട്.

മാനേജ്മെന്റ് നിർദേശിച്ചപോലെ മെയ് പത്തിനു തന്നെ ഹിദ്ദിലെ അൽവസാത്ത് പ്രസ്സിൽ നിന്ന് *ദേശാഭിമാനി* പുറത്തിറങ്ങി. നല്ല കടലാസ്, നല്ല അച്ചടി, പ്രാദേശിക പേജുകൾ പോലും കളറിൽ. പ്രാദേശിക പേജുകളിൽ *ദേശാഭിമാനി* ലേഖകർ തയാറാക്കിയ വേറിട്ട വാർത്തകൾ. ആദ്യദിവസം സൗദിയിൽ നിന്ന് ദമാം നവോദയയുടെ പ്രവർത്തകരും മനാമയിലെ പ്രതിഭയുടെ പ്രവർത്തകരും പ്രസ്സിൽ എത്തിയിരുന്നു. അവരുടെയൊക്കെ നീണ്ടകാലത്തെ പരിശ്രമത്തിന്റെ ഫലമായിരുന്നു വിദേശരാജ്യത്തുനിന്ന് *ദേശാഭിമാനി*യുടെ പ്രസിദ്ധീകരണം. അവർക്ക് ആഗ്രഹ സാഫല്യം. പത്രം പുറത്തിറക്കുന്നതിന് ഉദ്ഘാടനമോ മറ്റു ചടങ്ങുകളോ ഉണ്ടായിരുന്നില്ല.

എ എൻ അനസ്

ഗൾഫിൽ പത്രം അച്ചടിക്കുന്നതിന് കേരളത്തിലും തയാറെടുപ്പ് വേണ്ടിയിരുന്നു. കാരണം കേരളത്തിലെ ഉള്ളടക്കം അതേപടി ഗൾഫിൽ കൊടുക്കാൻ പറ്റില്ല. നിബന്ധനകൾ തുടർച്ചയായി തെറ്റിച്ചാൽ പത്രം പ്രസിദ്ധീകരിക്കുന്നതു തന്നെ അധികാരികൾ തടയും. അതുകൊണ്ട് ഗൾഫിലേക്കുള്ള പേജുകൾ പ്രത്യേകം തയാറാക്കി അയക്കുന്നതിന് കൊച്ചിയിൽ ഗൾഫ് ഡെസ്കും പ്രവർത്തനം തുടങ്ങി. ന്യൂസ് എഡിറ്റർ പി ജയനാഥിനായിരുന്നു അതിന്റെ ചുമതല. അദ്ദേഹത്തെ സഹായിക്കാൻ മൂന്നു സബ് എഡിറ്റർമാരെയും നിയോഗിച്ചു. തിരുവനന്തപുരത്തു നിന്നും കൊച്ചിയിൽ നിന്നുമാണ് ജനറൽ പേജുകൾ തയാറാക്കിയിരുന്നത്. അതെല്ലാം മാറ്റി ചെയ്യണം. ഗൾഫ് പത്രത്തിന് 12 പേജായിരുന്നു. എന്നാൽ, ആ ഘട്ടത്തിൽ കേരളത്തിൽ പതിനാലും പതിനാറും പേജുകൾ അച്ചടിക്കുന്നുണ്ടായിരുന്നു. മതമൂല്യങ്ങൾക്ക് നിരക്കാത്തതെന്ന് വ്യാഖ്യാനിക്കാൻ ഇടയുള്ളതെല്ലാം ഒഴിവാക്കിവേണം ഗൾഫിലേക്ക് പേജുകൾ അയക്കാൻ. അതുകൊണ്ടാണ് മിക്ക പേജുകളും മാറ്റേണ്ടി വരുന്നത്. എല്ലാ യൂണിറ്റുകളിൽ നിന്നും ചരമവാർത്തകൾ വാങ്ങി ഗൾഫിലേക്ക് പ്രത്യേകമായി ചരമ പേജ് തയാറാക്കുകയായിരുന്നു. അങ്ങനെ ചെയ്യുമ്പോൾ ഗൾഫ് മലയാളി കുടുംബങ്ങൾ കൂടുതലുള്ള പ്രദേശങ്ങളിലെ വിവരങ്ങൾ കൂടുതലായി ഉൾപ്പെടുത്തും. ബഹ്റൈനിൽ തയാറാക്കുന്ന രണ്ടുപേജിനുള്ള വാർത്തകൾക്ക് ക്ഷാമമുണ്ടായിരുന്നില്ല. ഏരിയാ ലേഖകന്മാർ തരുന്ന വാർത്തകൾക്ക് പുറമെ ബഹ്റൈൻ ഓഫീസിലും വാർത്തകൾ തയാറാക്കും. സൗദിയിൽ നിന്നു മാത്രമല്ല, യുഎഇ, ഒമാൻ, കുവൈത്ത്

പി ജയനാഥ്

എന്നിവിടങ്ങളിൽ നിന്നും ഇടതുപക്ഷ അനുഭാവികൾ വാർത്തകൾ അയക്കാൻ തുടങ്ങിയിരുന്നു.

ഇന്ത്യൻ സമയവും ബഹ്റൈനിലെയും സൗദിയിലെയും സമയവും തമ്മിൽ രണ്ടര മണിക്കൂർ വ്യത്യാസമുണ്ട്. സൗദിയും ബഹ്റൈനും രണ്ടര മണിക്കൂർ പിറകിലാണ്. അതുകൊണ്ട് കേരളത്തിൽ നിന്ന് പേജുകൾ അയക്കുമ്പോൾ സമയത്തിന്റെ കാര്യത്തിൽ വലിയ പ്രയാസം നേരിട്ടില്ല. എങ്കിലും പേജുകൾ നേരത്തെ കിട്ടണം. കാരണം സെൻസറുടെ അനുമതി ആവശ്യമുണ്ട്. കേരളത്തിൽ നിന്ന് വരുന്ന പേജുകളും ബഹ്റൈൻ ഓഫീസിൽ തയാറാക്കുന്ന രണ്ടുപേജുകളും രാത്രി ഒമ്പതുമണിക്കുമുമ്പ് അൽവസാത്ത് പ്രസ്സിലേക്ക് ഇന്റർനെറ്റ് വഴി അയക്കും. മനാമയിലെ ഓഫീസിൽ നിന്ന് പ്രസ്സിലേക്ക് 25 കിലോമീറ്റർ ദൂരമുണ്ട്. ഒമ്പതുമണിയാകുമ്പോഴേക്കും *പ്രതിഭ*യിലെ പ്രവർത്തകർ ആരെങ്കിലും കാറുമായി വരും. ഞാൻ ബഹ്റൈനിലുള്ളപ്പോൾ പി ടി നാരായണനാണ് അധികദിവസവും വന്നിരുന്നത്. അവരുടെ വാഹനത്തിൽ ഞങ്ങൾ എല്ലാവരും പ്രസ്സിലേക്കു പോകും. പത്രം അച്ചടി കഴിഞ്ഞ് കുറച്ചുകോപ്പികളുമായി തിരിച്ചുപോരും. ബഹ്റൈനിലെ പത്രവിതരണത്തിനുള്ള ഏർപ്പാടുകൾ *പ്രതിഭ* വഴിയാണ് ചെയ്തിരുന്നത്.

*ദേശാഭിമാനി*ക്കുള്ളിൽ *ചന്ദ്രിക*

ദേശാഭിമാനി അച്ചടിച്ചിരുന്ന അൽവസാത്ത് പ്രസ്സിൽ നിന്നു തന്നെയാണ് *ചന്ദ്രിക*യും അടിച്ചിരുന്നത്. ആദ്യം *ദേശാഭിമാനി* അച്ചടിക്കും. അതു കഴിഞ്ഞ് *ചന്ദ്രിക*. രണ്ടുകൂട്ടർക്കും വെവ്വേറെ സമയം നിശ്ചയിച്ചിരുന്നു. നിശ്ചിത സമയത്തിനുമുമ്പ് പേജുകൾ പ്രസ്സിൽ കിട്ടണം. പ്രസ്സിലെ ജീവനക്കാരെല്ലാം അറബികളായിരുന്നു. അതുകൊണ്ട് ആദ്യ കോപ്പി കിട്ടിയാൽ പേജുകൾ ഒന്നു മറിച്ചുനോക്കും. കാരണം പേജുകളുടെ ക്രമം തെറ്റാനോ തലേദിവസത്തെ പേജുകൾ തന്നെ അച്ചടിക്കാനോ സാധ്യതയുണ്ട്. അതുകൊണ്ട് അക്കാര്യത്തിൽ ജാഗ്രത പുലർത്തിയിരുന്നു. എന്നാൽ 2010 ഡിസംബർ 28-ന് രാത്രി ദൗർഭാഗ്യകരമായ ഒരു സംഭവമുണ്ടായി. അന്ന് അച്ചടി തുടങ്ങാൻ നേരത്ത് പ്രസ്സിലേക്ക് *ദേശാഭിമാനി* സ്റ്റാഫിന് പോകാൻ കഴിഞ്ഞിരുന്നില്ല. പത്രം പതിവുപോലെ അച്ചടിച്ച് പായ്ക്കറ്റുകളിൽ സൗദിയിലേക്ക് പോയി. പുലരുന്നതിനു മുമ്പ് സൗദിയിൽ നിന്നു ബഹ്റൈൻ ഓഫീസിലേക്ക് തുരുതുരാ ഫോൺ കോൾ. *ദേശാഭിമാനി* പത്രത്തിനകത്ത് *ചന്ദ്രിക*യുടെ രണ്ടുപേജുകൾ. എഡിറ്റ് പേജും അതിനഭിമുഖമായ പേജും *ദേശാഭിമാനി*യുടേതല്ല. പ്രസ്സിൽ ഒരു പ്ലേറ്റ് മാറിപ്പോയതാണ് പ്രശ്നം. ഒരു പ്ലേറ്റിൽ രണ്ടുപേജുണ്ടാകും. ആറ്, ഏഴ് പേജുകൾ *ചന്ദ്രിക*യുടേത്. *ദേശാഭിമാനി*യുടെ മുഖപ്രസംഗത്തിനു പകരം *ചന്ദ്രിക*യുടെ മുഖപ്രസംഗം (2010 ഡിസംബർ 29). എഡിറ്റ് പേജിലെ ആദ്യ ലേഖനം സിപിഐ എമ്മിനെ വിമർശിച്ചുകൊണ്ട് അഡ്വ. കെ എൻ എ ഖാദർ എഴുതിയത്. *കുരുടനെ വഴി നടത്തുന്ന കുരുടൻ*-അതായിരുന്നു തലക്കെട്ട്. വായനക്കാരുടെ കത്തുകളിലൊന്ന് സിപിഐ എമ്മിനെ പരിഹസിക്കുന്നതായിരുന്നു.

മലയാളം അറിയാത്ത പ്രസ് ജീവനക്കാർ പേജിന്റെ നമ്പർ നോക്കി പ്ലേറ്റ് എടുത്തു വെച്ചപ്പോൾ മാറിപ്പോയി. രണ്ടു പത്രങ്ങൾക്കും 12 പേജായിരുന്നതുകൊണ്ട് പേജ് നമ്പറിന്റെ ക്രമം ശരിയുമായിരുന്നു. ഏതായാലും സംഭവിച്ചു. പത്രം വിതരണം നടത്തേണ്ടതില്ലെന്ന് അപ്പോൾ തന്നെ നിർദേശം കൊടുത്തു. റിയാദിലേക്കും ജിദ്ദയിലേക്കും പത്രം അയച്ചില്ല. ദമാമിൽ വിതരണം ചെയ്തുപോയ കോപ്പികൾ തന്നെ തിരിച്ചെടുത്തു. എന്നാലും കുറച്ച് കോപ്പികൾ പുറത്തുപോയിരുന്നു. *മാതൃഭൂമി* അതു വാർത്തയാക്കി. പത്രമച്ചടിക്കുമ്പോൾ സാങ്കേതികമായി പറ്റിയ പിഴവ് ഒരു വാർത്തയാക്കേണ്ടതുണ്ടോ എന്നു ചോദിച്ചാൽ പെട്ടെന്ന് മറുപടി പറയാൻ കഴിയില്ല. അതേസമയം, ഈ സംഭവത്തിലൊരു കൗതുകമുണ്ട്. *ദേശാഭിമാനി*ക്കുള്ളിൽ *ചന്ദ്രിക*. ആ കൗതുകമാകാം വാർത്തയ്ക്ക് പ്രേരകമായത്. ഇപ്പോൾ കേരളത്തിലും ഒരേ പ്രസ്സിൽ പല പത്രങ്ങൾ അച്ചടിക്കു

മുഹമ്മദ് ഹാഷിം

ന്നുണ്ട്. ജോലിക്കാർ മലയാളികളാണെങ്കിൽത്തന്നെ നോട്ടപ്പിശക് സംഭവിക്കാം. അച്ചടി യന്ത്രത്തിൽ നിന്നു വരുന്ന ആദ്യ കോപ്പി ശരിക്കും മറിച്ചു നോക്കിയില്ലെങ്കിൽ ചിലപ്പോൾ പെട്ടുപോകും.

ബഹ്റൈനിൽ അച്ചടി തുടങ്ങി ഏതാനും മാസമായപ്പോൾ *ദേശാഭിമാനി* അതിന്റെ സംവിധാനം ശക്തിപ്പെടുത്തി. 2008 സെപ്തംബറിൽ കണ്ണൂർ ഡെസ്കിൽ നിന്ന് മുഹമ്മദ് ഹാഷിമിനെ റിയാദ് ബ്യൂറോയിൽ ലേഖകനായി നിയോഗിച്ചു. ഹാഷിം എത്തിയശേഷം സൗദിയിലെ ഏരിയാ ലേഖകരുമായുള്ള ഏകോപനം മെച്ചപ്പെട്ടു. പ്രാദേശിക പേജ് ലേഔട്ട് ചെയ്യുന്നതിന് തിരുവനന്തപുരത്ത് നിന്ന് ഡിടിപി ഓപറേറ്റർ വി എസ് പ്രമോദിനെ ബഹ്റൈനിലേക്ക് അയച്ചു. ഈ ഘട്ടത്തിൽ നവോദയയുടെ സ്ഥാപക അംഗങ്ങളിൽ ഒരാളായ സുരേഷ് പരുമലയെ ദമാമിൽ ലേഖകനായി സംഘടന തന്നെ ചുമലപ്പെടുത്തി.

മാധ്യമം, ചന്ദ്രിക എന്നീ പത്രങ്ങളോട് മത്സരിച്ചുകൊണ്ട് ആകർഷകമായ പ്രാദേശിക പേജുകളാണ് *ദേശാഭിമാനി ഗൾഫ്* പ്രസിദ്ധീകരിച്ചുകൊണ്ടിരുന്നത്. ഉയർന്ന നിലവാരമുള്ള കടലാസും മികച്ച അച്ചടിയും പത്രത്തിന്റെ ഭംഗി വർധിപ്പിച്ചു. പത്രം നല്ല നിലയിൽ മുന്നോട്ടുപോയി. സൗദിയിലെ ഇടതുപക്ഷ സംഘടനകൾ, പ്രത്യേകിച്ച് ദമാം നവോദയ പത്രവിതരണം സുഗമമാക്കാൻ കഠിനാദ്ധ്വാനം ചെയ്തു. അതേസമയം സാമ്പത്തികമായി പത്രത്തിനു ഞെരുക്കമുണ്ടായിരുന്നു. കേരളത്തിലെപ്പോലെ പത്രത്തിന് ഏജന്റുമാരില്ലാത്തതുകൊണ്ട് പല സ്ഥലങ്ങളിലും വരിസംഖ്യ കുടിശ്ശികയായി. സംഘടനാപ്രവർത്തകരെ മാത്രം ആശ്രയിച്ചുള്ള വിതരണത്തിനും വരിസംഖ്യ പിരിക്കലിനും അതിന്റേതായ പരിമിതികളുണ്ട്. വരിസംഖ്യ കുടിശ്ശിക വന്നപ്പോൾ പത്രം അച്ചടിക്കുന്ന പ്രസ്സിനും ബാധ്യത വന്നു. അതിനിടക്കാണ് അറബ് രാജ്യങ്ങളിൽ 'മുല്ലപ്പൂ വിപ്ലവം' എന്നറിയപ്പെട്ട ജനാധിപത്യ പ്രക്ഷോഭങ്ങളുണ്ടായത്. 2010–2011 കാലത്ത് ഈജിപ്ത്, ടുണിഷ്യ എന്നീ രാജ്യങ്ങളിൽ ആരംഭിച്ച ജനാധിപത്യ പ്രതിഷേധത്തിന്റെ അലകൾ ഗൾഫ് രാജ്യങ്ങളിലും അടിച്ചു. ബഹ്റൈനിലും ഗവൺമെന്റിനെതിരായി പ്രക്ഷോഭങ്ങൾ പൊട്ടിപ്പുറപ്പെട്ടു. താമസിയാതെ അതു ഷിയാ–സുന്നി തർക്കമായി മാറി. വ്യാപകമായി അക്രമങ്ങളുണ്ടായി. *ദേശാഭിമാനി*യും *ചന്ദ്രിക*യും അച്ചടിക്കുന്ന അൽവസാത്ത് പ്രസ് ആക്രമിക്കപ്പെട്ടു. പ്രസ് പൂട്ടിയിടാൻ ഉടമകൾ നിർബന്ധിക്കപ്പെട്ടു. അന്നത്തെ സാഹചര്യത്തിൽ മറ്റൊരു പ്രസ് അന്വേഷിച്ച് കണ്ടുപിടിച്ച് അച്ചടി തുടരുക സാധ്യമായിരുന്നില്ല. ഈ സാഹചര്യത്തിൽ 2011 മാർച്ചിൽ ബഹ്റൈൻ എഡിഷൻ പ്രവർത്തനം നിർത്തിവയ്ക്കേണ്ടിവന്നു. സാംസ്കാരിക പരിപാടിയിലൂടെ പണം സ്വരൂപിച്ച് ദമാം നവോദയ പ്രസ്സിനുള്ള ബാധ്യത തീർത്തു. ബഹ്റൈൻ എഡിഷൻ നിന്നുപോയെങ്കിലും ദമാം നവോദയ പ്രവർത്തകരുടെ ആവേശം തണുത്തിരുന്നില്ല. സൗദിയിൽ നിന്നുതന്നെ പത്രം ഇറക്കുന്നതിനെക്കുറിച്ചായി അവരുടെ അടുത്ത ആലോചന.

സൗദി അറേബ്യയിൽ ബിസിനസ് സ്വഭാവമുള്ള എന്തുകാര്യം ചെയ്യണമെങ്കിലും ഒരു സ്പോൺസർ വേണം. അതായത് ഒരു തദ്ദേശീയ കമ്പനിയിലൂടെ മാത്രമേ കാര്യങ്ങൾ നിർവഹിക്കാൻ പറ്റൂ. സൗദിയിലെ പ്രമുഖ കോൺട്രാക്ടിങ് കമ്പനിയായ വൈ എം ഒ കോൺട്രാക്ടിങ് കമ്പനിയുമായി *ദേശാഭിമാനി* ഇതുസംബന്ധിച്ച കരാർ ഉണ്ടാക്കി. നവോദയയുടെ പ്രധാന പ്രവർത്തകനായ അനിൽ പട്ടുവം വൈ എം ഒ കമ്പനിയുടെ മാനേജരായിരുന്നു. അതുകൊണ്ട് കാര്യങ്ങൾ എളുപ്പമായി. വൈ എം ഒ കമ്പനിയാണ് *ദേശാഭിമാനി*ക്കുവേണ്ടി സൗദി ഗവൺമെന്റുമായി ബന്ധപ്പെട്ട കാര്യങ്ങൾ നിർവഹിച്ചത്.

ഏഷ്യയിലെതന്നെ ഏറ്റവും മികച്ച അച്ചടിസംവിധാനമുള്ള കമ്പനിയാണ് ദമാമിലെ അൽയോം പ്രിന്റിങ് ആന്റ് പബ്ലിഷിങ് കമ്പനി. സൗദിയിൽ നിന്ന് പത്രവും പ്രസിദ്ധീകരിക്കുന്നുണ്ട് അൽയോം. *ദേശാഭിമാനി* അച്ചടിക്കുന്നതിന് അൽയോമുമായി വൈ എം ഒ കോൺട്രാക്ടിങ് കമ്പനി കരാറിൽ ഏർപ്പെട്ടു. വിതരണത്തിന് അൽവത്താനിയ തുടർന്നു. സൗദിയിലെ നിയമപ്ര

കാരം അച്ചടി നടത്തുന്നതിനും പ്രസാധനത്തിനും വിതരണത്തിനുമെല്ലാം വെവ്വേറെ അനുമതി ആവശ്യമുണ്ട്. ചില കമ്പനികൾക്ക് ഇതുമൂന്നും ഉണ്ടാകും. *ദേശാഭിമാനി* അച്ചടിക്കാനുള്ള അനുമതി സൗദി മന്ത്രാലയത്തിൽ നിന്ന് സമ്പാദിച്ചത് അൽയോം കമ്പനിയാണ്. ഇതൊന്നും പറയുന്നതുപോലെ എളുപ്പമായിരുന്നില്ല. ദമാം നവോദയ പ്രവർത്തകരുടെ രണ്ടുവർഷത്തെ നിരന്തര പ്രയത്നംകൊണ്ടാണ് ഇതൊക്കെ സാധ്യമായത്.

സൗദിയിലെ ഏറ്റവും പ്രബലമായ സാംസ്കാരിക സംഘടനയാണ് 2001-ൽ രൂപീകൃതമായ ദമാം നവോദയ. അംഗങ്ങളുടെ എണ്ണം ഇരുപത്തിഅയ്യായിരം വരും. *പ്രഭാതം* എന്ന പേരിൽ ഒരു ത്രൈമാസിക ദീർഘകാലം ദമാം നവോദയ പുറത്തിറക്കിയിരുന്നു. പത്രം എത്തിക്കാനുള്ള പ്രവർത്തനങ്ങളിലേക്ക് കടന്നപ്പോഴാണ് മാസിക നിർത്തിയത്. സൗദി അധികാരികളിൽ ദമാം നവോദയക്കുള്ള വിശ്വാസ്യതയും പ്രവാസി മലയാളികൾക്കിടയിൽ ഈ സംഘടനക്കുള്ള സ്വാധീനവുമാണ് പത്രം പ്രസിദ്ധീകരിക്കാനുള്ള അനുമതി ലഭിച്ചതിനു കാരണമെന്നതിൽ സംശയമില്ല. ആറന്മുളക്കാരനായ ജോർജ് വർഗീസ് ഈ പ്രവർത്തനങ്ങൾക്കെല്ലാം ഊർജസ്വലമായ നേതൃത്വം നൽകി. 2013 മാർച്ച് ഒന്നിന് സൗദിയിൽ നിന്ന് *ദേശാഭിമാനി* ഗൾഫ് പ്രസിദ്ധീകരിക്കാൻ തുടങ്ങി. അതിന്റെ ഭാഗമായി സബ് എഡിറ്റർ ടി എം മൻസൂറിനെയും ഡിടിപി ഓപറേറ്റർ വി എസ് പ്രമോദിനെയും *ദേശാഭിമാനി* ദമാമിലേക്ക് പ്രത്യേകം നിയോഗിച്ചു. നല്ല സ്വീകാര്യത നേടാൻ പത്രത്തിന് പെട്ടെന്നു കഴിഞ്ഞു. പ്രവാസികളുമായി ബന്ധപ്പെട്ട പ്രശ്നങ്ങൾക്ക് പത്രം നല്ല പ്രാധാന്യം നൽകി. പ്രാദേശിക വാർത്തകൾ നൽകുന്ന കാര്യത്തിൽ മറ്റു മലയാള പത്രങ്ങളുടെ മുമ്പിലായിരുന്നു *ദേശാഭിമാനി.*

*ദേശാഭിമാനി*യുടെ ദമാം എഡിഷൻ പ്രസിദ്ധീകരിക്കാൻ തുടങ്ങുന്നതിനു രണ്ടുവർഷം മുമ്പു തന്നെ സൗദി അറേബ്യ 'നിതാഖാത്ത്' (തൊഴിൽമേഖലകളിൽ സൗദിവൽക്കരണം) കൊണ്ടുവന്നിരുന്നു. 2013 ആയതോടെ നിബന്ധനകൾ കർശനമായി നടപ്പാക്കാൻ തുടങ്ങി. ഏതു സ്ഥാപനത്തിനാണോ വിസ അനുവദിച്ചത്, അവിടെ മാത്രമേ ജോലി ചെയ്യാൻ പറ്റൂ. ജോലിക്കാരിൽ നിശ്ചിതശതമാനം സൗദി പൗരന്മാരായിരിക്കണം. ഇത്തരം പ്രശ്നങ്ങൾ *ദേശാഭിമാനി*യെയും ബാധിച്ചു. അതുമാത്രമല്ല, പത്രത്തിന്റെ വരിസംഖ്യ കൃത്യമായി പിരിഞ്ഞുകിട്ടാത്തതും ഗൾഫ് എഡിഷനെ പ്രതിസന്ധിയിലാക്കി. പരസ്യവരുമാനവും പ്രതീക്ഷിച്ചപോലെ ലഭിച്ചില്ല. ഈ സാഹചര്യത്തിൽ 2015-ൽ പ്രസിദ്ധീകരണം നിർത്തേണ്ടിവന്നു. പതിനെട്ടുമാസം മാത്രമേ സൗദി എഡിഷന് പ്രവർത്തിക്കാൻ കഴിഞ്ഞുള്ളൂ. എല്ലാ ബാധ്യതകളും ദമാം നവോദയ ഏറ്റെടുക്കുകയും അടച്ചുതീർക്കുകയും ചെയ്തു. പത്രം മുന്നോട്ടുപോകാൻ കഴിഞ്ഞില്ലെങ്കിലും ഗൾഫ് നാടുകളിൽ പത്രം അച്ചടിച്ച് വിതരണം ചെയ്യാൻ കഴിഞ്ഞതു വലിയ നേട്ടമായിട്ടാണ് നവോദയ സാംസ്കാരിക വേദിയും സൗദിയിലെ മറ്റു ഇടതുപക്ഷ സംസ്കാരിക സംഘടനകളും കണക്കാക്കിയത്. പത്രം വഴി മലയാളികളുടെ വലിയ കൂട്ടായ്മ രൂപപ്പെടുത്താൻ കഴിഞ്ഞു. ഇടതുപക്ഷ ആശയങ്ങളുടെ പ്രചാരണത്തിന് പത്രം വലിയ സംഭാവന നൽകി. നഷ്ടസാധ്യതയുള്ള വലിയ സംരംഭങ്ങൾ ഏറ്റെടുക്കാനുള്ള കരുത്തും ധൈര്യവും അതുവഴി പ്രവാസി സംഘടനകൾക്ക് ലഭിച്ചു. പുതിയ കാലത്ത് എങ്ങനെ ആശയപ്രചാരണം ഗൾഫിൽ ഫലപ്രദമായി നടത്താമെന്നാണ് ഇടതുപക്ഷ സാംസ്കാരിക സംഘടനകൾ ആലോചിക്കുന്നത്.

ഗൾഫ് എഡിഷന്റെ മുഖ്യസംഘാടകനായിരുന്ന ജോർജ് വർഗീസ് *ദേശാഭിമാനി* ഗൾഫിൽ എത്തിക്കാൻ കഴിഞ്ഞതിനെ ഇങ്ങനെയാണ് വിലയിരുത്തുന്നത്:

> ഗൾഫ് നാടുകളിലെ ഇടതുപക്ഷ സാംസ്കാരിക കൂട്ടായ്മകളെയും പ്രവർത്തകരെയും ഏകോപിപ്പിച്ച് നാട്ടിലെ പുരോഗമനപ്രസ്ഥാനങ്ങളുമായുള്ള ബന്ധം ദൃഢമാക്കുന്നതിന് *ദേശാഭിമാനി*യുടെ ഗൾഫ് എഡിഷൻ സഹായിച്ചു. നാട്ടിൽ പുരോഗമന പ്രസ്ഥാനങ്ങളിൽ പ്രവർത്തിച്ചവർ തൊഴിൽ തേടി ഗൾഫിലെത്തിയപ്പോൾ അവർക്ക് നഷ്ടപ്പെട്ടത് ആശയവിനിമയത്തിന്റെയും സംവാദത്തിന്റെയും പൊതുഇടങ്ങളായിരുന്നു. പുതിയ രൂപത്തിൽ പൊതുഇടങ്ങൾ രൂപപ്പെടുത്താനുള്ള ഇടപെടലായിരുന്നു പത്രം ഗൾഫിൽ കൊണ്ടുവന്നതിലൂടെ നടത്തിയത്. ലേബർ ക്യാമ്പുക

ളിൽ രൂപപ്പെട്ട ചെറിയ ചെറിയ കൂട്ടായ്മകൾക്ക് ശക്തിയും ചൈതന്യവും കിട്ടുന്നത് *ദേശാഭിമാനി*യുടെ വരവോടെയാണ്. സൗദിയുടെ തൊട്ടടുത്തു കിടക്കുന്ന ബഹ്റൈൻ, കുവൈത്ത്, ഖത്തർ എന്നീ രാജ്യങ്ങളിലെ പുരോഗമന സംഘടനകളുമായി ബന്ധം സ്ഥാപിക്കുന്നതിനും പത്രം സഹായിച്ചു. പ്രതികൂലമായ സാഹചര്യങ്ങളിലും സാംസ്കാരിക പ്രവർത്തനം എങ്ങനെ നടത്താമെന്ന് പ്രവാസി കൂട്ടായ്മകൾ കാണിച്ചുതന്നിട്ടുണ്ട്. ഹ്രസ്വകാലയളവിലാണെങ്കിലും ഈ കൂട്ടായ്മകൾക്ക് മാർഗദർശനവും ആശയവ്യക്തതയും നൽകാൻ ഗൾഫ് *ദേശാഭിമാനി*ക്ക് കഴിഞ്ഞു.[3]

വിദേശ എഡിഷനുകളുടെ പ്രസക്തി

ഡിജിറ്റൽ സാങ്കേതികവിദ്യ പത്രങ്ങളുടെ നടത്തിപ്പിലും പത്രവായനയിലും വലിയ മാറ്റങ്ങൾ വരുത്തിയ സാഹചര്യത്തിൽ പത്രങ്ങളുടെ വിദേശ എഡിഷനുകളുടെ പ്രസക്തിതന്നെ കുറഞ്ഞിരിക്കയാണ്. ഓൺലൈൻ എഡിഷനിൽ വരുന്ന വാർത്തകൾ മൊബൈൽ ഫോണിലൂടെ ആവശ്യമുള്ളവർക്കെല്ലാം വായിക്കാം. തൽസമയം വാർത്ത കിട്ടും. അതും പോരെങ്കിൽ പത്രങ്ങളുടെ ഇ-പേജ് ഓൺലൈനിൽ ലഭ്യമാണ്. ഏതു എഡിഷൻ പത്രവും ഇന്റർനെറ്റുണ്ടെങ്കിൽ ലോകത്തിന്റെ ഏതുമൂലയിൽ നിന്നും വായിക്കാം. മിക്ക പത്രങ്ങളും ഇ-പേജുകൾക്ക് വരിസംഖ്യ ഈടാക്കുന്നുണ്ട്. എന്നാൽ *ദേശാഭിമാനി* ഇപ്പോൾ സൗജന്യമായാണ് ഇ-പേപ്പർ നൽകുന്നത്. ഭാവിയിൽ *ദേശാഭിമാനി*യും വരിസംഖ്യ ഈടാക്കിക്കൂടെന്നില്ല. സ്മാർട്ട് ഫോണുകളും ഇന്റർനെറ്റും മാധ്യമരംഗത്ത് വരുത്തിയ മാറ്റം കണക്കിലെടുക്കുമ്പോൾ വിദേശനാടുകളിൽ പ്രിന്റ് എഡിഷൻ എന്നതിൽ നിന്ന് പത്രങ്ങൾ പതുക്കെ പിന്മാറാനാണ് സാധ്യത. ഇപ്പോൾത്തന്നെ പല മലയാള പത്രങ്ങളും ഗൾഫ് എഡിഷൻ അവസാനിപ്പിച്ചു. ചില പത്രങ്ങൾ എഡിഷനുകളുടെ എണ്ണം കുറച്ചു. *മാധ്യമം* പോലുള്ള പത്രങ്ങൾക്ക് ഗൾഫ് എഡിഷൻ വലിയ വരുമാനമാർഗമായിരുന്നു. അതിലും മാറ്റങ്ങൾ വരികയാണ്. വ്യവസായികളും ബിസിനസ് സ്ഥാപനങ്ങളും പത്രങ്ങൾക്ക് നൽകുന്ന പരസ്യത്തിന്റെ തോത് കുറയ്ക്കുകയും ഡിജിറ്റൽ മാധ്യമങ്ങളിൽ പരസ്യം വർധിപ്പിക്കുകയും ചെയ്യുന്ന പ്രവണതയാണുള്ളത്. വിദേശരാജ്യത്ത് പ്രിന്റ് എഡിഷൻ ലാഭകരമായി നടത്തുക എന്നത് ഇന്നത്തെ സാഹചര്യത്തിൽ വലിയ വെല്ലുവിളിയാണ്.

ഇതര സംസ്ഥാന എഡിഷനുകൾ

ഗൾഫ് മലയാളികളെക്കുറിച്ച് പറഞ്ഞതുപോലെ മറ്റു സംസ്ഥാനങ്ങളിൽ ജീവിക്കുന്ന മലയാളികൾക്കും മലയാളപത്രം കിട്ടണമെന്ന നിർബന്ധം അടുത്തകാലംവരെയുണ്ടായിരുന്നു. എല്ലാവീടുകളിലും ടെലിവിഷൻ എത്തുകയും ഇന്റർനെറ്റ് വഴി പത്രം വായിക്കാനാവുകയും ചെയ്തതോടെ ആ നിർബന്ധം ഇല്ലാതായി. എന്നാൽ, രണ്ടായിരാമാണ്ടിനു മുമ്പ് സ്ഥിതി അതായിരുന്നില്ല. ദിനപത്രമായതുമുതൽ ബംഗളൂരുവിലേക്ക് ബസിൽ *ദേശാഭിമാനി* അയച്ചുകൊണ്ടിരുന്നു. കെഎസ്ആർടിസി ബസിൽ കോഴിക്കോട്ടുനിന്നാണ് പത്രം പോയിരുന്നത്. രാത്രി പത്തുമണിക്ക് കോഴിക്കോട്ടുനിന്ന് ബംഗളൂരുവിലേക്കുള്ള ബസിൽ അക്കാലത്ത് നിറയെ പത്രക്കെട്ടായിരിക്കും. എല്ലാ സ്ഥാപനങ്ങളും ഒരേ ബസിലാണ് പത്രം അയച്ചിരുന്നത്. യാത്രക്കാർക്ക് അനങ്ങാൻപോലും പറ്റാത്ത നിലയിൽ പത്രക്കെട്ടുകളുണ്ടാകും. മൈസൂർ എത്തുമ്പോൾ കെട്ടുകളുടെ എണ്ണം കുറയും. കാരണം പ്രധാന പത്രങ്ങൾക്കെല്ലാം മൈസൂരിൽ ധാരാളം വരിക്കാരുണ്ട്. രാത്രി അച്ചടിക്കുന്ന പത്രം കാലത്ത് ഏഴു മണിക്കുമുമ്പ് ബംഗളൂരു മെജസ്റ്റിക് ബസ് സ്റ്റാന്റിൽ എത്തും. അവിടെ ഏജന്റുമാർ കാത്തുനിൽക്കുന്നുണ്ടാകും. ഇതായിരുന്നു രണ്ടായിരമാണ്ടിനു മുമ്പത്തെ സ്ഥിതി. അക്കാലത്ത് മലയാള പത്രങ്ങളൊന്നും ബംഗളൂരുവിൽ നിന്ന് പ്രസിദ്ധീകരിച്ചിരുന്നില്ല.

ബംഗളൂരുവിൽ കാലത്ത് ഏഴുമണിക്ക് മുമ്പ് പത്രം എത്തുമെങ്കിലും വലിയ നഗരത്തിന്റെ പല ഭാഗങ്ങളിലും പത്രമെത്തിക്കാൻ സമയമെടുക്കും. വൈകിയേ വായനക്കാർക്ക് പത്രം കിട്ടൂ. മാത്രമല്ല, ബംഗളൂരുവിലേക്ക് അയക്കുന്ന പത്രം നേരത്തെ തയാറാക്കുന്നതായിരുന്നു.

അതുകൊണ്ട് വൈകിയെത്തുന്ന വാർത്തകൾക്ക് പത്രത്തിൽ ഇടം കിട്ടില്ല. 1994-ൽ കണ്ണൂർ എഡിഷൻ ആരംഭിച്ചശേഷം കണ്ണൂരിൽ നിന്നാണ് *ദേശാഭിമാനി* ബംഗളൂരുവിലേക്ക് എത്തിയിരുന്നത്. അതിനാൽ, കോഴിക്കോട്ടുനിന്ന് അച്ചടിച്ചിരുന്നതിനേക്കാൾ നേരത്തെ ബംഗളൂരുവിലേക്കുള്ള പത്രം തയാറാക്കേണ്ടിവന്നു. വൈകിക്കിട്ടുന്ന വാർത്തകൾ നൽകാൻ കൂടുതൽ പ്രയാസമായി. വായനക്കാരിൽ അത് അതൃപ്തി സൃഷ്ടിച്ചു. ഈ സാഹചര്യത്തിലാണ് ബംഗളൂരു എഡിഷൻ തുടങ്ങാൻ തീരുമാനിച്ചത്. അതിന്റെ മുന്നോടിയായി ബംഗളൂരു നഗരത്തിന്റെ പല ഭാഗങ്ങളിലും *ദേശാഭിമാനി* റീഡേഴ്സ് ഫോറം രൂപീകരിച്ചു. ബംഗളൂരു കേരള സമാജവുമായി ബന്ധപ്പെട്ടാണ് ഇതു ചെയ്തത്. 2010 ജനുവരി ഒന്നുമുതൽ ബംഗളൂരുവിൽ നിന്ന് പത്രം അച്ചടിക്കാൻ തുടങ്ങി. രണ്ടുപേജ് ബംഗളൂരു വാർത്തകൾ അവിടെ നിന്ന് തയാറാക്കും. ബാക്കി പേജുകൾ കണ്ണൂരിൽ നിന്ന് മോഡത്തിൽ എത്തും. സ്വകാര്യ പ്രസ്സിൽ അച്ചടി. എഡിഷൻ ആരംഭിക്കുമ്പോൾ കെ ടി ശശിയായിരുന്നു ന്യൂസ് എഡിറ്റർ. പിന്നീട് കെ സി രാജഗോപാൽ, ടി പി വിജയൻ എന്നിവരും ന്യൂസ് എഡിറ്റർമാരായി പ്രവർത്തിച്ചു. തുടക്കത്തിൽ നല്ല നിലയിൽ പോയ പത്രം രണ്ടുവർഷമായപ്പോൾ വലിയ നഷ്ടത്തിലായി. പരസ്യവരുമാനം പ്രതീക്ഷിച്ചപോലെ ലഭിച്ചില്ല. അതിനാൽ മൂന്നുവർഷം പൂർത്തിയാക്കുംമുമ്പ് എഡിഷൻ പ്രവർത്തനം അവസാനിപ്പിക്കേണ്ടി വന്നു. അതേസമയം *മലയാള മനോരമ*യും *മാതൃഭൂമി*യും ബംഗളൂരുവിൽ നിന്ന് പത്രം അച്ചടിക്കുന്നുണ്ട്. ഓൺലൈനിൽ പത്രം വായിക്കാൻ കഴിയുന്ന സാഹചര്യത്തിൽ കേരളത്തിനു പുറത്തെ എഡിഷനുകൾ പുനരാരംഭിക്കുന്നതിലോ പുതിയ എഡിഷൻ തുടങ്ങുന്നതിലോ യുക്തിയില്ല. ഓൺലൈൻ എഡിഷൻ ശക്തിപ്പെടുത്തുക എന്നതാണ് ഇനി ചെയ്യാനുള്ളത്. ആ വഴിക്കാണ് *ദേശാഭിമാനി* നീങ്ങുന്നതെന്ന സൂചന പത്രത്തിന്റെ മേധാവികൾ നൽകിയിട്ടുമുണ്ട്.

പി വി രാഘവൻ മാസ്റ്റർ

കേരളത്തിനു പുറത്ത് മലയാളികൾ ധാരാളമുള്ള പ്രധാന നഗരങ്ങളിലേക്ക് *ദേശാഭിമാനി* റോഡ് വഴിയും ട്രെയിനിലും വിമാനത്തിലും പത്രം എത്തിച്ചിരുന്നു. മുംബൈയിലേക്ക് 1950-കളിൽ തപാൽ മാർഗമാണ് പത്രം അയച്ചിരുന്നത്. പിന്നീട് ട്രെയിനിലായി. 1970-കൾ ആയപ്പോൾ കൊച്ചിയിൽ നിന്ന് വിമാനത്തിൽ അയക്കാൻ തുടങ്ങി. മറ്റു നഗരങ്ങളിലേക്ക് ട്രെയ്നിലാണ് പത്രം അയച്ചിരുന്നത്. ഈ നഗരങ്ങളിലെല്ലാം പത്രം വിതരണം ചെയ്യാൻ സമർപ്പണമനസ്കരായ പ്രവർത്തകരുണ്ടായിരുന്നു. മുംബൈ എന്ന് ഇപ്പോൾ അറിയപ്പെടുന്ന പഴയ ബോംബെയിൽ 1978 മുതൽ 26 വർഷം തുടർച്ചയായി പത്രം വിതരണം ചെയ്തിരുന്നത് മുംബൈ ആദർശ വിദ്യാലയത്തിൽ അധ്യാപകനായിരുന്ന പി വി രാഘവൻ മാസ്റ്ററായിരുന്നു. ഉച്ചവരെ അദ്ദേഹം സ്കൂളിൽ പഠിപ്പിക്കും. ഉച്ചകഴിഞ്ഞ് പത്രവിതരണം. ബിഎ കഴിഞ്ഞ് ജോലി തേടിയാണ് കാസർകോട് കൊടക്കാട് സ്വദേശിയായ രാഘവൻ 1967-ൽ ബോംബെയിൽ എത്തുന്നത്. അവിടെ ചെന്നശേഷം സിദ്ധാർഥ കോളേജിൽ എൽഎൽബിക്കു ചേർന്നു. അതു പൂർത്തിയാക്കുന്നതിനു മുമ്പ് ചെമ്പൂരിലെ ആദർശ വിദ്യാലയത്തിൽ അധ്യാപകനായി. ചരിത്രവും പൗരധർമവും ഭൂമിശാസ്ത്രവും അദ്ദേഹം കുട്ടികളെ പഠിപ്പിച്ചു.

പത്രത്തിന്റെ ഏജൻസിയും പത്രവിതരണവും 2004-ൽ നാട്ടിലേക്ക് മടങ്ങുന്നതുവരെ രാഘവൻ മാസ്റ്റർ തുടർന്നു. ബോംബെ സാന്താക്രൂസ് വിമാനത്താവളത്തിൽ ഉച്ചയ്ക്ക് പന്ത്രണ്ടു മണിയാകുമ്പോഴേക്കും പത്രം വരും. ഏജന്റായ രാഘവൻ മാസ്റ്റർ തന്നെയാണ് വിതരണവും നടത്തുക. കുറേ കോപ്പികൾ സൈക്കിളിൽ വിതരണം ചെയ്യും. ബാക്കി മെട്രോ ട്രെയ്നിൽ പോയി വരിക്കാർക്ക് എത്തിക്കും. ഒരു ഘട്ടത്തിൽ 280-300 കോപ്പി വരെ വിതരണം ചെയ്തിരുന്നു. പത്രം മാത്രമല്ല, *ദേശാഭിമാനി വാരിക*, *ചിന്ത*, *പീപ്പിൾസ് ഡെമോക്രസി*, പാർട്ടിയുടെ ഹിന്ദി പ്രസിദ്ധീകരണമായ *ലോക് ലഹർ*, *സ്ത്രീശബ്ദം* മാസിക, *തത്തമ്മ*, *യുവധാര*, ഇംഗ്ലീഷിലുള്ള *ദ മാർക്സിസ്റ്റ്* എന്നിവയും മറാത്തിയിലുള്ള *ജീവൻമാർഗ്* എന്ന പാർട്ടി പ്രസിദ്ധീകരണവും അദ്ദേഹം വാ

യനക്കാർക്ക് എത്തിച്ചിരുന്നു. മാസ്റ്ററുടെ ജ്യേഷ്ഠന്റെ മകൾ കുറച്ചുകാലം സഹായത്തിന് കൂടെ താമസിച്ചിരുന്നു. പേര് അമ്മാളു. മാസ്റ്ററുടെ പ്രയാസം മനസ്സിലാക്കി അമ്മാളുവും പത്രവിതരണ ത്തിനിറങ്ങിയിരുന്നു. പത്രം കൊടുക്കാനും പണം പിരിക്കാനുമെല്ലാം അമ്മാളു സഹായിക്കും. കുർളയിലായിരുന്നു മാസ്റ്റർ താമസിച്ചത്. പത്രവിതരണത്തെക്കുറിച്ച് രാഘവൻ മാസ്റ്റർ തന്നെ പറയട്ടെ:

> കുട്ടിക്കാലത്തേ ഞാൻ കമ്യൂണിസ്റ്റ് പാർട്ടിയുമായി ബന്ധപ്പെട്ട് പ്രവർത്തിക്കുന്നുണ്ട്. ഒരു യോ ഗത്തിൽ എ കെ ജി പറഞ്ഞു, പാർട്ടി സഖാക്കൾ എവിടെ പോകുമ്പോഴും നമ്മുടെ പത്രമോ ലഘു ലേഖയോ മറ്റു പ്രസിദ്ധീകരണമോ കൈയിലുണ്ടാകണം. എ കെ ജി പറഞ്ഞ കാര്യം എന്നും എന്റെ മനസ്സിലുണ്ടായിരുന്നു. പാർട്ടി പ്രവർത്തനമെന്ന നിലക്കാണ് പത്ര-മാസികകളുടെ വിതരണം ഏറ്റെടുത്തത്. വരിക്കാരിൽ നിന്ന് ഒരിക്കലും പണം പൂർണമായി പിരിഞ്ഞുകിട്ടില്ല. അതൊന്നും നഷ്ടമായി കണ്ടിട്ടില്ല. ഒരു ദിവസം പോലും ഞാൻ പത്രവിതരണം മുടക്കിയിട്ടില്ല. *ദേശാഭിമാനി* ഏജൻസിയും വിതരണവും പാർട്ടി പ്രവർത്തനമായിരുന്നു. [4]

രാഘവൻ മാസ്റ്റർ ആദർശ വിദ്യാലയത്തിന്റെ പ്രധാന അധ്യാപകനായാണ് റിട്ടയർ ചെയ്തത്. 36 വർഷം അദ്ദേഹം വിദ്യാലയത്തിൽ ജോലി ചെയ്തു. മാസ്റ്ററുടെ ഭാര്യ പ്രസന്നയും ബോംബെയിൽ അധ്യാപികയായിരുന്നു.

എ കെ മച്ചിങ്ങൽ

എ കെ മച്ചിങ്ങൽ

രണ്ടായിരാമാണ്ടിനുമുമ്പ് മറ്റു സംസ്ഥാനങ്ങളിലെ സംഭവവികാ സങ്ങൾ 'കത്ത്' എന്ന പേരിലാണ് *ദേശാഭിമാനി* പ്രസിദ്ധീകരിച്ചിരുന്നത്. ബോംബെ കത്ത്, മദിരാശി കത്ത്, ബംഗാൾ കത്ത് എന്നിങ്ങനെ. ഡൽഹി യിൽ ബ്യൂറോ ആരംഭിച്ചിട്ടും ഡൽഹി കത്ത് കുറേക്കാലം തുടർന്നു. ഓരോ സംസ്ഥാനത്തെയും രാഷ്ട്രീയവും സാമൂഹികവും സാമ്പത്തികവുമായ സംഭവവികാസങ്ങൾ ക്രോഡീകരിച്ച് രണ്ടാഴ്ച കൂടുമ്പോഴോ മാസത്തി ലൊരിക്കലോ അതാതിടത്തെ ലേഖകർ തയാറാക്കുന്ന കുറിപ്പുകളാണ് ഇങ്ങനെ പ്രസിദ്ധീകരിച്ചുകൊണ്ടിരുന്നത്.

ദേശാഭിമാനി എഡിറ്റ് പേജിൽ രണ്ടു ദശാബ്ദം 'ബോംബെ കത്ത്' എഴുതിയത് എ കെ മച്ചിങ്ങലായിരുന്നു. മഹരാഷ്ട്രയിലെ, പ്രത്യേകിച്ച് ബോംബെയിലെ വാർത്തകൾ 'ബോംബെ കത്ത്' വഴി മച്ചിങ്ങൽ വായനക്കാരിലെത്തിച്ചു. ലേഖകന്റെ യഥാർഥ പേര് മച്ചിങ്ങൽ കൃഷ്ണൻ ആനന്ദൻ. തൃപ്രയാറിനടുത്ത് ചിറയ്ക്കൽ സ്വദേശിയായ ആനന്ദൻ കേന്ദ്ര സർക്കാരിന്റെ ധനകാ ര്യ മന്ത്രാലയത്തിനു കീഴിൽ വരുന്ന അക്കൗണ്ടന്റ് ജനറൽ ഓഫീസിലെ ഉദ്യോഗസ്ഥനായിരുന്നു. 1965-ലാണ് ആനന്ദൻ ബോംബെയിൽ എത്തിയത്. ജ്യേഷ്ഠൻ ഭഗീരഥൻ അന്ന് ബോംബെയിൽ എസ്ബിഐ ഉദ്യോഗസ്ഥനായിരുന്നു. ആ തണലിൽ തനിക്കും ജോലി കണ്ടെത്താമെന്ന് ആന ന്ദൻ പ്രതീക്ഷിച്ചു. അതു തെറ്റിയില്ല. കുറച്ചു കാലം ഒരു കെമിക്കൽ ഫാക്ടറിയിൽ ജോലി ചെയ്ത അദ്ദേഹത്തിന് താമസിയാതെ ഏജീസ് ഓഫീസിൽ നിയമനം ലഭിച്ചു. ഇ എം എസ് നമ്പൂതിരിപ്പാ ട്, ഇ കെ നായനാർ, വി എസ് അച്യുതാനന്ദൻ തുടങ്ങിയ നേതാക്കൾ ബോംബെയിൽ എത്തു മ്പോൾ സ്വീകരിക്കാൻ പോകുന്നവരിൽ പ്രധാനി പി ആർ കൃഷ്ണനായിരുന്നു. മച്ചിങ്ങലിനെയും അദ്ദേഹം കൂടെക്കൊണ്ടുപോകും. അങ്ങനെ മുതിർന്ന നേതാക്കളുമായി പരിചയപ്പെടാനും ആശയവിനിമയത്തിനും മച്ചിങ്ങലിന് അവസരം ലഭിച്ചു. ഇ എം എസാണ് അദ്ദേഹത്തോട് *ദേശാ ഭിമാനിക്ക്* എഴുതണമെന്നും മറ്റൊരു പേരിലായാൽ മതിയെന്നും നിർദേശിച്ചത്. അതനുസരിച്ച് 1980 മുതൽ അദ്ദേഹം പത്രത്തിന് കൃത്യമായി 'ബോംബെ കത്ത്' അയച്ചു. പതിവായി വാർത്ത കളും നൽകി. *ദേശാഭിമാനി* വായനക്കാർക്ക് എ കെ മച്ചിങ്ങൽ പരിചിത നാമമാണ്. എന്നാൽ യഥാർഥ എഴുത്തുകാരനെ അധികമാർക്കും അറിയില്ല. കേന്ദ്ര സർക്കാർ ജീവനക്കാരുടെ സംഘ

ടനാനേതാവു കൂടിയായിരുന്നു മച്ചിങ്ങൽ. ധനകാര്യ മന്ത്രാലയത്തിനു കീഴിലെ പല ഓഫീസുക ളിൽ ജോലി ചെയ്ത അദ്ദേഹം 2001-ലാണ് റിട്ടയർ ചെയ്തത്. *ബോംബെയിലെ ജീവിതം* എന്ന ഇംഗ്ലീഷ് പുസ്തകം അദ്ദേഹം എഴുയിരുന്നുവെങ്കിലും പൂർത്തിയാക്കി അച്ചടിക്കാൻ കഴിഞ്ഞില്ല. 2002-ൽ നാട്ടിലേക്കു മടങ്ങുന്നതുവരെ അദ്ദേഹം *ദേശാഭിമാനി*ക്ക് എഴുതിക്കൊണ്ടിരുന്നു. 2017-ലാണ് മച്ചിങ്ങൽ അന്തരിച്ചത്.

എ കെ മച്ചിങ്ങലിന്റെ ഭാര്യ ലളിത ബോംബെയിൽ സീബാ ഗീഗി എന്ന സ്വിസ് ഫാർമസ്യൂ ട്ടിക്കൽ കമ്പനിയിൽ ശാസ്ത്രജ്ഞയായിരുന്നു. മുംബൈ ഐഐടിയിൽ നിന്ന് രസതന്ത്രത്തിൽ ഡോക്ടറേറ്റ് എടുത്ത ശേഷമാണ് അവർ ജോലിയിൽ പ്രവേശിച്ചത്. മച്ചിങ്ങലിന്റെ റിയട്ടയർമെന്റി നു ശേഷം നാട്ടിലേക്ക് മടങ്ങാൻ തീരുമാനിച്ചപ്പോൾ അവർ സ്വയം വിരമിക്കുകയാണുണ്ടായത്. തൃശൂർ ജില്ലയിൽ വലപ്പാട് സ്വദേശിയായ അവർ സിപിഐ എമ്മിന്റെ പ്രധാന പ്രവർത്തകയാണ്. 2005 മുതൽ 2007 വരെ ചാഴൂർ പഞ്ചായത്ത് അംഗമായും 2007 മുതൽ 2010 വരെ പ്രസിഡണ്ടായും അവർ പ്രവർത്തിച്ചു. എ കെ മച്ചിങ്ങലിന്റെ സഹോദരൻ ധനഞ്ജയൻ മച്ചിങ്ങൽ 29 വർഷം ജർമനി യിലായിരുന്നു. ജർമനിയിൽ നിന്ന് ഡി കെ മച്ചിങ്ങൽ എന്ന പേരിൽ *ദേശാഭിമാനി*ക്ക് എഴുതുമാ യിരുന്നു അദ്ദേഹം. ജർമൻ രാഷ്ട്രീയവും ആ നാട്ടിലെ ജീവിതവിശേഷങ്ങളും. ഇപ്പോൾ അദ്ദേഹം നാട്ടിൽ ടൂറിസം രംഗത്ത് പ്രവർത്തിക്കുന്നു.

സിഐടിയു നേതാവ് പി ആർ കൃഷ്ണൻ 1964-65 കാലത്ത് ബോംബെയിൽ *ദേശാഭിമാ നി*യുടെ ലേഖകനായി പ്രവർത്തിച്ചിട്ടുണ്ട്. സിപിഐ എമ്മിന്റെയും സിഐടിയുവിന്റെയും പ്രവർ ത്തനങ്ങളിൽ ശ്രദ്ധ കേന്ദ്രീകരിച്ചപ്പോൾ *ദേശാഭിമാനി*യുടെ ചുമതല തുടരാനായില്ല. അദ്ദേഹം ദീർഘകാലം സിഐടിയു മഹാരാഷ്ട്ര സംസ്ഥാന സെക്രട്ടറിയായിരുന്നു. ഇപ്പോൾ വൈസ് പ്ര സിഡണ്ട്. *ദേശാഭിമാനി*യിൽ അദ്ദേഹം എഴുതിയ ലേഖനങ്ങൾ *അടിച്ചമർത്തലും ചെറുത്തുനിൽ പ്പും* എന്ന പേരിൽ ചിന്ത പബ്ലിഷേഴ്സ് പ്രസിദ്ധീകരിച്ചിട്ടുണ്ട്.

മുംബൈയിൽ എഡിഷൻ തുടങ്ങാൻ *ദേശാഭിമാനി* തീരുമാനിക്കുകയും അതിനുള്ള പ്രാ രംഭപ്രവർത്തനങ്ങൾ ആരംഭിക്കുകയും ചെയ്തിരുന്നു. 2002-ൽ എഡിഷൻ തുടങ്ങണമെന്നാ യിരുന്നു ലക്ഷ്യം. അതിന്റെ ഭാഗമായി മുംബൈയിൽ 2002 ഏപ്രിലിൽ ന്യൂസ് ബ്യൂറോ ആരംഭിച്ചു. കാസർകോട് ലേഖകനായ മുഹമ്മദ് ഹാഷിമിനെ മുംബൈയിലേക്ക് നിയോഗിച്ചു. പി ആർ കൃ ഷ്ണന്റെ നേതൃത്വത്തിലാണ് ഇതിനുള്ള പ്രവർത്തനങ്ങൾ നടന്നത്. തലശ്ശേരിക്കാരനായ എം കെ നാണു ഈ പ്രവർത്തനത്തിൽ മുന്നിലുണ്ടായിരുന്നു. അതുപോലെ ധാരാളം പ്രവർത്തകർ. മുംബൈയുടെ പല ഭാഗത്തും യോഗങ്ങൾ നടന്നു. കേരളത്തിൽ നിന്നുള്ള നേതാക്കൾ പല യോഗങ്ങളിലും പങ്കെടുത്തു. എന്നാൽ വരിക്കാരുടെ എണ്ണത്തിന്റെ കാര്യത്തിൽ ലക്ഷ്യം നേടാൻ കഴിഞ്ഞില്ല. നിശ്ചിത എണ്ണം വാർഷിക വരിക്കാരെ ചേർക്കാൻ കഴിയാത്തതിനാൽ എഡിഷൻ പദ്ധതി വേണ്ടെന്നു വയ്ക്കുകയാണുണ്ടായത്.

കെ മുത്തയ്യ

വാരികയായി 1942-ൽ കോഴിക്കോട്ടുനിന്ന് *ദേശാഭിമാനി* പ്രസിദ്ധീകരണം ആരംഭിച്ചതുമു തൽ മദിരാശിയിൽ (ഇന്നത്തെ ചെന്നൈ) പത്രം എത്തുന്നുണ്ടായിരുന്നു. കേരളത്തിനു പുറത്ത് അക്കാലത്ത് മലയാളികൾ കൂടുതലുള്ള ഇന്ത്യൻ നഗരമാണ് മദിരാശി. സിപിഐ എമ്മിന്റെ തമിഴ് പത്രമായ *തീക്കതിരി*ന്റെ പത്രാധിപരായിരുന്ന കെ മുത്തയ്യ 1942 മുതൽ പത്രത്തിന് പതിവായി എഴുതിയിരുന്നു. *ദേശാഭിമാനി*യുടെ മദിരാശി ലേഖകനായും അദ്ദേഹം പ്രവർത്തിച്ചു. വാർത്ത കൾ പലപ്പോഴും കമ്പി വഴിയാണ് അയക്കുക. ടെലഗ്രാഫ് ഓഫീസ് വഴി പത്രത്തിന് കമ്പി അയ ക്കാൻ മുത്തയ്യയെ *ദേശാഭിമാനി* അധികാരപ്പെടുത്തിയിരുന്നു. 1946-ൽ പാർട്ടി ഓർഗനൈസറായി തിരുച്ചിയിലേക്കു പോകുന്നതുവരെ *ദേശാഭിമാനി*ക്ക് പതിവായി വാർത്തകളും കുറിപ്പുകളും ലേ ഖനങ്ങളും അയക്കുന്നത് അദ്ദേഹം തുടർന്നു. പിന്നീട് സിപിഐ എമ്മിന്റെ തമിഴ്നാട് സംസ്ഥാന

കെ മുത്തയ്യ

സെക്രട്ടറിയറ്റ് അംഗമായും പുരോഗമന എഴുത്തുകാരുടെ സംഘത്തിന്റെ പ്രസിഡണ്ടായും മുത്തയ്യ പ്രവർത്തിച്ചു. വിദ്യാർഥിയായിരുന്ന കാലത്ത് അദ്ദേഹം മദിരാശിയിൽ പഠിക്കാനെത്തുന്ന മലയാളി വിദ്യാർഥികൾക്ക് *പ്രഭാതം* പത്രം എത്തിച്ചുകൊടുത്തിരുന്നതായി ദീർഘകാലം മദിരാശിയിലുണ്ടായിരുന്ന *ദേശാഭിമാനി*യുടെ മുൻ ന്യൂസ് എഡിറ്റർ ഐ വാസുദേവൻ രേഖപ്പെടുത്തിയിട്ടുണ്ട്.

ദേശാഭിമാനി 1946-ൽ ദിനപത്രമായി അധികം കഴിയുന്നതിനു മുമ്പ് ട്രെയ്നിൽ പത്രം മദിരാശിക്ക് അയക്കാൻ തുടങ്ങിയിരുന്നു. രാത്രി വെസ്റ്റ്കോസ്റ്റ് എക്സ്പ്രസിന് അയക്കുന്ന പത്രം ഉച്ചയോടെ മദിരാശി സെൻട്രൽ സ്റ്റേഷനിൽ എത്തും. അവിടെ നിന്ന് വായനക്കാരിൽ എത്തുമ്പോഴേക്കും ഉച്ച കഴിയും. വിതരണം തീരുമ്പോൾ വൈകുന്നേരമാകും. എങ്കിലും പത്രത്തിന് ധാരാളം വായനക്കാരുണ്ടായിരുന്നു പാർട്ടി ഭിന്നിച്ചശേഷം മദിരാശി സിപിഐ എം ജില്ലാകമ്മിറ്റി തന്നെ പത്രത്തിന്റെ ഏജൻസിയെടുത്തു. അനുയോജ്യമായ ഒരു ഏജൻസിയെ കണ്ടെത്തിയപ്പോഴാണ് പാർട്ടി കമ്മിറ്റി ആ ഉത്തരവാദിത്തം ഒഴിഞ്ഞത്. എങ്കിലും പാർട്ടിയുടെ പിന്തുണയും മേൽനോട്ടവും പത്രവിതരണത്തിനു തുടർന്നും ലഭിച്ചു.

തലശ്ശേരി രാഘവൻ

തലശ്ശേരി രാഘവൻ

മുത്തയ്യ തമിഴ്നാട്ടിൽ സിപിഐ എമ്മിന്റെ പ്രധാന ചുമതലകൾ ഏറ്റെടുത്തപ്പോൾ തലശ്ശേരി രാഘവൻ വാർത്തകൾ അയക്കാൻ തുടങ്ങി. 'മദിരാശിക്കത്ത്' മാസത്തിൽ ഒന്നോ രണ്ടോതവണ *ദേശാഭിമാനി* പ്രസിദ്ധീകരിച്ചിരുന്നു. ചേസൺ എന്ന ടൈപ്പ് ഫൗണ്ട്റിയിൽ ഓഫീസ് മാനേജരായിരുന്നു രാഘവൻ. 1967-ലെ നിയമസഭാ തെരഞ്ഞെടുപ്പിൽ മദിരാശി സംസ്ഥാനത്ത് കോൺഗ്രസ് പരാജയപ്പെടുമെന്നും ഡിഎംകെ മുന്നണി അധികാരത്തിൽ വരുമെന്നും തറപ്പിച്ച് എഴുതിയത് തലശ്ശേരി രാഘവൻ മാത്രമായിരുന്നു. ആ നിഗമനം ശരിയായി. എല്ലാ കോൺഗ്രസ്സിതര കക്ഷികളും അണിനിരന്ന ഡിഎംകെ സഖ്യം വൻ വിജയം നേടി. തലശ്ശേരി കോടിയേരി സ്വദേശിയായ പുത്തൻപുരയിൽ രാഘവൻ 1963-ലാണ് മദിരാശിയിലെത്തുന്നത്. ചെന്നൈ ഇന്റഗ്രൽ കോച്ച് ഫാക്ടറിയിൽ ജോലി കിട്ടി. റെയിൽവെയുടെ ഉടമസ്ഥതയിലുള്ള ഫാക്ടറിയാണ് ഐസിഎഫ്. അക്കാലത്ത് പൊലീസ് വെരിഫിക്കേഷനുണ്ട്. കോടിയേരിയിൽ അന്വേഷിച്ച് കേരള പൊലീസ് കൊടുത്ത റിപ്പോർട്ട് സത്യസന്ധമായിരുന്നു. രാഘവൻ കമ്യൂണിസ്റ്റുകാരനാണ്. റിപ്പോർട്ട് എതിരായതുകൊണ്ട് പിരിച്ചുവിടപ്പെട്ടു. തുടർന്നാണ് ചേസൺസ് ഫൗണ്ട്റിയിൽ ജോലി സ്വീകരിച്ചത്. 1963-ൽ *ദേശാഭിമാനി*ക്ക് 'മദിരാശിക്കത്ത്' അയക്കാൻ തുടങ്ങിയപ്പോൾ പുത്തൻപുരയിൽ രാഘവൻ തലശ്ശേരി രാഘവനായി. 1968 വരെ അദ്ദേഹം മുടങ്ങാതെ മദിരാശി വിശേഷങ്ങൾ അയച്ചുകൊണ്ടിരുന്നു. കവിയും കഥാകൃത്തുമായിരുന്നു രാഘവൻ. നോവലുകളും എഴുതിയിട്ടുണ്ട്. *ഇളനീർ* എന്ന നോവലിന് കേരളത്തിൽ നിന്ന് ചില ബഹുമതികൾ ലഭിച്ചു. *കാന്തവലയം* എന്ന നോവൽ ഐ വി ശശി സിനിമയാക്കി. സിനിമയിൽ താൽപ്പര്യം വർധിച്ചപ്പോൾ *ദേശാഭിമാനി*ക്ക് റിപ്പോർട്ടുകൾ അയക്കുന്നത് അദ്ദേഹത്തിന് തുടരാൻ കഴിഞ്ഞില്ല.

പത്രപ്രവർത്തനവും സാഹിത്യപ്രവർത്തനവും ജോലിയും നിർവഹിക്കുന്നതിനിടയിൽ തലശ്ശേരി രാഘവൻ ചെന്നൈയിലെ പാവപ്പെട്ട തൊഴിലാളികളെ സിഐടിയുവിൽ അണിനിരത്താനും പരിശ്രമിച്ചു. ഒട്ടേരി, കൊശപ്പേട്ട എന്നിവിടങ്ങളിലെ പപ്പടത്തൊഴിലാളികളെ സംഘടിപ്പിച്ചത് രാഘവനായിരുന്നു. പത്രത്തിന് വാർത്തകളും ലേഖനങ്ങളും അയക്കുക മാത്രമല്ല മദിരാശിയിൽ വരിക്കാരെ ചേർക്കാൻ പരിശ്രമിക്കുകയും ചെയ്തു. ദീർഘകാലം കേരള

സമാജത്തിന്റെ ഊർജസ്വലനായ ജനറൽ സെക്രട്ടറിയായിരുന്നു രാഘവൻ. *ദേശാഭിമാനി*യുടെ അമ്പതാം വാർഷികം കേരളസമാജത്തിന്റെ ആഭിമുഖ്യത്തിൽ ഒരാഴ്ചത്തെ പരിപാടികളോടെയാണ് അദ്ദേഹത്തിന്റെ നേതൃത്വത്തിൽ ഗംഭീരമായി നടത്തിയത്. 2003 ഫെബ്രുവരിയിൽ അദ്ദേഹം അന്തരിച്ചു.[5]

എ കെ പത്മനാഭൻ

എ കെ പത്മനാഭൻ

സിപിഐ എം പൊളിറ്റ്ബ്യൂറോ അംഗമായിരുന്ന എ കെ പത്മനാഭൻ ചെറുപ്പകാലത്ത് മദിരാശി പട്ടണത്തിൽ *ദേശാഭിമാനി* വിതരണം നടത്തിയിരുന്നു. 1967 മുതൽ ഒന്നര വർഷത്തോളം. ചെന്നൈയിൽ അശോക് ലൈലന്റ് കമ്പനിയിൽ അപ്രന്റീസായിരുന്ന എ കെ പത്മനാഭൻ 1964 മുതൽ അവിടെ പാർട്ടിയുമായി ബന്ധപ്പെട്ട് പ്രവർത്തിക്കുന്നുണ്ട്. 1967 വരെ തൊണ്ടിയാർപേട്ടിലായിരുന്നു താമസം. മദിരാശിയിൽ സിപിഐ എമ്മിന് താരതമ്യേന നല്ല സ്വാധീനമുള്ള കേന്ദ്രമായിരുന്നു തൊണ്ടിയാർപേട്ട്. ഹോട്ടൽ തൊഴിലാളിയായ സുഗുണനാണ് അക്കാലത്ത് പത്രം വിതരണം ചെയ്തിരുന്നത്.

തൊണ്ടിയാർപേട്ടിൽ താമസിക്കുന്ന കാലത്ത് പത്രവിതരണത്തിന്റെ പ്രയാസങ്ങൾ നേരിട്ടു മനസ്സിലാക്കാൻ എ കെ പത്മനാഭന് കഴിഞ്ഞു. അവിടെ കുമാരന്റെ ചായക്കടയിൽ എ കെ പത്മനാഭനും സുഗുണനും പാർട്ടി ജില്ലാ കമ്മിറ്റി ഓഫീസ് സെക്രട്ടറി ശങ്കരനാരായണനും മറ്റും ഇരുന്ന് രാഷ്ട്രീയം ചർച്ച ചെയ്യാറുണ്ട്. പത്രവിതരണം കഴിഞ്ഞ് വൈകിട്ടേ സുഗുണൻ എത്തൂ. ഇടയ്ക്ക് സുഗുണനെ കാണില്ല. പത്രം വിതരണം ചെയ്തതിന് പൊലീസ് പിടിച്ചുകൊണ്ടുപോയിട്ടുണ്ടാകും. പലപ്പോഴും പത്രവും പൊലീസ് പിടിച്ചെടുക്കും. ഇടയ്ക്കിടെ ഇതു സംഭവിക്കും. പാർട്ടി ജില്ലാ കമ്മിറ്റി ഓഫീസ് സെക്രട്ടറിയായിരുന്ന ശങ്കരനാരായണൻ 1967 മുതൽ കുറേക്കാലം പത്രവിതരണം നടത്തിയിട്ടുണ്ട്. സുഗുണൻ മാറിയപ്പോഴാണ് ശങ്കരനാരായണൻ അതേറ്റെടുത്തത്. സൈക്കിളിൽ പത്തു കിലോമീറ്റർ ദൂരം എന്നൂർ വരെ ശങ്കരനാരായണൻ പത്രം കൊണ്ടുപോയിരുന്നു. എന്നൂർ അന്ന് വലിയ തൊഴിലാളി കേന്ദ്രമായിരുന്നു. എന്നൂർ താപനിലയത്തിന്റെ നിർമാണത്തിൽ ഏർപ്പെട്ടവർ, ടൈപ്പ് ഫൗണ്ട്റികളിൽ ജോലി ചെയ്യുന്നവർ, അശോക് ലൈലന്റ് കമ്പനി തൊഴിലാളികൾ– എല്ലാം എന്നൂർ മേഖലയിലാണ്. തൊഴിലാളികളിൽ ധാരാളം മലയാളികളുണ്ടായിരുന്നു. അവർക്കിടയിൽ *ദേശാഭിമാനി* വിതരണം നടത്താൻ പത്മനാഭനും സഹപ്രവർത്തകരും തീരുമാനിച്ചു. അതിനുവേണ്ടി 100 രൂപയ്ക്ക് ഒരു പഴയ സൈക്കിൾ എ കെ പി വാങ്ങി. പത്തുരൂപ വീതം പത്തുമാസം കൊണ്ടു കടം വീട്ടി. ഈ സൈക്കിൾ ഉപയോഗിച്ച് ഒന്നര വർഷം എന്നൂർ മേഖലയിൽ എ കെ പി പത്രവിതരണം നടത്തി.[6]

തലശ്ശേരി രാഘവൻ സിനിമാരംഗത്തേക്ക് ശ്രദ്ധയൂന്നാൻ തുടങ്ങിയപ്പോഴാണ് എ കെ പത്മനാഭൻ 'മദിരാശിക്കത്ത്' എഴുതാൻ തുടങ്ങിയത്. തൊഴിലാളി സമരത്തിൽ പങ്കെടുത്തതിന് 1972–ൽ അശോക് ലൈലന്റ് കമ്പനിയിൽ നിന്ന് എ കെ പത്മനാഭനെ പിരിച്ചുവിട്ടിരുന്നു. മദിരാശിയിൽ തൊഴിലാളി സമരങ്ങളുടെ വേലിയേറ്റമായിരുന്നു 1967–75 കാലം. ലാത്തിച്ചാർജും വെടിവെപ്പും സംഘർഷവും പതിവായി. ഈ ഘട്ടത്തിൽ എ കെ പത്മനാഭന്റെ മദിരാശിക്കത്ത് തൊഴിലാളി സമരങ്ങളെ കേന്ദ്രീകരിച്ചായിരുന്നു. സ്വാഭാവികമായും തമിഴ്നാട് രാഷ്ട്രീയം അതിൽ പ്രതിഫലിച്ചു. മലയാളി വായനക്കാർ തമിഴ്നാട് രാഷ്ട്രീയം എന്നും താൽപ്പര്യപൂർവം വീക്ഷിച്ചിരുന്നു. 1971 ആയപ്പോൾ കരുണാനിധിയുടെ ഡിഎംകെ കോൺഗ്രസിനൊപ്പം ചേർന്നു. തൊഴിലാളി സമരങ്ങളെല്ലാം സർക്കാരിനെതിരായ സമരമായിട്ടാണ് ഡിഎംകെ ഗവൺമെന്റ് കണ്ടത്. വലിയ തോതിൽ അടിച്ചമർത്തലുണ്ടായി.

എ കെ പത്മനാഭൻ പടിപടിയായി സിഐടിയുവിന്റെയും സിപിഐ എമ്മിന്റെയും നേതൃത്വത്തിലേക്ക് ഉയർന്നു. 1979 മുതൽ സിപിഐ എമ്മിന്റെ ഇംഗ്ലീഷ് വാരികയായ *പീപ്പിൾസ് ഡെമോക്രസിക്ക്* അദ്ദേഹം എഴുതുന്നുണ്ടായിരുന്നു. ഇരുപത്തിയഞ്ചുവർഷത്തോളം തമിഴ്നാട് *സിഐടിയു ന്യൂസ്* പുറത്തിറക്കുന്നതിന് നേതൃത്വം നൽകിയതും അദ്ദേഹമാണ്. എ കെ പത്മനാഭന്റെ അച്ഛൻ എ വി കുഞ്ഞിരാമൻ നമ്പ്യാർക്കും പത്രവുമായി ബന്ധമുണ്ട്. നെയ്ത്തുതൊഴിലാളിയായിരുന്നു. പാപ്പിനിശ്ശേരിക്കാരനായ അദ്ദേഹം കോഴിക്കോട്ടാണ് ദീർഘകാലം ജോലി ചെയ്തത്. ഇ എം എസിന്റെ നേതൃത്വത്തിൽ കോഴിക്കോട്ടുനിന്ന് 1938–39 കാലത്ത് പ്രസിദ്ധീകരിച്ച *പ്രഭാതം* പത്രവും മറ്റു കമ്യൂണിസ്റ്റ് പ്രസിദ്ധീകരണങ്ങളും കോഴിക്കോട് നഗരത്തിൽ കുഞ്ഞിരാമൻ നമ്പ്യാർ വിതരണം ചെയ്തിരുന്നു. സൈക്കിളിൽ പത്രവിതരണം നടത്തിയ അദ്ദേഹത്തിന് 'സൈക്കിൾ നമ്പ്യാർ' എന്ന പേരും കിട്ടി. അക്കാലത്ത് കോഴിക്കോട്ടെ തൊഴിലാളി സംഘടനാപ്രവർത്തനങ്ങളിലെല്ലാം സജീവമായിരുന്നു നമ്പ്യാർ. ഇ എം എസ്, എ കെ ജി, എൻ സി ശേഖർ, സി കണ്ണൻ, ഇ കെ ഇമ്പിച്ചിബാവ തുടങ്ങിയ ആദ്യകാല കമ്യൂണിസ്റ്റ് നേതാക്കളുമായി നമ്പ്യാർക്ക് അടുത്ത ബന്ധമുണ്ടായിരുന്നു. എ കെ ജിയുടെ പട്ടിണിജാഥയിൽ വളണ്ടിയറായി കണ്ണൂർ മുതൽ മദിരാശി വരെ സഞ്ചരിച്ചവരിൽ നമ്പ്യാരുമുണ്ട്. ചിറക്കൽ വീവേഴ്സ് സൊസൈറ്റിയുടെ സ്ഥാപകാംഗം കൂടിയായ അദ്ദേഹം 1983-ലാണ് അന്തരിച്ചത്.[7]

ഐ വാസുദേവൻ

ഐ വാസുദേവൻ

എ കെ പത്മനാഭന് സിഐടിയുവിന്റെ കൂടുതൽ ഉത്തരവാദിത്തങ്ങൾ വന്നപ്പോൾ മദിരാശിയിൽ നിന്ന് *ദേശാഭിമാനിക്ക്* വാർത്തകളും ലേഖനങ്ങളും അയക്കുന്നതിന് അദ്ദേഹം തന്നെ മറ്റൊരാളെ കണ്ടെത്തി. ഇ ഐ ഡി പാരി കമ്പനിയിൽ കെമിസ്റ്റായിരുന്ന ഐ വാസുദേവൻ. പാർട്ടിയുടെ എല്ലാ പ്രവർത്തനങ്ങളിലും സജീവമായിരുന്നു ഈ യുവാവ്. 1978-ലാണ് അദ്ദേഹം *ദേശാഭിമാനിക്ക്* വാർത്ത നൽകുന്ന ചുമതല ഏറ്റെടുത്തത്. ഐ സി പി നമ്പൂതിരിയുടെ മകനെന്ന നിലയിലും വാസുദേവന് മദിരാശിയിൽ വിപുലമായ ബന്ധങ്ങളുണ്ടായിരുന്നു. സ്വകാര്യ കമ്പനിയിലെ ജോലിയും പാർട്ടി പ്രവർത്തനവും *ദേശാഭിമാനിയുടെ* ചുമതലയും അദ്ദേഹം ഒരുമിച്ചുകൊണ്ടുപോയി. *ദേശാഭിമാനിക്ക്* മദിരാശി വാർത്തകൾ കൃത്യമായി ലഭിച്ചുകൊണ്ടിരുന്നു. ഭാര്യയുടെ അസുഖം കാരണം 1984-ൽ വാസുദേവന് ചെന്നൈയിലെ ജോലി വിട്ട് നാട്ടിലേക്ക് മടങ്ങേണ്ടിവന്നു. തുടർന്നാണ് അദ്ദേഹം *ദേശാഭിമാനി* കോഴിക്കോട് യൂണിറ്റിൽ സബ് എഡിറ്ററായി ചേർന്നത്. അതിനുശേഷവും മദിരാശിയിലെ കാര്യങ്ങൾ വാസുദേവൻ കൈകാര്യം ചെയ്യുന്നുണ്ടായിരുന്നു. പത്രത്തിന്റെ ന്യൂസ് എഡിറ്ററായി റിട്ടയർ ചെയ്ത അദ്ദേഹം 2007-ൽ അന്തരിച്ചു. കേരളത്തിന് പുറത്തെ പത്രപ്രവർത്തകരുമായും പാർട്ടി നേതാക്കളുമായും ബന്ധപ്പെടുന്നതിനു *ദേശാഭിമാനിയുടെ* പ്രധാന കണ്ണിയായിരുന്നു വാസുദേവൻ. തമിഴ്നാട്ടിൽ മിക്കവാറും സിപിഐ എം നേതാക്കളെ അദ്ദേഹത്തിനു അടുത്തറിയാമായിരുന്നു. ആ ബന്ധം *ദേശാഭിമാനിക്ക്* വലിയ പ്രയോജനമായി.

ഗോപി കൽക്കത്ത

കൽക്കത്തയിലും ഇടതുപക്ഷക്കാരായ മലയാളികളുടെ കൂട്ടായ്മ ശക്തിപ്പെടുത്തുന്നതിൽ *ദേശാഭിമാനി* പത്രം നല്ല പങ്കുവഹിച്ചിട്ടുണ്ട്. ട്രെയ്നിലാണ് കൽക്കത്തയിലേക്ക് (ഇന്നത്തെ കൊൽക്കത്ത) പത്രം അയച്ചുകൊണ്ടിരുന്നത്. മൂന്നാം ദിവസമേ പത്രം അവിടെ കിട്ടൂ. എങ്കിലും മലയാളി സമാജത്തിൽ പത്രം വന്നാൽ വായിക്കാൻ മലയാളികളുടെ തിരക്കുണ്ടാകും. കേരളത്തി

ഗോപി കൽക്കത്ത

ലെ വാർത്തകൾ അറിയാൻ മറ്റൊരു മാർഗം അന്നില്ല. *ദേശാഭിമാനി*ക്ക് കൽക്കത്തയിൽ നിന്ന് ആറു പതിറ്റാണ്ടായി ബംഗാളിലെ വിശേഷങ്ങൾ 'ബംഗാൾ കത്താ'യോ 'കൽക്കത്ത കത്താ'യോ വാർത്തകളായോ കിട്ടുന്നുണ്ട്. പാർട്ടി പ്രവത്തകരാണ് വിവരങ്ങളെല്ലാം ശേഖരിച്ച് ക്രോഡീകരിച്ച് 'കത്ത്' അയച്ചുകൊണ്ടിരുന്നത്. മാസത്തിൽ ഒന്നോ രണ്ടോ കത്ത് പ്രസിദ്ധീകരിക്കും. കാരണം ബംഗാളിലെ കാര്യങ്ങൾ അറിയാൻ കേരളത്തിലെ വായനക്കാർക്ക് താൽപ്പര്യമുണ്ട്. 1964-ൽ കമ്യൂണിസ്റ്റ് പാർട്ടി ഭിന്നിച്ച് സിപിഐ എം രൂപീകൃതമായ ശേഷം കൽക്കത്തയിലായിരുന്നു കേന്ദ്ര കമ്മിറ്റി ഓഫീസ്. അതുമുതൽ കൽക്കത്തയിൽ നിന്ന് കൂടുതൽ കത്തുകൾ അയക്കാൻ തുടങ്ങി. പാർട്ടി കേന്ദ്ര കമ്മിറ്റി അംഗമായിരുന്ന വി രാമദാസ്, ഓഫീസിലുണ്ടായിരുന്ന ഉണ്ണികൃഷ്ണൻ എന്നിവർ ആ ചുമതല നിർവഹിച്ചു. ഉണ്ണികൃഷ്ണൻ തിരുവനന്തപുരത്തേക്ക് മാറിയപ്പോൾ, ഗുരുവായൂർ സ്വദേശി ഭാസ്കരപ്പണിക്കർ കൃത്യമായി 'ബംഗാൾ കത്ത്' അയച്ചിരുന്നു. 1976-ൽ കൽക്കത്ത വിടുന്നതുവരെ ഭാസ്കരപ്പണിക്കർ ആ സേവനം തുടർന്നു. പിന്നീട് കുറച്ചുകാലം സ്ഥിരം പ്രതിനിധി ഇല്ലാതെയായി. 1984 മുതലാണ് ഇന്നത്തെ ലേഖകൻ എൻ ഗോപി കൽക്കത്ത ലേഖകനായി നിയമിക്കപ്പെടുന്നത്. 38 വർഷമായി ആ ഉത്തരവാദിത്തം നിർവഹിക്കുന്ന ഗോപി മലയാളി സമാജത്തിന്റെയും പ്രധാന പ്രവർത്തകനാണ്. കേരളത്തിൽ നിന്ന് കൽക്കത്തയിൽ ആദ്യമായി എത്തുന്നവർക്ക് വലിയ ആശ്രയമാണ് ഗോപി.

സിപിഐ എമ്മിന്റെ ബംഗാളി പത്രമായ *ഗണശക്തി*യുമായി ബന്ധപ്പെട്ടാണ് കൽക്കത്തയിൽ *ദേശാഭിമാനി* പ്രവർത്തിക്കുന്നത്. 1967-ൽ ദിനപത്രമായ *ഗണശക്തി* തുടക്കത്തിൽ സായാഹ്ന പത്രമായിരുന്നു. 1985-ലാണ് പ്രഭാതപത്രമാകുന്നത്. *ഗണശക്തി*യുടെ ഫോണും ടെലക്സും ഫാക്സും തന്നെയാണ് *ദേശാഭിമാനി* ഉപയോഗിച്ചിരുന്നത്. 1999 വരെ അതു തുടർന്നു. 1999 മുതൽ *ദേശാഭിമാനി*ക്ക് സ്വന്തമായി പ്രവർത്തന സൗകര്യങ്ങളായി. 1972-ലാണ് അടൂർ സ്വദേശിയായ ഗോപി ജോലി ആവശ്യത്തിന് കൽക്കത്തയിലെത്തുന്നത്. *ഗണശക്തി*യുമായുള്ള ബന്ധം അന്നുമുതലുണ്ട്. ഭവാനിപൂരിലെ ഗുജറാത്തി എജുക്കേഷൻ സൊസൈറ്റി സ്റ്റാഫായിരുന്നു അദ്ദേഹം. കേരളത്തിലെ സിപിഐ എമ്മുമായി ബന്ധപ്പെട്ട വാർത്തകൾ *ദേശാഭിമാനി*യിൽ നിന്ന് പരിഭാഷപ്പെടുത്തി *ഗണശക്തി*ക്ക് ഗോപി കൊടുക്കുമായിരുന്നു. ആദ്യകാലത്ത് ഭാഷയുടെ പ്രശ്നം നേരിട്ടു. പറഞ്ഞുകൊടുത്താൽ *ഗണശക്തി*യിലെ പ്രവർത്തകർ അതു വാർത്തയാക്കി മാറ്റും. കുറച്ചുകഴിഞ്ഞപ്പോൾ ഗോപി നന്നായി ബംഗാളി പഠിച്ചു. 1998-ൽ തിരുവനന്തപുരത്തും 2012-ൽ കോഴിക്കോട്ടും നടന്ന സിപിഐ എം പാർട്ടി കോൺഗ്രസ് റിപ്പോർട്ട് ചെയ്യാൻ *ഗണശക്തി* അയച്ച സംഘത്തിൽ ഗോപിയെയും ഉൾപ്പെടുത്തിയിരുന്നു.

നരിക്കുട്ടി മോഹനനും ഡൽഹിയും

നരിക്കുട്ടി മോഹനൻ- ആ പേരിലൊരു ശൗര്യമുണ്ട്. എന്നാൽ, ശൗര്യം അദ്ദേഹത്തിന്റെ വാർത്തകളിലേ ഉണ്ടായിരുന്നുള്ളു. *ദേശാഭിമാനി* പത്രത്തിന് ഡൽഹിയിൽ മേൽവിലാസമുണ്ടാക്കിക്കൊടുത്ത പ്രസിദ്ധ പത്രപ്രവർത്തകനായിരുന്നു നരിക്കുട്ടി മോഹനൻ. 1970-കളുടെ അവസാനം വരെ മോഹൻസ് പേപ്പർ എന്നാണ് ഡൽഹിയിൽ രാഷ്ട്രീയ-ഉദ്യോഗസ്ഥ വൃത്താങ്ങളിൽ *ദേശാഭിമാനി* അറിയപ്പെട്ടിരുന്നത്.

അസാധാരണമായ കഴിവുകളും ഒരുപാട് പ്രത്യേകതകളുമുള്ള പത്രപ്രവർത്തകനായിരുന്നു നരിക്കുട്ടി. പാർലമെന്റിൽ പ്രതിപക്ഷ നേതാവായിരുന്ന എ കെ ജിയുടെ പ്രൈവറ്റ് സെക്രട്ടറിയായാണ് 1960-കളുടെ ആദ്യം നരിക്കുട്ടി മോഹനൻ ഡൽഹിക്കു പോകുന്നത്. കണ്ണൂർ ചിറക്കൽ പഞ്ചായത്തിലെ അലവിൽ പ്രദേശത്ത് ബീഡിത്തൊഴിലാളിയും കമ്യൂണിസ്റ്റ് പാർട്ടി പ്രവർത്തകനുമായ നരിക്കുട്ടി മാധവന്റെ ഏക മകനായിരുന്നു മോഹനൻ. മെട്രിക്കുലേഷൻ കഴിഞ്ഞ് കണ്ണൂർ

നരിക്കുട്ടി മോഹനൻ

കോട്ടമൈതാനത്തിനടുത്ത് കൈത്തറി കയറ്റുമതി സ്ഥാപനത്തിൽ ജോലിക്കു കയറി. ആ ഘട്ടത്തിലാണ് മകനെ ഡൽഹിക്ക് അയക്കണമെന്ന് മാധവനോട് എ കെ ജി ആവശ്യപ്പെടുന്നത്. അന്നേ മോഹനൻ അത്യാവശ്യം കഥകൾ എഴുതുമായിരുന്നു. എഴുതാനുള്ള കഴിവും പരന്ന വായനയുമാണ് വലിയ ഗുണമായി എ കെ ജി കണ്ടത്. അങ്ങനെ ഡൽഹിയിലെത്തിയ മോഹനൻ അശോക റോഡിൽ എ കെ ജിയുടെ ഔദ്യോഗിക വസതിയിൽ തന്നെയായിരുന്നു താമസം. എ കെ ജിക്ക് പാർലമെന്റിൽ അവതരിപ്പിക്കേണ്ട കാര്യങ്ങൾക്ക് കുറിപ്പുകൾ തയാറാക്കുക, കത്തുകൾക്ക് മറുപടി അയക്കുക, വിദേശത്തു നിന്ന് വരുന്ന കമ്യൂണിസ്റ്റ് പ്രസ്ഥാനവുമായി ബന്ധപ്പെട്ട രേഖകൾ പരിഭാഷപ്പെടുത്തുക തുടങ്ങിയ ജോലികളായിരുന്നു മോഹനന്. എ കെ ജിയെ കാണാൻ കേരളത്തിൽ നിന്നും മറ്റു സംസ്ഥാനങ്ങളിൽ നിന്നും നിത്യേന ആളുകൾ വന്നുകൊണ്ടിരിക്കും. എ കെ ജി ഡൽഹിയിൽ ഇല്ലാത്തപ്പോഴും ആളുകൾ വരും. അവർക്ക് താമസ സൗകര്യം ഏർപ്പാടാക്കൽ മോഹനന്റെ ചുമതലയാണ്. ഡൽഹിയിലെ കേന്ദ്ര ഗവൺമെന്റ് ഓഫീസുകളുമായി ബന്ധപ്പെടേണ്ടവർക്ക് അതിനുള്ള സഹായം നൽകണം. എ കെ ജിയുടെ സെക്രട്ടറി എന്ന നിലയിലുള്ള പ്രവർത്തനം മോഹനന് രാഷ്ട്രീയ-ഭരണ കേന്ദ്രങ്ങളിൽ വലിയ സൗഹൃദവലയം നേടിക്കൊടുത്തു. ഇന്ദിരാഗാന്ധി, ജഗ്ജീവൻറാം, മൊറാർജി ദേശായ്, വാജ്പേയ്, ബൂട്ടാസിങ്, കമ്യൂണിസ്റ്റ് നേതാക്കളായ ജ്യോതിബസു, സുന്ദരയ്യ തുടങ്ങിയവരുമായി അടുത്ത ബന്ധം സ്ഥാപിക്കാൻ ഏതാനും വർഷം കൊണ്ടു മോഹനന് കഴിഞ്ഞു.

ഡൽഹിയിലെത്തി അധികനാൾ കഴിയുംമുമ്പ് *ദേശാഭിമാനി* ലേഖകന്റെ ജോലി കൂടി ഏറ്റെടുക്കണമെന്ന് എ കെ ജി നിർദേശിച്ചു. മുൻപരിചയമില്ലാതെ അതെങ്ങനെ ചെയ്യാനാവുമെന്ന് ചോദിച്ച നരിക്കുട്ടിയോട് എ കെ ജി പറഞ്ഞു: “സാധാരണക്കാരാണ് പത്രം വായിക്കുന്നത്. ആ ബോധത്തോടെ എഴുതിയാൽ മതി.” അന്നു മുതൽ മോഹനൻ *ദേശാഭിമാനി*യുടെ ഡൽഹി ലേഖകനായി. പ്രത്യേക ഓഫീസൊന്നുമില്ല. നരിക്കുട്ടി താമസിക്കുന്ന മുറി തന്നെ ഓഫീസ്. പാർലമെന്റിനടുത്ത് റഫി മാർഗിൽ വിതൽഭായ് പട്ടേൽ ഹൗസിൽ ഓഫീസ് തുറക്കുന്നതും ടെലിപ്രിന്റർ സൗകര്യം ഏർപ്പെടുത്തുന്നതും എഴുപതുകളുടെ അവസാനത്തിലാണ്. തന്റെ വിപുലമായ ബന്ധങ്ങൾ നരിക്കുട്ടി ശരിക്കും പത്രത്തിനുവേണ്ടി ഉപയോഗിച്ചു. മറ്റൊരു പത്രത്തിലുമില്ലാത്ത വാർത്തകൾ *ദേശാഭിമാനി*യിൽ വന്നുകൊണ്ടിരുന്നു. അങ്ങനെയാണ് നരിക്കുട്ടി പ്രസിദ്ധനാകുന്നത്. അടിയന്തരാവസ്ഥയിൽ ഉത്തരേന്ത്യയിൽ നടന്ന അതിക്രമങ്ങൾ സെൻസർഷിപ്പ് കാരണം പുറംലോകം അധികം അറിഞ്ഞിരുന്നില്ല. നിയന്ത്രണങ്ങൾ നീങ്ങിയതോടെ അടിയന്തരാവസ്ഥയിലെ ഭീകരതകൾ *ദേശാഭിമാനി*യിലൂടെ നരിക്കുട്ടി നിരന്തരം വായനക്കാരിലെത്തിച്ചു. രാഷ്ട്രപതിയായിരിക്കെ ഫക്രുദ്ദീൻ അലി അഹമ്മദ് ദുരൂഹസാഹചര്യത്തിൽ മരണപ്പെട്ടതിനെക്കുറിച്ച് അദ്ദേഹം എഴുതിയ വാർത്തകളും സഞ്ജയ്ഗാന്ധിയുടെ അപകടമരണത്തെക്കുറിച്ചുള്ള പരമ്പരയും ഏറെ ശ്രദ്ധിക്കപ്പെട്ടു.

എ കെ ജിയുടെ വസതിയും സിപിഐ എമ്മിന്റെ കേന്ദ്ര കമ്മിറ്റി ഓഫീസുമെല്ലാം ആദ്യകാലത്ത് അശോക റോഡിലെ നാലാം നമ്പർ വീടായിരുന്നു. അടിയന്തരാവസ്ഥയിൽ ഈ വീട് പൊലീസിന്റെ പ്രത്യേക നിരീക്ഷണത്തിലാണ്. അവിടേക്ക് പോകുന്നവരെയും വരുന്നവരെയുമെല്ലാം രഹസ്യപൊലീസ് ശ്രദ്ധിക്കുന്ന സ്ഥിതി. ഒരിക്കൽ നരിക്കുട്ടി മോഹനനെ അവിടെ നിന്ന് പൊലീസ് പിടിച്ചുകൊണ്ടുപോയി. എന്നാൽ വൈകാതെ നാലാം നമ്പർ വീടിന്റെ ഗേറ്റിൽ കൊണ്ടുവന്നുവിട്ടു. ഇന്ദിരാഗാന്ധി ഇടപെട്ടു എന്നാണ് പിന്നീട് മനസ്സിലായത്. ആ സംഭവത്തിനു ശേഷം നരിക്കുട്ടിക്ക് കുറച്ച് സ്വാതന്ത്ര്യം കിട്ടി. മുകളിൽ പിടിയുള്ള ഒരാളാണ് ഈ പുള്ളിയെന്ന് പൊലീസുകാർക്ക് മനസ്സിലായി. ഇന്ദിരാഗാന്ധിയുമായി നരിക്കുട്ടിക്കുള്ള അടുപ്പം കാണിക്കുന്നതിന് ഒരു സംഭവം പറയാം. ഡൽഹി ലേഖകനായി 1979 അവസാനം അപ്പുക്കുട്ടൻ വള്ളിക്കുന്ന് നിയോഗിക്കപ്പെട്ട്

എം എ ബേബി

കുറച്ചുമാസങ്ങൾ കഴിഞ്ഞപ്പോൾ നരിക്കുട്ടി മോഹനൻ കേരളത്തിലേക്ക് മടങ്ങി. ആദ്യം കണ്ണൂർ ഡെസ്കിലായിരുന്നു. താമസിയാതെ കോഴിക്കോട് ഡെസ്കിലെത്തി. അക്കാലത്ത് ഈ ലേഖകൻ കോഴിക്കോട് ബ്യൂറോയിലെ റിപ്പോർട്ടറാണ്. 1982 ആദ്യമാണെന്ന് തോന്നുന്നു പ്രധാനമന്ത്രി ഇന്ദിരാ ഗാന്ധി കോഴിക്കോട് സന്ദർശിക്കുന്നു. കോഴിക്കോട് നഗരത്തിൽ തന്നെ അവർക്ക് മൂന്നു പൊതുപരിപാടികളുണ്ട്. പരിപാടി റിപ്പോർട്ട് ചെയ്യാൻ ഈ ലേഖകനാണ് അവസരം കിട്ടിയത്. ജോലിയിൽ ചേർന്നിട്ട് അധികകാലമായില്ല. ഇന്ദിരാഗാന്ധിയുടെ പരിപാടികൾ നന്നായി കവർ ചെയ്യാൻ കഴിയുമോ എന്ന ആശങ്ക എന്നെ പിടികൂടി. ഞാൻ നരിക്കുട്ടിയോട് കാര്യം പറഞ്ഞു. എന്റെ കൂടെ പരിപാടികൾക്ക് വരണമെന്ന് ഞാൻ അഭ്യർഥിച്ചു. അദ്ദേഹം സന്തോഷത്തോടെ സഹായിക്കാൻ തയാറായി.

വെസ്റ്റ്ഹിൽ മൈതാനത്ത് വ്യോമസേനയുടെ ഹെലികോപ്റ്ററിൽ വന്നിറങ്ങിയശേഷം പ്രധാനമന്ത്രി ഗസ്റ്റ്ഹൗസിലേക്ക് അൽപ്പം വിശ്രമിക്കാൻ പോകും. അതുകൊണ്ട് വെസ്റ്റ്ഹിൽ മൈതാനത്ത് ആദ്യമെത്തണം. എന്റെ സ്കൂട്ടറിൽ ഞങ്ങൾ അവിടെയെത്തി. കോഴിക്കോട്ടെ പത്രക്കാർക്കോ ഉദ്യോഗസ്ഥർക്കോ നരിക്കുട്ടിയെ അത്ര പരിചയമില്ല. വിവിഐപികൾ വരുമ്പോൾ അവരെ അഭിവാദ്യം ചെയ്യുന്നതിന് ഇത്തരം സ്ഥലങ്ങളിൽ ഒരു പന്തൽ ഉണ്ടാകും. ജനപ്രതിനിധികൾ, ഉദ്യോഗസ്ഥർ, പത്രക്കാർ, പാസ് ലഭിച്ച പൗരപ്രമുഖർ എന്നിവർക്ക് പന്തലിൽ നിന്ന് അതിഥിയെ അഭിവാദ്യം ചെയ്യാം. വിശിഷ്ടാതിഥി പന്തലിനു മുമ്പിലൂടെ കടന്നുപോകും. കുശലം പറയുന്നതിനൊന്നും അവസരമുണ്ടാകില്ല. അവരെ കണ്ട് കൈകൂപ്പാം. അവർ പ്രത്യഭിവാദനം ചെയ്യും. അത്ര തന്നെ. അന്ന് മൈതാനത്തിന്റെ പടിഞ്ഞാറുഭാഗത്തായിരുന്നു പ്രമുഖ വ്യക്തികൾക്കും പത്രക്കാർക്കുമുള്ള പന്തൽ. ഹെലികോപ്റ്ററിൽ വന്നിറങ്ങിയ പ്രധാനമന്ത്രി പന്തലിനു മുമ്പിലൂടെ നടന്നുപോയി. എല്ലാവരും കൈകൂപ്പി നിന്നു. അവർ തിരിച്ച് കാറിൽ കയറാൻ നടക്കുമ്പോഴാണ് പന്തലിൽ നിൽക്കുന്ന നരിക്കുട്ടി മോഹനനെ ശ്രദ്ധിച്ചത്. അവർ അവിടെ നിന്നു. മോഹനനെ അവരുടെ അടുത്തേക്കു വിളിപ്പിച്ചു. പന്തലിൽ നിന്ന് നരിക്കുട്ടി മാത്രം, അൽപ്പം മാറി സുരക്ഷാഭടന്മാരോടൊപ്പം നിൽക്കുന്ന പ്രധാനമന്ത്രിയുടെ അടുത്തേക്കു ചെന്നു. ഏതാനും നിമിഷം അവർ കുശലം പറഞ്ഞു. അതിനുശേഷമാണ് ഇന്ദിരാഗാന്ധി കാറിൽ കയറിയത്. കണ്ടുനിന്നവരെ അതിശയിപ്പിച്ച രംഗം. ഇതര രാഷ്ട്രീയ നേതാക്കളുമായി നരിക്കുട്ടി മോഹനനുണ്ടായിരുന്ന വ്യക്തിബന്ധത്തിന്റെ ആഴം സൂചിപ്പിക്കാനാണ് ഈ സംഭവം പറഞ്ഞത്.

സിപിഐ എം നേതാവ് എം എ ബേബി നരിക്കുട്ടിയുമായുള്ള ബന്ധം ഇങ്ങനെയാണ് അനുസ്മരിച്ചത്:

> അടിയന്തരാവസ്ഥയിൽ വിദ്യാർഥി സംഘടനാ പ്രതിനിധികളുടെ ഒരു രഹസ്യയോഗം ഡൽഹിയിൽ പാർട്ടി വിളിച്ചിരുന്നു. അതിൽ പങ്കെടുക്കാൻ ചെന്നപ്പോഴാണ് ആദ്യമായി നരിക്കുട്ടി മോഹനനെ കാണുന്നതും പരിചയപ്പെടുന്നതും. പിന്നീട് അതു നല്ല സൗഹൃദമായി മാറി. അക്കാലത്ത് ഡൽഹിയിലെ പ്രശസ്ത പത്രപ്രവർത്തകരുടെ കൂട്ടത്തിൽ നരിക്കുട്ടിയുമുണ്ട്. ബി ജി വർഗീസ്, എടത്തട്ട നാരായണൻ, സി പി രാമചന്ദ്രൻ, വി കെ മാധവൻകുട്ടി, നരേന്ദ്രൻ, ടി വി ആർ ഷേണായ് തുടങ്ങിയവരായിരുന്നു അന്ന് ഡൽഹിയിലെ പ്രമുഖർ. ആ നിരയിലായിരുന്നു നരിക്കുട്ടിയും. *ദേശാഭിമാനി* ചെറിയ പത്രമായിരുന്നുവെങ്കിലും നരിക്കുട്ടിയുടെ സ്വാധീനം വലുതായിരുന്നു.[8]

പത്രപ്രവർത്തനമെന്ന തൊഴിൽ മികവോടെ ചെയ്യണമെങ്കിൽ ബന്ധങ്ങൾ അത്യാവശ്യമാണെന്ന് നരിക്കുട്ടി നന്നായി മനസ്സിലാക്കിയിരുന്നു. അതുകൊണ്ട് ബന്ധങ്ങൾ സ്ഥാപിക്കാനും അത് വളർത്താനും അദ്ദേഹം ബോധപൂർവം ശ്രമിച്ചു. അതിനുവേണ്ടി അദ്ദേഹത്തിന് ചില പൊടിക്കൈകളുമുണ്ട്. ലോക്സഭയുടെയും രാജ്യസഭയുടെ 'ഹു ഈസ് ഹു' നോക്കിയാൽ മിക്കവാറും രാഷ്ട്രീയ നേതാക്കളുടെ ജന്മദിനം മനസ്സിലാക്കാം. എം പിമാർ തന്നെ എഴുതി ഒപ്പിട്ടുകൊടുക്കുന്ന വിവരങ്ങളായതുകൊണ്ട് പിശകുണ്ടാവില്ല. പല നേതാക്കളും ജന്മദിനം ഓർക്കാറില്ല എന്നതു

മറ്റൊരു കാര്യം. ഓർത്താലും ഇല്ലെങ്കിലും ചില നേതാക്കളുടെ ജന്മദിനത്തിൽ രാവിലെ പൂച്ചെണ്ടുമായി മോഹനൻ ജന്മദിനമാശംസിക്കാനെത്തും. നേതാവിന്റെ സ്വന്തക്കാർ പോലും ജന്മദിനം ഓർത്തിട്ടുണ്ടാവില്ല. അപ്പോഴാണ് *ദേശാഭിമാനി*യുടെ പ്രതിനിധി കാലത്ത് പൂച്ചെണ്ടുമായി എത്തുന്നത്. അദ്ദേഹം കോഴിക്കോട് ഡെസ്കിൽ എത്തിയ കാലത്ത് മേശവലിപ്പിൽ പോസ്റ്റ് കാർഡിന്റെ കെട്ട് കണ്ടിട്ടുണ്ട്. എല്ലാദിവസവും പത്രങ്ങളുടെ ചരമകോളം അരിച്ചുപെറുക്കും. നാട്ടുകാരോ പരിചയക്കാരോ അവരുടെ കുടുംബാംഗങ്ങളോ മരിച്ചതായി ശ്രദ്ധയിൽ പെട്ടാൽ ഉടനെ ഒരു കാർഡെഴുതി അനുശോചനം അറിയിക്കും. അങ്ങനെ പലതും.

കോഴിക്കോട് ഡെസ്കിൽ അദ്ദേഹം ജോലി ചെയ്യുമ്പോൾ ശ്രദ്ധിച്ച മറ്റൊരു കാര്യം തിരക്കില്ലാത്ത സമയത്ത് അദ്ദേഹം കഥയെഴുതുകയായിരിക്കും. അപ്പുറത്തിരുന്ന് സഹപ്രവർത്തകർ ജോലി ചെയ്യുകയാവും. പലരും വർത്തമാനം പറയുന്നുണ്ടാകും. അതൊന്നും അദ്ദേഹത്തെ അലട്ടില്ല. കഥകൾ ഒന്നൊന്നായി വന്നുകൊണ്ടിരിക്കും. കട്ട് ചെയ്ത ന്യൂസ് പ്രിന്റിൽ എഴുതിയ കഥകൾ മേശവലിപ്പിലുണ്ടാകും. ഞങ്ങൾക്ക് അവ എടുത്തു കാണിച്ചുതരും. കഥയെഴുതാൻ ഏകാന്തത വേണമെന്ന് കരുതുന്നവർക്ക് നരിക്കുട്ടി ഒരു അത്ഭുതമായിരിക്കും. ഇരുന്നൂറിലേറെ കഥകൾ അദ്ദേഹം എഴുതിയിട്ടുണ്ട്. *ദേശാഭിമാനി വാരിക*യിൽ മാത്രമല്ല, *കലാകൗമുദി* ഉൾപ്പെടെയുള്ള പ്രസിദ്ധീകരണങ്ങൾക്കും അദ്ദേഹം കഥകൾ കൊടുക്കും. ബ്രിട്ടീഷ് ആധിപത്യകാലത്തെ കണ്ണൂരിന്റെ ജീവിതം ചിത്രീകരിക്കുന്ന *തീരംതേടി* എന്ന നോവൽ *ദേശാഭിമാനി* വാരികയിലാണ് പ്രസിദ്ധീകരിച്ചത്. ട്രാൻസ്ജൻഡേഴ്സിന്റെ ജീവിതം പകർത്തിയ *കടലാസുപൂക്കൾ* എന്ന നോവലും ഏറെ ശ്രദ്ധിക്കപ്പെട്ടു. കെ പി ആർ ഗോപാലന്റെ ജീവചരിത്രവും അദ്ദേഹം എഴുതിയിട്ടുണ്ട്. കഥയായാലും വാർത്തയായാലും എഴുത്തിന്റെ ശൈലി ഒന്നാണ്. അതിലളിതമായ കൊച്ചുകൊച്ചു വാചകങ്ങൾ. ഗുളിക രൂപത്തിൽ അതിങ്ങനെ വന്നുകൊണ്ടിരിക്കും. രാഷ്ട്രീയ നേതാക്കളുടെ കാരികേച്ചർ വരയ്ക്കുന്നതിലും അദ്ദേഹം തന്റെ പ്രതിഭ തെളിയിച്ചു. തെരഞ്ഞെടുപ്പ് കാലത്ത് *ദേശാഭിമാനി* അതുപയോഗിച്ചിട്ടുണ്ട്. പത്രത്തിന്റെ ഒന്നാം പേജിൽ കുറേക്കാലം അദ്ദേഹത്തിന്റെ പോക്കറ്റ് കാർട്ടൂണുമുണ്ടായിരുന്നു.

നരിക്കുട്ടിയുടെ ഒരുപാട് തമാശകൾ സഹപ്രവർത്തകർ പറഞ്ഞുകേട്ടിട്ടുണ്ട്. ഒത്ത ഉയരവും നല്ല ശരീരവുമായിരുന്നു നരിക്കുട്ടിക്ക്. മുഖത്ത് കുറച്ചുപാടുകളുണ്ട്. പാന്റ്സും ഷർട്ടുമാണ് പതിവ് വേഷം. കണ്ടാൽ ഒരു പൊലീസുദ്യോഗസ്ഥന്റെ ഭാവം. ഒരിക്കൽ ഓട്ടോറിക്ഷയിൽ കയറിയപ്പോൾ ഓട്ടോക്കാരൻ കൂടുതൽ ചാർജ് ചോദിച്ചു. കൈയിലുള്ള നോട്ട് കൊടുത്തിട്ട് നരിക്കുട്ടി അയാളോട് പറഞ്ഞു. 'സൗകര്യം പോലെ ബാക്കി കൊണ്ടുവന്നാൽ മതി. ഞാൻ ടൗൺ പൊലീസ് സ്റ്റേഷനിലുണ്ടാകും.' ഓട്ടോക്കാരൻ ക്ഷമ പറഞ്ഞ് കൃത്യമായ കാശും വാങ്ങി സ്ഥലം വിട്ടു. വലിയ വലിയ കാര്യങ്ങൾ ചെയ്യുമ്പോഴും ഇത്തരം തമാശകൾ കൂടെയുണ്ടാകും. കാൻസർ ബാധിച്ച് 1989-ലാണ് പ്രതിഭാധനനായ ആ പത്രപ്രവർത്തകൻ അന്തരിച്ചത്. അന്നദ്ദേഹത്തിന് 53 വയസ്സേയുള്ളു.

ഡൽഹി ബ്യൂറോ

അപ്പുക്കുട്ടൻ വള്ളിക്കുന്ന് 1979 അവസാനം ഡൽഹിയിലെത്തുമ്പോൾ വി പി ഹൗസിലെ ഒരു മുറിയിലായിരുന്നു *ദേശാഭിമാനി* ഓഫീസും നരിക്കുട്ടിയുടെ താമസവുമെല്ലാം. ഇ ബാലാനന്ദന് പാർലമെന്റ് അംഗമെന്ന നിലയിൽ വി പി ഹൗസിൽ അനുവദിക്കപ്പെട്ട മുറികളിലൊന്നിലേക്ക് ബ്യൂറോ മാറ്റുന്നതും കൂടുതൽ സൗകര്യങ്ങൾ ഏർപ്പെടുത്തുന്നതും പിന്നീടാണ്. അതോടൊപ്പം കോഴിക്കോട്ടുനിന്ന് ടെലിപ്രിന്റർ ഓപ്പറേറ്ററായ കെ വാസുദേവൻ ഡൽഹിയിലേക്ക് നിയോഗിക്കപ്പെട്ടു. ബ്യൂറോ പൂർണസജ്ജമായി. വെങ്കിടേഷ് രാമകൃഷ്ണൻ, ജോൺ ബ്രിട്ടാസ്, പ്രശസ്ത കവി പ്രഭാവർമ, എ കെ ഗോപാലകൃഷ്ണൻ, പി പി അബൂബക്കർ, ജി ശക്തിധരൻ, വി ബി പരമേശ്വരൻ, രാധാകൃഷ്ണൻ പട്ടാന്നൂർ, ടി കെ രമേശ്ബാബു, എൻ എസ് സജിത്, വി ജയിൻ, ഇ

രാജേഷ്, ദിനേശ് വർമ, വിജേഷ് ചൂടൽ, സുജിത് ബേബി തുടങ്ങിയവരും പല കാലങ്ങളിലായി ഡൽഹി ബ്യൂറോയിൽ പ്രവർത്തിച്ചിട്ടുണ്ട്. ഒരു ദശാബ്ദത്തിലധികമായി എം പ്രശാന്ത് ഡൽഹി ബ്യൂറോയിലുണ്ട്. സാജൻ എവുജിനാണ് ഇപ്പോൾ ബ്യൂറോയുടെ ചുമതല. കെ വാസുദേവൻ നാട്ടിലേക്ക് തിരിച്ചുപോയപ്പോൾ കെ എം വാസുദേവൻ പകരം വന്നു. അദ്ദേഹം പിന്നീട് ഡൽഹി ബ്യൂറോയിലെ സ്റ്റാഫ് ഫോട്ടോഗ്രാഫറായി.

വെങ്കിടേഷ് രാമകൃഷ്ണൻ

പ്രശസ്ത പത്രപ്രവർത്തകൻ വെങ്കിടേഷ് രാമകൃഷ്ണൻ *ദേശാഭിമാനി* ഡൽഹി ബ്യൂറോവിലെ തന്റെ അനുഭവം പങ്കുവെയ്ക്കുന്നു:

ദേശാഭിമാനി ഡൽഹി ബ്യൂറോയിൽ നിന്ന് ലഭിച്ച പരിചയവും അനുഭവവും പിൽക്കാലത്ത് വലിയ മുതൽക്കൂട്ടായി. പത്രത്തിന് സാമ്പത്തിക ഞെരുക്കമുണ്ടെങ്കിലും ഡൽഹി ബ്യൂറോ സ്റ്റാഫിന് മറ്റു സംസ്ഥാനങ്ങളിൽ പോയി വാർത്ത കവർ ചെയ്യുന്നതിന് ഒരു നിയന്ത്രണവും ഉണ്ടായിരുന്നില്ല. സ്ലീപ്പർ ക്ലാസിൽ പോകണമെന്നു മാത്രം. യാത്രാനുമതിക്ക് ഒരിക്കലും തടസ്സമുണ്ടായിരുന്നില്ല. അതുകൊണ്ടുതന്നെ തെരഞ്ഞെടുപ്പുകാലത്ത് വടക്കെ ഇന്ത്യയിലും വടക്കുകിഴക്കൻ സംസ്ഥാനങ്ങളിലും സഞ്ചരിച്ചു. അതുവലിയ അനുഭവമായി. വടക്കെ ഇന്ത്യയിലെ പ്രമുഖ രാഷ്ട്രീയ നേതാക്കളുമായും ഡൽഹിയിലെ പ്രധാന ഉദ്യോഗസ്ഥരുമായും നല്ല ബന്ധം സ്ഥാപിക്കാൻ കഴിഞ്ഞതും *ദേശാഭിമാനി*യിലൂടെയാണ്.

ദേശാഭിമാനി ഡൽഹി ബ്യൂറോയിൽ ജോലി ചെയ്യുന്നവർ കേരളത്തിന്റെ അംബാസഡർമാരാണെന്ന് നരിക്കുട്ടി മോഹനൻ പറഞ്ഞുതന്നിരുന്നു. കേരളത്തിൽ നിന്നുവരുന്ന പലരും പാവങ്ങളായിരിക്കും. അവർക്ക് ഭാഷയോ സ്ഥലമോ പരിചയമുണ്ടാകില്ല. അവർ എങ്ങനെയെങ്കിലും *ദേശാഭിമാനി* ഓഫീസിലെത്തും. അവരെ സഹായിക്കണം. കയ്യൊഴിയരുത്–ഇതാണ് അദ്ദേഹം നൽകിയ ഉപദേശം. ഒരിക്കൽ കണ്ണൂർ ആലക്കോട് നിന്ന് പ്രായമുള്ള ഒരാൾ ഓഫീസിൽ വന്നു. മലയാളം മാത്രമേ അറിയൂ. ബിക്കാനീറിൽ നഴ്സായ മകളെപ്പറ്റി അഞ്ചാറുമാസമായി ഒരു വിവരവുമില്ല. മകളെ തിരക്കി ഡൽഹിയിൽ എത്തിയതാണ്. എല്ലാ സംസ്ഥാനത്തും പാർട്ടി ഘടകങ്ങളും ഓഫീസുമുണ്ടല്ലോ. *ദേശാഭിമാനി*ക്കാർക്ക് നേരിട്ടു ബന്ധപ്പെടാം. ബിക്കാനീറിലെ പാർട്ടി ഓഫീസുമായി ബന്ധപ്പെട്ട് വന്നയാളെ അവിടേക്ക് വണ്ടി കയറ്റിവിട്ടു. ബിക്കാനിറീലെത്തിയ അയാളെ അവിടുത്തെ പാർട്ടിക്കാർ ഏറ്റെടുത്തു. പ്രാദേശിക പാർട്ടി പ്രവർത്തകർ മകളെ കണ്ടുപിടിച്ചു. അവൾ ഒരു രാജസ്ഥാനിയെ കല്യാണം കഴിച്ച് സുഖമായി കഴിയുന്നു.

ജോലി കേരളത്തിലേക്ക് മാറിയശേഷം ഒരിക്കൽ നരിക്കുട്ടി മോഹനൻ ഓഫീസിൽ വന്നിരുന്നു. ഓഫീസിലിരുന്ന് ബൂട്ടാസിങ്ങിന് ഫോൺ ചെയ്തു. നേരെ ഫോൺ കിട്ടില്ല. മൂന്നുനാല് പേരിലൂടെ ഫോൺ ബൂട്ടാസിങ്ങിന് കിട്ടിയപ്പോൾ നരിക്കുട്ടിയുടെ വക ഹിന്ദിയിൽ ചീത്തവിളി. എന്നിട്ട് പ്രാതൽ വേണമെന്ന് ആവശ്യപ്പെട്ടു. പിന്നെ ലുങ്കിയും ടീ ഷർട്ടും ധരിച്ച് വി പി ഹൗസിനു പിറകിലെ ബൂട്ടാസിങ്ങിന്റെ വീട്ടിലേക്ക് നടന്നുപോയി പ്രാതൽ കഴിച്ചുവന്നു. 1985-ലാണ് ഞാൻ ഡൽഹിയിലെത്തിയത്. പ്രമുഖ രാഷ്ട്രീയ നേതാക്കളെ കണ്ട് സൗഹൃദം സ്ഥാപിക്കുന്ന പതിവ് ബ്യൂറോയിൽ പുതുതായി എത്തുന്നവർക്കുണ്ട്. അന്നത്തെ വൻതോക്കുകളായ ചരൺസിങ്, ജഗജീവൻറാം, ബൂട്ടാസിങ് എന്നിവരെ കാണാൻ ചെന്നപ്പോൾ അവർ ആദ്യം തിരക്കിയത് നരിക്കുട്ടിയെപ്പറ്റിയാണ്.[9]

31

വർഗീയതക്കെതിരെ അചഞ്ചലം

വിദ്വേഷപ്രചാരണങ്ങളിലൂടെ കലാപം സൃഷ്ടിച്ചുകൊണ്ടാണ് ഹിന്ദുവർഗീയത ഇന്ത്യയിൽ വളർന്നുവന്നത്. 1980-നു ശേഷം അതിന്റെ വളർച്ച അതിവേഗത്തിലായിരുന്നു. വിഖ്യാത മാർക്സിസ്റ്റ് ചിന്തകനും ലോകപ്രശസ്തനായ ചരിത്ര സൈദ്ധാന്തികനുമായിരുന്ന ഐജാസ് അഹമ്മദ് 2019-ൽ *ഫ്രണ്ട് ലൈൻ* ദ്വൈവാരികയ്ക്ക് നൽകിയ അഭിമുഖത്തിലെ ഏതാനും വരികൾ ഇവിടെ ഉദ്ധരിക്കുന്നു:

> ഗുജറാത്ത് വംശഹത്യക്കു മുമ്പ് നരേന്ദ്ര മോദി ചെറിയൊരു മനുഷ്യനായിരുന്നു. എന്നാൽ ഗുജറാത്ത് കൊലകൾക്കുശേഷം കേന്ദ്രതലത്തിലായാലും സംസ്ഥാന തലത്തിലായാലും മോദിയും അമിത് ഷായും തടയപ്പെടാനാവാത്ത ശക്തിയായി. തെരഞ്ഞെടുപ്പുകളുടെ കണക്കുവെച്ചു നോക്കിയാൽ ചിലപ്പോൾ ഈ ശക്തികൾക്ക് താൽക്കാലിക തിരിച്ചടികൾ നേരിട്ടതായി കാണാൻ കഴിയും. എന്നാൽ, സ്ഥിതിഗതികൾ ആകെ വിലയിരുത്തിയാൽ 1980 മധ്യത്തിനു ശേഷം സംഘപരിവാർ കൂടുതൽ ശക്തിയും മാന്യതയും കൈവരിച്ചതായി മനസ്സിലാകും. ബിജെപിയും ആർഎസ്എസും തെരഞ്ഞെടുപ്പുകളിലൂടെ ശക്തിയാർജിക്കുക മാത്രമല്ല ചെയ്തത്. സാമൂഹികമായും സാംസ്കാരികമായും രാഷ്ട്രത്തിന്റെ പ്രകൃതം തന്നെ മാറ്റിയെടുക്കുന്നതിൽ ഈ ശക്തികൾ വിജയിച്ചു. ഇരുപതു വർഷം മുമ്പത്തെ അപേക്ഷിച്ച് ഇന്ത്യ ഇന്ന് കൂടുതൽ ഹിന്ദുത്വവൽകൃതമായ രാജ്യമാണ്. [1]

വർഗീയതക്കെതിരെ ഉറച്ചുനിന്നു പൊരുതുക എന്നത് ഇന്ത്യൻ സാഹചര്യത്തിൽ എന്നും വിഷമകരമായിരുന്നു; മോദി ഡൽഹിയിൽ വന്നശേഷം പ്രത്യേകിച്ചും. ബ്രിട്ടീഷുകാർക്കും ഫ്യൂഡലിസത്തിനും മുതലാളിത്തത്തിനും എതിരെയെന്നപോലെ മതനിരപേക്ഷതക്കുവേണ്ടിയും സ്ഥിരമായി ഉറച്ച നിലപാട് എടുക്കാൻ കഴിഞ്ഞതാണ് മറ്റു മാധ്യമങ്ങളിൽ നിന്ന് *ദേശാഭിമാനി*യെ വേർതിരിച്ചുനിർത്തുന്നത്. സ്വാതന്ത്ര്യത്തിനുശേഷം എത്രയോ സന്ദർഭങ്ങളിൽ മാധ്യമങ്ങളുടെ മതനിരപേക്ഷതയും ജനാധിപത്യ ബോധവും പരീക്ഷിക്കപ്പെട്ടിട്ടുണ്ട്. അത്തരം സന്ദർഭങ്ങളിലെല്ലാം ചാഞ്ചാട്ടമില്ലാതെ വർഗീയതയെ എതിർക്കാൻ പത്രത്തിനു കഴിഞ്ഞു. ഇടതുപക്ഷപ്രസ്ഥാനങ്ങൾക്ക് പൊതുവിലും സിപിഐ എമ്മിനു വിശേഷിച്ചും ശക്തമായ അടിത്തറയും വിപുലമായ സ്വാധീനവുമുള്ള കേരളത്തിലും ആർഎസ്എസ് അവരുടെ പരീക്ഷണം നട

ത്താതിരുന്നിട്ടില്ല. അരനൂറ്റാണ്ടുമുമ്പ് 1971-ൽ തലശ്ശേരിയിലാണ് സംസ്ഥാനത്തെ ആദ്യവർഗീയ കലാപത്തിന് ആർഎസ്എസ് തിരികൊളുത്തിയത്. ആ ഘട്ടത്തിൽ സിപിഐ എമ്മും *ദേശാഭിമാനി*യും സാമുദായിക സൗഹാർദത്തിനുവേണ്ടി നടത്തിയ ധീരമായ പരിശ്രമങ്ങൾ കേരളത്തിന്റെ സമകാലചരിത്രത്തിലെ പ്രധാന ഏടുകളാണ്. 1971 ഡിസംബർ 29-നാണ് നാടിനെ നടുക്കിയ സംഭവങ്ങളുണ്ടായത്. പിറ്റേന്ന്, ഡിസംബർ 30-ന് *ദേശാഭിമാനി* ഒന്നാം പേജിൽ പ്രസിദ്ധീകരിച്ച വാർത്തയിലെ പ്രസക്തഭാഗങ്ങൾ:

തലശ്ശേരിയിൽ സംഘട്ടനം; 600 പേർക്ക് പരിക്ക്

അനേകം വീടുകൾ ആക്രമിക്കപ്പെട്ടു

സമാധാനം സ്ഥാപിക്കാൻ പാർട്ടി പ്രവർത്തകർ രംഗത്ത്

തലശ്ശേരി, ഡിസംബർ 29: നിസ്സാരസംഭവത്തിന്റെ പേരിൽ ആരംഭിച്ച സംഘട്ടനത്തെത്തുടർന്ന് പൊലീസ് സ്ഥലത്തുണ്ടായിട്ടും സാമൂഹ്യദ്രോഹികളുടെ നിയന്ത്രണത്തിലാണ് തലശ്ശേരി പട്ടണവും പരിസര പ്രദേശങ്ങളും. പകൽ രണ്ടുമണിക്ക് ചേർന്ന സർവകക്ഷി യോഗത്തിൽ പാർട്ടി നേതാക്കൾ ഈ വസ്തുത ചൂണ്ടിക്കാണിച്ചിരുന്നു. പൊലീസിന്റെ അനങ്ങാപ്പാറ നയമാണ് ജനങ്ങളിൽ ഉത്ക്കണ്ഠയുണ്ടാക്കിയത്.

പാർട്ടി പ്രവർത്തകർ രംഗത്ത്

ഒരു യുദ്ധഭൂമിയുടെ പ്രതീതി ജനിപ്പിക്കുന്ന തലശ്ശേരി പട്ടണത്തിലും പരിസര പ്രദേശങ്ങളിലും പിണറായി വിജയൻ എംഎൽഎയുടെ നേതൃത്വത്തിൽ പാർട്ടി പ്രവർത്തകർ കൊടികുത്തിയ മൂന്നുകാറുകളിൽ സഞ്ചരിച്ച് സമാധാനം പാലിക്കാൻ ആഹ്വാനം ചെയ്തുകൊണ്ടിരുന്നു. രണ്ടുമണിയോടെ പാർട്ടി ജില്ലാ നേതാക്കളായ ഇ പി കൃഷ്ണൻ നമ്പ്യാർ, ചടയൻ ഗോവിന്ദൻ, കെ വി നാരായണൻ നമ്പ്യാർ, ഐ വി ശിവരാമൻ എന്നിവർ തലശ്ശേരിയിലെത്തി ഊഹാപോഹം പ്രചരിപ്പിക്കാതിരിക്കാനും സമാധാനം പാലിക്കാനും ജനങ്ങളോട് അഭ്യർഥിച്ചുകൊണ്ടിരിക്കയാണ്. സിപിഐ എം വളണ്ടിയർമാർ രംഗത്തിറങ്ങി സാമുദായിക സൗഹാർദം പാലിക്കാൻ ജനങ്ങളെ ബോധവാന്മാരാക്കുന്ന കാഴ്ചയാണ് കാണാൻ കഴിഞ്ഞത്. മൊത്തത്തിൽ പറഞ്ഞാൽ ഇരുവിഭാഗത്തിലുംപെട്ട സാമൂഹ്യദ്രോഹികളുടെ അഴിഞ്ഞാട്ടമാണ് നിർബാധം നടക്കുന്നത്. അവിടങ്ങളിലെല്ലാം സമാധാന സന്ദേശവുമായി കടന്നുചെന്ന് പ്രവർത്തിക്കുന്നത് പാർട്ടി നേതാക്കളും വളണ്ടിയർ സഖാക്കളുമാണ്. [2]

പെട്ടെന്ന് ലഹള ശമിപ്പിക്കാനും സാമുദായിക സൗഹാർദം പുനഃസ്ഥാപിക്കാനും സിപിഐ എം അതിന്റെ എല്ലാകഴിവുകളും ഉപയോഗിക്കുന്നതാണ് ആദ്യദിവസം തന്നെ കണ്ടത്. *ദേശാഭിമാനി*യുടെ വാർത്തകളും സമാധാന പുനഃസ്ഥാപനം ലക്ഷ്യമാക്കിയുള്ളതാണ്. പ്രധാനവാർത്തയിൽ വർഗീയലഹള എന്ന വാക്കുപോലും പത്രം ഉപയോഗിച്ചിട്ടില്ല. ആ കരുതലും ജാഗ്രതയും എല്ലാ വാർത്തകളിലും ദൃശ്യമായി. സർക്കാരിന്റെ, പ്രത്യേകിച്ച് പൊലീസിന്റെ നിഷ്ക്രിയത്വത്തെ തുറന്നുകാട്ടുകയും വിമർശിക്കുകയുമാണ് *ദേശാഭിമാനി* ചെയ്തത്. ഡിസംബർ 30-ന് തന്നെ സിപിഐ എം ജില്ലാ സെക്രട്ടറിയറ്റിന്റെ പ്രസ്താവനയും വന്നു. അതും ഒന്നാം പേജിൽ തന്നെയാണ് കൊടുത്തത്. സാമുദായിക സൗഹാർദം നിലനിർത്താൻ നിർണായക സന്ദർഭത്തിൽ പാർട്ടി പുറത്തിറക്കിയ പ്രസ്താവന:

സാമുദായിക സൗഹാർദം പുലർത്തുക-

സിപിഐ എം ജില്ലാ സെക്രട്ടറിയറ്റ്

കണ്ണൂർ, ഡിസംബർ 29: പൊലീസിന്റെ കൺമുമ്പിൽ വെച്ച് ലാത്തിധാരികളായ ഗുണ്ടകൾ കടകളും വീടുകളും മറ്റും കൊള്ളയടിച്ചിട്ടും ഫലപ്രദമായ നടപടി സ്വീകരിക്കാതെ പൊലീസ് നോക്കിനിൽക്കുന്നത് പ്രതിഷേധാർഹമാണെന്ന് സിപിഐ എം കണ്ണൂർ ജില്ലാ സെക്രട്ടറിയറ്റ്

എം വി രാഘവൻ

പ്രസ്താവനയിൽ പറഞ്ഞു. മുഴുവൻ ജനാധിപത്യവിശ്വാസികളും സാമുദായിക സൗഹാർദം നിലനിർത്തുന്നതിന് സംഘടിതമായി ശ്രമിക്കണം. സാമുദായിക കുഴപ്പം വർധിപ്പിക്കാൻ ശ്രമിക്കുന്ന ക്ഷുദ്രശക്തികൾക്കെതിരെ ജില്ലയിലെ വിപ്ലവപ്രസ്ഥാനത്തിന്റെ പാരമ്പര്യം ഉയർത്തിപ്പിടിച്ച് പ്രവർത്തകരും അനുഭാവികളും രംഗത്തിറങ്ങണം.

സംഭവത്തിന്റെ ഗൗരവം മനസ്സിലാക്കി പാർട്ടി നേതാക്കളായ അഴീക്കോടൻ രാഘവനും എം വി രാഘവനും തിരുവനന്തപുരത്തുനിന്ന് തലശ്ശേരിയിലേക്ക് പുറപ്പെട്ടു എന്ന വാർത്ത ഡിസംബർ 31-ന്റെ പത്രത്തിലുണ്ട്. പാർട്ടി സംസ്ഥാന സെക്രട്ടറി സി എച്ച് കണാരന്റെ പ്രസ്താവനയും ഒന്നാം പേജിൽ കാണാം. ഇതായിരുന്നു പ്രസ്താവനയുടെ ചുരുക്കം:

> ന്യൂനപക്ഷ വിഭാഗത്തിനെതിരെ ബോധപൂർവം പ്രവർത്തിക്കുന്ന ചില രാഷ്ട്രീയ-സാമുദായിക ശക്തികൾ ഇവിടെയുണ്ടെന്ന വസ്തുത മറന്നുകൂട. ഇത്തരം കറുത്ത ശക്തികളുടെ വളർച്ചക്ക് സഹായകരമായ നടപടികളിൽ പെടാതിരിക്കാൻ ന്യൂനപക്ഷത്തിൽപെട്ടവരും ശ്രദ്ധിക്കണം. സമാധാനത്തിനുവേണ്ടി പാർട്ടി സഖാക്കളും ഘടകങ്ങളും രംഗത്തിറങ്ങണം.

പ്രധാന സിപിഐ എം നേതാക്കളെല്ലാം തന്നെ അപ്പോഴേക്കും തലശ്ശേരിയിൽ എത്തിക്കഴിഞ്ഞിരുന്നു. എം കെ കേളു, പാട്യം ഗോപാലൻ, ഒ ഭരതൻ എന്നിവർ അതിൽ പെടും. അഴീക്കോടൻ രാഘവനും എം വി രാഘവനും സംയുക്തമായി ഡിസംബർ 30-ന് പുറപ്പെടുവിച്ച പ്രസ്താവനയുടെ ചുരുക്കം കൂടി *ദേശാഭിമാനി*യിൽ നിന്ന് ഇവിടെ ഉദ്ധരിക്കുന്നു:

> പൊലീസ് നിരുത്തരവാദപരമായി അനങ്ങാതിരിക്കുകയാണ്. സംഘട്ടനം നടക്കുന്ന ഒരിടത്തും പൊലീസില്ല. സമാധാനം സ്ഥാപിക്കാൻ പ്രവർത്തിക്കുന്നവരെ പൊലീസ് മർദിക്കുന്നു. മതവികാരം ഇളക്കിവിട്ടും കെട്ടുകഥകളും അതിശയോക്തിയും പ്രചരിപ്പിച്ചും സംഘർഷം വ്യാപിപ്പിക്കാനാണ് സാമൂഹ്യദ്രോഹികളും മതഭ്രാന്തന്മാരും ശ്രമിക്കുന്നത്. ഈ വിപത്ത് ആളിപ്പടരാതിരിക്കാനും സമാധാനവും മൈത്രിയും പുനഃസ്ഥാപിക്കാനും സമാധാനകാംക്ഷികളായ മുഴുവൻ പേരോടും അഭ്യർഥിക്കുന്നു.

തലശ്ശേരി കലാപവുമായി ബന്ധപ്പെട്ട അക്രമസംഭവങ്ങളുടെ തുടക്കം 1971 ഡിസംബർ 28-ന് അർധരാത്രിയാണ്. എല്ലാം ആർഎസ്എസും ജനസംഘവും ഒരുക്കിയ തിരക്കഥപ്രകാരം. തലശ്ശേരി നാരങ്ങാപ്പുറത്തെ മുത്തപ്പൻ കാവിലേക്ക് എല്ലാവർഷവും കലശവുമായി ഒരു ഘോഷയാത്ര പോകാറുണ്ട്. സാധാരണ രാത്രി എട്ടുമണിക്കാണ് ഘോഷയാത്ര ആരംഭിക്കുക. എന്നാൽ സംഭവദിവസം ഘോഷയാത്ര തുടങ്ങുമ്പോൾ അർധരാത്രിയായി. ജനസംഘത്തിന്റെ സായുധരായ വളണ്ടിയർമാർ ഘോഷയാത്രക്ക് അകമ്പടിയെന്നവണ്ണം സഞ്ചരിച്ചു. കലശഘോഷയാത്രക്ക് സാധാരണ പൊലീസ് അകമ്പടിയുണ്ടാകാറുണ്ട്. എന്നാൽ അന്നു പൊലീസുകാർ ആ ഭാഗത്തേക്കു തിരിഞ്ഞുനോക്കിയില്ല. അക്രമസംഭവങ്ങൾക്ക് സാധ്യതയുണ്ടെന്ന് ചിലർ തലശ്ശേരി പൊലീസ് സ്റ്റേഷനിൽ രാത്രി ഏഴുമണിയോടെ ഫോണിൽ അറിയിച്ചിരുന്നു. എന്നിട്ടും പൊലീസ് കലശഘോഷയാത്ര നടക്കുന്ന ഭാഗത്തേക്ക് പോയില്ല. മുത്തപ്പൻകാവിലേക്കുള്ള കലശഘോഷയാത്ര പതിവിൽ നിന്ന് വ്യത്യസ്തമായി ജനസംഘത്തിന്റെയും ആർഎസ്എസിന്റെയും പ്രവർത്തകരുടെ പൂർണനിയന്ത്രണത്തിലായിരുന്നു.

നൂർജഹാൻ ഹോട്ടലിൽ നിന്ന് കലശഘോഷയാത്രക്കുനേരെ ഒരു മുസ്ലിം ചെരിപ്പെറിഞ്ഞുവെന്നായിരുന്നു ആർഎസ്എസ് പ്രചരിപ്പിച്ചത്. എന്നാൽ, ജാഥ നൂർജഹാൻ ഹോട്ടലിനടുത്ത് എത്തുംമുമ്പേ അക്രമം തുടങ്ങിയിരുന്നു. നൂർജഹാൻ ഹോട്ടലിനു മുമ്പിലെത്തിയപ്പോൾ ജാഥയിലുണ്ടായിരുന്ന ഒരു ബാലനെക്കൊണ്ട് ആർഎസ്എസുകാർ തന്നെ ചെരുപ്പേറ് നടത്തിച്ചു. അതിനുശേഷം രണ്ടു മുസ്ലിം പള്ളികൾ ആക്രമിക്കപ്പെട്ടു. ഇതായിരുന്നു സംഭവങ്ങളുടെ തുടക്കം. പിന്നീട് ഡിസംബർ 29-ന് മുസ്ലിം വീടുകൾക്കും കടകൾക്കും നേരെ വ്യാപകമായി ആക്രമണമുണ്ടായി. അടുത്ത ഊഴം മുസ്ലിങ്ങളുടെതായിരുന്നു. അവർ തിരിച്ചാക്രമിച്ചു. ഹിന്ദുസമുദായത്തിൽ

പെട്ടവരുടെ കടകളും വീടുകളും ആക്രമിക്കപ്പെട്ടു. അതുകഴിഞ്ഞ് മൂന്നാംഘട്ടമായി മുസ്ലിങ്ങളുടെ വസ്തുവകകൾക്കുനേരെ വീണ്ടും ആക്രമണമുണ്ടായി. ഡിസംബർ 31 വരെ അക്രമസംഭവങ്ങൾ തുടർന്നു. കലാപം ആളിപ്പടർത്തുന്നതിന് ആർഎസ്എസുകാർ ഊഹാപോഹം വലിയതോതിൽ പ്രചരിപ്പിച്ചു. ഏതു കലാപത്തിലും ഊഹാപോഹവും പച്ച നുണയും അവരുടെ ഇന്ധനമാണ്. തലശ്ശേരിയിലും അതുതന്നെയുണ്ടായി. 'ഹിന്ദു പെൺകുട്ടികളെ നഗ്നരാക്കി തെരുവിലൂടെ നടത്തിച്ചു. ഹിന്ദു ബാലികമാരെ ബലാൽസംഗം ചെയ്തു. ജഗന്നാഥ ക്ഷേത്രം കത്തുന്നു.' ഈ രീതിയിൽ നുണ പ്രചരിപ്പിച്ചാണ് തലശ്ശേരിയുടെ പ്രാന്തപ്രദേശങ്ങളിലേക്കും കലാപം പടർത്തിയത്.

കമീഷൻസ് ഓഫ് ഇൻക്വയറീസ് ആക്ട് (1952) പ്രകാരം കലാപത്തെക്കുറിച്ച് അന്വേഷിക്കാൻ റിട്ടയേർഡ് ഹൈക്കോടതി ജഡ്ജി ജോസഫ് വിതയത്തിലിനെ ഏകാംഗ കമീഷനായി ഗവൺമെന്റ് നിയോഗിച്ചിരുന്നു. 1973 മാർച്ച് 15-ന് കമീഷൻ റിപ്പോർട്ട് സമർപ്പിച്ചു. ആ റിപ്പോർട്ട് ഉപസംഹരിച്ചുകൊണ്ട് കലാപത്തിന്റെ കാരണങ്ങൾ കമീഷൻ ചുരുക്കം വാക്കുകളിൽ എടുത്തുപറഞ്ഞു: "ആദ്യഘട്ടത്തിലുണ്ടായ അനിഷ്ടസംഭവങ്ങൾ ഹിന്ദുവിഭാഗക്കാർ മുൻകൂട്ടി ആസൂത്രണം ചെയ്തതായിരുന്നു. രണ്ടാമത്തെ ഘട്ടത്തിലുണ്ടായത് മുസ്ലിങ്ങളുടെ ഭാഗത്തുനിന്നുള്ള പ്രത്യാക്രമണമാണ്. മൂന്നാം ഘട്ടത്തിൽ ഹിന്ദുവിഭാഗക്കാരുടെ പകവീട്ടലായിരുന്നു. അക്രമം തടയുന്നതിന് ആവശ്യമായ പൊലീസിനെ നിയോഗിക്കാൻ അധികാരികൾക്ക് കഴിഞ്ഞില്ല."[3]

ജോസഫ് വിതയത്തിൽ കമീഷന്റെ മറ്റു ചില പ്രധാന കണ്ടെത്തലുകൾ

ഖണ്ഡിക 209: തലശ്ശേരിയിൽ ഹിന്ദുക്കൾക്കിടയിൽ മുസ്ലിംവിരുദ്ധ വികാരം ഇളക്കിവിടുന്നതിലും കലാപത്തിന് പശ്ചാത്തലമൊരുക്കുന്നതിലും ആർഎസ്എസ് സജീവ പങ്ക് വഹിച്ചിട്ടുണ്ട് എന്നത് സംശയരഹിതമാണ്. രാജ്യത്തുടനീളം മുസ്ലിംവിരുദ്ധ മനോഭാവം സൃഷ്ടിക്കാൻ സ്വീകരിക്കുന്ന രീതി തന്നെയാണ് ഇവിടെയും അവർ സ്വീകരിച്ചത്.

ഖണ്ഡിക 211: മതനിരപേക്ഷ പാർട്ടിയായ സിപിഐ എം മുസ്ലിംവിരുദ്ധ സമീപനം എടുത്തില്ല. മുസ്ലിംലീഗിനുകൂടി പങ്കാളിത്തമുണ്ടായിരുന്ന ഇ എം എസ് മന്ത്രിസഭ 1969-ൽ തകർന്നതിനെത്തുടർന്ന് സിപിഐ എം പ്രവർത്തകരും മുസ്ലിംലീഗുകാരും തമ്മിലെ ബന്ധം മോശമായിരുന്നു.

ഖണ്ഡിക 220: എല്ലാ പാർട്ടികളിലുംപെട്ട ഹിന്ദുക്കൾ മുസ്ലിങ്ങൾക്കെതിരായ ആക്രമണത്തിൽ പങ്കാളികളായിട്ടുണ്ട്. വ്യത്യാസം അതിന്റെ തോതിലാണ്. മാർക്സിസ്റ്റുകാർക്ക് ശക്തിയുള്ള ഉമ്മൻചിറയിൽ മുസ്ലിങ്ങളെ ആക്രമിക്കാൻ പുറത്തുനിന്നു വന്നവരെ സിപിഐ എമ്മിലും സിപിഐയിലും പെട്ട ബീഡിത്തൊഴിലാളികൾ ചെറുത്തു. ആക്രമണത്തിനിരയായ മുസ്ലിങ്ങൾക്ക് മാർക്സിസ്റ്റ് നേതാക്കൾ സഹായമെത്തിച്ച ഉദാഹരണങ്ങളുമുണ്ട്. സിപിഐ എമ്മിന്റെ നേതാക്കളാരും അക്രമസംഭവങ്ങളിൽ പങ്കാളികളായിട്ടില്ല. ഡിസംബർ 29-ന് പാർട്ടി പതാക കെട്ടിയ കാറിൽ സഞ്ചരിച്ച് മാർക്സിസ്റ്റ് പ്രവർത്തകർ ജനങ്ങളോട് സമാധാനവും സംയമനവും പാലിക്കാൻ ആഹ്വാനം ചെയ്തുവെന്നതിന് തെളിവുണ്ട്.

തലശ്ശേരി കലാപം നടക്കുമ്പോൾ അച്യുതമേനോനായിരുന്നു മുഖ്യമന്ത്രി; കെ കരുണാകരൻ ആഭ്യന്തരമന്ത്രിയും. ആഭ്യന്തര മന്ത്രിയോ പൊലീസ് ഐജിയോ ലഹള നടക്കുമ്പോൾ തലശ്ശേരിയിലേക്ക് പോയില്ലെന്നും ലഹള അമർച്ച ചെയ്യുക എന്ന ഉത്തരവാദിത്തം നിർവഹിക്കുന്നതിൽ ഗവൺമെന്റ് പരാജയപ്പെട്ടുവെന്നും കമീഷൻ റിപ്പോർട്ട് ചൂണ്ടിക്കാണിക്കുന്നുണ്ട്. ആഭ്യന്തരമന്ത്രി കരുണാകരൻ സ്ഥലം സന്ദർശിക്കുന്നതിനു മുമ്പ് 1972 ജനുവരി ഒന്നിന് ഇ എം എസ് നമ്പൂതിരിപ്പാട് കലാപബാധിത പ്രദേശങ്ങൾ സന്ദർശിച്ചു. തലശ്ശേരി കലാപത്തെക്കുറിച്ചും ജസ്റ്റിസ് വിതയത്തിൽ കമീഷൻ റിപ്പോർട്ടിലെ നിഗമനങ്ങളെക്കുറിച്ചും അസത്യവും അർധസത്യവും അരനൂറ്റാണ്ടിനു ശേഷവും പ്രചരിപ്പിക്കപ്പെടുന്നതുകൊണ്ടാണ് റിപ്പോർട്ടിലെ ചില ഭാഗങ്ങൾ ഇവിടെ എടുത്തുചേർത്തത്. റിപ്പോർട്ടിൽ എടുത്തു പറയാത്ത ഒരു സംഭവം കലാപം ഒതുങ്ങി രണ്ടുദിവസത്തിനു ശേഷം സിപിഐ എം പ്രവർത്തകനായ യു കെ കുഞ്ഞിരാമൻ കൊല്ലപ്പെട്ടതാണ്. കലാപ

ദേശാഭിമാനി

ഉടൻ ഇടപെടണം: സിപിഐ–എം

യു പിയിൽ രാഷ്ട്രപതിഭരണം

ബാബറിമസ്ജിദ് തകർത്തു

ബാബ്റി മസ്ജിദ് തകർക്കപ്പെട്ട വാർത്ത–1992 ഡിസംബർ 7

ദിനങ്ങളിൽ തലശ്ശേരി മെരുവമ്പായി മുസ്ലിം പള്ളിക്കു കാവൽ നിന്ന പാർട്ടി പ്രവർത്തകരിൽ പ്രധാനിയായിരുന്നു കുഞ്ഞിരാമൻ. ആ വൈരാഗ്യത്തിനാണ് 1972 ജനുവരി മൂന്നിന് അദ്ദേഹത്തെ കൊലപ്പെടുത്തിയത്.

ആർഎസ്എസിന്റെ മുസ്ലിം വിരുദ്ധതയെയും അവർ അഴിച്ചുവിടുന്ന വർഗീയ കലാപങ്ങളെയും ഭവിഷ്യത്തിനെക്കുറിച്ച് ആലോചിക്കാതെ ധീരമായി എതിർക്കുന്ന പ്രസ്ഥാനമാണ് സിപിഐ എം എന്നും ഏതു ആപൽഘട്ടത്തിലും വിശ്വസിക്കാവുന്നവരാണ് കമ്യൂണിസ്റ്റുകാരെന്നും കേരളത്തിലെ മുസ്ലിം ജനവിഭാഗം കൂടുതൽ തിരിച്ചറിഞ്ഞത് തലശ്ശേരി കലാപത്തോടെയാണെന്ന് പറഞ്ഞാൽ തെറ്റാവില്ല. പിന്നീടൊരിക്കലും അത്തരമൊരു കലാപം കേരളത്തിൽ സംഘടിപ്പിക്കാൻ ആർഎസ്എസിനു കഴിയാതിരുന്നത് പൊതുവിൽ ഇടതുപക്ഷത്തിന്റെയും പ്രത്യേകിച്ച് സിപിഐ എമ്മിന്റെയും ജാഗ്രതകൊണ്ടാണെന്ന് ഇടതുപക്ഷാശയങ്ങളോട് യോജിക്കാത്തവരും അംഗീകരിക്കും.

ബാബ്റി മസ്ജിദ് തകർക്കപ്പെട്ടപ്പോൾ

ഐജാസ് അഹമ്മദ് ചൂണ്ടിക്കാണിച്ചപോലെ ഇന്ത്യയുടെ സാമൂഹികവും സാംസ്കാരികവുമായ പ്രകൃതം തന്നെ മാറ്റുന്ന നിരവധി സംഘപരിവാർ നീക്കങ്ങൾ 1980–നുശേഷം രാജ്യത്തുണ്ടായി. അതിൽ പ്രധാനം ബാബ്റി മസ്ജിദ് തകർക്കാൻ ആസൂത്രിതമായി നടത്തിയ ആക്രമണം തന്നെ. ബിജെപി നേതാക്കളുടെ നേതൃത്വത്തിലും കാർമികത്വത്തിലും സംഘപരിവാർ കർസേവകർ ആ പുരാതന മന്ദിരം ഇടിച്ചുനിരത്തി. മതനിരപേക്ഷതയിലും ബഹുസ്വരതയിലും അധിഷ്ഠിതമായ ഭരണഘടനയെ ചീന്തിയെറിഞ്ഞ് ഹിന്ദുരാഷ്ട്രത്തിലേക്ക് സംഘപരിവാർ ശക്തികൾ നടത്തിയ കാൽവെപ്പായിരുന്നു 1992 ഡിസംബർ ആറിനു നടന്ന സംഭവം. തകർക്കപ്പെട്ടത് ബാബറി മസ്ജിദ് എന്ന ചരിത്രസ്മാരകവും മുസ്ലിം ആരാധനാലയവുമാണെന്ന് ഉറക്കെ പറയാൻ മാധ്യമങ്ങൾ പൊതുവെ തയാറാകാതിരുന്നപ്പോഴാണ് 'ബാബ്റി മസ്ജിദ് തകർത്തു' എന്ന തലക്കെട്ടിൽ ഹിന്ദുരാഷ്ട്രവാദികളുടെ ഗൂഢ അജണ്ട തുറന്നുകാട്ടുന്ന വാർത്തയും വിശകലനങ്ങളും *ദേശാഭിമാനി* നൽകിയത്. ബാബ്റി മസ്ജിദിനെ *മലയാള മനോരമ*യും മാതൃഭൂമിയും മറ്റു പ്രധാന മാധ്യമങ്ങളും തർക്കമന്ദിരമെന്ന് വിശേഷിപ്പിച്ചു. ആ രീതിയിൽ മുഖ്യധാരാ മാധ്യമങ്ങൾ എന്നു നാം വിളിക്കുന്ന വലതുപക്ഷ–ബിസിനസ് മാധ്യമങ്ങൾ സത്യം തുറന്നുപറയാതെ ഒഴിഞ്ഞുമാറിയപ്പോൾ ബാബറി മസ്ജിദ് തകർക്കപ്പെടുന്നതിന് ദൃക്സാക്ഷിയായ ഡൽഹി ലേഖകൻ ജോൺ ബ്രിട്ടാസ് നൽകിയ വാർത്തയായിരുന്നു ഡിസംബർ 7–ന്റെ *ദേശാഭിമാനി* ലീഡ്. ആ വാർത്ത:

ബാബ്റി മസ്ജിദ് തകർത്തു

ജോൺ ബ്രിട്ടാസ്

അയോധ്യ, ഡിസംബർ 6: ഭരണഘടനയും നിയമവാഴ്ചയും അട്ടിമറിച്ച് ആയിരക്കണക്കിനു കർസേവകർ ഞായറാഴ്ച അയോധ്യയിലെ ബാബ്റി മസ്ജിദിന്റെ മൂന്നു മിനാരങ്ങളും പുറംമതിലും തകർത്തു. കെട്ടിടത്തിന് സാരമായ കേടുവരുത്തി. യുദ്ധാന്തരീക്ഷം സൃഷ്ടിച്ച കർസേവകർ പൊലീസിന്റെ ഒരു വിഭാഗത്തെ ഒപ്പം നിർത്തിയും അയോധ്യയിലേക്ക് പ്രവേശിക്കാൻ കേന്ദ്രസേനയെ അനുവദിക്കാതെയും ഭ്രാന്തമായ ആവേശത്തോടെ മസ്ജിദിനകത്തേക്ക് കുതിച്ചുകയറുകയാ

ജോൺ ബ്രിട്ടാസ്

യിരുന്നു. അഞ്ചുമണിയാകുമ്പോഴേക്കും പള്ളിയുടെ മൂന്നു മിനാരങ്ങളും തകർന്നുവീണു.

പത്രപ്രവർത്തകരെയും ഉദ്യോഗസ്ഥരെയും തുരത്തിയോടിച്ച കർസേവകർ അക്ഷരാർഥത്തിൽ ബാബ്റി മസ്ജിദ് വളഞ്ഞുവെച്ച് തകർക്കുകയായിരുന്നു. റോഡുകളും മറ്റു ഗതാഗതമാർഗങ്ങളും അവർ തടഞ്ഞു. പൊലീസ് നിഷ്ക്രിയമായി. സ്ഥലത്തുണ്ടായിരുന്ന പത്രലേഖകർ സംഭവങ്ങളെന്തെന്ന് മനസ്സിലാക്കുന്നതിനു മുമ്പ് ആളുകൾ താഴികക്കുടങ്ങൾക്ക് മുകളിൽ കയറി തകർക്കാൻ തുടങ്ങിയിരുന്നു. ഉച്ചയ്ക്ക് 12.15ന് നിശ്ചയിച്ച 'പ്രതീകാത്മക' കർസേവക്ക് 25 നിമിഷം മുമ്പാണ് രാവിലെ മുതൽ തിങ്ങിക്കൂടിയ ആയിരക്കണക്കിന് കർസേവകർ മസ്ദിനകത്തേക്ക് തള്ളിക്കയറിയത്. സരയൂ നദിക്കരയിൽ നിന്ന് ആയുധങ്ങളുമായി അവർ ഇരച്ചുകയറി. ബാരിക്കേഡുകൾ തകർത്ത് മുന്നോട്ടുനീങ്ങിയ അവരെ നേരിടാൻ നാമമാത്രമായ സിആർപിഎഫുകാരും പൊലീസുകാരും മാത്രമാണുണ്ടായിരുന്നത്. ഇവർ നടത്തിയ ലാത്തിച്ചാർജും കണ്ണീർവാതകപ്രയോഗവും കർസേവകരുടെ തള്ളിച്ചയിൽ നിഷ്ഫലമായി. ഇവർ പിൻവലിഞ്ഞതോടെ അക്രമികൾക്ക് സ്വതന്ത്രമായ വഴി തുറന്നുകിട്ടി. കെട്ടിടത്തിന്റെ അകത്തുണ്ടായിരുന്ന സുരക്ഷാസൈനികർ വലിയ ചെറുത്തുനിൽപ്പൊന്നും നടത്തിയില്ല.

ആദ്യം പുറംഭിത്തിയും മുഖ്യകവാടവും പൊളിച്ച് അകത്തുകടന്ന കർസേവകർ താഴികക്കുടത്തിനു മുകളിൽ കയറി കാവിക്കൊടികൾ നാട്ടി. പിന്നെ ഇരുമ്പുവടി, പിക്കാസ്, പാര, വടി തുടങ്ങിയ ആയുധങ്ങളുപയോഗിച്ച് താഴികക്കുടങ്ങൾ ഒന്നൊന്നായി തകർക്കുകയായിരുന്നു. 11.45–ന് തുടങ്ങിയ ആക്രമണം മൂന്നു മണിയാകുമ്പോഴേക്കും ഇടതുവശത്തെ താഴികക്കുടം നിലംപതിച്ചു. പിന്നീട് നാലരമണിക്ക് നടുവിലത്തേയും നാലേമുക്കാലിന് മൂന്നാമത്തെയും താഴികക്കുടങ്ങൾകൂടി തകർന്നുവീണു.

ഇതിനിടെ, ആക്രമണത്തിന്റെ വാർത്തയും പടവും ശേഖരിക്കാൻ എത്തിയ പത്രലേഖകർക്കുനേരെ കർസേവകർ രൂക്ഷമായ ആക്രമണം നടത്തി. ഒട്ടേറെ പത്രലേഖകർക്ക് പരിക്കേറ്റു. ഫോട്ടോഗ്രാഫർമാരുടെ കേമറകൾ തല്ലിത്തകർത്തു. ഉദ്യോഗസ്ഥരും ആക്രമണത്തിനിരയായി. സംഘർഷം പൊട്ടിപ്പുറപ്പെട്ടിട്ടും മണിക്കൂറുകൾ കഴിഞ്ഞാണ് സിആർപിഎഫിന്റെ സേന അയോധ്യയിലേക്ക് നീങ്ങിയത്. ഇവരെ തർക്കസ്ഥലത്തേക്ക് പ്രവേശിപ്പിക്കാതിരിക്കാൻ കർസേവകർ വഴിയിൽ ഉരുളൻ കല്ലുകളും വാട്ടർ ടാങ്കുകളും മറ്റും ഉരുട്ടിയിട്ടു. കെട്ടിടം തകർക്കുന്നതിനുമുമ്പുതന്നെ മസ്ജിദിനകത്തു സ്ഥാപിച്ചിരുന്ന 'രാംലാല' വിഗ്രഹവും പടങ്ങളും സുരക്ഷിതമായി എടുത്തുമാറ്റി. അമ്പലത്തിനകത്ത് പൂജ നടത്തുകയായിരുന്ന വിനയകുമാർ പാണ്ഡെ എന്ന പൂജാരിയെ കർസേവകർ കയ്യേറ്റം ചെയ്തു. ഗർഭഗൃഹത്തിലെ വിഗ്രഹങ്ങൾ എടുത്തുകൊണ്ടുപോയതായി അദ്ദേഹം പറഞ്ഞു. വിഗ്രഹം മാറ്റുന്നതിനിടെ ചില സുരക്ഷാസൈനികർക്ക് പരിക്കേറ്റു. വെടിയുതിർക്കാൻ അനുവദിക്കരുതെന്ന് ഫൈസാബാദ് ഭരണകൂടത്തിന് യു പി സർക്കാർ നിർദേശം നൽകിയിരുന്നതായും പിടിഐ റിപ്പോർട്ട് ചെയ്യുന്നു. 'പ്രതീകാത്മക' കർസേവക്കുള്ള ഒരുക്കങ്ങൾ കാലത്ത് എട്ടുമണിമുതൽ തന്നെ തുടങ്ങിയിരുന്നു. കഴിഞ്ഞ ജൂലൈയിൽ പണിത പ്ലാറ്റ്ഫോമിൽ വിഎച്ച്പി പ്രവർത്തകർ ശുചീകരണ പ്രവർത്തനം നടത്തി. പിന്നീട് ബിജെപി നേതാക്കളായ എൽ കെ അദ്വാനി, മുരളി മനോഹർ ജോഷി തുടങ്ങിയവർ എത്തിയതോടെ വിഎച്ച്പി പ്രവർത്തകരുടെ ആവേശം തിളച്ചുപൊന്തി. നിമിഷങ്ങൾക്കകം ബിജെപി–വിഎച്ച്പി നേതാക്കൾ രംഗത്തുനിന്ന് പിൻവാങ്ങി. ഇതിനിടെ ഒരു സന്ന്യാസിയുടെ ശബ്ദത്തിൽ മസ്ജിദ് തകർക്കാൻ ആഹ്വാനമുണ്ടായി. സംഭവത്തിന് ദൃക്സാക്ഷിയായ കോടതി നിരീക്ഷകൻ തേജ്ശങ്കർ സുപ്രീംകോടതിക്ക് റിപ്പോർട്ട് നൽകുമെന്ന് അറിയിച്ചു.[4]

ബാബ്റി മസ്ജിദ് തകർക്കാനുള്ള സംഘപരിവാറിന്റെ ആസൂത്രിത നീക്കങ്ങളെക്കുറിച്ച് സിപിഐ എം ഉൾപ്പെടെയുള്ള പ്രധാന പ്രതിപക്ഷ കക്ഷികൾ നരസിംഹറാവുവിന് തുടർച്ചയായി മുന്നറിയിപ്പുകൾ നൽകിയിരുന്നു. അതൊന്നും റാവു ഗവൺമെന്റ് വകവെച്ചില്ല. ഡിസംബർ 5–ന്, ബാബ്റി മസ്ജിദ് തകർക്കപ്പെടുന്നതിന്റെ തലേന്ന്, സിപിഐ എം പൊളിറ്റ് ബ്യൂറോ അംഗം

പ്രകാശ് കാരാട്ട് എഴുതിയ ലേഖനം *ദേശാഭിമാനി* പ്രസിദ്ധീകരിച്ചിരുന്നു. അതിലെ പ്രസക്തമായ ചില വരികൾ:

> അയോധ്യയിൽ ഒരു കാരണവശാലും ഒരു തരത്തിലുമുള്ള നിർമാണവും പാടില്ലെന്ന സുപ്രീം കോടതി ഉത്തരവോടെ പ്രശ്നത്തിന് താൽക്കാലിക പരിഹാരമായെന്ന് കരുതിയവർക്ക് തെറ്റി. ഉത്തരവ് ലംഘിക്കുമെന്ന് വിഎച്ച്പി പ്രഖ്യാപിച്ചുകഴിഞ്ഞു. സ്ഥിതി അത്യന്തം ഗുരുതരമാണ്. നിർമാണം അനുവദിക്കില്ലെന്ന യു പി ഗവൺമെന്റിന്റെ സത്യവാങ്മൂലം കോടതി അംഗീകരിക്കുകയും ജില്ലാ ജഡ്ജിയെ നിരീക്ഷകനായി നിയോഗിക്കുകയും ചെയ്തു. എന്നാൽ കർസേവ തുടങ്ങണമെന്ന കടുത്ത നിലപാടിലാണ് ആർഎസ്എസ്. വാരണസിയിൽ നിന്നും മഥുരയിൽ നിന്നുമായി രണ്ട് രഥയാത്രകൾ, ഒന്ന് അദ്വാനിയുടെയും മറ്റൊന്ന് മുരളിമനോഹർ ജോഷിയുടെയും നേതൃത്വത്തിൽ, ആരംഭിച്ചിരിക്കയാണ്. രഥയാത്രകൾ അയോധ്യയിലാണ് അവസാനിക്കുക. യാത്ര പൂർത്തിയാകുന്നതോടെ പള്ളി പൊളിച്ചുനീക്കപ്പെടുമെന്ന കാര്യം ഉറപ്പാണ്. വർഗീയലഹളകൾക്ക് സാധ്യതയുള്ള പ്രദേശങ്ങളിലൂടെയാണ് രഥയാത്രകൾ പോകുന്നത്. വൻ ജനക്കൂട്ടത്തിനു മുമ്പിൽ തങ്ങൾ നിസ്സഹായരാണെന്നും കർസേവകർക്കും സന്ന്യാസിമാർക്കും നേരെ ബലപ്രയോഗം നടത്താൻ നിർവാഹമില്ലെന്നുമുള്ള ന്യായം പറയാനാണ് യു പി ഗവൺമെന്റിന്റെ പരിപാടി. ദേശീയ ഐക്യം സംരക്ഷിക്കുകയെന്ന അടിയന്തര കടമ മനസ്സിലാക്കി കേന്ദ്രം ഇടപെട്ടേ പറ്റൂ. നിരപരാധികളെ, വിശേഷിച്ച് ന്യൂനപക്ഷങ്ങളിൽ പെട്ടവരുടെ ജീവൻ അപകടത്തിലാക്കാനും മതമൈത്രി തകർക്കാനും യു പി ഗവൺമെന്റിനെ അനുവദിച്ചുകൂട. കോടതിവിധി ഉയർത്തിപ്പിടിക്കാൻ നവംബർ 24-ന് ചേർന്ന ദേശീയോദ്ഗ്രഥന സമിതിയോഗം പ്രധാനമന്ത്രിയെ ചുമതലപ്പെടുത്തിയിട്ടുണ്ട്. ബിജെപി ഒഴികെ എല്ലാവരും അംഗീകരിച്ച രാഷ്ട്രീയ വിധിന്യായം പാഴാക്കാതെ നോക്കേണ്ടത് പ്രധാനമന്ത്രിയാണ്. ബിജെപിയുടെ ദേശവിരുദ്ധ-ജനവിരുദ്ധ നീക്കം പരാജയപ്പെടുത്താൻ മതനിരപേക്ഷ-ജനാധിപത്യ ശക്തികളാകെ രംഗത്തിറങ്ങണം.[5]

കോടതിവിധിയും ദേശീയോദ്ഗ്രഥന സമിതി തീരുമാനവും കണക്കിലെടുക്കാതെ ബിജെപിയും ആർഎസ്എസും അയോധ്യയിൽ കുഴപ്പം സൃഷ്ടിക്കാനാണ് നീങ്ങുന്നതെന്ന് ഒരാഴ്ച മുമ്പുതന്നെ വ്യക്തമായിരുന്നു. അതനുസരിച്ച് പ്രതിപക്ഷം പാർലമെന്റിലും പുറത്തും സർക്കാരിനു പലതവണ മുന്നറിയിപ്പുകൾ നൽകി. ഡിസംബർ ഒന്നിന് പ്രതിപക്ഷ നേതാക്കൾ സംയുക്ത പ്രസ്താവനയിറക്കി. സുപ്രീംകോടതിക്ക് യു പി ഗവൺമെന്റ് നൽകിയ ഉറപ്പ് പാലിക്കില്ലെന്ന ഭീതി വ്യാപകമായിരിക്കുന്ന സാഹചര്യത്തിൽ പ്രശ്നത്തിൽ അടിയന്തരമായി ഇടപെടണമെന്ന് പ്രതിപക്ഷ നേതാക്കൾ ആവശ്യപ്പെട്ടു. സുപ്രീംകോടതി ഉത്തരവിനെതിരെ ബിജെപി നേതാക്കൾ നടത്തിയ പ്രസ്താവനയുടെ പശ്ചാത്തലത്തിലാണ് പ്രതിപക്ഷ പാർട്ടികൾ ഈ ആവശ്യമുന്നയിച്ചത്. അതേദിവസം തന്നെ സിപിഐ എം നേതാവ് സോമനാഥ് ചാറ്റർജി ലോക്സഭയിൽ പ്രശ്നം ഉന്നയിച്ചു. തർക്കസ്ഥലം കേന്ദ്രം ഏറ്റെടുക്കണമെന്ന് അദ്ദേഹം ആവശ്യപ്പെട്ടു. എന്നാൽ ഗവൺമെന്റ് പ്രതികരിച്ചില്ല. അയോധ്യയിൽ എന്താണ് നടക്കുന്നതെന്ന് വെളിപ്പെടുത്താൻ പ്രധാനമന്ത്രിയും ആഭ്യന്തരമന്ത്രിയും തയാറാകണമെന്ന് വി പി സിങ്ങും ലോക് സഭയിൽ ആവശ്യപ്പെട്ടു. അയോധ്യയിൽ ചുരുങ്ങിയത് ഒന്നരലക്ഷം കർസേവകർ എത്തിക്കഴിഞ്ഞുവെന്നാണ് പാർലമെന്ററി കാര്യമന്ത്രി ഗുലാം നബി ആസാദ് സ്പീക്കറുടെ ചേംബറിൽ നടന്ന യോഗത്തിൽ പറഞ്ഞത്. ഈ സംഭവവികാസങ്ങളെല്ലാം ദേശീയ ഐക്യത്തിന്റെ കാഴ്ചപ്പാടിൽ *ദേശാഭിമാനി* റിപ്പോർട്ട് ചെയ്യുന്നുണ്ടായിരുന്നു. ഏതായാലും ബാബ്റി മസ്ജിദ് സംരക്ഷിക്കാനുള്ള നടപടികളൊന്നും നരസിംഹറാവുവിന്റെ ഭാഗത്തുനിന്നുണ്ടായില്ല.

> ഡിസംബർ ഏഴിന്റെ മുഖപ്രസംഗം
>
> ***പ്രതിക്കൂട്ടിൽ റാവുഭരണം***
>
> ഇങ്ങനെയൊരു ദുരന്തത്തിന് കളമൊരുക്കിയവർക്ക് മാപ്പുകൊടുക്കുവാൻ ഇന്ത്യയിൽ ജനാധിപത്യവും മതേതരത്വവും പുലർന്നുകാണാനാഗ്രഹിക്കുന്ന യാതൊരാൾക്കും കഴിയില്ല. ജാതിക്കും

പി വി നരസിംഹറാവു

മതത്തിനും രാഷ്ട്രീയ വിശ്വാസപ്രമാണങ്ങൾക്കും അതീതമായി ജനാധിപത്യ മനഃസാക്ഷി ഉണർന്നെഴുന്നേൽക്കേണ്ട ഒരാപൽഘട്ടത്തിൽ നമ്മുടെ രാജ്യം എത്തിനിൽക്കുന്നു എന്നതിന് ഇതിൽക്കവിഞ്ഞ ഒരു തെളിവ് ആവശ്യമില്ല.

ബാബ്റി മസ്ജിദ്-രാമജന്മഭൂമി പ്രശ്നത്തിൽ തുടക്കം മുതൽ തന്നെ രാഷ്ട്രീയ മുതലെടുപ്പിന്റെ കളിയാണ് കേന്ദ്രം ഭരിച്ച കോൺഗ്രസ് ഐ ഗവൺമെന്റുകൾ നടത്തിവന്നത്. ഹൈന്ദവഭൂരിപക്ഷത്തിന്റെ വോട്ടുകളിൽ കണ്ണുനട്ട് തർക്കഭൂമിയിൽ രാമക്ഷേത്രത്തിനായി ശിലാന്യാസം നടത്താൻ രാജീവ്ഗാന്ധി ഭരണം അനുമതി നൽകിയതോടെയാണ് ഹൈന്ദവ വർഗീയതക്ക് ഇത്രയേറെ വീറുണ്ടായത്. വി പി സിങ് കേന്ദ്രത്തിലും മുലായംസിങ് യാദവ് യു പിയിലും അധികാരത്തിലിരുന്ന സന്ദർഭത്തിൽ മാത്രമാണ് ഈ മതഭ്രാന്തന്മാർക്ക് അർഹിക്കുന്ന മറുപടി നൽകിയത്. ആ ഗവൺമെന്റുകളെ അട്ടിമറിക്കാൻ മതമൗലികവാദികളുമായി കൈകോർക്കുകയാണ് കോൺഗ്രസ് ഐ ചെയ്തത്.

നരസിംഹറാവു ഗവൺമെന്റിന്റെ ന്യൂനപക്ഷ മന്ത്രിസഭക്ക് അധികാരത്തിൽ തുടരാൻ ബിജെപി അടക്കമുള്ള ഹിന്ദുവർഗീയവാദികളുടെ പിന്തുണ അനിവാര്യമായിരുന്നു. അയോധ്യാപ്രശ്നം തന്റെ മന്ത്രിസഭയുടെ നിലനിൽപ്പിനുള്ള ഒരായുധമായി എടുത്തുപയോഗിക്കുവാനാണ് നരസിംഹറാവു ആദ്യം മുതൽ തന്നെ പരിശ്രമിച്ചത്. ആ ലക്ഷ്യം വെച്ചുകൊണ്ടാണ് ഓരോ കരുവും പ്രധാനമന്ത്രി നീക്കിയത്. ഇതിന്റെ അപകടത്തെക്കുറിച്ച് ഇടതുപക്ഷ മതേതരശക്തികൾ നിരവധി തവണ താക്കീത് നൽകി. അതൊന്നും ചെവിക്കൊള്ളാൻ റാവു സർക്കാർ തയാറായില്ല.

അയോധ്യയിൽ നടന്ന സംഭവങ്ങൾ ആകസ്മികമായിരുന്നില്ല. ഇതൊക്കെ നടക്കുമെന്ന് വ്യക്തമായി മറ്റാരെയുംകാൾ കൂടുതൽ അറിയാമായിരുന്നത് നരസിംഹറാവുവിനുതന്നെ ആയിരുന്നു. രാജ്യത്തിന്റെ പരമോന്നത നീതിപീഠം അതികർശനമായ നിലപാടെടുത്തു. ദേശീയോദ്ഗ്രഥന സമിതി എന്ത് നടപടിയും കൈക്കൊള്ളാൻ പ്രധാനമന്ത്രിയെ ചുമതലപ്പെടുത്തി. ഇതൊക്കെ ആയിട്ടും പ്രശ്നത്തിന്റെ ഗൗരവം ഒരു കഴഞ്ചുപോലും ഉൾക്കൊള്ളാൻ കേന്ദ്രത്തിനു കഴിഞ്ഞില്ല. കർസേവ തടയുന്നതിൽ യു പി ഗവൺമെന്റ് പരാജയപ്പെട്ടാൽ പിന്നീട് എന്തുവേണമെന്ന് ആലോചിക്കാമെന്ന ഒരഴകൊഴമ്പൻ നയമാണ് കേന്ദ്രം സ്വീകരിച്ചത്. ഇതൊരു വീഴ്ചയായി മാത്രം കരുതാനാവില്ല.

മതഭ്രാന്ത് കുത്തിവെച്ച ലക്ഷക്കണക്കിനാളുകളെ അയോധ്യയിൽ കേന്ദ്രീകരിക്കാൻ അനുവദിച്ചാൽ എന്തുണ്ടാകുമെന്ന് ഊഹിക്കാൻ സാമാന്യ ബുദ്ധിയിലധികമൊന്നും ആവശ്യമില്ല. തർക്കസ്ഥലത്ത് കർസേവ നടത്താൻ അനുവദിക്കില്ലെന്ന ബിജെപി മുഖ്യമന്ത്രിയുടെ ഉറപ്പ് വെറും തട്ടിപ്പാണെന്നും കേന്ദ്രം മുൻകൈയെടുത്ത് പ്രവർത്തിക്കണമെന്നുമുള്ള ഇടതുപക്ഷ-ജനാധിപത്യ കക്ഷികളുടെ ആവശ്യം ചെവിക്കൊള്ളാൻ ഗവൺമെന്റ് തയാറായില്ല. യു പിയിലേക്കയച്ച അർധസൈനിക വിഭാഗത്തെ ബാരക്കുകളിൽ നിന്നിറക്കാതെ മൈലുകളോളം ദൂരെ അകറ്റിനിർത്തി. ആഭ്യന്തരമന്ത്രി ചവാൻ യു പി മുഖ്യമന്ത്രിക്ക് മൂന്നുനേരവും കത്തെഴുതുന്നുണ്ടായിരുന്നു. അതൊക്കെയും ചവറ്റുകുട്ടയിലേക്ക് വലിച്ചെറിയപ്പെട്ടപ്പോഴെങ്കിലും കേന്ദ്രത്തിന് ഉണർന്ന് പ്രവർത്തിക്കാമായിരുന്നു.

ഡിസംബർ ആറിനെ രാജ്യമാകെ ഉൽക്കണ്ഠയോടെ കാത്തിരുന്നപ്പോഴും ഡൽഹിയിൽ കേന്ദ്രമന്ത്രിമാരെ കണ്ടുകിട്ടാനില്ലായിരുന്നു. കർസേവ ആരംഭിക്കുമെന്ന് പറഞ്ഞ നിശ്ചിത സമയത്തിനുമുമ്പുതന്നെ ബാബ്റി മസ്ജിദിനു നേർക്കുള്ള ആക്രമണം ആരംഭിച്ചു. നാലുമണിയോടെ മസ്ജിദ് തകർക്കപ്പെട്ടു. എന്നിട്ടും കേന്ദ്രമന്ത്രിസഭായോഗം ചേരാൻ പോലും തയാറായില്ല. ഇടതുപക്ഷ-ജനതാദൾ നേതാക്കൾ രാഷ്ട്രപതിയെ സന്ദർശിക്കുകയും അദ്ദേഹം കർശനമായി ഇടപെടുകയും ചെയ്തശേഷം മാത്രമാണ് മന്ത്രിസഭായോഗം ചേരാൻപോലും തയാറായത്. യു പി മന്ത്രിസഭയും നിയമസഭയും പിരിച്ചുവിടാൻ കേന്ദ്രം തീരുമാനിക്കുംമുമ്പ് കല്യാൺസിങ് രാജിയും വെച്ചു. എന്തുമാത്രം ആസൂത്രിതമായിരുന്നു യു പി ഗവൺമെന്റിന്റെ നീക്കമെന്നതിന് ഇതിലധികം തെളിവുകൾ ആവശ്യമില്ല.

അയോധ്യയിലെ ബാബ്റി മസ്ജിദ് തകർത്തവർ ഇന്ത്യ എന്ന രാഷ്ട്രത്തിന്റെ നിലനിൽപ്പിനെ

തിരായ വെല്ലുവിളിയാണ് ഉയർത്തിയിരിക്കുന്നത്. രാഷ്ട്രപതി ശങ്കർദയാൽ ശർമ പറഞ്ഞതുപോലെ ഇവരെ ദേശദ്രോഹികളായി കണക്കാക്കണം. ഒരു രാഷ്ട്രീയകക്ഷി എന്നവകാശപ്പെടാനുള്ള അർഹത ബിജെപിക്ക് നഷ്ടപ്പെട്ടിരിക്കുന്നു. വർഗീയഭ്രാന്തന്മാരുടെ ഒരു സംഘമായ ഇവരും ഇവരുടെ കൂട്ടാളികളും ഇന്ത്യൻ രാഷ്ട്രീയ ശരീരത്തിലെ അർബുദമായി മാറിയിരിക്കുന്നു. മതഭ്രാന്ത് ഇളക്കിവിട്ട് നിയമവാഴ്ച തകർത്ത് അധികാരം പിടിക്കാനൊരുമ്പെടുന്ന ഒരു ഭീകരസംഘമാണത്. ഭീകരവാദികളെയെന്ന പോലെ അവരെ കണക്കാക്കണം. അവർക്ക് താങ്ങും തണലുമായി പ്രവർത്തിക്കുന്ന ഒരു ഭരണകൂടം രാജ്യത്തിന് ആപത്താണ്. നരസിംഹറാവു സർക്കാരിന് ഇനി ഒന്നുമാത്രമേ ചെയ്യാനാവുകയുള്ളൂ. ഇറങ്ങിപ്പോവുക. അത്രമാത്രം. [6]

ബാബ്റി മസ്ജിദ് തകർക്കപ്പെട്ടതിനു ശേഷം രാജ്യത്ത് വലിയ രാഷ്ട്രീയ ഒച്ചപ്പാടുകളുണ്ടായി. ദേശവ്യാപകമായി പ്രതിഷേധമുയർന്നു. കല്യാൺ സിങ് ഗവൺമെന്റിനെ കേന്ദ്ര സർക്കാർ പിരിച്ചുവിട്ടു. കല്യാൺസിങ് രാജി സമർപ്പിച്ചിരുന്നുവെങ്കിലും സർക്കാരും നിയമസഭയുമുണ്ടായിരുന്നു. കേരളത്തിൽ മുസ്ലിംലീഗിനകത്ത് ഭിന്നത ഉടലെടുത്തു. ഇത്തരം എല്ലാ പ്രശ്നങ്ങളിലും മതനിരപേക്ഷ മൂല്യങ്ങൾ ഉയർത്തിപ്പിടിക്കുന്ന നിലപാടാണ് തുടർച്ചയായി *ദേശാഭിമാനി* എടുത്തത്. സിപിഐ എമ്മിന്റെ നിലപാട് തന്നെയല്ലേ *ദേശാഭിമാനി*ക്കും എന്ന് സ്വാഭാവികമായും ചോദ്യം വരാം. തീർച്ചയായും സിപിഐ എം നിലപാട് ജനങ്ങളിൽ എത്തിക്കുകയും അവരെ ആ നിലപാടിനൊപ്പം അണിനിരത്തുകയും ചെയ്യുക എന്നതുതന്നെയാണ് പത്രത്തിന്റെ മുഖ്യദൗത്യം. അതേസമയം, പാർട്ടിയുടെ കാഴ്ചപ്പാടിനൊപ്പം നിന്നുകൊണ്ടുതന്നെ സ്വതന്ത്രമായി ഒട്ടേറെ കാര്യങ്ങൾ പത്രത്തിലൂടെ *ദേശാഭിമാനി* ചെയ്തു. വാർത്തകളോടൊപ്പം ലേഖനങ്ങൾ, മുഖപ്രസംഗങ്ങൾ, വിശകലനങ്ങൾ എന്നിവ പത്രം തുടർച്ചയായി കൊടുത്തുകൊണ്ടിരുന്നു.

ബാബ്റി മസ്ജിദ് തകർക്കപ്പെട്ടതിനെക്കുറിച്ച് അന്വേഷിക്കാൻ ആന്ധ്രപ്രദേശ് ഹൈക്കോടതി ചീഫ് ജസ്റ്റിസായി വിരമിച്ച മൻമോഹൻ ലിബർഹാനെ കേന്ദ്ര ഗവൺമെന്റ് നിയോഗിച്ചിരുന്നു. അയോധ്യ പ്രസ്ഥാന കാലത്ത് അച്ചടി മാധ്യമങ്ങൾ എടുത്ത നിലപാടിനെ കമീഷൻ രൂക്ഷമായി വിമർശിച്ചു. വ്യാജ ഉള്ളടക്കം നിർമിച്ച് വിതരണം ചെയ്യുകയായിരുന്നു ചില പത്രങ്ങളെന്ന് കമീഷൻ കണ്ടെത്തി. പ്രസ് കൗൺസിൽ ഓഫ് ഇന്ത്യയും മാധ്യമങ്ങളെ പേരെടുത്തു പറഞ്ഞ് വിമർശിച്ചു. *ആജ്, ദൈനിക് ജാഗ്രൺ, സ്വതന്ത്ര ചേതന, സ്വതന്ത്ര ഭാരത്* എന്നീ ഹിന്ദി പത്രങ്ങൾ അങ്ങേയറ്റം നിരുത്തരവാദപരമായാണ് പ്രവർത്തിച്ചത്. ഈ പത്രങ്ങളെ കൗൺസിൽ താക്കീതു ചെയ്തു. പത്രങ്ങൾ തെറ്റുചെയ്താൽ കൗൺസിലിന് ആകെ ചെയ്യാവുന്നത് താക്കീത് മാത്രമാണ്. ഊഹാപോഹങ്ങളുടെയും വെറും അനുമാനങ്ങളുടെയും അടിസ്ഥാനത്തിൽ ജനങ്ങളിൽ ഉന്മാദം സൃഷ്ടിക്കാനാണ് പത്രങ്ങൾ ശ്രമിച്ചതെന്ന് പ്രസ് കൗൺസിലും ചൂണ്ടിക്കാണിച്ചിരുന്നു.

അയോധ്യ സംഭവങ്ങൾ റിപ്പോർട്ട് ചെയ്ത ജോൺ ബ്രിട്ടാസിന്റെ വാക്കുകൾ:

1989-ൽ അയോധ്യയിൽ ശിലാന്യാസം നടന്നതുമുതൽ അവിടെ പോകുന്നുണ്ട്. കേരളത്തിൽ നിന്ന് ഡൽഹി ബ്യൂറോയിലേക്ക് ഞാൻ നിയോഗിക്കപ്പെടുന്നത് 1988-ലാണ്. അന്നു മനസ്സിലുള്ള ഇന്ത്യയല്ല ഡൽഹിയിൽ ചെന്നപ്പോൾ കണ്ടത്. പല തരത്തിലുള്ള ഇന്ത്യകൾ. അതിൽ ഏറ്റവും ബീഭത്സമായ ഇന്ത്യയെയാണ് അയോധ്യയിൽ കണ്ടത്. മതനിരപേക്ഷ ഇന്ത്യയുടെ ചരമക്കുറിപ്പ് തയാറാക്കാനാണ് അയോധ്യയിലേക്ക് പോകുന്നതെന്ന് ലേഖകന്മാർ മനസ്സിലാക്കിയിരുന്നില്ല. ആ സംഭവത്തോടെ തീവ്രവാദപ്രവർത്തനങ്ങൾ തുടർക്കഥയായി. വിദ്വേഷത്തിന്റെ കനൽ ആളിക്കത്താൻ തുടങ്ങിയത് അയോധ്യ സംഭവത്തിനു ശേഷമാണ്. ഇതൊക്കെ ഭയപ്പാടില്ലാതെ, സംശയമില്ലാതെ എഴുതാൻ കഴിഞ്ഞത് *ദേശാഭിമാനി*ക്കാണ്. എൺപതുകളുടെ അവസാനം ഹിന്ദുത്വശക്തികൾക്കുണ്ടായ വളർച്ച, ദേശീയ രാഷ്ട്രീയത്തിൽ സിപിഐ എമ്മിന്റെ ഇടപെടലുകൾക്ക് ഉണ്ടായിരുന്ന നിർണായക സ്വാധീനം എന്നിവ *ദേശാഭിമാനി*ക്ക് വലിയ സംഭാവന നൽകാൻ പറ്റിയ സാഹചര്യമൊരുക്കി. ഡൽഹി വാർത്തകൾക്ക് കേരളത്തിലെ വായനക്കാർ ഉറ്റുനോക്കിയിരുന്നു. ഹിന്ദുത്വരാഷ്ട്രീയം വളരുന്നതിന്റെ അപകടം തിരിച്ചറിഞ്ഞ് ഡൽഹി വാർത്തകൾ കൈകാര്യം ചെയ്ത ഏക പത്രം *ദേശാഭിമാനി*യായിരുന്നു. ഈ പോക്ക് ഹിന്ദുരാഷ്ട്രത്തിലേക്കാണ് എന്ന മുന്നറിയിപ്പ് പത്രം നൽകിക്കൊണ്ടിരുന്നു. അടിയന്തരാവസ്ഥക്കുശേഷം

വന്ന ജനതാപാർട്ടിയുടെ സഖ്യസർക്കാരിൽ വാർത്താവിതരണ-പ്രക്ഷേപണ മന്ത്രിയായിരുന്ന എൽ കെ അദ്വാനി വിതച്ച വിത്തുകൾ മാധ്യമരംഗത്ത് കിളിർക്കുന്നത് ഇക്കാലത്താണ്. ടി വി ആർ ഷേണായിയെപ്പോലുള്ളവർ പത്രപ്രവർത്തകരുടെ മേൽ തങ്ങളുടെ ഹിന്ദുത്വ ആശയങ്ങൾ അടിച്ചേൽപ്പിക്കാൻ സമർഥമായി ശ്രമിച്ചിരുന്നു. ബാബ്റി മസ്ജിദ് തകർക്കപ്പെട്ടപ്പോൾ ആ സംഭവം മതനിരപേക്ഷതക്കും ജനാധിപത്യത്തിനും വലിയ പ്രഹരമാണെന്ന് ഞെട്ടലോടെ പറഞ്ഞ മാധ്യമപ്രവർത്തകർ തന്നെ, തർക്കസ്ഥലം രാമക്ഷേത്രം പണിയാൻ വിട്ടുകൊടുത്തുകൊണ്ട് 2019 നവംബറിൽ സുപ്രീംകോടതി വിധി വന്നപ്പോൾ ആഹ്ലാദഭരിതരായിരുന്നു എന്നത് മാധ്യമങ്ങളിലും മാധ്യമപ്രവർത്തകരിലും വന്ന മാറ്റമാണ് സൂചിപ്പിക്കുന്നത്.[7]

ബാബ്റി മസ്ജിദ് തകർക്കപ്പെട്ടതിനെത്തുടർന്ന് രാജ്യവ്യാപകമായി പ്രതിഷേധവും പലേടത്തും അക്രമങ്ങളുമുണ്ടായെങ്കിലും അക്രമസംഭവങ്ങളിൽ നിന്ന് കേരളം ഒഴിഞ്ഞുനിന്നു. മുസ്ലിങ്ങൾ സംയമനം പാലിക്കണമെന്നാവശ്യപ്പെട്ട് ഇന്ത്യൻ യൂണിയൻ മുസ്ലിംലീഗ് പ്രസിഡണ്ട് പാണക്കാട് മുഹമ്മദലി ശിഹാബ് തങ്ങൾ പുറപ്പെടുവിച്ച പ്രസ്താവന രാഷ്ട്രീയ-സാമൂഹിക വൃത്തങ്ങളിൽ പൊതുവെ മതിപ്പുളവാക്കി. *ദേശാഭിമാനി* ഒന്നാം പേജിലാണ് ശിഹാബ് തങ്ങളുടെ പ്രസ്താവന പ്രസിദ്ധീകരിച്ചത്.

മുഹമ്മദലി ശിഹാബ് തങ്ങൾ

മുസ്ലിങ്ങൾ സംയമനം പാലിക്കണം: ശിഹാബ് തങ്ങൾ

ഹിന്ദു ആരാധനാലയങ്ങൾക്കുനേരെ അവഹേളനപരമായ നടപടിക്ക് മുതിരരുതെന്നും അവയുടെ പവിത്രത കാത്തുസൂക്ഷിക്കണമെന്നും ഇന്ത്യയിലെയും അയൽരാജ്യങ്ങളിലെയും മുസ്ലിങ്ങളോട് മുസ്ലിംലീഗ് സംസ്ഥാന പ്രസിഡണ്ട് മുഹമ്മദലി ശിഹാബ് തങ്ങൾ അഭ്യർഥിച്ചു. ആരാധനാലയങ്ങളുടെ സംരക്ഷണം ഓരോ മുസ്ലിമും സ്വന്തം ബാധ്യതയായി കാണണം. കുറ്റം ചെയ്തവർ ഇന്ത്യൻ ജനതയിൽനിന്നും ലോകജനതയിൽനിന്നും ഒറ്റപ്പെട്ടിരിക്കയാണ്. പരിഷ്കൃതസമൂഹത്തിൽ ലഭിക്കാവുന്ന ഏറ്റവും വലിയ ശിക്ഷയാണിത്. അതുകൊണ്ട് അത്തരം സംഭവങ്ങൾ നേരിയതോതിൽ പോലും മുസ്ലിങ്ങളുടെ ഭാഗത്തുനിന്നുണ്ടാകരുത്-ശിഹാബ് തങ്ങൾ പറഞ്ഞു.

ഒരു മുസ്ലിംലീഗ് നേതാവിന്റെ പ്രസ്താവന ഒന്നാം പേജിൽ *ദേശാഭിമാനി* പ്രസിദ്ധീകരിക്കുന്നത് ആദ്യമായിരിക്കണം. പ്രതിഷേധം എത്ര ശക്തമായാലും നാട് അക്രമസംഭവങ്ങളിലേക്ക് പോകരുതെന്ന നിലപാട് സിപിഐ എം സ്വീകരിച്ചിരുന്നു. ആ നിലപാടിന്റെ അന്തഃസത്ത ഉൾക്കൊണ്ടുകൊണ്ടാണ് ഒന്നാം പേജിൽ ആ പ്രസ്താവന നൽകിയത്.

സ്വാതന്ത്ര്യത്തിനു ശേഷം നമ്മുടെ ദേശീയ ഐക്യത്തിനുനേരെയുണ്ടായ ഏറ്റവും ഭീകരമായ ആക്രമണമായിരുന്നു അയോധ്യ സംഭവം. രാജ്യത്തിന്റെ മതനിരപേക്ഷ അടിത്തറക്കുതന്നെ വിള്ളൽ വീണു. ഈ സംഭവം നടന്ന് ഒരു പതിറ്റാണ്ട് തികയുമ്പോഴാണ് ഗുജറാത്തിൽ വംശഹത്യയുണ്ടായത്. 2002-ൽ.

അന്നത്തെ വർഗീയ കലാപങ്ങളിൽ എത്രപേർ കൊല്ലപ്പെട്ടുവെന്നതിന് കൃത്യമായ കണക്കില്ല. രണ്ടായിരത്തിലേറെ മുസ്ലിങ്ങൾക്ക് ജീവൻ നഷ്ടമായെന്നാണ് അനൗദ്യോഗിക റിപ്പോർട്ടുകൾ. ഐജാസ് അഹമ്മദ് നിരീക്ഷിച്ചതുപോലെ ഓരോ കലാപവും ഹിന്ദുത്വശക്തികൾക്ക് നേട്ടമുണ്ടാക്കി. ഗുജറാത്ത് വംശഹത്യയുണ്ടായപ്പോഴും പരമാവധി വിവരങ്ങൾ തേടിപ്പിടിച്ച് ആർഎസ്എസ് എന്ന ഫാസിസ്റ്റ് സംഘടനയുടെ ഭീകരമുഖം അനാവരണം ചെയ്യാൻ *ദേശാഭിമാനി* ശ്രമിച്ചു.

അമേരിക്കയുടെ ഇറാഖ് അധിനിവേശം

ഇറാഖിനെ നശിപ്പിക്കാനുള്ള സൈനിക നീക്കം അമേരിക്ക നടത്തുന്നത് 2003-ലാണെങ്കിലും അതിനുള്ള ഒരുക്കങ്ങൾ നയതന്ത്രതലത്തിൽ ഒന്നരവർഷം മുമ്പു തന്നെ ആരംഭിച്ചിരുന്നു. 2001

സദ്ദാം ഹുസൈൻ

സെപ്തംബർ 11-ന് ന്യൂയോർക്കിലെ വേൾഡ് ട്രേഡ് സെന്റർ ഭീകരർ തകർത്തതുമുതൽ അമേരിക്ക ഭീതിയിലായിരുന്നു. ഇറാഖിനെ തകർക്കുകയും സദ്ദാം ഹുസൈനെ വധിക്കുകയും ചെയ്തില്ലെങ്കിൽ ലോകത്തിലാർക്കും രക്ഷയില്ലെന്ന പ്രചാരണം അമേരിക്ക അഴിച്ചുവിട്ടു. ലോകമാധ്യമങ്ങൾ അതേറ്റെടുത്തു. വേൾഡ് ട്രേഡ് സെന്ററിനു നേരെയുണ്ടായ ആക്രമണം ഒരവസരമായെടുത്ത് ഇറാഖിനെ നശിപ്പിക്കാനാണ് അമേരിക്ക ഒരുങ്ങിയത്. ഇറാഖ് കഴിഞ്ഞാൽ ഇറാനായിരുന്നു ലക്ഷ്യം. എന്നാൽ, ഇറാഖിൽ നിന്ന് കിട്ടിയ പരുക്കുകൾ ഇറാനിലേക്ക് തിരിയാൻ അവരെ അനുവദിച്ചില്ല. 2003 മാർച്ചിലാണ് ഇറാഖിനുനേരെ അമേരിക്ക കടന്നാക്രമണം തുടങ്ങിയത്. ജനങ്ങളെ കൂട്ടത്തോടെ കൊന്നൊടുക്കാൻ ശേഷിയുള്ള മാരകായുധങ്ങൾ ഇറാഖിൽ സദ്ദാം ഹുസൈൻ ശേഖരിച്ചുവെച്ചിട്ടുണ്ടെന്ന ആരോപണം ഉന്നയിച്ചുകൊണ്ടാണ് അമേരിക്ക 'യുദ്ധം' തുടങ്ങിയത്. ആരോപണം നുണയായിരുന്നുവെന്ന് പിന്നീട് തെളിഞ്ഞു.

ടെലിവിഷൻ മാധ്യമങ്ങളിലും പത്രമാധ്യമങ്ങളിലും നിറഞ്ഞുനിന്നത് 'യുദ്ധം' തന്നെയായിരുന്നു. എന്നാൽ 'യുദ്ധം' എന്ന വാക്ക് *ദേശാഭിമാനി* ഉപയോഗിച്ചില്ല. അമേരിക്കൻ അധിനിവേശം എന്ന പദമാണ് പകരം വെച്ചത്. അമേരിക്കയുടെ കടന്നാക്രമണങ്ങളേക്കാൾ *ദേശാഭിമാനി* പ്രാധാന്യം നൽകിയത് ഇറാഖിന്റെ ചെറുത്തുനിൽപ്പിനായിരുന്നു. സദ്ദാമിനെ അനുകൂലിക്കുന്നവരെല്ലാം അമേരിക്കയുടെ ശത്രുക്കളാണെന്ന് അന്നത്തെ പ്രസിഡണ്ട് ജോർജ് ബുഷ് പറഞ്ഞിരുന്നു. അമേരിക്കക്ക് എതിരായ പക്ഷമാണ് നീതിയുടെ പക്ഷമെന്ന നിലപാടാണ് *ദേശാഭിമാനി* എടുത്തത്. അതൊരു വ്യക്തതയുള്ള രാഷ്ട്രീയ കാഴ്ചപ്പാടിന്റെ പ്രതിഫലനമായിരുന്നു. സാമ്രാജ്യത്വത്തിന്റെ എല്ലാ വെട്ടിപ്പിടുത്തങ്ങൾക്കും കമ്യൂണിസ്റ്റുകാർ എന്നും എതിരാണ്. സാമ്രാജ്യത്വമാണ് കമ്യൂണിസ്റ്റ് പ്രസ്ഥാനത്തിന്റെ മുഖ്യ എതിരാളി. ആ കാഴ്ചപ്പാട് വായനക്കാർക്ക് ബോധ്യമാകുന്ന രീതിയിൽ അവതരിപ്പിക്കാൻ *ദേശാഭിമാനി* പരിശ്രമിച്ചു.

കുൽദിപ് നയ്യാർ

അമേരിക്കയുടെ ഇറാഖ് അധിനിവേശത്തെക്കുറിച്ചുള്ള റിപ്പോർട്ടിങ്ങിന് ഒരു സവിശേഷതയുണ്ടായിരുന്നു. അമേരിക്കൻ സൈനികാക്രമണത്തിന് നടുവിൽ ഇറാഖിൽ നിന്ന് റിപ്പോർട്ടിങ്ങ് നടത്തുന്ന പ്രശസ്ത യുദ്ധകാര്യലേഖകനും കടുത്ത അമേരിക്കൻ വിമർശകനുമായ റോബർട്ട് ഫിസ്കിന്റെ (1946–2020) അതിമനോഹരമായ വിശകലനങ്ങൾ *ദേശാഭിമാനി* തുടർച്ചയായി കൊടുത്തുകൊണ്ടിരുന്നു. ബ്രിട്ടീഷ്-ഐറിഷ് പൗരനായ റോബർട്ട് ഫിസ്ക് അനേകം യുദ്ധങ്ങളും ആഭ്യന്തര കലാപങ്ങളും വിവിധ മാധ്യമങ്ങൾക്കുവേണ്ടി റിപ്പോർട്ട് ചെയ്ത പരിണതപ്രജ്ഞനാണ്. അമേരിക്ക അന്വേഷിച്ചുകൊണ്ടിരിക്കുന്ന ഒസാമ ബിൻ ലാദനെ അദ്ദേഹത്തിന്റെ മടയിൽ പോയി അഭിമുഖം നടത്തിയ ഏക പത്രപ്രവർത്തകൻ എന്ന ഖ്യാതിയും റോബർട്ട് ഫിസ്കിനുണ്ട്. അദ്ദേഹത്തിന്റെ റിപ്പോർട്ടുകൾ എങ്ങനെ ദിനംതോറും *ദേശാഭിമാനി*ക്കു ലഭിച്ചു എന്ന സംശയം വരാം. ഏതെങ്കിലും മാധ്യമത്തിന്റെ ഭാഗമായി നിൽക്കാതെ ഫ്രീലാൻസ് ആയി ജോലി ചെയ്യുന്നവർക്ക് അവരുടെ റിപ്പോർട്ട് എത്ര മാധ്യമങ്ങൾക്കു വേണമെങ്കിലും നൽകാം. സ്വാഭാവികമായും അതിനവർ പ്രതിഫലം വാങ്ങും. ഇത്തരം എഴുത്തുകാരെയാണ് സിണ്ടിക്കേറ്റഡ് കോളമിസ്റ്റ് എന്ന് പറയുന്നത്. ഒരേ ലേഖനം അല്ലെങ്കിൽ വിശകലനം അവർ ഒന്നിലേറെ മാധ്യമങ്ങൾക്ക് നൽകുന്നുണ്ടാകും. ഒരുപാട് സ്ഥാപനങ്ങൾക്ക് കോളം എത്തിക്കാനും അതിന്റെ പണം പിരിക്കാനും കണക്ക് വയ്ക്കാനും എഴുത്തുകാരന് പ്രയാസമായതുകൊണ്ട് പലരും ഒരു ഏജൻസിയുടെ സഹായം തേടാറുണ്ട്. ഇന്ത്യയിലെ രണ്ടു പ്രശസ്ത കോളമിസ്റ്റുകളായിരുന്നു കുൽദിപ് നയ്യാരും (1923–2018) ഖുഷ്വന്ത്സിങ്ങും (1915–2014). തന്റെ കോളം വിതരണത്തിന് കുൽദിപ് നയ്യാർ സ്വന്തമായി ഒരു ഏജൻസി തന്നെ ഉണ്ടാക്കിയിരുന്നു. ചില എഴുത്തുകാർ പത്രങ്ങളുടെ നയം

നോക്കി കോളത്തിൽ അൽപ്പസ്വൽപ്പം മാറ്റങ്ങൾ വരുത്താറുണ്ട്. അതിലൊരാളായിരുന്നു ഖുഷ്‌വന്ത് സിങ്ങ്. അദ്ദേഹം *ഹിന്ദുസ്ഥാൻ ടൈംസിന്* കൊടുക്കുന്ന ലേഖനമായിരിക്കില്ല *സ്റ്റേറ്റ്സ്മാനിൽ* വരുന്നത്. അങ്ങനെ ചുരുക്കം പേരെയുള്ളു. ഒരേ ലേഖനം അല്ലെങ്കിൽ വിശകലനം ഒന്നിലേറെ പത്രങ്ങൾക്ക് നൽകുന്നതിനെയാണല്ലോ 'സിണ്ടിക്കേറ്റഡ് കോളം' എന്ന് ഇംഗ്ലീഷിൽ പറയുന്നത്. മറ്റൊരു രീതിയിൽ സിപിഐ എമ്മിനെതിരെ ഒരേ തരത്തിലുള്ള വാർത്തകൾ ഒരു കേന്ദ്രത്തിൽ നിന്ന് വിതരണം ചെയ്ത് പല പത്രങ്ങളിൽ വരാൻ തുടങ്ങിയപ്പോഴാണ് അതിനെ 'മാധ്യമ സിണ്ടിക്കേറ്റ്' എന്ന് പിണറായി വിജയൻ വിശേഷിപ്പിച്ചത്. 'മാധ്യമ സിണ്ടിക്കേറ്റ്' എന്ന പ്രയോഗത്തിന്റെ പൊരുൾ ഇതാണ്.

റോബർട്ട് ഫിസ്ക്

നീണ്ടുനിന്ന അമേരിക്കൻ അധിനിവേശ വേളയിൽ നല്ല ഉൾക്കാഴ്ചയുള്ള, ഹൃദയസ്പർശിയായ കുറിപ്പുകളാണ് റോബർട്ട് ഫിസ്കിൽ നിന്ന് *ദേശാഭിമാനിക്ക്* ലഭിച്ചുകൊണ്ടിരുന്നത്. അതിലൊന്നിന്റെ തലക്കെട്ട് 'നാഗരികതയെ പിച്ചിച്ചീന്തുമ്പോൾ' എന്നായിരുന്നു. അസീറിയക്കാരുടെയും ബാബിലോണിയക്കാരുടെയും പേർഷ്യക്കാരുടെയും ഗ്രീക്കുകാരുടെയും പാരമ്പര്യവും പൈതൃകവും പേറുന്ന ചിത്രങ്ങളും ശിൽപ്പങ്ങളും പുരാവസ്തുക്കളും യുഎസ്-ബ്രിട്ടീഷ് സൈന്യം കൊള്ളയടിക്കുകയോ നശിപ്പിക്കുകയോ ചെയ്തതിന്റെ വിവരണമായിരുന്നു ആ റിപ്പോർട്ടിൽ. ഇറാഖിന്റെ ദേശീയ മ്യൂസിയം തന്നെ അധിനിവേശസേന നശിപ്പിച്ചു. അതവരുടെ ഹിറ്റ് ലിസ്റ്റിലുണ്ടായിരുന്നു. പുരാവസ്തുക്കൾ കൊള്ളചെയ്യാൻ ബ്രിട്ടീഷ് പട്ടാളം സമൂഹവിരുദ്ധർക്ക് സൗകര്യം ചെയ്തുകൊടുത്തു. പ്രാചീന മെസൊപ്പൊട്ടാമിയയുടെ വിലമതിക്കാനാവാത്ത പൈതൃകം നശിപ്പിക്കപ്പെട്ടതിന്റെ വിവരണമായിരുന്നു ആ കുറിപ്പിൽ. ഇത്തരത്തിലുള്ള വിവരങ്ങളാണ് ഫിസ്ക് അയച്ചുകൊണ്ടിരുന്നത്. അതിന് ധാരാളം വായനക്കാരുണ്ടായിരുന്നു. റോബർട്ട് ഫിസ്കിന്റെ സിണ്ടിക്കേറ്റഡ് കോളം ഏതു പത്രത്തിനും കിട്ടുമായിരുന്നു. എന്നാൽ യു എസിന്റെ വിമർശകനായതുകൊണ്ട് മലയാളത്തിലെ വൻകിട പത്രങ്ങൾക്കൊന്നും അതു സ്വീകാര്യമായിരുന്നില്ല.

റോബർട്ട് ഫിസ്കിന്റെ യുദ്ധരംഗത്തു നിന്നുള്ള കുറിപ്പുകളോടൊപ്പം ഇന്ത്യയുടെ മുൻ നാവികസേനാ മേധാവി അഡ്മിറൽ വിഷ്ണു ഭഗവതിന്റെ വിശകലനങ്ങളും പ്രതിദിനം *ദേശാഭിമാനി* പ്രസിദ്ധീകരിച്ചു. വിഷ്ണുഭഗവതിന്റെ കുറിപ്പുകൾ പക്ഷേ സിണ്ടിക്കേറ്റഡ് കോളമായിരുന്നില്ല. അദ്ദേഹം *ദേശാഭിമാനിക്കുവേണ്ടി* പ്രത്യേകം തയാറാക്കുന്ന കുറിപ്പുകളായിരുന്നു. മാത്രമല്ല, ഇറാഖ് ജനതയുടെയും സമാധാനത്തിന്റെയും പക്ഷത്തുനിന്ന് അമേരിക്കൻ നയത്തിനെതിരെ അദ്ദേഹം എഴുതിയ കുറിപ്പുകൾ അന്ന് മറ്റേതെങ്കിലും മാധ്യമം പ്രസിദ്ധീകരിക്കാനും ഇടയില്ലായിരുന്നു. ഇതു കൂടാതെ നയതന്ത്ര വിദഗ്ധൻ കെ പി ഫാബിയാന്റെ കുറിപ്പുകളും *ദേശാഭിമാനി* പ്രസിദ്ധീകരിച്ചു. അമേരിക്കൻ പക്ഷപാതമുള്ളതോ അമേരിക്കൻ നിയന്ത്രണത്തിലുള്ളതോ ആയ വാർത്തകളുടെ നിജസ്ഥിതി വായനക്കാരുടെ മുമ്പിലെത്തിക്കാൻ ഇത്തരം കുറിപ്പുകൾ സഹായിച്ചു. വലതുപക്ഷ മാധ്യമങ്ങളുടെ മറുപക്ഷത്തുനിന്ന് അമേരിക്കൻ അധിനിവേശം പ്രൊഫഷണൽ മികവോടെ കവർ ചെയ്യുന്നതിനുള്ള മികച്ച ആസൂത്രണം *ദേശാഭിമാനി* നടത്തിയിരുന്നു എന്നാണ് ഇതു കാണിക്കുന്നത്. ഇത്തരം വിശകലനങ്ങൾ പ്രസിദ്ധീകരിക്കുന്നതിലൂടെ അമേരിക്കൻ അനുകൂല മാധ്യമങ്ങളുടെ നുണകളുടെ പ്രവാഹത്തെ കേരളത്തിലെങ്കിലും പ്രതിരോധിക്കാനാണ് *ദേശാഭിമാനി* ശ്രമിച്ചത്.

ഖുഷ്‌വന്ത് സിങ്

അധിനിവേശം ആരംഭിക്കുമ്പോൾ തന്നെ ആഗോളമാധ്യമപ്രവർത്തകരെ അമേരിക്ക ലക്ഷ്യമിട്ടിരുന്നു. അവർ താമസിക്കുന്ന ബാഗ്ദാദിലെ പലസ്തീൻ ഹോട്ടലിലേക്ക് ബോംബ് വർ

ഷിച്ചു. ഏതാനും മാധ്യമപ്രവർത്തകർ കൊല്ലപ്പെട്ടു. സ്വതന്ത്രമായ റിപ്പോർട്ടിങ് അനുവദിക്കില്ലെന്ന് യുഎസ് സേന ആദ്യമേ വ്യക്തമാക്കിയിരുന്നു. ആർക്കെങ്കിലും സംശയമുണ്ടായിരുന്നെങ്കിൽ അതു തീർക്കുന്നതിനാണ് പലസ്തീൻ ഹോട്ടൽ ആക്രമിച്ചത്. ഇതിനു പുറമെ അൽജസീറ ടിവി, അബുദാബി ടിവി എന്നീ ചാനലുകളുടെ ഓഫീസുകൾക്കുനേരെ മിസൈൽ വർഷിച്ചു. അമേരിക്കൻ കോർപറേറ്റ് മാധ്യമമായ സിഎൻഎന്നും ബ്രിട്ടന്റെ നിയന്ത്രണത്തിലുള്ള ബിബിസിയുമാണ് നുണ മൊത്തത്തിൽ പ്രചരിപ്പിച്ചുകൊണ്ടിരുന്നത്. ഇറാഖിൽ മറ്റൊരു മാധ്യമത്തിന്റെ സാന്നിധ്യം വേണ്ട എന്നതായിരുന്നു അധിനിവേശ സേനയുടെ നിലപാട്. പ്രസിദ്ധ യുദ്ധകാര്യ ലേഖകനായ പീറ്റർ ആർനെറ്റിനെ ബിബിസി പിരിച്ചുവിട്ടത് അമേരിക്കൻ യുദ്ധതന്ത്രങ്ങൾ പിഴച്ചുപോയെന്ന് ഒരു മാധ്യമത്തിന് അഭിമുഖം കൊടുത്തതിനാണ്. മാധ്യമങ്ങൾക്കു നേരെ നടന്ന ആക്രമണങ്ങളെപ്പറ്റി 2003 ഏപ്രിൽ 10-ന് *ദേശാഭിമാനി* എഴുതിയ മുഖപ്രസംഗത്തിലെ ചില ഭാഗങ്ങൾ:

മാധ്യമലോകം തിരിച്ചറിയട്ടെ ശക്തമായി പ്രതികരിക്കട്ടെ

ഇറാഖി ജനതയ്ക്കും സത്യത്തിനും നേർക്ക് അധിനിവേശസേന നടത്തുന്ന ക്രൂരമായ ആക്രമണം മാധ്യമപ്രവർത്തകരെ വകവരുത്തി വായടപ്പിക്കുന്നതിലേക്ക് എത്തിയിരിക്കുന്നു. ഇറാഖിൽ തങ്ങൾ നടത്തുന്ന കൂട്ടക്കുരുതിയും, ഇറാഖി സൈന്യത്തിൽനിന്നും ദേശാഭിമാനികളായ ജനങ്ങളിൽനിന്നും തങ്ങൾ ഏറ്റുവാങ്ങുന്ന കനത്ത തിരിച്ചടിയും പുറംലോകം അറിയുന്നത് ബ്രിട്ടീഷ്-അമേരിക്കൻ നേതൃത്വത്തെ അങ്കലാപ്പിലാക്കിയിരിക്കുന്നുവെന്നാണ് ഈ ആക്രമണം തെളിയിക്കുന്നത്. എത്രതന്നെ മറച്ചുപിടിക്കാൻ ശ്രമിച്ചിട്ടും പുറത്തുവരുന്ന സത്യങ്ങൾ അമേരിക്കയിലും ബ്രിട്ടനിലുമുണ്ടാക്കാനിടയുള്ള പ്രതികൂല പ്രതികരണമാണ് അവരെ ഏറെ അസ്വസ്ഥരാക്കുന്നത്. മൂന്നുദിവസം കൊണ്ട് ബാഗ്ദാദ് പിടിച്ചടക്കാൻ പോയവർ അവിടെക്കിടന്ന് വെള്ളംപോലും കിട്ടാതെ എരിപിരികൊള്ളുന്ന യാഥാർഥ്യം സ്വന്തം നാട്ടുകാരറിഞ്ഞാലുണ്ടാകുന്ന രാഷ്ട്രീയ ഭവിഷ്യത്താണ് എല്ലാ സാർവദേശീയ നിയമങ്ങളും ലംഘിച്ച് മാധ്യമപ്രവർത്തകരെ വകവരുത്തുന്നിടത്തേക്ക് ബ്രിട്ടീഷ്-അമേരിക്കൻ അധിനിവേശസേനാ നേതൃത്വങ്ങളെ കൊണ്ടെത്തിച്ചതെന്ന കാര്യത്തിൽ സംശയമില്ല.

യുദ്ധരംഗത്ത് മാധ്യമപ്രവർത്തകർക്ക് പരമാവധി സംരക്ഷണം നൽകണമെന്ന് അന്താരാഷ്ട്ര നിയമങ്ങൾ അനുശാസിക്കുന്നു. എങ്കിലും, ചില അബദ്ധങ്ങൾ പറ്റാറുണ്ട്. അതിന്റെ ഫലമായി ജീവനാശവും. അത് സ്വാഭാവികമാണെന്ന് കരുതാം. എന്നാൽ, ഇറാഖിൽ സംഭവിച്ചിരിക്കുന്നത് അതല്ല. തങ്ങൾ ഇഷ്ടപ്പെടാത്ത വാർത്തകൾ പുറത്തുവിടുന്ന മാധ്യമവൃന്ദത്തെ കൂട്ടക്കുരുതിക്കിരയാക്കുകയെന്ന ആസൂത്രിത നയമാണ് അവിടെ നടപ്പാക്കുന്നത്. *അൽജസീറ* എന്ന അറബ് ടെലിവിഷൻ ചാനൽ അഫ്ഗാനിസ്ഥാൻ ആക്രമണകാലം മുതൽ അമേരിക്കയുടെ കണ്ണിലെ കരടാണ്, പ്രത്യേകിച്ചും അവരുടെ ചുറുചുറുക്കാർന്ന ലേഖകൻ താരിഖ് അയൂബ്. ഇറാഖ്-ജോർദാൻ അതിർത്തി കേന്ദ്രീകരിച്ചാണ് *അൽജസീറ*ക്കും *ജോർദാൻ ടൈംസി*നും താരിഖ് അയൂബ് വാർത്തകൾ നൽകിയിരുന്നത്. ഇടയ്ക്കിടെ നിർഭയനായി ബാഗ്ദാദ് നേരിട്ട് സന്ദർശിച്ചും അദ്ദേഹം സത്യം പുറംലോകത്തെ അറിയിച്ചുകൊണ്ടിരുന്നു. ബാഗ്ദാദിലെത്തി *അൽജസീറ* ഓഫീസിന്റെ ടെറസിൽ നിന്നുകൊണ്ട് യുദ്ധരംഗങ്ങൾ പകർത്താൻ തുടങ്ങുമ്പോഴാണ് അയൂബിനും ക്യാമറാമാനും വെടിയേറ്റത്. അമ്മാനിൽ നിന്ന് ബാഗ്ദാദിലെത്തി ഏതാനും മണിക്കൂറുകൾക്കകം അയൂബ് കൊല്ലപ്പെട്ടു. അമേരിക്കൻ ചാരസംഘം അയൂബിന്റെ ഓരോ നീക്കവും സശ്രദ്ധം വീക്ഷിച്ചിരുന്നുവെന്നാണിത് വ്യക്തമാക്കുന്നത്.

ഇറാഖി സൈനികർ തടവുകാരായി പിടിച്ച രണ്ട് ബ്രിട്ടീഷ് സൈനികരെ ഇറാഖ് ടെലിവിഷനിൽ കാണിച്ചത് ജനീവാകരാറിന്റെ ലംഘനമാണെന്ന് പറഞ്ഞ് പ്രതിഷേധിക്കാൻ ഉളുപ്പുകാട്ടാത്തവരാണ് അമേരിക്കൻ ബ്രിട്ടീഷ് നേതൃത്വങ്ങൾ. ലോക സംഘടനയോ അന്താരാഷ്ട്ര നിയമങ്ങളോ സാമാന്യ മര്യാദകൾ പോലുമോ തങ്ങൾക്ക് ബാധകമല്ലെന്ന് പ്രഖ്യാപിച്ച് മനുഷ്യരാശിക്കാകെ വിനാശം വിതയ്ക്കുന്ന ഇവർ ബോംബുകളെയും പീരങ്കികളെയുംകാൾ ഭയപ്പെടുന്നത് സത്യ

ത്തെയാണ്. ബാഗ്ദാദിൽ അവർ ആദ്യം ആക്രമണലക്ഷ്യമാക്കിയത് ഇറാഖി ടെലിവിഷൻ കേന്ദ്രമായിരുന്നു. തുടർന്ന് ടെലികമ്യൂണിക്കേഷൻ കേന്ദ്രങ്ങൾ തകർത്തു. പിന്നീട് വാർത്താവിതരണ മന്ത്രാലയം തകർത്തു. അതുംകഴിഞ്ഞാണ് സദ്ദാമിന്റെ കൊട്ടാരത്തെപ്പോലും ഉന്നംവെച്ചത്. രണ്ട് ലോകമഹായുദ്ധങ്ങൾക്കും മറ്റനേകം യുദ്ധങ്ങൾക്കും സാക്ഷ്യം വഹിച്ചിട്ടുള്ള ഇക്കഴിഞ്ഞ ഒരുനൂറ്റാണ്ടിന്റെ ചരിത്രത്തിൽ മാധ്യമലോകത്തിനിതൊരു പുതിയ അനുഭവമാണ്. അമേരിക്കൻ സാമ്രാജ്യത്വം സർവനാശകാരിയാണെന്ന തിരിച്ചറിവാണ് ഇതിലൂടെ അവർ നേടേണ്ടത്. അത്തരമൊരു തിരിച്ചറിവും തിരിച്ചടിയും സാമ്രാജ്യത്വത്തിന്റെ അടിത്തറ ഇളക്കുമെന്ന കാര്യത്തിൽ സംശയമില്ല തന്നെ.[8]

തികച്ചും സാമ്രാജ്യവിരുദ്ധവും യുദ്ധവിരുദ്ധവുമായ കാഴ്ചപ്പാടിൽ അമേരിക്കൻ അധിനിവേശകാലത്ത് വായനക്കാർക്ക് മാധ്യമപ്രചാരവേലയുടെ മറുപുറം നൽകാൻ മികച്ചരീതിയിൽ പ്രവർത്തിച്ചുവെന്ന് *ദേശാഭിമാനി*ക്ക് അഭിമാനിക്കാം. കറുപ്പും വെളുപ്പും മനസ്സിലാക്കാൻ വായനക്കാരെ പഠിപ്പിക്കുന്ന അധ്യാപകൻ കൂടിയായി പത്രം മാറിയെന്ന് അമേരിക്കൻ അധിനിവേശത്തിന്റെ വാർത്തകളിൽ നിന്നും ചിത്രങ്ങളിൽ നിന്നും മനസ്സിലാകും.

പ്രസ് പാസ് കേസ്

ആർ എസ് ബാബു

അഴിമതിക്കെതിരെ നടത്തിയ പോരാട്ടങ്ങൾ *ദേശാഭിമാനി*യുടെ ചരിത്രത്തിലുടനീളമുണ്ട്. ചെറുതും വലുതും. 1942-ൽ വാരികയായി തുടങ്ങിയതുമുതൽ അഴിമതിക്കെതിരായ റിപ്പോർട്ടുകൾ പത്രത്തിന്റെ അവിഭാജ്യ ഭാഗമായി നിന്നു. പൊതുവെ ശ്രദ്ധിക്കപ്പെട്ട ചില റിപ്പോർട്ടുകൾ പരാമർശിക്കാം. 1966-കാലത്ത് ഇടുക്കി അണക്കെട്ടിന്റെ നിർമാണത്തിൽ നടന്ന വലിയ വെട്ടിപ്പുകൾ പുറത്തുകൊണ്ടുവന്നത് അക്കാലത്ത് *ദേശാഭിമാനി*യുടെ തിരുവനന്തപുരം ലേഖകനായിരുന്ന കെ മോഹനനാണ്. പതിമൂന്നു ഭാഗങ്ങളുള്ള പരമ്പരയിലൂടെ ആ കൊള്ള പുറംലോകമറിഞ്ഞപ്പോൾ ഭരണരംഗത്തും വൈദ്യുതി ബോർഡിന്റെ തലപ്പത്തും ഞെട്ടലുണ്ടായി. ബോർഡ് ഉദ്യോഗസ്ഥരും കരാറുകാരായ ഹിന്ദുസ്ഥാൻ കൺസ്ട്രക്ഷൻ കമ്പനിയും ചേർന്നാണ് കോടികൾ അടിച്ചുമാറ്റിയത്. അന്നു മാധ്യമരംഗം ഇന്നത്തെപ്പോലെ വികസിച്ചിട്ടില്ല. പത്രങ്ങൾക്കു തന്നെ എഡിഷനുകളും കോപ്പികളും കുറവ്. അഴിമതി നടത്തുന്നവർക്ക് പറ്റിയ കാലാവസ്ഥ. ഭരിക്കുന്നത് കോൺഗ്രസായതുകൊണ്ട് പ്രധാന പത്രങ്ങൾക്കൊന്നും പരാതിയോ അന്വേഷണമോ ഇല്ല. 1967-ൽ അധികാരത്തിൽ വന്ന ഇ എം എസ് ഗവൺമെന്റ് അഴിമതി അന്വേഷിക്കാൻ റിട്ടയേർഡ് ജസ്റ്റിസ് ശങ്കരനെ കമീഷനായി നിയമിച്ചു. *ദേശാഭിമാനി*യുടെ കണ്ടെത്തലുകൾ ശരിവയ്ക്കുന്നതായിരുന്നു അന്വേഷണ റിപ്പോർട്ട്. റിപ്പോർട്ടിന്റെ അടിസ്ഥാനത്തിൽ സർക്കാർ കേസ് റജിസ്റ്റർ ചെയ്തു. പ്രതികളിൽ പലരും ശിക്ഷിക്കപ്പെട്ടു. പത്രപ്രവർത്തനരംഗത്ത് കെ മോഹനൻ ശ്രദ്ധിക്കപ്പെടുന്നത് ഈ റിപ്പോർട്ടിലൂടെയാണ്.

കോൺഗ്രസ് നേതാവ് വക്കം പുരുഷോത്തമൻ സ്പീക്കറായിരുന്ന വേളയിൽ നിയമസഭയുടെ രജതജൂബിലി ആഘോഷമുണ്ടായിരുന്നു. ആഘോഷം പൊടിപൊടിച്ചു. ധൂർത്തിനും പണംവെട്ടിപ്പിനും അതു നല്ല അവസരമായി. അക്കൗണ്ടന്റ് ജനറലിന്റെ ഓഡിറ്റിങ്ങിൽ ചില ക്രമക്കേടുകൾ കണ്ടെത്തി. ഇതുസംബന്ധിച്ച രഹസ്യരേഖകളുടെ പിൻബലത്തിൽ *ദേശാഭിമാനി* അഴിമതി പുറത്തുകൊണ്ടുവന്നു. വാർത്ത നിഷേധിക്കാനോ തിരുത്താനോ സ്പീക്കർക്കോ നിയമസഭാ സെക്രട്ടറിയറ്റിനോ കഴിഞ്ഞില്ല. പകരം, ഈ വാർത്ത പുറത്തുകൊണ്ടുവന്ന ലേഖകൻ ആർ എസ് ബാബുവിന് 1983 ഫെബ്രുവരിയിൽ നടന്ന ബജറ്റ് സമ്മേളനത്തിന് പാസ് നിഷേധിക്കുകയാണ് സ്പീക്കർ ചെയ്തത്. പത്രപ്രവർത്തകർ ഒന്നടങ്കം അതിനെതിരെ പ്രതിഷേധവുമായി രംഗത്തുവന്നു. ഫെബ്രുവരി 25-ന് ഗവർണർ നടത്തിയ നയപ്രഖ്യാപന പ്രസംഗം പത്രലേഖകർ

ബഹിഷ്കരിച്ചു. ഗവർണറുടെ നയപ്രഖ്യാപനം പത്രങ്ങൾ പ്രസിദ്ധീകരിച്ചതുമില്ല. ഖേദം പ്രകടിപ്പിച്ചാൽ പാസ് നൽകാമെന്ന് പത്രഉടമകളോട് സ്പീക്കർ വക്കം പറഞ്ഞിരുന്നുവെങ്കിലും *ദേശാഭിമാനി* അതു നിരസിച്ചു.

പാസ് നിഷേധം ചോദ്യം ചെയ്ത് ഹൈക്കോടതിയിൽ തിരുവനന്തപുരം പ്രസ് ക്ലബ്ബും കേരള പത്രപ്രവർത്തക യൂണിയനും കേസ് ഫയൽ ചെയ്തു. എതിർകക്ഷികളുടെ പട്ടികയിൽ നിന്ന് സ്പീക്കറെയും നിയമസഭാസെക്രട്ടറിയെയും മാറ്റണമെന്ന് അവർക്കുവേണ്ടി അഡ്വക്കറ്റ് ജനറൽ കോടതിയോട് അപേക്ഷിച്ചിരുന്നു. എന്നാൽ, ചീഫ് ജസ്റ്റിസ് പി സുബ്രഹ്മണ്യൻ പോറ്റി ഉൾപ്പെടുന്ന ഹൈക്കോടതി ഫുൾ ബഞ്ച് സ്പീക്കർക്കും നിയമസഭാ സെക്രട്ടറിക്കും നോട്ടീസ് അയക്കാനുള്ള സിംഗിൾ ബഞ്ച് ഉത്തരവ് ശരിവെച്ചു. പാസ് നിഷേധം മൗലികാവകാശങ്ങളുടെ ലംഘനമാണെന്നും കോടതി ചൂണ്ടിക്കാട്ടി. മൗലികാവകാശം ലംഘിച്ചാൽ കോടതിക്ക് നോക്കി നിൽക്കാനാവില്ല. ഹൈക്കോടതി വിധിക്കെതിരെ സംസ്ഥാന സർക്കാർ സുപ്രീംകോടതിയിൽ സ്പെഷൽ ലീവ് പെറ്റിഷൻ സമർപ്പിച്ചു. കേസ് ഭരണഘടനാബഞ്ചിലേക്ക് റഫർ ചെയ്യപ്പെട്ടു. ഭരണഘടനാ ബഞ്ചിനു മുമ്പാകെ ഒരുദിവസം വാദമുണ്ടായി. പിന്നീട് കേസ് മാറ്റിവെച്ചു. അതിനിടെ, ലോക്സഭ തെരഞ്ഞെടുപ്പ് പ്രഖ്യാപിക്കപ്പെട്ടപ്പോൾ വക്കം പുരുഷോത്തമൻ സ്പീക്കർ സ്ഥാനം രാജിവെച്ചു. ഡെപ്യൂട്ടി സ്പീക്കർ ഹംസക്കുഞ്ഞിന് സ്പീക്കറുടെ ചുമതല ലഭിച്ചു. ഭരണപക്ഷത്തുനിന്നുള്ളവരുടെ എതിർപ്പ് കണക്കിലെടുക്കാതെ ഹംസക്കുഞ്ഞ് പാസ് അനുവദിച്ചു. ഇതേത്തുടർന്ന് അന്തിമ ഉത്തരവ് പുറപ്പെടുവിക്കാതെ സുപ്രീംകോടതി കേസ് അവസാനിപ്പിക്കുകയാണുണ്ടായത്. പത്രപ്രവർത്തകരുടെ അവകാശങ്ങൾക്കുവേണ്ടി *ദേശാഭിമാനി* നടത്തിയ പോരാട്ടമായിരുന്നു പ്രസ് പാസ് കേസ്. നിയമയുദ്ധത്തോടൊപ്പം ഈ പ്രശ്നത്തിൽ വ്യാപകമായി ജനാധിപത്യവാദികളുടെ പ്രതിഷേധം ഉയർത്തിക്കൊണ്ടുവരാനും *ദേശാഭിമാനി* പരിശ്രമിച്ചു.

നെടുങ്ങാടി ബാങ്കിന്റെ തകർച്ച

മലയാളത്തിലെ ആദ്യ നോവൽ *കുന്ദലത*യുടെ കർത്താവായ അപ്പു നെടുങ്ങാടി (1863-1933) കോഴിക്കോട് ആസ്ഥാനമായി 1899-ൽ സ്ഥാപിച്ചതാണ് നെടുങ്ങാടി ബാങ്ക്. സ്വാതന്ത്ര്യത്തിനു മുമ്പും സ്വാതന്ത്ര്യാനന്തരവും കോഴിക്കോട് മേഖലയിലെ വാണിജ്യാവശ്യങ്ങൾക്ക് ബാങ്ക് വലിയ പിന്തുണയായി. കോഴിക്കോട്ടെ ബിസിനസ്സുകാർ നെടുങ്ങാടി ബാങ്കിനെ സ്വന്തം ബാങ്കായി കണക്കാക്കി. ബാങ്ക് വളർന്നു. മറ്റു സംസ്ഥാനങ്ങളിലും ശാഖകൾ തുറന്നു. എന്നാൽ എൺപതുകൾ ആയപ്പോഴേക്കും ബാങ്കിന്റെ മാനേജ്മെന്റിൽ പുഴുക്കുത്തുകൾ വീഴാൻ തുടങ്ങി. അതേസമയം, എന്താണ് അകത്ത് നടക്കുന്നതെന്ന് പുറംലോകമോ ഇടപാടുകാരോ മനസ്സിലാക്കിയില്ല. 1992-1993 കാലത്ത് ഈ അഴിമതികൾ പുറത്തുകൊണ്ടുവന്നത് *ദേശാഭിമാനി*യായിരുന്നു. മറ്റു മലയാള പത്രങ്ങളൊന്നും ഈ പ്രശ്നം ഏറ്റെടുക്കാൻ തയാറായില്ല. പാരമ്പര്യമുള്ള ഒരു ബാങ്കിനോടുള്ള കരുതലാണോ അതോ *ദേശാഭിമാനി*യുടെ പിറകെ പോകേണ്ടതില്ലെന്ന് തീരുമാനിച്ചതുകൊണ്ടാണോ മലയാള പത്രങ്ങൾ അത്തരമൊരു നിലപാട് എടുത്തതെന്നു വ്യക്തമല്ല. അതേസമയം, *ഇന്ത്യൻ എക്സ്പ്രസ്* അത്യാവശ്യം വാർത്തകൾ കൊടുത്തിരുന്നു. *ദേശാഭിമാനി*യുടെ നിരന്തര റിപ്പോർട്ടുകളാണ് ആർബിഐ അന്വേഷണത്തിലേക്കും തുടർന്ന് സിബിഐ അന്വേഷണത്തിലേക്കും കാര്യങ്ങൾ എത്തിച്ചത്. അതിന്റെ സ്വാഭാവിക പരിണതിയായിരുന്നു നെടുങ്ങാടി ബാങ്കിനെ പഞ്ചാബ് നാഷണൽ ബാങ്കിൽ ലയിപ്പിക്കാനുള്ള കേന്ദ്ര ധനമന്ത്രാലയത്തിന്റെ തീരുമാനം.

അപ്പു നെടുങ്ങാടി

കനറാബാങ്ക് മുൻ ചെയർമാൻ ബി രത്നാകറിന്റെ നേതൃത്വത്തിൽ ഫെയർ ഗ്രോത്ത് ഫിനാൻഷ്യൽ സർവീസസ് ലിമിറ്റഡ് എന്ന കമ്പനി 1990-ൽ ബംഗളൂരു ആസ്ഥാനമായി തുടങ്ങിയിരുന്നു.

ഫെയർ ഗ്രോത്തും മുംബൈ സ്റ്റോക്ക് എക്സ്ചേഞ്ചിലെ ബ്രോക്കർമാരായ ധമാനി ഗ്രൂപ്പും 1991–ൽ നെടുങ്ങാടി ബാങ്കിന്റെ ഓഹരികൾ വാങ്ങി. അതാണ് ക്രമക്കേടുകളുടെ തുടക്കം. ഈ ഓഹരികൾ ഉപയോഗിച്ച് ഈ രണ്ടു കമ്പനികളുടെയും പ്രതിനിധികൾ ബാങ്കിന്റെ ഡയറക്ടർ ബോർഡിൽ കടന്നു. ബാങ്കിനകത്തുള്ളവരുടെ രഹസ്യപിന്തുണയും അവർക്ക് ലഭിച്ചു. ബിസിനസ് ആവശ്യങ്ങൾക്ക് ഈ കമ്പനികൾ നെടുങ്ങാടി ബാങ്കിന്റെ ഫണ്ട് ഉപയോഗിക്കാൻ തുടങ്ങി. അതിനിടെ മറ്റൊരു ക്രമക്കേടും പുറത്തുവന്നു. നാഷണൽ തെർമൽ പവർ കോർപറേഷന്റെ (എൻടിപിസി) ബോണ്ടുകൾ വാങ്ങാൻ അഞ്ചുകോടി രൂപ നെടുങ്ങാടി ബാങ്ക് ഫെയർ ഗ്രോത്തിനെ ഏൽപ്പിച്ചു. എന്നാൽ ബോണ്ട് കിട്ടിയില്ല. കാരണം, ബോണ്ട് വിൽപ്പനയ്ക്ക് ആന്ധ്ര ബാങ്ക് ഫിനാൻഷ്യൽ സർവീസസ് ലിമിറ്റഡിനെയായിരുന്നു എൻടിപിസി അധികാരപ്പെടുത്തിയത്. അവർക്ക് പണം കിട്ടാത്തതുകൊണ്ട് ബോണ്ട് നൽകിയില്ല. എന്തുകൊണ്ടാണ് ബോണ്ട് വാങ്ങാൻ അഞ്ചുകോടി രൂപ ഫെയർ ഗ്രോത്തിനെ നെടുങ്ങാടി ബാങ്ക് ഏൽപ്പിച്ചതെന്ന ചോദ്യത്തിന് ബാങ്ക് മേധാവികൾക്ക് ഉത്തരമില്ലായിരുന്നു. ചുരുക്കത്തിൽ ബോണ്ട് കിട്ടിയില്ല, അഞ്ചുകോടി രൂപ ഫെയർഗ്രോത്തിന്റെ കൈയിലാവുകയും ചെയ്തു. ഇതിന്റെ ഉള്ളുകള്ളികൾ പുറത്തുകൊണ്ടുവന്നത് *ദേശാഭിമാനി*യായിരുന്നു. ഇതു സംബന്ധിച്ച് ഈ ലേഖകൻ അന്നത്തെ ബാങ്ക് ജനറൽ മാനേജർ കെ ഗോവിന്ദൻ കുട്ടി നായരെ അദ്ദേഹത്തിന്റെ ഓഫീസിൽ പോയി ഇന്റർവ്യൂ ചെയ്തു. അദ്ദേഹം സത്യസന്ധമായി ചില കാര്യങ്ങൾ പറഞ്ഞു. പിറ്റേന്ന് വാർത്ത ഒന്നാം പേജിലാണ് വന്നത്. അന്നുതന്നെ ബാങ്ക് മേധാവികൾ അദ്ദേഹത്തെ സസ്പെന്റ് ചെയ്തു.

വിചിത്രമായ കാര്യങ്ങളാണ് നെടുങ്ങാടി ബാങ്കിൽ അക്കാലത്ത് നടന്നിരുന്നത്. ബാങ്കിലെ ജീവനക്കാരുടെ പ്രബല സംഘടനയായിരുന്നു എഐബിഇഎയിൽ അഫിലിയേറ്റ് ചെയ്ത നെടുങ്ങാടി ബാങ്ക് സ്റ്റാഫ് ഫെഡറേഷൻ. മാനേജ്മെന്റിന്റെ തെറ്റായ നടപടികൾക്കും പ്രവണതകൾക്കും എതിരെ നിൽക്കേണ്ട ജീവനക്കാരുടെ സംഘടന മാനേജ്മെന്റിന്റെ ഭാഗമായി മാറി. മാത്രമല്ല, മാനേജ്മെന്റിനെ നിയന്ത്രിക്കുന്നതുതന്നെ ജീവനക്കാരുടെയും ഓഫീസർമാരുടെയും സംഘടനകളാണെന്നു വന്നു. ബാങ്കിലെ വെട്ടിപ്പുകൾ മറച്ചുപിടിക്കാൻ സംഘടനകൾ പാടുപെട്ടു. എഐബിഇഎ എന്ന സംഘടനയിൽ അഫിലിയേറ്റ് ചെയ്യാത്ത ചെറിയ സംഘടന ബാങ്കിലുണ്ടായിരുന്നു. ആ സംഘടനയിലുള്ളവർ കടുത്ത പകപോക്കൽ നടപടികൾക്ക് ഇരകളായി. പലരെയും മറ്റു സംസ്ഥാനങ്ങളിലേക്ക് സ്ഥലം മാറ്റി. ആ ഘട്ടത്തിൽ ബാങ്കിന് വിവിധ സംസ്ഥാനങ്ങളിലായി 173 ബ്രാഞ്ചുകളുണ്ടായിരുന്നു. അഴിമതിയും കെടുകാര്യസ്ഥതയും കാരണം കിട്ടാക്കടം കുമിഞ്ഞുകൂടി. അത്യാവശ്യമായ വായ്പകൾ കൊടുക്കുന്നതിന് ബാങ്കിന് പണമില്ലാത്ത അവസ്ഥ വന്നു.

ഡെപ്യൂട്ടി ഗവർണറായിരുന്ന ആർ ജാനകിരാമന്റെ നേതൃത്വത്തിൽ ഒരു കമ്മിറ്റിയെ നെടുങ്ങാടി ബാങ്കിലെ ക്രമക്കേട് അന്വേഷിക്കാൻ ആർബിഐ നിയോഗിച്ചിരുന്നു. പത്രവാർത്തകൾ സ്ഥിരീകരിക്കുന്നതായിരുന്നു കമ്മിറ്റിയുടെ റിപ്പോർട്ട്. എൻടിപിസി ബോണ്ട് കിട്ടാത്തതിനാൽ ഫെയർഗ്രോത്ത് കൊടുത്ത അലോട്ട്മെന്റ് ലെറ്ററിന്റെ ഫോട്ടോസ്റ്റാറ്റ് മാത്രമാണ് ബാങ്കിന്റെ പക്കലുള്ളതെന്ന് കമ്മിറ്റി കണ്ടെത്തി. ധനകാര്യരംഗത്ത് ഫെയർഗ്രോത്ത് നടത്തുന്ന ഇടപാടുകൾക്ക് പണം എത്തിക്കുന്ന ഒരു ചാനലായി നെടുങ്ങാടി ബാങ്കിന്റെ ബംഗളൂരു ബ്രാഞ്ച് മാറിയെന്നും ആർബിഐ ചൂണ്ടിക്കാട്ടി. ഇത്തരം വിവരങ്ങളെല്ലാം പുറത്തുകൊണ്ടുവരാൻ *ദേശാഭിമാനി*ക്കു കഴിഞ്ഞിരുന്നു. സാമ്പത്തിക ഭദ്രത നഷ്ടപ്പെട്ട ബാങ്ക് തകർച്ചയിലേക്ക് വീഴുന്ന ഘട്ടത്തിലാണ് പഞ്ചാബ് നാഷണൽ ബാങ്കിൽ ലയിപ്പിക്കാൻ ആർബിഐ ശുപാർശ ചെയ്തത്. ഏറെക്കുറെ *ദേശാഭിമാനി* ഒറ്റയ്ക്ക് നടത്തിയ പോരാട്ടം വൈകിയാണെങ്കിലും ഫലം കണ്ടു.

32

സാധാരണക്കാരുടെ ഭാഷ

ജർമൻ മിഷണറിയായ ഹെർമൻ ഗുണ്ടർട്ടിന്റെ നേതൃത്വത്തിൽ 1857-ൽ പുറത്തിറങ്ങിയ *രാജ്യസമാചാര*മാണല്ലോ മലയാളത്തിലെ ആദ്യ ആനുകാലിക പ്രസിദ്ധീകരണം. മതപ്രചാരണം മാത്രം ലക്ഷ്യമാക്കി ബാസൽ മിഷൻകാർ പ്രസിദ്ധീകരിച്ച ആ മാസികയെ വൃത്താന്തപത്രം എന്ന് വിളിക്കാനാവില്ല. എങ്കിലും ആദ്യ മലയാള പ്രസിദ്ധീകരണമെന്ന ഖ്യാതി നിലനിൽക്കുന്നു. *രാജ്യസമാചാരം* പുറത്തുവന്നിട്ട് ഒന്നേമുക്കാൽ നൂറ്റാണ്ടായി. ഇതിനിടയിൽ മലയാള ഗദ്യഭാഷയ്ക്ക് വലിയ മാറ്റമുണ്ടായി. എല്ലാവർക്കും മനസ്സിലാകുന്നതും ഉപയോഗിക്കാവുന്നതുമായ ഗദ്യം രൂപപ്പെടുത്തുന്നതിൽ പ്രധാന പങ്കുവഹിച്ചത് പത്രങ്ങളാണെന്ന കാര്യത്തിൽ തർക്കമില്ല. ഇ എം എസ് നമ്പൂതിരിപ്പാട് അക്കാര്യം എടുത്തുപറഞ്ഞിട്ടുണ്ട്:

> ലക്ഷക്കണക്കിനാളുകൾ വായിക്കുന്ന ഈ പ്രസിദ്ധീകരണങ്ങൾ പുറത്തിറക്കാൻവേണ്ടി പ്രവർത്തിക്കുന്ന ആയിരക്കണക്കിന് എഴുത്തുകാർ ഇംഗ്ലീഷിൽ കാര്യങ്ങൾ വായിച്ചു മനസ്സിലാക്കി അത് മലയാളത്തിലേക്ക് പകർത്താൻ ശ്രമിക്കുന്നവരാണ്. ഇവർ നടത്തുന്ന നിരന്തരശ്രമത്തിന്റെ ഫലമാണ് ഇന്നത്തെ മലയാള ഗദ്യരചനയെന്നു പറഞ്ഞാൽ അതൊരു അതിശയോക്തിയല്ല. [1]

സയാമീസ് ഇരട്ടപോലെയാണ് മലയാളത്തിലെ പത്രഭാഷയും ഗദ്യസാഹിത്യവുമെന്നാണ് ഡോ. എം ലീലാവതി പറഞ്ഞത്:

> പത്രസമ്പത്തിലും സാഹിത്യസമ്പത്തിലും മറ്റേതൊരു ഭാഷയുടെയും മുന്നിൽ കേരളം തലകുനിക്കേണ്ടതില്ല. എന്നുമാത്രമല്ല, പത്രപാരായണത്തിലും പുസ്തക പാരായണത്തിലും കേരളീയർ മറ്റു പല ജനഗണത്തേക്കാളും മുന്നിലാണ്. ഈ പുരോഗതി സാക്ഷാത്കരിച്ചതിൽ പത്രപ്രവർത്തകരും സാഹിത്യപ്രവർത്തകരും ഏക കുടുംബാംഗങ്ങളെന്നപോലെ ഉള്ളിണക്കത്തോടെയാണ് വർത്തിച്ചുപോന്നിട്ടുള്ളതെന്ന വസ്തുതയ്ക്ക് വലിയ പങ്കുണ്ട്. ഒന്നാംകിട സാഹിത്യകാരന്മാരോ സാഹിത്യപ്രണയികളോ പത്രങ്ങളുടെ നിയന്താക്കളും കൂടിയായിത്തീരുന്ന പ്രതിഭാസം ഇത്രയേറെ നിരന്തരമായിത്തുടർന്നിട്ടുള്ള മറ്റേതെങ്കിലും ഭാഷാപ്രദേശമുണ്ടെന്നു തോന്നുന്നില്ല. രാഷ്ട്രീയവും സാംസ്കാരികവുമായ പ്രബുദ്ധതയിൽ ജനഗണം നേടിയ പുരോഗതി പത്രപ്രവർത്തകരുടെയും സാഹിത്യപ്രവർത്തകരുടെയും ഏകീകൃത യത്നങ്ങളുടെ ഉൽപ്പന്നമാണ്. [2]

ഒന്നേമുക്കാൽ നൂറ്റാണ്ടുമുമ്പ് മലയാളത്തിലെ ആദ്യ പത്രത്തിൽ വന്ന ലക്ഷ്യപ്രസ്താവന വായിച്ചാൽ ഭാഷ ലളിതമാക്കാനുള്ള ശ്രമം അന്നു തുടങ്ങിയെന്നു മനസ്സിലാക്കാം. ആ പ്രസ്താവനയിൽ നിന്ന്: "ഈ പെർ വായിച്ചാൽ അർത്ഥം തൊന്നുമോ എന്നറിയുന്നില്ല. ഒരൊരൊ രാജ്യങ്ങളിൽ അന്നന്നുണ്ടാകും വിശേഷങ്ങളെ ബൊധിപ്പിക്കുന്ന തങ്ങളുടെ അഭിപ്രായമല്ല-മലയാള

രാജ്യത്തിലെ പുതുമകളെ അറിയിപ്പാൻ പൊകുന്നു എന്നു വിചാരിക്കെണ്ടതുമല്ല-ദൈവരാജ്യം എന്നും സ്വർഗരാജ്യം എന്നും പെരുള്ളത് ഞങ്ങളുടെ രാജ്യം-അതു മലയാളത്തിലും ഭാരതഖണ്ഡത്തിലും പ്രത്യെകമുള്ളതല്ല-തെക്കും വടക്കും കിഴക്കും പടിഞ്ഞാറും ആഴി ചൂഴും ഊഴിയിൽ എങ്ങും ചിതറി ഇരിക്കുന്നു." (ഉദ്ധരണി ജി പ്രിയദർശനന്റെ *മലയാളപത്രപ്രവർത്തനം പ്രാരംഭസ്വരൂപം* എന്ന കൃതിയിൽ നിന്ന്)

ഇതെഴുതിയ കാലം പരിഗണിക്കുമ്പോൾ, ഭാഷ അതിലളിതമായിരിക്കണമെന്ന നിർബന്ധം പത്രാധിപർക്കുണ്ടായിരുന്നുവെന്ന് മനസ്സിലാക്കാം. ദീർഘമായ എകാരവും ഒകാരവും അക്കാലത്ത് ഉപയോഗിച്ചിരുന്നില്ല. അതൊഴിച്ചാൽ, നേരെ ചൊവ്വേ കാര്യം പറയുന്ന രീതിയാണ് അവലംബിച്ചിട്ടുള്ളത്. ഈ മലയാളം വളർന്നാണ് ഇന്നത്തെ ഗദ്യസാഹിത്യവും പത്രഭാഷയുമുണ്ടായത്.

പത്രഭാഷയിൽ വലിയ മാറ്റങ്ങളുണ്ടായത് ഇരുപതാം നൂറ്റാണ്ടിന്റെ രണ്ടാംപകുതിയിലാണ്. അത് സ്വാഭാവികമായും ഗദ്യസാഹിത്യത്തെ സ്വാധീനിച്ചു. ഭാഷ ആശയവിനിമയത്തിനുള്ള ഉപാധിയാകുമ്പോൾ ആർക്കാണ് ആശയം പകർന്നുകൊടുക്കുന്നതെന്ന ബോധം എഴുത്തുകാരനുണ്ടാകണം. ആ കാഴ്ചപ്പാടനുസരിച്ചാണ് കേരളത്തിലായാലും പുറത്തായാലും കമ്യൂണിസ്റ്റ് പത്രങ്ങൾ പ്രവർത്തിച്ചത്. *പ്രഭാതത്തി*ലൂടെയും *ദേശാഭിമാനി*യിലൂടെയും സാധാരണക്കാരുടെ ഭാഷ വളർന്നുവന്നു. കാരണം, പാവപ്പെട്ട കാർഷികത്തൊഴിലാളികളും കർഷകരും തൊഴിലാളികളുമായിരുന്നു വായനക്കാർ. അവർക്ക് ഉൾക്കൊള്ളാനാവുന്ന ഭാഷ *പ്രഭാത*വും പിന്നീട് *ദേശാഭിമാനി*യും വളർത്തിയെടുത്തു. അത് ഇതര പത്രങ്ങളെയും സ്വാധീനിച്ചു. സംസ്കൃതത്തിന്റെയും ഇംഗ്ലീഷിന്റെയും ആധിക്യം കുറയ്ക്കാനും കഴിയാവുന്നത്ര മലയാളപദങ്ങൾ ഉപയോഗിക്കാനും *ദേശാഭിമാനി* ശ്രദ്ധിച്ചത് ഇ എം എസ് നമ്പൂതിരിപ്പാടിന്റെ നിർബന്ധം കൊണ്ടുകൂടിയായിരുന്നു.

പത്രഭാഷയ്ക്ക് *ദേശാഭിമാനി* നൽകിയ സംഭാവനയെക്കുറിച്ച് സി ഉണ്ണിരാജ:

> ലളിതവും ശുദ്ധവും കുറിക്കുകൊള്ളുന്നതുമായ ഭാഷാശൈലി വളർത്തിയെടുക്കുന്നതിന് പത്രാധിപന്മാരും ലേഖകരും ബോധപൂർവം ശ്രമിച്ചു. പുതിയ വാക്കുകൾ ചമച്ചു. അവയ്ക്ക് പുതിയ അർഥം നൽകി. ഇതിന്റെയൊക്കെ ഉദ്ദേശ്യം പത്രത്തിലെ കാര്യങ്ങൾ സാധാരണക്കാരായ വായനക്കാർക്ക് എളുപ്പത്തിൽ മനസ്സിലാക്കാൻ സഹായിക്കുക എന്നതായിരുന്നു. പാർട്ടി അംഗങ്ങൾക്കും ബഹുജന സംഘടനകളിലെ അംഗങ്ങൾക്കും അവരുടെ രാഷ്ട്രീയബോധം വളർത്താനുള്ള റിപ്പോർട്ടുകൾ, ലേഖനങ്ങൾ എന്നിവ പത്രത്തിൽ വന്നുകൊണ്ടിരുന്നു. അവർ പാർട്ടി പത്രത്തെ സ്വന്തം പത്രമായി കാണുകയും വായിച്ചുമനസ്സിലാക്കാൻ നിർബന്ധബുദ്ധി കാണിക്കുകയും ചെയ്തു. [3]

പത്രഭാഷയിൽ *ദേശാഭിമാനി* വരുത്തിയ മാറ്റം ഇ എം എസും രേഖപ്പെടുത്തിയിട്ടുണ്ട്: തൊഴിലാളികളും കൃഷിക്കാരും മറ്റു പാവപ്പെട്ടവരും വൻതോതിൽ പാർട്ടി അണികളിലേക്ക് വരാൻ തുടങ്ങിയപ്പോൾ പത്രഭാഷയിലും അതു പ്രതിഫലിച്ചു. 'ഗ്രാമ്യം' എന്ന പേരിൽ വർജിച്ചിരുന്ന ഒട്ടേറെ മലയാള പദങ്ങൾ ഉപയോഗിക്കാൻ *ദേശാഭിമാനി* ബോധപൂർവം ശ്രമിച്ചു. അഭ്യസ്തവിദ്യരായ എഴുത്തുകാരുടെ പാണ്ഡിത്യം പ്രകടിപ്പിക്കാനല്ല, സാധാരണക്കാർക്ക് ഗ്രഹിക്കത്തക്കവിധം ലളിതമായി എഴുതാനാണ് തൊഴിലാളിവർഗ പത്രം ശ്രദ്ധിക്കേണ്ടതെന്ന് *ദേശാഭിമാനി* പ്രവർത്തകർക്ക് പൂർണ ബോധ്യമുണ്ടായിരുന്നു. അനുകരണീയമായ ആ മാതൃകയിൽ നിന്നു തിരിച്ചുപോയി പത്രത്തെ അഭ്യസ്തവിദ്യരുടെ കുത്തകയാക്കുന്ന പ്രക്രിയയിൽ മറ്റു മലയാള പത്രങ്ങളെപ്പോലെ *ദേശാഭിമാനി* അടക്കമുള്ള പാർട്ടി പത്രങ്ങളും പിന്നീടുള്ള കാലത്ത് പങ്കാളിയായിട്ടില്ലേ എന്ന് പരിശോധിക്കേണ്ടിയിരിക്കുന്നു. [4]

*ദേശാഭിമാനി*യിലൂടെ ഭാഷയ്ക്ക് പി ഗോവിന്ദപ്പിള്ള മനോഹരമായ ധാരാളം പദങ്ങൾ സംഭാവന ചെയ്തിട്ടുണ്ട്. അതേക്കുറിച്ച് ഇതിനുമുമ്പ് മറ്റൊരു അധ്യായത്തിൽ പറഞ്ഞിട്ടുണ്ട്. ജനിതക സാങ്കേതികവിദ്യ ഉപയോഗിച്ച് വികസിപ്പിച്ചെടുക്കുന്ന 'ടെർമിനേറ്റർ' വിത്തിന് ഒരു

ചെടിയേ ഉൽപ്പാദിപ്പിക്കാനാവൂ. ആ ചെടിയുടെ വിത്തിന് പ്രത്യുൽപ്പാദന ശേഷിയില്ല. ടെർമിനേറ്റർ വിത്തിന് *ദേശാഭിമാനി* കണ്ടെത്തിയ മലയാളമാണ് 'അന്തകവിത്ത്'. പത്രഭാഷയ്ക്കെന്നല്ല, മലയാളത്തിനു തന്നെ അതു വലിയ സംഭാവനയായി.

*മലയാള മനോരമ*യുടെ പ്രൊഫഷണൽ മികവിന് അടിത്തറയിട്ട തോമസ് ജേക്കബ്, പത്രഭാഷയ്ക്ക് *ദേശാഭിമാനി* നൽകിയ സംഭാവനകളെ വിലയിരുത്തുന്നു:

> *ദേശാഭിമാനി*യിലാണ് അധിനിവേശം എന്ന വാക്ക് ആദ്യം വന്നത്. പിന്നണിയിൽ നിന്നുകൊണ്ട് *ദേശാഭിമാനി*യുടെ വളർച്ചക്ക് വലിയ സംഭാവന നൽകിയ സി എം അബ്ദുൾ റഹ്മാനാണ് ഈ വാക്കിന്റെ പിതൃത്വം. കുവൈത്ത് യുദ്ധകാലത്തും ശ്രീലങ്കയിൽ തമിഴ്പുലികളുടെ കലാപകാലത്തും ലാൻഡ് മൈൻ (land mine) വലിയൊരു പ്രശ്നമായിരുന്നു. മൈൻ വിതറിയിട്ടുള്ളതിനാൽ സൈനികനീക്കങ്ങൾ വളരെ മന്ദഗതിയിലാണെന്നും മറ്റും പത്രങ്ങൾ എഴുതിക്കൊണ്ടിരുന്നപ്പോഴാണ് കുഴിബോംബ് എന്ന മനോഹര മൊഴിമാറ്റവുമായി *ദേശാഭിമാനി* വന്നത്. *മനോരമ* പിറ്റേന്ന് അത് ഏറ്റെടുത്ത് ആ വാക്കിന് കൂടുതൽ പ്രചാരം നൽകി. [5]

ചരമകോളം ഇന്ന് ഏതു പത്രത്തിന്റെയും ഒഴിച്ചുകൂടാനാവാത്ത ഭാഗമാണ്. ചരമവാർത്തകൾ പരമാവധി കൊടുക്കുക എന്ന നയം മലയാള പത്രങ്ങളെല്ലാം സ്വീകരിച്ചിട്ടുണ്ട്. ഒരു മുഴുവൻ പേജ് ചരമവാർത്തകൾക്കായി നീക്കിവയ്ക്കുന്നു. ചിലപ്പോൾ അതു ഒന്നരയോ രണ്ടോ പേജ് ആകും. പ്രത്യേകിച്ച്, പത്രങ്ങൾക്ക് അവധി വരുന്നതിന് പിറ്റേന്ന്. കൂടുതൽ ചരമവാർത്തകൾ ഉൾക്കൊള്ളിക്കാൻ പേജിലെ കോളങ്ങളുടെ എണ്ണം എട്ടിൽ നിന്ന് പത്താക്കിയിട്ടുണ്ട്. സാധാരണ പേജുകളിൽ എട്ടു കോളമേയുള്ളൂ. ചിത്രത്തിന്റെ വലുപ്പം കുറച്ചാണ് കോളം കൂട്ടുന്നത്. മുൻകാലത്ത് പ്രധാനികളോ പ്രമാണികളോ മരണപ്പെടുമ്പോഴേ പത്രത്തിൽ വാർത്ത വരൂ. സാധാരണക്കാർക്ക് അതിനുള്ള അർഹതയില്ലെന്നായിരുന്നു സങ്കൽപ്പം. അതുമാറ്റിയെടുക്കാൻ *ദേശാഭിമാനി*യുടെ പരിശ്രമംകൊണ്ടു കഴിഞ്ഞു. തോമസ് ജേക്കബ് അതേക്കുറിച്ചും പറഞ്ഞിട്ടുണ്ട്:

> തൊഴിലാളികളുടെയും പാവപ്പെട്ടവരുടെയും ചരമവാർത്തകൾ ആദ്യം റിപ്പോർട്ട് ചെയ്തുതുടങ്ങിയത് *ദേശാഭിമാനി*യാണ്. കഴിവും പിടിപാടുമുള്ളവരുടെ ചരമങ്ങൾ മാത്രമേ പത്രങ്ങളിൽ വന്നിരുന്നുള്ളൂ. പടങ്ങൾ അച്ചടിക്കണമെങ്കിൽ ബ്ലോക്ക് ഉണ്ടാക്കണം. മന്ത്രിയോ ചീഫ് സെക്രട്ടറിയോ മെത്രാനോ മരിച്ചാൽ പടം വരും. അത്ര തന്നെ. ഇതിങ്ങനെ മുന്നേറുമ്പോഴാണ് പാർട്ടി ഘടകങ്ങളും യൂണിയൻ ശാഖകളും അയച്ചുകൊടുക്കുന്ന തൊഴിലാളി ഭവനങ്ങളിലെ ചരമങ്ങൾ *ദേശാഭിമാനി*യിൽ കൊടുത്തുതുടങ്ങിയത്. കയർ തൊഴിലാളികളുടെയും കർഷകത്തൊഴിലാളികളുടെയും പേരുകളിൽ അങ്ങനെ ആദ്യമായി അച്ചടിമഷി പുരണ്ടു, അവർക്കതു കാണാൻ കഴിഞ്ഞില്ലെങ്കിലും. [6]

പാർട്ടി മുഖപത്രത്തെക്കുറിച്ച് ലിബറൽ ബിസിനസ് മാധ്യമങ്ങൾ വായനക്കാരുടെ മനസ്സിലുണ്ടാക്കിയ സങ്കൽപ്പങ്ങളെ *ദേശാഭിമാനി* അനായാസം പൊളിച്ചെഴുതിയിട്ടുണ്ട്. പാർട്ടിയുടെ കാര്യങ്ങൾ പാർട്ടിക്കാരെ അറിയിക്കാനുള്ള മാധ്യമമാണ് രാഷ്ട്രീയ പാർട്ടികളുടെ മുഖപത്രങ്ങൾ എന്ന ലളിതയുക്തി വായനക്കാരിൽ സൃഷ്ടിക്കാൻ വലതുപക്ഷ മാധ്യമങ്ങൾ ശ്രമിച്ചപ്പോൾ സിനിമ ഉൾപ്പെടെയുള്ള കലകളും സാഹിത്യവും സ്പോർട്സും ശാസ്ത്രവും വിദ്യാഭ്യാസവും കൃഷിയും പ്രോത്സാഹിപ്പിച്ചുകൊണ്ടാണ് *ദേശാഭിമാനി* അതിനെ നേരിട്ടത്. മാത്രമല്ല, സിനിമ, സ്പോർട്സ്, സ്കൂൾ കലോത്സവങ്ങൾ, സ്കൂൾ കായികമേളകൾ, ശാസ്ത്രമേളകൾ എന്നിവ ജനകീയമാക്കുന്നതിൽ സ്വന്തമായ മുദ്രപതിപ്പിക്കാനും മറ്റു പത്രങ്ങളുടെ മുമ്പിൽ നടക്കാനും *ദേശാഭിമാനി*ക്കു കഴിഞ്ഞു. *ദേശാഭിമാനി* പ്രതിനിധാനം ചെയ്യുന്ന രാഷ്ട്രീയത്തോട് യോജിക്കാത്തവരും *ദേശാഭിമാനി*യുടെ സ്പോർട്സ് പേജ് ഇഷ്ടപ്പെടുന്നു. ശാസ്ത്രകാര്യങ്ങൾ കൈകാര്യം ചെയ്യുന്ന *കിളിവാതിൽ* അവർക്കു പ്രിയപ്പെട്ടതാണ്. വിദ്യാർഥികളുടെ പഠനസഹായിയായ *അക്ഷരമുറ്റം* പതിപ്പ് പുറത്തിറങ്ങുന്ന ദിവസം പത്രത്തിന് കൂടുതൽ വായനക്കാരുണ്ടാകുന്നു. ചലച്ചിത്രമേളകളുടെ വാർത്തകൾ കൊടുക്കുന്നതിൽ *ദേശാഭിമാനി* പുതിയ വഴിതന്നെ കണ്ടെത്തി. ആ പാതയിൽ മറ്റു പത്രങ്ങൾക്ക് പിന്നീട് സഞ്ചരിക്കേണ്ടിവന്നു. നല്ല സിനിമകളെ വളർത്താനും

നല്ല സിനിമാവബോധം പ്രേക്ഷകരിലുണ്ടാക്കാനും രൂപമെടുത്ത ഫിലിം സൊസൈറ്റി പ്രസ്ഥാന ത്തെ *ദേശാഭിമാനി*യെപ്പോലെ മറ്റൊരു പത്രവും പിന്തുണച്ചിട്ടില്ല.

സിനിമാരംഗത്തെ ഇടപെടൽ

പ്രശസ്ത സിനിമാനിരൂപകനും *ദേശാഭിമാനി*യുടെ മുൻ സീനിയർ ന്യൂസ് എഡിറ്ററുമായ കോയമുഹമ്മദ് സിനിമരംഗത്ത് *ദേശാഭിമാനി* വഹിച്ച പങ്കിനെ ഇങ്ങനെ വിലയിരുത്തുന്നു:

> ഫിലിം സൊസൈറ്റികളിലൂടെ വളർന്ന സിനിമാകമ്പത്തിന് ദിശാബോധം പകരാൻ *ദേശാഭി മാനി* ദത്തശ്രദ്ധമായിരുന്നു. മലയാളസിനിമയുടെ ഭാഗധേയം മാറ്റിമറി ക്കുന്ന ആലോചനകളിലേക്ക് കേരളീയരെ *ദേശാഭിമാനി* നയിച്ചു. പുതിയ ചലച്ചിത്രാവബോധം പ്രേക്ഷകരിൽ സൃഷ്ടിക്കുന്നതിൽ *ദേശാഭിമാനി* സ്റ്റഡി സർക്കിളിനൊപ്പം പത്രവും പങ്കുവഹിച്ചു. ആരോടെങ്കിലും മത്സ രിക്കാനായിരുന്നില്ല ഇതെല്ലാം ചെയ്തത്. നല്ല സിനിമകളെ പ്രോത്സാ ഹിപ്പിക്കുക, അതുമായി ബന്ധപ്പെട്ട് രാജ്യത്ത് സംഭവിക്കുന്ന കാര്യങ്ങൾ കഴിയാവുന്നത്ര വായനക്കാരിൽ എത്തിക്കുക എന്ന ഔത്സുക്യമായിരുന്നു പ്രേരകം. അടുത്തകാലം വരെ നല്ല സിനിമകൾ കാണാൻ ഒരേയൊരു വഴി ചലച്ചിത്രമേളകളായിരുന്നു. ആ ബോധ്യത്തിലാണ് *ദേശാഭിമാനി* ചലച്ചി ത്രമേളകൾക്ക് പരിമിതികളൊന്നും നോക്കാതെ പ്രാധാന്യം നൽകിയത്[7]

കോയമുഹമ്മദ്

ചലിക്കുന്ന ചിത്രങ്ങൾ ജനങ്ങളെ പിടിച്ചിരുത്തുമെന്നും ആശയ ങ്ങൾ ജനമനസ്സിലെത്തിക്കാൻ ഏറ്റവും ശക്തിയുള്ള ജനകീയ കലാമാധ്യമാണ് സിനിമയെന്നും തിരിച്ചറിഞ്ഞുകൊണ്ടാണ് നല്ല സിനിമകളെ പ്രോത്സാഹിപ്പിക്കുന്ന നയം *ദേശാഭിമാനി* സ്വീക രിച്ചത്. ചലച്ചിത്ര വാർത്തകൾക്ക് തെക്കെ ഇന്ത്യയിലെ പ്രധാന സിനിമാവ്യവസായ കേന്ദ്രമായ മദിരാശിയിൽ ലേഖകനെ നിയോഗിച്ച ആദ്യ മലയാളപത്രമാണ് *ദേശാഭിമാനി.* 1970-കളുടെ തുടക്കത്തിലാണ് എഴുത്തുകാരൻ കൂടിയായ ടി എച്ച് കോടമ്പുഴയെ *ദേശാഭിമാനി* മദിരാശിയി ലേക്ക് അയച്ചത്. അദ്ദേഹം മദിരാശിയിൽ നിന്ന് പതിവായി സിനിമാവാർത്തകൾ അയച്ചുകൊ ണ്ടിരുന്നു. കോടമ്പുഴയുടെ യഥാർഥ പേര് ഹംസക്കോയയാണ്. കോടമ്പാക്കം വഴി കോടമ്പുഴ പിന്നീട് അറിയപ്പെടുന്ന ചലച്ചിത്ര പത്രപ്രവർത്തകനായി. പ്രേംനസീർ അടക്കമുള്ള താരങ്ങളു മായി അദ്ദേഹത്തിന് അടുത്ത ബന്ധം സ്ഥാപിക്കാൻ കഴിഞ്ഞു. രാജ്യാന്തര ചലച്ചിത്രമേളകൾ സമഗ്രമായും ഗൗരവമായും മലയാളത്തിൽ റിപ്പോർട്ട് ചെയ്യാൻ തുടങ്ങിയത് *ദേശാഭിമാനി*യാണ്. നാൽപ്പതുവർഷം മുമ്പ്, 1982-ൽ, കൽക്കത്തയിൽ നടന്ന ഫിലിമോത്സവ് *ദേശാഭിമാനി*ക്കുവേ ണ്ടി റിപ്പോർട്ട് ചെയ്തത് ഇന്നത്തെ പ്രസിദ്ധ സാഹിത്യകാരൻ സി വി ബാലകൃഷ്ണനായിരുന്നു. ചലച്ചിത്രമേളകൾ മലയാള പത്രങ്ങൾ പൊതുവെ ഗൗരവമായി കാണാത്ത കാലത്ത് കൽക്ക ത്തയിലേക്ക് സ്വന്തം പ്രതിനിധിയെ അയക്കുക എന്ന സാഹസത്തിന് *ദേശാഭിമാനി* തയാറായി. ബാലകൃഷ്ണൻ അയക്കുന്ന വാർത്തകൾ *ദേശാഭിമാനി* ഒന്നാം പേജിൽ തുടർച്ചയായി കൊ ടുത്തുകൊണ്ടിരുന്നു. വിദേശ ചലച്ചിത്രകാരന്മാരെ പത്രം മലയാളികൾക്ക് പരിചയപ്പെടുത്തി. വാരാന്തപ്പതിപ്പും ചലച്ചിത്രമേളക്കുവേണ്ടി ഉപയോഗിച്ചു. സി വി ബാലകൃഷ്ണൻ അതേക്കുറിച്ച് പറഞ്ഞത് ഉദ്ധരിക്കാം:

> എന്റെ അനുഭവത്തിൽ ഏതെങ്കിലും പത്രങ്ങളോ മാസികകളോ ചലച്ചിത്രോത്സവം ഈ വിധം റിപ്പോർട്ട് ചെയ്തിട്ടില്ല. ഞാൻ അന്ന് സിനിമാസംബന്ധമായി വരുന്ന കാര്യങ്ങൾ ശ്രദ്ധിക്കുന്ന ഒരാ ളായിരുന്നു. എന്റെ ഓർമയിൽ ചലച്ചിത്രമേളയുമായി ബന്ധപ്പെട്ട അത്തരം വാർത്തകൾ അതിനു മുമ്പ് തീരെ ഇല്ലായിരുന്നു.[8]

കൽക്കത്തക്കുശേഷം ഡൽഹി, ബോംബെ ചലച്ചിത്രമേളകളും *ദേശാഭിമാനി*ക്കുവേണ്ടി സി വി ബാലകൃഷ്ണൻ റിപ്പോർട്ട് ചെയ്തു. എഴുപതുകളിലാണ് ഫിലിം സൊസൈറ്റികൾ ഏറ്റവും സജീവമായി നിലനിന്നത്. 'ചിത്രലേഖ'യുടെയും 'അശ്വിനി'യുടെയും 'ജനശക്തി'യുടെയും

ചെലവൂർ വേണു

'കൈരളി'യുടെയും കേരളത്തിലുടനീളമുള്ള മറ്റു സൊസൈറ്റികളുടെയും പ്രവർത്തനങ്ങൾക്ക് പത്രം സവിശേഷ പരിഗണന നൽകി. ഗൗരവമായ ചലച്ചിത്രപരിചയം ലക്ഷ്യമാക്കി 1975 ഒക്ടോബറിൽ *ദേശാഭിമാനി വാരിക* പ്രത്യേക ചലച്ചിത്ര പംക്തിയും ആരംഭിച്ചു. കോയമുഹമ്മദിനെപ്പോലുള്ള എഴുത്തുകാർ ഈ പംക്തി സമ്പന്നമാക്കി. ഫിലിം സൊസൈറ്റി പ്രസ്ഥാനത്തിന്റെ വളർച്ചയോടെ ഡൽഹിയിലെയും മറ്റു മെട്രോ നഗരങ്ങളിലെയും മേളകളിലേക്ക് കേരളത്തിൽ ധാരാളം ചെറുപ്പക്കാർ പ്രതിനിധികളായി പോകാൻ തുടങ്ങിയിരുന്നു. ഈ മാറ്റം കൂടി കണക്കിലെടുത്താണ് 1980-ലെ ബാംഗ്ളൂർ ഫലിമോത്സവോടുകൂടി ഇന്ത്യയുടെ രാജ്യാന്തര ചലച്ചിത്രോത്സവത്തിലേക്ക് *ദേശാഭിമാനി* പ്രത്യേക ശ്രദ്ധ പതിപ്പിക്കാൻ തുടങ്ങിയത്.

എട്ടാമത് ഫിലിമോത്സവ് 1988 ജനുവരിയിൽ തിരുവനന്തപുരത്തായിരുന്നു. ഇ കെ നായനാരുടെ നേതൃത്വത്തിലുള്ള ഇടതുപക്ഷ-ജനാധിപത്യ മുന്നണി ഗവൺമെന്റിന്റെ വലിയ സഹകരണത്തോടെയാണ് മേള സംഘടിപ്പിക്കപ്പെട്ടത്. പി ഗോവിന്ദപ്പിള്ളയായിരുന്നു അന്ന് കേരള ചലച്ചിത്ര വികസന കോർപറേഷൻ ചെയർമാൻ. പി ജിക്ക് സിനിമയിലുള്ള താൽപ്പര്യവും ആവേശവും മേള കൂടുതൽ കൊഴുപ്പിച്ചു. *ദേശാഭിമാനി*യുടെ റിപ്പോർട്ടിങ്ങിന്റെ ചുമതല കോയമുഹമ്മദിനായിരുന്നു. മറ്റു പത്രങ്ങളും മേള നല്ല രീതിയിൽ റിപ്പോർട്ട് ചെയ്യാൻ ഒരുങ്ങി. *ദേശാഭിമാനി*ക്കാണെങ്കിൽ തിരുവനന്തപുരത്ത് എഡിഷൻ ആരംഭിച്ചിട്ടുമില്ല. എങ്കിലും തിരുവനന്തപുരം ബ്യൂറോയിൽ അന്നുണ്ടായിരുന്ന പ്രശസ്ത കവി ഏഴാച്ചേരി രാമചന്ദ്രൻ, സി ശ്രീകുമാർ തുടങ്ങിയവരുടെ സഹകരണത്തോടെ മേള ഗംഭീരമായി *ദേശാഭിമാനി* റിപ്പോർട്ട് ചെയ്തു. മേളയുടെ ഉദ്ഘാടനത്തോടനുബന്ധിച്ച് സിനിമാരംഗത്തെ പ്രമുഖരുടെ ലേഖനങ്ങൾ ഉൾപ്പെടുത്തി നാലുപേജ് സപ്ലിമെന്റ് പുറത്തിറക്കി. മേള തുടങ്ങിയപ്പോൾ സിനിമയുടെ ഉള്ളടക്കം പ്രതിപാദിച്ചുകൊണ്ടുള്ള വിലയിരുത്തലുകൾ വന്നു. അതിനിടക്ക് പി ജി തന്നെയും ചില കുറിപ്പുകൾ *ദേശാഭിമാനി*ക്കുവേണ്ടി പ്രത്യേകമായി എഴുതി.

കേരളത്തിനും ഒരു ചലച്ചിത്രമേള (ഐഎഫ്എഫ്കെ) വേണമെന്ന ആശയം പ്രാവർത്തികമായത് 1994 മുതലാണ്. കേരള സംസ്ഥാന ചലച്ചിത്ര വികസന കോർപറേഷന്റെ ആഭിമുഖ്യത്തിൽ ആരംഭിച്ച ഐഎഫ്എഫ്കെ ജനകീയമാക്കുന്നതിലും *ദേശാഭിമാനി* കാര്യമായ പങ്കുവഹിച്ചിട്ടുണ്ട്. *ദേശാഭിമാനി*യുടെ ഫെസ്റ്റിവൽ ബുക്ക് ഐഎഫ്എഫ്കെ വേദികളിൽ സവിശേഷ ശ്രദ്ധയാകർഷിക്കുന്നു. സിനിമാരംഗത്തെ *ദേശാഭിമാനി*യുടെ ഇടപെടലിനെക്കുറിച്ച്, കേരളത്തിൽ ഫിലിം സൊസൈറ്റി പ്രസ്ഥാനത്തിന്റെ ആദ്യകാല സംഘാടകരിൽ പ്രമുഖനായ ചെലവൂർ വേണുവിന്റെ അഭിപ്രായം: "കോഴിക്കോട് അശ്വിനി ഫിലിം സൊസൈറ്റി സംഘടിപ്പിച്ച ചലച്ചിത്രമേളകളെക്കുറിച്ചും പ്രതിമാസ പ്രദർശനത്തെക്കുറിച്ചും *ദേശാഭിമാനി*യിൽ വന്ന വാർത്തകളും ലേഖനങ്ങളും അവലോകനങ്ങളുമാണ് കേരളത്തിൽ ഫിലിം സൊസൈറ്റി പ്രസ്ഥാനം വ്യാപകമാക്കിയത്. *ദേശാഭിമാനി* വെറും വർത്തമാനപ്പത്രം മാത്രമല്ല, അതൊരു സാംസ്കാരിക ജിഹ്വകൂടിയാണ്."[9]

ആനുകാലിക പ്രസിദ്ധീകരണ രംഗത്ത് 1970 മുതൽ നിരന്തരം പരീക്ഷണങ്ങൾ നടത്തുന്ന പത്രപ്രവർത്തകൻ കൂടിയാണ് ചെലവൂർ വേണു. മലയാളത്തിലെ ആദ്യ മനഃശാസ്ത്ര പ്രസിദ്ധീകരണം വേണു എഡിറ്റ് ചെയ്ത *സൈക്കോ* ആണ്. ഒരു ഘട്ടത്തിൽ ഇരുപതിനായിരത്തിലേറെ കോപ്പി വിറ്റഴിഞ്ഞിരുന്നു. ആദ്യ സ്പോർട്സ് മാസിക *സ്റ്റേഡിയ*വും വേണുവിന്റെ പ്രയത്നത്തിൽ പുറത്തുവന്നതാണ്. *യുവഭാവന, രൂപകല, സർച്ച്‌ലൈറ്റ്, സിറ്റിലൈറ്റ്* എന്നിവയും കോഴിക്കോട്ടുനിന്ന് വിവിധ കാലയളവിൽ വേണു പുറത്തിറക്കിയ പ്രസിദ്ധീകരണങ്ങളാണ്. ഒരു ഘട്ടത്തിൽ *വർത്തമാനം* വായാഹ്നപത്രവും ഉണ്ടായിരുന്നു.

കളിയെഴുത്തിലെ വേറിട്ടശൈലി

എ എൻ രവീന്ദ്രദാസ്

സ്പോർട്സ് റിപ്പോർട്ടിങ്ങിന്റെ ശൈലിയിലും ഭാഷയിലും അവതരണത്തിലും പരീക്ഷണങ്ങളിലൂടെ മാറ്റങ്ങൾ വരുത്തിയ പത്രമാണ് *ദേശാഭിമാനി.* ഈ പ്രസ്താവന ആരും ചോദ്യം ചെയ്യുമെന്നു തോന്നുന്നില്ല. അത്രയക്ക് പ്രകടവും വായനക്കാർക്ക് സ്വീകാര്യവുമായ മാറ്റങ്ങൾ സ്പോർട്സ് വാർത്തകളുടെ രചനയിൽ *ദേശാഭിമാനി* കൊണ്ടുവന്നിട്ടുണ്ട്. സ്പോർട്സ് റിപ്പോർട്ടിങ്ങിൽ ഇംഗ്ലീഷിന്റെ ആധിക്യം സ്വാഭാവികം. കാരണം മലയാളത്തിൽ കളിയെഴുത്തുവികസിച്ചത് അടുത്തകാലത്താണല്ലോ. പകരം മലയാള പദങ്ങൾ കണ്ടെത്തുക എളുപ്പമല്ല. എങ്കിലും കളിയുടെ രസം ചോരാത്തവണ്ണം ഒരുപാട് മലയാളപദങ്ങൾ *ദേശാഭിമാനി* ഉപയോഗിച്ചു. ക്രിക്കറ്റിൽ പവലിയൻ എന്ന വാക്ക് പലപ്പോഴും ഉപയോഗിക്കേണ്ടിവരും. *ദേശാഭിമാനി* അതു കൂടാരമാക്കി. ലോകകപ്പ് ഫുട്ബോൾ പോലുള്ള അന്താരാഷ്ട്ര മത്സരങ്ങൾ നടക്കുമ്പോൾ കളിക്കുന്ന രാജ്യത്തിന്റെ സാമൂഹികവും രാഷ്ട്രീയവുമായ ചരിത്രം എഴുത്തിൽ കൊണ്ടുവരാൻ *ദേശാഭിമാനി* ശ്രദ്ധിച്ചു. വായനക്കാർ ഈ പരീക്ഷണങ്ങൾ രണ്ടുകൈയും നീട്ടി സ്വീകരിച്ചു. 2002-ലെ ലോകകപ്പിൽ നവാഗതരായ ആഫ്രിക്കൻ ടീം സെനഗലിനോട് ലോക ചാമ്പ്യന്മാരായ ഫ്രാൻസ് തോറ്റപ്പോൾ *ദേശാഭിമാനി*യുടെ തലക്കെട്ട് 'ഫ്രാൻസിൽ ആരും ചിരിക്കുന്നില്ല' എന്നായിരുന്നു. ചാമ്പ്യന്മാർ തോറ്റ കളിയുടെ തലക്കെട്ട് ഈ രീതിയിൽ കൊടുക്കാൻ അന്നുവരെ ആരും ധൈര്യപ്പെട്ടിട്ടില്ല. കളിക്കളത്തിൽ നിന്ന് രാജ്യത്തിന്റെ വികാരങ്ങളിലേക്ക് പോകാൻ പത്രപ്രവർത്തകനു കഴിയുമ്പോഴാണ് അത്തരം തലക്കെട്ടുകൾ ഉണ്ടാവുന്നത്. കളിക്കാരുടെ സങ്കടങ്ങളും വിചാരങ്ങളും മാത്രമല്ല, അവർ പ്രതിനിധാനം ചെയ്യുന്ന നാടിന്റെ വികാരങ്ങളും വാർത്തകളിലും അവലോകനങ്ങളിലും കൊണ്ടുവരാൻ കഴിഞ്ഞു. അത്തരം പരീക്ഷണങ്ങളെല്ലാം വായനക്കാർ ഇഷ്ടപ്പെട്ടു. പുതുമകളാണ് ഒരു പത്രത്തിന് ചൈതന്യം നൽകുന്നത്.

എ എൻ മോഹൻദാസ്

കളിയെഴുത്തിലെ മാറ്റങ്ങൾക്ക് വഴിയൊരുക്കിയത് മൂന്നു പതിറ്റാണ്ട് *ദേശാഭിമാനി*യുടെ സ്പോർട്സ് ഡെസ്കിന് നേതൃത്വം നൽകിയ എ എൻ രവീന്ദ്രദാസായിരുന്നു. സ്പോർട്സിനോടുള്ള അദ്ദേഹത്തിന്റെ അഭിനിവേശവും ചിട്ടയായ കഠിനപ്രയത്നവും പുതിയ ആശയങ്ങൾ കണ്ടെത്താനുള്ള വാശിയും *ദേശാഭിമാനി*ക്കും മലയാളത്തിലെ സ്പോർട്സ് പത്രപ്രവർത്തനത്തിനും മുതൽക്കൂട്ടായി. രവീന്ദ്രദാസിന് സംസ്ഥാന വൈദ്യുതി ബോർഡിൽ ജോലി ലഭിച്ചിരുന്നു. പി ഗോവിന്ദപ്പിള്ള ആവശ്യപ്പെട്ടപ്പോൾ ജോലി രാജിവെച്ചാണ് 1981-ൽ അദ്ദേഹം *ദേശാഭിമാനി*യിൽ ചേർന്നത്. അതിനുമുമ്പുതന്നെ പ്രമുഖ സ്പോർട്സ് പ്രസിദ്ധീകരണങ്ങളിൽ അദ്ദേഹം എഴുതാറുണ്ടായിരുന്നു. രവീന്ദ്രദാസ് വരുന്നതിനുമുമ്പ് അദ്ദേഹത്തിന്റെ ജ്യേഷ്ഠൻ എ എൻ മോഹൻദാസ് 1969 മുതൽ 1980 വരെ *ദേശാഭിമാനി*യിൽ സ്പോർട്സ് കൈകാര്യം ചെയ്തു. കോളേജിൽ പഠിക്കുമ്പോൾ അത്‌ലറ്റ് കൂടിയായ മോഹൻദാസിനെ ഇ കെ നായനാരാണ് *ദേശാഭിമാനി*യിലേക്ക് കൊണ്ടുവന്നത്. സ്പോർട്സ് പത്രപ്രവർത്തനത്തിൽ നല്ല താൽപ്പര്യവും കഴിവും പ്രകടിപ്പിച്ചിരുന്ന ആ ചെറുപ്പക്കാരൻ 1980 ആഗസ്ത് ആറിന് എറണാകുളത്ത് സ്കൂട്ടർ അപകടത്തിൽ മരണപ്പെട്ടു. *ദേശാഭിമാനി*ക്ക് അതു വലിയ നഷ്ടമായി. പിന്നീടാണ് 1981 ജനുവരിയിൽ സഹോദരൻ രവീന്ദ്രദാസ് *ദേശാഭിമാനി*യിൽ വരുന്നത്. 1964 മുതൽ ഏതാണ്ട് ഇരുപതുവർഷത്തോളം കെ കോയയും *ദേശാഭിമാനി*യുടെ സ്പോർട്സ് റിപ്പോർട്ടിങ്ങിന് കാര്യമായ സംഭാവന നൽകി. വളർന്നുവരുന്ന താരങ്ങൾക്ക് അദ്ദേഹം പത്രത്തിലൂടെ വലിയ പ്രോത്സാഹനം നൽകി. പി ടി ഉഷ, എം ഡി വത്സമ്മ, ഷൈനി വിൽസൻ തുടങ്ങി പലരും കെ കോയയുടെ ഉദാരമായ പ്രോത്സാഹനം ലഭിച്ചവരാണ്.

ആയിരത്തിത്തൊള്ളായിരത്തിഎഴുപതുകൾവരെ സ്പോർട്സിന് മലയാള പത്രങ്ങൾ വലിയ പ്രാധാന്യമൊന്നും നൽകിയിരുന്നില്ല. എഴുപതുകളിലാണ് സ്പോർട്സിന് പ്രത്യേക ലേഖകന്മാരും സ്പോർട്സ് വാർത്തകൾക്ക് പ്രത്യേക സ്ഥലവും എന്നതിലെത്തിയത്. 1982-ൽ ഡൽഹിയിൽ നടന്ന ഏഷ്യൻ ഗെയിംസ് പത്രങ്ങൾ ആഘോഷപൂർവം റിപ്പോർട്ട് ചെയ്തു. കെ കോയയും രവീന്ദ്രദാസും *ദേശാഭിമാനി*ക്കുവേണ്ടി ഏഷ്യൻ ഗെയിംസ് കവർ ചെയ്തു. ഏഷ്യൻ ഗെയിംസ് മുതലാണ് സ്പോർട്സിന് ഒരു പേജ് മാറ്റിവയ്ക്കാൻ *ദേശാഭിമാനി* തീരുമാനിച്ചത്. പിന്നീട് സ്പോർട്സിന് പ്രത്യേക വിഭാഗമായി. കേരളത്തിലെ പ്രമുഖ സ്പോർട്സ് താരങ്ങളുമായി അടുത്ത വ്യക്തിബന്ധം സ്ഥാപിച്ച പത്രപ്രവർത്തകനായിരുന്നു രവീന്ദ്രദാസ്. അതു വഴി മറ്റാർക്കും കിട്ടാത്ത പല വാർത്തകളും നൽകാൻ അദ്ദേഹത്തിന് കഴിഞ്ഞു. ഫുട്ബോളിനെപ്പോലെ വോളിബോളിനും അത്‌ലറ്റിക്സിനും ക്രിക്കറ്റിനും ടെന്നീസിനുമെല്ലാം *ദേശാഭിമാനി* അർഹമായ പ്രാധാന്യം നൽകി. സ്കൂൾ സ്പോർട്സ് മീറ്റ് റിപ്പോർട്ട് ചെയ്യുന്നതിൽ *ദേശാഭിമാനി* പ്രമുഖ പത്രങ്ങളോട് മത്സരിച്ചു. സ്കൂൾ കായികമേളയിൽ നിന്ന് പുതിയ പ്രതിഭകളെ കണ്ടെത്താനും അവർക്ക് പ്രോത്സാഹനം നൽകാനും പത്രം പ്രത്യേകം ശ്രദ്ധിച്ചു.

മലയാളത്തിൽ സ്പോർട്സിന് പ്രത്യേക പ്രസിദ്ധീകരണം ആരംഭിക്കാനുള്ള ധൈര്യം കാണിച്ച ആദ്യ മലയാള പത്രം *ദേശാഭിമാനി*യാണ്. *കളിക്കളം* എന്ന പേരിൽ 1991-ൽ മാസിക പുറത്തിറങ്ങി. വൈവിധ്യവും നിലവാരവുമുള്ള ഉള്ളടക്കം, മികച്ച ചിത്രങ്ങൾ, ആകർഷകമായ പേജ് വിന്യാസം, നല്ല കടലാസും നല്ല അച്ചടിയും-ഇതെല്ലാം *കളിക്കള*ത്തിന് മറ്റു പത്രങ്ങളുടെപോലും അഭിനന്ദനം നേടിക്കൊടുത്തു. കേരളത്തിലെ മാത്രമല്ല, കേരളത്തിനു പുറത്തെയും പ്രമുഖ സ്പോർട്സ് ലേഖകർ *കളിക്കള*ത്തിൽ എഴുതുന്നുണ്ടായിരുന്നു. എന്നാൽ, പ്രതീക്ഷിച്ച പരസ്യവരുമാനം കിട്ടാത്തതുകൊണ്ട് സാമ്പത്തികമായി ആ മാസികയ്ക്ക് നിലനിൽക്കാനായില്ല. പതിനഞ്ചുമാസം കഴിഞ്ഞപ്പോൾ *കളിക്കളം* നിർത്തിവയ്ക്കേണ്ടിവന്നു. നിലവാരമുള്ളതുകൊണ്ടുമാത്രം ഒരു പ്രസിദ്ധീകരണത്തിനു പിടിച്ചുനിൽക്കാനാകില്ല. മാർക്കറ്റിങ് അതിൽ പ്രധാനമാണ്. *കളിക്കള*ത്തിന്റെ മാർക്കറ്റിങ്ങിൽ *ദേശാഭിമാനി* വിജയിച്ചില്ല എന്നു പറയുന്നതാവും ശരി. *ദേശാഭിമാനി കളിക്കളം* തുടങ്ങിയശേഷമാണ് *മാതൃഭൂമി* സ്പോർട്സ് മാസിക ആരംഭിച്ചത്. പത്രങ്ങൾ സ്പോർട്സ് പ്രസിദ്ധീകരണങ്ങൾ ആരംഭിക്കുന്നതിനുമുമ്പാണ് കണ്ണൂരിൽ നിന്ന് എൻ ടി കരുണാകരന്റെയും കെ കുഞ്ഞിരാമന്റെയും നേതൃത്വത്തിൽ *ഫുട്ബോൾ ഫ്രണ്ട്* മാസികയും കോഴിക്കോട്ടുനിന്ന് പി എ മുഹമ്മദുകോയ (മുഷ്താഖ്) പത്രാധിപരായി ചെലവൂർ വേണുവിന്റെ നേതൃത്വത്തിൽ *സ്റ്റേഡിയ*വും തുടങ്ങിയത്. രണ്ടും ഇപ്പോഴില്ല. സി ഡി ഷാജി, എം എം പൗലോസ്, ടി ആർ മധുകുമാർ എന്നിവരും കൊച്ചിയിൽ സ്പോർട്സ് ഡെസ്കിന്റെ ചുമതലക്കാരായി പ്രവർത്തിച്ചിട്ടുണ്ട്. രവീന്ദ്രദാസിന്റെ നേതൃത്വത്തിൽ *കളിക്കളം* മാസിക തുടങ്ങിയപ്പോഴും ഇവർ മൂന്നുപേരും ഉണ്ടായിരുന്നു. ഇപ്പോൾ ആർ രഞ്ജിതിനാണ് സ്പോർട്സ് ഡെസ്കിന്റെ ചുമതല.

ടി ആർ മധുകുമാർ

സ്കൂൾ യുവജനോത്സവം റിപ്പോർട്ടിങ്ങിലും പത്രത്തിന്റെ ആസൂത്രണവും ആവേശവും പ്രകടമാണ്. യുവജനോത്സവം തീയതി പ്രഖ്യാപിച്ചുകഴിയുമ്പോൾ തന്നെ പത്രം അതിനുള്ള ഒരുക്കങ്ങൾ ആരംഭിക്കും. വിവിധ ജില്ലകളിൽ നിന്ന് മിടുക്കരായ റിപ്പോർട്ടർമാരെയും ഫോട്ടോഗ്രാഫർമാരെയും തെരഞ്ഞെടുത്ത് നിയോഗിക്കും. ഏതു ജില്ലയിലാണോ കലോത്സവം നടക്കുന്നത് അവിടെ അതിനു പ്രത്യേകമായി ഡെസ്ക് രൂപീകരിക്കും. ഉച്ചയ്ക്കുശേഷം കലോത്സവ സപ്ലിമെന്റുകളും പതിവുണ്ട്. ഇത്തരത്തിലുള്ള ആസൂത്രണം തുടങ്ങിവെച്ചത് അപ്പുക്കുട്ടൻ വള്ളിക്കുന്ന് അസിസ്റ്റന്റ് എഡിറ്ററായിരിക്കുമ്പോഴാണ്. അതു പിന്നീട് നല്ല നിലയിൽ മുന്നോട്ടുപോയി.

ശാസ്ത്രലോകത്തേക്കുള്ള കിളിവാതിൽ

ശാസ്ത്ര-സാങ്കേതിക കാര്യങ്ങൾ പരിചയപ്പെടുത്താൻ 2003-ൽ *ദേശാഭിമാനി* ആരംഭിച്ച 'കിളിവാതിൽ' സപ്ലിമെന്റ് യുവാക്കളുടെയും വിദ്യാർഥികളുടെയും സവിശേഷ ശ്രദ്ധപിടിച്ചുപറ്റി. ആഴ്ചതോറും നാലുപേജാണ് പ്രസിദ്ധീകരിച്ചിരുന്നത്. ഇതിന്റെ ഊന്നൽ ശാസ്ത്രകാര്യങ്ങൾക്കാണെങ്കിലും ഇൻഫർമേഷൻ ടെക്നോളജി ഉൾപ്പെടെയുള്ള സാങ്കേതികകാര്യങ്ങൾക്കും അതിലിടമുണ്ട്. അതോടൊപ്പം സാമ്പത്തികം, കൃഷി, നിയമം, തൊഴിൽ എന്നീ വിഷയങ്ങളും കൈകാര്യം ചെയ്യുന്നു. വായനക്കാരുടെ ചോദ്യങ്ങൾക്ക് ഉത്തരം നൽകുന്ന 'സംവാദം' എല്ലാവിഭാഗം വായനക്കാരെയും ആകർഷിച്ചിരുന്നു. ഏതു ചോദ്യവും ആകാം. വിദഗ്ധർ പത്രത്തിലൂടെ മറുപടി നൽകും. ഈ പംക്തിയിൽ വന്ന ചോദ്യോത്തരങ്ങൾ പിന്നീട് പുസ്തകമായി പുറത്തിറങ്ങി. വായനക്കാരുടെ അഭിപ്രായം കണക്കിലെടുത്താൽ ഏറ്റവും പ്രയോജനകരമായ പംക്തി പ്രൊഫ. വി സുകുമാരൻ കൈകാര്യം ചെയ്ത 'മംഗ്ലീഷ് ടു ഇംഗ്ലീഷ്' ആയിരുന്നു. ഇംഗ്ലീഷിലെ പദപ്രയോഗങ്ങൾ, ഭാഷാ ശൈലികൾ, ചൊല്ല് എന്നിവയെല്ലാം മലയാളം വായനക്കാർക്ക് അതിലളിതമായി ഉദാഹരണങ്ങളിലൂടെ പരിചയപ്പെടുത്തുന്ന പംക്തിയായിരുന്നു *മംഗ്ലീഷ് ടു ഇംഗ്ലീഷ്*. മറ്റു പല പത്രങ്ങളും മാസികകളും ഇത്തരം പംക്തി കൈകാര്യം ചെയ്യുന്നുണ്ടെങ്കിലും ലാളിത്യവും ആവിഷ്കാരഭംഗിയും കൊണ്ട് പ്രൊഫ. സുകുമാരന്റെ പംക്തി വേറിട്ടുനിന്നു. *മംഗ്ലീഷ് ടു ഇംഗ്ലീഷ്* പിന്നീട് പുസ്തകമാവുകയും ധാരാളം കോപ്പികൾ വിറ്റഴിയുകയും ചെയ്തു. *ദേശാഭിമാനി* വാരികയ്ക്കും വി സുകുമാരനിൽ നിന്ന് ധാരാളം മികച്ച രചനകൾ ലഭിച്ചിട്ടുണ്ട്. മാർക്സിയൻ സൗന്ദര്യശാസ്ത്രവും മറ്റു ഗഹനമായ വിഷയങ്ങളും ലളിതവും മനോഹരവുമായി പ്രൊഫ. സുകുമാരൻ *ദേശാഭിമാനി* വാരികയിലൂടെ വായനക്കാർക്ക് പരിചയപ്പെടുത്തിയിരുന്നു. *കിളിവാതിൽ* ശ്രദ്ധേയമായ പ്രസിദ്ധീകരണമാക്കുന്നതിൽ ദീർഘകാലം ആ പതിപ്പ് എഡിറ്റ് ചെയ്ത ടി ആർ അനിൽകുമാർ നല്ല പങ്ക് വഹിച്ചിട്ടുണ്ട്.

പ്രൊഫ. വി സുകുമാരൻ

കുട്ടികളുടെ *തത്തമ്മ*

മലയാളത്തിൽ മുപ്പതിലേറെ ബാലപ്രസിദ്ധീകരണങ്ങൾ ഉള്ളപ്പോഴാണ് 1999 ജനുവരിയിൽ കുട്ടികൾക്കുവേണ്ടി *ദേശാഭിമാനി തത്തമ്മ* ആരംഭിക്കുന്നത്. വിപണി താൽപ്പര്യങ്ങൾക്ക്

പരിഗണന നൽകുന്ന പ്രസിദ്ധീകരണങ്ങളായിരുന്നു ഉള്ള വയിൽ അധികവും. ഇതിൽ നിന്ന് വ്യത്യസ്തമായി കുട്ടിക ളുടെ മാനസികോൽക്കർഷത്തിന് ഉതകുന്നതും അവർക്ക് സാമൂഹിക ചുറ്റുപാടുകൾ പരിചയപ്പെടുത്തുന്നതുമായ ഒരു പ്രസിദ്ധീകരണം വേണമെന്ന് *ദേശാഭിമാനി* തീരുമാ നിച്ചു. എന്നാൽ, പുതിയത് ആരംഭിക്കുന്നതിനുപകരം തിരുവനന്തുപുരത്തുനിന്ന് ബാലസംഘം പുറത്തിറക്കിയി രുന്ന *തത്തമ്മ* മാസിക ഏറ്റെടുക്കുകയാണ് *ദേശാഭിമാനി* ചെയ്തത്. അതിനു രണ്ടുകാരണങ്ങളുണ്ട്. ഒന്നാമതായി ബാലസംഘം പ്രതിനിധാനംചെയ്യുന്ന ആശയങ്ങൾക്ക് *ദേശാഭിമാനി*യുടേതുമായി പൊരുത്തമുണ്ട്. രണ്ടാമതായി *തത്തമ്മ*യെ കുട്ടികൾക്കിടയിൽ അധികം പരിചയപ്പെടു ത്തേണ്ടതില്ല. *ദേശാഭിമാനി*യുടെ വിപുലമായ ഏജൻസി ശൃംഖലവഴി സംസ്ഥാനത്താകെ കുട്ടികളിൽ *തത്തമ്മ* എത്തിക്കാനാവുകയും ചെയ്യും. *ദേശാഭിമാനി*യുടെ പ്രസി ദ്ധീകരണമായി *തത്തമ്മ* മാറിയപ്പോൾ പ്രശസ്ത കവി ഒ എൻ വി കുറുപ്പ് പത്രാധിപരായി. മലയാളത്തിലെ മുതിർന്ന എഴുത്തുകാരും വിദ്യാഭ്യാസ പ്രവർ ത്തകരും പങ്കെടുക്കുന്ന ശിൽപ്പശാലയിലാണ് *തത്തമ്മ*യുടെ ഉള്ളടക്കം നിശ്ചയിക്കുകയും പുതു ക്കുകയും ചെയ്യുന്നത്.

പ്രധാനമായും അപ്പർ പ്രൈമറി വിദ്യാർഥികളെ അഭിസംബോധന ചെയ്യുന്നതാണ് *തത്ത മ്മ*യുടെ ഉള്ളടക്കം. എന്നാൽ, ലോവർ പ്രൈറി കുട്ടികൾക്കും സെക്കണ്ടറി വിദ്യാർഥികൾക്കുമുള്ള

ഒ എൻ വി കുറുപ്പ്

വിഭവങ്ങളും *തത്തമ്മ*യിലുണ്ട്. കഥകൾ, കവിതകൾ, ചിത്രകഥകൾ, ശാ സ്ത്രക്കുറിപ്പുകൾ, ചരിത്രം, ക്ലാസിക് ചിത്രകഥകൾ, കുട്ടികളുടെ അറിവ് രൂ പപ്പെടുത്താനും വികസിപ്പിക്കാനും ഉതകുന്ന പ്രവർത്തന നിർദേശങ്ങൾ, കുട്ടികളുടെ രചനകൾ, ഇംഗ്ലീഷ് കഥകൾ തുടങ്ങിയവയെല്ലാം കൃത്യമായ വിദ്യാഭ്യാസ പദ്ധതിയുടെ ഭാഗമായാണ് *തത്തമ്മ*യിൽ ഉൾപ്പെടുത്തുന്നത്. കുട്ടികളുടെ സർഗശേഷി വികസിപ്പിക്കാനുതകുന്ന വിധത്തിൽ വിവിധ കേന്ദ്രങ്ങളിൽ ബാലസാഹിത്യ ക്യാമ്പുകളും ചിത്രോത്സവങ്ങളും *തത്ത മ്മ*യുടെ ബാനറിൽ *ദേശാഭിമാനി* സംഘടിപ്പിക്കുന്നുണ്ട്. ശാസ്ത്രത്തി ന്റെയും യുക്തിയുടെയും വെളിച്ചത്തിൽ പുതുതലമുറ വളർന്നുവരണമെ ന്നതാണ് ലക്ഷ്യമെന്ന് *തത്തമ്മ*യുടെ എഡിറ്റർ ഇൻ ചാർജ് നാരായണൻ കാവുമ്പായി പറഞ്ഞു. കമ്പോളാധിഷ്ഠിത സമൂഹത്തിൽ കടുത്ത മത്സരങ്ങളിലൂടെ കടന്നുപോ കുന്ന കുട്ടികളിൽ മനുഷ്യപ്പറ്റ് ഉണ്ടാകണമെങ്കിൽ സ്കൂൾ പുസ്തകങ്ങൾ മാത്രം മതിയാകില്ല. അതുകൊണ്ട് ഉള്ളടക്കം തീരുമാനിക്കുമ്പോൾ കുട്ടികളിൽ ആർദ്രത വളർത്തുന്ന സൃഷ്ടികൾ ഉൾപ്പെടുത്താൻ ശ്രമിക്കുന്നു. ഉള്ളടക്കത്തിലെ സവിശേഷത *തത്തമ്മ*യെ കുട്ടികളുടെ പ്രിയപ്പെട്ട പ്രസിദ്ധീകരണമായി മാറ്റിയിട്ടുണ്ട്.[10]

അറിവിന്റെ *അക്ഷരമുറ്റം*

പത്രത്തിന്റെ സ്വീകാര്യത വർധിപ്പിക്കുന്നതിനു സഹായിച്ച മറ്റൊരു പ്രത്യേക പതിപ്പാണ് *അക്ഷരമുറ്റം*. സ്കൂൾ പഠനത്തിന് കുട്ടികളെ സഹായിക്കുന്നതോടൊപ്പം അവർക്ക് പൊതു വിജ്ഞാനം പകർന്നുനൽകുന്ന *അക്ഷരമുറ്റം* സ്കൂൾ രംഗത്ത് പ്രവർത്തിക്കുന്നവരുടെയും വിദ്യാഭ്യാസ വിദഗ്ധരുടെയും വലിയ പ്രശംസ നേടിയിട്ടുണ്ട്. 2006-ലാണ് *അക്ഷരമുറ്റം* പതിപ്പ്

ആരംഭിച്ചത്. തുടക്കത്തിൽ ആഴ്ചയിൽ രണ്ടുപേജായിരുന്നു. പിന്നീട് അതു നാലു പേജായി. *അക്ഷരമുറ്റം* പ്രസിദ്ധീകരിക്കുന്ന ദിവസങ്ങളിൽ പത്രത്തിന് കൂടുതൽ ആവശ്യക്കാരുണ്ട് എന്നത് അതിന്റെ സ്വീകാര്യതക്ക് തെളിവാണ്. സ്കൂൾ പാഠ്യപദ്ധതിയുടെ സമീപനങ്ങൾക്കനുസൃതമായി ലോവർ പ്രൈമറി തലം മുതൽ സെക്കണ്ടറി തലം വരെയുള്ള വിദ്യാർഥികളുടെ സിലബസുമായി ബന്ധപ്പെടുത്തിയാണ് *അക്ഷരമുറ്റം* തയാറാക്കുന്നത്. ഇതിന്റെ ഉള്ളടക്കം നിർണയിക്കാൻ അധ്യയന വർഷാരംഭം അധ്യാപകരുടെയും ശാസ്ത്രരംഗത്തെ പ്രധാന പ്രവർത്തകരുടെയും ശിൽപ്പശാല സംഘടിപ്പിക്കുന്നുണ്ട്.

അക്ഷരമുറ്റം പതിപ്പിന്റെ ഭാഗമായി വിദ്യാർഥികൾക്കുവേണ്ടി സംഘടിപ്പിക്കുന്ന ക്വിസ് മത്സരങ്ങളാണ് വലിയ വിജ്ഞാനോത്സവമായി വളർന്നത്. എൽപി, യുപി, ഹൈസ്കൂൾ, ഹയർ സെക്കണ്ടറി എന്നിങ്ങനെ വേർതിരിച്ച് നടത്തുന്ന ക്വിസ് മത്സരങ്ങൾ ക്ലാസ് തലത്തിൽ തുടങ്ങുന്നു. സ്കൂൾ, സബ് ജില്ല, ജില്ല, സംസ്ഥാന തലങ്ങളിലാണ് മത്സരങ്ങൾ വർഷം തോറും സംഘടിപ്പിക്കുന്നത്. ലോകത്തിലെ ഏറ്റവുമധികം വിദ്യാർഥികൾ പങ്കെടുക്കുന്ന ക്വിസ് മത്സരമാണ് ഇന്ന് *അക്ഷരമുറ്റം* ക്വിസ് ഫെസ്റ്റ്. കൊൽക്കത്ത കേന്ദ്രമായി പ്രവർത്തിക്കുന്ന യൂണിവേഴ്സൽ ബുക്ക് ഓഫ് റെക്കോഡ്സിന്റെ ലോക റെക്കൊഡിൽ അക്ഷരമുറ്റം ക്വിസ് ഇടം നേടിയിട്ടുണ്ട്. ഒരേ ദിവസം ഒരേ ചോദ്യാവലിയിൽ പതിനായിരത്തിലധികം വിദ്യാലയങ്ങളിൽ അക്ഷരമുറ്റം ക്വിസ് നടക്കുന്നു. നടൻ മോഹൻലാലാണ് *അക്ഷരമുറ്റം* ക്വിസ് ഫെസ്റ്റിവലിന്റെ അംബാസഡർ.

ക്വിസ് മത്സരം സംഘാടനത്തിൽ അധ്യാപക സംഘടനയായ കെഎസ്ടിഎ വലിയ പങ്കുവഹിക്കുന്നുണ്ട്. സംസ്ഥാന സർക്കാരും ഈ വിജ്ഞാനപരിപാടിക്കു പിന്തുണ നൽകുന്നു. 2022 മുതൽ സാഹിത്യ മത്സരങ്ങൾ പ്രത്യേകമായി ക്വിസ് ഫെസ്റ്റിന്റെ ഭാഗമാക്കിയിട്ടുണ്ട്. വിദ്യാർഥികളുടെ പഠനനിലവാരവും പഠനത്തിലുള്ള താൽപ്പര്യവും വർധിപ്പിക്കാൻ സർക്കാർ നടത്തുന്ന ശ്രമങ്ങൾക്ക് വലിയ പിന്തുണയാണ് 'അക്ഷരമുറ്റം' ക്വിസ് ഫെസ്റ്റിലൂടെ *ദേശാഭിമാനി* നൽകുന്നത്. ക്വിസിലെ ചോദ്യങ്ങളിൽ ഒരു പങ്ക് പാഠഭാഗങ്ങളുമായി ബന്ധപ്പെടുത്തിയായതുകൊണ്ട് കുട്ടികൾ പാഠഭാഗങ്ങൾ കൂടുതൽ ശ്രദ്ധിക്കുന്നു. പൊതുവിജ്ഞാനം പരീക്ഷിക്കപ്പെടുന്നതുകൊണ്ട് പാഠപുസ്തകത്തിനപ്പുറത്ത് അറിവ് സമ്പാദിക്കാൻ അവർ പ്രയത്നിക്കുന്നു. അതിവിപുലമായ ഈ പരിപാടി രക്ഷിതാക്കൾക്ക് കുട്ടികളുടെ പഠനത്തെക്കുറിച്ച് ശരിയായ കാഴ്ചപ്പാട് ലഭിക്കാനും ഉപകരിക്കുന്നുണ്ട്.

വാരാന്തപ്പതിപ്പ്

ദേശാഭിമാനി ദിനപത്രമായതുമുതൽ ഞായറാഴ്ച പ്രത്യേക പതിപ്പുണ്ടായിരുന്നു. സാഹിത്യവും കലകളും മാത്രമല്ല, പൊതുവിൽ സാംസ്കാരികം എന്ന് പറയാവുന്നതായിരുന്നു ഉള്ളടക്കം. തുടക്കകാലത്ത് 'ഞായറാഴ്ചപ്പതിപ്പ്' എന്നായിരുന്നു പേര്. എഴുപതുകളുടെ അവസാനമായപ്പോൾ പേര് 'വാരാന്തപ്പതിപ്പ്' എന്നായി. അമ്പതുകളിലെയും അറുപതുകളിലെയും പത്രങ്ങൾ നോക്കിയാൽ ഗൗരവമുള്ള രാഷ്ട്രീയ പ്രശ്നങ്ങളും ഈ പേജിൽ കൈകാര്യം ചെയ്തിരുന്നതായി കാണാം.

ആദ്യകാലത്ത് പ്രമുഖർ തന്നെയാണ് ഞായറാഴ്ചപ്പതിപ്പ് കൈകാര്യം ചെയ്തത്. എം എൻ കുറുപ്പ്, മേതിൽ രാധാകൃഷ്ണൻ, ഏഴാച്ചേരി രാമചന്ദ്രൻ, പ്രഭാവർമ, രവി കുറ്റിക്കാട്,

കോയമുഹമ്മദ്, കെ രമ, എൻ പി ചന്ദ്രശേഖരൻ, എസ് എസ് നന്ദകുമാർ തുടങ്ങിയവർ ഈ പതിപ്പ് എഡിറ്റ് ചെയ്തവരാണ്. 'കമ്യൂണിസ്റ്റ് പാർട്ടി കേരളത്തിൽ' ഉൾപ്പെടെ ഇ എം എസിന്റെ ചില പ്രധാന കൃതികൾ വാരാന്തപ്പതിപ്പിലൂടെ ഖണ്ഡശഃ പ്രസിദ്ധീകരിച്ചിട്ടുണ്ട്.

ദേശാഭിമാനി സ്ത്രീ

സ്ത്രീവായനക്കാരെ ആകർഷിക്കുന്നതിന് പൊതു സ്വീകാര്യത നേടുന്ന ഒരു മികച്ച പ്രസിദ്ധീകരണം ആരംഭിക്കണമെന്ന് 2012-ലാണ് *ദേശാഭിമാനി* തീരുമാനിച്ചത്. *മലയാള മനോരമ*യുടെ *വനിത*, *മാതൃഭൂമി*യുടെ *ഗൃഹലക്ഷ്മി* എന്നിവയുമായി ഈ രംഗത്ത് മത്സരിക്കേണ്ടിവരുമെന്ന് മാനേജ്മെന്റ് കണ്ടിരുന്നു. അവരോട് മത്സരിക്കുമ്പോൾ തന്നെ *ദേശാഭിമാനി*യുടെ വ്യക്തിത്വം ഉയർത്തിപ്പിടിക്കുന്നതും ഉയർന്ന നിലവാരം പുലർത്തുന്നതുമാകണം പ്രസിദ്ധീകരണമെന്നതായിരുന്നു കാഴ്ചപ്പാട്. അതനുസരിച്ച് 2012 ഏപ്രിലിൽ ഡമ്മി നാലിലൊന്ന് വലുപ്പത്തിൽ രണ്ടുപുസ്തകങ്ങളുള്ള ആദ്യലക്കം പ്രസിദ്ധീകരിച്ചു. *ദേശാഭിമാനി സ്ത്രീ* എന്നായിരുന്നു പേര്. ധാരാളം പരസ്യം ലഭിച്ചതുകൊണ്ടാണ് ആദ്യലക്കം രണ്ടു പുസ്തകങ്ങളായത്. അന്നത്തെ സിപിഐ എം സംസ്ഥാന സെക്രട്ടറി പിണറായി വിജയൻ കോഴിക്കോട്ട് അതിന്റെ പ്രകാശനം നിർവഹിച്ചു. വൈവിധ്യവും നിലവാരവും പുതുമയുമുള്ള ഉള്ളടക്കം, മികച്ച അച്ചടി, മിഴിവുള്ള ചിത്രങ്ങൾ-എല്ലാം കൊണ്ടും ഈ പ്രസിദ്ധീകരണം വായനക്കാർ മാത്രമല്ല, പരസ്യദാതാക്കളും ഇഷ്ടപ്പെട്ടു. അടുത്തലക്കത്തിലേക്ക് പരസ്യം ബുക്ക് ചെയ്തവരുമുണ്ട്. ആദ്യലക്കത്തിലെ മുഖക്കുറിപ്പിൽ ജനറൽ മാനേജർ ഇ പി ജയരാജൻ *ദേശാഭിമാനി സ്ത്രീ*യുടെ ലക്ഷ്യം ഇങ്ങനെ വിശദീകരിച്ചു:

> ദൈനംദിന വാർത്തകൾ വസ്തുനിഷ്ഠമായി ജനങ്ങളിൽ എത്തിക്കുന്നതിനൊപ്പം സാമൂഹ്യജീവിതത്തിന്റെ എല്ലാ മേഖലകൾക്കും പ്രാതിനിധ്യവും പ്രാധാന്യവും നൽകാൻ ഞങ്ങൾ ശ്രദ്ധിക്കുന്നു. കുട്ടികൾക്കും വനിതകൾക്കും വേണ്ടിയുള്ള ദേശാഭിമാനിയുടെ പ്രത്യേക പതിപ്പുകൾക്കും ശാസ്ത്രവും സാങ്കേതികവിദ്യയും കൈകാര്യം ചെയ്യുന്ന കിളിവാതിലിനും ലഭിക്കുന്ന വലിയ അംഗീകാരം ഇതിനു തെളിവാണ്. വൈവിധ്യമാർന്ന സ്ത്രീജീവിതത്തിന്റെ സ്പന്ദനങ്ങൾ തൊട്ടറിയാനുള്ള ശ്രമമാണ് *ദേശാഭിമാനി സ്ത്രീ*യുടെ പ്രത്യേക പതിപ്പ്.

ഡോ. പി ബി ലൽക്കാർ കൺസൾട്ടന്റും ടി ആർ മധുകുമാർ എഡിറ്ററുമായാണ് ആദ്യലക്കം പ്രസിദ്ധീകരിച്ചത്. പി പി അബൂബക്കറായിരുന്നു കോ-ഓഡിനേറ്റിങ് എഡിറ്റർ; വിനോദ് ചീഫ് ആർടിസ്റ്റും. ഫാഷൻ, യാത്ര, പാചകം, സിനിമ, സംഗീതം, കുടുംബകാര്യങ്ങൾ, മാനസികാരോഗ്യം, ക്യാമ്പസ്, ആയുർവേദം, നാട്ടറിവുകൾ, വീട്, വ്യായാമം, പ്രവാസം, ഉന്നതവിദ്യാഭ്യാസവും തൊഴിലവസരങ്ങളും - ഈ രീതിയിൽ വൈവിധ്യം ഉള്ളടക്കത്തിനുണ്ടായിരുന്നു. മോഹൻലാലായിരുന്നു പാചകത്തെക്കുറിച്ച് എഴുതിയത്. വായനക്കാരുടെ അഭിനന്ദനവും പരസ്യദാതാക്കളുടെ ഇഷ്ടവും നേടിയ പ്രസിദ്ധീകരണം പക്ഷേ തുടർന്നില്ല. ജനാധിപത്യ മഹിളാ അസോസിയേഷൻ *സ്ത്രീ ശബ്ദം* എന്ന മാസിക പുറത്തിറക്കുന്നുണ്ട്. അതുകൊണ്ട് *ദേശാഭിമാനി* അതിലേക്കു പോകേണ്ടതില്ലെന്നാണ് തീരുമാനിച്ചത്. ഏതായാലും ദേശാഭിമാനിക്ക് നല്ല സാധ്യതയുള്ളതാണ് ഒരു സ്ത്രീ പ്രസിദ്ധീകരണം.

ദർപ്പണം

സാംസ്കാരിക പ്രശ്നങ്ങൾ ഗൗരവമായി കൈകാര്യം ചെയ്യുന്നതിന് 1988-ൽ *ദർപ്പണം* എന്ന പേരിൽ പത്രത്തോടൊപ്പം ആഴ്ചതോറും പ്രത്യേക പതിപ്പ് പുറത്തിറക്കിയിരുന്നു. കലകളും

സാഹിത്യവും മാത്രമല്ല, പൊതുവിൽ നാടിനെ ബാധിക്കുന്ന രാഷ്ട്രീയ പ്രശ്നങ്ങളും അതിൽ ഉൾപ്പെടുത്തി. രാമജന്മഭൂമി പ്രസ്ഥാനം ഉടലെടുത്തപ്പോൾ, ദേശീയ ഐക്യത്തിന് അതുയർത്തുന്ന ഭീഷണിയെക്കുറിച്ച് തുടർച്ചയായ വിശകലനങ്ങൾ *ദർപ്പണം* പേജിൽ കൊടുത്തിരുന്നു. എൻ പി ചന്ദ്രശേഖരനാണ് ആദ്യകാലത്ത് ഈ പേജിന്റെ ചുമതല നിർവഹിച്ചിരുന്നത്. കേരളത്തിനു പുറത്തെ പ്രമുഖ എഴുത്തുകാരും *ദർപ്പണ*ത്തിൽ എഴുതിയിരുന്നു. 1991 വരെ മുടങ്ങാതെ പോയ ദർപ്പണം പിന്നീട് തുടർച്ചയായി പ്രസിദ്ധീകരിക്കാൻ കഴിഞ്ഞില്ല. 1990കളുടെ അവസാനമായപ്പോൾ പേജിന്റെ പരിമിതി കാരണം *ദർപ്പണം* നിർത്തുകയും ചെയ്തു.

നൂതനമായ കൃഷിരീതികൾ പരിചയപ്പെടുത്തുന്നതിനും ജനങ്ങൾക്ക് കാർഷികവൃത്തിയിലുള്ള താൽപ്പര്യം വർധിപ്പിക്കുന്നതിനും പത്രത്തിന്റെ കൂടെ ഒരു പേജ് *കാർഷികരംഗം* 1980കളിൽ കൊടുത്തിരുന്നു. ഐ വാസുദേവൻ ദീർഘകാലം ഈ പംക്തി കൈകാര്യം ചെയ്തു. അതിനുമുമ്പ് കെ സി ശ്രീധരനാണ് *കാർഷികരംഗം* എഡിറ്റ് ചെയ്തിരുന്നത്. അക്കാലത്ത് കൃഷിക്ക് ലഭിച്ചിരുന്ന പ്രാധാന്യം ഇപ്പോൾ ഒരു പത്രത്തിലും കാണുന്നില്ല. 1990കളിൽ *ദേശാഭിമാനി കാർഷികരംഗം* അര പേജായി ചുരുങ്ങി. ഇപ്പോൾ അത്രപോലും സ്ഥലം കൃത്യമായി കിട്ടുന്നില്ല. എൺപതുകളിൽ കുറച്ചുകാലം ആരോഗ്യരംഗത്തിന് ആഴ്ചയിലൊരിക്കൽ ഒരു പേജ് മുഴുവനായി മാറ്റിവെച്ചിരുന്നു.

സാക്ഷരതായജ്ഞത്തിൽ

ആദ്യ ഇ എം എസ് ഗവൺമെന്റിനു (1957–59) ശേഷം കേരളത്തിൽ വലിയ സാമൂഹിക പരിവർത്തനമുണ്ടാക്കിയ ജനകീയ ഇടപെടലുകളായിരുന്നു സാക്ഷരതാ പ്രസ്ഥാനവും ജനകീയാസൂത്രണവും സ്കൂൾ പാഠ്യപദ്ധതിയുടെ പരിഷ്കരണവും. പരസ്പരബന്ധമുള്ള ഈ പരിപാടികൾ കേരളവികസനത്തിൽ നാഴികക്കല്ലുകളായി. ഈ മൂന്നു പ്രസ്ഥാനങ്ങൾക്കും ഉറച്ച പിന്തുണയും വലിയ പ്രചാരണവും നൽകിയ ഒരേയൊരു പത്രം *ദേശാഭിമാനി*യാണ്.

സമ്പൂർണ സാക്ഷരതയ്ക്കുവേണ്ടിയുള്ള ഒറ്റപ്പെട്ട പ്രവർത്തനങ്ങൾ കേരളത്തിൽ നടന്നിരുന്നുവെങ്കിലും ആ രംഗത്ത് വിപ്ലവകരമായ മാറ്റമുണ്ടാക്കാൻ കഴിഞ്ഞിരുന്നില്ല. സാക്ഷരതാപ്രവർത്തനം ഇഴഞ്ഞുനീങ്ങുന്നതിനിടയിലാണ് എറണാകുളം ജില്ല സമ്പൂർണ സാക്ഷര ജില്ലയാക്കാനുള്ള ലക്ഷ്യം 1989 ജനുവരിയിൽ ഇ കെ നായനാർ ഗവൺമെന്റ് പ്രഖ്യാപിച്ചത്. അതൊരു വഴിത്തിരിവായി. റിപ്പബ്ലിക് ദിനത്തിൽ തുടങ്ങിയ പ്രവർത്തനം വലിയ ജനകീയ മുന്നേറ്റമായി. കേരള ശാസ്ത്ര സാഹിത്യ പരിഷത്ത് ഈ പരിപാടി വിജയിപ്പിക്കുന്നതിന് സംഘടനാപരവും ബുദ്ധിപരവുമായ സഹകരണം നൽകി. 1990 ഫെബ്രുവരി നാലിന് എറണാകുളം രാജ്യത്തെ ആദ്യ സമ്പൂർണ സാക്ഷര ജില്ലയായി പ്രധാനമന്ത്രി വി പി സിങ് പ്രഖ്യാപിച്ചു. എറണാകുളത്തെ വിജയമാണ് കേരളം സമ്പൂർണ സാക്ഷര സംസ്ഥാനമാക്കാനുള്ള പദ്ധതി ഏറ്റെടുക്കാൻ സർക്കാരിന് പ്രചോദനവും ആത്മവിശ്വാസവും നൽകിയത്. എറണാകുളം സമ്പൂർണസാക്ഷര ജില്ലയായി പ്രധാനമന്ത്രി പ്രഖ്യാപിച്ച കൊച്ചിയിലെ വേദിയിൽത്തന്നെ കേരള പദ്ധതിയുടെ പ്രഖ്യാപനം മുഖ്യമന്ത്രി ഇ കെ നായനാർ നടത്തി.

എല്ലാ പുരോഗമന പ്രസ്ഥാനങ്ങളും സമ്പൂർണ സാക്ഷരതാ പരിപാടിക്കു പിന്നിൽ അണിനിരന്നു. കേരളത്തിത്തിലാകെ സാക്ഷരതയുടെ സന്ദേശം അലയടിച്ചു. രണ്ടുലക്ഷത്തിലധികം നിസ്വാർഥരും അർപ്പണബോധമുള്ളവരുമായ ഇൻസ്ട്രക്ടർമാരെ രംഗത്തിറക്കിയാണ് 1990–91–ൽ പന്ത്രണ്ടുമാസം കൊണ്ട് പതിമൂന്നുലക്ഷം പേരെ സാക്ഷരതയിലേക്ക് കൈപിടിച്ചുയർത്തിയത്. കേരളത്തെ ഇളക്കിമറിച്ചതും സമാനതകളില്ലാത്തതുമായ സാക്ഷരതായജ്ഞത്തിന്റെ പ്രചാരണത്തിന് *ദേശാഭിമാനി* നേതൃത്വം കൊടുത്തു. ഒരുവർഷത്തോളം കേരളത്തിന്റെ മുക്കിലും മൂലയിലും നടന്ന പ്രവർത്തനവും ആവേശകരമായ അനുഭവങ്ങളും *ദേശാഭിമാനി* വായനക്കാരിലെത്തിച്ചു. അവസാനഘട്ടമായപ്പോഴേക്കും ജനങ്ങളിലാകെ ആവേശം നിറയ്ക്കാൻ പത്രം ഏറ്റെടുത്ത പ്രചാരണംകൊണ്ട് കഴിഞ്ഞു.

കോഴിക്കോട് മാനാഞ്ചിറ മൈതാനം തിങ്ങിനിറഞ്ഞ ചടങ്ങിൽ നവസാക്ഷര ചേലക്കോടൻ ആയിഷയാണ് 1991 ഏപ്രിൽ 18-ന് സമ്പൂർണസാക്ഷരതാ പ്രഖ്യാപനം നടത്തിയത്. അതുതന്നെ പരിപാടിയുടെ വലിയ സവിശേഷതയായിരുന്നു. ഏപ്രിൽ 19-ന് *ദേശാഭിമാനി* പ്രസിദ്ധീകരിച്ച വാർത്ത:

കേരളത്തിന് സമ്പൂർണ സാക്ഷരത

കോഴിക്കോട്, ഏപ്രിൽ 18: ഇന്ത്യക്കു മഹത്തായ മാതൃകയായി, മൂന്നാംലോക രാഷ്ട്രങ്ങൾക്ക് വഴികാട്ടിയായി കൊച്ചുകേരളം പ്രഥമ സമ്പൂർണ സാക്ഷര സംസ്ഥാനമായി. ഒരു വർഷം നീണ്ട ത്യാഗോജ്വലമായ ഒന്നാംഘട്ടം സാക്ഷരതാ യജ്ഞത്തിന്റെ പരിസമാപ്തി കുറിച്ച് കോഴിക്കോട് പട്ടണത്തിലെ ചരിത്രപ്രസിദ്ധമായ മാനാഞ്ചിറമൈതാനത്ത് വ്യാഴാഴ്ച വൈകിട്ട് നടന്ന ചടങ്ങിൽ, അക്ഷരകേരളം പദ്ധതിയിലൂടെ അറിവിന്റെ വെളിച്ചം നേടിയ മലപ്പുറം ജില്ലക്കാരി ആയിഷ ചേലക്കോടനാണ് ചരിത്രമുഹൂർത്തത്തിന് തിരി തെളിയിച്ചത്.

കേരളം സമ്പൂർണ സാക്ഷരത കൈവരിച്ച വാർത്ത

രാജ്യത്തെ ഒന്നാമത്തെ സമ്പൂർണ സാക്ഷര സംസ്ഥാനമായി കേരളം പ്രഖ്യാപിക്കപ്പെടുന്ന ചടങ്ങിന് നവസാക്ഷരരും സാക്ഷരതാപ്രവർത്തകരും ഉൾപ്പെടെ പതിനായിരങ്ങൾ ആഹ്ളാദാവേശത്തോടെ സാക്ഷ്യം വഹിച്ചു. സാഹിത്യ-സാംസ്കാരിക നായകന്മാരും സ്വാതന്ത്ര്യസമര സേനാനികളും ദേശത്തിനാകെ അഭിമാനമായ സാംസ്കാരിക മുന്നേറ്റത്തിന് വഴിയൊരുക്കിയവരെ അഭിനന്ദിക്കാനും അനുഗ്രഹിക്കാനും വേദിയിലുണ്ടായിരുന്നു. ഡോ. സുകുമാർ അഴീക്കോട് അധ്യക്ഷത വഹിച്ചു. ഒരുവർഷം കൊണ്ട് പതിമൂന്ന് ലക്ഷം പേരെ സാക്ഷരതയിലേക്ക് കൈപിടിച്ചുയർത്തിയാണ് കേരളം മറ്റൊരു മഹാനേട്ടം കൂടി സ്വന്തമാക്കിയത്. ഇപ്പോൾ കേരളത്തിലെ സാക്ഷരതാ നിരക്ക് 93.6 ശതമാനം. ദേശീയ സാക്ഷരതാമിഷൻ അംഗീകരിച്ച മാനദണ്ഡപ്രകാരം 90 ശതമാനം സാക്ഷരത നേടിയ സംസ്ഥാനത്തെ സമ്പൂർണ സാക്ഷര സംസ്ഥാനമായി കണക്കാക്കാം.

'അക്ഷരം തൊട്ടു തുടങ്ങാം, നമുക്കൊരേയാകാശം വീണുകിട്ടാൻ, ഇന്നലെയോളം കണ്ട കിനാക്കൾ ഈ ജന്മം തന്നെ നേടാൻ' എന്നുതുടങ്ങുന്ന അക്ഷര മഹാസംഘഗാനത്തോടെയാണ് ചടങ്ങുകൾ ആരംഭിച്ചത്. ജില്ലകളിൽനിന്നെത്തിയ അക്ഷരജ്യോതികൾ ഒന്നൊന്നായി സംഘഗാനത്തോടെ മൈതാനത്തേക്ക് പ്രവേശിച്ചു. വിശ്വപ്രസിദ്ധ നോവലിസ്റ്റ് മുൽക്രാജ് ആനന്ദ് ആയിഷയെ ദീപങ്ങൾക്ക് മുമ്പിലേക്ക് ആനയിച്ചപ്പോൾ മൈതാനമാകെ ആ അഭിമാനത്തിൽ പങ്കുചേർന്നു.

തന്റെ അനുഭവം ഏറനാടൻ ശൈലിയിൽ ഏതാനും വാക്കുകളിൽ വിവരിച്ച ശേഷമാണ് ആയിഷ, നാടിന്റെ ബഹുജനവിദ്യാഭ്യാസ ചരിത്രത്തിൽ അവസ്മരണീയമാകുന്ന പ്രഖ്യാപനം നടത്തിയത്. അവർ പറഞ്ഞു:

'ഞമ്മൾക്ക് ചെറുപ്പകാലത്ത് എഴുതാനോ പഠിക്കാനോ സാധ്യമായില്ല. ഇപ്പോ വായിക്കാം. പേരെഴുതാം. ബസ്സിന്റെ ബോർഡ് വായിക്കാം. എല്ലാ കാര്യത്തിലും അല്ലാഹു തുണയായിട്ടുണ്ടാകും. കേരളം സമ്പൂർണ സാക്ഷരത നേടിയതായി ഞാൻ പ്രഖ്യാപിക്കുന്നു.' ഹർഷാരവത്തോടെയാണ് ആയിഷയുടെ പ്രഖ്യാപനം മൈതാനം നിറഞ്ഞ ജനങ്ങൾ സ്വീകരിച്ചത്.[11]

സാമൂഹ്യപരിവർത്തനത്തിനുള്ള പ്രസ്ഥാനങ്ങൾക്ക് *ദേശാഭിമാനി* നൽകിയ പിന്തുണയെ കേരള ശാസ്ത്രസാഹിത്യ പരിഷത്തിന്റെ മുൻ ജനറൽ സെക്രട്ടറിയും വിദ്യാഭ്യാസ പ്രവർത്തകനു

മായ കെ ടി രാധാകൃഷ്ണൻ ഇങ്ങനെ വിലയിരുത്തുന്നു:

കെ ടി രാധാകൃഷ്ണൻ

> സമ്പൂർണ സാക്ഷരതാ പ്രസ്ഥാനം, ജനകീയാസൂത്രണം എന്നിവയ്ക്ക് പശ്ചാത്തലമൊരുക്കുന്നതിൽ *ദേശാഭിമാനി* നിർണായകമായ പങ്കുവഹിച്ചിട്ടുണ്ട്. ജനകീയാസൂത്രണത്തിന്റെ പ്രാഥമിക ഘട്ടത്തിൽ വികസനരേഖകളുടെ വാർത്താപ്രാധാന്യം തിരിച്ചറിഞ്ഞ് ദേശാഭിമാനി പ്രവർത്തിച്ചു. വികസനരേഖകളിലെ സവിശേഷമായ പരിപാടികൾക്ക് പ്രചാരണം നൽകി. ജനങ്ങളുടെ അനുഭവങ്ങൾ വായനക്കാരിലെത്തിച്ചു. *ദേശാഭിമാനി*യുടെ ശാസ്ത്രീയമായ പ്രപഞ്ചവീക്ഷണമാണ് ഇത്തരം നിലപാടുകൾക്ക് അടിസ്ഥാനമെന്ന് ഞാൻ കരുതുന്നു. സാംസ്കാരിക രംഗത്ത് വലിയ കൊടുങ്കാറ്റ് സൃഷ്ടിച്ചതായിരുന്നു 1980-ൽ പരിഷത്ത് നടത്തിയ ശാസ്ത്ര-കലാജാഥ. കലാരൂപങ്ങളെ സംബന്ധിച്ച് അതുവരെ ജനമനസ്സിലുണ്ടായിരുന്ന ധാരണകൾ ഈ ജാഥ തിരുത്തി. ഡോക്ടർമാരും എഞ്ചിനിയർമാരും കോളേജ് അധ്യാപകരുമെല്ലാം തെരുവിൽ കലാകാരന്മാരായി രംഗത്തുവന്നു. ആ ജാഥയുടെ സന്ദേശം ഉയർത്തിപ്പിടിച്ച് അതൊരു ജനമുന്നേറ്റമാക്കുന്നതിൽ *ദേശാഭിമാനി*ക്ക് വലിയ പങ്കുണ്ട്. കേരളത്തിൽ പുതിയ സാംസ്കാരിക വെളിച്ചം വിതറിയ ശാസ്ത്രകലാജാഥയെ *ദേശാഭിമാനി* പിന്തുണച്ചപോലെ മറ്റൊരു പത്രവും സഹായിച്ചിട്ടില്ല. *ദേശാഭിമാനി*യുടെ *കിളിവാതിൽ* ശാസ്ത്രപ്രചാരണത്തിന്റെ ജനകീയമുഖമാണ്. കുട്ടികളിൽ ശാസ്ത്രബോധം വളർത്തുന്നതിലും ചുറ്റുപാടുകളെക്കുറിച്ച് അവർക്ക് അറിവ് നൽകുന്നതിലും *അക്ഷരമുറ്റ*ത്തിലൂടെ ശ്രദ്ധേയമായ ഇടപെടൽ *ദേശാഭിമാനി* നടത്തുന്നുണ്ട്. മാത്രമല്ല, *കിളിവാതിൽ, അക്ഷരമുറ്റം* എന്നീ പതിപ്പുകളിലൂടെ ധാരാളം ശാസ്ത്ര എഴുത്തുകാരെ *ദേശാഭിമാനി* വളർത്തിക്കൊണ്ടുവന്നു.[12]

യുഗസംക്രമം

ഇരുപതാം നൂറ്റാണ്ട് അവസാനിച്ച് ലോകം പുതിയ സഹസ്രാബ്ദത്തിലേക്ക് പ്രവേശിക്കുമ്പോൾ *ദേശാഭിമാനി യുഗസംക്രമം* എന്ന പ്രതിവാര പതിപ്പ് പത്രത്തോടൊപ്പം ഏതാനും മാസം പ്രസിദ്ധീകരിച്ചിരുന്നു. പോയ നൂറ്റാണ്ടിലെ നേട്ടകോട്ടങ്ങൾ വിലയിരുത്തുക, പുതിയ നൂറ്റാണ്ടിൽ മാനവരാശി നേരിടുന്ന വെല്ലുവിളികൾ ആഴത്തിൽ പരിശോധിക്കുക - ഇതായിരുന്നു ലക്ഷ്യം. കേരളത്തിലെയും പുറത്തെയും പണ്ഡിതന്മാർ വിവിധ വിജ്ഞാനരംഗങ്ങളിലെ മുന്നേറ്റവും ഭാവിയിലെ വെല്ലുവിളികളും സംബന്ധിച്ച് പ്രൗഢമായ ലേഖനങ്ങളും കുറിപ്പുകളും അതിലേക്ക് സംഭാവന ചെയ്തു. പണ്ഡിതർ ഉൾക്കൊള്ളുന്ന ഒരു ഉപദേശകസമിതി ഇതിനുവേണ്ടി രൂപീകരിച്ചിരുന്നു. ന്യൂസ് എഡിറ്ററായിരുന്ന ജി ശക്തിധരനാണ് *യുഗസംക്രമ*പതിപ്പിന്റെ പ്രവർത്തനങ്ങൾക്ക് നേതൃത്വം നൽകിയത്. പി ഗോവിന്ദപ്പിള്ള ലേഖനങ്ങൾ എഴുതിയും ഉപദേശങ്ങൾ നൽകിയും *യുഗസംക്രമ*ത്തിന് ഉയർന്ന നിലവാരം ഉറപ്പാക്കി.

*യുഗസംക്രമ*ത്തിന്റെ 2000 ജനുവരി 5 ലക്കം

രണ്ടായിരത്തിലെ ജനുവരി നാലിനു പ്രസിദ്ധീകരിച്ച ആദ്യലക്കത്തിൽ പി ഗോവിന്ദപ്പിള്ള എഴുതിയ *നൂറ്റാണ്ടുകളുടെ നൂറ്റാണ്ട്* എന്ന ലേഖനത്തിലെ ചില ഭാഗങ്ങൾ ഉദ്ധരിക്കുന്നത് *യുഗസംക്രമ*ത്തിന്റെ വിജ്ഞാനസ്വഭാവം മനസ്സിലാക്കാൻ ഉപകരിക്കും. അതിലേക്ക്:

ഇരുപതാം നൂറ്റാണ്ടിന്റെ ഒരവലോകനം

എഴുതാൻ ശ്രമിക്കുമ്പോൾ ആരെയും മഥിക്കുന്ന ചിന്ത സംസ്കാരത്തിന് എത്ര വർഷത്തെ പഴക്കമുണ്ട് എന്ന ചോദ്യമാണ്. സംസ്കാരം എന്നാൽ പ്രകൃതിയിലെ സ്വയംഭൂവായ സിദ്ധികളിൽ നിന്നും സ്വഭാവങ്ങളിൽ നിന്നും വ്യത്യസ്തമായി മനുഷ്യൻ സൃഷ്ടിക്കുന്ന ലോകവും അതിന്റെ സ്വഭാവ വിശേഷങ്ങളുമാണ്. സംസ്കാരം മാനസികവും ഭൗതികവുമായ മനുഷ്യന്റെ ചിന്തയിലും ജീവിതത്തിലും കൂട്ടായ്മയിലും വ്യക്തിത്വത്തിലും പ്രതിഫലിക്കുന്നതാകാം. വസ്ത്രം, വീട്, ഭക്ഷണം തുടങ്ങിയവക്കു പുറമെ കലയും സാഹിത്യവും ദർശനവുമെല്ലാം സംസ്കാരത്തിന്റെ ഉൽപ്പന്നങ്ങളാണ്. മനുഷ്യനെ മറ്റു ജീവജാലങ്ങളിൽ നിന്നു വേർതിരിക്കുന്നത് സംസ്കാരമാണ്. ഹോമോസേപ്പിയൻസ് എന്ന നടുനിവർത്തി തലയുയർത്തി ഇരുകാലുകളിൽ നടക്കുകയും കൈകളായി മാറിയ മുൻകാലുകൾ ആവിഷ്കാരത്തിനായി ഉപയോഗിക്കുകയും ഈ ഉപയോഗങ്ങളുടെ ഫലമായി വിവേകവും വിജ്ഞാനവും നേടിയ മൃഗമാണ് മനുഷ്യനായത്. പ്രകൃതിയുടെ ഭാഗമായിരിക്കുമ്പോൾ തന്നെ പ്രകൃതിയിൽ മാറ്റം വരുത്തുന്ന മനുഷ്യന്റെ കഴിവിനെയാണ് ക്രിയേറ്റിവിറ്റി അഥവാ സർഗശക്തിയെന്ന് വിശേഷിപ്പിക്കുന്നത്. ഈ സർഗശേഷികൊണ്ട് മനുഷ്യൻ ഭൗതിക വസ്തുക്കളെയെന്ന പോലെ മാനസിക വസ്തുക്കളെയും സൃഷ്ടിക്കുന്നു. സംഗീതവും സാഹിത്യവും ചിത്രവും എല്ലാം മാനസിക അഥവാ ആത്മീയ സൃഷ്ടികളാണ്. ചിത്രം ചുവരിലോ കടലാസിലോ ക്യാൻവാസിലോ ആകയാൽ അതിലും ഭൗതികവശമുണ്ട്. എന്നാൽ വസ്ത്രവും ഭക്ഷണവും പോലെ നാം അവ ഉപഭോഗം നടത്തുകയല്ല, ആസ്വദിക്കുകയും ഗ്രഹിക്കുകയും ചെയ്കയാണ്.

ഈ സാംസ്കാരിക പ്രവർത്തനങ്ങളുടെ ചരിത്രം എത്ര നീണ്ടതാണ് എന്ന് തിട്ടപ്പെടുത്തി പറയുക പ്രയാസമാണ്. അക്ഷരവിദ്യ കണ്ടുപിടിച്ച് ആശയസംവേദനവും സംഭരണവും കൂടുതൽ കാര്യക്ഷമവും അക്ഷയവും ആക്കിയതാണ് സംസ്കാരത്തിന്റെ തുടക്കമെങ്കിൽ നമ്മുടെ സംസ്കാരത്തിന് അയ്യായിരം കൊല്ലം പഴക്കമുണ്ട്. അയ്യായിരം കൊല്ലം മുമ്പാണ് പശ്ചിമേഷ്യയിലെ പ്രാചീന ഫിനീഷ്യക്കാർ അക്ഷരവിദ്യ കണ്ടുപിടിച്ചതും അവിടെനിന്ന് മറ്റു ഭൂവിഭാഗങ്ങളിലേക്ക് പ്രചരിപ്പിക്കാൻ തുടങ്ങിയതും. മനുഷ്യൻ പ്രപഞ്ചത്തെ നിരീക്ഷിച്ച് പഠിക്കാൻ തുടങ്ങിയതും കാലാവസ്ഥയുടെ ഗതിവിഗതികൾ മനസ്സിലാക്കാൻ തുടങ്ങിയതും അതിനായി സമൂഹത്തിലെ ഒരു വിഭാഗത്തെ ബുദ്ധിജീവികളും പുരോഹിതന്മാരുമായി ഉയർത്താൻ ശ്രമിച്ചതും ആചാരാനുഷ്ഠാനങ്ങളും ധാർമികശൈലികളും അംഗീകരിക്കാൻ തുടങ്ങിയതും മറ്റുമാണ് സംസ്കാരത്തിന്റെ തുടക്കം എന്ന് സമ്മതിച്ചാലോ? അങ്ങനെയെങ്കിൽ പതിനായിരമോ പതിനയ്യായിരമോ വർഷം മുമ്പ് ഭക്ഷണോൽപ്പാദനം കൃഷിയിലൂടെ ആരംഭിച്ച സന്ദർഭം തൊട്ടുവേണം സംസ്കാരത്തിന്റെ ചരിത്രം ഗണിക്കാൻ.

കൃഷി തുടങ്ങുന്നതിനു മുമ്പ് നാടോടികളായി കഴിഞ്ഞിരുന്ന മനുഷ്യർ ഭക്ഷണശേഖരക്കാർ മാത്രമായിരുന്നു. ഭക്ഷണോൽപ്പാദകരായിരുന്നില്ല. പ്രകൃതിയിൽ കണ്ടുമുട്ടുന്ന ഫലമൂലാദികളും വേട്ടയാടി പിടിക്കാവുന്ന ജന്തുക്കളുമായിരുന്നു അവരുടെ ഭക്ഷണം. കൃഷി തുടങ്ങിയപ്പോൾ സ്ഥിരമായി കുടിപാർക്കുകയും പ്രകൃതി വസ്തുക്കളും പ്രപഞ്ച സത്യങ്ങളും ആരായുകയും വേണ്ടിവന്നു. ഇപ്പറഞ്ഞ കാലത്ത് ഭക്ഷണശേഖരക്കാരും വേട്ടക്കാരുമായി കഴിഞ്ഞവർക്ക് സംസ്കാരം ഇല്ലെന്ന് പറയാനാവുമോ. ഫ്രാൻസിലും സ്പെയിനിലും മറ്റും കണ്ടെത്തിയ ഗുഹാചിത്രങ്ങൾ ഈ വേട്ടക്കാരുടെ ജീവിതത്തെയും അഭിലാഷങ്ങളെയുമാണ് പ്രതിഫലിപ്പിക്കുന്നത്. കാർബൺ-14 മുതലായ അത്യാധുനിക ശാസ്ത്രീയ മാനദണ്ഡങ്ങളുപയോഗിച്ച് ഈ ഗുഹാചിത്രങ്ങൾ പരിശോധിച്ച ശാസ്ത്രജ്ഞന്മാർ അവയ്ക്ക് 25,000 വർഷത്തിലേറെ പഴക്കമുണ്ടെന്ന് വിധിക്കുന്നു. ഇനിയും മാഞ്ഞുപോകാതെ അവശേഷിച്ചിട്ടുള്ള ആ ചിത്രങ്ങൾ മനുഷ്യഭാവനയുടെയും കരവിരുതിന്റെയും ഉൽപ്പന്നങ്ങളല്ലേ? അന്നത്തെ വേട്ടയ്ക്കും വരപ്പിനും അവർ പണിയായുധങ്ങൾ നിർമിച്ചിട്ടില്ലേ? പ്രകൃതിയിലെ നിർമിതി മുൻകൂറായി മനസ്സിൽ ആസൂത്രണം ചെയ്യാൻ കഴിയുമ്പോഴാണ് മനുഷ്യൻ സംസ്കാരസമ്പന്നനും മൃഗങ്ങളിൽനിന്ന് വ്യതിരിക്തനുമാകുന്നത് എന്ന് മാർക്സ് പണ്ടേ പറഞ്ഞുവെച്ചിട്ടുണ്ടല്ലോ. അപ്പോൾ സംസ്കാരത്തിന്റെ ചരിത്രം വീണ്ടും നീളുകയായി. 250 നൂറ്റാണ്ടുകളെ പിന്തള്ളി വീണ്ടും പുറകോട്ടുപോകുന്നു.

ഇരുപതാം നൂറ്റാണ്ടിന്റെ കഥയെഴുതുമ്പോൾ ഒരു കാര്യം അവിതർക്കിതം. ഈ 250 നൂറ്റാണ്ടുകളിലെ സഞ്ചിത സംസ്കാരത്തിന്റെ സന്താനങ്ങൾ തന്നെയാണ് ഈ ഇരുപതാം നൂറ്റാണ്ടുകാർ. എങ്കിലും ഈ നൂറ്റാണ്ടിന്റെ നേട്ടങ്ങൾ കഴിഞ്ഞുപോയ 250 നൂറ്റാണ്ടുകളെയും അധഃകരിക്കുന്നു.

ഇതൊരു വീമ്പുപറച്ചിലല്ല എന്നത് യുഗസംക്രമം ലക്കങ്ങളിൽ സമർഥിക്കാൻ സാധിക്കുമെന്നാണ് പ്രത്യാശ."

സാമൂഹിക മാറ്റത്തിനുവേണ്ടി ജനങ്ങളെ ബോധവാന്മാരാക്കാൻ കിട്ടുന്ന അവസരങ്ങളെല്ലാം മികച്ച ആസൂത്രണത്തോടെ ഉപയോഗിക്കാൻ *ദേശാഭിമാനിക്ക്* കഴിഞ്ഞിട്ടുണ്ട്. വായനക്കാർക്ക് വാർത്തകൾ കൈമാറാൻ മാത്രമുള്ളതാണ് പത്രമെന്ന അബദ്ധധാരണ ഒരിക്കലും ദേശാഭിമാനിയെ പിടികൂടിയിരുന്നില്ല. വായനക്കാരെ വിദ്യാഭ്യാസം ചെയ്യിക്കുക എന്നതാണ് പ്രധാനം. അതിനാകട്ടെ, ദേശാഭിമാനിയിലെ ഒരു സംഘം പത്രപ്രവർത്തകർ മാത്രം പോര. അതുകൊണ്ട് ഇടതുപക്ഷവുമായി ചേർന്നുനിൽക്കുന്ന പണ്ഡിതരുടെയും വിദഗ്ധരുടെയും സഹകരണം എല്ലാകാലത്തും *ദേശാഭിമാനി* തേടിയിരുന്നു. *യുഗസംക്രമം* പോലുള്ള പ്രത്യേക പതിപ്പുകളുടെ കാര്യത്തിലും അതു കാണാം.

എം ടി ഫെസ്റ്റ്

പ്രതിലോമ ആശയങ്ങൾക്കെതിരെ ജനങ്ങളെ യോജിപ്പിച്ച് നിർത്തുന്നതിന് പൊതുപരിപാടികളിലൂടെയും *ദേശാഭിമാനി* ഭാവനാപൂർണമായ ഇടപെടലുകൾ അടുത്തകാലത്തായി നടത്തുന്നുണ്ട്. ഇതിന്റെ ഏറ്റവും നല്ല ദൃഷ്ടാന്തമാണ് 2017 ഫെബ്രുവരി 14 മുതൽ 24 വരെ *ദേശാഭിമാനി* കോഴിക്കോട്ട് സംഘടിപ്പിച്ച *എം ടി ഫെസ്റ്റ്.* കേരളത്തിലെ സമാനതകളില്ലാത്ത സാംസ്കാരിക പരിപാടിയായിരുന്നു ഈ സാഹിത്യോത്സവം. *ദേശാഭിമാനി*യുടെ പ്ലാറ്റിനം ജൂബിലി ആഘോഷത്തിന്റെ ഭാഗമായി വർഷംതോറും സമഗ്ര സാഹിത്യ സംഭാവനക്കുള്ള പുരസ്കാരം നൽകാൻ 2016-ൽ *ദേശാഭിമാനി* തീരുമാനിച്ചിരുന്നു. മലയാളത്തിന്റെ അഭിമാനമായ എം ടി വാസുദേവൻ നായരായിരുന്നു ആദ്യ പുരസ്കാരത്തിന് തെരഞ്ഞെടുക്കപ്പെട്ടത്. പുരസ്കാര സമർപ്പണം എം ടി എന്ന മഹാനായ എഴുത്തുകാരനുള്ള ജനകീയ അംഗീകാരമാകണമെന്ന് *ദേശാഭിമാനി* ആഗ്രഹിച്ചു. അങ്ങനെയാണ് പത്തുദിവസം നീളുന്ന *എം ടി ഫെസ്റ്റ്* സംഘടിപ്പിക്കാനുള്ള തീരുമാനമുണ്ടായത്.

എം ടി വാസുദേവൻ നായർ

കോഴിക്കോട് നഗരത്തിലേക്ക് ജനങ്ങൾ ഒഴുകിയെത്തിയ സാംസ്കാരിക സംഭവമായി *എം ടി ഫെസ്റ്റ്* മാറി. സംഘാടകരുടെ കണക്കുകൾ അക്ഷരാർഥത്തിൽ തെറ്റിപ്പോയി. എം ടി മ്യൂസിയമായിരുന്നു പരിപാടികളിലൊന്ന്. എം ടിയുടെ രചനകൾ, ജ്ഞാനപീഠമടക്കം അദ്ദേഹത്തിനു ലഭിച്ച പുരസ്കാരങ്ങൾ, അദ്ദേഹത്തിന്റെ കൈയെഴുത്ത് കോപ്പികൾ, ഉപയോഗിച്ച പേന, അദ്ദേഹത്തിനു ലഭിച്ച അമൂല്യമായ കത്തുകൾ, പ്രശസ്ത കലാകാരന്മാർ വരച്ച എം ടി ചിത്രങ്ങൾ, എം ടിയുടെ സ്വതസ്സിദ്ധമായ ഭാവങ്ങൾ ഒപ്പിയെടുത്ത ഫോട്ടോകൾ എന്നിവയെല്ലാം ഒരു മ്യൂസിയമാക്കി കോഴിക്കോട് ആർട്ട് ഗാലറിയിൽ പ്രദർശിപ്പിച്ചു. നാലുദിവസത്തെ പ്രദർശനം തിരക്കുകാരണം രണ്ടുദിവസംകൂടി നീട്ടേണ്ടി വന്നു. എം ടിയുടെ സാഹിത്യ സംഭാവനകളെ വിലയിരുത്തുന്ന സെമിനാറിലും ചർച്ചകളിലും ആ രംഗത്തെ പണ്ഡിതർ പങ്കാളികളായി. എം ടി സംവിധാനം ചെയ്തതും അദ്ദേഹം തിരക്കഥയെഴുതിയതുമായ ചലച്ചിത്രങ്ങളുടെ മേളയായിരുന്നു മറ്റൊരു പരിപാടി. എം ടിയുടെ ആദ്യകാല സുഹൃത്തുക്കളും സഹപാഠികളും അദ്ദേഹവുമായി സംസാരിക്കുന്ന 'സായാഹ്ന സല്ലാപം' വൈകാരികമായ തലത്തിലേക്കുയർന്നു. എം ടിയുടെ വിഖ്യാതകൃതി *രണ്ടാമൂഴം* മോഹിനിയാട്ടമായി മറ്റൊരു വേദിയിൽ അവതരിപ്പിക്കപ്പെട്ടു. സമാപനദിവസത്തെ ഘോഷയാത്രയിൽ വിദ്യാർഥികളടക്കം ആയിരങ്ങളാണ് അണിചേർന്നത്. കോഴിക്കോട് കടപ്പുറത്തു സംഘടിപ്പിച്ച അവാർഡ്ദാനച്ചടങ്ങിൽ പതിനയ്യായിരത്തിലധികം പേർ പങ്കെടുത്തു.

ജീവിച്ചിരിക്കുന്ന ഒരു സാഹിത്യകാരനോ കലാകാരനോ ഇത്രയും മഹത്തരമായ ആദരം ലഭിച്ചതായി എവിടെയും രേഖപ്പെടുത്തിയിട്ടില്ല. മുഖ്യമന്ത്രി പിണറായി വിജയനാണ് എം ടിക്ക് പുരസ്കാരം

ഒ പി സുരേഷ്

സമർപ്പിച്ചത്. പരിപാടിയുടെ പ്രധാന സംഘാടകനും *ദേശാഭിമാനി* കോഴിക്കോട് യൂണിറ്റ് മാനേജറുമായ ഒ പി സുരേഷ്:

> പത്രപ്രവർത്തനവും ഇത്തരം സാംസ്കാരിക പരിപാടികളും പരസ്പരപൂരകമാണ്. ഈ തിരിച്ചറിവാണ് ഇങ്ങനെയൊരു പരിപാടി ആസൂത്രണം ചെയ്യാൻ ദേശാഭിമാനിയെ പ്രേരിപ്പിച്ചത്. പല തലമുറകളുടെ പ്രിയപ്പെട്ട എഴുത്തുകാരനാണ് എം ടി. അദ്ദേഹത്തിനു നൽകുന്ന ആദരം സമാനതകളില്ലാത്തതാവണം എന്ന ബോധ്യം പത്രത്തിനുണ്ടായിരുന്നു. നാട്ടുകാരാകെ ഒത്തുചേർന്ന് ആ പരിപാടി അവിസ്മരണീയമാക്കി. ലോകമെങ്ങുമുള്ള മലയാളികൾ ശ്രദ്ധിച്ച ഒരു പരിപാടിയായി അതു മാറി.[14]

മലപ്പുറം മഹോത്സവം

എം ടി ഫെസ്റ്റ് പോലെ എടുത്തുപറയേണ്ട മറ്റൊരു പരിപാടിയാണ് 2022 ഡിസംബർ 27, 28 തീയതികളിൽ സംഘടിപ്പിച്ച *മലപ്പുറം മഹോത്സവം.* രാജ്യമാകെ വർഗീയ ധ്രുവീകരണമുണ്ടാക്കുന്നതിന് ഹിന്ദു ഫാസിസ്റ്റ് ശക്തികൾ മലപ്പുറം ജില്ലയുടെ ചരിത്രവും പാരമ്പര്യവുംകൂടി ഇപ്പോൾ വളച്ചൊടിക്കുന്നുണ്ട്. ഒരു ജില്ലയെ, ആ നാട്ടിലെ ജനതയെ വികൃതമായി ചിത്രീകരിച്ച് മുതലെടുപ്പിന് ശ്രമിക്കുമ്പോൾ അതിനെതിരായ ഫലപ്രദമായ പ്രതിരോധമായി *മലപ്പുറം മഹോത്സവം* മാറി. അതാണ് ഈ പരിപാടിയുടെ സവിശേഷത. മലപ്പുറം ജില്ലയുടെ ചരിത്രം, സംസ്കാരം, രാഷ്ട്രീയം തുടങ്ങി സർവ മേഖലകളെയും ആഴത്തിൽ വിലയിരുത്തിയ ആദ്യ ഉദ്യമമെന്ന് ഈ പരിപാടിയെ വിശേഷിപ്പിക്കാം. മലപ്പുറം ജില്ലയെക്കുറിച്ച് വർഗീയവാദികൾ ഉയർത്തുന്ന കുപ്രചരണങ്ങൾക്കുള്ള മറുപടിയായിരുന്നു മലപ്പുറം മഹോത്സവമെന്നാണ് സിപിഐ എം സംസ്ഥാന സെക്രട്ടറി എം വി ഗോവിന്ദൻ അഭിപ്രായപ്പെട്ടത്. രാഷ്ട്രീയത്തിനും മതത്തിനും ജാതിക്കും അതീതമായി ജനങ്ങളും പൊതുപ്രവർത്തകരും ഈ പരിപാടിയുമായി സഹകരിക്കുകയും അതിൽ പങ്കാളികളാവുകയും ചെയ്തു.

33

പ്രതിബദ്ധതയുടെ പ്രതീകങ്ങൾ

ദേശാഭിമാനിക്ക് വാർത്ത നൽകാൻ സഹായിക്കുകയും പ്രാദേശിക ലേഖകരായി പ്രവർത്തിക്കുകയും ചെയ്ത പലരും പിൽക്കാലത്ത് എംഎൽഎമാരും മന്ത്രിമാരും ഉയർന്ന നേതാക്കളുമായിട്ടുണ്ട്. രാഷ്ട്രീയ പ്രവർത്തനത്തിന്റെ ഭാഗമായി *ദേശാഭിമാനി*ക്കുവേണ്ടി പ്രവർത്തിച്ചവരാണ് അവരിൽ അധികവും.

സിപിഐ എം പൊളിറ്റ് ബ്യൂറോ അംഗവും മുൻ വിദ്യാഭ്യാസ മന്ത്രിയുമായ എം എ ബേബി, *ദേശാഭിമാനി*ക്കുവേണ്ടി റിപ്പോർട്ടിങ് നടത്തിയ അനുഭവം വിവരിക്കുന്നു:

> ആയിരത്തിത്തൊള്ളായിരത്തിഎഴുപതുകളുടെ ആദ്യം കൊല്ലത്ത് വിദ്യാർഥിയായിരിക്കുമ്പോൾ *ദേശാഭിമാനി*യുടെ അനൗദ്യോഗിക ലേഖകനായിരുന്നു ഞാൻ. കെ എൻ പി കുറുപ്പായിരുന്നു അന്ന് കൊല്ലം ജില്ലാ ലേഖകൻ. പ്രാക്കുളം എൻഎസ്എസ് സ്കൂളിൽ കെഎസ്എഫ് നടത്തുന്ന സമരങ്ങളുടെ വാർത്ത ഞാനാണ് *ദേശാഭിമാനി*ക്ക് ഫോണിൽ നൽകിയിരുന്നത്. പിന്നീട് എസ്എഫ്ഐയുടെ താലൂക്ക് കമ്മിറ്റി പ്രസിഡണ്ടായിരിക്കുമ്പോൾ പാർട്ടി ജില്ലാ കമ്മിറ്റി ഓഫീസിലായിരുന്നു താമസം. *ദേശാഭിമാനി* ഓഫീസും അവിടെ തന്നെ. പല വാർത്തകളും ശേഖരിക്കാൻ കെ എൻ പി കുറുപ്പ് എന്നെ അയക്കാറുണ്ടായിരുന്നു. വലിയ അഭിമാനത്തോടെയാണ് ഞാൻ ആ ചുമതല നിർവഹിച്ചിരുന്നത്. *ദേശാഭിമാനി* സ്റ്റഡി സർക്കിളുമായി ഞാൻ ബന്ധപ്പെടുന്നത് പിന്നീടാണ്. സ്റ്റഡി സർക്കിളിന്റെ കൊല്ലം ജില്ലാ ജോയന്റ് സെക്രട്ടറി എന്ന നിലയ്ക്കാണ് 1974-ൽ തിരൂരിൽ ചേർന്ന ലക്ഷ്യപ്രഖ്യാപന സമ്മേളനത്തിൽ പങ്കെടുത്തത്. ഞാൻ സ്റ്റഡി സർക്കിളിൽ എത്തുന്നത് *ദേശാഭിമാനി*യുമായുള്ള ബന്ധത്തിലൂടെയാണ്. പിന്നീട് *ദേശാഭിമാനി*യിൽ ഇടയ്ക്കിടെ ലേഖനങ്ങൾ എഴുതി. പി ജിയായിരുന്നു പ്രചോദനവും പ്രോത്സാഹനവും.[1]

മുതലാളിമാർ പണം മുടക്കിനടത്തുന്ന പത്രങ്ങളെ അപേക്ഷിച്ച് *ദേശാഭിമാനി*ക്കുള്ള അനുകൂല ഘടകങ്ങളിലൊന്ന് പത്രത്തിന്റെ ഏജന്റുമാരും പ്രാദേശിക ലേഖകരും, മിക്കവാറും, പാർട്ടിയുടെ പ്രവർത്തകരോ പാർട്ടിയോട് അങ്ങേയറ്റം കൂറുള്ള അനുഭാവികളോ ആണെന്നതാണ്. അതുകൊണ്ട് കമീഷനോ പ്രതിഫലമോ അല്ല ഏജന്റുമാരിൽ നിന്നും ഏരിയാ ലേഖകരിൽ നിന്നും ലഭിക്കുന്ന സേവനത്തിന് അടിസ്ഥാനം. *ദേശാഭിമാനി* പ്രാദേശിക ലേഖകരെ നിയമിക്കുന്നത് സിപിഐ എമ്മിന്റെ ഏരിയാകമ്മിറ്റികളുടെ പ്രവർത്തന മേഖലയനുസരിച്ചാണ്. പ്രാദേശിക ലേഖകർ *ദേശാഭിമാനി*യിൽ ഏരിയാ റിപ്പോർട്ടർമാർ എന്നാണ് അറിയപ്പെടുന്നത്. ഏജന്റുമാരെന്നത് സംസ്ഥാനമാകെ വ്യാപിച്ചുകിടക്കുന്ന വലിയ ശൃംഖലയാണ്. ഏജന്റുമാർ ഈ ചുമതല ഏറ്റെടുക്കുന്നതാകട്ടെ പാർട്ടി പ്രവർത്തനമെന്ന നിലക്കും. കഷ്ടപ്പാടും സാമ്പത്തിക

എളമരം കരീം

നഷ്ടവും സഹിച്ച് അവർ പത്രത്തിന്റെ കൂടെ നിൽക്കുന്നു. പാർട്ടി പത്രങ്ങൾക്കല്ലാതെ മറ്റൊരു പത്രത്തിനും ഈ അനുകൂലഘടകമില്ല. ഏരിയാ ലേഖകരും വരുമാനം പ്രതീക്ഷിച്ചല്ല അവരുടെ ജോലി നിർവഹിക്കുന്നത്. താരതമ്യേന ചെറിയ പ്രതിഫലം വാങ്ങി ദിവസം മുഴുവൻ പത്രത്തിന്റെ ജോലി ചെയ്യുന്നവരാണ് അധികവും. സ്ഥിരവരുമാനമുള്ള ജോലിക്ക് ശ്രമിക്കാതെ പ്രാദേശിക പത്രപ്രവർത്തനം ഒരു വികാരമായി കൊണ്ടുനടക്കുന്ന ധാരാളം ഏരിയാ ലേഖകന്മാരുണ്ട്. എം എ ബേബി തൽക്കാലത്തേക്ക് *ദേശാഭിമാനി*യെ സഹായിച്ചുവെങ്കിൽ എം എം ലോറൻസ്, എളമരം കരീം, നിയമസഭാംഗങ്ങളായിരുന്ന രാജു എബ്രഹാം, കെ വി അബ്ദുൾ ഖാദർ, സിപിഐ എം വയനാട് ജില്ലാ സെക്രട്ടറി പി ഗഗാറിൻ എന്നിവർ പത്രത്തിന്റെ പ്രാദേശിക ലേഖകർ തന്നെയായിരുന്നു. നേതാക്കന്മാർ പത്ര ഏജന്റുമാരായി പ്രവർത്തിച്ചതിനും ഉദാഹരണങ്ങളുണ്ട്. സിപിഐ എം കോഴിക്കോട് ജില്ലാ സെക്രട്ടറിയറ്റ് അംഗങ്ങളായിരുന്ന സി പി ബാലൻ വൈദ്യരും ടി പി ദാസനും കോഴിക്കോട് നഗത്തിൽ *ദേശാഭിമാനി* ഏജന്റുമാരായിരുന്നു.

രാജു എബ്രഹാം

പിൽക്കാലത്ത് *ദേശാഭിമാനി*ക്ക് മറ്റു പ്രമുഖ പത്രങ്ങളെപ്പോലെ ഏജൻസി വ്യവസ്ഥയും വിതരണ ശൃംഖലയുമെല്ലാം വന്നെങ്കിലും *ദേശാഭിമാനി*യുടെ വളർച്ചയിൽ പത്ര ഏജന്റുമാരും വിതരണക്കാരും വഹിച്ച ത്യാഗം ശ്രദ്ധേയമാണ്. പാർട്ടി പ്രവർത്തകർ തന്നെയായിരുന്നു പത്ര ഏജന്റുമാർ. പല പ്രദേശങ്ങളിലും ഏജന്റും വിതരണക്കാരനും ഒരാളായിരിക്കും. പുലർച്ചെ റെയിൽവെ സ്റ്റേഷനിലോ ബസ് സ്റ്റാൻറിലോ എത്തുന്ന പത്രം ഉൾപ്രദേശങ്ങളിൽ എത്തിക്കണം. ആളുകൾ കൂടുന്നിടത്ത് തലക്കെട്ടുകൾ വിളിച്ചുപറഞ്ഞ് വിൽക്കുന്നതും പതിവായിരുന്നു. ഇതിനിടയിൽ പരിഹാസം, കൈയേറ്റം എന്നിവയൊക്കെ സഹിക്കണം. കമ്യൂണിസ്റ്റുകാർക്ക് തനിച്ചുനടക്കാൻ ഭയപ്പെടേണ്ട സ്ഥലങ്ങളിൽ വരെ കൃത്യമായി പത്രമെത്തിക്കണം. കൊടുത്ത പത്രത്തിന്റെ കാശ് പിരിക്കുക എന്നതും ദുഷ്കരം. മുഴുവൻ തുക പിരിഞ്ഞുകിട്ടില്ല. ബാക്കി കൈയിൽനിന്ന് എടുക്കേണ്ടിവരും. *ദേശാഭിമാനി*യുടെ പ്രചാരണത്തിനും പത്രം വഴി ആശയപ്രചാരണത്തിനും ആദ്യകാലത്ത് നാട്ടിലുടനീളം വായന ക്ലബ്ബുകൾ രൂപീകരിച്ചിരുന്നു. ക്ലബ്ബിന്റെ യോഗങ്ങളിൽ പത്രം വായിച്ച് ചർച്ച ചെയ്യും. വായനക്കാരുടെ അഭിപ്രായങ്ങൾ *ദേശാഭിമാനി*യെ അറിയിക്കും.

പ്രാദേശിക വാർത്തകൾക്ക് പ്രാധാന്യം

ഏതു പത്രത്തിലും പ്രാദേശിക വാർത്തകൾക്ക് ഇന്ന് വലിയ പ്രാധാന്യം നൽകുന്നുണ്ട്. പത്രത്തിന്റെ നിലനിൽപ്പിനും വളർച്ചയ്ക്കും പ്രാദേശികവാർത്തകൾ ഒഴിച്ചുകൂടാനാവില്ല. പ്രാദേശിക വാർത്തകൾ ശേഖരിച്ചു നൽകുന്നത് ഏജന്റുമാരും പ്രാദേശിക ലേഖകരുമാണ്. ആയിരത്തിത്തൊള്ളായിരത്തി എൺപതുകൾക്കു മുമ്പാണെങ്കിൽ ഏരിയാലേഖകരുടെ എണ്ണം തന്നെ കുറവായിരുന്നു. അക്കാലത്ത് ഏജന്റുമാർ തന്നെയായിരുന്നു 'സ്വ ലേ'കളും. പ്രാദേശിക വാർത്തകൾക്ക് പത്രങ്ങൾ നൽകുന്ന പ്രാധാന്യം ബോധ്യപ്പെടുത്താൻ കെ മോഹനൻ പറഞ്ഞൊരു കഥയുണ്ട്. ആറ്റ്ലി പ്രഭു ബ്രിട്ടീഷ് പ്രധാനമന്ത്രിയായി. അന്നുതന്നെ പാലായിലുണ്ടായ ബസ്സപകടത്തിൽ മൂന്നുപേർ മരിക്കുകയും മുപ്പതുപേർക്ക് പരിക്കേൽക്കുകയും ചെയ്തു. രണ്ടു വാർത്തയും കൂടി ഒന്നാം പേജിൽ പോകില്ല. ധർമസങ്കടത്തിലായ സഹപത്രാധിപർ പത്രഉടമ കൂടിയായ പത്രാധിപരെ സമീപിച്ചു. അദ്ദേഹത്തിന് ഒട്ടും സംശയമുണ്ടായില്ല. "ആറ്റ്ലി പ്രഭു ഇവിടെ വന്ന് പത്രം വാങ്ങില്ല. പാലാ ഏജന്റ് അഞ്ഞൂറുകോപ്പിയാണ് കൊണ്ടുപോകുന്നത്. അയാൾ തന്ന വാർത്ത കൊട്..." കഥയാണ്. എങ്കിലും അതിൽ കാര്യമുണ്ട്.

പി ഗഗാറിൻ

നാട്ടിലെ വിവാഹം, മരണം, അപകട മരണം, ഗ്രാമപഞ്ചായത്തുമായി ബന്ധപ്പെട്ട കാര്യങ്ങൾ, ആശുപത്രിയിലെ പോരായ്മകൾ, സ്കൂളുമായി ബന്ധപ്പെട്ട കാര്യങ്ങൾ, പ്രാദേശിക സ്പോർട്സ് എന്നിവയെല്ലാമുണ്ടെങ്കിലേ ആളുകൾ പത്രം വാങ്ങൂ. അവർക്ക് നാട്ടുവിശേഷമാണ് വലുത്. അതുകൊണ്ടാണ് എല്ലാ പത്രങ്ങളും കഴിയുന്നത്ര പ്രാദേശിക ലേഖകരെ നിയമിക്കുന്നതും വാർത്തകൾ അയക്കാൻ ഏജന്റുമാരെ പ്രോത്സാഹിപ്പിക്കുന്നതും. ചില പത്രങ്ങൾ ചരമ വാർത്തകൾ അയക്കുന്ന ഏജന്റിന് നിശ്ചിത തുക കൊടുക്കും. മറ്റൊരു പത്രത്തിലും വരാത്ത വാർത്തയാണെങ്കിൽ കണ്ടറിഞ്ഞ് പ്രതിഫലം നൽകും. ഏജന്റുമാർ അവരുടെ നാട്ടിൽ പത്രത്തിന്റെ പ്രതിനിധികളാണ്. ആ നിലയ്ക്കുള്ള ബഹുമാനവും അവർക്കു കിട്ടുന്നുണ്ട്. ഈ രംഗത്താണ് പാർട്ടി പ്രവർത്തകരായ ഏജന്റുമാർ *ദേശാഭിമാനി*ക്കു വേണ്ടി പ്രവർത്തിക്കുന്നത്. *ദേശാഭിമാനി*യടക്കം പ്രധാന പത്രങ്ങൾക്ക് ഇപ്പോൾ പല താലൂക്ക് കേന്ദ്രങ്ങളിലും ജില്ലാ കേന്ദ്രങ്ങളല്ലാത്ത പട്ടണങ്ങളിലും സബ് ന്യൂസ് ബ്യൂറോകളുണ്ട്. ഉദാഹരണം: വടകര, തലശ്ശേരി, പയ്യന്നൂർ, തളിപ്പറമ്പ്, കാഞ്ഞങ്ങാട്, ഗുരുവായൂർ. ചില സ്ഥലങ്ങളിൽ സ്റ്റാഫ് റിപ്പോർട്ടർമാരെ നിയോഗിക്കുന്നു. അല്ലാത്തിടങ്ങളിൽ ഏരിയാ റിപ്പോർട്ടർമാർ തന്നെ ബ്യൂറോ നടത്തും. വടകര പോലുള്ള സബ് ബ്യൂറോകളിൽ പ്രാദേശിക പേജ് തയാറാക്കുന്നുമുണ്ട്.

സിപിഐ എമ്മിന്റെ പ്രവർത്തകരോ അനുഭാവികളോ ആയ ഏരിയാ ലേഖകർ, ഏജന്റുമാർ എന്നിവരെ ഉപയോഗിച്ച് *ദേശാഭിമാനി* വാർത്ത ശേഖരിക്കുമ്പോൾ മറ്റു പത്രങ്ങൾ ഈ ജോലിക്ക് 'സ്ട്രിങ്ങർ'മാരെ നിയോഗിക്കുന്നു. പ്രാദേശിക വാർത്ത ശേഖരിച്ച് പത്രങ്ങൾക്ക് അയക്കുകയും പത്രത്തിൽ പ്രസിദ്ധീകരിക്കുന്നതിന്റെ അളവനുസരിച്ച് പ്രതിഫലം വാങ്ങുകയും ചെയ്യുന്നവരാണ് സ്ട്രിങ്ങർമാർ. സ്ട്രിങ് എന്നാൽ ചരട്. ഒരു ചരടിൽ കോർത്തപോലെ പ്രാദേശിക ലേഖകരെ നിയോഗിക്കുന്നതുകൊണ്ടാണ് 'സ്ട്രിങ്ങർ' എന്ന ഇംഗ്ലീഷ് പദം ഉപയോഗിക്കുന്നത്. അച്ചടിച്ചുവരുന്ന വാർത്തയ്ക്ക് കോളം സെന്റിമീറ്റർ കണക്കാക്കിയാണ് ഇവർക്ക് പ്രതിഫലം നൽകുന്നത്. *മാതൃഭൂമി*യിൽ ഇപ്പോഴും ഈ സമ്പ്രദായമുണ്ട്. സ്ട്രിങ്ങർമാർക്ക് മിക്ക പത്രങ്ങളും നിശ്ചിത പ്രതിമാസ അലവൻസ് നൽകുന്നു. അതിനു പുറമെയാണ് പ്രസിദ്ധീകരിക്കുന്ന വാർത്ത അളന്നുനോക്കിയുള്ള പ്രതിഫലം. പ്രാദേശിക ലേഖകന്മാരായി ജോലി ചെയ്യുന്നവർ അത്യാവശ്യം പരസ്യം ശേഖരിക്കും. പരസ്യം പിടിച്ചാൽ അതിന്റെ കമീഷൻകൂടി കിട്ടും. അതുകൊണ്ടാണ് പലർക്കും ഈ രംഗത്തു പിടിച്ചുനിൽക്കാൻ കഴിയുന്നത്.

*ദേശാഭിമാനി*യുടെ വളർച്ചയിൽ പത്ര ഏജന്റുമാരും ഏരിയാ ലേഖകന്മാരും വഹിക്കുന്ന പങ്ക് എവിടെയും വേണ്ടപോലെ രേഖപ്പെടുത്തപ്പെട്ടിട്ടില്ല. 1970-കളുടെ അവസാനം വരെ പത്രം വരിക്കാർക്ക് എത്തിക്കാൻ *ദേശാഭിമാനി*യുടെ ഏജന്റുമാർ നേരിട്ട കഷ്ടപ്പാടും ചെയ്ത ത്യാഗവും വിവരണാതീതമാണ്. *ദേശാഭിമാനി*യുടെ ആരംഭകാലത്ത് കമ്യൂണിസ്റ്റ് പാർട്ടിയുടെ സ്വാധീനം കുറവായിരുന്നതു മാത്രമായിരുന്നില്ല പ്രശ്നം. പാർട്ടിയുടെ പ്രചാരണം പൊലീസിന്റെയും രാഷ്ട്രീയ എതിരാളികളുടെയും എതിർപ്പിനെ നേരിട്ടുകൊണ്ടായിരുന്നു നടത്തേണ്ടത്. ഇന്നത്തെപ്പോലെ വാഹനസൗകര്യമോ റോഡ് സൗകര്യമോ അക്കാലത്തില്ല. വലിയ പ്രദേശത്തായിരിക്കും കുറച്ച് കോപ്പികൾ വിതരണം ചെയ്യേണ്ടത്. ഏജന്റോ വിതരണക്കാരനോ ഒരു പാട് സഞ്ചരിച്ചാലേ പത്ര വിതരണം പൂർത്തിയാക്കാൻ കഴിയൂ. ആദ്യകാലത്ത് പത്രം വാങ്ങുന്നതിൽ നല്ല പങ്ക് ദരിദ്രരായിരുന്നു. വരിസംഖ്യ കൃത്യമായി കൊടുക്കാൻ പലപ്പോഴും അവർക്ക് കഴിയില്ല. എങ്കിലും ഏജന്റ് പത്രം മുടക്കില്ല. അതിന്റെ ബാധ്യതയും ഏജന്റിന്റെ തലയിൽ വരും. ഇത്തരം പ്രയാസങ്ങൾ നേരിട്ട് പത്രം വായനക്കാരിലെത്തിക്കാൻ ത്യാഗസന്നദ്ധതയുള്ള ആയിരക്കണക്കിന് ഏജന്റുമാർ സംസ്ഥാനത്തിന്റെ നാനാഭാഗങ്ങളിലുമുണ്ടായിരുന്നു.

ആദ്യകാലത്ത് *ദേശാഭിമാനി* വിതരണത്തിന് ഏജന്റുമാരും പാർട്ടി പ്രവർത്തകരും അനു

ആർ കൃഷ്ണൻ

ഭവിച്ച ക്ലേശങ്ങൾ ഡൽഹിയിലെ മുതിർന്ന മാധ്യമപ്രവർത്തകനായ പി രാമൻ ഒരു ലേഖനത്തിൽ പറയുന്നുണ്ട്:

കോഴിക്കോട്ട് ട്രെയ്നിങ്ങിനു പോയ ഒരു സ്കൂൾ ടീച്ചറാണ് *ദേശാഭിമാനി* ദിനപത്രം ആദ്യമായി എടപ്പാൾ ഭാഗത്തേക്ക് കൊണ്ടുവന്നത്. പാർട്ടി പ്രവർത്തകരും അനുഭാവികളും ടീച്ചറെ അന്വേഷിച്ചുനടന്നു, പത്രം ഒരു നോക്കുകാണാൻ. ക്രൗൺ സൈസിൽ രണ്ടുഭാഗത്തും അച്ചടിച്ച ആദ്യത്തെ *ദേശാഭിമാനി* കാഴ്ചയിൽ ഒട്ടും ആകർഷകമായിരുന്നില്ല. പ്രത്യേകിച്ച് ഇന്നത്തെ നിലവാരം നോക്കിയാൽ. പക്ഷേ, അന്നത്തെ പുതുതലമുറയ്ക്ക് പത്രം ആത്മവിശ്വാസവും ആത്മാഭിമാനവും നൽകി. ഉയർന്നുവരുന്ന ബഹുജന പ്രസ്ഥാനത്തിന്റെ പടവാളായിരുന്നു പത്രം. കോഴിക്കോട്ട് അച്ചടിച്ച പത്രം ഉൾനാടുകളിൽ എത്തിക്കുന്നത് ഒരു വലിയ പ്രശ്നമായിരുന്നു. തിരൂർ റെയിൽവെ സ്റ്റേഷൻ വരെ തീവണ്ടിയിൽ. പിന്നെ ചമ്രവട്ടം ഭാരതപ്പുഴവരെ ബസിൽ. പുഴയിലെ കടത്തുകടന്ന് പിന്നെയും ബസ്. അങ്ങനെ എടപ്പാൾ തുയ്യത്ത് ഇ ടി കുഞ്ഞന്റെ ഇത്തിൾചൂളയിൽ പത്രം എത്തുമ്പോൾ രണ്ടുമണിയാകും. ഓരോ സ്ഥലത്തും പത്രക്കെട്ട് ഇറക്കലും കേറ്റലുമെല്ലാം ലോക്കൽ സഖാക്കൾ ചെയ്തിരുന്നു. ചൂളയിൽ നിന്ന് നാലും അഞ്ചും മൈൽ അകലെനിന്ന് വരിക്കാർ അവരുടെ കോപ്പി കൊണ്ടുപോകണം. അന്നൊക്കെ *ദേശാഭിമാനി*യുടെ ഒരു കോപ്പി പതിനഞ്ചു പേരെങ്കിലും വായിച്ചിരുന്നു. ഉൾനാടൻ ചായക്കടകളിൽ, പ്രത്യേകിച്ച് അനുഭാവികൾ നടത്തുന്ന കടകളിൽ വരുന്നവരെല്ലാം പത്രം മറിച്ചുനോക്കും. ചിലർ ഉറക്കെ വായിക്കും, മറ്റുള്ളവർക്കുവേണ്ടി.[2]

കണ്ണൂർ ജില്ലയിൽ സിപിഐ എം ജില്ലാ സെക്രട്ടറിയറ്റ് അംഗമായിരുന്ന ആർ കൃഷ്ണൻ 1942–46 കാലത്ത് *ദേശാഭിമാനി*യുടെ വിതരണക്കാരനായിരുന്നു. അദ്ദേഹം തന്റെ അനുഭവം രേഖപ്പെടുത്തിയിട്ടുണ്ട്. അതിലേക്ക്:

പാർട്ടിയുടെയും *ദേശാഭിമാനി*യുടെയും ആദ്യകാലത്ത് പാർട്ടി നേതാക്കൾ ഏതുപരിപാടിക്ക് പോകുമ്പോഴും പാർട്ടി പത്രങ്ങളും മറ്റു പ്രസിദ്ധീകരണങ്ങളും കൊണ്ടുപോയി വിൽക്കുമായിരുന്നു. പ്രസംഗത്തിൽ പത്രത്തെക്കുറിച്ചും മറ്റു പ്രസിദ്ധീകരണങ്ങളെക്കുറിച്ചും പറയുക പതിവാണ്. പ്രത്യേകിച്ച് എ കെ ജിയും സി എച്ച് കണാരനും. പല സ്ഥലങ്ങളിലും ഈ നേതാക്കൾ പത്ര–സാഹിത്യക്കെട്ടുകൾ ചുമന്നുവരുന്നത് ഞാൻ കണ്ടിട്ടുണ്ട്. പാർട്ടി പ്രവർത്തനരംഗത്തേക്ക് വരുന്നവർ പത്രപ്രചാരണം അവരുടെ പ്രവർത്തനത്തിന്റെ ഭാഗമായി അംഗീകരിക്കണം. ആളുകൾ കൂടുന്ന സ്ഥലങ്ങളിൽ പത്രം ഉച്ചത്തിൽ വായിച്ച് കേൾപ്പിക്കും. അങ്ങനെയാണ് പത്രവായനയിൽ ആളുകൾക്ക് താൽപ്പര്യമുണ്ടാക്കിയിരുന്നത്. അവരിൽ നിന്ന് വരിക്കാരെ ചേർക്കും. ഇത്തരം ഉത്തരവാദിത്തങ്ങളൊക്കെ ഞാൻ കൃത്യമായി നിർവഹിച്ചു. വായനാഗ്രൂപ്പുകൾ സംഘടിപ്പിച്ചും പത്രത്തിന് വരിക്കാരെയുണ്ടാക്കി. പാർട്ടി പ്രവർത്തനത്തോടൊപ്പം ഞാനൊരു പത്രവിൽപ്പനക്കാരൻ കൂടിയായിരുന്നു. വലിയ കമീഷനും പദവിയൊന്നുമില്ല. പക്ഷേ, പത്രം പ്രചരിപ്പിക്കുന്നത് എന്റെ പാർട്ടി പ്രവർത്തനമാണ്. എതിരാളികളുടെ മേഖലയിൽകൂടി പത്രത്തിന്റെ പ്രധാന തലക്കെട്ട് വിളിച്ചുപറഞ്ഞ് നടക്കുമ്പോൾ പരിഹാസം, തെറിവിളി, ഭീഷണി, കൈയേറ്റം ഇതൊക്കെയുണ്ടായിരുന്നു. പാലോറ മാതയുടെ പത്രം, റഷ്യക്കാരന്റെ പത്രം– അങ്ങനെ പലതും കേട്ടു. പലതും എഴുതാൻ പറ്റില്ല. ഇ എം എസിന്റെയും എ കെ ജിയുടെയും ജി അധികാരിയുടെയും മറ്റും ലേഖനങ്ങളുടെയും പ്രസ്താവനകളുടെയും തലക്കെട്ട് വിളിച്ചുപറഞ്ഞു നടക്കും. വൽസന്റെ കാർട്ടൂണിന്റെ ഉള്ളടക്കവും പറയും. 1948–ൽ പത്രം നിരോധിക്കപ്പെടുന്നതുവരെ വിതരണം തുടർന്നു. ഞാൻ *ദേശാഭിമാനി* ചെമ്പിലോട് ലേഖകനുമായിരുന്നു.[3]

അര നൂറ്റാണ്ട് പിന്നിട്ട ഏജന്റ്

ആർ കൃഷ്ണനെപ്പോലെ നിരവധി ഏജന്റുമാരും വിതരണക്കാരും *ദേശാഭിമാനി* പ്രചരിപ്പിക്കുന്നതിൽ വലിയ പങ്കുവഹിച്ചിട്ടുണ്ട്. പത്രം തയാറാക്കലും അച്ചടിയും പത്രമാപ്പീസിന്റെ

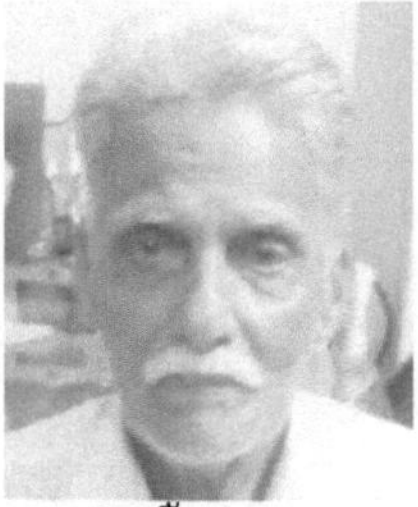
ഏജന്റ് കെ കോയ

അകത്ത് നടക്കുന്ന കാര്യമാണ്. പത്രം വായനക്കാരുടെ കൈയിലെത്തുക എന്നതാണ് പ്രധാനം. കോഴിക്കോട് നഗരത്തിൽ മെഡിക്കൽ കോളേജ്, മായനാട്, മുണ്ടിക്കൽ താഴം ഭാഗങ്ങളിൽ അമ്പത്തിരണ്ടുവർഷമായി മുടങ്ങാതെ *ദേശാഭിമാനി* വിതരണം ചെയ്യുന്ന ഏജന്റാണ് കെ കോയ. 1970-ൽ ആരംഭിച്ച പത്രവിതരണം ഇന്നും അദ്ദേഹം മുടങ്ങാതെ കൊണ്ടുപോകുന്നു. വിതരണം ഏറ്റെടുക്കുന്ന കാലത്ത് അദ്ദേഹം സിപിഐ എമ്മിന്റെ മായനാട് ബ്രാഞ്ച് അംഗമായിരുന്നു. അന്ന് ഈ ഭാഗങ്ങളിൽ ഇരുപതോ ഇരുപത്തിയഞ്ചോ പത്രമേയുള്ളൂ. സിഡബ്ല്യുഎംഎസ് എന്ന കമ്പനിയുടെ മാവൂർ റൂട്ടിലുള്ള ബസിലാണ് പത്രം മെഡിക്കൽ കോളേജിലെത്തുക. കിലോമീറ്ററുകൾ സൈക്കിൾ ചവിട്ടിയാലാണ് ഒന്നോ രണ്ടോ പത്രം കൊടുക്കാൻ കഴിയുക. സൈക്കിൾ പോലും പോകാത്ത പ്രദേശങ്ങളുണ്ടായിരുന്നു. അവിടെയെത്തുമ്പോൾ സൈക്കിൾ ഉരുട്ടും. പത്രം വിതരണം ചെയ്തുകഴിയുമ്പോൾ ഉച്ചയാകും.

മുണ്ടിക്കൽ താഴത്ത് ഉണക്കമീനും കപ്പയും വിൽക്കുന്ന ഒരു കട കോയയുടെ കുടുംബത്തിനുണ്ടായിരുന്നു. കോയയായിരുന്നു അതു നടത്തിയിരുന്നത്. പത്രവിതരണം ഏറ്റെടുത്തപ്പോൾ അതിൽ നിന്നൊഴിവായി. അനുജനെയും ബാപ്പയെയും കട ഏൽപ്പിച്ചു.

> മക്കളുടെ സഹായംകൂടി കിട്ടിയതുകൊണ്ടാണ് ഒരു ദിവസം പോലും പത്രം മുടങ്ങാതിരുന്നത്. ബസ് വരുന്ന നേരത്ത് മെഡിക്കൽകോളേജ് സ്റ്റോപ്പിൽ നിന്നില്ലെങ്കിൽ പലപ്പോഴും പത്രക്കെട്ട് ഇറക്കാതെ ബസ് പോകും. മഴക്കാലത്ത് ചിലപ്പോൾ ബസ് തൊഴിലാളികൾ പത്രം റോഡിലേക്കിടുമ്പോൾ വീഴുന്നത് വെള്ളത്തിലായിരിക്കും. അത്തരം സന്ദർഭങ്ങളിൽ അടുത്തുള്ള ഹോട്ടൽ അൻസാരിയിൽ പോയി അടുപ്പിനടുത്ത് വെച്ച് പത്രം ഉണക്കിയെടുക്കും. ഇപ്പോൾ അത്തരം പ്രശ്നങ്ങളില്ല. *ദേശാഭിമാനി* പ്രത്യേക വാഹനം ഏർപ്പാടാക്കിയാണ് പത്രക്കെട്ടുകൾ എത്തിക്കുന്നത്.[4]

കോഴിക്കോട് ജില്ലയിലെ പന്തിരിക്കരയിൽ 49 വർഷമായി ഏജന്റായി പ്രവർത്തിക്കുന്ന വി ഗോപിക്കും സമാനമായ അനുഭവമാണുള്ളത്. ഗോപിക്കു സൈക്കിൾ അറിയില്ല എന്ന വിശേഷവുമുണ്ട്. ഏതാണ്ട് പത്തു കിലോമീറ്റർ ചുറ്റളവുള്ള പ്രദേശത്താണ് ആദ്യകാലത്ത് നടന്ന് പത്രം വിതരണം ചെയ്തിരുന്നത്. ഇപ്പോൾ അത്രയും പ്രദേശമില്ല. കൂടുതൽ ഏജൻസികൾ വന്നു. രാവിലെ നാലരമണിക്ക് തുടങ്ങുന്ന ജോലിയാണ്. പലതവണ പട്ടിയുടെ കടിയേറ്റു. ഒരിക്കൽ പാമ്പുകടിച്ചു. കോഴിക്കോട്ട് ഏജൻസിയുടെ പണമടയ്ക്കാൻ വന്നാൽ പലപ്പോഴും നാട്ടിലേക്ക് ബസ് കിട്ടില്ല. ബസ് കിട്ടാതിരുന്നാൽ ബസ് സ്റ്റാന്റിൽ കിടുന്നുറങ്ങും. പത്രം പ്രചരിപ്പിക്കുന്നതിന് ഗോപി പല അടവുകളും പയറ്റും. നാട്ടിൻപുറങ്ങളിൽ ഒരു വീട്ടിൽ മരണമുണ്ടായാൽ ഒന്നുരണ്ടാഴ്ച ആളുകൾ വന്നുകൊണ്ടിരിക്കും. കുറേനേരം സംസാരിച്ചിരുന്നേ അവർ തിരിച്ചുപോകൂ. അതുകൊണ്ട് മരണമുണ്ടായ വീടുകളിൽ *ദേശാഭിമാനി* വാങ്ങുന്നില്ലെങ്കിൽ പത്തുദിവസം ഗോപിയുടെ വക സൗജന്യമായി *ദേശാഭിമാനി* നൽകും. ധാരാളം ആളുകൾ വായിക്കും. ചിലപ്പോൾ അതുവഴി വരിക്കാരെയും കിട്ടും. പത്തുദിവസത്തെ പത്രത്തിനുള്ള പണം ഗോപിയുടെ പോക്കറ്റിൽ നിന്നാണ്. “പത്രം കൊടുക്കാനും പണം പിരിക്കാനും വീടുകളിൽ പോകുന്നതുകൊണ്ട് നാട്ടുകാരുമായി നല്ല ബന്ധം സ്ഥാപിക്കാൻ കഴിഞ്ഞിട്ടുണ്ട്. പാർട്ടി പ്രവർത്തനത്തിൽ അതു മുതൽക്കൂട്ടായി.”-ഗോപി. കൂത്താളി പഞ്ചായത്തിലെ ക്ഷേമകാര്യ കമ്മിറ്റി ചെയർമാനാണ് ഇപ്പോൾ ഗോപി.

മനുഷ്യരെ തൊട്ടറിയുന്ന പ്രാദേശിക ലേഖകർ

*ദേശാഭിമാനി*യുടെ ഏരിയാ ലേഖകർ സിപിഐ എമ്മിന്റെ ഏരിയാ കമ്മിറ്റികളുമായി ബന്ധപ്പെട്ടാണ് പ്രവർത്തിക്കുന്നതെങ്കിലും നാട്ടുകാർക്ക് താൽപ്പര്യമുള്ള എല്ലാം വാർത്തയാക്കണമെന്ന നിർദേശമാണ് അവർക്ക് നൽകിയിട്ടുള്ളത്. അതുകൊണ്ടുതന്നെ മാനുഷികതാൽപ്പര്യമുള്ള എല്ലാവാർത്തകളും അവർ കൈകാര്യം ചെയ്യുന്നു. വിദ്യാഭ്യാസയോഗ്യതയുള്ള ഏരിയാലേഖ

കെ വി അബ്ദുൾ ഖാദർ

കരെ അവരുടെ കഴിവിന്റെ അടിസ്ഥാനത്തിൽ റിപ്പോർട്ടർ/സബ് എഡിറ്റർ തസ്തികയിൽ നിയമിക്കുന്ന നയവും പത്രം സ്വീകരിച്ചിട്ടുണ്ട്. നേരത്തെ ഏരിയാലേഖകരായിരുന്ന പലരും ഇപ്പോൾ സബ് എഡിറ്റർമാരോ സ്റ്റാഫ് റിപ്പോർട്ടർമാരോ ആണ്. പ്രാദേശിക ലേഖകർക്ക് കൂടെക്കൂടെ പരിശീലന ക്ലാസുകളും *ദേശാഭിമാനി* സംഘടിപ്പിക്കുന്നുണ്ട്.

*ദേശാഭിമാനി*യുടെ ചാവക്കാട്-ഗുരുവായൂർ ഏരിയാ ലേഖകനായി 1988 മുതൽ 2000 വരെ പ്രവർത്തിച്ച കെ വി അബ്ദുൾഖാദർ 2006 മുതൽ മൂന്നു തവണ കേരള നിയമസഭയിലേക്ക് ഗുരുവായൂർ മണ്ഡലത്തിൽ നിന്ന് തെരഞ്ഞെടുക്കപ്പെട്ടു. പതിനഞ്ചു വർഷം തുടർച്ചയായി നിയമസഭാംഗമായി പ്രവർത്തിച്ച അദ്ദേഹത്തിന്റെ വാക്കുകൾ:

ഗുരുവായൂർ, ചാവക്കാട് മേഖലയിൽ രാഷ്ട്രീയ-സാമൂഹ്യ പ്രവർത്തകനെന്ന നിലയിൽ വലിയ അംഗീകാരം ലഭിക്കാൻ സഹായിച്ചത് *ദേശാഭിമാനി* പ്രവർത്തനമാണ്. അതിലൂടെ ആർജിച്ച ജനപിന്തുണ ഗുരുവായൂരിൽ നിന്ന് മൂന്നുതവണ വിജയിക്കുന്നതിനും സഹായിച്ചു. കേരളത്തിലെ പ്രധാന തീർഥാടന കേന്ദ്രമായ ഗുരുവായൂർ വാർത്താകേന്ദ്രം കൂടിയാണ്. അതിന്റെ സാധ്യതകൾ ഉപയോഗപ്പെടുത്താനും വായനക്കാരുടെ പ്രതീക്ഷക്കൊത്ത് ഉയരാനും *ദേശാഭിമാനി*ക്ക് കഴിഞ്ഞു. കേരളത്തിലാകെ ശ്രദ്ധിക്കപ്പെട്ട ധാരാളം മാനുഷികതാൽപ്പര്യമുള്ള വാർത്തകളും ഫീച്ചറുകളും ഗുരുവായൂരിൽ നിന്ന് നൽകാനായതിൽ അഭിമാനമുണ്ട്. പല വാർത്തകൾക്കും കൊച്ചി ന്യൂസ് ഡെസ്കിന്റെ അഭിനന്ദനവും ലഭിച്ചു. [5]

മുപ്പത്തിയേഴു വർഷമായി കോഴിക്കോട് ജില്ലയിൽ പേരാമ്പ്ര ഏരിയാ ലേഖകനായി പ്രവർത്തിക്കുന്ന ഇ ബാലകൃഷ്ണന്റെ അനുഭവം:

ദേശാഭിമാനി ലേഖകന്റെ ജോലി ചെയ്യുമ്പോൾ രണ്ടുതവണ പൊലീസിന്റെ ലാത്തിയടിയേറ്റിട്ടുണ്ട്. കൂത്തുപറമ്പ് വെടിവെപ്പിനെത്തുടർന്ന് സംഘർഷമുണ്ടായപ്പോൾ എന്നെയും കേസിൽ പ്രതിയാക്കി. പതിനാറുദിവസം ജയിലിൽ കിടന്നു. അതിലൊന്നും പ്രയാസമില്ല. *ദേശാഭിമാനി* ലേഖകനായി ജോലി ചെയ്യുന്നത് വലിയ അഭിമാനമാണ്. ഏറെക്കാലമായി എന്റെ ജീവിതോപാധി *ദേശാഭിമാനി*യിൽ നിന്നുള്ള അലവൻസാണ്. സ്വന്തം പേരിൽ വാർത്ത വരുന്നത് ആദ്യമൊക്കെ വലിയ പുളകമായിരുന്നു. സന്തോഷവും അഭിമാനവും പറഞ്ഞറിയിക്കാനാവില്ല. ബൈലൈനിൽ എത്രയോ വാർത്തകൾ വന്നു. അതുതന്നെയാണ് സമ്പാദ്യം. [6]

മംഗളൂരു വിമാന ദുരന്തം

ഏജന്റുമാരുടെ പിന്തുണ മികച്ച പത്രമിറക്കുന്നതിന് എത്രത്തോളം സഹായിക്കും എന്നതിന് *ദേശാഭിമാനി*യുടെ അനുഭവം പറയാം. 2010 മെയ് 22-ന് സംഭവിച്ച മംഗളൂരു വിമാന ദുരന്തത്തിന്റെ വാർത്തയും ചിത്രങ്ങളും മലയാളത്തിലെ പ്രമുഖ പത്രങ്ങളെ കവച്ചുവയ്ക്കുന്ന നിലയിലാണ് *ദേശാഭിമാനി* പ്രസിദ്ധീകരിച്ചത്. ആദ്യദിവസം തിരിച്ചറിഞ്ഞ 38 മലയാളികളുടെയും ചിത്രങ്ങൾ ഒന്നാം പേജിൽ തന്നെ കൊടുത്തു. ചിത്രങ്ങൾ മാത്രമല്ല, മരിച്ചവരെക്കുറിച്ച് പരമാവധി വിവരങ്ങളും ഉൾപ്പെടുത്താനായി. ഇതുരണ്ടും സാധിച്ചത് കണ്ണൂർ, കാസർകോട് ജില്ലകളിലെ ഏജന്റുമാരെയും ഏരിയാ ലേഖകരെയും രാവിലെ തന്നെ രംഗത്തിറക്കിയതുകൊണ്ടാണ്. കണ്ണൂർ യൂണിറ്റ് ന്യൂസ് എഡിറ്ററായിരുന്ന കെ ടി ശശി ഇതെല്ലാം സമർഥമായി ഏകോപിപ്പിച്ചു. മറ്റൊരു പത്രത്തിനും മരിച്ച മലയാളികളെക്കുറിച്ച് ഇത്രയും വിവരങ്ങൾ കൊടുക്കാൻ കഴിഞ്ഞിരുന്നില്ല. കാരണം, താഴെ തട്ടിൽ *ദേശാഭിമാനി*ക്കുള്ളതുപോലെ ഏജന്റുമാരുടെ ശൃംഖല മറ്റാർക്കുമുണ്ടായിരുന്നില്ല. ഓരോ ഏജന്റും പാർട്ടി ഏൽപ്പിച്ച ഉത്തരവാദിത്തമാണെന്ന നിലയിൽ പാടുപെട്ടു. പാർട്ടിയുടെ പ്രധാന പ്രവർത്തകരായ ഏജന്റുമാർക്ക് വിവരങ്ങൾ ശേഖരിക്കാൻ പല അനുകൂല ഘടകങ്ങളുമുണ്ടായിരുന്നു. ഒന്നാമതായി സിപിഐ എമ്മിന്റെ വിപുലമായ സ്വാധീനം, രണ്ടാമത്, ഏജന്റുമാർക്ക് നാട്ടുകാരുമായുള്ള അടുത്ത ബന്ധം. സന്ദർഭത്തിനൊത്ത് ഉയർന്നുപ്രവർത്തിക്കാനുള്ള

*ദേശാഭിമാനി*യുടെ ശേഷിയാണ് വിമാനാപകട വാർത്ത കൈകാര്യം ചെയ്യുന്നതിൽ കണ്ടത്.

അന്നത്തെ പ്രവർത്തനങ്ങൾ ഏകോപിപ്പിച്ച കെ ടി ശശിയുടെ വാക്കുകൾ:

അപകടം നടന്ന് ഏതാനും മിനുട്ടുകൾക്കകം തന്നെ മംഗളൂരു ലേഖകൻ അനീഷ് ബാലനോട് പെട്ടെന്ന് സ്ഥലത്തെത്താൻ നിർദേശിച്ചു. കാസർകോട് ബ്യൂറോവിൽ നിന്ന് എം ഒ വർഗീസ്, മുഹമ്മദ് ഹാഷിം, വിനോദ് പായം, ഫോട്ടോഗ്രാഫർ എസ് കെ അജയകുമാർ എന്നിവരെയും അപ്പോൾ തന്നെ മംഗളൂരുവിലേക്ക് അയച്ചു. അതിനുപുറമെ കണ്ണൂർ ബ്യൂറോയിൽ നിന്ന് ജയകൃഷ്ണൻ നരിക്കുട്ടി, ഫോട്ടോഗ്രാഫർ കെ മോഹനൻ എന്നിവരും അങ്ങോട്ടു പുറപ്പെട്ടു. മരിച്ച മലയാളികളിൽ അധികവും കാസർകോട്, കണ്ണൂർ ജില്ലക്കാരായിരുന്നു. രണ്ടു ജില്ലയിലെയും ഏരിയാലേഖകരെ വിളിച്ച് ജാഗ്രതയായി നിൽക്കാൻ പറഞ്ഞു. മംഗളൂരുവിൽ നിന്നു ലഭിക്കുന്ന വിവരങ്ങൾ അപ്പപ്പോൾ അവർക്ക് കൈമാറി. മരിച്ചവരുടെ ചിത്രങ്ങളും കുടുംബവിവരങ്ങളും ശേഖരിക്കാൻ ഏജന്റുമാർക്ക് നിർദേശം നൽകി. അവർക്ക് പ്രാദേശിക സിപിഐ എം പ്രവർത്തകരുടെ സഹായം കിട്ടാൻ ആവശ്യമായതു ചെയ്തു. ഏജന്റുമാരുടെയും ഏരിയാലേഖകരുടെയും സമർപ്പിത മനസ്സോടെയുള്ള പരിശ്രമമാണ് ഡെസ്കിൽ നടത്തിയ ആസൂത്രണം വിജയിപ്പിച്ചത്.[7]

ദേശാഭിമാനി
രാജ്യം നടുങ്ങിയ ആകാശ ദുരന്തം
158 മരണം
66 മലയാളികൾ
• അപകടം മംഗളൂരുവിൽ ഇറങ്ങുമ്പോൾ • വിമാനം റൺവേയിൽനിന്ന് തെന്നി താഴ്ചയിലേക്ക് പതിച്ചു
ജീവൻ പൊലിഞ്ഞ മലയാളികൾ

മംഗളൂരു വിമാന ദുരന്തം ഒന്നാം പേജ് -2010 മെയ് 22

മംഗളൂരു വിമാനദുരന്തം കേരളത്തിന് ഇന്നും നൊമ്പരപ്പെടുത്തുന്ന ഓർമയാണ്. 158 പേർ തൽക്ഷണം മരിച്ചു. മരിച്ചവരിൽ 66 മലയാളികളുണ്ടായിരുന്നു. ദുബായിൽ നിന്നുള്ള എയർ ഇന്ത്യ എക്സ്പ്രസ് വിമാനമാണ് രാവിലെ മംഗളൂരു അന്താരാഷ്ട്ര വിമാനത്താവളത്തിൽ ഇറങ്ങുന്നതിനിടെ താഴ്ചയിലേക്ക് വീണ് കത്തിയമർന്നത്. പരമാവധി വിവരങ്ങൾ കൃത്യതയോടെ സമയത്ത് ശേഖരിക്കുക എന്നത് ഏതു മാധ്യമത്തിനും വെല്ലുവിളിയാണ്. പ്രായോഗിക ബുദ്ധിയോടെ കാര്യങ്ങൾ ആസൂത്രണം ചെയ്യാനും അതനുസരിച്ച് ലേഖകരെ രംഗത്തിറക്കാനും കഴിയണം. അവർക്ക് നൽകുന്ന മാർഗനിർദേശങ്ങൾ പ്രധാനമാണ്.

കെ ടി ശശി

സംഭവകാലത്ത് ഈ ലേഖകനായിരുന്നു സെൻട്രൽ ഡെസ്കിന്റെ ചുമതലയുള്ള ചീഫ് ന്യൂസ് എഡിറ്റർ. തിരുവനന്തപുരത്തു നിന്ന് കോഴിക്കോട്ടേക്കു പുറപ്പെട്ട് തൃശൂർ എത്തിയപ്പോഴാ

ണ് വിവരമറിഞ്ഞത്. ഉടനെ റസിഡന്റ് എഡിറ്റർ പി രാജീവിനെ വിവരം ധരിപ്പിച്ചു. കോഴിക്കോട്ടേക്കുള്ള യാത്ര റദ്ദാക്കി തിരുവനന്തപുരത്തേക്ക് മടങ്ങാനായിരുന്നു അദ്ദേഹത്തിന്റെ നിർദേശം. ഉച്ച തിരിഞ്ഞപ്പോൾ തിരുവനന്തപുരത്ത് എത്തി. പി രാജീവ് തന്നെ നിരന്തരം കണ്ണൂർ യൂണിറ്റുമായും സെൻട്രൽ ഡെസ്കുമായും ബന്ധപ്പെട്ട് നിർദേശങ്ങൾ നൽകിക്കൊണ്ടിരുന്നു. ടി ആർ മധുകുമാറായിരുന്നു ആ ഘട്ടത്തിൽ സെൻട്രൽ ഡെസ്ക് ന്യൂസ് എഡിറ്റർ. പി രാജീവിന്റെ ഇടപെടലും അവസരത്തിനൊത്തുയർന്ന് കണ്ണൂർ യൂണിറ്റ് പ്രവർത്തിച്ചതുമാണ് പ്രശംസ പിടിച്ചുപറ്റുന്ന രീതിയിൽ പത്രം തയാറാക്കാൻ സഹായിച്ചത്. അതിൽ ഏറ്റവും വലിയ സംഭാവന നൽകിയത് ഏജന്റുമാരും ഏരിയാലേഖകരുമായിരുന്നു. പേജ് വിന്യാസത്തിലും *ദേശാഭിമാനി* അതിന്റെ പ്രൊഫഷണൽ മികവ് തെളിയിച്ചു.

34

പുതിയ വെല്ലുവിളികൾ

ഇന്ത്യയിൽ കോവിഡ് കാലത്ത് പത്രങ്ങളുടെയെല്ലാം പ്രചാരം ഗണ്യമായി കുറഞ്ഞപ്പോൾ ഒരു പത്രത്തിന്റെ മാത്രം പ്രതികളുടെ എണ്ണം വർധിച്ചു, *ദേശാഭിമാനി*യുടെ. ഓഡിറ്റ് ബ്യൂറോ ഓഫ് സർക്കുലേഷൻസ് (എബിസി) പത്രങ്ങളുടെയും ആനുകാലികങ്ങളുടെയും പ്രചാരം ഓഡിറ്റ് ചെയ്ത് സാക്ഷ്യപ്പെടുത്തുന്ന സ്വതന്ത്ര ഏജൻസിയാണ്. പത്രഉടമകളുടെ സംഘടനയായ ഇന്ത്യൻ ന്യൂസ്പേപ്പർ സൊസൈറ്റി (ഐഎൻഎസ്) 1947-ലാണ് എബിസി രൂപീകരിച്ചത്. ഓരോ ആറുമാസത്തിലും പത്രസ്ഥാപനങ്ങൾ സന്ദർശിച്ച് ഓഡിറ്റ് നടത്തി എബിസി പ്രസിദ്ധീകരിക്കുന്ന കണക്കിന് ആധികാരിക സ്വഭാവമുണ്ട്.

എബിസിയുടെ 2022 ജനുവരി-ജൂൺ കാലയളവിലെ ഓഡിറ്റ് റിപ്പോർട്ട് പ്രകാരം *ദേശാഭിമാനി*യുടെ പ്രചാരം 6,22,276 കോപ്പിയാണ്. കോവിഡ്-19 കാരണം 2020, 2021 വർഷങ്ങളിൽ ഓഡിറ്റ് നടന്നിരുന്നില്ല. 2019 ജൂലൈ-ഡിസംബർ കാലത്താണ് ഇതിനുമുമ്പ് അവസാന ഓഡിറ്റിങ് നടന്നത്. അന്ന് *ദേശാഭിമാനി*യുടെ കോപ്പി 5,68,039 ആയിരുന്നു. അതനുസരിച്ച് 54,237 കോപ്പിയുടെ വർധന. *ദേശാഭിമാനി*യെ സംബന്ധിച്ച് ഇത് അഭിമാനകരമായ നേട്ടമായി. ഈ കാലയളവിൽ ഇന്ത്യയിൽ എല്ലാ പത്രങ്ങളുടെയും കോപ്പി കുറയുകയാണുണ്ടായത്. കേരളത്തിൽ *മലയാള മനോരമ, മാതൃഭൂമി* എന്നീ പ്രമുഖ പത്രങ്ങളുടെ പോലും കോപ്പിയുടെ എണ്ണം താഴേക്കുപോയി. *മലയാള മനോരമ*യുടെ കോപ്പി 23.08 ലക്ഷത്തിൽ നിന്ന് 19.71 ലക്ഷമായി കുറഞ്ഞു-3.36 ലക്ഷം കോപ്പിയുടെ കുറവ്. *മാതൃഭൂമി*യുടെ കോപ്പി 12.3 ലക്ഷത്തിൽ നിന്ന് 10.58 ലക്ഷമായി കുറഞ്ഞു. 1.72 ലക്ഷത്തിന്റെ കുറവ്. മുഖപത്രത്തിന്റെ പ്രചാരം കൂട്ടുക എന്നത് സിപിഐഎം ഒരു അജണ്ടയായി എടുത്തിട്ടുണ്ടെങ്കിലും *ദേശാഭിമാനി*യുടെ ഉള്ളടക്കവും ലേഔട്ടും ശ്രദ്ധേയമായി മെച്ചപ്പെട്ടതും ഈ നേട്ടത്തിന് അടിസ്ഥാനമാണ്.

കേരളത്തിൽ *മലയാള മനോരമ, മാതൃഭൂമി, ദേശാഭിമാനി* എന്നീ മൂന്നു പത്രങ്ങളേ ഇപ്പോൾ എബിസി ഓഡിറ്റിങ്ങിന് വിധേയമാകുന്നുള്ളൂ. *കേരള കൗമുദി, മാധ്യമം* എന്നീ പത്രങ്ങൾ നേരത്തെ എബിസി ഓഡിറ്റിങ്ങിലുണ്ടായിരുന്നു. എന്നാൽ അവരും ഇപ്പോൾ എബിസിയിൽ നിന്ന് ഒഴിവായി. കാരണം സ്പഷ്ടമാണ്. ഓഡിറ്റിങ്ങിനു പോയാൽ യഥാർഥ കോപ്പി പുറത്തറിയും. അതു പരസ്യത്തെ ബാധിക്കുമെന്ന് അവർ ഭയപ്പെടുന്നു. ഓഡിറ്റിങ് ഇല്ലെങ്കിൽ പരസ്യദാതാക്കളുടെ മുമ്പിൽ വലിയ അവകാശവാദങ്ങൾ നടത്താം. പരസ്യം നൽകുന്നവർ അതു വിശ്വസിച്ചുകൊള്ളണമെന്നില്ല എന്നത് മറ്റൊരു കാര്യം. എബിസിയുടെ കണക്കാണ് പൊതുവിൽ വലിയ പരസ്യദാതാക്കൾ പരിഗണിക്കുന്നത്. മലയാളത്തിൽ സർക്കുലേഷന്റെ കാര്യത്തിൽ ഓഡിറ്റിങ്ങിന് വിധേയമാകുന്ന മൂന്നു പത്രങ്ങളിൽ ഒന്നാണ് *ദേശാ*

ഭിമാനി എന്നത് പത്രത്തിന്റെ മാനേജ്മെന്റിന് അഭിമാനിക്കാവുന്ന കാര്യമാണ്.

കർശനമായ ഓഡിറ്റ് പ്രക്രിയ

പത്രത്തിന്റെ ഓരോ എഡിഷനിലും ഓഡിറ്റർമാർ നേരിട്ടു ചെന്ന് രേഖകൾ പരിശോധിച്ചാണ് കോപ്പിയുടെ കണക്കെടുക്കുന്നത്. *ദേശാഭിമാനി* കോഴിക്കോട് യൂണിറ്റിലെ സർക്കുലേഷൻ വിഭാഗത്തിന്റെ ചുമതലയുള്ള പി പി ഷൈജു എബിസി ഓഡിറ്റിങ് പ്രക്രിയ വിവരിക്കുന്നു:

പി പി ഷൈജു

ഏജൻസി സംബന്ധമായ എല്ലാ കണക്കുകളും ഓഡിറ്റർമാർ പരിശോധിക്കും. ഏജൻസി ഫോറം കൃത്യമായി പൂരിപ്പിച്ച് സൂക്ഷിച്ചിട്ടുണ്ടോ? ഏജന്റ് നിക്ഷേപത്തുക അടച്ചിട്ടുണ്ടോ? കമ്പ്യൂട്ടറിലെയും ലഡ്ജർ പുസ്തകത്തിലെയും കണക്കുകളും പരിശോധിക്കും. ബാങ്കിന്റെ സ്റ്റേറ്റ്മെന്റ് മറ്റു കണക്കുകളുമായി പൊരുത്തപ്പെടുന്നുണ്ടോ എന്ന് നോക്കും. പത്രങ്ങൾ വാർഷിക വരിസംഖ്യ പിരിക്കുന്നതുകൊണ്ട് അതിന്റെ കണക്കുകളും വരിക്കാരുടെ ലഡ്ജറും പരിശോധിക്കും. മാത്രമല്ല, വാർഷിക വരിക്കാരായി പത്രത്തിന്റെ രേഖയിൽ പേരുള്ള ചിലരെ അവർ ഫോണിൽ വിളിച്ചുചോദിക്കും, പത്രം കിട്ടുന്നുണ്ടോ എന്ന്. കണക്കു പെരുപ്പിക്കാൻ വ്യാജമായി ചേർത്തതാണെങ്കിൽ അങ്ങനെ പിടിയ്ക്കും. അങ്ങിങ്ങായി ഏതാനും ഏജന്റുമാരെ ഓഡിറ്റർമാർ നേരിൽ കണ്ട് വിവരങ്ങൾ തിരക്കും. പ്രസ്സിൽ അച്ചടി നടക്കുമ്പോഴും ഓഡിറ്റിങ്ങുണ്ട്. കണക്കിലുള്ള എണ്ണം കോപ്പികൾ അച്ചടിക്കുന്നുണ്ടോ എന്നറിയാൻ. സംശയമുണ്ടെങ്കിൽ മിന്നൽ പരിശോധനയായിരിക്കും.

അച്ചടിക്കാൻ എടുക്കുന്ന സമയം, യന്ത്രത്തിന്റെ ശേഷി, പാഴാകുന്ന കടലാസിന്റെ അളവ്, പാഴാകുന്ന കടലാസ് വിറ്റതിന്റെ കണക്ക്, പത്രക്കടലാസിന്റെ സ്റ്റോക്ക്, കടലാസ് വാങ്ങിയതിന്റെ ബിൽ എന്നിവയും പരിശോധിക്കും. മെഷിൻ റൂം റിട്ടേൺ എന്ന ഒരു റജിസ്റ്റർ പ്രസ്സിൽ സൂക്ഷിക്കുന്നുണ്ട്. എത്ര പേപ്പർ ഉപയോഗിച്ചു, എത്ര കോപ്പി അച്ചടിച്ചു, എത്ര കടലാസ് പാഴായി, എത്ര പ്ലേറ്റ് ഉപയോഗിച്ചു, അച്ചടി എപ്പോൾ തുടങ്ങി, എപ്പോൾ നിർത്തി തുടങ്ങിയ വിവരങ്ങൾ ആ റജിസ്റ്ററിലുണ്ടാകും. അതാണ് പരിശോധിക്കുന്ന മറ്റൊരു പ്രധാന രേഖ. അതിരാവിലെ പത്രക്കെട്ടുകളുമായി പോകുന്ന വാഹനത്തിനു പിറകെ ചിലപ്പോൾ ഓഡിറ്റർമാർ പോകും. പത്രക്കെട്ട് ഇറക്കുന്ന സ്ഥലത്ത് ഏജന്റിനെ കണ്ട് വിവരങ്ങൾ ശേഖരിക്കും. ഇത്രയും കർശനമാണ് ഓഡിറ്റിങ്. രണ്ടുവർഷം കൂടുമ്പോൾ ഓഡിറ്റർമാർ മാറിക്കൊണ്ടിരിക്കുകയും ചെയ്യും. എല്ലാ തലത്തിലും കണക്കും രേഖകളും കൃത്യവും സുതാര്യവുമാണെങ്കിലേ എബിസി ഓഡിറ്റിങ്ങിനു വിധേയമാകാൻ പറ്റൂ.[1]

എബിസി റിപ്പോർട്ട് പ്രകാരം മലയാള പത്രങ്ങളുടെ കോപ്പികളുടെ എണ്ണം			
	2019 ജൂലൈ-ഡിസംബർ (കോവിഡ്-19ന് മുമ്പ്)	2022 ജനുവരി-ജൂൺ (കോവിഡ്-19ന് ശേഷം)	2022 ജൂലൈ-ഡിസംബർ
മലയാള മനോരമ	23,08,612	19,71,773 (കുറവ്-3,36,839)	19,20,096
മാതൃഭൂമി	12,30,778	10,58,533 (കുറവ്-1,72,245)	10,84,215
ദേശാഭിമാനി	5,68,039	6,22,276 (വർധന-54,237)	6,05,561

കണ്ണൂർ എഡിഷൻ കോപ്പികൾ എബിസി റിപ്പോർട്ട് പ്രകാരം		
	2022 ജനുവരി-ജൂൺ	2022 ജൂലൈ-ഡിസംബർ
മാതൃഭൂമി	1,51,307	1,54,149
ദേശാഭിമാനി	1,17,452	1,20,908
മലയാള മനോരമ	1,10,378	1,08,067

അവലംബം: ഓഡിറ്റ് ബ്യൂറോ ഓഫ് സർക്കുലേഷൻ റിപ്പോർട്ടുകൾ

പത്രക്കടലാസിന്റെ വിലക്കയറ്റം

അച്ചടിമാധ്യമങ്ങളുടെ നിലനിൽപ്പ് അപകടത്തിലാക്കുന്ന കാര്യങ്ങൾ മറ്റൊരു വഴിക്ക് നടക്കുന്നുണ്ട്. പത്രക്കടലാസിന്റെയും മറ്റു അസംസ്കൃത വസ്തുക്കളുടെയും അനിയന്ത്രിതമായ വിലക്കയറ്റം ചെറുകിട-ഇടത്തരം പത്രങ്ങൾക്ക് താങ്ങാനാവാത്ത നിലയിലാണ്. ഇറക്കുമതി ചെയ്യുന്ന ഒരു ടൺ ന്യൂസ് പ്രിന്റിന് 2016-ൽ 35,500 രൂപയായിരുന്നു വില. പടിപടിയായി വർധിച്ച് 2021-ൽ വില 54,000 രൂപയായി. 2022 മാർച്ചിൽ വില 70,000 രൂപയിലെത്തി. 2016-അപേക്ഷിച്ച് നൂറുശതമാനം വിലവർധന. 2022 ആഗസ്തിൽ വില 95,000 രൂപയായി. പിന്നീട് വില കുറയുന്ന പ്രവണത കണ്ടു. 2022 സെപ്തംബറിൽ വില 74,000 രൂപയായും 2023 ജനുവരിയിൽ 65,000 രൂപയായും കുറഞ്ഞിട്ടുണ്ട്. ഇനി വലിയ വിലക്കുറവ് വ്യവസായികൾ പ്രതീക്ഷിക്കുന്നില്ല.

പത്രക്കടലാസിന് കൂടുന്നതിനുസരിച്ച് പത്രത്തിനു വില കൂട്ടാനാവില്ല. *ദേശാഭിമാനി* ആറു ലക്ഷം കോപ്പിയാണ് അച്ചടിക്കുന്നതെങ്കിൽ ഒരു വർഷം 12,000 മുതൽ 15,000 വരെ ടൺ കടലാസ് വേണം. ഒരു ടണ്ണിന് 30,000 രൂപയുടെ വർധന കണക്കാക്കിയാൽ *ദേശാഭിമാനിക്ക്* ഒരു വർഷത്തേക്ക് 45 കോടി രൂപ 2016-നെ അപേക്ഷിച്ച് അധികച്ചെലവ് വരും. ഈയിടെ കോപ്പി ഗണ്യമായി വർധിച്ചതുകൊണ്ട് ചെലവ് ഇതിലും വർധിക്കും. അച്ചടിമഷിക്ക് 20 മുതൽ 30 ശതമാനമാണ് അടുത്ത കാലത്ത് വർധിച്ചത്. പ്ലേറ്റ് നിർമാണത്തിനുപയോഗിക്കുന്ന രാസപദാർഥങ്ങളുടെ വിലയിൽ 40 മുതൽ 50 വരെ ശതമാനം വർധനവുണ്ടായി. കോപ്പി വർധിക്കുന്തോറും നഷ്ടം ഉയർന്നുകൊണ്ടിരിക്കും. അതുകൊണ്ട് പല പത്രങ്ങളും ഇപ്പോൾ കോപ്പി വർധിപ്പിക്കാൻ കാര്യമായി ശ്രമിക്കുന്നില്ലെന്ന് ഈ വ്യവസായത്തിലുള്ളവർ പറയുന്നുണ്ട്. വരുമാനം കൂട്ടാനുള്ള മാർഗങ്ങളാണ് അവർ അന്വേഷിക്കുന്നത്. സ്വാഭാവികമായും ചെലവുചുരുക്കൽ വലിയ തോതിൽ ആരംഭിച്ചുകഴിഞ്ഞു. ജീവനക്കാരുടെ എണ്ണം വെട്ടിക്കുറയ്ക്കൽ വ്യാപകമായുണ്ട്. ജീവനക്കാർ കുറയുമ്പോൾ പത്രത്തിന്റെ ഉള്ളടക്കത്തെ അതു ബാധിക്കും. പത്രത്തിന്റെ നിലവാരം കുറയും.

ചെലവുകുറയ്ക്കാൻ പത്രഉടമകൾ ആദ്യം ചെയ്തത് പേജുകൾ കുറയ്ക്കുകയാണ്. പേജ് കൂട്ടി വായനക്കാരെ ആകർഷിക്കുന്നതിൽ നേരത്തെ പ്രധാന പത്രങ്ങൾ തമ്മിൽ മത്സരം തന്നെയുണ്ടായിരുന്നു. അതവസാനിച്ചു. പേജ് കുറച്ച് പിടിച്ചുനിൽക്കാനുള്ള ശ്രമമാണ് ഇപ്പോൾ നടക്കുന്നത്. പ്രതിസന്ധിയിൽ ചെറുകിട പത്രങ്ങൾ പലതും പൂട്ടിപ്പോകുന്നുണ്ട്. ചില ആനുകാലികങ്ങളും നിന്നുപോയി. കേരളത്തിൽ പ്രസിദ്ധീകരണം മുടങ്ങിയ ആനുകാലികങ്ങളിൽ പ്രധാനപ്പെട്ടതാണ് *ചന്ദ്രിക ആഴ്ചപ്പതിപ്പ്*. മുസ്ലിംലീഗ് മുഖപത്രമായി പിന്നീട് മാറിയ *ചന്ദ്രിക* തുടങ്ങിയത് 1934-ലാണെങ്കിലും *ചന്ദ്രിക ആഴ്ചപ്പതിപ്പ്* പുറത്തുവന്നത് 1950-ലാണ്. ഏഴുപതിറ്റാണ്ടിന്റെ ചരിത്രമുള്ള ആ സാംസ്കാരിക പ്രസിദ്ധീകരണത്തിന് പത്രത്തേക്കാൾ സ്വീകാര്യതയുണ്ടായിരുന്നു. പ്രധാന എഴുത്തുകാർ *ചന്ദ്രിക*യുമായി സഹകരിച്ചു. പുതിയ എഴുത്തുകാർക്ക് *ചന്ദ്രിക* ധാരാളം അവസരങ്ങളും നൽകി. സാമ്പത്തിക പ്രതിസന്ധി കാരണം 2022-ലാണ് ആഴ്ചപ്പതിപ്പ് തുടരേണ്ടതില്ലെന്ന് മാനേജ്മെന്റ് തീരുമാനിച്ചത്. എന്നാൽ, വീണ്ടുവിചാരത്തിന്റെ അടിസ്ഥാനത്തിൽ ആഴ്ചപ്പതിപ്പ് പുനഃപ്രസിദ്ധീകരിക്കാൻ തീരുമാനിച്ചിട്ടുണ്ട്. തുടക്കത്തിൽ ഡിജിറ്റലായി ആഴ്ചപ്പതിപ്പ് പുറത്തിറക്കും. ക്രമേണ അച്ചടി തുടങ്ങും. ഇതാണ് ഒടുവിൽ മാനേജ്മെന്റ് എടുത്ത തീരുമാനം.

വിൽപ്പന ചെലവിനേക്കാൾ കുറഞ്ഞ വിലയ്ക്ക്

ഉൽപ്പാദനച്ചെലവ് കണക്കാക്കിയാൽ പത്രങ്ങൾ വളരെ കുറഞ്ഞ വിലയ്ക്കാണ് വിൽക്കുന്നത്. ആ കുറവ് നികത്തുന്നത് പരസ്യവരുമാനത്തിൽ നിന്നാണ്. ഇപ്പോൾ പ്രധാന മലയാള പത്രങ്ങൾ സാധാരണ ദിവസങ്ങളിൽ 8.50 രൂപയ്ക്കും ഞായറാഴ്ച കൂടുതൽ പേജുകൾ ഉള്ളതിനാൽ ഒമ്പതു രൂപയ്ക്കുമാണ് വായനക്കാർക്ക് ലഭിക്കുന്നത്. *ദേശാഭിമാനി* അക്കൗണ്ട്സ് വിഭാഗത്തിന്റെ കണക്കനുസരിച്ച് 12-14 പേജുള്ള ഒരു പത്രത്തിന് 11.50 രൂപ മുതൽ 12.50 രൂപ വരെ ഉൽപ്പാദനച്ചെലവുണ്ട്. അതാണ് എട്ടര രൂപയ്ക്ക് വിൽക്കുന്നത്. ഈ എട്ടര രൂപയിൽ 2.28 രൂപ ഏജൻസി

കമീഷനായി നൽകണം. വിൽപ്പന വിലയുടെ 26.75 ശതമാനമാണ് *ദേശാഭിമാനി*യുടെ കമീഷൻ. അപ്പോൾ പത്രസ്ഥാപനത്തിന് ഒരു പത്രത്തിന് 6.22 രൂപയേ കിട്ടൂ. 45–50 ശതമാനം വില കുറച്ചാണ് പത്രങ്ങൾ വിൽക്കുന്നതെന്ന് വ്യക്തം.

പരസ്യവരുമാനം കുറഞ്ഞാൽ പത്രങ്ങൾ പെട്ടെന്ന് പ്രതിസന്ധിയിലേക്ക് പോകും. അങ്ങനെയാണ് ചെറുകിട പത്രങ്ങൾ പലതും പൂട്ടുന്നത്. പത്രങ്ങളുടെ വരുമാനത്തിൽ അധികവും പൊതുവിൽ പരസ്യങ്ങളിൽ നിന്നാണ്. ശരാശരി 70 ശതമാനം. എന്നാൽ, *ദേശാഭിമാനി*യുടെ മൊത്തം വരുമാനത്തിൽ മുന്തിനിൽക്കുന്നത് വരിസംഖ്യയിൽ നിന്നുള്ള വരുമാനമാണ്. ഇതു അസാധാരണമായി തോന്നാം. *ദേശാഭിമാനി*യുടെ പ്രചാരത്തിനനുസരിച്ച് പരസ്യം ലഭിക്കുന്നില്ലെന്നാണ് ഇതു വ്യക്തമാക്കുന്നത്. എന്നാൽ, ശ്രദ്ധേയമായ ഒരു കാര്യം, കാറുകൾ, അപ്പാർട്ട്മെന്റുകൾ, വില്ലകൾ തുടങ്ങിയ വിലപിടിപ്പുള്ള വസ്തുക്കളുടെയും വൻകിട കമ്പനികളുടെയും പരസ്യം *ദേശാഭിമാനി*യിൽ കൂടുതലായി വരാൻ തുടങ്ങിയിട്ടുണ്ടെന്നതാണ്. പത്രത്തിന്റെ പ്രചാരം ഗണ്യമായി കൂടിയതുമാത്രമല്ല ഇതിനു കാരണമെന്ന് *ദേശാഭിമാനി*യുടെ കോഴിക്കോട് യൂണിറ്റ് മാനേജർ ഒ പി സുരേഷ് വിശദീകരിച്ചു. സർക്കാർ ഉദ്യോഗസ്ഥർ, അധ്യാപകർ തുടങ്ങി മെച്ചപ്പെട്ട സ്ഥിരവരുമാനമുള്ള മധ്യവർഗം ഇത്തരം ഉൽപ്പന്നങ്ങളും വസ്തുക്കളും വാങ്ങാനുള്ള ശേഷി ആർജിച്ചിട്ടുണ്ട്. അവർക്കിടയിൽ *ദേശാഭിമാനി*ക്കുള്ള സ്വാധീനമാണ് ഇത്തരം പരസ്യം വന്നുതുടങ്ങിയതിനു കാരണം – സുരേഷ് പറഞ്ഞു.

ഓൺലൈനിൽ നിറസാന്നിധ്യം

എല്ലാ അച്ചടി മാധ്യമങ്ങൾക്കും ഇപ്പോൾ ഓൺലൈനിൽ സാന്നിധ്യമുണ്ട്. പത്രങ്ങളുടെ ഉള്ളടക്കം അതുപോലെ വായിക്കാം, ഇ–പേപ്പർ വഴി. അതിനു മിക്ക പത്രങ്ങളും വരിസംഖ്യ ഈടാക്കുന്നുണ്ട്. എന്നാൽ *ദേശാഭിമാനി* ഇപ്പോൾ അതു സൗജന്യമായാണ് നൽകുന്നത്. ഓൺലൈൻ പോർട്ടലിലേക്ക് ഉള്ളടക്കം പ്രത്യേകം തയാറാക്കണം. ഒന്നാമതായി, ഓൺലൈനിൽ വാർത്തകൾ നിരന്തരം പുതുക്കണം. അതിനു ഇടവേളയില്ല. രണ്ടാമതായി, ഓൺലൈനിൽ വാർത്ത വായിക്കുന്നവരുടെ അഭിരുചിയിൽ വ്യത്യാസമുണ്ട്. അതു കണക്കിലെടുത്തുവേണം വാർത്ത തയാറാക്കാൻ. അതുകൊണ്ട് എല്ലാ പത്രങ്ങളും ഓൺലൈൻ പോർട്ടലിനുവേണ്ടി പ്രത്യേക സംവിധാനം ഏർപ്പെടുത്തിയാണ് പ്രവർത്തിക്കുന്നത്. മിക്ക പത്രങ്ങൾക്കും യൂട്യൂബ് ചാനലുമുണ്ട്. ഇന്റർനെറ്റിൽ സാന്നിധ്യമില്ലാത്ത ഒരു പത്രത്തിനും ഇനി നിലനിൽക്കാനാവില്ല. സ്മാർട്ട് ഫോണിലൂടെ വാർത്ത അറിയുന്നവരുടെ എണ്ണം കൂടിവരുമ്പോൾ അതിനനുസരിച്ച മാറ്റങ്ങൾ വരുത്താതെ വയ്യ. അച്ചടിയും ഡിജിറ്റലും തമ്മിൽ ഒരു പൊരുത്തമുണ്ടാക്കാനാണ് ദീർഘവീക്ഷണമുള്ള പത്രമാധ്യമങ്ങൾ ശ്രമിക്കുന്നത്. അതിജീവിക്കാനുള്ള വഴികളിൽ ഒന്ന് അതുതന്നെയാണുതാനും.

*ദേശാഭിമാനി*യുടെ ഇന്റർനെറ്റ് പതിപ്പ് 1998 മുതൽ പ്രസിദ്ധീകരിക്കുന്നുണ്ട്. സാങ്കേതിക വിദ്യയുടെ മാറ്റത്തിനനസുരിച്ച് ഇന്റർനെറ്റ് എഡിഷനും പുതുക്കിക്കൊണ്ടിരിക്കുന്നു. 2008–ലാണ് ഇ–പേപ്പർ വായനക്കാരിലെത്തിയത്. എല്ലാ എഡിഷനുകളുടെയും എല്ലാ പേജുകളും ഓൺലൈനിൽ വായിക്കാം. സാങ്കേതികമായ എല്ലാ മേന്മകളും ഇ–പത്രത്തിനുമുണ്ട്. ഓരോ ദിവസത്തെ പത്രവും സപ്ലിമെന്റുകളും അന്നന്ന് കാലത്തുതന്നെ ഓൺലൈനിൽ ലഭ്യമാണ്. ഒരു വർഷത്തിലേറെയായി യൂട്യൂബ് ചാനലുമുണ്ട്. കാലിക വിഷയങ്ങളെപ്പറ്റി പ്രത്യേകം തയാറാക്കിയ വീഡിയോകളാണ് ചാനലിൽ സംപ്രേഷണം ചെയ്യുന്നത്. മറ്റു സമൂഹമാധ്യമ വേദികളിലും *ദേശാഭിമാനി*യുടെ സാന്നിധ്യം ശക്തമാണ്. ഫേസ്ബുക്ക്, ട്വിറ്റർ, ഇൻസ്റ്റഗ്രാം, ടെലഗ്രാം, വാട്ട്സ്ആപ്പ് തുടങ്ങിയവ വഴിയും വാർത്തകൾ അപ്പപ്പോൾ വായനക്കാരിലെത്തുന്നു. പത്രത്തിന്റെ കാര്യത്തിലെന്നപോലെ ഡിജിറ്റൽ മാധ്യമരംഗത്തും പ്രമുഖ മാധ്യമങ്ങളുമായി മത്സരിക്കുകയാണ് *ദേശാഭിമാനി*. അസോസിയേറ്റ് എഡിറ്റർ സി ശ്രീകുമാറാണ് ഇന്റർനെറ്റ് പതിപ്പിനും ഡിജിറ്റൽ വേദികളിലെ മറ്റു ഇടപെടലുകൾക്കും നേതൃത്വം നൽകുന്നത്.

ക്രിയേറ്റീവ് കോമൺസ് ലൈസൻസ്

ക്രിയേറ്റിവ് കോമൺസ് ലൈസൻസ് പ്രകാരം ഇന്റർനെറ്റ് പതിപ്പ് ഇറക്കുന്ന ഒരേയൊരു മലയാള പത്രമാണ് *ദേശാഭിമാനി.* അറിവിന്റെ കുത്തകവൽക്കരണം ചെറുക്കാൻ ലാഭേച്ഛയില്ലാതെ പ്രവർത്തിക്കുന്ന സംഘടനയാണ് ക്രിയേറ്റിവ് കോമൺസ്. ഇവരുടെ ലൈസൻസ് പ്രകാരമാണ് *ദേശാഭിമാനി*യുടെ ഉള്ളടക്കം തയാറാക്കിയിട്ടുള്ളത്. അതിനാൽ, *ദേശാഭിമാനി*ക്ക് കടപ്പാട് രേഖപ്പെടുത്തി ഉള്ളടക്കം ആർക്കും എവിടെയും പ്രസിദ്ധീകരിക്കുകയും പ്രചരിപ്പിക്കുകയും ചെയ്യാം. പല മാധ്യമങ്ങളുടെയും ഓൺലൈൻ പോർട്ടലിൽ നിന്ന് ഉള്ളടക്കം കോപ്പി ചെയ്യാൻ പോലും കഴിയില്ല.

സി ശ്രീകുമാർ

ടെലിവിഷൻ കൂടുതൽ വീടുകളിലേക്ക് എത്തിയപ്പോൾ വലിയ വെല്ലുവിളിയാണ് അച്ചടിമാധ്യമങ്ങൾ നേരിട്ടത്. പത്രത്തിന്റെ പ്രചാരം കുറഞ്ഞില്ലെങ്കിലും വായനയിൽ കുറവുണ്ടായി. ഡിജിറ്റൽ മാധ്യമങ്ങൾ കൂടി വന്നപ്പോൾ ആഗോളമായി തന്നെ പത്രങ്ങൾ പ്രതിസന്ധി നേരിട്ടു. എന്നാൽ, ഇന്ത്യയിൽ സ്ഥിതി വ്യത്യസ്തമാണ്. കോവിഡ്-19 കാലത്തെ പ്രതിസന്ധി ഒഴിച്ചുനിർത്തിയാൽ ഇന്ത്യയിൽ പത്രങ്ങൾ ചെറിയ തോതിൽ വളർച്ച നേടുകയാണുണ്ടായത്. റജിസ്ട്രാർ ഓഫ് ന്യൂസ്പേപ്പേഴ്സ് ഇന്ത്യയുടെ പുതിയ കണക്കനുസരിച്ച് ഇന്ത്യയിൽ 22.5 കോടി പത്രങ്ങളാണ് പ്രചാരത്തിലുള്ളത്. പത്രം കാണാത്ത വലിയ ജനവിഭാഗം ഇന്ത്യയിലുണ്ട്. അതുകൊണ്ട് ഇന്ത്യയെ സംബന്ധിച്ച് പത്രങ്ങൾക്ക് സാധ്യത ഇനിയുമുണ്ട്. ടെലിവിഷനും ഡിജിറ്റൽ മാധ്യമവും വലിയ കടന്നുകയറ്റം നടത്തിയെങ്കിലും വിശ്വാസ്യതയിൽ ഏറ്റവും പഴയ മാധ്യമമായ പത്രങ്ങൾ തന്നെയാണ് മുന്നിൽ നിൽക്കുന്നത്. [2]

വായനക്കല്ല, കടലാസിൽ അച്ചടിക്കുന്ന പത്രത്തിനു മാത്രമാണ് ഡിജിറ്റൽ മാധ്യമങ്ങളും സമൂഹമാധ്യമങ്ങളും വെല്ലുവിളി ഉയർത്തുന്നതെന്ന് പ്രശസ്ത മാധ്യമപ്രവർത്തകനും എഴുത്തുകാരനുമായ ഡോ. സെബാസ്റ്റ്യൻ പോൾ പറയുന്നു. "വായനയ്ക്ക് ഇവിടെ ഒരു കുറവും വന്നിട്ടില്ല. ആളുകൾ കൂടുതൽ വായിക്കുന്നുണ്ട്. അച്ചടിച്ച കടലാസിലല്ലെന്നേയുള്ളു. സ്മാർട്ട് ഫോണിലേക്ക് വായന മാറിയിരിക്കയാണ്. ഇതു കണക്കിലെടുത്ത് പരമ്പരാഗത മാധ്യമങ്ങളും മാറ്റത്തിനു തയാറാകണം. ഇന്റർനെറ്റിൽ എന്തും കിട്ടും എന്ന ധാരണ പൊതുവെയുണ്ട്. അതു ശരിയല്ലെന്നാണ് എന്റെ അനുഭവം. മിക്കപ്പോഴും നെറ്റിൽ നിന്നു കിട്ടുന്ന വിവരങ്ങൾ തീരെ അപര്യാപ്തമായിരിക്കും. വിഷയങ്ങളെ ആഴത്തിൽ അപഗ്രഥിക്കുന്ന ലേഖനങ്ങൾ കുറവാണ്. നാം മനസ്സിലാക്കിയിട്ടുള്ള, അല്ലെങ്കിൽ ശേഖരിച്ചിട്ടുള്ള വിവരങ്ങൾ ശരിയാണോ എന്ന് പരിശോധിച്ച് ഉറപ്പുവരുത്താൻ ഇന്റർനെറ്റ് സഹായിക്കും. വിശ്വാസ്യതയുടെ കാര്യത്തിൽ പത്രങ്ങൾക്കു തന്നെയാണ് ഒന്നാം സ്ഥാനം."[3]

സെബാസ്റ്റ്യൻ പോൾ

ദേശാഭിമാനി ആരംഭിക്കുന്ന കാലത്ത് കമ്യൂണിസ്റ്റ് പാർട്ടിയുടെ നേതാക്കൾ തന്നെയായിരുന്നു പത്രാധിപസമിതിയിലും മാനേജ്മെന്റിലും പ്രധാനമായി ഉണ്ടായിരുന്നത്. പാർട്ടി വലിയ ബഹുജനപ്രസ്ഥാനമായി വളർന്നപ്പോൾ പത്രവും വികസിച്ചു. പത്രം നടത്താൻ ആളുകൾ പ്രത്യേകം നിയോഗിക്കപ്പെടുന്ന സ്ഥിതിയായി. എഡിറ്റോറിയൽ വിഭാഗത്തിലേക്ക് റിക്രൂട്ട്മെന്റ് നടത്തുന്നതുപോലെ യോഗ്യതയുടെ അടിസ്ഥാനത്തിൽ മാനേജ്മെന്റ്, മാർക്കറ്റിങ് വിഭാഗങ്ങളിലേക്കും നിയമനം നടത്താൻ തുടങ്ങി. മാനേജ്മെന്റിൽ കഴിവുതെളിയിച്ച ചിലരെ പുറത്തുനിന്നും കൊണ്ടുവന്നു.

കോർപറേറ്റ്-ഹിന്ദുത്വ മാധ്യമസഖ്യം

മാധ്യമങ്ങൾ കോർപറേറ്റ് നിയന്ത്രണത്തിലേക്ക് പോകുന്നത് ആഗോളമായി മാധ്യമ സ്വാതന്ത്ര്യത്തെ ബാധിക്കുന്ന പ്രശ്നമാണെങ്കിൽ ഇന്ത്യയിൽ മറ്റൊരു ആപത്ത് കൂടിയുണ്ട്. ഇവിടെ കോർപറേറ്റുകളും ഹിന്ദുത്വ വർഗീയതയും ഒന്നുചേർന്ന് മാധ്യമങ്ങളെ വരുതിയിലാക്കിയിരിക്കയാണ്. കോർപറേറ്റുകളുടെ താൽപ്പര്യം സംരക്ഷിക്കുന്നത് ഡൽഹിയിലെ ബിജെപി ഗവൺമെന്റാകുമ്പോൾ അതിന്റെ നിർബന്ധത്തിനും താൽപ്പര്യത്തിനും പത്രം നടത്തുന്നവർക്ക് വഴങ്ങാതിരിക്കാനാവില്ല. മാധ്യമങ്ങൾ ഇന്ന് എത്തിനിൽക്കുന്ന പരിതാപകരമായ അവസ്ഥയെക്കുറിച്ച് *ദ ഹിന്ദു* വിന്റെ മുൻ പത്രാധിപരും *ദ വയർ* എന്ന ഓൺലൈൻ ന്യൂസ് പോർട്ടലിന്റെ സ്ഥാപകരിൽ ഒരാളുമായ സിദ്ധാർഥ് വരദരാജൻ പറയുന്നു:

> ഒന്നാം മോദി സർക്കാർ മാധ്യമസ്ഥാപനങ്ങൾക്ക്, ജുഡിഷ്യറിക്ക്, സർവകലാശാലകൾക്ക്, ഭരണഘടനാസ്ഥാപനങ്ങൾക്ക്, റിസർവ് ബാങ്കിന് ഒക്കെ ഗുരുതരമായ പരിക്കാണ് ഏൽപ്പിച്ചത്. രണ്ടാം മോദി സർക്കാരിന്റെ കാലത്ത് കാര്യങ്ങൾ കൂടുതൽ കുഴഞ്ഞുമറിഞ്ഞിരിക്കുന്നു. മാധ്യമരംഗത്ത് ഭീതിദമായ അവസ്ഥയാണ്. വൻകിട മാധ്യമങ്ങളെല്ലാം ഭരണകൂട അജണ്ടയുടെ ഭാഗമായി കഴിഞ്ഞിരിക്കുന്നു. മൂലധനശേഷിയുള്ള പത്രങ്ങളും ചാനലുകളും ഭരണകൂടത്തിന്റെ താൽപ്പര്യസംരക്ഷകരായി മാറി. അവർ അധികാരി വർഗത്തിനെതിരെ നിശ്ശബ്ദരാണ്. സത്യത്തോടവർക്ക് പ്രതിബദ്ധതയില്ല. ഭരണകൂടത്തിന്റെ അനീതികൾക്കെതിരെ നിലകൊള്ളാനുള്ള ധൈര്യമില്ല. അധികാരിവർഗത്തോട് ചോദ്യങ്ങൾ ചോദിക്കാനുള്ള കരുത്തില്ല. ഈ മാധ്യമങ്ങളൊക്കെ വർഗീയതയുടെ സജീവപ്രചാരകരായിരിക്കുന്നു എന്നതാണ് ഏറെ ദുഃഖകരം. ഇത് ഇന്ത്യൻ മാധ്യമചരിത്രത്തിലെ പുതിയ കാഴ്ചയാണ്. രാജ്യത്തെ വർഗീയമായി ധ്രുവീകരിക്കാനുള്ള ഭരണകൂട അജണ്ടയോട് മാധ്യമങ്ങൾ നഗ്നമായി സന്ധി ചെയ്യുകയാണ്. ടിവി ചാനലുകൾ പലതും മുസ്ലിം വിരോധം വളർത്തുന്നതിനുള്ള അജണ്ടകളുമായാണ് പ്രവർത്തിക്കുന്നത്. എല്ലാ പ്രൈം ടൈം ചർച്ചകളും മുസ്ലിം വിരുദ്ധവികാരം വളർത്താനുള്ള വേദിയായി അവർ മാറ്റുന്നു. ഭരിക്കുന്ന പാർട്ടിയുടെ പ്രചാരണത്തിന്റെ ഭാഗമാകുന്നതിലൂടെ അവർ തരക്കേടില്ലാത്ത ലാഭം നേടുന്നുണ്ടാകും.[4]

സിദ്ധാർഥ് വരദരാജൻ

മാധ്യമങ്ങളുടെ സിപിഐ എം വേട്ട

മുഖ്യധാരാ മാധ്യമങ്ങളിൽ നിന്ന് നിരന്തരം സിപിഐ എമ്മിന് എതിരെയുണ്ടാകുന്ന തീവ്രമായ പ്രചാരവേലയാണ് *ദേശാഭിമാനി*യുടെ പ്രസക്തി വർധിപ്പിക്കുന്നതെന്ന് പറയാം. സിപിഐ എമ്മിനോട് അനുഭാവമുള്ളവർക്ക് *ദേശാഭിമാനി* ഒഴിച്ചുകൂടാനാവാത്ത പത്രമായി മാറുന്നത് ഈ എതിർപ്രചാരണം കൊണ്ടാണ്. ഈ നൂറ്റാണ്ടിൽ കേരളത്തിലുണ്ടായ ഏറ്റവും വലിയ രാഷ്ട്രീയ വിവാദവും വാർത്താസംഭവവുമായിരുന്നു നയതന്ത്രചാനൽ വഴിയുള്ള സ്വർണക്കള്ളക്കടത്ത്. ഈ കേസ് ആയുധമാക്കി മാധ്യമങ്ങൾ സർക്കാരിനും മുഖ്യമന്ത്രി പിണറായി വിജയനുമെതിരെ തിരിഞ്ഞപ്പോൾ ശക്തമായ പ്രതിരോധമാണ് *ദേശാഭിമാനി*യും *കൈരളി ടിവി*യും ഉയർത്തിയത്. ആ ഘട്ടത്തിൽ കൈരളിയിൽ ചാനൽ മേധാവിയായ ജോൺ ബ്രിട്ടാസ് തന്നെ ചർച്ചകൾ നയിച്ചു. മാധ്യമങ്ങൾ കെട്ടിപ്പൊക്കിയ നുണകൾക്ക് ആയുസ്സ് നന്നേ കുറഞ്ഞുപോയത് *ദേശാഭിമാനി*യുടെയും കൈരളിയുടെയും സമർഥമായ ഇടപെടൽ കൊണ്ടായിരുന്നുവെന്ന് ഉറപ്പിച്ചുപറയാൻ കഴിയും.

നയതന്ത്ര ബാഗേജിൽ ദുബായ് വഴി വന്ന സ്വർണം തിരുവനന്തപുരം വിമാനത്താവളത്തിൽ കസ്റ്റംസ് പിടിച്ചത് 2020 ജൂൺ 30-നാണ്. വിമാനത്താവളം വഴിയുള്ള കള്ളക്കടത്തിന്റെ മുഴുവൻ ഉത്തരവാദിത്തവും കേന്ദ്ര ഏജൻസികൾക്കായിട്ടും അവരെ വിട്ട് പിണറായി വിജയൻ

പുത്തലത്ത് ദിനേശൻ

ഗവൺമെന്റിനെ വളഞ്ഞിട്ട് ആക്രമിക്കാനാണ് മാധ്യമങ്ങൾ ശ്രമിച്ചത്. ഇരുപത്തിയൊന്നോ ഇരുപത്തിരണ്ടോ തവണ സ്വർണം നയതന്ത്ര ബാഗേജ് വഴി വന്നിട്ടും എന്തുകൊണ്ട് പിടിയ്ക്കാൻ കഴിഞ്ഞില്ലെന്ന ചോദ്യം ഒരു മാധ്യമവും കേന്ദ്ര സർക്കാരിനോടോ അവരുടെ പ്രതിനിധികളോടോ ചോദിച്ചില്ല. സ്വർണം ദുബായിൽ നിന്ന് അയച്ചത് ഫൈസൽ ഫരീദ് എന്ന വ്യക്തിയാണെന്ന് തുടക്കത്തിലേ കണ്ടെത്തിയിരുന്നു. അയാളെ ഇന്ത്യയിലെത്തിക്കാനും കേന്ദ്ര ഏജൻസികൾ താൽപ്പര്യം കാണിച്ചില്ല. അതേക്കുറിച്ചും മുഖ്യധാരാ മാധ്യമങ്ങളിൽ നിന്ന് ചോദ്യമുയർന്നില്ല. എൻഫോഴ്സ്മെന്റ് ഡയരക്ടറേറ്റ് ഉൾപ്പെടെയുള്ള കേന്ദ്ര ഏജൻസികളെ ആശ്രയിച്ചുള്ള മാധ്യമ പ്രവർത്തനമായിരുന്നു സ്വർണക്കള്ളക്കടത്ത് കേസിന്റെ കാര്യത്തിലുണ്ടായത്. ഇതെല്ലാം തുറന്നുകാട്ടാൻ *ദേശാഭിമാനി*ക്കും *കൈരളി* ടിവിക്കും കഴിഞ്ഞു.

പത്ര നടത്തിപ്പിന് പ്രത്യേക ഇടപെടൽ

പാർട്ടിയുടെ നയങ്ങൾക്കും കാഴ്ചപ്പാടുകൾക്കും അനുസൃതമായി പത്രം മുന്നോട്ടുകൊണ്ടുപോകുന്നതിനും പ്രവർത്തനം കൃത്യമായ ഇടവേളകളിൽ അവലോകനം ചെയ്യുന്നതിനും പാർട്ടി സംവിധാനമുണ്ടാക്കി. പാർട്ടി സംസ്ഥാന സെക്രട്ടറിയറ്റിലെ ഒരു അംഗത്തിന് *ദേശാഭിമാനി*യുടെ പ്രത്യേക ചുമതല കൊടുത്തുപോന്നു. ദീർഘകാലം എം എം ലോറൻസിനായിരുന്നു ചുമതല. *ദേശാഭിമാനി*യിലെ സംസ്ഥാന കമ്മിറ്റി അംഗങ്ങൾ കൂടി ഉൾപ്പെടുന്ന ഒരു സബ് കമ്മിറ്റിയും പ്രവർത്തിച്ചിരുന്നു. എന്നാൽ, പിൽക്കാലത്ത് ഈ സംവിധാനം ഇല്ലാതായി. സംസ്ഥാന സെക്രട്ടറിയറ്റ് അംഗങ്ങൾ തന്നെ ചീഫ് എഡിറ്ററും ജനറൽ മാനേജരുമായി നിയോഗിക്കപ്പെടുന്നതുകൊണ്ട് ഉപസമിതിയോ പ്രത്യേക ചുമതലക്കാരനോ ആവശ്യമില്ലെന്നു വന്നു. അതെന്തായാലും *ദേശാഭിമാനി*യുടെ പ്രവർത്തനം പാർട്ടി സംസ്ഥാന കമ്മിറ്റി തുടർച്ചയായി അവലോകനം ചെയ്തുവരുന്നുണ്ട്. ചില ഘട്ടങ്ങളിൽ പത്രത്തിന്റെ എല്ലാവശങ്ങളും സ്പർശിക്കുന്ന രേഖ സംസ്ഥാന കമ്മിറ്റി തയാറാക്കും. മുന്നോട്ടുള്ള പ്രവർത്തനത്തിനുള്ള മാർഗരേഖയാണത്. പാർട്ടിയുടെ എല്ലാ തലങ്ങളിലും രേഖ ചർച്ച ചെയ്യപ്പെടും. *ദേശാഭിമാനി*യുടെ പ്രവർത്തനം സംബന്ധിച്ച് പാർട്ടി അംഗങ്ങൾക്കുകൂടി ധാരണ കിട്ടാനാണിത്. 1995 ജൂണിലും 2022 നവംബറിലും സമഗ്രമായ ചർച്ച പത്രത്തെക്കുറിച്ച് സംസ്ഥാന കമ്മിറ്റി നടത്തുകയും അതിന്റെ അടിസ്ഥാനത്തിൽ അംഗീകരിച്ച രേഖ പാർട്ടിയിലുടനീളം ചർച്ച ചെയ്യുകയുമുണ്ടായി. ഇതു സൂചിപ്പിക്കുന്നത്, *ദേശാഭിമാനി*യുടെ പ്രവർത്തനം എന്നും പാർട്ടി ഗൗരവമായി കണ്ടിരുന്നു എന്നതാണ്. പത്രം നടത്തിപ്പിൽ എക്കാലത്തും പാർട്ടിയുടെ കർശനമായ നിയന്ത്രണമുണ്ടായിരുന്നു. *ദേശാഭിമാനി*യുടെ വളർച്ചയുടെയും വികസനത്തിന്റെയും അടിസ്ഥാനം ഈ ജാഗ്രത തന്നെയാണെന്ന് മനസ്സിലാക്കാൻ പ്രയാസമില്ല.

വൈവിധ്യവൽക്കരണത്തിന് വലിയസാധ്യത

സിപിഐ എം സംസ്ഥാന കമ്മിറ്റി 2022 നവംബറിൽ അംഗീകരിച്ച രേഖയിലെ പ്രധാനകാര്യങ്ങൾ ചീഫ് എഡിറ്റർ പുത്തലത്ത് ദിനേശൻ വിശദീകരിച്ചിട്ടുണ്ട്. അതിൽ നിന്ന്:

പാർട്ടി പത്രത്തിന്റെ ചുമതലകൾ നിർവഹിച്ചുകൊണ്ട് പൊതുപത്രമായി മാറണമെന്ന ഇ എം എസിന്റെ കാഴ്ചപ്പാട് പ്രാവർത്തികമാക്കാനുള്ള ലക്ഷ്യത്തോടെയാണ് രേഖ തയാറാക്കിയിട്ടുള്ളത്. എല്ലാ ജനവിഭാഗങ്ങളിലേക്കും പത്രം എത്തണം. അതിനാൽ, എല്ലാവാർത്തകളും പത്രം കൈകാര്യം ചെയ്യണം. കേരളത്തിലെ മുഖ്യധാരാ മാധ്യമങ്ങൾ മുമ്പ് ചെയ്തിരുന്നത് വലതുപക്ഷത്തെ സഹായിക്കാനുള്ള വാർത്തകൾ പൊടിപ്പും തൊങ്ങലും വെച്ച് അവതരിപ്പിക്കലായിരുന്നു. ഇപ്പോൾ വലതുപക്ഷത്തിന്റെ അജണ്ട രൂപപ്പെടുത്തുന്നതിലേക്ക് മാധ്യമങ്ങൾ എത്തിയിട്ടുണ്ട്. ഇതു കണക്കിലെടുത്ത് ബദൽ മാധ്യമസംസ്കാരം വളർത്തിയെടുക്കണം.

എം വി ഗോവിന്ദൻ

ഇടതുപക്ഷ ബദൽ നയങ്ങളുടെ ആവശ്യം ജനങ്ങളെ ബോധ്യപ്പെടുത്തുന്നതിനുള്ള കടമ *ദേശാഭിമാനി* ഏറ്റെടുക്കണം. മതനിരപേക്ഷ ആശയങ്ങളുടെ പ്രചാരണം, ശാസ്ത്രബോധം വളർത്തൽ, പരിസ്ഥിതി സംരക്ഷണം എന്നിവ ലക്ഷ്യമായി തന്നെ സ്വീകരിക്കണം. പത്രത്തിന്റെ നിലവാരം ഇനിയും മെച്ചപ്പെടുത്തണം. ഉള്ളടക്കത്തിന്റെ വിന്യാസം കൂടുതൽ ആകർഷകമാകണം. പുതിയ കാലത്തിന്റെ ആവശ്യങ്ങൾ കണക്കിലെടുത്ത് പശ്ചാത്തല സൗകര്യങ്ങൾ വികസിപ്പിക്കണം. സാങ്കേതികവിദ്യയിലെ മാറ്റം വായനക്കാരിലെത്തിക്കുന്നതിന് ഒരു 'ടെക്' പേജ് പുറത്തിറക്കണം. പ്രാദേശിക വാർത്തകൾക്ക് കൂടുതൽ ശ്രദ്ധ നൽകണം. മികച്ച ഏരിയാലേഖകർ എല്ലായിടത്തും ഉണ്ടാകണം. ദേശീയവാർത്തകൾക്ക് കൂടുതൽ പ്രാധാന്യം കിട്ടണം. അതിനുവേണ്ടി എല്ലാ സംസ്ഥാനത്തും ലേഖകരെ നിയോഗിക്കണം.

ജീവനക്കാരുടെ കഴിവുകൾ മെച്ചപ്പെടുത്തുന്നതിനും അറിവുകൾ പുതുക്കുന്നതിനും വർഷത്തിലൊരിക്കൽ കോഴ്സ് നടത്തണം. ചരിത്രരേഖകൾ സൂക്ഷിക്കുന്ന വിഭാഗവും ഗവേഷണ വിഭാഗവും ശക്തിപ്പെടുത്തണം. വാരാന്തപ്പതിപ്പിൽ സ്ത്രീകളുടെ പ്രശ്നങ്ങൾ, ശാസ്ത്രം, സിനിമ, പ്രാദേശിക ചരിത്രം എന്നിവക്ക് പ്രാധാന്യം നൽകണം. പുതിയ വിജ്ഞാനങ്ങൾ പ്രതിഫലിപ്പിക്കണം. അന്ധവിശ്വാസങ്ങൾക്കും അനാചാരങ്ങൾക്കും എതിരായ ബോധവൽക്കരണം നടത്തണം. സാമൂഹിക-രാഷ്ട്രീയ-ശാസ്ത്ര മേഖലകൾ ഉൾപ്പെടുന്ന പൊതുവേദിയായി വാരാന്തപ്പതിപ്പ് മാറണം.

ദേശാഭിമാനി വാരിക സാഹിത്യത്തോടൊപ്പം ശാസ്ത്രവിഷയങ്ങൾക്കും ഊന്നൽ നൽകണം. പുതിയ എഴുത്തുകാരുടെയും കുട്ടികളുടെയും രചനകൾക്ക് ഇടം നൽകണം. വാരികയുടെ ഓൺലൈൻ പതിപ്പ് വേണം. ഹിന്ദുത്വ-വർഗീയ രാഷ്ട്രീയത്തിനെതിരെ എഴുത്തുകാരുടെ പൊതുവേദിയായി വാരിക മാറണം. ഭാഷയെ നവീകരിക്കുകയെന്ന ലക്ഷ്യം മുൻനിർത്തി പ്രവർത്തിക്കണം. മലയാള ഭാഷാവിദഗ്ധരുടെ പംക്തി മാസത്തിലൊരിക്കലെങ്കിലും വേണം. നാടൻ കലകൾ പ്രോത്സാഹിപ്പിക്കണം.

CPI (M) 20th CONGRESS

Deshabhimani

Agrarian crisis

Struggle is the way, not suicide

Three-term limit

Continuity, change the aim: Karat

2012-ൽ കോഴിക്കോട്ട് ചേർന്ന സിപിഐ എം 20-ാം പാർട്ടി കോൺഗ്രസ് വേളയിൽ *ദേശാഭിമാനി* പുറത്തിറക്കിയ ഇംഗ്ലീഷ് ബുള്ളറ്റിൻ

പത്രത്തിന്റെ ഓൺലൈൻ എഡിഷനും യൂട്യൂബ് ചാനലും ശക്തിപ്പെടുത്തണം. ഇ-പേപ്പർ വായന പ്രോത്സാഹിപ്പിക്കണം. കേരളത്തിൽ തമിഴ്, കന്നട എന്നീ ഭാഷാന്യൂനപക്ഷങ്ങൾ കൂടുതലുള്ള മേഖലകളുണ്ട്. ഈ മേഖലകളിൽ തമിഴിലും കന്നടയിലും പത്രം പുറത്തിറക്കുന്നതിനെക്കുറിച്ചും ആലോചിക്കണം. കോപ്പി പത്തുലക്ഷമായി വർധിപ്പിക്കണമെന്നാണ് തീരുമാനം. മലയാളത്തിലെ രണ്ടാമത്തെ പത്രമായി *ദേശാഭിമാനി*യെ ഉടനെ മാറ്റിയെടുക്കണം. ഏറ്റവും പ്രചാരമുള്ള പത്രമായി *ദേശാഭിമാനി*യെ ഉയർത്തുക എന്നതാണ് അടുത്ത ലക്ഷ്യം.[5]

*ദേശാഭിമാനി*യുടെ എൺപതാം വാർഷികത്തിന്റെ ഭാഗമായി ചില പദ്ധതികൾ 2023 ജനുവരിയിൽ പാർട്ടി സംസ്ഥാന സെക്രട്ടറി എം വി ഗോവിന്ദൻ പ്രഖ്യാപി

ച്ചിട്ടുണ്ട്. ഇ എം എസിന്റെ സ്മരണക്ക് എല്ലാവർഷവും സാഹിത്യോത്സവം, മികച്ച ശാസ്ത്ര പ്രതിഭക്ക് ഓരോവർഷവും അവാർഡ്, നവോത്ഥാനമൂല്യങ്ങൾ സംരക്ഷിക്കുന്നതിനും വളർത്തുന്നതിനുമുള്ള പ്രചാരണം എന്നിവ അതിൽ പെടുന്നു. ഇ എം എസിന് സ്മരണാഞ്ജലി എന്ന നിലയിൽ ദേശീയ-അന്തർദേശീയ തലങ്ങളിൽ പ്രശസ്തരായവരെ കൂടി പങ്കെടുപ്പിച്ച് വളരെ വിപുലമായ സാഹിത്യോത്സവമാണ് *ദേശാഭിമാനി* ഉദ്ദേശിക്കുന്നത്.

എം വി ഗോവിന്ദൻ: കൊളോണിയലിസം മുന്നോട്ടുവച്ച മതരാഷ്ട്രവാദം പല രൂപത്തിൽ നമുക്കുമുമ്പിൽ പ്രത്യക്ഷപ്പെടുകയാണ്. ഇന്ത്യ മതനിരപേക്ഷരാഷ്ട്രമായി നിലനിൽക്കണമെന്ന് ആഗ്രഹിക്കുന്ന എല്ലാ ജനവിഭാഗങ്ങളെയും ഇതിനെതിരായി അണിനിരത്താനുള്ള പ്രവർത്തനവുമായി *ദേശാഭിമാനി* മുന്നോട്ടുപോകും. സാഹിത്യം, ശാസ്ത്രം, നവോത്ഥാനം തുടങ്ങിയ മേഖലകളിലെ ഇടപെടൽ അതിന്റെ ഭാഗമാണ്. മതരാഷ്ട്രവാദ ആശയങ്ങളെ പ്രതിരോധിക്കുക എന്ന ദൗത്യമാണ് *ദേശാഭിമാനി* ഏറ്റെടുത്തിട്ടുള്ളത്.

ചീഫ് എഡിറ്റർമാർ (1942-2023)

എം എസ് ദേവദാസ്

വി ടി ഇന്ദുചൂഡൻ

ഇ എം എസ്

പി ഗോവിന്ദപ്പിള്ള

കെ ചാത്തുണ്ണി മാസ്റ്റർ

ഇ കെ നായനാർ

എസ് രാമചന്ദ്രൻ പിള്ള

വി എസ് അച്യുതാനന്ദൻ

വി വി ദക്ഷിണാമൂർത്തി

എം വി ഗോവിന്ദൻ

പി രാജീവ്

കോടിയേരി ബാലകൃഷ്ണൻ

പുത്തലത്ത് ദിനേശൻ

ജനറൽ മാനേജർമാർ

പി കണ്ണൻ നായർ

പി കരുണാകരൻ

ഇ പി ജയരാജൻ

പി ജയരാജൻ

കെ ജെ തോമസ്

"വിശ്വസംസ്കാരപാലകരാകും
വിജ്ഞരേ, യുഗം വെല്ലുവിളിപ്പൂ;

ആകുമോ ഭവാന്മാർക്കു നികത്താൻ
ലോകസാമൂഹ്യദുർന്നിയമങ്ങൾ.

സ്നേഹസുന്ദരപാതയിലൂടേ?
വേഗമാവട്ടെ, വേഗമാവട്ടെ!"

വൈലോപ്പിള്ളി

കുറിപ്പുകൾ

അധ്യായം-1

1. ആർ നാരായണപ്പണിക്കർ, കേരള ഭാഷാസാഹിത്യ ചരിത്രം, വാല്യം നാല്, പുറം 737
2. ചെങ്കുളത്ത് കുഞ്ഞിരാമമേനോൻ, 'വൃത്താന്തപത്രപ്രവർത്തനം' എന്ന ഗ്രന്ഥത്തിന് 1912-ൽ എഴുതിയ പ്രസ്താവന
3. റോബിൻ ജെഫ്രി, ഇന്ത്യയിലെ പത്രവിപ്ലവം, കേരള ഭാഷാ ഇൻസ്റ്റിറ്റ്യൂട്ട്, പുറം 153
4. പി സായ്നാഥ്, എവരിബഡി ലൗവ്സ് എ ഗുഡ് ഡ്രൗട്ട്, പെൻഗ്വിൻ
5. ഇ എം എസ് നമ്പൂതിരിപ്പാട്, 'വൃത്താന്ത പത്രപ്രവർത്തനം' എന്ന ഗ്രന്ഥത്തിന്റെ പുതിയ പതിപ്പിന് 1981-ൽ എഴുതിയ അവതാരിക

അധ്യായം-2

1 എം കെ ഗാന്ധി, എന്റെ സത്യാന്വേഷണ പരീക്ഷണകഥ, പുറം 478
2 പി ഗോവിന്ദപ്പിള്ള, കേരള നവോത്ഥാനം നാലാം സഞ്ചിക, മാധ്യമപർവം, പുറം 35, ചിന്ത
3 ബർലിൻ കുഞ്ഞനന്തൻ നായർ, ദേശാഭിമാനി 40-ാം പിറന്നാൾ പതിപ്പ്
4 എ കെ ജി, എന്റെ ജീവിതകഥ, പുറം-219-220, ചിന്ത
5 ഇ എം എസ്, സമ്പൂർണ കൃതികൾ, വാള്യം 89, പുറം 293, ചിന്ത
6 ലെനിൻ, എന്തുചെയ്യണം, മലയാളം പരിഭാഷ, പുറം 205, ചിന്ത

അധ്യായം-3

1. ബർലിൻ കുഞ്ഞനന്തൻ നായർ, ദേശാഭിമാനി 40-ാം പിറന്നാൾ പതിപ്പ്, പുറം 103, 1987
2 ഹിസ്റ്ററി ഓഫ് ദ കമ്യൂണിസ്റ്റ് മൂവ്മെന്റ് ഇൻ ഇന്ത്യ, പുറം 47, സിപിഐ എം പബ്ലിക്കേഷൻസ്.
3. മുസഫർ അഹമ്മദ്, ഞാനും കമ്യൂണിസ്റ്റ് പാർട്ടി ഓഫ് ഇന്ത്യയും
4. മുസഫർ അഹമ്മദ്, അതേ പുസ്തകം, പുറം 79
5. ഇൻപ്രകോർ, 1921 ഒക്ടോബർ 1, പുറം 1, നെഹ്റു മെമ്മൊറിയൽ മ്യൂസിയം ആന്റ് ലൈബ്രറി, ന്യൂഡൽഹി
6. അതേ പത്രം
7. അതേ പത്രം
8. അതേ പത്രം
9. അതേ പത്രം
10. ഇ എം എസ്, ഇന്ത്യൻ സ്വാതന്ത്ര്യസമര ചരിത്രം, പുറം 384, 385
11. സിസിൽ കേ, കമ്യൂണിസം ഇൻ ഇന്ത്യ, ഉദ്ധരണി 'ഹിസ്റ്ററി ഓഫ് കമ്യൂണിസ്റ്റ് മൂവ്മെന്റ് ഇൻ ഇന്ത്യ', പുറം 60
12. മുസഫർ അഹമ്മദ്, 'ഞാനും കമ്യൂണിസ്റ്റ് പാർട്ടി ഓഫ് ഇന്ത്യയും' , പുറം 61
13. ഇ എം എസ്, ഇന്ത്യൻ സ്വാതന്ത്ര്യസമര ചരിത്രം, പുറം 368
14. വാൻഗാർഡ്, 1923 മെയ് 15, പുറം 1
15. ദ സോഷ്യലിസ്റ്റ്, ആഗസ്ത് 5, 1922. ഉദ്ധരണി 'ഹിസ്റ്ററി ഓഫ് കമ്യൂണിസ്റ്റ് മൂവ്മെന്റ്' എന്ന ഗ്രന്ഥത്തിൽ നിന്ന്
16. ഇ എം എസ്, ഇന്ത്യൻ സ്വാതന്ത്ര്യസമര ചരിത്രം, പുറം 382
17 ഇ എം എസ്, കമ്യൂണിസ്റ്റ് പാർട്ടി കേരളത്തിൽ, പുറം 747, 748
18. ജ്യോതിബസു, പീപ്പിൾസ് ഡെമോക്രസി ആദ്യലക്കം

അധ്യായം-4

1. ഇ എം എസ് സമ്പൂർണ കൃതികൾ: സഞ്ചിക 89. പേജ് 294, ചിന്ത
2. കേരളത്തിലെ കമ്യൂണിസ്റ്റ് പാർട്ടിയുടെ ചരിത്രം: ഭാഗം ഒന്ന്, പേജ് 342, 343, ചിന്ത
3. എൻ ഇ ബാലറാം, കേരളത്തിലെ കമ്യൂണിസ്റ്റ് പ്രസ്ഥാനം ആദ്യ നാളുകളിലൂടെ, പുറം 117, പ്രഭാത്
4. ഇ എം എസ്, ചിന്ത രജതജൂബിലി പതിപ്പ്-1988, പേജ് 41
5. പി കൃഷ്ണപിള്ള, പ്രഭാതം, 1935 മെയ്, ഉദ്ധരണി എൻ ഇ ബാലറാമിന്റെ 'കേരളത്തിലെ കമ്യൂണിസ്റ്റ് പ്രസ്ഥാനം ആദ്യ നാളുകളിൽ' എന്ന ഗ്രന്ഥത്തിന്റെ ഒന്നാം ഭാഗത്തിൽ നിന്ന്
6. എന്റെ ജീവിതകഥ-എ കെ ജി, പുറം 128, ചിന്ത
7. സി അച്യുതമേനോൻ, അവതാരിക: 'അടിമകളെങ്ങനെ ഉടമകളായി'. പുറം 16, കനവ് ബുക്സ്
8. ഇ എം എസ്, ആത്മകഥ, പുറം 201, ചിന്ത
9. എം എം നാരായണൻ എഡിറ്റ് ചെയ്ത 'വിപ്ലവത്തിന്റെ ഉൾത്തുടിപ്പുകൾ', പുറം 73, കേരള സാഹിത്യ അക്കാദമി
10. എ കെ ജി, എന്റെ ജീവിതകഥ, പുറം-273, ചിന്ത 1980
11. ഇ എം എസ്, ഇന്ത്യൻ സ്വാതന്ത്ര്യസമര ചരിത്രം, പുറം 316-318, ചിന്ത
12. എൻ ഇ ബാലറാം, സമ്പൂർണ കൃതികൾ, വാല്യം 4, പ്രഭാത്
13. ഇ എൻ ബാലറാം, അതേ പുസ്തകം
14. എ കെ ജി, എന്റെ ജീവിതകഥ, പുറം 95
15. ടി വി കെ, സഖാവ്, പുറം 43, 44, പ്രഭാത്

16. ഡോ. കെ എൻ പണിക്കർ, മലബാർ കലാപം: പ്രഭുത്വത്തിനും രാജവാഴ്ചക്കുമെതിരെ, ഡിസി ബുക്സ്, പുറം 41
17. ഇ ബാലാനന്ദൻ, ചിന്ത രജതജൂബലി പതിപ്പ്, 1988
18. സി നാരായണപിള്ള, തിരുവിതാംകൂർ സ്വാതന്ത്ര്യസമര ചരിത്രം-1972, പുറം-91, 92
19. വിഷ്ണുഭാരതീയൻ, അടിമകളെങ്ങനെ ഉടമകളായി, പുറം 56, 57, കനവ് ബുക്സ്
20. എ ശ്രീധരമേനോൻ, കേരള ചരിത്രം, പുറം 384, ഡിസി ബുക്സ്-1967.

അധ്യായം-5

1. ജിഒ നമ്പർ1382, പബ്ലിക് ജനറൽ (1935) ഡിപ്പാർട്ട്മെന്റ്, റീജിണൽ ആർക്കൈവ്സ്, കോഴിക്കോട്
2. പ്രഭാതം, 1935 ജൂലൈ 1
3. പബ്ലിക് -ജനറൽ 1935-ഡിപ്പാർട്മെന്റ്, ജിഒ നമ്പർ 138, കോഴിക്കോട് റീജിണൽ ആർക്കൈവ്സ്
4. കെ പി ദാമോദരൻ, ദേശാഭിമാനി 40-ാം പിറന്നാൾ പതിപ്പ്
5. ഐസിപി നമ്പൂതിരി, വിപ്ലവത്തിന്റെ ഉൾത്തുടിപ്പുകൾ, പേജ് 76
6. Dis No.8594/1935 dated 27081935, റീജിണൽ ആർക്കൈവ്സ്, കോഴിക്കോട്
7. റീജിണൽ ആർക്കൈവ്സ്, കോഴിക്കോട്
8. ദേശാഭിമാനി 40-ാം പിറന്നാൾ പതിപ്പ്-1987, പുറം 106
9. ഐസിപി നമ്പൂതിരി: വിപ്ലവത്തിന്റെ ഉൾത്തുടിപ്പുകൾ, എഡിറ്റർ എം എം നാരായണൻ, പുറം 73, 74
10. കെ പി ദാമോദരൻ, ദേശാഭിമാനി 40-ാം പിറന്നാൾ പതിപ്പ്-1987, പുറം 106,107
11. ഇ എം എസ്, ആത്മകഥ, പുറം 200, ചിന്ത
12. ഇ എം എസ്, അതേ പുസ്കം
13. ഐസിപി നമ്പൂതിരി, വിപ്ലവത്തിന്റെ ഉൾത്തുടിപ്പുകൾ
14. ഐ സി പി നമ്പൂതിരി, അതേ പുസ്തകം
15. ഇ എം എസ്, ആത്മകഥ, പുറം 205
16. ഇ എം എസ് കമ്യൂണിസ്റ്റ് പാർട്ടി കേരളത്തിൽ, പുറം 84,85, ചിന്ത
17. ജിഒ 544, പബ്ലിക് ജനറൽ ഡിപ്പാർട്മെന്റ്, റീജിണൽ ആർക്കൈവ്സ്, കോഴിക്കോട്
18. പ്രഭാതം ഏപ്രിൽ 14, 1935
19. Memo No, 66631 Public (Gen) dated 1531935, DO No. 66632 dated 15-3-1935
20. ഇ എം എസ്, സമ്പൂർണകൃതികൾ, സഞ്ചിക-89, പുറം 294. 295, ചിന്ത
21. ടി വി കെ, സഖാവ്, പുറം 60, പ്രഭാത്
22. ഇ എം എസ്, കേരളം മലയാളികളുടെ മാതൃഭൂമി, പുറം 304, ചിന്ത
23. ഡോ. കെ എൻ ഗണേഷുമായി അഭിമുഖം, 22-02-2022
24. ഡോ. കെ കെ എൻ കുറുപ്പുമായി അഭിമുഖം, 21-07-2022

അധ്യായം-6

1. എ കെ ജി, എന്റെ ജീവിതകഥ, പുറം 129
2. ഐ സി പി നമ്പൂതിരി, വിപ്ലവത്തിന്റെ ഉൾത്തുടിപ്പുകൾ, പേജ് 76, 77, കേരള സാഹിത്യ അക്കാദമി
3. മാതൃഭൂമി, 1937 ഒക്ടോബർ 11
4. ഇ എം എസ് ആത്മകഥ, പുറം 145, ചിന്ത
5. ഇ എം എസ് സമ്പൂർണ കൃതികൾ, സഞ്ചിക-89, കമ്യൂണിസ്റ്റ് പാർട്ടി കേരളത്തിൽ, പുറം 66-69, രണ്ടും ചിന്ത
6. എ കെ ജി, എന്റെ ജീവിതകഥ, പുറം 128,129, ചിന്ത
7. എ കെ ജി, അതേ പുസ്തകം
8. ഇ എം എസ്, സമ്പൂർണ കൃതികൾ, വാല്യം 89, പേജ് 297, ചിന്ത
9. കെ ദാമോദരൻ, സി നാരായണപിള്ള-കേരളത്തിലെ സ്വാതന്ത്ര്യസമരം, പുറം 11,12
10. സി നാരായണപിള്ള, തിരുവിതാംകൂർ സ്വാതന്ത്ര്യസമര ചരിത്രം, പുറം 898-900
11. ഇ എം എസ്, കമ്യൂണിസ്റ്റ് പാർട്ടി കേരളത്തിൽ, പുറം 72, 73, ചിന്ത
12. മാതൃഭൂമിയുടെ ചരിത്രം, സംഗ്രഹം, മാതൃഭൂമി പ്ലാറ്റിനം ജൂബിലി പ്രസിദ്ധീകരണം, പുറം 167
13. സി എച്ച് കുഞ്ഞപ്പ, സ്മരണകൾ മാത്രം, പുറം 243, കറന്റ് ബുക്സ് തൃശൂർ-1981
14. മുഹമ്മദ് അബ്ദുറഹിമാൻ, എസ് കെ പൊറ്റെക്കാട്ടും സഹപ്രവർത്തകരും, പുറം 452, പബ്ലിക് റിലേഷൻസ് ഡിപ്പാർട്ട്മെന്റ്, കേരള സർക്കാർ
15. ഒരു ഗാന്ധിയൻ കമ്യൂണിസ്റ്റിന്റെ ഓർമകൾ, പുറം 118, പ്രഭാത്

അധ്യായം-7

1 പ്രഭാതം, 1938 ജൂൺ 6
2 പ്രഭാതം, 1938 ജൂൺ 27
3 വി എം വിഷ്ണുഭാരതീയൻ, അടിമകളെങ്ങനെ ഉടമകളായി, പുറം 102, കനവ് ബുക്സ്
4 പ്രഭാതം, 1938 ജൂൺ 6

5 പ്രഭാതം, 1938 മെയ് 30
6 പ്രഭാതം, 1938 ഫെബ്രുവരി 10
7 പ്രഭാതം, 1938 ജൂൺ 20
8 സഖാവ്, ടി വി കെ, പുറം 110, 111, പ്രഭാത്
9 പ്രഭാതം, 1938 ജൂൺ 4
10 പ്രഭാതം, 1938 ജൂലൈ 18
11 പ്രഭാതം, 1938 ഡിസംബർ 12
12 പ്രഭാതം, 1938 നവംബർ 7
13 പ്രഭാതം, 1939 സെപ്തംബർ 4
14 പ്രഭാതം, 1939 ഫെബ്രുവരി 6
15 അതേപത്രം
16 അതേപത്രം
17 എ കെ ജി, എന്റെ ജീവിതകഥ, പുറം 113, ചിന്ത പബ്ലിഷേഴ്സ്
18 പ്രഭാതം, 1938 സെപ്തംബർ 26, പേജ് 1
19 അതേ പത്രം
20 അതേ പത്രം
21 പ്രഭാതം, 1939 ജനുവരി 2

അധ്യായം-8

1 ജിഒ നമ്പർ 2658, പബ്ലിക് (ബി) 1947 ഡിപ്പാർട്മെന്റ്, എം എസ് സീരീസ്, റിജിനൽ ആർക്കൈവ്സ്, കോഴിക്കോട്
2 ജിഒ 2658, റീജിണൽ ആർക്കൈവ്സ്, കോഴിക്കോട്
3 ഇ എം എസ്, സമ്പൂർണ കൃതികൾ, വാല്യം 89, ചിന്ത
4 എൻ ഇ ബാലറാം, കേരളത്തിലെ കമ്യൂണിസ്റ്റ് പ്രസ്ഥാനം ആദ്യ നാളുകളിലൂടെ, പുറം 152, 153; കേരളത്തിലെ കമ്യൂണിസ്റ്റ് പാർട്ടിയുടെ ചരിത്രം, ഭാഗം ഒന്ന്, പുറം 360, 361
5 ഇ എം എസ്, കമ്യൂണിസ്റ്റ് പാർട്ടി കേരളത്തിൽ, പുറം 148
6 ഇ എം എസ്, സമ്പൂർണ കൃതികൾ, വാല്യം 89
7 ഇ എം എസ്, കമ്യൂണിസ്റ്റ് പാർട്ടി കേരളത്തിൽ, പുറം 178
8 സി അച്യുതമേനോൻ, ദേശാഭിമാനി 40-ാം പിറന്നാൾ പതിപ്പ്, പേജ് 112, 113
9 ഡോ. കെ എൻ ഗണേഷുമായി നടത്തിയ അഭിമുഖം, 2022 ഫെബ്രുവരി 22
10 എൻ ഇ ബാലറാം, കേരളത്തിലെ കമ്യൂണിസ്റ്റ് പ്രസ്ഥാനം ആദ്യനാളുകളിലൂടെ, പുറം 165
11 കെ പി അച്യുതൻ, ചരിത്രത്തിലെ ചില ഏടുകൾ, ദേശാഭിമാനി 40-ാം പിറന്നാൾ പതിപ്പ്, 1987, പുറം 136
12 പി നാരായണൻ നായർ, അരനൂറ്റാണ്ടിലൂടെ, പുറം 149,150
13 എസ് ശശിയുമായി തൃശൂരിലെ വസതിയിൽ 2022 ജനുവരി 5-ന് നടത്തിയ അഭിമുഖം
14 അതേ അഭിമുഖം
15 സി ഉണ്ണിരാജ, ഉണ്ണിരാജയുടെ ഓർമകൾ, വൈ എസ് ശിവശങ്കർ തയാറാക്കിയത്, പേജ് 34-36
16 സി ഉണ്ണിരാജ, അതേ പുസ്തകം, പുറം 35, വൈ എസ് ശിവശങ്കർ തയാറാക്കിയത്
17 സി ഉണ്ണിരാജ, ജനയുഗം പുനഃപ്രസിദ്ധീകരണ പതിപ്പ്, 2017 ജൂൺ 3
18 കോഴിക്കോട് ജില്ല കമ്യൂണിസ്റ്റ് പാർട്ടി ചരിത്രം, പുറം 416, 417
19 പി ഭാസ്കരൻ, ജീവിതവും കലയും, പുറം 52, 53, മാതൃഭൂമി ബുക്സ്
20 ഇ എം എസ്, സമ്പൂർണ കൃതികൾ, സഞ്ചിക 89, പുറം 300, 301
21 പവനന്റെ ആത്മകഥ, പുറം 411, 412, കറന്റ് ബുക്സ്
22 പവനൻ, അതേ പുസ്തകം
23 ഇ എം എസ്, കമ്യൂണിസ്റ്റ് പാർട്ടി കേരളത്തിൽ, പുറം 179, 180

അധ്യായം-9

1 ദേശാഭിമാനി മുഖപ്രസംഗം, 1943 മാർച്ച് 28
2 പബ്ലിക് ജനറൽ (1943) ഡിപ്പാർട്ട്മെന്റ്, ജി ഒ നമ്പർ 1316, റീജിണൽ ആർക്കൈവ്സ്, കോഴിക്കോട്
3 പബ്ലിക് ജനറൽ -1943-ഡിപ്പാർട്ട്മെന്റ്, മെമ്മൊറാണ്ടം നമ്പർ 14824, തീയതി: 08-04-1943, റീജിണൽ ആർക്കൈവ്സ്, കോഴിക്കോട്
4 പബ്ലിക് ജനറൽ -1943- ഡിപ്പാർട്ട്മെന്റ്, ജില്ലാ മജിസ്ട്രേട്ട് ചീഫ് സെക്രട്ടറിക്ക് അയച്ച കത്ത്, തീയതി-30-04-43
5 ഡോ. കെ കെ എൻ കുറുപ്പ്, കർഷകരും കേരളത്തിലെ സാമ്രാജ്യവിരുദ്ധ സമരങ്ങളും, കമ്യൂണിസ്റ്റ് പാർട്ടി പിണറായി-പാറപ്പുറം സമ്മേളനം അമ്പതാം വാർഷിക സുവനീർ
6 കെ മാധവൻ, ഒരു ഗാന്ധിയൻ കമ്യൂണിസ്റ്റിന്റെ ഓർമകൾ, പുറം 183
7 ദേശാഭിമാനി, 1943 മാർച്ച് 14
8 ദേശാഭിമാനി, കെ എ കേരളീയന്റെ റിപ്പോർട്ട്, 1943 മാർച്ച് 21

9 ദേശാഭിമാനി, 1943 ഏപ്രിൽ 11
10 വി ടി ഇന്ദുചൂഡൻ, ദേശാഭിമാനി 40-ാം പിറന്നാൾ പതിപ്പ്
11 ദേശാഭിമാനി, 1945 ഏപ്രിൽ 15
12 80-ാം വാർഷികം പ്രമാണിച്ച് 2022 ആഗസ്ത് 19-ന് ദേശാഭിമാനിക്ക് എം ടി നൽകിയ അഭിമുഖത്തിൽ നിന്ന്
13 പി വി രാഘവമാരാർ, ആത്മകഥ, പുറം 102, 103
14 അതേ പുസ്തകം
15 പവനൻ, കേരളം ചുവന്നപ്പോൾ, പുറം 32
16 സി അച്യുതമേനോൻ, ദേശാഭിമാനി 40-ാം പിറന്നാൾ പതിപ്പ്, 1987
17 ചെറുകാട്, ജീവിതപ്പാത, പുറം 393
18 ബർലിൻ കുഞ്ഞനന്തൻ നായർ, ദേശാഭിമാനി 40-ാം പിറന്നാൾ പതിപ്പ്
19 അഴീക്കോടൻ ചന്ദ്രനുമായി നടത്തിയ അഭിമുഖം, ആഗസ്ത് 25, 2022
20 ദേശാഭിമാനി, 1943 ജൂലൈ 18
21 ദേശാഭിമാനി, 1945 മെയ് 20
22 കെ മാധവൻ, ഒരു ഗാന്ധിയൻ കമ്യൂണിസ്റ്റിന്റെ ഓർമകൾ, പുറം 190, 191
23 ഇ എം എസ്, കേരളം മലയാളികളുടെ മാതൃഭൂമി, പുറം 215
24 ദേശാഭിമാനി, 1943 മെയ് 30
25 ദേശാഭിമാനി, 1945 ജൂൺ 3
26 ദേശാഭിമാനി, 1943 മാർച്ച് 14
27 നാണിയുടെ ചിന്ത, കെ പി ജി നമ്പൂതിരി, 1943 ആഗസ്ത് 29

അധ്യായം-10

1 ദേശാഭിമാനി, 1946 ആഗസ്ത് 20
2 ജി ഒ നമ്പർ-692, പബ്ലിക് ജനറൽ -1947- ഡിപ്പാർട്ട്മെന്റ്, റീജിണൽ ആർക്കൈവ്സ്, കോഴിക്കോട്
3 അതേ ഫയൽ, റീജിണൽ ആർക്കൈവ്സ്, കോഴിക്കോട്
4 വി ടി ഇന്ദുചൂഡൻ, ദേശാഭിമാനി 40-ാം പിറന്നാൾ പതിപ്പ്, 1987, പുറം 111
5 ഇ എം എസ്, കമ്യൂണിസ്റ്റ് പാർട്ടി കേരളത്തിൽ, പുറം 276
6 അതേ പുസ്തകം, പുറം 277
7 കെ പി അച്യുതൻ, ദേശാഭിമാനി 40-ാം പിറന്നാൾ പതിപ്പ്
8 ജി ഒ നമ്പർ-692, പബ്ലിക് ജനറൽ-ബി ഡിപ്പാർട്ട്മെന്റ്, മെമ്മൊ നമ്പർ: 248/46, 06-12-46
9 അതേ ഫയൽ, റീജിണൽ ആർക്കൈവ്സ്, കോഴിക്കോട്
10 ജിഒ നമ്പർ: 3556, പബ്ലിക് ജനറൽ ബി ഡിപ്പാർട്ട്മെന്റ്, റീജിണൽ ആർക്കൈവ്സ് കോഴിക്കോട്
11 ഒപി 206/1947 നമ്പർ കേസിൽ മദിരാശി ഹൈക്കോടതിയുടെ ഉത്തരവ്, പബ്ലിക് ജനറൽ -ബി- ഡിപ്പാർട്ട്മെന്റ്, ജിഒ നമ്പർ-3556, റീജിണൽ ആർക്കൈവ്സ്, കോഴിക്കോട്
12 ദേശാഭിമാനി, 1947 ഫെബ്രുവരി 26
13 ഒപി നമ്പർ:249/1947, 25-09-1947, ജിഒ 4561, പബ്ലിക് ജനറൽ-എ-1947-ഡിപ്പാർട്ട്മെന്റ്, റീജിണൽ ആർക്കൈവ്സ്, കോഴിക്കോട്
14 പബ്ലിക് ജനറൽ ബി ഡിപ്പാർട്ട്മെന്റ്, ജിഒ 4561
15 അതേ ഫയൽ, ഓർഡർ നമ്പർ-2932, 18-07-47
16 അതേ ഫയൽ
17 പബ്ലിക് ജനറൽ ബി ഡിപ്പാർട്ട്മെന്റ്, മെമ്മൊ നമ്പർ 1003/47-12
18 ദേശാഭിമാനി, 1947 ജൂൺ 29
19 എ കെ ജി, എന്റെ ജീവിതകഥ, പുറം 183
20 എ സി കണ്ണൻനായരുടെ ഡയറി, 1947 ജൂൺ 28, എ സി കണ്ണൻ നായർ ഒരു പഠനം, ഡോ. കെ കെ എൻ കുറുപ്പ്, പുറം 149, 150
21 ദേശാഭിമാനി, 1946 ഡിസംബർ 19
22 പബ്ലിക് ജനറൽ എസ് സി -1947- ഡിപ്പാർട്ട്മെന്റ്, റീജിണൽ ആർക്കൈവ്സ്, കോഴിക്കോട്
23 ജിഒ 692, പബ്ലിക് ജനറൽ-ബി-ഡിപ്പാർട്ട്മെന്റ് 1947, റീജിണൽ ആർക്കൈവ്സ്, കോഴിക്കോട്

അധ്യായം-11

1 ഇ എം എസ്, ആത്മകഥ, പുറം 68
2 അതേ പുസ്തകം, പുറം 106-107
3 അതേ പുസ്തകം, പുറം 110, 111
4 കെ മോഹനനുമായി അഭിമുഖം, 2022 ജനുവരി 11
5 അതേ അഭിമുഖം

6 വെങ്കിടേഷ് രാമകൃഷ്ണനനുമായുള്ള അഭിമുഖം, 2022 ജൂൺ 1
7 നീലൻ, മാതൃഭൂമി വാരാന്തപ്പതിപ്പ്, 2021 ഡിസംബർ 12
8 ദേശാഭിമാനി, 1998 മാർച്ച് 20
9 എ കെ ജി, എന്റെ ജീവിതകഥ, പുറം 129
10 ഡോ. എൻ വി കൃഷ്ണവാരിയർ, 'അരനൂറ്റാണ്ടിലൂടെ' എന്ന നാരായണൻ നായരുടെ ആത്മകഥയ്ക്ക് എഴുതിയ അവതാരിക, കേരള സാഹിത്യ അക്കാദമി
11 ഇ എം എസ്, കവി കാലത്തിലൂടെ എന്ന കെ പി ജിയുടെ കവിതാസമാഹാരത്തിന് എഴുതിയ അവതാരിക, 1974
12 ആർട്ടിസ്റ്റ് വൽസൻ, ദേശാഭിമാനി 40-ാം പിറന്നാൾ പതിപ്പ്
13 ഇ കെ നായനാർ, പത്രപ്രവർത്തകരുടെ അനുഭവങ്ങൾ, ദേശാഭിമാനി വാരിക, 1973
14 ഇ കെ നായനാരുമായി സി കെ സോമൻ നടത്തിയ അഭിമുഖത്തിൽ നിന്ന്, ദേശാഭിമാനി വാരിക, 1973
15 യു എ ഖാദർ, എന്റെ ദേശാഭിമാനിക്കാലം, പുറം 32, ഗ്രീൻ ബുക്സ്
16 രാധാകൃഷ്ണൻ പട്ടാന്നൂർ, എഡിറ്റേഴ്സ് ഡെസ്ക്, പുറം 162, 163
17 സി ഉണ്ണിരാജ, ഉണ്ണിരാജയുടെ ഓർമകൾ, പുറം 34-46

അധ്യായം-12

1 ദേശാഭിമാനി, 1946 ജനുവരി 18
2 അതേ പത്രം
3 ഇ എം എസ്, സമ്പൂർണ കൃതികൾ, സഞ്ചിക 89, പുറം 309, 310
4 ഇ എം എസ്, ദേശാഭിമാനി 40-ാം പിറന്നാൾ പതിപ്പ്, 1987
5 ദേശാഭിമാനി, 1945 ഏപ്രിൽ 8
6 കെ മോഹനനുമായി നടത്തിയ അഭിമുഖം, 2022 ജനുവരി 11
7 ഇ എം എസ് സമ്പൂർണകൃതികൾ, സഞ്ചിക-59, പുറം 275, 276
8 പി നാരായണൻ നായർ, അരനൂറ്റാണ്ടിലൂടെ, പുറം 165, 166
9 ദേശാഭിമാനി, 1947 ഒക്ടോബർ 19
10 'കമ്യൂണിസ്റ്റ്' വാരിക, 1947 ഒക്ടോബർ 26, ഉദ്ധരണി ആണ്ടലാട്ടിന്റെ 'സഖാക്കളെ മുന്നോട്ട്' എന്ന ഗ്രന്ഥത്തിൽ നിന്ന്
11 എ കെ ജി, എന്റെ ജീവിതകഥ, പുറം 189
12 പി നാരായണൻ നായർ, അരനൂറ്റാണ്ടിലൂടെ, പുറം 166
13 ഇ എം എസ്, ഇന്ത്യൻ സ്വാതന്ത്ര്യസമര ചരിത്രം, പുറം 1042-1049
14 ദേശാഭിമാനി, 1946 ഫെബ്രുവരി 28
15 ദേശാഭിമാനി, 1946 മെയ് 1
16 ദേശാഭിമാനി, 1947 ഫെബ്രുവരി 19
17 ഡോ. കെ എൻ ഗണേഷുമായി അഭിമുഖം, 2022 ഫെബ്രുവരി 22
18 ഇ കെ നായനാർ, ദേശാഭിമാനി 40-ാം പിറന്നാൾ പതിപ്പ്
19 പബ്ലിക് ജനറൽ ബി ഡിപ്പാർട്ട്മെന്റ്, ജിഒ നമ്പർ 109, 16-01-48, റീജിണൽ ആർക്കൈവ്സ്, കോഴിക്കോട്
20 പബ്ലിക് ജനറൽ ബി ഡിപ്പാർട്ട്മെന്റ്, ജിഒ നമ്പർ 1398, റീജിണൽ ആർക്കൈവ്സ്, കോഴിക്കോട്
21 കേരളത്തിലെ കർഷകസമരങ്ങൾ, എ കെ പൊതുവാൾ, പുറം 73-77
22 ദേശാഭിമാനി പ്രിന്റിങ് ആന്റ് പബ്ലിഷിങ് കമ്പനി ഡയറക്ടർ ബോർഡ് യോഗങ്ങളുടെ മിനുട്സ്
23 ദേശാഭിമാനി പ്രസിദ്ധീകരിച്ച പ്രസ്താവന, പബ്ലിക് ജനറൽ -1948-ഡിപ്പാർട്ട്മെന്റ്, ജിഒ നമ്പർ 2906, റീജിണൽ ആർക്കൈവ്സ്, കോഴിക്കോട്

അധ്യായം-13

1 ഡോ. എം ജി എസ് നാരായണൻ, ടി വേണുഗോപാലന്റെ 'രാജദ്രോഹിയായ രാജ്യസ്നേഹി' എന്ന ഗ്രന്ഥത്തിന് എഴുതിയ അവതാരിക, പുറം 24, കേരള മീഡിയ അക്കാദമി
2 ഇ എം എസ്, കെ രാമകൃഷ്ണപിള്ളയുടെ 'വൃത്താന്തപത്രപ്രവർത്തനം' എന്ന കൃതിയുടെ നാലാം പതിപ്പിനുള്ള അവതാരിക, കേരള മീഡിയ അക്കാദമി
3 കെ രാമകൃഷ്ണപിള്ള, കേരളനിലെ ലേഖനം, ഉദ്ധരണി പുതുപ്പള്ളി രാഘവന്റെ 'കേരള പത്രപ്രവർത്തന ചരിത്രം' എന്ന ഗ്രന്ഥത്തിൽ നിന്ന്
4 ടി വേണുഗോപാലൻ, രാജദ്രോഹിയായ രാജ്യസ്നേഹി, പുറം 69-70
5 എ രാധാകൃഷ്ണൻ, എ കെ പിള്ള ആദർശങ്ങളുടെ രക്തസാക്ഷി, കേരള മീഡിയ അക്കാദമി
6 ജി പ്രിയദർശനൻ, കേരള പത്രപ്രവർത്തനം സുവർണാധ്യായങ്ങൾ
7 എം കെ സാനു, സഹോദരൻ കെ അയ്യപ്പൻ, പുറം 266, 267
8 എം കെ സാനു, അതേ പുസ്തകം
9 പി ഗോവിന്ദപ്പിള്ള, കേരള നവോത്ഥാനം നാലാം സഞ്ചിക-മാധ്യമപർവം, പുറം 121, 122
10 അതേ പുസ്തകം

11 മലയാള മനോരമ, 1890 മാർച്ച് 22, ഉദ്ധരണി മൂർക്കോത്ത് കുഞ്ഞപ്പയുടെ 'മലയാള മനോരമ സംസ്കാരതരംഗിണി'യിൽ നിന്ന്, പുറം: 197, 198
12 അതേ പുസ്തകം
13 മൂർക്കോത്ത് കുഞ്ഞപ്പ, അതേ പുസ്തകം
14 ജി പ്രിയദർശനനുമായുള്ള അഭിമുഖം, 2022 മാർച്ച് 16
15 മൂർക്കോത്ത് കുഞ്ഞപ്പ, മലയാള മനോരമ സംസ്കാരതരംഗിണി, പുറം 249
16 കെ എം മാത്യു, എട്ടാമത്തെ മോതിരം, പുറം 386, 387
17 കേരളകൗമുദി ചരിത്രം, ഭാഗം രണ്ട്, പുറം 66–67
18 ദീപിക- ചരിത്രത്തിന്റെ ദീപശിഖ, പുറം 360–361
19 എൻ ഇ ബാലറാം, കേരളത്തിലെ കമ്യൂണിസ്റ്റ് പ്രസ്ഥാനം, പുറം 87, 88; ഇ ബാലാനന്ദൻ, കേരളത്തിലെ തൊഴിലാളി പ്രസ്ഥാനത്തിന്റെ രാഷ്ട്രീയ ചരിത്രം, ചിന്ത രജതജൂബിലി പതിപ്പ്
20 എൻ ഗോപിനാഥൻ നായർ, ഉദ്ധരണി ജനയുഗം പുനഃപ്രസിദ്ധീകരണ പതിപ്പിൽ നിന്ന്, 2007 ജൂൺ 1
21 തോപ്പിൽ ഭാസി, ഒളിവിലെ ഓർമകൾ, പുറം 247–249
22 എം എൻ ഗോവിന്ദൻ നായർ, ഉദ്ധരണി 2007-ലെ ജനയുഗം പുനഃപ്രസിദ്ധീകരണ പതിപ്പിൽ നിന്ന്
23 ഹലീമാബീവി, തെരഞ്ഞെടുത്ത രചനകൾ, സമാഹരണം–അബ്ദുറഹ്മാൻ മങ്ങാട്; പത്രാധിപ, എം ഹലീമാബീവിയുടെ ജീവിതം, നൂറ, നൂർജഹാൻ

അധ്യായം-14

1 ഇ എം എസ്, കേരളം മലയാളികളുടെ മാതൃഭൂമി, പുറം 285,286
2 മുഹമ്മദ് അബ്ദുറഹിമാൻ, എസ് കെ പൊറ്റെക്കാട്ടും മറ്റു മൂന്നുപേരും, പുറം 141, 142, പബ്ലിക് റിലേഷൻസ് വകുപ്പ് പ്രസിദ്ധീകരണം
3 ജി പ്രിയദർശനൻ, കേരള പത്രപ്രവർത്തനം സുവർണാധ്യായങ്ങൾ, പുറം 210
4 അൽഅമീൻ, 1930 ജൂലൈ 6, ഉദ്ധരണി 'മുഹമ്മദ് അബ്ദുറഹിമാൻ' എന്ന ഗ്രന്ഥത്തിൽ നിന്ന്
5 മാതൃഭൂമി ചരിത്രം, ഒന്നാം വാല്യം
6 ഇ മൊയ്തുമൗലവി, പത്രപ്രവർത്തകരുടെ അനുഭവങ്ങൾ, ദേശാഭിമാനി വാരിക, 1973 ജൂലൈ
7 പലോളി മുഹമ്മദുകുട്ടിയുമായി അഭിമുഖം, ഫെബ്രുവരി 13, 2022
8 ഇ മൊയ്തുമൗലവി, 'പത്രപ്രവർത്തകരുടെ അനുഭവങ്ങൾ, ദേശാഭിമാനി വാരിക, 1973 ജൂലൈ

അധ്യായം-15

1 ബർലിൻ കുഞ്ഞനന്തൻ നായർ, ദേശാഭിമാനി, 40-ാം പിറന്നാൾ പതിപ്പ്
2 ഇ എം എസ്, സമ്പൂർണ കൃതികൾ, സഞ്ചിക 89
3 ദേശാഭിമാനി വാരിക, 1973 മാർച്ച് 25
4 ഇ എം എസ്, അതേ പ്രസിദ്ധീകരണം; സമ്പൂർണകൃതികൾ, സഞ്ചിക 89
5 പി ഗോവിന്ദപ്പിള്ള, ഇ എം എസ് നമ്പൂതിരിപ്പാടിന്റെ ജീവചരിത്രം, എൻബിടി, പുറം 203, 204
6 കമ്യൂണിസ്റ്റ് പാർട്ടി കേരളത്തിൽ, പുറം 362–364
7 പി ഹരിദാസ്, ദേശാഭിമാനി 40-ാം പിറന്നാൾ പതിപ്പ്
8 എം പത്മനാഭൻ, ഒളിവിലും തെളിവിലും, പുറം 84–92, ശിൽപ്പി പബ്ലിക്കേഷൻസ്, മദിരാശി
9 പാലോളി മുഹമ്മദുകുട്ടിയുമായി അഭിമുഖം, ഫെബ്രുവരി 13, 2022
10 എൻ ഇ ബാലറാം, കേരളത്തിലെ കമ്യൂണിസ്റ്റ് പ്രസ്ഥാനം, പുറം 158–160

അധ്യായം-16

1 ദേശാഭിമാനി, 1955 നവംബർ 27
2 ഒ വി വിജയൻ, ഖസാക്കിന്റെ ഇതിഹാസം
3 എൻ ഇ ബാലറാം, സമ്പൂർണ കൃതികൾ, വാല്യം ഒമ്പത്, പുറം 23–28
4 മുഹമ്മദ് അബ്ദുറഹിമാൻ, എസ് കെ പൊറ്റെക്കാട്ടും സഹപ്രവർത്തകരും, പുറം 460, 461
5 ദേശാഭിമാനി, 1956 മാർച്ച് 8
6 അതേ പത്രം
7 ദേശാഭിമാനി, 1956 ജൂലൈ 17
8 ദേശാഭിമാനി 1956 സെപ്തംബർ 8

അധ്യായം-17

1 ദേശാഭിമാനി, 1947 ആഗസ്ത് 15
2 അതേപത്രം
3 ഇ എം എസ്, കമ്യൂണിസ്റ്റ് പാർട്ടി കേരളത്തിൽ, പുറം 321
4 ദേശാഭിമാനി, 1947 ആഗസ്ത് 15, പുറം 1

5 അതേപത്രം
6 അതേപത്രം
7 കെ സി ജോർജ്, പുന്നപ്ര-വയലാർ, പ്രഭാത്, പുറം 95–98
8 അതേ പുസ്തകം, പുറം 99, 100
9 സി നാരായണപിള്ള, തിരുവിതാംകൂർ സ്വാതന്ത്ര്യസമര ചരിത്രം, പുറം 1191–1192
10 ഇ എം എസ്, കമ്യൂണിസ്റ്റ് പാർട്ടി കേരളത്തിൽ, പുറം 299, 300

അധ്യായം-18

1 ദേശാഭിമാനി, 1956 സെപ്തംബർ 6
2 ദേശാഭിമാനി, 1956 നവംബർ 3
3 ദേശാഭിമാനി, നവംബർ 1, 1956
4 ഇ എം എസ്, കമ്യൂണിസ്റ്റ് പാർട്ടി കേരളത്തിൽ, പുറം 249
5 അതേ പുസ്തകം, പുറം 307
6 ദേശാഭിമാനി, 1955 നവംബർ 5
7 ദേശാഭിമാനി, 1956 ഫെബ്രുവരി 25
8 കേരളം ചുവന്നപ്പോൾ, പുറം 113
9 ദേശാഭിമാനി, 1956 മാർച്ച് 17

അധ്യായം-19

1 പി ഗോവിന്ദപ്പിള്ള, 'ഇ എം എസ് നമ്പൂതിരിപ്പാട്', പുറം 237, നാഷണൽ ബുക്ക് ട്രസ്റ്റ് ഓഫ് ഇന്ത്യ
2 ദേശാഭിമാനി, 1957 മാർച്ച് 29
3 ദേശാഭിമാനി, 1957 മാർച്ച് 27
4 ദേശാഭിമാനി, 1957 മാർച്ച് 18
5 ഇ എം എസ്, കമ്യൂണിസ്റ്റ് പാർട്ടി കേരളത്തിൽ, പുറം 529
6 ഡോ. തോമസ് ഐസക്, വിമോചനസമരത്തിന്റെ കാണാപ്പുറങ്ങൾ, ചിന്ത, പുറം 34
7 ദേശാഭിമാനി, 1959 മെയ് 16
8 ദേശാഭിമാനി, 1957 ജൂൺ 8
9 ഇ എം എസ്, കമ്യൂണിസ്റ്റ് പാർട്ടി കേരളത്തിൽ, പുറം 534, 535
10 അതേ പുസ്തകം
11 ദേശാഭിമാനി, 1957 സെപ്തംബർ 3
12 ദേശാഭിമാനി, 1957 മെയ് 21
13 ദേശാഭിമാനി, 1957 ജൂലൈ 6

അധ്യായം-20

1 ദേശാഭിമാനി, 1959 ആഗസ്ത് 1
2 അതേ പത്രം
3 വിമോചനസമരത്തിന്റെ കാണാപ്പുറങ്ങൾ, പുറം 70
4 ദേശാഭിമാനി, 1959 മെയ് 12
5 കേരള കൗമുദി ചരിത്രം, വാല്യം രണ്ട്
6 കെ എം മാത്യു, എട്ടാമത്തെ മോതിരം, പുറം 396, 397
7 ദേശാഭിമാനി, 1959 മെയ് 22
8 ദേശാഭിമാനി, 1958 സെപ്തംബർ 5
9 ദേശാഭിമാനി, 1959 ആഗസ്ത് 7
10 ദേശാഭിമാനി മുഖപ്രസംഗം, 1959 ആഗസ്ത് 1

അധ്യായം-21

1 ഇ എം എസ്, കമ്യൂണിസ്റ്റ് പാർട്ടി കേരളത്തിൽ, അധ്യായം 125, പേജ് 681, 682
2 കെ മോഹനനുമായി കൊച്ചിയിൽ നടത്തിയ അഭിമുഖം, 2022 ജനുവരി 11
3 അഡ്വ. പി കെ കുഞ്ഞിരാമപ്പൊതുവാൾ, ദേശാഭിമാനി 40-ാം പിറന്നാൾ പതിപ്പ്
4 മലപ്പുറം പി മൂസ, സുഖം തേടിയുള്ള യാത്ര, പുറം 84, 85; പത്രപ്രവർത്തകരുടെ അനുഭവങ്ങൾ, ദേശാഭിമാനി വാരിക, 1973
5 കെ ചാത്തുണ്ണിമാസ്റ്റർ, ഉദ്ധരണി 'കാലം തുടിച്ച നാളുകൾ' എന്ന ദേശാഭിമാനി പ്രസിദ്ധീകരണത്തിൽ നിന്ന്, പുറം 46, 47
6 എ എം ഗംഗാധരക്കുറുപ്പുമായുള്ള അഭിമുഖം, 2021 ഡിസംബർ 22
7 എ വാസുവുമായി അഭിമുഖം, 2022 ഒക്ടോബർ 15

8 ദേശാഭിമാനി, 1964 മെയ് 22
9 ദേശാഭിമാനി പ്രിന്റിങ് ആന്റ് പബ്ലിഷിങ് കമ്പനിയുടെ മിനുട്സ്
10 പി സി രാഘവൻ നായർ, നാൽപ്പതാം പിറന്നാൾ പതിപ്പ്
11 ദേശാഭിമാനി, 1964 ജൂൺ 6, 7
12 കെ മോഹനനനുമായി അഭിമുഖം, 2022 ജനുവരി 11
13 ടി പി ദാസനുമായി അഭിമുഖം, 2022 ജൂൺ 7

അധ്യായം-22

1 കെ ചാത്തുണ്ണിമാസ്റ്റർ, ചിന്ത ഇരുപതാം ജന്മദിനപ്പതിപ്പ്-1983
2 മലപ്പുറം പി മൂസ, സുഖം തേടിയുള്ള യാത്ര, പുറം 98, 99
3 കെ ചന്ദ്രൻ എഴുതിയ 'കെ ഇ കെ: ചിന്തയുടെ ആദ്യനാളുകളിൽ' എന്ന ലേഖനം, ചിന്ത, 2001 ജൂൺ 1
4 കെ ചന്ദ്രൻ, അതേ പ്രസിദ്ധീകരണം
5 നാരായണൻ ചെമ്മലശ്ശേരിയുമായി സംഭാഷണം, 2022 ജനുവരി 29
6 സി പി അച്യുതൻ, ചിന്ത രജത ജൂബിലിപ്പതിപ്പ്, 1988
7 എൻ പി കാസിമുമായി അഭിമുഖം, ഒക്ടോബർ 14, 2022

അധ്യായം-23

1 ഡോ. കെ പി മോഹനനുമായി അഭിമുഖം, 2022 ഒക്ടോബർ 19
2 1992 ഏപ്രിൽ 26, 27 തീയതികളിൽ പെരുമ്പാവൂരിൽ ചേർന്ന പുരോഗമന കലാസാഹിത്യ സംഘം സമ്മേളനത്തിൽ അംഗീകരിച്ച രേഖ
3 സിദ്ധാർഥൻ പരുത്തിക്കാടുമായി അഭിമുഖം, 2022 ഫെബ്രുവരി 24
4 എൻ പ്രഭാകരൻ, ദേശാഭിമാനി വാരികയുടെ അമ്പതാം വാർഷികപ്പതിപ്പ്, 2019 ഡിസംബർ 22
5 ശിഹാബുദ്ദീൻ പൊയ്ത്തുംകടവ്, ദേശാഭിമാനി വാരിക അമ്പതാം വാർഷികപ്പതിപ്പ്, 2019
6 പ്രൊഫ. എം അച്യുതൻ, സുൽത്താൻവീടിന്റെ അവതാരിക, 1991 മാർച്ച് 20
7 അശോകൻ ചരുവിലുമായുള്ള സംഭാഷണം, 2022 നവംബർ 25
8 സിദ്ധാർഥൻ പരുത്തിക്കാടുമായി അഭിമുഖം
9 ചെറിയാൻ ഫിലിപ്പ്, കാൽ നൂറ്റാണ്ട്, പുറം 378
10 തായാട്ട് ശങ്കരൻ, ആന്റണി കോൺഗ്രസിന്റെ ബ്ലാക്ക്മെയിൽ രാഷ്ട്രീയം, ദേശാഭിമാനി വാരിക, 1981 ഒക്ടോബർ 11
11 ഇ എം എസ്, അവതാരിക, 'സ്വകാര്യചിന്തകൾ', 1986, സ്പോർട്ടിങ് യൂത്ത്സ് ലൈബ്രറി, തലശ്ശേരി

അധ്യായം-24

1 എ കെ ജി, എന്റെ ജീവിതകഥ, പുറം 386, 387
2 ദേശാഭിമാനി, 1969 ഡിസംബർ 14
3 ദേശാഭിമാനി, 1969 ഡിസംബർ 16
4 ദേശാഭിമാനി, 1970 ജനുവരി 1
5 ദേശാഭിമാനി, 1970 ജനുവരി 7
6 ദേശാഭിമാനി, 1972 മെയ് 26
7 അതേ പത്രം
8 അതേ പത്രം
9 ദേശാഭിമാനി, 1972 സെപ്തംബർ 26
10 ദേശാഭിമാനി, 1972 മെയ് 11

അധ്യായം-25

1 ദേശാഭിമാനി, 1970 ഫെബ്രുവരി 20
2 കെ അജിത, ഓർമക്കുറിപ്പുകൾ, പുറം 229, 230
3 ഇ എം എസ്, കമ്യൂണിസ്റ്റ് പാർട്ടി കേരളത്തിൽ, പുറം 792
4 അതേ പുസ്തകം
5 അജിത, ഓർമക്കുറിപ്പുകൾ, പുറം 204
6 ദേശാഭിമാനി, 1998 നവംബർ 5

അധ്യായം-26

1 ദേശാഭിമാനി, 1975 ജൂൺ 27, പേജ് ഒന്ന്
2 അതേ പത്രം
3 അതേ പത്രം
4 അതേ പത്രം

5 എ വി ആലിക്കോയയുമായി അഭിമുഖം, 2022 ഒക്ടോബർ 22
6 വി എ എൻ നമ്പൂതിരിയുമായി അഭിമുഖം, 2022 ജനുവരി 30
7 കുൽദിപ് നയ്യാർ, എമർജൻസി റീടോൾഡ്, കൊണാർക്ക് പബ്ലിഷേഴ്സ്, ഡൽഹി
8 ദേശാഭിമാനി, ജൂൺ 29
9 കുൽദിപ് നയ്യാർ, എമർജൻസി റീടോൾഡ്
10 കെ മോഹനനുമായി അഭിമുഖം, 2022 ജനുവരി 11
11 എ വി ആലിക്കോയയുമായി അഭിമുഖം, 2022 നവംബർ 3
12 കെ മോഹനൻ, സ്മൃതിരേഖകൾ, ദേശാഭിമാനി വാരിക, 2013 ജൂൺ
13 മലപ്പുറം പി മൂസ, സുഖംതേടിയുള്ള യാത്ര, പുറം183, 184
14 കെ മോഹനനുമായി അഭിമുഖം, കൊച്ചി, 2022 ജനുവരി 11
15 ദേശാഭിമാനി, 1975 ഡിസംബർ 17
16 കെ എം മാത്യു, എട്ടാമത്തെ മോതിരം, ഡി സി ബുക്സ്, പുറം 401-403

അധ്യായം-27

1 പ്രൊഫ. ടി വി ഈച്ചരവാരിയർ, ഒരച്ഛന്റെ ഓർമക്കുറിപ്പുകൾ, കറന്റ് ബുക്സ് തൃശൂർ, പുറം 72, 73
2 കക്കയം ക്യാമ്പ് കഥപറയുന്നു, ദേശാഭിമാനി, 1977 മെയ് 6
3 അതേ പത്രം, 1977 മെയ് 11
4 ഈച്ചരവാരിയർ, ഒരച്ഛന്റെ ഓർമക്കുറിപ്പുകൾ, പുറം 26
5 അതേ പുസ്തകം, പുറം 49-51
6 ദേശാഭിമാനി ഒന്നാം പേജ്, 1977 ഏപ്രിൽ 14
7 ദേശാഭിമാനി, 1977 ഏപ്രിൽ 24
8 ദേശാഭിമാനി, 1977 മെയ് 24
9 ദേശാഭിമാനി മുഖപ്രസംഗം, 1977 ഏപ്രിൽ 9
10 ദേശാഭിമാനി, 1977 മാർച്ച് 31
11 കേരള നിയമസഭാരേഖകൾ, 1977

അധ്യായം-28

1 റോബിൻ ജെഫ്രി, ഇന്ത്യയിലെ പത്രവിപ്ലവം, ഭാഷാ ഇൻസ്റ്റിറ്റ്യൂട്ട് പുറം 50, 51
2 രാഹുൽ ഗണേശുമായി അഭിമുഖം 2022 ഡിസംബർ 5
3 സുനീറുമായി അഭിമുഖം, 2022 നവംബർ 22

അധ്യായം-29

1 തോമസ് ജേക്കബുമായുള്ള അഭിമുഖം, തിരുവനന്തപുരം, 2022 മാർച്ച് 9
2 സി പി നാരായണനുമായി അഭിമുഖം, ഡിസംബർ 29, 2021
3 ഇ എം എസ് നമ്പൂതിരിപ്പാട്, ഉദ്ധരണി ജി ഡി നായർ എഴുതിയ 'പി കണ്ണൻനായർ' ജീവചരിത്രത്തിൽ നിന്ന് പുറം-86, 87
4 എസ് ആർ ശക്തിധരനുമായി സംഭാഷണം, ഡിസംബർ 20, 2021, തിരുവനന്തപുരം
5 കാലം തുടിച്ച താളുകൾ, ദേശാഭിമാനി പ്രസിദ്ധീകരണം, 2022, പുറം 75
6 കെ മോഹനനുമായി അഭിമുഖം, കൊച്ചി, 2022 ജനുവരി 11
7 കോയമുഹമ്മദ്, ദേശാഭിമാനി, 2016 ജനുവരി 7
8 രാധാകൃഷ്ണൻ പട്ടാന്നൂർ, എഡിറ്റേഴ്സ് ഡെസ്ക്, പുറം 142
9 സി എം അബ്ദുൾ റഹ്മാൻ, ദേശാഭിമാനി വാരിക, 1975 ഡിസംബർ 21
10 പവനൻ, പവനന്റെ ആത്മകഥ, പുറം 434, 435, കറന്റ് ബുക്സ് തൃശൂർ
11 സുനിൽ പി ഇളയിടം, ദേശാഭിമാനി വാരിക, 2022 ഡിസംബർ 25
12 മേതിൽ രാധാകൃഷ്ണൻ, ദേശാഭിമാനി വാരിക, 2022 മെയ് 8

അധ്യായം-30

1 ലോക കേരളസഭ രണ്ടാം സമ്മേളന പതിപ്പ്
2 സച്ചിദാനന്ദൻ, ലോക കേരളസഭ രണ്ടാം സമ്മേളന പതിപ്പ്
3 ജോർജ് വർഗീസുമായുള്ള സംഭാഷണം, ഡിസംബർ 7, 2022
4 പി വി രാഘവൻ മാസ്റ്ററുമായി അഭിമുഖം, 2002 നവംബർ 28
5 തലശ്ശേരി രാഘവന്റെ പത്നി മല്ലിക, മദിരാശി കേരള സമാജം ജനറൽ സെക്രട്ടറിയായിരുന്ന കുമ്പളങ്ങാട് ഉണ്ണികൃഷ്ണൻ എന്നിവരുമായി 2022 ഡിസംബർ 20-നു നടത്തിയ സംഭാഷണം
6 എ കെ പത്മനാഭനുമായി സംഭാഷണം, 2022 ഡിസംബർ 18
7 എ കെ പത്മനാഭനുമായി സംഭാഷണം, 2022 ഡിസംബർ 18

8 എം എ ബേബിയുമായി അഭിമുഖം. 2022 ഫെബ്രുവരി 21
9 വെങ്കിടേശ് രാമകൃഷ്ണനുമായി അഭിമുഖം, കോഴിക്കോട്, 2022 ജൂൺ 1

അധ്യായം-31

1 ഐജാസ് അഹമ്മദ്, ഫ്രണ്ട്‌ലൈൻ, 2019 ആഗസ്ത് 2
2 ദേശാഭിമാനി, 1971 ഡിസംബർ 30
3 ജസ്റ്റിസ് ജോസഫ് വിതയത്തിൽ കമീഷൻ റിപ്പോർട്ട്, ഖണ്ഡിക-260
4 ദേശാഭിമാനി, 1992 ഡിസംബർ 7
5 ദേശാഭിമാനി, 1992 ഡിസംബർ 5
6 ദേശാഭിമാനി മുഖപ്രസംഗം, 1992 ഡിസംബർ 7
7 ജോൺ ബ്രിട്ടാസുമായി അഭിമുഖം, 2022 ഫെബ്രുവരി 21
8 ദേശാഭിമാനി, 2003 ഏപ്രിൽ 10

അധ്യായം-32

1 ഇ എം എസ്, 'മലയാളികളുടെ മലയാളം', ചിന്ത ജന്മദിനപ്പതിപ്പ്, 1979
2 ഡോ. എം ലീലാവതി, അവതാരിക, മലയാള പത്രഭാഷ: വികാസപരിണാമങ്ങൾ, മീഡിയ അക്കാദമി
3 സി ഉണ്ണിരാജ, ഉദ്ധരണി ജനയുഗം പുനഃപ്രസിദ്ധീകരണ പതിപ്പിൽ നിന്ന്, 2017
4 ഇ എം എസ്, കമ്യൂണിസ്റ്റ് പാർട്ടി കേരളത്തിൽ, പുറം 181, 182
5 തോമസ് ജേക്കബ്, ദേശാഭിമാനി വാരിക, 2022 സെപ്തംബർ 11
6 അതേ പ്രസിദ്ധീകരണം
7 നേരിന്റെ കാവൽ, ദേശാഭിമാനി പ്രസിദ്ധീകരണം, 2023 ജനുവരി
8 ദേശാഭിമാനി വാരിക, 2019 നവംബർ 24
9 ദേശാഭിമാനി, 2022 സെപ്തംബർ 4
10 നാരായണൻ കാവുമ്പായി അഭിമുഖം, 2022 ഡിസംബർ 10
11 ദേശാഭിമാനി, 1991, ഏപ്രിൽ 19
12 കെ ടി രാധാകൃഷ്ണനുമായി അഭിമുഖം, 2022 ഡിസംബർ 30
13 യുഗസംക്രമത്തിന്റെ ആദ്യലക്കം, 2000 ജനുവരി 4
14 ഒ പി സുരേഷുമായി സംഭാഷണം, 2022 ഡിസംബർ 30

അധ്യായം-33

1 എം എ ബേബിയുമായി അഭിമുഖം, തിരുവനന്തപുരം, 2022 ഫെബ്രുവരി 21
2 പി രാമൻ, ദേശാഭിമാനി, 2022 സെപ്തംബർ 6. ഡൽഹിയിൽ പാടിയറ്റ്, ലിങ്ക്, ഇന്ത്യൻ എക്സ്പ്രസ്, ഇക്കണോമിക് ടൈംസ്, ബിസിനസ് സ്റ്റാന്റേർഡ് മുതലായ പത്രങ്ങളിൽ പ്രവർത്തിച്ച രാമൻ ഇ എം എസിന്റെ സഹോദരിയുടെ മകനാണ്.
3 ആർ കൃഷ്ണൻ, ദേശാഭിമാനി നാൽപ്പതാം പിറന്നാൾ പതിപ്പ്
4 കെ കോയയുമായി (മായനാട്) സംഭാഷണം, 2022 ഡിസംബർ 14
5 അബ്ദുൾ ഖാദറുമായി സംഭാഷണം, ഡിസംബർ 17, 2022
6 ഇ ബാലകൃഷ്ണനുമായി സംഭാഷണം, ഡിസംബർ 15, 2022
7 കെ ടി ശശിയുമായി സംഭാഷണം, 2022 ഡിസംബർ 22

അധ്യായം-34

1 പി പി ഷൈജുവുമായി സംഭാഷണം, 2022 ഡിസംബർ 12
2 ന്യൂ മീഡിയ എ പാരഡൈം ഷിഫ്റ്റ്, വന്ദനയാദവും ആദർശകുമാറും, കനിഷ്ക പബ്ലിഷേഴ്സ്
3 ഡോ. സെബാസ്റ്റ്യൻ പോളുമായി അഭിമുഖം, കോഴിക്കോട്, 2022 ഡിസംബർ 20
4 സിദ്ധാർഥ് വരദരാജൻ, തിരുവനന്തപുരത്ത് നടത്തിയ നരേന്ദ്രൻ സ്മാരക പ്രഭാഷണത്തിൽ നിന്ന്, ഉദ്ധരണി-ദേശാഭിമാനി വാരിക, 2022 സെപ്തംബർ 25
5 പുത്തലത്ത് ദിനേശൻ, ദേശാഭിമാനി, 2022 നവംബർ 9

സഹായക ഗ്രന്ഥങ്ങൾ

1. കമ്യൂണിസ്റ്റ് പാർട്ടി കേരളത്തിൽ - ഇ എം എസ് നമ്പൂതിരിപ്പാട്, ചിന്ത പബ്ലിഷേഴ്സ്
2. ഇന്ത്യൻ സ്വാതന്ത്ര്യസമര ചരിത്രം - ഇ എം എസ്, ചിന്ത
3. എന്റെ ജീവിതകഥ - എ കെ ജി, ചിന്ത
4. ആത്മകഥ - ഇ എം എസ്, ചിന്ത
5. മലയാള മനോരമ സംസ്കാരതരംഗിണി - മൂർക്കോത്ത് കുഞ്ഞപ്പ, മലയാള മനോരമ കമ്പനി
6. മാതൃഭൂമിയുടെ ചരിത്രം സംഗ്രഹം- പി സി സുകുമാരൻ നായർ, പി എം സുധാകരൻ, മാതൃഭൂമി
7. കേരള കൗമുദി ചരിത്രം ഒന്നും രണ്ടും ഭാഗങ്ങൾ - നെടുങ്കുന്നം ഗോപാലകൃഷ്ണൻ, കേരള കൗമുദി
8. ദീപിക ചരിത്രത്തിന്റെ ദീപശിഖ - ഡോ. റവ. തോമസ് ഐക്കര സി എം ഐ, ടി സി മാത്യു, മീഡിയാഹൗസ്, കോഴിക്കോട്
9. അറിയപ്പെടാത്ത ഇ എം എസ്- അപ്പുക്കുട്ടൻ വള്ളിക്കുന്ന്, കൈരളി ബുക്സ്
10. ജീവിതത്തിന്റെ താളുകൾ - എം എസ് ദേവദാസ്, ചിന്ത
11. വിപ്ലവത്തിന്റെ ഉൾത്തുടിപ്പുകൾ - ഐ സി പി നമ്പൂതിരി, കേരള സാഹിത്യ അക്കാദമി
12. കേരളത്തിലെ കമ്യൂണിസ്റ്റ് പ്രസ്ഥാനം ആദ്യനാളുകളിലൂടെ - എൻ ഇ ബാലറാം, പ്രഭാത്
13. എൻ ഇ ബാലറാം സമ്പൂർണ കൃതികൾ, വാല്യം 4, 8, പ്രഭാത് ബുക്സ്
14. എമ്മെന്റെ ആത്മകഥ -എം എൻ ഗോവിന്ദൻ നായർ, പ്രഭാത്
15. ജീവിതപ്പാത - ചെറുകാട്, കറന്റ് ബുക്സ് തൃശൂർ
16. പവനന്റെ ആത്മകഥ - പവനൻ , കറന്റ് ബുക്സ്
17. കേരളം ചുവന്നപ്പോൾ - പവനൻ, നാഷണൽ ബുക്ക് സ്റ്റാൾ
18. എന്റെ ദേശാഭിമാനിക്കാലം - യു എ ഖാദർ, ഗ്രീൻ ബുക്സ്
19. ഇ എം എസ് സമ്പൂർണകൃതികൾ - സഞ്ചിക 70, 89, ചിന്ത
20. ഒരു ഗാന്ധിയൻ കമ്യൂണിസ്റ്റിന്റെ ഓർമകൾ - കെ മാധവൻ, പ്രഭാത്
21. കേരളത്തിന്റെ വീരപുത്രൻ- വി എസ് കേരളീയൻ, മാനസ് ഫൗണ്ടേഷൻ
22. കാവ്യജീവിതസമരം- കെ പി ജി, പുരോഗമന കലാസാഹിത്യ സംഘം
23. സ്മരണകൾ മാത്രം - സി എച്ച് കുഞ്ഞപ്പ, കറന്റ് ബുക്സ് തൃശൂർ
24. കേരളം മലയാളികളുടെ മാതൃഭൂമി - ഇ എം എസ്, ചിന്ത
25. കേരള ചരിത്രം - എ ശ്രീധരമേനോൻ, ഡി സി ബുക്സ്
26. മലയാള മനോരമ സംസ്കാര നവോത്ഥാനം, മൂർക്കോത്ത് കുഞ്ഞപ്പ, മലയാള മനോരമ
27. ആത്മകഥ, പി വി രാഘവമാരാർ, പൂർണ പബ്ലിക്കേഷൻസ്
28. കണ്ണീരിന്റെ മാധുര്യം - എൻ ഇ ബാലകൃഷ്ണ മാരാർ, പൂർണ
29. കേരള പത്രപ്രവർത്തന ചരിത്രം - പുതുപ്പള്ളി രാഘവൻ, കേരള സാഹിത്യ അക്കാദമി
30. ഓർമക്കുറിപ്പുകൾ - കെ അജിത, ഡി സി ബുക്സ്
31. ഒരച്ഛന്റെ ഓർമക്കുറിപ്പുകൾ, ഈച്ചരവാരിയർ, കറന്റ് ബുക്സ് തൃശൂർ
32. അടിമകൾ എങ്ങനെ ഉടമകളായി - വി എം വിഷ്ണുഭാരതീയൻ, കനവ് ബുക്സ്
33. കേരളത്തിലെ കമ്യൂണിസ്റ്റ് പാർട്ടിയുടെ ചരിത്രം മൂന്നു ഭാഗങ്ങൾ - ഒരു സംഘം എഴുത്തുകാർ, ചിന്ത
34. കോഴിക്കോട് ജില്ല കമ്യൂണിസ്റ്റ് പാർട്ടി ചരിത്രം - ഒരു സംഘം ലേഖകർ, കേളുഏട്ടൻ പഠന ഗവേഷണ കേന്ദ്രം
35. എട്ടാമത്തെ മോതിരം - കെ എം മാത്യു, ഡി സി ബുക്സ്
36. കേരളത്തിലെ കർഷക സമരങ്ങൾ - എ കെ പൊതുവാൾ, പ്രഭാത്
37. History of the Communist Movement in India, Volume 1, A panel of CPIM leaders, CPIM Publications
38, Emergency Retold, Kuldip Nayar, Konark Publishers
39. ജീവിതവും കലയും - പി ഭാസ്കരൻ, മാതൃഭൂമി ബുക്സ്
40. അരനൂറ്റാണ്ടിലൂടെ - പി നാരായണൻ നായർ, കേരള സാഹിത്യ അക്കാദമി
41. പൊളിച്ചെഴുത്ത് - ബർലിൻ കുഞ്ഞനന്തൻ നായർ, മാതൃഭൂമി ബുക്സ്
42. കെ ദാമോദരൻ - എം റഷീദ്, സൈൻ ബുക്സ്
43. ഇന്ത്യയിലെ പത്രവിപ്ലവം - റോബിൻ ജെഫ്രി, കേരള ഭാഷാ ഇൻസ്റ്റിറ്റ്യൂട്ട്
44. പി ടി ഭാസ്കരപ്പണിക്കർ - കെ എൻ കെ നമ്പൂതിരി, കേരള ഭാഷാ ഇൻസ്റ്റിറ്റ്യൂട്ട്

45. വൃത്താന്ത പത്രപ്രവർത്തനം – സ്വദേശാഭിമാനി കെ രാമകൃഷ്ണപിള്ള, നാഷണൽ ബുക്ക് സ്റ്റാൾ
46. പത്രപ്രവർത്തകന്റെ അനുഭവങ്ങൾ – ഇ കെ നായനാർ, പൂർണ
47. കയ്യൂർ സമരചരിത്രം – വി വി കുഞ്ഞമ്പു, ചിന്ത
48. ഒളിവിലും തെളിവിലും – എം പത്മനാഭൻ, ശിൽപ്പി പബ്ലിക്കേഷൻസ്
49. സ്വദേശാഭിമാനി: രാജദ്രോഹിയായ രാജ്യസ്നേഹി – ടി വേണുഗോപാൽ, കേരള മീഡിയ അക്കാദമി
50. സുഖംതേടിയുള്ള യാത്ര – മലപ്പുറം പി മൂസ –ഷമാ പബ്ലിക്കേഷൻസ്, കോഴിക്കോട്
51. മലയാള പത്രപ്രവർത്തനം പ്രാരംഭസ്വരൂപം – ജി പ്രിയദർശനൻ, കേരള സാഹിത്യ അക്കാദമി
52. കേരള പത്രപ്രവർത്തനം സുവർണാധ്യായങ്ങൾ – ജി പ്രിയദർശനൻ, കേരള മീഡിയ അക്കാദമി
53. മലയാള പത്രപ്രവർത്തനം ഉദയവികാസങ്ങൾ – ജി പ്രിയദർശനൻ, കേരള മീഡിയ അക്കാദമി
54. ഇ എം എസ് നമ്പൂതിരിപ്പാട് – പി ഗോവിന്ദപ്പിള്ള, നാഷണൽ ബുക്ക് ട്രസ്റ്റ്
55. കാൽ നൂറ്റാണ്ട് – ചെറിയാൻ ഫിലിപ്പ്, നാഷണൽ ബുക്ക് സ്റ്റാൾ
56. മൗലവിയുടെ ആത്മകഥ – ഇ മൊയ്തുമൗലവി, ഒലിവ് പബ്ലിഷേഴ്സ്
57. മലബാർ കലാപം – ഡോ. കെ എൻ പണിക്കർ, ഡി സി ബുക്സ്
58. എന്റെ കാലം എന്റെ ലോകം – ഡോ. സെബാസ്റ്റ്യൻ പോൾ, ലാവണ്യ ബുക്സ്, കൊച്ചി
59. കേരളീയന്റെ ലേഖനങ്ങൾ – എഡിറ്റർ – കെ കെ എൻ കുറുപ്പ്, കേരളീയൻ സ്മാരക സമിതി
60. സഹോദരൻ കെ അയ്യപ്പൻ –പ്രൊഫ. എം കെ സാനു, നാഷണൽ ബുക്ക് സ്റ്റാൾ
61. പുന്നപ്ര–വയലാർ – കെ സി ജോർജ്, പ്രഭാത്
62. സഖാവ് – ടി വി കെ, പ്രഭാത്
63. കേരളത്തിലെ സ്വാതന്ത്ര്യസമരം – കെ ദാമോദരൻ, സി നാരായണപിള്ള, ഭാഷാ ഇൻസ്റ്റിറ്റ്യൂട്ട്
64. ക്വിറ്റിന്ത്യാസമരവും കേരളവും – ഡോ. കെ കെ എൻ കുറുപ്പ്, ഭാഷാ ഇൻസ്റ്റിറ്റ്യൂട്ട്
65. മാറുന്ന ലോകം; മാറുന്ന മാധ്യമലോകം – എൻ പി രാജേന്ദ്രൻ, മാതൃഭൂമി ബുക്സ്
66. വേണം, മാധ്യമങ്ങൾക്ക് മേലെയും ഒരു കണ്ണ് – എൻ പി രാജേന്ദ്രൻ, കേരള മീഡിയ അക്കാദമി
67. മലയാള ടെലിവിഷൻ ചരിത്രം – ഡോ. ടി കെ സന്തോഷ്കുമാർ, കേരള മീഡിയ അക്കാദമി
68. ടെലിവിഷൻ, വീക്ഷണം, വിശകലനം: കെ കുഞ്ഞികൃഷ്ണൻ, കേരള മീഡിയ അക്കാദമി
69. പി ആർ നമ്പ്യാർ–കാലത്തിന്റെ കർമയോഗി, ഡോ. ശശികുമാർ പുറമേരി, പി ആർ സ്മാരക ട്രസ്റ്റ്
70. Malayalam Newspapers and the Freedom Movement in Kerala - Dr. M V Thomas, Kerala Media Academy
71. History of Indian Journalism - J Natarajan, Publication Division, Govt. of India
72. എ സി കണ്ണൻ നായർ ഒരു പഠനം – ഡോ. കെ കെ എൻ കുറുപ്പ്
73. ഉണ്ണിരാജയുടെ ഓർമകൾ – വൈ എസ് ശിവങ്കർ (മദ്രാസ്) തയാറാക്കിയത്
74. എഡിറ്റേഴ്സ് ഡെസ്ക്, രാധാകൃഷ്ണൻ പട്ടാന്നൂർ, മീഡിയ മാജിക്, കണ്ണൂർ
75. മുഹമ്മദ് അബ്ദുറഹിമാൻ – എസ് കെ പൊറ്റെക്കാട്ടും സഹപ്രവർത്തകരും, ഇൻഫർമേഷൻ ആന്റ് പബ്ലിക് റിലേഷൻസ് വകുപ്പ്, കേരള സർക്കാർ
76. ഖസാക്കിന്റെ ഇതിഹാസം – ഒ വി വിജയൻ, ഡി സി ബുക്സ്
77. വിമോചനസമരത്തിന്റെ കാണാപ്പുറങ്ങൾ – ഡോ. തോമസ് ഐസക്, ചിന്ത
78. സുൽത്താൻ വീട് – പി എ മുഹമ്മദ്കോയ, കേരള സാഹിത്യ അക്കാദമി
79. സ്വകാര്യ ചിന്തകൾ – തായാട്ട് ശങ്കരൻ, സ്പോർട്ടിങ് യൂത്ത് ലൈബ്രറി, തലശ്ശേരി
80. തിരിഞ്ഞുനോക്കുമ്പോൾ പിന്നിട്ട അരനൂറ്റാണ്ട് ചിന്തയിലൂടെ, ചിന്ത വാരിക
81. എം ഹലീമാബീവിയുടെ ജീവിതം – നൂറ, നൂർജഹാൻ; ബുക്കഫെ
82. ഹലീമാബീവി, തെരഞ്ഞെടുത്ത രചനകൾ–സമാഹരണം അബ്ദുറഹിമാൻ മങ്ങാട്, യുവത ബുക്സ്
83. എ കെ പിള്ള ആദർശങ്ങളുടെ രക്തസാക്ഷി – എ രാധാകൃഷ്ണൻ, കേരള മീഡിയ അക്കാദമി
84. New Media A paradigm Shift - Vandana Yadav and Adarsh Kumar, Kanishka

ആനുകാലികങ്ങൾ, രേഖകൾ

1. ദേശാഭിമാനി 40-ാം പിറന്നാൾ പതിപ്പ്-1987
2. ചിന്ത രജതജൂബിലി പതിപ്പ് 1988
3. കമ്യൂണിസ്റ്റ് പാർട്ടി പിണറായി-പാറപ്പുറം സമ്മേളനം അമ്പതാം വാർഷിക സുവനീർ 1990
4. ചിന്ത സുവർണജൂബിലി പതിപ്പ്, 2013
5. ചിന്ത പ്രത്യേക പതിപ്പ്, 2014
6. ദേശാഭിമാനി വാരികയുടെ വിവിധ ലക്കങ്ങൾ
7. ജനയുഗം പുനഃപ്രസിദ്ധീകരണ പതിപ്പ്, 2007
8. കാലം തുടിച്ച താളുകൾ, ദേശാഭിമാനി പ്രസിദ്ധീകരണം, 2022
9. നേരിന്റെ കാവൽ, ദേശാഭിമാനി പ്രസിദ്ധീകരണം, 2023
10. കോഴിക്കോട് റിജിണൽ ആർക്കൈവ്സിലെ പ്രഭാതം, ദേശാഭിമാനി, അൽഅമീൻ എന്നിവ സംബന്ധിച്ച ഫയലുകൾ
11. ദേശാഭിമാനി കണ്ണൂർ എഡിഷൻ സപ്ലിമെന്റ്, 1994
12. ദേശാഭിമാനി സ്ത്രീ, 2012
13. മാതൃഭൂമി പത്രത്തിന്റെ വിവിധ ലക്കങ്ങൾ
14. ദേശാഭിമാനി പരിഷ്കരണം സംബന്ധിച്ച് സിപിഐ എം സംസ്ഥാന കമ്മിറ്റി അംഗീകരിച്ച രേഖ 1995
15. ദേശാഭിമാനി പരിഷ്കരണം സംബന്ധിച്ച് 2007-ൽ തയാറാക്കിയ രേഖ
16. ജസ്റ്റിസ് ജോസഫ് വിതയത്തിൽ കമീഷൻ റിപ്പോർട്ട്
17. സ്വാതന്ത്ര്യത്തിനുമുമ്പ് ഇന്ത്യയിൽ പ്രചരിച്ചതും പ്രസിദ്ധീകരിച്ചതുമായ കമ്യൂണിസ്റ്റ് പത്രങ്ങളുടെ പ്രതികൾ ആർക്കൈവുകളിൽനിന്ന്

പദ-നാമ സൂചിക

www.ingramcontent.com/pod-product-compliance
Lightning Source LLC
LaVergne TN
LVHW102034051026
849518LV00014B/1276
* 9 7 8 8 1 1 9 1 3 1 9 8 3 *